संपूर्ण महाभारत

(सुरस मराठी भाषांतर)

खंड – ६

◆ संपादक ◆

प्रा. भालबा केळकर

◆ भाषांतर ◆

रा.भि. दातार, कृ.नी. द्रविड, य.ग. फफे

◆ तपासणारे ◆

बाळकृष्णशास्त्री उपासनी

आठ खंडांची संपूर्ण किंमत : ६०००/–

वरदा बुक्स

'वरदा', सेनापती बापट मार्ग, 397/1, वेताळबाबा चौक, पुणे 411016.

फोन : 020–25655654 मो. : 9970169302

E-mail : Vardaprakashan@gmail.com www.varadabooks.com

मुद्रक व प्रकाशक : वरदा बुक्स
397/1, सेनापती बापट मार्ग, पुणे 411016.

मुद्रण स्थळ : रेप्रो इंडिया लि. 50/2, टी. टी. एम.आय.डी.सी.
इंडस्ट्रियल एरिया, महापे, नवी मुंबई. फोन : 022-27782011

मुखपृष्ठ : धिरज नवलखे

पहिली आवृत्ती : 1904	**तिसरी आवृत्ती :** 15 मार्च 1986
नवी आवृत्ती : 1 फेब्रुवारी 1982	**चौथी आवृत्ती :** नोव्हेंबर 2016
दुसरी आवृत्ती : ऑक्टोबर 1984	

नारायणं नमस्कृत्य नरं चैव नरोत्तमम् ।
देवीं सरस्वतीं चैव ततो जयमुदीरयेत् ।।

ज्या अखिलब्रह्मांडनायकाच्या लीलेने या जगाची यच्चयावत्
कार्यें घडतात, ज्याच्या कृपेने ह्या अनिवार मायामोहाचे
निरसन करिता येते व अल्पशक्ती जीवांना परमपद
प्राप्त करून घेता यावे म्हणून जो त्यांस
बुद्धिसामर्थ्य देतो, त्या

परमकारुणिक

श्रीमन्नारायणाच्या चरणी

त्याच्याच कृपेने पूर्ण झालेला हा ग्रंथ
अर्पण असों.

—

। शुभं भूयात् ।

न्याय प्रस्थापनेसाठी अटळ संहार आणि धर्माची खिन्नता

भारतीय युद्धाची सांगता शेवटी अश्वत्थाम्याने उत्तरेच्या गर्भावर ब्रह्मशिरास्त्र सोडून पांडववंश उच्छेद करण्याचा प्रयत्न करण्यात झाली. श्रीकृष्णाने शेवटपर्यंत न्यायप्रस्थापनेसाठी झुंज देण्याचे कर्तव्यकर्म चालू ठेवले आणि उत्तरेच्या गर्भाचे रक्षण करून पांडववंशाचा आणि म्हणजेच कुरूवंशाचा उच्छेद होऊ दिला नाही.

न्याय प्रतिष्ठापनेसाठी हा संहार अटळ होताच. कारण अन्यायाचा प्रभाव, केवळ संहार टाळण्यासाठी, चालू दिला असता तर, नंतर आलेले अधर्म, असत्य, अन्याय यांचे तांडव चालू राहाणारे युग आत्ता आहे त्यापेक्षाही भयानक ठरले असते. व रामायण–महाभारत या सांस्कृतिक ग्रंथांचा आज घेतला जाणारा मागोवा, सद्धर्माच्या पुनरुत्थानाचे प्रयत्न या साऱ्यांना महाभारतकालीच मूठमाती मिळाली असती. म्हणून श्रीकृष्णाच्या गीतेने कर्तव्यकर्मांची जाण अर्जुनाला दिली. अधर्म अन्याय, असत्य यांना प्रखर प्रतिकाराने नष्ट करून आत्ताच्या जगात असलेला त्यांचा प्रभाव, पुष्कळच सौम्य केला.

भौतिक प्रगतीचा परिणाम म्हणून जीवनाची आवश्यक आणि विचारवंतानी प्रस्थापित केलेली चतुःसूत्री, धर्म, अर्थ, काम आणि मोक्ष यांचा क्रम, उत्तरोत्तर वस्तुनिष्ठ होत जाणाऱ्या, मानवी जीवनात बदलत जाणारच होता. धर्माला दुय्यम स्थान या वस्तुनिष्ठेच्या वाढत्या प्रभावाने उत्तरोत्तर अटळ होत जाणारच होते. नवी क्रमवारी ही अर्थ, काम, मोक्ष, धर्म, नंतर काम, अर्थ, मोक्ष, धर्म अशी अटळपणे होऊन त्या संज्ञांचे अर्थही बदलत जाणे अपरिहार्य होणार होते.

गीतातत्वज्ञानाने अर्जुनाला युद्धप्रवण केले आणि अन्याय निवटून, संहार पत्करून न्यायाची प्रतिष्ठापना केली, धर्माचरणाला व्यवहारवादाचा डोळसपणा देऊन धर्म आणि सत्य यांचे अनुकूल, सत्त्वाधिष्ठित, लोककल्याणकारी व्यावहारिक अर्थ, नव्याने प्रस्थापित करण्यात श्रीकृष्णाने यश मिळवले, म्हणूनच आज आपण मूळ चतुःसूत्रीच्या क्रम-

वारीची निदान छायातरी सांभाळतो आहोत, आणि जीवन सुसह्य करणारी मानसिक उदात्तता व शांती प्राप्त करून घेऊ शकतो आहोत.

या साऱ्या कर्माधिकारप्रवण कृतीत संहाराचे दुःख नसते असे नाही, आप्त स्वकीयांच्या हत्त्येबद्दल खिन्नता नसते असे नाही. पण ती अटळ मानून कर्म करणे, न्यायाची प्रतिष्टा कायम ठेवणे, इतकेच नव्हे तर ती प्रतिष्ठा उंचावण्यासाठी निरपेक्ष श्रम करणे, प्रसंगी कठोर निर्णय घेणे, हे सारे धर्माचे विहित कर्तव्यच आहे. आणि असे कर्तव्य पार पाडणारा धर्म कर्तव्यकर्म यशस्वी झाल्यावर काही काल थोडा खिन्न होणे हेही क्रमप्राप्तच आहे. पण हे मान्य करून, त्याने ती खिन्नता अध्यात्मवृत्तीने दूर सारणेही कर्तव्य म्हणून केले पाहिजे. कारण असे कर्तव्य करणाऱ्या धर्मालाच, सत्त्व नेहमी समाजाच्या नेतृत्वाच्या राज-सिंहासनावर बसवून राज्याभिषेक करीत असते. व्यावहारिक अंधतेचा अटळ परिणाम म्हणून पराभवाच्या शरपंजरी पडलेला, पण आत्म-केन्द्रित कर्तव्यपालनाचे प्रायश्चित भोगून शहाणा झालेला अनुभव सिंहासनाधिष्ठित होणाऱ्या धर्माला नानाप्रकारे राजयोगाचा उपदेश आणि मार्गदर्शन करतो.

विश्वसंचालन करणारी अज्ञात आणि अतर्क्य अशी आदिशक्ती म्हणजेच भगवंत. त्याने नेमून दिलेले विहितकर्म, मनःपूर्वक आणि कर्म-फलाच्या बाबतीत अलिप्त वृत्ती ठेवून, सुखदुःख, लाभ-अलाभ, जय-पराजय समान लेखून, समतोल स्थितप्रज्ञ मनाने जो करतो तो खरा या भगवंताचा भक्त. या भक्ताच्या कर्तव्यनिष्ठ वृत्तीमुळे प्राप्त होणाऱ्या प्रतिष्ठेतच सत्त्वशील भगवंताची प्रतिष्ठा असते. हा भक्त म्हणजेच धर्म आणि त्याचा भगवंत म्हणजेच अनंतविजयी सत्त्वशीलता.

अन्याय्य वैभवाच्या लालसेने नराचा दुर्वृत्त राक्षस होऊ न देणे, हा खरा ऐहिक धर्म व अशा राक्षसाचा नाश, मायामोह दूर सारून नाश करणे हेच खरे कर्तव्य. यातच व्यक्तिविकास आहे, यासाठी देह-संरक्षण हेच धर्मपालन आहे. दुष्कृतीचा पश्चात्ताप हीच शुद्धी आहे. कुसंगतीचा डोळस त्याग नराला देवत्वाला नेतो आणि कुसंगतीचा प्रभाव त्याला अधम करतो.

कसलीही तृष्णा ही माणसाला पापप्रवृत्त करते आणि त्याचे

सुख नष्ट करते. आणि तृष्णेचा त्याग करून स्थितप्रज्ञ होणाऱ्या नराच्या रूपानेच नारायण प्रकट होतो. याचाच अर्थ परमेश्वर पाहाण्यासाठी स्वतः परमेश्वरपदाला पोहोचण्याचे श्रम निरपेक्षवृत्तीने करावे लागतात. परमेश्वरपद हे परमोच्च पद आहे. कर्तव्यपालन करणारा, जाणीवपूर्वक कर्तव्य करताना जे दुःख सहन करावे लागते, ते सहन करून त्यावर मात करणारा, त्यागातच भोगाचा आनंद प्राप्त करणारा, लोभ न बाळगता लक्ष्मीची प्रतिष्ठा दानाने, विभाजनाने वाढविणारा, पराजित शत्रूपुढे सात्विकता प्रकट करून 'न्याय प्रस्थापनेसाठी संघर्ष व संहार अटळ झाला,' असे म्हणून क्षमा मागणारा, असा पुरुषोत्तमच या परमेश्वरपदासारख्या परमोच्च पदावर शोभतो.

धर्मराजाची व्याकुळता ही सत्त्वशीलतेची सौम्य बाजू

युद्धातल्या संहाराने धर्मराज व्याकूळ झाला. हे त्याच्या धर्मवृत्तीला साजेसेच होते. शिस्त प्रस्थापित करण्यासाठी मुलाला कर्तव्य म्हणून शिक्षा करणारा पिता हा शिक्षा अमलात आणल्यावर थोडा वेळ खिन्न होतोच.

धर्मराजाच्या मनातले द्वंद्व विकार आणि विचार यांच्यातले होते. धर्मराजाने सर्व मृतवीरांना विधिपूर्वक तिलांजली दिली. त्यात कर्णही होता. 'मरणांतानि वैराणि' हे तत्त्व धर्मराज धर्माचरणी होता, म्हणूनच त्याच्या चित्तात पूर्णपणे रुजले होते. न्याय्य वैभवाच्या प्राप्तिसाठी संहार तर अटळ केला गेला होता. कौरवांकडूनच. पण एकदा संहार घडून गेल्यावर धर्मराजाचे मृदु मन हे विव्हल होणे साहाजिकच होते. सकारण आणि लोककल्याणासाठी का होईना, पण हिंसा हातून घडली तरीही सज्जनांना, 'आपण हिंसा टाळण्यासाठी शत्रूला अहिंसामय चर्चेचे आणि लोककल्याणमय निर्णयाचे महत्त्व पटवू शकलो नाही,' ही खंत कधी कधी अकारणही वाटतेच. धर्मराजाची ही मनःस्थिती होणे, त्याच्या दृष्टीने सहृदयतेचे लक्षण होते. गंगेच्या तीरावर त्याने आत्मशुद्धीसाठी निवास केला व एक धर्म-चर्चा-सत्रही केले. त्यासाठी देवर्षी नारद, भगवान व्यास इत्यादी विद्वान महर्षींना धर्मराजाने पाचारण केले. त्यांना उद्देशून त्याने केलेले भाषण अत्यंत स्वच्छ आणि पुढील अनेक पिढ्यांना मार्गदर्शक ठरणारे आहे, असे म्हणण्यास प्रत्यवाय नाही.

'सुहृदांशी मला केवळ कर्तव्यपालनासाठी संग्राम करावा लागला. असे वैभव हे नेहमी निर्भेळ आनंद देत नाहीच उगीचच अपराधीपणाची जाणीव देते. पण अन्यायविजय होऊ देऊन शाश्वताचेच अकल्याण करण्यापेक्षा हे आत्मदुःख अटळ असूनही परवडलेच पाहिजे. कर्ण हा ज्येष्ठतम कुंतिपुत्र होता. हे मला तिलांजलीचे वेळी कळले. कुंतिमातेच्या हातून अजाणता वासनेच्या तीव्रतेतून कर्णाला जन्म दिला गेला. अर्थात ती घटना गुप्त ठेवणं मातेला अटळ होतं. पण अशा गुप्ततेची वेळच येऊ नये म्हणून, माझ्या तोंडून उद्‌गार बाहेर पडले की, 'स्त्रियांच्या मनात कोणतीही गोष्ट गुप्त राहणार नाही.' यामुळे आपली मातृप्रधान संस्कृती ही जास्तच झळझळीत शुद्धत्वाने विकास पावावी ही माझी इच्छा. कर्णाच्या मोठेपणाचे लक्षण जन्मरहस्य कळल्यावरही झालेल्या त्याच्या वागणुकीच्या उदात्तपणात आहे. कर्णाच्या वधामुळे तर मला जास्त उदासपणा वाटतो आहे........'

धर्मराजाला अनेकांनी व्यावहारिक उपदेशातून शांतमनस्क होण्यास साहाय्य केले. या सांत्वन कार्यात सुविचारी आप्तस्वकीय होते, तसे ज्ञानवंत ऋषिमुनीही होते. या धर्मचर्चेतूनच महाभारताचे सर्व सार आपणाला प्राप्त होते. सर्व काही नारायण आहे. भगवान नारायण म्हणजे साररूप, मनुष्य स्वभावाच्या गुंतागुंतीचे मूर्तिमंत चित्र जे महाभारत, तेच होय, हे या चर्चामय शांतिपर्वातून भगवान व्यासांनी भावी जगासाठी उत्कृष्ट, शांततामय विचारांचा उद्‌बोधक ठेवा दिला आहे. आणि तोही दुर्जनसंहार आणि सज्जन-विजय झाल्यावर प्रस्थापित झालेल्या, खऱ्या अर्थाने निर्माण झालेल्या शांत वातावरणात दिला जाईल असा. संहाराने व्यावहारिक शोक अटळ आहे. पण न्यायप्रस्थापनेमुळे होणारे समाधान, हेच त्या शोकाचे सांत्वन करून मनाला उच्चतम पातळीवर नेऊन शांत करते, आणि जगाला कल्याणमय मार्ग मिळाल्याबद्दल स्थितप्रज्ञ आनंद संपादून तत्त्वचिंतनात मग्न होते. असा हा शांतिपर्व, उद्‌बोधक आहे

मालबा केळकर

अनुक्रमणिका.

शांतिपर्व.

P.RAJANI

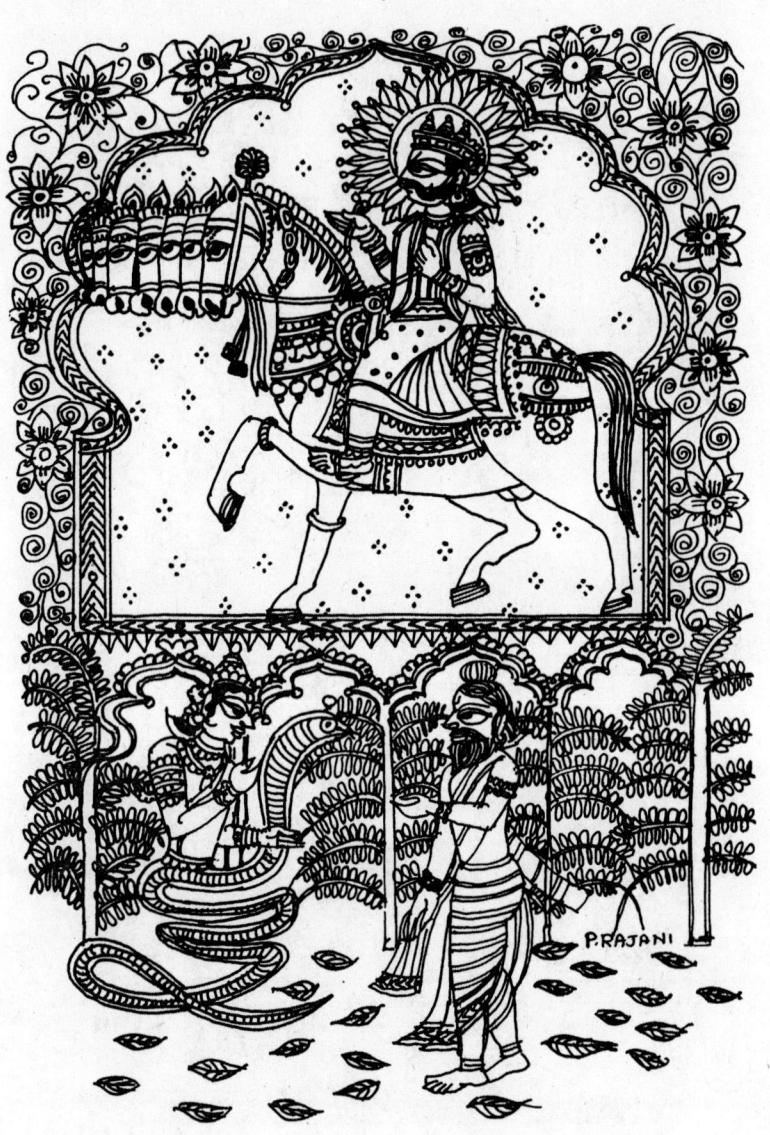

RAJANI PHANSALKAR

श्रीमन्महाभारत.

शांतिपर्व.

अध्याय पहिला.

मंगलाचरण.

ॐ

नारायणं नमस्कृत्य नरं चैव नरोत्तमम् ।
देवीं सरस्वतीं चैव ततो जयमुदीरयेत् ॥

ह्या अखिल ब्रह्मांडांतील यच्चयावत् स्थावर-जंगम पदार्थांच्या ठिकाणीं चिदाभासरूपानें प्रत्ययास येणारा जो नरसंज्ञक जीवात्मा, नर-संज्ञक जीवात्म्यास सदासर्वकाळ आश्रय देणारा जो नारायण नामक कारणात्मा, आणि नरना-रायणात्मक कार्यकारणसृष्टीहून पृथक् व श्रेष्ठ असा जो नरोत्तमसंज्ञक सच्चिदानंदरूप पर-मात्मा, त्या सर्वांस मी अभिवंदन करितों; तसेंच, नर, नारायण व नरोत्तम ह्या तीन तत्त्वांचें यथार्थ ज्ञान करून देणारी देवी जी सरस्वती, तिलाही मी अभिवंदन करितों; आणि त्या परमकारुणिक जगन्मातेनें लोकहित कर-ण्याविषयीं माझ्या अंतःकरणांत जी स्फूर्ति उत्पन्न केली आहे, तिच्या साहाय्यानें ह्या भव-बंधविमोचक जय म्हणजे महाभारत ग्रंथाच्या शांतिपर्वास आरंभ करितों. प्रत्येक धर्म-शील पुरुषानें सर्वपुरुषार्थप्रतिपादक अशा शास्त्राचें विवेचन करितांना प्रथम नर, नारायण आणि नरोत्तम ह्या भगवन्मूर्तींचें ध्यान करून नंतर प्रतिपाद्य विषयाचें निरूपण करण्यास प्रवृत्त व्हावें हें सर्वथैव इष्ट होय.

धर्मनारदसंवाद.

वैशंपायन सांगतातः—पांडव, विदुर, धृत-राष्ट्र व भरतकुलांतील सर्व स्त्रिया ह्यांनीं आपा-पल्या इष्टमित्रांची उत्तरक्रिया केली; आणि नंतर, युद्धामध्यें क्वचित् क्वचित् कपटाचा अव-लंब केल्यामुळें उत्पन्न झालेल्या दोषांतून मुक्त होण्यासाठीं ते महात्मे पांडुपुत्र तेथेंच नगरा-च्या बाह्यभागीं एक महिनाभर राहिले. ह्या-प्रमाणें आप्तेष्टांची और्ध्वदेहिक क्रिया केल्या-

नंतर धर्मपुत्र राजा युधिष्ठिर ह्याजकडे व्यास, नारद, महर्षि देवल, देवस्थान आणि कण्व हे ब्रह्मर्षिश्रेष्ठ व सिद्ध असे महात्मे व त्यांचे अत्यंत उत्कृष्ट शिष्य हे आले; आणि वेदवेत्त्या, धर्माचारसंपन्न, गृहस्थाश्रमी व ब्रह्मचर्य समाप्त झालेल्या अशा दुसऱ्याही उत्कृष्ट ब्राह्मणांनीं त्याची भेट घेतली. ते महात्मे तेथें येतांच युधिष्ठिरानें सामोरे जाऊन त्यांचा यथाविधि सत्कार केला व नंतर ते महर्षि मोठमोठ्या मूल्यवान् आसनांवर बसले. ह्याप्रमाणें, त्या वेळेस साजेल असा युधिष्ठिरानें सत्कार केला. तो स्वीकारल्यानंतर, शोकानें अंतःकरण व्याकुल झालेल्या त्या राजा युधिष्ठिराचें सांत्वन करण्यासाठीं ते शेंकडों हजारों ब्राह्मण पवित्र अशा भागीरथीतीरावर त्याच्या सभों-वतीं आपआपल्या योग्यतानुरूप बसले असतां, कृष्णद्वैपायनप्रभृति मुनींचें मत घेऊन व अव-सर पाहून नारदमुनि धर्मपुत्र युधिष्ठिरास म्हणाले, ‘ युधिष्ठिरा, तूं न्यायाचा अवलंब करून स्वतः-च्या बाहुवीर्यानें व श्रीकृष्णाच्या अनुग्रहानें ही संपूर्ण पृथ्वी जिंकून घेतली असून, त्या लोक-भयंकर अशा संग्रामांतून मुक्त होऊन क्षत्रि-यांस योग्य अशा धर्मामध्यें आसक्त होऊन राहिला आहेस, ही मोठ्या आनंदाची गोष्ट आहे. पण, हे पांडुपुत्रा, तुझ्या अंतःकरणाला ह्यामुळें संतोष होत आहेना ? राजा युधिष्ठिरा, शत्रूंना ठार केल्यानंतर आतां तूं आपल्या मित्रांना आनंद देत आहेसना ? अशा प्रकारची ही लक्ष्मी प्राप्त झाल्यामुळें तुझ्या हृदयाला शोकाची तर बाधा होत नाहींना ? ’

युधिष्ठिर म्हणालाः——महाराज, श्रीकृ-ष्णाच्या बाहुवीर्याचे आश्रयानें, ब्राह्मणांच्या अनुग्रहानें आणि भीम व अर्जुन ह्यांच्या साम-र्थ्यानें आम्हीं ही सर्व पृथ्वी जिंकून घेतली हें खरें आहे. पण हें भयंकर दुःख माझ्या अंतः-करणांत एकसारखें डांचत आहे. भगवन् , लोभाच्या प्रेरणेनें आपल्या ज्ञातीचा हा भयंकर संहार करून, व सुभद्रा आणि द्रौपदी ह्यांच्या ठिकाणीं उत्पन्न झालेल्या प्रिय पुत्रांना काळाच्या तोंडीं देऊन आम्हीं जो हा जय मिळविला, तो खरोखर पराजयच होय असें मला वाटतें ! आतां येथून श्रीकृष्ण द्वारकेस जाऊन पोहों-चले म्हणजे तेथें असणारी माझ्या कनिष्ठ बंधूची—अर्जुनाची स्त्री वृष्णिकुलोत्पन्न सुभद्रा त्याला काय म्हणेल ? पुत्र आणि बांधव ह्यांचा वध झाल्यामुळें, आमचें प्रिय व हित करण्या-विषयीं उद्युक्त असलेली ही द्रौपदी दीन होऊन गेली आहे व म्हणूनच ती मला जणूं पीडित करून सोडीत आहे. ह्याशिवाय, हे नारद मुने, आणखी दुसरी एक गोष्ट आहे. ती अशी कीं, कुंतीनें आपली मसलत गुप्त ठेवून मला कष्टी करून सोडलें आहे. कारण, ज्याला दहा हजार हत्तींचें बळ होतें, संग्रामामध्यें ज्याच्या तोडीचा दुसरा योद्धाच नाहीं, व पराक्रमरूपी क्रीडा करण्यांत जो सिंहाप्रमाणें चतुर असून दयाळू, दानशूर, नियमनिष्ठ, धृतराष्ट्रपुत्रांचा आधारस्तंभ, अभिमानी, भयंकर पराक्रमी, अ-सहिष्णु, सदोदीत क्षुब्ध असलेला, प्रत्येक युद्ध-प्रसंगीं आम्हांला धुडकावून लावणारा, त्वरेनें अस्त्रें सोडणारा, आश्चर्योत्पादक संग्राम करणारा, कुशल आणि अद्भुतपराक्रमी असा कुंतीच्या ठिकाणीं गुप्तपणें उत्पन्न झालेला कर्ण, तो खरोखर आमचा बंधु होय. ज्या वेळीं उत्तर-क्रिया करण्याचा प्रसंग आला, त्या वेळीं, तो सर्वगुणसंपन्न कर्ण सूर्यापासून उत्पन्न झालेला आपला पुत्र असून त्याला आपण पूर्वीं पाण्यांत सोडून दिलें होतें, असा त्याचा वृत्तांत कुंतीनें सांगितला. तिनें त्याला पेटींत घालून भागी-रथीच्या प्रवाहांत बुडवून टाकिलें होतें. सारांश, ज्याला हे लोक राधेच्या ठिकाणीं उत्पन्न

झालेला सारथ्याचा पुत्र असें समजतात, तो कर्ण कुंतीचा ज्येष्ठ पुत्र-अर्थात् आमच्या मातेपासून उत्पन्न झाला असल्यामुळें आमचा भ्राता होय. असें असतां, ही गोष्ट मला न समजल्यामुळें, मीं राज्यलोभानें त्या आपल्या बंधूंचा वध केला. ही गोष्ट, कापसाच्या राशीला जाळणाऱ्या अग्नीप्रमाणें माझे अवयवन् अवयव होरपळून काढीत आहे! तो आमचा बंधु आहे ही गोष्ट श्वेतवाहन अर्जुनाला, मला, भीमाला अथवा नकुलसहदेवांनाही माहीत नव्हती;त्या सदाचारसंपन्न कर्णाला मात्र आमचा संबंध ठाऊक होता. कारण, आमच्यामध्यें सलोखा व्हावा म्हणून कुंती त्याजकडे गेली होती; आणि पांडवांप्रमाणें तूंही माझा पुत्र आहेस असें तिनें त्याला सांगितलें होतें पण त्या महात्म्यानें कुंतीचा मनोरथ पूर्ण केला नाहीं. मात्र तिचें भाषण झाल्यानंतर, त्या आपल्या मातेला त्यानें असें सांगितल्याचें आमच्या ऐकण्यांत आहे. तो म्हणाला, ' ह्या संग्रामामध्यें राजा दुर्योधनाचा त्याग करणें हें कांहीं मला शक्य नाहीं. कारण, तुझ्या म्हणण्याप्रमाणें जर मीं युधिष्ठिराशीं संधि केला, तर सौजन्याचा अभाव, घातुकपणा आणि कृतघ्नता हे दोष माझ्या माथीं बसतील. शिवाय लोकही असें समजतील कीं, मी संग्रामांत अर्जुनाशीं तोंड द्यावयाला भीत आहें ! याकरितां मी प्रथम श्रीकृष्णासह अर्जुनाचा युद्धांत पराजय करीन; आणि मग धर्मपुत्र युधिष्ठिराशीं संधि करीन.' ह्यावर त्या विशाल छातीच्या कर्णास कुंती म्हणाली, ' तूं अर्जुनाबरोबर हवें तितकें युद्ध कर. पण इतर चौघांना तरी अभय दे.' तेव्हां, अर्जुनाचा नाश होईल ह्या भीतीनें शरीरास कंप सुटलेल्या व हात जोडलेल्या त्या आपल्या मातेला कर्ण म्हणाला, ' अर्जुनावांचून बाकीच्या तुझ्या चौघांही पुत्रांचा मारा मला सहन होण्यासारखा आहे; ह्यामुळें मी त्यांचा वध करणार नाहीं. सारांश, हे देवि, आतां तुझे पांचच पुत्र कायम राहातील. कारण, कर्णाचा वध झाला तर अर्जुन अवशिष्ट राहील व अर्जुनाचा नाश झाला तर कर्ण तुजपाशीं राहील.' ह्यावर, ' तुझ्या अंतःकरणांत ज्यांचें कल्याण करण्याची इच्छा असेल त्यांचें कल्याण कर.' असें त्या आपल्या पुत्राला सांगून ती आमची पुत्रलोभवती माता तेथून घरीं परत आली. पुढें अर्जुनानें त्या वीर्यसंपन्न अशा सख्ख्या बंधूचा वध केला. पण, हे प्रभो, तोंपर्यंत ही गुप्त गोष्ट कुंतीकडून अथवा कर्णाकडूनही बाहेर फुटली नाहीं. पुढें, प्रभो, हे द्विजश्रेष्ठा, अर्जुनानें त्या महाधनुर्धर आणि शूर अशा कर्णास रणांगणांत पडल्यानंतर, तो आपला ज्येष्ठ आणि सख्खा बंधु आहे असें कुंतीच्या सांगण्यावरून मला कळून आलें. ह्यामुळें मज बंधुवधकर्त्याचें अंतःकरण अत्यंत कष्टी होऊन जात आहे. खरोखर मला जर अर्जुन व कर्ण ह्या उभयतांचेंही साहाय्य असतें तर मीं प्रत्यक्ष इंद्राचाही पराजय केला असता!

दुरात्मे धृतराष्ट्रपुत्र सभेंत क्लेश देऊं लागल्यामुळें उचंबळूं लागलेला माझा क्रोध कर्णास पाहातांच शांत होत असे! द्यूताच्या वेळीं सभेंत दुर्योधनाचें हित करण्याच्या इच्छेनें जेव्हां त्याचीं आरंभापासूनच कडू आणि कठोर अशीं वाक्यें माझ्या कानांवर येत असत, तेव्हां त्याचे पाय दृष्टीस पडतांच माझा क्रोध शांत होऊन जात असे. कारण, त्याचे पाय कुंतीच्या पायांसारखे आहेत असें मला वाटे; पण त्याच्या आणि कुंतीच्या पायांमध्यें इतकें सादृश्य कां असावें, ह्याविषयीं पुष्कळ विचार केला तरीही त्याचें कारण मला मुळींच कळून येईना. असो; भगवन्! संग्रामामध्यें पृथ्वीनें त्याचें चक्र कशाकरितां ग्रासून टाकिलें, आणि त्या माझ्या बंधूला कोणत्या प्रकारचा शाप झाला होता,

हें सर्व बरोबर रीतीनें आपल्याकडून ऐकावें अशी माझी इच्छा आहे; यास्तव आपण कृपा करून मला तें सर्व सांगा. कारण, आपण आत्मज्ञानसंपन्न असल्यामुळें सर्वज्ञ आहां; आणि म्हणूनच, लोकांत कोणती गोष्ट घडली व कोणती न घडली, ह्याचें ज्ञान आपणांस आहे!

अध्याय दुसरा.

—:०:—

कर्णशापवृत्त.

वैशंपायन सांगतातः—ह्याप्रमाणें युधिष्ठिरानें प्रश्न केला असतां, त्या वक्तृश्रेष्ठ नारद मुनींनीं, त्या कर्णाला शाप कोणत्या प्रकारचा झाला होता तो सर्व वृत्तांत सांगितला.

नारद म्हणालेः—हे महाबाहो, तूं जें सांगत आहेस तें अगदीं बरोबर आहे. कर्ण आणि अर्जुन ह्यांना युद्धांत कोणाचाही मारा सहन करितां येणें अशक्य नाहीं. तथापि, हे निष्पापा, त्या उभयतांमध्यें वैर उत्पन्न करण्यांत देवांचें कांहीं गूढ कार्य होतें, तें मी तुला सांगतों. हे महाबाहो, ही गोष्ट पूर्वीं कशी घडून आली हें तूं ऐक. हे प्रभो, शस्त्रप्रहारानें पवित्र होऊन क्षत्रिय स्वर्गास कसा जातो हें पाहाण्यासाठीं वैराग्नीस प्रज्वलित करून सोडणारा हा कन्यापुत्र कर्ण देवांनीं निर्माण केला. तो तेजस्वी बाल्यावस्थेंत सारथ्याचा पुत्र झाला. पुढें, अंगिरा मुनींच्या कुलांत श्रेष्ठ असे जे गुरु द्रोणाचार्य, त्यांजकडून त्यानें धनुर्विद्या संपादन केली. तेव्हां, हे राजेन्द्रा, भीमाचें सामर्थ्य, अर्जुनाची चलाखी, तुझी बुद्धि, नकुलसहदेवांचा विनय, गांडीव धनुष्य धारण करणाऱ्या अर्जुनाचें श्रीकृष्णाशीं सख्य आणि तुम्हां सर्वांवर असणारें प्रजेचें प्रेम, ह्या सर्वांचा विचार करीत असतां त्याचें अंतःकरण होरपळून जात असे. त्यानें बालपणींच दुर्योधनाशीं सख्य केलें व दैवयोगानें तो स्वभावतःच तुमचा कायमचा द्वेष्टा बनला. पुढें, अर्जुनाचें वीर्य आपणापेक्षां अधिक आहे असें जेव्हां कर्णाला कळून आलें, तेव्हां तो द्रोणांकडे जाऊन म्हणाला कीं, "निष्पत्तीचा प्रकार आणि उपसंहार ह्यांसह ब्रह्मास्त्र शिकावें अशी माझी इच्छा आहे. कारण, अर्जुनाबरोबर युद्ध करावें असें माझ्या बुद्धीला वाटतें. पुत्र आणि शिष्य ह्यांवर आपलें प्रेम सारखेंच आहे हें खास. तेव्हां आपण मला तें अस्त्र शिकवा. विद्वान् लोकांनीं मला 'अस्त्रविद्येंत अनभ्यासी' असें म्हणूं नये."

ह्याप्रमाणें कर्णानें भाषण केल्यानंतर, अर्जुनाची अपेक्षा असल्यामुळें व कर्णाचा दुष्ट स्वभाव कळून आल्यामुळें द्रोणाचार्य त्याला म्हणाले कीं, ज्यानें यथाविधि ब्रह्मचर्यादि व्रताचरण केलें आहे त्या ब्राह्मणास, अथवा ज्यानें तपश्चर्या केली आहे अशा क्षत्रियासच ब्रह्मास्त्र जाणण्याचा अधिकार आहे, त्यावांचून इतरांस तो कोणत्याही प्रकारें नाहीं!

अंगिरसकुलश्रेष्ठ द्रोणाचार्यांनीं असें सांगितल्यानंतर, त्यांचा निरोप घेऊन व पूजन करून कर्ण परशुरामाकडे जाण्यासाठीं एकदम महेन्द्र पर्वतावर गेला; आणि परशुरामाकडे जाऊन मस्तकानें त्याला प्रणाम केल्यानंतर, 'मी भृगुकुलोत्पन्न ब्राह्मण आहें' असें त्यानें मोठ्या गौरवानें सांगितलें. तेव्हां गोत्र वगैरे सर्व विचारून परशुरामानें त्याचें सांगणें मान्य केलें; व अत्यंत आनंदित होऊन त्याला 'तुझें स्वागत असो, तूं येथें रहा.' असें सांगितलें. ह्याप्रमाणें, प्रत्यक्ष स्वर्गच अशा त्या महेन्द्र पर्वतावर कर्ण राहूं लागल्यानंतर त्याला गंधर्व, राक्षस, यक्ष आणि देव ह्यांच्या भेटी झाल्या. असो; त्या ठिकाणीं राहून कर्णानें भृगुकुलश्रेष्ठ परशुरामापाशीं यथाविधि बाणास्त्र-

विद्येचा अभ्यास केला व त्यामुळें तो देव, दानव आणि गंधर्व ह्यांस अतिशय प्रिय झाला.

पार्था, पुढें एकदां तो सूर्यपुत्र कर्ण हातीं खड्ग आणि धनुष्य घेऊन आश्रमाच्या जवळच समुद्रकांठीं इकडे तिकडे फिरत असतां, अग्निहोत्रकर्मामध्यें रत असणाऱ्या एका ब्रह्मवादी ब्राह्मणाचे धेनूच्या वत्साचा त्यानें नकळत साहजिकपणें वध केला. मग ही गोष्ट अज्ञानामुळें आपल्या हातून घडली असें कळून येतांच कर्णानें त्या ब्राह्मणास ती कळविली; व त्याची विनवणी करीत करीत त्यास पुनःपुनः असें म्हटलें कीं, ' हे भगवन्, मला न समजल्यामुळें मीं ह्या आपल्या गोवत्साचा वध केला आहे, तरी त्याबद्दल आपण रुष्ट न होतां मजवर कृपा करा. ' हें ऐकून क्रुद्ध होऊन त्या ब्राह्मणानें शब्दांनीं जणूं निर्भर्त्सनाच करीत कर्णाला म्हटलें, " हे दुराचारा, दुर्बुद्धे, अरे, तुझा वध व्हावा हेंच योग्य आहे ! ह्यास्तव तुला आपल्या कर्माचें तसेंच फल मिळेल. अरे दुष्टा, ज्याच्याशीं तूं स्पर्धा करीत आहेस आणि ज्याच्या अपकर्षासाठीं सदोदीत धडपड करीत आहेस, त्याच्याशीं युद्ध करिते वेळीं भूमि तुझ्या रथाचें चक्र ग्रासून टाकील ! आणि, हे नराधमा, तसें होऊन तुला कांहींएक सुचेनासें झालें म्हणजे शत्रु तुजवर झडप घालून तुझें मस्तक उडवून देईल ! जा. अरे मूर्खा, अनवधानामुळें ज्या अर्थीं तूं ह्या माझ्या गोवत्साचा वध केला आहेस, त्या अर्थीं तुझेंही अवधान नसतांनाच शत्रु तुझा शिरच्छेद करील ! "

ह्याप्रमाणें त्या द्विजश्रेष्ठानें शाप दिला असतां, त्याची कृपा व्हावी एतदर्थ कर्णानें त्याला धेनु, द्रव्य आणि रत्नें हीं अर्पण केलीं. तथापि तो पुनरपि कर्णाला म्हणाला कीं, ' तूं मुकाट्यानें येथून निघून जा अथवा येथेंच रहा. मी जें एकदां बोललों त्याला बाध आणणें हें सर्व विश्वाच्याही हातून होणें शक्य नाहीं. आतां तुला जें करावयाचें असेल तें कर. '

ह्याप्रमाणें ब्राह्मणानें सांगितल्यानंतर दीनपणामुळें अधोमुख झालेला कर्ण भयभीत होऊन परशुरामाकडे गेला. ह्या वेळीं त्याच्या अंतःकरणांत हा वृत्तांत एकसारखा घोळत होता.

अध्याय तिसरा.

—:०:—

कर्णास ब्रह्मास्त्रप्राप्ति.

नारद सांगतातः—कर्णाचें बाहुवीर्य, प्रेम, इंद्रियदमन आणि गुरुशुश्रूषा ह्यांच्या योगानें संतुष्ट होऊन तपोनिष्ठ भृगुकुलश्रेष्ठ परशुरामानें त्या तपोनिष्ठ कर्णाला संपूर्ण ब्रह्मास्त्र सप्रयोग व यथाविधि सांगितलें. ह्याप्रमाणें ब्रह्मास्त्राचें ज्ञान झाल्यानंतर, परशुरामाच्याच आश्रमामध्यें आनंदांत राहून त्या अद्भुतपराक्रमी कर्णानें धनुर्वेदामध्यें अत्यंत प्रयत्न केला. पुढें एकदां, उपवासानें क्लेश झालेला ज्ञानसंपन्न जमदग्निपुत्र कर्णगुरु परशुराम हा, कर्णावर विश्वास बसून अंतःकरणांत त्याजविषयीं प्रेम उत्पन्न झाल्यामुळें, त्याजबरोबर आश्रमाच्या जवळच फिरत असतां मनाला थकवा आल्यामुळें कर्णाच्या मांडीवर मस्तक टेंकून निजला व झोंपीं गेला. नंतर श्लेष्मा, मेद, मांस व रक्त भक्षण करणारा व स्पर्शही भयंकर असलेला एक भयंकर कृमि कर्णाच्या समीप आला व त्याच्या मांडीजवळ जाऊन त्या रक्तभक्षक कृमीनें ती फोडली. पण गुरु जागे झाल्यास क्रुद्ध होतील ह्या भीतीनें कर्णाला त्यास दूर फेंकूनही देतां आलें नाहीं, अथवा त्याचा वधही करितां आला नाहीं. तर, हे भरतकुलोत्पन्ना युधिष्ठिरा, तो कृमि जरी त्याला याप्रमाणें दंश करीत होता तरीही गुरूच्या निद्रेचा अंत होईल ह्या भीतीनें कर्णानें त्याची उपेक्षा केली; इतकेंच नव्हे, तर न कांपतां व

दुःखी न होतां ती दंशवेदना सहन करून परशुरामास तसेंच स्वस्थ निजूं दिलें. पण जेव्हां शरीराला रक्ताचा स्पर्श झाला तेव्हां तो तेजस्वी भृगुकुलश्रेष्ठ परशुराम जागा झाला व त्रासून असें म्हणाला कीं, 'अरे, रक्तस्पर्शामुळें मी अशुचि झालों; हें तूं काय करीत आहेस तें निर्भयपणें मला बरोबर सांग.' हें ऐकून कर्णानें त्याला आपणास कृमि कुरतुडीत असल्याचा वृत्तांत सांगितला. तेव्हां डुकराप्रमाणें आकार असलेला, आठ पाय व तीक्ष्ण दंष्ट्रा यांनीं युक्त व सुयांप्रमाणें असणाऱ्या केशांनीं व्याप्त असलेला व भीतीनें अंग चोरणारा तो अलर्क नांवाचा कृमि त्यानें अवलोकन केला. परशुरामाची दृष्टि त्याजवर जातांच तो कृमि त्याच रक्तामध्यें भिजून जाऊन गतप्राण झाला. ही मोठी आश्चर्याची गोष्ट होय. पुढें आकाशांत स्वेच्छानुरूप स्वरूपें धारण करणारा, कृष्णवर्ण शरीर व आरक्तवर्ण कंठ असलेला व मेघावर आरूढ झालेला एक राक्षस दिसूं लागला. त्याचे मनोरथ पूर्ण झालेले असल्यामुळें तो हात जोडून परशुरामास म्हणाला, 'हे भृगुकुलश्रेष्ठा, तुझें कल्याण असो. आतां मी आल्या मार्गानें जातों. हे मुनिश्रेष्ठा, तूं मला ह्या नरकांतून सोडवून माझें प्रिय केलें आहेस, ह्यास्तव मी तुला प्रणाम करितों. तुझें कल्याण असो.

त्या राक्षसाचें हें भाषण ऐकून, प्रतापशाली महाबाहु जमदग्निपुत्र परशुरामानें त्यास म्हटलें, 'तूं कोण आहेस आणि तुला नरकप्राप्ति होण्याचें कारण काय हें मला सांग.' तेव्हां तो सांगूं लागला कीं, "मी पूर्वीं सत्ययुगांत दंश नामक महाराक्षस होतों. माझें वय जवळ जवळ भृगूच्या इतकेंच होतें. मी भृगूच्या अत्यंत प्रिय अशा पत्नीचा बलात्कारानें अपहार केला, व त्यामुळेंच त्या महर्षीच्या शापानें कृमि होऊन भूमीवर पडलों. त्या वेळीं तो तुझा पूर्वज पितामह भृगु क्रुद्ध होऊन मला म्हणाला, 'अरे दुष्टा, तूं मूत्र आणि कफ हीं भक्षण करणारा (कृमि) होऊन नरकांत पडशील.' त्यावर, हे ब्रह्मन्, आपल्या शापाची समाप्ति व्हावी.' असें मीं त्याला म्हटलें असतां, 'भृगुकुलोत्पन्न परशुरामाकडून ती होईल,' असें त्यानें सांगितलें. सारांश, त्या मुनीचा शाप झाल्यामुळें जीमध्यें सुखाचें नांवही नाहीं अशी ही (नरकरूपी) गति मला मिळाली; आणि, हे साधो, तुझा समागम झाल्यामुळें मी ह्या पापयोनींतून मुक्त झालों आहें." इतकें बोलून तो महाराक्षस परशुरामास नमस्कार करून चालता झाला.

नंतर परशुराम क्रोधानें कर्णाला म्हणाला, 'अरे मूर्खा ! हें आत्यंतिक दुःख ब्राह्मणाला केव्हांही सहन करितां यावयाचें नाहीं. तुझें हें धैर्य क्षत्रियासारखें दिसत आहे. तेव्हां आतां तूं तुला वाटेल त्या रीतीनें पण खरें सांग.'

हें ऐकून शापाच्या भीतीनें कांपत कांपत कर्ण त्याचा कोप शांत करण्यासाठीं हात जोडून म्हणाला कीं, "हे भृगुकुलोत्पन्न, मी ब्राह्मण आणि क्षत्रिय ह्यांच्याहून निराळ्याच जातीमध्यें उत्पन्न झालेला, अर्थात् सूत असून मला ह्या भूमीवर लोक 'राधापुत्र कर्ण' असें म्हणत असतात. हे भार्गव, अस्त्रलोभानें ग्रस्त होऊन गेलेल्या (व म्हणूनच असत्य बोलणाऱ्या) मजवर आपण अनुग्रह करा. वेदविद्या देणारा सामर्थ्यसंपन्न गुरु हा निःसंशय पिताच होय, म्हणूनच मीं आपल्याशीं 'माझें गोत्र भार्गव आहे,' असें सांगितलें. असें म्हणून त्यानें दीनपणें भूमीवर लोटांगण घातलें. या वेळीं त्याचें अंगथरथर कांपत होतें. नंतर तो क्रुद्ध झालेला भृगुकुलश्रेष्ठ राम हंसल्यासें करून कर्णास म्हणाला कीं, 'ज्या अर्थीं अस्त्रलोभामुळें असत्याचा अवलंब करून तूं माझी सेवा केलीस, त्या अर्थीं, हे मूर्खा, तूं आपल्या बरो-

बरीच्या योद्ध्याशीं युद्ध करूं लागलास, आणि तुझ्या वधाचा समय आला कीं, ह्या अस्त्राची तुझ्या अंतःकरणांत मुळींच स्फूर्ति होणार नाहीं; इतर वेळींच त्याची स्फूर्ति होईल, कारण, ब्राह्मणावांचून इतरत्र हें ब्रह्मास्त्र मरणकालापर्यंत केव्हांही कायम टिकावयाचें नाहीं. जा आतां, तुजसारख्या असत्यवादी मनुष्याला येथें जागा नाहीं. ह्या भूतलावर संग्रामांत तुझ्या तोडीचा कोणी क्षत्रिय होणार नाहीं!'

ह्याप्रमाणें परशुरामानें सांगितल्यानंतर शिष्यधर्माप्रमाणें त्याला वंदन वगैरे करून कर्ण तेथून निघून गेला; व दुर्योधनाकडे येऊन 'मीं ब्रह्मास्त्राचा अभ्यास केला आहे,' असें म्हणाला.

अध्याय चौथा.

—:०:—

दुर्योधनकृत कन्यापहार.

नारद सांगतातः—हे भरतकुलश्रेष्ठा, ह्याप्रमाणें भृगुनंदन परशुरामांकडून ब्रह्मास्त्र संपादन केल्यानंतर कर्ण दुर्योधनासह आनंदांत राहूं लागला. राजा, पुढें एकेसमयीं चित्रांगद राज्याच्या कलिंग देशामध्यें अनेक राजे स्वयंवरासाठीं जमले होते. हे भरतकुलोत्पन्ना, त्याच्या त्या देशांतील शोभासंपन्न अशा राजपूर नामक नगरांत कन्या मिळविण्याच्या इच्छेनें शेंकडों राजे आलेले होते. तेथें सर्व राजे जुळलेले आहेत असें ऐकून दुर्योधनही कर्णाला बरोबर घेऊन सुवर्णमय रथांतून तिकडे गेला. हे नृपश्रेष्ठा, त्या ठिकाणीं तो स्वयंवररूपी महोत्सव चालू झाला असतां, कन्येच्या अभिलाषानें अनेक नरपति प्राप्त झालेले होते. शिशुपाल, जरासंध, भीष्मक, वक्र, कपोतरोमा, नील, अत्यंत पराक्रमी रुक्मी, स्त्रीराज्याचा अधिपति महाराज शृगाल, अशोक, शतधन्वा, भोज, वीर हे व आणखी दक्षिणदिशेस वास्तव्य करणारे अनेक राजे, तसेच पूर्व आणि उत्तर ह्या दिशांस वास्तव्य करणारे सर्वही म्लेंच्छ आणि आर्य भूपति त्या ठिकाणीं प्राप्त झाले होते. सर्वांची कांति शुद्ध सुवर्णाप्रमाणें असून त्यांनीं सुवर्णमय बाहुभूषणें धारण केलेलीं होतीं. ते सर्व व्याघ्राप्रमाणें अत्यंत सामर्थ्यसंपन्न असून त्यांचे देह तेजःपुंज होते. असो; धर्मराजा, ते सर्व भूपति त्या ठिकाणीं येऊन बसल्यानंतर, दाई आणि भालदार यांना बरोबर घेऊन ती कन्या सभेमध्यें आली. पुढें, हे भरतकुलोत्पन्ना, वर वरणाऱ्या त्या कन्येला राजांचीं नांवें सांगितलीं असतां, ती दुर्योधनाला उल्लंघून पुढें गेली. तेव्हां तिनें केलेला हा अतिक्रम कुरुकुलोत्पन्न दुर्योधनास सहन न झाल्यामुळें, इतर नरपतींचा अनादर करून त्यानें त्या कन्येस पुढें जाण्याचा निषेध केला; आणि भीष्म व द्रोण यांचा आश्रय केलेला व शौर्यमदानें उन्मत्त झालेला तो राजा दुर्योधन त्या कन्येला रथांत बसवून हरण करून घेऊन गेला. तेव्हां, हे पुरुषश्रेष्ठा, गोधा आणि अंगुलित्राण धारण करणारा व हातीं खड्ग घेतलेला वीरश्रेष्ठ कर्ण रथारूढ होऊन त्याच्या पाठीमागून चालता झाला. ह्यामुळें युद्धाच्या इच्छेनें राजे अंगांत चिलखतें चढवूं लागले व रथ जोडवूं लागले, त्यामुळें अतिशय भयंकर गडबड उडून गेली. नंतर ते अत्यंत क्रुद्ध होऊन, ज्याप्रमाणें पर्वतावर मेघ वर्षाव करितात त्याप्रमाणें कर्ण आणि दुर्योधन ह्या उभयतांवर बाणांचा वर्षाव करीत धांवून गेले. पण ते धांवून येत आहेत इतक्यांत कर्णानें एकेक बाण सोडून त्यांचीं धनुष्यें व बाणसमूह भूतलावर पाडले. नंतर कित्येक धनुष्यें नसलेले, कित्येक धनुष्यें उगारणारे, कित्येक बाण धारण करणारे व कित्येक रथ, शक्ति आणि गदा ह्यांना ग्रहण करणारे अशा त्या सर्व वीरांस चलाखीनें व्याकुल करून व त्यांच्या सारथ्यांना

ठार करून, प्रहार करणाऱ्यांमध्यें श्रेष्ठ अशा कर्णानें त्यांचा पराजय केला. त्यामुळें मनोरथाचा भंग होऊन ते सर्व राजे स्वतःच अश्व हांकीत व 'आमचें संरक्षण कर, संरक्षण कर.' असें म्हणत संग्राम सोडून पळून गेले; आणि इकडे कर्णानें संरक्षित असा दुर्योधन त्या वेळीं आनंदित होऊन त्या कन्येला घेऊन हास्तिनापुराकडे निघून गेला.

अध्याय पांचवा.

—:०:—

कर्णाचा पराक्रम.

नारद सांगतातः—कर्णानें आपलें सामर्थ्य प्रकट केलें आहे असें कानीं पडतांच मगधदेशाधिपति राजा जरासंध ह्यानें त्याला रणांगणांत युद्ध करण्यासाठीं आह्वान केलें. तेव्हां अनेक प्रकारच्या आयुधांचा परस्परांवर वर्षाव करणाऱ्या त्या उभयतां दिव्यास्त्रवेत्त्या वीरांमध्यें युद्ध सुरू झालें. त्या वेळीं बाणांचा क्षय होऊन, धनुष्यें नष्ट होऊन व खड्गेंही भग्न होऊन ते उभयतां भूमीवर आले; आणि नंतर त्या उभयतां सामर्थ्यसंपन्न वीरांनीं बाहुयुद्ध करण्याची सुरुवात केली. त्या वेळीं जरासंध युद्ध करूं लागला असतां, कर्णानें बाहुकंटक[1] नांवाचा पेंच केला, व जरा नामक दाईनें सांधलेल्या जरासंधाच्या शरीराचा सांधा निखळून टाकिला. ह्याप्रमाणें कर्णाकडून आपल्या शरीरास विकार झाला आहे असें पाहून राजा जरासंधानें वैर झुगारून दिलें; व 'मी संतुष्ट झालों आहें.' असें कर्णाला म्हटलें. इतकेंच नव्हे, तर त्यानें कर्णाला मालिनी नामक एक नगरीही अर्पण केली. ह्यामुळें, हे नरश्रेष्ठा, तो शत्रुजेता अंगदेशामध्यें राजा होऊन राहिला. शत्रुसैन्याला पीडित करून सोडणारा कर्ण दुर्योधनाच्या अनुमतीनें चंपा नगरीचें पालन करीत होता हें तुलाही माहीतच आहे. ह्याप्रमाणें शस्त्रप्रभावानें तो कर्ण भूतलावर प्रसिद्धीस आला. पुढें तुझ्या हितासाठीं देवेंद्रानें त्याजकडे कवचकुंडलांची भिक्षा मागितली. तेव्हां त्यानें शरीराबरोबरच निर्माण झालेलीं अत्यंत उत्कृष्ट अशीं कुंडलें आणि तशाच प्रकारचें कवच हीं त्याला अर्पण केलीं. कारण, तो देवमायेनें मोहित झाला होता. ह्याप्रमाणें कुंडलें आणि शरीराबरोबरच निर्माण झालेलें कवच ह्यांनीं विरहित झाल्यामुळें श्रीकृष्णाच्या देखत अर्जुनानें त्याचा वध केला. ब्राह्मणाच्या आणि महात्म्या परशुरामाच्या शापामुळें, कुंतीला वर दिला असल्यामुळें, इंद्राच्या मायेमुळें, रथ्यांची गणना करते वेळीं भीष्मांनीं 'हा अर्धरथी आहे' असें बोलून त्यांचा अवमान केल्यामुळें, आणि शल्याकडून तेजोभंग झाल्यामुळें, गांडीव धनुष्य धारण करणाऱ्या अर्जुनानें श्रीकृष्णाच्या नीतीचा अवलंब करून रुद्र, देवेंद्र, वरुण, यम, कुबेर, द्रोण, आणि महात्मा कृप ह्यांजकडून संपादन केलेलीं दिव्य अस्त्रें घेऊन, सूर्यतुल्य कांति असलेल्या रविपुत्र कर्णाचा वध केला. असो; ह्याप्रमाणें ब्राह्मणादिकांचा शाप झाला असल्यामुळें व अनेक लोकांनीं फसविल्यामुळें तुझा बंधु युद्ध करून मरण पावला आहे. म्हणूनच, हे पुरुषश्रेष्ठा, त्याजविषयीं तूं शोक करणें योग्य नाहीं.

अध्याय सहावा.

—:०:—

धर्मराजाचा स्त्रियांना शाप.

वैशंपायन सांगतातः—इतकें बोलून देवर्षि नारदांनीं आपलें भाषण पुरें केलें. पण राजर्षि धर्म शोकानें व्याप्त होत्साता चिंताक्रांत होऊन बसला. ह्याप्रमाणें शोकानें ग्रस्त व म्हणूनच

[1] शत्रूच्या एका पायावर पाय देऊन दुसरा पाय ओढून शरीर फाडण्याचा एक युद्धाचा प्रकार.

व्याकूळ होऊन अंतःकरण दीन होऊन गेल्यामुळें एखाद्या सर्पाप्रमाणें सुस्कारे टाकीत असलेल्या व अश्रूंनीं नेत्र भरून आलेल्या त्या वीर युधिष्ठिराला, दुःखानें अंतःकरण ग्रस्त होऊन गेलेली व प्रत्येक अवयवांत जणूं शोक खिळून राहिलेली व मधुर भाषण करणारी कुंती त्या वेळीं अर्थयुक्त अशा शब्दांनीं म्हणाली, 'हे महाबाहो युधिष्ठिरा, ह्याच्याविषयीं शोक करणें हें तुला योग्य नाहीं. यास्तव, हे महाज्ञानसंपन्ना, तूं शोकाचा त्याग करून हें माझें भाषण ऐक. त्यानें तुला आपलें बंधुत्व कळवावें म्हणून मी पूर्वी त्याची प्रार्थना केली व त्याचा पिता देव श्रीसूर्य यानेंही त्या धार्मिकश्रेष्ठाची प्रार्थना केली. श्रीसूर्यानें हितबुद्धीनें मित्राचें हित व्हावें यास्तव जें कांहीं सांगितलें पाहिजे तें सर्व त्याच्या स्वप्नांत जाऊन व माझ्या देखतही सांगितलें. पण प्रेमोत्पत्तीस कारणभूत असलेल्या वाक्यांच्या योगानें त्याचा क्रोध शांत करण्याविषयीं अथवा तुझ्याशीं त्याचें ऐक्य करण्याविषयीं श्रीसूर्यही समर्थ झाला नाहीं व मीही झालें नाही. पुढें मृत्यूनें पछाडल्यामुळें तो शत्रूंचा समूळ नाश करून वैराचें उन्मूलन करण्याविषयीं आसक्त झाला असून तुमच्या उलट वागत आहे असें पाहून मीं त्याची उपेक्षा केली!"

याप्रमाणें मातेनें भाषण केलें असतां, अश्रूंनीं नेत्र व्याप्त होऊन गेलेला व शोकानें इंद्रियें व्याकूळ झालेला धर्मात्मा धर्मराज बोलूं लागला. त्यानें प्रथम, 'तुझ्या गुप्त मसलतीमुळें मी पीडित होऊन गेलों आहें' असें आपल्या मातेस म्हटलें, आणि नंतर त्या महातेजस्वी धर्मानें दुःखाकुल होऊन, 'ह्यांना कोणतीही गोष्ट गुप्त ठेवितां येणार नाहीं!' असा सर्व लोकांतील स्त्रियांना शाप दिला. नंतर आपले पुत्र, पौत्र, आप्त आणि मित्र यांचें स्मरण झाल्यामुळें त्याचें अंतःकरण खिन्न होऊन गेलें व त्याला आपलें जीवितही कंटाळवाणें वाटूं लागलें; आणि संतापानें पीडित व शोकानें आत्मा व्याप्त झाल्यामुळें धूमयुक्त अग्नीप्रमाणें झालेला तो ज्ञानसंपन्न राजा विरक्त होऊन गेला.

अध्याय सातवा.

—:०:—

युधिष्ठिराचा शोक.

वैशंपायन सांगतातः—महारथी कर्णाचें स्मरण करून शोकानें अंतःकरण व्याकूळ झालेला व दुःखानें संतप्त झालेला युधिष्ठिर शोक करूं लागला; व दुःख आणि शोक यांचा शरीरांत संचार झाल्यामुळें पुनः पुनः सुस्कारे टाकीत अर्जुनाकडे पाहून बोलूं लागला.

युधिष्ठिर म्हणालाः—खरोखर आम्ही जर वृष्णि आणि अंधक यांच्या नगरांत जाऊन भिक्षा मागून राहिलों असतों, तर आपल्या ज्ञातीचा निर्वंश करून अशा दुर्गतीप्रत पावलों नसतों. आमचे शत्रु युद्धांत मरण पावून स्वर्गास गेले असल्यामुळें त्यांचे मनोरथ पूर्ण झाले आहेत व म्हणूनच ते कृतार्थही झालेले आहेत. पण ते खरोखरच कुरुकुलांतील म्हणजे आमच्याच कुलांतील होत. अर्थात् आम्हीं त्यांचा वध केला म्हणजे स्वतःचाच वध केला आहे. तेव्हां असें करण्यांत आम्हांला धर्मदृष्ट्या काय फल मिळणार आहे! धिक्कार असो या क्षत्रियोचित आचरणाला, बलाला, वीर्याला आणि क्रोधाला, कीं ज्यांच्या योगानें आम्ही ह्या संकटांत पडलों आहों! खरोखर वनांमध्यें वास्तव्य करणाऱ्या तपस्वी लोकांनीं नित्य पालन केले जाणारे क्षमा, इंद्रियदमन, शुद्धता वैराग्य, निर्मत्सरपणा, अहिंसा आणि सत्य भाषण हे धर्म फार उत्कृष्ट होत. आम्ही मात्र लोभ आणि मोह ह्यांच्यामुळें एवढ्याशा राज्याचा उपभोग घेण्याच्या इच्छेनें दंभ आणि अभिमान

यांचा आश्रय करून या स्थितीला येऊन पोहों-चलों आहों. आम्हीं विजयाची इच्छा करणाऱ्या आपल्या बांधवांचा निःपात केला आहे हें पाहून आतां पृथ्वीमध्यें त्रैलोक्याचें राज्य दिल्यानेंही आम्हांला कोणी आनंदीत करणार नाहीं. सारांश, आम्हीं निकृष्ट प्रतीची इच्छा धरून व बांधवांना ठार करून, पृथ्वीची प्राप्ति व्हावी ह्या हेतूनेंच, वध करण्यास अयोग्य अशा पृथ्वीपतींचा त्याग करून स्वतः जिवंत राहिलों आहों. अमंगल अशा मांसाचा अभिलाष करणाऱ्या श्वानाप्रमाणें आम्हांला तें राज्यसुखरूपी आमिष इष्ट वाटलें, पण वस्तुतः ह्या आमिषाचा त्याग केला पाहिजे; इतकेंच नव्हे, तर संपूर्ण पृथ्वी, सुवर्णाच्या राशी, विश्वांत असलेल्या सर्व धेनु आणि अश्व हींही जरी मिळालीं, तरी, आम्हीं ज्यांचा वध केला, त्यांचा त्याग देखील करणें योग्य नाहीं. अभिलाष आणि शोक ह्यांनीं व्याप्त झालेले व क्रोध आणि हर्ष यांनीं युक्त असलेले ते आमचे शत्रु मृत्युरूपी वाहनावर आरोहण करून यमसदनास निघून गेले. तप, ब्रह्मचर्य, सत्य आणि तितिक्षा ह्यांचें आचरण करून आपणांला अत्यंत कल्याणशाली पुत्र व्हावे अशी पितर इच्छा करीत असतात. तसेंच उपवास, याग, व्रतें, उत्सव, मंगलकृत्यें हीं करून माताही गर्भ धारण करितात व त्याला दहा महिनेपर्यंत आपल्या उदरांत वागवितात. त्यांचे ते दीन मातापितर, फलाचा अभिलाष असल्यामुळें, "जर आपणांला सुखरूपपणें संतति झाली, जर ती होऊन जगली आणि तिचें पालनपोषण करून सामर्थ्यसंपन्न झाली, तर आम्हांला इहलोकीं व परलोकींही सुख देईल," असें मानीत असतात. पण आतां हा त्यांचा उद्योग केवळ निष्फल होऊन गेला आहे. कारण स्वच्छ कुंडलें धारण करणाऱ्या त्यांच्या तरुण पुत्रांचा आम्हीं वध केला आहे; व म्हणूनच, भूपतींस योग्य असणाऱ्या विषयांचा उपभोग न घेतां व पितरांच्या आणि देवतांच्या ऋणाची फेड न करितां ते यमसदनास गेले आहेत. (कुंतीकडे वळून) आई, आमच्या ह्या शत्रूंच्या मातापितरांस (गांधारी आणि धृतराष्ट्र यांस) जेव्हां प्राप्त झालेलें द्रव्य आणि रत्नें यांविषयींचा अभिलाष झाला, त्या वेळींच नृपतींचा (आमच्या शत्रूंचा) वध झाला. द्रव्याचा अभिलाष, तो न मिळाल्यामुळें दैन्य, इष्ट वस्तूची प्राप्ति होण्यास प्रतिबंध झाला असतां संतप्त होऊन जाणें, तिचा लाभ झाला असतां आनंदीत होणें, इत्यादि गोष्टींनीं युक्त असणारे व म्हणूनच अंतःकरणाची समता नसणारे जे पुरुष, ते कोठेंही गेले तरी त्यांना केव्हांही विजयाच्या फलाचा उपभोग घ्यावयास सांपडत नाहीं. सारांश, हा विजय मिळाला म्हणून आम्हांला त्याच्या फलाचा उपभोग घेतां येईल असें नाहीं. बरें, पांचाल आणि कुरु ह्या देशांचे अधिपति जे मारले गेले ते तर मरूनच गेले, ते कांहीं आतां उपभोग घेण्याच्या स्थितींत असावयाचे नाहींत. कारण, ते जर तसे असते तर आपापलीं कर्मे करीत आहेत असे ते सर्वहीजण लोकांच्या दृष्टीस पडले असते. सारांश, त्यांनाही विजयश्रीचा उपभोग मिळावयाचा नाहीं. आम्हीच या सर्व लोकांच्या नाशाला कारणभूत आहों हें खरें आहे. तरी पण याचा सर्व दोष धृतराष्ट्राच्या पुत्राकडेच आहे. या सर्व गोष्टींचें मूळ कारण जो दुर्योधन त्याच्या अंतःकरणांत सदोदीत शठपणा वागत असून मायेचा अवलंब करून तो आमच्याशीं द्वेष करीत असे; व आम्हीं कांहींही अपकार केला नसतां तो आमच्याशीं सदोदीत विनाकारण उद्धटपणानें वागत असे. ह्या युद्धादिकांच्या योगानें आमचेही मनोरथ पूर्ण झाले नाहींत व त्यांचेही झाले नाहींत. आमचाही

उत्कर्ष झाला नाहीं व त्यांचाही झाला नाहीं. त्यांना या पृथ्वीचा अथवा गीतवाद्यादिकांचा किंवा स्त्रियांचा उपभोग घ्यावयास सांपडला नाहीं. अमात्य आणि मित्र यांचीं वाक्यें अथवा शास्त्रज्ञानसंपन्न लोकांचींही वाक्यें आमच्या शत्रूनें ऐकलीं नाहींत; त्याला बहुमूल्य रत्नांचाही लाभ झाला नाहीं; पृथ्वीही प्राप्त झाली नाहीं व द्रव्याचाही लाभ झाला नाहीं. आमच्या द्वेषामुळें संतप्त झाला असल्यानें त्याला इहलोकीं सुख म्हणून मिळत नसे. आमचा अतिशय अभ्युदय झाला आहे असें पहातांच त्याचा वर्ण पांढरा फिकट होऊन तो कृश झालेला असे. त्याचा पिता राजा धृतराष्ट्र देखील शकुनीच्या सांगण्यावरून अनीतीचा अवलंब करून पुत्रावर लोभ असल्यानें त्याच्या कृत्याला अनुमति देत असे. तथापि त्या वेळीं त्यानें आपल्या पितृतुल्य असलेल्या भीष्माची अथवा विदुराची पर्वा केली नाहीं. म्हणूनच, आतां ज्याप्रमाणें माझा नाश झाला आहे त्याप्रमाणें निःसंशय त्याचाही झाला आहे. त्यानें अपवित्र, लोभाविष्ट आणि इच्छेच्या तावडींत सांपडलेल्या आपल्या पुत्राचें नियमन केलें नाहीं, म्हणूनच त्याला अशी दशा प्राप्त झाली. दुष्टबुद्धि दुर्योधन सुद्धां सदैव आमचा द्वेष करण्यास उद्युक्त असे; व म्हणूनच तो आपल्या बंधूंना मृत्युमुखीं लोटून देऊन आणि या आपल्या वृद्ध मातापितरांना शोकाग्नींत टाकून स्वतःही उज्ज्वल अशा कीर्तीपासून भ्रष्ट होऊन गेला. युद्ध करण्याच्या इच्छेनें त्यानें श्रीकृष्णाजवळ आपल्या इष्टमित्रांच्या समक्ष जे शब्द उच्चारले तसे शब्द कोणता कुलीन बंधु उच्चारूं शकणार आहे? असो. तेजाच्या योगानें देदीप्यमान असणाऱ्या व म्हणूनच सर्वही दिशांना जणूं दग्ध करून सोडणाऱ्या आमच्या स्वतःच्याच दोषामुळें आमचा कायमचा नाश होऊन गेला आहे. आमच्याशीं वैर करणाऱ्या त्या दुरात्म्याला दृढबंधनाचीच प्राप्ति झाली. आम्हींही दुर्योधनाकरितांच या कुलाचा निःपात केला; व ज्यांचा वध करणें योग्य नाहीं त्यांना ठार करून लोकांमध्यें दोषास पात्र होऊन राहिलों. या सर्व कुलाचा अंत होण्यास कारणभूत दुर्बुद्धि आणि पापी अशा त्या दुर्योधनाला राष्ट्राचा अधिपति केल्यामुळेंच राजा धृतराष्ट्र हा शोक करीत राहिला आहे. आम्हीं शूरांना ठार केलें, पाप आचरण केलें आणि स्वतःस अभीष्ट असणाऱ्या वस्तूंचा नाश करून टाकिला. त्यांचा वध केल्यामुळें आमचा क्रोध नाहींसा झाला. पण आतां हा शोक मला बोलूं सुद्धां देत नाहीं. अर्जुना, आपल्या हातून जें पातक घडलें असेल तें शुभ कर्में करून प्रसिद्धपणें सांगून, पश्चात्ताप पावून, दानें देऊन, तपश्चर्या करून, निवृत्तिमार्गाचा अवलंब करून, तीर्थयात्रा करून अथवा श्रुति आणि स्मृति यांचा जप करून नष्ट करितां येतें; आणि संन्यास केला म्हणजे तो पुनः पातक करण्याविषयीं समर्थ होत नाहीं, अशी श्रुति आहे. ज्या अर्थीं संन्यास करणाऱ्या मनुष्यास जन्ममरणांची प्राप्ति होत नाहीं असें श्रुतिवाक्य आहे त्या अर्थीं अंतःकरणाचा निश्चय करणारा तो संन्याशी योगमार्गाची प्राप्ति होऊन ब्रह्मस्वरूपी बनून जातो, हें खास. म्हणूनच, अर्जुना, आतां शीतोष्णादिक द्वंद्वांचा त्याग करून ध्याननिष्ठ बनून ज्ञानप्राप्तीच्या इच्छेनें मी तुम्हां सर्वांचा निरोप घेऊन वनामध्यें निघून जाणार. हे शत्रुतापना, परिवारामध्यें गुंतून पडलेल्या मनुष्याच्या हातून पूर्णपणें धर्म घडणें शक्य नाहीं अशी श्रुति आहे आणि, हे शत्रुनाशना, ती गोष्ट आज माझ्या प्रत्यक्ष अनुभवासही येत आहे. कारण, या परिवाराचा अभिलाष केल्यामुळें माझ्या हातून हें पातक घडलेलें आहे. संसारदुःखाचा क्षय होण्याचें कारण जें

परमात्मज्ञान तें प्राप्त होणें शक्य आहे, अशीही श्रुति आहे. तेव्हां आतां मी हा परिवार, संपूर्ण राज्य आणि हीं सुखें यांचा त्याग करून—सारांश या बंधांतून मुक्त व शोक आणि ममता यांनीं रहित होऊन कोठें तरी निघून जाणार ! यास्तव आतां तूं या निष्कंटक आणि क्षेमसंपन्न अशा पृथ्वीचें पालन कर. कारण, हे कुरुनंदना, मला राज्याची अथवा विषयोपभोगांची कांहीं जरूर नाहीं.

राजा, इतकें बोलून कुरुराज युधिष्ठिरानें आपलें भाषण पुरें केलें. तेव्हां त्याचा कनिष्ठ बंधु अर्जुन बोलूं लागला.

अध्याय आठवा.

—:०:—

अर्जुनाचें भाषण.

वैशंपायन सांगतातः—पुढें, युधिष्ठिराच्या या भाषणानें जणूं धिक्कार केला गेलेला, भाषणांत युक्तिसंपन्न व पराक्रमाच्या कामीं सामर्थ्यसंपन्न असणारा, भयंकर पराक्रमी, महातेजस्वी, असहिष्णु, इंद्रपुत्र अर्जुन ओष्ठांच्या सांध्यांस जिव्हेचा स्पर्श करीत व किंचित् हंसत हंसत न्याय्य असें भाषण करूं लागला.

अर्जुन म्हणालाः—हे महाराजा युधिष्ठिरा, प्रथम अमानुष कर्म करून शत्रूंना ठार करून व पृथ्वी मिळवून स्वतःच्याच धर्मानें संपादन केलेलें हें उत्कृष्ट वैभव तूं सोडून देत आहेस ही खरोखर आश्चर्य करण्यासारखी, दुःखाची, संकटाची आणि अत्यंत व्याकूळ करून सोडणारी गोष्ट आहे. विचारशक्ति कमी असल्यामुळें तूं या असल्या सर्वही गोष्टींचा त्याग करीत आहेस ! अरे नेभळ्या आणि दीर्घसूत्री मनुष्याला राज्य कोठून मिळणार ? असो; पण मग क्रोधानें बेभान होऊन जाऊन तूं पृथ्वीपतींचा वध काय म्हणून केलास ? ज्याचें कल्याण नष्ट होऊन गेलें आहे असा दरिद्री, सर्व लोकांमध्यें अप्रसिद्ध, व पुत्र, पशु इत्यादि परिवाराचा संबंध नसलेला जो मनुष्य असेल, तोच स्वतःच्या शौर्यानें कोणाच्याही अर्थाचा अपहार करून त्याचा उपभोग घेण्याची इच्छा न करितां केवळ भिक्षेवर निर्वाह करून राहाण्याची इच्छा करितो, तुजसारख्याचें तें काम नव्हे. कारण, हे राजा, तूं वैभवसंपन्न अशा राज्याचा त्याग करून भिक्षेकऱ्याच्या निकृष्टवृत्तीचा अवलंब करून निर्वाह करूं लागलास म्हणजे तुला हें जग तरी काय म्हणेल ? हे प्रभो, धर्मादिक सर्वही गोष्टींचा त्याग करून व कल्याणशून्य आणि दरिद्री बनून एखाद्या अविचारी मनुष्याप्रमाणें भिक्षावृत्तीचा अवलंब करण्याची तूं काय म्हणून इच्छा करीत आहेस ? या राजकुलांत जन्म झाला असून व संपूर्ण पृथ्वी जिंकून घेतली असून धर्म आणि अर्थ यांचा पूर्णपणें त्याग करून तूं अरण्याचा मार्ग सुधारीत आहेस, हा मूर्खपणा होय. आतां तूं गेल्यानंतर कोणीही शास्ता नसल्यामुळें दुष्ट लोक या होमद्रव्यांची नासधूस करून सोडतील व त्याचें पातक तुलाच लागेल. ऋषींच्या मागें दारिद्र्य लागलेलें आहे असें नहुषानें सांगितलेलें होतें. तसेंच, द्रव्याच्या अभावामुळें, अगस्त्याचा शाप झाल्यानंतर सर्प होऊन मनुष्यांना ग्रासून टाकणें हें क्रूर कर्म केल्यावर ‘ धिक्कार असो या निर्धनतेला ! ’ असेंही तो म्हणाला होता. शिवाय ऋषींजवळ दुसऱ्या दिवसाकरितां म्हणून कांहींही नसतें, हेंही तुला माहीतच आहे. अरे, ज्याला धर्म असें म्हणतात त्याचा आरंभ द्रव्यापासून आहे. म्हणूनच, जो ज्याचें धन हरण करितो त्यानें त्याच्या धर्माचा उच्छेद केल्यासारखे होतें. हे राजा, आमच्या द्रव्याचा जर अपहार होऊं लागला तर आम्ही कोणाला क्षमा करणार आहों ? अर्थात् कोणालाही करणार नाहीं.

दरिद्री मनुष्य जवळ उभा राहिला तर ज्याप्रमाणें एखाद्या पातकी मनुष्याकडे पहावें त्याप्रमाणें लोक त्याजकडे पाहातात. सारांश, या लोकांमध्यें दारिद्य हें एक पातकच आहे; म्हणूनच त्याची प्रशंसा करणें योग्य नाहीं. हे राजा, लोक पातकी मनुष्याच्या संबंधानेंही हळहळतात आणि निर्धनाच्या संबंधानेंही हळहळतात. मला तर महापातकी आणि दरिद्री यांमध्यें कांहीं भेद दिसत नाहीं. ज्याप्रमाणें पर्वतांत नद्या उत्पन्न होतात, त्याप्रमाणें त्या त्या गोष्टी करून संपादन केलेल्या व वृद्धि पावलेल्या द्रव्यापासूनच सर्व क्रियांची सुरुवात होते. हे राजा, द्रव्याच्याच योगानें धर्म, काम आणि स्वर्ग यांची प्राप्ति होते. किंबहुना द्रव्यावांचून लोकांची प्राणयात्राही चालू शकत नाहीं. ज्याप्रमाणें ग्रीष्मऋतूमध्यें लहान लहान नद्यांना खांडवे पडतात, त्याप्रमाणें द्रव्यहीन अशा अल्पबुद्धि पुरुषांच्या सर्वही क्रिया छिन्नविच्छिन्न होऊन जातात. अरे, या लोकांत ज्याला द्रव्य असेल त्याला मित्र असतात, ज्याला द्रव्य असतें त्यालाच बांधव असतात, ज्याला द्रव्य असतें तोच खरा पुरुष असतो, व ज्याला द्रव्य असतें तोच पंडित असतो, अशी स्थिति आहे. ज्याच्या जवळ द्रव्य नसेल त्यानें जर त्याची इच्छा केली तर त्याला तें संपादन करितां येणें शक्य नाहीं. कारण, ज्याप्रमाणें हत्तीच्याच योगानें मोठमोठे हत्ती धरिले जातात, त्याचप्रमाणें द्रव्याच्याच योगानें द्रव्य मिळविलें जातें. हे राजा, धर्म, काम, स्वर्ग, हर्ष, क्रोध, शास्त्रज्ञान आणि इंद्रियदमन या सर्वांची प्रवृत्ति द्रव्यापासूनच आहे. द्रव्याच्या योगानें कुलीनपणा येतो आणि धर्माचीही अभिवृद्धि होते. हे नरश्रेष्ठा, निर्धन पुरुषाला इहलोक नाहीं आणि परलोकही नाहीं. निर्धन पुरुषाच्या हातून योग्य प्रकारें धर्मकृत्यें होत नाहींत. कारण, ज्याप्रमाणें पर्वतांतून नदी उगम पावते त्याप्रमाणें द्रव्यापासूनच धर्माची उत्पत्ति होते. राजा, शरीर कृश असलें म्हणून कोणीही मनुष्य कृश असतो असें नाहीं. तर ज्याचें द्रव्य क्षीण झालें आहे व धेनु, भृत्य आणि अतिथि हेही कृश झाले आहेत, तोच खरा कृश होय. अरे, जरा न्यायाच्या दृष्टीनें पहा—देव आणि दैत्य यांची स्थिति कशी आहे इकडेही दृष्टि दे. राजा, दुसऱ्याचा वध केल्यानें जर कल्याण होत नाहीं, तर मग दुसऱ्यांच्या ज्ञातीचा वध करण्याचा अभिलाष देव तरी कां करितात? अरे, जर दुसऱ्याच्या द्रव्याचा अपहार करूं नये तर मग धर्म तरी कसा करितां येणार? वेदामध्यें ज्ञानसंपन्न लोकांनीं जो कांहीं सिद्धांत सांगितलेला आहे तोही असाच आहे कीं, सदोदीत तीनही वेदांचें अध्ययन करावें, ज्ञानसंपन्न व्हावें, सर्व प्रकारें द्रव्य संपादन करावें आणि प्रयत्नेंकरून यज्ञ करावे. द्रोहाच्याच योगानें देवांनीं स्वर्गांतील सर्व स्थानें संपादन केलीं. द्रोह जर वाईट म्हणावा तर मग देवता तरी इतर ज्ञातींच्या द्रोहाचा अभिलाष कां करितात? सारांश, देवतांनीं अशाच प्रकारचें आचरण केलेलें आहे, आणि शाश्वत अशा वेदवाक्यांचाही सिद्धांत असाच आहे. अध्ययन करणें, अध्यापन करणें, यज्ञ करणें आणि यज्ञ करविणें हें सर्व प्रत्यक्ष पुण्यच असून दुसऱ्यापासून द्रव्य संपादन करणें हेंही त्यांच्याचइतकें श्रेयस्कर आहे. दुसऱ्याला अपकार केल्यावांचून थोडेंही द्रव्य मिळालें आहे असें आम्हांला तर कोठें दिसत नाहीं. राजे लोक देखील अशाच रीतीनें पृथ्वी जिंकून घेतात; आणि जिंकून घेतल्यानंतर, ज्याप्रमाणें पुत्रानें आपल्या पित्याचें द्रव्य माझें आहे असें म्हणावें त्याप्रमाणें हे तिला माझी आहे असें म्हणत असतात. तथापि ते राजर्षि स्वर्गाचे अधिकारी बनतात. कारण, अशा रीतीनें

पृथ्वी जिंकून घेणें हा त्यांचा धर्मच सांगितलेला आहे. ज्याप्रमाणें उदकपूर्ण अशा समुद्रांतून जल दाही दिशा वाहूं लागतें, त्याप्रमाणें राजकुलापासून हें द्रव्य पृथ्वीभर होऊन रहातें. ही पृथ्वी दिलीपाची झाली, नृगाची झाली, नहुषाची झाली, अंबरीषाची झाली, मांधात्याची झाली आणि तीच आज तुजकडे आलेली आहे. सारांश, आज सर्व प्रकारच्या दक्षिणांनीं युक्त असा द्रव्यरूपी यज्ञ तुजकडे प्राप्त झाला आहे. यास्तव, हे राजा, तो जर तूं केला नाहींस तर तुला राज्यासंबंधाचें पातक लागेल. ज्या प्रजांचा राजा दक्षिणसंपन्न असा अश्वमेध याग करितो त्याच्या अवभृथामध्यें जाऊन सर्व लोक स्नान करून पवित्र होतात. विश्वरूपी महादेवानें सर्वमेध नामक महायज्ञामध्यें सर्वही प्राण्यांच्या आहुति दिल्या होत्या, व शेवटीं आपणच आपल्या शरीराची आहुति दिली होती. सारांश, असें करणें हा ऐश्वर्याचा शाश्वत मार्गच आहे असें आम्ही ऐकत आलों आहों. हे राजा, हा मार्ग—ज्यावरून दहा रथ जाऊं शकतील एवढा विस्तीर्ण आहे. तेव्हां तो टाकून देऊन तूं क्षुद्र मार्गाकडे वळूं नको.

अध्याय नववा.

—:०:—

युधिष्ठिराचें भाषण.

युधिष्ठिर म्हणाला:—अर्जुना, क्षणभर आपलीं बाह्य आणि अभ्यंतर इंद्रियें स्थिर कर आणि एकाग्र होऊन ऐक, म्हणजे माझें सांगणें तुला आवडेल. मी आतां ह्या ग्राम्य सुखांचा त्याग करून, ज्या मार्गानें साधु लोक गेले आहेत त्याच मार्गाकडे वळणार. तुझ्याकरितां म्हणून सुद्धां मी या राज्याचा स्वीकार करणार नाहीं. आतां, एकाच मनुष्यानें ज्याचा अवलंब करितां येईल असा क्षेमकारक मार्ग तरी आहे कोणता? असें जर तुला वाटत असेल तर तें मला विचार; अथवा जर तुला विचारण्याची इच्छा नसली तर तूं नको विचारूं. मीच तुला सांगतों, ऐक. मी आतां ह्या ग्राम्य सुखाचा स्वीकार करण्याचें सोडून देऊन फलें, मूलें यांचा आहार करून अरण्यामध्यें विपुल तपश्चर्या करीत तेथील पशूंबरोबर फिरेन; वेळच्या वेळीं अग्नीला आहुति देईन; दोन्ही वेळां स्नान करीन; परिमित आहार करून कृश होऊन राहीन; कृष्णाजिन व वल्कलें परिधान करून जटा धारण करीन; शीत, वायु आणि सूर्यप्रकाश हीं सहन करीन; क्षुधा, तृष्णा आणि श्रम हीं सहन करण्याचें सामर्थ्य संपादन करीन; शास्त्रांत सांगितल्या प्रकारचें तप करून शरीर कृश करीन; आनंदित झालेल्या आरण्यवासी पशुपक्ष्यांचे उच्चनीच स्वरांत उच्चारलेले असे हृदय व कर्ण यांना सुख देणारे शब्द सदैव ऐकत राहीन; प्रफुल्लित झालेल्या वृक्षांच्या व वेलींच्या हृदयहारक सुगंधांचा वास घेत राहीन; अनेक प्रकारचे रम्य असे वनवासी प्राणी मी अरण्यांत अवलोकन करीन; व घरें करून रहाणाऱ्या वानप्रस्थाश्रमी लोकांचेंही दर्शन घेईन. मी अरण्यांतील देखील कोणत्याही प्राण्याचें अप्रिय करणार नाहीं, मग ग्रामामध्यें वास्तव्य करणाऱ्या प्राण्यांची गोष्ट कशाला पाहिजे! मी एकांतांत रहाण्याचा अभ्यास करून विचार करीत राहीन; पक्व अथवा अपक्व जें अन्न असेल त्यावर निर्वाह करीन; वनांत उत्पन्न होणारीं फलें, मूलें यांच्या योगानें अथवा वाणीनें किंवा जलानें देवतांना आणि पितरांना तृप्त करीन. ह्याप्रमाणें अरण्यसंबंधीं शास्त्रांतील अत्यंत कडक अशा विधीचें आचरण करून मी या देहाच्या समाप्तीची मार्गप्रतीक्षा करीत राहीन; अथवा मी एकटाच मस्तकाचें मुंडन करून व ध्याननिष्ठ बनून प्रत्येक दिवशीं एकएका वनस्पतीकडे

भिक्षा मागून शरीर क्षीण करीन. धूलीनें आच्छादित झालेला, ओस पडलेल्या गृहाचा आश्रय करून रहाणारा अथवा वृक्षाखालीं वास करणारा, सर्व प्रिय आणि अप्रिय गोष्टींचा त्याग केलेला, शोकही न करणारा व आनंदही न मानणारा, स्वतःची निंदा आणि स्तुति या दोहोंना सारखेंच समजणारा, कोणत्याही प्रकारचा अभिलाष अथवा ममता नसलेला, शीतोष्णादि द्वंद्वें आणि परिवार ह्यांचा त्याग केलेला, परमात्म्याच्या ठिकाणीं रममाण होऊन रहाणारा, मूर्ख, अंधळा अथवा बहिरा ह्यांच्यासारखेंच स्वरूप धारण करणारा, दुसऱ्याशीं कोणत्याही कारणानें कोणत्याही प्रकारचें भाषण न करणारा, जरायुज, उद्भिज, अंडज आणि स्वेदज ह्या सर्व चतुर्विध प्राण्यांची हिंसा न करणारा, आपापल्या धर्माप्रमाणें चालणारे सर्व लोक व इतरही प्राणी ह्यांजविषयीं समबुद्धि ठेवणारा, कोणाचाही उपहास न करणारा, कोणाकडेही वक्रदृष्टीनें न पाहाणारा, नेहमीं प्रसन्नमुख असणारा, सर्व इंद्रियांचें उत्तम प्रकारें संयमन केलेला, कोणालाही मार्ग न विचारतां कोणीकडून तरी जाणारा, कोणत्याही विशिष्ट देशाकडे अथवा दिशेकडे जाण्याची इच्छा न करणारा, गमन करण्याविषयीं देखील निरपेक्ष असलेला, मागें दृष्टि न देणारा, सरलत्वाचा अवलंब करणारा, इंद्रियांची वृत्ति अंतर्मुख झालेला व स्थूल आणि सूक्ष्म शरीरांच्या त्यागाची इच्छा करणारा होऊन राहीन. असा राहिल्यास माझा निर्वाह कसा चालेल, ह्याचीही शंका नको. कारण, प्राण्यांचे पूर्वसंस्कार हे पुढें पुढें धांवतच असतात; व म्हणूनच आहाराचीही व्यवस्था आपोआपच होते. असो; परस्परविरुद्ध असणाऱ्या कोणत्याही सुखदुःखादिक द्वंद्वांकडे मी लक्ष्य देणार नाहीं. स्वल्प असो अथवा अधिक असो, इष्ट असो अथवा अनिष्ट असो, जें कांहीं भक्ष्य मिळेल तें भिक्षा मागून मिळवीन. एखादे वेळीं पूर्वीच्या घरीं भिक्षा नाहीं मिळाली तर दुसऱ्या घरीं मागेन; व तेथेंही न मिळाल्यास सात घरें पूर्ण होत तोंपर्यंत मागेन. ज्यांतील धूर नाहींसा झाला आहे, मुसळ ठेवून दिलें आहे, अग्नि शांत झाला आहे, लोक भोजन केलेले आहेत, पात्रें मांडण्याचें काम होऊन गेलें आहे, अशा घरांत भिक्षेकरी येऊन गेले आहेत, अशा वेळीं एकच वेळ दोन तीन पांच (अथवा सात) घरांत भिक्षा मागून स्नेहरूपी पाश तोडून टाकून मी ह्या पृथ्वीवर संचार करीत राहीन. भिक्षा मिळाली अथवा न मिळाली तरी सारखेंच समजून महातपस्वी बनेन. जिवंत रहाण्याची इच्छा असणाऱ्या मनुष्याप्रमाणें कांहीं करणार नाहीं व आसन्नमरण झाल्याप्रमाणेंही कांहीं करणार नाहीं. जीवित अथवा मरण ह्यांपैकीं कोणत्याही गोष्टीचें अभिनंदन करणार नाहींत अथवा द्वेषही करणार नाहीं; एखादा मनुष्य माझा एक बाहु तासणीनें तासूं लागला व दुसरा दुसऱ्या बाहूवर चंदनाच्या रसाचें सिंचन करीत असला, तरीही त्या दोहोंपैकीं कोणाचें तरी कल्याण व्हावें व कोणाचें अकल्याण व्हावें असें मी मनांत आणणार नाहीं. जिवंत मनुष्यानें आपल्या अभ्युदयासाठीं ज्या कांहीं क्रिया केल्या पाहिजेत त्या सर्वांचा त्याग करून डोळ्यांची उघडझांक वगैरे ज्या कांहीं निसर्गसिद्ध क्रिया आहेत तेवढ्याच मी करीन, पण निसर्गसिद्ध अशाही कर्मांमध्यें मी आसक्त होऊन राहाणार नाहीं. सर्व इंद्रियांच्या कर्मांचा त्याग करीन; अंतःकरणाचीही क्रिया आपल्या ताब्यांत ठेवीन; आपल्या पातकांचें उत्कृष्ट प्रकारें क्षालन करून टाकीन; सर्व संगांपासून मुक्त होईन; सर्व प्रकारच्या बंधजालांतून पार होऊन जाईन; कोणाच्याही अधीन रहाणार नाहीं;

व वायूप्रमाणें सर्वगामी होऊन राहीन. ह्याप्रमाणें रागलोभादिकांचा त्याग करून संचार करूं लागलों म्हणजे मला अक्षय्य संतोषाची प्राप्ति होईल. खरोखर माझ्या ठिकाणीं अज्ञान असल्यामुळें ह्या लोभानें मजकडून मोठें पातक घडविलें आहे. कित्येक प्राणी सुखदु:खकारक कर्में करून आपल्या सुखाशीं संलग्न झालेल्या आप्तेष्टांचें पोषण करितात; व आयुष्याच्या शेवटीं क्षीणप्राय होऊन गेलेल्या ह्या शरीराचा त्याग केल्यानंतर, स्वजनांच्या पोषणासाठीं वगैरे केलेल्या पातकाचा स्वीकार त्यांना करावा लागतो. कारण, तें त्या कर्माचें फल होय. व त्यामुळेंच त्यांस पुनरपि जन्मास यावें लागतें. याप्रमाणें हें जननमरणरूपी संसारचक्र रथचक्राप्रमाणें फिरूं लागलें म्हणजे त्यांत एका प्राण्याची दुसऱ्या प्राण्याशीं गांठ पडते. सारांश, जन्म, मृत्यु, जरा, व्याधि आणि दु:खें यांनीं ग्रासून सोडलेल्या अपार आणि स्वास्थ्यशून्य अशा या संसाराचा त्याग करणाऱ्यालाच सुखाची प्राप्ति होते. देव स्वर्गापासून पतन पावतात, व महर्षिही आपापल्या स्थानापासून भ्रष्ट होतात. असें जर आहे तर मग असल्या अभ्युदयाच्या कारणांचें तत्त्व जाणणारा कोणता पुरुष ह्या अभ्युदयाची इच्छा करणार आहे? नानाप्रकारचीं व सामदानादिक अनेक प्रकारचें स्वरूप असलेलीं अनेक प्रकारचीं कर्में करून राजे लोक अतिशय क्षुद्र अशाही कारणानें एखाद्या राजाला बद्ध करून सोडतात. सारांश, पुष्कळ वेळानें कां होईना, माझ्या ठिकाणीं हें ज्ञानरूपी अमृत उत्पन्न झालेलें आहे व तें मिळाल्यामुळें आतां मी अढळ, अविनाशी आणि शाश्वत अशाच स्थानाची इच्छा करितों; व अशा प्रकारच्या धैर्यानें सदोदीत वागून व निर्भय अशा मार्गाचा अवलंब करून जन्म, मृत्यु, जरा, व्याधि आणि क्लेश यांनीं ग्रस्त करून सोडलेल्या आपल्या देहाचा मी शेवट लावीन!

अध्याय दहावा.

—:०:—

भीमाचें भाषण.

भीम म्हणाला:—राजा, वेदाची घोकंपट्टी केल्यामुळें जशी एखाद्या अर्थज्ञानशून्य अशा जड वैदिकाची बुद्धि नष्ट होते, तशी तुझीही बुद्धि नष्ट झाली असल्यामुळें तिला तात्त्विक गोष्टीचें ज्ञान होत नाहीं. हे भरतकुलश्रेष्ठा, ज्याचें अंत:करण आळशीपणावर जडलें आहे व जो राजधर्माचा द्वेष करितो, त्याला धृतराष्ट्रपुत्रांचा नाश झाला म्हणून काय फळ मिळावयाचें आहे! तुजवांचून दुसऱ्या कोणाही क्षात्रधर्माचरण करणाऱ्या मनुष्याच्या ठिकाणीं क्षमा, दया, कळकळ आणि अक्रौर्य हीं वास्तव्य करीत नाहींत. जर तुझा हा विचार असा आहे असें आम्हांला पूर्वीच कळलें असतें, तर आम्हीं शस्त्रग्रहणही केलें नसतें आणि कोणाचा वधही केला नसता. इतकेंच नव्हे, तर शरीरत्याग होईतोंपर्यंत भिक्षाच मागून राहिलों असतों, व त्यामुळें हें भूपतींचें भयंकर युद्धही झालें नसतें. विद्वान् लोक हें सर्व विश्व म्हणजे प्राणांचें अन्न आहे, असें समजत असतात. हे सर्व स्थावर आणि जंगम पदार्थ हे प्राणांचे भक्ष्य पदार्थ होत. तसेंच, राज्यहरण करणाऱ्या पुरुषाला जे कोणी अडथळा करितील त्यांना ठार करावें असें क्षात्रधर्मवेत्त्या विद्वानांचें मत आहे. म्हणूनच, आमच्या राज्यांत अडथळा आणणाऱ्या त्या दुष्टांचा आम्हीं वध केला. यास्तव, हे युधिष्ठिरा, त्यांचा वध झाल्यामुळें प्राप्त झालेल्या ह्या पृथ्वीचा तूं धर्माप्रमाणें उपभोग घे. ह्या वेळीं तूं ह्या पृथ्वीचा त्याग करीत आहेस, ह्यामुळें, एखाद्या पुरुषानें विहीर खणावी आणि

शेवटीं उदक न मिळवितां अंगाला चिखल फासून चालतें व्हावें तशा प्रकारचें होऊं लागलें आहे. ज्याप्रमाणें एखाद्यानें मोठ्या वृक्षावर आरोहण करून त्यावरून मध काढावा आणि प्राशन करण्यापूर्वीच मृत्युमुखीं पडावें, त्याप्रमाणें आमचें हें सर्व करणें झालें आहे. ज्याप्रमाणें एखाद्या पुरुषानें कांहीं तरी आशेनें मोठ्या मार्गावरून धांवावें व निराश होऊन मागें फिरावें, त्यासारखी आमची ही क्रिया झाली आहे. हे कुरुनंदना, ज्याप्रमाणें एखाद्या पुरुषानें शत्रूंचा वध करावा आणि नंतर आपला वध करून घ्यावा, त्यासारखीच आमची ही कृति होय. ज्याप्रमाणें क्षुधेनें पीडित झालेल्या मनुष्याला अन्न मिळालें तरीही त्याचा स्वच्छंदपणें उपभोग घेतां येऊं नये, अथवा एखाद्या कामी पुरुषास कामिनी मिळाली असतां तिचा उपभोग घेतां येऊं नये, त्यासारखीच आमची ही कृति होय. आतां ह्याबद्दल निंदेस पात्र मात्र आम्हीच आहों. कारण, हे भरतकुलोत्पन्न राजा युधिष्ठिरा, 'हा ज्येष्ठ आहे' असा विचार करून आम्ही तुज मंदबुद्धीच्या अनुरोधानें वागत आहों. खरोखर आम्ही बाहुवीर्यसंपन्न, विद्येमध्यें निष्णात आणि बुद्धिमान् असून सामर्थ्यशून्य पुरुषाप्रमाणें नेभळ्या पुरुषाच्या आज्ञेंत वागत आहों. आम्ही अनाथांचें संरक्षण करणारे असतांही आमचे मनोरथ नष्ट झाले हें पाहिलें म्हणजे इतर लोक देखील स्वतःच्या कार्यसिद्धीविषयीं कां विचारांत पडणार नाहींत ? अर्थात् अवश्य पडूं लागतील. म्हणूनच असें करणें योग्य नाहीं. हें माझें सांगणें कसें काय आहे, याचा तुम्हीच विचार करा. वार्धक्यानें व्याप्त होऊन गेलेल्या अथवा शत्रूंनीं पीडित करून सोडलेल्या मनुष्यानें आपत्कालीं संन्यास करावा असें शास्त्र आहे. म्हणनच, बुद्धिमान् लोक संन्यासाचें नांवसुद्धां काढीत नाहींत. इतकेंच नव्हे, तर सूक्ष्मदृष्टि लोक हे क्षत्रियानें संन्यास घेणें म्हणजे धर्माचा अतिक्रम करणेंच होय, असें मानतात. अरे, त्या क्षत्रियधर्मापासूनच उत्पन्न झालेले, त्याजवर निष्ठा असलेले आणि त्याचाच आश्रय करून असलेले जे लोक, त्यांनीं त्याच धर्माची निंदा करणें कसें योग्य होईल ? आणि जर झालें तर मग आपल्या धर्मासंबंधानें, त्याचा उत्पादक म्हणून, विधात्यासच कां दोष देऊं नये ? वैभवशून्य, द्रव्यहीन आणि नास्तिक अशा लोकांनींच हें वेदांतील अर्थवादरूपी ज्ञान प्रचारांत आणलें आहे. तें जरी सत्यासारखें भासत आहे तरी वस्तुतः खोटें आहे. धर्मरूपी दंभाचा आश्रय करून व मुनिवृत्तीनें राहून स्वतःच आपला देह निश्चल करणाऱ्या पुरुषानें मरून जाणें मात्र शक्य आहे. जगणें कांहीं शक्य नाहीं. बरें, जगलाच तर अरण्यामध्यें तो एकटाच सुखानें जगणें शक्य आहे. पुत्र, पौत्र, देव, ऋषि, अतिथि आणि पितर ह्यांचें देखील त्याच्या हातून पोषण व्हावयाचें नाहीं. एकाकी संचार करणाऱ्या पुरुषानें अन्य प्रकाराचा अवलंब केल्यास तो श्रेयस्कर नाहीं असें लोक म्हणतात. पण एकाकी असणाऱ्यांना तरी श्रेयःप्राप्ति कोठें होते ? कारण, अरण्यांत असणाऱ्या ह्या हरिणांना, वराहांना अथवा पक्ष्यांना स्वर्गप्राप्ति झालेली नाहीं. अरे, जर संन्यासाच्या योगानें एखाद्या राजाला सिद्धि मिळाली असती, तर मग पर्वतांना आणि वृक्षांनाही सत्वर सिद्धि मिळाली असती. कारण, हे देखील नेहमीं संन्यासी, निरुपद्रवी, परिवार नसलेले आणि निरंतर ब्रह्मचर्यानें वागणारे असेच आहेत. आतां, त्यांचें स्वतःचें भाग्यच तसें असल्यामुळें त्याला दुसऱ्याला मिळणारी सिद्धि प्राप्त होत नाहीं. आतां जर हा अरण्यांत एकटाच संचार करणारा मनुष्य स्वतःचें भाग्य असल्यामुळें

दुसऱ्याच्या कर्मानें निष्पन्न झालेल्या फलाचा उपभोग घेत नाहीं, असें जर म्हणत असशील तर त्यानेंही फलोपभोगासाठीं कर्मच केलें पाहिजे. कारण, कर्म केल्यावांचून सिद्धि (मोक्ष) मिळावयाची नाहीं. केवळ स्वतःचेंच पोषण केल्यानें जर मोक्षप्राप्ति होत असती, तर मग मत्स्यादिक जलचर प्राणी व वृक्षादिक स्थावर प्राणी ह्यांनाही मोक्ष मिळाला असता. कारण, तेही दुसऱ्या कोणाचेंही पोषण करीत नसून स्वतःचेंच पोषण करीत असतात. राजा, हें जग आपापल्या कर्मामध्यें कसें गढून गेलें आहे, तें पहा. सारांश, कर्म केलें पाहिजे. कारण, तें केल्यावांचून सिद्धि मिळत नाहीं.

अध्याय अकरावा.

—:०:—

पुनरपि अर्जुनाचें भाषण.

ऋषि आणि पक्षी यांचा संवाद.

अर्जुन म्हणालाः—हे भरतकुलश्रेष्ठा, ह्याविषयीं इंद्र आणि ऋषि ह्यांच्या संवादात्मक एक पुरातन इतिहास उदाहरणादाखल सांगत असतात. पूर्वीं कांहीं ब्राह्मण मिशा फुटण्यापूर्वींच गृहस्थाश्रमाचा त्याग करून अरण्यांत गेले; आणि त्या सत्कुलांत उत्पन्न झालेल्या मंद पुरुषांनीं संन्यास घेतला. त्यांना संन्यास हा धर्म आहे असें वाटत होतें; व म्हणूनच ते शरीरसंपत्तीनें युक्त असणारे ब्रह्मचारी आपल्या बंधूंना आणि मातापितरांना सोडून देऊन निघून गेले. तेव्हां त्यांजवर इंद्रानें कृपा केली. तो भगवान् सुवर्णमय पक्ष्याचें स्वरूप धारण करून त्यांना म्हणूं लागला कीं, 'इतरांनीं भक्षण करून अवशिष्ट राहिलेलें अन्न भक्षण करणाऱ्या मनुष्याच्या हातून जें पुण्य घडतें, तें इतरांना संपादन करितां येणें अशक्य आहे. हें कर्म खरोखर पवित्र असून, अशा प्रकारचें जीवित हेंही प्रशंसनीय आहे. अशा प्रकारच्या धर्मनिष्ठ पुरुषांचे मनोरथ पूर्ण होऊन त्यांना उत्कृष्ट प्रकारची गति मिळालीच असें समजावें.' ऋषि म्हणाले, 'अरे, हा पक्षी विघस भक्षण करणाऱ्यांची प्रशंसा करीत आहे, यावरून खरोखर हा कोणाला तरी आमचीच ओळख करून देत असावा. कारण, आम्हीच विघस भक्षण करणारे आहों.' पक्षी म्हणाला, 'मी तुमची प्रशंसा करीत नाहीं. कारण, तुम्ही पातकानें व्याप्त, रजोगुणयुक्त, उच्छिष्टभक्षक आणि मूर्ख आहां. मी ज्यांची प्रशंसा करीत आहें, ते विघसभक्षक निराळेच आहेत.'

ऋषि म्हणालेः—हे पक्ष्या, आम्ही जें करीत आहों तें "हें अतिशय श्रेष्ठ आहे" असें समजूनच करीत आहों. तेव्हां याहूनही अत्यंत श्रेयस्कर असें काय आहे तें तूं आम्हांला सांग. कारण, आमची तुझ्यावर श्रद्धा बसली आहे.

पक्षी म्हणालाः—जर आपण आपल्या अंतःकरणांत विकल्प आणून मजविषयीं शंका घेणार नाहीं, तर मी तुम्हांला खरे हितकारक असे कांहीं शब्द सांगेन.

ऋषि म्हणालेः—बा पक्ष्या, आम्ही तुझें भाषण ऐकूं. कारण, तुला सर्व प्रकारच्या धर्ममार्गांचें ज्ञान आहे. म्हणूनच, हे धर्मात्म्या, तुझ्या आज्ञेंत रहावें अशी आमची इच्छा आहे. यास्तव, तूं आम्हांला शिक्षण दे.

पक्षी म्हणालाः—पशूंमध्यें धेनु, लोहांमध्यें सुवर्ण, शब्दांमध्यें मंत्र आणि मनुष्यांमध्यें ब्राह्मण हा श्रेष्ठ आहे. ब्राह्मण जिवंत असते वेळीं त्याला त्याचे मंत्रोक्त जातकर्मादि संस्कार वेळचे वेळीं केले जातात; व तो मरण पावला तरीही स्मशानसंबंधीं व मरणनिमित्तक वैदिक कर्मै केलीं जातात. हा मार्ग अत्यंत उत्तम असून स्वर्गप्राप्तीस कारणभूत आहे. "जर कर्मै हीं स्वर्गप्राप्तीचीं साधनें नसतीं, तर मग हीं मंत्रोक्त

संस्काररूपी कर्मे स्वर्गाभिलाषी प्राचीन पुरुषांनीं मजकरितां कां बरें केलीं असतील! सारांश, तीं स्वर्गप्राप्तीस कारणभूत असलीं पाहिजेत. असा दृढ निश्चय झाला म्हणजे तो स्वतःचा आत्मा त्या देवतेचें स्वरूप आहे, असें समजतो. त्या देवतेची सारूप्यप्राप्ति ही सिद्धि त्याला मिळते. या सिद्धींपैकीं माघादिक मास, शुक्लपक्ष आणि शिशिरादिक ऋतु यांच्या योगानें आदित्यमार्गप्राप्तिरूपी एक सिद्धि असून ज्या ठिकाणीं वास्तव्य केलेल्या क्रमानें मुक्ति मिळते त्या ब्रह्मलोकाची प्राप्ति हेंच तिचें फल होय. तसेंच श्रावणादिक मास, कृष्णपक्ष आणि वर्षादिक ऋतु यांच्या योगानें प्राप्त होणारी चंद्रमार्गप्राप्तिरूपी दुसरी सिद्धि होय. जेथें वास्तव्य केलें असतां पुनर्जन्माची प्राप्ति होते असा स्वर्गलोक मिळणें हेंच हिचें फल होय. आणि तसेंच या दोनही मार्गांची जरूर नसलेली देहाच्या शेवटीं तारक ब्रह्माची प्राप्ति होणें ही तिसरी सिद्धि होय. तत्काल मोक्ष मिळणें हेंच तिचें फल आहे. ज्यांना कर्मफल असें म्हणतात, त्या ह्या तीन प्रकारच्या सिद्धींची सर्वही प्राणी इच्छा करीत असतात. ह्या कर्मांचा अधिकार ज्याला आहे तो गृहस्थाश्रमच ह्या सिद्धींचें स्थान होय. यास्तव हाच आश्रम पवित्र आणि श्रेष्ठ आहे. तसेंच कर्माची निंदा करणारे जे लोक दुर्मार्गाकडे वळले असतील त्या मूर्खांचे मनोरथ नष्ट होऊन जाऊन त्यांना पातक लागतें. मूर्ख लोक देवयान, पितृयान आणि ब्रह्ममार्ग या तिन्हींचाही त्याग करून रहातात व म्हणूनच त्यांना क्षुद्र योनींत उत्पन्न व्हावें लागतें. हें उपासनायुक्त तप अर्थात कर्म मी तुह्मांला देतों, तें तुम्हांला असूं द्या, असें वेदांमध्यें सांगितलेलें आहे. म्हणूनच, निष्ठापूर्वक त्या त्या उपासनामार्गांचा अवलंब करणें हेंच तपस्वी लोकांचें तप होय. देवयान, पितृयान आणि ब्रह्ममार्ग ह्यांच्या प्राप्तीस कारणभूत अशा तीन प्रकारच्या शाश्वत उपासना आणि गुरूची शुश्रूषा, ह्यांचें परस्परांशीं विरोध न येईल अशा रीतीनें आचरण करणें हें अत्यंत दुष्कर होय. हें दुष्कर कर्म केल्यामुळेंच देवांना उत्कृष्ट प्रकारच्य ऐश्वर्याची प्राप्ति झाली. म्हणूनच मी तुह्मांला ह्या गृहस्थाश्रमरूपी दुष्कर कर्माचा भार आपल्या मस्तकावर घेण्याविषयीं सांगत आहें. तप हेंच प्रजांचें मूल आहे; व म्हणूनच तें श्रेष्ठ आहे यांत संशय नाहीं. छांदोग्यामध्यें दृष्टोत्पत्तीस येणारा जो कुटुंबविधि त्यावरूनही गृहस्थाश्रम हाच सर्वांचा आधार आहे, असेंच सिद्ध होतें. सुखदुःखादिक द्वंद्वांना तरून गेलेले निर्मत्सर ब्राह्मण ह्याच आश्रमाला तप असें समजतात. लोक ज्याला तप असें म्हणतात, तें ब्रह्मचर्यादिव्रतरूपी तप याहून मध्यम होय. कारण, जें कोणालाही आक्रमण करितां येणार नाहीं, अशा पदास गृहस्थाश्रमी मनुष्य जातो. सायंकालीं व प्रातःकालीं आपल्या कुटुंबांत अन्न विभागून देऊन व अतिथि, देव, पितर आणि आप्त-इष्ट ह्यांना अर्पण करून त्यांतून अवशिष्ट राहिलेलें अन्न जे भक्षण करितात त्यांनाच विघसभक्षक[1] असें म्हणतात. सारांश, अत्यंत सत्यवादी व नियमनिष्ठ असे ते गृहस्थाश्रमी लोक स्वधर्मानें वागून लोकांचे गुरु बनतात; व त्यांना कोणत्याही गोष्टीसंबंधानें संशय रहात नाहीं. ते निर्मत्सर गृहस्थाश्रमी पुरुष स्वर्गलोकांत गेल्यानंतर इंद्रलोकामध्यें अनंत कालपर्यंत वास्तव्य करितात.

अर्जुन सांगतोः—धर्म आणि अर्थ यांशीं संबद्ध असलेलें हें त्या पक्ष्याचें हितकारक भाषण ऐकून, आपण ज्या आश्रमाचा स्वीकार केला आहे त्यापासून कांहीं फलप्राप्ति नाहीं असें समजून, तेथून निघून जाऊन त्या तरुण ब्राह्म-

१ 'विघसो भुक्तशेषं' त्याचें भक्षण करणारा तो 'विघसभक्षक.'

णांनीं गृहस्थाश्रमाचा आश्रय केला. ह्यास्तव, हे सर्वज्ञा नरश्रेष्ठा, तूं देखील अविनश्वर अशा धैर्याचा अवलंब करून या निष्कंटक अशा सर्व पृथ्वीचें पालन कर.

अध्याय बारावा.

—:०:—

नकुलाचें भाषण.

वैशंपायन सांगतातः—हे शत्रुनाशना जनमेजया, हें अर्जुनाचें भाषण ऐकून, विशाल वक्षःस्थल व आरक्तवर्ण मुख असलेला मितभाषी महाबाहु महाज्ञानी नकुल हा आपल्या बंधूच्या चित्तवृत्तीच्या अनुरोधानें त्या सर्वधार्मिकश्रेष्ठ राजा युधिष्ठिराकडे अवलोकन करून भाषण करूं लागला.

नकुल ह्मणालाः—हे महाराजा, विशाखयूप नांवाच्या एका क्षेत्रामध्यें सर्व देवांचीं अग्निस्थापनार्थ रचलेलीं स्थंडिलें आहेत. यास्तव, देव देखील कर्मफलप्राप्तीविषयीं उद्युक्त आहेत असें समज. हे पृथ्वीपते, आस्तिक वा नास्तिक अशाही लोकांना वृष्टीच्या द्वारानें अन्न देणारे जे पितर ते देखील विधीकडे लक्ष देऊन कर्मच करीत असतात. म्हणूनच, ज्यांनीं ह्या वेदोक्त विधीचा त्याग केला आहे ते अत्यंत नास्तिक होत असें समज. हे भरतकुलोत्पन्ना, सर्व प्रकारच्या कर्मांचा जरी अवलंब केला, तरी वेदविहित कर्मांचा त्याग केल्यानें ब्राह्मण हे देवयानमार्गानें स्वर्गपृष्ठावर जाऊं शकत नाहींत. म्हणूनच वेदसिद्धांतवेत्ते लोक हा गृहस्थाश्रम सर्वही आश्रमांला मागें सारणारा आहे, असें म्हणतात. यास्तव, हे नराधिपते, ह्या वेदवेत्त्या ब्राह्मणांचें मतही तूं लक्षांत घे. हे महाराजा, न्यायानें संपादन केलेलें द्रव्य श्रेष्ठ अशा यज्ञामध्यें दान करणारा जो मनुष्य, तोच खरा कृतार्थ आणि दाता होय, असें सांगितलें आहे. हे महाराजा, गृहस्थाश्रमांतील सुखोपभोगांकडे लक्ष न देतां जो वनवासादिकांवर निष्ठा ठेवून देहत्याग करितो, तो त्यागी (संन्यासी) तामस होय. गृह करून न रहाणारा, भिक्षेसाठीं पर्यटन करणारा, वृक्षमूलाचा आश्रय करून रहाणारा आणि केव्हांही अन्न न शिजविणारा आणि भिक्षुक असा जो योगी तो त्यागी होय. हे पृथापुत्रा, क्रोध आणि हर्ष ह्यांचा व विशेषेंकरून दुष्ट स्वभावाचा त्याग करून जो ब्राह्मण वेदाध्ययन करितो, त्यालाही त्यागी असें म्हणतात. हे राजा, सर्वही आश्रम कांट्याला लावून पाहिले आहेत. त्यावरून, तीन आश्रम हे एकीकडे आणि एकटा गृहस्थाश्रम एकीकडे, असें ज्ञानसंपन्न लोक म्हणतात. हे भरतकुलोत्पन्ना पार्था, आश्रमांना तोलून पाहिल्यानंतर ह्या गृहस्थाश्रमांत विषयोपभोगही आहे आणि स्वर्गही आहे, असें पाहून महर्षींनीं ह्याच मार्गाचा अवलंब केलेला आहे. लौकिक जाणणाऱ्या लोकांचाही हाच आश्रम आधार आहे. म्हणूनच, ह्या आश्रमाचा अवलंब करणें आवश्यक आहे असें जो मनुष्य मनांत आणितो, तोच खरा त्यागी होय. हे भरतकुलश्रेष्ठा, गृहस्थाश्रमाचा त्याग करून जो मूर्खाप्रमाणें अरण्यांत जाऊन रहातो, तो त्यागी नव्हे. अरण्यामध्यें वास्तव्य करणाऱ्या धर्मरूपी ध्वजानें युक्त असणाऱ्या मनुष्यास कामाचें स्मरण झालें कीं लागलीच यम मृत्युरूपी फांसानें त्याचा कंठ बद्ध करून टाकतो. हे महाराजा, हें कर्म देखील अभिमानानें केलें असतां फलदायक होत नाहीं. अभिमानाचा त्याग करून केलें तर प्रत्येक कर्म मोठें फलदायक होतें. सदोदीत शम, दम, धैर्य, सत्य, पवित्रता, सरलत्व, यज्ञ, इंद्रियनिग्रह आणि धर्म यांनीं युक्त असणें हा विधि ऋषींना प्रिय आहे. देव, पितर आणि अतिथि यांच्यासाठीं या गृहस्थाश्रमामध्यें जें कर्म केलें जातें तें

प्रशंसनीय होय. हे महाराजा, ह्या गृहस्थाश्रमी मनुष्याला इहलोकांतच त्रिवर्ग धर्म, अर्थ आणि काम हेंच फल मिळतें. ह्याच आश्रमामध्यें राहून कर्मफलेच्छा सोडून देऊन अनिषिद्ध कर्मावर निष्ठा ठेवून वागणाऱ्या मनुष्याचा केव्हांही नाश होत नाहीं. हे राजा, निष्पाप अशा धर्मात्म्या ब्रह्मदेवानें ज्या प्रजा निर्माण केल्या त्या 'ह्या अनेक प्रकारच्या दक्षिणांनीं युक्त असलेले यज्ञ करून माझें आराधन करितील.' असें समजूनच होय. वेली, वृक्ष, औषधि, यज्ञार्ह पशु आणि इतरही होमद्रव्यें हीं सर्व त्यांनें यज्ञासाठींच निर्माण केलीं आहेत. तें यज्ञकर्म गृहस्थाश्रमी पुरुषालाच अत्यंत आवश्यक असल्यामुळें विशेषेंकरून जखडून सोडणारें आहे. म्हणूनच ह्या लोकामध्यें गृहस्थाश्रम हा दुर्लभ व दुष्कर आहे. हे महाराजा, यज्ञकर्म हें गृहस्थांचें कर्तव्य असल्यामुळें पशु, धान्य, धन ह्यांनीं युक्त असणारे जे गृहस्थाश्रमी लोक यज्ञ करीत नाहींत, त्यांच्या ठिकाणीं पातकांचें कायमचें वास्तव्य असतें. ऋषि अध्ययनरूपी यज्ञ करीत असतात; दुसरे कांहीं लोक ज्ञानरूपी यज्ञाचा अवलंब करितात; आणि कांहीं लोक मानसिक रीतीनेंच महायज्ञांचें अनुष्ठान करितात. ह्याप्रमाणें, राजा, अंतःकरण एकाग्र करून सोडणाऱ्या ह्या मार्गाचें अवलंबन करणारा जो ब्रह्मस्वरूपी बनून गेलेला ब्राह्मण, त्याचा अभिलाष स्वर्गवासी देवता करितात. असें असतां, अनेक प्रदेशांतून हरण करून आणलेलीं बहुमूल्य व म्हणूनच आश्चर्यकारक जीं रत्नें, त्यांचें दान यज्ञामध्यें न करितां तूं नास्तिकपणाची बडबड करीत आहेस. हे नराधिपते, गृहस्थाश्रमी पुरुषाला संन्यास करितां येतो असें मला वाटत नाहीं. यास्तव, हे पृथ्वीपते, तूं राजसूय, अश्वमेध, सर्ववेद अथवा ब्राह्मण ज्याला प्रशंसनीय समजतात असे आणखी दुसरेही कांहीं यज्ञ, देवाधिपति इंद्राप्रमाणें कर. राजाच्या अनवधानरूपी दोषामुळें दरोडेखोर लुटीत असतां जो राजा प्रजेचें संरक्षण करण्याविषयीं समर्थ होत नाहीं, त्याला केवळ कलिच असें म्हटलेलें आहे. यास्तव, हे राजा, हे प्रजाधिपते, केवळ मात्सर्यग्रस्त अंतःकरण झालेल्या आम्हीं जर अश्व, धेनु, दासी, उत्कृष्ट प्रकारें अलंकृत केलेल्या हत्तिणी, ग्राम, देश, शेतें आणि गृहें ह्यांचें ब्राह्मणांस दान केलें नाहीं, तर राजरूपी कलिच बनून जाऊं; आणि दानही न करणारे व लोकांचें संरक्षणही न करणारे असल्यामुळें, राजास लागणारे सर्व दोष आह्मांला लागतील व म्हणूनच आम्ही दोषांचे उपभोक्ते बनूं; आणि आम्हांस सुखोपभोग केव्हांही घ्यावयास सांपडावयाचा नाहीं. हे प्रभो, महायज्ञ न करितां, श्राद्धादिकांच्या योगानें पितरांची तृप्ति न करितां व तीर्थामध्यें स्नान न करितां, जर तूं संन्यास घेशील, तर वाऱ्याच्या सोसाट्यानें छिन्नविच्छिन्न होऊन गेलेल्या मेघाप्रमाणें नष्ट होऊन जाशील; आणि दोन्ही लोकांपासून भ्रष्ट होऊन तुला मध्येंच रहावें लागेल. स्वतःच्या ठिकाणीं अथवा बाहेर जें कांहीं अंतःकरणाच्या बंधनास कारणभूत असेल, त्याचा त्याग केला तरच मनुष्य त्यागी होतो. तूं जसा अरण्यांत जाऊं इच्छीत आहेस तसा उगीच बांधवांचा त्याग करून गेल्यानें कांहीं त्यागी होत नाहीं. हे महाराजा, या गृहस्थाश्रमामध्यें राहून अनिषिद्ध कर्में करणाऱ्या ब्रह्मवेत्त्या पुरुषाचा उच्छेद केव्हांही होत नाहीं. हे पार्था, इंद्रानें दैत्यसैन्यांचा वध करावा त्याप्रमाणें वैभवसंपन्न अशा शत्रूंचा वेगानें नाश करून, श्रेष्ठ अशा पृथ्वीपतींनीं आचरण केलेल्या व प्राचीनांनीं स्मृतींमध्यें सांगितलेल्या स्वधर्मामध्यें आसक्त होऊन रहाणारा कोणता क्षत्रिय असा शोक करीत बसणार

आहे ? अर्थात् कोणीही बसणार नाहीं. हे नरेंद्रा, क्षात्रिय धर्माप्रमाणें पराक्रम करून संपादन केलेली ही पृथ्वी जर तूं मंत्रवेत्त्या पुरुषानां अर्पण केलीस तर स्वर्गाला जाशील. म्हणूनच, हे पार्था, तुला हा शोक करण्याचें कारण नाहीं.

अध्याय तेरावा.

—:०:—

सहदेवाचें भाषण.

सहदेव म्हणालाः—हे भरतकुलोत्पन्ना, केवळ बाह्य वस्तूंचा त्याग केला म्हणून मोक्ष मिळतो असें नाहीं. कारण, त्याला वासनारूपी शारीर द्रव्याचाच त्याग झाला पाहिजे. पण जरी त्या शारीर द्रव्याचा त्याग केला, तरीही सिद्धि मिळेल किंवा नाहीं हा संशयच आहे. कारण, अंतःकरणाच्या चंचलतेमुळें जर पुनरपि त्याग केलेल्या शारीर द्रव्याचा स्वीकार केला तर सिद्धि मिळणें शक्य नाहीं. बाह्य द्रव्यांचा त्याग करून शारीर द्रव्याविषयीं अभिलाष करीत रहाणाऱ्या पुरुषांना जो धर्म अथवा जें सुख मिळेल, तें तशाच प्रकारें आमच्या शत्रूंना मिळावें, आणि शारीर द्रव्याचा अर्थात् वासनेचा त्याग करून पृथ्वीचें पालन करणाऱ्या मनुष्याकडून जो धर्म घडेल आणि त्याला जें सुख लागेल, तो धर्म आणि तें सुख आम्हांला असावें. दोन अक्षरें हा मृत्यु आणि तीन अक्षरें हें शाश्वत ब्रह्म आहे. व म्हणूनच **मम** (माझें) हा मृत्यु असून **न मम** (माझें नव्हे) हें शाश्वत ब्रह्म आहे. सारांश, हे राजा, ब्रह्म आणि मृत्यु या दोहोंचें वास्तव्य आपल्या शरीरांतच आहे. ते गुप्तरूपानें राहून प्राण्यांना परस्परांशीं झुंजवीत आहेत, हें निःसंशय आहे. हे भरतकुलोत्पन्ना, प्राणाचा नाश नाहीं हें जर खास आहे, तर प्राण्यांच्या शरीराचा नाश केला म्हणून कांहीं हिंसा घडणार नाहीं. आतां, जर शरीराबरोबरच प्राण उत्पन्न होतो व त्याच्याबरोबरच तो नाश पावतो, तर मग शरीरनाश होतांच तोही नाश पावेल; व तो अवशिष्ट न राहिल्यामुळें कर्ममार्ग निष्फल होऊं लागेल. ह्यास्तव, अरण्यांत जाऊन रहाण्याचें सोडून देऊन आपल्या पूर्वींच्या व त्याहूनही पूर्वींच्या सज्जनांनीं ज्या मार्गाचें अवलंबन केलें तोच मार्ग सूज्ञ मनुष्यानें स्वीकारला पाहिजे. स्थावरजंगम प्राण्यांनीं युक्त असलेली ही संपूर्ण पृथ्वी मिळाली असतांही जो राजा तिचा उपभोग घेत नाहीं, त्याचें जीवित निष्फल होय. तसेंच, हे राजा, वनामध्यें राहून वन्य फलमूलादिकांवर उपजीविका करून रहाणाऱ्या ज्या मनुष्याची द्रव्यावर ममता असते, तो मृत्यूच्या जबड्यांतच सांपडलेला असतो. हे भरतकुलोत्पन्ना, बाह्य आणि आभ्यंतर ह्या दोहों प्रकारच्या वस्तु स्वस्वरूपींच आहेत अशी तूं दृष्टि ठेव. कारण, जे लोक अशा पारमार्थिक दृष्टीनें अवलोकन कारितात, ते जननमरणरूपी महाभीतीपासून मुक्त होतात. माझा पिता, माता, बंधु आणि गुरु सर्व कांहीं तूंच आहेस. ह्यास्तव, पीडित होऊन गेल्यामुळें मी दुःखानें जी ही बडबड केली आहे, तिजबद्दल तूं मला क्षमा कर. हे पृथ्वीपते, हे भरतकुलश्रेष्ठा, मीं जें सांगितलें तें खरें आहे किंवा खोटें आहे, याचा तूंच निर्णय कर.

अध्याय चौदावा.

—:०:—

द्रौपदीचें भाषण.

वैशंपायन सांगतातः—ह्याप्रमाणें बंधु नानाप्रकारचे वेदासिद्धांत सांगत असतां कुंतीपुत्र धर्मराज युधिष्ठिरानें कांहींही भाषण केलें नाहीं. हें पाहून, राजा जनमेजया, मोठ्या कुलामध्यें उत्पन्न झालेली, कांतिमान् व विशाललोचना अशी सर्व स्त्रियांमध्यें श्रेष्ठ असणारी द्रौपदी बोलूं

लागली. ज्याप्रमाणें आपल्या कळपांतील म्होरक्याच्या सभोंवतीं इतर हत्ती बसलेले असावे, त्याप्रमाणें सिंह अथवा व्याघ्र ह्यांसारख्या पराक्रमी बंधूंनीं वेष्टित अशा त्या ठिकाणीं बसलेल्या नृपश्रेष्ठ युधिष्ठिराची अनुज्ञा घेऊन, प्रत्यहीं युधिष्ठिराविषयीं विशेष अभिमान बाळगणारी, त्यानें लालन केलेली, धर्मज्ञानसंपन्न व धर्मावर लक्ष असलेली विशालजघना द्रौपदी प्रथम आपल्या पतींकडे अवलोकन करून नंतर अत्यंत हृदयहारक असें सामोपचाराचें भाषण करूं लागली.

द्रौपदी म्हणाली:—हे पार्था, हे तुझे बंधु चातकाप्रमाणें क्षीण होऊन जाऊन अतिशय आक्रोश करीत राहिले आहेत, तरीही तूं त्यांना संतोष देत नाहींस! हे महाराजा, मदोन्मत्त झालेल्या महागजाप्रमाणें असणाऱ्या व दुःख पावलेल्या आपल्या ह्या बंधूंना योग्य प्रकारचे शब्द सांगून आनंदित कर. हे धार्मिकश्रेष्ठा राजा, पूर्वी द्वैतवनामध्यें तुझ्याबरोबर असलेले हे तुझे बंधु ज्या वेळीं थंडी, वारा आणि ऊन यांनीं पीडित झाले, त्या वेळीं, 'आम्ही संग्रामामध्यें विजयप्राप्तीच्या इच्छेनें दुर्योधनाचा वध करून सर्व प्रकारच्या उपभोग्य वस्तूंनीं पूर्ण असलेल्या ह्या पृथ्वीचा उपभोग घेऊं; आणि, हे शत्रुनाशकहो, रथांवर आरोहण करणाऱ्या शत्रूंचे रथ भग्न करून टाकूं; मोठमोठ्या गजांचा वध करूं; आणि रथ व अश्व यांवर आरोहण करणारें शत्रुसैन्य ह्याचें भूमीवर आंथरूण पसरून देऊं. पुढें विपुलदक्षिणा संपन्न असे थाटाचे नानाप्रकारचे यज्ञ तुम्ही करूं लागलां म्हणजे तुम्हांला वनवासाच्या योगानें आज होणारें दुःख त्या वेळीं सुखकारक होईल," असें तूं स्वतः भाषण केलें होतेंस. असें असतां, हे वीरा, पुनरपि आज त्याच्या उलट वागून आमच्या अंतःकरणावर काय म्हणून प्रहार करीत आहेस? नेभळ्या मनुष्याला पृथ्वीचा उपभोग मिळत नाहीं; त्याला द्रव्याचा उपभोग घ्यावयास सांपडत नाहीं; व ज्याप्रमाणें चिखलांत मासे राहूं शकत नाहींत, त्याप्रमाणें त्याच्या गृहामध्यें त्याचे प्रत्यक्ष पुत्र देखील वास्तव्य करीत नाहींत. हे भरकुलोत्पन्ना, ज्याच्या हातीं शासनशक्ति नाहीं, तो क्षत्रिय शोभत नाहीं; त्याला भूमीचा उपभोग मिळत नाहीं; प्रजा त्याच्या अधीन असत नाहींत, आणि म्हणूनच त्याला सुखप्राप्ति होत नाहीं. हे नृपश्रेष्ठा, सर्व प्राण्यांशीं मित्रत्वानें वागणें व दान, अध्ययन आणि तप करणें हा ब्राह्मणांचा धर्म असेल; पण तो क्षत्रियांचा धर्म नव्हे. दुष्टांना हांकून लावणें, सज्जनांचें पालन करणें आणि संग्रामांतून पलायन न करणें हाच क्षत्रियांचा श्रेष्ठ असा धर्म होय. ज्याच्या ठिकाणीं क्षमा आणि क्रोध, दान आणि ग्रहण, भीति आणि निर्भयपणा, निग्रह आणि अनुग्रह ह्या जोड्या वास्तव्य करीत असतात, त्यालाच धर्मवेत्ता म्हणतात. तूं कांहीं अध्ययन करून, दान करून, सामोपचाराचा अवलंब करून ही पृथ्वी मिळविलेली नाहींस. तर गज, रथ आणि अश्व ह्या तीन अंगांनीं युक्त असलेले व द्रोण, कर्ण, अश्वत्थामा आणि कृपाचार्य ह्यांनीं संरक्षण केलेलें, व शौर्यामुळें युद्ध करण्याविषयीं उद्युक्त झालेलें जें शत्रूंचें अत्यंत उत्कृष्ट असें सैन्य, त्याचा तूं वध केलेला आहेस. म्हणूनच, हे वीरा, आतां त्वां ह्या पृथ्वीचा उपभोग घेतला पाहिजे. हे प्रभुत्वसंपन्न नरश्रेष्ठा महाराजा, अनेक प्रदेशांनीं युक्त असलेलें हें जंबुद्वीप तूं आपल्या दंडशक्तीनें स्वाधीन करून घेतलेलें आहेस. जंबुद्वीपासारखेंच मेरु नामक महापर्वताच्या पश्चिमेस जें क्रौंचद्वीप आहे तेंही तूं आपल्या दंडशक्तीनें संपादन केलेलें आहेस. हे नराधि-

पते, क्रौंचद्वीपाचे तोडीचें महामेरूच्या पूर्वेस असलेलें जें शाकद्वीप तेंही तूं संपादन केलेलें आहेस. हे नरश्रेष्ठा, मेरूच्या उत्तरेस असलेलें शाकद्वीपाच्याच बरोबरीचें जें भद्राश्व नामक द्वीप, तेंही तूं आक्रांत करून सोडलेलें आहेस. ह्याप्रमाणें, हे वीरा, समुद्रामधूनही प्रवास करून अनेक प्रकारचे देश असलेलीं हीं व त्यांच्या मध्यभागीं असणारीं आणखी दुसरींही द्वीपें तूं आपल्या सामर्थ्यानें आक्रांत करून सोडलेलीं आहेस. हे भरतकुलोत्पन्ना महाराजा, तूं हीं प्रचंड कर्में केल्यामुळें ब्राह्मण तुझा बहुमान करूं लागले, हें तुझ्या अंतःकरणाला बरें वाटलें नाहीं. अर्थात् हें आपलें कृत्य अगदीं क्षुद्र व म्हणूनच प्रशंसेस पात्र नाहीं असें तुला वाटेल. तेव्हां आतां, हे भरतकुलश्रेष्ठा, मदमत्त झालेल्या पोळाप्रमाणें अथवा ऊर्जितावस्थेंत असलेल्या गजश्रेष्ठाप्रमाणें सामर्थ्यसंपन्न असणाऱ्या ह्या तुझ्या बंधूंकडे पाहून त्यांना संतुष्ट कर. शत्रूंचा मारा सहन करणारे व शत्रूंना संत्रस्त करून सोडणारे असे हे तुझे सर्व बंधु केवळ देवांच्या तोडीचे आहेत. ह्यांपैकीं एकजण जरी असला तरीही तो मला सुखदायक होईल, असें मला वाटतें. मग हे नरश्रेष्ठा, शरीरांच्या चलनवलनादिक व्यापारांस साहाय्य करणाऱ्या सर्व इंद्रियांप्रमाणें हे माझे सर्वही नरश्रेष्ठ पति मिळून माझ्या सुखाला कारणभूत होतील यांत आश्चर्य काय? ज्यांना सर्व प्रकारचे अनुभव आहेत त्या सर्वज्ञ अशा माझ्या सासूबाईंनीं, "द्रौपदी, युधिष्ठिर तुला अतिशय उत्कृष्ट अशा सुखामध्यें मग्न करून सोडील." असें जें सांगितलें होतें, तें कांहीं खोटें नाहीं. पण हे शीघ्रपराक्रमा, हे प्रजाधिपते, त्या सुखासाठींच अनेकसहस्र नृपतींचा जो वध केला तो तुझ्या ह्या मोहामुळें निष्फल होऊन जात आहे, असें मला वाटतें. ज्यांचा ज्येष्ठ बंधूच वेडा होऊन गेला आहे; ते सर्व त्याचेंच अनुकरण करणारे असल्यामुळें आपणही वेडेच बनून जाणार. म्हणूनच, हे महाराजा, तुझ्या ह्या वेडेपणामुळें सर्व पांडवही वेडे बनून गेले आहेत. कारण, हे प्रजाधिपते, जर हे तुझे बंधु वेडे बनले नसते, तर इतर नास्तिकांसहवर्तमान तुला बद्ध करून त्यांनीं पृथ्वीचें पालन केलें असतें. जो मूर्ख मनुष्य अशा प्रकारचें वेडेपणाचें वर्तन करितो, त्याचें कल्याण होत नाहीं. जो मनुष्य उन्मार्गगामी बनतो त्याला धुरी देऊन, त्याच्या नेत्रांत अंजनें घालून, अथवा नासिकेंत नस्य घालून--सारांश अशा प्रकारचे औषधोपचार करून ताळ्यावर आणिला पाहिजे. हे भरतकुलश्रेष्ठा, माझे पुत्र मला अशा रीतीनें ठकवून स्वर्गलोकीं निघून गेले असतांही ज्याअर्थीं मी जिवंत रहाण्याची इच्छा करीत आहें, त्या अर्थीं मी खरोखरच सर्व स्त्रियांमध्यें अधम आहें. हे तुझे बंधु प्रयत्न करीत असतां त्यांचा अनादर करून आज मीं जें सांगितलें तें कांहीं खोटें नाहीं. तूं ह्या सर्व पृथ्वीचा त्याग करून स्वतःच विपत्ति उत्पन्न करून ठेवीत आहेस. हे नृपश्रेष्ठा, मांधाता आणि अंबरीष हे संमाननीय भूपति ज्याप्रमाणें पृथ्वीवर होऊन गेले त्याचप्रमाणें तूंही हो. तूं देखील त्यांच्याचप्रमाणें विराजमान आहेस. यास्तव, न्यायानें प्रजेचें संरक्षण करून तूं पर्वत, वनें आणि द्वीपें यांनीं युक्त असलेल्या ह्या भूदेवीचें पालन कर. हे राजा, असा खिन्न होऊं नको; नानाप्रकारचे यज्ञ कर, शत्रूंशीं युद्ध कर आणि हे नृपश्रेष्ठा, अनेक उपभोग्य वस्तु, द्रव्यें आणि वस्त्रें यांचें ब्राह्मणांस दान कर.

अध्याय पंधरावा.

—:०:—

अर्जुनाचें भाषण.

वैशंपायन सांगतात:——हें द्रौपदीचें भाषण ऐकून, पुनरपि धैर्यसंपन्न व महाबाहु अशा आपल्या ज्येष्ठ बंधूची अनुमति घेऊन अर्जुन बोलूं लागला.

अर्जुन म्हणाला:—शासनशक्ति हीच प्रजेचें शासन करिते; तीच सर्वांचें संरक्षण करिते. लोक जरी निद्रित झाल्याप्रमाणें होऊन गेले असले, तरी ही शासनशक्ति जागरूक असते. म्हणूनच शासनशक्ति हाच धर्म आहे, असें ज्ञानी लोक समजतात. हे प्रजाधिपते, दंड (शासनशक्ति) हाच धर्माचें, अर्थाचें आणि कामाचें संरक्षण करितो. म्हणूनच दंड हा पुरुषार्थत्रयरूपी त्रिवर्गच आहे, असें म्हणतात. धन आणि धान्य ह्यांचेंही संरक्षण दंडच करितो. म्हणूनच तूं या दंडशक्तीचा स्वीकार कर आणि लोकव्यवहाराकडे दृष्टि दे. कांहीं लोक राजदंडाच्या भीतीमुळें, कित्येक यमदंडाच्या भयानें आणि कित्येक परलोकाच्या भीतीनें पाप करीत नसतात, तसेंच परस्परांच्या भीतीमुळेंही कांहीं लोक पापकर्मापासून निवृत्त होतात. सारांश, भीतीमुळेंच पापकर्मापासून लोकांची निवृत्ति होत असल्यामुळें व दंड हा भीत्युत्पादक असल्यामुळें सर्वही लोक दंडास पात्र आहेत; व म्हणूनच सर्वही गोष्टी दंडाच्या आधीन आहेत. दंडाच्याच भीतीमुळें कांहीं प्राणी परस्परांना भक्षण करून टाकीत नाहींत. सारांश, जर दंडशक्तीनें लोकांचें संरक्षण केलें नाहीं, तर ते गाढ अशा अंधकारामध्यें मग्न होऊन जातील. दंड हा उद्दाम लोकांना ताळ्यावर आणतो व नीचांना शिक्षा करितो. सारांश, दमन आणि दंडन या दोन शक्ति दंडामध्यें आहेत, म्हणूनच ज्ञानसंपन्न लोक त्याला दंड असें म्हणतात. वाणी हा ब्राह्मणांचा, बाहुवीर्य हा क्षत्रियांचा आणि दान हा वैश्यांचा दंड असून, शूद्र मात्र दंडशून्य आहेत. हे प्रजाधिपते, मनुष्यांनीं मोहित होऊन जाऊं नये व द्रव्यादिकांचें संरक्षण व्हावें म्हणून ह्या लोकामध्यें दंड या नांवाची एक मर्यादाच करून ठेवलेली आहे. नियंता जर चांगला विचारशील असला, तर दंड्य पुरुषाच्या नेत्रांत आंधेरी आणून सोडणारा असल्यामुळें श्यामवर्ण व दंडकर्त्याचे नेत्र क्रोधानें आरक्तवर्ण झाले असल्यामुळें रक्तनेत्र असा व सदोदीत सज्ज असलेला दंड ज्या ठिकाणीं प्रचारांत असेल, तेथील प्रजा मोह पावत नाहीं. ब्रह्मचारी, गृहस्थ, वानप्रस्थ आणि संन्याशी हे सर्व लोक दंडाच्याच भीतीनें आपआपल्या मार्गानें वागतात. हे राजा, ज्याच्या अंगीं निर्भयपणा नसेल, त्या पुरुषाचे हातून यज्ञ घडावयाचे नाहींत; त्याला दान करण्याची इच्छा व्हावयाची नाहीं; व प्रसंग पडला असतां तो उद्योग करण्याचीही इच्छा करणार नाहीं. मत्स्यांचा वध करणाऱ्या कोळ्याप्रमाणें इतरांचा वध केल्यावांचून, शत्रूंच्या मर्माचा भेद केल्यावांचून, आणि दुष्कर कर्में केल्यावांचून विपुल अशी संपत्ति मिळत नसते. जो शत्रूंचा घात करीत नाहीं, त्याला ह्या लोकामध्यें कीर्तिही मिळत नाहीं, द्रव्य मिळत नाहीं आणि संततीचीही प्राप्ति होत नाहीं. इंद्रानें वृत्राचा वध केला म्हणूनच तो महेंद्र झाला. फार कशाला? ज्या ज्या देवतांनीं शत्रूंचा वध केला आहे, त्यांचें त्यांचेंच पूजन लोक विशेषेंकरून करीत असतात. हे भरतकुलश्रेष्ठा, रुद्र, स्कंद, इंद्र, अग्नि, वरुण, यम, काल, वायु, मृत्यु, कुबेर, रवि, वसु, मरुत्, साध्य आणि विश्वेदेव हे सर्व शत्रूंचा वध करणारेच आहेत. पराक्रम

पाहून मान वांकविणारे लोक ह्याच देवांचें आराधन करितात. ते ब्रह्मा, धाता अथवा पूषा यांचें केव्हांही आराधन करीत नाहींत. प्रत्येक कर्मामध्यें शांतिसंपन्न असणारे कांहीं लोक हे सर्वही प्राण्यांसंबंधानें तटस्थ असणारे, इंद्रियदमन केलेले आणि केवळ शांतीचाच अवलंब करून रहाणारे जे लोक त्यांचाच पराजय करितात. हिंसा केल्यावांचून कोणाचीही उपजीविका चालली आहे असें मला मुळींच दिसत नाहीं. कारण अत्यंत बलिष्ठ प्राणी दुर्बल प्राण्यांवर उपजीविका करीत असतात. मुंगूस उंदराला भक्षण करितें, मांजर मुंगसाला, कुत्रें मांजराला आणि चित्ता कुत्र्याला भक्षण करितो; आणि मनुष्यें हीं त्या सर्वांवरही आपली उपजीविका करीत असतात. पूर्वीं जो काल निघून गेला आहे तो कोणत्या प्रकारचा होता ह्याकडे तूं लक्ष दे, म्हणजे तुला हें कळून येईल. अरे, हें जें कांहीं सर्व स्थावरजंगमात्मक आहे तें प्राण्यांचें अन्न आहे. प्राण्याचें कर्म हें त्याच्या देवानेंच निर्माण करून ठेवलेलें असतें, म्हणूनच विद्वान् लोक त्याविषयीं मोह पावत नाहींत. सारांश, हे राजेंद्रा, ईश्वरानें तुला ज्या प्रकारचा जन्म दिला आहे त्याप्रमाणेंच तूं वागलें पाहिजेस. क्रोध आणि आनंद ह्यांना दूर झुगारून देऊन वनाचा आश्रय करून राहिलेले जे मंदबुद्धि तपस्वी, त्यांनाही हिंसा केल्यावांचून प्राणयात्रा चालवितां येत नाहीं. कारण, जलामध्यें पुष्कळ प्राणी वास्तव्य करितात; ते पृथ्वीमध्यें आणि फलांमध्येंही असतात. यांचा वध कोणी करीत नाहीं असें नाहीं. ह्या वधाला प्राणयात्रेवांचून दुसरें काय कारण आहे ? कांहीं प्राणी अत्यंत सूक्ष्म जातीचे म्हणजे केवळ तर्कानेंच जाणतां येण्याजोगे असतात. नेत्रांचें पातें लवतें न लवतें इतक्यांत त्यांच्या शरीराचा नाश होऊं शकेल. क्रोध आणि मात्सर्य यांचा नाश झालेले मुनि गांवांतून निघून अरण्यांत जातात व तेथेंही अत्यंत मोहित होऊन गृहस्थाश्रमाचाच अवलंब करून रहातात, असें दृष्टोत्पत्तीस येतें. भूमि नांगरून व औषधींचा छेद करून वृक्षादिक उद्भिज्ज, पक्ष्यादिक अंडज आणि पशुप्रभृति जरायुज ह्यांचाही वध करून मनुष्यें यज्ञ करितात आणि तीं स्वर्गासही जातात. हे कुंतीपुत्रा, दंडनीति सुरू केली म्हणजे प्राण्यांचे सर्वही उद्योग सफल होतात, ह्याविषयीं मला संशय नाहीं. ह्या लोकांत जर दंड नसता, तर या सर्व प्रजा नाश पावल्या असत्या. कारण, जलांतील मत्स्यांप्रमाणें बलवत्तर प्राण्यांनीं दुर्बलांना खाऊन टाकलें असतें. "उत्कृष्ट प्रकारें चालू केलेला जो दंड, तोच प्रजेचें संरक्षण करितो." असें जें पूर्वीं ब्रह्मदेवानें सांगितलें आहे, तें अगदीं खरें आहे. पहा—शांत झालेले अग्नि फूत्काराच्या योगानें निर्भर्त्सना केली म्हणजे दंडाच्याच योगानें प्रज्वलित होतात. चांगलें आणि वाईट ह्या दोहोंचें पृथःकरण करणारा दंड जर ह्या लोकांत नसता, तर हें जग जणूं गाढ अंधकारमयच होऊन गेलें असतें व त्यांत कांहीं ओळखतांही आलें नसतें. मर्यादा सोडून वागणारे व वेदाची निंदा करणारे नास्तिक—ते देखील दंडाची पीडा होऊं लागली म्हणजे तत्काल मर्यादेचें पालन करूं लागतात. सारांश, दंडाच्याच योगानें सर्व लोकांना स्वाधीन ठेवतां येतें. वस्तुतः शुचिर्भूत मनुष्य दुर्लभ असतो; पण तो दंडाच्या भीतीनेंच मर्यादेचें पालन करण्याविषयीं उद्युक्त होतो. चारही वर्णांतील लोकांना आनंद व्हावा, उत्कृष्ट प्रकारच्या नीतीची प्रवृत्ति व्हावी, आणि धर्म व अर्थ यांचें या भूतलावर संरक्षण व्हावें यासाठींच विधात्यानें दंड निर्माण केला आहे. श्वापदें आणि पक्षी हे जर दंडाला भ्याले

नसते, तर त्यांनीं पशु, मनुष्यें व यज्ञोपयोगी होमद्रव्यें हीं भक्षण केलीं असतीं; ब्रह्मचाऱ्यानें अध्ययन केलें नसतें, लोकांनीं धेनु सवत्स असून देखील तिची धार काढली नसती, व दंड जर लोकांचें संरक्षण न करिता तर कन्यांनींही विवाह करून घेतले नसते. दंडानें जर संरक्षण केलें नसतें तर चोहोंकडे शून्य होऊन गेलें असतें; सर्व प्रकारच्या मर्यादांचा भंग होऊन गेला असता; आणि महत्त्व म्हणजे काय आहे याची कोणाला ओळखही राहिली नसती. दंडानें जर प्रजेचें संरक्षण केलें नसतें, तर कोणत्याही प्रकारची भीति न बाळगितां ब्राह्मणांनीं दक्षिणायुक्त असे संवत्सरांनीं पूर्ण होणारे याग केले नसते; शास्त्रोक्त विधीचा अवलंब करून त्यांत सांगितल्याप्रमाणें कोणींही आश्रमधर्म आचरण केले नसते; कोणालाही विद्येची प्राप्ति झाली नसती; उंट, वृषभ, अश्व, खेंचरें आणि गर्दभ यांना वाहनांस जुंपलें तर त्यांनीं वाहनें वाहिलीं नसतीं; सेवक लोकांनीं आपल्या प्रभूची आज्ञा मानली नसती; व बालकांनींही वडिलांची आज्ञा केव्हांही पाळिली नसती; आणि स्त्रिया आपल्या धर्मानें राहिल्या नसत्या. ह्या सर्व प्रजा दंडाच्याच अधीन आहेत. दंड हा नीतीचा आधार आहे असें ज्ञाते लोक समजतात. फार काय, पण मनुष्यांचा इहलोक आणि परलोक या दोहोंचाही दंड हाच निश्चल असा आधार आहे. ज्या ठिकाणीं शत्रूंचा नाश करणाऱ्या दंडाची क्रिया उत्कृष्ट प्रकारची चालू आहे, त्या ठिकाणीं असत्य कर्मे, पातक आणि प्रतारणा हीं दृष्टीस देखील पडत नाहींत. जर दंड उगारला नाहीं तर होमद्रव्य पहातांच श्वान त्याला जिव्हेचा स्पर्श करील; आणि दंड जर संरक्षण करणार नाहीं तर कावळाही पुरोडाश हरण करून नेईल. हें राज्य धर्मानें संपादन केलेलें असो अथवा अधर्मानें असो, त्याविषयीं शोक करण्याचें कारण नाहीं. तूं भोगांचा उपभोग घे आणि यज्ञ कर. संपत्तीचें केवळ मूळच अशा दानांचा वर्षाव करणारे, उत्कृष्ट प्रकारचें अन्न भक्षण करणारे व शुचिर्भूत वस्त्रें धारण करणारे धनसंपन्न लोक सुखानें धर्माचरण करितात. सर्वही उद्योग द्रव्याच्या अधीन असतात हें निःसंशय असून तें द्रव्य दंडाच्या अधीन असतें. पहा हें दंडाचें महत्त्व ! या जगांतील लोकव्यवहार चालावा म्हणूनच विस्तृतपणें धर्म कथन केला आहे. पण त्यांतही विचार केला पाहिजे. कारण, जी अहिंसा तीच एखादे वेळीं भयंकर हिंसा होऊन बसते. जसें, एखादा व्याघ्र धेनूवर झडप घालूं लागला असतां जर अहिंसाव्रताच्या संरक्षणासाठीं त्याचा वध केला नाहीं, तर धेनुहत्या हा भयंकर दोष लागणार. यास्तव अशा प्रसंगीं संकटांत सांपडलेल्या प्राण्याचें ज्याच्या योगानें संरक्षण होईल अशाच धर्माचें अवलंबन केलें पाहिजे. कोणत्याही पदार्थांत अतिशय गुणही नसतात आणि गुणाचा अत्यंत अभावही नसतो, तर चांगलें आणि वाईट हे दोन्ही प्रकार प्रत्येक वस्तूमध्यें दृष्टोत्पत्तीस येतात. कांहीं लोक पशूंचा वृषणछेद करितात, नंतर मस्तकाचा भेद करितात; कित्येक त्यांच्यावर ओझें लादतात, त्यांना बांधतात आणि पाठगा करितात. ह्याप्रमाणें असत्यप्रिय लोकांनीं जर्जर करून सोडलेल्या ह्या जगतांत अव्यवस्था माजून राहिली असल्यामुळें, हे महाराजा, तूं त्या त्या न्यायाचा अवलंब करून पुरातन अशा धर्माचें आचरण कर, यज्ञ कर, दान दे, प्रजांचें संरक्षण कर, धर्माचें उत्कृष्ट प्रकारें पालन कर, शत्रूंना ठार कर, आणि, हे कुंतीपुत्रा, मित्रांचें संगोपन कर. हे पृथ्वीपते, शत्रूंचा वध करितांना तुला शोक होण्याचें कारण नाहीं. कारण, हे भरतकुलोत्पन्ना, त्यामुळें

कर्त्याला कोणत्याही प्रकारचें पातक लागत नाहीं. वधाविषयीं उद्युक्त होऊन आपणावर तुटून पडणाऱ्या मनुष्याला जो मनुष्य वध करण्याविषयीं उद्युक्त होऊन ठार करितो, त्याला त्या कृत्यानें वधाचें पातक लागत नाहीं. कारण, त्या ठिकाणीं एकाचा क्रोधच दुसऱ्याच्या क्रोधावर तुटून पडणारा असतो, असें म्हणण्यास हरकत नाहीं. कारण, क्रोध हाच त्या वधास कारणभूत झालेला असतो. प्रत्येक प्राण्याचा जीव घेणें हें अयोग्य आहे, यांत संशय नाहीं. पण जर तो घेणें अयोग्य आहे, तर मग तो एखाद्यानेंच घेणें योग्य असें कसें होईल? मनुष्य ज्याप्रमाणें एका घरांतून निघून पुनरपि दुसऱ्या नवीन घरांत जातो, त्याप्रमाणेंच जीव त्या त्या शरीरामध्यें प्रवेश करीत असतो. सारांश, तो जीर्ण झालेला देह टाकून देऊन नव्या शरीरामध्यें गमन करीत असतो. ह्याप्रमाणें तत्त्वद्रष्टया लोकांनीं शरीर हें मृत्यूचें द्वार आहे, असें सांगितलें.

अध्याय सोळावा.

—:०:—

भीमाचें भाषण.

वैशंपायन सांगतातः—अर्जुनाचें हें भाषण ऐकल्यानंतर, अत्यंत कोपिष्ट व तेजस्वी भीमसेन धैर्याचा अवलंब करून ज्येष्ठ बंधूला—युधिष्ठिराला—म्हणाला, "हे राजा, तूं सर्व धर्म जाणीत आहेस. तुला ज्याचें ज्ञान नाहीं असें कोठेंही कांहीं नाहीं. म्हणूनच आम्ही तुझ्या आचरणाचें शिक्षण घेत आहों. पण त्याप्रमाणें वागणें आम्हांला शक्य होत नाहीं. बोलूं नये, बोलूं नये असें माझ्या मनांत होतें; पण, हे प्रजाधिपते, अत्यंत दुःखामुळें मी आतां बोलतों तें तूं ऐकून घे. तुला जो हा मोह पडला आहे, त्यानेंच आमच्या सर्व गोष्टी संशयित करून टाकल्या आहेत; आणि आम्हांला व्याकुलपणा आणि निर्बलता यांची प्राप्ति झाली आहे. अरे, तूं सर्व शास्त्रांत निष्णात असा ह्या लोकांचा राजा असतां एखाद्या क्षुद्र मनुष्याप्रमाणें दीन होऊन असा मोहांत कां पडत आहेस? हे प्रभो, लोकांचा सन्मार्ग कोणता आणि त्यांचा दुर्मार्ग कोणता हें तुला विदितच आहे. इतकेंच नव्हे, तर, हे प्रभो, तुला वर्तमानकाल आणि भाविष्यकाल ह्यांपैकीं अज्ञात असें कांहींही नाहीं. अशी स्थिति असल्यामुळें, हे प्रजाधिपते, मी आतां तुला राज्य करण्याची युक्ति सांगतों, ती तूं या ठिकाणीं एकाग्रचित्तानें ऐक. मनुष्याला दोन प्रकारचे व्याधि होत असतात. एक शारीर आणि दुसरा मानस. त्या उभयतांचें जन्म परस्परांपासून होत असतें. कारण, हे जोडीनें नाहींत असें केव्हांही आढळून येत नाहीं. शारीरव्याधीपासूनच मानस—व्याधि उत्पन्न होत असतो, यांत संशय नसून, मानस व्याधीपासून शारीरव्याधि निर्माण होतो, हें खास आहे. पूर्वी आपणांला शारीर आणि मानसदुःख प्राप्त झालें म्हणून जो मागाहून त्याजविषयीं शोक करीत बसतो, त्याला त्या दुःखाच्या योगानें दुसऱ्या दुःखाची प्राप्ति होते; व त्यामुळेंच त्याच्यावर दोन अनर्थ ओढवतात. शीत (कफ), उष्ण (पित्त) आणि वायु हे शरीरांतील तीन गुण होत. हे तीन समस्थितींत असणें हेंच शारीरिक स्वस्थतेचें कारण आहे. त्यांपैकीं एक गुण वाढला असतां त्याची चिकित्सा कशी करावी, तें सांगतों. शीतानें उष्णाचा नाश होतो आणि उष्णानें शीताचा नाश होतो. सारांश, जो गुण वाढला असेल, त्याच्या विरोधी गुण वाढेल अशा प्रकारचा उपचार केला म्हणजे झालें. सत्त्व, रज आणि तम हे तीन मनोवर्ती गुण आहेत. हे तीन गुण समस्थितींत असणें हें मानसिक स्वस्थ-

तेचें लक्षण आहे, असें सांगितलेलें आहे. आतां त्या गुणांपैकीं एखादा वाढला असतां काय करावें, तें सांगतों. हर्षानें शोकाचा नाश होतो व शोकानें हर्ष नष्ट होऊन जातो. सारांश, ह्या वेळींही वाढलेल्या गुणांचा विरोधी गुण उत्पन्न होईल असा उपचार करावा लागतो. एखादा मनुष्य सुखांत असला म्हणजे त्याला दुःखाचें स्मरण करावें अशी इच्छा होते; आणि एखादा दुःखांत असला म्हणजे त्याला सुखाची आठवण करावीसें वाटतें. पण तूं दुःखीही नाहींस आणि सुखीही नाहींस. ह्यामुळें तुला दुःखाचें अगर सुखाचें स्मरण करणें योग्य नाहीं, अशी वस्तुस्थिति आहे. त्यांतूनही, जर तूं दुःखी नसूनही सुखजन्य धर्माचें आणि सुखी नसतांही दुःखजन्य धर्माचें स्मरण करण्याची इच्छा करीत असलास, तर मग दैवच बलवत्तर; दुसरें काय! आतां, हे पृथ्वीपते, ज्या योगानें तूं क्लेश भोगीत आहेस, तो—पूर्वावस्थेचें स्मरण करणें हा—जर तुझा स्वभावच असला, तर मग, आम्हीं पांडुपुत्रांनीं डोळे मिटले असतां एकच वस्त्र परिधान केलेल्या रजस्वला द्रौपदीला सभेंत जावें लागलें, हें तूं पाहिलें आहेस; मग त्याचें स्मरण करणें तुला योग्य नाहीं काय? आम्हांला शत्रूंनीं नगरांतून हांकून लाविलें, आम्हीं कृष्णाजिनें परिधान केलीं, आणि मोठमोठ्या अरण्यांत जाऊन राहिलों, याचें त्वां स्मरण करणें योग्य नाहीं काय? जटासुरापासून झालेले क्लेश, चित्रसेनाशीं झालेलें युद्ध, आणि जयद्रथापासून झालेलें दुःख ह्यांचें तुला विस्मरण तरी कसें झालें? तसेंच आणखी, प्रत्यक्ष राजकन्या जी द्रौपदी, तिला अज्ञातवासामध्यें असतांना कीचकाकडून झालेला मरणप्राय त्रास तूं कसा विसरून गेलास? हे शत्रुनाशना, पूर्वी जें तुझें द्रोण आणि भीष्म यांच्याशीं युद्ध झालें, तशाच प्रकारचें युद्ध आज तुजपुढें येऊन ठेपलें आहे. पण हें केवळ अंतःकरणानेंच करावयाचें आहे. ज्यामध्यें बाणांचें, मित्रांचें अथवा बांधवांचें कांहीं काम नसून केवळ एका मनानेंच लढावयाचें आहे, तें युद्ध आज तुजपुढें येऊन ठेपलें आहे. त्या युद्धांत जय न मिळवितां प्राणत्याग केलास तर, हे महाराजा, देहांतर पावल्यानंतर तुला त्या आपल्या शत्रूशीं देखील लढावें लागेल. ह्यास्तव, हे भरतकुलश्रेष्ठा, अव्यक्ताच्या प्रतिकूल असणाऱ्या ह्या व्यक्ताचा स्वोचित कर्मांच्या योगानें त्याग करून, आपणांला ज्याची प्राप्ति करून घ्यावयाची आहे त्याच्याशीं आजच युद्ध करूं लाग. कारण, हे महाराजा, जर तूं तें स्थान जिंकून घेतलें नाहींस, तर तुझी काय अवस्था होईल? हें जर जिंकून घेतलें, तर आपण कृतकृत्य होऊं, असा बुद्धीचा निश्चय करून आणि प्राण्यांची उत्पत्ति व नाश ह्यांजविषयींही विचार करून, आपल्या पितृपितामहांनीं केलेल्या आचरणाचा अवलंब कर; आणि योग्य प्रकारें राज्य करूं लाग. संग्रामामध्यें दुष्ट दुर्योधन आणि त्याचे अनुयायी ह्यांचा वध केला हें द्रौपदीच्या केशपाशाचें सुदैव म्हणूनच तुला त्या पदाची प्राप्ति झाली आहे. आतां तूं दक्षिणासंपन्न असा अश्वमेध यथाविधि कर. हे पार्था, आम्ही व वीर्यसंपन्न श्रीकृष्ण हे तुझे किंकर आहों."

अध्याय सतरावा.

—:०:—

युधिष्ठिराचें भाषण.

युधिष्ठिर म्हणालाः—असंतोष, प्रमाद, मद, राग, अशांति, बल, मोह, अभिमान आणि पूर्ण उद्वेग ह्या पापस्वरूपी गोष्टींचा तुझ्या शरीरांत संचार झाला असल्यामुळें तूं ह्या राज्याची इच्छा करीत आहेस. तूंसुद्धां आशा करण्याच्या गोष्टी सोडून देऊन आणि आपला

पाश तोडून टाकून शांत आणि सुखी हो. अरे, जो एक पृथ्वीपति ह्या संपूर्ण पृथ्वीचें पालन करितो, त्याला देखील उदर एकच असतें. अर्थात् तें भरण्यासाठीं राज्यच केलें पाहिजे असें नाहीं. मग हें तूं काय सांगत आहेस ? हे भरतकुलश्रेष्ठा, आशेची तृप्ति होणें शक्य नसल्यामुळें ती एक दिवसानें, अनेक महिन्यांनीं अथवा सर्व आयुष्य खर्ची घातलें तरीही तृप्त होणें शक्य नाहीं. म्हणूनच तिचा त्याग करून, ज्याप्रमाणें इंधनें जास्त घातलीं म्हणजे अग्नि प्रज्वलित होतो आणि तीं बरोबर घातलीं नाहींत—अर्थात् कमी घातलीं म्हणजे शांत होतो, त्याप्रमाणें तूं थोडासा आहार करून, क्षुब्ध होणारा जठराग्नि शांत कर. अज्ञ मनुष्य आपल्या उदरपूर्तीसाठीं विपुल आहार संपादन करितो; तसें सुज्ञ करीत नाहींत. यास्तव, तूं आपल्या उदराचा निग्रह कर. अरे, तूं पृथ्वी जिंकून घेतलीस, पण पृथ्वीनें तुझें कल्याण जिंकून घेतलें आहे. तूं मनुष्यास अभीष्ट असणाऱ्या विषयोपभोगांची आणि ऐश्वर्याची प्रशंसा करीत आहेस, पण विषयोपभोगांपासून अलिप्त रहाणारे आणि निर्बल अशाच लोकांना अत्यंत उत्कृष्ट स्थानाची प्राप्ति होते. तूं राज्य करूं लागलास तर सर्व राष्ट्राचें योगक्षेम आणि धर्माधर्म ह्यांचा भार तुजवर आहे. यास्तव तूं या मोठ्या भारापासून मुक्त हो आणि संन्यासाचाच आश्रय कर. व्याघ्र आपल्या एका उदरासाठीं पुष्कळ आहार संपादन करितो; आणि लोभाच्या आधीन झालेले इतर मंदबुद्धि पशुही त्याजवर आपली उपजीविका करितात. सारांश, मनुष्य आपल्या एकट्यासाठींच सर्व गोष्टी करीत असतो. त्या गोष्टींचा साहजिक रीतीनें दुसऱ्याला उपयोग होतो इतकेंच. पहा, हें संन्यासी आणि राजा यांच्या बुद्धींतील अंतर कशा प्रकारचें आहे तें ! विषयाचा त्याग करून जर संन्यास केला, तर राजांना संतोष होत नाहीं; आणि केवळ वृक्षांचीं पानें भक्षण करून रहाणारे, भक्ष्य वस्तु पाषाणावर कुटून भक्षण करणारे, अथवा न शिजवितां केवळ दांतांनीं चावून खाणारे जलभक्षी अथवा वायुभक्षी होऊन रहाणारे जे संन्यासी, त्यांनींच हा नरक जिंकलेला आहे. जो या संपूर्ण पृथ्वीचें पालन करील तो राजा, आणि सुवर्ण व पाषाण ह्यांना सारखेंच समजणारा पुरुष, या दोहोंपैकीं दुसराच कृतार्थ होय; तसा राजा हा कृतार्थ नव्हे. यास्तव, तुझ्या अंतःकरणांत ज्या आशा आहेत त्यांविषयीं उद्योग करूं नको; अभिलाषाचा त्याग कर व ममत्व सोडून दे; म्हणजे इहलोकीं व परलोकींही अविनाशी आणि शोकसंपर्कशून्य अशा स्थानीं वास्तव्य करिशील. ज्यांनीं आशेच्या गोष्टींचा त्याग केला आहे, ते शोक पावत नाहींत. तूं तशा गोष्टींविषयीं कां शोक बाळगीत आहेस ? तूं सर्वही आशेच्या वस्तूंचा त्याग केलास म्हणजे असत्य भाषणास कारणभूत अशा ह्या संसारापासून मुक्त होशील. देवयान आणि पितृयान हे दोन मार्ग सुप्रसिद्ध असून, यज्ञ करणारे लोक पितृयानसंज्ञक मार्गानें आणि मुमुक्षु देवयानसंज्ञक मार्गानें जातात. तप, ब्रह्मचर्य आणि अध्ययन ह्यांनीं युक्त असल्यामुळेंच देहाचा त्याग केल्यानंतर महर्षि मृत्यूस अगोचर असणाऱ्या मोक्षस्थानीं गेलेले आहेत. लोभाच्या वस्तु हें या लोकामध्यें एक बंधन असून, कर्म देखील एक तशाच प्रकारची लोभाची वस्तु आहे. पापास कारणभूत अशा त्या दोहों प्रकारच्या लोभ्य वस्तूंचा ज्याला संपर्क झाला नाहीं, त्याच मनुष्याला श्रेष्ठ अशा ब्रह्मपदाची प्राप्ति होते. याविषयीं, निर्द्वंद्व आणि संसारपाश तोडून टाकून मोक्षाविषयीं उत्कृष्ट प्रकारें विचार करणाऱ्या जनकानें पूर्वीं एक गाथा म्हटलेली लोक सांगत असतात. ती अशीः "ज्या

मला लौकिक वस्तूंपैकीं कोणाचाही संपर्क नाहीं, त्या माझें ऐश्वर्य अनंत आहे. आतां जरी मिथिला दग्ध होऊन गेली, तरी माझें कांहींही दग्ध व्हावयाचें नाहीं." प्रज्ञारूपी प्रासादावर आरूढ होऊन स्वर्गास गेलेले व म्हणूनच शोक करण्यास अयोग्य असे बनलेले जे दुर्योधनादिक आणि त्यांच्यासाठीं शोक करीत बसलेले जे त्यांचे इहलोकांत असणारे स्त्रीप्रभृति जन, त्यांजकडे, ज्याप्रमाणें पर्वताच्या शिखरावर असणाऱ्या मनुष्याची दृष्टि भूतलावर असणाऱ्या वस्तूंकडे जात नाहीं त्याप्रमाणें तुज मंदबुद्धीची दृष्टि जात नाहीं. जो अवलोकनशक्तिसंपन्न असणारा मनुष्य—ज्यांचें निरीक्षण करणें आवश्यक आहे त्या कर्तव्याकर्तव्यांचें निरीक्षण जो करितो, तोच खरा नेत्रसंपन्न व खरा बुद्धिमान् होय. कारण बुद्धि अज्ञात वस्तूंचें ज्ञान करून देते, व कर्तव्य आणि अकर्तव्य ह्यांविषयीं उत्कृष्ट प्रकारें निश्चय करविते, म्हणून तिला बुद्धि असें म्हणतात. जो मनुष्य अंतःकरण सुसंस्कृत झालेल्या व ब्रह्मस्वरूपी बनून गेलेल्या भवरोगवैद्यांचें भाषण जाणतो, त्यालाच बहुमान मिळतो. पंचमहाभूतें आत्म्याहून भिन्न असून तीं एका आत्म्याच्याच ठिकाणीं लीन होऊन रहातात व त्याच्याचपासून पुनरपि विस्तार पावतात, असें जेव्हां त्याला समजूं लागतें, तेव्हां तोच ब्रह्मस्वरूपी बनतो. सारांश, त्याच लोकांना तशा प्रकारच्या गतीची प्राप्ति होते. अविद्वान्, विचारशक्ति कमी असलेले, निर्बुद्ध अथवा तप न केलेले ह्यांना ती गति मिळत नसून, बुद्धिच ह्या सर्वांचा आधार आहे.

अध्याय अठरावा.

—:०:—

अर्जुनाचें भाषण.

(जनकास त्याच्या पत्नीचे भाषण.)

वैशंपायन सांगतातः—इतकें बोलून धर्मराजा स्वस्थ बसल्यानंतर, त्याच्या भाषणरूपी शल्यानें पीडित होऊन गेलेला व दुःख आणि शोक यांनीं संतप्त झालेला अर्जुन पुनरपि भाषण करूं लागला.

अर्जुन म्हणालाः—हे भरतकुलोत्पन्ना, पूर्वीं विदेहदेशाधिपति जनक ह्याचा त्याच्या पत्नीशीं झालेल्या संवादाचा हा इतिहास लोक सांगत असतात. तो इतिहास म्हणजे, राज्याचा त्याग करून भिक्षा मागण्याविषयींचा विचार मनांत आणलेल्या प्रजाधिपति जनकाला दुःखपीडित झालेल्या त्याच्या पट्टराणीनें जें कांहीं सांगितलें तोच होय. हे राजा, द्रव्य, पुत्र, स्त्रिया आणि नानाप्रकारचीं रत्नें यांचा व पवित्र अशा गृहस्थाश्रमरूपी मार्गाचा त्याग करून जनकानें मूर्खत्वाचा अवलंब केला असतां, तो भिक्षावृत्ति स्वीकारून निर्धन व मूठभर धान्य भक्षण करून निरिच्छ आणि निर्मत्सर होऊन राहिला आहे, असें त्याच्या प्रियपत्नीनें पाहिलें; तेव्हां क्रुद्ध होऊन, ज्याला कोणाचीही भीति नाहीं अशा त्या आपल्या पतीकडे येऊन ती बुद्धिमान् स्त्री एकांतांत युक्तिपूर्वक भाषण करूं लागली. ती म्हणाली, "राजा, धनधान्यादिकांनीं संपन्न असलेलें स्वतःचें राज्य सोडून देऊन तूं ह्या भिक्षावृत्तीचा अवलंब कशासाठीं करीत आहेस? भाजलेले मूठभर सातू खाऊन रहाणें हें कांहीं तुला योग्य नाहीं. हे पृथ्वीपते, तूं प्रतिज्ञा एका प्रकारची केलेली असून आचरण भलत्याच प्रकारचें करीत आहेस; कारण, आपल्या प्रचंड राज्याचा त्याग करून तूं स्वल्प अशा

वस्तूनें संतोष पावत आहेस. हे राजा, ह्या वृत्तीनें तुला अतिथींचें पोषण करितां यावयाचें नाहीं, अथवा देवांना व पितरांनाही तृप्त करितां यावयाचें नाहीं. म्हणूनच हे तुझे श्रम केवळ व्यर्थ आहेत. तूं कर्मांचा त्याग केलास म्हणूनच देवता, अतिथि आणि पितर या सर्वांनीं तुझा त्याग केला; आणि ह्यामुळेंच, हे पृथ्वीपते, तूं संन्यास घेत आहेस. अरे, जो तूं वेदत्रयामध्यें ज्ञानवृद्ध असलेल्या हजारों ब्राह्मणांचा आणि प्रजेचा पोषक होतास, तोच आज त्यांच्याकडून उदरनिर्वाहाचें अन्न मिळवूं इच्छीत आहेस. देदीप्यमान अशा लक्ष्मीचा त्याग केल्यामुळें आतां तूं (दुसऱ्याच्या दारीं पडलेल्या) श्वानासारखा दिसत आहेस. आज तूं असूनही तुझ्या मातेला पुत्र नाहींसा झाला आहे; व तुझी भार्या जी ही कौसल्या ती पतिशून्य झालेली आहे. फलाची इच्छा करणारे दीन क्षत्रिय तुजपासून आपली आशा पूर्ण होईल ह्या इच्छेनें तुझी सेवा करीत राहिलेले आहेत. त्यांच्या आशेचा जर तूं भंग केलास, तर तूं कोणत्या लोकाला जाशील ? कारण हे राजा, मोक्ष हा संशयित आहे आणि प्राणी हे कर्माच्या अधीन असल्यामुळें परतंत्र आहेत. ज्या अर्थीं आपल्या धर्मपत्नीचा त्याग करून तूं जिवंत रहाण्याची इच्छा करीत आहेस, त्या अर्थीं अशीं पापकर्में करणाऱ्या तुजला श्रेष्ठ किंवा निकृष्ट अशा कोणत्याही लोकाची प्राप्ति होणार नाहीं. अरे, पुष्पमाला, सुगंधि पदार्थ, अलंकार आणि नानाप्रकारचीं वस्त्रें यांचा त्याग करून व कर्मशून्य बनून तूं काय म्हणून संन्यास करीत आहेस ? अरे, जो तूं सर्व प्राण्यांची एक पवित्र आणि विशाल अशी पाणपोई अर्थात् तृष्णा शांत होण्याचें स्थान होतास, तोच आज एखाद्या फलसंपन्न वनस्पतीप्रमाणें असून आपल्या उदरपूर्तीसाठीं दुसऱ्यापुढें जात आहेस ! हत्तीनें जर कर्मांचा त्याग केला, तर अनेक मांसभक्षक प्राणी किंवा पुष्कळ कृमि तरी त्याला भक्षण करून आपला निर्वाह करतील; पण तसा तरी तुझा काय उपयोग होणार आहे ? अरे, जो एखादा पुरुष तुझा हा कमंडलु फोडून टाकील, त्रिदंडाचा अपहार करील, किंवा वस्त्र घेऊन जाईल, त्याजविषयीं तुझें अंतःकरण कसें होईल ? सर्वांचाही त्याग करून जो तूं ह्या मूठभर भाजलेल्या सातूंचा स्वीकार करीत आहेस, त्या तुला ह्या सर्वांची योग्यता मूठभर सातूंइतकीच आहे असें निश्चयपूर्वक वाटत आहे काय ? आतां जर तुला त्या मूठभर सातूंच्या दाण्यांचीच इच्छा असली, तर मग तुझी पूर्वींची प्रतिज्ञा नष्ट होऊन जाईल. मी तरी तुझी कोण ? तूं माझा कोण ? आणि माझ्यावर तुझा अनुग्रह तरी कसचा असणार? तरी पण जर मजवर तुझा अनुग्रह असेल, तर, हे राजा, तूं ह्या पृथ्वीचें पालन कर. हें राजमंदिर, शय्या, वाहनें, वस्त्रें आणि अलंकार ह्यांचाही तूं स्वीकार कर. वैभवशून्य, निर्धन, मित्रांचा त्याग केलेले व ज्यांच्यापाशीं कांहींही नाहीं असे सुखाभिलाषी लोक ज्या वस्तूंचा संग्रह करितात, त्याचाच त्याग करणें हें काय असेल कोण जाणे ! जो मनुष्य सदोदीत दुसऱ्याकडून प्रतिग्रह घेत असतो, आणि जो सदैव दानें करीत असतो, त्या उभयतांमध्यें अंतर काय आहे, आणि त्यांमध्यें श्रेष्ठ कोणाला म्हणतात, याचा तूंच विचार कर. सदोदीत याचना करीत रहाणारे आणि दांभिक ह्यांना दक्षिणा देणें म्हणजे दावाग्नीमध्यें आहुति टाकणेंच होय. हे राजा, ज्याप्रमाणें अग्नीनें दुसऱ्याला दग्ध न करितांच शांत व्हावें, त्याप्रमाणें सदोदीत याचना करणारा ब्राह्मण नष्ट होऊन जातो. ह्या लोकामध्यें अन्नदान करणारा हाच यतीसारख्या साधूंचें खरें जीवन होय; आणि तसें

दान करणें हें राजालाच शक्य आहे. तेव्हां जर राजानेंच दान करावयाचें सोडून दिलें, तर मग अन्नही मिळणें अशक्य असल्यामुळें मुमुक्षु लोक तरी कोठून निर्माण होतील ? ह्या लोकांत अन्नामुळेंच गृहस्थाश्रमी अस्तित्वांत असतात; आणि यतींचेंही अस्तित्व त्यामुळेंच असतें. अन्नापासूनच प्राणाची उत्पत्ति होते, म्हणून अन्नदान करणारा हा प्राणदाताच होय. इंद्रियदमन केलेल्या यतींनीं जरी गृहस्थाश्रमाचा त्याग केलेला असला, तरीही ते गृहस्थांचाच आश्रय करून असतात. म्हणून गृहस्थाश्रम हाच संन्यासाच्या उत्पत्तीस आणि स्थितीस कारणभूत आहे असें समजत असतात. ज्यानें सरळ मार्गाचा अवलंब केला असून अर्थाचा त्याग केला आहे, तो त्याग केल्यामुळें, मूर्खत्वामुळें अथवा याचना करितो म्हणून संन्यासी झाला असें समजूं नये. संन्यास हा सुखकारक नाहीं, हें तुझ्या लक्षांत असूं दे. जरी विषयासक्त पुरुषाप्रमाणें वागत असला तरीही आसक्तिशून्य, कोणत्याही गोष्टीमध्यें गुंतून न पडणारा, सर्व बंधनांतून मुक्त झालेला व शत्रु आणि मित्र ह्यांजवर सारखीच दृष्टि ठेवणारा जो पुरुष, तोच, हे पृथ्वीपते, खरा मुक्त होय. काषायवस्त्र परिधान करून व मस्तकाचें मुंडन करून दानें घेण्याच्या इच्छेनें, अनेक प्रकारच्या पाशांनीं जखडून गेलेले कित्येक पुरुष संन्यास घेत असतात; आणि मठ, पुस्तकें इत्यादिक द्रव्यांचा संग्रह करीत असतात. वेदत्रयी, वृत्तीचें साधन आणि पुत्र यांचाही त्याग करून जे लोक संन्यासी बनतात, त्या निर्बुद्धांना त्रिदंड आणि वस्त्र यांचा तरी स्वीकार करावा लागतोच. रागलोभादिक दोषांचा त्याग केल्यावांचून काषायवस्त्र ग्रहण करणें—संन्यास घेणें--हें इच्छा पूर्ण करण्यासाठींच होय, हें तूं लक्षांत ठेव. धर्मध्वज बनलेल्या संन्याशांचा हा काषायवस्त्रस्वीकार केवळ चरितार्थासाठींच होय, असें माझ्या बुद्धीला वाटतें. तेव्हां, हे महाराजा, तूं संन्यासी न होतां, नग्न, मुंड मुंडलेले आणि जटाधारी ह्या साधूंना काषायवस्त्रें, कृष्णाजिनें आणि वल्कलें यांचें दान करून सज्जनांचें पोषण करीत जितेंद्रिय होऊन राहा, व त्या योगानेंच सद्गति संपादन कर. अग्निहोत्र ठेवणें, गुरूचे मनोरथ पूर्ण करणें, विपुलदक्षिणासंपन्न यज्ञ करणें आणि प्रत्यहीं आपलीं सर्व कर्में बाजूला ठेवून प्रथम दान करणें हीं कृत्यें करणाऱ्या मनुष्याहून अत्यंत धर्मनिष्ठ असा दुसरा कोण आहे !"

अर्जुन सांगतोः—जनकराजा तत्त्वज्ञानी होता, अशी ह्या लोकांत त्याची प्रशंसा चाललेली आहे; तथापि त्याला देखील मोह पडला. असो; तूं मोहाच्या अधीन होऊं नको. तूं मोहग्रस्त झाला नाहींस म्हणजे आम्ही धर्माचरण करूं लागूं; सदोदित दान आणि तप ह्यांविषयीं तत्पर होऊन राहूं; क्रूरपणा सोडून देऊं; काम आणि क्रोध यांचा त्याग करूं; उत्कृष्ट ज्ञानरूपी धर्माचा अवलंब करूं; आणि प्रजांचें पालन करण्याविषयीं उद्युक्त होऊन राहूं व त्या योगानें अभीष्ट गति संपादन करूं. तसेंच, गुरु आणि वृद्ध ह्यांची सेवा करीत राहूं; देवता, अतिथि आणि भूतें यांना त्यांचे त्यांचे भाग यथाविधि अर्पण करूं; व सत्यवादी आणि ब्राह्मणांचे हितकर्ते बनून अभीष्टगति संपादन करूं.

अध्याय एकोणिसावा.

—:०:—

युधिष्ठिरकृत वनवासिप्रशंसा.

युधिष्ठिर म्हणालाः—बा अर्जुना, मला लौकिक आणि अलौकिक ह्या दोनही प्रकारचीं शास्त्रें अवगत आहेत. कर्में कर आणि त्यांचा त्याग कर, अशीं दोहों प्रकारचीं वेदवचनें

मला माहीत आहेत. जीं शास्त्रें अगदीं घोटाळ्याचीं आहेत, त्यांचा मीं हेतुपूर्वक विचार केलेला आहे; व वेदामध्यें जो सिद्धांत सांगितलेला आहे त्याचेंही मीं यथाविधि ज्ञान संपादन केलें आहे. पण तुला मात्र केवळ अस्त्रविद्येचें ज्ञान असून तूं वीरव्रताचा अंगीकार केलेला आहेस. म्हणून शास्त्रार्थाचें तत्त्व जाणण्याविषयीं तूं सर्वथैव असमर्थ आहेस. तूं जर धर्माकडे दृष्टि फेंकलीस, तर, ज्यानें शास्त्रार्थाचें सूक्ष्मपणें निरीक्षण केलें आहे व धर्मविषयक सिद्धांतज्ञानांत जो निष्णात आहे, तोही मला अशा प्रकारें दूषण देणार नाहीं, हें तुला कळून येईल. आतां, हे कुंतीपुत्रा अर्जुना, तूं बंधुप्रेमाचें अवलंबन करून जें कांहीं भाषण केलेंस, तें योग्य आणि न्यायाचेंही आहे, आणि म्हणूनच त्या तुझ्या भाषणानें मी संतुष्ट झालों आहें. सर्व प्रकारचे युद्धधर्म आणि स्वकर्मामध्यें कौशल या गोष्टींत त्रैलोक्यामध्येंही तुझ्या तोडीचा कोणी नाहीं. पण धर्मप्रतिपादक जें कांहीं शास्त्र आहे, त्यामध्यें तुझा प्रवेश होणें अशक्य आहे. अर्जुना, माझ्या विचाराविषयीं तूं साशंक होऊं नको. तूं केवळ युद्धशास्त्रवेत्ता आहेस. तूं वृद्धांची शुश्रूषा केलेली नाहींस; म्हणूनच, संक्षेप आणि विस्तार यांची ज्यांना माहिती आहे अशा त्या लोकांचा सिद्धांत तुला माहीत नाहीं. तप आणि दान हीं उभयतांही शास्त्रविहित आहेत, असा ह्या ज्ञानसंपन्न लोकांचा निश्चय आहे. ज्यांची बुद्धि मोक्षमार्गाकडे लागली आहे, त्यांना हे उभयतांही परस्परांहून श्रेष्ठ आहेत असें वाटतें. कारण, कांहीं गोष्टींमध्यें तपापेक्षां ज्ञानाला व कांहींमध्यें ज्ञानापेक्षां तपाला श्रेष्ठत्व असतें. असें असतां, अर्जुना, तूं ज्या अर्थी द्रव्याहून दुसरें कांहींही श्रेष्ठ नाहीं, असें मानीत आहेस, त्या अर्थी, ह्या द्रव्याला मुख्यत्व कसें नाहीं तें मी तुला सिद्ध करून दाखवितों. धर्मनिष्ठ लोक अध्ययन आणि तप ह्यांचेंच आचरण करीत असतात असेंच दिसून येतें. ज्यांना शाश्वत अशा लोकांची प्राप्ति होते, ते ऋषिही तपच करीत असतात. तसेंच, ज्यांना कोणीही शत्रुच नाहीं असे दुसरेही अनेक धैर्यसंपन्न वानप्रस्थाश्रमी लोक अरण्यामध्यें वेदपठन करीत राहून स्वर्गाला गेले आहेत. विषयांपासून पराङ्मुख होऊन आणि अज्ञानजन्य अंधकारापासून निवृत्त होऊन श्रेष्ठ लोक हे उत्तरायणरूपी मार्गाच्या योगानें संन्याशाला मिळणाऱ्या गतीस गेले आहेत. दक्षिणायनरूपी मार्गाच्या योगानें युक्त असणारा जो देदीप्यमान असा मार्ग सांगितलेला आहे, ती, जे स्मशानामध्यें गेलेले अर्थात् दग्ध झालेले असतील त्या कर्मनिष्ठ लोकांची गति होय. पण मुमुक्षु लोकांना जी गति मिळते, ती सांगतां येणें अशक्य आहे. म्हणूनच योग हा मुख्य मानलेला आहे; पण त्याचें ज्ञान होणें कठीण आहे. ज्ञानी लोक सार आणि असार ह्यांचा विचार करण्यासाठीं, ह्यांत कांहीं सार असेल काय? त्यांत कांहीं असेल काय? असें म्हणून शास्त्राचें चिंतन करून उत्कृष्ट प्रकारें सिद्धांतज्ञानी बनले. ज्याप्रमाणें केळीचा खांब तोडला तरीही त्यांत कांहीं तत्त्व दिसत नाहीं, त्याप्रमाणें वेदवाद, शास्त्रें आणि वेदांत ह्यांवांचून त्यांना दुसरीकडे कांहींही सार दिसलें नाहीं. कित्येक एकांताचा त्याग करून, शरीरामध्यें दृष्टोत्पत्तीस येणाऱ्या लक्षणांवरून ह्या पांचभौतिक शरीरामध्यें इच्छा आणि द्वेष यांनीं युक्त असणारा आत्मा वास्तव्य करीत आहे असें म्हणतात. परंतु तो नेत्रांनीं पहातां न येणारा व वाणीनेंही सांगतां येणें अशक्य असा असून, अविद्येच्याच प्राधान्यानें सर्व प्राण्यांमध्यें जीवरूपानें वास्तव्य करीत असतो. यास्तव, अंतः-

करण परमात्म्याविषयीं उन्मुख करून, आशेचा निग्रह करून आणि कर्मजालाचा त्याग करून जो निरहंकार बनेल तोच सुखी होतो. अर्जुना, सज्जनांनीं सेवन केलेला अतींद्रिय अशा परब्रह्माकडे जाण्याचा हा अशा प्रकारचा मार्ग असतां तूं अनर्थानें युक्त असणाऱ्या अर्थाची (द्रव्याची) कशी प्रशंसा करीत आहेस ! हे भरतकुलोत्पन्ना, प्राचीन शास्त्रवेत्त्यांचे देखील विचार असेच आहेत. हेतुवादाचा अवलंब करणारे जरी पंडित असले, तरी त्यांना सिद्धांत समजून देणें फार कठीण आहे. कारण, आत्मा नाहीं असें म्हणणाऱ्या मूर्ख लोकांचा पूर्वजन्मींचा संस्कार दृढ असतो. अनृत भाषण करणारे, लोकांच्या सभेमध्यें व्याख्यानें देणारे, आणि पुष्कळ बडबड करणारे बहुश्रुत लोक संपूर्ण पृथ्वीमध्यें संचार करीत असतात. अर्जुना, आम्हांला जर लौकिक गोष्टी कळत नाहींत, तर मग त्या ज्ञानसंपन्न लोकांना जाणण्याची योग्यता असणार कोणाला ? पण अशा प्रकारचे अत्यंत शास्त्रवेत्ते महाज्ञानी मीं ऐकिलेले आहेत. हे कुंतीपुत्रा, तपाच्या योगानें परब्रह्माची प्राप्ति होते; बुद्धीच्या योगानें तपाची प्राप्ति होते; आणि तत्त्वज्ञानी मनुष्याला संन्यासाच्याच योगानें सुखप्राप्ति होते.

अध्याय विसावा.

—:०:—

युधिष्ठिराला देवस्थानाचा उपदेश.

वैशंपायन सांगतातः—युधिष्ठिराचें हें भाषण समाप्त होतांच, महातपस्वी आणि वक्ता देवस्थानसंज्ञक मुनि युधिष्ठिराला उद्देशून अत्यंत युक्तिपूर्ण असें भाषण करूं लागला.

देवस्थान म्हणालाः—द्रव्याहून श्रेष्ठ असें कांहीं नाहीं, असें जें अर्जुनानें सांगितलें, त्याविषयीं मी तुला सांगतों, तें एकाग्र अंतःकरणानें ऐक. हे अजातशत्रो, तूं न्यायानें ही संपूर्ण पृथ्वी जिंकून घेतली आहेस; आणि आतां जिंकल्यानंतर तिचा व्यर्थ त्याग करणें हें तुला योग्य नाहीं. हे महाबाहो, चार पायऱ्या असलेली आश्रमचतुष्टयरूपी ही शिडी शेवटीं परब्रह्माला जाऊन लागलेली आहे. यास्तव, हे पृथ्वीपते, तूं क्रमाक्रमानें योग्य प्रकारें ती आपल्या हस्तगत करून घे. सारांश, हे पार्था, विपुलदक्षिणासंपन्न असे मोठमोठे यज्ञ कर. कित्येक ऋषि वेदाध्ययनरूपी यज्ञ करीत असतात व कित्येक ज्ञानरूपी यज्ञ करीत असतात. हे पृथ्वीपते, कांहीं मुनि कर्मनिष्ठ असतात व कांहीं तपोनिष्ठही असतात, हें तूं लक्षांत ठेव. हे कुंतीपुत्रा, हिरण्यगर्भाच्या उपासकांचें वचन आमच्या ऐकण्यांत आहे. तें असें कीं, जो मनुष्य यज्ञ करण्याकरितां द्रव्य संपादन करण्याची इच्छा करितो, त्यानें निरिच्छ होऊन राहणेंच फार बरें. कारण, जो क्षत्रिय ह्या इतर वर्णांस योग्य अशा धर्माचा अवलंब करील, त्याला अत्यंत दोष लागतो. यज्ञादि विधींच्या हेतूनेंच पूर्णपणें द्रव्यसंचय कांहीं लोक करीत असतात; व बुद्धि दूषित झाल्याकारणानें प्राणाप्रमाणें प्रिय असणाऱ्या त्या द्रव्याचा अयोग्य कर्माकडे उपयोग करितात, योग्य कर्माकडे करीत नाहींत. पण त्या योगानें भ्रूणहत्येचें पातक लागतें हें त्यांना कळून येत नाहीं. सारांश, योग्य कोण आणि अयोग्य कोण हें कळून येत नसल्यामुळें दानधर्म घडणें मोठें कठीण आहे. विधात्यानें यज्ञाकरितांच द्रव्य निर्माण केलें आहे; आणि पुरुषालाही यज्ञ करण्याविषयींची आज्ञा केली असून त्याचा संरक्षकही केला आहे. यास्तव, संपूर्ण द्रव्याचा यज्ञाकडेच विनियोग करावा. कारण तसें केलें असतां लागलींच मनोरथ पूर्ण होतात. रत्नमय दक्षिणांनीं युक्त असे नानाप्रकारचे यज्ञ करून अत्यंत

तेजस्वी बनलेला इंद्र देवांवर चालून गेला, म्हणूनच इंद्रत्वाची प्राप्ति होऊन तो विराजमान होऊन राहिलेला आहे. यास्तव सर्व द्रव्याचा उपयोग यज्ञाकडेच करावा. महात्मा महादेव सर्व यज्ञांमध्यें शरीराचें हवन केल्यामुळेंच देवाधिदेव झाला असून, चर्ममय वस्त्र परिधान करणारा व अत्यंत कांतिसंपन्न असलेला तो संपूर्ण लोकांना व्यापून आणि कीर्तीनें युक्त व विराजमान होऊन राहिलेला आहे. ज्यानें आपल्या वैभवाच्या योगानें देवाधिपति इंद्रावरही ताण केली होती, त्या पृथ्वीपति आविक्षित मरुत्त राजाच्या यज्ञामध्यें प्रत्यक्ष लक्ष्मीच येऊन नांदत होती. कारण, त्याच्या यज्ञांतील सर्व पात्रें सुवर्णमय होतीं. हे भूपतिश्रेष्ठा, स्वतः मनुष्य असतांही ऐश्वर्याच्या योगानें इंद्राच्याही वर ताण करणारा हरिश्चंद्र हा तुला ऐकून माहीतच असेल. तो देखील यज्ञ केल्यामुळेंच पुण्यसंपन्न आणि शोकशून्य झाला. म्हणूनच यज्ञाकडे संपूर्ण द्रव्याचा उपयोग केला पाहिजे.

अध्याय एकविसावा.

—:०:—

युधिष्ठिराला देवस्थानाचा उपदेश.

देवस्थान म्हणालाः—इंद्रानें योग्य वेळीं प्रश्न केला असतां बृहस्पतीनें जें त्याला उत्तर दिलें, तो प्राचीन इतिहास ह्याविषयीं दृष्टांतादाखल सांगत असतात. संतोष हाच उत्कृष्ट प्रकारचा स्वर्ग, आणि संतोष हेंच अत्यंत सुख होय. संतोषाहून श्रेष्ठ असें दुसरें कांहीं नाहीं. संतोषाच्याच योगानें कायमची आणि उत्कृष्ट अशी फलप्राप्ति होते. ज्याप्रमाणें कूर्म आपले अवयव आकुंचित करितो, त्याप्रमाणें जेव्हां मनुष्य आपल्या सर्वही इच्छा नष्ट करून टाकतो, तेव्हां लागलींच त्याच्या अंतःकरणामध्यें प्रसन्न असें परमात्मरूपी तेज वास्तव्य करूं लागतें. ज्या वेळीं ह्याला कोणाचीही भीति वाटत नाहीं व ह्याचीही भीति कोणाला वाटत नाहीं अशी स्थिति होते, आणि तो काम-क्रोधांचा जय करितो, तेव्हां त्याला परमात्म्याचा साक्षात्कार होतो. जेव्हां मनुष्य क्रियेनें, अंतःकरणानें अथवा वाणीनें कोणाही प्राण्याचा द्रोह करीत नाहीं, अथवा कोणत्याही प्रकारची इच्छा करीत नाहीं, तेव्हां तो ब्रह्मस्वरूपी बनून जातो. ह्याप्रमाणें, हे कुंतीपुत्रा, प्राणी ज्या ज्या प्रकारानें ज्या ज्या धर्माचें आचरण करितो, त्या त्या प्रकारच्या योगानें फलस्वरूपानें अंतःकरणांत प्रकट झालेल्या परमात्म्याचा प्रत्यक्ष अनुभव घेतो. ह्यास्तव, हे भरतकुलोत्पन्ना, तूं युद्धरूपी स्वधर्माचें आचरण कर. कित्येक लोक प्रेमाचीच प्रशंसा करीत असतात; दुसरे प्रयत्न हाच उत्कृष्ट असें म्हणतात; कांहीं लोक ह्या दोहोंपैकीं एकालाही उत्कृष्ट समजत नाहींत; कित्येक दोहोंचीही प्रशंसा करीत नाहींत; आणि दुसरे कांहीं लोक त्या दोहोंचीही प्रशंसा करितात. तसेंच कित्येक यज्ञांचीच प्रशंसा करितात; दुसरे लोक संन्यासाचीच प्रशंसा करितात; कांहीं दानालाच उत्कृष्ट म्हणतात; कांहीं दान घेणें हेंच उत्तम असें म्हणतात; आणि कांहीं सर्वांचाच त्याग करून स्वस्थपणें ध्यान करीत राहिलेले असतात. कित्येक एकांतवासाचा अभ्यास करणारे लोक शत्रूंना मारून, तोडून, फोडून मिळणारें व प्रजेच्या संरक्षणास कारणभूत असणारें जें राज्य, त्याचीच प्रशंसा करितात. हें सर्व दृष्टोत्पत्तीस असल्यामुळें ज्ञानी लोकांचा असा सिद्धांत आहे कीं, प्राण्यांचा द्रोह न करितां जो धर्म घडेल, तोच सन्मान्य होय. कोणाचाही द्रोह न करणें, सत्य भाषण करणें, आपल्या संपत्तींत दुसऱ्याचाही भाग आहे असें समजणें, दुसऱ्यालाही आपल्या संपत्तीचा अंश देणें, दया, इंद्रियदमन, स्वस्त्रीच्या ठिकाणीं प्रजोत्पत्ति, मृदुपणा, लोकलज्जा आणि चंचलपणाचा अभाव हाच

मुख्य म्हणून मानलेला धर्म होय, असें स्वायंभुव मनूनें सांगितलें आहे. यास्तव, हे कुंतीपुत्रा, तूं प्रयत्नपूर्वक या राज्याचें पालन कर. जो क्षत्रिय राज्यावर असतां सदोदीत इंद्रियनिग्रहसंपन्न असतो, प्रिय आणि अप्रिय या दोहोंची योग्यता सारखीच समजतो, पंचमहायज्ञ करून अवशिष्ट राहिलेलें अन्न भक्षण करितो, सर्व शास्त्रार्थांचीं तत्वें जाणतो, असज्जनांचा निग्रह आणि साधूंवर अनुग्रह करण्यामध्यें आसक्त होऊन रहातो, सर्व प्रजांना धर्ममार्गानें वागावयास लावून स्वतः धर्मानें वागतो, पुत्र झाल्यानंतर त्याजकडे संपत्ति देऊन अरण्यांत गेल्यानंतर वन्य पदार्थांवरच उपजीविका करून रहातो, व आलस्याचा त्याग करून वेदविहित कर्में करितो, तो राजा धर्मनिष्ठ होय. त्याला इहलोक आणि परलोक हे उभयतांही फलदायक होतात. मोक्ष हा अत्यंत दुष्प्राप्य असून त्याच्या प्राप्तीला फार विघ्नें येतात असें माझें मत आहे. पण ह्याप्रमाणें धर्माचरण करूं लागलेले, सत्य भाषण, दान आणि तप यांविषयीं तत्पर असलेले, अक्रूरत्वादि गुणांनीं युक्त असलेले, कामक्रोधादि--विरहित असलेले, प्रजापालनाविषयीं उद्युक्त असलेले, उत्कृष्ट प्रकारच्या धर्माचें अवलंबन करणारे, आणि गोब्राह्मणांच्या संरक्षणासाठीं युद्ध करणारे भूपति त्या उत्कृष्ट गतीस पोहोंचले आहेत. याप्रमाणें, हे शत्रुतापना, रुद्र, वसु, आदित्य, साध्य आणि राजर्षींचा समुदाय ह्यांनीं लक्षपूर्वक या धर्माचा आश्रय केला असून, त्यांना पवित्र अशा स्वकर्माच्या योगानें पवित्र अशी स्वर्गप्राप्ति झालेली आहे.

अध्याय बाविसावा.

—:०:—

अर्जुनाचें भाषण.

वैशंपायन सांगतातः—याच संधाला पुनरपि अर्जुन हा धैर्यभ्रष्ट न झालेल्या पण अंतःकरणांत खिन्न होऊन गेलेल्या आपल्या ज्येष्ठ बंधूला म्हणाला, " हे धर्मज्ञा नरश्रेष्ठा, क्षत्रियधर्माचा अवलंब करून शत्रूंना जिंकून हें अत्यंत दुर्लभ असें राज्य संपादन केलें असून तूं असा दुःखी कां होत आहेस ? तूं क्षत्रियांचे धर्म लक्षांत आण. कारण, हे महाराजा, त्यांत क्षत्रियांना संग्रामांत येणारें मरण हें अनेक यज्ञांहून अधिक योग्यतेचें आहे असें मत आहे. तप आणि त्याग हे ब्राह्मणांच्या परलोकप्राप्तीस कारणभूत असलेले धर्मविधि असून, हे प्रभो, संग्रामामध्यें मरणें हाच क्षत्रियांचा धर्म सांगितलेला आहे. ज्याचा शस्त्रांशीं कायमचा संबंध आहे असा हा क्षात्रधर्म फार भयंकर आहे. हे भरतकुलश्रेष्ठा, संग्रामामध्यें संधि येतांच शस्त्रानें शत्रूचा वध करणें हाही क्षत्रियांचा धर्म आहे. हे राजा, ब्राह्मण जरी क्षत्रियधर्मानें वागूं लागला, तरीही त्याचें जीवित प्रशंसनीय होय. कारण, क्षत्रियजाति ब्राह्मणापासून निर्माण झालेली आहे. हे नराधिपते, संन्यास, यज्ञ, तप अथवा परद्रव्यावर उपजीविका करणें हीं क्षत्रियाला विहित नाहींत. यास्तव, हे भरतकुलश्रेष्ठा, सर्व धर्म जाणणारा, धर्मात्मा, बुद्धिमान्, चतुर आणि लोकांमध्यें निकृष्ट कोणतें व उत्कृष्ट कोणतें हें अवगत असलेला तूं राजा असल्यामुळें, हा संतापजन्य शोक सोडून देऊन स्वकर्में करण्याविषयीं उद्युक्त हो. क्षत्रियांचें अंतःकरण विशेषेंकरून वज्रासारखें कठीण असलें पाहिजे. हे नरेंद्रा, तूं क्षात्र धर्मानें शत्रूंना जिंकून निष्कंटक राज्य संपादन केलें आहेस. तेव्हां आतां अंतःकरणाचा निग्रह करून यज्ञ, दान, इत्यादिकांविषयीं तत्पर होऊन राज्याचा उपभोग घेत रहा. इंद्र हा ब्रह्मदेवाचा पुत्र असून तो आपल्या कर्मानें क्षत्रिय झाला, व त्यानें पापमय आचरण असलेल्या आठशें

दृहा बांधवांचा वध केला. त्याचें तें कर्म प्रशंसनीय आणि संमाननीय असल्यामुळें, हे प्रजाधिपते, त्याला देवेंद्रत्वाची प्राप्ति झाली, असें ऐकण्यांत आहे. यास्तव, हे महाराजा, संतापाचा त्याग करून तूंही इंद्राप्रमाणें चिरकालपर्यंत विपुलदक्षिणायुक्त असलेले यज्ञ करीत रहा. हे क्षत्रियश्रेष्ठा, अशी स्थिति प्राप्त झाली आहे म्हणून कोणाच्याही संबंधानें शोक करूं नको. कारण, ते आमचे शत्रु क्षत्रियधर्माप्रमाणें शस्त्रप्रहारानें पवित्र झाल्यामुळें उत्कृष्ट प्रकारच्या गतीला पोहोंचलेले आहेत. हे भरतकुलश्रेष्ठा, असें होणें हें भवितव्यच होतें; आणि त्याचप्रमाणें घडून आलेलें आहे. कारण, हे नृपश्रेष्ठा, दैवगतीचें उल्लंघन करितां येणें अशक्य आहे !"

अध्याय तेविसावा.

—:०:—

व्यासकृत गृहस्थाश्रमप्रशंसा.

वैशंपायन सांगतातः—याप्रमाणें अर्जुनानें सांगितलें असतांही कुरुकुलोत्पन्न कुंतीपुत्र युधिष्ठिरानें कांहीं उत्तर दिलें नाहीं. तेव्हां व्यास मुनि भाषण करूं लागले.

व्यास म्हणालेः—हे सौम्या युधिष्ठिरा, अर्जुनाचें हें भाषण अगदीं खरें आहे. शास्त्रामध्यें दृष्टिगोचर होणारा जो श्रेष्ठ धर्म, तो गृहस्थाश्रमाचेंच अवलंबन करून राहिलेला आहे. यास्तव, हे धर्मज्ञा, तूं शास्त्रांत सांगितल्याप्रमाणें यथाविधि स्वधर्माचें आचरण कर. गृहस्थाश्रमाचा त्याग करून अरण्यांत जाणें हा धर्म तुला विहित नाहीं. गृहस्थाश्रमी मनुष्याच्याच आधारानें देव, पितर, अतिथि आणि पोष्यवर्ग आपली उपजीविका चालवीत असतात. यास्तव, हे पृथ्वीपते, तूं त्यांचें पोषण कर. हे प्रजाधिपते, पक्षी, पशु, आणि इतरही सर्व प्राणी यांचें पोषण गृहस्थाश्रमीच करीत असतो. म्हणूनच गृहस्थाश्रमी श्रेष्ठ होय. गृहस्थाश्रम हा चारही आश्रमांमध्यें आचरण करण्यास कठीण आहे. ह्यास्तव, हे पार्था, ज्यांचीं इंद्रियें दुर्बल आहेत त्यांना आचरण करितां येण्यास अशक्य अशा या गृहस्थाश्रमांतील विधींचें आतां तूं आचरण कर. तुला संपूर्ण वेदाचें ज्ञान असून तूं विपुल तपश्चर्याही केलेली आहेस. म्हणूनच, धुरेचा बैल ज्याप्रमाणें धुरेचा भार आपल्यावर घेतो, त्याप्रमाणें पितृपितामहादिक क्रमानें प्राप्त झालेला राज्याचा भार तूं आपल्यावर घेणें योग्य आहे. हे महाराजा, तप, यज्ञ, विद्या, भिक्षा, इंद्रियनिग्रह, ध्यान, एकांतवास, संतोष आणि यथाशक्ति शास्त्रविषयक ज्ञान हे व्यापार ब्राह्मणांनाच फलदायक होतात. क्षत्रियांचे व्यापार तुला अवगतच आहेत; तथापि मी पुनरपि सांगतों. यज्ञ, विद्या, उद्युक्तता, ऐश्वर्यासंबंधानें तृप्तीचा अभाव, शासनशक्तीचा अवलंब, उग्रत्व, प्रजांचें संरक्षण, संपूर्ण वेदाचें ज्ञान, तप, सदाचार, विपुल द्रव्याचें अर्जन व त्याचें सत्पात्रीं दान हींच राजांचीं पवित्र कर्में होत; आणि हे प्रजाधिपते, हींच इहलोक व परलोक यांच्या समाधानास कारणभूत होतात, असें आमच्या ऐकण्यांत आहे. हे कुंतीपुत्रा, या सर्व कर्मांमध्यें दंडधारण हें श्रेष्ठ होय, असें सांगितलेलें आहे. कारण, क्षत्रियांचे ठिकाणीं बल हें नियमानें वास्तव्य करणारें असून बलच दंडाचा आधारस्तंभ आहे. हे राजा, या विद्या क्षत्रियांना सिद्धि देणाऱ्या आहेत, याविषयीं बृहस्पतीनें ही गाथा म्हटलेली आहेः बिळामध्यें वसत असलेल्या मूषकांना ज्याप्रमाणें सर्प भक्षण करितो, त्याप्रमाणें शत्रूंशीं विरोध न करणारा क्षत्रिय आणि प्रवास न करणारा ब्राह्मण या उभयतांना ही भूमि ग्रासून टाकते. प्राचेतस

दक्षाप्रमाणें राजर्षि सुद्युम्नाला दंडधारणाच्या योगानेंच श्रेष्ठ अशा सिद्धीची प्राप्ति झाली होती, असें ऐकण्यांत आहे.

युधिष्ठिर विचारतोः—भगवन्, कोणत्या कर्माच्या योगानें सुद्युम्नाला उत्कृष्ट प्रकारची सिद्धि प्राप्त झाली, हें त्याचें चरित्र ऐकण्याची माझी इच्छा आहे.

शंखलिखितवृत्तांतवर्णन.

व्यास सांगतातः—याविषयीं पूर्वीचा एक इतिहास सांगत असतात तो असाः—पूर्वी शंख आणि लिखित या नांवांचे प्रशंसनीय आचरण असलेले दोन बंधु असून, त्यांचीं रम्य अशीं दोन निरनिराळीं वसतिस्थानें होतीं. तीं बाहुदा नदीच्या तीरावर असून सदोदीत पुष्पें व फळें येणाऱ्या वृक्षांनीं परिवेष्टित होतीं. पुढें एकदां लिखित शंखाच्या आश्रमामध्यें आला. तेव्हां शंखही साहजिक रीतीनें आश्रमांतून बाहेर निघून गेला होता. तो आपला बंधु शंख याच्या आश्रमामध्यें गेला आणि तेथें त्यानें पक्क झालेलीं फळें पाडलीं व तीं घेऊन निःशंकपणें भक्षण केलीं. तो तीं भक्षण करीत आहे इतक्यांत शंखही आपल्या आश्रमांत आला. तेव्हां फळें खात असलेल्या त्या बंधूला अवलोकन करून शंखानें विचारलें कीं, ‘ तुला हीं फळें कोणाकडून मिळालीं ? आणि तूं तीं कशाकरितां भक्षण करीत आहेस ? ’ हें ऐकून आपल्या त्या ज्येष्ठ बंधूच्या जवळ जाऊन व त्याला प्रणाम करून हंसत हंसत लिखितानें “ मीं तीं येथूनच काढून घेतलीं ” असें सांगितलें. हें ऐकून अत्यंत कोपाविष्ट होऊन शंख त्याला म्हणाला, “ तूं हीं फळें स्वतःच ग्रहण केलींस हें चौर्य केलेलें आहेस. तेव्हां जा, आणि राजाकडे जाऊन आपण केलेलें कर्म त्याला सांग. तें असें कीं, ‘ हे नृपतिश्रेष्ठा, मीं अशा प्रकारें दुसऱ्यानें न देतां त्याची वस्तु ग्रहण केलेली आहे. यास्तव, मी चोर आहें असें समजून तूं स्वधर्माचें पालन कर. अर्थात्, हे नराधिपते, तूं मला सत्वर चोरास योग्य अशा प्रकारची शिक्षा दे. ’ ”

युधिष्ठिरा, ह्याप्रमाणें शंखानें भाषण केल्यानंतर, प्रशंसनीय आचरण असलेला लिखित त्याच्या सांगण्यावरून सुद्युम्न नृपाकडे गेला. तेव्हां, हे महाबाहो, लिखित आला आहे असें द्वारपालांच्या तोंडून ऐकतांच प्रजाधिपति सुद्युम्न अमात्यांना बरोबर घेऊन पायींच त्याला सामोरा गेला; व भेट झाल्यानंतर त्या धर्मज्ञश्रेष्ठाला राजा म्हणाला कीं, ‘ हे भगवन्, आपलें इकडे आगमन कोणत्या हेतूनें झालें आहे ? आपण आपलें अभीष्ट सांगितलें कीं, लागलींच तें मीं केलें असें समजा. ’ सुद्युम्न राजानें असें भाषण करितांच तो ब्रह्मर्षि म्हणाला, ‘ राजा, माझा मनोरथ पूर्ण करीन अशी प्रतिज्ञा केली आहेस, तेव्हां आतां तुला तसें करणें योग्य आहे. हे नरश्रेष्ठा महाराजा, माझ्या ज्येष्ठ बंधूच्या अनुमतीवांचून मीं त्याचीं फळें भक्षण केलीं आहेत. यास्तव, मला त्याबद्दल शासन कर.’

सुद्युम्न म्हणालाः—हे ब्राह्मणश्रेष्ठा, दंड करण्याविषयीं जर आपणाला राजा हाच प्रमाण आहे, तर त्याचप्रमाणें तुझ्या कृत्याला अनुमति मिळण्यासही तोच कारण असला पाहिजे. यास्तव, अत्यंत नियमनिष्ठ आणि कर्मानें पवित्र असणाऱ्या आपणाला मी या कामीं अनुमति देत आहें. यास्तव, आतां आपण आपले दुसरे मनोरथ सांगा, मी आपली आज्ञा मान्य करीन.

व्यास सांगतातः—ह्याप्रमाणें तो महात्मा राजा जरी प्रार्थना करूं लागला, तरी एका शिक्षेवांचून त्या ब्रह्मर्षीनें दुसरी कोणतीही अभीष्ट वस्तु मागितली नाहीं. तेव्हां त्या पृथ्वीपतीनें महात्म्या लिखिताचा करच्छेद करविला. ह्याप्रमाणें दंड झाल्यानंतर तो लिखित निघून

गेला व आपला बंधु याजकडे जाऊन दुःखाकुल होऊन असें म्हणाला कीं, मज दुर्बुद्धीला शासन झालें आहे.यास्तव आतां तूं मला क्षमा कर.

शंख म्हणालाः---हे धर्मज्ञा, मी तुजवर कोप करीत नाहीं, अथवा तुला दोषही देत नाहीं. पण तुझ्या हातून धर्माचा अतिक्रम घडला म्हणूनच त्याची ही निष्कृति केली आहे. यास्तव, तूं सत्वर बाहुदा नदीवर जाऊन देव, ऋषि आणि पितर यांचें यथाविधि तर्पण कर. अधर्माकडे अंतःकरणाची प्रवृत्ति करूं नको.

हें शंखाचें भाषण ऐकून, त्या वेळीं त्या पवित्र नदीमध्यें स्नान करून लिखित पितरांचें तर्पण करण्याचा उपक्रम करूं लागला. तेव्हां त्याचे ते दोनही हात निर्माण होऊन कमलाप्रमाणें सुंदर दिसूं लागले. तेव्हां त्यानें आश्चर्यचकित होऊन आपले हात आपल्या बंधूला दाखविले असतां त्याचा बंधु शंख म्हणाला कीं, मीं हें तपःसामर्थ्यानें केलें आहे. याविषयीं तुला शंका नको. दैवी सामर्थ्यानें होणाऱ्या गोष्टी इहलोकीं करितां येतात.

लिखित म्हणालाः—हे महाकांतिसंपन्ना द्विजश्रेष्ठा, तुझ्या तपाचा असा प्रभाव असतां मला तूं पूर्वींच कां पवित्र केलें नाहींस?

शंख म्हणालाः—मीं असेंच करावयास पाहिजे होतें. कारण, तुला शासन करण्याचा अधिकार माझा नाहीं, तो राजाचा आहे; आणि तें केल्यामुळें तो राजा आणि आपल्या पितरांसहवर्तमान तूंही पवित्र झाला आहेस.

व्यास सांगतातः—हे पांडवश्रेष्ठा, त्या दंडनरूपी कर्माच्या योगानें तो राजा श्रेष्ठत्व पावला; व प्राचेतस दक्षाप्रमाणें त्यालाही उत्कृष्ट प्रकारची सिद्धि मिळाली. सारांश, हे महाराजा, प्रजांचें पालन करणें, हा क्षत्रियांचा धर्म असून ह्याहून अन्य धर्म हा केवल उन्मार्ग होय. ह्यास्तव, तूं आतां शोक करण्याकडे मनाची प्रवृत्ति होऊं देऊं नको. हे धर्मज्ञश्रेष्ठा, या आपल्या बंधूंचें हितकारक वाक्य ऐक. हे राजा, दंडन हाच क्षत्रियांचा धर्म आहे, मुंडन नव्हे!

अध्याय चोविसावा.

—:०:—

व्यासकृत राजधर्मोपदेश.

वैशंपायन सांगतातः—याप्रमाणें सांगून महर्षि व्यास मुनि कुंतीपुत्र युधिष्ठिराला पुनः म्हणाले, 'बा युधिष्ठिरा, अरण्यामध्यें वसत असतांना तुझ्या या बुद्धिमान् बंधूंनीं जे मनोरथ केले होते, ते या महारथी पुरुषांचे मनोरथ पूर्ण होऊं दे. यास्तव, हे भरतकुलश्रेष्ठा पार्था, नहुषकुलोत्पन्न ययातीप्रमाणें तूं या पृथ्वीचें पालन कर. हे भरतकुलोत्पन्ना युधिष्ठिरा, अरण्यामध्यें या बिचाऱ्यांनीं दुःखमय वसतीचा अनुभव घेतला आहे. तेव्हां, हे नरश्रेष्ठा, आतां दुःखाच्या शेवटीं त्यांना सुखाचा अनुभव घेऊं दे. हे प्रजाधिपते, आपल्या बंधूंसहवर्तमान धर्म, अर्थ आणि काम या त्रिवर्गाचा उपभोग घे आणि नंतर अरण्यामध्यें निघून जा. हे भरतकुलोत्पन्ना, देवता, पितर आणि अतिथि यांच्या ऋणाची प्रथम फेड कर. इतर सर्व गोष्टी या तुला मागून करितां येतील. हे कुरुनंदना, सर्वमेध आणि अश्वमेध हे यज्ञ तूं प्रथम कर; म्हणजे, हे महाराजा, तूं पुढें उत्कृष्ट प्रकारच्या गतीस जाशील. हे पांडुपुत्रा, तूं आपल्याप्रमाणेंच आपल्या बंधूंकडूनही विपुलदक्षिणासंपन्न असे यज्ञ करविलेस म्हणजे तुला निरुपम कीर्तीची प्राप्ति होईल. हे कुरुकुलोत्तमा पुरुषश्रेष्ठा, तुझें म्हणणें काय आहे, हें आम्ही जाणत आहों. यास्तव, हे नरपते, काय केलें असतां तूं धर्मभ्रष्ट होणार नाहींस तें सांगतों ऐक. हे प्रजाधिपते युधिष्ठिरा, वैषम्यशून्य अशा धर्मामध्यें निष्णात

असणारे मुनि युद्धाचा अंगीकार करून विजयश्री संपादन केलेल्या क्षत्रियाच्या धर्माची व्यवस्था सांगत असतात, ती अशीः—जो नृपति शास्त्रजन्य ज्ञानाचा अवलंब करून देश आणि काल यांची प्रतीक्षा करीत राहिल्यामुळें शत्रूंचीं कृत्यें सहन करितो, त्याला पातक लागत नाहीं. हे पृथ्वीपते, षष्ठांशरूपी कर घेऊन जो राजा राष्ट्राचें संरक्षण करीत नाहीं, त्याला राष्ट्राकडून घडणाऱ्या पातकाच्या चतुर्थांशाचा स्वीकार करावा लागतो. आणखीही राजानें काय केलें असतां तो स्वधर्मभ्रष्ट होत नाहीं तें तुला सांगतों, ऐक. जो राजा इंद्रियांचा निग्रह करून धर्माच्या अनुरोधानें वागतो, व भीतीचा त्याग करून आणि कामक्रोधांना दूर झुगारून देऊन शास्त्रज्ञानजन्य विचारांचा अवलंब करितो व पित्याप्रमाणें सर्व प्रजांवर समदृष्टि ठेवतो, त्याला पातक लागत नाहीं. हे महाकांतिसंपन्ना, एखादें कर्म करण्याच्या वेळीं कांहीं दैविक अडथळा आल्यामुळें जर त्याच्या हातून तें कर्म शेवटास गेलें नाहीं, तर त्यानें धर्माचा अतिक्रम केला असें होत नाहीं. युधिष्ठिरा, विचार न करितां, गडबडीनें असो अथवा बुद्धिपूर्वक असो, शत्रूंचा निग्रह केलाच पाहिजे; आपल्या राज्याला पापिष्ठ लोकांचा सहवास होऊं देऊं नये; पुण्य करावें; शूर, सदाचारसंपन्न आणि विद्वान् यांचा सत्कार करावा; वेदांत आणि कर्मकांड यांचें ज्ञान असलेल्या व धनसंपन्न लोकांचें विशेषेंकरून पालन करावें; विवादाचा व धर्माचा निर्णय करण्याच्या कामीं अनेक बहुश्रुत पुरुषांची योजना करावी; गुणसंपन्न अशाही एकाच मनुष्यावर शहाण्यानें विश्वास ठेवूं नये; प्रजेचें संरक्षण न करणारा, उद्धट, मानी, ताठ्यानें वागणारा व असूया करणारा जो राजा, त्याला पातक लागतें; आणि त्याला दुर्दांत असें म्हणतात. संरक्षण केल्या जाणाऱ्या प्रजेची दैविक आघातानें अथवा चौरप्रभृतींच्या त्रासानें हानि होणें हें सर्व राजाचेंच पातक होय. उत्कृष्ट प्रकारें विचार करून, न्यायाचा अवलंब करून व सर्व योग्य पुरुषांचें साहाय्य घेऊन जर शौर्यकर्म केलें, तर, हे युधिष्ठिरा, अधर्म घडत नाहीं; मग त्याचें फल मिळो अथवा न मिळो. कित्येकांचीं कार्यें आरंभ केल्यानंतर मध्येंच विच्छिन्न होतात; आणि कित्येकांचीं दैवयोगानें सिद्धही होतात. पण राजानें उद्योग केला म्हणजे झालें; कार्यसिद्धि झाली नाहीं म्हणून कांहीं त्याला दोष लागत नाहीं. हे पांडुपुत्रा नृपश्रेष्ठा युधिष्ठिरा, याविषयीं मी तुला ही प्राचीन राजर्षि

हयग्रीव याची कथा

सांगतों. शूर व क्लेश न होतां कर्में करणाऱ्या त्या राजानें प्रथम शत्रूचा वध केल्यानंतर, कोणाचेंही साहाय्य नसल्यामुळें संग्रामामध्यें पराजय करून त्याचा शत्रूंनीं वध केला. तथापि शत्रूच्या निग्रहाविषयींचें जें कर्तव्य आणि प्रजेच्या पालनाविषयीं जी उत्कृष्ट प्रकारची उद्युक्तता, तीं दोन्ही कर्में केल्यामुळें, कीर्ति मिळवून संग्राम केल्यामुळें तो हयग्रीव स्वर्गामध्यें आनंदांत राहिलेला आहे. शत्रूचा वध करण्याविषयीं उद्युक्त झालेला व शत्रु संग्रामामध्यें छिन्नविच्छिन्न करून वध करूं लागल्यामुळें गतप्राण झालेला तो कर्मनिष्ठ महात्मा हयग्रीव कृतकृत्य होऊन स्वर्गलोकामध्यें वास्तव्य करीत आहे. ज्यामध्यें धनुष्य हा यूप, त्याची दोरी ही रशना, बाण ही स्रुजा, खड्ग ही स्रुवा, रक्त हें घृत, रथ ही वेदी, युद्धास कारणभूत असणारा क्रोध हा अग्नि, आणि अश्वप्रभृति चतुरंग सैन्य हे ज्यांत ऋत्विज आहेत, अशा त्या यज्ञरूपी अग्नीमध्यें शत्रूंची आहुति दिल्यामुळें तो वेगसंपन्न नृपश्रेष्ठ पापमुक्त झाला; व युद्धरूपी अवभृथामध्येंच प्राणाची आहुति देऊन तो हयग्रीव आतां देवलोकामध्यें आनंदांत राहिलेला

आहे. कर्तव्याविषयीं उत्साह आणि अभिमानत्याग ह्यांचा अवलंब करून, दिव्यफलदायक यज्ञयागादिक क्रिया व ऐहलौकिक फल देणारीं इतर कर्मे आणि दंडनीति यांना बाध न येईल अशा प्रकारची व्यवस्था ठेवून पृथ्वीचें पालन केल्यामुळें धर्मशील महात्मा हयग्रीव सांप्रत देवलोकामध्यें आनंद पावत आहे. संग्रामामध्यें जय मिळविल्यामुळें, प्रजेचें पालन केल्यामुळें, यज्ञ करून सोमरस प्राशन केल्यामुळें, द्विजश्रेष्ठांना तृप्त केल्यामुळें, आणि योग्य प्रकारें प्रजेचें शासन केल्यामुळें संग्रामांत गतप्राण झालेला हयग्रीव स्वर्गलोकामध्यें आनंदांत आहे. सज्जन, विद्वान् आणि इतरही सर्व लोक हे ज्याच्या संमाननीय आणि प्रशंसनीय वर्तनाला बहुमान देतात, तो पवित्रकीर्तिसंपन्न महात्मा स्वर्ग संपादन करून वीर लोकांस योग्य अशी गति मिळवून सिद्धि पावला आहे.

अध्याय पंचविसावा.

—:०:—

व्यासकृत कालवर्णन.

वैशंपायन सांगतातः—अर्जुन कोपाविष्ट झाला असतां, व्यासांचें भाषण ऐकल्यानंतर त्यांची अनुमति घेऊन कुंतीपुत्र युधिष्ठिर पुनरपि बोलूं लागला.

युधिष्ठिर म्हणालाः—आज हें पृथ्वीचें राज्य आणि नानाप्रकारचे विषयभोग मला सुखदायक होत नाहींत. कारण, मला हा शोक व्यापून सोडीत आहे. हे मुने, वीर अशा पतींनीं वियुक्त झाल्यामुळें शून्य होऊन गेलेल्या स्त्रियांचा हा विलाप कानीं पडत असल्यामुळें माझ्या अंतःकरणाला शांति मिळत नाहीं.

असें युधिष्ठिरानें भाषण केलें असतां योगिश्रेष्ठ, वेदपारंगत, महाज्ञानी असे धर्मवेत्ते व्यास मुनि त्याला उत्तर देऊं लागले.

व्यास म्हणालेः—मनुष्याला कोणत्याही गोष्टीची कर्मानें अथवा यज्ञयागादिकांच्या योगानें प्राप्ति होत नाहीं, अथवा त्याला सुखदुःख देणाराही कोणी आहे असें नाहीं. कारण, कालक्रमानें ज्या गोष्टी घडाव्या म्हणून विधात्यानें ठरविलेलें असेल, त्याच सर्व गोष्टींची मनुष्याला त्या वेळीं प्राप्ति होते. बुद्धि अथवा शास्त्राध्ययन यांच्या योगानें देखील मनुष्याला ती वेळ आल्यावांचून कोणत्याही गोष्टीची प्राप्ति होणें शक्य नाहीं; आणि मूर्ख मनुष्यालाही एखाद्या वेळीं अर्थप्राप्ति होते. कारण, कालाला कोणतीही गोष्ट घडवून आणण्याविषयीं विशिष्ट व्यक्तीचीच अपेक्षा असते असें नाहीं. अभ्युदयाचा काल असल्यावांचून शिल्पें, मंत्र अथवा औषधि फलदायक होत नाहींत; आणि अभ्युदयाचा काल आला म्हणजे तींच कालाचें पाठबल मिळाल्यामुळें फलयुक्त होतात व अभिवृद्धिही पावतात. काल आला म्हणजेच वायु शीघ्र वाहूं लागतो व मेघांपासून वर्षाव होऊं लागतो. समय आला म्हणजेच जलामध्यें सूर्यविकासी व चंद्रविकासी कमलें उत्पन्न होतात; व कालाच्याच योगानें वृक्षांचें पोषण होतें. कालाच्याच योगानें रात्री ह्या अंधकारमय असल्यामुळें कृष्णवर्ण व चंद्रप्रकाशयुक्त असल्यामुळें शुभ्रवर्ण अशा होतात. कालाच्याच योगानें चंद्राचें मंडल परिपूर्ण होतें. समय आल्यावांचून वृक्षांना पुष्पें फलें येत नाहींत. कालावांचून नद्या वेगानें वहात नाहींत. पक्षी, सर्प आणि हरणें व गज इत्यादिक पर्वतांवर वास्तव्य करणारे पशु ह्यांना ह्या लोकामध्यें अवेळीं मद येत नाहीं; स्त्रियांचें गर्भधारण अवेळीं होत नाहीं; शीत, उष्ण आणि वृष्टि हीं अवेळींच उद्भवत नाहींत; मनुष्य अवेळीं मरण पावत नाहीं व उत्पन्न होत नाहीं; वेळ आल्यावांचून बालक बोलूं लागत नाहीं;

अकालीं तारुण्य येत नाहीं; पेरलेलें धान्य अवेळीं उगवून येत नाहीं; अवेळीं सूर्याचा उदय होत नाहीं व अवेळीं तो अस्ताचलावरही जात नाहीं; अवेळीं चंद्राची वृद्धि अथवा क्षय होत नाहीं, व मोठमोठ्या तरंगांनीं शोभणारा समुद्रही अवेळीं क्षय अथवा वृद्धि पावत नाहीं. याविषयीं, युधिष्ठिरा, दुःखाकुल झालेल्या

सेनजित् राजाचे उद्गार

प्राचीन इतिहास म्हणून सांगत असतात. ह्या दुःसह कालक्रमाचा संबंध सर्व मनुष्यांना जडतो. कारण, कालाच्याच योगानें कर्मफल परिपक्व होऊन सर्व पृथ्वीपति मरण पावत असतात. राजा, ते अन्य मनुष्यांचा वध करितात किंवा दुसरे लोक त्यांचा प्राण घेतात असें म्हणणें, ही एक लोकांची सांकेतिक भाषा आहे. वस्तुतः कोणी मनुष्य कोणाचा वध करीत नाहीं व तोही कोणाकडून वध केला जात नाहीं. कोणी मनुष्य दुसरा आपला वध करीत आहे असें मानतो, व कोणी तो करीत नाहीं असें समजतो. तें कांहीं असलें तरी प्राण्यांची उत्पत्ति आणि नाश हीं स्वभावतःच ठरलेलीं आहेत. द्रव्याचा नाश झाला असतां अथवा स्त्री, पुत्र किंवा पिता मृत झाला असतां, 'अरेरे ! हें सर्व दुःखमय आहे !' असा विचार करून त्या दुःखाचा नाश होईल असेंच आचरण केलें पाहिजे. असें असतां तूं मोह पावून असा शोक काय करीत आहेस ? आणि शोकाक्रांत झालेल्या ह्या लोकांविषयीं काय म्हणून हळहळत बसला आहेस ? संकट आल्यानंतर दुःख करीत बसणें आणि भयंकर प्रसंगीं गांगरून जाणें हें मूर्खाचें लक्षण होय. वस्तुतः हें शरीरही माझें नव्हे; आणि लौकिक व्यवहारानें पाहिलें असतां, ही सर्वही पृथ्वी माझी असून, जशी माझी तशीच दुसऱ्यांचीही आहे, असा जो विचार करितो, तो मोह पावत नाहीं. शोकाचीं हजारों कारणें आणि आनंदाचीं शेंकडों कारणें प्रत्यहीं मूर्ख मनुष्याच्या अंतःकरणांत प्रविष्ट होतात; तीं तत्त्ववेत्त्याच्या हृदयांत शिरत नाहींत. असो; ह्याप्रमाणें प्रिय असणारीं सुखें आणि अप्रिय असणारीं दुःखें हीं कालाच्याच योगानें आपआपल्या भागाच्या अनुरोधानें प्राण्याकडे येत असतात. वस्तुतः ह्या जगांत विशेषेंकरून दुःखाचेंच वास्तव्य आहे; तसें सुखाचें नाहीं. म्हणूनच वारंवार तें दुःखच प्रत्ययास येतें. आशेच्या योगानें अंतःकरण अस्वस्थ झालें म्हणजे दुःख उत्पन्न होतें, व दुःखाचा नाश झाला म्हणजे सुख उद्भवतें. सुखाच्या मागें दुःख आणि दुःखाच्या मागें सुख हीं अगदीं लागून राहिलेलीं आहेत. कोणालाही दुःखाची अथवा सुखाची प्राप्ति कायमपणें होत नाहीं. सुखाच्या शेवटीं दुःख हें अवश्य असतें; व एखाद्या वेळीं दुःखापासूनही सुख होतें. यास्तव, ज्याला शाश्वत अशा सुखाची इच्छा असेल, त्यानें ह्या दोहोंचाही त्याग केला पाहिजे. सुखाचा नाश हेंच दुःखाच्या उत्पत्तीचें स्थान असून, दुःखाचा शेवट हेंच सुखाचें उत्पत्तिस्थान आहे. ज्यामुळें शोक अथवा पीडेच्या योगानें अभिवृद्धि पावणारा संताप होतो, अथवा श्रम होतात, तो जरी आपल्या शरीराचा एक अवयव असला तरीही त्याचा त्याग केला पाहिजे. सुख असो, दुःख असो, प्रिय असो अथवा अप्रिय असो, तें जसजसें प्राप्त होईल तसतसें अंतःकरणाच्या अधीन न होतां उपभोगिलें पाहिजे. हे युधिष्ठिरा, तूं आपल्या स्त्रीपुत्रांचें थोडेंही प्रिय करूं लागलास म्हणजे कोण, कोणाचा, कोणत्या हेतूनें आणि कशा प्रकारें असतो, हें तुला कळून येईल. ह्या लोकांत जे अत्यंत मूर्ख असतात अथवा जे ज्ञानामध्यें अत्यंत पारंगत होऊन गेलेले असतात, तेच सुखानें नांदत असतात; मध्यम स्थितींतील मनुष्यांना क्लेशच होतात.

लोकांतील उच्चनीच भावाचें ज्ञान असलेल्या युधिष्ठिरा, धर्मवेत्ता आणि सुखदुःखज्ञानसंपन्न महाज्ञानी सेनजित् राजा ह्याप्रमाणें म्हणाला होता. ज्या कारणानें ज्याला दुःख झालें असेल त्याला त्या कारणानें केव्हांही सुख व्हावयाचें नाहीं. कारण, एका दुःखापासून दुसरें उत्पन्न होत असल्यामुळें दुःखाचा शेवट हा केव्हांही लागत नाहीं. सुख, दुःख, अभ्युदय, निकृष्ट स्थिति, लाभ, हानि, मरण आणि जीवित हीं सर्व कालगतीनेंच प्राप्त होत असतात. म्हणूनच सुज्ञ मनुष्य त्यामुळें आनंदित होत नाहींत, व शोकही करीत नाहींत. रणांगणांत जाऊन युद्ध करणें हीच क्षत्रियांची यज्ञदीक्षा; उत्कृष्ट प्रकारें राज्य करणें आणि दंडनीतीचा अवलंब करणें हाच त्यांचा योग; आणि यज्ञामध्यें योग्य प्रकारें दक्षिणा देऊन द्रव्याचा व्यय करणें हाच संन्यास असून, हीं सर्व पुण्यकर्में आहेत, असें समजावें. लक्षपूर्वक नीतीनें राज्याचें पालन करणारा, अहंकाराचा त्याग केलेला, वारंवार यज्ञ करणारा व सर्व लोकांशीं धर्मदृष्ट्या वर्तन करणारा महात्मा क्षत्रिय देहत्यागानंतर देवलोकांत आनंद पावत रहातो. संग्रामामध्यें जय मिळवून, राष्ट्राचें पालन करून, यज्ञांत सोमरस प्राशन करून, प्रजेचा अभ्युदय करून, आणि योग्य प्रकारें प्रजांचें शासन करून संग्रामामध्यें नाश पावणारा क्षत्रिय देवलोकांत आनंदानें रहातो. उत्कृष्ट प्रकारें वेदाचें ज्ञान संपादन करून शास्त्राचें अध्ययन करून, उत्कृष्ट प्रकारें राष्ट्राचें पालन करून व ब्राह्मणादि चारी वर्णांना स्वधर्मानें वागण्यास लावून आत्मा पवित्र केला आहे, असा क्षत्रिय देवलोकांत आनंद पावून रहातो. देवता, मनुष्यें, नगर आणि देश यांमध्यें वास्तव्य करणाऱ्या प्रजा आणि अमात्य हे ज्याच्या वर्तनाला संमाननीय समजतात, तोच राजा सर्व नृपांमध्यें श्रेष्ठ होय.

अध्याय सव्विसावा.

—:०:—

युधिष्ठिराचें भाषण.

वैशंपायन सांगतातः—हें प्रकरण चाललें असतां, मध्येंच उदार अंतःकरण युधिष्ठिरानें अर्जुनाला उद्देशून अत्यंत युक्तियुक्त असें भाषण केलें.

युधिष्ठिर म्हणालाः——अर्जुना, द्रव्याहून श्रेष्ठ असें कांहींही नाहीं, व निर्धन पुरुषाला स्वर्गसुख अथवा मनोरथपूर्ति यांची प्राप्ति होत नाहीं, असें जें तुझें मत आहे तें खोटें आहे. कारण, अध्ययनरूपी यज्ञ करून अनेक लोकांनीं साफल्य संपादन केलें आहे असें दृष्टिगोचर होतें. तसेंच, ज्यांना शाश्वत अशा लोकांची प्राप्ति झाली आहे असे तपोनिष्ठ मुनिही आहेत. हे धनंजया, जे लोक ऋषींच्या सदाचारांचें सदोदीत पालन करितात, त्या ब्रह्मचर्यसंपन्न आणि सर्वधर्मज्ञ अशा लोकांना देवता ब्राह्मण असें म्हणतात. धनंजया, एक अध्ययननिष्ठ आणि दुसरे ज्ञाननिष्ठ ह्या दोहों प्रकारचे ऋषि सदोदीत धर्मनिष्ठ असतात, हें तूं लक्षांत ठेव. हे पांडुपुत्रा प्रभो अर्जुना, ज्ञाननिष्ठ पुरुषावर कार्याचा भार टाकावा असें वैखानसांचें वचन आहे, हें आम्हांला माहीत आहे. हे भरतकुलोत्पन्ना, अज, पृश्नि, सिक्थ, अरुण आणि केतु हे मुनिगण अध्ययनाच्याच योगानें स्वर्गलोकीं गेलेले आहेत. हे धनंजया, दान, अध्ययन, यज्ञ आणि करितां येण्यास अशक्य असा इंद्रियनिग्रह हीं वेदविहित कर्में करून जे सूर्याच्या दक्षिणायनरूपी मार्गानें स्वर्गलोकीं गेले आहेत, त्यांना मिळालेली ती कर्मनिष्ठ लोकांची गति मीं तुला पूर्वीं सांगितलीच आहे. हे कुंतीपुत्रा, नियमांचें आचरण केलें असल्यामुळें तुला जो उत्तरेस असलेला मार्ग दिसत आहे, ते योगसंपन्न लोकांस मिळणारे शाश्वत असे लोक आहेत. हे पार्था,

या दोहोंपैकीं उत्तरायणरूपी जो मार्ग आहे, त्याचीच प्रशंसा इतिहासवेत्ते करीत असतात. संतोष हाच उत्कृष्ट प्रकारचा स्वर्ग आणि श्रेष्ठ असें सुख आहे. संतोषाहून श्रेष्ठ असें दुसरें कांहींही नाहीं. तोच उत्कृष्ट प्रकारच्या प्रतिष्ठेचें साधन आहे. हर्ष आणि क्रोध या दोहोंचाही सदैव त्याग करणारास उत्कृष्ट प्रकारची सिद्धि मिळते. ज्याप्रमाणें कूर्म आपले सर्व अवयव आकर्षण करून घेतो, त्याप्रमाणें ज्यानें बुद्धिपूर्वक आपल्या इच्छा संकुचित केल्या होत्या त्या ययातीनें म्हटलेली एक गाथा याविषयीं सांगत असतात. ती अशीः "जेव्हां योग्याला कोणाचीही भीति वाटत नाहीं, व त्याचेंही कोणाला भय वाटत नाहीं, व तो कोणाची इच्छाही करीत नाहीं, व कोणाचा द्वेषही करीत नाहीं, तेव्हां तो ब्रह्मस्वरूपी बनतो. ज्या वेळीं हा कोणत्याही प्राण्याविषयीं क्रियेनें, अंतःकरणानें अथवा वाणीनें पापिष्ट वर्तन करीत नाहीं, तेव्हां ब्रह्मस्वरूप होतो. जेव्हां आत्मज्ञानी पुरुष मान, अभिमान आणि मोह यांनीं रहित व अनेक प्रकारच्या आसक्तींचा त्याग केलेला असा होतो, त्या वेळीं त्याला मोक्षप्राप्ति होते." हे पार्था, मी जें हें तुला सांगत आहें, तें इंद्रियें आंवरून धरून ऐक. कांहीं लोक धर्माचा अभिलाष करितात; कित्येक व्रताची इच्छा करितात; व कांहीं द्रव्याची आशा बाळगतात. द्रव्यासाठींच जो आशा करून रहातो, त्यानें निराश होऊन रहाणेंच फार योग्य. कारण, द्रव्य आणि तेंच ज्याचा आधार आहे अशा प्रकारचा यज्ञादिक धर्म, यांमध्यें अतिशय दोष आहेत, हें मीही प्रत्यक्ष पहात आहें व तुलाही पहातां येण्यासारखें आहे. आशा करीत रहाणाऱ्या मनुष्याला त्याज्य पदार्थांचाही त्याग करितां येणें कठीण आहे. जे लोक द्रव्याच्या मागें लागतात, त्यांच्या ठिकाणीं सौजन्य मिळणें कठीण आहे. हें द्रव्य द्रोह करणाऱ्या लोकांकडेच जात असतें. म्हणूनच तें सन्मार्गास प्रतिकूल आहे, हें म्हणणें अगदीं बरोबर आहे. शोक आणि भीति हीं ज्यापासून निघून गेलीं असून ज्याच्या स्वभावांत भेसळ झाली आहे, असा मनुष्य अल्पशा द्रव्याच्या आशेनें दुसऱ्याचा द्रोह करते वेळीं आपणाला ब्रह्महत्येचें पातक लागेल, हें जाणत नसतो. द्रव्यग्रहण करणाऱ्या मनुष्याचे सेवकही बिघडतात; व तोही, दुर्लभ असें द्रव्य संपादन केल्यानंतर, अनुकूल असलेल्या सेवकांसही जरी तें दिलें तरीही, सदोदीत चोरांच्या भीतीमुळें ज्याप्रमाणें क्लेश भोगावे त्याप्रमाणें अतिशय क्लेश पावत असतो. निर्धन मनुष्याला कोण काय बोलणार आहे ? तो खरोखर सर्व प्रकारच्या पाशांतून सुटलेला व म्हणूनच सुखी असतो. द्रव्यसंपन्न मनुष्याला, ज्यावर देवांचा अधिकार आहे अशा द्रव्याचा अपहार करावा लागतो, व म्हणूनच तो सुखी होत नाहीं. याविषयीं, वेदत्रयाचा आधार असलेली व लोकांमध्यें यज्ञाचा प्रसार करणारी अशी यज्ञानें म्हटलेली गाथा इतिहासवेत्ते सांगत असतात. ती अशीः "विधात्यानें यज्ञाकरितांच द्रव्य निर्माण केलें असून त्याचें संरक्षण करणारा पुरुष हाही यज्ञांकरितांच निर्माण केलेला आहे. यास्तव, यज्ञाकडेच सर्व द्रव्याचा उपयोग केला पाहिजे. आपले मनोरथ पूर्ण करण्याकडे त्याचा उपयोग करणें हितकारक नाहीं आणि प्रशस्तही नाहीं." हे कुंतीपुत्रा, धनिकश्रेष्ठ जें द्रव्य देतो, तें केवळ स्वार्थाकरितांच असून, विधाता मनुष्यांना जें द्रव्य देतो, तें केवल यज्ञाकरितांच होय, हें लक्षांत ठेव. म्हणूनच, तें द्रव्य कोणापाशींही कायम टिकत नाहीं असें मनुष्य समजत असतात. म्हणूनच, मनुष्यांनीं श्रद्धापूर्वक दान करावें आणि यज्ञही करावे. संपादन केलेल्या द्रव्याचें दानच केलें

पाहिजे. त्याचा उपभोग घेणें अथवा इतर प्रकारें नाश करून टाकणें, हें विहित नाहीं. जो मनुष्य श्रेष्ठ असें आपलें कर्तव्य करीत रहातो, त्याला द्रव्यसंचय करून काय करावयाचें आहे ? जे अल्पबुद्धि पुरुष स्वधर्मभ्रष्ट झालेल्या लोकांना दान करितात, त्यांना मरणोत्तर शंभर वर्षेंपर्यंत पुरीष भक्षण करावें लागतें. एखादे वेळीं अयोग्य पुरुषाला दान घडतें व योग्य पुरुषाला दान दिलें जात नाहीं; याचें कारण, पात्र कोण व अपात्र कोण हें समजत नाहीं, हें होय. म्हणून दानधर्मही आचरण करण्यास कठीण आहे. अपात्रीं दान करणें आणि पात्रीं दान न करणें हे दोन संपादन केलेल्या द्रव्याचे अतिक्रम होत, असें समजावें.

अध्याय सत्ताविसावा.

—:०:—

युधिष्ठिराचा भीष्माविषयीं शोक.

युधिष्ठिर म्हणालाः—बाल अभिमन्यु व द्रौपदीचे पुत्र आणि धृष्टद्युम्न, विराट, पृथ्वीपति द्रुपद, पृथ्वीपति धृष्टकेतु आणि इतरही अनेक देशांतील नरपति यांचा संग्रामामध्यें वध झाला असल्यामुळें, राज्याचा अभिलाप करणारा, अत्यंत क्रूर, आपल्या वंशाचा उच्छेद करणारा आणि बांधवांचा वध करणारा व क्लेश पावणारा जो मी, त्या माझा आतां शोक त्याग करीत नाहीं. ज्याच्या मांडीवर मी खेळत लोळत होतों, त्याच भीष्माला मीं राज्यलुब्ध होऊन संग्रामामध्यें भूमीवर लोळविलें. जेव्हां अर्जुनाच्या वज्रतुल्य बाणांनीं भ्रमण पावूं लागलेल्या, शरीर थरथरां कांपत असलेल्या व शिखंडीनें ज्याकडे सारखी टक लाविली होती अशा या भीष्माला मीं अवलोकन केलें, तेव्हां वृद्ध झालेल्या सिंहाप्रमाणें उंच असलेल्या त्या नरश्रेष्ठ पितामहावर बाणांचा वर्षाव होत आहे असें दृष्टीस पडून माझ्या अंतःकरणाला अत्यंत पीडा होऊं लागली. शत्रूंच्या रथांना भग्न करून टाकणारा व एखाद्या पर्वतासारखा धिप्पाड असणारा तो भीष्म पूर्वाभिमुख होऊन भ्रमण पावत आहे, असें जेव्हां मीं पाहिलें तेव्हां मला शोक होऊं लागला. ज्या कुरुकुलोत्पन्नानें हातीं धनुष्यबाण घेऊन कुरुक्षेत्रांत झालेल्या भयंकर संग्रामांत अनेक दिवस परशुरामाशीं युद्ध केलें; वाराणसी क्षेत्रामध्यें कन्येच्या अभिलाषानें प्राप्त झालेल्या एका क्षत्रिय पृथ्वीपतीला केवल एक रथावांचून दुसरें साहाय्य नसतांही ज्या वीर भागीरथीपुत्रानें संग्रामार्थ आह्वान केलें, आणि ज्यानें दुर्जय अशा उग्रायुध नामक सार्वभौम राजाला अस्त्रप्रभावानें दग्ध करून सोडलें, त्याच भीष्माचा मीं युद्धामध्यें वध केला. स्वतः मृत्यूचें जणूं पालनच करीत राहिल्यामुळें ज्यानें बाण सोडून पांचालकुलोत्पन्न शिखंडीचा निःपात केला नाहीं, त्यालाच अर्जुनानें भूमीवर लोळविलें. हे मुनिश्रेष्ठा, जेव्हां शरीरावर रक्ताचा अभिषेक होऊन तो भूमीवर पडला आहे असें मीं पाहिलें, तेव्हां लागलीच माझ्या शरीरांत अत्यंत भयंकर असा संतापाचा संचार झाला. ज्यानें आम्ही बाल असतां आम्हांला वाढविलें, आणि ज्यानें आमचें संरक्षण केलें, त्याच भीष्माचा राज्यलुब्ध, पितृघाती, पापिष्ट आणि मूढ अशा मीं अल्पकाल टिकणाऱ्या राज्याकरितां वध करविला ! तसेंच, सर्व पृथ्वीपतींना पूज्य असणाऱ्या महाधनुर्धर द्रोणाचार्यांकडे जाऊन मीं पाप्यानें संग्रामामध्यें त्यांना त्यांच्या पुत्राविषयीं असत्य वार्ता सांगितली. ‘ हे राजा, माझा पुत्र जिवंत आहे कीं नाहीं तें खरें सांग ’ असें जें आचार्यांनीं त्या वेळीं मला विचारलें होतें, तें तर माझ्या सर्वही अवयवांना दग्ध करून सोडीत आहे ! माझ्या ठिकाणीं सत्य वास्तव्य करीत असेल असा विचार करून त्या ब्राह्मणानें मला तसें विचारलें; पण मीं अश्वत्थामा या शब्दाचा

हत्ती हा दुसरा अर्थ करून खोटें भाषण केलें! राज्याविषयीं अत्यंत लुब्ध झाल्यामुळें पापिष्ट आणि गुरूचा घात करणारा अशा मीं कंचुक (झगा) काढून टाकून, त्या युद्धामध्यें अश्वत्थामा या नांवाच्या हत्तीचा वध झाला असतां अश्वत्थाम्याचा वध झाला असें त्या गुरूला सांगितलें होतें. अशा प्रकारचें अत्यंत दुष्कर कर्म केल्यामुळें मला आतां कोणकोणत्या लोकांना जावें लागेल? संग्रामांतून पलायन न करणाऱ्या अशा अत्यंत भयंकर असलेल्या प्रत्यक्ष ज्येष्ठ बंधूचा अर्थात् कर्णाचा मीं वध करविला, तेव्हां आतां मजहून अत्यंत पातकी असा कोण आहे? सिंहाचा जन्म होतांच ज्याप्रमाणें त्याला पर्वतावर सोडावें, त्याप्रमाणेंच, लोभानें ग्रस्त होऊन जाऊन मीं बाल्यावस्थेंत असलेल्या अभिमन्यूला द्रोणाचार्यांनीं संरक्षण केलेल्या सैन्यांत जाऊं दिलें, तेव्हांपासून अर्जुनाला व कमलनेत्र श्रीकृष्णाला अवलोकन करण्याची, भ्रूणहत्या केल्यामुळें, पातकी मनुष्याप्रमाणें मला छाती होत नाहीं. जीवरील पांच पर्वत नाहींतसे झाले आहेत अशा पृथ्वीप्रमाणें पांच पुत्रांचा वियोग झालेल्या दुःखाकुल द्रौपदीविषयीं माझ्या अंतःकरणाला वाईट वाटत आहे. सारांश, अशा प्रकारचे अपराध करणारा व पृथ्वीच्या नाशास कारणभूत झालेला असा मी पापी असाच बसून आपलें शरीर शुष्क करणार! आपल्या गुरूचा घात करणारा मी आतां उपवास करून मृत्यु पावण्यासाठीं बसलों आहें असें तुम्ही समजा. कारण, असें केलें म्हणजे माझ्या हातून दुसऱ्या जातीचा तरी कुलक्षय घडणार नाहीं. आतां मी अन्न ग्रहण करणार नाहीं अथवा कोणत्याही प्रकारें जल प्राशन करणार नाहीं. तर, हे तपोधनहो, मी येथेंच बसून आतां प्रिय अशा प्राणाचा क्षय करणार. आतां आपण आपल्या इच्छेप्रमाणें खुशाल मिघून जा. मी तुमची विनवणी करून अनुज्ञा घेतों. आपण सर्व मला अनुज्ञा द्या. मी आतां य शरीराचा त्याग करणार!

वैशंपायन सांगतातः—याप्रमाणें बंधुविषयक शोकानें व्याकुल होऊन तो कुंतीपुत्र असें बोलूं लागला, तेव्हां त्याला प्रतिबंध करून मुनिश्रेष्ठ व्यासांनीं असें करूं नको, म्हणून सांगितलें.

व्यासांचा उपदेश.

व्यास म्हणालेः—हे महाराजा, अतिशय शोक करणें हें तुला योग्य नाहीं. हे प्रभो, पुनरुक्ति होते तथापि मी सांगतों कीं, हा सर्व दैवाचा विलास आहे. जन्मास आलेल्या प्राण्यांना जो इतरांचा समागम होतो, त्याच्या शेवटीं वियोग हा खास असतोच. कारण हे समागम पाण्यांतील बुडबुड्याप्रमाणें उत्पन्नही होतात आणि नाहींतसेही होतात. सर्वही संचयांचा शेवट क्षय हाच आहे. उन्नतीच्या शेवटीं पतन हें असावयाचेंच; समागमाच्या शेवटीं वियोग हा असतोच; आणि जीविताच्या शेवटीं मरण हें असतेंच. आलस्य हें प्रथम सुखकारक भासतें, पण तें शेवटीं दुःखदायक होतें; आणि कार्यदक्षता ही प्रथम दुःखकारक वाटली तरीही सुखाच्या उत्पत्तीस कारणभूत होते. ऐश्वर्य, लक्ष्मी, लोकलज्जा, धैर्य आणि कीर्ति या सर्वांचें वास्तव्य कार्यदक्ष मनुष्याकडेसच असतें; आळशाकडे असत नाहीं. मित्रही सुख देण्याला समर्थ नाहींत; शत्रु दुःख देण्याला समर्थ नाहींत; अर्थ संपादन करण्याला प्रज्ञा या पुरतशा नाहींत; व द्रव्यही सुखप्राप्ति होण्याला पुरेसें नाहीं. असो. हे कुंतीपुत्रा, ज्या अर्थी तुला विधात्यानें कर्म करण्यासाठींच निर्माण केलेलें आहे, त्या अर्थीं तूं कर्म करच. याच्याच योगानें तुला सिद्धि मिळेल. राजा, तुला कर्माचा त्याग करण्याचा अधिकार नाहीं.

अध्याय अठ्ठाविसावा.

--:०:--

अश्मजनकसंवादवर्णन.

वैशंपायन सांगतातः—बांधवांविषयींच्या शोकानें संत्रस्त होऊन प्राणत्याग करण्याची इच्छा करणाऱ्या ज्येष्ठ पांडवाचा शोक व्यासमुनींनीं घालविला.

व्यास म्हणालेः—युधिष्ठिरा, याविषयीं अश्म नामक ब्राह्मणानें कथन केलेला हा एक प्राचीन इतिहास सांगत असतात.

हे नरश्रेष्ठा, पूर्वी ज्ञानसंपन्न अशा अश्म नामक ब्राह्मणाला दुःख आणि शोक यांनीं व्याप्त झालेल्या जनक राजानें एका संशयाविषयीं प्रश्न केला.

जनक ह्मणालाः—बांधव अथवा द्रव्य यांची प्राप्ति किंवा नाश झाला असतां कल्याणेच्छु पुरुषाला कल्याणाची प्राप्ति कोणत्या प्रकारें होते?

अश्म म्हणालाः—मनुष्याचें हें शरीर निर्माण झालें कीं लागलीच तीं तीं दुःखें व तीं तीं सुखें त्याच्या पाठीमागें लागतात. त्या दोहोंपैकीं ज्या कोणा एकाची प्राप्ति होते, ती मेघाला आकर्षण करणाऱ्या वायूप्रमाणें तत्काल त्या पुरुषाची ज्ञानशक्ति हरण करते. मी मोठा कुलीन आहें, आणि केवल मनुष्यच नसून सिद्ध आहें, असें त्याला वाटूं लागतें; व या तीन गोष्टींमुळे त्याचें अंतःकरण शिथिल होऊन जातें; आणि तसें झालें म्हणजे, पित्यानें संचय करून ठेवलेल्या उपभोग्य वस्तूंचा व्यय करून हीनदशेस पोहोंचून तो परद्रव्याचा अपहार करणें हेंच उत्तम असें समजतो. ह्याप्रमाणें मर्यादेचें उल्लंघन करून अयोग्य प्रकारें परद्रव्याचा अपहार करूं लागल्यानंतर, पारधी बाणांच्या योगानें मृगाचा वध करितात त्याप्रमाणें राजे त्याचा वध करितात. हे पृथ्वीपते, जे लोक आज वीस वर्षांचे किंवा तीस वर्षांचे आहेत, ते कांहीं शंभर वर्षांच्या पुढें असावयाचे नाहींत. इतस्ततः सर्व प्राण्यांचें वर्तन कोणत्या प्रकारचें आहे इकडे दृष्टि देऊन, आपल्या बुद्धीनेंच त्या दारिद्र्यप्रभृति आत्यंतिक दुःखांवर उपचार केले पाहिजेत. अंतःकरणाचा विक्षेप अथवा अनिष्ट गोष्टींची प्राप्ति हीं दोनच मानसिक दुःखांच्या उत्पत्तीचीं साधनें होत. तिसरें कांहीं कारण युक्तीनें सिद्ध होत नाहीं. याप्रमाणें हीं व विषयासक्तीपासून उत्पन्न होणारीं नानाप्रकारचीं तीं तीं दुःखें मनुष्यावर ओढवतात. प्राणी दुर्बळ असोत अथवा बलिष्ठ असोत, लहान असोत अथवा मोठे असोत, त्यांना जरा आणि मृत्यु हे एखाद्या लांडग्याप्रमाणें भक्षण करीत असतात. कोणीही मनुष्यानें जरी ही समुद्रवलयांकित पृथ्वी जिंकून घेतली, तरी त्याला जरा आणि मृत्यु यांचें उल्लंघन करितां येणार नाहीं. सुख अथवा दुःख जें कांहीं प्राण्यांवर ओढवेल, तें सर्व पराधीनपणें त्यांनीं भोगलें पाहिजे; त्याला कांहीं उपाय नाहीं. हे प्रजाधिपते, पूर्ववयांत, तारुण्यांत अथवा वार्धक्यांत आपल्या इच्छेच्या विरुद्ध अशाही प्राप्त झालेल्या या गोष्टींचा त्याग करितां येत नाहीं. अप्रिय मनुष्याचा समागम आणि अत्यंत प्रिय मनुष्याचा वियोग, अर्थ, अनर्थ, सुख आणि दुःख हीं सर्व दैवावर अवलंबून आहेत. प्राण्यांची उत्पत्ति, देहत्याग, द्रव्यप्राप्ति, श्रम आणि द्रव्यप्राप्तीचा अभाव हीं देखील सर्व त्यावरच अवलंबून आहेत. ज्याप्रमाणें एखाद्या फलाचा वास, रंग, गोडी आणि स्पर्श हीं स्वभावतःच पालटतात, त्याप्रमाणें सुखें आणि दुःखें हीं दैवाच्या अनुरोधानें प्राप्त होतात. सर्वही प्राण्यांचें बसणें, निजणें, जाणें, उठणें, जलादि प्राशन करणें आणि भोजन इत्यादि सर्व कृत्यें केवळ कालाच्याच योगानें घडून येतात. कित्येक लोक वैद्य आहेत, रोगी आहेत, बलवान् आहेत

निर्बल आहेत, श्रीमान् आहेत आणि षंढही आहेत; ही सर्व कालाचीच विचित्र गति आहे. सत्कुलामध्यें जन्म, वीर्य, आरोग्य, सुस्वरूप, उत्कृष्ट प्रकारचें ऐश्वर्य आणि सुखोपभोग यांची प्राप्ति दैवयोगानेंच होते. दरिद्री लोकांना इच्छा नसली तरी त्यांना पुष्कळ पुत्र होतात; आणि वैभवसंपन्न असणाऱ्या लोकांना एकही पुत्र नसतो. सारांश, दैवगति विचित्र आहे. व्याधि, अग्नि, जल आणि शस्त्र यांची भीति, क्षुधा, संकटें, विष, ज्वर, मरण आणि उच्च प्रदेशापासून पतन, हीं सर्व प्राण्याला दैवगतीनेंच प्राप्त होतात. ज्याच्या नशीबीं जसें लिहिलेलें असेल त्याच मार्गानें तो जात असतो. दैवगतीचा कोणीही अतिक्रम करूं शकत नाहीं, व कोणीही तींतून सुटला आहे, असेंही दिसत नाहीं; आणि तिचा अतिक्रम करणारा जो कोणी एखादा दृष्टिगोचर होतो, तो पुनरपि तिच्या योगानें बद्ध होत नाहीं, अर्थात् मुक्त होऊन जातो. एखादा द्रव्यसंपन्न मनुष्य तारुण्यामध्येंच मरण पावला आहे असें दिसून येतें, व दरिद्री शंभर वर्षांचा वृद्ध होऊन क्लेश भोगीत असल्याचें दिसतें. सारांश, दरिद्री पुरुष दीर्घायुषी असलेले दिसतात आणि वैभवसंपन्न अशा वंशामध्यें निर्माण झालेले लोक पतंगाप्रमाणें नाश पावतात. बहुतकरून श्रीमंत लोकांना भोजन करण्याचें सामर्थ्य नसतें; आणि दरिद्री मनुष्यानें जरी काष्ठें भक्षण केलीं तरी तीं देखील सर्व पचून जातात. कालाच्या प्रेरणेनें मनुष्य स्वतःस जें जें इष्ट असेल तें तें करण्याचें मनांत आणतो व त्यानें तृप्ति न झाल्यामुळें तो दुरात्मा पाप करूं लागतो. मृगया, द्यूत, स्त्रिया आणि मद्यप्राशन यांमध्यें आसक्त होणें हें सुज्ञ लोकांनीं निंद्य मानलें आहे; पण बहुश्रुत असलेलेही लोक या गोष्टींमध्यें आसक्त होऊन राहिलेले दिसतात. याप्रमाणें या लोकामध्यें इष्ट अथवा अनिष्ट अशा सर्व प्रकारच्या गोष्टींशीं कालगतीनेंच प्राण्याचा संबंध जडतो; त्याचें दुसरें कांहीं कारण दिसत नाहीं. वायु, आकाश, अग्नि, चंद्र, सूर्य, दिवस, नक्षत्रें, नद्या आणि पर्वत यांना कोण निर्माण करितो आणि त्यांचें पोषण करितो ? अर्थात् कालच. शीत अथवा असह्य उष्ण ह्यांची ज्याप्रमाणें कालाच्याच योगानें प्राप्ति होते, त्याप्रमाणेंच, हे नरश्रेष्ठा, मनुष्यांनाही सुखदुःखांची प्राप्ति होते. औषधें, मंत्र, होम आणि जप हे मृत्यूनें ग्रस्त केलेल्या अथवा जरेनें व्याप्त झालेल्या मनुष्याचें संरक्षण करूं शकत नाहींत. महासागरांत दोन काष्ठें परस्परांस येऊन मिळतात, व मिळतांच अलग अलग होऊन जातात, त्याचसारखी प्राण्यांच्या समागमाची गोष्ट आहे. ज्यांच्यापुढें स्त्रिया गायन करीत व वाद्यें वाजवीत राहिलेल्या असतात असे विलासी पुरुष, व परान्न भक्षण करणारे अनाथ लोक, ह्या दोहोंवरही कालाची क्रिया सारखीच चाललेली असते. आम्ही संसारामध्यें हजारों मातापितर आणि शेंकडों पुत्र व स्त्रिया यांचा अनुभव घेतलेला आहे; पण ते तरी आमचे कोण ? व आम्ही तरी त्यांचे कोण ? कारण, या प्राण्याचा संबंधी कोणी नसतो व हाही कोणाचा संबंधी नसतो. स्त्रिया, बंधु आणि सुहृज्जन यांच्याशीं जो हा समागम होतो, ती एक मार्गांत होणारी भेटच होय. म्हणून त्यांचा वियोग झाला तर, मी कोठें आहें, कोणीकडे जाणार, कोण आहें, काय उद्योग करीत आहें, आणि कोणाविषयींचाही शोक कां करावा, ह्याचा विचार करून अंतःकरण स्थिर केलें पाहिजे. प्रिय वस्तूंचा समागम हा क्षणिक असल्यामुळें व संसाराची गति चक्रासारखी असल्यामुळें माता, पिता, भ्राता आणि सखा यांचा समागम ही केवळ मार्गांतील भेट होय. परलोक हा पूर्वीं कधीं प्रत्यक्ष पाहिला आहे असें ज्ञानी लोक सांगत नाहींत. तथापि

ज्याला अभ्युदयाची इच्छा असेल, त्यानें शास्त्रमार्गाचें उल्लंघन न करितां त्यावर श्रद्धा ठेविली पाहिजे. सुज्ञ मनुष्यानें पितृकृत्यें आणि देवकृत्यें करावीं; इतरही धार्मिक कर्मे आचरण करावीं; यथाविधि यज्ञ करावे; आणि धर्म, अर्थ व काम या त्रिवर्गाचें सेवन करावें. हें जग जरा आणि मृत्यु ह्या मोठमोठ्या मकरांनीं युक्त असणाऱ्या अगाध कालसमुद्रांत मग्न होणार आहे, हें कोणालाही कळून येत नाहीं. केवळ आयुर्वेदाचेंच अध्ययन करणारे अनेक वैद्य आपल्या परिवारासहवर्तमान व्याधिपीडित झाले आहेत असें दिसून येतें. ते कषायांचें आणि घृतांचें प्राशन करीत असतात; पण समुद्र जसा आपली मर्यादा उल्लंघन करून जाऊं शकत नाहीं, त्याप्रमाणें ते मृत्यूचें अतिक्रमण करूं शकत नाहींत. उत्कृष्ट प्रकारें रसायनाचा प्रयोग केलेले रसायनवेत्ते लोक सुद्धां, अत्यंत बलिष्ठ हत्तींकडून चूर होऊन जाणाऱ्या हत्तींप्रमाणें, जरेच्या योगानें नाश पावले आहेत असें दिसून येतें. तसेंच तपस्वी, वेदाध्ययनामध्यें आसक्त होऊन राहिलेले, दानशूर अथवा यज्ञकर्ते हे देखील जरा आणि मृत्यु यांना तरून जात नाहींत. जन्म पावलेल्या कोणाही प्राण्याचे गेलेले दिवस, महिने, वर्षें, पक्ष अथवा रात्री हीं परत येऊं शकत नाहींत. हा क्षणिक असलेला मनुष्य कालगतीनें पराधीन होऊन अविनाशी अशा या विशाल संसारमार्गांत येऊन पडतो; व मरणोत्तर देह जीवाकडे जात असो अथवा जीव देहाकडे येत असो, कसेंही झालें तरी या संसारमार्गामध्यें पुनरपि दुसऱ्या बंधूंचा आणि स्त्रियादिकांचा समागम होतो. ह्या समागमाची प्राप्ति अगदीं कायम अशी कोणालाही होत नाहीं. फार काय? दुसऱ्या कोणाच्याही समागमाची तर गोष्ट राहूंच द्या, पण प्रत्यक्ष आपल्या शरीराचा सुद्धां समागम कायमचा नसतो. राजा, आज तुझा पिता कोठें आहे? आणि पितामहप्रभृति तुझे पितर तरी कोठें आहेत? हे निष्पापा, आज तेही तुला पाहूं शकत नाहींत व तूंही त्यांना अवलोकन करूं शकत नाहींस. हे प्रजाधिपते, स्वर्ग आणि नरक हे कांहीं मनुष्याला आपल्या नेत्रांनीं पहातां येत नाहींत. शास्त्र हेंच त्यांना अवलोकन करण्याचे सुज्ञ लोकांचे नेत्र आहेत. यास्तव, तूं त्याचेंच अवलंबन कर. पितर, देव आणि मनुष्यें यांच्या ऋणांतून मुक्त होण्यासाठीं निर्मत्सरपणें ब्रह्मचर्याचें आचरण करून प्रजोत्पत्ति केली पाहिजे आणि यज्ञही केले पाहिजेत. यास्तव मनुष्यानें प्रथम ब्रह्मचर्याचें आचरण करून आणि नंतर प्रजोत्पत्तीकडे लक्ष देऊन निर्मल अशी ज्ञानरूपी दृष्टि संपादन करावी, आणि हृदयांतील दुःखाचा त्याग करून इहलोक आणि परलोक या दोहोंचीही प्राप्ति करून घ्यावी. राजानें संपूर्ण धर्माचें आचरण केलें असतां व योग्य प्रकारें द्रव्यसंपादन करून यज्ञादि धर्मकृत्यें चालू ठेविलीं असतां त्याची ह्या सर्व चराचर लोकांमध्यें विपुल कीर्ति होते.

हे कुंतीपुत्रा युधिष्ठिरा, याप्रमाणें हें युक्तिपूर्ण असलेलें अश्म्याचें संपूर्ण भाषण लक्षांत घेऊन, अंतःकरण शुद्ध झालेला तो विदेहदेशाधिपति जनक शोक शांत होऊन आपल्या गृहाकडे निघून गेला. हे धैर्यसंपन्ना इंद्रतुल्या, तूंही त्याचप्रमाणें शोकाचा त्याग कर; ऊठ; आनंदित हो. तूं क्षत्रियधर्मानें ही पृथ्वी जिंकून घेतलेली आहेस, यास्तव तिचा अनादर न करितां उपभोग घे.

---

१ जरा आणि व्याधि यांचा नाश करणाऱ्या औषधास रसायन असें म्हणतात

अध्याय एकुणतिसावा.

—०:—

षोडशराजोपाख्यान.

वैशंपायन सांगतातः—हें ऐकून देखील राजाधिराज धर्मपुत्र युधिष्ठिर जेव्हां कांहींही भाषण करीना, तेव्हां पांडुपुत्र अर्जुन श्रीकृष्णास म्हणाला, " बांधवविषयक शोकाच्या योगानें ह्या शत्रुतापन धर्मपुत्राला अत्यंत संताप झालेला आहे. इतकेंच नव्हे, तर हा शोकसागरामध्यें मग्न होऊन गेला आहे. यास्तव, हे श्रीकृष्णा, तूं याचें सांत्वन कर. हे महाबाहो जनार्दना, ज्यांनीं युद्धामध्यें जय मिळविला ते आम्ही सर्वजण संशयांत पडलों आहों. यास्तव, तूं याचा शोक नाहींसा कर. "

वैशंपायन सांगतातः—याप्रमाणें महात्म्या अर्जुनानें सांगितल्यानंतर, कमलनयन धैर्यसंपन्न श्रीकृष्ण युधिष्ठिराकडे गेला. श्रीकृष्णाचें वचन धर्मराज मोडीत नसे, तसेंच बालपणापासून त्याजवर त्याची अर्जुनापेक्षां अधिक प्रीति होती. असो; युधिष्ठिराजवळ गेल्यानंतर, पाषाणमय स्तंभाप्रमाणें असलेला व चंदनानें विभूषित असा त्याचा बाहु हातीं धरून त्याच्याशीं विनोद करीत करीत महाबाहु श्रीकृष्ण भाषण करूं लागला. त्या वेळीं, सुंदर-नेत्रयुक्त व उत्कृष्ट प्रकारचे दंत असलेलें त्याचें मुख हें सूर्याचा उदय होतांच विकसित झालेल्या व म्हणूनच अंतर्भाग स्पष्ट दिसणाऱ्या कमलाप्रमाणें शोभूं लागलें.

श्रीकृष्ण म्हणालाः—हे नरश्रेष्ठा, शरीर कृश करून सोडणारा हा शोक तूं करूं नको. त्यांचा रणांगणामध्यें वध झाला आहे, त्यांची पुनरपि तुला प्राप्ति होणें शक्य नाहीं. हे राजा, स्वप्नांत प्राप्त झालेल्या पण जाग्रदवस्थेंत खोट्या ठरणाऱ्या वस्तूंसारखेच या भयंकर संग्रामामध्यें नष्ट होऊन गेलेले क्षत्रियही होत. रणांगणामध्यें शोभणारे ते सर्वही शूर संमुख येऊन ठाकले असतांच त्यांचा पराजय केला आहे; त्यांपैकीं कोणालाही मागील बाजूनें जाऊन अथवा तो पलायन करीत असतां भूमीवर लोळविलेलें नाहीं. सारांश, त्या महायुद्धामध्यें लढूनच आपल्या प्राणांचा त्याग केल्यामुळें शस्त्रसंपर्कानें पवित्र झालेले ते सर्व वीर स्वर्गाला गेले आहेत. म्हणून तूं त्यांजविषयीं शोक करणें योग्य नाहीं. क्षात्रधर्मामध्यें आसक्त झालेल्या व वेद आणि वेदांगें यांमध्यें पारंगत असलेल्या त्या शूरांना पवित्र अशा वीरोचित गतीची प्राप्ति झाली आहे. यास्तव, ते महाप्रभावशाली पृथ्वीपति मरण पावले एवढें ऐकूनच तूं त्यांजविषयीं शोक करणें योग्य नाहीं. याविषयीं हा एक पूर्वींचा इतिहास सांगत असतात. पुत्रशोकानें पीडित झालेल्या सृंजयाला नारदांनीं हा सांगितला आहे.

नारद म्हणालेः—हे सृंजया, मी, तूं आणि या तुझ्या सर्व प्रजा हे आपण सर्वजण सुख आणि दुःख यांनीं युक्त आहों; आणि त्यांतून न सुटतांच मृत्युही पावणार आहों. मग त्याविषयीं शोक कसला? हे राजा, क्षत्रियांचें महाभाग्य कोणतें हें मी तुला सांगणार आहें, तें तूं अंतःकरण एकाग्र करून ऐक; म्हणजे तूं या दुःखाचा त्याग करशील. मोठमोठे प्रभावशाली पृथ्वीपति मरण पावले आहेत हें ऐकून तूं संताप शांत कर; आणि मी विस्तारपूर्वक सांगतों तें क्रूर ग्रहांची शांति करणारें, आयुष्याची अभिवृद्धि करणारें, उत्कृष्ट आणि हृदयंगम असें पूर्वींच्या श्रेष्ठ अशा पृथ्वीपतींचें वृत्त ऐक. सृंजया, इंद्र आणि वरुण यांसह सर्वही जगदुत्पादक देव बृहस्पतीला पुढें करून ज्या महात्म्या राजाच्या यज्ञामध्यें गेले होते, ज्यानें देवाधिपति पुरदैत्यांतक इंद्राशीं स्पर्धा करून त्याचा पराजय केला, इंद्राच्या हिताची इच्छा

असलेल्या ज्ञानसंपन्न बृहस्पतीनें ज्याचा तसें करण्याविषयीं निषेध केला, बृहस्पतीचा कनिष्ठ बंधु संवर्त यानें ज्याच्याकडून यज्ञ करविले, हे नृपश्रेष्ठा, जो नरपति पृथ्वीचें पालन करीत असतां यज्ञस्थानाच्या योगानें शोभायमान असलेली पृथ्वी नांगरल्यावांचून धान्य देत असल्यामुळें अतिशय शोभत होती, ज्या महात्म्या अविक्षित मरुत्ताच्या यज्ञामध्यें विश्वेदेव सभासद असून मरुत्त आणि साध्य हे वाढपे होते, ज्या मरुत्ताच्या यज्ञामध्यें मरुद्गणांनीं सोमरस प्राशन केला, आणि देव, मनुष्यें आणि गंधर्व यांना वाहून नेतां येण्यास अशक्य इतक्या दक्षिणा देण्यांत आल्या, तो अविक्षित मरुत्त देखील मरण पावला असें आमच्या ऐकिवांत आहे. सृंजया, ज्याच्या ठिकाणीं धर्म, ज्ञान, वैराग्य आणि ऐश्वर्य या चारही गोष्टी तुजहून फार चांगल्या होत्या, व जो तुझ्या पुत्राहूनही अत्यंत पुण्यसंपन्न होता, तो मरुत्तही जर मृत्यु पावला आहे, तर मग तूं आपल्या पुत्राविषयीं शोक करीत बसूं नको.

सृंजया, अतिथिपुत्र सुहोत्र, हा देखील मृत झाल्याचें आमच्या ऐकण्यांत आहे. जो राज्य करीत असतां इंद्रानें एक वर्षपर्यंत सुवर्णाची वृष्टि केली; जो प्रजाधिपति असतां या पृथ्वीचें वसुमती (द्रव्यसंपन्न) हें नांव यथार्थ झालें होतें; जो राजा पृथ्वीचें पालन करीत असतां नद्यांतून सुवर्ण वहात असे—त्या वेळीं, राजा, लोकांना पूज्य असणाऱ्या इंद्रानें कांसवें, खेंकडे, सुसरी, मगर आणि शिरस हे सर्व जलचर प्राणी सुवर्णमय करून त्यांचा नद्यांमध्यें वर्षाव केला; त्यानें नद्यांमध्यें शेंकडों हजारों सुवर्णमय मत्स्य, मगर आणि कांसवें यांचा वर्षाव केलेला पाहून सुहोत्र राजा विस्मित झाला. त्या इंद्रानें वर्षाव केलेलें तें अमर्याद सुवर्ण कुरुजांगल प्रदेशांत येऊन पडलें असतां यज्ञ करणाऱ्या त्या राजानें यज्ञ चालू असतां ब्राह्मणांना अर्पण केलें. हे सृंजया, धर्म, ज्ञान, वैराग्य आणि ऐश्वर्य या ज्याच्या चार गोष्टी तुजहून अत्यंत उत्कृष्ट असून जो तुझ्या पुत्रापेक्षां अत्यंत पुण्यसंपन्न होता, तो सुहोत्र नृपतिही ज्या अर्थीं मरण पावला, त्या अर्थीं तूं आपल्या पुत्राविषयीं शोक करणें योग्य नाहीं. तूं शुद्धीवर येऊन शांत हो. तुझा पुत्र कांहीं औदार्यसंपन्न नव्हता आणि यज्ञकर्ताही नव्हता; उगीच शोक करूं नको.

सृंजया, अंगदेशाधिपति बृहद्रथ देखील मरण पावल्याचें आमच्या ऐकण्यांत आहे. त्यानें दहा लक्ष श्वेतवर्ण अश्व आणि सुवर्णमय अलंकारांनीं विभूषित असलेल्या तितक्याच कन्या यज्ञ करतेवेळीं दक्षिणा म्हणून अर्पण केल्या. त्यानें उत्कृष्ट असे दहा लक्ष गज दक्षिणा म्हणून अर्पण केले; आणि सुवर्णमय अलंकारांनीं युक्त असे लक्ष वृषभ आणि सेवकांसहवर्तमान एक हजार धेनु हीं दक्षिणा म्हणून अर्पण केलीं. तो अंगदेशाधिपति विष्णुपद नामक पर्वतावर जेव्हां यज्ञ करूं लागला, तेव्हां इंद्र सोमरसाच्या योगानें आणि ब्राह्मण दक्षिणांच्या योगानें अत्यंत आनंदित होऊन गेले. हे नृपश्रेष्ठा, पूर्वीं ज्यानें केलेल्या शंभर यज्ञांमध्यें अर्पण केलेल्या दक्षिणा देव, मनुष्यें आणि गंधर्व यांस वाहून नेतां येणें अशक्य झालें, त्या अंगराजानें सात सोमसंस्थांमध्यें[1] जें द्रव्यदान केलें, तसें दान करणारा पुरुष आजपर्यंत दुसरा कोणी झालाही नाहीं व पुढेंही कोणी होणार नाहीं. सृंजया, धर्म, ज्ञान, ऐश्वर्य आणि वैराग्य यांमध्यें तुजहून अत्यंत उत्कृष्ट असलेला व तुझ्या पुत्राहून अत्यंत पवित्र असलेला तो बृहद्रथही ज्या अर्थीं मरण पावला आहे, त्या

१ अग्निष्टोम, अत्यग्निष्टोम, उक्थ्य, षोडशी, वाजपेय अतिरात्र व आप्तोर्याम हे सात यज्ञ.

अर्थी तूं आपल्या पुत्राविषयीं शोक करीत बसणें योग्य नाहीं.

सृंजया, उशीनरपुत्र शिबि देखील मृत्युमुखीं पडल्याचें आमच्या ऐकण्यांत आहे. ज्यानें ही सर्व पृथ्वी ढालीप्रमाणें आपल्या शरीरासभोंवतीं धरिली, ज्यानें श्रेष्ठ अशा विजयशील रथांत आरोहण करून व प्रचंड रथध्वनीनें पृथ्वी दणाणून सोडून तिजवर एकछत्री राज्य करून टाकलें, त्या उशीनरपुत्र शिबीनें अरण्यांतील पशूंसहवर्तमान त्याच्या राज्यांत जेवढ्या धेनु आणि जितके अश्व होते तितकी संख्या असलेल्या केवळ धेनु यज्ञांत अर्पण केल्या. सृंजया, इंद्राप्रमाणें पराक्रम असलेल्या उशीनरराजपुत्र शिबीवांचून त्या यज्ञकर्माचा भार आपल्यावर घेण्याला समर्थ असा कोणीही राजा सर्व भूपतींमध्यें पूर्वीं झाला नाहीं व पुढें होणारही नाहीं, असें ब्रह्मदेव मानीत असे. तो ज्ञान, वैराग्य, ऐश्वर्य आणि धर्म यांमध्यें तुजहून अत्यंत श्रेष्ठ असलेला व तुझ्या पुत्राहून अतिशय पवित्र असा शिबि ज्या अर्थीं मरण पावला आहे, त्या अर्थीं उदारही नव्हे आणि यज्ञकर्ताही नव्हे अशा आपल्या पुत्राविषयीं तूं शोक करीत नसूं नको.

सृंजया, अत्यंत द्रव्यसंग्रह असलेला शकुंतलेपासून दुष्यंतास झालेला पुत्र जो महात्मा भरत, तोही मरण पावलेला आहे, असें आमच्या ऐकण्यांत आहे. ज्यानें देवांकरितां यमुनेच्या कांठीं तीनशें, सरस्वतीच्या कांठीं वीस, आणि भागीरथीच्या कांठीं चौदा अश्व बांधले, त्या महातेजस्वी दुष्यंतपुत्र भरतानें पूर्वीं हजार अश्वमेध आणि शंभर राजसूय यज्ञ केले. मनुष्यें ज्याप्रमाणें आपल्या बाहूंच्या योगानें आकाशांत जाऊं शकत नाहींत, त्याप्रमाणें सर्व राजांमध्यें कोणीही पृथ्वीपति त्याच्या मोठमोठ्या कृत्यांचें अनुकरण करूं शकले नाहींत. त्यानें यज्ञवेदिका निर्माण करून सहस्र अर्बुदांहून अधिक अश्वांचें दान केलें व त्यांपैकीं एकहजार पद्म अश्व कण्वाला अर्पण केले. सृंजया, धर्म, ज्ञान, वैराग्य आणि ऐश्वर्य यांमध्यें तुजहून अत्यंत उत्कृष्ट असलेला व तुझ्या पुत्राहून पुण्यवान् अशा त्या भरतालाही ज्या अर्थीं मृत्यु आलेला आहे त्या अर्थीं तूं आपल्या पुत्राविषयीं शोक करूं नको.

सृंजया, जो आपल्या प्रजेवर सदैव औरस पुत्राप्रमाणें कृपा करीत होता, तो दशरथपुत्र राम देखील मृत झाल्याचें आमच्या ऐकण्यांत आहे. त्याच्या देशामध्यें कोणीही स्त्री विधवा नव्हती व कोणीही पुरुष अनाथ नव्हता; तो सदोदीत सर्वांवर पित्याप्रमाणें समदृष्टि ठेवीत असे. ज्या वेळीं राम राज्य करीत होता त्या वेळीं पर्जन्य वेळेवर पडून धान्यें निर्माण करीत होता. राम राज्य करीत असतां सदैव सुभिक्षच होतें. त्याच्या राज्यांत प्राणी जलमग्न होऊन मरण पावत नव्हते; अग्निही कोणाला दग्ध करीत नव्हता; आणि कोणालाही रोगाची भीति नव्हती. इतकेंच नव्हे, तर तो राज्य करीत असतांना प्रजा निरोगी आणि सर्व प्रकारचे मनोरथ पूर्ण झालेल्या अशा असत; व स्त्रिया आणि पुरुष हजार हजार वर्षेंपर्यंत वांचत असत. परस्परांशीं स्त्रियांचा देखील केव्हांही कलह होत नसे, मग पुरुषांचा कोठून होणार? तो राज्य करीत असतां प्रजा सदैव धर्मनिष्ठ असत. राम राज्याचें पालन करीत असतां सर्वही पुरुष संतुष्ट, सर्व प्रकारचे मनोरथ पूर्ण झालेले, निर्भय व म्हणूनच स्वच्छंदपणें संचार करणारे आणि सत्यनिष्ठ असे होते. वृक्षांना सदोदीत पुष्पें आणि फळें असून त्यांना केव्हांही रोगादिकांचा उपद्रव होत नसे व गाई घागरी घागरी दूध देत असत. चौदा वर्षेंपर्यंत वनवास करून आल्यानंतर त्या महा-

तपस्वी रामानें, ज्यामध्यें येण्याला कोणासही प्रतिबंध नाहीं असे तिप्पट दक्षिणायुक्त दहा अश्वमेध यज्ञ केले. तारुण्यसंपन्न, श्यामवर्ण, आरक्तनेत्र, आजानुबाहु, सुमुख, सिंहस्कंध, विशालबाहु व स्वजातीय समुदायाचें पालन करणाऱ्या गजाप्रमाणें शौर्यसंपन्न असणाऱ्या त्या श्रीरामानें अयोध्याधिपति होऊन दहा हजार दहाशें वर्षेपर्यंत राज्य केलें. सृंजया, धर्म, ज्ञान, वैराग्य आणि ऐश्वर्य यांमध्यें तुजहून अत्यंत उत्कृष्ट व तुझ्या पुत्राहून अत्यंत पवित्र अशा श्रीरामालाही ज्या अर्थी मृत्यूनें सोडलें नाहीं, त्या अर्थी तूं आपल्या पुत्राविषयीं शोक करूं नको.

सृंजया, राजा भगीरथ देखील मृत्युमुखीं पडल्याचें आमच्या ऐकण्यांत आहे. त्याचा यज्ञ चालला असतां सोमप्राशन केल्यामुळें अत्यंत मद चढून सुरश्रेष्ठ भगवान् इंद्रानें आपल्या बाहुवीर्यानें हजारों दैत्यांचा पराजय केला. यज्ञ चालू असतां त्यामध्यें त्यानें सुवर्णमय अलंकारांनीं विभूषित असलेल्या हजारोंच्या हजारों कन्या दक्षिणा म्हणून अर्पण केल्या. त्या सर्वही कन्या रथारूढ असून त्या प्रत्येक रथाला चार चार अश्व जोडलेले होते; त्यांतील प्रत्येक रथाच्या मागून सुवर्णमाला धारण करणारे व मदजलाच्या बिंदुसमूहानें युक्त असलेले शंभर शंभर हत्ती असून, प्रत्येक हत्तीच्या मागून एकेक सहस्र अश्व, प्रत्येक अश्वाच्या मागून सहस्र धेनु व प्रत्येक धेनूमागून एक सहस्र अजा अशा चालल्या होत्या. एकांतांत वास करीत असतां त्याच्या समीपभागीं भागीरथी असें नांव धारण करणारी गंगा नदी प्राप्त झाली; व विपुल दक्षिणा देणारा यज्ञकर्ता इक्ष्वाकुकुलोत्पन्न जो भगीरथ, त्याची, त्रैलोक्यमार्गावरून जाणारी गंगा ही कन्या झाली. सृंजया, तुजहूनही अत्यंत चतुर्भद्र[1] आणि तुझ्या पुत्राहून अत्यंत पवित्र असणारा भगीरथही ज्या अर्थी मरण पावला आहे, त्या अर्थी तूं आपल्या पुत्राविषयीं शोक करूं नको.

सृंजया, महात्मा दिलीपही मरण पावल्याचें आमच्या ऐकिवांत आहे. ब्राह्मण लोक ज्याच्या अनेक कृत्यांच्या गोष्टी सांगत असतात, ज्या समाधानसंपन्न पृथ्वीपतीनें महायज्ञ करून त्यामध्यें द्रव्यपूर्ण असणारी ही पृथ्वी ब्राह्मणांना दान करून टाकली, जो यज्ञ करीत असतां त्याच्या प्रत्येक यज्ञामध्यें पुरोहितांना सुवर्णमय सहस्र गज दक्षिणारूपानें अर्पण केले गेले; ज्याच्या यज्ञामध्यें शोभासंपन्न व सुवर्णमय असा प्रचंड यूप होता, आणि यज्ञकालीं इंद्रप्रभृति सर्वही देव कर्मे करीत ज्याच्या समीप येऊन राहिले होते; त्याच्या त्या सुवर्णमय असलेल्या यूपावरील सुवर्णमय कटकावर सहा हजार देवांनीं आणि गंधर्वांनीं सात वेळ नृत्य केलें; त्या वेळीं स्वतः विश्वावसु वीणा वाजवीत होता. तेव्हां प्रत्येक प्राण्याला असें वाटलें कीं, हा माझ्याचकडे मुख करून वाजवीत आहे. दिलीप राजाच्या या कृत्याचें अनुकरण कोणाही राजाला करितां आलें नाहीं. सुवर्णानें शरीर अगदीं आच्छादित होऊन गेलेले त्याचे मदोन्मत्त गज मार्गामध्यें पडून राहिलेले होते. हजारों शत्रूंचा मारा सहन करणारें धनुष्य धारण करणाऱ्या त्या सत्यवादी महात्म्या दिलीपाचें ज्यांनीं दर्शन घेतलें ते पुरुष देखील स्वर्गास गेले. दिलीपाच्या मंदिरामध्यें तीन शब्द केव्हांही क्षीण झालेले नव्हते. वेदघोष, प्रत्यंचेचा घोष आणि दान करा ह्या वाक्याचा घोष हे ते तीन शब्द होत. सृंजया, तुजहून अत्यंत चतुर्भद्र आणि तुझ्या पुत्राहून अत्यंत पवित्र

[1] धर्म, ज्ञान, वैराग्य आणि ऐश्वर्य यांमध्यें उत्कृष्ट असणारा.

असलेला तो दिलीपही ज्या अर्थी मरण पावला आहे, त्या अर्थी तूं आपल्या पुत्राविषयीं शोक करीत बसूं नको.

सृंजया, युवनाश्वपुत्र राजा मांधाता हाही मृत झाल्याचें आमच्या ऐकिवांत आहे. मरुत् नामक देवतांनीं त्याला त्याच्या पित्याच्या कुशींतून गर्भरूपानें बाहेर काढलें. महात्म्या युवनाश्व राजानें केलेल्या इष्टींतील पुत्रप्राप्तिकारक दधिमिश्रित घृत भक्षण केल्यामुळें तो त्रिलोकविजयी श्रीमान् महात्मा नृपति त्याच्या उदरामध्यें निर्माण होऊन वाढला; व उत्पन्न झाल्यानंतर, देवतुल्य स्वरूप असलेल्या मांधात्याला पित्याच्या मांडीवर निजलेला पाहून, हा आतां कोणाचें दुग्धपान करील असें देव परस्परांस विचारूं लागले. तेव्हां इंद्रानें माझें दुग्धपान करील असें म्हणून त्याचा अंगीकार केला, व म्हणूनच "मां (माझें) धाता (स्तनपान करील.)" असें इंद्रानें त्याचें नांव ठेविलें. नंतर त्या महात्म्या युवनाश्वपुत्राच्या पोषणासाठीं त्याच्या मुखांत इंद्राच्या हातून दुग्धधारा गळूं लागली. ह्याप्रमाणें इंद्राच्या हस्ताचें पान करितांच त्याचें वजन एका दिवसांतच शंभर पलें वाढलें; व तो पृथ्वीपति बारा दिवसांतच बारा वर्षांच्या कुमाराएवढा मोठा झाला. युद्धांत इंद्राप्रमाणें शूर असलेल्या त्या धर्मनिष्ठ महात्म्याला एका दिवसांत संपूर्ण पृथ्वीची प्राप्ति झाली. या मांधात्यानें अंगार, मरुत्त, असित्, गय आणि अंगाधिपति बृहद्रथ यांना संग्रामामध्यें पराजित केलें. जेव्हां युवनाश्वपुत्र मांधात्यानें अंगारनामक भूपतीशीं रणांगणांत युद्ध चालविलें, तेव्हां, आतां धनुष्याच्या टणत्कारानें आकाश खास भिन्न होऊन जाणार, असें देव मानूं लागले. जेथें सूर्य उदय पावतो व जेथें तो अस्त पावतो तेथपर्यंतचा सर्व प्रदेश युवनाश्वपुत्र मांधात्याचाच होय, असें सांगत असतात. हे प्रजाधिपते, त्यानें शंभर अश्वमेध आणि शंभर राजसूय यज्ञ करून ब्राह्मणांना एक योजन उंच आणि दहा योजनें लांब असलेले सुवर्णमय रोहित मत्स्य अर्पण केले. ते ब्राह्मणांनीं नेऊन, अधिक झालेले मत्स्य इतर लोकांनीं वांटून घेतले. सृंजया, तुजहून अत्यंत चतुर्भद्र असणारा व तुझ्या पुत्राहून अत्यंत पवित्र असलेला तो मांधाताही ज्याअर्थी मरण पावला आहे, त्या अर्थी तूं आपल्या पुत्राविषयीं दुःख करीत बसूं नको.

सृंजया, नहुषपुत्र ययाति देखील मरण पावला आहे. ही संपूर्ण समुद्रवलयांकित पृथ्वी जिंकून घेतल्यानंतर जो शम्या[1] फेंकून ती ज्या ठिकाणीं पडेल तेथें राहून यज्ञ करीत असे. अशा रीतीनें यज्ञवेदिकांनीं सर्व पृथ्वी चित्रविचित्र करीत व मुख्य मुख्य यज्ञ करीत ज्यानें पृथ्वीप्रदक्षिणा केली, एक हजार अश्वमेध आणि शंभर वाजपेय यज्ञ करून ज्यानें तीन सुवर्णपर्वत अर्पण करून ब्राह्मणांना तृप्त केलें, दैत्यांशीं भयंकर युद्ध सुरू झालें असतां दैत्यांना आणि दानवांना ठार करून ज्या नहुषपुत्र ययातीनें या संपूर्ण पृथ्वीचे विभाग केले व शेवटच्या विभागामध्यें यदुद्रुह्युप्रभृति पुत्रांना ठेवून व पुरूला राज्याभिषेक करून जो आपल्या पत्नीसहवर्तमान अरण्यांत निघून गेला, तो तुजहून अत्यंत चतुर्भद्र व तुझ्या पुत्राहून अतिशय पवित्र असलेला ययाति देखील ज्या अर्थी मरण पावला आहे, त्या अर्थी तूं आपल्या पुत्राविषयीं शोक करीत बसूं नको.

सृंजया, नाभागपुत्र अंबरीष हा देखील मृत झाल्याचें आमच्या ऐकण्यांत आहे. प्रजांनीं तो पवित्र नृपश्रेष्ठ आपलें संरक्षण करणारा म्हणून ईश्वरापासून मागून घेतला होता; त्या यज्ञ-

१. मुळाशीं मोठें असलेलें काठीच्या आकाराचें काष्ठ.

कर्त्या राजानें यज्ञ चालू असतांना अत्यंत निष्ठा ठेवून हजारोंच्या हजारों यज्ञकर्त्या राजांची ब्राह्मणांच्या शुश्रूषेकडे योजना केली होती. हें कर्म पूर्वींच्याही लोकांच्या हातून घडलें नाहीं व पुढेंही कोणाच्या हातून घडणार नाहीं, असें म्हणून कार्यदक्ष लोक न.भागपुत्र अंबरीषासंबंधानें आनंद मानीत असत. ते सर्व दहा हजार दहाशें राजे अश्वमेध यज्ञ करून उत्तरायणमार्गानें हिरण्यगर्भाच्या लोकास गेले. सृंजया, तो तुजहून अत्यंत चतुर्भद्र असलेला व तुझ्या पुत्राहून अतिशय पवित्र असलेला अंबरीषही ज्या अर्थी मृत झाला आहे, त्या अर्थीं तूं आपल्या पुत्राविषयीं शोक करीत बसूं नको.

सृंजया, चित्ररथपुत्र शशबिंदु हा देखील मरण पावल्याचें आमच्या ऐकण्यांत आहे. या महात्म्याला एक लक्ष भार्या होत्या व दहा लक्ष पुत्र असून ते सर्वही सुवर्णमय कवच धारण करणारे व उत्कृष्ट प्रकारचे योद्धे होते. त्या प्रत्येक राजपुत्राच्या मागून शंभर कन्या चालत असत; व प्रत्येक कन्येमागून शंभर हत्ती, प्रत्येक हत्तीमागें शंभर रथ, प्रत्येक रथामागून सुवर्णमय अलंकारांनीं विभूषित असलेले व नामांकित देशामध्यें उत्पन्न झालेले शंभर अश्व, व प्रत्येक अश्वामागून शंभर धेनु, आणि प्रत्येक धेनूमागून शंभर मेष चालत असत. हे महाराजा, ही सर्व अमर्याद संपत्ति अश्वमेधनामक महायज्ञामध्यें शशबिंदूनें ब्राह्मणांला अर्पण केली. सृंजया, तुजहून अत्यंत चतुर्भद्र आणि तुझ्या पुत्राहून अतिशय पुण्यसंपन्न असलेला तो शशबिंदुही ज्या अर्थी मरण पावला आहे, त्या अर्थीं तूं आपल्या पुत्राविषयीं शोक करीत बसूं नको.

सृंजया, अमूर्तरयाचा पुत्र गय देखील मृत झाल्याचें आमच्या ऐकण्यांत आहे. तो नृपति शंभर वर्षेंपर्यंत होमावशिष्ट अन्न भक्षण करून होता; त्या गयाला अग्नि वर देऊं लागला असतां त्यानें त्याजकडून ‘ आपणाला दान करावयाला अक्षय्य द्रव्य असावें, धर्मश्रद्धेची अभिवृद्धि होत असावी,आणि, हे अग्ने, तुझ्या प्रसादानें माझें अंतःकरण सत्याच्याच योगानें आनंदित होऊन रहावें. ’ असे वर मागून घेतले. त्याप्रमाणें त्याच्या सर्व कामनाही अग्नीकडून पूर्ण झाल्या, असें आम्हीं ऐकिलेलें आहे. त्यानें दर्श, पूर्णमास आणि चातुर्मास्य हे याग पुनःपुनः करून एक हजार वर्षेंपर्यंत अश्वमेध यज्ञ केले; व एक हजार वर्षेंपर्यंत उठतां बसतां दहा लक्ष धेनु आणि दहा लक्ष खेंचरें अर्पण केलीं. हे नरश्रेष्ठा, त्यानें सोमरसाच्या योगानें देवांना, द्रव्यदानानें ब्राह्मणांना, श्राद्धादिकांनीं पितरांना आणि उपभोगाच्या योगानें स्त्रियांना तृप्त करून सोडलें. त्या राजानें अश्वमेध नामक महायज्ञामध्यें दहा वावा रुंद व त्याच्या दुप्पट लांब अशी सुवर्णमय भूमि करून ती दक्षिणारूपानें अर्पण केली होती. हे नरश्रेष्ठा राजा, भागीरथीमध्यें जितके वाळूचे कण आहेत तितक्या धेनूंचें त्या अमूर्तरय गयानें दान केलें होतें. सृंजया, तुजहून अत्यंत चतुर्भद्र आणि तुझ्या पुत्राहून अत्यंत पुण्यवान् असलेला तो गय देखील ज्या अर्थीं मरण पावला आहे, त्या अर्थीं तूं आपल्या पुत्राविषयीं शोक करीत बसूं नको.

सृंजया, संकृतिपुत्र रंतिदेवही मृत झाल्याचें आमच्या ऐकिवांत आहे. त्या महातपस्वी राजानें उत्कृष्ट प्रकारें इंद्राचें आराधन करून त्याजकडून “आमच्यापाशीं विपुल अन्न असावें; आह्मांकडे अतिथींनीं यावें; आमची श्रद्धा नष्ट होऊं नये; आणि आह्मांला कोणाकडेही याचना करण्याचा प्रसंग येऊं नये.” असा वर मागून घेतला. त्या सदाचारी व कीर्तिसंपन्न महात्म्या

रंतिदेवाच्या जवळ ग्रामवासी आणि अरण्यवासी सर्व पशु येऊन राहिले होते. त्यांच्या चर्मराशींच्या घर्मजलापासून चर्मण्वती या नांवानें प्रख्यात असलेली महानदी उत्पन्न झाली. यज्ञ सुरू झाला असतां त्या राजानें ब्राह्मणांना शंभर शंभर निष्कांची दक्षिणा दिली. त्या वेळीं, 'अरे, तुला शंभर निष्क मिळाले काय? तुला मिळाले काय?' असें ब्राह्मण लोक मोठमोठ्यानें ओरडत होते. 'हे आपणांला सहस्र निष्क' असें त्यानें म्हणतांच ब्राह्मणांना ते निष्क पोंचत असत. ज्ञानसंपन्न रंतिदेवाचीं दक्षिणाग्नीमध्यें होम करण्याचीं साधनें, द्रव्यें ठेवण्याचीं पात्रें, घट, लहान लहान भांडीं, कढया, तपेल्या आणि पिठरनामक काष्ठपात्रें (पाळीं), यांपैकीं कांहींही सुवर्णावांचून इतर धातूचें केलेलें नव्हतें. त्या संकृतिपुत्र रंतिदेवाच्या गृहामध्यें ज्या रात्रीं अतिथि जाऊन वास करतील, त्या रात्रीं त्यांना एकवीसशें धेनूंची प्राप्ति होत असे. त्या ठिकाणीं उज्ज्वल अशीं रत्नमय कुंडलें धारण करणारे आचारी ओरडून सांगत असत कीं, 'आज वरणच अधिक भक्षण करा. आज पूर्वीप्रमाणें मांस नाहीं.' सृंजया, तुजहून अत्यंत चतुर्भद्र आणि तुझ्या पुत्राहूनही अतिशय पवित्र असलेला तो रंतिदेवही ज्या अर्थीं मरण पावला आहे, त्या अर्थीं तूं आपल्या पुत्राविषयीं शोक करूं नको.

सृंजया, अलौकिकपराक्रमसंपन्न इक्ष्वाकुकुलोत्पन्न पुरुषश्रेष्ठ महात्मा सगरही मृत झाल्याचें आमच्या ऐकिवांत आहे. वर्षाकाल निघून गेल्यानंतर ज्याप्रमाणें निरभ्र अशा आकाशांत नक्षत्राधिपति चंद्राच्या मागून नक्षत्रसमुदाय गमन करूं लागतात, त्याप्रमाणें तो गमन करूं लागला असतां त्याच्या मागून त्याचे साठ हजार पुत्र गमन करीत असत. त्याच्या प्रभावानें पूर्वीं या पृथ्वीवर एकछत्री राज्य झालेलें होतें; त्यानें एक हजार अश्वमेध करून देवतांना तृप्त करून सोडलें; त्यानें सुवर्णमय स्तंभ असलेलें, कमळाच्या पाकळीप्रमाणें नेत्र असलेल्या स्त्रियांनीं गजबजलेलें, व शय्यांनीं व्याप्त असलेलें आणि सर्व प्रकारच्या सुवर्णवस्तूंनीं युक्त असणारें राजमंदिर आणि इतरही अभीष्ट वस्तु यांचें सत्पात्र ब्राह्मणांना दान केलें; व त्याच्या अनुज्ञेवरून ब्राह्मणांनीं तें सर्वही वैभव विभागून घेतलें. त्यानें रागारागानें ही सर्व समुद्रवलयांकित पृथ्वी खणून काढली आणि त्याच्या नांवावरूनच समुद्राला सागर असें नांव पडलें. सृंजया, तो तुजहून अत्यंत चतुर्भद्र व तुझ्या पुत्राहून अत्यंत पुण्यसंपन्न असा सगर देखील ज्या अर्थीं मरण पावला आहे, त्या अर्थीं तूं आपल्या पुत्राविषयीं शोक करीत बसूं नको.

सृंजया, वेनपुत्र पृथु राजा देखील मृत झाल्याचें आमच्या ऐकण्यांत आहे. त्याला एकत्र जमून महर्षींनीं महावनामध्यें राज्याभिषेक केला व तो लोकांच्या सुखाची अभिवृद्धि करील हें जाणून त्याचें 'पृथु' असें नांव ठेविलें. क्षतापासून (संकटांतून) रक्षण करणारा म्हणूनच त्याला क्षत्रिय असें म्हणतात; त्या वेनपुत्र पृथूला पहातांच त्याच्या प्रजा 'आम्ही अनुरक्त आहों,' असें म्हणत असत; व म्हणूनच त्यांच्या अनुरागामुळें त्याचें 'राजा' असें नांव पडलें. वेनपुत्र पृथु राज्य करीत होता त्या वेळीं सर्व भूमि नांगरल्यावांचून पीक देत असे, प्रत्येक वृक्षाच्या प्रत्येक पत्रांतून मध गळत असे, आणि सर्वही धेनु घागर घागर दूध देत असत. तसेंच मनुष्येंही निरोगी, सर्व मनोरथ पूर्ण झालेलीं व कोठूनही भीति नसलेलीं अशीं होऊन आपल्या इच्छेप्रमाणें गृहामध्यें अथवा शेतामध्यें वास्तव्य करीत असत. हा समुद्रांतून जाणार

१ च तोळे सोन्याचें एक प्रकारचें नाणें.

असला तर त्याच्याकरितां समुद्राचें पाणी गोठून जाई. त्याच्या राज्यांत नद्या आपली मर्यादा सोडून केव्हांही वाहिल्या नाहींत व त्याचा ध्वजही कधीं भग्न झाला नाहीं. त्या राजानें अश्वमेध नामक महायज्ञामध्यें चारशें चारशें हात उंच असे सुवर्णाचे एकवीस पर्वत करून ब्राह्मणांना दान केले. सृंजया, तो तुजहून अत्यंत चतुर्भद्र व तुझ्या पुत्राहून अत्यंत पुण्यसंपन्न असलेला पृथु देखील ज्या अर्थी मृत झाला आहे, त्या अर्थीं तूं आपल्या पुत्राविषयीं शोक करीत बसूं नको.

राजा सृंजया, तूं माझें हें भाषण न ऐकून घेतां स्वस्थ बसून असा विचार काय करीत आहेस ? आसन्नमरण झालेल्या मनुष्याला दिलेल्या पथ्याप्रमाणें माझी ही बडबड व्यर्थ तर होणार नाहींना ?

सृंजय म्हणालाः—नारदा, उत्कृष्ट सुगंध असलेल्या पुष्पमालेप्रमाणें हृदयहारक आणि विस्मयोत्पादक अर्थानें युक्त असलेली व पुण्यकर्त्या महात्म्या राजर्षींच्या कीर्तीनें युक्त असलेली ही आपली वाणी मी ऐकत आहें. हे महर्षे, आपलें हें भाषण व्यर्थ आहे असें नाहीं. कारण, मी आपणाला केवळ अवलोकन करूनच गतशोक झालों आहें. हे ब्रह्मवादिन्, मला आपलें भाषण ऐकण्याची इच्छाही आहे; व मी तें ऐकल्यानंतर अमृत प्राशन केल्याप्रमाणें तृप्तही होतों. हे अमोघदृष्टे प्रभो, संतापानें दग्ध होऊन गेलेल्या मजवर जर आपण अनुग्रह करीत असाल, तर आपल्या प्रसादानें आज माझा पुत्र जिवंत होऊन त्याची आणि माझी भेट होऊं द्या.

नारद म्हणाले:—पर्वतानें दिलेला तुझा हा गुणवान् स्वर्णष्ठीवी नामक पुत्र मृत झाला आहे, तेव्हां आतां मी तुला सहस्र वर्षें आयुष्य असलेला हिरण्यनाभ नामक पुत्र देतों.

अध्याय तिसावा.

—:०:—

नारद आणि पर्वत यांचें उपाख्यान.

युधिष्ठिरानें विचारलें:—तो सृंजयपुत्र सुवर्णनिष्ठीवन[1] करणारा होण्याचें कारण काय ? पर्वतानें तो कशाकरितां अर्पण केला ? आणि तो कशाच्या योगानें मृत्यु पावला ? जर त्या वेळीं मनुष्याचें आयुष्य एक हजार वर्षें होतें, तर मग कुमारावस्था प्राप्त होण्याचे पूर्वींच तो सृंजयपुत्र कसा मरण पावला ? त्याला सुवर्णष्ठीवी[2] हें केवळ नांवच होतें, कीं तो खरोखर तसाच होता ? आणि जर तसा असेल, तर तो सुवर्णनिष्ठीवन करणारा कसा झाला ? महाराज, हें सर्व जाणावयाची माझी इच्छा आहे.

श्रीकृष्ण सांगतात:—हे प्रजाधिपते, याविषयींचा बरोबर वृत्तांत मी तुला सांगतों. हे प्रभो, पूर्वीं लोकश्रेष्ठ नारद आणि पर्वत हे दोन मामे-भाचे असलेले ऋषि शाल्योदन आणि घृत भक्षण करून मनुष्यांमध्यें विहार करीत रहावें, या इच्छेनें अत्यंत आनंदानें देवलोकांतून ह्या लोकांत आले. मातुल नारद आणि भगिनीपुत्र पर्वत हे ते उभयतां मनुष्योचित भोग भोगीत पृथ्वीतलावर आल्यानंतर, वेगानें यथेच्छ चोहोंकडे गमन करूं लागले; आणि प्रेम व आनंद यांनीं युक्त असणाऱ्या त्या उभयतांनीं असा नियम केला कीं, शुभ असो अथवा अशुभ असो, अंतःकरणांत जी इच्छा उत्पन्न होईल ती परस्परांनीं परस्परांस सांगितली पाहिजे. नाहीं तर व्यर्थ शाप दिला जाईल. या प्रतिज्ञेस अनुमोदन देऊन ते उभयतां लोकपूज्य महर्षि श्वेतवंशोद्भव राजा सृंजयाकडे जाऊन म्हणाले, 'हे पृथ्वीपते, आम्ही कांहीं कालपर्यंत तुझ्याच हितासाठीं तुजपाशीं रहाणार आहों. यास्तव, आम्हांला योग्य प्रकारें अनुकूल हो.'

१ थुंकणें. २ सुवर्ण थुंकणारा.

यावर ' ठीक आहे ' असें म्हणून राजा त्यांचा सत्कार करून शुश्रूषा करूं लागला. पुढें एकदां राजा अत्यंत आनंदित होऊन त्या महात्म्या मुनींना म्हणाला कीं, ' उत्कृष्ट प्रकारचा वर्ण असलेली, दर्शनीय, निर्दोष अवयव असलेली, सुशील आणि सदाचार यांकडे उत्कृष्ट प्रकारें लक्ष असलेली, कमलकेसराप्रमाणें उत्कृष्ट कांति असलेली, व कौमरावस्थेंत असणारी माझी ही एकुलती एक सुकुमारी नामक कन्या आपणां उभयतांची सेवा करील.' त्यावर ' फार उत्तम ' असें त्यांनीं उत्तर दिल्यानंतर राजानें ' मुली, तूं ह्या ब्राह्मणांची देवांप्रमाणें अथवा पित्याप्रमाणें शुश्रूषा कर. ' अशी तिला आज्ञा केली. तेव्हां ' ठीक आहे ' असें आपल्या पित्यास सांगून ती धर्मनिष्ठ कन्या राजाच्या आज्ञेप्रमाणें सत्कारपूर्वक त्यांची शुश्रूषा करूं लागली.

पुढें तिच्या त्या शुश्रूषेमुळें आणि अप्रतिम सौंदर्यामुळें लवकरच नारदावर मदनानें एकाएकीं हल्ला केला. पुढें, ज्याप्रमाणें शुक्लपक्ष सुरू होतांच हळूहळू चंद्र वृद्धिंगत होतो, त्याप्रमाणें त्या महात्म्याच्या अंतःकरणांत कामवासना वृद्धिंगत होऊं लागली, पण लज्जा वाटूं लागल्यामुळें त्या धर्मवेत्त्या नारदानें ती तीव्र मदनबाधा आपला भगिनीपुत्र महात्मा पर्वत याला सांगितली नाहीं. तथापि तपोबलाच्या योगानें आणि चर्येवरून नारद कामपीडित झाला आहे असें पर्वतानें ओळखलें व अतिशय क्रुद्ध होऊन त्यानें त्याला शाप दिला. तो म्हणाला, " तूं निःशंकपणें प्रतिज्ञा करून मजबरोबर निघाला होतास; पण शुभ अथवा अशुभ जी वासना अंतःकरणांत उत्पन्न होईल ती परस्परांस सांगावी हें बोलणें तूं खोटें केलेंस. यास्तव, हे ब्रह्मन्, आज हा मी तुला शाप देत आहें. तुझ्या अंतःकरणांत या कौमारावस्थेंत असलेल्या सुकुमारीविषयीं कामवासना उत्पन्न होत आहे तोंच तूं मला पूर्वीं कळविलें नाहींस, म्हणूनच आतां मी तुला शाप देतों. तूं ब्रह्मचारी, मजहून थोर, तपस्वी आणि ब्रह्मनिष्ठ असतां आपण उभयतांनीं परस्परांशीं केलेल्या नियमाचा भंग केला आहेस. यामुळें अतिशय क्रुद्ध होऊन मी तुला शाप देत आहें तो ऐक. ' सुकुमारी ही तुझी पत्नी होईल, ह्यांत संशय नाहीं. तथापि, हे प्रभो, विवाहापासून तुझें मात्र स्वरूप वानरासारखें होईल. इतर लोकांना तूं मूर्तिमंत मृत्यु असाच दिसशील ! '

हें वाक्य ऐकून मातुल नारद ह्यानेंही आपला भगिनीपुत्र पर्वत ह्याला क्रोधानें शाप दिला कीं, " तूं जरी ब्रह्मचर्य, सत्य आणि इंद्रियदमन यांनीं युक्त असून सदैव धर्मनिष्ठ आहेस, तरीही तुला स्वर्गप्राप्ति होणार नाहीं ! "

याप्रमाणें परस्परांस शाप दिल्यानंतर, कोपाविष्ट झालेल्या गजश्रेष्ठांप्रमाणें ते असहिष्णु आणि क्रुद्ध होऊन गेलेले उभयतां मुनि परस्परापासून निघून गेले. नंतर, हे भरतकुलोत्पन्ना, पर्वत संपूर्ण पृथ्वीवर पर्यटन करूं लागला असतां त्याच्या स्वतःच्या तेजामुळेंच लोक त्याचा योग्य प्रकारें बहुमान करूं लागले. इकडे ब्राह्मणश्रेष्ठ नारदानें ती दूषणशून्य अशी सुकुमारी नामक सृंजय राजाची औरस कन्या धर्माच्या अनुरोधानें संपादन केली. पण त्या कन्येला नारदाचें स्वरूप पर्वतानें जसा शाप दिला होता त्याप्रमाणें दिसूं लागलें. पाणिग्रहणमंत्राचा प्रयोग होऊं लागला तेव्हांपासूनच सुकुमारीला देवर्षि नारदाचें मुख वानरासारखें दिसूं लागलें. तथापि तिनें त्याचा अवमान केला नाहीं. इतकेंच नव्हे, तर ती उलट प्रीति करूं लागली व भर्त्याच्या सेवेलाही जाऊं लागली. पतिप्रेमशालिनी अशा त्या सुकुमारीच्या अंतःकरणांत नारदावांचून दुसरा मुनि, देव अथवा यक्ष कोणीही आपला पति असावा, असें आलें नाहीं.

पुढें कोणे एके समयीं भगवान् पर्वत एका मनुष्यशून्य अरण्यामध्यें संचार करीत असतां त्या ठिकाणीं त्याला नारदाचें दर्शन झालें. तेव्हां त्यानें प्रणाम करून नारदाला म्हटलें कीं, 'हे प्रभो, मला स्वर्गाला जाऊं देण्याचा आपण अनुग्रह करा.' हें ऐकून स्वतः अत्यंत दीन झालेला नारद हात जोडून आपल्या समीप येऊन बसलेल्या दीन अशा पर्वताला अवलोकन करून म्हणाला, 'प्रथम तूंच मला वानर होशील असा शाप दिलास, व तूं असें म्हटल्यानंतर मग मींही आजपासून तुला स्वर्गवास मिळावयाचा नाहीं असा शाप दिला. हें कांहीं मजकडून अयोग्य घडलेलें नाहीं. कारण तूं मला पुत्राच्या ठिकाणीं आहेस.' असें म्हणून त्या वेळीं त्या उभयतां मुनींनीं परस्परांचे ते शाप परत घेतले. तेव्हां देवाचें स्वरूप प्राप्त झालेल्या व म्हणूनच अत्यंत कांतिमान् झालेल्या नारदास अवलोकन करितांच, हा दुसऱ्या एखाद्या स्त्रीचा पति असावा अशी शंका आल्यामुळें ती सुकुमारी पलायन करूं लागली. ती निर्दोष असलेली स्त्री पलायन करीत आहे असें पहातांच, 'हा तुझाच पति आहे, याविषयीं शंकित होण्याचें कारण नाहीं.' याप्रमाणें महात्म्या पर्वतानें तिची समजूत घातल्यानंतर व पूर्वीं पतीस आलेली विरूपता हा शापाचा दोष आहे असें ऐकल्यानंतर ती ताळ्यावर आली. पुढें पर्वत स्वर्गाला गेला आणि नारदही गृहाकडे गेला.

श्रीकृष्ण सांगतातः—हे नरश्रेष्ठा, ज्यानें सर्व कांहीं प्रत्यक्ष अवलोकन केलें आहे त्या ह्या भगवान् नारद मुनीला तूं प्रश्न केलास म्हणजे तो वृत्तांत जसा घडला होता तसा तो तुला कथन करील.

अध्याय एकतिसावा.

—:०:—

स्वर्णष्ठीवीच्या उत्पत्तीचा वृत्तांत.

वैशंपायन सांगतातः—तदनंतर पांडुपुत्र राजा युधिष्ठिर नारद मुनीला म्हणाला, 'हे भगवन्, सुवर्णष्ठीवीचें जन्मवृत्त श्रवण करण्याची माझी इच्छा आहे.' याप्रमाणें युधिष्ठिरानें प्रश्न केल्यानंतर नारद मुनि सुवर्णष्ठीवीचा वृत्तांत पूर्वीं घडला होता त्याप्रमाणें सांगूं लागले.

नारद म्हणालेः—हे महाबाहो, श्रीकृष्णांनीं जें सांगितलें तें अगदीं बरोबर तसेंच आहे. आतां या वृत्तांतांतील जो कांहीं अवशेष आहे, तो मी तुला सांगतों, ऐक. मी आणि माझा भागिनीपुत्र महामुनि पर्वत हे उभयतां विजयिश्रेष्ठ सृंजयाकडे वास्तव्य करण्याच्या इच्छेनें गेलों. तेव्हां त्या ठिकाणीं त्यानें शास्त्रनिर्दिष्ट विधीनें आमची पूजा केली. पुढें तो आमच्या सर्व इच्छा उत्कृष्ट प्रकारें पूर्ण करूं लागला; व आम्हीही त्याच्या गृहामध्यें वास्तव्य करूं लागलों. याप्रमाणें वर्षाकाल निघून जाऊन आमच्या गमनाचा काल प्राप्त झाला असतां पर्वतानें मला अर्थपूर्ण अशा शब्दांनीं म्हटलें कीं, 'आपण उभयतांनीं अत्यंत आदर पावून योग्य होतें त्या वेळीं या राजाच्या गृहामध्यें वास्तव्य केलें. यास्तव, हे ब्रह्मनिष्ठा, आतां पुढचा विचार पहा.' हें ऐकून, राजा, दर्शनही शुभकारक असलेल्या पर्वताला मीं म्हटलें, 'हे प्रभो भागिनीपुत्रा, हें सर्व तुझ्याकडून जुळून येईल. आतां आपण राजाला वराच्या नादीं लावावा म्हणजे झालें. तो जें जें इच्छीत असेल तें तें त्याला मिळूं दे; इतकेंच नव्हे, तर जर तुझी अनुमति असेल, तर आपणां उभयतांच्या तपोबलानें त्याचे मनोरथ सिद्धीस जावोत.'

तदनंतर, हे कुरुकुलश्रेष्ठा, विजयिश्रेष्ठ राजा सृंजयाला बोलावून आणून माझी अनुमति अस-

लेला पर्वत भाषण करूं लागला. तो म्हणाला' 'हे राजा, तूं सरलतापूर्वक जो आमचा सत्कार केलास, त्यामुळें आम्ही संतुष्ट झालों आहों. यास्तव, हे नरश्रेष्ठा, आमची अनुज्ञा असल्यामुळें तुला कोणता वर पाहिजे आहे तो विचार करून माग; आणि, हे महाराजा, ज्या योगानें देवतांनाही पीडा होणार नाहीं आणि मनुष्यांचाही नाश होणार नाहीं, असा वर मागून घे. तसें करण्यास हरकत नाहीं. कारण, आम्ही उभयतांही तुला पूज्य आहों आणि तूंही मान्य आहेस.'

सृंजय म्हणालाः—आपण जर मजवर प्रसन्न झालां असाल, तर तेवढ्यानेंच मी कृतकृत्य झालों आहें. कारण, आपला संतोष होणें हाच महत्फलदायक असा श्रेष्ठ लाभ मला झालेला आहे.

ह्याप्रमाणें तो भाषण करूं लागला असतां पर्वत पुनरपि त्याला म्हणाला कीं, 'राजा, ज्याची तुझ्या अंतःकरणांत फार दिवसांपासून इच्छा असेल, तें तूं मागून घे.'

सृंजय म्हणालाः—शौर्यसंपन्न, दृढनिश्चयी, दीर्घायुषी, महाभाग्यशाली व कांतीनें इंद्रतुल्य अशा पुत्राची प्राप्ति व्हावी अशी माझी इच्छा आहे.

पर्वत म्हणालाः—हा तुझा मनोरथ पूर्ण होईल. पण पुत्र दीर्घायुषी मात्र होणार नाहीं. कारण, इंद्राचा पराजय करण्यासाठींच तुझ्या अंतःकरणांत ही इच्छा वास्तव्य करीत आहे. तुझा पुत्र सुवर्णष्ठीवी या नांवानें प्रख्यात होईल. पण देवेंद्रतुल्य कांति असलेल्या त्या पुत्राचें देवेंद्रापासून संरक्षण केलें पाहिजे.

महात्म्या पर्वताचें हें वचन ऐकून, ही गोष्ट अशी घडूं नये म्हणून सृंजयानें त्याची विनवणी केली आणि तो म्हणाला, "हे मुने, आपल्या तपोबलाच्या योगानें माझा पुत्र दीर्घायुषी व्हावा." ह्यावर, इंद्राची मर्जी राखण्याच्या उद्देशानें पर्वतानें कांहींही उत्तर दिलें नाहीं. तेव्हां दीन होऊन गेलेल्या त्या नृपतीला मीं पुनरपि म्हटलें, 'हे महाराजा, त्या वेळीं तूं माझें स्मरण कर, म्हणजे मी तुला पुत्राचें दर्शन करवीन. हे पृथ्वीपते, तुझा प्रिय पुत्र यमाच्या अधीन होऊन गेला तरी देखील, मीं तुला त्याच्यासारखें स्वरूप असलेला पुत्र पुनरपि देईन.' असें त्या नृपतीला सांगितल्यानंतर आम्ही उभयतांनीं आपल्या इच्छेनुरूप प्रयाण केलें, व सृंजयही स्वच्छंदपणें आपल्या मंदिरांत निघून गेला.

पुढें कांहीं काल निघून गेल्यानंतर, त्या राजर्षि सृंजयाला तेजानें जणूं तळपत असलेला व महावीर्यसंपन्न असा पुत्र झाला. तो सरोवरांतील महाकमलाप्रमाणें कालानुसार वाढूं लागला. तो सुवर्णष्ठीवी[१] असल्यामुळें त्याचें तें नांव यथार्थ होतें. हे कुरुश्रेष्ठा, पुढें ती सुवर्णष्ठिवनरूपी अत्यंत आश्चर्यकारक गोष्ट लोकांत पसरली. तेव्हां महर्षि पर्वतानें वरप्रदान केलें आहे असें इंद्राला कळून आलें. पुढें, आपला पराजय होईल या भीतीनें, तो बलवृत्रादिकांचा हंता इंद्र बृहस्पतीच्या मताप्रमाणें वागून तो कुमार मिळण्याची संधि पाहात होता. हे प्रभो, शरीर धारण करून उभें असलेल्या आपल्या वज्ररूपी सुप्रसिद्ध दिव्य अस्त्राला 'तूं व्याघ्र होऊन ह्या राजपुत्राचा वध कर' असें सांगून त्यानें पाठविलें. 'कारण, हे वज्रा, हा सृंजयपुत्र मोठा झाला म्हणजे तो आपल्या शौर्यानें माझा पराभव करील; कारण, त्याला पर्वतानें असा वर दिलेला आहे.' याप्रमाणें इंद्रानें सांगितल्यानंतर, शत्रूंचीं नगरें जिंकून घेण्यास साधनभूत असलेलें वज्र संधि सांपडण्याची वाट पाहात राहून प्रत्यहीं त्या कुमाराकडे

१ ज्याची थुंकी सुवर्णमय आहे असा.

जाऊं लागलें. इकडे देवेंद्राप्रमाणें कांति असलेला तो पुत्र मिळाल्यानंतर सृंजयही अंतःपुरांतील स्त्रियांसह आनंदित होऊन कायमचा अरण्यांत जाऊन राहिला.

पुढें भागीरथीच्या तीरावरील त्या निर्जन अरण्यामध्यें कोणे एके समयीं केवळ एक दाई बरोबर असलेला तो बालक क्रीडा करण्यासाठीं धांवत गेला. तो जवळ जवळ पांच वर्षांचा गजगति बालक एकदम उड्डाण केलेल्या महाबलवान् व्याघ्रापाशीं गेला; आणि त्यानें लोळवितांच तो बालावस्थेंत असलेला राजपुत्र थरथरां कांपूं लागला व नंतर गतप्राण होऊन भूमीवर पडला ! तेव्हां दाई मोठ्यानें ओरडली. त्या राजपुत्राचा वध करितांच तो व्याघ्र त्या वेळीं देवेंद्राच्या मायेनें तेथेंच अंतर्धान पावला. इकडे अत्यंत दुःखाकुल झालेल्या मनुष्यासारखा धात्रीचा तो रोदन करणारा शब्द कानीं पडतांच राजा सृंजय स्वतःच त्या प्रदेशाकडे धांवून गेला . तेव्हां, ज्याच्यांतील आनंद निघून गेला आहे असा व्याघ्रानें रक्त प्राशन केल्यामुळें गतप्राण होऊन भूमीवर पडलेला व आकाशांतून भ्रष्ट झालेला जणूं चंद्रच असा तो कुमार त्याच्या दृष्टीस पडला. नंतर, देहावर रक्ताचा अभिषेक झालेल्या त्या पुत्राला मांडीवर घेऊन अंतःकरणास अतिशय क्लेश झालेला तो राजा दुःखाकुल होऊन रोदन करूं लागला. पुढें त्या कुमाराच्या माताही शोकाकुल होऊन, ज्या ठिकाणीं राजा सृंजय होता तिकडे रोदन करीत धांवल्या. तेव्हां कांहीं सुचेनासें होऊन त्या राजानें केवळ माझें स्मरण केलें असतां, त्यानें माझें चिंतन केलें आहे असें कळून येऊन मीं त्याला दर्शन दिलें; आणि, हे राजा, यदुवीर श्रीकृष्णानें जीं वाक्यें तुला सांगितलीं तींच वाक्यें अत्यंत शोक करूं लागलेल्या त्या राजाला मीं सांगितलीं, व इंद्राच्या अनुमतीनें त्याच्या त्या पुत्राचें पुनरुज्जीवन केलें. त्याचें भवितव्यच तसें होतें, यामुळें त्यांत बदल करितां येणें शक्यच नव्हतें. तेव्हांपासून पुढें तो महायशस्वी वीर्यसंपन्न कुमार स्वर्णष्ठीवी आपल्या मातापितरांच्या अंतःकरणास प्रसन्न ठेवूं लागला; आणि,राजा, पिता स्वर्गवासी झाल्यानंतर त्या भयंकर पराक्रमी स्वर्णष्ठीवीनें एक हजार एकशें वर्षेंपर्यंत राज्य केलें. त्या अत्यंत कांतिसंपन्न राजानें विपुलदक्षिणासंपन्न अनेक मोठमोठे यज्ञ करून देवतांना आणि पितरांना तृप्त करून सोडलें; आणि वंशवृद्धि करणारे अनेक पुत्र निर्माण करून पुष्कळ काळ लोटून गेल्यानंतर तो परलोकवासी झाला.

असो; हे राजेंद्रा युधिष्ठिरा, तूं देखील श्रीकृष्ण आणि महातपस्वी व्यासमुनि यांच्या सांगण्याप्रमाणें तुला झालेला हा शोक टाकून दे; आणि पितामहादिक क्रमानें प्राप्त झालेल्या राज्यावर आरूढ होऊन कार्यभार शिरीं घे. तूं मोठमोठे पुण्यकारक यज्ञ केलेस म्हणजे तुला अभीष्ट लोकाची प्राप्ति होईल.

अध्याय बत्तिसावा.

—:०:—

व्यासांचा धर्मराजास उपदेश.

वैशंपायन सांगतातः—हें ऐकून,शोक करीत असलेला राजा युधिष्ठिर स्वस्थ बसला असतां धर्मतत्त्वज्ञ तपस्वी व्यासमुनि त्याला बोलूं लागले.

व्यास म्हणालेः—हे कमलनेत्रा, प्रजांचें पालन करणें हा राजांचा धर्म असून, सदोदीत धर्माच्या अनुरोधानें वागणाऱ्या मनुष्याला धर्म हाच प्रमाण आहे. म्हणूनच, हे राजा, तूं पितृपितामहक्रमानें प्राप्त झालेल्या या राजपदावर आरूढ हो. तप हा ब्राह्मणांचा शाश्वत धर्म आहे, असा वेदाचा सिद्धांत आहे आणि म्हणून, हे भरतकुलश्रेष्ठा, तो ब्राह्मणांना सदैव प्रमाणभूत असून क्षत्रिय हा त्या संपूर्ण धर्माचें संरक्षण

करणारा आहे. जो मनुष्य विषयोपभोगामध्यें आसक्त होऊन स्वतःच ईश्वराच्या धर्मरूपी आज्ञेचा भंग करितो, तो लोकव्यवहाराचा विघातक असल्यामुळें दंडाला धरून प्रतिबद्ध केला पाहिजे. भृत्य असो, पुत्र असो, अथवा एखादा तपस्वी असो, जे कोणी मोहाच्या अधीन होऊन प्रमाणभूत गोष्टीला अप्रमाणच समजूं लागतील, त्या पातकी पुरुषांचा सर्व प्रकारच्या उपायांनीं निग्रह केला पाहिजे, अथवा त्यांचा वध केला पाहिजे. जो राजा ह्याच्या उलट वागतो, त्याला पातक लागतें. कारण, जो नाश पावणाऱ्या धर्माचें संरक्षण करीत नाहीं, तो धर्मघातक होय, ह्या नियमाप्रमाणें तो धर्मघ्न ठरतो. तूं देखील ज्यांचा त्यांच्या अनुयायांसहवर्तमान वध केला आहेस, तेही धर्मघ्नच होते; असें असतां, हे पांडुपुत्रा, तूं स्वधर्माप्रमाणें वागत असून असा शोक कां बरें करीत आहेस? अरे, राजानें आपल्या धर्माप्रमाणें अपराधी मनुष्याचा वधही केला पाहिजे, दानेंही केलीं पाहिजेत, आणि प्रजांचें संरक्षणही केलें पाहिजे.

युधिष्ठिर म्हणालाः—हे तपोधना, आपण जें सांगतां त्या वचनाविषयीं मला संशय नाहीं. कारण, हे सर्वधर्मज्ञश्रेष्ठा, आपणांला धर्माचें प्रत्यक्ष ज्ञान आहे. पण, हे ब्रह्मन्, ज्यांचा वध करणें अयोग्य आहे अशा अनेक पुरुषांचा मीं राज्यप्राप्तीसाठीं वध केला आहे. हींच कर्मे माझ्या अंतःकरणास दग्ध करून सोडीत आहेत व माझें शरीर शुष्क करून टाकीत आहेत.

व्यास म्हणालेः—हे भरतकुलोत्पन्ना, या जगांत ज्या गोष्टी घडून येतात, त्यांचा कर्ता एक ईश्वर, मनुष्य, अथवा लोकामध्यें वास्तव्य करणारा हठ[1] असून, मनुष्यांना मिळणारें फल कर्मजन्यही असतें. हे भरतकुलोत्पन्ना, ईश्वराच्या प्रेरणेनें मनुष्य जें सत्कार्य किंवा असत्कार्य करितो, त्याचें फल ईश्वराकडे जातें. एखादा मनुष्य अरण्यामध्यें कुऱ्हाडीनें वृक्ष तोडूं लागला तर त्यालाच पातक लागतें, कुऱ्हाडीला कोणत्याही प्रकारें लागत नाहीं. तशीच ही गोष्ट आहे; अथवा परशुग्रहण केल्यामुळें छेदनक्रिया घडली म्हणून त्या क्रियेचें पापरूपी फल—तें, शस्त्र आणि त्याचा दांडा हीं ज्यानें निर्माण केलीं त्यालाच मिळेल. तें पातक छेद करणाऱ्या मनुष्याकडे नाहीं. कारण हे कौंतेया, दुसऱ्यानें केलेल्या कर्माचें फल मनुष्याला मिळणें हें कांहीं इष्ट नाहीं; आणि म्हणूनच ईश्वरप्रेरित होऊन तूं हा शत्रुवध केला असल्यामुळें त्याचें पातक ईश्वराकडे आहे असें समज. आतां सदसत्कर्माचा कर्ता पुरुषच आहे, ईश्वराचा त्याच्याशीं कांहीं संबंध नाहीं, असें मानलें, तर हें तूं शुभच केलेलें आहेस. कारण, हे राजा, दैवयोग हा केव्हांही चुकावयाचा नाहीं; व म्हणूनच शस्त्र आणि त्याचा दांडा यांजकडून घडलेलें पातक पुरुषाला लागत नाहीं. आतां वधाचा कर्ता कोणी नसून आपोआपच या मनुष्यांचा वध मात्र झाला आहे असा जर स्वभाववादाच्या दृष्टीनें तुझा निश्चय असेल, तर मग अशुभ कर्म घडलेलेंही नाहीं आणि घडावयाचेंही नाहीं. कारण, स्वभाववादी मनुष्याच्या मतें पारलौकिक फल नसल्यामुळें, कर्म शुभ आहे किंवा अशुभ आहे हा विचार व्यर्थ होय. आतां, लोकांच्या पापपुण्यांची उपपत्ति लावली पाहिजे. ती धर्माधर्मावांचून लागत नाहीं; आणि धर्माधर्म केवळ शास्त्रगम्य आहेत असें समजलें, तर मग तूं केलेलें हें कर्म पुण्यकारकच होय. कारण, उन्मार्गगामी लोकांचें शासन करणें हें शास्त्रदृष्ट्या व लौकिकदृष्ट्याही योग्यच

[1] कांहींएक कारण नसतां आपोआप गोष्टी घडून येणें. (स्वभाव.)

आहे. हे भरतकुलोत्पन्ना, असें जरी आहे, तरी राज्य करीत असतां मनुष्याच्या हातून शुभाशुभ कर्मे घडतात आणि त्यांना त्यांचीं बरीं-वाईट फळेंही मिळतात, असें जर तुला वाटत असेल, तर मग, हे नृपश्रेष्ठा, ज्याच्या योगानें अशुभ-फलप्राप्ति होते त्या पापकर्माचा तूं त्याग कर. उगीच शोक करावयाचें तूं मनांत आणूं नको. हे भरतकुलोत्पन्ना राजा, तुझा स्वधर्म जरी दूषणयुक्त आहे असें समजलें, तरीही तूं त्या स्वधर्माप्रमाणेंच वागत आहेस. यामुळें अशा रीतीनें देहत्याग करणें हें योग्य नाहीं. हे कुंतीपुत्रा, शास्त्रामध्यें त्या त्या कर्माबद्दल प्रायश्चित्तें सांगितलेलीं आहेत. तीं शरीर असलें तरच प्राण्याच्या हातून घडतील; आणि तीं न करितां शरीराचा त्याग केला तर मात्र त्या कर्माच्या अधीन व्हावें लागेल. सारांश, राजा, तूं जिवंत असलास तर प्रायश्चित्तें करूं शकशील; आणि प्रायश्चित्तें न करितांच जर मरण पावलास, तर मात्र, हे भरतकुलोत्पन्ना, तुला क्लेश भोगावे लागतील !

अध्याय तेहतिसावा.

—:०:—

अश्वमेधकरणोपदेश.

युधिष्ठिरानें विचारलें:—हे पितामहा, मीं राज्यलोभानें आक्रांत होऊन पुत्र, पौत्र, बंधु, पितर, श्वशुर, गुरु, मातुल, पितामह, महात्मे क्षत्रिय, आप्तइष्ट, मित्र, भागिनीपुत्र, ज्ञाती आणि अनेक देशांतून आलेले असंख्यात भूपति यांचा एकट्यानेंच वध केलेला आहे. हे तपोधना, वारंवार सोमपान करणाऱ्या अशा प्रकारच्या त्या धर्मनिष्ठ वीर भूपतींचा वध केल्यानें मला आतां कोणती गति मिळेल ह्याविषयींचा विचार पुन:पुन: अंत:करणांत येत असल्यामुळें मला अद्यापही ताप होत आहे. हे पितामहा, ही पृथ्वी त्या वैभवसंपन्न नृपश्रेष्ठांनीं वियुक्त झाली आहे, हें अवलोकन करून, आपल्या ज्ञातीचा भयंकर वध व शेंकडों श्रेष्ठ पुरुष आणि कोट्यवधि इतर लोक यांची हत्या हीं पाहून माझ्या अंत:करणाला ताप होत आहे. ज्यांना आज पुत्र, पति आणि बंधु यांचा कायमचा वियोग झाला आहे, त्या श्रेष्ठ स्त्रियांची अवस्था काय होईल? खरोखर त्यांच्या त्या पुरुषांचा वध करणाऱ्या व यादवांचें सहाय्य असलेल्या आम्हां घोर कृत्यें करणाऱ्या पांडवांना शिव्याशाप देत त्या क्लेश व दीन झालेल्या स्त्रिया भूतलावर व्याकूळ होऊन पडतील ! अथवा, हे द्विजश्रेष्ठा, आपले पितर, बंधु, पति आणि पुत्र हे नाहींतसे झालेले पाहून सर्वही स्त्रिया वात्सल्यामुळें प्राणत्याग करून यमनगरास जातील, याविषयीं मला मुळींच संशय वाटत नाहीं, आणि असें झालें म्हणजे, धर्म हा सूक्ष्म असल्यामुळें, आम्हांला स्त्रीवधाचें पातक लागेल, हें अगदीं उघड आहे. हे पितामहा, ज्या अर्थीं आम्हीं आपल्या संबंधी पुरुषांचा वध करून हें अमर्याद पातक केलें आहे, त्या अर्थीं आम्हांला अधोमुख होऊन नरकांत पडावें लागणार. म्हणूनच, हे साधुश्रेष्ठा, त्या पातकाच्या निष्कृतीसाठीं तीव्र तपश्चर्या करून आम्ही शरीरत्याग करणार. आतां, जर आश्रमधर्मामध्येंच या पातकाचा नाश करण्याविषयीं समर्थ असा कांहीं उत्कृष्ट विधि असेल, तर, हे पितामहा, तो आपण आम्हांला सांगा.

वैशंपायन सांगतात:—हें युधिष्ठिराचें भाषण ऐकून व आपल्या बुद्धीनें सूक्ष्मपणें विचार करून त्या वेळीं व्यास युधिष्ठिराला सांगूं लागले.

व्यास म्हणाले:—राजा, तूं क्षात्रधर्माचा विचार कर आणि हा विषाद सोडून दे. हे क्षत्रियश्रेष्ठा, स्वधर्मानेंच त्यांचा वध घडलेला आहे. हे संपूर्ण वैभवाची व या भूलोकामध्यें

विपुल कीर्तीची इच्छा करून दुसऱ्याचा प्राण हरण करण्याचें कृत्य करीत होते, यामुळें कालगतीनेंच ते मरण पावले आहेत. यांचा वध करणारा तूं नाहींस, भीम नाहीं, अर्जुन नाहीं आणि नकुलसहदेव हेही नाहींत. कारण, प्राण हरण करणें हा जो कालाचा धर्म आहे, त्याप्रमाणें कालानेंच या मनुष्यांचे प्राण हरण केले आहेत. जो या लोकांच्या कर्माला साक्षिभूत आहे, त्याला माता नाहीं, पिता नाहीं अथवा कोणी अनुग्रह करण्यासही पात्र नाहीं. त्या कालानेंच यांचा संहार केलेला आहे. हे भरतकुलश्रेष्ठा, प्राण्यांनीं प्राण्यांचा वध करणें, हें त्या कालाला निमित्त मात्र करून ठेविलें आहे. कारण, लोकांचें नियमन करणें हा या कालाचा स्वभावच आहे. शुभाशुभ कर्मांना साक्षिभूत, योग्य वेळीं फल देणारा व उत्तरकालिक सुखदुःखादि फलांनीं युक्त असणारा जो काल, तो देखील कर्मरूपी बंधनांनीं जणूं बद्ध होऊन गेलेला आहे; आणि म्हणूनच त्याला त्या कर्माच्या अनुरोधानें फल द्यावें लागतें. हे महाबाहो, ज्यामुळें ते तुझे शत्रु मरण पावले, तीं त्यांचीं हीं कर्मे विनाशालाच कारणभूत होतील, याचाही तूं विचार कर; आणि तूं आपल्या शाश्वत धर्माचें पालन केलेलें आहेस हेंही लक्षांत घे. कारण, देवानेंच तुला आक्रमण करून तुजकडून हें कर्म करविलें आहे. ज्याप्रमाणें एखाद्या सुतारानें केलेलें यंत्र चालविणाऱ्याच्या हातीं असतें, अर्थात् तें तो चालवील त्याप्रमाणें चालतें, त्याप्रमाणें, कालप्रेरित अशा कर्माच्याच अनुरोधानें या जगताच्या सर्व क्रिया चाललेल्या असतात. मनुष्याचें जन्म होण्यासही कांहीं कारण लागत नाहीं, आणि त्याचा नाशही साहजिकपणेंच होतो, असें दिसून येत असल्यामुळें, जन्माबद्दलचा आनंद अथवा मृत्यूविषयींचा शोक हे निरर्थकच होत. आतां, हे राजा, जर तुझें अंतःकरण हा असत्यभूत पापसंबंध आपणाकडे लावून घेत आहे, तर तूं त्याविषयीं प्रायश्चित्त कर. हे कुंतीपुत्रा, आमच्या ऐकिवांत एक गोष्ट आहे. ती अशी कीं, पूर्वी जें देव आणि दैत्य यांमध्यें युद्ध चाललें होतें, त्यामध्यें दैत्य हे ज्येष्ठ बंधु असून देव कनिष्ठ बंधु होते. त्यांचा देखील वैभवप्राप्तीच्या उद्देशानें परस्परांशीं भयंकर विरोध चालला होता. यामुळें बत्तीस हजार वर्षेंपर्यंत युद्ध चालल्यानंतर, पृथ्वी रक्तानें भरून गेल्यामुळें केवळ समुद्रमय करून सोडून देवांनीं दैत्यांना ठार केलें आणि स्वर्ग मिळविला. तसेंच दर्पामुळें विचारशून्य बनलेले, वेदपारंगत व शालावृक ह्या नांवानें त्रैलोक्यामध्यें प्रसिद्ध असलेले ब्राह्मण दानवांना साहाय्य करण्यासाठीं त्यांच्या आश्रयाला जाऊन राहिले. तेव्हां, हे भरतकुलोत्पन्ना, देवांनीं त्या अठ्ठ्यायशीं हजार ब्राह्मणांचाही वध केला. सारांश, अत्यंत उद्धट आलेल्या दैत्यांचा ज्याप्रमाणें देवांनीं वध केला त्याप्रमाणें, धर्माचा उच्छेद व्हावा अशी इच्छा करणारे जे अधर्मप्रवर्तक लोक असतील त्या दुरात्म्यांचा वधच केला पाहिजे. वंशापैकीं एकाला ठार केला असतां जर सर्व वंशाची पीडा नष्ट होत असेल, अथवा एका कुलाचा वध केला असतां सर्व राष्ट्र सुखी होईल, तर तसें करणें हें कांहीं सद्वर्तनाला बाध आणणारें होत नाहीं. कारण, हे प्रजाधिपते, एखादें अधर्माचें कृत्य हेंच धर्म होत असतें, व धर्माचें कृत्यही अधर्मरूपी होत असतें; तें ज्ञानसंपन्न लोकांनाच समजतें; आणि, हे पांडवा, तूं शास्त्रज्ञानसंपन्न आहेस, ह्यास्तव आपलें अंतःकरण स्थिर कर. हे भरतकुलोत्पन्ना, पूर्वी देवांनीं ज्या मार्गाचें अवलंबन केलें होतें, त्याच मार्गानें तूं गेला आहेस. हे पांडवश्रेष्ठा, अशा प्रकारचीं कर्मे करणारे तुजसारखे

लोक नरकाला जाणार नाहींत. हे शत्रुतापना, आतां तूं या आपल्या बंधूंना आणि हितचिंतकांना आश्वासन दे. जो मनुष्य पापोत्पत्तीस कारणभूत असणारें कर्म करितो, त्याच्या अंतःकरणावर त्या पापकर्माचे संस्कार होऊन तो तीं तशींच करीत रहातो, आणि करूनही निर्लज्ज होतो. त्याच्या ठिकाणीं तें सर्व पातक अगदीं पूर्णत्वाला पोहोंचलें आहे असें समजावें, म्हणून सांगितलेलें आहे. त्याला प्रायश्चित्त नाहीं व त्याच्या पापकर्माचा ऱ्हासही होत नाहीं. पण तुझी गोष्ट तशी नाहीं. कारण, तूं मूळचा पवित्र कुलामध्यें उत्पन्न झालेला आहेस; व तुझी इच्छा नसतां शत्रूच्या अपराधामुळेंच तुजकडून हें कर्म घडलें आहे. शिवाय तूं हें कर्म घडल्याबद्दल पश्चात्तापही पावत आहेस. हे महाराजा, या पातकाला अश्वमेध नामक महायज्ञ करणें हेंच प्रायश्चित्त सांगितलेलें आहे. तो तूं कर, म्हणजे तुझें पातक नाहींसें होईल. मरुतांसह भगवान् इंद्रानें शत्रूंचा पराभव केला आणि एक एक अशा क्रमानें शंभर वेळ यज्ञ केले, म्हणूनच तो शतक्रतु झाला; आणि त्यामुळेंच पातकाचें क्षालन होऊन, स्वर्ग संपादन करून सुखोत्पत्तीस कारणभूत असलेले लोक मिळविल्यानंतर, मरुद्गणांनीं वेष्टित असलेला तो इंद्र सर्व दिशांना प्रकाशित करीत शोभायमान होऊन राहिला. स्वर्गामध्यें अप्सरा ज्याचें आराधन करितात त्या देवाधिपति इंद्राची शुश्रूषा देवता आणि ऋषि करीत असतात. हे निष्पापा, तुला ही पृथ्वी आपल्या पराक्रमानें मिळालेली आहे; आणि पराक्रमानेंच तूं सर्व पृथ्वीपतींचा पराजय केलेला आहेस. हे राजा, आतां तूं त्या भूपतींच्या राष्ट्रांकडे आणि नगरांकडे जाऊन त्यांचे बंधु, पुत्र अथवा पौत्र यांना त्यांच्या त्यांच्या राज्यांवर अभिषिक्त कर; मग ते बालावस्थेंत असोत अथवा गर्भामध्यें असोत. तसेंच, तूं सामोपचारानें सर्वांचा बहुमान करून सर्व प्रजेचें अनुरंजन करीत पृथ्वीचें संरक्षण कर. ज्यांना पुत्र नसेल त्यांच्या कन्यांना राज्याभिषेक कर. कारण, असें केल्यानें, स्त्रियांना वैभवाची इच्छा असल्यामुळें तेथें त्या शोकाचा त्याग करतील. ह्याप्रमाणें, हे भरतकुलोत्पन्ना, सर्व राष्ट्राला आश्वासन देऊन नंतर, पूर्वीं विजय पावलेल्या इंद्रानें ज्याप्रमाणें अश्वमेध केला होता, त्याप्रमाणें तूंही कर. हे क्षत्रियश्रेष्ठा, ते महात्मे क्षत्रियही कृतांताच्या सामर्थ्यानें कर्तव्यज्ञानशून्य बनून गेल्यामुळें आपल्या कर्माच्याच योगानें नाश पावलेले आहेत; त्यांच्याविषयीं शोक करण्याचें कारण नाहीं. तुझ्या हातून क्षात्रधर्माचें आचरण घडलें आहे, आणि तुला निष्कंटक राज्याची प्राप्ति झालेली आहे. यास्तव, हे भरतकुलोत्पन्ना कुंतीपुत्रा, इहपरलोकीं कल्याणकारक अशा स्वधर्माचें आतां तूं पालन कर.

अध्याय चौतिसावा.

—:०:—

पापविचार.

व्यास सांगतातः—युधिष्ठिरा, शास्त्रविहित कर्में न करितां निषिद्ध कर्में आचरण करणारा आणि कपटाचरण करणारा मनुष्य प्रायश्चित्तार्ह होतो. तसेंच, जो ब्रह्मचारी सूर्योदयानंतर उठतो आणि सूर्यास्तापूर्वींच निजतो तो, नखांमध्यें दोष असलेला, श्यामवर्ण दांत असलेला, ज्येष्ठ बंधूपूर्वींच आपला विवाह करणारा, त्याचा ज्येष्ठ बंधु ब्रह्महत्या करणारा, ब्रह्मचर्यादि-व्रतभ्रष्ट झालेला, निंदक, पुनर्विवाह केलेल्या स्त्रीचा पति आणि जार, ब्राह्मणादि वर्णत्रयाची हत्या करणारा, अपात्रीं दान करणारा व सत्पात्रीं दान न करणारा ब्राह्मण, प्राणिसमूहांचा वध करणारा, मांसविक्रय

करणारा, अग्नीचा त्याग करणारा, वेद-विक्रय करणारा आणि वध करणारा हे सर्व पातकी असून, ह्यांपैकीं पूर्वी पूर्वी सांगितलेले पुढच्यांहून निंद्य आहेत. तसेंच व्यर्थ पशुहिंसा करणारे, घरें जाळणारे, असत्यावर उपजीविका करणारे, गुरूला प्रतिबंधांत ठेवणारे आणि प्रतिज्ञेचें उल्लंघन करणारे ह्या सर्वांचीं कृत्यें हीं पातकेंच होत. आतां लोक आणि वेद या दोहोंच्याही विरुद्ध असणारीं अकार्यें मी तुला सांगतों, तीं एकाग्र चित्तानें ऐकून तूं समजून घे. स्वधर्माचा त्याग, परधर्माचें आचरण, अयाज्य लोकांचें याजन, अभक्ष्य पदार्थांचें भक्षण, शरणागतांचा त्याग, पोष्यवर्गाचें पोषण न करणें, षड्रसांचा विक्रय, पशुपक्ष्यादिकांचा वध, सामर्थ्य असतां गर्भाधानादिक कर्में न करणें, ज्यांचें अवश्य दान केलें पाहिजे त्या सर्वांचें दान न करणें, दक्षिणा न देणें आणि ब्राह्मणद्रव्याचा अपहार करणें, हीं सर्वही अकार्यें होत, असें धर्मवेत्ते लोक म्हणतात. हे नरश्रेष्ठा, पित्याशीं कलह करणारा पुत्र, गुरुस्त्रीशीं गमन करणारा पुरुष आणि योग्य वेळीं पत्नीचा उपभोग न घेणारा पुरुष, हे सर्वही अधार्मिक होत. याप्रमाणें, जीं कर्में केलीं असतां आणि जीं न केलीं असतां मनुष्य प्रायश्चित्तार्ह होतो, तीं तुला संक्षेपानें आणि विस्तारानेंही सांगितलीं. आतां मनुष्यानें हींच कर्में कोणकोणत्या कारणामुळें केलीं असतां त्याला पातक लागत नाहीं तें सांगतों, ऐक. वेदपारंगत असणारा ब्राह्मणही शस्त्र घेऊन वध करण्याच्या इच्छेनें आला तर त्याचा युद्धामध्यें वध करावा. त्यामुळें ब्रह्महत्येचें पातक लागत नाहीं. हे कुंतीपुत्रा, अशा प्रकारचा मंत्रच वेदांमध्यें पठलेला आहे. वेदप्रमाणमूलकच धर्म मी तुला सांगत आहें. आचरणशून्य ब्राह्मण वध करण्याच्या इच्छेनें आला तर त्याला ठार मारावा; त्यामुळें ब्रह्महत्या लागत नाहीं. कारण, अशा प्रसंगीं क्रोध हाच दुसऱ्याच्या शरीरामध्यें प्रविष्ट होऊन त्याजकडून वध करवीत असतो. प्राणाचाच नाश होत असेल तर ते वांचविण्यासाठीं आणि अज्ञानानें ज्यानें मद्यपानही केलेलें असेल, तो धर्मनिष्ठांच्या आज्ञेनें पुनःसंस्कार करण्यास योग्य होय. हे कौंतेया, मीं जें तुला सर्व अभक्ष्यभक्षण सांगितलेलें आहे, त्याचा सर्व दोष हें प्रायश्चित्त केल्यानें जातो. गुरुस्त्रीगमन हें गुरूच्याच प्रीतीसाठीं केल्यास त्याचा दोष मनुष्यास लागत नाहीं. कारण, उद्दालकानें आपल्या शिष्याकडूनच श्वेतकेतूची उत्पत्ति करविली होती. विपन्नदशेमध्यें गुरुदक्षिणा देण्यासाठीं चौर्य करणें हें निषिद्ध नाहीं. मात्र तसें करणाऱ्या मनुष्यानें बुद्धिपूर्वक अनेकवावर तसें करण्य-विषयीं प्रवृत्त होतां कामा नये. तसेंच, विपन्नावस्थेंत ब्राह्मणावांचून इतरांचें द्रव्य ग्रहण करणारा दोषी होत नाहीं. परोपकारासाठीं अन्नाचें चौर्य करून स्वतः तें भक्षण न करणारा जो मनुष्य, त्याला पातक लागत नाहीं. आपल्या अथवा दुसऱ्याच्याही प्राणसंरक्षणासाठीं, गुरुकार्यासाठीं, स्त्रियांशीं आणि विवाहकार्यांत असत्य भाषण केल्यास हरकत नाहीं. स्वप्नामध्यें वीर्यपात झाला म्हणून कोणत्याही प्रकारें व्रतलोप होत नाहीं. मात्र त्याकरितां प्रज्वलित झालेल्या अग्नीमध्यें घृताचा होम करणें, हें प्रायश्चित्त सांगितलेलें आहे. ज्येष्ठ बंधु पतित अथवा संन्यासी असेल तर कनिष्ठ बंधूला त्याच्यापूर्वी विवाह केल्याचा दोष लागत नाहीं. स्त्रीनें आपण होऊन प्रार्थना केली असतां त्या परदारगमनानें कल्याच्या धर्माला बाध येत नाहीं. पशूंची व्यर्थ हिंसा आपण करूं नये आणि दुसऱ्याकडूनही करवूं नये. कारण, पशूंवर अनुग्रह करणें हें

विधिविहित पुण्य आहे. अज्ञानानें अयोग्य ब्राह्मणाला दान केलें तर तें दोषकारक होत नाहीं. तसेंच, अज्ञानामुळें सत्पात्र मनुष्याचा सत्कार सदैव घडला नाहीं तरीही दोष लागत नाहीं. व्यभिचारिणी स्त्रीला दासीप्रमाणें अन्न आच्छादन देऊन दूर ठेवणें दोषकारक नाहीं. कारण, त्या योगानें ती पवित्र होते आणि पतीलाही दोष लागत नाहीं. सोमविक्रयाच्या तत्त्वाचें ज्ञान झाल्यानंतर जर सोमविक्रय केला तर पाप लागत नाहीं. कार्य करण्याविषयीं असमर्थ असलेल्या सेवकाला घालवून दिल्यानें आणि धेनूसाठीं अरण्य दग्ध केल्यानें दोष लागत नाहीं. याप्रमाणें, जीं कर्में केलीं असतां दोष लागत नाहीं तीं तुला कथन केलीं. आतां, हे भारता, तुला विस्तारपूर्वक प्रायश्चित्तें सांगतों.

अध्याय पसतिसावा.

—:०:—

प्रायश्चित्तकथन.

व्यास सांगतातः—हे भारता, कृच्छ्रचांद्रायणप्रभृति तपें, यज्ञादि कर्में आणि दानें हीं केल्यानें मनुष्य पापमुक्त होतो. पण जर त्याची पुनः तिकडे प्रवृत्ति होत नसेल तर! ब्रह्महत्या करणाऱ्या मनुष्यानें करोटी हातीं घेऊन भिक्षा मागून एक वेळ भोजन करावें; आपलें काम आपणच करावें; खट्वांग[1] धारण करून ब्रह्मचर्यानें रहावें; सदोदीत पुण्यकर्में करण्याविषयीं उद्युक्त असावें; कोणाशीं असूया करूं नये; भूमीवर निजावें; आणि आपलें कर्म लोकांमध्यें प्रसिद्ध करावें. असें करीत राहिल्यानें बारा वर्षांनीं ब्रह्मघ्न मनुष्य पापमुक्त होतो. अथवा त्यानें ज्ञानसंपन्न अशा शस्त्रधारण करणाऱ्या लोकांचें स्वेच्छेनें लक्ष्य व्हावें, अथवा अत्यंत प्रज्वलित झालेल्या अग्नीमध्यें देहत्याग करावा. कोणत्याही एका वेदाचा जप करीत अधोमुख होऊन शंभर योजनेंपर्यंत तीर्थयात्रेसाठीं गमन करावें. वेदवेत्त्या ब्राह्मणाला आपलें सर्वस्व अर्पण करावें, त्याच्या निर्वाहाला पुरेल इतकें द्रव्य द्यावें, अथवा सर्व साहित्यासुद्धां गृहदान करावें, आणि गोब्राह्मणांचें संरक्षण करावें, म्हणजे ब्रह्मघ्न पापमुक्त होतो. सहा वर्षेंपर्यंत प्रत्यहीं कृच्छ्रव्रताच्या विधीप्रमाणें भोजन करणारा ब्रह्मघ्न मनुष्य पवित्र होतो. प्रत्येक महिन्यामध्यें एकेक कृच्छ्र[1] याप्रमाणें तीन वर्षेंपर्यंत भोजन केल्यास ब्रह्मघ्न पापमुक्त होतो. मासकृच्छ्र करून भोजन करणारा मनुष्य एक वर्षांत पापमुक्त होतो, याविषयीं संशय नाहीं. तसेंच हे राजा, उपवास केल्यानें तो याहून थोड्याही काळांत शुद्ध होतो; अथवा अश्वमेध यज्ञाच्या योगानें तो निःसंशय पवित्र होतो. जे कोणी अशा प्रकारचे पुरुष अश्वमेधाच्या अवभृथामध्यें स्नान करितात, त्या सर्वांच्या पापाचें क्षालन होतें, असें मुख्य श्रुतिवचन आहे. ब्राह्मणासाठीं युद्धांत ज्याचा वध झाला असेल, तो ब्रह्महत्येपासून मुक्त होतो. एक लक्ष गाई सत्पात्र ब्राह्मणांना दान कराव्या म्हणजे ब्रह्मघ्न मनुष्य सर्व पातकांपासून मुक्त होतो. जो दूध देणाऱ्या पंचवीस हजार कपिला धेनूंचें दान करील, तो सर्व प्रकारच्या पातकांपासून मुक्त होतो. आसन्नमरण होतांच पातकी मनुष्यानें वत्स

१ शंकराच्या खट्वांग नामक अस्त्राच्या आकाराचें काष्ठ.

१ तीन दिवस प्रातःकालीं व तीन दिवस सायंकालीं भोजन करून पुढें तीन दिवस न मागतां मिळेल तें भक्षण करणें व नंतर तीन दिवस उपवासी रहाणें याला एक कृच्छ्र म्हणतात. हें बारा दिवसांचें आहे. एक महिन्यांत एक कृच्छ्र करावयाचें झाल्यास सात दिवस प्रातःकालीं व सात दिवस सायंकालीं भोजन करून सात दिवस अयाचितवृत्तीनें रहावें व सात दिवस उपोषण करावें. सात दिवसांच्या ठिकाणीं एक महिना धरल्यास मासकृच्छ्र होतें. हींच तीन कृच्छ्रें वर सांगितलेलीं आहेत.

असलेल्या एक हजार दुभत्या धेनु सज्जन आणि दरिद्री अशा ब्राह्मणांना अर्पण केल्या असतां तो त्या पापापासून मुक्त होतो. हे पृथ्वीपते, जो मनुष्य नियमनिष्ठ ब्राह्मणांना कंबोज देशांत उत्पन्न होणारे शंभर अश्व अर्पण करितो तो पापमुक्त होतो. जो एकाही ब्राह्मणाचे मनोरथ पूर्ण करितो व तसें केल्याचा परिस्फोट करीत नाहीं, तोही पापमुक्त होतो. एकवार देखील मद्यप्राशन केलें तर तापवून अग्नीप्रमाणें लाल केलेलें मद्य प्राशन करावें. असें करणाऱ्या मनुष्याचा आत्मा इहलोकीं व परलोकीं पवित्र होतो. पर्वताच्या कड्यावरून निर्जल प्रदेशांत उडी टाकल्यानें, अग्निप्रवेश केल्यानें आणि केदारक्षेत्रीं जाऊन हिमालयावर आरोहण केल्यानें मनुष्य सर्व प्रकारच्या पातकांपासून मुक्त होतो. ब्राह्मणाच्या हातून मद्यप्राशन घडल्यास त्यानें बृहस्पतिस्तव नामक यज्ञ करावा, म्हणजे तो निष्पाप होऊन सभेंत गमन करण्यास योग्य होतो, असें वेदवचन आहे. हे राजा, मद्यप्राशन घडल्यास जो मनुष्य भूमिदान करितो व पुनश्च तें प्राशन करीत नाहीं, त्यानें भूमिदान करावें, म्हणजे तो पुनः संस्कारानें शुद्ध होतो. गुरुस्त्रीशीं गमन करणाऱ्यानें तप्त झालेल्या लोहमय स्त्रीप्रतिमेस आलिंगन देऊन शयन करावें, अथवा आपल्या जननेंद्रियाचा छेद करून वर दृष्टि लावून पळत सुटावें. असें करून शरीरत्याग केल्यानें तो त्या अशुभ कर्मांतून मुक्त होतो. एक वर्षपर्यंत आहारविहारांचा त्याग केल्यास स्त्रिया पापमुक्त होतात. जो मनुष्य महाव्रताचें[१] आचरण करितो, सर्वस्वदान करितो, अथवा ज्याचा गुरूच्या कार्यासाठीं युद्धामध्यें वध होतो, तो अशुभ कर्मांपासून मुक्त होतो. असत्य भाषण करून चरितार्थ चालविणारा आणि गुरूला प्रतिबद्ध करणारा ह्यानें तो ज्याच्याशीं असत्य बोलला असेल त्याचें व गुरूचें प्रिय करावें, म्हणजे तो त्या पातकापासून मुक्त होतो. ब्रह्मचर्यादि व्रतापासून भ्रंश झाला असतां ब्रह्महत्येचें प्रायश्चित्त करावें, तसेंच, सहा महिनेपर्यंत वस्त्राच्यां अर्थी गोचर्म परिधान करून रहाणारा मनुष्य पापमुक्त होतो. परस्त्रीचा व परद्रव्याचा अपहार करणारा मनुष्य एक वर्षपर्यंत अशाच प्रकारचें व्रत आचरण केल्यास पापमुक्त होतो. ज्याच्या द्रव्याचा अपहार केला असेल त्याला नानाप्रकारचे उपाय करून तितकें द्रव्य द्यावें; म्हणजे त्या पापापासून मुक्त होतां येतें. ज्येष्ठ बंधूचा विवाह करून त्याचें अग्न्याधान वगैरे केल्यावर, त्याच्यापूर्वी विवाह केलेला कनिष्ठ बंधु इंद्रियनिग्रह करून व व्रतस्थ राहून द्वादशरात्र कृच्छ्र केल्यानें शुद्ध होतो. पण त्यानें पितरांचा उद्धार होण्यासाठीं त्या वेळीं पुनरपि विवाह केला पाहिजे. स्त्रीला परिवेदनाचा दोष लागत नाहीं. चार महिनेपर्यंत धारणेंपारणें ह्या नांवाचा एक शुद्धिकारक भोजनविधि करावयाचा असतो, तो केला असतां स्त्रिया शुद्ध होतात, असें धर्मवेत्त्यांचें मत आहे. स्त्रियांनीं पातक केलें आहे, असा संशय आल्यास सुज्ञ मनुष्यानें त्यांच्याशीं संबंध ठेवूं नये. ज्याप्रमाणें एखादें पात्र भस्मानें शुद्ध होतें, त्याप्रमाणें त्या रजोदर्शनानें शुद्ध होतात. शूद्रांनीं उष्टें केलेलें, गाईनीं हुंगलेलें अथवा चूळ भरून टाकल्यामुळें खरकटें झालेलें कांशाचें भांडें दहा वेळ घांसल्यानें शुद्ध होतें. चार पादांनीं युक्त संपूर्ण प्रायश्चित्तादि धर्म ब्राह्मणांना विहित असून, तो तीन चतुर्थांश क्षत्रियांना, अर्धा वैश्यांना व एक चतुर्थांश शूद्रांना विहित आहे. ह्या विधीवरून त्यांच्या पातकांच्या गौरवाचा आणि लाघवाचा निर्णय जाणावा. पशुपक्ष्यादिकांचा वध केला असतां

१ एक महिनाभर जलप्राशनही न करितां रहाणें.

व यज्ञादिकांसाठीं ज्याचा छेद करणें अवश्य आहे त्यावांचून इतर अनेक वृक्षांचें छेदन करणाऱ्या मनुष्यानें आपलें कर्म प्रसिद्ध करून तीन दिवस वायुभक्षण करून रहावें. हे राजा, अगम्य स्त्रीशीं समागम केल्यास सहा महिनेपर्यंत ओलें वस्त्र नेसून भस्मावर शयन करून राहिलें पाहिजे. हीच प्रायश्चित्तक्रिया वेदोक्त विधान, दृष्टांतभूत आणि प्रमाणभूत असलेल्या शास्त्रांत निर्दिष्ट केलेले हेतु ह्यांच्या अनुरोधानें असते. तसेंच, पवित्र प्रदेशांत मिताहार करून गायत्रीचा जप करीत रहावें; हिंसा करूं नये; रागद्वेष, मान अथवा अपमान ह्यांचा त्याग करावा; आणि विशेष भाषण करूं नये; म्हणजे सर्व पातकांपासून मुक्ति होते. दिवसा सदोदीत उभें रहावें, रात्रीं मैदानांत निजावें, व दिवसा आणि रात्रीं तीन तीन वेळां जलामध्यें जाऊन सचैल स्नान करावें. व्रतस्थ असतांना स्त्रिया, शूद्र आणि पतित यांच्याशीं भाषण करूं नये. हा पूर्वोक्त सर्व विधि केला असतां ब्राह्मण अज्ञानानें केलेल्या पातकापासून मुक्त होतो. पंचमहाभूतांच्या साक्षीनें जीं शुभ अथवा अशुभ कर्में घडलेलीं असतात, त्यांचें फल मनुष्याला मरणोत्तर मिळतें. ज्याचें जें कर्म अधिक असेल, त्याला त्याचें फल मिळतें. ह्यास्तव दान, तप आणि यज्ञादि कर्में हीं करून शुभ कर्मांची अभिवृद्धि करावी. कारण, अशुभ कर्म केलें असतां त्याचेंच आधिक्य होऊन तशा प्रकारचें फल भोगावें लागेल. शुभ कर्में करावीं; पापकर्मांपासून निवृत्त व्हावें; आणि सदैव द्रव्याचें दान करावें. असें केलें असतां मनुष्य पातकापासून मुक्त होतो. पापाला अनुरूप असें प्रायश्चित्तही सांगितलेलें आहे. महा पातकांवांचून इतर पातकांस प्रायश्चित्त विहित आहे. हे राजा, भक्ष्याभक्ष्य, वाच्यावाच्य इत्यादि पातकें ज्ञानपूर्वक अथवा अज्ञानानें केलीं तरीही जाणत्या मनुष्याला प्रायश्चित्त सांगितलेलें आहे. बुद्धिपूर्वक केलेलें सर्वही पाप अधिक होतें, आणि अज्ञानामुळें घडलें असतां दोष कमी असतो, हें जाणून प्रायश्चित्त केलें पाहिजे. यथोक्त विधि केल्यानें पापाचा नाश करितां येणें शक्य आहे. परंतु हा विधि आस्तिक आणि श्रद्धालु ह्यांनाच विहित आहे. तो नास्तिक, श्रद्धाशून्य, दांभिक आणि द्वेष्टे अशा पुरुषांना विहित असल्याचें दिसून येत नाहीं. हे धार्मिकश्रेष्ठा, शिष्टाचार हाही एक धर्मच आहे असें शास्त्रांत सांगितलें आहे. म्हणूनच, हे नरश्रेष्ठा, इहपरलोकीं सुख व्हावें अशी इच्छा असलेल्या मनुष्यानें त्याचें आचरण केलें पाहिजे. असो; हे राजा, तूं स्वतःच्या प्राणसंरक्षणासाठीं किंवा क्षत्रियाचा धर्म असल्यामुळें त्याचा अवलंब करून त्यांचा वध केलेला आहेस; हें पूर्ण असें कारण असल्यामुळें तूं त्या पातकापासून मुक्त होशील. अथवा जर तुझ्या अंतःकरणाला कांहीं अशुद्धता वाटत असेल, तर तूं प्रायश्चित्त कर. पण असमंजस लोकांनीं अवलंबन केलेल्या शोकाचा आश्रय करून नाश पावूं नको.

वैशंपायन सांगतातः—ह्याप्रमाणें भगवान् व्यास मुनींनीं सांगितलें असतां, क्षणभर विचार करून धर्मराज युधिष्ठिरानें त्या तपोधनाला विचारलें.

अध्याय छत्तिसावा.

—:०:—

मनुप्रोक्त भक्ष्याभक्ष्यादि विचार.

युधिष्ठिर म्हणालाः—हे पितामहा, भक्ष्य कोणतें. आणि अभक्ष्य कोणतें, दान करण्याला कोणती वस्तु प्रशस्त आहे, व सत्पात्र आणि अपात्र कोण, हें आपण मला सांगा.

व्यास सांगतातः—याविषयीं सिद्ध आणि

प्रजाधिपति मनु यांचा संवादरूपी हा प्राचीन इतिहास सांगत असतात.

पूर्वी सृष्टीच्या अगदीं आरंभकालीं, व्रताचरणाविषयीं तत्पर असणाऱ्या मुनींनीं उपविष्ट झालेल्या प्रजाधिपति मनूकडे येऊन धर्मविषयक प्रश्न केला. ते म्हणाले, " हे प्रजाधिपते, अन्न कोणत्या प्रकारचें असावें, सत्पात्र पुरुष कोणत्या प्रकारचा असतो, दान, अध्ययन आणि तप कसें असावें, आणि कार्य कोणतें व अकार्य कोणतें, हें सर्व आम्हांला आपण सांगा. "

याप्रमाणें त्यांनीं भाषण केल्यानंतर भगवान् स्वायंभुव मनु म्हणालाः—धर्माचें आचरण कसें असावें, तें संक्षेपानें व विस्तारानें सांगतों, ऐका. ज्या पातकाविपयीं प्रायश्चित्त सांगितलेलें नसेल, तेथें जप, होम, उपवास आणि आत्मज्ञान हेंच प्रायश्चित्त होय. हीं व्रतें करणारे लोक ज्या ठिकाणीं विपुल असतात, आणि जेथें भागीरथीप्रभृति पवित्र नद्या असतात, तो देशही पवित्र होय. अर्थात् ज्या पातकाविषयीं प्रायश्चित्त सांगितलेलें नसेल, तें पातक करणाऱ्या मनुष्यानें या देशांत रहावें. तसेंच, प्रायश्चित्त सांगितलें नसेल त्या पातकांची शुद्धि करणाऱ्या आणखी या गोष्टी आहेत. पर्वतावर वास करणें, सुवर्ण प्राशन करणें, रत्नमिश्रित जलानें स्नान करणें, देवस्थानाकडे जाणें आणि घृत प्राशन करणें, हीं कर्मे मनुष्याला सत्वर शुद्ध करितात, याविषयीं संशय नाहीं. सुज्ञ मनुष्यानें केव्हांही गर्विष्ठपणें संमाननीयांचा अवमान करूं नये; व तसें केल्यास, दीर्घायुष्याची इच्छा असेल तर तीन दिवस तप्तकृच्छ्र करावें. न दिलेली वस्तु न घेणें, दान करणें, अध्ययन करणें, तप, अहिंसा, सत्य, क्रोधाचा अभाव आणि यज्ञकर्म हें धर्माचें स्वरूप आहे. हाच धर्म देश आणि काल यांच्या अनुरोधानें अधर्म होतो, व न दिलेल्या वस्तूचें ग्रहण, असत्य भाषण आणि हिंसा हे अधर्मही कांहीं प्रसंगीं धर्म होतात, असें सांगितलेलें आहे. ज्ञानसंपन्न लोकांच्या मतें या दोहों प्रकारच्या गोष्टी धर्मही आहेत आणि अधर्मही आहेत. लौकिक आणि वैदिक कर्माचे प्रवृत्तिमार्ग आणि निवृत्तिमार्ग असे दोन भेद आहेत. निवृत्तिमार्गाच्या योगानें मोक्ष मिळतो; व नाशवंत देह प्राप्त होणें हें कर्माचें फल आहे. अशुभ कर्माचें फल अशुभ मिळतें व शुभाचें शुभ मिळतें. हीं दोहों प्रकारचीं कर्मे करणाऱ्या मनुष्याला मिळणारें फल त्याच्या कर्माच्या शुभपणावर व अशुभपणावर अवलंबून आहे. कारण कधीं कधीं शुभ कर्मही अशुभ होतें व अशुभही शुभ होतें. म्हणूनच, दैवी अथवा शास्त्रीय संबंधामुळें आणि प्राणसंरक्षण व प्राणदाता ह्यांच्यासाठीं अशुभ कर्मे केलीं तरीही त्यांचें फल शुभ मिळतें. पाप घडेल असा संशय आल्यानंतर इहलोकींच्या सुखासाठीं अथवा बुद्धिपूर्वक पाप केलें असतां, प्रायश्चित्त केलें पाहिजे. क्रोधामुळें अथवा मोहामुळें दुसऱ्याच्या देहाला क्लेश देणें अथवा त्याच्या अंतःकरणाला प्रिय किंवा अप्रिय वाटेल असें करणें ह्या पातकांचें प्रायश्चित्तप्रमाणभूत असलेल्या शास्त्रसिद्ध युक्तीवरून ठरवावें. हें पातक हविष्यान्नभक्षण, मंत्र जप, इत्यादि प्रायश्चित्तांच्या योगानें नष्ट होतें. दंडक्रियेचा त्याग केल्यास आपल्या शुद्धीसाठीं राजानें एक दिवस व त्याच्या पुरोहितानें तीन दिवस उपोषण करावें. नष्ट झालेल्या मनुष्याबद्दल शोक करणारा मनुष्य संचार झाल्यासारखा होऊन शस्त्रादिकांच्या योगानें वध करून घेण्याविषयीं प्रवृत्त झाला असतां जर मरण पावला नाहीं, तर त्यानें स्वतःच्या शुद्धीसाठीं तीन दिवस उपोषण करावें. जातिधर्म, श्रेणीधर्म (योग्यता), ग्रामधर्म आणि

कुलधर्म हे ज्यांनीं सर्व प्रकारें वर्ज्य केले आहेत त्यांना धर्मच नसतो; ह्मणूनच ते सांगतील तो धर्म नव्हे. वेदशास्त्रवेत्ते दहा अथवा धर्मशास्त्र पढलेले तीन ब्राह्मण, धर्मसंशयरूपी कारण घडलें असतां जो सांगतील तो धर्म होय. वृषभ, माती, लहान मुंग्या, भोंकरीचें फळ आणि विष हीं ब्राह्मणांनीं भक्षण करूं नयेत. चर्मरहित मत्स्य, कांसवावांचून इतर चतुष्पाद प्राणी, बेडूक, जलचर प्राणी, भास, हंस, गरुड, चक्रवाक, कारंडव, बक, जलकाक, गृध्र, श्येन आणि घूक हे पक्षी, दंष्ट्रा असलेले सर्व मांसभक्षक प्राणी, चतुष्पाद पक्षी, खालचे-वरचे दांत असलेले व सर्व दाढा असणारे प्राणी हे ब्राह्मणांना अभक्ष्य होत. ब्राह्मणानें अजा, अश्व, गर्दभ, उष्ट्र, प्रसूत झालेल्या धेनु, मनुष्यस्त्रिया आणि हरिणी यांचें दुग्ध प्राशन करूं नये. अशौचांतील अथवा वृद्धींतील अन्न आणि दहा दिवस होण्यापूर्वीं अशौच व वृद्धि असलेल्या लोकांचा दुसरा कोणताही पदार्थ भक्षण करूं नये. धेनु प्रसूत झाल्यानंतर दहा दिवस होण्यापूर्वीं तिचें दुग्ध प्राशन करूं नये. राजाचें अन्न तेज हरण करितें; शूद्राचें अन्न ब्रह्मवर्चस्व हरण करितें; आणि सोनार व पति आणि पुत्र नसलेली स्त्री यांचें अन्न हें आयुष्य हरण करतें. व्याजावर उपजीविका करणाऱ्या लोकांचें अन्न विष्ठा असून वेश्येचें अन्न हें शुक्र होय. जाराचा सहवास सहन करणारे व स्त्रीजित यांचेंही सर्व प्रकारचें अन्न शुक्रच होय. यज्ञदीक्षा ग्रहण केलेला ब्राह्मण, कृपण, यज्ञकर्माचा विक्रय करणारा, सुतारकाम करणारा, चामडीं कापणारा आणि रजकाचें कर्म करणारा यांचें, व्यभिचारिणीचें, वैद्याचें, प्रजापालनावर नियुक्त असलेल्या अधिकाऱ्यांचें, जनसमूहाचें, ग्रामाचें, लोकापवाद असलेल्याचें, रंगाऱ्याचें, स्त्रियांच्या जिवावर चरितार्थ चालविणाऱ्याचें, ज्येष्ठ बंधूपूर्वीं विवाह करणाऱ्यांचें, स्तुतिपाठकांचें आणि द्यूतवेत्त्या लोकांचें अन्न भक्षण करूं नये. डाव्या हातानें घेतलेलें, आंबलेलें, शिळें झालेलें, मद्यसंपर्क झालेलें, उच्छिष्ट असलेलें आणि कोणास न देतां विशिष्ट व्यक्तीकरितां ठेविलेलें अन्न भक्षण करूं नये. पीठ, ऊंस, शाक, दूध, सक्तु, भाजलेले सातू आणि दधिमिश्रित सक्तु यांचे केलेले पदार्थ पुष्कळ दिवस राहिल्यास भक्षण करूं नयेत. गृहस्थाश्रमी ब्रह्मणांनीं दूध, आटींव खीर, खिचडी, मांस आणि वडे अथवा घारगे हीं शास्त्रोक्त कारणांवांचून तयार केलीं असल्यास भक्षण करूं नयेत व प्राशनही करूं नयेत. देव, ऋषि, मनुष्यें आणि गृहांतील देवता यांचें पूजन करून नंतर गृहस्थाश्रमी यानें भोजन करणें हेंच योग्य आहे. ज्याप्रमाणें एखादा सर्वसंगपरित्याग केलेला संन्यासी असतो, त्याप्रमाणें गृहस्थाश्रमी यानें आपल्या गृहामध्यें वास करावा. अशा रीतीचें वर्तन ठेवून प्रिय भार्येसह वास्तव्य करणाऱ्या मनुष्याला धर्मप्राप्ति होते. कीर्तीसाठीं अथवा भीतीमुळें दान करूं नये; उपकार करणाऱ्याला दान देऊं नये; नृत्यगायन करण्यांत आसक्त असणारे, थट्टा करणारे, उन्मत्त, वेडे, चोर, निंदक, मूर्ख, शरीराचा वर्ण पालटलेले, एखादा अवयव नसलेले, खुजे, दुष्ट, वाईट कुलांत जन्मलेले आणि उपनयनादि संस्कार न झालेले यांना दान करूं नये. श्रोत्रियावांचून वेदविरहित अशा ब्राह्मणाला दान करूं नये. अयोग्य प्रकारें दान देणें व योग्यता नसतां तें घेणें या दोन क्रिया दान करणाऱ्याच्या आणि प्रतिग्रह करणाऱ्याच्याही अनर्थाला कारणभूत होतात. जसा खैराचें काष्ठ अथवा पाषाण यांच्या आधारानें समुद्रांतून तरून जाऊं इच्छिणारा मनुष्य तें बुडूं लागतांच बुडतो, तशाच प्रकारची अयोग्य

प्रकारें दान करणारा व योग्यता नसतां तें घेणारा या उभयतांची स्थिति आहे. ज्याप्रमाणें पसरलेला अग्नि काष्ठें ओलीं असल्यास प्रदीप्त होत नाहीं, त्याप्रमाणेंच तप, अध्ययन आणि सदाचार यांनीं रहित असलेला प्रतिग्रह करणारा मनुष्य देदीप्यमान असत नाहीं. ज्याप्रमाणें मस्तकाच्या करटींत असलेलें पाणी किंवा श्वानाच्या चर्मानें केलेल्या बुधल्यांतील दूध हीं आश्रयस्थानाच्या दोषामुळें दूषित होतात, त्याप्रमाणेंच सदाचारहीन मनुष्याच्या ठिकाणीं असलेलें शास्त्रज्ञान होय. वेदाध्ययन नसलें तरी जो संतोषवृत्तीनें राहात असेल, व शास्त्रज्ञान नसलें तरी इतरांचा मत्सर करीत नसेल, तर त्यांना व ब्रह्मचर्यादि व्रतांचें आचरण न करणाऱ्या निकृष्ट स्थितींत पोहोंचलेल्या लोकांनाही दयेमुळें दान करावें. पण दीन, दुःखाकुल आणि रोगपीडित यांनाही प्रमाणभूत लोकांनीं आचरण केलें असल्यामुळें हा धर्मच आहे असें म्हणून दयेनें उगीच दान करूं नये. कारण, वेदशून्य अशा ब्राह्मणाला दिलेलें दान निष्फल होय, असें स्मृतींत सांगितलेलें आहे; आणि अपात्रीं दान केल्याच्या दोषामुळें तें निष्फल होणें शक्य आहे, याविषयीं संशय नाहीं. लांकडाचा हत्ती, चर्माचा पशु आणि वेदाध्ययन नसलेला ब्राह्मण हे तीन केवळ आडनांवाचे असतात. ज्याप्रमाणें षंढ स्त्रियांना निरुपयोगी, धेनूच्या उपभोगाला धेनु निरुपयोगी, अथवा पंख नसलेला पक्षी निरुपयोगी असतो, त्याप्रमाणेंच वेदमंत्रशून्य ब्राह्मण होय. पोखरलेलें ग्रामधान्य, उदक नसलेली विहीर अथवा राखेंत दिलेली आहुति, त्याप्रमाणेंच मूर्खाला दिलेलें दान निष्फल होय. देवता आणि पितर यांच्या हव्याचा आणि कव्याचा विनाश करणारा म्हणूनच त्यांचा शत्रु असा द्रव्यापहार करणारा मूर्ख मनुष्य सद्गतीस जाऊं शकत नाहीं.

युधिष्ठिरा, ह्याप्रमाणें पूर्वीं घडलेला हा सर्व इतिहास मीं तुला संक्षेपानें सांगितला. कारण, हे भरतकुलश्रेष्ठा, हा श्रवण करावयाचा इतिहास फार मोठा आहे.

अध्याय सदतिसावा.

—:०:—

युधिष्ठिराचा नगरप्रवेश.

युधिष्ठिर म्हणालाः—हे द्विजश्रेष्ठ भगवन् महामुने, राजधर्म आणि चातुर्वर्ण्यधर्म हे सविस्तर आणि पूर्णपणें श्रवण करण्याची माझी इच्छा आहे. हे द्विजश्रेष्ठा, आपत्कालीं मीं कोणत्या प्रकारच्या नीतीचा अवलंब करावा, व धर्मानुसारी मार्गाचें ज्ञान होऊन मला पृथ्वी आपल्या अधीन कशी ठेवितां येईल, हा उपवासफलदायक प्रायश्चित्तविचार प्रसंगानुसार कथन केलेला असल्यामुळें माझ्या ठिकाणीं आनंद उत्पन्न करीत आहे. धर्माचरण आणि राज्य हीं परस्परविरुद्ध आहेत, असा विचार सदोदीत अंतःकरणांत येत असल्यामुळें मला कांहीं सुचेनासें होतें.

वैशंपायन सांगतातः—हे महाराजा जनमेजया, हें ऐकून, सर्वज्ञांमध्यें प्राचीन अशा नारदांकडे अवलोकन करून व्यास ह्मणाले, "हे महाबाहो प्रजाधिपते, तुला संपूर्ण धर्म श्रवण करण्याची इच्छा असेल, तर तुम्हां कुरुकुलोत्पन्नांचा पितामह जो वृद्ध भीष्म त्याजकडे जा. तो सर्वधर्मवेत्ता सर्वज्ञ भागीरथीपुत्र तुझ्या अंतःकरणांत असलेल्या धर्मतत्त्वविषयक संशयांचें निर्मूलन करील. देवनदी भागीरथीपासून ज्याचें जन्म झालें असून ज्यानें इंद्रप्रभृति सर्व देवांचें साक्षात् दर्शन घेतलें आहे, ज्या प्रभूनें बृहस्पतिप्रभृति देवर्षींना शुश्रूषेच्या योगानें वारं-

वार संतुष्ट करून राजनीतीचें अध्ययन केलें, शुक्र आणि देवगुरु द्विज बृहस्पति यांना जें शास्त्र आणि व्याख्येसहवर्तमान जो धर्म अवगत होता त्याचें ज्ञान ज्या कुरुकुलश्रेष्ठानें संपादन केलें आहे, अंगें आणि पुराणादि उपबृंहणें ह्यांसह वेद हे ज्या महाबाहूनें ब्रह्मचर्यादि व्रतें आचरण करून भृगुकुलोत्पन्न च्यवन आणि वसिष्ठ मुनि ह्यांजपासून संपादन केले, ज्यानें पूर्वी अध्यात्मज्ञानाचें तत्त्व जाणणाऱ्या,कौमारावस्थेंत असलेल्या व तेजानें देदीप्यमान असणाऱ्या ज्येष्ठ ब्रह्मपुत्रापाशीं अध्ययन केलें, मार्कंडेयाच्या मुखांतून संपूर्ण यातिधर्म श्रवण केले, परशुराम आणि इंद्र ह्यांजकडून ज्या पुरुषश्रेष्ठानें अस्त्रज्ञान संपादन केलें, मनुष्यामध्यें जन्म झालें असतांही ज्याचा मृत्यु त्याच्या इच्छेवर अवलंबून आहे, आणि संतति नसतांही ज्याला स्वर्गामध्यें प्रख्यात असलेल्या लोकांची प्राप्ति होणार आहे, पुण्यसंपन्न ब्रह्मर्षि हे ज्याच्या सभेचे सदोदीत सभासद असत, आणि ज्ञानयज्ञामध्यें ज्याला अविदित असें कांहींही नाहीं, असा तो सूक्ष्म अशा धार्मिक अर्थांचीं तत्त्वें जाणणारा धर्मज्ञ भीष्म तुला जें पाहिजे तें कथन करील, त्याजकडे तूं जा. कारण, तो धर्मवेत्ता पुढें लवकरच प्राणत्याग करणार आहे!"

याप्रमाणें सत्यवतीपुत्र व्यासांनीं सांगितलें असतां, विपुल ज्ञान आणि विशाल विवेकशक्ति यांनीं युक्त असलेला कुंतीपुत्र युधिष्ठिर त्या वक्तृश्रेष्ठ व्यासांना म्हणाला, "अत्यंत मोठें व अंगावर शहारे आणण्यासारखें असें आपल्या ज्ञातीसंबंधानें क्रूर कृत्य करून, सर्वही लोकांचा अपराधी झालेल्या आणि पृथ्वीचा नाश करणाऱ्या मीं सरळपणें युद्ध करणाऱ्या त्या भीष्मावरच संग्रामामध्यें कपटानें प्रहार केले आहेत, असें असतां आतां त्याला कोणत्या तोंडानें प्रश्न करूं ?"

वैशंपायन सांगतातः—हें ऐकून नंतर, चातुर्वर्ण्याचें हित करण्याच्या इच्छेनें पुनरपि महाज्ञानी महाबाहु यदुश्रेष्ठ श्रीकृष्ण त्या नृपश्रेष्ठ युधिष्ठिराला म्हणाला, "हे महाबाहो,तुझे महातेजस्वी बंधु आणि ब्राह्मण हे ग्रीष्मकालाच्या शेवटीं पर्जन्याची प्रार्थना करणाऱ्या लोकांप्रमाणें प्रार्थना करीत तुझ्यासमीप बसले आहेत; आणि, हे महाराजा, वध करून अवशिष्ट राहिलेले राजे, संपूर्ण चातुर्वर्ण्य आणि कुरुजांगल-प्रदेशरूपी तुझ्या राष्ट्रांतील सर्व प्रजा ह्या तुजकडे आलेल्या आहेत. ह्यास्तव, हे शत्रुतापना, त्या महात्म्या ब्राह्मणांच्या संतोषार्थ, अत्यंत तेजस्वी तुझे पितामह व्यास मुनि ह्यांची आज्ञा असल्यामुळें, हे शत्रुनाशना, आम्हां सुहृदांना व द्रौपदीला प्रिय असलेली राज्यस्वीकाररूपी गोष्ट करून लोकांचें हित कर."

वैशंपायन सांगतातः—याप्रमाणें श्रीकृष्णांनीं सांगितलें असतां तो कमलनेत्र व उदारांतःकरण राजा युधिष्ठिर सर्व लोकांचें हित करण्याविषयीं उद्युक्त झाला. हे नरश्रेष्ठा जनमेजया, याप्रमाणें प्रत्यक्ष श्रीकृष्ण, व्यास मुनि, देवस्थान आणि अर्जुन यांनीं व इतरही अनेक लोकांनीं समजूत घातल्यानंतर त्या महाकीर्तिसंपन्न युधिष्ठिरानें अंतःकरणांतील दुःखाचा आणि संतापाचा त्याग केला. सारांश, शास्त्रज्ञानाचा केवळ निधिच असलेला व श्रवण करण्यास योग्य असें जें कांहीं व्यासादिकांच्या तोंडून श्रवण केलें होतें त्यामध्यें निष्णात झालेला तो पांडुपुत्र युधिष्ठिर कर्तव्य करण्यास तयार झाला, त्यामुळें त्याच्या अंतःकरणाला शांति मिळाली. पुढें, नक्षत्रांनीं वेष्टिलेल्या चंद्राप्रमाणें त्या सर्व लोकांनीं परिवृत असलेला तो युधिष्ठिर धृतराष्ट्राला पुढें करून आपल्या नगरामध्यें गेला. नगरांत प्रवेश करण्यापूर्वीं त्या कुंतीपुत्र धर्मज्ञ

युधिष्ठिरानें देवतांचें व हजारों ब्राह्मणांचें पूजन केलें. तदनंतर, गालिचा आणि कृष्णाजिनें यांनीं आच्छादित केलेल्या, मंत्रांनीं पूजन केलेल्या, उत्कृष्टलक्षणसंपन्न व शुभ्रवर्ण अशा सोळा बैल जोडलेल्या रथांत —अमृतमय रथामध्यें आरोहण करणाऱ्या चंद्राप्रमाणें—तो आरूढ झाला. ह्या वेळीं स्तुतिपाठक लोक त्याची स्तुति करीत होते. भयंकर पराक्रमी कुंतीपुत्र भीमानें काढण्या धरिल्या होत्या; अर्जुनानें किरणयुक्त असलेलें शुभ्रवर्ण छत्र धरलेलें होतें. रथाच्या ऊर्ध्वभागीं धरलेलें तें शुभ्रवर्ण छत्र आकाशामध्यें तारकांनीं व्याप्त असलेल्या शुभ्र मेघाप्रमाणें शोभत होतें; चंद्रकिरणांप्रमाणें कांति असलेलीं शुभ्रवर्ण व सुशोभित अशीं चामरें माद्रीपुत्र वीर नकुलसहदेवांनीं त्या वेळीं हातीं धरलेलीं होतीं. याप्रमाणें अलंकार धारण केलेले ते पांचही बंधु रथारूढ झाल्यानंतर, हे राजा जनमेजया, एकत्र जुळलेलीं जणूं पंचमहाभूतेंच कीं काय असे दिसत होते. हे राजा, त्या ज्येष्ठ पांडवाच्या-युधिष्ठिराच्या मागून, मनाप्रमाणें वेग असलेले अश्व जोडलेल्या शुभ्रवर्ण रथांत आरोहण करून धृतराष्ट्रपुत्र युयुत्सु चाललेला होता, आणि शैब्य, सुग्रीवनामक अश्व जोडलेल्या सुवर्णमय स्वच्छ रथांत आरोहण करून सात्यकीसहवर्तमान श्रीकृष्ण त्या कुरुकुलोत्पन्नाचे मागून चालले होते. हे भरतकुलोत्पन्ना जनमेजया, कुंतीपुत्र युधिष्ठिराच्या पित्याचा ज्येष्ठ बंधु धृतराष्ट्र गांधारीसहवर्तमान पालखींत बसून त्यांच्यापुढें चाललेला होता; आणि सर्व कौरवस्त्रिया व कुंती आणि द्रौपदी ह्या लहानमोठ्या वाहनांतून विदुराच्या मागून चाललेल्या होत्या. नंतर गज, अश्व यांनीं सुशोभित असलेले अनेक रथ, व पदाति आणि अश्व हे त्यांच्या मागून जाऊं लागले. पुढें वैतालिक, सुत आणि मागध हे स्तुति करीत असतां तो राजा हस्तिनापुरांत गेला. अत्यंत आनंदित झालेल्या लोकांची गर्दी झाल्यामुळें हलके हलके चाललेलें व लोकांचा कलकलाट चालू असलेलें तें महाबाहु युधिष्ठिराचें प्रयाण या भूतलावर अगदीं अप्रतिम असें होतें.

याप्रमाणें युधिष्ठिराची स्वारी चालली असतां नगरवासी लोकांनीं नगर आणि राजमार्ग उत्कृष्ट प्रकारें अलंकृत केलेले होते. शुभ्रवर्ण पुष्पांनीं भूमि सुशोभित केली असून राजमार्ग पताकांनीं अलंकृत केला होता; व स्वच्छ करून धूप घालून धुपविलेला होता. तसेंच, राजमंदिर सुगंधि चूर्णांनीं व्याप्त केलें असून नानाप्रकारचीं पुष्पें व वाघाट्याच्या वेली यांच्या मालांनीं तें वेष्टित केलें होतें. नगरद्वारामध्यें नवीं आणि शुभ्रवर्ण व त्या त्या ठिकाणीं नगरद्वार सुशोभित होईल अशा रीतीनें शुभ्र पुष्पें ठेविलेलीं होतीं. ह्याप्रमाणें अत्यंत अलंकृत केलेल्या नगरद्वारामध्यें शुभ शब्दांनीं स्तुति केली जाणाऱ्या व आप्तेष्टांनीं परिवृत असलेल्या पांडुपुत्र युधिष्ठिरानें प्रवेश केला.

अध्याय अडतिसावा.

—०:—

युधिष्ठिराचा राजमंदिरांत प्रवेश.

वैशंपायन सांगतातः—पांडवांच्या नगरप्रवेशाच्या वेळीं अवलोकन करण्याची इच्छा असलेले हजारोंच्या हजारों नगरवासी लोक जमलेले होते. यामुळें, हे राजा, ज्यावरील चव्हाटे अत्यंत सुशोभित केले आहेत असा तो राजमार्ग चंद्रोदयाच्या वेळीं वाढूं लागलेल्या महासागराप्रमाणें शोभूं लागला. हे भरतकुलोत्पन्ना, स्त्रियांनीं गजबजून गेल्यामुळें राजमार्गावरील मोठमोठीं रत्नखचीत मंदिरें भारानें जणूं कंप पावत होतीं, तेथें असलेल्या त्या स्त्रियाही

युधिष्ठिर, भीमसेन, अर्जुन आणि नकुलसहदेव यांची लज्जेमुळें हलके हलके प्रशंसा करूं लागल्या. "हे कल्याणि द्रौपदि, महर्षींची सेवा करणाऱ्या गौतमीप्रमाणें या पुरुषश्रेष्ठांची सेवा करीत असणारी तूं खरोखर धन्य आहेस ! हे प्रेमशालिनि, तुझीं कर्मे आणि व्रताचरण हीं सफल होत." ह्याप्रमाणें, हे महाराजा, त्या वेळीं स्त्रिया द्रौपदीची प्रशंसा करीत होत्या. हे भरतकुलोत्पन्ना, त्या वेळीं त्यांचीं तीं प्रशंसेचीं भाषणें, परस्परांपाशीं उच्चारलेले शब्द आणि प्रेमामळें मुखांतून निघणारीं वाक्यें यांच्या योगानें तें सर्व नगर व्याप्त होऊन गेलें होतें.

असो; याप्रमाणें यथायोग्य अलंकृत केल्यामुळें शोभणारा तो राजमार्ग उल्लंघन केल्यानंतर युधिष्ठिर राजमंदिरासमीप गेला. तेव्हां नगरवासी आणि राष्ट्रवासी सर्व प्रजा जिकडून तिकडून येऊन कर्णमधुर भाषणें करूं लागल्या. त्या म्हणाल्या, "हे शत्रुतापना नृपश्रेष्ठा, तूं शत्रूंचा जय केलास, आणि धर्म व सामर्थ्य ह्यांच्या आश्रयानें पुनरपि राज्य संपादन केलेंस, ही आनंदाची गोष्ट होय. हे महाराजा, आतां तूं पूर्ण शंभर वर्षें आमचा राजा होऊन, स्वर्गाचें पालन करणाऱ्या इंद्राप्रमाणें आमचें धर्मानें पालन कर." याप्रमाणें राजमंदिराच्या द्वारामध्यें शुभ वाक्यांनीं बहुमान केलेला राजा युधिष्ठिर चोहोंकडून ब्राह्मणांनीं उच्चारलेले आशीर्वाद घेऊन, श्रद्धा आणि विजय यांचें वास्तव्य असलेल्या इंद्रमंदिरासारख्या राजमंदिरांत प्रवेश करून रथाच्या मागच्या बाजूनें खालीं उतरला; आणि आंत जाऊन त्या श्रीमान् युधिष्ठिरानें देवतांचें दर्शन घेऊन गंध, माल्यें, रत्नें इत्यादि सर्व उपचारांच्या योगानें त्यांचें पूजन केलें, व पुनरपि तेथून बाहेर येऊन तेथें असलेल्या विद्वान् ब्राह्मणांचें दर्शन घेतलें. त्या वेळीं, आशीर्वाद देण्याची इच्छा करणाऱ्या त्या ब्राह्मणांनीं परिवृत असलेला युधिष्ठिर तारकासमूहानें वेष्टिलेल्या निष्कलंक अशा चंद्राप्रमाणें शोभत होता.

नंतर, हे राजेंद्रा, आपल्या पित्याचा ज्येष्ठ बंधु धृतराष्ट्र व गुरु धौम्य यांचा बहुमान केल्यावर त्यानें ब्राह्मणांना 'आपली काय इच्छा आहे ?' असें विचारून, अंतःकरणास आनंद देणारीं रत्नें, विपुल सुवर्ण, गाई आणि नानाप्रकारचीं वस्त्रें देऊन त्यांचा यथाविधि बहुमान केला. तदनंतर, हे भरतकुलोत्पन्ना, कर्णसुखदायक व सुहृदांच्या आनंदास कारणभूत असा पुण्याहवाचनाचा घोष जणूं आकाश व्याप्त करून सोडूं लागला. त्या वेळीं वेदवेत्त्या विद्वान् ब्राह्मणांची प्रत्येक पद व अक्षर यांमध्यें विपुल अर्थ असलेली हंसासारखी मंजुल वाणी युधिष्ठिरानें श्रवण केली. तदनंतर, दुंदुभींचा आणि शंखाचाही मनोहर ध्वनि होऊं लागला; आणि, राजा, जयशब्द उच्चारणाऱ्या ब्राह्मणांचाही आवाज कानीं पडूं लागला.

चार्वाकवध.

नंतर ब्राह्मण स्तब्ध बसले असतां, ब्राह्मणाचें कपटरूप धारण करून आलेला दुर्योधनाचा मित्र चार्वाक राक्षस बोलूं लागला. त्यानें संन्याशाचा वेष घेतला होता, रुद्राक्षमाला धारण केल्या होत्या, शिखा धारण केली होती व त्रिदंड ग्रहण केले होते. हे राजेंद्रा, तो भीतिरहित असलेला धाडसी चार्वाक तप व नियम यांनीं जणूं व्याप्त होऊन गेलेल्या व आशीर्वाद देऊं इच्छिणाऱ्या त्या सर्व हजारों ब्राह्मणांच्या मध्यें बसलेला होता. तो महात्म्या पांडवांचें अकल्याण होण्याची इच्छा करणारा दुष्ट त्या ब्राह्मणांची अनुमति न घेतांच त्या पृथ्वीपति युधिष्ठिराला म्हणाला:—"भाषण करण्याचा भार मजवर टाकला असल्यामुळें हे सर्व ब्राह्मण

माझ्या तोंडून तुला सांगत आहेत कीं, धिक्कार असो आपल्या ज्ञातीचा घात करणाऱ्या तुज दुष्ट भूपतीला ! हे कुंतीपुत्रा, अशा प्रकारचा ज्ञातीचा संहार केला असल्यामुळें आतां तुझें काय काय होणार नाहीं! ज्ञातीप्रमाणें गुरूंचाही वध केल्यानंतर जिवंत रहाण्यापेक्षां मरणेंच फार बरें ! ”

त्या दुष्ट राक्षसाचें हें भाषण ऐकतांच, अपमान झाल्यासारखें होऊन ते ब्राह्मण अंतःकरणांत पीडित झाले व आक्रोश करूं लागले. हे प्रजाधिपते, त्याच्या त्या भाषणानें ते सर्व ब्राह्मण आणि राजा युधिष्ठिर हे अतिशय उद्विग्न आणि लज्जित होऊन स्तब्ध राहिले. नंतर युधिष्ठिर म्हणाला, “ हे विप्रहो, मी नम्रपणें आपली प्रार्थना करीत आहें, यास्तव आपण प्रसन्न व्हा. आपल्या समीप असलेल्या मज दुःखाकुल मनुष्याचा धिक्कार करणें आपणांला योग्य नाहीं!”

वैशंपायन सांगतातः—हे प्रजाधिपते राजा जनमेजया, तदनंतर ते सर्वही ब्राह्मण, “ हे राजा, तुला वैभवप्राप्ति होवो. ह्यानें उद्गारलेलें हें भाषण आमचें नव्हे ” असें म्हणाले. नंतर, तपाच्या योगानें निष्पाप होऊन गेलेल्या त्या महात्म्या वेदवेत्त्या ब्राह्मणांनीं ज्ञानदृष्टीनें त्या चार्वाकाला ओळखिलें.

ब्राह्मण म्हणालेः—हे धर्मनिष्ठा, हा दुर्योधनाचा मित्र चार्वाक नांवाचा राक्षस संन्याशाचें स्वरूप घेऊन त्याचें हित करूं इच्छीत आहे. आम्हीं असले शब्द उच्चारलेले नाहींत. यास्तव, ही तुझी अशा प्रकारची भीति नष्ट होऊं दे. हे राजा, तुझ्या बंधूंसहवर्तमान तुझें कल्याण होवो.

वैशंपायन सांगतातः—तदनंतर, क्रोधानें व्याप्त होऊन गेलेल्या त्या सर्व पवित्र ब्राह्मणांनीं निर्भर्त्सना करीत करीत केवळ हुंकाराच्याच योगानें त्या दुष्ट राक्षसाचा वध केला ! तेव्हां इंद्राच्या वज्रानें दग्ध होऊन जाणाऱ्या अंकुरयुक्त वृक्षाप्रमाणें त्या ब्राह्मणांच्या तेजानें दग्ध होऊन तो राक्षस भूमीवर पडला! पुढें राजानें सत्कार केल्यानंतर ते ब्राह्मण त्याचें अभिनंदन करून निघून गेले; आणि पांडुपुत्र राजा युधिष्ठिरही आपल्या सुहृज्जनांसह आनंद पावला.

अध्याय एकुणचाळिसावा.

—:०:—

चार्वाकवृत्तांत.

वैशंपायन सांगतातः—नंतर, आपल्या बंधूंसह राजा युधिष्ठिर तेथें वास्तव्य करूं लागला असतां, सर्वज्ञ देवकीपुत्र श्रीकृष्ण त्याला सांगूं लागले.

श्रीकृष्ण म्हणालेः—बा युधिष्ठिरा, या लोकामध्यें ब्राह्मण मला सदोदीत पूज्य आहेत. हे भूतलावर संचार करणारे देव असून, उत्कृष्ट प्रकारें अनुग्रह करणारे व क्रुद्ध झाल्यास वाणीरूप विषानें दग्ध करण्यास समर्थ आहेत. हे महाबाहो राजा, पूर्वीं कृतयुगामध्यें चार्वाकनामक राक्षसानें बदरिकाश्रमामध्यें अनेक वर्षेंपर्यंत तपश्चर्या केली. तेव्हां त्याला, हे भरतकुलोत्पन्ना, ब्रह्मदेव पुनःपुनः वरप्रदान करूं लागले असतां, कोणत्याही प्राण्याची आपणाला भीति नसावी, असा वर त्यानें मागून घेतला. तेव्हां ब्राह्मणांच्या अपमानावांचून इतर केव्हांही कोणत्याही प्राण्यापासून तुला भीति असणार नाहीं; असा जगन्नायक ब्रह्मदेवानें त्याला उत्कृष्ट प्रकारचा वर दिला. याप्रमाणें वरप्राप्ति होतांच, अत्यंत पराक्रमी, क्रूरकर्मा व महाबलवान् असा तो राक्षस देवांना ताप देऊं लागला. त्याच्या सामर्थ्यानें क्लेश होऊं लागल्यामुळें सर्व देव मिळून त्या वेळीं ब्रह्मदेवाकडे जाऊन त्या राक्षसाच्या वधा-

विषयीं विचारूं लागले. तेव्हां, हे भारता, ब्रह्मदेवानें त्यांना सांगितलें कीं, ‘ ह्याचा लवकरच नाश होईल, अशा प्रकारची व्यवस्था मीं त्याच्या वरामध्येंच केली आहे. मनुष्यांमध्यें राजा दुर्योधन हा याचा मित्र होईल; व त्याच्या स्नेहानें जखडून गेल्यामुळें हा ब्राह्मणांचा अवमान करील. तसें झालें ह्मणजे, त्यानें केलेल्या अपकारानें व अपमानानें कोपाविष्ट होऊन ते वाक्सामर्थ्यसंपन्न ब्राह्मण त्या दुष्टाला दग्ध करून सोडतील, व त्यामुळें त्याचा नाश होईल.’

हे भरतर्षभा नृपवर्या, ब्रह्मदेवांनीं असें सांगितलें असल्यामुळेंच ब्रह्मदंडाच्या योगानें वध होऊन हा राक्षस भूमीवर पडलेला आहे. याच्या भाषणामुळें तूं मनाला वाईट वाटूं देऊं नको. कारण, हे पृथ्वीपते, तुझ्या ज्ञातीचा क्षात्रधर्मानें वध झालेला आहे; आणि म्हणूनच ते क्षत्रियश्रेष्ठ महात्मे वीर स्वर्गाला गेलेले आहेत. यास्तव, हे धैर्यसंपन्ना, आतां तूं आपलीं कर्में कर, म्लान होऊन बसूं नको, शत्रूंचा वध कर, प्रजेचें पालन कर आणि ब्राह्मणांचा बहुमान कर.

अध्याय चाळिसावा.

—०:—

युधिष्ठिराला राज्याभिषेक.

वैशंपायन सांगतातः—नंतर, शोक आणि संताप हीं नष्ट होऊन कुंतीपुत्र राजा युधिष्ठिर आनंदित होत्साता उत्कृष्ट प्रकारच्या सुवर्णमय आसनावर पूर्वाभिमुख बसला. तेव्हां शत्रुनाशक सात्यकि आणि श्रीकृष्ण हे उभयतां त्याच्याचकडे मुख करून देदीप्यमान अशा सुवर्णमय आसनावर बसले; आणि राजा युधिष्ठिर मध्यें येईल अशा रीतीनें त्याच्या मागें भीमसेन आणि अर्जुन हे उभयतां महात्मे तुळतुळीत अशा रत्नमय आसनांवर बसले. कुंतीही नकुल आणि सहदेव यांसहवर्तमान सुवर्णभूषित अशा हस्तिदंती शुभ्र सिंहासनावर बसली. सुधर्मा, विदुर, धौम्य आणि कुरुकुलोत्पन्न धृतराष्ट्र हेही अग्नीप्रमाणें देदीप्यमान असणाऱ्या निरनिराळ्या आसनांवर बसले. राजा धृतराष्ट्र जेथें बसला होता तेथेंच युयुत्सु, संजय आणि यशस्विनी गांधारी ही मंडळी बसलेली होती. याप्रमाणें तेथें बसल्यानंतर धर्मात्म्या युधिष्ठिरानें शुभ्रवर्ण पुष्पें, सर्वतोभद्र वगैरे काढलेलीं देवतापीठें, अक्षता, भूमि, सुवर्ण, रौप्य आणि रत्नें ह्यांना स्पर्श केला. नंतर पुरोहित धौम्य यांच्या द्वारें सर्व प्रजांनीं अनेक मंगलकारक पदार्थ घेऊन जाऊन धर्मराजाचें दर्शन घेतलें. त्या वेळीं तेथें भूमि, सुवर्ण, नानाप्रकारचीं रत्नें, सर्व प्रकारच्या साहित्यांनीं पूर्ण असलेलें अभिषेकपात्र, सुवर्ण, ताम्र, रौप्य आणि मृत्तिका यांचे जलपूर्ण कुंभ, साळीच्या लाह्या, दर्भ, गोरस, शमी, पिंपळ, आणि पळस यांच्या समिधा, मध, तूप, उंबराच्या काष्ठाची स्रुवा आणि सुवर्णानें सुशोभित केलेला शंख या सर्व वस्तु होत्या. पुढें श्रीकृष्णाची अनुज्ञा होतांच पुरोहित ज्ञानसंपन्न धौम्य मुनि यांनीं ईशान्येकडे सखल होत गेलेल्या वेदिकेवर शुभ शकुन पाहून रेषा काढिल्या; आणि अग्निप्रमाणें तेजस्वी असणाऱ्या, पाय बळकट बसणाऱ्या आणि वर व्याघ्रचर्म आंथरलेल्या सर्वतोभद्राकार असणाऱ्या, शुभ्रवर्ण आसनावर महात्मा युधिष्ठिर आणि द्रुपदराजकन्या कृष्णा या उभयतांना बसवून ते मंत्रोच्चारपूर्वक यथाविधि हवन करूं लागले. नंतर श्रीकृष्णांनीं उठून उत्कृष्ट प्रकारचा शंख घेऊन पृथ्वीपति कुंतीपुत्र युधिष्ठिर याला अभिषेक केला. मग राजर्षि धृतराष्ट्र आणि सर्व अमात्य यांनींही त्याला अभिषेक केला. याप्रमाणें श्रीकृष्णांनीं पांचजन्य नामक शंखानें

अभिषेक करून अनुज्ञा दिल्यानंतर, बंधूंसहवर्तमान पांडुपुत्र युधिष्ठिराचें मुख केवळ अमृतमय असल्याप्रमाणें आल्हादकारक दिसूं लागलें. तदनंतर पणव, आनक, दुंदुभि, इत्यादि वाद्यांचा घोष होऊं लागला. धर्मराजानेंही धर्माच्या अनुरोधानें त्या सर्व उपचारांचा स्वीकार करून श्रीकृष्णादिकांची यथाविधि पूजा केली; व नंतर विपुल दक्षिणा देणाऱ्या त्या युधिष्ठिरानें इंद्रियनिग्रही आणि सदाचारी अशा वेदाध्ययनसंपन्न ब्राह्मणांकडून स्वस्तिवाचन करवून त्यांना सहस्र निष्क दक्षिणा दिली. ह्यामुळें ते ब्राह्मण संतुष्ट होऊन युधिष्ठिराला " तुझें कल्याण होवो व तुझा जय होवो. " असें म्हणाले; व हंसांसारख्या मंजुल शब्दांनीं युधिष्ठिराची प्रशंसा करूं लागले.

ते म्हणाले:—हे महाबाहो युधिष्ठिरा, तुझा अभ्युदय होत आहे हें सुदैव होय. हे महाकांते, तूं पराक्रमानें राज्यरूपी स्वकार्य संपादन केलेंस, ही आनंदाची गोष्ट आहे. तसेंच, हे राजा, गांडीव धनुष्य धारण करणारा अर्जुन, भीमसेन, तूं व माद्रीपुत्र नकुलसहदेव हे तुम्ही सर्व वीरांच्या संहारास कारणभूत असलेल्या त्या संग्रामांतून शत्रूंचा पराजय करून मुक्त झालां व सुखरूप आहां हें भाग्यच होय. असो; आतां, हे भारता, तूं लवकर आपल्या बांधवांचीं सर्व उत्तरकार्यें कर. याप्रमाणें ब्राह्मणांनीं भाषण केल्यानंतर, सज्जनांनीं बहुमान दिलेल्या सुहृज्जनांसह धर्मराज युधिष्ठिरानें त्या विशाल अशा राज्याचा स्वीकार केला.

अध्याय एकेचाळिसावा.

—:०:—

युधिष्ठिरकृत मंत्रियोजना.

वैशंपायन सांगतात:—देश आणि काल यांच्या मानानें विस्तृत असलेलें तें आपल्या प्रजेचें भाषण ऐकिल्यानंतर राजा युधिष्ठिर बोलूं लागला.

तो म्हणाला:—ज्यांचे सत्य अथवा असत्य गुण येथें प्राप्त झालेल्या ब्राह्मणश्रेष्ठांनीं वर्णन केले, ते आम्ही पांडुपुत्र खरोखर धन्य आहों. आम्ही खरोखर आपल्या अनुग्रहास पात्र आहों, असें माझ्या बुद्धीला वाटतें. कारण, आपण निर्मत्सर होऊन आम्हांला गुणसंपन्न असें म्हणत आहां. माझा हा पितृव्य महाराज धृतराष्ट्र माझें श्रेष्ठ असें दैवतच आहे. ह्यास्तव, माझें प्रिय व्हावें अशी ज्यांची इच्छा असेल, त्यांनीं ह्याच्या आज्ञेंत वागावें व ह्याचें प्रिय करावें. एवढा मोठा हा ज्ञातिवध करून देखील मी जो जिवंत राहिलों आहें, तो केवळ ह्याच्याचसाठीं होय. आलस्याचा त्याग करून सदोदीत ह्याची शुश्रूषा करणें हें माझें कर्तव्य आहे. जर मी आपल्या आणि माझ्या सुहृदांच्या अनुग्रहाला पात्र असलों, तर आपण धृतराष्ट्राशीं पूर्वींप्रमाणें वर्तन ठेवावें. हा ह्या जगताचा व आपल्यासहवर्तमान माझाही स्वामी आहे. सर्व पृथ्वी आणि एकंदर पांडव हे सर्व ह्याचेच आहेत. हें माझें सांगणें आपण अंतःकरणांत वागवा.

याप्रमाणें भाषण करून, त्या सर्व नगरवासी व देशवासी प्रजांना ' आतां आपल्या इच्छेप्रमाणें गमन करा. ' अशीं त्या कुरुनंदन युधिष्ठिरानें अनुज्ञा देऊन पाठवून दिलें. नंतर त्यानें यौवराज्यावर भीमसेनाची योजना केली. कारस्थान, निर्णय आणि षड्गुणांचा विचार ह्यांचें कार्य त्या प्रीतिसंपन्न युधिष्ठिरानें बुद्धिमान् विदुराला सांगितलें. कार्यें केलीं कोणतीं व न केलीं कोणतीं हें पाहाणें आणि जमाखर्चाचा विचार करणें यांकडे सर्वगुणसंपन्न अशा वृद्ध संजयाची योजना केली. सैन्याचें परिमाण, त्यांचें अन्न आणि वेतन आणि

त्यांचीं कर्में ह्यांजवर दृष्टि ठेवण्यासाठीं युधिष्ठिरानें नकुलाला आज्ञा दिली. हे महाराजा, शत्रुसैन्याला प्रतिबंध करणें आणि दुष्टांचा नाश करणें या कृत्याविषयीं युधिष्ठिरानें अर्जुनाला आज्ञा दिली. ब्राह्मण आणि देवता ह्यांचीं व इतरही तशाच प्रकारचीं कार्यें ह्यांजवर पुरोहितश्रेष्ठ धौम्याची कायमची योजना केली. हे प्रजाधिपते, समीप असणाऱ्या सहदेवाला त्यानें राजा युधिष्ठिर कोणत्याही स्थितींत असला तरी त्याचें संरक्षण करावें अशी कायमची आज्ञा दिली. सारांश, आनंद पावणाऱ्या भूपति युधिष्ठिराला लोक जें जें कर्म करण्याविषयीं योग्य आहेत असें वाटलें, त्यांची त्यांची त्यानें त्या त्या कर्माकडे योजना केली. धर्मावर प्रेम असलेला मूर्तिमंत धर्मच अशा शत्रुवीरनाशक युधिष्ठिरानें महाज्ञानसंपन्न विदुर, संजय आणि युयुत्सु ह्यांना सांगितलें कीं, माझा चुलता राजा धृतराष्ट्र ह्याचें जें जें कांहीं कार्य असेल, तें सर्व आपण वारंवार उठून व अवधान ठेवून योग्य प्रकारें करावें; आणि पौर व राष्ट्रवासी प्रजा ह्यांचीं जीं सर्व कार्यें असतील, तीं ह्या राजाची अनुज्ञा घेऊन आपण विभागून घेऊन पहावीं.

अध्याय बेचाळिसावा.

—:०:—

श्राद्धक्रिया.

वैशंपायन सांगतातः—तदनंतर विशालबुद्धि राजा युधिष्ठिरानें, संग्रामांत आपल्या अत्यंत कीर्तिसंपन्न ज्ञातीपैकीं ज्यांचा वध झाला होता त्यांचीं निरनिराळीं श्राद्धें करविलीं. राजा धृतराष्ट्र ह्यानें पुत्रांच्या परलोकप्राप्तीसाठीं सर्व प्रकारच्या अभीष्ट गुणांनीं युक्त असलेलें अन्न, धेनु, द्रव्य व महामूल्यवान् आणि विलक्षण रत्नें अर्पण केलीं. द्रौपदीसहवर्तमान युधिष्ठिरानें द्रोण, महात्मा कर्ण, धृष्टद्युम्न, अभिमन्यु, हिडिंबापुत्र राक्षस घटोत्कच, द्रुपद, द्रौपदीपुत्र, हितचिंतक आणि उपकारकर्ते ह्यांचें और्ध्वदेहिक केलें. त्यानें प्रत्येकाच्या उद्देशानें निरनिराळे हजार ब्राह्मण, द्रव्य, रत्नें, धेनु आणि वस्त्रें, अर्पण करून तृप्त केले. तसेंच, ज्यांना कोणीही आप्त-इष्ट नाहीं असे जे दुसरे भूपति युद्धांत मरण पावले होते, त्यांच्या परलोकप्राप्तीसाठीं राजा युधिष्ठिरानें प्रत्येकाला उद्देशून सभागृहें, नानाप्रकारचीं जलपानस्थानें आणि तलाव हीं केलीं. तसेंच, त्यानें सर्व आप्तेष्टांचें और्ध्वदेहिक करविलें; व त्यामुळें त्यांच्या ऋणांतून मुक्त होऊन व लोकांच्या अपवादांतूनही सुटून तो न्यायानें प्रजापालन करूं लागला व कृतकृत्य झाला. तो धृतराष्ट्र, गांधारी, विदुर, कुरुकुलोत्पन्न सर्व पुरुष आणि बहुमान करण्यास योग्य असणारे पोष्यवर्ग ह्या सर्वांचा अत्यंत बहुमान करीत असे. तसेंच त्या युद्धामध्यें ज्या स्त्रियांच्या पतींचा व पुत्रांचा वध झाला होता, त्या सर्वांचाही बहुमान करून त्या दयाशील कौरवराजा युधिष्ठिरानें त्यांचें पालन केलें. दया करण्याविषयीं तत्पर असणारा तो प्रभु युधिष्ठिर दीन, अंध आणि निर्धन यांजवर अनुग्रह करीत असे. ह्याप्रमाणें संपूर्ण पृथ्वी जिंकून घेऊन व शत्रूंच्या ऋणांतून मुक्त होऊन तो शत्रुविरहित झालेला राजा युधिष्ठिर सुखानें विहार करूं लागला.

अध्याय त्रेचाळिसावा.

—:०:—

युधिष्ठिरकृत कृष्णस्तव.

वैशंपायन सांगतातः—राज्याभिषेक होऊन राज्यप्राप्ति झाल्यानंतर, महाज्ञानी व पवित्र युधिष्ठिर हात जोडून यदुकुलोत्पन्न कमलनेत्र श्रीकृष्णास म्हणाला, “ हे यदुकुलश्रेष्ठा श्रीकृष्णा,

तुझ्या अनुग्रहानें, नीतीनें, सामर्थ्यानें, पराक्रमानें व बुद्धीनें पितृपितामहादि-क्रमानें प्राप्त होणारें हें राज्य मला पुनरपि प्राप्त झालें. यास्तव, हे शत्रुनाशका कमललोचना, तुजला पुनःपुनः नमस्कार असो. ब्राह्मण लोक तुला अद्वितीय पुरुष व यादवाधिपति असें म्हणत असून नानाप्रकारच्या नामांनीं तुझी स्तुति करितात. हे विश्वकर्मन्, हे विश्वात्मन्,हे विश्वसंभव, हे विष्णो, हे जिष्णो,हे हरे, हे श्रीकृष्ण,हे वैकुंठ, हे पुरुषोत्तम, तुजला नमस्कार असो. तूं पूर्वी अदितीच्या उदरांत सात वेळ गर्भरूपानें वास्तव्य केलें आहेस; आणि अदितीचीं जीं पृश्निप्रभृति रूपांतरें, त्यांमध्यें तिच्या गर्भरूपानें निर्माण झालेला असा तूं एकच आहेस. तीनही युगांमध्यें तूंच अवतार धारण केले आहेस, म्हणूनच तुला त्रियुग असें म्हणतात. पुण्यकीर्ति हृषीकेश, यज्ञाधिपति आणि हंस असेंही तुलाच म्हणतात. अद्वितीय असा तूंच त्रिनेत्र रुद्र असून प्रभुत्वसंपन्न असलेला विष्णुही तूंच आहेस. वराह, अग्नि, सूर्य, धर्म, गरुडध्वज, शत्रुसैन्याचा मारा सहन करणारा, मनुष्यांच्या शरीरांमध्यें प्रवेश करून जीवरूपानें वास्तव्य करणारा, पादन्यास फार मोठा असलेला, वरिष्ठ, भयंकर सेनापति, अविनाशी, अन्नप्रद, कार्तिकेय, पदभ्रष्ट न होणारा, शत्रूंना पदभ्रष्ट करणारा, संस्कारयुक्त ब्राह्मणादि रूपें धारण करणारा, संकीर्ण वर्णाचें स्वरूप ग्रहण करणारा आणि यतिप्रभृति श्रेष्ठ मूर्ति धारण करणारा तूंच आहेस. यज्ञादिरूपी कृष्णधर्म हाही तूंच असून, इंद्राचा गर्व नष्ट करणारा हरिहरस्वरूपी, सागरस्वरूपी, निर्गुण, कर्मयोग्य दिक्स्वरूपी, सूर्य, चंद्र आणि अग्नि यांप्रमाणें कांति असलेला, स्वर्गावरून येऊन भूमीवर अवतीर्ण झालेला, सार्वभौम,विराट्स्वरूपी,परब्रह्मस्वरूपी, देवाधिपति, संसाराचें उत्पत्तिस्थान, प्रभुत्वसंपन्न, सत्तास्वरूपी, शरीरशून्य, कृष्ण आणि अग्निस्वरूपीही तूंच आहेस. यज्ञाचें उत्कृष्ट फल देणारा, अश्विनीकुमारांचा पिता, कपिल, यज्ञ, वामन, ध्रुव, गरुड आणि यज्ञसेन असेंही तुलाच म्हणतात. शिखंडी, नहुष आणि महेश्वर तूंच असून, आकाशामध्यें वास्तव्य करणारें पुनर्वसु नक्षत्रही तूंच आहेस. तूं अत्यंत पिंगलवर्ण असून सुवर्ण, यज्ञ, सुषेण, दुंदुभि, सूर्यरूपी धाव असलेलें कालचक्र, लक्ष्मीचें वसतिस्थान असलेलें कमल, आकाश, पुष्प धारण करणारा, ऋभु, विभु, सर्वांहून सूक्ष्म आणि सदाचार असें तुलाच म्हणतात. तूंच समुद्र, ब्रह्मा, पवित्र तेज आणि तेजोवेत्ता आहेस. तुला हिरण्यगर्भ, स्वधा, स्वाहा आणि केशव असें म्हणतात. हे कृष्णा, तूंच या जगताचें उत्पत्तिस्थान व लयस्थान असून तूंच प्रथम त्याची उत्पत्ति करितोस. हे विश्वयोने, हें सर्व विश्व तुझ्याच अधीन आहे. शार्ङ्ग धनुष्य, चक्र आणि खड्ग धारण करणाऱ्या हे श्रीकृष्णा, तुला नमस्कार असो.

या प्रकारें धर्मराजानें सभेमध्यें स्तुति केली असतां आनंदित होऊन, कमलनयन यादवश्रेष्ठ श्रीकृष्णांनीं अनेक शब्दांच्या योगानें त्या भरतकुलोत्पन्न ज्येष्ठ पांडवाचें अभिनंदन केलें.

अध्याय चवेचाळिसावा.

—:०:—

गृहविभाग.

वैशंपायन सांगतातः—तदनंतर राजा युधिष्ठिरानें सर्व मंत्र्यांना निरोप दिला असतां त्याची अनुज्ञा घेऊन ते सर्व आपापल्या गृहांकडे निघून गेले. नंतर भयंकर पराक्रमी भीम, अर्जुन आणि नकुलसहदेव यांचें सांत्वन करण्यासाठीं श्रीमान् राजा युधिष्ठिर बोलूं लागला.

युधिष्ठिर म्हणालाः—ह्या महायुद्धामध्यें

शत्रूंनीं नानाप्रकारच्या शस्त्रांनीं तुमच्या शरीरांना व्रण केले असल्यामुळें, व शोक आणि क्रोध यांचाही ताप झाल्यामुळें तुह्मी अतिशय श्रमलेले आहां. हे भारतश्रेष्ठहो, मजसाठीं तुह्मांला एखाद्या निंद्य पुरुषाप्रमाणें अरण्यांतील दुःखकारक वास अनुभवावा लागला. असो; आतां ज्या रीतीनें तुह्मांला सुख होईल व उपभोग घेतां येईल, त्या रीतीनें तुह्मी या विजयफलाचा उपभोग घ्या. तुह्मी विश्रांति घेतली, आणि तुह्मांला मिळावयाची ती माहिती मिळाली, ह्मणजे उद्यां मी पुनः तुमची भेट घेईन.

नंतर, बंधु युधिष्ठिरानें निवासाकरितां दिलेलें दुर्योधनाचें मंदिर महाबाहु इंद्रतुल्य भीमसेनानें धृतराष्ट्राच्या अनुज्ञेनें स्वीकारलें. तें मंदिर तटांच्या योगानें सुशोभित, अनेक रत्नांनीं जणूं व्याप्त आणि दासदासींनीं गजबजून गेलेलें होतें. दुर्योधनाच्याच गृहाच्या तोडीचें, अनेक बंगले असलेलें, सुवर्णमय दरवाजानें विभूषित असलेलें, दास, दासी ह्यांनीं अगदीं भरून गेलेलें व विपुल धनधान्य असलेलें जें दुःशासनाचें मंदिर, त्याचा अर्जुनानें राजाच्या आज्ञेवरून स्वीकार केला. हे महाराजा, धर्मपुत्र युधिष्ठिरानें प्रसन्न होऊन, वरप्रदान करण्यास योग्य व महावनामध्यें क्लेश पावून कृश झालेल्या नकुलाला दुःशासनमंदिराहून श्रेष्ठ असलेलें कुबेरमंदिराप्रमाणें शोभायमान् व रत्नें आणि सुवर्ण यांनीं विभूषित केलेलें दुर्मर्षणाचें मंदिर अर्पण केलें. तसेंच त्यानें सुवर्णानें विभूषित असलेलें व प्रफुल्ल कमलपत्रांप्रमाणें नेत्र असलेल्या स्त्रियांच्या शय्यांनीं व्याप्त होऊन गेलेलें शोभासंपन्न असें दुर्मुखाचें उत्कृष्ट मंदिर सदैव प्रिय करणाऱ्या सहदेवाला दिलें. त्या मंदिराची प्राप्ति झाल्यामुळें कैलासाच्या प्राप्तीमुळें आनंद पावणाऱ्या कुबेराप्रमाणें तो सहदेव आनंदित झाला. पुढें, हे प्रजाधिपते जनमेजया, युयुत्सु विदुर, संजय, सुधर्मा आणि धौम्य हे आपापल्या गृहांकडे गेले; व पर्वतावरील गुहेंत प्रवेश करणाऱ्या व्याघ्राप्रमाणें नरश्रेष्ठ श्रीकृष्णांनीं सात्यकीला बरोबर घेऊन अर्जुनाच्या मंदिरामध्यें प्रवेश केला. त्या ठिकाणीं ते भक्षणार्ह अशा अन्नपानांच्या योगानें आनंदित होऊन रात्रीं सुखानें राहिले; व सुखानें जागृत होऊन दुसरे दिवशीं राजा युधिष्ठिराकडे गेले.

अध्याय पंचेचाळिसावा.

—:०:—

युधिष्ठिराचें श्रीकृष्णाकडे गमन.

जनमेजय विचारतोः—हे विप्रा, राज्यप्राप्ति झाल्यानंतर महाबाहु धर्मपुत्र युधिष्ठिरानें जें कांहीं दुसरेंही कृत्य केलें असेल, तें आपण मला सांगा. तसेंच, हे ऋषे, त्रैलोक्याचा मुख्य गुरु वीर श्रीकृष्ण ह्यानेंही जें कांहीं केलें असेल, तें मला कथन करा.

वैशंपायन सांगतातः—हे निष्पापा नृपश्रेष्ठा, श्रीकृष्णाला पुढें करून पांडवांनीं काय केलें तें मी तुला तत्त्वतः सांगतों, ऐक. हे महाराजा, राज्यप्राप्ति होतांच कुंतीपुत्र युधिष्ठिरानें ब्राह्मणादि चार वर्णांची यथायोग्यपणें त्यांच्या त्यांच्या स्थानीं स्थापना केली. त्या पांडुपुत्र युधिष्ठिरानें ब्रह्मचर्यव्रत समाप्त झालेल्या एक हजार महात्म्या ब्राह्मणांना एक एक हजार निष्क देवविले. तसेंच, सेवक, कामाठी, आश्रित, अतिथि, दीन आणि प्रश्न सांगणारे यांचेही मनोरथ पूर्ण करून त्यांना तृप्त केलें; पुरोहित धौम्य मुनि यांना त्यानें अयुतावधि धेनु, द्रव्य, सुवर्ण, रौप्य आणि नानाप्रकारचीं वस्त्रें अर्पण केलीं; आणि, हे महाराजा, त्यानें त्यांच्या अनुग्रहानें, त्यांच्याशीं, गुरूशीं ठेवावें तसें वर्तन ठेविलें. त्या नियमनिष्ठ राजानें विदुराचाही बहुमान केला; आणि त्या दानशूरश्रेष्ठानें

रक्षणार्ह अन्न, पान, नानाप्रकारचीं वस्त्रें, शय्या आणि आसनें अर्पण करून सर्व आश्रितांना संतुष्ट केलें. ह्याप्रमाणें, हे नृपश्रेष्ठा, द्रव्यप्राप्ति झाल्याबद्दल दानरूपी शांति केल्यावर त्या महाकीर्तिसंपन्न राजा युधिष्ठिरानें युयुत्सु आणि धृतराष्ट्र यांचाही बहुमान केला. तो राजा युधिष्ठिर तें राज्य धृतराष्ट्र, गांधारी आणि विदुर ह्यांना अर्पण करून एखाद्या स्वास्थ्यसंपन्न मनुष्याप्रमाणें सुखानें राहूं लागला.

नंतर, हे भारता, सर्व नगरामध्यें शांतता केल्यावर तो युधिष्ठिर हात जोडून महात्म्या श्रीकृष्णाकडे गेला, तेव्हां रत्नें आणि सुवर्ण यांनीं सुशोभित असलेल्या मोठ्या पर्यंकावर बसलेल्या व नीलमेघतुल्यकांति असलेल्या श्रीकृष्णाचें त्याला दर्शन झालें. त्याचें शरीर दिव्य अलंकारांनीं विभूषित व जाज्वल्यमान् असून पीतवर्ण रेशमी वस्त्र परिधान केल्यामुळें तें सुवर्णवेष्टित असलेल्या इंद्रनील मण्याप्रमाणें दिसत होतें. उदय पावणाऱ्या सूर्याच्या योगानें ज्याप्रमाणें उदयाचल सुशोभित दिसतो, त्याप्रमाणें वक्षःस्थलावर असलेल्या कौस्तुभरत्नानें तो विराजमान् दिसत होता. त्याची उपमा देण्यासारखें ह्या त्रैलोक्यामध्यें कांहींही नाहीं.

असो; मनुष्यशरीर धारण करणाऱ्या त्या महात्म्या श्रीकृष्णरूपी विष्णूकडे जाऊन त्या वेळीं राजा युधिष्ठिर प्रथम किंचित् हास्य करून मधुर असें भाषण करूं लागला. तो म्हणाला, "हे ज्ञानसंपन्नश्रेष्ठा, तुझी रात्र सुखानें गेली ना? हे अच्युता, तुझीं सर्व इंद्रियें प्रसन्न झालीं ना? आणि, हे ज्ञानिश्रेष्ठा, तुझ्या दिव्य बुद्धीला स्वस्थता मिळाली ना? हे भगवन्, तुझा पराक्रम त्रैलोक्यामध्यें संचार करीत आहे. तुझ्या प्रसादानें आम्हांला राज्यप्राप्ति झाली; पृथ्वी स्वाधीन झाली; आम्हांला जय मिळाला; उत्कृष्ट कीर्तीची प्राप्ति झाली; व आम्ही स्वधर्मभ्रष्टही झालों नाहीं.

ह्याप्रमाणें शत्रुनाशक धर्मराज भाषण करीत असतां भगवान् श्रीकृष्ण कांहींएक उत्तर न देतां ध्यानस्थ होऊन बसले.

अध्याय शेचाळिसावा.

—:०:—

श्रीकृष्णकृत भीष्मवर्णन.

(भीष्मांकडे जाण्याचा उपक्रम.)

युधिष्ठिर म्हणालाः—हे अमितपराक्रमा, तूं हें कोणत्या अत्यंत आश्चर्यकारक वस्तूचें ध्यान करीत आहेस? हे लोकांस उत्कृष्ट आधारभूत असणाऱ्या श्रीकृष्णा, ह्या त्रैलोक्याचें क्षेम आहे ना? हे पुरुषश्रेष्ठा, जाग्रत्, स्वप्न आणि सुषुप्ति ह्यांहून अन्य अशा ध्यानमार्गाचा अवलंब करून तूं ह्या देहत्रयांतून बाहेर निघून गेलास, ह्यामुळें माझ्या मनाला विस्मय वाटत आहे. पांच कर्में करणाऱ्या तुझ्या शरीरवर्ती वायूचा निग्रह झालेला आहे; प्रसन्न अशा इंद्रियांचा मनामध्यें लय झालेला आहे; वाणी आणि मन ह्या दोहोंचा तूं महत्तत्त्वामध्यें लय केलेला आहेस; आणि शब्दादि गुणांनीं युक्त अशीं सर्वही इंद्रियें तूं जीवाच्या ठिकाणीं प्रविष्ट केलेलीं आहेस. तुझ्या शरीरावरील केश देखील हालत नाहींत; बुद्धि आणि अंतःकरण हीं स्थिर झालेलीं आहेत; आणि, हे माधवा, तूं काष्ठ, भिंत अथवा शिळा ह्यांसारखा निश्चेष्ट झालेला आहेस. हे भगवन्, हे देवा, ज्याप्रमाणें निर्वात प्रदेशामध्यें असलेला दीप निश्चलपणें जळत असतो, त्याप्रमाणें अथवा पाषाणाप्रमाणें तूं निश्चल झालेला आहेस. वास्तव, देवा, हें काय आहे तें ऐकण्याला जर मी पात्र असेन, आणि तें जर तुजला गुप्त ठेवावयाचें नसेल तर मी शरणागत तुझी प्रार्थना करितों कीं, तें मला सांगून माझा संशय नष्ट कर. हे पुरुषोत्तमा, तूं पृथिव्यादिक तत्त्वांचा व त्यांच्या शरीरादिरूपी कार्य पदार्थांचा कर्ता,

विश्वस्वरूपी असल्यामुळें विनश्वर व परब्रह्मात्मक असल्यामुळें अविनाशी, आद्यंतशून्य व आदिभूत असा आहेस. हे धार्मिकश्रेष्ठा, मस्तकानें प्रणाम करणाऱ्या ह्या तुझ्या शरणागत भक्तास ह्या ध्यानाचें कारण काय आहे, तें कथन कर.

हें ऐकून, मन, बुद्धि आणि इंद्रियें ह्यांची आपापल्या विषयाकडे प्रवृत्ति करून व प्रथम किंचित् हास्य करून भगवान् श्रीकृष्ण म्हणाले, " बाणरूपी शय्येवर असलेला व शांत होत असणारा जणूं यज्ञी अग्निच असा पुरुषश्रेष्ठ भीष्म माझें चिंतन करीत आहे, यामुळें माझें अंतःकरण त्याजकडे गेलें. वज्राच्या कडकडाटाप्रमाणें असलेला ज्याच्या प्रत्यंचेचा ध्वनि सहन करणें देवेंद्रालाही शक्य झालें नाहीं, ज्यानें वेगानें संपूर्ण नृपसमूहाला पराजित करून तीन कन्या वरिल्या, ज्यानें एकवीस दिवसपर्यंत परशुरामाशीं युद्ध केलें, व परशुरामाला त्यांतून सुटून जातां आलें नाहीं, तो भीष्म सर्व इंद्रियें एकाग्र करून व बुद्धीनें मनाचें संयमन करून मला शरण आला, ह्यामुळें माझें अंतःकरण त्याजकडे गेलें. बा राजा, भागीरथीनें ज्याला गर्भविधीनें आपल्या उदरांत धारण केलें, वसिष्ठांनीं ज्याला शिक्षण दिलें, जो बुद्धिमान् महातेजस्वी पुरुष दिव्य अस्त्रें व अंगांसहवर्तमान चार वेद जाणत आहे, त्या सर्व विद्यांस आधारभूत असलेल्या जमदग्निपुत्र परशुरामाच्या प्रिय शिष्याकडे माझें अंतःकरण गेलें. हे भरतकुलश्रेष्ठा, त्याला वर्तमान, भूत आणि भविष्य ह्या तिहीं कालांचें ज्ञान आहे; त्या धार्मिकश्रेष्ठाकडे माझें मन लागलें होतें. कारण, हे कुंतीपुत्रा, आपल्या कर्मबलानें तो पुरुषश्रेष्ठ स्वर्गलोकीं गेला म्हणजे ही पृथ्वी चंद्र नष्ट झालेल्या रात्रीसारखी केवल अंधकारमय बनून जाईल. यास्तव, हे युधिष्ठिरा, त्या भयंकर पराक्रमशाली भागीरथीपुत्र भीष्माकडे जाऊन व चरणस्पर्शपूर्वक नमस्कार करून, जें कांहीं तुझ्या मनांत विचारावयाचें असेल तें विचार. हे पृथ्वीपते, तूं त्याला सर्व वर्णांस उपयुक्त असलेले चातुर्विद्य[1], चातुर्होत्र[2], चार आश्रम आणि सर्व राजधर्म ह्यांविषयीं प्रश्न कर. त्या कुरुकुलधुरंधर भीष्माचा अस्त झाला म्हणजे त्याच्याबरोबर ज्ञानाचाही लोप होईल म्हणूनच मी तुला असें करण्याविषयीं प्रोत्साहन देत आहें. "

श्रीकृष्णांचें हें उत्कृष्ट प्रकारचें सत्य भाषण ऐकतांच अश्रूंनें कंठ दाटून येऊन धर्मवेत्ता युधिष्ठिर त्यांना म्हणाला, " हे माधवा, तूं भीष्मांच्या प्रभावाविषयीं जें म्हटलेंस तें अगदीं बरोबर आहे; याविषयीं मला संशय नाहीं. हे महाकांतिसंपन्ना, मी भीष्मांचें महाभाग्य आणि प्रभाव गोष्टी सांगणाऱ्या महात्म्या ब्राह्मणांच्या तोंडून ऐकलीं आहेत. आणि, हे शत्रुनाशना यादवनंदना, तूं तर लोकांचा उत्पादकच आहेस. यामुळें, तूं जें भाषण केलेंस तें अगदीं खरें आहे; त्याविषयीं विचार देखील करण्याचें कारण नाहीं. हे माधवा, मजवर अनुग्रह करावा अशी जर तुझी इच्छा असेल तर आम्ही तुलाच पुढें करून भीष्मांकडे जाऊं. कारण, सूर्य दक्षिण दिशेकडून परतला—अर्थात् उत्तरायण लागलें कीं तो परलोकीं जाणार. यास्तव, हे महाबाहो, या कुरुकुलोत्पन्नाला तुझें दर्शन होणें योग्य आहे. जगद्रूपी असल्यामुळें विनाशी व परब्रह्मस्वरूपी असल्यामुळें अविनाशी अशा तुज आदिदेवाचें दर्शन होणें हा त्याला एक लाभच आहे. कारण तूं एक ब्रह्मस्वरूपी निश्चित आहेस. "

वैशंपायन सांगतातः—हें धर्मराजाचें भाषण ऐकून, जवळ असलेल्या सात्यकीला श्रीकृष्णांनीं ' माझा रथ तयार करीव, ' म्हणून सांगितलें.

१ धर्मादिक चार पुरुषार्थांचें ज्ञान. २ ब्राह्मणादि तीन वर्णांचे यज्ञादिक विशिष्ट धर्म.

तेव्हां सात्यकीनें श्रीकृष्णाजवळून सत्वर निघून जाऊन, 'श्रीकृष्णाचा रथ जोड' असें दारुकाला सांगितलें. सात्यकीचें हें वाक्य ऐकल्यानंतर लवकरच दारुकानें श्रीकृष्णाला रथ तयार आहे म्हणून कळविलें. हे नृपश्रेष्ठा, त्या रथाचा प्रत्येक भाग सुवर्णानें विभूषित केलेला असून, पांच चंद्रकांत आणि सूर्यकांत ह्या रत्नांनीं केलेल्या पक्ष्यांच्या उपवेशनस्थानांनीं तो सुशोभित होता; त्याचीं चक्रें सुवर्णमय असून कांति सूर्यकिरणांप्रमाणें होती; तो शीघ्रगामी असून मध्यभागीं नानाप्रकारच्या चित्रविचित्र रत्नांनीं सुशोभित केलेला होता; नुकत्याच उगवलेल्या सूर्याप्रमाणें तो तळपत असून, आश्चर्योत्पादक गरुडयुक्त ध्वज व पताका यांनीं युक्त असा होता; व मनाइतका वेग असलेले आणि सुवर्णमय अलंकारांनीं शरीर अलंकृत केलेले सुग्रीवशैब्यप्रभृति उत्कृष्ट अश्व त्याला जोडले होते.

अध्याय सत्तेचाळिसावा.

—:०:—

भीष्मस्तवराज.

जनमेजय विचारतोः—बाणरूपी शय्येवर शयन करणाऱ्या त्या भरतकुलोत्पन्न पांडवांच्या पितामहानें—भीष्मानें—कोणत्या योगाचा अवलंब केला ? आणि कशा प्रकारें शरीरत्याग केला ?

वैशंपायन सांगतातः—हे राजा, शुचिर्भूत आणि एकाग्रचित्त होऊन महात्म्या कुरुकुलश्रेष्ठ भीष्माचा शरीरत्यागवृत्तांत लक्षपूर्वक ऐक. सूर्य उत्तरायणमार्गाकडे वळतांच, शेंकडों बाणांनीं व्याप्त झालेल्या व म्हणूनच प्रसार पावणाऱ्या किरणांनीं युक्त असलेल्या सूर्याप्रमाणें दिसणाऱ्या भीष्मानें समाधि लावून परमात्म्याच्या ठिकाणीं अंतःकरण लीन केलें. त्या वेळीं ब्राह्मणश्रेष्ठांनीं परिवृत असलेला तो भीष्म अत्यंत शोभायमान् दिसत होता. वेदवेत्ते व्यास मुनि, देवर्षि नारद, देवस्थान, वात्स्य, अश्मंतक, सुमंतु, जैमिनि, महात्मा पैल, शांडिल्य, देवल, ज्ञानसंपन्न मैत्रेय, असित, वसिष्ठ, महात्मा कौशिक, हारीत, लोमश, ज्ञानसंपन्न आत्रेय, बृहस्पति, शुक्र, महर्षि च्यवन, सनत्कुमार, कपिल, वाल्मीकि, तुंबुरु, कुरु, मौद्गल्य, भृगुकुलोत्पन्न परशुराम, महर्षि तृणबिंदु, पिप्पलाद, वायु, संवर्तक, पुलह, कच, काश्यप, पुलस्त्य, क्रतु, दक्ष, पराशर, मरीचि, अंगिरा, काश्य, गौतम, मननशील गालव, धौम्य, विभांड, मांडव्य, धौम्र, कृष्णानुभौतिक, उलूक, ब्राह्मणश्रेष्ठ महामुनि मार्कंडेय, भास्करि, पूरण, कृष्ण आणि धार्मिकश्रेष्ठ सूत हे व श्रद्धा, इंद्रियदमन आणि शांति यांनीं युक्त असलेले आणखी दुसरेही महात्मे मुनिगण त्याच्या भोंवते बसलेले होते; व म्हणूनच ग्रहांनीं परिवृत असलेल्या चंद्राप्रमाणें दिसणारा, व बाणरूपी शय्येवर असलेला तो पुरुषश्रेष्ठ भीष्म हात जोडून शुचिर्भूतपणें कायावाचामनेंकरून श्रीकृष्णाचें चिंतन करीत होता; आणि आनंदसूचक अशा गंभीर स्वरानें श्रीकृष्णाची स्तुति करीत होता. नंतर, तो भाषणप्रकारांचें ज्ञान असणाऱ्यांमध्यें श्रेष्ठ व अत्यंत धार्मिक प्रभु भीष्म पुनरपि हात जोडून योगाधिपति, जगद्व्यापक, विजयशील, जगन्नायक व पद्मनाभ श्रीकृष्णाची स्तुति करूं लागला.

भीष्म म्हणालाः—मीं श्रीकृष्णाचें आराधन करण्याच्या इच्छेनें जी वाणी उच्चारावयाचें मनांत आणलें आहे, त्या संक्षिप्त आणि विस्तृत अशा दोहों प्रकारच्या वाणीनें तो पुरुषोत्तम संतुष्ट होवो. जो स्वतः निर्दोष असून ज्याच्या प्राप्तीचा मार्गही दोषशून्य आहे, त्या, सर्वांचें अतिक्रमण करून रहाणाऱ्या हिरण्यगर्भस्वरूपी प्रजाधिपति परमात्म्याला मी सर्व प्रकारें या

देहत्रयाचा त्याग करून शरण जातों. आदि आणि अंत नसलेल्या ज्या परब्रह्माचें ज्ञान देवांना अथवा ऋषींना नसून, ज्याला केवळ एक भगवान् जगदुत्पादक जलशायी श्रीविष्णुच जाणतो, व त्याच्यापासून ज्या अतींद्रिय, अविनाशी परमात्म्याचें ज्ञान ऋषिसमुदाय, सिद्ध, महासर्प, देव आणि देवर्षि यांना झालें आहे, व देव, दैत्य, गंधर्व, यक्ष, राक्षस आणि सर्प यांनाही जो भगवान् कोण व कोठें वास्तव्य करितो हें कळत नाहीं; ज्याप्रमाणें सूत्रामध्यें गोंवलेलीं अनेक रत्नें, तें आधारभूत असल्यानें त्याच्याच ठिकाणीं रहातात, त्याप्रमाणें सत्त्वादि गुणांपासून उत्पन्न झालेलीं हीं सर्व भूतें ज्याच्या आधारानें वास्तव्य करितात, ज्याच्या आधारावर अस्तित्वांत येतात, व ज्याच्या ठिकाणीं लीन होतात; जगताला आधारभूत व सर्वकर्मप्रवर्तक अशा ज्या परमात्म्याच्या आधारानें—कार्यें आणि कारणें यांनीं जणू गुंफलेलें असें हें विश्व बळकट तंतूंच्या आधारानें असणाऱ्या पुष्पमालेप्रमाणें आहे; संहारशक्तिसंपन्न, अनंत शीर्षें, अनंत चरण, अनंत नेत्र, अनंत बाहु, अनंत मुखें आणि अनंत किरीट यांच्या योगानें उज्ज्वल दिसणाऱ्या व जगताला अत्यंत आधारभूत असणाऱ्या ज्या भगवान् नारायणाला सूक्ष्मांहूनही अत्यंत सूक्ष्म, स्थूलांहूनही अत्यंत स्थूल, मोठ्यांहूनही अत्यंत मोठा व श्रेष्ठांहूनही अत्यंत श्रेष्ठ असें म्हणतात; मंत्र, ब्राह्मणरूपी त्यांचें विवरण, देवतादि बोधक वाक्यें, केवळ ब्रह्मबोधक वाक्यें आणि अबाधित असे ज्येष्ठ सामादि वेदभाग यांमध्यें ज्या अबाधित कर्में असणाऱ्या परमात्म्याची स्तुति केलेली आहे; चार स्वरूपें धारण करणाऱ्या व बुद्धीमध्यें प्रकट होणाऱ्या ज्या भक्ताधिपति देवाचें गोपनीय आणि अलौकिक अशा वासुदेव, संकर्षण, प्रद्युम्न आणि अनिरुद्ध ह्या श्रेष्ठ अशा चार नांवांनीं पूजन करीत असतात; ज्याच्या प्रीत्यर्थ आचरण केलेला स्वधर्म ज्याच्या अंतःकरणांत जाऊन वास्तव्य करितो; व जो सर्वांचा आत्मा, सर्वगामी, सर्वस्वरूपी, सर्वज्ञ आणि सर्वांचा उत्पादक आहे, त्या परमात्म्याला मी शरण जातों. ज्याप्रमाणें अरणी प्रदीप्त असा अग्नि उत्पन्न करितें, त्याप्रमाणें ब्राह्मण, वेद आणि यज्ञ ह्या भूतलवासी ब्रह्माच्या संरक्षणासाठीं देवी देवकीनें वसुदेवापासून ज्याला आपल्या उदरीं अवतीर्ण व्हावयास लावलें; जो भेदरहित आणि निरिच्छ असून मोक्षप्राप्तीसाठीं आपल्या हृदयाकाशामध्यें श्रीकृष्णरूपी अशा स्वतःलाच निष्पाप अशा परमात्म्याच्या रूपानें सूक्ष्मदृष्टीनें पहात असतो; व ज्याचीं कर्में वायु व इंद्र यांच्याहीवर ताण करणारीं असून जो तेजामध्यें सूर्याचें व अग्नीचेंही अतिक्रमण करणारा व बुद्धि आणि इंद्रियें यांस अगोचर असणारा आहे, त्या प्रजाधिपतीला मी शरण जातों. पूर्वीं होऊन गेलेल्या कल्पासंबंधानें ज्याला पुरुष असें म्हणतात, युगाच्या आरंभीं सर्व जगताचा विस्तार करीत असल्यामुळें ज्याला ब्रह्म असें म्हणतात; व संहारकालीं जगताला आकर्षण केल्यामुळें ज्याला संकर्षण असें म्हणतात, त्या उपासनीय परमात्म्याची मी उपासना करितों. वस्तुतः एक असतांही अनेक स्वरूपांनीं अवतीर्ण झालेल्या ज्या सर्व कामना पूर्ण करणाऱ्या व प्रत्यक्ष ज्ञानास अगोचर असलेल्या देवाचें कर्मनिष्ठ लोक अनन्यभावानें आराधन करितात; प्रलयानंतर ज्याच्या उदरामध्यें सर्व ब्रह्मांड वास्तव्य करितें व म्हणूनच ज्याला जगताचें संग्रहस्थान असें म्हणतात; सर्व लोक ज्याच्या सान्निध्यास आहेत, व जलामध्यें संचार करीत असलेल्या—जलाच्या आधारानें चलनवलनादिक क्रिया करणाऱ्या जलचर—पक्ष्याप्रमाणें ज्याच्या आधारानें हे

सर्व लोक आपआपलीं कर्में करीत आहेत; ज्या कार्यकारणांहून पलीकडे असणाऱ्या, सत्य, अद्वितीय, आदि, मध्य आणि अंत यांनीं विरहित अशा ब्रह्माचें ज्ञान देवांना अथवा ऋषींनाही नाहीं; दुःखावरील उत्कृष्ट प्रकारचें औषधच अशा ज्या आद्यंतशून्य, स्वयंभू व सनातन अशा देवतेचें आराधन देव, दैत्य, गंधर्व, सिद्ध, ऋषि आणि महासर्प हे शुचिर्भूत होऊन प्रत्यहीं करितात; दृष्टीस व ज्ञानशक्तीस अगोचर असलेल्या ज्या संहारशक्तिसंपन्न प्रभु नारायणाला संपूर्ण जगताचा कर्ता, साक्षिभूत, अविनाशी, प्रकृत्यादि स्थिर पदार्थांचा अधिपति व परब्रह्म असें म्हणतात; जो अद्वितीय असणारा दैत्यनाशक सुवर्णतुल्य कांति असलेला परमात्मा अदितीचे ठायीं गर्भाच्या रूपानें बारा स्वरूपें धारण करून अवतीर्ण झाला, त्या सूर्यस्वरूपी परमात्म्याला नमस्कार असो. जो शुक्लपक्षामध्यें देवांना व कृष्णपक्षांत पितरांना तृप्त करितो, व जो नक्षत्रांचा अधिपति आहे, त्या चंद्रस्वरूपी परमात्म्याला नमस्कार असो. ज्ञानरूपी घोर अंधःकाराच्या पलीकडे असणाऱ्या ज्या अत्यंत तेजस्वी जगद्व्यापक परमात्म्याचें ज्ञान झालें असतां मोक्षप्राप्ति होते, त्या ज्ञेयस्वरूपी परमात्म्याला नमस्कार असो. ब्राह्मणसमुदाय बृहदुक्थ म्हणावयाच्या वेळीं व मोठ्या यज्ञामध्यें अग्निचयनप्रसंगीं ज्याचे स्तुतिपाठ करितात, त्या वेदस्वरूपी परमेश्वराला नमस्कार असो. ऋग्वेद, यजुर्वेद आणि सामवेद ह्यांमध्यें वर्ण्यरूपानें वास्तव्य करणाऱ्या पांच प्रकारच्या होमद्रव्यांच्या स्वरूपानें असणाऱ्या ज्या परमात्म्याचा यज्ञस्वरूपानें स्तुति करितात, त्या यज्ञरूपी परमात्म्याला नमस्कार असो. 'आश्रावया,' आणि 'अस्तु श्रौषट्' ह्या चार चार अक्षरांच्या योगानें, 'यज' या दोन अक्षरांनीं, 'ये यजामहे' ह्या पांच अक्षरांनीं आणि पुनरपि 'वषट्' या दोन वर्णांनीं ज्याला उद्देशून हवन केलें जातें, त्या यज्ञस्वरूपी परमात्म्याला नमस्कार असो. ज्या वेदपुरुषाला यजु असें नांव असून गायत्र्यादि छंद हे ज्याचें शरीर, वेदत्रयी हें मस्तक आणि रथंतर अथवा बृहत् साम हें प्रीतियुक्त भाषण, त्या स्तोत्रस्वरूपी परमात्म्याला नमस्कार असो. जो ज्ञानसंपन्न विश्वस्रष्ट्याच्या मुनींच्या यज्ञांमध्यें सुवर्णमय पंखें असलेल्या पक्षिरूपानें अवतीर्ण झाला, त्या हंसस्वरूपी परमात्म्याला नमस्कार असो; चरणरूपी अवयव स्वरादिसंधिरूपी आणि स्वरव्यंजनरूपी भूषणें यांनीं युक्त असलेल्या ज्या परमात्म्याला दिव्य अक्षर असें म्हणतात, त्या शब्दस्वरूपी परमेश्वराला नमस्कार असो. ज्यानें वराहरूप धारण करून त्रैलोक्याच्या हितासाठीं पृथ्वीचा उद्धार केला, त्या वीर्यस्वरूपी परमात्म्याला नमस्कार असो. जो योगाचें अवलंबन करून सहस्रफणायुक्त असणाऱ्या शेषाच्या योगानें शोभायमान् दिसणाऱ्या पर्यंकावर शयन करितो, त्या निद्रास्वरूपी परमात्म्याला नमस्कार असो. केवळ धर्माकरितांच ज्यांच्या अवयवांचे व्यापार घडतात अशा जितेंद्रिय लोकांकडून मोक्षास कारणभूत अशा वेदोक्त साधनांच्या योगानें सज्जनांना संसारांतून तरून जाण्याचा मार्ग जो निर्माण करितो, त्या सत्यस्वरूपी परमात्म्याला नमस्कार असो. निरनिराळ्या प्रकारचे धर्माचें आचरण करणारे व निरनिराळ्या धर्मफलाची इच्छा करणारे पाशुपतादि लोक त्या त्या धर्माच्या अनुरोधानें ज्याचें पूजन करितात त्या धर्मस्वरूपी परमात्म्याला नमस्कार असो. ज्याचा प्रत्येक अवयव केवळ कामनारूपी बनून गेला आहे अशा प्राण्याचे सर्वही मनोरथ ज्याच्यापासून निर्माण होतात, व जो सर्व प्राण्यांना उन्मत्त करून सोडतो, त्या कामस्वरूपी परमा-

त्म्याला नमस्कार असो. महर्षि ज्या इंद्रियग्राह्य अशा पदार्थांमध्यें वास्तव्य करणाऱ्या अव्यक्त परमात्म्याचा अर्थात् शरीरामध्यें वास्तव्य करणाऱ्या जीवस्वरूपी परमात्म्याचा शोध करितात त्या क्षेत्रस्वरूपी परमात्म्याला नमस्कार असो. जो स्वस्वरूपानें सदोदीत राहात असतांही जाग्रत्, स्वप्न आणि सुषुप्ति ह्या तीनही अवस्थांमध्यें आत्मा, पंचमहाभूतें आणि अकरा इंद्रियें ह्या सोळांनीं युक्त असल्यामुळें सतरावा आहे असें ज्ञानी लोक समजतात, त्या सांख्यस्वरूपी परमात्म्याला नमस्कार असो. निद्रेचा त्याग केलेले, प्राणाचा जय केलेले, व सत्त्वगुणाचें अवलंबन करणारे जितेंद्रिय योगी ज्याला तेजोरूपी असा अवलोकन करितात, त्या योगस्वरूपी परमात्म्याला नमस्कार असो. पुण्य आणि अपुण्य ह्या दोहोंचीही निवृत्ति झाल्यामुळें पुनर्जन्माची भीति नसलेले शांतियुक्त असणारे संन्यासी ज्याच्या ठिकाणीं प्रविष्ट होतात, त्या मोक्षस्वरूपी परमात्म्याला नमस्कार असो. जो सहस्र युगांच्या शेवटीं ज्वाला असणाऱ्या अग्नीच्या रूपानें सर्व भूतांना भक्षण करितो, त्या घोरस्वरूपी परमात्म्याला नमस्कार असो. जो सर्व प्राण्यांना भक्षण करून व सर्व विश्व केवळ समुद्रमय करून ब्रह्मस्वरूपानें एकटाच शयन करितो, त्या मायारूपी परमात्म्याला नमस्कार असो. ज्या कमलनेत्राच्या नाभींतून कमल उत्पन्न झालें असून तें सर्व जगताचा आधार आहे, त्या कमलस्वरूपी परमात्म्याला नमस्कार असो. अनंत मस्तकांनीं युक्त असणारा व परिमाणशून्य शरीर असलेला जो पुरुष, त्या प्रसुप्त, तनु, विच्छिन्न आणि उदार एतत्संज्ञक कामनारूपी चार समुद्रांच्या उत्पत्तीचें स्थान असणाऱ्या योगनिद्रेचें स्वरूप धारण करणाऱ्या परमात्म्याला नमस्कार असो. ज्याच्या केशामध्यें मेघ, अवयवांच्या सर्व संधींच्या ठिकाणीं नद्या, आणि उदरामध्यें चारही समुद्र वास्तव्य करितात, त्या जलस्वरूपी परमात्म्याला नमस्कार असो. ज्याच्यापासून उत्पत्ति आणि नाश ह्यांनीं युक्त असणारीं सर्वही कार्यें निर्माण होतात, व ज्याच्या ठिकाणीं लयही पावतात, त्या कारणस्वरूपी परमात्म्याला नमस्कार असो. जो सुषुप्तिरूपी रात्रीमध्यें उपविष्ट झालेला असतो, व जाग्रत्स्वप्नावस्थारूपी दिवसा कार्योदित झालेला असून इष्ट आणि अनिष्ट ह्या दोहोंसही साक्षिभूत असतो, त्या साक्षिस्वरूपी परमात्म्याला नमस्कार असो. कोणत्याही कार्यामध्यें कुंठित न होणारें व धर्मक्रियेविषयीं उद्युक्त असणारें जें स्वरूप, तें श्रीविष्णूचेंच होय; त्या कार्यस्वरूपी परमात्म्याला नमस्कार असो. ज्यानें क्रुद्ध होऊन धर्माचें अतिक्रमण केल्यामुळें भारभूत झालेल्या क्षत्रियांचा संग्रामामध्यें एकवीस वेळ वध केला, त्या क्रौर्यस्वरूपी परमात्म्याला नमस्कार असो. जो शरीरगत वायूचें स्वरूप धारण करून व प्राणादिरूपानें आपले पांच विभाग करून प्राण्यांकडून कर्में करवितो, त्या वायुस्वरूपी परमात्म्याला नमस्कार असो. जो प्रत्येक युगामध्यें संबद्ध असणाऱ्या मास, ऋतु, अयन आणि वर्ष ह्यांच्या स्वरूपानें चक्राप्रमाणें पुनःपुनः येत असतो, त्या सृष्टि आणि प्रलय करणाऱ्या कालस्वरूपी परमात्म्याला नमस्कार असो. ब्राह्मण, क्षत्रिय, वैश्य व शूद्र हे अनुक्रमें ज्याच्या मुखाचा, दोहों बाहूंचा, संपूर्ण उदराचा आणि दोन्ही चरणांचा आश्रय करून असतात, त्या वर्णस्वरूपी परमात्म्याला नमस्कार असो. अग्नि हें ज्याचें मुख असून स्वर्ग हें मस्तक, आकाश नाभि, भूमि चरण, सूर्यचंद्र चक्षु आणि दिशा हे कर्ण आहेत, त्या विश्वस्वरूपी परमात्म्याला नमस्कार असो. जो कालाच्याही पलीकडे असून यज्ञादि

कर्मांच्या पलीकडे आहे, व जो अतींद्रिय अशा प्रकृतीच्याही अत्यंत पलीकडे आहे, व ज्याला आदि नसूनही जो जगताला आदिभूत आहे, त्या विश्वस्वरूपी परमात्म्याला नमस्कार असो. लोक विषयांमध्यें आसक्त होऊन राहिले असतांही जो रागद्वेषादि गुणांच्या योगानें विषयांचें संरक्षण करितो, त्या रक्षकस्वरूपी परमात्म्याला नमस्कार असो. अन्नपानरूपी विपुल इंधनानें युक्त असणारा व रस आणि बल यांची वृद्धि करणारा जो सर्व प्राण्यांना जिवंत ठेवितो, त्या प्राणस्वरूपी परमात्म्याला नमस्कार असो. जो प्राणांच्या पोषणासाठींच भक्ष्य, भोज्य, लेह्य व पेय एतद्रूपी चार प्रकारचें अन्न भक्षण करितो व शरीराच्या अंतर्भागीं अग्निस्वरूपानें वास्तव्य करून त्याचें पचन करितो, त्या पाकस्वरूपी परमात्म्याला नमस्कार असो. पिंगटवर्ण, जटा आणि नेत्र यांनीं युक्त असलेलें व दंष्ट्रा आणि नखें हींच आयुधें असलेलें ज्याचें नरसिंहरूपी स्वरूप दानवश्रेष्ठ हिरण्यकशिपूच्या नाशास कारणभूत झालें, त्या दर्पस्वरूपी परमात्म्याप्रत नमस्कार असो. ज्याचें ज्ञान देव, गंधर्व, दैत्य आणि दानव ह्यांना तत्त्वतः होत नाहीं, त्या सूक्ष्मरूपी परमात्म्याला नमस्कार असो. जो शोभासंपन्न भगवान् प्रभु भूमीच्या तळाशीं शेषाच्या स्वरूपानें वास्तव्य करून संपूर्ण विश्व धारण करितो, त्या वीर्यस्वरूपी परमात्म्याला नमस्कार असो. जो सृष्टीच्या संरक्षणासाठीं स्नेहरूपी पाशानें बद्ध करून प्राण्यांना मोहित करून सोडतो, त्या मोहस्वरूपी परमेश्वराला नमस्कार असो. ज्याला शब्दादिक पांच विषय आश्रयभूत आहेत तें शब्दादि विषयक ज्ञान हें, त्या विषयरूपी उपाधींचा त्यांत अंतर्भाव न केल्यास, आत्मज्ञानच आहे असें समजून मुमुक्षु लोक ज्ञानसाधनाच्या योगानें ज्याला प्राप्त करून घेतात, त्या ज्ञानस्वरूपी परमेश्वराला नमस्कार असो. ज्याचें शरीर अज्ञेय असून दृष्टि आणि बुद्धि हीं सर्वत्र वास्तव्य करीत आहेत, त्या अनंतविषयसमुदायास आधारभूत असणाऱ्या दिव्यरूपी परमात्म्याला नमस्कार असो. सदैव जटा आणि दंड धारण करणाऱ्या, लांबट उदरानें युक्त शरीर असलेल्या, व कमंडलुरूपी तूणीर धारण करणाऱ्या त्या ब्रह्मस्वरूपी परमात्म्याला नमस्कार असो. शूल धारण करणाऱ्या व भस्मानें चर्चित आणि ऊर्ध्वमुख लिंग असलेल्या त्या देवाधिपति त्रिनेत्र अशा रुद्रस्वरूपी परमात्म्याला नमस्कार असो. मस्तकीं अर्धचंद्र धारण करणाऱ्या, सर्पमय यज्ञोपवीत असलेल्या, आणि हातीं पिनाक धनुष्य व त्रिशूल धारण करणाऱ्या त्या उग्रस्वरूपी परमात्म्याला नमस्कार असो. जो सर्व प्राण्यांच्या जीवस्वरूपानें वास्तव्य करणारा असून त्यांच्या उत्पत्तीला व विनाशाला कारणभूत, व क्रोध, द्रोह आणि मोह यांनीं शून्य आहे, त्या शांतस्वरूपी परमात्म्याला नमस्कार असो. ज्याच्या ठिकाणीं सर्व विश्व वास्तव्य करीत आहे, ज्याच्यापासून सर्वांची उत्पत्ति होते, जो सर्वस्वरूपी व सर्वत्र विद्यमान व म्हणूनच सर्वमय आहे, त्या सर्वस्वरूपी परमात्म्याला नमस्कार असो. हे विश्वकर्मन्, हे विश्वात्मन्, हे विश्वसंभवा, हे मोक्षस्वरूपा, आणि हे पांचही भूतांच्या पलीकडे वास्तव्य करणाऱ्या, तुजला नमस्कार असो. तीनही लोकांमध्यें वास करणाऱ्या तुला नमस्कार असो. त्रैलोक्याच्या पलीकडेही असणाऱ्या तुजला नमस्कार असो. सर्वही दिशांचे ठायीं वास्तव्य करणाऱ्या तुजला नमस्कार असो. तूं खरोखर सर्वस्वरूपी असा एक निधिच आहेस. लोकांची उत्पत्ति आणि नाश ह्यांस कारणभूत असलेल्या भगवन् विष्णो, तुजला नमस्कार असो. कारण, हे हृषीकेशा, स्वतंत्र असा तूंच ह्या लोकांचा उत्पादक आणि संहारकर्ता

आहेस. वर्तमानादि तीनही काळीं तुझें अस्तित्व आमच्या दृष्टीला गोचर होत नाहीं, तथापि मी तुला तत्त्वतः जाणीत आहें. कारण, तुझें स्वरूप सनातन आहे. तुझ्या मस्तकानें स्वर्गाला, पायांनीं देवी पृथ्वीला आणि पादन्यासानें त्रैलोक्याला व्याप्त करून टाकलें आहे. तूं सनातन असा परमात्मा आहेस. दिशा हे तुझे बाहु आणि सूर्यचंद्र हे तुझे नेत्र असून, शुक्र हा तुझ्या वीर्याच्या ठिकाणीं वास्तव्य करितो. अत्यंत तेजस्वी अशा वायूचे आवहप्रवहप्रभृति सात मार्ग तूंच व्याप्त केलेले आहेस. जंवसाच्या पुष्पाप्रमाणें कांति असणाऱ्या, पीतवर्ण वस्त्र परिधान करणाऱ्या अविनाशी श्रीकृष्णाला जे नमस्कार करितात, त्यांना भीति नसते. श्रीकृष्णाला केलेला एकही प्रणाम दहा अश्वमेधांच्या अवभृथस्नानांच्या योग्यतेचा आहे. किंबहुना त्याजहून देखील अधिक योग्यतेचा आहे. कारण, दहा अश्वमेध करणारा पुरुष पुनर्जन्म पावत असून, श्रीकृष्णास प्रणाम करणाऱ्याला पुनर्जन्म नसतो. ज्याप्रमाणें मंत्रानें हवन केलेलें आज्य अग्नीमध्यें प्रविष्ट होतें, त्याप्रमाणें जे श्रीकृष्णनिष्ठ बनून रात्रीं आणि दिवसा उठतांच श्रीकृष्णाचें स्मरण करितात, त्यांचें शरीर श्रीकृष्णस्वरूपी बनून ते श्रीकृष्णामध्येंच प्रविष्ट होऊन जातात. नरकाच्या त्रासापासून संरक्षण करण्यासाठीं शरीरासभोंवतीं जणूं मंडलच करणाऱ्या व संसाररूपी नदींतील भोंवऱ्यांतून तरून जाण्याला नौकेच्या काष्ठाप्रमाणें असलेल्या श्रीविष्णूला नमस्कार असो. गोब्राह्मणांचें हित करणाऱ्या त्या ब्रह्मनिष्ठांच्या देवतेला नमस्कार असो. जगताच्या हितास कारणभूत असणाऱ्या व प्रलयकालीं सर्व प्राण्यांना आपणाकडे आकर्षण करून घेणाऱ्या त्या गोविंदाला पुनः पुनः नमस्कार असो. 'हरि' हीं दोन अक्षरें म्हणजे प्राण्याची संसाररूपी अरण्यांतील प्रवासाची शिदोरी व संसाराचें उन्मूलन करण्याचें एक औषधच असून, दुःख आणि शोक ह्यांजपासून रक्षण करणारीं आहेत. ज्या अर्थीं सत्य हें विष्णुस्वरूपी आहे, ज्या अर्थीं जगही विष्णुमय आहे, आणि ज्या अर्थीं सर्वच विष्णुमय आहे, त्या अर्थीं माझ्या पातकाचा नाश होवो. हे कमलनेत्रा, शांतिसंपन्न आणि इष्ट गतीची प्राप्ति व्हावी अशी इच्छा असलेल्या तुझ्या भक्ताला काय श्रेयस्कर आहे ह्याचें तूंच चिंतन कर. ह्याप्रमाणें, हे देवश्रेष्ठा, विद्या आणि तप ह्यांच्या उत्पत्तीचें स्थान अशा स्वयंभू श्रीविष्णूचें मीं स्तवन केलें आहे. ह्या माझ्या स्तवरूपी वाग्यज्ञानें आराधन केलेला तो देव श्रीकृष्ण मजवर प्रसन्न होवो. श्रीकृष्ण हाच परब्रह्म असून तपाचें मुख्य फलही श्रीकृष्णच आहे. श्रीकृष्ण हाच श्रेष्ठ असें दैवत, अथवा श्रीकृष्ण हाच सदैव सर्व कांहीं आहे.

वैशंपायन सांगतातः—इतकें भाषण केल्यानंतर, अंतःकरण श्रीकृष्णावर जडवून भीष्म 'नमः' इतकेंच म्हणून त्या वेळीं श्रीकृष्णाला प्रणाम करूं लागला. या प्रकारची भीष्माची भक्ति योगदृष्टीनें कळून येतांच, त्याला त्रैलोक्य अवलोकन करितां येण्यास साधनभूत असें दिव्य ज्ञान देऊन श्रीकृष्ण पुनः युधिष्ठिराजवळ परत गेले होते. तोही 'नमः' हा शब्द जेव्हां बंद झाला तेव्हां बाष्पामुळें कंठ दाटून येऊन ते सर्व ब्रह्मनिष्ठ ऋषि वाणीनें त्या महाज्ञानी भीष्माची स्तुति करूं लागले. ते सर्वही ब्राह्मणश्रेष्ठ पुरुषोत्तम श्रीकृष्णाची स्तुति करीत करीत हळू हळू वारंवार भीष्माचीही प्रशंसा करीत होते. इकडे भीष्माचा भक्तियोग जाणून आनंदित झालेले श्रीकृष्ण एकदम उठून वाहनांत जाऊन बसले. श्रीकृष्ण आणि सात्यकि हे उभयतां एका रथांतून गेले; दुसऱ्यांतून युधिष्ठिर आणि अर्जुन हे उभयतां महात्मे गेले; व कृप, युयुत्सु सारथि

आणि शत्रुतापन संजय, भीमसेन व उभयतां नकुलसहदेव एका रथांत बसले. याप्रमाणें नगरासारखा आकार असलेल्या रथांमध्यें आरोहण करून चक्राच्या धांवांच्या प्रचंड ध्वनीनें पृथ्वी जणूं कंपित करीत ते पुरुषश्रेष्ठ गमन करूं लागले. तदनंतर मार्गामध्यें ब्राह्मणश्रेष्ठांनीं उच्चारलेलीं पुरुषश्रेष्ठ भीष्माच्या स्तुतीनें युक्त असलेलीं वाक्यें त्या अंतःकरण उत्कृष्ट असलेल्या श्रीकृष्णाला ऐकूं येऊं लागलीं; आणि नंतर, हात जोडून प्रणाम करणाऱ्या भीष्मरूपी अत्यंत श्रेष्ठ पुरुषानें त्या केशिदैत्यनाशक श्रीकृष्णानें आनंदित अंतःकरणानें अभिनंदन केलें.

अध्याय अठ्ठेचाळिसावा.

—:०:—

परशुरामचरिताचा उपक्रम.

वैशंपायन सांगतातः—पुढें, नगराप्रमाणें शोभायमान् असणाऱ्या व पताका आणि ध्वज यांनीं अलंकृत केलेल्या रथांमध्यें आरोहण करून श्रीकृष्ण, राजा युधिष्ठिर, इतर चार पांडव आणि कृपाचार्यप्रभृति ते सर्व, अश्व शीघ्र गमन करणारे असल्यामुळें, लवकरच कुरुक्षेत्रांत गेले. जेथें सुप्रसिद्ध महात्म्या क्षत्रियांनीं देह ठेविले त्या केश, मज्जा आणि अस्थि यांनीं व्याप्त होऊन गेलेल्या कुरुक्षेत्रांत उतरल्यानंतर गज, अश्व ह्यांचे देह आणि अस्थि ह्यांच्या पर्वतप्राय राशींनीं व्याप्त होऊन गेलेलें, शंखाप्रमाणें दिसणाऱ्या मनुष्यमस्तकांच्या करटयांनीं सर्वत्र व्याप्त असलेलें, हजारों चितांनीं भरून गेलेलें, कवचें आणि शस्त्रें यांनीं व्याप्त झालेलें, उपभोग घेऊन त्याग केलेलें असें जणूं मृत्यूचें मद्यपानस्थानच असलेलें, भूतसमुदायाचा संचार असलेलें व राक्षससमुदायांनीं सेवन केलेलें तें कुरुक्षेत्र पाहात पाहात ते महारथी सत्वर गमन करूं लागले. गमन करीत असतां, सर्व यादवांना आनंद देणारा महाबाहु श्रीकृष्ण हा युधिष्ठिराला जामदग्न्याचा पराक्रम सांगूं लागला.

तो म्हणालाः—हे पार्था, हे पहा दूर पांच रामऱ्हद (परशुरामानें केलेले डोह) दिसत आहेत. ह्यांमध्यें त्यानें क्षत्रियांच्या रक्तानें पितृतर्पण केलें. एकवीस वेळ पृथ्वी निःक्षत्रिय केल्यानंतर परशुरामानें ह्या ठिकाणींच ह्या पितृतर्पणाच्या वेळीं तें कर्म करावयाचें सोडून दिलें.

युधिष्ठिर म्हणालाः—श्रीकृष्णा, परशुरामानें पूर्वीं एकवीस वेळ पृथ्वी निःक्षत्रिय केली असें जें तूं म्हणतोस, त्याविषयीं मला मोठा संशय आहे. हे यदुश्रेष्ठा, जर परशुरामानें क्षत्रियांचें बीजच दग्ध करून टाकलें, तर, हे अमर्यादपराक्रमा, क्षत्रियांची पुनरपि उत्पत्ति कशी झाली ? हे यादवश्रेष्ठा, महात्म्या भगवान् भार्गवरामानें क्षत्रियांचा उच्छेद कसा केला ? व पुनरपि त्यांची वृद्धि कशी झाली ? हे वक्तृश्रेष्ठा, त्यानें प्रचंड रथयुद्ध करून कोटयवधि क्षत्रियांचा वध केला व त्यामुळें ही भूमि क्षत्रियांच्या प्रेतांनीं व्याप्त होऊन गेली. हे यदुकुलश्रेष्ठा, पूर्वीं महात्म्या भार्गवरामानें या कुरुक्षेत्रामध्यें क्षत्रियांचा उच्छेद कशाकरितां केला ? हे यदुकुलोत्पन्ना गरुडध्वजा, हा माझा संशय तूंच दूर कर. कारण, हे इंद्रानुजा श्रीकृष्णा, वेद देखील तुजहून अधिक श्रेष्ठ नाहींत.

वैशंपायन सांगतातः—नंतर त्या गदाग्रज[1] श्रीकृष्णानें, ही पृथ्वी क्षत्रियांनीं व्याप्त कशी होऊन गेली त्याचा सर्व खरा वृत्तांत त्या वेळीं अप्रतिम सामर्थ्यसंपन्न अशा युधिष्ठिराला कथन केला.

---

१ गदाचा ज्येष्ठ बंधु.

अध्याय एकुणपन्नासावा.

—:०:—

परशुरामचरित्र.

श्रीकृष्ण सांगतातः—हे कुंतीपुत्रा, परशुरामाचा पराक्रम आणि त्याचें जन्म ह्यांविषयींचा वृत्तांत सांगणाऱ्या महर्षींच्या मुखांतून मीं जो परशुरामाचा प्रभाव आणि राजवंशामध्यें उत्पन्न झालेल्या भारतवर्षांतील कोट्यवधि क्षत्रियांचा परशुरामानें कसा वध केला हें श्रवण केलें आहे, तें ऐक. हे पृथ्वीपते, जन्हु ह्या राजाचा पुत्र अज, त्याचा बलाकाश्व, आणि धर्मज्ञ कुशिक हा बलाकाश्वाचा पुत्र होय. भूतलावर इंद्राच्या तोडीचा असणारा तो कुशिक त्रैलोक्यावर आधिपत्य करणाऱ्या अजिंक्य पुत्राची प्राप्ति व्हावी या हेतूनें उत्कृष्ट प्रकारचें तप करूं लागला. त्याची उग्र तपश्चर्या पाहून पुरनाशक इंद्र पुत्रोत्पत्तीविषयीं समर्थ असणाऱ्या त्या कुशिकाकडे स्वतःच गेला; आणि, हे राजा, त्रैलोक्याचा राजाधिराज इंद्र त्याचा पुत्र झाला. पाक दैत्याचा नाश करणारा इंद्र ज्या कुशिकपुत्राच्या रूपानें अवतीर्ण झाला, त्याचें नांव गाधि असें ठेविलें. हे प्रभो, त्या गाधीला सत्यवती नांवाची कन्या झाली व ती त्या प्रभू गाधीनें भृगुपुत्र ऋचीक याला दिली. राजा, तिच्या शुचिर्भूतपणानें प्रसन्न होऊन, हे कुरुनंदना राजा, भृगुपुत्र ऋचीकानें तिजला आणि गाधीलाही पुत्र व्हावा एतदर्थ निरनिराळा चरु तयार केला; आणि आपल्या पत्नीला हांक मारून तो भृगुपुत्र ऋचीक म्हणाला कीं, 'ह्या चरूचा तूं उपयोग कर, आणि ह्या दुसऱ्या चरूचा तुझी माता उपयोग करूं दे, म्हणजे तिला क्षत्रियश्रेष्ठांचाही नाश करणारा व या लोकामध्यें क्षत्रियांना अजिंक्य असणारा, तेजस्वी व क्षत्रियश्रेष्ठ असा एक पुत्र होईल; आणि, हे कल्याणि, हा चरु तुझ्या ठिकाणींही धैर्यसंपन्न, शांतचित्त, तपोनिष्ठ आणि द्विजश्रेष्ठ असा पुत्र उत्पन्न करील.' असें भार्येला सांगून, तपश्चर्येमध्यें आसक्त असणारा तो श्रीमान् भृगुपुत्र ऋचीक अरण्यामध्यें निघून गेला. ह्याच वेळीं तीर्थयात्रा करीत असलेला राजा गाधि आपल्या भार्येसह ऋचीकाच्या आश्रमामध्यें आला. तेव्हां, राजा, कार्यामध्यें निमग्न झालेली सत्यवती ते दोन चरु घेऊन आनंदानें मातेला आपल्या पतीचें वाक्य सांगूं लागली. पुढें, हे कुंतीपुत्रा, तिच्या मातेनें अज्ञानामुळें तिला आपला चरु दिला आणि तिचा चरु आपण भक्षण केला. त्या वेळीं, देदीप्यमान शरीर असलेला व दिसण्यामध्यें भयंकर दिसणारा, क्षत्रियाचा संहार करणारा, गर्भ सत्यवतीच्या उदरांत राहिला. तेव्हां तिजकडे अवलोकन करून व तिच्या गर्भामध्यें असणाऱ्या त्या द्विजाकडेही ज्ञानदृष्टीनें अवलोकन करून मूर्तिमंत देवताच अशा आपल्या पत्नीला तो भृगुकुलश्रेष्ठ म्हणाला, 'हे कल्याणि, चरूंची अदलाबदल करून तुझ्या मातेनें तुला फसविलें आहे, यामुळें तो अत्यंत क्रूर आणि अतिशय कोपिष्ट असा पुत्र होईल; व तुला होणारा बंधु ब्रह्मस्वरूपी आणि तपोनिष्ठ असा होईल. कारण, अत्यंत मोठें असें ब्राह्मतेज तुझ्या चरूमध्यें ठेविलें होतें, व संपूर्ण क्षत्रियवीर्य तुझ्या मातेला अर्पण केलें होतें. पण तुजकडून त्याचा विपर्यास झाला असल्यामुळें, हे कल्याणि, आतां ही गोष्ट अशी घडणार नाहीं. आतां तुझ्या मातेला ब्राह्मणाचीं कर्मे करणारा आणि तुला क्षत्रियाचीं कर्मे करणारा पुत्र होईल!'

याप्रमाणें पतीनें भाषण केलें तेव्हां महाभाग्यशालिनी सत्यवती त्याला मस्तकानें प्रणाम करून थरथरां कांपत म्हणाली, "हे भग-

वन्, 'तुला ब्राह्मणाधम असा पुत्र होईल' असें आज आपण मला म्हणणें योग्य नाहीं."

ऋचीक म्हणाला:—हे कल्याणि, तुजविषयीं मीं अशी इच्छा मनांत आणली नव्हती. पण चरूचा व्यत्यास झाल्यामुळें तुझ्या उदरामध्यें हा क्रूर कृत्यें करणारा गर्भ राहिलेला आहे.

सत्यवती म्हणाली:—तसें झालें म्हणून काय झालें? हे मुने, आपण जर इच्छा केली तर त्रैलोक्य देखील उत्पन्न कराल, मग पुत्राची कथा काय? यास्तव, हे प्रभो, मला शांतिसंपन्न आणि सरळमार्गी असा पुत्र आपण द्या.

ऋचीक म्हणाला:—हे कल्याणि, मीं स्वच्छंदपणें केलेल्या कृत्यामध्येंही पूर्वी केव्हां असत्य भाषण केलेलें नाहीं. मग अग्निस्थापना करून मंत्रपूर्वक चरु सिद्ध करितांना कोठून करणार? हे कल्याणि, हें पूर्वींच माझ्या लक्षांत आलें होतें, आणि तपोबलानें मीं जाणलेंही होतें कीं, तुझ्या पित्याचें सर्व कुल ब्राह्मणस्वरूपी होऊन जाईल.

सत्यवती ह्मणाली:—हे प्रभो, आपला व माझा पौत्र हवा तर अशा प्रकारचा होऊं द्या. पण, हे जितेंद्रियश्रेष्ठा, मला मूर्तिमंत शांतिच अशाच पुत्राची प्राप्ति झाली पाहिजे.

ऋचीक म्हणाला:—हे सुंदरी, माझ्या मतें पुत्र आणि पौत्र यांमध्यें कांहीं विशेष नाहीं. यास्तव, हे कल्याणि, तूं जसें म्हणत आहेस तसेंच घडून येईल.

श्रीकृष्ण सांगतात:—नंतर सत्यवतीला तपोनिष्ठ, शांतिसंपन्न आणि जितेंद्रिय असा भृगुकुलोत्पन्न जमदग्नि हा पुत्र झाला; आणि ब्राह्मणाच्या सर्व गुणांनीं युक्त व म्हणूनच ब्राह्मणतुल्य असलेला विश्वामित्र हा कुशिकनंदन गाधीला पुत्र झाला. असो; ह्याप्रमाणें तपाचा केवळ निधिच असा जमदग्नि ऋचीकापासून उत्पन्न झाल्यानंतर, पुढें जमदग्नीला सर्व विद्या आणि धनुर्वेद यांमध्यें पारंगत असलेला, क्षत्रियांचा संहार करणारा, प्रदीप्त असलेला जणूं अग्निच असा श्रेष्ठ व अत्यंत भयंकर असा राम हा पुत्र झाला. त्यानें गंधमादन पर्वतावर श्रीशंकरांना प्रसन्न करून घेऊन अस्त्रें आणि अत्यंत तेजस्वी परशु हीं मागून घेतलीं; आणि त्या प्रज्वलित अग्नीप्रमाणें तेजस्वी व धार कुंठित न होणाऱ्या निरुपम परशूच्या योगानेंच तो सर्व लोकांमध्यें अप्रतिम झाला. ह्याच वेळीं कृतवीर्यपुत्र हैहयदेशाधिपति तेजस्वी आणि बलाढ्य असा अर्जुन नांवाचा एक क्षत्रिय होता. त्याला दत्तात्रेयाच्या प्रसादानें सहस्र बाहूंची प्राप्ति झाली होती. त्या महातेजस्वी सार्वभौम व धार्मिकश्रेष्ठ राजानें आपल्या बाहूंच्या व अस्त्रांच्या सामर्थ्यानें संग्रामामध्यें युद्ध करून जिंकून घेऊन सात द्वीपें आणि पर्वत यांनीं युक्त असणारी सर्व पृथ्वी अश्वमेध यज्ञामध्यें ब्राह्मणांना अर्पण केली. हे कुंतीपुत्रा, त्या वेळीं तृषाक्रांत झालेल्या अग्नीनें भिक्षा मागितली असतां, पराक्रमशाली व वीर्यसंपन्न अशा सहस्रबाहु अर्जुनानें त्याला ग्राम, नगरें, राष्ट्रें आणि गौळवाडे यांची भिक्षा दिली. तेव्हां त्यांना दग्ध करून टाकण्याच्या इच्छेनें त्या अर्जुनाच्या बाणाच्या अग्रभागापासून अग्नि प्रज्वलित होऊं लागला; आणि त्या महाबलसंपन्न पुरुषश्रेष्ठ कार्तवीर्याच्या प्रभावानें तो अग्नि पर्वत, वनस्पति इत्यादिकांना दग्ध करूं लागला. हैहयाधिपति अर्जुनाचें साहाय्य असलेल्या व वायूमुळें विशेष प्रज्वलित झालेल्या त्या अग्नीनें, जेथें कोणी मनुष्य नाहीं अशा प्रकारचा महात्म्या वसिष्ठ मुनींचा रम्य आश्रम जाळून भस्म केला. हे महाबाहो, याप्रमाणें कृतवीर्यपुत्र अर्जुनानें आश्रम दग्ध केला तेव्हां कोपाविष्ट होऊन वीर्यसंपन्न वसिष्ठ मुनींनीं त्याला शाप दिला कीं, 'हे अर्जुना, ज्या अर्थी तूं हें माझें विशाल वन न

सोडतां दग्ध करून टाकिलें आहेस, त्या अर्थी संग्रामामध्यें परशुराम तुझ्या बाहूंचा छेद करील. हे भरतकुलोत्पन्ना, महातेजस्वी, बलाढ्य, सदैव अंतःकरण शांत असलेला, ब्राह्मणांचा हितकर्ता, शरणागतांचें संरक्षण करणारा, दाता व शूर अशा त्या अर्जुनानें महात्म्या वसिष्ठांनीं दिलेल्या शापाकडे त्या वेळीं लक्ष दिलें नाहीं.

पुढें त्याचे बलाढ्य पुत्र हे पित्याच्या वधाला कारणभूत असणाऱ्या त्या शापाच्या योगानें सदैव गर्विष्ठ आणि क्रूर होऊन राहिले. हे भरतकुलश्रेष्ठा, त्यांनीं ज्ञानसंपन्न हैहयदेशाधिपति कार्तवीर्यार्जुनाला न कळत जमदग्नीच्या धेनूचें वांसरूं धरून आणलें. तेव्हां त्याकरितां महात्म्या परशुरामाशीं त्यांचें युद्ध झालें. नंतर कोपाविष्ट झालेल्या जमदग्निपुत्र प्रभु परशुरामानें त्या अर्जुनाच्या बाहूंचा छेद करून त्याच्या अंतःपुरामध्यें फिरत असलेला तो वत्स आपल्या आश्रमाकडे परत आणला. हे राजेंद्रा, पुढें एकदां कीर्तिसंपन्न राम समिधा आणि दर्भ आणण्यासाठीं बाहेर गेला असतां, निर्बुद्ध व अज्ञानी अशा सर्व अर्जुनपुत्रांनीं मिळून महात्म्या जमदग्नीच्या आश्रमांत जाऊन बाणाग्रानें जमदग्नीचें मस्तक शरीरावेगळें करून पाडलें तेव्हां, हे नरश्रेष्ठा, पित्याचा वध झाला हें सहन न झाल्यामुळें अत्यंत रोषाविष्ट होऊन परशुरामानें पृथ्वी निःक्षत्रिय करण्याची प्रतिज्ञा केली व हातीं शस्त्र घेतलें. पुढें त्या वीर्यवान् भृगुकुलश्रेष्ठ रामानें पराक्रम करून लागलीच कार्तवीर्याचे पुत्र आणि पौत्र या सर्वांचा वध केला; आणि, राजा, अत्यंत क्रुद्ध झालेल्या त्या रामानें हजार हैहयवंशीयांचा वध करून त्यांच्या रक्ताच्या योगानें पृथ्वीवर कर्दम करून सोडला; याप्रमाणें सत्वर पृथ्वी निःक्षत्रिय केल्यानंतर, अंतःकरणांत अत्यंत दया उत्पन्न झाल्यामुळें राम अरण्यांत निघून गेला. पुढें एक हजार वर्षें लोटून गेल्यानंतर, निसर्गतःच कोपसंपन्न असलेल्या प्रभु रामाचा त्या ठिकाणीं तिरस्कार झाला. हे महाराजा, विश्वामित्राचा पौत्र रैभ्यपुत्र महातेजस्वी परावसु जनसमुदायामध्यें एकदां परशुरामाचा तिरस्कार करून म्हणाला कीं, ' हे रामा, ययातीच्या नगरामध्यें यज्ञासाठीं हे जे प्रतर्दनप्रभृति सज्जन जमलेले आहेत, ते क्षत्रिय नव्हत काय? रामा, तुझी प्रतिज्ञा असत्य असून तूं उगीच ह्या जनसमुदायामध्यें टेंभा मिरवीत आहेस ! अरे, क्षत्रियवीराच्या भीतीमुळेंच तूं पर्वतावर जाऊन राहिला आहेस. जी पृथ्वी निःक्षत्रिय करण्याची तूं प्रतिज्ञा केली होतीस, ती आज सर्वत्र शेंकडों क्षत्रियांनीं व्याप्त होऊन गेलेली आहे ! '

राजा, परावसूचें हें भाषण ऐकतांच भृगुकुलोत्पन्न रामानें शस्त्र ग्रहण केलें. पूर्वीं त्यानें जे शेंकडों निरपराधी म्हणून सोडून दिले होते, त्या महावीर्यसंपन्न क्षत्रियांचा विस्तार होऊन ते पृथ्वीपति झालेले होते. हे प्रजाधिपते, परशुरामानें पुनरपि त्या क्षत्रियांचा आणि त्यांच्या बालकांचाही विलंब न करितां वध केला. पण त्या वेळीं जे गर्भावस्थेंत होते त्या क्षत्रियांनीं पुनरपि पृथ्वी व्याप्त होऊं लागली. तेव्हां क्षत्रियस्त्रीचा कोणीही पुत्र मुलींच न ठेवतां जो जो म्हणून गर्भ उत्पन्न होईल त्याचा त्याचा परशुरामानें वध केला. याप्रमाणें एकवीस वेळ पृथ्वी निःक्षत्रिय करून त्या प्रभु रामानें अश्वमेधाच्या शेवटीं ती कश्यपमुनीला दक्षिणा म्हणून दिली. त्या वेळीं, हे राजा, अध्वर्यु असल्यामुळें हातीं स्रुवा घेतलेले कश्यपमुनि क्षत्रिय अवशिष्ट रहावेत या उद्देशानें रामाला म्हणाले, ' हे महामुने, आतां तूं दक्षिणतीराच्या समुद्रावर जा. कारण, हे रामा, आतां ही पृथ्वी माझी अस-

त्यामुळें या माझ्या प्रदेशामध्यें तूं केव्हांही वास्तव्य करितां कामा नये.

तदनंतर समुद्रानें परशुरामासाठीं शूर्पारक देश निर्माण केला; व जमदग्निपुत्र परशुराम तत्काल कश्यपाच्या अधीन असलेल्या या पृथ्वीवरून निघून तेथें गेला. इकडे, हे महाराजा, त्या पृथ्वीचा स्वीकार केल्यानंतर ती ब्राह्मणांच्या स्वाधीन करून कश्यपमुनि अत्यंत विशाल अशा एका वनामध्यें जाऊन राहिले. तेव्हां, हे भरतकुलश्रेष्ठा, ह्या मृत्यलोकांत कोणीही राजा नाहींसा झाल्यामुळें वैश्य आणि शूद्र हे स्वच्छंदानें वागूं लागून ब्राह्मणश्रेष्ठांच्याही स्त्रियांशीं संबंध ठेवूं लागले; व अत्यंत बलाढ्य लोक निर्बलांना पीडा देऊं लागले. त्या वेळीं ब्राह्मणांकडे कोणत्याही गोष्टीचा अधिकार राहिला नव्हता.

ह्याप्रमाणें कांहीं काल गेल्यानंतर, दुष्ट लोकांची अतिशय पीडा होऊन जो विपर्यास होऊन गेला, त्यामुळें लवकरच पृथ्वी रसातळास जाऊन पोंचली. कारण, त्या वेळीं धर्माच्या अनुरोधानें यथाविधि संरक्षण करणाऱ्या क्षत्रियांकडून तिचें रक्षण होत नव्हतें, ह्याप्रमाणें संत्रस्त होऊन पृथ्वी रसातळामध्यें प्रविष्ट होऊं लागली आहे असें पाहून कश्यप मुनींनीं आपल्या ऊरूनें (मांडीनें) तिला प्रतिबंध करून धरून ठेविली. कश्यपमुनींनीं आपल्या ऊरूनें धरून ठेवल्यामुळेंच ह्या पृथ्वीला उर्वी असें नांव पडलें. असो; त्या वेळीं कश्यप मुनीला प्रसन्न करून देवी पृथ्वीनें आपल्या संरक्षणासाठीं त्याजकडून राजा मागून घेतला.

पृथ्वी म्हणाली:—हे ब्रह्मनिष्ठ मुने, मीं हैहयकुलामध्यें उत्पन्न झालेले कांहीं क्षत्रियश्रेष्ठ स्त्रीसमुदायांत गुप्त रीतीनें संरक्षण करून ठेविलेले आहेत, त्यांनीं माझें संरक्षण करावें. हे प्रभो, पौरवाचा वंशज विदूरथपुत्र हा ऋक्षवान् पर्वतावर आस्वलांनीं संरक्षण करून वाढविलेला आहे. तसेंच, अत्यंत सामर्थ्यसंपन्न यज्ञशील पराशर मुनींनीं दयायुक्त होऊन चौदा राजांचा एक वंशज रक्षण करून ठेविला आहे. तो द्विज असतांही शूद्राप्रमाणें त्यांचीं सर्व कर्में करितो, म्हणूनच त्याला सर्वकर्मा असें नांव पडलें आहे. तो भूपति माझें संरक्षण करूं द्या. किंवा हे मुने, शिबीचा गोपति ह्या नांवाचा महातेजस्वी पुत्र वनामध्यें गाईंनीं संरक्षण करून वाढविलेला आहे, त्यानें माझें संरक्षण करावें. प्रतर्दनाचा वत्स या नांवाचा महाबलाढ्य पुत्र गोठाणामध्यें गोवत्सांनीं संरक्षण करून वाढविलेला आहे, त्या पृथ्वीपतीनें माझें संरक्षण करावें. दधिवाहनाचा पौत्र दिविरथपुत्र एक राजा गंगातीरावर गौतममुनींनीं गुप्तपणें संरक्षण केलेला आहे. अत्यंत ऐश्वर्यामुळें शोभणारा महातेजस्वी व अतिशय भाग्यशाली बृहद्रथ ह्याचें गृध्रकूटावर गोलांगूल नांवाच्या वानरांनीं संरक्षण करून ठेविलें आहे, मरुताच्या कुलामध्यें उत्पन्न झालेले व शौर्यामध्यें इंद्राच्या तोडीचे असलेले क्षत्रियपुत्र समुद्रानें संरक्षण करून ठेविलेले आहेत. हे क्षत्रियांचे वंशज असल्याबद्दल त्या त्या ठिकाणीं प्रसिद्ध असून ते त्या त्या ठिकाणीं शिल्पकार, सुवर्णकार, इत्यादि जातींचा आश्रय करून राहिलेले आहेत. त्यांनीं जर माझें संरक्षण केलें, तर मी स्थिरपणें राहूं शकेन. हे महामुने, क्लेश न होतां कर्में करणाऱ्या रामानें माझ्याच पायीं ह्यांच्या पितृपितामहादिकांचा संग्रामामध्यें वध केला आहे. तेव्हां त्यांच्याही ऋणांतून मुक्त होण्यासाठीं मला ह्यांचा बहुमान केला पाहिजे. जे पूर्वीं होऊन गेले त्या क्षत्रियांकडून संरक्षण व्हावें अशी माझी इच्छा नाहीं. जे विद्यमान आहेत तेच माझे संरक्षणकर्ते असावे अशी माझी इच्छा

आहे. यास्तव, आपण सत्वर ही गोष्ट घडवून आणावी.

श्रीकृष्ण सांगतातः—नंतर, पृथ्वीनें निर्दिष्ट केलेल्या त्या शौर्यकर्मामध्यें सर्वमान्य असणाऱ्या पृथ्वीपति क्षत्रियांना आणून कश्यप मुनींनीं राज्याभिषेक केला. पुढें, ज्यांचे वंश पृथ्वीवर स्थिरपणें वास्तव्य करीत आहेत असे पुत्र व पौत्रही त्यांना झाले. हे पांडवा, मला तूं विचारलेला इतिहास हा असा आहे. ह्याप्रमाणें धार्मिकश्रेष्ठ युधिष्ठिराला सांगत सांगत यादवश्रेष्ठ श्रीकृष्ण भगवान् सूर्याप्रमाणें आपल्या तेजानें दिशा प्रकाशित करीत त्या रथांतून सत्वर गमन करूं लागले.

अध्याय पन्नासावा.

—:०:—

कृष्णकृत भीष्मप्रशंसा.

वैशंपायन सांगतातः—परशुरामाचें हें कृत्य ऐकून राजा युधिष्ठिरास अत्यंत आश्चर्य वाटलें; व तो पुनरपि श्रीकृष्णाला म्हणाला, "अहाहा! श्रीकृष्णा, महात्म्या परशुरामाचा पराक्रम केवळ इंद्राप्रमाणें आहे. कारण, त्यानें कोपामुळें पृथ्वी निःक्षत्रिय करून टाकली. रामाच्या भीतीमुळें उद्विग्न होऊन गेलेल्या ह्या क्षत्रियकुलधुरंधरांचें धेनु, समुद्र, गोलांगूल, अस्वलें आणि वानरें यांनीं संरक्षण केलें. ज्या ठिकाणीं असलें न्याय्य कृत्य आणि तेंही ब्राह्मणांकडून घडलें, तो हा मृत्युलोक खरोखर धन्य असून ह्या भूतलावरील लोकही भाग्यसंपन्न होत." बा जनमेजया, ह्याप्रमाणें ती गोष्ट संपल्यानंतर ज्या ठिकाणीं प्रभु भागीरथीपुत्र भीष्म बाणरूपी शय्येवर पडलेला होता, तेथें श्रीकृष्ण आणि युधिष्ठिर हे उभयतां गेले. तेव्हां स्वतःच्या तेजाच्या किरणसमुदायानें व्याप्त असलेल्या, सायंकालीन सूर्याप्रमाणें कांति असलेल्या व बाणरूपी शय्येवर शयन करणाऱ्या भीष्माचें त्यांना दर्शन झालें. ज्याप्रमाणें देव इंद्राची सेवा करितात, त्याप्रमाणें, धर्मोत्पत्तीस अत्यंत हेतुभूत असलेल्या ओघवती नदीच्या तीरप्रदेशावर मुनिजन त्याची शुश्रूषा करीत होते. त्या भीष्माचें दुरून दर्शन होतांच श्रीकृष्ण, राजा युधिष्ठिर, बाकीचे पांडव आणि सात्यकिप्रभृति इतरही लोक वाहनांतून खालीं उतरले; आणि चंचल असलेल्या अंतःकरणाचें संयमन करून व सर्व इंद्रियें एकाग्र करून त्या महर्षींच्या सन्निध गेले. नंतर त्या व्यासादि मुनिश्रेष्ठांना वंदन केल्यावर श्रीकृष्ण, सात्यकि आणि ते धर्मराजादि भूपति भीष्मासमीप गेले; आणि तो वृद्ध भागीरथीपुत्र तशा स्थितींत आहे असें पाहून, यदु आणि कुरु ह्यांच्या कुलांमध्यें उत्पन्न झालेले ते सर्व पुरुषश्रेष्ठ त्याच्या सभोंवतीं बसले. तदनंतर, शांत होणाऱ्या अग्नीप्रमाणें दिसणाऱ्या गंगापुत्र भीष्माला पाहून अंतःकरण व्याकूळ झालेले श्रीकृष्ण असें बोलूं लागले.

ते म्हणालेः—भीष्मा, तुझीं सर्व इंद्रियें पूर्वीप्रमाणें शांत आहेतना? हे वक्तृश्रेष्ठा, तुझी बुद्धि व्याकुल झालेली नाहीं ना? शरप्रहारामुळें झालेल्या दुःखानें तुझ्या शरीराला पीडा होत नाहीं ना? खरोखर मानसिक दुःखापेक्षां शारीरिक दुःख हें फार बलवत्तर आहे. हे प्रभो, धर्मनिष्ठ पिता शंतनु यानें वर दिल्यामुळें तूं पूर्णपणें इच्छामरणी झालेला आहेस. तेव्हां त्या संबंधानें, हे पृथ्वीपते, प्रश्न करण्याचें मला कारण नाहीं. अत्यंत सूक्ष्म असा एखादा कांटा शरीरांत टोंचला असला, तर तो देखील पीडा देतो; आणि तुझें तर शरीर बाणसमूहानें व्याप्त होऊन गेलेलें आहे. मग काय विचारावें! ह्या दुःखाविषयीं तुला कांहीं सांगितलें पाहिजे असें मुळींच नाहीं. कारण, हे भरतकुलोत्पन्ना, प्राण्यांची सृष्टि आणि प्रलय ह्यांविषयींचा उप-

देश देवांनाही करण्याचें सामर्थ्य तुझ्या अंगीं आहे. हे नरश्रेष्ठा भीष्मा, तूं ज्ञानवृद्ध आहेस; व म्हणूनच भूत, भविष्य आणि वर्तमान काल ह्यांतील सर्व गोष्टी तुझ्या लक्षांत आहेत. हे महाज्ञानसंपन्ना, प्राण्यांचा संहार आणि धर्मफलाची उत्पत्ति ह्यांचेंही तुला ज्ञान आहे. कारण, तूं धर्ममय असा एक निधिच आहेस. संपूर्ण शास्त्रांविषयीं प्रेम असलेला तूं जेव्हां विशाल अशा राज्यावर होतास, तेव्हां सहस्रावधि स्त्रियांनीं परिवृत असणारा एखादा ऊर्ध्वरेता मुनिच कीं काय असा मला दिसत होतास. बा पृथ्वीपते भीष्मा, सत्यधर्मनिष्ठ, महावीर्यवान्, केवल धर्माविषयीं तत्पर असणारा व बाणरूपी शय्येवर शयन करणारा जो भीष्म, त्याच्यावांचून दुसऱ्या कोणींही जन्ममरणशील अशा प्राण्यानें तपोबलानें मृत्यूला दूर झुगारून देऊन वास्तव्य केल्याचें आमच्या ऐकण्यांत नाहीं. भीष्मा, सत्य, तप, दान, यज्ञक्रिया, धनुर्वेद, वेद, नीति आणि प्रजापालन ह्यांमध्यें दयाशील, शूचिर्भूत, इंद्रियदमन केलेला आणि सर्व प्राण्यांचें हित करण्यांत आसक्त असलेला तुजसारखा महारथी माझ्या ऐकण्यांत नाहीं. खरोखर, आरोहण केलेला रथ न बदलतां तूं एका सपाट्यांत देव, गंधर्व, दैत्य, यक्ष आणि राक्षस ह्यांचा पराजय करण्याविषयीं समर्थ आहेस यांत संशय नाहीं. हे महाबाहो भीष्मा, इंद्राच्या तोडीचा व अत्यंत उत्कृष्ट गुणांनीं संपन्न असलेला तूं वसूंच्या अंशापासून उत्पन्न झाला आहेस, म्हणून ब्राह्मण तुला सदैव नववा वसुच असें म्हणत असतात. हे पुरुषश्रेष्ठा, मी देखील तुझें सामर्थ्य जाणून आहें. कारण, तूं आपल्या सामर्थ्यानें देवांमध्येंही प्रख्यात आहेस. हे नराधिपते, तुझ्या अंगीं असलेल्या गुणांनीं युक्त असणारा असा पृथ्वीवर तर कोठेंही या मनुष्यांमध्यें माझ्या कोणी पाहाण्यांत नाहीं व ऐकण्यांतही नाहीं. हे राजा, सर्व प्रकारच्या गुणांनीं युक्त असल्यामुळें देवांहूनही तुझी योग्यता अधिक आहे. तपोबलाच्या योगानें चराचर विश्व निर्माण करण्याचेंही सामर्थ्य तुझ्या अंगीं आहे. मग आपल्या उत्कृष्ट प्रकारच्या गुणांनीं युक्त असे उत्तम लोक स्वतःसाठीं निर्माण करण्याची शक्ति तुझ्यांत असेल यांत आश्चर्य काय?

धर्माचा शोक दूर करण्याविषयीं भीष्माला कृष्णाचें सांगणें.

असो; आतां, हे भीष्मा, तुझी अशी योग्यता असल्यामुळें, ज्ञातीच्या संहारामुळें ताप पावत असलेल्या ज्येष्ठ पांडुपुत्र युधिष्ठिराचा शोक तूं दूर कर. हे भरतकुलोत्पन्ना, चार आश्रमांसह चार वर्णांचे जे धर्म सांगितले आहेत, ते सर्व तुला विदित आहेत.तसेंच,हे भारता, चार वेद, यज्ञादि प्रकरणें आणि योग व सांख्य यांमध्यें जे नित्य आणि सनातन धर्म सांगितलेले आहेत, तेही तुला माहीत आहेत. हे भागीरथीपुत्रा, ज्याचें सेवन केलें असतां संसारबंधरूपी विरुद्ध फलाची प्राप्ति होत नाहीं, तो चातुर्वर्ण्यास विहित असलेला धर्म, त्याची व्याख्या, व प्रतिलोमक्रमानें उत्पन्न झालेल्या संकरजातींचे धर्म ह्या सर्वांचें तुला ज्ञान आहे.देश,जाति आणि कुल ह्यांच्या धर्माचें स्वरूप तुला अवगत आहे;वेदोक्त व शिष्टप्रतिपादित धर्माचेंही तुला ज्ञान आहे; इतिहास आणि पुराणें हीं तूं पूर्णपणें जाणत आहेस; आणि संपूर्ण धर्मशास्त्र तुझ्या अंतःकरणामध्यें वास्तव्य करीत आहे. हे पुरुषश्रेष्ठा, या लोकामध्यें ज्या ज्या कांहीं गोष्टींविषयीं संशय उत्पन्न होतो, त्या त्या गोष्टींविषयींच्या संशयाचें निर्मूलन करणारा तुजवांचून दुसरा या लोकामध्यें कोणीही नाहीं. ह्यास्तव, हे नराधिपते, या पांडुपुत्राच्या अंतःकरणामध्यें उत्पन्न झालेला शोक तूं आपल्या बुद्धीच्या योगानें नष्ट कर. कारण, तुज-

सारखे उत्तम आणि विशालबुद्धिसंपन्न पुरुष हे मोह पावणाऱ्या मनुष्याची शांति करण्यासाठींच निर्माण झालेले असतात.

अध्याय एकावन्नावा.

—:•:—

भीष्मकृष्णसंवाद.

वैशंपायन सांगतातः—ज्ञानसंपन्न श्रीकृष्णाचें भाषण ऐकल्यानंतर, मुख जरासें वर उचलून व हात जोडून भीष्म भाषण करूं लागला.

भीष्म म्हणालाः—लोकांची उत्पत्ति आणि विनाश यांना कारणभूत असणाऱ्या हे भगवन् श्रीकृष्णा, तुला नमस्कार असो. हे हृषीकेशा, पराजय न पावणारा असा तूंच उत्पत्ति आणि संहार करणारा आहेस. हे विश्वकर्मन् , विश्वरूपा, विश्वाच्या उत्पत्तिस्थाना, मोक्षस्वरूपा, आणि पंचमहाभूतांच्याही पलीकडे असणाऱ्या भगवन् , तुजला नमस्कार असो. त्रैलोक्यामध्यें वास्तव्य करणाऱ्या तुजला नमस्कार असो. हे त्रैलोक्याच्या पलीकडे असणाऱ्या, तुजला नमस्कार असो. हे योगीश्वरा, तुजला नमस्कार असो. तूंच सर्वांचा श्रेष्ठ असा आधार आहेस. हे पुरुषश्रेष्ठा, तूं जें मजसंबंधानें भाषण केलेंस, त्यावरून वर्तमान, भूत आणि भविष्य ह्या कालत्रयांतील तुझ्या दिव्य स्वरूपाचें मला ज्ञान झालें आहे; आणि, हे गोविंदा, तुझें जें सनातन असें स्वरूप आहे, त्याचेंही मला ज्ञान झालें आहे. अत्यंत तेजस्वी अशा तूं आवहप्रवहादि वायूंचे सात मार्ग व्याप्त करून सोडलेले आहेस. तुझ्या मस्तकानें स्वर्ग आणि चरणांनीं पृथ्वी व्याप्त झाली असून, दिशा हे तुझे भुज, आणि रवि व चंद्र हे नेत्र आहेत; व तुझ्या वीर्यामध्यें शुक्र वास्तव्य करीत आहे. अंबसाच्या पुष्पाप्रमाणें नीलवर्ण कांति असलेलें व पीतवर्ण वस्त्र परिधान केलेलें तुझें अविनाशी शरीर विद्युल्लतेनें युक्त असणाऱ्या मेघाच्या आकृतीप्रमाणें आहे असें आम्ही तर्कानें ओळखितों. हे कमलनयना सुरश्रेष्ठा, अभीष्ट गति प्राप्त व्हावी अशी इच्छा करणाऱ्या व तुजला शरण आलेल्या मज भक्ताला काय श्रेयस्कर आहे याचें तूं चिंतन कर.

श्रीकृष्ण म्हणालेः—हे पुरुषश्रेष्ठा राजा, मजवर तुझी खरोखर भक्ति आहे, म्हणूनच मीं तुला माझें दिव्य स्वरूप दाखविलें. हे भरतकुलोत्पन्ना नृपश्रेष्ठा, जो भक्त असूनही सरळ नसेल व जो शांतिसंपन्न नसेल, त्याला मी माझें स्वरूप दाखवीत नाहीं. पण तूं माझा भक्त, सदैव सरलत्वाचें अवलंबन करणारा, इंद्रियदमन, तप, सत्य आणि दान ह्यांच्या ठिकाणीं आसक्त असणारा व शुचिर्भूत आहेस; म्हणूनच, हे पृथ्वीपते भीष्मा, तूं आपल्या तपोबलानें माझें दर्शन घेण्याविषयीं योग्य आहेस. जेथून पुनरपि संसारांत यावें लागत नाहीं अशा लोकांची प्राप्ति तुझ्या जवळ येऊन ठेपली आहे. हे कुरुवीरा भीष्मा, आतां तुझ्या जीवितांतील तीस दिवस अवशिष्ट राहिले आहेत. तथापि त्यांमध्यें तुला शंभर दिवसांचें कार्य करून घेतां येण्यासारखें आहे. तदनंतर तूं आपल्या देहाचा त्याग करून शुभ अशा कर्मफलानें युक्त होशील. प्रज्वलित झालेल्या अग्नीसारखे असलेले हे सर्व देव आणि वसु विमानांमध्यें आरूढ होऊन गुप्तरूपानें राहून तुजसाठीं सूर्य उत्तर दिशेला जाऊं लागण्याची वाट पाहात आहेत. हे पुरुषश्रेष्ठा, कालाच्या अधीन असणाऱ्या जगतांत वास्तव्य करणारा सूर्य उत्तर दिशेकडे वळूं लागला असतां, ज्याची प्राप्ति झाल्यानंतर ज्ञानसंपन्न मनुष्य पुनरपि जन्म पावत नाहीं अशा लोकामध्यें तुझें गमन होईल. हे वीरा भीष्मा, तूं त्या लोकाला गेलास म्हणजे सर्व प्रकारच्या ज्ञानांचा नाश होईल, म्हणून आम्ही सर्व धर्मासंबंधानें विचार

करण्यासाठीं तुझ्या सन्निध आलों आहों. ह्यास्तव, बांधवविषयक शोकानें ज्याचें शास्त्रज्ञान ग्रस्त करून सोडलें आहे, अशा ह्या सत्यप्रतिज्ञ युधिष्ठिराला धर्मविषयक समाधानांनीं युक्त असलेले सत्य असे चार शब्द सांगून याचा शोक दूर कर.

अध्याय बावन्नावा.

—:०:—

भीष्माचें भाषण.

वैशंपायन सांगतातः—हें श्रीकृष्णाचें धर्मतत्त्वांनीं युक्त असलेलें हितकारक भाषण श्रवण केल्यानंतर शंतनुपुत्र भीष्म हात जोडून बोलूं लागला, " हे लोकनायका, महाबाहो, कल्याणस्वरूपा, अविनाशी नारायणा, आपलें भाषण ऐकून मी आनंदानें व्याप्त होऊन गेलों आहें. तुझ्यासमोर मी काय भाषण करणार आहें? कारण, वाणीला विषय असणारें जें जें म्हणून कांहीं आहे, तें तें सव तुझ्या वाणीमध्यें वास्तव्य करीत आहे. ह्या लोकामध्यें जें कांहीं आहे, अथवा जें कांहीं कर्तव्य केलें जातें, तें, हे देवा, ह्या लोकामध्यें ज्ञानसंपन्न अशा तुजकडूनच निर्माण होत असतें. जो मनुष्य इंद्राच्या समीप देवलोकाच्या कथा सांगूं शकेल, तोच धर्म, अर्थ, काम आणि मोक्ष ह्या चार पुरुषार्थांसंबंधीच्या गोष्टी तुझ्या अग्रभागीं सांगूं शकेल. हे मधुसूदना, शरप्रहारामुळें ताप होऊन माझ्या अंतःकरणास दुःख होत आहे; माझे सर्व अवयव गळून गेल्यासारखे होत आहेत; बुद्धीची प्रसन्नता नाहींशी झाली आहे; आणि, हे गोविंदा, विष किंवा अग्नि ह्यांच्यासारखे असलेले हे बाण मजला पीडा देत असल्यामुळें मला कांहीं भाषण करावयाची स्फूर्तिही होत नाहींशी झाली आहे. माझें बल जणू माझा त्यागच करीत आहे; प्राण गमन करण्याची त्वरा करीत आहेत; मर्मप्रदेश संतप्त होऊं लागले आहेत; आणि माझ्या अंतःकरणालाही भ्रांति उत्पन्न झाली असून, शक्तिहीन झाल्यामुळें माझी वाणीही क्षीण होऊं लागली आहे. यास्तव, मी आतां कसा भाषण करूं शकेन? हे यादवकुलवर्धना, तूं मजवर उत्कृष्ट रीतीनें प्रसन्न हो; आणि, हे महाबाहो अच्युता, मी कांहींही भाषण करीत नाहीं याची मला क्षमा कर. शिवाय, तुझ्या समोर प्रत्यक्ष बृहस्पति जरी बोलूं लागला, तरी त्याची देखील गाळण उडून जाईल, मग माझी कथा काय? तशांतून, हे मधुसूदना, मला दिशा, आकाश आणि पृथ्वी हींही ओळखतनाशीं झालीं आहेत. आतां मी जो अस्तित्वांत आहें तो केवळ तुझ्या वीर्याचा प्रभाव होय. यास्तव, धर्मराजाला जें कांहीं हितकर असेल तें तूं स्वतःच विलंब न करितां सांग. कारण, तूंच सर्व शास्त्रांचेंही शास्त्र आहेस. लोकांची उत्पत्ति करणारा अविनाशी असा तूं श्रीकृष्ण येथें असतां, गुरूच्या समक्ष जसें शिष्यानें बोलावें त्याप्रमाणें दुसरा कोण मनुष्य बोलूं शकणार आहे?

श्रीकृष्णाचें भीष्मास वरप्रदान.

श्रीकृष्ण म्हणाले:—महावीर्यशाली, अत्यंत बलसंपन्न, स्थिरबुद्धि व सर्व वस्तूंचें ज्ञान असणाऱ्या कुरुकुलधुरंधर अशा तुझ्या तोंडून हें वाक्य निघणें योग्यच आहे. हे भागीरथीपुत्रा प्रभो भीष्मा, शरप्रहारामुळें होणाऱ्या वेदनेसंबंधानें जें तूं मला म्हणालास, त्याविषयीं मी तुला प्रसन्नतापूर्वक वर देतों, त्याचा स्वीकार कर. हे गांगेया, तुला ग्लानि, मूर्च्छा, दाह, वेदना, क्षुधा अथवा तृष्णा यांची बाधा होणार नाहीं! हे निष्पापा, तुझ्या अंतःकरणामध्यें सर्व प्रकारच्या ज्ञानसाधनांची स्फूर्ति होईल; तुझ्या बुद्धीला केव्हांही क्षीणता येणार नाहीं; आणि, हे भीष्मा, मेघांतून मुक्त झालेल्या चंद्राप्रमाणें रज आणि तम या दोहों गुणांनीं रहित होऊन

तुझें अंतःकरण सदैव सत्त्वगुणाचेंच अवलंबन करून राहील; व धर्मासंबंधी ज्या ज्या गोष्टींचा तूं विचार करशील, त्या त्या गोष्टींविषयींचें तुला उत्कृष्ट ज्ञान होईल. तसेंच, हे निस्सीमपराक्रमा नृपश्रेष्ठा, तूं दिव्यदृष्टीचें अवलंबन करून ह्या स्थावरादि चार प्रकारच्या प्राणिसमुदायाचें ज्ञान संपादन करूं शकशील. भीष्मा, तूं ज्ञानदृष्टीनें युक्त होऊन, निर्मल जलामध्यें स्पष्ट दिसणाऱ्या मत्स्याप्रमाणें संसारमार्गांत पडत असलेला हा लोकसमुदाय पाहूं शकशील.

युधिष्ठिरादिकांचें प्रत्यागमन.

वैशंपायन सांगतातः—तदनंतर व्यासांसहवर्तमान सर्व महर्षींनीं ऋक्, यजु आणि साम ह्या वेदत्रयांतील मंत्रांच्या योगानें श्रीकृष्णाचें अर्चन केलें. नंतर, ज्या ठिकाणीं गांगेय भीष्म आणि पांडव यांसहवर्तमान श्रीकृष्ण होते, त्या ठिकाणीं गगनतलांतून, सर्व ऋतूंमध्यें उत्पन्न होणाऱ्या दिव्य पुष्पांची वृष्टि झाली; सर्व प्रकारचीं दिव्य वाद्यें वाजूं लागलीं; व अप्सरांचे समुदाय गायन करूं लागले. त्या वेळीं अहित आणि अनिष्ट असें कांहींही दृष्टिगोचर झालें नाहीं. सर्व प्रकारचे सुगंध धारण करणारा शुचिर्भूत व सुखकारक असा उत्कृष्ट वायु वाहूं लागला; दिशा शांत दिसूं लागल्या; व पशु आणि पक्षीही शांतपणें शब्द करूं लागले. पुढें दोन घटका निघून गेल्यावर, भगवान् सहस्रकिरणशाली सूर्य पश्चिमदिशेस जाऊन अस्ताचलावरील निर्मानुष प्रदेशांत असलेलें अरण्य जणू दग्ध करून टाकीत आहे असा दिसूं लागला. तेव्हां सर्व महर्षींनीं उठून श्रीकृष्ण, भीष्म आणि राजा युधिष्ठिर यांचा निरोप घेतला असतां, पांडवांसहवर्तमान श्रीकृष्ण, सात्यकि, संजय आणि शरद्वतकुलोत्पन्न कृप ह्यांनीं त्यांना प्रणाम केला. ह्याप्रमाणें त्यांनीं उत्कृष्ट प्रकारें बहुमान केल्यानंतर ते सर्वही धर्मनिष्ठ मुनि 'उद्यां भेट घेऊं,' असें सांगून आपापल्या इच्छेप्रमाणें त्वरेनें निघून गेले. तसेंच, भीष्माचा निरोप घेऊन व त्याला प्रदक्षिणा घालून श्रीकृष्ण आणि पांडव ह्यांनीं आपल्या उत्कृष्ट प्रकारच्या रथामध्यें आरोहण केलें. तदनंतर ज्यांची दांडी सुवर्णमय चित्रांनीं युक्त आहे असे रथ, पर्वताप्रमाणें दिसणारे मदोन्मत्त गज, गरुडाप्रमाणें शीघ्रगामी अश्व व धनुष्यादि ग्रहण करणारे पदाति (पायदळ) यांनीं युक्त असलेली व अतिशय गति असलेली त्यांची ती सेना, ऋक्षवान् पर्वतासमीप आल्यानंतर त्याच्या पुढील व मागील अशा दोहों प्रदेशांतून वहाणाऱ्या नर्मदा नदीप्रमाणें, त्या रथाच्या पुढून व मागूनही चालूं लागली. तदनंतर, सूर्यानें ज्यांतील रस प्राशन केला आहे अशा मोठमोठ्या औषधींना पुनरपि त्यांच्या त्यांच्या गुणाची प्राप्ति करून देणारा भगवान् चंद्र त्या सेनेला आनंदित करीत तिच्या संमुखच उदय पावला. पुढें अमरावतीप्रमाणें तेजस्वी अशा हस्तिनापुरामध्यें प्रवेश करून यादवश्रेष्ठ श्रीकृष्ण आणि पांडव हे, श्रांत झालेले सिंह गुहांमध्यें जातात त्याप्रमाणें आपापल्या उत्कृष्ट मंदिरांमध्यें प्रविष्ट झाले.

अध्याय त्रेपन्नावा.

—:०:—

भिष्माभिगमन.

वैशंपायन सांगतातः—पुढें श्रीकृष्ण शय्येवर जाऊन निजले आणि अर्धा प्रहर रात्र अवशिष्ट रहातांच जागे झाले; व ध्यानमार्गाचा अवलंब करून सर्व इंद्रियें अवलोकन केल्यानंतर त्यांनीं सनातन अशा परब्रह्माचें चिंतन केलें. पुढें, ज्यांच्या कंठांत रागदारी आहे असे अतिशय शिकलेले आणि स्तुतीची पद्धति व पुराणें ह्यांचें ज्ञान असलेले लोक हे सर्व कर्मांस कारणभूत असलेल्या प्रजाधिपति श्रीकृष्णाचें स्तवन करूं

लागले; कांहीं लोक हातांनीं टाळ्या वाजवून स्तुतीचे शब्द उच्चारूं लागले; गवई गायन करूं लागले; आणि हजारों लोक शंख आणि मृदंग हीं वाद्यें वाजवूं लागले. वीणा, पणव आणि मुरली ह्यांचा अत्यंत चित्ताकर्षक ध्वनि म्हणजे त्या मंदिराचें जणू विशाल असें हास्यच असा ऐकूं येऊं लागला.

नंतर, राजा युधिष्ठिराचेही मंगलकृत्यावर नेमिलेले लोक मधुर शब्द करूं लागले; व गायनाचा आणि वाद्यांचाही घोष सुरू झाला. तदनंतर यदुकुलोत्पन्न महाबाहु श्रीकृष्णांनीं उठून स्नान केलें; व हात जोडून कांहीं गुप्तमंत्राचा जप करून ते अग्नीच्या जवळ येऊन उभे राहिले. नंतर चार चार वेद जाणणाऱ्या सहस्र ब्राह्मणांना प्रत्येकीं एक एक हजार धेनु देऊन श्रीकृष्णांनीं त्यांजकडून मंत्र म्हणविले. नंतर धेनुप्रभृति मंगलकारक वस्तूंना स्पर्श करून, स्वच्छ अशा आरशामध्यें आपलें स्वरूप अवलोकन केल्यानंतर, श्रीकृष्ण सात्यकीला म्हणाले कीं, “ हे शिनिपुत्रा सात्यके, तूं राजमंदिरामध्यें जाऊन महातेजस्वी राजा युधिष्ठिराची भीष्माच्या दर्शनाला जाण्याची तयारी झाली आहे का तें पाहून ये. ”

श्रीकृष्णाचें हें भाषण ऐकून सात्यकि त्वरेनें निघून गेला; व राजा युधिष्ठिराच्या समीप जाऊन त्याला म्हणाला कीं, ‘ज्ञानसंपन्न श्रीकृष्ण भीष्माकडे जाणार आहेत; त्यांचा रथही जोडून तयार झाला आहे; आणि, हे महाकांते धर्मराजा, ते आपली मार्गप्रतीक्षा करीत आहेत. तेव्हां आतां यापुढें जें कांहीं करावयाचें असेल तें आपण करावें. ’

ह्याप्रमाणें त्यानें भाषण केल्यानंतर युधिष्ठिर बोलूं लागला.

युधिष्ठिर म्हणाला:—हे अप्रतिम कांतिसंपन्ना अर्जुना, माझा उत्कृष्ट रथ जोडव. आज केवळ आम्हीच तिकडे जाऊं. आमच्याबरोबर सैन्यानें यावयास नको. कारण, धार्मिकश्रेष्ठ भीष्माला पीडा देणें बरोबर नाहीं. हे धनंजया, आपल्या अग्राडीच्या लोकांनीं सुद्धां येऊं नये. आजपासून भीष्म अत्यंत गुप्त असें भाषण करणार आहे. यास्तव, अर्जुना, ह्या वेळीं इतर मनुष्यें जवळ नसावीं अशी माझी इच्छा आहे.

वैशंपायन सांगतात:—हें युधिष्ठिराचें सांगणें लक्षांत घेऊन कुंतीपुत्र नरश्रेष्ठ अर्जुनानें त्याला तो उत्कृष्ट रथ जोडला आहे असें कळविलें. तदनंतर, एकत्र जमलेलीं जणू पंचमहाभूतेंच असे दिसणारे राजा युधिष्ठिर, भीम, अर्जुन, नकुल आणि सहदेव हे रथारूढ होऊन श्रीकृष्णाच्या वसतिस्थानाकडे गेले. इकडे ते महात्मे पांडव येत आहेत तोंच सात्यकीसहवर्तमान ज्ञानसंपन्न श्रीकृष्ण रथारूढ झाले. तदनंतर, रथांतूनच सदाचारास अनुसरून असलेले नमस्कारादि विधि करून, व रात्र सुखानें गेली काय? असें विचारून ते नरश्रेष्ठ मेघाप्रमाणें गंभीर आवाज असलेल्या रथांतून गमन करूं लागले. त्या वेळीं श्रीकृष्णाचा सारथि दारुक हा त्याच्या बलाहक, मेघपुष्प, शैब्य आणि सुग्रीव ह्या अश्वांना हाकूं लागला. तेव्हां, राजा, त्यानें चुचकारलेले ते श्रीकृष्णाचे महाबलाढ्य अश्व आकाशाला जणू ग्रस्त करीत आणि टापांच्या अग्रांनीं भूमि उखळीत वेगानें गमन करूं लागले; व संपूर्ण धर्माचें वसतिस्थानच अशा कुरुक्षेत्रामध्यें प्रविष्ट झाल्यानंतर, ज्या ठिकाणीं बाणरूपी शय्येवर असलेला प्रभु भीष्म होता तेथें गेले. नंतर रथांतून खालीं उतरून श्रीकृष्ण, युधिष्ठिर, भीम, अर्जुन, नकुल, सहदेव आणि सात्यकि यांनीं उजवे हात वर काढून ऋषींची पूजा केली; व नक्षत्रांनीं वेष्टिलेल्या चंद्राप्रमाणें सभों-

वर्ती ते असलेला राजा युधिष्ठिर हा ज्याप्रमाणें इंद्रानें ब्रह्मदेवाच्या समीप जावें त्याप्रमाणें भीष्माच्या समीप गेला; आणि बाणरूपी शय्येवर शयन करणाऱ्या व आकाशांतून खालीं आलेल्या सूर्याप्रमाणें असणाऱ्या त्या महाबाहूला अवलोकन करितांच भीतीमुळें त्याच्या शरीरास कंप सुटला.

अध्याय चौपन्नावा.

—:०:—

श्रीकृष्णांची भीष्मास आज्ञा.

जनमेजय विचारतोः—हे महामुने, सर्व सैन्यांचा वध झाल्यानंतर धर्मात्मा, महावीर्यसंपन्न, सत्यप्रतिज्ञ, जितेंद्रिय, दिव्य व्रतें आचरण करणारा, धैर्यसंपन्न, पुरुषश्रेष्ठ, भागीरथीपुत्र, शंतनुनंदन व महाभाग्यशाली भीष्म हा वीरपुरुषास योग्य अशा बाणरूपी शय्येवर शयन करीत असतां पांडव त्याच्या समीप जाऊन बसल्यावर, त्या वीरांच्या समागमप्रसंगीं काय काय गोष्टी चालल्या होत्या?

वैशंपायन सांगतातः—राजा, कुरुकुलधुरंधर भीष्म शरशय्येवर निजले असतां ऋषि, सिद्ध, नारदप्रभृति देवर्षि, मृत्यूच्या तडाख्यांतून अवशिष्ट राहिलेले युधिष्ठिरप्रभृति भूपति, धृतराष्ट्र, श्रीकृष्ण, भीम, अर्जुन आणि नकुलसहदेव हे याजकडे गेले. तेथें गेल्यानंतर, आकाशांतून खालीं आलेल्या सूर्याप्रमाणें दिसणारा तो भरतकुलांतील भूपतींचा पितामह भीष्म याजविषयीं ते महात्मे शोक करूं लागले. तेव्हां दिव्यज्ञानसंपन्न नारद मुनि हे क्षणभर विचार केल्यासारखें करून, पांडवांना व मृत्यूच्या झपाट्यांतून अवशिष्ट राहिलेल्या इतरही भूपतींना म्हणाले, "मी आपणांला ह्या वेळीं योग्य तें सांगतों कीं, तुम्ही या भीष्माला कांहीं तरी विचारा. हे भारता युधिष्ठिरा, हा सूर्यासारखा भीष्म अस्त पावत आहे. ह्याच्या प्राणोत्क्रमणाचा समय आलेला आहे. तेव्हां आपण सर्वजण ह्याला प्रश्न करा. ह्याला चारही वर्णांच्या नानाप्रकारच्या धर्मांचें पूर्णपणें ज्ञान आहे. देहत्याग होतांच हा वृद्ध सद्गतीला जाईल. तुमच्या मनांत असतील त्या संशयांविषयीं त्याला सत्वर प्रश्न करा."

वैशंपायन सांगतातः--ह्याप्रमाणें नारदांनीं सांगितल्यानंतर ते प्रजाधिपति भीष्मासमीप गेले; पण त्यास प्रश्न करण्याविषयीं असमर्थ होऊन परस्परांकडे पाहूं लागले. तेव्हां पांडुपुत्र युधिष्ठिर श्रीकृष्णाला उद्देशून म्हणाला, "भीष्माला प्रश्न करण्याविषयीं देवकीपुत्र श्रीकृष्णावांचून दुसरा कोणीही समर्थ नाहीं. हे यदुश्रेष्ठा मधुसूदना, तूंच प्रथम भीष्माशीं भाषण करूं लाग. कारण, बा श्रीकृष्णा, आम्हां सर्वांमध्यें तुलाच सर्व प्रकारच्या धर्मांचें उत्कृष्ट ज्ञान आहे." असें युधिष्ठिरानें सांगितलें तेव्हां दुर्जय अशा त्या भीष्माच्या समीप जाऊन भगवान् श्रीकृष्ण त्याला बोलूं लागले.

श्रीकृष्ण म्हणालेः—हे नृपश्रेष्ठा, तुझी ही रात्र सुखानें गेलीना? तुझी बुद्धि—जिला कोणत्याही वस्तूचें स्पष्टपणें ज्ञान होईल अशी झाली आहेना? हे निष्पापा, तुझ्या अंतःकरणांत सर्व प्रकारच्या विद्यांची स्फूर्ति होत आहेना? तुझी विचारशक्ति मंद होऊं लागली नाहींना? आणि तसेंच तुझें मन व्याकूळ झालेलें नाहींना?

भीष्म म्हणालाः—हे श्रीकृष्णा, माझा दाह, मोह, श्रम, खिन्नता, ग्लानि आणि पीडा हीं आपल्या प्रसादानें नष्ट झालीं; आणि, हे महाकांते, हातांत ठेवलेल्या एखाद्या फलाप्रमाणें मला भूत, भविष्य आणि वर्तमान ह्या सर्वही गोष्टींचें ज्ञान होऊं लागलें आहे. हे श्रीकृष्णा, आपल्या वरप्रदानामुळें, वेदप्रतिपादित आणि

उपनिषदांत सांगितलेले जे धर्म ते सर्वही उत्कृष्ट प्रकारें माझ्या दृष्टीसमोर दिसूं लागले आहेत. हे जनार्दना, शिष्ट लोकांनीं जो धर्म सांगितलेला आहे, तो माझ्या लक्षांत असून, देश, जाति आणि कुल ह्यांच्याही धर्माचें मला ज्ञान आहे. चारही आश्रमांच्या धर्मांमध्यें ज्या ज्या गोष्टी आहेत, त्या माझ्या अंतःकरणांत वास्तव्य करीत असून, हे केशवा, सर्व प्रकारचे राजधर्मही मी जाणीत आहें. हे जनार्दना, ज्या गोष्टींविषयीं जें कांहीं सांगितलें पाहिजे, तें सर्व आतां मी सांगूं शकेन. कारण, आपल्या अनुग्रहानें माझ्या हृदयामध्यें उत्कृष्ट प्रकारच्या ज्ञानाचा उदय झाला आहे. आपलें ध्यान करीत असल्यामुळें पुष्ट होऊन मी जणू तरुणच झालों असून, हे श्रीकृष्णा, आपल्या अनुग्रहानें कल्याणकारक अशा गोष्टींचा उपदेश करण्याविषयीं समर्थ झालों आहें. पण आपणच त्या श्रेयस्कर गोष्टी युधिष्ठिराला कां सांगत नाहीं, व ह्या गोष्टींविषयीं काय सांगावयाची आपली इच्छा आहे, तें आपण मला सांगा.

श्रीकृष्ण म्हणाले:—हे कुरुकुलोत्पन्ना, यश आणि श्रेय या दोहोंचेंही मूलकारण मीच आहें. माझ्याचपासून सर्व प्रकारच्या शुभ आणि अशुभ गोष्टींची उत्पत्ति झालेली आहे. चंद्राचे किरण शीतल आहेत असें म्हटलें तर या लोकामध्यें कोणाला आश्चर्य वाटणार आहे? तसेंच माझी कीर्ति अगदीं पूर्ण आहे ह्याविषयीं कोणाला विस्मय वाटणार आहे? अर्थात् कोणालाही नाहीं. पण, हे महाकांते भीष्मा, मला तुझी विपुल कीर्ति करावयाची आहे; आणि म्हणूनच मीं तुला विशालबुद्धि अर्पण केली आहे. हे पृथ्वीपते, जोंवर ही पृथ्वी स्थिरपणें राहील, तोंवर तुझी अक्षय कीर्ति त्रैलोक्यामध्यें संचार करीत राहील. तसेंच, हे भीष्मा, प्रश्न करणाऱ्या युधिष्ठिराला तूं जें कांहीं सांगशील, तें तुझें सांगणें ह्या भूतलावर वेदवचनासारखें होऊन राहील; आणि हें तुझें सांगणें प्रमाण मानून जो आपलें अंतःकरण परमात्म्याकडे जडवील, त्याला मरणोत्तर सर्व प्रकारच्या पुण्यफलांचा अनुभव घ्यावयास सांपडेल. भीष्मा, तुझ्या विपुल कीर्तीचा विस्तार कसा होईल ह्याविषयीं विचार करूनच, तसें व्हावें या उद्देशानें मी तुला ही दिव्य बुद्धि अर्पण केली, ह्या भूतलावर दुसऱ्याच्या अंतःकरणाला आश्चर्यचकित करून सोडणारे सद्गुण पुरुषाच्या अंगीं ज्या मानानें असतील, त्या मानानेंच त्याची कीर्ति अक्षय्य होते, असा सिद्धांत आहे. असो; हे भरतकुलोत्पन्ना, मृत्युमुखांतून अवशिष्ट राहिलेले राजे धर्मविषयक प्रश्न करण्याच्या इच्छेनें तुझ्या समीप बसलेले आहेत. यास्तव, हे भारता, त्यांना तूं धर्म कथन कर. तूं वयोवृद्ध, शास्त्रज्ञान आणि सदाचार यांनीं संपन्न, आणि राजधर्म व सर्व वर्णांचे इतरही धर्म ह्यांमध्यें निष्णात आहेस. तुझ्या जन्मापासून आजपर्यंत तुझ्याकडून पातक घडल्याचें कोणाच्याही पाहाण्यांत नाहीं. तूं सर्व धर्म जाणत आहेस असें सर्व नृपतींना माहीत आहे. ह्यास्तव, हे राजा, ज्याप्रमाणें पिता पुत्राला सांगतो त्याप्रमाणें तूं त्यांना नीति कथन कर. तूं ऋषींची आणि देवतांची सदैव सेवा केली आहेस. यास्तव, धर्म श्रवण करण्याची इच्छा असणाऱ्या ह्या लोकांना तूं हें सर्व अवश्य सांगितलेंच पाहिजेस. कारण, विद्वान् मनुष्याला कोणीं विचारिलें असतां त्यानें त्याला सांगणें हा धर्म होय, असें ज्ञानी लोक म्हणतात. हे प्रभो, प्रश्न केल्यावांचून जर सांगितलें तर मात्र कष्टदायक दोष लागेल. सारांश, हे भरतकुलश्रेष्ठा, तुझे पुत्रपौत्र हे जिज्ञासेनें जे सनातन

धर्म विचारीत आहेत, त्यांचें तुला ज्ञान असल्यामुळें तूं ते कथन कर.

अध्याय पंचावन्नावा.

—:०:—

युधिष्ठिराश्वासन.

वैशंपायन सांगतात:—नंतर महातेजस्वी कौरवनंदन भीष्म म्हणाला, "मी आतां आनंदानें धर्म कथन करीन. कारण, हे श्रीकृष्णा, तुझ्या अनुग्रहानें माझी वाणी आणि अंतःकरण हीं स्थिर झालीं आहेत. बरोबरच आहे! कारण, तूं प्राण्यांचा शाश्वत असा आत्मा आहेस. मात्र धर्मात्म्या युधिष्ठिरानेंच मला धर्मविषयक प्रश्न करावे, म्हणजे मला आनंद होईल व मी सर्वही धर्म कथन करीन. ज्या धर्मात्म्या नृपश्रेष्ठ महात्म्याचें जन्म होतांच सर्व ऋषींना आनंद झाला; उज्वलकीर्तिसंपन्न व धर्मनिष्ठ अशा सर्व कुरुकुलोत्पन्नांमध्यें ज्याच्या तोडीचा कोणीही नाहीं; धैर्य, इंद्रियदमन, ब्रह्मचर्य, क्षमा, धर्म, बल आणि पराक्रम हीं ज्याच्या ठिकाणीं सदैव वास्तव्य करीत आहेत; जो आपले संबंधी, अतिथि, पोष्य आणि आश्रित यांचा अत्यंत सत्कार करून त्यांस बहुमान देतो; सत्य, दानधर्म, तप, शौर्य, शांति, दक्षता आणि असंभ्रम[1] हीं सर्व ज्याच्या ठिकाणीं वास करितात; जो धर्मात्मा कोणत्याही इच्छेनें, गडबडून गेल्यामुळें, भीतीनें अथवा द्रव्यप्राप्तीसाठीं अधर्म करीत नाहीं; ज्याला अतिथि प्रिय असून जो सवैव सत्पुरुषांना दान करीत असतो; आणि जो सदैव सत्यनिष्ठ, क्षमासंपन्न, ज्ञानयुक्त, यज्ञनिष्ठ व अध्ययनशील असून धर्मामध्यें सदैव आसक्त, सहनशील आणि धर्मादिकांचीं रहस्यें श्रवण केलेला असा आहे, त्या पांडुपुत्र युधिष्ठिरानें मला प्रश्न करावा.

श्रीकृष्ण म्हणाले:—धर्मराज युधिष्ठिर अत्यंत लज्जित व लोकापवादामुळें भयभीत झाला आहे, म्हणूनच तो तुझ्या सन्निध येत नाहीं. हे प्रजाधिपते, लोकांचा उच्छेद केला असल्यामुळें त्याला लोकापवादाची भीति वाटत आहे. त्यानें पूज्य, संभवनीय, अनुरक्त, गुरु, संबंधी, बांधव इत्यादि ज्या लोकांचा बहुमान केला पाहिजे, त्यांनाच बाणांच्या योगानें छिन्नविच्छिन्न करून सोडलें आहे, व म्हणूनच तो तुजकडे येत नाहीं.

भीष्म म्हणाला:—कृष्णा, दान, अध्ययन आणि तप हा जसा ब्राह्मणांचा धर्म आहे, तसाच संग्रामामध्यें देहपात करणें हा क्षत्रियांचा धर्म आहे. असन्मार्गाचें अवलंबन करणारे जे पिता, पितामह, बंधु, गुरु, संबंधी आणि बांधव, त्यांचा युद्धामध्यें वध करणें हा धर्मच आहे. श्रीकृष्णा, आचाराचा त्याग करणाऱ्या, लुब्ध व पापी अशा गुरूंचा जो संग्रामामध्यें वध करील, तोच क्षत्रिय धर्मवेत्ता होय. जो लोभग्रस्त झाल्यामुळें सनातन अशा धर्ममर्यादेकडे लक्ष्य देत नाहीं, त्याचा संग्रामामध्यें जो वध करील तोच क्षत्रिय खरा धर्मवेत्ता होय. जो संग्रामामध्यें पृथ्वीला रक्तरूपी जलानें युक्त, केशरूपी तृणानें आच्छादित झालेली, गजरूपी पर्वत असलेली व ध्वजरूपी वृक्षांनीं युक्त अशी करितो, तोच क्षत्रिय खरा धर्मवेत्ता होय. क्षत्रियानें सदैव कोणीं युद्धासाठीं आह्वान केलें कीं युद्ध केलें पाहिजे. कारण, युद्ध करणें हें क्षत्रियांना धर्मविहित, स्वर्गदायक, कीर्तिरूपी व लौकिकफलदायकही आहे, असें मनूनें सांगितलें आहे.

वैशंपायन सांगतात:—भीष्मानें असें म्हटलें, तेव्हां धर्मपुत्र युधिष्ठिर नम्रपणें जवळ जाऊन भीष्माच्या दृष्टीपुढें उभा राहिला, व नंतर

[1] संकटप्रसंगींही न गडबडणें.

त्यानें भीष्माचे पाय धरले. तेव्हां भीष्मानेंही त्याचें अभिनंदन करून व मस्तकाचें अवघ्राण करून ' बैस. ' असें म्हटलें. नंतर सर्ववीरश्रेष्ठ भीष्म त्याला म्हणाला, ' बा कुरुकुलश्रेष्ठा, तूं मला खुशाल प्रश्न कर. भिऊं नको. '

अध्याय छप्पन्नावा.

—:०:—

भीष्माचा युधिष्ठिरास राजधर्मोपदेश.

वैशंपायन सांगतातः—नंतर श्रीकृष्णाला नमस्कार करून, पितामह भीष्माला वंदन करून व सर्व वडील मनुष्यांचें अनुमोदन घेऊन युधिष्ठिर प्रश्न करूं लागला.

युधिष्ठिर विचारतो:—हे पृथ्वीपते, धर्मवेत्ते लोक जो राजांचा श्रेष्ठ धर्म असें समजतात, तो एक मोठा भार आहे असें मला वाटतें. ह्यास्तव, हे पितामहा, मला राजधर्मच विशेष प्रकारें कथन करा. कारण, राजधर्म हाच सर्व लोकांचा मुख्य आधार आहे. हे कुरुकुलोत्पन्ना, राजधर्मामध्येंच धर्म, अर्थ आणि काम ह्या तीनही पुरुषार्थांचा अंतर्भाव असून, संपूर्ण मोक्षधर्म हाही त्यामध्यें अगदीं स्पष्टपणें सांगितलेला आहे. ज्याप्रमाणें अश्वाला काढण्या अथवा गजाला अंकुश, त्याचप्रमाणें राजधर्म हें लोकांना आवरून धरण्याचें साधन आहे असें सांगितलेलें आहे. त्या राजर्षींनीं सेवन केलेल्या धर्माविषयीं जर अज्ञान असलें, तर लोकांच्या मर्यादेची व्यवस्था रहाणार नाहीं व सर्वत्र घोटाळा उडून जाईल. ज्याप्रमाणें सूर्य उदय पावतांच अशुभ अशा अंधकाराचा नाश करितो,त्याप्रमाणें सद्गतिदायक राजधर्म हे अशुभ गतीला दूर घालवून देतात. यास्तव, आपण मला प्रथम राजधर्मच सांगा. हे भरतकुलश्रेष्ठा, आपण धार्मिकश्रेष्ठ आहां; आणि म्हणूनच, हे शत्रुतापना, आम्हां सर्वांना हें श्रेष्ठ असें धर्मज्ञान आपणांकडूनच व्हावें. ज्ञान्यांमध्यें आपण श्रेष्ठ आहां असें श्रीकृष्ण देखील मानीत आहेत.

भीष्म सांगतो:—पूज्य अशा धर्माला, जगदुत्पादक श्रीकृष्णाला आणि ब्राह्मणांना नमस्कार करून मी हे शाश्वत धर्म कथन करितों. युधिष्ठिरा, मी सांगत असलेले हे राजधर्म व आणखीही ज्याची तुला इच्छा असेल तें नियमनिष्ठ राहून पूर्णपणें श्रवण कर. हे कुरुश्रेष्ठा, सर्व गोष्टींच्या पूर्वीं राजानें देवता आणि ब्राह्मण ह्यांच्या अंतःकरणांत प्रीति उत्पन्न व्हावी या इच्छेनें यथाशास्त्र वर्तन ठेवावें. कारण, हे कुरुकुलधुरंधरा, देवता आणि ब्राह्मण ह्यांचें अर्चन केलें असतां मनुष्य धर्माच्या ऋणांतून मुक्त होतो व लोकही त्याचा बहुमान करितात. वत्सा युधिष्ठिरा, तूं सदैव उत्साहानें प्रयत्न करीत जा. कारण, उत्साहावांचून राजांना त्यांचें दैव फलदायक होत नाहीं. दैव आणि उद्योग हे दोन्ही सारख्याच प्रकारचे आहेत, तथापि उद्योग हा श्रेष्ठ आहे असें माझें मत आहे. कार्य न करणारे मनुष्य ' दैवच असें होतें ' असें ठरवून दोषांतून मुक्त होऊन जातात. जरी तुझ्या उद्योगाला पुष्कळ संकटें आलीं, तरीही अंतःकरणाला ताप न करितां सदोदीत स्वतः उद्योगच करीत रहा. कारण, असें करणें ही श्रेष्ठ अशी राजनीति आहे. सत्यावांचून राजांची कार्यसिद्धि करणारें असें दुसरें कांहींही नाहीं. राजा सत्यनिष्ठ असला तर तो इहलोकीं व परलोकींही आनंदांत रहातो. हे राजेंद्रा, सत्य हेंच ऋषींचेंही श्रेष्ठ असें धन आहे. तसेंच, राजांनाही सत्यासारखें दुसरें विश्वासाचें साधन नाहीं. गुणवान्, सदाचारसंपन्न, दमनशील, दयाशील, धर्मनिष्ठ, जितेंद्रिय, प्रसन्नमुख आणि दानशूर असणारा राजा

केव्हांही संपत्तिहीन होत नाहीं. हे कुरुनंदना, तूं प्रत्येक कार्यामध्यें सरळपणाचें अवलंबन कर. आपल्या छिद्रांचें गोपन, दुसऱ्यांच्या छिद्रांचें अन्वेषण, आपल्या कृत्यांचें गोपन व मंत्रगोपन ह्या तीन गुप्त गोष्टींविषयीं नीतिदृष्ट्या विचार करितांना मात्र सरळपणाचें अवलंबन करूं नकोस. राजा मृदु असला म्हणजे त्याजवर सर्वांची छाप बसते, व कडक असला तर लोक त्याला कंटाळतात. ह्यास्तव, मृदुत्व आणि तीक्ष्णत्व ह्या दोहोंचाही तूं आश्रय कर. हे वत्सा दानशूरश्रेष्ठा, ब्राह्मणांना मात्र तूं शिक्षा करूं नको. कारण, हे पांडुपुत्रा, ब्राह्मण हें एक ह्या लोकांतील परब्रह्मच आहे. हे राजेंद्रा, महात्म्या मनूनें स्वधर्माविषयीं दोन श्लोक सांगितलेले आहेत, ते तूं आपल्या अंतःकरणांत वागीव. ते असेः—"पाण्यापासून अग्नि, ब्राह्मणांपासून क्षत्रिय आणि पाषाणापासून लोह उत्पन्न झालें असून, ह्या तिहींचेंही तेज जरी सर्वगामी आहे, तरी आपापल्या उत्पत्तिस्थानामध्यें तें नाश पावतें. आणि म्हणूनच, जर लोहानें पाषाणावर प्रहार केला, अग्नीनें जलावर प्रहार केला आणि क्षत्रिय ब्राह्मणांचा द्वेष करूं लागला, तर ती लोहप्रभृतींची त्रयी नाश पावते." हें लक्षांत घेऊन, हे महाराजा, तूं ब्राह्मणांचा सत्कारच करीत जा. कारण, राजा सत्कार करूं लागला म्हणजे ब्राह्मणश्रेष्ठ यज्ञरूपी आणि वेदरूपी भूतलवर्ती ब्रह्माचें संरक्षण करितात. तसेंच, हे नरश्रेष्ठा, लोकत्रयविघातक असे जे असतील, त्यांचे हात बांधून त्यांना शिक्षा दिली पाहिजे. बा प्रजाधिपते महाराजा, पूर्वीं महर्षि उशना ह्यानें दोन श्लोक म्हटलेले आहेत ते तूं एकाग्र चित्तानें ऐकून घे. "धर्माची पर्वा बाळगणाऱ्या राजानें, आपला स्वधर्म असल्यामुळें, वेदांतामध्यें पारंगत असलेला जरी मनुष्य असला तरी रणांगणांत शस्त्र उगारून आल्यास त्याला शिक्षा केली पाहिजे. धर्म नाश पावत असतां जो त्याचें संरक्षण करितो तोच धर्मवेत्ता होय. त्यामुळें तसें करणारा मनुष्य धर्माचा घात करणारा ठरत नाहीं. कारण, तेथें क्रोधच क्रोधाचा नाश करीत असतो." पण, हे नरश्रेष्ठा, ब्राह्मणांकडून अशीही गोष्ट जरी घडली तरी त्यांचें संरक्षणच केलें पाहिजे. ते जरी अपराधी असले, तरी त्यांना अन्य देशांत नेऊन सोडावें. हे प्रजाधिपते, खरा, खोटा कसाही जरी लोकापवाद ह्यांच्यावर असला, तरी दया केली पाहिजे. ब्रह्महत्या, गुरुस्त्रीगमन, भ्रूणहत्या आणि राजद्रोह हे अपराध केल्यास ब्राह्मणाला हद्दपार करावें; त्याला शारीरदंड करणें हें केव्हांही विहित नाहीं. असें केल्यानें, ब्राह्मणावर ज्याची भक्ति असते तेही लोक आपल्यावर प्रीति करूं लागतील. **मनुष्यें संपादन करणें ह्यासारखा श्रेष्ठ असा राजाला दुसरा कोश नाहीं.** हे महाराजा, सहा प्रकारच्या दुर्गांविषयीं ज्यांचें मत शास्त्रदृष्ट्या निश्चित झालें आहे, ते, सर्व दुर्गांमध्यें मनुष्यमय दुर्ग अतिशय दुस्तर होय, असें मानतात. म्हणूनच, ज्ञानसंपन्न अशा राजानें चारही वर्णांवर सदैव दया केली पाहिजे. राजा धर्मात्मा आणि सत्यवक्ता असल्यास प्रजेचें रंजन होतें. वत्सा, तूं सदैव व सर्व बाजूंनीं क्षमाशील होऊं नको. कारण, सहनशील गजाप्रमाणें राजानें मृदु असणें हा अधर्म आहे. हे महाराजा, बृहस्पतिप्रोक्त शास्त्रामध्यें पूर्वीं एक ह्याविषयींचा श्लोक सांगितलेला आहे, तो मी तुला सांगतों, ऐक. "राजा सदैव अपराध सहन करूं लागला म्हणजे निकृष्ट प्रतीचे लोक सुद्धां त्याचा अपमान करूं लागतात. इतकेंच नव्हे, तर गजाच्या मस्तकावर आरोहण करणाऱ्या महाताप्रमाणें ते राजाच्या डोक्यावर बसण्याची इच्छा करूं

लागतात!" यास्तव, ज्याप्रमाणें शोभासंपन्न असणारा वासंतिक सूर्य शीतोत्पादक असत नाहीं आणि उष्णोत्पादकही असत नाहीं, त्याप्रमाणें राजानें सदैव मृदुपणानें राहूं नये, व तीक्ष्णपणाचेंही अवलंबन करूं नये. हे महाराजा, प्रत्यक्ष, अनुमान आणि शास्त्र ह्या प्रमाणांवरून तूं प्रत्यहीं स्वकीय कोण आणि परकीय कोण ह्याची परीक्षा करीत जा. हे विपुलदक्षिणादायका, तूं सर्व प्रकारच्या व्यसनांचा त्याग कर. शत्रूंचा पराजय करण्याकडे शूरांची सदैव योजना करावी; पण, कांहींची योजना करणें व कांहींची न करणें—सारांश, दोहों प्रकारच्या आज्ञेचा संकर करणें मात्र सोडून दिलें पाहिजे. सर्वथैव व्यसनासक्त असलेला राजा लोकांच्या तिरस्कारास पात्र होतो; व जो व्यसनांचा अतिशय द्वेष करणारा असतो तोही लोकांच्या उद्वेगाला कारणभूत होतो. ह्यास्तव, राजानें सदोदीत गर्भिणीसारखी आपली वृत्ति ठेवावी. हे महाराजा, असें करणें कां इष्ट आहे तें सांगतों, ऐक. ज्याप्रमाणें गर्भिणी आपल्या मनाप्रमाणें वागणाऱ्या वल्लभाकडे लक्ष न देतां आपल्या गर्भाला हितकारक असेल तेंच करीत असते, त्याचप्रमाणें, हे कुरुश्रेष्ठा, धर्माच्या अनुरोधानें वागणाऱ्या राजानेंही निःसंशय तसेंच वागलें पाहिजे. म्हणजे आपणाला इष्ट असेल त्या गोष्टीचा त्याग करून, जी जी गोष्ट लोकहिताची असेल तीं ती केली पाहिजे. हे पांडुपुत्रा, तूं केव्हांही धैर्याचा त्याग करूं नको. कारण, धैर्यसंपन्न आणि शिक्षेच्या कामीं स्पष्ट असणाऱ्या राजाला कोणत्याही प्रकारची भीति असत नाहीं. हे वक्तृश्रेष्ठा, तूं आपल्या सेवकांशीं अतिशय थट्टा करीत जाऊं नको. हे नृपश्रेष्ठा, असें करण्यांत काय दोष आहे तें मीं सांगतों, ऐक. अतिशय संघट्टन ठेवलें म्हणजे सेवक लोक आपल्या धन्याचा अपमान करूं लागतात; त्याच्या आज्ञेचें उल्लंघन करितात; आपल्या मर्यादेनें रहातनासे होतात; त्यांना कोठें पाठवूं लागलें तर ते जाण्याविषयीं अनमान करितात; गुप्त गोष्टींविषयीं प्रश्न करितात; जें मागतां कामा नये तें मागतात; धन्याचे भक्ष्य पदार्थ स्वतःच भक्षण करितात; आक्रोश करितात; राजा आपला नियंता असतांही त्याजवर संतापतात; लांच खाऊन अथवा प्रतारणा करून कार्यामध्यें विघात आणतात; खोटींच आज्ञापत्रें करून राजाच्या सर्व देशाला जर्जर करून सोडतात; स्त्रियांचें संरक्षण करण्याकरितां ठेवलेल्या सेवकांवर प्रेम करूं लागतात; राजाच्या बरोबरीचा पोषाख करूं लागतात; त्याच्या संन्निधच वांति करितात, थुंकतात; आणि, हे नृपश्रेष्ठा, त्याचेंच भाषण आपण करूं लागतात. हे नृपश्रेष्ठा, राजा मृदु आणि विनोदशील असला म्हणजे त्याला न जुमानतां हे लोक त्याच्या अश्वांवर, गजांवर अथवा रथांवर आरोहण करितात; सभेमध्यें येऊन, 'हे राजा, हें तुझ्या हातून घडणें दुष्कर आहे; हा तुझा प्रयत्न वाईट आहे.' अशा रीतीनें मित्राचे बोल बोलूं लागतात; राजा क्रुद्ध झाला तर हंसतात; बहुमान केला तरीही आनंदित होत नाहींत; परस्परांकडून कांहीं कारण घडलें तर त्या योगानें सदैव दुसऱ्याचा पाडाव करण्याची इच्छा करूं लागतात; गुप्त गोष्टींचा परिस्फोट करितात; दुष्कर्म प्रसिद्धीस आणतात; त्यानें सांगितलेलें कार्य अवज्ञापूर्वक व खेळत खेळत करीत असतात; अलंकारधारण, भोजन, स्नान आणि चंदनादिकांचें अनुलेपन ह्या कार्यांमध्यें राजाची अवहेलना करितात; व तो ऐकत असला तरीही निर्भयपणें असतात. हे भरतकुलोत्पन्ना, आपल्या अधिकाराची निंदा करितात; त्यागही करितात; वेतनानें संतोष पावत नाहींत; राजाला देण्याचें द्रव्य आपण

हरण करितात; कळसूत्री पक्ष्याच्या योगानें जसे खेळ खेळावे तसे पराधीन झालेल्या राजाच्या योगानें ते जणू खेळ खेळूं इच्छितात; आणि राजा आमच्या वचनांत आहे, असें लोकांना सांगत असतात. युधिष्ठिरा, राजा विनोदप्रिय व मृदु असला म्हणजे हे आणि दुसरेही दोष उद्भवतात.

अध्याय सत्तावन्नावा.

—:०:—

राजधर्म.

भीष्म सांगतातः—युधिष्ठिरा, राजानें सदैव उद्योगांत असलें पाहिजे. कारण, त्यानें स्त्रीसारखें उद्योगावांचून रहाणें प्रशस्त नाहीं. हे प्रजाधिपते, ह्याविषयीं भगवान् उशना ह्यानें एक श्लोक सांगितला आहे, तो मी तुला सांगतों; एकाग्र चित्त करून ऐक. “बिळामध्यें घोरत पडणाऱ्या प्राण्याला ज्याप्रमाणें सर्प भक्षण करितो, त्याप्रमाणें, शत्रूशीं विरोध न करणारा राजा व प्रवास न करणारा ब्राह्मण ह्या उभयतांना पृथ्वी ग्रस्त करून टाकिते.” हे नरश्रेष्ठा, हें त्याचें वचन तूं लक्षांत ठेव; आणि ज्याच्याशीं संधि केला पाहिजे त्याच्याशीं संधि करून ज्यांच्याशीं विरोध करणें योग्य असेल त्यांच्याशीं विरोध कर. राजा, अमात्य, हितचिंतक, कोश, राष्ट्र, दुर्ग आणि सैन्य ह्या सात अंगांपैकीं एकाही अंगाला प्रतिकूल असें आचरण जो करील, तो जरी गुरु असला अथवा मित्र असला तरी त्याचा वधच केला पाहिजे. हे राजेंद्रा, पूर्वीं बृहस्पतीनें राज्याधिकाराला अनुमति दिली असतां राजा मरुत्त ह्यानें एक पुरातन श्लोक म्हटला आहे, तो असाः—“दर्पांध, कर्तव्याकर्तव्यज्ञानशून्य आणि उन्मार्गगामी अशा गुरूला देखील कायमची शिक्षा केली पाहिजे.” बाहुपुत्र ज्ञानसंपन्न राजा सगर ह्यानें पुरवासी लोकांच्या हितासाठीं असमंजा ह्या ज्येष्ठ पुत्राचा त्याग केला होता. हे नृपते, असमंजा हा पुरवासी लोकांच्या बालकांना सरयू नदीमध्यें नेऊन बुडवीत असे. ह्यास्तव पित्यानें त्याला निर्भर्त्सना करून हद्दपार केलें. उद्दालक मुनीनेंही ब्राह्मणांशीं असत्य वर्तन करूं लागल्यामुळें महातपस्वी श्वेतकेतु नामक आपल्या प्रिय पुत्राचा त्याग केला. प्रजेला आनंदामध्यें ठेवणें, सत्याचें पालन करणें आणि व्यवहारामध्यें सरळपणा असणें हाच राजांचा सनातन धर्म होय. दुसऱ्याच्या द्रव्यांचा नाश होऊं देऊं नये. योग्य वेळीं दान करावें. पराक्रमी, सत्यवक्ता, क्षमासंपन्न, मर्यादेचा त्याग न करणारा, स्वतंत्र, क्रोधाचा जय केलेला, शास्त्रीय गोष्टींविषयीं सिद्धांत ठरलेला, धर्म, अर्थ, काम आणि मोक्ष ह्या चार पुरुषार्थांमध्यें सदैव आसक्त असलेला, व (पूर्वीं सांगितलेल्या) तीन गोष्टींविषयींचा ऊहापोह गुप्तपणें करणारा असा जो असेल, तोच राजा होण्यास पात्र होय. राजांना प्रजेचें संरक्षण न करणें याहून अधिक असें दुसरें पातक नाहीं. राजानें चारही वर्णांच्या धर्माचें संरक्षण करावें. धर्मसंकर न होऊं देणें हा राजाचा सनातन धर्म होय. राजानें कोणावर विश्वास ठेवूं नये व ठेवला तरी अतिशय ठेवूं नये. संधि, विग्रह इत्यादिक सहा गुणांच्या प्रयोगांतील गुणदोषांचा सदैव आपल्या बुद्धीनें विचार करावा. सदैव शत्रूंचीं छिद्रें पाहात रहाणारा, धर्म, अर्थ आणि काम ह्या पुरुषार्थत्रयांच्या रहस्याचें ज्ञान असलेला, हेरांची योजना करणारा, द्रव्यादिक अर्पण करून शत्रूंच्या लोकांना आपल्याकडे वळवून घेणारा, द्रव्यसंचय करण्याविषयीं आसक्त असलेला, प्रजेचें नियमन करणें व द्रव्यसंपन्नता ह्यामुळें अनुक्रमें यम आणि कुबेर ह्यांच्यासारखा असलेला, आपले व शत्रूंचे अमात्य, राष्ट्र, दुर्ग,

कोश आणि सैन्य ह्यांच्या स्थितीचें व अनुक्रमें अभ्युदय आणि क्षय यांस कारणभूत असलेल्या दहा गोष्टींचें ज्ञान असलेला जो राजा, त्याची सदैव प्रशंसा होते. ज्यांचें पोषण होत नसेल, त्यांचें राजानें पोषण करावें; व ज्यांचें पोषण होत असेल, त्यांचा परामर्श घेत असावें; सदैव प्रसन्नमुख असावें व किंचित् हास्यपूर्वक भाषण करावें; वृद्धांची शुश्रूषा करावी; आलस्याचा जय करावा; अतिशय लोभिष्ट होऊं नये; सत्पुरुषांच्या वर्तनाकडे लक्ष ठेवावें; दुसऱ्याच्या सेवेनें संतोष पावत असावें; दिसण्यांत चांगलें दिसेल असाच वेष धारण करावा; सत्पुरुषांच्याकडून केव्हांही द्रव्य ग्रहण करूं नये, तें असज्जनांकडून घ्यावें; सत्पुरुषांना केवल दान करावें; द्रव्याचें हरण आणि दान हीं कामें स्वतःच करावीत; आत्मसंयमन करावें; उत्कृष्ट प्रकारचें सैन्य ठेवावें; योग्य वेळीं दान करावें; सुखोपभोग घ्यावा व शुद्ध आचरण ठेवावें. ऐश्वर्यसंपन्न अशा राजानें शूर, आपल्यावर प्रेम करणारे, शत्रूकडून न फसणारे, कुलीन, निरोगी, शिष्ट, शिष्टांचे संबंधी, माननीय, दुसऱ्यांचा अवमान न करणारे, विद्यावेत्ते, लोकव्यवहार जाणणारे, परलोकावर लक्ष असलेले, धर्मामध्यें आसक्त असणारे, व पर्वतासारखे चांचल्यशून्य असे जे सत्पुरुष, त्यांनाच सदैव आपले साहाय्यकर्ते करावे. सुखोपभोगांमध्यें त्यांच्या बरोबरीनें रहावें; त्यांच्याहून अधिक असें काय तें एक छत्र आणि आज्ञा हीं दोनच असावीं. राजाचें वर्तन परोक्ष आणि अपरोक्ष सारखेंच असावें. अशा रीतीनें वागल्यास राजाला इहलोकीं खिन्न व्हावें लागत नाहीं. प्रत्येकाविषयीं संशय घेणारा, सर्वस्व हरण करणारा, वक्र मार्गानें वागणारा, आणि लुब्ध अशा राजाला त्याचेच लोक सत्वर बंधनांत टाकतात. लोकांचें हृदय आपणाकडे आकर्षण करून घेण्यामध्यें आसक्त असलेला व शुचिर्भूत अशा पृथ्वीपतीला शत्रूंनीं जरी अगदीं ग्रासून टाकलें, तरीही त्याचा निःपात न होतां चोहोंकडे त्याची सत्ता रहाते. कोप न करणारा, व्यसनशून्य, सौम्य शिक्षा करणारा, आणि जितेंद्रिय असा राजा असला म्हणजे हिमालय पर्वताप्रमाणें लोकांच्या विश्वासास पात्र होतो. म्हणजे, ज्याप्रमाणें हिमालयापासून पीडा होणार नाहीं अशी लोक खात्री बाळगितात, त्याचप्रमाणें ह्याजविषयींही बाळगितात. ज्ञानसंपन्न, दानरूपी गुणानें युक्त, शत्रूंच्या छिद्रांचें अन्वेषण करण्याविषयीं तत्पर, सर्वही वर्णांतील लोकांना गांठ घेतां येणारा, नीति कोणती आणि अनीति कोणती हें जाणणारा, आलस्यशून्य, क्रोधाचा जय केलेला, उत्कृष्ट प्रकारें अनुग्रह करणारा, उदारांतःकरण, कोपिष्ट स्वभाव नसलेला, उद्योगी, कर्मशूर, व्यर्थ आत्मश्लाघा न करणारा असा नृपति लोकांच्या विश्वासास पात्र होतो. ज्या राजाचीं आरंभिलेलीं कार्यें उत्कृष्ट प्रकारें सिद्धीस गेल्याचें दिसून येतें, तोच सर्व नृपांमध्यें अत्यंत श्रेष्ठ होय. ज्याच्या राज्यामध्यें प्रजा आपल्या पित्याच्या गृहामध्यें असल्याप्रमाणें निर्भयपणें संचार करीत असतात, ज्याच्या देशांतील अथवा राजधानींतील लोकांना नीति कोणती व अनीति कोणती ह्याचें ज्ञान असतें, व ज्याला चोरादिकांच्या भीतीमुळें आपलें वैभव गुप्त ठेवावें लागत नाहीं, तोच राजा सर्व नृपांमध्यें श्रेष्ठ होय. ज्याच्या राज्यामध्यें वास करणारे लोक आपल्या कर्मांमध्यें आसक्त, केवल आपल्या शरीरावरच प्रेम न करणारे, यथाविधि पालन केले जाणारे, वश्य, शिक्षा मान्य करणारे, आज्ञेंत राहणारे, दुसऱ्याला पीडा देण्याची इच्छा न करणारे, आणि सत्पात्रीं दान करण्याची आवड असलेले असे असतात, तोच खरा पृथ्वीपति होय. ज्या भूपती-

च्या राज्यामध्यें दंभ, अनृत, मायावीपणा, आणि परोत्कर्षासहिष्णुत्व हीं नसतात, त्याला शाश्वत अशा धर्माची प्राप्ति होते. जो परहित-कारक आणि ज्ञेय अशा शास्त्रादिकांमध्यें रममाण होऊन रहातो व ज्ञानाला मान देतो, सन्मार्गानें वागतो आणि दानशूर असतो, तोच राजा राज्य करण्यास योग्य होय. ज्याचे हेर प्रत्यहीं चालले असतांही गुप्तपणामुळें न चालल्याप्रमाणें भासणारे असतात, व ज्याचे गुप्त विचार शत्रूंना कळून येत नाहींत, तोच राजा राज्य करण्यास योग्य होय. हे भारता, पूर्वी एका राजाला रामचरित्र सांगितलें असतां महात्म्या भार्गवानें एक श्लोक म्हटला आहे, तो असा—" मनुष्यांनीं प्रथम राजा मिळविला पाहिजे; तदनंतर स्त्री व त्यानंतर द्रव्य. कारण, जर राजा नसला तर लोकांना स्त्री तरी कोठून मिळणार? आणि द्रव्य तरी कोठून मिळणार? " म्हणूनच, ज्यांना राज्य करण्याची इच्छा असेल त्या राजांना, अतिशय मोकळेपणानें प्रजापालन करणें ह्यावांचून दुसरा शाश्वत असा धर्म नाहीं. प्रजापालन हेंच लोकांच्या जीविताला आधारभूत असतें. हे राजेंद्रा, ह्याविषयीं प्रचेत्याचा पुत्र मनु ह्यानें राजधर्माविषयीं दोन श्लोक म्हटलेले आहेत, ते तूं ह्या ठिकाणीं एकाग्र अंतःकरण करून ऐक.

" ज्याप्रमाणें समुद्रांतून जावयाचें असल्यास भग्न झालेल्या नौकेचा त्याग केला पाहिजे, त्याप्रमाणेंच मनुष्यानें शास्त्रादिकांचें व्याख्यान न करणारा आचार्य, अध्ययनशील नसलेला ऋत्विज, प्रजेचें पालन न करणारा राजा, अप्रिय भाषण करणारी पत्नी, गांवांत जाऊन रहाण्याची इच्छा करणारा गोपाल, आणि वनामध्यें जाऊन रहाण्याची इच्छा करणारा नापित ह्या सहांचा त्याग करावा. "

अध्याय अठ्ठावन्नावा.

—:०:—

संक्षिप्त राजधर्म.

भीष्म म्हणाले:—युधिष्ठिरा, हें तुला राजधर्मांतील सार सांगितलें. भगवान् बृहस्पति यानें न्याय्य अशा राजधर्माची प्रशंसा केलेली आहे. त्याचप्रमाणें, हे कमलाप्रमाणें आरक्त नेत्र असलेल्या धार्मिकश्रेष्ठा, भगवान् विशालाक्ष, महातपस्वी शुक्र, सहस्रनेत्र देवेंद्र, प्रचेत्याचा पुत्र मनु, भगवान् भारद्वाज आणि मुनि गौरशिरा हे राजधर्माचे प्रणेते व ब्राह्मणांचे हितकर्ते व ब्रह्मवादी पुरुष प्रजापालनरूपी धर्माचीच प्रशंसा करीत असतात. आतां ह्या धर्माचीं साधनें मी सांगतों तीं ऐक. गुप्त व प्रकट हेर ठेवणें, मात्सर्य न करितां योग्य वेळीं दान करणें, दुसऱ्याची युक्ति घेणें, भलत्याच प्रकारच्या उपायांची योजना करून करादिक न घेणें, सत्पुरुषांना सहवासास ठेवणें, शौर्य, दक्षता, सत्यनिष्ठा, प्रजेचें हितचिंतन, सरळ अथवा वक्र अशा दोहों प्रकारच्या उपायांनीं शत्रुपक्षामध्यें भेद उत्पन्न करणें, जीर्ण झालेल्या व मोडकळीस आलेल्या मंदिरांची व्यवस्था करणें, प्रसंगानुसार शारीर व आर्थिक दोहों प्रकारच्या दंडाचा प्रयोग करणें, सत्पुरुषांचा त्याग न करणें, कुलीनांचा चरितार्थ चालविणें, संग्राह्य वस्तूंचा संग्रह करणें, ज्ञानसंपन्न लोकांची शुश्रूषा करणें, सैन्याना सदैव आनंदांत ठेवणें, प्रजेवर अनुकूल अशी दृष्टि ठेवणें, प्रसंगाच्या वेळीं खिन्न न होणें, कोशाची अभिवृद्धि करणें, तटबंदी वगैरे करून नगराचें रक्षण करणें, रक्षणकर्त्यावर विश्वास ठेवून न रहाणें, राजधानींतील लोक शत्रूंना वश झाले असल्यास त्यांना फोडून घेणें, किंवा शत्रु, मित्र आणि मध्यस्थ ह्यांची योग्य प्रकारें चौकशी करणें, सर्व सेवकांचें

ऐक्य न होईल अशी व्यवस्था ठेवणें, त्यांच्यावर विशेषसा विश्वास न ठेवणें, आपल्या राजधानीची व्यवस्था पाहाणें, शत्रूलाही धीर देणें, नीति आणि धर्म यांच्या अनुरोधानें वागणें, सदैव कार्योद्युक्त असणें,शत्रूंचा अपमान न करणें आणि दुर्वर्तनीय लोकांचा सदैव त्याग करणें हीं प्रजापालनाचीं साधनें होत. राजांनीं सदा कार्यासक्त असावें असें बृहस्पतीनें सांगितलें असून, तें राजधर्माचें मूळ आहे. यांविषयींचे श्लोक मी सांगतों ते ऐक.

" उद्योगानेंच देवांना अमृताची प्राप्ति झाली, उद्योगानेंच असुरांचा वध झाला, आणि उद्योगामुळेंच देवेंद्रानें इहलोकीं व स्वर्गलोकीं श्रेष्ठत्व संपादन केलें. उद्योगाविषयीं अत्यंत उत्साही असलेला पुरुष केवल भाषणांत उत्साह दाखविणाऱ्या लोकांवर आपला अधिकार बसवूं शकतो, व कार्यामध्यें उत्साह दाखविणाऱ्या पुरुषांना खुष करून, केवल भाषणांत उत्साह दाखविणारे पुरुष त्यांची शुश्रूषा करीत रहातात. उद्योगशून्य असलेला राजा जरी बुद्धिमान् असला तरी निर्विष सर्पाप्रमाणें शत्रूंच्या अवमानास पात्र होतो."

राजा जरी अत्यंत बलाढ्य असला, तरी त्यानें निर्बल अशाही शत्रूला तुच्छ समजून असूं नये. कारण, अग्नि जरी थोडा असला तरी तो दग्ध करून सोडतो; व विष जरी स्वल्प असलें तरी तें प्राण हरण करितें. दुर्गाचा आश्रय करून रहाणाऱ्या शत्रूपाशीं राज्याचें एकही अंग जर उत्कृष्ट प्रकारचें असलें, तर तो ऐश्वर्यसंपन्न अशाही राजाच्या सर्व देशाला पीडा देऊं शकतो. राजानें आपल्या गुप्त गोष्टी, उघडपणें केलेलें भाषण, शत्रूच्या पराजयासाठीं लोक ठेवणें, अंतःकरणाची वक्रता, कारणामुळें करावें लागलेलें कपटी आचरण व अवश्य करावें लागल्यामुळें केलेलें पापकर्म ह्यांच्या योगानें घडलेल्या दोषांचें परिमार्जन आणि सरळपणाचें अवलंबन करावें; लोकांच्या ऐक्यवृद्धीसाठीं अत्यंत धार्मिक अशीं कृत्यें करावीं. राज्य हें एक अतिशय मोठें बंधन असून, त्याचा भार क्रूर मनुष्यांना धारण करितां येत नाहीं; व अतिशय श्रमाचें वसतिस्थान असल्यामुळें मृदु मनुष्यालाही त्याचा भार धारण करितां येत नाहीं. सर्वांच्या इच्छेस सदैव पात्र असलेलें हें राज्य केवल सरलत्वाचेंच अवलंबन केल्यास आपल्या अधीन ठेवितां येतें. ह्यास्तव, हे युधिष्ठिरा, राजानें सदैव मिश्र वृत्तीनें रहावें; प्रजेचें संरक्षण करण्याच्या कामीं जरी त्याजवर संकट ओढवलें, तरी त्याच्या योगानेंही ह्याला मोठा धर्म घडतो. सारांश, अशा प्रकारें राजांचें वर्तन असावें. हे कुरुश्रेष्ठा, हा राजधर्मातील अगदीं स्वल्प अंश मीं तुला सांगितला. आतां तुला ज्याविषयीं संशय असेल तें विचार.

युधिष्ठिरादिकांचें स्वस्थानीं गमन.

वैशंपायन सांगतातः—याप्रमाणें भीष्मानें सांगितल्यानंतर भगवान् व्यास, देवस्थान, अश्म, श्रीकृष्ण, कृप, सात्यकि आणि संजय यांचीं मुखें विकसित होऊन ते आनंदानें " वाहवा वाहवा ! " असें म्हणून धार्मिकवर्य नरश्रेष्ठ भीष्माची स्तुति करूं लागले. पुढें, अंतःकरण दीन असलेला कुरुश्रेष्ठ युधिष्ठिर नेत्रांत अश्रु येऊन भीष्माच्या चरणांला स्पर्श करीत करीत म्हणाला, "हे पितामहा, मी उद्यां ह्याच वेळीं आपणांला माझा संशय विचारीन. कारण, आतां पृथ्वींतील रस शोषून घेऊन सूर्य अस्ताला जाऊं लागला आहे."

तदनंतर ब्राह्मणांना नमस्कार करून, आनंदित झालेले ते श्रीकृष्ण, कृप आणि युधिष्ठिरादि पांडव भागीरथीपुत्र भीष्माला प्रदक्षिणा करून रथारूढ झाले. पुढें ते अत्यंत नियमनिष्ठ शत्रुतापन दृषद्वती नदीमध्यें स्नान करून

जलामध्यें करावयाचीं कृत्यें व जप आणि तिलकधारणादि मंगलकृत्यें करून व यथाविधि संध्योपासना करून हस्तिनापुरांत गेले.

अध्याय एकुणसाठावा.

—:०:—

राजाची उत्पत्ति व संक्षेपतः त्याचे धर्म.

वैशंपायन सांगतातः—नंतर प्रातःकालीं उठून पूर्वाह्णीं करावयाचीं कर्में केल्यावर, नगराप्रमाणें विशाल असलेल्या रथांमध्यें आरोहण करून ते पांडव आणि यादव गमन करूं लागले; आणि, हे निष्पापा, कुरुक्षेत्रांत प्रविष्ट झाल्यानंतर वीरश्रेष्ठ भागीरथीपुत्र भीष्माकडे जाऊन त्याला ' रात्र सुखानें गेली ना ? ' असें त्यांनीं विचारलें. मग त्यांनीं व्यासप्रभृति ऋषींना प्रणाम केला; व त्या सर्वांनीं अभिनंदन केल्यानंतर ते भीष्माच्या सभोंवतीं त्याला चोहोंकडून वेढून बसले. तदनंतर महातेजस्वी धर्मराज युधिष्ठिर भीष्माचें यथाविधि पूजन करून हात जोडून बोलूं लागला.

युधिष्ठिर म्हणालाः—हे भरतकुलोत्पन्ना शत्रुतापना राजा, राजा हा जो शब्द लोकांमध्यें प्रचारांत आहे, त्याची उत्पत्ति कशी झाली हें मला कथन करा. राजाचे हात, बाहु, कंठ, बुद्धि, इंद्रियें, सुख, दुःख, पृष्ठ, मुख, उदर, शुक्र, अस्थि, मज्जा, मांस, रक्त, निश्वास, उच्छ्वास, प्राण, शरीर, जन्म आणि मरण हीं व दुसरेही सर्व गुण इतर मनुष्यांसारखेच असतांना, अत्यंत बुद्धिसंपन्न आणि शूर अशा लोकांवर त्याचें एकट्याचेंच वर्चस्व कसें रहातें? शूर, वीर आणि सज्जन ह्यांनीं व्याप्त असलेल्या संपूर्ण पृथ्वीचें तो एकटाच कसें पालन करितो? लोकही त्याच्या अनुग्रहाची इच्छा कशाकरितां करितात? तो एकटाच प्रसन्न असल्यास सर्वेही लोक प्रसन्न असतात, व तो व्याकुल झाला असल्यास सर्वेही लोक व्याकुल होतात, असा सिद्धांत आहे, ह्याचें कारण काय ? यांतलि तत्त्व, हे भरतकुलधुरंधरा, ऐकण्याची माझी इच्छा आहे. ह्यास्तव, हे वक्तृश्रेष्ठा पितामहा, मला तें संपूर्ण तत्त्वतः कथन करा. कारण, देवाप्रमाणें एकाच मनुष्यापुढें सर्व जगतानें नम्र होऊन रहावें याचें कारण कांहीं अल्पसें असणार नाहीं.

भीष्म सांगतातः—हे नरश्रेष्ठा, पूर्वीं कृतयुगामध्यें राज्य कसें उत्पन्न झालें हा सर्व वृत्तांत तूं नियमपूर्वक श्रवण कर. पूर्वीं राज्यही नव्हतें, राजाही नव्हता, शिक्षाही नव्हती आणि शिक्षेस पात्र असा कोणी मनुष्यही नव्हता. कारण, सर्व प्रजा धर्माच्याच योगानें परस्परांचें संरक्षण करीत असत. हे भारता, याप्रमाणें धर्माच्या योगानें परस्परांचें संरक्षण चाललें असतां लोकांना अत्यंत श्रम होऊं लागले; व तदनंतर त्यांच्या ठिकाणीं मोहाचा प्रवेश झाला. हे नरश्रेष्ठा, याप्रमाणें ते मोहाच्या अधीन झाले, व त्यामुळें ज्ञानाचा लोप होऊन त्यांच्या धर्माचा नाश झाला. हे भरतकुलश्रेष्ठा, त्या वेळीं ते लोक ज्ञानाचा नाश होतांच लोभाच्या अधीन झाले; व ज्याची प्राप्ति झाली नाहीं त्या वस्तूविषयीं मनुष्यें विचार करूं लागलीं. तेव्हां, हे प्रभो, त्यांच्या ठिकाणीं काम हा एक दुसरा शत्रु उत्पन्न झाला. पुढें ते कामाच्या अधीन होतांच अनुराग (प्रेम) हा येऊन भिडला; आणि, हे युधिष्ठिरा, अनुरागयुक्त झाल्यामुळें त्यांना कर्तव्य आणि अकर्तव्य हें कळेनासें झालें. गमन करण्याला योग्य अथवा अयोग्य प्रदेश, योग्य अथवा अयोग्य भाषण, भक्ष्य अथवा अभक्ष्य, दोषयुक्त किंवा निर्दोष वस्तु ह्या कोणाचाच ते त्याग करीतनासे झाले. अर्थात् दूषित असो अथवा निर्दोष असो, त्या सर्वांचा स्वीकार करूं लागले. अशा रीतीनें हा

मृत्युलोक नाश पावूं लागला तेव्हां वेदाचाही नाश झाला; आणि, राजा, वेदाचा नाश झाल्यामुळें अर्थातच धर्मही नष्ट होऊन गेला. याप्रमाणें, हे नरश्रेष्ठा, वेद आणि धर्म या दोहोंचा नाश झाला तेव्हां देवांना भीति पडली, आणि त्यामुळें ते ब्रह्मदेवाला शरण गेले; आणि दुःखावेगाचे आघात होत असलेले ते देव लोकपितामह ब्रम्हदेव याला प्रसन्न करून हात जोडून म्हणाले, "हे भगवन्, मनुष्यलोकामध्यें वास्तव्य करीत असलेलें शाश्वत असें वेदरूपी ब्रह्म लोभ, मोह इत्यादिकांनीं मनुष्यांच्या शरीरांत संचार करून ग्रस्त करून सोडलें आहे, त्यामुळें आम्हांला भीति पडली आहे. हे ईश्वरा, वेदाचा नाश झाल्यामुळें धर्माचाही नाश झाला आहे; आणि त्यामुळें, हे त्रैलोक्याधिपते, आम्हीही मनुष्यांच्याच तोडीचे हीन बनून गेलों आहों. कारण, आह्मी खालीं भूलोकावर वृष्टि करितों व मनुष्यें हीं उर्ध्वभागीं असणाऱ्या स्वर्गलोकावर यज्ञादिद्वारा वृष्टि करितात. पण सांप्रत त्यांचीं यज्ञादि कर्में बंद पडलीं असल्यामुळें आम्हांला आमच्या जीविताचा संशय वाटूं लागला आहे. यास्तव, हे पितामहा, आतां यावर आह्मीं काय करणें श्रेयस्कार आहे त्याचा आपण विचार करा. सांप्रत, आपल्या प्रभावानें उत्पन्न झालेला जो आमचा ईश्वरत्व, सत्यसंकल्पत्व इत्यादि स्वभाव तो नष्ट होऊं लागला आहे !"

हें ऐकून भगवान् ब्रह्मदेव त्या सर्व देवांना म्हणाले, 'हे सुरश्रेष्ठहो, आपण भीति सोडून द्या. मी तुमच्या कल्याणाविषयींचा विचार करितों.' असें म्हणून त्यानें स्वतःच्या बुद्धीनें एक लक्ष अध्याय निर्माण केले. ह्यांमध्यें त्रिवर्ग या नांवानें प्रख्यात असलेल्या धर्म, अर्थ आणि काम ह्या तिहींचें ब्रह्मदेवानें वर्णन केलेलें आहे; व त्याजहून निराळा उद्देश आणि निराळे गुण असलेला मोक्ष ह्या नांवाचा जो चौथा पुरुषार्थ, त्याचेंही वर्णन केलेलें आहे. मोक्षाचा त्रिवर्ग पूर्वीं सांगितलेल्या त्रिवर्गाहून भिन्न सांगितलेला आहे. तो सत्त्व, रज आणि तम हा होय. शिवाय, आहे त्या स्थितींत रहाणें, अभ्युदय होणें व क्षय होणें हा दंडजन्य त्रिवर्ग होय. अंतःकरण, देश, काल, साधनें, फल, साहाय्यकर्ते आणि कारण हा नीतिजन्य षड्वर्ग होय. हे भरतकुलश्रेष्ठा, ब्रह्मदेवानें केलेल्या त्या लक्ष अध्यायांमध्यें कर्मकांड, ज्ञानकांड, कृषि, व्यापार इत्यादि उपजीविकेचें प्रकरण आणि प्रजापालन ह्या विद्या विस्तृतपणें सांगितलेल्या आहेत. अमात्याचें संरक्षण करण्यासाठीं ठेवावयाचे गुप्त हेर, राजपुत्राचीं लक्षणें व ते जे गुप्त हेर ठेवावयाचे त्यांचे नानाप्रकारचे वेष व निरनिराळे प्रकार हेही त्यांत सांगितलेले आहेत. तसेंच, हे पृथ्वीपते, ह्या ग्रंथामध्यें साम, दान, भेद, दंड आणि पांचवी उपेक्षा हीं पूर्णपणें सांगितलेलीं आहेत. सर्व प्रकारचे गुप्त विचार, शत्रुपक्षांत भेद उत्पन्न करण्यासाठीं करावयाचे गुप्त विचार, त्यामध्यें पडणारा भ्रम, तो विचार सिद्ध झाल्यास अथवा न झाल्यास मिळणारें फल, निकृष्ट, मध्यम आणि उत्तम असा तीन प्रकारचा संधि, व भीति, सत्कार आणि द्रव्य हीं त्याचीं कारणें ह्यांचें त्यांत पूर्णपणें वर्णन केलेलें आहे. चार प्रकारचे स्वारी करण्याचे काल, विस्तृत असा त्रिवर्ग, धर्मविषयक विजय, व आसुर विजय यांचेंही त्यांत पूर्णपणें वर्णन आहे. अमात्य, राष्ट्र, दुर्ग, बल आणि कोश ह्या पंचवर्गाचीं उत्तम, मध्यम आणि निकृष्ट अशीं तीन प्रकारचीं लक्षणें त्यांत वर्णिलेलीं आहेत. प्रकट आणि अप्रकट अशा दोहों प्रकारच्या सैन्यांचें त्यांत वर्णन केलेलें आहे. त्यांपैकीं, प्रकट

१ ह्याचें वर्णन सांख्यिकपर्वांत आहे.

सैन्याचे प्रकार आठ असून गुप्त सैन्याच्या प्रकारांचा पुष्कळ विस्तार आहे. हे कुरुकुलोत्पन्ना, रथ, गज, अश्व, पदाति, विष्टि (वेठे), नौका, गुप्त हेर आणि धर्मोपदेशक हीं प्रकट सैन्याचीं आठ अंगें त्यांत सांगितलेलीं आहेत. जंगम आणि स्थावर विषादिकांच्या चूर्णांची स्पर्श करावयाच्या पदार्थांमध्यें व अन्नामध्यें करावयाची योजना, नानाप्रकारचे जारणमारणादि गुप्त उपाय, व शत्रु, मित्र आणि उदासीन ह्यांचीं लक्षणेंही त्यांमध्यें वर्णिलेलीं आहेत! ग्रहनक्षत्रादिकांच्या मार्गांचीं फलें, भूमीचे गुण, आत्मसंरक्षण, आश्वासन, कारखान्यांचें निरीक्षण करणें, मनुष्यें, गज, रथ आणि अश्व ह्यांच्या दृढतेचे व पुष्टीचे अनेक योग, नानाप्रकारचीं नांवें असलेले व्यूह, विलक्षण युद्धचातुर्य, धूमकेतुप्रभृति उत्पात, उल्कापातादिक निपात, उत्कृष्ट प्रकारचें युद्ध, शुभकारक पलायन, शस्त्रांना धार देण्याचा प्रकार, तसेंच हे भरतकुलश्रेष्ठा, सामर्थ्य आणि संकट यांसंबंधीचें ज्ञान, सैन्याला आनंदित ठेवण्याचा प्रकार, पीडा व अनेक संकटें यांचा समय, पायदळांची विद्या, अभिमंत्रित अशा दुंदुभीच्या ध्वनीवरून प्रयाणादिक फलें सांगण्याचा प्रकार, पताकादिक आणि मंत्रादिक अशा दोहों प्रकारच्या योगांच्या दर्शनानें व श्रवणानें शत्रूला मोह उत्पन्न करण्याचा प्रकार, चोर व अरण्यामध्यें वास्तव्य करणारे भयंकर लोक यांजकडून शत्रूंच्या राष्ट्रास पीडा देणें, अग्नि लावणारे, विष देणारे, प्रतिबिंब उठविणारे[1], निरनिराळ्या वर्गांतील मुख्य मुख्य मनुष्यांत फाटाफूट करून हत्तींना पिसाळून अथवा त्यांच्या शरीरांत रोग उत्पन्न करून आपल्यावर प्रेम करणाऱ्या मनुष्याचा बहुमान करून व त्याचा आपल्यावर विश्वास बसवून घेऊन शत्रूच्या राष्ट्राला पीडा कशी द्यावी हेंही त्यांत सांगितलेलें आहे. सात अंगांनीं युक्त असलेल्या राजाचा ऱ्हास, वृद्धि, समता यांचें स्वरूप, दूत आणि सामर्थ्य ह्यांच्या योगानें स्वराष्ट्राची वृद्धि करण्याचा प्रकार, आणि शत्रु, मध्यस्थ व मित्र ह्यांच्या स्वरूपाचा विस्तार हींही त्यांत वर्णिलेलीं आहेत. अत्यंत बलवान् अशाही शत्रूशीं युद्ध करणें व त्याजवर उलट मारा करणें, विवादांचा अत्यंत सूक्ष्म विचार, दुष्ट लोकांचें निर्मूलन, व्यायाम, शस्त्रास्त्रयोग करण्याचा अभ्यास, दान, द्रव्यसंग्रह, पोषण न होणाऱ्यांचें पोषण करणें, व पोषण होत असेल त्यांचा परामर्श घेणें, योग्य वेळीं द्रव्यदान करणें, व व्यसनामध्यें आसक्त नसणें ह्याही गोष्टी त्यांत सांगितल्या असून, राजाचे व सेनापतीचे सर्व गुण, धर्मादि तीन पुरुषार्थांचें साधन व त्यांतील गुणदोष, नानाप्रकारचे दुराचार, सेवकांना द्यावयाचें वेतन, सर्वांचाही संशयितपणा, प्रमादाचा त्याग, प्राप्त न झालेलें द्रव्य मिळविणें, मिळविलेलें वाढविणें, आणि नंतर वाढविलेल्या द्रव्याचें सत्पात्र लोकांना दान करणें, अर्ध्या द्रव्याचें धर्मकृत्यासाठीं दान करणें, तिसऱ्या चतुर्थांशाचा आपल्या इच्छेप्रमाणें विनियोग करणें व चौथ्या चतुर्थांशाचा संकटप्रसंगीं व्यय करणें ह्याही गोष्टींचें त्यांत वर्णन केलेलें आहे. हे कुरुश्रेष्ठा, क्रोधज आणि कामज अशीं भयंकर दहा व्यसनें हीं या ग्रंथांत सांगितलेलीं आहेत. हे कुरुकुलश्रेष्ठा, मृगया, द्यूत, मद्यपान आणि स्त्रिया हीं जीं कामज व्यसनें आचार्यांनीं सांगितलीं आहेत तीं ब्रह्मदेवानें या ग्रंथांत वर्णिलेलीं आहेत. कठोर शब्दांचा प्रयोग, उग्रत्व, कडक शिक्षा, मनोनिग्रह, द्रव्यासंबंधीं व्यसनें, नानाप्रकारचीं यंत्रें व त्यांच्या कृति यांचेंही त्यांत वर्णन आहे. आपल्या सैन्याकडून शत्रूच्या सैन्याला पीडा

[1] ह्यावरून पूर्वी फोटोग्राफी असावी असें दिसतें.

देणें, त्याजवर उलट मारामारी करणें, शत्रूच्या ध्वजादि चिन्हांचा भंग करणें. देवमंदिरें आणि वृक्ष याचा विध्वंस करणें, वेढा देणें. कार्य करण्याविषयींची आज्ञा, युद्धादिकांचीं साधनें, कवचादि वस्तु, आणि, हे युधिष्ठिरा, पणव, आनक, शंख, भेरि इत्यादि वाद्यें तयार करण्याच्या युक्ति, रत्नें, पशु, पृथ्वी, वस्त्र, दासदासी आणि सुवर्ण ह्या सहा प्रकारच्या द्रव्यांचें संपादन व शत्रूंच्या द्रव्यांचा विध्वंस करणें, प्राप्त झालेल्या द्रव्याबद्दल शांति बाळगणें, सत्पुरुषांचा सन्मान करणें, विद्वानांशीं ऐक्य ठेवणें, दान, होम ह्यांविषयींचें ज्ञान असणें, शुभकारक वस्तूंचा स्पर्श करणें, शरीर अलंकृत करणें, आहाराची योग्यता व सदैव आस्तिकपणें असणें याही सर्व गोष्टींचें त्यांत वर्णन आहे; व एकट्यानेंच उद्योग कसा करावा हेंही त्यांत सांगितलें असून, सत्यता, मधुर भाषण, उत्सवांविषयींचीं व समाजांचीं कर्तव्यें, गृहकृत्यें, सर्वेही खात्यांतील प्रत्यक्ष-अप्रत्यक्ष गोष्टी, सदैव भृत्यादिकांच्या वर्तनाचें निरीक्षण, ब्राह्मणांची दंडास अपात्रता व त्यांना युक्तीनें शिक्षा करणें, आपल्या आधारावर उपजीविका करणें, आपल्या ज्ञातींतील लोक आणि सद्गुण ह्यांच्याचकरितां ऐश्वर्याचें वस्तुत्व, पौरजनांचें संरक्षण, राष्ट्राचा विस्तार, राष्ट्रासंबंधानें त्याच्यासभोंवतीं चोहों दिशेस असणाऱ्या शत्रु, मित्र आणि उदासीन राजांविषयीचा विचार, बारा प्रकारचे शरीरसंस्कार आणि देश, जाति व कुल ह्यांचे धर्म ह्या ग्रंथामध्यें वर्णन केलेले आहेत. हे अत्यंत चातुर्यसंपन्ना, यामध्यें धर्म, अर्थ, काम आणि मोक्ष हे पुरुषार्थ, सामादिक उपाय आणि नानाप्रकारचे द्रव्यसंपादनाचे उपाय, वशीकरण कर्मे, मायावी प्रयोग व ज्यांतील पाणी कमीअधिक होत नाहीं असे जलप्रवाह दूषित करण्याचा प्रकार, हे नृपश्रेष्ठा, हींही ह्यांत वर्णिलीं असून, हे नृपश्रेष्ठा, ज्या ज्या उपायांची योजना केली असतां लोक श्रेष्ठ अशा धर्ममार्गापासून भ्रष्ट होणार नाहींत हे सर्व उपाय ह्या नीतिशास्त्रामध्यें सांगितलेले आहेत. हें उत्कृष्ट प्रकारचें शास्त्र निर्माण केल्यानंतर आनंदित होऊन भगवान् प्रभु ब्रह्मदेव इंद्रप्रभृति सर्व देवतांना म्हणाला कीं " लोकांना उपयोग व्हावा, व धर्मादि त्रिवर्गाची स्थापना व्हावी ह्यासाठीं मी आपल्या बुद्धीनें सरस्वतीचें केवल नवनीतच असें हें नीतिशास्त्ररूपी ज्ञान निर्माण केलें आहे. हें शास्त्र दंडाच्या साहाय्यानें सर्व लोकांचें संरक्षण करील व निग्रह आणि अनुग्रह करीत राहून लोकांमध्यें प्रचारांत येईल. ह्या शास्त्रांत सांगितलेल्या दंडाच्या योगानें लोकांना पुरुषार्थरूपी फलाची प्राप्ति होते, किंवा या शास्त्रावरून दंड केला जातो, म्हणूनच हें दंडनीति या नांवानें प्रसिद्ध होऊन त्रैलोक्यामध्यें वास्तव्य करील. संधि, यान, परिगृह्यासन, द्वैधीभाव, अन्यनृपाश्रय व विगृह्यासन ह्या षड्गुण्याचे गुणदोष हेच जीमध्यें सारभूत आहेत अशी ही राजनीति पुढें महात्मे पुरुषांमध्यें राहील. हिजमध्यें धर्म, अर्थ, काम आणि मोक्ष हे सर्व सांगितलेले आहेत. "असें ब्रह्मदेवांनीं भाषण केल्यानंतर, प्रजेच्या आयुष्याचा ऱ्हास होत आहे हें जाणून, अनेकमूर्तिसंपन्न, विशालनयन, कल्याणकारक व नित्य अशा पार्वतीपति भगवान् श्रीशंकरांनीं त्या नीतीचा प्रथम अंगिकार केला; व त्यांनीं ब्रह्मदेवानें केलेल्या मोठमोठ्या अस्त्रांचें वर्णन असलेल्या त्या शास्त्राला संक्षिप्त स्वरूप दिलें. ह्या संक्षिप्त नीतिशास्त्राला वैशालाक्ष असें म्हणतात. त्याचें अध्ययन करून महातपस्वी व द्विजहितकारक भगवान् इंद्रानें त्या दहा हजार अध्याय असलेल्या श्रीशंकरोक्त शास्त्राचाही संक्षेप केला. बा युधिष्ठिरा, त्याचे पांच हजार अध्याय असून त्याला बाहुदंतक अशी संज्ञा आहे. सामर्थ्यसंपन्न

अशा बृहस्पतीनें, आपल्या बुद्धीनें त्याही शास्त्राला संक्षेप देऊन त्याचे तीन हजार अध्याय केले. त्याला बार्हस्पत्य शास्त्र असें म्हणतात. अत्यंत ज्ञानसंपन्न, योगाचार्य व महाकीर्तिमंपन्न शुक्र ह्यानें तेंही शास्त्र एक हजार अध्याय करून संक्षेपांत आणिलें. याप्रमाणें, मनुष्याचें आयुष्य स्वल्प असून व त्यांचा ऱ्हास होत आहे हें जाणून महर्षींनीं लोकांच्या अनुरोधानें ह्या शास्त्राला संक्षिप्त स्वरूप दिलें. असो; पुढें, देव प्रजाधिपति श्रीविष्णूची भेट घेऊन त्यांना " मनुष्यांमध्यें ज्याला एकट्यालाच श्रेष्ठत्व देणें योग्य असेल असा कोण आहे तें सांगा." असें विचारूं लागले. तेव्हां भगवान् कांतिसंपन्न प्रभु श्रीविष्णु ह्यांनीं विचार करून तेजोमय असा विरजा या नांवाचा एक मानसिक पुत्र निर्माण केला. पण तो महाभाग्यशाली विरजा भूतलावरील प्रभुत्वाची इच्छा करीना. कारण, हे पांडवा, संन्यास करणेंच त्याच्या बुद्धीला आवडत होतें. त्याला कीर्तिमान् म्हणून एक पुत्र झाला. पण तोही विषयांच्या फेऱ्यांतून पार निघून गेला. त्याला कर्दम नांवाचा एक पुत्र होता. तोही मोठें तप करूं लागला. त्या कर्दम प्रजाधिपतीला अनंग या नांवाचा पुत्र झाला. हा सौजन्यसंपन्न, दंडनीतिशास्त्रामध्यें निष्णात व प्रजेचें संरक्षण करणारा असा होता. ह्या अनंगाच्या अतिबल नांवाच्या नीतिमान् पुत्रानें महाराजत्वाचा स्वीकार केला. व पुढें तो इंद्रियांच्या अधीन झाला. हे राजा, सुनीथा या नांवाची त्रैलोक्यविख्यात अशी मृत्यूची एक मानसकन्या होती. तिजपासून वेन नामक पुत्र उत्पन्न झाला. तो रागद्वेषांच्या अगदीं स्वाधीन असून प्रजेशीं नीतीनें वागत नसे. यामुळें ब्रह्मवादी मुनींनीं अभिमंत्रण केलेल्या दर्भांच्या योगानें त्याचा वध केला. नंतर त्यांनीं मंत्र ह्मणून त्याच्या उजव्या मांडीचें मंथन केलें. तेव्हां त्यांतून बेडौल, खुजा शरीराचा, आरक्तवर्ण नेत्र व कृष्णवर्ण केश असलेला, व दग्ध झालेल्या काष्ठाप्रमाणें दिसणारा एक पुरुष निर्माण झाला. त्याला ऋषींनीं " निषीद (बैस)" असें म्हटलें. पुढें त्याजपासून क्रूर व पर्वतावरील वनांचा आश्रय करून रहाणारे निषाद (भिल्ल) आणि विंध्यपर्वतावर रहाणाऱ्या दुसऱ्याही शेंकडों हजारों म्लेंच्छजाति निर्माण झाल्या. पुढें पुनरपि त्या महर्षींनीं वेनाच्या उजव्या बाहूचें मंथन केलें, तेव्हां त्यांतून स्वरूपानें जणू दुसरा इंद्रच असा एक पुरुष उत्पन्न झाला. त्यानें शरीरावर कवच चढविलेलें होतें; त्याच्या कंबरेस तरवार लटकलेली होती; त्याजपाशीं धनुष्यबाण होते; तो वेद आणि वेदांगें जाणणारा असून धनुर्विद्येंतही पारंगत होता; आणि, हे राजा, संपूर्ण दंडनीतीनेंही त्या नरश्रेष्ठाचा आश्रय केलेला होता. पुढें तो वेनपुत्र हात जोडून त्या महर्षींना म्हणाला कीं, 'माझ्या ठिकाणीं धर्म आणि अर्थ यांचें अवलोकन करणारी अत्यंत सूक्ष्म अशी बुद्धि उत्पन्न झालेली आहे. तिच्या योगानें मीं कोणतें कार्य करूं तें आपण मला वास्तविकपणें कथन करा. पुरुषार्थसंबंधींचें जें कांहीं कार्य आपण मला सांगाल तें मी करीन, ह्याविषयीं संशय नको."

हें ऐकून त्या देवांनीं व ऋषींनीं त्याला असें सांगितलें. " ज्या कृत्यामध्यें नियमानें धर्म वास्तव्य करीत असेल त्याचें तूं निःशंकपणें आचरण कर. तूं कोणाचे प्रिय अथवा अप्रिय करण्याचें सोडून देऊन सर्व प्राण्यांवर समदृष्टि ठेव. काम, क्रोध, लोभ आणि मोह ह्यांना दूर झुगारून दे. लोकांमध्यें जो कोणी मनुष्य धर्मभ्रष्ट होईल त्याला तूं आपल्या बाहुबलानें शासन कर. कारण तूं धर्मावर दृष्टि ठेवणारा आहेस. ' मी भूमितलावर वास्तव्य करणाऱ्या ब्रह्माचें अर्थात् वेदांचें आणि ब्राह्मणांचें संरक्षण

करीन. मी केव्हांही स्वतंत्रपणें न वागतां राजनीतीमध्यें जे धर्म नित्य म्हणून सांगितले आहेत त्यांचें निःशंकपणें आचरण करीन. ' अशी कायावाचामनेंकरून प्रतिज्ञा कर. तसेंच, हे शत्रुतापना प्रभो, ' मी ब्राह्मणांना शिक्षा करणार नाहीं व सर्व लोकांचें संकरापासून संरक्षण करीन. ' अशीही प्रतिज्ञा कर.

नंतर त्या ऋषींना पुढें करून तेथें असलेल्या देवांना तो वेनपुत्र ह्मणाला,' पुरुषश्रेष्ठ महाभाग्यशाली ब्राह्मण हे मला पूज्य आहेत. ' ह्यावर ' ठीक आहे ' असें त्या ब्रह्मवादी लोकांनीं उत्तर दिलें. नंतर, वेदांचा केवल सांठाच असा शुक्र त्याचा पुरोहित झाला. वालखिल्य आणि सारस्वत्य नामक देवगण हे त्याचे मंत्री झाले. महर्षि भगवान् गर्ग त्याचे ज्योतिषी झाले. हा वेनपुत्र श्रीविष्णूपासून आठवा पुरुष होय, अशी लोकांमध्यें प्रमाणभूत असलेली वदंता आहे. त्याच्या पूर्वी सूत आणि मागध हे दोन त्याचे स्तुतिपाठक उत्पन्न झाले होते. त्यांच्यावर प्रसन्न होऊन प्रतापशाली वेनपुत्र राजा पृथु यानें सूताला अनुप नांवाचा देश व मागधाला मगध देश दिला. त्या वेळीं भूमीवर अतिशय खांचखळगे होते. ह्यास्तव त्या राजानें भूमि साफ केली असें आमच्या ऐकिवांत आहे. कोणतेंही मन्वंतर झालें कीं, पृथ्वीवर खांचखळगे उत्पन्न होतात. असो; पुढें वेनपुत्र पृथूनें आपल्या धनुष्याच्या अग्रानें पृथ्वीवर चोहोंकडे असणारा शिलासमुदाय तेथून काढून टाकला. त्यामुळें पर्वत वाढले. त्याला देव, ऋषि आणि प्रजापालक ब्राह्मण यांसहवर्तमान श्रीविष्णु आणि देवेंद्र यांनीं राज्याभिषेक केला. हे पांडुपुत्रा, प्रत्यक्ष पृथ्वीनेंच त्याचा स्वीकार केला, व त्याला रत्नें समर्पण केलीं. तसेंच, हे युधिष्ठिरा, नदीपति समुद्र, पर्वतश्रेष्ठ हिमालय आणि इंद्र यांनींही त्याला अविनाशी असें द्रव्य अर्पण केलें. सुवर्णपर्वत महामेरु यानें त्याला स्वतः सुवर्ण अर्पण केलें. यक्षराक्षसांचा अधिपति भगवान् कुबेर यानें धर्म, अर्थ आणि काम या पुरुषार्थांची सिद्धि करण्याविषयीं समर्थ असें द्रव्य त्याला अर्पण केलें. हे पांडुपुत्रा, वेनपुत्र पृथूनें मनांत आणतांच कोटयवधि अश्व, गज, रथ आणि पुरुष प्रकट झाले. तो राजा प्रजापालन करीत असतां मनुष्यांना जरा, व्याधि आणि मानसिक चिंता हीं नव्हतीं; दुर्भिक्ष पडत नव्हतें; सर्पांची अथवा चोराची भीति नव्हती; व मनुष्यांमध्यें परस्परांपासून परस्परांलाही भीति नव्हती. तो राजा समुद्रांतून गमन करणार असला कीं त्याला जातां यावें म्हणून पाणी गोंठून जाई; पर्वत त्याला मार्ग देत असत; त्याच्या ध्वजाचा केव्हांही भंग झाला नाहीं. त्यानें पृथ्वीची धार काढिली, तींच सतरा प्रकारचीं धान्यें होत. त्यांपैकीं यक्ष, राक्षस आणि नाग ह्यांपैकींही ज्याला ज्याची अपेक्षा होती तें त्यानें पृथ्वीपासून दोहन करून काढिलें. त्या महात्म्यानें हा सर्व लोक अत्यंत धर्मनिष्ठ करून सोडला, व प्रजेचें रंजन केलें, म्हणूनच त्याला राजा असें म्हणतात. क्षता (संकटा) पासून ब्राह्मणांचें त्राण (संरक्षण) केलें म्हणून त्याला क्षत्रिय असें म्हणतात. स्वभावतःच विस्तीर्ण असलेल्या भूमीला अनेक लोक त्या पृथूच्याच संबंधानें पृथ्वी असें म्हणतात. हे भरतकुलोत्पन्न राजा युधिष्ठिरा, तुझ्या आज्ञेबाहेर कोणीही जाणार नाहीं असें सांगून स्वतः सनातन श्रीविष्णूंनींच त्याची स्थापना केली. राजाच्या शरीरामध्यें भगवान् श्रीविष्णूंनीं प्रवेश केला आहे, म्हणूनच लोक हे मनुष्यांतील केवल देवताच अशाही लोकांना केवळ देवतुल्य असणाऱ्या राजाला प्रणाम करितात. राजा युधिष्ठिरा, दंडनीतीच्या अनुरोधानें सर्वांचें संरक्षण केलें पाहिजे; व

हेररूपी दृष्टीच्या द्वारानें प्रजादिकांचें सर्व वर्तन अविच्छिन्नपणें पाहिलें पाहिजे; म्हणजे कोणाही शत्रूंना राजाचा पराजय करितां येत नाहीं. कारण, हे राजेंद्रा, शुभकर्म शुभ असेंच फल देतें. यास्तव, राजानें अंतःकरण आणि कृति या दोहोंच्या योगानें शुभ कर्मेंच घडवून आणीत असावें, हेंच त्याचें संक्षेपतः कर्तव्य होय. अशा प्रकारचे दैविक गुण राजाच्या अंगीं असल्यावांचून लोक तरी त्याच्या स्वाधीन काय म्हणून रहातील?

असो. युधिष्ठिरा, त्या वेळीं श्रीविष्णूच्या ललाटांतून एक कमल निघालें. त्यांतून ज्ञानसंपन्न धर्माची पत्नी देवी श्री ही उत्पन्न झाली. आणि, हे पांडवा, तिच्या ठिकाणीं धर्मापासून अर्थ नामक पुत्र उत्पन्न झाला. व नंतर धर्म, अर्थ आणि श्री हीं राज्यामध्यें स्वस्थपणें राहूं लागलीं. बा युधिष्ठिरा, पुण्यक्षय झाल्यामुळें स्वर्गलोकांतून पृथ्वीवर येऊन मनुष्य राजनीतीमध्यें निष्णात असा पृथ्वीपति होतो; व भूतलावर त्याला श्रीविष्णूचें महत्त्व प्राप्त होतें; आणि तो विचारसंपन्न होऊन महात्मा बनतो. देवांनींच त्याची राज्यावर स्थापना केली असल्यामुळें कोणीही त्याची आज्ञा उल्लंघन करीत नाहीं. सर्व जग त्याच्या स्वाधीन होऊन रहातें व त्याच्यावर कोणाचीही सत्ता असत नाहीं. राजा हा सर्व प्रकारें इतर लोकांसारखा असतां लोक त्याच्या आज्ञेंत वागतात, याचें कारण त्याचें शुभकर्म होय. हे राजेंद्रा, शुभ कर्म हें शुभ असेंच फल देत असतें. जो कोणी मनुष्य प्रसन्न असें राजमुख अवलोकन करितो, तो त्याच्या स्वाधीन होऊन रहातो; आणि राजा ऐश्वर्यसंपन्न आहे, त्याला लोकांची अपेक्षा आहे, आणि तो सुस्वरूप आहे असें समजूं लागतो.

असो; युधिष्ठिरा, त्या दंडनीतीला महत्त्व असल्यामुळें तिचीं अत्यंत स्पष्ट अशीं लक्षणें, ज्यानें हें सर्व विश्व व्यापून मोडलें आहे अशा न्यायाचा विपुल प्रचार, पुराणांची उत्पत्ति, महर्षींची उत्पत्ति, तीर्थें आणि नक्षत्रें यांचे वंश, चार प्रकारच्या आश्रमांचे सर्व धर्म, चार प्रकारचीं होमकर्में, चार वर्णांच्या क्रिया, चार विद्या, इतिहास, वेद, संपूर्ण न्याय, तप, ज्ञान, अहिंसा, सत्य, असत्य, श्रेष्ठ प्रतीची नीति, वृद्धांची शुश्रूषा, दान, शुचिर्भूतपणा, उद्योग, भूतदया व भूगर्भज्ञान हीं सर्व त्या ब्रह्मदेवानें निर्माण केलेल्या शास्त्रामध्यें सांगितलेलीं आहेत, यांत संशय नाहीं. ह्या शास्त्रांचें ज्ञान असतें, म्हणूनच, हे प्रजाधिपते राजाधिराजा युधिष्ठिरा, देव आणि नृपति ह्या उभयतांची योग्यता सारखीच आहे असें मुज्ञ लोक सदैव म्हणत असतात. हे भरतकुलश्रेष्ठा, राजांच्या महत्त्वासंबंधानें मीं तुला हें सर्व पूर्णपणें सांगितलें. आतां दुसरें काय विचारावयाचें राहिलें आहे.

अध्याय साठावा.

—:०:—

वर्णाश्रमधर्मकथन.

वैशंपायन सांगतातः—तदनंतर पुनरपि भागीरथीपुत्र पितामह भीष्माला वंदन करून तो नियमनिष्ठ युधिष्ठिर हात जोडून विचारूं लागला कीं, 'चारी वर्णांचे निरनिराळे धर्म कोणते व चार वर्णांच्या आश्रमांसंबंधाचे धर्म कोणते, आणि राजधर्म कोणते; तसेंच, हे भरतकुलश्रेष्ठा, राष्ट्राची अभिवृद्धि कशाच्या योगानें होते, राजाचा अभ्युदय होण्याचा उपाय कोणता, आणि नगरवासी लोक व सेवक यांची अभिवृद्धि होण्याचा उपाय कोणता, राजानें कोश, दंड, दुर्ग, साहाय्यकर्ते, मंत्री, याज्ञिक, पुरोहित आणि आचार्य हे कोणत्या प्रकारचे असल्यास

त्यांचा त्याग केला पाहिजे, कोणावर विश्वास ठेवला पाहिजे, आणि, हे पितामहा, एखाद्या संकटामध्यें स्वतःचें पूर्णपणें संरक्षण कसें केलें पाहिजे, हें मला कथन करा.

भीष्म म्हणाले:—पूज्य अशा धर्माला नमस्कार असो. जगदुत्पादक श्रीकृष्णाला नमस्कार असो. ब्राह्मणांना नमस्कार करून मी आतां शाश्वत असे धर्म सांगतों. अक्रोध, सत्य भाषण, संविभाग, क्षमा, स्वस्त्रीचेच ठायीं प्रजोत्पत्ति, शुचिर्भूतपणा, द्रोहाचा अभाव, सरलत्व आणि पोष्यवर्गाचें पोषण हे नऊ धर्म सर्व वर्णांना साधारण आहेत. आतां ब्राह्मणांचा जो मुख्य धर्म आहे तो सांगतों.

हे महाराजा, इंद्रियदमन आणि वेदाभ्यास हाच पुरातन कालापासून चालत आलेला ब्राह्मणांचा धर्म होय. एवढ्यानेंच त्यांच्या इतिकर्तव्यतेची समाप्ति होते. तशा प्रकारचा स्वकर्मनिष्ठ, दुष्कर्मे न करणारा, शांतिसंपन्न आणि ज्ञानाच्या योगानें तृप्त झालेला ब्राह्मण मिळाल्यास संततीसाठीं त्याचा विवाह करून द्यावा. ब्राह्मणांनीं दान करावें, यज्ञ करावा, आणि आपल्या द्रव्याचा भाग सर्वांना देऊन आपणही त्याचा उपभोग घ्यावा, असें सत्पुरुषांनीं सांगितलें आहे. केवळ वेदाध्ययन केलें कीं ब्राह्मणाची इतिकर्तव्यता संपते. त्यानें दुसरें कांहीं करावें अथवा न करावें. मित्र ही ब्राह्मणांची देवता आहे, असें म्हटलेलें आहे.

हे भरतकुलोत्पन्ना, आतां क्षत्रियांचा जो धर्म आहे तो सांगतों:—क्षत्रियानें कोणाकडे याचना करूं नये; यज्ञ करावा, परंतु दुसऱ्याच्या यज्ञाचे प्रयोग चालवूं नयेत; स्वतः अध्ययन करावें, पण दुसऱ्याला पढवूं नये; प्रजेचें पालन करावें, तस्करांचा वध करण्याविषयीं सदैव उद्युक्त असावें; आणि संग्रामामध्यें पराक्रम गाजवावा. जे राजे यज्ञ करितात, शास्त्रज्ञानसंपन्न असतात व संग्रामामध्यें जय मिळवितात, त्यांनाच इतर सर्व राजांपेक्षां उत्कृष्ट प्रकारची सद्गति मिळते. क्षत्रियानें शरीरास जखम न व्हावी म्हणून संग्रामांतून परावृत्त होणें या कर्माची प्रशंसा इतिहासवेत्ते लोक करीत नाहींत. संग्राम हाच क्षत्रियांचा मुख्य धर्ममार्ग होय असें सांगितलें आहे. कारण, शत्रुनाशनावांचून श्रेष्ठ असें याचें दुसरें कोणतेंही कर्तव्य नाहीं. दान, अध्ययन आणि यज्ञ हे क्षत्रियांनीं संपादन केलेल्या संपत्तीच्या संरक्षणाचे उपाय आहेत. सारांश, धर्माचा अभिलाष करणाऱ्या राजानें विशेषेंकरून युद्धच केलें पाहिजे. राजानें सर्व प्रजांना आपापल्या धर्माप्रमाणें वागावयास लावून धर्माच्याच योगानें शांतिसंबंधाचीं सर्व कर्मे करावीं. केवळ प्रजेचें पालन केल्यानेंच राजाच्या इतिकर्तव्यतेची परिसमाप्ति होते. मग तो दुसरें कांहीं करो अथवा न करो. इंद्र हें क्षत्रियांचें दैवत आहे.

युधिष्ठिरा, आतां वैश्यांचा जो धर्म आहे तो तुला सांगतों, ऐक. दान, यज्ञ, अध्ययन आणि शुचिर्भूतपणें द्रव्यसंग्रह हे वैश्याचे धर्म आहेत. वैश्यानें पित्याप्रमाणें वागून सर्व पशूंचें संरक्षण केलें पाहिजे. त्यानें हें केल्यावांचून इतर कर्म करणें हें दुष्कर्म होय. पशूंचें संरक्षण केलें म्हणजेच त्याला विपुल अशा सुखाची प्राप्ति होते. ब्रह्मदेवानें वैश्यवर्ण निर्माण केल्यावर त्याला सर्व पशु अर्पण केले; आणि ब्राह्मण व क्षत्रिय यांना सर्व प्रजा अर्पण केल्या.

असो; आतां वैश्याचें वर्तन कसें असावें आणि त्याची उपजीविका कशावर हें मी सांगतों. सहा धेनूंचें संरक्षण करणाऱ्या वैश्यानें आपली उपजीविका म्हणून त्यांपैकीं एका धेनूचें दूध घ्यावें; शंभर धेनूंचें पालन करणाऱ्या वैश्यानें

१ आपण जें जें मिळवितों त्यांत सर्वांचा भाग आहे असें समजणें.

एक धेनु आणि एक वृषभ हीं आपल्या वेतनादाखल ध्यावीं. व्यापार केला असतां त्यांत जो लाभ होईल त्याचा सप्तमांश वेतन म्हणून ध्यावा. शृंगयुक्त पशूंचा व्यापार केला असतां त्यांतील नफ्याचाही सप्तमांशच ध्यावा. महा मूल्यवान् अशा पशूंच्या खुरांचा व्यापार केला असतां त्यांतील लाभाचा षोडशांश ध्यावा. सर्व प्रकारचीं धान्यें आणि बीजें ह्यांच्याही व्यापारांत एक वर्षाबद्दल लाभाचा सप्तमांश हेंच वेतन ध्यावें. वैश्यानें, मी पशूंचें रक्षण करणार नाहीं असें केव्हांही मनांत आणूं नये; आणि त्यानें तसें मनांत आणल्यास दुसऱ्यांनीं तें कर्म कोणत्याही प्रकारें करूं नये.

आतां, हे भारता. शूद्रांचा धर्म कोणता हें मी तुला सांगतों. ब्रह्मदेवानें शूद्रांना इतर सर्व वर्णांचे दास उरविलेले आहेत, म्हणून शूद्रांनीं इतर सर्व वर्णांची शुश्रूषा केली पाहिजे. त्यांची शुश्रूषा केल्यानें त्याला मोठ्या सुखाची प्राप्ति होते. म्हणूनच शूद्रानें ह्या तीन वर्णांची अनुक्रमें शुश्रूषा करावी. शूद्रानें केव्हांही द्रव्यसंचय करूं नये. कारण, पापी मनुष्य द्रव्य मिळविल्यानंतर अतिशय मोठ्या मनुष्यालाही ताब्यांत टेवितो. अथवा राजाची अनुज्ञा घेऊन धार्मिक शूद्रानें हवा तितका द्रव्यसंचय करावा. आतां, त्याचा आचार आणि त्याची उपजीविका हीं सांगतों. इतर तीन वर्णांनीं शूद्राचें अवश्य पोषण केलें पाहिजे. छत्री, वाळ्याचे पडदे, जोडे आणि पंखे हीं जुनीं झाल्यानंतर आपली सेवा करणाऱ्या शूद्राला द्यावीं. फाटलेलीं वस्त्रें ब्राह्मणांनीं धारण करूं नयेत, तीं शूद्रालाच द्यावीं. कारण, त्याचें तें हक्काचें धन आहे. शूद्र हा ब्राह्मणादि तीन वर्णांपैकीं ज्या कोणाकडे येईल त्यानें त्याच्या जीविकेची तजवीज केली पाहिजे, असें धर्मवेत्त्या लोकांनीं सांगितलें आहे. ज्याला अपत्य नसेल त्याला पिंड द्यावा, आणि वृद्ध व निर्बल ह्यांचें पोषण करावें. शूद्रानें कोणत्याही संकटामध्यें आपल्या स्वामीचा त्याग करूं नये. इतकेंच नव्हे, तर आपल्या धन्याचें द्रव्य नष्ट झालें असेल तर त्याचें आपणच विशेष प्रकारें पोषण करावें. शूद्राचें स्वतःचें असें द्रव्यच नाहीं. कारण, त्याचें द्रव्य घेण्याचा अधिकार त्याच्या धन्याला असतो. हे भरतकुलोत्पन्ना, ब्राह्मणादि तीन वर्णांला व शूद्रालाही यज्ञाचा अधिकार आहे. केवळ स्वाहाकार, वषट्कार आणि वैदिकमंत्र हे मंत्र शूद्राला नाहींत. यास्तव, शूद्रानें यज्ञीयव्रत आचरण न करितां अमंत्रक पाकयज्ञ स्वतः करावे. या पाकयज्ञाची दक्षिणा दोनशें छपन्न मुठी धान्य ही आहे असें सांगितलें आहे. पैजवन नामक शूद्रानें अमंत्रक यज्ञविधि करून एक लक्ष पूर्णपात्रें[१] दक्षिणा दिलेली होती असें आमच्या ऐकण्यांत आहे. हे भरतकुलोत्पन्ना, यावर तूं 'शूद्राला यज्ञाचा अधिकार कोठून आला,' असें म्हणशील, पण तसें नाहीं. कारण, सर्व वर्ण जो यज्ञ करितात त्याजवर शूद्राचाही हक्क आहे. कारण, तो त्यांची शुश्रूषा करीत असतो. म्हणूनच इतर वर्ण जे यज्ञ करितात ते त्याचेच होत. अशाच यज्ञांत पैजवनानें दक्षिणा दिलेली होती. यामुळें तुझ्या शंकेला अवकाश रहात नाहीं. श्रद्धारूपी यज्ञ हा सर्व यज्ञांहून श्रेष्ठ होय. यज्ञ करणाऱ्या लोकांचें श्रद्धा हें पवित्र व मोठें असें दैवत आहे; व ब्राह्मण हेही आपापल्यापरी परस्परांचें श्रेष्ठ असें दैवतच आहेत. त्यांनीं अनेक प्रकारच्या कामना मनांत धरून एकाग्र अंतःकरणानें यज्ञ केलेले आहेत. तीनही वर्णांची संतति ही ब्राह्मणांच्या योगानें संकीर्ण झालेली आहे. कारण, ब्राह्मणाला चारही वर्णांची भार्या करण्याचा

१ दोनशें छपन्न मुठी धान्य म्हणजे एक पूर्णपात्र.

अधिकार आहे; व म्हणूनच, सर्वेही वर्ण ही ब्राह्मणांचीच संतति असल्यामुळें ब्राह्मणांनीं केलेल्या यज्ञाचें फल त्यांना मिळणें साहजिक आहे. ब्राह्मण हे देवांचे देखील देव आहेत. ते जें सांगतील तेंच उत्कृष्ट प्रकारचें हित होय. सारांश, ब्राह्मणांहून इतर वर्णांशीं कोणत्याही यज्ञांचा स्वाभाविकपणे संबंध नसतो. ब्राह्मणादि तीन वर्ण ऋक्, यजु आणि साम ह्यांच्या ज्ञानानें संपन्न असतात, म्हणूनच ते देवाप्रमाणें सदैव पूज्य होत. ऋग्वेद, यजुर्वेद आणि सामवेद ह्यांपैकीं शूद्राला कोणाचाच अधिकार नाहीं. त्याची देवता प्रजापति ही आहे. बा भरतकुलोत्पन्ना युधिष्ठिरा, द्रव्यदानात्मक मानस यज्ञ करण्याचा सर्वेही वर्णांना अधिकार आहे. हा यज्ञ करणाऱ्या मनुष्याच्या यज्ञांतील भागाची इच्छा देवच करितात आणि इतर लोक करित नाहींत असें मुळींच नाहीं. म्हणूनच सर्वेही वर्णांना श्रद्धायज्ञ विहित आहे. ब्राह्मण ही एक असाधारण देवता आहे. ते सर्वेही वर्णांना स्वकीय असणारे ब्राह्मण इतर वर्णांसाठीं सदैव अवश्य यज्ञ करीत असतात. इतरांसाठीं यज्ञ करितांना त्याचे अग्नि निकृष्ट प्रतीचे अर्थात् लौकिक असतात. ह्या यज्ञाला मंत्रसंबंधही असतो व अग्नि वैश्यगृहांतूनही आणलेला असतो. सारांश, ब्राह्मण हा सर्व वर्णांच्या यज्ञाचा कर्ता आहे; व म्हणूनच सर्वेही वर्णांचा ब्राह्मणद्वारा यज्ञाशीं संबंध असल्यामुळें ते उत्कृष्टच होत. क्षत्रिय, वैश्य आणि शूद्र ह्यांच्या कन्यांचे ठिकाणीं ब्राह्मणापासून संतति होत असल्यामुळें सर्वेही वर्णांचा ब्राह्मण हाच उत्पादक आहे, असें विचारांतीं ठरतें. ज्याप्रमाणें अकार ह्या एकच अक्षराचा ऋग्वेद, यजुर्वेद आणि सामवेद हा विस्तार आहे, त्याप्रमाणेंच इतर सर्व वर्ण हा एक ब्राह्मणाचाच विस्तार आहे. हे राजेंद्रा, याविषयीं, वैखानस मुनि यज्ञ करण्याची इच्छा करीत असतां यज्ञांनीं ह्मटलेली गाथा इतिहासवेत्ते लोक सांगत असतात.—सूर्योदय झाल्यानंतर असो अथवा तो होण्यापूर्वी असो, मनुष्यानें इंद्रियजय करून अग्नीमध्यें श्रद्धापूर्वक यथाविधि होम करावा. कारण, श्रद्धा हेंच यज्ञाचें मोठें साधन आहे. ज्यामध्यें आहुति कशी तरी पडली असेल तो होम एक प्रकारचा असून, आहुति कशी तरी न पडतां ती ज्यामध्यें यथाविधि अर्पण केली असेल तो यज्ञ सर्वोत्कृष्ट होय. यज्ञाचीं स्वरूपेंही अनेक असून त्यांतील विधि आणि फलें यांचेही प्रकार अनंत आहेत. शास्त्रविचारानें ज्याचें मत ठाम होऊन गेलें आहे अशा ज्या श्रद्धासंपन्न ब्राह्मणाला त्या सर्व प्रकारांचें उत्कृष्ट ज्ञान असेल, तोच यज्ञ करण्याला अधिकारी होय. चोर असो, पापी असो किंवा अतिशय पातकें करणारा असो, तो मनुष्य यज्ञ करण्याची इच्छा करीत असला तर उत्तमच होय असें म्हणतात, व ऋषिही, हें निःसंशय उत्कृष्ट होय असें म्हणून त्याची प्रशंसा करितात. सारांश, सर्वेही वर्णांनीं सर्वदा यज्ञ करावे असाच निर्णय ठरत आहे. यज्ञासारखें या त्रैलोक्यामध्यें दुसरें कांहींही नाहीं. म्हणूनच श्रद्धा आणि शुचिर्भूतपणा यांचा आश्रय करून व मत्सराचा त्याग करून मनुष्यानें यथाशक्ति आणि इच्छानुरूप यज्ञ करावे असें सांगितलेलें आहे.

अध्याय एकसष्टावा.

—:०:—

चार आश्रमांचे धर्म.

भीष्म म्हणाले:—हे अमोघपराक्रमा महाबाहो युधिष्ठिरा, आतां चारही आश्रमांचीं नावें आणि कर्में श्रवण कर. ब्रह्मचर्य, गार्हस्थ्य, वानप्रस्थ आणि ब्राह्मणांनीं स्वीकार करण्याचा चौथा आश्रम संन्यास हे चार आश्रम होत. शिखाधारणरूपी संस्कार होऊन उपनयनाच्या

योगानें ब्राह्मणत्वाची प्राप्ति झाल्यानंतर वेदाचें अध्ययन करून, पुढें विवाह झाल्यानंतर अग्न्याधानादिक कर्मे करून इंद्रियांचें व मनाचें संयमन केलेल्या व गृहस्थाश्रमाच्या योगानें कृतकृत्य झालेल्या पुरुषानें गृहस्थाश्रमाचा त्याग करून स्त्रीसहवर्तमान अथवा तिजवांचून वानप्रस्थाश्रमाचा अंगीकार करावा; अरण्यांत गेल्यानंतर त्या ठिकाणीं वानप्रस्थाश्रमाच्या शास्त्रांचें अध्ययन करून संन्यास घेतल्यानंतर तो धर्मवेत्ता व ब्रह्मचर्यसंपन्न पुरुष ब्रह्मस्वरूपी होऊन जातो. हे राजा, ब्रह्मचर्यसंपन्न अशा मुनीला देखील ज्ञानसंपन्न ब्राह्मणानें पूर्वी हेच संस्कार करावे लागतात. हे प्रजाधिपते, ब्रह्मचर्याश्रमाचें आचरण झाल्यानंतर, मुमुक्षु असलेल्या ब्राह्मणाला वानप्रस्थ आणि गृहस्थ ह्या दोन आश्रमांवांचूनही संन्यासाश्रमाचा अधिकार आहे व तो प्रशस्तही आहे. ह्या संन्यासाश्रमामध्यें असणाऱ्या मनुष्यानें जेथें सूर्यास्त होईल तेथें शयन करावें; निरिच्छ असावें; गृह करून राहूं नये; जें मिळेल त्याजवर उपजीविका करावी; इंद्रियांचा जय करावा; शीतोष्णादि द्वंद्वें सहन करावीं; मुनिवृत्तीनें रहावें; सर्वांवर समदृष्टि ठेवावी; सुखोपभोग घेऊं नये; व मनोविकार कोणत्याही प्रकारचे होऊं देऊं नयेत. असें केल्यानें ह्या संन्यासरूपी क्षेमकारक आश्रमाची प्राप्ति झालेला मनुष्य ब्रह्मस्वरूपी होतो. तसेंच, वेदाचें अध्ययन केल्यानंतर जो मनुष्य ऋषींच्या धर्मानें युक्त असणाऱ्या गृहस्थाश्रमरूपी आचरण करण्यास अशक्य अशा धर्माचें एकाग्र अंतःकरणानें आचरण करितो, त्यालाही, त्या आश्रमास विहित असलेलीं कृत्यें करून व प्रजा निर्माण करून सुखोपभोग घेतल्यानंतर ब्रह्मपदाची प्राप्ति होते. गृहस्थाश्रमीयानें आपल्याच स्त्रीच्या योगानें संतुष्ट राहिलें पाहिजे; ऋतुकालीं स्त्रीगमन केलें पाहिजे; प्रसंग पडल्यास नियोगधर्माचा स्वीकार केला पाहिजे; त्यानें धूर्तपणा करूं नये; त्याची वृत्ति कुटिल नसावी; आहार मित असावा; देवांवर भक्ति असावी; त्याचे ठायीं कृतज्ञता, सत्य, मृदुत्व, दयाशीलता व क्षमा हीं असावीं; त्यानें इंद्रियदमन करावें; योग्य मनुष्यांच्या आज्ञेचें पालन करावें; हव्यकव्यांमध्यें प्रमाद होऊं देऊं नये; ब्राह्मणांना सदैव अन्नदान करावें; मात्सर्याचा अवलंब करूं नये; सर्वेही आश्रमांतील पुरुषांना दान करावें; आणि सदैव श्रौतकर्मे करीत असावें. बा युधिष्ठिरा, याविषयीं महाप्रभावसंपन्न अशा महर्षीनीं विपुल अर्थसंपन्न व अतिशय तपामुळें प्रेरणा होऊन म्हटलेलें नारायणगीत सांगितलेलें आहे, तें मी तुला सांगतों, ऐक. सत्य, सरलता, अतिथीचें पूजन, धर्म आणि अर्थ हे दोन पुरुषार्थ व स्वस्त्रीचे ठायीं रतिसुख हीं इहलोकांतील सुखें गृहस्थाश्रमीयांस भोगावयास मिळत असून परलोकींही त्याला सुख मिळतें असें माझें मत आहे. या श्रेष्ठ आश्रमामध्यें असणाऱ्या मनुष्यानें पुत्र आणि स्त्रिया यांचें पोषण करावें, व वेदाध्ययन आवृत्ति वगैरे करून कायम ठेवावें. असें महर्षीनीं सांगितलें आहे. याप्रमाणें जो यज्ञशील ब्राह्मण यथाविधि गृहस्थाश्रमाचा अंगीकार करून राहातो, व गृहस्थाश्रमास योग्य व अत्यंत पवित्र अशीच उपजीविका संपादन करितो, त्याला स्वर्गलोकीं अत्यंत पवित्र अशा फलाची प्राप्ति होते; त्यानें ज्या वासना मनांत धरलेल्या असतात त्यांचा नाश होत नाहीं; व म्हणूनच देहत्यागानंतर त्या सर्व ठिकाणीं नेत्र, शरीर आणि मुख यांनीं युक्त असणारें असें स्वरूप धारण करून अनंतत्वप्राप्तीच्या उद्देशानें त्याजकडे येतात. अर्थातच मोक्षवासना असल्यास तो मुक्तही होतो. हे युधिष्ठिरा, ब्रह्मचाऱ्यानें ईश्वरस्मरण करितांना, जप करितांना आणि

सर्व देवतांची शुश्रूषा करितांना एकटेंच असावें. त्यानें एकाच आचार्यापाशीं रहावें, त्याची सेवा करावी, शरीरावर पंकतुल्य मल धारण करावा, सदैव व्रतस्थ रहावें, ब्रह्मचर्याश्रमास योग्य अशा कांहीं विशिष्ट नियमांचें पालन करण्याविषयीं तत्पर रहावें, इंद्रियजय करावा, वेदाचें अध्ययन करावें व सदैव आपलें कर्तव्य करीत रहावें; सदैव गुरूची शुश्रूषा करावी; त्याला प्रणाम करावा; यजनादिक षट्कर्मांपासून निवृत्त होत असावें; सर्वत्र प्रवृत्ति नसावी; त्यानें कोणाचा निग्रहही करूं नये व कोणावर अनुग्रहही करूं नये आणि द्वेष करणाऱ्या लोकांशीं संसर्गही ठेवूं नये. बा युधिष्ठिरा, हा ब्रह्मचारी मनुष्याचा आश्रमधर्म होय.

अध्याय बासष्टावा.

—:०:—

ब्राह्मणधर्मकथन.

युधिष्ठिर म्हणालाः—आतां आपण शुभकारक, सुखावह, पुढें विपुल फल देणारे, परपीडाशून्य, लोकमान्य व ज्यांचीं साधनेंही कष्टदायक नाहींत अशा प्रकारचे,—मजसारख्याला सुखावह असणारे—धर्म कथन करा.

भीष्म म्हणालेः—हे प्रभो भरतकुलश्रेष्ठा, ब्राह्मणाला चार आश्रम विहित आहेत; इतर तीन वर्णांना त्याप्रमाणें वागण्याचा अधिकार नाहीं. हे राजा, स्वर्गप्रद अशीं क्षत्रियांचीं हीं अनेक कर्में सांगितलेलीं आहेत. तीं तुझ्या प्रश्नाचें उत्तर देतांना सांगणें योग्य नाहीं. सारांश, क्षत्रियधर्मामध्यें सर्व कांहीं योग्य प्रकारें सांगितलेलें आहे. ब्राह्मण असणाऱ्या मनुष्यानें क्षत्रियांचीं, वैश्यांचीं अथवा शूद्रांचीं कर्में केल्यास तो मंदबुद्धि इहलोकीं निंद्य होतो व त्याला परलोकींही नरकप्राप्ति होते. हे पांडुपुत्रा, ह्या लोकामध्यें दास, श्वान, वृक (लांडगा) आणि इतर पशु ह्यांना ज्या प्रकारचें नांव ठेवितात तशाच प्रकारचें नांव शास्त्रविरुद्ध कर्में करणाऱ्या ब्राह्मणालाही ठेवितात. षट्कर्मांकडे उत्कृष्ट प्रकारें प्रवृत्ति असणाऱ्या, चारही आश्रमांमध्यें वास्तव्य केलेल्या सर्व धर्मांनीं युक्त असणाऱ्या, धर्माचरण केलेलें प्रसिद्ध न करणाऱ्या, कृतकृत्य झालेल्या, शुचिर्भूत, तपामध्यें आसक्त, निरिच्छ आणि दानशूर अशा ब्राह्मणाला अक्षय अविनाशी अशा लोकाची प्राप्ति होते. जो मनुष्य ज्या स्थितीमध्यें, ज्या देशामध्यें अथवा ज्या कालीं ज्या फलाच्या उद्देशानें ज्या प्रकारचें कर्म करितो, त्या प्रकारचें कर्म गुणयुक्तच आहे असें तो मानीत असतो. कारण, त्याचा संस्कारच तशा प्रकारचा असतो. हे नृपश्रेष्ठा, देवघेवीचा व्यापार, कृषि, वाणिज्य आणि मृगया यांजवरून विशाल अशा वेदार्थाचें महत्त्व तुजला कळून येण्यासारखें आहे. कालाच्या प्रेरणेनें व पूर्वजन्मांतील संस्काराच्या योगानें मनुष्याच्या अंतःकरणांत कोणतीही गोष्ट करण्याचा निश्चय ठरतो; व कालादिकांच्या अधीन झाल्यामुळें तो उत्कृष्ट, निकृष्ट आणि मध्यम प्रतीचीं कर्में करितो. पूर्वजन्मांतील शुभाशुभ कर्में हीं कांहीं कायमचीं नसून विनश्वर असतात. त्यांच्या योगानें देहाला जें कांहीं सुखदुःख होतें तें अपरिहार्य होय. लोक आपणांस अभीष्ट असलेल्या कर्मांच्या अगदीं अधीन होऊन राहिलेले असतात; आणि प्रवृत्तीविषयीं अथवा निवृत्तीविषयीं ज्याला स्वातंत्र्य आहे असा जीवही स्वेच्छेनें त्या कर्माकडे प्रवृत्त होतो. सारांश, पूर्वजन्मांतील कर्मांच्या योगानें प्राप्त होणारीं जीं कांहीं सुखदुःखें, त्यांजवांचून इतर जीं कर्में स्वेच्छेनें घडलीं जातात, त्यांपैकीं अशुभांचा परिहार व्हावा, व शुभ तेवढींच केलीं जावीं, ह्यासाठीं विधिशास्त्र व निषेधशास्त्र यांची आवश्यकता आहे.

अध्याय त्रेसष्टावा.

—:०:—

आश्रमधर्मकथन.

भीष्म सांगतातः—धनुष्याची प्रत्यंचा ओढणें, कृषि, वाणिज्य, पशुपालन आणि द्रव्यप्राप्तीसाठीं दुसऱ्याची सेवा हीं कर्में ब्राह्मणांना अत्यंत निषिद्ध आहेत. बुद्धिमान् अशा गृहस्थाश्रमी पुरुषानें वेदाध्ययन आणि षट्कर्माचरण हीं करावीं. गृहस्थाश्रमोचित सर्व कर्में केल्यानंतर त्यानें वानप्रस्थाश्रमाचा स्वीकार करणें प्रशस्त होय. त्यानें राजाची सेवा, कृषीच्या योगानें मिळणारें द्रव्य, वाणिज्याच्या योगानें उपजीविका, कुटिल मार्गाचें अवलंबन, परस्त्रीगमन आणि द्रव्याचा व्यापार हीं वर्ज्य करावीं. हे राजा, दुराचारी, धर्मभ्रष्ट, शूद्रस्त्रीशीं संबंध ठेवणारा, दुष्ट, नृत्यकर्म करणारा, राजसेवक आणि शास्त्राविरुद्ध कर्में करणारा ब्राह्मण शूद्र होतो. हे राजा, त्यानें वेदजप केला अथवा न केला तरीहि तो शूद्रतुल्य असल्यामुळें त्याला दासाच्या योग्यतेचेंच भोजन द्यावें. हे राजा, पूर्वीं सांगितलेले हे सर्व ब्राह्मण शूद्रतुल्य असल्यामुळें देवकृत्यांत त्यांस वर्ज्य करावें. हे राजा, मर्यादा सोडून वागणारा, शुचिर्भूत नसणारा, क्रूरपणाचें वर्तन असलेला, हिंसेची जणू मूर्तिच बनलेला व आपला धर्म आणि आचार यांचा त्याग करणारा जो ब्राह्मण, त्याला हव्य, कव्य आणि ब्राह्मणांस अर्पण करावयाच्या इतरही वस्तु ह्या देऊं नयेत. सारांश, हे राजा, ब्राह्मणांना इंद्रियदमन, शुचिर्भूतपणा आणि सरलत्व हे धर्म विहित असून पूर्वीं ब्रह्मदेवानें ब्राह्मणासाठींच चार आश्रम निर्माण केले आहेत. जो ब्राह्मण इंद्रियदमन केलेला, सोमपान करणारा, सदाचारसंपन्न, दयाशील, सर्व प्रकारें सहिष्णु, निरिच्छ, सरलत्वसंपन्न, मार्दवयुक्त, घातुक नसलेला व क्षमाशील असतो, तोच खरा ब्राह्मण होय. इतर पाप करणारे ब्राह्मण हे ब्राह्मण नव्हत. हे राजा, धर्माची इच्छा असणारे सर्व लोक सुद्धां आपल्या अधीन असणाऱ्या शूद्राचा अथवा राजपुत्राचा प्रसंगविशेषीं आश्रय करितात. त्या वेळीं ते शांतीची अथवा धर्माची पर्वा ठेवीत नाहींत. म्हणूनच, हे वर्ण शांति आणि धर्म ह्यांमध्यें आसक्त नाहींत, असें समजून विश्वव्यापक परमात्मा त्यांची इच्छा करीनासा होतो. व तसें झालें तर, हे पांडुपुत्रा, या भूलोकावर सर्व लोकांत असणारे हे चातुर्वर्ण्य नष्ट होतील; वेदवचनें नाश पावतील; सर्व प्रकारचे यज्ञ किंबहुना सर्व प्रकारच्या लौकिक क्रियाही तत्काल बंद पडतील व कोणीही आपापल्या आश्रमाप्रमाणें वागणार नाहींत. हे पांडुपुत्रा, ज्या राजाला तिनही वर्णांनीं आपापले आश्रमधर्म आचरण करावे असें वाटत असेल, त्याला ज्यांचें ज्ञान अवश्यक आहे असे चारही आश्रमांचे धर्म मी सांगतों ते ऐक. हे पृथ्वीपते, पुराणादिद्वारा वेदांतश्रवण करण्याची इच्छा करणारा, त्रिवर्णसेवारूपी स्वकर्म यथाशक्ति केलेला, प्रजोत्पत्ति झालेला, राजानें अनुज्ञा दिलेला व आचारनिष्ठ असल्यामुळें इतर तीन वर्णांच्याच योग्यतेचा बनलेला अशा शूद्राला जरी योगधर्माचें ज्ञान नसलें तरीही सर्व आश्रम विहित आहेत. मात्र जो शमदमादि गुणांनीं युक्त नसेल त्याला हे आश्रम विहित नाहींत. म्हणूनच, हे राजेंद्रा, पूर्वीं सांगितलेल्या स्वधर्माचें ज्यानें आचरण केलें आहे अशा शूद्राला, वैश्याला आणि क्षत्रियालाही संन्यासाश्रम विहित आहे असें सांगितलें आहे. स्वधर्माचें आचरण करून व राजासाठीं परिश्रम करून वार्द्धक्य आल्यानंतर राजाची अनुज्ञा घेऊन वैश्यानें संन्यासाश्रमाचा स्वीकार करावा. हे वक्तृश्रेष्ठा निष्पापा युधिष्ठिरा, वेदांचें आणि स्व-

धर्माप्रमाणें नृपोचित अशा शास्त्रांचें अध्ययन करून, प्रजोत्पत्त्यादिक कर्मे करून, सोमपान करून, न्यायानें सर्व प्रजेचें पालन करून, राजसूय, अश्वमेध व इतरही यज्ञ करून, ब्राह्मणांना त्यांच्या वेदपठनानुरूप दक्षिणा देऊन, संग्रामामध्यें थोडाबहुत विजय मिळवून, प्रजेचें पालन करणाऱ्या पुत्राची अथवा, हे क्षत्रियश्रेष्ठा, दुसऱ्या एखाद्या अन्यगोत्री प्रशंसनीय अशा क्षत्रियाची राज्यावर स्थापना करून, श्राद्धादि पितृयज्ञांच्या योगानें पितरांचें, यज्ञांच्या योगानें देवांचें आणि वेदाध्ययनाच्या योगानें ऋषींचें प्रयत्नपूर्वक आराधन करून—सारांश, क्रमाप्रमाणें सर्व आश्रमांचा स्वीकार करून पुढें अंतकाल समीप येऊन ठेपला असतां, हे राजा, जो क्षत्रिय संन्यासरूपी आश्रमांतराची इच्छा करील, त्यालाही मोक्षरूपी सिद्धि मिळते. हे राजेंद्रा, राजानें वेदांतश्रवणाच्या हेतूनेंच भिक्षावृत्तीचें अवलंबन करावें; केवळ अन्नप्राप्तीच्या इच्छेनें मात्र तिचें अवलंबन करूं नये. मात्र गृहस्थाश्रमाचा त्याग केल्यानंतर उपजीविकेच्या इच्छेनेंही भिक्षावृत्तीचा स्वीकार करावा. हे अत्यंत चातुर्यसंपन्न नृपश्रेष्ठा, हें संन्यासाश्रमरूपी कर्म ब्राह्मणावांचून इतर क्षत्रियादि तीन वर्णांना नित्य नाहीं. तर त्यांना अंतःकरणास विक्षेप पाडणाऱ्या कर्मांचा त्याग करणें हा काम्यसंन्यासच विहित आहे; व तो चार वर्णाप्रमाणें चारही आश्रमांना देखील विहित आहे. ह्या लोकामध्यें धर्माचरण करणारे क्षत्रिय आपल्या बाहुबलाच्या योगानेंच श्रेष्ठ असा लोक संपादन करितात; व इतर तीनही वर्णांचे सर्व धर्म व उपधर्म ह्यांची उत्पत्ति राजधर्मापासूनच झालेली आहे, असें वेदामध्यें श्रवण केलेलें आहे. हे राजा, ज्याप्रमाणें हत्तीच्या पावलामध्यें सर्वही प्राण्यांचीं पावलें लीन होऊन रहातात, त्याचप्रमाणें राजधर्मामध्यें सर्वही धर्मांचा सर्व प्रकारें अंतर्भाव होतो, हें तूं लक्षांत ठेव. धर्मवेत्ते लोक हे इतर धर्मांचें आचरणही थोडें असतें व फलही थोडें असतें असें म्हणतात. परंतु ज्याचें आचरणही मोठें असून जो अनेक कल्याणांची केवळ मूर्तिच आहे असा एक क्षत्रियधर्मच आहे, दुसरा नाहीं, असें ज्ञानसंपन्न लोकांनीं सांगितलेलें आहे. राजधर्म हाच सर्व धर्मांना मुख्य आहे. सर्वही वर्णांच्या धर्माला राजधर्माचीच मुख्यत्वेंकरून अपेक्षा आहे. कारण, त्याच्याच योगानें सर्वही वर्णांचें पालन होतें. तसेंच, हे राजा, सर्व प्रकारचा दानरूपी धर्म राजधर्मामध्येंच अंतर्भूत असून, दानधर्म हा पुरातन व श्रेष्ठ आहे असेंही सांगितलेलें आहे. राजांची धर्मशील दंडनीति हिचा नाश झाला तर तीनही वेद रसातळास जातील; ज्ञानाचें वसतिस्थान अशा सर्वही धर्मांचा क्षय होईल; आणि प्राचीन व क्षत्रियोचित अशा राजधर्माचा त्याग झाल्यास सर्व आश्रमधर्मांचाही लोप होईल. राजधर्मामध्यें सर्वही प्रकारचे दानधर्म असल्याचें दिसून येतें; राजधर्मामध्यें सर्व प्रकारच्या दीक्षा सांगितलेल्या आहेत; सर्वही विद्यांचा राजधर्माशीं संबंध आहे; आणि सर्वही प्रकारचे लोक राजधर्मामध्यें जणूं प्रविष्ट होऊन राहिले आहेत. ज्याप्रमाणें नीच लोकांनीं प्राण्यांचा वध केला असतां त्याच्या योगानें त्यांच्या धर्माला आणि शास्त्रज्ञानादिकांला बाध येतो, त्याप्रमाणेंच राजधर्माशीं संबंध न ठेवितां केलेले धर्मही कर्त्यांच्या अंतःकरणाला दुःखदायक होतात. कारण, राजधर्माचें साहाय्य नसल्यास चौरादिक लोक धर्मविघात करण्याविषयीं प्रवृत्त होतात. व तसें झालें म्हणजे धर्मकर्ते लोक स्वास्थ्य कोणत्या रीतीनें मिळेल हा विचार करण्यांत गढून जातात; व त्यामुळें त्यांच्या हातून स्वधर्माचें आचरण घडत नाहीं.

अध्याय चौसष्टावा.

—:०:—

क्षात्रधर्माचें श्रेष्ठत्व.

भीष्म सांगतातः—हे पांडुपुत्रा, लोक आणि वेद ह्या दोहोंमध्यें ज्यांना श्रेष्ठ मानलें आहे असे चारही आश्रमांचे धर्म व यातिधर्म या सर्वांना क्षत्रियधर्म हाच आधार आहे. हे भरतकुलश्रेष्ठा, हीं सर्व कर्में क्षत्रियधर्मावरच अवलंबून आहेत. क्षत्रियधर्म सुव्यवस्थितपणें चालत असला तर मनुष्यांच्या सर्वही कामना पूर्ण होत असल्यामुळें त्यांना कोणत्याही प्रकारची इच्छा रहात नाहीं. ह्या आश्रमवासी लोकांच्या धर्माचे मार्ग अनेक असून तो अप्रत्यक्ष फलदायक आहे. म्हणूनच, त्यांतील पवित्र अशा वचनांवरून, त्याच्या आचरणाच्या योगानें स्वर्गादि लोकांची प्राप्ति होते असें खात्रीनें सिद्ध होत असलें तरीही, वाद करणारे लोक विरुद्ध भासणाऱ्या शास्त्रप्रमाणांवरूनच त्या धर्माच्या स्वरूपाचा व्यत्यास करितात; व धर्मतत्त्वांचें ज्ञान नसलेले दुसरे कित्येक लोक तर त्या अपार व श्रेष्ठ अशा धर्मामध्यें बुद्धीचा प्रवेश न झाल्यामुळें त्याच्या स्वरूपाचा विपर्यास करीत असतात. ह्याचें कारण त्या धर्मांचा प्रत्यक्ष अनुभव येत नाहीं हेंच होय. पण क्षत्रियांच्या ठिकाणीं वास्तव्य करणारा जो धर्म, तो मात्र असा नसून प्रत्यक्ष अनुभवितां येणारा, विपुल सुखदायक, स्वतःला समजणारा, कपटाचा संपर्क नसलेला व सर्वलोकहितकारक असा आहे. युधिष्ठिरा, गृहस्थाश्रमी पुरुषाच्या धर्मामध्यें तीनही वर्णांच्या धर्मांचा अंतर्भाव होतो. तसेंच, त्यामध्यें नैष्ठिक, ब्रह्मचारी, वानप्रस्थ यांचाही अंतर्भाव होतो, असें पूर्वींच कळून आलें आहे. पण राजधर्मामध्यें सर्वही धर्म आणि लोक यांचा अंतर्भाव होत असतो. हे राजेंद्रा, पूर्वीं महाबलसंपन्न असे अनेक शूर राजे हे, आपलें आश्रमसंबंधी एकेक कर्म आणि दंडनीति ह्यांची तुलना करून, त्यांपैकीं काय श्रेष्ठ आहे याविषयीं संशय असल्यामुळें, त्यांतील सिद्धांत जाणण्याविषयीं उद्युक्त होत्साते सर्वभूताधिपति, कांतिमान्, प्रभुत्वसंपन्न आणि सर्व जनसमूहाचा आधार जो विष्णु त्याजकडे गेले होते, असें मीं तुला सांगितलेंच आहे. साध्य, वसु, अश्विनीकुमार, रुद्र, विश्वेदेव, मरुद्गण आणि सिद्ध हे सर्वही देव पूर्वीं आदिदेव जो परमात्मा त्यानें निर्माण केलें असून ते क्षात्रधर्मानेंच वागत होते. याविषयीं, ज्यामध्यें अर्थासंबंधाचा निर्णय आहे अशी एक धार्मिक कथा मी तुला सांगतों.

युधिष्ठिरा, पूर्वीं हें विश्व, ज्यावर दानवरूपी केवल समुद्रच माजून राहिला आहे असें होऊन मर्यादाशून्य बनून गेलें. त्या वेळीं, हे राजेंद्रा, मांधाता या नांवाचा एक वीर्यवान् राजा झाला; व आदिमध्यान्तशून्य प्रभु देव परमेश्वर श्रीविष्णु यांच्या दर्शनाच्या इच्छेनें त्या पृथ्वीपति मांधात्यानें यज्ञ केला; आणि त्या यज्ञामध्यें तो महात्म्या श्रीविष्णूच्या चरणांपर्यंत मस्तकानें चालत गेला. तेव्हां इंद्राचें स्वरूप घेऊन श्रीविष्णूंनीं त्याला दर्शन दिलें. तदनंतर सर्व सौजन्यसंपन्न भूपतींचा परिवार बरोबर असलेल्या मांधात्यानें त्या प्रभूचें पूजन केलें. पुढें तो नृपश्रेष्ठ आणि तो महात्मा या उभयतांमध्यें महाकांतिसंपन्न अशा श्रीविष्णूसंबंधानें असा संवाद झाला.

इंद्र म्हणालाः—हे धार्मिकश्रेष्ठा, तूं अज्ञेय, अनंत, मंत्रवीर्याचा विस्तार करणारा, सर्वांहून प्राचीन व म्हणूनच आदिदेव अशा प्रभु श्रीविष्णूला अवलोकन करण्याची इच्छा करीत आहेस, तेव्हां तुझी इच्छा तरी काय आहे? अनेकरूपसंपन्न अशा या देवाचें दर्शन घडणें मला अथवा ब्रह्म-

देवालाही शक्य नाहीं. तेव्हां, राजा, यावांचून दुसऱ्या ज्या कांहीं तुझ्या इच्छा असतील त्या मी पूर्ण करीन. कारण, तूं या मृत्युलोकींचा राजा आहेस; व सत्यनिष्ठ, धर्मतत्पर, जितेंद्रिय, शूर, देवतांवर अत्यंत प्रेम करणारा आणि बुद्धि, भक्ति व श्रद्धा यांजमध्येंही उत्तम असणारा असा आहेस. म्हणूनच मी तुझ्या इच्छेप्रमाणें तुला वर देतों.

मांधाता म्हणाला:—हे भगवन्, मी शिरसा प्रणाम करून आपणाला प्रसन्न करून घेईन आणि निःसंशय आदिदेव श्रीविष्णूचें दर्शन घेईन. मी आतां सर्वही इच्छा सोडून देईन, लोक ज्याला सन्मार्ग असें म्हणतात, अशा अरण्यामध्यें मोक्षरूपी धर्माच्या अभिलाषानें गमन करण्याची इच्छा करीत आहें. अमर्याद व म्हणूनच विपुल अशा क्षत्रियधर्माचें आचरण करून मीं अभीष्ट अशा लोकांची प्राप्ति करून घेतली आहे व आपली कीर्तिही जगांत करून सोडली आहे. पण आदिदेवापासून उत्पन्न झालेला जो लोकश्रेष्ठ धर्म, त्याचें आचरण करण्याचें मात्र मला ज्ञान नाहीं.

इंद्र म्हणाला:—जे लोक राजे नसतात, ते जरी धर्मनिष्ठ असले तरी त्यांना दुसऱ्याला धर्मपारंगत करितां येत नाहीं व ते स्वतःही धर्मपारंगत होऊं शकत नाहींत. पण राजे लोक मात्र आपल्या धर्माच्या आचरणानें या दोन्ही गोष्टी करूं शकतात. क्षात्रधर्म हाच प्रथम आदिदेवापासून उत्पन्न झाला; व नंतर दुसरे धर्म निर्माण झाले असून ते सर्व त्याचे अंगभूत आहेत. इतर जे संन्यासधर्मासुद्धां अनेक धर्म त्यानें उत्पन्न केले आहेत, ते अनंत आहेत व त्यांपासून मिळणारीं फलें मात्र नश्वर आहेत. या सर्व धर्मांत क्षात्रधर्मापेक्षां कांहीं विशेष असतो असें नाहीं. इतकेंच नव्हे, तर या क्षात्रधर्मामध्येंच सर्व धर्म प्रविष्ट झालेले आहेत. ह्यामुळें हाच धर्म श्रेष्ठ होय असें ह्मणतात. पूर्वीं श्रीविष्णूनें क्षात्रधर्मोक्त कर्माचेंच अवलंब करून व शत्रूवर बलात्कार करून अत्यंत बलसंपन्न अशा सर्व देवांचें व ऋषींचें संरक्षण केलें. जर ह्या परिच्छेदशून्य असलेल्या भगवान् विष्णूनें शत्रूंचा वध केला नसता, तर ब्राह्मण राहिले नसते, लोक राहिले नसते, आदिकर्ता भगवानही राहिला नसता, हा धर्मही राहिला नसता व आर्यधर्मही राहिला नसता. जर आदिदेव देवश्रेष्ठ यांनीं पराक्रमाच्या योगानें ही पृथ्वी जिंकून घेतली नसती, तर ब्राह्मणांचा नाश झाला असता; आणि त्यामुळें चारही वर्ण व चारही आश्रम यांच्या धर्मांचा लोप झाला असता. त्या शाश्वत अशा धर्मांचा शेंकडों वेळ लोप झाला असून क्षात्रधर्माच्या योगानें त्यांची पुनरपि अभिवृद्धि झाली. हे आदिधर्म प्रत्येक युगामध्यें प्रवृत्त होतात; पण क्षात्रधर्म हाच या लोकामध्यें श्रेष्ठ असा धर्म आहे. स्वार्थत्याग, सर्व प्राण्यांवर दया, लोकांचें ज्ञान, पालन, त्यांना संकटापासून सोडविणें व पीडाग्रस्त होऊन खिन्न झालेल्या लोकांना त्या पीडेंतून मुक्त करणें ह्या सर्वांची राजांना क्षात्रधर्माच्या योगानें प्राप्ति होते. लोक हे स्वभावतः मर्यादेचें उल्लंघन करणारे व काम आणि क्रोध यांकडे प्रवृत्ति असलेले असे असतात. पण राजाच्या भीतीमुळेंच ते पाप करीत नाहींत. म्हणूनच राजधर्म श्रेष्ठ होय. शिवाय, सर्व प्रकारच्या धर्माचरणांनीं संपन्न असलेले सदाचारसंपन्न असे इतर सर्व शिष्ट लोकही क्षात्रधर्माला उत्कृष्ट प्रकारचा धर्म असें म्हणतात. पृथ्वीपति राजे राजधर्माच्या अनुरोधानें पुत्राप्रमाणें सर्व प्राण्यांचें पालन करितात, म्हणूनच त्यांचा या लोकामध्यें संचार आहे, ह्यांत संशय नाहीं. सारांश ज्याची गति सर्वत्र आहे व नाश केव्हांहीं नाहीं अशा प्रकारचा

सर्व धर्मांहून उत्कृष्ट व लोकांमध्यें श्रेष्ठ ठरलेला जो सनातन असा क्षात्रधर्म, त्याच्या शेवटाला लागूनच शाश्वत आणि अविनाशी असें परब्रह्म आहे. अर्थात् क्षत्रियधर्माचें आचरण पूर्णपणें केलें कीं लागलीच मोक्ष मिळतो.

अध्याय पांसष्टावा.

—:०:—

इंद्र व मांधाता यांचा संवाद.

इंद्र म्हणाला:—अशा प्रकारचा सामर्थ्यसंपन्न व सर्वही धर्मांनीं युक्त असणारा सर्वधर्मश्रेष्ठ जो क्षात्रधर्म, त्याचें, लोकांचें हित करणाऱ्या व औदार्यसंपन्न अशा तुम्हीं पालन केलें पाहिजे. ह्याच्या उलट घडल्यास सर्व प्रजांचें अस्तित्वच नाहींसें होईल. भूमीचे संस्कार, राजाच्या संस्काराचे प्रकार, भिक्षेवांचून इतर प्रकारची वृत्ति, प्रजापालन आणि संग्रामामध्यें देहत्याग हा उत्कृष्ट प्रकारचा धर्म होय, असें सर्व प्राण्यांवर दया करणाऱ्या राजानें समजावें. त्याग हा श्रेष्ठ होय असें मुनि सांगत असतात; व सर्वथैव राजधर्मामध्यें आसक्त होऊन रहाणारे सर्वही भूपति सर्वांहून श्रेष्ठ अशा आपल्या शरीराचा त्याग कसा करितात हें तुला माहीतच आहे. विपुल शास्त्रज्ञान संपादन करून व गुरूची सेवा करून पुढें संग्रामामध्यें परस्परांनीं परस्परांचा संहार करावयाचा हा क्षत्रियांचा नित्य असा धर्मच होय असें सांगितलेलें आहे. क्षत्रिय ब्रह्मचाऱ्यानें धर्मप्राप्तीच्या इच्छेनें एकट्यानेंच आश्रमधर्माचें आचरण करावें. या वेळीं व्यवहाराच्या योगानें साधारण वस्तूंवर जडणारें प्रेम अथवा अप्रेम यांचा त्यानें प्रयत्नपूर्वक त्याग करावा. चातुर्वर्ण्याची स्थापना, त्याचें पालन, नानाप्रकारच्या उपायांची योजना, नियमन आणि पौरुषाचे सर्व उद्योग यांनीं युक्त असल्यामुळें क्षत्रियांचा गृहस्थाश्रम हा श्रेष्ठ असा धर्म होय. कारण, त्यामध्यें सर्वही धर्मांचा अंतर्भाव होतो. जे लोक आपापल्या धर्मांचें आचरण करीत नाहींत इतकेंच नव्हे, तर नानाप्रकारचे धर्म निष्फल आहेत असें म्हणतात, ते निर्मर्याद व सर्वथैव द्रव्याच्या पाठीं लागलेले लोक केवल मनुष्यरूपी पशुच होत असें म्हटलें आहे. पण अशाही लोकांना फलप्राप्ति दाखवून देऊन ज्या अर्थीं क्षत्रियधर्म नीतिमार्गानें वागावयास लावतो, त्या अर्थीं इतर आश्रमधर्मांहून क्षात्रधर्म हाच अत्यंत श्रेष्ठ होय. वेदत्रयाचें ज्ञान असलेल्या ब्राह्मणांना जीं यज्ञादिक कर्में व आश्रमधर्म सांगितले आहेत, तेंच ब्राह्मणांचें श्रेष्ठ असें कर्तव्य होय. त्याहून इतर कर्म केल्यास तो शूद्राप्रमाणें शस्त्राच्या योगानें वध करण्याला योग्य होतो. हे पृथ्वीपते, चार आश्रमांस विहित असलेले धर्म व इतरही वेदप्रतिपादित यज्ञादिक धर्म यांचें आचरण ब्राह्मणांनींच केलें पाहिजे, इतरांनीं केव्हांही करितां कामा नये. तो जर अन्य प्रकारें वागूं लागला, तर त्याला ब्राह्मणत्वास योग्य अशा प्रकारची वृत्ति प्राप्त होत नाहीं. कर्माच्याच योगानें धर्माची अभिवृद्धि होत असते, व तो तर धर्मबाह्य कर्में करीत असतो. म्हणूनच एखाद्या धर्मशून्य पुरुषाची आणि त्याची योग्यता सारखीच असते. जो ब्राह्मण धर्मविरुद्ध कर्मामध्यें आसक्त होऊन रहातो, तो सम्मान करण्यास पात्र नाहीं. कारण, तो स्वतःचें कर्म करीत नसल्यामुळें विश्वास ठेवण्यास अपात्र होय. असें ज्ञाते लोक म्हणतात. हे सर्वही धर्म सर्व वर्णांमध्यें लीन होऊन गेले म्हणजे क्षत्रियांनींच पुनः त्यांचा उद्धार केला पाहिजे, असा धर्म आहे. म्हणूनच राजधर्म हे इतर धर्मांहून ज्येष्ठ असून वीर्यानेंही श्रेष्ठ व वीरांचे धर्म होत, असें माझें ह्यांविषयीं मत आहे. दुसरे धर्मांविषयीं नाहीं.

मांधाता म्हणालाः—हे भगवन्, यवन, किरात, गांधार, चीन, शबर, बर्बर, शक, तुषार, कंक, पल्हव, आंध्र, मद्रक, पौंड्र, पुलिंद, रमठ आणि कांबोज हे सर्व व ब्राह्मणापासून व क्षत्रियापासून उत्पन्न झालेले वैश्य व शूद्र ह्या जातींचे संकीर्ण वर्ण हे राष्ट्रामध्यें वास करणारे सर्व लोक धर्माचरण कसें करतील, व चौर्यावर उपजीविका करणाऱ्या ह्या सर्व लोकांना मजसारख्याला स्वधर्मामध्यें कसें ठेवितां येईल, हें ऐकण्याची माझी इच्छा आहे. यास्तव, मला आपण तें कथन करा. कारण, हे सुरेश्वरा, आपण आम्हां क्षत्रियांचे बंधुच आहां.

इंद्र म्हणालाः—ह्या सर्व दस्यूंनीं मातापितरांची, आचार्यांची, गुरूची, सर्वही आश्रमवासी लोकांची आणि राजांची शुश्रूषा करावी. त्यांच्या वेदप्रतिपादित धर्मक्रियाही आहेत; व तोच धर्म त्यांना विहित आहे. दस्यूनें पितृयज्ञ करावे, विहिरी खोदाव्या, पाणपोया ठेवाव्या, शय्या तयार कराव्या व ब्राह्मणांना वेळच्या वेळीं दानें द्यावीं. अहिंसा, सत्य, शांति, आपली उपजीविका आणि पितृक्रमागत द्रव्य यांचें पालन, स्त्रीपुत्रांचें पोषण, शुचिर्भूतपणा आणि अद्रोह हे दस्यूंचेही धर्म आहेत. ऐश्वर्येच्छु दस्यूनें सर्वही यज्ञांमध्यें दक्षिणा अर्पण करावी; व सर्वही दस्यूंनीं अत्यंत योग्य असे पाकयज्ञही करावे. हे निष्पापा पृथ्वीपते, हीं अशा प्रकारचीं कर्में पूर्वीं सर्वही लोकांकरितां निर्माण केलेलीं आहेत, तींच त्यांनीं करावीं.

मांधाता म्हणालाः—ह्या मनुष्यलोकामध्यें प्रत्येक वर्णांत व चारही आश्रमांत निरनिराळ्या वेषानें असणारे असे दस्यु दिसून येतात, ह्याचें कारण काय ?

इंद्र म्हणालाः—दंडनीतीचा नाश झाला व राजधर्मही दूर झुगारून दिला गेला म्हणजे, हे निष्पापा, राजाच्याच दुष्टपणामुळें सर्वही प्राणी अत्यंत मूढ होऊन जातात. हें कृतयुग समाप्त झालें म्हणजे असंख्यात भिक्षु व कांहीं तरी धर्मचिन्ह धारण करणारे असे असंख्यात लोक व आश्रमांचेही असंख्य प्रकार उत्पन्न होतील. ते लोक, काम आणि क्रोध ह्यांच्या प्रेरणेमुळें, सनातन अशा धर्मापासून उत्कृष्ट प्रकारची गति मिळते हें न ऐकतां उन्मार्गगामी बनतील. जेव्हां महात्मे लोक दंडनीतीचें अवलंबन करून पापी मनुष्याला पापकर्मापासून निवृत्त करितात, तेव्हांच हा श्रेष्ठ, सत्य आणि शाश्वत असा धर्म ढळमळत नाहीं. सर्व लोकांचा गुरुच अशा राजाचा जो अवमान करितो, त्यानें दिलेलें दान आणि त्यानें केलेले यज्ञ व श्राद्ध यांचें फल मिळत नाहीं. मनुष्यांचा अधिपति इतकेंच नव्हे, तर मूर्तिमंत आणि सनातन देवच असा जो धर्माभिलाषी राजा, त्याचा अपमान देव देखील करीत नाहींत. भगवान् ब्रह्मदेवानें सर्व जग निर्माण केलें, तथापि त्यांची सत्कर्माकडे प्रवृत्ति व दुष्कर्मापासून निवृत्ति झाली पाहिजे, एतदर्थ त्याला क्षत्रियांची अपेक्षा वाटली. धर्माची प्रवृत्ति झाली म्हणजे त्याचें फल काय मिळतें याचें ज्याच्या बुद्धीला ज्ञान असतें, तोच राजा मान्य व पूज्य होय आणि तोच क्षत्रियधर्माचा खरा आधार होय.

भीष्म सांगतातः—असें बोलून, मरुद्गणांनीं वेष्टित असलेला तो प्रभुत्वसंपन्न भगवान् अविनाशी आणि शाश्वत अशा विष्णुलोकरूपी स्थानाकडे निघून गेला. असो, हे निष्पापा, याप्रमाणें या क्षात्रधर्माची प्रवृत्ति झाली असून पूर्वींपासून त्याचें आचरणही उत्कृष्ट प्रकारें होत आलेलें आहे. यास्तव, बहुश्रुत असा कोणता मनुष्य, अशा धर्मांनीं युक्त असणाऱ्या क्षत्रियाचा अवमान करणार आहे ? अन्यायानें

कर्म करूं लागणारे व अन्यायानेंच त्याजपासून निवृत्त होणारे लोक मार्गीतून चालणाऱ्या अंध मनुष्याप्रमाणें मध्येंच नाश पावतात. ह्यास्तव, हे नरश्रेष्ठा, पूर्वींच्या सर्व पुरुषांना आधारभूत व सृष्टीच्या आदिकालापासून चालू असलेली जी ही क्षात्रधर्मरूपी विधात्याची आज्ञा, तिच्या अनुरोधानें तूं वाग. हे निष्पापा, तसें करण्याविषयीं तूं समर्थ आहेस हें मी जाणून आहें.

अध्याय सहासष्टावा.

—:०:—

राजधर्मांतच सर्व धर्मांचा अंतर्भाव.

युधिष्ठिर विचारतोः—आपण पूर्वीं सांगितलेले मनुष्यांचे चार आश्रम मीं श्रवण केले; आतां आपण त्यांचें स्पष्टीकरण करून विस्तृतरूपानें ते सांगा.

भीष्म सांगतातः—हे महाबाहो, युधिष्ठिरा, ज्याप्रमाणें या लोकामध्यें सत्पुरुषांना संमत असलेले धर्म जसे मला अवगत आहेत, त्याप्रमाणेंच ते तुलाही सर्व माहीत आहेत. तथापि हे धार्मिकश्रेष्ठा नराधिपते युधिष्ठिरा, तूं मला आश्रमद्योतक धर्मासंबंधानें जें विचारिलें आहेस तें तुला सांगतों,ऐक.हे नरश्रेष्ठा कुंतीपुत्रा,चारही आश्रमांस विहित अशा धर्माचें आचरण करणाऱ्या व सदाचरणानें वागणाऱ्या लोकांचीं जीं कांहीं आश्रमद्योतक चिन्हें आहेत तीं सर्वही राजधर्मामध्यें आहेत. युधिष्ठिरा, राजानें काम, द्वेष ह्यांचा त्याग करून व दंडनीतीचा अवलंब करून सर्व प्राण्यांवर समदृष्टि ठेवणें हाच त्याचा ब्रह्मचर्याश्रम होय. ज्ञानदान, निग्रह आणि अनुग्रह ह्यांच्या विधींचें ज्ञान असलेल्या व विधिविहित आचरण असलेल्या धैर्यसंपन्न राजाला गृहस्थाश्रमाचें फल मिळतें. हे पांडुपुत्रा, आपल्या संपत्तीपैकीं अंश देऊन प्रत्यहीं पूज्य मनुष्यांचें पूजन केलें असतां राजाला ब्रह्मचर्याश्रमाचें पूर्ण फळ मिळतें. हे युधिष्ठिरा, ज्ञाति, संबंधी आणि मित्र ह्यांचा संकटांतून उद्धार केला असतां राजाला वैखानसाश्रमाचें फल मिळतें. लोकांमध्यें व धर्मचिन्हें धारण करणाऱ्या पुरुषांमध्यें मुख्य असणाऱ्या लोकांचा वारंवार सत्कार करणाऱ्या राजाला वानप्रस्थाश्रमाच्या योगानें प्राप्त होणारी गति मिळते. हे पार्था, आन्हिकक्रिया, पितृयज्ञ, भूतयज्ञ, व मनुष्ययज्ञ हीं विस्तरपूर्वक केलीं असतां राजाला वैखानसाश्रमाचें फल मिळतें. हे राजेंद्रा, आपल्या ऐश्वर्यामध्यें ह्यांचा विभागच आहे असें मानून सर्व प्राण्यांचें आणि अतिथींचें आराधन केलें असतां व देवप्रीत्यर्थ यज्ञ केले असतां राजाला वानप्रस्थाश्रमाच्या फलाची प्राप्ति होते. हे अमोघपराक्रमा पुरुषोत्तमा, सत्पुरुषासाठीं शत्रूच्या राष्ट्राचा विध्वंस करणाऱ्या राजाला वानप्रस्थाश्रमाची गति मिळते. हे राजा, सर्वही प्राण्यांचें पालन व स्वराष्ट्रसंरक्षण यांच्या योगानें त्यांना नानाप्रकारच्या दीक्षा घडतात व त्याला संन्यासाश्रमाच्या फलाची प्राप्ति होते. प्रत्यहीं वेदाचें अध्ययन करणें, क्षमा, आचार्यपूजन व गुरुशुश्रूषा यांच्या योगानेंही राजाला संन्यासाश्रमाच्या योगानें मिळणारी गति प्राप्त होते. हे नरश्रेष्ठा, प्रत्यहीं करावयाचा जप केला असतां व यथाविधि देवपूजन केलें असतां राजाला संन्यासाश्रमाच्या फलाची प्राप्ति होते. प्राणांचें केवळ द्यूतच असा जो संग्राम, त्यांमध्यें एक स्वतःचें संरक्षण किंवा दुसरा मृत्यु, या दोनच गोष्टी घडावयाच्या असा ज्या राजाचा निश्चय असतो, त्याला संन्यासाश्रमाचें फल मिळतें. हे भरतकुलोत्पन्ना, सर्वही प्राण्यांशीं सर्वथैव सरळ आणि प्रतारणाशून्य अशा मार्गानें वागणाऱ्या राजाला संन्यासाश्रमाच्या फलाची प्राप्ति होते. हे भरतकुलोत्पन्ना, वानप्रस्थाश्रमी व वेदत्रयवेत्ते इतरही ब्राह्मण यांना

विपुल द्रव्य देणाऱ्या राजाला वैखानसाश्रमाचें फल मिळतें. हे भरतकुलोत्पन्ना, राजा सर्व प्राण्यांवर दया करूं लागला, व क्रूरवृत्तीचा त्याग करून वागूं लागला म्हणजे त्याला सर्वही आश्रमाचें फल मिळतें. हे कुंतीपुत्रा युधिष्ठिरा, बाल आणि वृद्ध यांजवर कोणत्याही अवस्थेमध्यें असतांना दया केली असतां सर्वही आश्रमांस मिळणाऱ्या गतीची प्राप्ति होते. हे कुरकुलोत्पन्ना, ज्या प्राण्यांवर बलात्कार घडला असेल ते शरण आल्यास त्यांचें संरक्षण करणाऱ्या पृथ्वीपतीस गृहस्थाश्रमाचें श्रेय मिळतें. सर्व स्थावरजंगम प्राण्यांचें संरक्षण आणि त्यांचा योग्य प्रकारें बहुमान केला असतां राजाला गृहस्थाश्रमाचें श्रेय मिळतें. जो मनुष्य विधात्यानें निर्माण केलेल्या धर्माप्रमाणें व ज्यांत कांहीं तरी अर्थ आहे अशा प्रकारचें आचरण ठेवितो त्याला सर्वही आश्रमांचें अविनाशी असें फल मिळतें. हे कुंतीपुत्रा युधिष्ठिरा, ज्या पुरुषाच्या ठिकाणीं वास्तव्य करणाऱ्या सद्गुणांचा केव्हांही नाश होत नाहीं, तो नरश्रेष्ठ आश्रमवासीच होय असें म्हटलें आहे. हे युधिष्ठिरा, स्थानामुळें, कुलामुळें व वयामुळें द्यावयाचा मान सर्वांना दिला असतां सर्व आश्रमामध्यें वास केल्याचें श्रेय मिळतें. हे नरश्रेष्ठा, सर्वांचे देशधर्म आणि कुलधर्म यांचें पालन केल्यामुळें राजाला सर्वाश्रमाचें फल मिळतें. योग्य वेळीं ऐश्वर्य संपादन करणारा, भूतांना बलि देणारा व सत्पुरुषांचा बहुमान करणारा जो राजा, त्याला, हे युधिष्ठिरा, आश्रमवासाचें फल मिळतें. धर्माचें ज्ञान नसणारे जे मत्त, प्रमत्त इत्यादिक दहा प्रकारचे लोक सांगितले आहेत, त्यांपैकींच राजा हा एक जरी असला, तरी जो राजा सर्व लोकांचा न्याय पहात असतो, त्याला, हे कुंतीपुत्रा, सर्वही आश्रमांचें श्रेय मिळतें. हे भरतकुलोत्पन्ना, या लोकामध्यें जे धर्मनिष्णात असणारे लोक धर्म करीत असतात, त्यांचें ज्याच्या राष्ट्रामध्यें पालन होत असतें, त्या राजाला त्यांच्या धर्मांतील अंश मिळतो. हे पुरुषश्रेष्ठा, जे राजे धर्मामध्येंच रमणाऱ्या धर्मनिष्ठ पुरुषांचें रक्षण करीत नाहींत, त्यांना त्यांचें पाप लागतें. हे युधिष्ठिरा, जे लोक प्रजापालनाच्या कामीं राजाचे साहाय्यकर्ते असतात, त्या सर्वांनाही, हे निष्पापा, दुसऱ्यांनीं केलेल्या धर्मांतील अंश मिळतो. हे नरश्रेष्ठा, सर्वही आश्रमांमध्यें गृहस्थाश्रमाचेंच धर्मसिद्धत्व अत्यंत उज्ज्वल असून तो पवित्रही आहे असें म्हटलेलें आहे. आम्हीही त्याच धर्माचें सेवन करीत आहों. जो मनुष्य सर्व प्राण्यांना आपल्याप्रमाणेंच पहातो, व्यवस्थितपणें दंड करितो, व क्रोधाचा जय करितो, त्याला इहपरलोकीं सुखाची प्राप्ति होते. धर्मरूपी समुद्रामध्यें असणारी, सत्त्वगुणरूपी नौकावाहकाचें साहाय्य असलेली, धर्ममर्यादारूपी दोर असलेली व दानरूपी वायूच्या योगानें मार्गावरून गमन करणारी राजधर्मरूपी नौका राजाला तारून नेते. जेव्हां राजा हा त्याच्या अंतःकरणांत असलेल्या सर्व इच्छा पूर्ण होऊन त्यांपासून निवृत्त होतो, तेव्हां तो केवळ सत्त्वगुणाचें अवलंबन करितो व त्यामुळें त्याला ब्रह्मपदाची प्राप्ति होते. हे पुरुषश्रेष्ठा, प्रजाधिपते युधिष्ठिरा, अंतःकरणाचा निरोध करून अत्यंत प्रसन्न चित्तानें जो प्रजापालनामध्यें आसक्त होऊन रहातो, त्याला वेदाध्ययननिष्ठ व सत्कर्म करणाऱ्या ब्राह्मणांच्या धर्माची प्राप्ति होते. यास्तव, हे युधिष्ठिरा, तूं सर्व लोकांचें पालन करण्याविषयींचा यत्न कर. हे भरतकुलोत्पन्ना, जे लोक वनामध्यें व आश्रमामध्यें राहून धर्माचरण करितात, त्याहून शंभरपट धर्म राजाला प्रजापालनाच्या योगानें घडतो. हे पांडवश्रेष्ठा, हा नानाप्रकारचा धर्म मीं तुला

कथन केला आहे. सर्वांच्या प्रथम ज्याचें ज्ञान झालें अशा या सनातन धर्माचें तूं आचरण कर. हे नरश्रेष्ठा पांडुपुत्रा, तूं प्रजापालनामध्यें आसक्त होऊन राहिलास ह्मणजे तुला चार आश्रमांसंबंधीच्या व चार वर्णांसंबंधीच्या धर्माची प्राप्ति होऊन, एकाग्रतत्वादिरूपी योगाचीही प्राप्ति होईल.

अध्याय सदुसष्टावा.

—:०:—

राजाची आवश्यकता.

युधिष्ठिर विचारतोः—हे पितामहा, आपण मला चार आश्रमांचे व चार वर्णांचे धर्म सांगितले. आतां, राष्ट्राचें जें कांहीं अत्यंत श्रेष्ठ असें कर्तव्य तें आपण मला कथन करा.

भीष्म सांगतातः—कोणा तरी राजाला राज्याभिषेक करणें हें राष्ट्राचें मुख्य असें कर्तव्य आहे. कारण, राष्ट्राला कोणी नियंता नसला म्हणजे तें निर्बल झाल्यामुळें शत्रु त्याला आक्रांत करून सोडतात. राजा नसल्यास राष्ट्रामध्यें धर्म टिकत नाहीं. इतकेंच नव्हे, तर प्रजाही परस्परांना ग्रासूं लागतात. म्हणूनच, धिःकार असो सर्वथा ह्या अराजकाला! राजाचा अंगीकार करणें ह्मणजे इंद्राचाच स्वीकार करणें होय, अशी श्रुति आहे. म्हणूनच कल्याणेच्छु पुरुषानें इंद्राप्रमाणेंच राजाचा बहुमान करावा. अराजक राष्ट्रामध्यें वास्तव्य करणें प्रशस्त नाहीं. असा माझा अभिप्राय आहे. अराजक राष्ट्रामध्यें अग्निही हवन केलेलीं द्रव्यें धारण करीत नाहीं त्यांतूनही, जर एखाद्या अत्यंत बलाढ्य राज्यार्थी पुरुषानें ह्या अराजक म्हणूनच निर्वीर्य अशा राष्ट्रावर स्वारी केली, तर त्यांनीं त्याला सामोरे जाऊन त्याचें पूजन करावें हाच त्याजवर अत्यंत उत्कृष्ट असा उपाय. सारांश, ह्या अराजकाहून अतिशय वाईट असें दुसरें कांहींही नाहीं. इतकेंही करून जर त्या राज्यार्थी पुरुषानें सर्व राष्ट्राला चांगल्या दृष्टीनें पाहिलें, तरच राष्ट्राचें कल्याण व्हावयाचें. आणि बलाढ्य पुरुष जर कोपाविष्ट झाला, तर तो एखादे वेळीं राष्ट्राचें निर्मूलनही करून टाकील. हे राजा, जिची धार निघणें अतिशय कठीण असतें, त्या धेनूला अतिशय क्लेश भोगावे लागतात; आणि, हे राजा, जी सुखानें धार देते तिला कोणी मुळींच क्लेश देत नाहीं. जें काष्ठ न तापवितांच वांकतें त्याला तापविण्याचें कारण पडत नाहीं; व जें मूळचेंच वांकलेलें असतें त्याला तर कोणी वांकवीतही नाहीं. ह्या दृष्टांतावरून, हे वीरा, जो बलाढ्य असेल त्याच्याशीं नम्रपणानेंच वागावें. अतिशय बलाढ्य असलेल्या पुरुषाला नमस्कार करणें म्हणजे इंद्राला प्रणाम करणें होय. सारांश, कल्याणेच्छु पुरुषानें राजाचीच स्थापना केली पाहिजे. कारण, ज्यांच्या देशामध्यें राजा नसतो त्यांना द्रव्यप्राप्तिही होत नाहीं व स्त्रीचीही प्राप्ति होत नाहीं. अराजक राष्ट्रामध्यें दुष्ट मनुष्य परद्रव्याचा अपहार करून आनंदांत राहतो. पण जेव्हां दुसरे लोक त्याचें निर्मूलन करूं लागतात, तेव्हां त्याला राजा असावा असें वाटतें. जेव्हां राष्ट्राला राजा नसतो तेव्हां दुष्ट लोकांना देखील क्षेमप्राप्ति होत नाहीं. कारण, एका पुरुषाचें द्रव्य दुसरे दोघे हरण करितात; व त्या दोघांचें आणखी दुसरे पुष्कळ लोक हरण करितात. अराजक राष्ट्रांत जो पुरुष दास नसेल त्याला दास केला जातो व स्त्रिया बलात्कारानें हरण केल्या जातात. म्हणूनच देवांनीं प्रजापालक निर्माण केले. जर या भूलोकावर शासनकर्ता राजा नसता तर उदकांतील मत्स्यांप्रमाणें बलिष्ठ लोकांनीं निर्बल मनुष्यांना भक्षण करून टाकिलें असतें. पूर्वी राजा नसल्यामुळें, उदकांतील मत्स्यांप्रमाणें, निर्बल असेल त्याला भक्षण

करावयाचें अशा रीतीनें परस्परांना भक्षण करून लोक नाश पावले होते. पुढें त्या सर्वांनीं जमून असा नियम केला कीं, " कठोर भाषण करणारा, निर्दयपणें शिक्षा करणारा, परस्त्रीगमन करणारा व दुसऱ्याचें द्रव्य हरण करणारा अशा प्रकारचे जे लोक असतील, त्यांचा आम्ही त्याग करूं." याप्रमाणें, सर्वही वर्णांना विश्वास उत्पन्न होण्यासाठीं सर्वांना सारखेच नियम करून ते त्या नियमांप्रमाणें वागूं लागले. तथापि ते दुःखपीडित झाले; आणि म्हणूनच त्या वेळीं सर्वजण मिळून ब्रह्मदेवाकडे जाऊन, त्याला, " हे भगवन्, कोणी अधिपति नसल्यामुळें आमचा नाश होत आहे. यास्तव, आपण आम्हांला कोणी तरी अधिपति द्या. तो आमचें पालन करण्याविषयीं व आम्हीं बहुमान करण्याला योग्य असावा." असें म्हणाले. तेव्हां ब्रह्मदेवानें मनूला आज्ञा केली. परंतु मनूनें ती मान्य करून त्यांचें अभिनंदन केलें नाहीं.

मनु म्हणाला:—मला पापकर्माची भीति वाटते. राज्य व त्यांतूनही विशेषेंकरून सदैव असन्मार्गानें वागणाऱ्या मनुष्यांवर तें करणें म्हणजे तर अतिशय दुस्तर असेंच पातक होय.

भीष्म सांगतात:—हें ऐकून त्याला ते लोक म्हणाले, " तूं भिऊं नको. राष्ट्रांत पातक घडलें तर तें त्याच्या कर्त्याला लागेल. तुझ्या भांडागाराची अभिवृद्धि व्हावी एतदर्थ आम्ही प्रत्येक पन्नास पशूंपैकीं एक पशु, सुवर्णाच्या पन्नास भागांपैकीं एक भाग आणि धान्याचा दशमांश तुला अर्पण करूं. सुस्वरूप कन्यांचें वराकडून द्रव्य घेण्याचा प्रसंग आल्यास अथवा तिच्या विवाहासंबंधानें विवाद पडला तरी ती आम्ही तुलाच अर्पण करूं. श्रेष्ठ अशीं शस्त्रें व वाहनें यांनीं युक्त असणारे मुख्य मुख्य लोक महेंद्राच्या अनुरोधानें वागणाऱ्या देवतांप्रमाणें तुझ्याच अनुरोधानें वागतील. याप्रमाणें तुला सैन्य मिळालें म्हणजे शत्रूंनीं पराभव करण्यास अशक्य व प्रतापशाली असा तूं राजा राक्षसांना सुख देणाऱ्या कुबेराप्रमाणें आम्हां सर्वांना सुखी ठेवशील. आणि राजा झाल्यानंतर तूं उत्कृष्ट प्रकारें पालन केल्यामुळें प्रजा धर्माचरण करतील त्याचा चतुर्थांश तुला मिळेल. प्रयास न करितां प्राप्त झालेल्या त्या मोठ्या धर्माच्या योगानें अभ्युदय पावून, हे राजा, देवांचें पालन करणाऱ्या इंद्राप्रमाणें तूं आमचें सर्व बाजूंनीं संरक्षण कर. प्रकाशमान् असा जणू सूर्यच असा असणारा तूं विजय मिळविण्यासाठीं प्रयाण करून शत्रूंच्या अभिमानाला उडवून दे. तुझा सदैव जय असो." हें ऐकून, तेजाच्या योगानें जणू प्रज्वलित असलेला व महाकुलामध्यें उत्पन्न झालेला तो अतिशय पराक्रमी मनु-बरोबर मोठें सैन्य घेऊन राज्य करण्यासाठीं निघाला; तेव्हां इंद्राचें महत्त्व जाणणाऱ्या देवतांप्रमाणें त्याच्या महत्त्वाकडे दृष्टि देऊन सर्व प्रजा त्याची भीति बाळगून स्वधर्मावर लक्ष ठेवूं लागल्या. पुढें, वृष्टि करीत असणारा जणू मेघच अशा त्या मनूनें पापाचरण करणाऱ्या लोकांना ताळ्यावर आणून स्वधर्मामध्यें आसक्त करीत करीत सर्व पृथ्वीवर संचार केला. सारांश, ह्या भूतलावर ज्या मनुष्यांना कल्याणाची इच्छा असेल त्यांनीं प्रजेवर अनुग्रह करण्यासाठीं प्रथम राजाच केला पाहिजे; व ज्याप्रमाणें शिष्य गुरूशीं नम्रपणानें वागतो त्याप्रमाणें सदैव प्रेमपूर्वक त्याच्याशीं नम्रपणें वागावें; व देव ज्याप्रमाणें इंद्राच्या सान्निध्यास असतात त्याप्रमाणें राजाच्या सान्निध्यास असावें. ह्या लोकामध्यें स्वजन ज्याचा आदर करितात त्याला इतरही लोक बहुमान देतात; व स्वजनच अवमान करीत असले म्हणजे दुसरे लोकही त्याचा तिरस्कार करितात. म्हणूनच प्रजांनीं राजाचा बहुमान करावा. परकीया-

कडून राजाचा तिरस्कार होणें हें सर्वांनाच दुःखदायक आहे. यास्तव छत्र, वाहनें, वस्त्रें, अलंकार, भक्ष्य-पेय पदार्थ, मंदिरें, आसनें, शय्या व इतरही सर्व प्रकारचे साधनभूत पदार्थ प्रजांनीं राजाला अर्पण करावे; आणि त्यांजकडून बहुमान मिळावा म्हणून दुर्जय अशा राजानेंही त्यांच्याशीं हास्यपूर्वक भाषण करावें. कोणीं कांहीं विचारल्यास त्याला मधुर भाषेंत उत्तर द्यावें, कृतज्ञता बाळगावी, प्रजेवर अत्यंत प्रेम असावें, आपल्या संपत्तीमध्यें सर्वांचा विभाग आहे असें समजावें, इंद्रियजय करावा व कोणीं भेट घेतल्यास त्याची सौम्यपणें व हृदयास आनंद होईल अशा रीतीनें उत्कृष्ट प्रकारें आपणही भेट घ्यावी.

अध्याय अडुसष्टावा.

—:०:—

आंगिरसाचा उपदेश.

युधिष्ठिर विचारतोः—हे भरतकुलश्रेष्ठा पितामहा, मनुष्यांचा अधिपति जो राजा त्याला ब्राह्मण लोक देवता असें कां म्हणतात तें मला सांगा.

भीष्म सांगतातः—हे भरतकुलोत्पन्ना युधिष्ठिरा, याविषयीं वसुमना यानें बृहस्पतीस जें विचारिलें होतें तें प्राचीन इतिहासरूपानें सांगत असतात. तें असें.—पूर्वीं वसुमना नांवाचा ज्ञानसंपन्न असा एक कोसल देशाचा अधिपति होता. त्यानें ज्ञानसंपन्न महर्षि बृहस्पति यांना विचारिलें होतें. विनयानें वागण्याचें ज्ञान असलेला व सर्व प्रजेचें हित करण्यामध्यें आसक्त असलेला तो राजा बृहस्पतीकडे गेला; व विनयोचित अशीं उत्थापन देणें वगैरे सर्व कृत्यें करून व यथाविधि प्रदक्षिणा व नमस्कार करून, प्रजेला सुख व्हावें ह्या इच्छेनें त्या धर्मशील अशा बृहस्पतींना राज्य करण्याच्या विधीविषयीं प्रश्न करूं लागला.

वसुमना म्हणालाः—प्राण्यांचा अभ्युदय होण्याचें साधन कोणतें? कोणत्या कर्मांच्या योगानें त्यांचा नाश होतो? आणि, हे महाज्ञानसंपन्न, कोणाचें आराधन केलें असतां त्यांना अविनश्वर अशा सुखाची प्राप्ति होते?

याप्रमाणें महाज्ञानसंपन्न व अत्यंत तेजस्वी अशा कोसलाधिपतीनें विचारल्यानंतर, बृहस्पतीनें त्याला संपूर्ण राजसत्कार सांगितला.

बृहस्पति म्हणालाः—हे महाप्राज्ञ, 'राजा हाच लोकांच्या धर्माचें मूळ आहे असें दिसून येतें. राजाच्या भीतीमुळेंच प्रजा परस्परांना भक्षण करीत नाहींत. मर्यादा सोडून वागणाऱ्या व परस्त्रीप्रभृतींच्या ठिकाणीं आसक्त होणाऱ्या सर्व लोकांना धर्माच्या अनुरोधानें शिक्षा करून राजाच ताळ्यावर आणितो व तसें केल्यामुळेंच तो विराजमान होतो. हे राजा, ज्याप्रमाणें चंद्रसूर्यांचा उदय झाला नाहीं तर लोक गाढ अंधकारामध्यें मग्न होऊन जातील व परस्परांना पाहूं शकणार नाहींत; अथवा ज्याप्रमाणें अल्पशा उदकामध्यें असलेले मत्स्य हे हिंस्र प्राण्याची भीति नसेल तर अंतरिक्षांत उड्डाण करून स्वच्छंदपणें विहार करूं लागतील; व वारंवार परस्परांची हिंसा करूं लागतील; व प्रथम परस्परांचा त्रास सहन करून पुढें परस्परांना आक्रांत करून अतिशय त्रास देऊं लागतील व लवकरच समूळ नष्ट होतील यांत संशय नाहीं, त्याचप्रमाणें, राजा नसल्यास प्रजा नाश पावतील व गुराखी नसलेल्या पशूंप्रमाणें दुःखरूपी गाढ अंधकारामध्यें मग्न होऊन जातील. राजानें जर पालन केलें नाहीं तर बलवान् लोक निर्बल पुरुषांच्या हातीं असलेल्या द्रव्यादिकांचा अपहार करतील व ते जोरानें संरक्षण करूं लागले तर त्यांचा वध

करतील. तसेंच, लोकांमध्यें ही वस्तु माझी आहे असें कोणालाही मानितां यावयाचें नाहीं. राजानें पालन केलें नाहीं तर स्त्री, पुत्र, द्रव्य आणि परिवार हीं कांहींही नाहींतशीं होऊन सर्वत्र शून्य होऊन जाईल. दुष्ट लोक दुसऱ्यांचीं वाहनें, वस्त्रें, अलंकार आणि नानाप्रकारचीं रत्नें बलात्कारानें हरण करूं लागतील; धर्माचरण करणाऱ्या लोकांवर नानाप्रकारें शस्त्रप्रहार होऊं लागतील; अधर्माला आधार मिळेल; माता, पिता, वृद्ध लोक, आचार्य, अतिथि आणि गुरु ह्यांना देखील दुष्ट लोक दुःख देऊं लागतील अथवा ठारही करतील; द्रव्यसंपन्न लोकांना प्रत्यहीं वध आणि बंधन हीं दुःखें भोगावीं लागतील; कोणावरही कोणाचा अधिकार राहाणार नाहीं; अकालीं मृत्यु येऊं लागेल; सर्वच लोक दरवडेखोर बनतील व भयंकर अशा नरकांत पडतील. व्यभिचाराला दोष मानला जाणार नाहीं; कृषि आणि वाणिज्य यांचा नाश होईल; धर्म रसातळास पोंचेल आणि वेदत्रयाचें अस्तित्वच नाहींसें होईल; विपुलदक्षिणासंपन्न असे यज्ञ यथाविधि चालणार नाहींत; विवाहाचें अस्तित्व नाहींसें होईल; समाज नष्ट होईल; धेनूंकडे वृषभांची प्रवृत्ति होणार नाहीं; डेऱ्यांतून ताक घुसळलें जाणार नाहीं; गौळवाड्यांचा नाश होऊन जाईल; सर्वही लोकांचीं अंतःकरणें संत्रस्त आणि उद्विग्न होऊन त्यांस कांहीं सुचेनासें होईल व हाहाकार माजून जाऊन ते सर्व एका क्षणांत नाश पावतील. राजानें पालन केलें नाहीं तर दक्षिणासंपन्न असे एक वर्षानें समाप्त होणारे यज्ञ बिलकूल भीति न बाळगतां कोणालाही करितां येणार नाहींत; विद्या आणि व्रत यांची समाप्ति झालेले तपस्वी ब्राह्मण चार वेदांचें अध्ययन करणार नाहींत; ब्राह्मणांचा नाश झाल्यामुळें सर्व लोक नष्टप्राय होऊन जातील; त्यांना धर्माचा संपर्क सुद्धां घडणार नाहीं; द्रव्यापहार करणारा मनुष्य स्वस्थपणें संचार करूं लागेल इतकेंच नव्हे, तर दुसऱ्याच्या हातांत असलेली वस्तु सुद्धां तो काढून घेईल, सर्व मर्यादा नष्ट होतील, व एकंदर लोक भीतीनें व्याकूळ होऊन पलायन करूं लागतील, अनीतीनें वागूं लागतील, वर्णसंकर होईल आणि राजानें पालन न केल्यास राष्ट्रामध्यें दुर्भिक्षाचा प्रवेश होईल. कारण, राजा रक्षण करीत असला म्हणजे लोक स्वच्छंदपणें गृहाचीं द्वारें उघडीं ठेवून निर्भयपणें झोंप घेत पडलेले असतात. धर्मनिष्ठ राजा जर उत्कृष्ट प्रकारें पृथ्वीचें पालन करीत नसला, तर कोणीही दुसऱ्यानें केलेली निंदा सहन करीत नाहीं, मग ताडनाची गोष्ट कशाला? राजा जर संरक्षण करीत असला तर स्त्रिया सर्व प्रकारच्या अलंकारांनीं भूषीत होऊन मनुष्य बरोबर घेतल्यावांचून निर्भयपणें मार्गावरून जाऊं शकतात; लोक धर्माचाच अंगीकार करितात; परस्परांना क्लेश देत नाहींत इतकेंच नव्हे, तर एकमेकांवर अनुग्रह करितात; तीनही वर्ण नानाप्रकारचे मोठेमोठे यज्ञ करितात; आणि एकाग्रपणें विद्याध्ययन करितात. उपजीविका हें या जगताचें मूळ असून, वेदत्रयप्रतिपादित कर्माच्याच योगानें जगताचें प्राणधारण होत असतें. कारण, यज्ञादिकर्मांच्या योगानें वृष्टि होते; व हीं सर्व कर्में राजा उत्कृष्टपणें पालन करीत असेल तरच चालतात. जेव्हां राजा राज्यशकटाचें श्रेष्ठ असें जूं आपल्या मानेवर घेऊन मोठ्या सामर्थ्यानें प्रजापालन करितो, त्या वेळीं लोक प्रसन्न रहातात. सारांश, ज्याचें अस्तित्व नसल्यास कोणत्याही प्राण्याचें अस्तित्व असणार नाहीं, व ज्याचें आस्तित्व असलें तरच सर्व लोकांचें सदैव अस्तित्व असतें, त्या राजाचा बहुमान कोण करणार नाहीं! राजाचें प्रिय

आणि हित करण्याविषयीं उद्युक्त होऊन जो मनुष्य त्याचा सर्व लोकांच्या अंतःकरणांत भीति उत्पन्न करणारा कार्यभार आपल्या शिरावर घेतो, त्याला इहपरलोकांची प्राप्ति होते. जो मनुष्य राजाचें वाईट व्हावें अशी अंतःकरणांत इच्छा करील, तो इहलोकामध्यें क्लेश पावून मरणोत्तर नरकास जाईल. हा एक मनुष्य आहे असें समजून राजाचा केव्हांही अवमान करूं नये. कारण, ती एक मनुष्याचें स्वरूप धारण करणारी देवता आहे. राजा समयोचित अशीं पांच प्रकारचीं स्वरूपें धारण करितो. कारण तो अग्नि, सूर्य, मृत्यु, कुबेर आणि यम यांचीं स्वरूपें धारण करणारा आहे. ज्या वेळीं पापी लोकांनीं प्रतारणा केल्यामुळें ते जवळ येतांच राजा त्यांना आपल्या तेजाच्या योगानें दग्ध करून टाकतो. तेव्हां तो अग्निस्वरूपी असतो; जेव्हां भूतलावर संचार करून राजा सर्वही प्राण्यांची पहाणी करितो व त्यांचें कल्याण करून परत जातो, तेव्हां तो सूर्यस्वरूपी असतो; ज्या वेळीं पापयुक्त व म्हणूनच अपवित्र अशा शेंकडों मनुष्यांचा व त्यांचे पुत्र, पौत्र आणि साह्यकर्ते ह्यांचा क्रुद्ध होऊन संहार करितो, तेव्हां तो मृत्युस्वरूपी असतो; ज्या वेळीं तो कडक शासन करून सर्व अधार्मिक लोकांचें नियमन करितो व धार्मिकांवर अनुग्रह करितो, तेव्हां तो यमस्वरूपी असतो; व जेव्हां आपणावर उपकार करणाऱ्या लोकांस द्रव्यांचा वर्षाव करून तृप्त करितो, अपकार करणाऱ्या लोकांचीं नानाप्रकारचीं रत्नें हरण करून घेतो, कित्येकांना संपत्ति देतो व कित्येकांकडून ती ग्रहण करितो, तेव्हां या लोकामध्यें राजा कुबेरस्वरूपी असतो. ज्याला धर्माचरणाच्या योगानें प्राप्त होणाऱ्या परमात्म्याच्या लोकाची इच्छा असेल त्या दक्ष आणि क्लेशदायक कर्में न करणाऱ्या मनुष्यानें राजाला केव्हांही दोष देण्याविषयीं उद्युक्त होऊं नये. पुत्र असो, बंधु असो, मित्र असो अथवा प्रत्यक्ष राजाच्या बरोबरीचा असो, त्यानें जर राजाच्या उलट वर्तन केलें तर त्याला सुखप्राप्ति होणार नाहीं. आपला मार्ग कृष्णवर्ण करून सोडणारा प्रज्वलित झालेला अग्नि हा दग्ध केलेल्या वस्तूंतील कांहीं तरी शेष ठेवील, पण राजाचा अपराध करणाऱ्या मनुष्यांचा अवशेष कोठेंही रहात नसतो. मनुष्यानें राजाच्या सर्वही वस्तूंचें संरक्षण करावें; अपहार न करितां त्यांचा दूरच त्याग करावा; व मृत्यु जसा नकोसा वाटतो त्याप्रमाणेंच राजद्रव्यापहाराचा मनुष्यास तिटकारा असावा. कारण, जर राजद्रव्याला नुसता स्पर्शही केला तर पारध्यानें पसरलेल्या मायावी जाळ्याला स्पर्श करणाऱ्या हरिणाप्रमाणें मनुष्य तत्काल नाश पावतो. म्हणूनच बुद्धिमान् मनुष्यानें स्वतःच्या द्रव्याप्रमाणें राजद्रव्याचें संरक्षण करावें. राजद्रव्याचा अपहार करणारे लोक चिरकालपर्यंत घोर, निराधार आणि मरणप्राय दुःखदायक अशा नरकामध्यें पडतात. राजा, भोज, विराट्, सम्राट्, क्षत्रिय, भूपति आणि नृप ह्या शब्दांच्या योगानें ज्याची स्तुति केली जाते त्याचा बहुमान करणें कोणाला अयोग्य असणार ! अर्थात् कोणालाही नाहीं. म्हणूनच अभ्युदयाची इच्छा करणाऱ्या, अंतःकरणाचा जय केलेल्या आणि इंद्रियांचा निग्रह केलेल्या स्मरणशक्तिसंपन्न, दक्ष आणि बुद्धिमान् मनुष्यांनीं राजाच्या आश्रयास अवश्य रहावें. कृतज्ञ, ज्ञानसंपन्न, क्षुद्र बुद्धि नसणारा, बलवत्तर भक्ति असलेला, जितेंद्रिय, सर्वदा धर्मनिष्ठ असलेला, आणि नीतीनें वागणारा जो मंत्री, त्याचा राजानें बहुमान केला पाहिजे. राजानें, ज्याची भक्ति दृढ असेल, व जो इतर कोणाची जरूर नाहीं, मी एकटाच काम करीन, असें म्हणत असेल,

ज्याचीं कृत्यें क्षुद्रपणाचीं नसतील, व ज्यानें इंद्रियजय केला असेल, असा धर्मवेत्ता व ज्ञानसंपन्नच मनुष्य आपल्या आश्रयास ठेवावा. ज्ञान हें मनुष्याला प्रौढ करितें; व राजा हा अपराधी मनुष्याला—तो ज्ञानसंपन्न असला तरी-क्षीण करून सोडतो व ज्याचा अंगीकार केला असेल त्याला सुखी करितो. राजाचा अपराध करणाऱ्या मनुष्याला सुखप्राप्ति कोठून होणार? राजा हा प्रजेचें प्रौढ असें अंतःकरणच होय; तोच प्रजेची गति आणि प्रतिष्ठेचें व उत्कृष्ट प्रकारच्या सुखाचें साधन होय. हे राजा, राजाचा आश्रय करणाऱ्या लोकांना इहपरलोक उत्कृष्ट प्रकारें हस्तगत करितां येतात. राजाही इंद्रियदमन, सत्यता आणि सुहृद्भाव यांनीं युक्त होऊन पृथ्वीचें पालन केल्यानें व मोठमोठे यज्ञ केल्यानें अत्यंत कीर्तिसंपन्न होतो व स्वर्गलोकीं त्याला अविनाशी अशा पदाची प्राप्ति होते.

याप्रमाणें अंगिरा मुनीनें सांगितल्यानंतर तो कोसलदेशाधिपति वीर नृपश्रेष्ठ प्रयत्नपूर्वक प्रजेचें पालन करूं लागला.

अध्याय एकुणसत्तरावा.

—:०:—

शत्रूवर स्वारी करण्याचा विधि व दंडनीतीचें महत्त्व.

युधिष्ठिर विचारतोः—हे भरतकुलोत्पन्ना, शास्त्रांत राजाचें अवश्य कर्तव्य विशेषेंकरून काय सांगितलें आहे? त्यानें आपल्या राष्ट्राचें संरक्षण कसें करावें? शत्रूंचा पराजय कोणत्या प्रकारें करावा? हेरांची योजना कशी करावी? आणि चारही वर्णांच्या ठिकाणीं, सेवकांच्या ठिकाणीं, स्त्रियांच्या अंतःकरणांत व पुत्रांच्या हृदयांत विश्वास कसा उत्पन्न करावा?

भीष्म सांगतातः—हे महाराजा, राजानें अथवा त्याच्या प्रतिनिधीनें जें इतर सर्व कार्यापूर्वीं आचरण केलें पाहिजे तें राजाचें समग्र वर्तन अवधानपूर्वक श्रवण कर. राजानें प्रथम आपल्या अंतःकरणाचा जय केला पाहिजे; म्हणजेच त्याला पुढें शत्रूचा जय करितां येतो. कारण, ज्याला केवळ अंतःकरणाचा जय करितां येत नाहीं, तो राजा शत्रूंचा पराजय करण्याविषयीं कसा समर्थ होणार? एवढें अंतःकरणजयाचें महत्त्व आहे. राजानें पांचही इंद्रियांचा निग्रह केला पाहिजे. कारण, इंद्रियजय केला असतां राजा शत्रूस पीडित करूं शकतो. हे कुरुनंदना, किल्ले, राष्ट्राची सीमा, राजधानींतील व इतर नगरांतील उपवनें यांमध्यें चौक्या ठेवाव्या. तसेंच, हे नरश्रेष्ठा, सर्व कचेऱ्या, राजधानी, इतर शहरें व राजाचें वसतिस्थान ह्या ठिकाणींही चौक्या असाव्या. क्षुधा, तृष्णा आणि श्रम सहन करण्याचें सामर्थ्य असलेल्या व परीक्षा केलेल्या पुरुषांना हेर नेमावें; व त्यांना मूर्ख, अंधळे, बहिरे इत्यादिकांचीं स्वरूपें द्यावीं. हे महाराजा, सर्व अमात्य, नानाप्रकारचे मित्र आणि पुत्र ह्यांजवरही हेरांची योजना लक्षपूर्वक करावी. तसेंच नगर, राष्ट्र आणि मांडलिक राजे ह्यांजवरही त्यांची योजना करावी. पण त्या हेरांची परस्परांना माहिती लागणार नाहीं अशा रीतीनेंच त्यांची योजना केली पाहिजे. हे भरतकुलश्रेष्ठा, शत्रूनें पाठविलेले हेर ओळखले पाहिजेत. बाजार, विहारस्थानें, समाज, भिक्षेकरी अथवा संन्यासी, लहानमोठीं उपवनें, पंडितांच्या सभा, निरनिराळे देश, चव्हाटे, सभा आणि निवासस्थानें ह्यांमध्यें, चातुर्यसंपन्न अशा राजानें शत्रूंच्या हेरांचा शोध करावा. कारण, हे पांडुपुत्रा, प्रथम हेराचा शोध लागला, म्हणजे कल्याण होतें. जेव्हां राजाला आपली स्थिति शत्रूहून निकृष्ट प्रतीची आहे असें वाटत असेल, तेव्हां आपल्या अमात्यांच्या साहाय्यानें विचार करून

त्यानें आपल्याहून अत्यंत बलाढ्य अशा राजाशीं संधि (तह) करावा. आपण हीन स्थितींत आहों असें जरी कळून आलें नाहीं, तरीही कांहीं कार्य साधावयाचें असल्यास चतुर अशा भूपतीनें शत्रूशीं अवश्य संधि करावा. तसेंच, धर्माच्या अनुरोधानें राष्ट्राचें पालन करणाऱ्या राजानें गुणवान्, अत्यंत उत्साहसंपन्न आणि धर्मवेत्ते असे जे कोणी सत्पुरुष असतील त्यांच्याशीं मिळून वागावें. आपला उच्छेद होत आहे असें दिसून येतांच अत्यंत बुद्धिवान् अशा राजानें ज्यांनीं आपणाला पूर्वीं अपकार केला असेल अथवा जे प्रजेचा द्वेष करीत असतील त्या सर्वांचा वध करावा. जो राजा कोणाला अपकार करण्याविषयीं अथवा शत्रूंचें निर्मूलन करण्याविषयीं समर्थ असतो, तो लोकांच्या उपेक्षेस पात्र होतो. चतुर, शौर्यसंपन्न, सज्ज, सुखी आणि सामर्थ्यसंपन्न सैन्य असलेल्या अशा राजाला जर शत्रूवर स्वारी करण्याची इच्छा झाली, तर ज्या शत्रूला साहाय्यकर्ते अथवा बंधुजन नाहींत व जो इतरांशीं युद्ध करण्यामध्यें आसक्त झाला आहे व जो अवधानशून्य व निर्बल आहे असें कळून येईल, त्याजवरच स्वारी करण्याची आज्ञा द्यावी; स्वारी करण्याच्या पूर्वीं राजधानीमध्यें प्रजापालनाची सर्व व्यवस्था करून ठेवावी. जो शौर्यसंपन्न राजा बल आणि शौर्य कमी असतांही त्याच्या स्वाधीन होणार नाहीं, त्याला हीन स्थितीस पोहोंचविण्यासाठीं तत्पर होऊन रहावें. शस्त्रें, अग्नि आणि विष ह्यांचा प्रयोग करून त्याच्या राष्ट्राला पीडा द्यावी व त्याचे अमात्य व प्रियपुरुष यांजमध्यें कलह उत्पन्न करावा. राज्याची इच्छा असणाऱ्या ज्ञानसंपन्न राजानें युद्ध हें सर्वथैव वर्ज्यच करावें. कारण, तीनच उपायांनीं अर्थात् साम, दान आणि भेद ह्यांनीं अभीष्ट असलेल्या गोष्टी संपादन कराव्या असें बृहस्पतीनें सांगितलें आहे. हे राजा, साम, दान आणि भेद ह्या तीन उपायांनीं ज्या गोष्टींची प्राप्ति होणें शक्य असेल, तेवढ्यांवरच मुज्ञ राजानें संतुष्ट होऊन रहावें. हे कुरुनंदना, राजानें प्रजेच्याच संरक्षणासाठीं तिच्या प्राप्तीचा षष्ठांश कर घ्यावा. मत्त, प्रमत्त, उन्मत्त इत्यादिक जे दहा धर्मानें वागणारे पुरुष पूर्वीं सांगितले आहेत, त्यांचें थोडेंअधिक जें कांहीं द्रव्य असेल तें सर्व पुरवासी लोकांच्या रक्षणासाठीं एकदम काढून घ्यावें. तूं आपल्या पुत्राप्रमाणेंच प्रजेवर निःसंशय दृष्टि ठेवली पाहिजेस. पण खटला पहाण्याचा प्रसंग आल्यास त्यांपैकीं कोणावरही प्रेम करितां कामा नये. ज्या वेळीं खटला पहावयाचा असेल, त्या वेळीं राजानें सर्व गोष्टींचा विचार करणाऱ्या व अत्यंत ज्ञानसंपन्न अशा लोकांची खटला ऐकण्याच्या कामीं सदैव योजना करावी. कारण राज्याचें चिरस्थायित्व अशा प्रकारच्या लोकांवरच अवलंबून असतें. सुवर्णादिकांच्या खाणी, मिठागरें, धान्यादिकांच्या विक्रयाचीं स्थानें, नौका आणि हत्तींचे कळप ह्यांच्या कामावर अमात्यांची अथवा अत्यंत प्रामाणिक अशा हितचिंतक पुरुषांची योजना करावी. सर्वथैव उत्कृष्ट प्रकारें शासन करणाऱ्या राजाला धर्माची प्राप्ति होते. कारण, सदैव उत्कृष्ट प्रकारें शासन करणें हाच त्याचा प्रशंसनीय असा धर्म होय. हे भरतकुलोत्पन्ना, राजाला वेदांचें आणि त्याच्या अंगांचें ज्ञान असावें. तो बुद्धिमान, तपोबलयुक्त, सदैव दानशील व यज्ञकर्में करणारा असा असावा. हे सर्वही गुण राजाच्या अंगीं सदैव निश्चलपणें वास करीत असले पाहिजेत. व्यवहाराचा लोप झाल्यास राजाला स्वर्गाची आणि कीर्तीची प्राप्ति कोठून होणार? जेव्हां राजाला दुसरा अत्यंत बलाढ्य राजा पीडा देऊं लागेल

तेव्हां त्या बुद्धिमान् राजानें दुर्गांचा[1] आश्रय करावा; संरक्षणकर्माकडे मित्रांना वळवून त्यांजकडून संरक्षणाची व्यवस्था करवावी; साम, भेद आणि निरोध ह्या उपायांची योजना करावी; गौळवाडे मार्गावर स्थापन करावे; गांवें उठवावीं अथवा त्या सर्वांना नगराच्या जवळच्या वस्तींत नेऊन ठेवावें; व जे किल्ले आणि प्रदेश सुरक्षित असतील त्यांत द्रव्यसंपन्न लोक आणि मुख्य मुख्य सामर्थ्यसंपन्न लोक ह्यांना पुनः पुनः आश्वासन देऊन नेऊन ठेवावें. राजानें स्वतःच शत्रूंच्या द्रव्यादिकांचा अपहार करावा व जर त्यांच्या देशामध्यें प्रवेश करितां आला नाहीं तर दावाग्नीनें तो प्रदेश अत्यंत दग्ध करून सोडावा; शेतांतील धान्येंही जाळून टाकावीं; शत्रूंच्या लोकांमध्यें फाटाफूट करून त्यांजकडून अथवा आपल्याच सैन्याकडून सर्वांचा नाश करवावा; नदीवरून गमन करण्याचे जे पूल वगैरे मार्ग असतील ते मोडून टाकावे; तलावादिकांतील सर्व जल फोडून देऊन नाहींसें करावें व जें फोडून देतां येत नसेल तें विषादिकांच्या योगानें दूषित करावें; व वर्तमानकालीं अथवा भविष्यकालीं आपल्या मित्रांचेंही कार्य करावयाचा प्रसंग आला तरी तें सोडून देऊन, स्वसंरक्षणासाठीं संग्रामामध्यें शत्रूचा वध करूं शकणाऱ्या समीपच्या देशामध्यें वास्तव्य करणाऱ्या एखाद्या राजाचा आश्रय करून रहावें. राजानें किल्ल्यांच्या सभोंवतीं असणाऱ्या सर्वही लहान लहान वृक्षांचीं मूळें तोडून टाकावीं, मात्र अश्वत्थ वृक्षाचा छेद करूं नये; जे वृक्ष अतिशय वाढले असतील त्यांच्या शाखा तोडून टाकाव्या, पण अश्वत्थ वृक्षाचें मात्र पान देखील पाडण्याचें वर्ज्य करावें; किल्ल्याच्या तटावर वीर लोकांनीं उभें रहाण्याच्या जागा व तटामध्यें माऱ्याचीं छिद्रें हीं करावीं; खंदक शूलांनीं भरून काढावा अथवा मकर आणि मोठमोठे मासे यांनीं व्याप्त करून सोडावा; नगरांतील लोकांना बाहेर जातां यावें यासाठीं लहान लहान दारें ठेवावीं, पण त्यांचें संरक्षण दरवाज्याप्रमाणें सर्व प्रकारें करावें; दरवाज्यावर मोठमोठीं संग्रामासंबंधी यंत्रें नेऊन ठेवावीं; शतघ्नी नामक अस्त्रेंही उंच प्रदेशावर नेऊन ठेवावीं व तीं सर्व आपल्या आधीन ठेवावीं; काष्ठें जमा करवावीं, विहिरी खणाव्या, उदकार्थी पुरुषांनीं पूर्वीं नगरांत ज्या विहिरी खोदल्या असतील त्यांचें संशोधन करावें, गवताचें आच्छादन असलेलीं घरें चिखलानें लिंपून काढावीं, अग्नीच्या भीतीमुळें चैत्रमासींच गवत काढवावें, अन्न देखील रात्रींच शिजवावें, दिवसा अग्निहोत्रावांचून दुसरा कोणताही अग्नि प्रज्वलित करूं नये, लोहारांच्या शाळांमध्यें आणि प्रसूत झालेल्या स्त्रियांच्या गृहांमध्यें अग्नि सुरक्षितपणें प्रज्वलित असूं द्यावा; व गृहामध्यें नेलेलाही अग्नि आच्छादित करून ठेवावा. नगराच्या संरक्षणासाठीं राजानें या वेळीं अशी दवंडी पिटवावी कीं, ज्याच्या घरीं दिवसा अग्नि असेल त्याला मोठा दंड केला जाईल. हे नरश्रेष्ठा, भिक्षेवर उपजीविका करणारे, गाडी हांकणारे, क्लीब, उन्मत्त आणि नट यांना नगराबाहेर घालवून द्यावें, नाहीं तर ते अनर्थास कारणभूत होतील. चवाठे, तीर्थें, सभा आणि लोकांचीं वसतिस्थानें ह्या ठिकाणीं राजानें त्या त्या लोकांस साजेल अशा वर्णांतील हेरांची योजना करावी; राजमार्ग विस्तीर्ण करावे व योग्य स्थलीं पाणपोया आणि दुकानें यांची स्थापना करावी. हे कुरुकुलोत्पन्ना युधिष्ठिरा, भांडागार, आयुधशाला, योद्ध्यांचीं सर्व गृहें, अश्वशाला, गजशाला, सैन्याचीं वसतिस्थानें, खंदक, नगरांतील मार्ग आणि मंदिरांतील उपवनें हीं गुप्त असावीं. तीं परपक्षीयांच्या दृष्टीस पडूं देऊं नयेत. शत्रूच्या सैन्याकडून पीडा

[1] शत्रूंना दुर्गम असणाऱ्या स्थानांचा.

होऊं लागल्यास राजानें द्रव्याचा संचय करावा; तेल, चर्बी, मध, तूप, सर्व प्रकारचीं औषधें, कोळसे, दर्भ, मोळ, पळस, बाण, चित्रकार, तृण, इंधनें, विषलिप्त द्रव्यें यांचा संग्रह करावा; तसेंच शक्ति, ऋष्टि, प्रास इत्यादि सर्व प्रकारच्या आयुधांचा व चिलखतें वगैरेंचा संग्रह करून ठेवावा; सर्व प्रकारचीं औषधें, मूळें, फळें यांचाही संग्रह करून, विषवैद्य, शस्त्रवैद्य, इतर रोग निवारण करणारे वैद्य आणि कृत्या निर्माण करणारे आणि तिचें निर्मूलन करणारे असे चार प्रकारचे वैद्य विशेषेंरूकन आपल्या आश्रयास ठेवावे; नट, नर्तक, मल्ल आणि मायावी यांच्या योगानें सर्व नगर सुशोभित करून सोडावें, व त्यांजकडून सर्व नगर आनंदित करून सोडावें; आपला कोणी सेवक, मंत्री, पौरजन अथवा कोणी राजा यांचें आचरण संशयित वाटलें तर ज्याचें आचरण संशयित वाटेल त्याला आपल्या अधीन ठेवावें. हे नृपश्रेष्ठा, कोणीं आपलें कार्य केलें असलें तर त्याला विपुल द्रव्य देऊन, योग्य प्रकारची देणगी देऊन व अनेक प्रकारचीं आश्वासनें देऊन त्याचा बहुमान करावा. हे कुरुनंदना, शत्रूंना खिन्न करून सोडलें अथवा त्यांचा वध केला म्हणजे राजा ऋणमुक्त होतो असें शास्त्रांत सांगितलें आहे. युधिष्ठिरा, राजानें सातच पदार्थांचें संरक्षण केलें पाहिजे. ते मी सांगतों, ऐक. स्वतःचें शरीर, अमात्य, कोश, दंड, मित्र, राष्ट्र आणि राजधानी हेच ते सात पदार्थ होत. हे सात पदार्थ म्हणजे राज्याचा आत्माच आहेत; म्हणूनच त्यांचें प्रयत्नपूर्वक पालन केलें पाहिजे. हे नरश्रेष्ठा, षाड्गुण्य, त्रिवर्ग आणि परमात्रिवर्ग यांचें ज्याला ज्ञान असतें तोच या पृथ्वीचा उपभोग घेऊं शकतो. युधिष्ठिरा, आतां षाड्गुण्य कोणाला म्हणतात तें सांगतों ऐक. संधानासन (दुसऱ्याशीं संधि करून रहाणें), यात्रासंधान (स्वारी करणें, विगृह्यासन (शत्रूशीं वैर करीत रहाणें), संपरिगृह्यासन (स्वारी करीत आहों असें दाखवून न करितां स्वस्थ रहाणें), द्वैधीभाव (परस्परांशीं संधि करणें) आणि अन्यसंश्रय (दुसऱ्याचा आश्रय करून रहाणें) हेंच तें षाड्गुण्य होय. आतां त्रिवर्ग कोणाला म्हणतात तें एकाग्र चित्तानें ऐक. क्षय, साम्य आणि वृद्धि हा त्रिवर्ग होय; व धर्म, अर्थ आणि काम हा परमत्रिवर्ग होय. राजानें ह्यांचें योग्य वेळीं सेवन करावें. धर्माचा आश्रय केल्यास राजा चिरकालपर्यंत पृथ्वीचें पालन करूं शकतो, याविषयीं स्वतः अंगिरा मुनीनें दोन श्लोक म्हटलेले आहेत. हे कुंतीपुत्रा, तुझें कल्याण असो. ते श्लोक तूं श्रवण कर. ते असे.—सर्वही कर्में करून उत्कृष्ट प्रकारें पृथ्वीचें व पौरलोकांचें पालन केलें असतां राजा परलोकीं सुखानें अभ्युदय पावतो. ज्यानें प्रजेचें उत्कृष्ट प्रकारें पालन केलें आहे त्या राजाला तपाचें अथवा यज्ञांचें काय प्रयोजन आहे ? अर्थात् कांहींच नाहीं ! तो राजा सर्वधर्मवेत्ताच होय.

युधिष्ठिर विचारतोः—हे पितामहा, दंडनीति आणि राजा हीं उभयतां परस्परांशीं संबद्ध झालीं असतां अथवा निरनिराळीं असतां कोणापासून कोणाला काय उपयोग होतो, व त्यासाठीं काय करावें लागतें, हें आपण सांगा.

भीष्म सांगतातः--हे भरतकुलोत्पन्ना राजा युधिष्ठिरा, आपल्या पदरचें कांहीं न घालतां मूळच्याच सहेतुक शब्दांनीं मी दंडनीतीचें माहात्म्य तुला सांगतों, तें यथावत् श्रवण कर. राजानें उत्कृष्ट प्रकारें दंडनीतीचा प्रयोग केला तर ती चातुर्वर्ण्यास अधर्मापासून परावृत्त करून धर्माकडे त्याची प्रवृत्ति करिते. चातुर्वर्ण्ये (ब्राह्मणादि चार वर्ण) आपआपल्या कर्मांमध्यें आसक्त होऊन राहिले, त्यांच्या आचरणाच्या मर्यादा पपस्परांशीं संकीर्ण झाल्या

नाहींत, व दंडनीतीच्या योगानें लोकांत क्षेम उत्पन्न झालें, म्हणजे प्रजेला कोणाचीही भीति नसते. सर्वही वर्ण स्वस्थता प्राप्त होण्यासाठीं योग्य प्रकारें प्रयत्न करीत असतात; व मनुष्यांना त्या असंकीर्णत्वापासूनच समाधानयुक्त अशा सुखाची प्राप्ति होते. युधिष्ठिरा, काल हा राजाच्या उत्पत्तीचें कारण आहे, किंवा राजा हा कालाच्या उत्पत्तीचें कारण आहे, असा तूं संशयांत पडूं नको. कारण, राजा हाच कालाच्या उत्पत्तीचें कारण आहे. जेव्हां राजा योग्य प्रकारें व पूर्णपणें दंडनीतीच्याच अनुरोधानें वागतो, तेव्हां कालनिर्मित अशा कृतयुगाची प्रवृत्ति होते. त्या कृतयुगांत केवळ धर्मच अस्तित्वांत असतो; अधर्माचें अस्तित्व कोठेंही नसतें; कोणत्याही वर्णाचें अंतःकरण अधर्मामध्यें रममाण होत नाहीं; प्रजांचें योगक्षेम निःसंशय चालतें; गौण व मुख्य अशीं सर्वही वैदिक कर्में चालू होतात; सर्वही ऋतु सुखकर व रोगरहित होतात; मनुष्यांची कांति, स्वर व अंतःकरण हीं प्रसन्न असतात; ह्या वेळीं व्याधि उत्पन्न होत नाहींत; कोणीही मनुष्य अल्पायु असल्याचें दिसून येत नाहीं; कोणीही स्त्री विधवा होत नाहीं; कोणीही मनुष्य दीन असत नाहीं; भूमि नांगरल्यावांचूनही पीक देऊं लागते; औषधि, वृक्षांच्या त्वचा, पत्रें, फलें व मूलें हीं वीर्यसंपन्न असतात; सारांश, त्या वेळीं अधर्म हा अस्तित्वांत नसून केवळ धर्मच विद्यमान असतो. युधिष्ठिरा, हे सर्व कृतयुगाचे गुण होत असें समज. जेव्हां राजा दंडनीतीचें अवलंबन तीनचतुर्थांशांनींच करितो व एक चतुर्थांश सोडून देतो तेव्हां त्रेतायुगाची प्रवृत्ति होते. व त्यामुळें शुभकर्मांच्या तीन अंशांत अशुभ कर्म एकचतुर्थांश प्रविष्ट होतें व पृथ्वी नांगरली तरच पीक देते व औषधिही जमीन नांगरून लाविल्या तरच फलदायक होतात. जेव्हां राजा अर्ध्या दंडनीतीचा त्याग करून अर्धीचें अवलंबन करितो, तेव्हां द्वापरयुग नांवाच्या कालाची प्रवृत्ति होते. त्या वेळीं दोन चतुर्थांश शुभ कर्मांमध्यें अशुभ कर्माच्या एक द्वितीयांशाची भेसळ होते; भूमि नांगरल्यावांचून पिकत नाहीं व नांगरूनही अर्ध्याहून अधिक पीक देत नाहीं. जेव्हां दंडनीतीचा सर्वथैव त्याग करून राजा अयोग्य प्रकारें प्रजेला क्लेश देऊं लागतो तेव्हां कलियुगाची प्रवृत्ति होते. ह्या कलियुगांत अधर्माचा प्रचार अतिशय होतो; धर्म कोठेंही अस्तित्वांत रहात नाहीं; सर्वही वर्णाचीं अंतःकरणें स्वधर्मापासून परावृत्त होऊं लागतात; शूद्र भिक्षावृत्तीवर उपजीविका करूं लागतात; ब्राह्मण सेवावृत्तीवर चरितार्थ चालवितात; नवीन द्रव्यप्राप्ति व असलेल्या द्रव्याचें संरक्षण ह्या गोष्टी तर अजीबात नष्ट होऊन जातात; वर्णसंकर होतो; वैदिक कर्मांमध्यें वैगुण्य होऊं लागतें. कोणताही ऋतु सुखकर अथवा रोगरहित असत नाहीं; मनुष्यांच्या कांतीचा, स्वराचा व विचारशक्तीचा ऱ्हास होतो; व्याधि उत्पन्न होऊं लागतात, आयुष्य कमी होऊन लोक मरण पावूं लागतात, स्त्रिया विधवा होतात, लोक घातुक बनतात, कोठें तरी पर्जन्यवृष्टि होते व कोठें तरी धान्य उगवतें व दंडनीतिवर लक्ष ठेवून प्रजेचें संरक्षण करणें हें कर्म राजानें सोडून दिलें म्हणजे कलियुगांत रसयुक्त असणाऱ्या सर्व द्रव्यांचा नाश होतो. सारांश, राजा हाच कृत, त्रेता आणि द्वापर ह्या युगांचा उत्पादक असून, तोच चौथ्या कलियुगाच्या उत्पत्तीचें कारण आहे. कृतयुग निर्माण केल्यास राजाला अमर्याद अशा स्वर्गलोकाची प्राप्ति होते; त्रेतायुग उत्पन्न केल्यास त्याला स्वर्गसुखाचा उपभोग पूर्णपणें मिळत नाहीं; द्वापरयुगाची प्रवृत्ति केली असतां त्यांतलि

शुभाशुभ कर्मांच्या अंशाच्याच मानानें त्याला स्वर्गसुख मिळतें; व कलियुगाची प्रवृत्ति केली असतां त्याला अत्यंत पातक लागतें, व त्यामुळें त्या दुष्कर्मी राजाला कायमचा नरकवास भोगावा लागतो. प्रजेचें वाईट करण्यांत गढून गेलेल्या राजाची अपकीर्ति होऊन त्याला पातक लागतें. ज्ञानसंपन्न असलेल्या राजानें सदैव दंडनीतीलाच मुख्यत्व देऊन तिच्या अनुरोधानेंच न संपादन केलेल्या वस्तु संपादन आणि संपादन केलेल्या द्रव्यादिकांचें संरक्षण करावें. लोकांत व्यवस्थितपणा ठेवणारी व त्याचा अभ्युदय करणारी मूर्तिमंत मर्यादाच अशी ही दंडनीति जर योग्य प्रकारें प्रचारांत ठेविली, तर ती केवल मातापितरांसारखी असते. हे नरश्रेष्ठा, तिचें अस्तित्व असलें तरच प्राण्यांचें अस्तित्व असतें. ह्यास्तव, राजानें दंडनीतीचें अवलंबन करणें हाच त्याचा श्रेष्ठ असा धर्म होय हें तूं लक्ष्यांत ठेव. आणि म्हणूनच, हे कुरुकुलोत्पन्ना, तूंही दंडनीतीचें अवलंबन करून न्यायानें प्रजेचें पालन कर, म्हणजे तुला दुष्प्राप्य अशा स्वर्गाची प्राप्ति होईल.

अध्याय सत्तरावा.

—:०:—

राजाच्या वर्तनाचे छत्तीस प्रकार.

युधिष्ठिर विचातोः—हे आचारज्ञानसंपन्न, राजानें कोणत्या प्रकारचें वर्तन ठेवल्यास त्याला इहपरलोकीं सुखरूपी फल देणाऱ्या वस्तूंची अनायासें प्राप्ति होईल ?

भीष्म सांगतातः—ह्या हितकारक अशा आचरणाचे प्रकार छत्तीस असून, त्यासंबंधी अवश्य असणारे गुणही छत्तीस आहेत. ह्या गुणांनीं युक्त होऊन राजानें जर त्या हितकारक आचरणाचें अवलंबन केलें, तर त्याचें कल्याण होतें. ते आचरणप्रकार व गुण तूं श्रवण कर. राजानें रागद्वेषांचा त्याग करून धर्माचरण करावें; स्नेहाचा त्याग करावा; नास्तिकत्वाचा अंगीकार करूं नये; क्रौर्याचें अवलंबन न करितां द्रव्यसंपादन करावें; औद्धत्याचा स्वीकार न करितां विषयसुखाचा उपभोग घ्यावा; दैन्य न दाखवितां प्रिय भाषण करावें; शौर्य असावें, पण आत्मश्लाघा नसावी; दानशूरत्व असावें, पण अपात्रीं द्रव्याचा वर्षाव करूं नये; प्रगल्भपणा असावा, पण निष्ठुरत्व नसावें; नीच लोकांशीं मिळून वागूं नये; बांधवांशीं वैर करूं नये; ज्याची आपल्यावर भक्ति नसेल असा हेर ठेवूं नये; दुसऱ्याला क्लेश न होतील अशा रीतीनें कार्य करावें; असज्जनांना आपला उद्देश कळवूं नये; आपल्या गुणांचा केव्हांही उच्चार करूं नये; सत्पुरुषांकडून कांहींही घेऊं नये; असज्जनांचा आश्रय करूं नये; सर्व बाजूंनीं विचार केल्यावांचून दंड करूं नये; आपलें कारस्थान प्रसिद्ध करूं नये; लुब्ध मनुष्यांना दान करूं नये; अपकार करणाऱ्यावर विश्वास ठेवूं नये; आणि ईर्ष्या न धरितां स्त्रियांचें संरक्षण करावें; राजानें शुचिर्भूत असावें; चिळस येईल अशा रीतीनें वागूं नये; स्त्रीसेवन अतिशय करूं नये; मिष्टान्नभोजन करावें, पण तें अहितकारक होईल इतकें करूं नये; गर्वानें ताठून न जातां संमाननीयांचा मान ठेवावा; निष्कपटपणें गुरुजनांची सेवा करावी; दांभिकपणाचें अवलंबन न करितां देवांचें पूजन करावें; संपत्तीची इच्छा करावी. पण इष्ट असलेली संपत्ति निंद्य नसावी; संपत्तीचा उपभोग घ्यावा, पण तिजवर प्रेम करूं नये; दक्ष असावें, पण कालज्ञानशून्य असूं नये; आश्वासन द्यावें, पण शत्रूंना मुक्त करण्याविषयीं मात्र आश्वासन देऊं नये; अनुग्रह करते वेळीं कोणाचीही निंदा करूं नये; शत्रु आणि त्याचा अपराध हीं जाणल्यावांचून शस्त्रप्रहार

करूं नये; शत्रूंचा वध केल्यानंतर त्यांजविषयीं शोक करूं नये; कारणावांचून कोपाविष्ट होऊं नये; व अपकार करणारावर दया दाखवूं नये.

युधिष्ठिरा, जर तुला इहलोकीं कल्याणाची इच्छा असेल, तर तूं राज्यारूढ होऊन अशा प्रकारचें आचरण ठेव. कारण, ह्याच्या उलट वागल्यास राजाला अत्यंत संकटाची प्राप्ति होते. जो राजा मीं सांगितल्याप्रमाणें ह्या सर्व गुणांच्या अनुरोधानें वागतो, त्याचें इहलोकीं कल्याण होऊन मरणोत्तर तो स्वर्गलोकीं संमाननीय होऊन रहातो.

वैशंपायन सांगतातः—शांतनव भीष्मांचें हें भाषण श्रवण करून श्रेष्ठ अशा इतर पांडवांनीं युक्त असलेल्या राजा युधिष्ठिरानें त्या वेळीं पितामह भीष्माला वंदन केलें; व पुढें तो बुद्धिमान् राजा त्यांनीं सांगितल्याप्रमाणें वागूं लागला.

अध्याय एकाहत्तरावा.

—:०:—

राजाचें वर्तन.

युधिष्ठिर विचारतोः—हे पितामहा, राजानें कोणत्या प्रकारें प्रजेचें पालन केलें असतां तो मानसिक दुःखांनीं बद्ध होऊन जात नाहीं, व त्याच्या हातून धर्मविषयक अपराध घडत नाहीं हें मला सांगा.

भीष्म सांगतातः—हे राजा, मी तुला संक्षेपानेंच हे शाश्वत असे राजधर्म सांगतों. कारण, विस्तरपूर्वक सांगूं लागल्यास केव्हांही समाप्ति व्हावयाची नाहीं. युधिष्ठिरा, धर्मनिष्ठ, शास्त्रज्ञानसंपन्न, दैविक व्रताविषयीं तत्पर असणारे व गुणसंपन्न अशा ब्राह्मणांचें पूजन करून तूं आपल्या गृहामध्यें यज्ञ कर. त्या ब्राह्मणांना उत्थापन देऊन, त्यांच्या चरणांला स्पर्श करून व त्यांस वंदन करून नंतर तूं आपल्या पुरोहिताच्या साहाय्यानें सर्व कर्में कर. धर्मकृत्यें करून झाल्यानंतर व शुभ कर्में केल्यानंतर तूं ब्राह्मणांच्या तोंडून मनोरथसिद्धि आणि जय यांविषयींचे आशीर्वाद घे. हे भारता, सरलत्वाचें अवलंबन करून, व इंद्रियनिग्रह आणि ज्ञान यांनीं युक्त होऊन योग्य प्रकारें कोणत्याही गोष्टीचा स्वीकार करावा; काम आणि क्रोध यांचा त्याग करावा; कारण, काम आणि क्रोध ह्यांच्याच प्राधान्यानें जो राजा कोणतीही गोष्ट करितो, त्या मूर्खाला धर्म किंवा अर्थ यांची प्राप्ति होत नाहीं. युधिष्ठिरा, तूं आपल्या अभीष्ट कार्याकडे लोभी आणि मूर्ख अशा लोकांची योजना करूं नको. लोभशून्य आणि बुद्धिमान् अशा लोकांची कोणत्याही कृत्याकडे योजना केली पाहिजे. कारण, मूर्खाला कोणत्याही गोष्टीचा अधिकार दिला तर तो त्या कर्मामध्यें निष्णात नसल्यामुळें काम आणि क्रोध यांनीं व्याप्त होऊन जाऊन व अधिकाराचा दुरुपयोग करून प्रजेला क्लेश देतो. तूं बरोबर षष्ठांशरूपी कर, अपराधी लोकांना केलेला दंड व शास्त्राच्या अनुरोधानें व्यापारी वगैरे लोकांकडून मिळविलेला त्यांच्या संरक्षणाचा मोबदला यांच्या योगानें द्रव्यसंपादन करण्याची इच्छा कर. प्रजेकडून न्याय्य तेवढाच कर घेऊन राष्ट्राचें नीतीच्या अनुरोधानें यथाविधि पालन करावें; कर दिल्यानें प्रजेचा चरितार्थ वर्षभर चालूं शकत नसेल, तर राजानेंच निरलसपणें तिचें योगक्षेम चालविलें पाहिजे. राजा हा संरक्षण करणारा, दाता, सदैव धर्मनिष्ठ, आलस्यशून्य व कामाचा आणि द्वेषाचा संपर्क नसणारा असा असेल, तर लोक त्याच्यावर प्रेम करितात. युधिष्ठिरा, तूं लोभाच्या तावडींत सांपडून अधर्मानें द्रव्यसंपादन करण्याची इच्छा करूं नको. कारण, जो राजा शास्त्राच्या अनुरोधानें वागत नसेल त्याचे धर्म आणि अर्थ हे पुरुषार्थ

स्थिर नसतात. राजा केवल अर्थशास्त्रामध्यें गढून गेला ह्मणजे त्याच्या हातून धार्मिक कृत्यें घडत नाहींत; व द्रव्य जरी मिळालें तरी तें सर्व अस्थानीं पडून नष्ट होतें. **राजानें केवल अर्थाविषयीं तत्पर होऊन राहून शास्त्रांत न सांगितलेले कर बसवून मोहानें प्रजेला पीडा देणें म्हणजे स्वतः-चीच हिंसा करून घेणें होय.** दुधाची इच्छा असलेल्या मनुष्यानें जर गाईच्या कांसेचा छेद केला, तर त्याला दूध मिळूं शकणार नाहीं. त्याचप्रमाणें, **भलत्याच प्रकारचे प्रयोग करून राष्ट्राला पीडा दिल्यानें त्याची अभिवृद्धि होत नसते.** ज्याप्रमाणें दूध देणाऱ्या गाईची जोपासना करणाऱ्या मनुष्याला सदैव दुग्ध-प्राप्ति होते, त्याप्रमाणेंच योग्य उपायांनीं राष्ट्राचा उपभोग घेतल्यास फलप्राप्ति होते. शिवाय, युधिष्ठिरा, योग्य प्रकारच्या उपायांनीं राष्ट्राचें संरक्षण करून त्याचा उपभोग घेतला तर त्या योगानें कोशाची निरुपम अशी वृद्धि होते. ज्याप्रमाणें तृप्त असलेली माता पुत्राला दूध देते, त्याप्रमाणें राजानें पृथ्वीचें उत्कृष्ट प्रकारें पालन केलें तर ती स्वकीयांकरितां आणि परकीयांकरितांही सदैव धान्य व द्रव्य देते. हे राजा, तूं मालाकाराप्रमाणें वर्तन ठेव. अर्थात् माळी ज्याप्रमाणें वृक्षाची जोपासना करून व त्याला कायम ठेवून फुलें—फळें तेवढीं घेतो, त्याप्रमाणें प्रजेचें संरक्षण करून तिला पीडा न होईल अशा प्रकारेंच तूं तिजपासून कर घेत जा. तूं कोळसे करणाऱ्या मनुष्याप्रमाणें होऊं नको. अर्थात् ज्याप्रमाणें कोळसे करणारा मनुष्य वृक्षांचा समूळ नाश करून त्यांना जाळून टाकितो, त्याप्रमाणें तूं प्रजेचा उच्छेद होईल अशा तऱ्हेचें वर्तन करूं नको. अशा रीतीनें वागून व प्रजेचें पालन करूं लागलास ह्मणजे तुला चिरकाल राज्याचा उपभोग घेतां येईल. जर शत्रूवर स्वारी केल्यामुळें तुझा द्रव्यनाश झाला, तर तूं सामोपचारानेंच ब्राह्मणांवांचून इतरांकडचें द्रव्य ग्रहण कर. हे भारता, तूं जरी अत्यंत निकृष्ट स्थितीमध्यें असलास, तरीही, ब्राह्मण द्रव्यसंपन्न आहेत असें पाहून तुझ्या अंतःकरणाची चलबिचल होऊं नये. त्यांना तूं आपल्या सामर्थ्याप्रमाणें त्यांच्या योग्यतानुरूप द्रव्य अर्पण करीत जा. त्यांना आश्वासन देऊन त्यांचें संरक्षण केल्यास तुला दुष्प्राप्य अशा स्वर्गाची प्राप्ति होईल. हे कुरुनंदना, अशा धर्माच्या अनुरोधानें वागून तूं प्रजेचें पालन केलेंस, म्हणजे तुझा शेवट गोड होईल व तुला शाश्वत अशा पुण्याची व कीर्तीची प्राप्ति होईल. हे पांडुपुत्रा युधिष्ठिरा, तूं न्याय्य अशा रीतीचा व्यवहार ठेवून प्रजांचें पालन कर. अशा रीतीनें वागल्यास तूं मानसिक व्यथेनें बद्ध होऊन जाणार नाहींस.

राजानें प्रजेचें संरक्षण करणें हाच त्याचा श्रेष्ठ असा धर्म होय. कारण. दया हा प्राणिमा-त्राचा धर्म असून संरक्षण करणें ही अत्यंत दया होय. म्हणूनच, राजा जो संरक्षणाविषयीं उद्युक्त होऊन प्राण्यांवर दया करितो, तो परम-धर्म होय, असें धर्मनिष्णात लोक मानतात. संकटापासून प्रजेचें संरक्षण न केल्यामुळें राजाला एका दिवसांत जें पातक घडतें, त्यांतून पार पडण्याला त्याला एक हजार वर्षें लागतात; आणि धर्माच्या अनुरोधानें प्रजेचें पालन केल्यामुळें त्याच्या हातून एका दिवसांत जो धर्म घडतो, त्याचें फल त्याला स्वर्गामध्यें दहा हजार वर्षेंपर्यंत भोगावयास सांपडतें. उत्कृष्ट प्रकारें यज्ञ करणारे गृहस्थाश्रमी, उत्तम प्रकारें अध्ययन करणारे ब्रह्मचारी व उत्कृष्ट रीतीनें तपश्चर्या करणारे वानप्रस्थ ह्यांना ज्या ज्या लोकांची प्राप्ति होते, त्या त्या लोकांची प्राप्ति राजाला धर्माच्या अनुरोधानें

प्रजापालन केल्यास एका क्षणामध्यें होते. म्हणूनच, हे कुंतीपुत्रा, तूं अशा रीतीनें प्रयत्नपूर्वक धर्माचें पालन कर, म्हणजे तुला पुण्यफलाची प्राप्ति होईल व तूं मानसिक व्यथेनें बद्ध होऊन जाणार नाहींस. इतकेंच नव्हे, तर हे पांडुपुत्रा, स्वर्गलोकामध्येंही तुला अत्यंत मोठें असें वैभव प्राप्त होईल. राजावांचून इतरांच्या ठिकाणीं अशा प्रकारच्या धर्माचें अस्तित्व असणें संभवनीय नाहीं. सारांश, अशा प्रकारच्या धर्माचें ज्याला फल मिळेल असा केवल एक राजाच आहे, दुसरा कोणी नाहीं. यास्तव, धैर्यसंपन्न अशा तुला राज्यप्राप्ति झाली असल्यामुळें तूं धर्मानें प्रजेचें पालन कर; आणि यज्ञ करून सोमरसानें इंद्राला व मनोरथ पूर्ण करून सुहृज्जनांना तृप्त कर.

अध्याय बहात्तरावा.

—:०:—

वायु आणि पुरूरवा यांचा संवाद.

(ब्राह्मणांचें श्रेष्ठत्व.)

भीष्म सांगतातः—हे राजा, जो सज्जनांचें संरक्षण करून दुष्टांना दूर घालवून देईल असाच राजानें आपला पुरोहित करावा. याविषयीं इलापुत्र पुरूरवा आणि मातरिश्वा (वायु) यांच्या संवादात्मक असा एक प्राचीन इतिहास सांगत असतात. तो असा—

पुरूरवा म्हणालाः—ब्राह्मण हा कोठून उत्पन्न झाला, व इतर तीन वर्णही कोठून निर्माण झाले, व ब्राह्मण हा सर्वांहून श्रेष्ठ कां, हें आपण मला सांगा.

मातरिश्वा म्हणालाः—हे नृपश्रेष्ठा, ब्रह्मदेवानें मुखापासून ब्राह्मणांची उत्पत्ति केली; बाहूंपासून क्षत्रिय निर्माण केले; ऊरुपासून वैश्यांची उत्पत्ति केली; आणि, हे भरतर्षभा, ह्या तीन वर्णांची शुश्रूषा करण्यासाठीं चरणांपासून शूद्रवर्ण निर्माण केला. ब्राह्मणाची उत्पत्ति धर्मरूपी कोशाचें संरक्षण करण्याकरितां असते; व म्हणूनच तो या पृथ्वीवर जन्म पावतांच सर्वही प्राण्यांचा ईश्वर झालेला असतो. ब्राह्मणानंतर, पृथ्वीचें नियमन करणारा मूर्तिमंत दंडच असा दुसरा क्षत्रिय वर्ण प्रजेच्या संरक्षणार्थ शासन करण्यासाठीं निर्माण केला. वैश्यानें धनधान्यादिकांच्या योगें इतर तीन वर्णांचें पोषण करावें, व शूद्रानें इतर तीन वर्णांची शुश्रूषा करावी, अशी ब्रह्मदेवाची आज्ञा आहे.

पुरूरवा म्हणालाः—हे वायो, ह्या द्रव्यासहवर्तमान सर्व पृथ्वीवर धर्मसिद्ध असा कोणाचा अधिकार आहे?—ब्राह्मणाचा कीं क्षत्रियाचा?

वायु म्हणालाः—ह्या जगतामध्यें जें कांहीं आहे, त्या सर्वांवर ब्राह्मणाचा अधिकार आहे. कारण, त्याचें कुल हें सर्व वर्णांहून ज्येष्ठ आहे, असें धर्मनिष्णात लोक म्हणतात. ब्राह्मण ज्याचा उपभोग घेतो, जें वस्त्र परिधान करितो, अथवा ज्याचें दुसऱ्याला दान करितो, तें सर्व त्याचें स्वतःचेंच असतें. ब्राह्मण हा सर्वही वर्णांमध्यें ज्येष्ठही[1] आहे व श्रेष्ठही आहे. हा मुख्य पक्ष मीं तुला सांगितला. पण ज्याप्रमाणें पति नसला तर नियोग करणारी स्त्री दिरालाच पति करते, त्याप्रमाणें आपत्कालीं दुसराही एक पक्ष आहे. हे राजा, जर तूं स्वर्गाचा, उत्कृष्ट अशा पदाचा अथवा स्वधर्माचा शोध करीत असशील, तर कोणत्याही प्रकारचा जय मिळवितांच शास्त्रज्ञानसंपन्न, सदाचारी, धर्मवेत्ता, तपस्वी, स्वधर्माच्याच आचरणानें तृप्त रहाणारा, द्रव्यसंपादन करण्यांत गढून न जाणारा व जो सर्व प्रकारें परिपूर्ण ज्ञान असलेल्या बुद्धीच्या योगानें राजाला साहाय्य करूं शकेल अशा ब्राह्मणाला भूमिदान कर. कारण, सत्कुलांत उत्पन्न झालेला ब्राह्मण बुद्धिमान् आणि विनय-

१ प्रथम उत्पन्न झाल्यामुळें वडील.

संपन्न असतो व आश्चर्यकारक भाषणें करून राजाचें कल्याण करितो. क्षत्रियधर्माच्या आचरणामध्यें आसक्त झालेला शुश्रूषा आणि अहंकारशून्य असा राजा ब्राह्मणानें सांगितलेल्या ज्या धर्माचें आचरण करितो, तेवढ्यानेंच तो ज्ञानसंपन्न होऊन संमान पावतो व चिरकाल कीर्तिसंपन्न होऊन रहातो. त्या सर्व धर्माचा भाग राजपुरोहिताला व राजाच्या सान्निध्याचा आश्रय करून राहिलेल्या सर्व प्रजांना मिळतो. राजानें उत्कृष्ट प्रकारें संरक्षण केलेले, उत्तम प्रकारचें आचरण असलेले, स्वधर्मनिष्ठ व कोणाचीही भीति नसलेले लोक राष्ट्रामध्यें जें धर्माचरण करितात, त्याचा चतुर्थांश राजाला मिळतो. देव, मनुष्यें, पितर, गंधर्व, सर्प आणि राक्षस या सर्वांची उपजीविका यज्ञावर अवलंबून आहे. पण राष्ट्राला राजा नसला म्हणजे त्यामध्यें यज्ञकर्म चालत नाहीं. त्या यज्ञामध्यें जें अर्पण केलें असेल, त्यावरच देवतांचा आणि पितरांचा चरितार्थ असतो. पण ह्या यज्ञरूपी धर्माचें योगक्षेम चालविणें हें केवल राजावरच अवलंबून असतें. उष्णकालामध्यें छाया, जल व वायु ह्यांमध्यें प्राण्याला सुखप्राप्ति होते आणि शीतकालामध्यें अग्निसान्निध्य, वस्त्रें व सूर्य यांच्या योगें सुखप्राप्ति होते. शब्द, स्पर्श, रस, रूप व गंध ह्या ठिकाणीं अंतःकरण रमतें, पण जर अंतःकरणांत भीति असली तर त्या कोणत्याही उपभोग्य वस्तूपासून मनुष्याला सुखप्राप्ति होत नाहीं. म्हणूनच, जो अभयप्रदान करणारा असतो त्याला अत्यंत मोठ्या पदाची प्राप्ति होते. प्राणदानासारखें दुसरें दान त्रैलोक्यांत नाहीं. राजा हाच इंद्र, राजा हाच यम, आणि राजा हाच धर्म होय. राजा हाच त्याचें रूप धारण करितो, व राजाच्याच योगानें हें सर्व विश्व अस्तित्वांत आहे.

अध्याय त्र्याहात्तरावा.

--:०:--

ऐल आणि काश्यप यांचा संवाद.

(ब्राह्मणांचें महत्त्व.)

भीष्म सांगतातः—धर्म आणि अर्थ हे दोन पुरुषार्थ अमर्यादित अर्थात् फार विशाल आहेत असें पाहून राजानें विलंब न करितां बहुश्रुत आणि विद्वान् असा एक पुरोहित करावा. राजा, ज्या प्रजेचा राजपुरोहित धर्मनिष्ठ आणि मंत्रवेत्ता असतो, व राजाही अशाच प्रकारच्या गुणांनीं युक्त असतो, त्या प्रजेचें सर्व प्रकारें कल्याण होतें; ते उभयतां प्रजेचा अभ्युदय करितात; व देवतांचें, पितरांचें आणि संततीचें पोषण करितात; आणि उत्कृष्ट प्रकारें तप करणारे आणि धर्मनिष्ठ असल्यामुळें लोकांच्या श्रद्धेला पात्र होऊन राहातात. ईश्वरानें हे उभयतां समान अंतःकरण असलेले परस्पर मित्र निर्माण केले आहेत. ब्राह्मण आणि क्षत्रिय या उभयतांचा संमान केल्यास प्रजेला सुखप्राप्ति होते; व त्या उभयतांचा अपमान केल्यास प्रजेचा निःसंशय नाश होतो. ब्राह्मण आणि क्षत्रिय हेच सर्व वर्णांस मूलभूत आहेत, असें सांगितलें आहे. युधिष्ठिरा, याविषयीं ऐल आणि कश्यप यांचा संवाद पुरातन इतिहास म्हणून सांगत असतात. तो तूं श्रवण कर. तो असा—

ऐल म्हणालाः—जेव्हां ब्राह्मण क्षत्रियांचा त्याग करितात, अथवा क्षत्रिय ब्राह्मणांचा त्याग करितात, तेव्हां त्यांपैकींच पुढें कोण बलसंपन्न होतात? व इतर वर्ण ह्या उभयतांपैकीं कोणाच्या आधारानें अस्तित्वांत असतात?

कश्यप मुनि म्हणालेः—ह्या लोकामध्यें जेथें ब्राह्मण आणि क्षत्रिय यांचा विरोध असेल तेथें क्षत्रियाच्या राष्ट्राचा उच्छेद होतो; व नंतर दस्यु (चोर दरवडेखोर) हे बलाढ्य होतात. आणि असें झालें म्हणजे सत्पुरुष हे

राजाचा वर्ण कोणता तें ओळखितात. अर्थात राजा हा ब्राह्मणांचा अवमान करणारा असल्यामुळें त्याची जाति म्लेच्छ असावी असें ते समजतात. लोक ब्राह्मणांचा त्याग करितात तेव्हां त्यांच्या राष्ट्रामध्यें वेदाध्ययनाची अभिवृद्धि होत नाहीं; संतति होत नाहीं; मोठमोठ्या पात्रांमध्यें ताक घुसळलें जात नाहीं; (दुग्धाची समृद्धि नसते हा भावार्थ.) त्यांना जय मिळत नाहीं; व त्यांचे पुत्र वेदाध्ययन करीत नाहींत. जे क्षत्रिय ब्राह्मणांचा त्याग करितात, त्यांच्या गृहांतील द्रव्य केव्हांही वृद्धिंगत होत नाहीं; त्यांना उत्कृष्ट प्रकारच्या संततीची प्राप्ति होत नाहीं; त्यांच्या हातून यज्ञ घडत नाहींत; आणि ते चौरतुल्य बनून सर्वांकडून तिरस्कार पावतात. ब्राह्मण आणि क्षत्रिय हे सदैव परस्परांशीं मिळून असले म्हणजे त्यापासून परस्परांचें पोषण होतें. क्षत्रिय हे ब्राह्मणांच्या अस्तित्वाचें मूलकारण असून, ब्राह्मण हेही क्षत्रियांचें उत्पत्तिस्थान आहे. म्हणूनच, हे उभयतां जर मिळून राहिले तर त्यांना मोठी प्रतिष्ठा मिळते; आणि प्राचीन कालापासून चालत असलेलें त्यांचें ऐक्य जर नष्ट होऊन गेलें, तर सर्वही जग अगदीं मोहग्रस्त होऊन जातें. ज्याप्रमाणें अगाध जलांत गेलेली नौका पैलतीरास जाऊं शकत नाहीं, त्याप्रमाणें या मोहांतून कोणीही पार पडूं शकत नाहीं. याप्रमाणें चातुर्वर्ण्य अत्यंत मोहग्रस्त होऊन गेल्यामुळें पुढें प्रजेचा संहार होऊं लागतो. ब्राह्मणरूपी वृक्षाचें जर संरक्षण केलें, तर तो सुवर्णरूपी मधाचा वर्षाव करितो; आणि जर त्याचें संरक्षण केलें नाहीं, तर तो सदैव दुःखाश्रु आणि पाप यांचा वर्षाव करितो. जेव्हां दुष्ट लोक त्रास देऊं लागल्यामुळें ब्रह्मचाऱ्याला आपल्या शाखेमध्यें पारंगत होतां येत नाहीं, व जेव्हां ब्राह्मणजातीला वेदांचें संरक्षण व्हावें अशी इच्छा करावी लागते, तेव्हां इंद्र आश्चर्यचकित होऊन त्या राष्ट्रामध्यें वृष्टि करीत नाहीं. इतकेंच नव्हे, तर त्या राष्ट्रामध्यें महामारी, दुर्भिक्ष इत्यादि दुःसह संकटांचा प्रवेश होतो. स्त्रिया अथवा ब्राह्मण ह्यांचा वध केला असतांही ज्या राष्ट्रांत त्या पातकी मनुष्याची सभेमध्यें प्रशंसा होते, व तो राजाच्या समीप देखील त्या पातकाची भीति बाळगीत नाहीं, त्या राष्ट्रामध्यें क्षत्रियाला भीति असते. हे ऐला, पापी लोक पाप करूं लागले म्हणजे हा रुद्र देव अवतार धारण करितो. पापी लोक आपल्या पापाच्या योगानें रुद्राला जन्म घ्यावयास लावतात, व तो अवतीर्ण झाला म्हणजे साधु आणि असाधु ह्या सर्वांचाही नाश करितो.

ऐल म्हणालाः—हे कश्यप मुने, हा रुद्र कोठें वास्तव्य करितो? प्राणीच प्राण्यांचा वध करितात असें दिसून येतें; तेव्हां ह्या रुद्राचें स्वरूप कोणत्या प्रकारचें असतें, आणि हा देव रुद्र कोणापासून उत्पन्न होतो, तें सर्व आपण मला सांगा.

कश्यपमुनि म्हणालेः—मनुष्यांच्या हृदयांत वास्तव्य करणारा आत्मा हाच रुद्र असून, तो आपापल्या देहाचा व परदेहाचाही नाश करितो, तो रुद्र उत्पातवायूसारखा असून, त्याचें स्वरूप मेघदेवतेसारखें आहे असें सांगितलेलें आहे.

ऐल म्हणालाः—ज्याप्रमाणें सर्वांना व्याप्त करून टाकणारा कोणताही वायु वर्षाव करणारा मेघ, अथवा मेघप्रवर्तक देवता हीं सर्व आकाशांत असलीं तरी त्याहून भिन्न असतात, व प्रत्यक्ष प्रमाणानें आणि शास्त्राच्या योगानें त्यांचें ज्ञान होतें, त्याप्रमाणें मनुष्यांच्या देहांत असणाऱ्या ह्या रुद्राचें कोठें ज्ञानही होत नाहीं. अथवा तो तशा प्रकारें शरीराहून भिन्न असल्याचेंही दिसून येत नाहीं. म्हणूनच काम आणि द्वेष ह्यांच्या

योगानें मनुष्य बद्ध होतो व मोह पावतो. मग ह्या रुद्राचा काय उपयोग ?

कश्यप म्हणाले:—ज्याप्रमाणें केवल गृहामध्यें असलेला अग्नि प्रदीप्त झाला म्हणजे संपूर्ण गांव किंवा चव्हाट्यावरील घरें दग्ध करून टाकतो, त्याप्रमाणें हा देव केवळ हृदयांत वास करीत असला तरी सर्वांच्या ठिकाणीं मोह उत्पन्न करितो, व त्यामुळें सर्वांशीं पाप-पुण्याचा संबंध जडतो.

ऐल म्हणाला:—दुष्ट लोकांनीं पातक केल्यामुळें रुद्राची उत्पत्ति होऊन तो साधूंचा व असाधूंचाही संहार करितो, असें आपण पूर्वीं सांगितलें आहे. पण कोणीतरी पातक केलें म्हणजे तो पातकी पुरुष आणि ज्याचा पापपुण्याशीं कांहीं संबंध नाहीं असा दुसरा एखादा सत्पुरुष ह्या उभयतांना जर सारख्याच रीतीनें शिक्षा होऊं लागली, तर मग मनुष्यानें पुण्य तरी कशाकरितां करावें ? व पातकच कां करूं नये ? कारण, सर्वच कांहीं पुण्यकर्ते नसतात; आणि कोणीं तरी पातक केलें म्हणजे पातक न करणारालाही शिक्षा होते. मग पुण्यकर्माचा उपयोग काय ?

कश्यप म्हणाले:—पापाशीं जरी कोणत्याही प्रकारचा संबंध नसला तरीही निष्पाप मनुष्याला जो पापकर्त्यासारखाच दंड होतो, त्याचें कारण त्याचें पापकर्त्या पुरुषांशीं मिसळून वागणें हेंच होय. शुष्क काष्ठांच्या संसर्गानें त्यांमध्यें मिसळून असलेलें ओलें काष्ठही दग्ध होतें; म्हणूनच पापकर्त्या पुरुषाशीं कोणत्याही प्रकारें मिळून वागूं नये.

ऐल म्हणाला:—पाप आणि पुण्य यांच्या फलांत कांहीं अंतर दिसून येत नाहीं. कारण, भूमि ही पातकी आणि पुण्यशील ह्या उभयतांनाही आपल्या पृष्ठावर धारण करिते; सूर्य पातकी व पुण्यशील ह्या उभयतांनाही सारखाच ताप देतो; वायु हा पापी आणि पुण्यसंपन्न ह्या दोहोंवरही सारखाच वहात असतो; आणि जल हें पातकी आणि पुण्यसंपन्न ह्या उभयतांना सारख्याच रीतीनें शुद्ध करीत असतें. मग पाप आणि पुण्य यांमध्यें विशेष काय ?

कश्यप म्हणाले:—राजपुत्रा, ही अशा प्रकारची स्थिति ह्या लोकामध्यें आहे, पण ती परलोकामध्यें नाहीं. पाप करणारा व पुण्य आचरण करणारा ह्या उभयतांमध्यें त्यांच्या मृत्यूनंतर मोठाच भेद दिसून येतो. पुण्य करणाऱ्या मनुष्याला मधुयुक्त, घृताचे दीप असलेला, सुवर्णमय असल्यामुळें तेजस्वी दिसणारा, व अमृताचा केवल मध्यच अशा लोकाची प्राप्ति होते. ब्रह्मचारी मनुष्य मरणोत्तर तेथें गेल्यावर आनंदानें रहातो. त्या ठिकाणीं मृत्यु नाहीं, जरा नाहीं आणि दुःखही नाहीं. पापी मनुष्याला मिळणारा लोक म्हणजे अंधकारमय नरक होय. त्या ठिकाणीं सदैव दुःखाचें व प्रचुर अशा शोकाचें वास्तव्य असतें. पापकर्ता पुरुष तेथें गेल्यानंतर अतिशय ताप पावतो व अनेक वर्षेपर्यंत निराधार राहून स्वतःविषयीं शोक करीत असतो.

असो; ब्राह्मण आणि क्षात्रिय यांमध्यें परस्परांत फूट झाल्यास प्रजा अत्यंत दुःसह अशा दुःखामध्यें मग्न होऊन जातात, हें लक्षांत घेऊन राजानें सदैव अनेक विद्यासंपन्न असा एक पुरोहित अवश्य करावा. पुरोहित केल्यानंतरच राजानें आपणाला राज्याभिषेक करून घ्यावा. धर्मशास्त्रामध्यें अशाच प्रकारचा विधि आहे. ह्या लोकामध्यें ब्राह्मण हाच धर्मदृष्ट्या सर्वांत अग्रगण्य होय, असें सांगितलें आहे. ब्राह्मणाची उत्पत्ति प्रथम झाली आहे असें वेदवेत्ते लोक जाणत आहेत. म्हणूनच, जन्मतः ज्येष्ठत्व असल्यामुळें, जें उत्कृष्ट असेल त्याची प्राप्ति ह्याला प्रथम झाली पाहिजे.

सारांश, भिक्षा मागून संपादन केलेले शिजलेल्या अन्नाचे चार घांस भक्षण करणारे ब्राह्मण संमाननीय व पूज्य असून, त्यांना, जें कांहीं विशिष्ट अथवा श्रेष्ठ असेल तें अर्पण करणें हा धर्म आहे. राजा जरी बलाढ्य असला तरीही त्यानें अशा प्रकारचें आचरण अवश्य केलें पाहिजे. कारण, ब्राह्मण क्षत्रियाचा अभ्युदय करितात व ब्राह्मणांचाही अभ्युदय क्षत्रियापासूनच होतो. सारांश, राजानें सदैव ब्राह्मणांचा विशेषेंकरून बहुमान करावा.

अध्याय चौऱ्याहत्तरावा.

—:०:—

मुचकुंदोपाख्यान.

भीष्म सांगतात:—राष्ट्राचें योगक्षेम राजाच्या अधीन असून राजाचें योगक्षेम त्याच्या पुरोहिताच्या अधीन असतें. जेव्हां प्रजेवर अदृष्ट दैविक संकट येतें, तेव्हां ब्राह्मण त्या संकटाचा नाश करितात; आणि जेव्हां दृष्ट (परचक्रादिक) संकट येतें, तेव्हां राजा आपल्या बाहुबलानें त्याचा नाश करितो; आणि अशा रीतीनें ब्राह्मण व क्षत्रिय यांच्या ऐक्यानें राज्याची सुखानें अभिवृद्धि होते. याविषयीं राजा मुचकुंद आणि वैश्रवण (कुबेर) यांचा संवाद प्राचीन इतिहास म्हणून सांगत असतात. तो असा—

पूर्वी पृथ्वीपति मुचकुंद ही सर्व पृथ्वी जिंकून घेऊन आपल्या बलाची परीक्षा करण्यासाठीं अलकानगराधिपति कुबेरावर चालून गेला. तेव्हां वैश्रवण राजानें राक्षस निर्माण केले व त्या राक्षसांनीं मुचकुंदाच्या सैन्याचा धुव्वा उडवून दिला. याप्रमाणें आपल्या सैन्याचा वध होऊं लागला असतां शत्रुनाशक राजा मुचकुंद हा विद्वान् अशा आपल्या पुरोहिताची निंदा करूं लागला. तेव्हां धर्मज्ञश्रेष्ठ वसिष्ठांनीं उग्र तपश्चर्या करून त्या राक्षसांचा वध केला व त्याला मार्ग करून दिला. तेव्हां सैन्याचा वध चालला असतांच यक्ष कुबेरानें मुचकुंदाला दर्शन देऊन असें भाषण केलें.

कुबेर म्हणाला:—पुरोहिताचें साहाय्य असलेले पूर्वीचे राजे देखील तुझ्याप्रमाणें बलवान् होते. तथापि, तूं जसें वर्तन करीत आहेस, तशा प्रकारचें वर्तन त्यांनीं पूर्वी केव्हांही केलेलें नाहीं. ते भूपति जरी अस्त्रविद्येमध्यें निष्णात आणि बलाढ्य होते हें खास आहे, तरीही ते सुखदु:ख देण्याविषयीं समर्थ असणाऱ्या अशा मजकडे येऊन माझी शुश्रूषा करीत होते. असो; आतां तुझ्या बाहूंमध्यें जर कांहीं सामर्थ्य असेल, तर त्याचा प्रकाश पाड. ब्राह्मणांच्या अत्यंत बलाचें साहाय्य घेऊन तूं काय म्हणून प्रवृत्त होत आहेस ?

हें ऐकून मुचकुंद क्रुद्ध झाला, पण क्षुब्ध न होतां व त्वरा न करितां नीतिपूर्वक कुबेराला असें म्हणाला, "ब्राह्मण आणि क्षत्रिय हे ब्रह्मदेवानें सख्खे बंधुच निर्माण केलेले आहेत. त्यांचें सामर्थ्य आणि क्रिया हीं जर अलग अलग झालीं, तर त्यापासून प्रजेचें पालन होणार नाहीं. तप आणि मंत्र ह्यांचें बल सदैव ब्राह्मणांच्या ठिकाणीं निश्चलपणें वास्तव्य करीत असतें, व अस्त्रबल आणि बाहुबल हीं क्षत्रियांच्या ठिकाणीं सदैव स्थिरपणें रहात असतात. ब्राह्मण--क्षत्रिय ह्या उभयतांनीं मिळून प्रजेचें पालन केलें पाहिजे. म्हणूनच मी तशा रीतीनें वागत आहें. असें असतां, हे अलकाधिपते कुबेरा, तूं माझी निंदा काय म्हणून करतोस !

नंतर, पुरोहितासह असलेल्या राजा मुचकुंदाला कुबेर म्हणाला, "हे राजा, मी कोणाला पूर्वी कळविल्यावांचून राज्य देत नाहीं, आणि कोणाला कळविल्यावांचून तें काढूनही घेत नाहीं, हें तूं लक्षांत ठेव. आतां मीं तुला ही

सर्व पृथ्वी दिलेली आहे. यास्तव तूं तिचें पालन कर. " असें कुबेरानें भाषण केल्यानंतर पृथ्वीपति मुचकुंदानें उत्तर दिलें.

मुचकुंद म्हणालाः—हे पृथ्वीपते कुबेरा, तूं दिलेल्या राज्याचा उपभोग घ्यावा अशी माझी इच्छा नसून, स्वबाहुवीर्यानें संपादन केलेल्या राज्याचा उपभोग घ्यावा अशी माझी इच्छा आहे.

भीष्म सांगतातः—याप्रमाणें, गडबडून न जातां, मुचकुंद क्षात्रधर्माचें अवलंबन करून राहिला आहे असें पाहून यक्षराज कुबेर अत्यंत विस्मित झाला. पुढें, क्षत्रधर्माच्या अनुरोधानें वागणारा राजा मुचकुंद आपल्या बाहुवीर्यानें पृथ्वी संपादन करून तिचें पालन करूं लागला. ह्याप्रमाणें जो धर्मवेत्ता राजा ब्राह्मणाला प्राधान्य देऊन वागतो, तो दुर्जय अशी पृथ्वी जिंकून घेऊन अत्यंत कीर्ति पावतो. ब्राह्मणांच्या हातीं सदैव सुखदुःख देण्यास समर्थ असें उदक असतें व क्षत्रियांच्या हातीं शस्त्र असतें. जगतामध्यें जें कांहीं आहे तें सर्व ह्या उभयतांच्या अर्थात् ब्राह्मणांच्या व क्षत्रियांच्या अधीन आहे.

अध्याय पंचाहत्तरावा.

—:०:—

भीष्मांचा युधिष्ठिराला राज्य करण्याविषयीं उपदेश.

युधिष्ठिर विचारतोः—हे पितामहा, राजानें कोणत्या वृत्तीनें राहिल्यास मनुष्यांचा अभ्युदय होतो, व त्यालाही पवित्र अशा लोकांची प्राप्ति होते, तें मला सांगा.

भीष्म सांगतातः—हे भरतकुलोत्पन्ना, प्रजापालनामध्यें आसक्त झालेल्या राजानें दानशील, यज्ञनिष्ठ व सदैव उपवास आणि तप यांच्या आचरणाविषयीं तत्पर असावें; राजानें सर्वही प्रजांचें सदैव न्यायानें पालन करावें; व उत्थापन देऊन व दानें करून धार्मिक लोकांचा बहुमान करावा. कारण राजानें धर्माचा बहुमान केला म्हणजे त्याचा सर्वत्र बहुमान होतो. राजा जें जें आचरण करितो, तें सर्व प्रजांनाही आवडूं लागतें. राजानें सदैव शासन करण्याविषयीं उद्युक्त रहावें, शत्रूविषयीं तर प्रत्यक्ष मृत्युच होऊन रहावें; चौरादिकांचा सर्वथैव वध करावा; व कोणालाही बुद्धिपूर्वक क्षमा करूं नये. हे भरतकुलोत्पन्ना, राजानें उत्कृष्ट प्रकारें संरक्षण केलें तर, ह्या लोकामध्यें प्रजा धर्माचरण करितात त्याचा चतुर्थांश राजाला मिळतो. प्रजा जें अध्ययन करते, दान करते, यज्ञ करते आणि पूजन करते, त्या सर्वांचा चतुर्थांश—धर्माच्या अनुरोधानें प्रजेचें पालन करणाऱ्या राजाला मिळतो. हे भरतकुलोत्पन्ना राजा, प्रजेचें पालन करीत असतां त्याच्या राष्ट्रामध्यें ज्या कांहीं दुःखदायक गोष्टी घडून येतात, त्यांसंबंधीच्या पातकाचा चतुर्थांश राजाकडे येतो. हे पृथ्वीपते, क्रूर आणि असत्य भाषण करणारे लोक जें पातक करितात, तें सर्वच राजाकडे येतें असें कांहीं लोक म्हणतात; व कांहींचा सिद्धांत-त्यांतील अर्धें पातक राजाकडे येतें असा आहे. अशा प्रकारच्या पातकापासून राजाची मुक्ति कशी होते तें सांगतों, ऐक.

चोरांनीं हरण केलेलें द्रव्य जर त्यांजकडून काढून घेतां येणें अशक्य असलें, तर उपजीविका करण्याचें सामर्थ्य नसल्यास राजानें तें आपल्या खजिन्यांतून द्यावें. सर्वही वर्णांनीं ज्याप्रमाणें ब्राह्मणांचें त्याप्रमाणेंच त्यांच्या द्रव्याचेंही संरक्षण केलें पाहिजे. ब्राह्मणाला दुःख देणाऱ्या मनुष्यानें राष्ट्रांत रहातां कामा नये. ब्राह्मणांच्या द्रव्याचें संरक्षण केलें असतां सर्वांचें संरक्षण केल्यासारखें होतें. म्हणूनच राजानें त्यांना प्रसन्न ठेवून कृतकृत्य व्हावें.

ज्याप्रमाणें पर्जन्यावर सर्व प्राणी अथवा मोठमोठ्या वृक्षांवर पक्षी उपजीविका करितात, त्याचप्रमाणें सर्व मनोरथ पूर्ण करणाऱ्या राजाच्या आश्रयानें लोक आपली उपजीविका चालवितात. राजा जर सदोदीत मूर्तिमंत विषयसुखच होऊन राहिला, त्याचें अंतःकरण विषयसुखावर जडलें, व तो क्रूर आणि अत्यंत लुब्ध असला, तर त्याला प्रजेचें पालन करितां येणें शक्य नाहीं.

युधिष्ठिर म्हणालाः—मी राज्यसुखाच्या इच्छेनें क्षणभरही राज्याची इच्छा करीत नाहीं; तर केवल धर्म घडेल म्हणूनच राज्य करण्याची इच्छा करीत होतों. पण ह्या राज्यामध्यें धर्म मुळींच नाहीं; व म्हणूनच आतां मला हें राज्य पुरे. मी धर्माचरण करण्याच्या इच्छेनें अरण्यांत जाऊन रहाणार. त्या पवित्र अरण्यामध्यें शासनकर्माचा त्याग करून, इंद्रियजय करून व फळें आणि मूळें भक्षण करून मुनिवृत्तीनें राहून केवल धर्मच संपादन करीन.

भीष्म म्हणालेः—तुझ्या बुद्धीला क्रूरत्वाचा संपर्क नाहीं हें मी जाणून आहें; पण तशा प्रकारची बुद्धि निष्फल होय. कारण, केवल दयेचें अवलंबन केल्यास राज्य चालवितां येणें शक्य नाहीं. इतकेंच नव्हे, तर तुझी बुद्धि अत्यंत सौम्य असली व तूं अतिशय सौजन्यसंपन्न, अत्यंत धार्मिक, धाष्टर्यशून्य व नीति आणि कृपा यांनीं युक्त होऊन राहिलास, म्हणजे लोक तुझा बहुमान करणार नाहींत. म्हणूनच आपल्या पितृपितामहादिकांनीं जें योग्य मानलें होतें त्याच वर्तनाचें तूं अवलंबन कर. तूं ज्या रीतीनें रहाण्याची इच्छा करीत आहेस, तशा प्रकारचें वर्तन राजाचें असत नाहीं. तूं जर व्याकुलपणा आणि दया ह्यांचें अवलंबन करून राहिलास, तर तुला प्रजापालन अर्थात् स्वधर्मजन्य फल मिळावयाचें नाहीं. बा युधिष्ठिरा, तूं ज्ञान आणि धारणाशक्ति यांनीं युक्त असूनही जें हें आचरण करीत आहेस, तशा प्रकारचें तूं आचरण करावेंस अशी पांडूचीही इच्छा नव्हती व कुंतीनेंही कोणाकडे असा वर मागून घेतला नव्हता. तुझा पिता शौर्य, बल आणि सत्य हींच असावीं असें सदैव म्हणत होता; व तूं महात्मा आणि मोठा उदार असावास अशी कुंती इच्छा करीत होती. सदैव स्वाहाकाररूपी व स्वधाकाररूपी मनुष्ययज्ञ व पितृयज्ञ पुत्राकडून चालावे अशी पुत्राच्या संबंधानें देवता आणि पितर सदैव आशा करीत असतात. दान, अध्ययन आणि प्रजांचें पालन हा धर्म असो अथवा अधर्म असो, तो जन्मतःच तुझ्यामागें लागलेला आहे. हे कुंतीपुत्रा, योग्य वेळीं राज्यशकटाचें जूं आपल्या मानेवर घेऊन आपल्यावर पडलेला भार वाहूं लागणारा राजा जरी क्षीण होऊन गेला, तरी त्याची कीर्ति क्षीण होत नाहीं. तुला अस्खलितपणें राज्यभार वाहतां येणें अशक्य नाहीं. कारण, सर्व बाजूंनीं नियंत्रित असलेला अश्व देखील अस्खलितपणें रथ वाहून नेतो. राजानें आपलें कर्तव्य केलें पाहिजे असें सांगितलें असल्यामुळें त्याला त्यामुळें दोष लागत नाहीं. इतकेंच नव्हे, तर त्याला जी कांहीं फलप्राप्ति होते ती त्याच्या राजधर्मरूपी कर्मामुळेंच होय. ब्रह्मनिष्ठ मनुष्याप्रमाणें कोणताही धार्मिक गृहस्थाश्रमी अथवा राजा एकांतांत जाऊन पडून धर्माचरण करीत राहिलेला नसतो. कर्म जरी थोडें असलें तरी त्यांत विपुल सार असल्यास तें मोठेंच होय. किंबहुना कांहीं न केल्यापेक्षां थोडेंही कर्म करणें हेंच श्रेयस्कर आहे. कर्म न करितां स्वस्थ बसणें यासारखें दुसरें अत्यंत वाईट असें कांहींही नाहीं. जेव्हां धर्मवेत्त्या कुलीन पुरुषाला उत्कृष्ट प्रकारच्या अमात्यादि पदाचा अधिकार मिळतो, तेव्हां

प्रजेचें योगक्षेम चालविणें हें राजाला सुखकारक होतें. धर्मनिष्ठ राजानें राज्यप्राप्ति झाल्यानंतर कित्येकांना दान देऊन, कित्येकांवर बलात्कार करून व कांहींना प्रिय भाषण करून सर्व प्रकारें वश करावें. कुलीन वैद्यप्रभृति लोक इतरत्र चरितार्थ चालत नाहीं म्हणून संकटग्रस्त होऊन राजाकडे आल्यावर तृप्त होऊन स्थैर्य पावतात. ह्या निराश्रितपालनरूपी धर्माहून अधिक योग्यतेचा असा धर्म आहे कोणता !

युधिष्ठिर विचारतोः—हे तात, स्वर्गप्राप्तीचें अतिशय उत्कृष्ट असें साधन कोणतें, व त्यापासून जो उत्कृष्ट आनंद होतो तो कोणता, आणि त्याजपासून अत्यंत उत्कृष्ट असें कोणतें ऐश्वर्य प्राप्त होतें, हें आपणाला माहीत असेल तर मला सांगा.

भीष्म म्हणालेः—जो राजा राज्य करीत असतां संकटाच्या योगानें पीडित झालेल्या मनुष्याला एक क्षणभर तरी उत्कृष्ट प्रकारें क्षेमप्राप्ति होते, तोच राजा आमच्या मतें उत्कृष्ट प्रकारें स्वर्ग संपादन करणारा आहे, हें मी तुला सत्य सांगतों. म्हणूनच, हे कुरुकुलश्रेष्ठा, आम्हां कुरुकुलोत्पन्नांमध्यें प्रीतिसंपन्न असणारा असा तूंच राजा हो, स्वर्गप्राप्तीसाठीं यज्ञ कर, सज्जनांचें संरक्षण कर व दुष्टांचा संहार कर. बा युधिष्ठिरा, पर्जन्याच्या साहाय्यानें सर्व प्राणी व मधुरफलसंपन्न अशा वृक्षांच्या आश्रयानें पक्षी ज्याप्रमाणें आपली उपजीविका करितात, त्याप्रमाणें तुझ्या आश्रयानें वागून सुहृद्वर्ग आणि सज्जन यांचा चरितार्थ चालूं दे. राजा धाडशी, शूर, योद्धा, घातुकत्वशून्य, जितेंद्रिय, दयाळू आणि आपल्या वैभवांत सर्वांचाच विभाग आहे असें समजणारा असला, म्हणजे त्याच्या आश्रयानें लोकांचा चरितार्थ चालतो.

अध्याय शहात्तरावा

—:०:—

ब्राह्मणभेदकथन.

युधिष्ठिर विचारतोः—हे पितामहा, कांहीं ब्राह्मण स्वकर्मामध्यें आसक्त असतात व कांहीं स्वधर्माविरुद्ध असलेल्या कर्मामध्यें आसक्त झालेले असतात. तेव्हां त्या ब्राह्मणांमध्यें भेद कोणता, हें मला कथन करा.

भीष्म सांगतातः—हे राजा, विद्या आणि ब्राह्मणांचीं शमदमादि लक्षणें यांनीं युक्त व सर्वत्र समदृष्टि असलेले जे ब्राह्मण, ते ब्रह्मतुल्य होत असें सांगितलें आहे. ऋग्वेद, यजुर्वेद आणि सामवेद यांनीं युक्त व स्वकर्मानें वागणारे जे ब्राह्मण, ते देवतुल्य होत. ब्राह्मणजन्मास योग्य अशा कर्मांचा त्याग करणारे जे कृपण ब्राह्मण, ते शूद्रसम होत. तसेंच, वेदाध्ययन न करणारे व अग्न्याधान न करणारे जे ब्राह्मण तेही सर्व शूद्रतुल्यच असल्यामुळें धर्मनिष्ठ राजानें त्यांजकडून कर घ्यावा व वेठीचीं कामेंही करवावीं. न्यायाधिकारी, वेतन घेऊन देवपूजा करणारे, नक्षत्रज्ञानावर उपजीविका करणारे, दुसऱ्याच्या मनोरथसिद्धीसाठीं त्याजकडून यज्ञ करविणारे आणि समुद्रांतून नौकादि साधनांनीं प्रवास करणारे हे ब्राह्मण चांडालतुल्य होत. ऋत्विक्, पुरोहित, मंत्री, दूत आणि वार्ताहर हे ब्राह्मण क्षत्रियतुल्य होत. सैन्यामध्यें अश्वारूढ व गजारूढ होऊन रहाणारे, रथारोहण करणारे आणि पदाति हे ब्राह्मण वैश्यतुल्य होत. खजिन्याला तोटा आला तर राजानें ब्रह्मतुल्य आणि देवतुल्य ह्या दोहों प्रकारच्या ब्राह्मणांवांचून सर्वांकडून कर घ्यावा. ब्राह्मणांवांचून इतरांच्या व ब्राह्मणांमध्येंही जे स्वधर्मविरुद्ध कर्मे करीत असतील त्यांच्या द्रव्यावर राजाचाच अधिकार

आहे असें वेदामध्यें सांगितलेलें आहे. ब्राह्मण स्वधर्माविरुद्ध कर्मे करूं लागले तर राजानें त्यांची उपेक्षा न करितां त्यांचें नियमन करावें, व द्रव्याच्याच अभावामुळें त्यांना तसें करावें लागत असल्यास त्यांनीं स्वधर्माचा स्वीकार करण्यासाठीं राजानें त्यांना आपल्या द्रव्या-पैकीं कांहीं भाग द्यावा. हे राजा, राष्ट्रामध्यें ब्राह्मणानें चोरी करूं लागणें हा राजाचाच अपराध आहे असें राजधर्मवेत्त्या लोकांचें मत आहे. हे राजा, चरितार्थ चालत नाहीं ह्या-मुळेंच जो वेदवेत्ता अथवा वेदाध्ययन समाप्त झालेला ब्राह्मण चौर्यकर्म करूं लागतो, त्याचें राजानें पोषण केलें पाहिजे असें वेदवेत्ते लोक म्हणतात. पण, हे शत्रुतापना, त्याचा चरितार्थ चालविला तरीही जर तो त्या कर्मापासून परा-वृत्त झाला नाहीं, तर मात्र त्याला त्याच्या बांधवांसह राष्ट्रांतून बाहेर घालवून द्यावा.

अध्याय सत्याहत्तरावा.

—:०:—

कैकेयोपाख्यान.

युधिष्ठिर विचारतोः—हे भरतकुलश्रेष्ठ पिता-मह, कोणाच्या द्रव्यावर राजाचा अधिकार असतो, व त्यानें कोणत्या प्रकारचें वर्तन ठेवलें पाहिजे, तें मला कथन करा.

भीष्म सांगतातः—ब्राह्मणेतरांच्या आणि ब्राह्मणांमध्यें जे कोणी धर्मविरुद्ध आचरण कर-णारे असतील त्यांच्या द्रव्यावर राजाचा अधिकार आहे असें वेदांत सांगितलें आहे. शास्त्राविरुद्ध कर्मे करणाऱ्या लोकांची राजानें कोणत्याही प्रकारें उपेक्षा करूं नये. हेंच राजाचें वर्तन प्राचीन सत्पुरुषांनीं सांगितलें आहे. ज्याच्या राष्ट्रामध्यें ब्राह्मण चोरी करितो, त्याच्याच अपराधाचें तें चौर्यरूपी पातक हें फल होय असें सत्पुरुष समजतात. ब्राह्मणांचें पालन न केल्यास राजाला आपण लोकापवादानें दूषित होत आहों असें वाटूं लागतें. म्हणूनच सर्व राजर्षींनीं ब्राह्मणांचें पालन केलेलें आहे. या-विषयीं, एक राक्षस धरीत असतां केकयदेशा-धिपति कोणीं एका राजानें जें कांहीं म्हटलें होतें तें प्राचीन इतिहास म्हणून सांगत असतात.

हे राजा, एकदा, वेदाध्ययनसंपन्न आणि प्रशंसनीय आचरण असलेल्या केकय देशाच्या अधिपतीला एका भयंकर राक्षसानें अरण्यामध्यें धरिलें. तेव्हां राजा म्हणाला, “ माझ्या राष्ट्रा-मध्यें चोर नाहींत; कृपण लोक नाहींत; मद्य-पान करणारे नाहींत; ज्यांनीं अग्न्याधान केलें नाहीं व जे यज्ञशील नाहींत असेही लोक नाहींत; मग तूं मजमध्यें कसा प्रविष्ट झालास! माझ्या राष्ट्रांत अविद्वान्, नियमनिष्ठ नसलेला, सोमपान न करणारा, अग्न्याधान न केलेला अथवा यज्ञशील नसलेला एकही ब्राह्मण नाहीं. माझ्या राष्ट्रांत ब्राह्मण उत्कृष्ट दक्षिणासंपन्न असे नानाप्रकारचे यज्ञ करीत आहेत; अध्ययन-शून्य आणि व्रतशून्य असा कोणीही नाहीं; ब्राह्मण षट्कर्मांमध्यें आसक्त होऊन अध्ययन, अध्यापन, यजन, याजन आणि दान व प्रतिग्रह हीं कर्मे करीत असतात. माझ्या राष्ट्रांतील ब्राह्मण स्वकर्मनिष्ठ, सत्यवादी, सौम्य, संमाननीय आणि आपल्या संपत्तींत सर्वांचा विभाग आहे असें समजणारे आहेत. माझ्या राष्ट्रांत क्षत्रिय कोणाकडे याचना करीत नाहींत, दान करितात; तसेंच ते सत्य आणि धर्म यांमध्यें निष्णात आहेत; ते अध्यापन करीत नाहींत, अध्ययन करितात; दुसऱ्याचें यज्ञकर्म चालवीत नाहींत, स्वतः यज्ञ करितात; ब्राह्मणांचें संरक्षण करितात व संग्रामांतून पलायन करीत नाहींत. सारांश, माझ्या राष्ट्रामध्यें क्षत्रियही स्वकर्मनिष्ठ आहेत. माझ्या राष्ट्रांतील वैश्यही स्वकर्मनिष्ठ आहेत. ते कृषि, गोरक्षण आणि

वाणिज्य ह्यांवरच निष्कपटपणें उपजीविका करितात. ते अवधानशून्य नसून कार्यासक्त, उत्कृष्ट प्रकारचे नियमनिष्ठ, सत्यवादी, आपल्या प्राप्तींत सर्वांचाच विभाग आहे असें समजून वागणारे, व इंद्रियदमन, शुचिर्भूतपणा आणि स्नेह यांनीं युक्त आहेत. माझ्या राष्ट्रांतील शूद्रही स्वकर्मनिष्ठ आहेत. ते निर्मत्सर असून योग्यपणें तीनही वर्णांची शुश्रूषा करून त्याजवर आपला चरितार्थ चालवितात. मीही दीन, अनाथ, वृद्ध, निर्बल, रोगांनीं पीडित आणि स्त्रिया ह्या सर्वांना आपल्या संपत्तींतील विभाग देतों. योग्य प्रकारें विस्तार पावलेल्या देशधर्म, कुलधर्म इत्यादि कोणत्याही धर्मांचा मी उच्छेद करीत नाहीं. माझ्या राष्ट्रांत तपस्वी लोकांचें पालन व पूजन होत असून, त्यांना माझ्या संपत्तींतील अंश सत्कारपूर्वक दिला जातो. मी इतरांना विभाग दिल्यावांचून संपत्तीचा उपभोग घेत नाहीं; परस्त्रीशीं संपर्क ठेवीत नाहीं; व स्वच्छंदपणें क्रीडाही करीत नाहीं. माझ्या राष्ट्रांत ब्रह्मचाऱ्यावांचून इतर कोणी भिक्षा मागत नाहीं; संन्यासी ब्रह्मचर्यविरहित नाहींत; व ऋत्विजावांचून यज्ञकर्म चालविलें जात नाहीं. मी वैदिकांचा, वृद्धांचा अथवा तपस्वी पुरुषांचा अपमान करीत नाहीं. राष्ट्र जरी झोंप घेत असलें तरी मी जागा असतों. माझा पुरोहित आत्मज्ञानसंपन्न, तपस्वी व स्वधर्मवेत्ता असून सर्व राष्ट्रावर त्याची सत्ता आहे. मी द्रव्यप्रदान करून विद्या संपादन करण्याची इच्छा करितों; ब्राह्मणांचें संरक्षण करून व सत्यनिष्ठपणें वागून द्रव्यसंपादन करितों; व शुश्रूषा करण्यासाठीं गुरुजनांच्या सान्निध जातों. म्हणूनच मला राक्षसांची भीति नाहीं. माझ्या राष्ट्रामध्यें कोणीही स्त्री विधवा नाहीं; व कोणीही ब्राह्मण नामधारी, कपटी, चोर, अयोग्य मनुष्यांचें यज्ञकर्म करणारा अथवा इतरही पाप करणारा नाहीं. म्हणूनच मला राक्षसांची भीति नाहीं. धर्म, धेनु, गोब्राह्मण आणि यज्ञ यांच्या संरक्षणासाठीं युद्ध करीत असतां जी शस्त्रप्रहारानें छिन्न झाली नाहीं अशी माझ्या शरीरावर दोन अंगुलेंही जागा नाहीं. तसेंच, माझ्या राष्ट्रांतील प्रजा सर्वथैव माझें कल्याण व्हावें अशी इच्छा करीत असतात. असें असतां तूं माझ्या शरीरामध्यें काय म्हणून प्रविष्ट झाला आहेस ?

राक्षस म्हणालाः—हे केकयदेशाधिपते, ज्या अर्थी तूं कोणत्याही स्थितीमध्यें असलास तरीही धर्मावर लक्ष ठेवितोस, त्या अर्थीं तूं आतां घरीं जा. तुझें कल्याण होवो. मी आतां जातों. हे केकयदेशाधिपते, जे गोब्राह्मण आणि प्रजा यांचें पालन करितात, त्यांना राक्षसापासून भीति नसते. मग अग्नीपासून कोठून असणार ! जे राजे ब्राह्मणाला प्राधान्य देणारे असतात, वद हेंच ज्यांचें उत्कृष्ट प्रकारचें बल असतें, आणि ज्यांचे प्रजाजन अतिथिप्रिय असतात, त्यांना स्वर्गप्राप्ति होते.

भीष्म सांगतातः—युधिष्ठिरा, म्हणूनच ब्राह्मणांचें संरक्षण केलें पाहिजे. त्यांचें रक्षण केलें म्हणजे तेही राजाचें रक्षण करूं शकतात. कारण, हे राजा, उत्कृष्ट प्रकारें वागणाऱ्या राजाला त्यांच्याकडून आशीर्वाद मिळतो. म्हणूनच, राजानें शास्त्रविरुद्ध कर्में करीत असलेल्या ब्राह्मणांचें नियमन करावें; आणि पुढें त्यांचा अनुग्रह व्हावा म्हणून त्यांना आपल्या संपत्तींतील कांहीं अंश द्यावा. याप्रमाणें जो राजा नागरिक आणि राष्ट्रीय प्रजा यांविषयीं वर्तन ठेवितो, त्याचें इहलोकीं कल्याण होऊन पुढें तो इंद्रलोकीं जातो.

अध्याय अठ्याहत्तरावा.

—:०:—

आपत्कालीं ब्राह्मणांना वैश्य-वृत्तीचा विधि.

युधिष्ठिर विचारतोः—हे भरतकुलोत्पन्ना, आपत्कालीं ब्राह्मणानें राजधर्माचें अवलंबन करून आपला चरितार्थ चालवावा असें आपण सांगितलें, पण त्यानें वैश्यधर्माचें अवलंबन करून आपली उपजीविका करावी किंवा नाहीं याविषयीं आपलें काय मत आहे?

भीष्म सांगतातः—ब्राह्मण क्षात्रधर्मानें वागण्यास असमर्थ असेल, तर त्यानें वैश्यधर्माचें अवलंबन करून आपली उपजीविका करावी; व त्यांतही इतर कोणत्याही कृत्यानें चरितार्थ मुळींच चालेनासा झाला, तर संकटप्रसंगीं कृषि आणि गोरक्षण ह्यांजवर उपजीविका करावी.

युधिष्ठिर विचारतोः—हे भरतकुलश्रेष्ठा, वैश्यधर्मानें वागणाऱ्या ब्राह्मणानें कोणत्या वस्तूंचा विक्रय करावा म्हणजे त्याच्या स्वर्गलोकप्राप्तीस बाध येणार नाहीं?

भीष्म सांगतातः—युधिष्ठिरा, कोणत्याही प्रकारची स्थिति प्राप्त झाली तरी ब्राह्मणानें मध, मीठ, तीळ, पशु त्यांतूनही विशेषेंकरून अश्व आणि वृषभ, मध, मांस आणि शिजलेलें अन्न यांचा विक्रय करण्याचें वर्ज्य करावें. कारण, बा युधिष्ठिरा, त्यांचा विक्रय केला असतां ब्राह्मण नरकास जातो. अज हा अग्नि, मेष हा वरुण, अश्व हा सूर्य, शिजविलेलें अन्न हा विराट्स्वरूपी परमात्मा आणि धेनु ही यज्ञ व सोम अशा ह्या देवता आहेत. यास्तव, त्यांचा कोणत्याही प्रकारें विक्रय करूं नये. हे भारता, शिजलेलें अन्न देऊन त्याच्या मोबदला अपक्व अन्न (तांदूळ वगैरे) घेणें हें सत्पुरुष प्रशंसनीय समजत नाहींत. भोजनासाठीं अपक्व (तंडुलादि) अन्न देऊन त्याच्या मोबदला शिजलेलें अन्न हवें तर घ्यावें. ' आम्ही तें तयार झालेलें अन्न भक्षण करितों, आपण ह्या तंडुलादि द्रव्यांचें अन्न तयार करा. ' असें म्हणून परस्परांच्या विचारानें जर मोबदला केला, तर कोणत्याही प्रकारें अधर्म घडत नाहीं. युधिष्ठिरा, लोकव्यवहाराकडे प्रवृत्ति असलेल्या लोकांचा ह्या विनिमयासंबंधानें जो प्राचीन अविनाशी असा धर्म आहे, तो तुला सांगतों ऐक. 'मी तुला अमुक देतों, आणि तूं त्याच्या मोबदला मजला अमुक दे' असें म्हणून केलेला विनियम खुषीचा असतो, बलात्काराचा नसतो, म्हणूनच तो धर्म होय. अशा रीतीनें ऋषींचें आणि इतरांचेही व्यवहार फार प्राचीन कालापासून चालत आलेले आहेत, आणि हे योग्यही आहेत यांत संशय नाहीं.

युधिष्ठिर विचारतोः—हे तात, जेव्हां सर्वत्र प्रजा शस्त्रग्रहण करून स्वधर्माचें अतिक्रमण करितात, व क्षत्रियांचेंही सामर्थ्य क्षीण झालेलें असतें, तेव्हां राजा लोकांचें संरक्षण कसें करूं शकतो, व तो लोकांना आधारभूत कसा होऊं शकतो, याचा मला संशय आहे. तरी, हे प्रजाधिपते, आपण मला त्याविषयीं सांगावें.

क्षत्रियांशिवाय इतरांनीं शस्त्रग्रहण करण्याचा प्रसंग.

भीष्म सांगतातः—दान, तप, यज्ञ, द्वेषशून्यता आणि इंद्रियदमन ह्यांच्यां योगानें ब्राह्मणप्रभृति वर्ण आपलें कल्याण व्हावें अशी इच्छा करितात; आणि त्यांपैकीं जे मंत्रबलसंपन्न असतात, ते, इंद्राचें सामर्थ्य वृद्धिंगत करणाऱ्या देवतांप्रमाणें, सर्व बाजूंनीं उद्योग करून राजाचें सामर्थ्य वृद्धिंगत करितात. हीन दशेस पोहोंचूं लागलेल्या राजाला ब्राह्मण हाच मुख्य आधार होय. म्हणूनच, ब्राह्मणांच्या सामर्थ्याचें साहाय्य घेऊनच सुज्ञ राजानें उद्योग करावा. जेव्हां ह्या भूतलावर विजयी झालेला राजा आपलें

राष्ट्र क्षेमसंपन्न करितो, तेव्हां सर्व वर्ण आपापल्या धर्माप्रमाणें कसे तरी वागूं लागतात. पण, युधिष्ठिरा, जर लोकांच्या प्रवृत्तीची मर्यादा सुटून गेली, व चोर अथवा म्लेच्छादि दस्यु यांनीं संकर करण्याचें आरंभिलें, तर सर्व वर्णांनीं शस्त्रग्रहण करणें दोषावह नाहीं.

युधिष्ठिर विचारतोः—आतां, जर सर्व क्षत्रियवर्णच ब्राह्मणांचा द्वेष करूं लागला तर त्या वेळीं कोणता ब्राह्मण त्याचें संरक्षण करूं शकतो ? धर्म कोणत्या प्रकारचा असावा लागतो ? व त्याला कोणाचा आधार मिळतो ?

भीष्म सांगतातः—अशा प्रसंगीं तपश्चर्या, ब्रह्मचर्य, शस्त्र, शक्ति, मायावीपणा आणि निष्कपटपणा यांचें प्रसंगानुसार अवलंबन करून, सर्वांविषयीं व विशेषेंकरून ब्राह्मणांविषयीं मर्यादा सोडून वागणाऱ्या क्षत्रियाचें नियमन केलें पाहिजे. ब्राह्मण हेच त्याचें नियमन करण्याविषयीं समर्थ आहेत. कारण क्षत्रियवर्णाची उत्पत्ति ब्राह्मणापासून आहे. उदकापासून अग्नि, ब्राह्मणापासून क्षत्रिय आणि पाषाणापासून लोह उत्पन्न झालें असून, त्यांचें सर्वगामी तेज आपआपल्या उत्पत्तिस्थानाकडे आल्यास नष्ट होऊन जातें. ज्या वेळीं लोह पाषाणाचा छेद करूं लागतें, अग्नि जलामध्यें प्रविष्ट होतो, आणि क्षत्रिय ब्राह्मणांचा द्वेष करूं लागतो, तेव्हां त्या तिहींचाही नाश होतो. सारांश, हे युधिष्ठिरा, इतरांनीं कुंठित करण्यास अशक्य असें उन्नतीस पोहोंचलेलें क्षत्रियांचें तेज आणि सामर्थ्य हीं ब्राह्मणांशीं गांठ पडल्यास नष्ट होऊन जातात. ब्राह्मणांचें वीर्य सौम्य झालें आहे, व क्षत्रियांचेंही सामर्थ्य मंदावलें आहे, अशा स्थितींत जर सर्व वर्ण सर्व प्रकारें ब्राह्मणांचा द्वेष करूं लागले तर त्या वेळीं जे बुद्धिमान् लोक कोपाविष्ट होऊन ब्राह्मणांचें, धर्माचें आणि आपलें संरक्षण करण्यासाठीं जिवाची पर्वा न करितां युद्ध करितात, त्यांची उत्कृष्ट कीर्ति होते. कारण, ब्राह्मणांच्या संरक्षणासाठीं सर्वांनींही शस्त्रग्रहण करणें इष्ट आहे. यज्ञ, अध्ययन आणि अलौकिक तपश्चर्या यांनीं युक्त असणाऱ्या आणि उपोषण करून अथवा अग्निप्रवेश करून प्राण देणाऱ्या ब्राह्मणांच्याकरितां जे लोक जिवाची पर्वा न करितां युद्ध करितात, त्यांना उत्कृष्ट प्रकारची गति मिळते. क्षत्रियाहून इतर तीन वर्णांत ब्राह्मणान शस्त्रग्रहण केल्यास दोष लागत नाहीं. सारांश, अशा प्रकारें युद्ध करून ब्राह्मणाकरितां स्वतःचें शरीर अर्पण करणें यासारखा दुसरा धर्म नाहीं, असें सज्जन समजतात. ब्राह्मणद्वेष्ट्यांचें नियमन करण्यासाठीं युद्धाग्निमध्यें जे आपल्या शरीराची आहुति देतात, त्यांना नमस्कार असो ! त्यांचें कल्याण होवो ! आणि त्यांना मिळणाऱ्या लोकांचीच आम्हांला प्राप्ति होवो. स्वर्गप्राप्तीस योग्य असणाऱ्या त्या वीरांना ब्रह्मलोकाची प्राप्ति होते, असें मनूनें सांगितलें आहे. ज्याप्रमाणें अश्वमेध यज्ञाच्या अवभृथांत स्नान केलें असतां पातकाचा नाश होऊन लोक शुद्ध होतात, त्याप्रमाणेंच संग्रामामध्यें शस्त्रप्रहाराच्या योगानें वध झालेले लोकही शुद्ध होतात. देश आणि काल या कारणांच्या अनुरोधानें धर्मालाही अधर्माचें स्वरूप येतें व अधर्मही धर्मस्वरूपी बनतो. कारण, देश आणि काल यांचा तसाच प्रभाव आहे. सर्व प्राण्यांशीं मित्रत्वानें वागणारे लोक क्रूर कर्में करूनही उत्कृष्ट अशा स्वर्गाची प्राप्ति करून घेतात. कारणविशेषामुळें पातक केलें तरीही धर्मनिष्ठ लोकांना उत्कृष्ट प्रकारची गति मिळते; आणि म्हणूनच ब्राह्मणानें तीनही कालांमध्यें आत्मसंरक्षणासाठीं, वर्णसंकर होऊं लागला असतां अथवा उद्दाम

लोकांचें नियमन करण्यासाठीं शस्त्रग्रहण केल्यास दोष नाहीं.

युधिष्ठिर विचारतोः—शत्रूचें सैन्य युद्धाविषयीं उद्युक्त झालें असतां, व इतर लोकांना क्षत्रियाचें प्रजापालनरूपी कर्म करण्याचें ज्ञान नसल्यास व वर्णसंकर झाल्यास, क्षत्रियांवांचून अन्य अर्थात् ब्राह्मण, वैश्य अथवा शूद्र ह्यापैकीं कोणी सामर्थ्यसंपन्न असून त्यानें धर्माच्या अनुरोधानें दंड करून शत्रूपासून प्रजेचें संरक्षण केलें, तर, हे नृपश्रेष्ठा, त्यानें पुढें राजकार्य करावें कीं नाहीं ? व तो अधिपति होऊं शकतो कीं नाहीं ? शस्त्रग्रहण तर अशा प्रसंगीं क्षत्रियांवांचून इतरांनीं करणें आवश्यक आहे.

भीष्म सांगतातः—अपार आणि नौकाशून्य अशा संकटरूपी समुद्रामध्यें जो मूर्तिमंत परतीर अथवा नौकाच झालेला असतो, तो जरी शूद्र असला अथवा दुसरा कोणी असला, तरी त्याचा सर्वथैव संमान करणेंच योग्य आहे. राजा, शत्रूंनीं पीडित झाल्यामुळें अनाथ होऊन मार्गप्रतीक्षा करीत असलेले लोक ज्याच्या आश्रयामुळेंच सुखानें नांदतात, त्याचाच त्यांनीं प्रेमानें आपल्या बांधवांप्रमाणें बहुमान करावा. कारण, हे कुरुकुलोत्पन्ना, भीतीचा नाश करणाऱ्या मनुष्याचा पुनःपुनः संमान करणें योग्य आहे. जे जुंपण्याच्या उपयोगीं नाहींत ते बैल, दूध न देणारी गाय, वंध्या स्त्री आणि संरक्षण न करणारा राजा यांचा काय उपयोग आहे ! ज्याप्रमाणें काष्ठाचा हत्ती, चर्माचा केलेला हरिण, षंढ पुरुष आणि पीक न होणारें शेत, त्याप्रमाणेंच अध्ययन न करणारा ब्राह्मण, प्रजापालन न करणारा राजा, आणि, हे पृथापुत्रा, जो वृष्टि करीत नाहीं तो मेघ हे सर्वथैव निरर्थक होत. जो सदैव सज्जनांचें संरक्षण करून दुष्टांना हांकून देतो, तो राजा केला पाहिजे; त्याच्याच आधारावर हें सर्व विश्व असतें.

अध्याय एकुणऐशींवा.

—:०:—

ऋत्विजांचीं लक्षणें व यज्ञाची आवश्यकता.

युधिष्ठिर विचारतोः—हे राजाधिराज वक्तृश्रेष्ठ पितामह, ऋत्विजांची उत्पत्ति कशाकरितां झाली, ते कोणत्या प्रकारचे असावे, व त्यांचें आचरणही कसें असावें, तें आपण सांगा.

भीष्म सांगतातः—राजाचीं शांतिक-पौष्टिकादि कर्में अत्यंत लक्षपूर्वक करणें हेंच ऋक्सामादि वेद आणि मीमांसा यांचें ज्ञान असलेल्या ब्राह्मणकुलोत्पन्न ऋत्विजांचें कर्तव्य होय. ते सर्वदा एकमतानें वागणारे, वीरांचा प्रतिवाद करणारे, परस्परांशीं मैत्री करणारे, सर्वत्र समदृष्टि ठेवणारे, क्रौर्यशून्य, सत्यभाषण करणारे, व्याजावर उपजीविका न करणारे व सरलत्वसंपन्न असावे. त्यांच्या ठिकाणीं द्रोह अथवा अभिमान नसावा; आणि लोकलज्जा, सहिष्णुता, इंद्रियदमन व शांति असावी. ज्ञानसंपन्न, पारमार्थिक धैर्य असलेला, इंद्रियदमन केलेला, प्राण्यांना पीडा न देणारा, कामाचा आणि द्वेषाचा संपर्क नसलेला, अध्ययन, आचरण आणि कुल हीं निर्दोष असलेला, घातुक नसणारा व ज्ञानाच्या योगानें तृप्त रहाणारा जो ब्राह्मण तोच ब्रह्मासनावर आरूढ होण्यास योग्य होय. बा युधिष्ठिरा, हे महा[1]ऋत्विज आणि इतरही सर्व ऋत्विज यांचा यथायोग्य बहुमान केला पाहिजे.

युधिष्ठिर विचारतोः—ऋत्विजास द्यावयाच्या दक्षिणेसंबंधानें 'अमुक द्यावें, अमुक द्यावें.' असें जें वेदवचन आहे, त्याची कोठें व्यवस्था लागलेली नाहीं. कारण, निमित्त थोडें असलें तरीही सर्वस्वासारखी भयंकर दक्षिणा सांगितली असते. विपुल द्रव्य सापेक्ष अस-

१ महा—एक ऋत्विज.

णारा हा विधि आपद्धर्माला अनुकूल नाहीं. कारण, ही शास्त्राची भयंकर आज्ञा कर्त्याच्या शक्तीकडे लक्ष देत नाहीं. यज्ञ करावयाचा तोही श्रद्धेनें केला पाहिजे, असें वेदामध्यें सांगितलें आहे. पण शक्ति नसेल तर मुख्य द्रव्याच्या अभावीं भलतींच द्रव्यें घालावीं लागतात. पण तसें करणें हें सत्यास अनुसरून नाहीं; आणि म्हणूनच अशा रीतीनें यज्ञाला असत्याचा संपर्क झाला म्हणजे मग श्रद्धा तरी काय करणार?

भीष्म सांगतातः—वेदांचा तिरस्कार केल्यानें, धूर्तत्वाचें अवलंबन केल्यानें अथवा मायावीपणाचा स्वीकार केल्यानें कोणालाही महत्त्वप्राप्ति होत नाहीं. म्हणूनच तुझी बुद्धि अशी होऊं देऊं नको. बा युधिष्ठिरा, यज्ञांगदक्षिणा ही वेदांच्या अभिवृद्धीचें कारण आहे. दक्षिणेवांचून यज्ञ कोणत्याही प्रकारें कर्त्याचा उद्धार करूं शकत नाहींत. सर्वांची शक्ति कांहीं सारखीच असली पाहिजे असें नाहीं. कारण, शक्तीच्या अनुरोधानें केवल पूर्णपात्ररूपीच दक्षिणा दिली तरीही ती पूर्ण दक्षिणेइतकी होते. बा युधिष्ठिरा, ब्राह्मणादि तीनही वर्णांनीं अवश्य यज्ञ केला पाहिजे. सोम हा ब्राह्मणांचा राजा होय असें वैदिकमंत्रांत सांगितलें आहे. पण यज्ञार्थ द्रव्यसंपादन करण्यासाठीं त्याचा देखील विक्रय करण्याची इच्छा करावी. हें सोमविक्रयरूपी कर्म यज्ञ करण्याच्या इच्छेवांचून मात्र व्यर्थ करूं नये. सोमविक्रय करून मिळालेल्या द्रव्यानें पुनः सोम विकत घेऊन त्याच्या योगानें यज्ञ करितां येतो, असें धर्मनिष्ठ ऋषींनीं धर्माच्याच अनुरोधानें विचार करून ठरविलेलें आहे. यज्ञकर्त्याचें वर्तन, यज्ञकर्म आणि सोमक्रय हीं सर्व न्यायासच अनुसरून असलीं पाहिजेत. यज्ञकर्त्या पुरुषाचें वर्तन अन्यायाचें असल्यास त्याच्या कर्माचा त्याला स्वतःलाही उपयोग होत नाहीं व परकीयालाही उपयोग होत नाहीं. केवल शरीरवृत्तीसाठीं महात्म्या ब्राह्मणांनीं यज्ञकर्म करणें विशेषसें योग्य नाहीं, असें श्रुतिवचन आमच्या ऐकण्यांत आहे.

असो; यज्ञाहूनही तप श्रेष्ठ आहे असें एक अत्यंत महत्त्वाचें श्रुतिवचन आहे. यास्तव, हे विद्वन्, आतां मी तुला तें तप कोणतें हें सांगतों, ऐक. अहिंसा, सत्य भाषण, क्रूरत्वाचा अभाव आणि दया हेंच तप होय. केवल शरीरशोषण करणें म्हणजे तप नव्हे असें ज्ञानी लोकांचें मत आहे. वेदांना अप्रमाण समजणें, शास्त्राचें उल्लंघन करणें आणि सर्वत्र अव्यवस्था असणें हें आपल्या नाशाचें कारण आहे. हे पार्था, तपस्वी मनुष्याच्या हातून दहा ऋत्विजांचें कर्म कसें घडतें, तें सांगतों, ऐक. जीवब्रह्माचें ऐक्य करण्याचें साधन व संधान नामक योग तीच त्यांची ‘स्रुचा’ व परमात्म्याच्या ठिकाणीं लीन होणारें चित्त हेंच त्यांचें ‘आज्य’ आणि ज्ञान हेंच उत्कृष्ट प्रकारचें ‘पवित्र’ होय. कोणत्याही प्रकारची कुटिलता म्हणजे मृत्यूचें स्थान असून, सरलत्व हें परब्रह्माचें स्थान आहे. हाच काय तो मुख्य ज्ञानाचा विषय होय. ह्याहून इतर प्रलापाचा काय उपयोग होणार!

अध्याय ऐशींवा.

—:०:—

मित्रविचार.

युधिष्ठिर विचारतोः—हे पितामह, जरी अत्यंत क्षुद्र कर्म असलें, तरी तें कोणाचें साहाय्य घेतल्यावांचून एकट्याच पुरुषाला करितां येणें अशक्य असतें. मग राजकर्माची गोष्ट काय विचारावी! अर्थातच त्याला साहाय्याची अपेक्षा आहे. तेव्हां त्या साहाय्य-

कर्त्यांचा स्वभाव कोणत्या प्रकारचा असावा, त्यांचें आचरण कसें असावें, व राजानें विश्वास कोणावर ठेवावा आणि कोणावर ठेवूं नये हें आपण सांगा.

भीष्म सांगतातः—राजा, राजांचे मित्र चार प्रकारचे असतात. कांहीं राजाचा व त्याचा उद्देश एकच असल्यामुळें होतात; कित्येक कुलपरंपरागत असतात; कित्येक नैसर्गिक (स्वाभाविकपणेंच झालेले) असतात; आणि कित्येक कृत्रिम (द्रव्यादिक देऊन वश केलेले) असतात. धर्मात्मा पुरुष हा एक पांचवा मित्रच आहे. तो वस्तुतः कोणत्याही एका पक्षाकडे अथवा दोहों पक्षांकडेही नसतो. पण ज्या पक्षाकडे धर्माचें वास्तव्य असेल, त्याचा तो आश्रय करितो. तथापि जर तो उदासीनच राहिला, तर धर्मनिष्ठ पुरुषानेंच त्याचा आश्रय करावा. त्याला जी गोष्ट रुचत नसेल ती त्याच्यापुढें सांगूं नये. विजयाची इच्छा करणारे राजे धर्म आणि अधर्म ह्या दोहोंचेंही अवलंबन करून वागत असतात. केवल धर्माचें अवलंबन केल्यास त्यांची कार्यसिद्धि होत नाहीं.

असो; ह्या चार मित्रांपैकीं मधले दोन श्रेष्ठ असून दुसऱ्या दोहोंविषयीं सदैव संशयित वृत्ति ठेविली पाहिजे. अथवा सर्वांच्याहीविषयीं सदैव संशयित असावें. व प्रत्येक कार्यावर आपली दृष्टि असूं द्यावी. राजानें मित्रांचें संरक्षण करण्याकडे दुर्लक्ष करूं नये. कारण, राजा प्रमादशील बनला ह्मणजे लोक त्याचा तिरस्कार करूं लागतात. दुष्ट पुरुषही सज्जन होतात, सज्जनही भयंकर बनतात, शत्रुही मित्र होतो व मित्रही बिघडतो. कारण, मनुष्याचें अंतःकरण सदैव सारखें नसतें. तेव्हां त्याच्यावर कांहीं वेळ तरी विश्वास कोण ठेवूं शकेल ? म्हणूनच, जें महत्त्वाचें कार्य असेल तें स्वतःच्याच नजरेखालीं करावें. पूर्णपणें कोणावरही विश्वास ठेवला तर तो सर्व धर्म आणि अर्थ ह्यांच्या नाशाला कारणभूत होतो. पण सर्वत्र अविश्वास असणें हेंही मृत्यूहून कमी प्रतीचें नाहीं. शिवाय, विश्वास हाही अवेळीं प्राप्त होणारा मूर्तिमंत मृत्युच होय. कारण, विश्वास ठेवणारा मनुष्य मृत्यूच्या तावडींत सांपडतो. तो ज्याच्यावर विश्वास करितो, त्याची इच्छा असली तरच हा जगतो. सारांश, विश्वास आणि अविश्वास ह्या दोहोंमध्येंही दोष असल्यामुळें, कांहीं लोकांवर विश्वासही ठेविला पाहिजे व कांहींविषयीं संशयही घेत असलें पाहिजे, असा हा नितिशास्त्राचा सार्वकालिक सिद्धांत आहे, इकडे लक्ष असलें पाहिजे. ‘ मी नसलों तर हा माझ्या ह्या द्रव्यप्राप्तीला आपल्याकडे ओढून घेईल. ’ असें ज्याच्यासंबंधानें राजाला वाटत असेल, त्याच्याविषयीं सदैव संशय घेत असावें. कारण, तो शत्रुच होय, असा विद्वान् लोकांचा समज आहे. ज्याच्या शेतांतून उदक दुसऱ्याच्या शेतांत जावयाचें असतें, त्याची इच्छा नसली तर सर्व बांध फुटून तें उदक दुसऱ्याच्या शेतांत जाऊं शकत नाहीं; पण एखाद्या वेळीं उदक अधिक होईल ह्या भीतीनें तो बांध फोडण्याची इच्छाही करीत असतो; त्याचप्रमाणें, राष्ट्राच्या सीमेचें पालन करण्याकरितां जे लोक ठेविलेले असतात, त्यांची इच्छा नसली तर शत्रूचें सैन्य राष्ट्रामध्यें येऊं शकणार नाहीं; पण शत्रूच्या सैन्याचा जोर अधिक आहे असें वाटलें म्हणजे भीतीमुळें ते शत्रूच्या सैन्यास मार्ग देण्याची इच्छा करितात. सारांश, राष्ट्रसीमा पालन करणारे वगैरे पुरुषही विश्वसनीय नव्हत. म्हणूनच, जे अशा प्रकारचे आहेत असें कळून येईल, ते शत्रुच होत असें समजावें. राजाचा अभ्युदय कितीही झाला तरी तृप्ति न होणें आणि हानि झाल्यास अत्यंत दीन होणें हें

उत्तम प्रतीच्या मित्राचें लक्षण होय, असें सांगितलेलें आहे. आपण अस्तित्वांत नसल्यास ह्याचेंही अस्तित्व नाहींसें होईल असें ज्याच्या संबंधानें वाटत असेल, त्याजवर, जसा आपल्या पित्यावर विश्वास ठेवावयाचा तसा विश्वास ठेवावा; व आपलें सामर्थ्य वृद्धिंगत होऊं लागलें म्हणजे त्याचाही सर्व प्रकारें अभ्युदय करावा. धर्मकृत्यामध्येंही कांहीं संकट असल्यास जो तें करण्याचा सदैव निषेध करितो, तोही मित्र होय. राजावर येणाऱ्या संकटाची भीति वाटणें हेंही उत्तम मित्राचेंच लक्षण होय. अशा मित्राचा नाश व्हावा अशी ज्यांची इच्छा असते, ते लोक राजाचे शत्रुच होत. ज्याला मित्रावर येणाऱ्या संकटाची सदैव भीति असते, व अभ्युदय कितीही झाला तरीही समाधान होत नाहीं, अशा प्रकारच्या मित्रास आत्मसम मित्र असें म्हणतात. जो सुस्वरूप, शरीराचा वर्ण उत्कृष्ट असलेला, सुस्वर, सहनशील, निर्मत्सर, कुलीन आणि संततिमान् असतो, त्या मित्राची योग्यता त्याच्या खालोखाल असते. युधिष्ठिरा, धारणाशक्तिसंपन्न, स्मरणशक्तियुक्त, दक्ष, क्रुर स्वभाव नसलेला, बहुमान अथवा अपमान केला तरी केव्हांही अंतःकरण दूषित न होणारा असा ऋत्विक्, आचार्य अथवा मित्र असलेला कोणी तरी अतिशय परिचित पुरुष तुझ्या मंदिरांत अमात्य असावा व त्याचा सदैव बहुमान व्हावा. त्याला तुझें अत्यंत गुप्त कारस्थान व धर्म आणि अर्थ यांचें स्वरूप हीं माहीत असल्यास हरकत नाहीं. ज्याप्रमाणें आपल्या पित्यावर त्याप्रमाणेंच तुझा त्याच्यावर विश्वास असावा. एकाच कार्यावर दोन तीन अमात्यांची योजना करूं नये. कारण, एकाच गोष्टीविषयीं प्राण्यांचा सदैव मतभेद होत असतो व तो परस्परांना सहन होत नाहीं. जो मनुष्य कीर्तीला मुख्यत्व देणारा, नियमाप्रमाणें वागणारा, सामर्थ्यसंपन्नाशीं द्वेष न करणारा व निरर्थक कर्मे न करणारा असतो; जो कामामुळें, लोभामुळें अथवा क्रोधामुळें धर्मत्याग करीत नाहीं; जो दक्ष असतो व ज्याच्या भाषणांत कार्य घडवून आणण्याचें सामर्थ्य असेल असा पुरुष तुझा प्रतिनिधि असावा. कुलीन, सुस्वभावसंपन्न, सहिष्णु, आत्मश्लाघा न करणारा, शूर, सौजन्यसंपन्न, विद्वान् आणि कार्याकार्यनिर्णयामध्यें चतुर अशा पुरुषांना अमात्य करून त्यांची सर्व कार्यांकडे योजना करावी. ज्यांचा बहुमान होत आहे, ज्यांना राजा आपल्या सुखाचे वांटेकरी समजत आहे, ज्यांचे साहाय्यकर्ते उत्कृष्ट प्रकारचे आहेत, जे आपलें कर्तव्य उत्कृष्ट प्रकारें करीत आहेत, व ज्यांची योग्य कार्याकडे पूर्णपणें योजना झाली आहे, असे हे अमात्य मोठमोठीं कार्यें करण्याविषयीं उद्युक्त होऊन अनेक प्रकारें कल्याण करितात. हे सदैव एकमेकांच्या चढाओढीनें कार्य करितात, आणि कोणतीही गोष्ट करावयाची झाली तर ती परस्परांना सांगतात.

युधिष्ठिरा, ज्याप्रमाणें मृत्यूपासून त्याप्रमाणें ज्ञातीपासून सदैव भीति असते, हें तूं लक्षांत ठेव. कारण, ज्याप्रमाणें मांडलिक राजाला त्याप्रमाणेंच ज्ञातीला केव्हांही राजाचें ऐश्वर्य सहन होत नाहीं. हे महाबाहो, सरल, सौम्य, दानशूर, लोकलज्जासंपन्न आणि सत्यवादी अशा राजाचा विनाश व्हावा हें बरें असें त्याच्या ज्ञातीवांचून कोणीही समजत नाहीं. आपल्या ज्ञातींतील नसणाऱ्या लोकांपासूनही सुख होत नाहीं. कारण, त्यांच्याहून अधिक अवज्ञेस पात्र असे लोक नसतात. शिवाय, जो पुरुष आपल्या ज्ञातींतील नव्हत असे लोक आश्रयाला ठेवितो, त्याला इतर लोक आक्रांत करून सोडतात; आणि इतर लोकांकडून अवमान होऊं लागला म्हणजे त्याला आपल्या

ज्ञातींचेंच अवलंबन करावें लागतें. कारण, एका ज्ञातींतील मनुष्य आपल्या ज्ञातींतील मनुष्याचा अवमान केव्हांही सहन करूं शकत नाहींत. त्याचा अवमान संबंधी मनुष्यांनीं जरी केला असला, तरी तो आपलाच झाला आहे असें ते समजतात. सारांश, आपल्या ज्ञातींतील लोकांमध्यें कांहीं गुणही दिसून येतात, व कांहीं गुणांचा अभावही दिसून येतो. जो मनुष्य आपल्या ज्ञातींतील नसतो, तो कधीं अनुग्रहही करीत नाहीं आणि नम्रही वागत नाहीं. चांगलें आणि वाईट ह्या दोन्ही गोष्टी आपल्या ज्ञातीवर्गामध्येंच दिसून येतात. ह्मणूनच, त्यांच्याशीं विरोध न करितां लोकांत त्यांचा मान राखावा, आपणही त्यांचा बहुमान करावा, सदैव वाणीच्या योगानें व कृतीनें त्यांचें प्रिय करावें. अप्रिय असें कांहींही करूं नये, त्यांच्यावर खरा विश्वास नसावा, तथापि त्यांच्याशीं सदैव विश्वास ठेवल्यासारखें वर्तन असावें. त्यांच्या ठिकाणीं दोष आहेत किंवा गुण आहेत हें पाहात बसणें योग्य नाहीं. याप्रमाणें जो मनुष्य अवधानशून्य न होतां वर्तन ठेवितो, त्याच्यासंबंधानें शत्रु सुद्धां प्रसन्न असतात; इतकेंच नव्हे, तर ते मित्रही होतात. जो राजा आपले ज्ञाति आणि संबंधीवर्गासंबंधानें व मित्र, शत्रु आणि उदासीन ह्यांच्या संबंधानें सदैव पूर्वीं सांगितल्या प्रकारचें वर्तन ठेवितो, तो चिरकाल कीर्तिसंपन्न होऊन रहातो.

अध्याय एक्यायशींवा.

—:०:—

वासुदेवनारदसंवादकथन.

युधिष्ठिर विचारतोः—ज्ञाति आणि संबंधी या वर्गाला व मित्र आणि शत्रु यांना सदैव वश ठेवतां येणें अशक्य आहे. तेव्हां त्यांचें अंतःकरण कसें वश करून घेतां येईल तें सांगा.

भीष्म सांगतातः—याविषयीं वासुदेव आणि देवर्षी नारद यांचा हा एक संवाद प्राचीन इतिहास म्हणून कथन करीत असतात. तो असा—

वासुदेव ह्मणालेः—नारदा, जो मित्र नसेल त्याला आपले अत्यंत गुप्त विचार कळणें योग्य नाहीं; व जरी मित्र असला तरीही तो विद्वान् नसल्यास व विद्वान् असला तरीही अंतःकरणाचा निग्रह केलेला नसल्यास त्यालाही तो विचार कळणें योग्य नाहीं. ह्मणूनच, हे दिवंगम[1] नारदा, मी मित्रभावानें कांहीं बोलणार आहें. कारण, ज्याच्या बुद्धीचें सामर्थ्य पूर्ण आहे असें दिसून येईल, त्यालाच प्रश्न केला पाहिजे. मी ईश्वर आहें असें ह्मणत असतात, ह्मणून मी आपल्या ज्ञातीचें दास्य करीत नाहीं. भोग्य वस्तूंपैकीं मी अर्धातला उपभोग घेतों; आणि ज्ञातीचीं दुर्वचनेंही सहन करितों. ज्याप्रमाणें अग्नीची इच्छा असलेला यजमान अरणीचें मंथन करितो, त्याप्रमाणें, हे देवर्षे, ज्ञातीचें दुर्भाषण माझ्या अंतःकरणाचें मंथन करीत असतें व तें मला सदैव दग्ध करून सोडितें. अशीं दुर्वचनें मला उग्रसेन आणि अक्रूर हे बोलतात. कारण, अक्रूराला वाटतें कीं, उग्रसेनाशीं माझा स्नेह असल्यामुळें मी त्याचा द्वेष करितों; आणि उग्रसेनाला वाटतें, अक्रूराशीं माझा स्नेह असल्यामुळें मी त्याचा द्वेष करितों. बरें, उभयतांची समजूत घालावी ह्मटलें, तरी तसें करण्याला मला कोणी साहाय्य नाहीं. कारण, बलरामाच्या ठिकाणीं सदैव शक्तीचा जोर आहे, गदाच्या ठिकाणीं सुकुमारता आहे, आणि प्रद्युम्न तर सुस्वरूपाच्या योगानें मत्त होऊन गेला आहे. ह्मणूनच, नारदा, मला कोणी साहाय्यकर्ता नाहीं. नारदा, दुसरे जे अंधकाच्या आणि वृष्णीच्या कुलांतील पुरुष आहेत, ते सर्व अतिशय भाग्यवान्, सामर्थ्यसंपन्न, शत्रूंना

[1] जो स्वर्गामध्यें गमन करूं शकतो असा.

सहन करितां येण्यास अशक्य आणि सदैव उद्योगशील असे आहेत. ते ज्याच्या पक्षाचे नसतील त्याचें अस्तित्वच असावयाचें नाहीं; आणि ज्याच्या पक्षाचे असतील त्याला सर्व कांहीं प्राप्त होईल असे आहेत. तरीही ते मला साहाय्य करीत नाहींत. उग्रसेन आणि अक्रूर हे उभयतांही सदैव माझा निषेध करीत असल्यामुळें मी त्या दोहोंपैकीं एकाचाही आश्रय करीत नाहीं, आणि दोघांचाही आश्रय करीत नाहीं. कारण, उग्रसेन आणि अक्रूर हे उभयतांही ज्याचे संबंधी झाले, त्याला त्यासारखी दुसरी अत्यंत दुःखकारक अशी गोष्टच नाहीं. कारण, त्यांचा परस्परांशीं द्वेष आहे. तसेंच, ज्याच्याशीं त्या दोघांचाही संबंध नसेल त्यालाही त्याहून अत्यंत दुःखकारक अशी दुसरी कोणती गोष्ट आहे ? कारण, ते उभयतां अंधक आणि वृष्णि यांच्या वंशांतील प्रमुख पुरुष आहेत. हे महामते नारदा, दोघां द्यूतकारांच्या मातेप्रमाणें मी एकाचा जय व्हावा आणि दुसऱ्याचा पराजय होऊं नये अशी इच्छा करितों. नारदा, अशा रीतीनें मला दोनही पक्षांच्या संबंधानें सदैव क्लेश होत आहेत. यास्तव, मला आणि माझ्या ज्ञातीला काय करणें श्रेयस्कर आहे तें कथन कर.

नारद म्हणाले:—हे वृष्णिकुलोत्पन्ना श्रीकृष्णा, संकटें दोन प्रकारचीं उद्भवतात. एक बाह्य व दुसरीं आभ्यंतर. ह्यांपैकीं पहिल्यांची उत्पत्ति आपल्या ज्ञातीपासून असते व दुसऱ्यांची इतरांकडून असते. अक्रूर आणि उग्रसेन ह्यांच्यामुळें तुजवर जें हें कष्टदायक संकट आलें आहे, तें आभ्यंतर असून, त्याचें कारण तुझ्या ज्ञातीचीच कृति हें होय. कारण, हे सर्वही ज्ञातिपुरुष अक्रूराच्या अनुरोधानें वागणारे आहेत. कांहीं कार्याच्या हेतूनें असो, अभिलापपूर्वक असो, अथवा दुसरे बीभत्स शब्द बोलतात म्हणून असो, तूं स्वतः संपादन केलेलें ऐश्वर्य तूं दुसऱ्याला अर्थात् उग्रसेनाला अर्पण केलें आहेस; आणि हे साहाय्यसंपन्ना, सांप्रत त्या ऐश्वर्याची मुळी रुजली असून त्याला तुझ्या ज्ञातीचें ऐश्वर्य अशी संज्ञा आली आहे. म्हणूनच, वांती होऊन पडलेल्या अन्नाप्रमाणें असलेलें तें ऐश्वर्य पुनरपि तुला परत घेतां येणें शक्य नाहीं. अक्रूर आणि उग्रसेन यांजकडून राज्य काढून घेणें हें शक्य नाहीं. कारण, त्यामुळें ज्ञातीमध्यें फाटाफूट होण्याची भीति आहे; आणि विशेषेंकरून तुजसारख्याला त्यांचें राज्य घेतां येणें अशक्यच आहे. आतां कदाचित् प्रयत्न करून अतिशय दुष्कर असें एखादें कर्म केलें तर त्याच्या योगानें ही गोष्ट घडून येईल; पण त्यामुळें कायमची आणि मोठी अशी द्रव्यहानि होईल अथवा विनाशच होईल. म्हणूनच लोहनिर्मित नसणाऱ्या सौम्य आणि हृदयविदारक अशा एका शस्त्राच्या योगानें दोषांचें परिमार्जन करून व ज्ञातिवर्गाच्या अंतःकरणामध्यें प्रीति उत्पन्न करून तूं सर्वांची जिव्हाच निर्मूलित करून टाक. (तोंडें बंद करून टाक.)

वासुदेव म्हणाले:—हे मुने, ज्याच्या योगानें दोषांचें परिमार्जन करून व अंतःकरणांत प्रेम उत्पन्न करून ह्या ज्ञातिवर्गाच्या जिव्हेचें निर्मूलन करितां येईल, असें लोहमय नसणारें सौम्य शस्त्र मला कसें समजावें ?

नारद म्हणाले:—सदैव शक्त्यनुसार अन्नदान करणें, सहिष्णुत्व, सरलत्व आणि मृदुत्व असणें व योग्य मनुष्याचा त्याच्या योग्यतेनुरूप सत्कार करणें हें लोहमय नसणारें शस्त्र होय. ज्ञातिवर्ग हा कर्णकटु आणि क्षुद्र भाषणें करण्याची इच्छा करूं लागला, तर तूं आपला क्रूरपणाचा निश्चय, कठोर वाणी आणि नानाप्रकारच्या वाईट इच्छा यांचा निग्रह कर.

क्षुद्र, अंतःकरणाचा जय न केलेला व साहाय्यसंपन्न नसलेला जो पुरुष, तो मोठा कार्यभाग केव्हांही आपल्यावर घेत नाहीं. म्हणूनच तूं तो कार्यभाग आपल्या वक्षःस्थलावर घेऊन चालूं लाग. सपाट जमीनीवरून कोणाही वृषभाला मोठा भार वाहून नेतां येतो; पण दुर्गम प्रदेशामध्यें, ज्याचे अवयव लहान असतात असा उत्कृष्ट प्रकारचा वृषभच तो वाहतां येण्यास कठीण असलेला भार वाहून नेतो. हे केशवा, भेदाच्या (फटाफुटीच्या) योगानें संघाचा नाश होतो; आणि, कृष्णा, तूं तर संघांतील प्रमुख आहेस. म्हणूनच तुझा आश्रय मिळून, ज्या योगानें ह्या संघाचा उच्छेद होणार नाहीं असें कांहीं तरी कर. बुद्धि, सहिष्णुता, इंद्रियनिग्रह आणि द्रव्यदान हीं असल्याशिवाय संघ हा कोणाही सुज्ञ मनुष्याच्या अधीन रहात नाहीं. आपल्या पक्षाचा सदैव अभ्युदय करणें हें धन्यतेचें, कीर्तिकारक आणि आयुष्यप्रद आहे. म्हणूनच, कृष्णा, जेणेंकरून आपल्या ज्ञातीचा नाश होणार नाहीं असेंच तूं कर. हे प्रभो, वर्तमानकालीं व भविष्यकालींही संधायासनप्रभृति षड्गुणांची योजना करणें व शत्रूवर स्वारी करणें ह्यांमध्यें तुला माहीत नाहीं असें कांहीं नाहीं. हे महाबाहो, यादव, कुकुर, भोज, अंधक, वृष्णि—इतकेच नव्हे, तर सर्व लोक व लोकांचे अधिपति हे तुझ्याच ठिकाणीं आहेत. हे माधवा, ऋषि देखील तुझ्याच विचारानें अवलंबन करितात. तूं सर्व प्राण्यांचा पिता आहेस, व तुला सर्व प्राण्यांची सृष्टि व प्रलय यांची माहिती आहे. यदुकुलश्रेष्ठ अशा तुझा लाभ झाला असल्यामुळेंच यादवांचा सुखानें अभ्युदय होत आहे!

अध्याय त्र्यायशींवा.

—:०:—

कालकवृक्षीयोपाख्यान.

भीष्म सांगतातः—हे भरतकुलोत्पन्ना, हें तुला पहिल्या प्रकारचें वर्तन सांगितलें. आतां दुसरें सांगतों, ऐक. जो कोणी मनुष्य राजाला द्रव्यसंपादन करून देईल, त्याचें राजानें सदैव संरक्षण करावें. युधिष्ठिरा, पोषण करण्यास योग्य असो अथवा राजानें पोषण केलेला असो, जो मनुष्य राजाचा कोश अमात्यानें हरण केल्यामुळें नष्ट होत असल्याचें कळवील, त्याचें सांगणें एकांतांत ऐकून घ्यावें, व अमात्यापासून त्याचें संरक्षण करावें. कारण, हे भारता, द्रव्याचा अपहार करणारे अमात्य बहुतकरून आपल्या विरुद्ध असणाऱ्या मनुष्याचा वध करितात. राजाच्या कोशाचा नाश करणारे सर्व लोक एक होतात व त्या कोशाचें संरक्षण करणाऱ्याला पीडा देऊं लागतात, आणि ह्या वेळीं त्याचें संरक्षण न केल्यास तो नाश पावतो. याविषयीं कालकवृक्षीय नांवाच्या मुनींनीं कोसलदेशाधिपतीला जें कांहीं सांगितलें होतें, तें पुरातन इतिहास म्हणून सांगत असतात. तें असें—

राजा क्षेमदर्शी ह्याला कोसल देशाच्या आधिपत्याची प्राप्ति झाल्यानंतर कालकवृक्षीय नामक मुनि त्याजकडे आला होता, असें आमच्या ऐकण्यांत आहे. एका पिंजऱ्यामध्यें एक कावळा धरून ठेवून तो पिंजरा घेऊन राज्यांतील सर्व बातमी मिळविण्याच्या इच्छेनें हा मुनि क्षेमदर्शीच्या सर्व राष्ट्रामध्यें लक्षपूर्वक पुनः पुनः संचार करीत होता. ‘ अहो, आपण काकविद्येचें अध्ययन करा; मला हे काक भूत, भविष्य आणि वर्तमान सांगत असतात ’ असें म्हणत अनेक पुरुष बरोबर घेऊन त्या

राष्ट्रामध्यें संचार करीत असतां, राजकार्यावर नियुक्त असणाऱ्या सर्व लोकांचीं दुष्कृत्यें त्याच्या दृष्टोत्पत्तीस आलीं. तेव्हां सर्व राष्ट्राचा व्यवसाय कोणत्या प्रकारचा आहे तें समजून घेऊन, व राजकर्मावर नियुक्त असलेल्या लोकांनीं चालविलेला द्रव्यापहार जाणून, नंतर तो प्रशंसनीय आचरण असलेला मुनि काक बरोबर घेऊन 'मी सर्वज्ञ आहें' असें भाषण करीत राजदर्शन घेण्यासाठीं आला.

कोसलाधिपतीकडे आल्यानंतर त्या मुनीनें तेथें असलेल्या अलंकार धारण करणाऱ्या अमात्याला त्या कावळयाच्या वचनावरून 'तूं अमके ठिकाणीं अमुक केलें आहेस' असें सांगितलें; व तूं 'राजकोशाचा अपहार केला आहेस, हें अमुक अमुक मनुष्याला माहीत आहे असें हा काक सांगत आहे; ह्यास्तव, याचा आपण सत्वर विचार करा.' असेंही त्यानें त्यावेळीं म्हटलें; आणि हा 'काक केव्हांही असत्य बोलल्याचें ऐकण्यांत नाहीं.' असें राजकोशाचा अपहार करणाऱ्या दुसऱ्याही लोकांस सांगितलें. ह्यामुळें, हे कुरुकुलश्रेष्ठा, राजकार्यावर नियुक्त झालेले सर्व लोक बिघडले व त्यांनीं तो मुनि झोंपीं गेला असतां त्याच्या कावळयाला बाणांनीं विद्ध केलें!

याप्रमाणें आपला काक पिंजऱ्यामध्यें बाणांच्या योगानें विदीर्ण झाला आहे असें पाहून दुसरे दिवशीं सकाळीं तो ब्राह्मण क्षेमदर्शी राजाला म्हणाला, "हे राजा, तुझी अनुज्ञा मिळाल्यास मी तुला हितकारक अशी कांहीं गोष्ट सांगणार आहें; पण त्यासाठीं माझ्या प्राणांचा व द्रव्याचा अधिपति अशा तुज प्रभूकडे मीं अभय मागतों. ज्याला अभ्युदयाची व ऐश्वर्याची सदैव इच्छा असेल त्या मित्रानें, सारथि ज्याप्रमाणें उत्कृष्ट अश्वाला शिकविण्याची इच्छा करितो त्याप्रमाणें मित्रास बोध करावयाची इच्छा असलेला, मित्राची हानि होत असल्यामुळें संताप पावणारा, अत्यंत क्रुद्ध झालेला, व मित्राची इच्छा नसली तरी बलात्कारानें त्याचें हित करावें ह्यासाठीं सर्वथैव प्रेमानें आलेला जो पुरुष सहन न झाल्यामुळें 'हें तुझें द्रव्य अपहार केलें जात आहे.' असें सांगेल, तो आपला आहे असें समजून त्याला क्षमा केली पाहिजे." हें ऐकून राजा त्याला म्हणाला, 'मला आपल्या हिताची जर इच्छा आहे तर आपण जें मला बोलाल त्याची मी कां क्षमा करणार नाहीं? हे ब्रह्मनिष्ठ, मी आपणांला प्रतिज्ञापूर्वक सांगतों, आपणांला वाटेल तें बोला. हे विप्र, आपण जें आम्हांला सांगाल त्याप्रमाणें मी करीन."

मुनि म्हणालाः--तुझ्या राष्ट्रामध्यें दुष्ट कोण आहेत आणि चांगले कोण आहेत हें, व पोष्यवर्गाकडून तुला असलेली भीति यांची माहिती मिळवून मी केवळ प्रेमानें त्यांजविषयींचा वृत्तांत सांगण्यासाठीं तुझ्याजवळ आलों आहें. हे राजा, सेवा करणें हा दोष आहे असें आचार्यांनीं पूर्वींच सांगितलें आहे. राजाची सेवा करणें हें पाप असून, केवळ जे अगतिक असतील त्यांचीच ती गति आहे. राजाशीं ज्याची मैत्री असते, त्याची केवळ विषारी सर्पाशींच मैत्री आहे असें म्हणत असतात. राजाला पुष्कळ शत्रु असतात आणि अनेक मित्रही असतात. राजाच्या आश्रयानें उपजीविका करणाऱ्या मनुष्यांना त्या सर्वांपासूनच भीति असते. तसेंच, राजा, त्यांना एका क्षणांत राजाकडूनही भीति उत्पन्न होते. सेवकांकडून राजाविषयीं अगदीं मुळींच दुर्लक्ष न घडणें शक्य नाहीं, हें खरें आहे. तथापि कल्याणेच्छु सेवकानें कोणत्याही प्रकारें मुद्दाम दुर्लक्ष करूं नये. कारण, दुर्लक्ष केलें असतां राजाचेंही पूर्वींचें वर्तन सुटतें. अर्थात् तो त्याच्याशीं पूर्वींप्रमाणें न वागतां त्याचा द्वेष करूं लागतो व तसें झालें म्हणजे जीवि-

ताचा नाश होतो. शिक्षणसंपन्न असलेल्या मनुष्यानें राजा म्हणजे प्रदीप्त झालेला अग्निच असें समजूनच त्याच्या सन्निध जावें. ज्याप्रमाणें विषयुक्त दाढा असलेल्या कोपाविष्ट भुजंगाची शुश्रूषा करावयाची, त्याप्रमाणें आपलें अस्तित्व नष्ट झालें आहे असेंच समजून मनुष्यानें आपल्या प्राणाचा व द्रव्याचा स्वामी जो राजा त्याची प्रयत्नपूर्वक सेवा करावी. आपल्या भाषणांत, उभें राहण्यांत, अधिकार चालविण्यांत, बसण्यांत, चालण्यांत, अभिप्राय सुचविण्यांत आणि शारीरिक व्यापारांत दोष असेल काय, अशी सेवकाला शंका येत असावी. राजाला जर प्रसन्न ठेवला तर तो देवतेप्रमाणें सर्वही मनोरथ पूर्ण करितो, आणि तो जर क्रुद्ध झाला तर अग्नीप्रमाणें समूळ दग्ध करून टाकतो, असें यमानें सांगितलें आहे; आणि, हे राजा, तें आहेही तसेंच ! येथून पुढें मी तुझें पुनः पुनः मोठें कार्य करणार आहें. आमच्यासारखा अमात्य संकटप्रसंगीं केवल ज्ञानरूपी साहाय्य करीत असतो. हे राजा, माझा हा काक माझेंच अनुकरण करणारा होता, पण त्याच्याशींही कोणी वैर करीत होतें, व म्हणूनच त्यानें त्याजवर बाण सोडला. याविषयीं मी तुलाही दोष देत नाहीं अथवा तूं ज्यांना प्रिय आहेस त्यांनाही दोष देत नाहीं. तूं आपले हितकर्ते कोण व शत्रु कोण याविषयींचें ज्ञान संपादन कर. आपल्या बुद्धीला अगोचर असें कांहीं ठेवूं नको. तुझ्या मंदिरामध्यें द्रव्याचा अपहार करण्याविषयीं तत्पर असणारे व प्राण्यांचें अकल्याण व्हावें अशी इच्छा करणारे जे कोणी आहेत, त्यांनीं माझ्या कावळ्याचा वध करून आपलें वैर साधिलें. हे राजा, तुझा विनाश व्हावा आणि नंतर आपल्याला राज्य मिळावें अशी ज्याची इच्छा आहे, त्याचें कार्य तुझ्या खासगी मंडळीशीं स्नेह केल्यास सिद्ध व्हावयाचें, हें खोटें नाहीं. म्हणूनच, त्या तुझ्या खासगी मंडळींच्या भीतीनें मी आतां दुसऱ्या आश्रमाकडे जाणार. कारण, हे प्रभो, त्यांनींच नेम धरून मारलेला बाण माझ्या कावळ्यावर येऊन पडला; व माझी इच्छा नसतां त्या कपटप्रिय लोकांनीं त्याला यमसदनास पाठविलें. हे राजा, ही गोष्ट मीं तपोबलानें दीर्घत्व पावलेल्या दृष्टीनें पाहिली आहे. अनेक मकर, मत्स्य, सुसरी आणि तिमिंगल नामक मत्स्य यांनीं युक्त, व वृक्षाचे सोट, पाषाण आणि कंटक यांनीं युक्त असलेल्या व सिंह, व्याघ्र इत्यादि हिंस्र पशूंनीं व्याप्त असलेल्या, अगोदर जवळ जाण्यास व गेल्यानंतरही मानवण्यास कठीण असणाऱ्या अशा हिमालयांतील गुहेप्रमाणें असणाऱ्या ह्या तुझ्या राष्ट्ररूपी नदींतून मी ह्या अज्ञ अशा कावळ्याच्या साहाय्यानें तरून गेलों. अंधकारानें व्याप्त झालेल्या दुर्गम प्रदेशांतून अग्नीच्या साहाय्यानें व जलमय प्रदेशांतून नौकेच्या साहाय्यानें जातां येतें, पण नृपरूपी दुर्गम प्रदेशांत प्रवेश होण्याचें कांहीं साधन पंडितांनाही समजलेलें नाहीं. राजा, तुझें राज्य म्हणजे गाढ अंधार असून तें पातकानें व्याप्त होऊन गेलेलें आहे. ह्या राष्ट्रांत विश्वास ठेवितां येणें तुलाही शक्य नाहीं, मग मला कोठून शक्य असणार ! म्हणूनच येथें रहाणें हें शुभकारक नाहीं. कारण येथें सत्कृत्याची आणि दुष्कृत्याची योग्यता सारखीच आहे. येथें सत्कर्म केलें अथवा दुष्कर्म केलें तरी निःसंशय वधच व्हावयाचा. न्यायदृष्ट्या दुष्कर्म केलें तरच वध व्हावा. सत्कर्म केल्यास मुळींच होऊं नये; पण येथें तशी स्थिति नाहीं. म्हणूनच सुज्ञ मनुष्यानें त्वरेनें येथें वास्तव्य करण्यासाठीं येणें योग्य नाहीं. हे राजा, सीता म्हणून एक नदी आहे, तिजमध्यें नौका बुडत असते. तशाच प्रकारचें हें तुझें राष्ट्र आहे. हें

राष्ट्र म्हणजे सर्व प्राण्यांचा वध करण्यासाठीं पसरलेलें एक जाळेंच होय असें मला वाटतें. तुला मधुर पण विषयुक्त अशा भोजनाची प्राप्ति झाली आहे. तुझी स्थिति असज्जनासारखी आहे, सज्जनासारखी नाहीं. हे पृथ्वीपते, तूं विषारी सर्पांनीं वेष्टिलेल्या विहिरीसारखा आहेस. राजा, दुर्गम घाट, विशाल तीर आणि लहान लहान झुडपें यांनीं युक्त असलेली व वेतांच्या वेलांनीं व्याप्त झालेली मधुरजलयुक्त अशी नदी असावी, त्याप्रमाणेंच तूं आहेस. ज्याप्रमाणें श्वान, गृध्र आणि कोल्हे यांनीं युक्त असलेला राजहंस असावा, त्याप्रमाणें तूं आहेस. जसें मोठ्या वृक्षाचा आश्रय मिळाला म्हणजे त्यावर मोठें गवत वाढूनच त्याला आच्छादित करितें, व नंतर त्या वृक्षाच्याहीपेक्षां अधिक वाढतें, व पुढें त्याच इंधनरूपी तृणाच्या योगानें भयंकर दावाग्नि त्या वृक्षाला दग्ध करून सोडतो, तशी स्थिति तुझ्या अमात्यांची आहे. म्हणूनच, राजा, तूं त्यांचे दोष नाहींतसे कर. राजा, तूंच त्यांना अधिकार दिलास आणि तूंच त्यांचें पालन केलेंस. असें असतां तुझ्याशींच प्रतारणा करून हे तुझ्या प्रिय मनुष्यांचा वध करूं इच्छीत आहेत. ज्यामध्यें सर्प वास्तव्य करीत आहेत अशा गृहासारख्या अथवा जिचा पति वीर आहे अशा दुर्वर्तिनी स्त्रीच्या गृहासारख्या तुझ्या राष्ट्रामध्यें मी जो सावधपणें पण भीतभीत राहिलों, तो केवल तुझें सदाचरण आणि तुझा हा अमात्यादिक परिवार यांची परीक्षा पहाण्यासाठींच होय. हे नृपश्रेष्ठा, राजा जितेंद्रिय आहे काय? त्याची खासगी मंडळी त्याच्या ताब्यांत आहेत काय? त्यांना राजा प्रिय आहे काय ? आणि राजाला प्रजा प्रिय आहेत काय? हें जाणण्याच्या इच्छेनेंच मी ह्या ठिकाणीं प्राप्त झालों. पण, हे राजा, क्षुधिताला जसें भोजन आवडतें तसा मला तूं आवडतो आहेस; आणि तुझे अमात्य मात्र तृष्णा नसलेल्या पुरुषाला जसें उदक आवडत नाहीं तसे मला आवडत नाहींत. मी तुझें कार्य करणारा हाच दोष त्यांनीं मजवर ठेवला; ह्यावांचून माझा द्रोह करण्याचें त्यांना दुसरें कांहीं कारण नाहीं. कारण, मीं त्यांचा कांहीं द्रोह केलेला नाहीं. तथापि त्यांना माझ्या ठिकाणीं दोष दिसत आहेत. म्हणूनच आतां मी येथें रहाणें योग्य नाहीं. ज्याप्रमाणें पृष्ठ भग्न केलेल्या सर्पाची त्याचप्रमाणें अंतःकरण दुष्ट असलेल्या शत्रूचीही भीति बाळगली पाहिजे.

राजा म्हणालाः—हे ब्राह्मणश्रेष्ठा, तूं पुनरपि माझ्या मंदिरामध्यें रहा. तुझा द्रोह करणाऱ्या लोकांचा मी अगदीं त्याग करीन; व सत्कारसूचक विपुल उपचारांच्या योगानें तुझा बहुमान करीन. हे ब्रह्मनिष्ठ, ज्यांना आपली इच्छा नसेल ते माझ्या गृहामध्यें राहूं शकणार नाहींत. आतां मीं पुढें काय केलें पाहिजे ह्याचें ज्ञान केवळ आपणालाच आहे. यास्तव, हे भगवन्, माझ्या हातून शासनकर्म उत्कृष्ट प्रकारें चालेल व पुण्य घडेल, असा कांहीं विचार माझ्या कल्याणासाठीं काढून मला आपण आज्ञा करा.

मुनि म्हणालाः—हा दोष उघड न करितां तूं आपल्या एक--एका अमात्याचें सामर्थ्य त्याचे अधिकार काढून घेऊन कमी कर; आणि पुढें वध करण्यासारखें कारण त्यांच्या हातून घडलें आहे असें कळून आलें म्हणजे एका एका पुरुषाचाच वध कर; सर्वांचा एकदम करूं नको. कारण, अनेक मनुष्यांचा एकच दोष असला म्हणजे, आपलें रहस्य फुटेल या भीतीनें, ज्यांस रहस्य कळलें असेल त्या आपल्या शत्रूंचा ते नाशही करितात. म्हणूनच मी तुला हें सांगत आहें. आम्ही ब्राह्मण म्हणजे कृपाळू आणि आमचें शासनही सौम्य असून, आम्ही स्वतःप्रमाणेंच तुझें व इतरांचें कल्याण व्हावें असें इच्छीत असतों.

हे राजा, आतां मी आपली माहिती तुला सांगतों. मी तुझा संबंधी आहें. कालकवृक्षीय असें माझें नांव आहे. सत्यप्रतिज्ञ अशा तुझ्या पित्याचा मी संमाननीय असा मित्र असून, तुझा पिता स्वर्गवासी झाला व तुझ्या राज्यावर संकटें ओढवलीं, तेव्हां मीं इतर सर्व अभिलाष सोडून देऊन तपश्चर्या केली. मी तुला स्नेहामुळेंच असें सांगतों कीं, पुनरपि तूं हे अविश्वसनीय पुरुष विश्वसनीय आहेत अशा भ्रमांत राहूं नको. राजा, सुखदुःखांचा अनुभव घेतल्यानंतर साहजिक रीतीनें तुला राज्यप्राप्ति झाली आहे; असें असून त्या राज्याचा भार अमात्यांवर टाकून तूं असा बेसावधपणानें कां रहात आहेस ?

भीष्म सांगतातः—हे भारता, तदनंतर तो ब्राह्मणश्रेष्ठ राजाचा पुरोहित होऊन पुरोहितमंदिरामध्यें येऊन वास्तव्य करूं लागला असतां, राजमंदिरामध्यें पुनरपि विपुल आनंदाचा प्रादुर्भाव झाला. पुढें सर्व पृथ्वीवर एकछत्री राज्य करून त्या कालकवृक्षीय मुनीनें कीर्तिसंपन्न अशा कोसलदेशाधिपतीसाठीं उत्कृष्ट प्रकारचे यज्ञ केले. कोसलदेशाधिपतीनेंही त्याचें तें हितकारक भाषण ऐकून सर्व पृथ्वी जिंकून घेतली; व त्या मुनीनें सांगितल्याप्रमाणें आचरण ठेविलें.

अध्याय त्र्यायशींवा.

—:०:—

सभासदादिकांचीं लक्षणें.

युधिष्ठिर विचारतोः—हे पितामह, सभासद, साहाय्यकर्ते, मित्र, परिचारक आणि अमात्य हे कोणत्या प्रकारचे असावे ?

भीष्म सांगतातः—लोकलज्जा बाळगणारे, इंद्रियदमन केलेले, सत्यता आणि सरलत्व यांनीं युक्त असलेले, आणि न्याय कोणता व अन्याय कोणता हें उत्कृष्ट प्रकारें सांगण्याविषयीं समर्थ असलेले जे लोक, ते तुझे सभासद असावे. हे भारता, सदैव सान्निध्यास असणारे अत्यंत शूर पुरुष, आणि शास्त्रज्ञानसंपन्न, अत्यंत संतुष्ट असणारे व कार्यविषयीं अतिशय उत्साह असलेले ब्राह्मण ह्यांना तूं कोणत्याही संकटामध्यें आपले साहाय्यास घेत जा. कुलीन मनुष्याचा सदैव बहुमान केला म्हणजे प्रसंगीं तो आपली शक्ति झांकून ठेवीत नाहीं, म्हणूनच कुलीन मित्र करावा. कुलीन मित्र केला म्हणजे त्याचें पालन केल्यास जरी एखादे प्रसंगीं त्याला प्रसन्न ठेवला, अप्रसन्न ठेवला, पीडा दिली अथवा मारिलें, तरीही तो सदैव आपल्याच सान्निध्यास रहातो. युधिष्ठिरा, कुलीन, चांगल्या देशामध्यें उत्पन्न झालेले, ज्ञानी, स्वरूपसंपन्न, बहुश्रुत, प्रौढ आणि प्रेम करणारे असेच लोक तुझे परिचारक असावे. बा युधिष्ठिरा, हीन कुलांत उत्पन्न झालेले, लुब्ध, क्रूर आणि निर्लज्ज असे जे पुरुष असतील, त्यांचा जोंपर्यंत हात ओला आहे अर्थात् त्यांना द्रव्यादिक पोंचत आहे, तोंपर्यंतच ते तुझी सेवा करतील, पुढें करणार नाहींत. कुलीन, सदाचारसंपन्न, हृदयांतील भाव ओळखणारे, निष्ठुर नसलेले, देश, काल व कर्तव्य जाणणारे, आणि आपल्या पोषकाचें कार्य आणि हित करण्याविषयींची इच्छा असणारे जे लोक असतील, त्यांनाच राजानें सर्व कार्यांमध्यें आपले मंत्री करावे. युधिष्ठिरा, द्रव्यप्रदान, बहुमानसूचक अधिकारादि, उत्कृष्ट वस्त्रादिकांचें दान, आदर व थोडें अथवा अधिक प्रिय करणें या गोष्टींवरून तूं ज्यांना प्रिय असें समजशील, ते केवल तुझ्या द्रव्याचे आणि सुखाचे मात्र वांटेकरी होतील. युधिष्ठिरा, ज्यांचें वर्तन मर्यादा सोडून नाहीं असे विद्वान्, सदाचारी, नियमांचें आचरण करणारे, सदैव तुझेचि

प्रार्थना करणारे, क्षुद्र स्वभावाचे नसलेले आणि सत्यवादी ह्यांनीं तुझा त्याग करूं नये. ज्या निंद्यवृत्ति व मंदबुद्धि लोकांना आचार समजत नाहीं, व जे भ्रष्टप्रतिज्ञ असतात, त्यांच्याविषयीं तूं तिटकारा बाळगीत जा. समुदायाला सोडून राजानें एकाच मनुष्याची इच्छा करूं नये; व एकाचाच अंगीकार करणें आवश्यक असल्यास, जो एकटाच अनेक लोकांहून अत्यंत श्रेष्ठ असेल त्याचा स्वीकार करून समुदायाचा खुशाल त्याग करावा. कारण, कोणाच्याही अंगीं पराक्रम दिसून येणें हें कल्याणाचें लक्षण आहे. युधिष्ठिरा, ज्याला कीर्ति हीच मुख्य वाटत असेल, जो प्रतिज्ञेप्रमाणें वागत असेल, जो सामर्थ्यसंपन्न लोकांना बहुमान देत असेल, ज्यांच्याशीं स्पर्धा करणें अयोग्य आहे त्यांच्याशीं स्पर्धा करीत नसेल, वैषयिक सुखासाठीं, भीतीमुळें, क्रोधामुळें अथवा लोभामुळें जो धर्मत्याग करणार नाहीं, व जो अहंकारशून्य, सत्यवादी, क्षमाशील आणि बहुमानार्ह असेल, त्याचेंच तूं गुप्त गोष्टींचा विचार करतेवेळीं साह्य घे. मात्र सर्व स्थितींत त्याची परीक्षा पाहिली पाहिजे. मनुष्य कुलीन, संततिमान्, सहनशील, दक्ष, आत्मसंयमनसंपन्न, शूर, कृतज्ञ आणि सत्यनिष्ठ असणें हें कल्याणाचें चिन्ह आहे. तो ज्ञानसंपन्न पुरुष अशा रीतीनें वागत असला म्हणजे शत्रु देखील प्रसन्न रहातात, इतकेंच नव्हे, तर ते मित्रही होतात. नंतर पुढें ज्ञानसंपन्न, कल्याणेच्छु आणि जितेंद्रिय अशा राजानें विश्वसनीय, कुलीन, आपल्या देशांत जन्म पावलेले, द्रव्यादिक देऊन शत्रूंनीं वश करितां येण्यास अशक्य असलेले, व एकदा ज्याचा आश्रय केला त्याला सोडून दुसरीकडे न जाणारे व सर्व प्रकारें उत्तम रीतीनें परीक्षा पाहिलेले लोक आणि संबंधी पुरुष ह्यांजकडून अमात्यांच्या गुणावगुणांची परीक्षा पहावी. ऐश्वर्येच्छु राजानें उत्तम जातीमध्यें उत्पन्न झालेले, वैदिक मार्गानें वागणारे, कुलपरंपरागत असलेले आणि गर्वशून्य असेच लोक मंत्री करावे. ज्यांचें अंतःकरण विनयशील व स्वभाव उत्तम असेल, व जे केवल कायिक, केवल वाचिक, केवल मानसिक, कायिक, वाचिक, मानसिक आणि कायिकवाचिक अशा पांच प्रकारच्या कपटांनीं विरहित, प्रौढ व राजकार्याचा भार घेण्यास समर्थ असतील, अशा पुरुषांच्या तेज, शौर्य, क्षमा, शुचिर्भूतपणा, प्रेम, स्थिरबुद्धि आणि इंद्रियसंयम ह्या गुणांची परीक्षा करून राजानें त्यांस मंत्री करावें. राजा, ज्यांचें ज्ञान होणें आवश्यक आहे अशा गोष्टींचें ज्ञान करून देण्याविषयीं ज्यांची वाणी समर्थ आहे असे वीर, उपाय शोधून काढण्यांत चतुर, कुलीन, सत्त्वसंपन्न, दुसऱ्याच्या हृदयांतील भाव ओळखणारे, निष्ठुर नसणारे, देश, काल व कर्तव्य जाणणारे आणि आपल्या पोषकाचें कार्य आणि हित करण्याची इच्छा करणारें जे लोक, त्यांनाच राजानें कोणत्याही कार्याविषयीं मंत्री नेमावे. तेजस्वी नसणाऱ्या पुरुषांशीं संबंध ठेवणाऱ्या मनुष्याला कर्तव्याकर्तव्याचा निश्चय करितां येत नाहीं. इतकेंच नव्हे, तर तो दुसऱ्यालाही प्रत्येक कार्यामध्यें अवश्य संशयांत पाडतो. तसेंच, जो मंत्री सत्कुलामध्यें उत्पन्न झालेला व धर्म, अर्थ आणि काम या तीनही पुरुषार्थांनीं युक्त असा असूनही बहुश्रुत नसतो, त्याला गुप्त गोष्टींचा विचार करण्याचें काम पाहातां येणें शक्य नाहीं. तसेंच, कुलीन नसणारा मनुष्य जरी अत्यंत बहुश्रुत असला, तरी तो मार्गदर्शकाचें साह्य नसलेल्या अंधाप्रमाणें असतो; व म्हणूनच, एखादें कृत्य लहानसें असलें तरीही त्यांत काय करावें हें त्याला सुचेनासें होतें. त्याचप्रमाणें, जो शास्त्रज्ञानसंपन्न आणि बुद्धिमान् आहे व ज्याला उपाय-

योजनेचेंही ज्ञान आहे, पण ज्याचे विचार स्थिर नाहींत, तो पुष्कळ वेळानें देखील कोणत्याही कर्माचा शेवट लावूं शकणार नाहीं. ज्याला शास्त्रज्ञान मुळींच नाहीं व बुद्धिही उत्कृष्ट नाहीं, त्यानें केवल एखादें कार्य आपल्याकडे घेतलें म्हणून त्याला त्यांतील विशिष्ट गोष्टींचा विचार करितां येणें शक्य नाहीं. मंत्री आपल्यावर प्रेम करणारा नसेल, तर त्याच्यावर विश्वास ठेवणें योग्य नाहीं. म्हणूनच, प्रेम न करणाऱ्या मंत्र्यापाशीं आपले गुप्त विचार प्रकट करूं नयेत. कारण, ज्याप्रमाणें वायूनें केलेल्या छिद्रांतून आंत प्रवेश करून अग्नि वृक्षाला भस्म करून सोडतो, त्याप्रमाणें हा कुटिल मंत्री इतर मंत्र्यांचें साहाय्य घेऊन राजाला पीडा देतो. राजा एखादे वेळीं क्रुद्ध होतो, पदच्युत करितो, क्षुब्ध होऊन वाणीनें निर्भर्त्सना करितो व पुनः प्रसन्नही होतो. हीं त्याचीं नानाप्रकारचीं कृत्यें त्याजवर अनुरक्त असलेल्या मंत्र्यांवांचून इतरांस सहन करितां येणें शक्य नाहीं. म्हणूनच मंत्री अनुरक्त पाहिजेत. मंत्र्यांचा क्रोध म्हणजे वज्राचें स्फुरणच होय. आपल्या पोषकाचें प्रिय करण्याच्या इच्छेनें जो मनुष्य त्याचीं तीं कृत्यें सहन करितो, व ज्याला सुखदुःख समान असतें, अशा मनुष्यालाच कोणत्याही गोष्टीसंबंधानें विचारावें. कुटिल स्वभावाचा मनुष्य प्रेम करीत असला, इतर गुणांनीं युक्त असला व ज्ञानसंपन्न असला, तरी तो राजाचे गुप्त विचार श्रवण करण्यास योग्य नाहीं. ज्याचा शत्रूशीं संबंध असतो व जो प्रजेला बहुमान देत नाहीं तो शत्रुच असें समजावें; त्याच्याही कानावर राजाचे गुप्त विचार जाणें योग्य नाहीं. अविद्वान्, शुचिर्भूत नसणारा, गर्वानें ताठलेला, शत्रूंची सेवा करणारा, आत्मश्लाघा करणारा, अंतःकरण शुद्ध नसलेला, कोपिष्ट आणि लोभाविष्ट हेही राजाचे गुप्त विचार ऐकण्यास योग्य नाहींत. नवीनच आलेला मनुष्य जरी अनुरक्त व अत्यंत बहुश्रुत असला, आणि आपल्या ऐश्वर्याचा विभाग त्याला देऊन त्याचा सत्कारही केला असला, तरी तो गुप्त विचार श्रवण करण्यास योग्य नाहीं. ज्याचा पिता पूर्वीं अन्यायानेंच आमल्याशीं बिघडला असेल, त्याला जरी अधिकारारूढ केला व बहुमान दिला, तरी तो राजाचे गुप्त विचार श्रवण करण्यास योग्य नाहीं. ज्या मित्रावर क्षुद्र अशाही कृत्यामुळें लोकापवाद आला असेल, त्याच्या अंगीं दुसरे अनेक गुण असले तरीही तो गुप्त विचार श्रवण करण्यास योग्य नाहीं. जो मनुष्य चतुरबुद्धि, धारणाशक्तिसंपन्न, ज्ञानी, आपल्या देशांत निर्माण झालेला, शुचिर्भूत व कोणत्याही कर्मामध्यें निर्लिप्त असणारा असेल, तोच राजाचा मंत्र (गुप्त विचार)श्रवण करण्यास योग्य होय. अनुभवजन्य आणि शास्त्रजन्य ज्ञान असलेला, आपला व परक्याचा स्वभाव ओळखणारा, आपल्या बरोबरीचा व शुद्धांतःकरण असेल, तो मंत्र श्रवण करण्यास योग्य होय. सत्यवादी, सुस्वभावसंपन्न, प्रौढ, लोकलज्जसंपन्न, सौम्य व पितृपितामहादिक क्रमानें आश्रयास असतो, तो मंत्र श्रवण करण्यास योग्य होय. जो संतुष्ट रहाणारा, संमाननीय, सत्यवादी, प्रौढ, प्रगल्भ विचारांचा, पापाचा द्वेष करणारा, गुप्त गोष्टींचा विचार करण्याचें ज्ञान असलेला, प्रसंग जाणणारा व शूर असतो, तो मंत्र श्रवण करण्यास योग्य होय. जो सामर्थ्यसंपन्न पुरुष सामोपचारानें ह्या सर्व लोकाला वश करूं शकतो, त्यालाच राष्ट्राचें शासन करूं इच्छिणाऱ्या राजानें आपले गुप्त विचार सांगावे. राष्ट्रांतील व राजधानींतील लोकांचा ज्याच्यावर न्यायामुळेंच विश्वास बसला आहे, व जो योद्धा असून नीतिशास्त्रामध्येंही विद्वान् आहे,

तो मंत्र श्रवण करण्यास योग्य होय. सारांश, ह्या पूर्वोक्त सर्व गुणांनीं युक्त असणारे, अत्यंत पूज्य, प्रजेच्या मताचें ज्ञान असणारे व ज्यांना मोठें कृत्य करण्याची इच्छा असेल असे निदान तीन तरी पुरुष राजाचे मंत्री असावे. त्यांनीं आपल्या व शत्रूंच्या प्रजेमध्यें कोणकोणतीं छिद्रें आहेत हें पाहात असावें. राजाच्या राष्ट्राची अभिवृद्धि होणें हें मंत्र्यांच्या मंत्रावरच अवलंबून आहे. आपलें छिद्र शत्रूंच्या दृष्टीस पडूं नये; व शत्रूंचें छिद्र पाहून राजानें त्यांजवर स्वारी करावी. कांसव ज्याप्रमाणें आपलीं अंगें गुप्त ठेवितें, त्याप्रमाणें राजानें राज्याचीं सर्व अंगें गुप्त ठेवावीं. शत्रूला आपल्या राष्ट्रांत प्रवेश करण्याची संधि न येईल अशाविषयीं सावध असावें. विद्वान् मंत्र्यांनींही, राष्ट्रासंबंधी जे गुप्त विचार चालले असतील ते गुप्तच ठेवावे. राजा हा गुप्त विचारांचें शरीर असून इतर लोक हीं त्याचीं अंगें आहेत. गुप्त हेर हें राज्यरूपी वृक्षाचें मुळ असून राष्ट्राविषयींचे गुप्त विचार हेंच त्याचें बल होय असें सांगितलें आहे. केवळ वृत्तीसाठीं ह्या लोकामध्यें अनेक मंत्री नम्रतेचा स्वीकार करून व मद, क्रोध, अहंकार आणि ईर्षा यांचा त्याग करून राजाच्या अनुरोधानें वागतात; पण त्यांच्यावर विश्वास न ठेवतां, ज्यांच्या ठिकाणीं पूर्वोक्त पांच कपटें वास्तव्य करीत नसतील अशाच मंत्र्यांच्या साहाय्यानें राजानें गुप्त गोष्टींचे विचार करावे. त्या तिघांचे नानाप्रकारचे विचार लक्षांत घेऊन व त्या गोष्टींत आपलें मन घालून, शेवटच्या विचाराचे वेळीं, ज्याला आपल्या उलट सिद्धांत माहीत असण्याचा संभव आहे त्याला आपला सिद्धांत कळवावा. त्यांतूनही निर्णय न झाल्यास, धर्म, अर्थ आणि काम ह्या तीन पुरुषार्थांचें ज्ञान असलेल्या गुरु अशा ब्राह्मणाकडे जाऊन शेवटच्या निर्णयाविषयीं त्याला एकाग्रपणें प्रश्न करावा; व सिद्धांत करणाऱ्या त्या ब्राह्मणाशीं जेव्हां ऐकमत्य होईल, तेव्हां त्या विचारांत ठरलेल्या मार्गाचें अवलंबन राजानें त्यामध्यें न गढून जातां करावें. ज्यांना गुप्त विचार करण्याच्या तत्त्वांचे सिद्धांत माहीत आहेत, ते लोक अशाच प्रकारें तो विचार करावा असें सांगतात. यास्तव, प्रजेला स्वाधीन ठेवण्याविषयीं समर्थ असेल अशा प्रकारचा गुप्त कार्याचा विचार पूर्वीं सांगितल्या रीतीनें करून तो सदैव अंमलांत आणावा. ज्या वेळीं हा विचार चालला असेल, त्या वेळीं त्या ठिकाणीं खुजे, कुबडे, कृश, लंगडे, अंधळे, मूर्ख, स्त्रिया, क्लीब आणि पशु यांचा संचार पुढें, मागें, खालीं अथवा वर कोठेंही असूं नये. अथवा मंदिराच्या वरच्या मजल्यांत बसून, किंवा ज्या ठिकाणीं दर्भ, देवनळ इत्यादिक दाह्य पदार्थ नाहींत अशा निर्जन, व जेथून बाहेरचा सर्व प्रदेश स्पष्ट दिसतो आहे अशा ठिकाणीं जाऊन, मोठ्यानें भाषण करणें वगैरे वाग्दोष, व ज्या योगानें आपलें हृद्गत दुसऱ्यास कळेल अशा प्रकारचे नेत्रविक्षेपादि अंगदोष ह्यांचा सर्व प्रकारें त्याग करून, कालगत न करितां कोणत्याही कार्याविषयींचे विचार करावे.

अध्याय चौऱ्यायशींवा.

—०:—

इंद्रबृहस्पतिसंवाद.

(सामाचें महत्त्व.)

भीष्म सांगतातः—हे युधिष्ठिरा, याविषयीं बृहस्पति आणि इंद्र यांचा संवाद प्राचीन इतिहासरूपानें सांगत असतात. तो असा—

इंद्र म्हणालाः—हे ब्रह्मन्, ज्यामध्यें सर्व गुणांचा अंतर्भाव होतो अशा कोणत्या गोष्टीचें आचरण केलें असतां मनुष्य सर्व प्राण्यांना प्रमाणभूत होऊन विपुलकीर्तिसंपन्न होतो?

बृहस्पति म्हणालाः—इंद्रा, 'साम' ह्या उपायांत सर्व गुणांचा अंतर्भाव होत असून, त्याचें उत्कृष्ट प्रकारें अवलंबन करणारा मनुष्य सर्व प्राण्यांना प्रमाणभूत होतो, व त्याला विपुल अशा कीर्तीची प्राप्ति होते. इंद्रा, सर्वही गुणांचें एकच वसतिस्थान अशा ह्या सर्व लोकांस सुखकारक असणाऱ्या सामरूपी उपायाचें अवलंबन करणारा मनुष्य सर्व प्राण्यांना सदैव प्रिय होतो. जो मनुष्य कांहीं भाषण करीत नाहीं व सदैव कपाळास आंठ्या घालून राहतो, तो सामरूपी उपायाचें अवलंबन न केल्यामुळेंच लोकांच्या द्वेषास पात्र होतो. जो राजा कोणाही मनुष्याला पाहातांच प्रथम आपणच भाषण करूं लागतो, व तेंही हास्यपूर्वक करितो, त्याजवर लोक प्रसन्न असतात; दानाच्या जोडीला जर साम हा उपाय नसेल, तर तें दान देखील व्यंजनशून्य[1] असलेल्या भोजनाप्रमाणें लोकांच्या मनास आनंद देऊं शकत नाहीं. इंद्रा, लोकांकडून द्रव्यग्रहण केलें तरीही मधुर भाषण करून सामोपचारानें सर्व लोकांना वश करितां येतें. म्हणून, जरी दंड करण्याची इच्छा असली, तरी देखील साम ह्या उपायाचा प्रयोग करावा. असें केलें असतां त्यापासून फलप्राप्तिही होते व लोकही उद्विग्न होत नाहींत. सामसंज्ञक उपायाचा उत्कृष्ट प्रकारें प्रयोग करणें व मधुर आणि हृदयाकर्षक भाषण यांचें उत्कृष्ट प्रकारें अवलंबन करणें ह्याच्या तोडीचें दुसरें कोणतेंही कृत्य नाहीं.

भीष्म सांगतातः—ह्याप्रमाणें पुरोहित बृहस्पति यानें सांगितल्यानंतर इंद्रानेंही तसें केलें. त्याचप्रमाणें, हे कुंतीपुत्रा, तूंही ह्या गोष्टीचें उत्कृष्ट प्रकारें आचरण कर.

~~~~~~~~

[1] तोंडीं लावण्याचे पदार्थ.

अध्याय पंचायशींवा.

—:०:—

अमात्ययोजना व विवादनिर्णय.

युधिष्ठिर विचारितोः—हे राजाधिराज, ह्या लोकामध्यें कोणत्या प्रकारें प्रजापालन केलें असतां राजाला विशेष प्रकारें धर्म घडून शाश्वत अशा कीर्तीची व स्वर्गाची प्राप्ति होते?

भीष्म सांगतातः—निर्दोषपणें विवादाचा निर्णय करून प्रजेचें पालन करण्याविषयीं तत्पर असणाऱ्या शुचिर्भूत राजाला धर्म, कीर्ति, इहलोक व परलोक यांची प्राप्ति होते.

युधिष्ठिर म्हणालाः—राजानें कोणाशीं व्यवहार करावा, कोणत्या साधनांनीं विवादाचा निर्णय करावा, व व्यवहाराचें स्वरूप कोणतें, हें मी आपणाला विचारीत आहें. यास्तव, हे महाज्ञानी पितामहा, तें आपण जसें असेल तसें कथन करा. आपण जे मला पुरुषाच्या ठिकाणीं असणारे गुण पूर्वी सांगितले, ते सर्व एकाच पुरुषाच्या ठिकाणीं असत नाहींत असें मला वाटतें.

भीष्म सांगतातः—हे महाज्ञानी बुद्धिमान् युधिष्ठिरा, तूं जसें म्हणतोस तसेंच आहे. या सर्व सद्गुणांनीं युक्त असणारा एकच पुरुष सांपडणें कठीण. तथापि थोड्याशा तरी सद्गुणांनीं युक्त असणारे पुरुष प्रयत्न केल्यास या लोकामध्यें दुर्लभ आहेत असें आहे काय? मुळींच नाहीं. असो; आतां तूं अमात्य कोणत्या प्रकारचे केले पाहिजेस तें सागतों.

विद्यानिष्ठ, प्रौढ, अध्ययन पूर्ण झालेले आणि शुचिर्भूत असे चार ब्राह्मण, बलाढ्य आणि हातीं शस्त्र वागविणारे आठ क्षत्रिय, द्रव्यसंपन्न एकवीस वैश्य, आणि नित्य कर्माचरण करून शुचिर्भूत झालेले व विनयसंपन्न असे तीन शूद्र हे तूं अमात्य कर. तसेंच,
~~~~~~~~

कोणताही विषय श्रवण करण्याची इच्छा, त्याचें श्रवण, आकलन, धारण, तर्क, निषेध, शास्त्रज्ञान आणि ब्रह्मज्ञान ह्या आठ गुणांनीं युक्त असलेला असा सूतजातींतील प्रौढ, निर्मत्सर व पन्नास वर्षांचा एक पौराणिक तूं आपला अमात्य कर. हा श्रुतिस्मृतिज्ञानसंपन्न, विनयशील, सर्वत्र समदृष्टि ठेवणारा, द्रव्यलोभशून्य, विवाद करणाऱ्या लोकांच्या कार्याचा निर्णय करण्याविषयीं समर्थ, मृगया, द्यूत, स्त्रिया, मद्यपान, दंडपारुष्य, वाक्पारुष्य आणि अर्थदूषण ह्या अत्यंत भयंकर अशा सात व्यसनांनीं अगदीं विरहित असा असावा. आठ मंत्र्यांमध्यें बसून राजानें ज्याविषयीं मसलत करावयाची आहे ती गोष्ट ऐकून घ्यावी; आणि तिचा निर्णय झाल्यानंतर ती राष्ट्रामध्यें प्रसिद्ध करावी व राष्ट्रावरील अधिकाऱ्यासही दाखवावी. अशा प्रकारचा व्यवहार ठेवून तूं सदैव प्रजेवर दृष्टि ठेवीत जा. तूं कोणापासून गुप्त रीतीनें द्रव्य घेऊं नको. कारण, त्याच्या योगानें राजकार्याला विघात येतो; आणि राजकार्याला विघात आला ह्मणजे त्या योगानें उत्पन्न होणारा अधर्म तुला व तुला द्रव्य देणाऱ्यालाही पीडित करील; आणि श्येनाच्या भीतीनें पळून जाणाऱ्या पक्षिसमुदायाप्रमाणें तुझ्या राष्ट्रांतील लोक पळून जातील, अथवा विदीर्ण झालेल्या समुद्रांतील नौकेप्रमाणें ते हळू हळू सदैव दुसरीकडे जातील. या लोकामध्यें राजानें अधर्मानें व अयोग्य प्रकारें प्रजापालन केल्यास त्याच्या अंतःकरणामध्यें भीति उत्पन्न होते व स्वर्गलोकही त्याच्याशीं विरोध करूं लागतो अर्थात् त्याला प्राप्त होत नाहीं. तसेंच, हे नृपश्रेष्ठा, धर्माचें केवल मूलच असें जें न्यायासन, त्याजवर योजना झालेला जो राजा, अमात्य अथवा राजपुत्र अन्यायानें प्रजापालन करील, त्याचीही तीच गति होते. त्या त्या कार्यावर नेमलेले राजाचे अनुयायी योग्य प्रकारें कार्य करीत नसल्यास ते स्वतःला पुढें करून व राजाला बरोबर घेऊन अधोगतीस जातात. बलाढ्य लोकांनीं बलात्कार केलेले आणि अत्यंत दीनवाणेपणानें बोलणारे जे अनाथ लोक, त्यांचा राजा हाच सदैव पालक होय. न्यायासनावर असतांना परस्परांच्या विरुद्ध सांगणाऱ्या वादिप्रतिवादींच्या वादांत साक्षी हेंच उत्कृष्ट प्रकारचें बल होय. अर्थात् त्याच्याच अनुरोधानें निर्णय करावा. ज्या विवादिक द्रव्याविषयीं साक्षी मिळत नाहीं, अथवा ज्याचा स्वामी कोण आहे हें ठरत नाहीं, त्याचा निर्णय दिव्यादि विशेष प्रकारें करावा; आणि नो पातकी ठरेल त्याला त्याच्या अपराधानुरूप दंड करावा. पातकी ऐश्वर्यसंपन्न असेल तर त्याचें द्रव्य काढून घ्यावें; तो निर्धन असेल तर त्याला बंधनरूपी शिक्षा करावी; आणि जे लोक दुराचारी असतील त्यांजवर राजानें शस्त्रादिकांचे प्रहार करवावे. राजानें मधुर भाषणें करून व द्रव्य देऊन शिष्ट लोकांचें पालन करावें. जो मनुष्य राजाचा वध होण्याची इच्छा करितो, गृहें दग्ध करितो, चौर्य करितो, अथवा वर्णसंकर करितो, त्याचा विलक्षण प्रकारें वध करावा. हे प्रजाधिपते, योग्य प्रकारें दंड करणाऱ्या व स्वकार्यामध्यें आसक्त असलेल्या राजाला अधर्म घडत नसून शाश्वत असा धर्मच घडतो. पण जो मूर्ख राजा आपल्या इच्छेस वाटेल तशा प्रकारें दंड करितो, त्याची इहलोकीं अपकीर्ति होऊन मृत्यूनंतर तो नरकास जातो. एका मनुष्यावर दोषारोप असला तर त्याजकरितां दुसऱ्याला दंड करूं नये. मात्र अपराधी मनुष्याचा शोध लावून देण्यासाठीं त्याच्या पुत्रादिकांला ‘ तूं आपल्या पित्याला आणून दे. ’ असें सांगून

आणून देईपर्यंत प्रतिबंधांत ठेवावें; व तसें करूनही तो मिळाला नाहीं तर त्याला सोडून द्यावें.

दूतादिकांचीं लक्षणें.

कोणत्याही प्रकारचें संकट आलें तरी राजानें दूताचा वध करूं नये. कारण, दूताचा वध करणाऱ्या राजाला आपल्या अमात्यांसह नरकप्रवेश करावा लागतो. पाठविणाऱ्यानें जें सांगितलें असेल तेंच सांगणाऱ्या दूतास क्षात्रधर्मामध्यें आसक्त असणारा जो राजा ठार करितो, त्याच्या पितरांना भ्रूणहत्येचें पातक लागतें. कुलीनत्व, संततिसंपन्नता, भाषणचातुर्य, दक्षता, प्रियभाषित्व, स्मरणयुक्तता आणि जें कथन करण्याविषयीं सांगितलें असेल तेंच बोलणें हे सात गुण दूताच्या अंगीं असले पाहिजेत. राजाचें संरक्षण करणारा द्वारपाल व राष्ट्राचें केवळ मस्तकच अशा मुख्य मुख्य स्थानांचें संरक्षण करणारा हेही ह्याच गुणांनीं युक्त असावे. धर्मशास्त्र आणि अर्थशास्त्र यांचीं तत्त्वें यांचें ज्ञान असलेला, संधि आणि विग्रह यांचें ज्ञान असलेला, बुद्धिमान्, धैर्यसंपन्न, लोकलज्जायुक्त, रहस्य गुप्त ठेवणारा, कुलीन, सत्त्वसंपन्न आणि पापशून्य असा अमात्य प्रशंसनीय होय. सेनापतिही ह्याच गुणांनीं युक्त असून व्यूहरचना, यंत्रें व आयुधें यांच्या तत्त्वाचें ज्ञान असलेला, पराक्रमी, वृष्टि, शीत, उष्ण व वायु सहन करणारा आणि शत्रूंचीं छिद्रें जाणणारा असा असावा. हे नृपश्रेष्ठा, राजानें आपल्यावर दुसऱ्यांचा विश्वास बसवून घ्यावा, पण आपण कोणावरही विश्वास ठेवूं नये. प्रत्यक्ष पुत्रावर देखील विश्वास ठेवणें प्रशस्त नाहीं. हे निष्पापा, मीं तुला नीतिशास्त्रांतील गोष्टींचें हें सार सांगितलें आहे. अविश्वास हें एक राजांचें अत्यंत श्रेष्ठ असें रहस्य आहे.

अध्याय शायशींवा.

—:०:—

राजधानी व तींतील व्यवस्था.

युधिष्ठिर विचारतोः—हे पितामहा, पूर्वीच कोणीं निर्माण केलेल्या अथवा आपण नवीन निर्माण करविलेल्या कोणत्या प्रकारच्या नगरामध्यें राजानें स्वतः जाऊन वास्तव्य करावें तें मला सांगा.

भीष्म सांगतातः—हे भारता कुंतीपुत्रा, जेथें राजानें आपले पुत्र, ज्ञाति आणि बंधु यांसह वास्तव्य करावयाचें, तेथें कोणत्या प्रकारें वास्तव्य करावें, व त्या स्थलाचें संरक्षण कोणत्या प्रकारें करावें, याविषयीं प्रश्न करणें न्याय्यच आहे. म्हणूनच मी तुला विशेषेंकरून दुर्ग करण्याचा विधि सांगतों. तो ऐकून तूं तशा प्रकारचे दुर्ग प्रयत्नपूर्वक कर. सहा प्रकारच्या दुर्गांच्या आश्रयानेंच नगरें वसवावीं. कारण, त्यांमध्यें मुख्यत्वेंकरून सर्व प्रकारची संपत्ति असते व अनेक लोकही वास्तव्य करीत असतात. निर्जनप्रदेशरूपी दुर्ग, भूदुर्ग[1], गिरिदुर्ग[2], मनुष्यदुर्ग[3], मृद्दुर्ग[4], आणि वनदुर्ग[5] हे दुर्गांचे सहा प्रकार आहेत. ह्यांपैकीं कोणत्या तरी दुर्गानें युक्त असणारें, धान्य व आयुधें यांनीं परिपूर्ण असलेलें, तट आणि खंदक बळकट असलेलें, हत्ती, अश्व आणि रथ यांनीं व्याप्त असलेलें, विद्वान् अशा शिल्पकारांचें वास्तव्य असलेलें, वस्तुसंग्रहानें पूर्ण अशीं संग्रहालयें असलेलें, अत्यंत दक्ष अशा धार्मिक लोकांचें वास्तव्य असलेलें, बलसंपन्न मनुष्य, गज आणि अश्व यांनीं युक्त असणारें, चव्हाटे आणि बाजार यांनीं सुशोभित असलेलें, प्रकटपणें व्यवहार चालणारें, शांतीचें वास्तव्य असणारें, कोठूनही भीति नसलेलें, कांतिसंपन्न,

१ भुईकोट किल्ला. २ डोंगरी किल्ला. ३ नगराभोंवतीं मनुष्यांचा पहारा ठेवणें. ४ नगरासभोंवतीं मृत्तिकेचा तट वगैरे घालणें. ५ नगराभोंवतीं दुर्गम अरण्य करणें.

गीतवाद्यादि ध्वनींनें युक्त असलेलें, प्रशंसनीय अशीं गृहें असलेलें, शूर आणि द्रव्यसंपन्न अशा लोकांनीं पूर्ण असलेलें, वेदघोषानें दुमदुमून राहिलेलें, सभा आणि उत्सव यांनीं युक्त असणारें आणि सदैव देवतांची पूजा होत असलेलें जें नगर, त्यामध्यें अमात्य आणि सैन्य हीं ज्याला वश आहेत अशा राजानें स्वतः प्रवेश करावा. त्या ठिकाणीं कोश, सैन्य, मित्र आणि व्यवहार यांची वृद्धि करावी; आपलें नगर आणि राष्ट्र यांतील सर्व दोष दूर करावे; भांडागार आणि आयुधशाला यांची प्रयत्नपूर्वक अभिवृद्धि करावी; सर्व प्रकारचे वस्तुसंग्रह व यंत्रें आणि आयुधें तयार करण्याचीं गृहें यांचीही अभिवृद्धि करावी; काष्ठें, लोखंड, कोंडा, कोळसा करण्याची काष्ठें, शिंगें, अस्थि, वेळूपासून उत्पन्न होणाऱ्या वस्तु, मज्जा, तेल, चरबी, मध, औषधसमुदाय, ताग, राळ, धान्य, आयुधें, बाण, चर्म, तांत, वेत, मोळ, ल्ऱ्हाळे व अतिशय मोठा ध्वनि असलेलीं वाद्यें यांचा संग्रह करावा. विपुल अशा जलाचें उत्पत्तिस्थान असणारे तलाव व विहिरी आणि ज्यांना चीक येतो असे वृक्ष ह्यांचें राजानें संरक्षण करावें; आचार्य, ऋत्विज, पुरोहित, महाधनुर्धर, बांधकाम करणारे, ज्योतिषी व वैद्य ह्यांचा प्रयत्नपूर्वक सत्कार करावा; आणि ज्ञानसंपन्न, बुद्धिमान्, इंद्रियदमन केलेले, दक्ष, शूर, बहुश्रुत, कुलीन आणि सत्त्वसंपन्न अशाच लोकांची सर्व कार्यांवर योजना करावी.

राजानें धर्मनिष्ठ पुरुषांचा बहुमान करावा; अधार्मिकांचें शासन करावें; व सर्व वर्णांची आपापल्या कर्माकडे प्रयत्नपूर्वक योजना करावी. निकट संबंध असलेले अथवा दूरचा संबंध असलेले जे नगरवासी व राष्ट्रवासी लोक, त्यांची गुप्त हेरांकडून चांगली माहिती मिळवून नंतर जें कर्तव्य असेल तें करावें. गुप्त हेरांची योजना, गुप्त गोष्टींचा विचार, द्रव्यसंग्रह आणि दंड हीं कर्मे विशेषेंकरून स्वतः राजानेंच करावीं. कारण, हींच काय तीं सर्वांस आधारभूत आहेत. आपल्या नगरांतील अथवा राष्ट्रांतील शत्रु, मित्र आणि उदासीन लोक काय करूं इच्छीत आहेत, हें सर्व गुप्तहेररूपी दृष्टीनें जाणावें आणि मग त्यांच्यासाठीं जें कांहीं केलें पाहिजे तें सर्व प्रमाद न करितां करावें. शत्रूंचा निग्रह करणाऱ्या राजानें आपणावर अनुरक्त असणाऱ्या लोकांचा सदैव बहुमान व सदैव अनेक यज्ञ करावे, कोणास क्लेश न देतां दान करावें, प्रजेचें संरक्षण करावें, व धर्मास बाध येईल असें कोणतेंही कृत्य करूं नये. दीन, अनाथ, वृद्ध पुरुष आणि विधवा स्त्रिया यांचें योगक्षेम व उपजीविका ह्यांची व्यवस्था सदैव राजानेंच करावी. राजानें आश्रमवासी लोकांचें आदरपूर्वक पूजन करून व त्यांचा बहुमान करून वेळच्या वेळीं आश्रमामध्यें वस्त्रें, पात्रें व भोजनाचीं साधनें सदैव पोहोंचवावीं. तपोनिष्ठ मनुष्याला आपल्यासंबंधी, सर्व कार्यांसंबंधी आणि राष्ट्रासंबंधी माहिती प्रयत्नपूर्वक सांगावी व सदैव त्याजपुढें नम्रपणें रहावें. सत्कुलामध्यें उत्पन्न झालेला, बहुश्रुत व सर्व वस्तूंचा त्याग करणारा जो तशा प्रकारचा तपस्वी, त्याचें दर्शन घेऊन राजानें शय्या, आसन व भोजन देऊन त्याची पूजा करावी. कोणत्याही संकटांत राजानें त्यांजवर विश्वास ठेवावा. कारण, चोर देखील तपस्वी लोकांवर विश्वास ठेवीत असतात. त्यांजकडे द्रव्यादिकांची ठेव ठेवावी; त्यांजपासून ज्ञान संपादन करावें; ठेवलेली ठेव वारंवार काढून घेऊं नये; व अत्यंत बहुमानही करूं नये. एखादा तपस्वी आपल्या राष्ट्रामध्यें, दुसरा परराष्ट्रांत, एक अरण्यामध्यें आणि दुसरे मांडलिकांच्या नगरामध्यें याप्रमाणें तपस्वी लोक आपले मित्र करून ठेवावे; त्यांचा सत्कार

करावा, त्यांना बहुमान द्यावा, व आपल्या संपत्तींतील कांहीं अंशही द्यावा. ज्याप्रमाणें आपल्या देशांतील त्याचप्रमाणें शत्रूचें राष्ट्र आणि अरण्य यांमध्यें वास्तव्य करणाऱ्या तपस्वी लोकांशीं वर्तन ठेवावें. कारण, ते प्रशंसनीय आचरण असलेले तपस्वी लोक एखाद्या स्थितीमध्यें आश्रयाची इच्छा असलेल्या राजाला त्याच्या इच्छेप्रमाणें आश्रय देतात. याप्रमाणें, राजानें स्वतः ज्या प्रकारच्या नगरामध्यें राहणें योग्य आहे त्या नगराच्या लक्षणांचा निर्देश मीं तुला संक्षेपानें सांगितला आहे.

अध्याय सत्यायशींवा.

—:०:—

राष्ट्रसंरक्षणादिकाचा प्रकार.

युधिष्ठिर विचारतोः--हे भरतकुलश्रेष्ठा राजा, राष्ट्राचें संरक्षण कसें करावें व राष्ट्र स्वाधीन कसें ठेवावें हें मला उत्कृष्ट प्रकारें जाणण्याची इच्छा आहे; यास्तव तें कथन करा.

भीष्म सांगतातः—ठीक आहे. मी तुला राष्ट्राचें संरक्षण करण्याचा आणि राष्ट्र स्वाधीन ठेवण्याचा सर्व प्रकार उत्कृष्ट प्रकारें सांगतों. तो तूं एकाग्र अंतःकरणानें ऐक. राजानें प्रत्येक गांवाचा एक अधिपति करावा; तसेंच दहा गांवांचा, वीस गांवांचा, शंभर गांवांचा व हजार गांवांचा असे अधिपति करावे. ग्रामाधिपतीस ग्रामामध्यें ग्रामवासी लोकांचे जे दोष कळून येतील, ते त्यानें दशग्रामाधिपतीस कळवावे. त्यानेंही ते विंशत्यधिपतीस कळवावे. विंशत्यधिपतीनेंही आपल्या राष्ट्रांतील प्रजेचें सर्व प्रकारचें वर्तन शतग्रामाधिपतीस निवेदन करावें. उपभोगण्यास योग्य अशा ज्या वस्तु ग्रामामध्यें असतील, त्यांचा उपभोग ग्रामाधिपतीनें घ्यावा; व त्यानें दशग्रामपतीचेंही पोषण करावें; व दशग्रामाधिपतीनें विंशतिग्रामाधिपतीचें पोषण करावें. हे भरतकुलश्रेष्ठा, शंभर गांवांच्या व्यवस्थेवर ज्याची योजना झाली असेल, त्याच्या उपभोगार्थ विशाल, धनधान्यादिकांची अत्यंत वृद्धि असलेला व लोकांनीं व्याप्त असलेला असा एक गांव बहुमानपूर्वक देणें योग्य आहे. हे भारता, त्याला उपभोगावयास दिलेल्या गांवावर अनेक गांवांचें पालन करणाऱ्या दुसऱ्याच एका अधिकाऱ्याचा अधिकार असावा. राष्ट्रावरील अधिकाऱ्यांसह उत्कृष्ट अशा सहस्राधिपतीनें धान्य, हिरण्य इत्यादिकांसंबंधानें राजधानीच्या समीप असलेल्या लोकवस्तींतून करादिरूपानें जें द्रव्य प्राप्त होईल तें वेतनरूपानें ग्रहण करावें; त्याच्याकडे संग्राम करण्याचें काम असावें. अधिकाऱ्यांकडे असलेल्या ग्रामसंबंधी कार्यांवर धर्मज्ञ व आलस्यशून्य अशा एखाद्या सचिवाची दृष्टि असावी. अथवा नक्षत्रांमध्यें जसा ग्रह असतो, तसा प्रत्येक नगरामध्यें मूर्तिमंत भीतिच असा एक सर्व कार्यें पाहाणारा मंत्री मोठ्या अधिकारावर नेमावा. त्यानें आपल्या त्या ग्रामाधिपतिप्रभृति सर्व सभासदांकडे गमन करीत असावें; व राष्ट्रासंबंधी त्यांचें वर्तन कसें आहे हें त्याच्या हेरानें येऊन कळवावें.

युधिष्ठिरा, प्रजेचें संरक्षण करण्यासाठीं नेमलेले अधिकारी प्रजेचा वध करण्याची इच्छा असलेले, पापवासनायुक्त, परद्रव्याचा अपहार करणारे आणि शठ असतात. त्यांच्यापासून या प्रजेचें रक्षण केलें पाहिजे. वैश्य लोकांचा क्रय, विक्रय, भोजनखर्च, त्यांनीं आक्रमण केलेला मार्ग, त्यांचा परिवार आणि त्यांचें योगक्षेम ह्या सर्वांचा विचार करून त्यांच्या अनुरोधानें राजानें त्यांजवर कर बसवावे. द्रव्यप्राप्ति, दान, उपजीविका आणि शिल्प ह्यांचा अनेकवार विचार करून राजानें शिल्पकारांवर त्यांच्या शिल्पाविषयींचे कर बसवावे. युधिष्ठिरा,

राजानें प्रजेकडून लहानमोठे कर न्यायानें घ्यावे. पण ज्या योगानें प्रजेचा नाश होणार **नाहीं अशाच प्रकारें त्यानें कराची योजना करावी.** प्राप्तीचा आणि प्रयत्नाचा विचार करून सर्व प्रकारच्या करांची योजना करावी. कारण, प्राप्ति आणि प्रयत्न ह्यांपासून कांहींच उद्देश सिद्ध होत नसल्यास त्याजकडे कोणाचीही प्रवृत्ति होणार नाहीं; व राजानें प्राप्तीहून अधिक कर बसविल्यास प्रयत्न व प्राप्ति ह्यांचा कांहींच उद्देश सिद्ध होणार नाहीं; कोणतेंही कार्य करणारा पुरुष आणि राजा ह्या उभयतांनाही त्या कार्याच्या योगानें होणाऱ्या लाभाची प्राप्ति होईल, अशाच रीतीनें विचार करून राजानें सदैव कर बसवावे. उगीच लोभानें आपला अथवा परक्याचा मूलोच्छेद करूं नये. लोभाचीं सर्व द्वारें निरुद्ध करून राजानें सर्वांवर सप्रेम दृष्टि ठेवावी. **राजा फार खादाड (प्रजेचें द्रव्य कररूपानें अतिशय घेणारा) आहे असें प्रसिद्ध झाल्यास प्रजा त्याचा द्वेष करूं लागतात; आणि त्या द्वेष करूं लागल्या म्हणजे कल्याण कोठून होणार?** ज्याच्यावर प्रजेचें प्रेम नाहीं, अशा राजाला कांहींही फलप्राप्ति होत नाहीं. हे भरतकुलोत्पन्ना युधिष्ठिरा, राजानें विचारशक्ति क्षीण न होऊं देतां, प्रजा हा एक वत्स आहे असें समजून कराच्या रूपानें राष्ट्राची धार काढावी. वत्साचें पोषण केलें तरच तो सामर्थ्यसंपन्न होऊन क्लेश सहन करूं शकतो; पण जर अतिशय धार काढली, अर्थात् वत्सासाठीं दुग्ध अवशिष्ट ठेविलें नाहीं, तर तो वत्स कार्यही करूं शकत नाहीं; त्याचप्रमाणें, राष्ट्रापासूनही कररूपी दुग्ध अतिशय काढिलें तर तें महत्कार्य करूं शकत नाहीं. जो राजा स्वतः राष्ट्राचें संरक्षण करून त्यावर अनुग्रह करितो, व त्याजपासुन उत्पन्न होणाऱ्या कररूपी प्राप्तीवर उपजीविका करितो, त्याला अतिशय मोठी फलप्राप्ति होते.

संकटप्रसंगीं उपयोगीं पडावें म्हणून राजानें राष्ट्रामध्यें द्रव्य व्याजानें देऊन त्याची अभिवृद्धि करावी. तसेंच, राष्ट्र हा एक खजिनाच असावा व त्याच्या मंदिरामध्येंही खजिना असावा. त्यानें आपल्या राजधानींतील व देशांतील जवळच्या व दूरच्या आश्रितांवर व ज्यांच्यापाशीं द्रव्य कमी असेल अशाही लोकांवर आपल्या शक्तीच्या अनुरोधानें दया करावी. बाहेरच्या अर्थात् अरण्यवासी चौरादिकें लोकांना ‘ तुम्ही जवळ येऊन रहा ’ असें सांगून अर्थात् भेद ह्या उपायाचा अवलंब करून, मध्यमस्थितींतील लोकांकडून अनायासें द्रव्यादि भोग्य वस्तु संपादन कराव्या. असें केलें असतां, सुखी आणि दुःखीही प्रजा त्याजवर कोप करीत नाहींत. चोरांचा निग्रह करण्यासाठीं तट वगैरे बांधिले पाहिजेत, अशी प्रथम सूचना देऊन, नंतर आपल्या राष्ट्रामध्यें ठिकठिकाणीं फिरून आपल्या देशावर ओढवणारें संकट लोकांच्या दृष्टोत्पत्तीस आणून द्यावें. ‘ हें संकट उत्पन्न झालें आहे; परचक्राची मोठी भीति आहे; कळकाला आलेलीं फळें जशीं त्याच्या नाशाला कारणभूत होतात, तशी आम्हांला होणारी द्रव्यप्राप्तिही आमच्या नाशालाच कारणभूत होत आहे; माझे शत्रु अनेक चोरांचें साहाय्य घेऊन मजवर उठलेले असून ते जणू स्वतःच्या नाशासाठींच आमच्या राष्ट्राला पीडा देऊं इच्छीत आहेत; अशा प्रकारची भयंकर विपत्ति आली असून अतिशय भीति उत्पन्न झाली आहे. त्यांतून तुमचें संरक्षण करण्यासाठीं मी तुमच्याकडे द्रव्य मागत आहें. ही भीति नाहींशीं झाली म्हणजे मी तें सर्व द्रव्य तुम्हांला परत देईन. आतां जर तुम्हीं असें केलें नाहीं,

तर शत्रु बलात्कारानें ह्या राष्ट्रांतील द्रव्य घेऊन जातील, व तें परतही देणार नाहींत. स्त्रीपुत्रादिकांसाठीं जरी द्रव्यसंग्रह करणें तुम्हांला इष्ट वाटत असलें, तरी तें व्यर्थ आहे. कारण, शत्रूकडून आपल्या स्त्रीपुत्रादिकांचा सर्वथैव नाश होऊन जाईल. तुमच्या प्रभावानें मला पुत्रजन्माच्या वेळेसारखा आनंद होत आहे. मीं तुम्हांला पीडा न होईल अशा रीतीनें सामर्थ्यानुरूप तुम्हांकडून द्रव्य घेईन. आपण वृषभाप्रमाणें आपत्कालीं कार्यभार ग्रहण केला पाहिजे. कोणत्याही संकटप्रसंगीं द्रव्यावर अतिशय प्रीति करीत बसूं नये.' असे सौम्य, मधुर आणि औपचारिक शब्द बोलून कालवेत्त्या राजानें द्रव्य संपादन करून नंतर आपला पराक्रम गाजवावा.

युधिष्ठिरा, तटबंदी, पोष्यपोषण, व्यय, युद्धभीति आणि योगक्षेम यांचा विचार करून राजानें वाणिज्य करणाऱ्या लोकांवर कर बसवावा. अरण्यवासी वैश्यांची राजानें उपेक्षा केल्यास ते नाश पावतील; ह्यास्तव त्यांजविषयीं विशेषेंकरून सौम्यपणाचें आचरण ठेवावें. हे कुंतीपुत्रा, राजानें वैश्यांचें वारंवार सांत्वन करावें; रक्षण करावें; त्यांना द्रव्य अर्पण करावें; त्यांच्या वास्तव्याची व्यवस्था करावी; व त्यांना आपल्या संपत्तीचे भागीदार समजून त्यांचें प्रिय करावें. हे भारता, वैश्य लोकांना देऊन राजानें सदैव करादि-रूपानें प्राप्त झालेल्या आपल्या द्रव्याचा उपयोग करावा. वैश्य लोक राष्ट्राचा अभ्युदय करितात, व्यापाराची वृद्धि करितात व कृषिही करितात. ह्यास्तव, दयाशील आणि सुज्ञ राजानें प्रमाद न होऊं देतां व सौम्य कर बसवून वैश्यांवर प्रयत्नपूर्वक प्रेम करावें. सर्वत्र क्षेम करणें हा गुण वैश्यांच्याच ठिकाणीं दृष्टिगोचर होतो. म्हणूनच, हे युधिष्ठिरा त्यांच्यासारखें श्रेष्ठ असें दुसरें कांहींही नाहीं.

अध्याय अठ्ठ्यायशींवा.

—:०:—

कोशसंचयाचा प्रकार.

युधिष्ठिर विचारतोः—हे महामते, हे पितामहा, जेव्हां समर्थ अशा राजाला द्रव्यसंग्रहाची इच्छा होईल, त्या वेळीं त्यानें कोणत्या प्रकारचें आचरण ठेवावें तें मला सांगा.

भीष्म सांगतातः—प्रजेचें हित करण्याविषयीं तत्पर असणाऱ्या व धर्माची अपेक्षा करणाऱ्या राजानें देश, काल, वृद्धि आणि सामर्थ्य यांच्या अनुरोधानें प्रजापालन करावें. त्या प्रजांचें आणि आपलें ज्या योगानें कल्याण होईल असें राजाला वाटत असेल, त्या रीतीनें त्यानें आपल्या राज्यांत सर्व प्रकारचीं कार्यें चालवावीं. ज्याप्रमाणें भ्रमर वृक्षांच्या पुष्पांतून मध आकर्षण करून घेतात, त्याप्रमाणें राजानें राष्ट्रास पीडा न होईल अशा रीतीनें त्यांतील द्रव्य कराच्या रूपानें ग्रहण करावें. अथवा, ज्याप्रमाणें धार काढणारा मनुष्य वत्सपोषणाची अपेक्षा ठेवूनच धार काढतो,—तसें न करितां स्तन अगदीं पिळून काढीत नाहीं, त्याप्रमाणेंच राजानें प्रजेचें पोषण होईल अशा तजविजीनें कर घ्यावा. जळूप्रमाणें राजानें सौम्य उपायानेंच राष्ट्रांतील द्रव्य कराच्या रूपानें घ्यावें. ज्याप्रमाणें व्याघ्रस्त्री ही आपल्या पुत्रांना दातांत धरून दुसरीकडे नेऊन ठेविते पण त्यांना पीडा देत नाहीं, त्याप्रमाणें राजानें राष्ट्राकडून कर घ्यावा पण त्यास पीडा देऊं नये. ज्याप्रमाणें अणकुचीदार तोंड असलेला उंदीर निजलेला मनुष्य सदैव पाय झाडीत असला तरी सौम्य उपायानें त्याच्या पायाचें मांस भक्षण करितो, त्याप्रमाणें राजानें राष्ट्रास त्रास न होईल अशा रीतीनें त्याजकडून कर ग्रहण करावे. प्रथम प्रजेला थोडथोडा कर

द्यावयास लावून नंतर तो वाढवावा व पुढें त्याहून अधिक आणि तदनंतर त्याच्याहूनही अधिक अशा रीतीनें क्रमाक्रमानें त्याची वृद्धि करावी. ज्यास वजवावयाचें असेल त्या जनावरावर प्रथम थोडेंसें ओझें घालून नंतर तें क्रमाक्रमानें वाढवावें लागतें, आणि मग सौम्य उपायानें प्रयत्न करून त्याला दोरीनें जखडून टाकावें लागतें. पुढें एकदा तें पाशबद्ध झालें म्हणजे वजविण्यास कठीण जात नाहीं. सारांश, ज्याप्रमाणें प्रयत्नपूर्वक योग्य उपायाचें अवलंबन करूनच त्याचा उपयोग करून घ्यावा लागतो, तशीच राष्ट्राची स्थिति आहे. प्रत्येक मनुष्याविषयीं सर्व प्रकारच्या उपायांची योजना करितां येणें दुःसाध्य आहे. म्हणून त्यांतील मुख्य मुख्य लोकांना संतुष्ट ठेवून इतर जनांकडून सेवा करून घ्यावी. पुढें, परस्परांवर कार्यभार पडावा अशी इच्छा करणाऱ्या त्या लोकांमध्यें फाटाफूट करून त्यांचें सांत्वन करीत करीत सुख होईल अशा रीतीनें अनायासें त्यांजकडून सेवा घ्यावी. अयोग्य प्रकारें आणि अकालीं त्यांजवर कर बसवूं नये; तर योग्य वेळीं, योग्य प्रकारें, क्रमाक्रमानें व सामोपचारानेंच ते कर बसवावे. हे उपाय मीं तुला सांगितले आहेत. मायेचें अवलंबन करण्याविषयीं सांगणें हें मला इष्ट वाटत नाहीं. योग्य उपायाचें अवलंबन केल्यावांचून अश्वाचें दमन करूं गेल्यास तें न होतां उलट अश्व क्रुद्ध होतात. त्याप्रमाणेंच, अयोग्य उपायानें प्रजेकडून कर घेऊं गेल्यास प्रजा क्षुब्ध होते.

राजा, मद्यपान करण्याचीं गृहें, वेश्या, दूत, द्यूत करणारे, विट (बाहेरख्याली) व अशाच प्रकारचे जे दुसरे कोणी राष्ट्राला पीडा देणारे असतील, त्या सर्वांचें राजानें नियमन करावें. कारण, हे राष्ट्रांत राहिले तर कल्याणसंपन्न अशा प्रजेस पीडा देतात. आपन्नावस्थेवांचून कोणीं कोणाकडे कांहींही मागूं नये, अशी पूर्वी मनूनें प्राण्यांमध्यें व्यवस्था केली होती. म्हणून तशाच रीतीनें वागून सर्वांनीं आपली उपजीविका चालविली पाहिजे. जर कोणीही मनुष्यें कर्मच करीतनाशीं झालीं अर्थात् याचनेवरच उपजीविका करूं लागलीं, तर हे सर्व लोक निःसंशय नामशेष होऊन जातील. अशा प्रकारच्या लोकांचें नियमन करण्याचें सामर्थ्य असतांही जो राजा त्यांचें नियमन करीत नाहीं, त्याला त्यांजकडून होणाऱ्या पातकाचा चतुर्थांश भोगावा लागतो, असें वेदवचन आहे. ज्याप्रमाणें राजा हा प्रजेच्या पुण्याचा भोक्ता आहे, त्याप्रमाणेंच तिजकडून होणाऱ्या त्या पातकाचाही भोक्ता आहे. म्हणूनच, हे प्रजाधिपते, राष्ट्रामध्यें जे दुष्ट लोक असतील, त्यांचा राजानें सदैव निग्रह केला पाहिजे. जो राजा अशा लोकांचें नियमन करीत नाहीं तो पाप करणारा होय. मद्यादिकांच्या स्थानांचा सर्वथैव निरोध करावा; त्यांच्या ठिकाणीं आसक्ति असणें हें ऐश्वर्याचा नाश करणारें आहे. कामकलेमध्यें अत्यंत गढून गेलेला पुरुष कोणत्या दुष्कर्माचा त्याग करणार आहे? अर्थात् कोणत्याही नाहीं. तो प्रेमाच्या तावडींत सांपडून मद्य, मांस, परद्रव्य, परस्त्रिया व द्रव्यें ह्यांचें हरण करील व शास्त्रही तसेंच आहे असेंही दाखवूं शकेल. परिवार मुळींच नसून जे लोक संकटांत सांपडल्यामुळें याचना करितात, त्यांना केवळ धर्मबुद्धीनें कृपापूर्वक दान करावें; त्यांची भीति बाळगून करूं नये. तुझ्या राष्ट्रामध्यें याचना करणारे आणि चोर ह्यांचें अस्तित्व मुळींच न राहो. ह्या याचना करणाऱ्या लोकांना दान करणारे लोक हे केवळ दातेच होत; ते प्राण्यांचे हितचिंतक नव्हत. जे लोक प्राण्यांवर उपकार करितात व प्रजेचा उत्कर्ष करितात, तेच तुझ्या

राष्ट्रामध्यें राहोत. प्राण्यांचें हितचिंतन न करणाऱ्या लोकांचें अस्तित्व तुझ्या राज्यांत नसावें.

हे महाराजा, जे कोणी अधिकारी प्रजेकडून योग्य असलेल्या द्रव्यापेक्षां अधिक द्रव्य ग्रहण करतील, त्यांना त्वां शिक्षा केली पाहिजे. ते योग्य रीतीनें प्रजेकडून कर घेतील अशी व्यवस्था दुसऱ्या अधिकाऱ्यांनीं करविली पाहिजे. कृषि, गोरक्षण, व्यापार आणि अशाच प्रकारचें जें दुसरें कर्म असेल, तें अनेक लोकांकडून करवावें. नाहीं तर तीं कर्में अगदीं नष्ट होऊन जातील. कृषि, पशुपालन आणि व्यापार करूं लागलेल्या मनुष्याला जर चोर अथवा अधिकारी ह्यांच्या त्रासामुळें संशयित स्थिति प्राप्त झाली, तर त्यामुळें राजाची निंदा होते. राजानें अन्नपान आणि वस्त्रें ह्यांच्या योगानें सदैव द्रव्यसंपन्न लोकांचा बहुमान करावा; आणि 'मजवर व प्रजेवर अनुग्रह करा.' असें त्यांस सांगत असावें. हे भरतकुलोत्पन्ना, द्रव्यसंपन्न पुरुष हें एक राज्याचें मोठें अंग आहे; इतकेंच नव्हे, तर तो सर्व प्राण्यांचें केवळ वशिंडच आहे ह्यांत संशय नाहीं. ज्ञानसंपन्न, शूर, द्रव्यवान्, ऐश्वर्ययुक्त, धर्मनिष्ठ, तपस्वी, सत्यवादी आणि बुद्धिमान् असणारा मनुष्य रक्षण करूं शकतो. ह्यास्तव, हे पृथ्वीपते, तूं सर्व प्राण्यांवर प्रेम ठेव आणि सत्य, सरलता, शांति व घातुकत्वाचा अभाव ह्यांचें पालन कर. अशा रीतीनें वागल्यास दंडशक्ति, द्रव्यसंग्रह, मित्र आणि भूमि ह्यांचा तुला लाभ होईल. सारांश, हे राजा, तूं मित्रबल आणि कोशबल यांनीं युक्त होऊन सदैव सत्य आणि सरलता ह्यांजवर निष्ठा ठेवून रहा.

अध्याय एकुणनव्वदावा.

—:०:—

राष्ट्रसंरक्षण.

भीष्म सांगतातः—तुझ्या राज्यामध्यें, ज्यांचीं फळें भक्षण करण्यास योग्य आहेत अशा वनस्पति कोणींही छिन्न करूं नयेत. कारण, फळें आणि मूळें ह्यांवर ब्राह्मणांचा अधिकार असतो, असा धर्म ज्ञानसंपन्न लोकांनीं सांगितलेला आहे. ब्राह्मणांनीं उपभोग घेऊन जें अवशिष्ट राहील, त्याजवरच इतर लोकांनीं उपजीविका करावी. ब्राह्मणांनीं पालन केलें नाहीं म्हणून कोणींही दुसऱ्यानें ज्यावर त्यांचा अधिकार असेल त्या द्रव्यादिकांचें हरण करूं नये. हे प्रजाधिपते, ब्राह्मण जर आपल्या उपजीविकेसाठीं देशत्याग करूं लागला, तर राजानें त्याच्या व त्याच्या स्त्रीच्या उपजीविकेची व्यवस्था केली पाहिजे. इतकेंही करून जर त्यानें आपला विचार बदलला नाहीं, तर ब्राह्मणसमुदायांत, "आपण ज्या अर्थीं वृत्तीमध्यें मर्यादितपणा ठेवीत नाहीं, त्या अर्थीं आतां हे लोक कोणत्या गोष्टीमध्यें मर्यादितपणें रहाणार आहेत? अर्थात् कोणत्याही गोष्टींत मर्यादितपणें रहाणार नाहींत!" असें त्यास ह्मणावें. ह्मणजे निःसंशय तो देशत्यागापासून निवृत्त होईल. पण एखादे वेळीं जर तो "आतां मीं देशत्याग करण्याच्या वेळीं तूं माझ्या उपजीविकेची व्यवस्था करीत आहेस काय?" असें ह्मणाला, तर, हे कुंतीपुत्रा, पूर्वीची स्थिति आपणाला माहीत नाहीं असें दाखविणें हाच त्याजवर कायमचा उपाय आहे. "हे ब्रह्मन्, लोक असें ह्मणत होते, पण मीं त्यावर विश्वास ठेविला नाहीं." असें सांगून, जर त्याला भोग्य वस्तूंची इच्छा असेल तर त्या देऊन आणि जर त्याची उपजीविका चालत नसेल तर ती चालवून त्याला आग्रहपूर्वक ठेवून घ्यावें.

राजा, कृषि, गोरक्षण आणि वाणिज्य हें लोकांचें इहलोकांतील उपजीविकेचें साधन असून, वेदत्रयप्रतिपादित कर्मे हीं पारलौकिक जीवनाचीं साधनें होत. वेदत्रयाच्या योगानें मनुष्याचा अभ्युदय होतो. वेदत्रयाचा जर अपकर्ष होऊं लागला, तर त्याचा विरोध करणारे लोक हे चौरतुल्य असल्यामुळें त्यांचा वध झाला पाहिजे, म्हणून ब्रह्मदेवानें क्षत्रिय निर्माण केले. हे प्रजापालका कौरवनंदना युधिष्ठिरा, तूं शत्रूंचा पराजय कर; प्रजेचें संरक्षण कर; अनेक प्रकारचे यज्ञ कर आणि शौर्याचें अवलंबन करून रणांगणामध्यें युद्ध कर. जो राजा संरक्षण करण्यास योग्य अशा पुरुषांचें पालन करितो, तोच सर्व भूपांमध्यें अत्यंत श्रेष्ठ होय. जे राजे अशा लोकांचें संरक्षण करीत नाहींत, त्यांचा कांहीं देखील उपयोग नाहीं. युधिष्ठिरा, राजानें सर्व लोकांच्या हितासाठीं सदैव युद्ध केलें पाहिजे; व त्यांजसाठीं स्वतः मनुष्य असतांही त्यानें इतरांकडून सेवा घेतली पाहिजे. स्वकीय लोकांपासून परकीयांचें व परकीयांपासून स्वकीयांचें, परकीयांपासून परकीयांचें व स्वकीयांपासून स्वकीयांचें संरक्षण केलें पाहिजे. सारांश, हे युधिष्ठिरा, तूं सदैव सर्वांचें पालन कर. तसेंच, हे राजा, तूं स्वतःचें संरक्षण करूनच पृथ्वीचें पालन कर. कारण, हें जें कांहीं सर्व राष्ट्रादिक आहे, त्या सर्वांस मुख्य आधार आत्मा हाच आहे. युधिष्ठिरा, आपलें छिद्र कोणचें आहे, आपण कोणत्या व्यसनामध्यें आसक्त आहों, कोणाचें निर्मूलन करावयाचें अवशिष्ट राहिलें आहें, व कोणतें कर्म केलें असतां आपण दोषी होऊं, ह्याचा राजानें सदैव विचार केला पाहिजे. तसेंच, गतदिवशीं आपल्या हातून घडलेल्या कार्याची लोक प्रशंसा करीत आहेत कीं नाहीं हेंही पाहिलें पाहिजे. लोक माझ्या आचरणाची प्रशंसा करितात किंवा नाहीं ह्याची माहिती मिळेल अशा उद्देशानें, आपल्याला ज्यांचें मत अनुकूल असेल अशा गुप्त हेरांचा सर्व पृथ्वीभर प्रसार करावा. राष्ट्रामध्यें माझें आचरण लोकांना आवडतें का, व राज्यामध्यें माझी कीर्ति झाली आहे काय, ह्याचाही राजानें विचार करावा. धर्मवेत्ते, धैर्यसंपन्न व संग्रामांतून पलायन न करणारे अशांपैकीं जे लोक राष्ट्रामध्यें उपजीविका करीत राहिले असतील, अथवा जे राजलब्ध द्रव्यावर निर्वाह करीत असतील, ते, सर्व अमात्य, आणि उदासीन लोक ह्यांपैकीं जे कोणी तुझी स्तुति अथवा निंदा करीत असतील, त्या सर्वांचाही तूं उत्कृष्ट प्रकारें सत्कारच कर. कारण, बा युधिष्ठिरा, कोणतीही गोष्ट सर्वांना सारख्याच रीतीनें अत्यंत आवडणें शक्य नाहीं. हे भारता, मित्र, शत्रु आणि मध्यस्थ हे सर्वही प्राण्यांना आहेतच.

युधिष्ठिर विचारतोः—ज्यांचें बाहुबल व गुण हीं सारखींच आहेत, त्यांपैकीं एखादाच मनुष्य अधिक श्रेष्ठ कसा होतो ? व तो मनुष्यांचा कसा उपयोग करून घेतो ?

भीष्म सांगतातः—ज्याप्रमाणें जंगम प्राणी स्थावरांचा उपभोग घेतात, अथवा क्रुद्ध झालेले दंष्ट्रायुक्त विषारी सर्प दंष्ट्राशून्य अशा भुजंगाला भक्षण करितात, त्याप्रमाणेंच बलवान् लोक दुर्बल मनुष्यांवर आपली उपजीविका चालवितात. युधिष्ठिरा, अशा प्रकारचे लोक राजाचे शत्रु असल्यामुळें त्यांजविषयीं सर्वदा सावध असलें पाहिजे. कारण, दुर्लक्ष आहे असें दिसून येतांच, गृध्राप्रमाणें असलेले हे लोक एकदम झडप घालतात. युधिष्ठिरा, तुझ्या राज्यामध्यें व्यापारी लोक करपीडित व म्हणूनच उद्विग्न झालेले नाहींत ना ! स्वल्प-अधिक मूल्याच्या योगानें वस्तु विकत घेणाऱ्या त्या लोकांना विश्रांतीसाठीं अरण्यांतही विश्रांति

घेतां येते ना ? जे राजाचा करभार धारण करून इतरांचेंही पोषण करितात, ते कृषि करणारे लोक अत्यंत पीडा होऊन राष्ट्रत्याग करीत नाहींत ना ! युधिष्ठिरा, इहलोकीं केलेल्या दानाच्याच योगानें देव, पितृगण, मनुष्य, नाग, राक्षस आणि पशुपक्षी ह्या सर्वांचा निर्वाह होतो. हे भारता, ह्याप्रमाणें मीं तुला ही राष्ट्राची उपजीविका व राजांचें संरक्षण ह्यांविषयींची माहिती सांगितली आहे. तथापि, हे पांडुपुत्रा, पुनश्च ह्याच गोष्टींविषयीं मी तुला आणखी कांहीं सांगतों.

अध्याय नव्वदावा.

—:०:—

उतथ्यगीता.

(धर्माचें महत्त्व.)

भीष्म सांगतातः—युधिष्ठिरा, उत्कृष्ट प्रकारचा ब्रह्मवेत्ता अंगिरस्कुलोत्पन्न उतथ्य ह्यानें युवनाश्वपुत्र मांधाता ह्यास प्रीतिपूर्वक जे क्षत्रधर्म सांगितले होते ते, व त्या ब्रह्मज्ञश्रेष्ठ उतथ्यानें त्याला जें कांहीं शिक्षण दिलें होतें तें सर्व मी तुला पूर्णपणें सांगतों.

उतथ्य म्हणालाः—राजाची उत्पत्ति धर्मासाठींच आहे; आपल्या इच्छा तृप्त करून घेण्यासाठीं नाहीं. हे मांधात्या, जो लोकांचें संरक्षण करितो तोच राजा होय हें तूं लक्षांत ठेव. राजानें जर धर्माचें आचरण केलें, तर त्याला देवत्वाची प्राप्ति होते; आणि जर तो अधर्माचें आचरण करूं लागला, तर अधोगतीसच जातो. धर्म हा सर्व प्राण्यांचा आधार असून राजा हा धर्माला आधारभूत आहे. म्हणूनच, जो उत्कृष्ट प्रकारें त्या धर्माचें पालन करील तोच खरा पृथ्वीपति होय. राजा हा उत्कृष्ट प्रकारचें धर्माचें स्वरूपच होय व धर्म हा लक्ष्मीचें वसतिस्थान होय असें सांगितलें आहे. पापिष्ठ लोकांचें निवारण केलें नाहीं तर देवतांची निंदा होऊं लागते; धर्माचें अस्तित्वच नाहीं असें लोक बोलूं लागतात; धर्मानुरोधी वर्तनाचा उच्छेद होतो; अधर्माची अत्यंत प्रवृत्ति होते; व रात्रंदिवस भीति असते. स्वधर्मानें वागणाऱ्या लोकांचे मनोरथ सिद्ध झाले आहेत असें दिसून येतें व म्हणूनच सर्व लोक त्या मंगलकारक अशा स्वधर्माच्याच अनुरोधानें वागतात. बा मांधात्या, जर दुष्ट मनुष्यांचें निवारण केलें नाहीं, तर 'अमुक वस्तु माझी आहे' असें सज्जन न्यायाच्या अनुरोधानें जें म्हणत असतात त्याची व्यवस्थाच रहाणार नाहीं. ज्या वेळीं दुष्ट लोक बलिष्ठ होतील त्या वेळीं पत्नी, पशु, कृषि आणि गृह हीं मनुष्यांच्या दृष्टीस पडणार नाहींत; व देवांना पूजा आणि पितरांना स्वधाकार यांची माहितीही रहाणार नाहीं. दुष्ट मनुष्यांचें निवारण न केल्यास अतिथींचें पूजन होत नाहीं; ब्राह्मण लोक व्रतस्थ होऊन वेदाध्ययन करीत नाहींत व यज्ञही करीत नाहींत; आणि, हे महाराजा, वृद्ध झालेल्या प्राण्याप्रमाणें सर्वही मनुष्यांचें अंतःकरण विव्हल होऊन जातें. इहलोक आणि परलोक ह्यांचा विचार करून स्वतः ऋषींनीं 'हा मूर्तिमंत धर्मच होईल' अशा इच्छेनें राजा म्हणून एक अत्यंत श्रेष्ठ प्राणी निर्माण केला. म्हणूनच, ज्याच्या ठिकाणीं धर्म विराजमान असेल त्याला राजा असें म्हणतात; व ज्याच्या योगानें धर्माचा लय होऊन जातो तो वृषल (शूद्र) होय असें देव समजत असतात. वृष ह्या शब्दाचा अर्थ भगवान् धर्म असा आहे; व म्हणूनच जो त्याचें अलम् म्हणजे छेदन करितो त्याला देव वृषल असें समजतात. ह्यास्तव, धर्माचा उच्छेद न करितां त्याची अभिवृद्धिच करीत असावें. धर्माची अभिवृद्धि होऊं लागली तरच

सदैव सर्व प्राण्यांचा उत्कर्ष होतो; व त्याचा ऱ्हास होऊं लागला म्हणजे त्यांचीही हानि होते. ह्यास्तव धर्मलोप करूं नये. आपल्या अनुरोधानें वागणाऱ्याविषयीं कृपाळू होऊन द्रव्य अर्पण करितो म्हणून धर्माला धर्म असें म्हणतात; अथवा तो दुष्कर्मापासून आवरून धरितो म्हणून त्याला धर्म असें म्हणतात. हे प्रजाधिपते, धर्म हा दुष्कर्माची मर्यादा ठरविणारा आहे. परमेश्वरानें प्राण्यांच्या अभ्युदयासाठीं धर्म निर्माण केला आहे.ह्यास्तव, प्रजेवर अनुग्रह करण्याच्या इच्छेनें धर्मप्रसार करावा. सारांश, हे नृपश्रेष्ठा, धर्म हा अत्यंत श्रेष्ठ होय असें सांगितलें आहे. हे पुरुषश्रेष्ठा, उत्कृष्ट प्रकारचें कर्म करून जो प्रजापालन करितो तोच राजा होय. हे राजा, तूं काम आणि क्रोध ह्यांना महत्व न देतां केवळ धर्माचेंच पालन कर. कारण, हे भरतकुलश्रेष्ठा, धर्म हाच राजांना अत्यंत श्रेयस्कर आहे. हे मांधात्या, ब्राह्मण हें धर्माचें उत्पत्तिस्थान आहे. ह्यास्तव, त्यांचा सदैव बहुमान करावा, व निर्मत्सरपणें त्यांचे मनोरथ पूर्ण करावे. त्यांचे मनोरथ पूर्ण न केल्यास राजाला भीति उत्पन्न होते; त्याचे मित्र वृद्धिंगत होत नाहींत; इतकेंच नव्हे, तर ते शत्रुही बनतात. पूर्वी विरोचनपुत्र बलि हा अज्ञानामुळें सदैव ब्राह्मणांशीं मत्सर करित होता व म्हणूनच प्रतापशाली अशा त्या बलीच्या ठिकाणीं असणारी लक्ष्मी त्याजपासून निघून जाऊन इंद्राकडे गेली. तेव्हां तें पाहून बलीला पश्चाताप झाला. हे प्रभो, हें मत्सराचें अथवा अभिमानाचें फल होय.ह्यास्तव, हे मांधात्या, प्रतापशाली लक्ष्मीनें आपला त्याग करूं नये ह्या हेतूनें तूं हें सर्व लक्षांत ठेव. दर्प हा लक्ष्मीचा पुत्र आहे. तो तिला अधर्मापासून झाला असें आमच्या ऐकण्यांत आहे. हे पृथ्वीपते राजा, त्या दर्पानें अनेक देवदैत्य आणि राजर्षि ह्यांचा विनाश केलेला आहे. ह्यास्तव तूं त्याजविषयीं सावध रहा. ह्या अहंकाराचा ज्यानें जय केला असेल तो राजा, व ज्याचा त्यानें पराजय केला असेल तो दास होतो. ह्यास्तव, हे मांधात्या, तुला जर आपलें अस्तित्व चिरकाल असावें अशी इच्छा असेल, तर अहंकाराशीं संबद्ध असलेल्या तुझ्या हातून अधर्माचें सेवन घडणार नाहीं अशा प्रकारचें तूं वर्तन ठेव. मत्त झालेले, प्रमादशील, अज्ञ आणि उन्मादग्रस्त ह्यांचें सान्निध्य व ते समीप आल्यास त्यांचें सेवन ह्यांपासून तूं सदैव परावृत्त होऊन रहा. तसेंच, ज्याचा निग्रह केला असेल असा अमात्य व विशेषेंकरून परस्त्रिया, पर्वत, विषम आणि दुर्गम स्थळें, हत्ती, अश्व आणि भुजंगम ह्यांजवर सदैव लक्ष ठेवलें पाहिजे; आणि रात्रीं तर ह्यांचें सेवनही करण्याचा त्याग केला पाहिजे. दानाचा अभाव, अभिमान, दंभ आणि क्रूरता ह्यांचा त्याग करावा. हे राजा, ज्यांची माहिती नाहीं अशा स्त्रिया, वंध्या, व्यभिचारिणी, परस्त्रिया आणि अविवाहित स्त्रिया ह्यांच्याशीं केव्हांही समागम करूं नये. वर्णसंकराच्या योगानें कुलामध्यें पापरूपी राक्षसाचा प्रवेश होतो. राजाच्या हातून प्रमाद घडल्यास पुरुषत्वशून्य, अंगविकल, जिव्हा स्थूल असलेले, विचारशून्य हे आणि अशा प्रकारचे दुसरेही लोक उत्पन्न होतात. सारांश, राजानें विशेषेंकरून प्रजेचें हित होईल अशा प्रकारचें वर्तन ठेवावें. क्षत्रियांकडून प्रमाद घडूं लागल्यास मोठा दोष उत्पन्न होतो; प्रजेमध्यें संकर करून सोडणाऱ्या अधर्माची अभिवृद्धि होऊं लागते; शीतकाल नसतां शीताची उत्पत्ति होते व शीतकाल असेल त्या वेळीं शीतलता मुळींच असत नाहीं; आणि अवृष्टि व अतिवृष्टि होऊन प्रजेमध्यें रोगाचा प्रवेश होतो. अशी स्थिति प्राप्त झाली असतां भयंकर ग्रह

नक्षत्रांच्या ठिकाणीं येतात आणि राजाचा नाश करणारे अनेक उत्पात दृष्टिगोचर होऊं लागतात. जो राजा स्वतःचें व प्रजेचेंही संरक्षण करीत नाहीं, त्याच्या प्रजेचा प्रथम संहार होतो व नंतर तोही नाश पावतो. राष्ट्रामध्यें एकल्या मनुष्याचें द्रव्य दोघांनीं घेणें, दोघांचें दुसऱ्या अनेक लोकांनीं घेणें व अविवाहित स्त्रिया दूषित होणें हें राजास दूषण होय असें सांगितलेलें आहे. जेव्हां राजा धर्माचा त्याग करून प्रमादशील होऊन रहातो, तेव्हां अमुक पदार्थ आपला आहे असें म्हणण्यास मनुष्यास कांहींच उरत नाहीं.

अध्याय एक्याण्णवावा.

—:०:—

उतथ्यगीता.

(भूपतीचीं कर्तव्यें.)

उतथ्य म्हणाला:—योग्य वेळीं वृष्टि करणारा मेघ आणि धर्माचरण करणारा राजा असा योग जुळून आला म्हणजे त्या योगानें प्रजेचें सुखानें पोषण होतें. जो रजक वस्त्रांचा मल कसा घालवावा व रंगविलेल्या वस्त्रांचा रंग न घालवितां मल तेवढा कसा नष्ट करावा हें जाणत नाहीं, तो असून नसल्यासारखाच होय. ब्राम्हण, क्षत्रिय आणि वैश्य ह्या वर्णांपैकीं कोणीही मनुष्य अथवा शूद्र स्वतःचें कर्म सोडून देऊन अनेक कर्मांच्या ठिकाणीं आसक्त होऊन राहिला, तर तोही त्या रजकाप्रमाणेंच असून नसल्यासारखा होय. सेवाकर्म शूद्राच्या ठिकाणीं, कृषि वैश्याच्या ठिकाणीं, दंडनीति राजाच्या ठिकाणीं व ब्रह्मचर्य, तप, मंत्र आणि सत्य हीं ब्राह्मणाच्या ठिकाणीं वास्तव्य करितात. त्या वर्णांपैकीं, रजकाला जशी वस्त्रशुद्धि करण्याची माहिती असते तसें प्रजेच्या आचरणांतील दोष काढून टाकण्याचें ज्ञान ज्या क्षत्रियाला असेल, तोच प्रजेचा अधिपति व पिता होय.

हे भरतकुलश्रेष्ठा, कृत, त्रेता, द्वापर आणि कलि हीं सर्व युगें राजाच्या आचरणावर अवलंबून आहेत; ह्यास्तव, राजालाच युग असें म्हणतात. राजाकडून प्रमाद घडूं लागला म्हणजे चातुर्वर्ण्य, वेद आणि चार आश्रम हीं सर्व अज्ञानाच्या तावडींत सांपडतात. राजाकडून प्रमाद घडल्यास गार्हपत्यादि तीन अग्नि, तीन वेद, विद्या आणि दक्षिणायुक्त यज्ञ हे सर्व प्रमादयुक्त होतात. राजा हाच सर्व प्राण्यांचा सृष्टिकर्ता व विनाशकर्ता आहे. कारण, त्याचें अंतःकरण धर्मावर असल्यास तो सृष्टिकर्ता व तें अधर्मावर असल्यास विनाश करणारा होतो. राजा जर प्रमादशील बनला, तर त्याच्या भार्या, पुत्र, बांधव आणि मित्र हे सर्व शोकाकुल होऊन जातात. राजा अधर्ममय बनून गेला म्हणजे गज, अश्व, धेनु, उष्ट्र, अश्वतर (खेचर), गर्दभ इत्यादि सर्व प्राणी दुःख पावूं लागतात. हे मांधात्या, दुर्बल प्राण्यांकरितांच ईश्वरानें बलाची उत्पत्ति केली आहे. दुर्बल प्राणी हे फार मोठे होत. कारण, राजाचें सुख, दुःख इत्यादि सर्व कांहीं त्यांजवरच अवलंबून आहे. राजानें त्यांचें पालन केल्यास पुण्य लागून सुखप्राप्ति होते व पालन न केल्यास पाप लागून दुःखप्राप्ति होते. हे पृथ्वीपते, राजा अधर्मानें वागूं लागला म्हणजे, जे दुर्बल प्राणी त्याचें सेवन करीत असतात व जे इतर कोणी त्याच्या अनुरोधानें वागत असतात, त्या सर्वांनाही शोचनीय स्थिति प्राप्त होते. दुर्बल प्राणी, मुनि आणि विषारी सर्प ह्यांची दृष्टि अत्यंत दुःसह होय, अशी माझी समजूत आहे. ह्यास्तव, तूं दुर्बलाच्या तावडींत केव्हांही सांपडूं नको. बा मांधात्या, दुर्बलांच्या दृष्टिपातानें बांधवांसह तूं दग्ध होऊं नयेस; ह्यास्तव, दुर्बल प्राण्यांचा तूं

केव्हांही अपमान होऊं देऊं नको. कारण, दुर्बलांनीं (शापादिकांच्या योगानें) दग्ध केलेल्या वंशामध्यें कोणत्याही प्रकारें अंकुर फुटत नाहीं. कारण, ते त्या वंशाला मुळापासून दग्ध करून टाकतात. निर्बलता हीच बलिष्ठतेहून अत्यंत श्रेष्ठ आहे. कां कीं, ती अत्यंत जोरदार असें बल आहे. कारण, निर्बल मनुष्यानें दग्ध करून टाकलेल्या बलाचा अवशेष मुळींच रहात नाहीं. दुर्बल मनुष्याचा कोणीं अपमान केला, त्याला मरणप्राय पीडा दिली, अथवा कोणीं शिव्याशाप दिले, तर त्या वेळीं त्याचें संरक्षण करणारा न मिळाल्यास अर्थात् राजानें त्याचें संरक्षण न केल्यास देवकृत दंडाच्याच योगानें राजाचा वध होतो. बा मांधात्या, तूं संग्रामनिष्ठ बनून दुर्बल मनुष्यांचा करग्रहणादिकरूपानें उपभोग घेऊं नको. ज्याप्रमाणें अग्नि हा आधारभूत वस्तूला दग्ध करितो, त्याप्रमाणें दुर्बलाची दृष्टि तुला दग्ध न करो. ज्यांच्यावर खोट्याच दोषांचा आरोप केला असेल ते रोदन करूं लागले असतां त्यांच्या नेत्रांतून गळणारे अश्रू राजाच्या पुत्रांचा व पशूंचा वध करितात. कारण, त्यांजवर केलेला तो दोषारोप मिथ्या असतो. जर केलेल्या पापकर्माचें फल स्वतःला मिळालें नाहीं, तर तें पुत्राला मिळतें, व पुत्रालाही न मिळाल्यास नातवांना मिळतें. कारण, भूमींत धान्य पेरलें कीं तें लागलीच जसें पिकत नाहीं, तसेंच केलेल्या पापकर्माचें फल तत्काल मिळूं शकत नाहीं. ज्या राष्ट्रामध्यें दुर्बलाचा वध होऊं लागला असतां त्याला कोणी त्राता मिळत नाहीं, त्या राष्ट्रावर दैवकृत असा मोठा भयंकर दंड येऊन पडतो. राष्ट्रांतील प्रजा उद्योगशील असूनही जर उद्योगाच्या अभावामुळें भिक्षुरूपी बनून ब्राह्मणाप्रमाणें वारंवार भिक्षा मागूं लागली, तर तिच्या योगानें राजाचा वध होतो. राजाच्या राष्ट्रामध्यें राजनीतियुक्त अनेक अधिकारी अन्यायानें वागले तर राजाला मोठें पातक लागतें. अर्थलोभामुळें म्हणा अथवा कांहीं कारणामुळें म्हणा, हीनपणें याचना करणाऱ्या लोकांकडून युक्तीनें द्रव्याचा अपहार करणें हें राजाचें मोठें क्रौर्य होय. एखादा मोठा वृक्ष उत्पन्न होतो, तो वाढतो आणि नंतर अनेक प्राणी त्याचा आश्रय करून रहातात. पण जेव्हां त्या वृक्षाचें छेदन केलें जातें अथवा तो दग्ध केला जातो, तेव्हां त्याचा आश्रय करून राहणारे प्राणी निराश्रित होऊन जातात. राजाचे गुणानुवाद गाणारे राष्ट्रांतील लोक उत्कृष्ट प्रकारच्या धर्माचें अथवा शुद्धतादायक अशा दुसऱ्या कोणत्याही कर्माचें आचरण करितात तेव्हां राजाचा उत्कर्ष होतो. पण धर्माच्या भ्रमानें त्यांच्याकडून अधर्म घडल्यास तो पुण्याचा नाश करून पाप उत्पन्न करितो.

ज्या राष्ट्रामध्यें दुष्ट लोक उघडपणें सज्जनांमध्यें प्रविष्ट होत असतात, त्या राष्ट्रांतील राजाकडे कलीचें आगमन होतें. पण राजा जेव्हां असभ्य लोकांचें शासन करितो, तेव्हां त्याच्या राज्याची अभिवृद्धि होते. जो राजा योग्य प्रकारें संमान करून मंत्र आणि युद्ध ह्यांजवर अमात्यांची योजना करितो, त्यांच्या राष्ट्राची अभिवृद्धि होऊन तो चिरकाल संपूर्ण पृथ्वीचा उपभोग घेतो. उत्कृष्ट प्रकारें केलेलें काम व योग्य प्रकारें केलेलें भाषण हीं पाहून त्याजबद्दल कर्त्याचा बहुमान करणाऱ्या राजाला अत्युत्कृष्ट अशा धर्माची प्राप्ति होते. इतरांना विभाग देऊन ऐश्वर्याचा उपभोग घेणें, अमात्यांचा अपमान न करणें आणि मदांध झालेल्या बलिष्ठांचा नाश करणें हा राजाचा धर्म आहे. वाणी, देह आणि कर्म यांच्या योगें सर्व प्राण्यांचें संरक्षण करणें, व पुत्रालाही अपराधाबद्दल क्षमा न करणें हा राजाचा धर्म

होय. जेव्हां राजा दुर्बल मनुष्यांना आपल्या वैभवांतील भाग देऊन त्याचा उपभोग घेतो, तेव्हां ते बलसंपन्न बनतात; असें करणें हा राजाचा धर्म होय. राष्ट्रांचें संरक्षण करणें, शत्रूंना हांकून लावणें, आणि संग्रामामध्यें जय मिळविणें हा राजाचा धर्म आहे. प्रिय मनुष्यानेंही क्रिया अथवा भाषण ह्यांच्या योगानें जर पातकाचें आचरण केलें, तर त्याविषयीं त्याला क्षमा न करणें हा राजाचा धर्म होय. शरणागताचें पुत्राप्रमाणें पालन करणें व मर्यादेचा भंग न करणें हा राजाचा धर्म होय. काम आणि द्वेष ह्यांना आश्रय न देतां भाविकपणें विपुलदक्षिणासंपन्न असे यज्ञ करणें हा राजाचा धर्म होय. दीन, अनाथ आणि वृद्ध अशा पुरुषांना आनंदित ठेवून त्यांच्या अश्रूंचें परिमार्जन करणें हा राजाचा धर्म होय. मित्रांचा उत्कर्ष करणें, शत्रूंचा नाश करणें, सज्जनांचा बहुमान करणें, सत्याचा प्रतिपाल करणें, प्रत्यहीं प्रीतिपूर्वक भूमिदान करणें आणि अतिथि व पोष्यवर्ग ह्यांचा बहुमान करणें हा राजाचा धर्म होय असें सांगितलेलें आहे. इहलोक आणि परलोक ह्यांतील निग्रह व अनुग्रह हे उभयतां ज्याच्यावर अवलंबून आहेत, त्या राजाला फलप्राप्ति होते.

हे मांधात्या, राजा हा नियंता असून धर्मनिष्ठ पुरुषांचा तो केवल परमेश्वर अर्थात् अनुग्रहकर्ता आहे. त्यानें इंद्रियांचें नियमन केलें तरच त्याचा उत्कर्ष होतो व नियमन न केल्यास त्याचा निःपात होतो. ऋत्विज, पुरोहित आणि आचार्य ह्यांचा अवमान न करितां बहुमान करून त्यांना उत्कृष्ट प्रकारें साहाय्य करणें हा राजाचा धर्म होय. ज्याप्रमाणें यम हा भेद न ठेवतां सर्व प्राण्यांचें सारख्याच रीतीनें नियमन करितो, त्याचप्रमाणें वागून राजानेंही यथाविधि प्रजेचें नियमन करावें. हे नरश्रेष्ठा, राजाला सर्वथैव इंद्राची उपमा देतात. त्याला जो धर्म असें वाटेल तोच धर्म होय. मांधात्या, तूं क्षमा, ज्ञान, इंद्रियनिग्रह, मनन, प्राण्यांचे विचार आणि सत्कर्म व दुष्कर्म ह्यांविषयींचें शिक्षण सदैव लक्षपूर्वक संपादन कर. सर्व प्राण्यांना आश्रय देणें, दान करणें, मधुर भाषण करणें व सुख होईल अशा रीतीनें नागरिकांचें व राष्ट्रांतील इतर प्रजेचें संरक्षण करणें हें तुझें कर्तव्य आहे. राजाच्या अंगीं दक्षता नसली तर तो प्रजेचें संरक्षण करण्याविषयीं समर्थ होत नाहीं; कारण, बा मांधात्या, राज्य हा एक मोठा भार असून तें अत्यंत दुष्कर आहे; दंडनीतीचें ज्ञान असलेला, शूर व ज्ञानसंपन्न राजाच त्याचें संरक्षण करूं शकतो. निर्बुद्ध, धैर्यशून्य आणि दंडनीतीचें ज्ञान नसलेल्या राजाला त्याचें संरक्षण करितां येणें शक्य नाहीं. विद्वान्, कुलीन, कार्यदक्ष, प्रेमळ आणि बहुश्रुत अशा अमात्यांच्या साहाय्यानें आपल्या प्रजेच्या व तपस्वी आणि आश्रमनिष्ठ लोकांच्या सर्व प्रकारच्या व्रतांचें परीक्षण करीत जा. स्वदेशामध्यें असो अथवा परदेशामध्यें असो, तुझ्या हातून धर्माचा नाश होऊं नये. ह्यास्तव, तूं सर्व प्राण्यांच्या श्रेष्ठ अशा धर्माचें ज्ञान संपादन कर. अर्थ आणि काम ह्यांहून धर्मच श्रेष्ठ आहे. कारण, धर्मात्म्या पुरुषाचा इहलोकीं व परलोकीं सुखानें अभ्युदय होतो.

मांधात्या, मनुष्यांचा बहुमान केला म्हणजे ते आपल्या स्त्रीपुत्रांचाही त्याग करून संमान करणाऱ्याला साहाय्य करितात. लोकांना आश्रय देणें, दान करणें, मधुर भाषण करणें, बेसावधपणें न राहणें आणि शुचिर्भूत असणें हीं राजाच्या ऐश्वर्याचीं मोठीं कारणें होत. ह्यास्तव, हे मांधात्या, तूं ह्यांजकडे दुर्लक्ष करूं नको. राजानें प्रमादशील बनूं नये. त्याला आपलीं

व शत्रूंचीं छिद्रें अवगत असावीं; त्यानें आपलीं छिद्रें शत्रूंच्या दृष्टीस पडूं देऊं नयेत; व शत्रूंचीं छिद्रें दृष्टिगोचर होतांच त्यांजवर चालून जावें. इंद्र, यम, वरुण आणि सर्व राजर्षि ह्यांचें आचरण अशाच प्रकारचें आहे; म्हणून तूंही त्याचा प्रतिपाळ कर. सारांश, हे महाराजा, राजर्षींनीं अवलंबन केलेल्या आचरणाचें तूंही अवलंबन कर; आणि, हे भरतकुलश्रेष्ठा, तूं शीघ्र व स्वर्गसाधक अशा मार्गाचा आश्रय कर. हे भारता, महातेजस्वी देव, ऋषि, पितर आणि गंधर्व हे धर्माचरण करणाऱ्या राजाचे इहलोकीं व परलोकींही गुण गात असतात.

भीष्म सांगतातः—हे भरतकुलोत्पन्ना युधिष्ठिरा, ह्याप्रमाणें त्या उतथ्यानें सांगितल्यानंतर मांधात्यानें निःशंकपणें तसें आचरण ठेविलें, व त्यामुळें त्याला सर्व पृथ्वीच्या एकछत्री राज्याची प्राप्ति झाली. ह्यास्तव, हे पृथ्वीपते, तूंही मांधात्याप्रमाणें उत्कृष्ट प्रकारें धर्माचरण करून पृथ्वीचें पालन कर, ह्मणजे तुला स्वर्गपदाची प्राप्ति होईल.

~~~~~~

अध्याय ब्याण्णवावा.

—:०:—

वामदेवगीता.

(धार्मिक राजाचें वर्तन.)

युधिष्ठिर विचारतोः—हे कुरुकुलश्रेष्ठ पितामह, धर्माकडे प्रवृत्ति असलेल्या व धर्माच्याच अनुरोधानें राहूं इच्छिणाऱ्या राजानें कोणत्या प्रकारचें वर्तन ठेविलें पाहिजे, तें मी आपणांस विचारीत आहें. तरी आपण तें मला सांगावें.

भीष्म सांगतातः—ह्याविषयीं, अर्थशास्त्राच्या तत्त्वाचें ज्ञान असलेल्या बुद्धिमान् वामदेवानें सांगितलेला एक प्राचीन इतिहास उदाहरण म्हणून सांगत असतात. तो असा—

पूर्वीं धैर्यसंपन्न, शुचिर्भूत आणि ज्ञानी असा वसुमना नांवाचा एक राजा होता. त्यानें तपोनिष्ठ महर्षि वामदेव ह्यांना प्रश्न केला कीं, ' हे भगवन्, कोणत्या प्रकारचें आचरण करून राहिलों असतां मी स्वधर्मभ्रष्ट होणार नाहीं, त्याचा मला धर्म आणि अर्थ ह्यांनीं संबद्ध असलेल्या वाक्यांच्या योगानें उपदेश करा. ' हें ऐकून, सुवर्णाप्रमाणें शरीरकांति असलेल्या व नहुषपुत्र ययातितुल्य दिसणाऱ्या त्या तपस्विश्रेष्ठ तेजस्वी वामदेवानें त्या सुखानें बसलेल्या राजाला सांगितलें.

वामदेव म्हणालाः—राजा, तूं धर्माच्याच अनुरोधानें वाग. धर्माहून श्रेष्ठ असें दुसरें कांहीं नाहीं. धर्माचें अवलंबन करणारे राजे ही सर्व पृथ्वी जिंकून घेतात. अर्थप्राप्तीहून धर्म हा श्रेष्ठ आहे असें समजून जो पृथ्वीपति त्याच्या अभिवृद्धीचा विचार करीत असतो, तो धर्माच्या योगानें विराजमान होऊन रहातो. जो राजा, अधर्मावर दृष्टि ठेवून प्रजेशीं बलात्काराचें वर्तन करितो, त्याजपासून धर्म आणि अर्थ हे दोनही पुरुषार्थ सत्वर निघून जातात. दुष्ट आणि पापी अशा सचिवांनीं युक्त असलेला व लोकांच्या धर्माचा नाश करणारा राजा वध करण्यास योग्य असून तो आपल्या परिवारासहवर्तमान सत्वर नाश पावतो. अर्थशास्त्रांतील नियमांप्रमाणें आचरण न करितां स्वच्छंदपणें वागणारा व बडबड करणारा राजा सर्व पृथ्वी मिळाली तरीही सत्वर नाश पावतो. ज्याप्रमाणें नद्यादि जलप्रवाहांनीं समुद्र वृद्धिंगत होतो, त्याप्रमाणें कल्याणकारक कर्में करणारा, निर्मत्सर आणि जितेंद्रिय राजा उत्कर्ष पावतो. राजानें धर्म, काम, अर्थ, बुद्धि आणि मित्र हीं आपणापाशीं परिपूर्ण आहेत असें केव्हांही समजूं नये. लोकांचे सर्व व्यवहार ह्या सर्व धर्मादिक पुरुषार्थांवर अवलंबून आहेत. ह्या तीन पुरुषार्थांचें श्रवण करणाऱ्या राजाला दानजन्य आणि
~~~~~~

शौर्यजन्य कीर्ति, लक्ष्मी व प्रजा ह्यांची प्राप्ति होते. तसेंच, जो त्वरापूर्वक धर्माचरण करणारा व धर्म आणि अर्थ ह्यांविषयीं पूर्णपणें विचार करणारा राजा विचारपूर्वक अर्थसंज्ञक पुरुषार्थाचें अवलंबन करितो, त्यालाच निश्चल अशा महत्त्वाची प्राप्ति होते. दान न करणारा, अत्यंत प्रेम नसलेला व दंडनीतीच्या अनुरोधानें प्रजेला न वागविणारा असा साहसी स्वभावाचा राजा लवकरच नाश पावतो. विचारशक्तिशून्य अशा ज्या राजाच्या बुद्धीला पापकर्म करणारा पुरुष कोण हें कळून येत नाहीं, त्याची अपकीर्ति होऊन पुनः तो नरकासही जातो. जो राजा लोकांचा संमान करणारा, दाता, त्यांच्या अधीन रहाणारा व सौम्य असेल, त्याजवर ओढवणारें संकट स्वतःवरच ओढवलें आहे असें समजून लोक त्याचा प्रतीकार करण्याची इच्छा करितात. ज्याला धर्मोपदेष्टा गुरु नाहीं, व जो दुसऱ्या कोणाला विचारीतही नाहीं, व द्रव्यप्राप्तीविषयीं केवळ सुखाच्या अधीन होऊन वागतो, त्याला चिरकाल सुख मिळत नाहीं. धर्मासंबंधें गुरूलाच महत्त्व देणारा, स्वतः अर्थाचें अवलोकन करणारा, व लाभप्रसंगीं धर्मालाच महत्त्व देणारा जो राजा, त्याला चिरकाल सुख मिळतें.

अध्याय त्र्याणववा.

—:०:—

वामदेवगीता.

(राजाचें वर्तन.)

वामदेव म्हणालाः—ज्या राष्ट्रामध्यें बलवत्तर असणारा राजा दुर्बल प्रजेमध्यें अधर्माचा प्रचार करितो, त्या राष्ट्रामध्यें त्याचे अनुयायीही तशाच प्रकारचें वर्तन ठेवून आपली उपजीविका चालवितात, व पापाची प्रवृत्ति करणाऱ्या त्या राजाच्याच अनुरोधानें वागतात. असें झालें म्हणजे सर्वच मनुष्यें उद्दाम बनून सत्वरच तें राष्ट्र नष्ट होऊन जातें. स्वस्थतेच्या प्रसंगीं प्रजा राजाला इष्ट असणाऱ्या आचरणाचा अंगीकार करून त्याजवर उपजीविका करितात; पण तो संकटांत सांपडला असतां त्याच आचरणाविषयीं स्वजन देखील क्षमा करीत नाहींत. शास्त्राकडे लक्ष न देणारा साहसी स्वभावाचा राजा ज्या राष्ट्रामध्यें कांहीं भयंकर आचरण करितो, त्याचा सत्वर नाश होतो. जित अथवा अजित लोक जें आचरण सदैव करीत आले असतील, त्याला अनुमति न देणारा क्षत्रिय क्षत्रधर्मापासून भ्रष्ट होतो. जो राजा कल्याणकारक आचरण करणाऱ्या शत्रुभूत राजाला संग्रामामध्यें धरल्यानंतर द्वेषामुळें त्याचा बहुमान करीत नाहीं, तो क्षात्रधर्मभ्रष्ट होय. सामर्थ्य असेल अशा प्रसंगीं राजानें सुखाचा अनुभव घ्यावा, व आपत्कालीं आपत्तीचें निवारण होईल अशा प्रकारचें कर्म करावें, म्हणजे तो सर्व प्राण्यांना प्रिय होतो; व त्याच्या संपत्तीचाही नाश होत नाहीं. ज्याचें एकदा अप्रिय केलें असेल त्याचेंच पुनः प्रिय करावें. कारण, जो अप्रिय पुरुष प्रिय आचरण करितो तो लवकरच प्रिय होतो. राजानें मिथ्या भाषण वर्ज्य करावें; आणि **लोकांनीं प्रार्थना केल्यावांचून त्यांचें प्रिय करावें;** कामामुळें, क्षोभामुळें, त्वरेमुळें अथवा द्वेषामुळें धर्माचा त्याग करूं नये; कोणीं प्रश्न केला असतां त्याला उत्तर देण्याविषयीं लाजूं नये; पोरकट भाषण करूं नये; कोणत्याही गोष्टीविषयीं त्वरा करूं नये व कोणाचाही मत्सर करूं नये. अशा रीतीनें वागल्यास शत्रुही वश करून घेतां येतो. आपलें प्रिय झालें म्हणून त्यानें अत्यंत आनंद पावूं नये व अप्रिय झालें म्हणून ताप करून घेऊं नये; आणि द्रव्यासंबंधानें संकट आलें तरीही प्रजेच्या हिताकडे लक्ष देऊन दुःख करण्याचें सोडून द्यावें. जो भूपति गुणा-

च्या योगानें प्रजेचें सदैव प्रिय करितो, त्याचीं सर्व कार्यें सिद्धीस जातात व संपत्तिही त्याचा त्याग करीत नाहीं. अत्यंत समाधानवृत्तीनें रहाणाऱ्या राजानें आपल्या प्रतिकूल गोष्टीपासून निवृत्ति होणाऱ्या व अनुकूल आणि प्रिय असें आचरण असलेल्या प्रेमयुक्त मनुष्यास आश्रयास ठेवावें. ज्याचा इंद्रियसमुदाय विषयावृत नसून जो अत्यंत अनुकूलपणें वागणारा, शुचिर्भूत, समर्थ आणि प्रेमयुक्त असेल, त्याचीच मोठ्या अधिकारावर योजना करावी. तसेंच, पूर्वीं सांगितलेल्या गुणांनीं युक्त असून स्वामिकार्याकडे दुर्लक्ष्य न करणारा जो मनुष्य राजावर प्रेम करीत असेल, त्याची द्रव्यसंबंधी कार्याकडे योजना करावी; मुर्ख, इंद्रियसुखासक्त, लोभिष्ट, दुराचारी, शठ, कपटी, घातुक, दुर्बुद्धि, बहुश्रुत नसलेला, औदार्याचा त्याग करणारा, व मद्यपान, द्यूत, स्त्रिया आणि मृगया ह्यांमध्यें आसक्त होऊन राहणारा जो पुरुष, त्याची मोठ्या कार्यावर योजना करणाऱ्या राजाची संपत्ति क्षीण होऊन जाते. जो राजा स्वतःचें संरक्षण करून रक्षण करण्यास योग्य अशा दुसऱ्याही लोकांचें संरक्षण करितो, त्याच्या प्रजेचा उत्कर्ष होतो;व त्यालाही अविनश्वर अशा मोठ्या पदाची प्राप्ति होते. दुसरेही जे कोणी राजे असतील त्या सर्वांचें चरित्र, हितचिंतक आणि स्वकीयास व परकीयासही ओळखितां न येणारे असे जे हेर त्यांच्या द्वारें समजून घ्यावें. असें केलें असतां राजा सर्वांहून श्रेष्ठ होतो. बलवान् अशा शत्रूला त्रास दिल्यानंतर, आपण दूर आहों एवढ्याच समजुतिवर स्वस्थ राहूं नये. कारण, दुर्लक्ष करून रहाणाऱ्या राजावर हे शत्रु ससाण्यासारखी एकदम झडप घालतात. ज्याच्या राज्याचें मूल दृढ आहे, व ज्याचें अंतःकरण दुष्ट नाहीं, अशा राजानें स्वतःच्या बलाचा विचार करून ज्याचें बल आपल्याहून कमी असेल अशाच शत्रूवर स्वारी करावी,—जे अत्यंत बलवान् असतील त्यांजवर करूं नये. अशा रीतीनें पराक्रम करून पृथ्वी मिळविल्यानंतर न्यायानें प्रजेचें पालन करावें. राजानें धर्माविषयीं तत्पर राहून संग्रामामध्यें मरणही पावावें. कारण, ह्या जगतामध्यें जें जें म्हणून कांहीं आहे त्या सर्वांना शेवटीं मरण हें लागलेंच आहे. ज्याचा नाश नाहीं असें मुळीं कांहींच नाहीं. सारांश, धर्मानें राहून राजानें न्यायानें प्रजापालन करावें.

प्रजापालन, न्यायालय, संग्राम, धर्मसंरक्षण आणि योग्य वेळीं अनायासें कारस्थान करणें, ह्या पांच गोष्टींच्या योगानें राष्ट्राची अभिवृद्धि होते. ज्या राजाच्या ह्या पांच गोष्टी गुप्त असतात, तो सर्व नृपांमध्यें श्रेष्ठ होय. सदैव ह्या पांच गोष्टींमध्यें आसक्त होऊन रहाणारा राजा ह्या पृथ्वीचें पालन करूं शकतो. ह्या सर्व गोष्टी सदैव एकट्यानेंच पहातां येणें शक्य नाहीं; म्हणून दुर्गाध्यक्षप्रभृति अधिकाऱ्यांवर त्या सर्व सोंपविल्यास राजा चिरकाल पृथ्वीचा उपभोग घेऊं शकतो. दाता, आपल्या वैभवांत सर्वांचाच विभाग आहे असें समजणारा, दयालु, शुचिर्भूत आणि प्रजेचा त्याग न करणारा जो मनुष्य, त्यालाच लोक राजा करितात. जो राजा आपलें मत सोडून देऊन दुसऱ्यांनीं सांगितलेला कल्याणकारण उपदेश ऐकून घेतो व त्याप्रमाणें वागतो, त्याच्या अनुरोधानें लोक वागूं लागतात. जो मित्राचें वचन आपल्या प्रतिकूल आहे म्हणून तें सहन करीत नाहीं, व शत्रूंनीं सांगितलेल्या प्रतिकूल गोष्टीच सदैव ऐकून घेऊन खिन्न होऊन, जित आणि अजित लोकांच्या अग्राम्यवृत्तीचा केव्हांही आश्रय करीत नाहीं, तो राजा क्षत्रधर्मापासून भ्रष्ट होतो. निग्रह केलेला अमात्य व विशेषेंकरून स्त्रिया, पर्वत, भयंकर दुर्गम प्रदेश, गज,

अश्व आणि सर्प ह्यांविषयीं सदैव लक्षपूर्वक वागून आपलें संरक्षण करावें. जो राजा श्रेष्ठ अशा अमात्यांचा त्याग करून निकृष्टांवर प्रेम करितो, तो संकट प्राप्त होतांच व्याप्त होऊन जातो व त्याचीं कार्यें शेवटास जात नाहींत. जो राजा कल्याणकारक गुणांनीं युक्त असणाऱ्या आपल्या आप्तांची द्वेषामुळें काळजी वहात नाहीं, तो अंतःकरण चंचल असलेला व अविनश्वर अशा क्रोधानें युक्त असलेला राजा मृत्यूच्याच सन्निध वास करीत आहे असें समजावें; आणि जो आपल्या अंतःकरणास प्रिय असलेल्यांना व इतरही गुणसंपन्न लोकांना त्यांचें प्रिय करूनच वश करून घेतो, तो चिरकाल कीर्तिसंपन्न होऊन रहातो. अवेळींच करादिकांच्या रूपानें द्रव्य हरण करूं नये; आपलें अप्रिय झालें म्हणून दुःख मानूं नये; प्रिय झालें म्हणूनही अत्यंत आनंद मानूं नये; आरोग्यकारक कर्में करण्याविषयीं उद्युक्त असावें; कोणते राजे आपल्यावर प्रेम करीत आहेत, कोणते केवळ भीतीमुळेंच आपला आश्रय करीत आहेत, व त्यांच्या ठिकाणीं मध्यस्थास दूषणभूत अशा कोणत्या गोष्टी आहेत,ह्यांचा प्रत्यहीं विचार करीत असावें. स्वतः बलसंपन्न असणाऱ्या राजानें कोणाही दुर्बल मनुष्यावर विश्वास ठेवून स्वस्थ राहूं नये; कारण, गृध्रतुल्य असणारे हे दुर्बल पुरुष बेसावधपणानें वागणाऱ्या मनुष्यावर सदैव झडप घालतात. स्वामी सर्व सद्गुणांनीं संपन्न व प्रिय भाषण करणारा असला तरीही एखादा दुष्ट पुरुष त्याच्याशीं द्रोह करितो. ह्यास्तव, राजानें कोणाही मनुष्यावर विश्वास ठेवूं नये. ही राजाची रहस्यविद्या नहुषपुत्र ययातीनें सांगितली आहे. प्रत्येक मनुष्यासंबंधानें सावधपणानें वागणारा राजा अत्यंत श्रेष्ठ अशाही शत्रूंचा नाश करूं शकतो.

अध्याय चौऱ्याण्णवावा.

—:०:—

वामदेवगीता.

(राजधर्म.)

वामदेव म्हणालाः—राजानें युद्ध न करितांच आपल्या उत्कर्षाची अभिवृद्धि करावी. कारण, हे प्रजाधिपते, युद्ध करून विजय मिळविणें हें कमी प्रतीचें आहे असें सांगितलें आहे. जर मूळांतच चांगली दृढता नसेल, तर न मिळालेल्या वस्तु मिळविण्याविषयींची इच्छा करूं नये. कारण, मूळामध्यें दृढता नसेल तर राजाला लाभ होत नाहीं. ज्या राजाचें राष्ट्र विशाल असून त्यांतील प्रजा संपन्न आणि राजावर प्रेम करणाऱ्या असतात, व जो स्वतः संतुष्ट असून सचिवांचें पोषण करीत असतो, तो राजा दृढमूल होय. कारण, प्रजा आणि सचिव हीं राज्याचीं मूळें त्याच्या राष्ट्रांत बळकट असतात. ज्याचे योद्धे अत्यंत संतुष्ट, गोडीनें वागविलेले आणि शत्रूंशीं अत्यंत प्रतारणा करणारे असतात, तो राजा जरी सैन्य कमी असलें तरी ही पृथ्वी जिंकून घेतो. ज्याच्या राजधानींतील व राष्ट्रांतील लोक प्राण्यांवर दया करणारे आणि धनधान्यसंपन्न असतात, तो राजा दृढमूल होय. कारण, **प्रजा हें राज्याचें मूळ आहे.** ज्या वेळीं आपला प्रताप गाजविण्याची पुष्कळ वेळ आली आहे असें वाटेल, त्या वेळीं बुद्धिमान् राजानें शत्रूची भूमि आणि द्रव्य हरण करण्याची इच्छा करावी. ज्याचें ऐश्वर्य वृद्धिंगत झालें असून जो सर्व प्राण्यांवर दया करितो, व चलाख असून आपलें संरक्षण करितो, त्याच्या राष्ट्राची अभिवृद्धि होते. जो राजा उत्कृष्ट प्रकारें वागणाऱ्या लोकांशीं असत्यपणें वागतो, त्याचा आत्मा परशूच्या योगानें छिन्न झालेल्या वनाप्रमाणें त्या कर्माच्या योगानें क्षीण होतो.

राजानें शत्रूंचा सदैव वध केल्याशिवाय ते कमी होत नाहींत. पण क्रोधाचा नाश कसा करावा हें ज्याला माहीत असतें, त्याला मुळीं शत्रुच नसतात. **सभ्य लोक ज्याचा तिरस्कार करितात तें कृत्य सुज्ञ राजानें करूं नये.** जें कृत्य शुभ आहे अशी मनाची खात्री होईल, त्याजवरच लक्ष ठेवावें. आरंभिलेलें कार्य शेवटास नेऊन सुखाचा अनुभव घ्यावा अशी जो राजा इच्छा करितो, त्याचा इतर लोक अपमान करीत नाहींत व त्याला स्वतःलाही पश्चात्ताप पावावें लागत नाहीं. जो राजा ह्या लोकामध्यें अशा प्रकारच्या वर्तनाचें अवलंबन करितो, तो इहलोक व परलोक ह्या दोहोंनाही हस्तगत करून उत्कर्ष पावतो.

भीष्म सांगतातः—ह्याप्रमाणें वामदेवानें सांगितल्यानंतर राजानेंही तें सर्व तशा प्रकारें केलें. त्याचप्रमाणें तूंही आचरण कर, म्हणजे तूंही निःसंशय इहलोक व परलोक या दोहोंनाही हस्तगत करशील.

अध्याय पंचाणणवावा.

—:०:—

विजयेच्छु राजाचें वर्तन.

युधिष्ठिर विचारतोः—आतां, ज्या क्षत्रियाला संग्रामामध्यें अन्य क्षत्रियाचा पराजय करण्याची इच्छा असेल, त्यानें विजय मिळविल्यानंतर कोणत्या प्रकारें आचरण ठेविलें पाहिजे हें आपण मला सांगा.

भीष्म सांगतातः—शत्रूंचें राष्ट्र जिंकून घेतल्यानंतर साहाय्यकर्त्यांना बरोबर घेऊन अथवा एकट्यानेंच त्या राष्ट्रामध्यें जाऊन तेथील लोकांना "मी तुमचा राजा आहें व मी तुमचें सदैव पालन करीन; मला तुह्मी न्याय्य असा कर द्या आणि माझें अवलंबन करा." असें सांगावें. नंतर त्यांनीं तेथें गेलेल्या त्या राजाचा अंगीकार केला तर बरेंच झालें; पण तसें न करितां जर ते कोणत्याही प्रकारें विरुद्ध जाऊं लागले, तर, राजा, प्रतिकूल कर्मे करणाऱ्या त्या लोकांचा सर्व प्रकारें निग्रह केला पाहिजे. धर्मादि तीनही पुरुषार्थांच्या आचरणाविषयीं असमर्थ पण अत्यंत मानी असा क्षत्रिय निःशस्त्र आहे असें जाणून दुसरा निकृष्ट प्रतीचा मनुष्यही त्याजवर शस्त्र उचलितो.

युधिष्ठिर विचारतोः—आतां, जर एखादा क्षत्रजातीय राजा क्षत्रियावर चालून आला, तर, हे पितामहा, त्याच्याशीं कोणत्या प्रकारें सामना द्यावा तें मला सांगा.

भीष्म सांगतातः—ज्यानें कवच धारण केलें नसेल असा क्षत्रिय रणांगणांत आल्यास त्याच्याशीं युद्ध करूं नये. युद्धाच्या वेळींही "तूं बाण सोड आणि मींही फेंकतों" असें परस्परांनीं परस्परांस सांगावें. तो जर तयार होऊन आला तर आपणही तयार व्हावें; तो जर बरोबर सैन्य घेऊन आला तर आपणही बरोबर सैन्य घेऊनच त्याला आह्वान करावें; त्यानें जर कपटानें युद्ध चालविलें, तर आपणही त्याच्याशीं कपटानेंच युद्ध करावें; आणि तो जर धर्मयुद्ध करील तर आपणही धर्मयुद्ध करूनच त्याचें निवारण करावें. अश्वावर आरोहण करून रथांतील मनुष्यावर चाल करून जाऊं नये; रथारूढ मनुष्यानेंच रथारूढ मनुष्यावर चाल करावी; दुःखाकुल स्थितींत कोणावरही प्रहार करूं नये; भयभीत झालेल्या आणि पराजित केलेल्या शत्रूवरही शस्त्र टाकूं नये; बाण विषलिप्त अथवा सरळ असून उलट कांटे असलेला असूं नये; कारण, अशा प्रकारचें आयुध हें दुर्जनांचें असतें; युद्ध खरेपणानें करावें; प्रहार करणाऱ्या मनुष्यावर क्रुद्ध होऊं नये; उत्कृष्ट प्रकारच्या साहाय्यकर्त्यांचा नाश झाल्यामुळें जर एखादा सौजन्यसंपन्न शत्रु दुःखाकुल

झाला, अथवा एखादा निर्बल, अपत्यशून्य, शस्त्र भग्न झालेला, घायाळ झालेला, प्रत्यंचा तुटलेला आणि वाहनाचा वध झालेला जो शत्रु त्याजवर केव्हांही प्रहार करूं नये. जखमी झालेल्या शत्रूला आपल्या राष्ट्रामध्यें ठेवून घेऊन औषधोपचार करावे, किंवा त्याला आपल्या घरीं नेऊन पोंचवावा. जखमी झालेल्या शत्रूला जखम बरी करून सोडून देणें हा सनातन धर्म होय. धर्मानें युद्ध केलें पाहिजे असें मनूनें सांगितलें आहे. सज्जनांच्या ठिकाणीं सत्पुरुषांचा धर्म कायमपणें वास्तव्य करीत असतो. अशा धर्माचें अवलंबन केल्यानंतर कोणाचाही नाश करूं नये. जो क्षत्रिय अधर्मानें युद्ध करून शत्रूला जिंकितो, तो वंचकपणावर उपजीविका करणारा दुष्ट आपला आपणच घात करून घेतो. अशा प्रकारचें कृत्य दुर्जनांचें होय. धर्मनिष्ठ क्षत्रियानें चांगल्या प्रकारच्या अर्थात् वंचनादिरहित अशाच उपायांच्या योगानें दुर्जनांचा पराजय करावा. धर्माचें अवलंबन करून जरी मरण आलें तरी तें अत्यंत उत्तम! परंतु पापकर्म करून जय मिळाला तरी तो बरा नाहीं. राजा, जशी भूमि तसेंच अधर्माचरण देखील तत्काल फलद्रूप होत नाहीं. पण पुढें तें मुळें आणि शाखा ह्यांना भस्म करून टाकून पापकर्त्यालाही आक्रांत करून सोडतें. दुष्कर्मानें द्रव्य मिळविल्यामुळें दुष्ट मनुष्याला आनंद होतो; पुढें त्या चौर्यादिरूपी पापकर्माच्या योगानें उत्कर्ष होऊं लागून तो पापी मनुष्य पापकर्मामध्येंच गढून रहातो; व शुचिर्भूत लोकांचा उपहास करून धर्माचें अस्तित्वच नाहीं असें मानून श्रद्धाशून्य बनतो; व त्यामुळें वरुणाच्या पाशानें जखडून जाऊन विनाश पावतो. तो स्वतःला अमर मानूं लागतो, एखाद्या मोठ्या बुधल्याप्रमाणें सदोदीत फुगलेला असतो, पुण्य करण्याविषयीं केव्हांही प्रवृत्त होत नाहीं; पण पुढें, नदीच्या तटावर असलेल्या वृक्षाला ज्याप्रमाणें जलाचा ओघ समूळ आकर्षण करून नेतो, त्याप्रमाणें त्यालाही काल समूळ घेऊन जातो; व नंतर पाषाणावर आपटलेल्या मडक्याप्रमाणें नष्ट होऊन गेलेल्या त्या दुष्टाची लोक निंदा करूं लागतात. म्हणूनच राजानें धर्माच्या अनुरोधानेंच विजयप्राप्तीची व द्रव्यसंग्रहाची इच्छा करावी.

अध्याय शहाण्णवावा.

—:०:—

विजयाभिलाषी राजाचें वर्तन.

भीष्म सांगतातः—राजानें अधर्मानें पृथ्वी जिंकून घेण्याची इच्छा करूं नये. अधर्मानें जय मिळविणाऱ्या कोणत्या राजाला लोक अनुकूल होणार आहेत? अर्थात् कोणत्याही नाहीं. हे भरतकुलश्रेष्ठा, तो अधर्मानें मिळविलेला विजय डळमळीत व स्वर्गप्राप्तीस प्रतिबंध करणारा असून, तो राजा आणि भूमि ह्या उभयतांनाही हीनदशेस पोहोंचवितो. कवच भग्न झालेला, "मी तुझा आहें" असें म्हणणारा, हात जोडणारा व शस्त्रत्याग केलेला जो शत्रु, त्याला धरावा, पण त्याचा वध करूं नये. आपल्या सामर्थ्यानें ज्याचा पराजय केला असेल, त्याच्याशीं राजानें युद्ध करीत बसूं नये. पण एक वर्षपर्यंत त्याला ताळ्यावर आणण्याचा उपाय करावा, व वर्षानंतर त्याचा पुनर्जन्मच झाल्यासारखा होतो म्हणून त्याला सोडून द्यावा. पराक्रमानें हरण करून आणलेल्या कन्येला एक वर्ष होण्यापूर्वीं विवाहसंबंधानें प्रश्न करूं नये. तसेंच विचार न करितां हरण केलेलें जें द्रव्य अथवा दासदासी इत्यादि लोक, ते सर्व एक वर्षानंतर ज्याचे त्यास परत द्यावे. वधाच्या शिक्षेस पात्र असलेल्या मनुष्याचें द्रव्य राजानें

आपल्याजवळ ठेवून घेऊं नये, तर त्याचा व्यय करून टाकावा. तें दूध असेल तर ब्राह्मणांनीं प्राशन करावें, व बैल असतील तर ते ब्राह्मणांनीं कामावर लावावे. वधाच्या शिक्षेस पात्र असलेला मनुष्य जर चोर नसेल, तर त्याला क्षमा करून द्रव्य परत द्यावें. राजानें राजाशींच युद्ध करावें. कारण, तशा प्रकारचा विधिच धर्मामध्यें सांगितलेला आहे. राजा नसलेल्या दुसऱ्या कोणीही पुरुषानें कोणत्याही प्रकारें राजावर चाल करून जाऊं नये. दोहों बाजूंचीं सैन्यें परस्परांशीं जाऊन भिडलीं तरीही, दोहों पक्षांमध्यें शांति असावी अशा इच्छेनें ब्राह्मण मध्यें आल्यास युद्ध करूं नये. ब्राह्मणांचें अतिक्रमण करणें ह्मणजे शाश्वतिक मर्यादेचा भंग करणें होय. तथापि जर एखाद्या नामधारी क्षत्रियानें मर्यादेचें उल्लंघन केलेंच, तर त्याला कोणीही जुमानूं नये व पुढें त्याला सभेमध्यें घेऊं नये. कारण, तो मर्यादेचा भंग व म्हणूनच धर्माचा लोप करणारा आहे. विजयेच्छु राजानें त्याच्या वर्तनाचें अनुकरण करूं नये. कारण, धर्माच्या अवलंबनानें ज्या विजयाची प्राप्ति होते, त्याहून अधिक असा लाभ कोणता? युद्धांत बलात्कार केल्यामुळें क्षुब्ध व ह्मणूनच दुर्जनतुल्य होऊन गेलेल्या लोकांना मधुर भाषण आणि उपभोग्य वस्तूंचें दान ह्यांच्या योगानें शांत करावें. कारण, असें करणें ही उत्कृष्ट प्रकारची राजनीति होय. आपल्या राष्ट्रांत राहून ताप दिलेले जे जित शत्रु, त्यांच्याशीं सामोपचारानें न वागतां जर द्रव्यग्रहणादिरूपानें त्यांचा उपयोग करून घेतला, तर हा संकटपरंपरेंत केव्हां सांपडेल अशी प्रतीक्षा करीत राहिलेले ते शत्रु संधि येतांच त्याजवर चाल करून जातील; तो संकटांत सांपडला कीं लागलींच त्याच्या शत्रूला अनुकूल करून घेतील; आणि, हे राजा, तो राजा दुःखग्रस्त होऊन जावा अशी इच्छा करणारे ते शत्रु सर्वथैव संतोष पावतील. शत्रूला शाठ्य करून केव्हांही फसवूं नये, व कोणत्याही प्रकारें त्याचा अतिशय उच्छेदही करूं नये. कारण, जर फारच उच्छेद केला तर तो कदाचित् आपल्या जीविताचाही त्याग करील. राजाजवळ संपत्ति जरी थोडीच असली, तरी तेवढ्यावरही तो संतुष्टच असतो; आणि तशा प्रकारचा राजा निर्दोषपणें वांचणें हेंच महत्त्वाचें आहे असें समजत असतो. ज्याचें राष्ट्र विशाल असून संपन्न आणि राजावर प्रेम करणारें आहे, व पोष्यवर्ग आणि अमात्य संतुष्ट आहेत, तो पार्थिव दृढमूल होय. ऋत्विज, पुरोहित, आचार्य आणि दुसरेही जे कोणी संमाननीय अत्यंत ज्ञानसंपन्न लोक, त्यांचा जो बहुमान करितो त्याला लोक व्यवहारज्ञ असें ह्मणतात. ह्याच वर्तनाचें अवलंबन केल्यामुळें देवश्रेष्ठ इंद्राला राज्य मिळालें; व ह्याच वर्तनाच्या अवलंबनानें पृथ्वीपति राजे इंद्राचें राज्य जिंकून घेण्याची इच्छा करीत असतात.

हे राजा, प्रतर्दन नामक भूपति प्रचंड संग्रामामध्यें भूमीखेरीज इतर सर्व अर्थात् धान्य, द्रव्य, अन्न आणि औषधि सदैव जिंकून घेत असे. दिवोदास नामक राजा अग्निहोत्रसंबंधी द्रव्यें, यज्ञांगभूत होमद्रव्यें आणि भोज्य पदार्थ ह्यांचेंही हरण करीत असे; पण त्यामुळें त्याला दुःख भोगावें लागलें. म्हणूनच तशा प्रकारचें आचरण करूं नये. हे भरतकुलोत्पन्ना, नाभाग नामक महीपतीनें श्रोत्रिय आणि तपस्वी ह्यांच्या द्रव्यावांचून इतर सर्व द्रव्य—इतकेंच नव्हे, तर राजासहवर्तमान राष्ट्रेंही दक्षिणेच्या रूपानें अर्पण केलीं. युधिष्ठिरा, पूर्वीच्या धर्मवेत्त्या राजांकडे उत्कृष्ट आणि निकृष्ट अशा दोहों प्रकारचींही द्रव्यें असत, अर्थात् ते सर्व प्रकारचीं द्रव्यें जिंकून घेत असत; तें मला संमत आहे. राजानें

जयाला सर्व विद्यांहून अधिक महत्त्व देऊन तो संपादन करण्याची इच्छा करावी. तथापि मायावीपणानें अथवा दांभिकपणानें ऐश्वर्य संपादन करण्याची इच्छा करूं नये.

अध्याय सत्याणवावा.

—:०:—

युद्धजन्य प्राणिहत्येचें प्रायश्चित्त.

युधिष्ठिर विचारतोः—हे प्रजाधिपते, क्षात्रधर्माहून अत्यंत पापी असा दुसरा धर्मच नाहीं. कारण, गुप्त रीतीनें शत्रूवर चाल करून अथवा उघडपणें युद्ध करून राजा मोठमोठ्या लोकांचा वध करीत असतो. तेव्हां, हे विद्वन्, भूपतीला कोणत्या कर्माच्या योगानें उत्तम लोकांची प्राप्ति होते, हें जाणावयाची मला इच्छा आहे. यास्तव, हे भरतर्षभ, आपण तें सांगा.

भीष्म सांगतातः—दुष्ट लोकांचा निग्रह, सज्जनांना आश्रय, दान आणि यज्ञ व दानें ह्यांच्या योगानें राजांचें पातक नष्ट होऊन ते पवित्र होतात. विजयाभिलाषामुळें राजे प्राण्यांना पीडा देतात, पण विजय मिळाल्यानंतर तेच त्या प्रजेचा उत्कर्ष करितात. प्राण्यांवर अनुग्रह करण्यासाठींच दान, यज्ञ आणि तप यांच्या बलानें राजे पातकाचा नाश करितात; व प्राण्यांवर अनुग्रह केल्यामुळें त्यांच्या पुण्याची अभिवृद्धि होते. ज्याप्रमाणें शेताची शुद्धि करणारा पुरुष तें शेत शुद्ध केल्यावर त्यांतील धान्य आणि गवत कापून टाकतो, तथापि त्या योगें धान्याचा नाश होत नाहीं, त्याचप्रमाणें शस्त्रपात करणारे क्षत्रिय वध्य मनुष्यांचा अनेक प्रकारें वध करितात; तथापि विजयप्राप्तीनंतर पुनश्च लोकांचा उत्कर्ष करणें हेंच त्या पातकांचें पूर्णपणें प्रायश्चित्त होय. द्रव्याचा अपहार, वध, क्लेश आणि चोर ह्यांजपासून जो लोकांचें संरक्षण करितो, तो प्राणदाता असल्यामुळें सुखदायक व द्रव्यप्रदाता होय. तो सदैव विराजमान असतो. त्या राजानें सर्वही यज्ञ केल्याप्रमाणें होतें. अभय हीच ह्या यज्ञांतील दक्षिणा होय. तो इहलोकामध्यें कल्याणाचा अनुभव घेऊन पुढें इंद्रलोकास जातो. ब्राह्मणाचें कार्य करण्याचा प्रसंग आल्यास जो शत्रूंशीं भिडून युद्ध करितो, तें त्याचें युद्ध हा अनंतदक्षिणायुक्त असा यज्ञ असून, त्याचें शरीर हाच त्यानें उभारलेला यज्ञस्तंभ होय. अशा प्रकारें शत्रूचे बाण आपणांवर घेतल्यानंतर निर्भयपणें शत्रूला आपल्या बाणांच्या योगानें व्याप्त करून सोडणाऱ्या त्या राजाहून श्रेष्ठ असें या भूतलावर कांहीं आहे असें देवांना वाटत नाहीं. संग्रामामध्यें जितकीं शस्त्रें त्याच्या त्वचेचा भेद करितात, तितके अक्षय्य व सर्व मनोरथ पूर्ण करणारे लोक त्याला मिळतात. त्याच्या शरीरांतून संग्रामांत जें रक्त वाहूं लागतें, त्या दुःखदायक रक्ताबरोबरच त्याचें सर्व पातक निघून गेल्यामुळें तो पापमुक्त होतो. युद्धामध्यें शत्रुकडून ताप पावलेला क्षत्रिय जीं दुःखें सहन करितो, त्या प्रत्येक दुःखाच्या योगानें त्याच्या तपाची अभिवृद्धि होते.

संग्राममरणाचें माहात्म्य.

युधिष्ठिरा, ज्याप्रमाणें पर्जन्यापासून जलाची इच्छा करावयाची, त्याप्रमाणें शूर क्षत्रियापासून आपल्या संरक्षणाची इच्छा करीत अनेक धर्मात्मे भीरु पुरुष त्याच्या मागें संग्रामामध्यें आलेले असतात, अशा प्रसंगीं जर शूर पुरुष शांततेच्या प्रसंगाप्रमाणेंच स्वस्थ राहून इतरांना युद्धाच्या तोंडीं देईल, तर त्याला पुण्य लागत नाहीं; तसें न केलें तर मात्र पुण्य लागतें. आतां, जर ते भीरु लोक पूर्वीच्या उपकाराला स्मरून सदैव त्याला नमस्कारच करीत राहतील, व न्याय्य असें युद्ध स्वतःच करतील, तरी तें योग्य होईल, पण त्यापासून शूर क्षत्रियाला

तसें पुण्य लागत नाहीं. तुल्य दिसणाऱ्या पुरुषांमध्यें मोठा भेद दिसून येतो. कारण, रणांगणामध्यें परस्परांचीं सैन्यें भिडून वीरांच्या गर्जना सुरू झाल्या म्हणजे कित्येक शत्रूवर चाल करून जातात, व कांहीं तसें करूं शकत नाहींत. शूर पुरुष स्वर्गप्राप्तीच्या मार्गाचें अवलंबन करून तुटून पडतो आणि भीरु पुरुष साहाय्यकर्त्यांना संकटांत टाकून पलायन करितो. बा युधिष्ठिरा, संग्रामामध्यें आपल्या साहाय्यकर्त्यांना सोडून देऊन जे खुशाल आपल्या गृहाकडे चालते होतात, त्या तसल्या नीच पुरुषांचा तूं केव्हांही अभ्युदय करूं नको. जो पुरुष साहाय्यकर्त्यांचा त्याग करून आपले प्राण संरक्षण करण्याची इच्छा करितो, त्याचें इंद्रप्रभृति देव कल्याण करीत नाहींत. अशा प्रकारचे जे क्षत्रिय असतील, त्यांना काठ्यांनीं अथवा ढेकळांनीं ठार करावें किंवा गवताच्या तट्टयाशीं बांधून जाळून टाकावें अथवा पशूप्रमाणें मारावें. कफमूत्रादिकांचा त्याग करीत व दीनवाणेपणानें रोदन करीत शय्येवर पडून मरणें हा क्षत्रियांचा धर्म नव्हे. शरीरास शस्त्रपाताच्या योगानें जखम झाल्यावांचून क्षत्रियाला मरण आलें तर त्याच्या त्या कृत्याची इतिहासज्ञ लोक प्रशंसा करीत नाहींत. बा युधिष्ठिरा, शूरत्वाचा अभिमान बाळगणाऱ्या क्षत्रियांना गृहामध्यें मरण येणें प्रशंसनीय नाहीं. कारण, तें शूरपणाचें नसून दीनपणाचें आणि धर्मविरुद्ध आहे. अशा प्रसंगीं शूर, वीर्यमदयुक्त आणि अभिमानी पुरुष ‘ हें दुःख अतिशय त्रासदायक आणि अत्यंत पापकारक आहे ’ असा टाहो फोडीत राहील व त्यामुळें त्याचें मुख विध्वस्त होऊन दुर्गंधही सुटेल, व त्याच्या त्या स्थितीमुळें पुत्रादिकांना शोक होऊं लागेल. तथापि तो वीर निरोगी पुरुषाची स्थिति आपणाला प्राप्त व्हावी अशी इच्छा करून पुनश्च संग्रामांत मरावें असाच अभिलाष धरील. कारण, अशा निकृष्ट स्थितीनें मरणें हें वीराला योग्य नव्हे. रणांगणावर आपल्या ज्ञातीचा परिवार बरोबर असतां युद्ध करून तीक्ष्ण अशा शस्त्रांनीं अत्यंत क्लेश पावून मरणें हेंच क्षत्रियाला योग्य होय. विजयाची इच्छा आणि क्रोध ह्यांचा शरीरामध्यें संचार होऊन शूर पुरुष निकरानें युद्ध करितो, त्या वेळीं शत्रु जरी शरीरावर प्रहार करूं लागले तरी ते त्याला कळत नाहींत. तो संग्रामामध्यें मरण पावून प्रशंसनीय आणि लोकमान्य अशा विपुल स्वधर्माची प्राप्ति होऊन इंद्रलोकास जातो. युद्धाच्या अघाडीस सर्व प्रकारचे शत्रुजयाचे उपाय करीत राहून प्राणही खर्चीं घालणारा पण शत्रूंस पाठ न दाखविणारा शूर पुरुष इंद्रलोकास जातो. ज्या ज्या ठिकाणीं शत्रूंनीं घेरून टाकून शूर पुरुषाच्या वध केला असेल, त्या त्या ठिकाणींच त्याला त्यानें दीनपणाचें अवलंबन न केल्यास अक्षय अशा लोकांची प्राप्ति होते.

अध्याय अठ्ठ्याण्णवावा.

—:०:—

इंद्र आणि अंबरीष ह्यांचा संवाद.

(रणयज्ञ आणि तत्फलप्राप्ति.)

युधिष्ठिर विचारतोः—हे पितामह, युद्धांतून मागें न फिरतां लढत लढत मेलेल्या शूरांना कोणत्या लोकाची प्राप्ति होते तें मला सांगा.

भीष्म सांगतातः—युधिष्ठिरा, ह्याविषयीं अंबरीष आणि इंद्र ह्यांचा पुरातन संवाद इतिहासरूपानें सांगत असतात. तो असा—

नाभागपुत्र अंबरीष हा अत्यंत दुर्लभ अशा स्वर्गास गेल्यावर, इंद्रासहवर्तमान असलेल्या आपल्या सचिवाचें त्याला दर्शन झालें; आणि सर्वतेजोमय अशा उत्कृष्ट व दिव्य विमानांत बसून ऐश्वर्यसंपन्न असा आपला सेनापतिही

वरवर चालला आहे असें त्याच्या दृष्टीस पडलें. तेव्हां वर चाललेला आपला सेनापति सुदेव व त्याचा उत्कर्ष हीं पाहून आश्चर्यचकित झालेला महात्मा अंबरीष इंद्राला विचारूं लागला.

अंबरीष म्हणालाः—इंद्रा, मी यथाविधि संपूर्ण पृथ्वीचें पालन केलें व धर्माच्याच इच्छेनें चातुर्वर्ण्याशीं यथाशास्त्र वर्तन ठेविलें. भयंकर ब्रह्मचर्य, श्रेष्ठ प्रतीचें आचरण आणि गुरुसेवा हीं करून, वेद व संपूर्ण राजशास्त्र ह्यांचें धर्माच्या अनुरोधानें मीं अध्ययन केलें आहे. अन्नपानांच्या योगानें अतिथींना, श्राद्धादिकांच्या योगानें पितरांना, अध्ययनाच्या योगानें ऋषींना व दीक्षाग्रहणपूर्वक उत्कृष्ट प्रकारचे यज्ञ करून देवांनाही मीं तृप्त केलें आहे. क्षत्रियांच्या धर्माप्रमाणें वागून शास्त्रनियमांचें उल्लंघन न करितां, शत्रूचें सैन्य पाहातांच मी संग्राम करून त्याचा पराजय करीत होतों; आणि, हे देवराज, हा सुदेव पूर्वीं माझा सेनापति असून केवल अंतःकरण शांतिसंपन्न असलेला असा एक योद्धा होता. असें असतां त्याचा मजहून अधिक उत्कर्ष कसा झाला आहे ? इंद्रा, यानें श्रेष्ठ असे यज्ञ केले नाहींत, अथवा ब्राह्मणांनाही तृप्त केलेलें नाहीं. असें असतां ह्याचा अभ्युदय मजहून अधिक कां ?

इंद्रानें उत्तर दिलें:—बा अंबरीषा, ह्या सुदेवाकडून अत्यंत मोठा असा संग्रामरूपी यज्ञ घडलेला आहे. दुसराही जो कोणी पुरुष युद्ध करितो, त्याच्याही हातून हा यज्ञ घडतो. कवच घालणें हीच एक दीक्षा असून, तिचा अंगीकार करून सैन्याच्या आघाडीस जाऊन ठाकलेल्या कोणत्याही योद्ध्याला ह्या युद्धयज्ञाचा अधिकार असतो असा सिद्धांत आहे.

अंबरीष म्हणालाः—इंद्रा, ह्या यज्ञामध्यें होमद्रव्यें कोणतीं, घृत कोणतें, दक्षिणा कोणती आणि ऋत्विज कोणते हें मला सांग.

इंद्र म्हणालाः—ह्या युद्धयज्ञामध्यें हत्ती हे ऋत्विज, घोडे हे अध्वर्यु, शत्रूचीं मांसें हीं होमद्रव्यें, रक्त हें घृत आणि कोल्हे, गीध व डोमकावळे हे पक्षी सदस्य होत. ते ह्या यज्ञामध्यें अवशिष्ट राहिलेलें होमद्रव्य प्राशन करितात व घृताचा अवशेष प्राशन करितात. प्रास आणि तोमर ह्या आयुधांचा समूह व निसणावर लावून पाणी दिल्यामुळें चकाकणारीं खड्ग, शक्ति आणि परशु हीं आयुधें ह्या त्या यज्ञकर्त्याच्या स्रुचा होत. चापांतून वेगानें सुटल्यामुळें लांबच्या लांब दिसणारा, सरळ, निसणांवर अतिशय घासून पाणी दिलेला, व शत्रूचें शरीर भग्न करून सोडणारा असा बाण तोच प्रचंड स्रुवा होय. व्याघ्रचर्मानें आच्छादित असलेला, हस्तिदंताची मूठ असलेला, व गजशुंडेप्रमाणें असलेला असा हस्तामध्यें धारण केलेला जो खड्ग, तोच त्या संग्रामामध्यें त्या योद्ध्याची स्फिक् होय. सहाणेवर लावल्यामुळें जाज्वल्यमान् असणारीं प्रास, शक्ति, ऋष्टि आणि परशु हीं सर्व प्रकारच्या लोहांनीं बनविलेलीं जीं तीक्ष्ण शस्त्रें, त्यांच्या योगानें केलेले प्रहार हेंच वसुसंज्ञक यज्ञद्रव्य होय. कुलीन योद्ध्याच्या शरीरांतून निघालेलें व युद्धनियमांचें अवलंबन केल्यामुळें अर्थात् शत्रूचे प्रहार घेऊन नंतर त्याजवर प्रहार केल्यानें विस्तार पावलेलें जें विपुल रक्त संग्रामामध्यें वेगानें भूमीवर स्रवत असतें, तीच ह्या यज्ञकर्त्याची सर्व मनोरथ पूर्ण करणारी विशाल अशी युद्धयज्ञांतील पूर्णाहुति होय. सैन्याच्या अघाडीस "फोडा तोडा" असा जो शब्द चाललेला ऐकूं येतो, तें त्या युद्धयज्ञकर्त्याच्या सामगायन करणाऱ्या लोकांनीं यज्ञसदनामध्यें केलेलें सामगायन होय. शत्रूच्या सैन्याची अघाडी हेंच त्याचें हविर्धान (होमद्रव्य ठेवण्याची जागा) होय. गज, अश्व आणि कवचधारी योद्धे ह्यांचा समुदाय हाच

श्येनचित् नांवाचा अग्नि असून, तो त्या यज्ञाकरितां तयार केलेला असतो. हजारों योद्धे ठार केल्यानंतर संग्रामामध्यें जीं त्यांचीं धडें उठून उभीं रहातात, तोच त्या शूर पुरुषाचा खदिरकाष्ठमय अष्टपैलू यज्ञस्तंभ होय. हे पृथ्वीपते, अंकुश टोंचून प्रेरणा केलेले गज हेच इडामंत्र म्हणण्याकडे योजना केलेले ब्राह्मण असून, त्यांची गर्जना हाच ते मंत्रध्वनि व वीरांचा घोष आणि हस्ततलाचे ध्वनि हाच वषट्कार होय. हे राजा, त्या संग्रामयज्ञामध्यें दुंदुभि हाच त्रिसामा उद्गाता होय. राजा, ब्राह्मद्रव्याचा अपहार होत असतां आपलें शरीर हाच यज्ञस्तंभ उभारून संग्रामयज्ञामध्यें आपल्या प्रिय देहाचा त्याग करणें हा एक अनंतदक्षिणायुक्त यज्ञच होय. जो शूर पुरुष आपल्या स्वामीच्या कार्यासाठीं सैन्याच्या अघाडीवर पराक्रम गाजवितो व भयभीत होऊन परावृत्त होत नाहीं, त्याला माझ्या लोकासारख्या लोकांची प्राप्ति होते. कृष्णवर्णचर्मानें आच्छादित असलेला खड्ग आणि परिघतुल्य बाहु ह्यांच्या योगानें ज्याची रणांगणरूपी वेदी व्याप्त झालेली असतें, त्याला माझ्या लोकासारखेच लोक मिळतात. जो विजयसंपादनाविषयीं तत्पर होऊन सैन्यामध्यें प्रवेश करितो, व साहाय्याची अपेक्षा करीत नाहीं, त्याला माझ्या लोकासारखे लोक मिळतात. जीमध्यें रक्ताचा प्रवाह चालला आहे, दुंदुभि हेच ज्या नदींतील बेडूक आणि कच्छप (कांसव) आहेत; वीरांच्या अस्थि ह्या तेथील वालुका आहेत; मांस आणि रक्त ह्यांचा जीमध्यें कर्दम आहे; खड्ग आणि ढाला हींच जीमधील डोणगीं आहेत; केश हेंच जींतील शेवाळ आणि गवत आहे; छिन्नविच्छिन्न झालेले अनेक अश्व आणि गज ह्यांच्या योगानें जीवर सेतु झालेला आहे; पताका आणि ध्वज हेच जिच्या तीरावरील वेत आहेत; वध केलेले गज जींतून वहात आहेत; रक्त हेंच जींतील उदक आहे; जी भरून गेल्यामुळें परतीरावर जाण्याविषयीं समर्थ असणाऱ्या लोकांनाही जींतून पार होऊन जाणें अशक्य आहे; गतप्राण केलेले गज हेच जींतील मोठमोठे मकर आहेत; ऋष्टि, खड्ग इत्यादि आयुधें ह्या जीमधील मोठमोठ्या नौका असून गृध्र आणि कंक हेच जींतील बक, हंस इत्यादि पक्षी आहेत; आणि जीमध्यें नरमांसभक्षक अशा प्राण्यांचा संचार आहे, अशी शूरास कल्याणकारक आणि परलोकदायक व भीरूंना दूषित करणारी नदी ज्या योद्ध्याचे संग्रामामध्यें चाललेली असते, त्या योद्ध्याचें तें यज्ञाच्या शेवटीं करावयाचें अवभृथस्नानच होय. ज्याची संग्रामभूमिरूप वेदी शत्रूंचीं मस्तकें आणि अश्व व गज ह्यांचे स्कंधप्रदेश ह्यांनीं व्याप्त होऊन गेलेली असते, त्याला माझ्या लोकासारखे लोक मिळतात. शत्रूंच्या सैन्याची अघाडी हीच ज्याची पत्नीशाला (स्त्रीनें रहाण्याचें घर) असून, स्वतःच्या सैन्याची अघाडी हेंच ज्या ज्ञानसंपन्न योद्ध्याचें हविर्धान असतें; ज्याच्या दक्षिणभागीं असलेले योद्धे सदस्य व उत्तरेकडील योद्धे हेच आग्नीध्र असून, शत्रूची सेना हीच पत्नी असते, त्याला कोणताही लोक दूर नाहीं. दोहों पक्षांच्या सैन्यांतील व्यूहरचना झाली म्हणजे त्याच्या अग्रभागीं असलेलें जें मैदान, तीच त्याची वेदिका असून वेद आणि तीन अग्नि हीं सदैव तेंच आहे. जो योद्धा संत्रस्त होऊन युद्धांतून परावृत्त होतो, व शत्रूकडून वध पावतो, त्याची अप्रतिष्ठा होऊन तो नरकास जातो ह्यांत संशय नाहीं. ज्यानें छिन्नविच्छिन्न केलेल्या शत्रुपक्षाकडील योद्ध्यांच्या जोरानें चाललेल्या रक्तप्रवाहानें पूर्वीं सांगितलेली वेदिका व्याप्त होऊन जाते, व केश, मांस आणि

अस्थि ह्यांनीं भरून गेलेली असते, त्याला उत्कृष्ट प्रकारची गति मिळते. जो योद्धा सेनापतीला ठार करून त्याच्या वाहनावर आरूढ होतो, तो बृहस्पतितुल्य प्रभुत्वसंपन्न योद्धा श्रीविष्णूचा विहार असलेल्या वैकुंठलोकास जातो. शत्रुसैन्यांतील नायक, त्याचा पुत्र अथवा दुसराही जो कोणी त्या पक्षांतील संमाननीय मनुष्य असेल, त्याला जिवंत धरून आणणाऱ्या योद्ध्याला माझ्या लोकासारखे लोक मिळतात. संग्रामामध्यें ठार केलेल्या शूरासंबंधानें कोणत्याही प्रकारें शोक करूं नये. कारण, संग्रामामध्यें वध झालेला शूर स्वर्गलोकामध्येंही संमान पावत असल्यामुळें शोक करण्यास अयोग्य होय. त्याला पिंडदान अथवा उदकदान करणें अथवा त्याच्यासंबंधानें स्नान करणें किंवा अशौच धरणें शास्त्रकारास इष्ट नाहीं. त्याला कोणत्या लोकाची प्राप्ति होते तें मी सांगतों, ऐक. संग्रामामध्यें ठार झालेल्या शूराकडे उत्कृष्ट प्रकारच्या हजारों अप्सरा 'हा आपणाला पति मिळेल' म्हणून घाईघाईनें धांवत येत असतात. संग्रामधर्माचा प्रतिपाल करणें हें तप, पुण्य, सनातनधर्म आणि चारही आश्रम होत. वृद्ध, बाल आणि स्त्री ह्यांचा वध करूं नये; आणि कोणावरही पृष्ठाकडील बाजूनें प्रहार करूं नये; व जो दांतीं तृण धरून "मी तुझा आहें" असें म्हणत असेल त्याचाही वध करूं नये. जृंभ, वृत्र, बल, पाक, शेंकडों प्रकारची माया असलेला विरोचन, दुर्वार असा नमुचि, अनेक प्रकारची माया असलेला शंबर, दितिपुत्र विप्रचित्ति, सर्वही दनुपुत्र आणि प्रऱ्हाद ह्यांचा संग्रामामध्यें वध केल्यामुळेंच मी देवाधिपति झालों आहें !

भीष्म सांगतातः–हें इंद्राचें भाषण ऐकून व तें मान्य करून, आपल्या योद्ध्यांना मिळालेली सिद्धि योग्य आहे असें अंबरीषानें कबूल केलें.

अध्याय नव्याण्णवावा.

—:०:—

वीरप्रोत्साहन.

(वीराचें वर्तन.)

भीष्म सांगतातः—प्रतर्दन आणि मिथिलाधिपति जनक ह्या उभयतांनीं संग्राम केल्याचें ज्यामध्यें वर्णन आहे, असा एक पुरातन इतिहास शूरप्रोत्साहनाविषयीं सांगत असतात. युधिष्ठिरा, यज्ञोपवीत धारण करणारा मिथिलाधिपति जनक यानें आपल्या योद्ध्यांस कसें प्रोत्साहन दिलें तें मी तुला सांगतों, ऐक.

युधिष्ठिरा, सर्व तत्त्वें जाणणारा मिथिलाधिपति महात्मा राजा जनक यानें योगबलाच्या योगानें आपल्या योद्ध्यांना स्वर्ग आणि नरक प्रत्यक्ष दाखवून दिले आणि सांगितलें कीं, " हे वीरहो, गंधर्वकन्यांची गर्दी असलेले, सर्व मनोरथ पूर्ण करणारे, अविनाशी आणि देदीप्यमान् असे हे युद्धामध्यें भीति न बाळगणाऱ्या शूर योद्ध्यांना मिळणारे लोक आपण आनंदानें पाहा, आणि युद्धांतून पलायन करणाऱ्या क्षत्रियांना मिळणारे हे नरक व कायमची ही अपकीर्ति यांचेंही आपण अवलोकन करा, आणि नंतर प्रयत्नास लागा. ह्या दोहों प्रकारच्या गतींचें अवलोकन करून प्रसंग पडल्यास शरीरत्याग करण्याचा निश्चय करून शत्रूंचा पराजय करा. संमानशून्य अशा नरकाच्या अधीन होऊन जाऊं नका. संग्रामामध्यें शरीरत्याग हेंच शूर लोकांना अत्यंत उत्कृष्ट अशा स्वर्गद्वाराच्या प्राप्तीचें मूळ आहे. "

युधिष्ठिरा, जनक राजानें असें सांगतांच त्या योद्ध्यांनीं त्याला आनंदित करीत करीत संग्रामामध्यें शत्रूंचा पराजय केला. म्हणूनच बुद्धिमान् अशा क्षत्रियानें सदैव संग्रामाच्या अग्रभागीं जाऊन ठाकावें. गजांच्या मध्यभागीं

रथ, रथांच्या मागें अश्वारूढ सैन्य, आणि अश्वांच्याही मध्यभागीं कवच धारण करणारें पायदळ ठेवावें. जो राजा आपल्या सैन्यामध्यें अशा प्रकारची व्यूहरचना करितो, तो खात्रीनें शत्रूंचा पराजय करितो. म्हणूनच, युधिष्ठिरा, क्षत्रियानें सदैव अशा प्रकारची व्यवस्था ठेवावी. प्रत्येक क्षत्रिय अत्यंत क्रुद्ध होऊन योग्य प्रकारें युद्ध करून स्वर्गप्राप्तीची इच्छा करितो. ज्याप्रमाणें समुद्रामध्यें वास्तव्य करणारे मकर त्याला क्षुब्ध करून सोडतात, त्याप्रमाणें सैन्यामध्यें प्रविष्ट झालेल्या युद्ध करणाऱ्या वीरांनीं सैन्यांना क्षुब्ध करून सोडावें; आणि परस्परांची व्यवस्था लावल्यानंतर खिन्न झालेल्या लोकांना आनंदित करावें; जिंकून घेतलेल्या प्रदेशाचें संरक्षण करावें; व पराजित केलेल्या लोकांचा फारसा पाठलाग करूं नये. कारण, राजा, जीविताविषयीं निराश होऊन पुनरपि युद्धासाठीं मागें फिरलेल्या लोकांचा वेग अत्यंत दुःसह असतो. म्हणूनच त्यांचा विशेषसा पाठलाग करूं नये. युद्धांतून सैरावैरा पळूं लागलेल्या लोकांवर शस्त्र टाकण्याची इच्छा शूर लोक करीत नाहींत. म्हणूनच पलायन करणाऱ्या लोकांचा अतिशय पाठलाग करूं नये. स्थावर पदार्थ हें जंगम प्राण्यांचें, दंष्ट्राशून्य प्राणी दंष्ट्रायुक्त अशा व्याघ्रादि पशूंचें, जल हें तृष्णाकुल पुरुषांचें आणि भीरु हें शूरांचें अन्न होय. पृष्ठ, उदर, हस्त, पाद इत्यादि अवयव सारखे असतांही भीरु लोक पराभव पावतात; आणि पुढें भीतीनें व्याकुल होऊन हात जोडून वारंवार नमस्कार करीत शूराकडे येतात. पुत्राप्रमाणें असलेला हा सर्व लोक शूरांच्याच बाहूंवर भार टाकून राहिलेला असतो, म्हणूनच शूर कोणत्याही अवस्थेंत असला तरी तो संमानास पात्र आहे. शौर्याहून अधिक श्रेष्ठ असें त्रैलोक्यांत कांहींही नाहीं. शूर पुरुषच सर्वांचें पालन करितो—तोच सर्वांस आधारभूत असतो.

अध्याय शंभरावा.

—:०:—

सैन्यनिधि.

युधिष्ठिर विचारतोः—हे भरतकुलश्रेष्ठा पितामहा, विजयेच्छु पुरुष प्रसंग पडल्यास धर्माला किंचित् बाधित करूनही सेनेमध्यें उत्साह कसा उत्पन्न करितात तें मला सांगा.

भीष्म सांगतातः—कित्येकांच्या मतें सत्याच्याच योगानें धर्माला स्थैर्य येतें; इतरांच्या मतें क्षत्रियानें संग्रामामध्येंच मरण्याचा निश्चय बाळगल्यास त्याला स्थिरता येते; कांहींच्या मतें शिष्टाचार पालन केल्यानेंच त्याला दृढता येते; आणि कांहीं लोकांच्या मतें राजशासनाची भीति दाखवून त्या उपायानें झालेली प्रवृत्तिच धर्माच्या स्थैर्याला कारणभूत होते. आतां मी धर्म आणि अर्थ ह्यांचे सद्यःफलदायक असे उपाय सांगतों. निर्मर्याद असे जे चौरतुल्य लोक, ते धर्म आणि अर्थ ह्या दोहोंचे विघातक असतात. त्यांना प्रतिबंध करण्यासाठीं मी वेदप्रतिपादित उपाय सांगतों. सर्व कार्यांची सिद्धि होण्यासाठीं मी सांगतों ते उपाय ऐक.

हे भारता, सरल आणि वक्र ह्या दोहों प्रकारच्याही मार्गांचें ज्ञान संपादन करावें. वक्रमार्गाचें ज्ञान असलें तरीही त्याचें अवलंबन करूं नये. पण तशा प्रकारच्या मार्गांचें वर्तन प्रतिपक्षाकडून झाल्यास त्याच्या विरुद्ध उपाय योजावे. भेदबुद्धि धारण करून राजाची सेवा करणारे लोक हे शत्रुच असतात. म्हणूनच त्यांची ती प्रतारणा कळून येतांच शत्रूंप्रमाणें त्यांना पीडा द्यावी. हे कुंतीपुत्रा, गजसमुदाय, धेनु, वृषभ, अजगर, शल्य, कंटक, लोह, कवचें, चामरें, सहाणेवर घांसलेलीं व पाणी

दिलेलीं शस्त्रें, पीतवर्ण व रक्तवर्ण कवचें, अनेक प्रकारचे रंग असलेल्या पताका आणि ध्वज, ऋष्टि, तोमर आणि खड्ग हीं आयुधें, अत्यंत धार असलेले परशु, बाणांचीं फलें आणि ढाली ह्यांची अनेक प्रकारें योजना करावी. कवाइतींत उपयोग करून पाहिलेलीं शस्त्रें असावीं व कृतनिश्चय असणारे योद्धे असावे. चैत्री किंवा मार्गशीर्षी पौर्णिमेस शत्रूवर सैन्य पाठविणें प्रशंसनीय होय. कारण, त्या वेळीं धान्यांचें पीक आलेलें असतें, भूमिहि जलसंपन्न असते, आणि अतिशय शीतही नव्हे आणि उष्णही नव्हे असा काल असतो. म्हणूनच त्या वेळीं शत्रूवर स्वारी करावी; अथवा शत्रु संकटांत असेल त्या वेळीं करावी. शत्रूंना पीडा देण्याला पूर्वी सांगितलेले योग फार चांगले असतात. जल व तृण ह्यांनीं युक्त असलेल्या सपाटीच्या आणि वनामध्यें वास्तव्य करणाऱ्या निपुण अशा हेरांना ज्यांच्या आसपासच्या प्रदेशाची माहिती आहे अशा मार्गानें जाणें प्रशस्त होय. अरण्यवासी हेर असल्यावांचून मृगसमुदायाप्रमाणें अरण्यांतून जातां येणें शक्य होणार नाहीं. म्हणूनच विजयाभिलाषी राजे सैन्यामध्यें त्यांची योजना करितात. अघाडीला कुलीन आणि शक्तिमान् पुरुषांचें सैन्य असावें; व जलसंपन्न असून ज्याच्या सभोंवतीं मैदान आहे असा दुर्ग हें वसतिस्थान असावें. कारण, त्यामुळें शत्रूंच्या स्वारीला प्रतिबंध होतो. मैदानाहून अरण्याचें सान्निध्य बरें. कारण, त्यामध्यें अनेक गुण आहेत, असें युद्धप्रवीण लोकांचें मत आहे. दुर्गाच्या जवळच सैन्याचा तळ असावा. सैन्याची छावणी देणें, पायदळाचें गोपन करणें, आणि शत्रु येतांच त्याजवर उलट मारा करणें हेंच संकटनिवृत्ति करण्याचें मुख्य साधन आहे. आपल्या पाठीमागें सप्तर्षि येतील अशा रीतीनें अर्थात् दक्षिणाभिमुख होऊन व पर्वताप्रमाणें स्थिर होऊन युद्ध करावें. अशा प्रकारें शत्रु जरी दुर्जय असले तरी त्यांना पराजित करण्याचें मनांत आणावें. युधिष्ठिरा, जिकडे वायु, शुक्र अथवा सूर्य असेल तिकडे जय असतो. पण ह्या तिहींपैकीं पूर्वीपूर्वींच्याला जास्त श्रेष्ठत्व आहे. चिखल, पाणी व ढेकळें ह्यांनीं रहित आणि अमर्यादित असेंच अश्वांचें रहाण्याचें ठिकाण असणें प्रशस्त होय, असें युद्धप्रवीण लोक म्हणतात. चिखल व खांचखळगे नसलेली जागा रथाला योग्य होय. लहान लहान झुडपें, मोठें गवत आणि उदक असलेली भूमि गजारूढ होऊन युद्ध करणाऱ्यास योग्य होय. दिवस चांगल्या प्रकारचे असतील तरच सैन्यामध्यें रथ आणि अश्व विपुल असणें योग्य आहे; व वर्षाकाल असेल तर सैन्यांत पायदळ आणि हत्ती ह्यांचीच संख्या जास्त असावी. ह्या प्रकारचे सैन्याचे गुण आणि देश, काल ह्यांचा विचार करून सैन्याची योजना करावी. अशा प्रकारचा विचार करून उत्तम तिथि व चांगलें नक्षत्र ह्यांजवर जो ब्राह्मणादिकांचे आशीर्वाद घेऊन प्रयाण करितो, व सैन्याची योजना उत्कृष्ट प्रकारें करितो, त्याला सदैव जय मिळतो. झोंपीं गेलेले, तृषाक्रांत झालेले, दमलेले आणि अस्ताव्यस्त झालेले जे लोक, त्यांजवर प्रहार करूं नये. बाण सोडते वेळीं, गमनकालीं, स्थानांतर करते वेळीं आणि अन्नपानाच्या वेळीं शस्त्रपात करूं नये. अत्यंत विद्ध केलेले व आपणास विद्ध करूं लागल्यामुळें त्याची फेड करण्यासाठीं विद्ध केलेले, ठार केलेले, अत्यंत क्षीण दशेस पोहोंचविलेले, अविश्वासानें फसलेले, उद्योग करीत असलेले, गुप्त उपायांच्या योगानें ताप दिलेले, सैन्याच्या बाहेर कार्यांतरासाठीं संचार करणारे, तृणादिक आणणारे, वसतिस्थानाकडे चाललेले,

कुलपरंपरेनें आलेल्या द्वारपालपदावर असून त्याच्या अधिकाराच्या अनुरोधानें वागणारे, आणि राजाच्या अथवा अमात्याच्या द्वारामध्यें हाताखालीं कांहीं लोक घेऊन त्यांचे अधिपति होऊन राहिलेले जे लोक, त्यांजवरही शस्त्रपात करूं नये. जे सैन्य पुरवूं शकतात व फाटाफूट झालेलें सैन्य पुनः जुळवूं शकतात, त्या लोकांना आपल्या बरोबरीचें अन्नपान देऊन वतनही दुप्पट द्यावें. सैन्यामध्यें दहा लोकांचे व शंभर लोकांचे निरनिराळे अधिपति करावे; आणि शूर व आलस्यशून्य अशा पुरुषाला हजार लोकांचें आधिपत्य द्यावें. युद्धास जाण्याच्या वेळीं सैन्यांतील सर्व मुख्य मुख्य लोकांना एकत्र करून त्यांना सांगावें कीं, विजयाविषयीं आम्हांला संशय आहे, म्हणूनच संग्रामामध्यें आम्हीं परस्परांचा त्याग करितां कामा नये. ज्या कोणाला भीति वाटत असेल,त्यानें येथूनच परत जावें. जे लोक संग्राम करीत असतां आपल्यांतील मुख्य पुरुषांचा शत्रूकडून वध होऊं देतील, ते शत्रूंनीं हल्ला केला असतां त्यांचा पराजय अथवा वध करूं शकणार नाहींत. संग्रामांतून पलायन करणारा मनुष्य स्वतःचा आणि स्वपक्षाचा नाश करितो. पलायन केलें असतां कीर्ति मिळत नाहीं इतकेंच नव्हे, तर अपकीर्तिही होते, व द्रव्यनाश होऊन मरणप्राय दुःखही होतें. पलायन करणाऱ्या पुरुषाविषयीं कर्णकठोर व म्हणूनच दुःखदायक असे शब्द लोक उच्चारीत असतात. दांत आणि ओंठ ह्यांचा विध्वंस झालेला, सर्व प्रकारच्या आयुधांचा त्याग केलेला आणि शत्रूंनीं चोहोंकडून घेरलेला जो योद्धा, त्याची दशा आमच्या शत्रूंनाच प्राप्त व्हावी. युद्धांतून पराङ्मुख होणारे जे लोक, ते नराधम असून केवल लोकसंख्या वाढविणारे मात्र आहेत. त्यांचा इहलोकीं अथवा परलोकींही कांहीं उपयोग नाहीं.

बा युधिष्ठिरा, विजय मिळाल्यामुळें आनंदित अंतःकरण झालेले शत्रु,चंदन आणि अलंकार धारण करून संग्रामांतून पलायन करणाऱ्या पुरुषाचा पाठलाग करीत असतात. संग्रामामध्यें असलेले शत्रु ज्याच्या कीर्तीचा समूल नाश करून टाकतात, त्याला होणारें तें अत्यंत असह्य दुःख माझ्या मतें मरणाहूनही अधिक आहे. "वीरहो, जय हाच धर्माचें आणि सर्व प्रकारच्या सुखाचें मूलकारण आहे. भीरु लोकांना ज्यामुळें अत्यंत ग्लानि येते, त्या संग्रामकर्माचा शूर पुरुष स्वीकार करितो. ह्यास्तव आम्ही शत्रूंचा पराजय करीत असतां त्यांच्याकडून वध झाल्यामुळें जरी संग्रामामध्यें मरण पावलों, तरीही आम्हांला सद्गति मिळेल," असें सांगितल्यानंतर शपथ वाहून जीविताची पर्वा न करणारे व भीतीचा लेशही न बाळगणारे शूर पुरुष शत्रुसैन्यामध्यें प्रवेश करितात. अघाडीस ढाली आणि तरवारी असलेल्या पुरुषांचें सैन्य व पिछाडीस छकडे असून मध्यभागीं कुटुंबांतील मनुष्यें ठेवावीं. शत्रूवर उलट मारा करण्यासाठीं, त्या ठिकाणीं जे मुख्य मुख्य वृद्ध असतील, त्यांनीं प्रोत्साहन द्यावें. जे बलाढ्य, संमाननीय आणि बुद्धिमान् योद्धे अग्राडीस असतील, त्यांनीं प्रथम व त्यांच्या अनुरोधानें इतर लोकांनीं चाल करावी. ह्या वेळीं भीरु लोकांना देखील प्रयत्नपूर्वक प्रोत्साहन द्यावें. कारण, आपल्या सैन्याचा समुदाय मोठा आहे एवढें दिसण्यासाठीं तरी त्यांनीं सान्निध्यास असलें पाहिजे. शत्रु येऊन भिडले म्हणजे सेनापतीनें त्यांच्याशीं प्रथम थोड्याच लोकांकडून युद्ध करवावें; व नंतर आपल्या इच्छेप्रमाणें पुष्कळ सैन्याची योजना करून विस्तार करावा. पुष्कळ लोकांशीं युद्ध करावयाचें असल्यास, ज्यांचें सैन्य थोडें असेल त्यांनीं आपल्या सैन्यांत सूचीमुख व्यूहाची

योजना करावी. शत्रूवर चाल करून गेल्यानंतर, आपला उत्कर्ष असो अथवा अपकर्ष असो आणि सत्य असो अथवा असत्य असो, हात वर करून "शत्रूंचा पराजय झाला, मला साहाय्यकर्त्या सैन्याचें पाठबळ येऊन पोहोंचलें! आतां आपण निर्भयपणें प्रहार करा!" असें ओरडून बोलावें; म्हणजे प्रोत्साहन मिळाल्यामुळें अधिक बळ चढून भयंकर शब्द करीत करीत वीर लोक शत्रूंना पीडित करितात. ह्या वेळीं सिंहनाद व कलकलाट चाललेले असावे, आणि करकच, गोशृंग, दुंदुभी, मृदंग व पणव ह्यांचा अघाडीच्या लोकांकडून ध्वनि करवावा.

अध्याय एकशें पहिला.

—:०:—

शूरांचीं लक्षणें.

युधिष्ठिर विचारतोः—हे भरतकुलोत्पन्ना, कोणत्या स्वभावाचे, कोणत्या प्रकारचें आचरण असलेले, कोणत्या प्रकारचें कवच धारण करणारे व कोणत्या प्रकारचें शस्त्र ग्रहण करणारे योद्धे युद्ध करण्याविषयीं समर्थ असतात?

भीष्म सांगतातः—संग्रामामध्यें कुलपरंपरेप्रमाणें अथवा देशाचाराप्रमाणें ज्याचें ज्या प्रकारचें शस्त्र आणि वाहन असेल, त्याला त्या प्रकारचेंच कार्य दिलें पाहिजे. कारण, तशा प्रकारचा आचारच असल्यामुळें तो वीर तशा रीतीनें कार्य करूं शकतो. गांधार, सिंधु आणि सौवीर हे लोक भीरु नसून अत्यंत बलवान् असतात. ते वाघनखें आणि इटें ह्यांच्या योगानें युद्ध करण्यांत कुशल असतात; आणि त्यांचें सैन्य सर्व युद्धांतून पार पडणारें असतें. उशीनर देशांतील लोक सर्व शस्त्रांमध्यें निष्णात आणि बलाढ्य असतात. प्राच्य देशांतील लोक मायावीपणानें युद्ध करणारे असून गजयुद्धामध्यें निष्णात असतात. यवन आणि कांबोज ह्या देशांतील व मथुरेच्या आसपास राहणारे लोक बाहुयुद्ध करण्यामध्यें प्रवीण असतात. दाक्षिणात्य लोक हातीं खड्ग घेऊन युद्ध करितात. हें जें मीं सांगितलें, तें बहुतेक तसें होणारें आहे. महाबलाढ्य व अत्यंत धैर्यसंपन्न असे व प्रायः प्रख्यात असणारे वीर सर्व देशांमध्यें उत्पन्न होत असतात. त्यांचीं लक्षणें मी सांगतों, ऐक. सिंह अथवा व्याघ्र ह्यांच्याप्रमाणें नेत्र व गति असलेले व पारवे आणि कुलिंद पक्ष्यांप्रमाणें दृष्टि असलेले सर्व शूर शत्रूंचा धुव्वा उडवून देणारे असतात. मृगाप्रमाणें स्वर, व्याघ्राप्रमाणें नेत्र आणि वृषभाप्रमाणें दृष्टि असणारे लोक आवेशसंपन्न असतात. क्षुद्र घंटेप्रमाणें स्वर असलेले लोक कोपिष्ठ, प्रमादशील आणि मूर्ख असतात. मेघाप्रमाणें आवाज असलेले, चर्या क्रुद्ध दिसणारे आणि उष्ट्रतुल्य असणारे आणि नासिकाग्र व जिव्हा वक्र असणारे लोक दूर जाऊं शकणारे व शत्रूवर अत्यंत तुटून पडणारे असतात. मार्जाराप्रमाणें शरीर असलेले, कुबडे, विरल केश असणारे व चर्म सुकुमार असलेले लोक शीघ्रकर्म करणारे, चलाख आणि शत्रूंनीं आक्रांत करण्यास अशक्य असे असतात. घोरपडीप्रमाणें डोळेझांक करून असणारे लोक स्वभावाचे कोमल असतात. ज्यांचा आवाज आणि गति अश्वाप्रमाणें असते, ते लोक कार्य तडीस नेणारे असतात. ज्यांचे अवयव घटलेले असून शरीर उत्कृष्ट, छाती विशाल आणि बांधा उत्तम असतो, व जे रणवाद्यांचा गजर होतांच अत्यंत क्षुब्ध होऊन जातात, आणि ज्यांना कलहानें आनंद होतो, ज्यांचे नेत्र खोल गेलेले अथवा अगदीं बाहेर आल्यासारखे किंवा पिंगट वर्णाचे अथवा मुंगसासारखे असतील, ते, व भिंवया चढविलेल्या असणारे सर्व लोक शूर आणि संग्रामांत शरीराची पर्वा न

करणारे असतात. दृष्टि वक्र, ललाटप्रदेश उंच आणि हनुवटी मांसशून्य असून वज्राप्रमाणें बाहु असलेले व अंगुलीवर चक्र असणारे, कृश, आणि शिरांनीं शरीर व्याप्त असलेले वीर संग्रामाचा प्रसंग येऊन ठेपतांच आवेशानें त्यांत शिरतात; आणि ते मदोन्मत्त झालेल्या गजांप्रमाणें शत्रूंनीं आक्रांत करण्यास अशक्य असतात. ज्यांच्या केशांच्या अग्रास फांटे फुटलेले असून त्यांच्या वर एक प्रकारचें तेज दिसतें, व ज्यांचे पार्श्व-भाग व हनुवट हीं स्थूल असून स्कंधप्रदेश उंच, कंठ स्थूल, पोटऱ्या मोठ्या आणि चर्या विक्राळ असते; जे गरुडाप्रमाणें उड्डाण करणारे व सुंदर कंठ, वाटोळें मस्तक, विशाल मुख असणारे अथवा मार्जाराप्रमाणें मुख असणारे व स्वर उग्र असलेले असतात, ते सर्व कोपिष्ठ आणि वाद्यादिकांची गर्जना होतांच संग्रामामध्यें सर-सावून जाणारे असतात. धर्म न जाणणारे, गर्विष्ठ, भयंकर कर्में करणारे व दिसण्यांतही भयंकर दिसणारे भिल्ल इत्यादि लोक हे सर्व शरीराची पर्वा न करणारे व संग्रामांतून परा-वृत्त न होणारे असतात. सैन्यामध्यें, धर्मज्ञान नसलेल्या व शिष्टाचारालाही सोडून वागणाऱ्या ज्या वीरांवर शत्रूंचा प्रहार होत असेल आणि जे शत्रूंचा वधही करीत असतील, त्यांचा सदैव बहुमान करावा. ह्यांच्याशीं सामोपचारानें वाग-ल्यास पराभव होत नाहीं. हे लोक राजावर देखील वारंवार कोप करीत असतात.

अध्याय एकशें दुसरा.

—:०:—

विजयाचीं लक्षणें.

युधिष्ठिर विचारतो:—हे भरतकुलश्रेष्ठा, विजयशील सैन्याचीं उत्कृष्ट प्रकारचीं लक्षणें कोणतीं हें जाणण्याची मला इच्छा आहे.

भीष्म सांगतात:—हे भरतकुलश्रेष्ठा, विजय-शील सैन्याचीं जीं उत्कृष्ट लक्षणें असतात, तीं सर्व मी तुला सांगतों. युद्धापूर्वी दैवाचा कोप झाला असतां व मनुष्यालाही कालाची प्रेरणा झाली असतां, ज्ञानास साधनभूत व म्हणूनच दिव्य अशा दृष्टीनें विद्वान् लोक त्याज-विषयींचा सर्व वृत्तांत जाणूं शकतात; आणि नंतर तज्ज्ञ लोक त्याविषयीं प्रायश्चित्त, जप, होम आणि मंगलकारक विधि करून अनि-ष्टाचा नाश करितात. म्हणूनच, दैवज्ञ आणि यज्ञादि करणारे पुरोहित हे राजापाशीं असावे. हे भरतकुलोत्पन्ना, ज्या सैन्यांतील योद्ध्यांचीं आणि वाहनांचीं अंतःकरणें उत्साही असतात, त्याला खात्रीनें अत्यंत जय मिळतो. सैन्याच्या अनुकूल दिशेनें वारा वहात असेल, इंद्रधनुष्यें पडलीं असतील, मेघही त्याच्या मागोमाग धांवत असतील, सूर्यकिरणही अनुकूल असतील, गोमायु (कोल्हे) आणि बलयुक्त गृध्र हे अनुकूल दिशेनें जाऊन जर सैन्याचा जणू बहुमानच करीत असतील, तर युद्धामध्यें अत्यंत उत्कृष्ट प्रकारची सिद्धि मिळते. अग्नीची कांति प्रसन्न, किरणें ऊर्ध्वगामी आणि ज्वाला दक्षिणावर्त असून धूर मुळींच नसणें आणि आहुतींचा पवित्र सुगंध सुटणें हें पुढें मिळणाऱ्या विज-याचें पूर्वरूप होय असें सांगितलें आहे. ज्या सैन्यांत गंभीर शब्द चाललेले असतात, व प्रचंड ध्वनि असलेल्या दुंदुभींचा आणि शंखां-चा ध्वनि चाललेला असतो, व योद्धेही युद्धाची इच्छा करणारे आणि माघार न घेणारे अस-तात, तें सैन्य म्हणजे पुढें मिळणाऱ्या विज-याचें मूर्तिमंत स्वरूपच होय असें सांगितलें आहे. युद्धास निघालेल्या अथवा जाणार असलेल्या लोकांच्या पाठीमागाच्या बाजूस आणि डाव्या बाजूस हरिण असावें; उजव्या बाजूस असलेले हरिण हे वध करण्याची इच्छा असलेल्या लोकांस फलप्राप्ति होईल असें सुचवितात व

अग्रभागीं असलेले मृग गमनाचा निषेध करितात; हंस, क्रौंच, शतपत्र आणि चाप पक्ष्यांनीं मंगलकारक ध्वनि करणें व योद्ध्यानें धैर्यसंपन्न आणि आनंदित असणें हें पुढें होणाऱ्या विजयाचें पूर्वरूप होय. उत्कृष्ट प्रकारच्या किरणांनीं युक्त अशीं शस्त्रें, यंत्रें, कवचें आणि ध्वज व तरुण योद्ध्यांची मुखकांति ह्यांच्या योगानें देदीप्यमान् व म्हणूनच प्रतिपक्ष्यांनीं अवलोकन करण्यासही अशक्य अशी ज्यांची सेना असेल, ते शत्रूंचा पराजय करूं शकतात. शुश्रूषा करणारे, अभिमानी, परस्परांशीं मैत्री असलेले आणि शुचिर्भूत असे योद्धे असणें हें प्राप्त होणाऱ्या विजयाचें पूर्वरूप होय. शब्द, स्पर्श आणि गंध ह्यांचा प्रसार व योद्ध्यांमध्यें धैर्याचा संचार असणें हें भावी विजयाचें मुख होय. संग्रामामध्यें प्रविष्ट झालेल्या पुरुषाच्या वामभागीं व प्रवेश करूं इच्छिणाऱ्याच्या दक्षिणभागीं काक असणें इष्ट होय. तो पृष्ठभागीं असल्यास कार्यसिद्धि करितो व अग्रभागीं असल्यास कार्याचा निषेध करितो.

सामोपचारादिकांचें महत्त्व.

युधिष्ठिरा, तूं प्रचंड चतुरंग सेनेचें पोषण करून प्रथम सामोपचाराचेंच वर्तन ठेव; आणि त्याचा उपयोग न होईल तर युद्धाविषयींचा प्रयत्न कर. कारण, हे भारता, युद्धांतील जय हा निकृष्ट प्रतीचा आहे. तो साहजिक रीतीनें अथवा दैवयोगानें मिळतो असें तज्ज्ञ लोकांचें मत आहे. जलाचा प्रचंड वेग अथवा त्रस्त झालेले मोठमोठे हरिण ह्यांच्याप्रमाणें पराजित होऊन पलायन करूं लागलेल्या सैन्याचें निवारण करणें अत्यंत अशक्य आहे. योद्धे जरी ज्ञाते असले, तरी दुसरे युद्धांतून पराजय पावून जाऊं लागले म्हणूनच निघून जाऊं लागतात,—त्याला कांहीं कारणही नसतें. अत्यंत बलसंपन्न असणारी प्रचंड सेना ही हरिणसमूहासारखी असते; अर्थात् हरिणांपैकीं एक पळूं लागला कीं, ज्याप्रमाणें दुसराही त्याच्या मागून पळूं लागतो, त्याप्रमाणेंच सैन्यांतील एक पुरुष सैन्य सोडून निघून गेला कीं, त्याच्या मागून दुसराही जाऊं लागतो. परस्परांचें बल ओळखणारे, आनंदित असलेले, प्राणाची पर्वा न करणारे आणि दृढनिश्चयी असे केवळ पन्नासही शूर पुरुष असले तरी ते शत्रूंच्या सैन्यास ठार करून सोडतात. इतकेंच नव्हे, तर परस्परांशीं मिळून वागणारे, दृढनिश्चयी, कुलीन आणि संमाननीय असे पांच, सहा अथवा सात योद्धे असले तरीही ते शत्रूंना पुरे पराजित करून सोडतात. जर इतर उपायांनीं कार्य होणें शक्य असेल, तर युद्ध करण्याचें केव्हांही मनांत आणूं नये. कारण साम, भेद आणि दान ह्यांच्या नंतरचा उपाय युद्ध हा आहे. सैन्य दृष्टीस पडतांच, ज्याप्रमाणें जाज्वल्यमान् अशा वज्राची त्याप्रमाणें भित्र्या लोकांना त्याची भीति वाटूं लागते, आणि आतां हें कोणावर तुटून पडेल असे विचार त्यांच्या मनांत येऊं लागतात. संग्रामाचा प्रसंग जवळ येऊन ठेपला आहे असें कळून येतांच जे लोक त्याजवर उलट चालून जातात, त्या योद्ध्यांच्या अवयवांना आणि विजयेच्छु अशा इतरही योद्ध्यांच्या शरीराला घर्म सुटतो. तसेंच, राजा, संग्रामप्रसंग जवळ येतांच स्थावरजंगमांसह सर्व प्रदेश पीडित होऊन जातो; व अस्त्रांच्या तापानें संतप्त होऊन गेलेल्या प्राण्यांची मज्जा क्षीण होऊन जाते. परपक्षाच्या योद्ध्यावर क्रौर्यमिश्रित सामोपचाराचा पुनःपुनः प्रयोग करावा. शत्रूकडून चोहों बाजूंनीं पीडा होऊं लागली म्हणजे ते संधि करूं लागतात. शत्रूंचे जे अगदीं खासगी लोक असतील त्यांच्यामध्यें फाटाफूट करण्यासाठीं गुप्त हेरांचा प्रवेश करावा. जो राजा शत्रूहून अत्यंत श्रेष्ठ

असेल त्याच्याशीं संधि करणें प्रशस्त होय. कारण, तसें केल्यावांचून, शत्रूसहवर्तमान त्याच्या इतर योद्ध्यांलाही प्रतिबंध होईल अशा रीतीनें पीडा देतां येणें शक्य नाहीं.

आतां, शत्रूला त्याच्या अपराधाबद्दल क्षमाच कां करूं नये, असें तूं म्हणशील; पण क्षमा ही सज्जनावर करावयाची असते, ती असज्जनाकडे केव्हांही जात नसते. हे कुंतीपुत्रा, क्षमा आणि अक्षमा ह्यांचें कारण तुला सांगतों, ऐक. जो राजा शत्रूवर विजय मिळविल्यानंतर त्याला क्षमा करितो, त्याची कीर्ति वाढते; व तो मोठा अपराधी असला तरी शत्रुही त्याजवर विश्वास ठेवितात. शत्रूला जर्जर करून मोडल्यानंतर मग क्षमा केलेली चांगली, असें शंबराचें मत आहे. कारण, तापविल्यावांचून वांकविलेलें काष्ठ पुनरपि पूर्वस्थितीस येतें. पण वेदवेत्ते लोक ह्या आचरणाची प्रशंसा करीत नाहींत आणि सत्पुरुषांनींही असें उदारण घालून दिलेलें नाहीं. म्हणूनच, ज्याप्रमाणें दुर्वर्तनी पुत्रांचा निग्रह करावयाचा, त्याप्रमाणें क्रोध न करितां आणि विनाशही न करितां शत्रूंचा निग्रह करावा. युधिष्ठिरा, राजा कडक असला म्हणजे तो लोकांच्या द्वेषास पात्र होतो, व मृदु असला म्हणजेही लोक त्याचा अपमान करितात. म्हणूनच, प्रसंग पाहून मृदुत्व आणि तीव्रता ह्या दोहोंचेंही अवलंबन करावें. युधिष्ठिरा, शस्त्रपात करण्यापूर्वी व तो चालू असतांही प्रिय भाषण करावें; आणि प्रहार केल्यानंतर शोक केल्यासारखें अथवा रोदन केल्यासारखें दाखवून कारुण्य प्रकट करावें. "माझ्या लोकांकडून संग्रामांत आपल्यावर शस्त्रप्रहार झाला हें मला इष्ट नाहीं. पण काय करावें ! मीं पुनःपुनः सांगितलें तरी ते माझ्या सांगण्याप्रमाणें वागत नाहींत. खरोखर, योद्धा जिवंत असावा. अशा प्रकारच्या पुरुषाचा वध होणें योग्य नाहीं; संग्रामापासून परावृत्त न होणारे उत्कृष्ट योद्धे अत्यंत दुर्लभ होत. म्हणूनच संग्रामामध्यें ज्यानें ह्या योद्ध्याचा वध केला असेल त्यानें माझें अप्रिय केलें आहे !" असे बाहेर उद्गार काढावे आणि अंतस्थ रीतीनें शत्रूंना ठार करणाऱ्याचा बहुमान करावा. प्रहार करणारे आणि ज्यांच्यावर प्रहार झाला असेल ते लोक ह्यांच्याशीं अपराधी मनुष्यासारखें वर्तन ठेवावें. लोकप्रीति संपादन करण्यासाठीं, ज्यांचा वध झाला असेल त्यांच्या संबंधानें हात वर काढून विलापही करावा. सारांश, अशा रीतीनें कोणत्याही स्थितींत सामोपचाराचें आचरण ठेवणारा धर्मवेत्ता राजा सर्व प्राण्यांना प्रिय होतो; त्याला कोणत्याही प्रकारची भीति रहात नाहीं; आणि, हे भारता, त्याजवर सर्व लोक विश्वास ठेवूं लागतात; आणि अशा प्रकारें विश्वास ठेवून सेवा करूं लागलेल्या त्या लोकांचा पुढें करादिग्रहणाच्या योगानें उपभोग घेतां येणें शक्य होतें. म्हणूनच, ज्या राजाला पृथ्वीचा उपभोग घेण्याची इच्छा असेल, त्यानें सर्व लोकांच्या ठिकाणीं विश्वास उत्पन्न करून त्यांचें निष्कपटपणें सर्व प्रकारें संरक्षण करावें.

अध्याय एकशें तिसरा.

—:०:—

इंद्रबृहस्पतिसंवाद.

(शत्रूशीं ठेवावयाचें वर्तन.)

युधिष्ठिर विचारतोः—हे पितामह, ज्याच्या पक्षाला पुष्कळ लोक आहेत अशा मृदु अथवा कडक शत्रूशीं पृथ्वीपति राजानें प्रथम कोणत्या प्रकारचें वर्तन ठेवावें तें सांगा.

भीष्म सांगतातः—युधिष्ठिरा, ह्याविषयीं बृहस्पति आणि इंद्र ह्यांचा संवादरूपी एक प्राचीन इतिहास सांगत असतात. तो असा—

पूर्वी शत्रुवीरनाशक देवाधिपति इंद्र बृहस्पतीजवळ गेला; व हात जोडून त्याला प्रणाम करून विचारूं लागला.

इंद्र म्हणाला:—हे ब्रह्मन्, मीं निरलसपणें आपल्या शत्रूविषयीं कोणत्या प्रकारचें वर्तन ठेवावें? आणि कोणत्या उपायाच्या योगानें त्याचा उच्छेद न करितां निग्रह मात्र करूं शकेन? सेनेशीं सेना नेऊन भिडवून युद्ध केल्यानें जय निश्चयानें मिळेल, पण तें नको आहे. मीं काय केलें असतां देदीप्यमान् व प्रतापसंपन्न अशा ह्या लक्ष्मीचा त्याग होणार नाहीं?

इंद्राचें हें भाषण ऐकून, धर्म, अर्थ आणि काम ह्यांमध्यें निष्णात, बुद्धीची उत्कृष्ट प्रकारें स्फूर्ति असलेला व राजधर्माच्या विधीचें ज्ञान असलेला बृहस्पति इंद्रास उत्तर देऊं लागला.

बृहस्पति म्हणाला:—कलह करून शत्रूंचा निग्रह करण्याची केव्हांही इच्छा करूं नये. कारण, क्रोध आणि असहिष्णुता ह्यांचें अवलंबन केव्हांही अज्ञ लोकांनींच करावयाचें आहे. शत्रूचा वध करावयाची इच्छा असेल त्यानें अमुक माझा शत्रु आहे असें केव्हांही प्रकट करूं नये. क्रोध, भीति आणि आनंद ह्या सर्वांचें अंतःकरणामध्यें नियमन करून, विश्वास ठेवणाऱ्या पुरुषाप्रमाणें पण वस्तुतः विश्वास न ठेवतांच शत्रूंशीं व्यवहार ठेवावा. सदैव प्रिय भाषणच करावें. कोणत्याही प्रकारचें अप्रिय आचरण करूं नये. शुष्क कलह करण्याचें सोडून द्यावें आणि कंठशोषही करून घेऊं नये. ज्याप्रमाणें पक्षिबंधनावर उपजीविका करणारा पुरुष तें कार्य करूं लागण्याच्या वेळीं पक्ष्यासारखा आवाज काढून त्यांना आपल्या हस्तगत करून घेतो, त्याप्रमाणेंच, हे इंद्रा, स्वकार्य करण्याविषयीं प्रवृत्त झालेल्या राजानें शत्रूंना वश करून नंतर त्यांचा वध करावा. शत्रूंना पीडा देणाऱ्या राजानें सदैव स्वस्थ झोंप घेत राहूं नये, तर जागृत रहावें. कारण, ठिणग्यांचा जसा अग्नि होतो, तसा पीडित केलेला शत्रुही प्रबल होऊं शकतो. विजय मिळणें अनिश्चित असल्यास शत्रूवर चालून जाऊं नये; तर, हे प्रभो, कारस्थान जाणणाऱ्या महात्म्या अमात्यांच्या साहाय्यानें काय करावयाचें तें ठरवून, कांहीं द्रव्य देऊन, विश्वास दाखवून शत्रूला वश करून घ्यावें; व तो पराजित केलेला नाहीं हें अंतःकरणांत ठेवून, त्याची उपेक्षा आणि अवज्ञा केली जात आहे असें बाहेर दाखवावें. पुढें त्याचे पाय किंचित् डळमळूं लागले कीं, संधि पाहून त्याजवर प्रहार करावा. तसेंच, विश्वासाचें काम करणाऱ्या हेराकडून त्याच्या सैन्यांत फंदफितूर करावा. कार्याचा आरंभ, मध्य आणि शेवट कसा असावा, ह्याचें ज्ञान असलेल्या राजानें शत्रूविषयींचा द्वेष अंतःकरणांत गुप्त ठेवावा; व प्रमाण असल्यामुळें, जाणूनबुजून शत्रूंचें सैन्य दूषित करून सोडावें; भेद, दान आणि औषधें ह्यांची त्याजवर योजना करावी. तथापि अशा रीतीनें शत्रूशीं संसर्ग करणें अभीष्ट समजूं नये. चिरकालपर्यंत संधि साधण्याची वाट पाहात रहावें, पण शत्रु ठार करावेतच. संधि येण्याची वाट पाहात राहून शत्रूचा आपल्यावर विश्वास बसेल अशा प्रकारच्या आचरणानें कालक्षेप करीत असावें; शत्रूवर एकदम शस्त्रप्रहार करूं नये; विजय मिळणें अनिश्चित आहे हें लक्षांत ठेवावें; शत्रूस होणारी पीडा कमी होऊं देऊं नये; व कठोर शब्दांनीं त्याच्या अंतःकरणांत छिद्रेंही पाडूं नयेत; पण संधि आली कीं त्याजवर शस्त्रपात केल्यावांचून राहूं नये. कारण, हे देवाधिपते, शत्रूंचा वध करूं इच्छिणाऱ्या पुरुषांना तसें करण्याची संधि पुनः पुनः येत नाहीं. संधि येण्याची प्रतीक्षा करणाऱ्या मनुष्यानें आलेली संधि जर दवडली, तर स्वकार्य करूं इच्छिणा-

त्या त्या पुरुषाला तशा प्रकारची संधि पुनरपि प्राप्त होणें अशक्य असतें. शत्रु जर अवेळींच आपल्यावर चालून आला, तर त्या वेळीं आपलें सामर्थ्य बाजूला ठेवावें; आणि सुज्ञ पुरुषांना संमत असलेल्या मार्गाचें अवलंबन करून त्याला आपला मित्रच करून घ्यावा, पीडा कोणत्याही प्रकारें देऊं नये. काम, क्रोध आणि अहंकार ह्यांचा त्याग करून एकाग्रपणें पुनः पुनः शत्रूंच्या छिद्रांचा शोध करीत रहावें.

हे सुरश्रेष्ठा इंद्रा, मृदुत्व,. दंड, आलस्य, अनवधान आणि मायांचा उत्कृष्ट प्रकारें प्रयोग ह्या गोष्टी ज्ञानसंपन्न नसणाऱ्या शत्रूला क्षीण करून सोडतात. ह्या मृदुत्वादि चार गोष्टी नामशेष केल्या असतां व मायेचाही त्याग केला असतां राजा शत्रूवर विचार न करितां प्रहार करण्याविषयीं समर्थ होतो. गुप्त कार्य एकट्यालाच करितां येणें शक्य असेल तेवढें करावें; तें सचिवांनाही कळूं देऊं नये. कारण, सचिव लोक गुप्त गोष्ट दाबूनही ठेवतात आणि परस्परांच्या कानावरही घालतात; त्यांत नियमितपणा नसतो. तें कार्य जर अशक्यच असेल, तर मग दुसऱ्याची संमति घ्यावी. शत्रु जर अप्रत्यक्ष अर्थात् डोळ्याआड—दूर असतील, तर त्यांजवर ब्रह्मदंडाची अर्थात् अभिचारादिकांची योजना करावी; आणि जर ते प्रत्यक्ष असतील तर त्यांजवर चतुरंग सेनेची योजना करावी; प्रथम भेद ह्या उपायाची योजना करावी व स्वस्थही रहावें; आणि वेळ आली कीं राजानें त्या त्या शत्रूवर त्या त्या कालीं स्वारी करावी. प्रसंग पडल्यास अत्यंत बलाढ्य शत्रूशीं नम्रपणानेंही वागावें; आणि उद्योगाचें अवलंबन करून, तो अनवधानतेनें वागत असतां अवधानपूर्वक त्याचा वध करण्याची संधि पाहात रहावें. प्रणाम, अन्नपान आणि मधुर भाषण ह्या उपायांनीं शत्रूशीं देखील संसर्ग ठेवावा. त्याच्या अंतःकरणांत आपल्याविषयीं केव्हांही शंका येऊं देऊं नये. संशय येण्याचीं जीं स्थानें असतील त्यांचा सर्वथैव त्याग करावा. त्या शत्रूवर मात्र राजानें कोणत्याही प्रकारें विश्वास ठेवूं नये. अवमान झालेले राजे ह्या गोष्टीविषयीं जागरूक असतात. अर्थात् शत्रूंचा विश्वास आपल्यावर बसवून घेण्याविषयीं दक्ष असतात; पण आपण मात्र त्यांजवर विश्वास ठेवीत नाहीं. हे सुरश्रेष्ठा इंद्रा, नानाप्रकारचें आचरण करणाऱ्या राजाचें ऐश्वर्य टिकणें ह्यासारखें दुसरें दुष्कर असें कर्मच नाहीं. तथापि नानाप्रकारचीं आचरणें करणाऱ्या अर्थात् अंतःकरण अस्थिर असणाऱ्या राजांचाही उत्कर्ष होत असतो असें सांगितलें आहे. ह्यासाठीं, त्यानें उद्योगाचें अवलंबन करून व मित्र कोण आणि शत्रु कोण ह्याचा विचार करून प्रयत्न करीत राहिलें पाहिजे.

इंद्रा, राजा मृदु असला म्हणजे लोक त्याचा अवमान करितात, आणि तो कडक असला म्हणजे उद्विग्न होतात. म्हणून तूं केवल कडकपणानेंही वागूं नको व केवल मृदुत्वाचाही स्वीकार करूं नको. तर प्रसंगानुसार कडकही हो आणि मृदुही हो. ज्याप्रमाणें पूर येऊन पाणी वेगानें चोहोंकडे पसरूं लागलें असतां त्याच्या प्रतिबंधार्थ घातलेला बांध फुटला असतां त्याचा नाश होणें निश्चित असतें, त्याचप्रमाणें अनवधानानें वागणाऱ्या राजाचें राज्यही सदैव नष्ट होत असतें. इंद्रा, पुष्कळ शत्रु असले तर त्यांच्याशीं एकट्यानेंच लढूं नये; त्या वेळीं साम, दान, भेद आणि दंड ह्या उपायांचें अवलंबन करून क्रमाक्रमानें त्यांपैकीं एकेकाचा विध्वंस करावा; आणि त्यांतूनही अवशिष्ट राहिले तर त्यांच्याशीं लक्षपूर्वक वागावें. सामर्थ्य असलें तरीही बुद्धिमान् पुरुषानें सर्वांशींच युद्ध करण्याचा प्रसंग

आणूं नये. ज्या वेळीं अश्व, गज, रथ ह्यांनीं परिपूर्ण, पायदळ आणि यंत्रें विपुल असलेली, आपल्यावर प्रेम करणारी, व रथ, अश्व, गज, पायदळ, कोश आणि वाणिज्यमार्ग ह्या सहा अंगांनीं युक्त असलेली प्रचंड सेना जवळ असेल, व शत्रूपेक्षां आपला अनेक प्रकारें उत्कर्ष आहे अशी जेव्हां खात्री होईल, तेव्हां आपला अभिप्राय प्रकट करून निःशंकपणें शत्रूवर शस्त्रपात करावा. शत्रूशीं सदैव सामोपचारानें वागणें योग्य नाहीं,—तर पूर्वीं सांगितल्याप्रमाणें त्याला गुप्तपणें शिक्षा केली पाहिजे. त्याच्याशीं सदैव मृदुत्वानेंही वागूं नये, व सदैव त्याजवर स्वाऱ्याही करीत राहूं नये; त्याच्या राष्ट्रांतील धान्याचाही सदोदीत नाश करूं नये; जलादिकांमध्यें विषमिश्रणही करूं नये, व त्याचें राष्ट्र, कोश, दंड इत्यादिकांची व्यवस्था कशी आहे ह्याचाही विचार उघड रीतीनें सदैव करूं नये. शत्रूवर नानाप्रकाचे मायावी प्रयोग करावे; त्याचा जो शत्रु असेल त्याला त्याजवर उठवावा व कपटाचेंही आचरण करावें, पण त्यापासून कीर्तीस बाध येईल अशा रीतीनें मात्र कपटाचा प्रयोग करूं नये. विश्वासू मनुष्याकडून, शत्रूंनीं नगरावर अथवा राष्ट्रावर ज्यांची योजना केली असेल अशा पुरुषांना अनुकूल करून घ्यावें. हे बलवृत्रदैत्यनाशका इंद्रा, पूर्वीं देखील, आपल्या नगरामध्यें योग्य अशा नीतीचा यथाविधि प्रयोग करणाऱ्या राजांनीं त्या त्या ठिकाणीं शत्रूंचा पाठलाग करून त्यांच्या नगरांतील सर्व उपभोग्य वस्तु जिंकून घेतलेल्या आहेत. हे राजा, आपल्या अमात्यादिकांना गुप्तपणें द्रव्य देऊन, व त्यांचें वेतन बंद करून, 'ते आपल्या अपराधामुळें दूषित झाले आहेत' असें प्रसिद्ध करून व स्वपक्षाविषयीं सावध राहून चतुर राजे शत्रूंचीं नगरें आणि राष्ट्रें ह्यांजवर त्यांची योजना होईल अशी व्यवस्था करितात. तसेंच शास्त्रज्ञ, उत्कृष्ट प्रकारचे अलंकार धारण करणारे, शास्त्रविधीवर लक्ष असणारे, सुशिक्षित व सांगण्यास योग्य अशा गोष्टी कथन करण्याविषयीं चतुर असणारे जे पुरुष, त्यांच्या द्वारानें शत्रूवर मृत्युकारक देवतेचा प्रयोग करवावा.

इंद्र म्हणालाः—हे द्विजश्रेष्ठा, अंतःकरण दूषित झालेल्या पुरुषाचीं लक्षणें कोणतीं, व तशा प्रकारचा पुरुष मला कोणत्या प्रकारें ओळखतां येईल, हें मी आपणास विचारीत आहें. तरी आपण तें मला सांगावें.

बृहस्पति म्हणालाः—दुष्ट पुरुष परोक्ष दुर्गुण सांगत असतो; सद्गुणांचा मत्सर करितो; व दुसऱ्यांनीं सद्गुणांचा उच्चार केला तर तोंड फिरवून उगीच बसतो. दुसरें कांहीं कारण नसतां गुणवाद गाण्याच्या वेळीं स्तब्ध बसणें ह्यावरूनही दुष्टता ओळखावी. त्याच प्रसंगीं जोरानें श्वासोच्छ्वास करणें, ओठ चावणें आणि मस्तक हालविणें हींही दुष्टतेचीं लक्षणें आहेत; अतिशय संसर्ग ठेवणें पण परकीयाप्रमाणें भाषण करणें, प्रत्यक्ष करतों म्हणून सांगितलेलें काम पाठीमागें न करणें, समक्ष कांहींही भाषण न करणें, पंक्तींत न बसतां दुसरीकडे जाऊन भोजन करणें, आणि तसें करण्याचा कोणी निषेध करूं लागला तर "आज अशा प्रकारें भोजन करणें बरोबर नाहीं" असें सांगणें हीं सर्व अंतःकरण दूषित झालेल्या मनुष्याचीं लक्षणें आहेत. ह्यांशिवाय त्याचें बसणें, निजणें आणि चालणें ह्यांवरूनही त्याच्या अंतःकरणांतील भाव विशेषेंकरून ओळखितां येतो. मित्र पीडित झाला असतां आपण पीडित होणें आणि तो आनंदित असतां आनंद होणें हें मित्राचें लक्षण असून, त्याच्या उलट स्थिति असणें हें शत्रूचेंच लक्षण होय. हे देवाधिपते,

मीं सांगितलेलीं एवढींच लक्षणें तूं लक्षांत ठेव. अत्यंत दूषित झालेल्या लोकांचा स्वभाव बलवत्तर असतो, म्हणूनच तो गुप्त ठेवितां येत नाहीं. हे देवश्रेष्ठा इंद्रा, शास्त्रतत्त्व श्रवण करून त्याच्या अनुरोधानें मीं तुला अंतःकरण दूषित झालेल्या पुरुषांचीं हीं चिन्हें बरोबर रीतीनें सांगितलीं आहेत.

अध्याय एकशें चौथा.

—:o:—

कालकवृक्षीयोपाख्यान.

(ऐश्वर्य नष्ट झालेल्या राजाचें वर्तन व ऐश्वर्याची अस्थिरता.)

युधिष्ठिर विचारतोः—धार्मिक राजाला अमात्यांकडून पीडा होऊं लागली, व कोश आणि शासनाधिकार हीं नष्ट झालीं, तर सुखाच्या अभिलाषानें त्यानें कोणत्या प्रकारचें आचरण ठेवावें?

भीष्म सांगतातः—हे युधिष्ठिरा, ह्याविषयीं हा क्षेमदर्शी राजाचा इतिहास सांगत असतात, तो मी तुला सांगतों; ऐक.

पूर्वी राजपुत्र क्षेमदर्शी निर्बल होऊन कालकवृक्षीय नामक मुनीकडे आला, असें त्या इतिहासांत सांगितलेलें माझ्या ऐकण्यांत आहे. दुःखदायक अशा विपत्तीमध्यें सांपडलेला तो राजा त्या मुनीला वंदन करून विचारूं लागला.

राजा म्हणालाः—हे ब्रह्मन्, संपत्तीचा अंश मिळण्याला योग्य असणारा व तिजविषयीं पुनः पुनः प्रयत्न करणारा जो मजसारखा पुरुष, त्याला जर राज्य मिळालें नाहीं, तर, हे साधुश्रेष्ठा, मरण, दैन्यपूर्वक परकीयाचा आश्रय अथवा अशाच प्रकारचें दुसरेंही कमीपणा आणणारें आचरण ह्यांवांचून त्यानें दुसरी कोणती गोष्ट केली पाहिजे तें मला सांगा. मानसिक अथवा इतर शारीरिक पीडेनें ग्रस्त झालेल्या मनुष्याला, धर्म आणि कर्तव्य ह्यांचें ज्ञान असणारे आपल्यासारखे पुरुष आधारभूत होत. विषयोपभोगापासून मनुष्य विरक्त झाला व त्याला ज्ञानरूपी द्रव्याची प्राप्ति झाली, म्हणजे तो प्रीति आणि शोक ह्यांचा त्याग करून सुखानें उत्कर्ष पावूं लागतो. ज्यांचें सुख केवल द्रव्यावरच अवलंबून आहे, त्यांची मला कींव येते. कारण, माझें पुष्कळ द्रव्य स्वप्नांत मिळाल्यासारखें नष्ट होऊन गेलें आहे. जे विपुल द्रव्याचा त्याग करितात, त्यांच्या हातून खरोखरी मोठी दुर्घट गोष्ट घडते. कां कीं, द्रव्य जवळ नसलें तरी देखील त्याचा आम्ही त्याग करूं शकत नाहीं. म्हणूनच, ब्रह्मन्, मी संपत्तीपासून भ्रष्ट होऊन अशा स्थितीस येऊन दीन व पीडित झालों आहें. ह्यास्तव, ब्रह्मन्, इहलोकीं जें कांहीं दुसरें सुख असेल तें मला आपण सांगा.

ह्याप्रमाणें कोसलाधिपति बुद्धिमान् राजपुत्र क्षेमदर्शी ह्यानें भाषण केल्यानंतर, महातेजस्वी कालकवृक्षीय मुनि उत्तर देऊं लागले.

मुनि ह्मणालेः—आतां जो तुला विचार झाला आहे, तो सुज्ञ मनुष्यानें पूर्वीच केला पाहिजे. कारण, 'मी' आणि 'माझें' म्हणून जें कांहीं आहे, तें सर्व अशाश्वत आहे. तुला जें कांहीं आहे असें वाटत आहे, तें सर्व वस्तुतः नाहीं असें समज. कारण, असें ज्ञान झालें असतां दुस्तर अशाही विपत्तींत सांपडलेला मनुष्य क्लेश पावत नाहीं. जें कांहीं झालेलें आहे, अथवा पुढें होणार आहे, तें झालेलेंही नाहीं आणि होणारही नाहीं, हें ज्ञान तुला झालें ह्मणजे तूं अधर्मापासून मुक्त होशील. पूर्वीच्या राजसमुदायाकडे जें कांहीं होतें अथवा त्यांच्याही पूर्वीपूर्वींच्या राजांकडे जें कांहीं होतें, त्याच्याशीं तुझा कांहीं संबंध नाहीं, हें ज्ञान झालें म्हणजे त्याच्या अभावामुळें कोणाला ताप होणार आहे? हे द्रव्यादि पदार्थ अस्ति-

त्यांत असले तरी नष्ट होतात व नसले तरीही प्राप्त होतात. ह्यांविषयीं शोक केला म्हणून कांहीं ते संपादन करण्याचें सामर्थ्य येतें असें नाहीं. म्हणूनच कोणत्याही प्रकारें शोक करूं नये. राजा, आज तुझा पिता आणि पितामह हे कोठें आहेत? आज ते तुझ्या दृष्टीस पडत नाहींत व तूंही त्यांच्या दृष्टीस पडत नाहींस. स्वतः अशाश्वत असल्याचें कळून येत असतां तूं त्यांच्याबद्दल शोक तरी कशाला करितोस? कारण, तेही तुझ्यासारखेच अशाश्वत असावयाचे! आणि तूं हें पक्कें लक्षांत ठेव कीं, तुझें अस्तित्व कायमचें नाहीं. हे प्रजाधिपते, मी, तूं, तुझे मित्र आणि तुझे शत्रु ह्या सर्वांचेंही अस्तित्व अवश्य नष्ट होणार. इतकेंच नव्हे, तर हें सर्व जग अवश्य नाश पावणार. आज जे लोक विशीतिशीच्या आंत आहेत, ते सर्व शंभर वर्षांच्या पूर्वींच मरणार. द्रव्य विपुल असल्यामुळें जर मनुष्याला त्याचा त्याग करितां येणें शक्य नसलें, तर हें माझें नव्हे असें मानून आपलें प्रिय करून घ्यावें. जें पुढें प्राप्त होणार आहे तेंही माझें नव्हे, व जें पूर्वींच नष्ट झालें तेंही माझें नव्हे; 'दैव बलवत्तर आहे व म्हणूनच त्या योगानें सर्व कांहीं होणार, आपल्या हातीं कांहीं नाहीं व आपला कोणाशीं संबंध नाहीं.' असें जे समजतात, तेच पंडित होत; आणि अशा प्रकारचे पुरुष हेच सौजन्याचें वसतिस्थान होत. बुद्धि आणि पौरुष ह्यांनीं युक्त असलेले तुजसारखे अथवा तुजहून अधिक योग्यतेचे लोक द्रव्यशून्य असले तरीही जिवंत रहातात आणि राज्यही करितात; तुझ्यासारखे शोक करीत बसत नाहींत. म्हणूनच तूंही शोक करूं नको. तूं ज्ञान आणि शौर्य ह्यांमध्यें त्या लोकांहून अत्यंत श्रेष्ठ अथवा निदान त्यांच्या बरोबरीचा नाहींस कीं काय?

राजा म्हणालाः—हे द्विज, माझें जें राज्य होतें तें सर्व यत्न न करितां केवळ कालगतीनेंच प्राप्त झालेलें होतें, आणि प्रचंड असा कालच तें सर्व हरण करतो, असा मी विचार करीत असतों. आणि, हे तपोधना, जेवढें मिळेल तेवढ्यावरच उपजीविका करून, एखाद्या जलप्रवाहाप्रमाणें असणाऱ्या कालानें हरण केलें जाणारें जें तें राज्य, त्याचेंच फल हा शोक आहे हेंही मी जाणत आहें.

मुनि म्हणालेः—हे कोसलाधिपते, ह्या द्रव्याची वास्तविक स्थिति कशी आहे त्याचा सिद्धांत जाणून पुढें होणाऱ्या अथवा पूर्वीं होऊन गेलेल्या स्थितीबद्दल कोणींही शोक करूं नये. म्हणूनच, सर्व गोष्टींविषयीं तूं अशा प्रकारें वाग. ज्या गोष्टी अवश्य मिळावयाच्या असतील, तेवढ्यांचीच इच्छा कर; अप्राप्य गोष्टींची केव्हांही इच्छा करूं नको. ज्या गोष्टी प्राप्त झाल्या असतील तेवढ्यांचा अनुभव घे; आणि ज्या मिळाल्या नाहींत त्यांबद्दल हळहळ बाळगूं नको. योग्य प्रकारें जेवढें कांहीं मिळालें असेल तेवढ्याच द्रव्यावर तूं आनंदानें रहा. तुझें अंतःकरण शुद्ध असल्यामुळें, जरी आज तूं संपत्तिशून्य झाला आहेस तरी तुला त्यापासून शोक होत नाहींना? दुर्बुद्धि पुरुष पूर्वीं संपन्न असून पुढें त्याचें ऐश्वर्य नष्ट झालें म्हणजे सदैव विधात्याला दोष देत असतो; जरी द्रव्य मिळालें तरी त्या योगानें संतोष पावत नाहीं; आणि जे लोक श्रीमंत असतात त्यांना संपत्ति मिळणें अयोग्य आहे असें समजत असतो; व ह्या कारणामुळेंच त्याला पुनरपि अशा प्रकारचें दुःख प्राप्त होतें. हे राजा, आपणच काय ते पौरुषसंपन्न आहों असें समजणारे लोक ईर्ष्या आणि अभिमान ह्यांनीं युक्त असतात. पण, हे कोसलाधिपते राजा, तूं तसा मत्सरी नाहींस ना? तुजपाशीं जरी संपत्ति नसली, तरी दुसऱ्याची संपत्ति तूं सहन कर. चतुर लोक

दुसरीकडेही असणाऱ्या संपत्तीचा सदा उपभोग घेऊं शकतात. लक्ष्मी संपत्तीकडे असली तरीही तिचा ओघ निर्मत्सर पुरुषाकडे वळतो. शिवाय असें आहे कीं, योग व धर्म ह्यांचें ज्ञान असणारे धैर्यसंपन्न धार्मिक लोक लक्ष्मी आणि पुत्रपौत्र ह्यांचा स्वतःच त्याग करीत असतात; व दुसरे कार्य करूं इच्छिणारे लोक हे अभिलषित वस्तूची प्राप्ति झाल्यानंतर, ती अत्यंत अस्थिर आहे, व अतिशय दुर्लभही आहे असें समजून तिचा त्याग करीत असतात. पण तूं ज्ञानसंपन्न असून, ज्यांचा अभिलाष करणें योग्य नाहीं अशा पराधीन आणि दुःखरूप अस्थिरार्थांचा अभिलाष धरून दीनपणें ताप पावत आहेस. अनिर्वचनीय अशा ज्ञानाची जर तुला इच्छा असेल, तर तूं ह्या अर्थांचा त्याग कर. कारण हे अर्थ अनर्थरूपी आहेत. कां कीं, ह्यांच्यापासून अनर्थांची उत्पत्ति होते; व म्हणूनच अनर्थ हे अर्थासारखे भासत असतात. पहा——कित्येक लोकांचा द्रव्यप्राप्तीच्या उद्देशानेंच द्रव्यनाश होत असतो, आणि कोणी पुरुष लक्ष्मी हेंच अमर्यादित अशा सुखाचें साधन आहे असें समजून तिच्या संपादनाचा प्रयत्न करितो. संपत्तीमध्येंच रममाण होऊन राहिलेला कोणी पुरुष तिजहून दुसरें कांहीं श्रेष्ठच नाहीं असें समजत असतो; आणि तसें तो समजूं लागला म्हणजे त्याचा उद्योग बंद पडतो, व उद्योग बंद पडून कष्टानें संपादन केलेली अशी अभीष्ट संपत्ति नष्ट होऊन गेली म्हणजे त्याला द्रव्याच्या संबंधानें वैराग्य प्राप्त होतें. कांहीं सत्कुलोत्पन्न पुरुष धर्माचाच आश्रय करितात व पारलौकिक सुखाच्या इच्छेनें इहलोकींच्या सुखाविषयीं विरक्त होतात. कित्येक द्रव्यलोभानिष्ठ पुरुष द्रव्याच्या अभावामुळें जीविताचाही त्याग करितात. कारण, द्रव्यावांचून जीवित निरर्थक होय असें त्यांना वाटतें. त्यांचें दैन्य आणि त्यांची अज्ञता ह्यांजकडे तूं दृष्टि दे. जीवित हें अशाश्वत असतां, जें अवश्य कर्तव्य त्याचा त्याग करून ते केवल द्रव्यावर दृष्टि देऊन राहतात; पण संग्रहाच्या शेवटीं नाश, जीविताच्या शेवटीं मरण. आणि संयोगाच्या शेवटीं वियोग हा असावयाचाच असें असल्यामुळें, कोणता सुज्ञ मनुष्य द्रव्यनाशादिकांमुळें अंतःकरणाला वाईट वाटूं देणार आहे ? हे राजा, द्रव्याला पुरुष अथवा पुरुषाला द्रव्य अवश्य सोडून जात असल्यामुळें, द्रव्य गेल्याबद्दल कोणता सुज्ञ पुरुष ताप पावणार आहे ? आपल्याप्रमाणेंच आपल्या मित्रांचें व इतरांचें द्रव्य नष्ट होत असतें. हे राजा, मनुष्यांची विपत्ति ही केवल बुद्धिकल्पित आहे हें तूं लक्षांत ठेव. तूं इंद्रियांचा निग्रह कर, अंतःकरणाचा निरोध कर, आणि वाणीचें संयमन कर, म्हणजे तुला हें कळून येईल. हे अर्थ दुर्बल आणि शत्रु अशाही लोकांकडे गेले तरी त्यांचा कोणी निषेध करणारा नाहीं. सर्व पदार्थ प्राप्त होण्यासाठींच ईश्वरानें हे निर्माण केलेले आहेत. तथापि ते दैवयोगानें दूर झाले, व म्हणूनच ते प्राप्त होण्याचा संभव नसला, तरी उत्कृष्ट प्रकारच्या ज्ञानाच्या योगानें संतुष्ट झालेला तुजसारखा पराक्रमी पुरुष त्यांजविषयीं शोक करीत नसतो. अल्प द्रव्याची इच्छा करणारा, चपलतेचा त्याग केलेला, सौम्य, इंद्रियदमन केलेला, बुद्धि अत्यंत निश्चित असलेला आणि ब्रह्मचर्यसंपन्न असलेला तुजसारखा पुरुष शोक करीत नसतो. अविचारद्योतक अशा कापालिक वृत्तीची इच्छा करणें तुला योग्य नाहीं, आणि अत्यंत पापयुक्त, दोषसंपन्न व दुष्ट पुरुषांनाच योग्य अशा क्रूर पुरुषाच्याही वृत्तीचें अवलंबन करणें तुला योग्य नाहीं. तूं फलमूलांवरही उपजीविका करून, वाणीचें संयमन करून, अंतः-

करणाचा निग्रह करून व सर्व प्राण्यांविषयीं दयायुक्त होऊन एकटाच ह्या प्रचंड अरण्यामध्यें रममाण होऊन रहा. अरण्यामध्यें तेथील पदार्थांच्याच योगानें संतुष्ट होणें, व नांगराच्या दांडीप्रमाणें दांत असलेल्या हत्तीला पाहून आनंद पावत अरण्यांत एकटेंच रहाणें हें ज्ञानसंपन्न पुरुषाला योग्य आहे. येथें तुझ्या अंतःकरणाचा क्षोभ नाहींसा होईल,—त्याला दुसऱ्या उपायाची अपेक्षा नाहीं; कारण एखादा प्रचंड डोह क्षुब्ध झाला तर तो आपोआपच शांत होतो. सारांश, अशा स्थितींत तुला सुखानें जीवित कंठण्याचा हा एक उपाय मला दिसतो आहे. पण, हे राजा, लक्ष्मी मिळण्याचा संभव नसतां, सचिवादिकांचा अभाव असतां व दैव प्रतिकूल असतां राजानें याहून काय करणें श्रेयस्कर आहे असें तुला वाटतें ?

अध्याय एकशें पांचवा.

—:०:—

शत्रूशीं कपटाचें वर्तन.

मुनि म्हणाले:—हे क्षत्रिया, आतां जर तुला आपल्या ठिकाणीं कांहीं पौरुष आहे असें वाटत असेल, तर राज्यप्राप्तीसाठीं मी तुला नीति सांगतों. त्या नीतीची योजना करण्याचें जर तुला सामर्थ्य असेल, आणि जर तूं तिच्या अनुरोधानें कार्य करणार असशील, तर मी तुला जें तत्त्व सांगत आहें तें सर्व तूं पूर्णपणें ऐकून घे. हें ऐकून जर तूं उद्योग केलास, तर तुला विपुल द्रव्य, राज्य, राज्यप्राप्तीची मसलत किंवा मोठी संपत्ति पुनरपि प्राप्त होईल. तेव्हां जर हें तुला आवडत असेल तर पुनः सांग, म्हणजे मी तुला ती नीति सांगतों.

राजा म्हणाला:—हे प्रभो, माझ्या अंगीं पौरुष आहे; तेव्हां भगवंतांनीं मला नीति सांगावी. आज आपला जो मला समागम घडला आहे तो सफल होऊं द्या.

मुनि म्हणाले:—दंभ, काम, क्रोध, हर्ष आणि भीति ह्यांचा त्याग करून, प्रणाम करून व हात जोडून तूं शत्रूचीही सेवा कर; आणि अत्यंत उत्कृष्ट प्रकारें शुचिर्भूत राहून व चांगलीं कर्में करून तूं त्याची मर्जी संपादन कर. सत्यप्रतिज्ञ विदेहाधिपति तुला वेतनाच्या रूपानें द्रव्य देईल. तूं आपल्या आचरणाच्या योगानें सर्व लोकांना प्रमाणभूत व सर्वांचाही नियंता होशील. पुढें निर्व्यसनी, शुचिर्भूत आणि उत्साहसंपन्न असे साहाय्यकर्ते तुला मिळतील. अंतःकरणाचा निग्रह आणि इंद्रियांचा जय करून स्वधर्मानें वागणारा राजा स्वतःला संकटांतून वर काढितो व प्रजेलाही प्रसन्न ठेवितो. त्या धैर्यसंपन्न आणि श्रीमान् राजानें सत्कार केला म्हणजे सर्व लोकांमध्यें अत्यंत आदर होऊन तूं त्यांना प्रमाणभूत होशील. नंतर तुला मित्रांचें पाठबळ मिळालें म्हणजे उत्कृष्ट प्रकारें मसलत करणाऱ्या मंत्र्यांच्या साहाय्यानें गुप्त विचार करून आपल्या विश्वासू लोकांकडून शत्रूंमध्यें फाटाफूट कर; आणि ज्याप्रमाणें बेलफळानें बेलफळ फोडतात त्याप्रमाणें तूं शत्रूकडूनच शत्रूचा नाश कर. अथवा दुसऱ्याशीं संधि करून ह्या शत्रूच्या सैन्याचाही वध कर. सुंदर आणि दुर्लभ असे पदार्थ, स्त्रिया, वस्त्रें, शय्या, आसनें, महामूल्य वाहनें, गृहें, पक्षी, पशुसमुदाय, रस, सुगंधि पदार्थ आणि फळें ह्यांजवर तूं शत्रूची आसक्ति उत्पन्न कर. त्या योगानें त्याचा नाश होईल. अशा स्थितींत एखाद्या वेळीं त्याचा निषेधही करावा व त्याची उपेक्षाही करावी. पण उत्कृष्ट प्रकारच्या नीतीची इच्छा करणाऱ्या पुरुषानें शत्रू केव्हांही उघड दशेस आणूं नये. शत्रूंच्याही देशामध्यें तूं आनंदानें रहा. कारण, अशा स्थितींत तसें

वागणें सुज्ञ लोकांना संमत आहे. पांढऱ्या कावळ्यांसारखे व म्हणूनच अनर्थकारक अशा लोकांशींही तूं मैत्री ठेव. दुःसाध्य अशीं प्रचंड कार्यें करण्याकडे तूं त्या शत्रूची प्रवृत्ति कर;व त्याच्याशीं विरोध करणाऱ्या पुरुषांपैकीं जे बलाढ्य असतील, त्यांच्याशीं महानदीप्रमाणें दुस्तर असे विरोध उत्पन्न कर. मोठमोठीं मूल्यवान् उपवनें, शय्या, आसनें इत्यादिकांच्या उपभोगसुखाच्या योगानेंच त्याच्या खजिन्यांतील द्रव्य नाहींसें करून सोड. तसेंच, यज्ञ, दान ह्यांसाठीं प्रसिद्ध प्रसिद्ध ब्राह्मणांचें वर्णन करून त्यांना निमंत्रण करण्याविषयीं तूं त्याला सांग; म्हणजे ते ब्राह्मण तुझ्या उपकाराची फेड करतील व त्याला लांडग्यांसारखे खाऊन सोडतील. पुण्यशील पुरुषाला निःसंशय सद्गति मिळते व त्याला स्वर्गामध्यें अत्यंत पवित्र अशा स्थानाची प्राप्ति होते. पण, हे कोसलाधिपते, धर्म अथवा अधर्म ह्या दोहोंमध्येंही आसक्त होणाऱ्या पुरुषाचा कोश नष्ट झाला कीं, तो शत्रूच्या अधीन होतो. स्वर्गादिक फल व जय ह्या दोहोंचेंही मूलकारण जो कोश, त्याचाच पूर्णपणें नाश झाला पाहिजे; कारण, त्याच्याच योगानें शत्रु आनंदांत असतात. तूं त्या शत्रूला मनुष्यलोकासंबंधी कांहीं कार्यें न सांगतां दैविक कर्माचें त्याच्यापुढें वर्णन कर. कारण, केवळ दैविक कार्याविषयीं तत्पर होऊन राहिलेला मनुष्य निःसंशय नाश पावतो. त्याजकडून विश्वजित् नामक यज्ञ करवून त्याचें सर्वस्व नष्ट कर. पुढें यज्ञादिक क्रिया झाल्यानंतर मोठमोठ्या लोकांना होणाऱ्या क्लेशांकडे वळून तूं त्याला ते निवेदन कर; आणि ते क्लेश दूर करण्यासाठीं योग आणि धर्म ह्यांचें ज्ञान असणाऱ्या कोणा तरी पवित्र पुरुषाचें त्याजपुढें वर्णन कर. दानें केल्यानें थोर पुरुषांची पीडा दूर होण्याचा संभव आहे असें सांगून त्याजकडून दानें करविण्याचें मनांत आणावें, व त्या योगानेंही त्याचा द्रव्यव्यय करावा; आणि सर्वशत्रुनाशक अशा खात्रीच्या औषधाचा प्रयोग करून कपटानें त्याचे गज, अश्व आणि लोक नष्ट करून सोडावे. ह्या आणि दुसऱ्याही अनेक प्रकारच्या दांभिक प्रयोगांचा शास्त्रांत उत्कृष्ट प्रकारचा विचार केलेला आहे, पण अंतःकरण स्वाधीन ठेवणाऱ्या सहनशील पुरुषालाच तें करितां येणें शक्य आहे.

अध्याय एकशें सहावा.

—:०:—

कालकवृक्षीयाची विदेहाधिपतीस आज्ञा.

राजा म्हणालाः—हे ब्रह्मन्, कपट अथवा दंभ ह्यांचें अवलंबन करून उपजीविका करण्याची माझी इच्छा नाहीं. द्रव्य जरी विपुल असलें, तरी अधर्माचा त्याच्याशीं संबंध असल्यास मला त्याची इच्छा नाहीं. भगवन्, मीं पूर्वींच त्याचा निषेध केलेला आहे. ज्या योगानें लोक मजविषयीं कोणत्याही प्रकारची शंका घेणार नाहींत व ज्या योगानें पूर्णपणें हित होईल, अशा घातुकत्वशून्य धर्माचें अवलंबन करूनच ह्या लोकामध्यें जीवित कंठण्याची माझी इच्छा आहे. सारांश, आपण हें सांगितलेलें आचरण करण्यास मी समर्थ नाहीं, व आपणही तसें सांगणें योग्य नाहीं.

मुनि म्हणालेः—हे क्षत्रिया, तूं असें भाषण करीत आहेस ह्यावरून मोठा योग्य पुरुष आहेस. मग स्वभावतःच असो अथवा बहुश्रुत असल्यामुळें झालेल्या ज्ञानामुळें असो, तूं योग्य आहेस खरा. तेव्हां आतां मी तुम्हां उभयतांच्याही कार्याविषयीं प्रयत्न करितों; अथवा तुम्हां उभयतांमध्यें शाश्वत आणि अविनाशी असा संबंध घडवून आणतों. हे क्षत्रिया, राज्यभ्रष्ट केला असतां आणि अत्यंत विपत्ति प्राप्त

झाली असतांही जो तूं घातुकपणाचा संपर्क नसेल अशाच आचरणाचें अवलंबन करून उपजीविका करूं इच्छीत आहेस, त्या बहुश्रुत, घातुकत्वशून्य, सत्कुलोत्पन्न आणि राज्य चालविण्याविषयीं चतुर अशा तुजसारख्या पुरुषाला अमात्य करणार नाहीं असा कोणता राजा आहे? बा भूपते, सत्यप्रतिज्ञ विदेहाधिपति आज माझ्या घरीं येईल, व मग मी त्याला आज्ञा करीन त्याप्रमाणें तो वागेल यांत संशय नाहीं.

असें बोलून नंतर विदेहाधिपतीला बोलावून आणून मुनि म्हणाला, " हा राजकुलामध्यें उत्पन्न झाला असून ह्याचें अंतःकरण मी जाणलें आहे; त्यावरून तें आरशाप्रमाणें स्वच्छ आहे व हाही शरत्कालीन चंद्राप्रमाणें शुद्ध आहे. मीं ह्याची सर्व बाजूंनीं परीक्षा पाहिली, तथापि मला ह्याच्या ठिकाणीं पातक दिसून आलें नाहीं. ह्यास्तव, तुझा याच्याशीं संधि झाला पाहिजे. तूं मजप्रमाणें ह्याच्यावरही विश्वास ठेव. अमात्यावांचून राजाला तीन दिवसही राज्य चालवितां येणें शक्य नाहीं. अमात्य हाही शूरच असला पाहिजे, किंवा ज्ञानसंपन्न तरी असला पाहिजे. कारण, राजा, शौर्य आणि ज्ञानसंपन्नता ह्या दोहोंच्या योगानेंच इहलोकाच्या व परलोकींच्याही सुखाची प्राप्ति होते. राज्याचें प्रयोजन काय ह्याचा तूं विचार कर. धर्मनिष्ठ पुरुषांना ह्या लोकामध्यें अशा प्रकारचें दुसरें सद्गतीचें साधनच नाहीं. हा महात्मा राजपुत्र सन्मार्गानें वागत आहे. ह्यास्तव, धर्मासच प्राधान्य देऊन वागणाऱ्या ह्या पुरुषाला तूं आपल्या आश्रयास ठेवणें योग्य आहे. हा तुझी सेवा करूं लागला म्हणजे तुझ्या मोठमोठ्या शत्रुसमूहाचा निग्रह करील. बरें, कदाचित् तसें न करितां पितृपितामहक्रमानें प्राप्त होणाऱ्या अधिकारासाठीं संग्रामामध्यें तुला पराजित करण्याच्या इच्छेनें जरी हा युद्ध करूं लागला, तरी हरकत नाहीं. कारण, युद्ध हें क्षत्रियांचें स्वकर्मच आहे. असें झालें असतां विजयाभिलाषी वीरांच्या नियमाचें अवलंबन करून तूंही त्याच्याशीं उलट युद्ध कर. पण आतां स्वतःचें हित करण्याविषयीं तत्पर होऊन युद्ध केल्यावांचूनच तूं माझ्या आज्ञेवरून ह्याला वश करून घे. सारांश, तूं अयोग्य अशा लोभाचा त्याग करून धर्मावर लक्ष ठेव. काम अथवा द्वेष यांमुळें स्वधर्माचा त्याग करणें तुला योग्य नाहीं. बा वैदेहा, जय कायमचा नसतो व पराजयही कायमचा नसतो; म्हणूनच शत्रूचा आपण उपयोग केला पाहिजे, व आपणही त्याच्या उपयोगीं पडलें पाहिजे. जय आणि पराजय ह्या उभयतांची स्थिति आपल्या शरीरांतच प्रत्यक्ष पाहून घ्यावी. कारण, बा वैदेहा, कोणतींही कार्यें करीत असतांना सर्व इंद्रियांची भीति असते. अर्थात् इंद्रियें अधीन नसल्यास पराजित झाल्याप्रमाणें त्यांच्या अधीन होऊन रहावें लागतें; व एखादे वेळीं इंद्रियांवरही जय मिळवून कार्यसिद्धि करितां येते. हेच स्वतःच्या देहामध्यें दिसून येणारे जय आणि पराजय होत. "

ह्याप्रमाणें सांगितल्यानंतर त्या पूज्य ब्राह्मणश्रेष्ठाचा आदर करून, अभिनंदन करून व अनुमति घेऊन वैदेह बोलूं लागला. तो म्हणाला, " महाज्ञानी, बहुश्रुत आणि आम्हां उभयतांच्याही कल्याणाची इच्छा करणाऱ्या अशा आपण जें सांगितलें तें योग्य आहे. आपण मला जें जें करण्याविषयीं सांगितलें तें तें मी तशा रीतीनें करीन. कारण, हें अत्यंत श्रेयस्कर आहे ह्याविषयीं मला संशय नाहीं. "

असें बोलून तो मिथिलाधिपति कोसलेश्वरास हाक मारून म्हणाला, " धर्म आणि नीति ह्यांच्या योगानें मीं सर्व लोक जिंकून

घेतला आहे. तथापि. हे पार्थिवश्रेष्ठा, तूं आपल्या गुणांनीं मला जिंकिलें आहेस. ह्यास्तव, तूं स्वतःस तिरस्करणीय न समजतां जित पुरुषाप्रमाणें मजपाशीं रहा. मी तुझ्या विचाराचा अनादर करणार नाहीं, शौर्याचाही अवमान करणार नाहीं, व मी जेता आहें या दृष्टीनेंही तुझा अपमान करणार नाहीं. ह्यास्तव, तूं जित पुरुषासारखा मजपाशीं रहा. हे राजा, तुझा मी योग्य प्रकारें अत्यंत बहुमान करीन. ह्यास्तव, हे राजा, तूं माझ्या मंदिरामध्यें चल."

इतकें झाल्यावर, परस्परांविषयीं विश्वास उत्पन्न झालेले ते उभयतां त्या ब्राह्मणाचें पूजन करून गृहाकडे निघून गेले. पुढें, पूजनीय अशा कोसलाधिपतीस विदेहाधिपतीनें त्वरेनें आपल्या गृहामध्यें नेऊन पाद्य, अर्घ्य आणि मधुपर्क ह्या उपचारांनीं त्याचें पूजन केलें; व त्याला आपली कन्या देऊन अनेक प्रकारचीं रत्नें अर्पण केलीं. असो; अशा प्रकारचें आचरण ठेवणें हा राजांचा श्रेष्ठ असा धर्म आहे. जय आणि पराजय हे नेहमींचेच आहेत!

अध्याय एकशें सातवा.

—:०:—

वीरसमुदायाविषयींचें वर्तन.

युधिष्ठिर विचारतोः—हे शत्रुतापना, ब्राह्मण, क्षत्रिय, वैश्य ह्यांचा धर्म, आचरण, द्रव्यार्जन, जीविकेचे उपाय, त्यांच्या अवलंबनानें मिळणारें फल, राजांचें द्रव्यार्जन, कोश, कोशामध्यें द्रव्यसंग्रह करण्याचा प्रकार, अमात्यांचें उत्कृष्ट प्रकारचें वर्तन, प्रजेचा अभ्युदय करण्याचा प्रकार, षड्गुणांची योग्य प्रकारें योजना, सैन्याचें वर्तन, दुष्टांचीं व सत्पुरुषांचीं लक्षणें, निकृष्ट प्रतीच्या, बरोबरीच्या आणि अधिक योग्यतेच्या पुरुषांचीं लक्षणें, मध्यम प्रतीच्या लोकांना संतुष्ट ठेवण्यासाठीं अभ्युदय पावणाऱ्या राजानें वागण्याचा प्रकार, ज्यांचीं उपजीविकेचीं साधनें क्षीण झालीं आहेत अशा लोकांशीं ठेवावयाचें वर्तन, आणि विजयशील राजाचे आचार हें सर्व आपण धर्मास अनुसरून सुगम आणि केवल आज्ञारूपी शब्दसमुदायानें मला सांगितलें आहे. आतां, हे ज्ञानसंपन्नश्रेष्ठा, वीरसमुदायासंबंधाचें वर्तन ऐकण्याची माझी इच्छा आहे. ह्यास्तव, हे भरतकुलोत्पन्ना, वीरसमुदायाचा उत्कर्ष कोणत्या योगानें होतो? त्यांच्यामध्यें फाटाफूट कशाच्या योगानें होत नाहीं? ते शत्रूंना जिंकण्याची इच्छा कशाच्या योगानें करितात? आणि त्यांना मित्रप्राप्ति कोणत्या उपायानें होते? परस्परांमध्यें भिन्नभाव उत्पन्न होणें हें विनाशाचें कारण असून, वीर अनेक असल्यामुळें त्यांच्यापाशीं कोणताही बेत गुप्त रहाणें कठीण आहे असें माझें मत आहे. म्हणूनच, हे शत्रुतापना, मला हें सर्व पूर्णपणें ऐकण्याची इच्छा आहे. यास्तव, हे पृथ्वीपते, त्यांच्यामध्यें परस्पर भिन्नभाव कोणत्या योगानें उत्पन्न होणार नाहीं तें मला सांगा.

भीष्म सांगतातः—हे भरतकुलश्रेष्ठा प्रजाधिपते, शूर जनांचा समुदाय आणि कुलें ह्यांच्यामध्यें वैराग्नि प्रदीप्त करणारे लोभ आणि क्रोध हे दोन आहेत. एक पक्ष लोभाचा अंगीकार करितो; आणि नंतर, त्याजपासून आपणास प्राप्ति होत नाहीं ह्मणून दुसरा क्रोधाचा अंगीकार करितो. अशा रीतीनें नाश आणि द्रव्यव्यय ह्या दोहोंशीं संबद्ध होऊन राहिलेले ते दोन्ही पक्ष परस्परांचा नाश करूं लागतात; व गुप्त हेरांचा प्रयोग, मंत्र, बलात्कारानें ग्रहण, साम, दान, भेद व क्षयाची अथवा व्ययाची भीति इत्यादि उपायांनीं परस्परांत ओढाताण करितात. त्यांपैकीं ऐक्यानें वास्तव्य करणाऱ्या शूरसमुदायामध्यें द्रव्यदान न केल्यामुळें भेद उत्पन्न होतो; व तसें झालें ह्मणजे सर्वांचींही

अंतःकरणें दूषित होऊन भीतीमुळें ते शत्रूंच्या अधीन होतात. भेदाच्या योगानें शूरसमुदायाचा नाश होतो. भिन्नभाव उत्पन्न झालेल्या लोकांचा पराजय शत्रूंना साहजिक रीतीनें करितां येतो. ह्यास्तव, शूरसमुदायांनीं सदैव ऐकमत्यानें राहूनच प्रयत्न करीत असावें. समुदायशक्ति, व्यक्तिगत सामर्थ्य आणि शौर्य ह्यांच्या योगानें द्रव्याचीही प्राप्ति होते; व समुदायानें राहणाऱ्या लोकांशीं बाहेरचे लोकही स्नेह करितात. ज्ञानवृद्ध लोक असें सांगत असतात कीं, परस्परांची सेवा करणारे आणि प्रतारकत्वापासून परावृत्त झालेले लोक सर्वथैव सुखानें उत्कर्ष पावत असतात. शूरसमुदायाचे अधिपतिही अत्यंत धार्मिक व्यवहारांची स्थापना करीत असले आणि शास्त्राच्या अनुरोधानें योग्य प्रकारें सर्वांवर दृष्टि ठेवीत असले म्हणजे उत्कर्ष पावतात. पुत्र असोत अथवा बंधु असोत, त्यांचा निग्रह करून त्यांना सदैव विनयसंपन्न करणारे व विनयसंपन्न झाल्यानंतरच त्यांचा अंगीकार करणारे वीरसमुदायाधिपति उत्कर्ष पावतात. हे महाबाहो, गुप्त हेरांची योजना, मंत्रक्रिया आणि कोशामध्यें द्रव्यसंग्रह हीं करण्याविषयीं प्रत्यहीं उद्युक्त असणारे वीरसमुदाय उत्कर्ष पावत असतात. हे राजा, ज्ञानसंपन्न, शूर, कार्याविषयीं अत्यंत उत्साही आणि उद्योग स्थिर असणाऱ्या अशा पुरुषांचा बहुमान करणारे व सदैव कार्योद्युक्त असणारे वीरसमुदाय उत्कर्ष पावतात. द्रव्यवान् शूर, शास्त्रपारंगत आणि शस्त्रज्ञ असणारे वीरसमूह दुस्तर संकटांत सांपडल्यामुळें अज्ञ बनून गेलेल्या लोकांना त्यांतून तारून नेतात. हे भरतकुलश्रेष्ठा, क्रोध, भेद, भीति, दंड, ओढाताण, निग्रह आणि वध ह्या गोष्टी वीरसमुदायाला तत्काल शत्रूच्या अधीन करून सोडतात. सारांश, तूं मुख्यत्वेंकरून मुख्य मुख्य वीरांचा संमान करीत जा. कारण, हे पृथ्वीपते, लोकयात्रा ही पुष्कळशी त्याजवरच अवलंबून असते. हे शत्रुनाशना, मंत्र गुप्त ठेवावा व मुख्य मुख्य वीरांकडे गुप्त हेरांचीही योजना करावी. हे भरतकुलोत्पन्ना, संपूर्ण मंत्र वीरसमुदायांच्या कानावर जाणें योग्य नाहीं. वीरसमुदायांमध्यें भिन्नभाव उत्पन्न होऊन ते आपल्या लोकांतून अलग होऊन उलट बाजूकडे वळले तर वीरसमुदायांवरील मुख्य लोकांनीं एकत्र जमून एकांतांत विचार करून आपल्या वीरसमूहाचें हित होईल अशी गोष्ट करावी; अर्थात् त्यांचें ऐक्य करावें. कारण, परस्परांमध्यें फाटाफूट होऊन जो तो स्वतःच्या सामर्थ्याचें अवलंबन करूं लागला म्हणजे द्रव्यक्षय होतो व अनर्थही उद्भवतात. सुज्ञ लोकांनीं विलंब न करितां मुख्यत्वेंकरून निग्रहाला प्राधान्य दिलें पाहिजे, कुलामध्यें कलह उत्पन्न झाले व कुलांतील वृद्ध पुरुषांनीं त्याची उपेक्षा केली, म्हणजे ते संपूर्ण वंशाचाच नाश करून सोडतात. संघशक्तीचा नाश करणारें जें आपापसांतील भय, त्याचेंच प्रथम नियमन केलें पाहिजे. कारण, बाह्य लोकांकडून उत्पन्न होणारी भीति ही आपसांतील भीतीपेक्षां निःसार असते. हे राजा, आपापसांत घडलेलें भीतीचें कारण हें तत्काल समूल उच्छेद करणारें असतें. जाति आणि कुल हीं सर्वांचीं सारखीं असतां क्रोध, मोह अथवा निसर्गसिद्ध लोभ ह्यांच्यामुळें वीर लोकांनीं एकदम परस्परांशीं भाषण बंद करणें हें पराभव होण्याचें चिन्ह आहे. उद्योगाच्या योगानें, बुद्धीच्या योगानें आणि सौंदर्यसंपन्न वस्तु अथवा द्रव्य ह्यांच्या योगानें शत्रूंना वीरसमुदायांत भेद उत्पन्न करितां येत नाहीं; तर भेद व दान ह्या दोन उपायांच्या अवलंबनानेंच त्यांना तसें करितां येतें. सारांश, ऐकमत्य हेंच सर्व वीरसमुदायांना आधारभूत आहे.

अध्याय एकशें आठवा.

—:०:—

माता, पिता व गुरु ह्यांचें माहात्म्य.

युधिष्ठिर विचारतोः—हे भरतकुलोत्पन्ना, धर्मरूपी मार्ग हा फार मोठा असून त्याच्या शाखाही अनेक आहेत. ह्यास्तव, ह्या लोकामध्यें ह्या एकंदर धर्मांपैकीं अवश्य कर्तव्य असें काय मानलेलें आहे, व कोणतें कार्य सर्व धर्मांमध्यें अत्यंत श्रेष्ठ आहेसें आपणाला वाटतें तें सांगा, म्हणजे त्याच्या श्रवणानें मला इहलोकीं व परलोकींही उत्कृष्ट प्रकारें धर्म घडेल.

भीष्म सांगतातः—माता, पिता आणि गुरु ह्यांचा संमान करणें हेंच मला अतिशय मान्य आहे. ह्या कृत्यामध्यें आसक्त झालेल्या मनुष्याला स्वर्गादि लोकांची व कीर्तीची प्राप्ति होते. म्हणूनच, बा युधिष्ठिरा, अत्यंत मान्य असे हे तीन असामी—धर्मकारक असो, अधर्मकारक असो, अथवा आपल्या मताच्या विरुद्ध असो, जी गोष्ट करण्याविषयीं आज्ञा करतील तीच अवश्य केली पाहिजे. त्यांची अनुज्ञा न मिळाल्यास इतर धर्माचरण करूं नये. जें करण्याविषयीं त्यांची अनुमति पडेल तोच धर्म होय, असा सिद्धांत आहे. तेच स्वर्गादि तीन लोक, तेच ब्रह्मचर्यादि तीन आश्रम, तेच ऋग्वेदादि तीन वेद आणि तेच गार्हपत्यादि तीन अग्नि आहेत. पिता हा गार्हपत्य अग्नि असून माता दक्षिणाग्नि व गुरु आहवनीयाग्नि आहे. ह्या अग्नित्रयाची योग्यता इतर अग्नित्रयाहून अत्यंत अधिक आहे. ह्या तिहींच्या सेवेमध्यें प्रमाद घडला नाहीं तर तुला तीनही लोकांची प्राप्ति होईल. पितृसेवेनें इहलोक, मातृसेवेनें परलोक आणि गुरुशुश्रूषेनें ब्रह्मलोक तूं खात्रीनें तरून जाशील. हे भरतकुलोत्पन्ना, तूं ह्या तिघांशीं उत्कृष्ट प्रकारचें आचरण ठेव, म्हणजे तीनही लोकांमध्यें तुझी कीर्ति होईल, व अत्यंत फलदायक असा धर्म घडून तुझें कल्याणही होईल. ह्यांचा केव्हांही अतिक्रम करूं नये; त्यांना सोडून कोणत्याही वस्तूंचें सेवन करूं नये; त्यांना दूषण देऊं नयेः व सदैव त्यांची सेवा करावी. असें करणें हेंच उत्कृष्ट प्रकारचें पुण्य आहे. हे नृपश्रेष्ठा, ह्या योगानें तुला शौर्यादिकांपासून आणि दानादिकांपासून उत्पन्न होणाऱ्या कीर्तीची, पुण्याची आणि स्वर्गादि लोकांची प्राप्ति होईल. जो या तिहींचा बहुमान करितो त्यानें सर्व लोकांचा बहुमान केल्यासारखा होतो; आणि ज्याचा ह्यांच्याविषयीं अनादर असतो, त्याच्या सर्व क्रिया निष्फल होतात. इतकेंच नव्हे, तर, हे शत्रुतापना, त्याला इहलोक व परलोकही नाहींसा होतो. जो ह्या गुरुत्रयाचा सदैव अपमान करितो, त्याच्या कीर्तीचा इहलोकीं व परलोकींही प्रादुर्भाव होत नाहीं; व त्याचें पारलौकिक कल्याणही होत नाहीं. युधिष्ठिरा, मी सर्व कांहीं त्यांच्याचसाठीं करून त्यांनाच अर्पण करीत होतों, ह्यामुळें मला त्यांना अर्पण केलेल्या वस्तूंच्या शतपट किंवा सहस्रपट प्राप्ति होत असे; व त्यामुळेंच मला तीनही लोकांचें ज्ञान आहे. एका आचार्याची योग्यता दहा श्रोत्रियांहून अधिक आहे; एका उपाध्याची योग्यता दहा आचार्यांहून अधिक आहे; पित्याची योग्यता दहा उपाध्यायांहून अधिक आहे; व मातेची योग्यता पित्याच्या अथवा सर्व पृथ्वीच्या दसपट आहे. मातेसारखा दुसरा गुरु नाहीं. पण माझ्या मतें मातापितरांहून गुरूची योग्यता अधिक आहे. मातापितरांचा उपयोग जन्मापुरताच आहे. कारण, हे भरतकुलोत्पन्ना, ते उभयतां केवल शरीरच निर्माण करितात. पण आचार्यानें जें जन्म दिलें असतें तें दिव्य आणि अजरामर आहे. मातापितरांनीं अपकार

जरी केला तरी त्यांचा वध करूं नये. असें केल्यामुळें करणारा दूषित होत नाहीं; व ते वध्य असतां त्यांचा वध झाला नाहीं म्हणून राजास अथवा वध न करणाऱ्या पुत्रास त्यांच्यामुळें दोष लागूं शकत नाहीं. कारण, असें करणें हा पुत्राचा धर्म असून, पितृसेवारूप धर्म करण्याविषयीं प्रयत्न करणाऱ्या मनुष्यास महर्षींसहवर्तमान देवही अनुग्राह्य समजतात. वेदाचें यथार्थ प्रवचन करून वेद सांगणारा व त्या योगानें अनुग्रह करून मोक्षप्राप्ति करून देणारा जो गुरु, तो आपला पिता आणि माता असें समजावें; त्याजविषयीं कृतज्ञ असावें; त्याच्याशीं केव्हांही द्रोह करूं नये; गुरूकडून विद्या श्रवण केल्यानंतर त्याच्या सान्निध्यास राहून जे अंतःकरणपूर्वक क्रियेनें त्याचा आदर करीत नाहींत, त्यांना भ्रूणहत्येहून अधिक पातक लागतें. त्यांच्याहून अत्यंत पातकी असा ह्या लोकांत दुसरा कोणीं नाहीं. ज्याप्रमाणें गुरूंनीं त्यांचा उत्कर्ष करावयाचा, त्याप्रमाणेंच त्यांनींही गुरूंचें अर्चन केलें पाहिजे. सारांश, ज्याला सनातन धर्माची इच्छा असेल, त्यानें प्रयत्नपूर्वक ह्या गुरुत्रयाचा बहुमान करावा, त्यांचें अर्चन करावें, व त्यांना प्रयत्नपूर्वक आपल्या सुखाचे भागीदार करावे. ज्या वस्तूच्या योगानें पुत्र पित्याला संतुष्ट करितो, त्या वस्तूच्या योगानें प्रजापति संतुष्ट होतो; ज्या योगें तो मातेला संतुष्ट करितो, त्या योगें पृथ्वीचें पूजन केल्याप्रमाणें होतें; व ज्याच्या योगानें तो आपल्या गुरूला संतुष्ट करितो, त्याच्या योगानें त्यानें परब्रह्माचें पूजन केल्यासारखें होतें. म्हणूनच माता आणि पिता ह्यांहून गुरु अत्यंत पूज्य होय. गुरूचें पूजन केलें असतां देव, ऋषि आणि पितर संतुष्ट होतात. म्हणूनच गुरु हा अत्यंत पूज्य होय. कोणत्याही आचरणाच्या योगानें गुरूचा अपमान करूं नये; व मातापितरांचाही अपमान करूं नये. तर गुरूप्रमाणेंच त्यांचाही संमान करावा. त्यांचा अपमान करणें अयोग्य आहे. त्यांच्या कृतीस दूषण देऊं नये. गुरुत्रयाचा सत्कार करणाऱ्या पुरुषास महर्षींसहवर्तमान देव अनुग्राह्य समजतात. गुरु आणि मातापितर ह्यांचा जे लोक क्रियेनें अथवा अंतःकरणानें द्वेष करितात, त्यांना भ्रूणहत्येहून अधिक पातक लागतें. त्यांच्याहून अधिक पातकी असा ह्या लोकामध्यें कोणी नाहीं. मित्रद्रोही, कृतघ्न, स्त्रियांचा वध करणारा व गुरुद्रोही ह्या चौघांना कांहीं प्रायश्चित्त असल्याचें माझ्या ऐकण्यांत नाहीं.

ह्याप्रमाणें, ह्या जगतामध्यें पुरुषानें जें कांहीं केलें पाहिजे तें मीं तुला सविस्तर सांगितलें आहे. हेंच आचरण अत्यंत श्रेष्ठ असून ह्याहून अधिक श्रेष्ठ असें दुसरें कांहीं नाहीं. हें मीं तुला सर्व धर्मांच्या अनुरोधानें सांगितलें आहे.

अध्याय एकशें नववा.

—:०:—

सत्यासत्यविचार.

युधिष्ठिर विचारतोः—हे भरतकुलश्रेष्ठा विद्वन्, धर्मामध्यें राहूं इच्छिणाऱ्या मनुष्यानें कोणत्या प्रकारचें वर्तन ठेविलें पाहिजे हें जाणावयाची मला इच्छा आहे. तरी आपण मला तें सविस्तर सांगा. सत्य आणि असत्य हीं उभयतां सर्व लोकांना व्याप्त करून राहिलेलीं आहेत. त्यांपैकीं, धर्माचें आचरण करण्याविषयींचा निश्चय असलेल्या मनुष्यानें काय आचरण केलें पाहिजे ? सत्य हेंच धर्मास सदैव अनुकूल आहे कीं असत्यच तसें आहे ? कोणत्या वेळीं सत्य भाषण करावें व कोणत्या वेळीं असत्य बोलावें ?

भीष्म सांगतातः—सत्य भाषण करणें हेंच उत्तम होय. कारण, सत्याहून श्रेष्ठ असें दुसरें

कांहीं नाहीं. तथापि, हे भारता, ह्याविषयींचें जें ज्ञान होणें अशक्य आहे तें मी तुला सांगतों, ऐक. ज्या प्रसंगीं सत्याचा असत्यासारखा उपयोग होत असेल, व असत्याची योग्यता सत्यासारखी असेल, त्या प्रसंगीं, जरी सत्य असलें तरी तें न बोलतां असत्यच भाषण केलें पाहिजे. ज्याचा सत्य कोणतें ह्याविषयींचा निश्चय झालेला नाहीं, तो मनुष्य केवळ अज्ञानी होय आणि म्हणूनच तो बद्ध होतो. सत्य व असत्य ह्या दोहोंविषयींचा सिद्धांत ठरविल्यानेंच मनुष्य धर्मज्ञ होतो. मनुष्य सौजन्यशून्य, दुर्बुद्धि, कठोर आणि अत्यंत भयंकर असा जरी असला, तरी अंधाचा वध करणाऱ्या बलाक[1] व्याधाप्रमाणें त्याला एखादे वेळीं अत्यंत मोठेंही पुण्य लागतें. पहा काय हें आश्चर्य! सत्यभाषणरूपी धर्म घडावा म्हणून मूढ जरी त्याप्रमाणें वागत होता, तरी तो धर्मवेत्ता नव्हे. कारण, त्याच्या सत्य भाषणापासून अनेक लोकांचा घात झाला. धर्मज्ञान नसलें तरीही गंगातीरावरील दिवाभीत[2] पक्ष्याप्रमाणें एखादे वेळीं पुरुषाला अत्यंत मोठें पुण्य घडतें. सारांश, हा प्रश्न असा आहे कीं, त्यामध्यें धर्म कोणता ह्याची निवड करणें अत्यंत कठीण आहे; व त्यांच्या भेदाची गणना करितां येणें अशक्य आहे. मग ह्याविषयींचा निश्चय ठरवावा कसा? अर्थात् ठरवितां येणें अशक्य आहे. तथापि लोकांच्या अभ्युदयासाठींच धर्म सांगितलेला आहे. ह्यामुळें, ज्याच्या योगानें लोकांचा अत्यंत उत्कर्ष होईल तोच धर्म होय, असा सिद्धांत आहे. 'धर्म' शब्दाचा अर्थ धारण करणें असा आहे. सर्व लोकांना धर्माचेंच अवलंबन असल्यामुळें धर्मानेंच त्यांना धारण केलें आहे. म्हणूनच, ज्याच्या योगानें लोकांचें धारण होईल तो धर्म होय असा सिद्धांत आहे. प्राण्यांना पीडा होऊं नये म्हणूनच धर्म कथन केला आहे. ह्यास्तव, ज्याचा प्राणिपीडेशीं संबंध नसेल तोच धर्म होय हा सिद्धांत आहे. श्रुतींत जें जें सांगितलें असेल, तो तो धर्म होय असें कित्येकांचें मत आहे; व दुसऱ्या लोकांच्या मतें तो सर्वच धर्म आहे असें नाहीं. ह्या त्यांच्या मताचा आम्ही द्वेष करीत नाहीं. कारण, वेदांतील प्रत्येक गोष्ट विधिस्वरूपी आहे असें नाहीं. सत्यभाषण करणें हा जरी धर्म असला, तरी जे लोक कोणच्याही द्रव्याचा अन्यायानें अपहार करीत असतील त्यांना त्या द्रव्याविषयींची माहिती न सांगणें हा धर्म होय असा सिद्धांत आहे. चोर लोक द्रव्याविषयीं प्रश्न करूं लागले असतां त्यांना कांहींच न सांगितल्यास सुटका होण्यासारखी असेल तर कांहींच बोलूं नये. पण जी गोष्ट अवश्य सांगतां आली पाहिजे तिजसंबंधानें कांहींच न सांगितल्यास त्यांना संशय येण्याचा संभव आहे; अशा प्रसंगीं सत्याहून असत्य भाषण करणेंच अत्यंत श्रेष्ठ होय, असा निश्चय आहे. इतकेंच नव्हे, तर असत्य शपथ वाहून जरी दुष्ट लोकांच्या तडाक्यांतून सुटतां येण्यासारखें असलें तरी तसें करावें. पण शक्य असेल तर दुष्ट लोकांना कोणत्याही प्रकारें द्रव्य देऊं नये. कारण, त्यांना द्रव्य दिलें असतां त्यापासून द्रव्य देणाऱ्यालाही अवश्य पीडा होते. समजा—एखाद्या व्यापारांत एकाचें द्रव्य आणि एकाचे श्रम असा ठराव झाला. पुढें, चोरांनी त्या द्रव्याचा अपहार केल्यामुळें द्रव्य नाहींसें झालें. तेव्हां

१ कर्णपर्व, अध्याय ६९ पहा.

२ गंगातीरावर रहाणाऱ्या एका उलूकानें तेथें असलेलीं सर्पांचीं हजारों अंडीं फोडून टाकिलीं; व त्यामुळें त्याला मोठें पुण्य लागलें. कारण, जर त्यानें तसें केलें नसतें, तर भयंकर बिषारी सर्पांची पुष्कळ वाढ होऊन लोकांचा तत्काल नाश झाला असता.

ज्यानें व्यापाराकरितां द्रव्य घेतलें त्याच्या शरीरास पीडा देऊन त्याजकडून आपलें द्रव्य वसूल करूं इच्छिणाऱ्या पूर्वी द्रव्य देणाऱ्या धनिकानें खऱ्या वृत्तांताचें ज्ञान व्हावें म्हणून दिलेले साक्षीदार त्या प्रसंगास योग्य अर्थात् असत्य भाषण न करितां जर 'तूं ह्याचें अमुक द्रव्य देणें आहेस' असें सांगतील, तर ते सर्व असत्यवादी होत. एखाद्याचा प्राणनाश होत असेल तर त्या प्रसंगीं व विवाहाच्या वेळीं असत्य भाषण करावें. दुसऱ्याला कांहीं फलप्राप्ति व्हावी अशी इच्छा करणारा व त्यामुळेंच न्याय्य अशा त्याच्या द्रव्यसंरक्षणासाठीं धर्माच्याच अनुरोधानें असत्य भाषण करणारा पुरुष जरी नीच असला, तरी तो धर्माचाच अभिलाष करणारा होय. एखाद्या स्वार्थसाधूवर द्रव्यासंबंधानें बलात्कार चालला असेल व पूर्वी त्यानें तें देण्याचें कबूल केलें असेल, तर त्याजकडून तें देवविलें पाहिजे. जो कोणी मनुष्य धर्माचारापासून भ्रष्ट होऊन अधर्म करूं लागला असेल त्याला दंड करून त्याचा वध करावा. कारण, त्या मार्गाचें अवलंबन करणारा व सदैव स्वधर्मभ्रष्ट होऊन राक्षसी धर्माचें अवलंबन करणारा तो शठ मनुष्य दंड न केल्यास स्वधर्मत्याग करून अधर्मावरच उपजीविका करण्याची इच्छा करूं लागेल, म्हणूनच शठवृत्तीवर उपजीविका करणाऱ्या त्या नीचाचा सर्व उपायांनीं वध करावा. सर्व नीच लोकांचा द्रव्य मिळवावें एवढाच काय तो सिद्धांत असतो व त्यासाठींच ते दुष्कर्में करीत असतात. म्हणूनच, शठवृत्तीच्या योगानें स्वधर्मभ्रष्ट होऊन गेलेल्या त्या नीच लोकांचें वर्तन सहन करूं नये व त्यांना उपजीविकेसाठींही कांहीं देऊं नये. देवलोक आणि मनुष्यलोक ह्या दोहोंपासून भ्रष्ट झालेले ते पुरुष केवल प्रेततुल्य होत. म्हणूनच यज्ञ आणि तप ह्यांनीं शून्य असणाऱ्या त्या लोकांशीं तूं संबंध ठेवूं नको. द्रव्यनाशामुळें अत्यंत दुःखकारक असा जीवनाश होतो. दुष्ट लोकांमध्यें, 'अमुक धर्मावर तुझी प्रीति जडावी' असा प्रयत्नपूर्वक उपदेश करण्यालाही पात्र असा कोणीच नसतो. आपण जें करितों तो सर्व धर्मच आहे असें त्यांना खात्रीपूर्वक वाटत असतें. अशा स्थितींत असणाऱ्या मनुष्यांचा जो वध करितो, त्याला पाप लागत नाहीं. म्हणूनच त्या विचारशक्तिशून्य मनुष्यांचा वध करण्याचें ज्यानें व्रतच पतकरिलें असेल, त्यानें खुशाल त्यांचा वध करावा. कारण, स्वकर्मानेंच त्यांचा वध झाला असल्यामुळें त्यांना मारणें म्हणजे मृतावरच प्रहार केल्यासारखें आहे; व म्हणूनच त्याला हिंसा केल्याचा दोष लागत नाहीं. कपटवृत्तीनें उपजीविका करणारे लोक काक आणि गृध्र ह्यांच्यासारखे असल्यामुळें देहपातानंतर ते त्याच योनींत उत्पन्न होतात. **जो मनुष्य ज्याच्याशीं जसा वागत असेल, त्याच्याशीं त्यानें तसेंच वर्तन ठेवावें.** कपटाचरण करणाऱ्याशीं कपटाचेंच आचरण ठेवून त्याला पीडित करावें; आणि सदाचारसंपन्नाशीं सदाचरणानेंच वागून त्याच्या उपकाराची फेड करावी.

अध्याय एकशें दहावा.

—:०:—

संकटांतून तरून जाण्याचे उपाय.

युधिष्ठिर विचारतोः—सर्व प्राणी त्या त्या स्थितीच्या प्राप्तीमुळें त्या त्या बाजूंनीं क्लेश पावत आहेत. ह्यास्तव, हे पितामहा, त्यांना संकटांतून तरून जाण्याचा उपाय कोणता हें मला सांगा.

भीष्म सांगतातः-शास्त्रांत सांगितलेल्या आश्रमांमध्यें राहून जे ब्राह्मण, क्षत्रिय आणि वैश्य इंद्रियांचें संयमन करून शास्त्रोक्त प्रकारें वाग-

तात, ते संकटांतून तरून जातात. जे दांभिकाचरण करीत नाहींत; ज्यांचें वर्तन संयमाचें असतें; जे इंद्रियांचा निग्रह करितात; जे कोणी कांहीं बोलले तरी उत्तर देत नाहींत; पीडा दिली असतां उलट पीडा देत नाहींत; दान करितात पण याचना करीत नाहींत; प्रत्यहीं अतिथीला आपल्या घरीं ठेवून घेतात; केव्हांही कोणाचा मत्सर करीत नाहींत; सदैव अध्ययनशील असतात, आणि जे धर्मवेत्ते मातापितरांची सेवा करितात व दिवसा झोंप घेत नाहींत, ते संकटापासून मुक्त होतात. जे क्रियेनें, अंतःकरणानें अथवा वाणीनें पातकाचरण करीत नाहींत; आणि प्राण्यांना व्यर्थ दंड करीत नाहींत, ते संकटांतून मुक्त होतात. जे राजे रजोगुणानें युक्त होऊन लोभामुळें अर्थ संपादन करीत नाहींत, व आपल्या राष्ट्राचें रक्षण करितात, ते संकटांतून तरून जातात. जे लोक स्वस्त्रीशींच आणि केवळ ऋतुकालींच समागम करितात, व अग्निहोत्र करण्याविषयीं तत्पर होऊन रहातात, ते संकटांतून तरून जातात. जे शूर लोक मृत्यूची भीति सोडून देऊन संग्रामामध्यें धर्माच्या अनुरोधानें जय मिळविण्याची इच्छा करितात, ते संकटांतून पार पडतात. जे लोक इहलोकीं प्राणत्यागाचा प्रसंग येऊन ठेपला तरी देखील सत्यच भाषण करितात, ते लोकांस प्रमाणभूत असलेले लोक संकटें तरून जातात. ज्यांचीं कृत्यें दंभ माजविण्यासाठींच नसतात, भाषणें प्रिय असतात, व ज्यांचें द्रव्य न्यायानेंच प्राप्त झालेलें असतें, ते संकटें तरून जातात. उत्कृष्ट प्रकारचें तप असणारे जे तपोनिष्ठ ब्राह्मण अनध्यायदिवशीं अध्ययन करीत नाहींत, ते संकटांतून मुक्त होतात. जे कुमारावस्थेपासूनच ब्रह्मचारी असलेले आणि विद्या व वेदव्रतें पूर्णपणें केलेले लोक तपश्चर्या करीत असतात, ते संकटांतून पार होऊन जातात. रजोगुण व तमोगण यांची शांति झालेले जे महात्मे केवल सत्यनिष्ट होऊन राहिलेले असतात, ते संकटांपासून मुक्त होतात. ज्यांची कोणाला भीति नसते, जे कोणाला भीत नाहींत, व ज्यांना सर्व लोक आत्मतुल्य असतात, ते संकटें तरून जातात. जे सौजन्यसंपन्न नरश्रेष्ठ परकीयाच्या संपत्तीमुळें ताप पावत नाहींत, ग्राम्य गोष्टींपासून निवृत्त होतात, सर्व देवांचें पूजन करितात, आणि श्रद्धासंपन्न व शांत असून सर्व धर्म श्रवण करितात, ते संकटांतून तरून जातात. जे मानीपणाचा अभिलाष करीत नाहींत, परकीयांचा मान ठेवतात, आणि संमाननीयांचें अर्चन करितात, ते संकटें तरून जातात. संततीची अपेक्षा करणारे जे पुरुष अत्यंत निर्मळ अंतःकरणानें प्रत्येक तिथीला श्राद्धें करितात, ते संकटांतून मुक्त होऊन जातात. जे स्वतःच्या क्रोधाचें नियमन करितात, दुसऱ्याचाही क्रोध शांत करितात, कोणाही प्राण्यावर कोप करीत नाहींत, मधु व मांस यांचा त्याग करितात, आणि जन्मापासूनच मद्यत्याग करितात, ते संकटें तरून जातात. ज्यांचें भोजन केवळ जीवित चालावें एवढ्याचसाठीं असतें, स्त्रीसंभोग केवळ संततीकरितांच असतो, आणि वाणी केवळ सत्यवचनास्तव असते, ते संकटें तरून जातात. राजा युधिष्ठिरा, जो आम्हां सर्वांचा हितचिंतक, बंधु, मित्र व संबंधी आहे; ज्याचे नेत्र सूर्यविकासी कमलपत्राप्रमाणें आरक्त आहेत; आणि जो तुझें व अर्जुनाचें प्रिय आणि हित करण्याविषयीं एकनिष्ठ होऊन राहिला आहे, तो हा पीतवसनधारी महाबाहु दुर्जय श्रीकृष्ण साक्षात् अविनाशी अचिंत्यस्वरूपी वैकुंठाधिपति पुरुषोत्तम श्रीविष्णुच होय. चर्मानें ज्याप्रमाणें शरीर परिवेष्टित असतें, त्याप्रमाणें हा प्रभु ह्या सर्व लोकांना व्यापून राहिला आहे; आणि सर्व

प्राण्यांच्या उत्पत्तीला व नाशालाही हाच कारण आहे. हे नरश्रेष्ठा, अशा ह्या अलौकिक सामर्थ्यसंपन्न श्रीविष्णूची जे लोक भक्ति करितात, व त्याचाच आश्रय करून रहातात, ते निःसंशय संकटांतून तरून जातात. हे संकटांतून तरून जाण्याचे उपाय जे कोणी पठन करतील, ब्राह्मणांना कथन करतील व दुसऱ्यांसही ऐकवितील, ते संकटांतून तरून जातील.

ह्याप्रमाणें, हे निष्पापा, ज्या योगें मनुष्य इहपरलोकींच्या संकटांतून मुक्त होतात, त्या क्रिया केवल नामनिर्देशानें मीं तुला सांगितल्या आहेत.

अध्याय एकशें अकरावा.

—:०:—

व्याघ्र आणि गोमायु ह्यांचा संवाद.

(राजसान्निध्यास असणाऱ्यांचा स्वभाव.)

युधिष्ठिर विचारतोः—कित्येक लोक दिसण्यांत सौम्य असतात, पण वस्तुतः सौम्य नसतात; आणि कित्येक खरे सौम्य असूनही दिसण्यांत क्रूर दिसतात. ह्यास्तव, हे पितामहा, आम्हीं असे पुरुष कसे ओळखावे तें सांगा.

भीष्म सांगतातः—युधिष्ठिरा, ह्याविषयीं व्याघ्र आणि गोमायु (कोल्हा) यांचा एक प्राचीन संवाद इतिहासाच्या रूपानें सांगत असतात. तो ऐक—

पूर्वी पुरिका नामक नगरीमध्यें दुसऱ्याच्या हिंसेमध्यें रममाण होणारा क्रूर आणि नराधम असा पौरिक नांवाचा एक राजा होऊन गेला. आयुष्य क्षीण झाल्यावर त्याला अनिष्ट अशी गति प्राप्त होऊन, पूर्वकर्माच्या योगानें दूषित झाल्यामुळें तो गोमायूच्या जन्मास गेला. तेव्हां पूर्वीच्या ऐश्वर्याचें स्मरण होऊन अत्यंत खिन्न झाल्यामुळें तो दुसऱ्यांनीं आणून दिलेलें मांस भक्षण करीत नसे; कोणाही प्राण्याची हिंसा करीत नसे; सत्यभाषण करी; त्याचे नियमही अत्यंत दृढ असत; व तो वेळच्या वेळीं आपोआप पडलेलीं फळें भक्षण करून राही. त्या गोमायूला स्मशानामध्यें रहाणें फार आवडे. तीच त्याची जन्मभूमि होती, ह्यामुळें त्याला दुसरीकडे रहाणें आवडत नसे. त्याच्या जातींतील इतर सर्व प्राण्यांना त्याचा तो शुचिर्भूतपणा सहन होईना. ह्यामुळें अत्यंत नम्रपणाचीं भाषणें करून ते त्याचा तो निश्चय ढळवूं लागले. ते ह्मणाले, "ह्या भयंकर स्मशानामध्यें राहून तूं शुचिर्भूतपणें वागूं इच्छीत आहेस, हें अगदीं विरुद्ध आहे. कारण, तूं मांसभक्षकांच्या जातींतिल आहेस. ह्यास्तव तूं आमच्याप्रमाणेंच वागत जा. आह्मी तुला भक्ष्य पदार्थ अर्पण करूं, ते तूं ह्या शुचिर्भूतपणाचा त्याग करून भक्षण कर. जें आह्मी भक्षण करूं तें सदैव तुलाही मिळत जाईल."

हें त्यांचें भाषण ऐकून त्या गोमायूनें सौम्य, मधुर, हेतुगर्भित आणि सविस्तर अशा वाक्यांनीं त्यांना समाधानपूर्वक उत्तर दिलें, "माझें जन्म हें कांहीं कुल ठरविण्याविषयीं प्रमाणभूत नाहीं. कारण, कुल हें प्रत्येकाच्या आचरणावरून ठरविलें जातें. म्हणूनच, ज्या योगानें कीर्तीचा विस्तार होईल अशाच प्रकारचें कर्म करण्याची इच्छा मी करीत आहें. मी जरी स्मशानांत वास करीत आहें, तरी माझें समाधान कसें होत असतें तें ऐका. स्वभावाच्याच योगानें धर्मरूपी क्रिया उत्पन्न होत असते; आश्रम हा कांहीं धर्मास कारणभूत नाहीं. आश्रमामध्यें राहून जो ब्रह्महत्या करील, त्याचें तें करणें हें पाप होणार नाहीं काय? आणि आश्रमांत न रहातां जर एखाद्यानें गोप्रदान केलें, तर तें व्यर्थ होईल काय? अर्थात् मुळींच नाहीं! आणि म्हणूनच आश्रम हा धर्मास कारणभूत नाहीं. तुह्मी स्वार्थलोभानें केवल भक्षणामध्यें

असक्त होऊन राहिलां आहां, व मोहग्रस्त झाल्यामुळें तुम्हांला परिणामीं असलेले तीन दोष दिसत नाहींत. ह्या दोषांमुळेंच संतोषास कारणभूत नसलेली, असंतोषाच्या योगानें घडणारी, निंद्य, धर्महानीमुळें दूषणास्पद असलली आणि इहलोकीं व परलोकींही इष्ट नसलेली जी वृत्ति ती मला आवडत नाहीं."

हें ऐकून, तो गोमायु शुचिर्भूत आणि पंडित आहे असें समजून, पराक्रमामध्यें प्रसिद्ध असणाऱ्या एका व्याघ्रानें आपल्या योग्यतेनुरूप संमान करून त्याला स्वतःच आपल्या सचिवाचा अधिकार दिला.

व्याघ्र म्हणालाः—हे सौम्या, तुझा स्वभाव मला कळून आला. आतां तूं माझ्याबरोबर प्रयाण करीत रहा. तुला इष्ट असतील त्या उपभोग्य वस्तु ग्रहण कर आणि ज्या अनेक अनिष्ट असतील त्यांचा त्याग कर. आम्ही कडक आहों अशी आमची प्रसिद्धि आहे. म्हणून आम्ही तुला सुचवून ठेवितों कीं, सौम्यपणेंच आम्हांकडून तुला हितकारक व कल्याणमय अशा गोष्टींची प्राप्ति होईल.

हें त्या महात्म्या मृगराजाचें भाषण मान्य करून, तो गोमायु किंचित् नम्र होऊन विनयानें भाषण करूं लागला.

गोमायु म्हणालाः—हे मृगराज, मजविषयीं आपण जें भाषण करितां, तें आपणांला योग्य आहे. आपण धर्म आणि अर्थ ह्यांमध्यें निष्णात व शुचिर्भूत अशा अमात्याचा शोध करीत आहां. राजाला अमात्यावांचून आपल्या महत्त्वाचें संरक्षण करितां येणें शक्य नाहीं; आणि अमात्य असूनही जर तो दुष्ट व म्हणूनच शरीरास अपाय करणारा असेल, तर त्याच्या योगानेंही महत्त्वाचें संरक्षण होणें शक्य नाहीं. हे महाभागा, तूं आपल्यावर प्रेम करणारे, नीतिवेत्ते, परस्परांशीं मिळून वागणारे, परस्परांत आप्तादिसंबंध नसलेले, शत्रूचा पराजय करण्याची इच्छा असलेले, लुब्ध नसणारे, नजर करणाऱ्या वस्तूंचा कालातिक्रम न होऊं देणारे, हित करण्याविषयीं उद्युक्त असणारे, ज्ञानसंपन्न आणि विचारशील अशाच पुरुषांना अमात्य करून त्यांचा गुरूप्रमाणें अथवा पितरांप्रमाणें बहुमान कर. हे मृगाधिपते, मला संतोषावांचून दुसरें कांहींच रुचत नाहीं. मला सुखदायक अशा उपभोग्य वस्तूंची अथवा तत्संबंधी ऐश्वर्याची इच्छा नाहीं. शिवाय, तुझ्या पूर्वीच्या सेवकांशीं माझा स्वभाव जुळणार नाहीं; आणि त्यामुळें दुष्ट स्वभावाचे ते लोक मजविषयीं तुझ्या अंतःकरणांत भिन्नभाव उत्पन्न करतील. तेजस्वी अशा त्या लोकांना मी आश्रयभूत असणें प्रशस्त होणार नाहीं. कारण, मी आत्मसंयमन करणारा, महाभाग्यशाली, पापी पुरुषाविषयींही क्रौर्याचें वर्तन न करणारा, दूरदर्शी, अत्यंत उत्साही, दानशूर, महाबलाढ्य, कुशल, निष्फल क्रिया न करणारा व मला ज्या वस्तूंचा उपभोग पाहिजे आहे त्यांनीं अलंकृत असा आहें. मी अल्पसंतोषी नाहीं, मीं सेवावृत्ति केव्हांही केलेली नाहीं, व मला सेवा करावयाचें ज्ञानही नाहीं. मी स्वच्छंदपणें अरण्यांत फिरणारा एक प्राणी आहें. राजाच्या आश्रयास रहाणाऱ्या लोकांची राजापाशीं निंदा होत असते व तो दोष त्याला लागत असतो; आणि अरण्यांत वास्तव्य करणाऱ्या प्राण्यांना कोणावरही आसक्ति ठेवावी लागत नाहीं, कोणाचीही भीति बाळगावी लागत नाहीं, व व्रताचरण करितां येतें. राजानें आह्वान केलेल्या पुरुषाच्या अंतःकरणांत जी भीति उत्पन्न होते, ती अरण्यामध्यें फळें आणि मूळें भक्षण करून संतोषवृत्तीनें रहाणाऱ्या प्राण्यांच्या अंतःकरणांत उत्पन्न होत नाहीं. अनायासें मिळणारें पाणी व पुढें भीतीचा संबंध असलेलें मिष्टान्न ह्या दोहोंचा विचार

केल्यामुळें, ज्यामध्यें शांति असते तेंच सुख होय असें माझें मत झालें आहे. राजांनीं पीडा दिल्यामुळें शरीरामध्यें दोष उत्पन्न होऊन जितके भृत्य मरण पावले आहेत, तितके अपराधामुळें दंड केलेलेही नाहींत. असो; तथापि, हे मृगेंद्रा, जर मीं हें काम केलेंच पाहिजे असें तुझें मत असेल, तर माझ्याशीं कोणत्या रीतीनें वागावयाचें ह्याविषयींचा तूं ठराव करावास अशी माझी इच्छा आहे. तो असा—जे लोक माझे असतील त्यांचा तूं बहुमान केला पाहिजेस; माझें हितकारक भाषण तूं ऐकलें पाहिजेस; आणि मी तुझी जी वृत्ति ठरवून देईन तीच तुजकडे कायमची असली पाहिजे. मी तुझ्या इतर अमात्यांशीं कधींही सल्लामसलत करणार नाहीं. कारण नीतिसंपन्न असलेले इतर अमात्य परीक्षा घेण्याच्या इच्छेनें मजपाशीं व्यर्थ कांहीं तरी सांगूं लागतील. मी एकटाच प्रत्येकाची गांठ घेऊन त्यांना एकांतांत हितकारक गोष्ट सांगेन. तुझ्या ज्ञातिसंबंधाच्या कार्यामध्यें मजला त्वां आपल्या हिताहिताचा प्रश्न करूं नये. माझ्याशीं मसलत केल्यानंतर पुढें तूं अमात्यांना पीडा देतां कामा नये; आणि जे लोक माझे असतील त्यांना तूं क्रुद्ध होऊन शिक्षा करूं नयेस.

ह्यावर 'ठीक आहे.' असें बोलून मृगाधिराज व्याघ्रानें त्याचा बहुमान केला. नंतर त्या गोमायूला व्याघ्राच्या अमात्यपदाची प्राप्ति झाली. ह्याप्रमाणें,आपल्या कार्यामध्यें प्रशंसनीय असणाऱ्या त्या गोमायूला अमात्य केल्याचें पाहून, व्याघ्राचे पूर्वींचे सेवक परस्परांशीं ऐक्य करून वारंवार त्याचा द्वेष करूं लागले. मित्रबुद्धीनें मधुर भाषणें करून त्याचें मन वळवून घ्यावें आणि त्यालाही आपल्याइतकाच दोषी करावा अशी ते दुष्ट इच्छा करूं लागले. ते परद्रव्याचा अपहार करणारे जन पूर्वीं निराळ्याच प्रकारें वागत होते; पण ह्या वेळीं गोमायूनें नियंत्रित केल्यामुळें त्यांना कोणत्याही वस्तूचा अपहार करितां येणें अशक्य झालें. ते त्याची बुद्धि पालटावी म्हणून नानातऱ्हेच्या गोष्टी सांगून त्याला लालूच दाखवूं लागले; आणि पुष्कळ द्रव्य मिळेल असें सांगून त्याच्या अंतःकरणांत लोभ उत्पन्न करण्याचा प्रयत्न करूं लागले; तथापि त्या महाज्ञानी गोमायूचें धैर्य ढळलें नाहीं. पुढें दुसऱ्या कांहींनीं ह्या गोमायूचा नाश करण्याची प्रतिज्ञा करून, मृगाधिपति व्याघ्रास इष्ट असलेलें तयार केलेलें जें मांस तेथें होतें तें तेथून काढून त्यांनीं स्वतः गोमायूच्या गृहामध्यें आणून ठेविलें. तेव्हां, हें त्यांनीं कशाकरितां चोरून आणलें आणि असें करण्याची युक्ति कोणीं काढली, हें सर्व त्या गोमायूला कळून आलें. पण कांहीं कारणामुळें त्यानें तें सर्व सहन केलें. कारण, राजा, सचिवपदावर जाण्याच्या वेळीं त्यानें 'ह्या माझ्या मैत्रीची तुला अपेक्षा आहे तर तूं मला केव्हांही पीडा देतां उपयोगी नाहीं.' असा राजाशीं करारा केलेला होता.

भीष्म सांगतातः—पुढें तो व्याघ्र क्षुधाक्रांत होऊन भोजन करावयास उठला, तेव्हां त्याला भोजनासाठीं पुढें आणून ठेवावयाचें तें मांस कोठें दिसलें नाहीं. ह्यामुळें 'चोर कोण आहे तें पहा.' अशी त्यानें आज्ञा केली. तेव्हां कांहीं कपटी लोकांनीं त्या व्याघ्राला त्या मांसासंबंधानें असें सांगितलें कीं, 'महाराज, स्वतःस विद्वान् समजणाऱ्या आपल्या पांडित्यसंपन्न अमात्यानें तें नेलें आहे!'

हें गोमायूचें चापल ऐकून व्याघ्रास क्रोध आला आणि त्याला गोमायूचा वध करावा असें वाटलें. तेव्हां गोमायूच्या निंदेची ती संधि आहे असें पाहून व्याघ्राचे पूर्वींचे मंत्री बोलूं लागले, 'हा गोमायु आम्हां सर्वांच्या प्रतिच्छे-

दाविषयीं इच्छा करीत आहे.' असें सांगून पुनरपि त्यांनीं त्याचीं अनेक कृत्यें निश्चयपूर्वक सांगितलीं. ते म्हणाले, 'हें त्याचें असें कृत्य आहे. त्याच्या हातून घडणार नाहीं असें काय आहे? तो जसा आहे म्हणून आपण पूर्वीं ऐकलें होतें तसा तो नाहीं. तो केवळ वाणीनें तेवढा धर्मनिष्ठ आहे, पण स्वभावानें क्रूर आहे. त्या दुष्टानें धर्माचें हें केवळ मिष केलें आहे व व्यर्थ आचाराचा अंगीकार केला आहे. केवल स्वकार्य साधण्यासाठीं भोजन मिळण्यास साधनभूत अशीं व्रतें करण्याविषयीं ह्यानें परिश्रम केला. ह्या आमच्या सांगण्यावर जर आपला विश्वास नसेल, तर हें पहा आम्ही आपणांस दाखवतों!' असें म्हणून त्यांनीं गोमायूच्या घरीं पोहोंचविलेलें तें मांस त्यास तत्काल दाखविलें. तेव्हां त्यानें मांस चोरून नेलें आहे असें समजून व तें त्या अमात्यांचें भाषण ऐकून व्याघ्रानें 'गोमायूचा वध करा!' अशी आज्ञा केली.

त्याचें तें सांगणें ऐकून, त्याची माता हितकारक गोष्टी सांगून त्याला बोध करण्यासाठीं तेथें आली व म्हणाली, "बाळा, कपटानें चालविलेल्या उद्योगाचा ज्याच्याशीं संबंध आहे अशा प्रकारचें ह्या अमात्यांचें सांगणें तूं मान्य करूं नको. कारण, कार्यविषयक स्पर्धेच्या योगानें उत्पन्न झालेले जे दोष, त्यांचा आरोप करून हे अपवित्र लोक शुचिर्भूत अशा प्राण्याला दूषित करतील असा संभव आहे. कोणालाही कोणाचा उत्कर्ष सहन होत नसतो. चांगलें कर्म हें देखील वैराचें उत्पादक होतें; आणि म्हणूनच शुचिर्भूत व कार्य करण्याविषयीं उद्युक्त अशाही पुरुषावर दोषारोप केला जातो. अरण्यामध्यें राहून केवळ आपलीं कर्में करीत असणाऱ्या ऋषींसंबंधानेंही मित्र, उदासीन आणि शत्रु असे तीन पक्ष उत्पन्न होतात. लोभी लोक शुचिर्भूत मनुष्याचा द्वेष करितात; अधीर लोक आवेशसंपन्न पुरुषाचा द्वेष करितात; मुर्ख पंडितांचा द्वेष करितात; दरिद्री अत्यंत श्रीमान् पुरुषाचा द्वेष करितात; अधर्मशील लोक धर्मनिष्ठाशीं द्वेष करितात; आणि कुरूप असणारे लोक रूपसंपन्न मनुष्याचा द्वेष करितात. अनेक पंडित आणि मूर्ख लोक लोभी व कपटाचरणावरच उपजीविका करणारे असतात; आणि ते निर्दोष पुरुषाला—इतकेंच नव्हे, तर प्रत्यक्ष बृहस्पतीच्याही बुद्धीला दोष लावतील. तुझ्या घरीं कोणी नसतांना जरी त्यानें मांस नेलें आहे असें मानलें, तरी तो आपण देऊं लागलों असतां तें घेण्याची कां इच्छा करीत नाहीं, ह्याचा चांगला पूर्णपणें विचार कर. असभ्य लोकही सभ्यासारखे दिसतात व सभ्यही दिसण्यांत असभ्यासारखे असतात. नानाप्रकारच्या वस्तु दिसतात त्या तशाच असतात असें नाहीं; म्हणूनच त्यांसंबंधानें परीक्षा केली पाहिजे. आकाशाला तळ आहे असें दिसतें आणि काजवा अग्नीसारखा दिसतो; पण वस्तुतः आकाशाला तळ नसतो व काजव्यामध्येंही अग्नि नसतो. सारांश, प्रत्यक्ष दिसणाऱ्या गोष्टींविषयींही परीक्षा करणें भाग आहे. परीक्षा करून कोणत्याही गोष्टीविषयीं आज्ञा केली म्हणजे त्याविषयीं पश्चात्ताप होत नाहीं. बाळा, सत्ताधीशानें दुसऱ्याचा घात करणें हें कांहीं फारसें कठीण नाहीं. पण त्याच्या अंगीं क्षमा असणें हें मात्र श्लाघ्य असून लोकांमध्यें कीर्तीला कारण होतें. हे पुत्रा, तूं ह्याला आपल्या सान्निध्यास ठेवलेंस व तो सर्व मांडलिकांमध्येंही प्रख्यात झाला आहे. अशा प्रकारचा सत्पात्र मनुष्य मिळण्याला प्रयास पडतात. ह्यास्तव, तूं ह्या हितचिंतकाच्या जीविताला बाध येणार नाहीं असें कर. शुचिर्भूत मनुष्यावर त्याच्या

शत्रूंनीं दोषारोप केल्यामुळें जो राजा त्याला भलत्याच प्रकारचा समजतो, तो स्वतःच अमात्याचीं अंतःकरणें दूषित करण्याविषयीं कारणभूत होऊन लवकरच नाश पावतो."

इतकें बोलणें झाल्यावर, त्या गोमायूच्या शत्रुसमुदायांतूनच कोणीएक धर्मात्मा पुरुष आला व त्यानें अमात्यांनीं हें कपट कसें केलें तें सांगितलें. ह्या त्याच्या सांगण्यावरून गोमायूचें वर्तन कळून आल्यामुळें व्याघ्रानें त्याचा बहुमान करून व प्रेमपूर्वक पुनःपुनः आलिंगन देऊन त्याला त्या शिक्षेतून मुक्त केलें.

ही जी गोष्ट झाली, तिजमुळें क्रोधानें संतप्त होऊन त्या नीतिशास्त्रवेत्या गोमायूनें व्याघ्राची अनुज्ञा घेऊन मरण पावण्यासाठीं उपवास करीत रहाण्याचें मनांत आणलें. तेव्हां नेत्र विकसित झालेल्या व्याघ्रानें त्या धर्मनिष्ठ गोमायूचा प्रेमपूर्वक बहुमान करून त्याला त्या निश्चयापासून परावृत्त केलें. पुढें प्रेमामुळें गडबडून गेलेल्या व्याघ्राला पाहून गोमायूचा कंठ दाटून आला; आणि तो नम्रपणें अस्पष्ट शब्दांनीं बोलूं लागला. तो म्हणाला, " तूं माझा पूर्वी बहुमान केलास व शेवटीं अपमान करून मला आपल्या शत्रुत्वास पात्र केलेंस; ह्यामुळें मी आतां तुजपाशीं रहाणें योग्य नाहीं. अधिकारभ्रष्ट केलेले, संमानाच्या कामीं मागें टाकलेले व म्हणूनच असंतुष्ट झालेले, स्वतःच्या द्रव्याचा अपहार झालेले,परकीयांनीं फसविलेले, अत्यंत क्षीण झालेले, लोभी, क्रुद्ध, भयभीत, लोकापवादास पात्र झालेले, ज्यांचें द्रव्य हरण केलें आहे असे मानी पुरुष, द्रव्यग्रहणाचा त्याग केलेले, मोठेपणाचा अभिलाष करणारे, त्रास दिल्यामुळें संकटसमुदायाची प्रतीक्षा करीत असलेले, आडपडद्यानें वागणारे आणि प्रतारणा करणारे जे सेवक लोक, ते सर्व प्रेमशून्य आणि प्रायः निर्धन असतात. असो; अवमानयुक्त आणि स्थानभ्रष्ट अशा मजवर आतां तुझा कसा विश्वास बसेल? आणि मी तरी तुजजवळ कसा राहूं? मी कार्य करण्याविषयीं समर्थ आहें असें समजून माझा अंगीकार करून तूं मला ठेवून घेतलेंस, माझी परीक्षा केलीस. आणि पूर्वी केलेला ठराव तोडून तूं माझा अपमान केलास. पूर्वी ज्याला जनसमुदायांत सदाचारसंपन्न म्हणून सांगितलें आहे, त्याच्याच अंगीं वैगुण्य आहे असें प्रतिज्ञेचें पालन करणाऱ्या पुरुषानें केव्हांही सांगूं नये. पण तुजकडून असें घडल्यामुळें ह्या ठिकाणीं माझा असा अपमान झाला आहे. ह्यामुळें आतां मजवर तुझा विश्वास बसावयाचा नाहीं; आणि तुझा मजवरील विश्वास उडाला म्हणजे मला खेद होईल. सारांश, तूं शंकित, मी भयभीत, इतर लोक दुसऱ्याचीं छिद्रें पहाणारे, प्रेमशून्य आणि असंतुष्ट अशी स्थिति असून, ह्या कार्यामध्यें कपट फार आहे. एकदा ज्याचा भंग झाला असेल तें जडण्याला फार प्रयास पडतात; आणि एकदा जें जडलेलें असेल त्याचा भंग होण्यालाही फार प्रयास पडतात, प्रीतीचा एकदा भंग झाला व जरी पुनः ती जडली, तरी ती पूर्वीप्रमाणें प्रीतीच्या रूपानें असत नाहीं. आपलें व परकीयाचें हित न करितां केवल प्रभूचेंच हित करणारा पुरुष एखादाच दृष्टिगोचर होतो. स्वकार्याची अपेक्षा करणारे किंवा स्वकार्य साधण्याची इच्छा असलेले लोक पुष्कळ असतात; पण स्वाभाविक प्रेम असणारे पुरुष मात्र मिळणें अतिशय कठीण आहे. मनुष्य ओळखितां येणें फार कठीण आहे. कारण, त्यांचें अंतःकरण चंचल असतें. सामर्थ्यसंपन्न आणि निर्भय असा मनुष्य शेंकडा एखादाच मिळतो. मनुष्याचा एकदम उत्कर्ष करणें, एकदम अपकर्ष करणें, एकाएकीं शुभ अथवा अशुभ करणें आणि एकदम

त्याला महत्त्व देणें ह्या गोष्टीला ज्ञानाची स्वल्पता हीच कारणभूत आहे."

ह्याप्रमाणें धर्म, काम आणि अर्थ ह्यांनीं युक्त व हेतुपूर्ण असें मधुर भाषण करून व राजाला संतुष्ट करून तो गोमायु अरण्यांत गेला. त्या वेळीं व्याघ्र त्याचें मन वळवूं लागला, पण त्याला न जुमानतां तो बुद्धिमान् गोमायु तेथें उपवास काढून देहत्याग करून स्वर्गास गेला.

अध्याय एकशें बारावा.

—:०:—

उष्ट्रग्रीवोपाख्यान.

(आलस्यजन्य दोष.)

युधिष्ठिर विचारतो;––हे सर्वधार्मिकश्रेष्ठा, राजानें काय केलें पाहिजे, व काय केलें असतां तो सुखी होईल, हें मला बरोबर रीतीनें सांगा.

भीष्म सांगतातः—ठीक आहे. मी तुला कर्तव्याविषयींचा मुख्य सिद्धांत अर्थात् राजानें इहलोकीं काय केलें पाहिजे व काय केलें असतां त्याला सौख्य होईल तें सांगतों. आम्ही एका उष्ट्राचा जो मोठा वृत्तांत ऐकिला आहे, तसें मात्र राजानें वागूं नये. युधिष्ठिरा, तो वृत्तांत तुला सांगतों, ऐक.

पूर्वीं प्राजापत्यसंज्ञक युगामध्यें, पूर्वजन्माचें स्मरण असलेला एक उंट होता. त्याचें आचरण प्रसंशनीय असून त्यानें त्या अरण्यामध्यें मोठी तपश्चर्या केली. तपाच्या शेवटीं प्रभु ब्रह्मदेव प्रसन्न झाले व त्यांनीं त्याला वर मागण्याविषयीं सांगितलें. तेव्हां उंट म्हणाला, 'भगवन्, आपल्या अनुग्रहानें माझी ही मान साग्र शंभर योजनें लांब व्हावी. कारण, मी चरावयाला जाणार आहें.' ह्यावर वरप्रदान करणाऱ्या महात्म्या ब्रह्मदेवानें 'ठीक आहे' असें सांगितलें; आणि तो उत्कृष्ट वर मिळवून उंट आपल्या वनाकडे निघून गेला. पुढें त्या अत्यंत दुर्बुद्धि व कालगतीनें मोहित झालेल्या दुष्ट उंटानें आळस केला, त्यानें चरावयास जाण्याचें मनांतही आणिलें नाहीं. पुढें एकदा अंतःकरणास थकवा आल्यामुळें शंभर योजनें लांब असलेली आपली मान पसरूनच तो चरूं लागला. त्या वेळीं प्रचंड वारा सुटला, तेव्हां तो पशु आपली मान आणि मस्तक एका गुहेंत ठेवून बसला. इतक्यांत सर्व जगताला जलपरिप्लुत करून सोडणारी वृष्टि सुरू झाली. तेव्हां जलाच्या योगानें पीडित झालेला, शरीरांत थंडी भरलेला व क्षुधेमुळें होणाऱ्या श्रमानें युक्त असलेला एक कोल्हा आपल्या स्त्रीसहवर्तमान सत्वर त्या गुहेंत शिरला. तेव्हां हे युधिष्ठिरा, क्षुधाजन्य श्रमानें युक्त असलेल्या त्या मांसभक्षक पशूनें पुष्कळ मांस आहे असें पाहून त्या उंटाची मान भक्षण केली. पुढें जेव्हां आपणाला कोणी भक्षण करीत आहे असें त्या उंटाला कळून आलें, तेव्हां अत्यंत दुःख पावून तो मान आंखडण्याचा प्रयत्न करूं लागला. पण तो उंट आपली मान खालीं-वर करून संकुचित करीत आहे तोंच कोल्हा आणि त्याची स्त्री ह्या उभयतांनीं त्यास भक्षण करून टाकिलें. ह्याप्रमाणें त्या उंटाला ठार करून भक्षण केल्यानंतर, वायु आणि वृष्टि नाहींशी झाल्यावर तो कोल्हा गुहेच्या द्वारांतून निघून गेला. ह्याप्रमाणें दुर्बुद्धि उंटाला त्या वेळीं मरण प्राप्त झालें. पहा हा आलस्याच्या योगानें प्राप्त होणारा दोष! ह्यास्तव, तूं देखील अशा प्रकारच्या आलस्याचा त्याग करून व इंद्रियांचा निग्रह करून उद्योग करीत रहा.

राजा, बुद्धि हेंच विजयाचें कारण आहे असें मनूनें सांगितलें आहे. ज्ञानाच्या योगानें होणारीं कर्में श्रेष्ठ, बाहुबलानें होणारीं मध्यम, पादसंचाराच्या योगानें होणारीं कनिष्ठ आणि कोणत्याही प्रकारें स्वतःवर भार पडून होणारीं

अत्यंत कनिष्ठ होत. कार्यदक्ष आणि इंद्रियनिग्रहसंपन्न अशा पुरुषाचेंच राज्य टिकतें. ज्याला अत्यंत द्रव्यलोभ असेल, त्याला विजय मिळणें हें केवळ त्याच्या बुद्धीवर अवलंबून आहे असें मनूनें सांगितलें आहे. हे निष्पापा युधिष्ठिरा, गुप्त मसलत ऐकणारा, उत्कृष्ट प्रकारच्या लोकांचें साहाय्य असलेला, व विचारपूर्वक कर्म करणारा जो पुरुष, त्याजपाशींच द्रव्य रहातें. साहाय्यसंपन्न अशाच राजाला संपूर्ण पृथ्वीचें पालन करितां येणें शक्य आहे. हे महेंद्रतुल्य-विक्रमा, कर्तव्यज्ञानसंपन्न अशा सत्पुरुषांनीं हें पूर्वीं सांगून ठेविलें आहे व मींही शास्त्रदृष्टच्या तुला तेंच सांगितलें आहे. हें सर्व लक्षांत घेऊन तूं वागत जा.

अध्याय एकशें तेरावा.

—:०:—

नद्या आणि समुद्र यांचा संवाद.

(नम्रतेचें महत्त्व.)

युधिष्ठिर विचारतोः—हे भरतकुलश्रेष्ठा, राजाला दुर्लभ अशा राजपदाची प्राप्ति झाल्यानंतर शत्रु प्रबल झाले व त्यांचा प्रतिकार करण्याचें साधन नसलें, तर त्यानें कसें वागावें ?

भीष्म सांगतातः—हे भरतकुलोत्पन्ना, ह्याविषयीं समुद्र आणि नद्या ह्यांचा एक प्राचीन संवाद इतिहासरूपानें सांगत असतात, तो असा—राक्षसांचें शाश्वतिक वसतिस्थान व नद्यांचा अधिपति जो समुद्र, त्यानें एकदा आपणास आलेल्या संशयासंबंधानें सर्व नद्यांना प्रश्न केला.

समुद्र म्हणालाः—हे नद्यांनो, तुम्हीं मोठमोठे विशाल वृक्ष, मूळ आणि शाखा ह्यांसहवर्तमान उपटून वाहून आणलेले मी पाहात आहें; पण मला त्यांत वेत कोठेंही दिसत नाहीं. तुमच्या तीरावर उत्पन्न होणारा वेत आकारानें लहान असतो व त्याचें सामर्थ्यही कमी असतें. म्हणून त्यास तुच्छ समजूनच तुम्हीं आणिलें नाहीं ? किंवा त्यानें तुमचें कांही कार्य केलें आहे ? सारांश, तीर सोडून वेत येथें कां येत नाहीं याविषयींचें तुमचें मत ऐकण्याची माझी इच्छा आहे.

हें ऐकून भागीरथीनें त्या नदीनायक समुद्राला सोपपत्तिक, अर्थप्रचुर आणि हृदयाकर्षक असें उत्तर दिलें.

गंगा म्हणालीः—हे वृक्ष केवळ एकाच जागीं राहून आपलें स्थान सोडीत नाहींत. ह्यामुळें, ज्या वेळीं त्यांची बाजू आमच्या उलट असते त्या वेळीं त्यांना स्थानत्याग करावा लागतो; तसा वेताला करावा लागत नाहीं. आमचा वेग आला आहे असें पहातांच वेत नम्र होतो, तसे दुसरे होत नाहींत. म्हणूनच तो नदीचा वेग निघून गेल्यानंतर पुनः पूर्वस्थलीं येऊन रहातो. प्रसंगवेत्ता, आचारज्ञ, सदैव स्वाधीन, औद्धत्यशून्य, अनुकूल आणि ताठा नसलेला असा असल्यामुळेंच वेत येथें येत नाहीं. वायु आणि जल ह्यांच्या वेगाच्या अनुरोधानें ज्या ओषधि, जे वृक्ष अथवा जीं झुडपें नम्र होतात, आणि उन्नतही होतात, त्यांचा पराभव होत नाहीं.

भीष्म सांगतातः—शत्रु उत्कर्ष पावलेला व सामर्थ्यसंपन्न असून त्याचा प्रतिबंध नष्ट झाला असतां जो त्याचा वेग प्रथम सहन करीत नाहीं, त्याचा सत्वर नाश होतो. जो सुज्ञ मनुष्य आपलें आणि शत्रूंचें सामर्थ्य, असामर्थ्य, सैन्य व शौर्य यांचा विचार करून वागतो, त्याचा पराभव होत नाहीं. ज्या वेळीं शत्रु आपल्याहून अत्यंत बलवान् आहे असें वाटेल, त्या वेळीं सुज्ञानें वेतासारख्या नम्रवृत्तीचा आश्रय करावा हेंच शहाणपणाचें लक्षण आहे.

अध्याय एकशें चौदावा.

—:०:—

विद्वानाचें मूर्ख व धृष्ट मनुष्याशीं वर्तन.

युधिष्ठिर विचारतोः—हे शत्रुनाशना भरतकुलोत्पन्ना पितामहा, मूर्ख पण धाष्टर्यसंपन्न व दिसण्यांत सौम्य पण वस्तुतः कडक असा मनुष्य भरसभेंत अपशब्द बोलूं लागला तर काय करावें ?

भीष्म सांगतातः—हे पृथ्वीपते, याविषयीं शास्त्रकारांनीं काय सांगितलें आहे तें ऐक. सुबुद्ध मनुष्यानें सदैव क्षुद्रबुद्धीच्या मनुष्याला क्षमाच केली पाहिजे. अपशब्द बोलणाऱ्यावर कोप न करणारास पुण्यप्राप्ति होते. कारण, सहन करणाऱ्या मनुष्याचें पातक क्रोध करणाऱ्याला लागून पुसून निघतें. कर्णकटु आक्रोश करून करून व्याकुल होऊन जाणाऱ्या टिटवीप्रमाणें अपशब्द बोलणाऱ्याची उपेक्षा केली पाहिजे. तशा मनुष्याला कांहीं बोललें म्हणजे 'हा लोकांच्या द्वेषास पात्र झाला असून निष्फल गोष्टी करित आहे' असें म्हणून तो स्वतःच्या पापकर्माच्या योगानेंच सदैव आपली स्तुति करून घेत असतो. अथवा "मीं जनसमुदायांत असें असें म्हटलें असतां तो संमाननीय लज्जित व म्लान होऊन प्रेतासारखा होऊन राहिला." असें म्हणून तो निर्लज्ज स्वतःच्या अश्लाघ्य कर्माच्या योगानें आपली प्रशंसा करून घेत असतो. अशा नराधमाची प्रयत्नपूर्वक उपेक्षाच केली पाहिजे. अल्पबुद्धि पुरुष जें जें बोलेल तें तें ज्ञानी मनुष्यांनीं सहन केलें पाहिजे. कारण, अरण्यांत निरर्थक ओरडणाऱ्या कावळ्याप्रमाणें असणारा अल्पबुद्धि पुरुष प्रशंसा करून असो, अथवा निंदा करून असो, करणार काय आहे ? जर पापी मनुष्यानें वाणीचा प्रयोग करितांच कार्यें होऊं लागलीं, तर केवळ वाणी हेंच त्याचें प्रत्येक कार्य करण्याचें साधन होऊन बसेल, आणि कोणाचा वध करण्याची इच्छा झाली तरीही त्याला कांहीं क्रिया करावी लागणार नाहीं. तो आपलें वर्तन व व्यापार ह्यांच्या योगानें, आपल्या मातेच्या उदरीं गर्भधारण होण्यांत कांहीं विपर्यास झाला आहे असें स्पष्टपणें ध्वनित करित असतो. पण मयूर नाच करून दाखवूं लागला म्हणजे आपला गुह्यप्रदेश लोकांना दिसत आहे ह्याची जशी त्याला लज्जा वाटत नाहीं, तशीच त्याला आपल्या आचरणावरून आपल्या मातेचा दोष व्यक्त होत आहे याची लज्जा वाटत नाहीं. ज्याला लोकांत नांवें न ठेवण्यासारखें असें कांहींच नाहीं, आणि करण्यास अयोग्य असेंही कांहीं नाहीं, त्याच्याशीं कांहीं कार्यप्रसंग आला तरीही शुचिर्भूत मनुष्यानें भाषण करूं नये. जो मनुष्य समक्ष गुण गाणारा व परोक्ष निंदा करणारा असतो, तो इहलोकीं श्वानतुल्य असून त्याची सद्गति, ज्ञान आणि धर्म यांचा नाश झालेला असतो. अशा प्रकारच्या पाठीमागें निंदा करणाऱ्या मनुष्यानें शेंकडों लोकांना दान केलें अथवा यज्ञ केला, तरी त्या कृत्याचा तत्काल नाश होतो. ह्यास्तव सुज्ञ मनुष्यानें ज्याप्रमाणें सज्जनांनीं श्वानाचें मांस वर्ज्य केलें पाहिजे त्याप्रमाणें अंतःकरण पापिष्ठ असणारा तो मनुष्य तत्काल वर्ज्य केला पाहिजे. ज्याप्रमाणें साप फणी उभारतो, त्याप्रमाणें, मोठमोठ्या लोकांपाशीं सत्पुरुषाची निंदा करणारा दुष्ट पुरुष आपले दोष व्यक्त करून दाखवितो. असा मनुष्य आपलें कार्य करूं लागला असतां त्याचा प्रतिकार करण्याची जो इच्छा करितो, तो बुद्धिशून्य मनुष्य राखेच्या ढिगांत लोळणाऱ्या गाढवाप्रमाणें दोपांत पडतो. लोकांना दोष देण्याकडे सदैव बुद्धीचा कल असलेला व शांतिसंपन्न नसणारा जो मनुष्यरूपी श्वान,

त्याचा, उन्मत्त होऊन गर्जना करीत असलेल्या गजाप्रमाणें अथवा अतिशय भयंकर असलेल्या श्वानाप्रमाणें त्याग करावा. अविद्वान् लोकांनीं सेवन केलेल्या मार्गानें वागणारा, इंद्रियदमन आणि नम्रता यांजपासून परावृत्त झालेला, शत्रूप्रमाणें वागणारा आणि कोणानेंहीं ऐश्वर्य सहन न करणारा जो दुर्बुद्धि पुरुष, त्याला सदैव धिःकार असो. लोक तुला आक्रांत करून जरी उलट बोलूं लागले, तरी तूं क्लेश पावूं नको. कारण, ज्यांची बुद्धि चंचल नाहीं असे लोक उच्च प्रतीच्या मनुष्याचा निकृष्ट प्रतीच्या मनुष्याशीं योग घडणें निंद्य समजतात. क्रूर असलेला मूर्ख मनुष्य क्रुद्ध झाला तर पांच बोटांनीं तरी प्रहार करील, अंगावर धूळ फेंकील, अथवा कोंडा फेंकील किंवा दांत बाहेर काढून भीति दाखवील. कारण अशा मनुष्याच्या ठिकाणीं ह्या क्रिया सिद्धच असतात. अत्यंत दुष्ट मनुष्यानें जनसमुदायांत केलेली निंदा जो मनुष्य सहन करील, आणि त्यासंबंधाचेही विचार वाचील, त्याचें कांहींही अप्रिय व्हावयाचें नाहीं.

अध्याय एकशें पंधरावा.

—:०:—

राज्यफलप्राप्तीचे उपाय.

युधिष्ठिर विचारतोः—हे महाज्ञानी राजा पितामहा, मला हा एक मोठा संशय आहे, तो आपण नाहींसा केला पाहिजे. कारण, आपणच आमच्या वंशाचे उत्पादक आहां; तेव्हां वंशाचें कल्याण होण्यासाठीं त्या संशयाचें निराकरण करणें हें आपलें कर्तव्य आहे. हे तात, दुराचारी व दुष्ट पुरुषांच्या तोंडून कोणत्या प्रकारचीं भाषणें निघतात, हें आपण मला सांगितलें. तेव्हां आतां मी आपली विज्ञापना करितों कीं, सर्व राज्यसूत्रें आणि आमचें कुल ह्यांना ज्यापासून सुख होईल, आणि वर्तमानकालीं व भविष्यकालींही कल्याणकारक आणि उत्कर्षदायक असें जें पुत्रपौत्रादिकांनाही सुंदर वाटेल, ज्याच्या योगानें राष्ट्राची अभिवृद्धि होईल, व अन्नपानासंबंधानें जें हितकारक असून ज्या योगानें शरीराला हित होईल, असें कांहीं कृत्य मला सांगा. जो राजा राज्याभिषिक्त होऊन मित्र आणि हितचिंतक ह्यांसह राष्ट्रामध्यें राहिलेला असतो, त्यानें प्रजेचें अनुरंजन कसें करावें? जो इंद्रियनिग्रहशील नसतो, व म्हणूनच ज्याच्यावर स्नेहाचा आणि अनुरागाचा पगडा बसलेला असतो, तो इंद्रियें स्वाधीन नसल्यामुळें दुर्जनत्व पावूं लागतो; त्याचे सर्वही कुलीन भृत्य त्याच्याशीं विरुद्ध होतात; आणि भृत्यांच्याच साहाय्यानें मिळणाऱ्या अर्थाची त्या राजाला प्राप्ति होत नाहीं. ह्यामुळें, मला कसें वागावें याविषयींचा संशय उत्पन्न झाला आहे. ह्यास्तव, बुद्धीनें बृहस्पतीच्या बरोबरीचे आपण असल्यामुळें दुर्बोध असे राजधर्म मला सांगा. हे नरश्रेष्ठ, आमच्या कुलाचें हित करण्याविषयीं आसक्त असणारे आपण एक मला सांगूं शकाल, किंवा जो आम्हांला सदैव सांगत असतो तो महाज्ञानी विदुर एक सांगूं शकेल. आपल्या तोंडून राज्याच्या हितोत्पत्तीस कारणभूत असें वाक्य श्रवण केलें म्हणजे, अविनाशी अशा अमृताच्या योगानें जसें तृप्त व्हावें तसा तृप्त होऊन मी सुखानें झोंप घेत पडेन. ह्यास्तव, सान्निध्यास असणारे भृत्य कोणत्या प्रकारचे असले म्हणजे ते सर्वगुणसंपन्न आहेत असें समजावें, आणि कोणत्या प्रकारच्या व कोणत्या कुलांत उत्पन्न झालेल्या लोकांना बरोबर घेऊन प्रयाण करावें, हें मला सांगा. भृत्यांवांचून एकट्याच राजाला प्रजापालन करितां येणें शक्य नाहीं. कारण,

राजकुलामध्यें उत्पन्न झालेला प्रत्येक मनुष्य या राज्याची इच्छा करीत असतो.

भीष्म सांगतातः--बा भारता, कोणाचेंही साहाय्य न घेतां एकट्यानें राज्य करितां येणें शक्य नाहीं. इतकेंच नव्हे, तर द्रव्यही मिळवितां येणें आणि मिळविलेलें संरक्षण करितां येणें देखील शक्य नाहीं. ज्याचे सर्व सेवकजन शास्त्रजन्य आणि अनुभवजन्य ज्ञानामध्यें निष्णात, हितेच्छु, कुलीन आणि प्रेमळ असतात, त्याला राज्याचें फल मिळतें. ज्या राजाचे मंत्री कुलीन, लांच घेऊन परपक्षास अनुकूल न होणारे, राजाच्या सान्निध वास्तव्य करणारे, त्याला विचार सुचविणारे, संबंध जाणण्याविषयीं चतुर असणारे, सज्जन, प्रसंग जाणण्यामध्यें चतुर, संकट येण्यापूर्वीच त्याचा प्रतिकार करणारे आणि गतगोष्टीविषयीं शोक न करणारे असतात, त्यालाच राज्यफल मिळतें. ज्याचे साहाय्यकर्ते राजास होणारें दुःख अथवा सुख आपणालाच होत आहे असें समजणारे, द्रव्याविषयीं विचार करणारे आणि सत्यनिष्ठ असतात, त्याला राज्यपदाची प्राप्ति होते. ज्याचा प्रदेश क्लेश पावत नसतो, सदैव राजाच्या हृदयांत वास्तव्य करीत असतो, व म्हणूनच त्याच्या सान्निध्यास असल्यासारखा असतो, आणि क्षुद्र स्वभावाचा नसून सन्मार्गाचें अवलंबन करणारा असतो, त्या राजाला राज्यसुखाचा उपभोग मिळतो. कोशाची वृद्धि करण्याकडे योजना केलेले ज्याचे विश्वसनीय पुरुष संतुष्ट राहून सदैव कोश वाढवीत असतात; आणि द्रव्यलोभानें इतरांस वश न होणारे, संग्रहाविषयीं तत्पर, योग्य आणि लोभशून्य असे लोकच धान्याच्या कोठारावर संरक्षण करण्याकरितां नेमलेले असतात, त्याची वृद्धि होते. ज्याच्या नगरामध्यें वादिप्रतिवादींचे खटले त्यांना कृतकर्माचें फल मिळेल अशा प्रकारें अर्थात् शंखलिखितांच्या व्यवहाराप्रमाणें चाललेले असतात, त्या राजाला स्वधर्मफलाची प्राप्ति होते. जो राजा मनुष्यांचा संग्रह करितो, राजधर्म जाणतो व संधिविग्रहादिक षड्वर्गाचें अवलंबन करितो, त्याला स्वधर्माचें फल मिळतें.

अध्याय एकशें सोळावा.

—:०:—

श्वानदृष्टांत.

भीष्म सांगतातः—ह्या गोष्टीविषयीं, लोकांत सदैव सज्जन कोणत्या प्रकारचें आचरण ठेवतात त्यासंबंधानें दृष्टांत म्हणून एक पूर्वीचा इतिहास सांगत असतात. ह्याच गोष्टीच्यासारखी एक गोष्ट मीं तपोवनामध्यें ऐकली होती. ही गोष्ट मुनिश्रेष्ठांनीं जमदग्निपुत्र राम ह्याला सांगितली होती. ती अशी—

जेथें मनुष्याचा संचार नाहीं अशा एका विशाल अरण्यामध्यें एक ऋषि वास्तव्य करीत होता. तो सदैव फलमूलांचा आहार करी; नियमनिष्ठ असे; त्यानें इंद्रियांचा निग्रह केलेला असे; व्रतदीक्षा व बाह्यदुःखांचें सहन ह्यांविषयीं तो तत्पर असे; आणि शुचिर्भूत, अध्ययननिष्ठ, शांतिसंपन्न, उपवासानें अंतःकरण शुद्ध झालेला, व सदैव सत्त्वगुणाचें अवलंबन करणारा असे. तो ज्ञानसंपन्न मुनि परमात्म्याचें स्वरूप अवलोकन करून बसला असतां सर्व वनचर प्राणी त्याच्या सन्निध येत असत. क्रूर असे सिंहव्याघ्रादिकांचे समुदाय, मदोन्मत्त झालेले मोठमोठे हत्ती, चित्ते, गेंडे आणि अस्वलें व भयंकर दिसणारे अनेक रक्तभक्षक प्राणी हे सर्व त्या मुनीला कुशलप्रश्न विचारून आणि शिष्याप्रमाणें नम्र होऊन त्याचें प्रिय करीत असत. ह्याप्रमाणें कुशलप्रश्न विचारल्या

१ शांतिपर्व अध्याय २३ पहा.

नंतर ते सर्वजण आल्या मार्गानें निघून जात. त्यांच्यामध्यें एक श्वान होता; तो मात्र त्या महामुनीला सोडून राहत नसे. हे महामते, तो भक्तिमान्, प्रेमसंपन्न, सर्वदा उपवासानें कृश झालेला, निर्बल, फलें, मूलें आणि उदक ह्यांजवर उपजीविका करणारा व शांतिसंपन्न असून संभावितासारखा दिसत असे. त्या ठिकाणीं बसलेल्या त्या ऋषीच्या चरणीं एखाद्या मनुष्याप्रमाणें त्याचें अतिशय प्रेम जडलेलें होतें. पुढें एकदां महावीर्यसंपन्न, रक्तभक्षक, संहार करणारा जणू कालच असा व स्वतःसंबंधानें अतिशय संतुष्ट असलेला एक चित्ता तेथें आला. तो तृषाक्रांत झालेला होता; जिव्हेनें ओष्ठप्रांत चाटीत होता; भूमीवर पुच्छाचे आघात करीत होता; क्षुधेमुळें त्यानें जबडा पसरलेला होता व शरीर वांकविलेलें होतें, त्याची इच्छा त्या श्वानाचें मांस भक्षण करण्याविषयीं होती. राजा, तो क्रूर तेथें आलेला पाहून तो श्वान मुनीला काय म्हणाला तें ऐक. तो म्हणाला. "हे भगवन्, हा श्वानांचा शत्रु असलेला चित्ता माझा वध करण्याची इच्छा करीत आहे. यास्तव, हे महाबाहो महामुने, आपल्या प्रसादानें मी निर्भय होईन असें करा. आपण सर्वज्ञ आहां ह्यांत संशय नाहीं." हें ऐकून इतरांचीं अंतःकरणें जाणणाऱ्या व सर्वांची भाषा ओळखणाऱ्या त्या सामर्थ्यसंपन्न मुनीनें त्याच्या भीतीचें कारण काय तें ओळखिलें.

मुनि म्हणाला, "हे वत्सा, तूं ह्या चित्त्यापासून मृत्यु येईल अशी भीति मुळींच बाळगूं नको. हा पहा तुझा श्वानाचा आकार नष्ट होऊन तूं चित्ता झाला आहेस!" असें म्हणून त्यानें त्या श्वानाला चित्ता केला. तेव्हा सुवर्णतुल्य शरीरकांति, ठिपके असल्यामुळें चित्रविचित्र दिसणारा देह आणि चमकणाऱ्या दाढा ह्यांनीं युक्त होऊन तो श्वान वनामध्यें निर्भयपणें वास्तव्य करूं लागला. तेव्हां आपल्या समोर असलेला पशु आपल्यासारखाच एक चित्ता आहे असें पाहून त्या चित्त्यानें एका क्षणांत त्याच्याशीं विरोध करण्याचें सोडून दिलें. पुढें रक्ताची अत्यंत इच्छा करणारा, जिव्हेनें मुखप्रांत चाटणारा व क्षुधेनें आक्रांत झाल्यामुळें जबडा पसरलेला एक अत्यंत भयंकर व्याघ्र तेथें आला. तेव्हां क्षुधेमुळें शरीर वांकलेला एक दंष्ट्रासंपन्न व्याघ्र अरण्यांत आला आहे असें पाहून, चित्ता झालेला तो श्वान प्राणसंरक्षणासाठीं त्या मुनीला शरण गेला. सहवासामुळें तो मुनि त्याजवर अत्यंत प्रेम करीत असे. ह्यामुळें त्यानें त्या चित्त्याला व्याघ्र करून शत्रूहूनही अत्यंत बलाढ्य करून सोडलें. तेव्हां, हे राजा त्याला पाहून व्याघ्रानें त्याचा वध केला नाहीं; असो.

ह्याप्रमाणें तो श्वान जेव्हां बलाढ्य व्याघ्र झाला, तेव्हां मांस भक्षण करूं लागला, व फलमूल भक्षण करण्याविषयीं त्याला इच्छाही होईनाशी झाली. हे महाराजा, ज्याप्रमाणें सिंह सदैव अरण्यवासी प्राण्यांना भक्षण करण्याची इच्छा करितो, त्याप्रमाणेंच तोही करूं लागला.

अध्याय एकशें सतरावा.

—::—

श्वानदृष्टांत.

भीष्म सांगतातः—व्याघ्र बनलेला तो श्वान वध केलेले पशु भक्षण करून तृप्त होत्साता त्या पर्णकुटीसमीप बसला असतां, एखाद्या मेघाप्रमाणें दिसणारा, मदोन्मत्त, उद्भट, गंडस्थलांतून मदजल वहात असलेला, उंच शुंडेतून सुस्कारा टाकून जलबिंदु उडविणारा, मस्तकपिंड अत्यंत विशाल असलेला, उत्कृष्ट दंत असलेला, मेघाप्रमाणें गंभीर आवाज असलेला, व शरीरानें धिप्पाड असा एक हत्ती त्या प्रदेशांत आला.

बलानें ताठून गेलेला तो मदोन्मत्त हत्ती त्या ठिकाणीं येत आहे असें पाहून भीतीनें संत्रस्त होऊन गेलेला तो व्याघ्र ऋषीला शरण गेला. तेव्हां त्या मुनिश्रेष्ठानें त्या व्याघ्राचा गज केला. तेव्हां प्रचंड मेघाप्रमाणें आकार असलेल्या त्या गज झालेल्या श्वानास अवलोकन करितांच तो गज भयभीत झाला व निघून गेला. तदनंतर आनंदयुक्त होऊन कमलवनें आणि शल्लकी नामक वृक्षांचीं अरण्यें ह्यांमध्यें संचार करून, कमलपरागांनीं विभूषित झालेला तो गज आनंदानें राहूं लागला. तो त्या ऋषीच्या पर्णशालेंत वास्तव्य करीत असतां त्याचे अनेक दिवस निघून गेले.

पुढें कोणे एके समयीं तो तेथें संचार करीत असतां गिरिकंदरामध्यें निर्माण झालेला, मानेवर विपुल आयाळ असलेला व त्यामुळेंच आरक्तवर्ण दिसणारा आणि गजसमूहाचा नाश करणारा एक भयंकर सिंह त्या प्रदेशांत त्याच्या समोरच आला. तेव्हां सिंह येत आहे असें पाहातांच भीतीनें पीडित होऊन गांगरून गेलेला तो गज कांपत कांपत ऋषीला शरण गेला. तेव्हां त्या मुनीनें त्या गजश्रेष्ठाचा सिंह केला. तेव्हां एकजातीय असा संबंध उत्पन्न झाल्यामुळें तो अरण्यांतील इतर सिंहाना जुमानीसा झाला; आणि त्याला पाहातांच तो अरण्यांतील सिंहही भयभीत होऊन निघून गेला. पुढें हा सिंह त्याच प्रचंड अरण्यामध्यें आश्रमांत वास्तव्य करूं लागला. त्याच्या भीतीनें त्रस्त होऊन गेल्यामुळें जीविताची इच्छा असणारे इतर पशु त्या तपोवनाच्या समीपभागीं मुळींच दिसेनासे झाले.

पुढें कालगतीनें कोणे एके समयीं त्या वनामध्यें वास्तव्य करणारा, सर्व प्राण्यांची हिंसा करणारा, रक्तभक्षक, अनेक प्राण्यांच्या अंतःकरणांत भीति उत्पन्न करणारा, आठ पाय व ऊर्ध्वदृष्टि असलेला एक बलाढ्य शरभ नामक पशु त्या सिंहाचा वध करण्यासाठीं त्या मुनीच्या आश्रमाजवळ आला. तेव्हां, हे शत्रुनाशना, त्या मुनीनें आपल्या त्या सिंहाला अत्यंत बलयुक्त असा शरभ केला. तेव्हां त्या मुनीच्या अत्यंत बलाढ्य व अतिशय भयंकर अशा त्या शरभाला अग्रभागीं पाहातांच तो अरण्यवासी शरभ त्या अरण्यांतून सत्वर पळून गेला. याप्रमाणें त्या मुनीनें शरभपदावर आरूढ केलेला तो शरभ सदैव मुनीच्या सान्निध्यास राहून सुख पावूं लागला. पुढें, हे राजा, त्या शरभाच्या त्रासामुळें सर्व पशुसमुदाय भयभीत होऊन जीविताच्या इच्छेनें दिगंतरीं पळून गेले. इकडे तो शरभही अत्यंत आनंदित होऊन प्रत्यहीं प्राण्यांची हिंसा करण्यामध्यें आसक्त होऊन राहिला. त्या मांसभक्षकाला फलेंमुळें भक्षण करण्याची इच्छाही होईनाशी झाली.

नंतर, श्वानाच्या योनीमध्यें जन्म पावलेला तो कृतघ्न शरभ रक्तप्राशनाची बलवत्तर हाव सुटल्यामुळें त्या मुनीलाच ठार करण्याची इच्छा करूं लागला. पण पुढें त्या ज्ञानदृष्टि मुनीनें तपोबलाच्या योगें त्याचा तो बेत ओळखिला, आणि तो कळून येतांच तो महाज्ञानी मुनि त्या श्वानाला म्हणाला, "अरे, तूं श्वानाचा चित्ता, चित्त्याचा व्याघ्र, व्याघ्राचा मदोन्मत्त गज, गजाचा सिंह आणि पुनः सिंहाचा बलाढ्य शरभ झालास. सारांश, स्नेहानें व्याप्त होऊन गेल्यामुळें मींच तुला अशीं नानाप्रकारचीं स्वरूपें दिलेलीं आहेत. वस्तुतः तुझा त्या व्याघ्रादिकांच्या कुलांशीं कोणत्याही प्रकारचा संबंध

१ ह्याला लडीमरा असें नांव असल्याचें महेश्वरानें लिहिलें आहे. ह्याचे जे इतर पर्याय कल्पद्रुमादिकांत आढळतात, त्यांवरून, हा एक सिंहाच्याच जातींतील पण सिंहाहून अतिशय बलाढ्य असा प्राणी असावा असें दिसतें.

नाहीं. असें असतांही, हे दुष्टा, ज्या अर्थी तूं निष्पाप अशा माझाही वध करूं इच्छीत आहेस, त्या अर्थी तुला स्वतःच्या जातीची प्राप्ति होऊन तूं श्वानच होशील ! ह्याप्रमाणें मुनीनें शाप दिल्यानंतर मुनिजनांचा द्वेष करणारा, अंतःकरणाचा दुष्ट, ग्राम्य व अनभिज्ञ अशा त्या शरभाला पुनरपि श्वानाच्या देहाची प्राप्ति झाली !

अध्याय एकशें अठरावा.

—:०:—

अमात्याचे गुण.

भीष्म सांगतातः—ह्याप्रमाणें मूळच्या स्थिति प्राप्त झाल्यावर तो दुष्ट श्वान अतिशय दैन्य पावला; व ऋषीनेंही त्याला धुडकावून तपोवनाच्या सीमेबाहेर घालवून दिलें. असो; अशाच रीतीनें ज्ञानसंपन्न राजानेंही भृत्यांचे सत्य, शुचिर्भूतपणा, सरलता, स्वभाव, शास्त्रज्ञान, वर्तन, कुल, इंद्रियदमन, दया, सामर्थ्य, शौर्य, प्रभाव, नम्रता आणि क्षमा हे गुण ओळखून, जो ज्या कार्याला योग्य असेल, त्याची त्या कार्यावरच योजना करून त्याचें चांगल्या प्रकारें संरक्षण करावें. राजानें परीक्षा केल्यावांचून कोणालाही अमात्य करणें योग्य नाहीं. कारण, दुष्कुलांत उत्पन्न झालेल्या पुरुषांनीं व्याप्त होऊन गेलेल्या राजाचा सुखानें अभ्युदय होत नाहीं. राजानें अमात्य केलेल्या कुलीन मनुष्याचें अंतःकरण जरी असंस्कृत असलें, तरी तो त्याला अपराधावांचूनही अंतःकरणास लागेल असें भाषण केलें असतांही दुष्कर्म करण्याचें मनांत आणीत नाहीं. पण जो मनुष्य कुलीन नसतो व अंतःकरणाचा सुसंस्कृतही नसतो, त्याला उत्कृष्ट प्रकारचा आश्रय मिळाला आणि दुर्लभ अशा ऐश्वर्याची प्राप्ति झाली,म्हणजे तो लोकांच्या निंदेस पात्र होऊन शत्रु बनतो.कुलीन,सुशिक्षित, बुद्धिमान्, अनुभवजन्य व शास्त्रजन्य ज्ञानामध्यें पारंगत, सर्व शास्त्रांतील तत्त्वें जाणणारा, सहनशील, चांगल्या देशामध्यें जन्म पावलेला, कृतज्ञ, बलवान्, क्षमा, दम आणि इंद्रियजय ह्यांनीं युक्त असणारा, लोभशून्य, मिळेल त्यावर संतुष्ट रहाणारा, आपल्या स्वामीचा मित्र होऊं इच्छिणारा, साहाय्यकर्ता, देशकाल जाणणारा, प्राण्यांना वश करण्याविषयीं तत्पर असणारा, अंतःकरण सदैव उद्योगावर जडलेला, हितेच्छु, आलस्यशून्य, आपल्या राष्ट्राशीं योग्य प्रकारचें आचरण ठेवणारा, संधि आणि विग्रह ह्यांमध्यें निष्णात असलेला, राजाच्या धर्म, अर्थ आणि काम ह्या पुरुषार्थांचें ज्ञान असलेला, नगरवासी व राष्ट्रवासी लोकांस प्रिय असलेला, परसैन्याचें विदारण करणारे जे व्यूह त्यांचीं तत्त्वें जाणणारा, सैन्यामध्यें उत्साह उत्पन्न करण्याविषयीं चतुर असलेला, अंतःकरणांतील अभिप्राय व त्याचा चर्येवर होणारा परिणाम ह्यांचें तत्त्व जाणणारा, शत्रूवर स्वारी कशी करावी हें जाणण्याविषयीं चतुर असलेला, गजशिक्षणाच्या तत्त्वांचें ज्ञान असलेला, अहंकारशून्य, प्रौढ, कुशल, हृदयाकर्षक सौम्य भाषण करणारा, धैर्यसंपन्न, शूर, विपुलैश्वर्यसंपन्न व देश आणि काल ह्यांची योग्यायोग्यता सांगण्याविषयीं समर्थ असलेला असाच पुरुष पाहून जो राजा त्याला अमात्य करितो व त्याचा अपमान करीत नाहीं, त्याचें राज्य चंद्राच्या प्रकाशाप्रमाणें विस्तार पावतें.

राजाचे गुण.

युधिष्ठिरा, प्रजेनेंही ह्या पूर्वोक्त गुणांनींच युक्त आणि शास्त्रनिष्णात राजा असावा अशी इच्छा करावी. तो धर्मनिष्ठ, प्रजापालनाविषयीं तत्पर, धैर्यसंपन्न, क्षमाशील, शुचिर्भूत, काल पाहून तीक्ष्णतेचा अंगीकार करणारा, मनुष्य आणि काल हीं ओळखणारा, सेव्य पुरुषांची सेवा करणारा, कार्य करून दाखविणारा,

दुसऱ्यांचें सांगणें ऐकून घेणारा, ऊहापोह करण्यांत निष्णात, बुद्धिमान्, धारणाशक्तियुक्त, न्यायास अनुसरून दान करणारा, दमसंपन्न, सदैव प्रिय भाषण करणारा, अपकार करणारा पुरुष क्षमाशील नसला तरीही त्याजवर क्षमा करणारा, देणें आणि दिलेलें परत घेणें हीं स्वतःच करणारा, श्रद्धासंपन्न, दिसण्यांतही सुखकारक दिसणारा, पीडित झालेल्या लोकांना साहाय्य करणारा, सदैव प्रजेच्या सान्निध्यास रहाणारा, प्रजेचें हित करण्याविषयीं आसक्त असणारा, अहंकाराचे शब्द न उच्चारणारा, इतरांच्या संबंधाचा त्याग न करणारा, उगीच कांहीं तरी न करणारा, अमात्यांनीं कार्य केलें असतां त्यांचा सत्कार करणारा, आपल्याविषयीं भक्ति असलेल्या लोकांचें प्रिय करणारा, लोकांचें अनुरंजन करणारा, गर्वानें ताठून न जाणारा, सदैव प्रसन्नमुख असणारा, सदैव सेवकजनांची अपेक्षा करणारा, क्रुद्ध न होणारा, अंतःकरण अत्यंत उदार असलेला, योग्य प्रकारें शिक्षा करणारा, शिक्षेचा सर्वथैव त्याग न करणारा, धर्मकृत्यांचें संरक्षण करणारा, गुप्तहेररूपी दृष्टीच्या द्वारें सर्व प्रजेचें निरीक्षण करणारा, धर्म आणि अर्थ ह्या पुरुषार्थांमध्यें सदैव चतुर असणारा, आणि असंख्यात गुणांनीं व्याप्त असणारा जो राजा, तोच प्रजेच्या इच्छेस पात्र होतो.

योद्ध्याचे गुण.

हे मनुष्याधिपते, सर्व योद्धेदेखील अनेक गुणांनीं युक्त व सौजन्यसंपन्न असेच शोधून काढावे. ते राज्यसंरक्षणास सहाय्यभूत असल्यामुळें, अभ्युदयाची इच्छा असणाऱ्या राजानें केव्हांही त्यांचें अंतःकरण दुखवूं नये. ज्या राजाचे योद्धे संग्राम करण्याविषयीं तयार, कृतज्ञ, शस्त्रविद्येमध्यें निष्णात, धर्मशास्त्रवेत्ते, अनेक पायदळांनीं युक्त, निर्भय, संग्रामांत गजारोहण करूं शकणारे, रथसंचारामध्यें चतुर आणि अस्त्रविद्येंत कुशल असतात, त्याच राजाच्या ताब्यांत ही पृथ्वी असते. जो राजा सर्व प्रजेचें अनुरंजन करण्याविषयीं उद्युक्त, उद्योगशील व मित्रयुक्त असतो, तोच सर्व नृपांमध्यें श्रेष्ठ होय. हे भरतकुलोत्पन्ना, अश्वारूढ झालेल्या हजारों वीरांचें ज्याला साह्य असेल व जो प्रजेचें अनुरंजन करीत असेल त्या राजाला संपूर्ण पृथ्वी जिंकून घेतां येणें शक्य आहे.

अध्याय एकशें एकोणिसावा.

—:०:—

सेवकांना वागविण्याची रीति.

भीष्म सांगतातः—ह्याप्रमाणें जो राजा श्वानतुल्य असणाऱ्या भृत्यांची आपापल्या स्थानीं कामावर योजना करितो, त्यालाच राज्यफल भोगितां येतें. श्वानास त्याचें स्थान व मर्यादा ह्यांचा अतिक्रम करून उच्चस्थानावर चढवूं नये. कारण, त्याचा तशा रीतीनें सत्कार केल्यास तो स्वतःच्या स्थानाचा अतिक्रम करितो आणि प्रमाद करितो. आपापल्या जातीस योग्य अशीच भृत्यांचीही स्थिति आहे. म्हणूनच स्वजातिसिद्ध अशा गुणांनींच युक्त असणारे व स्वकर्मनिष्ठ असलेले जे पुरुष त्यांसच अमात्य करावे. अस्थानीं बहुमान करणें योग्य नाहीं. जो राजा भृत्यांना योग्य प्रकारचीं कर्में देतो, त्याला त्याच्या योगानें लाभ होऊन राज्यफलाचा उपभोग घेतां येतो. ज्याप्रमाणें शरभाच्या स्थानीं शरभ, बलाढ्य सिंहाच्या स्थानीं सिंह, व्याघ्राच्या अधिकारावर व्याघ्र व चित्त्याच्या पदावर चित्ताच ठेविला पाहिजे, त्याचप्रमाणें भृत्यांचीही योजना त्यांना योग्य अशाच कर्माकडे यथाविधि केली पाहिजे. कर्मफलाची इच्छा असणाऱ्या राजानें त्याच्या उलट रीतीनें भृत्यांची स्थापना केव्हांही करूं

नये. जो राजा मर्यादेचा अतिक्रम करून त्याच्या विरुद्ध प्रकारें भृत्यांची स्थापना करितो, तो निर्बुद्ध प्रजेचें अनुरंजन करूं शकत नाहीं. ज्याला अतिशय लाभ व्हावा अशी इच्छा असेल, त्या राजानें सर्वच लोक मूर्ख, क्षुद्र, अज्ञान, जितेंद्रिय नसणारे आणि दुष्कुलांत उत्पन्न झालेले असे ठेवूं नयेत. राजाच्या सान्निध्यास असणारे लोक सौजन्यसंपन्न कुलीन, शूर, ज्ञानी, निर्मत्सर, थोर मनाचे, शुचिर्भूत व कार्यदक्ष असावे; आणि बाहेर संचार करणारे भृत्य, नम्र, कार्यतत्पर, शांतिसंपन्न, हृदयाकर्षक, सुस्वभावसंपन्न व आपल्या अधिकारावर असतां लोकापवादास पात्र न झालेले असे असावे. सिंहाच्या समीप रहाणारा अथवा त्याचा अनुयायी असणारा सिंहच असला पाहिजे. इतकेंच नव्हे, तर सान्निध्यास सिंह असला ह्मणजे सिंह नसणाऱ्या पशूलाही सिंहाइतकी फलप्राप्ति होते. पण सिंह असून तो आपल्या कर्माच्या फलप्राप्तीविषयीं आसक्त असेल, आणि त्याच्या सभोंवतीं श्वानांची गर्दी असेल अर्थात् श्वानच त्याची शुश्रूषा करीत असतील, तर त्याला, सिंहास मिळणाऱ्या फलाचा उपभोग घेतां येणें शक्य नाहीं. हे राजा, ह्याचप्रमाणें राजाचीही गोष्ट आहे. त्याला शूर, विद्वान्, बहुश्रुत आणि कुलीन अशा लोकांचें साहाय्य असलें तर संपूर्ण पृथ्वी जिंकून घेतां येणें शक्य आहे. हे भृत्यसंपन्नश्रेष्ठा युधिष्ठिरा, राजांनीं विद्याशून्य, कुटिल, निर्बुद्ध व द्रव्यसंपन्न नसणारा अशा भृत्यांचा संग्रह करूं नये. हे राजा, ज्याप्रमाणें बाण सोडला कीं, नेमलेल्या ठिकाणीं जाऊन पडतो, त्याप्रमाणें परावृत्त न होतां सांगितल्या ठिकाणीं जाणारे आणि स्वामिकार्य करण्याविषयीं तत्पर असणारे जे लोक, तेच राजाला हितकारक होत. त्यांच्याशीं मधुर भाषण केलें पाहिजे. राजांनीं प्रयत्नपूर्वक सदैव आपल्या कोशाचें संरक्षण केलें पाहिजे. कारण, राजाला मूळ आधार कोशाचाच असून कोश हाच अभ्युदयाचें कारण आहे. युधिष्ठिरा, तुझें धान्याचें कोठार सदैव विपुल धान्यांनीं युक्त आणि गुप्त असून तें चांगल्या लोकांच्या अधीन ठेविलेलें असावें. तूं धनधान्य संपादन करण्याविषयीं प्रवृत्त हो; आणि तुझे भृत्यही सदैव उद्योगशील व युद्धविशारद असावे. अश्वप्रयोगाचें कौशल्यही राजाला असलें पाहिजे. हे कुरुनंदना, तूं ज्ञाति आणि बंधुजन ह्यांजवर लक्ष ठेवणारा, मित्र आणि संबंधी ह्यांनीं युक्त व पौरांचें कार्य कसें होईल व त्यांचें हित कसें होईल ह्याविषयीं विचार करणारा असा हो. ह्याप्रमाणें मीं तुला प्रजेसंबंधानें माझा कायमचा काय अभिप्राय आहे तें श्वानाचा दृष्टांत देऊन सांगितलें आहे. बा युधिष्ठिरा, आतां तुला पुनरपि काय ऐकण्याची इच्छा आहे?

अध्याय एकशें विसावा.

—:०:—

संक्षेपतः राजनीतिकथन.

युधिष्ठिर विचारतोः—हे भारता, राजधर्मांतील तत्त्वांचें ज्ञान असलेल्या पूर्वीच्या लोकांनीं उपयोगांत आणलेले अनेक राजधर्म आपण मला कथन केले; तथापि, हे भरतकुलश्रेष्ठा, आपण विस्तरपूर्वक सांगितलेले—पूर्वीं मला आपल्याकडून समजलेले जे ते राजधर्म, त्यांचें सज्जनांस मान्य असें संक्षिप्त स्वरूप मला कथन करा.

भीष्म सांगतातः—सर्व प्राण्यांचें संरक्षण करणें हाच क्षत्रियांचा मुख्य धर्म आहे असें शास्त्राचें मत आहे. यास्तव, हे पृथ्वीपते, तें रक्षण कसें करावें तें ऐक. ज्याप्रमाणें मयूर नानाप्रकारचीं चित्रविचित्र पिच्छें धारण करितो; त्याप्रमाणें धर्मवेत्त्या राजानें अनेक प्रकारचीं

स्वरूपें धारण करावीं. क्रूरता, कुटिलता, निर्भयता, सत्य आणि सरलता हींच तीं स्वरूपें होत. सत्त्वगुणाचें अवलंबन करून व मध्यस्थपणें वागून प्रसंगानुसार अशा प्रकारचीं स्वरूपें धारण करणारा राजा सुख पावतो. ज्या कार्याविषयीं जें स्वरूप उपयुक्त असेल, त्या कार्याच्या वेळीं तेंच स्वरूप दाखवावें. राजानें अनेक स्वरूपें धारण केलीं ह्मणजे त्याची स्वल्पही द्रव्यहानि होत नाहीं. ज्याप्रमाणें शरत्कालीं मयूर मौन धारण करितो, त्याप्रमाणें राजानें सदैव आपला मंत्र गुप्त ठेविला पाहिजे. त्यानें स्वल्प आणि मृदु भाषण करावें आणि शास्त्रनिष्णात असावें. उदकाचा मोठा प्रवाह आला व त्या योगानें मोठें संकट ओढवणार असलें, तर त्या वेळीं सावध राहिलें पाहिजे. तसेंच मित्रभेदप्रभृति जीं संकटांचीं द्वारें, त्यांजविषयीं सावध रहावें. पर्वतावर होणाऱ्या वृष्टीच्या योगानें उत्पन्न होणाऱ्या मोठमोठ्या नद्यांचा जसा आश्रय करितात, तसा ब्राह्मणजातीय सिद्ध पुरुषांचा आश्रय करावा. द्रव्यसंपादनाची इच्छा असणाऱ्या राजानें आपलें वर्तन अत्यंत धर्मनिष्ठ पुरुषाप्रमाणें ठेवावें. दंड करण्याविषयीं सदैव उद्युक्त असावें, पण तो प्रमाद न होईल अशा रीतीनें करावा. ज्याप्रमाणें ताडी काढणारा मनुष्य एखाद्याच ठिकाणीं ताडवृक्षावर आघात करून त्याजपासून रस काढून घेतो, त्याचप्रमाणें राजानें आयव्यय पाहून लोकांकडून द्रव्य ग्रहण करावें. अर्थात् ताडीची इच्छा असलेला मनुष्य ज्याप्रमाणें ताडाचा समूळ उच्छेद करीत नाहीं, त्याप्रमाणें राजानेंही प्रजेचा समूळ उच्छेद होईल असें करूं नये. त्यानें आपल्या पक्षाचे लोक शुचिर्भूत ठेवावे; शत्रूंचीं धान्यें वगैरे अश्वादिकांच्या चरणांनीं उध्वस्त करून सोडावीं; स्वपक्षाचें साहाय्य मिळालें ह्मणजे हालचाल करावी; आपल्यामध्यें कोणती न्यूनता आहे तें पहात असावें; शत्रूंचे दोष उघडकीस आणवे; कांहीं बाह्यक्रियेच्या मिषानें परराष्ट्रांत प्रवेश करून अरण्यांतील पुष्पांप्रमाणें शत्रुपक्षाकडील लोकांना हालवून सोडावें; पर्वताप्रमाणें उन्नत आणि विशाल ऐश्वर्यसंपन्न असणाऱ्या राजांचा नाश करावा; त्यासाठीं इतरांस न कळेल अशा स्थानाचा आश्रय करावा आणि गुप्तपणें युद्धाचा अवलंब करावा. ज्याप्रमाणें मयूर रात्रीं अदृश्य होऊन रहातात, त्याप्रमाणें वर्षाकालामध्यें रात्रीं निर्जन प्रदेशांत एकांतस्थलीं अशा अंतःपुरांत त्यानें रममाण होऊन रहावें; मयूराचे जे मोहकत्वादि गुण, त्यांनीं युक्त असावें; स्त्रियांच्या दृष्टीस पडेल अशा रीतीनें संचार करावा; शरीरसंरक्षण करण्याकडे दुर्लक्ष्य करूं नये; स्वतःच स्वतःचें संरक्षण करावें; गुप्त हेरांच्या दृष्टोत्पत्तीस आलेल्या दुष्ट लोकांचा त्याग करावा; अथवा दुष्ट लोक आहेत असें हेरांकडून कळलें पण त्यांविषयींचें ज्ञान होणें अशक्य असलें, तर स्वतःच त्या ठिकाणीं जाऊं नये. कारण, आपली खात्री नाहीं म्हणून ती करून घेण्यासाठीं जर स्वतःच ते दुष्ट लोक असतील तेथें गेला तर नाश होईल; ह्यास्तव तसें करूं नये; शत्रूंनीं विषकन्याप्रभृति नाशकारक पदार्थांचा प्रयोग केला असला, तर कांहीं लक्षणांवरून ओळखून त्या विषकन्यादिकांचा आणि क्रुद्ध व कुटिल अशा शत्रूंचाही वध करावा. ज्याप्रमाणें मयूर मोठमोठीं पंखें टाकून देतो, त्याप्रमाणें सैन्याला पंखांप्रमाणें असणारीं मोठमोठीं शिबिरें, वारांगना, नट, नर्तक इत्यादिकांस दूर करावें; आणि ज्याप्रमाणें मयूर मूळाशीं बळकट असणारीं पंखें ठेवितो, त्याप्रमाणें अमात्य, शूर लोक इत्यादिकांस आश्रय देऊन ठेवावें. मयूराप्रमाणेंच सदैव प्रशंसास्पद असेंच कार्य करीत

असावें. ज्याप्रमाणें पतंग अरण्यामध्यें सर्व पुष्पांतून रसग्रहण करीत असतो, त्याप्रमाणें ज्ञान सर्वांकडूनही घ्यावें. सारांश, मयूराप्रमाणें वागून राजानें स्वराज्याचें पालन करावें. जिच्या योगानें स्वतःसंबंधाचें ज्ञान उत्पन्न होईल अशाच प्रकारची नीति सुज्ञ राजानें स्वीकारावी; स्वतःच्या बुद्धीनें अमुक कार्य करावयाचें असें ठरवावें; आणि दुसऱ्याचें मत घेऊन तीच गोष्ट कायम करावी. स्वतःचा निश्चय स्थिर होण्याचें साधन ज्ञानाच्याच योगानें मिळतें असें शास्त्रांत सांगितलेलें आहे. सामोपचारानें वागून शत्रूला विश्वास दाखवावा; स्वतःच्या सामर्थ्याचाही विचार करावा; आणि स्वतःशींच मागचा—पुढचा विचार करून व साधक-बाधक पाहून कार्याचा निश्चय ठरवावा. सामोपचाराचा प्रयोग करण्याकडे बुद्धि असलेला, ज्ञानसंपन्न आणि कर्तव्याकर्तव्य जाणणारा असाच राजा असावा. ज्याचे विचार गुप्त असतात व जो धैर्यसंपन्न असतो, त्याला कांहीं सांगावयाचें कारण नाहीं. पण एखादे वेळीं जर तो बृहस्पतीसारखा बुद्धिमान् असूनही निर्बुद्धासारखा बोलूं लागला तरी उदकामध्यें टाकलेलें तापलेलें लोखंड ज्याप्रमाणें स्वतःच्या धर्मांनीं युक्त होतें अर्थात् शीत किंवा टणक होतें, त्याप्रमाणेंच युक्तीच्या अवलंबनानें तो पूर्वस्थितीस येतो.

राजा, शास्त्रांत स्वतःसंबंधानें व शत्रुसंबंधानें जीं कांहीं कर्तव्यें सांगितलीं असतील, तीं तशा रीतीनें होत आहेत किंवा नाहींत याविषयीं राजानें प्रश्न करीत असावें. कर्तव्यज्ञान असणाऱ्या राजानें स्वभावानें सौम्य, ज्ञानसंपन्न व शूर अशा पुरुषांची व ज्यांचें सामर्थ्य अधिक असेल अशा लोकांची आपल्या कार्यावर योजना करावी; आणि ज्याप्रमाणें लांब अशी विण्याची तार षड्जातीय स्वरास अनुकूल अशाच रीतीनें वाजते, त्याप्रमाणें स्वतःस योग्य अशा कार्याकडे योजना झालेले पुरुष योग्य प्रकारें कार्य करीत आहेत असें दिसून आलें म्हणजे त्यांच्या अनुरोधानें वागावें. धर्माशीं विरोध न येईल अशा रीतीनें सर्वांचेंच प्रिय करावें. ज्या राजाला सर्वच लोक हा माझा असें म्हणत असतात, तो पर्वताप्रमाणें स्थिर असतो; अर्थात् त्याचें राज्य चिरस्थायी होतें. ज्याप्रमाणें सूर्य दीर्घ अशीं किरणें धारण करितो, त्याप्रमाणें व्यवसायाचा स्वीकार करून व प्रिय आणि अप्रिय ह्या दोहोंनाही सारखें लेखून धर्माचें संरक्षण करावें. जे लोक कुलें, प्रजा आणि राष्ट्र यांचे धर्म जाणत असून सौम्य भाषण करणारे, हित करण्याविषयीं उद्युक्त, व्याकुल न होणारे, लोभशून्य, शिक्षणसंपन्न, दमयुक्त आणि धर्माविषयींचा निर्धार असणारे असतील, त्या धर्म आणि अर्थ ह्यांचें संरक्षण करणाऱ्या पुरुषांची राजानें सर्व कार्यांकडे योजना करावी. असा प्रकार केल्यानें कोणकोणतीं कृत्यें घडून आलीं व कोणतीं नाश पावलीं ह्याविषयींचा विचार अंतःकरण एकाग्र करून व संतुष्ट राहून गुप्त हेरांच्या साहाय्यानें करावा. ज्या राजाचा क्रोध आणि आनंद हीं व्यर्थ नसतात, जो स्वतःच सर्व कृत्यांवर दृष्टि ठेवीत असतो, व ज्याला कोशाची अभिवृद्धि कशी करावी हें स्वतःच्या बुद्धीनें समजतें, त्या राजाला पृथ्वी द्रव्यदायक होते. ज्याचा अनुग्रह दृष्टोत्पत्तीस येणारा असून जो योग्य प्रकारें निग्रह करितो, व स्वतःचें आणि राष्ट्राचें संरक्षण करितो, तोच राजा धर्मवेत्ता होय. उदय पावलेला सूर्य ज्याप्रमाणें किरणांच्या योगानें सर्व विश्व अवलोकन करतो, त्याप्रमाणें राजानें सदैव आपल्या राष्ट्राचें अवलोकन करीत असावें. गुप्त हेर कोणते व उत्कृष्ट सेवक कोणते यांची राजाला माहिती असावी आणि त्यानें आपल्या

बुद्धीनें वागावें. जसा काल येईल त्याप्रमाणें वागावें; स्वतः द्रव्यसंपन्न असल्याचें दाखवूं नये; आणि ज्याप्रमाणें प्रत्यहीं धेनूची धार काढावयाची, त्याप्रमाणें बुद्धिमान् राजानें बुद्धीचा उपयोग करून द्रव्यरूपानें पृथ्वीची धार काढावी. ज्याप्रमाणें भ्रमर क्रमाक्रमानें पुष्पांतून मध काढून घेऊन सांठवितो, त्याप्रमाणें प्रजेकडून द्रव्य घेऊन राजानें त्याचा संग्रह करावा. प्रजेच्या संरक्षणाकडे व्यय होऊन जें द्रव्य अवशिष्ट राहील, त्याचा राजानें धर्म आणि काम ह्यांजकडे उपयोग करावा. शास्त्रवेत्त्या व आत्मसंयमन करणाऱ्या राजानें द्रव्याचा जो संग्रह असेल त्याहून अधिक व्यय करूं नये. कोणतीही गोष्ट अल्प आहे म्हणून तिचा तिरस्कार करूं नये; शत्रूंना तुच्छ समजूं नये; स्वतःच्या बुद्धीनेंच आपल्या बुद्धीचा विचार करावा; व निर्बुद्ध मनुष्यावर विश्वास ठेवूं नये. द्रव्य थोडें असो अथवा अधिक असो, इंद्रियनिग्रह, दक्षता, आत्मसंयमन, विचारशीलता, प्रमादशून्यता, धैर्यशूरता, आणि योग्य देश व काल ह्यांसंबंधानें सावधपणा हीं त्याच्या बुद्धीचीं साधनें आहेत. अग्नि स्वल्प असला तरी त्याजवर घृताचें सिंचन केल्यास त्याची वृद्धि होते; आणि बीज एक असलें तरीही त्याला हजारों अंकुर फुटतात. इकडे दृष्टि देऊन व राजांचे आयव्यय विपुल असतात इकडेही दृष्टि देऊन, द्रव्य थोडें आहे म्हणून त्याचा तिरस्कार करूं नये. बाल असो, तरुण असो अथवा वृद्ध असो—जो शत्रु आहे, तो प्रमादशील अशा पुरुषाचा अर्थात् आपल्या शत्रूचा सदैव वध करील; पण दुसरा एखादा राजा योग्य वेळ आली म्हणजे त्याचा समूळ उच्छेद करील. काल कसा आहे हें जाणणारा जो राजा तोच सर्व नृपांमध्यें वरिष्ठ होय. द्वेष करणारा शत्रु बलवान् असो अथवा निर्बल असो, तो ह्या राजाची कीर्ति नष्ट करितो; धर्माला प्रतिबंध करितो आणि द्रव्यसंपादनाविषयींचा विशाल उत्साह हाणून पाडितो. ह्यास्तव, अंतःकरणाचा निग्रह करणाऱ्या राजानें शत्रुहून हीन स्थितींत असूं नये. ऐश्वर्याची हानि, अभिवृद्धि, द्रव्याचें रक्षण आणि संग्रह हीं सर्व जाणून, ऐश्वर्यादिक सर्व गोष्टी व विजयेच्छा ह्या दोहोंचा निकट संबंध आहे हेंही लक्ष्यांत घेऊन बुद्धिमान् राजानें योग्य असल्यास संधि करावा. सारांश, राजानें बुद्धिमत्तेचा आश्रय करावा. बुद्धि जाज्वल्यमान् असली म्हणजे ती बलाढ्य पुरुषाचाही नाश करूं शकते. बुद्धीच्याच योगानें बलाची अभिवृद्धि होऊन संरक्षणही होतें. शत्रूंचा उत्कर्ष होत असला तरीही बुद्धीच्या साहाय्यानें त्याला निकृष्टावस्थेस पोहोंचवितां येतें; व म्हणूनच बुद्धीचा विचार ठरल्यानंतर जें कर्म केलें जाईल तेंच प्रशस्त होय. मनुष्य धैर्यसंपन्न आणि दोषशून्य असून त्याला आपले सर्व मनोरथ पूर्ण व्हावे अशी इच्छा झाली, म्हणजे तो आपलें बल कमी असलें तरीही आपणास इष्ट असलेल्या सर्व वस्तु मिळाव्या अशी इच्छा करीत असतो; आणि त्यामुळेंच तो सत्पात्र अशाही पुरुषास थोडेंही द्रव्य अर्पण करीत नाहीं व त्या योगानें त्याचें अकल्याण होतें. ह्यास्तव, राजानें आपल्या प्रजेवर प्रेम ठेवून संपत्तीस कारणभूत असणाऱ्या वस्तु चोहोंकडून संपादन कराव्या. चिरकाल क्लेश अनुभवावे लागले तर प्रजेवर विजेप्रमाणें कडाडून पडावें, पण त्याचा अतिरेक करूं नये. विद्या, तप अथवा विपुल द्रव्य हें सर्व व्यवसायाच्याच योगानें मिळणें शक्य आहे; आणि तो व्यवसाय बुद्धीच्या अधीन असल्यामुळें मनुष्यांच्या ठिकाणीं वास्तव्य करीत असतो. यास्तव, विपुल व्यवसाय केला पाहिजे. ज्ञान-

संपन्न आणि विचारशील लोकांची त्यावर मदार आहे. इंद्र, विष्णु आणि सरस्वती यांची प्राप्ति ज्यावर अवलंबून आहे व सर्व प्राण्यांच्या वास्तव्यास जो सदैव आधारभूत आहे, त्या आपल्या देहाचा अवमान सुज्ञ राजानें केव्हांही करूं नये. लोभी मनुष्याचा वध करावा. कारण, त्याला दान केलें तरीही दुसऱ्याच्या द्रव्यानें त्याची तृप्ति होत नाहीं. कर्मफलाचा उपभोग घेण्याविषयीं अर्थात् सुखोपभोगाविषयीं प्रत्येक पुरुष लुब्ध असतो, पण तो द्रव्यहीन असला म्हणजे मात्र त्यासाठीं धर्म आणि काम ह्यांचा तो त्याग करितो. लोभी पुरुष द्रव्य, उपभोग्य वस्तु, स्त्री, पुत्र आणि ऐश्वर्य हीं सर्व आपणाला दुसऱ्याचीं मिळावीं अशी इच्छा करीत असतो. लोभी पुरुषामध्यें सर्व प्रकारचे दोष वास्तव्य करीत असतात. यास्तव राजानें त्याजवर अनुग्रह करूं नये. एखादा मनुष्य निकृष्ट प्रतीचा असला तरीही त्याची उत्कृष्ट प्रकारें परीक्षा करून राजानें एखाद्या कार्याकडे योजना करावी. बुद्धिमान् राजानें शत्रूंचे उद्योग आणि सर्व मनोरथ हाणून पाडावे. हे पांडुपुत्रा, धर्मसंबंधीं कार्यांचें ज्ञान असणारा, मंत्रसंपन्न, आपले हेतु गुप्त ठेवणारा, सामर्थ्यसंपन्न आणि कुलीन असा जो राजा असेल, तोच मांडलिकांना वश करूं शकतो.

युधिष्ठिरा, हे राजाचे शास्त्रोक्त धर्म मीं संक्षिप्तपणें तुला सांगितले. ते तूं चांगले लक्षांत ठेव. जो राजा गुरूच्या अनुरोधानें त्या धर्मांचें प्रतिपालन करील तोच पृथ्वीचें पालन करूं शकेल. राजाला मिळालेलें सुख दैवप्राप्त असो अथवा त्यानें तें बलात्कारानें संपादन केलेलें असो, त्याच्या निष्पत्तीला जर नीति ही कारणभूत नसेल, तर त्या राजाला सद्गतिही मिळत नाहीं; व अत्युत्कृष्ट अशा राज्यसुखाचीही प्राप्ति होत नाहीं, असें शास्त्रावरून दिसतें. प्रमादशून्य असणारा राजा संधिविग्रहादिक कार्यांचा पूर्णपणें विचार करून नंतरच द्रव्यसंपन्न, उत्कृष्ट बुद्धिमान्, सुशील, शौर्यादिसंपन्न आणि संग्रामामध्यें पराक्रम दृष्टिगोचर झालेले जे शत्रु त्यांच्याशीं भिडून त्यांचा वध करितो. कार्य करण्याचे जे नानाप्रकारचे मार्ग आहेत, त्याजवरून कार्यसिद्धीचे उपाय कोणते, हें शोधून काढावें. उपाय कोणता हें समजल्यावांचून कोणत्याही बाजूस बुद्धीचा कल होऊं देऊं नये. निर्दोष पुरुषाच्या ठिकाणीं दोष आहेत असें समजणाऱ्या मनुष्याला अत्यंत संपत्ति, विपुल कीर्ति अथवा अतिशय द्रव्य ह्यांची प्राप्ति होत नाहीं. मित्रांवर बुद्धिपूर्वक प्रेम जडल्यानंतर त्यांची एकाच कार्याकडे योजना केली असतां, त्यांपैकीं जो आपल्यावर मोठा कार्यभार धारण करूं शकेल तोच अत्यंत प्रेमळ आहे असें म्हणून सुज्ञ राजानें त्याची प्रशंसा करावी. युधिष्ठिरा, मी सांगितलेल्या ह्या सर्व राजधर्मांचें आचरण करून तूं प्रजेचें पालन करण्याकडे लक्ष ठेव. असें केलें असतां तुला आनायासेंच पुण्यरूपी फलाची प्राप्ति होईल. कारण, कोणत्याही लोकाची प्राप्ति राजधर्मानें होऊं शकते.

अध्याय एकशें एकविसावा.

—:०:—

दंडाच्या स्वरूपादिकांचें वर्णन.

युधिष्ठिर विचारतोः—पितामहांनीं मला हा सनानन राजधर्म कथन केला. हे प्रभो, दंड हा महान् असून त्याच्या ठिकाणीं सर्व सत्ता असते. इतकेंच नव्हे, तर दंडावरच सर्व कांहीं अवलंबून असतें. देव, दैत्य आणि मनुष्यें यांसहवर्तमान सर्व चराचर विश्व दंडाच्या ठिकाणीं आसक्त झालें आहे असें कळून आल्यामुळें देव, ऋषि, महात्मे, पितर, यक्ष, राक्षस,

पिशाच, साध्य आणि विशेषेंकरून इहलोकांतील सर्व प्राणी व तिर्यग्योनीमध्यें असणारे प्राणी ह्या सर्वांना विश्वव्यापक व महातेजस्वी असा हा दंडच श्रेयस्कर आहे, असें आपण मला सांगितलें होतें. ह्यास्तव, हे भरतकुलश्रेष्ठा, आतां मला हें तत्त्व जाणण्याची इच्छा आहे कीं, तो दंड म्हणजे काय ? तो कशा प्रकारचा असतो ? त्याचें स्वरूप काय ? त्याचा आधार कोणता ? त्याचा आत्मा कोणता ? त्याची स्थिति कोणत्या प्रकारची असते ? त्याचा आकार कोणत्या प्रकारचा असतो ? आणि, हे प्रभो, तो कसा वास्तव्य करितो ? तो प्रजेवर अवधानपूर्वक अंतःकरण ठेवून कसा जागरूक रहातो ? पूर्वीं होऊन गेलेल्या व पुढें होणाऱ्या ह्या जगताचें पालन करण्याविषयीं कोण जागरूक असतो ? ज्याला दंड अशी संज्ञा आहे त्यापैकीं पूर्वीं कोणाचें ज्ञान होतें ? व मागून कोणाचें होतें ? दंड हा कोणावर अवलंबून असतो, व त्याचें फल काय, हें मला कथन करा.

भीष्म सांगतातः—हे कुरुकुलोत्पन्ना, दंड हा कोण, आणि तोच व्यवहार कसा, तें ऐक. सर्व कांहीं गोष्टी ज्याच्या अधीन आहेत असा एक दंडच होय. हे महाराजा, धर्माचें उत्कृष्ट प्रकारें प्रकाशन करणें यालाच व्यवहार म्हणतात. व्यवहाराला व्यवहार असें म्हणण्याचें कारण असें आहे कीं, अवधानयुक्त अंतःकरण असलेल्या राजाचा नाश न होण्याचा तो उपाय आहे. हे राजा, पूर्वीं मनूनेंही हें प्रथमच सांगितलेलें आहे. ज्याचें प्रिय आणि अप्रिय मनुष्यावर सारखेंच लक्ष असतें, व दंडाचा योग्य प्रकारें प्रयोग करून जो उत्कृष्ट प्रकारें प्रजेचें संरक्षण करितो, तो केवल धर्मच होय, असें पूर्वींच मनूनें सांगून ठेविलें आहे. हे नरेंद्रा, मीं जें तुला ब्रह्मदेवाचें सविस्तर असें वचन सांगितलें, तें त्यानें प्राक् (पूर्वीं) उच्चारिलेलें होतें; म्हणूनच त्याला प्राग्वचन असें म्हणतात; आणि त्यामध्यें व्यवहार सांगितला असल्यामुळें त्यालाच व्यवहार असेंही ह्या लोकामध्यें म्हणतात; तात्पर्य—दंड, व्यवहार, धर्म आणि प्राग्ववचन हे सर्व पर्याय आहेत. दंड उत्कृष्ट प्रकारें सदैव उपयोगांत आणला म्हणजे धर्म, अर्थ आणि काम ह्या त्रिवर्गाची प्रवृत्ति होते. कारण, दंड हें एक उत्कृष्ट प्रकारचें देवतेचें स्वरूपच आहे. त्याचें स्वरूप प्रकट झालेल्या अग्नीप्रमाणें आहे. दंडाचें अर्थात् त्याच्या अधिष्ठात्री देवतेचें स्वरूप असें आहे. त्याची शरीरकांति नीलकमलपत्राप्रमाणें श्यामवर्ण आहे. त्याला चार दंष्ट्रा, चार बाहु, आठ पाय आणि अनेक नेत्र असून, त्याचे कर्ण शंकूच्या आकाराचे व केश उभारलेले आहेत. तो जटा धारण करणारा, दोन जिव्हा असलेला, आरक्तमुख आणि कृष्णाजिन परिधान करणारा आहे. योग्य प्रकारें प्रयोग करतां येण्यास अशक्य असलेला हा दंड अशा प्रकारचें उग्र स्वरूप धारण करीत असतो. खड्ग, धनुष्य, गदा, शक्ति, त्रिशूल, मुद्गल, शर, मुसल, परशु, चक्र, पाश, दंड, ऋष्टि, तोमर हीं व आणखीही दुसरीं जीं कांहीं ह्या लोकामध्यें सर्व प्रकारचीं आयुधें आहेत, त्या सर्व रूपांनीं ह्या लोकामध्यें सर्वात्मा दंडच मूर्तिमान् संचार करितो. भिन्न करणें, छिन्न करणें, पीडा देणें, कापणें, ओरबडणें, फाडणें, प्रहार करणें आणि शत्रूवर चाल करून जाणें हीं सर्व संचार करणाऱ्या दंडाचीं स्वरूपें होत. युधिष्ठिरा, असि, विशसन, धर्म, तीक्ष्णवर्मा, दुराधर, श्रीगर्भ, विजय, शास्ता, व्यवहार, सनातन, शास्त्र, ब्राह्मणमंत्र, शास्ता, प्राग्वदतांवर, धर्मपाल, अक्षर, देव, सत्यग, नित्यग, अग्रज, असंग, रुद्रतनय, मनु, ज्येष्ठ आणि शिवंकर ही दंडाचीं नांवें सांगितलेलीं आहेत. दंड हाच भगवान् विश्व-

व्यापक, सर्व लोकांस आधारभूत आणि सामर्थ्य-संपन्न असून तो सार्वकाल विशाल स्वरूप धारण करणारा असल्यामुळें त्याला महापुरुष असें म्हणतात. तसेंच त्याची पत्नी दंडनीति हिचींही ब्रह्मकन्या, लक्ष्मी, वृत्ति, सरस्वती, दंडनीति आणि जगद्धात्री अशीं नांवें आहेत. दंडाचीं स्वरूपें अनेक आहेत. अर्थ, अनर्थ, सुख, दु:ख, धर्म, अधर्म, बल अबल, दुर्दैव, सुदैव, पुण्य, पाप, गुण, अगुण, काम, अकाम, ऋतु, मास, रात्र, दिवस, क्षण, प्रमाद, अप्रमाद, हर्ष, क्रोध, शम, दम, दैव, उद्योग, मोक्ष, अमोक्ष, भीति, निर्भयता, हिंसा, अहिंसा, तप, यज्ञ, संयमन, विष, अविष, कार्याचा आदि, अंत, मध्य आणि विस्तार, मद, आनंद, दर्प, दंभ, धैर्य, नीति, अनीति, शक्ति, अशक्ति, मान, स्तब्धता, व्यय, अव्यय, विनय, दान, काल, अकाल, असत्य, सत्य, ज्ञानसंपन्नता, श्रद्धा, अश्रद्धा, पौरुषशून्यता, व्यवसाय, लाभ, हानि, जय, पराजय, तीक्ष्णता, सौम्यपणा, मृत्यु, प्राप्ति, अप्राप्ति, विरोध, अविरोध, कर्तव्य, अकर्तव्य, बल, अबल, मत्सर, निर्मत्सरता, धर्म, अधर्म, लोक-लज्जा, लोकलज्जाशून्यत्व, लज्जा, संपत्तीचें अथवा विपत्तीचें आश्रयस्थान, तेज, कार्ये, पांडित्य, वाक्शक्ति आणि तत्त्वज्ञान हीं सर्व दंडाचीं स्वरूपें असल्यामुळें, हे भरतकुलोत्पन्ना, ह्या लोकामध्यें दंड हा अनेकस्वरूपयुक्त आहे. जर ह्या लोकामध्यें दंड नसता, तर लोकांनीं परस्परांचा धुव्वा उडविला असता. युधिष्ठिरा, दंडाच्या भीतीमुळेंच लोक परस्परांचा वध करीत नाहींत. हे राजा, दंडाच्या साहाय्यानें प्रजेचें संरक्षण केलें म्हणजे ती राजाचा अभ्युदय करिते. ह्यास्तव, दंड हाच राजाचा मुख्य आधार आहे.

हे प्रजाधिपते, सत्यावर अवलंबून असणारा धर्म ह्या लोकामध्यें सत्वर व्यवस्था उत्पन्न करीत असून, तो ब्राह्मणांच्या ठिकाणीं वास्तव्य करीत असतो. धर्मसंपन्न असणारे जे ब्राह्मण-श्रेष्ठ, त्यांच्यामध्यें देवतांचें वास्तव्य असतें. यज्ञाची उत्पत्ति देवांकरितां आहे व म्हणूनच तो देवतांना संतुष्ट करितो. देवता सदैव संतुष्ट होऊं लागल्या म्हणजे त्या इंद्राला जाऊन कळवितात व इंद्र त्या लोकांवर अनुग्रह करण्यासाठीं वृष्टि करून अन्न देतो. सर्व प्राण्यांचे प्राण अन्नावरच अवलंबून आहेत. अन्नाच्याच योगानें लोकांना स्थैर्यप्राप्ति होते व दंड हा त्यांच्या ठिकाणीं जागरूक असतो. ज्याच्या प्रयोजनाचें स्वरूप अशा प्रकारचें आहे, तो सदैव उत्कृष्ट प्रकारें अवधानसंपन्न असणारा अविनाशी दंड क्षत्रियस्वरूप धारण करून सर्व प्रजांचें संरक्षण करीत जागरूक राहिलेला आहे. ह्या क्षत्रियस्वरूप धारण करणाऱ्या दंडाला ईश्वर, पुरुष, प्राण, सत्व, चित्त, प्रजापति, भूतात्मा आणि जीव अशीं आठ नांवें आहेत. धर्म, व्यवहार, दंड, ईश्वर आणि जीव अशीं पांच ज्याचीं स्वरूपें आहेत, अर्थात् जो ह्या पांचांसही कारणभूत आहे व बलयुक्त आहे अशा क्षत्रियास, स्वत: धारण केलेलें ईश्वरत्व आणि दंड हीं परमेश्वरानें अर्पण केलीं. सत्कुल, विपुल द्रव्य, अमात्य आणि बुद्धि हें क्षत्रियांचें नैसर्गिक बल असून, हे युधिष्ठिरा, ह्याशिवाय दुसऱ्या आठ वस्तूंच्या योगानें नवीन संपादन करावयाचेंही दुसरें एक बल आहे. त्या आठ वस्तु म्हणजे गज, अश्व, रथ, पदाति, नौका, वेठ करणारे पुरुष, प्रजा आणि मेंढ्या वगैरे पशु ह्या होत. कारण, हीं आठ बलाचीं अंगें आहेत असें सांगितलें आहे. अथवा राज्याचें अंगच असें जें तयार असणारें सैन्य, त्याचे रथ, गजांवर आणि अश्वांवर आरूढ होऊन जाणारे योद्धे, पदाति (पायदळ), मंत्री, वैद्य, भिक्षुक, न्यायाधीश,

मुहूर्तवेत्ते, दैव जाणणारे, कोश, मित्र, धान्य, सर्व प्रकारचीं साधनें, सात सचिव आणि पूर्वोक्त आठ अंगें हें सर्व शरीर होय. सैन्य हेंच राज्याचें अंग असून दंड हाच उत्कर्षाचें साधन आहे. ईश्वरानें क्षत्रियाच्या कार्यसिद्धीसाठीं सर्वत्र समान असणारा दंड त्याला प्रयत्नपूर्वक अर्पण केला.

हें सर्व सनातन विश्व दंडाच्याच अधीन आहे. ब्रह्मदेवानें लोकसंरक्षण व स्वधर्मस्थापना ह्यांसाठीं दाखवून दिलेला धर्म जसा मान्य आहे, तसें राजांना दुसरें कोणतेंही अत्यंत मान्य नाहीं. तसेंच, लोकसंरक्षणासाठींच व्यवहार अर्थात् विवाद हा एक दुसरा पदार्थ उत्पन्न झाला आहे. ह्याला वादिप्रतिवादी हे उभयतां कारणभूत असून, त्या उभयतांपैकीं कोणा तरी एकाला दुसऱ्याचें सांगणें मान्य करावें लागणें हेंच त्याचें लक्षण आहे. हा व्यवहार वादिप्रतिवादींपैकीं एकाला हितावह असतो. हा व्यवहार अर्थात् दंड वेदामध्यें सांगितलेल्या परस्त्रीसंसर्गादि दोषांच्या निवृत्तीस कारणभूत आहे. त्या दोषाची निवृत्ति होण्यासाठीं धर्मनिष्ठांच्या सभेंत गेल्यास वेदोक्त प्रायश्चित्त अर्थात् शरीरदंड सांगितले असल्यामुळें, वेदच ह्या दंडास हेतुभूत आहे. कुलक्रमागत आचार हेही ह्या दंडास कारणीभूत होतात. कारण, कुलाचार मोडल्यास तज्जातीयांकडून बहिष्काररूपी दंड होत असतो. शिवाय, तसें उल्लंघन केल्यास शास्त्रोक्त असा दुसराही प्रायश्चित्तादिरूपी दंड असतोच. वादिप्रतिवादी ज्यास कारणभूत आहेत, असा जो दंड सांगितला आहे, तो राजाच्या अधीन असतो. हा दंड आणि त्याचें कारण ह्यांचें ज्ञान आम्हां क्षत्रियांनीं संपादन केलें पाहिजे. व्यवहार (विवाद) हा दंडाचा आत्माच आहे. त्याचें ज्ञान जरी अनुभवावरून एखाद्याला होत असलें, तरी तेवढ्यावरून तो केवळ लोकानुभवजन्य आहे, त्याला वेदांत कांहीं मूळ नाहीं, असें मुळींच नाहीं. कारण, तो स्मृतीमध्यें सांगितलेला आहे; आणि ज्या अर्थी स्मृतीमध्यें त्याचा उल्लेख आहे, त्या अर्थी त्याच्या स्वरूपाचें वर्णन वेदामध्यें झालें असलेंच पाहिजे; व ज्याचें स्वरूपवर्णन वेदामध्यें आहे तो धर्म गुणकारक असतो. आणि म्हणूनच हा वेदप्रतिपादित व्यवहाररूपी धर्मही तशाच प्रकारचा आहे. ज्यास धर्म हा कारणभूत आहे तो प्रायश्चित्तादिरूपी दंड आत्मा कृतार्थ झालेल्या मुनींनीं धर्माच्या अनुरोधानें सांगितलेला आहे.

असो; युधिष्ठिरा, ब्रह्मदेवानें सांगितलेला जो हा सत्यस्वरूपी व्यवहार, तो तीनही लोकांस आधारभूत असून ऐश्वर्याची अभिवृद्धि करणारा आहे. दंड हा व्यवहारजन्य असल्यामुळें तो सनातन असा व्यवहारच होय; आणि जो व्यवहार आपण जाणला आहे—ज्याचें आम्हांला ज्ञान आहे, असा तो व्यवहार वेदामध्यें प्रतिपादन केला असल्यामुळें वेदच होय हें खास. तसेंच, जो वेद तोच धर्म आणि जो धर्म तोच सन्मार्ग होय. पूर्वी प्रजाधिपति पितामह ब्रह्मदेव उत्पन्न झाला. हा देव, दैत्य, राक्षस, मनुष्य, सर्प इत्यादिकांनीं युक्त असणाऱ्या मृत्युलोकप्रभृति सर्वही लोकांचा कर्ता होय. त्याच्याचपासून, वादिप्रतिवादी हे ज्याला कारणीभूत आहेत तो हा व्यवहाररूपीही दुसरा पदार्थ निर्माण झाला. म्हणूनच, नंतर त्यानें या व्यवहाराविषयीं अर्थात् दंडाविषयीं एक वचन सांगितलें आहे. तें असें: " माता, पिता, बंधु, पत्नी आणि पुरोहित ह्यांपैकींही जरी कोणी असला, तरीही त्यानें स्वधर्माप्रमाणें आचरण न ठेवल्यास राजानें त्याला अवश्य दंड केला पाहिजे !"

अध्याय एकशें बाविसावा.

—:o:—

दंडोत्पत्ति.

भीष्म सांगतातः—ह्याविषयीं हा एक पुरातन इतिहास सांगत असतात. अंगदेशामध्यें वसुहूम नांवाचा एक प्रख्यात आणि तेजस्वी राजा होऊन गेला. सदैव धर्मज्ञान संपादन करणारा तो महा तपस्वी राजा आपल्या पत्नीसह पितर, देव आणि ऋषि ह्यांनाही मान्य असणाऱ्या मुंजपृष्ठ नामक प्रदेशामध्यें गेला. हा प्रदेश मेरु नामक सुवर्णपर्वताच्या समीप असणाऱ्या हिमवान् पर्वताच्या शिखरावर असून तेथें मुंजावट नामक वटवृक्षावरील पारंब्या काढण्याची परशुरामानें आज्ञा केली; तेव्हांपासून, हे राजेंद्रा, प्रशंसनीय आचरण असणारे ऋषि रुद्राचें वास्तव्य असणाऱ्या त्या प्रदेशाला मुंजपृष्ठ असें म्हणूं लागले. असो; वेदस्वरूपी अनेक गुणांनीं युक्त असणारा तो राजा तेथें वास्तव्य करूं लागल्यानंतर ब्राह्मणांना मान्य होऊन देवर्षितुल्य बनून गेला.

पुढें कोणे एके कालीं, शत्रूंचा नाश करणारा व अंतःकरण उदार असलेला इंद्राचा मित्र व बहुमान करणारा राजा मांधाता त्याजकडे आला; व अत्यंत मोठें तप असलेल्या वसुहूम राजाच्या समीप जाऊन त्याला अवलोकन केल्यानंतर नम्रपणें त्याजपुढें जाऊन उभा राहिला. तेव्हां वसुहूम राजानेंही त्याला पाद्य, अर्घ्य अर्पण करून, त्याचें सप्तांग राज्य सुखरूप असल्याबद्दल व त्याची हानि होत नसल्याबद्दल विचारिलें; आणि नंतर, पूर्वीं सज्जनांनीं आचरण केलेल्या मार्गाच्या अनुरोधानें बरोबर चालणाऱ्या मांधात्यास वसुहूमानें विचारिलें कीं, 'हे राजा, मी तुझें कोणतें कार्य करूं?' हें ऐकून, हे कुरुनंदना, मांधात्याला अतिशय आनंद झाला; आणि तो महाज्ञानी नृपश्रेष्ठ वसुहूम बसल्यानंतर तो त्याशीं बोलूं लागला.

मांधाता म्हणालाः—राजन्, आपण बृहस्पतीच्या मताचें पूर्णपणें अध्ययन केलेलें आहे; आणि हे नरश्रेष्ठा, आपणांला शुक्रकृत नीतिशास्त्राचीही चांगली माहिती आहे. ह्यास्तव, दंड कसा उत्पन्न होतो, ह्याच्या पूर्वीं काय असतें, पुढें काय असतें, व सांप्रत हा दंड क्षत्रियांच्याच अधीन कां राहिलेला आहे, हें आपल्यापासून जाणावयाची माझी इच्छा आहे. ह्यास्तव हे महामुनि, आपण मला तें कथन करा. मी आपल्याला गुरुदक्षिणा देईन.

वसुहूम म्हणालाः—हे राजा, प्रजेच्या ठिकाणीं विनय कायम रहावा म्हणून धर्माचा केवल प्राणच असा, लोकांचें अनुरंजन करणारा व सनातन असा हा दंड, कसा निर्माण झाला तें ऐक. सर्व लोकांचा पितामह जो भगवान् ब्रह्मदेव, त्याला यज्ञ करण्याची इच्छा झाली. पण स्वतःला योग्य असा ऋत्विज कोणीही दिसून आला नाहीं असें आमच्या ऐकण्यांत आहे. तेव्हां त्यानें आपल्या मस्तकामध्यें एक गर्भ पुष्कळ वर्षेंपर्यंत धारण केला. तेव्हां पुढें एक हजार वर्षें पूर्ण झालीं असतां त्याला शिंक आली व त्याबरोबर तो गर्भ खालीं पडला. हे शत्रुनाशका, तो गर्भ क्षुप नामक प्रजापति झाला. हे महाराजा, तो क्षुप त्या महात्म्या ब्रह्मदेवाच्या यज्ञामध्यें ऋत्विक् होता. हे नृपश्रेष्ठा, ब्रह्मदेवाचा तो यज्ञ सुरू झाला असतां त्या वेळीं त्याचें प्रत्यक्ष दिसणारें अर्थात् दीक्षा ग्रहण केलेल्या यज्ञकर्त्याचें स्वरूप हेंच मुख्य असल्यामुळें, लोकांचें नियमन करणें हा जो दंड तो अंतर्धान पावला, अर्थात् नाहींसा झाला; आणि त्यामुळें प्रजेमध्यें संकर होऊन गेला. कार्याकार्य, भक्ष्याभक्ष्य व पेयापेय ह्यांचा कांहींच

भेद उरला नाहीं. मग फलप्राप्तीची गोष्ट हवी कशाला! लोक परस्परांची हिंसा करूं लागले, गम्यागम्यभेद राहिला नाहीं; आपलें आणि परकीयांचें द्रव्य हीं सारखींच झालीं; आणि ज्याप्रमाणें श्वान हे परस्परांचें मांस हरण करून घेतात, त्याप्रमाणें लोक परस्परांचें द्रव्य हरण करून घेऊं लागले; व बलवान् निर्बलांचा वध करूं लागले. सारांश, हें जग मर्यादाशून्य होऊन गेलें. नंतर वरप्रद, देदीप्यमान् व देवाधिदेव सनातन भगवान् श्रीविष्णु यांचें पूजन करून ब्रह्मदेव म्हणाला, "हे केशवा, ह्या वेळीं आपण मजवर कृपा करणें योग्य आहे. ह्यास्तव, ह्या जगतांत संकर होणार नाहीं अशा प्रकारची व्यवस्था आपण करा."

हें ऐकून, शूलरूपी उत्कृष्ट आयुध धारण करणाऱ्या देवश्रेष्ठ श्रीविष्णूनें पुष्कळ वेळ चिंतन करून नंतर स्वतःच दंडसंज्ञक आपला अंश निर्माण केला. धर्माच्या अनुरोधानें वागणाऱ्या त्या दंडापासून नीति हें नांव असलेल्या त्रैलोक्यविख्यात देवी सरस्वतीला दंडनीति नामक एक कन्या झाली. पुढें उत्कृष्ट प्रकारचें शूलरूपी आयुध धारण करणाऱ्या भगवान् विष्णूनें पुनरपि पुष्कळ काल ध्यान करून प्रत्येक वर्गाचा एकेक अधिपति केला. त्यानें सहस्रनेत्रसंपन्न इंद्र हा देवांचा अधिपति केला; सूर्यपुत्र यमाला पितरांचें आधिपत्य दिलें; धन आणि राक्षस यांचें स्वामित्व कुबेराकडे ठेविलें; मेरु हा पर्वतांचा प्रभु केला; समुद्र हा नद्यांचा पति केला; जल आणि सुरा यांचें प्रभुत्व वरुणाकडे दिलें; मृत्यूच्या हातीं प्राणांची सत्ता दिली; तेजाचें स्वामित्व अग्नीकडे दिलें; देवाधिदेव विशालनयन सनातन महात्मा श्रीशंकर हा रुद्राचा संरक्षक केला; ब्राह्मणांचें आधिपत्य वसिष्ठाकडे, वसूंचें अग्नीकडे, तेजाचें सूर्याकडे, नक्षत्रांचें चंद्राकडे आणि वन्हींचें आधिपत्य रवीकडे दिलें; सर्वश्रेष्ठ द्वादशबाहुसंपन्न कुमार कार्तिकेय हा सर्व प्राण्यांचा राजा केला; संहार आणि उत्कर्ष हें ज्याचें केवळ स्वरूपच आहे अशा कालाला सर्वांचाही अधिपति केला; शस्त्र, शत्रु, यम आणि कर्म हे अथवा रोग, अपथ्यभक्षणाविषयींचें प्रेम, यम आणि कर्म हे चार ज्याचे भेद आहेत त्या मृत्यूचेंही आधिपत्य कालाकडेच दिलें. ऐश्वर्यसंपन्न, सर्वांचीही देवता, राजांचाही अधिराज व लोकांचाही अधिपति असा शूलरूपी आयुध धारण करणारा जो महादेव, तो सर्व रुद्रांचा अधिपति होय असें वेदामध्यें सांगितलेलें आहे. ब्रह्मदेवापासून उत्पन्न झालेला जो क्षुप नामक पुत्र, त्याला सर्व प्रजांचा अधिपति करून एकंदर धर्मवेत्त्यांमध्यें श्रेष्ठ केला.

पुढें तो ब्रह्मदेवाचा यज्ञ यथाविधि समाप्त झाल्यानंतर, महादेवानें धर्माचें संरक्षण करणारा दंड विष्णूला आदरपूर्वक अर्पण केला; विष्णूनें अंगिरा मुनीला दिला; मुनिश्रेष्ठ अंगिरा ह्यानें इंद्र व मरीची ह्यांना अर्पण केला; मरीचीनें भृगूला दिला; धर्मसंरक्षणाविषयीं एकाग्रचित्त असलेला तो दंड भृगूनें ऋषींना दिला; ऋषींनीं लोकपालांना अर्पण केला; लोकपालांनीं क्षुपाला दिला; क्षुपानें सूर्यपुत्र मनूला अर्पण केला; आणि त्या श्राद्धदेवसंज्ञक मनूनें सूक्ष्म असा धर्म व अर्थ यांच्या संरक्षणासाठीं तो आपल्या पुत्रांना अर्पण केला. **न्याय-अन्याय ह्यांचा विचार करून** धर्माच्याच अनुरोधानें **दंड केला पाहिजे.** तो वाटेल त्या रीतीनें करावयाचा नाहीं. दुष्टांचा निग्रह करणें हाच दंडाचा मुख्य उद्देश आहे. द्रव्यप्राप्ति हें कांहीं त्याचें खरें स्वरूप नव्हे. बा मांधात्या, लहानशा अपराधामुळें शरीर व्यंग करणें, वध करणें, शरीरास नानाप्रकारच्या पीडा देणें, कडेलोट करणें, अथवा **हद्दपार करणें** इत्यादि दंड करूं नयेत. असो; सूर्यपुत्र मनूनें लोकसं-

रक्षणाच्याच उद्देशानें तो दंड आपल्या पुत्रांना अर्पण केला. ह्याप्रमाणें क्रमाक्रमानें प्राप्त झालेला हा दंड प्रजेचें पालन करण्याविषयीं जागरूक आहे. भगवान् इंद्र हा प्रजापालनाविषयीं जागरूक आहे; इंद्राहून प्रकाशसंपन्न अग्नि हा जागरूक असून, अग्नीहून वरुण, वरुणाहून प्रजापति, प्रजापतीहून—विनय हाच ज्याचा जणू आत्मा आहे असा धर्म, धर्माहून कालत्रयींही नाश न पावणारा ब्रह्मदेवाचा पुत्र व्यवसाय, आणि व्यवसायाहूनही तेज हें प्रजेचें पालन करण्याविषयीं जागरूक आहे. त्या तेजाहून ओषधि, ओषधींहून पर्वत, पर्वतांहून रस, रसांहून देवि निर्ऋति, निर्ऋतीहूनही नक्षत्रें, नक्षत्रांहूनही अविनाशी वेद, वेदाहूनही प्रभु हयग्रीव व हयग्रीवाहूनही अविनाशी प्रभु ब्रह्मदेव प्रजापालनाविषयीं जागरूक आहे. ब्रह्मदेवाहूनही देवाधिदेव भगवान् शिव, शिवाहून विश्वेदेव, विश्वेदेवाहून ऋषि, ऋषींहून भगवान् सोम, सोमाहून सनातन देव व देवांहूनही ह्या लोकामध्यें ब्राह्मण प्रजापालनाविषयीं जागरूक आहेत, हें तूं लक्षांत ठेव; आणि ब्राह्मणांहूनही क्षत्रिय हे धर्माच्या अनुरोधानें लोकांचें संरक्षण करितात. हें सनातन असें स्थावरजंगमात्मक विश्व क्षत्रियांच्या योगानें अस्तित्व पावलें आहे.

असो; राजन्, ह्या लोकाविषयीं प्रजा ह्या जागरूक असून दंड हा त्यांजविषयीं जागरूक आहे. दंडाचें तेज ब्रह्मदेवाच्या तोडीचें असून तो सर्वांचाही संहार करूं शकतो. हे भारता, काल हा पूर्वकालीं, मध्यस्थितींत आणि अंतींही जागरूक असतो. ह्याच्या हातीं सर्व लोकांची सत्ता आहे. म्हणून हा प्रजाधिपति असून देवांमध्येंही श्रेष्ठ आहे. हा काल म्हणजे सर्वस्वरूपी, देवाधिदेव, कल्याणकारक, जटाधारी, कल्याणस्वरूपी, अविनाशी, उग्र, पार्वतीपति भगवान् श्रीशिवच होय. हा प्रभु सदैव लोकसंरक्षणाविषयीं जागरूक असतो. असो; ह्याप्रमाणें आरंभीं, मध्यस्थितींत व शेवटीं दंड कोणत्या स्थितींत असतो हें मीं तुला सांगितलें. धर्मवेत्त्या राजानें ह्याच्या साहाय्यानें न्यायपूर्वक वागावें.

भीष्म सांगतातः—जो मनुष्य वसुहूमाचें हें मत श्रवण करील, आणि त्याप्रमाणें वर्तन ठेवील, त्याचे सर्व मनोरथ पूर्ण होतील. याप्रमाणें, हे भरतकुलोत्पन्ना नरश्रेष्ठा, धर्मानें व्याप्त असलेल्या सर्व लोकांचें नियमन करणारा जो दंड, तो कोण हें मीं तुला सांगितलें आहे.

अध्याय एकशें तेविसावा.

—:०:—

त्रिवर्गविचार.

युधिष्ठिर विचारतोः—हे तात, धर्म, अर्थ आणि काम ह्यांविषयींचा सिद्धांत श्रवण करण्याची माझी इच्छा आहे. आणि तसेंच, ह्या सर्व लोकांचा वर्तनक्रम कोणावर पूर्णपणें अवलंबून असतो, हेंही श्रवण करण्याची माझी इच्छा आहे. तरी धर्म, अर्थ आणि काम यांचें आचरण कोणत्या उद्देशानें करावयाचें, त्यांचें उत्पत्तिस्थान कोणतें, ते परस्परांशीं संबद्ध कसे होतात, आणि अलगअलगही कसे रहातात, हें मला कथन करा.

भीष्म सांगतातः—ज्या वेळीं शुद्ध अंतःकरणाचे लोक निपजतात, आणि धर्मकार्य करण्याविषयींचा त्यांचा निश्चय होतो, तेव्हां अनुकूल काल, धर्मादिकांच्या उत्पत्तीस योग्य असें स्थान, आणि कर्तव्याविषयींची इच्छा हीं असलीं म्हणजे ते तीनही पुरुषार्थ परस्परांशीं संबद्ध होतात. धर्म हा अर्थाचें मूल असून काम हा अर्थाचें फल आहे. त्या तीनही पुरु-

षार्थांचें उत्पत्तिस्थान संकल्प हेंच आहे. संकल्प हा विषयाविषयींचा असतो. चक्षुरादिक इंद्रियांचे जे रूपादिक विषय, ते सर्व पूर्णपणें उपभोगासाठींच आहेत. सारांश, संकल्प हाच धर्म, अर्थ आणि काम ह्या त्रिवर्गाचें मूल असून, संकल्पनिवृत्ति हाच मोक्ष होय. अर्थात् मोक्ष हा ह्या त्रिवर्गाहून अगदींच भिन्न आहे. त्रिवर्गाचें आचरण देखील पारमार्थिक दृष्टीनेंच केलें पाहिजे; अन्यथा तें दोषावह होतें. शरीरसंरक्षणासाठीं अवलंबन केलेला धर्म, काम्य कर्मासाठीं मिळविलेला अर्थ, व केवळ इंद्रियसुखासाठीं अवलंबन केलेला काम हे सर्व रजोगुणप्रधान असल्यामुळें त्याज्य होत. अर्थात् जे सत्त्वगुणप्रधान असतील, त्यांनीं धर्मादि पुरुषार्थांचें अवलंबन करावें. ज्यांचा उपयोग आत्मज्ञानाकडे होईल अशा प्रकारेंच ह्या धर्मप्रभृति कामापर्यंतच्या तीनही पुरुषार्थांचा अवलंब करावा. अंतःकरणानें देखील त्यांचा त्याग करूं नये. पण विवेकाचें अवलंबन करून त्यांच्यावरील आसक्ति आणि फल ह्यांचा मात्र त्याग करावा. हेंच त्यांजपासून मुक्त होणें होय. मोक्षांतच, सत्त्वप्रधान आणि आसक्तिपूर्वक व फलेच्छेनें आश्रय न केलेले असे जे तीन पुरुषार्थ, त्यांची परिसमाप्ति आहे. म्हणूनच त्यांचें आचरण केल्यास मनुष्याला मोक्षप्राप्ति होण्याचा संभव आहे. फलत्यागपूर्वक कोणतेंही कर्म करण्याचें कारण असें आहे कीं, फलप्राप्तीच्या इच्छेनें कोणतेंही कर्म केलें असतां त्यापासून एखादे वेळीं फलप्राप्ति होते आणि एखादे वेळीं होतही नाहीं. सारांश, ती खात्रीनें होईल असें नाहीं, म्हणूनच काम्य कर्म निष्फल होय. धर्म देखील अर्थप्राप्तीच्या उद्देशानें करूं नये. कारण, सेवा, कृषि इत्यादि अर्थार्जनाचीं दुसरींही साधनें आहेत. शिवाय धर्माच्या योगानें अर्थप्राप्ति होते, ह्या मताच्या विरुद्ध दुसरींही मतें आहेत. कारण कित्येक लोक, आपोआपच द्रव्य मिळतें, कित्येक, तें स्वभावतःच मिळतें, आणि कित्येक, दैवानेंच तें प्राप्त होतें असें मानतात; धर्माचा त्याच्या प्राप्तीशीं कांहीं संबंध आहे असें मानीत नाहींत. म्हणूनच, द्रव्यार्जनाच्याच उद्देशानें धर्माचरण करूं नये. धर्माच्या उद्देशानें द्रव्यही संपादन करूं नये. कारण, द्रव्यसंपादन केलें म्हणजे त्याचा उपयोग धर्माकडेच होतो असें नसून, एखाद्या वेळीं धर्मविरुद्ध कार्याकडेही त्याचा उपयोग होतो. व म्हणूनच अर्थ हा धर्मास कारणीभूत आहे असें मानतां येत नाहीं. ज्याची बुद्धि अज्ञानामुळें निकृष्टत्व पावली आहे असा मूर्ख मनुष्य धर्मापासून अर्थ आणि अर्थापासून धर्म प्राप्त होतो अशी खात्री बाळगितो; व ह्मणूनच त्याला पूर्वीं सांगितलेलें धर्म आणि अर्थ ह्यांचें फल मिळत नाहीं. धर्मादिकांच्या ठायींही दोष आहेत असें सांगितलें, ते दोष असे.—दुसऱ्याचें वाईट चिंतन करणें अथवा फलाचा अभिलाष करणें हा धर्माच्या ठिकाणीं असणारा दोष होय; सत्पात्रीं दान न करितां गुप्त ठेवणें हा अर्थाचा दोष होय; आणि आनंदाचें आधिक्य हा कामाच्या ठिकाणीं असणारा दोष होय. कारण, त्याच्या योगानें मनुष्य कामामध्यें अत्यंत आसक्त होतो व त्याला धर्मादिकांचें विस्मरण पडतें. हा प्रत्येक पुरुषार्थ, त्यांतील दोषांचा अत्यंत त्याग केला म्हणजे अतिशय सुखकारक होतो. ह्या पुरुषार्थांविषयीं कामंदक (कामंद) मुनि आणि आंगरिष्ठ राजा ह्या उभयतांचा एक पुरातन संवाद इतिहास म्हणून सांगत असतात. कोणे एकेसमयीं कामंदक मुनि बसले असतां आंगरिष्ठ राजा स्वतःस योग्य अशा आचाराचें अवलंबन करून त्यांना प्रणाम करून विचारूं लागला. तो ह्मणाला, ' हे

मुने, काम आणि मोह ह्यांच्या तावडींत सांपडून जो राजा पातक करितो, त्याला पश्चात्ताप झाला असतां त्याच्या पातकाचा नाश होण्याचा उपाय काय ? तसेंच, जो मनुष्य ज्ञानाच्या अभावामुळें अधर्मासच धर्म समजून त्याचें आचरण करूं लागेल व तो लोकप्रसिद्ध असेल, तर राजानें त्याला त्या कर्मापासून कसें परावृत्त करावें ?'

कामंदक म्हणाले:—जो राजा धर्म आणि अर्थ यांचा त्याग करून केवल कामाच्याच पाठीमागें लागतो, त्याची बुद्धि धर्म आणि अर्थ यांच्या त्यागामुळें नाश पावते. बुद्धिनाश हेंच मोहाचें स्वरूप असून, तोच धर्म आणि अर्थ यांच्या नाशास कारणीभूत आहे. त्याच्याच योगानें नास्तिकता आणि दुराचार यांची उत्पत्ति होते. राजानें जर दुराचारी आणि दुष्ट अशा लोकांचें नियमन केलें नाहीं, तर गृहामध्यें असणाऱ्या सर्पाच्या योगानें लोक जसे उद्विग्न होतात त्याप्रमाणेंच त्याच्याही योगानें उद्विग्न होतात; प्रजा, ब्राह्मण आणि सत्पुरुष हे त्याच्या अनुरोधानें वागत नाहींत; असें झालें म्हणजे त्याचें अस्तित्वही संशयित होतें आणि तो वध्य बनतो. लोकांच्या निंदेस आणि अनादरास पात्र होऊन जगणें दुःखदायक आहे. इतकेंच नव्हे, तर निंदेस पात्र होऊन जगणें म्हणजे शुद्ध मरणच होय. असें झालें असतां पापाच्या विनाशाचा उपाय धर्माचार्यांनीं सांगितलेला आहे, तो असाः—वेदविद्येचें सेवन करावें; ब्राह्मणांचा सत्कार करावा; धर्माविषयीं उदार अंतःकरण ठेवावें; मोठ्या कुलाशीं विवाहसंबंध करावा; क्षमाशील आणि विचारसंपन्न ब्राह्मणांची शुश्रूषा करावी; जप करावा; उदकामध्यें जाऊन सदैव स्नान करावें; पापी लोकांना दूर करून धर्मसंपन्न लोकांमध्यें प्रवेश करून सुखानें रहावें; मधुर भाषण करून आणि चांगलीं कर्में करून त्यांना प्रसन्न करून घ्यावें; त्यांना मी आपलाच आहें असें सदैव म्हणावें; आणि दुसऱ्याचे गुणवाद गावे. अशा प्रकारचें आचरण केल्यानें मनुष्य निष्पाप होऊन लवकरच लोकांस अत्यंत मान्य होतो; व तो दुस्तर अशाही पातकांचा निःसंशय नाश करूं शकतो. गुरूंनीं कथन केलेला धर्मही पातकाच्या नाशास कारणीभूत आहे. म्हणूनच, गुरु जो श्रेष्ठ असा धर्म कथन करितील तो त्यांनीं सांगितल्याप्रमाणें आचरण कर. गुरुप्रसादाच्या योगानें तुला उत्कृष्ट प्रकारच्या कल्याणाची प्राप्ति होईल.

अध्याय एकशें चोविसावा.

—:०:—

शीलाचें महत्त्व व त्याच्या प्राप्तीचा उपाय.

युधिष्ठिर विचारतो:—हे नरश्रेष्ठा, ह्या भूतलावरील हे सर्व लोक धर्माच्या पूर्वीं शीलवान् असले पाहिजेत. हेंच आधीं धर्माचें कारण आहे असें वर्णन करीत असतात. ह्यामुळें मला मोठा संशय उत्पन्न झाला आहे. यास्तव, हे धर्मनिष्ठश्रेष्ठ, आम्हांला जर कळणें शक्य असेल, तर ह्या शीलाची प्राप्ति कशी होते तें सर्व ऐकण्याची माझी इच्छा आहे. यास्तव, हे भरतकुलोत्पन्ना वक्तृश्रेष्ठा, त्या शीलाची प्राप्ति कशी होते आणि त्याचें लक्षण काय, हें कथन करा.

भीष्म सांगतात:—हे संमानदायका, पूर्वीं, आपली संपत्ति तशा अनिर्वाच्य स्थितींत आहे असें पाहून ताप पावणाऱ्या दुर्योधनानें धृतराष्ट्राला सांगितलें होतें; आणि हे महाराजा, तूं आणि तुझे बंधु यांनीं केलेल्या त्या सभेमध्येंही तो कांहीं बोलला. तें सर्व, हे भरतकुलोत्पन्ना, तूं श्रवण कर. तुझें अत्यंत उत्कृष्ट ऐश्वर्य आणि सभा हीं जेव्हां अवलोकन केलीं, तेव्हां दुर्योधनानें पित्याजवळ बसून त्याला

तें सर्व सांगितलें. तेव्हां दुर्योधनाचें तें भाषण ऐकून, ज्याच्या बरोबर कर्ण आहे अशा त्या दुर्योधनाला धृतराष्ट्र असें सांगूं लागला.

धृतराष्ट्र म्हणालाः–पुत्रा, तूं कशाकरितां ताप पावत आहेस, याचें खरें कारण ऐकण्याची माझी इच्छा आहे. मग जर तें खरें असेल, तर मी तुझी समजूत घालीन. हे परपुरंजया दुर्योधना, तुला मोठें ऐश्वर्य प्राप्त झालें असून तुझे सर्व बंधु, मित्र आणि संबंधी हे तुझे किंकर होऊन राहिलेले आहेत. तूं अंगावर दुपट्टे घेत आहेस; मांसमिश्र अन्न भक्षण करीत आहेस; आणि तुला जातिवंत अश्व वाहनांतून वाहून नेत आहेत; असें असतां तुझी शरीरकांति पांढरी होऊन तूं कृश झाला आहेस याचें कारण काय?

दुर्योधन म्हणालाः–हे भरतकुलोत्पन्ना, युधिष्ठिराच्या मंदिरामध्यें विद्याध्ययन समाप्त झालेले दहा हजार ब्राह्मण सुवर्णपात्रांमध्यें भोजन करीत आहेत; त्याच्या त्या दिव्य सभेंत स्वर्गीय पुष्पें आणि फलें आहेत; तित्तिर पक्ष्याप्रमाणें करड्या रंगाचे अश्व आणि नानाप्रकारचीं वस्त्रेंही त्याजपाशीं आहेत; हें पाहिल्यामुळें अर्थात् माझे शत्रु जे पांडव त्यांचें कुबेरतुल्य हें मोठें उत्कृष्ट ऐश्वर्य अवलोकन केल्यामुळें मला ताप होत आहे.

धृतराष्ट्र म्हणालाः—बा पुत्रा, जर युधिष्ठिराच्या सारखीच किंवा त्याहूनही अधिक संपत्ति पाहिजे अशी तुझी इच्छा असेल, तर तूं शीलसंपन्न हो. कारण, शीलाच्या योगानें त्रैलोक्यही निःसंशय हस्तगत करितां येतें. शीलसंपन्न पुरुषांना अप्राप्य असें कांहींही नसतें. मांधात्यानें एका रात्रींत, जनमेजयानें तीन दिवसांत आणि नाभागानें सात दिवसांत सर्व पृथ्वीचें राज्य मिळविलें. हे सर्वही राजे शीलसंपन्न आणि दयायुक्त होते; म्हणूनच त्यांच्या गुणांनीं जणू विकत घेतल्याप्रमाणें पृथ्वी आपण होऊनच त्यांच्याकडे आली.

दुर्योधन म्हणालाः—हे भरतकुलोत्पन्ना, ज्या शीलाच्या योगानें त्यांना सर्व पृथ्वी सत्वर प्राप्त झाली, तें शील कोणत्या उपायानें प्राप्त होतें, हें ऐकण्याची माझी इच्छा आहे.

धृतराष्ट्र म्हणालाः—हे भरतकुलोत्पन्ना, ह्या शीलासंबंधानें नारदानें पूर्वी सांगितलेला एक प्राचीन इतिहास सांगत असतात. तो असा—पूर्वी दैत्यकुलोत्पन्न प्रऱ्हादानें शीलाचा आश्रय करून महात्म्या देवेंद्राचें राज्य काढून घेतलें आणि त्रैलोक्य आपल्या अधीन ठेविलें. तेव्हां महाज्ञानी इंद्र बृहस्पतीकडे गेला व हात जोडून त्याला म्हणाला कीं, 'सर्वोत्कृष्ट असें काय आहे हें जाणण्याची मला इच्छा आहे.' तें ऐकून, हे कुरुकुलश्रेष्ठा, बृहस्पतीनें त्या भगवान् देवेंद्राला मोक्षप्राप्तीस उपयुक्त अशी उत्कृष्ट माहिती सांगितली. आणि 'हीच काय ती सर्वोत्कृष्ट गोष्ट आहे' असें म्हटलें. त्यावर इंद्रानें पुनः प्रश्न केला कीं, 'याहूनही श्रेष्ठ असें काय आहे?'

बृहस्पती म्हणालाः—बा सुरश्रेष्ठा इंद्रा, याहूनही अत्यंत उत्कृष्ट अशीही गोष्ट आहे. तुझें कल्याण होवो. तूं महात्म्या भार्गवाला (शुक्राला) येथें बोलावून आण.

पुढें इंद्रानें शुक्राला बोलावून आणल्यानंतर, महातपस्वी आणि अत्यंत तेजस्वी अशा बृहस्पतीनें आनंदानें शुक्राकडून त्याला उत्कृष्ट प्रकारच्या ज्ञानाची प्राप्ति करून दिली. त्या महात्म्या भार्गवानें ज्ञानोपदेश केल्यानंतर इंद्रानें "याहूनही कांहीं श्रेष्ठ आहे काय?" असा शुक्राला पुनरपि प्रश्न केला. तेव्हां सर्वज्ञ अशा शुक्रानें सांगितलें कीं, महात्म्या प्रऱ्हादाला याविषयींचें विशेष ज्ञान आहे. हें ऐकून इंद्राला संतोष झाला. पुढें ब्राह्मणाचें स्वरूप

घेऊन बुद्धिमान् इंद्र प्रऱ्हादाकडे गेला व त्याला म्हणाला कीं, अत्यंत श्रेष्ठ असें काय आहे हें जाणण्याची मला इच्छा आहे. त्यावर त्यानें ब्राह्मणाला सांगितलें कीं, ' हे द्विजश्रेष्ठा, त्रैलोक्याचें राज्य करण्यांत आसक्त झाल्यामुळें मला वेळ नाहीं, यामुळें तुला मी तें सांगूं शकत नाहीं. '

ब्राह्मण म्हणाला:—राजा, आतां नसलें तरी जेव्हां तुला वेळ मिळेल तेव्हां अत्यंत उत्कृष्ट आणि मीं आचरण करण्यास योग्य असें काय आहे, हें तुझ्या तोंडून ऐकण्याची माझी इच्छा आहे. हें ब्राह्मणाचें भाषण ऐकून प्रऱ्हाद संतुष्ट झाला व ठीक आहे असें सांगून योग्य वेळीं त्यानें ब्राह्मणाला तत्त्व-ज्ञानाचा उपदेश केला. ब्राह्मणानेंही यथायोग्य व सर्वथा प्रेमपूर्वक गुरूसारखी त्याची अत्यंत उत्कृष्ट सेवा केली; व जें जाणावयाची त्याच्या अंतःकरणांत इच्छा होती त्याविषयीं त्यानें प्रऱ्हादाला अनेक वेळ प्रश्न केले. तो म्हणाला, ' हे धर्मज्ञा, अत्यंत उत्कृष्ट अशा ह्या त्रैलोक्य-राज्याची तुला कशी प्राप्ति झाली तें, अर्थात् त्याच्या प्राप्तीचें कारण, मला सांग. हें ऐकून, हे महाराजा, प्रऱ्हादही ब्राह्मणाला तें सांगूं लागला.

प्रऱ्हाद म्हणाला:—हे विप्र, मी राजा आहें, म्हणून ब्राह्मणांचा केव्हांही मत्सर करीत नाहीं; ते मला शुक्रप्रोक्त नीतिशास्त्र सांगूं लागले तर मी अंतःकरणाचें संयमन करितों आणि त्यांचें सांगणें शिरसा मान्य करितों. ते निर्भयपणें भाषण करितात आणि त्या योगें सदैव मला उत्कृष्ट प्रकारचें ज्ञान देतात. शुक्रोक्त मार्गानें चालणारा, ब्राह्मणांचीं भाषणें श्रवण करण्याची इच्छा असलेला, मत्सरशून्य, धर्मावर अंतःकरण असलेला, क्रोधाचा जय केलेला, नियमनिष्ठ आणि इंद्रियनिग्रहसंपन्न अशा मजवर, ते मला उपदेश करणारे ब्राह्मण, मोहोळावर मधाचा वर्षाव करणाऱ्या मधुमक्षिकेप्रमाणें सदुपदेशाचा वर्षाव करितात; व मीही त्यांचीं उत्कृष्ट प्रकारचीं भाषणें व त्यांच्या विद्या ह्यांच्या रसाची गोडी अनुभवीत असतों. व म्हणूनच, नक्षत्रांचें आधिपत्य करणाऱ्या चंद्राप्रमाणें मी स्वजातीयांचा अधिपति होऊन राहिलों आहें. ब्राह्मणांच्या मुखांतून निघणारें नीतिशास्त्र हें ह्या पृथ्वीवर अमृत आहे, आणि हीच एक अत्यंत उत्कृष्ट अशी दृष्टि आहे; व तेंच ऐकून मी कोणत्याही कार्याविषयीं प्रवृत्त होत असतों. असो; हीच काय ती अत्यंत श्रेष्ठ अशी गोष्ट होय, असें प्रऱ्हादानें ब्राह्मणाला सांगितलें; व ब्राह्मणानें सेवा केल्यामुळें त्या वेळीं तो दैत्याधिनाथ प्रऱ्हाद त्याला म्हणाला कीं, हे द्विजश्रेष्ठा, तूं योग्य प्रकारें गुरुसेवा केली आहेस ह्यामुळें मी संतुष्ट झालों आहें. तुझें कल्याण असो. तूं मजकडून वर मागून घे. मी तो तुला निःसंशय देईन. हें ऐकून ब्राह्मणानें ' मला कांहीं नको. ' असें सांगितलें तरीही प्रऱ्हादानें ' वर मागून घे. ' असें पुनरपि प्रेमपूर्वक त्याला सांगितलें. तेव्हां ब्राह्मण म्हणाला, 'हे राजा, जर तूं मजवर प्रसन्न झाला असशील व जर तुला माझें प्रिय व्हावें अशी इच्छा असेल, तर तुझें शील मला मिळावें अशी माझी इच्छा आहे. तेव्हां मी तोच वर मागून घेतों. ' हें ऐकून दैत्यराज प्रऱ्हाद प्रसन्न झाला. पण ब्राह्मणानें वराचा निर्देश केल्याबरोबर " हा कांहीं कमी तेजस्वी नाहीं. " असें वाटून त्याला मोठी भीति उत्पन्न झाली व विस्मय वाटला. तथापि ' ठीक आहे ' असें सांगून त्या वेळीं त्यानें ब्राह्मणाला वर दिला. पण पुढें त्याला दुःख झालें. हे महाराजा, वर दिल्यावर ब्राह्मण निघून गेल्यानंतर प्रऱ्हाद अतिशय विचार करूं लागला. तथापि त्याला तो ब्राह्मण कोण असावा हें कांहीं निश्चितपणें समजलें

नाहीं. बा दुर्योधना, तो असा विचार करीत आहे इतक्यांत एक अत्यंत कांतिमान् छायारूपी मूर्तिमंत तेज त्याच्या शरीरांतून बाहेर पडलें. तेव्हां त्या तेजोरूपी धिप्पाड शरीराच्या पुरुषाला प्रऱ्हादानें तूं कोण आहेस असें विचारिलें. त्यावर, हे राजा, मी शील असून, तूं माझा त्याग केल्यामुळें, आतां, ज्यानें सदैव एकाग्रपणें तुझें शिष्यत्व केलें त्या निर्दोष अशा ब्राह्मणश्रेष्ठामध्यें जाऊन मी वास्तव्य करणार. असें बोलून तें तेज अंतर्धान पावलें; आणि, हे प्रभो, इंद्राच्या शरीरांत जाऊन प्रविष्ट झालें. याप्रमाणें तें तेज निघून गेल्यानंतर तशाच प्रकारचें स्वरूप धारण करणारा दुसरा एक पुरुष प्रऱ्हादाच्या शरीरांतून बाहेर पडला. तेव्हां त्यालाही तूं कोण आहेस असें प्रऱ्हादानें विचारिलें. त्यावर तो म्हणाला, ‘ प्रऱ्हादा, मी धर्म आहें असें समज. हे दैत्याधिराज, ज्या ठिकाणीं तो द्विजश्रेष्ठ वास्तव्य करीत असेल तेथें मी जाणार. कारण, जिकडे शील तिकडे मी. ’ असें म्हणून तो निघून गेल्यानंतर, हे महाराजा, तेजानें जणू प्रज्वलित झालेला असा दुसरा एक पुरुष महात्म्या प्रऱ्हादाच्या शरीरांतून निघाला. तेव्हां त्यालाही तूं कोण आहेस म्हणून विचारिलें असतां तो महाकांतिमान् पुरुष ह्मणाला कीं, हे दैत्येंद्रा, मी सत्य आहें असें समज. मी धर्माचाच अनुयायी असल्यामुळें, आज जिकडे धर्म गेला आहे तिकडेच जाणार. असें म्हणून सत्य निघून गेल्यानंतर दुसरा एक महाबलाढ्य व धिप्पाड पुरुष प्रऱ्हादाच्या शरीरांतून बाहेर पडला. तेव्हां त्यालाही पूर्वीप्रमाणें प्रश्न केल्यानंतर त्यानें सांगितलें कीं, हे प्रऱ्हाद, मी वृत्त (सदाचार) आहें असें समज. जेथें सत्य तेथेंच मी असतों. असें म्हणून तो निघून गेल्यानंतर, प्रचंड शब्द असलेला दुसरा एक पुरुष प्रऱ्हादाच्या शरीरांतून बाहेर पडला. त्यालाही प्रश्न केल्यानंतर, त्यानें ‘ मी बल असून जेथें वृत्त तेथेंच मी असतों. ’ असें म्हणून, हे नरश्रेष्ठा, जिकडे वृत्त गेलें होतें तिकडे तो निघून गेला. तदनंतर प्रऱ्हादाच्या शरीरांतून एक तेजोमय देवी बाहेर पडली. तेव्हां प्रऱ्हादानें तिलाही प्रश्न केला असतां ‘ मी लक्ष्मी आहें ’ असें सांगून ती म्हणाली कीं, ‘ हे अमोघ पराक्रमा वीरा, मी आपण होऊनच तुझ्या ठिकाणीं वास्तव्य करीत होतें. पण तूं माझा त्याग केलास, तेव्हां आतां मी जाणार. कारण, जिकडे बल जाईल तिकडेच मी जात असतें. ’ हें ऐकून महात्म्या प्रऱ्हादाला भीति उत्पन्न झाली आणि त्यानें विचारिलें, ‘ हे कमलवासिनी लक्ष्मी, तूं चाललीस कोठें ? तूं ह्या लोकाची मुख्य अधिदेवता असून सत्यनिष्ठ आहेस. ह्यामुळें, तो ब्राह्मणश्रेष्ठ कोण हें बरोबर रीतीनें तुजकडून समजावें अशी माझी इच्छा आहे. ’

लक्ष्मी म्हणाली:—तुझ्याकडून ज्यानें शिक्षण संपादन केलें तो ब्रह्मचारी इंद्र होय. हे प्रभो, त्रैलोक्यावर जी तुझी सत्ता होती ती त्यानें हरण करून घेतली आहे. हे धर्मज्ञा, शीलाच्याच साहाय्यानें तूं त्रैलोक्य हस्तगत केलें होतेंस असें कळून आल्यामुळें देवेंद्रानें तुझें शील हरण केलें. हे महाज्ञानसंपन्ना, धर्म, सत्य, वृत्त, बल आणि मी ह्या सर्वांचें मूलकारण शील हेंच आहे.

भीष्म सांगतात:—असें म्हणून ती लक्ष्मी निघून गेली व इतरही ते पुरुष इंद्राकडे निघून गेले. इकडे दुर्योधन पुनरपि आपल्या पित्याला म्हणाला कीं, ‘ हे कुरुकुलोत्पन्ना, शीलाचें खरें स्वरूप जाणण्याची माझी इच्छा आहे. यास्तव, तें व ज्या योगानें शीलाची प्राप्ति होते तो उपाय हीं मला कथन करा. ’

धृतराष्ट्र म्हणाला:—महात्म्या प्रऱ्हादानें

शील आणि त्याच्या प्राप्तीचा उपाय हीं पूर्वी सांगितलींच आहेत. ह्यास्तव, हे नराधिपते, शीलाची प्राप्ति कशी होते हें मी तुला संक्षेपानें सांगतों तें ऐक. कायावाचामनेंकरून कोणाही प्राण्याचा द्रोह न करणें, अनुग्रह करणें व दान करणें हें प्रशंसनीय असें शील होय. ज्या आपल्या कर्माच्या योगानें अथवा उद्योगानें दुसऱ्याचें हित व्हावयाचें नाहीं, व ज्याच्या योगानें लज्जा उत्पन्न होईल, असें कर्म कोणत्याही प्रकारें करूं नये. तर जनसमुदायामध्यें ज्याच्या योगानें प्रशंसा होईल असेंच कर्म असेल तें करावें. हे कुरुश्रेष्ठा, ह्याप्रमाणें मीं तुला संक्षेपानें हें शीलाचें स्वरूप सांगितलें. हे नराधिपते, जरी शीलावांचूनही एखाद्या ठिकाणीं एखाद्याला संपत्ति मिळते, तरी त्याला ती चिरकाल उपभोगावयाला मिळत नाहीं. इतकेंच नव्हे, तर त्याचा समूळ नाशही होतो.

धृतराष्ट्र म्हणालाः—बा पुत्रा, जर युधिष्ठिरापेक्षां अत्यंत अधिक अशी संपत्ति पाहिजे असेल तर तूं हें सर्व तत्त्व लक्षांत घेऊन शीलसंपन्न हो.

भीष्म सांगतातः—ह्याप्रमाणें राजा धृतराष्ट्रानें आपल्या पुत्राला सांगितलें. ह्यास्तव, हे कुंतीपुत्रा, तूंही तसें आचरण ठेव, म्हणजे तुलाही तें फल मिळेल.

अध्याय एकशें पंचविसावा.

—:०:—

ऋषभगीता.

(सुमित्राची मृगया.)

युधिष्ठिर विचारतोः—हे पितामहा, आपण शील हें मुख्य आहे असें सांगितलें. आतां आशा ही कोण आणि ती कशी उत्पन्न झाली, तें मला सांगा. हे परपुरंजया पितामहा, मला ह्या गोष्टीविषयीं मोठा संशय आहे; आणि त्याचें निरसन करणारा आपल्यावांचून दुसरा कोणी नाहीं. हे प्रभो पितामहा, मला दुर्योधनाविषयीं मोठी आशा होती कीं, युद्ध करण्याचा प्रसंग आला तर हा योग्य तेंच करील. मनुष्याला मोठी आशा उत्पन्न होते, आणि तिचा भंग झाला म्हणजे निःसंशय मरणप्राय दुःख होतें. हे राजेंद्रा, त्या दुर्बुद्धि दुष्ट धृतराष्ट्रपुत्र दुर्योधनानेंही माझ्या आशेचा भंग केला. काय हा माझा मूर्खपणा! कारण, आशा ही वृक्षाहून आणि पर्वताहूनही फार मोठी आहे असें मी समजतों; किंबहुना ती आकाशाहूनही विशाल आहे, अथवा प्रमाणाच्याही बाहेर आहे, असें समजतों. हे कुरुकुलश्रेष्ठा, हिच्यासंबंधानें विचारही करितां येणें अशक्य आहे; व तिचा जय करितां येणें तर अत्यंत अशक्य आहे. ही दुर्जय असल्यामुळें हिजहून दुर्जय असें आहे काय? अर्थात् कांहींच नाहीं असें मला वाटतें!

भीष्म सांगतातः—राजा युधिष्ठिरा, ह्याविषयीं तुला राजा सुमित्र आणि ऋषभ ह्या उभयतांमध्यें झालेला संवादरूपी इतिहास सांगतों तो ऐक.

सुमित्र नांवाचा एक हैहयकुलांतील राजर्षि मृगया करण्याकरितां गेला. तेथें मृगाचा पाठलाग करून त्यानें एका आनतपर्व बाणानें त्या मृगाला विद्ध केलें. तेव्हां अत्यंत सामर्थ्यसंपन्न असलेला तो मृग बाण घेऊन पळून गेला; आणि राजाही वेगानें सत्वर त्या मृगाधिपतीचा पाठलाग करूं लागला. त्या वेळीं, हे राजेंद्रा, वेगानें पळत सुटलेला तो मृग खोल अशा प्रदेशामध्यें पळून गेला, आणि क्षणमात्रांत पुनः सपाट जमीनीवरून धावूं लागला. तेव्हां नैसर्गिक सामर्थ्य व तारुण्य ह्यांनीं संपन्न असणारा आणि कवच धारण करणारा तो राजा धनुष्य व खड्ग घेऊन त्याच्या पाठी-

मागून धावूं लागला, ह्याप्रमाणें अनेक नद, नद्या, तलाव व अरण्यें उल्लंघन करीत करीत तो राजा एकटाच वनांतून चालला होता. इकडे, राजा, तो वेगसंपन्न हरिणही राजाच्या जवळ जवळ आल्यासारखें दाखवून पुनः मोठ्या वेगानें धावत सुटे. त्या अरण्यवासी मृगावर जरी राजाचे अनेक बाण जाऊन पडले होते, तरी, हे राजेंद्रा, तो मृगाधिपति जणू क्रीडा करीत करीत पुनरपि राजाच्या जवळ येई व पुनश्च वेगाचें अवलंबन करून अनेक प्रदेशांचें उल्लंघन करून जाई आणि पुनः राजाच्या समीप येई. तेव्हां त्या शत्रुनाशक राजानें मर्मच्छेदक व भयंकर तीक्ष्ण असा एक उत्कृष्ट बाण घेऊन धनुष्याला जोडून त्या हरिणावर सोडला. तेव्हां, मृगसमुदायांच्या अधिपतींचाही अधिपति असणारा तो मृग त्या राजाच्या बाणाचा मार्ग दोन कोस सोडून बाजूला होऊन जणू हास्य करीत असल्या-प्रमाणें उभा राहिला! पुढें तो जाज्वल्यमान् तेज असलेला बाण येऊन भूमीवर पडतांच तो मृग एका प्रचंड अरण्यांत निघून गेला आणि राजाही त्याच्या मागून धावून गेला!

अध्याय एकशें सव्विसावा.

—:०:—

ऋषभगीता.

(सुमित्राचा मुनींस प्रश्न.)

भीष्म सांगतातः—त्या प्रचंड अरण्यांत प्रवेश केल्यानंतर तो राजा तपस्वी लोकांच्या आश्रमासमीप गेला; आणि श्रम झाल्यामुळें त्या वेळीं तेथें बसला. तो धनुर्धर श्रमामुळें व्याकूळ व क्षुधाक्रांत झाला आहे असें पाहून सर्व ऋषींनीं मिळून येऊन त्याचा यथाविधि बहुमान केला. मुनींनीं केलेल्या त्या सत्का-राचा स्वीकार करून राजानेंही त्या सर्वांना ‘तपाची उत्कृष्ट प्रकारें अभिवृद्धि होत आहे ना?’ असें विचारलें. तेव्हां राजाच्या त्या प्रश्नाला उत्तर देऊन, तप हेंच धन समजणाऱ्या मुनींनीं त्या नृपश्रेष्ठाला तेथें येण्याचें कारण विचारिलें.

ते म्हणालेः—हे कल्याणसंपन्ना नराधिपते, कमरेला खड्ग लटकावून व हातीं धनुर्बाण घेऊन तूं कोणत्या सुखाच्या अभिलाषानें पायीं चालतच या तपोवनामध्यें प्राप्त झाला आहेस, हें ऐकण्याची आमची इच्छा आहे. तसेंच, हे संमानदायका, तूं कोठून आला आहेस, कोणत्या कुलामध्यें उत्पन्न झाला आहेस, आणि तुझें नांवही काय आहे तें आम्हांला सांग.

हे भरतकुलोत्पन्ना नरश्रेष्ठा युधिष्ठिरा, हें ऐकून राजानें त्या सर्व ब्राह्मणांना आपल्या परिभ्रमणाचें कारण सांगितलें. तो म्हणाला, “मी हैहयांच्या कुलामध्यें उत्पन्न झालेल्या मित्र नामक राजाचा पुत्र सुमित्र असून, बाणांच्या योगानें सहस्रावधि मृगसमूहांचा वध करण्याच्या उद्देशानें संचार करीत आहें. प्रचंड सैन्य माझें संरक्षण करीत असतें. माझ्या बरो-बर अमात्य असतात व अंतःपुरही असतें. मीं बाणानें विद्ध केलेला एक हरिण तो बाण घेऊनच धावूं लागला आहे, यामुळें त्याचा पाठलाग करीत करीत साहजिक रीतीनें मी या अरण्यांत आलों आहें; आणि श्रमानें व्याकुल झाल्यामुळें व आशेचा भंग झाल्यामुळें कांति नष्ट होऊन मी आपल्या समीप आलों आहें. श्रमानें व्याकुल झालेला, आशेचा भंग झालेला आणि राजचिन्हें दूर राहिलेला मी आपल्या आश्रमांत आलों आहें ह्याहून दुसरी दुःखदायक अशी गोष्ट कोणती बरें आहे? हे तपोधनहो, माझ्या आशेचा भंग झाल्यामुळें मला जें अत्यंत दुःख होत आहे, तितकें दुःख राजचिन्हां-च्या अथवा नगरांच्या त्यागामुळें देखील होत

नाहीं. हिमवान् नामक महापर्वत अथवा महासागर हे जरी मोठे असले, तरी त्यांना आकाश आक्रांत करितां येत नाहीं. इतकेंच नव्हे, तर त्याचा एक अंशही आक्रांत करितां येत नाहीं. त्याचप्रमाणें, हे तपस्विश्रेष्ठहो, मला आशेचा अंत लागलेला नाहीं. हें सर्व आपणांला माहीतच आहे. कारण, आपल्यासारखे तपोधन सर्वज्ञच असतात. आपण मोठे आहां म्हणून मी आपला एक संशय आपणांला विचारितों. आशाग्रस्त झालेला मनुष्य आणि आकाश ह्या दोहोंपैकीं कोणाचें प्रमाण ह्या लोकामध्यें अधिक मोठें आहे असें आपणांला वाटतें, तें ऐकण्याची माझी इच्छा आहे. कारण, आपल्याकडून श्रवण करण्यास दुर्लभ असें काय आहे? अर्थात् कांहींच नाहीं. ह्यास्तव, ही गोष्ट जर सर्वदा गुप्त ठेवण्यासारखी नसेल, तर मला आपण सत्वर कथन करा; मात्र, हे द्विजश्रेष्ठहो, आपली गुप्त गोष्ट श्रवण करण्याची माझी इच्छा नाहीं. तसेंच, जर ह्यापासून आपल्या तपाला विघात येण्याचा संभव असला, तरीही मी या कार्यापासून परावृत्त होईन. सारांश, मीं केलेला हा प्रश्न जर उत्तर देण्यासारखा असेल, तर कोणाचें प्रमाण अधिक आहे, त्याचें कारण काय, आणि त्याच्या अंगीं काय सामर्थ्य आहे, हें बरोबर रीतीनें ऐकण्याची माझी इच्छा आहे. आपणही तपोनिष्ठ असल्यामुळें सर्वजण मिळून हें सांगावें अशी माझी प्रार्थना आहे."

अध्याय एकशें सत्ताविसावा.

—:०:—

ऋषभगीता.

(तनु वीरद्युम्न-संवाद-कथन.)

भीष्म सांगतातः—हा राजाचा प्रश्न ऐकल्यानंतर, त्या सर्व ऋषींमध्यें अत्यंत श्रेष्ठ असणारा ऋषभ नामक एक ब्रह्मर्षि आश्चर्य पावून हास्य करून राजाला म्हणाला, "हे नृपश्रेष्ठा प्रभो, मी तीर्थाटन करीत करीत दिव्य अशा नरनारायणाश्रमाला गेलों. त्या ठिकाणीं रम्य असा बदरीवृक्ष आणि वैहायस नामक डोह असून तेथें हयग्रीव शाश्वत अशा वेदाचें पठन करीत असतो. तेथें प्रथम त्या डोहामध्यें पितरांचें व देवांचें यथाविधि तर्पण करून, ज्या ठिकाणीं नर आणि नारायण हे उभयतां ऋषि नित्य रममाण होऊन राहिलेले आहेत त्या आश्रमामध्यें गेलों, व तेथून जवळच वास्तव्य करण्यासाठीं दुसऱ्या एका आश्रमाकडे गेलों. तेव्हां तेथें अतिशय उंच आणि कृश असणारा, आणि वल्कलें व कृष्णाजिन परिधान करणारा आणि तप हेंच द्रव्य असें समजणारा असा तनु नामक एक ऋषि येत आहे असें मीं अवलोकन केलें. हे महाबाहो, त्याच्या शरीराच्या उंचीचें प्रमाण इतर पुरुषांच्या शरीराच्या आठपट होतें. हे राजर्षे, तशा प्रकारची कृशता दुसरीकडे कोठेंच आमच्या पाहाण्यांत आलेली नाहीं. हे राजेंद्रा, त्याचें शरीर करांगुलीसारखें अगदीं बारीक असून मान, बाहु आणि पाय हे दिसण्यामध्यें अत्यंत आश्चर्यकारक होते; त्याचें मस्तक, कर्ण आणि नेत्र त्याच्या शरीरास अनुरूप असेच होते. हे नृपश्रेष्ठा, त्याची वाणी आणि क्रिया हीं सर्व सामान्यच होतीं. त्या कृश ब्राह्मणाला पाहून माझ्या अंतःकरणाला फार वाईट वाटलें व भीतिही वाटली. हे नरश्रेष्ठा, पुढें मी आपलें नांव, गोत्र आणि पित्याचें नांव सांगून त्याच्या चरणांस वंदन करून हात जोडून पुनः उभा राहिलों व त्यानें दाखविलेल्या आसनावर हलकेच बसलों. पुढें, हे महाराजा, तो धार्मिकश्रेष्ठ तनु मुनि ऋषींमध्यें बसून धर्म आणि अर्थ यांसंबंधाची गोष्ट सांगूं लागला. तो ती गोष्ट

सांगत आहे इतक्यांत भूरिद्युम्नाचा पिता महाकीर्तिमान् वीरद्युम्न नामक एक कमललोचन राजा बरोबर सैन्य आणि अंत:पुर घेऊन वेगसंपन्न अशा अश्वावरून तेथें आला. त्या वेळीं त्याला अरण्यामध्यें नाहींसा झालेल्या पुत्राचें स्मरण होत होतें; व त्यामुळें अंतःकरणाला वाईटही वाटत होतें. ' आतां मला येथें पुत्र दिसेल; येथें मला आतां पुत्र दिसेल ' अशा आशेनें आकृष्ट झाल्यामुळें तो राजा अरण्यामध्यें संचार करीत होता. तो वारंवार आपल्याशींच म्हणत होता कीं, ' एकुलता एक, अत्यंत धर्मनिष्ठ असा पुत्र ह्या प्रचंड अरण्यामध्यें नाहींसा झाल्यामुळें आतां मला त्याचें दर्शन होणें दुर्लभच आहे. त्याचें तर मला दर्शन होणें कठीण आहे आणि माझी आशा तर फार मोठी आहे. व ती माझ्या शरीरांत खिळून राहिल्यामुळें माझा मृत्यु जवळ येऊन ठेपला आहे यांत संशय नाहीं ! ' हें ऐकून मुनिश्रेष्ठ भगवान् तनु मस्तक खालीं वांकवून क्षणभर ध्याननिष्ठ होऊन राहिला. तेव्हां तो ध्यान करीत आहे असें पाहून, अंत:करण अत्यंत खिन्न झालेला व दीन बनून गेलेला तो राजा हळू हळू अनेकवार असें म्हणाला, " हे देवर्षे, दुर्लभ असें काय आहे ? आणि आशेहून विशाल असेंही काय आहे ? भगवन्, हें जर मजपासून गुप्त ठेवण्यासारखें नसेल तर आपण मला सांगा. "

मुनि म्हणाला:–राजा, तुझ्या पुत्राचें भाग्यच कमी असल्यामुळें पूर्वीं त्यानें मूर्खपणाच्या बुद्धीचा अवलंब करून एका पूज्य अशा महर्षीचा अपमान केला. हे राजा, तुझ्या पुत्राकडे तो मुनि एक सुवर्णमय कलश व वल्कलें मागत होता. पण तुझ्या पुत्रानें अवमानपूर्वक सुद्धां त्याचा मनोरथ पूर्ण केला नाहीं!

हे नरश्रेष्ठा, हें त्या तनूचें भाषण ऐकून राजर्षि वीरद्युम्न निराश झाला व लोकपूज्य अशा त्या मुनीला प्रणाम करून, तुझ्याप्रमाणेंच तो धर्मात्मा वीरद्युम्न अगदीं क्षीण झाल्यासारखा झाला. नंतर अर्घ्य व पाद्य आणून त्या महर्षींनें तें सर्व अरण्योचित अशा विधीनें राजाला अर्पण केलें. तदनंतर, हे नरश्रेष्ठा, ध्रुवाच्या सभोंवतीं असणाऱ्या सप्तर्षींप्रमाणें त्या नरश्रेष्ठ वीरद्युम्नाच्या सभोंवतीं बसून ते सर्व मुनि, केव्हांही पराजित न झालेल्या त्या राजाला आश्रमांत येण्याचें कारण विचारूं लागले.

अध्याय एकशें अठ्ठाविसावा.

—:०:—

ऋषभगीता.

(आशेची क्षुद्रता.)

राजा ह्मणाला:–मी दिगंतविख्यात असा वीरद्युम्न नामक राजा असून, नाहींसा झालेल्या भूरिद्युम्न नामक आपल्या पुत्राचा शोध करण्यासाठीं अरण्यांत आलों. हे निष्पाप द्विजश्रेष्ठ, तो माझा एकुलता एक पुत्र असून बालावस्थेंत आहे. ह्या अरण्यामध्यें तो मला कोठें दिसेना, ह्मणून मी त्याच्या शोधासाठीं भ्रमण करीत आहें.

ऋषभ सांगतो:–राजानें असें भाषण करितांच तो मुनि खालीं मान घालून स्तब्ध होऊन बसला. त्यानें राजाला कांहीं उत्तर दिलें नाहीं. कारण, हे राजेंद्रा, पूर्वीं तो ब्राह्मण कांहीं आशा करून एका राजाकडे गेला असतां त्यानें त्याला फारसा मान दिला नाहीं. तेव्हां इत:पर राजाकडून अथवा इतर कोणत्याही वर्णाकडून कोणत्याही प्रकारें प्रतिग्रह करावयाचा नाहीं, असा निश्चय करून त्यानें प्रचंड अशा तपश्चर्येचें अवलंबन केलें. ' आशा एकदा स्थिर झाली म्हणजे ती मनुष्य लहान असला तरी त्याला उद्योग करावयास लावते, यास्तव मी तिलाच घालवून देतों. ' असें मनांत आणून

त्यानें त्याप्रमाणें व्यवस्था केली. पण पुनरपि वीरद्युम्न त्या मुनिश्रेष्ठाला विचारूं लागला.

राजा म्हणालाः—आशासंपन्न असणाऱ्या पुरुषासारखें कृशत्व दुसऱ्या कोणाचे ठायीं आहे, व ह्या भूतलावर दुर्लभ असें काय आहे, हें धर्मतत्त्व ज्ञानसंपन्न असणाऱ्या भगवंतांनीं मला कथन करावें.

हें ऐकून, व त्या सर्व गोष्टींचें स्मरण करून, राजालाही, जणू स्मरण करून देण्यासाठींच त्या वेळीं कृश असा भगवान् तनु विप्र बोलूं लागला.

तनु मुनि म्हणालाः—हे प्रजापालका राजा, आशेसारखा कृशपणा दुसऱ्या कोणामध्येंही नाहीं. त्या आशेला विषयभूत असे पदार्थ दुर्लभ असल्यामुळें मीं त्यांच्या प्राप्तीसाठीं अनेक राजांकडे याचना केली.

राजा म्हणालाः—हे ब्रह्मन्, कृश कोण आणि अकृश कोण याचें आपल्या सांगण्यावरून मला ज्ञान झालें; आणि, हे द्विज, आशेला विषयभूत असलेले पदार्थ दुर्लभ होत हेंही आपलें सांगणें मीं वेदवाक्याप्रमाणें मान्य केलें. आतां, हे ज्ञानसंपन्न मुने, माझ्या अंतःकरणांत एक संशय उत्पन्न झाला आहे, तो मी आपणांला विचारितों. त्याचें उत्तर मला आपण बरोबर सांगावें अशी प्रार्थना आहे. हे मुनिश्रेष्ठ, आपल्याहून अत्यंत कृश असें काय आहे, ही गोष्ट जर मुळींच गुप्त ठेवण्यासारखी नसेल, तर आपण मला कथन करा.

तनूनें उत्तर दिलें:—जो याचक असून धैर्यसंपन्न असेल, तो दुर्लभ असो अथवा नसो, तथापि, बा राजा, **जो याचकांचा अवमान करीत नाहीं तो पुरुष मात्र अत्यंत दुर्लभ होय.** याचकाचा आदर करून व त्याला प्रथम आशा दाखवून नंतर सामर्थ्य असतांही योग्यतेप्रमाणें न देणारा जो पुरुष, त्याच्यासंबंधानेंही केली जाणारी व प्रत्येक प्राण्याच्या ठिकाणीं असणारी जी आशा, ती मजहूनही कृश आहे ! कृतघ्न, क्रूर, आळशी आणि अपकार करणारे ह्या सर्वांच्या ठिकाणीं असणारी जी आशा, ती मजहूनही अत्यंत कृश आहे. एकुलता एक पुत्र असलेल्या ज्या पित्याचा तो पुत्र नाहींसा झाला, अथवा प्रवासास गेला असतां जर त्याचा वृत्तांत कळला नाहीं, तर त्याच्या ठिकाणीं असणारी जी आशा, ती मजहून अत्यंत कृश आहे. हे नराधिपते, संतति होण्याविषयीं स्त्रियांना, पुत्रप्राप्तीविषयीं वृद्धांना, आणि द्रव्यसंपन्न लोकांना असणारी जी आशा, ती मजहून अत्यंत कृश होय. तारुण्य येऊन ठेपलें म्हणजे आपला विवाह व्हावा अशी इच्छा करणाऱ्या कुमारिकांना तशा प्रकारच्या गोष्टी ऐकल्यामुळें उत्पन्न होणारी जी आशा, ती मजहून अत्यंत कृश आहे.

ऋषभ सांगतोः—हे राजा, हें ऐकून, अंतःपुरांतील स्त्रियांसह त्या राजानें द्विजश्रेष्ठ तनूच्या चरणीं मस्तक ठेवून साष्टांग प्रणाम केला.

राजा म्हणालाः—भगवन्, मजवर आपण प्रसन्न व्हा. हे भगवन्, मी आपणापाशीं अनुग्रहाची विनंती करीत आहें. मला पुत्राचा समागम व्हावा अशी इच्छा आहे. हे द्विजश्रेष्ठ, आपण जें आतां भाषण केलें तें अगदीं सत्य आहे यांत संशय नाहीं.

हें ऐकून धार्मिकश्रेष्ठ भगवान् तनु मुनीनें हास्य केलें; आणि तप व अध्ययन ह्यांच्या बलानें त्याच्या पुत्राला सत्वर तेथें आणलें. याप्रमाणें त्या राजाची आणि त्या पुत्राची गांठ घालून दिल्यानंतर त्या राजाला दोष देऊन धार्मिकश्रेष्ठ तनूनें आपल्या धर्ममय स्वरूपाचें त्याला दर्शन दिलें. ह्याप्रमाणें दिव्य आणि अद्भुत अशा आपल्या स्वरूपाचें दर्शन दिल्यावर निष्पाप आणि क्रोधशून्य असा तो मुनि वनाच्या समीपच संचार करूं लागला.

हे राजा, हें मीं प्रत्यक्ष पाहिलें आहे व तें भाषणही ऐकलें आहे. यास्तव, हे राजा, तूं अत्यंत कृश अशा ह्या आशेचा सत्वर त्याग कर.

भीष्म सांगतातः—राजा, ऋषभ मुनीनें ह्याप्रमाणें सांगितल्यावर, सुमित्रानें अत्यंत कृशत्वास कारणभूत असणाऱ्या त्या आशेचा सत्वर त्याग केला. त्याप्रमाणेंच, हे कुंतीपुत्रा महाराजा युधिष्ठिरा, तूंही माझें हें भाषण ऐकून हिमालय पर्वतासारखा स्थिर हो, डळमळूं नको. कारण, हे महाराजा, दुसऱ्यावर संकटें ओढवलीं तर त्यांची विचारपूस करणारा व स्वतःवर ओढवलीं तर दुसऱ्यांचें सांगणें ऐकणारा तूंच आहेस. शिवाय, तूं माझें भाषण ऐकलें आहेस. यास्तव, आतां त्वां अंतःकरणाला ताप करून घेणें योग्य नाहीं.

अध्याय एकशें एकुणतिसावा.

—:०:—

यमगौतमसंवाद.

युधिष्ठिर विचारतोः—हे भरतकुलोत्पन्ना, समाधिनिष्ठ पुरुष जसा तृप्त होतो, तसा मीं तृप्त झालों आहें. तथापि, ज्याप्रमाणें अमृत केव्हांही पुरे झालेंसें वाटत नाहीं, त्याप्रमाणेंच, आपण भाषण करूं लागलां म्हणजे मला तें पुरे झालें असें वाटत नाहीं. यास्तव, हे पितामह, आपण पुनरपि मला धर्मच कथन करा. कारण, आपलें हें धर्मकथनरूपी अमृत मी प्राशन करूं लागलों म्हणजे मला तें पुरेसें होत नाहीं.

भीष्म सांगतातः—ह्याविषयीं गौतम आणि महात्मा यम ह्या उभयतांचा एक प्राचीन संवाद इतिहासरूपानें सांगत असतात.

पारियात्र नामक पर्वताजवळ गौतम मुनींचा एक आश्रम आहे. त्या आश्रमामध्यें गौतम मुनि किती कालपर्यंत वास्तव्य करीत होते तें सांगतों, ऐक. त्या ठिकाणीं गौतम मुनींनीं साठ हजार वर्षेंपर्यंत राहून तपश्चर्या केली. तेव्हां, हे नरश्रेष्ठा, त्या वेळीं उग्र तपश्चर्या करणाऱ्या व अंतःकरणावर त्याचा संस्कार घडलेल्या गौतम महामुनीकडे लोकपाल यम आला व त्यानें उत्कृष्ट प्रकारचें तप असलेल्या गौतम मुनीकडे अवलोकन केलें. तेव्हां यम आला आहे असें त्याच्या तेजावरून ओळखून, ते तपोधन गौतम मुनि शुचिर्भूतपणें हात जोडून बसले. तेव्हां यमानेंही त्या द्विजश्रेष्ठानें केलेला सत्कार अवलोकन करून, 'मी धर्म आहें, मी आपलें काय कार्य करूं?' असें त्यांना विचारिलें.

गौतम मुनि म्हणालेः—काय केलें असतां मनुष्य मातापितरांच्या ऋणांतून मुक्त होतो, व कोणत्या उपायानें त्याला दुर्लभ आणि पवित्र अशा लोकाची प्राप्ति होते, तें मला कथन करा.

यमानें उत्तर केलेंः—सत्य आणि धर्म ह्यांच्या ठिकाणीं आसक्त होऊन व तप आणि शुचिर्भूतपणा ह्यांनीं युक्त होऊन मनुष्यानें प्रत्यहीं विलंब न करितां मातापितरांचें पूजन करावें, व विपुलदक्षिणासंपन्न अनेक अश्वमेध यज्ञ करावे; म्हणजे, ज्यांचें दर्शन आश्चर्यकारक आहे अशा प्रकारच्या लोकांची त्याला प्राप्ति होते.

अध्याय एकशें तिसावा.

—:०:—

आपत्कालीं द्रव्यसंपादनाचा उपाय.

युधिष्ठिर विचारतोः—हे भारता, एखाद्या राजाचे मित्र त्याचा त्याग करूं लागले, त्याला अनेक शत्रु झाले, त्याचा द्रव्यसंग्रह क्षीण झाला, त्याचे साहाय्यकर्ते अमात्य दुष्ट असले, त्याची मसलत सर्व बाजूंनीं फसली असला, तो राज्यभ्रष्ट होण्याच्या पंथाला लागला असला व तशा प्रसंगीं त्याला उत्कृष्ट असा उपाय कांहीं सुचत नसला, शत्रूंनीं त्याजवर स्वारी केली असली, तो दुर्बल अस-

तांही परराष्ट्रें उध्वस्त करण्यासाठीं बलाढ्य शत्रूशीं संग्राम करूं लागला, त्यानें स्वतःच्या राष्ट्राची व्यवस्था चांगली ठेवली नसली, आणि त्याला देशाचें आणि कालाचेंही ज्ञान नसलें, तर त्यानें कोणच्या उपायाचें अवलंबन केलें पाहिजे? अशा वेळीं तो दुर्बल असल्यामुळें साम हा उपायही सफल होणें अशक्य आहे; आणि राष्ट्राला अतिशय पीडा झाली असल्यामुळें त्याला शत्रुपक्षामध्यें भेदही उत्पन्न करिता येणें साध्य होणार नाहीं. मग अशा प्रसंगीं जीविताचा उपयोग अर्थसंपादनाकडेसच करावा, अर्थात् दुर्मार्गाचेंही अवलंबन करून अर्थसंपादन करावा हें बरें? किंवा अर्थसंपादन न करितां मरून जावें हें बरें? किंवा ह्यांपैकीं काय करणें योग्य, तें मला कथन करा.

भीष्म सांगतातः—हे भरतकुलश्रेष्ठा धर्मपुत्रा युधिष्ठिरा, मला तूं हें नीतिशास्त्राचें अगदीं रहस्य विचारलें आहेस. युधिष्ठिरा, प्रश्न केल्यावांचून ही नीति सांगण्याचा उत्साह माझ्या अंतःकरणाला झाला नसता. हे भरतकुलश्रेष्ठा, धर्म हा अत्यंत सूक्ष्म असून, गुरूच्या उपदेशानें अथवा शास्त्रवचनानें त्याचें ज्ञान होतें. शास्त्रवचन श्रवण करून व धर्माचें अवलंबन करून जो सदाचारानें वागतो असा साधुपुरुष एखाद्या ठिकाणीं एखादाच असतो. बुद्धिपूर्वक दुष्कर्म करून प्रजेकडून द्रव्यसंपादन केलें तर त्या योगें संपन्नता येईल किंवा नाहीं हा संशयच आहे. बरें, संपन्नता आली तर संकटांतून पार पडल्यानंतर प्रजेवर कांहीं अनुग्रह करितां येईल. पण जर ती मुळींच प्राप्त झाली नाहीं, तर प्रजेचा आणि आपला असा दोघांचाही नाश व्हावयाचा. तेव्हां तुझ्या ह्या प्रश्नाचा निर्णय स्वतःच्याच बुद्धीनें केला पाहिजे. हे भरतकुलोत्पन्ना, ज्यापासून विपुल धर्म घडेल अशा प्रकारचे चरितार्थ चालण्याचे अनेक मार्ग आहेत ते तूं श्रवण कर. मला धर्माची अपेक्षा असल्यामुळें, अशा प्रकारच्या नीतीचें अवलंबन करणें मला इष्ट वाटत नाहीं. शिवाय, अशा प्रकारचा हा उपाय प्रजांना दुःखदायक असून शेवटीं आपणालाही प्रत्यक्ष कल्पांताप्रमाणेंच होतो. कारण, ज्या शास्त्रांचें आपण अवलंबन करावयाचें, त्या सर्वांचाही असा सिद्धांत आहे कीं, प्रजेला पीडा दिल्यामुळें राजाचा नाश झाल्यावांचून रहात नाहीं; पुरुष जसें जसें प्रत्यही शास्त्राचें अवलोकन करूं लागतो, तसतशी त्याला माहिती होऊं लागते; आणि माहिती होऊं लागली म्हणजे त्याला गोडी उत्पन्न होते. शास्त्रज्ञान नसलें म्हणजे पुरुषाला उपाय सुचत नाहीं; पण तें असलें म्हणजे त्याला उपाय सुचतोच; आणि तो उपायच उत्कृष्ट प्रकारें ऐश्वर्यदायक होतो.

असो; युधिष्ठिरा, तूं गुणावर दोषारोप करण्याची इच्छा न करितां व कांहीं शंका न बाळगितां मी सांगतों तें ऐक. राजाचा कोश क्षीण झाला म्हणजे त्याच्या सामर्थ्याचाही क्षय होतो. ज्याप्रमाणें दुर्भिक्षादि प्रसंगीं जल कमी असणाऱ्या प्रदेशांतूनही तें आणावें लागतें, त्याप्रमाणेंच संकटप्रसंगीं प्रजेपासून द्रव्य घेऊन राजानें कोश तयार करावा व प्रसंग पडला कीं प्रजेवर अनुग्रह करावा. ही नीति सार्वकालिक आहे. आपत्प्रसंगीं पूर्वीच्या लोकांनीं आचरण केलेल्या ह्या गौणधर्माचेंही आचरण करावें. कारण, हे भारता, संपन्नतेच्या कालचे धर्म निराळे आहेत व आपत्कालचे धर्म निराळे आहेत. द्रव्यसंग्रह केल्यावांचूनही धर्म संपादन करितां येणें शक्य आहे. तथापि चरितार्थाचें महत्त्व धर्माहूनही अत्यंत अधिक आहे. धर्माचें संपादन घडलें तरीही, ज्याच्या अंगीं विपुल बल नसतें तो न्यायवृत्तीचा अवलंब करीत नाहीं. ज्या उपायानें धर्म घडूनही

बलाची प्राप्ति होईल असा खात्रीचा कोणताही उपाय नाहीं. म्हणूनच आपत्कालीं अधर्मालाही धर्माचें स्वरूप येतें व धर्महीं अधर्म होतो, असें ज्ञानी लोकांचें मत आहे. मग त्याजपुढें क्षत्रियांनीं कसला संशय घ्यावयाचा आहे ? ज्या योगानें त्याच्या धर्माची हानि होणार नाहीं व ज्या योगानें त्याला शत्रूच्या अधीन व्हावें लागणार नाहीं, अशाच उपायांचें त्यानें अवलंबन करावें. स्वतःचा नाश होईल असें करूं नये. आपत्कालीं आपल्या अथवा परकीयांच्या धर्माचा सर्व प्रकारें उद्धार करावयाचें मनांत आणूं नये. तर सर्व प्रकारच्या उपायांचें अवलंबन करून आपणास संकटांतून उद्धरण्याचें मनांत आणावें असा शास्त्राचा सिद्धांत आहे. बा युधिष्ठिरा, धर्माचरण हीच धर्मवेत्त्यांची निपुणता होय असा सिद्धांत असून, बाहुवीर्याचें अवलंबन करून उद्योग करणें हें क्षत्रियांचें कौशल आहे असें वेदवचन आहे. हे भरतकुलोत्पन्ना, क्षत्रियाचा चरितार्थ चालेनासा झाला तर ब्राह्मण आणि तपस्वी ह्यांच्यावांचून इतर कोणत्या पुरुषाचें द्रव्य हरण करणें त्याला अयोग्य आहे ? अर्थात् कोणाचेंही हरण करणें अयोग्य नाहीं ! ज्याप्रमाणें ब्राह्मण अगदीं क्षीण दशेस पोहोंचला म्हणजे त्यानें अयाज्ययाजनही करावें, आणि अभक्ष्यांचेंही भक्षण करावें, तशांतलाच हा प्रकार आहे यांत संशय नाहीं. पीडित मनुष्याला दुर्मार्ग असा आहे कोणता ? व निरुद्ध केलेल्या मनुष्याला विरुद्ध मार्ग कोणता आहे ? अर्थात् कोणताही नाहीं ! कारण, त्याला जसजशी पीडा होऊं लागेल तसतसा तो दुर्मार्गानेंही जाऊं लागतो. ज्याचा कोश क्षीण झाला असतां सर्व लोकांना शत्रूंच्या हस्तगत व्हावें लागतें; व ज्याला भिक्षावृत्ति अथवा वैश्य किंवा शूद्र यांची वृत्ति विहित नसून, शत्रूवर जय मिळवूनच द्रव्यसंपादन करणें हा जो क्षत्रियांचा स्वधर्म त्याला उचित असेंच वर्तन विहित आहे, व जो स्वजातीयांकडे याचना न करितां सदैव मुख्य अशा धर्माचेंच अवलंबन करितो, त्या क्षत्रियानें आपत्कालीं गौणधर्माचें अवलंबन करून आपला चरितार्थ चालविणें विहित आहे. आपत्प्रसंगीं अन्यायाचेंही अवलंबन करून उपजीविका करणें हें धर्मापैकींच एक आहे; आणि म्हणूनच, उपजीविकेचा क्षय झाला असतां ब्राह्मणांमध्येंही अशा प्रकारचें आचरण दृष्टोत्पत्तीस आलेलें आहे. मग क्षत्रियांमध्यें अशा प्रकारचें आचरण होतें याबद्दल संशय कशाला पाहिजे ? म्हणूनच शास्त्रांत असा सिद्धांत सांगितला आहे कीं, आपत्प्रसंगीं राजानें अतिशय शिष्ट अशाही लोकांकडून द्रव्य ग्रहण करावें; पण कोणत्याही प्रकारें स्वतःचा नाश होऊं देऊं नये. राजा हाच प्रजेचा नाश करणारा आहे व तोच संरक्षणही करणारा आहे. म्हणूनच, संरक्षण करणाऱ्या क्षत्रियानें प्रजेकडून द्रव्य ग्रहण करावं. आतां यापासून प्रजेला किंचित् पीडा होईल ही गोष्ट खरी. पण, राजा, अरण्यामध्येंच जन्म पावलेला व एकटाच संचार करणारा असा एखादा मुनि जरी असला, तरी त्याचीही उपजीविका दुसऱ्याला अगदींच पीडा न देतां चालत नसते. मग ह्या भूतलावर दुसऱ्याची गोष्ट कशाला पाहिजे ! हे कुरुकुलश्रेष्ठा, शंख आणि लिखित यांच्यासारख्या वृत्तीचें अवलंबन करून कोणालाही व विशेषेंकरून प्रजेचें पालन करण्याची इच्छा असलेल्या राजाला तर मुळींच उपजीविका चालवितां येणें शक्य नाहीं. राजा आणि राष्ट्र ह्या उभयतांनीं परस्परांच्या संकटप्रसंगीं परस्परांचें सदैव संरक्षण केलें पाहिजे हा सनातनधर्म आहे. ज्याप्रमाणें राजा राष्ट्रावर संकट ओढवल्यास

द्रव्याचे जणू लोटचे लोट सोडून त्याचें संरक्षण करितो, त्याप्रमाणेंच राष्ट्रानेंही संकटप्रसंगीं राजा, त्याचा कोश, शासनशक्ति, सैन्य, मित्र आणि दुसरेंही जें कांहीं त्याच्या संग्रहास असेल त्या सर्वांचें संरक्षण केलें पाहिजे. राजाला क्षुधेची बाधा होऊं लागली म्हणून त्यानें राष्ट्राशीं भिन्नभावानें वागूं नये, तर त्याचें पोषणच करावें. कारण, ज्याच्यापाशीं धान्याचें बीज असेल, त्याला अन्न देऊन त्याजकडून बीज संपादन केलें पाहिजे, असें धर्मवेत्त्यांचें मत आहे. अर्थातच प्रजेचें पोषण करून राजानें तिजकडून द्रव्यग्रहण करावें. याविषयीं, महामायावी जो शंबरासुर त्याचें मत सांगत असतात. तें असें---

ज्याचें राष्ट्र क्षीणदशेप्रत पावतें, आणि परदेशांत रहाणारा अन्य मनुष्यही ज्याच्या राष्ट्रांत उपजीविका न झाल्यामुळें नाश पावतो, त्या राजाच्या जीविताला धिःकार असो. कोश आणि सैन्य हेच काय ते राजाचे आधारस्तंभ असून, कोश हाच सैन्यास मूलभूत आहे. सैन्य हें सर्व धर्माच्या प्रवृत्तीस मुख्य आधार असून, धर्म हाच प्रजेचा मुख्य आधार आहे. सारांश, कोश हाच सर्वांचा मुख्य आधार असल्यामुळें राजानें त्याची अभिवृद्धि केली पाहिजे. इतराला पीडा दिल्यावांचून कोशच संपादन होणें अशक्य आहे.मग सैन्य कोठून मिळणार?ह्यास्तव, कोशसंग्रहासाठीं जरी इतराला पीडा दिली, तरी तो दोषास्पद होऊं शकणार नाहीं. यज्ञसिद्धीसाठीं यज्ञकर्मांत हिंसादि अकार्यही करावें लागतें; त्याचप्रमाणें, प्रजापालन करण्याच्या कामींही द्रव्यसंग्रहार्थ पीडा द्यावी लागते; म्हणून राजाला दोष लागणें शक्य नाहीं. द्रव्यप्राप्तीचा एखादा उपाय त्याच्या प्राप्तीस कारणभूत होतो; एखादा उपाय त्याच्या अगदीं उलट असतो; अर्थात् त्याजपासून द्रव्यप्राप्ति होत नाहीं; आणि एखाद्यापासून तर अर्थप्राप्ति न होतां अनर्थच होतात. पण ते सर्व उपाय द्रव्यप्राप्तीचेच असतात. हें सर्व लक्षांत घेऊन बुद्धिमान् मनुष्यानें आपल्या बुद्धीनें कर्तव्याचा निश्चय ठरवावा. एखादी गोष्ट यज्ञसिद्धीकरितां असते व एखादा यज्ञही दुसऱ्या यज्ञास साधनभूत असतो, आणि दुसरी एखादी गोष्ट यज्ञास आवश्यक असलेल्या द्रव्यप्राप्तीसच साधनभूत असते. तथापि तीं सर्व यज्ञाचींच साधनें होत. अशीच अर्थाच्या साधनांचीही गोष्ट आहे.

राजा, ह्या कोशसंग्रहाविषयीं नीतीचें तत्त्व व्यक्त करून दाखविणारा असा एक दृष्टांत सांगतों. तो असा---यज्ञाकरितां यूप तोडावा लागतो. पण तो तोडण्याला ज्यांच्या योगानें प्रतिबंध होईल असे जे कांहीं वृक्ष असतील, त्यांचाही छेद कांहीं मांडलिक करीत असतात; व असें करतेवेळीं ते वृक्ष पडूं लागले म्हणजे त्यांच्या योगानें इतरही वनस्पतींचा नाश होतो. पण यज्ञासाठीं हें सर्व करावें लागतें. त्याप्रमाणेंच, हे शत्रुतापना, प्रचंड अशा कोशाच्या संचयास जे प्रतिबंधकारक असतील त्यांचा नाश केल्यावांचून इष्टसिद्धि होईल असें मला वाटत नाहीं. द्रव्याच्याच साहाय्यानें इह आणि पर हे दोन्ही लोक हस्तगत होतात हें धर्मवचन ज्या अर्थी सत्य आहे, त्या अर्थी द्रव्यहीन पुरुष असून नसल्यासारखाच होय. यज्ञासाठीं सर्व प्रकारच्या उपायांची योजना करून द्रव्यसंग्रह करावा. हे भारता, विहित कर्में आणि निषिद्ध कर्में ह्यांच्या योगानें देशकालादिकांच्या अनुरोधानें सारखाच दोष लागतो. कारण, जें कर्म विहित समजावयाचें तेंच आपत्कालीं निषिद्ध असतें, व म्हणूनच तें केल्यामुळें दोष लागतो; आणि जें निषिद्ध असतें तेंच आपत्कालीं न केल्यानें दोष लागतो. तेव्हां असा दोष लागेल असें होऊं देऊं नये. अर्थात् आप-

त्कालीं कर्तव्य कोणतें व अकर्तव्य कोणतें ह्याचा आपद्धर्माच्याच दृष्टीनें विचार करून योग्य तें करावें. हे राजा, द्रव्याचा संग्रह आणि त्याचा त्याग ह्या दोन्ही गोष्टी एकाच ठिकाणीं कोणत्याही प्रकारें असूं शकत नाहींत. विरक्त होऊन अरण्यामध्यें जाऊन राहिलेले लोक मोठे धनसंपन्न झाल्याचें माझ्या कोठेंही पाहाण्यांत नाहीं. तसेंच इतर लोक ह्या भूतलावर जेवढें कांहीं द्रव्य दृष्टीस पडेल तेवढें 'हें मला मिळावें, हें मला मिळावें.' अशी इच्छा करीत असतात. हे शत्रुतापना, राज्यासारखा दुसरा कोणताही धर्म नाहीं. आपत्कालीं राजांचा धर्म सार्वकालिक धर्माहून निराळा सांगितलेला आहे. असो; कित्येक लोक दानाच्या योगानें, कांहीं कर्माच्या योगानें, दुसरे तपस्वी तपश्चर्येच्या योगानें, कित्येक बुद्धीच्या साह्यानें आणि कांहीं दक्षतेनें द्रव्यसंचय करितात. द्रव्यशून्य असणारा पुरुष दुर्बल होय असें सांगितलें आहे. द्रव्याच्याच साहाय्यानें पुरुष बलवान् होतो. द्रव्यवानाला सर्व कांहीं प्राप्त होतें; व कोशसंपन्न पुरुष सर्व संकटांतून तरून जातो. कोशाच्या साहाय्यानें धर्म आणि काम यांची प्राप्ति होते; व कोशाच्याच योगानें इहलोक आणि परलोक मिळतात. पण तो कोशही धर्माच्याच अनुरोधानें संपादन करण्याची इच्छा धरावी. अधर्मानें त्याची प्राप्ति व्हावी असें केव्हांही मनांत आणूं नये.

RAJANI PHANSALKAR.

श्रीमन्महाभारत.

शांतिपर्व.

(आपद्धर्मपर्व.)

अध्याय एकशें एकतिसावा.

मंगलाचरण.

ॐ

नारायणं नमस्कृत्य नरं चैव नरोत्तमम् ।
देवीं सरस्वतीं चैव ततो जयमुदीरयेत् ॥

ह्या अखिल ब्रह्मांडांतील यच्चयावत् स्थावर-जंगम पदार्थांच्या ठिकाणीं चिदाभासरूपानें प्रत्ययास येणारा जो नरसंज्ञक जीवात्मा, नर-संज्ञक जीवात्म्यास सदासर्वकाळ आश्रय देणारा जो नारायण नामक कारणात्मा, आणि नरना-रायणात्मक कार्यकारणसृष्टीहून पृथक् व श्रेष्ठ असा जो नरोत्तमसंज्ञक सच्चिदानंदरूप पर-मात्मा, त्या सर्वांस मी अभिवंदन करितों; तसेंच, नर, नारायण व नरोत्तम ह्या तीन तत्त्वांचें यथार्थ ज्ञान करून देणारी देवी जी सरस्वती, तिलाही मी अभिवंदन करितों; आणि त्या परमकारुणिक जगन्मातेनें लोकहित कर-ण्याविषयीं माझ्या अंतःकरणांत जी स्फूर्ति उत्पन्न केली आहे, तिच्या साहाय्यानें ह्या भव-बंधविमोचक जय म्हणजे महाभारत ग्रंथाच्या शांतिपर्वांतर्गत आपद्धर्मपर्वास आरंभ करितों. प्र-त्येक धर्मशील पुरुषानें सर्वपुरुषार्थप्रतिपादक अशा शास्त्राचें विवेचन करितांना प्रथम नर, नारायण आणि नरोत्तम ह्या भगवन्मूर्तींचें ध्यान करून नंतर प्रतिपाद्य विषयाचें निरूपण करण्यास प्रवृत्त व्हावें हें सर्वथैव इष्ट होय.

संकटप्रसंगीं राजाचें वर्तन.

युधिष्ठिर विचारतोः—हे भरतकुलोत्पन्ना, धान्य, कोश इत्यादिकांचा संग्रह नसलेला, दीर्घसूत्री, बांधवांवर दया करणारा, अमा-त्यांच्या कार्याविषयीं संशयित असलेला, ज्यांची मसलत लोकांच्या कानीं गेली आहे, शत्रूंनीं ज्याचें नगर व राष्ट्र विभागून घेतलें आहे, द्रव्य-शून्य व ह्मणूनच ज्याकडून मित्रांचा संमान घडलेला नाहीं, ज्याच्या अमात्यांमध्यें सर्वथैव

फाटाफूट झालेली आहे, शत्रूचें सैन्य ज्याच्या समीप येऊन ठेपलें आहे, आणि स्वतः दुर्बल असून बलवत्तर शत्रूनें ज्याचें अंतःकरण व्याकुल करून सोडलें आहे, अशा राजानें त्या वेळीं काय करावें?

भीष्म सांगतातः—जर विजय संपादन करूं इच्छिणारा शत्रु आपल्या राष्ट्रांत कायमचा रहाणारा नसून धर्माच्याच योगानें द्रव्यसंपादन करण्याविषयीं कुशल आणि शुचिर्भूत असेल, तर त्याच्याशीं सत्वर संधि करून, आपल्या पूर्वजांनीं उपभोगिलेलीं ग्रामनगरादिक सोडवून घ्यावीं. तसेंच, अधर्मानें विजय संपादन करूं इच्छिणारा, बलाढ्य आणि दुष्ट वासना असलेला असाही जरी शत्रु असला, तरी स्वतःच अडचण सोसून त्याच्याशीं संधि करावा. प्रसंग पडल्यास राजधानीचा त्याग करून व द्रव्याचाही व्यय करून संकटांतून तरून जावें. कारण, जिवंत असल्यास पुढें राजपदप्राप्ति होऊन द्रव्यही संपादन करितां येईल. म्हणूनच, त्यासाठीं आत्मत्याग करूं नये. केवळ द्रव्य आणि सैन्य ह्यांच्या त्यागानेंच ज्या आपत्तींतून मुक्त होतां येण्यासारखें आहे, अशा आपत्तींच्या पायीं कोणता अर्थवेत्ता आणि धर्मज्ञानसंपन्न राजा सर्वश्रेष्ठ अशा आत्म्याचा त्याग करूं शकणार! अंतःपुरांतील स्त्रियांना देखील पळवून नेण्याची इच्छा करावी; पण दुर्दैवामुळें जर तसें करितां आलें नाहीं, आणि त्या शत्रूंच्या हातीं सांपडल्या, तर आपण त्यांजविषयीं स्नेह न बाळगितां तिरस्कारच दाखवावा. कारण, शत्रूंच्या अधीन असलेल्या द्रव्यावर स्नेह कसला ठेवावयाचा आहे! सारांश, शक्य असल्यास कोणत्याही प्रकारें शत्रूला आत्मसमर्पण करूं नये.

युधिष्ठिर विचारतोः—ज्यांचा आपल्याशीं निकट संबंध आहे असे अमात्यादिक क्षुब्ध झाले, व ज्यांचा संबंध त्याहून दूर आहे असे ग्रामनगरादिक शत्रूंनीं पीडित करून सोडले, आणि द्रव्याचा क्षय होऊन मसलतही शत्रूंच्या कानावर गेली असली, तर मग राजानें काय करावयाचें असतें?

भीष्म सांगतातः—अशा वेळीं राजानें विलंब न करितां संधि तरी करावा. किंवा सत्वर भयंकर पराक्रम तरी गाजवावा. सारांश, कोणत्याही प्रकारें त्या शत्रूंना शीघ्र दूर करणें हेंच परलोकहिताचें साधन आहे. ह्या वेळीं सैन्य थोडें असलें म्हणून माघार घेण्याचें कारण नाहीं. कां कीं, प्रेम करणारें व स्वतःस प्रिय असलेलें आणि आनंदित असें थोडेंही जरी सैन्य असलें, तरी त्याच्या साहाय्यानें राजाला पृथ्वी जिंकून घेतां येते. अशा प्रसंगीं जर शत्रूंनीं त्याचा वध केला, तर तो स्वर्गास जाईल; आणि जर ह्यानें शत्रूचा वध केला, तर हा पृथ्वीचें राज्य करील. सारांश, शक्य असल्यास युद्ध करावें; युद्धांत प्राण गेले तरीही इंद्रलोकाची प्राप्ति होते. ज्या वेळीं सौम्यपणाचाच अवलंब करणें आवश्यक असेल, त्या वेळीं, सर्व लोकांस विदित होईल अशा रीतीनें शपथादिक विधि करून शत्रूंना विश्वास दाखवून सौम्यपणाचा अंगीकार करावा; व तशाच प्रकारच्या उपायानें आपण शत्रूवरही विश्वास ठेवावा. आतां, ज्यांच्याशीं निकट संबंध आहे व ज्यांचा त्याहून दूरचा आहे, अशा अमात्यादिकांची व ग्रामनगरादिकांचीही प्रतिकूलता असल्यास व त्यामुळेंच युद्धाचें अथवा संधीचें अवलंबन करितां येणें अशक्य असल्यास, सामसंज्ञक उपायाचाच अवलंब करून शत्रूवर सामोपचाराचाच प्रयोग करीत करीत पलायन करावें; आणि नंतर कांहीं देशांचें उल्लंघन करून दूर गेल्यावर व कांहीं काल काढल्यावर

पुनः मसलत करून पृथ्वी जिंकून घेण्यास आरंभ करावा.

अध्याय एकशें बत्तिसावा.

—:०:—

राजर्षीचें आपत्प्रसंगींचें वर्तन.

युधिष्ठिर विचारतोः—ज्याच्याशीं सर्व लोकांचा संबंध आहे अशा सर्वश्रेष्ठ धर्माचा ऱ्हास झाला, व पृथ्वीवरील सर्व प्रकारची उपजीविकेचीं साधनें दुष्ट लोकांच्या हातीं गेलीं, आणि निकृष्ट काल येऊन ठेपला, तर, पितामहा, स्नेहामुळें पुत्रपौत्रादिकांचा त्याग न करूं शकणाऱ्या ब्राह्मणाचा चरितार्थ कोणच्या योगानें चालेल?

भीष्म सांगतातः—तशा प्रसंगीं शास्त्रज्ञानरूपी बलाचा आश्रय करून निर्वाह करावा. पृथ्वीवर जें कांहीं आहे, तें हें सर्व सज्जनांकरितांच आहे, दुर्जनांकरितां कांहींही नाहीं. म्हणून, जो राजा आपन्नस्थितींत असलेल्या लोकांना तरून जाण्याचा एक प्रकारचा सेतुच बनून दुष्ट लोकांकडून द्रव्य काढून घेऊन सज्जनांला देतो, तो आपद्धर्मवेत्ताच होय. ज्याला स्वतःच्या राज्याची इच्छा असेल त्या राजानें, राष्ट्र क्षुब्ध स्थितीस न येईल, अशा रीतीनें, दान करणाऱ्याच्या द्रव्यावर माझाच अधिकार आहे असें सांगून, आपण जें द्रव्य दिलें नसेल तें द्रव्य हरण करावें. चरितार्थ कसा चालवावा ह्याचें उत्कृष्ट प्रकारचें ज्ञान असलेला, धैर्यसंपन्न व शास्त्रज्ञानाच्या योगानें सुनिर्भृत झालेला जो राजा प्रसंगविशेषीं निंद्यही कर्में करील, त्याला कोण दोष देणार आहे? युधिष्ठिरा, जे केवल सामर्थ्याच्याच साहाय्यानें आपला चरितार्थ चालवीत असतात, त्यांना इतर साधनें आवडत नाहींत; आणि म्हणूनच ते सामर्थ्यसंपन्न लोक पराक्रमाच्या साहाय्यानें वागत असतात. ज्या वेळीं सर्व प्रकारें आपद्धर्माचाच अवलंब करणें आवश्यक असेल, त्या वेळीं 'स्वराष्ट्र आणि परराष्ट्र ह्यांमधून द्रव्यसंपादन करून राजानें चरितार्थ चालवावा.' ह्या सामान्य शास्त्राचें त्यानें अवलंबन करावें. त्यांतूनही, जो बुद्धिमान् असेल त्या राजानें, 'राष्ट्रामध्यें जे श्रीमान् असूनही कृपण व दंड करण्यास योग्य असतील, त्यांजकडून द्रव्य ग्रहण करावें' ह्या शास्त्राचेंच अवलंबन करावें. ऋत्विज, पुरोहित, आचार्य इत्यादि संमाननीय अथवा असंमाननीय ब्राह्मणांचा वध करूं नये. कारण, तसें केल्यानें दोष लागतो. शिवाय, ब्राह्मण हे लोकांना प्रमाणभूत व सर्व लोकांचे केवळ नेत्रभूतच आहेत. म्हणूनच त्यांना प्रमाण मानून त्यांच्याच साहाय्यानें कोणत्याही कार्यामध्यें प्रवेश करावा.

राजा, उत्कृष्ट अथवा निकृष्ट अशा गांवामध्यें वास्तव्य करणारे अनेक लोक रोषानें परस्परांना दोष देत असतात. म्हणूनच त्यांच्या मागण्यावरून राजानें कोणाचा सत्कार करूं नये व नाशही करूं नये. अशा प्रकारच्या लोकांनीं केलेल्या सत्पुरुषाच्या निंदेसंबंधानें कांहींही बोलूं नये व कोणत्याही प्रकारें ती निंदा श्रवण करूं नये. तर कानांवर हात ठेवून दुसरीकडे चालतें व्हावें. हे नराधिपते, दुसऱ्याची निंदा करणें आणि दुष्टपणा करणें हें दुर्जनांचें शील असून, सज्जन हे सज्जनांच्या अंगीं असणारे गुण तेवढेच सांगत असतात, दोष वर्णन करीत नाहींत. ज्याप्रमाणें वजनित्याने सुंदर बैल वजविल्यानंतर मानेवर जूं घेऊन उत्कृष्ट प्रकारें वाहत असतात, त्याप्रमाणेंच राजानें आपलें वर्तन ठेवावें; आणि ज्या ज्या योगानें आपणाला दुसरेही अनेक साहाय्यकर्ते मिळतील त्या त्या रीतीनें वागावें.

युधिष्ठिरा, सदाचार हेंच धर्माचें फार महत्त्वाचें चिन्ह आहे असें कित्येक लोक समज-

तात. पण शंखलिखितनीतिप्रिय असलेले दुसऱ्या प्रकारचे जे लोक आहेत, त्यांचें मत असें नाहीं. कारण, त्यांच्या मतें केवल सदाचारावर दृष्टि न देतां, सदाचारसंपन्न पुरुषामध्यें शिक्षा करण्यास योग्य असा थोडाही दोष असला तरीही शिक्षा केलीच पाहिजे असें आहे. केवल मात्सर्यामुळें व लोभामुळें मात्र अशा प्रकारचें भाषण करूं नये, धर्मासाठीं मात्र करण्यास कांहीं हरकत नाहीं. दुर्मार्गगामी मनुष्य कोणीही असला तरी त्याचा निःपात केला पाहिजे अशाविषयीं आर्षप्रमाणही दिसून येतें; व आर्षप्रमाणासारखें दुसरें कांहींही प्रमाण कोठें दिसून येत नाहीं. देवता देखील दुर्मार्गगामी नराधमाचा निःपात करितात; म्हणूनच, त्याचा कोणीही सत्कार करूं नये. कारण, अंतःकरण दुष्ट असलेल्या मनुष्यानें धारण केलेलीं जीं धर्माचीं भस्मधारणादिक मुख्य चिन्हें, त्यांवरून सज्जनांनीं त्याचा सर्वथैव सत्कार केल्यास, कपटानें द्रव्यसंपादन करून पुढें तो मनुष्य धर्मभ्रष्ट होतो; आणि आपल्या अंतःकरणास संमत असलेला जो अधर्म, त्याचेंच आचरण करितो. लोकांची दृष्टि प्रायः बाह्य वस्तूवर असते. म्हणूनच धर्म, अर्थ, काम आणि मोक्ष ह्या चारही पुरुषार्थांच्या गुणांनीं संपन्न असलेल्या धर्मासंबंधानें जो भाषण करील, तोच धर्मवेत्ता होय, असें ते समजतात. वास्तविक धर्माचें आश्रयस्थान कोणतें हें त्यांना समजत नाहीं. कारण, सर्पाचे पाय शोधून काढणें जसें अशक्य आहे, तसेंच धर्माचें आश्रयस्थानही शोधून काढितां येणें अशक्य आहे. ज्याप्रमाणें बाणांनीं एकदम विद्ध केलेले हरिणाचें भूमीवर उठलेलें पाऊल त्याजवर पडलेलें रक्त पाहूनच ओळखितां येतें, त्याप्रमाणेंच धर्माचें आश्रयस्थान कोणतें हें युक्तीनें ओळखावें. युधिष्ठिरा, सज्जनांच्या माहात्म्यानें विनयसंपन्न अशा राजानें ज्याचें अवलंबन करून चाललें पाहिजे, तें हें राजर्षीचें वर्तन होय. अशाच प्रकारें तूंही वागत जा.

अध्याय एकशें तेहतिसावा.

—:०:—

कोशाची आवश्यकता व लोकांशीं वर्तन.

भीष्म सांगतातः—आपल्या व शत्रूंच्या राष्ट्रांतून द्रव्य संपादन करून राजानें कोश निर्माण करावा. कारण, हे कुंतीपुत्रा, कोशाच्या योगानें राज्याचें मूळ व धर्म ह्यांची अभिवृद्धि होते. म्हणूनच कोश निर्माण करावा; व मान्य लोकांचा संमान करून प्रजेचें पालन करावें; आणि पालन करूनच तिजकडून द्रव्य ग्रहण करावें हा सनातनधर्म होय. केवल शुचिर्भूतपणें अथवा केवल क्रूर वृत्तीनें केव्हांही कोशसंचय करूं नये. तर मध्यम प्रतीच्याच वृत्तीचें अवलंबन करून त्याचा संग्रह करावा. निर्बल पुरुषाला कोश कोठून मिळणार! व ज्याला कोश नाहीं त्याला सामर्थ्य तरी कोठून असणार! सारांश, सामर्थ्य आणि कोश हीं परस्परांवर अवलंबून आहेत. सामर्थ्य नसलें तरी हरकत नाहीं, असें मानून कोशसंग्रह करण्याविषयीं उदासीन राहूं नये; कारण, ज्याला सामर्थ्य नसेल त्याचें राज्य तरी कोठून रहाणार! व राज्य नाहींसें झालें म्हणजे संपत्ति तरी कोठून टिकणार! अर्थात् तीही टिकणार नाहीं. उच्च वृत्तीनें रहाणाऱ्या मनुष्याच्या संपत्तीचा नाश होणें हें अगदीं मरणतुल्य आहे. सारांश, राजानें कोश, बल आणि मित्र ह्यांची अभिवृद्धि करावी. राजाचा कोश नष्ट झाला म्हणजे लोक त्याचा अवमान करूं लागतात; त्यानें एखादी अल्पशी गोष्ट केली तरी त्या योगानें संतोष पावत नाहींत; व त्याचें कार्य करण्याविषयीं उत्सुकही असत नाहींत. राजाचा जो

कांहीं अतिशय आदर होतो, तो केवळ संपत्ती-मुळेंच होय. स्त्रियांचे गुप्त अवयव झांकून टाकणाऱ्या वस्त्राप्रमाणें ती संपत्ति त्याचीं अनेक पापकर्मेंही झांकून टाकते. राजानें पूर्वीं ज्यांला पीडा दिली असेल, ते लोक त्याच्या ऐश्वर्या-नें संतप्त होऊन, आपला नाश करण्याची इच्छा असलेल्या राजापाशींच सदैव कोल्ह्या-प्रमाणें टपून बसून राहिलेले असतात. हे भरत-कुलोत्पन्ना, अशी स्थिति असल्यामुळें राजाला सुख कोठून मिळणार ! अर्थात्च मिळावयाचें नाहीं. तथापि राजानें नमून न वागतां उद्योगच करीत रहावें. कारण, उद्योग करणें हेंच पुरुषत्वाचें खरें लक्षण आहे. पराभव होण्याची संधि नसतांही आपला पराभव झाला तरी हर-कत नाहीं; पण कोणालाही नमून वागूं नये. प्रसंग पडला तर अरण्याचाही आश्रय करून मृगसमुदायाबरोबर संचार करीत रहावें, पण मर्यादेचें उल्लंघन करणाऱ्या चोरांची संगति करून केव्हांही वागूं नये. हे भारता, भयंकर कर्में करावयाचीं असल्यास चोरांचें सैन्य मिळणें अशक्य नाहीं. पण त्यांचें सहाय्य अस-लेल्या व म्हणूनच मर्यादेचें अत्यंत उल्लं-घन करणाऱ्या राजाचा सर्वही लोक कंटाळा करितात; इतकेंच नव्हे, तर त्याला साहाय्य असलेले ते चोरही, तो निर्दयपणाचीं कृत्यें करीत आहे असें पाहून त्याजविषयीं साशंकवृत्तीनें रहातात. म्हणूनच तशा प्रकारचीं कर्में आणि तशा लोकांची संगति न करितां, लोकांचीं अंतःकरणें प्रसन्न रहातील अशा प्रकारचे नियम करावे. क्षुद्र गोष्टिसंबंधानेंही नियम असला म्हणजे लोकांत त्याचा आदर होतो. राजाला इहलोकाची आणि परलोकाचीही पर्वा नाहीं असा एकदा लोकांच्या मनाचा निश्चय झाला, म्हणजे मग नास्तिक व भीतिजनक असल्यामुळें संशयास्पद अस-णाऱ्या राजावर लोकांचा विश्वास बसणें शक्य नाहीं. सज्जनांनीं परद्रव्याचें हरण केलें आणि दरोडेखोरांनीं हिंसेचा त्याग केला, तर ते दरोडेखोर मर्यादेनें वागत असल्यामुळें लोक त्यांजवरच प्रेम करतील,—मर्यादेचा भंग कर-णाऱ्या सज्जनांवर करणार नाहींत. युद्ध न करणाऱ्याचा वध करणें, परस्त्रीची अब्रू घेणें, कृतघ्नपणा, ब्राह्मणद्रव्याचा अपहार, कोणाचा समूळ नाश, स्त्रियांचें चौर्य, विनाकारण विरुद्ध-पणानें वागणें व परस्त्रीशीं संबंध ठेवणें हे दरोडेखोरांमध्यें (दस्यूंमध्यें) दोष असतात. ह्या दोषांचा राजानें त्यांजकडून त्याग कर-वावा. ज्याचा नाश करावयाचा त्याचा आपल्या-वर विश्वास बसावा म्हणून दस्यु हे त्याच्याशीं मिळून वागतात; पण तो हातीं येतांच त्याचा समूळ नाश करितात, हें अगदीं ठरलेलें आहे. म्हणूनच दस्यूंनीं आपल्या अधीन असेल त्याचाही समूळ नाश न करितां अवशेष ठेवावा; उगीच आपण बलाढ्य आहों असें समजून केव्हांही क्रूर कर्में करूं नयेत. आपण दुस-ऱ्याचा अवशेष ठेविला तर दुसरेही आपला अवशेष ठेवावा असें मनांत आणतील, आणि दुसऱ्याचा समूळ नाश केल्यास आपलाही दुसरे समूळ नाश करतील, अशी भीति बाळगावी लागते.

अध्याय एकशें चौतिसावा.

—:o:—

बलाचें महत्त्व.

भीष्म सांगतातः—अशा कर्मासंबंधानें इति-हासज्ञ लोक धर्मवचन सांगत असतात. तें असें कीं, ज्ञानसंपन्न क्षत्रियाचे धर्म व अर्थ हे पुरुषार्थ प्रत्यक्ष फलदायक असतात. यास्तव, त्यांमध्यें अंतर पडूं देऊं नये. धर्मोपदेश हा परोक्ष फलदायक आहे. म्हणूनच, राजानें केवळ त्याजकडेच लक्ष देणें,

बरें नाहीं. आपत्प्रसंगीं धर्म आणि अधर्म यांचा विचार करणें ह्मणजे अरण्यांत एखाद्या पशूचें पाऊल उठलें असतां तें लांडग्याचें आहे, चित्त्याचें आहे किंवा व्याघ्राचें आहे असा विचार करीत बसण्यासारखेंच व्यर्थ आहे. या लोकामध्यें धर्माचें अथवा अधर्माचेंही फल केव्हांही कोणीं प्रत्यक्ष पाहिलेलें नाहीं. यास्तव, तिकडे लक्ष न देतां सामर्थ्यप्राप्तीची इच्छा करीत असावें. कारण, हें सर्व जग बलाढ्य पुरुषाच्याच अधीन असतें. सामर्थ्यसंपन्न पुरुष इहलोकामध्यें संपत्ति, सैन्य आणि अमात्य संपादन करूं शकतो. जो मनुष्य द्रव्यसंपन्न नसेल, तो खरोखर महापातकी होय; आणि अल्पसें द्रव्य हें केवल उच्छिष्टच होय. बलाढ्य पुरुषाला त्याच्या भीतीमुळें कोणाकडूनही फारसा अपकार केला जात नाहीं. बल आणि धर्म हीं उभयतां जर खऱ्या अधिकारामध्यें वास्तव्य करीत असलीं, तर मोठ्या भीतीपासूनही संरक्षण करूं शकतात. तथापि धर्माहून बलाचीच योग्यता अधिक आहे. कारण, बलाच्या योगानें धर्माची प्रवृत्ति होते. इतकेंच नव्हे, तर ज्याप्रमाणें जंगम पदार्थ पृथ्वीवरच अवलंबून असतात, त्याप्रमाणें धर्म बलावरच अवलंबून असतो. ज्याप्रमाणें धूम वायूच्याच अधीन असतो, त्याप्रमाणें धर्मही बलाच्याच अनुरोधानें वागतो. वृक्षाचा आश्रय करून असणाऱ्या वेलीची जशी वृक्षावर सत्ता चालत नाहीं, तशीच बलावर धर्माची सत्ता चालत नाहीं. सुख जसें विलासी पुरुषाच्या अधीन असतें, तसा धर्मही बलाढ्य पुरुषांच्या अधीन असतो. बलाढ्य लोकांना असाध्य असें कांहीं नाहीं. त्यांचें सर्व कांहीं शुचिर्भूत असतें. बलशून्य असलेल्या दुराचारी पुरुषाचें संरक्षण होऊं शकत नाहीं; आणि पुढें, ज्याप्रमाणें एखाद्या लांडग्यापासून त्याचप्रमाणें सर्व लोक त्याजपासून उद्विग्न होतात. व तो ऐश्वर्यभ्रष्ट होऊन, लोक त्याचा अवमान करूं लागल्यामुळें, दुःखानें जीवित कंठीत असतो. कां कीं, लोकांत निंदा होत असून जिवंत राहणें हें मरणासारखेंच आहे. कारण, असें सांगितलें आहे कीं, दुराचरणसंपन्न मनुष्याचा बांधव त्याग करितात, व वाणीरूप शल्याच्या योगानें त्याला अतिशय ताप देऊन त्याच्या योगानें त्याच्या अंतःकरणाला छिद्रें पाडतात. या पापांतून मुक्त होण्यासंबंधानें आचार्यांनीं असें सांगितलें आहे कीं, अशा प्रसंगीं वेदत्रयाचें अवलोकन करावें; ब्राह्मणांचें पूजन करावें; वाणी, दृष्टि आणि क्रिया यांच्या योगानें त्यांना प्रसन्न करून घ्यावें; अंतःकरण उदार करावें; आणि मोठ्या कुलाशीं शरीरसंबंध जोडावा. मी अशा प्रकारचा आहें असें बोलून दाखवावें; परकीयांचें गुणसंकीर्तन करावें; जप करावा; स्नान करावें; मार्दवाचा अंगीकार करावा; अतिशय भाषण करूं नये; अत्यंत दुष्कर असेंही कार्य करून ब्राह्मण आणि क्षत्रिय यांच्यामध्यें प्रविष्ट व्हावें; आणि लोक जरी कांहीं ह्मणाले तरी तें मनांत न आणतां विपुल कार्य करावें. अशा प्रकारचें आचरण केलें असतां तो निष्पाप होऊन लवकरच बहुमानयुक्त होतो; व त्याला आश्चर्यकारक सुख उपभोगावयास मिळतें. मुख्यत्वेंकरून सत्कार्याला प्राधान्य दिल्यामुळेंच तो आपलें दुष्कर्म झांकूं शकतो; व इहलोकामध्येंही त्याचा मोठा बहुमान होऊन परलोकांतही त्याला मोठ्या पदाची प्राप्ति होते.

अध्याय एकशें पसातिसावा.

—:o:—

कायव्यचरित.

भीष्म सांगतातः—दस्यु मर्यादेनें वागून परलोकावर विश्वास ठेवूं लागला, म्हणजे त्याचा

नाश कसा होत नाहीं, याविषयीं एक पुरातन इतिहास सांगत असतात.

क्षत्रियापासून निषादकन्येच्या ठिकाणीं उत्पन्न झालेला कायव्य नांवाचा एक निषादपुत्र होता. तो क्षत्रियधर्माचें पालन करीत असे; आणि म्हणूनच प्रहार करण्यामध्यें कुशल, बुद्धिमान्, शूर, बहुश्रुत, योग्य प्रसंगीं, क्रौर्य दाखविणारा, आश्रमधर्माचें प्रतिपालन करणारा, ब्राह्मणांचा हितचिंतक आणि गुरूची पूजा करणारा असा होता. त्याला ह्या दस्युपणानेंही सिद्धि मिळालेली आहे. तो अरण्यामध्यें दिवसाच्या पूर्वार्धांत व उत्तरार्धांतही हरिणांच्या कळपांना क्षुब्ध करून सोडीत असे. मृगजातीसंबंधाचें जें कर्तव्य, त्याचें त्याला ज्ञान असे. सर्व निषादांमध्यें तो चतुर असून सर्व देश, काल ह्यांचेंही त्याला ज्ञान असे. तो सदैव पारियात्र नामक पर्वतावर संचार करीत असे. त्याला सर्व प्राण्यांचे धर्म कळत होते. त्याचा बाण केव्हांही व्यर्थ जात नसे व त्याचीं आयुधें बळकट असत. त्या एकट्यानेंच हजारों योद्ध्यांनीं युक्त अशा सैन्याचा पराजय केला होता. त्या महावनांत तो आपल्या वृद्ध, अंध व बधिर मातापितरांचें पूजन करीत असे; आणि मध, मांस, मूलें, फलें आणि उत्कृष्ट-निकृष्ट प्रकारचीं अन्नें यांचें सत्कारपूर्वक भोजन घालून मान्य अशा त्या उभयतांची सेवा करीत असे. संसाराचा त्याग करून अरण्यांत वास्तव्य करणाऱ्या ब्राह्मणांचें पूजन करीत राहून तो त्यांजकडे त्या वनांतील मृगांचा वध करून सदैव नेऊन देत असे. जे कोणी ब्राम्हण हें दस्यूकडील भोजन आहे अशी शंका येऊन त्याजकडू प्रतिग्रह करीत नसत, त्यांच्या गृहामध्यें प्रातःकालीं जाऊन तो तें प्रतिग्रहद्रव्य कोठें तरी ठेवून निघून जात असे. पुढें, मर्यादेचें उल्लंघन करून निर्दयपणानें वागणाऱ्या अनेक सहस्र दस्यूंनीं त्याला आपल्या ग्रामाला अधिपति होण्याविषयीं प्रार्थना केली.

दस्यु म्हणाले:—तूं मुहूर्त, देश आणि काल जाणणारा, शूर, दृढप्रतिज्ञ, ज्ञानसंपन्न आणि योग्य असा आहेस. म्हणूनच तू आम्हां सर्वांचा मुख्य नायक हो. तूं ज्या ज्या प्रकारें आह्मांला आज्ञा देशील, त्या त्या प्रकारें आह्मीं करूं. तूं मातापितरांप्रमाणें आमचें योग्य प्रकारें पालन कर.

कायव्य म्हणाला:—तुम्हीं स्त्रीचा, भयशील पुरुषाचा, बालकाचा आणि तपस्वी पुरुषाचा वध करूं नये; जो आपल्याशीं युद्ध करीत नसेल त्याला ठार करूं नये; स्त्रियांना बलात्कार करून धरूं नये; कोणत्याही प्राण्यांतील स्त्री असली तरी तिचा कोणीही कोणत्याही प्रकारें वध करूं नये; सदैव ब्राह्मणांचें कल्याण करावें; त्यांच्या कार्यासाठीं संग्रामही करावा; सत्याचा केव्हांही त्याग करूं नये; विवाहादिक कृत्यांस विघ्न करूं नये; आणि ज्या ठिकाणीं देवतांचें व अतिथींचें पूजन होत असेल, तेथेंही विघ्न करूं नये. सर्व प्राण्यांमध्यें ब्राह्मण हा मुक्त करण्यास योग्य आहे. यास्तव, आपल्या सर्वही द्रव्याच्या योगानें जरी होत असला तरी त्यांचा अभ्युदय करावा. ब्राह्मण रुष्ट होऊन ज्याचा पराजय व्हावा असें मनांत आणतात, त्याचें संरक्षण करणारा त्रैलोक्यामध्यें कोणी नाहीं. जो ब्राह्मणांची निंदा करील व त्यांचा विनाश व्हावा अशी इच्छा बाळगील, त्याचा, सूर्याचा उदय होतांच नाश पावणाऱ्या अंधकाराप्रमाणें खास पराभव होतो. इहलोकींच आपल्या कर्माचें फल मिळण्याची इच्छा करीत राहून चोहोंकडून द्रव्य संपादन करण्याची इच्छा करावी; आणि जे जे लोक आह्मांला द्रव्य देणार नाहींत, त्यांच्या त्यांच्यावर, हे दस्यूंनो, तुम्ही चालून जा. दुष्टांचें शासन करण्याकरितांच दंड निर्माण केला आहे, त्यांची

अभिवृद्धि करण्यासाठीं नाहीं, हा अगदीं सिद्धांत आहे. जे लोक शिष्टांना पीडा देतात, त्यांना वध हाच दंड सांगितला आहे. राष्ट्राला पीडा देऊन जे कोणी आपल्या संपत्तीची अभिवृद्धि करितात, ते प्रेतावरील कीटकांप्रमाणें तात्काल ठार केले पाहिजेत. जे दस्यु ह्या पृथ्वीवर धर्मशास्त्राच्या अनुरोधानेंच वागतात, ते दस्यु असले तरीही सत्वर सिद्धि पावतात.

भीष्म सांगतातः-कायव्याच्या या आज्ञेप्रमाणें ते सर्व दस्यु वागूं लागले. त्यामुळें त्या सर्वांचा मोठा अभ्युदय होऊन ते पापकर्मांपासून निवृत्त झाले; आणि सज्जनांचें कल्याण केल्यामुळें व दस्यूंना पापापासून निवृत्त केल्यामुळें कायव्यालाही मोठी सिद्धि प्राप्त झाली. जो मनुष्य ह्या कायव्यचरित्राचें प्रत्यहीं चिंतन करितो, त्याला अरण्यांतील प्राण्यांपासून कोणत्याही प्रकारची भीति उत्पन्न होत नाहीं. इतकेंच नव्हे, तर, हे भारता, त्याला दुर्जनापासून अथवा कोणत्याही प्राण्यापासून भीति उत्पन्न होत नाहीं. कारण, तो अरण्यांतील एक भूपतिच बनून जातो.

अध्याय एकशें छत्तिसावा.

—:०:—

कोशसंचय व त्याचा उपयोग.

भीष्म सांगतातः—राजानें कोणत्या मार्गाचें अवलंबन करून कोशसंचय करावा, याविषयीं ब्रह्मदेवानें सांगितलेल्या कांहीं गाथा इतिहासज्ञ लोक सांगत असतात. त्या अशा—

राजानें यज्ञशील पुरुषांचें आणि देवांचें द्रव्य हरण करूं नये. दस्यु आणि कर्मशून्य अशा लोकांचेंच द्रव्य घेणें क्षत्रियाला योग्य आहे. हे भरतकुलोत्पन्ना, ह्या सर्व प्रजा आणि राज्यसंबंधी भोग हे क्षत्रियाचेच असून सर्व द्रव्य क्षत्रियाचेंच आहे, दुसऱ्या कोणाचें नाहीं. त्या द्रव्याचा ह्याच्या सैन्याकडे अथवा यज्ञाकडे उपयोग व्हावा. ज्या औषधींचा भोजनादिकांकडे उपयोग केला जात नाहीं, त्या तोडून व त्याच्यात्र योगानें अग्नि प्रदीप्त करून, ज्यांचा भोजनादिकांकडे उपयोग आहे अशा औषधि शिजविल्या जातात. तसेंच, जो होमद्रव्याच्या योगानें देवांचें, पितरांचें अथवा मनुष्यांचें पोषण करीत नाहीं, त्याजपाशीं असणारें द्रव्य निरर्थक होय असें धर्मवेत्ते म्हणतात. म्हणूनच, राजा, धर्मनिष्ठ पृथ्वीपतीनें त्यांचें द्रव्य हरण करावें. त्या द्रव्याच्या योगानें राजाला जितके लोक संतुष्ट करितां येतात, तितका कांहीं तें द्रव्य अपहार केल्यामुळें शोक होत नाहीं. दुर्जनाकडील द्रव्य हरण करून जो तें आपल्यापाशीं घेतो व नंतर सज्जनांना अर्पण करितो, तो संपूर्णधर्मवेत्ताच होय. जसजसें शक्य होईल तशा तशा रीतीनें यज्ञादि कर्मे करून परलोकसाधन करीत असावें. ज्याप्रमाणें पिपीलिकादिक उद्भिज्ज जंतु अथवा वज्री नामक कीटक उद्देशावांचून उत्पन्न झालेले असतात, अर्थात् त्यांचे हातून कोणतेंही कर्तव्य बजावलें जात नाहीं, त्याप्रमाणें यज्ञशून्य पुरुषाची उत्पत्ति होय. यज्ञशून्य पुरुषाचें वर्तन ह्मणजे डांस, मक्षिका, अंडज प्राणी अथवा पिपीलिका ह्यांचेंच वर्तन होय. कारण, धर्मामध्यें अशाच प्रकारचा विधि सांगितलेला आहे. ज्याप्रमाणें भूमीवरील रजःकण हालविला ह्मणजे अत्यंत सूक्ष्म होतो, त्याप्रमाणेंच ह्या लोकामध्यें धर्म हा सूक्ष्म अथवा अत्यंत सूक्ष्म आहे.

अध्याय एकशें सदतिसावा.

--:०:--

मत्स्योपाख्यान.

भीष्म सांगतातः—अनागतविधाता[1] आणि

१ संकट येण्यापूर्वीच त्याच्या प्रतिकाराची व्यवस्था करणारा.

प्रत्युत्पन्नमति हे दोघेच सुखानें अभ्युदय पावतात व जो दीर्घसूत्री असतो त्याचा नाश होतो. याविषयीं, कर्तव्य आणि अकर्तव्य यांच्या निश्चयासंबंधानें दीर्घसूत्री प्राण्याचें एक उत्कृष्ट आख्यान आहे, तें तूं एकाग्रपणें ऐक.

हे कुंतीपुत्रा, फार खोल पाणी नसणाऱ्या पण विपुल मत्स्य असलेल्या एका तलावामध्यें परस्परांच्या साहाय्यानें संचार करणारे असे मित्र तीन मत्स्य वास्तव्य करीत होते. त्या तीन मित्रांपैकीं एक दूरवरचा विचार करणारा होता. दुसऱ्याची बुद्धि समयसूचक[1] होती, आणि तिसरा दीर्घसूत्री होता. पुढें एकदा मत्स्य धरणाऱ्या लोकांनीं येऊन त्या तलावाला सभोंवतीं अनेक छिद्रें पाडलीं; व त्यांतून खोल प्रदेशांत सर्व पाणी काढून दिलें. तेव्हां त्या तलावांतील पाणी कमी होऊं लागलें असें दिसून येतांच भीति उत्पन्न झाली असतां त्यांतील दीर्घदर्शी त्या आपल्या उभयतां मित्रांना म्हणाला, "ह्या जलामध्यें वास्तव्य करणाऱ्या सर्व प्राण्यांवर हें संकट आलें आहे. तेव्हां जोंवर आमचा मार्ग दूषित झालेला नाहीं, तोंवर आपण सत्वर दुसरीकडे निघून जाऊं. अनर्थ ओढवण्यापूर्वींच जो उत्कृष्ट प्रकारच्या नीतीच्या साहाय्यानें तो येणार आहे हें जाणतो, त्याचा नाश होत नाहीं. म्हणूनच मी सांगतों, तें पसंत करा. आपण येथून निघून जाऊं."

ह्यावर, त्यांपैकीं जो दीर्घसूत्री होता तो म्हणाला कीं, 'तूं सांगतोस तें ठीक आहे. पण तें संकट ओढवण्यापूर्वीं इतकी त्वरा करूं नये असा माझ्या बुद्धीचा निश्चय झाला आहे.' ह्यानंतर, उपायवेत्ता जो दुसरा मत्स्य होता, तो दीर्घदर्शी मत्स्याला म्हणाला कीं, 'प्रसंग पडला कीं, माझ्या नीतींत कांहीं कमी पडावयाचें नाहीं!' हें ऐकून महाबुद्धिमान् दीर्घदर्शी मत्स्य तेथून त्या जलप्रवाहाच्या मार्गानें खोल अशा एका तडागामध्यें निघून गेला. पुढें त्या तडागांतील जल निघून गेलें आहे असें पाहून, मत्स्यांवर उपजीविका करणारे ते लोक नानाप्रकारच्या उपायांनीं मत्स्यांना बद्ध करूं लागले. त्यांनीं तो निर्जल तडाग सर्व खळबळून सोडला. तेव्हां इतर मत्स्यांसह तो दीर्घसूत्री मत्स्यही तेथें बंधनांत सांपडला. त्या वेळीं जेव्हां दोर सोडून ते लोक मत्स्य वर काढूं लागले, तेव्हां समयसूचक बुद्धि असलेला मत्स्य इतर मत्स्यांच्या मध्येंच शिरून भत्स्याना वर काढून घेणारा तो दोर मुखांत धरून इतरांप्रमाणेंच राहिला. तेव्हां सर्व मत्स्य त्या दोरामध्यें गोंविले गेले आहेत असें त्या लोकांना वाटलें. पुढें जेव्हां विपुल अशा जलामध्यें नेऊन ते लोक मत्स्य धुऊं लागले, तेव्हां समयसूचक बुद्धि असलेला तो मत्स्य दोर सोडून देऊन सत्वर निघून गेला. पण अल्पबुद्धि, विचारशून्य व शरीर आलस्यपूर्ण असलेला मूर्ख दीर्घसूत्री मत्स्य मात्र एखाद्या इंद्रियविकल प्राण्याप्रमाणें मरण पावला. सारांश, मोहामुळें ज्याला काल समीप येऊन ठेपल्याचेंही ज्ञान होत नाहीं, तो दीर्घसूत्री मत्स्याप्रमाणें सत्वर नाश पावतो; व मी चतुर आहें असें समजून संकट येण्यापूर्वींच त्याच्या उपायाची योजना करीत नाहीं, तो समयसूचक बुद्धि असलेल्या मत्स्याप्रमाणें संशयांत पडतो. सारांश, अनागतविधाता आणि प्रत्युत्पन्नमति हे दोघेच सुखानें अभ्युदय पावतात व दीर्घसूत्री असेल त्याचा नाश होतो. कला, काष्ठा, मुहूर्त, दिवस, रात्र, अंश, मास, पक्ष, सहा ऋतु, कल्प, संवत्सर इत्यादिक हा काल असून, पृथ्वी हा देश होय. काल हा प्रत्यक्ष दिसणारा पदार्थ नाहीं.

१ संकट येतांच ज्याच्या बुद्धीला त्याच्या प्रतिकाराचा उपाय सुचतो तो.

अभीष्ट गोष्टीची सिद्धि होण्यासाठीं ज्याचा जसा विचार केला असेल, त्याचें तसेंच फल मिळतें. अनागतविधाता आणि प्रत्युत्पन्नमति हेच मुख्य होत असें ऋषींनीं धर्मशास्त्रांत, अर्थशास्त्रांत व मोक्षशास्त्रांतही सांगितलेलें असून कामसंज्ञक पुरुषार्थासंबंधानेंही हेच मुख्य होत असें लोकांचें मत आहे. **विचार करून कार्य करणारा व उद्योगनिष्ठ असणारा जो पुरुष, तो आपल्याला इष्ट असतील अशा प्रकारचे देश व काल घडवून आणतो आणि त्यांजपासून फलप्राप्ति करून घेतो.**

अध्याय एकशें अडतिसावा.

—:०:—

मार्जारमूषकसंवाद.

युधिष्ठिर विचारतोः—हे भरतकुलश्रेष्ठा, आपण संकट उत्पन्न होण्यापूर्वींची, संकटप्रसंगींची आणि विनाशास कारणभूत अशी दीर्घसूत्री ही श्रेष्ठ बुद्धि सर्व प्रकारें मला कथन केली. आतां, हे भरतर्षभ, धर्मार्थकुशल व धर्मशास्त्रविशारद असा राजा शत्रूंनीं वेढिलें असतांही ज्या योगानें गोंधळून जाणार नाहीं अशा प्रकारचा आपला बुद्धिवाद ऐकण्याची माझी इच्छा आहे; आणि म्हणूनच, हे कुरुश्रेष्ठा, मी आपणांला प्रश्न करीत आहें. यास्तव आपण मला तो कथन करा. राजाला अनेक शत्रूंनीं ग्रस्त करून सोडलें म्हणजे त्यानें कसें वागावें हें सर्व यथाशास्त्र ऐकण्याची माझी इच्छा आहे. राजा संकटांत सांपडला म्हणजे, त्यानें पूर्वीं ज्यांना ताप दिला असेल ते अनेक शत्रु उलटून त्याचा समूळ नाश करण्याविषयीं प्रयत्न करितात. महाबलाढ्य शत्रु सर्वत्र ऐश्वर्याचा अभिलाष करीत असतां दुर्बल व साहाय्यशून्य अशा एकट्याच राजानें कोणत्या प्रकारें रहाणें शक्य आहे? हे भरतकुलश्रेष्ठा, त्यानें मित्रांशीं आणि शत्रूंशीं कसें जाऊन मिळावें? व मित्र आणि शत्रु यांच्या संबंधानें कोणत्या प्रकारचें आचरण ठेवावें? ज्यांचीं लक्षणें पूर्णपणें समजलीं आहेत, असा मित्रही शत्रु झाला असतां मनुष्यानें कोणत्या प्रकारचें आचरण ठेवावें? आणि काय केलें असतां त्याला सुख होईल? त्या वेळीं त्यानें संग्राम कोणाशीं करावा? व संधि कोणाशीं करावा? आणि जरी बलाढ्य असला तरीही शत्रूंमध्यें असतांना त्यानें कोणत्या प्रकारचें वर्तन ठेवावें? हे शत्रुतापना, हें जें कांहीं कर्तव्य आहे, तें सर्व कर्तव्यांहून श्रेष्ठ आहे; सत्यप्रतिज्ञ आणि जितेंद्रिय अशा एका शंतनुपुत्र भीष्मावांचून दुसरा कोणीही हें सांगणारा नाहीं, व ऐकणाराही मिळणें फार कठीणच आहे. यास्तव, हे महाभाग्यसंपन्ना, मला आपण हें सर्व स्मरण करून कथन करा.

भीष्म सांगतातः—हे भारता, सुखोत्पत्तीस कारणभूत असा हा प्रश्न तुला साजेसाच आहे. वत्सा युधिष्ठिरा, अशा संकटप्रसंगींच्या वर्तनाचें रहस्य मी तुला पूर्णपणें सांगतों, ऐक. कार्याच्या महत्वाच्या मानानें शत्रूही मित्र होतात व मित्रही दूषित होतात. कारण, कोणतीही स्थिति ही कायमची अशी नसतेच. यास्तव, देश व काल पाहून आणि कर्तव्य व अकर्तव्य यांचा निश्चय ठरवून, ज्यांच्यावर ठेवावयाचा त्यांच्यावर विश्वासही ठेवावा आणि ज्यांच्याशीं करावयाचा त्यांच्याशीं संग्रामही करावा. हिताभिलाषी सुज्ञ पुरुषांनीं सदैव प्रयत्नपूर्वक संधि करावा. शत्रु जरी असले तरी त्यांच्याशींही संधिच करावा. कारण, हे भारता, प्राणसंरक्षण हें केलेंच पाहिजे. जो अनभिज्ञ मनुष्य शत्रूंशीं केव्हांही संधि करीत नाहीं, त्याला द्रव्याची अथवा कोणत्याही फलाची प्राप्ति होत नाहीं. पण जो

अर्थसंबंधाचा विचार करून शत्रूशींही संधि करितो, व प्रसंगानुसार मित्राशींही विरोध करितो, त्याला विपुल अशा फलाची प्राप्ति होते. याविषयीं, एका वटवृक्षावर असणाऱ्या मार्जाराचा आणि मूषकाचा फार प्राचीन असा एक संवाद इतिहास म्हणून सांगत असतात. तो असा—

एका वनामध्यें एक अतिशय मोठा वटवृक्ष होता. तो लतांच्या जाळ्यांनीं वेष्टिलेला असून त्याजवर नानाप्रकारचे पक्षिसमुदाय वास्तव्य करीत होते. त्याला मोठमोठ्या फांद्या होत्या. तो एखाद्या मेघाप्रमाणें भासत असून त्याची छाया शीतल होती. तो दिसण्यांतही मोठा सुंदर असे. तो अरण्याच्या समीपच असल्यामुळें हिंस्र पशूंनीं तो व्याप्त होऊन गेलेला होता. त्याच्या मुळाशीं शेंकडों मुखें असलेलें एक बिल करून, पलित नांवाचा एक महाज्ञासंपन्न मूषक त्यांत रहात होता; आणि पक्षिसमुदायास भक्षण करणारा लोमश नामक एक मार्जार त्याच्या फांदीचा आश्रय करून पूर्वींपासून सुखानें नांदत होता. त्या ठिकाणीं प्रत्येक दिवशीं सूर्य अस्तास गेल्यावर त्या अरण्यामध्येंच वास्तव्य करून असणारा एक चांडाल येऊन कूटयंत्र लावून ठेवीत असे; व त्यावर स्नायुमय पाश बरोबर रीतीनें लावून घरीं जाऊन सुखानें झोंप घेई; आणि रात्र निघून जाऊन उजाडतांच तेथें येत असे, त्या वेळीं पाशामध्यें सांपडून बद्ध झालेल्या नानाप्रकारच्या मृगांचा वध करी.

पुढें कोणे एके समयीं, नेहमीं सावध असणारा तो मार्जारही त्यामध्यें बद्ध होऊन गेला. तेव्हां, प्रत्यहीं आपला वध करण्याविषयीं उद्युक्त असलेला तो आपला महाबलाढ्य शत्रु बद्ध होऊन गेला आहे असें पाहातांच, काल लक्षांत घेऊन तो पलित नामक मूषक निर्भयपणें संचार करूं लागला. याप्रमाणें त्या अरण्यांत भक्ष्य शोधण्यासाठीं निर्भयपणें संचार करितां करितां पुष्कळ वेळानें त्याला तेथें मांस दिसलें. तेव्हां तें घेऊन त्या कूटयंत्रावर जाऊन त्यावर बद्ध झालेल्या आपल्या शत्रूला मनांतून हंसत हंसत तो तें मांस भक्षण करूं लागला. ह्याप्रमाणें तो मांसभक्षणामध्यें गढून गेला आहे व मधून मधून इकडे तिकडे पाहात आहे, तों त्याला शर नामक तृणाच्या पुष्पाप्रमाणें शरीरकांति असलेला व पृथ्वीमध्यें बिल करून त्यांत पडून राहणारा आपला भयंकर शत्रु हरिण नांवाचा एक नकुल येत आहे असें दिसलें. तो चपल असून त्याचे नेत्र आरक्तवर्ण होते; त्या मूषकाचा वास आल्यामुळें तो त्वरेनें येत होता; व भक्ष्य मिळण्यासाठीं वर तोंड करून जिव्हा चाटीत भूमीवर राहिलेला होता. इकडे, वृक्षाच्या फांदींत घर करून राहिलेला एक चंद्रक नांवाचा मुख तीक्ष्ण असलेला व रात्रीं संचार करणारा असा एक दिवांध हा दुसरा शत्रु त्याच्या दृष्टीस पडला. ह्याप्रमाणें नकुल (मुंगूस) आणि दिवांध (घुबड) ह्या उभयतांच्या तडाक्यांत सांपडल्यामुळें अत्यंत भयंकर भीति उत्पन्न होऊन त्याच्या अंतःकरणामध्यें असे विचार येऊं लागले कीं, अशी अतिशय कष्टदायक आपत्ति येऊन मरण अगदीं जवळ येऊन ठेपलें असतां व चोहोंकडून भीति उत्पन्न झाली असतां हितेच्छु प्राण्यानें काय केलें पाहिजे ! अशा रीतीनें सर्व बाजूंनीं प्रतिबद्ध होऊन जाऊन त्याला सर्वत्र भीतिच दिसूं लागली असतां तो अगदीं भयव्याकुल होऊन गेला. इतक्यांत त्या मूषकानें एक उत्कृष्ट प्रकारचा विचार केला. तो मनांत ह्मणाला, संकटांत सांपडलेल्या मनुष्यानें त्या संकटाचा नाश करून आपल्या जीविताची अभिवृद्धि केली पाहिजे; व तसें करण्याकरितांच जीवित संशयांत पाडणारी अशी ही आपत्ति

मजवर येऊन ठेपली आहे. या वेळीं मी जर भूमीवर गेलों, तर मला नकुल एकदम भक्षण करील; येथें राहिलों तर हा उलूक (घुबड) ग्रस्त करून सोडील; आणि पाश तुटले कीं मार्जारही फडशा उडवील. तथापि मजसारख्यानें गडबडून जाणें बरोबर नाहीं. तेव्हां आतां मी युक्तीचें अवलंबन करून आपलें जीवित संरक्षण करण्याचा प्रयत्न करितों. नीतिशास्त्रामध्यें निष्णात व बुद्धिमान् अशा सुज्ञावर मोठें व भयंकर असेंही जरी संकट आलें, तरीही तो त्यामध्यें मग्न न होतां तरून जातो. आतां, ह्या प्रसंगीं मला मार्जारावांचून दुसरा कांहीं उपाय दिसत नाहीं. कारण, हा जरी माझा शत्रु आहे, तरी संकटांत पडला असून माझ्या योगानें याचें मोठें कार्य होणार आहे. आज तीन शत्रु माझा अभिलाष करीत असतां मीं जर त्याचा आश्रय केला नाहीं, तर मग मला जीविताची आशा कशाला करावयास पाहिजे ? तेव्हां, मी आतां आपला शत्रु जो मार्जार त्याचाच आश्रय करितों; आणि नीतिशास्त्राच्या आधारानें त्याला त्याचें हित सांगतों. असें केलें असतां मला बुद्धिपूर्वक ह्या शत्रुसमुदायाला फसवितां येईल. हा जरी माझा अत्यंत शत्रु आहे, तरी तो अतिशय मूढ असून मोठ्या संकटांत पडलेला आहे. ह्यामुळें, त्याला सरळपणानें त्याचा स्वार्थ समजून देणें बहुतकरून शक्य आहे. तो संकटांत असल्यामुळें एखादे वेळीं माझ्याशीं संधिही करील. संकटांत सांपडल्यास जीविताची इच्छा करणाऱ्या बलाढ्यहीं प्राण्यानें आपल्या समीप असणाऱ्याही शत्रूचा आश्रय करावा, असें नीतिशास्त्राच्या आचार्यांनीं सांगितलेलें आहे. ज्ञानसंपन्न असलेला शत्रुही उत्तम, पण ज्ञानशून्य असणारा जरी मित्र असला तरीही योग्य नाहीं. माझें तर जीवित ह्या माझ्या मार्जाररूपी शत्रूवरच आतां अवलंबून आहे. तेव्हां आतां मी त्याला स्वसंरक्षणाचा उपाय सांगतों. माझ्या संसर्गानें ह्या वेळीं ह्याला कदाचित् ज्ञान होण्याचा संभव आहे.

ह्याप्रमाणें त्या मूषकानें शत्रूशीं कसें वागावयाचें त्याविषयींचा मनांत विचार केला. नंतर, अर्थशास्त्राच्या रहस्याचें ज्ञान असलेला व संधिविग्रहांचा प्रसंग जाणणारा तो मूषक मार्जाराकडे जाऊन सामोपचारपूर्वक असें म्हणाला, " हे मार्जारा, मी तुला मित्रत्वाच्या नात्यानें विचारितों कीं, तुझ्या जीविताचें संरक्षण होत आहे ना? त्वां जिवंत असावें अशी माझी इच्छा आहे. कारण, कल्याण हें आम्हां उभयतांना सारखेंच आहे. तेव्हां तें माझ्याप्रमाणें तुझेंही झालेंच पाहिजे. हे सौम्या, तुला भिण्याचें कारण नाहीं. तूं या संकटांतून सुखानें वांचशील. तूं जर माझा वध करण्याची इच्छा करीत नसशील, तर मी तुला ह्या संकटांतून सोडवीन. ज्या योगानें तुझी मुक्तता होऊन माझेंही कल्याण होणें शक्य आहे असा एक उपाय या संकटामध्येंही आहे, पण तो दुष्कर आहे असें मला वाटतें. मीं आपल्या बुद्धीचा विचार करून तुजसाठीं व आपल्यासाठींही हा उपाय शोधून काढला आहे. कारण, कल्याणाची आवश्यकता आम्हां उभयतांना सारखीच आहे. हे मार्जारा, दुष्टबुद्धीनें जवळ येऊन ठेपलेला हा उलूक आणि हा नकुल ह्यांनीं अजून माझ्यावर झडप घातली नाहीं म्हणूनच या वेळीं मी सुखरूप आहें. हा वृक्षाच्या फांदीच्या शेवटीं बसलेला उलूक नेत्र चंचल करून आवाज काढीत काढीत मजकडे अवलोकन करीत आहे, त्याची मला फार भीति वाटत आहे. सज्जनांची मैत्री सात पावलांत होत असते. तेव्हां, पंडित असा जो तूं तो

आतां माझा मित्र झाला आहेस. ह्मणूनच मी तुला साहाय्य करीन, व म्हणूनच आज तुला बिलकूल भीति उरणार नाहीं. हे मार्जारा, माझ्या साहाय्यावांचून तुला हे पाश तोडितां येणें शक्य नाहीं. तेव्हां तूं जर माझा वध करणार नसलास, तर मी ते पाश तोडून टाकीन. तूं या वृक्षाच्या अग्रभागीं वास्तव्य करीत असून मी त्याच्या मुळाशीं आश्रय करून राहिलों आहें. सारांश, आपण उभयतां चिरकाल या वृक्षावर वास्तव्य करीत आहों, हें तुलाही माहीतच आहे. दोन प्राण्यांपैकीं एक दुसऱ्यावर विश्वास ठेवणारा व दुसरा त्याजवर केव्हांही विश्वास न ठेवणारा असें झाल्यास दोघांचींही अंतःकरणें सदैव उद्विग्न होतात व सुज्ञ लोक त्यांची प्रशंसा करीत नाहींत. यास्तव, आपणां उभयतांचें प्रेम वृद्धिंगत होऊं दे आणि आपणांमध्यें मैत्री राहूं दे. हीच मैत्री करण्याची वेळ आहे. वेळ निघून गेल्यावर कोणतीही गोष्ट करणें, सुज्ञ लोकांना पसंत नाहीं. आतां ही गोष्ट जुळून कशी यावी, हें मी तुला बरोबर सांगतों, ऐक. त्वां जिवंत असावें अशी माझी इच्छा असून, मी जिवंत रहावें अशी तुझीही इच्छा आहे. एखादा प्राणी काष्ठाचा आश्रय करून अतिशय खोल अशा महानदींतून तरून जातो; प्रसंग-विशेषीं तोही त्या काष्ठाला नदींतून पार करितो, व पुनश्च काष्ठही त्याला तारून नेतें. अशाच प्रकारचा आमचा हा विस्तारयुक्त असा समागम घडून येईल. सारांश, मीही तुला या संकटांतून पार करीन, व तूंही मला पार कर."

याप्रमाणें युक्तियुक्त, स्वीकारण्यास योग्य आणि उभयतांसही हितकारक अशी गोष्ट सांगून तो कालाची प्रतीक्षा करीत बसला.

युधिष्ठिरा, आपल्या त्या शत्रूचें हें युक्तियुक्त आणि अंगीकार करण्यास योग्य असें तें उत्कृष्ट वाक्य श्रवण करून चतुर मार्जार बोलूं लागला. प्रथम, वाक्शक्ति उत्कृष्ट असलेल्या त्या बुद्धिमान् मार्जारानें त्याच्या भाषणाची प्रशंसा करीत करीत आपल्याही स्थितीचा विचार केला; व सामोपचाराचें अवलंबन करून त्याचा बहुमान केला. नंतर, दंताग्र तीक्ष्ण असलेला व वैडूर्यरत्नांसारखे नेत्र असलेला तो लोमश मार्जार हलकेच मूषकाकडे पाहून म्हणाला, "हे सौम्या, मी जिवंत रहावें अशी तूं इच्छा करीत आहेस, यामुळें मला फार आनंद होत आहे. तुझें कल्याण होवो. जर आपलें बरें होण्याचा उपाय तुला अवगत असेल, तर तूं तो कर. त्याविषयीं विचार करीत बसूं नको. मी अतिशय संकटांत सांपडलों असून तूं तर मजहूनही अतिशय संकटांत पडलेला आहेस. यास्तव, विपन्न-स्थितीत असणाऱ्या आह्मां उभयतांचा संधि कर, विचार करीत बसूं नको. हे प्रभो, तुझें मनोरथ सिद्ध करणारें असें जें कांहीं समयोचित कृत्य असेल, तें मी करीन. मी जर संकटांतून मुक्त झालों, तर तुझे उपकार व्यर्थ जाणार नाहींत. ह्या वेळीं माझा अभिमान गळून गेला आहे; व माझी तुजवर भक्ति जडली आहे. इतकेंच नव्हे, तर मी तुझा शिष्य, हितकर्ता व आज्ञाधारक असून तुला शरण आलों आहें."

ह्याप्रमाणें त्यानें भाषण केल्यानंतर, मार्जार आपल्याला वश झाला आहे असें पाहून पलित मूषक हा अर्थगर्भित, हितकारक आणि नीतियुक्त असें भाषण करूं लागला. तो म्हणाला, "तूं जें औदार्याचें भाषण केलेंस, तसें तुजसारख्यानें करावें यांत कांहीं आश्चर्य नाहीं. मीं जो हितकारक उपाय शोधून काढला आहे, तो तूं ऐक. आतां मी तुझ्याजवळ येऊन बसतों. कारण, मला ह्या नकुलाची फार भीति आहे. यास्तव, हे मार्जारा,

तूं माझें संरक्षण कर; माझा वध करूं नको. मी तुझें संरक्षण करण्याविषयीं समर्थ आहें. तसेंच, या उलूकापासूनही तूं माझें संरक्षण कर. कारण, तोही मजवर टपून बसला आहे. मित्रा, मी सत्याची शपथ वाहून सांगतों कीं, मी तुझे पाश तोडून टाकीन."

हें युक्तियुक्त आणि हेतुगर्भित असें त्याचें भाषण ऐकून लोमश मार्जारानें आनंदानें पलिताकडे पाहून त्याचें स्वागत करून बहुमान केला. ह्याप्रमाणें त्याचा बहुमान केल्यानंतर त्याचा मित्र बनून गेलेला तो धैर्यसंपन्न मार्जार विचार करून प्रेमानें व त्वरेनें पलिताला म्हणाला, "तूं लवकर ये. तुझें कल्याण होवो. तूं माझा अगदीं प्राणतुल्य मित्र आहेस. कारण, हे विद्वन्, तुझ्याच अनुग्रहानें मला आज जीवित मिळावयाचें आहे. अशा स्थितींत असतांना मजकडून जें जें कार्य करितां येणें शक्य असेल, त्याची त्याची तूं मला आज्ञा कर, ह्मणजे मी करीन. मित्रा, आह्मां उभयतांमध्यें संधि असूं दे. मी ह्या संकटांतून मुक्त झालों आणि आपले मित्रसमुदाय व बांधव यांत जाऊन मिळालों, म्हणजे इष्ट व हितकारक अशीं सर्व कार्यें करीन. तसेंच, हे सौम्या, मी ह्या संकटांतून सुटलों म्हणजे मजवर प्रेम करणारा अशा तुजलाही आनंदित करीन. तथापि तुझी योग्यता मला येणार नाहीं. कारण, उपकाराची फेड पुष्कळ जरी केली तरी ज्यानें पूर्वी उपकार केला असेल त्याची सर येत नाहीं. कां कीं, जो उपकाराची फेड करणारा असतो, तो दुसऱ्यानें उपकार केल्यामुळेंच आपण त्याजवर उपकार करीत असतो; आणि दुसरा कारणावांचून उपकार करीत असतो."

भीष्म सांगतात:--ह्याप्रमाणें आपलें सांगणें मार्जाराकडून कबूल करवून, तो पलित मूषक, ज्यानें पूर्वी त्याचा अपराध केला आहे अशा मार्जाराच्या समीप त्याच्यावर विश्वास ठेवून गेला. ह्याप्रमाणें मार्जारानें आश्वासन दिल्यानंतर, तो विद्वान् मूषक पित्याच्या अथवा मातेच्या प्रमाणें त्या मार्जाराचें वक्षःस्थलावर पडून खुशाल झोंप घेऊं लागला. ह्याप्रमाणें मार्जाराच्या शरीराशीं जाऊन मूषक दडला आहे असें पाहून नकुल आणि उलूक हे उभयतां अगदीं निराश होऊन गेले; त्यांना अतिशय भीति वाटूं लागली; त्यांच्या डोळ्यांवर अगदीं झांपड पडल्यासारखी झाली; आणि त्या उभयतां मार्जारमूषकांमध्यें अतिशय प्रेम असलेलें पाहून त्यांना फार विस्मय वाटला. ते जरी बलाढ्य, बुद्धिमान्, योग्य प्रकारचें वर्तन ठेवणारे व अगदीं जवळ येऊन ठेपलेले होते, तरीही मूषकाच्या त्या नीतीमुळें त्याजवर बलात्कारानें झडप घालण्याविषयीं समर्थ नव्हते. म्हणूनच कार्याच्या हेतूनें मार्जार आणि मूषक यांमध्यें परस्परसंधि झालेला पाहून ते उलूक आणि नकुल आपापल्या गृहाकडे निघून गेले.

इकडे, हे नृपते, देशकाल जाणणारा व मार्जाराच्या अवयवांमध्यें लीन होऊन राहिलेला तो पलित मूषक योग्य कालाची अपेक्षा करीत सावकाशपणें पाश तोडूं लागला. तेव्हां, मूषक पाश तोडण्याची त्वरा करीत नाहीं असें पाहून, बंधनामुळें अतिशय क्लेश पावणारा तो मार्जार त्याला त्वरेनें पाश तोडण्याविषयीं प्रवृत्त करूं लागला. तो म्हणाला, "हे सौम्या, तूं अतिशय त्वरा कां करीत नाहींस? तुझें कार्य झालें म्हणून आतां तूं माझी अवहेलना करीत आहेस काय? हे शत्रुनाशना, तूं पाश तोडून टाक. कारण, पाश पसरणारा चांडाल लवकरच येणार आहे." याप्रमाणें त्वरायुक्त झालेल्या मार्जारानें भाषण केलें असतां, बुद्धिमान् पलित हा बुद्धिचातुर्यशून्य अशा त्या

मार्जाराला आपल्या व त्याच्या हिताचे शब्द सांगूं लागला. तो म्हणाला, "हे सौम्या, तूं स्वस्थ रहा. तूं त्वराही करूं नको व गडबडूनही जाऊं नको. ही गोष्ट घडवून आणण्याच्या कालाचें ज्ञान आह्मांलाच आहे व तो काल केव्हांही टळणार नाहीं. कोणतेंही कृत्य अकालीं आरंभिलें ह्मणजे तें करणाऱ्याचे मनोरथ पूर्ण करूं शकत नाहीं. पण योग्य वेळीं त्याचा आरंभ केला ह्मणजे त्याजपासून मोठा लाभ होतो. मीं तुला प्रसंग आल्यावांचून मुक्त केलें, तर तुझ्यापासूनच मला भीति उत्पन्न होईल. तेव्हां, मित्रा, तूं कालाची प्रतीक्षा करीत रहा; उगीच त्वरा काय ह्मणून करितोस? जेव्हां चांडाल हातांत शस्त्र घेऊन येत आहे असें माझ्या दृष्टीस पडेल, तेव्हां उभयतांना सारखीच भीति प्राप्त झाली असतां मी तुझे पाश तोडीन. म्हणजे त्या वेळीं तुझी सुटका होतांच तूं वृक्षावरच जाऊन बसशील. कारण, त्या वेळीं तुला आपल्या जीवितावांचून दुसरें कांहीं कर्तव्य रहाणार नाहीं. अशा रीतीनें, हे लोमशा, त्रस्त व भयभीत होऊन तूं निघून गेलास ह्मणजे मीही आपल्या बिळांत निघून जाईन, व तूंही वृक्षाच्या फांदीवर जाशील."

ह्याप्रमाणें मूषकानें आपल्या हिताची गोष्ट मार्जाराला सांगितली असतां, भाषणांतील रहस्य जाणारा तो महाबुद्धिमान् व जीवितेच्छु लोमश मार्जार स्वतःचें कार्य करून घेण्याविषयीं त्वरा होऊन, उत्कृष्ट प्रकारें विनय दाखवून, त्या विलंब करणाऱ्या मूषकास म्हणाला कीं, "प्रेमानें जीं मित्राचीं कार्यें करावयाचीं तीं सज्जन अशा रीतीनें करीत नसतात. मीं जसें त्वरेनें तुला त्या संकटांतून मुक्त केलें, तसेंच त्वांही त्वरेनें माझें हित केलें पाहिजे. यास्तव, हे महाज्ञानसंपन्ना, आम्हां उभयतांचें संरक्षण होईल असा प्रयत्न कर. आतां, हे मूषका, जर पूर्वींचें वैर मनांत आणून तूं कालक्षेप करण्याची इच्छा करीत असशील, तर मात्र, पाप्या, तुझें आयुष्य अगदीं उत्तरडपणें क्षीण झालें हें तूं समजून ठेव. अज्ञानामुळें जर पूर्वीं माझ्या हातून वाईट घडलें असेल तर तूं तें मनांत आणूं नको. मी तुजपाशीं क्षमा मागतों. तूं प्रसन्न हो."

अशा प्रकारें तो भाषण करीत असतां, शास्त्रज्ञानसंपन्न असलेला तो मूषक मार्जाराशीं महत्त्वाचें भाषण करूं लागला. तो म्हणाला, "हे मार्जारा, स्वतःचें कार्य करण्यासाठीं जें तूं भाषण केलेंस, तें मीं ऐकिलें; आणि माझें कार्य साधावयासाठीं मला जें कांहीं केलें पाहिजे तें तुलाही अवगतच आहे. ज्यापासून आपणांला भीति आहे अशा प्राण्याला मित्र करून घेतलें, अथवा भीतीनें ज्यानें आपल्याशीं संधि केला आहे असा एखादा भीतीमुळें जोडलेला मित्र असला, तर सर्पाच्या मुखांत दिलेल्या हाताप्रमाणें त्याच्या कार्याविषयीं फार संभाळून वागलें पाहिजे. बलाढ्य प्राण्याशीं संधि केल्यानंतर जो आपलें संरक्षण करीत नाहीं, त्याचें तें करणें अपथ्यभक्षणासारखें असल्यामुळें त्याजपासून त्याचें कार्य होऊं शकत नाहीं. मुळापासूनच कोणी कोणाचा मित्र नसतो आणि कोणी कोणाचा शत्रुही नसतो. कार्याच्याच अनुरोधानें मित्र आणि शत्रु हे होत असतात. ज्याप्रमाणें हत्तीच अरण्यांतील हत्तींला बद्ध करितात, त्याप्रमाणेंच एखादा मनुष्य आपल्या कार्यासाठीं दुसऱ्याच्या कार्यांनीं बद्ध केला जातो; आणि तें कार्य एकदा झालें म्हणजे पुढें तें करणाराकडे कोणीं ढुंकून देखील पहात नाहीं. तेव्हां, कोणतेंही कार्य झालें तरी तें पूर्णपणें न करितां अवशिष्ट ठेवूनच केलें पाहिजे. त्या वेळीं देखील तुला त्या उलूकाची भीति होतीच, व तिच्या योगानें

पीडित होऊन पलायन करण्याविषयीं तत्पर झाल्यामुळें तूं मला धरण्याविषयीं समर्थ नव्हतास. आतां मीं ह्या पाशाचे पुष्कळ तंतु तोडले असून केवळ एकच अवशिष्ट ठेविलेला आहे व तोही लवकरच तोडून टाकीन. यास्तव, हे लोमशा, तूं स्वस्थ रहा."

ह्याप्रमाणें संकटांत सांपडलेले ते संभाषण करीत असतां रात्र निघून गेली. तेव्हां लोमशाच्या अंतःकरणांत भीति उत्पन्न झाली. पुढें प्रातःकालीं, हातांत शस्त्र असलेला तो परिघ नांवाचा चांडाल दृष्टीस पडूं लागला. तो भेसूर असून त्याच्या शरीराचा वर्ण काळसर व पिंगट असा होता. त्याच्या बरगड्या मोठ्या असून तो रुक्ष दिसत होता. त्याचें तोंड मोठें असून कान शंक्वाकृति होते; तो बळकट व दिसण्यामध्येंही भयंकर दिसत होता; आणि त्याच्या सभोंवतीं अनेक श्वान होते. ह्याप्रमाणें यमदूतासारख्या असणाऱ्या त्या चांडालाला अवलोकन करितांच मार्जाराच्या अंतःकरणांत गडबड उडून गेली; व भयभीत होऊन "आतां तूं काय करणार ?" असें तो त्या मूषकास म्हणाला. इकडे, फार भयंकर व अडचणीचा प्रसंग आहे असें पाहून भयभीत होऊन गेलेले ते नकुल आणि उलूक पूर्वींच निराश होऊन गेलेले होते. ते बलाढ्य व बुद्धिमान् असून आपल्या कळपांतून जरी आलेले होते, तरी मूषकानें उत्कृष्ट प्रकारच्या नीतीचा अवलंब केला असल्यामुळें बलात्कारानें त्याजवर झडप घालतां येणें त्यांना शक्य नव्हतें; आणि म्हणूनच, कार्यसिद्धीच्या उद्देशानें मार्जार आणि मूषक यांनीं परस्परांशीं संधि केला आहे असें पाहून ते आपापल्या गृहाकडे निघून गेले. असो; पुढें मूषकानें मार्जाराचा तो पाश तोडला, तेव्हां त्यांतून मुक्त होतांच मार्जार त्या वृक्षावरच निघून गेला; व त्या गडबडींत भयंकर शत्रूच्या हातून मुटका होऊन पलित मूषकही आपल्या बिलामध्यें निघून गेला. पुढें चांडाल तें कूटयंत्र घेऊन सर्व बाजूंनीं पाहूं लागला, तेव्हां त्याची निराशा झाली. नंतर, हे भरतकुलश्रेष्ठा, क्षणभर तेथें बसून नंतर तो चांडाल तेथून आपल्या गृहाकडे चालता झाला.

ह्याप्रमाणें त्या संकटांतून मुक्त होऊन जीविताची प्राप्ति झाल्यानंतर, वृक्षाच्या अग्रावर असलेला लोमश मार्जार शिष्टाचाराचें अवलंबन न करितां एकदम उडी मारून येऊन बिळामध्यें असणाऱ्या पलित मूषकाला म्हणालाः—मजविषयीं तुला संशय तर येत नाहींना?' मित्रा, माझ्या विश्वासाला पात्र होऊन व मला जीवदान करून आतां तूं मजकडे येत नाहींस हें काय? जो प्राणी एकदा मित्र जोडल्यानंतर पुनः त्याचें कार्य करीत नाहीं, त्या दुर्बुद्धीला पुनः स्वतःवर प्रसंग आल्यास मोठ्या संकटानेंही मित्र मिळत नाहींत. मित्रा, तूं स्वतःच्या सामर्थ्यानें माझा सत्कार केला आहेस. यास्तव, तुझा मित्र बनून गेलेला जो मी, त्या मजकडून तूं आपला उपयोग करून घेणें योग्य आहे. माझे जे मित्र, आप्त आणि बांधव आहेत, ते सर्व, शिष्य ज्याप्रमाणें आपणांस प्रिय असलेल्या गुरूचा बहुमान करितात त्याप्रमाणें तुझा बहुमान करितील; व मीही तुझे मित्रसमुदाय, बांधव आणि तूं या सर्वांचाच सत्कार करीन. कारण, कोणता कृतज्ञ मनुष्य आपणाला जीवदान करणाऱ्या मनुष्याचा बहुमान करणार नाहीं? आतां तूं माझा, माझ्या गृहाचा आणि माझ्या शरीराचा अधिपति व सर्व गोष्टींचा उपदेशक हो. हे ज्ञानसंपन्ना, तूं माझा अमात्य होऊन या लोकामध्यें पित्याप्रमाणें माझें पालन कर. मी तुला आपल्या जीविताची शपथ वाहून सांगतों कीं, आम्हांकडून तुला कोणत्याही प्रकारची भीति नाहीं. तूं आज

मला जें जीवितदान केलें आहेस, त्यावरून तुझ्या अंगीं मसलत करण्याचें सामर्थ्य आहे हें उघड आहे. इतकेंच नव्हे, तर बुद्धीनें तूं प्रत्यक्ष शुक्रच आहेस; व आम्ही सामर्थ्यसंपन्न आहों. म्हणूनच तूं माझा अमात्य होणें योग्य आहे.

ह्याप्रमाणें त्या मार्जारानें उत्कृष्ट प्रकारें शांतीचें भाषण केलें असतां, इतरांची मसलत समजणारा तो मूषक मधुर आणि आपल्या हिताचें भाषण करूं लागला. तो म्हणाला, "लोमशा, तूं जें म्हणालास तें सर्व मीं ऐकिलें. आतां मलाही जें कांहीं वाटतें तें सर्व तुला सांगतों, ऐक. मित्र कोणचे आणि शत्रु कोणचे हें ओळखून असावें. आणि हें कृत्य फार बारकाईनेंच करावें लागतें असें सुज्ञ लोकांचें मत आहे. कांहीं लोक मूळचे शत्रु असून मित्र झालेले असतात व कांहीं मित्र असून शत्रु बनलेले असतात. त्यांच्याशीं जरी संधि केला असला, तरी ते कामक्रोधाधीन झाले असल्यामुळें त्यांना संधीचें ज्ञान रहात नाहीं. वस्तुतः कोणी कोणाचा शत्रुही नाहीं व मित्रही नाहीं. सामर्थ्याच्याच संबंधानें मित्र आणि शत्रु होत असतात. जो जिवंत राहिला असतां स्वार्थाला बाध येणार नाहीं व आपले प्राण वांचतील असें ज्याला वाटत असेल, तो, जोंवर त्याच्या उलट स्थिति आली नाहीं तोंवर त्याचा मित्र असतो. मैत्री हीही कोणाची कायमची नसते व शत्रुत्वही कायमचें नसतें. कार्याकारणें मित्र आणि शत्रु हे होत असतात. कालगतीनें मित्रही शत्रु होतात व शत्रूही मित्र बनतात. ह्याचें कारण, स्वार्थ हा मोठा बलवत्तर आहे हें होय. जो मनुष्य मित्रावर विश्वास ठेवितो, शत्रूवर विश्वास ठेवीत नाहीं, व कार्यसंबंध मनांत न आणतां आनंदांत रहाण्याकडेच मनाचा काल ठेवील त्याचें अंतःकरण मित्राविषयीं अथवा शत्रूविषयींही चंचलच राहील. आपल्यावर विश्वास न ठेवणाऱ्यावर विश्वास ठेवूं नये; आणि ज्याचा आपल्यावर विश्वास असेल त्याजवरही अतिशय विश्वास ठेवूं नये. कारण, विश्वासापासून एखादें संकट ओढवलें तर तें समूल नाश करून सोडतें. माता, पिता, पुत्र, मातुल, भागिनीपुत्र, संबंधी आणि बांधव हे सर्व कार्याच्याच संबंधानें होत असतात. मातापितर सुद्धां पुत्र प्रिय असून जर पतित झाला तर त्याचा त्याग करितात. लोकही इतराकडे न पाहातां स्वतःचें संरक्षण करीत असतात. पहा हें स्वार्थाचें महत्त्व ! हे ज्ञानसंपन्ना, ज्यानें तुजवर पूर्वीं उपकार केला त्याला—अर्थात् आपल्या सुखाला साधनभूत अशा शत्रूला तूं आपली सुटका झाल्यानंतर आतां शोधीत आहेस. ही तुजकडून होणारी उपकाराची फेड निःसंशय फार योग्य आहे ! पूर्वीं वटवृक्षावरून तूं या माझ्या गृहामध्यें उतरला होतास, पण त्या वेळीं चित्त थाऱ्यावर नसल्यामुळें तुला येथें चांडालानें कूटयंत्राची योजना केली आहे हें लक्ष्यांत आलें नाहीं. ज्याचें अंतःकरण स्थिर नसतें तो आपल्याविषयीं सुद्धां सावध नसतो, मग दुसऱ्याविषयीं कोठून असणार ! सारांश, अंतःकरण अस्थिर असणारा पुरुष निःसंशय सर्व कार्यांच्या विघातास कारणभूत होतो. आतां तूं जो आज मला 'तूं मला प्रिय आहेस' असें म्हणत आहेस, त्याचें कारणही तूं सविस्तरपणें मजकडून ऐक. कारणामुळेंच कोणी कोणाचा प्रिय होतो व कारणानेंच द्वेष्यही बनतो. कारण, हा मृत्युलोक म्हणजे सारा स्वार्थाभिलाषी आहे. वस्तुतः कोणीही कोणाचा प्रिय नाहीं. सख्खे बंधु अथवा पति आणि स्त्री ह्यांच्यामध्यें जो परस्परस्नेह असतो, तोही कारणामुळेंच होय. कोणाचीही प्रीति कोणावरही निष्कारण आहे असें मला तर दिसत नाहीं. आतां, बंधु अथवा भार्या हे जर क[illegible]ीं कारणामुळें क्रुद्ध झाले, तर साह-

जिक रीतीनें ते प्रेमही करितात व इतर लोक तसें प्रेम करीत नाहींत, इतकाच काय तो भेद आहे. कोणी मनुष्य दान केलें म्हणजे प्रीति करितो; कोणी प्रिय भाषण केलें म्हणजे प्रेम करितो; व कोणी मंत्र, होम, जप इत्यादिकांमुळें प्रेम करितो. सारांश, कार्याच्याच उद्देशानें मनुष्य प्रेम करीत असतो. आम्हां दोघांचेंही प्रेम कार्य घडून येण्याच्या ठिकाणीं कांहीं कारणामुळें जडलें होतें. अशा प्रकारची प्रीति त्या करणाराचा नाश झाला म्हणजे नष्ट होत असते, तथापि अद्यापि मी तुला प्रिय आहें, तेव्हां आतां तुझ्या आहारावांचून याचें दुसरें कोणतें कारण असावें असें मी समजूं? अर्थात् कोणतेंही समजतां येणार नाहीं ! त्यांतूनही मला ज्ञान आहे. अर्थातच तें कारण मला समजल्यावांचून रहाणार नाहीं. प्रेमाचें जें मूळचें कारण त्याला काल हा निराळ्या प्रकारचें स्वरूप देतो, व स्वार्थही त्याच्याच अनुरोधानें वागतो. स्वार्थ कोणता हें ज्ञानसंपन्न मनुष्याला समजतें; व सर्व लोक ज्ञानसंपन्न मनुष्याच्याच अनुरोधानें वागतात. असो; स्वार्थपंडित आणि विद्वान् अशा मजपुढें तूं अशा प्रकारचीं भाषणें करूं नको. आतां तूं सामर्थ्यसंपन्न आहेस; तेव्हां मजवर तूं स्नेह करण्याचें जें कारण, त्याचा हा समय नव्हे. यास्तव, संधि असो अथवा विग्रह असो, त्या वेळीं मी अंतःकरण अगदीं स्थिर ठेवतों व स्वार्थापासून केव्हांही ढळत नाहीं. मेघाच्या आकाराप्रमाणें प्राण्यांचे स्वभावही क्षणोक्षणीं बदलत असतात. आजच माझा जो शत्रु होता, तो आजच माझा मित्र आणि पुनरपि आजच माझा शत्रूही होतो. पहा. हा युक्तीचा कसा चपलपणा आहे तो! जोंवर पूर्वीं कारण होतें, तोंवर आम्हां उभयतांची पूर्वीं मैत्री जडली. पण कालगतीनें निर्माण झालेला जो मैत्रीचा हेतु, तो नष्ट होतांच त्याजबरोबर ती मैत्रीही नष्ट झाली. तूं जात्या माझा शत्रु असून केवल माझ्या अंगीं तुझें संकट निवारण करण्याचें सामर्थ्य होतें म्हणून माझा मित्र झाला होतास. पण आतां तें कार्य घडून आल्यानंतर पुनः तुझ्या स्वभावानें शत्रुत्वाचा अंगीकार केला. हीं सर्व नीतिशास्त्राचीं तत्त्वें मला समजत आहेत. असें असतांही मी तुझ्या पाशांत कसा सांपडेन सांग पाहूं? तुझ्या सामर्थ्यानें माझी मुक्तता झाली व माझ्या सामर्थ्यानें तुझीही मुक्तता झाली. असा परस्पराकडून परस्परावर अनुग्रह झाल्यानंतर पुनश्च समागम होण्याचें कांहीं कारण नाहीं. कारण, हे सौम्या, आज तुझेंही कार्य घडून आलें आहे व माझेंही कार्य होऊन चुकलें आहे. तेव्हां भक्षणावांचून माझा दुसरा कांहीं उपयोग तुला नाहीं. मी तुझें अन्न आहें आणि तूं भोक्ता आहेस. तसेंच मी दुर्बल आहें व तूं बलवान् आहेस. तेव्हां आम्हां उभतांच्या बलामध्यें साम्य नसल्यामुळें, व अयोग्य असल्यामुळें आह्मां उभयतांमध्यें आतां संधि व्हावयाचा नाहीं. आतां तुझी मुक्तता झाल्यानंतर, जें घडून येण्याला कांहीं आयास पडणार नाहींत अशा कार्याचें अवलंबन करून तूं आपल्या भक्ष्याची प्रशंसा करीत आहेस, ह्यावरून तुझा हेतु मला कळून आला आहे. तूं पूर्वीं भक्ष्याच्याच पायीं बद्ध झाला होतास, पण बंधमुक्त झाल्यानंतर क्षुधेनें पीडित झाला आहेस व शास्त्रीय युक्तीचें अवलंबन करून तूं आज मला खात्रीनें भक्षण करणार आहेस. तूं क्षुधाक्रांत झाला आहेस हें मी जाणत आहें. हा कालही तुझ्या भोजनाचाच आहे. आपल्या स्त्रीपुत्रांमध्यें असतांही ज्या अर्थीं तूं माझ्याशीं संधि करीत आहेस, त्या अर्थीं मला फसवून तूं पुनरपि आपलें भक्ष्य संपादन करूं पहात आहेस, असेंच म्हणावें लागतें. मित्रा, तूं माझी

सेवा करण्याचा प्रयत्न करीत आहेस असें असलें तरी तेंही बरोबर नाहीं. कारण, मला तुजबरोबर असतांना अवलोकन केल्यानंतर तुला प्रिय असणारे व तुजवर प्रेम करणारे तुझे स्त्रीपुत्र मला आनंदानें कां बरें भक्षण करणार नाहींत? सारांश, आतां मी कांहीं तुजशीं संगति करणार नाहीं. कारण, संगतीचा जो उद्देश तो निघून गेला आहे. आतां, मीं केलेल्या उपकाराचें जर तुला स्मरण असेल, तर तूं स्वस्थपणें राहून माझें कल्याण चिंतीत जा म्हणजे झालें. कोणता मुज्ञ प्राणी अनार्य, क्लेशयुक्त, क्षुधाक्रांत आणि भक्ष्य शोधणारा जो शत्रु त्याच्या प्रदेशांत गमन करणार आहे! असो, तुझें कल्याण होवो. मी आतां जातों. कारण, तूं जरी दूर असलास तरी मला तुझी भीति वाटते. विश्वासाचें असो अथवा चुकीचें असो, मी आतां हेंच करणार. कारण, अतिशय सानिध्य असणें हें केव्हांही प्रशस्त नाहीं. लोमशा, मी तुझ्याशीं सख्य करणार नाहीं. तूं परत जा. आणि जर तुला उपकाराचें ज्ञान असेल, तर तूं मैत्रीला अनुसरून वाग म्हणजे झालें. स्वभावतः दुष्ट असणारा बलाढ्य प्राणी जरी शांत स्थितींत असला, तरी सदैव त्याची भीति बाळगली पाहिजे. आतां, जर तुझें कार्य स्वार्थमूलक नसेल, तर तें कोणतें आहे? अर्थात् मी तुझें कोणतें कार्य करूं तें सांग. मी तुला सर्व कांहीं निःशंकपणें देईन; पण स्वतःचा देह मात्र केव्हांही देणार नाहीं. कारण, स्वतः करितां संततीचा, राज्याचा, रत्नांचा आणि सर्व द्रव्याचाही त्याग केला पाहिजे; किंबहुना, सर्वस्वाचाही जरी त्याग करावा लागला तरी तो करून आपण आपलें संरक्षण केलें पाहिजे. कारण ऐश्वर्य, द्रव्य आणि रत्नें हीं प्रत्येक शत्रु उत्पन्न झाला कीं नष्ट होतात. पण जीवित असलें म्हणजे तीं पुनरपि प्राप्तही होतात, असें दिसून येतें. पण द्रव्य अथवा रत्नें ह्यांप्रमाणें आपलें शरीर अर्पणही करणें इष्ट नाहीं. कारण, स्त्रिया असोत अथवा द्रव्य असो, त्यांच्या योगानें सदैव आपलें संरक्षण केलें पाहिजे. आत्मसंरक्षणाविषयीं तत्पर असणारे व उत्कृष्ट प्रकारें विचार करून कोणतेंही कृत्य करणारे जे लोक, त्यांजवर स्वतःच्या अपराधामुळें केव्हांही संकट ओढवत नाहीं. जे दुर्बल प्राणी बलाढ्य शत्रूला उत्कृष्ट प्रकारें ओळखून असतात, त्यांची शास्त्राच्या अनुरोधानें कर्तव्याचा निश्चय झाला असलेली बुद्धि केव्हांही डळमळत नाहीं."

ह्याप्रमाणें पलित मूषकानें स्पष्टपणें निर्भर्त्सना केल्यानंतर लज्जित होऊन तो मार्जार त्या मूषकाला म्हणाला, "खरोखर मी तुझी शपथ वाहून सांगतों, मित्रद्रोह हा फार निंद्य आहे असें मलाही वाटतें. तेव्हां माझें हित करण्यामध्यें आसक्त असणारा जो तूं, त्या तुझा बुद्धिवाद मलाही मान्य आहे. तूं जें सांगितलेंस तें अगदीं खरें असून माझ्या मताशीं मिळत आहे. पण, हे सत्पुरुषा, तूं मला भलत्याच प्रकारचा समजूं नको. माझ्याशीं जी तुझी मैत्री जडली आहे, तिचें कारण कांहीं सामान्य नसून तें मला प्राणदान हेंच आहे. मला धर्माचें ज्ञान आहे, मी गुणज्ञ आहें व विशेष कृतज्ञ असून मित्रावर प्रेम करणारा आहें. आणि विशेषेंकरून तुजवर माझी भक्ति आहे. ह्यास्तव, हे सत्पुरुषा, पुनरपि तूं माझ्याशीं पूर्वीप्रमाणेंच वर्तन ठेवणें योग्य आहे. जर तूं मला दोष देऊं लागलास, तर मी आपल्या आप्तइष्टांसहवर्तमान प्राणत्याग करीन. कारण, मजसारख्या बुद्धिमान् प्राण्याच्या आंगीं विश्वास असतो असें ज्ञानसंपन्न लोकांनीं अनुभविलें आहे. ह्यास्तव, हे धर्मतत्त्ववेत्त्या तूं मजविषयीं संशय घेणें योग्य नाहीं."

याप्रमाणें मार्जार स्तुति करूं लागला असतां, अंतःकरणांतील अभिप्रायाचा अंदाज न लागूं देणारा तो मूषक पुनरपि मार्जाराला म्हणाला, "तूं सौजन्यसंपन्न आहेस. ही गोष्ट माझ्या कानावर आलेली आहे. मीही तुजवर प्रेम करीत आहें, पण विश्वास मात्र ठेवीत नाहीं. अनेकवार परिचय केल्यानें अथवा द्रव्याचा प्रवाहही मजपाशीं आणून सोडल्यानें तुझ्यानें मला वश करितां येणें शक्य नाहीं. कारण, मित्रा, सुज्ञ लोक कारणावांचून केव्हां-ही शत्रूच्या आधीन होत नाहींत. याविषयीं शुक्रानें दोन गाथा केलेल्या आहेत त्या सांगतों, ऐक. आपलें आणि आपल्या शत्रूचें कार्य एकत्र असलें तर बलाढ्य शत्रूशीं संधि करून सावधपणें आणि युक्तीनें तें कार्य साधावें. पण कार्य झालें म्हणजे मात्र त्याजवर विश्वास ठेवूं नये. आपल्यावर ज्याचा विश्वास नसेल त्याजवर आपण विश्वास ठेवूं नये; आणि ज्याचा आपल्यावर विश्वास असेल त्याजवरही आपण अतिशय विश्वास ठेवूं नये. दुसऱ्याचा विश्वास आपणावर बसवून घ्यावा पण आपण मात्र दुसऱ्यावर विश्वास ठेवूं नये. सारांश, कोणताही प्रसंग असला तरी आपल्या जीविताचें संरक्षण केलें पाहिजे. प्राण अस्तित्वांत असले म्हणजे द्रव्य, संतति हें सर्व कांहीं प्राप्त होतें. अविश्वास हेंच नीतिशास्त्राचें संक्षिप्त आणि मुख्य स्वरूप होय. यास्तव, मनुष्यावर अविश्वास ठेवून रहाणें हेंच आपल्या विपुल हिताचें साधन आहे. विश्वास न ठेवून वागणारे लोक जरी दुर्बल असले, तरी ते शत्रूकडून बद्ध होत नाहींत; व विश्वास ठेवणारे लोक जरी बलाढ्य असले तरी दुर्बल असेही शत्रु त्यांना बद्ध करूं शकतात. हे मार्जारा, तुजसारख्यापासून मीं आपल्या देहाचें संरक्षण केलें पाहिजे; आणि स्वभावतःच पापकर्मी असणारा जो चांडाल, त्यापासून तूंही आपलें संरक्षण कर."

ह्याप्रमाणें तो मूषक भाषण करूं लागला असतां संत्रस्त व म्हणूनच भयभीत होऊन तो मार्जार ती वृक्षाची फांदी सोडून देऊन सत्वर तेथून निघाला; आणि वेगानें चालता झाला.

याप्रमाणें, शास्त्रतत्त्वाचें ज्ञान असणारा तो पलित मूषक आपलें बुद्धिसामर्थ्य भाषणांच्या रूपानें मार्जाराच्या कानावर घातल्यानंतर दुसऱ्या बिळामध्यें निघून गेला. अशा रीतीनें स्वतः दुर्बल व एकटा असतांही बुद्धिमान् अशा पलित मूषकानें आपल्या बुद्धीच्या साहाय्यानें बलाढ्य अशा अनेक शत्रूंना फसविलें. म्हणूनच सुज्ञ मनुष्यानें शत्रु सामर्थ्यसंपन्न असल्यास त्याच्याशींही संधि करावा. परस्परांचा आश्रय केल्यामुळेंच मूषक आणि मार्जार हे उभयतांही संकटांतून मुक्त झाले.

ह्याप्रमाणें, हे महाराजा, मीं तुला क्षत्रियधर्माचा मार्ग सविस्तर दाखवून दिला आहे; आतां तो संक्षिप्तपणें सांगतों, ऐक. कोणाही दोन पुरुषांचें प्रथम परस्परांशीं वैर असलें, व नंतर कारणामुळें ते परस्परांवर उत्कृष्ट प्रीति करूं लागले, व कार्य झाल्यानंतर त्या परस्परांच्या मनांत परस्परांना फसविण्याचा विचार आला, तर सुज्ञ मनुष्य उत्कृष्ट प्रकारें बुद्धीचा आश्रय करून दुसऱ्याला फसवितो. मनुष्य जरी ज्ञानसंपन्न असला, तरी तो प्रमादशील असल्यास अज्ञ मनुष्यही त्याला फसवूं शकतात. म्हणूनच, प्रमाद न होऊं देतां, अंतःकरणांत भीति असली तरीही ती वाटत नसल्याप्रमाणें व विश्वास नसला तरी तो असल्यासारखें दाखवून वागावें. प्रमाद न करणारा मनुष्य केव्हांही अधिकारभ्रष्ट होत नाहीं; व जरी झाला तरी नाश पावत नाहीं. हे प्रजाधिपते, प्रसंगानुसार

शत्रूशींही संधि करावा व मित्राशींही संग्राम करावा, असेंच संधिवेत्ते लोक सदैव सांगत असतात. हें जाणून व शास्त्राचीं तत्त्वें लक्षांत घेऊन कार्यामध्यें आसक्त आणि प्रसन्न राहून संकट येण्यापूर्वींच त्याची भीति उत्पन्न झाल्याप्रमाणें वागावें; व भीतिग्रस्त मनुष्याप्रमाणें दुसऱ्याचा आश्रय करावा आणि संधिही करावा. अंतःकरणांत भीति बाळगून सावधानपणें कार्यामध्यें आसक्त होऊन राहिलें म्हणजे विचारही सुचतात. कारण, हे राजा, संकट उत्पन्न होण्यापूर्वीं जरी भीति बाळगून वागत असलें, तरी खरी भीति नसते. पण जो भीति न बाळगितां विश्वासानें रहातो व सदैव निर्भयपणानें वागतो, त्याजवर पुढें मोठें संकट ओढवतें. आपली ममलत केव्हांही कोणाला सांगूं नये. जे लोक आपल्याशीं कोणत्या गोष्टी आहेत हें पाहात असतील, त्यांना आपली माहिती न लागूं देतां आपण मात्र त्यांची सर्व माहिती मिळवावी. सारांश, भीति असली तरीही निर्भय असल्यासारखें वागावें व विश्वास नसला तरीही विश्वास असल्याप्रमाणें दाखवावें. कार्याचें महत्व लक्षांत घेऊन असत्य असें कांहींही करूं नये. युधिष्ठिरा, ह्याप्रमाणें मी जो तुला इतिहास सांगितला तो ऐकून घेऊन उत्कृष्ट प्रकारचें ज्ञान संपादन करून, व शत्रु आणि मित्र यांतील भेद लक्षांत आणून तूं आपल्या मित्रांशीं योग्य प्रकारचें आचरण ठेव. संधि आणि विग्रह ह्यांचा प्रसंग असला तर त्यांचा उपाय व संकटप्रसंगीं त्यांतून मुक्त होण्याचा उपाय ह्यांचा विचार करावा. अशा प्रसंगीं शत्रूला आणि आपल्याला एकच कार्य करावयाचें असेल, तर बलाढ्य अशा शत्रूशीं संधि करावा व शत्रूचा सहवास करावा लागल्यास त्यामध्यें युक्तीनें वागावें. पण कार्य झालें म्हणजे मात्र त्यावर विश्वास ठेवूं नये. हे पृथ्वीपते, ही धर्म, अर्थ आणि काम ह्या पुरुषार्थांशीं विरोध नसणारी अशी नीति आहे. ह्या शास्त्राचें अवलंबन करून तूं प्रजेचें संरक्षण कर व पुनरपि अभ्युदय पाव. हे पांडवा, तुजबरोबर ब्राह्मणांचाही चरितार्थ चालावा. हे भारता, ब्राह्मण हे इहलोकींच्या व परलोकींच्याही उत्कृष्ट कल्याणाचें साधन आहे. हे प्रजाधिपते प्रभो, हे धर्मवेत्ते असून कृतज्ञ असतात व त्यांचा सत्कार केल्यास ते कल्याण करितात. यास्तव, त्यांचा बहुमान करावा. हे राजा, असें केल्यानें तुला राज्य, श्रेय आणि उत्कृष्ट प्रकारची शौर्यजन्य व दानजन्य कीर्ति यांची प्राप्ति होईल; आणि क्रमाक्रमानें व योग्य प्रकारें तुझ्या वंशामध्यें संततिही उत्पन्न होईल. हे भरतकुलोत्पन्ना, ह्याप्रमाणें मार्जार आणि मूषक यांनीं विशिष्ट प्रकारचें ज्ञान करून देणारे संधि आणि विग्रह आपल्या भाषणांत व्यक्त करून दाखविले आहेत. हे राजा, ते लक्ष्यांत घेऊन राजानें शत्रुसमुदायामध्यें सदैव त्या संधिविग्रहांचें अवलंबन करावें.

अध्याय एकशें एकुणचाळिसावा.

—:०:—

ब्रह्मदत्त आणि पूजनी ह्यांचा संवाद.

युधिष्ठिर विचारतो:—शत्रूवर विश्वास ठेवावयाचा नाहीं हा मंत्र आपण मला सांगितला. पण, हे महाबाहो, कोणावरही विश्वास ठेविल्यावांचून राजाला वागतां तरी कसें येईल ? विश्वासामुळें राजांना अतिशय भीति उत्पन्न होते. पण राजानें कोणावरही विश्वास टेविला नाहीं तर त्याला शत्रूचा पराजय तरी कसा करितां येईल ? राजन्, माझा हा संशय आपण दूर करा. कारण, हे पितामहा, ही अविश्वासासंबंधानी गोष्ट ऐकिल्यामुळें माझ्या बुद्धीला मोह पडल्यासारखा झाला आहे.

भीष्म सांगतात:—राजा, ह्याविषयीं ब्रह्मदत्त नामक राजाच्या मंदिरामध्यें त्याचा आणि पूजनी नामक पक्षिणीचा जो संवाद झाला होता, तो तूं ऐक.

पूर्वी कांपिल्य नामक नगरांत ब्रह्मदत्त राजाच्या अंतःपुरामध्यें असलेली पूजनी नामक एक पक्षीण पुष्कळ दिवसपर्यंत त्याच्या सहवासाला राहिली होती. ती जरी तिर्यग्योनीमध्यें जन्म पावलेली होती, तरी जीवजीवक नामक पक्ष्याप्रमाणें तिला सर्व प्राण्यांची भाषा समजत होती. इतकेंच नव्हे, तर ती सर्वज्ञ व म्हणूनच प्रत्येक गोष्टीचें तत्त्व समजणारी होती. तेथें असतां तिला एक चांगला तेजस्वी पुत्र झाला व त्या वेळींच राजाच्या स्त्रीलाही एक पुत्र झाला. पुढें ती कृतज्ञ पूजनी सदैव आकाशांत संचार करून समुद्रतीरावर जाई व तेथून त्या राजपुत्राच्या व आपल्या पुत्राच्या पुष्टयर्थ दोन फलें घेऊन येत असे. त्यांपैकीं ती एक फल आपल्या पुत्राला आणि दुसरें राजपुत्राला देत असे. त्या प्रत्येक फलाची गोडी, अमृताच्या तोडीची असून, तें बल आणि तेज यांची अभिवृद्धि करणारें असे. ह्याप्रमाणें फलें आणून ती पुनः पुनः त्या उभयतां पुत्रांना सत्वर अर्पण करीत असे. तीं फलें भक्षण केल्यामुळें राजपुत्राचें शरीर पराकाष्ठेचें वाढलें. पुढें एकदा, बालावस्थेंत असलेला तो राजपुत्र दाईच्या कडेवर बसला असतां बालस्वभावामुळें त्या पक्ष्याच्या पिलाकडे जाऊन त्याला पाहूं लागला; व बालपणामुळेंच तो त्या पक्ष्याशीं खेळूं लागला; आणि पुढें, हे राजेंद्रा, आपल्याबरोबरच जन्म पावलेल्या त्या पक्ष्याचा एकांतांत वध करून तो राजपुत्र पुनरपि आपल्या दाईकडे आला. नंतर, हे राजा, फलें आणण्याकरितां गेलेली ती पूजनी आई तेथें आली; व त्या राजाच्या बालकानें आपल्या पुत्राचा वध केला आहे असें तिनें पाहिलें. तेव्हां ती दीन होऊन गेली व अश्रूंनीं नेत्र भरून येऊन आपल्या पुत्रासंबंधानें रोदन करूं लागली; व दुःखानें संतप्त होऊन विलाप करीत करीतच बोलूं लागली. ती ह्मणाली, "क्षत्रियांच्या ठिकाणीं सहवासजन्य स्नेह नसतो, प्रेम नसतें आणि मैत्रीही नसते. कारणपरत्वें हे दुसऱ्याशीं सामोपचारानें वागतात, पण कार्य झालें म्हणजे त्याचा त्याग करितात. म्हणूनच सर्व प्रकारें अपकार करणाऱ्या ह्या क्षत्रियांवर कोणींही विश्वास ठेऊं नये. त्यांनीं जरी अपकार केला तरी ते सदैव निरर्थक दुसऱ्याचें सांतवन करीत असतात. असो; आतां कृतघ्न, क्रूर आणि अत्यंत विश्वासघातकी अशा ह्या राजपुत्राचा मी योग्य प्रकारें सूड उगवतें. आपल्याबरोबरच उत्पन्न होऊन वाढलेला, एका पंक्तीस भोजन करणारा आणि शरण आलेला अशा लोकांचा वध करणें हे पातकाचे तीन प्रकार आहेत." असें ह्मणून पूजनीनें आपल्या पायांनीं त्या राजपुत्राचे नेत्र फोडिले; व नंतर आकाशांत जाऊन ती भाषण करूं लागली. ती ह्मणाली, "ह्या लोकामध्यें बुद्धिपूर्वक ज्यानें पाप केलें असेल, त्याला तत्काल त्याचें फल भोगावें लागतें. एखाद्यानें एखादें कृत्य आपण होऊन केलेलें असो अथवा दुसऱ्यानें केल्यामुळें त्याची फेड करण्याकरितां ह्मणून केलेलें असो, तें शुभ अथवा अशुभ असलें तरी त्याजपासून उत्पन्न होणारें पाप अथवा पुण्य ह्यांचा नाश होत नाहीं. हे राजा, पापकर्म केलें असून त्याचें फल जर कर्त्याला मिळालें आहे असें दिसून आलें नाहीं, आणि जर तें त्याला मिळालें नाहीं, तर त्याचे पुत्र, नातू अथवा पणतू ह्यांना तरी तें मिळतें. सारांश, तें नाहींसें होत नाहीं!"

१ ह्याला कोणी चकोर असेंही ह्मणतात.

पूजनीनें पुत्राचे नेत्र नष्ट केले असें पाहून, तिनें हें त्याच्या अपराधाचें प्रायश्चित्त दिलें आहे असें समजून ब्रह्मदत्त राजा पूजनीला असें म्हणाला, "पूजनि, आम्हींही अपराध केला आणि तूंही त्याचें प्रायश्चित्त दिलेंस. एकूण उभयतांची बरोबरी झाली आहे. तेव्हां आतां तूं आमच्या गृहामध्यें रहा, जाऊं नको.

पूजनी म्हणाली:—ज्यानें एकवार आपला अपराध केला, त्याच्याच घरीं पुनः लोंबत रहाणें हें सुज्ञ लोक पसंत करीत नाहींत. म्हणूनच तेथून निघून जाणें हें श्रेयस्कर होय. एकदा ज्याच्याशीं वैर जडलें, त्यानें सामोपचाराचा सदैव प्रयोग केला तरीही त्याजवर विश्वास ठेवूं नये. अशा ठिकाणीं विश्वास ठेवणारा मूर्ख मनुष्य लवकरच बद्ध होऊन जातो. कारण, वैर हें केव्हांही समूळ नाश पावत नाहीं. ज्यांचें परस्परांशीं वैर असतें, त्यांच्या पुत्रपौत्रांचा मृत्यु नाश करितो; आणि कदाचित् पुत्रपौत्रांचा नाश केला नाहीं तर परलोकाचा नाश करितोच करितो. जे आपल्याशीं वैर करीत असतील, त्यांजवर विश्वास न ठेवणें हेंच सुखाच्या उत्पत्तीचें कारण होय. विश्वासघातकी लोकांवर पूर्णपणें विश्वास केव्हांही ठेवूं नये. ज्याचा आपल्यावर विश्वास नाहीं, त्याजवर तर आपण विश्वास ठेवूंच नये; पण जो आपल्यावर विश्वास ठेवीत असेल, त्याजवरही अतिशय विश्वास ठेवूं नये. कारण, विश्वासामुळें उत्पन्न झालेली भीति समूल उच्छेद करते. दुसऱ्याचा आपल्यावर विश्वास खुशाल बसवून घ्यावा, पण दुसऱ्यावर मात्र आपण विश्वास ठेवूं नये. मातापितर हे एक श्रेष्ठ प्रतीचे बांधव आहेत; पत्नी ही वार्धक्याचें कारण आहे; पुत्र हा केवळ बीजभूत आहे; बंधु तर शत्रुच, आणि मित्र हा जोंवर त्याचा हात भिजत आहे तोंवरचाच! सारांश, आपला असा कोणीही नाहीं व म्हणूनच सुख आणि दुःख हें केवळ आपलें आपणालाच भोगावें लागतें. ज्यांचें परस्परांशीं वैर जडलें आहे त्यांच्यांत पुनः संधि होणें योग्य नाहीं. म्हणूनच मी तुझ्या येथें रहात नाहीं. शिवाय, मी ज्यासाठीं येथें राहिलें होतें तो हेतु पार नाहींसा होऊन गेला आहे. ज्यानें पूर्वी अपकार केला असेल, त्या प्राण्याचा द्रव्याच्या योगानें किंवा आदरसत्कारानें बहुमान केला तरीही त्याच्या अंतःकरणाचा तेथें विश्वास बसत नाहीं; आणि त्यांनीं केलेलें कर्म दुर्बलांना त्रासदायक होतें. ज्या ठिकाणीं पूर्वी बहुमान झाला व मागाहून अपमान झाला, त्या ठिकाणीं जरी पुनरपि बहुमान मिळत असला तरी सत्त्वसंपन्न पुरुषानें त्या स्थानाचा त्यागच केला पाहिजे. मीं तुझ्या मंदिरामध्यें पुष्कळ दिवसपर्यंत वास्तव्य केलें व येथें माझा उत्कृष्ट प्रकारें बहुमानही झाला. पण आतां हें वैर उत्पन्न झालें आहे, म्हणून मी आतां सुखानें सत्वर गमन करितें.

ब्रह्मदत्त म्हणाला:—जो प्राणी एखाद्यानें आपला अपराध केल्यास त्याला त्याचा मोबदला देतो, त्याचा त्यांत कांहीं अपराध नसतो. इतकेंच नव्हे, तर तो एक प्रकारें ऋणमुक्त होतो. म्हणूनच, हे पूजनी, तुजकडे कांहीं अपराध नाहीं. तेव्हां तूं रहा, जाऊं नको.

पूजनि म्हणाली:—अपराध करणारा आणि त्याचें प्रायश्चित्त देणारा ह्या उभयतांमध्यें पुनरपि मैत्री जडत नसते. कारण, परस्परांचा संबंध काय आहे हें प्रायश्चित्त देणारा व अपराध करणारा ह्या उभयतांचें अंतःकरणच जाणत असतें.

ब्रह्मदत्त म्हणाला:—अपराध करणारा आणि त्याचें प्रायश्चित्त देणारा यांचें सख्य

पुनरपिही जडण्याला हरकत नाहीं. त्या योगानें वैराची शांति झाली आहे असें प्रत्यक्ष दिसून आलेलें आहे. शिवाय, मरण्य झालें तरीही पातकाचें फल ज्याचें त्याला मिळतच असतें.

पूजनी ह्मणाली:—वैर हें अंतःकरणांतून अगदींच निघून गेलें आहे असें केव्हांही होत नाहीं. तेव्हां, शत्रु सामोपचाराच्या गोष्टी सांगत आहे ह्मणून त्याजवर विश्वास ठेवूं नये. कारण, विश्वासामुळेंच लोक बद्ध होतात; आणि ह्मणूनच शत्रूच्या दृष्टीसही न पडणें हें श्रेयस्कर होय. उत्कृष्ट प्रकारें धार दिलेल्या शस्त्रांच्या योगानेंही वेगानें ज्यांचा निग्रह करितां येणें शक्य नाहीं. असले प्राणी देखील हत्तिणीच्या योगानें बद्ध होणाऱ्या हत्तीप्रमाणें सामोपचारानें बद्ध केले जातात.

ब्रह्मदत्त म्हणाला:—प्रत्यक्ष जीविताचाही नाश करणारे जरी असले. तरीही त्यांच्यामध्यें सहवासानें स्नेह उत्पन्न होतो व परस्परांवर विश्वासही बसतो. ह्याचें उदाहरण श्वान आणि श्वानभक्षक चांडाल हें होय. परस्परांशीं असलेल्या वैरामध्यें सहवासाच्या योगानें सौम्यपणा येतो; व पुढें कमलपत्रावरील उदकाप्रमाणें त्याचें अस्तित्वच नाहींसें होतें.

पूजनी म्हणाली:—वैराच्या उत्पत्तीचीं स्थानें पांच आहेत, असें ज्ञानसंपन्न लोक समजतात. कारण, वैर हें स्त्रियांच्या[1] योगानें, गृहादिकांच्या[2] योगानें, वाणीच्या[3] योगानें, जातीजातीच्या[4] शत्रुत्वासंबंधानें आणि अपराधाच्या[5] योगानें उत्पन्न होतें. वैर असलें तरी, जो दाता असेल त्याचा कोणींही व विशेषेंकरून क्षत्रियानें उघडपणें अथवा गुप्तपणें वध करूं नये. मात्र त्याच्या अपराधाचें बलाबल लक्ष्यांत ठेवावें. वैर करणारा मनुष्य जरी मित्र असला, तरी त्याजवर विश्वास ठेवूं नये. कारण, काष्ठामध्यें असणाऱ्या अग्नीप्रमाणें वैरही प्राण्यांमध्यें गुप्त रीतीनें रहात असतें. हे राजा, द्रव्याच्या योगानें, कठोर उपायाच्या योगानें अथवा सामोपचाराच्या योगानें—सारांश, कोणत्याही उपायाचा आश्रय केल्यानें, सागरांत असणाऱ्या वडवाग्नीप्रमाणें प्राण्याच्या अंतःकरणांतील कोपाग्नि शांत होत नाहीं. हे राजा, वैररूपी अग्नि एकदा उत्पन्न झाला म्हणजे तो दग्ध केल्यावांचून शांत होत नाहीं; आणि अपराधजन्य पातक दोहोंपैकीं एकाचा क्षय केल्यावांचून नाश पावत नाहीं. पूर्वीं अपकार करणाऱ्या मनुष्याचा पुढें त्याच्या शत्रूनें मानपान करून सत्कार केला तरी त्यानें शत्रूवर विश्वास ठेवूं नये. कारण, पूर्वीं केलेलें जें अपकाररूपी कर्म, तें निर्बल मनुष्याच्या अंतःकरणांत भीति उत्पन्न करीत असतें. एखाद्यानें ज्याचा अपकार केला असेल त्याला त्यानें पीडा देणें हें योग्यच आहे. म्हणूनच माझें अंतःकरण तुजसंबंधानें असें झालेलें आहे व तुझेंही मजसंबंधानें अशाच प्रकारचें आहे. यास्तव, आतां आम्हां उभयतांचा परस्परांवर विश्वास बसणें शक्य नाहीं. अशी स्थिति जोंवर नव्हती, तोंवर मीं तुझ्या गृहामध्यें वास्तव्य केलें. पण आतां मात्र तुजवर माझा विश्वास नाहीं.

ब्रह्मदत्त म्हणाला:—कोणतेंही कार्य कालच घडवून आणीत असतो; नानाप्रकारच्या क्रिया कालाच्याच हातून घडतात; आणि हे सर्व प्राणी कालाच्याच योगानें कोणतेंही कर्म करण्याविषयीं प्रवृत्त होतात. मग कोण कोणाचा अपराधी आहे ? अर्थात् काल हाच अपराधी

१ कृष्ण आणि शिशुपाल यांच्यासारखें: २ कौरवपांडवांच्या सारखें; ३ द्रोण आणि द्रुपद यांच्यासारखें: ४ मूषक आणि मार्जार यांच्यासारखें; आणि ५ पूजनी व ब्रह्मदत्त यांमध्यें उत्पन्न झालें त्यासारखें.

असल्यामुळें कोणीही कोणाचा अपराधी नाहीं! मनुष्याला जन्म आणि मरण हीं एकदमच प्राप्त झालेलीं असतात. काल हा त्यांच्या प्रवृत्तीचें कारण मात्र उत्पन्न करीत असतो व त्यामुळेंच प्राणी मरण पावतो. एकटाच प्राणी एकदम अनेक प्राण्यांना बद्ध करितो व दुसऱ्यांना त्याला बद्ध करितां येत नाहीं याचेंही कारण कालच होय. इंधनाचा संयोग होतांच अग्नि जसा त्याला दग्ध करितो, तसा काल प्राण्यांना दग्ध करीत असतो. हे कल्याणि, मी तुझ्या व तूं माझ्या अपराधास कारणभूत आहेस असें मानणें प्रमाणभूत नाहीं. कारण, काल हाच प्राण्यांना सदैव सुखदुःख देत असतो. असें असल्यामुळें तूं आतां प्रेमपूर्वक व आपल्या इच्छेस वाटेल त्याप्रमाणें येथें रहा. तुला कोणीही पीडा देणार नाहीं. तूं जो माझा अपराध केला आहेस, त्याबद्दल मीं तुला क्षमा केली आहे; आणि, हे पूजनी, तूंही मला माझ्या अपराधाची क्षमा कर.

पूजनी ह्मणालीः—तुझ्या मताप्रमाणें काल हाच कर्ता आहे हें जर खरें आहे, तर मग कोणाचेंही कोणाशीं वैर उत्पन्न होऊं नये. पण मग कांहीं बांधवांनीं आपल्या दुसऱ्या बांधवांचा वध करावा व त्यामुळें त्यांचा क्षय व्हावा, ह्याचें कारण काय? आणि पूर्वीं देव व दैत्य ह्यांनीं परस्परांवर प्रहार काय ह्मणून केले? जर मरण, सुख, दुःख, अभ्युदय आणि निकृष्ट स्थिति हीं सर्व कालाच्याच योगानें घडून येतात हें खरें आहे, तर मग रोगी वैद्यांकडून औषध घेण्याची इच्छा कशासाठीं करितात! जर कालाच्याच योगानें मनुष्याला दुःख भोगावें लागतें, तर मग औषधाचा उपयोग काय? तसेंच, लोक शोकानें बेभान होऊन जाऊन अतिशय आरडाओरड काय म्हणून करीत असतात? तुझ्या मताप्रमाणें काल हाच सर्वांचा कर्ता आहे हें जर खरें आहे, तर मग कोणतेंही कृत्य केल्यानें त्याच्या कर्त्यास पाप अथवा पुण्य कां लागावें? हे प्रजाधिपते, तुझ्या पुत्रानें माझ्या मुलाचा वध केला व म्हणूनच मीही त्याला मरणप्राय दुःख दिलें. मीं पुत्रशोकामुळें तुझ्या पुत्रासंबंधानें पातक केलें. आतां तूं मजवर प्रहार कां करावास याचें तत्त्व मी तुला सांगतें, ऐक. मनुष्यें जी पक्ष्यांची इच्छा करितात, ती त्यांना भक्षणाकरितां अथवा आपल्या क्रीडेकरितांच होय. ह्मणूनच त्यांचा त्यांच्याशीं वध आणि बंधन ह्यांवाचून दुसरा बलवत्तर असा कोणताही संबंध नसतो. वध आणि बंधन ह्यांच्या भीतीमुळेंच पक्षी स्वतंत्रतेचें अवलंबन करून रहातात. वेदवेत्ते लोक मरण आणि उत्पात ह्या दोहोंपासून दुःख उत्पन्न होतें असें सांगतात. प्राण हे सर्वांना प्रिय आहेत, त्याप्रमाणेंच पुत्रही सर्वांना प्रिय आहेत. प्रत्येक प्राण्याला दुःखाचा कंटाळा आहे व प्रत्येकाला सुख इष्ट आहे. ब्रह्मदत्ता, दुःख ही मूर्तिमंत जरा असून दुःख अनर्थकारक आहे. दुःख हें अनिष्टांच्या वसतीचें स्थान असून दुःखहेंच इष्ट वस्तूंच्या वियोगाचें कारण आहे. वध, बंधन, स्त्रिया, नैसर्गिकता आणि पुत्र या कारणांच्या योगानें मनुष्याला दुःखाची प्राप्ति होते. दुसऱ्याला होणारें दुःख हें कांहीं दुःख नव्हे, असें कित्येक निर्बुद्ध लोक समजत असतात. ज्याला दुःखाची मुळीं ओळखच नाहीं, तो मोठमोठ्या लोकांपुढें अशीच बडबड करितो. पण ज्यानें सर्व प्रकारच्या दुःखाचा अनुभव चाखला आहे व जो दुःखपीडित होऊन शोक करीत आहे, तो आपल्याप्रमाणेंच परक्यावरही दृष्टि ठेवणारा प्राणी तसें बोलण्याविषयीं कसा धजेल? हे राजा, मीं तुझें जें कांहीं केलें आहे व तूं जें कांहीं माझें केलें आहेस, त्याचा नाश शंभर वर्षांनीही करितां येणें शक्य नाहीं. हे शत्रुनाशना, आम्ही

परस्परांचा अपराध केला असल्यामुळें आतां आम्हांमध्यें संधि होणार नाहीं. कारण, आतां जर मी तुजपाशीं राहिलें, तर पुत्राची वारंवार आठवण झाल्यामुळें तुझा मजविषयींचा द्वेष अगदीं ताजा होत जाईल. एकदा वैराचें सानिध्य झालें म्हणजे जो पुनरपि प्रेम करूं इच्छितो, त्याचा संधि भग्न झालेल्या मृत्तिकेच्या भांड्याप्रमाणें पुनरपि होऊं शकत नाहीं. विश्वास हा सर्व दुःखांचें उत्पत्तिस्थान आहे असा नीतिशास्त्राचा सिद्धांत आहे. याविषयीं शुक्रानें प्रल्हादाला दोन गाथा सांगितल्या होत्या. जे लोक शत्रूंच्या सत्य अथवा असत्य भाषणावर विश्वास ठेवितात, ते, मध आहे असा विश्वास बाळगून त्यासाठीं गमन करणाऱ्या व म्हणूनच मध्यें शुष्क तृणांनीं आच्छादित झालेल्या कड्यावरून पडणाऱ्या लोकांप्रमाणें मरणाच्या अधीन होतात. दुःखाशीं संबद्ध असलेल्या वैराची शांति केवल एकाच पिढीला नव्हे—तर वंशामध्येंही होत नसते. कारण, वैरसंबंध सांगणारे लोक हे असतात; व कुळामध्येंही कोणी तरी पुरुष जिवंत असतोच. हे प्रजाधिपते, अशा प्रकारचे लोक वैरसंबंध लक्षांत ठेवून गोड गोड भाषणें करितात; व त्या योगानें शत्रु वश झाला म्हणजे पाषाणावर मारलेल्या मृत्तिकेच्या घटाप्रमाणें त्याचा चुराडा करून टाकितात. राजानें कोणाचेंही वाईट केल्यानंतर पुनरपि त्यांच्यावर केव्हांही विश्वास ठेवूं नये. कारण, दुसऱ्यांना पीडा दिल्यांनतर पुनरपि त्यांजवर विश्वास ठेवला तर दुःख भोगावें लागतें.

ब्रह्मदत्त म्हणाला:—अविश्वासामुळें कोणत्याही अभीष्ट वस्तूची प्राप्ति होत नाहीं आणि कोणत्याही पदार्थाची इच्छा करितां येत नाहीं. अविश्वासी पुरुष केवळ एक भीतिच बाळगीत असतात व त्यामुळेंच ते निवळ मृतासारखे होऊन जात असतात.

पूजनी म्हणाली:—जो आपल्या दोनही पायांला व्रण झाले असतां पायांनींच इतस्ततः भ्रमण करितो, तो अत्यंत सुरक्षितपणें धावत असला तरीही त्याचे पाय लंगडे व्हावयाचे. जो मनुष्य नेत्राला रोग झाला असतां वायूच्या उलट दिशेस पाहात रहातो, त्याच्या नेत्राला वातरोग व्हावयाचा हें ठरलेलेंच आहे. एखाद्या वाईट मार्गास लागल्यानंतर जो मनुष्य आपणाला त्यावरून जाण्याचें सामर्थ्य आहे किंवा नाहीं याचा विचार न करितां अज्ञानानें त्या मार्गाचेंच अवलंबन करितो, त्याची आयुष्यमर्यादा तितकीच आहे असें समजावें; कारण, त्या योगानें त्याच्या आयुष्याचा अंत व्हावयाचा. जो शेती करणारा मनुष्य पर्जन्य कसा काय होईल याचा विचार न करितांच शेत नांगरतो व उद्योगही करीत नाहीं, त्याला धान्यप्राप्ति होत नाहीं. जो मनुष्य कडू, तुरट, स्वादिष्ट अथवा मधुर—आपणाला हितकारक असाच आहार प्रत्यहीं करितो, तो दीर्घायुषी होतो; पण जो अज्ञानामुळें पथ्यकारक अन्न सोडून देऊन दोषयुक्त अर्थात् अपथ्यकारक अन्न—त्याचा परिणाम काय होईल हें मनांत न आणितां भक्षण करितो, त्याच्या आयुष्याची ती सीमाच होय असें समजावें. दैव आणि उद्योग हीं उभयतां परस्परांच्या आश्रयानें रहातात. मोठे लोक उद्योगालाच सत्य समजतात व सामर्थ्यशून्य असणारे लोक दैवावरच हवाला ठेवून रहातात. सौम्य असो अथवा तीक्ष्ण असो, जें कार्य करावयाचें तें आपणाला हितकारक असेल असेंच करावें. उद्योग केल्यावांचून केव्हांही राहूं नये. कारण, कांहींच उद्योग न करण्याची संवय असलेला

मनुष्य सदैव दरिद्री व अनर्थग्रस्त होतो. ह्यास्तव, इतर सर्व गोष्टी सोडून देऊन उद्योग करून पराक्रम गाजविला पाहिजे. सर्वस्वाचा त्याग करावा लागला तरीही तो करून मनुष्यांनीं आत्महित साधलें पाहिजे. जगतामध्यें विद्या, शौर्य, कार्यदक्षता, सामर्थ्य आणि धैर्य हे पांचच नैसर्गिक मित्र आहेत. ह्यांच्याच साहाय्यानें सुज्ञ लोक आपली उपजीविका चालवितात. गृह, द्रव्य, शेती, स्त्री आणि मित्रमंडल हीं मनुष्याच्या पाठीमागें लागलींच आहेत आणि तीं त्याला कोठेंही मिळतात. ज्ञानसंपन्न मनुष्य कोठेंही आनंदांत रहातो व तो कोठेंही राहिला तरी शोभतो. त्याला कोणीही भीति दाखवीत नाहीं व दाखविली तरी तो त्याला भीत नाहीं. बुद्धिमान् मनुष्यापाशीं द्रव्य अतिशय थोडें असलें तरीही त्याची अभिवृद्धि होते. त्याने दक्षतापूर्वक काम केलें नाहीं व कार्यदक्षता संकुचित केली, तरीही त्याच्या बुद्धीच्या सामर्थ्यामुळें तें आहे तितकें कायम राहतें, नाश पावत नाहीं. जे लोक बुद्धिमंद असून गृहादिकांवरील प्रेमानें जखडून गेलेले असतात, त्यांचें मांस, खेंकडीला ग्रस्त करून टाकणाऱ्या तिच्या पिलांप्रमाणें, त्यांची दुष्ट स्त्री भक्षण करीत असते. अर्थात् दुष्ट स्त्रीपासून त्यांना त्रास होऊन ते कृश होऊन जातात. दुसरे कित्येक लोक बुद्धिभ्रष्ट झाल्यामुळें आपलें घर, आपली शेती, आपले मित्र आणि आपला देश असें समजून त्यांचा त्याग न केल्यामुळें हीनदशेस पोहोंचतात. ज्या देशांत व्याधि उत्पन्न झाले असतील अथवा दुर्भिक्षाची पीडा असेल, त्या देशांत जरी आपलें जन्मापासून वास्तव्य असलें तरीही तेथून एकदम निघून जावें. ज्या देशांत आपण रहावयाचें तेथें आपला सदैव बहुमान होत असेल तरच रहावें, नाहीं तर दुसरीकडे वास्तव्य करण्यासाठीं निघून जावें. म्हणूनच, हे पृथ्वीपते, मी आतां दुसरीकडे जाणार. येथें रहाण्याचा आतां मला उत्साह होत नाहीं. शिवाय, मी तुझ्या पुत्राविषयीं वाईट प्रकारचें वर्तन केलेलें आहे. दुष्ट पत्नी, दुष्ट पुत्र, दुष्ट राजा, दुष्ट मित्र, दुष्टाशीं संबंध आणि दुष्ट देश ह्यांचा दुरूनच त्याग केला पाहिजे. कारण दुष्ट पुत्रावर विश्वास ठेवितां येत नाहीं. स्त्री वाईट असल्यास तिच्या ठिकाणीं प्रीतीची गोष्ट तरी कशाला पाहिजे? दुष्ट राजाच्या राज्यांत सुखाचें अस्तित्व असत नाहीं. दुष्ट देशामध्यें चरितार्थ चालत नाहीं. मित्र दुष्ट असल्यास त्याची मैत्री सदैव अस्थिर असल्यामुळें स्नेह रहात नाहीं. दुष्टाशीं संबंध असल्यास अनर्थ उत्पन्न होऊन अपमानही होतो. जी प्रिय भाषण करील तीच खरी पत्नी होय; ज्याच्या योगानें सुखप्राप्ति होईल तोच खरा पुत्र होय; ज्याला आपल्याविषयीं विश्वास असेल तोच आपला खरा मित्र होय; जेथें चरितार्थ चालत असेल तोच आपला देश होय; ज्याचें शासन कडक असल्यामुळें राज्यांत कोणी कोणावर बलात्कार करीत नाहीं व कोणत्याही प्रकारची भीति नसते, तोच खरा राजा होय; आणि जो दरिद्री लोकांशीं सुद्धां जडूं पाहातो, तोच खरा संबंध होय. राजा धर्मदृष्टि व गुणसंपन्न असला तरच पत्नी, देश, मित्र, संबंधी, पुत्र आणि बांधव हे सर्व असतात. ज्या राजाला धर्माचें ज्ञान नसतें, त्याच्या शासनामुळें प्रजा नाश पावतात. राजा हाच प्रजेचा धर्म, अर्थ आणि काम ह्या त्रिवर्गाचें मूळ आहे. म्हणूनच त्यानें प्रमाद न होऊं देतां उत्कृष्ट प्रकारें प्रजेचें पालन करावें; व प्रजेच्या उत्पन्नांतील षष्ठांश कराच्या रूपानें ग्रहण करून त्याजवर आपली उपजीविका करावी. जो राजा प्रजेचें उत्कृष्ट प्रकारें पालन करीत नाहीं, तो केवळ चोरच होय. जो राजा प्रथम अभय देऊन

नंतर द्रव्यलोभामुळें दिलेलें वचन पाळीत नाहीं, तो अधर्मबुद्धि राजा सर्व प्रजेचें पातक लागल्यामुळें नरकास जातो. जो राजा कोणालाही अभय दिल्यानंतर आपलें वचन पाळणारा व धर्माच्या अनुरोधानें प्रजेचें पालन करणारा असतो, तोच सर्व सुखाचा दाता होय असें समजावें. माता, पिता, गुरु, पालक, अग्नि, कुबेर आणि यम ह्यांच्यासारखें वर्तन असणें हे राजाचे सात गुण आहेत, असें प्रजाधिपति मनूनें सांगितलें आहे. जो राजा प्रजेवर दया करितो, तो राष्ट्राचा पिताच होय; व त्याच्याशीं उगीच उद्धटपणानें वागणाऱ्या मनुष्यास तिर्यग्योनीची प्राप्ति होते. राजा हा मातेप्रमाणें सर्व प्रजेविषयीं काळजी वाहून असतो; दीनावर अनुग्रह करितो: अग्नीप्रमाणें तो शत्रूंना दग्ध करितो; तो यमाप्रमाणें दुर्जनांचें नियमन करितो; तो कुबेराप्रमाणें आपल्या प्रिय असणाऱ्या लोकांचे मनोरथ पूर्ण करून त्यांना द्रव्य देतो; धर्माचा उपदेश करीत असल्यामुळें तो प्रजेचा गुरु होय; आणि प्रजेचें पालन करीत असल्यामुळें तो प्रजेचा संरक्षकही आहे. जो राजा आपल्या गुणांच्या योगानें नगरवासी आणि राष्ट्रवासी लोकांमध्यें प्रेम उत्पन्न करितो, त्यानें स्वधर्म पालन केल्यामुळें त्याचें राजपद केव्हांही डळमळत नाहीं. नगरवासी आणि राष्ट्रवासी लोकांना सुप्रसन्न कसें ठेवावें हें ज्या राजाला स्वतः समजतें, त्याला इहलोकीं व परलोकीं सुखप्राप्ति होते. ज्याच्या प्रजा कारभारानें अत्यंत पीडित झाल्यामुळें अत्यंत उद्विग्न होऊन अनर्थ उद्भवल्यामुळें नाश पावतात, त्या राजाचा पराभव होतो; आणि सरोवरांतील मोठ्या कमलाप्रमाणें ज्याच्या प्रजा वृद्धिंगत होत असतात, त्या राजाला सर्व प्रकारची फलप्राप्ति होऊन स्वर्गलोकींही बहुमान मिळतो. हे राजा, बलाढ्य पुरुषाशीं विरोध करणें केव्हांही प्रशस्त नाहीं. बलाढ्य पुरुषाशीं विरोध करणाऱ्या राजाला राज्य तरी कोठचें व सुख तरी कोठचें?

भीष्म सांगतातः—ह्याप्रमाणें ब्रह्मदत्त राजाला सांगून व त्याची अनुज्ञा मिळवून ती पक्षीण अभीष्ट दिशेकडे निघून गेली. असो; हे नृपश्रेष्ठा, हें ब्रह्मदत्ताशीं पूजनीचें झालेलें भाषण मीं तुला कथन केलें. आतां आणखी काय श्रवण करण्याची तुझी इच्छा आहे ?

अध्याय एकशें चाळिसावा.

—:०:—

कणिकोपदेश.

युधिष्ठिर विचारतोः——हे भरतकुलोत्पन्न पितामहा, युगक्षय झाल्यामुळें धर्मही क्षीण झाला असतां व लोकांना दस्यूंची पीडा होऊं लागली असतां राजानें कोणत्या प्रकारें वागावें ?

भीष्म सांगतातः—हे भारता, प्रसंगविशेषीं दयेचा त्याग करावा लागला तरी करूनही राजानें कसें वागावें ही आपत्प्रसंगींची नीति मी तुला सांगतों. ह्याविषयीं राजा शत्रुंजय आणि भारद्वाज मुनि यांचा पुरातन संवाद इतिहासरूपानें सांगत असतात. तो असा——

पूर्वी सौवीर देशामध्यें शत्रुंजय नांवाचा एक महारथी राजा होता. त्यानें भारद्वाज मुनींकडे जाऊन त्यांना कांहीं गोष्टींविषयींचा निर्णय विचारिला. तो म्हणालाः——ज्याची प्राप्ति झाली नाहीं तें प्राप्त होण्याची इच्छा कोणत्या प्रकारें करावी ? ज्याची प्राप्ति झाली त्याची अभिवृद्धि कोणत्या प्रकारें होते ? ज्याची अभिवृद्धि केली त्याचें पालन कोणत्या रीतीनें करावें ? आणि पालन केल्यानंतर त्याचा उपयोग कसा करावा ?

ह्याप्रमाणें त्यानें विचारिलें असतां, ज्याला सर्व गोष्टींच्या निर्णयाचें ज्ञान आहे अशा त्या

राजाला त्या ब्राह्मणानें युक्तियुक्त व उत्कृष्ट अशीं वाक्यें सांगितलीं. तो म्हणाला, "राजानें सर्वदा दंड करण्याविषयीं उद्युक्त असावें; सदैव उघडपणें शौर्य गाजवावें. आपल्यामध्यें कोणत्याही प्रकारचें छिद्र ठेवूं नये; आणि शत्रूंचीं छिद्रें पाहात राहून तीं दिसलीं कीं त्यांच्यावर स्वारी करावी. दंड करण्याविषयीं नेहमीं उद्युक्त असल्यास लोक भिऊन वागतात. यास्तव, सर्व प्राण्यांना दंडाच्याच योगानें ताळ्यावर आणावें. दंडाचें तत्त्व जाणणारे सुज्ञ लोक दंडाची प्रशंसा करीत असतात. म्हणून सामादिक चार उपायांमध्यें दंड हाच मुख्य मानला जातो. ज्याच्या आधारावर रहावयाचें त्याचाच मूलच्छेद झाल्यास त्याच्या आश्रयानें रहाणाऱ्या सर्व प्राण्यांच्या जीविताचा नाश होतो. एखाद्या वनस्पतीचें मूळ छिन्न झालें तर वरील शाखा पडल्यावांचून कशा रहाणार! ह्यास्तव, सुज्ञ राजानें शत्रुपक्षाच्या मूलाचाच प्रथम उच्छेद करावा; आणि नंतर लागलीच त्याचे साहाय्यकर्ते व तो पक्ष ह्या सर्वांना आपल्या अधीन करून घ्यावें. आपत्तीच्या प्रसंगीं योग्य प्रकारची मसलत करावी; योग्य प्रकारें पराक्रम गाजवावा; योग्य प्रकारें युद्ध करावें; आणि प्रसंग पडला तर योग्य रीतीनें पलायनही करावें; त्याविषयीं विचार करूं नये. नम्रता केवल वाणीमध्यें असावी, पण अंतःकरण वस्तऱ्यासारखें तीक्ष्ण असावें. भाषण सामोपचारपूर्वक करावें व कामक्रोधांचा त्याग करावा. जें कार्य केलें असतां शत्रूचें आणि आपलें सारखेंच हित होईल, त्या कार्यासाठीं शत्रूशीं संधि करावा; तथापि त्याजवर विश्वास ठेवूं नये; आणि कार्य झालें म्हणजे सुज्ञ मनुष्यानें लागलीच शत्रूपासून दूर व्हावें. मित्राप्रमाणेंच शत्रूचेंही मधुर भाषणाच्या योगानें सांत्वन करीत असावें. पण सर्पयुक्त असलेल्या गृहाची जशी भीति बाळगावयाची, तशीच सदैव त्याची भीति बाळगीत असावें. आपल्या बुद्धिसामर्थ्यानुरूप शत्रूचा तिरस्कार करीत असावें. कोणतीही गोष्ट होऊन गेल्यानंतर मग तिजबद्दल त्याचें सांत्वन करावें. तो शत्रु जर निर्बुद्ध असेल, तर पुढें लाभ होणार आहे असें दाखवून त्याचें सांत्वन करावें; आणि ज्ञानसंपन्न असेल तर तात्कालिक लाभ दाखवून सांत्वन करावें. कल्याणेच्छु राजानें शत्रूपुढें प्रसंगानुसार हात जोडावे, शपथ वहावी, सामोपचाराचें अवलंबन करावें, शिरसा प्रणाम करून भाषण करावें व अश्रूंचेंही परिमार्जन करावें. आपला काल उलट असेल तोंवर शत्रूला आपल्या खांद्यावर देखील बसवावा; पण योग्य काल आला आहेसें दिसून येतांच दगडावर आपटलेल्या मडक्याप्रमाणें त्याचा चुराडा करून सोडावा. हे राजेंद्रा, क्रोधप्रसंगीं, टेंबुरणीच्या लांकडाच्या कोलिताप्रमाणें एक क्षणभरच कां होईना, पण अगदीं प्रज्वलित होऊन जावें,—ज्वाला मुळींच न निघणाऱ्या जळत घातलेल्या कोंड्याप्रमाणें चिरकाल धुमसत राहूं नये! मोठेंसें कार्य असल्यावांचून कृतघ्नाशीं द्रव्यसंबंध करूं नये. कारण, कोणत्याही मनुष्याला आपली अपेक्षा आहे तोंवरच त्याचा उपयोग करून घेतां येतो. पण एकदा त्याचें कार्य झालें म्हणजे मात्र तो अवमान करूं लागतो. ह्यास्तव, कोणतेंही काम पूर्णपणें न करितां त्यांतील अवशेष ठेवावा. कोकिल, वराह, मेरु, ओसाड असलेलें गृह, नट आणि भक्ति इष्ट असलेला मनुष्य ह्यांना जें श्रेयस्कर वाटतें, तेंच राजानेंही करावें. अर्थात्, स्वतःला ज्यांचें पोषण करणें अवश्य आहे त्यांचें पोषण दुसऱ्याकडून करविणें हें कोकिलाला श्रेयस्कर वाटतें; त्याप्रमाणेंच राजानेंही स्वतः ज्यांचें संरक्षण करावयाचें त्यांचें संरक्षण दुसऱ्याकडूनही

करवावें. उदाहरणार्थ—एखाद्या शेतकऱ्यानें शंभर बिघे जमीन नांगरल्यास वेठ म्हणून राजाचीही दहा बिघे जमीन नांगरून देऊन त्यानें आपल्याप्रमाणेंच त्या जमीनीचेंही संरक्षण करावें, व त्यांत उत्पन्न होणारें धान्य राजाला आणून द्यावें. ह्याप्रमाणेंच इतर गोष्टींविषयींही समजावें. वराहाला मूळें खणून काढणें श्रेयस्कर वाटतें; त्याप्रमाणेंच राजानेंही शत्रूंचीं मूळें खणून काढावीं. मेरु स्थिर असून कोणालाही त्याचें उल्लंघन करितां येत नाहीं; त्याप्रमाणेंच राजानेंही स्थिरनिश्चयी व्हावें व दुसऱ्याला अतिक्रम करितां येणार नाहीं असें वर्तन ठेवावें. ओसाड गृहामध्यें द्रव्यसंचय असतो, त्याप्रमाणें राजापाशींही असावा. नटाला अनेक स्वरूपें धारण करणें इष्ट असतें, त्याप्रमाणेंच राजानेंही प्रसंगाच्या अनुरोधानें नानाप्रकारचीं स्वरूपें धारण करावीं. ज्याला भक्ति इष्ट असते, त्याला आपली आराधना करणाऱ्या पुरुषाचा अभ्युदय होणें इष्ट असतें; त्याप्रमाणेंच राजानेंही आपण ज्यांचें पालन करावयाचें त्या प्रजाजनांचा अभ्युदय करण्याची इच्छा करावी. उद्योग करण्याविषयीं सदैव तत्पर राहून ऊठऊठून शत्रूच्या घरीं जावें व त्याचें जरी क्षेम नसलें तरी त्याला क्षेमविषयक प्रश्न करावा. आळशी, धैर्यशून्य, अभिमानी लोकांच्या ओरडीस भिणारे व सदैव कालाची प्रतीक्षा करीत रहाणारे जे लोक, त्यांचे मनोरथ पूर्ण होत नाहींत. आपलें छिद्र शत्रूस कळूं नये; पण शत्रूचीं मात्र छिद्रें आपण जाणावीं. कूर्म ज्याप्रमाणें आपले अवयव आपल्या शरीरामध्येंच गुप्त करून ठेवितो, त्याप्रमाणेंच राज्याचीं सर्व अंगें गुप्त ठेवावीं; आणि आपल्या छिद्रांविषयीं जपून असावें. बकाप्रमाणें अभीष्ट वस्तूचें चिंतन करीत असावें; सिंहाप्रमाणें पराक्रम गाजवावा; बकाप्रमाणें शत्रूचा नाश करावा; आणि बाणाप्रमाणें शत्रूवर तुटून पडावें. मद्यपान, द्यूत, स्त्रिया आणि मृगया हीं योग्य प्रकारेंच उपयोगांत आणावीं. कारण, त्यांजवर अत्यंत आसक्ति ठेवणें हें दोषास्पद आहे. प्रसंगविशेषीं तृणाचें देखील धनुष्य करावें. मृग ज्याप्रमाणें सावधपणानें निजतात, त्याप्रमाणेंच शयन करावें. अंध होण्याचा प्रसंग आल्यास अंधाप्रमाणें वागावें; व बधिर होण्याचा प्रसंग आल्यास बधिरत्वाचाही आश्रय करावा; आणि योग्य देश व योग्य काल प्राप्त होतांच चातुर्यानें पराक्रम गाजवावा. कारण, योग्य देश आणि योग्य काल हीं निघून गेल्यावर केलेला पराक्रम निष्फल होतो. योग्य आणि अयोग्य काल व आपलें बल आणि त्याचा अभाव ह्यांविषयींचा निर्णय ठरवून आणि आपलें व शत्रूचें बल लक्षांत घेऊन नंतर कोणतेंही काम करण्याविषयीं प्रवृत्त व्हावें. शत्रु सैन्य घेऊन चालून आला असतां जो राजा त्याचा निग्रह करीत नाहीं, त्यानें गर्भ धारण करणाऱ्या खेचरीप्रमाणें[1] मृत्यूसच कवटाळलें आहे असें समजावें. उद्योग जरी सफल झाला नाहीं, तरी तो अत्यंत फलोन्मुख होऊं द्यावा. मनोरथ सफल होतांच आपणाला कोणी आक्रांत करूं शकणार नाहीं, अशी व्यवस्था ठेवावी. उद्योगाचें फल जरी पूर्णत्वास पोहोंचलें नसलें, तरी तें पूर्णत्वास पोहोंचल्याप्रमाणें वागावें. पण कोणाकडूनही आपला उच्छेद होऊं देऊं नये. प्रसंगविशेषीं शत्रूला आशाही दाखवावी; पण तिला कालाची मर्यादा सांगावी. आणि नंतर ती सफल होण्याला विघ्नें आणावीं. आलेल्या विघ्नांचेंही कांहीं-तरी कारण सांगावें; आणि त्या कारणाच्याही

१ खेचरी प्रसूत व्हावयाचे वेळीं तिचा गर्भ उदरभेद करून बाहेर येतो, व ती मृत होते, त्याला अनुलक्षून हें वाक्य आहे.

मूळाशीं कोणाचा तरी कांहीं हेतु असल्याचें सांगावें. शत्रूपासून जोंपर्यंत भीति उत्पन्न झाली नाहीं, तोंवर आपण भ्यालयासारखें वागत असावें; पण त्यांपासून भीति आहे असें दिसून येतांच निर्भय मनुष्याप्रमाणें त्याच्यावर प्रहार करावा. **संकटांत सांपडल्यावांचून कल्याण हें मनुष्याच्या दृष्टीसही पडाव-याचें नाहीं. पण संकटांत सांपडल्या-नंतर जर तो जिवंत राहिला, तर त्याला आपलें कल्याण झाल्याचें दिसून येईल.** पुढें भीति उत्पन्न होणार असल्यास तिची माहिती पूर्वींच मिळवावी; आणि भीतीचा प्रसंग जवळ येऊन ठेपल्यास त्याचा निग्रह करावा. पण ती पुनरपि अधिक होण्याचें भय असल्यामुळें तिचा नाश झालाच नाहीं अशा दृष्टीनें वागावें. ज्याच्या उपभोगाचा काल समीप येऊन ठेपला आहे त्याचा त्याग करावयाचा, आणि जें प्राप्त झालें नाहीं त्या सुखाची आशा करावयाची, ही कांहीं बुद्धिमान् लोकां-ची नीति नव्हे. जो शत्रूंशीं संधि केल्यावर त्याच्यावर विश्वास टाकून सुखानें घोरत पडतो, तो वृक्षाग्रावर निजून झोंप घेणाऱ्या मनुष्या-प्रमाणें खालीं पडतो व नंतर जागा होतो. सौम्य असो अथवा भयंकर असो, **हवें तें कर्म करून आपला दीनदशेंतून उद्धार करावा** व सामर्थ्य आल्यानंतर धर्म करावा. शत्रूचे जे शत्रु असतील, त्या सर्वांशीं सहवास ठेवावा; आणि शत्रूंनीं आपल्यावर ज्या गुप्त हेरांची योजना केली असेल, त्याजविषयींची माहिती मिळवावी. आपले हेर मात्र आपल्या व शत्रू-च्याही पक्षास अगदीं ओळखूं येणार नाहींत असे करावे. शत्रूच्या राष्ट्रामध्यें नास्तिक, तपस्वी वगैरे लोकांचा प्रवेश करावा. उपवनें, विहारस्थलें, पाणपोया, धर्मशाला, मद्यप्राशना-चीं गृहें, वेश्यांचीं वसतिस्थानें, तीर्थें आणि सभा ह्या ठिकाणीं धर्मविध्वंसक दुष्ट, चोर आणि लोककंटक असे लोक येत असतात. त्यांना ओळखून काढून त्यांचा निग्रह करावा; अथवा त्यांचा नाशच करून सोडावा. ज्याचा आपल्यावर विश्वास नसेल, त्याजवर मुळींच विश्वास ठेवूं नये; आणि ज्याचा विश्वास असेल त्याच्यावरही अतिशय विश्वास ठेवूं नये. विश्वासामुळें भीति उत्पन्न होत असते. ह्यास्तव परीक्षा पाहिल्यावांचून कोणावरही विश्वास ठेवूं नये. शत्रूला अगदीं खऱ्या हेतूनें विश्वास दाखवावा; पण त्याचा अधिकार किंचित् डळ-मळूं लागला म्हणजे संधि साधून त्यावर शस्त्रपात करावा. ज्याविषयीं शंका येण्याचें कारण नाहीं, त्याजविषयींही शंका घेत असावें; आणि ज्याविषयीं शंका येत असेल, त्याजविषयीं तर सदैव शंकित वृत्तीनें रहावें. कारण, मनुष्या-विषयीं शंका न घेतली अर्थात् त्यावर पूर्ण विश्वास ठेवला, तर त्या योगानें उत्पन्न होणारी भीति समूल उच्छेद करिते. सावधपणें, स्तब्ध-वृत्तीनें, अथवा काषायवस्त्र, जटा, कृष्णाजिन इत्यादिक वैराग्यचिन्हांचा अंगीकार करूनही शत्रूचा विश्वास आपल्यावर बसवून घेऊन लांडग्याप्रमाणें एकदम त्याचा नाश करावा. ज्याला ऐश्वर्याची इच्छा असेल त्यानें पुत्र, बंधु, पिता अथवा मित्र ह्यांपैकीं जो ह्मणून आपल्या मनोरथसिद्धीला आडवा येईल त्याला कापून काढावा. गुरु जरी असला, तरी तो जर गर्वानें ताठून गेला असून कर्तव्य आणि अकर्तव्य न समजणारा व उन्मार्गगामी असेल, तर त्याचें शासन केलें पाहिजे असें शास्त्र आहे. शत्रूला उत्थापन द्यावें; नमस्कार करावा; कांहीं तरी दान करावें; पण तीक्ष्ण चंचू अस-णाऱ्या पक्ष्याप्रमाणें त्याच्या प्रत्येक उद्योगाला फल आणि फूल येऊं लागलें कीं, तें प्रहार करून तोडून टाकावें. दुसऱ्यांचा मर्मभेद केल्या

वांचून, भयंकर कर्म केल्यावांचून आणि हिंसा केल्यावांचून जशी मत्स्यांचा वध करणाऱ्या मनुष्याला संपत्ति मिळत नाहीं, तसेंच राजालाही ऐश्वर्य मिळत नाहीं. जन्मतःच कोणी कोणाचा शत्रुही नसतो व मित्रही नसतो. मित्र आणि शत्रु हे केवळ सामर्थ्याच्याच संबंधानें होत असतात. शत्रूनें जरी हृदयाला पाझर फुटण्यासारखे उद्गार काढले, तरीही त्याला सोडूं नयें, व त्याच्याविषयीं दुःख बाळगूं नये. पूर्वी त्यानें आपणाला पीडा दिली असेल तर त्याचा वध करावा. लोकांना वश करण्याचा व त्यांजवर अनुग्रह करण्याचा निर्मत्सरपणें सदैव प्रयत्न करावा; आणि ऐश्वर्येच्छु राजानें प्रसंगानुसार त्यांच्या निग्रहाचाही प्रयत्न करावा. शत्रूवर पुढें शस्त्रपात करावयाचा असला तरीही त्याच्याशीं प्रिय भाषण करावें; व प्रहार केल्यानंतर तर अधिकच प्रिय भाषण करावें. खड्गानें जरी शिरच्छेद केला तरीही नंतर त्याच्यासंबंधानें शोक करावा व रोदनही करावें. कोणाला आह्वान करावयाचें झालें तरी तें सामोपचारानें, बहुमानपूर्वक व सहिष्णुतेनें करावें. असें केल्यानें लोकांचीं अंतःकरणें सुप्रसन्न रहातात. म्हणूनच ऐश्वर्येच्छु राजानें अशा प्रकारचें आचरण ठेवावें. शुष्क वैर कोणाशीं करूं नये व हातांनीं नदी तरून जाऊं नये. कारण, ह्या गोष्टी गाईचें शिंग भक्षण करण्यासारख्या निरर्थक आणि आयुष्यविघातक आहेत. गाईचें शिंग भक्षण केल्यानें दांतही पडतात आणि रसही चाखावयास मिळत नाहीं; तशाच ह्या गोष्टी आहेत. धर्म, अर्थ आणि काम हे तीन पुरुषार्थ, व धर्माच्या योगानें अर्थाला, अर्थाच्या योगानें धर्माला, व कामाच्या योगानें त्या दोहोंनाही येणारा असा तीन प्रकारचा बाध, व धर्मादिकांचीं फलें ह्यांचा विचार करून आणि त्यांचें बलाबल जाणून फल तेवढें संपादन करावें व बाधाचा त्याग करावा. ऋण, अग्नि आणि शत्रु ह्यांचा जर अवशेष ठेविला, तर तीं पुनः पुनः वृद्धिंगत होतात. यास्तव, त्यांचा शेष ठेवूं नये. ऋण अवशिष्ट राहिलें तर तें वृद्धिंगतच होत राहतें; शत्रु अवशिष्ट ठेवले तर त्यांचा अपमान झाला असल्यामुळें ते पुढें अत्यंत भीति उत्पन्न करितात; आणि व्याधींची उपेक्षा केली तर त्यांपासूनही अतिशय भीति उत्पन्न होते. ठरलेली गोष्ट करावयाची असली तर ती अयोग्य प्रकारें करूं नये. केव्हांही बेसावधपणानें राहूं नये. एखादा कांटाही काढते वेळीं अयोग्य प्रकारें तुटला तर तो चिरकालपर्यंत विचार उत्पन्न करितो. मनुष्यांचा वध करून, मार्ग दूषित करून व मंदिराचा विध्वंस करून शत्रूच्या राष्ट्राचा नाश करावा. दृष्टि गृध्रासारखी ठेवावी, बकाप्रमाणें निश्चलपणानें रहावें, श्वानासारखें सावध रहावें, सिंहासारखा पराक्रम गाजवावा व निर्भय रहावें, कावळ्याप्रमाणें साशंक असावें, व भुजंगासारखें आचरण ठेवावें. शूरापुढें हात जोडावे; भीरूच्या पक्षांत फाटाफूट करून त्याच्या वृत्तींत बदल पाडावा; लुब्ध मनुष्यास द्रव्य देऊन वश करावा; व शत्रु बरोबरीचा असेल तर त्याच्याशीं संग्राम करावा. जे अनेक प्रकारचे लोक मिळून एकच कार्य करीत असतील, त्यांतील प्रमुख लोकांत फाटाफूट होऊं लागेल तर तिजपासून त्यांचें संरक्षण करावें. आपल्या मित्रमंडळाला शत्रु वळवूं लागले तर त्यांजपासून त्यांचें संरक्षण करावें; आणि अमात्यांमध्यें भेद उत्पन्न झाला तर त्यांपासून त्यांचें संरक्षण करावें; व त्या सर्वांचें ऐकमत्यही होऊं देऊं नये. राजा मृदु असला म्हणजे लोक त्याचा अवमान करितात व तीक्ष्ण असला म्हणजे लोक त्याजपासून उद्विग्न होतात. ह्यास्तव, सदैव मृदु अथवा

सदैव तीक्ष्ण न रहातां, तीक्ष्णत्वाच्या प्रसंगीं तीक्ष्ण व मृदुत्वाच्या प्रसंगीं मृदु व्हावें. सौम्य उपायांच्या योगानें सौम्य शत्रूचा उच्छेद करितां येतो; आणि सौम्य उपायांनीं भयंकर अशाही शत्रूचा वध करितां येतो. कारण, सौम्य उपायाला असाध्य असें कांहींही नाहीं. म्हणूनच, जो सौम्य असतो तोच अतिशय तीक्ष्ण होय. जो राजा योग्य वेळीं सौम्य व योग्य वेळींच भयंकर होतो, तो सर्व कार्यें सिद्ध करूं शकतो व शत्रूवर आपला अधिकार गाजवितो. ज्ञानसंपन्न अशा पुरुषांशीं विरोध केल्यानंतर, मी दूर आहें असें म्हणून निर्भयपणें राहूं नये. कारण, बुद्धिमान् पुरुषाचे बाहु दिसण्यांत जेवढे असतात तेवढे नसून ते फार लांब असतात; व त्याला पीडा दिल्यास त्यांच्या योगानें तो पीडा देणाऱ्यांचा वध करितो. ज्यांतून पार पडतां येणार नाहीं अशा प्रवाहांत तरूं नये; दुसऱ्याला पुनरपि हरण करितां येईल अशी वस्तु आपण हरण करूं नये; ज्याचें मूळ उपटून काढितां येणार नाहीं अशा वृक्षादिकांचें खनन करूं नये; आणि ज्याचा शिरच्छेद करितां येणार नाहीं त्याज वर शस्त्रप्रहार करूं नये. ह्याप्रमाणें मी तुला हें नीतिशास्त्र सागितलें. ह्याचा पातकाशीं संबंध आहे; ह्मणून मनुष्यानें अशा प्रकारचें आचरण सदैव करूं नये. पण शत्रूनें जर अशाच आचरणाचा प्रयोग केला, तर मग मी सांगितलेली ही नीति मनांत आणल्यावांचून कसें रहातां येईल ? अर्थात्च यावयाचें नाहीं! ह्मणूनच मीं तुझ्या हिताकरितां हें तुला सांगितलें आहे. सारांश, आपत्प्रसंगीं अशा धर्माचें आचरण करणें दोषावह नाहीं.

भीष्म सांगतात:—याप्रमाणें हितेच्छु अशा ब्राह्मणानें योग्य प्रकारें केलेलें भाषण ऐकून, अंतःकरण उदार असलेल्या त्या सुवीर राष्ट्राच्या अधिपतीनेंही तशाच प्रकारचें आचरण ठेवलें; आणि त्यामुळें बांधवांसह त्या राजाला देदीप्यमान् अशा संपत्तीचा उपभोग घेतां आला.

अध्याय एकशें एकेचाळिसावा.

—:०:—

विश्वामित्र-चांडाल-संवाद.

युधिष्ठिर विचारतो:——सर्व लोकांनीं अतिक्रम केल्यामुळें श्रेष्ठ धर्म हीनत्वास पोहोंचला; अधर्मालाच लोक धर्म मानूं लागले; धर्म हाच अधर्म होऊन बसला; मर्यादा नष्ट झाल्या; धर्मविषयक सिद्धांतांत घोंटाळा उडून गेला; राजे आणि शत्रु ह्यांकडून लोकांना क्लेश होऊं लागले; सर्वांस आधारभूत असे लोक अज्ञ निपजूं लागले; विघ्नांमुळें कार्यें प्रतिबद्ध होऊं लागलीं; काम, लोभ आणि मोह ह्यांनीं युक्त असल्यामुळें लोकांना जिकडे तिकडे भीति दिसूं लागली; सर्वांचाही परस्परांवरील विश्वास उडाला आणि म्हणूनच ते भीतिग्रस्त होऊन गेले; शठपणानें लोकांचा वध होऊं लागला व ते परस्परांशीं प्रतारणा करूं लागले; सर्व देश अगदीं पेटल्यासारखे होऊन गेले; ब्राह्मणांना अतिशय पीडा होऊं लागली; पर्जन्यदेवता वृष्टि करीनाशी झाली; परस्परामध्यें फाटाफूट होऊं लागली आणि पृथ्वीवरील सर्व उपजीविकेचीं साधनें दस्यूंच्या हातीं गेलीं—अर्थात् निकृष्ट प्रतीचा काल आला, म्हणजे, हे भारता, ब्राह्मणाचा चरितार्थ कसा चालवावा ? आणि, हे प्रजाधिपते राजन्, सहनशक्तिशून्य व पुत्रपौत्रादिकांविषयींची दया असल्यामुळें त्यांनीं आपत्प्रसंगीं कसें वागावें, तें मला सांगा. तसेंच, हे शत्रुतापना, सर्व लोक केवळ कलुषित होऊन गेले असतां राजानें कोणत्या प्रकारें वागावें ? आणि, हे पितामह, कसें वागलें

असतां त्याच्या धर्माला व अर्थाला हानि पोहोंचणार नाहीं, हें मला सांगा.

भीष्म सांगतात:—हे महाबाहो, योगक्षेम, उत्कृष्ट प्रकारची वृष्टि आणि प्रजेमध्यें उत्पन्न होणारे व्याधि, मरण व भीति ह्या सर्वांचें मुख्य कारण राजाच आहे. हे भरतकुलश्रेष्ठा, कृत, त्रेता, द्वापर आणि कलि हीं सर्व युगें होण्याचें कारण राजाच होय, असें मला निःसंशय वाटतें. तथापि प्रजेमध्यें दोष उत्पन्न करणारा तशा प्रकारचा काल प्राप्त झाला, तर त्या वेळीं ज्ञान-सामर्थ्याचा आश्रय करून प्राण वांचवावे. ह्या-विषयीं, चांडालाच्या गृहामध्यें चांडाल आणि विश्वामित्र ह्यांमध्यें झालेला एक पुरातन संवाद इतिहासरूपानें सांगत असतात. तो असा—त्रेता आणि द्वापर ह्या युगांच्या संधि-कालीं दैवयोगानें ह्या लोकामध्यें बारा वर्षेंपर्यंत

भयंकर अवर्षण

पडलें. त्या वेळीं प्रजा अतिशय वृद्धिंगत झालेली होती; आणि त्रेतायुगाची समाप्ति व द्वापरयुगाचा आरंभ ह्या वेळीं त्यांजवर केवळ प्रलयकालच येऊन ठेपला होता. अशा वेळीं इंद्रानें वृष्टि केली नाहीं; गुरु वक्री झाला; चंद्राचीं सर्व लक्षणें बदलून जाऊन तो दक्षिणेकडे गमन करूं लागला; त्या वेळीं धुकें देखील पडेनासें झालें, मग मेघाची गोष्ट तर कशाला? नद्यां-तील पाणी अगदींच कमी होऊन त्या कांहींशा खालीं गेल्या; दैवयोगानें प्राप्त झालेल्या स्थिती-मुळें सरोवरें, क्षुद्र नद्या, विहिरी व ओढे ह्यांचें सौंदर्य नष्ट होऊन ते दिसेनातसे झाले; त्या वेळीं ह्या पृथ्वीवरील सर्व जलप्रदेश शुष्क होऊन गेले; सभा आणि पाणपोया बंद पडल्या; यज्ञ आणि अध्ययन यांची वार्ताही नाहींशी झाली; वषट्कार आणि मंगलकार्यें नष्ट होऊन गेलीं; कृषि आणि गोरक्षण ह्यांचा उच्छेद झाला; वस्तूंचा क्रयविक्रय आणि बाजार ह्यांपासून लोक परावृत्त झाले; यज्ञस्तंभांचे भार आणा-वयाचें लोकांनीं सोडून दिलें; मोठमोठे उत्सव अगदीं नष्ट होऊन गेले; सर्वत्र अस्थिसमु-दायानें व मोठमोठया प्राण्यांच्या आक्रोशानें पृथ्वी व्याप्त होऊन गेली; तिजवरील नगरें प्रायः ओसाड पडलीं; गांवें आणि लहान लहान खेडीं हीं तर दग्ध होऊन गेलीं; पृथ्वी-वरील कांहीं प्रदेश भयंकर प्राण्यांनीं उध्वस्त करून सोडले; कांहीं ठिकाणीं शस्त्रपाताच्या योगानें लोकांचा नाश झाला; कोठें कोठें राजे लोकच पीडित झाल्यामुळें लोक नाश पावले, व कित्येक ठिकाणीं परस्परांच्याच भीतीनें प्रजा नामशेष झाल्या; सारांश, सर्व पृथ्वी प्रायः ओसाड आणि लोकशून्य अशी झाली! तिजवरील देवतांचें वास्तव्य नष्ट झालें; वृद्ध लोक नाहींतसे झाले; धेनु, अजा आणि महिषी ह्यांचा नाश झाला; परस्परांपासून परस्परांना उपसर्ग होऊं लागला; ब्राह्मणांचा वध झाला; संरक्षणक्रिया नष्ट झाली व औषधिसमुदायांचा नाश झाला! सारांश, त्या वेळीं पृथ्वी ही केवळ स्मशानतुल्य होऊन गेली!

युधिष्ठिरा, अशा प्रकारचा तो भयंकर काल येऊन धर्माचा नाश झाला, त्या वेळीं सर्व लोक क्षुधेनें आक्रांत होऊन गेले व परस्परांनाच भक्षण करूं लागले. ऋषि देखील नियमांचा त्याग करून अग्नि आणि देवता ह्यांना झुगारून देऊन व आश्रम सोडून इतस्ततः धांवूं लागले. पुढें एकदां भगवान् ज्ञानसंपन्न महर्षि विश्वा-मित्रही क्षुधाक्रांत होऊन चहूंकडे परिभ्रमण करूं लागला. त्या वेळीं त्यानें एका जनसमु-दायांत आपल्या स्त्रीपुत्रांना सोडून दिलें; आणि भक्ष्य व अभक्ष्य ह्या दोहोंचीही योग्यता सारखीच समजून तो अग्नि व आश्रम ह्यांचा त्याग करून चालला. ह्याप्रमाणें जातां जातां कोणे एके समयीं, एका अरण्यांत, प्राण्यांचा वध

करणाऱ्या हिंस्र अशा चांडालाच्या वसती-समीप गेला. तें वसतिस्थान छिन्नविच्छिन्न झालेल्या मडक्यांनीं व्याप्त झालेलें होतें; तेथें श्वानांच्या चर्मांचे अयुतावधि तुकडे पडलेले होते; वराह आणि गर्दभ ह्यांच्या मस्तकांच्या भग्न झालेल्या करोट्या व घट ह्यांनीं तें व्याप्त होऊन गेलेलें होतें; तेथें प्रेतावरील वस्त्रें आंथरलेलीं होतीं; निर्माल्य पुष्पादिकांनीं तें शृंगारलेलें होतें; त्यांतील झोंपड्या व मठ ह्यांना सर्पांच्या कातींच्या माळा लावून खूणा केलेल्या होत्या; तेथें कुक्कुटांचा विपुल शब्द होत होता; गर्दभांच्या ध्वनीनें तें अगदीं दुमदुमून गेलेलें होतें; तेथील लोकही कठोर वाक्यांचा मोठ्यानें उच्चार करून परस्परांशीं कलह करीत होते; तेथील देवमंदिरांवर घूकपक्षी ओरडत होते; आणि तें लोहमय घंटांनीं शृंगारिलेलें असून त्याच्या सभोंवतीं अनेक श्वानसमुदाय होते.

राजा, त्या ठिकाणीं प्रवेश केल्यानंतर, क्षुधेमुळें बेभान होऊन गेलेला तो महर्षि विश्वामित्र भक्ष्याचा शोध करण्याविषयीं अतिशय प्रयत्न करूं लागला. त्यानें तेथें भिक्षाही मागितली, तथापि त्याला तेथें मांस, अन्न, फल, मूल अथवा दुसरेंही कांहीं मिळालें नाहीं. तेव्हां ‘ अरेरे ! आतां या क्षुधेमुळें मजवर मरणरूपी संकट खास ओढवणार !’ असा निश्चय होऊन, निर्बल झाल्यामुळें तो विश्वामित्र एका चांडालाच्या गृहामध्यें भूमीवर पडला; आणि, हे नृपश्रेष्ठा, तो विचार करूं लागला कीं, आतां मीं काय करणें योग्य होईल ? व काय केलें असतां मला व्यर्थ मृत्युमुखीं पडावें लागणार नाहीं ? ह्याप्रमाणें विचार करीत असतां त्या मुनीला त्या चांडालाच्या गृहामध्यें त्याच वेळीं शस्त्रानें वध केलेल्या श्वानाचें मांस बांधून ठेवलेली एक लांब दोरी दिसली. तेव्हां त्यानें मनांत आणलें कीं, आतां आपण येथें या मांसाचें चौर्य करावें ! कारण, त्यावांचून माझ्या प्राणसंरक्षणाचा दुसरा कांहीं उपाय नाहीं. आपत्कालीं चौर्यकर्म विहित आहे; व त्यांतून अत्यंत मोठ्या वर्णाला अर्थात् ब्राह्मणाला तर तें अवश्य विहित आहे. आणि म्हणूनच प्राणसंरक्षणासाठीं ब्राह्मणानें तें करावें असा सिद्धांत आहे. प्रथम निकृष्ट जातींतील पुरुषाकडून द्रव्य ग्रहण करावें; त्याजकडून न मिळाल्यास आपल्या बरोबरीच्या मनुष्याकडून ग्रहण करावें; आणि त्याजकडूनही न मिळाल्यास आपल्याहून अधिक योग्यतेच्या अशा धार्मिक पुरुषाकडूनही ग्रहण करावें. तेव्हां आतां मी चांडालाकडे असणारें हें श्वानाचें जांघाड हरण करितों. प्रतिग्रहाहून चौर्यामध्यें ह्या वेळीं मला कांहीं दोष दिसत नाहीं; व म्हणूनच मी हें श्वानाचें जांघाड हरण करणार !

हे भरतकुलोत्पन्ना, असा बुद्धीचा निश्चय करून त्या महामुनि विश्वामित्रानें जेथें तो चांडाल रहात होता तेथेंच शयन केलें. पुढें, त्या चांडालाच्या झोंपडींतील सर्व लोक झोंपीं गेले आहेत व रात्र पुष्कळ होऊन गेली आहे, असें पाहून तो भगवान् विश्वामित्र हळूच उठून चांडालाच्या झोंपडींत शिरला. त्या वेळीं तो चांडाल झोंपीं गेल्यासारखा दिसत होता. कारण नेत्रमलानें त्याचे नेत्र चिकटलेले होते. विश्वामित्रानें तेथें प्रवेश करितांच, दिसण्यांत विद्रूप व रुक्ष असलेला तो चांडाल बदललेल्या आवाजानें म्हणाला कीं, “चांडालाच्या गृहांतील सर्व लोक झोंपीं गेले असतां मांस लटकत असलेली दोरी कोण हालवीत आहे ? मी येथें जागाच आहें, झोंपीं गेलों नाहीं ! थांब, तुला ठार केलाच म्हणून समज !” ह्याप्रमाणें त्या कठोर चांडालानें भाषण केलें असतां भिऊन जाऊन त्या कृत्यामुळें उद्विग्न

व म्हणूनच लज्जेमुळें मुख म्लान झालेला विश्वामित्र एकदम त्याला म्हणाला कीं, "हे आयुष्मन्, मी विश्वामित्र असून क्षुधाक्रांत होऊन येथें आलों आहें. हे सुबुद्धे, योग्य कोणतें याचें जर तुला ज्ञान असेल, तर तूं माझा वध करूं नको."

त्या विशुद्धांतःकरण महर्षीचें हें भाषण ऐकून तो चांडाल त्वरेनें शय्येवरून उठला व विश्वामित्राकडे जाऊन नेत्रांतून अश्रु गाळीत बहुमानामुळें हात जोडून त्याला म्हणाला, "हे ब्रह्मनिष्ठ, रात्रीं आपण येथें काय करूं इच्छीत आहां?" हें ऐकून, सांत्वन करीत करीत विश्वामित्र चांडालाला म्हणाला कीं, "मी क्षुधाक्रांत झालों असून माझे प्राण जाऊं पाहात आहेत. यास्तव, मी ही श्वानाची जांघ हरण करणार. क्षुधाक्रांत झाल्यामुळें मी हें पापकर्म करीत आहें. भक्ष्याचा अभिलाष असल्यामुळें माझी लज्जा नाहीशी झाली आहे. सारांश, ही क्षुधाच ह्या ठिकाणीं मजकडून दोष घडवीत आहे. यास्तव, मी आतां श्वानाची जांघ हरण करणार. क्षुधेमुळें माझे प्राण क्षीण होऊन जात आहेत, श्रवणशक्ति नष्ट झाली आहे, बल नाहींसें झालें आहे, व बुद्धीचाही नाश झाला आहे. यामुळें मला भक्ष्य आणि अभक्ष्य हा विचार राहिलेला नाहीं. म्हणूनच, असें करणें हा अधर्म आहे हें जरी मला कळत आहे, तरीही मी श्वानाची जांघ हरण करणार. मी तुमच्या गृहांतून फिरलों, तथापि जेव्हां मला भिक्षा मिळाली नाहीं तेव्हां मीं हें पाप करण्याचें मनांत आणिलें. अग्नि हा देवांचें मुख असून पुरोहितही आहे. तो प्रभु जें शुचिर्भूत असेल तेंच ग्रहण करितो. तथापि तो सर्वभोजी आहे. म्हणूनच, मी जरी ब्राह्मण आहें तरीही अग्नीप्रमाणेंच सर्वभोजी झालों आहें, हें तूं धर्मदृष्ट्या समज."

हें ऐकून चांडाल त्याला म्हणाला, "हे महर्षे, आपण माझें भाषण ऐका; आणि मग, ज्या योगानें धर्महानि होणार नाहीं तेंच करा. हे ब्रह्मर्षे, मी आपणालाही धर्म सांगतों आहें तो ऐका. विद्वान् लोक हे श्वान हा पशु शृगालाहून निकृष्ट प्रतीचा आहे असें सांगतात. त्यांतूनही, जांघ हा त्याच्या शरीरांतील निकृष्ट प्रतीचा भाग होय. हे महर्षे, चांडालाच्या वस्तूचें व त्यांतूनही अभक्ष्य वस्तूचें हरण करणें हें धर्मदृष्ट्या निंद्य असलेलें कर्म करण्याचा जो आपला निश्चय आहे, तो योग्य नाहीं. आपण प्राणसंरक्षणाचा दुसरा एखादा चांगलासा उपाय पहा. कारण, हे महामुने, या मांसलोभानें आपल्या तपाचा नाश होणें इष्ट नाहीं. प्रत्येक ज्ञानसंपन्न मनुष्यानें धर्माचें आचरण केलेलें आहे. धर्मसंकर केव्हांही करूं नये. आपण धर्माचा त्याग करूं नका. कारण, आपण धार्मिकश्रेष्ठ आहां."

हे भरतकुलश्रेष्ठा राजा युधिष्ठिरा, ह्याप्रमाणें चांडालानें सांगितलें असतां, क्षुधेनें पीडित झालेला महामुनि विश्वामित्र पुनरपि त्याला म्हणाला, "मी उपवासी असून पुष्कळ वेळपर्यंत इकडे तिकडे फिरत आहें. माझे प्राण संरक्षण करण्याचा दुसरा कांहीं उपायही नाहीं. अशा प्रसंगीं ज्या ज्या कोणत्याही विशिष्ट कर्माचें अवलंबन करावें लागेल त्याचें त्याचें अवलंबन करून, क्लेश पावत असलेल्या मनुष्यानें आपले प्राण वांचवावे व सामर्थ्य आल्यानंतर धर्माचें आचरण करावें. इंद्राप्रमाणें पालन करणें हा क्षत्रियाचा धर्म असून अग्नीप्रमाणें हवें तें भक्षण करून त्याचा दोष नष्ट करणें हा ब्राह्मणाचा धर्म आहे. वेदरूपी अग्नि हेंच माझें सामर्थ्य आहे. अर्थात् त्या योगानें मला त्या पापाचा नाश करितां येईल. म्हणूनच क्षुध शांत करण्यासाठीं मी हें भक्षण करणार

जें जें कर्म केलें असतां प्राण वांचतील तें तें उपेक्षा न करितां करावें. कारण, मरण पावण्यापेक्षां जिवंत रहाणें हें श्रेयस्कर आहे. प्राण वांचल्यानंतर धर्म संपादन करितां येईल. म्हणूनच जीविताच्या इच्छेनें मीं बुद्धिपूर्वक अभक्ष्याचेंही भक्षण करण्याचा निश्चय केला आहे. ह्याला तूं अनुमति दे. ह्या योगानें मी आपल्याला बलसंपन्न करीन; व ज्याप्रमाणें तेज हें भयंकर अशा अंधकाराचा नाश करतें, त्याप्रमाणें तप आणि विद्या यांच्या योगानें मी पातकाचा नाश करीन."

चांडाल ह्मणाला:--हें भक्षण केल्यानें आयुष्याची अभिवृद्धि होत नाहीं; बलाची प्राप्ति होत नाहीं, अथवा अमृत भक्षण केल्यानें जशी तृप्ति होते तशी तृप्तिही होन नाहीं. ह्यास्तव, आपण दुसरी कोणती तरी भिक्षा मागा. श्वान भक्षण करण्याकडे अंतःकरण जाऊं देऊं नका. कारण, श्वान भक्षण करणें हें ब्राह्मणाला योग्य नाहीं.

विश्वामित्र ह्मणाला:--हे चांडाला, ह्या दुर्भिक्षामध्यें दुसरें मांस मिळणें शक्य आहे असें मला वाटत नाहीं; आणि मजपाशीं द्रव्यही नसल्यामुळें मी निराश आणि क्षुधाक्रांत व निरुपाय झालों आहें. ह्मणूनच मी ह्या श्वानाच्या मांसामध्यें उत्कृष्ट प्रकारचे षड्रस आहेत असें समजतों!

चांडाल म्हणाला:--ब्राह्मण, क्षत्रिय आणि वैश्य ह्यांना पांच नखें असणाऱ्या शशादिक पांच प्राण्यांवांचून इतरांचें मांस भक्षण करणें योग्य नाहीं, असें शास्त्र आहे. आणि आपणांला ज्या अर्थीं शास्त्र प्रमाण आहे, त्या अर्थीं आपण अभक्ष्य भक्षण करण्याचें मनांत आणूं नका.

विश्वामित्र म्हणाला:--अगस्त्य मुनींनीं क्षुधाक्रांत झाल्यामुळें वातापि नांवाचा राक्षसही भक्षण केला. त्याचप्रमाणें मी या आपत्तींत असून क्षुधाक्रांत असल्यामुळें श्वानाची जांघ भक्षण करणार.

चांडाल म्हणाला:--आपण दुसरी भिक्षा मागून आणा. पण हें करणें आपणांला योग्य नाहीं. ह्याउपरही जर आपणांला वाटलें, तर श्वानाची जांघ खुशाल घेऊन चला. पण हें करणें योग्य मात्र नाहीं हें खास!

विश्वामित्र म्हणाला:--धर्म कोणचा हें ठरविण्याचें साधन शिष्ट लोकच आहेत. व मीही त्यांच्याच वर्तनाचें अनुकरण करीत आहें. आणि म्हणूनच ही श्वानाची जांघ पवित्र अशाही भक्ष्याहून श्रेष्ठ व भक्षण करण्यास योग्य आहे असें मी समजतों.

चांडाल म्हणाला:--असज्जनांनीं ज्याचें आचरण केलें असेल, तो कांहीं सनातन धर्म नव्हे. ह्या जगांत दुष्कर्म करणें हें केव्हांही योग्य नाहीं. यास्तव, आपण कोणत्याही मिषानें दुष्कर्म करूं नका.

विश्वामित्र म्हणाला:--जो ऋषि असेल त्यानें पातक अथवा निंद्य कर्म करणें शक्य नाहीं. शिवाय, पशुत्वाच्या दृष्टीनें श्वान व मृग ह्या दोहोंची योग्यता माझ्या मतें सारखीच आहे व म्हणूनच मी श्वानाची जांघ भक्षण करणार.

चांडाल ह्मणाला:--ब्राह्मणांनीं प्रार्थना केल्यामुळें त्यांच्यासाठींच अगस्त्य मुनीनें तशा प्रसंगीं जें कांहीं कर्म केलें, तो त्या वेळीं धर्मच होय; त्यांत पातक नाहीं. कारण, हव्या त्या उपायानें ब्राह्मणरूपी गुरूंचें संरक्षण केलें पाहिजे व ह्मणूनच त्याला तसें करावें लागलें.

विश्वामित्र म्हणाला:--मला हा माझा ब्राह्मणदेह प्रिय असून तो ह्या लोकामध्यें अत्यंत पूज्य आहे व तोच माझा मित्र आहे. ह्यास्तव, त्याचें पोषण करण्याच्या इच्छेनें मी

ही श्वानाची जांघ हरण करूं इच्छीत आहें. ह्या वेळीं मला असल्या क्रूर कर्माची भीति वाटत नाहीं.

चांडाल ह्मणालाः—हे ज्ञानसंपन्ना, ह्या लोकामध्यें मनुष्यें आपल्या जीविताचाही खुशाल त्याग करितात, पण अभक्ष्य भक्षण करण्याचें मनांत आणीत नाहींत; आणि त्यामुळें त्यांचे सर्व मनोरथही पूर्ण होतात. तेव्हां क्षुधित स्थितींतच खुशाल प्राण सोडा, पण असलें दुष्कर्म करूं नका.

विश्वामित्र ह्मणालाः—मरणच येणार हें ठरलें असेल, तर तें अभक्ष्य भक्षण न करितां येणें हें योग्य व यशस्कर आहे. पण जिवंत स्थितींत असतां उपवासी रहाणें हें मात्र धर्म-लोपास कारणभूत आहे. शिवाय, पापकर्माचा नाश करितां येतो हें निःसंशय आहे. कारण, मी अंतःकरणांत शांतीचें वास्तव्य असलेला व सदैव व्रताचें आचरण करणारा आहें. शिवाय, सर्वांस मूलभूत अशा ह्या शरीराचें संरक्षण करणें योग्य आहे. म्हणूनच मी अभक्ष्य भक्षण करणार. मी जर ज्ञानी असलों, तर असें करण्यांत मला पुण्य लागेल हें उघड आहे. कारण, उपवासी राहिल्यास ज्ञान नाहींसें होईल; व तसें होऊं देणें हें पापजनक आहे. आतां, मी जर अज्ञ असलों, तर मला जो दोष लागावयाचा तो चांडालाच्या ठिकाणीं असणाऱ्या दोषाइतकाच लागेल. मी ज्ञानी आहें किंवा अज्ञानी आहें ह्याविषयींचा माझा निश्चय झाला नसून संशयच आहे, व अशा स्थितींत हें कृत्य मी आचरण करीत आहें, असें जरी असलें, तरी मी कांहीं श्वपच होणार नाहीं; तपाच्या योगें मी हा दोष निवृत्त करीन !

चांडाल ह्मणालाः—मी ब्राह्मणेतर आहें व केवल यज्ञस्वरूपीच अशा आपणांला दोष देत असल्यामुळें पातकीही आहें. तथापि अशा प्रकारच्या ह्या पापकारक कर्माचा आपण निरास केला पाहिजे असें माझें ठाम मत आहे.

विश्वामित्र म्हणालाः—अरे, एखाद्या सरोवरांत बेडूक कितीही ओरडत असले, तरी गाई त्यांतील पाणी पीतच असतात. तद्वतच, तूं कितीही ओरडलास तरी मी हें कृत्य करणारच ! धर्माविषयींचा तुला कांहीं अधिकार नाहीं. उगीच तूं आपली प्रशंसा करून घेऊं नको.

चांडाल म्हणालाः—मित्र ह्या नात्यानें मी आपणांला हा उपदेश करीत आहें. कारण, हे द्विज, आपली मला फार कींव येत आहे. आपणांला जर माझें हें सांगणें श्रेयस्कर वाटलें, तर आपण तें करा. उगीच लोभामुळें पातक मात्र करूं नका.

विश्वामित्र म्हणालाः—तूं जर माझा मित्र आहेस आणि तुला जर माझ्या सुखाची इच्छा आहे, तर तूं मला ह्या संकटांतून वर काढ. माझे धर्म कोणते आहेत ते मला माहीत आहेत. तेव्हां सोड आतां ही श्वानाची जांघ !

चांडाल म्हणालाः—आपणांला ही जांघ देण्याचा मला उत्साह होत नाहीं व हरण होत असलेल्या ह्या आपल्या अन्नाची उपेक्षा करण्याचीही मला इच्छा होत नाहीं. कारण, ही जांघ दिल्यानें ती देणारा मी व घेणारे ब्राह्मण आपण हे उभयतांही दोषी होऊन नरकास पात्र होऊं.

विश्वामित्र म्हणालाः—आज मीं हें पापकर्म केलें आणि जगलों, तर पुढें अत्यंत पुण्यकारक असें आचरण करीन; व अंतःकरण शुद्ध करून केवल धर्मप्राप्तिच करून घेईन, तेव्हां हें असें करणें आणि अभक्ष्य न भक्षण करितां

---

१ छांदोग्यांत, मन हें अन्नमय आहे असें सांगून, अन्न भक्षण न केल्यास अध्ययन केलेल्या विद्यांचेंही स्मरण होत नाहीं, असें वर्णन केलेलें आहे.

मरून जाणें ह्या दोहोंपैकीं कोणती गोष्ट श्रेष्ठ हें तूंच सांग.

चांडाल ह्मणालाः—आपल्या कुलास योग्य असें धर्माचरण कोणतें ह्याविषयीं आपला आत्माच साक्षिभूत असतो; व ह्या कृत्यामध्यें काय पातक आहे हेंही आपणांला माहितच आहे. श्वानाचें मांस भक्षण करण्यास योग्य आहे असें समजून जो त्याचें ग्रहण करील, त्याला त्याज्य असें कांहींच उरलें नाहीं असें मला वाटतें!

विश्वामित्र ह्मणालाः—अंगीकार करण्यास अयोग्य अशा गोष्टींचा अंगीकार करणें व अभक्ष्य भक्षण करणें ह्यांत दोष आहेत हें खरें; पण प्राणहानि होण्याच्या प्रसंगीं तसें करितां येतें असा त्याला कायमचा अपवाद आहे. म्हणूनच अशा प्रसंगीं केलेली हिंसा ही हिंसा होत नाहीं व असत्य भाषणही असत्य भाषण होत नाहीं. त्यांत कांहींसा दोष असेल, पण अशा प्रसंगीं ज्यानें अभक्ष्य भक्षण केलें असेल तो अतिशय दोषास्पद होत नाहीं!

चांडाल ह्मणालाः—हे द्विजश्रेष्ठ, प्राणसंरक्षण हाच जर अभक्ष्य भक्षण करण्यांत आपला हेतु असेल, तर मग आपणांला वेद अथवा आर्यधर्म प्रमाण असण्याचा संभव नाहीं. ह्मणूनच ह्या ठिकाणीं जसें आपण हें ह्मणत आहां, त्याचप्रमाणें आपल्या मतें भक्ष्याभक्ष्यदोष हा मुळींच नाहीं असें मला वाटतें.

विश्वामित्र म्हणालाः—अशा प्रसंगीं अभक्ष्य भक्षण करणें हें महापातक आहे असें मला वाटत नाहीं. मद्यप्राशन करणारा पतित होतो असें शास्त्र आहे, पण ती केवळ आज्ञा आहे. असें करण्यांत मैथुनाइतकाच दोष आहे. शिवाय, प्रसंगविशेषीं एखादें पातक केलें म्हणून त्यापूर्वी केलेल्या धर्माचरणाचा नाश होतो असें नाहीं.

चांडाल म्हणालाः—अभक्ष्य व तेंही निंद्य प्रदेशांतून, निंद्य कर्मानें व निंद्य मनुष्याकडून घेतल्यास तें सदाचारसंपन्न आणि विद्वान् अशा मनुष्याला पीडा देतेंच. ह्यांत मजकडे कांहीं दोष नाहीं. जो अभक्ष्यभक्षणाच्या अत्यंत आसक्तीनें श्वान ग्रहण करीत आहे, त्यालाच त्याबद्दल अवश्य शिक्षा भोगावी लागेल!

भीष्म सांगतातः—विश्वामित्राला असें म्हटल्यानंतर तो चांडाल त्या वेळीं अधिक कांहीं न बोलतां उगाच बसला; आणि उत्कृष्ट-बुद्धिसंपन्न विश्वामित्रानें ती श्वानाची जांघ हरण केलीच. पुढें, जीविताचा अभिलाष करणाऱ्या त्या महामुनीनें श्वानाचा तो अवयव घेतला; आणि तो अरण्यांत आणून आपल्या पत्नीसहवर्तमान भक्षण करण्याचें त्यानें मनांत आणिलें. इतक्यांत त्याला अशी बुद्धि झाली कीं, प्रथम देवतांना यथाविधि तृप्त करून नंतरच आपण स्वेच्छानुसार श्वानाची ही जांघ भक्षण करावी. मग ब्राह्मविधीनें अग्नि प्रज्वलित करून त्या मुनीनें ऐंद्राग्नेयसंज्ञक विधीनें स्वतःच चरु शिजविला; आणि, हे भरतकुलोत्पन्ना, इंद्रादि देवांना आह्वान करून व शास्त्रोक्त क्रमानें त्यांना एक एक भाग अर्पण करून, देव आणि पित्र्य कर्मे करण्याचा त्यानें उपक्रम केला. तेव्हां त्याच वेळीं सर्व प्रजांचें आणि औषधींचें संजीवन करण्यासाठीं इंद्रानें पर्जन्यवृष्टि केली. पुढें भगवान् विश्वामित्रानेंही तपश्चर्येच्या योगानें आपलें पातक दग्ध करून पुष्कळ वेळानें अत्यंत आश्चर्यकारक अशी सिद्धि संपादन केली. असो;

१ सर्वान्नानुमतिश्च प्राणांते तद्दर्शनात् (प्राण जाण्याचा प्रसंग असेल तर हवें तें अथवा हव्या त्या मनुष्याकडचें अन्न भक्षण करावें. कारण, वेदांत अशा गोष्टी झाल्याचीं उदाहरणें आहेत.) वेदांतदर्शन. ‘ न नर्मयुक्तं वचनं हिनस्ति न स्वैरवाच्यं न च मैथुनार्थे। प्राणात्यये सर्वधनापहारे पञ्चानृतान्याहुरपातकानि ’। यमस्मृति.

इंद्रानें वृष्टि केल्यानंतर विश्वामित्रानें आपण आरंभिलेलें तें कर्म समाप्त केलें व त्या होमद्रव्याचा अर्थात् श्वानाच्या जंघेचा आस्वादही न घेतां त्या द्विजश्रेष्ठानें देव आणि पितर ह्यांना तृप्त केलें. ह्याप्रमाणेंच संकटांत सांपडलेल्या जीवितेच्छु, विद्वान् व उपाय जाणणाऱ्या मनुष्यानें धीर खचूं न देतां हवे ते उपाय करून आपल्या दीन अशा आत्म्याचा उद्धार करावा. ह्याच मताचें अवलंबन करून सदैव आपले प्राण वांचविले पाहिजेत. कारण, प्राण वांचले तरच मनुष्य पुण्य संपादन करूं शकतो व त्याचें कल्याणही होतें. यास्तव, हे कुंतीपुत्रा, बुद्धिचातुर्यसंपन्न अशा विद्वान् मनुष्यानें धर्म कोणता आणि अधर्म कोणता ह्याचा निर्णय करण्याच्या कामीं बुद्धीचें अवलंबन करून ह्या लोकांत वागलें पाहिजे.

अध्याय एकशें बेचाळिसावा.

—::—

युधिष्ठिराच्या संशयाचें निराकरण.

युधिष्ठिर विचारतोः—मोठमोठ्या लोकांनीं सुद्धां अशा प्रकारचें भयंकर कृत्य–कीं जें अविश्वसनीय आणि असत्य असावें असें वाटतें, तें जर केलें आहे, तर मग दस्यूंच्या आचरणाची याहून अशी कांहीं दुसरी मर्यादा आहे काय, कीं जिचा मला त्याग करतां येईल? आपण सांगितलेल्या ह्या गोष्टीनें मला भ्रम पडूं लागून खेद होत आहे व माझी धर्मबुद्धिही शिथिल झाली आहे. या वेळीं मी आपलें सांत्वन करीत आहें, तथापि मला कर्तव्याची दिशा मुळींच कळेनाशी झाली आहे.

भीष्म सांगतातः—शास्त्रांतील तत्त्वें ऐकूनच मीं तुला हा धर्मोपदेश केला आहे असें नाहीं. हें जें मधुतुल्य ज्ञान सांठविलेलें आहे, ती ज्ञानसंपन्न अशा लोकांच्या ज्ञानाचीच पराकाष्ठा आहे. अर्थात् ज्ञानसंपन्न लोकांनीं संकटप्रसंगीं असें आचरण न करणें अत्यंत दोषास्पद आहे, असें दिसून आल्यावरून तें करावयाचें ठरविलें आहे. राजानें अनेक प्रकारच्या प्राण्यांकडून अनेक प्रकारचें ज्ञान संपादन केलें पाहिजे. एकाच प्रकारची बुद्धि असून चालत नाहीं. हे कुरुकुलोत्पन्ना, ज्ञानोत्पादक धर्म आणि सदाचार यांचें ज्ञान सदैव संपादन केलें पाहिजे. यास्तव, त्याविषयीं मी सांगतों तें लक्षांत घे. जे राजे बुद्धीनें श्रेष्ठ आणि विजयाभिलाषी असतात, ते धर्माचें आचरण करितात. राजानें आपल्या बुद्धीच्या योगानें धर्माचें त्या त्या बाजूनें शोधन केलें पाहिजे. धर्माचा प्रकार एकच असला तर तो राजाच्या हातून घडूं शकत नाहीं. यास्तव, बुद्धीनें त्याचे अनेक प्रकार जाणले पाहिजेत. पण प्रथम अध्ययनाच्या वेळींच ज्याला ह्या ज्ञानाचें शिक्षण मिळालें नाहीं, व ह्मणूनच जो दुर्बल अर्थात् शास्त्रबलशून्य असतो, त्याला हें ज्ञान कोठून असणार? ज्याला धर्माचे दोन मार्ग अवगत नाहींत, त्याला ते दोन दिसल्यावर संशय येणें साहजिकच आहे; आणि ह्मणूनच, हे भारता, प्रथमच तें दोन्ही प्रकारचें ज्ञान संपादन करावें. ज्ञानसंपन्न राजानें प्रजेकडून पुढील वर्षीं कमी कर घेण्याचा जरी निश्चय केला असला, तरी आपल्यावर संकट आल्यास तो अधिक घ्यावा. ह्या आचरणास सुज्ञ मनुष्य धर्म असेंच समजतो; आणि जो तसा नसेल तो तसें समजत नाहीं. कांहीं लोक खरे ज्ञानी असतात व कांहींचें ज्ञान खरें नसतें. ह्यास्तव, त्याची माहिती बरोबर रीतीनें मिळवून, जें ज्ञान सज्जनांस मान्य असेल त्याचाच सुज्ञ लोक अंगीकार करीत असतात. धर्माचा विरोध करणारे लोक नीतिशास्त्राच्या तत्त्वांचा अपहार करीत असतात. अर्थात् त्या शास्त्राच्या

दृष्टीनें त्या तत्त्वांचा जो उपयोग आहे तो होऊं देत नाहींत. व अर्थशास्त्र हें धर्मशास्त्राच्या विरुद्ध असल्यामुळें ग्राह्य नाहीं, असें सांगतात; आणि कांहीं कारण नसतां, नीतिशास्त्र हें अप्रमाण आहे, असें प्रसिद्ध करितात. अशा प्रकारचें आचरण करणारे लोक निंद्य होत. हे राजा, विद्या, कीर्ति आणि काम ह्यांजवरच सर्वथैव चरितार्थ चालवूं इच्छिणारे जे लोक, ते सर्व धर्माचे विरोधी व म्हणूनच पापिष्ठ होत. त्या मूर्खांना बुद्धि प्रौढ नसल्यामुळें बरोबर ज्ञान होत नाहीं. तसेंच, शास्त्रपटु नसलेले, शास्त्रसंबंधी कोणतीही गोष्ट युक्तियुक्त नाहीं असा सिद्धांत झालेले व शास्त्रांत दोष आहेत असें समजणारे हे अनधिकारी लोक शास्त्राचें केवळ चौर्य करीत असतात. त्यांना नीत्यादिक विद्यांचें जें कांहीं तत्त्व कळेल, तें अयोग्य आहे असेंच ते समजतात; आणि इतरांच्या विद्येची निंदा करून आपल्याच विद्येचें वर्णन करितात. विद्येचें जें कांहीं फळ आहे तें सर्व आपण काढून घेतलें आहे असेंच जणू त्यांस वाटतें; आणि त्यांची वाणी ही केवळ बाणाप्रमाणें अथवा दुसऱ्या एखाद्या अस्त्राप्रमाणें असते. हे भरतकुलोत्पन्ना, अशा प्रकारचे हे उपजीविकेच्छु लोक म्हणजे विद्येचे व्यापारी होत. हे राक्षसतुल्य आहेत असें समजावें. युधिष्ठिरा, सज्जनांनीं देखील दांभिकपणानें आचरण केलेला जो धर्म असेल, त्याचाही तुला स्पर्श होतां कामा नये. केवल शास्त्राच्या अनुरोधानें अथवा केवल बुद्धीनें धर्मनिर्णय करितां येणें शक्य नाहीं. कारण, त्याला त्या दोहोंचीही अपेक्षा आहे, असें बृहस्पतीचें मत प्रत्यक्ष इंद्रानें सांगितलें आहे. शास्त्रामध्यें कोणतेंही वचन निष्कारण सांगितलेलें नसतें. पण कित्येक लोक, सकृद्दर्शनीं शास्त्रविरुद्ध दिसणारी गोष्ट जरी शास्त्रानें युक्तिपूर्वक सिद्ध झाली, तरी अहिंसादिकांस महत्त्व देत असल्यामुळें ते तिचा अंगीकार करीत नाहींत. लोकांचा योग्य रीतीनें चरितार्थ चालविणें हा धर्म आहे; आणि म्हणूनच, राजानें त्यासाठीं चोरादिकांचा वध अर्थात् हिंसा केली पाहिजे, असें कांहीं ज्ञानसंपन्न लोक म्हणतात. सारांश, ज्ञानी लोकांमध्यें सुद्धां यासंबंधानें मतभेद होण्याचा संभव आहे. यास्तव, ज्ञानसंपन्न राजानें सज्जनांस मान्य असलेला धर्म कोणता याचा आपल्या बुद्धीनेंच विचार करावा. युधिष्ठिरा, क्रोधानें, शास्त्रासंबंधीं भ्रांति असल्यामुळें अथवा तें बरोबर समजलें नसल्यामुळें सुज्ञ मनुष्य जर सभेमध्यें शास्त्रासंबंधीं भाषण करूं लागला, तर त्याला जें शास्त्राचें पूर्वीचें स्वरूप दिसत होतें तें पुढें दिसेनासें होतें. अर्थात् सभेमध्यें अनेक लोकांपुढें भाषण केल्यानें सर्व दोष निघून जाऊन शास्त्राच्या खऱ्या स्वरूपाचें ज्ञान होतें. श्रुत्यनुकूल असणारा असा जो तर्क आणि वचन, त्या दोहोंच्या योगानेंच शास्त्र प्रशंसनीय ठरतें. ज्ञानास कारणभूत असल्यामुळें कांहीं लोक वचनाचीच प्रशंसा करीत असतात; पण तें केवळ अज्ञान होय. दुसरे, युक्तीपुढें टिकत नाहीं म्हणून शास्त्रच निरर्थक आहे असें मानतात. पण तेंही अज्ञानच होय, असें संशयच्छेद करणारें वचन पूर्वीं शुक्रानें दैत्यांना सांगितलें होतें. संशयरूपी ज्ञान सत्य नव्हे, हेंच खरें आहे. यास्तव, तूं त्याचा समूळ उच्छेद कर व तें दूर झुगारून दे. मी सांगितलेल्या ह्या नीतिवाक्यांचा तूं स्वीकार करीत नाहींस हें अयोग्य आहे. क्रूर कर्में करण्यासाठींच तुला परमेश्वरानें निर्माण केलें आहे, हें तुला कळून येत नाहीं. बा युधिष्ठिरा, ऐश्वर्यप्राप्तीची इच्छा करणारा जो हा नृपसमुदाय, त्याची संकटांतून मुक्तता होईल

अशा प्रकारें जें मी आचरण करीत आहें, अर्थात् ह्यांच्यासाठीं मी जो इतरांचा वध करीत आहें, तिकडेही तूं लक्ष दे. ह्या गोष्टीला इतर लोकांची अनुमतिही नाहीं; व म्हणूनच हें क्रूर कर्म आहे म्हणून ते माझी निंदाही करीत असतात. ब्रह्मदेवानें अज, अश्व आणि क्षत्रिय हे तीन प्राणी सारख्याच प्रकारचे उत्पन्न केलेले आहेत. म्हणूनच, ज्याप्रमाणें अज हा त्याच्या हिताकरितांच यज्ञाकडे न्यावयाचा, त्याप्रमाणेंच अश्व आणि क्षत्रिय ह्यांनाही त्यांच्या हिताकरितांच संग्राम करण्यासाठीं न्यावयाचें. त्या क्षत्रियाच्या योगानें, पुनःपुनः जन्म पावणाऱ्या प्राण्यांचा अनिर्वचनीय असा चरितार्थ चालतो. वध करण्यास पात्र नसलेल्या प्राण्याचा वध करण्यांत जें पातक आहे, तेंच वध करण्यास योग्य असलेल्याचा वध न करण्यांत आहे. दस्यूंच्या धर्माची मर्यादा ती हीच. आणि म्हणूनच अवध्यांचा वध व वध्यांचा वध न करणें ह्या दस्यूंच्या धर्ममर्यादेचा त्याग केला पाहिजे. सारांश, राजानें तीक्ष्णपणें राहून प्रजेला आपापल्या धर्माप्रमाणें वागावयास लावलें पाहिजे. असें न केलें तर लोक लांडग्याप्रमाणें परस्परांना भक्षण करीत रहातील. ज्याच्या राष्ट्रामध्यें जलांतून मत्स्य हरण करणाऱ्या करकोच्यांप्रमाणें चोर परद्रव्य हरण करीत असतात, तो राजा क्षत्रियाधम होय. ह्यास्तव, हे राजा, तूं कुलीन आणि वेदविद्यासंपन्न असे आपले अमात्य करून धर्माच्या अनुरोधानें प्रजेचें पालन करीत पृथ्वीचें राज्य कर. सामादिक उपाय व त्यांचे भेद ह्यांचें ज्ञान नसणारा जो क्षत्रिय अन्यायानें प्रजेकडून कर घेतो व तिचें पालन करीत नाहीं, तो केवल नपुंसक होय. केवल उग्रपणा अथवा केवल सौम्यपणाही असणें प्रशस्त नाहीं. म्हणूनच ह्या दोहोंचाही अतिक्रम करितां कामा नये. ह्यास्तव, तूं उग्र हो आणि नंतर सौम्यही हो. हा क्षत्रियांचा धर्म फार कष्टदायक आहे. पण माझें प्रेम तुजवर आहे, म्हणून मी तो तुला सांगतों. तुझी उत्पत्तिच ईश्वरानें क्रूर कर्मासाठीं केली आहे. ह्यास्तव, तूं राज्याचें पालन कर. हे भरतकुलश्रेष्ठा, दुष्ट लोकांचा निग्रह करून शिष्टांचें सदैव पालन करावें, असें ज्ञानसंपन्न शुक्रानें आपद्धर्माच्या संबंधानें सांगितलेलें आहे.

युधिष्ठिर विचारतोः—हे पितामह, इतरांना उल्लंघन करितां येणार नाहीं अशी कांहीं मर्यादा असली, तर तिजसंबंधानें मी आपणांला प्रश्न करीत आहें. यास्तव, हे सज्जनश्रेष्ठा, आपण ती मला कथन करा.

भीष्म सांगतातः—विद्यावृद्ध, तपस्वी व शास्त्रज्ञान आणि सदाचार यांनीं संपन्न अशा ब्राह्मणाची सेवा करणें हें कृत्य अत्यंत पवित्र होय. हे राजा, देवतांसंबंधानें जसें तुझें वर्तन आहे, तसेंच सदैव ब्राह्मणासंबंधानें असलें पाहिजे. क्रुद्ध झाल्यामुळें ब्राह्मणांनीं नानाप्रकारचीं कर्में केलेलीं आहेत. ब्राह्मण संतुष्ट असल्यास उत्कृष्ट प्रतीची कीर्ति होईल; आणि ते असंतुष्ट झाल्यास त्याजपासून अतिशय भीति उत्पन्न होईल. कारण, ब्राह्मण संतुष्ट झाल्यास अमृतासारखे व रुष्ट झाल्यास विषासारखे असतात.

अध्याय एकशें त्रेचाळिसावा.

—:०:—

कपोत-व्याध-संवाद-प्रस्ताव.

युधिष्ठिर विचारतोः—हे सर्वशास्त्रनिष्णात महाज्ञानी पितामह, शरणागताचें संरक्षण करणाऱ्यास जो धर्म घडतो, तो मला कथन करा.

भीष्म सांगतातः-हे महाराजा, शरणांगतांचें संरक्षण करण्यांत मोठा धर्म आहे. हे भरतकुलश्रेष्ठा, तूं प्रश्न करण्याला मोठा योग्य

आहेस, म्हणूनच तूं असा प्रश्न केलास. राजा, शरणागताचें पालन केल्यामुळेंच महात्म्या शिबिप्रभृति भूपतींना उत्कृष्ट प्रकारची सिद्धि मिळाली आहे. शिवाय, एका कपोत (कवडा) पक्ष्यानें आपला शत्रु शरण आला असतां त्याचा योग्य प्रकारें बहुमान केला, व आपलें मांस भक्षण करण्याविषयींही त्याला सांगितलें, असें आमच्या ऐकण्यांत आहे.

युधिष्ठिर विचारतोः—हे भारत, पूर्वीं कपोतानें शरण आलेल्या शत्रूला आपल्या मांसाचें कसें भोजन दिलें? आणि त्यामुळें त्याला कोणती गति मिळाली?

भीष्म सांगतातः—हे राजा, सर्व प्रकारच्या पातकांचा नाश करून स्वर्ग देणारी व भार्गव मुनीनें मुचकुंदाला सांगितलेली ही कथा तूं ऐक. हे नरश्रेष्ठा युधिष्ठिरा, पूर्वीं हीच गोष्ट राजा मुचकुंदानें भार्गव मुनीला विचारली होती. तेव्हां, हे नराधिपते, श्रवण करण्याविषयीं उत्कंठित असलेल्या त्या मुचकुंदाला भार्गव मुनीनेंही कपोताला सिद्धि कशी मिळाली त्याविषयींची कथा सांगितली.

मुनि म्हणालाः—हे महाबाहो राजा, धर्मविषयक सिद्धांतांनीं युक्त, व अर्थ आणि काम ह्या पुरुषार्थांशीं संबद्ध असलेली ही कथा तूं मजकडून एकाग्र अंतःकरणानें श्रवण कर.

हे राजा, ह्या भूतलावर मृत्यूच्या तोडीचा व क्षुद्र प्रकारचें आचरण असलेला पक्ष्यांचा वध करणारा कोणी एक भयंकर व्याध एका मोठ्या अरण्यामध्यें संचार करीत होता. त्याच्या शरीराचा वर्ण डोमकावळ्याप्रमाणें कृष्ण, नेत्र आरक्तवर्ण, पायांच्या पोटऱ्या लांबट, पाय अखूड व तोंड आणि हनुवटी हीं विशाल असून तो मूर्तिमंत मृत्यूसारखा दिसत होता. त्याला कोणी मित्र नव्हता, कोणी आप्त नव्हता व कोणी बांधवही नव्हता. कारण, त्याच्या त्या भयंकर कर्मामुळें त्यांनीं त्याचा त्याग केलेला होता. खरोखर पापाचरण करणाऱ्या मनुष्याचा सुज्ञांनीं अत्यंत त्याग केला पाहिजे. कारण, जो स्वतःशींही देखील प्रतारणा करितो, तो दुसऱ्याला हितकारक असण्याची गोष्ट तरी कशाला पाहिजे? जे पुरुष क्रूर, दुष्ट आणि प्राण्यांचे प्राण हरण करणारे असतात, त्यांची मनुष्याला सर्पाप्रमाणें भीति वाटते. असो; तो व्याध जाळें घेऊन वनामध्यें सदैव पक्ष्यांचा वध करी; आणि, हे प्रजाधिपते, त्या पक्ष्यांचा विक्रयही करी. अशा प्रकारें तो मनुष्य त्या पक्ष्यांवर आपली उपजीविका करीत असतां पुष्कळ दिवस निघून गेले. तथापि त्याला तो अधर्म आहे असें कळून आलें नाहीं. केवल भार्येचेंच साहाय्य असलेला व दैवगतीनें मूढ झाल्यामुळें सदैव त्याच वृत्तींत आनंदानें रहाणाऱ्या त्या व्याधाला दुसरी वृत्ति रुचेनाशी झाली.

पुढें कोणे एके समयीं तो अरण्यांत असतां, तेथील वृक्षांना जणू पाडून टाकणारा अतिशय प्रचंड वारा सुटून गडबड उडून गेली. पुढें एका क्षणांत सर्व आकाश मेघांनीं आच्छादित होऊन जाऊन अनेक विजा चमकूं लागल्यामुळें तें सुशोभित दिसूं लागलें; आणि मेघमंडलांनीं आच्छादित झाल्यामुळें तें नौकांच्या समुदायानें आच्छादित झालेल्या समुद्राप्रमाणें दिसूं लागलें. व इंद्रानें अनेक जलधारांचा वर्षाव करून एका क्षणांत सर्व पृथ्वी जलानें भरून टाकली. याप्रमाणें त्या वेळीं सर्व जग जलधारांनीं व्याप्त होऊन गेलें असतां, थंडीनें व्याकूळ होऊन गेलेला व शुद्धि नाहींशी होऊन गडबडून गेलेला तो व्याध अंतःकरण व्याकुल होऊन त्या सर्व वनामध्यें भ्रमण करूं लागला. त्या वेळीं, पक्ष्यांचा वध करणाऱ्या त्या व्याधाला कोठें सखल अशी जागाही

मिळेना. कारण, त्या वनांतील सर्व प्रदेश जलमय होऊन गेलेला होता. त्या वेळीं वृष्टीच्या वेगामुळें सर्व पक्षी मृत झाल्याप्रमाणें शरीर आकुंचित करून बसलेले होते. मृग, सिंह, वराह इत्यादि पशु भूमीवरच पडून राहिलेले होते. पुढें प्रचंड वायु आणि वृष्टि यांनीं त्रासून जाऊन ते अरण्यवासी प्राणी भीतीनें व क्षुधेनें व्याकूळ होऊन सर्वजण मिळून अरण्यामध्यें भ्रमण करूं लागले. पण तो व्याध मात्र थंडीमुळें सर्व अवयव अचेतनासारखे झाल्यामुळें कोठें जाऊंही शकला नाहीं व तेथें राहूंही शकला नाहीं. त्या वेळीं त्याला एक कपोतस्त्री थंडीनें व्याकूळ होऊन भूमीवर पडलेली दिसली. त्या वेळीं तो जरी शीतपीडित झालेला होता, तरी तिला पाहातांच त्या दुष्टानें तिला धरून पिंजऱ्यांत फेंकून दिलें! अशा रीतीनें स्वतः दुःखाकुल झाला असतांही त्यानें दुसऱ्याला दुःख दिलें. अंतःकरण दुष्ट असलेल्या त्या व्याधाला पाप करण्याची संवयच असल्यामुळें त्यानें अशा प्रसंगींही पापच केलें. पुढें त्याला तेथें वृक्षसमुदायामध्यें मेघाप्रमाणें नीलवर्ण कांति असलेला एक वृक्ष दिसला. छाया, आश्रयस्थान आणि फलें ह्यांच्या अभिलाषानें त्या वृक्षावर अनेक पक्षी वास्तव्य करीत होते. ह्यामुळें, तो परोपकार करण्यासाठीं विधात्यानें निर्माण केलेला एक साधु असाच दिसत होता. असो; पुढें थोड्या वेळानें आकाशांतील तारका स्वच्छ दिसूं लागल्या. तेव्हां चंद्रविकासी कमलांनीं व्याप्त झाल्यामुळें फुलून गेल्याप्रमाणें दिसणाऱ्या एखाद्या प्रचंड सरोवराप्रमाणें आकाश भासूं लागलें. तें अतिशय स्वच्छ होऊन तारकांनीं व्याप्त असल्यामुळें, चंद्रविकासी कमलांनीं युक्त असल्याप्रमाणें दिसत होतें. ह्याप्रमाणें मेघरहित झालेल्या आकाशाकडे पाहून, रात्र पुष्कळ होऊन गेली आहे असें त्यानें जाणलें. तेव्हां थंडीमुळें व्याकूळ होऊन गेलेला तो व्याध दिशांकडे पाहूं लागला, व आपलें वसतिस्थान दूर आहे असा मनांत विचार करून त्यानें त्या रात्रीं तेथेंच राहण्याचें मनांत आणलें; आणि हात जोडून त्या वनस्पतीला नमस्कार करून असें ह्मटलें कीं, “ ह्या वनस्पतीमध्यें ज्या देवता वास्तव्य करीत असतील, त्यांना मी शरण आलों आहें.” असें ह्मणून भूमीवर वृक्षांचीं पानें आंथरून व एका शिळेवर मस्तक ठेवून अत्यंत दुःखाकुल झालेला तो पक्षिघातक तेथें निजला.

अध्याय एकशें चवेचाळिसावा.

—:०:—

कपोतकृत भार्याप्रशंसा.

भीष्म सांगतातः—हे राजा, आतां सांगितलेल्या त्या वृक्षाच्या एका फांदीवर, चित्रविचित्र पंख असलेला एक पक्षी आपल्या सुहृज्जनांसह फार दिवस वास्तव्य करून राहिला होता. त्याची स्त्री त्या दिवशीं प्रातःकालीं जी चरावयास गेली होती ती पुनरपि आली नाहीं. पुढें रात्र पडली असें पाहातांच तो पक्षी दुःख पावूं लागला. तो ह्मणाला, प्रचंड वायु आणि वृष्टि होऊन गेली आहे, तथापि प्रिया येत नाहीं! ती अद्यापि परत न येण्याचें कारण काय बरें असेल! माझी प्रिया अरण्यांत सुखरूप असेल ना? ती नसल्यामुळें हें माझें घर आज अगदीं ओसाड झाल्यासारखें दिसत आहे. पुत्र, पौत्र, स्नुषा आणि सेवक लोक यांची जरी घरांत चोहोंकडे गर्दी असली, तरी भार्या नसेल तर गृहस्थाश्रमी याचें गृह केवळ ओसाडच होय. गृह हें गृह नसून गृहिणीच गृह होय असें सांगितलेलें आहे. आरक्तवर्ण नेत्रप्रांत, चित्रविचित्र अंग आणि मधुर स्वर असलेली ती माझी भार्या जर आज आली

नाहीं, तर मला माझें जीवित घेऊन काय करावयाचें आहे ? ती सुव्रता मीं भोजन केल्यावाचून भोजन करीत नाहीं; मी स्नान केल्यावांचून स्नान करीत नाहीं; मीं उठल्यावांचून उठत नाहीं; व मीं शयन केल्यावांचून शयन करीत नाहीं. मी आनंदित असलों तर ती आनंदित असते; मी दुःखी असलों तर दुःखी असते; मी प्रवासास निघालों तर दीनवदन होते; व क्रुद्ध झालों तरीही प्रिय भाषण करिते. ती पतिव्रता आहे. पतीवांचून तिला दुसरी गति नाहीं व ती पतीचें प्रिय आणि हित करण्याविषयीं तत्पर आहे. ज्याला तशा प्रकारची भार्या असेल, तो पुरुष या भूतलावर धन्य होय. ती बिचारी मला श्रमलेला व क्षुधाक्रांत झालेला ओळखिते. ती प्रेमळ, स्थिरनिश्चयी, भक्तिसंपन्न, मजवर प्रेम करणारी व कीर्तिसंपन्न आहे. ज्याला तशा प्रकारची प्रिय स्त्री असेल, तो वृक्षाच्या मुळाशीं जरी असला तरी तें त्याचें गृहच होय; आणि तिजवांचून जरी एखादें राजमंदिर असलें, तरी तें निःसंशय अरण्यच होय. धर्म, अर्थ आणि काम ह्या पुरुषार्थांच्या संपादनप्रसंगीं पुरुषाला भार्या हीच साहाय्य करणारी आहे. परदेशगमन करावयाचें असल्यास जीवर विश्वास ठेवावयाचा अशी एक तीच आहे. भार्या ही एक उत्कृष्ट प्रकारची संपत्तिच आहे, असें म्हटलेलें आहे. ज्याला कोणीही साहाय्य नाहीं अशा पुरुषाला ह्या लोकामध्यें संसाराच्या कामीं हीच साहाय्य करणारी आहे. तसेंच, रोगपीडित व सदैव संकटांत असणाऱ्या व दुःखाकुल झालेल्या मनुष्यास भार्येसारखें दुसरें कोणतेंही औषध नाहीं. भार्येसारखा बंधु नाहीं; भार्येसारखा दुसरा आधार नाहीं; व धर्मसंपादनाच्या कामीं ह्या लोकामध्यें भार्येसारखा दुसरा साहाय्यकर्ता नाहीं. **ज्याच्या गृहामध्यें साध्वी आणि प्रिय भाषण करणारी भार्या नाहीं त्यानें अरण्यांतच निघून जावें. कारण, त्याचें तें गृह अरण्यासारखें होय!'**

अध्याय एकशें पंचेचाळिसावा.

—:०:—

कपोतीचें स्वपतीस सांगणें.

भीष्म सांगतातः—ह्याप्रमाणें विलाप करणाऱ्या त्या पक्ष्याचें हृदयद्रावक भाषण ऐकून, पक्ष्यांचा वध करणाऱ्या व्याधाच्या हातीं सांपडलेली ती कपोतस्त्री बोलूं लागली.

कपोती म्हणालीः—अहाहा! धन्य भाग्य माझें, कीं माझा प्रियपति माझ्या अंगीं असणाऱ्या अथवा नसणाऱ्याही गुणांचें वर्णन करीत आहे! जिच्या योगानें पतीला संतोष होत नाहीं, तिला स्त्री असें समजणें योग्य नाहीं. पति संतुष्ट झाला तर स्त्रियांना सर्व देवता प्रसन्न होतात. अग्नीच्या साक्षीनेंच पति झालेला असतो. तो श्रेष्ठ असें एक दैवत आहे. जिच्या योगानें पतीला संतोष होत नाहीं, ती स्त्री दावाग्नीनें दग्ध होऊन गेलेल्या पुष्पगुच्छयुक्त लतेप्रमाणें भस्म होऊन जाते!

असा आपल्याशींच विचार करून, दुःखाकुल झालेली ती कपोतस्त्री, जरी तिला व्याधानें धरिलें होतें तरीही त्या वेळीं दुःखाकुल झालेल्या आपल्या पतीला म्हणाली, "हे कांत, मी आपणांला एक श्रेयस्कर गोष्ट आनंदानें सांगतें, ती ऐकून आपण त्याप्रमाणें आचरण करा. आपण आपल्या घरीं आलेल्या ह्या पुरुषाचे संरक्षक व्हा. पक्ष्यांवर उपजीविका करणारा हा व्याध आपल्या वसतिस्थानाचा आश्रय करून निद्रा करीत आहे. हा थंडीनें व क्षुधेनें व्याकुल होऊन गेलेला आहे. यास्तव आपण याचा सत्कार करा. जो कोणी पुरुष ब्राह्मणाचा, जो लोकांची केवळ माताच अशा धेनूचा, आणि

जो शरणागताचा वध करितो, त्या सर्वांचें पातक सारखेंच असतें. ज्ञातिधर्माच्या अनुरोधानें आम्हांला कपोताचीच वृत्ति विहित आहे. यास्तव, आपल्यासारख्या बुद्धिमानानें सदैव त्या वृत्तीचेंच अवलंबन करावें हें न्याय्य होय. जो गृहस्थाश्रमी शक्त्यनुसार धर्माच्या अनुरोधानें वागतो, त्याला मरणोत्तर अक्षय्य अशा सुखाची प्राप्ति होते, असें ऐकण्यांत आहे. हे द्विज, आपणाला आज संतति आहे व त्यांतूनही ती पुत्ररूपी आहे. यास्तव, आपल्या देहाविषयींचा लोभ सोडून द्या; आणि केवल धर्म व अर्थ ह्या दोहोंचेंच अवलंबन करून आपण ह्याचें अंतःकरण संतुष्ट होईल अशा रीतीनें ह्याचा सत्कार करा. हे विहंगम, आपण आपल्या शरीराला संताप करून घेऊं नका. आपली शरीरयात्रा चालावी यासाठीं आपणांस दुसरीही स्त्री मिळेल !"

ह्याप्रमाणें, पिंजऱ्यामध्यें असलेली ती बिचारी कपोतस्त्री अत्यंत दुःखाकुल होऊन आपल्या पतीला बोलली व त्याजकडे पाहूं लागली.

अध्याय एकशें शेचाळिसावा.

—:०:—

कपोताचें अतिथिसंतर्पण.

भीष्म सांगतातः—धर्मसंपादनाच्या युक्तीनें भरलेलें तें आपल्या पत्नीचें भाषण ऐकतांच अत्यंत आनंदित झालेला, व म्हणूनच आनंदाश्रूंनीं नेत्र भरून गेल्यामुळें नेत्र संकुचित झालेला तो पक्षी बोलूं लागला. प्रथम त्या पक्ष्युपजीवी व्याधाला अवलोकन करून त्या पक्ष्यानें शास्त्रोक्त विधीनें प्रयत्नपूर्वक त्याचा सत्कार केला; आणि नंतर त्याला म्हटलें कीं, "आपलें स्वागत असो. मी आज आपलें कोणतें कार्य करूं तें सांगा. आपण आपल्या मनाला वाईट वाटूं देऊं नका. कारण, आपण येथें आहां म्हणजे आपल्याच गृहीं आहां. यास्तव आपण मला सत्वर सांगा कीं, मी आपलें कोणतें कार्य करूं? आपली इच्छा काय आहे ? मी हें आपणांला प्रेमानें विचारीत आहें. कारण, आपण आमच्या घरीं आलेले आहां. आपल्या घरीं जरी शत्रु आला तरी त्याचेंही आतिथ्य केलें पाहिजे. वृक्षाजवळ जरी त्याचा छेद करण्यासाठीं एखादा पुरुष आला, तरी तो त्याजवरही छाया पाडल्यावांचून रहात नाहीं. आपल्या घरीं आलेल्या पुरुषाचें आतिथ्य कोणींही प्रयत्नपूर्वक केलें पाहिजे. त्यांतूनही, पंचयज्ञ करण्याविषयीं प्रवृत्त झालेल्या गृहस्थाश्रमी पुरुषानें तर विशेषेंकरून केलें पाहिजे. जो पुरुष गृहस्थाश्रमांत असतांही अज्ञानामुळें पंचमहायज्ञ करीत नाहीं, त्याला धर्मदृष्ट्या इहलोकाचीही प्राप्ति होत नाहीं व परलोकाचीही प्राप्ति होत नाहीं. यास्तव, आपण मला निःशंकपणें आपलें अभीष्ट सांगा. आपण जें कांहीं वाणीनें बोलाल तें सर्व मी करीन. आपण अंतःकरणांत शोक बाळगूं नका."

हें त्या पक्ष्याचें भाषण ऐकून व्याध म्हणाला कीं, 'मला थंडीची फार बाधा होत आहे, यास्तव तीपासून माझें संरक्षण कर.'

असें त्यानें सांगतांच त्या पक्ष्यानें तेथें भूमीवर आपल्या सामर्थ्यानुरूप वृक्षाचीं पानें पसरलीं आणि एका पानावर अग्नि आणण्यासाठीं तो सत्वर निघून गेला. पुढें, ज्या ठिकाणीं निखारे तयार करण्याचें काम चाललेलें होतें तेथें जाऊन तो अग्नि घेऊन आला व शुष्क झालेल्या पानांवर ठेवून त्यानें अग्नि प्रज्वलित केला. ह्याप्रमाणें मोठा अग्नि प्रज्वलित करून तो आपल्या घरीं आलेल्या त्या व्याधाला म्हणाला, 'आपण कशाचीही भीति न बाळगिता खुशाल आपले अवयव शेकून घ्या.' त्यानें असें म्हणतांच 'ठीक आहे' असें उत्तर देऊन त्या अग्नीजवळ बसून त्या व्याधानें आपलें

सर्व अंग शेकून घेतलें. नंतर, प्राणांची जणू पुनरपि प्राप्ति झालेला तो व्याध अत्यंत आनंदयुक्त होऊन व आनंदाश्रूंनीं नेत्र भरून गेल्यामुळें संकुचित झालेल्या दृष्टीनें त्या आकाशगामी पक्ष्याकडे अवलोकन करून म्हणाला कीं, 'त्वां शास्त्रोक्त अशा विधीनें मला आहार अर्पण करावा अशी माझी इच्छा आहे. कारण, मला क्षुधेपासून पीडा होत आहे!'

हें त्याचें भाषण ऐकून तो विहंग म्हणला, "ज्या योगानें आपल्या क्षुधेचा नाश करितां येईल अशा प्रकारचें माझें ऐश्वर्य नाहीं. आम्ही आरण्यामध्यें वास्तव्य करून प्रत्यहीं मिळेल तेवढ्यावरच निर्वाह करीत असतों. मुनिजनांप्रमाणें आम्हांजवळ भक्ष्य वस्तूंचा संग्रह नसतो." असें त्या व्याधाला बोलून त्या ठिकाणीं तो पक्षी खिन्नवदन होऊन बसला. हे भरतकुलश्रेष्ठा, त्या वेळीं तो आपल्या वृत्तीला दोष देऊं लागला; आणि आतां आपण कसें करावें अशी त्याला चिंता पडली. पुढें थोड्याच वेळांत त्याला कांहीं विचार सुचून तो पक्षी पक्ष्यांचा वध करणाऱ्या त्या व्याधाला म्हणाला, 'आपण दोन घटका थांबा, म्हणजे मी आपणांला तृप्त करीन.' असें बोलून, शुष्क झालेल्या त्या पर्णांनीं त्या पक्ष्यानें तो अग्नि चांगला पेटविला व तो अत्यंत आनंदानें म्हणाला, "ऋषि, देवता, पितर आणि महात्मे पुरुष ह्यांना अतिथिपूजनामुळें मोठा धर्म घडलेला आहे, असें मीं ऐकिलेलें आहे. यास्तव, हे सौम्य, आपण मजवर अनुग्रह करा. मी आपणांला सत्य सांगतों, अतिथीचें पूजन करण्याविषयींचा माझ्या बुद्धीचा निश्चय झालेला आहे." असें म्हणून प्रतिज्ञा करून त्या महाज्ञानसंपन्न पक्ष्यानें जणू हंसत हंसत तीन प्रदक्षिणा करून त्या अग्नीमध्यें प्रवेश केला. पक्षी अग्नीमध्यें प्रविष्ट झाला असें पाहातांच तो व्याध मनामध्यें विचार करूं लागला कीं, 'मीं हें काय केलें? अरेरे! आपल्या कर्मामुळेंच निंद्य व क्रूर अशा मजला ह्या कर्मानें मोठा अत्यंत भयंकर अधर्म घडेल यांत संशय नाहीं!' असें म्हणून तो व्याध त्या पक्ष्याची ती स्थिति झालेली पाहून आपल्या कर्माची निंदा करीत करीत अत्यंत विलाप करूं लागला.

अध्याय एकशें सत्तेचाळिसावा.

—:०:—

व्याधाची उपरति.

भीष्म सांगतातः—तो व्याध जरी क्षुधेनें अतिशय व्याप्त होऊन गेलेला होता, तरी तो कपोत अग्नीमध्यें पडला आहे असें पाहून पुनरपि भाषण करूं लागला, 'निर्बुद्ध आणि क्रूर असणाऱ्या मीं हें काय केलें! ज्यानें आपणावर उपकार केला, त्यालाच भक्षण करून आपले प्राण वांचविल्यास मला सदैव पातक लागेल यांत संशय नाहीं!' असें म्हणून आपली निंदा करीत करीत तो पुनः पुनः म्हणाला, "मी कोणाच्याही विश्वासास पात्र नाहीं! माझी बुद्धि अत्यंत दुष्ट! सदैव प्रतारणा करावी हा माझा निश्चय! शुभकर्माचा त्याग करून मी हा असा पक्ष्यांचा वध करणारा व्याध होऊन राहिलों आहें. स्वतःचें मांस दहन करणाऱ्या ह्या महात्म्या कपोतानें आज मज क्रूराला हा धिःकारपूर्वक उपदेशच केला आहे यांत संशय नाहीं. तेव्हां आतां मी प्रिय असे आपले प्राण, पुत्र आणि स्त्रिया ह्यांचा त्याग करणार व क्षुधा, तृष्णा आणि सूर्यप्रकाश सहन करून नानाप्रकारचे उपवास केल्यामुळें कृश व म्हणूनच शिरांनीं शरीर व्याप्त झालेला बनून परलोकसाधन करणार! अहो, स्वतःचा देह अर्पण करून अतिथीचें पूजन करावें असें मला कपोतानें दाखवून दिलें आहे. यास्तव, मी

आतां धर्माचेंच आचरण करणार. करण, धर्म हाच उत्कृष्ट प्रकारच्या गतीचें साधन आहे. धर्मिष्ठ अशा ह्या पक्षिश्रेष्ठाच्या ठिकाणीं मीं ज्या प्रकारचा धर्म पाहिला, त्या प्रकारचा धर्म हें सद्गतीचें साधन होय. " असें बोलून व मनाचा पूर्ण निश्चय करून तो क्रूरकर्मी व्याध प्रशंसनीय अशा नियमाचें आचरण करून परलोकगमनाच्या उद्देशानें निघून गेला. जातांना त्यानें पक्ष्यांला धरण्याची ती काठी, सळई, जाळें व पिंजरा हीं टाकून दिलीं; आणि त्यांत बद्ध केलेल्या कपोतस्त्रीला बंधमुक्त करून सोडून दिलें.

अध्याय एकशें अठ्ठेचाळिसावा.

—:०:—

कपोतस्त्रीचा अग्निप्रवेश व कपोताचें स्वर्गगमन.

भीष्म सांगतातः–पुढें तो व्याध निघून गेल्यानंतर, दुःखाकुल झालेली व शोकानें घेरून सोडलेली ती कपोतस्त्री पतीचें स्मरण करून विलाप करूं लागली. ती म्हणाली, "हे कांत, आपण केव्हांही माझें अप्रिय केल्याचें स्मरत नाहीं. प्रत्येक विधवा स्त्री–तिला जरी अनेक पुत्र असले तरीही–दुःख पावत असते; आणि पतिहीन झालेल्या त्या बिचारीचे बंधुही तिजविषयीं हळहळत असतात. आपण माझें सदैव लालन केलें; माझा बहुमान केला; आणि प्रेमळ, सरळ, हृदयंगम व मधुर अशा भाषणांनीं माझा सत्कार केला! पर्वतावरील गुहा, नद्या, झरे आणि वृक्षांचे अग्रभाग ह्या ठिकाणीं मी आपल्यासह आनंदानें राहिलें! आकाशांत संचार करितांना मीं आपल्यासहवर्तमान सुखानें विहार केला! हे कांत, पूर्वीं मी आनंदांत होतें, पण आज मला तें कांहींच उरलें नाहीं. पिता, बंधु अथवा पुत्र ह्यांनीं जरी कांहीं दिलें, तरी तें परिमित असतें; पण पति हा अपरिमित अशा वस्तूचा दाता आहे. मग कोणती स्त्री त्याचें पूजन करणार नाहीं? पतीसारखा धनी नाहीं, व पतीसारखें सुख नाहीं. द्रव्य, किंबहुना सर्वस्व ह्यांचाही त्याग करून स्त्रीचें संरक्षण करणारा एक पतिच आहे. हे नाथ, आपल्यावांचून मला ह्या जीविताशीं कांहीं कर्तव्य नाहीं. पतीवांचून कोणती साध्वी स्त्री जिवंत रहाण्याची इच्छा करणार आहे!"

असा नानाप्रकारें हृदयद्रावक विलाप करून, अत्यंत दुःखाकुल झालेल्या त्या पतिव्रतेनें प्रज्वलित झालेल्या अग्नीमध्यें प्रवेश केला! तेव्हां आश्चर्यजनक बाहुभूषणें व पुष्पमाला धारण करणारा, सर्व प्रकारच्या अलंकारांनीं विभूषित असलेला, विमानामध्यें आरूढ झालेला, पुण्यवान् आणि महात्मे असे पुरुष पूजा करीत असलेला, कर्मांनीं युक्त असलेला व शेंकडों कोटि विमानें सभोंवतीं असलेला आपला पति तिच्या दृष्टीस पडला! पुढें, विमानामध्यें आरूढ झालेला तो पक्षी स्वर्गामध्यें गेला; आणि त्या कर्माच्या योगानें बहुमान पावून तेथें आपल्या स्त्रीसह आनंदांत राहिला.

अध्याय एकशें एकुणपन्नासावा.

—:०:—

व्याधाचें स्वर्गप्रयाण.

भीष्म सांगतातः—हे राजा, तो कपोत आणि त्याची स्त्री हीं उभयतां आकाशांत विमानारूढ झालेलीं आहेत असें व्याधाला दिसलें. तेव्हां, राजा, त्या उभयतांना पाहातांच तशी गति आपणाला मिळावी असें त्याच्या मनांत आलें. नंतर, अशाच प्रकारची तपश्चर्या करून मी उत्कृष्ट प्रकारची गती मिळवीन, असा बुद्धीचा निश्चय करून, पक्ष्यांवर उपजीविका करणारा तो व्याध प्राणत्याग कर-

ण्याच्या उद्देशानें हिमालयाकडे गमन करूं लागला. स्वर्गाच्या अभिलाषानें त्यानें ममत्वाचा त्याग केला होता. तो कोणत्याही प्रकारचें कर्म करीत नव्हता व केवल वायुभक्षण करून होता. पुढें त्याला एक विशाल, कमलांच्या योगानें सर्वत्र विभूषित असलेलें, अनेक प्रकारच्या पक्षिसमुदायांनीं व्याप्त झालेलें, शीत जलयुक्त व मनोहर असें सरोवर दिसलें. तृषाक्रांत झालेला मनुष्य तें केवळ अवलोकन करितांच निःसंशय तृप्त होऊन जाई असें तें होतें. तथापि, हे पृथ्वीपते, उपवासामुळें अत्यंत कृश झालेला तो व्याध तिकडे अवलोकन सुद्धां न करितां मोठा निश्चय करून अनेक प्रकारच्या श्वापदांचें वास्तव्य असलेल्या अरण्यामध्यें आनंदानें प्रवेश करूं लागला. तो तेथें जात आहे तोंच त्याच्या शरीरास कंटक लागले व त्यामुळें त्याचें सर्व शरीर छिन्नविच्छिन्न होऊन जाऊन रक्तानें अगदीं भिजून गेलें. तथापि, अनेक प्रकारच्या पशूंनीं व्याप्त असलेल्या त्या निर्जन अरण्यामध्यें तो भ्रमण करूं लागला. तदनंतर त्या अरण्यांत प्रचंड वारा सुटून वृक्षांचें परस्परांशीं घर्षण होऊं लागलें; आणि त्यामुळें त्या वेळीं तेथें अतिशय अग्नि उत्पन्न झाला. प्रलयकालीन अग्नीप्रमाणें क्षुब्ध झालेला तो अग्नि वृक्षांची दाटी असलेलें व वेली आणि त्यांचा विस्तार यांनीं व्याप्त होऊन गेलेलें तें अरण्य दग्ध करूं लागला. त्या अग्नीनें ज्वालांच्या योगानें, व वायूनें चोहोंकडे उडलेल्या ठिणग्यांच्या योगानें पशुपक्ष्यादिकांनीं व्याप्त होऊन गेलेलें तें भयंकर अरण्य दग्ध करून सोडिलें. तेव्हां तो व्याध देहत्याग करण्यासाठीं आनंदित अंतःकरणानें भडकून गेलेल्या त्या अग्नीजवळ धांवून गेला. तेव्हां त्या अग्नीनें त्यालाही दग्ध करून सोडिलें! तेव्हां, हे भरतकुलश्रेष्ठा, पातक नष्ट होऊन त्या व्याधाला उत्कृष्ट प्रकारची सिद्धि मिळाली; आणि नंतर अंतःकरणाचा ताप दूर होऊन, स्वर्गामध्यें आपला आत्मा यक्ष, गंधर्व व सिद्ध ह्यांच्यामध्यें इंद्राप्रमाणें झळकत आहे असें त्यानें पाहिलें. ह्याप्रमाणें पुण्यकर्माचें आचरण केल्यामुळें तो कपोत, त्याची पतिव्रता स्त्री आणि व्याध हे सर्व स्वर्गास गेले. जी स्त्री अशा प्रकारें पतीच्या अनुरोधानें वागते, ती स्वर्गामध्यें वास्तव्य करणाऱ्या कपोतस्त्रीप्रमाणें लवकरच विराजमान होऊन रहाते.

ह्याप्रमाणें महात्म्या व्याधाचा हा इतिहास आहे. पुण्यकर्म केल्यामुळें कपोताला अत्यंत उत्कृष्ट अशा धर्माचें फल अशी गति मिळाली. जो कोणी मनुष्य प्रत्यहीं हा वृत्तांत श्रवण करील अथवा जो कोणी कथन करील, त्याच्या अंतःकरणांत चुकूनही अशुभ कर्म यावयाचें नाहीं. हे धार्मिकश्रेष्ठा युधिष्ठिरा, हा धर्म फार मोठा आहे. ह्या लोकामध्यें गोवध करणाऱ्याच्याही पातकाची निष्कृति होईल, परंतु शरणागताचा वध करणाऱ्या मनुष्याच्या पातकाची मात्र निष्कृति व्हावयाची नाहीं. असो; हा पवित्र व पापनाशक इतिहास श्रवण करणारा मनुष्य नरकप्राप्ति न होतां स्वर्गास जातो.

अध्याय एकशें पन्नासावा.

—:०:—

इंद्रोत आणि जनमेजय यांच्या संवादाचा उपक्रम.

युधिष्ठिर विचारतोः—हे भरतकुलश्रेष्ठा, जें पातक बुद्धिपूर्वक केलेलें नसतें, त्यांतून कशी मुक्तता होते हें सर्व मला कथन करा.

भीष्म सांगतातः—याविषयीं पूर्वीं शौनककुलोत्पन्न इंद्रोत नामक ब्राह्मणानें राजा जनमेजयाला सांगितलेलें व ऋषींनीं प्रशंसा केलेलें एक प्राचीन वृत्त सांगतों.

पूर्वी परीक्षित् राजाचा पुत्र महावीर्यसंपन्न जनमेजय या नांवाचा एक राजा होता. त्या राजाच्या हातून न कळत ब्रह्महत्या घडली. तेव्हां त्याच्या पुरोहितासहवर्तमान सर्व ब्राह्मणांनीं त्याचा त्याग केला. ह्यामुळें रात्रंदिवस ताप पावत असलेला तो राजा अरण्यांत निघून गेला. ह्या वेळीं त्याच्या प्रजेनेंही त्याचा त्याग केला होता. पण पुढें त्यानें आपलें मोठें कल्याण करून घेतलें. शोकाच्या योगानें ताप पावणाऱ्या त्या राजानें अतिशय तपश्चर्या केली; व सर्व पृथ्वी पर्यटन करून त्या प्रजाधिपतीनें प्रत्येक देशांतील अनेक ब्राह्मणांना ब्रह्महत्येच्या निवारणाचा उपाय विचारिला. ह्याविषयींचा धर्मपोषक असा जो इतिहास घडला, तो मी तुला सांगतों. त्या पापाचरणानें अंतःकरणांत सारखा जळत असलेला जनमेजय हा प्रशंसनीय आचरण असलेल्या शौनककुलोत्पन्न इंद्रोत मुनीकडे शुश्रूषा करण्यासाठीं गेला. त्याजपाशीं जाऊन त्यानें त्याचे पाय घट्ट धरिले. तेव्हां तेथें तो राजा आला आहे असें पाहून त्या मुनीनें 'हा महापातकी भ्रूणघ्न येथें कशाला आला आहे!' असें म्हणून त्याची अतिशय निंदा केली.

मुनि म्हणालाः—आमच्याकडे तुझें काय काम आहे? मला तूं मुळीं स्पर्शही करूं नको. जा जा. तूं येथें राहिल्यानें आम्हांला आनंद होत नाहीं. तुझा वास म्हणजे रक्ताचा वास असून तुझें दर्शन म्हणजे प्रेताचेंच दर्शन होय. तूं अशुभ असून शुभासारखा दिसत आहेस. आणि जरी मृतच आहेस तरीही जिवंत असल्याप्रमाणेंच संचार करीत आहेस. तूं ब्राह्मणाच्या मृत्यूस कारणभूत झालेला, अंतःकरण अशुद्ध असलेला व सदैव पापाचेंच चिंतन करणारा असा तूं आहेस. गाढ झोंप घेतोस, पुनः जागा होतोस व उत्कृष्ट अशा सुखामध्यें आहेस. तथापि, हे राजा, तुझें जीवितही क्लेशयुक्तच आहे. ईश्वरानें जो तुला ह्या भूतलावर उत्पन्न केला, तो हीन आणि पापिष्ठ असेंच कर्म करण्याविषयीं केला असावा. पितर आपलें कल्याण व्हावें अशी इच्छा करितात; आणि तपश्चर्या, देवतांचें आराधन, अभिवादन व सहिष्णुता ह्यांचें आचरण करून पुत्र व्हावे अशी इच्छा करितात. पण तुझ्या ह्या कृत्यानें हा पहा तुझा पितृवंश नरकांत गेलेला आहे! तुजसंबंधानें ह्यांच्या ज्या आशा होत्या, त्या सर्व निरर्थक होऊन गेलेल्या आहेत. ज्यांचें पूजन केलें असतां स्वर्ग, आयुष्य, कीर्ति व संतति ह्यांची प्राप्ति होते, त्या ब्राह्मणांचा तूं सदैव निरर्थक द्वेष करीत आहेस. ह्या पापकर्माच्या योगानें, इहलोकाचा त्याग केल्यानंतर, कायम असो अथवा कांहीं दिवस असो, तुला खालीं मस्तक आणि वर पाय करून नरकांत पडावें लागणार! त्या ठिकाणीं कृष्णवर्ण कंठ आणि लोहाप्रमाणें कठीण मुख असलेले गृध्र तुला पीडा देत रहातील. तेथून परत आल्यानंतर तुला पुनः पापयोनींत उत्पन्न व्हावें लागेल. राजा, हा देखील लोक नाहीं, मग परलोक कोठून असणार? असें जें तूं मानीत आहेस, त्याची आठवण तुला यमाच्या गृहामध्यें यमदूत करून देतील!

अध्याय एकशें एकात्र्याण्णवा.

—:०:—

इंद्रोत व जनमेजय यांचा संवाद.

भीष्म सांगतातः—याप्रमाणें त्या मुनीनें भाषण केल्यानंतर जनमेजय त्याला ह्मणाला, "मी निर्भर्त्सना करण्यास योग्य आहें, म्हणूनच आपण माझी निर्भर्त्सना करीत आहां; मी निंद्य आहें म्हणून आपण माझी निंदा करीत आहां; आणि धिःकार करण्यास योग्य आहें

म्हणूनच धिःकार करीत आहां ! मी आपल्यापाशीं क्षमा मागत आहें. माझें हें सर्व कृत्य मूर्तिमंत पाप आहे; व त्या योगानें, अग्नीमध्यें पडल्याप्रमाणें मी सारखा जळत आहें. आपल्या कर्माचें स्मरण होत असल्यामुळें माझ्या अंतःकरणाला आनंद होत नाहीं. यमापासून देखील मला अत्यंत दुःखदायक भीति प्राप्त होणार आहे हें खास. आतां हें पापरूपी शल्य काढून टाकल्यावांचून मला कसें जिवंत रहातां येईल ! अर्थात् माझे प्राण मुळींच वांचणार नाहींत. यास्तव, हे शौनककुलोत्पन्न, आपण हा सर्व क्रोध सोडून देऊन मजसंबंधानें कांहीं सांगा. मी ब्राह्मणांचा मोठा भक्त होतों, हें मी आपणांला आतां पुनरपि सांगतों. माझ्या वंशाची येथेंच समाप्ति झाली तरी हरकत नाहीं, पण त्याला मलिनपणा येऊं नये. ब्राह्मणांचा वध केल्यामुळें, सजातीयांशीं एकमत असलेल्या व कोणीही प्रशंसा करीत नसलेल्या आमचा आतां अवशेष राहणार नाहीं; ह्यामुळें स्वतःविषयीं खेद वाटून, वेदसिद्धांतज्ञ अशा आपणांलाही मी पुनरपि सांगत आहें कीं, ज्याप्रमाणें परिवारशून्य असलेले योगी दीनांचें संरक्षण करितात, त्याप्रमाणें आपण माझें पुनरपि कायमचें संरक्षण करा. यज्ञ न करणाऱ्या पुरुषांना कोणत्याही प्रकारें स्वर्गलोकाची प्राप्ति होत नाहीं; आणि ते पुलिंद, शबर इत्यादि म्लेच्छांप्रमाणें केवळ नरकांत जातात. म्हणूनच मलाही नरकप्राप्ति होणार ! यास्तव, माझी बुद्धि लहान मुलाच्या बुद्धीसारखी आहे असें समजून, तिकडे लक्ष न देतां, हे शौनककुलोत्पन्न तत्त्वज्ञानसंपन्न ब्रह्मन्, पिता ज्याप्रमाणें पुत्रावर प्रेम करितो त्याप्रमाणें आपण मजवर प्रेम करा."

इंद्रोत म्हणालाः—ब्राह्मण क्रुद्ध झाला म्हणजे त्याच्या हातून अयोग्य असेंही कृत्य घडेल यांत आश्चर्य तें काय ! म्हणूनच, बुद्धिमान् पुरुष विवेकाचें अवलंबन करून कोणाही प्राण्यावर केव्हांही कोप करीत नाहीं. इतकेंच नव्हे, तर तो शोकपात्र नसलेला पुरुष ज्ञानरूपी प्रासादावर आरोहण करून लोकांविषयीं हळहळत असतो; व पर्वतावर असणारा मनुष्य ज्याप्रमाणें भूमीवरील वस्तु पूर्णपणें पाहातो, त्याप्रमाणें तो आपल्या बुद्धीनें सर्व लोकांचें चरित्र जाणतो. प्राचीन अशा सत्पुरुषांवर ज्याचें प्रेम नसतें, व जो त्यांच्या दृष्टीसही पडत नाहीं, व ज्याचा ते सत्पुरुष धिःकार करितात, त्याला ज्ञानप्राप्ति होत नाहीं; आणि तसें झाल्याबद्दल कोणाला आश्चर्यही वाटत नाहीं. तुला ब्राह्मणांचें वीर्य आणि वेदामध्यें व शास्त्रामध्येंही प्रतिपादन केलेलें त्यांचें माहात्म्य माहीतच आहे. यास्तव, आतां तूं शांतपणें त्यासंबंधानें जें करावयाचें तें कर. ब्राह्मण तुझें संरक्षण करोत. बा जनमेजया, ब्राह्मणांचा तुजवर कोप झाला नाहीं तर त्या योगानें परलोकप्राप्ति होईल; नाहीं तर तुला पातकामुळें ताप भोगावा लागेल. यास्तव, तूं धर्मावरच लक्ष ठेव.

जनमेजय म्हणालाः—हे शौनककुलोत्पन्ना, मला पातकाच्या योगानें ताप होत आहे. मी धर्मलोप करीत नाहीं व मला माझा अभ्युदय व्हावा अशी इच्छा आहे. मी आपली शुश्रूषा करीत आहें, यास्तव आपण मजवर प्रेम करा.

इंद्रोत म्हणालाः—दंभ आणि अभिमान ह्यांचें निर्मूलन करून तूं ब्राह्मणांवर प्रेम करावेंस अशी माझी इच्छा आहे. हे राजा, सर्व प्राण्यांस हितकारक असणाऱ्या धर्माचें स्मरण करीत राहून तूं त्याप्रमाणें आचरण ठेव. मी भीतिमुळें, दैन्यामुळें अथवा लोभामुळें तुला आपला शिष्य करीत आहें असें नाहीं. माझें

दिव्य आणि सत्य भाषण ब्राह्मणांसहवर्तमान तूं श्रवण कर. सारांश, मला कोणत्याही प्रकारचा अभिलाष नसून, जरी सर्व लोक 'हाय! हाय! धिःकार असो ब्रह्मघ्नाला शिष्य करणाऱ्या ह्या शौनकाला!' अशी बडबड करीत असले व आक्रोश करीत असले, तरीही त्यांना तुच्छ समजून केवल धर्मबुद्धीनेंच मी तुला शिष्य करीत आहें. ह्यामुळें मला लोक धर्मज्ञानशून्य असें म्हणतील व माझे मित्रही माझा त्याग करितील. मी तुला जें कांहीं सांगणार आहें तें ऐकून माझे सुहृज्जन अतिशय संतप्त होतील. कारण, महाज्ञानी अशा कांहीं लोकांनाच माझ्या भाषणाचें तत्त्व कळून येईल. हे भरतकुलोत्पन्ना, ब्राह्मणांसंबंधानें जें कांहीं करावयाचें त्याविषयींचा निश्चय मीं ठरविलेला आहे, असें तूं समज. ते ज्या योगानें कल्याण पावतील असें तूं मजसाठीं कर; आणि, हे प्रजाधिपते, ब्राह्मणांशीं द्रोह करावयाचा नाहीं अशी तूं प्रतिज्ञा कर.

जनमेजय म्हणालाः—हे विप्र, मी आपल्या चरणांस स्पर्श करून सांगतों कीं, मी आतां पुनरपि केव्हांही वाणीनें, अंतःकरणानें अथवा क्रियेनें ब्राह्मणांशीं द्रोह करणार नाहीं!

अध्याय एकशें बावन्नावा.

—:०:—

जनमेजयाचा पापनाश.

शौनक म्हणालाः—मी ज्ञानसंपन्न, महासामर्थ्यवान् व संतोषयुक्त आहें; आणि म्हणूनच, कोणतीही गोष्ट अंतःकरणांत गुप्त रीतीनें ठेवूं शकणाऱ्या अशा तुजला धर्मकथन करणार आहें. तूं प्रथम कठोरपणाचें आचरण करून आतां धर्माकडे लक्ष देत आहेस हें अत्यंत आश्चर्य होय. राजा आपल्या आचरणानें सर्व प्राण्यांवर अनुग्रह करीत असतो; आणि त्यामुळें, त्याला कठोर आचरण करावें लागलें म्हणजे तो सर्वांना खास दग्ध करून टाकीत आहे असा लोकांचा निश्चय होतो. जनमेजया, पूर्वीं तूं तशा प्रकारचें आचरण करणारा असूनही आतां केवल धर्मावरच लक्ष ठेवीत आहेस, व चिरकालपर्यंत भक्ष्यभोज्यादिकांचा त्याग करून तपश्चर्या केली आहेस, हें सर्व प्राण्यांना अतिशय चकित करून सोडणारें आहे. ज्याला दुर्लभ असें कांहीं नाहीं असल्या पुरुषानें दान करणें व दैन्यसंपन्न मनुष्यानें तपस्वी बनणें हें कांहीं आश्चर्यकारक नाहीं. कारण, त्या गोष्टींचा परस्परांशीं निकट संबंध आहे, असें विद्वान् लोक म्हणतात. कोणत्याही कार्याचा पूर्णपणें विचार न करणें हेंच दैन्याचें कारण आहे. तेंच जर विचारपूर्वक केलें, तर त्यापासून फलप्राप्ति होते. हे पृथ्वीपते, यज्ञ, दान, दया, वेद आणि सत्य हीं पांच व सहावें उत्कृष्ट प्रकारें केलेलें तप हीं पवित्र आहेत. जनमेजया, तप हेंच राजांना अत्यंत पवित्र आहे. त्याचा तूं योग्य प्रकारें अंगीकार केल्यास तुजला श्रेष्ठ अशा धर्माची प्राप्ति होईल. तसेंच, पवित्र अशा देशामध्यें गमन करणें हेंही अतिशय पुण्यकारक आहे असें सांगितलेलें आहे. ह्याविषयीं ययातीनें म्हटलेली एक गाथा उदाहरणार्थ सांगत असतात. जीवितास कारणभूत अशा आयुष्याची प्राप्ति झाली असेल त्यानें प्रयत्नपूर्वक कर्म करून नंतर त्याचा त्याग करावा व तपश्चर्या करावी. कुरुक्षेत्र हें पवित्र आहे; व कुरुक्षेत्राहून सरस्वती, सरस्वतीहून तीर्थें, व इतर तीर्थांहूनही पृथूदक नामक तीर्थ पवित्र होय असें सांगितलेलें आहे. ह्या ठिकाणीं स्नान करणाऱ्या व जलपान करणाऱ्या मनुष्याला दुसरे दिवसापासून मरणरूपी ताप भोगावा लागत नाहीं. तेथून तूं महासर, पुष्करतीर्थें, प्रभासतीर्थ, उत्तरमानसतीर्थ

व कालोदक नामक तीर्थ ह्यांजवर जा. ह्या योगानें तुला पुनरपि आयुष्याची व जीविताची प्राप्ति होईल. सरस्वती आणि दृषद्वती यांचा संगम व मानससरोवर ह्यांवरही तूं गमन कर. ह्या सर्व ठिकाणीं यात्रा करणाऱ्या पुरुषानें अध्ययनशील होऊन स्नान केलें पाहिजे. दानधर्म सर्वांमध्यें पुण्यकारक आहे, व त्याहूनही संन्यास पवित्र आहे, असें मनूनें सांगितलेलें आहे. ह्याविषयीं सत्यवानानें सांगितलेल्या कांहीं गाथा सांगत असतात. त्या अशाः—ज्याप्रमाणें बालदशेंत असलेला प्राणी सत्यनिष्ठ असतो,—त्याला पाप अथवा पुण्य हें कांहीं नसतें, त्याप्रमाणेंच कोणत्याही प्राण्याच्या ठिकाणीं स्वाभाविक दुःख नसतें, मग सुख तरी कोठून असणार ? तसेंच जे ब्रह्मस्वरूपी झालेले असतील, त्यांना कोणत्याही प्रकारचा संसर्ग घडला तरीही त्यापासून सुखदुःख भोगावें लागत नाहीं. इतरांना मात्र स्वाभाविक नसलें तरी संसर्गजन्य पापपुण्य घडत असतें व म्हणूनच सुखदुःख भोगावें लागतें. यास्तव पाप आणि पुण्य ह्या दोहोंचीही निवृत्ति झाल्यानंतर प्राणत्याग करणें हें श्रेयस्कर आहे.

असो; जनमेजया, आतां राजांचें जें श्रेष्ठ प्रकारचें कर्तव्य तें मी तुला सांगतों. हे प्रजाधिपते, सामर्थ्यानें आणि आपल्या ऐश्वर्याचा अंश सर्वांनाही देऊन तूं स्वर्गप्राप्ति करून घे. ज्याच्या अंगीं सामर्थ्य आणि तेज असतें, तोच मनुष्य धर्माचरण करूं शकतो. हे राजा, ब्राह्मणांच्या हितासाठीं व आपल्याही सुखासाठीं तूं पृथ्वीचें संरक्षण कर. पूर्वीं ज्याप्रमाणें तूं ब्राह्मणांचा धिःकार केलास, त्याप्रमाणेंच आतां त्यांना प्रसन्न करून घे. ब्राह्मण जरी तुला निकृष्ट समजूं लागले व अनेक प्रकारांनीं तुझा त्याग करूं लागले, तरीही तूं त्यांना आपल्याप्रमाणेंच समज व त्यांचा वध करावयाचा नाहीं असा निश्चय कर. आपल्या कार्यामध्यें सदैव आसक्त राहून तूं मोक्षप्राप्ति करून घे. हे शत्रुतापना, कोणी राजा बर्फासारखा शीतल असतो, अग्नीप्रमाणें क्रूर असतो, व यमाप्रमाणें गुणदोषांचाही विचार करणारा असतो; आणि दुसरा एखादा नांगराप्रमाणें उन्मूलन करणारा व वज्राप्रमाणें अकस्मात् तुटून पडणारा असतो. दुर्जनांच्या ठिकाणीं विद्वत्तेसारखे कांहीं विशिष्ट धर्म असले, अथवा ब्राह्मणत्वासारखे कांहीं सामान्य धर्म असले, तथापि आपल्याला सदैव जगतामध्यें अवश्य वास्तव्य करावयाचें आहे हें लक्षांत ठेवावें व त्यांची संगति करूं नये. एखादें दुष्कर्म प्रथमच घडलें तर पश्चात्ताप झाल्यानें त्या पापापासून मुक्तता होते; दुसऱ्या वेळीं तसें कर्म घडल्यास पुनरपि असें करावयाचें नाहीं असा निश्चय झाल्यास त्यापासून मुक्तता होते; मी आतां धर्माचेंच आचरण करीन असा निश्चय केल्यानें तिसरे वेळीं घडलेल्या पातकापासून मुक्तता होते; आणि शुचिर्भूतपणें अनेक तीर्थयात्रा केल्यानें पुष्कळ पातकांपासून मुक्त होतां येतें. अभ्युदयेच्छु पुरुषानें शुभ अशाच कर्मांचें आचरण करीत असावें. कारण, जो ज्याचें सेवन करितो तो तत्स्वरूपी बनत असतो. सुगंधि पदार्थांचा संसर्ग ज्यांना होतो ते सुगंधि बनतात; व ज्यांना दुर्गंधि पदार्थांचा संसर्ग असतो ते दुर्गंधि बनतात. तपाचें आचरण करण्यामध्यें आसक्त होऊन राहिलेला मनुष्य तत्काल पापमुक्त होतो. एक वर्षपर्यंत अग्नीची उपासना केल्यास लोकापवादापासून मुक्तता होते. तीन वर्षेंपर्यंत अग्नीचें आराधन केल्यास भ्रूणहत्येच्या पातकापासून मुक्त होतां येतें. तसेंच महासर, पुष्कर, प्रभास आणि उत्तरमानस ह्यांपैकीं कोणत्याही तीर्थाची यात्रा शंभर योजनें फिरून केली

म्हणजे भ्रूणहत्या करणारा मनुष्य पापमुक्त होतो. ज्या मनुष्यानें ज्या प्रकारच्या प्राण्यांचा वध केला असेल, त्यानें त्या प्रकारच्या प्राण्यांना मरणांतून सोडविलें तर तो प्राणिघातजन्य पातकापासून मुक्त होतो. तसेंच, अघमर्षणाचा तीनवार जप करीत करीत जलामध्यें बुडी मारावी. असें करणें हें अश्वमेधयज्ञाच्या अवभृथासारखें आहे, असें मनूनें सांगितलेलें आहे. ह्या आचरणानें सत्वर पातकाचा नाश होऊन लोकांमध्यें बहुमान मिळतो व सर्व प्राणी आणि जड मूक असल्याप्रमाणें त्याजवर प्रसन्न होऊन रहातात. हे राजा, देव आणि दैत्य हे सर्वजण मिळून देवगुरु बृहस्पति याजकडे गेले व त्याला विचारूं लागले कीं, "हे महर्षे, आपणांला धर्मजन्य फल व परलोकीं नरकामध्यें उपभोगावयास लागणारें पापफल हीं अवगत आहेत. यास्तव, ज्याला पाप आणि पुण्य हीं समानच आहेत अशा योग्यावर पापपुण्यांचा कांहीं प्रभाव चालतो किंवा नाहीं हें, आणि पुण्याचें फल व धर्मशील मनुष्याला पापाचा नाश कसा करितां येतो हें आम्हांला कथन करा."

बृहस्पतीनें सांगितलें:—प्रथम नकळत पातक घडून पुढें बुद्धिपूर्वक पुण्यकर्म केलें, तर क्षार लावलेल्या मलिन वस्त्राचा मल जसा निघून जातो तसें त्या कर्मनिष्ठ मनुष्याचें पातक नाहींसें होतें. पाप केल्यानंतर त्या योगानें आपलें अस्तित्व नष्ट होणार असें मनुष्याला वाटलें म्हणजे तो निर्मत्सरपणें व श्रद्धेनें आपलें कल्याण करून घेण्याची इच्छा करितो. जो पुरुष, पातक केल्यानंतर, सत्पुरुषांचे दोष उघड असले तरीही ते गुप्त करून ठेवितो, त्याचें कल्याण होतें. ज्याप्रमाणें सूर्य उदय पावतांच सर्व अंधकाराचा नाश करितो, त्याप्रमाणें शुभ कर्म आचरण केल्यानें पुरुष सर्व पातकांचा नाश करूं शकतो.

भीष्म सांगतातः—ह्याप्रमाणें जनमेजय राजाला सांगितल्यानंतर शौनककुलोत्पन्न इंद्रोत मुनीनें त्याजकडून यथाविधि अश्वमेध यज्ञ करविला. त्यामुळें त्या राजाचें पातक नष्ट होऊन त्याचें कल्याण झालें; आणि त्याची कांति प्रज्वलित झालेल्या अग्नीसारखी होऊन, आकाशामध्यें प्रविष्ट होणाऱ्या पूर्णचंद्राप्रमाणें त्या शत्रुनाशक राजानें आपल्या राज्यामध्यें प्रवेश केला.

अध्याय एकशें त्रेपन्नावा.

—:०:—

गृध्र-जंबुक-विवाद.

युधिष्ठिर विचारतोः—हे राजन्, हे पितामह, एकदा मनुष्य मृत झाला असून त्याचें पुनरुज्जीवन झालें आहे असें आपण पूर्वी ऐकिलेलें किंवा पाहिलेलें आहे काय?

भीष्म सांगतातः—हे पृथापुत्रा, पूर्वी नैमिषारण्यामध्यें गृध्र आणि जंबुक ह्या उभयतांमध्यें घडलेला एक प्राचीन इतिहासरूपी संवाद जसाच्या तसाच सांगतों, तो श्रवण कर.

कोणा एका ब्राह्मणाला मोठ्या कष्टानें एक पुत्र झालेला होता. पण तो विशालनयन पुत्र बालपणींच बालग्रहांनीं पीडित होऊन मरण पावला. तेव्हां कांहीं लोक, तरुणावस्थेप्रत न पावलेल्या व कुलाचें केवल सर्वस्व अशा त्या बालकाला घेऊन दुःखयुक्त व शोकाकुल होऊन रोदन करूं लागले. नंतर त्या मृत बालकाला घेऊन ते लोक स्मशानाकडे चालले. तेथें गेल्यानंतर, अत्यंत दुःखित झालेले ते लोक त्याला मांडीवर घेऊन त्यानें पूर्वी केलेल्या भाषणांचें पुनःपुनः स्मरण करून शोकामुळें रोदन करूं लागले. त्यांना त्या बालकाला

भूमीवर टाकून परत जाण्याचें धैर्य होईना. तेव्हां त्यांचा तो रोदन शब्द ऐकून एक गृध्र त्यांच्या जवळ येऊन म्हणाला कीं, " अहो, आपल्या ह्या एका पुत्राला येथें सोडून देऊन तुह्मी निघून जा; फार वेळ लावूं नका. ह्या लोकामध्यें हजारों पुरुष आणि हजारों स्त्रिया यांचा कालगतीनें संबंध जडलेला असतो. तथापि शेवटीं बांधवांना त्यांचा त्याग करून जावें लागतें. आपण या सर्व जगताकडे दृष्टि द्या. हें सुखदुःखांचें अधिष्ठानच आहे. संयोग आणि वियोग हीं एकापुढें एक अशा रीतीनें प्राप्त होत असतात. जे लोक मृत मनुष्याला घेऊन जातात, अथवा जे जात नाहींत, ते देखील आपापल्या आयुष्याच्या मानानें परलोकीं जातच असतात. ह्या बालकाचेंही आयुष्य इतकेंच होतें. तेव्हां आतां गृध्र, जंबुक इत्यादिकांनीं व्याप्त असलेल्या व इतस्ततः अनेक अस्थि पडलेल्या असल्यामुळें भयाण दिसणाऱ्या आणि सर्व प्राण्यांच्या अंतःकरणांत भीति उत्पन्न करणाऱ्या ह्या स्मशानामध्यें तुह्मीं आतां बसूं नका. कोणाही मनुष्याचा कोणी प्रिय असला अथवा शत्रु असला, तरी तो एकदा मरण पावल्यानंतर पुनरपि जिवंत होत नसतो. हा असा प्राण्यांचा क्रमच आहे. मृत्युलोकामध्यें जन्मास आलेल्या प्रत्येक प्राण्याला मरण हें यावयाचेंच, हा मार्ग कृतांतानें ठरविला असल्यामुळें, मृत झालेल्या प्राण्याला पुनरपि कोण जिवंत करूं शकणार? आतां लोकांनीं आपापलीं कामें बंद केलीं आहेत व सूर्य अस्ताला चालला आहे. तेव्हां तुह्मीं आतां ह्या पुत्राविषयींचा स्नेह सोडून देऊन आपल्या वसतिस्थानाकडे निघून जा!"

हे राजा, हें गृध्राचें भाषण ऐकून ते बांधव त्या पुत्राला भूतलावरच सोडून देऊन अत्यंत आक्रोश करीत जाऊं लागले. त्या वेळीं तो मृत झाला आहे असा त्यांचा पूर्णपणें निश्चय ठरला; आणि त्याचें पुनर्दर्शन होण्याची आशा नसल्यामुळें ते नानाप्रकारें अत्यंत आक्रोश करीत जाऊं लागले. आपल्या पुत्राचा त्याग करितांना तो मरण पावल्याची सर्वांची खात्री झाली होती, व ह्मणूनच त्याच्या जीविताविषयीं त्यांना आशा राहिली नव्हती. त्या वेळीं ते गमन करण्यासाठीं मार्ग व्यापून उभे राहिलेले होते, इतक्यांत, काकपक्ष्याच्या पंखाप्रमाणें शरीराचा वर्ण असलेला एक जंबुक आपल्या बिळांतून निघून गमन करणाऱ्या त्या लोकांना ह्मणाला, " खरोखर, मनुष्यें हीं अतिशय निर्दय आहेत! अरे मूढांनो, अद्यापि सूर्य अस्ताला गेलेला नाहीं; तुह्मीं या पुत्रावर प्रेम करा, येथें बसा, भीति बाळगूं नका. एका क्षणामध्यें देखील अनेक प्रकार घडून येत असतात. तेव्हां कदाचित् हा जिवंत सुद्धां होईल. अरे निर्दयांनो, तुह्मीं आपल्या पुत्राविषयींच्या प्रेमाचा त्याग करून या बालकाला स्मशानांत सोडून देऊन काय म्हणून चाललां आहां? ज्याच्या केवळ भाषणानें देखील तुमचें अंतःकरण प्रसन्न होत होतें, त्या मधुर भाषण करणाऱ्या ह्या बालावस्थेंत असलेल्या पुत्राविषयीं तुमचें प्रेम सुद्धां नाहीं काय? पशुपक्ष्यांमध्यें देखील पुत्रप्रेम कसें असतें इकडे तुह्मी लक्ष द्या! वस्तुतः आपल्या पुत्राचें जीवित वांचविल्यामुळें त्यांना कांहीं फलप्राप्ति होते असें नाहीं. तथापि, पारलौकिक गतीविषयीं निष्ठा बाळगिणाऱ्या मुनिजनांची ज्याप्रमाणें यज्ञक्रिया चाललेली असते, त्याप्रमाणेंच पुत्रप्रेमानें बद्ध होऊन गेलेले चतुष्पाद, पक्षी, कीटक इत्यादि प्राण्यांमध्येंही पुत्रपोषणाचें काम चाललेलें असतें. पुत्राच्या योगानें आनंद मानणाऱ्या त्या प्राण्यांना इहलोकीं अथवा परलोकीं त्याजपासून कांहीं लाभ झाला आहे

असें दिसून येत नाहीं. तथापि ते आपल्या संततीचें उत्कृष्ट प्रकारें पालन करीत असतात. पुढें प्रिय पुत्र दृष्टीस पडले नाहींत म्हणून त्यांजविषयींचा शोक कायम रहात नसतो; व थोर झाल्यानंतर ते पुत्रही कधीं आपल्या मातापितरांचें पोषण करीत नसतात. पण मनुष्यांच्या अंगीं तितकें प्रेम कोठून असणार ? त्यांना शोकच करावा लागणार ! अरे, तुमच्या वंशस्थितीला आधार असणाऱ्या ह्या पुत्राला सोडून देऊन तुम्ही चाललां कोणीकडे ? येथें पुष्कळ वेळ बसून अश्रु ढाळा; पुष्कळ वेळपर्यंत ह्याच्याकडे प्रेमानें पाहा. प्रिय वस्तूचा व विशेषेंकरून असल्या प्रिय वस्तूचा त्याग करणें अतिशय कठीण आहे. क्षीण व मरणोन्मुख झालेल्या आणि अनेक मनोरथ असलेल्या प्राण्याचे बांधव ज्या ठिकाणीं असतात, त्या ठिकाणीं इतर अर्थात् त्याचें अनिष्ट चिंतन करणारे लोक राहूं शकत नाहींत; पण बांधव नसले तर तेथें त्यांचा प्रवेश होऊं शकतो. प्राण हे प्रत्येकाला प्रिय असतात व प्रेम हें सर्वांच्याच अंतःकरणांत उत्पन्न होत असतें. तिर्यग्जातिमध्यें देखील प्रेम किती असतें तें आपण पाहा. अरे, स्नान केल्यामुळें व पुष्पमालांच्या योगानें विभूषित असल्यामुळें नुकताच विवाह झाल्याप्रमाणें दिसणाऱ्या ह्या कमलपत्राप्रमाणें विशाल आणि चंचल दृष्टि असलेल्या पुत्राला सोडून देऊन तुम्ही काय म्हणून जात आहां ?"

ह्याप्रमाणें हृदयद्रावक व शोकपरिप्लुत भाषण करणाऱ्या जंबुकाचे ते शब्द ऐकून ते सर्व लोक प्रेताच्या संरक्षणासाठीं परत फिरले. तेव्हां गृध्र म्हणाला, "अरेरे, हे धैर्यशून्य मनुष्यांनो, ह्या क्रूर, अल्पबुद्धि आणि क्षुद्र अशा जंबुकाच्या भाषणावरून तुम्ही काय म्हणून परत फिरलां आहां ? पंचमहाभूतांनींही ज्याचा त्याग केला आहे व म्हणूनच जें काष्ठतुल्य आणि चैतन्यशून्य होऊन पडलें आहे, त्याच्यासंबंधानें आतां तुम्ही काय म्हणून शोक करितां ? ह्याहून तुम्ही स्वतःसंबंधानेंच कां शोक करीत नाहीं ? अरे, ज्या योगानें तुम्ही पापमुक्त व्हाल अशा प्रकारची कडक तपश्चर्या करा. तपश्चर्येच्या योगानें सर्व कांहीं मिळतें. ह्या तुमच्या विलापाचा काय उपयोग होणार ! अनिष्ट दैव शरीराबरोबरच निर्माण झालेलें असतें व त्यामुळें तुम्हांला अपार शोक देऊन हा बालक चालला आहे. द्रव्य, धेनु, सुवर्ण, रत्नें, मौक्तिकें आणि संतति हीं सर्व तपश्चर्यामूलक आहेत. तपाच्याच योगानें त्यांची प्राप्ति होत असते. प्राण्यानें ज्या प्रकारचें कर्म केलें असेल, त्याच्या अनुरोधानें त्याला सुखदुःखांची प्राप्ति होते. प्राणी हा जन्मकालीं सुखदुःखें बरोबर घेऊनच आलेला असतो. पित्याच्या पूर्वजन्मींच्या कर्मानें पुत्र अथवा पुत्राच्या पूर्वकर्मानें पिता अन्यमार्गानें जाऊं शकणार नाहीं. कारण, ते आपापल्या पापपुण्यांनीं बद्ध होऊन गेलेले असतात. आतां तुम्ही प्रयत्नपूर्वक धर्माचरण करा, अधर्माकडे लक्ष जाऊं देऊं नका. योग्य वेळीं देवब्राह्मणांची सेवा करीत जा, शोक व दैन्य यांचा त्याग करा. पुत्रप्रेमापासून निवृत्त व्हा, व ह्याला ह्या मैदानांत सोडून देऊन सत्वर परत फिरा. प्राणी जें कांहीं शुभ अथवा अत्यंत भयंकर कर्म करीत असतो, त्याचें फल त्यालाच भोगावें लागतें. त्यांत बांधवांचा काय उपयोग होणार ? येथें आपल्या प्रिय बांधवाला आणून सोडला म्हणजे बांधवजन उभेही रहात नसतात. ते प्रेताविषयींचा स्नेह सोडून देऊन निघून जातात. त्या वेळीं त्यांचे नेत्र दुःखाश्रूंनीं भरून आलेले व आरक्तवर्ण झालेले असतात. सुज्ञ असो, मूर्ख असो, सधन असो अथवा निर्धन असो, प्रत्येक मनुष्य शुभाशुभ

कर्माच्या अनुरोधानें मरण पावतोच. आतां तुम्ही शोक करून काय करणार? आणि मृत मनुष्याविषयीं शोक तरी काय म्हणून करीत आहां? अरे, कालाची सर्वांवर सत्ता आहे व सर्वांवर सारख्याच प्रकारची दृष्टि ठेवणें हा त्याचा धर्म आहे. म्हणूनच तुम्हीं शोक केल्यामुळें तो तुमच्या पुत्राला सोडील असें मुळींच नाहीं. तरुण, बाल, वृद्ध अथवा गर्भामध्यें वास्तव्य करणारे ह्या सर्व प्राण्यांना मृत्यु हा येतोच.कारण ह्या जगाची अशी रहाटीच आहे."

जंबुक म्हणालाः—अरेरे! पुत्रप्रेमानें घेरून सोडल्यामुळें तुम्ही अत्यंत शोक करीत असतां ह्या अल्पबुद्धि गृध्रानें ह्या ठिकाणीं तुमचें प्रेम शिथिल करून सोडलें आहे; आणि म्हणूनच, शांतिजनक व प्रत्यय दाखविणारे असे जे शब्द ह्यानें उत्कृष्ट प्रकारें सांगितले, त्यांवरून त्याग करण्यास अशक्य अशा प्रेमाचाही त्याग करून तुम्ही लोक चाललां आहां! अरे, पुत्राचा वियोग झाल्यानंतर, तो मृत झाल्यामुळें ओसाड दिसणाऱ्या गृहादिकांमध्यें गेल्यावर मनुष्यें वत्साचा वियोग झालेल्या धेनूप्रमाणें आक्रोश करीत असतात व त्यामुळें त्यांना दुःख होत असतें. या भूतलावर मनुष्यांना शोक किती होतो तें मला आज कळून आलें आहे. अरे, प्रयत्न हा सदैव केलाच पाहिजे, म्हणजे दैवाच्या अनुरोधानें कार्यसिद्धि होते. दैव आणि उद्योग ह्या दोहोंना कर्माच्या अनुरोधानें फल मिळतें. मनुष्यानें केव्हांही खिन्न होऊन जाऊं नये. खेदापासून सुख कोठून मिळणार? प्रयत्नाच्याच योगानें अभीष्ट वस्तूची प्राप्ति होते. तेव्हां तुम्ही असे निर्दयपणें काय म्हणून निघून चाललां आहां? अरे, तुमच्या मांसापासून उत्पन्न झालेला व तुमचें केवळ अर्धें शरीरच असून पितृवंशास कारणभूत असलेला जो हा पुत्र, त्याचा अरण्यामध्यें त्याग करून तुम्ही चाललां आहां कोठें? फार वेळ नसला तरी सूर्य अस्ताला जाऊं द्या व संध्याकाळ तरी होऊं द्या. मग तुम्ही हवें तर पुत्राला घेऊन जा अथवा एथेंच बसून रहा.

गृध्र म्हणालाः—अरे मनुष्यांनो, मला हजार वर्षें पूर्ण झालेलीं आहेत, पण कोणीही एखादा पुरुष, स्त्री अथवा क्लीब मरण पावल्यानंतर पुनरपि जिवंत झाल्याचें माझ्या पाहाण्यांत नाहीं. कित्येक प्राणी गर्भामध्येंच मृत होतात; कित्येक उत्पन्न होतांच मरण पावतात; कित्येकांस चालूं लागल्यानंतर मरण येतें; व कित्येक तरुणावस्थेंत मरण पावतात. ह्या लोकामध्यें चतुष्पाद आणि पक्षी ह्यांचेंही भाग्य अनित्यच असतें. स्थावर असोत अथवा जंगम असोत, आयुष्यमर्यादा ही प्रत्येकापुढें उभीच असते. प्रियपत्नीचा वियोग झालेले व पुत्रशोकानें युक्त असणारे अनेक लोक प्रत्यहीं शोकानें दग्ध होत ह्या स्मशानांतून गृहाकडे जात असतात. हजारों अप्रिय लोक आणि शेंकडों प्रिय मनुष्यें ह्या ठिकाणीं सोडून देऊन त्यांचे बांधव अत्यंत दुःखाकुल होऊन गृहाकडे गेलेले आहेत. हा तुमचा बालक चैतन्यशून्य व म्हणूनच निस्तेज झाला असून काष्ठतुल्य बनून गेलेला आहे. ह्याचा तुम्ही त्याग करा. ह्याचें चैतन्य देहांतरामध्यें प्रविष्ट झालेलें आहे; आणि शरीर प्रेत व म्हणूनच काष्ठतुल्य होऊन गेलेलें आहे. ह्याचा जीव नष्ट झाला असूनही तुम्ही अजून याला कां सोडून जात नाहीं? हें तुमचें प्रेम निरर्थक आहे व ह्याच्या जीवितासंबंधीचाही प्रयत्न व्यर्थ आहे. ह्याच्या नेत्राला दिसत नाहीं व कर्णालाही ऐकूं येत नाहीं. तेव्हां आतां याला सोडून तुम्ही सत्वर आपल्या गृहाकडे कां जात नाहीं? मोक्षधर्माच्या अनुरोधानें अत्यंत निष्ठुरपणाचीं पण युक्तिपूर्ण वाक्यें मी तुम्हांस सांगत आहें.

यास्तव, तुह्मी सत्वर आपल्या गृहाकडेच निघून जा. हे मनुष्यांनो, मला बुद्धि आणि अनुभवजन्य ज्ञान असून मी दुसऱ्यालाही विचारशक्ति व ज्ञान देऊं शकतों; व ह्मणूनच मीं आपलें भाषण तुमच्या कानावर घातलें आहे. यास्तव आतां तुह्मीं परत फिरा. मृत मनुष्याला पाहिल्यानें अथवा त्याच्या कृत्यांचें स्मरण केल्यानें शोक दुप्पट वाढतो !

असें हें गृध्राचें भाषण ऐकून मनुष्यें परत फिरूं लागलीं. तेव्हां जंबुक सत्वर तेथें आला; व त्यानें त्या ठिकाणीं झोंपीं गेल्याप्रमाणें पडलेल्या त्या बालकाकडे अवलोकन केलें.

जंबुक म्हणालाः–अरे, सुवर्णाप्रमाणें शरीरकांति असलेल्या, अनेक भूषणांनीं अलंकृत झालेल्या व पित्यास पिंड देणाऱ्या या पुत्राचा तुह्मी ह्या गृध्राच्या सांगण्यावरून काय म्हणून त्याग करीत आहां ? या मृतपुत्राचा त्याग केला म्हणजे तुमचें प्रेम विच्छिन्न होईल अथवा विलाप आणि रोदन हीं बंद पडतील असें मुळींच नसून, त्यापासून उलट खात्रीनें ताप होईल. पूर्वी अमोघपराक्रमी श्रीरामाकडून धर्माच्या अनुरोधानें शंबुक नामक शूद्राचा वध झाला असतां एक ब्राह्मणपुत्र जिवंत झाल्याचें आमच्या ऐकण्यांत आहे. तसेंच, राजर्षि श्वेत ह्याच्या पुत्राचें आयुष्य पूर्ण भरलें होतें, तथापि धर्मनिष्ठ श्वेतानें मृत झालेलाही तो बालक पुनरपि जिवंत केला. तशाच रीतीनें आपल्याला एखाद्या सिद्धाची, मुनीची अथवा देवतेची गांठ पडेल, आणि दीन होऊन ह्या ठिकाणीं रोदन करीत बसलेल्या तुह्मांवर तो दयाही करील.

असें जंबुकानें सांगितल्यानंतर, ते शोकाकुल झालेले पुत्रप्रीतियुक्त लोक त्याचें मस्तक मांडीवर घेऊन अतिशय रोदन करूं लागले. तो त्यांचा रोदनध्वनि ऐकतांच गृध्र पुनरपि त्यांच्या समीप येऊन बोलूं लागला.

गृध्र म्हणालाः—अरे, तुमच्या अश्रुपातानें भिजून गेलेला व तुमच्या करस्पर्शानें अतिशय पीडित होऊन गेलेला जो हा बालक, तो यमधर्माच्या आज्ञेवरून केव्हांच मरण पावलेला आहे! तपश्चर्या करणारे, द्रव्यसंपन्न आणि महाबुद्धिमान् हे सर्व लोक मृत्यूच्या अधीन होत असतात. सारांश, हें विश्व म्हणजे केवळ प्रेतांचें नगरच होय. बांधवही हजारों बाल आणि हजारों वृद्ध ह्यांचा त्याग करून रात्रंदिवस ह्या भूतलावर दुःखानें वास्तव्य करीत असतात. शोक कमी करितां यावा म्हणून तुम्ही या दुराग्रहाला पडूं नका. ह्या लोकामध्यें पुनरपि याला जीवप्राप्ति होणें हें अविश्वसनीय आहे. मग तें कोठून घडणार? एकदा मृत होऊन प्राण्यानें देहत्याग केला म्हणजे पुनरपि त्याला त्या देहाची प्राप्ति होत नाहीं. त्याच्या मोबदला जरी शेंकडों जंबुकांनीं आपलीं शरीरें अर्पण केलीं, तरी देखील शंभर वर्षें प्रयत्न केल्यानेंही ह्या बालकाला जिवंत करितां येणें शक्य नाहीं ! आतां भगवान् रुद्र, कार्तिकेय, ब्रह्मदेव अथवा विष्णु हे जर याला वरप्रदान करतील, तर हा बालक जिवंत होण्याचा संभव आहे. केवळ अश्रु ढाळल्यानें, सुस्कारे टाकल्यानें अथवा पुष्कळ रोदन केल्यानें हा पुनरपि जिवंत होणार नाहीं. मी, हा जंबुक आणि ह्या पुत्राचे बांधव असलेले तुम्ही हे सर्व धर्म आणि अधर्म ह्या दोहोंचाही अंगीकार करून कोण्या एका मार्गामध्यें आहों. दुसऱ्याचें अप्रिय करणें, कठोर भाषण, परद्रोह, परस्त्री, अधर्म आणि असत्य यांचा सुज्ञ मनुष्यानें अत्यंत त्याग केला पाहिजे. धर्म, सत्य, शास्त्र, न्याय्य क्रिया, प्राण्यांवर मोठी दया, सरलता आणि प्रामाणिक-

पणा ह्यांच्यामागें प्रयत्नपूर्वक लागा. माता, पिता, बांधव आणि मित्र हे ज्यांना जिवंत असलेले दृष्टीस पडत नाहींत, त्यांच्या धर्माचा विपर्यास झालेला असतो. अशा ठिकाणीं मनुष्याचें काय चालावयाचें आहे ? अरे, जो नेत्रानें पाहात नाहीं व कोणत्याही प्रकारची हालचाल करीत नाहीं, त्या ह्या तुमच्या पुत्राचें आयुष्यच नाहींसें होऊन गेलें आहे. तेव्हां आतां तुह्मी रोदन करीत बसून काय करणार !

असें गृध्रानें सांगतांच, शोकानें व्याप्त होऊन गेलेले ते बांधव त्या पुत्राला भूमीवर ठेवून पुत्रप्रेमानें ताप पावत गृहाकडे निघून जाऊं लागले. तेव्हां जंबुक म्हणाला, "हा मृत्युलोक मोठा भयंकर आहे ! हा सर्व प्राण्यांचा नाश करणारा आहे ! ह्या ठिकाणीं आप्त-इष्टांचा वियोग होतो आणि जीवितही अल्प असतें. ह्या मृत्युलोकांतील स्थितीमध्यें असत्य विपुल असून सत्य स्वल्प आहे; व अतिप्रलाप व अप्रिय भाषण हीं भरलेलीं असून शोक आणि दुःख यांची ह्यामध्यें अभिवृद्धि आहे. यामुळेंच या स्थितीकडे पाहातां मला हा मृत्युलोक क्षणभर देखील आवडत नाहीं. अरेरे ! धिःकार असो तुम्हांला ! अरे कठोरांनो, तुम्ही या गृध्राच्या भाषणावरून निर्बुद्ध मनुष्याप्रमाणें पुत्रप्रेमाचा त्याग करून कसे चाललां आहां ! हे मनुष्यांनो, तुम्ही पुत्रशोकानें प्रदीप्त झालेले असून ह्या संस्कारशून्य अंतःकरण असलेल्या दुष्ट गृध्राचें भाषण ऐकून परत काय निघालां आहां ? अरे, सुखानंतर लागलेंच दुःख येतें व दुःखाच्या पाठीमागून सुखही येतें. हा लोक सुख आणि दुःख ह्या दोहोंनींही व्याप्त झाला आहे. यामुळें येथें एकसारखें असें एकच कांहीं रहात नाहीं. अरे मूर्खांनो, तुमच्या कुलाच्या शोभेला कारणभूत असणारा जो हा स्वरूपसंपन्न बाल पुत्र, त्याचा या भूतलावर त्याग करून कोठें निघालां आहां ? हा अत्यंत स्वरूपसंपन्न व कांतीनें जणूं झळकत असलेला बालक जिवंतच आहे असें माझ्या मनाला वाटत आहे व त्यांत संशयही नाहीं. अरे, ह्याचा नाश झालेला नाहीं; मुळींच झालेला नाहीं ! तुम्हांला सुखप्राप्ति होणार ! पुत्रशोकानें संतप्त झाल्यामुळें आज तुम्ही त्याच्यासाठीं मरण पावणेंच योग्य आहे ! पूर्वी तुम्ही ह्याच्यापासून सुख होईल असा तर्क केला होता; व स्वतः याचें सुखानें पालन केलें होतें. असें असतां आज एखाद्या निर्बुद्ध मनुष्याप्रमाणें तें सर्व सोडून देऊन ह्या पुत्राचा त्याग करून कोठें चाललां आहां ?"

भीष्म सांगतातः—हे राजा, धर्मविरोधी, प्रिय पण मिथ्या भाषण करणारा, व रात्र केव्हां येईल याची वाट पाहात असलेला जो तो स्मशानवासी जंबुक, त्यानें आपल्या कार्यासाठीं अमृततुल्य अशा भाषणांनीं तेथें असलेल्या त्या प्रेताचे बांधवांची मनोवृत्ति द्विधा करून सोडली. तेव्हां गृध्र म्हणाला, "अहो, हा अरण्यप्रदेश प्रेतांनीं व्याप्त झालेला असून येथें यक्षराक्षसादिकांचा संचार आहे. शिवाय घूकांच्या ध्वनीनें हा दणाणून गेलेला आहे. हा नीलमेघाप्रमाणें दिसत असून फार भयंकर आहे. तेव्हां तुम्ही तेथें प्रेत ठेवून प्रेतकर्में करूं लागा. जोंपर्यंत सूर्य अस्ताला गेला नाहीं व जोंपर्यंत दिशा स्वच्छ आहेत, तोंपर्यंत तुम्ही याचा त्याग करून प्रेतकर्में करूं लागा. आतां ससाणे कर्कश ध्वनि करूं लागले आहेत, जंबुकस्त्रिया भयंकर ओरडत आहेत, व सिंह गर्जना करूं लागले आहेत. कारण, सूर्य अस्ताला चालला आहे. या चितांच्या नीलवर्ण धूमानें वृक्षही रंगून जात आहेत. कांहीं आहार नसल्यामुळें स्मशानांतील देवता गर्जना करूं लागल्या आहेत. ह्या अत्यंत भयंकर

अशा प्रदेशामध्यें विक्राळ स्वरूपाचे अनेक प्राणी आहेत. ते मांसभक्षक प्राणी कोपाविष्ट होऊन तुम्हांला दरडावणी दाखवितील. शिवाय, हा वनप्रदेश म्हणजे मूर्तिमंत क्रौर्य आहे. यामुळें आज तुम्हांला भीति उत्पन्न होईल. तेव्हां काष्ठतुल्य झालेल्या पुत्राचा तुम्ही आतां त्याग करा आणि जंबुकाचे बोलण्याकडे दुर्लक्ष करा. आतां निष्फल आणि असत्य अशीं हीं जंबुकाचीं भाषणें जर तुम्हीं सर्वजण अज्ञपणें ऐकत बसलां, तर तुम्हां सर्वांचाही नाश होईल!"

जंबुक म्हणालाः—उभे रहा! येथें तुम्हांला भिण्याचें कारण नाहीं! जोंवर सूर्य तळपत आहे तोंवर तुम्हीं या पुत्रासंबंधानें खेद न बाळगितां प्रेमानें रहा. मग मोकळें मन करून स्वच्छंदपणें रोदन करा; आणि प्रेमानें चिरकाल त्याजकडे अवलोकन करा. जोंवर सूर्य आहे तोंवर तुम्हीं येथें रहा. या मांसभक्षकाच्या भाषणाचा काय उपयोग आहे? जर तुम्हीं या गृध्राचीं कडक आणि आवेशाचीं भाषणें अंतःकरणाला मोह पडल्यामुळें मनावर घेतलीं, तर तुम्हांला पुत्र नाहींसा होईल!

कुमारसंजीवन.

भीष्म सांगतातः—हे राजा, तो गृध्र पुत्र मृत झाला आहे असें म्हणे, व जंबुक मृत झाला नाहीं असें म्हणे. याप्रमाणें, क्षुधाक्रांत झालेले ते उभयतां त्या प्रेताच्या बांधवांना सांगूं लागले! हे राजा, आपल्या कार्याविषयीं तत्पर असलेले ते उभयतां गृध्र आणि जंबुक क्षुधेनें आणि तृषेनें श्रांत असल्यामुळें शास्त्राच्या अनुरोधानें अशी बडबड करूं लागले; व शास्त्रज्ञानसंपन्न अशा त्या उभयतां पशुपक्ष्यांचीं अमृततुल्य वाक्यें श्रवण करून ते प्रेताचे बांधव एकदा उभे रहात आणि एकदा चालूं लागत. त्या वेळीं शोक आणि दैन्य यांनीं घेरून सोडलेले ते बांधव रोदन करीत बसले; व त्यांना हे उभयतां स्वकार्यपटु भ्रम पाडूं लागले. याप्रमाणें ते उभयतां शास्त्रज्ञ विवाद करीत आहेत व प्रेताचे बांधव बसले आहेत. इतक्यांत देवी पार्वतीनें प्रेरणा केल्यामुळें कृपार्द्रदृष्टि देव श्रीशंकर त्या ठिकाणीं आले; आणि त्या सर्व मनुष्यांना, मी शंकर आहें, व मी तुह्मांला वरप्रदान करितों, असें ह्मणाले. तेव्हां दुःखाकुल झालेले ते सर्व लोक प्रणाम करून उभे राहिले व ह्मणाले कीं, "आह्मां सर्वांचा एकुलता एक पुत्र नष्ट झाला असून तो जिवंत व्हावा अशी आमची इच्छा आहे. यास्तव, या पुत्राला जीवदान करून आपण आह्मांला आमचें जीवित द्यावें."

ह्याप्रमाणें त्यांनीं भाषण केलें असतां, आनंदाश्रूंनीं नेत्र भरून जाऊन भगवान् शंकरांनीं त्या बालकाला शंभर वर्षें आयुष्य दिलें; आणि त्या गृध्र व जंबुक ह्या उभयतांनाही, सर्व प्राण्यांचें हित करण्याविषयीं आसक्त असणाऱ्या भगवान् शंकरांनीं क्षुधेचा नाश करणारा असा एक वर दिला. तदनंतर त्या सर्वांनीं आनंदानें श्रीशंकराला नमस्कार केला; आणि मग, हे प्रभो, ते कृतकृत्य व आनंदित होऊन तेथून सुखानें निघून गेले. सारांश, खिन्नतेचा चिरकाल अभाव, स्थिरनिश्चय आणि देवाधिदेवाचा अनुग्रह यांच्या योगानें सत्वर फलप्राप्ति होते. पहा हा दैवयोग! बांधवांचा निश्चय आणि दीन होऊन रोदन करीत असलेल्या लोकांनीं केलेलें हें अश्रुप्रमार्जन पहा! निश्चयाची पाठ धरिल्यामुळें लवकरच श्रीशंकरांचा अनुग्रह होऊन दुःखग्रस्त लोकांनाहीं सुखप्राप्ति झाली. असो; हे भरतकुलश्रेष्ठा, श्रीशंकरांच्या प्रसादानें पुत्राचें पुनरुज्जीवन झाल्यामुळें ते सर्व बांधव आश्चर्यचकित व आनंदित होऊन गेले. हे राजा, तदनंतर बालकासंबंधीचा शोक सोडून देऊन त्या आपल्या पुत्राला घेऊन ते बांधव आनंदित अंतःकरणानें सत्वर नगरा-

कडे निघून गेले. हें ज्ञान चार वर्णांस योग्य अशा धर्मांच्या द्वारानें सर्वांच्या अनुभवास आणून दिलेलें आहे. असो; हे राजा, धर्म, अर्थ आणि मोक्ष ह्यांच्याशीं संबद्ध असलेला हा इतिहास तूं श्रवण कर. कारण, याचें सदैव श्रवण केल्यानें मनुष्याला इहलोकीं व परलोकीं आनंदप्राप्ति होते.

अध्याय एकशें चौपन्नावा.

—:०:—

शाल्मलिवृक्षाची कथा.

युधिष्ठिर विचारतोः—हे पितामह, एखादा समीपच वास्तव्य करणारा शत्रु बलाढ्य, उपकार किंवा अपकार करण्याविषयीं समर्थ, आणि उद्योगसंपन्न असला, व एखाद्या क्षुद्र, स्वल्पसैन्य आणि असमर्थ मनुष्यानें अज्ञानानें आत्मश्लाघा करून बिनतोड असे शब्द बोलून त्याच्याशीं द्रोह संपादन केला, व त्यामुळें तो कोपाविष्ट होऊन निर्मूलन करण्याच्या इच्छेनें चाल करून येऊं लागला, तर यानें स्वतः-च्याच सामर्थ्याचें अवलंबन करून कसें वागावें?

भीष्म सांगतातः—हे भरतकुलश्रेष्ठा, याविषयीं शाल्मलि वृक्ष आणि वायु यांचा एक प्राचीन संवाद इतिहास म्हणून सांगत असतात. तो असा—

हिमवान् पर्वतावर एक मोठा अनेक वर्षें वाढलेला वनस्पति होता. त्याला अनेक शाखा, अनेक स्कंध व पत्रें होतीं. हे महाबाहो, त्याच्या छायेमध्यें, ऊष्म्यानें पीडित झालेले व श्रमांच्या योगानें व्याकूळ होऊन गेलेले मत्त गज व इतरही पशु येऊन विश्रांति घेत असत. त्याचा घेर चारशें हात असून छाया दाट होती. त्याजवर शुकसारिकाप्रभृति पक्षी वास्तव्य करीत होते; व तो पुष्पफलसंपन्नही होता. समुदायानें मिळून जाणारे व्यापारी लोक व अरण्यवासी तपस्वी मार्गांतून जातांना त्या अत्यंत रमणीय वृक्षश्रेष्ठाखालीं वास करीत असत. हे भरतकुलश्रेष्ठा, त्याच्या त्या विपुल शाखा आणि सर्व स्कंध अवलोकन करून, एकदा नारद मुनि त्याजपाशीं जाऊन म्हणाले, "हे तरुश्रेष्ठा शाल्मले, अहाहा! काय तुझी ही रमणीयता! खरोखर तूं अगदीं मनोरम आहेस. तुझ्या योगानें आह्मांला सदैव आनंद होत आहे. बा शाल्मले, सुंदर सुंदर पक्षी, हरिणें आणि गज हे आनंदानें तुझ्या आश्रयाला येऊन रहातात. तुझ्या लहान-मोठ्या शाखा आणि धिप्पाड असे स्कंधप्रदेश वायूनें कोणत्याही प्रकारें भग्न केलेले दिसत नाहींत. उलट, बा शाल्मले, तो सदैव या अरण्या-मध्यें तुझें संरक्षण करीत असतो. तेव्हां त्याचें तुजवर प्रेम आहे? किंवा तो तुझा मित्रच आहे? भगवान् वायु हा लहानमोठ्या सर्व वृक्षांना व पर्वतांच्या शिखरांनाही मूळापासून हाणून सोडतो. तो शुचिर्भूत असणारा वायु वाहते वेळीं पाताल, सरोवरें, नद्या आणि समुद्र या सर्वांना शुष्क करून सोडतो. तेव्हां वायु हा केवळ मित्रत्वामुळेंच तुझें संरक्षण करीत आहे यांत संशय नाहीं. व म्हणूनच तूं अनेक शाखा, पत्रें व पुष्पें यांनीं युक्त आहेस. बा वनस्पते, तुजवर हे पक्षी आनंदानें रममाण होऊन राहिले आहेत, हें एक तुझ्या ठिकाणीं रमणीय दिसत आहे. तुझ्या ठिकाणीं पुष्पें उत्पन्न करून आनंद देणारा काल आला म्हणजे अत्यंत हृदयाकर्षक शब्द करणाऱ्या ह्या सर्व पक्ष्यांचे निरनिराळे मधुर ध्वनि ऐकूं येतात. तसेंच, हे शाल्मले, आपल्या अनेक कळपांच्या योगानें शोभणारे हत्ती ऊष्म्याच्या योगानें पीडित होऊन गर्जना करीत तुजपाशीं येतात. व सुख पावतात. त्याचप्रमाणें अनेक प्रकारच्या पशूंच्या योगानेंही तुजला शोभा येत

आहे; आणि, हे वृक्षा, सर्वांचेंच वास्तव्य तुझ्या आश्रयास असल्यामुळें तूं मेरूप्रमाणें शोभत आहेस. ब्राह्मण, तपाच्या योगानें सिद्धि पावलेले तपस्वी आणि भिक्षु यांनीं युक्त असल्यामुळें तुझें हें स्थान मला केवळ स्वर्गतुल्य भासतें.

अध्याय एकशें पंचावन्नावा.

—:०:—

नारद व शाल्मलि यांचा संवाद.

नारद म्हणाले:—हे शाल्मले, सर्वत्र संचार करणारा वायु जात्या भयंकर असतां जें तुझें पालनच करीत आहे, तें केवळ बंधुत्वामुळेंच होय यांत संशय नाहीं. हे शाल्मले, तूं वायूपुढें "मी आपलाच आहें" असें म्हणून अत्यंत नम्र होऊन रहात आहेस, म्हणूनच तो तुझें सदैव संरक्षण करीत आहे. या भूतलावर माझ्या मतें असा एकही वृक्ष, एकही पर्वत अथवा एकही गृह नाहीं कीं, जें वायूच्या सोसाट्यानें भग्न होऊन गेलेलें नाहीं. तथापि, हे शाल्मले, वायु खास कांहीं कारणामुळेंच तुझें व तुझ्या परिवाराचें संरक्षण करीत आहे व म्हणूनच तूं निर्भयपणें नांदत आहेस !

शाल्मलि म्हणाला:—हे ब्रह्मन्, वायु हा जो माझें संरक्षण करीत आहे तो कांहीं मित्र म्हणून, बंधु म्हणून, हितचिंतक म्हणून अथवा माझा ईश्वर म्हणून नव्हे. तर, हे नारदा, माझें सामर्थ्य आणि तेज हीं वायुहूनही भयंकर आहेत. वायूच्या ठिकाणीं माझ्या सामर्थ्याच्या अठरावाही अंश वास्तव्य करीत नाहीं. वृक्षांना, पर्वतांना व दुसऱ्याही कांहीं पदार्थांना भग्न करून टाकणाऱ्या वायूची येथें गति नाहीं. ह्याचें कारण—मी आपल्या सामर्थ्यानें त्याला प्रतिबंध केला आहे, हेंच होय. सर्वांना भग्न करून सोडणाऱ्या त्या वायूचा मीं अनेकवार मोड केलेला आहे. म्हणूनच, हे देवर्षे, मला वायु क्रुद्ध झाला तरीही त्याची भीति वाटत नाहीं.

नारद म्हणाले:—शाल्मले, तुझी समजूत अगदीं उलट आहे यांत संशय नाहीं. कारण, वायूहून बलाढ्य असा कोणीही प्राणी कोठेंही अस्तित्वांत नाहीं. अरे वनस्पते, कुबेर अथवा जलाधिपति वरुण ह्यांना देखील वायूची योग्यता नाहीं. मग ती तुला कोठून असणार? हे शाल्मले, ह्या भूतलावर प्राणी जे कांहीं व्यापार करीत असतो, ते सर्व वायूच्याच योगानें होतात. कारण, भगवान् प्रभु वायु हा सर्वांच्या ठिकाणीं प्राण व चलनवलन उत्पन्न करणारा आहे. हा योग्य प्रकारें निरुद्ध झाला म्हणजे हा सर्व प्राण्यांच्या ठिकाणीं उत्कृष्ट प्रकारचे व्यापार उत्पन्न करितो; आणि अयोग्य प्रकारें निरुद्ध केल्यास मनुष्यांच्या ठिकाणीं अनंत विपरीत क्रिया उत्पन्न करितो. असें असतां तूं सर्व सामर्थ्यसंपन्नांमध्यें श्रेष्ठ असणाऱ्या अशा प्रकारच्या ह्या वायूस मान देत नाहींस ह्याचें कारण, तुझ्या बुद्धीच्या क्षुद्रत्वावांचून दुसरें काय आहे! हे शाल्मले, तूं निस्सार आणि दुर्बुद्धि असून केवळ बहुभाषी आहेस; आणि क्रोधादिकांनीं व्याप्त होऊन गेल्यामुळें मिथ्या भाषण करीत आहेस. तूं असें भाषण करीत असल्यामुळें मला तुझ्या संबंधानें कोप आला आहे. यास्तव, हा मी आतां जाऊन हीं तुझीं विपुल आणि दुष्टत्वाचीं भाषणें स्वतः वायूला सांगतों. हे दुर्बुद्धे, चंदन, स्यंदन[१], शाल[२], सरल असे देवदारु, वेत, धन्वन[३] आणि इतरही जे कांहीं अत्यंत बलाढ्य व विचारी वृक्ष आहेत, त्यांनीं अशा प्रकारें वायूचा धिःकार केव्हांही केला नाहीं. त्यांना आपल्या व वायूच्या बलाचें ज्ञान आहे; व म्हणूनच ते तरुश्रेष्ठ सदैव

१ तिवस. २ साग. ३ धामन असें हिंदी भाषेंत त्याला नांव आहे.

वायूचा बहुमान करितात; पण तुला मोहामुळें वायूचें अमर्याद सामर्थ्य कळून आलेलें नाहीं. म्हणून आतां त्याच कार्यासाठीं मी वायूच्या समीप जातों !

अध्याय एकशें छप्पन्नावा.

—:०:—

वायुशाल्मलिसंवाद.

भीष्म सांगतात:—हे नृपश्रेष्ठा, ह्याप्रमाणें शाल्मलीशीं भाषण केल्यानंतर, ब्रह्मज्ञप्रवर श्रीनारद मुनींनीं वायूकडे जाऊन त्याला शाल्मलीचें सर्व भाषण सांगितलें. तें असें—

नारद म्हणाले:—हे वायो, हिमालयाच्या पृष्ठभागीं, विस्तीर्ण शाखा आणि प्रचण्ड मुळें ह्यांनीं युक्त असलेला एक शाल्मलिवृक्ष आपल्या परिवारासह रहात असून, तो तुझा अवमान करीत आहे. वायो, त्यानें मजपुढें जीं तुझ्या संबंधानें अनेक निंदाप्रचुर भाषणें केलीं आहेत, तीं तुजपुढें सांगणेंही मला अयोग्य आहे. हे वायो, तूं सर्व शक्तिमानांमध्यें श्रेष्ठ असून वरिष्ठ, अत्यंत थोर आणि क्रोधामध्यें जणू साक्षात् यमधर्मच आहेस हें मी जाणत आहें!

भीष्म सांगतात:—हें नारदांचें भाषण ऐकून वायु क्रुद्ध झाला व त्या शाल्मलीकडे येऊन त्याला बोलूं लागला.

वायु म्हणाला:—हे शाल्मले, नारदमुनि इकडून जात असतां तूं त्यांजपाशीं माझी निंदा केलीस, पण मी वायु आहें, समजलास ! आतां माझा काय प्रभाव आहे, व किती बल आहे तें तुला दाखवितों ! हे वृक्षा, मी तुला ओळखतों आहें. तूं मला माहीत आहेस. जगताच्या सृष्टिप्रसंगीं प्रभु ब्रह्मदेव ह्यांनीं तुजवर विश्रांति घेतली होती, म्हणूनच मीं तुजवर आजपर्यंत अनुग्रह केला. हे दुर्बुद्धे, तुझें जें मी रक्षण करीत आहें त्याचें कारण हेंच होय. तुझ्या सामर्थ्यानें तूं वांचला आहेस असें मुळींच नाहीं. पण आतां ज्या अर्थीं तूं मला इतर एखाद्या यःकश्चित् क्षुद्राप्रमाणें अवमानीत आहेस, त्या अर्थीं, ज्या योगानें तुजकडून पुनरपि माझा अवमान होणार नाहीं अशा प्रकारचें आपलें सामर्थ्य आतां मी तुला दाखवितों!

भीष्म सांगतात:—वायूनें असें भाषण केल्यानंतर शाल्मलि हंसल्यासारखें करून म्हणाला कीं, "हे वायो, तूं मजवर रागावला आहेस, असो ! तूं मला आपलें स्वरूप खुशाल दाखीव. वस्तुतः तूं मजविषयींच्या क्रोधाचा त्याग केला पाहिजेस. कारण, तूं रागावून तरी माझें काय करणार आहेस? हे वायो, तूं जरी स्वतः सामर्थ्यसंपन्न आहेस, तरीही मी तुला भीत नाहीं. माझें सामर्थ्य तुजहून अधिक आहे. तेव्हां मला तुझी भीति बाळगण्याचें कारण नाहीं. ज्यांना बुद्धीचें बल असतें, तेच खरे बलवान् होत. केवळ शक्ति असणें हें कांहीं बलवानाचें लक्षण नव्हे !"

ह्याप्रमाणें शाल्मलीनें भाषण केल्यानंतर 'उद्यांच तुला माझा प्रभाव दाखवितों !' असें वायूनें उत्तर दिलें. पुढें रात्र पडली, तेव्हां वायूनें जी प्रतिज्ञा केली होती तिजसंबंधानें शाल्मलीला खात्री वाटली, आणि वायूशीं टक्कर देण्याची आपली योग्यता नाहीं असें कळून येऊन तो मनांत म्हणूं लागला कीं, 'मी जें नारदाला म्हणालों तें निवळ खोटें आहे. वायूपेक्षां माझें सामर्थ्य कमी आहे. कारण तो बलाढ्य आहे. खरोखर नारदानें जसें सांगितलें तसाच तो बलवान् आहे व मी तर इतर वृक्षांहून देखील शक्तीनें कमी आहें ह्यांत संशय नाहीं. तथापि, माझ्याप्रमाणें बुद्धिमान् असा मात्र एकही वनस्पति नाहीं. तेव्हां आतां केवळ बुद्धीचाच अवलंब करून मी वायूची भीति सोडून देतों. मी ज्या बुद्धीचा अवलंब

करणार, तिचाच अवलंब करून जर अरण्यांतील इतरही वृक्ष राहिले, तर वायु क्रुद्ध झाला तरीही त्यांचे प्राण बळी पडावयाचे नाहींत हें खास. पण ते मूर्ख आहेत; आणि ह्मणूनच, वायु क्रुद्ध होऊन आपला नाश कोणत्या प्रकारें करितो, हें माझ्याप्रमाणें त्यांना अवगत नाहीं !'

अध्याय एकशें सत्तावन्नावा.

—::—

शाल्मलिगर्वहरण.

भीष्म सांगतातः—पुढें शाल्मलीनें आपल्या मनाचा निश्चय केला; आणि क्षुब्ध होऊन आपल्या शाखा, उपशाखा व स्कंध ह्यांचा स्वतःच छेद केला. ह्याप्रमाणें शाखा, पत्रें आणि पुष्पें ह्या सर्वांचा त्याग केल्यानंतर प्रातःकाळीं त्याला वायु येत असतांना दिसला. नंतर थोड्याच वेळांत क्रोधाचे सुस्कारे टाकीत असलेला वायु मोठमोठ्या वृक्षांचें उन्मूलन करीत करीत ज्या ठिकाणीं शाल्मलि वृक्ष होता तेथें आला; आणि पूर्वी भयंकर शाखा असलेल्या त्या वृक्षाच्या शाखांचा नाश झाला असून त्यावरील सर्व शाखांचा निःपात झाला आहे, व पुष्पेंही गळून पडलीं आहेत, असें पाहून हंसत हंसत बोलूं लागला.

वायु ह्मणालाः—हे शाल्मले, तूं आपल्याला दुःखदायक असा जो हा शाखांचा संहार स्वतःच केला आहेस, तोच मी कोपानें करणार होतों !: तुझ्या अंतःकरणांत जे वाईट विचार उत्पन्न झाले, त्यांनीं तुझ्या पुष्पांचा व शाखांचा नाश करून आणि अंकुर व पत्रें छिन्न करून तुला माझ्या प्रभावाच्या तावडीस दिला आहे !

कथातात्पर्य.

भीष्म सांगतातः—हें वायूचें भाषण ऐकून शाल्मलि खजील होऊन गेला; आणि पूर्वी नारदानें जें ह्मटलें होतें त्याचें स्मरण होऊन त्याला पश्चात्ताप होऊं लागला. ह्याप्रमाणेंच, हे नृपश्रेष्ठा, एखादा मूर्ख मनुष्य स्वतः दुर्बल असतां बलवानाशीं वैर करितो; पण पुढें त्याला शाल्मलीप्रमाणेंच पश्चात्ताप होतो. ह्यास्तव, अत्यंत बलाढ्य अशा लोकांशीं दुर्बल मनुष्यानें वैर करूं नये. कारण, अशा प्रकारें वैर करणाऱ्या मनुष्यास शाल्मलीप्रमाणें दुःख भोगावें लागतें. महात्मे लोक आपला अपराध करणाऱ्याविषयींचें वैर एकदम उघड करून दाखवीत नाहींत. तथापि, हे महाराजा, ते हळू हळू आपला प्रभाव दाखविल्यावांचून रहात नाहींत. अल्पबुद्धीच्या मनुष्यानें केवळ बुद्धीवरच अवलंबून असलेल्या प्रचंड बुद्धीच्या मनुष्याशीं वैर करूं नये. कारण, बुद्धिमान् लोकांची बुद्धि ही तृणामध्यें संचार करणाऱ्या अग्नीप्रमाणें विरुद्ध पक्षाचा विध्वंस करीत चालत असते. हे राजा, मनुष्यांमध्यें बुद्धीच्या तोडीचें दुसरें कांहीं नाहीं. त्याचप्रमाणें, हे नृपश्रेष्ठा, समबल असाही पुरुष ह्या जगांत कोणी दिसून येत नाहीं. कारण, आपल्याहून बलानें कोणी कमी असतात व कोणी अधिक असतात. तेव्हां बाल, मूर्ख, अंध आणि बधिर ह्यांना क्षमा करावी; आणि आपल्याहून बलानें जो अधिक असेल त्याचेही अपराध सहन करावे. हे शत्रुनाशका नृपश्रेष्ठा, ही गोष्ट तुझ्या ठिकाणीं असल्याचें दृष्टिगोचर होत आहे. हे पराक्रमी राजा, अठरा अक्षौहिणी सैन्य सुद्धां बलामध्यें अर्जुनाची बरोबरी करूं शकणार नाहीं. कीर्तिसंपन्न पांडुपुत्र अर्जुन ह्यानें संग्रामामध्यें संचार करीत असतांना आपल्या पराक्रमाच्या जोरावर अनेक वीरांना ठार केलें आहे; व अनेकांना पराभूत करून सोडलें आहे. अस्तु; हे भरतकुलोत्पन्ना महाराजा, मीं तुला राजधर्म

आणि आपद्धर्म सविस्तर सांगितले. आतां पुनरपि काय ऐकावें अशी तुझी इच्छा आहे?

अध्याय एकशें अठ्ठावन्नावा.

—:०:—

पापाचें अधिष्ठान.

युधिष्ठिर विचारतोः—हे भरतकुलश्रेष्ठा, पापाचें अधिष्ठान कोणतें, व पातकाची प्रवृत्ति कशापासून होते, हें आपणाकडून बरोबर श्रवण करावें अशी माझी इच्छा आहे.

भीष्म सांगतातः—हे नराधिपते, पापाचें अधिष्ठान कोणतें तें ऐक. एक लोभ हाच मोठ्या मकराप्रमाणें मनुष्याला एकदम ग्रासून टाकणारा आहे. लोभापासून पातकाची प्रवृत्ति होते. पातकाप्रमाणेंच ह्याच्या योगानें अधर्म घडतो व अत्यन्त दुःख होतें. लोभ हा शठपणाचें मूळच आहे. ह्याच्या योगानेंच लोक पातकी बनतात. लोभापासूनच क्रोधाची उत्पत्ति होते, कामाची प्रवृत्ति होते, आणि मोह, मायावीपणा, अभिमान व ताठा उत्पन्न होतो. लोभाच्याच योगानें मनुष्याचे प्राणही पराधीन बनतात. असहिष्णुता, लज्जा, त्याग, द्रव्यनाश धर्मक्षय, चिंता आणि अपकीर्ति ह्या सर्वांची लोभापासून प्रवृत्ति होते. अत्यंत अपराध, अतिशय हांव, दुष्कर्में, कुल, विद्या, रूप आणि ऐश्वर्य ह्यांविषयींचा ताठा, सर्व प्राण्यांचा द्रोह, सर्वांचा तिरस्कार, सर्वांवरही अविश्वास, सर्वांशींही कुटिलपणाचें वर्तन, परद्रव्याचा अपहार, परस्त्रीशीं संपर्क, वाग्वेग, मनोवेग, निंदावेग, जननेन्द्रियवेग, उदरवेग, अत्यंत भयंकर असा मृत्युवेग, जबरदस्त ईर्ष्यावेग, निग्रह करण्यास अशक्य असा असत्यवेग, दुर्निवार रसवेग, दुःसह श्रोत्रवेग, निंदा, बडबड, पापरूपी मत्सर, दुष्कर कर्में करणें, सर्व प्रकारचीं साहसें आणि दुष्कर्में ह्यांच्या क्रिया हीं सर्व लोभापासूनच घडतात. जन्मकालीं, बालावस्थेंत, कुमारदशेंत आणि तारुण्यांतही मनुष्याला आपला स्वभाव सोडतां येत नाहीं. हे कुरुकुलश्रेष्ठा, मनुष्य क्षीण झाला तरीही जो लोभ क्षीण होत नाहीं, अगाध जल असलेल्या नद्यांच्या योगानेंही भरून काढतां न येणाऱ्या समुद्राप्रमाणेंच जो कशाच्याही योगानें पूर्ण करतां येणें शक्य नाहीं; निस्पृहतेनें ज्याचा विकास होत नाहीं, वासनांच्या योगानें ज्याची तृप्ति होत नाहीं, देव, दानव, गंधर्व, मोठमोठे सर्प किंबहुना सर्व प्राणिसमूह ह्यांना ज्याचें स्वरूपज्ञान होत नाहीं, त्या लोभाला, हे नृपश्रेष्ठा, अंतःकरणाचा जय करूनच जिंकिलें पाहिजे. हे कुरुकुलोत्पन्ना, अंतःकरणाचा जय न केलेल्या लुब्ध मनुष्याच्या हातून दंभ, द्रोह, निंदा, दुष्टपणा आणि मात्सर्य हे दोष घडतात. मोठमोठ्या अनेक शास्त्रांचें आकलन करणारे व संशयांचा निरास करणारे असे बहुश्रुत लोकही ह्या लोभाच्या पायीं बुद्धीचा नाश होऊन क्लेश पावतात. लोभी लोक द्वेष आणि क्रोध यांमध्यें आसक्त होऊन रहातात; शिष्टाचारांना दूर झुगारून देतात; ते तृणानें आच्छादित असलेल्या कूपाप्रमाणें बाहेरून मनोहर पण आंत भयंकर असतात, अर्थात् त्यांची वाणी मधुर पण अंतःकरण क्रूर असतें; ते धर्माच्या मिषानें लोकांचा घात करतात; इतकेंच नव्हे, तर हे क्षुद्र लोक धर्माची जणू ध्वजाच उभारली आहे असें दाखवून जगताला सर्वस्वीं लुटतात, नानाप्रकारचे नवीनच पंथ सुरू करतात, आणि हे लोभी लोक हेतुवादाचें अवलंबन करून सन्मार्गाचा नाश करतात! हे लोभग्रस्त दुष्ट लोक धर्माचा विध्वंस करूं लागले ह्मणजे पूर्वींच्या ज्या ज्या संस्था असतील त्यांचें त्यांचें रूपान्तर होऊन जातें

व त्या स्वरूपांतच त्या प्रचारांत येऊं लागतात. हे कुरुकुलोत्पन्ना, ज्यांचें अंतःकरण लोभग्रस्त झालें आहे, त्यांच्या ठिकाणीं गर्व, कोप, मद, निद्रालुता, हर्ष, शोक आणि अत्यंत मानीपणा हीं दृष्टिगोचर होतात. हे असभ्य लोक लोभग्रस्त असतात हें तूं सदैव लक्षांत ठेव. आतां, युधिष्ठिरा, शिष्ट कोण असा तूं मला प्रश्न केला आहेस. तेव्हां शुद्ध आचार असणाऱ्या त्या

शिष्टांचें लक्षण

मी तुला सांगतों. ज्यांना पुनर्जन्माचें भय नाहीं, ज्यांना परलोकसंबंधी भीति बाळगण्याचें कारण नाहीं, अंतःकरण वश करणाऱ्या कोणत्याही पदार्थावर ज्यांची आसक्ति असत नाहीं, कोणाचेंही प्रिय अथवा अप्रिय करण्यामध्यें जे आसक्त झालेले नसतात, ज्यांना शिष्टाचार प्रिय असतो, ज्यांच्या ठिकाणीं इंद्रियनिग्रह सदैव वास्तव्य करितो, ज्यांना सुखदुःखें समान असतात, सत्यच ज्यांचा आधारस्तंभ असतो, जे दानशील पण प्रतिग्रह न करणारे व दयाशील असतात, इतर देव आणि अतिथि ह्यांची सेवा करण्याविषयीं जे सदैव उद्युक्त असतात, जे धैर्यसंपन्न असून सर्वांवर उपकार करणारे, सर्व धर्मांचें पालन करणारे, सर्व प्राण्यांचें हित करणारे, आणि सर्वस्वही अर्पण करणारे असतात, तेच, हे भरतकुलोत्पन्ना, शिष्ट होत. सदैव धर्मक्रिया करणें हाच त्यांचा स्वभाव असून त्यांना त्यापासून भ्रष्ट करतां येत नाहीं. सज्जनांनीं पूर्वी जें आचरण केलें तेंच हेही करीत असतात व त्यांचें हें आचरण केव्हांही बदलत नसतें. ते केव्हांही त्रास पावत नाहींत, त्यांच्या वृत्तीमध्यें चंचलपणा नसतो, ते भयंकर नसतात; ते सन्मार्गाचें अवलंबन करितात, त्यांच्या ठिकाणीं अहिंसा कायमपणें वास्तव्य करीत असते, सत्पुरुषही सदैव त्यांचें सेवन करीत असतात, कामक्रोध ह्यांपासून ते अलिप्त असतात, त्यांना ममत्व आणि अहंकार नसतात, त्यांचें आचरण शुद्ध असतें आणि ते मर्यादेचेंही उल्लंघन करीत नाहींत. युधिष्ठिरा, तूं त्यांच्या सान्निध्यास राहून, जें कांहीं विचारावयाचें असेल तें त्यांना विचार. युधिष्ठिरा, त्यांच्या धर्मक्रिया अथवा शारीरक्रिया ह्या द्रव्यासाठीं अथवा कीर्तीसाठीं घडत नसून अवश्य कर्तव्य म्हणूनच घडत असतात; त्यांच्या ठिकाणीं भीति, क्रोध, चांचल्य आणि शोक हीं मुळींच नसतात; आणि ते केवळ बाह्यात्कारीं धर्माचें अवडंबर माजवीत नाहींत व कोणत्याही पाखांडधर्माचें अवलंबन करीत नाहींत. हे कुंतीपुत्रा, ज्यांच्या ठिकाणीं लोभ अथवा मोह वास्तव्य करीत नसून जे सत्यनिष्ठ आणि सरळ असतात व ज्यांची बुद्धि भ्रंश पावत नाहीं, त्यांच्याच ठिकाणीं तूं प्रेम कर. बा युधिष्ठिरा, ज्यांना लाभ झाला असतां आनंद होत नाहीं अथवा हानीच्या योगानें क्लेश होत नाहींत; ज्यांना महत्त्व आणि अहंकार हीं नसतात; ज्यांची वृत्ति सात्त्विक असून जे सर्वांवर समदृष्टि ठेवितात; सात्त्विक मार्गावर निष्ठा असलेल्या ज्या जिज्ञासु व पराक्रमशाली लोकांस लाभ, हानि, सुख, दुःख, प्रिय, अप्रिय किंबहुना जीवित आणि मरण हींही सारखींच वाटतात, त्या देवभक्त, धर्मप्रिय आणि अत्यंत प्रभावशाली लोकांचा तूं इंद्रियनिग्रह करून लक्षपूर्वक बहुमान कर. हे कल्याणा, हे सर्वही लोक गुणसंपन्न असतात व यांहून इतर असलेले दुष्कर्मनिष्ठ व केवळ वाणीनें प्रलाप करणारे असेच असतात.

अध्याय एकशें एकुणसाठावा.

—:०:—

अज्ञानमाहात्म्य.

युधिष्ठिर विचारतोः—हे पितामह, लोभ हा

अनर्थांचें अधिष्ठान आहे असें आपण पूर्वी सांगितलें. आतां, हे तात, अज्ञानाचें वास्तविक स्वरूप श्रवण करावें अशी माझी इच्छा आहे.

भीष्म सांगतातः—युधिष्ठिरा, जो मनुष्य अज्ञानामुळें पाप करितो, आपला क्षय होणार आहे हें समजून असत नाहीं, आणि सद्वर्तनी लोकांशीं द्वेष करितो, तो लोकापवादास पात्र होतो. अज्ञानामुळें नरकवास भोगावा लागतो, अज्ञानाच्याच योगानें दुःस्थिति प्राप्त होते, अज्ञानामुळें क्लेश अनुभवावे लागतात, आणि अज्ञानामुळेंच अनेक संकटांमध्यें मग्न व्हावें लागतें.

युधिष्ठिर ह्मणतोः—हे पृथ्वीपते, अज्ञानाची प्रवृत्ति, त्याचें वसतिस्थान, त्याची वृद्धि, क्षय, मूळ, प्राप्ति, प्रवेश, काल, कारण आणि हेतु यांचें वास्तविक स्वरूप श्रवण करावें अशी माझी इच्छा आहे. कारण, हें जें कांहीं दुःख ह्मणून दिसत आहे, तें सर्व अज्ञानजन्यच आहे व म्हणूनच अज्ञानाच्या ज्ञानाची गरज आहे.

भीष्म सांगतातः—राग, द्वेष, मोह, हर्ष, शोक, अभिमान, काम, क्रोध, गर्व, आलस्य, इच्छा, ताप, इतरांचा अभ्युदय झाला असतां अंतःकरणास ताप होणें आणि इतरही पापकर्में हें सर्व अज्ञानच होय. हे महाराजा, याची प्रवृत्ति आणि वृद्धि ह्यांविषयीं जो तूं प्रश्न केलास, त्यासंबंधानें मी तुला सविस्तर सांगतों, ऐक. हे भरतकुलोत्पन्ना, अज्ञान आणि अतिलोभ ह्या दोहोंचींही फलें सारखींच असून त्यांचे दोषही सारखेच आहेत. किंबहुना, हे पृथ्वीपते, अज्ञान आणि लोभ हे उभयतां एकच आहेत, असें समज. अज्ञानाची उत्पत्ति लोभापासून होते. लोभाची जसजशी अभिवृद्धि होऊं लागेल तसतशी ह्याचीही अभिवृद्धि होते. तो साम्यावस्थेंत असला ह्मणजे हेंही त्याच स्थितींत असतें; व तो क्षीण झाला असतां क्षय पावतें. लोभाचा उदय झाला ह्मणजे दुःख, मोह, संताप इत्यादि नानाप्रकारच्या अवस्थांचा अनुभव देण्यासाठींच कीं काय ह्या अज्ञानाचा उदय होतो. मोह लोभाचें मूळ आहे, अर्थात् तोच अज्ञानाचेंही मूळ होय. अज्ञानाचा प्रवेश होण्याला काल हाच कारणभूत आहे. लोभ छिन्नभिन्न होण्याला देखील काल हाच कारणभूत आहे. त्या कालाच्या अज्ञानामुळेंच लोभ उत्पन्न होतो व लोभामुळेंच अज्ञान निर्माण होतें. किंबहुना लोभापासून सर्व दोष उत्पन्न होतात. ह्यास्तव लोभाचा त्याग केला पाहिजे. जनक, युवनाश्व, वृषादर्भि, प्रसेनजित् ह्या व इतरही अनेक नृपतींना लोभनाशामुळेंच स्वर्गप्राप्ति झाली. ह्या लोभाचें फल प्रत्यक्ष आहे. ह्यास्तव, हे कुरुकुलश्रेष्ठा, तूं लोभाचा अंतःकरणपूर्वक त्याग कर. कारण, त्याचा त्याग केल्यानेंच तुला इहपरलोकीं सुखप्राप्ति होईल.

अध्याय एकशें साठावा.

—:०:—

दमवर्णन.

युधिष्ठिर विचारतोः—हे धर्मात्मन् पितामह, वेदाध्ययनाविषयीं प्रयत्न केला असून ज्याला धर्मवासना उत्पन्न झाली आहे, त्यानें इहलोकीं कोणतें आचरण करणें श्रेयस्कर होईल ? हे पितामह, लोकांच्या दृष्टि अनेक आहेत. तथापि, जें आचरण इहलोकीं व परलोकीं श्रेयस्कर होईल असें आपणांला वाटत असेल, तें मला सांगा. हे भरतकुलोत्पन्न, हा धर्ममार्ग फार मोठा असून त्याच्या शाखाही अनेक आहेत. तेव्हां त्यांपैकीं कोणाचें आचरण करणें अत्यंत आवश्यक आहे असें आपलें मत आहे ? तसेंच, हे राजन्, ह्या अनेक शाखांनीं युक्त असणाऱ्या महान् अशा धर्माचें मुख्य मूल कोणतें हें सर्व मला आपण पूर्णपणें कथन करावें.

भीष्म सांगतातः—युधिष्ठिरा, तूं ज्ञानसंपन्नच

आहेस. तथापि, ज्या योगानें अमृततुल्य ज्ञानाचें प्राशन करून तुझी तृप्ति व कल्याण होईल अशा प्रकारच्या ह्या तुझ्या प्रश्नाचें उत्तर मी तुला आनंदानें सांगतों. महर्षींनीं आप-आपल्या बुद्धीच्या अनुरोधानें धर्माचे अनेक प्रकार सांगितले आहेत; तथापि दम हा त्या सर्वांचा मुख्य आधार आहे. कोणत्याही गोष्टी-संबंधानें सिद्धांतज्ञान असलेले वृद्ध हे 'दम हाच मोक्ष होय' असें म्हणत असतात. ब्राह्मणांचा तर विशेषेंकरून दम हाच सनातन धर्म आहे. दमाच्याच योगानें त्यांच्या सर्व क्रियांची योग्य प्रकारें सिद्धि झाली आहे, असें दृष्टोत्पत्तीस येतें. दमाची योग्यता दान, यज्ञ आणि अध्ययन ह्यांहून अधिक आहे. दम हा तेजाची अभिवृद्धि करितो. दम हें पवित्र-तेचें उत्कृष्ट साधन आहे. दमाच्याच योगानें मनुष्य पापमुक्त व तेजस्वी होऊन परब्रह्माची प्राप्ति करून घेऊं शकतो. दमासारखा दुसरा धर्म कोणत्याही लोकामध्यें असल्याचें आमच्या ऐकिवांत नाहीं. ह्या लोकामध्यें सर्व प्रका-रच्या धार्मिकांना दम हाच श्रेष्ठ व प्रशस्त होय. हे नरेंद्रा, दमाच्या योगानें मनुष्याला इहपरलोकीं उत्कृष्ट अशा सुखाची प्राप्ति होते; दमयुक्त पुरुष मोठा धर्मसंपन्न होतो; दमयुक्त पुरुषाला अनायासें सुखानें निद्रा येते; तो सुखानें जागरित होतो; त्याचा लोकव्यव-हार सुखानें चालतो; व त्याचें अंतःकरणही प्रसन्न असतें. दमशून्य मनुष्याला वारंवार अनेक क्लेश भोगावे लागतात, व त्याच्या स्वतःच्याच दोषामुळें दुसरेही अनेक प्रकारचे अनर्थ उद्भवतात. ब्रह्मचर्यादि चारही आश्रमांमध्यें दम हेंच उत्कृष्ट प्रकारचें व्रत आहे. आतां, हे भरतकुलश्रेष्ठा, मी तुला त्या

दमाचीं चिन्हें

सांगतों. ह्या सर्व चिन्हांचा समुदाय म्हणजेच दम होय. क्षमा, धैर्य, अहिंसा, समता, सत्य, सर्वता, इंद्रियजय, दक्षता, मृदुत्व, लज्जा, चपलपणाचा अभाव, दीनपणा व त्वराशील-तेचा अभाव, संतोष, प्रियभाषिता, मात्सर्याचा अभाव, गुरुजनांचें पूजन आणि भूतदया ह्या सर्वांचा समुदाय हा दम होय. हे कुरुकुलो-त्पन्ना, दुष्टता, लोकापवाद, असत्य भाषण, स्तुति आणि निंदा ह्यांचा स्वीकार, काम, क्रोध, लोभ, दर्प, औद्धत्य, आत्मश्लाघा, रोष, ईर्ष्या आणि अवमान हीं दमयुक्त पुरुषाच्या ठिकाणीं वास्तव्य करीत नाहींत; तो निंदेस पात्र होत नाहीं; कोणाविषयींही अभिलाष धरीत नाहीं; अनित्य सुखांची इच्छा करीत नाहीं; व कोणा-शींही मत्सर करीत नाहीं; आणि तो समुद्रतुल्य बनून जातो व म्हणूनच ब्रह्मलोकादिकांचा लाभ झाला तरीही त्याची तृप्ति होत नाहीं. मी तुजमध्यें आहें व तूं मजमध्यें आहेस, आणि मी इतरांच्या ठिकाणीं व इतरही माझ्या ठिकाणीं आहेत, अशा प्रकारचें जें द्वैतमूलक ज्ञान, तें पुनर्जन्मास कारण असल्यामुळें जन्मां-तरीं पूर्वीच्या संबंधी लोकांचा संयोग घडून आणतें. म्हणूनच दमयुक्त पुरुष ह्याचा स्वीकार करीत नाहीं. ह्या लोकामध्यें ग्राम्य अथवा वन्य अशा सर्व प्रकारच्या ज्या कांहीं प्रवृत्ति आहेत, त्यांचा आणि निंदास्तुतींचा तो आश्रय करीत नाहीं, म्हणूनच तो मुक्त होतो. तो सर्व प्राण्यांशीं मित्रत्वानें वागतो; सदाचार-संपन्न असतो; त्याचें अंतःकरण सदैव प्रसन्न असतें; तो आत्मज्ञानी असून अनेक प्रका-रच्या संगांपासून मुक्त झालेला असतो व त्याला परलोकीं फार मोठें फल मिळतें. सदाचारसंपन्न, सुशील, प्रसन्नचित्त आणि आत्मज्ञानी असा जो (दमसंपन्न) विद्वान् त्याचा इहलोकीं सत्कार होऊन पुढें त्याला सद्गति मिळते. जें कर्म शुभच असतें व जें सत्पुरुषांनींच आचरण

केलेलें असतें; तेंच ह्या ज्ञानसंपन्न आणि मनन-शील पुरुषाचें कर्तव्य बनलेलें असतें; त्यांत केव्हांही न्यूनता पडत नाहीं. गृहस्थाश्रमाचें आचरण केल्यानंतर वानप्रस्थाश्रमाचा स्वीकार करून व इंद्रियांचा निग्रह करून ज्ञानसंपन्न बनलेला जो पुरुष ह्याप्रमाणें आचरण करून कालाची प्रतीक्षा करीत राहील, त्याला ब्रह्म-स्वरूपाची प्राप्ति होते. ज्याला कोणत्याही प्राण्यापासून भीति नसते व कोणाही प्राण्याला ज्याच्यापासून भीति नसते, त्या देहमुक्त झालेल्या दमसंपन्न मनुष्याला कोणाचीही भीति नसते. तो प्रारब्धकर्मांचा भोगानें क्षय करीत असतो,—त्यांची केव्हांही अभिवृद्धि करीत नाहीं; आणि सर्व प्राण्यांवर समदृष्टि ठेवून त्यांना अभयदान करीत असतो. ज्याप्रमाणें आकाशांतून चाललेल्या पक्ष्यांची अथवा जला-मध्यें वास्तव्य करणाऱ्या जलचर प्राण्यांची गति प्रत्यक्ष दिसत नाहीं, त्याप्रमाणें ह्या दम-संपन्न पुरुषाची गति इतरांस दृष्टिगोचर होत नाहीं, हें निःसंशय आहे. हे राजा, जो मनुष्य गृहस्थाश्रमाचा त्याग करून मोक्षमार्गाचें अवलं-बन करितो, त्याला अनंतकालपर्यंत तेजोमय अशा अनेक लोकांची प्राप्ति होते. सर्व कर्मांचा, यथाविधि आचरण केलेल्या तपांचा, नानाप्रकारच्या विद्यांचा—किंबहुना सर्वांचाही संन्यास करणारा, सत्याभिलाषी, इष्टवस्तूपासून परावृत्त न होणारा, प्रसन्नचित्त, आत्मज्ञ आणि पवित्र अशा पुरुषाचा इहलोकीं सत्कार होऊन पुढें त्याला स्वर्गप्राप्ति होते. अनंत वेदांच्या उत्पत्तीचें स्थान असें जें मुनिजनांच्या हृदय-कमलामध्यें गुप्तपणें वास्तव्य करणारें ब्रह्मलोक-रूपी स्थान, त्याची प्राप्ति दमाच्याच योगानें होते. ज्ञानाच्या ठिकाणीं रममाण होऊन राहि-लेला, ज्ञानसंपन्न बनलेला, व कोणत्याही प्राण्याशीं विरोध न करणारा जो पुरुष, त्याला इहलोकींही पुनर्जन्म होण्याची भीतिच नाहीं; मग परलोकाची भीति कोठून असणार ? दमा-मध्यें केवळ एकच दोष आहे, दुसरा कोण-ताही नाहीं. तो हाच कीं, दमसंपन्न पुरुष क्षमाशील असतो व म्हणूनच त्याला लोक असमर्थ समजतात ! हे महाज्ञानी युधिष्ठिरा, हा जरी लोकदृष्टया ह्याचा एक दोष असला, तरी तो वस्तुतः दोष नसून अतिशय मोठा असा गुणच आहे. कारण, ज्या क्षमेच्या योगानें अनेक लोकांची प्राप्ति होते, ती क्षमा ह्या दमा-च्या योगानें सहजच प्राप्त होते. हे भरतकुलो-त्पन्ना, दमशील मनुष्याला अरण्य घेऊन काय करावयाचें आहे ? व जो दमशील नाहीं त्याला तरी अरण्याचा काय उपयोग व्हावयाचा आहे ! दमशील पुरुष ज्या ठिकाणीं वास्तव्य करील तेंच त्याचें अरण्य व तोच त्याचा आश्रम होय.

वैशंपायन सांगतातः—हें भीष्मांचें भाषण ऐकून राजा युधिष्ठिर अमृतप्राशन केल्याप्र-माणें अत्यंत तृप्त आणि आनंदित झाला; आणि त्यानें पुनरपि धार्मिकश्रेष्ठ अशा भीष्माला प्रश्न केला व कुरुकुलश्रेष्ठ भीष्मांनींही प्रसन्न होऊन त्याला तें सर्व सांगितलें.

अध्याय एकशें एकसष्टावा.

—:०:—

तपःप्रशंसा.

भीष्म सांगतातः—हें सर्व जें कांहीं आहे, त्याचें मूळ तप हेंच होय, असें ज्ञानसंपन्न लोक म्हणत असतात. तपाचें आचरण न कर-णाऱ्या मूढाला कर्मफलाची प्राप्ति होत नाहीं. प्रभु ब्रह्मदेवानें हें सर्व विश्व तपाच्या योगानें निर्माण केलें; तपाच्याच योगानें ऋषींना वेदांची प्राप्ति झाली; तपाच्याच योगानें विधात्यानें अन्न व फलें-मूलें उत्पन्न केलीं; समाधिसंपन्न सिद्धांना त्रैलोक्याचें ज्ञान तपाच्याच योगानें होतें; व

रोगांचें निर्मूलन करणारीं औषधें व इतरही अनेक प्रकारच्या क्रिया ह्यांचें फल तपाच्याच योगानें मिळतें; कारण, कोणत्याही क्रियेची सिद्धि तपावरच अवलंबून असते. दुष्प्राप्य असें जें कांहीं असेल, तें सर्व तपाच्याच योगानें प्राप्त होतें. तपाच्याच योगानें ऋषींना ऐश्वर्यप्राप्ति झाली ह्यांत संशय नाहीं. मद्यपि, गुरुदारगामी, भ्रूणहत्या करणारा, व कोणाची वस्तु त्याच्या संमतीवांचून घेणारा पुरुष उत्कृष्ट प्रकारें तपाचें आचरण केलें तरच पापमुक्त होतो. तपाचे प्रकार अनेक असून त्याच्या प्रवृत्तीचीं द्वारें अनेक आहेत. मनुष्य निवृत्तिमार्गाचें अवलंबन करून जरी राहिला, तरीही उपवासावांचून त्याला उत्कृष्ट प्रकारचें तप घडत नाहीं. हे महाराजा, अहिंसा, सत्य, दान आणि इंद्रियनिग्रह यांच्या योगानें घडणारें जें तप तेंही उपवासाहून श्रेष्ठ नाहीं. ऋषि, पितर, देव, मनुष्य, पशु, पक्षी आणि इतरही जे स्थावरजंगम प्राणी आहेत, ते सर्व तपाविषयीं तत्पर असतात व तपाच्याच योगानें त्यांना सिद्धि मिळते. देवतांनाही तपाच्याच योगानें अशा प्रकारच्या महत्त्वाची प्राप्ति झाली आहे. तपाच्या योगानें मिळणारीं जीं हीं फलें, त्यांचे स्वेच्छेनुसार अनेक विभाग करितां येतील. तपाच्या योगानें देवत्वाची देखील प्राप्ति होणें शक्य आहे ह्यांत संशय नाहीं.

अध्याय एकशें बासष्टावा.

—:०:—

सत्यप्रशंसा.

युधिष्ठिर विचारतोः—ब्रह्मर्षि, पितर आणि देवता हे सत्यरूपी धर्माची प्रशंसा करीत असतात. ह्यास्तव सत्याचें स्वरूप श्रवण करण्याची मला इच्छा आहे. तरी हे पितामह, तें आपण मला कथन करा. हे राजा, सत्याचें स्वरूप काय, त्याची प्राप्ति कोणत्या उपायानें होते, सत्यप्राप्ति झाल्यास काय होतें आणि तें कसें होतें हें मला कथन करा.

भीष्म सांगतातः—हे भरतकुलोत्पन्ना, सत्यलोपामुळें चारही वर्णांच्या धर्माचा संकर होणें प्रशस्त नाहीं;कारण,ते प्रत्येक वर्णाचे निरनिराळे आहेत. पण सत्याची गोष्ट तशी नाहीं.सत्य हा सर्व वर्णांचा धर्म आहे. त्यांत कोणत्याही प्रकारें बदल होत नाहीं. सत्पुरुषांच्या ठिकाणीं सत्यरूपी धर्म सदैव वास्तव्य करीत असतो. सत्य हाच सनातन धर्म होय. सत्याविषयींच आदर बाळगिला पाहिजे. सत्य हेंच सद्गतीचें साधन आहे. सत्यच धर्म, तप, योग आणि सनातन ब्रह्म असून सत्य हाच उत्कृष्ट असा यज्ञ आहे. किंबहुना सर्व कांहीं सत्यावरच अवलंबून आहे. आतां सत्याच्या आचरणाचे प्रकार आणि त्याचें लक्षण हीं मी तुला क्रमानें आणि बरोबर रीतीनें सांगतों. तसेंच, सत्याची प्राप्ति कशी होते हेंही मी तुला सांगतों, तें ऐक.

हे भरतकुलोत्पन्ना,सर्व लोकांमध्यें सत्याचे तेरा प्रकार आहेत. सत्य, समता, दम, अमात्सर्य, क्षमा, ऱ्ही, तितिक्षा, अनसूया, त्याग, आर्यत्व, धृति, दया आणि अहिंसा ह्याप्रमाणें, हे राजेंद्रा सत्याचीं तेरा स्वरूपें आहेत.ह्यांपैकीं सत्य म्हणून जें आहे त्याचें स्वरूप केव्हांही बदलत नाहीं, व तें अविनाशी व नित्य आहे. कोणत्याही धर्माशीं विरोध न करण्याचा अभ्यास ठेविल्यानें त्याची प्राप्ति होते. आपण आपलें इष्ट, अनिष्ट, आणि शत्रु ह्यांजवर समदृष्टि ठेवणें ह्यालाच समता असें म्हणतात. इच्छा, द्वेष, काम आणि क्रोध ह्यांचा क्षय झाल्यानें ह्या समतेची प्राप्ति होते. परकीयाविषयींच्या इच्छेचा अभाव, गंभीरता, धैर्य आणि निर्भयपणा ह्यास दम असें म्हणतात. सर्व प्रकारच्या क्लेशांचा नाश करणारा हा दम ज्ञानाच्या योगानें संपादन

करितां येतो. दान आणि धर्म ह्यांविषयीं अंतः-करणाचें संयमन असणें ह्यासच पंडित लोक **अमात्सर्य** असें ह्मणतात. सदैव सत्यनिष्ठ असल्यानें मनुष्याचें मात्सर्य नाहींसें होतें. ह्या लोकामध्यें क्षमेच्या योगानें प्रिय आणि अक्षमेच्या योगानें अप्रिय गोष्टी घडून येतात. संमाननीय सत्पुरुषानें ह्या दोहोंसही सहन केलें पाहिजे. कारण, प्रिय गोष्टींप्रमाणें अप्रिय गोष्टींचें सहन करणें ही **क्षमा** होय. सत्य-वक्त्या पुरुषाला ह्या क्षमेची उत्कृष्ट प्रकारें प्राप्ति होते. अंतःकरण शांत आणि वाणी सौम्य ठेवून ज्ञानसंपन्न पुरुषानें इतरांचें अत्यंत कल्याण करणें व त्याविषयीं केव्हांही नाउमेद न होणें ह्यास **ऱ्ही** असें ह्मणतात. ही धर्मा-च्या योगानें प्राप्त होते. धर्मक्रियेसाठीं जें अप्रियादिकांचें सहन करावें लागतें, त्यासच **तितिक्षा** असें ह्मणतात. हिला शांति असें दुसरें नांव आहे. हिचा उपयोग लोकसंग्रहाच्या कामीं होत असून तिची प्राप्ति धैर्याच्या योगानें होते. स्नेह आणि विषय ह्यांचा त्याग करणें ह्यासच **त्याग** असें ह्मणतात. ज्यांचा राग व द्वेष नष्ट झाला असेल त्यांसच त्याग घडतो, इतरांस घडत नाहीं. आनंदादिकांच्या योगानें ज्याच्या चर्येवर कोणत्याही प्रकारचा फरक होत नाहीं व जो वैराग्यसंपन्न असतो, अशा पुरुषानें प्रयत्नपूर्वक प्राण्यांचें कल्याण करणें ह्यास **आर्यता** असें ह्मणतात. सुख अथवा दुःख ह्यांच्या योगानें अंतःकरणास विकार न होणें ह्यासच **धृति** असें ह्मणतात. ज्यास आपल्या कल्याणाची इच्छा असेल त्या ज्ञानसंपन्न पुरुषानें ह्या धृतीचा सदैव अंगिकार केला पाहिजे. ज्ञानसंपन्न पुरुषानें सर्व प्रकारें क्षमा-शील आणि सत्यनिष्ठ झालें पाहिजे. अर्थात्, क्षमाशीलता हीच **दया** होय. हर्ष, भय, आणि क्रोध हीं ज्याचीं नष्ट झालीं असतील, त्यास ह्या दयेची प्राप्ति होते. कोणत्याही प्राण्याचा क्रियेनें, अंतःकरणानें अथवा वाणीनें द्रोह न करणें ह्यासच **अहिंसा** असें म्हणतात. प्राण्यावर अनुग्रह करणें आणि दान देणें हा सज्जनांचा सनातन धर्म आहे. हे भरतकुलोत्पन्ना, हे तेरा प्रकार म्हणजे सत्याचींच निरनिराळीं लक्षणें होत. ह्या सर्वांचाही सत्याशीं संबंध आहे व ह्यांच्यां योगानें सत्याची अभिवृद्धि होत असते. हे पृथ्वीपते, सत्याचे गुण पूर्णपणें सांगतां येणें अशक्य आहे. म्हणूनच ब्राम्हण, पितर आणि देवता सत्याची प्रशंसा करीत असतात. सत्याहून श्रेष्ठ असा धर्म नाहीं व असत्याहून अधिक असें पातक नाहीं. श्रुति हें धर्माचें सत्य-स्वरूप होय. सारांश, सत्याचा लोप केव्हांही करूं नये. सत्याच्या योगानें दान, दक्षिणा-युक्त यज्ञ, अग्नित्रय, होम, वेदाध्ययन आणि इतर धर्मसिद्धांत हीं आपोआपच घडतात. हजार अश्वमेध आणि सत्य हीं जर तराजूंत घातलीं, तर सहस्र अश्वमेधांहून सत्याचेंच वजन अधिक होईल.

१ 'असूया' ह्मणजे परगुणांच्या ठिकाणीं दोष-दृष्टि असणें व तिचा अभाव तीच अनसूया. तिति-क्षेचें व हिचें लक्षण सामान्यच असल्यामुळें अन-सूयेचें लक्षण सांगितलें नसावें; किंवा तो संबंध श्लोकच गळला असावा, असें टीकाकार नीलकंठ ह्मणतात.

अध्याय एकशें त्रेसष्टावा.

—:०:—

लोभनिरूपण.

युधिष्ठिर विचारतोः—हे महाज्ञानी भरत-कुलश्रेष्ठा, क्रोध, काम, शोक, मोह, कर्मवासना, परासुता, लोभ, मात्सर्य, ईर्ष्या, निंदा, असूया, कृपा आणि भय हीं कोणापासून उत्पन्न होतात तें बरोबर रीतीनें मला कथन करा.

भीष्म सांगतातः—हे महाराजा, हे क्रोध-

प्रभृति तेरा पदार्थ प्राण्यांचे अत्यंत बलाढ्य शत्रु असून, ते सर्व बाजूंनीं पुरुषाच्या सान्निध्यास येऊन राहिलेले असतात. हे केव्हांही अवधानशून्य नसतात. तथापि, अवधानशून्य असणाऱ्या पुरुषाला मात्र क्लेश देतात. पुरुष दृष्टीस पडतांच हे लांडग्यांप्रमाणें त्याजवर जोरानें हल्ला करून त्याचा निःपात करून सोडतात. हे पुरुषश्रेष्ठा, ह्यांच्याचपासून दुःखांची आणि पातकांची प्रवृत्ति होते, हें मनुष्यानें सदैव जाणून असलें पाहिजे. हे पृथ्वीपते, आतां मी तुला ह्यांची उत्पत्ति, स्थिति आणि नाश हीं आनंदानें कथन करितों. त्यांपैकीं प्रथम क्रोधाची उत्पत्ति सांगतों, ती एकाग्र अंतःकरणानें ऐक. लोभापासून क्रोधाची उत्पत्ति होते. व परकीयांच्या दोषांच्या योगानें तो वृद्धिंगत होत असून, हे राजा, क्षमेनें तो निरुद्ध होतो व निवृत्तही होतो. संकल्पापासून कामाची उत्पत्ति होते. त्यास सेवन केल्यानें त्याची अभिवृद्धि होते; व ज्या वेळीं ज्ञानसंपन्न पुरुष विषयविनिवृत्ति होतो, तेव्हां तात्काल त्याचा नाश होतो. इतरांच्या गुणांसंबंधानें दोषदृष्टि असणें ही जी असूया तिचा उदय लोभापासून अथवा क्रोधापासून होतो; व इतरांचे ठिकाणीं दोषदृष्टि ठेविल्यानें तिची अभिवृद्धि होते;—सर्व प्राण्यांवर दया केल्यानें, विषयविरक्त बनल्यानें अथवा कोणत्याही वस्तूंचें यथार्थ ज्ञान संपादन केल्यानें ज्ञानसंपन्न पुरुषाची असूया नष्ट होते. विपरीतदर्शनरूपी जो मोह, त्याची उत्पत्ति अज्ञानापासून होते; पापकर्माच्या अभ्यासामुळें तो वृद्धिंगत होतो; व ज्ञानसंपन्न पुरुषांच्या सान्निध्यांत रममाण होऊन राहिल्यास तात्काल तो नाश पावतो. हे कुरुकुलश्रेष्ठा, जे लोक श्रुतिविरुद्ध असलेल्या शास्त्रांचें ज्ञान संपादन करितात, अथवा विरुद्धदृष्टया शास्त्रांचें अवलोकन करितात, त्यांच्या ठिकाणीं लौकिक कर्में करण्याची इच्छा उत्पन्न होते व तत्त्वज्ञानाच्या योगानें तिची निवृत्ति होते. कोणावरही प्रेम केल्यानें प्रेमास पात्र बनलेल्या प्राण्यांच्या वियोगामुळें शोक उत्पन्न होतो; पण तो निरर्थक आहे असें जेव्हां कळून येतें तेव्हां त्याचा तत्काल नाश होतो. कोणत्याही कार्याच्या अत्यंत अधीन होऊन राहणें ही जी परासुता, ती क्रोध, लोभ आणि अभ्यास ह्यांच्या योगानें निर्माण होते; व सर्व प्राण्यांवर दया केल्यानें आणि विषयविरक्त बनल्यानें तिची निवृत्ति होते. सत्याचा त्याग केल्यानें व अहितकारक वस्तूंचें सेवन केल्यानें मात्सर्य उत्पन्न होतें; आणि, बा युधिष्ठिरा, सत्पुरुषांच्या सेवनानें त्याचा क्षय होतो. कुल, ज्ञान आणि ऐश्वर्य ह्यांच्या योगानें मनुष्यांच्या ठिकाणीं मद उत्पन्न होतो; पण ह्यांचें पूर्णपणें ज्ञान झालें म्हणजे त्याचा तत्काल नाश होतो. ईर्ष्या ही कामापासून व दुसऱ्याला हाणून पाडण्याच्या इच्छेपासून उत्पन्न होते; आणि इतर प्राण्यांचें ज्ञान झाल्यानें तिचा नाश होतो. हे राजा, लोकबाह्य पुरुषांच्या विलासाच्या योगानें व स्वतःस संमत नसलेल्या द्वेषपात्र अशा भाषणांच्या योगानें कुत्सा (निंदा) उत्पन्न होते; लोकांचें सूक्ष्मपणें निरीक्षण केल्यानें तिचा नाश होतो. बलाढ्य अशा शत्रूसंबंधानें ज्यांना कांहींही करण्याचें सामर्थ्य नसतें, त्यांच्या ठिकाणीं अत्यंत असूया उत्पन्न होते; व कारुण्याच्या योगानें तिची निवृत्ति होते. सदैव दीन प्राण्यांचें अवलोकन घडल्यानें कृपा उत्पन्न होते, व धर्मनिष्ठेचें ज्ञान झाल्यानें तिचा नाश होतो. भीति ही अज्ञानामुळें प्राण्यांच्या ठिकाणीं सदैव उत्पन्न होते असें दिसून येतें; व भोग्य वस्तु अस्थिर आहेत असें ज्ञान झाल्यानें तिचा नाश होतो. शांतीच्या योगानें ह्या तेराही गोष्टींचा जय करितां येतो असें म्हणतात. हे

सर्व तेराही दोष धृतराष्ट्रपुत्रांमध्यें वास्तव्य करीत असून, श्रेष्ठ पुरुषांच्या सेवनाच्या योगानें व सत्याचा अभिलाप असल्यामुळें तूं मात्र ह्या दोषांचा सदैव जय केला आहेस.

अध्याय एकशें चौसष्टावा.

--:०:--

नृशंसाख्यान.

युधिष्ठिर विचारतोः---मला सदैव सज्जनांचें दर्शन घडत असल्यामुळें अनृशंसतेचें ज्ञान झालेलें आहे. पण, हे भरतकुलोत्पन्ना, नृशंस पुरुष आणि त्यांचें कर्म ह्यांचें मात्र ज्ञान मला नाहीं. मनुष्यें ज्याप्रमाणें कंटक, कूप आणि अग्नि ह्यांचा त्याग करितात,त्याप्रमाणें नृशंस (क्रूर) कर्मे करणाऱ्याचाही त्याग करितात. कारण, हे भरतकुलोत्पन्ना, नृशंस पुरुष हा आपल्या सहवासास असणाऱ्याला इहलोकीं व परलोकींही स्पष्टपणें दग्ध करून सोडतो. ह्यास्तव, हे कुरुकुलोत्पन्ना, आपण मला त्याच्या धर्माविषयींचा सिद्धांत कथन करा.

भीष्म सांगतातः---ज्याची वासना निंद्य असून ज्याची कर्मे करण्याची इच्छाही गर्ह्य असते; जो निंदक असून लोकांच्या निंदेसही पात्र होतो; दैव आपणाला फसवीत आहे (म्हणूनच माझ्या हातून दुष्कर्मे घडत आहेत) असें ज्यास कळत असतें; जो आपण केलेल्या दानाची प्रसिद्धी करीत असून इतरांचा द्वेष करणारा, नीचकर्म करणारा, विश्वासघातकी, कंजूष, दुसऱ्यास कांहीं न देणारा, अभिमानी, विषयासक्त, बडबड करणारा, सर्वांशीं अतिशय शंकित वृत्तीनें रहाणारा, कावळ्याप्रमाणें वंचक असलेला, कृपण, त्यागाची (संन्यासाची) प्रशंसा करणारा--पण ब्रह्मचर्यादि आश्रमांचा द्वेष व संकर करणारा, सदैव हिंसा करीत रहाणारा, गुणावगुणांची योग्यता न जाणणारा, अत्यंत असत्य भाषण करणारा, विचारशून्य आणि अत्यंत लोभी असा पुरुष असतो, तो नृशंस होय. हा मनुष्य धर्मशील आणि गुणसंपन्न अशा पुरुषास पापिष्ट समजत असतो; आपल्याच स्वभावाला प्रमाण मानून कोणावरही विश्वास ठेवीत नाहीं; ज्यामध्यें परकीयांचा कांहीं दोष असेल अशा प्रकारचें रहस्य प्रसिद्ध करितो; एखाद्या कृत्यांत आपला व दुसऱ्याचा अपराध सारखाच असला तरी आपल्या चरितार्थासाठीं दुसऱ्याला पीडा देतो; आपणावर उपकार करणारा पुरुष अत्यंत फसला आहे असें समजतो; उपकारी पुरुषाला प्रसंगीं द्रव्य दिलें तरीही पुढें त्यासंबंधानें पश्चात्ताप पावतो; आणि सर्वांसमक्ष बसून भक्ष्य, लेह्य, पेय व इतरही उत्कृष्ट भोज्य पदार्थ इतरांस न देतां एकटाच भक्षण करितो. अशा पुरुषाला नृशंस असें म्हणावें. प्रथमतः ब्राह्मणांना चार घांस अन्न देऊन नंतर आपल्या आप्त-इष्टांसह जो भोजन करितो, त्याला मरणानंतर स्वर्गाची प्राप्ति होते व इहलोकींही अमर्याद ऐश्वर्य भोगावयास मिळतें. अस्तु, हे भरतकुलश्रेष्ठा, याप्रमाणें मीं तुला नृशंसाविषयींची माहिती सांगितली. बुद्धिवान् पुरुषानें ह्या नृशंसेचा सदैव त्याग केला पाहिजे.

अध्याय एकशें पांसष्टावा.

--:०:--

आपद्धर्म.

भीष्म सांगतातः---चोरांनीं द्रव्याचा अपहार केलेला, यज्ञ करूं इच्छिणारा, सर्ववेदपारंगत, गुरुकार्य आणि पितृकार्य करण्याची इच्छा असलेला, व वेदाध्ययन करूं इच्छिणारा, हे सर्व ब्राह्मण धर्मसिद्ध्यर्थच भिक्षा मागणारे असल्यामुळें सत्पात्रच होत. ह्यास्तव, हे भारता, दरिद्री अशा ह्या ब्राह्मणांना द्रव्यदान करावें व

विद्याही शिकवावी. हे भरतश्रेष्ठा, इतरही ब्राह्मणांना दक्षिणा द्यावी. इतर ब्राह्मणांनाही वेदिकेच्या बाहेर अपक्क अन्न अर्पण करावें असें शास्त्रांत सांगितलेलें आहे. राजानें ब्राह्मणांना योग्यतानुरूप सर्व प्रकारचीं रत्नें अर्पण करावीं. ब्राह्मण हेच मूर्तिमंत वेद, व विपुलदक्षिणासंपन्न असे यज्ञ होत. वैभव आणि आचार ह्यांनीं संपन्न असणारे लोक गुणाच्या अनुरोधानें परस्परांकडून सदैव यज्ञ करवीत असतात. ज्याच्यापाशीं तीन वर्षेंपर्यंत सेवकांच्या चरितार्थास पुरेल इतकें अथवा त्याहून अधिकही धान्य असेल, तोच सोमपान करण्यास अधिकारी होतो. राजा धर्मनिष्ठ असतां एखाद्या यज्ञ करणाऱ्या पुरुषाच्या व विशेषेंकरून ब्राह्मणाच्या यज्ञाला कांहीं अंशानें अर्थात् द्रव्याच्या अभावामुळें प्रतिबंध होत असला, तर कधींही यज्ञ न केलेला व ह्मणूनच सोमप्राशन न घडलेला अनेकपशुसंपन्न असा जो वैश्य असेल, त्याच्या कुटुंबांतून राजानें यज्ञासाठीं द्रव्य हरण करावें. शूद्राच्या गृहांतून यज्ञासाठीं कांहींही हरण करूं नये. कारण, शूद्राला यज्ञापासून कोणताही लाभ नसतो. ज्या अग्न्याधान न केलेल्या मनुष्याजवळ शंभर गाई असतील, अथवा अग्न्याधान करून यज्ञ न केलेल्या मनुष्याजवळ हजार गाई असतील, त्याच्याही कुटुंबांतून निःशंक द्रव्य हरण करावें. जे मुळींच दान करीत नसतील, त्यांना बजावून राजानें सदैव यज्ञार्थ द्रव्य हरण करावें. असें आचरण करणाऱ्या राजाला पूर्णपणें धर्म घडतो. आतां तुला धान्यासंबंधानें सांगतों तें ऐक.

कोणीही ब्राह्मण सहा वेळ अर्थात् तीन दिवसपर्यंत उपोषित असेल, तर त्याच्या एक दिवसाच्या चरितार्थासाठीं, हीन कर्म करणाऱ्या पुरुषाकडून, दुष्टाकडून, एखाद्या शेतांतून, उपवनांतून, अथवा जेथून जुळेल तेथून अपहार करून त्याला अन्न द्यावें; व ही गोष्ट राजानें विचारली अथवा न विचारली तरीही त्याला सांगावी. धर्मवेत्त्या राजानेंही त्याला दंड करूं नये. कारण, अशा प्रसंगीं असें करणें हा धर्मच आहे. क्षत्रियाच्या मूर्खपणामुळें ब्राह्मणाला क्षुधेचे क्लेश अनुभवावे लागतात. ह्यास्तव राजानें ब्राह्मणाचें विद्याध्ययन आणि सदाचार ह्यांची परीक्षा करून तदनुरूप त्याच्या चरितार्थाची तजवीज करावी; आणि पुढें, ज्याप्रमाणें पिता आपल्या औरस पुत्राचें संरक्षण करितो, त्याप्रमाणें त्याचें पालन करावें. प्रतिवर्षीं करावयाचे आग्रयणादि विधि न केल्यास वैश्वानरी नामक इष्टि करावी. हा अनुकल्प आहे हें खरें, तथापि अनुकल्पही उत्कृष्ट प्रकारचा धर्मच आहे असें धर्मवेत्त्या पुरुषांनीं सांगितलेलें आहे. विश्वेदेव, साध्य आणि ब्रह्मनिष्ठ महर्षि ह्यांनीं मृत्यूच्या भीतीमुळें आपत्कालीं कांहीं विधींचे प्रतिनिधि सांगितले आहेत. मुख्य विधि करण्याचें सामर्थ्य असून तो न करितां जो अनुकल्पाचेंच आचरण करीत असतो, त्या दुर्बुद्धीला पारलौकिक फलाची प्राप्ति होत नाहीं. वेदवेत्त्या ब्राह्मणानें स्वतःच्या चरितार्थासाठीं "मी ब्राह्मण आहे" इत्यादि कांहीं सांगूं नये. आपल्या आणि राजाच्या वीर्यापैकीं आपलेंच वीर्य बलवत्तर होय. सारांश, राजापेक्षां ब्रह्मवादी पुरुषाचें तेज केव्हांही दुःसहच असतें. ब्राह्मण हा कर्ता व शास्ताही असल्यामुळें त्याला प्रत्यक्ष ब्रह्मदेवच म्हटलेलें आहे. त्याच्या क्षेमाचा भंग होईल असें त्याला बोलूं नये व शुष्क भाषणेंही त्याच्याशीं करूं नयेत. क्षत्रियानें बाहुवीर्याच्याच योगानें, वैश्य आणि शूद्र ह्यांनीं द्रव्याच्या योगानें व ब्राह्मणानें मंत्र आणि होम ह्यांच्या योगानें संकटांतून आपला उद्धार करावा. कन्या, तरुण स्त्री, मंत्र न जाणणारा पुरुष, मूर्ख आणि उपनयनादि संस्कार न

झालेला मनुष्य ह्यांनीं अग्नीमध्यें आहुतीचा प्रक्षेप करूं नये. कारण, होम केला असतां ते व तो होम ज्याच्यासाठीं असतो तो हे सर्व नरकांत पडतात. म्हणूनच, 'यज्ञकुशल आणि वेदपारंगत अशाच पुरुषानें होम करावा; अर्थात् आपण स्वतः होम करावा; व आपण करणें शक्य नसेल तर आपल्या पत्नीनें, तिच्या अभावीं पुत्रानें, त्याच्या अभावीं कन्येनें व तिच्याही अभावीं शिष्यानें होम करावा,' असें आश्वलायनांनीं सांगितलेलें आहे, यावरून स्त्रियांनाही होम करण्याचा अधिकार आहे असें सिद्ध होत असल्यामुळें, युवती आणि कन्या ह्यांचा निषेध वरील वाक्यांत केलेला आहे. अग्न्याधान केल्यानंतर प्राजापत्य अश्वरूपी दक्षिणा अर्पण केली नाहीं तर तो मनुष्य आहिताग्नि नव्हे असें धर्मवेत्या पुरुषांनीं सांगितलें आहे. श्रद्धालु आणि जितेंद्रिय पुरुषानें कोणतींही पुण्यकर्में करावीं; परंतु ज्यामध्यें पूर्ण अशी दक्षिणा नाहीं असे यज्ञ मात्र केव्हांही करूं नयेत. कारण, दक्षिणा न्यून असलेला यज्ञ हा संतति, पशु व स्वर्गप्राप्ति ह्यांना नष्ट करून इंद्रियें, शौर्य आणि दान ह्यांपासून उत्पन्न होणारी कीर्ति हीचेंही निर्मूलन करितो.

पातकें आणि त्यांचीं प्रायश्चित्तें.

युधिष्ठिरा, रजस्वलासमागम करणारे, अग्न्याधान न करणारे आणि श्रौतहोमविरहित असलेले जे ब्राह्मण, ते सर्व पातकी होत. ज्या गांवाचा निर्वाह एकाच विहिरींतील पाण्यावर असेल, अशा गांवामध्यें शूद्रस्त्रीच्या समागमें बारा वर्षेंपर्यंत रहाणारा ब्राह्मण कर्मतः शूद्रच बनतो. जिच्याशीं आपला विवाह झाला नाहीं तिला शय्येवर घेणारा, शूद्राला महत्त्व देणारा, ब्राह्मणावांचून इतरांचा बहुमान करणारा, व तृणाला पाठ लावून बसणारा ब्राह्मण कोणत्या रीतीनें शुद्ध होतो तें मी तुला सांगतों, ऐक. क्षत्रियादि निकृष्ट वर्णांची सेवा करीत असतां अयोग्य प्रकारें उभें रहाणें व बसणें ह्या योगानें एका रात्रींत जें पातक घडतें, तें नष्ट करण्यास त्याला तीन वर्षेंपर्यंत व्रतस्थ रहावें लागतें. सत्य भाषण जरी विहित आहे, तरी कांहीं प्रसंगीं असत्य भाषण करण्याची अनुमति आहे. हे राजा, थट्टेमध्यें, समागमप्रसंगीं स्त्रियांपाशीं, विवाहप्रसंगीं, गुरुजनांच्या कार्यासाठीं आणि स्वतःच्या जीवितसंरक्षणासाठीं केलेलें असत्य भाषण दुर्गतिदायक होत नाहीं. कारण, हीं पांच प्रकारचीं असत्य भाषणें पातकें नव्हेत असें सांगितलेलें आहे. निकृष्ट वर्गापाशीं विद्याध्ययन करूं नये असा जरी सामान्य नियम आहे, तरी त्याला अपवाद आहे. तो असाः—विद्या उत्कृष्ट असली व ती इतरांपासून प्राप्त होणें शक्य नसलें, तर ती श्रद्धेनें निकृष्ट वर्णापासूनही संपादन करावी. सुवर्ण जर अपवित्र पदार्थांत पडलें असेल, तर तें त्यांतून निःशंकपणें काढून घ्यावें. एखादी उत्कृष्ट स्त्री हीनकुलांत (हीन जातींत नव्हे) असेल, तर तिचा उद्धार करावा. विषांतूनही अमृत काढून घेऊन प्राशन करावें. स्त्रियांना रत्नें आणि जल हीं दुषणीय नाहींत असा सामान्यतः धर्मनियम आहे. गोब्राह्मणांच्या हितासाठीं, वर्णसंकरप्रसंगीं आणि आत्मसंरक्षणासाठीं वैश्यानेंही शस्त्र ग्रहण करावें. सुरापान, ब्रह्महत्या, गुरुस्त्रीगमन, सुवर्णचौर्य आणि ब्राह्मणद्रव्याचा अपहार हीं महापातकें होत. हीं पातकें बुद्धिपूर्वक केलीं असतां मरण हेंच प्रायश्चित्त आहे असा सिद्धांत आहे. हे महाराजा, स्वच्छंदें वागणारा पुरुष हा मद्यपान, अगम्यस्त्रीगमन, पतितसंसर्ग व ब्राह्मणस्त्रीसमागम ह्यांच्या योगानें लवकर पतित बनतो. पतित मनुष्याचा संसर्ग एक वर्षपर्यंत घडल्यानें मनुष्य पतित होतो. याजन, अध्यापन आणि विवाहादि

यौनसंबंध हेच या पातित्याला कारण आहेत. गमन, आसन आणि भोजन हीं पतिताशीं केलीं असतां इतक्याच कालांत पातित्य येत नाहीं. हे भरतकुलोत्पन्ना, या पंचमहापातकांवांचून इतरांना प्रायश्चित्त आहे. ह्यांचीं जीं प्रायश्चित्तें सांगितलीं आहेत, तीं यथाविधि केल्यानंतर पुनश्च पापकर्माकडे प्रवृत्ति होऊं देऊं नये. ह्या पतितांपैकीं पूर्वींचे तीन अर्थात् मद्यपी, ब्रह्मघ्न आणि गुरुदारगामी हे मृत झाले असतां (त्यांच्या सपिंडांना अशौच नसल्यामुळें) त्यांचें प्रेतकर्म होण्यापूर्वींही सपिंडांकडून अन्न आणि सुवर्ण हीं निःशंकपणें ग्रहण करावीं. पतित पुरुष अमात्य असले अथवा गुरु असले तरीही धर्मनिष्ठ पुरुषानें त्यांचा त्याग करावा, व केव्हांही त्यांच्याशीं संसर्ग ठेवूं नये. कारण, ते प्रायश्चित्त घेण्यालाही अधिकारी नसतात. अधर्मकर्त्या पुरुषानें धर्म आणि तप ह्यांचें आचरण केल्यास त्याचें पातक नष्ट होतें. चोराला चोर असें म्हटल्यास त्याच्याइतकेंच पातक लागतें; व चोर नसणाऱ्याला चोर असें म्हटल्यास दुप्पट पातक लागतें. विवाहापूर्वींच संभोगाची इच्छा करणाऱ्या कन्येला एकतृतीयांश ब्रह्महत्या घडते; व जो तिला दूषित करील त्याला अवशिष्ट (अर्थात् दोनतृतीयांश) ब्रह्महत्या घडते. ब्राह्मणाला शिव्याशाप दिल्यानें व धक्काबुक्की केल्यानें त्याहूनही अधिक पातक लागतें. ब्राह्मणाचा अवमान केल्यानें शंभर वर्षेपर्यंत प्रेतत्वापासून मुक्ति होत नाहीं व पुढेंही एक हजार वर्षेपर्यंत नरकांत पडून रहावें लागतें. म्हणूनच ब्राह्मणांचा अवमानही करूं नये व त्यांना धक्काबुक्की करून पाडूंही नये. हे राजा, ब्राह्मणाच्या शरीरावर कोणी प्रहार केल्यास त्याच्या शरीरांतून पडलेल्या रक्तास भूमीचे जितके रजःकण लागतील तितकीं वर्षेपर्यंत त्या प्रहारकर्त्या पुरुषाला नरकवास घडतो. भ्रूणहत्या करणारा पुरुष संग्रामामध्यें शस्त्रपातानें मरण पावल्यास शुद्ध होतो; अथवा प्रदीप्त झालेल्या अग्नीमध्यें आपल्या शरीराची आहुति दिल्यासही तो शुद्ध होतो. मद्यपान करणाऱ्या ब्राह्मणानें तप्त केलेलें मद्य प्राशन करावें, म्हणजे तो त्या पातकापासून मुक्त होतो; अथवा त्या मद्याच्या योगानें त्याचें शरीर दग्ध होऊन गेलें ह्मणजे मरण आल्यामुळेंही तो शुद्ध होतो व त्याला स्वर्गादि लोकांचीही प्राप्ति होते; ह्यावांचून ती त्यास होऊं शकत नाहीं. गुरुदारगमन करणाऱ्या दुष्ट आणि पातकी पुरुषानें तप्त झालेल्या लोहादिमय स्त्रीप्रतिमेस आलिंगन द्यावें. अशा रीतीनें तो मृत्यु पावल्यानंतर शुद्ध होतो; अथवा कुटिलपणाचा त्याग करून आपलें शिश्न आणि वृषण कापून आपल्या हातांत घेऊन नैर्ऋत्य दिशेस जाऊन प्राणत्याग करावा, किंवा ब्राह्मणकार्यासाठीं प्राण द्यावे, म्हणजे तो शुद्ध होतो. अथवा अश्वमेध, गोसव किंवा अग्निष्टोम यज्ञ करावा, ह्मणजे तो इहलोकीं व परलोकींही आदरणीय होतो. ब्रह्मघ्न मनुष्यानें बारा वर्षेपर्यंत सदैव ब्रह्मचर्यानें व मुनिवृत्तीनें रहावें; आणि नरमस्तकाचा ध्वज करून आपल्या कर्माची प्रसिद्धि करावी; अथवा त्रिकालस्नान करून तपोनिष्ठ होऊन रहावें. एखादी स्त्री गर्भिणी आहे असें समजलें असून जर तिचा वध केला, तर त्या योगानें द्विगुणित ब्रह्महत्येचें पातक लागतें. मद्यपान करणाऱ्या मनुष्यानें नियमित आहार ठेवून ब्रह्मचर्यानें भूमीवर शयन करून रहावें. याप्रमाणें तीन वर्षें केल्यानंतर अग्निष्टोम यज्ञ करावा. किंवा एक हजार वृषभ अथवा धेनु यांचें दान करावें; ह्मणजे पापापासून मुक्ति होते. वैश्य-वध केला असतां ब्द प्रायश्चित्त करून शंभर धेनु आणि शंभर वृषभ यांचें दान करावें. शूद्रहत्या घड-

त्यास एकाब्द प्रायश्चित्त करून शंभर वृषभ आणि शंभर धेनु ह्यांचें दान करावें. श्वान, वराह, गर्दभ, मार्जार, चाष पक्षी, बेडूक, सर्प आणि मूषिक ह्यांचा वध केला असतां शूद्रवधासारखेंच प्रायश्चित्त करावें. हे राजा, मनुष्यावांचून कोणत्याही इतर प्राण्याचा वध केला असतां पशुवधाइतकाच दोष सांगितला आहे.

असो; आतां तुला दुसरींही कांहीं प्रायश्चित्तें क्रमानें सांगतों. कीटकादिकांचा इच्छा नसतां वध घडल्यास पश्चात्ताप हेंच प्रायश्चित्त आहे. गोवधावांचून इतर कोणतेंही उपपातक घडलें तर एकाब्द प्रायश्चित्त करावें. श्रोत्रियस्त्रीगमन घडल्यास त्र्यब्द आणि इतर-परस्त्रीगमन घडल्यास द्व्यब्द प्रायश्चित्त करावें. ब्रह्मचर्यानें राहून व्रताचें आचरण करावें व चौथ्या प्रहरीं भोजन करावें. प्रत्येक दिवशीं त्रिकाल स्नान करावें व ऊठ-बस करीत गमन करीत असावें. मातापितरादिकांचा त्याग आणि अग्निविच्छेद करणाऱ्या पुरुषानेंही हेंच प्रायश्चित्त करावें. हे कुरुकुलोत्पन्ना, कारणावांचून जो मनुष्य पित्याचा, मातेचा अथवा गुरूचा त्याग करील, तो पतित होय, असा धर्मशास्त्राचा सिद्धांत आहे. पत्नी व्यभिचारिणी असेल तर तिला अन्न आणि आच्छादन मात्र द्यावें, तिजशीं इतर कोणताही संसर्ग ठेवूं नये, असें सांगितलेलें आहे. विशेषेंकरून प्रतिबंध केला असतांही जर तिनें व्यभिचार केला, तर पुरुषानें परदार-गमन केल्यास जें प्रायश्चित्त आहे तेंच तिजकडूनही करवावें. श्रेष्ठ अशा पतीचा त्याग करून जी स्त्री दुसऱ्या एखाद्या पापी पुरुषाशीं गमन करिते, तिला राजानें एखाद्या विशाल अशा प्रदेशांत श्वानाकडून भक्षण करवावी; आणि अशा स्त्रीशीं जो गमन करील त्या पुरुषालाही तापलेल्या लोखंडी मंचकावर निजवावा व त्याजवर काष्ठें ठेवून जाळून टाकावा. हे महाराजा, स्त्रियांनीं पतीचा अतिक्रम केल्यास त्यांना हा दंड सांगितलेला आहे. पाप केल्यानंतर एक वर्षपर्यंत ज्यानें प्रायश्चित्त केलें नसेल, त्याला दुप्पट प्रायश्चित्त द्यावें; दोन वर्षेंपर्यंत प्रायश्चित्त न करणाऱ्यास त्र्यब्द प्रायश्चित्त द्यावें; आणि पतिताशीं तीन अथवा चार अब्देंपर्यंत संसर्ग ठेवणाऱ्या पुरुषानें पांच वर्षेंपर्यंत मुनिव्रतानें राहून भिक्षेवर निर्वाह करावा आणि पृथ्वीपर्यटन करावें. ज्येष्ठ बंधूच्या पूर्वीं विवाह करणारा कनिष्ठ बंधु तो ज्येष्ठ बंधु, कनिष्ठ बंधूशीं विवाह झालेली ती स्त्री, व धर्मविरुद्ध विवाह करणारा हे सर्व पतित होत. ह्यांनीं, वीरघ्न पुरुषानें जें प्रायश्चित्त करावयाचें तेंच करावें. त्यानें पापमुक्ततेसाठीं एक महिनापर्यंत चांद्रायण अथवा कृच्छ्र करावें. ज्येष्ठ बंधूच्या विवाहापूर्वीं आपला विवाह करणाऱ्या कनिष्ठ बंधूनें आपली स्त्री ज्येष्ठ बंधूला त्याची स्नुषा ह्मणून अर्पण करावी; आणि पुढें त्याच्या अनुमतीनें पुनरपि तिचा अंगीकार करावा. असें झालें ह्मणजे ते उभयतां बंधु व ती स्त्री हे सर्व पापमुक्त होतात. मनुष्येतर प्राण्यांपैकीं धेनु वर्ज्य करून इतर स्त्रियांचा वध करणें दोषास्पद नाहीं. कारण, मनुष्य हा पशूंचा नियंता असून त्याला त्यांचा अवमान करण्याचाही हक्क आहे. तथापि अशा प्रकारच्या वधाबद्दल ब्राह्मणानें चमर मृगाचें पुच्छ परिधान करून व हातांत मृत्तिकेचें पात्र घेऊन आपलें कर्म लोकांना सांगत प्रत्यहीं सात घरें फिरावें व तेवढ्यांत जें अन्न मिळेल तितकेंच भक्षण करून रहावें. असें केलें असतां तो बारा दिवसांनीं शुद्ध होतो. अथवा पापमुक्त होण्यासाठीं (पातकाच्या मानानें) एक वर्षपर्यंत हें व्रत आचरण करावें. ह्याप्रमाणें मनुष्यांना हें उत्तम प्रकारचें प्रायश्चित्त आहे. दान करण्याला समर्थ असणाऱ्या लोकांकडून ह्या सर्व प्राय-

श्चित्तांबद्दल दानाचीच योजना करवावी. आस्तिक पुरुषानें केवल गोप्रदानच करावें असें सांगितलें आहे. श्वान, वराह, मनुष्य, कुक्कट आणि गर्दभ ह्यांचें मांस भक्षण केलें असतां अथवा मूत्र-पुरीष प्राशन केलें असतां पुनरुपनयन केलें पाहिजे. सोमपान केलेल्या ब्राह्मणानें मद्यपान केलेल्या मनुष्याच्या मुखाचें अवघ्राण केल्यास तीन दिवस ऊन पाणी, व तीन दिवस ऊन दूध पिऊन पुढें तीन दिवस वायुभक्षण करून रहावें. याप्रमाणें हा फार पुरातन कालापासून चालत आलेला प्रायश्चित्तविधि तुला सांगितलेला आहे. हा विशेषेंकरून ब्राह्मणांकरितां व त्यांतूनही अज्ञानानें पातक घडलें असतां आहे.

अध्याय एकशें सहासष्टावा.

—:०:—

खड्गोत्पत्तिकथन.

वैशंपायन सांगतातः—ह्याप्रमाणें युधिष्ठिराच्या प्रश्नांचें उत्तर झाल्यानंतर, गोष्ट काढण्याला अवकाश मिळतांच, खड्गयुद्धनिष्णात नकुल हा शय्येवर पडलेल्या पितामह भीष्मांना विचारूं लागला.

नकुल म्हणालाः—हे पितामह, ह्या लोकांत धनुष्य हें आयुध अत्यंत श्रेष्ठ आहे, हें खरें; तथापि, हे धर्मज्ञ, माझें मन खड्गावरच बसलेलें आहे. कारण, हे राजा, संग्रामामध्यें धनुष्याचा भंग झाला आणि अश्वांचाही नाश झाला, म्हणजे युद्धविद्याविशारद अशा आत्म्याचें संरक्षण खड्गाच्याच योगानें करितां येतें. धनुष्य, गदा आणि शक्ति हीं आयुधें धारण करणाऱ्या अनेक वीरांना देखील खड्ग धारण करणारा एकटाच वीर जर्जर करूं शकतो. म्हणूनच, मला ह्या गोष्टीविषयीं संशयही आहे आणि तिचें उत्तर ऐकण्याविषयीं अत्यंत उत्कंठाही आहे. ती गोष्ट हीच कीं, हे पृथ्वीपते, सर्व युद्धांमध्यें उपयुक्त असें उत्कृष्ट आयुध कोणतें? तसेंच, हे भीष्म, हें खड्ग कोणीं उत्पन्न केलें, कोणत्या हेतूनें निर्माण केलें, कसें निर्माण केलें, आणि ह्या खड्गविद्येचा पहिला आचार्य कोण, हें मला कथन करा.

वैशंपायन सांगतातः—जनमेजया, ह्याप्रमाणें त्या ज्ञानसंपन्न माद्रीपुत्र नकुलाचें तें कौशल्ययुक्त, सूक्ष्म आणि आश्चर्यकारक अशा अर्थानें गर्भित व संमत असें भाषण ऐकून, शरशय्येवर पडलेल्या धनुर्वेदपारंगत धर्मज्ञ अशा त्या भीष्मांनीं, ज्यांतील प्रत्येक स्वर आणि व्यंजन उपपत्तियुक्त आहे अशा प्रकारचें उत्तर त्या द्रोणशिष्य महात्म्या नकुलाला सांगितलें.

भीष्म म्हणालेः—हे माद्रीपुत्रा, रक्ताच्या योगानें सर्वांग आर्द्र झालें असल्यामुळें गैरिकादि धातूंनीं युक्त असलेल्या एकाद्या पर्वताप्रमाणें दिसणाऱ्या मजला तूं चांगली आठवण करून दिलीस! तेव्हां आतां तूं विचारल्या प्रश्नाचें तत्त्व सांगतों तें ऐक. बा नकुला, पूर्वीं हें सर्व विश्व केवळ एकसमुद्रजलमय होऊन गेलें होतें. त्या वेळीं तें स्तब्ध व अवकाशशून्य असून, त्यांतील भूतल कोणतें हें दाखवितां येणेंही शक्य नव्हतें. तें अंधकाराच्या योगानें व्याप्त होऊन गेलें असल्यामुळें दिसण्यांत फारच भयंकर दिसत होतें. त्यांतील शब्द आणि स्पर्श नष्ट झाले असून तें अप्रमेय होऊन गेलें होतें. पुढें त्यामध्यें वीर्यवान् ब्रह्मदेव निर्माण झाला; आणि त्यानें वायु, अग्नि आणि सूर्य हे निर्माण केले. त्यानें वर आकाश व खालीं भूमि आणि अलक्ष्मी हीं निर्माण केलीं. आकाश, चंद्र, तारका, नक्षत्रें, ग्रह, संवत्सर, ऋतु, मास, पक्ष, कला आणि क्षण हीं सर्व त्यानेंच उत्पन्न केलीं. नंतर लौकिक शरीर धारण करून त्या भगवान् ब्रह्मदेवानें उत्कृष्ट तेजस्वी असे पुत्र निर्माण केले. मरीचि,

अत्रि, पुलस्त्य, पुलह, क्रतु, वसिष्ठ, आंगिरस् व ऐश्वर्य-संपन्न प्रभु रुद्र हेच ते पुत्र होत. पुढें प्राचेतस दक्षानें साठ कन्या उत्पन्न केल्या व ब्रह्मर्षींनीं प्रजोत्पत्तीसाठीं त्या सर्व कन्यांचा अंगीकार केला. त्यांपासून सर्व प्राणी निर्माण झाले. देव, पितृगण, गंधर्व, अप्सरा, नानाप्रकारचे राक्षस, मृग, मीन, वानर, मोठमोठे सर्प, सर्व प्रकारचे जलचर व स्थलचर पक्षी, उद्भिज्ज व स्वेदज, अंडज आणि जरायुज हे प्राणी—सारांश, बा नकुला, सर्व स्थावरजंगमात्मक विश्व त्यांच्याचपासून निर्माण झालें. याप्रमाणें, सर्व लोकांचा पितामह जो ब्रह्मदेव त्यानें प्राणिसृष्टि निर्माण केल्यानंतर, वेदविहित सनातन धर्म उपयोगांत आणिला. आदित्य, वसु, रुद्र, साध्य, मरुत्, अश्विन् इत्यादि देवता, त्यांचे आचार्य व पुरोहित, भृगु, अत्रि, आंगिरस्, सिद्ध, काश्यप, वसिष्ठ, गौतम, अगस्त्य, नारद, पर्वत इत्यादि तपोनिष्ठ, व वालखिल्य, प्रभात, सिकत, घृतप, सोमप, वायुभक्षक, अग्निकिरणप्राशन करणारे इत्यादिक सर्व ऋषि हे सर्व त्या धर्माच्या अनुरोधानें वागूं लागले. अक्रुष्ट, हंस, अग्नियोनि, वानप्रस्थ आणि पृश्नि हे सर्व मुनि त्या ब्रह्मदेवाच्या आज्ञेंत राहूं लागले. पण दानवश्रेष्ठ मात्र क्रोध आणि लोभ ह्यांनीं व्याप्त होऊन गेल्यामुळें ब्रह्मदेवाच्या आज्ञेचें उल्लंघन करून धर्मक्षय करूं लागले. हिरण्यकशिपु, हिरण्याक्ष, विरोचन, शंबर, विप्रचित्ति, प्रऱ्हाद, नमुचि आणि बलि हे व आणखी इतरही दैत्य व दानव आपल्या गणांसहवर्तमान अधर्म करण्याचा निश्चय करून धर्ममर्यादेचा अतिक्रम करण्यांतच आनंद मानूं लागले. 'देवांची जी योग्यता तीच आमचीही आहे. कारण, आम्ही सर्वजण एकाच कुलांतील आहों.' असा मनाचा निश्चय करून ते देवांशीं आणि ऋषींशीं स्पर्धा करूं लागले. हे भरतकुलोत्पन्ना, त्यांनीं कोणत्याही प्राण्याचें प्रिय केलें नाहीं व कोणावरही दया केली नाहीं. साम, दान व भेद ह्या तीन उपायांचा मुळींच उपयोग न करितां ते केवल दंडाच्याच योगानें लोकांना त्रास देऊं लागले. अहंकाराच्या ताठ्यामुळें ते दैत्यश्रेष्ठ त्या लोकांशीं केव्हांही ऐकमत्यानें वागले नाहींत.

पुढें एकदा, हें सर्व वृत्त निवेदन करण्यासाठीं ब्रह्मर्षि हे हिमवान् पर्वताच्या एका रम्य शिखरावर ब्रह्मदेवाकडे गेले. ह्या शिखराचा विस्तार शंभर योजनें असून तें रत्नमाणिक्यादिकांच्या समुदायाच्या योगानें व्याप्त होऊन गेलेलें होतें; व तें अत्यंत उच्च असल्यामुळें तारका ह्या त्याजवरील कमलांप्रमाणें दिसत होत्या. बाळा नकुला, प्रफुल्ल वृक्ष असलेल्या अरण्यांनीं युक्त असणाऱ्या त्या पर्वतश्रेष्ठावर देववर्य ब्रह्मा सर्व लोकांचे मनोरथ पूर्ण करण्यासाठीं वास्तव्य करीत होता. पुढें एक हजार वर्षांनंतर प्रभु ब्रह्मदेवांनीं कल्पसूत्रोक्त विधीच्या अनुरोधानें योग्य प्रकारें संपादन केलेल्या सामग्रीनें युक्त असा एक यज्ञ केला. त्या वेळीं यथाशास्त्र कर्म करणारे यज्ञपटु मुनि आणि श्रेष्ठ अशा देवतांचे समुदाय ह्यांनीं तो यज्ञप्रदेश व्याप्त होऊन गेला असून, देदीप्यमान् प्रज्वलित अग्नि आणि सुवर्णमय अशीं कांतिसंपन्न यज्ञपात्रें ह्यांच्या योगानें त्याला एक प्रकारची शोभा आलेली होती. त्या ठिकाणीं इतस्ततः समिधा पडलेल्या होत्या, व सदस्य असणाऱ्या ब्रह्मर्षींच्या योगानें तो शोभायमान् दिसत होता. त्या ठिकाणीं ऋषींच्या पुढें एक भयंकर गोष्ट घडून आल्याचें माझ्या ऐकण्यांत आहेः ज्याप्रमाणें तारकांचा उदय झालेल्या स्वच्छ अशा आकाशांतून चंद्र वर येतो, त्याप्रमाणें अग्नीला इतस्ततः प्रक्षिप्त करून त्यांतून एक प्राणी त्या वेळीं उत्पन्न झाल्याचें माझ्या ऐकण्यांत आहे. त्याची

कांति नीलकमलाप्रमाणें असून दंष्ट्रा तीक्ष्ण आणि उदरभाग कृश होता. त्याचें शरीर उंच असून तो अत्यंत दुर्जय व अतिशय तेजस्वी होता. तो अग्नींतून वर येत असतां पृथ्वी डळमळूं लागली, ज्यामध्यें मोठमोठे लाटांचे भोंवरे उत्पन्न झालेले आहेत, असा महासागर क्षुब्ध होऊन गेला, उल्कापात झाले, मोठमोठे उत्पात होऊं लागले, वृक्षांच्या शाखा भग्न होऊन पडल्या, सर्व दिशा धुंद होऊन गेल्या, अकल्याणसूचक वायु वाहूं लागला, व भीतीमुळें सर्व प्राणी वारंवार क्लेश पावूं लागले. ह्याप्रमाणें कल्होळ उसळलेला पाहून व तो अग्नींतून निर्माण झालेला पुरुष समीप आला आहे असें पाहून देव, ऋषि आणि गंधर्व ह्यांना ब्रह्मदेव म्हणाला, ‘ अशा प्रकारचा हा प्राणी निर्माण व्हावा, असें मीच मनांत आणिलें होतें. ह्या वीर्यवान् पुरुषाचें नांव खड्ग असें असून लोकांचें संरक्षण आणि दैत्यांचा संहार हाच याचा उपयोग आहे.’ ह्याप्रमाणें ब्रह्मदेवानें भाषण करितांच त्या पुरुषानें आपलें तें स्वरूप टाकून दिलें; आणि स्वच्छ, तीक्ष्ण धार असलेल्या व प्रलयकालच्या मृत्यूप्रमाणें सर्वांचा संहार करण्याविषयीं उद्युक्त अशा खड्गाचें स्वरूप धारण केलें. पुढें ब्रह्मदेवानें अधर्माचें निवारण करणारें असें तें तीक्ष्ण खड्ग वृषभध्वज नीलकंठ रुद्रास अर्पण केलें. तेव्हां महर्षिजनांनीं स्तविलेल्या त्या अज्ञेयरूपी भगवान् रुद्रानें तें खड्ग ग्रहण करून निराळेंच स्वरूप धारण केलें. तें रूप चतुर्भुज होतें. त्या वेळीं तो रुद्र भूमीवर उभा होता तरीही त्याच्या मस्तकाचा स्पर्श सूर्यमंडलाला होत होता. त्याची दृष्टि वर असून जननेंद्रिय विशाल होतें. त्याच्या मुखांतून अग्नीच्या ज्वाला बाहेर पडत होत्या व तो नील, श्वेत, आरक्त असे वर्ण अनेकवार बदलून बदलून धारण करीत होता. त्यानें कृष्णाजिनरूपी वस्त्र धारण केलेलें होतें व त्याच्या ललाटप्रदेशावर, ज्यांतील तारका उत्कृष्ट सुवर्णाप्रमाणें आहेत असा एक सूर्याप्रमाणें तेजस्वी नेत्र होता. त्याचे दुसरे दोन नेत्र अत्यंत स्वच्छ आणि कृष्णपिंगलवर्ण व शोभायमान असे होते.

अस्तु; नंतर, भगदेवतेच्या नेत्रांचा नाश करणारा व हातांत शूल धारण करणारा तो महापराक्रमी बलाढ्य महादेव प्रलयकालीन अग्नीप्रमाणें कांति असलेलें तें खड्ग घेऊन व त्रिकूट असें चर्म वर करून नानाप्रकारच्या गतींनीं गमन करूं लागला. त्या वेळीं तें खड्ग आणि चर्म हीं मेघ आणि विद्युत् ह्यांप्रमाणें दिसत होतीं. पुढें तो युद्ध करण्याच्या इच्छेनें आकाशांत तें खड्ग चमकावूं लागला व भयंकर शब्द करून मोठ्यानें हंसूं लागला! त्या वेळीं रुद्राची आकृति फार भयंकर दिसत होती.

हे भरतकुलोत्पन्ना, तो रुद्र अशा प्रकारचें स्वरूप धारण करून दैत्यसंहाररूपी भयंकर कर्म करण्याची इच्छा करीत आहे असें ऐकून, योग्य योद्धा मिळाल्यामुळें सर्व दानवांना आनंद झाला व ते त्याजवर चाल करून गेले. त्यांनीं त्याजवर पाषाणांचा व देदीप्यमान् अशा उल्मुकांचा[1] आणि वस्तऱ्याप्रमाणें धारअसणाऱ्या इतरही लोहमय अशा भयंकर आयुधांचा वर्षाव केला. पण पुढें, बलाचें केवल उत्पत्तिस्थानच असा तो रुद्र न डगमगतां संग्राम करीत आहे असें पाहून त्या सर्व दैत्यसैन्याच्या अंतःकरणास मोह पडला व ते डळमळूं लागले. त्या वेळीं हातीं खड्ग घेऊन, पदगति त्वरित असल्यामुळें आश्चर्यकारक रीतीनें संचार करणारा तो रुद्र जरी एकटाच होता, तरी हे रुद्र हजारों आहेत असें त्या दैत्यांना दिसूं लागलें. तो रुद्र शत्रुसमुदायाला छिन्नविच्छिन्न करीत,

१ जळत्या लांकडांचा.

फोडून काढीत, कापीत, तुकडे करीत आणि त्यांचा चूर करीत, तृणामध्यें स्वैर संचार करणाऱ्या अग्नीप्रमाणें त्यांच्यामध्यें संचार करूं लागला. त्याच्या खड्गवेगानें शत्रूंची फळी फुटून गेली व त्यांचे भुज, वक्षस्थळें आणि मांड्या हीं छिन्नविच्छिन्न होऊन गेलीं. त्यांतील महाबलाढ्य दैत्यांचे अवयव आणि आंतडीं छिन्नविच्छिन्न होऊन इतस्ततः पडलीं व त्यामुळें ते भूमीवर पडले. तसेंच इतरही दानव खड्गप्रहारामुळें क्लेश पावून व फळी फोडून मोठमोठ्या शब्दांनीं परस्परांवर गुरकावीत दिगंतरीं निघून गेले, कित्येक भूमींत शिरले, कांहीं पर्वतावर निघून गेले, दुसऱ्यांनीं आकाशामध्यें गमन केलें, व इतर जलामध्यें प्रविष्ट झाले. तो अत्यंत भयंकर संग्राम घडून आला त्या वेळीं भूमि अतिशय भयंकर दिसत होती. तिजवर मांसाचा आणि रक्ताचा कर्दम होऊन गेला असून, हे महाबाहो, प्रफुल्ल पलाशवृक्षांनीं युक्त असलेल्या पर्वताप्रमाणें भासणाऱ्या त्या रक्ताचा सडा झालेल्या दैत्यांच्या इतस्ततः पडलेल्या शरीरांच्या योगानें ती व्याप्त होऊन गेलेली होती. याप्रमाणें दानवांचा संहार करून जगतांत धर्माची अभिवृद्धि केल्यानंतर त्या कल्याणकारक भगवान् रुद्रानें रौद्रस्वरूपाचा त्याग करून शिवस्वरूप धारण केलें. तेव्हां अत्यंत आश्चर्यकारक असा जय मिळाल्यामुळें सर्व देवतागण आणि सर्व महर्षि ह्यांनीं त्या देवाधिदेवाचें पूजन केलें. पुढें त्या भगवान् रुद्रानें दैत्यरक्तानें सिक्त झालेलें आपलें धर्मसंरक्षक खड्ग श्रीविष्णूला आदरपूर्वक समर्पण केलें. बाळा नकुला, पुढें तें विष्णूनें मरीचीला, भगवान् मरीचीनें महर्षींना, ऋषींनीं इंद्राला, इंद्रानें लोकपालांना, व लोकपालांनीं तें विशाल खड्ग सूर्यपुत्र मनूला अर्पण केलें आणि सांगितलें कीं, " तूं मनुष्यांचा अधिपति आहेस, तेव्हां ज्यामध्यें धर्म वास्तव्य करीत आहे, अशा ह्या खड्गाच्या योगानें तूं प्रजापालन कर. शरीराला अथवा अंतःकरणाला सुख होण्यासाठीं धर्ममर्यादेचें अतिक्रमण करणाऱ्या लोकांना धर्माच्याच अनुरोधानें —स्वेच्छेप्रमाणें नव्हे—दंड करून त्यांचें संरक्षण केलें पाहिजे. दंड चार प्रकारचा आहेः दुष्ट शब्द बोलून ताळ्यावर आणणें, द्रव्यदंड, (अवयवच्छेद करून) शरीर व्यंग करणें, आणि फारच मोठें कारण घडलें असल्यास वध करणें. हीं दुर्भाषणादि चार स्वरूपें खड्गाचींच आहेत, व ज्याचें आपण पालन करावयाचें त्याजकडून अतिक्रमण घडल्यास तीं उपयोगांत आणावयाचीं आहेत. "

पुढें मनूनें लोकांचा अधिपति असा एक पुत्र निर्माण केला व त्या क्षुप नामक पुत्राला प्रजेचें संरक्षण करण्यासाठीं त्यानें तें खड्ग अर्पण केलें. पुढें तें क्षुपापासून इक्ष्वाकूनें, इक्ष्वाकूपासून पुरूरव्यानें, व त्याजपासून आयूनें संपादन केलें. आयूपासून ह्या भूतलावर तें नहुषाला मिळालें व नहुषापासून ययातीला, त्याजपासून पुरूला, त्याजकडून अमूर्तरयाला, त्याच्यापासून भूमिशय नृपतीला, भूमिशयापासून दुष्यंतपुत्र भरताला, आणि, नकुला, त्याजपासून धर्मवेत्त्या ऐलविलाला त्या खड्गाची प्राप्ति झाली. पुढें ऐलविलापासून प्रजाधिपति धुंधुमार याला, धुंधुमारापासून कांबोजाला, त्याजपासून मुचकुंदाला, मुचकुंदाकडून मरुत्ताला, मरुत्तापासून रैवताला, रैवतापासून युवनाश्वाला, युवनाश्वापासून इक्ष्वाकुवंशोद्भव रघूला, त्याजकडून प्रतापशाली हरिणाश्वाला, आणि हरिणाश्वापासून शुनकाला तें खड्ग मिळालें. पुढें तें शुनकाकडून धर्मात्म्या उशीनराला, त्याजपासून भोज आणि यादव यांना, यादवांपासून शिबीला, शिबीकडून

प्रतर्दनाला, प्रतर्दनाकडून अष्टकाला, अष्टकापासून पृषदश्वाला, पृषदश्वापासून भरद्वाजाला, त्याजकडून कृपाला, व त्याजकडून तुला व तुझ्या बंधूंना हें उत्कृष्ट खड्ग मिळालें आहे. ह्या खड्गाचें नक्षत्र कृत्तिका असून, देवता अग्नि, गोत्र रोहिणी आणि रुद्र हा उत्कृष्ट प्रकारचा आचार्य आहे. हे पांडुपुत्रा, ज्यांचा उच्चार केला असतां सदैव विजयप्राप्ति होते अशीं खड्गाचीं आठ नांवें आहेत, तीं गुप्त आहेत तरीही मी तुला तीं सांगतों, ऐक. असि, विशसन, खड्ग, तीक्ष्णधार, दुरासद, विजय, श्रीगर्भ आणि धर्मपाल हींच तीं नांवें होत. हे माद्रीपुत्रा, खड्ग हें सर्व आयुधांमध्यें श्रेष्ठ आहे. ह्याचा कर्ता महेश्वर आहे असा पुराणांचा सिद्धांत आहे. शत्रुविध्वंसक पृथूनें पहिल्यानें धनुष्याची उत्पत्ति केली; आणि त्यानें पृथ्वीपासून सर्वधान्यरूपी दुग्ध काढलें, व धर्माच्या अनुरोधानें तिचें पालन केलें. हे माद्रीपुत्रा, हा ऋषिप्रोक्त वृत्तांत तूं प्रमाण म्हणून समज. युद्धविशारद पुरुषांनीं खड्गाचें सदैव पूजन केलें पाहिजे. हे भरतकुलश्रेष्ठा, खड्गाची उत्पत्ति कशी झाली तो प्रकार मीं तुला बरोबर रीतीनें सविस्तर वर्णन करून सांगितला आहे. हा खड्गरूपी साधनाचा उत्कृष्ट प्रकारचा वृत्तांत श्रवण करणाऱ्या पुरुषाला इहलोकीं कीर्ति मिळून, पुढें स्वर्गलोकीं अनंत कालपर्यंत त्याचें वास्तव्य घडतें.

अध्याय एकशें सदुसष्टावा.

—:०:—

षड्जगीता.

वैशंपायन सांगतातः—असें बोलून भीष्म स्तब्ध बसले असतां, घराकडे गेल्यानंतर युधिष्ठिरानें विदुर आणि आपले चार बंधु अशा पांच असामींस प्रश्न केला. तो ह्मणाला, "लोभाचें अस्तित्व धर्म, अर्थ आणि काम ह्या तिघांवर अवलंबून आहे. तेव्हां ह्या तिहींपैकीं श्रेष्ठ कोण, मध्यम कोण, कनिष्ठ कोण, आणि काम, क्रोध, लोभ ह्या तिघांचा जय करण्यासाठीं कोणावर लक्ष ठेविलें पाहिजे, ह्याविषयीं तुम्ही आनंदानें योग्य असें सिद्धांतभुत वाक्य सांगा." हें ऐकून, अर्थशास्त्रतत्त्वज्ञ प्रतिभाशाली विदुर धर्मशास्त्राचें स्मरण करून प्रथम बोलला.

विदुर म्हणालाः—विपुल अध्ययन, स्वधर्माचें आचरण, दान, आस्तिकता, यज्ञक्रिया, क्षमा, निष्कपटपणा, दया, सत्य आणि इंद्रियनिग्रह हें धर्माचें ऐश्वर्य आहे. ह्याचाच तूं आश्रय कर. तुझें अंतःकरण ह्यापासून चलित होऊं देऊं नको. धर्म आणि अर्थ ह्या उभयतांचें मूल हेंच आहे. मीं देखील मुख्यत्वेंकरून ह्यांचाच आश्रय केलेला आहे. धर्माच्याच योगानें ऋषींचा उद्धार झाला असून सद्गतिही धर्मावर अवलंबून आहे. देवांचा अभ्युदय धर्माच्याच योगानें झाला असून अर्थही धर्मामध्येंच आहे. हे राजा, धर्म हा गुण श्रेष्ठ असून अर्थ मध्यम व काम निकृष्ट होय, असें ज्ञानसंपन्न लोक म्हणत असतात. ह्यास्तव मनुष्यानें अंतःकरणाचा निग्रह करून धर्मालाच प्राधान्य देऊन रहावें; व जसें आपल्या स्वतःविषयीं वर्तन ठेवावयाचें तसेंच सर्व प्राण्यांविषयींही ठेवावें.

वैशंपायन सांगतातः—याप्रमाणें विदुराचें भाषण समाप्त झाल्यानंतर, धर्म व अर्थ ह्यांच्या तत्त्वांचें ज्ञान असलेला अर्थशास्त्रनिष्णात पृथापुत्र अर्जुन युधिष्ठिराच्या प्रेरणेवरून भाषण करूं लागला.

अर्जुन म्हणालाः—हे राजा, ही पृथ्वी म्हणजे कर्मभूमि आहे. ह्यास्तव, ह्या ठिकाणीं वार्ता, कृषि, वाणिज्य, गोरक्षण आणि नानाप्रकारचीं कलाकौशलें हींच प्रशस्त होत. ह्या सर्व गोष्टी म्हणजे अर्थच होय. ह्यांपैकीं

कोणत्याही कर्माचा अतिक्रम करूं नये. अर्थावांचून धर्माचें अथवा कामाचें अस्तित्वच रहाणार नाहीं अशी श्रुति आहे. अर्थप्राप्ति झाली असतां हे दोन्ही पुरुषार्थ संपादन करितां येतात. ज्याप्रमाणें सर्व प्राणी ब्रह्मदेवाची सेवा करितात, त्याप्रमाणें धर्म आणि काम ह्या दोहोंकडे ज्याच्या अर्थाचा विनियोग झाला आहे त्याची अत्यंत उच्च कुलांतील लोक देखील सेवा करितात. जटा आणि कृष्णाजिनें धारण करणारे, इंद्रियदमन केलेले, शरीराविषयीं उदासीन असल्यामुळें मललिप्त असलेले, जितेंद्रिय, शिरोमुंडन केलेले, यति, अथवा नैष्ठिक ब्रह्मचारी हे सर्व निरनिराळ्या प्रकारें अर्थाचाच अभिलाष करणारे असतात. काषायवस्त्र परिधान करणारे, श्मश्रु धारण करणारे, मर्यादशील, विद्वान्, शांतिसंपन्न व कोणत्याही वस्तूंशीं संसर्ग न ठेवणारे जे लोक, त्यांची सुद्धां गति हीच आहे. आपआपल्या धर्माचें अनुष्ठान करणाऱ्या ह्या पुरुषांपैकीं कांहीं लोक केवळ अर्थाचा अभिलाष करणारे, कित्येक स्वर्गाची इच्छा करणारे व दुसरे कुलाभिवृद्धीची वासना धरणारे असतात. दुसरे कित्येक आस्तिक आणि नास्तिक हे ध्यान, धारणा, समाधि ह्यांवरच निष्ठा ठेवून असतात. अस्तु; अर्थशास्त्राच्या श्रेष्ठत्वाचें ज्ञान होणें हाच खरा प्रकाश असून तें न होणें हाच अंधकार होय. हे ज्ञानसंपन्नश्रेष्ठा, जो पुरुष आपल्या सेवकांना ऐश्वर्यसंपन्न करून शत्रूंना दंड करितो, तोच खरा अर्थवान् होय. हें माझें मत अगदीं खरें आहे. आतां हे नकुलसहदेव भाषण करण्याविषयीं अगदीं उत्सुक झालेले आहेत, तेव्हां त्यांचें भाषण तूं श्रवण कर.

वैशंपायन सांगतातः—अर्जुनानें असें भाषण केल्यानंतर, धर्म आणि अर्थ ह्यांमध्यें निष्णात असलेले नकुलसहदेव उत्कृष्ट असें भाषण करूं लागले.

नकुल-सहदेव म्हणालेः—बसतांना, निजतांना अथवा चालतांना देखील कमी-अधिक प्रतीचे उद्योग करून मनुष्यानें अत्यंत अर्थसंपादन केलें पाहिजे. सर्वांनाही अत्यंत प्रिय परंतु दुर्लभ असा हा अर्थ प्राप्त झाला म्हणजे मनुष्याचे मनोरथ इहलोकींच पूर्ण होतात, हें अगदीं प्रत्यक्ष आहे ह्यांत संशय नाहीं. ज्याचा संबंध धर्माशीं असतो तो अर्थ; आणि ज्याचा अर्थाशीं संबंध असतो तो धर्म. ह्या दोहोंचें आचरण तुजसारख्याला देखील अमृततुल्य आहे, म्हणूनच आह्मांला हे दोन्ही मान्य आहेत. ज्यापाशीं अर्थ नाहीं त्याला कामप्राप्ति व्हावयाची नाहीं; तसेंच जो धर्मनिष्ठ नसतो त्याला अर्थाची प्राप्ति कोठून होणार? सारांश, धर्म आणि अर्थ ह्या दोहोंच्याच योगानें तिन्ही पुरुषार्थांची सिद्धि होते. ह्मणूनच, धर्म आणि अर्थ ह्यांचा संबंध नसलेल्या मनुष्याला दुःख पावावें लागतें. ह्यास्तव, मनुष्यानें अंतःकरणाचा निग्रह करून व धर्माला प्राधान्य देऊन अर्थ संपादन करावा. ह्या आमच्या वचनावर जे विश्वास ठेवितील, त्या लोकांना सर्व कांहीं प्राप्त होईल. प्रथम धर्माचें आचरण करावें, नंतर धर्माशीं संबद्ध असलेला अर्थ संपादन करावा, आणि अर्थ संपादन झाला ह्मणजे मग कामाचें आचरण करावें, हेंच श्रेष्ठ होय.

वैशंपायन सांगतातः—इतकें भाषण करून नकुलसहदेव थांबले. तेव्हां भीमसेनानें भाषणाचा उपक्रम केला.

भीमसेन ह्मणालाः—ज्याला काम (फलेच्छा) नाहीं, तो अर्थाचाही अभिलाष करीत नाहीं, धर्माचीही इच्छा करीत नाहीं, किंबहुना कामशून्य असलेला पुरुष कशाचीच इच्छा करीत नाहीं. म्हणूनच काम हाच श्रेष्ठ होय. पत्रें, फळें, फुलें अथवा वायु भक्षण करणारे अत्यंत निग्रहसंपन्न असे ऋषि जे तपश्चर्येमध्यें एकाग्र

होऊन राहिलेले असतात, त्याचें कारण कामच होय. दुसरे कित्येक जे वेद आणि उपवेद ह्यांमध्यें असक्त होऊन अध्ययनांत पारंगत झालेले असतात, व कित्येक श्राद्धक्रिया, यज्ञकर्म आणि दानप्रतिग्रह ह्यांमध्यें गढून गेलेले असतात, ते कामाच्याच योगें होय. व्यापारी, कृषीवल, गोपाल, शिल्पनिष्णात असणारे शल्पी आणि देवसेवा करणारे हे सर्व लोक कामाच्याच योगानें आपआपल्या कर्मामध्यें आसक्त होऊन राहिलेले असतात; आणि दुसरे कित्येक लोक कामयुक्त असल्यामुळेंच समुद्रामध्येंही प्रवेश करितात. कामाचे प्रकार अनेक आहेत आणि कामानेंच हें सर्व विश्व व्याप्त करून सोडलेलें आहे. ज्याच्या अंतःकरणास कामाचा स्पर्श नाहीं असा मनुष्य सांप्रत नाहीं, पूर्वी झालेला नाहीं, व पुढेंही होणार नाहीं. हे महाराजा, काम हेंच पुरुषार्थांचें सार असून धर्म आणि अर्थ ह्या दोहोंचेंही अस्तित्व ह्यावरच अवलंबून आहे. ज्याप्रमाणें दह्यापासून लोणी, त्याप्रमाणेंच अर्थ आणि धर्म ह्या दोहोंपासून सारभूत असा काम निष्पन्न होतो. ज्याप्रमाणें पेंडीहून तेल, तक्राहून घृत अथवा काष्ठाहून पुष्पफलें हीं श्रेष्ठ आहेत, त्याचप्रमाणें धर्म आणि अर्थ ह्यांहून काम श्रेष्ठ आहे. ज्याप्रमाणें मधु हा पुष्पापासून निघणारा रस आहे, त्याचप्रमाणें काम हा धर्म आणि अर्थ ह्या दोहों पुरुषार्थांपासून उत्पन्न होणारा रस होय. काम हा धर्म आणि अर्थ ह्यांचें उत्पत्तिस्थान आहे, अथवा धर्म आणि अर्थ हीं कामाचींच स्वरूपें आहेत. कामावांचून केवळ अर्थाच्याच योगानें ब्राह्मणांना मिष्टान्नप्राप्ति होत नसते, कामावांचून कोणीही ब्राह्मणांना दान करीत नाहींत, व कामावांचून अनेक प्रकारचा लोकव्यवहारही चालत नाहीं. ह्मणूनच धर्म, अर्थ आणि काम ह्या त्रिवर्गामध्यें कामालाच अग्रस्थान दिलें पाहिजे. ह्यास्तव, हे राजा, तूं कामाचाच अंगीकार करून, सुंदर वेष असलेल्या, अलंकार धारण करणाऱ्या, नयन रमणीय असणाऱ्या, व मदयुक्त असणाऱ्या स्त्रियांशीं रममाण हो. कारण, काम हाच श्रेष्ठ आहे असें माझें मत आहे. हे धर्मपुत्रा, मीं सर्व प्रकारच्या परिस्थितीचा चांगला शोध केलेला आहे म्हणूनच माझी अशी बुद्धि झाली आहे. ह्यास्तव, तूं संशय घेऊं नको. माझें हें सांगणें जरी अत्यंत मृदु आहे, तरीही तें पोकळ नसून सारसंपन्न आहे व म्हणूनच ह्याचा सज्जन अंगीकार करितील. धर्म, अर्थ आणि काम ह्यांचें सेवन सारख्याच प्रमाणानें केलें पाहिजे; असें न करितां एकाच पुरुषार्थामध्यें आसक्त होऊन रहाणारा मनुष्य निकृष्ट होय. केवल धर्म आणि अर्थ ह्या दोहोंविषयीं दक्ष असणें हें मध्यम असून तीनही पुरुषार्थांमध्यें रममाण होऊन रहाणारा जो पुरुष तोच उत्तम होय.

याप्रमाणें त्या वीरांना संक्षिप्तपणें आणि विस्तृतपणेंही सांगून, उत्कृष्ट चंदनाचें अनुलेपन केलेला आणि नानाप्रकारचीं माल्यें व अलंकार धारण करणारा, व सर्वांशीं मैत्रीनें वागणारा तो ज्ञानसंपन्न भीम स्तब्ध बसला. पुढें कांहीं वेळानें, त्या सर्वांच्या भाषणाचा चांगला विचार करून धार्मिकश्रेष्ठ धर्मराजा जरा हसला व सत्य भाषण करूं लागला.

युधिष्ठिर म्हणालाः—आपणां सर्वांनाही धर्मशास्त्राच्या सिद्धांताचें उत्तम ज्ञान असून त्याचीं प्रमाणेंही माहीत आहेत, ह्यांत मुळींच संशय नाहीं. मला जिज्ञासा असल्यामुळें, आपण जें सिद्धांतभूत भाषण सांगितलें तें मीं ऐकिलें आहे. तेव्हां आतां मी जें बोलतों तेंही आपण एकाग्रपणें ऐकून घ्या. जो मनुष्य पाप, पुण्य, धर्म, अर्थ आणि काम ह्यांमध्यें आसक्त

झालेला नसतो, ज्याचे सर्व दोष नष्ट झालेले असतात, व ज्याला सुवर्ण आणि मृत्तिका ह्या दोहोंची किंमत सारखीच असते, तो, ज्यांच्यापासून सुखदुःखादिकांची प्राप्ति होते, त्या सर्व कर्मसमुदायांपासून मुक्त होतो. हे सर्व प्राणी जन्ममरणात्मक असून वार्द्धक्य आणि विकार ह्यांनीं युक्त आहेत. ह्यांना नानाप्रकारच्या उपायांनीं ज्ञान उत्पन्न होऊं लागलें ह्मणजे हे मोक्षाचीच प्रशंसा करितात. ह्या मोक्षाचें ज्ञान आह्मांला झालेलें नाहीं. जो मनुष्य स्नेहसंपन्न असतो त्याला मोक्ष नाहीं, असें भगवान् ब्रह्मदेवानें सांगितलें आहे. ज्ञानसंपन्न लोक मोक्षप्राप्तिविषयींच तत्पर होऊन रहातात. ह्यास्तव कोणाचेंही प्रिय अथवा अप्रिय करूं नये. अर्थात् स्नेह आणि द्वेष ह्या दोहोंचाही त्याग करावा. हेंच कर्तव्य मुख्य असून, कामक्रिया ही तशी नाहीं. मी जें कांहीं करीत आहें तें सर्व दैवाच्याच प्रेरणेनें करीत आहें. दैव हेंच सर्व प्राण्यांच्या अंतःकरणांत प्रेरणा उत्पन्न करितें, म्हणूनच दैव हें अत्यंत बलवत्तर आहे, असें आपण सर्वजण समजून रहा. जो अर्थ प्राप्त व्हावयाचाच नसेल, तो कितीही यत्न केले तरी मिळत नाहीं; जें व्हावयाचें तें होतच असतें, हें लक्षांत ठेवा. त्रिवर्गशून्य असाही पुरुष अधिकारी असल्यास त्याला गुप्त अशा ज्ञानाची प्राप्ति होते व त्या योगानें मोक्षही मिळतो.

वैशंपायन सांगतातः—याप्रमाणें अंतःकरणाला अनुकूल व हेतुयुक्त असें तें श्रेष्ठ भाषण पूर्णपणें लक्षांत घेऊन ते सर्वजण आनंदध्वनि करूं लागले, व कुरुश्रेष्ठ धर्मराजाला त्यांनीं हात जोडिले. हे पृथ्वीपते जनमेजया, मनोहर स्वर आणि व्यंजनें ह्यांनीं युक्त, उत्कृष्ट प्रकारें अलंकृत, अंतःकरणाला अनुकूल आणि वाक्यदोषशून्य असें तें युधिष्ठिराचें भाषण ऐकून ते सर्व नरश्रेष्ठ प्रशंसा करूं लागले. आपल्याभाषणाविषयीं त्यांना विश्वास उत्पन्न झाला आहे असें पाहून शूर व उदार अंतःकरण असलेल्या धर्मपुत्र युधिष्ठिरानें त्या सर्वांची प्रशंसा केली, व पुनरपि ज्ञानसंपन्न अशा भागीरथीपुत्र भीष्माला धर्मविषयक प्रश्न केला.

अध्याय एकशें अडुसष्टावा.

—:०:—

मैत्रीला अयोग्य पुरुष.

युधिष्ठिरानें विचारलें:—हे महाज्ञानसंपन्न कुरुकुलप्रेमवर्धन पितामह, मी आपणांला कांहीं विचारणार आहें, त्याचें उत्तर मला कृपा करून सांगावें. कोणतीं मनुष्यें सौम्य असतात, कोणाच्या योगानें अत्यंत आनंद उत्पन्न होतो, आणि वर्तमानकाळीं व भविष्यकाळीं ही कोण कल्याण करूं शकतात, हें मला सांगा. ज्या ठिकाणीं उत्कृष्ट अंतःकरणाचे पुरुष असतात, तेथें विपुल द्रव्यही नसतें व आप्त-इष्टही नसतात असें मला वाटतें. उत्कृष्ट अंतःकरणाचा श्रोता दुर्लभ आहे व उत्कृष्ट अंतःकरणाचा मित्रही दुर्लभ आहे असें माझें मत आहे. तेव्हां, हे धार्मिकश्रेष्ठ, आपण मला ह्या सर्वांचें विवरण करून सांगा.

भीष्म सांगतात:—मैत्री करण्याला योग्य पुरुष कोणते, आणि अयोग्य पुरुष कोणते, ह्याचें तत्त्व मी तुला सांगतों, तें तूं पूर्णपणें ऐकून घे. युधिष्ठिरा, लोभी, क्रूर, धर्मत्याग केलेला, निर्भर्त्सना करणारा, शाठ्यसंपन्न, क्षुद्र, दुराचारी, सर्वत्र संशय घेणारा, आळशी, दीर्घसूत्री, कुटिल, लोकनिंदेस पात्र झालेला, गुरुदारगामी, संकटसमयीं त्याग करणारा, अंतःकरण दुष्ट असलेला, निर्लज्ज, सर्व बाजूंनीं पापदृष्टि असलेला, नास्तिक, वेदनिंदक, इंद्रियें बेताल असलेला, लौकिक गोष्टींमध्यें आसक्त होऊन कामोपभोग घेणारा, असत्य भाषण करणारा, लोकांच्या द्वेषास पात्र झालेला,

प्रतिज्ञाभंग करणारा, दुष्ट, विचारशून्य, मात्सर्ययुक्त, पापकर्में करण्याचा निश्चय असलेला, दुष्ट स्वभाव असलेला, अंतःकरणांत कुशलता नसलेला, घातुक, कपटी, मित्रांना पीडा देणारा, सदैव परद्रव्याची इच्छा करणारा, यथाशक्ति कोणीं कांहीं दिसल्यास त्या योगानें संतुष्ट न होणारा; मूर्ख, तसेंच, हे नरश्रेष्ठा, मित्राच्या अंतःकरणांतील धैर्य सदैव नष्ट करणारा, अस्थानीं कोप करणारा, अवधानशून्य असलेला, निष्कारण एकदम विरुद्ध होणारा, कल्याणकारक मित्रांचा पापबुद्धीनें तत्काल त्याग करणारा, कार्यापुरतें मित्राचें सेवन करणारा, परंतु मित्राच्या हातून थोडासा अपकार घडला व तोही अज्ञानानें घडला असला तरीही मित्राचा द्वेष करणारा मूर्ख, तोंडापुरता मित्र परंतु वस्तुतः शत्रु असणारा, कुटिलदृष्टि, विपरीतदृष्टि, सदैव कल्याण करणाऱ्या पुरुषालाही पीडा देणारा, मद्यपान करणारा, द्वेषशील, कोपिष्ट, निर्दय, कठोर, परपीडक, मित्रद्रोही, प्राण्यांचा वध करण्याविषयीं आसक्त असलेला, कृतघ्न आणि नीच ह्यांच्याशीं ह्या लोकामध्यें केव्हांही मैत्री करूं नये. छिद्रान्वेषी पुरुषही मैत्री करण्याला अयोग्य होत. राजा युधिष्ठिरा, आतां

मैत्री करण्याला योग्य कोण

तें सांगतों, ऐक. कुलीन, चार अक्षरें जाणणारे, शास्त्रजन्य व अनुभवजन्य ज्ञान असलेले, रूपवान्, गुणसंपन्न, लोभशून्य, श्रमसमर्थ, सज्जनांचे मित्र, कृतज्ञ, सर्वज्ञ, मधुर भाषण करणारे, सत्यप्रतिज्ञ, जितेंद्रिय, सदैव श्रमशील, स्वकुलोचित कार्यभार धारण करणारे, दोषशून्य आणि सुप्रसिद्ध असे जे पुरुष असतील, त्यांचाच भूपतींनीं संग्रह करावा. तसेंच, हे प्रभो, यथाशक्ति सदाचरण करणारे व त्यामुळेंच संतोष पावणारे, अस्थानीं कोप न करणारे, निष्कारण अप्रेम न करणारे, मैत्री सुटली तरी देखील मनानें सुद्धां द्वेष न करणारे, अर्थशास्त्रनिष्णात असलेले, स्वतः क्लेश भोगूनही मित्रकार्य करण्याविषयीं तत्पर असलेले, ज्याप्रमाणें लोंकरीच्या वस्त्रास दिलेला रंग केव्हांही नष्ट होत नाहीं, त्याप्रमाणें ज्यांचें मित्रावर एकदा जडलेलें प्रेम नाश पावत नाहीं असे, संकटप्रसंगीं कोप पावून मैत्रीचा त्याग न करणारे, लोभामुळें अथवा मोहामुळें स्त्रीप्रेमांत अंतर न पडूं देणारे, उदार अंतःकरण असलेले, विश्वाससंपन्न, धर्मनिष्ठ, मृत्तिका आणि सुवर्ण ह्या दोहोंला समानच लेखणारे, मित्रावर पूर्णपणें लक्ष ठेवणारे, शास्त्रादि प्रमाणें व प्रारब्धकर्म ह्यांच्या अनुरोधानें वागणारे आणि सेवकांना खुप ठेवून धन्याचें कार्य करण्याविषयीं सदैव तत्पर असलेले असे जे पुरुषश्रेष्ठ, त्यांच्याशीं मैत्री करणाऱ्या राजाच्या राज्याचा चंद्रप्रकाशाप्रमाणें विस्तार होतो. सदैव शास्त्राच्या अनुरोधानें वागणारे, क्रोधाचा जय केलेले, संग्रामामध्यें सामर्थ्य प्रकट करणारे, आणि उच्च जाति, उत्कृष्ट स्वभाव व सद्गुण ह्यांनीं युक्त असलेले जे पुरुषश्रेष्ठ, त्यांच्याशीं मैत्री करावी. हे निष्पापा राजा युधिष्ठिरा, मीं जे तुला दोषयुक्त म्हणून पुरुष सांगितले, त्यांमध्येंही मित्रांचा घात करणारे कृतघ्न हे अधम होत. ह्या दुराचारी पुरुषांचा त्यागच केला पाहिजे, असें सर्वांचें ठाम मत आहे.

एका कृतघ्नाचें वृत्त.

युधिष्ठिरानें विचारिलें, "ह्या संबंधाचें रहस्य विस्तारानें श्रवण करावें अशी माझी इच्छा आहे. ह्यास्तव, मित्रद्रोही आणि कृतघ्न कोण हें मला आपण सांगा.

भीष्म सांगतातः—हां, ठीक आहे. हे प्रजाधिपते, ह्याविषयीं उत्तरेकडे म्लेच्छ देशामध्यें घडलेला एक पूर्वीचा इतिहास मी तुला कथन करितों.

मध्यदेशामध्यें राहणारा कोणी एक ब्राह्मण होता. त्याला वेदज्ञान मुळींच नव्हतें. पुढें एक संपन्न असा गांव पाहून तो भिक्षेच्या इच्छेनें त्यामध्यें शिरला. तेथें एक अनार्य जातींतील पुरुष धनाढ्य होता. त्याला सर्व वर्णांच्या विशेष गोष्टींची माहिती होती; आणि तो सत्यप्रतिज्ञ व ब्राह्मणांचा हितकर्ता असून दानकर्मामध्यें आसक्त होऊन राहिलेला होता. त्याच्या घरीं येऊन त्या ब्राह्मणानें भिक्षा मागितली, तेव्हां त्यानें त्याला राहण्याला जागा, एक वर्ष पुरेल इतकी भिक्षा, दशा असलेलें नवीन वस्त्र व एक गतभर्तृका तरुण दासी अर्पण केली. त्या अनार्य पुरुषाकडून हें सर्व मिळतांच त्या ब्राह्मणाच्या अंतःकरणास आनंद झाला; आणि हे राजा, तो गौतम त्या उत्कृष्ट गृहामध्यें त्या स्त्रीशीं रममाण होऊन राहिला. त्या वेळीं तो कुटुंबोचित कर्मही करीत असे व त्या दासीला साहाय्यही करीत असे. ह्याप्रमाणें त्या शबराच्या गृहामध्यें तो अनेक वर्षेंपर्यंत राहिला होता. तेथें त्या गौतमानें बाणवेध करण्यांत अत्यंत श्रम केले; आणि, राजा, शबराप्रमाणेंच तो गौतमही अरण्यामध्यें सर्वत्र वास्तव्य करणाऱ्या हंसांचा सदैव वध करूं लागला. तो हिंसाकर्मामध्यें निष्णात, निर्दय आणि सदैव प्राणिवध करण्यामध्यें आसक्त होऊन राहिला. सारांश, शबरांच्या सान्निध्यामुळें तो गौतमही शबरतुल्य बनून गेला. ह्याप्रमाणें त्या शबरग्रामामध्यें सुखानें वास्तव्य करून अनेक पक्ष्यांचा वध करण्यांत त्या गौतमाचे अनेक महिने निघून गेले. पुढें कोणे एके समयीं दुसराही एक ब्राह्मण त्या ठिकाणीं आला. त्यानें जटा, वल्कलें आणि कृष्णाजिन धारण केलेलें होतें. तो ब्राह्मणांचा हितकर्ता, वेदपारंगत, अध्ययननिष्ठ, शुचिर्भूत, विनयसंपन्न, आणि मिताहारी असा असून त्या गौतमाच्याच देशांत राहणारा, त्याचाच प्रिय मित्र व सहाध्यायी होता. तो जेथें गौतम रहात होता त्या शबरग्रामांतच गेला; व शूद्रान्न त्याज्य असल्यामुळें त्या शबरप्रचुर ग्रामामध्यें ब्राह्मणगृहाचा शोध करीत चोहोंकडे फिरूं लागला, व नंतर तो द्विजश्रेष्ठ त्या गौतमाच्या घरीं गेला. इतक्यांत गौतमही तेथें आला व त्या उभयतांची गांठ पडली. त्या वेळीं गौतमाच्या हातांत धनुष्यरूपी आयुध असून त्याच्या स्कंधप्रदेशावर एके ठिकाणीं बांधलेले अनेक हंस होते, व त्याच्या अंगावर रक्ताचे शिंतोडे उडालेले होते. तो गृहाच्या द्वारांत येतांच एखादा निंद्य मनुष्यभक्षकच गृहामध्यें आला आहे असें त्या ब्राह्मणाला दिसलें. पण जेव्हां त्याची ओळख पटली, तेव्हां लज्जा वाटून तो ब्राह्मण असें म्हणाला, “ अरे, मोहाच्या अधीन होऊन तूं हें काय करीत आहेस? तूं स्वकुलधुरंधर आणि मध्यप्रदेशांत विख्यात असा एक ब्राह्मण असून असा अनार्य कसा बनलास? तुझे पूर्वज ब्राह्मण होते, प्रख्यात होते, आणि वेदपारंगत होते, याचें स्मरण कर. त्यांच्याच वंशामध्यें उत्पन्न होऊन तूं असा कुलदूषक बनलास ! हे ब्राह्मणा, आपण कोण आहों ह्याचा तूं अंतःकरणांत विचार कर आणि आपलें सत्त्व, शील, अध्ययन, इंद्रियदमन व दया हीं लक्षांत आणून ह्या वसतिस्थानाचा त्याग कर. ” राजा, त्या हित करण्याची इच्छा असलेल्या मित्रानें ह्याप्रमाणें भाषण केलें, तेव्हां, अंतःकरणाची खात्री झाल्यामुळें तो क्लेश पावल्याप्रमाणें झाला व उत्तर देऊं लागला. तो म्हणाला, “ हे द्विजश्रेष्ठा, मी निर्धन आहें व मला वेदविद्येचेंही ज्ञान नाहीं, म्हणून मी द्रव्यार्जनासाठीं येथें आलों होतों. अस्तु; हे ब्राह्मणश्रेष्ठा, आपल्या दर्शनानें आज मी कृतार्थ झालों आहें, आपण

आजची रात्र येथें रहा, उद्यां आपण उभयतां मिळून येथून निघून जाऊं!"

हें ऐकून त्या ब्राह्मणाला दया आली व तो तेथें राहिला. पण त्या ठिकाणीं त्यानें कोणत्याही पदार्थाला स्पर्श देखील केला नाहीं; व जरी क्षुधा प्रदीप्त झालेली होती व गौतमही पुष्कळ आग्रह करीत होता, तरीही त्यानें तेथें भोजन केलें नाहीं.

अध्याय एकशें एकुणसत्तरावा.

—:०:—

गौतमास राजधर्म्याचें दर्शन.

भीष्म सांगतातः—ती रात्र निघून जाऊन उजाडल्यानंतर तो ब्राह्मण निघून गेला. तेव्हां, हे भरतकुलोत्पन्ना, गौतमही समुद्राकडे जावयास निघाला. तेव्हां मार्गामध्यें, समुद्रावर व्यापार करणाऱ्या लोकांची गांठ पडली. त्यांचा मोठा तांडा होता. त्यांतून तो समुद्राकडे जावयास निघाला. पण, हे राजा, तो त्या व्यापाऱ्यांचा मोठा समूह एका पर्वतांतील गुहेसमीप आला असतां मदोन्मत्त झालेल्या एका हत्तीनें त्याचा बहुतेक नाश करून टाकिला. तेव्हां त्या संकटांतून तो गौतम ब्राह्मण मोठ्या कष्टानें मुक्त झाला; व आतां कोणत्या दिशेस जावें, अशा विचारांत पडून जीविताच्या आशेनें तो उत्तर दिशेकडे पळून गेला. याप्रमाणें त्या वणिक्‌समूहांतून फुटून त्या प्रदेशांतून निघून गेल्यानंतर तो गौतम एखाद्या यक्षाप्रमाणें एकटाच त्या अरण्यामध्यें भ्रमण करूं लागला. तेव्हां त्याला समुद्राकडे जाण्याला मार्ग सांपडला, व त्या मार्गानें जात असतां त्याला एक प्रफुल्ल वृक्ष असलेलें दिव्य आणि रम्य अरण्य लागलें. तें अरण्य सर्व ऋतूंमध्यें फळें येणाऱ्या प्रफुल्ल अशा आम्रवृक्षांच्या समुदायानें सुशोभित झालेलें व नंदनवनाच्या तोडीचें असून त्यामध्यें यक्ष व किन्नर वास्तव्य करीत होते; शाल, ताल, तमाल, उत्कृष्ट चंदनवृक्ष इत्यादिकांनीं त्या अरण्याला शोभा आलेली होती; तेथें सुगंधयुक्त व रम्य अशा नानाप्रकारच्या पर्वतांच्या कड्यांवर उत्कृष्ट उत्कृष्ट पक्षी त्या वेळीं इतस्ततः मंजुळ ध्वनि करीत होते; तेथें मनुष्याप्रमाणें मुख असलेले भारुंड या नांवाचे कांहीं पक्षी होते, कांहीं भूमीवर वास्तव्य करणारे होते, इतर समुद्रतीरावर रहाणारे होते, व कांहीं पर्वतावरच उत्पन्न होणारे होते. ह्या सर्व पक्ष्यांचे ते मनोहर शब्द ऐकत तो गौतम ब्राह्मण चालला होता. पुढें अत्यंत रम्य, सुवर्णमय वालुकांनीं युक्त, सपाट, सुखकारक आणि चित्रविचित्र अशा एका स्वर्गतुल्य प्रदेशांत त्यानें एक वटवृक्ष पाहिला. त्याचा परिघ फारच मोठा असून तो रम्य दिसत होता, त्याच्या शाखाही त्याला शोभतशा होत्या, व तो आकारानें एखाद्या छत्राप्रमाणें दिसत होता. त्याच्या मूलप्रदेशावर चंदनोदकाचा सडा घातलेला होता; व त्याजवर दिव्य पुष्पें ठेविलेलीं होतीं. ह्यामुळें तो ब्रह्मसभेप्रमाणें शोभायमान् दिसत होता. अंतःकरणाला इष्ट वाटणारा, अत्यंत उत्कृष्ट, पवित्र, प्रफुल्ल अशा वृक्षांनीं वेष्टित व देवमंदिराप्रमाणें भासणारा तो वृक्ष अवलोकन करितांच गौतमाला आनंद झाला; व तो त्याच्या खालीं जाऊन बसला. हे कुंतीपुत्रा, गौतम तेथें जाऊन बसतांच नानाप्रकारच्या पुष्पांवरून वाहणारा, सुखकारक आणि कल्याणसूचक असा उत्कृष्ट वारा वाहूं लागला, व त्यामुळें गौतमाच्या सर्वांगास आल्हाद होऊं लागला. त्या पवित्र वायूचा स्पर्श होतांच तो गौतम ब्राह्मण अत्यंत शांत झाला व सुख पावून त्या ठिकाणीं झोंपीं गेला. ह्याच वेळीं सूर्यास्तही झाला. सूर्य अस्ताला जाऊन संध्याकाळ झाल्या-

नंतर, ब्रह्मदेवाचा प्रियमित्र कश्यपपुत्र महाज्ञानी पक्षिश्रेष्ठ बकाधिपति नाडीजंघ हा तेथें असलेल्या आपल्या गृहाकडे आला. तो राजधर्मा या नांवानें प्रख्यात असून भूतलावर त्याच्या तोडीचा दुसरा कोणीही नव्हता. तो देवकन्येचा पुत्र असून संपत्तिमान्, विद्वान् व कांतीनें देवांच्या तोडीचा होता. त्याचे सर्व अवयव स्वच्छ व म्हणूनच सूर्याप्रमाणें तेजस्वी अशा शोभादायक अलंकारांनीं विभूषित झालेले होते; व तो कांतीच्या योगानें देदीप्यमान् दिसत होता. तो पक्षी आलेला पाहातांच गौतमाला आश्चर्य वाटलें व क्षुधा आणि तृष्णा ह्यांच्या योगानें श्रांत होऊन गेल्यामुळें हिंसा करण्याच्या उद्देशानें तो त्या पक्ष्याकडे पाहूं लागला. तेव्हां राजधर्मा म्हणाला, "हे विप्र, आपलें स्वागत असो. आपण माझ्या गृहीं आलां, हें माझें सुदैव होय. आतां सूर्य अस्ताला गेला असून संध्याकाळ झाला आहे, अशा वेळीं आपण प्रिय आणि अनिंद्य असे अतिथि माझ्या घरीं आलेले आहां. तेव्हां आपण आतां येथें रहा. प्रातःकालीं शास्त्रोक्त रीतीनें मी आपलें पूजन करीन, नंतर आपण जावें."

अध्याय एकशें सत्तरावा.

—:०:—

गौतमाचा मेरुव्रज नगरांत प्रवेश.

भीष्म सांगतातः—हे राजा, हें त्याचें मधुर भाषण ऐकून गौतमाला आश्चर्य वाटलें, व कौतुकानें तो राजधर्म्याकडे अवलोकन करूं लागला. तेव्हां राजधर्मा म्हणाला, "हे द्विजश्रेष्ठा, मी कश्यप मुनीचा पुत्र असून दक्षकन्या ही माझी माता आहे. गुणसंपन्न असा तूं अतिथि माझ्या गृहीं आलेला आहेस, तुझें स्वागत असो."

भीष्म पुढें म्हणालेः—असें म्हणून त्यानें त्या ब्राह्मणाचा यथाविधि सत्कार केला. त्यानें त्याला शालसंज्ञक वृक्षाच्या पुष्पांचें दिव्य आसन दिलें; भगीरथाच्या रथानें आक्रांत केलेल्या व भागीरथीचा संचार असलेल्या प्रदेशांत जे मोठमोठे मत्स्य संचार करीत होते, ते त्याला अर्पण केले; व त्या कश्यपपुत्रानें अतिथि असणाऱ्या गौतमाला अत्यंत पुष्ट असे दुसरेही मत्स्य अर्पण करून शीतनिवारणार्थ प्रदीप्त असा अग्निही दिला. पुढें भोजन होऊन त्या ब्राह्मणाचें अंतःकरण संतुष्ट झाल्यानंतर महातपस्वी राजधर्म्यानें त्याचे श्रम दूर करण्यासाठीं आपल्या पंखांनीं त्याला वारा घातला. नंतर तो श्रमपरिहार होऊन बसला असतां राजधर्म्यानें त्याला गोत्र विचारिलें. तेव्हां त्यानें मी गौतमगोत्रोत्पन्न आहें, इतकेंच सांगितलें; वेदाध्ययनाविषयींचें वगैरे दुसरें कांहींही उत्तर दिलें नाहीं. पुढें राजधर्म्यानें दिव्य पुष्पांचा सुगंध असलेली एक दिव्य पल्लवशय्या त्याला अर्पण केली, व तोही तिजवर सुखानें निजला. तो गौतम त्या शय्येवर जाऊन बसल्यानंतर वाग्मी अशा कश्यपपुत्र राजधर्म्यानें त्याला 'येथें येण्याचा आपला उद्देश कोणता?' असें विचारिलें. तेव्हां, हे भरतकुलोत्पन्ना, गौतम म्हणाला, 'हे महामते, मी दरिद्री आहें, व द्रव्यसंपादनार्थ समुद्रावर जाण्याची माझी इच्छा आहे.' ह्यावर कश्यपपुत्र राजधर्मा आनंदानें म्हणाला कीं, "आपण उतावीळ होण्याचें कांहीं कारण नाहीं. हे द्विजश्रेष्ठा, आपलें कार्य होईल व आपण द्रव्य संपादन करून घरीं जाल. बृहस्पतीच्या मतें द्रव्यप्राप्ति चार प्रकारची आहे. एक परंपरेनें प्राप्त होणारी, दुसरी दैवानें होणारी, तिसरी इच्छेनें अर्थात् इच्छाप्रयुक्त अशा श्रमादिकांच्या योगानें घडणारी, आणि, हे प्रभो, चौथी मैत्रीच्या योगानें मिळणारी. आतां मी आपला मित्र झालों आहें, व मजवरही

आपला स्नेह आहे; तेव्हां आतां आपण ज्या योगानें द्रव्यसंपन्न व्हाल,असा मी प्रयत्न करीन."

पुढें प्रभातकालीं तो ब्राह्मण मुखांत आहे, असें पाहून राजधर्मा म्हणाला, " हे सौम्य, आपण ह्या मार्गानें चला, म्हणजे आपली कार्यसिद्धि होईल. येथून आपण तीन योजनें गेलां म्हणजे त्या ठिकाणीं विरूपाक्ष या नांवाचा एक मोठा व महाबलाढ्य राक्षसाधिपति माझा मित्र आहे. हे द्विजश्रेष्ठा, आपण माझ्या सांगण्यावरून त्याजकडे जा, म्हणजे तो आपले सर्व मनोरथ पूर्ण करील, ह्यांत संशय नाहीं."

हे राजा, याप्रमाणें राजधर्म्यानें सांगितल्यानंतर, त्या गौतमाचे श्रम परिहार झाले व अमृततुल्य अशीं फळें यथेष्ट भक्षण करीत करीत तो तेथून चालता झाला. हे महाराजा, त्या मार्गामध्यें चंदन, अगुरु, दालचिनी इत्यादि वृक्षांचीं अरण्यें त्याला लागलीं व तो त्यांचा उपभोग घेत घेत शीघ्र गमन करूं लागला, तेव्हां त्याला मेरुव्रज नांवाचें एक नगर लागलें. ह्या नगराचें द्वार, तट, बुरूज हीं सर्व पर्वतप्राय असून, पर्वततुल्य अशा नानाप्रकारच्या यंत्रांनीं तें व्याप्त होऊन गेलेलें होतें. ह्या नगरामध्येंच तो विरूपाक्ष राक्षस रहात होता. राजा युधिष्ठिरा, त्या ज्ञानसंपन्न राक्षसश्रेष्ठाला, आपल्या मित्रानें पाठविलेला एक प्रिय अतिथि आनंदानें आपल्याकडे येत असल्याचें समजून आलें, तेव्हां त्या राक्षसश्रेष्ठानें " गौतमाला नगरद्वारांतून लवकर घेऊन या" अशी आपल्या सेवकांना आज्ञा केली. तेव्हां श्येनाप्रमाणें वेग असलेले ते पुरुष त्या उत्कृष्ट नगरांतून गौतम, गौतम असें म्हणत नगरद्वारामध्यें आले; आणि, हे महाराजा, त्या ब्राह्मणाला म्हणाले कीं, 'आमचा राजा राक्षसाधिपति वीर विरूपाक्ष आपणांला अवलोकन करण्याची इच्छा करीत आहे, तेव्हां आपण सत्वर चला.' तो आपल्या भेटीविषयीं त्वरा करीत आहे, तेव्हां आपण विलंब न लावतां तिकडे चला. हें ऐकून त्या ब्राह्मणाला आश्चर्य वाटलें व श्रम परिहार होऊन तो सत्वर गमन करूं लागला; व मार्गांत तें अत्यंत ऐश्वर्य अवलोकन करीत असतां त्याला अतिशय आश्चर्य वाटलें. पुढें राक्षसेंद्राचें दर्शन घेण्याचे इच्छेनें तो ब्राह्मण त्या सेवकांच्या बरोबर राजमंदिरामध्यें गेला.

अध्याय एकशें एकाहत्तरावा.

गौतमास द्रव्यप्राप्ति व त्याचे दुष्ट विचार.

भीष्म सांगतात:—पूर्वींच माहीत झालेला तो ब्राह्मण त्या उत्कृष्ट राजमंदिरामध्यें गेला व त्या राक्षसश्रेष्ठानें पूजन केल्यानंतर उत्कृष्ट आसनावर बसला. पुढें राक्षसानें त्याला गोत्र, शाखा आणि ब्रह्मचर्यामध्यें केलेलें अध्ययन ह्याविषयीं जेव्हां प्रश्न केला, तेव्हां त्या ब्राह्मणानें गोत्रावांचून कांहींच सांगितलें नाहीं. त्यावरून त्याला केवळ गोत्राची माहिती आहे, ब्रह्मतेज आणि अध्ययन ह्यांचा संपर्कही नाहीं, असें समजून, राक्षसराजानें त्याला त्याचें वसतिस्थान विचारिलें.

राक्षस म्हणाला:—हे कल्याण, आपलें वास्तव्य कोठें असतें, आणि आपली स्त्री कोणत्या गोत्रांतील आहे, हें मला आपण खरें खरें सांगा, भीति बाळगूं नका. आपण मजवर खुशाल विश्वास ठेवा.

गौतम म्हणाला:—माझा जन्म मध्यदेशामध्यें झाला असून मी शबरगृहामध्यें वास्तव्य करीत असतों. माझी स्त्री शूद्र जातीची असून पुनर्विवाहित आहे. हें मी आपणांला खरें खरें सांगतों.

भीष्म म्हणाले:—हें ऐकून, राक्षसराज

मनांत विचार करूं लागला कीं, आतां माझ्या हातून याचें कार्य कसें घडेल? आणि मला पुण्य कसें घडेल? हा त्या महात्म्या राजधर्म्याचा मित्र केवळ जात्या ब्राह्मण असून त्या कश्यपकुलोत्पन्न राजधर्म्यानें ह्याला मजकडे पाठविलें आहे. त्याला जें प्रिय आहे, तें मला केलें पाहिजे; कारण तो सदैव माझ्या आश्रयास असून माझा बंधु, संबंधी आणि मनोहर असा मित्र आहे. आज कार्तिकी पौर्णिमा असल्यामुळें माझ्या घरीं श्रेष्ठ अशा हजार ब्राह्मणांचें भोजन व्हावयाचें आहे, त्यांतच हाही भोजन करील आणि मी ह्याला द्रव्य देईन. तो पवित्र पौर्णिमेचा दिवस आजचाच आहे. हा अतिथिही आला आहे; व मीं द्रव्य देण्याचा संकल्पही केला आहे. तेव्हां आतां यापुढें विचार कसचा? तो असें ह्मणत आहे इतक्यांत उत्कृष्ट प्रकारचे अलंकार धारण करणारे व स्नान करून महामूल्य कौशेय वस्त्र परिधान केलेले एक हजार विद्वान् ब्राह्मण तेथें आले. तेव्हां, हे प्रजाधिपते, विरूपाक्षानें शास्त्रोक्त विधीनें त्यांच्या योग्यतेप्रमाणें त्यांचें स्वागत केलें. हे भरतकुलश्रेष्ठा, त्या राक्षसेंद्राच्या आज्ञेवरून त्याच्या सेवकांनीं भूमीवर दर्भ पसरून त्यांवर त्या ब्राह्मणांचीं आसनें ठेविलीं, व राजानें पूजन केल्यानंतर ते ब्राह्मणश्रेष्ठ प्रसन्न होऊन त्या आसनावर बसले. पुढें त्या राक्षसेंद्रानें तिलदर्भ-मिश्रित उदकानें पुनरपि त्यांचें यथाविधि पूजन करून, विश्वेदेव, पितर आणि अग्नि ह्यांच्या स्थानीं त्यांची योजना केली, त्यांना चंदनाची उटी लाविली, पुष्पें अर्पण केलीं व उत्कृष्ट अशा इतरही उपचारांनीं त्यांचें चांगलें पूजन केलें. ह्या वेळीं, हे महाराजा, ते ब्राह्मण चंद्राप्रमाणें शोभूं लागले. पुढें हिरेजडीत सुवर्णमय अशीं शुद्ध आणि सुंदर पात्रें उत्कृष्ट प्रकारचें अन्न, मध आणि तूप ह्यांनीं भरून त्यानें त्या ब्राह्मणांना अर्पण केलीं. त्या राक्षसेंद्राच्या घरीं सदैव आषाढी आणि माघी पौर्णिमेस पुष्कळ ब्राह्मण येत असत, व त्यांना इष्ट असें उत्कृष्ट भोजनही सत्कारपूर्वक मिळत असे. पण विशेषेंकरून शरदृतूची समाप्ति होण्याच्या समयीं अर्थात् कार्तिकी पौर्णिमेस तो राक्षसेंद्र ब्राह्मणांना रत्नें, सुवर्ण, रूप्य, माणिक्य, मौक्तिक, महामूल्यवान् हिरे, वैदूर्य, कृष्णाजिनें आणि शाली हीं अर्पण करीत असे; आणि, हे भरतकुलोत्पन्ना, त्याजवर दक्षिणेसाठीं रत्नांच्या राशी मांडीत असे, असें आमच्या ऐकण्यांत आहे. अस्तु; पुढें हे भरतकुलोत्पन्ना, तो महाबलाढ्य विरूपाक्ष ब्राह्मणश्रेष्ठांना म्हणाला कीं, 'हे द्विजश्रेष्ठहो, आपली जेवढी इच्छा असेल, आणि जितका उत्साह असेल, तेवढीं हीं रत्नें आपण घेऊन चला. तसेंच आपण ज्या ज्या पात्रांमध्यें भोजन केलें असेल, तींही आपल्या घरीं घेऊन जा.' ह्याप्रमाणें महात्म्या राक्षसश्रेष्ठानें भाषण करितांच, त्या ब्राह्मणश्रेष्ठांनीं आपल्या इच्छेप्रमाणें तीं रत्नें घेतलीं. याप्रमाणें उत्कृष्ट अशीं रत्नें अर्पण करून पूजन केल्यामुळें ते धौत वस्त्र परिधान केलेले महायोग्य ब्राह्मण अत्यंत आनंदित झाले. तेव्हां अनेक देशांतून आलेल्या राक्षसांना प्रतिबंध करून तो राक्षसश्रेष्ठ पुनरपि त्या ब्राह्मणांना म्हणाला कीं, 'हे ब्राह्मणहो, आजचा एक दिवस आपल्याला कोणत्याही राक्षसाची भीति नाहीं; तेव्हां आपण आनंदांत रहा, आणि विलंब न करितां इष्ट असेल तिकडे निघून जा.' हें ऐकून ते सर्व ब्राह्मणसमुदाय त्वरेनें जिकडे तिकडे निघून गेले. तेव्हां गौतमही सुवर्णभार मोठ्या कष्टानें उचलून मस्तकावर घेऊन त्या वटवृक्षाखालीं आला व क्षुधाक्रांत झाल्यामुळें थकून भागून तेथें बसला. पुढें, हे राजा, मित्रवत्सल पक्षिश्रेष्ठ राजधर्मा स्वागतानें त्याचें अभिनंदन करीत

त्याजकडे आला व त्यानें आपल्या पंखांनीं वारा घालून त्याचे श्रम दूर केले आणि त्याचें पूजन करून त्याला भोजन अर्पण केलें. पुढें भोजन करून विश्रांति घेऊन झाल्यानंतर गौतम मनांत विचार करूं लागला कीं, मीं लोभ आणि मोह ह्यांच्या अधीन होऊन ह्या उत्कृष्ट सुवर्णाचा हा मोठा भार ग्रहण केला आहे व मला जावयाचेंही दूर आहे. पण मार्गामध्यें ज्या योगानें प्राण संरक्षण करितां येईल, असें कांहींही भक्ष्य मजपाशीं नाहीं. तेव्हां आतां प्राणसंरक्षणाचा उपाय काय? याप्रमाणें विचार करीत असतां जेव्हां त्याला मार्गामध्यें कांहींही भक्ष्य मिळेल असें दिसेना, तेव्हां, हे पुरुषश्रेष्ठा, त्या कृतघ्नानें असें मनांत आणिलें कीं, हा जो बकराज राजधर्मा माझ्या जळवळच आहे, तो मांसाचा केवळ राशीच आहे; तेव्हां आतां यालाच ठार करून घेऊन आपण सत्वर निघून जावें म्हणजे झालें!

अध्याय एकशें बहात्तरावा.

—:०:—

गौतमास त्याच्या पापाचें प्रायश्चित्त.

भीष्म सांगतातः—तेथें जवळच त्या पक्षिश्रेष्ठानें त्या गौतमाच्याः संरक्षणासाठींच वारा वहात असलेल्या प्रदेशांत मोठा अग्नि प्रदीप्त करून ठेविला होता; व तो बकराज राजधर्माही त्याच्या समीपच निर्भयपणें निजलेला होता. पुढें, अंतःकरण दुष्ट असलेल्या त्या कृतघ्न गौतमाला त्यास ठार करण्याची इच्छा झाली; व एक जळणारें काष्ठ घेऊन, त्यानें आपल्यावर विश्वास ठेवणाऱ्या त्या पक्ष्याचा वध केला! त्याच्या वधानें आनंद झाल्यामुळें गौतमाची दृष्टि पातकाकडे वळली नाहीं. पुढें त्या पक्ष्याचे पंख व केश काढून त्यानें तो अग्नीमध्यें भाजला व नंतर तो पक्षी आणि सुवर्ण ह्या दोहोंनाही घेऊन तो ब्राह्मण तेथून अतिशय त्वरेनें चालता झाला. इकडे पौर्णिमेचा दुसरा दिवस लोटल्यानंतर विरूपाक्ष आपल्या पुत्राला म्हणाला, 'बाळा, मला आज कोठें पक्षिश्रेष्ठ राजधर्मा दिसला नाहीं! तो प्रत्यहीं प्रातःसंध्येच्या वेळीं ब्रह्मदेवाला वंदन करण्यासाठीं जातो, व माझी भेट घेतल्याखेरीज कधींही आपल्या घरीं जात नाहीं. पण आज दोन रात्री होऊन गेल्या, तरीही तो माझ्या घरीं आला नाहीं, ह्यामुळें माझ्या अंतःकरणाला बरें वाटत नाहीं. तेव्हां त्या माझ्या मित्राचा तपास कर. त्याकडून येथें जो नीच ब्राह्मण आला होता, तो अध्ययन आणि ब्राह्मतेज ह्या दोहोंनींही शून्य असून, हिंसक होता, ह्यामुळें कदाचित् तो त्याचा वध करील असा मला त्याचा संशय येतो. त्याच्या चर्येवरून तो दुराचारी आणि दुर्बुद्धि आहे असें मीं ओळखिलेंच आहे; आणि त्याच्या भयंकर आकृतीवरून तो दुष्ट, निर्दय आणि भिल्लाप्रमाणें नीच असावा असेंही उघड होत आहे. तो गौतम तेथें गेला असल्यामुळें माझ्या अंतःकरणाला उद्वेग होत आहे. ह्यास्तव, हे पुत्रा, तूं सत्वर राजधर्म्याच्या गृहाकडे जा; आणि तो शुद्धचित्त राजधर्मा अस्तित्वांत आहे काय, याचा शोध कर.' ह्याप्रमाणें त्या विरूपाक्षानें सांगतांच तो राक्षसपुत्र बरोबर अनेक राक्षस घेऊन त्या वटवृक्षाकडे गेला, तेव्हां तेथें त्याला राजधर्म्याचा अस्थिपंजर मात्र दिसला. हें पाहून त्या ज्ञानसंपन्न राक्षसश्रेष्ठाचा पुत्र रोदन करूं लागला व पुढें आपल्या सामर्थ्याच्या जोरावर गौतमाला धरण्यासाठीं तो त्वरेनें जाऊं लागला. तेथून निघाल्यानंतर जवळच त्या राक्षसांनीं गौतमाला धरिलें. त्या वेळीं त्याजपाशीं पंख, अस्थि आणि चरण ह्यांनीं विरहित असलेलें राजधर्म्याचें शरीरही त्यांना

दिसून आलें. नंतर त्याला घेऊन ते राक्षस त्वरेनें मेरुव्रज नगरामध्यें गेले व त्यांनीं तें राजधर्म्याचें शरीर आणि तो पापकर्ता कृतघ्न गौतम हीं राजापुढें नेलीं. तेव्हां, राजा, त्या मृत राजधर्म्याला अवलोकन करितांच त्याचे अमात्य आणि पुरोहित रुदन करूं लागले, त्याच्या मंदिरामध्यें दुःखसूचक शब्दांचा मोठा कल्होळ उडून गेला, व त्या नगरांतील एकंदर स्त्रिया आणि कुमार ह्यांचीं सुद्धां अंतःकरणें अस्वस्थ होऊन गेलीं. पुढें राजानें आपल्या पुत्राला आज्ञा केली कीं, "ह्या दुष्टाचा वध केला पाहिजे. ह्या दुराचारी, पाप करणाऱ्या, पापाचें केवळ साधनच बनलेल्या अथवा मूर्तिमंत पातकच असलेल्या गौतमाचें मांस सर्वही यथेष्ट भक्षण करूं देत. हे राक्षसहो, ह्याला ठारच केला पाहिजे असें माझें मत आहे." याप्रमाणें तो राक्षसश्रेष्ठ जरी म्हणाला तरीही तो गौतम पापकर्मा असल्यामुळें त्याला भक्षण करण्याची त्या भयंकर पराक्रमी राक्षसांनाही इच्छा झाली नाहीं. हे महाराजा, त्या सर्व राक्षसांनीं त्या राक्षसेंद्राच्या चरणीं मस्तक ठेविलें आणि सांगितलें कीं, 'महाराज, आपण आम्हांवर ह्याचें पाप (रूपी मांस) भक्षण करण्याचा प्रसंग आणूं नका. ह्या नीच आपण आज भिल्लांना देऊन टाका, म्हणजे ठीक होईल.' ह्यावर ठीक आहे असें म्हणून पुनरपि त्या राक्षसश्रेष्ठानें राक्षसांना आज्ञा केली कीं, 'हे राक्षसहो, तुम्ही आजच ह्या कृतघ्नाला शबरांना देऊन टाका.' अशी त्याची आज्ञा होतांच, शूल व पट्टे हातीं घेऊन राक्षसांनीं त्या दुष्टाचे तुकडे तुकडे केले आणि ते शबरांना अर्पण केले. पण तो पापकर्ता असल्यामुळें शबर देखील त्याला भक्षण करण्याची इच्छा करीनात. हे नृपश्रेष्ठा, मांसभक्षक जरी असले तरी ते कृतघ्नांना भक्षण करीत नाहींत. ब्रह्मघ्न, मद्यप, चौर आणि व्रतभंग केलेला ह्या सर्वही पुरुषांना प्रायश्चित्तविधि सांगितला आहे; पण, हे राजा, कृतघ्नाला मात्र प्रायश्चित्त नाहीं. मित्रद्रोही, कृतघ्न आणि घातुक असल्या नीच मनुष्यांना मांसभक्षक अथवा कृमी देखील भक्षण करीत नाहींत.

अध्याय एकशें त्र्याहात्तरावा.

—:०:—

कृतघ्नवृत्तसमाप्ति.

भीष्म सांगतातः—पुढें त्या राक्षसराजानें अनेक प्रकारचीं रत्नें, सुगंध व वस्त्रें ह्यांच्या योगानें विभूषित अशी त्या बकराज राजधर्म्यासाठीं चिता करविली व तिजवर ठेवून त्या प्रतापशाली राक्षसाधिपतीनें त्याचें दहन केलें व नंतर सर्व प्रेतकर्मेंही यथाविधि केलीं. त्याच वेळीं दक्षकन्या कल्याणी कामधेनु ही देवता त्याच्या वर (आकाशांत) होती. त्या वेळीं, हे निष्पापा, तिच्या मुखांतून दुग्धमिश्र असा जो फेंस निघाला तो राजधर्म्याच्या चितेवर येऊन पडला; व त्यामुळें तो बकराज जिवंत झाला आणि लागलीच उड्डाण करून विरूपाक्षाला जाऊन भेटला. हे निष्पापा, ह्याच वेळीं देवेंद्रही विरूपाक्षाच्या नगरीमध्यें आला; आणि तूं राजधर्म्यास जिवंत केलेंस ह्याबद्दल आनंद वाटतो असें म्हणाला. पुढें त्यानें राजधर्म्याला ब्रह्मदेवानें पूर्वीं कसा शाप दिला होता हें सांगितलें. तो म्हणालाः—हे राजा, जेव्हां हा बकाधिपति ब्रह्मदेवाच्या सन्निध गेला नाहीं तेव्हां रोष पावून ब्रह्मदेवानें पक्षिश्रेष्ठास शाप दिला कीं, ज्या अर्थीं हा मूर्ख नीच बक माझ्या सभेमध्यें आला नाहीं, त्या अर्थीं ह्या दुष्टाचा लवकरच वध होईल. याप्रमाणें ब्रह्मदेवाचा शाप झाला असल्यामुळेंच गौतमानें ह्याचा वध केला, व ब्रह्मदेवानेंच पुनरपि अमृत

सेचन करून ह्या बकाला जिवंत केलें. हें ऐकून राजधर्मा बक इंद्राला नमस्कार करून म्हणाला कीं, ' हे देवाधिपते, आपला जर मजवर अनुग्रह असेल तर ह्या माझ्या अत्यंत प्रिय मित्र गौतमाला आपण जिवंत करा.' हें त्याचें वाक्य ऐकतांच, हे नरश्रेष्ठा, इंद्रानें अमृत सेचन करून त्या गौतमास जिवंत केलें. तेव्हां, हे राजा, अत्यंत आनंदित होऊन त्या बकाधिपतीनें पात्रादि साहित्ययुक्त असलेल्या त्या आपल्या मित्राकडे जाऊन त्याला आलिंगन दिलें व त्या पापकर्म करणाऱ्या गौतमाला द्रव्यासहवर्तमान त्याच्या घरीं पोंचविलें; व पुढें तो राजधर्मा बक योग्य प्रकारें ब्रह्मदेवाच्या सभेमध्यें गेला, तेव्हां ब्रह्मदेवानेंही आतिथ्य करून त्याचा बहुमान केला. इकडे गौतमही शबरगृहांत आला व त्यानें त्या आपल्या शूद्रजातीय स्त्रीचे ठायीं पापकर्मे करणारे पुत्र उत्पन्न केले. त्या वेळीं, हे प्रभो, त्याला देवगणांनीं एक भयंकर शापही दिला होता. तो असा कीं, ' हा दुष्ट कृतघ्न पुनर्विवाहित स्त्रीचे उदरीं चिरकाल पुत्रोत्पत्ति करून शेवटीं मोठ्या नरकांत जाईल. ' हे भरतकुलोत्पन्ना, हें उत्कृष्ट व मोठें असें सर्व कृतघ्नोपाख्यान मला पूर्वीं नारद मुनींनीं सांगितलें व मींही स्मरण करून तें तुला बरोबर सांगितलें आहे. कृतघ्न पुरुषाला कीर्ति कोठली ? वसतिस्थान कोठचें ? आणि सुख तरी कोठचें ? अर्थात् त्याला ह्यांपैकीं कांहींही मिळत नसतें. कारण, कृतघ्न हा अविश्वसनीय बनलेला असतो. कृतघ्नाच्या पातकाला निष्कृति नाहीं. हे राजा, मित्रद्रोह कोणींही करूं नये व त्यांतूनही विशेषेंकरून मनुष्यानें करूं नये. कारण, मित्रद्रोह करणारा भयंकर आणि अमर्याद अशा नरकांत जातो. मनुष्यानें सदैव कृतज्ञ असावें व मित्र जोडण्याविषयींची इच्छा बाळगावी. मित्रांपासूनच त्याला सर्व कांहीं मिळतें, मित्रांपासून त्याचा बहुमान होतो, मित्रांपासून सुखोपभोगांची प्राप्ति होते, व मित्राच्याच योगानें संकटांतून मुक्तता होते. ह्यास्तव, सुज्ञ मनुष्यानें मित्राचा उत्कृष्ट प्रकारचा सत्कार करावा; व दुष्ट, कृतघ्न, निर्लज्ज, मित्रद्रोही, कुलांगार आणि पातकी असा जो नराधम त्याचा त्याग करावा. हे धार्मिकश्रेष्ठा, याप्रमाणें मित्रद्रोही व कृतघ्न असा पातकी पुरुष कोण, हें मीं तुला सांगितलें. आतां पुनरपि तुला काय ऐकावयाची इच्छा आहे ?

वैशंपायन म्हणालेः—जनमेजया, महात्म्या भीष्मांच्या मुखांतून निघालेलें हें वाक्य ऐकतांच युधिष्ठिराच्या अंतःकरणाला आनंद झाला.

श्रीमन्महाभारत.

शांतिपर्व.

(मोक्षधर्मपर्व.)

अध्याय एकशें चौऱ्याहत्तरावा.

मंगलाचरण.

ॐ

नारायणं नमस्कृत्य नरं चैव नरोत्तमम् ।
देवीं सरस्वतीं चैव ततो जयमुदीरयेत् ॥

ह्या अखिल ब्रह्मांडांतील यच्चयावत् स्थावरजंगम पदार्थांच्या ठिकाणीं चिदाभासरूपानें प्रत्ययास येणारा जो नरसंज्ञक जीवात्मा, नरसंज्ञक जीवात्म्यास सदासर्वकाळ आश्रय देणारा जो नारायण नामक कारणात्मा, आणि नरनारायणात्मक कार्यकारणसृष्टीहून पृथक् व श्रेष्ठ असा जो नरोत्तमसंज्ञक सच्चिदानंदरूप परमात्मा, त्या सर्वांस मी अभिवंदन करितों; तसेंच, नर, नारायण व नरोत्तम ह्या तीन तत्त्वांचें यथार्थ ज्ञान करून देणारी देवी जी सरस्वती, तिलाही मी अभिवंदन करितों; आणि त्या परमकारुणिक जगन्मातेनें लोकहित करण्याविषयीं माझ्या अंतःकरणांत जी स्फूर्ति उत्पन्न केली आहे, तिच्या साहाय्यानें ह्या भवबंधविमोचक जय म्हणजे महाभारत ग्रंथाच्या शांतिपर्वांतर्गत मोक्षधर्मपर्वास आरंभ करितों. प्रत्येक धर्मशील पुरुषानें सर्वपुरुषार्थप्रतिपादक अशा शास्त्राचें विवेचन करितांना प्रथम नर, नारायण आणि नरोत्तम ह्या भगवन्मूर्तींचें ध्यान करून नंतर प्रतिपाद्य विषयाचें निरूपण करण्यास प्रवृत्त व्हावें हें सर्वथैव इष्ट होय.

ब्राह्मण आणि सेनजित् ह्यांचा संवाद.

युधिष्ठिर ह्मणाला:—पितामहांनीं राजधर्माच्या अंगभूत असलेले कल्याणकारक आपद्धर्म कथन केले. आतां, हे पृथ्वीपते, ज्याचा अधिकार गृहस्थादिक कोणत्याही आश्रमामध्यें असणाऱ्या पुरुषास आहे, असा मोक्षरूपी श्रेष्ठ धर्म मला आपण कृपा करून कथन करा.

भीष्म ह्मणाले:—धर्म हा प्रत्येक आश्रमामध्यें आचरण करण्याविषयीं सांगितलें आहे. (तो दोन प्रकारचा आहे; एक प्रवृत्तिपर आणि दुसरा निवृत्तिपर. त्यांपैकीं अग्निहोत्रादि जो प्रवृत्तिपर धर्म त्यापासून मिळणारें स्वर्गादिक फल अदृष्ट—अप्रत्यक्ष आहे; आणि) परब्रह्म-

रूपी सत्य वस्तूचें श्रवण, मनन, निदिध्यासन इत्यादिरूपी जें आलोचन, त्यापासून मिळणारें (अर्थात् निवृत्तिपर धर्मापासून मिळणारें) फल हें प्रत्यक्ष आहे. (कारण आत्मसाक्षात्कार हेंच तें फल आहे.) धर्माचीं द्वारें जरी अनेक असलीं तरी त्यांचें आचरण केव्हांही निष्फल होत नाहीं. हे भरतकुलश्रेष्ठा, ह्या धर्माच्या अनेक मार्गांपैकीं ज्या ज्या मार्गाविषयीं ज्याला ज्याला खात्री वाटेल तो तो त्या त्याच मार्गाला कल्याणकारक समजत असतो व त्या धर्माच्या आचरणानें चित्तशुद्धि होऊन विवेक उत्पन्न झाल्यानंतर त्याला हे सर्व लोकव्यवहार जसजसे निःसार वाटूं लागतील, तसतसें त्याच्या अंतःकरणांत वैराग्य उत्पन्न होतें ह्यांत संशय नाहीं. सारांश, हे युधिष्ठिरा, ह्या भूलोकापासून सत्यलोकापर्यंतचे जे लोक त्या सर्वांमध्येंही क्षयादि दोष पूर्णपणें भरलेले आहेत, असा निश्चय असल्यामुळें बुद्धिमान् मनुष्यानें (उत्तमोत्तम लोक मिळविण्याच्या खटपटीस न लागतां) स्वतःच्या मोक्षप्राप्तीसाठींच प्रयत्न करावा.

युधिष्ठिर म्हणालाः—हे पितामह, द्रव्य नष्ट झालें असतां अथवा स्त्री, पुत्र, पिता इत्यादिक मरण पावले असतां ज्या विचाराच्या योगानें तज्जन्य शोकाचें निराकरण करितां येईल, तो विचार मला कथन करा.

भीष्म म्हणालेः—द्रव्यनाश झाला असतां अथवा स्त्री, पुत्र, पिता इत्यादिक मरण पावले असतां खरोखर हें सर्व जग दुःखमयच आहे असा विचार केला म्हणजे शोक दूर होतो. ह्याविषयीं एक पुरातन इतिहास सांगत असतात, तो असा.—

पूर्वीं सेनजित् नांवाचा एक राजा पुत्रशोकानें संतप्त होऊन गेला होता. त्या वेळीं त्याचा मित्र असलेला एक ब्राह्मण त्याजकडे आला व राजाचें अंतःकरण अगदीं खिन्न झालें असून तो शोकानें व्याकूळ झाला आहे असें पाहून बोलूं लागला. तो म्हणाला, “ हे पृथ्वीपते, (जी स्थिति ज्याला प्राप्त झालेली नसेल, तीच संपादन करणें त्याला योग्य होईल; पण जी स्थिति ज्याची मूळचीच आहे, ती त्यानें पुनश्च संपादन करण्याचें कारण नाहीं.) तूं तर मूळचाच मोहग्रस्त आहेस, (कारण—प्रत्येक संसारी मोहग्रस्त असतोच.) मग आतां पुनरपि काय म्हणून मोह पावत आहेस? तसेंच, तुजविषयींच इतरांनीं शोक केला पाहिजे, (कारण—आत्मज्ञान झालें नसल्यामुळें तुला ह्या संसारचक्रांत भ्रमण करण्याचे क्लेश भोगावे लागणार.) मग तूं दुसऱ्याविषयींचा शोक काय म्हणून करितो आहेस? बरें, तुजविषयीं जे शोक करणारे आहेत, ते देखील शोच्यच आहेत. तेही, तुझा पुत्र ज्या स्थितिस पोहोंचला, त्याच स्थितीस पोहोंचणार आहेत. हे राजा, तूं, मी आणि तुझी सेवा करणारे इतर लोक हे सर्वहीजण जेथून आलों आहों, तेथेंच जाणार आहों. (अर्थात् मृत्यु हा सर्वांना सारखा लागलेला असून, प्रत्येक मनुष्य मोह आणि शोक ह्यांनीं ग्रस्त झालेला आहे. ह्यास्तव, त्यांतून सुटण्याचा कांहीं प्रयत्न करावयाचा सोडून एखाद्या मृत मनुष्याबद्दल शोक करीत बसणें योग्य नाहीं.) ”

सेनजित् म्हणालाः—हे तपोधन विप्र, ज्याच्या प्राप्तीमुळें आपणाला दुःख होत नाहीं, अशी कोणती युक्ति, कोणता विचार, कोणत्या प्रकारची चित्ताची एकाग्रता, कोणत्या प्रकारचा साक्षात्कार अथवा कोणतें शास्त्र आहे?

ब्राह्मण म्हणालाः—राजा, या लोकामध्यें देव, पशु, पक्षी, आणि मनुष्यें

इत्यादि उत्तम, मध्यम आणि निकृष्ट प्रतीचे सर्वही प्राणी निरनिराळ्या कर्मांमध्यें आसक्त झालेले असून, त्यामुळेंच दुःखानें व्याप्त होऊन गेलेले आहेत, इकडे तूं दृष्टि दे. हा देहही माझा नाहीं; (कारण मी परब्रह्मस्वरूपी असल्यामुळें देहाशीं माझा कांहींही संबंध नाहीं.) अथवा ही सर्वही पृथ्वी माझीच आहे. (कारण मी हिचा नियंता परमात्मा आहें.) तसेंच ही जशी माझी आहे त्याचप्रमाणें इतरांचीही आहे. (कारण मजहून इतर भासणारे सर्वही लोक आत्मस्वरूपीच आहेत.) हें मी अंतःकरणांत वागवीत असल्यामुळें मला क्लेश होत नाहींत. हे राजा, हा विचार माझ्या ठिकाणीं उत्पन्न झाला असल्यामुळें मला जसें दुःख होत नाहीं, त्याचप्रमाणें आनंदही होत नाहीं. ज्याप्रमाणें एकाद्या महासागरामध्यें एकादें काष्ठ दुसऱ्या काष्ठाला जाऊन लागतें, व कांहीं वेळानंतर त्या दोहोंचा वियोगही होतो, तशाच प्रकारची (संसाररूपी महासागरामध्यें असणाऱ्या) प्राण्यांच्या समागमाची स्थिति आहे. पुत्र, पौत्र, आप्त, इष्ट ह्या सर्वांचीही स्थिति अशीच आहे. त्यांचा वियोग व्हावयाचा हें निश्चितच आहे, ह्यामुळें त्यांच्याशीं स्नेहच करूं नये. तुझा पुत्र स्थूल दृष्टीस अगोचर अशा शुद्ध परमात्म्यापासून निर्माण झालेला असून तो पुनरपि त्याच ठिकाणीं लीन झालेला आहे व ह्मणूनच तुजसारख्या स्थूल दृष्टिस त्याचें दर्शन होत नाहीं. (परमात्म्याला प्राप्त होणारी ही पुत्रत्वादि स्थिति स्वप्नसृष्टीप्रमाणें केवल काल्पनिक आहे. अर्थातच असत्य आहे ह्मणूनच) तुझ्या त्या (काल्पनिक) पुत्राला (शुद्ध ब्रह्मस्वरूपी अशा) तुझें ज्ञान होणें शक्य नाहीं व तुलाही त्याचें ज्ञान व्हावयाचें नाहीं. (कारण तूंही ज्ञानस्वरूपी व तोही वस्तुगत्या ज्ञानस्वरूपीच असून ज्ञान हें केव्हांही ज्ञेय होत नसतें.) तेव्हां तूं आहेस कोण ? आणि शोक कसला करतो आहेस ? (मनुष्याच्या शरीरासंबंधानें शोक करण्याचें कारण नाहीं. कारण तें काष्ठादिकांप्रमाणें असल्यामुळें त्याचा नाश हा अवश्य व्हावयाचाच; व त्याच्या आत्म्यासंबंधानेंही शोक करावयाचें कारण नाहीं; कारण—तो अविनाशी आहे. म्हणूनच तुला शोक करावयाचें कारण नाहीं.) विषयसुखाची प्राप्ति होऊं लागली, तरीही तृप्ति न झाल्यामुळें दुःख होऊं लागतें. दुःखाचा नाश झाला म्हणजे सुख उत्पन्न होऊं लागतें व सुखापासूनच दुःखाची उत्पत्ति होते. सारांश, अशा रीतीनें वारंवार दुःखप्राप्ति होत असते; सुखानंतर लागलीच दुःख व दुःखाच्या पाठीमागून लागलीच सुख प्राप्त होत असतें; कारण, मनुष्याचीं सुखदुःखें हीं चक्राप्रमाणें फिरत असतात. तुला सुखानंतर दुःखाची प्राप्ति झाली आहे, त्या अर्थीं दुःखानंतरही पुनरपि सुखप्राप्ति होईल. कारण, कोणालाही कायमचें सुख अथवा कायमचें दुःख मिळत नसतें. शरीर हेंच सुखाचें आणि दुःखाचें आश्रयस्थान आहे. या शरीराच्याच साहाय्यानें प्राणी जें जें कर्म करितो, त्याच्या त्याच्या अनुरोधानें सुख अथवा दुःख उपभोगावें लागतें. मनुष्याच्या जीविताला कारणीभूत असलेलें जें सूक्ष्म शरीर तें स्थूल शरीराबरोबरच उत्पन्न होतें. संसारदशेंत त्या उभयतांचीं मिळूनच नानाप्रकारचीं रूपांतरें होतात आणि मोक्षकालीं त्या दोहोंचा एकदमच नाश होतो. मनुष्यें अनेक प्रकारच्या स्नेहरूपी रज्जूंनीं बद्ध झालीं असून त्यांच्या अंतःकरणामध्यें विषय अगदीं खिळून राहिलेले असतात, व त्याच्याच अनुरोधानें ते सुखप्राप्तिविषयीं प्रयत्न करूं लागतात; पण पाण्यामध्यें बांधलेल्या वाळूच्या सेतूप्रमाणें ते प्रयत्न एकदम ढांसळून जाऊन निष्फल झाल्यामुळें त्यांला क्लेश भोगावे लागतात. ज्या-

प्रमाणें तिळामध्यें तेल असल्यामुळें तेली त्यांना घाण्यांत घालून दाबून पिळून काढतात, त्याप्रमाणेंच मनुष्यामध्यें स्नेह असल्यामुळें अज्ञानजन्य क्लेश त्याला ह्या संसारचक्रामध्यें पाडून पिळून काढितात. ह्या स्नेहामुळें मनुष्य आपल्या कुटुंबासाठीं अशुभ अशींही कर्मे करीत असतो; परंतु त्या योगानें इहलोकीं अथवा परलोकीं होणारे क्लेश मात्र त्याला एकट्यालाच भोगावे लागतात. स्त्री, पुत्र इत्यादि आपल्या कुटुंबामध्यें गढून राहिलेलीं सर्व मनुष्यें हीं—अरण्यांतील वृद्ध गज ज्याप्रमाणें चिखलांत रुतून बसतात, त्याप्रमाणें शोकरूपी अमर्याद पंकामध्यें मग्न होऊन जातात. म्हणूनच, हे प्रभो, पुत्राचा, द्रव्याचा, अथवा आप्तइष्टांचा नाश झाला असतां मनुष्याला बिनतोड आणि दावाग्नीप्रमाणें निःसीम असें दुःख होतें; पण, हे राजा, सुख—दुःख आणि संपत्ति—विपत्ति हीं सर्व दैवाच्या अधीन आहेत. (म्हणूनच सुख दुःख मानावयाचें कारण नाहीं.) प्रत्युपकाराची अपेक्षा न करितां उपकार करणारे स्नेही असोत अथवा नसोत, प्रत्युपकाराच्या इच्छेनें उपकार करणारे संबंधी असोत अथवा शत्रुही असोत, तसेंच बुद्धिही असो अथवा नसो, तथापि मनुष्याला दैवयोगानें सुखप्राप्ति होत असते. मित्र असले म्हणून ते सुख देऊं शकतात असें नाहीं व शत्रु असले म्हणून ते दुःख देऊं शकतात असेंही नाहीं. बुद्धीच्या योगानें द्रव्यप्राप्ति होतेच, असा नियम नाहीं; व द्रव्याच्या योगानें सुख झालेंच पाहिजे असेंही नाहीं. ज्ञानाच्या योगानें द्रव्य प्राप्त होतें, अथवा मूर्खपणानें दारिद्र्य येतें, असें मुळींच नाहीं. हे सुखदुःखादि भोग कसे निर्माण होतात ह्याविषयींचा सिद्धांत तत्त्वज्ञानी मनुष्यांवाचून इतरांना कळणें अशक्य आहे. मनुष्य बुद्धिमान् असो, शूर असो, मूर्ख असो, भीरु असो, आळशी असो, कवि असो, निर्बल असो, अथवा बलाढ्य असो, त्याचें दैव अनुकूल असल्यास त्याजकडे सुख आपण होऊनच येतें. ह्मणूनच सुखप्राप्तीविषयीं प्रयत्न करण्याचें कारण नाहीं. धेनूवर तिच्या अर्भकाचाही अधिकार असतो, गोरक्षकाचाही अधिकार असतो, मालकाचीही सत्ता असते व (प्रसंगविशेषीं) तिजवर चोराचीही मालकी असते; पण ज्याला तिचें दुग्ध प्राशन करण्यास मिळतें, त्याचाच तिजवर खरा हक्क होय. (ह्याप्रमाणेंच उपभोग्य वस्तूंवर जरी सर्वांचा अधिकार आहे, तरीही त्या ज्यांस उपभोगावयास मिळतात, त्यांचाच त्यांजवर खरा अधिकार असतो. तो उपभोग दैवावांचून मिळणें शक्य नाहीं, अर्थात् त्याची प्राप्ति मनुष्याच्या हातीं नाहीं. ह्मणूनच जें मिळालें आहे त्याहून अधिक मिळविण्याचा प्रयत्न करणें निरर्थक होय.) ह्या लोकामध्यें जे अतिशय मूढ[1] असतात अथवा जे अत्यंत ज्ञानी असतात, ते सुखानें नांदत असतात; व जे ह्या दोहोंच्या मध्यस्थितींत असतात त्यांना मात्र क्लेश होतात. ज्ञानसंपन्न लोक सुषुप्ति आणि समाधि ह्यांमध्यें रममाण होऊन राहतात, त्यांना मध्यस्थितींत आनंद होत नाहीं. कारण, सुषुप्ति आणि समाधि ह्या दोहोंची प्राप्ति सुखाला कारणीभूत असून, मध्यस्थिती मात्र क्लेशाला कारणीभूत होते. (अशी साधारणपणें स्थिति आहे; पण विवेकी पुरुष जरी मध्यस्थितींत

---

१ येथें टीकाकारांनीं मूढ शब्दाचा अर्थ सुषुप्ति स्थितींत असलेले व 'बुद्धेः परं गताः' ह्या मूळांतील पदाचा अर्थ निर्विकल्प समाधींमध्यें असलेले असा केला आहे; व त्याजवरून, सुषुप्तींत अथवा निर्विकल्प समाधींत असणाऱ्या मनुष्यांना परब्रह्मस्वरूपप्राप्ति अनायासें होते व इतरांना अर्थात् भेददृष्टि असणाऱ्या लोकांना क्लेश होतात, असा घेतला आहे.

असले तरी त्यांना क्लेश होत नाहींत. कारण,) ज्यांना बुद्धीलाही अविषय असणारें ब्रह्मसुख प्राप्त झालें आहे व सुखदुःखादिक द्वंद्वांपासून मुक्त झाले असून ज्यांचा मत्सर नाश पावला आहे त्यांना स्त्रीप्रभृति अर्थ अथवा त्यांचे वियोगरूपी अनर्थ ह्यांजपासून केव्हांही क्लेश होत नाहींत. परंतु ज्यांना आत्मज्ञान झालेलें नसतें व म्हणूनच जे मोहामध्यें अत्यंत मग्न होऊन गेलेले असतात, त्यांना स्त्रीप्रभृति अर्थाच्या प्राप्तीनें अत्यंत आनन्दही होतो व त्यांच्या वियोगानें अतिशय संतापही होतो. अत्यन्त अज्ञ मनुष्यांची स्थिति अशी आहे कीं, ते स्वर्गामध्यें वास्तव्य करणाऱ्या देवांप्रमाणें सदैव आनन्दांत असतात, अत्यन्त गर्व पावून सदसद्विचारशून्य बनलेले असतात, कामादिकांच्या योगानें ग्रस्त झाल्यामुळें त्यांची विचारशक्ति नष्ट होऊन गेलेली असते आणि त्यांचा सारखा ऱ्हास होत असतो. हे अत्यन्त अज्ञ लोक जरी आनन्दांत असले तरी त्यांची स्थिति ही खरी सुखकारक नाहीं. कारण, त्यांच्या सुखाच्या शेवटीं दुःख हें अवश्य असतेंच. म्हणूनच हें लक्षांत घेऊन, ज्यापासून कायमचें सुख मिळेल अशा प्रकारचें ज्ञान संपादन करण्याचा उत्साह धरिला पाहिजे. अणिमादिक ऐश्वर्य आणि विद्या हीं उत्साहसंपन्न पुरुषांच्या ठिकाणींच वास्तव्य करीत असतात, आळशी मनुष्यांचे ठायीं वास्तव्य करीत नाहींत. सुख अथवा दुःख व प्रिय अथवा अप्रिय जसजसें प्राप्त होईल, तसतसें अंतःकरण त्याच्या आधीन होऊं न देतां भोगलें पाहिजे. प्रत्येक दिवशीं अज्ञ मनुष्याला शोकाचीं हजारों व भीतीचीं शेंकडों कारणें आक्रांत करून सोडीत असतात; पण ज्ञानसंपन्न पुरुषाला तीं क्लेश देऊं शकत नाहींत. ज्ञानसंपन्न, नैसर्गिक विचारशक्ति असलेला, शास्त्राभ्यासनिष्ठ, शास्त्रीय गोष्टींविषयीं दोषदृष्टि नसलेला, आणि बाह्येंद्रियांचा व अंतःकरणाचा जय केलेला जो मनुष्य त्याला शोक स्पर्शही करूं शकत नाहीं. ह्यास्तव सुज्ञ पुरुषानें कामादिकांपासून अंतःकरणाचें संरक्षण करून आतां सांगितलेले सर्व विचार लक्षांत ठेवून वागावें. विश्वाची उत्पत्ति कशी झाली आणि त्याचा लय कसा होतो, ह्याचें ज्ञान ज्याला आहे, त्याला स्पर्श करणेंही शोकास अशक्य आहे. ज्यापासून शोक होतो, अथवा जें त्रासाचें, दुःखाचें अथवा आयासाचें कारण असेल, तें जरी आपल्या शरीराचा एक अवयव असलें तरीही दूर केलें पाहिजे. कोणत्याही वस्तुसंबंधानें जेव्हां 'हें माझें आहे' अशी कल्पना होते, तेव्हांच तें तापाला कारण होतें. सर्वांचीही गोष्ट अशीच आहे. ज्या ज्या विषयाचा त्याग करावा तो तो सुखाच्या विवृद्धीला कारणीभूत होतो, पण विषयाच्या पाठीमागें लागलें म्हणजे त्या विषयाच्या मागून लागलींच विषयाभिलाषी पुरुषाचाही नाश होतो. ह्या लोकामध्यें मिळणारें विषयसुख अथवा स्वर्गलोकीं मिळणारें मोठें सुख ह्या दोहोंना वैराग्यरूपी सुखाच्या षोडशांशाचीही योग्यता नाहीं. वैराग्यामुळें निर्वाहही चालणार नाहीं, असें नाहीं. कारण, पूर्वजन्मीं जें कांहीं शुभ अथवा अशुभ कर्म केलेलें असतें, तें वर्तमान जन्मामध्यें ज्ञानी, मूर्ख अथवा शूर ह्यांना जसेंच्या तसेंच भोगावें लागतें. अशा रीतीनें जीवांना प्रिय-अप्रिय सुखदुःखांची प्राप्ति होत असते असा मनाचा निश्चय करून वैराग्यसंपन्न पुरुष सुखानें राहतो. मनुष्यानें आपल्या अंतःकरणांत प्रत्येक विषयवासनेची त्रिळस बाळगिली पाहिजे व त्यांना मागें टाकिलें पाहिजे. कारण, अंतःकरणांत उत्पन्न झालेली विषयवासना हा एक सर्वांगपूर्ण असा मृत्युच होय. प्राण्यांच्या शरीरांमध्यें असणाऱ्या त्या विषयवासनेचेंच कांहीं कारणा-

मुळें झालेलें रूपांतर क्रोध हा आहे, असें ज्ञानी लोक ह्मणत असतात. ज्याप्रमाणें कूर्म आपले सर्व अवयव संकुचित करितो, त्याप्रमाणें जेव्हां मनुष्य आपल्या सर्व वासनांचा संहार करील, तेव्हां अहंप्रत्ययास विषयीभूत असलेल्या जीवांला स्वस्वरूपामध्येंच आपल्याहून अभिन्न आणि इंद्रियजन्य ज्ञानातीत असें परब्रह्म दिसूं लागतें. जेव्हां मनुष्याची भीति नष्ट होते व त्याचीही भीति कोणाला वाटत नाहीं, तसेंच जेव्हां तो कशाची इच्छाही करीत नाहीं व कोणाचा द्वेषही करीत नाहीं, तेव्हां परमात्मस्वरूपी बनून जातो. व्यवहारामध्यें सत्य भासणारे देहादि पदार्थ व स्वप्नादिकालीं भासणारे असत्यभूत पदार्थ, शोक, आनंद, भीति, अभीति, व प्रिय आणि अप्रिय ह्या सर्वांचा त्याग केल्यानें मनुष्याच्या अंतःकरणांत उपरति उत्पन्न होते. जेव्हां मनुष्य ज्ञानी बनतो व कायावाचामनेंकरून कोणाचेंही वाईट करीत नाहीं तेव्हां तो ब्रह्मस्वरूपी बनून जातो. अल्पबुद्धि मनुष्याला जिचा त्याग करितां येणें अशक्य आहे, जीविताचा अंतकाळ आला तरीही जिचा अंत होत नाहीं, आणि जी प्राणनाश होईल तोंपर्यंत शरीरांत वास्तव्य करणारा एक रोगच आहे त्या आशेचा त्याग केला असतां मनुष्याला सुख होतें. हे पृथ्वीपते, ह्याविषयीं पिंगलेनें ह्मटलेल्या कांहीं गाथा माझ्या ऐकण्यांत आहेत. संकटप्रसंगीं असतांना देखील पिंगलेला सनातनधर्माची प्राप्ति झाली, असें त्यांत सांगितलें आहे. पिंगला नामक वेश्या संकेतस्थानीं गेली होती. पण तेथें तिला तिच्या प्रियाचा समागम झाला नाहीं यामुळें ती दुःख पावली; पण पुढें तिनें शांतीला प्राधान्य देऊन आपल्या अंतःकरणाचा निर्धार केला. पिंगला ह्मणाली, “मी उन्मत्त झालें, आणि उन्मादशून्य व इष्ट अशा अंतर्यामी परमात्म्याला आच्छादित करून सोडलें; व त्यामुळें, हा खरा आनंददायक असतांही मला पूर्वी त्याची प्राप्ति झाली नाहीं. हें शरीर म्हणजे एक मंदिरच असून त्याला नऊ द्वारें आहेत व अविद्या हाच ह्याचा एक आधारस्तंभ आहे. आतां मी विद्येच्या बलानें हें देहमंदिर बंद करून सोडितें. ह्यामध्यें एकदा मजला अभीष्ट अशा परमात्म्याचा उदय झाला म्हणजे (भेदजनक अज्ञानाचा अत्यन्त नाश झाल्यामुळें) हा परमात्मा (आणि ही मी) असें (भेददृष्टीनें) कोण पाहूं शकणार आहे? आत्मज्ञान झाल्यामुळें माझ्या सर्व इच्छा आतां पूर्ण झाल्या आहेत, यामुळें मूर्तिमंत नरकच असे जे कामुकरूपी धूर्त ते आतां मला फसवूं शकणार नाहींत. आतां मला आत्मज्ञान झालें आहे, व अविद्यारूपी निद्रेचा उच्छेद झाल्यामुळें आतां मी जागरूक आहें. पूर्वजन्मींच्या सुकृतानें असो, अथवा दैवयोगानें असो, केव्हां केव्हां अनर्थही अर्थालाच कारणीभूत होतो. माझीही स्थिति अशीच झाली आहे. मी आतां ज्ञानरूपी बनून गेलें आहें. आज माझीं इंद्रियें अजित स्थितींत नाहींत. मला आपलें स्वरूप आतां उत्कृष्ट प्रकारें कळूं लागलें आहे. मनुष्यानें आशेचा त्याग केला ह्मणजे त्याला सुखानें निद्रा येते. निराशा हें आत्यंतिक सुख आहे,” पिंगलेला पूर्वी आशा होती, पण तिनें त्या आशेचें पर्यवसान निराशेमध्यें केल्यामुळें तिला सुखानें निद्रा येऊं लागली.

भीष्म म्हणाले:—हीं व आणखी दुसरींही त्या ब्राह्मणाचीं हेतुवादपूर्ण अशीं भाषणें ऐकून राजा सेनजित् ह्याचें सांत्वन झालें व तो आनंद पावून सुखानें राहूं लागला.

अध्याय एकशें पंचाहत्तरावा.

—:०:—

पितापुत्रसंवाद.

युधिष्ठिर म्हणाला:—सर्व प्राण्यांचा संहार करणारा हा काल एकसारखा निघून चालला आहे, अशा प्रसंगीं, हे पितामह, मनुष्याला कोणतें आचरण श्रेयस्कर होईल, तें कथन करा.

भीष्म म्हणाले:—युधिष्ठिरा, ह्याविषयीं पितापुत्रसंवादरूपी एक पुरातन इतिहास सांगत असतात, तो तुला सांगतों, ऐक. हे कुंतीपुत्रा, अध्ययननिष्ठ अशा एका ब्राह्मणाचा मेधावी नांवाचा एक अत्यंत बुद्धिमान् पुत्र होता. तो मोक्षधर्मांतील तत्त्वांचा विचार करण्याविषयीं कुशल असून लौकिक गोष्टींमध्येंही निष्णात होता. त्या पुत्रानें एकदा अध्ययन करण्यांत आसक्त असलेल्या आपल्या पित्याला प्रश्न केला.

पुत्र ह्मणाला:—हे तात, मनुष्यांचें आयुष्य झराझर क्षीण होत आहे. अशा प्रसंगीं सुज्ञ पुरुषानें काय केलें पाहिजे व कोणच्या कर्माच्या योगानें फलप्राप्ति होईल, तें मला क्रमानें कथन करा. कारण, त्याच्या अनुरोधानें मी धर्माचरण करणार आहें.

पिता ह्मणाला:—बाळा, प्रथम ब्रह्मचर्यपूर्वक वेदाध्ययन करून, नंतर (गृहस्थाश्रमाचा स्वीकार करावा व) पितरांच्या उद्धारासाठीं पुत्रोत्पादन करण्याची इच्छा धरावी; अग्न्याधान करावें; यथाविधि यज्ञ करावे व नंतर अरण्यांत जाऊन ध्याननिष्ठ होऊन रहावें.

पुत्र ह्मणाला:—हे तात, ह्या लोकावर एकसारखे आघात होत आहेत. याला चोहोंकडून घेरलेलें आहे आणि ह्याजवर एकसारख्या अमोघा[1] पडत आहेत. असें असतां आपण एखाद्या धीराच्या मनुष्याप्रमाणें हें काय सांगत आहां ?

पिता म्हणाला:—लोकावर प्रहार कशाचे होत आहेत ? त्याला कोणीं घेरलेलें आहे ? आणि त्याजवर अमोघा ह्मणून कोण पडत आहेत ? उगीच मला असें भय दाखविल्यासारखें काय करीत आहेस ?

पुत्र ह्मणाला:—ह्या लोकावर मृत्यूचे एकसारखे आघात होत आहेत, त्याला जरेनें घेरून सोडलेलें आहे आणि त्याजवर हे अहोरात्र येऊन पडत आहेत, हें आपणाला कसें कळून येत नाहीं ? ह्या वायां न जाणाऱ्या रात्री प्राप्तही होत आहेत आणि निघूनही जात आहेत. ह्या लोकामध्यें मृत्यु हा कांहीं थांबत नसतो, तर तो हळूहळू आपल्या समीप येऊन ठेपत आहे, हें मला समजत आहे. असें असतां ज्ञानरूपी कवचाच्या योगानें स्वतांस आच्छादित केल्यावांचून मी केवल कालप्रतीक्षा कसा करीत राहूं ? एक एक रात्र निघून जाऊन जेव्हां आपलें आयुष्य क्षीण होतें, तेव्हां तें अत्यंत अल्प असल्यामुळें आपला दिवस व्यर्थ गेला, असें सुज्ञ मनुष्यानें जाणलें पाहिजे. हें ज्ञान जर झालें तर मग अगदीं कमी अशा पाण्यामध्यें असणाऱ्या मत्स्याप्रमाणें आयुष्य अत्यंत अल्प असणाऱ्या कोणत्या मनुष्याला सुखप्राप्ति होणार आहे ? मनुष्याच्या इच्छा पूर्ण झाल्या नसल्या तरीही मृत्यु त्याजवर झडप घालतोच. ज्याप्रमाणें एकादा मेष आपल्या स्त्रीच्या ऋतुप्राप्तीची मार्गप्रतीक्षा करीत असतां अर्थात् त्याचें अंतःकरण दुसरीकडेच गुंतलें असतां एकादा लांडगा एकदम झडप घालून त्याला घेऊन जातो, त्याप्रमाणेंच मृत्यु मनुष्याला घेऊन जातो. आपणाला जें कांहीं श्रेयस्कर वाटत असेल, तें आजच्या आज करून घ्या. काळ दवडूं नका. कारण, जरी कार्य व्हावयाचें असलें तरी त्यापूर्वींच एकादे वेळीं मृत्यु खेंचून

[1] 'आयुष्याचें हरण केल्यामुळें फलसंपन्न असलेल्या रात्री' असें अमोघा या पदाचें विवरण मुळांत आहे.

नेत असतो. उद्यांचें कार्य आज केलें पाहिजे आणि दिवसाच्या उत्तरार्धांत करावयाचें असेल तें पूर्वार्धांत केलें पाहिजे. कारण, मृत्यु आला म्हणजे तो ह्यानें अमुक काम केलें आहे किंवा नाहीं ह्याचा विचार करीत बसत नाहीं. आज अमक्याचा मृत्यु होणार आहे हें कोणाला जाणतां येणार आहे ? अर्थात्च कोणासही नाहीं. तारुण्यामध्येंच मनुष्यानें धर्मशील बनलें पाहिजे. कारण, जीवित हें अनित्य आहे. धर्माचरण केलें असतां इहलोकीं कीर्ति व परलोकींही सुखप्राप्ति होते. मनुष्याच्या अंगांत मोहाचा संचार होतो व तो स्त्रीपुत्रादिकांसाठीं उद्योग करूं लागतो आणि योग्य अथवा अयोग्य कर्मे करून त्यांचें पोषण करितो. याप्रमाणें पुत्रपशु इत्यादिकांनीं संपन्न व अंतःकरण त्यामध्यें आसक्त झालेला म्हणूनच गाढनिद्रेंत असलेल्याप्रमाणें ज्ञानशून्य असलेल्या ह्या पुरुषाला, जसा एकादा व्याघ्र हरिणाला घेऊन जातो त्याप्रमाणें मृत्यु घेऊन जातो. वासनातृप्ति न झालेल्या व म्हणूनच दुष्कर्मांचा संग्रह करणाऱ्या मनुष्याला पशूला घेऊन जाणाऱ्या एकाद्या व्याघ्राप्रमाणें मृत्यु घेऊन जातो. हें केलें आहे, हें करावयाचें आहे आणि हें अर्धवट झालेलें आहे असें म्हणत आशाजन्य सुखामध्यें आसक्त होऊन राहिलेल्या पुरुषाला मृत्यु आक्रांत करून सोडतो. कृषि, वाणिज्य आणि गृह ह्यांमध्यें आसक्त झालेला व त्या त्या कर्मांच्या अनुरोधानें संज्ञा मिळालेला जो पुरुष त्याला त्याच्या प्रयत्नांचें फल मिळालें नसलें तरीही मृत्यु घेऊन जातोच. मनुष्य निर्बल असो, बलाढ्य असो, शूर असो, भीरु असो, मूर्ख असो किंवा ज्ञानी असो, त्याचे कोणत्याही प्रकारचे मनोरथ पूर्ण झाले नसले तरीही मृत्यु त्याला घेऊन जातोच. हे तात, जरा, व्याधि आणि अनेक प्रकारचीं दुःखें हीं देहाच्या पाठीमागें एकसारखीं लागलीं असतां आपण एकाद्या स्वस्थ असलेल्या मनुष्याप्रमाणें काय बसलां आहां ? प्राणी उत्पन्न झाला कीं त्याचा नाश करण्यासाठीं जरा आणि मृत्यु हीं त्याच्या पाठोपाठ उत्पन्न होतात. हे सर्व चराचर पदार्थ ह्या दोहोंनीं ग्रस्त करून सोडिले आहेत. एकाद्या ग्रामामध्यें वास्तव्य करण्यांत आनंद मानणें हें मृत्यूचेंच मुख असून, अरण्य हें देवतांचें वसतिस्थान आहे असें वेदांत सांगितलेलें आहे. म्हणूनच गृहाचा त्याग करून अरण्याचा आश्रय केला पाहिजे. ग्रामामध्यें वास्तव्य केल्यामुळें होणारा आनंद ही एक रज्जु आहे. पुण्यवान् पुरुष हिला तोडून टाकितात, पण दुष्कर्मी पुरुषाला हिचा छेद करितां येत नाहीं. जो मनुष्य अंतःकरणानें, वाणीनें अथवा शरीरानें कोणत्याही प्राण्याला क्लेश होतील असें आचरण करीत नाहीं, त्याला जीविताचा अथवा द्रव्याचा अपहार करणाऱ्या प्राण्याकडून क्लेश होत नाहींत. मृत्यूचें जराव्याधिरूपी सैन्य एकदा येऊं लागलें म्हणजे त्याला कोणीही प्रतिबंध करूं शकत नाहीं. केवल योगधर्म हा मात्र मृत्यूला प्रतिबंध करूं शकतो; ह्याहून इतर जे असद्धर्म आहेत त्यांचा त्याग केला पाहिजे. ह्या योगधर्मरूपी सत्याचाच आश्रय करून अमरत्व वास्तव्य करितें. म्हणूनच ह्या सत्यधर्मावर निष्ठा ठेवून त्याचें आचरण करावें. परमात्म्याशीं जीवाचें ऐक्य करण्याविषयीं तत्पर असावें, गुरुवाक्य व वेदवचन ह्यांजवर श्रद्धा असावी, आणि सदैव इंद्रियांचा निग्रह करावा, म्हणजे सत्याच्या (योगधर्माच्या) साहाय्यानें मृत्यूचा जय करितां येतो. अमरत्व आणि मृत्यु ह्या दोहोंचेंही वास्तव्य देहामध्यें असतें. विषयाधीन बनल्यानें मृत्यूची प्राप्ति होते आणि विषयत्यागरूपी योगाचा आश्रय केल्यानें अमर-

त्याची प्राप्ति होते. ह्यास्तव मी आतां परब्रह्म-प्राप्तीची इच्छा धरून, कामक्रोधांचा त्याग करून व हिंसावृत्ति सोडून देऊन सुख आणि दुःख ह्या दोहोंला सारखेंच समजतों आणि त्या योगानें सुख पावून अमराप्रमाणें मृत्यूचाही त्याग करितों. बाह्येंद्रियांचा निग्रह करून निवृत्तिमार्गाभ्यासरूपी शांतियज्ञ, उपनिषदर्थ-चिंतनरूपी ब्रह्मयज्ञ, प्रणवजपरूपी वाग्यज्ञ, प्रणवापैकीं अकार, उकार, मकार आणि अर्धी मात्रा ह्यांतील पूर्वपूर्व वर्गाचा पुढच्या पुढच्या वर्गामध्यें लय करणें हा मनोयज्ञ, आणि स्नान, शौच, गुरुशुश्रूषा इत्यादि कर्मयज्ञ ह्यांचें मी उत्तरायणामध्यें अनुष्ठान करीत राहीन. मज-सारखा मनुष्य हिंसाप्राय असणारे पशुयज्ञ करण्याला कसा योग्य असणार? कारण, त्यापासून मिळणारें फल अनित्य आहे व ते यज्ञ पिशाचांनीं केलेल्या शरीरत्यागासारखेच आहेत. ज्याची वाणी, अंतःकरण, तप, दान आणि सत्य हीं सदैव ब्रह्मार्पण केलीं जातात, त्यालाच विश्वव्यापक परमात्म्याची प्राप्ति होते. विद्येसारखी दृष्टि नाहीं, सत्यासारखें तप नाहीं, प्रेमासारखें दुःख नाहीं आणि संन्यासासारखें सुख नाहीं. सर्व विश्व आत्मस्व-रूपीच आहे, त्या अर्थी मी आत्म्याच्याच ठिकाणीं आत्म्यापासूनच जन्म पावलों आहें व आत्म-निष्ठ होऊन राहिलों आहें. ह्यामुळें, मला जरी संतति नसली तरीही मी आत्म्यामध्येंच वास्तव्य करणार. माझा उद्धार करण्याला संत-तीची अपेक्षा मुळींच नाहीं. एकाकी असणें, सर्वांवर समबुद्धि ठेवणें, सत्यनिष्ठ असणें, सदाचारी असणें, कायावाचामनेंकरून हिंसेचा त्याग करणें, सरलत्व आणि कर्मसंन्यास ह्यांसारखें ब्राह्मणाला दुसरें द्रव्य नाहीं. ब्रह्मन्, जर तूं मरणार आहेस तर तुला द्रव्याचा, बांधवांचा अथवा स्त्रीचा काय उपयोग आहे? तुझा पिता आणि पितामहादिक पितर कोठें गेले ह्याचा विचार कर आणि हृदयरूपी गुहे-मध्यें प्रविष्ट झालेल्या आत्म्याचा शोध कर.

भीष्म सांगतातः—धर्मा, हें पुत्राचें भाषण ऐकून त्या पित्यानें जसें आचरण ठेविलें, तसेंच सत्य आणि धर्म ह्यांविषयीं तत्पर राहून तूंही आपलें आचरण ठेव.

अध्याय एकशें शहात्तरावा.

—:०:—

शंपाकगीता.

युधिष्ठिर विचारितोः—अहो पितामह, जे धनिक अथवा निर्धन पुरुष आपल्या शास्त्राच्या अनुरोधानें वागून उपजीविका करीत असतात, त्यांना कोणत्या प्रकारचें सुखदुःख कसें प्राप्त होतें?

भीष्म सांगतातः—ह्याविषयीं शांतिनिष्ठ आणि मुक्त अशा शंपाक नामक पुरुषानें जें कांहीं म्हटलें आहे तें पुरातन इतिहासाच्या रूपानें सांगत असतात. दुष्ट स्त्री आणि अन्नवस्त्रादिकांचा अभाव ह्यांच्यामुळें क्लेश पावत असलेल्या व वैराग्याचें अवलंबन करणाऱ्या कोणा एका शंपाक नामक ब्राह्मणानें पूर्वीं मला असें सांगितलें कीं, "ह्या जगांत प्राणी उत्पन्न झाला कीं, तेव्हां-पासूनच त्याच्या मागें नानाप्रकारचीं दुःखें व सुखें हीं लागलेलीं असतात; आणि दैव हें त्या दोहोंपैकीं कोणत्या तरी एका मार्गावर ह्या पुरु-षास नेऊन सोडीत असतें. सारांश, सुखदुःख हें दैवाधीन आहे. म्हणूनच सुखप्राप्ति झाली म्हणून आनंदही पावूं नये व दुःख उपस्थित झालें म्हणून तापही पावूं नये. कामवासनादिकांचा त्याग करून व यमनियमादिक योगांगांचा भार वाहून तूं स्वतःच्या कल्याणाविषयीं अर्थात् मोक्षप्राप्तीविषयीं जो उन्मुख होत नाहींस, त्याचें कारण तुझें अंतःकरण तुझ्या स्वाधीन नाहीं हेंच होय. तूं निष्किंचन होऊन सर्वत्र

संचार करूं लागलास म्हणजे तुला सुखास्वाद मिळेल. निष्किंचन पुरुषाला सुखानें निद्रा येते आणि तो सुखानें जागा होतो. ह्या लोकांमध्यें निष्किंचनपणा हा सुखदायक, मोक्षमार्गाला अनुसरणारा, कल्याणकारक आणि अबाधित असा आहे. खरोखर, निष्किंचनत्व हा कामीजनाला दुर्लभ पण वस्तुतः प्राप्त करून घेण्याला सुलभ व निष्कंटक असा मार्ग आहे. तीनही लोकांकडे जरी दृष्टि दिली, तरीही सर्व प्रकारें वैराग्यसंपन्न आणि शुचिर्भूत अशा निष्किंचनाच्या तोडीचें मला दुसरें कांहींच दिसून येत नाहीं. मी निष्किंचनता आणि राज्य ह्या दोहोंना तराजूंत घालून वजन केलें तेव्हां निष्किंचनता ही राज्याहूनही गुणानें अधिक असल्यामुळें वजनाला अधिक भरली. निष्किंचनता आणि राज्य ह्यांमध्यें हा एक मोठा भेद आहे कीं; राज्यकर्ता पुरुष द्रव्यसंपन्न असल्यामुळें तो मृत्यूच्या जबड्यांत असल्याप्रमाणें सदैव उद्विग्न होऊन राहिलेला असतो; आणि निर्धन पुरुषानें आशेचा, द्रव्याचा आणि सर्व प्रकारच्या बंधनाचा त्याग केला असल्यामुळें त्याला अग्निही त्रास देत नाहीं, त्याजवर कोणत्याही प्रकारचें संकट ओढवत नाहीं, व त्याला मृत्यूची अगर दरवडेखोरांचीही भीति असत नाहीं. सदैव स्वैरपणें संचार करणाऱ्या व मोकळ्या जमीनीवर बाहु उशाशीं घेऊन शयन करणाऱ्या शांतिसंपन्न पुरुषाची देव प्रशंसा करीत असतात. द्रव्यसंपन्न पुरुषाच्या अंतःकरणामध्यें क्रोध आणि लोभ ह्यांचा संचार झालेला असतो व त्यामुळेंच त्याची विचारशक्तिही नष्ट होऊन गेलेली असते; त्याची दृष्टि वक्र, मुख म्लान आणि भिंवया चढलेल्या असून आचरण दुष्ट असतें; आणि तो क्रुद्ध होऊन दांतओठ खात कठोर भाषण करीत असतो. अशा पुरुषाला सर्व पृथ्वी दान करण्याची जरी इच्छा असली तरी त्याचें दर्शन तरी घेण्याची इच्छा कोण करणार? लक्ष्मीचा सहवास अतिशय घडला म्हणजे तो अनभिज्ञ मनुष्याला मोहित करून सोडितो. लक्ष्मी ही शरत्कालीन मेघाला घेऊन जाणाऱ्या वायूप्रमाणें त्याच्या विचारशक्तीला घेऊन जाते व पुढें त्याला आपल्या रूपाविषयीं व द्रव्याविषयीं अभिमान वाटूं लागतो. 'मी मोठ्या कुळांत जन्मलों आहें, मी केवल मनुष्य नसून सिद्ध आहें.' असें त्यास वाटूं लागतें; व रूप, धन आणि कुलिनता ह्यांविषयींच्या अभिमानत्रयरूपी कारणानें त्याचें अंतःकरण प्रमादशील बनतें; आणि अंतःकरण विषयोपभोगाचे ठायीं अत्यंत आसक्त योऊन त्याचे पायीं तो पितृसंपादित द्रव्याचा व्यय करितो व त्यामुळें हीनदशा आली म्हणजे परद्रव्याचा अपहार करणेंही योग्यच आहे असें समजूं लागतो. याप्रमाणें तो मर्यादेचें उल्लंघन करून वाटेल त्या मार्गानें द्रव्य संपादन करूं लागला म्हणजे बाणांच्या योगानें हरिणाचा निग्रह करणाऱ्या लुब्धकाप्रमाणें भूपति त्याला दंड करितात. अशा रीतीनें ह्या लोकामध्यें द्रव्यसंपन्न पुरुषाला हीं व शरीरस्पर्शजन्य अशीं दुसरींही नानाप्रकारचीं दुःखें प्राप्त होतात. हीं दुःखें अवश्य प्राप्त होणारीं असल्यामुळें शरीरादिक नश्वर पदार्थ आणि पुत्रेषणादि लौकिकधर्म ह्यांचा तिरस्कार करून ज्ञानाच्याच योगानें त्यांचा प्रतिकार केला पाहिजे. सर्वांचा संबंध सोडल्यावांचून सुखप्राप्ति होत नाहीं, परब्रह्माचा लाभ होत नाहीं व निर्भयपणें निद्राही मिळत नाहीं. ह्यास्तव तूं सर्वांचा त्याग कर आणि सुखी हो."

असें पूर्वी हस्तिनापुरामध्यें मला शंपाक नामक ब्राह्मणानें कथन केलें होतें. तस्मात् संबंधत्याग हा अत्यंत श्रेष्ठ होय, असें माझें मत आहे.

अध्याय एकशें सत्त्याहत्तरावा.

—:०:—

मंकिगीता.

युधिष्ठिर विचारतोः—पितामह, कृषि, वाणिज्य इत्यादि व्यवसाय करण्याची इच्छा असल्यामुळें, द्रव्याच्या आशेनें ग्रस्त होऊन गेलेल्या पुरुषाला जर द्रव्यप्राप्ति झाली नाहीं, तर त्यानें काय केलें असतां सुखप्राप्ति होईल?

भीष्म सांगतातः—हे भरतकुलोत्पन्ना, लाभ आणि हानि ह्या दोहोंसही सारखेंच समजणें, द्रव्यसंपादन।दिकांसाठीं परिश्रम न करणें, सत्य भाषण, वैराग्य आणि कोणतेंही कार्य करण्याविषयींच्या इच्छेचा अभाव हीं ज्याचे ठिकाणीं वास्तव्य करीत असतील, तो पुरुष खरा सुखी होय. ज्ञानसंपन्न लोक, ह्याच पांच गोष्टी शांतीचें साधन आहेत—इतकेंच नव्हे, तर ह्याच मूर्तिमंत स्वर्ग, धर्म आणि अत्युत्कृष्ट असें सुख आहेत, असें सांगतात. युधिष्ठिरा, ह्याविषयीं पूर्वीं वैराग्यसंपन्न अशा मंकीनें जें कांहीं ह्मटलेलें आहे, तें पुरातन इतिहासाच्या रूपानें सांगत असतात; तें मी तुला सांगतों, ऐक.

पूर्वीं मंकि द्रव्याचा अभिलाष करीत होता, परंतु त्याचे मनोरथ वारंवार भग्न होऊं लागले; तेव्हां अवशिष्ट राहिलेल्या कांहीं द्रव्यानें त्यानें कष्ट करविण्यास योग्य असे दोन बैल विकत घेतले; व त्या दोहोंना एकाच जुंवाला जुंपून कष्ट करावयासाठीं बाहेर काढिले. तेव्हां ते जे निघाले ते एकदम धावूं लागले, आणि त्या दोहोंच्या मध्यें एकाएकीं एक बसलेला उंट सांपडला! ते जेव्हां स्कंधप्रदेशाजवळ आले तेव्हां उंटाला तें सहन न होऊन त्यानें त्या दोहोंनाही उचलून तराजूप्रमाणें आपल्या स्कंधावर घेतलें आणि उठून मोठ्या वेगानें तेथून गमन केलें. याप्रमाणें विध्वंस करणारा तो उंट आपले दोन बैल घेऊन जात आहे व तेही मरणाच्या पंथाला लागले आहेत हें पाहून तेथें असलेला मंकि भाषण करूं लागला कीं, "मनुष्य जरी चतुर असला आणि फलप्राप्तीविषयींचा विश्वास असून लक्षपूर्वक उत्कृष्ट प्रकारें उद्योग करीत असला, तरीही दैवांत नसलेलें द्रव्य संपादन करण्याची त्यानें इच्छा करूं नये. कार्य घडून येण्यापूर्वीं अनेक अनर्थ ओढवले तरीही लक्षपूर्वक द्रव्यप्राप्तीसाठीं मी उद्योग करीत होतों; तथापि ह्या उंटाचा वृषभांशीं संबंध जोडून दैवानें मजवर कसें संकट आणलें आहे तें पहा. ह्या उंटाच्या गतीच्या वेगामुळें हे माझे दोन वृषभ खालीं वर होत होत मोठ्या संकटानें चालले आहेत. ह्या उंटाला ह्या वृषभांचा समागम काकतालीय न्यायानें साहजिक रीतीनें घडून आला असें असतां हा त्याला झुगारून देऊन आडमार्गानेंच धावत आहे. ह्या वेळीं मला प्रिय असलेले हे दोन लहान वृषभ ह्या उंटाच्या मानेवर जसे दोन मणि असावेत तसे लोंबत आहेत. हें खरोखर केवल दैवच होय! दैवाला न जुमानतां केवळ आग्रहानें केलेल्या कार्यांत पूर्णत्वाला पावण्याचें सामर्थ्य नसतें. आतां, जरी तें सामर्थ्य आहे असें एकादे वेळीं युक्तीनें जमून आलें, तरी विचाराअंतीं तें देखील दैवावरच अवलंबून असतें असें सिद्ध होतें. ह्यास्तव सुखाभिलाषी पुरुषानें ह्या लोकामध्यें वैराग्याचेंच अवलंबन करावें. कोणत्याही गोष्टीविषयींच्या प्राप्तीची इच्छा सोडून देऊन विरक्त होऊन राहणाऱ्या पुरुषाला सुखानें निद्रा येते. जनकाच्या गृहांतून सर्वांचा संबंध सोडून देऊन मोठ्या अरण्याकडे जात असतांना शुकानें जें ह्मटलें होतें तें खरोखर अगदीं उत्तम होय. तें असें कीं, सर्व मनोरथ पूर्ण होणें आणि त्या मनोरथांचा त्याग करणें ह्यांपैकीं सर्व मनोरथ पूर्ण होण्यापेक्षां त्यांचा त्यागच अतिशय श्रेष्ठ होय.

द्रव्यसंपादनादिकांविषयीं जी प्रवृत्ति असते, ती पूर्वी कधीं कोणाची समाप्त झाली आहे असें नाहीं. कारण अज्ञ पुरुषाची शरीराविषयींची आणि जीविताविषयींची आशा कमी न होतां वाढतच असते. ह्यास्तव, हे अभिलाषी मना, तूं आतां ह्या प्रवृत्तीपासून निवृत्त होऊन विरक्त हो आणि शांति पाव. तुला आपल्या प्रवृत्तीचें फल न मिळाल्यामुळें वारंवार फसावें लागलें आहे. तथापि त्या योगानें तुझ्या ठिकाणीं वैराग्य उत्पन्न होत नाहीं. हे द्रव्याभिलाषी मना, जर तुला माझा नाश करावयाचा नसेल आणि जर माझ्या योगानें तुला आनंद होत असेल, तर तूं माझा लोभाशीं व्यर्थ संबंध जडवूं नको. हे मूढा द्रव्याभिलाषी चित्ता, संग्रह करकरून ठेविलेलें तुझें द्रव्य वारंवार नष्ट होऊन गेलें, तरी तूं द्रव्याचा अभिलाष केव्हांही सोडून देत नाहींस काय? अहाहा! केवढा हा माझा मूर्खपणा, कीं मी तुझा एखादा खेळण्याचा पदार्थ बनून राहिलों आहें! अशी स्थिति असल्यावर मनुष्य दुसऱ्याचा दास कां नाहीं होणार? प्राचीन अथवा अर्वाचीन कोणाही पुरुषांच्या विषयवासनांचा अंत झालेला नाहीं. म्हणूनच मीं सर्वही उद्योग सोडून दिलेले आहेत व त्यामुळेंच ज्ञानसंपन्न आणि जागरूक होऊन राहिलों आहें. हे विषयवासने, तुझें हृदय खरोखर अस्सल वज्राचेंच बनविलेलें व म्हणूनच फार बळकट आहे. कारण, शेंकडों अनर्थांनीं ग्रस्त करून सोडिलें तरीही त्याचे शेंकडों तुकडे होऊन जात नाहींत. हे विषयवासने, मी तुला आणि जें कांहीं तुला प्रिय आहे त्यालाही ओळखून आहें. तुझें प्रिय करण्याच्या विचारांत पडल्यामुळेंच माझ्या अंतःकरणाला सुख होईनासें झालें. हे विषयवासने, तुझें मूळ कोणतें तें मला कळून आलें आहे. संकल्पापासूनच तुझी उत्पत्ति आहे. म्हणून मी आतां तुझ्या विषयींचा संकल्पच करीत नाहीं म्हणजे तुझें मूळच नष्ट होऊन जाईल. द्रव्याचा अभिलाष हा कांहीं सुखकारक नाहीं. द्रव्य प्राप्त झालें म्हणजे तर विपुल चिंता उत्पन्न होते व त्यांतूनही प्राप्त झालेल्या द्रव्याचा नाश झाला तर मरणप्राय दुःख होतें. शिवाय प्रयत्न केला तरीही द्रव्य प्राप्त होईल किंवा नाहीं, ह्याविषयीं संशयच असतो. आपलें शरीर जरी दुसऱ्याला अर्पण केलें तरीही द्रव्यप्राप्ति होत नाहीं. सारांश, ह्या द्रव्याहून अधिक दुःखदायक असें दुसरें काय आहे? द्रव्य प्राप्त झालें तरीही तेवढ्यानें समाधान होत नाहीं. व पुनरपि त्याहून अधिक मिळविण्याची मनुष्य इच्छा करीत असतो. द्रव्य हें गंगेच्या मधुर अशा उदकाप्रमाणें आहे. त्याच्या योगानें जशी एकसारखी तृषा लागत रहाते, त्याप्रमाणेंच ह्याच्या योगानेंही आशा वृद्धिंगत होत असते. ही आशेची अभिवृद्धि माझ्या नाशाला कारणीभूत आहे हें मला पक्कें कळून आलें आहे. ह्यास्तव, हे विषयवासने, आतां तूं माझा त्याग कर. माझ्या शरीराचा आश्रय करून जो हा पंचमहाभूतांचा समुदाय राहिलेला आहे, तो आपल्या इच्छेप्रमाणें हवा तर येथून चालता होऊं दे अथवा येथेंच खुशाल राहूं दे. हे राजस व तामस विकारांनो, तुह्मांवर माझें प्रेम नाहीं. कारण तुह्मी काम आणि लोभ ह्यांच्या अनुषंगानें राहणारे आहां. ह्यास्तव, मी आतां विषयवासना सोडून देऊन केवळ सत्त्वगुणाचेंच अवलंबन करितों. आतां मी आपल्या देहाचे ठायीं व त्यांतून विशेषेंकरून अंतःकरणामध्यें सर्वही प्राणी अवलोकन करून निश्चयेंकरून योगाचें आचरण करितों, अंतःकरण एकाग्र करून तें श्रवणमननादिकांकडे जडवितों, परब्रह्मामध्यें अंतःकरणाचा लय करितों, व रागद्वेषादिकांचा

त्याग करून सुख पावून कोठेंही आसक्त न होतां लोकामध्यें विहार करीत राहतों; ह्मणजे, हे विषयवासने, तूं पुनरपि मला अशा रीतीनें दुःखामध्यें लोटून देणार नाहींस. हे विषयवासने, तूं माझ्या ठिकाणीं एकसारखी प्रवृत्ति करीत आहेस, ह्यामुळें मला आतां असें करण्यावांचून गतिच नाहीं. हे विषयवासने, तूं सदैव आशा, शोक आणि श्रम ह्यांचें उत्पत्तिस्थान आहेस. द्रव्याचा नाश झाला ह्मणजे माझ्या मतें सर्वांहून अत्यंत अधिक असें दुःख होतें. कारण, द्रव्यहीन मनुष्याचा त्याचे आप्तइष्ट अवमान करीत असतात. याप्रमाणें हजारों अवमान सहन करावे लागत असल्यामुळें दारिद्र्यामध्यें अतिशय कष्टदायक दोष आहेत, असें म्हणावें लागतें. बरें, द्रव्याच्या योगानें जें कांहीं अंशतः सुख मिळतें तें तरी अनेक दुःखांनीं ग्रस्त केलेलें असतें. ह्याच्यापाशीं द्रव्य आहे असें म्हणून धनसंपन्न पुरुषास दरोडेखोर ठार करीत असतात; त्यांना नानाप्रकारच्या दंडांच्या योगानें क्लेश भोगावे लागतात; व प्रत्यहीं उद्विग्न व्हावें लागतें. द्रव्यलोभ हा अतिशय कष्टदायक आहे, हें मला फार वेळानें कळून आलें. हे विषयवासने, तूं ज्याचा ज्याचा आश्रय करितेस त्याच्याच पाठीमागें लागतेस. तुला तत्त्वज्ञान मळींच नाहीं. तूं मूर्ख आहेस. तुझें समाधान होणें फार कठीण आहे. तुझी पूर्ति केव्हांही होत नाहीं. तूं एकाद्या अग्नीप्रमाणें आहेस. तूं सुलभ कोणतें आहे याचाही विचार करीत नाहींस आणि दुर्लभ कोणतें हेंही लक्षांत घेत नाहींस. पातालाप्रमाणें तुझीही पूर्ति करणें अशक्य असून तूं मला दुःखांत लोटूं पहात आहेस. पण, हे विषयवासने, आतां पुनरपि मजमध्यें तुझा प्रवेश होणें अशक्य आहे. द्रव्याचा नाश झाल्यामुळें माझ्या ठिकाणीं साहजिक रीतीनेंच वैराग्य उत्पन्न झालें आहे व मी आतां विषयांपासून अत्यंत निवृत्त झालों आहें. ह्यामुळें मी विषयोपभोगांना जुमानीत नाहीं. ज्ञानशून्य असलेला मी ह्या लोकामध्यें अनेक दुःखें सहन करीत होतों, तरीही मला ज्ञान झालें नव्हतें; परंतु द्रव्यनाश होऊन फसल्यामुळें वैराग्य उत्पन्न होऊन माझे सर्व अवयव शांत होऊन गेले आहेत; ह्यास्तव आतां मी खुशाल झोंप घेतों. हे विषयवासने, आतां मी सर्व मनोवेगांचा त्याग करून तुलाही सोडून देतों. हे विषयवासने, आतां तुला माझा सहवास घडावयाचा नाहीं आणि मजपासून तुला आनंदही व्हावयाचा नाहीं. आतां माझा कोणी धिक्कार केला तरीही मी सहन करणार; कोणी मला क्लेश दिले तरीही मी उलट क्लेश देणार नाहीं; द्वेष करणाऱ्यांशींही मिळून वागेन आणि त्यांनीं अप्रिय भाषण केलें तरी तिकडे लक्ष न देतां मी प्रिय असेंच भाषण करीन. मी जेवढें मिळेल तेवढ्यावरच निर्वाह करून तृप्त राहीन व सदैव माझीं इंद्रियें स्वस्थ रहातील. हे विषयवासने, तूं माझी शत्रु आहेस, ह्यास्तव मी तुझे मनोरथ पूर्ण करणार नाहीं. हे विषयवासने, वैराग्य, सौख्य, तृप्ति, शांति, सत्य, इंद्रियनिग्रह, क्षमा, आणि सर्व प्राण्यांविषयीं दया ह्यांचा मीं आतां स्वीकार केला आहे हें तूं लक्षांत ठेव. सांप्रत मी सत्त्वनिष्ठ बनलों आहें व मोक्षमार्गानें चाललों आहें; ह्यास्तव आतां काम, लोभ, आशा व दैन्य ह्यांनीं माझा त्याग करावा. काम आणि लोभ ह्यांचा त्याग केल्यामुळें मी सांप्रत सुख पावलों आहें, ह्यास्तव आतां बेभान होऊन लोभाच्या तावडींत सांपडलेला मी केव्हांही दुःख पावणार नाहीं. विषयवासनेचा एकदम त्याग केला कीं मनुष्य सुखपूर्ण होऊन जातो व विषयवासनेच्या तावडींत सांपडलेला मनुष्य सदैव दुःखच पावत असतो. रजो-

गुणाचा संबंध कामाशीं आहे. ह्यास्तव मनुष्यानें कोणत्याही रजोविकाराचा त्यागच केला पाहिजे. दुःख, निर्लज्जता आणि असमाधान हीं सर्व काम आणि क्रोध ह्या दोहोंपासूनच उत्पन्न होतात. ज्याप्रमाणें ग्रीष्मकालीं एकाद्या शीतल डोहाकडे जावें त्याप्रमाणेंच आतां मी परब्रह्माकडे चाललों आहें. मी आतां कर्मसंन्यास करीत आहें व त्यामुळेंच माझ्या दुःखाचा नाश होऊन मजकडे केवळ सुख आपण होऊन येत आहे. ह्या लोकामध्यें जें कांहीं विषयसुख आहे अथवा स्वर्गलोकींचें जें कांहीं मोठें सौख्य आहे, त्याला वैराग्यसुखाच्या षोडशांशाचीही योग्यता नाहीं. आतां मी पंचकोशात्मक शरीर, सहावा सानंदसंज्ञक सबीज समाधि, आणि सातवा महत्तत्त्वसंज्ञक काम ह्या सर्वांचाही मोठ्या शत्रूप्रमाणें नाश करून परब्रह्मरूपी नगरामध्यें प्रविष्ट होतों, ह्मणजे मी राजाप्रमाणें सुखी होईन; कारण तें ब्रह्मपुर अविनाशी आहे.

युधिष्ठिरा, अशा प्रकारचा विचार करून मंकि वैराग्यसंपन्न झाला, व सर्व वासनांचा त्याग करून ब्रह्मस्वरूपी होऊन अत्यंत सुख पावला. वृषभांचा नाश झाल्यामुळें मंकीला मोक्षप्राप्ति झाली. त्यानें वासनेच्या मूलाचाच उच्छेद केला, त्यामुळें त्याला अत्यंत सुखप्राप्ति झाली.

अध्याय एकशें अठ्याहत्तरावा.

--:०:--

बोध्यगीता.

भीष्म म्हणाले:—ह्याविषयीं पूर्वी शांतिसंपन्न अशा विदेहदेशाधिपति जनकानें केलेलें भाषण प्राचीन इतिहासरूपानें सांगत असतात. तें भाषण असें; जनक म्हणाला, 'आतां माझें कांहींच नसल्यामुळें (अर्थात् संसाराचा आणि माझा संबंध तुटल्यामुळें) माझें द्रव्य अनंत (असें परब्रह्म हेंच) आहे. आतां मिथिला नगरी जरी प्रदीप्त झाली तरी माझें कांहींच दग्ध होणार नाहीं.' युधिष्ठिरा, ह्याचविषयीं बोध्यसंज्ञक ज्ञानी पुरुषाचे कांहीं श्लोक सांगतात, ते ऐक. वैराग्यामुळें शांतिसंपन्न झालेल्या व शास्त्र आणि तत्त्वज्ञान ह्यांच्या योगानें तृप्त असलेल्या बोध्यमुनीला राजा नहुषपुत्र ह्यानें प्रश्न केला कीं, 'हे महाज्ञानी, आपण कोणत्या ज्ञानाचा अवलंब केल्यामुळें शांत आणि सुखी होऊन संचार करीत आहां? ह्या शांतीसंबंधानें आपण मला उपदेश करा.'

बोध्य ह्मणाला:—मी दुसऱ्याच्या उपदेशाच्या अनुरोधानें वागत असून कोणालाही उपदेश करीत नसतों. माझ्या उपदेशाचें स्वरूप मात्र मी तुला सांगतों, त्याचा तूं स्वतांच विचार कर. पिंगला, कुररसंज्ञक पक्षी, सर्प, मकरंदाचा शोध करणारे भ्रमर, बाण करणारा पुरुष व एक कुमारिका हे सहाजण माझे गुरु होत.

भीष्म म्हणाले:—राजा, आशा ही फार बलवत्तर आहे. नैराश्य हेंच उत्कृष्ट प्रकारचें सुख होय. आपल्या आशेची निराशा केल्यामुळेंच पिंगला नामक वेश्येला सुखांत घोरत पडतां आलें. कुररसंज्ञक पक्षानें कांहीं मांस तोंडांत धरलें होतें, ह्यामुळें ज्यांच्यापाशीं मांस नव्हतें ते पक्षी त्याचा वध करूं लागले; हें पाहून त्या कुररानें तें मांस टाकून दिलें. ह्यामुळें त्याला सुख झालें. घर बांधण्याचा खटाटोप हा केवळ दुःखासच कारणीभूत आहे. तो केव्हांही सुखदायक होत नाहीं. सर्प हा दुसऱ्यानें केलेल्या गृहामध्येंच प्रवेश करितो व त्यामुळें सुख पावतो. भ्रमराप्रमाणें भैक्ष्यवृत्तीचा आश्रय करणारे मुनि कोणत्याही प्राण्याशीं द्रोह न करितां सुखानें नांदत असतात. अंतःकरण बाण करण्यांत मग्न होऊन गेलें असल्यामुळें, कोणा एका बाण करणाऱ्या मनुष्याला

जवळून जरी राजाची स्वारी गेली तरीही कळलें नाहीं. (अशाच प्रकारची एकाग्रता असली पाहिजे.) एका कुमारीनें कांकणें पुष्कळ असलीं म्हणजे तीं वाजतात ह्मणून हातांत एक एकच कांकण ठेवून बाकीचीं पिचवून टाकिलीं. हें उदाहरण घेऊन अनेकांचा सहवास (असला ह्मणजे) प्रत्यहीं कलह होतो व दोघांचा (-ही एकत्र वास असल्यास) संवाद होत असतो. ह्यामुळें मी एकटाच संचार करीत असतों. (असें बोध्य मुनि ह्मणाला.)

अध्याय एकशें एकुणऐंशींवा.

—:०:—

अजगरवृत्तीची प्रशंसा.

युधिष्ठिर म्हणालाः—हे आचारज्ञानसंपन्न, कोणत्या प्रकारचें आचरण केलें असतां मनुष्य शोकमुक्त होऊन या भूतलावर राहूं शकतो? व ह्या लोकामध्यें मनुष्यानें काय केलें असतां त्याला सद्गति मिळते?

भीष्म म्हणालेः—ह्याविषयीं प्रल्हाद आणि अजगरवृत्तीनें राहणारा एक मुनि ह्यांचा संवाद पुरातन इतिहासाच्या रूपानें सांगत असतात; तो असाः—ज्ञानसंपन्न असल्यामुळें संमाननीय, अंतःकरण स्थिर असलेला व व्याधिशून्य असलेला कोणी एक ब्राह्मण संचार करीत असतां बुद्धिमान् अशा राजा प्रल्हादानें त्याला विचारिलें.

प्रल्हाद म्हणालाः—हे विप्र, आपणाला विषय आकृष्ट करीत नसून आपण दंभादिशून्य, दयासंपन्न, जितेंद्रिय, कर्मेच्छाशून्य, कोणावरही दोषदृष्टि नसणारे, सत्यवादी, कल्पनाशक्तिसंपन्न, विचारचतुर, आणि तत्त्वज्ञानी असूनही अज्ञाप्रमाणें संचार करीत आहां. कसलीही प्राप्ति व्हावी अशी आपली इच्छा नाहीं व कोणतीही प्राप्ति न झाली तरी आपणास वाईट वाटत नाहीं. हे ब्रह्मनिष्ठ, आपण सदैव तृप्त आहां व कोणास इष्ट अथवा अनिष्ट समजत नसतां. कामादि वेग लोकांना खेंचून नेत आहेत, पण आपणांस कामादिकांचें मूळ जें अंतःकरण तेंच नाहींसें दिसतें. धर्म, काम आणि अर्थ ह्या पुरुषार्थांविषयींची क्रिया आपले ठिकाणीं मुळींच वास्तव्य करीत नाहीं असें दिसतें. आपण धर्माचें अथवा अर्थाचें आचरण करीत नाहीं आणि कामामध्येंही आपली आसक्ति नाहीं. आपण इंद्रियांच्या कोणत्याही विषयाकडे मुळींच लक्ष न देतां, साक्षिभूत असणाऱ्या परमात्म्याप्रमाणें बंधमुक्त होऊन राहिलेले आहां. हे ब्रह्मनिष्ठ, आपणाला कोणतें ज्ञान, शास्त्र आणि आचरण श्रेयस्कर वाटतें तें मला सांगा.

भीष्म ह्मणालेः—प्रल्हादानें ह्याप्रमाणें विचारलें असतां, लौकिक आणि धार्मिक कर्तव्याचें ज्ञान असलेला असा तो बुद्धिमान ब्राह्मण सौम्य व अर्थपूर्ण अशा वाणीनें त्याला म्हणाला, "प्रल्हादा, पहा—प्राण्यांची उत्पत्ति, वृद्धि, ऱ्हास आणि विनाश हीं सर्व कारणशून्य अशा परमात्म्यापासूनच होतात. म्हणूनच मला त्यापासून आनंद होत नाहीं व दुःखही होत नाहीं. कोणत्याही प्राण्यांच्या ज्या वर्तमानकालिक प्रवृत्ति आहेत, त्या सर्वांस आत्मरूपी हीच कारणीभूत असून, त्या सर्वही प्रजा आत्मस्वरूपाच्याच ठिकाणीं आसक्त झालेल्या असतात, हें पूर्णपणें जाणिलें पाहिजे. म्हणजे ब्रह्मलोकादि कोणत्याही लोकाची प्राप्ति झाली तरीही तृप्ति होत नाहीं; कारण आत्मस्वरूपापुढें ब्रह्मादि लोक अगदीं तुच्छ आहेत. हें पहा प्रल्हादा, संयोगाचा शेवट वियोग हा असून संचयाचा शेवट नाश हाच आहे. म्हणूनच मी कोणाकडेही लक्ष देत नसतों. सत्त्व, रज इत्यादि गुणांनीं युक्त अशीं जेवढीं भूतें अथवा प्राणी आहेत, त्या सर्वांचा नाश होणार आहे

असें ज्ञान झालें व उत्पत्ति आणि मृत्यु ह्यांचें स्वरूप कळूं लागलें, म्हणजे प्राण्याचें दुसरें कर्तव्य तें काय राहतें? महासागरामध्यें वास्तव्य करणारे सूक्ष्म अथवा धिप्पाड असे जे जलचर प्राणी त्या सर्वांचाही नाश होतो असें माझ्या दृष्टोत्पत्तीस येत आहे. तसेंच, हे दैत्याधिपते, पृथिवीपासून उत्पन्न होणाऱ्या स्थावर-जंगमात्मक सर्व प्राण्यांना मरण आहे असें मला दिसून येतें. हे दनुकुलोत्पन्ना, आकाशामध्यें संचार करणारे उत्कृष्ट प्रकारचे पक्षी जरी बलवान् असले, तरी त्यांना यावयाचा त्या वेळीं मृत्यु हा येतोच, आकाशामध्यें भ्रमण करणारीं लहान-मोठीं नक्षत्रें हीं वेळ येतांच पतन पावतात असें दिसून येतें. सारांश, मृत्यु हा सर्वही भूतांच्या पाठीमागें जडलेलाच आहे, हें लक्षांत ठेवून ज्ञानसंपन्न पुरुषानें परब्रह्मनिष्ठ व म्हणूनच कृतकृत्य होऊन सुखानें घोरत पडावें. प्ऱ्हादा, मला साहजिक रीतीनें जर मोठाही ग्रास मिळाला तरी तो भक्षण करितों व कांहीं मिळालें नाहीं तर अनेक दिवसपर्यंत उपाशींही रहातों. मला एखादे वेळीं कोणी माधुर्यादि अनेक गुणांनीं संपन्न असें अन्न विपुल वाढतात; आणि एखादे वेळीं थोडें, व एखादे वेळीं अगदींच कमी वाढतात; आणि एखादे वेळीं मुळींच अन्न मिळत नाहीं. मी एखादे वेळीं कण्या मिळाल्या तरीही भक्षण करितों; एखादे वेळीं पेंडही खातों; व एखादे वेळीं साळीचा भात किंवा कमी-अधिक प्रतीचें मांसही भक्षण करितों. एखादे वेळीं मी मंचकावर शयन करितों; एखादे वेळीं भूमीवरही निजतों; व एखादे वेळीं मला एखाद्या बंगल्यांतही शयन करण्याचा योग येतो. मी एखादे समयीं तागाच्या अथवा जवसाच्याही सालीचीं वस्त्रें परिधान करितों व एखाद्या वेळीं अत्यंत मूल्यवान् अशींही वस्त्रें धारण करितों. धर्मबाह्य नसणारी एखादी उपभोग्य वस्तु जर साहजिक रीतीनें प्राप्त झाली तर मी तिचा निषेध करीत नाहीं व ती दुर्लभ असल्यास मिळविण्याच्या उद्योगासही लागत नाहीं. ह्याप्रमाणें सुदृढ, मृत्यु आणि शोक ह्यांच्या विरुद्ध, विद्वज्जनांस मान्य, पवित्र, निरुपम, मोहग्रस्त लोकांस संमत नसलेलें व म्हणूनच आचरण न केलेलें जें आजगरव्रत त्याचें मी आचरण करीत असतों. मी निश्चल बुद्धीनें, स्वधर्मभ्रष्ट न होतां, मागच्या-पुढच्या गोष्टी लक्षांत वागवून, संसारयात्रा मर्यादित करून व भीति, राग, लोभ आणि मोह ह्यांचा त्याग करून हें आजगरव्रत आचरण करीत आहें. मी पवित्रपणें जें हें आजगरव्रत आचरण करीत आहें त्यांत भक्ष्य, भोज्य अथवा पेय ह्यांचें फल अमुक असावें असा नियम नाहीं. देश व काल ह्यांचीही व्यवस्था केवल दैवयोगावरच अवलंबून आहे. विषयलुब्ध पुरुषांच्या हातून ह्याचें आचरण घडत नाहीं, तथापि हें अंतःकरणास सुखदायक आहे. अमुक मिळावें, तमुक मिळावें, अशा आशेनें ग्रस्त होऊन गेलेले पण धनप्राप्ति न झाल्यामुळें खेद पावत असलेले जे लोक, त्यांजकडे तात्त्विकदृष्टया सूक्ष्मपणें अवलोकन केल्यामुळेंच मी शुचिर्भूतपणें हें आजगरव्रत आचरण करीत आहें. अनेक प्रकारचे श्रेष्ठ लोकही द्रव्यप्राप्तीच्या उद्देशानें दीनपणें अनार्यांचा आश्रय करीत आहेत, हें अवलोकन केल्यामुळेंच वैराग्यावर माझें प्रेम जडलें; व मीं मनोनिग्रह करून व शांतिसंपन्न होऊन शुचिर्भूतपणें हें आजगरव्रत आचरण करूं लागलों. सुख, दुःख, द्रव्याची प्राप्ति आणि अप्राप्ति, संतोष अथवा असंतोष व मरण अथवा जीवित हीं केवल दैवाधीनच आहेत असें तत्त्वदृष्टया अवलोकन केल्यामुळेंच मी शुचिर्भूतपणानें ह्या आजगरव्रताचें आचरण करीत आहें. अजगर कांहींही उद्योग करीत

नाहींत, तथापि त्यांना जें फल मिळावयाचें तें आपोआपच मिळतें असें पाहाण्यांत आल्यावरून-भीति, राग, मोह आणि गर्व ह्यांचा त्याग करून व धैर्य, विचारशक्ति आणि निश्चय ह्यांचा अवलम्ब करून अत्यंत शांतपणें व पवित्रतेनें मी हें आजगरव्रत आचरण करीत आहें. माझें शयन अथवा आसन ह्यांमध्यें नियमितपणा राहिलेला नाहीं; तथापि मी स्वभावतःच इंद्रियदमन, नियम, व्रतें, सत्य आणि शुचिर्भूतपणा ह्यांनीं युक्त आहें व योगजन्य फलसमूहाचा त्याग करून आनंदानें हें आजगरव्रत आचरण करीत आहें. अंतःकरण हें परमात्म्याविषयीं पराङ्मुख असून तें दुर्निवार व आशाळ बनलेलें आहे; व विषयादिकांशीं संबंध असल्यामुळें तें परिणामीं दुःखकारक होणार आहे असें कळून आल्यामुळें विचार करून, परमात्म्याच्या ठिकाणीं लय होईल अशा रीतीनें त्याचा निग्रह करण्यासाठींच मी शुचिर्भूतपणें हें आजगरव्रत आचरण करीत आहें. मी कर्तृत्व, भोक्तृत्व इत्यादि हृदयधर्म आणि वाणी व मन ह्यांच्या अनुरोधानें वागत नसून प्रिय आणि सुख हीं दुर्लभ व अनित्य आहेत हें पाहत आहें आणि म्हणूनच शुचिर्भूतपणें हें आजगरव्रत आचरण करीत आहें. त्या त्या शास्त्रामध्यें आपल्या व दुसऱ्या मतांच्या अनुरोधानें, आत्मा म्हणजे अमुक अमुक आहे असा गहन तर्क करणारे व आपल्या कीर्तीचा प्रसार करणारे जे ज्ञानसंपन्न कवि त्यांनीं ह्या व्रताचें पुष्कळ वर्णन केलेलें आहे. अस्तु; प्रत्यक्षादि प्रमाणांनीं सिद्ध असलेलें जें हें जग तें एखाद्या पर्वताच्या कड्याप्रमाणें केवल नाशास कारणीभूत आहे. हें परमात्म्याहून भिन्न आहे असा अज्ञ लोकांचा ग्रह आहे; पण वस्तुतः अविनाशी, निर्दोष आणि परिच्छेदशून्य असें जें सनातन ब्रह्म त्याहून हें भिन्न नाहीं असा माझा पूर्णपणें विचार ठरलेला आहे; व म्हणूनच मी कामादि दोष आणि आशा ह्यांचा त्याग करून लोकांमध्यें वागत असतों. जो महात्मा पुरुष राग, लोभ, मोह, क्रोध आणि भीति ह्यांचा त्याग करून ही आजगरव्रतरूपी क्रीडा करील, त्याला खात्रीनें सुखानें वागतां येईल.

अध्याय एकशें ऐशींवा.

—:०:—

काश्यप आणि शृगाल ह्यांचा संवाद.

युधिष्ठिर ह्मणालाः–हे पितामह, मनुष्याच्या स्वास्थ्याला बांधव कारण आहेत, कर्म कारण आहे, द्रव्य कारण आहे किंवा ज्ञान कारण आहे, ह्या माझ्या प्रश्नाचें आपण उत्तर सांगा.

भीष्म म्हणालेः—बा युधिष्ठिरा, ज्ञान हेंच मनुष्याच्या स्वास्थ्याला कारणीभूत आहे; ज्ञान हाच उत्कृष्ट प्रकारचा लाभ होय; ज्ञान हेंच प्रत्यक्ष स्वर्ग असून ज्ञान हेंच मोक्षासही कारणीभूत आहे, असें सत्पुरुषांचें मत आहे. ज्या वेळीं बलीच्या ऐश्वर्याचा नाश झाला त्या वेळीं त्याला ज्ञानाच्याच योगानें अभीष्टप्राप्ति झाली. प्रल्हाद, नमुचि आणि मंकि ह्यांचीही गोष्ट अशीच आहे. तेव्हां त्या ज्ञानाहून श्रेष्ठ असें दुसरें काय आहे ? अर्थात् कांहींच नाहीं ! युधिष्ठिरा, ह्याविषयीं प्राचीन इतिहास म्हणून इंद्र व काश्यप ह्यांचा संवाद सांगत असतात, तो तुला सांगतों; ऐक.

काश्यप नांवाचा कोणी एक सदाचारसंपन्न आणि तपस्वी असा ऋषिपुत्र होता. त्या काश्यपाला—श्रीमान् व ह्मणूनच दर्पपूर्ण असलेल्या एका वैश्यानें रथाचा धक्का देऊन पाडिलें. पडतांक्षणींच तो ऋषिपुत्र व्याकूळ झाला व धैर्य सोडून कोपानें ह्मणूं लागला कीं, ' मी आतां प्राण देतों. कारण, मजसारख्या

निर्धन पुरुषाच्या जीविताचा ह्या लोकामध्यें कांहीं उपयोग नाहीं!' असें म्हणून मरण्याची इच्छा करून स्तब्ध व विचारशून्य होऊन बसलेल्या व अंतःकरणांत द्रव्याविषयीं लोभ उत्पन्न झालेल्या त्या ऋषिपुत्राकडे इंद्र शृगालाचें रूप धारण करून आला व बोलूं लागला.

तो म्हणालाः—सर्व प्राणी सर्व प्रकारच्या उपायांनीं आपणांला मनुष्यत्वाची प्राप्ति व्हावी अशी इच्छा करितात. मनुष्यत्वामध्येंही सर्व लोक ब्राह्मणत्वाचें अभिनंदन करितात. हे काश्यपा, तूं तर मनुष्यही आहेस, त्यांतून ब्राह्मण आहेस व ब्राह्मणांमध्येंही वेदवेत्ता आहेस. तेव्हां ह्या अत्यंत दुर्लभ अशा गोष्टीची प्राप्ति झाली असतां मूर्खपणानें प्राणत्याग करणें हें तुला योग्य नाहीं. अरे, कोणताही लाभ म्हणजे काय? तो नुसता अभिमानच आहे. कारण, मी द्रव्य मिळविलें ह्या अभिमानालाच द्रव्यलाभ असें म्हणावयाचें; वस्तुतः द्रव्याशीं कोणाचाही संबंध नाहीं. तूं कोणाच्याही द्रव्याचा अभिलाष करूं नको, अशी श्रुति आहे ती अगदीं खरी आहे. तुझें स्वरूप संतोष मानण्यासारखें आहे. पण केवळ लोभामुळें तूं त्याचा नाश करीत आहेस. खरोखर ज्यांना ह्या लोकामध्यें हात आहेत ते प्राणी कृतार्थ होत. ज्यांना हात आहेत त्यांची मला फार इच्छा आहे. काश्यपा, ज्याप्रमाणें तुला द्रव्याची लालसा आहे त्याप्रमाणेंच आम्हांला हात असलेले प्राणी हवे आहेत. हातांच्या प्राप्तीहून श्रेष्ठ अशी दुसरी कोणतीही प्राप्ति नाहीं. हे ब्रह्मन्, आम्हांला हात नसल्यामुळें कांटे उपटून टाकतां येत नाहींत आणि शरीरावर बसून दंश करणारे लहानमोठे प्राणीही आम्हाला काढून टाकतां येत नाहींत. पण ज्यांना दहा अंगुलें असलेले हात देवांनीं दिलेले असतात, ते मात्र शरीराला दंश करणारे कृमि काढून टाकितात व त्यांचा नाश करितात. त्यांना वृष्टि, शीत आणि ऊन्ह ह्यांपासून आपलें संरक्षण करितां येतें. अन्न, वस्त्र, सुखानें शयन आणि निर्वात प्रदेश ह्यांचा त्यांना उपभोग घ्यावयास सांपडतो. ते वृषभांवर आरोहण करितात; त्यांजकडून वाहनें चालवितात; त्यांच्या कष्टानें उत्पन्न झालेल्या वस्तूंचा उपभोग घेतात; आणि नानाप्रकारच्या उपायांनीं दुसऱ्याला आपल्या अधीन करून सोडतात. मुने, ज्यांना जिव्हा नाहीं, हात नाहींत व शक्तिही कमी आहे, ते दीन प्राणी नानाप्रकारचीं दुःखें सहन करीत असतात. तूं तसा नाहींस हें सुदैव होय. तूं शृगाल, कृमि, मूषक, सर्प, मंडूक अथवा दुसराही कोणी पापयोनीमध्यें उत्पन्न झालेला प्राणी नाहींस हें खरोखर भाग्यच होय. हा जो तुला लाभ झालेला आहे तेवढ्यानें देखील तूं संतुष्ट असलें पाहिजेस; पण तूं तर सर्व प्राण्यांमध्यें श्रेष्ठ असा ब्राह्मण आहेस. मग तूं संतोष मानावास हें कांहीं सांगावयास नको. काश्यपा, हे मह‍ा कृमि माझें शरीर कसें तोडीत आहेत, पण मला हात नसल्यामुळें त्यांना काढून टाकतां येणें शक्य नाहीं. पहा काय ही माझी अवस्था! असें आहे, तथापि हें शरीर निरुपयोगी आहे तरीही मी त्याचा त्याग करीत नाहीं, ह्याचें कारण—ह्याहूनही पापिष्ठ अशा दुसऱ्या योनीमध्यें पडावें लागूं नये हेंच होय. ज्या पापयोनींपैकीं शृगालयोनीमध्यें मी उत्पन्न झालों आहें तिजहून दुसऱ्या अनेक पापयोनि आहेत. कित्येक लोक जात्याच अत्यंत सुखी असतात व कित्येक अतिशय दुःखी असतात. ह्या लोकांत कोणालाही कायमचें सौख्य मिळालेलें माझ्या पहाण्यांत नाहीं. मनुष्य संपन्न झाले म्हणजे त्यांना राज्यप्राप्तीची इच्छा होते, राज्यप्राप्तीनंतर देवत्व असावेंसें वाटतें,

व देवत्वानंतर इंद्रपदाचा अभिलाष उत्पन्न होतो. तूं जरी श्रीमान् झालास तरी कांहीं राजा अथवा देवता होणार नाहींस व देवताही झालास आणि इंद्रपदाचीही तुला प्राप्ति झाली तरीही तुझा संतोष व्हावयाचा नाहीं. प्रिय वस्तूची प्राप्ति झाली ह्मणजे तृप्ति होते असें नाहीं. जलाच्या योगानें तृष्णा शांत होत नाहीं. इतकेंच नव्हे, तर समिधांच्या योगानें प्रदीप्त होऊन जाणाऱ्या अग्नीप्रमाणें ती अधिकच भडकत असते. शोक हा जसा तुझ्या ठिकाणीं आहे, त्याचप्रमाणें हर्षही तुजमध्यें वास्तव्य करीत आहे व सुखदुःखांची जोडीही तुझ्याच ठिकाणीं आहे. मग त्याविषयीं शोक कसचा करावयाचा आहे ? सर्व वासना आणि क्रिया ह्यांचें मूळ कारण जी बुद्धि आणि इंद्रियसमुदाय, त्यांना पिंजऱ्यांत अडकवून ठेविलेल्या पक्ष्यांप्रमाणें निरुद्ध केलें ह्मणजे वासनांची भीति नाहीं. कारण, त्यांचें मुळीं अस्तित्वच रहाणार नाहीं. ज्याचें अस्तित्वच नाहीं त्याचा नाशही व्हावयाचा नाहीं; व ह्मणूनच त्याच्या नाशाचें दुःख होईल अशी भीतिही बाळगण्याचें कारण नाहीं. दुसऱ्या मस्तकाचा अथवा तिसऱ्या हाताचा छेद होईल अशी केव्हांही भीति नसते. कां कीं, जें मुळांतच नाहीं त्याची भीति मुळींच नसते. ज्याला कोणत्याही वस्तूची गोडी समजली नाहीं त्याला केव्हांही त्या वस्तूची वासना होत नाहीं. वस्तूचा स्पर्श, अवलोकन अथवा श्रवण ह्यांच्या योगानें वासना उत्पन्न होते. तुला मद्याचें अथवा लटवाक् पक्ष्याच्या मांसाचें केव्हां स्मरणही होत नाहीं; कारण तुला त्याची गोडी समजलेली नाहीं. वस्तुतः त्यां दोहोंहून अधिक उत्कृष्ट असा कोणताही भक्ष्य पदार्थ कोठेंही नाहीं. कोणत्याही प्राण्यामध्यें जे पदार्थ एकाद्याचे भक्ष्य असतील त्यांचा आस्वाद ज्यांनीं घेतला नसेल त्यांना त्याचें स्मरण व्हावयाचेंच नाहीं. ह्मणूनच प्राशन, स्पर्श आणि दर्शन ह्यांचा त्याग करणें हाच नियम मनुष्यांना श्रेयस्कर आहे ह्यांत संशय नाहीं. ज्यांना हात आहेत व जे बलाढ्य आणि धनसंपन्न आहेत त्या मनुष्यांनाही मनुष्यच दास करून सोडितात ह्यामध्यें संशय नाहीं. वध, बंधन इत्यादिक क्लेश झाल्यामुळें त्यांना पुनः पुनः दुःख भोगावें लागतें; तथापि ते क्रीडा करितात, आनंद पावतात आणि हास्यही करितात. दुसरे कित्येक बाहुबलसंपन्न व विद्याध्ययन केलेले बुद्धिमान् पुरुष किळसवाण्या, दीन आणि पापिष्ट अशा वृत्तींचें अवलंबन करितात. त्यांना दुसऱ्याही वृत्तीचें अवलंबन करण्याची उमेद असते, पण काय उपयोग ? आपल्या कर्मानुरूप जें कांहीं ठरलेलें असेल तें तसेंच घडावयाचें. पुल्कस अथवा चांडाल इत्यादि हीन जातींतील लोकांसही प्राणत्याग करण्याची इच्छा होत नाहीं इतकेंच नव्हे, तर त्यांना आपल्याच जातीच्या योगानें संतोष वाटतो. पहा ही माया कशी आहे ती ! काश्यपा, लुले आणि अर्धांग झालेले रोगी मनुष्य पाहिले ह्मणजे तुझे सर्व अवयव पूर्ण असल्यामुळें तुला आपल्या योनीचा एक लाभच झाला आहे असें ह्मणावें लागतें. काश्यपा, तुला जर हा ब्राह्मण देह मिळाला आहे व त्यांतूनही त्याला कोणत्याही प्रकारचा ताप अथवा रोग नाहीं, तुझे सर्व अवयवही पूर्ण आहेत, आणि कोणत्याही प्रकारचा जातिभ्रंशकारक कोणताही अपवाद खरोखरीच तुजवर येऊन लोकांमध्यें तुझा तिरस्कारही झालेला नाहीं, तर, हे ब्रह्मर्षे, तूं आतां धर्माचरणाविषयींच उद्युक्त हो,—आत्मत्याग करणें तुला योग्य नाहीं. हे ब्रह्मन्, तूं माझें हें भाषण जर ऐकून घेशील आणि त्यावर विश्वास ठेव-

शील, तर वेदप्रतिपादित धर्माचें मुख्य फल जी चित्तशुद्धि ती तुला प्राप्त होईल. तूं लक्ष-पूर्वक आपल्या अध्ययनाचें आणि अग्नि-संस्काराचें रक्षण कर; आगि सत्य, इंद्रियदमन व दान ह्यांचेंही आचरण कर आणि कोणाशीं स्पर्धा करूं नको. काश्यपा, ज्यांचें अध्ययन उत्कृष्ट प्रकारचें आहे आणि जे यजनयाजन करीत आहेत, त्यांना शोक कोठून करावा लागणार? व ते दुसऱ्याचें अकल्याण तरी कसें चिंतिणार? ते केवळ यज्ञादिक क्रिया करण्याचीच इच्छा करणार व त्यापासून त्यांना मोठें सुखही होणार! उत्कृष्ट नक्षत्र, उत्तम तिथि आणि शुभ मुहूर्त ह्यांवर उत्पन्न झालेले पुरुष यज्ञ, दान आणि संतति ह्यांच्या प्राप्तीविषयीं शक्त्यनुरूप यत्न करीत असतात; व दुसरे जे कोणी आसुर नक्षत्र, दुष्ट तिथि आणि अशुभ मुहूर्त ह्यांवर उत्पन्न झालेले असतात ते आसुरी योनीमध्यें उत्पन्न होतात व त्यामुळेंच त्यांना यज्ञफलाची प्राप्ति होत नाहीं. मी पूर्वजन्मीं कुत्सित असा एक पंडित होतों व हेतुवादाचें अवलंबन करून वेदाची निंदा करीत होतों आणि निरर्थक अशा अनुमानप्रधान तर्कविद्येमध्यें गढून गेलों होतों. मी केव्हांही हेतुवादच करीत असें व सभेमध्येंही हेतूचेंच अवलंबन करून अर्थात् हेतुविरुद्ध श्रुतीला अप्रमाण समजून भाषण करीत असें. ब्राह्मण वेदवाक्यांचा विचार करूं लागले ह्मणजे मी त्यांना कठोर आणि चढेलपणाचे शब्द बोलत असें. मी नास्तिक, संशयी व वस्तुतः मूर्ख असून स्वतःला पंडित समजणारा असा होतों. ब्रह्मन्, मला जी ही शृगालयोनीची प्राप्ति झाली आहे तें त्याच कर्माचें फल आहे. शेंकडों दिवसांनीं तरी मला ह्या शृगालयोनीनंतर पुनरपि पूर्वीप्रमाणें मनुष्ययोनीची प्राप्ति होईल काय! तसें झालें तर मी संतुष्ट, प्रमादशून्य, यज्ञ, दान आणि तप ह्यांमध्यें रममाण होणारा, ज्ञेय वस्तु जाणणारा आणि त्याज्यांचा त्याग करणारा असा होईन!

युधिष्ठिरा, त्या शृगालाचें हें भाषण ऐकून तो काश्यप मुनि उठला व आश्चर्य पावून त्याला ह्मणाला कीं, 'खरोखर तूं मोठा बुद्धिमान् आणि कुशल आहेस.' असें म्हणून त्या ब्राह्मणानें विशाल अशा आपल्या ज्ञानदृष्टीनें त्याजकडे पाहिलें; तेव्हां तो शृगाल नसून देवाधिदेव शचीपति इंद्र आहे असें त्याला दिसलें. तेव्हां काश्यपानें इंद्राची पूजा केली आणि त्याची अनुज्ञा घेऊन तो आपल्या घरीं निघून गेला.

अध्याय एकशें एक्यायशींवा.

—:०:—

पूर्वकर्माचें प्राधान्य.

युधिष्ठिर विचारतोः—पितामह, दान, यज्ञ, तपाचें आचरण आणि गुरूंची शुश्रूषा यांचा जर कांहीं उपयोग असेल, तर तो मला कथन करा.

भीष्म सांगतातः—बुद्धि कामक्रोधादिकांनीं युक्त झाली ह्मणजे अंतःकरणाची पापाचरणाकडे प्रवृत्ति होते; आणि त्या योगानें मलिन कर्में आचरण करून मनुष्य दुःखदायक अशा नरकादिकांमध्येंच वास्तव्य करण्याला योग्य बनतो. पाप करणारे पुरुष दरिद्री बनतात, आणि त्यांना दुर्भिक्षामागून दुर्भिक्षाची, क्लेशांमागून क्लेशांची, भीतीमागून भीतीची आणि मरणामागून पुनश्च मरणाची प्राप्ति होते; पण इंद्रियनिग्रह करून श्रद्धालूपणें पुण्यकर्में करणारे लोक धनाढ्य बनतात; आणि त्यांना एका उत्सवानंतर दुसऱ्या उत्सवाची, स्वर्गामागून स्वर्गाची व सुखामागून पुनश्च सुखाची प्राप्ति होते. नास्तिक लोक हे मदमत्त झालेला गज, संकटें, सर्प, चौर्य इत्यादि भीतिस्थानें ह्यांच्या तावडींत आपण होऊन सांपडतात; व हातबेडी पडलेल्या मनुष्याप्रमाणें

त्यांनाही प्रतिकार करणें शक्य होत नाहीं. ह्याहून आणखी दुःख तें कसलें! देवतांवर प्रीति करणारे, अतिथींचा सत्कार करणारे, दानशूर आणि साधूंवर प्रेम करणारे जे लोक, ते, जितेंद्रिय मनुष्यांचा अर्थात् योग्यांचा जो दानादिकांनीं प्राप्त होणारा मार्ग, त्याचेंच अवलंबन करितात. ज्या मनुष्यांना धर्माचें कारण नसतें ते धान्यांतील फोलप्रमाणें अथवा पक्ष्यांतील मशकाप्रमाणें होत. मनुष्य कितीही वेगानें धावूं लागला तरीही पूर्वजन्मींचें कर्म त्याचा पाठलाग करीत असतें. तो निजला तरीही तें त्याजबरोबर निजलेलें राहतें, तो उभा राहिला तर त्याच्या समीप उभें राहतें, तो चालूं लागला तर त्याच्या मागून चालूं लागतें, आणि तो कर्म करूं लागला तर तेंही कर्म करूं लागतें. सारांश, प्राण्याच्या मागें त्याचें प्राक्तनकर्म छायेसारखें जडलेलें असतें. ज्या ज्या पुरुषानें पूर्वीं आपल्या इच्छेप्रमाणें जें जें कर्म केलें असेल, तें तें सदैव त्याला एकट्यालाच भोगावें लागतें. स्वकर्मफल हा ज्याचा ठेवा आहे व दैव ज्याचें संरक्षण करीत आहे अशा ह्या प्राणिसमुदायाला जिकडून तिकडून काळ खेंचीत असतो. पुष्पें अथवा फळें ह्यांना वेळच्या वेळीं विकसित होण्याविषयीं अथवा पक्क होण्याविषयीं किंवा उत्पन्न होण्याविषयीं कोणींही प्रेरणा केलेली नसते, तथापि तीं कधींही आपल्या कालाचें उल्लंघन करीत नाहींत. हीच पूर्वजन्मींच्या कर्माचीही गोष्ट आहे. संमान, अवमान, लाभ, हानि व अपकर्ष आणि उत्कर्ष हीं पूर्वकर्माच्या अनुरोधानें वारंवार घडून येतात व त्या कर्माची समाप्ति झाली म्हणजे नष्टही होतात. सुखाला साधनीभूत अथवा दुःखाला साधनीभूत असें जें कांहीं कर्म आपण पूर्वजन्मीं करून ठेविलें असेल, तें गर्भशय्येचा स्वीकार करून उपभोगावें लागतें. बाल, तरुण अथवा वृद्ध पुरुष त्या त्या अवस्थेंत जें कांहीं शुभ अथवा अशुभ कर्म करितो, त्याचें फल अवश्य मिळतें. ज्याप्रमाणें हजारों धेनु एकत्र असल्या तरीही वत्स नियमानें आपल्याच मातेकडे जातो, त्याप्रमाणें पूर्वजन्मींचें कर्म नियमानें आपल्या कर्त्याकडेच जातें. प्रथम भिजविलेलें मलिन वस्त्र पुढें क्षालनादि कर्माच्या योगानें स्वच्छ होतें, त्याप्रमाणेंच पापिष्ट पुरुषानें सत्कर्में केलीं असतां तो दोषमुक्त होतो. विषयत्यागरूपी उपवास आचरण करून ज्यांनीं उत्कृष्ट तप केलें असेल, त्यांना चिरकालिक आणि अपार अशा सुखाची प्राप्ति होते. तपोवनामध्यें जाऊन दीर्घकाल तपश्चर्या केली आणि धर्माचरणाच्या योगानें पातकांचा नाश केला, म्हणजे मनुष्यांचे मनोरथ पूर्ण होतात. ज्याप्रमाणें पक्ष्यांचें आकाशांतील अथवा मत्स्यांचें जलांतील वास्तव्यस्थान चक्षुर्ग्राह्य नसतें तसेंच ब्रह्मवेत्त्या पुरुषांचें जें परायण तेंही चक्षुर्ग्राह्य नसतें. अस्तु; उगीच दुसरीं आक्षेपरूपी वाक्यें उच्चारून अथवा मर्यादेचा अतिक्रम करून कांहीं तरी भाषण करून काय उपयोग आहे! अर्थात् कांहींच नाहीं. म्हणूनच तें सर्व सोडून देऊन कुशलतेनें योग्य असें आपलें हित करून घ्यावें.

अध्याय एकशें व्यायशींवा.

—:०:—

भृगुभरद्वाजसंवाद.

युधिष्ठिर विचारतोः—हे पितामह, हें सर्व स्थावरजंगमात्मक विश्व कोणीं निर्माण केलें व प्रलयकालीं तें कोणामध्यें प्रविष्ट होतें; समुद्र, आकाश, पर्वत, मेघ, भूमि, अग्नि आणि वायु ह्यांनीं युक्त असलेला हा लोक कोणीं निर्माण केला; प्राणी कसे निर्माण केले, वर्णभेद कसे झाले, पवित्रता आणि अपवित्रता हीं कशीं उत्पन्न

झाली, व त्यांचे धर्म आणि अधर्म ह्यांविषयींचें आचरण कोणत्या प्रकारचें असतें. तसेंच जिवंत असणाऱ्या प्राण्यांचा जीव कशा प्रकारचा असतो, व जे मरण पावतात ते ह्या लोकांतून परलोकांत ह्मणजे कोठें जातात, हें सर्व मला आपण कथन करावें.

भीष्म सांगतातः—पूर्वी भरद्वाजानें भृगूला प्रश्न केला असतां त्यानें जें शास्त्रतुल्य उत्तर दिलें, तेंच ह्याविषयीं प्राचीन इतिहासाच्या रूपानें सांगत असतात. तें असें—पूर्वी कैलासशिखरावर महातेजस्वी आणि देदीप्यमान् असे महर्षि भृगु बसले आहेत असें पाहून भरद्वाजानें त्यांना विचारिलें कीं, ' सागर, आकाश, पर्वत, मेघ, भूमि, अग्नि आणि वायु ह्यांनीं युक्त असलेला हा लोक कोणीं निर्माण केला, प्राणी कसे निर्माण केले, वर्णविभाग कसे झाले, त्यांची पवित्रता अथवा अपवित्रता आणि धर्माधर्मविधि हे कोणत्या प्रकारचे आहेत, सजीव प्राण्यांचा जीव कोणत्या प्रकारचा असतो व मरण पावल्यानंतर प्राणी इहलोकीं अथवा परलोकीं कोठें जातात, हें सर्व आपण मला कृपा करून कथन करा. ' ह्याप्रमाणें भरद्वाजानें आपणाला आलेल्या संशयासंबंधानें प्रश्न केला असतां ब्रह्मतुल्य ब्रह्मर्षि भगवान् भृगु ह्यांनीं त्याला तें सर्व कथन केलें.

भृगु ह्मणालेः—सत् अथवा असत् असें ज्याचें स्पष्टीकरण करून सांगतां येणें अशक्य आहे अशा अज्ञानापासून मनाची उत्पत्ति झाली व त्यांत चेतनेचें प्रतिबिंब पडलें. त्या प्रतिबिंबानें युक्त जें मन त्यालाच मानस असें ह्मणतात. हा मानस आद्य असून सर्वही महर्षींना विदित असा आहे. ह्याचें कारण अज्ञान असल्यामुळें हा आदि आणि अंत ह्यांनीं शून्य आहे. तसेंच तो एक असल्यामुळें अभेद्य असून अजरामर आणि प्रकाशमान असा आहे. त्यालाच अव्यक्त असें ह्मणतात. हा सदैव एकरूपी असून क्षय आणि वृद्धि ह्यांनीं रहित आहे. ज्याच्यापासून उत्पन्न झालेले प्राणी जन्म व मरण ह्यांनीं युक्त असतात, त्या ह्या अव्यक्तानें प्रथम महत्तत्त्व निर्माण केलें व त्या भगवान् महत्तत्त्वानें अहंकार निर्माण केला. पुढें सर्व प्राण्यांस आधारभूत असलेल्या त्या प्रभु अहंकारानें आकाश (शब्दतन्मात्र) उत्पन्न केलें. आकाशापासून जल, जलापासून अग्नि व अग्नि व वायु ह्यांच्या संयोगापासून पृथ्वी उत्पन्न झाली. तदनंतर स्वयंभू अशा परमात्म्यानें तेजोमय असें एक दिव्य कमल निर्माण केलें. पुढें त्या कमलापासून वेदस्वरूपी एक निधिच असा ब्रह्मदेव निर्माण झाला. यालाच अहंकार अशी संज्ञा आहे. स्थूलाकाशप्रभृति सर्वही भूतें हा याचा आत्मा असून तो सर्वही स्थावरजंगमादि प्राण्यांचा उत्पादक आहे. सर्व विश्वाच्या अवस्थितीस कारणीभूत असणारीं जीं हीं आकाशादिक पंचमहाभूतें तोच महातेजस्वी ब्रह्मा होय. पर्वत ह्याच त्याच्या अस्थि असून पृथ्वी हीच त्याचे मेद आणि मांस आहे. समुद्र हें त्याचें रक्त असून आकाश हें उदर आहे. तसेंच वायु हा त्याचा निःश्वास असून अग्नि हें तेज, नद्या ह्या शिरा, अग्नीषोमरूपी चंद्रसूर्य हे नेत्र, गगनतल हें मस्तक, भूमि हे पाय आणि दिशा हे बाहु आहेत. हा ब्रह्मा सिद्ध पुरुषांना देखील जाणतां येण्याला अशक्य आहे; इतकेंच नव्हे, तर त्याच्या आत्म्याचें चिंतनही करितां येणें शक्य नाहीं. ह्याच भगवान् ब्रह्मयाला विष्णु आणि अनंत असें ह्मणतात. हा सर्वही भूतांचा आत्मा आहे व ह्मणूनच सर्व प्राणांच्या ठिकाणीं वास्तव्य करीत असतो. तथापि पुण्यसंपन्न लोकांवांचून इतरांस त्याचें ज्ञान होणें कठिण आहे. ह्यानेंच सर्व प्राण्यांच्या सृष्टीसाठीं अहंकार उत्पन्न केला असून त्याजपासून सर्व विश्व उत्पन्न झालें. अस्तु; ह्या-

प्रमाणें तूं विचारलेल्या प्रश्नाचें मीं तुला उत्तर सांगितलें आहे.

भरद्वाज म्हणालाः—आकाश, दिशा, भूमि आणि वायु ह्यांचें परिमाण काय हा माझा संशय आपण त्याचें तत्त्व कथन करून दूर करावा.

भृगु म्हणालेः—सिद्ध आणि देवता यांचा संचार असलेलें हें आकाश अनंत आहे. हें अनेक लोकादिकांच्या आश्रयस्थानांनीं व्याप्त होऊन गेलें असून रम्य आहे. ह्याचा अंत समजत नाहीं. ज्यामध्यें वरवर गेलें असतां चंद्रसूर्य देखील दिसेनातसे होतात त्या ठिकाणीं देदीप्यमान् व अग्नितुल्य तेजस्वी अशा देवता वास्तव्य करीत असतात, तथापि त्यांनाही ह्या आकाशाचा अंत दिसत नाहीं. हे संमानदायका, याचें कारण त्याच्या अंतापर्यंत जाणें अशक्य आहे अथवा त्याला मुळीं अंतच नाहीं, हेंच होय असें समज. जसजसें वर जावें तसतसें देदीप्यमान् आणि स्वयंप्रकाश अशा देवतांनीं हें अपरिमित आकाश व्याप्त करून सोडलेलें आहे. पृथ्वीच्या शेवटीं समुद्र असून समुद्राच्या शेवटीं अंधकार आहे. अंधकाराच्या शेवटीं जल आणि जलाच्याही शेवटीं अग्नि अशी स्थिति आहे असें सांगतात. पातालाच्याही शेवटीं जल असून जलाच्या शेवटीं सर्पराज वास्तव्य करितात. त्यांच्याही वास्तव्यस्थानाच्या शेवटीं आकाश असून आकाशाच्या शेवटीं पुनश्च जल आहे. याप्रमाणें जलानंतर आकाश व आकाशाच्या शेवटीं जल इतकेंच जलरूपी परमात्म्याचें (आणि आकाशाचें) प्रमाण आम्हांला अवगत आहे. वस्तुतः अग्नि, वायु आणि जल ह्यांच्या मालिकेचें ज्ञान देवतांना देखील होणें अशक्य आहे. ज्याप्रमाणें रूप आणि स्पर्श ह्यांनीं रहित असलेलें आकाश अनंत आहे, त्याप्रमाणें अग्नि, वायु आणि जल हीं देखील अनंत आहेत. (अर्थातच ह्या परस्परांमध्यें भेदग्राहक असें कांहींही लक्षण नाहीं.) तथापि, तत्त्वज्ञान न झाल्यामुळें हीं आकाशाहून भिन्न मानलीं जातात. त्रैलोक्यामध्यें असणारे जे सागर त्यांचें जें अनेक शास्त्रांतून प्रमाण ठरविलेलें आहे तें मुनि पठन करीत असतात हें खरें आहे; तथापि वस्तुस्थिति तशी नाहीं. कारण, अदृश्य आणि अगम्य अशा वस्तूचें परिमाण कोण सांगूं शकणार! सिद्ध आणि देवता ह्यांचा गमनमार्ग जो आकाश त्याचें जर परिमाण असेल, तर मग सर्व जगतास कारणीभूत व अन्वर्थनाम असलेल्या महात्म्या मानसाची अनंत ही संज्ञा गौण आहे असें मानावें लागेल. (व असें मानणें श्रुतीविरुद्ध असल्यामुळें अयोग्य आहे.) जर प्रकाशमान् असें हें विश्व (निद्रा आणि प्रलय ह्या वेळीं) नष्ट होत असून (जाग्रदवस्था आणि सृष्टि ह्यांच्या प्रसंगीं) वृद्धि पावत असतें. (तर तें वस्तुतः नाहीं असेंच समजलें पाहिजे.) कारण, जें आरंभींही नसतें व शेवटींही नसतें तें मध्यकालींही नसावयाचेंच, असा न्याय आहे. म्हणूनच, सृष्टिकालींही अविद्यमान अशा ह्या जगताचें स्वरूप ब्रह्मत्व पावलेल्या अशाही दुसऱ्या कोणाला जाणतां येणें शक्य आहे ? अर्थातच कोणासही शक्य नाहीं. अस्तु; त्या कमलापासुन सर्वज्ञ, धर्मस्वरूपी, सर्वांस आदिभूत, प्रजाधिपति, सर्वोत्तम, प्रभुत्वसंपन्न आणि शरीर धारण करणारा असा ब्रह्मदेव उत्पन्न झाला.

भरद्वाज म्हणालाः—ब्रह्मदेव जर कमलापासून उत्पन्न झाला, तर कमल हेंच त्याच्याहून ज्येष्ठ होय. (कारण तें त्याच्या पूर्वीं निर्माण झालेलें असलें पाहिजे.) पण आपण ब्रह्मदेवालाच सर्वांच्या पूर्वीं निर्माण झालेला असें म्हणतां, ह्यामुळें मला संशय उत्पन्न झाला आहे.

भृगु म्हणालेः—पूर्वीं सांगितलेल्या मानसाची

जी मूर्ति तोच ब्रह्मा होय; व त्याच्याच आसनासाठीं निर्माण झालेली ही पृथ्वी हेंच तें कमल होय. आकाशापर्यंत उंच असलेला मेरु पर्वत हीच त्या कमलाची कर्णिका असून त्याच्या मध्यभागीं वास्तव्य करून हा प्रभु विश्व निर्माण करितो.

अध्याय एकशें त्र्यायशींवा.

—:०:—

भूतोत्पत्ति.

भरद्वाज म्हणाला:—हे द्विजश्रेष्ठ, तो प्रभु ब्रह्मा मेरूच्या मध्यभागीं वास्तव्य करून नानाप्रकारची लोकसृष्टि कशी करीत असतो, हें मला कथन करा.

भृगु म्हणाले:—पूर्वी सांगितलेला जो मानस त्यानें ही नानाप्रकारची लोकसृष्टि केवळ मनाच्याच योगानें केली. त्यानें सर्व प्राण्यांच्या संरक्षणासाठीं प्रथम जल निर्माण केलें. हें जल म्हणजे सर्व भूतांचा प्राण असून त्याच्या योगानेंच सर्व प्रजा वृद्धिंगत होतात व त्याचा वियोग झाला म्हणजे नाश पावतात. त्यानें हें सर्व विश्व व्याप्त करून सोडलेलें आहे. पृथ्वी, पर्वत, मेघ आणि दुसरेही जे कांहीं मूर्तिमंत पदार्थ आहेत ते सर्व जलविकारच होत असें समजावें. कारण, जलाचा घनीभाव म्हणजेच पृथ्वी वगैरे पदार्थ होत.

भरद्वाज म्हणाला:—जल कसें उत्पन्न झालें, अग्नि आणि वायु ह्यांची सृष्टि कशी झाली, व पृथ्वी कशी निर्माण केली, ह्याविषयीं मला मोठा संशय आहे.

भृगु म्हणाले:—ब्रह्मन्, पूर्वी कल्पाच्या आरंभीं ब्रह्मलोकामध्यें ब्रह्मर्षि एकत्र जमले होते. तेव्हां त्या महात्म्यांना लोकांच्या उत्पत्तीसंबंधानें संदेह उत्पन्न झाला. तेव्हां ते ब्राह्मण मौन धारण करून, आहाराचा त्याग करून, केवल वायु भक्षण करीत शंभर दिव्य वर्षेंपर्यंत ध्यान करीत राहिले. त्या वेळीं ब्रह्ममय अशी वाणी त्या सर्वांच्या कानांवर आली. ही दिव्य सरस्वती त्यांच्या हृदयपुंडरीकामध्यें मायाविशिष्ट परब्रह्मापासून निर्माण झालेली होती. पूर्वी अनंत आणि अचलाप्रमाणें भासणारें व जिकडे तिकडे शून्य आणि स्तब्ध असें आकाशच उत्पन्न झालें. त्यामध्यें चंद्र, सूर्य अथवा वायु ह्यांपैकीं कांहींही नव्हतें. ज्याप्रमाणें अंधकारामध्यें दुसरा अंधकार उत्पन्न व्हावा, त्याप्रमाणें त्या आकाशापासून जल उत्पन्न झालें व त्या जलाच्या पूरांतून वायु उत्पन्न झाला; ज्याप्रमाणें छिद्र नसलेलें एखादें पात्र प्रथम शब्दरहित आहे असें दिसतें—पण तें पाण्यानें भरूं लागलें म्हणजे त्यामध्यें असणारा वायु शब्द करितो, त्याप्रमाणेंच निच्छिद्र असा आकाशाचा मध्यभाग जलानें व्याप्त करून सोडला, तेव्हां त्या जलसंचयाच्या तळाचा भेद करून सशब्द असा वायु उत्पन्न झाला. त्या जलसंचयापासून उत्पन्न झालेलाच हा वायु आकाशामध्यें जाऊन संचार करीत असतो. ह्याची शांति केव्हांही होत नाहीं. तेथें वायु आणि जल ह्या दोहोंचें घर्षण होऊं लागलें तेव्हां जाज्वल्यमान् तेज असलेला, महाबलाढ्य व ज्याला वर असलेला असा अग्नि आकाशांतील अंधकार नाहींसा करून टाकून उत्पन्न झाला. अग्नि हा वायूच्या साहाय्यानें जल आकाशांत उडवून देतो व पुढें तो अग्नि वायूच्या संयोगानें घनत्व पावतो. घनत्व पावलेल्या त्या अग्नीचा जो कांहीं दुसरा स्निग्ध भाग आकाशामध्यें जाऊन पडलेला होता, तोच घनीभूत होऊन भूमित्व पावला. सर्व प्रकारचे रस, गंध, स्नेह आणि प्राणी ह्या सर्वांचें उत्पत्तिस्थान भूमि हीच आहे. हिजवर सर्वांचीही उत्पत्ति होते.

अध्याय एकशें चौऱ्यायशींवा.

—:०:—

शरीराचें पांचभौतिकत्व.

भरद्वाज म्हणालाः—ज्यांनीं हे सर्व लोक व्याप्त करून सोडले आहेत, अशा ह्या ब्रह्मदेवनिर्मित पांच भूतांना महाभूतें अशी संज्ञा आहे. पण ह्यावर मला अशी शंका आहे कीं, जर महाज्ञानी ब्रह्मदेवानें हजारों भूतें निर्माण केलीं आहेत, तर मग पांचांलाच महाभूतें असें म्हणणें कसें योग्य होणार? ज्याप्रमाणें जाग्रदवस्थेंत पंचमहाभूतें आहेत त्याप्रमाणेंच स्वप्नदर्शेतही मनोनिर्मित महाभूतें आहेत; व जशीं तीं जरायुजांचीं आहेत त्याचप्रमाणें स्वेदजादि इतरही प्राण्यांचीं आहेत. सारांश, भूतें अनेक आहेत असें म्हणणें भाग आहे. ह्यावर असें उत्तर देतां येईल कीं, स्वप्नदर्शेतील भूतें जाग्रदवस्थेंत प्रतीतीस येत नसल्यामुळें तीं बाध्य आहेत; आणि जाग्रदवस्थेंतील भूतें बाध्य नाहींत म्हणूनच यांना महाभूतें असें म्हणावयाचें. पण असें म्हटल्यास स्वप्नादि दशेमध्यें अनुभविलेली ती प्रातिभासिक सृष्टि आणि जाग्रदवस्थेंत अनुभाविली जाणारी ती व्यावहारिक सृष्टि असा भेद मानावा लागेल.

भृगु म्हणालेः—ह्या ठिकाणीं महत् ह्या शब्दाचा अर्थ अबाध्य असा नसून अपरिमित असा आहे. भूतांना भूतें असें म्हणण्याचें कारण तीं उत्पन्न होतात हेंच होय. अर्थात्च अनंत आणि उत्पत्तिविशिष्ट अशा वस्तूस महाभूत असें म्हणावयाचें. मग तें स्वप्नदर्शेतील असो अथवा जाग्रदवस्थेंतील असो. म्हणूनच प्रातिभासिक आणि व्यावहारिक महाभूतें भिन्न आहेत असें मानावयाचें कारण नाहीं. शरीरही पंचभूतात्मकच आहे. ह्यांतील क्रिया हा वायु, पोकळी हें आकाश, उष्णता हा अग्नि, द्रव हें जल आणि काठिन्य ही पृथ्वी होय. याप्रमाणें सर्वही स्थावरजंगमात्मक विश्व पंचमहाभूतांनीं युक्त आहे. श्रोत्र, घ्राण, रसना, स्पर्श आणि दृष्टि ह्या पांचांना इंद्रिय अशी संज्ञा आहे. हीं देखील पंचमहाभूतेंच आहेत. अर्थात् श्रोत्र हें आकाश, घ्राण ही पृथ्वी, रसना हें जल, स्पर्श हा वायु आणि दृष्टि हें तेज होय.

भरद्वाज म्हणालाः—जर सर्व स्थावरजंगमात्मक पदार्थ पंचमहाभूतांनीं युक्त आहेत, तर मग वृक्षादि स्थावरांच्या शरीरांमध्यें तें कां दृष्टिगोचर होत नाहीं? वृक्षामध्यें उष्णताही नसते व क्रियाही नसते. मात्र ते केवळ घन असतात. अर्थात्च त्यांच्या शरीरामध्यें पंचमहाभूतें असल्याचें दिसून येत नाहीं. कारण, ज्यांना ऐकूं येत नाहीं, जे पाहूं शकत नाहींत, ज्यांना गंधाचें अथवा रसाचें ज्ञान नाहीं, व ज्यांना स्पर्शज्ञानही नाहीं, ते वृक्ष पांचभौतिक कसे? वृक्षामध्यें द्रव नाहीं, अग्नि नाहीं, भूमि नाहीं आणि वायुही नाहीं; आणि आकाश हें जाणतां येण्यासारखें नाहीं; म्हणूनच वृक्ष पांचभौतिक नाहींत, असें मला वाटतें.

भृगु म्हणालेः—वृक्ष जरी घन आहेत, तरी त्यांमध्यें आकाश आहे ह्यांत संशय नाहीं. म्हणूनच, त्यांचीं पुष्पें आणि फळें जीं प्रत्यहीं दृष्टिगोचर होतात त्यांची उपपत्ति लागते. अर्थात् आकाशच नसल्यास पुष्पें आणि फुलें येणें शक्य नाहीं. वृक्षांमध्यें स्पर्श आहे म्हणूनच उष्णतेच्या योगानें वृक्षांचा वर्ण म्लान होतो आणि त्वचा, फळें व पुष्पें हीं म्लान होऊन गळूनही पडतात. वायु, अग्नि आणि वज्र ह्यांच्या शब्दाच्या योगानें वृक्षांचीं पुष्पें अथवा फळें गळून पडतात; अर्थात्च वृक्षांना शब्दज्ञान असलें पाहिजे. शब्दज्ञान हें श्रवणेंद्रियाच्याच योगानें होतें; म्हणूनच वृक्षांना श्रवणेंद्रिय आहे. एखादी वल्ली वृक्षाला वेष्टून सर्वत्र गमन करीत असते. गमन करणें म्हणजे मार्गानेंच जाणें होय; पण दृष्टि

नसेल तर मार्गानें जातां येणें शक्य नाहीं; म्हणूनच वृक्षांना दृष्टि आहे असें मानलें पाहिजे. चांगल्या अथवा वाईट गंधाच्या योगानें आणि नानाप्रकारच्या धूपांच्या योगानें वृक्ष निरोगी होतात आणि त्यांना पुष्पें येऊं लागतात; ह्यावरून त्यांना घ्राणेंद्रिय आहे असें मानलें पाहिजे. वृक्ष आपल्या मूळांनीं जलपान करीत असतात, त्यांना व्याधि झाल्याचेंही दिसून येतें व त्या व्याधींचा प्रतिकारही केला जातो; ह्यावरून वृक्षांना रसनेंद्रिय आहे असें मानलें पाहिजे. ज्याप्रमाणें कमलाचा देंठ तोंडांत धरून त्यानें जल वर ओढून घ्यावें, त्याप्रमाणेंच वायूनें युक्त असलेला वृक्ष आपल्या मूळांनीं जलपान करीत असतो. वृक्षांना सुखदुःखाचें ज्ञान आहे व त्यांचा छेद केला तरीही ते पुनः भरून येतात यावरून वृक्षांना जीव असल्याचें दिसून येतें; अर्थात्च ते अचेतन नाहींत. वृक्षानें प्राशन केलेलें तें जल अग्नि आणि वायु हे पचन करितात व अशा रीतीनें आहाराचा परिणाम होत असल्यामुळें वृक्षांमध्यें स्निग्धता उत्पन्न होऊन त्यांची वृद्धि होते. ह्याचप्रमाणें सर्व जंगम प्राण्यांच्या प्रत्येक शरीरामध्यें हीं पंचमहाभूतें निरनिराळ्या प्रकारें असतात व त्यांच्या योगानेंच ह्या शरीरामध्यें क्रिया घडत असते. त्वचा, मांस, अस्थि, मज्जा आणि स्नायु हीं पांच शरीरांतील कठिण द्रव्यें पार्थिव होत. तेज हा अग्नि असून क्रोध, चक्षु, उष्णता आणि ज्या योगानें अन्न पचन होतें तो अग्नि याप्रमाणें प्राण्यांच्या शरीरामध्यें पांच अग्नि आहेत. श्रवण, घ्राण, मुख, हृदय, आणि कोष्ठ (कोठा) हे प्राण्यांच्या शरीरामध्यें असणारे पांच धातु आकाशजन्य आहेत. श्लेष्मा, पित्त, घर्म, वसा (चरबी) आणि रक्त ह्या प्रकारें पांच जलमय पदार्थ प्राण्यांच्या शरीरामध्यें वास्तव्य करीत असतात. प्राणाच्या योगानें प्राण्याकडून गमनादि क्रिया घडतात; व्यानवायूच्या योगानें तो बलसाध्य असे उद्योग करितो; अपानाची गति अधोमुख असते; समानवायु हृदयामध्यें वास्तव्य करितो; व उदानवायूच्या योगानें तो श्वासोच्छ्वास करितो व त्याचाच भिन्नभिन्न स्थानीं स्पर्श झाल्यामुळें प्राणी भाषण करूं शकतो. ह्याप्रमाणें हे पांच वायु प्राण्याकडून क्रिया घडवून आणीत असतात. प्राण्याला घ्राणरूपी भूमीच्या योगानें गंधरूपी गुणाचें ज्ञान होतें; रसनारूप जलाच्या योगानें रसाचें, चक्षुरूपी तेजाच्या योगानें रूपाचें, चर्मरूपी वायूच्या योगानें स्पर्शाचें, व श्रोत्ररूपी आकाशाच्या योगानें शब्दाचें ज्ञान होतें. गंध, स्पर्श, रस, रूप आणि शब्द हे ह्या शरीरामध्यें असणारे गुण होत. त्यांपैकीं गंधाचे अनेक भेद प्राचीन लोकांनीं विस्तारपूर्वक सांगितलेले आहेत ते मी सांगतों. कस्तूरिकादिकांमध्यें असणारा इष्ट गंध, प्रेतादिकांमध्यें असणारा अनिष्ट, साखर, मध इत्यादिकांमध्यें असणारा मधुर, मिरीं वगैरे पदार्थांत असणारा कटु, सर्वही गंधांना लोपवून सोडणारा असा हिंगादिकांमध्यें असणारा निर्हारी, अनेक द्रव्यें एकत्र केल्यामुळें त्यांजपासून येणारा जो मिश्र गंध तो संहत, तप्त झालेल्या घृतादिकांमध्यें असणारा स्निग्ध, मोहऱ्या वगैरे पदार्थांच्या तेलामध्यें असणारा रूक्ष, आणि भाताला वगैरे येणारा विशद ह्याप्रमाणें पृथ्वीजन्य गंध नऊ प्रकारचा आहे असें समजावें. तेज हेंच दृष्टीच्या रूपानें अवलोकन करीत असतें. वायूच्या अर्थात् तज्जन्य त्वगिंद्रियाच्या योगानें स्पर्शज्ञान होतें. शब्द, स्पर्श, रूप व रस हे जलाचे गुण होत. आतां मी रसज्ञान सांगतों, तें ऐक. विशाल विचारशक्ति असलेल्या ऋषींनीं रसाचे अनेक प्रकार सांगितलेले आहेत. मधुर, लवण, तिक्त, कषाय, अम्ल व कटु असे रसाचे सहा भेद आहेत.

रस हा जलमय आहे. शब्द, स्पर्श आणि रूप हे तेजाचे तीन गुण आहेत. तेज रूपाचें अवलोकन करीत असतें. रूप अनेक प्रकारचें आहे: ऱ्हस्व, दीर्घ, स्थूल, चतुष्कोण, वर्तुल, शुक्ल, कृष्ण, रक्त, पीत, कृष्णरक्त, कठीण, तुळतुळीत, चिकट, पंकिल, मृदु आणि कठोर असे तेजोमय अशा रूप नामक गुणाचे सोळा प्रकार आहेत. शब्द आणि स्पर्श असे दोन वायूचे गुण आहेत; तथापि वायूचा स्वतंत्र गुण स्पर्श हाच आहे. स्पर्शाचे प्रकार अनेक आहेत: उष्ण, शीत, सुखकर, दुःखकर, स्निग्ध, विशद (हा स्पर्श उंची वस्त्रांचा वगैरे असतो), खरखरीत, मृदु, रुक्ष, लघु, गुरु व गुरुतर असे वायुजन्य स्पर्श गुणाचे बारा प्रकार आहेत. आकाशाचा मात्र शब्द हा एकच गुण आहे. आतां त्या शब्दाचा नानाप्रकारचा विस्तार सांगतों, ऐक. षड्ज, ऋषभ, गांधार, मध्यम, धैवत, पंचम आणि निषाद याप्रमाणें आकाशजन्य शब्दाचे सात प्रकार आहेत. दुंदुभि वगैरे सर्वही पदार्थांमध्यें हा प्राधान्येंकरून वास्तव्य करितो. मृदंग, दुंदुभि, शंख, मेघ आणि रथ इत्यादि अप्राणी किंवा इतर प्राणी ह्यांचा जो शब्द श्रवण केला जातो तो सर्व या सप्तस्वरांपैकींच होय, असें सांगितलेलें आहे. याप्रमाणें आकाशापासून उत्पन्न झालेल्या शब्दाचे प्रकार अनेक आहेत. आकाशजन्य शब्द आणि वायुजन्य स्पर्श ह्या दोहोंचें ज्ञान शब्दप्रत्ययसमयीं एकदमच होतें. स्पर्शाला प्रतिबंध झाला म्हणजे शब्दज्ञान होत नाहीं व त्याचा प्रतिबंध नष्ट झाला म्हणजे तें होतें. प्राण, इंद्रियें इत्यादि धातु त्वगिंद्रियादि धातूंचें पोषण करीत असतात. (शरीरास धारण करीत असल्यामुळें इंद्रियें, प्राण इत्यादिकांस धातु असें म्हणतात.) जल, अग्नि, वायु ही त्रयी प्राण्यांमध्यें सदैव जागरूक असून हिनें प्राण व्याप्त करून सोडलेले आहेत व हीच शरीराचें मूल कारण आहे.

अध्याय एकशें पंचायशींवा.

—:०:—

प्राणवायु व जठराग्नि यांचें वर्णन.

भरद्वाज म्हणाला:—हे प्रभो, पृथिव्यादि पंचभूतात्मक शरीरामध्यें प्रविष्ट झाल्यानंतर तेज हें शरीराभिमानी विज्ञानसंज्ञक वस्तु कसें बनतें? तसेंच, वायुही पांचभौतिक शरीरामध्यें प्रविष्ट झाल्यानंतर स्थलविशेषाचा आश्रय करून क्रिया कशा घडवून आणितो?

भृगु म्हणाले:—हे निष्पापा ब्रह्मनिष्ठा, मी तुजला वायूची गति अर्थात् तो बलवान् वायु प्राण्यांच्या शरीरांत क्रिया कशा उत्पन्न करितो हें सांगतों, ऐक. विज्ञानरूपी अग्नि हा मस्तकामध्यें वास्तव्य करणाऱ्या चिदात्म्याचा उपाधि बनून शरीराचें पालन करीत राहिलेला असतो व प्राण अर्थात् वायु हा चिदात्मा आणि विज्ञानरूपी अग्नि ह्या दोहोंमध्येंही वास्तव्य करून क्रिया घडवीत असतो. चिदात्मा, विज्ञानरूपी अग्नि आणि प्राण हाच जीव असून तोच कार्यकारणरूपी सर्वही भूतांचा आत्मा आहे. तसेंच तोच परब्रह्मरूपी असूनही, उपाधियुक्त असतां मन, बुद्धि, अहंकार व भूतें आणि शब्दादिविषयस्वरूपी बनतो. ह्याप्रमाणें ह्या लोकामध्यें सर्वत्र त्या संत्रातादिकांचा चालक प्राण हाच आहे. पुढें जीवत्वाची प्राप्ति झाल्यानंतर मात्र तोच समानसंज्ञक वायु बनून जठराग्नि, मूत्राशय आणि पुरीषाशय ह्यांचा आश्रय करून आपापल्या निरनिराळ्या गतींचें अवलंबन करून राहतो. अपानवायु हा मूत्र आणि पुरीष ह्यांना धारण करून असतो. गमनादिक क्रिया, प्रयत्न आणि सामर्थ्य ह्या तिहींलाही एक मात्र कारणीभूत असणारा जो वायु त्याला अध्यात्म-

वेत्ते लोक उदान असें म्हणतात. मनुष्यांच्या शरीरामध्यें आणि शरीराच्या सांध्यांमध्यें व्याप्त होऊन राहिलेला जो वायु त्याला व्यान असें म्हणतात. समान वायुनें प्रेरणा केलेला उदरस्थ अग्नि त्वगादि धातूंमध्यें व्याप्त झालेला असून अन्नादि रस, त्वचा वगैरे धातु आणि कफादि दोष ह्यांना परिणत करीत राहिलेला असतो. प्राण आणि अपान ह्या दोहोंच्या मध्यभागीं नाभिमंडलाचा आश्रय करून राहिलेला जठराग्नि प्राण आणि अपान ह्या दोहोंच्या योगानें प्रदीप्त होतो व अन्नादिकांचें उत्कृष्ट प्रकारें पचन करितो. मुखापासून गुदद्वारापर्यंत एक मोठी नलिका आहे. या नलिकेच्या शेवटास गुद अशी संज्ञा आहे. ह्या नलिकेपासूनच प्राण्यांच्या शरीरांतील सर्वही अवांतर नलिका उत्पन्न झालेल्या आहेत. त्या स्रोतां-(नलिका-) मधून प्राण सर्वांमध्यें संचार करीत असतो. अर्थातच त्याचा सहचर जो जठराग्नि त्याचाही त्यामध्यें प्रवेश होतो. प्राण्यांच्या अन्नाचें पचन करणारा जो उष्मा तोच जठराग्नि होय; आणि हा उष्मा सर्वही शरीरांत असल्याचें अनुभवास येतें. अग्नीच्या वेगानेंच प्राणाला गति मिळून तो गुदद्वाराशीं जाऊन थडकतो व तेथून उलट वर येऊन अग्नीला गति देतो. नाभीच्या अधोभागीं पक्काशय असून ऊर्ध्वभागीं आमाशय आहे; व नाभीच्या मध्यभागीं शरीरांतील सर्वही प्राण वास्तव्य करीत असतात. ते सर्व हृदयापासून निघून खालीं, वर व शरीराच्या आडव्या भागीं संचार करितात. प्राणवायूच्या प्रेरणेनें शरीरांतील नलिका अन्नरस त्या त्या ठिकाणीं पोहोंचवितात. मुखापासून गुदद्वारापर्यंत असणारा हा नलिकारूपी मार्ग आहे. श्रमाचा जय केलेले धैर्यसंपन्न आणि सर्वत्र समदृष्टि असलेले योगी सुषुम्नेच्या द्वारानें मस्तकांत असणाऱ्या सहस्रदल कमलामध्यें प्रवेश करून त्या ठिकाणीं आपला आत्मा जडवितात. याप्रमाणें बुद्धि, अंतःकरण, इंद्रियें आणि शरीर ह्यांजपासून घडणाऱ्या सर्वही क्रियांना आणि विषयांनाही प्राणादिकच कारणीभूत आहेत. म्हणूनच प्राणनिरोधरूपी योग निर्माण केलेला आहे. ह्या योगाचें आचरण केलें असतां पाकपात्रांत ठेविलेल्या अग्नीप्रमाणें जठराग्नी सदैव प्रदीप्त होत असतो.

अध्याय एकशें शायशींवा.

—:०:—

जीवाच्या अस्तित्वाविषयीं संशय.

भरद्वाज म्हणाला:—जर वायु हाच मनुष्याच्या जीवितास, शारीरिक क्रियेस आणि भाषणास कारणीभूत असेल, तर मग जीव हा (निराळा आहे असें मानणें) निरर्थकच होय. तसेंच जर शरीरांतील ऊष्मा हा अग्निसंबंधीच असून तो जठराग्नीच्या योगानें व्यक्त होत असेल, आणि जर अग्नि अन्नपचन करीत असेल, तर मग जीव हा (भिन्न आहे असें मानणें) निरर्थकच होय. जीव भिन्न आहे असें म्हणावें तर मनुष्य मरण पावला असतां त्याचा जीव दृष्टोत्पत्तीस येत नाहीं; केवल वायु मात्र त्याचा त्याग करितो व त्याच्या शरीरांतील ऊष्माही नष्ट होतो. जर जीव हा वायुस्वरूपी असेल अथवा वायूशीं त्याचा जर अत्यंत निकट संबंध असेल तर वायुमंडलाप्रमाणेंच प्राणादि वायूशींसहवर्तमान त्याचें प्रत्यक्ष ज्ञान झालें पाहिजे. आतां जर जीवाचा प्राणादिकांशीं केवल संयोगसंबंध असेल व त्यामुळेंच तो नाश पावत असेल, तर महासागरामध्यें पाषाणादिकांच्या संबंधानें बुडून गेलेलें जलपात्र जसें त्या पाषाणादिकांचा संबंध सुटतांच निराळें दिसूं लागतें, त्याप्रमाणेंच जीवही प्राणादिकांहून अन्य असलेला दृष्टिगोचर झाला पाहिजे. आतां जीव हा एक ब्रह्माचाच अंश आहे असें म्हणावें,

तर ज्याप्रमाणें विहिरींत टाकलेलें पाणी अथवा अग्नींत टाकलेला दिवा हा त्यांत प्रविष्ट होतांच सत्वर लुप्त होतो, त्याप्रमाणेंच जीवही शरीरादि संघाताचा नाश होतांच सत्वर लुप्त होतो, असें मानावें लागेल. पण तसें मानणें बरोबर नाहीं. कारण, पंचमहाभूतांनींच शरीर धारण होत असतां त्यांत जीवित ह्मणून निराळा पदार्थ कशाकरितां मानावयाचा? अर्थात्च मानावयाचें कारण नाहीं; व ह्मणूनच तो निराळा नसला पाहिजे हें उघड आहे. अर्थात्च तो शरीरादि-संघातरूपी आहे व म्हणूनच त्या चार दृश्य आणि पांचवें आकाश अशा पंचमहाभूतांचा नाश होतांच त्याचाही नाश होतो. हें निःसंशय आहे. आहार न केल्याच्या योगानें जलाचा, श्वासनिरोध केल्यानें वायूचा, कोष्ठ--(कोठा) भेद केल्यानें आकाशाचा, भोजन न केल्यास अग्नीचा आणि व्याधी, सूज इत्यादिकांच्या योगानें शरीरांतील पार्थिव भागाचा नाश होतो. ह्या पांचांपैकीं एखाद्यालाही पीडा झाल्यास त्यांच्या समुदायाचे पांच निरनिराळे भाग होतात, आणि ते झाले म्हणजे मग जीव कोणाच्या मागून जाणार? त्याला कशाचें ज्ञान असणार? तो काय ऐकणार? आणि काय बोलणार? अर्थात्च कांहींही नाहीं. कारण, जीव हा पंचमहाभूतांव्यतिरिक्त नाहीं. म्हणूनच, मी परलोकामध्यें असतांना ही धेनु माझा उद्धार करील अशा उद्देशानें जो प्राणी गोप्रदान करितो त्याची ती धेनु कोणाचा उद्धार करणार? जर धेनु, तिचा प्रतिग्रह करणारा आणि तिचें दान करणारा ह्या सर्वांचाही ह्याच लोकांत सारख्याच तऱ्हेनें नाश होतो, तर मग पुढें त्यांचा समागम कोठून होणार? ज्याचा पक्ष्यांनीं (भक्षणाच्या कामीं) उपयोग केला आहे,अथवा जो पर्वताग्रावरून खालीं पडला आहे, किंवा जो अग्नीमध्यें भस्म होऊन गेला आहे, त्याला पुनरपि जीवदशा कोठून येणार? एखादा वृक्ष तोडला तर त्याच्या मुळाला अंकुर फुटत नाहींत; पण बीजापासून त्याची पुनरपि उत्पत्ति होते; तशी प्राण्याची स्थिति नाहीं. मग तो मरण पावल्यानंतर पुनः कोठून येणार आहे? ह्या संसारामध्यें जें हें परिवर्तन पावत असतें तें केवळ परमात्म्यानें पूर्वी निर्माण केलेलें बीजच होय. ह्या बीजापासून बीजाची उत्पत्ति होते; पण मृत झालेल्या प्राण्याचा मात्र नाशच होतो.

अध्याय एकशें सत्यायशींवा.

—:०:—

जीवस्वरूपनिरूपण.

भृगु म्हणतातः—जीव, दान आणि कृतकर्म ह्यांचा कधींही नाश होत नाहीं, तर केवळ शरीराचा मात्र नाश होतो व त्यामध्यें असणारा चेतन पदार्थ अन्य देहामध्यें प्रविष्ट होतो. शरीराचा आश्रय करून असणारा जीव शरीराचा नाश झाला म्हणून नाश पावत नाहीं, तर समिधा दग्ध झाल्या तरी कायम असणाऱ्या त्यांतील अग्नीप्रमाणें तो कायमच असतो.

भरद्वाज म्हणतोः—अग्नीप्रमाणेंच जीवाचाही नाश होत नाहीं असें असेल; पण अग्नि तरी काष्ठें भस्म होऊन गेल्यानंतर कोठें दृग्गोचर होतो? अर्थात्च होत नाहीं; व म्हणूनच तो इंधनांविरहित अर्थात् शांत झालेला अग्नि नष्टच होतो असें माझें मत आहे. कारण इंधनाच्या नाशानंतर त्याचा संचार, प्रमाण अथवा आकार हीं कांहींच नसतात.

भृगु म्हणतातः—इंधनें दग्ध होऊन गेल्यानंतर अग्नि दिसत नाहीं ह्याचें कारण—त्याचा नाश होतो असें नसून तो निराश्रित झाल्यामुळें आकाशांत लीन होऊन जातो हें आहे;

व म्हणूनच त्याचें अवलोकन करितां येत नाहीं. ह्या अग्नीप्रमाणेंच, शरीराचा नाश झाल्यानंतर आकाशतुल्य असणारा व म्हणूनच सूक्ष्म असा जीव इंद्रियांनीं जाणतां येत नाहीं. विज्ञानस्वरूपी जीव हाच प्राण धारण करीत असतो. शरीरामध्यें संचार करणारा वायु (प्राण) हाच त्याच्या स्थितीला कारणीभूत आहे. अर्थात्च त्या वायूचा नाश झाला म्हणजे तो जीव लुप्त होतो. (ह्या लोपास च नाश असें म्हणतात) हा शरीरवर्ती अग्नि (जीव) नाश पावला म्हणजे शरीर अचेतन होऊन पडतें व भूमिमय बनतें. कारण, भूमि हेंच शरीराच्या लयाचें स्थान आहे. सर्वही स्थावर आणि जंगम प्राण्यांच्या शरीरांतील वायु आकाशामध्यें प्रविष्ट होतो व अग्नि वायूमध्यें प्रविष्ट होतो. अर्थातच ते (आकाश, वायु आणि अग्नि हे) तीन पदार्थ एकस्वरूप बनून जातात व अवशिष्ट राहिलेले दोन अर्थात् जल आणि भूमि हे भूमीमध्यें राहतात; जेथें आकाश असतें तेथें वायु असतो व जेथें वायु असतो तेथें अग्नि असतो. वस्तुतः हे तीनही पदार्थ मूर्तिमंत नाहींत; तथापि प्राण्यामध्यें मात्र ते मूर्तिमंत (प्रत्यक्षविषय) होऊन राहतात.

भरद्वाज ह्मणतोः—हे निष्पाप, प्राण्यामध्यें जर पृथिवी, अप्, तेज, वायु आणि आकाश हीं पंचमहाभूतें असतात तर ह्याहून भिन्न असा जीव ह्मणून आणखी तेथें कसला असतो हें मला कथन करा. पांच विषयांचे ठिकाणीं रममाण होणारें, पंच ज्ञानेंद्रियें आणि तज्जन्य ज्ञान ह्यांनीं युक्त असणारें, मांस आणि रक्त यांचा संचय व मेद आणि स्नायु ह्यांनीं व्याप्त असलेलें जें प्राण्याचें शरीर त्यामध्यें जीव कोणत्या स्वरूपानें वास्तव्य करितो हें जाणण्याची माझी इच्छा आहे. शरीर जर फाडून पाहिलें तर त्यामध्यें कांहीं जीव दृष्टोत्पत्तीस येत नाहीं. अर्थात्च तो त्याहून भिन्न नसून शरीरस्वरूपीच आहे, असें मानलें पाहिजे. जर शरीर हाच जीव नव्हे असें म्हणावें तर, जेव्हां शरीरसंबंधी अथवा अंतःकरणसंबंधी दुःख होतें तेव्हां त्याच्या वेदनांचा अनुभव कोण घेतें? अर्थात्च शरीर. हे ऋषिश्रेष्ठ, श्रवणेन्द्रियाच्या योगानें प्राणी श्रवण करितो; परंतु जेव्हां अंतःकरण व्यग्र असेल तेव्हां त्यास श्रवण करितां येत नाहीं. अर्थात्च जीव हा भिन्न आहे असें मानणें निरर्थकच होय. तसेंच अंतःकरणाशीं संबद्ध अशाच नेत्रांच्या योगानें कोणताही पदार्थ अवलोकन करितां येतो; पण जर अंतःकरण व्याकूळ असेल तर दृष्टीच्या आटोक्यांत असलेलाही पदार्थ दिसत नाहीं. तसेंच निद्रितावस्थेंत प्राणी कोणतेही (बाह्य पदार्थ) पाहूं शकत नाहीं, कशाचाही वास घेऊं शकत नाहीं, कांहींही श्रवण करूं शकत नाहीं, कांहींही बोलूं शकत नाहीं, अथवा त्याला स्पर्श किंवा रस ह्यांचेंही ज्ञान होत नाहीं, ह्याचें कारण निद्रित स्थितींत इंद्रियांचा आणि मनाचा संयोग झालेला नसतो हेंच होय. अर्थात्च ज्या कार्यासाठीं जीव मानावयाचा तीं कार्यें मनाच्याच योगानें होत असल्यामुळें जीव म्हणून निराळा पदार्थ मानावयाचें कारणच राहत नाहीं. सारांश, शरीर हा जीव नव्हे असें म्हटलें तरी मन हाच जीव आहे असें मानण्यास हरकत नाहीं. आतां, जर हेंही खोटें असेल, तर, हे ऋषिश्रेष्ठ! आनंद पावणारा, क्रुद्ध होणारा, शोक करणारा, उद्विग्न होणारा, इच्छा करणारा, चिंतन करणारा, द्वेष करणारा आणि वाणीची प्रवृत्ति करणारा असा ह्या शरीरामध्यें दुसरा कोण आहे?

भृगु म्हणतातः—भरद्वाजा, इंद्रियांच्या विषयांमध्यें जे गुण असतात तेच इंद्रियां-

मध्येंही असतात. अर्थात् जसे विषय तशींच इंद्रियेंही महाभूतात्मकच आहेत; आणि इंद्रियां-प्रमाणेंच मनही पंचमहाभूतात्मक आहे. अर्थात् जड अशा त्या इंद्रियांचा अथवा मनाचा ह्या शरीरधारणाच्या कामीं कांहींच उपयोग नाहीं. शरीरामध्यें वास्तव्य करणारा अद्वितीय असा आत्मा हाच शरीर धारण करितो. त्यालाच गंध, रस, शब्द, स्पर्श, रूप आणि इतर गुण ह्यांचें ज्ञान होतें. तो ह्या पंचमहाभूतात्मक शरीरामध्यें वास्तव्य करीत असून अंतःकरणाचाही द्रष्टा आहे; आणि अंतःकरणाच्या द्वारानें तो प्रत्येक अवयवामध्यें प्रविष्ट होतो. सुखदुःखादिकांचें ज्ञान त्यालाच होतें. ह्याचा आणि मनाचा अर्थात् त्याच्या द्वारें इंद्रियांचा संबंध नसेल त्या वेळीं शरीराला कोणत्याही प्रकारचें ज्ञान होत नाहीं, असा सुषुप्तीमध्यें आणि समाधीमध्यें अनुभव येतो. ज्या वेळीं शरीरस्थ अग्नीचा ऊष्मा नष्ट होतो अर्थात् शरीर अग्नि शांत होतो, व जेव्हां रूपाची अथवा स्पर्शाची उपलब्धि होत नाहीं, तेव्हां आत्म्यानें शरीराचा त्याग केलेला असतो व म्हणून (स्थूल) देहाचा नाश होतो. हें सर्व विश्व सूक्ष्म अशा महाभूतांनीं व्याप्त करून सोडलेलें आहे; अर्थातच प्राण्यांचें सूक्ष्म शरीरही तीं सूक्ष्म अशीं पंचमहाभूतेंच आहेत हें निराळें सांगावयास नको. ह्या सूक्ष्म शरीरामध्यें असणाऱ्या अंतःकरणांत आत्मा व्यक्त स्थितींत असलेला प्रत्ययास येतो. हाच उपाधियुक्त असणारा आत्मा जीव होय; आणि सर्व लोकांचा निर्माणकर्ता ब्रह्माही हाच आहे. ह्याच आत्म्याला प्रकृतीच्या गुणांचा योग घडला म्हणजे त्यास क्षेत्र अशी संज्ञा प्राप्त होते; आणि त्या गुणांचा वियोग घडला म्हणजे त्यासच परमात्मा असें म्हणतात. सर्व लोकांचें मूर्तिमंत सुख असा-कमलामध्यें असणाऱ्या जलबिंदूप्रमाणें—त्या सूक्ष्म आणि स्थूल शरीरांमध्यें वास्तव्य करणारा जो जीव तोच आत्मा होय. सदैव लोकांच्या सुखाच्या रूपानें वास्तव्य करणारा जो तो आत्मा त्यामत्र क्षेत्रज्ञ असें म्हणतात. सत्त्व, रज आणि तम हे जीवाशीं संबद्ध असलेले तीन गुण होत. चैतन्ययुक्त अशी देह, इंद्रियें आणि अंतःकरण हीं ह्या जीवाचीं उपभोगाचीं साधनें होत. हीं साधनें स्वतः क्रिया करीत असतात; आणि त्यांच्याशीं संबद्ध होऊन राहिल्यामुळें, सातही भुवनें निर्माण करणारा व संसाराच्या पलीकडे असणारा जो परमात्मा त्याजकडून हीं क्रिया घडवितात. सारांश, जीवाला अन्य देहाची प्राप्ति होते पण तो त्याचा नाश नव्हे. जीवाचा नाश होतो असें ह्मणणारे लोक अज्ञ होत. जीव हा दुसऱ्या देहाचा संयोग घडून पहिल्या देहांतून निघून जातो. ह्या अन्यशरीरप्राप्तीलाच मरण अशी संज्ञा आहे. ह्याप्रमाणें अविद्यारूपी अज्ञानानें आवृत असलेला व देहादिकांमध्यें लीन होऊन असणारा हा आत्मा सर्व विश्वामध्यें संचार करीत असतो; तथापि तत्त्वज्ञानी पुरुषांसच सूक्ष्म आणि श्रेष्ठ अशा बुद्धीनें त्याचें ज्ञान होतें. सात्त्विक अन्न भक्षण करून व शुचिर्भूतपणें राहून रात्रीच्या पूर्वभागांत आणि उत्तरभागांत योगाभ्यास केला, म्हणजे ज्ञानसंपन्न पुरुषास शरीरामध्येंच आत्मसाक्षात्कार होतो. चित्ताची वृत्ति अंतर्मुख झाली आणि शुभाशुभ कर्मांचा त्याग घडून अंतःकरणशुद्धि झाली, ह्मणजे आत्मनिष्ठ बनलेल्या पुरुषास मोक्षरूपी आत्यंतिक सुखाची प्राप्ति होते. अंतःकरणामध्यें प्रकट होणारा व अग्निप्रमाणें प्रकाशमान् असणारा जो आत्मा त्यासच शरीरामध्यें वास्तव्य करणारा जीव असें म्हणतात. त्या सर्वेश्वर आत्म्यापासून ही सर्व सृष्टि निर्माण झाली आहे. ह्याचा प्रत्यय आत्मज्ञान झाल्यानंतर येतो.

अध्याय एकशें अठ्ठ्यायशींवा.

—:०:—

चातुर्वर्ण्यविभागकरण.

भृगु म्हणतातः—ब्रह्मदेवानें प्रथम ब्राह्मणच निर्माण केले. हे सर्व विश्वाचे अधिपति होत. त्यांना ब्रह्मदेवानें आपल्या तेजापासून निर्माण केले असल्यामुळें ते सूर्य आणि अग्नि ह्यांप्रमाणें देदीप्यमान् होते. तदनंतर त्यांना स्वर्गप्राप्ति व्हावी एतदर्थ त्या प्रभु ब्रह्मदेवानें सत्य, धर्म, तप, अविनाशी असे वेद, आचार आणि शुचिर्भूतपणा हीं निर्माण केलीं. देव, दानव, गंधर्व, दैत्य, असुर, महासर्प, यक्ष, राक्षस, नाग, पिशाच आणि मनुष्यें हीं सर्व त्यानेंच निर्माण केलीं. हे द्विजश्रेष्ठा, ब्राह्मण, क्षत्रिय, वैश्य आणि शूद्र हे मनुष्यांतील आणि सत्त्वादि गुणांनीं युक्त असे इतरही प्राणिवर्गांतील वर्ण हे त्यानेंच उत्पन्न केले आहेत. (ब्राह्मण हे सत्त्वगुणी असतात व सत्त्वगुणाचा वर्ण शुभ्र आहे, म्हणून) ब्राह्मणांचा वर्ण शुभ्र होय; (क्षत्रिय रजोगुणी असतात व रजोगुणाचा वर्ण रक्त आहे, म्हणून) क्षत्रियांचा वर्ण रक्त आहे; (वैश्य हे रज आणि तम ह्या गुणांनीं व्याप्त असतात; अर्थात् रक्त आणि कृष्ण ह्या दोन वर्णांच्या मिश्रणापासून उत्पन्न होणारा असा) पीत वर्ण हा वैश्यांचा असतो; आणि (ज्याचा वर्ण कृष्ण आहे अशा तमोगुणानें व्याप्त असल्यामुळें) शूद्र कृष्णवर्ण असतात.

भरद्वाज म्हणतातः—ह्या ब्राह्मणादि चार वर्णांत जो परस्परभेद आहे, त्यास कारण जर श्वेतादि वर्ण असतील, तर मग सर्वच वर्ण संकीर्ण आहेत असें दिसून येतें. कारण, प्रत्येक वर्णांत निरनिराळ्या रंगाचे लोक आहेतच. सारांश, रंगावरून वर्णभेद मानितां येत नाहीं. इतरही कारणामुळें वर्णभेद मानतां येत नाहीं. कारण, आम्हां ब्राह्मणादि सर्वेही वर्णांवर काम, क्रोध, भय, लोभ, शोक, चिंता, क्षुधा आणि श्रम ह्या सर्वांचा सारखाच अंमल आहे; मग वर्णभेद असण्याचें कारण काय? ब्राह्मणादि सर्वेही वर्णांच्या शरीरांतून घर्म, मूत्र, मल, कफ, पित्त आणि रक्त सारख्याच हीं रीतीनें बाहेर पडत असतात; मग वर्णभेद मानण्याचें कारण काय? स्थावर आणि जंगम प्राण्यांच्या अनेक जाति असून त्यांचे रंगही अनेक प्रकारचे आहेत; मग रंगावरून वर्ण ठरवावयाचा झाल्यास तो कसा ठरवितां येणार?

भरद्वाज म्हणतातः—वर्णांमध्यें असा कांहीं भेद नाहीं. हें सर्व जग प्रथम ब्राह्मणच होतें. कारण तें ब्रह्मदेवानें निर्माण केलें आहे. पण कर्मांच्या अनुरोधानें त्याला वर्णांचें स्वरूप आलें. ह्या ब्राह्मणांपैकीं जे रजोगुणी होते ते विषयोपभोगांची प्रीति, तीव्रता, कोपिष्ठपणा, साहसकर्मांची आवड आणि स्वधर्मत्याग, ह्यांमुळें क्षत्रिय बनले; रज व तम ह्या गुणांचें मिश्रण झालेले जे ब्राह्मण ते पशुपालन आणि कृषि ह्यांजवर चरितार्थ चालवूं लागले व त्यांनीं स्वधर्माचरण करण्याचें सोडून दिलें, ह्यामुळें ते वैश्य बनले; आणि ब्राह्मणांपैकीं जे तमोगुणी असल्यामुळें हिंसा व असत्य ह्यांजवर आसक्त झाले आणि लोभामुळें हल्या त्या कर्मांवर उपजीविका करूं लागले, ते शूद्र झाले. सारांश, त्या कर्मांच्या योगानें मूळच्या जातीपासून भिन्न होऊन हे निराळेच वर्ण बनले. तथापि त्यांना तत्तद्वर्णोचित धर्म आणि पंचमहायज्ञादि कर्में ह्यांचा केव्हांही निषेध केलेला नाहीं. अस्तु; हें ह्या चार वर्णांचें स्वरूप होय. ब्रह्मदेवानें पूर्वीं ह्यांच्यासाठींच वेद निर्माण केले; पण लोभामुळें ते क्षत्रियादि वर्ण अज्ञानी बनले. तथापि ब्राह्मण मात्र वेदविहित कर्मांच्या अनुष्ठानांत आसक्त झालेले असतात. त्यांच्या तपाचा केव्हांही नाश होत नाहीं. ते व्रत-

नियमादिकांचें आचरण करितात व आत्मज्ञान हाच पुरुषार्थ असें समजून त्याजविषयीं विचार करीत असतात. हें सर्व विश्व आणि परब्रह्म हीं एकच आहेत हें ज्ञान ज्यांना नसतें, ते गौण ब्राह्मण होत. अशा लोकांच्या अनेक प्रकारच्या जाति अनेक ठिकाणीं आहेत. त्यांत पिशाच, राक्षस, प्रेतें आणि अनेक प्रकारच्या म्लेच्छ जाति यांचा अंतर्भाव होत असून, अनुभवजन्य व शास्त्रजन्य ज्ञान यांचा अत्यंत नाश होऊन स्वच्छंदपणें वाटतील त्या क्रिया त्या जाति करीत असतात. वेदविहित संस्कारांनीं युक्त आणि आपल्या कर्तव्याविषयीं सिद्धांत ठरविलेले जे लोक अर्थात् खरे ब्राह्मण, त्यांची उत्पत्ति पूर्वींपूर्वींच्या ऋषींपासून पुढच्यापुढच्याची, अशा क्रमानें होते व ती त्या ऋषींनीं आपल्या तपाच्या योगानें केलेली असते. त्यांपैकीं जे अगदीं पूर्वींचे ऋषि, त्यांची उत्पत्ति आदिदेव जो ब्रह्मा त्यापासून झालेली असते. ही त्या ब्रह्मदेवाची मानसी प्रजा होय. ती योगानुष्ठानाविषयीं अत्यंत तत्पर असून, वेदाला आधारभूत, अविनाशी आणि अपकर्षशून्य अशी असते.

अध्याय एकशें एकुणनव्वदावा.

—:०:—

वर्णस्वरूपनिरूपण.

भरद्वाज ह्मणतातः—हे द्विजश्रेष्ठा, हे ब्रह्मर्षे, ब्राह्मण, क्षत्रिय, वैश्य व शूद्र हा भेद कशाच्या योगानें होतो तें मला निवेदन करा.

भृगु ह्मणतातः—जो पुरुष जातकर्मादि संस्काराच्या योगानें संस्कृत, शुचिर्भूत, वेदांचें अध्ययन केलेला, अध्ययन-अध्यापन, यजन-याजन व दान-प्रतिग्रह हीं षट्कर्मे करणारा, सदाचारावर उत्कृष्ट प्रकारची निष्ठा असलेला, अतिथींनीं भोजन करून अवशिष्ट राहिलेल्या अन्नाचें सेवन करणारा, गुरुजनांवर प्रेम करणारा, सदोदीत चांद्रायणादि व्रतांचें आचरण करणारा, आणि सत्यनिष्ठ असा असतो, त्यासच **ब्राह्मण** असें ह्मणतात. सत्य, दान, द्वेषशून्यत्व, क्रौर्याचा अभाव, लज्जाशीलता, दया आणि तप हीं ज्याचे ठायीं दिसून येतात, तो **ब्राह्मण** होय. हिंसाजनक असें युद्धादि कर्म करणारा, वेदाध्ययनाविषयीं तत्पर असणारा, दान करणारा आणि प्रजेपासून कर घेणारा जो पुरुष, त्यास **क्षत्रिय** असें म्हणतात. व्यापार, पशुपालन, शेतकी आणि द्रव्यसंपादन ह्यांविषयीं प्रेम असलेला, शुचिर्भूत आणि वेदाध्ययनसंपन्न असा जो पुरुष, त्याला **वैश्य** अशी संज्ञा आहे. सदैव हवें तें भक्षण करणारा, पाहिजेत तीं कर्मे करणारा, वेदाचा त्याग केलेला, दुराचारी आणि अशुचि असा जो पुरुष तो **शूद्र** होय. ब्राह्मणादिकांचीं हीं जीं लक्षणें सांगितलीं, तीं सामान्य असल्यामुळें शूद्राच्या ठिकाणींही कोठें कोठें दृग्गोचर होऊं शकतील व कोठें कोठें ब्राह्मणाच्या ठिकाणींही दृग्गोचर होणार नाहींत. सारांश, शूद्र हा पूर्वोक्त शूद्रधर्मानेंच युक्त असतो असें नाहीं; व ब्राह्मणही ब्राह्मणधर्मानेंच युक्त असतो असेंही नाहीं.

ब्राह्मणलक्षण.

ब्राह्मणांनीं ब्राह्मणत्व संपादन करण्यासाठीं ज्ञानार्जन केलें पाहिजे. त्या ज्ञानामध्यें निर्दोष असें ज्ञान म्हणजे सर्व प्रकारच्या उपायांनीं लोभ आणि क्रोध यांचा निरोध व इंद्रियनिग्रह हेंच होय. क्रोध व लोभ ह्यांची उत्पत्ति कल्याणाच्या नाशासाठींच असल्यामुळें, कोणत्याही उपायानें त्यांचें निवारण केलें पाहिजे. सदोदीत क्रोधापासून संपत्तीला, मत्सरापासून तपाला, मानापमानांपासून विद्येला, आणि अनवधानापासून स्वतःला संभाळिलें पाहिजे; अर्थात्

अलिप्त ठेविलें पाहिजे. द्विजा, ज्याचा कोणताही उद्योग सकाम नसतो, व जो कर्मफलत्यागपूर्वक होमादि सर्व क्रिया करितो, तोच खरा बुद्धिमान् व खरा त्यागी होय. ब्राह्मणानें हिंसावृत्तीचा त्याग केला पाहिजे; सर्व प्राण्यांशीं मैत्री करीत राहिलें पाहिजे; ज्याच्या योगानें बंध होईल अशा स्वीकार्य वस्तूंचा त्याग केला पाहिजे; ज्ञानसंपन्न होऊन जितेंद्रिय असलें पाहिजे; आणि ज्याच्या योगानें इहलोकीं व परलोकींही भीति उरत नाहीं अशा शोकसंपर्कशून्य ब्रह्मपदाच्या प्राप्तीविषयीं तत्पर असलें पाहिजे. दुष्प्राप्य अशा ब्रह्मपदाची प्राप्ति व्हावी अशी इच्छा करणाऱ्या पुरुषानें निरंतर तपाचें आचरण केलें पाहिजे; इंद्रियदमन केलें पाहिजे; मननशील राहिलें पाहिजे; इंद्रियांचा निग्रह केला पाहिजे; आणि विषयासक्ति सोडून दिली पाहिजे. परमात्म्याचें ज्ञान होण्याला व्यक्त व अव्यक्त ह्या दोहोंचेंही ज्ञान झालें पाहिजे. त्यांपैकीं, इंद्रियांनीं जाणतां येणाऱ्या ज्या ज्या वस्तु त्या त्या व्यक्त असून, अनुमानगम्य आणि अतींद्रिय त्या अव्यक्त होत. परमात्मा अतींद्रिय आहे ह्मणून त्यासंबंधीं अविश्वास करूं नये; अंतःकरणाची प्रवृत्ति विश्वासाकडे करावी; मन प्राणाकडे लावावें; व प्राणाची परब्रह्माचे ठिकाणीं धारणा करावी. वैराग्यावांचून परब्रह्माची प्राप्ति होत नाहीं. वैराग्य ह्मणजे विषयविनिवृत्ति होय; ह्मणूनच कोणत्याही विषयाचा विचार करीत राहूं नये. वैराग्याच्या योगानें ब्राह्मणाला अनायासेंच ब्रह्मप्राप्ति होते. सदा शुचिर्भूत, सदाचरणी व कोणत्याही प्राण्याविषयीं सदय असणें हें ब्राह्मणाचें लक्षण होय.

अध्याय एकशें नव्वदावा.

—:०:—

सत्यानृतस्वरूपवर्णन.

भृगु म्हणतातः—वेद आणि स्वधर्मानुष्ठान हेंच परब्रह्मप्राप्तीचें साधन होय. यांच्याच योगानें जगताची उत्पत्ति आणि स्थिति होत असून, यांच्याच योगानें स्वर्गप्राप्तिही होते. वेदविरुद्ध स्वेच्छाचरण हें तमोगुणाचें अर्थात् अविद्येचें स्वरूप आहे. या तमोगुणाच्या योगानें अधोगति प्राप्त होते. तमोगुणानें घेरून सोडलेल्या प्राण्यांस सत्त्वगुणाची ओळख पटत नाहीं. सत्त्वगुणाच्या योगानें देवत्वाची, तमोगुणाच्या योगानें तिर्यग्योनीची, आणि त्या दोहोंच्या मिश्रणानें—ह्या जगतीतलावर असलेल्या प्राण्यांस—मनुष्यत्वाची प्राप्ति होते. त्यांतूनही लोकांमध्यें सत्य-अनृत, धर्म-अधर्म, प्रकाश-तम आणि सुख-दुःख अशा वृत्ति आहेत. त्यांपैकीं जें सत्य तोच धर्म, जो धर्म तोच प्रकाश, आणि जो प्रकाश तेंच सुख होय. सारांश, सत्यादिक वृत्तींचें स्वरूप एकच आहे. तसेंच जें अनृत तोच अधर्म, जो अधर्म तेंच तम, आणि जें तम तेंच दुःख होय. ह्याविषयीं असें सांगितलेलें आहे कीं, ज्ञानी लोक जगताच्या व्यापाराकडे लक्ष देतात व त्यामुळें त्यांना शारीर अथवा मानस ह्या दुःखाच्या योगानें, आणि ज्याच्यापासून पुढें दुःख उत्पन्न होतें अशा तात्कालिक सुखाच्या योगानें मोह पडत नाहीं. सुज्ञ मनुष्यानें दुःखमुक्त होण्याविषयीं प्रयत्न केला पाहिजे. इहलोकीं प्राण्यांना मिळणारें जें पुत्रप्राप्त्यादि सुख आहे, तेंही अनित्यच होय. अर्थात् नित्य अशा सुखाच्या प्राप्तीसाठींच प्रयत्न केला पाहिजे. राहूनें ग्रस्त केल्यानंतर जसा चंद्राचा प्रकाश पडत नाहीं, तसेंच अज्ञानानें घेरलेल्या प्राण्यांनाही सुख मिळत नाहीं. हें

सुख दोन प्रकारचें आहे: एक शारीर आणि दुसरें मानस. इहलोकीं अथवा परलोकीं वास्तव्य करण्याकडे जी मनुष्याची प्रवृत्ति होते, ती केवळ सुखासाठींच होय. धर्म, अर्थ आणि काम ह्या त्रिवर्गाचें सुखाहून उत्कृष्ट असें दुसरें फल नाहीं. नैय्यायिकांच्या मतें सुख हा आत्म्याचा एक गुण आहे. प्रत्येक प्राण्याला तोच इष्ट असतो. सुख हेंच मुख्य असून, धर्म व अर्थ हीं त्यांचीं अंगें आहेत. सुखासाठींच धर्मादिकांचें आचरण करावयाचें आहे; सुख हेंच धर्माचरणाचाही हेतु आहे. किंबहुना कोणतीही धर्मादिक क्रिया सुखाच्याच उद्देशानें केली जाते. सारांश, सुखप्राप्तीविषयीं प्रयत्न केला पाहिजे.

भरद्वाज म्हणतात:—सुख हें नित्य आहे असें जें आपण सांगितलें, तें आम्हांस मान्य नाहीं. कारण, योगरूपी ऐश्वर्यावर निष्ठा ठेवून राहणारे ऋषि ह्या सुखरूपी आत्मगुणाची इच्छा करीत नाहींत. जर सुख नित्य असतें, तर त्या मुनींना त्याची इच्छा करितां आली नसती, अथवा तें त्यांस मिळालें नसतें, असें मुळींच नाहीं. त्रैलोक्य निर्माण करणारा प्रभु ब्रह्मदेवही सुखाची पर्वा न करितां एकटाच तपोनिष्ठ होऊन राहतो, ब्रह्मचर्यसंपन्न असतो, आणि वैषयिक सुखाकडे मुळींच लक्ष देत नाहीं, असें आमच्या ऐकण्यांत आहे. तसेंच, विश्वनियंता जो भगवान् श्रीशंकर त्यानेंही प्रत्यक्ष मदन जवळ आला असतां त्याचें शरीर नष्ट करून त्याचा क्षय केला. म्हणूनच आम्ही असें म्हणतों कीं, हा सुखाचा मार्ग मोठमोठ्या लोकांनीं स्वीकारिलेला नाहीं; आणि ह्यांना ह्या सुखरूपी गुणामध्यें कांहीं विशेषही वाटलेला नाहीं. म्हणूनच आपल्या मतावर आमचा विश्वास बसत नाहीं. पण आपण मात्र सांगितलें कीं, सुखाहून श्रेष्ठ असें दुसरें कांहीं नाहीं. लोकांचा प्रवाद मात्र असा आहे कीं, कर्माचीं फलें दोन प्रकारांनीं मिळतात: सदाचारापासून सुख व दुराचारापासून दुःख.

भृगु म्हणतात:—आतां ह्याविषयीं मी तुला सांगतों. अज्ञानापासून तम निर्माण झालें आहे. ह्या तमानें ग्रस्त झालेले प्राणी अधर्माच्याच मागें लागतात,-धर्माकडे वळत नाहींत. ते क्रोध, लोभ, हिंसा, असत्य इत्यादिकांनीं व्याप्त होऊन जातात व त्यामुळेंच त्यांना इहलोकीं अथवा परलोकीं सुख मिळत नाहीं. नानाप्रकारच्या व्याधींची पीडा आणि इतरही ताप ह्यांच्या योगानें ते व्याप्त होऊन गेलेले असतात; वध, बंधन इत्यादिक क्लेशही त्यांना घेरून सोडतात; आणि क्षुधा, तृष्णा, श्रम इत्यादिकांपासूनही त्यांना पीडा होते; वृष्टि, वायु, अत्यंत उष्णता व अतिशय शीत ह्यांपासून उत्पन्न होणाऱ्या अत्यंत भयंकर अशा शारीर दुःखांनींही ते पीडित होतात. बांधवांचा वियोग आणि स्वजन व द्रव्य यांचा नाश यांच्या योगानें उत्पन्न होणारें मानसिक दुःख व जरा, मृत्यु इत्यादिकांपासून होणारी पीडा हींही त्यांना आक्रांत करून सोडतात. या शारीर आणि मानस दुःखांचा ज्याला स्पर्शही होत नाहीं, त्यालाच सुखाचें ज्ञान होतें. स्वर्गामध्यें हे दोष उत्पन्न होत नाहींत. तेथें काय असतें तें पाहा-स्वर्गांत अत्यंत सुख देणारा वायु असतो; सुगंध हा एकच गंध असतो; क्षुधा, तृष्णा यांचे क्लेश नसतात व जरा आणि पातक हींही नसतात. सारांश, स्वर्गामध्यें सदैव सुखच असतें; या मृत्युलोकीं सुख व दुःख हीं दोन्ही असतात; आणि नरकामध्यें केवळ दुःखच असतें. सुख हीच सद्गति होय. ह्याप्रमाणें, स्वर्गांत जरी सुख आहे, तथापि तें ब्रह्मसुखासारखें दुःखसंपर्कशून्य असें

नाहीं. कारण, जशा इहलोकीं तशाच तेथेंही स्त्रिया आहेत. अविद्या ही जशी सर्व प्राण्यांची जननी आहे, त्याप्रमाणेंच त्याही जननी आहेत. इहलोकीं ज्याप्रमाणें पुरुष, त्याप्रमाणेंच तेथें ब्रह्मदेवादिक देवता दुःखभागीही असतात. मात्र तेथें वीर्य हें केवळ पुण्यमय असतें. सारांश, इहलोकाप्रमाणेंच तेथेंही सुखदुःखांचीं साधनें असल्यामुळें, सुखाप्रमाणेंच दुःखही असावयाचें. म्हणूनच मनुष्यानें केवल सुखासाठीं अर्थात् परब्रह्मप्राप्तीसाठीं प्रयत्न केला पाहिजे. असो; वैषयिक सुख तुच्छ आहे, तथापि ब्रह्मदेवानें पूर्वी स्त्री, पुरुष आणि वीर्य हीं सृष्टीच्या उत्पत्तीचीं साधनें निर्माण करून ठेविलेलीं आहेत; व आपापल्या कर्मांच्या योगानें व्यापून गेलेले प्राणी त्या साधनांचा आश्रय करितात.

अध्याय एकशें एक्याणववावा.

—:०:—

दानहोमादिफलवर्णन.

भरद्वाज ह्मणाले:—दानरूपी धर्माचरण, उत्कृष्ट प्रकारें आचरिलेलें तप, अध्ययन आणि हवन यांचें फल काय ?

भृगु म्हणाले:—हवनाच्या योगानें पातकाचा नाश होतो, अध्ययनानें उत्कृष्ट प्रकारची शांति मिळते, दानाच्या योगानें सुखोपभोग मिळतो, आणि तपाच्या योगानें स्वर्गप्राप्ति होते. त्यांपैकीं दान दोन प्रकारचें आहे: एक परलोकप्राप्तीसाठीं केलेलें, व दुसरें इहलोकच्या सुखप्राप्तीसाठीं केलेलें. सत्पात्र पुरुषांना केलेलें जें दान त्याचा परलोकीं उपयोग होतो; आणि असत्पात्र लोकांना केलेल्या दानाचें फल केवळ इहलोकींच भोगावयास सांपडतें. दान ज्या प्रकारचें केलें असेल त्या प्रकारचेंच फलही मिळतें.

भरद्वाज ह्मणाले:—कोणाचें धर्माचरण कशा प्रकारचें असतें, धर्माचें लक्षण काय आणि धर्म किती प्रकारचा असतो, हें आपण मला कथन करा.

भृगु ह्मणाले:—जे ज्ञानसंपन्न लोक स्वधर्माचरणामध्येंच निमग्न झालेले असतात, त्यांना स्वर्गप्राप्ति होते; आणि जो ह्याविरुद्ध वागतो, तो मोहांत पडतो.

भरद्वाज म्हणाले:--पूर्वी ब्रह्मर्षींनीं ज्या चार आश्रमांचें अनुपालन केलें, त्या आश्रमांचे प्रत्येकीं कोणकोणते आचार आहेत तें मला सांगा.

ब्रह्मचर्यवर्णन.

भृगु म्हणाले:—लोकहितकर्त्या भगवान् ब्रह्मदेवानें धर्मसंरक्षणासाठीं पूर्वी चार आश्रम सांगितलेले आहेत. त्यांपैकीं, गुरुगृहीं अध्ययन करीत राहणें हा पहिला (ब्रह्मचर्य) आश्रम होय असें सांगितलें आहे. ह्या आश्रमामध्यें असणाऱ्या मनुष्यानें उत्कृष्ट प्रकारची शुचिर्भूतता, संस्कारविषयक नियम आणि व्रतें ह्यांविषयीं अंतःकरण तत्पर ठेविलें पाहिजे; दोन्ही संध्यांच्या वेळीं सूर्य, अग्नि आणि इतर देवता यांचें पूजन केलें पाहिजे; आलस्य आणि अर्धवट निद्रेसारखी स्थिति (*धुंदपणा) यांचा त्याग करून, गुरूचें वंदन, वेदाभ्यास व पाठश्रवण यांच्या योगानें अंतःकरण पवित्र करावें; त्रिकाल स्नान करावें, ब्रह्मचर्यानें रहावें, अग्नि आणि गुरु यांची सेवा करावी, प्रत्यहीं भिक्षा मागावी, मिळालेली भिक्षा गुरूला निवेदन करावी, गुरूची आज्ञा पाळण्याच्या कामीं प्रतिकूल असूं नये, व गुरूच्या प्रसादानें जेवढें अध्ययन घडेल तेवढें संपादन करण्याविषयीं तत्पर असावें. याविषयीं असा एक श्लोक[1] आहे: “ जो द्विज गुरूची शुश्रूषा करून वेद संपादन करितो, त्याला स्वर्गफलाची प्राप्ति होते; व त्याचे मनोरथ पूर्ण होतात. ”

---

१ गुरुं यस्तु समाराध्य द्विजो वेदमवाप्नुयात् ।
तस्य स्वर्गफलावाप्तिः सिद्ध्यते चास्य मानसम् ॥

गृहस्थाश्रमवर्णन.

गार्हस्थ्य हा दुसरा आश्रम होय. त्यांतील सर्व आचारांचीं लक्षणें आह्मी स्पष्ट करून सांगतों. समावर्तन झालेले, सदाचारसंपन्न आणि सहधर्माचरणाचें फल मिळावें अशी इच्छा असलेले जे लोक, त्यांच्यासाठीं गृहस्थाश्रम सांगितला आहे. ह्या आश्रमामध्यें धर्म, अर्थ आणि काम ह्या तीन पुरुषार्थांची प्राप्ति होते. गृहस्थाश्रमी पुरुषानें ह्या त्रिवर्गाच्या सिद्धिसाठीं निंद्य कर्म न करितां द्रव्य संपादन करावें. म्हणजे विद्येमध्यें जो सर्वांपेक्षां उत्कर्ष संपादन केलेला असेल त्याजवर, ब्रह्मर्षींनीं आचरण केलेल्या याजन, अध्यापन, प्रतिग्रह ह्या वृत्तींच्या योगानें, किंवा पर्वतादिकांवर असणाऱ्या रत्नादिकांच्या खाणींपासून द्रव्यासंपादन करून अथवा हव्य, कव्य, नियम यांचें वारंवार आचरण करून व देवताप्रसाद यांच्या योगानें द्रव्य मिळवून गृहस्थानें गृहस्थाश्रम चालविला पाहिजे. कारण, तो सर्व आश्रमांचें मूळ आहे. गुरुगृहामध्यें वास्तव्य करणारे ब्रह्मचारी, सर्वसंगपरित्याग केलेले संन्यासी आणि व्रत, नियम, धर्म यांचें संकल्पपूर्वक आचरण करणारे जे इतरही लोक त्यांना ह्या आश्रमापासूनच भिक्षा वगैरे मिळत असते. वानप्रस्थांनाही ह्याच आश्रमाकडून द्रव्य मिळतें. हे सत्पुरुष प्रायः पथ्यकारक असें उत्कृष्ट अन्न भक्षण करीत असतात, अध्ययनामध्यें मग्न होऊन राहिलेले असतात, आणि तीर्थयात्रा व देशदर्शन ह्यांसाठीं पृथ्वीवर फिरत असतात. ते येतांच त्यांना उत्थापन द्यावें, त्यांच्या समीप जाऊन नमस्कार करावा, त्यांच्याशीं मात्सर्यशून्य असें भाषण करावें, आणि त्यांना सुख होईल अशा प्रकारचें आसन, शय्या व भोजन हीं त्यांस द्यावीं. ते घरीं आल्यानंतर त्यांस परत लावूं नये. ह्याविषयीं असा एक श्लोक आहे: "अतिथि निराश होऊन ज्याच्या गृहांतून परत जातो, त्याला तो आपलें पातक देतो व त्याचें पुण्य आपण घेऊन जातो." शिवाय, ह्या गृहस्थाश्रमामध्यें यज्ञकर्माच्या योगानें देवता संतुष्ट होतात; श्राद्धादि क्रियांनीं पितर तृप्ति पावतात; विद्याभ्यास आणि वेदांत वाक्यांचें श्रवण व बोध ह्यांच्या योगानें ऋषि संतोष पावतात; आणि प्रजोत्पादनाच्या योगानें ब्रह्मदेवाचा संतोष होतो. ह्या गृहस्थाश्रमाविषयीं आणखी दोन श्लोक आहेत, ते असे: "कोणत्याही प्राण्याशीं श्रवणाला सुख देतील अशाच प्रकारचीं भाषणें प्रेमानें करावीं. पीडा देणें, प्रतिबंध करणें, कठोरपणा, तिरस्कार अभिमान व दंभ हीं सर्व निंद्य होत. हिंसेचा व क्रोधाचा त्याग आणि सत्याचें अवलंबन हें प्रत्येक आश्रमांतील तप होय." तसेंच ह्या आश्रमामध्यें पुष्पमाला, अलंकार, वस्त्रें, अभ्यंग इत्यादिकांचा सदैव उपभोग घेतां येतो; श्रवणसुखदायक अशीं गायनें व वाद्यें ऐकावयास सांपडतात; नेत्रांना सुख देणारीं नृत्यें पाहावयास सांपडतात; भक्ष्य, भोज्य, लेह्य, पेय आणि चोष्य अशा पांच प्रकारच्या व प्रत्येकीं अनेक प्रकार असलेल्या भक्ष्य द्रव्यांचा आस्वाद मिळतो; आपणांला अभीष्ट असेल त्या प्रकारचा विहार केल्यामुळें संतोषही मिळतो व कामसुखाचीही प्राप्ति होते. हा गृहस्थाश्रम आचरीत असतां धर्म, अर्थ व काम ह्या तीन पुरुषार्थांची निष्पत्ति होते; व त्याला इहलोकीं सुख मिळून पुढें सद्गति प्राप्त होते. जो गृहस्थाश्रमी पुरुष मार्गावर पडलेले धान्याचे कण संपादन करून त्यांजवर उपजीविका करितो, व स्वधर्माचरणामध्यें आसक्त होऊन काम-

---

१ अतिथिर्यस्य भग्नाशो गृहात्प्रतिनिवर्तते ।
स दत्वा दुष्कृतं तस्य पुण्यमादाय गच्छति ॥

सुखाविषयींच्या व्यापारांचा त्याग करितो, त्याला स्वर्गप्राप्ति होणें मुळींच कठीण नाहीं.

अध्याय एकशें ब्याण्णवावा.

—:०:—

वानप्रस्थाश्रमवर्णन.

भृगु ह्मणतातः—वानप्रस्थाश्रमांतील लोकही मृग, महिष, वराह, व्याघ्र इत्यादि श्वापदांनीं युक्त असणाऱ्या निर्जन अशा अरण्यांत तपश्चर्या करीत राहतात; आणि धर्माच्या अनुरोधामुळें पवित्र अशीं तीर्थें व नदीप्रवाह ह्यांजवर संचार करीत असतात. त्यांनीं ग्राम्य वस्त्रांचा, आहाराचा व उपभोग्य वस्तूंचा त्याग केलेला असतो; ते अरण्यांतील फळें, मूळें, औषधि व पत्रें ह्यांचा परिमित, नियमित व थक्क करून सोडणारा असा आहार करितात; भूमि हेंच त्यांचें आसन; वालुका, वाळूच्या कणांनीं युक्त असलेली मृत्तिका अथवा जींत पुष्कळ खडे आहेत अशी वाळू हीच त्यांची शय्या होय; ते वस्त्राऐवजीं काश, दर्भ, कृष्णाजिनें अथवा वल्कलें ह्यांनींच आपलें शरीर आच्छादित करितात; मस्तक आणि शरीराचा कोणताही इतर भाग ह्यांजवरील केश व श्मश्रु ते काढीत नाहींत;ते नियमित वेळीं स्नान करितात; बलिप्रदान आणि होम ह्यांच्या अनुष्ठानाच्या कालांत ते केव्हांही अंतर पडूं देत नाहींत; समिधा, दर्भ आणि पुष्पें आणणें व निवडून स्वच्छ करणें ह्यांतच ते विश्रांति घेतात; त्यांच्या शरीराची त्वचा शीत, उष्ण, वृष्टि आणि वायु ह्यांच्या अत्यंत संपर्कानें भग्न होऊन गेलेली असते; अनेक प्रकारच्या नियमांचें व व्रतांचें अनुष्ठान केल्यामुळें त्यांच्या शरीरांतील रक्त आटून गेलेलें असतें व मांसही शुष्क होऊन गेलेलें असतें, ह्यामुळें ते केवळ अस्थिमात्रशेष होऊन राहिलेले असतात;आणि इंद्रियनिग्रहनिष्ठ असून केवळ सत्त्वगुणाच्याच जोरावर शरीर धारण करितात. ह्या आचरणांचा विधि ब्रह्मर्षींनीं सांगितला आहे. जो मनुष्य ह्या विधीचें आचरण करितो तो अग्नीप्रमाणें आपले सर्व दोष दग्ध करून टाकितो व दुष्प्राप्य असेही लोक जिंकितो.

संन्यासाश्रमवर्णन.

आतां चतुर्थाश्रमी लोकांचा आचार सांगावयाचा तो असाः—अग्नि, धन, स्त्री आणि इतरही परिवार ह्यांचा त्याग करून व विषयासक्तीविषयींचें प्रेम झुगारून देऊन हे संन्यास घेत असतात. संन्याशांना मातीचें ढेंकूळ, पाषाण आणि सोनें यांची योग्यता सारखीच असते. धर्म, अर्थ आणि काम ह्या तीन पुरुषार्थांवर त्यांची बुद्धि जडत नाहीं. ते शत्रु, मित्र आणि उदासीन ह्या सर्वांस सारख्याच दृष्टीनें पाहातात. स्थावर, जरायुज, अंडज, स्वेदज आणि उद्भिज्ज ह्या प्राणिवर्गाचा ते क्रियेनें, वाणीनें अथवा मनानेंही द्वेष करीत नाहींत. ते कोठेंही कायमचें वास्तव्य न करितां पर्वत, वाळवंटें, वृक्षमूलप्रदेश आणि देवमंदिरें ह्यांमध्यें संचार करीत असून वास्तव्य करण्यासाठीं शहरांत अथवा खेड्यांत जातात. शहरांत गेल्यास पराकाष्ठा पांच दिवस व खेड्यांत एकच दिवस राहतात; व प्राणयात्रेसाठीं (अन्नासाठीं) पवित्र कर्में करणाऱ्या अशाच ब्राह्मणांच्या घरीं जातात. तेथेंही न मागतां ते पात्रांत पडेल तेवढीच भिक्षा ग्रहण करून तिजवर निर्वाह करितात. तसेंच ते काम, क्रोध, गर्व, लोभ, मोह, दैन्य, दांभिकपणा, परनिंदा, अहंकार आणि हिंसा ह्यांपासून निवृत्त झालेले असतात. ह्याविषयीं श्लोकही आहेत. ते असेः "जो मुनि सर्व भूतांना अभय देऊन संचार करितो, त्याच्यापासून कोणत्याही भूताला (प्राण्याला) क्वचित् देखील भय उत्पन्न होत नाहीं. जो ब्राह्मण, आपल्या शरीराचे ठिकाणींच अग्निहोत्राची प्रतिष्ठापना करून

मुखरूपी कुंडामध्यें शरीरस्थ अग्नींत भिक्षावृत्तीनें मिळविलेल्या अन्नरूपी हवनाचा होम करितो, त्याला अग्निचयन करणाऱ्या लोकांस मिळणाऱ्या लोकांची प्राप्ति होते. जो मनुष्य अंतःकरणांत उत्कृष्ट प्रकारची इच्छा करून व विषयासक्तिरूपी बंधनापासून बुद्धीला निवृत्त करून यथाविधि मोक्षधर्माचें आचरण करितो, त्याला अत्यंत शांत आणि इंधनशून्य अशा अग्नीप्रमाणें देदीप्यमान् असणाऱ्या ब्रह्मलोकीं वास करावयास मिळतो; अर्थात् परमात्मस्वरूपीं लीन व्हावयास सांपडतें. "

भरद्वाज म्हणतातः—हा जो ह्या लोकाहून भिन्न असा परमात्मरूपी परलोक तो केवळ ऐकण्यांत मात्र येतो; त्याचा साक्षात्कार होऊं शकत नाहीं. तो लोक जाणण्याची माझी इच्छा आहे. यास्तव आपण कृपा करून त्यासंबंधाची माहिती सांगा.

भृगु म्हणतातः—आत्मसाक्षात्काराचें स्थान असल्यामुळें अत्यंत उत्कृष्ट, रमणीयतादि सर्व गुणांनीं संपन्न आणि अतिशय पुण्याच्या योगानें प्राप्त होणारें जें नासिकेच्या मूळाशीं असलेलें भ्रूमध्यरूपी स्थान, तेथेंच पापसंपर्कशून्य, सत्यसंकल्प आणि स्पृहणीय असा परमात्मरूपी परलोक वास्तव्य करीत असतो. पापकर्माचा संपर्क नसलेले, शुचिर्भूत, अत्यंत निर्मल आणि लोभमोहांचा त्याग केलेले लोक तेथें गेले म्हणजे त्यांस कोणत्याही प्रकारची पीडा होत नाहीं. तो देश स्वर्गतुल्य अर्थात् केवलसुखरूपी असून त्याचे ठायीं उत्कृष्ट असे गुण आहेत. ह्या भ्रूमध्यप्रदेशांतच समाधिकालीं अविनाशी असा आत्मा दृष्टिगोचर होतो व त्या वेळीं त्याचें ऐश्वर्यही प्रकट होतें. ह्या परमात्मरूपी लोकामध्यें प्रविष्ट झालेल्या मनुष्याला व्याधि स्पर्शही करूं शकत नाहींत. त्याच्या दृष्टीनें आत्मव्यतिरिक्त वस्तुच नसल्यामुळें स्त्रिया वगैरे बाह्य पदार्थांविषयींचा लोभ त्यास उत्पन्न होत नाहीं. कामी पुरुष ज्याप्रमाणें स्त्रियांचे ठिकाणीं रममाण होऊन राहतात, त्याप्रमाणें तो परमात्म्याचेच ठायीं रत होतो. त्या ठिकाणीं मुळीं भेदच नसल्यामुळें परस्परांपासून घडणारा बंध होत नाहीं. त्याला इच्छामात्रेंकरून हव्या त्या वस्तूची प्राप्ति होते, तथापि त्याजविषयीं आश्चर्य वाटत नाहीं. तेथें असत्यरूपी अधर्माचा संपर्कही नसतो व परमात्म्याविषयीं कोणत्याही प्रकारचा संशय रहात नाहीं. योगाचें आत्मसाक्षात्काररूपी फल त्या ठिकाणीं प्रत्यक्ष मिळतें. ह्या भ्रूमध्यप्रदेशीं धारणा करणारेही कित्येक योगी उत्कृष्ट अन्नपान, आसनें, मंदिर आणि साधारण गृहें यांचा अवलंब करितात; व सुवर्णादिकांच्या अलंकारांनीं शरीर विभूषित करून सर्व प्रकारच्या वासनांच्या तावडींत सांपडतात; आणि त्यामुळेंच त्यांना संसारचक्रांत गिरक्या खाव्या लागतात. कांहीं योगी आपल्या सर्व वासनांचा परमात्म्याचेच ठिकाणीं लय करणें योग्य समजतात. पण हें कार्य करण्यांत कित्येकांना अत्यंत क्लेश वाटतात. व्यासनारदादि कित्येक योगी केवल योगधर्मनिष्ठ असतात. दुसरे कित्येक बाह्य वस्तूंच्या ठिकाणीं आसक्त झाल्यामुळें परमात्मप्राप्तिविमुख व म्हणूनच आत्मवंचन करणारे असतात. ह्यामुळेंच त्यांच्या पुण्यरूपी द्रव्याचा क्षय होतो व त्या योगानें ते दुःखी बनतात. धर्मनिष्ठ योगी मात्र सदैव सुखीच असतात. कारण त्यांच्या पुण्याचा क्षय झालेला नसतो.

१ हा सर्व विचार वेदांत आणि तंत्र ह्या दोन शास्त्रांच्या अनुरोधानें केलेला आहे. परमात्मप्राप्तीसाठीं भ्रूमध्याचे ठिकाणीच धारणा करावी लागते, ह्यामुळें भ्रूमध्य हेंच परमात्म्याचें स्थान असें म्हटलें असावें असें दिसतें.

आत्मवंचन करणाऱ्या लोकांना इहलोकीं श्रम, भीति, मोह, तीव्रक्षुधा आणि द्रव्यलोभ ह्यांचा संबंध जडतो आणि त्या योगानेंच हे अज्ञ लोक मोहाच्या फेऱ्यांत सांपडतात. ह्या लोकामध्यें धर्माधर्म आचरण करणाऱ्या लोकांच्या अनेक प्रकारच्या वृत्ति आहेत. धर्म आणि अधर्म ह्या उभयतांच्याही स्वरूपाचें ज्याला ज्ञान होतें, त्या सुज्ञ पुरुषाला पातकाचा स्पर्शही घडत नाहीं. दांभिकपणा, वंचकता, चौर्य, परनिंदा, असूया, परपीडा, हिंसा, दुष्टपणा आणि असत्य ह्यांचें अवलंबन करणाऱ्या योग्याचें तप क्षीण होऊन जातें; आणि जो ज्ञानसंपन्न पुरुष ह्यांचें अवलंबन करीत नाहीं त्याच्या तपाची अभिवृद्धि होते. धर्म आणि अधर्म एतद्रूपी जीं कर्मे त्यांसंबंधाचे अनेक प्रकारचे विचार इहलोकींच करावयाचे असतात. कारण इहलोक हीच कर्मभूमि आहे. येथें शुभाशुभ कर्म केलें म्हणजे तदनुरूप फल मिळतें. अर्थात् शुभ कर्म केलें म्हणजे शुभ फल प्राप्त होतें व अशुभ कर्म केलें असतां अशुभ फल मिळतें. ह्या लोकामध्येंच पूर्वी, तप इष्ट असलेल्या शुचिर्भूत अशा ब्रह्मादि देवता व ऋष्यादि गण ह्यांनीं याग केल्यामुळें त्यांस ब्रह्मलोकप्राप्ति झाली. इहलोकीं वास्तव्य करून आत्मज्ञानसंपादनरूपी पुण्य करणारे जे लोक तेच सर्वांहून अत्यंत पवित्र, शुभकारक आणि उत्कृष्ट अशा भ्रूमध्यरूपी प्रदेशांत परब्रह्माच्या रूपानें प्रकट होतात. अर्थात् परमात्मस्वरूपी बनतात. पण तसें घडण्यास त्यांना योगनिष्ठ बनावें लागतें. ह्याविरुद्ध वागणारे लोक कांहीं अल्पायुषी बनतात व कांहीं तिर्यग्योनीमध्यें उत्पन्न होऊन ह्या भूतलावर नाश पावतात. ते मोह आणि लोभ ह्यांनीं व्याप्त झाले असल्यामुळें परस्परांस गिळंकृत करण्याच्या कामीं गढून गेलेले असतात व त्यामुळें त्यांना ह्या संसारांतच घिरट्या घालीत रहावें लागतें. त्यांना परमात्मप्राप्ति न झाल्यामुळें ते भ्रूमध्यप्रदेशरूपी उत्तरदिशेप्रत पोहोंचत नाहींत. ज्यांनीं आपली काया, वाचा आणि मन हीं परब्रह्माचेच ठिकाणीं जडविलीं आहेत, व जे शमदमादि नियमांचें आचरण करून गुरूची उपासना करितात, त्याच विवेकशक्तिसंपन्न पुरुषांना निर्गुण ब्रह्मप्राप्तीचें द्वार जें सगुण ब्रह्म त्याचें ज्ञान होतें. ह्याप्रमाणें हा वेदप्रकाशित धर्म मीं तुला संक्षेपानें कथन केला आहे. हे धर्म आणि अधर्म ज्याला समजतात तोच खरा बुद्धिमान् होय.

भीष्म म्हणतातः—राजा, ह्याप्रमाणें भृगूनीं सांगितल्यानंतर, त्या प्रतापशाली परमधर्मनिष्ठ भरद्वाजानें भृगु मुनींचें पूजन केलें. अस्तु; हे महाज्ञानसंपन्न राजा, ह्याप्रमाणें मीं तुला जगताच्या उत्पत्तिस्थानासंबंधाची सर्वही माहिती सांगितली. आतां आणखी काय ऐकण्याची तुझी इच्छा आहे?

अध्याय एकशें त्र्याण्णवावा.

—:०:—

सदाचारवर्णन.

युधिष्ठिर म्हणतोः—हे धर्मज्ञ आणि निष्पाप पितामह, आपल्या मुखांतून आचारविधि श्रवण करावा अशी माझी इच्छा आहे. आपण सर्वज्ञ आहां अशी माझी समजूत आहे.

भीष्म म्हणतातः—दुराचारी, दुष्कर्मे करणारे, दुर्बुद्धि आणि साहसप्रिय असे जे लोक त्यांना दुर्जन असें म्हणतात. सदाचारसंपन्नता हें सज्जनाचें लक्षण आहे. राजमार्गामध्यें अथवा सभोंवार गाई असतां मध्यभागीं जे लोक मूत्रपुरीषोत्सर्ग करीत नाहींत, ते शुभ होत. मूत्रपुरीषोत्सर्ग केल्यानंतर, आवश्यक तेवढा पादप्रक्षालनादि शुचिर्भूतपणा संपादन

करणारा विधि करावा; नंतर आचमन करून नदीमध्यें स्नान करावें; आणि मग देवतांचें तर्पण करावें. हा मनुष्यांचा धर्म होय असें सांगितलेलें आहे. सूर्योदयकालीं झोंप घेऊं नये; सदैव सूर्योपासना करावी; सायंसंध्या आणि प्रातःसंध्या ह्या कालीं गायत्रीजप करावा; आणि आपआपल्या गृह्यसूत्रांत सांगितलेल्या मंत्रांनीं दोनही संध्यांचें उपस्थान करावें. भोजनकालीं हात, पाय व तोंड हीं ओलीं असावीं; आणि पूर्वेकडे तोंड करून मौन धारण करून भोजन करावें. अन्नाची निंदा करूं नये. मिष्ट असो अथवा तसें नसो, तें तसेंच भक्षण करावें. भोजनाच्या शेवटीं उत्तरापोशन घेऊन उठावें. रात्रीं शयन करण्याच्या वेळीं पाय ओले ठेवूं नयेत. हें आचाराचें लक्षण होय असें देवर्षि नारदांनीं सांगितलें आहे. शुचिर्भूत असा प्रदेश, वृषभ, देवतुल्य असें धेनूंचें वसतिस्थान, चतुष्पथ (चव्हाटा), धार्मिक ब्राह्मण आणि देवमंदिर ह्यांस नेहमीं प्रदक्षिणा घालून जावें. आपण ज्या प्रकारचें भोजन करावयाचें त्याच प्रकारचें भोजन अतिथि, सर्व सेवक आणि आप्त-इष्ट ह्यांना घालणें प्रशस्त होय. मनुष्यांनीं सकाळीं आणि संध्याकाळीं असें दोनच वेळ भोजन करावें असें वेदांत सांगितलेलें आहे; मध्यंतरीं भोजन करूं नये. अशा रीतीनें वागलें असतां उपवास केल्याचें श्रेय मिळतें. तसेंच होमकालीं होम करणारा व ऋतुकालीं स्त्रीगमन करणारा व परस्त्रीसंपर्कवर्जित असा जो पुरुष असेल, त्याला ब्रह्मचर्याचें फल मिळतें. ब्राह्मणांनीं भोजन करून अवशिष्ट राहणारें जें अन्न तें विधात्यानें निर्माण केलेलें केवळ अमृत अथवा मातेचें हृदयच होय. जे सत्पुरुष ह्या अमृताचें सेवन करितात त्यांना परमात्मप्राप्ति होते. निष्कारण ढेंकळें फोडीत राहणारा, नखांनीं गवत कुरतुडणारा व नखें खाणारा, सदैव उच्छिष्ट असणारा आणि चंचलवृत्तीचा जो मनुष्य त्याला दीर्घायुष्याची प्राप्ति होत नाहीं. मांसभक्षणापासून निवृत्त झालेल्या मनुष्यानें अध्वर्यूनें संस्कार केलेलें असेंही मांस भक्षण करूं नये. कारणावांचून मांस भक्षण करूं नये. व श्रद्धावशिष्ट असेंही मांस भक्षण करूं नये. आपल्या देशांत असो वा परदेशांत असो, अतिथीस केव्हांही उपवासी ठेवूं नये. भिक्षा वगैरेंच्या योगानें मिळालेलें अन्न गुरूस अर्पण करावें. वडिलांना आसन द्यावें. त्यांना प्रणाम करावा. वडील मनुष्यांचा बहुमान केला असतां आयुष्य, कीर्ति आणि संपत्ति यांची प्राप्ति होते. उदय पावत असलेल्या सूर्याचें व नग्न अशा परस्त्रीचें अवलोकन करूं नये. धर्माशीं अविरुद्ध असेंच मैथुन करावें व तेंही एकांतांत करावें. गुरुजनांचें हृदय हें प्रत्यक्ष तीर्थच होय. अग्नीचा अन्तर्भाग सदैव पवित्र असतो. शिष्टजनांनीं केलेलें प्रत्येक कर्म प्रशंसनीयच असून बालकांचा स्पर्श हा नेहमीं पवित्रच असतो. परिचित मनुष्याची गांठ पडली असतां प्रत्येक वेळीं कुशलप्रश्न करीत असावें. ब्राह्मणांना सकाळ-संध्याकाळ वंदन करावें. देवमन्दिरांत, श्रौतस्मार्त कर्मांच्या अनुष्ठानसमयीं, अध्ययनकालीं आणि भोजनाच्या वेळीं सव्य केलेलें असावें. सकाळ-सायंकाळ यथाविधि ब्राह्मणांचें पूजन करणें हें व्यापार आणि शेती ह्यांच्याप्रमाणें प्रत्यक्ष फलदायक असून त्याच्या योगानें धान्याची समृद्धि आणि उपभोग्य

१ यज्ञांत मांसभक्षण विहित आहे. अशा प्रकारचा विधि ज्याविषयीं नसेल तें मांस भक्षण करूं नये.

२ उपभोगावांचून अन्य कालीं स्वस्त्रीचेंही नग्न स्थितींत अवलोकन निषिद्ध आहे असें 'न नग्नां स्त्रियमीक्षेतान्यत्र मैथुनात्' ह्या सूत्रावरून सिद्ध आहे.

वस्तूंची प्राप्ति होते. ब्राह्मणांच्या पूजनाचा प्रकार असाः—भोजन दिल्यानंतर ब्राह्मणांस ' संपन्नं ?' (झालें ना ?) असा प्रश्न करावा; (व ब्राह्मणांनीं 'सुसंपन्नं—ठीक झालें' असें उत्तर द्यावें.)जल दिलें असतां ' तर्पणं? (तृप्तिजनक आहे काय ?) ' असा प्रश्न करावा. तसेंच खीर, आटवल आणि खिचडी ह्यांपैकीं कांहीं वाढलें असतां ' सुश्रृतम् ? (चांगलें शिजलें आहे काय ?) ' असा प्रश्न करावा. श्मश्रुकर्म केल्यानंतर, शिंकल्यानंतर, स्नान केल्यानंतर आणि भोजन झाल्यानंतर नमस्कारादिकांच्या योगानें ब्राह्मणांस संतुष्ट करणें हें व्याधिग्रस्त अशाही मनुष्याच्या आयुष्याची अभिवृद्धि करणारें आहे. सूर्याभिमुख होऊन केव्हांही मूत्रोत्सर्ग करूं नये. आपला मल आपण अवलोकन करूं नये. स्त्रीशीं एक शय्येवर शयन आणि स्त्रीच्या संगतींत बसून भोजन करणें हीं वर्ज्य करावीं. वडील मनुष्यांस केव्हांही एकेरी बोलूं नये व त्यांचें नांव घेऊं नये. लहानांचें नांव घेणें अथवा त्यांस एकेरी बोलणें ह्यांत मात्र दोष नाहीं. दुराचारी पुरुष जें पाप करितात तें त्यांचें हृदय त्यांना सांगत असतें. बुद्धिपुरःसर पातक करून जर तें पूज्य पुरुषांपुढें गुप्त ठेविलें तर विनाशास कारणीभूत होतें. ज्याला शास्त्राची विशेषशी माहिती नाहीं असा पुरुष बुद्धिपुरःसर केलेलेंही पातक गुप्तच ठेवितो; पण जरी तें मनुष्याच्या दृष्टोत्पत्तीस आलें नाहीं, तरी देवांना तें पातक दिसत असतें. पापी मनुष्यानें पाप गुप्त ठेवलें तर त्यापासून पातकाकडेच प्रवृत्ति होऊं लागते; व धार्मिक मनुष्यानें धर्म आचरण केला म्हणजे त्याची धर्माकडेच प्रवृत्ति होते. मनुष्य मोहग्रस्त झाल्यामुळें त्याला आपण केलेल्या पातकाचें स्मरणच रहात नाहीं; तथापि, तो शास्त्रविरुद्ध वर्तन करीत असल्यामुळें पाप आपोआपच त्याजकडे येतें. ज्याप्रमाणें राहु हा (ग्रासावयासाठीं) चंद्रासन्निध येतो, त्याप्रमाणेंच पापकर्मही अनभिज्ञ पुरुषासन्निध येऊन ठेपतें. आशेखोरपणानें द्रव्याचा संचय केल्यास त्याचा उपभोग घेणें कठीण जातें. असा संचय करणें सुज्ञजनांस प्रशस्त वाटत नाहीं. कारण अशा रीतीनें संचय करून उपभोग घेईपर्यंत कांहीं मृत्यु वाट पहात रहात नसतो. कोणत्याही प्राण्यानें धर्म हा अंतःकरणपूर्वकच केला पाहिजे असें विद्वान् लोकांनीं सांगितलेलें आहे. ह्यास्तव प्रत्येक प्राण्याचें कल्याण करणें तें मनःपूर्वकच करावें. धर्माचरण एकट्यानेंच करावें, त्याला साहाय्याची अपेक्षा नाहीं. साहाय्याची अपेक्षा नाहीं असा विधि असला तर तेथें साहाय्यकर्ता तरी काय करणार ? धर्म हाच मनुष्याच्या उत्पत्तीस आणि प्रलयास कारणीभूत आहे. स्वर्गामध्यें देवतांना प्राप्त होणाऱ्या अमृतासही धर्म हाच कारणीभूत आहे. धर्माचरण करणाऱ्या लोकांस परलोकीं निरंतर सुखप्राप्ति होते.

अध्याय एकशें चौऱ्याणवावा.

—:०:—

सत्त्वादिगुणलक्षणवर्णन.

युधिष्ठिर म्हणालाः—पितामह, मनुष्यांनीं आचरण करावयाच्या ज्या योगधर्मासंबंधानें

१येथें मूळांत ' अध्यात्मं ' असा शब्द असून त्याचा अर्थ आत्म्यासंबंधी शास्त्रादिक असा आहे. आत्मा ह्या शब्दाचे अर्थ शरीर, मन व जीव इ. आहेत. तथापि टीकाकारांनीं त्याचा अर्थ मन असा घेतला आहे व मनासंबंधींचें शास्त्र म्हणजे योगधर्मच होय अशा आशयानें अध्यात्म शब्दाचा अर्थ योगधर्म असा केलेला आहे व तोच आम्हींही घेतलेला आहे.

शास्त्रांत विचार केलेला आहे, त्या योगधर्माचें स्वरूप आणि विधि हीं मला कथन करा. तसेंच, हे ब्रह्मनिष्ठ, हें चराचर विश्व कोठून निर्माण झालें, व त्याचा प्रलय कशा प्रकारें होतो, हेंही मला सांगा.

भीष्म म्हणालेः—हे पृथापुत्रा युधिष्ठिरा, ज्या अध्यात्मा-(योगधर्मा-) संबंधानें तूं मला प्रश्न करीत आहेस, त्याचें मी तुला विवरण करून सांगतों. हा योगधर्म अत्यंत श्रेयस्कर व सुखजनक आहे. हा योगधर्म आचार्यांनीं प्रदर्शित केलेला असून ह्यांत सृष्टि आणि प्रलय ह्यांसंबंधींचाही विचार आहे. ह्या योगधर्माचें ज्ञान झालें असतां मनुष्याला ऐहिक सुखाची व परब्रह्मस्वरूपाचीही प्राप्ति होते व त्याचे सर्व मनोरथ पूर्ण होतात. हा योगधर्म सर्व प्राण्यांस हितकारक आहे. अस्तु; पृथिवी, वायु, आकाश, जल आणि तेज हीं पंचमहाभूतें असून सर्व प्राण्यांची उत्पत्ति ह्यांच्याचपासून होते व त्यांचा लयही ह्यांच्याच ठिकाणीं होतो. तसेंच समुद्रांतून निघणाऱ्या लाटांप्रमाणें हीं महाभूतें प्राण्यांमधून निघून, जेथून तीं निर्माण झालीं त्याच ठिकाणीं जाऊन पुनः पुनः लीन होतात. ज्याप्रमाणें कासव आपले अवयव पसरतें व पसरलेले पुनः आखडून घेतें, त्याचप्रमाणें जीवात्मा आपण महाभूतें निर्माण करून आपणच त्यांचा संहारही करितो. ईश्वरानें प्रत्येक शरीरामध्यें पंचमहाभूतें ठेवलेलींच आहेत. परंतु जीवात्म्यास—त्याचा जीवत्वाभिमान नष्ट होई तोंपर्यंत—त्या शरीरगत पंचमहाभूतांच्या भेदाचें ज्ञान होत नाहीं. शब्द, श्रवणेन्द्रिय आणि पोकळी हें शरीरगत आकाश होय. स्पर्श, त्वगिन्द्रिय आणि चलनवलनादि व्यापार हा शरीरगत वायु होय. रूप, चक्षुरिन्द्रिय आणि अन्नपचनास कारणीभूत असलेला अग्नि हें शरीरगत तेज होय. रस, घर्म आणि रसनेन्द्रिय हें शरीरगत जल होय. आघ्राण करावयाचे पदार्थ, घ्राणेन्द्रिय आणि शरीर हे शरीरगत पृथ्वीचे भेद आहेत. ह्याप्रमाणें शरीरामध्येंही पांच महाभूतें असून मन हें सहावें आहे. हे भरतकुलोत्पन्ना, इंद्रियें आणि मन हीं ज्ञानाचीं द्वारें असून ह्या सहांखेरीज बुद्धि आणि क्षेत्रज्ञ (जीव) हे दोन पदार्थही ह्या शरीरामध्यें आहेत. चक्षुरादिक पांच इंद्रियें आपआपल्या विषयांचें ग्रहण करितात; मन हें त्या विषयासंबंधानें संशय प्रदर्शित करितें; बुद्धि त्यासंबंधानें निश्चय करिते; आणि क्षेत्रज्ञ हा ह्या सर्वांस साक्षिभूत असतो. हें साक्षिभूत चैतन्य पादतलापासून मस्तकापर्यंतचा शरीरान्तर्गत सर्व भाग अवलोकन करीत असून (परमात्मस्वरूपी असल्यामुळें) ह्या चैतन्यानेंच आकाशाच्या उदरांत असलेलें हें सर्व विश्व व्याप्त करून सोडिलेलें आहे. शरीरगत सर्व इंद्रियें आणि त्यांचे विषय हीं सर्व सत्त्वरजस्तमोरूपी अर्थात् त्रिगुणात्मक आहेत हें मनुष्यांनीं पूर्णपणें लक्षांत ठेवावें. त्रिगुणात्मक अशी प्रकृति हीच पंचमहाभूतें व सर्व प्राणी ह्यांच्या उत्पत्तीचें व प्रलयाचें स्थान आहे असें विचारपूर्वक आलोचन केलें, म्हणजे हळू हळू वैराग्य आणि विवेक ह्यांची वृद्धि होऊन मनुष्यास उत्कृष्ट अशा शान्तिसुखाची प्राप्ति होते. सत्त्वादि तीन गुण हेच बुद्धीला वारंवार विषयस्वरूपी बनवितात. अर्थात् विषयही बुद्धिच असून पंचमहाभूतें, इंद्रियें आणि मन ही बुद्धिच आहे. कारण, ज्या वेळीं बुद्धीचें सान्निध्य नसेल त्या वेळीं ह्यांचें अस्तित्व नसतें. बुद्धीचें अस्तित्वच नसेल तर हीं इंद्रियें आणि पंचमहाभूतें असणार कोठून? बुद्धि अस्तित्वांत आली म्हणजेच सर्व पदार्थ अस्तित्वांत येतात व ती नष्ट झाली म्हणजे नाश पावतात. म्हणूनच हें सर्व चराचर विश्व

बुद्धिमयच आहे असें वेदांत सांगितलेलें आहे. ही बुद्धि ज्या द्वारानें पदार्थ अवलोकन करिते त्यास चक्षु असें ह्मणतात; ज्याच्या योगानें शब्द श्रवण करिते तें श्रोत्र (श्रवणेंद्रिय) होय; ज्याच्या योगानें गंधाचें अवघ्राण करिते तें घ्राणेंद्रिय होय; ज्याच्या योगानें हिला रसज्ञान होतें तें रसनेंद्रिय होय; व त्वगिन्द्रियाच्या द्वारानें बुद्धि स्पर्शाचा अनुभव घेते. वस्तुतः श्रवणादि इंद्रियें, त्यांचे विषय आणि त्यांचा अनुभव घेणारी हीं सर्व एकच आहेत. कारण जिला जीव अशी दुसरी एक संज्ञा आहे अशा चैतन्याच्या आभासानें युक्त असणारी जी बुद्धि तीच एकदम त्या त्या रूपानें विकार पावत असते. ज्या रूपानें विकृत होऊन बुद्धि कोणत्याही विषयाची इच्छा करीत असते त्यास मन असें ह्मणतात. ज्यांना इंद्रियें असें ह्मणतात व ज्यांचे विषय निरनिराळे आहेत अशीं तीं पांच बुद्धीचीं विषयप्रकाशनाचीं द्वारें आहेत; व ह्या सर्वांवर अतीन्द्रिय अशा परमात्म्याची सत्ता आहे. कारण, तो जरी कर्ता नसला, तरी ज्याप्रमाणें लोहचुम्बक आपल्या केवळ सान्निध्यानेंच लोहामध्यें क्रिया उत्पन्न करितो, त्याप्रमाणेंच आपल्या केवळ सत्तामात्रानेंच तो इंद्रियें चालवितो. पुरुषाच्या ठिकाणीं वास्तव्य करणारी जी बुद्धि ती सत्त्व, रज आणि तम या त्रिगुणांनीं व्याप्त केलेली असते. ह्मणूनच एखादे वेळीं (सत्त्वगुणविशिष्ट असेल त्या वेळीं) तिला सुख होतें; एखादे वेळीं (रजोगुणयुक्त असेल तेव्हां) ती शोकग्रस्त होते; व एखादे वेळीं (तमोगुणानें व्याप्त असेल त्या समयीं) तिला सुख अथवा दुःख ह्यांपैकीं कांहींच नसतें. ज्याप्रमाणें सागरगामिनी नद्यांना प्रचंड पूर आला असतां समुद्र आणि नद्या एकरूपच भासतात, तथापि तरंगांनीं युक्त असणारा समुद्र नद्यांशीं संलग्न असतांही त्यांना अतिक्रमण करून राहिलेला असतो, त्याप्रमाणेंच मनाशीं संलग्न होऊन राहणारी व ह्या पूर्वोक्त तीन अवस्थांनीं युक्त असणारी ही बुद्धि त्रिगुणात्मक असूनही तीन गुणांना अतिक्रमण करून राहिलेली असते. [1]याप्रमाणें ही सुखदुःखादिकांना अथवा गुणत्रयाला अतिक्रमण करून राहिलेली असते. ह्याप्रमाणें ही बुद्धि जरी गुणत्रयास अतिक्रमण करून लीन झालेली असली, तरी ती अंतःकरणामध्यें सूक्ष्म रूपानें वास्तव्य करीत असते, ही गोष्ट आत्म्याच्या अनुभवकालाची आहे. तो अनुभव घेऊन समाधिप्रभृतींची निवृत्ति झाली व पुनश्च पूर्वावस्था प्राप्त झाली ह्मणजे रजोगुणाची प्रवृत्ति होते; व त्याच्या योगानें बुद्धीलाही पुनरपि पूर्वस्थिति प्राप्त होते. ह्याप्रमाणें रजोगुणाच्या योगानें बुद्धि (स्थूल रूपानें) आस्तित्वांत आली ह्मणजे प्राण्यांमध्यें वास्तव्य कर-

१ ह्याचें स्पष्टीकरण टीकाकारांनीं असें केलेलें आहेः—ज्याप्रमाणें समुद्रापासून उत्पन्न होणाऱ्या (कारण, सूर्याच्या किरणांनीं आकर्षित केलेलें समुद्रजल वृष्टिरूपानें पडतें व त्या योगानेंच नद्या वाहूं लागतात.) नद्या समुद्रांत येऊन मिळाल्या म्हणजे त्यांच्या लाटांना समुद्राच्या लाटा आच्छादित करितात, त्याचप्रमाणें बुद्धिजन्य जे देह, इंद्रियविषय इत्यादि पदार्थ ते बुद्धीशीं संबद्ध होऊन तिजमध्यें लीन होऊन गेले म्हणजे, बुद्धि ही ब्रह्मस्वरूपीच बनून गेली असल्यामुळें त्यांचे संस्कारही ती झांकून टाकते. ह्मणूनच बुद्धीला गुणातीत असें म्हटलेलें आहे. ज्याप्रमाणें प्रकाश घटालाही आहे व दीपालाही आहे, तथापि घटज्ञानाच्या वेळीं नेत्राला दुसऱ्या प्रकाशाची अपेक्षा असते. व दीपज्ञानाच्या वेळीं दुसऱ्या प्रकाशाची अपेक्षा नसते; अर्थात् ज्याप्रमाणें नेत्र आणि प्रकाश ह्या दोहोंच्या योगानें घटादि पदार्थ दृष्टिगोचर होतात, त्याप्रमाणेंच चिदाभास जो जीव त्याच्या सान्निध्यरूप साहाय्याच्या योगानेंच सर्व पदार्थ ज्ञानविषय होतात. त्याविषयीं असें म्हटलेलें आहे कीं,

णाऱ्या रागद्वेषादिरूपी दोषांच्या अनुरोधानें शुद्ध सत्त्व (यथार्थ ज्ञान) आणि तम (विपरीत ज्ञान) ह्यांची प्रवृत्ति होते. सुख हा सत्वगुण, शोक हा रजोगुण आणि मोह हा तमोगुण असून ह्या जगांतील सर्व पदार्थ ह्या त्रिगुणामध्येंच गुरफटून गेलेले असतात.

हे भरतकुलोत्पन्ना, ह्याप्रमाणें मीं बुद्धीची सर्व स्थिति तुला स्पष्ट करून सांगितली. आतां इंद्रियजयाचा विचार सांगतों. बुद्धिमान् मनुष्यानें इंद्रियांचाही जय केलाच पाहिजे. सत्व, रज आणि तम हे तीनही गुण सदैव प्राण्यांचा आश्रय करून असतात; ह्मणूनच, हे भरतकुलोत्पन्ना, प्रत्येक प्राण्याच्या ठिकाणीं सात्विक, राजस आणि तामस असा तीन प्रकारचा अनुभव दृष्टीस पडतो. सुखप्राप्ति हा सत्त्वाचा व दुःखप्राप्ति हा रजाचा गुण होय. तमोगुणाचा प्रादुर्भाव झाला ह्मणजे मात्र सुख अथवा

बुद्धि आणि बुद्धिस्थ चैतन्य (चिदाभास) हीं उभयतां घटादि पदार्थांस व्याप्त करितात. त्यांपैकीं बुद्धीच्या योगानें घटविषयक अज्ञानाचा नाश होतो व चैतन्याच्या योगानें घटस्फुरण होतें. (ज्ञान होतें,) पण, आत्मज्ञानाच्या वेळीं केवळ बुद्धिवृत्तीचीच अपेक्षा असते; चिदाभासाच्या साह्याची जरूर नसते. कारण (दीपाप्रमाणें) हा आत्मरूपी विषय (ज्ञेय पदार्थ) प्रकाशस्वरूपी असतो व प्रकाशज्ञानास इतर प्रकाशाची जरूर नसते. ज्याप्रमाणें निवळीचीं बीं आणि पाण्यांतील मळ हीं एकाच जातीचीं आहेत तरी, निवळीच्या बीची पूड पाण्यांत पडली म्हणजे पाण्यांतील मळ नष्ट करून आपणही नष्ट होते, त्याप्रमाणें बुद्धिवृत्तीच्या योगानें आत्मा ज्ञानविषय झाला म्हणजे बुद्धि आपल्या जातीच्या इतर वृत्तींचा नाश करून स्वतःही लीन होऊन जाते. त्या वेळीं तिचें अस्तित्व केवळ संस्कारस्वरूपानें असतें. व म्हणूनच ती सत्त्वादिजन्य जे सुखदुःखादि विषय त्यांना अतिक्रमण करून राहिलेली असते.

दुःख ह्यांपैकीं कांहींच रहात नाहीं. कारण, त्या वेळीं केवळ मोहच असतो. ज्या पदार्थाच्या योगानें शरीरास अथवा अंतःकरणास सुख होईल त्याला सत्वगुणात्मक असें ह्मणावें. तसेंच जें शरीरास व अंतःकरणास दुःख देणारें व आनंदाचा नाश करणारें असतें, तें रजोगुणात्मक होय असें समजावें. ह्या रजोगुणापासून दुःखाची उत्पत्ति होते ह्मणून गडबडून जाऊं नये; किंबहुना तिकडे लक्षच देऊं नये; तसेंच जेथें निर्दुष्ट तर्क आणि ज्ञान ह्यांचा प्रवेश नसतो. व ज्याच्या योगानें कोणत्याही विषयाचें स्पष्ट ज्ञान होत नाहीं आणि जो मोहाशीं संबद्ध झालेला असतो, तो तमोगुण होय. इष्ट वस्तूच्या श्रवणापासून होणारा हर्ष, त्याच्या दर्शनानें होणारें समाधान, आणि त्याच्या प्राप्तीनें होणारें सुख हें व अंतःकरणाची सुखैकतानता ह्या सात्विक गुणांची प्राप्ति मोठ्या भाग्यानें होते. असमाधान, ताप, शोक, लोभ, आणि असहिष्णुता हीं रजोगुणाचीं लक्षणें कांहीं कारणामुळें व निष्कारणही उद्भवतात; आणि अवमान, मोह, अनवधान, झोंप, झांपड इत्यादि प्रकारचीं जीं तमोगुणाचीं अनेक लक्षणें तीं दुर्भाग्यामुळेंच प्राप्त होतात. मन हें अप्राप्य अशाही विषयासंबंधानें आसक्ति ठेवणारें, अनेक विषयांचे ठिकाणीं एकदम जाऊन भिडणारें आणि इच्छा व संशय एतद्रूपी आहे. ह्याचें ज्यानें उत्कृष्ट प्रकारें नियमन केलें असेल तोच इहपरलोकीं सुख पावतो. ज्याप्रमाणें तापलेलें लोखंड आणि अग्नि हीं परस्परांहून भिन्न भासत नाहींत, त्याप्रमाणेंच बुद्धि आणि जीवात्मा ह्यांचा भेद लक्षांत येत नाहीं. तथापि, हे भरतकुलोत्पन्ना, बुद्धि ही अहंकारादि गुणांस उत्पन्न करीत असते व जीवात्मा निर्माण करीत नाहीं, हा त्या दोहोंमधील भेद आहे, हें लक्षांत ठेव. ज्याप्रमाणें उंबर आणि उंबरांतील कीटक हे

परस्परांशीं सदैव संबद्ध झालेले असतात, त्याप्रमाणें बुद्धि आणि जीवात्मा ह्या उभयतांचाही परस्परांशीं संबंध असतो. ह्याप्रमाणें जरी ते उभयतां परस्परांशीं संलग्न झालेले असले तरी निसर्गतःच ते परस्परांहून भिन्न आहेत. त्या उभयतांचा संयोग मत्स्य आणि जल ह्यांच्या संयोगाप्रमाणें आहे. देह, अहंकार इत्यादि गुणांना आत्म्याचें ज्ञान नसतें, तथापि आत्म्याला त्यांचें पूर्णपणें ज्ञान असतें. कारण, तो ह्या गुणांचा द्रष्टा आहे. ह्याप्रमाणें जरी ते भिन्न आहेत तरी आपल्याशीं त्यांचें तादात्म्य झालें आहे असेंच आत्मा मानीत असतो. सारांश, आत्मा आणि अहंकारादि गुण ह्यांचा परस्परांशीं अभेद संभवत नाहीं, तथापि तो असल्याचें मात्र दृष्टोत्पत्तीस येतें. म्हणूनच मी (आत्मा) गोरा आहें, लंगडा आहें, अंधळा आहें, इत्यादि प्रयोग होतात; परंतु हा अभेद निर्जल प्रदेश आणि त्या ठिकाणीं भासणारें जल ह्यांच्याप्रमाणें केवळ अध्यासमूलक[1] आहे. जसा दीप एखाद्या पात्रानें आच्छादित करून ठेविलेला असला तरी त्या पात्राच्या छिद्रांतून पडणाऱ्या त्याच्या किरणांनीं पदार्थ दिसतात, त्याप्रमाणें आत्मा हा गुणांनीं आवृत असला तरीही जड आणि अज्ञ अशीं जीं पाच ज्ञानेंद्रियें, मन आणि बुद्धि, त्यांच्या द्वारानें तो विषयांस प्राकशित (ज्ञानविषय) करीत असतो. बुद्धिरूपी सत्त्व हें गुणांना निर्माण करीत असतें व क्षेत्रज्ञ [जीवात्मा] त्यांना अवलोकन करीत असतो. बुद्धि आणि जीवात्मा ह्यांचा हा संबंध अनादि आहे. हीं उभयतां जरी परस्परांशीं संलग्न आहेत तरी त्यांत कोणीच कोणास आश्रयभूत नाहीं. कारण, आत्मा असंग आणि निर्गुण असून आपल्या महिम्यानेंच राहणारा आहे व बुद्धि ही अविद्यास्वरूपी असल्यामुळें मिथ्याभूतच आहे. अर्थात् कोणासच आश्रयाची जरूर नाहीं. बुद्धिसत्त्व हें मनाला प्रकाशित करीत असतें, पण तें अहंकारादि गुणांना केव्हांही प्रकाशित करीत नसतें. अर्थातच ते गुण व त्यांचीं कार्यें हीं सर्व मिथ्याभूतच आहेत. ज्याप्रमाणें छिद्रयुक्त पात्रांत ठेवलेल्या दीपाचीं किरणें तीं छिद्रें बुजवून बंद केलीं म्हणजे प्रज्वलित असलेला दीप त्या पात्रांत दिसूं लागतो, त्याप्रमाणें आत्म्याचीं केवळ किरणेंच अशीं जीं इंद्रियें त्यांचा अंतःकरणाच्या योगानें उत्कृष्ट प्रकारें निरोध केला म्हणजे मनुष्याच्या शरीरांत आत्म्याचा प्रकाश पडूं लागतो;—त्याला आत्मज्ञान होतें. ह्याप्रमाणें इंद्रियनिग्रह केल्यानंतर स्वाभाविक अशा सर्व कर्मांचा त्याग करून केवल आत्मचिन्तन करीत राहणारा व परमात्म्यावर निष्ठा असलेला जो पुरुष, तो सर्व प्राण्यांचा आत्माच बनून जातो--अर्थात् परब्रह्मस्वरूपी बनतो. सारांश, इंद्रियनिग्रह आणि संन्यास (कर्मत्याग) इत्यादिकांच्या योगानें मनुष्याला उत्कृष्ट प्रकारची गति मिळते. ज्याप्रमाणें जलामध्यें संचार करणाऱ्या पक्ष्याला जलाचा लेप लागत नाहीं, त्याप्रमाणेंच आत्मसाक्षात्कार झालेला मनुष्य संसारांत असला तरीही त्याला कर्मलेप लागत नाहीं. कारण, आत्मस्वरूपाचा स्वभावच असा आहे कीं, त्याला कर्मरूपी मलाचा लेप केव्हांही लागावयाचा नाहीं. हें स्वबुद्धीनें निश्चितपणें जाणून कोणाशीं मत्सर न करितां, कोणाविषयींही शोक न करितां आणि आनंदही न मानितां संसारामध्यें वास्तव्य करावें. ह्याप्रमाणें अध्यासजन्य जी परस्वरूपता तिचा त्याग करून आत्मस्वरूपी बनून गेलेला जो पुरुष, तो योगबलानें—आपल्या नाभींतून सूत्रतंतु निर्माण करणाऱ्या कोळ्याप्रमाणें—हीं सर्व भूतें

[1] जें जी वस्तु नव्हे त्याजवर त्या वस्तूचा आभास होणें त्यास अध्यास असें म्हणतात.

आणि भौतिक पदार्थ ह्यांना सदैव निर्माण करूं शकतो. अर्थात्च त्याजपासून निर्माण होणारे भूतादि गुण हे कोळ्यापासून उत्पन्न होणाऱ्या तंतूंप्रमाणें आहेत. सारांश, जीवन्मुक्ताच्या दृष्टीनें अविद्या नष्टच झालेली असते. कित्येकांच्या मतें आत्मसाक्षात्कार झाल्यानंतर जो गुणांचा (अविद्येचा) नाश होतो, त्याची निवृत्ति पुनश्च होत नाहीं, असें आहे, परंतु तें बरोबर नाहीं. कारण, आत्मज्ञान झाल्यानंतर होणारी गुणनिवृत्ति जरी प्रत्यक्षप्रमाणावरून सिद्ध होत नसली व म्हणूनच ती इंद्रियजन्य ज्ञानास अविषय असली, तरी अनुमानानें गुणांची निवृत्ति होत असल्याचें सिद्ध होतें. अर्थातच ब्रह्मज्ञाच्या दृष्टीनें जरी अविद्या व तिचीं कार्यें ह्यांचा नाश झाला असला, तरी इतरांच्या दृष्टीनें त्यांचें अस्तित्व असतेंच. असा कित्येकांचा सिद्धांत आहे; आणि कित्येकांच्या मतें नष्ट झालेल्या गुणांची पुनर्निवृत्तिच होते,—तेथें आत्मज्ञ आणि अनात्मज्ञ असा कांहीं भेद नाहीं, असें आहे. ह्या दोहोंचा आपल्या बुद्धीप्रमाणें शास्त्रदृष्टचा विचार करून व ध्यानाच्या योगानें प्रत्यक्ष पाहून काय तें ठरवावें. बुद्धीच्या सुखदुःखादि धर्मांचा आत्म्याचे ठिकाणीं व आत्म्याच्या सत्वचित्त्वादि गुणांचा बुद्धीचे ठिकाणीं अध्यास झाल्यामुळें जें परस्परांमध्यें ऐक्य दिसतें, तो मुख्यत्वेंकरून बुद्धिभेदाचाच परिणाम आहे. म्हणूनच पुरुष (जीव) आणि बुद्धि(अविद्या) हीं भिन्न आहेत असें जाणून ह्या भेदाचा त्याग करावा, म्हणजे सुखानें राहतां येतें; आणि सर्व प्रकारच्या संशयांचा उच्छेद झाल्यामुळें शोक करण्याचाही प्रसंग येत नाहीं. हे भरतकुलोत्पन्ना, ज्याप्रमाणें मलीन लोक भरलेल्या नदींत गेले म्हणजे स्वच्छ होतात, त्याप्रमाणें ज्ञानस्वरूपी परमात्म्यामध्यें प्रविष्ट झालेले ज्ञानी लोकही शुद्ध होतात. महानदीच्या परतीराचें ज्ञान असलें तरी पार जातां येत नसल्यास कांहीं उपयोग होत नाहीं—तर उलट तापच होतो; पण परमात्मज्ञानाची गोष्ट तशी नाहीं. आत्म्याचें केवळ ज्ञान झालें कीं, तापाचा नाश होतो; इतकेंच नाहीं, तर आत्मज्ञान झालेल्या मनुष्याचा उद्धार होतो. ह्याप्रमाणें हृदयाकाशामध्यें परमात्म्याचा साक्षात्कार झाला असेल त्यांना ज्ञानमय अशा परब्रह्माची प्राप्ति होते. तसेंच, हें (परमात्मरूपी) ज्ञान हेंच सर्व प्राण्यांच्या उत्पत्तीचें आणि लयाचें स्थान आहे. असें ज्ञान झालें व हलके हलके आपल्या बुद्धीनें ह्या संबंधाचा विचार केला, म्हणजे अमर्याद अशा सुखाची प्राप्ति होते. धर्म, अर्थ आणि काम हे तीनही पुरुषार्थ क्षयिष्णु आहेत असें ज्याला समजतें व जो अनुमान आणि श्रुति इत्यादिकांच्या योगानें त्यांच्या अनित्यत्वासंबंधानें विचार करून त्यांचा त्याग करितो (संन्यास स्वीकारतो) व ध्यानशील बनून श्रवणमननादिकांच्या योगानें अंतःकरणपूर्वक त्यांसंबंधाचा शोध चालवीत असतो, त्या आत्मज्ञ मनुष्याला इतराची कोणत्याही प्रकारची अपेक्षा करावी लागत नाहीं. कारण, आत्मज्ञ पुरुषाच्या सर्व आशा आपोआपच पूर्ण होतात. ज्यांनीं आत्मसंयमन केलेलें नाहीं त्यांना दुर्निवार व रूपादि अनेक विषयांचे ठिकाणीं आसक्त अशा इंद्रियांच्या योगानें परमात्म्याचें पृथकत्वानें (विश्व निराळें आणि आत्मा निराळा आहे असें) ज्ञान होणें अशक्य आहे. हें सर्व समजलें म्हणजे मनुष्य ज्ञानी होतो. ज्ञानी पुरुषाचें ह्याहून निराळें असें आणखी काय चिन्ह असणार ? हें ज्ञान झालें म्हणजे विचारी लोकांना कृतकृत्यता वाटते. अज्ञानी लोकांस जें अत्यंत भीतिकारक असतें त्या संसार-

दुःखाची बाधा ज्ञानी मनुष्यास नसते. कारण अज्ञान हेंच त्या दुःखाचें कारण असून ज्ञानी मनुष्याच्या अज्ञानाचा नाश झालेला असतो. अशा रीतीनें मिळणारा मोक्ष हा कोणाला कमी-अधिक प्रमाणानें मिळत नसून तो सर्वांस सारखाच मिळतो. अर्थात् मुक्त झालेल्या लोकांत वैषम्य नसतें. कारण, अज्ञानजन्य गुणाचें अस्तित्व असेल तरच वैषम्य असूं शकतें. जो मुळीं निर्गुणस्वरूपीच बनला त्याला वैषम्य कोठून असणार! फलेच्छा सोडून देऊन कर्म केल्यानें पूर्वकर्मजन्य दोषांचा नाश होतो हें खरें आहे; तथापि तेवढ्यासाठीं ज्ञानी मनुष्यानें कर्म केलेंच पाहिजे असें नाहीं. कारण, ज्ञान झालें म्हणजे प्राचीन अथवा ऐहिक कोणतेंही कर्म अप्रिय अशा संसाररूपी बंधास कारणीभूत होत नाहीं. तसें नसलें तरी मोक्षप्राप्तीसाठीं कर्म केलें पाहिजे असें तर मुळींच म्हणतां येत नाहीं. कारण, कर्म हें मनुष्याच्या मोक्षप्राप्तीला कारण कोठून होणार? अर्थातच होणार नाहीं व म्हणूनच ज्ञानी मनुष्यानें कर्म करण्याचें कारण नाहीं. ज्ञानी मनुष्य कामक्रोधादि व्यसनांनीं ग्रस्त करून सोडलेल्या पुरुषांचा तिरस्कार करीत असतो. कारण, कामक्रोधादिकांचे ठिकाणीं असणारी आसक्ति ही आसक्त मनुष्यास इहलोकीं पीडा देते, इतकेंच नाहीं, तर मरणोत्तरही ती त्याला इहलोकीं सर्व प्रकारच्या योनींत जन्म घ्यावयास लाविते.

युधिष्ठिरा, ह्या लोकांत संसारक्लेशांनीं पीडित झालेल्या लोकांकडे तूं त्यांच्या संबंधानें अभिमान धरून पहा, म्हणजे तुला ते वारंवार नष्ट होणाऱ्या स्त्रीपुत्रादिकांसंबंधानें शोक करीत असल्याचें दिसून येईल; व जे सारासारविवेकपटु आहेत ते मात्र शोक करीत नाहींत असें कळून येईल. ह्यास्तव, संसारामध्यें आसक्त न होतां उपासनेच्या द्वारानें क्रमाक्रमानें अथवा ज्ञानप्राप्तीच्या द्वारानें तत्काल मोक्ष मिळविणें हें श्रेयस्कर होय.

अध्याय एकशें पंचाणवावा.

ध्यानयोगकथन.

—:०:—

भीष्म म्हणाले:—हे पृथापुत्रा युधिष्ठिरा, आतां मी तुला चार प्रकारचा ध्यानयोग निवेदन करितों. ह्याचें ज्ञान झाल्यामुळेंच इहलोकीं महर्षींना योगसिद्धि झालेली आहे. ज्यांचें अंतःकरण मोक्षावर जडलें आहे व जे ज्ञानप्राप्तीच्या योगानें तृप्त झाले आहेत, असे योगी ध्यान उत्कृष्ट प्रकारें घडेल असें करितात; आणि त्यामुळेंच, पार्था, जन्मप्राप्तीस कारणीभूत असलेले त्यांचे सर्व दोष नष्ट होऊन ते आत्मरूपीं लीन होऊन जातात. अशा रीतीनें ते दोषमय अशा संसारबंधनापासून मुक्त झाल्यामुळें त्यांना पुनश्च जन्मप्राप्ति होत नाहीं. हे योगी शीतोष्णादि द्वंद्वें सहन करीत असतात; निरंतर सत्त्वगुणाचाच अवलंब करितात; त्यांना कामक्रोधादिकांचा संपर्क मुळींच नसतो; ते नियमांचें[1] आचरण करण्यांत गढून गेलेले अस-

---

१ ह्यासंबंधानें वेदांती लोकांत बराच मोठा वाद आहे. नित्यकर्में हीं ज्ञानी मनुष्यानेंही केलींच पाहिजेत असें एका पक्षाचें मत आहे. स्थूलकर्माचा त्याग केला तरी मानस कर्में ज्ञानीपुरुषांस विहित असल्यामुळें तीं केलींच पाहिजेत. 'कर्में न केलीं तरी दोष नाहीं' असें जें ज्ञानी लोकांसंबंधानें म्हटलें आहे, तें समाधिस्थितींत होणाऱ्या कर्मलोपासंबंधानें आहे असें विज्ञान भिक्षूचें मत आहे.

१ शौचसंतोषतपःस्वाध्यायेश्वरप्रणिधानानि नियमाः (यो. सू.) बाह्य आणि आंतर शारीर मलांचा नाश करणें, अधिक प्राप्तीची इच्छा न करणें, शीतोष्णादि द्वंद्वें सहन करणें, वेदांतशास्त्राचें अध्ययन अथवा प्रणवाचा जप करणें, आणि सर्व कर्में ईश्वरार्पण करणें हे नियम होत.

तात; ध्यानयोगास प्रतिबंध होईल अशा वस्तूंचा जेथें संपर्क नाहीं व जेथें विरुद्ध वाद करणारा प्रतिपक्ष नसून जीं अन्तःकरणास शांतिदायक असतील, अशाच ठिकाणीं ते वास्तव्य करीत असतात. अशा ठिकाणीं वास्तव्य केल्यानंतर अंतःकरण ध्येयस्वरूपी बनवून सोडावें. तें असें कीं, त्याच्या पुढें ध्येयवस्तूवांचून दुसऱ्या कोणत्याही वस्तूचा भासही होऊं नये. अशा योगी पुरुषानें काष्ठाप्रमाणें निश्चल राहून इंद्रियें बाह्य विषयांपासून परावृत्त करून तीं मनोमय बनवून सोडावीं व मनाचाही निग्रह करावा. अर्थात् श्रवणेन्द्रियानें शब्द ग्रहण करूं नये, त्वगिंद्रियानें स्पर्शज्ञान होऊं देऊं नये, दृष्टीनें रूप ग्रहण करूं नये, व रसनेंद्रियानें रसानुभव घेऊं नये. तसेंच योगज्ञ पुरुषानें ध्यानयोगाचा आश्रय करून सर्वही ध्येय वस्तूंचा त्याग करावा; इतकेंच नव्हे, तर धैर्यसंपन्न अशा योग्यानें ह्यांची इच्छाच करूं नये. कारण, ह्या वस्तु पांचही इंद्रियांना खवळून सोडणाऱ्या असतात. सारांश, योगकुशल अशा पुरुषानें पांचही इंद्रियांचा मनाचे ठिकाणीं लय करावा; आणि इंद्रियरूपी पांच द्वारांच्या योगानें विषयांचे ठिकाणीं संचरणारें, अत्यंत चंचल व म्हणूनच कोठेंही एकत्र कायम न राहणारें जें भ्रमणशील मन, त्याची व पांचही इंद्रियांची वृत्ति केवल ध्येय पदार्थांचेच ठिकाणीं एकसारखी जडवावी. धैर्यसंपन्न अशा योग्यानें प्रथम अंतःकरण बाह्य विषयांपासून वियुक्त करून हृदयवर्ती आकाशाकडे वळवावें व ध्यानमार्गाकडे जडवावें. इंद्रियांच्या बाह्य वृत्तींचा निरोध करून त्यांचा अंतःकरणांत लय करणें व अंतःकरणाच्याही वृत्तीचा निरोध करणें हाच मुख्य ध्यानमार्ग होय. ह्याचें वर्णन मीं तुजपाशीं केलेंच आहे. अशा रीतीनें अंतःकरणाचा निरोध केला तरी तें पुनः चंचल होण्याची भीति असतेच. कारण, ज्याप्रमाणें इकडे तिकडे भ्रमण पावून मेघांमध्यें लीन झाल्यानंतरही वीज पुनः चमकूं लागते त्याप्रमाणें आभ्यंतर असें आत्म्याचें सहावें इंद्रिय जें मन तें पूर्वीं निरुद्ध केलें असलें तरी चांचल्य पावूं लागतें. ज्याप्रमाणें स्वभावतः अस्थिर असणारा जलबिन्दु कमलपत्रावर टाकिला तर तो सर्व बाजूंनीं चांचल्य पावूं लागतो त्याप्रमाणें योगी पुरुषाच्या ध्यानमार्गीं जाडलेल्या अंतःकरणाची स्थिति होते. अंतःकरण एकाग्र केलें म्हणजे तें कांहीं वेळपर्यंत ध्यानमार्गामध्यें आसक्त होऊन राहतें, पण फिरून नाडीमार्गामध्यें प्रविष्ट झाल्यामुळें तेथील अनेक प्रकारचीं रूपें दृष्टीस पडूं लागलीं म्हणजे तें वायूप्रमाणें चंचल बनून जातें. अशा वेळीं परोत्कर्षासहिष्णु बनूं नये; आणि जरी क्लेश झाले तरी, ध्यानयोगज्ञ अशा पुरुषानें विषाद न मानतां निरलसपणें पुनश्च ध्येय वस्तूकडे एकसारखें जडवून अंतःकरण स्थिर करावें. प्रथमच योगाभ्यास करूं लागलेल्या मननशील पुरुषाला अधिकारपरत्वें विचार, विवेक अथवा वितर्क ह्यां-

---

१ जे अधिकारी मध्यम स्थितींतील असतात, त्यांना विचाररूपी ध्यान साध्य होतें. हें ध्यान म्हणजे मनःकल्पित अशा मूर्तीचे ठिकाणीं अंतःकरण एकाग्र करून जडविणें हें होय. ह्याचे दोन भेद आहेतः एक सविचार आणि दुसरें निर्विचार. ईश्वरवाचक जो प्रणव त्याचा जप करून व त्याच्या अर्थाचा विचार करून जें ध्यान केलें जातें तें सविचार व तद्व्यतिरिक्त तें निर्विचार होय. निकृष्ट प्रतीच्या अधिकाऱ्यास वितर्करूपी ध्यान साध्य होतें. भौतिक स्थूल पदार्थांच्या मूर्तींच्या ठिकाणीं परमात्मध्यान करणें ह्यास वितर्क असें म्हणतात. ह्याचे विचाराप्रमाणेंच दोन भेद आहेतः ते सवितर्क आणि निर्वितर्क हे होत. ह्या ध्यानांमध्यें जें कांहीं ध्येय असतं तें मनःकल्पित किंवा भौतिक असें ईश्वरस्वरूपच होय. ह्यामुळें ह्या ध्यानांच्या

पैकीं एखादें ध्यान साध्य होतें. ध्यान करितांना जरी मनाला क्लेश होऊं लागले, तरीही मननशील पुरुषानें ध्यान करण्याचें सोडून देऊं नये; तर आपल्या हितास कारणीभूत असलेलें चित्ताचें एकाग्रत्वच संपादन करीत असावें. कारण, जरी ध्यानापासून प्रथम फलप्राप्ति झाली नाहीं तरी क्रमाक्रमानें ती अवश्य होते. धूळ, राख अथवा वाळलेल्या शेणाची पूड ह्यांचें एखादें चित्र करावयाचें असलें तर त्यांच्या ढिगावर पाणी मारण्याबरोबर कांहीं त्यांचीं चित्रें बनत नसतात, तर ते थोडेसे स्निग्ध होतात इतकेंच. तथापि, ज्याला इष्ट आकृति देण्यास योग्य असा कोणत्याही प्रकारचा संस्कार घडलेला नाहीं असें तें शुष्क चूर्ण, फलप्राप्ति झाली नाहीं म्हणून खिन्न न होतां पाणी घालीत राहिल्यानें, क्रमानें हलके हलके आकृति देण्यास पूर्णपणें योग्य होतें. अशीच इंद्रियसमुदायाचीही स्थिति आहे. त्याची वृत्ति जरी एकदम ध्येयमय बनवितां आली नाहीं, तरी क्रमानें हलकेच त्याला तद्रूपी बनवावें. अशा रीतीनें ध्येय वस्तूच्या अवयवांचें ध्यान साध्य झालें म्हणजे पूर्वींचा आकार सोडून देऊन दुसऱ्या आकाराचें ध्यान करावें. अशा रीतीनें सर्वही आकारांचें ध्यान करून संपलें म्हणजे अंतःकरणाला आपोआपच उत्कृष्ट प्रकारची निर्विकल्प स्थिति प्राप्त होते. हे भरतकुलोत्पन्ना, ह्याप्रमाणें नेहमीं योगाभ्यास करून मन, बुद्धि आणि पांच इंद्रियें पूर्वोक्त ध्यानमार्गामध्यें लीन करून सोडलीं म्हणजे त्यांना आपोआपच शमसुखाची प्राप्ति होते. अशा प्रकारें योगरूपी आत्मसंयमन करणाऱ्या पुरुषाला मिळणारें सुख कोणासही योगाभ्यासावांचून अन्य प्रयत्नांनीं अथवा केवल दैवबलानेंही प्राप्त होऊं शकत नाहीं. ह्या सुखाचा अनुभव मिळाला म्हणजे मनुष्य ध्यानकर्मांत रममाण होऊन जातो. अशा रीतीनें क्रमाक्रमानें योग्यांना द्वैतशून्य अशा मोक्षाची प्राप्ति होते.

अध्याय एकशें शहाण्णवावा.

—:०:—

जापकोपाख्यान.

युधिष्ठिर म्हणाला:—पितामह, आपण मला चार आश्रमांचे धर्म, राजधर्म आणि अनेक गोष्टींसंबंधाचे इतिहास कथन केले. तसेंच, हे महामते, मीं आपल्या तोंडून धर्मसंबंधीं अनेक कथा श्रवण केल्या आहेत. आतां मला आणखी एक जिज्ञासा उत्पन्न झाली आहे, तिजसंबंधानेंही आपण कृपा करून मला माहिती सांगावी. हे भरतकुलोत्पन्न, जप करणाऱ्या लोकांना कोणतें फल मिळतें हें आपणाकडून ऐकण्याची माझी इच्छा आहे. ह्यास्तव, जप करणाऱ्या लोकांस कोणतें फल मिळतें असें शास्त्रांत सांगितलेलें आहे, व जप करणाऱ्या लोकांस कोणत्या गतीची प्राप्ति होते, हें मला सांगा; आणि, हे निष्पाप, मला जपाचा विधिही कृपा करून पूर्णपणें निवेदन करा. तसेंच, जप करणारे लोक जो विधि करितात तो काय वेदांतविचारापैकीं आहे, कीं योगापैकीं आहे, अथवा कर्मकांडापैकीं आहे, कीं तो ब्रह्मयज्ञापैकींच आहे; आणि ज्याचा जप करावयाचा असें म्हणतात तें तरी काय, हें सर्व मला निवेदन करा. असें करणें आपणांस अशक्य

योगानें परमेश्वरप्राप्ति होणार नाहीं असें मानण्याचें कारण नाहीं. कारण, क्रमाक्रमानें परब्रह्माच्या ठिकाणीं अंतःकरणाचा प्रवेश ह्या ध्यानांच्या योगानेंही होतो. उत्तम प्रतीचा जो अधिकारी असेल त्याला विवेकरूपी ध्यान साध्य होतें. माया आणि परमात्मा अथवा प्रकृति आणि पुरुष हे परस्पर भिन्न असल्याचें जें ज्ञान त्यास विवेक असें म्हणतात. ह्या विवेकाचें चिंतन हेंच विवेकरूपी ध्यान होय.

नाहीं. कारण, माझ्या समजुतीप्रमाणें आपण सर्वज्ञ आहां.

भीष्म म्हणाले:—ह्याविषयीं यम, काल, मृत्यु आणि ब्राह्मण इत्यादिकांचा पूर्वीं घडलेला एक इतिहास[1] सांगत असतात. तो मी पुढें सांगेन. वेदांत आणि योग अशीं जीं मोक्षवेत्त्या मुनींनीं दोन शास्त्रें सांगितलेलीं आहेत, त्यांपैकीं वेदान्तांत जपाविषयीं जें विधान आहे, तें 'त्याग करावा' असेंच आहे. कारण जप हें कर्म आहे. अर्थातच तें मोक्षप्राप्तीचें संनिकृष्ट साधन नसल्यामुळें वेदान्तदृष्ट्या त्याज्य होय. सर्वही वेदवचनांचें पर्यवसान ब्रह्माचेच ठिकाणीं आहे. कारण, निवृत्तिमार्गावरच त्यांचा भर आहे. (तथापि परंपरेनें मोक्षप्राप्तीस जपाचा उपयोग आहे. कारण वेदान्तदृष्ट्या चित्तशुद्धीचें साधन जप हें आहे आणि योगाचा तर जप हा मुख्य आधारच आहे. सारांश,) समदर्शी मुनींनीं वेदान्त आणि योग हे जे दोन मार्ग सांगितलेले आहेत, त्या दोहोंसही जप हा आधारभूत आहे. परंतु ब्रह्मसाक्षात्काराच्या कामीं मात्र ह्याची साक्षात् अपेक्षा नाहीं. राजा, वेदांतरूपी निवृत्तिमार्ग आणि योगरूपी प्रवृत्तिमार्ग ह्या दोहोंमही जप हा कसा आधारभूत आहे हें आम्हीं ऐकिलें आहे. तो आधारभूत आहे असें ह्मणण्याचें कारण सांगतों, ऐक. ह्या जपरूपी कर्मास मनोनिग्रह, इंद्रियजय, सत्य, अग्निसेवा, विशुद्ध आहार आणि एकान्तवास, ध्यान, दम, कामक्रोधादिकांचा जय व निग्रह केलेल्या अंतःकरणास व्यग्र न होऊं देणें हीं अवश्य असावीं लागतात व अशा रीतीनें जपयज्ञ हा प्रवृत्तिमार्गच होय. ह्याच्या योगानें स्वर्गादिकांची प्राप्ति होते. आतां निवृत्तिमार्गपर जप कोणता तें ऐक. जप करणाऱ्या ब्रह्मनिष्ठ पुरुषाच्या कर्मबन्धनाच्या नाशास कारणभूत होणारा जो जप तो निवर्तक होय. तो करण्याचा प्रकार असाः—ज्याला स्थूल अथवा सूक्ष्म अशा ध्येय वस्तूच्या आश्रयाची अपेक्षा नाहीं अशा निवृत्तिमार्गांत प्रविष्ट झाल्यानंतर हे मनोनिग्रहादि विधि पूर्णपणें बदलून सोडावे. अर्थात् प्रवृत्तिमार्गाप्रमाणें कांहीं कामनेच्या उद्देशानें न करितां निष्कामबुद्धीनेंच त्यांचें आचरण करावें. आपण परब्रह्मच असून हृदयकमलापासून निर्माण झालेल्या व सर्व जगतास व्यापून असणाऱ्या दर्भतुल्य अर्थात् मूळाशीं स्थूल व अग्राशीं सूक्ष्म अशा ज्या नाडी आहेत त्याच आपल्या खालीं आसनाप्रमाणें, आपल्या पुढें हाताप्रमाणें, आपल्या मस्तकावर शिखेप्रमाणें असून आपल्या सभोंवार व मध्येंही त्या नाडी आहेत अशी भावना ठेवावी; बाह्य व आभ्यन्तर विषयांचा त्याग करावा; आणि मनाचा लय मनाच्याच ठिकाणीं करून जीवब्रह्मांचें ऐक्य करावें; हितकारक अशा प्रणवरूपी किंवा गायत्र्यादिरूपी संहितेचा जप करीत ऐक्यबुद्धीनें परब्रह्मचिन्तन करावें; पण पुढें चित्त स्थिर झालें व समाधिनिष्ठता प्राप्त झाली म्हणजे त्या संहितेचा अर्थात् जपाचा त्यागच करावा. जपबलानें अंतःकरणाची शुद्धि केलेला, विचारशक्तीनें इंद्रियांचा जय केलेला, कोणत्याही प्राण्याशीं द्वेष न करणारे जे योगी त्यांच्यासारखी परब्रह्मप्राप्तीची इच्छा करणारा, राग, मोह आणि सुखदुःखादि द्वंद्वें ह्यांजपासून मुक्त झालेला व ज्याला कोणासंबंधानें शोक होत नाहीं व ज्याची कोठें आसक्तिही नसते अशा पुरुषाला आपण ध्येय-(परब्रह्म-)स्वरूपी असल्याचें ज्ञान होतें; आणि त्यामुळेंच तो कोणतेंही कर्म करीत नाहीं व त्याला कर्म-

१ हा इतिहास पुढें १९९ व्या अध्यायांत सांगितला आहे.

फलांचाही उपभोग घ्यावा लागत नाहीं, अशी स्थिती होते. मनाला अहंकाराचा योग होऊन तें कोणत्याही वस्तूवर जडेल असें करूं नये; विषयग्रहणाविषयीं उद्युक्त होऊं नये; कोणाचाही अवमान करूं नये; कर्माचा सर्वथैव त्यागही करूं नये, तर ध्यानरूपी कर्माविषयीं तत्पर असावें; ध्यानाविषयीं निष्ठा असावी व ध्यानाच्याच योगानें ब्रह्मतत्त्वाविषयींचा निश्चय करून ध्येय अशा वस्तूचे ठिकाणीं अंतःकरण एकाग्र करावें आणि शेवटीं शेवटीं त्या ध्येयाचाही त्याग करावा; अर्थात् निर्बीज अथवा असंप्रज्ञात समाधि करावा. अशा स्थितींत योगजन्य फलाची इच्छा न करितां जो मनुष्य लोकान्तरगमनास साधनीभूत अशा लिंगशरीररूपी प्राणाचा त्याग करितो, त्याला निर्बीज समाधिजन्य जें ब्रह्मलोकरूपी सुख त्याची प्राप्ति होते. पण त्या ठिकाणीं जाऊन ब्रह्मसुखाचा अनुभव घ्यावा अशीही ज्याची इच्छा नसेल, तो देवयानरूपी मार्गावर निष्ठा असलेला पुरुष संसारांतून पार होऊन जातो. अर्थात्च त्याचा कोठेंही जन्म होत नाहीं; तर आत्मसाक्षात्कार झाल्यामुळें, आत्यंतिक अशाच मोक्षाची प्राप्ति व्हावी असा उद्देश असल्यामुळें, सर्व वासना आणि जरामरणादि अवस्था ह्यांचा नाश होऊन तो अखंड अशा परब्रह्माचे ठिकाणींच लीन होऊन जातो. सारांश, ज्याप्रमाणें प्रवृत्तिमार्गांत स्वर्गप्राप्तीला त्याचप्रमाणें निवृत्तिमार्गांतही चित्तशुद्धिद्वारा मोक्षप्राप्तीला जप हा कारणीभूत आहे.

अध्याय एकशें सत्याण्णवावा.

—:०:—

जपाचें अन्य फल.

युधिष्ठिर म्हणालाः—जपकर्त्याला उत्कृष्ट प्रकारची गति मिळते असें आपण कथन केलें; पण त्यांना ही एकच गति मिळते कीं आणखी दुसरीही मिळते, हें निवेदन करावें.

भीष्म म्हणतातः—हे पुरुषश्रेष्ठा प्रभुत्वसंपन्न राजा, जपकर्त्यांना दुसरी कोणती गति मिळते, अर्थात् ते अनेक प्रकारच्या नरकांस म्हणजे क्लेशप्रदायक असल्यामुळें नरकतुल्य अशा निकृष्ट गतीस कसे जातात, तें आतां लक्ष्यपूर्वक ऐक. जो जपकर्ता पूर्वोक्त प्रकारानें जप न करितां कांहीं अंगांनीं अपूर्ण असाच जप करूं लागतो, त्याला नरकप्राप्ति होते. जो जपकर्ता पुरुष अश्रद्धेनें जप करितो, व ज्याला जपापासून आनंदही होत नाहीं, अथवा जपाचे ठिकाणीं ज्याची प्रीतिही जडत नाहीं, तो निःसंशय नरकास जातो. अहंकार असलेले सर्वही जपकर्ते पुरुष नरकास जातात; आणि दुसऱ्याचा अवमान करणाऱ्या जापकालाही नरकप्राप्ति होते. जो मोहग्रस्त पुरुष कामनापूर्वक जप करितो, त्याला ज्या फलाविषयीं त्याचें प्रेम असेल त्या फलाच्या उपभोग घेण्यास योग्य अशा देहाची प्राप्ति होते. अणिमा, गरिमा इत्यादिक विभुत्वसूचक योगफलें प्राप्त होऊं लागलीं म्हणजे जपकर्त्याचें अंतःकरण त्यामध्यें रममाण होतें.हाच त्याला नरक होय. ह्यापासून त्याची मुक्ति होत नाहीं. ह्या फलांनीं मोहित झाल्यामुळें जपकर्ता पुरुष अणिमादि फलांच्या लालसेनें जप करूं लागला म्हणजे, ज्या फलाची त्याला अभिरुचि असते तें फल उपभोगण्याला योग्य अशा देहाची त्याला प्राप्ति होते. फलोपभोगाचा परिणाम फार वाईट असतो असें ज्याला ज्ञान नसतें व म्हणूनच ज्याची बुद्धि फलोपभोगासक्त झालेली असते, असा जपकर्ता पुरुष चंचल अशा अंतःकरणाच्याच धोरणानें वागतो व त्यामुळें त्याला अस्थिर अशा गतीची किंवा नरकाची प्राप्ति होते. विषयोपभोगाचे परिणाम भयंकर असतात हें

ज्यास कळून आलें नाहीं असा अज्ञ जपकर्ता मोह पावतो आणि त्या मोहामुळें नरकप्राप्ति होऊन त्याला शोक करावा लागतो. अंगीं पूर्णपणें वैराग्य बाणलें नसतां बलात्कारानेंच विषयांना झुगारून देऊन व मी जप करणार असा दृढनिश्चय करून जो जपकर्ता जप करूं लागतो, त्यालाही नरकाची प्राप्ति होते.

युधिष्ठिर म्हणालाः—वाणीला अथवा मनाला अगोचर असणारें व प्रणवजपाच्या योगानें साध्य होणारें जें कूटस्थ परब्रह्म, तद्रूपी बनून गेलेल्या जपकर्त्या पुरुषाला (ह्या नरकाचा उपभोग घेण्यासाठीं) पुनश्च शरीर ग्रहण करावें लागण्याचें कारण काय ?

भीष्म म्हणालेः—जप करणें हें प्रशस्त आहे, तथापि तोः कामनिक बुद्धीनें केला तर मात्र नानाप्रकारच्या नरकांची प्राप्ति होते असें सांगितलेलें आहे. कारण, कामनिक बुद्धि म्हणजे केवळ रागलोभादि दोषांची मूर्तिच होय. अर्थातच तिच्या योगानें नरकप्राप्ति होणें साहजिक आहे.

अध्याय एकशें अठ्याण्णवावा.

—:०:—

नरकनिरूपण.

युधिष्ठिर म्हणालाः—पितामह, जपकर्त्या पुरुषाला कोणत्या प्रकारच्या नरकांची प्राप्ति होते हें श्रवण करण्याची मला उत्कंठा आहे. तरी कृपा करून तें मला निवेदन करावें.

भीष्म म्हणालेः—हे निष्पापा, तूं धर्माचा अंशावतार असून प्रकृत्याच धर्मनिष्ठ आहेस. ह्यास्तव, धर्मास मूलभूत जी श्रुति, तिच्या अनुरोधानें मी जें सांगत आहें तें तूं लक्षपूर्वक ऐक. बा युधिष्ठिरा, चार लोकपाल, शुक्र, बृहस्पति, मरुद्गण, विश्वेदेव, साध्य, अश्विनीकुमार, रुद्र, वसु आणि इतरही स्वर्गवासी महाज्ञानी देवता ह्यांचीं जीं हीं नानाप्रकारच्या आकारांचीं, वर्णांचीं व अनेक प्रकारचीं फलें देणारीं स्थानें, वाटेल तेथें नेतां येणारीं दिव्य विमानें, सभा, नानाप्रकारचीं उपवनें व सुवर्णमय कमलें आहेत, हीं सर्व परमात्मस्वरूपप्राप्तीपुढें नरकच होत. परमात्मस्वरूपी जें स्थान आहे त्याला नाशरूपी भय नाहीं. कारण, तें कोणापासून उत्पन्नच झालेलें नाहीं. त्याला अविद्यादि क्लेशांचा संपर्क नाहीं. त्याला कांहीं प्रिय नाहीं आणि अप्रियही नाहीं. कारण, ज्यांच्या योगानें प्रियत्व अथवा अप्रियत्व उत्पन्न व्हावयाचें ते सत्त्वादि तीन गुणच त्याचे ठिकाणीं नाहींत. अर्थात् तें त्रिगुणातीत आहे. तसेंच भूतें, इंद्रियें, मन, बुद्धि, वासना, वायु, कर्म आणि अविद्या ह्यांपासून तें अलिप्त आहे. तें ज्ञेय, ज्ञान व ज्ञाता या भावांपासून मुक्त आहे. त्याला दर्शन, श्रवण, मनन आणि विज्ञान ह्यांचा संपर्कही नाहीं. त्याचप्रमाणें, पदार्थांचें दर्शन वगैरे होण्याला कारणीभूत जे रूपादि गुण तेही त्याचे ठिकाणीं नाहींत. त्याला इष्टप्राप्तीपासून होणारें सुख नाहीं व इष्टवस्तूच्या उपभोगानें मिळणारा आनंदही नाहीं. कारण, त्याला इष्ट अशी वस्तुच नाहीं. राजा, त्या परमात्म्यापासून काल निर्माण होतो. कालाची त्याजवर सत्ता नसते, परंतु कालावर मात्र त्याचें प्रभुत्व असतें. स्वर्गावरही त्याचेंच स्वामित्व आहे. ज्याला परमात्मस्वरूपाची प्राप्ति होते, तो त्याच्याच ठिकाणीं लीन व म्हणूनच शोकमुक्त होतो. अशा प्रकारचें हें श्रेष्ठ असें स्थान आहे व नरक हे पूर्वीं सांगितल्या प्रकारचे आहेत. ह्याप्रमाणें मीं तुला हे सर्व नरक अगदीं बरोबर सांगितले आहेत. ह्यांना नरक असें म्हणण्याचें कारण—त्या परमात्मरूपी स्थानापुढें हे सर्व नरकतुल्य आहेत हेंच होय.

अध्याय एकशें नव्याण्णवावा.

—:०:—

निष्काम जपाचें फल.

युधिष्ठिर म्हणालाः—पितामह, आपण पूर्वी काल, मृत्यु, यम, इक्ष्वाकु आणि ब्राह्मण ह्यांच्या विवादासंबंधाचा निर्देश केला होता.तेव्हां तो विवाद काय आहे हें कृपा करून सांगा.

भीष्म म्हणालेः—ह्या जपासंबंधानें राजा इक्ष्वाकु, यम, ब्राह्मण, काल आणि मृत्यु ह्यांची एक फार पुरातनची कथा सांगत असतात. ती गोष्ट कशी घडलेली आहे, अर्थात् त्यांचा तो संवाद कोणत्या प्रकारचा व कोठें झालेला आहे, हें मी तुला सांगतों, ऐक. वेदांचीं सहा अंगें जाणणारा, महाविद्वान्, धर्माचरणसंपन्न आणि विपुलकीर्तिमान् असा पिप्पलादपुत्र कौशिक नांवाचा एक जपकर्ता ब्राह्मण होता. तो षडङ्ग-सहित वेदामध्यें निष्णात असून त्याला तत्त्व-दर्शनरूपी ज्ञानही झालें होतें. तो ब्राह्मण हिमालयाच्या पायथ्याशीं जाऊन राहिला; व अर्थ-ज्ञानपूर्वक मंत्राचा जप इंद्रियनिग्रहपूर्वक करून स्वधर्माचरणरूपी ब्राह्मणोचित तप करूं लागला. ह्याप्रमाणें तो नियमपूर्वक जप करीत असतां एक हजार वर्षें निघून गेलीं. नंतर त्याला साक्षात् सावित्री देवीनें दर्शन देऊन ‘ मी प्रसन्न झालें आहें ’ असें सांगितलें. तथापि मौन धारण करून एकसारखी जपमंत्राची आवृत्ति करीत असल्यामुळें तो कांहींच बोलला नाहीं. तेव्हां त्या वेदमाता सावित्रीला त्याची दया आली व संतोषही झाला. तिनें त्याच्या जपाची प्रशंसा केली. पुढें जेव्हां त्याचा जप संपला, तेव्हां तो धर्मनिष्ठ ब्राह्मण तिच्या चरणीं मस्तक ठेवून म्हणाला, “ हे देवि, तूं प्रसन्न झालीस व मला दर्शन दिलेंस हें माझें भाग्यच होय. पण जर तूं मला प्रसन्न झाली आहेस, तर माझें एवढेंच मागणें आहे कीं, जपाच्याच ठिकाणीं माझें अंतःकरण रममाण होवो. ”

सावित्री म्हणालीः—हे जापकश्रेष्ठ ब्रह्मर्षे, तुझी कोणती इच्छा आहे व तुझी कोणती इच्छा मीं पूर्ण केली पाहिजे तें सांग. तुझ्या इच्छेप्रमाणें सर्व घडून येईल.

ह्याप्रमाणें देवीनें भाषण केल्यानंतर तो ब्राह्मण म्हणाला, ‘ हे कल्याणि, माझी जप करण्याविषयींची इच्छा पुनःपुनः वृद्धिंगत व्हावी आणि माझ्या अंतःकरणाच्या एकाग्रतेचीही अभिवृद्धि व्हावी. ’ ह्यावर सरस्वतीनें ‘ ठीक आहे, तें तसें घडून येईल. ’ असें मधुर वाणीनें उत्तर दिलें; आणि त्याचें कल्याण करणाच्या इच्छेनें तिनें असेंही सांगितलें कीं, ‘ ज्या ठिकाणीं पूर्वी द्विजश्रेष्ठही गेले आहेत त्या (पूर्वोक्त) नरकाची प्राप्ति तुला व्हावयाची नाहीं. तर तूं जन्म-मरणशून्य व प्रशंसनीय अशा ब्रह्मपदीं लीन होऊन जाशील. येतें मी आतां. तूं ज्या संबंधानें मजपाशीं प्रार्थना केलीस तें तसें घडून येईल. तूं नियमपूर्वक एकाग्रपणें जप करीत रहा. काल, मृत्यु व यम हे तुझ्या समीप येतील व त्यांचा आणि तुझा धर्माच्या अनुरोधानें वाद होईल.’

भीष्म म्हणालेः—असें भाषण करून ती भगवती सावित्री आपल्या मन्दिराकडे निघून गेली. तदनंतर तो सत्यप्रतिज्ञ, जितेंद्रिय व क्रोधादिकांचा जय केलेला निर्मत्सरी ब्राह्मण एकसारखा शंभर दिव्य वर्षेंपर्यंत जप करीत राहिला. त्या ब्राह्मणाचा तो जप करण्याचा नियम समाप्त झाला, तेव्हां प्रत्यक्ष धर्मानें प्रसन्न होऊन त्याला दर्शन दिलें.

धर्म म्हणालाः—हे ब्राह्मणा, मी तुला

१ शिक्षा, कल्प, व्याकरण, ज्योतिष, निरुक्त आणि छंद.

२ जप हा उपांशु करावयाचा असतो, ह्यामुळें मौन आणि मंत्रवृत्ति ह्यांचा विरोध येत नाहीं.

अवलोकन करण्यासाठीं आलों आहें. मजकडे दृष्टि दे. तुला ह्या जपापासून ज्या फलाची प्राप्ति झाली आहे तें मी सांगतों, ऐक. तूं दिव्य आणि मानुष असे सर्वही लोक संपादन केलेले आहेस; इतकेंच नव्हे, तर, हे सत्पुरुषा, सर्व देवांच्या वसतिस्थानांचें अतिक्रमण करून त्याहूनही पलीकडे असणाऱ्या लोकांत तूं गमन करिशील. हे मुने, आतां तूं प्राणत्याग कर आणि इष्ट असेल त्या लोकीं गमन कर. आपल्या शरीराचा त्याग केल्यानंतर तुला इष्ट लोकांची प्राप्ति होईल.

ब्राह्मण म्हणाला:—धर्मा, मला लोक घेऊन काय करावयाचे आहेत ? अर्थात्च मला त्यांची आवश्यकता नाहीं. ह्यास्तव तूं खुशाल निघून जा. हे प्रभो, हें शरीर जशीं अनेक सुखें तशीं अनेक दुःखेंही अनुभवणारें आहे. ह्यास्तव मी त्याचा त्याग करणार नाहीं.

धर्म म्हणाला:—हे मुनिश्रेष्ठा, तुला ह्या शरीराचा त्याग अवश्य करावा लागणार. तेव्हां हे विप्रा, तो आतांच करून तूं स्वर्गलोकीं आरोहण कर. अथवा, हे निष्पापा तुझी इच्छा काय आहे तें सांग.

ब्राह्मण म्हणाला:—हे प्रभो, ह्या देहावांचून स्वर्गामध्यें वास्तव्य करणें मला पसंत नाहीं; आणि म्हणूनच शरीरत्याग करून स्वर्गास जाण्याची मला इच्छा नाहीं. ह्यास्तव, हे धर्मा, तूं निघून जा.

धर्म म्हणाला:—देहावर चित्त ठेवूं नको. शरीराचा त्याग कर आणि सुखी हो. कारण, जेथें गेल्यानंतर शोक होणार नाहीं अशा पवित्र लोकीं तूं गमन करशील.

ब्राह्मण म्हणाला:—हे महाभाग्यशाली प्रभो धर्मा, मला जप करण्यांतच आनंद होतो. तेव्हां मला स्वर्गादि लोक अविनाशी असले तरी ते घेऊन काय करावयाचे आहेत ! मी गेलों तर शरीरासह स्वर्गाला जाईन, नाहीं तर मुळीं जाणारच नाहीं.

धर्म म्हणाला:—हे द्विजा, जर तुझी शरीरत्याग करण्याची इच्छा नसली तर हे पहा आतां तुजकडे यम, मृत्यु आणि काल हे आले आहेत.

भीष्म म्हणाले:—हे प्रभो, तदनंतर सूर्यपुत्र यम, काल आणि मृत्यु हे तिघेजण त्या महाभाग्यवान् ब्राह्मणाकडे येऊन त्याला असें बोलले.

यम म्हणाला:—हे ब्राह्मणा, तूं उत्कृष्ट प्रकारें केलेल्या तपश्चर्येचें व तुझ्या सदाचरणाचें तुला श्रेष्ठ असें फल मिळणार आहे, असें मी यम तुझ्या सन्निध येऊन सांगत आहें.

काल म्हणाला:—हे ब्राह्मणा, तूं जो हा यथाविधि जप केलास, त्याचें तुला अत्यंत उत्कृष्ट असें फल मिळालें आहे. आतां हा तुझ्या स्वर्गारोहणाचा काल आहे, असें मी काल तुजला निवेदन करीत आहें.

मृत्यु म्हणाला:—हे धर्मज्ञ ब्राह्मणा, कालाच्या प्रेरणेनें आज तुला घेऊन जाण्यासाठीं मी मृत्यु स्वतः शरीर धारण करून तुजकडे आलों आहें; समजलास !

ब्राह्मण म्हणाला:—सूर्यपुत्र यम, महात्मा काल, मृत्यु आणि धर्म ह्यांचें स्वागत असो. मी आपलें कोणतें कार्य करूं?

भीष्म म्हणाले:—त्या प्रसंगीं त्या ब्राह्मणाला अत्यंत आनंद झाला व त्यांना अर्घ्य, पाद्य इत्यादि अर्पण करून तो म्हणाला, ' मी माझ्या शक्त्यनुरूप आपलें कोणतें कार्य करूं?' ह्याच वेळीं, युधिष्ठिरा, तीर्थयात्रेला चाललेला राजा इक्ष्वाकु जेथें हे जमले होते तेथें आला. त्या राजर्षि इक्ष्वाकूनें सर्वांचा सत्कार केला व नमस्कार करून सर्वांनाही कुशलप्रश्न केले. तदनंतर त्या ब्राह्मणानेंही त्याला आसन

दिलें आणि पादोदक व अर्घ्य अर्पण करून कुशलप्रश्न केल्यानंतर त्यास म्हटलें कीं, ' हे महाराजा, तुझें स्वागत असो. तुझी काय इच्छा आहे व मी आपल्या शक्त्यनुसार तुझें कोणतें कार्य करूं, तें मला कथन कर. '

राजा म्हणाला:—मी राजा आहें आणि तूं षट्कर्मनिष्ठ ब्राह्मण आहेस, तेव्हां माझ्या मनांतून तुला कांहीं तरी द्रव्य द्यावयाचें आहे. तरी प्रसिद्ध असें सुवर्ण, रत्नें इत्यादि जें कांहीं इष्ट असेल तें मला सांग.

ब्राह्मण म्हणाला:—राजा, ब्राह्मण दोन प्रकारचे आहेत: एक प्रवृत्तिमार्गनिष्ठ (प्रवृत्त) आणि दुसरे निवृत्तिमार्गनिष्ठ (निवृत्त) धर्माचेही असेच दोन प्रकार आहेत. हे प्रजाधिपते, जे प्रवृत्तिमार्गनिष्ठ असतील त्यांना तूं अनेक दानें दे. मी कांहीं दान घेत नसतों. तेव्हां, हे नृपश्रेष्ठा, तुला कशाची इच्छा आहे तें तूंच सांग. मी तुला काय देऊं? अथवा तपाच्या योगानें मी तुला कशाची प्राप्ति करून देऊं?

राजा म्हणाला:—मी क्षत्रिय आहें. मला ' दे ' हा शब्द केव्हांही माहीत नाहीं. हे द्विजश्रेष्ठा, केवल ' युद्धप्रदान कर ' असें मात्र आम्ही म्हणत असतों.

ब्राह्मण म्हणाला:—राजा, तुला स्वधर्मानें संतोष होत आहे व आम्हालाही स्वधर्माच्या योगानें संतोष होत आहे. तेव्हां आपणां उभयतांमध्यें कांहीं भेद नाहीं. आतां तुला जें इष्ट वाटेल तें कर.

राजा म्हणाला:—हे द्विज, आपण 'माझ्या शक्त्यनुरूप मी दान करीन. ' असें पूर्वी म्हणालां होतां. तेव्हां आतां आपण आपल्या जपाचें फल मला द्या, अशी मी प्रार्थना करितों!

ब्राह्मण म्हणाला:—राजा, ' माझी वाणी सदैव युद्धाचीच याचना करीत असते. ' अशी तूं वल्गना करितोस आणि मग माझ्याशीं युद्ध करण्याची कां मागणी करीत नाहींस?

राजा म्हणाला:—वाणी हें ब्राह्मणांचें बल असून बाहु हें क्षत्रियांचें बल आहे. म्हणूनच, हे विप्र, आपल्याशीं हें माझें कडाक्याचें वाग्युद्ध चाललें आहे.

ब्राह्मण म्हणाला:—अस्तु; अद्यापिही माझी तीच प्रतिज्ञा आहे. मी माझ्या शक्त्यनुसार तुला काय देऊं? हे नृपश्रेष्ठा, बोल, विलंब लावूं नको. माझें सामर्थ्य असेल तर मी देईन.

राजा म्हणाला:—जर आपणाला देण्याची इच्छाच असेल, तर आपण पूर्ण शंभर वर्षे जप करून जें फल संपादन केलें आहे तेवढें मला अर्पण करा.

ब्राह्मण म्हणाला:—मीं जो जप केला त्याचें उत्कृष्ट प्रकारचें फल तूं ग्रहण कर. ह्या जपाचें अर्धें फल तुला निःशंकपणें मिळूं दे. अथवा, हे राजा, जर तुला सर्वांचीच इच्छा असली तर माझ्या जपाचें सर्वही फल तुला खुशाल मिळूं दे!

राजा म्हणाला:—आपलें देव बरें करो. मला सर्व फल नको. मीं आपणांकडे जो जप मागितला त्याचें फल कोणतें तें मला निवेदन करा, म्हणजे मी जातों. आपलें कल्याण होवो.

ब्राह्मण म्हणाला:—मीं जो जप तुला अर्पण केला आहे, त्याचें फल काय ह्याची मला माहिती नाहीं. ह्याविषयीं हे यम, धर्म काल आणि मृत्यु हेच साक्षी आहेत.

राजा म्हणाला:—ह्या धर्माच्या फलाचें जर ज्ञानच नाहीं, तर मला ह्याचा काय उपयोग होणार? ह्या जपजन्य धर्माचें फल जर आपण मला सांगत नसलां, तर तें एखाद्या ब्राह्मणालाच मिळूं द्या. मला असल्या संशयित फलाची इच्छा नाहीं.

ब्राह्मण म्हणाला:—मी आतां दुसरी भाषा कर-

णार नाहीं. ह्या जपाचें फल मीं तुला अर्पण केलेलें आहे. हे राजर्षे, माझेंही वाक्य प्रमाण आहे आणि तुझेंही वचन प्रमाण आहे. मी तुला फल सांगत नाहीं ह्याचें कारण, हे नृपश्रेष्ठा, मीं आजपर्यंत केव्हांही ह्या जपापासून फलप्राप्तीची इच्छाच केलेली नाहीं. मग मला फलाची माहिती कोठून असणार? तूं 'दे' असें म्हणाला आहेस व मीं 'देतों' असें म्हटलें आहे. आतां मी वाणीला बट्टा लावूं इच्छीत नाहीं. धीर धर आणि सत्याचें संरक्षण कर. मी तुला सांगत असतांही जर तूं माझें वचन मान्य करीत नसशील, तर तुला असत्य भाषण केल्यामुळें मोठा अधर्म घडेल. हे शत्रुमर्दना, असत्य उद्धार काढणें हें तुलाही योग्य नाहीं व मी जें बोललों तें खोटें करणें मलाही शक्य नाहीं. मीं जें तुला 'देतों' असें प्रतिज्ञापूर्वक सांगितलें, त्या वेळीं मीं कांहीं विचार केलेला नाहीं; तेव्हां जर तुला सत्याची चाड असेल तर तूंही विचार न करितां मीं अर्पण केलेलें फल ग्रहण कर. राजा, तूं येथें येऊन माझ्याकडे जपफल मागितलें आहेस व मींही तुला तें दिलें आहे; तेव्हां आतां तें तूं ग्रहण कर आणि सत्यनिष्ठ हो. असत्य भाषण करणाऱ्या पुरुषाला इहलोक नसतो व परलोकही नसतो. तो आपल्या पूर्वजांचाही उद्धार करूं शकत नाहीं. मग पुढील पिढीचा उद्धार कोठून करणार? हे नरश्रेष्ठा, इहलोकीं आणि परलोकीं सत्य जसें उद्धार करूं शकतें तसें यज्ञफल, दानें अथवा नियम हेही करूं शकत नाहींत. ज्यांनीं अनेक प्रकारचीं तपें केलेलीं आहेत अथवा जे करणार आहेत अशा शेंकडों अथवा लाखों पुरुषांचीही योग्यता एका सत्याहून अधिक नाहीं. सत्य हें एक अविनाशी असें परब्रह्म आहे. सत्य हें एक अविनश्वर असें तप आहे. सत्य हा एक अद्वितीय यज्ञ आहे. सत्य हेंच निरुपम असें शास्त्रज्ञान आहे. वेदामध्यें सत्य हें जागरूक आहे. उत्कृष्ट प्रतीच्या फलप्राप्तीस सत्य हेंच आधारभूत आहे. धर्म आणि इंद्रियनिग्रह ह्या दोहोंस सत्य हेंच कारणीभूत आहे. सत्य हेंच सर्वांचा आधार आहे. वेद, वेदांगें, विद्या, विधि, व्रताचरणें आणि प्रणव हीं सर्व सत्याचींच स्वरूपें आहेत. प्राण्यांचें जनन आणि संतति हीं सत्याचींच कार्यें आहेत. सत्याच्याच योगानें वायु वाहतो. सत्याच्याच प्रभावानें सूर्य प्रकाशतो. सत्याच्याच बलानें अग्नि दाह करूं शकतो. सत्य हेंच स्वर्गासही आधारभूत आहे. यज्ञ, तप, वेद, मंत्र, सामवेदांतील हाउ इत्यादि अर्थशून्य वर्ण किंबहुना सर्वही वाङ्मय ह्या सर्व सत्याच्याच मूर्ति होत. आमच्या ऐकण्यांत असें आहे कीं, सत्य आणि धर्म हीं तराजूंत घातलीं व तराजू बरोबर मध्यावर धरून वजन केलें, तेव्हां जिकडे सत्य होतें तेंच पारडें वजनदार भरलें. जेथें जेथें धर्म असतो तेथें तेथें सत्य हें असतें. सत्याच्याच योगानें प्रत्येकाचा अभ्युदय होतो. असें असतां, हे राजा, हें असत्यमय कर्म करण्याची तूं काय म्हणून इच्छा करीत आहेस; राजा, तूं सत्यावर दृढ निष्ठा ठेव. असत्य भाषण करूं नको. 'मला दान कर.' असें जें वाक्य तूं उच्चारलेंस, तें आतां काय म्हणून खोटें करीत आहेस! हें करणें बरें नाहीं. राजा, आतां मीं दिलेलें जपफल घेण्याची जर तूं इच्छा करणार नाहींस, तर धर्मभ्रष्ट होऊन दुर्गतीच्या फेऱ्यांत सांपडशील. कारण, कोणत्याही वस्तूचा प्रथम स्वीकार करून नंतर ती घेण्याची इच्छा न करणारा, व कोणतीही वस्तु प्रथम देऊन नंतर ती देण्याची इच्छा न करणारा ह्या दोघांसही असत्य भाषणाचें पातक लागतें. ह्यास्तव हें खोटें कर्म करणें तुला योग्य नाहीं.

राजा म्हणाला:—हे द्विज, संग्राम करावा आणि संरक्षण करावें हाच क्षत्रियांचा धर्म आहे. दान करण्याचा अधिकार क्षत्रियांना आहे, (अर्थात तें घेण्याचा नाहीं.) मग मी आपणांकडून तें कसें घ्यावें?

ब्राह्मण म्हणाला:—मी कांहीं तुझी विनवणी करीत नाहीं, अथवा त्यासाठीं तुझ्या घरींही आलों नाहीं. तूंच येथें आलास आणि याचना केलीस; मग आतां कां मागें सरतोस?

धर्म ह्मणाला:—आपला उभतांचा विवाद राहूं द्या. मी धर्म आपणाकडे आलों आहें. मी आपणांला सांगतों कीं, ह्या ब्राह्मणाला दान केल्याचें फल मिळेल आणि राजालाही सत्याचें फल मिळेल.

स्वर्ग ह्मणाला:—हे नृपश्रेष्ठा, मी स्वर्ग असून स्वतः मूर्तिमंत होऊन आपणाकडे आलों आहें. आपणां उभयतांतला वाद राहूं द्या. कारण, आपणां उभयतांना मिळणारें फल सारखेंच आहे.

राजा ह्मणाला:—मला स्वर्गाचें कांहीं काम नाहीं. बा स्वर्गा, तूं आलास तसा निघून जा. आतां जर ह्या ब्राह्मणाची स्वर्गास जाण्याची इच्छा असली, तर मीं आचरण केलेल्या धर्माचें फल त्याला अर्पण करितों.

ब्राह्मण म्हणाला:—मी लहानपणीं अज्ञानानें जर कोणापुढें हात पसरला असला तर असेल. सांप्रत तर मी संहितेचा जप करीत असून निवृत्तिमार्गरूपी धर्म आचरण करीत आहें. हे राजा, मला निवृत्तिमार्गाचा आश्रय केल्याला बराच काळ होऊन गेला आहे. असें असतां तूं मला कशाकरितां लोभ दाखवीत आहेस? हे प्रजाधिपते, माझ्या धर्माच्या योगानें मी आपलें कार्य करून घेईन. मला फलाची इच्छा नाहीं. तप आणि स्वाध्याय हींच माझीं स्वाभाविक कर्में असून मी प्रतिग्रहापासून निवृत्त झालों आहें.

राजा म्हणाला:—हे विप्र, जर आपण मला जपाचें उत्कृष्ट फल अर्पण केलें आहे, तर आह्मां दोघांना जें कांहीं फल मिळावयाचें असेल त्याचा आपण ह्या (स्वर्गादि) लोकांमध्यें उभयतां मिळून उपभोग घेऊं या. दान घेणें हा ब्राह्मणांचा अधिकार असून देणें हा क्षत्रियांचा अधिकार आहे, असा जर श्रुतिप्रतिपादित धर्म आहे, तर धर्मजन्य फलाचा आपण उभयतां मिळून उपभोग घेऊं या. किंवा उभयतांनीं मिळून फलोपभोग घेणें राहूं द्या. माझ्याही धर्माचें फल आपणांसच मिळूं द्या आणि जर मजवर आपली कृपा असली तर मजकडून घडलेला धर्म आपण ग्रहण करा.

भीष्म म्हणाले:—राजा, इतकें झाल्यानंतर तेथें दोन पुरुष आले. त्यांचा वेष भेसूर असून वस्त्रें मलिन होतीं. त्यांनीं परस्परांस कवटाळून धरलें होतें व ते परस्परांशीं बोलत होते. त्यांपैकीं एक म्हणत होता कीं, 'तूं माझें कर्ज देणें नाहींस.' व दुसरा म्हणत होता, 'मीं देणें आहे; ह्या गोष्टीसंबंधानें आमचा वाद आहे. अस्तु; हा अनुशास्ता राजा येथें आहेच.' पुनः पहिला म्हणाला, 'मी हें खरेंच सांगतों कीं, तूं माझें ऋण देणें नाहींस.' दुसरा म्हणाला, 'खोटें बोलतोस, मीं तुझें ऋण देणें आहे.' असा वाद करण्यानें त्या दोघांनाही फार ताप झाला, तेव्हां ते राजाकडे येऊन म्हणाले, 'राजा, आम्हां दोघांनाही दोष लागणार नाहीं अशा प्रकारचा कांहीं विचार काढ.'

त्या दोहोंपैकीं विरूप म्हणाला:—हे नरश्रेष्ठा, मीं विकृताचें गोप्रदानाचें फल देणें आहे. असें असून, हे पृथ्वीपते, मी देत असतां तो तें घेत नाहीं!

विकृत म्हणालाः—हे प्रजाधिपते, विरूपानें माझें कांहींही देणें नाहीं. हा जें सत्यासारखें भाषणारें भाषण करीत आहे तें केवळ असत्य होय.

राजा म्हणालाः—विरूपा, तूं ह्याचें काय देणें आहेस तें सांग. कारण, तें ऐकून मग न्याय करावा असा माझा विचार आहे.

विरूप म्हणालाः—हे प्रजाधिपते राजर्षे इक्ष्वाको, मीं ह्या विकृताचें देणें कसें आहे तें सर्व तूं लक्षपूर्वक ऐक. हे निष्पापा, पूर्वी ह्यानें धर्मप्राप्तीसाठीं एका तपोनिष्ठ आणि स्वाध्यायशील अशा ब्राह्मणास एक उत्कृष्ट धेनु अर्पण केली. तेव्हां, हे राजा, तिच्या दानाच्या योगानें ह्याला जें फल मिळावयाचें तें मीं ह्याच्याकडे जाऊन मागितलें व ह्या विकृतानेंही निर्मल अंतःकरणानें तें मला अर्पण केलें. पुढें मीं पापमुक्त होण्यासाठीं कांहीं सत्कर्मे केलें आणि अतिशय दूध देणाऱ्या अशा दोन गाई विकत घेतल्या व त्या श्रद्धेनें आणि विधिपूर्वक एका उंछवृत्ति ब्राह्मणास अर्पण केल्या. याप्रमाणें, हे प्रभो, ह्याच्याकडून मी जें कांहीं घेतलें आहे त्याचें द्विगुणित फल मी आज इहलोकीं ह्याला अर्पण करीत आहें. ह्यास्तव, हे पुरुषश्रेष्ठा, आतां ह्यांत निर्दोष कोण, आणि दोषी कोण, ह्यासंबंधानें आह्मांमध्यें वाद आहे आणि म्हणूनच आम्ही निर्णयासाठीं तुजकडे आलों आहों. आतां तूं न्याय कर अथवा अन्याय कर,—आह्मांला योग्य मार्गास लावण्याविषयीं तूं दक्ष रहा ह्मणजे झालें. ह्यानें मला जसें दान केलें होतें, तसेंच हाही जर मजकडून घेऊं इच्छीत नसेल, तर तटस्थ होऊन तूं आह्मांस आज योग्य मार्गास लाव.

राजा ह्मणालाः—विकृता, हा तुझें ऋण देत असतां तूं कां घेत नाहींस? तुला इष्ट असेल तेवढें कां होईना—पण तें तूं घे, विलंब करूं नको.

विकृत म्हणालाः—ह्यानें 'मी घेतों' असें म्हटलें व मी 'देतों' असें म्हणालों. तथापि आतां ह्यानें माझें कांहीं देणें नाहीं. तेव्हां आतां ह्याला वाटेल तिकडे जाऊं द्या.

राजा म्हणालाः—हा देत असतां तूं घेत नाहींस हें मला विपरीत दिसतें. एकंदरींत तूं दंड करण्यास निःसंशय योग्य आहेस.

विकृत म्हणालाः—हे राजर्षे, मी जें ह्याला दिलें आहे, तें परत कसें घेऊं? ह्यांत जर माझा अपराध असेल, तर, हे प्रभो, मला खुशाल दंडाची शिक्षा दे.

विरूप म्हणालाः—मी जें देत आहें तें जर तूं घेतलें नाहींस, तर हा धर्मशास्ता नृपति तुझा निग्रह करील.

विकृत म्हणालाः—तूं मजजवळ मागितल्यामुळें मीं तुला आपली वस्तु दिली आहे; ती मी आतां परत कशी घेऊं शकणार? तेव्हां तूं आतां जा. मी तुला अनुज्ञा देतों.

ब्राह्मण म्हणालाः—राजा, हें ऐकलेंस का या दोघांचें भाषण? तेव्हां आतां मीं जें तुला अर्पण करण्याचा निश्चय केला आहे, त्याचा तूं निःशंकपणें स्वीकार कर.

राजा (आपल्याशीं) म्हणालाः—'या उभयतांचें आरंभिलेलें कार्य फार मोठें असून गूढ आहे; आणि या जपकर्त्या ब्राह्मणाचा निश्चयही अतिशय दृढ आहे. तेव्हां आतां याचें व्हावयाचें कसें? बरें, मीं जर ब्राह्मणानें दिलेलें दान घेतलें नाहीं, तर मला महत्पातक लागणार नाहीं असें कसें होईल?' असा विचार करून तो राजर्षि विकृत आणि विरूप यांस म्हणाला कीं, 'आपलें कार्य झालें म्हणजे आपण जा. आतां न्याय करण्याचें काम मजकडे आलें आहे, तेव्हां त्याला असत्यतेचा कलंक लाग-

णार नाहीं. राजांनीं आपल्या धर्माचें पालन केलें पाहिजे, असा सिद्धांत आहे. त्यामुळें, मीं आपला धर्म पालन करावा हें खरें आहे. तथापि माझा विचार नष्ट होऊन गेल्यामुळें, गहन अशा ब्राह्मणधर्मानें माझ्या ठायीं प्रवेश केला. ह्यास्तव आपण थोडा वेळ थांबा, म्हणजे आपला न्याय होईल.

ब्राह्मण म्हणाला:—राजा, तूं जें मजकडे मागितलेंस तें मीं तुला देण्याची प्रतिज्ञा केली आहे. अर्थात् तें मी तुझें देणें आहे; ह्यास्तव तूं ग्रहण कर. जर तूं तें ग्रहण केलें नाहींस तर मी तुला निःसंशय शाप देईन.

राजा म्हणाला:—धिक्कार असो ह्या राजधर्माला, कीं जो आचरण करण्यासंबंधानें—प्रतिग्रह करूं नये असा नियम—आहे. तथापि कोणत्या तरी प्रकारानें आम्हां उभयतांचें फल सारखेंच व्हावें एवढ्याचसाठीं मला हें आपलें दान घेतलें पाहिजे. म्हणून, पूर्वीं कधींही न पसरलेला हा हात मीं दानरूपी ठेव घेण्यासाठीं आपल्यापुढें पसरला आहे. ह्यास्तव, हे विप्र, आपणांकडे माझें जें कांहीं येणें असेल तें आतां अर्पण करा.

ब्राह्मण म्हणाला:—राजा संहितेचा जप केल्यामुळें मजकडून जें कांहीं पुण्य घडलें असेल आणि त्यांत जर माझ्या स्वत्वाचें कांहीं असेल, तर तें सर्व तूं ग्रहण कर.

राजा म्हणाला:—हे द्विजश्रेष्ठा, हें दानजल माझ्या हातावर पडलें आहे. तथापि हें पुण्य आपणां उभयतांस सारखेंच आणि बरोबरच मिळावें अशी माझी इच्छा आहे. तेव्हां आपणही मजकडून प्रतिग्रह करा.

विरूप म्हणाला:—राजा, आह्मी उभयतां काम आणि क्रोध असे असून आह्मींच तुजकडून ही गोष्ट घडवून आणिली आहे. तूं हें फल सारखेंच मिळावें असें म्हणतोस, त्या अर्थीं तुला आणि ह्या ब्राह्मणाला सारख्याच लोकांची प्राप्ति होईल. विकृतानें माझें कांहीं देणें नाहीं. आह्मीं जी ही न्यायजिज्ञासा केली, ती केवल तुला बोध व्हावा एवढ्यासाठींच होय. काल, धर्म, मृत्यु, कामक्रोध व तुह्मी दोघे मिळून तुझ्या समक्ष ह्या विषयाचा उहापोह केला आहे. आतां त्यांत कांहीं उरलें नाहीं. तेव्हां आतां तुझी इच्छा असेल त्या लोकांत तूं गमन कर. कारण, तुझ्या कर्मानें ते तुला मिळालेले आहेत.

भीष्म म्हणाले:—युधिष्ठिरा, जापकास मिळणारें फल मीं तुला सांगितलें; व सूर्यादि लोक, ब्रह्मलोक आणि मोक्ष देखील जापकाच्या अंकित कसे असतात, हेंही तुला दाखवून दिलें. संहितेचें अध्ययन करणारा पुरुष परब्रह्मामध्यें लीन होऊन जाणाऱ्या ब्रह्मदेवाच्या सान्निध्यास जातो, किंवा तो अग्निसन्निध गमन करितो, अथवा सूर्यामध्यें प्रविष्ट होतो. तो जर तेजसत्वामुळें तेथेंच रममाण झाला, तर रागामुळें मोहित होत्साता त्यांच्याच गुणांचें आचरण करूं लागतो. अशाच प्रकारें तो सोम, वायु, भूमि आणि आकाश ह्यांच्याही स्वरूपांमध्यें प्रविष्ट होऊन त्यांच्याच कर्माचें आचरण करीत प्रेमानें तेथें वास्तव्य करितो. पुढें त्याला तेथें वैराग्य उत्पन्न होऊन आपण अधिष्ठित केलेल्या लोकाच्या परमत्वाविषयीं संशय उत्पन्न झाला व आपाततः अविनाशी अशा परमेष्ठीच्या शरीरांत प्रविष्ट होण्याची त्याला इच्छा झाली म्हणजे तो त्यामध्यें प्रविष्ट होतो. पुढें निष्काम व निरहंकार असा तो पुरुष आपाततः विनाशशून्य अशा परमेष्ठीच्या स्वरूपांतून निघून परब्रह्मामध्यें लीन होतो व ब्रह्मरूपी बनल्यामुळें सुखदुःखादि द्वंद्वांचें अतिक्रमण करून पारमार्थिक सुख व शांति ह्यांनीं संपन्न होऊन राहतो;—त्याला द्वैताचें दर्शनही होत नाहीं.

सारांश, जेथें प्रविष्ट झाल्यानंतर पुनर्जन्म नाहीं, ज्याला अविनाशी (अक्षर) अशी संज्ञा आहे, आणि ज्याला दुःख व वार्द्धक्य वगैरे विकार नाहींत व जें अद्वितीय आहे, अशा ब्रह्मरूपी पदाची त्याला प्राप्ति होते. कारण, ब्रह्माचे ठिकाणीं लीन होऊन राहण्याची त्याची इच्छा नसल्यास तो त्या पुरुषाचें अतिक्रमण करून—ज्या ठिकाणीं प्रत्यक्ष, अनुमान, आगम आणि चित्त ह्यांचा प्रवेश होत नाहीं, ज्याला ज्ञानसाधन अशा रूपादिकांचा संबंध नाहीं व ह्मणूनच प्राणादिक षोडश पदार्थांचाही ज्यास संपर्क नाहीं, अशा चिन्मय परब्रह्मामध्यें तो प्रविष्ट होतो. पण अंतःकरणांत अनुरागाचा प्रवेश झाला असल्यामुळें जर त्याला परब्रह्मीं लीन होण्याची वासना झाली नाहीं, तर पूर्वोक्त लोकांमध्यें तो मुख्य होऊन राहतो. इतकेंच नव्हे, तर त्याच्या अंतःकरणांत ज्याच्याविषयीं इच्छा उत्पन्न होईल त्याची त्याला प्राप्ति होते. पुढेंही जर त्याला सर्व लोक नरकस्वरूपी दिसूं लागले व त्याची इच्छा निवृत्त झाली, तर तो सर्वांपासून मुक्त होऊन निर्गुण अशा परब्रह्माचेच ठिकाणीं सुखानें रममाण होऊन राहतो. हे महाराजा, जपकर्त्या पुरुषाला गति कशी मिळते तें सर्व मीं तुला ह्याप्रमाणें कथन केलें आहे. आतां पुनश्च काय ऐकावें अशी तुझी इच्छा आहे ?

अध्याय दोनशेंवा.

—:०:—

जपकर्त्यास मिळणारें फल.

युधिष्ठिर ह्मणालाः—हे पितामह, त्या वेळीं त्याच्या भाषणावर ब्राह्मणानें अथवा राजानें काय उत्तर दिलें तें मला कथन करा. किंवा आपण जें स्थान सांगितलें त्याच ठिकाणीं त्यांनीं गमन केलें ? किंवा त्यांचें त्याविषयीं आपसांत कांहीं भाषण झालें ? सारांश, पुढें त्यांनीं त्या ठिकाणीं केलें काय ?

भीष्म म्हणालेः—हे प्रभो, ठीक आहे, असें म्हणून त्या ब्राह्मणानें प्रथम पूजनीय अशा धर्म, काल, यम, मृत्यु आणि स्वर्ग ह्यांची पूजा केली. नंतर, त्या ठिकाणीं पूर्वींच आलेल्या ब्राह्मणश्रेष्ठांचा त्यानें मस्तकानें प्रणाम करून बहुमान केला आणि तो राजास ह्मणाला, ‘ हे राजर्षे, तूं ह्या फलानें युक्त झालेला आहेस, तेव्हां तुलाच मुख्य अशा गतीची प्राप्ति होऊं दे. तुझी अनुज्ञा घेऊन मी पुनश्च जप करूं लागतों. हे महाबलाढ्य नरपते, तूं जप करूं लागलास म्हणजे जपावरच तुझी श्रद्धा जडेल’ असा मला देवीनें पूर्वीं वरही दिलेला आहे.

राजा ह्मणालाः—हे विप्र, जरी मला जपफलाचें दान केल्यामुळें तुझी जपसिद्धि निष्फल झालेली आहे, आणि जरी जप करण्यासंबंधानें तुझ्या ठिकाणीं श्रद्धा उत्पन्न झाली आहे तरी मजबरोबरच तुलाही जपफलाची प्राप्ति होऊं दे. कारण, जपजन्य फलाचें दान केल्यामुळें तुलाही पुण्यप्राप्ति झालीच आहे.

ब्राह्मण म्हणालाः—ह्या ठिकाणीं सर्वांच्या सन्निध मीं तुला जपदान करण्यासंबंधानें मोठा प्रयत्न केला. त्यामुळें तुला व मला सारख्याच फलाची प्राप्ति झाली आहे. तेव्हां आतां जेथें आमची गति असेल तेथें आह्मी उभयतां मिळूनच जाऊं या.

ह्या प्रकारचा त्यांचा तो निश्चय कळून आल्यानंतर लोकपाल व इतर देवता ह्यांसह देवाधिपति इंद्र हा त्या ठिकाणीं आला. तसेंच साध्य, विश्वेदेव, मरुत्, नद्या, पर्वत आणि समुद्र, तीर्थें, तप, जीवब्रह्मांच्या अभेदाचें प्रतिपादन करणारे वेदान्त, सामगानाच्या पूर्तीसाठीं उच्चारिलीं जाणारीं हावु हावु इत्यादि स्तोभसंज्ञक अक्षरें ह्यांच्या अधिष्ठात्री

देवता, सरस्वती, नारद, पर्वत, विश्वावसु, हाहा, हूहू, परिवारासह गंधर्व चित्रसेन, नाग, सिद्ध, मुनि, देवाधिदेव प्रजापति, अनेकशीर्षसंपन्न अचिन्त्य असा देव विष्णु हे सर्व त्या ठिकाणीं प्राप्त झाले. हे प्रभो, मोठमोठीं वाद्येंही त्या ठिकाणीं आलीं व अंतरिक्षांत भेरी, तूर्य इत्यादि वाद्यांचा गजर सुरू झाला. तेथें प्राप्त झालेल्या त्या महात्म्यांनीं दिव्य पुष्पांची वृष्टि सुरू केलीं आणि सभोंवतीं निरनिराळ्या ठिकाणीं अप्सरांचे समुदाय नृत्य करूं लागले. तदनंतर पूर्वोक्त स्वरूप धारण करून तेथें आलेला स्वर्ग ब्राह्मणास म्हणाला कीं, ' हे महाभागा, तुला सिद्धि झालेली आहे. हे राजा, तुलाही सिद्धि झालेली आहे. ' तदनंतर, राजा, परस्परांवर उपकार केलेल्या त्या उभयतांनीं एकदम आपलीं सर्व इंद्रियें विषयांपासून परावृत्त केलीं. त्यांनीं प्राण, अपान, व्यान, उदान आणि समान ह्या पांचही वायूंचा हृदयाचे ठायीं निरोध करून त्या ठिकाणीं वास्तव्य करणाऱ्या मनास प्राण आणि अपान ह्या ऐक्य पावलेल्या दोन वायूंच्या अधीन करून सोडिलें; आणि पद्मासन करून भृकुटींच्या अधोभागीं असलेल्या नासिकाग्राचें ते अवलोकन करीत राहिले आणि पुढें हलके हलके त्यांनीं अंतःकरण व प्राणापान ह्या दोहोंची भ्रुकुटींच्या ठिकाणीं धारणा केली, शारीरिक व्यापार बंद केले, दृष्टि स्थिर केली आणि अंतःकरण एकाग्र केलें. अशा रीतीनें चित्ताचा जय केल्यानंतर त्यांनीं प्राण व चित्त हीं मस्तकाचे ठिकाणीं नेलीं. असें झाल्यानंतर त्या वेळीं त्या महात्म्या ब्राह्मणाच्या तालुप्रदेशाचा भेद करून तेजाची एक प्रचंड ज्वाला निघाली व ती स्वर्गाकडे चालली. त्या वेळीं त्या प्रचंड ज्वालेच्या योगानें दिगन्तरीं मोठा हाहाकार उडून गेला. पुढें स्तवन होत असतां तें तेज त्या वेळीं ब्रह्मदेवाच्या ठिकाणीं प्रविष्ट झालें. तेव्हां, हे प्रजाधिपते, ब्रह्मदेवानें त्या प्रादेशमात्र पुरुषत्वरूपी तेजाला सामोरें जाऊन ' स्वागतम् ' असें म्हटलें व त्याच वेळीं पुनः मधुर असें दुसरेंही भाषण केलें. तो ह्मणाला, ' जपकर्त्या पुरुषांना आणि योग्यांना मिळणारें फल सारखेंच आहे. ह्यांत संदेह नाहीं. योगी पुरुषाला मिळणाऱ्या फलाचा अनुभव आमच्या ह्या सभ्यांना (देवतांना) आहेच. ह्याशिवाय जापकांना विशेष प्रकारें प्रत्युत्थान देण्याचा विधि आहे इतकेंच. ' असें म्हणून पुनरपि ब्राह्मणास ' मजमध्यें सदोदीत वास्तव्य कर. ' असें त्यानें सांगितलें व ब्रह्मात्म्यैक्याचा बोध केला. तदनंतर ताप नष्ट झालेला तो ब्राह्मण ब्रह्मदेवाच्या वदनामध्यें प्रविष्ट झाला; आणि त्या द्विजश्रेष्ठाप्रमाणेंच राजाही अशाच प्रकारें ब्रह्मदेवामध्यें प्रविष्ट झाला. पुढें ब्रह्मदेवाला अभिवादन करून देवता ह्मणाल्या कीं, ' जपकर्त्याला विशिष्ट प्रकारचें प्रत्युत्थान देणें विहित आहे. आमचा येथें येण्याचा हा सर्व प्रयत्न केवळ जपकर्त्या पुरुषासाठींच आहे. ह्या उभयतांची योग्यता आतां सारखीच आहे. आपणही ह्या उभयतांचा बहुमान केलेला आहे. सारांश, ह्यांना सारख्याच फलाची प्राप्ति झालेली आहे. आज आह्मांस योगी आणि जपकर्ता पुरुष ह्या उभयतांचें अत्यंत मोठें फल अवलोकन करावयास मिळालें. आतां हे उभयतां सर्वही लोकांस अतिक्रमण करून इच्छेस वाटेल तेथें गमन करोत. '

ब्रह्मदेव म्हणाला:—जो कोणी वेदाच्या सहा अंगांचें अथवा जो मन्वादि स्मृतींचें अध्ययन करील, त्यालाही अशाच प्रकारें माझ्या लोकाची प्राप्ति होईल. तसेंच जो योगनिष्ठ बनेल त्यालाही देहत्यागानंतर अशाच रीतीनें माझ्या लोकाची प्राप्ति होईल ह्यांत संशय नाहीं. अस्तु; आतां मी जातों. आपणही सिद्धि

संपादन करण्यासाठीं आपआपल्या स्थानीं गमन करावें.

भीष्म ह्मणाले:–राजा, असें म्हणून ब्रह्मदेव त्याच ठिकाणीं अंतर्धान पावला; देवही त्याचा निरोप घेऊन आपआपल्या स्थानीं निघून गेले; व त्या ठिकाणीं आलेले ते कालमृत्युप्रभृति सर्व महात्मे धर्माचा गौरव करून आनंदित अंतःकरणानें त्याच्या मागून चालते झाले. अशा प्रकारें, हे महाराजा, माझ्या ऐकण्यांत आलें होतें त्याप्रमाणें मीं तुला जपकर्त्या पुरुषास मिळणारें फल व गति हीं निवेदन केलीं. आतां पुनश्च काय ऐकावें अशी तुझी इच्छा आहे ?

अध्याय दोनशें पहिला.

—:०:—

मनुबृहस्पतिसंवाद.

कर्मगति.

युधिष्ठिर म्हणाला:—हे पितामह, ज्ञानयोगाचें, वेदांचें व अग्निहोत्रादि नियमांचें फल कोणतें, आणि जीवाचें ज्ञान कसें करून घ्यावें, हें मला कथन करा.

भीष्म म्हणाले:—ह्याविषयीं प्रजाधिपति मनु आणि महर्षि बृहस्पति ह्या उभयतांमध्यें झालेला संवाद प्राचीन इतिहास म्हणून सांगत असतात. तो असा:—देवर्षिसमुदायामध्यें श्रेष्ठ असा महर्षि बृहस्पति शिष्य होऊन लोकश्रेष्ठ प्रजाधिपति मनूकडे गेला आणि त्याला प्रणाम करून विचारूं लागला कीं, "भगवन्, ह्या जगताचें कारण असें काय आहे ? कर्मकांडाची प्रवृत्ति कोणीकडे आहे ? ब्राह्मणांनीं ज्ञानाचें फल काय सांगितलेलें आहे ? मंत्रगत शब्दांनीं ज्याचें ज्ञान होत नाहीं असें काय आहे ? प्रभो, हें मला यथास्थितपणें निवेदन करा. तसेंच अर्थशास्त्र, आगम आणि मंत्र ह्यांचें ज्ञान असलेल्या लोकांना यज्ञांच्या अथवा अनेक गोप्रदानांच्या योगानें मिळणारें फळ कोणतें ? मोठमोठे लोक कोणाची उपासना करितात ? व तें काय आणि कोठें आहे ? पृथ्वी, पार्थिव वस्तु, वायु, अंतरिक्ष, जलचर, जल, स्वर्ग आणि स्वर्गवासी ह्यांची उत्पत्ति कोणापासून झाली ? हे भगवन्, हें पुरातन असें तत्त्व मला कथन करा. मनुष्याला ज्या विषयाचें ज्ञान व्हावें अशी इच्छा असेल, त्या विषयाचें ज्ञान झालें ह्मणजेच त्याची त्या विषयाकडे प्रवृत्ति होते, एरवीं होत नाहीं. मला तर त्या पुरातन श्रेष्ठ तत्त्वाचें ज्ञान नाहीं. मग माझी तिकडे उगीच कशी प्रवृत्ति व्हावी ? मीं ऋक्प्रभृति तीनही वेदांचें व छंद, ज्योतिष, निरुक्त, व्याकरण, कल्प आणि शिक्षा ह्या वेदांगांचेंही अध्ययन केलेलें आहे; तथापि मला भूतांच्या मूलतत्त्वाचें ज्ञान नाहीं. ह्यास्तव आपण मला हें सर्व सामान्य आणि विशेष अशा दोहों प्रकारांनीं कथन करावें. तसेंच, ज्ञानाचें फल काय, कर्माचें फल कोणतें, मनुष्यास शरीरवियोग कसा घडतो, व पुनश्च त्याला शरीरप्राप्ति कशी होते, हेंही आपण मला निवेदन करा."

मनु म्हणाला:—ज्या मनुष्याला जें इष्ट असतें तें त्याचें सुख असून, जें अनिष्ट असतें तें दुःख होय, असें सांगितलें आहे. मनुष्याला इष्टप्राप्ति व्हावी, आणि अनिष्टप्राप्ति होऊं नये, एतदर्थ कर्मविधीची प्रवृत्ति आहे; आणि इष्ट व अनिष्ट ह्या दोहोंचाही संबंध नसावा ह्यासाठीं ज्ञानविधि प्रवृत्त झाला आहे. वेदामध्यें जो कर्मयोग सांगितला आहे तो वासनेला प्राधान्य देऊनच होय. कर्मयोगाचें आचरण करूनही तज्जन्य बन्धांतून मुक्त असलेल्या मनुष्यास परमात्मप्राप्ति होते. पण सुखाच्या अभिलाषानें अनेक प्रकारच्या कर्ममार्गाच्याच ठिकाणीं आसक्त होऊन राहिलेल्या मनुष्यास,

—अनेक प्रकारच्या दुःखांनीं व्याप्त असल्यामुळें—नरकतुल्य असणाऱ्या लोकांची प्राप्ति होते.

बृहस्पति ह्मणालाः—जो मनुष्य ज्याची प्राप्ति होण्यासाठीं जें कर्म करीत असेल, तेंच त्या कर्माचें फल होय. इष्ट तें सुख व अनिष्ट तें दुःख; ह्यांपैकीं इष्टाची तेवढी प्राप्ति व्हावी व अनिष्टाची प्राप्ति होऊं नये, ह्या इच्छेनेंच कर्मकर्ता पुरुष व्याप्त झालेला असतो. अर्थात् नरकतुल्य लोक हें कांहीं कर्माचें फल नव्हे. मग त्याची प्राप्ति त्याला कां व्हावी?

मनु ह्मणालाः—वासनेचा त्याग करावा व कर्माचरण करून तद्द्वारा ज्ञानेच्छा उत्पन्न झाल्यानंतर ज्ञान संपादन करून परमात्म्याचे ठिकाणीं लीन व्हावें, एतदर्थच कर्मविधीची प्रवृत्ति आहे. अशा प्रकारच्या कर्माच्या योगानें बन्ध घडत नाहीं, अर्थात् नरकतुल्य अशा लोकांची प्राप्ति होत नाहीं. पण जे वासनेनें व्याप्त असल्यामुळें वासनास्वरूपीच बनून गेलेले असतात, त्यांना कर्मयोग घेरून सोडतो. अर्थातच त्यांना दुःखप्रचुर अशा लोकांची प्राप्ति होते. ह्यास्तव, वासनांचा त्याग करून ब्रह्मज्ञानास कारणीभूत व ह्मणूनच श्रेष्ठ अशा निष्काम कर्माचा स्वीकार केला पाहिजे. निष्कामपणें नित्य कर्माचें आचरण केलें ह्मणजे धर्माकडे प्रवृत्ति असलेलें अंन्तःकरण आरशाप्रमाणें स्वच्छ बनतें व सत् कोणतें आणि असत् कोणतें ह्याचें ज्ञान होतें. ह्मणूनच त्याला सुखाची अर्थात् मोक्षाची इच्छा होते. आणि त्यामुळें त्याला कर्ममार्गबहिर्भूत अर्थात् कर्माला अत्यंत अगोचर व वासनाशून्य अशा परब्रह्माचें ज्ञान होतें. मन आणि कर्म ह्या दोहोंच्याच योगानें संसाराची उत्पत्ति झालेली आहे; आणि लोकांनीं अवलम्बन केलेल्या ज्या ह्या दोन वस्तु, त्या परमात्मप्राप्तीस मार्गभूत अशाही आहेत. कर्म दोन प्रकारचें आहे; एक ब्रह्मज्ञानरूपी शाश्वत फल देणारें व दुसरें इष्टलोकप्रभृति क्षुद्रफल देणारें. त्यांपैकीं, कर्मापासून शाश्वतफलप्राप्ति होण्याचें साधन—अन्तःकरणानें कर्मफलाचा त्याग करणें हेंच आहे; सर्वथैव कर्मत्याग करणें हें नव्हे. जोंवर विवेक उत्पन्न झाला नाहीं, तोंवर बुद्धि अज्ञानावृत असल्यामुळें तिला शुभ कोणतें आणि अशुभ कोणतें हें समजत नाहीं. पण ज्याप्रमाणें रात्रीच्या शेवटीं तमोमुक्त झालेल्या नायकतुल्य अशा चक्षुरिंद्रियाला कंटकादिकांचें ज्ञान होऊं लागतें, त्याप्रमाणें, विवेक उत्पन्न झाला ह्मणजे अशुभ कर्म कोणतें तें बुद्धीला कळून येतें व तें तिला त्याज्य वाटतें. सर्प, दर्भाचे सड, विहीर इत्यादिकांचें ज्ञान झालें ह्मणजे मनुष्य त्यांच्या बाजूला जात नाहीं; पण जर ज्ञान झालें नाहीं तर तो त्यांजवर जाऊन पडतो. ह्यावरून ज्ञानाचें फल अधिक कसें हें कळून येण्यासारखें आहे. कर्मनिष्पत्तीचीं पांच अंगें आहेत, तीं अशीं: यथाविधि केलेला समग्र मंत्रप्रयोग, शास्त्रांत सांगितल्या प्रकारचे यज्ञ, तशाच प्रकारच्या दक्षिणा, अन्नप्रदान आणि अंतःकरणाची एकाग्रता. कर्म हें सत्त्वादिगुणात्मक आहे, असें वेदांनीं सांगितलें आहे. अर्थात् मंत्रही त्रिगुणात्मक आहे. कारण कर्म हे मंत्रपूर्वक असतें. विधि देखील त्रिगुणात्मक असतो. कर्त्याचें अंतःकरण ज्या गुणाचें असेल तदनुरूप असेंच फल त्याला मिळतें. सारांश, कर्मफल हें त्रिगुणात्मक असतें; आणि कर्मफलाचा भोक्ता जो पुरुष तोही त्रिगुणात्मकच असतो. कर्मप्राप्य स्वर्गलोक मिळाला ह्मणजे उत्कृष्ट शब्द, रूप, रस, स्पर्श व उत्तम गंध हीं फलरूपानें प्राप्त होत असतात. पण शरीराचा त्याग केल्यावांचून मनुष्य ह्या फलोपभोगाचा अधिकारी होत नाहीं. ज्ञानफलाची गोष्ट तशी नाहीं. कारण,

शरीर असतांना इहलोकींही तें उपभोगावयास मिळतें. कायिक, वाचिक आणि मानसिक असें तीन प्रकारचें कर्म आहे. यांपैकीं कोणत्याही कर्माच्या योगानें मोक्षप्राप्ति होणें शक्य नाहीं. शरीरद्वारा जें कर्म करावयाचें, तें शरीराशीं संबंध असतेवेळींच उपभोगावयाचें असतें. कारण, तें फल सुखदुःखात्मक असून सुख व दुःख या दोहोंचेंही आश्रयस्थान शरीरच आहे; आणि मोक्ष ह्मणजे आत्मस्वरूपप्राप्ति असल्यानें व ती शरीराच्या योगानें उपभोगितां येणारी नसल्यानें, शरीर कर्मापासून मोक्षप्राप्ति होणार नाहीं. तसेंच, वाणीच्या योगानें जीं कर्मैं करावयाचीं तीं सर्व वाणीनें युक्त असतेवेळींच उपभोगावयाचीं असतात. मोक्ष हा तसा नाहीं; ह्मणूनच तो वाचिक कर्माचें फल नव्हे. मन जें कांहीं कर्म करितें, त्याचें फल मनाच्या अस्तित्वकालींच भोगिलें पाहिजे. मोक्षाची गोष्ट याहून निराळी आहे. म्हणूनच त्याला मानसिक कर्माचें फल ह्मणतां यावयाचें नाहीं. कर्मफलाविषयीं आसक्त झालेला पुरुष त्याच्या प्राप्तीच्या इच्छेनें ज्या ज्या गुणांनीं विशिष्ट अशा कर्माचें आचरण करील, त्या त्या गुणांच्या प्रेरणेनें त्याला शुभ अथवा अशुभ (गुणानुरूप) कर्मफल भोगावें लागतें. प्रवाहांत पडलेला मत्स्य मार्गानें जात असतां पाण्याचा वेग त्याला दुसरीकडेच ओढून नेतो; त्याप्रमाणेंच, पूर्वींचें कर्म हेंही संसारांत पडलेल्या प्राण्याकडे येऊन त्याला इष्ट नसेल अशाही मार्गास लावितें. ह्याप्रमाणें कर्माची गति आहे. आतां, ज्यापासून हें सर्व जग निर्माण झालें आहे, अंतःकरणाचा जय केलेले पुरुष जगताचा अतिक्रम करून ज्यामध्यें प्रविष्ट होतात, आणि जें मंत्रगत शब्दांनींही व्यक्त करून दाखवितां येत नाहीं, त्या श्रेष्ठ तत्त्वासंबंधानें मी तुला सांगतों, तें ऐक. तें तत्त्व अर्थात् परब्रह्म इंद्रियग्राह्य नाहीं. कारण तें व्यक्त नाहीं. त्याला प्रधानाप्रमाणें लोहित, शुक्ल अथवा कृष्ण वर्ण नाहीं. त्याला अनेक प्रकारचे रस, गंध, शब्द आणि स्पर्श ह्यांचा अथवा कोणत्याही प्रकारच्या रूपाचा संपर्क नाहीं. तथापि लोकांच्या उपयोगासाठीं त्यानें रूप, रस, गंध, शब्द आणि स्पर्श हे पांच विषय निर्माण केले आहेत. तें स्त्री नाहीं, पुरुष नाहीं अथवा नपुंसकही नाहीं. तें लौकिकांत सत्तामय भासणारें प्रधान अथवा परमाणु इत्यादि नसून शून्यरूपी असत् देखील नाहीं; आणि मायाविशिष्ट असल्यामुळें सत् व असत् ह्यांचे मिश्रणभूत जे ईश्वरादि तेही तें नव्हे. तर ब्रह्मवेत्त्या पुरुषांना ज्याचा साक्षात्कार होतो तेंच तें तत्त्व होय. हें केव्हांही क्षरण (नाश) पावत नाहीं, ह्मणूनच ह्याला अक्षर म्हणतात.

अध्याय दोनशें दुसरा.

—:०:—

संसार.

मनु म्हणालाः—मायायुक्त अशा ब्रह्मापासून प्रथम आकाशाची उत्पत्ति झाली; आकाशापासून वायु निर्माण झाला; वायूपासून तेज उत्पन्न झालें; तेजापासून जलाची निष्पत्ति झाली; जलापासून पृथ्वीचा उद्भव झाला; आणि पृथ्वीपासून जग उदय पावलें. अशी सृष्टीची उत्पत्ति होते. संहारकालीं हीं पार्थिव शरीरें जलामध्यें लीन होतात; जलापासून तेजामध्यें जातात; तेजापासून वायूमध्यें प्रविष्ट होतात; आणि वायूपासून आकाशांत प्रवेश करितात; पुढें, जे ब्रह्मनिष्ठ असतात ते आकाशाचें अतिक्रमण करून मोक्ष पावतात, अर्थात् श्रेष्ठ अशा परब्रह्मस्वरूपाची त्यांना प्राप्ति होते; आणि जे तसे नसतात त्यांना पुनश्च कर्मानुसार जन्म घ्यावा लागतो. ब्रह्मनिष्ठ पुरुष ज्या

परतत्त्वाचे ठिकाणीं लीन होतात, तें उष्ण नाहीं आणि शीतही नाहीं; मृदु नाहीं अथवा कठीणही नाहीं; तें आंबट, तुरट, मधुर अथवा कडूही नाहीं; त्याला शब्दाचा संबंध नाहीं, गंधाचा गंध नाहीं, आणि रूपाचा संपर्क नाहीं; त्याला ज्ञातृत्व, ज्ञानत्व, अथवा ज्ञेयत्व इत्यादि स्वभावांचा संबंध नाहीं. कारण तें सर्वांहून भिन्न आहे. त्वचेला स्पर्शाचें, जिभेला रसाचें, घ्राणाला गंधाचें, श्रवणेन्द्रियाला शब्दाचें आणि नेत्राला रूपाचें ज्ञान होतें; पण ब्रह्मप्राप्तीच्या योगाचें ज्ञान असलेल्या पुरुषास ज्याचें ज्ञान होतें, तें कोणत्याही इंद्रियाच्या योगें मनुष्यास जाणतां येत नाहीं. गुरूनें उपदेशिलेल्या मार्गाच्या अनुरोधानें जिव्हेला रसापासून, घ्राणाला गंधापासून, श्रवणेंद्रियाला शब्दापासून, त्वचेला स्पर्शापासून, आणि नेत्रांना रूपापासून निवृत्त केलें; म्हणजेच बुद्धि इत्यादिकांहून पलीकडे असणाऱ्या परमात्म्याचें ज्ञान होतें. अर्थात् जीवाला आपल्या स्वरूपाचा बोध होऊन मी परब्रह्माहून भिन्न नाहीं असें कळून येतें. हें स्वरूप कर्ता, कर्म, करण, देश, काल, सुख, दुःख, प्रयत्न इत्यादि समुदायाचें कारण आहे असें मुनींनीं म्हटलेलें आहे. कारण, जो कर्ता ज्ञानाच्या अथवा कर्माच्या योगानें ज्याच्या साठीं ज्या कालीं अथवा ज्या ठिकाणीं प्रेमामुळें अथवा द्वेषामुळें ज्या विषयाचें अवलंबन करून ज्या सुखाच्या अथवा दुःखाच्या उद्देशानें त्याला अनुकूल असें जें कर्म आरंभितो, तो कर्ता, तें ज्ञान, तें कर्म, तें प्राप्य, ते देशकाल, तीं सुखदुःखें इत्यादि जो हा समुदाय आहे, त्यास चिन्मय परब्रह्म हेंच कारणीभूत असून तेंच स्वरूप आहे. स्वरूपासच स्वभाव अशी संज्ञा आहे. जें व्यापक अर्थात् ईश्वर असून व्याप्य अर्थात् जीवस्वरूपीही आहे, असें वेदवचनावरून सिद्ध आहे; तसेंच जें कूटस्थस्वरूपानें जगतामध्यें वास्तव्य करणारें आहे; जें सर्वांस कारणीभूत असून ज्या अद्वितीय अशा आत्म्यानेंच स्वतःस प्रकट केलें आहे, तेंच तें कारण अर्थात् परब्रह्म होय. त्याहून भिन्न असे जे ईश्वरादिक आहेत ते कार्यरूपी आहेत. ज्याप्रमाणें उत्तम प्रकारें आचरण केलेल्या पुण्यपापांच्या योगानें मनुष्याला शुभाची व अशुभाची प्राप्ति होते,—प्राप्तीच्या कामीं शुभाशुभांत विरोध दिसून येत नाहीं, त्याचप्रमाणें त्या ज्ञानरूपी कारणाला कर्मजन्य शुभाशुभ देहाची प्राप्ति होते व तें त्यामध्यें बद्ध झाल्यासारखें होऊन राहतें. तथापि देहवर्ती जीं इंद्रियें त्यांच्या योगानें त्याचें ज्ञान होत नाहीं. कारण, ज्याप्रमाणें पुढें प्रज्वलित असलेला दीप आपल्या प्रकाशानें दुसऱ्याच वस्तूंस प्रकाशित करतो,—अर्थात् दुसऱ्या वस्तूंच्याच ज्ञानास उपयोगीं पडतो, स्वतःच्या अगर आपल्या अत्यंत सन्निध असणाऱ्या वस्तूंच्या ज्ञानास उपयोगीं पडत नाहीं, त्याचप्रमाणें ह्या शरीरामध्यें ज्ञानरूपी तेजानें दीप्तिसंपन्न झालेले इंद्रियरूपी पांच दीपवृक्ष (समया) बाह्य अशा परवस्तूंसच प्रकाशित करीत असतात व म्हणूनच पराधीन झाल्यासारखे असतात. अर्थात् स्वतःच्या अथवा आपल्या अतिशय सन्निध असलेल्या आत्म्याच्या ज्ञानास ते उपयोगीं पडत नाहींत. ज्याप्रमाणें राजानें त्या त्या कार्यावर नेमलेले अमात्य निरनिराळीं प्रमाणें दाखवीत असतात, त्याचप्रमाणें आत्म्याच्या प्रेरणेनें पांच इंद्रियें निरनिराळ्या वस्तूंचें ज्ञान करून देतात. अमात्यांच्या ठिकाणीं ज्याप्रमाणें थोडीशी सत्ता असते, त्याप्रमाणें इंद्रियांच्याही ठिकाणीं अंशतः ज्ञान असतें. तथापि राजा हा ज्याप्रमाणें अमात्यांहून निराळाच असतो, त्याप्रमाणें तो ज्ञानमय आत्मा पांचही

इंद्रियांहून वेगळाच आहे.हें ज्ञान जरी मनाच्या द्वारानें शरीरांत बद्ध होऊन राहिलेलें आहे, तरी शरीराचा नाश झाल्यानें त्याचा नाश होत नाहीं. कारण, ज्याप्रमाणें अग्नीच्या ज्वाला, वायूचा वेग, सूर्याचे किरण आणि नद्यांचें पाणी ह्यांचा नाश होतो व पुनः प्राप्तिही होते, तद्वत् शरीराचा नाश होतो व त्याची पुनः प्राप्तिही होते. परंतु ज्वालादिकांच्या नाशामुळें जसा अग्निप्रभृतींचा नाश होत नाहीं, तसा शरीराच्या नाशामुळें आत्म्याचा नाश होत नाहीं. आत्मा जरी शरीरामध्यें बद्ध झालेला आहे, तरीही शरीरच्छेदादिकांच्या योगानें तो दिसणें शक्य नाहीं. कारण, एखाद्या मनुष्यानें हातांत परशु घेऊन काष्ठाचा छेद केला तरी त्याला त्यामध्यें धूम अथवा अग्नि दृष्टिगोचर होणार नाहीं. पण त्याच काष्ठाचें मंथन केलें असतां धूम आणि अग्नि हीं दोन्ही दिसूं लागतात. त्याचप्रमाणें सर्व शरीराचा अथवा हात, पाय, पोट इत्यादिकांचा छेद केल्यानें आत्मा दिसणार नाहीं; पण जीव हा ज्ञानयोगानें विशिष्ट झाला म्हणजे त्याला परब्रह्माचें व बुद्धीचेंही ज्ञान एकदमच होतें. देहाचा नाश अथवा उत्पत्ति ह्यांच्यामुळें आत्म्यास कोणत्याही प्रकारची बाधा होत नाहीं. स्वप्नामध्यें आपलें शरीर आपल्याहून भिन्न असून भूमीवर पडलेलें आहे असें तो पाहातो व स्वप्नानंतर पुनश्च या शरीराचा स्वीकार करतो, अर्थात् त्या शरीराचा अभिमानी बनतो; त्याचप्रमाणें, श्रोत्रादिक इंद्रियें, मन, बुद्धि इत्यादिक सतरा पदार्थांनीं युक्त असलेलें लिंगशरीर मरणोत्तर प्राप्त झाल्यानें जरी स्थूलशरीर मजहून भिन्न आहे असें आत्म्यास कळून चुकतें, तरी त्याला पुनरपि दुसऱ्या स्थूलशरीराचा योग घडतो. शरीराच्या उत्पत्तीनें, वृद्धीनें, क्षीणतेनें अथवा नाशानें शरीरांतर्गत जीवाची उत्पत्ति, वृद्धि, क्षय अथवा नाशही होत नाहीं. शरीर प्रेत होऊन पडलें तरीही आत्मा दृष्टिगोचर होत नाहीं; त्याला सुखदायक आणि दुःखदायक अशा कर्मांचा मात्र संबंध घडतो; आणि त्यामुळेंच त्याला एका शरीरांतून निघून दुसऱ्या शरीरांत प्रविष्ट व्हावें लागतें. आत्म्याचें स्वरूप नेत्रांनीं अवलोकन करतां येत नाहीं. सारांश, तो कोणत्याही इंद्रियास विषयीभूत नाहीं. तसेंच तो कोणत्याही वस्तूचा उपभोग घेत नाहीं; अथवा इंद्रियांच्या योगानें तो कोणतेंही कार्य करीत नाहीं. इंद्रियांना आत्म्याचें ज्ञान होत नाहीं, तथापि आत्म्याला इंद्रियांचें ज्ञान असतें. ज्याप्रमाणें अग्नीच्या समीप असलेला एखादा लोखंडाचा गोळा त्यांत अग्नीचा प्रवेश झाल्यामुळें लाल होऊन जातो, पण अग्नीला लोखंडाचा आकार येत नाहीं, त्याप्रमाणेंच आत्मा शरीरांत प्रविष्ट झाला असल्यामुळें शरीरामध्यें चैतन्य उत्पन्न होतें, तथापि शरीराचें स्वरूप आत्म्याला येऊं शकत नाहीं. तसेंच, पूर्वींच्या शरीराचा त्याग केल्यानंतर, सामान्य जनांना दिसण्यास अशक्य अशा दुसऱ्या शरीरामध्यें प्राणी प्रवेश करितो, त्या वेळीं त्याचा पूर्वींचा देह पंचमहाभूतांमध्यें लीन होतो, तथापि पंचमहाभूताश्रित असें जें रूप तेंच त्या प्राणाला मिळतें. मरण पावणारा प्राणी असमंताद्भागीं असणाऱ्या आकाश, वायु, अग्नि, जल आणि पृथ्वी ह्या पंचमहाभूतांमध्यें प्रविष्ट होतो व कर्मनिष्ठ असलेलीं श्रोत्रादिक पांच इंद्रियें श्रोत्रादिक पांच इंद्रियांच्या गुणांचा आश्रय करून राहतात. सारांश, स्थूलदेहाचा नाश झाला तरीही लिंगशरीराचा नाश होत नाहीं. पांच इंद्रियांपैकीं श्रवणेन्द्रिय हें आकाशाचा गुण जो शब्द त्याचा आश्रय करितें; घ्राणेंद्रिय पृथ्वी

च्या गंधरूपी गुणाचें अवलंबन करितें; तेजाचेंच कार्य जें चक्षुरिन्द्रिय तें तेजोमय अशा रूपाचा अवलंब करितें; वायुस्वरूपी त्वगिंद्रिय वायूचा गुण जो स्पर्श त्याच्या आधारानें राहतें; आणि रसनेंद्रिय हें जलगुण रसाचा आश्रय करून असतें. पांच इंद्रियांचे शब्दादिक पांच विषय महाभूतांमध्यें वास करितात आणि तीं महाभूतें इंद्रियांचे ठिकाणीं वास्तव्य करितात. तसेच ते सर्व शब्दादिक विषय, तीं सर्व आकाशादि पंचमहाभूतें आणि श्रोत्रादिक पांच इंद्रियें हीं मनाचीं अनुयायी असतात; मनाचा बुद्धीकडे ओढा असतो; आणि बुद्धि आत्म्याच्या अनुरोधानें असते. सारांश बुद्धीमध्यें, सर्वांचा अंतर्भाव असल्यानें तिच्या संबंधानें आत्म्याला पुनः पुनः संसारांत पडावें लागतें. जलामध्यें वास्तव्य करणारे प्राणी ज्याप्रमाणें प्रवाहाच्या अनुरोधानें जातात, त्याप्रमाणेंच पूर्वजन्मीं केलेलीं शुभाशुभ कर्में हीं आत्म्यास नवीन प्राप्त झालेल्या देहाकडे येतात, आणि बुद्धि व विषय हे मनाच्या अनुरोधानें त्या शरीरांतच वास्तव्य करितात. ज्याप्रमाणें भ्रांतिजन्य ज्ञानाचा बाध झाल्यानंतर मनुष्याला पदार्थाचें वास्तविक स्वरूप कळतें,—त्यापूर्वीं कळत नाहीं, अर्थात् भ्रांतिमय भासूं लागतें, त्याप्रमाणेंच भ्रांतिज्ञानाचा बोध झाल्यानंतर आत्म्याच्या स्वरूपाचें ज्ञान होतें; पूर्वीं होत नाहीं. म्हणूनच, नौकेंत बसलेला मनुष्य तीरावरील स्थिर पदार्थही चंचल आहेत असें ज्याप्रमाणें मानूं लागतो, त्याप्रमाणेंच आत्मा निर्विकार असतांही तो विकारमय आहे अशी मनुष्याची कल्पना होते. तसेंच अक्षर बारीक असलें तरीही तें उपनेत्रादिकांच्या साहाय्यानें जसें मोठें दिसूं लागतें, तसेंच आत्मतत्त्व सूक्ष्म असतांही बुद्धीच्या संबंधामुळें स्थूल आहे असा भास होतो. तसेंच आपल्या मुखाचें प्रतिबिंब दर्पणाच्या साहाय्यावांचून दिसत नाहीं, पण दर्पणाच्या साहाय्यानें तें पाहातां येतें; तसेंच परब्रह्म जरी दृश्य नसलें तरी अविद्येमुळें निर्माण झालेल्या बुद्धिरूपी दर्पणाच्या साहाय्यानें त्याचीं आकाशादिकांच्या स्वरूपानें भासणारीं रूपें दृष्टिगोचर होतात.

अध्याय दोनशें तिसरा.

—:०:—

आत्म्याचें अस्तित्व.

मनु म्हणालाः—इंद्रियें आणि मन ह्या उपाधींनीं युक्त असलेलें जें जीवरूपी चैतन्य, त्याला पुष्कळ पूर्वींच्याही गोष्टींचें स्मरण असतें; पुष्कळ पूर्वीं अनुभवलेले विषय त्याला पुढें आठवतात. अर्थात्च तो इंद्रियांहून निराळा आहे. तसेंच, स्वप्नादि अवस्थांमध्यें इंद्रियें लीन झालीं, अर्थात् तीं आपापल्या विषयाचें ग्रहण करण्याविषयीं असमर्थ झालीं म्हणजे तो बुद्धिरूपानें असतो; तथापि त्या वेळीं तो केवळ बुद्धीशीं तादात्म्य पावलेला असतो इतकेंच. वस्तुतः तो चैतन्यरूपी सर्वोत्कृष्ट आत्मा बुद्धीहूनही निराळा आहे. ज्या अर्थीं—एक कालीं असो अथवा भिन्न कालीं असो—समीप प्राप्त झालेल्या इंद्रियांच्या विषयांना तो प्रकाशित करीत असतो, व एक कालीं नसणाऱ्या स्वप्नादि तीन अवस्थांमध्यें प्रवेश करीत असतो, त्या अर्थीं त्या सर्वांना साक्षिभूत असणारा व शरीर धारण करणारा अद्वितीय असा आत्मा त्या सर्वांहून भिन्न आहे. जागृति, स्वप्न व सुषुप्ति या तीनही अवस्थांमध्यें सत्त्व, रज आणि तम ह्या तीहींचें अस्तित्व असतेंच. म्हणूनच त्या अवस्थांमध्यें सुख, दुःख आणि मोह हीं परस्परांवर गुणकारीही असतात. त्या सुखदुःखांचें आत्म्याला केवळ ज्ञानच असतें,—तो त्यांचा उपभोक्ता मात्र नव्हे. ज्याप्रमाणें काष्ठामध्यें असणारा

अग्निच काष्ठाला दग्ध करीत असतो आणि वायु हा केवळ अग्नीला प्रज्वलित करीत असतो, त्याप्रमाणें शरीरांतर्गत आत्मा हा इंद्रियांमध्यें विषयग्राहक शक्ति तेवढी उत्पन्न करीत असतो व बुद्धि ही विषयांचा उपभोग घेते. चक्षुरिंद्रियानें आत्म्याच्या स्वरूपाचें दर्शन होत नाहीं; त्वगिंद्रियानें त्याच्या स्पर्शाचेंही ज्ञान होत नाहीं; आणि श्रवणेंद्रियानेंही आत्म्याचें ज्ञान होत नाहीं. इतर इंद्रियांचीही गोष्ट अशीच आहे. सारांश, कोणत्याही इंद्रियानें आत्म्याचें ज्ञान होत नाहीं; कारण तो इंद्रियांचेंही इंद्रिय आहे. अर्थात्च, विषयांना जसें इंद्रियांचें ज्ञान होणें शक्य नाहीं, तसेंच इंद्रियांनाही आत्म्याचें ज्ञान होणें शक्य नाहीं. आत्म्याचें ज्ञान केवळ वेदांतवाक्याच्या विचारानें होतें; आणि तें झालें म्हणजे सर्व द्वैत प्रपंचाचा नाश होतो. इतकेंच नाहीं, तर ज्याच्या योगानें आत्मज्ञान झालेलें असतें तो वेदांतही आत्मज्ञानानंतर अवशिष्ट रहात नाहीं. श्रोत्रादिक इंद्रियांना आपलें स्वतांचें ज्ञान होत नाहीं, मग परमात्म्याचें कोठून होणार? पण सर्वज्ञ आणि सर्वांस साक्षिभूत अशा परमात्म्याला इंद्रियादिकांचें ज्ञान असतें. तो इंद्रियांना अगोचर आहे म्हणून मुळीं नाहींच, असें मात्र नाहीं. कारण, ज्याचें ज्ञान होत नाहीं तें नसतें असें नाहीं. आजपर्यंत हिमालयाच्या दोन्ही बाजू अथवा चंद्रमंडलाचा पृष्ठभाग हीं कोणींही पाहिलेलीं नाहींत; तथापि तेवढ्यावरून तीं नाहींत असें नाहीं. त्याचप्रमाणें, सर्व प्राण्यांचा आत्मा हा जरी प्राण्यांपैकीं कोणींही पाहिलेला नसला, तथापि तो नाहीं असें नाहीं. तो दृष्टिगोचर होत नाहीं ह्याचें कारण-तो अत्यंत सूक्ष्म व ज्ञानस्वरूपी आहे हेंच होय. सामान्यतः आत्म्याची प्रतीति होते; तथापि तेवढ्यानें मनुष्यास त्याचें ज्ञान होत नाहीं. उदाहरणार्थ, चंद्रमंडलावर कलंक आहे एवढें ज्ञान कोणासही असतें; पण तो कलंक म्हणजे स्वच्छ अशा चंद्रमंडलामध्यें पडलेलें पृथ्वीचें प्रतिबिंब आहे हें मात्र कोणासही कळत नाहीं. अशाच रीतीनें आत्म्याची प्रतीति झाली असली तरी अभेदरूपी ज्ञान झालेलें नसतें. जीवस्वरूपानें होणारें ज्ञान हें कांहीं ब्रह्मज्ञान नव्हे. म्हणूनच त्यानें शोकादिकांची निवृत्ति झाली नाहीं, तरी आत्मज्ञान व्यर्थ आहे असें म्हणतां येणार नाहीं. दिसणें आणि न दिसणें हें कांहीं अस्तित्वाचें अथवा त्याचे अभावाचें लक्षण नव्हे. वृक्ष वगैरे पदार्थ ज्या आकृतींत असतात ती आकृति हें त्यांच्या अस्तित्वाचें लक्षण नाहीं. कारण, वृक्षादिक उत्पन्न होण्याचे पूर्वीं आणि त्यांच्या नाशानंतर त्यांची आकृति नसते. म्हणूनच, 'जें भूतकालीं नसतें व भविष्यकाळींही नसतें, तें वर्तमान काळींही नसतेंच.' ह्या न्यायानें वृक्षाचें अस्तित्वच नाहीं असें ते आपल्या बुद्धीनें ठरवितात, तसेंच सूर्याला गति आहे असें जरी प्रत्यक्ष प्रमाणानें सिद्ध करितां आलें नाहीं, तरी त्याच्या स्थानाचा जो बदल होतो त्यावरून विद्वान् लोक त्याची गति ठरवितात. त्याचप्रमाणें, आत्मा जरी दूर असला तरी विद्वान् लोकांना बुद्धिरूपी दीपाच्या योगानें तो सन्निद्ध असल्याप्रमाणें दिसतो; आणि संसार हा जरी सन्निध आहे, तरी ज्ञानी लोक त्याचा ब्रह्मामध्येंच लय करून टाकण्याची इच्छा करितात; अर्थात् तो सन्निध असला तरी दूर झुगारून देतात. उपायावांचून कोणतीही गोष्ट सिद्ध होत नाहीं, त्या अर्थीं अज्ञानालाही कांहीं उपाय पाहिजे. जलचरांवर उपजीविका करणारे लोक सूत्रांचें जाळें टाकूनच मत्स्यांना धरीत असतात. ज्याप्रमाणें मृगांचें ग्रहण करण्याचे कामीं मृगांचाच उपयोग करितात, पक्ष्यांना

धरण्याचे कामीं पक्षीच उपयोगांत आणतात, आणि हत्तींना धरण्याच्या कामीं हत्तींचाच उपयोग करितात, त्याप्रमाणें ज्ञेय अशा परमात्म्याचें ज्ञान करून घेण्याच्या कामीं ज्ञानाचाच उपयोग करतात. सर्पाचे पाय सर्पालाच दिसतात असें आमच्या ऐकण्यांत आहे. तद्वत्च, लिंगशरीरांत वास्तव्य करणारें जें आत्मतत्त्व अर्थात् ज्ञेय, तें ज्ञानी लोकच बुद्धीच्या वृत्तीनें स्थूलशरीरामध्यें अवलोकन करितात. इंद्रियांच्या योगानें ज्याप्रमाणें ज्ञान होणें शक्य नाहीं, त्याप्रमाणें अतिशय पुढच्या अशाही बुद्धिवृत्तीनें शुद्ध चैतन्याचा बोध होणें अर्थात् घटादिकांप्रमाणें बुद्धीहून भिन्न स्वरूपानें परमात्म्याचें ज्ञान होणें शक्य नाहीं. अर्थातच बुद्धीच्या वृत्तीला जें ज्ञान होतें तें शुद्ध चैतन्याचें नसून उपाधीविशिष्टाचेंच असतें. सारांश, परमात्मा बुद्धीहून निराळा आहे. बुद्धिवृत्तीचा नाश झाला तरी परमात्मा असतोच. अमावास्येचे दिवशीं चंद्राचें दर्शन होण्याचें कांहीं साधन नसतें म्हणूनच तो दिसत नाहीं; पण तेवढ्यामुळें त्याचा नाश झाला असें म्हणतां येत नाहीं. तशीच शरीरांतर्गत आत्म्याची गोष्ट आहे. अमावास्येच्या दिवशीं चंद्राच्या मंडलाचा क्षय झालेला असतो त्यामुळें तो सूर्यमंडलाहून भिन्न-रूपानें दृष्टिगोचर होत नाहीं. तद्वत्च बुद्धिवृत्तीशीं तादात्म्य पावल्यामुळें जीवात्मा निराळा उपलब्ध होत नाहीं. ज्याप्रमाणें सूर्यमंडलांत प्रविष्ट झालेला चंद्र आकाशांत येऊन पुनः प्रकाशमान् होतो, त्याचप्रमाणें शरीरांतर्गत आत्मा एका शरीरांतून निघून दुसऱ्या शरीराची प्राप्ति झाली म्हणजे पुनश्च प्रकाशित होऊं लागतो. चंद्रमंडलाप्रमाणें जन्म, वृद्धि आणि क्षय हे धर्म आत्म्याच्या ठिकाणी प्रत्यक्ष दृष्टिगोचर झाल्यासारखे भासतात; पण त्याचा त्यांच्याशीं कांहीं संबंध नसतो. कारण, ते धर्म शरीराचे आहेत. चंद्र अमावास्येचे दिवशीं दिसेनासा झाला व पुनः प्रकट होऊन क्रमानें वृद्धि पावूं लागला, तरी तो कांहीं पूर्वीच्या चंद्राहून निराळा नसतो. त्याचप्रमाणें, आत्मा उत्पन्न झाला, वृद्धि पावला आणि वयाच्या अनुरोधानें वार्द्धक्यग्रस्त झाला, अर्थात् शरीरगत धर्मांचा त्याच्या ठिकाणीं आरोप झाला, तरी तो शरीराहून भिन्न आणि एक असाच असतो. ज्याप्रमाणें अंधकार हा केव्हांही चंद्राला जाऊन चिकटत नाहीं व म्हणूनच त्याला चंद्रमंडलाचा वियोगही झाल्याचें दिसत नाहीं, त्याप्रमाणेंच आत्म्याला जड अशा शरीराचा योग घडत नाहीं व वियोगही घडत नाहीं. ज्याप्रमाणें राहूचें ज्ञान स्वतंत्र रीतीनें होऊं शकत नाहीं,—तर तो चंद्र अथवा सूर्य ह्याच्या मंडलाशीं संबंध पावला म्हणजेच त्याचें ज्ञान होतें, त्याप्रमाणेंच शरीराचा संयोग घडला म्हणजेच शरीरांतर्गत आत्म्याची उपलब्धि होते; आणि ज्याप्रमाणें चंद्र व सूर्य ह्यांच्या मंडलांचा वियोग झाला म्हणजे राहूचें ज्ञान होत नाहीं, त्याचप्रमाणें शरीराचा वियोग घडल्यानंतर शरीरांतर्गत अशा आत्म्याचें ज्ञान होत नाहीं. ज्याप्रमाणें अमावास्येच्या दिवशीं चंद्र सूर्यमंडलांत प्रविष्ट झाला तरी त्याला नक्षत्रांचा योग घडतोच, त्याचप्रमाणें आत्मा जरी शरीराशीं वियोग पावला तरी त्याला कर्मफलभूत अशा अन्य शरीराचा योग घडतो.

अध्याय दोनशें चौथा.

—:०:—

मोक्षवर्णन.

मनु म्हणाला:——आत्म्याला जरी शरीराचा योग घडत असला, तरी मोक्ष मिळत नाहीं असें नाहीं. कारण, ज्याप्रमाणें जाग्रदवस्थेंत

असलेल्या शरीराचा वियोग होऊन आत्मा स्वप्नकालीं लिंगशरीरामध्यें प्रविष्ट होतो, व सुषुप्तिकालीं इंद्रियविशिष्ट अशा लिंगदेहाचा वियोग घडून तो ज्ञानमय बनतो, त्याप्रमाणेंच त्याला कायमचा शरीरवियोग अर्थात् मोक्षही मिळतो. ह्याचें ज्ञान होण्याला इंद्रियांचा जय झाला पाहिजे. कारण, ज्याप्रमाणें पाणी स्वच्छ असलें म्हणजे त्यामध्यें पडलेलें प्रतिबिंब नेत्रांना दिसतें, त्याचप्रमाणें, जित झाल्यामुळें इंद्रियें प्रसन्न झालीं म्हणजे बुद्धीला आत्म्याचें ज्ञान होतें. पण ज्याप्रमाणें पाणी हालत असलें म्हणजे त्यामध्यें आपलें प्रतिबिंब दिसत नाहीं, त्याप्रमाणेंच इंद्रियें क्षुब्ध असलीं म्हणजे बुद्धीमध्यें आत्म्याचें ज्ञान होत नाहीं. अज्ञानाच्या योगानें अविद्या उत्पन्न होते व ती मनाला आपल्याकडे खेंचीत असते; आणि तिच्या योगानें मन दूषित झालें; म्हणजे मनाचे अधीन असलेलीं इंद्रियेंही दूषित होतात. अशा रीतीनें अज्ञानामुळेंच आत्म्याला संतोष वाटूं लागतो आणि विषयामध्यें गढून गेल्यामुळें त्याची तृप्ति होत नाहीं. म्हणूनच धर्माधर्मांच्या अनुरोधानें मरणानंतर त्याला विषयोपभोग घेण्यासाठीं पुनश्च जन्म स्वीकारावा लागतो; पातकाच्या योगामुळें त्याची हाव सुटेनाशी होते आणि पुढें जेव्हां पाप नष्ट होईल तेव्हां मात्र ती नष्ट होते. आत्मा विषयांशीं संबंध ठेवतो व शरीरविशिष्ट असें असलेलें आपलें स्वरूप कायमचें आहे असें मानतो; आणि अंतःकरणानेंही विरुद्ध अशाच गोष्टींची इच्छा करितो; सारांश, तो अविद्येनें ग्रस्त झालेला असतो, यामुळें त्याला सर्वोत्कृष्ट अशा स्वस्वरूपाचें ज्ञान होत नाहीं. पापकर्मांचा क्षय झाला आणि बुद्धि स्वच्छ झाली, म्हणजे आरशांत पडलेल्या प्रतिबिंबाप्रमाणें तिजमध्यें प्रतिबिंबित असलेल्या आत्म्याचें ज्ञान होऊं लागतें. इंद्रियांची धांव विषयांकडे होऊं लागली म्हणजे मनुष्य दुःखी बनतो आणि ती विषयांपासून निवृत्त झाली म्हणजे त्याला सुख होतें. ह्यास्तव अंतःकरणानें इंद्रियांना विषयांपासून परावृत्त करावें. मन हें इंद्रियांहून पर असून बुद्धि मनाच्याही पलीकडे आहे; आणि जीवात्मा बुद्धीहून अतिशय पलीकडे असून शुद्ध चैतन्यमय परमात्मा त्याच्याही पलीकडे आहे. ह्या परमात्म्यापासूनच जीवात्मा निर्माण झाला; जीवात्म्यापासून बुद्धि उत्पन्न झाली; आणि बुद्धीपासून मन निर्माण झालें. श्रवणादिक इंद्रियांच्या ठिकाणीं अंतःकरण व्यापृत झालें म्हणजे त्याला शब्दादि विषयांचें उत्कृष्ट प्रकारचें ज्ञान होतें. शब्दादिक विषय, त्यांना आश्रयभूत असलेलीं पंचमहाभूतें, आणि अंतःकरणाचें वसतिस्थान अशीं प्रकृतिजन्य शरीरें ह्यांचा जो त्याग करतो, त्यालाच कैवल्याची प्राप्ति होते. सूर्य उदय पावला म्हणजे त्यापासून त्याचे किरणही उत्पन्न होतात व तो अस्तास गेला म्हणजे ते नष्ट होतात. सारांश, सूर्य आकाशांत आला म्हणजे आपले किरण निर्माण करतो व अस्तास जातांना ते नाहींतसे करितो; त्याप्रमाणेंच, अंतरात्मा देहांत प्रविष्ट झाला म्हणजे तो इंद्रियद्वारा आपले ज्ञानमय किरण पसरतो; आणि इंद्रियांच्या विषयांचा उपभोग घेऊन मरणकालीं ते ज्ञानमय किरण नष्ट करून जातो. संसारांत असतांना प्रवृत्तिमार्गाचें आचरण घडत असल्यामुळें त्याला पुण्याचा आणि पापाचा संबंध कळतो व त्यामुळें कर्म जिकडे नेईल तिकडे जाऊन त्याला वारंवार कर्मफलाचा उपभोग घ्यावा लागतो. विषयोपभोगाचा त्याग केला म्हणजे विषयोपभोगाचा अभिलाषही आपोआप नष्ट होतो; तथापि तेवढ्यानें वैषयिक संस्कार मात्र नष्ट होत नाहीं; परमात्म्याचें ज्ञान झालें म्हणजे मात्र तोही नष्ट

होतो. बुद्धीला विषयांचा वियोग घडला आणि ती केवल मनोमय बनून तिजमध्यें सत्तेवांचून दुसऱ्या कशाचेंही स्फुरण होईनासें झालें, म्हणजे परब्रह्माचे ठिकाणीं लीन झाल्यामुळें मनही ब्रह्मस्वरूपी बनून जातें. ज्याला इंद्रियें नसल्यामुळें स्पर्शन, श्रवण, आस्वादन, दर्शन व अवघ्राण या क्रियांचा संबंध नाहीं आणि जो अनुमानगम्यही नाहीं अशा परमात्म्याच्या ठिकाणीं त्या वेळीं बुद्धीचा लय होतो. सारांश, संकल्पामुळें भासमान् होणारे घटादिक पदार्थ मनामध्यें लय पावतात; मन बुद्धीमध्यें लीन होतें; बुद्धि जीवात्म्यामध्यें प्रविष्ट होते; आणि जीवात्मा परमात्म्याच्या ठिकाणीं लय पावतो. इंद्रियांना मनाचें ज्ञान होत नाहीं; मनाला बुद्धीचें ज्ञान होत नाहीं; व अव्यक्त अशा जीवात्म्याचें बुद्धीला ज्ञान होत नाहीं; तथापि सूक्ष्म अशा परमात्म्यास मात्र ह्या सर्वांचें ज्ञान असतें.

अध्याय दोनशें पांचवा.

--:०:--

आत्मप्राप्तीचा उपाय.

मनु म्हणालाः---शारीर अथवा मानस दुःखाची पीडा होऊं लागली म्हणजे ब्रह्मप्राप्तीविषयींचा यत्न अर्थात् योगाभ्यास करतां येणें शक्य नसतें, यास्तव त्या दुःखाचें चिंतन करूं नये. चिंतन न करणें हेंच दुःखनाशाचें औषध आहे. दुःखाचें चिंतन करूं लागलें म्हणजे तें समीप येऊन ठेपतें आणि पुनःपुनः सुरू होतें. ज्ञानाच्या योगानें मानसदुःखाचा नाश करावा व औषधप्रयोगाच्या योगानें शारीरदुःख नष्ट करावें. अशा प्रकारें दुःखनाश करणें हेंच ज्ञानाच्या सामर्थ्याचें लक्षण आहे. दुःखाचा परिहार न करितां एखाद्या मुलाप्रमाणेंच घोंटाळून जाऊं नये. तारुण्य, रूप, जीवित, द्रव्यसंचय, आरोग्य व प्रियजनांचा समागम हीं सर्व नश्वर आहेत. यास्तव शहाण्या मनुष्यानें त्यांजविषयींची आशा करूं नये. सर्व देशावर ओढवलेल्या दुःखासंबंधी एकाच व्यक्तीनें शोक करीत राहणें योग्य नाहीं. त्या दुःखाच्या नाशाचा कांहीं उपाय आहे असें दिसेल तर त्याचें अवलंबन करून शोक करीत न बसतां दुःखाचा प्रतिकारच करावा. या जीवितामध्यें सुखाहून दुःख अधिक आहे यांत संशय नाहीं. पण सुखासाठीं इंद्रियांच्या विषयांवर प्रीति जडली म्हणजे मोह उत्पन्न होऊन सुख न होतां उलट अनिष्ट अशा मरणाची मात्र प्राप्ति होते. जो मनुष्य सुख व दुःख ह्या दोहोंचाही त्याग करतो, त्यालाच अनंत अशा परब्रह्माची प्राप्ति होते; आणि ज्यांना ब्रह्मप्राप्ति झाली असेल त्यांना शोकाचा संबंध घडत नाहीं. द्रव्याच्याही पाठीमागें दुःख लागलेंच आहे. तें संपादन करण्याच्या कामीं दुःख भोगावेंच लागतें आणि पालन करण्यांतही सुख होत नाहीं; ह्यास्तव, त्याच्या नाशासंबंधीही काळजी बाळगण्याचें कारण नाहीं. परब्रह्म हेंच अविद्येच्या योगानें अहंकारादि स्वरूपांनीं युक्त झालें आहे. अलंकार हा सुवर्णाचा जसा एक धर्म आहे, तसेंच मन हेंही त्या आत्म्याचा एक धर्मच आहे. ह्या मनाला ज्या वेळीं श्रोत्रादि ज्ञानेंद्रियांचा संबंध घडतो, त्या वेळीं त्याची विषयाकार वृत्ति होते. जेव्हां कर्मजन्य संस्कारांनीं युक्त असलेली बुद्धि मननात्मक वृत्तीमध्यें लीन होऊन जाते, तेव्हां ध्यानयोगानें ब्रह्माकार वृत्ति करून ब्रह्मज्ञान संपादितां येतें. योगाभ्यासावांचून बुद्धि आत्म्याकडे वळत नाहीं. कारण, ज्याप्रमाणें पर्वतशिखरावरून निघालेलें पाणी मागें न वळतां पुढें पुढें जात असतें, त्याप्रमाणें अविद्येपासून निष्पन्न झालेली ही बुद्धि इंद्रियादिकांशीं संबद्ध होऊन विषयांकडे धांवत असते. पुढें जेव्हां

अज्ञानाचा नाश होतो, तेव्हां कसोटीवर उठलेल्या सुवर्णाच्या रेषेप्रमाणें बुद्धीच्या वृत्तींमध्यें सर्वांहून प्राचीन आणि अहंकारादि-संबंधशून्य अशा ब्रह्माची अभिव्यक्ति होते. अखंड अशा त्या चैतन्याची अभिव्यक्ति होण्यापूर्वी त्याच्या अखंड प्रकाशानें मन पूर्वीच नाहींसें झालेलें असतें. मन हें इंद्रियांच्या विषयांचें व त्यांतूनही जे पुढें येतील तेवढ्यांचेंच ज्ञान करून देण्याविषयीं समर्थ आहे; आणि म्हणूनच, ज्याचा इंद्रियांशीं संबंध नाहीं अशा परमात्म्याच्या ज्ञानाच्या कामीं त्याचा कांहींही उपयोग नाहीं. हीं सर्व इंद्रियरूपी द्वारें बंद करून प्रथम मनोमय अर्थात् संकल्पस्वरूपी होऊन जावें; नंतर मनाचाही बुद्धीमध्यें लय करावा; तदनंतर केवल अस्तित्वरूपी एकाग्रता संपादन करावी; म्हणजे पुढें परब्रह्मस्वरूपाची प्राप्ति होते. ज्याप्रमाणें सुषुप्तिमध्यें पंचतन्मात्रांचा नाश त्यांच्या पंचमहाभूतरूपी कार्यांसह होतो, त्याचप्रमाणें अहंकारामध्यें लीन होणारी बुद्धि इंद्रियरूपी आपल्या कार्यांसहच लय पावते. बुद्धीचा अहंकारांत लय झाला तरी तिचे गुण अहंकारास दूषित करूं शकत नाहींत. कारण, निश्चयरूपी धर्मानें युक्त असलेली ही बुद्धि जेव्हां अहंकारामध्यें लीन होऊन जाते, तेव्हां ती अहंकारस्वरूपीच बनून जाते. पुढें ध्यानाच्या योगानें ज्याच्यामध्यें सत्त्वगुणाचें आधिक्य झालें आहे, तो अहंकार रूपादि गुणांनीं विशिष्ट असणाऱ्या विषयांसह त्रिगुणात्मक प्रकृतीमध्यें लीन होतो; आणि पुढें तिचाही निर्गुण अशा परमात्म्याच्या ठायीं लय झाला म्हणजे परब्रह्माची प्राप्ति होते. ज्याच्यापासून अहंकार उत्पन्न होतो त्या अव्यक्ताच्या स्वरूपाचें ज्ञान होईल असा दृष्टांत सांगतां येणें अशक्य आहे. कारण, जेथें वाणीचाच प्रवेश होऊं शकत नाहीं असा तो विषय आहे; मग त्याचें ज्ञान कसें करून देतां येणार ? ध्यानयोगाचें अवलंबन करून साक्षात्कार संपादन केला पाहिजे; मननरूपी युक्तीनें अनुचिंतन केलें पाहिजे; शमदमादिकांचा अंगीकार केला पाहिजे; जातिधर्माचें पालन केलें पाहिजे; आणि वेदांतवाक्याचें श्रवण केलें पाहिजे; म्हणजे अंतःकरणाची शुद्धि होते. अंतःकरण शुद्ध झालें म्हणजे ब्रह्मज्ञानाची इच्छा करावी. कारण, अंतःकरणशुद्धीनंतर ब्रह्मज्ञान होणें शक्य आहे. अहंकारादिशून्य अशा परमात्म्याच्या स्वरूपाची प्राप्ति झाली म्हणजे बाह्य वस्तूंविषयींही त्याच्या अंतःकरणांत अभेदबुद्धि उत्पन्न होते. कारण, बाह्य वस्तु हीं मूल प्रकृतीचीं कार्यें असून मूलप्रकृति ही तुच्छ आहे. म्हणूनच, प्रधानवादादिक तर्कांच्या बाहेरचें असें जें परब्रह्म तेंच त्या ब्रह्मज्ञ पुरुषाला अंतर्बाह्य दिसूं लागतें. इंद्रियें, विषय इत्यादिकांच्या ठिकाणीं स्वभावतः जडणारी बुद्धि त्यांच्या संपर्कानें शून्य झाली अर्थात् निर्गुण बनली, म्हणजे, इंधनामध्यें ज्याप्रमाणें अग्नि उत्पन्न होतो त्याप्रमाणें तिजमध्यें ब्रह्मस्वरूप प्रकट होतें आणि तिलाच इंद्रियादिकांचा संपर्क जडला म्हणजे परब्रह्मापासून निवृत्त व्हावें लागतें. ज्याप्रमाणें सुषुप्तीमध्यें पांच इंद्रियें आपल्या कार्याचा त्याग करून कारणरूपी अज्ञानाच्या स्वरूपानें राहतात, त्याचप्रमाणें प्रकृतीहून पर असलेलें परब्रह्म तुरीयावस्थेंत अज्ञानादि उपाधींचा त्याग करून केवळ चिन्मय होऊन राहतें.

याप्रमाणें, अज्ञानामुळेंच चिदाभासरूपी सर्व जीवांची उत्पत्ति होते व अज्ञानाची निवृत्ति झाली म्हणजे त्याच्या जीवत्वाचाही नाश होतो. त्या जीवांची कर्माकडे प्रवृत्ति झाली म्हणजे त्यांना स्वर्गाची प्राप्ति होते. पुरुष, प्रकृति, बुद्धि, विषय, इंद्रियें, अहंकार व अभि-

मान ह्या सर्व समुदायाला भूत अशी संज्ञा आहे. ह्या भूतसमुदायाची उत्पत्ति प्रथमतः मायाविशिष्ट परमात्म्यापासून झाली आणि नंतर सर्व सृष्ट पदार्थांची उत्पत्ति झाली. ह्या उत्पत्तींत बीजांकुरासारखा नियम आहे. म्हणूनच घट, पृथ्वी इत्यादि विशिष्ट स्वरूपांवरून विशेषशून्य अशा तन्मात्रादिकांचा बोध होतो. धर्माच्या योगानें अत्यंत कल्याण होतें व अधर्माच्या योगानें अकल्याण होतें. विषयवासनांनीं युक्त असलेला पुरुष प्रलयकालीं प्रकृतीमध्यें लीन होतो व वैराग्यवान् पुरुष आत्मज्ञानसंपन्न अर्थात् मुक्त होतो.

अध्याय दोनशें सहावा.

—:०:—

ब्रह्मप्राप्तीचा उपाय.

मनु म्हणालाः—विषयांपासून इंद्रियें परावृत्त करून त्यांचा व अंतःकरणाचा निरोध केला, म्हणजे—रत्नमालिकेंत असलेल्या सूत्राप्रमाणें—सर्व प्राण्यांमध्यें वास्तव्य करणाऱ्या परमात्म्याचें दर्शन होतें. ज्याप्रमाणें एकच सूत्र सुवर्ण, मौक्तिक, प्रवाल, मृत्तिकेचे अलंकार आणि रौप्य यांच्यामध्यें प्रविष्ट होतें; त्याप्रमाणेंच, आपल्या कर्मांच्या योगानें विषयासक्ति उत्पन्न झाल्यामुळें एकाच जीवाला गाई, घोडे, मनुष्य, हत्ती, हरिणें, कीटक, पक्षी इत्यादि भिन्न शरीरांमध्यें प्रविष्ट व्हावें लागतें. ज्या ज्या शरीराच्या आश्रयानें हा जीवात्मा जें जें कर्म करितो, त्या त्या कर्माचें फल त्याला त्या त्या शरीराचा योग असतांनाच भोगावें लागतें. ज्याप्रमाणें एकच रस असलेल्या भूमीस वनस्पतींच्या अनुरोधानें चालावें लागतें, अर्थात् भिन्नरसमय बनावें लागतें, त्याप्रमाणेंच, जिला परमात्मा साक्षी आहे अशा बुद्धीस कर्मांच्या अनुरोधानें वागावें लागतें. कोणत्याही वस्तूचें ज्ञान झालें म्हणजे ती मिळविण्याची इच्छा होते; तशी इच्छा झाल्यानंतर ती मिळविण्यासंबंधाचा प्रयत्न सुरू होतो; प्रयत्नानंतर क्रिया घडते; आणि क्रियेनंतर फल मिळतें. सारांश, फल (देहादि) कर्मापासून उत्पन्न होणारें आहे; कर्म हें ज्ञेय (अहंप्रत्यय) अशा वस्तूपासून उत्पन्न होणारें आहे; आणि ज्ञेय हें ज्ञानस्वरूपी असून, ज्ञान म्हणजे जीव हा अविद्यारूपी उपाधीनें युक्त असल्यामुळें चैतन्यात्मक व जडात्मकही आहे. ज्ञान म्हणजे चिज्जडग्रंथि, फल म्हणजे देह, ज्ञेय (अहंकारचतुष्टय) आणि कर्म म्हणजे संचित ह्या चारही गोष्टींचा आत्यंतिक उच्छेद झाल्यानंतर आत्मतत्त्वाचें प्रकाशन हें फळ मिळतें. अंतःकरणाच्या ब्रह्माकारवृत्तीनेंच त्या तत्त्वाचा साक्षात्कार होतो. हें तत्त्व ज्ञेय अशा सर्व वस्तूंमध्यें वास्तव्य करीत असतें, तथापि तें बुद्धीहून पर असून नित्यसिद्ध व त्रिविधपरिच्छेदशून्य आहे. योगी लोकांना त्याचा साक्षात्कार होतो. तें बुद्धीमध्यें वास्तव्य करणारें आहे तरी अज्ञ लोकांना त्याचें ज्ञान होत नाहीं. कारण, त्यांची बुद्धि विषयासक्त झालेली असते. पृथ्वीवर जलाची व्याप्ति फार मोठी असून जलापेक्षां तेजाची, तेजापेक्षां वायूची, वायूहून आकाशाची, आकाशाहून मनाची, मनाहून बुद्धीची आणि बुद्धीहून कालाची व्याप्ति मोठी आहे; आणि सर्वैश्वर्यसंपन्न व सर्व जगताचें नियामक जें शुद्ध ब्रह्म तें कालाहूनही फार मोठें आहे. ह्या तेजोमय ब्रह्मास आदि, अंत किंवा मध्य नाहीं. यावत्परिछिन्न वस्तु सान्त अतएव दुःखरूप आहेत; अर्थात्च त्यांना आदि व मध्य हेही आहेत. म्हणूनच आदिमध्यान्तशून्य असा जो परमात्मा तो दुःखातीत आहे. तें तत्त्व परब्रह्म होय. जें प्राप्त करून घ्यावयाचें आणि जें उत्कृष्ट प्रकारचें

आश्रयस्थान तेंही तेंच असून, त्याचें ज्ञान झाल्यानंतर अनित्य अशा दुःखांचा नाश होतो अर्थात् मोक्षप्राप्ति होते. हें परब्रह्म जीवस्वरूपानें अनेकत्व पावून जरी देहादिकांमध्यें ज्ञानरूपानें विद्यमान असतें, तरी गुणांचा संपर्क नसल्यामुळें तें त्यांहून अत्यंत भिन्न असतें. निवृत्तिमार्गाचें अवलंबन करून जेव्हां याच्या अलिप्ततेचें ज्ञान संपादन करावें, तेव्हांच मोक्षप्राप्ति होते, प्रवृत्तिमार्गानें होत नाहीं. ऋग्वेद, यजुर्वेद व सामवेद ह्यांनीं प्रतिपादित जीं कर्में, तीं लिंगशरीरांचे ठायीं संस्कार उत्पन्न करणारीं आहेत. ऋग्वेदादिरूपी जीं प्रवृत्तिमार्गाचीं साधनें, तीं नश्वर अशा शरीरांच्या आश्रयानें राहणारीं आहेत आणि प्रयत्न केला असतां जिव्हाग्रावर स्थिर होणारीं अतएव नश्वर आहेत. ब्रह्म हें जीवस्वरूपानें जरी शरीरामध्यें प्रकट होणारें असलें तरी अशा प्रकारचें नाहीं; तें यत्नसाध्य नाहीं; त्याला आदि नाहीं, अंत नाहीं व मध्यही नाहीं. ऋग्वेदाला आदि आहे, यजुर्वेदाला आदि आहे, व सामवेदालाही आदि आहे; अर्थात् त्यांचा अंतही होत असला पाहिजे. कारण, ज्यांना ज्यांना आदि असतो त्यांना त्यांना अंतही असतोच असें पाहण्यांत येतें. परब्रह्माला आदि नाहीं, अर्थातूच त्याला अंतही नाहीं. ज्या अर्थी अंत नाहीं त्या अर्थी तें व्यापक आणि अविनाशी असें आहे. त्याला दुःखाचा किंवा सुखदुःखादि द्वंद्वांचा संपर्क नाहीं. कारण तें त्यांहून पर आहे. तें सहजसिद्ध आहे म्हणून प्राणी त्याचे ठिकाणीं सहजच लोलुप असावे, परंतु दैवगतीनें विपरीत अशा कर्मबंधनानें ते जखडून गेलेले असल्यामुळें त्यांना ब्रह्मप्राप्तीच्या उपायांचें ज्ञान होत नाहीं व उपायज्ञान न झाल्यामुळें ब्रह्मसाक्षात्कारही होत नाहीं. कांहीं लोक ध्यानमार्गाकडे प्रवृत्त झालेले असतात, तरी त्या सर्वांसच ब्रह्मप्राप्ति होते असें नाहीं. कारण, विषयांकडे प्राण्यांची स्वाभाविकच प्रवृत्ति असते; आणि ध्यानमार्गामध्यें आसक्त झालेल्या योग्यानें मधुमति नामक योगभूमीचा आश्रय केला म्हणजे त्याच्या इच्छेप्रमाणें हवे ते विषय त्याला केवळ संकल्पमात्रेंकरूनच प्राप्त होतात, त्यामुळें तो अंतःकरणांत ब्रह्मव्यतिरिक्त अशा त्या विषयांचीच इच्छा करीत राहतो, यामुळें त्याला ब्रह्मप्राप्ति होत नाहीं. योगभूमीमध्यें सुद्धां विषयप्राप्तीचीच इच्छा होते ह्याचें कारण—लोकांमध्यें सदैव प्राण्यांना विषयांचेंच दर्शन होत असतें हें होय. म्हणूनच तशा स्थितींतही कित्येकांस ब्रह्मप्राप्तीची इच्छा होत नाहीं. शिवाय ह्यांची इच्छा विषयप्राप्तीविषयींच असते व परब्रह्म तर विषयसंपर्कशून्य आहे. संकल्पमात्रानें योगिजनांस प्राप्त होणारे जे श्रेष्ठ विषय, त्यांचें बाह्य विषयांचे ठायीं आसक्त असलेल्या पुरुषाला ज्ञानही होत नाहीं. संकल्पमात्रानें योगिजनांस प्राप्त होणारे विषय ही कांहीं अंशीं परमात्म्याचीं स्वरूपेंच आहेत; ह्यामुळें त्यांवरून परमात्म्याच्या स्वरूपाचें अनुमान करितां येतें. ध्यानयोगानें सूक्ष्म झालेल्या अंतःकरणाच्या योगें आपणांला परमात्म्याचें ज्ञान होतें, परंतु त्याचें स्वरूप वाणीनें सांगतां येणें शक्य नाहीं. ज्याप्रमाणें बाह्य पदार्थ मनोमय असल्यामुळें त्यांचें ज्ञान मनाच्याच योगानें होतें, त्याप्रमाणेंच ज्ञानमय अशा परमात्म्याचें ज्ञान केवळ साक्षात्कारानेंच होतें. बुद्धीची वृत्ति ब्रह्माकार बनली म्हणजे तिचे सर्व दोष नष्ट होतात; आणि ती निर्मळ झाली म्हणजे तिच्या योगानें मनही निर्मळ होतें. स्वप्नसृष्टि ही केवळ मनोमय आहे, व जाग्रदवस्थेंतील इंद्रियें हीं देखील मनोमयच आहेत, असा निश्चय बुद्धीचे दोष नष्ट झाल्यामुळें

होतो; आणि असें झालें म्हणजे विकारशून्य अशा परब्रह्माची प्राप्ति होते. श्रवणमनना-दिकांनीं युक्त अशा पुरुषाचे ठिकाणीं ध्यानाच्या अभ्यासानें जी एक बुद्धिवृत्ति उत्पन्न झालेली असते, तिचीही शेवटीं निवृत्ति होते; आणि निर्गुण व निरिच्छ अशा ब्रह्माची त्याला प्राप्ति होते. ज्याप्रमाणें काष्ठगत अग्नीला वायु प्रदीप्त करूं शकत नाहीं,—तर तो त्याचा त्यागच करतो,त्याप्रमाणें आशेमध्यें घोटाळून राहिलेले जे लोक त्यांचा परमात्मा त्यागच करतो. सारांश, अंतःकरणाच्या योगानें विषयांचा सर्वथैव उच्छेद केला म्हणजे बुद्धीहून पर असलेल्या ब्रह्माची प्राप्ति होते; आणि विषय परमात्म्याहून भिन्न आहेत असें समजून त्यांजवर आसक्ति ठेवली, अर्थात् केवल प्रवृत्तिमार्गाचाच आश्रय केला, तर निरनिराळ्या लोकांची व ऐश्वर्याची प्राप्ति होते. हें लक्षांत घेऊन जो मनुष्य विषयांचा उच्छेद करणाऱ्या निवृत्तिमार्गाचें अवलंबन करील त्याला ब्रह्मस्वरूपाची प्राप्ति होते. जीवाचें खरें स्वरूप अव्यक्त अर्थात् ब्रह्म हेंच आहे; तथापि शरीरादिकांचा योग घडल्यामुळें त्यांचीं कर्में व्यक्त असल्यासारखीं दिसतात; पण सुषुप्तिकालीं त्याचें अव्यक्तत्व अनुभवास येतें. म्हणूनच मध्यस्थितींत भासमान होणारें जें त्याचें व्यक्त स्वरूप तें असत्य आहे असें म्हणावें लागतें. अशा रीतीनें अव्यक्तस्वरूपी असल्यामुळें त्याला वस्तुतः इच्छेचा कोणत्याही प्रकारें संबंध नाहीं, तरी इंद्रियादिकांचा संबंध जडल्यामुळें त्यांच्या उत्कर्षानें ह्याचा उत्कर्ष व त्यांच्या म्लानपणानें याचीही म्लानता असल्याचा भास होतो. सर्व इंद्रियांशीं संबंध जडून हा परमात्मा लिंगदेहामध्यें प्रविष्ट होतो. हाच पंचमहाभूतें व त्यांचा आश्रयही आहे. बिंबभूत अशा अंतर्यामी परमात्म्याचा संबंध नसला म्हणजे ह्याच्या पंचमहाभूतादिस्वरूपी मूर्तींकडून कोणतेंही कार्य होऊं शकत नाहीं. कारण, त्याच्यावांचून त्या मूर्ति असमर्थ असतात. अंतर्यामी परमात्मा आणि अविद्यादि उपाधि ह्यांचा जरी सतत संबंध असला, तरी जीव दुःखमुक्त होत नाहीं असें मात्र नाहीं. उपाधींच्या संबंधामुळें त्याला कायमचाच दुःखयोग घडेल ही कल्पना व्यर्थ आहे. कारण, मनुष्याला जसा पृथ्वीचा नाश होईल असें दिसत नाहीं तथापि तिचा नाश होतोच, त्याप्रमाणें दुःखांचाची नाश होणार नाहीं असें वाटलें तरी तो होतोच.ज्याप्रमाणें वायूच्या योगानें प्रवाहांत पडलेला पदार्थ वायूच्याच योगानें हेलकावे खात असतो, व वायूच्याच योगानें परतीरासही जाऊन पोहोंचतो, त्याप्रमाणें कर्मामुळें उपाधींचा योग घडून दुःखांत हेलकावे खात राहिलेला जीव कर्मांच्याच योगानें चित्तशुद्धि होऊन ब्रह्मपदाप्रत पोहोंचतो. ज्याप्रमाणें सूर्य उदयास आला म्हणजे किरणांचा प्रसार होऊन त्याला व्यापकत्वाचें स्वरूप प्राप्त होतें, व अस्त झाला म्हणजे किरणमंडलाची निवृत्ति होऊन त्याचें तें स्वरूप नष्ट होतें, त्याचप्रमाणें आत्म्याला इंद्रियादिकांचा संबंध जडला म्हणजे तो संसारी बनतो; मग पुढें चित्तशुद्धि होऊन अहंकारादिकांचा नाश झाला म्हणजे त्याला निर्गुण अशा परब्रह्मस्वरूपाची प्राप्ति होते. सारांश, स्वसिद्ध, पुण्यशीलांचा परमाश्रय, स्वतः उत्पत्तिशून्य पण जगताच्या उत्पत्तीचें आणि लयाचें कारण,नाशशून्य, सनातन, मोक्षस्वरूपी आणि अविचल अशा परमात्म्याचें ज्ञान झालें म्हणजे मोक्षप्राप्ति होते.

अध्याय दोनशें सातवा.

—:०:—

जगदुत्पत्तिवर्णन.

युधिष्ठिर म्हणाला:—हे महाप्राज्ञ पितामह, कमललोचन, अविनाशी, सर्व कार्यांचा कर्ता, स्वतः जन्मशून्य पण सर्व प्राण्यांच्या उत्पत्तीस व लयास कारणभूत, इंद्रियांचा नियंता व प्राण्यांच्या शरीरांत वास्तव्य करीत असून जरामरणादि देहधर्मांपासून अलिप्त असा जो विश्वव्यापक प्रभु नारायण, त्याचें तात्त्विक स्वरूप ऐकावें अशी माझी इच्छा आहे.

भीष्म म्हणाले:—युधिष्ठिरा, ही गोष्ट जमदग्निपुत्र परशुरामानें, देवर्षि नारदानें व व्यासांनींही सांगितलेली मीं ऐकली आहे. बा युधिष्ठिरा, असित, देवल, महातपस्वी वाल्मीकि आणि मार्कंडेय ह्यांनीं ह्या विश्वव्यापक परमात्म्याविषयींच्या अर्थात् श्रीविष्णूविषयींच्या अत्यंत अद्भुत गोष्टी सांगितलेल्या आहेत. हे भरतकुलश्रेष्ठा, तो भगवान् प्रभु केशव सर्वांचा नियंता, सर्वांतर्यामी आणि सर्वव्यापक आहे, असें मीं अनेकदां ऐकलेलें आहे. परंतु, हे महाबाहो नरपते युधिष्ठिरा, ब्रह्मवेत्त्या लोकांना त्या शार्ङ्ग धनुष्य धारण कारणाऱ्या महात्म्या श्रीविष्णूच्या ज्या कर्मांचें ज्ञान आहे आणि पुराणज्ञ लोक त्याच्या ज्या कर्मांचें वर्णन करीत असतात, तेवढीं कर्में मी तुला कथन करितों, ऐक. हा पुरुषोत्तमच जीव, ईश्वर आणि शुद्ध चैतन्य होय. ह्यानेंच वायु, अग्नि, जल, आकाश आणि पृथ्वी हीं पंचमहाभूतें निर्माण केलीं. सर्व भूतांचा नियंता जो हा प्रभु, त्यानें पृथ्वी निर्माण केल्यानंतर जलामध्येंच आपलें निवासस्थान केलें. याप्रमाणें तेजोमय असा तो प्रभु जलामध्यें वसतिस्थान करून तेथें शयन करूं लागल्यानंतर त्यानें सर्व प्राण्यांच्या पूर्वीं सर्व प्राणांस आश्रयभूत अशा संकर्षणाची (अहंकाराची) उत्पत्ति मनासह केली, असें आमच्या ऐकण्यांत आहे. तोच सर्व प्राण्यांना आधारभूत असून भूत व भविष्य ह्या दोहोंचेंही आश्रयस्थान आहे. हे महाबाहो युधिष्ठिरा, ह्याप्रमाणें तो निर्माण झाल्यानंतर त्या नारायणाच्या नाभीमध्यें सूर्याप्रमाणें देदीप्यमान् असें एक दिव्य कमल उत्पन्न झालें; आणि सर्व प्राण्यांचा पितामह भगवान् ब्रह्मदेव हा आपल्या तेजानें सर्व दिशा प्रकाशित करीत त्या कमलांतून निर्माण झाला. बा युधिष्ठिरा, याप्रमाणें त्या महाबाहु महात्म्या ब्रह्मदेवाची उत्पत्ति झाल्यानंतर, तमोगुणापासून—सर्व दैत्यांत पहिला असा मधुसंज्ञक महादैत्य निर्माण झाला. तो जात्याच क्रूर असून भयंकर कर्में करूं लागला, तेव्हां ब्रह्मदेवाच्या उत्कर्षासाठीं श्रीविष्णूनें त्याचा वध केला. युधिष्ठिरा, त्याचा वध केल्यामुळेंच योगिजनपूज्य अशा त्या श्रीविष्णूस सर्व देव, दानव आणि मानव **मधुसूदन** असें म्हणूं लागले. तदनंतर ब्रह्मदेवानें मरीचि, अत्रि, अंगिरा, पुलस्त्य, पुलह व क्रतु आणि त्यांचे भरतीला दक्ष मिळून सात मानसपुत्र उत्पन्न केले. युधिष्ठिरा, ह्यांत ज्येष्ठ जो मरीचि त्यानें ब्रह्मज्ञश्रेष्ठ आणि तेजस्वी असा कश्यप संज्ञक पुत्र निर्माण केला; आणि, हे भरतकुलश्रेष्ठा युधिष्ठिरा, दक्ष म्हणून जो सांगितला तो मरीचीहूनही ज्येष्ठ असून ब्रह्मदेवानें आपल्या अंगुष्ठापासून पूर्वींच निर्माण केला होता. हाच दक्ष प्रजापति म्हणून प्रसिद्ध झाला. हे भरतकुलोत्पन्ना, त्या दक्ष प्रजापतीला प्रथम तेरा कन्या झाल्या. त्या सर्वांमध्यें दिति ही ज्येष्ठ होय. सर्व धर्मांतील विशेष जाणणारा महाकीर्तिमान् महात्मा मरीचिपुत्र कश्यप हा त्या सर्व दक्षकन्यांचा पति झाला. पुढें धर्मज्ञ अशा दक्ष प्रजापतीनें त्या कन्यांहून कनिष्ठ अशा दहा कन्या

निर्माण केल्या व त्या धर्माला दिल्या. हे भारता, धर्माला वसु, अत्यंत तेजस्वी रुद्र, विश्वेदेव, साध्य आणि मरुत्वत् असे पुत्र झाले. पुढें दक्ष प्रजापतीला पूर्वोक्त कन्यांहून कनिष्ठ अशा सत्तावीस कन्या झाल्या आणि महाभाग्यशाली चंद्र हा त्या सर्वांचा पति झाला. कश्यपाच्या ज्या इतर स्त्रिया, त्यांना गंधर्व, अश्व, पक्षी, धेनु, किन्नर, मत्स्य, आणि उद्भिज्ज—वनस्पति अशी संतति झाली. अदितीला महाबलढ्य व देवश्रेष्ठ असे आदित्यसंज्ञक पुत्र झाले. ह्या आदित्यांपैकीं भगवान् विष्णु वामनस्वरूपानें अवतीर्ण झाला. ह्याच्या पादन्यासानें देवांची लक्ष्मी वृद्धिंगत झाली; आणि दनु व दिति ह्यांपासूनच उत्पन्न झालेल्या आसुरी प्रजेचा पराभव झाला. दनूपासून विप्रचित्तिप्रभृति दानव उत्पन्न झाले; आणि दितीनेंही महाबलाढ्य असे सर्व देवशत्रु दैत्य निर्माण केले. पुढें भगवान् विष्णूनें दिवस, रात्र आणि ऋतु ह्यांनीं युक्त असलेला काल निर्माण केला. तसेंच पूर्वाह्ण आणि अपराह्ण हेही निर्माण केले. पुढें त्यानें विचार करून मेघ व इतर स्थावरजंगम पदार्थ यांची सृष्टि केली. तसेंच विपुल अशा तेजानें युक्त असलेली सर्व पृथ्वी ही त्यानेंच निर्माण केली. हे भरतश्रेष्ठा युधिष्ठिरा, तदनंतर त्या प्रचंड ऐश्वर्यशाली विष्णूनें आपल्या मुखापासून श्रेष्ठ असे शंभर ब्राह्मण उत्पन्न केले; बाहूंपासून शंभर क्षत्रिय, मांड्यांपासून शंभर वैश्य, आणि चरणांपासून शंभर शूद्र उत्पन्न केले. याप्रमाणें चार वर्ण उत्पन्न केल्यानंतर त्या महातपस्वी प्रभूनें सर्व प्राण्यांच्या कृत्यांवर देखरेख ठेवण्यासाठीं वेदविद्येचा कर्ता जो अत्यंत तेजस्वी ब्रह्मदेव त्याची योजना केली; आणि भूतगण व मातृगण ह्यांचा अध्यक्ष रुद्र ह्यांचीही उत्पत्ति केली. तसेंच पापी लोकांचें शासन करणारा पितरांचा अधिपति यम आणि निधिपालक कुबेर ह्यांसही त्यानेंच निर्माण केलें. जलचर प्राण्यांचा व जलाचा अधिपति वरुण ह्याची उत्पत्ति त्याजपासूनच झाली असून त्याच प्रभूनें सर्वदेवाधिपति इंद्रही निर्माण केला आहे. युधिष्ठिरा, पूर्वीं कृतयुगाच्या आरंभीं जितके दिवस जगण्याची मनुष्यांस इच्छा असे तितके दिवस ते जिवंत राहत असत. त्या वेळीं त्यांना यमाची भीति नव्हती. तसेंच, हे भरतकुलश्रेष्ठा, त्या वेळीं स्त्रीपुरुषसंबंधही घडत नसत. केवळ संकल्पमात्रेंकरूनच संतति होत असे. पुढें त्रेतायुगांत स्पर्शमात्रेंकरून संतति होऊं लागली. हे प्रजाधिपते, ह्या युगामध्येंही स्त्रीपुरुषसंबंध नव्हता. हे नरपते, लोकांमध्यें स्त्रीपुरुषसंबंधाचा प्रचार द्वापरयुगांत पडला; आणि, हे राजा, कलियुगामध्यें पतिपत्नीसंबंध सुरू झाला. बा युधिष्ठिरा, भूतांचा नायक परमात्मा हाच ह्या सर्व सृष्टीचा उत्कृष्ट साक्षी आहे. आतां हे कुंतीपुत्रा, केवल नरकासच जाणारे जे लोक आहेत ते तुला सांगतों, ऐक.

हे नरश्रेष्ठा, दक्षिणापथामध्यें जन्म पावलेले सर्व आंध्र, गुह, पुलिंद, शबर, चूचुक आणि मद्रक हे नरकगामी होत. आतां उत्तरापथामध्यें जन्म पावणारे नरकगामी लोक सांगतों, ऐक. यौन, कांबोज, गांधार, किरात, आणि बर्बर हेच ते लोक होत. बा युधिष्ठिरा, हे सर्व पाप करीत ह्या पृथ्वीवर संचार करीत हिंडत असतात. हे चंडालतुल्य असून त्यांचें आचरण बगळ्यासारखें किंवा गृध्रासारखें असतें. युधिष्ठिरा, कृतयुगामध्यें ह्या पृथ्वीवर ह्यांचा संचार नव्हता; पण, हे भरतकुलश्रेष्ठा, त्रेतायुगाचा आरंभ झाल्यापासून त्यांची वाढ होऊं लागली. पुढें युगाचा भयंकर संधिकाल जेव्हां जवळ येऊन ठेपला, तेव्हां राजे एकमेकांवर चालून

जाऊन हल्ले करूं लागले. हे कुरुकुलश्रेष्ठा, ह्याप्रमाणें विस्तृत अशा स्वरूपानें तो भगवान् विष्णु अवतीर्ण झाला, असें सर्व लोकांचें अवलोकन केलेल्या नारदानें सांगितलें. तसेंच, हे महाबाहो भरतकुलश्रेष्ठा नरपते युधिष्ठिरा, नारदाचेंही मत श्रीकृष्ण शाश्वत आहे असेंच आहे. सारांश, हा कमललोचन सत्यविक्रम श्रीकृष्ण केवल मनुष्य नसून अचिंत्य असा परमात्मा आहे.

अध्याय दोनशें आठवा.

—:०:—

प्रजापति, देवता आणि ऋषि.

युधिष्ठिर म्हणाला:—हे भरतकुलश्रेष्ठ, पूर्वी प्रजांचे अधिपति कोण होते, आणि प्रत्येक दिशेच्या ठायीं कोणकोणते ऋषि आहेत, तें कथन करा.

भीष्म म्हणाले:—हे भरतकुलश्रेष्ठा, प्रजेचे अधिपति कोण, आणि दिशांच्या ठायीं असणारे ऋषि कोण, असा जो तूं मला प्रश्न केलास त्याविषयीं सांगतों, ऐक. सनातन भगवान् ब्रह्मदेव हाच एकटा सर्वांच्या पूर्वी स्वतः निर्माण झालेला असून त्याला सात पुत्र झाले. ते मरीचि. अत्रि, अंगिरा, पुलस्त्य, पुलह, ऋतु आणि महाभाग्यशाली वसिष्ठ हे होत. हे सर्व ब्रह्मदेवाच्या तोडीचे होते, म्हणूनच ह्यांना पुराणांतरीं सात ब्रह्मे असें निश्चयपूर्वक म्हटलेलें आहे. आतां तुला सर्व प्रजापति निवेदन करितों. अत्रिवंशामध्यें सनातन असा भगवान् प्राचीनबर्हि उत्पन्न झाला. हा वेदांचें केवळ उत्पत्तिस्थान होय. त्यापासून दहा प्रचेते निर्माण झाले. ह्या दहांमध्यें दक्ष नांवाचा एकच पुत्र उत्पन्न झाला. ह्यालाच लोकांमध्यें दक्ष आणि क अशीं दोन नांवें आहेत. मरीचीला कश्यप हा पुत्र झाला. त्यालाच अरिष्टनेमि आणि कश्यप अशीं दोन नांवें आहेत. वीर्यवान् आणि लक्ष्मीसंपन्न जो राजा सोम हा अत्रीचा औरस पुत्र असून तो सहस्र दिव्य युगेंपर्यंत अस्तित्वांत असणारा आहे. हे प्रभो, भगवान् अर्यमा आणि त्याचे पुत्र हे सर्व त्या भुवनांची काळजी वाहणारे असून देशाचा उत्कर्ष करणारे आहेत, असें सांगितलें आहे. शशबिंदु ह्याला दहा हजार स्त्रिया होत्या, त्यांपैकीं प्रत्येक स्त्रीला एकेक हजार पुत्र झाले. याप्रमाणें त्या महात्म्या शशबिंदूला एकंदर एक कोटि पुत्र असून, प्रजांचा अधिपति दुसरा कोणीही असूं नये, अशी त्यांची इच्छा होती. ही सर्व प्रजा शशबिंदूचीच आहे असें प्राचीन मुनींनींही म्हटलें आहे. ह्या प्रजापतींच्या प्रचंड वंशापासूनच वृष्णिवंशाची उत्पत्ति झाली.

ह्याप्रमाणें तुला मीं हे कीर्तिसंपन्न प्रजापति निवेदन केले. आतां, तीनही लोकांवर ज्यांची सत्ता चालते, अशा देवता मी तुला निवेदन करितों. भग, अंश, अर्यमा, मित्र, वरुण, सविता, धाता, महाबलाढ्य विवस्वान्, त्वष्टा, पूषा, इंद्र आणि विष्णु हे द्वादशादित्य असून कश्यपापासून ह्यांची उत्पत्ति झाली आहे. नासत्य आणि दस्र हे दोन अश्विनीकुमार असून आठव्या मार्तंडाने पुत्र आहेत. पूर्वी ह्या सर्वांना देव आणि दोहों प्रकारचे पितर असें म्हणत असत. महायशस्वी श्रीमान् विश्वरूप हा त्वष्ट्याचा पुत्र होय. अज, एकपाद, अहिर्बुध्न्य, विरूपाक्ष, रैवत, हर, बहुरूप, देवाधिपति त्र्यंबक, सावित्र, जयंत आणि विजयशील पिनाकी हे अकरा रुद्र होत. महाभाग्यशाली आठ वसु हे मीं तुला पूर्वी सांगितलेच आहेत. पूर्वी प्रजाधिपति मनूच्या काळीं अशा प्रकारच्या ह्या देवता असून त्यांनाच देव आणि दोहों प्रकारचे पितर असें म्हणत असत. ह्यांशिवाय शील, यौवन, सिद्ध, साध्य, ऋभु आणि मरुत् ह्याही

देवगण सांगितला आहे. याप्रमाणें अश्विनीकुमार आणि विश्वेदेव वेदामध्यें सांगितले आहेत. या देवतांपैकीं आदित्य क्षत्रिय, मरुत् वैश्य आणि उग्र तपाचे ठायीं आसक्त झालेला अश्विनीकुमार हे शूद्र असून, आंगिरस्-संज्ञक जे देव ते ब्राह्मण होत असा सिद्धांत आहे. याप्रमाणें हे सर्व देवतांतील चार वर्ण सांगितले आहेत. जो मनुष्य प्रातःकालीं उठून ह्या देवतांचें संकीर्तन करील, तो स्वतः केलेल्या व दुसऱ्याच्या संस्कारामुळें घडलेल्या पातकांपासून मुक्त होतो.

बा युधिष्ठिरा, यवक्रीत, रैभ्य, अर्वावसु, परावसु, औषिज कक्षीवान्, आंगिरस्, बल आणि मेधातिथि ऋषीचा पुत्र बर्हिषद कण्व हे त्रैलोक्याचे कल्याण करणारे असे पूर्व दिशेचे ठायीं असणारे सप्तर्षि होत. उन्मुच, विमुच, वीर्यसंपन्न स्वस्त्यात्रेय, प्रमुच, इध्मवाह, भगवान् दृढव्रत आणि मित्रावरुणपुत्र प्रतापशाली अगस्त्य हे ब्रह्मर्षि सदैव दक्षिण दिशेस असतात. उपंगु, धौम्य कवष, वीर्यवान् परिव्याध, महर्षि एकत, द्वित आणि त्रित व अत्रिपुत्र भगवान् प्रभु सारस्वत हे महात्मे पश्चिम दिशेचा आश्रय करून रहाणारे ऋषि होत. आत्रेय, वसिष्ठ, महर्षि कश्यप, भरद्वाज, कुशिककुलोत्पन्न विश्वामित्र, गौतम आणि महात्म्या ऋचीकाचा पुत्र जमदग्नि हे उत्तर दिशेस वास्तव्य करणारे सप्तर्षि होत. ह्याप्रमाणें प्रखरतेजस्वी असे प्रत्येक दिशेचे ठायीं वास्तव्य करणारे हे ऋषि सांगितले आहेत. हे महात्मे सर्व भुवनांचें कल्याण करणारे असून सर्वांस साक्षिभूत असे आहेत. ह्या सर्वांचें संकीर्तन केल्यानें मनुष्य सर्व पातकांपासून मुक्त होतो. हे महात्मे ज्या ज्या दिशेचे ठायीं वास्तव्य करितात, त्या त्या दिशेला जरी शरण गेलें, तरी सर्व पातकांपासून मुक्त होऊन मनुष्य गृहस्थाश्रमाचा सखानें उपभोग घेतो.

अध्याय दोनशें नववा.

--:०:--

वराहावतारवर्णन.

युधिष्ठिर म्हणालाः—हे महाज्ञानी सत्यपराक्रमी पितामह, ऐश्वर्यसंपन्न आणि अविनाशी अशा श्रीकृष्णाचें संपूर्ण चरित्र ऐकावें, अशी माझी इच्छा आहे. ह्यास्तव, हे पुरुषश्रेष्ठा, ह्याचें तेज कोणतें आणि ह्यानें पूर्वीं कोणतें अत्यंत मोठें कार्य केलेलें आहे, तें सर्व मला यथायोग्य कथन करा. तसेंच, हे महाबलाढ्य, त्या प्रभूनें कोणत्या कार्यासाठीं तिर्यग्योनीमध्यें अवतार घेतला हेंही मला कथन करा.

भीष्म म्हणालेः—पूर्वीं मी मृगया करण्यासाठीं गेलों असतां मार्कंडेयांच्या आश्रमामध्यें राहिलों होतों. त्या वेळीं तेथें बसलेले हजारों मुनि माझ्या दृष्टीस पडले. त्यांनीं मधुपर्क करून माझा बहुमान केला आणि मीही तो स्वीकारून त्यांचें अभिनंदन केलें. त्या वेळीं महर्षि कश्यप ह्यांनीं दिव्य व अंतःकरणास आनंद देणारी अशी कथा सांगितली, ती तुला सांगतों; एकाग्र अंतःकरणानें ऐक. पूर्वीं दानवश्रेष्ठ असे नरकादि शेंकडों दैत्य क्रोध व लोभ यांनीं युक्त आणि बलामुळें उन्मत्त होऊन गेलेले होते; तसेच दुसरेही अनेक रणमस्त दैत्य होते, त्यांना देवतांचा तो अतिशय उत्कर्ष सहन होईनासा झाला. ह्यामुळें, राजा, ते देवांना पीडा देऊं लागले. तेव्हां देव व देवर्षि आपापलीं स्थानें सोडून निरनिराळ्या ठिकाणीं जाऊन राहिले, तथापि त्यांना सुख होईना. इतकेंच नव्हे, तर त्या महाबलाढ्य व भयंकर दैत्यांनीं व्याप्त होऊन गेल्यामुळें पृथ्वी अतिशय आर्त होऊन गेलेली आहे आणि त्या दैत्यांच्या भारामुळें व्याकूळ व खिन्न झाली असून बुडूं

लागली आहे, असेंही त्यांच्या दृष्टोत्पत्तीस आलें. त्यामुळें देवांना भीति उत्पन्न होऊन ते ब्रह्मदेवाला म्हणाले, 'ब्रह्मन्, दानवांचा नाश करण्याचें सामर्थ्य आम्हांला कसें प्राप्त होईल?' ब्रह्मदेवानें उत्तर दिलें, "ह्याविषयीं काय करावयाचें तें मीं पूर्वींच ठरवून ठेविलें आहे. त्यांना वर मिळालेला आहे, ह्यामुळें बलानें व मदानें ते धुंद होऊन गेलेले आहेत; आणि म्हणूनच, बाह्यविषयांप्रमाणें ज्याचें ज्ञान होणें अशक्य आहे अशा भगवान् विष्णूचें स्वरूप त्यांना समजत नाहीं. देवतांच्या हातूनही ज्याचा पराभव होणें अशक्य आहे, अशा त्या श्रीविष्णूनें वराह स्वरूप धारण केलेलें आहे; आणि भूमीच्या अंतर्भागीं वास्तव्य करणारे ते हजारों भयंकर दैत्य जेथें असतील, तेथें जाऊन तो त्यांचा निःपात करील." हें ऐकून देवांना आनंद झाला. पुढें महातेजस्वी श्रीविष्णूनें वराहाचें स्वरूप धारण केलें; आणि भूमीच्या अंतर्भागीं प्रवेश करून दैत्यांवर चाल केली. तेव्हां तो अमानुष प्राणी अवलोकन करितांच कालगतीनें मोह पावलेले ते दैत्य वेगानें झटक्यासरशीं एकत्र झाले; आणि त्वेषानें त्या वराहावर धांवून गेले; आणि क्रोधानें त्याला चोहोंकडून एकदम धरून ओढूं लागले. तथापि, हे प्रभो, प्रचंड सामर्थ्य व वीर्य ह्यांच्या योगानें शेफारून गेलेल्या त्या धिप्पाड दैत्यांच्या हातून त्याचें कांहीं देखील झालें नाहीं, तेव्हां मात्र त्यांना अत्यंत आश्चर्य वाटलें आणि भीति उत्पन्न होऊन आपण मृत्युमुखीं सांपडलों असें त्यांना वाटूं लागलें! पुढें, हे भरतकुलश्रेष्ठा, योगाचा प्रवर्तक व योगमूर्ति असा भगवान् देवाधिदेव श्रीविष्णु यानें योगाचें अवलंबन करून त्या दैत्यदानवांस क्षुब्ध करण्यासाठीं भयंकर गर्जना केली. त्यामुळें सर्व लोक आणि दाही दिशा दणाणून गेल्या. त्या गर्जनेनें सर्व लोक क्षुब्ध होऊन गेले आणि इंद्रादि देवतांनाही अतिशय भीति उत्पन्न झाली. त्या गर्जनेनें मोहित झाल्यामुळें स्थावरजंगमात्मक सर्व जगाचे व्यापार अगदीं बंद पडून गेले; आणि सर्व दैत्यही त्या गर्जनेनें भयभीत व श्रीविष्णूच्या तेजानें अत्यंत मोहित होऊन गतप्राण होऊन पडले. त्या वराहरूपी श्रीविष्णूनें पातालामध्यें प्रवेश करून त्या देवद्वेष्ट्या दैत्यांच्या मांस, मेद व अस्थि ह्यांच्या राशी आपल्या खुरांनीं उध्वस्त करून सोडल्या. सर्व प्राण्यांचा केवल उपदेशक व सर्वांच्या शरीरांमध्यें जीवस्वरूपानें प्रकाशमान् असणारा तो महायोगसंपन्न श्रीविष्णु—त्याला त्या प्रचंड गर्जनेमुळें **सनातन** असें नांव पडलें. ती गर्जना झाली तेव्हां सर्व देव जगन्नायक महात्म्या ब्रह्मदेवाकडे गेले आणि विचारूं लागले कीं, "हे प्रभो, कोण हा? हा कसला ध्वनि हें कांहीं आम्हांस समजत नाहीं. अथवा, ज्याच्या योगें सर्व जग व्याकुल होऊन गेलें आहे तो हा कशाचा ध्वनि? ह्याच्या प्रभावानें देव आणि दानव ह्या उभयतांनाही मोह उत्पन्न झाला आहे." हे महाबाहो युधिष्ठिरा, देव असें बोलत आहेत तोंच वराहरूप धारण केलेला श्रीविष्णु त्या ठिकाणीं प्रकट झाला. ह्या वेळीं महर्षि त्याची स्तुति करीत होते.

ब्रह्मदेव म्हणालाः—देवहो, असे गडबडूं नका, स्थिर व्हा. महाबलाढ्य, प्रचंड शरीर असलेला, सर्व प्राण्यांची काळजी वाहणारा, सर्व प्राण्यांच्या ठिकाणीं जीवरूपानें वास्तव्य करणारा, सर्व भूतांचा नियंता, महायोगी, केवल चैतन्यस्वरूप, सर्व विघ्नांचें निवारण करणारा जो श्रीविष्णु, तोच दानवश्रेष्ठांचा संहार करून प्राप्त झाला आहे. निरुपमकांतिसंपन्न व प्रचंड ऐश्वर्य असलेल्या त्या भूतभावन श्रीविष्णूनें हें अत्यंत उत्कृष्ट व इत-

रांस अशक्य असें कार्य केलेलें आहे. ह्यास्तव तुम्हीं भीति बाळगण्याचें अथवा शोक किंवा संताप करण्याचें कारण नाहीं. सर्व विधि हीं ह्याचींच स्वरूपें असून हा सर्वांचा उत्पादक व संहार करणारा कालही आहे. सर्व लोकांचें पालन करणारा हा जो महात्मा त्यानेंच ही गर्जना केली आहे. तो हा पुंडरीकाक्ष सर्व प्राण्यांस कारणीभूत, महापराक्रमी, सर्व लोक ज्याला प्रणाम करितात असा, अविनाशी आणि ऐश्वर्यसंपन्न आहे.

अध्याय दोनशें दहावा.

—:०:—

अध्यात्मविचार.

युधिष्ठिर म्हणालाः—पितामह, मोक्षप्राप्तीचा श्रेष्ठ उपाय कोणता हें यथातथ्य समजावें अशी माझी इच्छा आहे. यास्तव, हे वक्तृश्रेष्ठ, तो मला निवेदन करा.

भीष्म म्हणालेः—ह्याविषयीं एका शिष्याचा गुरूशीं मोक्षासंबंधानें झालेला संवाद प्राचीन इतिहास म्हणून सांगत असतात. तो असाः—कोणी एक सत्यप्रतिज्ञ, जितेंद्रिय, आचार्य व अतिशय तेजस्वी असा एक महात्मा ऋषिश्रेष्ठ ब्राम्हण होता. तो एकदा स्वस्थ बसला असतां परम बुद्धिमान्, कल्याणेच्छु आणि ज्याचें अंतःकरण अगदीं एकाग्र झालें आहे असा एक शिष्य त्याजकडे आला व हात जोडून म्हणाला, ' भगवन्, जर आपण माझ्या सेवेनें प्रसन्न झालां असाल, तर मला जो एक मोठा संशय आहे, त्याचें आपण निराकरण करावें. हे द्विजश्रेष्ठ, मी आणि आपण हे उभयतांही ह्या जगतांत कां व कोठून आलों, हें मला यथातथ्य सांगा. तसेंच, उपादान कारणाच्या दृष्टीनें पाहातां सर्व भूतें सारख्याच योग्यतेचीं आहेत; कारण, सर्वांची उत्पत्ति पंचमहाभूतांपासूनच आहे; मग ह्यांपैकीं कोणाचा क्षय तर कोणाचा उदय अशीं विषम कार्यें कां घडत असतात? त्याचप्रमाणें, वेदामध्यें अथवा स्मृतीमध्यें वगैरे जीं वाक्यें आहेत, त्यांपैकीं कांहीं लौकिक[1] आहेत आणि कांहीं व्यापक[2] आहेत, असें वैषम्य कां? हे विद्वन्, या सर्वांचा आपण योग्य प्रकारें उलगडा करून सांगा.

गुरु म्हणालाः—हे महाप्राज्ञ शिष्या, ऐक. हा अध्यात्मविचार सर्वांहून श्रेष्ठ असून सर्व वेदांचें व विद्यांचें केवळ सर्वस्वच आहे; आणि वेदांनींच ह्या उपकारक विचाराचें संरक्षण केलें आहे. इंद्रियादिकांहून पर असणारा जो वासुदेव तोच ह्या वेदाचें मुख अर्थात् प्रणव असून तो सत्य आणि ज्ञानस्वरूपी आहे. बाह्येंद्रियें व अंतःकरण यांचा निग्रह, सुखदुःखादिद्वंद्वांचें सहन, सरलता आणि यज्ञ हीं सर्व तोच आहे. त्यालाच वेदवेत्ते लोक अव्यक्त, सृष्टि व प्रलय यांचा कर्ता, सनातन, विकारशून्य आणि विश्वव्यापक ब्रह्म असें म्हणतात. तेंच हें ब्रह्म वृष्णिकुलामध्यें अवतीर्ण झालें आहे. त्याचें तत्त्व प्रकाशित होईल असा वृत्तांत कथन करितों तो ऐक. अत्यंत तेजस्वी देवाधिदेव विष्णु याचें हें माहात्म्य ब्राह्मणानें ब्राह्मणांना, क्षत्रियानें क्षत्रियांना, वैश्यानें वैश्यांना आणि शूद्रानें उदारांतःकरण अशा शूद्रांना सांगावें. हे कल्याण, तूं हें ऐकण्याला योग्य आहेस; यास्तव हें श्रीकृष्णाचें आख्यान श्रवण कर.

बाबारे, सृष्टि आणि प्रलय यांवरून

---

१ ब्राह्मणांनीं अमुक यज्ञ करावे, क्षत्रियांनीं अमुक करावे, अशा प्रकारचीं वर्णानुसार आचार करण्यास सांगणारीं वाक्यें हीं लौकिक.

२ अहिंसादि सर्वसाधारण धर्म प्रतिपादन करणारीं;—अमुक एका वर्णाकरितांच आहेत असें नव्हे, तर सर्वांनाच जीं सांगितलीं आहेत तीं वाक्यें व्यापक.

ज्याचें ज्ञान होतें असें हें अनादि आणि अनंत जें कालचक्र, तें श्रीकृष्णाचें श्रेष्ठ असें स्वरूप आहे. त्या सर्वभूतनायकाच्याच आधारानें हें सर्व त्रैलोक्य चक्राप्रमाणें फिरत राहिलेलें आहे. हे पुरुषश्रेष्ठा, त्या पुरुषोत्तमालाच अविनाशी, अव्यक्त व मोक्षस्वरूपी शाश्वत ब्रह्म असें म्हटलें आहे. ह्यानेंच आपल्या ज्ञानमय किरणांनीं सर्व विश्व व्याप्त केलें आहे. हाच निर्विकार परमात्मा देव, पितर, ऋषि, यक्ष, राक्षस, नाग, असुर व मनुष्य यांना निर्माण करतो. वेद, शास्त्रें आणि शाश्वत असे लोकधर्म हेही ह्याच्याचपासून निर्माण झालेले आहेत. हाच प्रलयकालीं प्रकृतीमध्यें ह्यांचा लय करितो व युगाच्या आरंभीं पुनश्च ह्यांना उत्पन्न करितो. ज्याप्रमाणें एकदा निघून गेलेले वसंतादि ऋतु पुनरपि प्राप्त झाले म्हणजे त्यांतील पूर्वींच्याच गोष्टी पुनरपि दृष्टिगोचर होतात, त्याप्रमाणेंच युगाच्या आरंभीं पूर्वयुगांतील पदार्थ उदय पावूं लागतात. पुढें जें जें युगाच्या आरंभीं कालगतीनें निर्माण होतें, त्याचें त्याचें ज्ञान लोकव्यवहारावरून होऊं लागतें. प्रलयकालीं अंतर्धान पावलेले वेद आणि इतिहास हे ब्रह्मदेवाच्या अनुज्ञेनें व तपाच्या आचरणानें महर्षींना प्रथम मिळाले. त्यांपैकीं वेदांचें ज्ञान ब्रह्मदेवाला झालें; बृहस्पतीला वेदांच्या अंगांचें ज्ञान झालें; शुक्रानें लोकहितकारक नीतिशास्त्र कथन केलें; नारदाला गांधर्वविद्येचें ज्ञान झालें; धनुर्विद्या भरद्वाजांना समजली; गार्ग्याला देवर्षींचें चरित्र कळलें; आणि कृष्णात्रेयाला चिकित्साशास्त्र समजलें. पुढें वादशील अशा निरनिराळ्या अनेक पुरुषांनीं न्यायादिक निरनिराळीं शास्त्रें निर्माण केलीं; आणि युक्ति, वेदवचनें व सदाचार ह्यांच्या अनुरोधानें सगुण ब्रह्म कथन केलें. तें केवल उपास्य होय. तो केवळ उपासनेचा विषय आहे. त्याहूनही पर आणि अनादि असें जें ब्रह्म, त्याचें ज्ञान देवतांना अथवा ऋषींना स्वतंत्रपणें झालेलें नाहीं. तें केवळ जगाचा पालक जो प्रभु भगवान् विष्णु त्याला मात्र झालें; आणि त्याच्यापासून—सांसारिक दुःखावरील केवल औषधच असें हें श्रेष्ठ प्रतीचें ज्ञान ऋषिगण, मुख्य मुख्य देव, दैत्य आणि प्राचीन राजर्षि यांना झालें. परमात्म्याच्या प्रेरणेनें प्रकृतीपासूनच सर्व जगताची उत्पत्ति होते. त्याला धर्माधर्माचा संबंधही जडलेला असतो. अशा रीतीनें हें विश्वचक्र सारखें फिरत राहतें. एका दीपापासून जसे दुसरे सहस्रावधि दीप निर्माण होतात, तशींच प्रकृतीपासूनही अनेक कार्यें उत्पन्न होतात आणि तीं अनंत असल्यामुळें प्रकृतीचा क्षयही होत नाहीं. मायाधिष्ठित अशा परमात्म्यापासून कर्मबलानें महत्तत्त्व उत्पन्न होतें; महत्तत्त्वापासून अहंकार उत्पन्न होतो; अहंकारापासून आकाश निर्माण होतें; आकाशापासून वायु निष्पन्न होतो; वायूपासून तेजाची उत्पत्ति होते; तेजापासून जल जन्म पावतें; आणि जलापासून पृथ्वीचा उदय होतो. ह्याप्रमाणें अव्यक्तप्रभृति हीं आठ मूलप्रकृति असून जगाचें आस्तित्व ह्यांच्यावरच अवलंबून आहे. परमात्म्यानें अधिष्ठित अशा त्या आठ मूलप्रकृतीपासून पांच ज्ञानेंद्रियें, पांच कर्मेंद्रियें, ज्ञानेंद्रियांचे पांच विषय व मन हे सोळा विकार उत्पन्न झाले. त्यांपैकीं श्रोत्र, त्वचा, नेत्र, जिव्हा आणि घ्राण हीं पांच ज्ञानेंद्रियें होत; पाय, हात, वाणी, गुद व जननेंद्रिय हीं पांच कर्मेंद्रियें होत; आणि शब्द, स्पर्श, रूप, रस व गंध हे पांच विषय होत. मन हें ह्या सर्वांचें व्यापक आहे; आणि ह्मणूनच तें त्या सर्वांमध्येंही वास्तव्य करणारें आहे. किंबहुना हीं सर्व मनाचींच स्वरूपें आहेत. रसज्ञानाच्या वेळीं मनालाच रसना अशी

संज्ञा मिळते; व भाषणकालीं त्यालाच वाणी असें म्हणतात. सारांश, पूर्वी सांगितलेल्या सर्व संज्ञा अंतःकरणाच्याच आहेत. इंद्रियांचा ज्यांच्याशीं संबंध आहे ते सर्व आभ्यंतर आणि बाह्य पदार्थ म्हणजे मनच होय. हे सोळा विकार निरनिराळ्या देवताच आहेत, असें समजावें. ह्या षोडश पदार्थांच्या योगानें ज्ञानदात्या परमात्म्याची उपासना करीत असतात. जिव्हा हें जलाचें कार्य आहे; तसें गंध हें पृथ्वीचें, श्रवण आकाशाचें, नेत्र अग्नीचें आणि स्पर्श हें वायूचें कार्य आहे. हीं सर्व कार्यें सर्व प्राण्यांमध्यें सदैव वास्तव्य करितात. तसेंच मन हें सत्त्वगुणाचें कार्य असून सत्त्वगुण हा प्रकृतीचें कार्य आहे व सर्व प्राण्यांचा आत्मा जो ईश्वर त्याचे ठायीं तो उपाधिरूपानें वास्तव्य करीत आहे, असें बुद्धिमान् पुरुषांनीं समजावें. ज्याला प्रकृतीहून पर असें म्हणतात त्या प्रवृत्तिशून्य आणि कूटस्थ अशा परमात्म्याच्या आश्रयानें हे सर्व पदार्थ सर्व चराचर जग चालवीत असतात. नवद्वारांनीं युक्त असें शरीररूपी पवित्र नगर ह्या पूर्वोक्त पदार्थांनीं युक्त असतें व महान् असा आत्मा त्याला व्यापून राहिलेला असतो, म्हणूनच त्याला पुरुष असें म्हणतात. तो अजर व अमर असून मूर्त व अमूर्त हीं त्याचींच स्वरूपें आहेत, असें वेदांत सांगितलें आहे. तो व्यापक आहे, सगुणही आहे आणि सूक्ष्मही असून सर्व प्राणी व सत्त्वादि गुण ह्यांना आश्रयभूत आहे. शरीरामध्यें असल्यामुळें जरी ह्याला परिच्छिन्नता आली, तरी परमात्म्याहून ह्याच्यांत कांहीं भेद नसतो. तर, ज्याप्रमाणें दीप लहान अथवा मोठा असला तरी तो प्रकाशात्मकच असतो, त्याचप्रमाणें सर्व प्राण्यांमध्यें वास्तव्य करणारा आत्माही परमात्म्याप्रमाणें ज्ञानस्वरूपी आहे. त्याच्याच योगानें श्रवणेंद्रियाला शब्दाचें व चक्षुरिंद्रियाला रूपाचें ज्ञान होतें. वस्तुतः शब्दाचा श्रोता अथवा रूपाचा द्रष्टा परमात्मा असून, इंद्रियांचें आश्रयस्थान असा जो देव तो आत्म्याला होणाऱ्या शब्दादि ज्ञानाचें एक द्वार आहे. आत्मा हा सर्व कर्मांचा कर्ता आहे. ज्याप्रमाणें काष्ठामध्यें अग्नि असला तरी तो काष्ठ फोडल्यानें दृष्टिगोचर होत नाहीं, त्याप्रमाणेंच शरीरामध्यें असणाऱ्या आत्म्याचेंही दर्शन शरीर छिन्न केल्यानें होत नाहीं; तर योगाच्याच साह्यानें शरीरांतर्गत आत्म्याचें ज्ञान होतें. ज्याप्रमाणें काष्ठागत अग्नि कांहीं उपायानें काष्ठाचें मंथन केलें म्हणजे दिसतो, त्याप्रमाणें योगाच्या साहाय्यानें अनुसंधान केलें म्हणजे शरीरामध्यें असणाऱ्या आत्म्याचा साक्षात्कार होतो. नदी आणि तींतील पाणी किंवा सूर्य आणि त्याचे किरण ह्यांचा संबंध जसा नित्य असतो, तसाच आत्मज्ञान झालें नाहीं तर शरीर आणि आत्मा ह्यांचा संबंध कायमचाच होऊन बसतो. ज्याप्रमाणें स्वप्नरूपी निराळी अवस्था प्राप्त झाली तरी तीमध्यें आत्मा आणि पांच इंद्रियें वगैरे पूर्वींचींच असतात, त्याप्रमाणेंच एका देहाचा नाश होऊन दुसरा देह प्राप्त झाला तरी आत्मा तोच असतो. ह्याला जो पूर्वींच्या देहाचा वियोग होतो, अथवा जें नवीन शरीर प्राप्त होतें, त्याचें कारण कर्म हेंच आहे. आत्म्याला त्यानें केलेलें बलवत्तर कर्म दुसरीकडे खेंचून नेत असतें. आतां, आत्मा एका देहाचा त्याग करून दुसऱ्या देहांत कसा जातो हें समजण्यासाठीं दुसऱ्याही भूतसमुदायाचें वर्णन तुला सांगतों.

अध्याय दोनशें अकरावा.

—:०—

कर्मप्रवृत्तिकारण.

भीष्म म्हणाले:—युधिष्ठिरा, जरायुजादि चार भेद असलेले जे स्थिरचर प्राणी, त्यांच्या पूर्वशरीरांचा नाश आणि त्यांचा दुसऱ्या शरीरांत प्रवेश कसा होतो हें स्पष्टपणें समजत नाहीं. कारण, त्यांचें स्पष्ट ज्ञान होईल असें कांहीं साधन नाहीं. मन हें तशा प्रकारचें साधन आहे असें म्हणावें, तर तेंही अव्यक्त अशाच आत्म्याचें स्वरूप आहे. मग त्यानें पूर्वदेहनाश व अन्यदेहप्राप्ति ह्यांचें व्यक्त ज्ञान कोठून होणार? देहाचा नाश आणि उत्पत्ति हीं जरी अव्यक्त असलीं तरी उत्पत्तीनंतर नाशापर्यंत सर्व पदार्थ व्यक्त स्थितींतच असतात. कारण, ज्याप्रमाणें अश्वत्थाच्या बीजामध्यें पूर्वी व्यक्त स्थितींत नसलेला व पुढेंही बीजरूपी बनल्यामुळें बीजामध्येंच असलेला अश्वत्थ वृक्ष मध्यें व्यक्त स्थितींत येतो, त्याप्रमाणेंच अव्यक्त अशा अंतःकरणापासून दृश्य पदार्थ व्यक्त स्थितींत येतात. ज्याप्रमाणें अचेतन असणारें लोह लोहचुंबकाला जाऊन चिकटतें, त्याप्रमाणें, पूर्वसंस्कार ज्यांना कारण आहे असे धर्माधर्म आणि अविद्या वगैरे पदार्थ व्यक्त स्थितींत आलेल्या शरीराशीं संबद्ध होतात. त्याचप्रमाणें, अविद्येपासून निर्माण झालेले काम, कर्म, वासना, देह, इंद्रियें इत्यादि अचेतन पदार्थ आणि परमात्मज्ञानास साधनीभूत व त्याच्यापासून निर्माण झालेले असे सत्त्व, चित्त्व, आनंदत्व इत्यादि धर्म त्या जीवांशीं संबद्ध होतात. पूर्वी जीवाव्यतिरिक्त भूमि, आकाश, स्वर्ग, भुतें, ऋषि, देव, दैत्य इत्यादि कांहीं नव्हतें आणि म्हणूनच जीवाला त्यांचा संबंधही जडलेला नव्हता. जीव आणि पृथिव्यादि पदार्थ ह्यांचें जें हें तादात्म्य आहे, तें केवल अज्ञानजन्य असून, व्यवहारकालीं हें ज्ञानी व अज्ञानी ह्या उभयतांच्या ठायीं सारख्याच प्रकारें दिसून येणारें, अनादि, आत्मज्ञानावांचून केव्हांही उच्छिन्न न होणारें, मनोमात्रजन्य आणि अनिर्वचनीय असून यांचें स्वरूप पूर्ववासनेवरून ओळखितां येण्यासारखें असतें. त्या जीवस्वरूपाला वासनांचा योग घडला म्हणजे तो कर्मसंचयाला कारणीभूत होतो; अर्थात् त्याजकडून अनेक प्रकारचीं कार्यें घडतात आणि म्हणूनच देहादिकांशीं होणारें आत्म्याचें तादात्म्य नष्ट होत नाहीं. सारांश, वासनेच्या योगानें कर्म घडतें व कर्माच्या योगानें वासनेची उत्पत्ति होते. अशा रीतीनें हें अनादि आणि अनंत चक्र चालू असतें. बुद्धि आणि वासनासमूह हा ह्या चक्राचा तुंबा असून देहादि व्यक्त वस्तु त्या आरा, विकार ही धाव आणि रजोगुण हा कणा होय. ह्याचा अधिष्ठाता जीव असून हें शाश्वत असें आहे. ज्याप्रमाणें घाण्यामध्यें घालून तीळ पिळून काढतात, त्याप्रमाणें अज्ञानजन्य सुखदुःखसंबंध हे रजोगुणरूपी स्नेहानें आक्रांत करून सोडलेल्या सर्व जगाला ह्या चक्रांत घालून पिळून काढीत असतात. हें चक्र अभिमानाचा स्वीकार करवून फलाच्या इच्छेनें कर्म घडवून आणतें; आणि हें कर्मच पुढें देह व अज्ञान यांचा संबंध जडण्याला कारणीभूत होतें, असें सांगितलेलें आहे. देह हें अज्ञानाचें कार्य आहे, तथापि तें त्याहून निराळें असतें; आणि म्हणूनच देहाकडे अज्ञान अथवा अज्ञानाकडे देह जाऊन संबद्ध होतो असें नाहीं; तर अज्ञानरूपी कारणामध्यें देहरूपी कार्याचा प्रादुर्भाव होतो व त्या प्रादुर्भावाला अदृष्टादिकांनीं युक्त असलेला काल हाच कारणीभूत असतो. पुरुषानें अधिष्ठित असलेल्या आठ प्रकृति आणि सोळा विकार ह्यांचाही जो परस्परांशीं

सदैव संबंध घडतो, त्याचें कारण कर्मच आहे. जीव पूर्वदेहांतून निघाला म्हणजे वाऱ्यानें उडविलेल्या धुरळ्याप्रमाणें रजोगुण आणि तमोगुण ह्यांपासून उत्पन्न झालेला प्राण, सूक्ष्म भूतें, संस्कार आणि कर्म, पूर्वजन्मांतील बुद्धि व अविद्या ह्यांसह परमात्म्याला अनुलक्षून लोकांतराकडे गमन करतो. तथापि, ज्याप्रमाणें वायूला धुरळ्याचा कोणत्याही प्रकारचा संबंध असूं शकत नाहीं, त्याचप्रमाणें जीवालाही त्या प्राणादिकांचा संबंध असत नाहीं. सारांश, प्राणादिक पदार्थांचा जीवाशीं अथवा त्या महात्म्याचा प्राणादिकांशीं कोणत्याही प्रकारचा वास्तविक संबंध नसतो. म्हणून सत्त्वादि गुणांचीं कार्यें आणि जीव हीं परस्परांहून वस्तुतः अगदीं अलग आहेत असें समजलें पाहिजे. पण जीवाला देहाच्या तादात्म्याचा अभ्यासच पडून गेला असल्यामुळें त्याला आपल्या शुद्ध स्वरूपाचें ज्ञान होत नाहीं. आत्म्यासंबंधानें उत्पन्न झालेला जो संशय त्याचें निराकरण भगवान् वेदानेंच केलें आहे. राजसूय यज्ञाचे वेळीं कृत्रिम अशाही मूर्धाभिषिक्तत्व इत्यादि धर्मांची ज्याप्रमाणें राजाला आवश्यकता असते, त्याप्रमाणें मुमुक्षूला ज्ञानसाधनकालीं कर्तृत्वादि कृत्रिम धर्मांची आवश्यकता असते. पण यज्ञफलाचा उपभोग घेण्याच्या वेळीं ज्याप्रमाणें राजाला पूर्वदेहाचा अर्थात् तदनुरोधी मूर्धाभिषिक्तित्व वगैरे धर्मांचा त्याग करावा लागतो, त्याप्रमाणेंच मुमुक्षु पुरुषालाही कर्तृत्वादि धर्मांचा त्याग करावा लागतो, हा विचार लक्षांत घेतला पाहिजे. ज्याप्रमाणें बीज अग्नीनें दग्ध झालें म्हणजे त्याला केव्हांही अंकुर फुटत नाहींत, त्याप्रमाणें अविद्यादि क्लेश ज्ञानरूपी अग्नीनें दग्ध झाले म्हणजे पुनर्जन्माची प्राप्ति होत नाहीं.

अध्याय दोनशें बारावा.

—:o:—

अशुद्ध कर्मांचा त्याग व निष्काम कर्मांचा स्वीकार.

भीष्म म्हणाले:—ज्याप्रमाणें कर्मनिष्ठांना प्रवृत्तिमार्गरूपी धर्म इष्ट असतो व म्हणूनच तो त्यांनीं स्वीकारलेला असतो, त्याप्रमाणेंच ज्ञाननिष्ठ हे ज्ञानावांचून दुसऱ्या कशाचाही अंगीकार करीत नाहींत. कारण, त्यांना ज्ञानावांचून दुसरें कांहीं आवडतच नाहीं. अगोदर वेदवेत्ते पुरुष दुर्मिळ असतात; आणि त्यांतूनही वेदोक्त अग्निहोत्रादि कर्में अथवा शमदमादि साधनें यांजवर निष्ठा असणारे अर्थात् त्यांचें आचरण करणारे लोक थोडे असतात. स्वर्ग व मोक्ष ह्या दोहोंचे जे मार्ग, त्यांपैकीं अत्यंत प्रशस्त असा जो मोक्षमार्ग त्याचीच इच्छा बुद्धिमान् लोक करितात. प्रवृत्तिमार्गाचें सुद्धां अवलंबन सज्जनांनीं केलेलें आहे, म्हणूनच तें निंद्य आहे असें म्हणतां येत नाहीं. तथापि ज्याच्या योगानें मोक्षप्राप्ति होते असा एक निवृत्तिमार्गच आहे. ह्या निवृत्तिमार्गाचें अवलंबन न केल्यामुळें रजोगुण व तमोगुण ह्यांपासून उत्पन्न होणाऱ्या क्रोधलोभादिकांचा जीवाला संबंध जडतो; आणि मोहामुळें तो सर्व विषयांचा उपभोग घेऊं लागतो. यास्तव, शरीराचा योग नष्ट व्हावा अशी इच्छा असेल तर अशुद्ध अशा प्रवृत्तिमार्गाचें अवलंबन करूं नये. फलत्यागपूर्वक कर्में करण्याला मात्र हरकत नाहीं. कारण, अशा कर्मांच्या योगानें सद्गतीचें द्वार खुलें होऊन कल्याणमय अशा लोकांची प्राप्ति होते. ज्याप्रमाणें सोनें आटविलें तरी त्यांत लोखंडाची भेसळ असली म्हणजे त्याला शोभा येत नाहीं, त्याप्रमाणेंच अंतःकरण अशुद्ध असलें म्हणजे त्यांत ज्ञानाचा प्रकाश पडत नाहीं. काम व क्रोध

यांच्या तावडींत सांपडून धर्ममार्गाचें अति-क्रमण करून लोभामुळें अधर्माचें आचरण करणारा मनुष्य समूळ नाश पावतो. म्हणूनच शब्दादिक विषयांचे ठिकाणीं अतिशय प्रेम ठेवूं नये. क्रोध, हर्ष व विषाद हीं त्रिगुणांचीं तीन कार्यें आहेत, तथापि त्यांची परस्परांपासू-नही उत्पत्ति होते. सत्त्व, रज आणि तम या गुणांचें व पंचमहाभूतांचें कार्य असलेला जो देह, त्यामध्यें हर्ष, क्रोध अथवा विषाद यांपैकीं कोणाची उत्पत्ति झाली तर त्याबद्दल दोष तरी कोणाला द्यावयाचा? अथवा स्तुति तरी कोणाची करावयाची? किंवा कोणाला काय बोलावयाचें? अर्थात् त्याचा दोष कोणा-लाही लावतां येणार नाहीं. कारण, हर्षादिक उत्पन्न होणें हा सत्त्वादि गुणांचा स्वभावच आहे. मूर्ख लोक स्पर्श, रूप, रस इत्यादि विषयांचे ठिकाणीं आसक्त होतात; व त्यामुळें ज्ञान न होऊन, शरीर हें पृथिव्यादि महा-भूतांचें कार्य आहे, हें त्यांना कळून येत नाहीं. ज्याप्रमाणें मृत्तिकेनें बांधलेलें गृह राखावयाचें असेल तर त्याला मातीनेंच लिंपावें लागतें; त्याप्रमाणें, पृथ्वीपासून निर्माण झालेलें हें शरीर राखावयाचें असेल तर पार्थिव अशा अन्नादिकांचें सेवन केलेंच पाहिजे. मध, तेल, दूध, तूप, मांस, मीठ, गुळ, अनेक प्रका-रचीं धान्यें, फळें, मुळें हीं सर्व जलयुक्त अशा मृत्तिकेचीं (पृथ्वीचीं) कार्यें आहेत. ज्याप्रमाणें अरण्यांत वास्तव्य करणाऱ्या लोकांना मिष्टान्नभक्षणाविषयीं उत्कंठा नसते, त्याप्रमाणेंच मुमुक्षु पुरुषालाही मिष्टान्नभक्षणा-विषयींचें प्रेम नसावें. त्यानें मिष्ट नसला तरीही जो मिळेल तो आहार शरीरयात्रा चालेल इतक्याच बेताचा गांवांतून आणून करावा. मुमुक्षूप्रमाणेंच, संसाररूपी अरण्यामध्यें वास्तव्य करणाऱ्या व म्हणूनच सांसारिक श्रम करण्याविषयीं तत्पर असणाऱ्या गृहस्थानेंही—रोगी औषध घेतो त्याप्रमाणें—क्षुधेची निवृत्ति होईल आणि शरीरयात्रा चालेल इतकेंच अन्न भक्षण करावें. मुमुक्षु आणि गृहस्थाश्रमी ह्या उभयतांनींही सत्य, शुचिर्भूतपणा, सरलता, वैराग्य, अध्ययनादिजन्य तेज, मनोजयाविषयींचें शौर्य, धैर्य, विचारशक्ति, क्षमा, चांगलें आणि वाईट यांविषयींचा विचार आणि ज्ञान हीं संपादन करून, विषयमय असे आपल्या सभों-वतीं असणारे जे सर्व पदार्थ त्यांविषयींचा सूक्ष्म विचार करावा; आणि शांतीची इच्छा असेल तर अंतःकरण उदार करून सर्व इंद्रि-यांचा निग्रह करावा. सत्त्व, रज, तम ह्या गुणांच्या योगानें मोहित होऊन अज्ञानी बन-ल्यानें प्राणी चक्राप्रमाणें संसारामध्यें सारखे फिरत राहतात. यास्तव अज्ञानजन्य दोषांचें सूक्ष्मपणें परीक्षण करावें; आणि अज्ञानजन्य दुःख व अहंकार यांचा त्याग करावा. महा-भूतें, इंद्रियें, सत्त्वादि गुण किंबहुना ईश्वरासह सर्व त्रैलोक्य हीं अहंकारावरच अवलंबून आहेत. ज्याप्रमाणें काल हा भूमीवर त्या त्या वेळीं त्या त्या ऋतूंतील कार्यें घडवून आणतो, त्याचप्रमाणें अहंकार हाही त्या त्या प्राण्याचे ठिकाणीं त्या त्या निरनिराळ्या कर्मांविषयींची प्रवृत्ति उत्पन्न करतो. तमोगुण हा पापजनक असून अज्ञानाचा जनक व मोह उत्पन्न कर-णारा आहे; आणि सत्त्व हें प्रीतीचें व रजो-गुण हें दुःखाचें उत्पत्तिस्थान असतें. याप्रमाणें या तीन गुणांचीं हीं सामान्य स्वरूपें आहेत. आतां

सत्त्व, रज व तम यांचे विशेष गुण

सांगतों, ऐक. प्रसन्नता, आनंदाच्या योगानें होणारी अंतःकरणाची तृप्ति, संशयाचा अभाव, धैर्य व स्मृति हे सत्त्वाचे विशिष्ट गुण होत; तसेच काम, क्रोध, प्रमाद, लोभ, मोह, भीति आणि ग्लानि हे रजोगुणाचे विशिष्ट धर्म आहेत;

आणि विषाद, शोक, निकृष्ट वस्तूंचे ठायीं प्रेम, मानीपणा, गर्व व सज्जनत्वाचा अभाव हे तमाचे विशेष गुण होत. हे आणि इतर दोष यांपैकीं अधिक कोण आणि कमी कोण याचा सूक्ष्मपणें विचार करावा आणि आपल्या शरीरामध्यें प्रत्येक गुण पूर्वदिवशीं किती होता आणि आज किती आहे हें पाहावें.

युधिष्ठिर म्हणालाः—पूर्वकालच्या मुमुक्षु लोकांनीं मनाच्या योगानें कोणत्या दोषांचा त्याग केलेला आहे? अर्थात् कोणते दोष मनाच्या योगानें सोडतां येण्याजोगे आहेत? तसेंच, कोणते दोष पूर्वीच्या मुमुक्षूंनीं बुद्धीच्या योगानें शिथिल केलेले आहेत? अर्थात् बुद्धीच्या योगानें कोणत्या दोषांची कार्योत्पादक शक्ति नष्ट करितां येते? कोणते दोष नष्ट केले तरी पुनःपुनः येऊन जडतात? कोणते दोष मोहानें घडतात? कोणते दोष घडले तरी आपलें कांहीं कार्य करूं शकत नाहींत? आणि ज्ञानी मनुष्यानें हेतुदृष्टचा कोणत्या दोषांच्या बलाबलाचा विचार केला पाहिजे? पितामह, मला हा असा संशय उत्पन्न झाला आहे, तरी आता आपण मला त्याविषयीं सांगा.

भीष्म म्हणालेः—दोष हे आपल्या मूलभूत अशा अज्ञानासह उच्छिन्न करून सोडले म्हणजे आत्मा शुद्ध होतो व पुनश्च त्याला दोषसंसर्ग घडत नाहीं. ज्याप्रमाणें लोखंडापासूनच उत्पन्न झालेलीं शस्त्रें लोखंडापासून उत्पन्न झालेल्या निगडाला तोडून टाकतात व धार नष्ट झाल्यामुळें स्वतःही नष्ट अर्थात् निरुपयोगी होतात, त्याप्रमाणेंच ध्यानाच्या योगानें सुसंस्कृत झालेली बुद्धि अनादि अशा दोषांचा नाश करून स्वतःही नष्ट होते. रजोगुण, तमोगुण आणि शुद्ध सत्त्वगुण हेच प्राण्याला देह प्राप्त होण्याचें कारण आहेत. त्यांपैकीं रज व तम यांचा संपर्क नसलेला जो शुद्ध सत्त्वगुण तोच ब्रह्मप्राप्तीचें साधन आहे. यास्तव विचारी पुरुषानें रजोगुणाचा आणि तमोगणाचा त्याग करावा व ज्याला रजाचा अथवा तमाचा संपर्क नाहीं अशा सत्त्वगुणाचेंच अवलंबन करावें. यज्ञादि कर्में हीं अंतःकरणाच्या जयासाठीं सांगितलीं आहेत, तथापि त्यांनाही सांख्यप्रभृति कांहीं लोक पशुहिंसा वगैरे दोषांमुळें पाप असें समजतात. त्यांच्या मतें हिंसेचा ज्याला संपर्क नाहीं अशा जपादिक उपायांचेंच अंतःकरणशुद्धीसाठीं अवलंबन करावें असें आहे. तथापि, यज्ञादि कर्में हींच वैराग्योत्पत्तीला कारण असून, शमदमादिक जे शुद्ध धर्म त्यांचेंही परिपालन यज्ञादि धर्मांच्याच योगानें घडतें. रजोगुणाच्या योगानें मनुष्य अधर्मयुक्त अशीं कार्यें करितो; व विशेषेंकरून द्रव्यप्राप्तीसंबंधाचींच कार्यें करून नानाप्रकारच्या विषयांचेच उपभोग घेतो. तमोगुणाच्या योगानें तो लोभयुक्त अशीं कार्यें करतो; व क्रोधजन्य गोष्टींचें अवलंबन करून निरंतर हिंसाप्रवृत्ति कर्मांमध्यें आसक्त होऊन राहतो. तमोगुणयुक्त असलेल्या पुरुषाला निद्रा व तंद्रा (झांपड) हीं असतात. जो मनुष्य सत्त्वनिष्ठ बनून सात्त्विक व म्हणूनच निर्दोष अशा पदार्थांचें सेवन करतो, त्याच्या ठिकाणीं श्रद्धा आणि विद्या हीं वास्तव्य करितात व तो निर्दोष बनून ज्ञानसंपन्न होतो.

अध्याय दोनशें तेरावा.

—:०:—

गर्भवासादिदुःखनिवृत्त्यर्थ उपाय.

भीष्म म्हणालेः—युधिष्ठिरा, जे पदार्थ आत्मस्वरूपी नाहींत ते आत्मस्वरूपी आहेत अशी जी बुद्धि होते, तिचें कारण रजोगुण व तमोगुण हेच आहेत. तसेंच क्रोध, लोभ, भय व दर्प हीं देखील त्या दोन गुणांचींच कार्यें

आहेत. क्रोधादिकांचा नाश केला म्हणजे मनुष्याला शुचिर्भूतपणा येतो. युधिष्ठिरा, विश्वव्यापक व सर्व देवांहून श्रेष्ठ असें जें परब्रह्म तें सर्वांहून पर, सर्वांहून श्रेष्ठ, अविनाशी, प्रकाशमय, परिणामशून्य आणि अव्यक्तस्वरूपी आहे, असा ज्ञानी लोकांचा अनुभव आहे. मनुष्यें हीं त्या परमात्म्याच्या मायेनें जखडून गेलेलीं असतात आणि त्यामुळें त्यांची विचारशक्ति व ज्ञान हीं नष्ट होतात. ज्ञान नष्ट झालें म्हणजे क्रोधाशीं संबंध जडतो; आणि क्रोधामुळें काम व लोभ-मोह यांची प्राप्ति होते. पुढें आपण पूज्य आहों असें वाटतें; उच्छृंखलता उत्पन्न होते; आणि अहंकार उद्भवतो; अहंकारामुळें त्या त्या क्रिया घडतात; क्रियेमुळें स्नेहसंबंध जडतो व स्नेहामुळें पुढें शोक भोगावा लागतो. सुखकारक अर्थात् पुण्यमय अथवा दुःखकारक अर्थात् पापमय अशा कर्मांच्या योगानेंच जन्ममरणांची प्राप्ति होते. मग शुक्र व शोणित यांच्या योगानें उत्पन्न होऊन जन्मासाठीं गर्भवास भोगावा लागतो; आणि त्या ठिकाणीं मलमूत्र, रक्त इत्यादि मलिन पदार्थांत रहावें लागतें. जन्मानंतर कामक्रोधादिकांनीं जखडून गेलेला प्राणी पुनरपि त्यांच्याच मार्गे धावूं लागतो; अस्तु.

युधिष्ठिरा, हें सर्व संसारचक्र ज्यांच्या योगानें चालतें अशा स्त्रियाच आहेत; म्हणूनच त्या त्याज्य होत, असें समजून असलें पाहिजे. ज्याप्रमाणें अविद्या जीवाला बद्ध करून सोडते, त्याप्रमाणेंच स्त्रिया पुरुषांना जखडून टाकतात. म्हणूनच स्त्रिया हें अविद्येचें व पुरुष हें जीवाचें स्वरूप होय. यास्तव मनुष्यानें विशेष विचार करीत न बसतां स्त्रियांचा विशेषेंकरून त्याग करावा. ह्यांचें स्वरूप फार भयंकर आहे; म्हणूनच ह्या केवळ कृत्या होत. अविचारी पुरुषांना ह्या तात्काळ मोहित करून सोडतात. कार्यभूत अशी जी इंद्रियांची सनातन मूर्ति कारणभूत अशा रजोगुणाचे ठायीं मग्न होऊन राहिलेली असते, तीच ही स्त्री होय. ह्यामुळेंच ती प्रेममय असते व या प्रेमरूपी बीजाच्या योगानेंच प्राणी निर्माण होतात. स्त्रीप्रमाणेंच पुत्रही त्याज्य होत. आपल्या देहापासून उत्पन्न झालेल्या, पण ज्याला मनुष्यादि संज्ञा प्राप्त होत नाहीं अशा कृमींचा ज्याप्रमाणें आपण त्याग करतों, त्याप्रमाणेंच, ज्यांना आपली मनुष्यादि संज्ञा प्राप्त होते तथापि ज्यांच्याशीं वस्तुतः आपला संबंध नाहीं, अशा पुत्रसंज्ञक कृमींचाही त्यागच केला पाहिजे. स्वभावामुळें असो अथवा कर्मयोगामुळें असो, शुक्रशोणितांपासून पुत्रांची आणि धर्मादिकांपासून शरीरवर्ती कृमींची उत्पत्ति होत असते. यास्तव बुद्धिमान् पुरुषानें या दोहोंची सारख्याच रीतीनें उपेक्षा केली पाहिजे. रजोगुण हा तमाच्या ठिकाणीं लीन होणारा असून सत्त्वगुणही रजोगुणामध्यें लय पावणारा आहे. या तमोगुणाचा अर्थात् अज्ञानाचा ज्ञानाचे ठिकाणीं अध्यास झालेला असतो. हें तम हेंच बुद्धि व अहंकार यांचें ज्ञापक असून, जीवांना जी देहप्राप्ति होते त्याचेंही कारण तेंच. या अज्ञानाचें व त्याच्या कार्याचें अधिष्ठान जीव हेंच आहे. काल आणि कर्म ह्या दोहोंच्या संबंधामुळें त्याला संसारचक्रामध्यें फिरत रहावें लागतें. ज्याप्रमाणें स्वप्नदशेमध्यें जीव हा देहवान् असल्याप्रमाणें आपल्या अंतःकरणानें स्वप्नवर्ती पदार्थांचे ठिकाणीं रममाण होऊन राहतो, त्याप्रमाणेंच, ज्यांच्या ठिकाणीं कर्में सूक्ष्मरूपानें वास्तव्य करितात अशा गुणांच्या योगानें तो मातेच्या उदरामध्यें वास्तव्य करीत असतो असें दिसून येतें. पुढें पूर्वसंस्काराच्या योगानें प्रीतियुक्त अहंकारामुळें त्याला अंतःकरणांत ज्या ज्या विषयाचें स्मरण होईल, त्या त्या विष-

याचें ग्राहक असें इंद्रिय उत्पन्न होतें. अर्थात् शुद्धस्वरूप अशा जीवाला शब्दविषयक प्रीतीमुळें श्रवणेंद्रियाचा, रूपविषयक अभिलाषामुळें चक्षुरिंद्रियाचा, गंधाच्या अनुरागामुळें घ्राणेंद्रियाचा व स्पर्शाच्या इच्छेमुळें त्वचेचा संबंध घडतो. तसेंच देहधारणास साधनीभूत अशा प्राण, अपान, व्यान, उदान व समान ह्या पांच वायूंचाही त्याला संबंध घडतो. याप्रमाणें पूर्वसंस्कारानुरूप इंद्रियें तयार झालीं म्हणजे त्यांचें शरीर बनतें. हीं इंद्रियें आदीं, अंतीं व मध्येंही दुःखमयच असतात. गर्भामध्येंच जीवाला देह व इंद्रियें या दुःखाच्या आश्रयस्थानांचा स्वीकार करावा लागतो, म्हणूनच जन्मानंतर देहाप्रमाणेंच दुःखही वाढत असतें; आणि मरणानंतरही त्याचा त्याग होऊं शकत नाहीं; इतकेंच नव्हे, तर उलट वृद्धि होत असते. म्हणून मनुष्यानें दुःखाचा निरोध केला पाहिजे. दुःखनिरोधाचें ज्ञान प्राप्त झालें म्हणजे मनुष्य मुक्त होतो. इंद्रियांचा लय रजोगुणाचेच ठिकाणीं होत असून त्यांची उत्पत्तिही रजोगुणापासूनच आहे. यास्तव विद्वान् मनुष्यानें त्यांच्या संबंधानें शास्त्रदृष्टया योग्य प्रकारचा सूक्ष्म विचार करीत असावें. ज्याला इच्छेचा संबंध नसतो त्याचीं ज्ञानेंद्रियें आपापल्या विषयांकडे धांवत नाहींत. अशा रीतीनें विषयांपासून निवृत्त होऊन इंद्रियें क्रमाक्रमानें नष्ट झालीं अर्थात् त्यांचा वियोग घडला, म्हणजे जीवाला पुनश्च देहसंबंध घडत नाहीं.

अध्याय दोनशें चौदावा.

—:०:—

इंद्रियनिग्रहोपायादिवर्णन.

भीष्म म्हणाले:—युधिष्ठिरा, आतां इंद्रियजयाविषयींचा योग्य असा उपाय मी तुला कथन करितों. शास्त्ररूपी दृष्टीनें तत्त्वज्ञान संपादन करून शमदमादिकांचें आचरण करावें म्हणजे परमगति मिळते. सर्व प्राण्यांमध्यें मनुष्य श्रेष्ठ असून मनुष्यांमध्यें ब्राह्मण, क्षत्रिय, वैश्य व त्यांमध्येंही मंत्रवेत्ते ब्राह्मण श्रेष्ठ होत. वेदशास्त्र जाणणारे, तात्त्विक वस्तूविषयींचे अर्थात् परब्रह्माविषयींचे सिद्धांत अवगत असणारे, सर्वज्ञ आणि योगबलानें वाटेल ती वस्तु पाहूं शकणारे जे ब्राह्मण, ते सर्व प्राण्यांचा केवळ प्राणच होत. ज्याप्रमाणें अंध पुरुष मार्गांतून एकटाच चालूं लागला म्हणजे त्याला क्लेश भोगावे लागतात, त्याप्रमाणेंच ज्ञानाचें साहाय्य नसलेल्या पुरुषाची गति होते; म्हणूनच ज्ञानसंपन्न पुरुष श्रेष्ठ होत. धर्माचरणाची इच्छा असलेले लोक शास्त्राचे अनुरोधानें आपल्या इच्छेस वाटेल त्या धर्माचें आचरण करितात; पण देह, वाणी व मन ह्यांचा शुचिर्भूतपणा, क्षमा, सत्य, इंद्रियजय आणि ईश्वरस्मरण हे गुण असल्यावांचून त्यांना मोक्षप्राप्ती होऊं शकत नाहीं. म्हणूनच धर्मवेत्ते पुरुष कोणत्याही धर्मामध्यें हे उत्कृष्ट गुण असले पाहिजेत असें सांगत असतात. परब्रह्माच्या प्राप्तीचें साधन असल्यामुळें ब्रह्मचर्य हें परब्रह्माचें केवळ स्वरूपच आहे असें सांगितलेलें आहे. तें सर्व धर्मांहून श्रेष्ठ असून त्याच्या आचरणानें मनुष्यास मोक्षप्राप्ति होते. ब्रह्मचर्याचें आचरण केलें असतां लिंगशरीराचा योग घडत नाहीं आणि शब्दस्पर्शादि विषयांचाही संबंध रहात नाहीं. दोषसंपर्कानें शून्य असलेलें हें ब्रह्मचर्य म्हणजे केवळ मनोमय अशा स्वरूपानें राहणें होय. म्हणूनच श्रोत्राच्या द्वारानें होणारें शब्दज्ञान अथवा नेत्राच्या द्वारानें होणारें स्वरूपज्ञान हें तें ब्रह्मचर्यच होय. वाणीच्या योगानें त्याच्या स्वरूपाचें वर्णन करितां येईल; तथापि त्याच्या स्वरूपाचा निश्चय बुद्धीनेंच केला पाहिजे. अशा प्रकारचें

ब्रह्मचर्य संपादन करून उत्कृष्ट प्रकारच्या वर्तनानें राहिलें म्हणजे ब्रह्मलोकाची प्राप्ति होते; मध्यम प्रकारच्या वर्तनानें राहिल्यास देवलोकाची प्राप्ति होते; व निकृष्ट प्रतीच्या वर्तनानें राहिल्यास ब्रह्मचर्य आचरण करणारा तो ब्राह्मणश्रेष्ठ अन्यजन्मीं विद्वान् होतो.

युधिष्ठिरा, ब्रह्मचर्य आचरण करणें फार कठीण आहे. तें आचरण करण्याचा उपाय मी तुला सांगतों, ऐक. ब्रह्मचर्य आचरण करूं इच्छिणाऱ्या ब्राह्मणानें उत्पन्न झालेला किंवा वृद्धिंगत झालेला जो रजोगुण त्याचा निग्रह केला पाहिजे. स्त्रियांसंबंधीच्या गोष्टी केव्हांही ऐकूं नयेत, अथवा वस्त्रशून्य अशा स्थितींत त्यांचें केव्हांही दर्शन घेऊं नये. कारण, त्यांचें दर्शन कोणत्याही प्रकारें घडल्यानें इंद्रियनिग्रह करण्याची शक्ति नसलेल्या पुरुषाच्या अंगांत रजोगुणाचा प्रवेश होतो. अर्थातच त्याच्या ठिकाणीं त्यांजविषयींची प्रीति उत्पन्न होते. अशा प्रकारें ब्रह्मचर्य आचरण करणाऱ्या पुरुषाच्या ठिकाणीं स्त्रीविषयक प्रेम उत्पन्न झालें तर त्यानें कृच्छ्र[1]संज्ञक प्रायश्चित्ताचें आचरण करावें. वीर्यवृद्धि अतिशय झाल्यामुळें अत्यंत पीडा होऊं लागली तर जलप्रवेश करावा. तसेंच स्वप्नावस्था झाली तरीही जलप्रवेश करून तीन वेळ अघमर्षण मंत्राचा जप करावा व अशा रीतीनें सर्वदा ज्ञाननिष्ठ असलेल्या अंतःकरणाच्या योगानें विचारी पुरुषानें अंतःकरणांत उत्पन्न झालेलें रजोगुणरूपी पाप दग्ध करून सोडावें. ज्याप्रमाणें मांसादि अपवित्र पदार्थांनीं युक्त असलेल्या शरीरांत असलेलीं आंतडीं हीं शरीराचीं बंधनें आहेत, त्याप्रमाणेंच शरीर हें त्यांमध्यें वास्तव्य करणाऱ्या आत्म्याचें बंधन आहे असें समजावें. मनुष्याच्या शरीरांत असलेले रस शिरांच्या द्वारानें शरीरांत पसरून वात, पित्त, कफ, रक्त, त्वचा, मांस, स्नायु, अस्थि आणि मज्जा ह्यांना पुष्ट करीत असतात. या शरीरामध्यें दहा धमन्या असून त्या अन्नरस अर्पण करून पांचही इंद्रियांची विषयग्राहकशक्ति वाढवीत असतात. यांच्याशीं लागून आणखी हजारों सूक्ष्म धमन्या शरीरामध्यें पसरल्या आहेत. त्या धमन्या अर्थात् शिरा ह्या एक प्रकारच्या नद्याच असून अन्नरस हेंच त्यांतील पाणी होय. ज्याप्रमाणें नद्या समुद्राला अर्थात् आपल्या पतीला तृप्त करितात, त्याप्रमाणेंच शिरारूपी नद्याही देहरूपी सागराला योग्य कालीं तृप्त करीत असतात. हृदयाच्या मध्यभागीं मनोवहा नामक एक नाडी आहे. ही पुरुषांच्या सर्व शरीरांतून संकल्पमात्रानें वीर्य आकर्षण करून घेऊन जननेंद्रियाकडे पोंचवितें. त्या मनोवहा नामक शिरेलाच लागून असलेल्या व सर्व शरीरांत पसरलेल्या अशा कांहीं शिरांतून तेजोगुण वाहत असतो. त्या शिरा नेत्रांना येऊन लागलेल्या आहेत. ज्याप्रमाणें दुधामध्यें अप्रकटरूपानें असलेलें तूप रवीनें त्याचें मंथन केलें म्हणजे निघतें, त्याप्रमाणें शरीरामध्यें अप्रकट स्थितींत असलेलें वीर्य संकल्पजन्य अशा विषरूपी मंथनदंडाच्या योगानें अंतःकरण क्षुब्ध झाल्यानें उत्पन्न होतें. वीर्य हें संकल्पजन्य आहे, म्हणूनच अंतःकरणाच्या संकल्पानेंच स्त्रीविषयक प्रेम उत्पन्न होऊन स्वप्नामध्यें स्त्रीसमागम घडतो आणि मनोवहा नाडी संकल्पजन्य अशा शुक्राचा शरीरांतून उत्सर्ग करिते. अन्नरस, मनोवहा आणि संकल्प हीं तीन शुक्रोत्पत्तीचीं

१ तीन दिवस प्रातःकाळीं व तीन दिवस सायंकाळीं भोजन करून पुढें तीन दिवस अयाचितवृत्तीनें राहणें व तदनंतर तीन दिवस मुळींच अन्नग्रहण न करणें यास प्राजापत्यकृच्छ्र असें म्हणतात; इत्यादि कृच्छ्राचीं लक्षणें प्रायश्चित्तादि ग्रंथांत सांगितलेलीं आहेत.

कारणें आहेत. त्या शुक्राची उत्पत्ति कशी होते हें महर्षि भगवान् अत्रि यांनीं जाणलें होतें. इंद्र ही याची देवता आहे, म्हणूनच याला इंद्रिय असें नांव आहे. हें शुक्र वर्णांमध्यें संकर उत्पन्न करण्याला कारणीभूत आहे. याची गति ज्या विरक्त पुरुषांना समजली त्यांचे दोष दग्ध होतात व पुनश्च त्यांना देहप्राप्ति होत नाहीं. अंतःकरण योगाकडे जडवून योगबलानेंच निर्विकल्प स्थिति प्राप्त करून घ्यावी, मग अंतकालीं सुषुम्नेमध्यें प्राणांचा प्रवेश केला म्हणजे मनुष्य मुक्त होतो. उत्पन्न होणारे म्हणून जे कांहीं पदार्थ आहेत, तीं सर्व मनाचीं स्वरूपें होत असें मनाला ज्ञान होतें; व प्रणवाची उपासना केल्यानें मनाची वासना नष्ट होऊन, तें जरी मायामय असलें तरीही केवल ब्रह्ममय व म्हणूनच सर्वज्ञ आणि सर्वशक्तिसंपन्न असें बनून जातें. मनाचें अस्तित्व असलें तर संसाराचेंही अस्तित्व असतें. यास्तव मनाचा नाश करण्यासाठीं रजोगुण आणि तमोगुण यांचा त्याग करून पवित्र असें कर्म करीत जावें, म्हणजे इष्ट अशा गतीची प्राप्ति होते. अदृष्टाचें साहाय्य नसेल तर तारुण्यामध्यें संपादन केलेलें ज्ञान वृद्धावस्थेमध्यें शिथिल होऊन जातें. पण अदृष्टाचें बल असलें म्हणजे बुद्धि परिपक्क होऊन संकल्पमय अशा मनाचा नाश होतो व ज्ञानप्राप्ति होते. अशा रीतीनें दोष नष्ट झाले म्हणजे दुर्गम मार्गाप्रमाणें असणाऱ्या संसारबंधनांतून मनुष्य मुक्त होतो.

अध्याय दोनशें पंधरावा.

--:०:--

ब्रह्मप्राप्त्युपायकथन.

भीष्म म्हणाले:---ज्यांचा परिणाम दुःखरूपी आहे अशा विषयांच्या ठिकाणीं आसक्त झालेल्या प्राण्यांना क्लेश भोगावे लागतात आणि जे महात्मे विषयासक्त होत नाहींत त्यांना परमात्मप्राप्ति होते. जन्म, जरा आणि मृत्यु इत्यादिकांपासून जें शारीर आणि मानस दुःख उत्पन्न होतें त्यानें सर्व लोक व्यापून गेले आहेत. इकडे दृष्टि देऊन ज्ञानी मनुष्यानें मोक्षमार्गाकडे वळावें, कायावाचामनेंकरून शुद्ध असावें, अहंकाराचा संसर्ग होऊं देऊं नये, शांतीचें अवलंबन करावें, निस्पृह होऊन भैक्ष्य वृत्तीनें रहावें, म्हणजे ज्ञानप्राप्ति होऊन सुखानुभव मिळतो. मन भूतदयेमुळें देखील एखाद्या वस्तूच्या ठिकाणीं आसक्त होऊन बद्ध होतें. ह्यास्तव त्या आसक्तीपासूनही अलिप्तच राहावें. जग हें कर्माचेंच फळ आहे हें लक्षांत ठेवावें. शुभ असो अथवा अशुभ असो, जें कर्म केलें असेल त्याचें फल भोगावें लागतें. ह्यास्तव शरीरानें अथवा बुद्धीनें जें कांहीं करावयाचें असेल तें शुभ असेंच करावें. तीं शुभ कर्में म्हणजे अहिंसा, सत्य भाषण, सर्व प्राण्यांचे विषयीं सरलता, क्षमा आणि सावधानता हीं होत. हीं ज्याचे ठिकाणीं असतील त्याला सुखाची प्राप्ति होते. ह्या धर्माचें आचरण करून प्राण्यांचे ठिकाणीं आसक्त होणाऱ्या अंतःकरणाचा ज्ञानबलानें निग्रह करावा; केव्हांही वाईट गोष्टीचें चिंतन करूं नये; वाईट गोष्टीची अथवा अयोग्य वस्तूची इच्छा करूं नये; अशुभ गोष्ट मनांतही आणूं नये; प्रयत्न करून अंतःकरण मोक्षमार्गाकडे आसक्त करावें; प्रयत्नाचें फळ अवश्य मिळतें. फलप्राप्ति होईल असा प्रयत्न आणि वेदान्तश्रवण ह्यांच्या योगानें—अज्ञ अशाही अंतःकरणाची ज्ञानमार्गाकडे प्रवृत्ति होते. धर्माचें तत्त्व सूक्ष्म आहे हें लक्षांत घेऊन शुभ भाषण करूं इच्छिणाऱ्या पुरुषानें—जिच्या योगानें कोणास अपकार होणार नाहीं व जी निर्दोष आणि सत्य असेल अशीच वाणी उपयोगांत आणिली पाहिजे. त्या वाणीशीं

शठपणाचा संपर्क नसावा; ती कठोर, घातुक अथवा दुष्टपणाची नसावी; व अशा प्रकारचेंही भाषण अंतःकरण बेमान न होऊं देतां थोडेंच करावें. हा संसार वाणीमुळेंच बद्ध होऊन जातो; ह्यास्तव बंधास कारणीभूत न होईल अशा प्रकारची शुभ वाणीच उपयोगांत आणावी. वैराग्य उत्पन्न झाल्यास निश्चित अशा अंतःकरणानें आपण केलेलें तमोगुणमय कर्म वाणीनें उच्चारावें. कारण अशुभ कर्म उच्चार केल्यानें नष्ट होतें. इंद्रियें प्रवृत्तिपर बनलीं म्हणजे मनुष्य कर्म करूं लागतो आणि त्या योगानें त्याला कदाचित् इहलोकींही दुःख होऊन पुढेंही नरकप्राप्ति होते. ह्यास्तव कायावाचामनेंकरून इंद्रियनिग्रहच करावा. ज्याप्रमाणें मेषाचें मांस चोरून त्याचा भार धारण करून चोर भीतीनें भलत्याच दिशे-कडे जाऊं लागतात, त्याप्रमाणेंच कर्माचा भार वाहणारा प्राणी संसाररूपी भलत्याच मार्गाकडे वळतो. पण ज्याप्रमाणें चोराला आपण जात आहों ती दिशा आपणाला प्रतिकूल आहे असें कळून आलें म्हणजे तो मांसभार टाकून देऊन सुखानें चालता होतो, त्याप्रमाणें आपली दिशा चुकत आहे असें ज्ञान झाल्यावर रजोमय आणि तमोमय कर्मांचा संन्यास करणारा मनुष्य मुक्त होतो. संशयाचा उच्छेद करून निर्व्यापार स्थितींत राहणारा, सर्व प्रका-रच्या विषयांचा त्याग करणारा, एकांतवासांत राहणारा, लघु असाच (सात्त्विक) आहार करणारा, तपोनिष्ठ, जितेंद्रिय, ज्ञानाच्या योगानें क्लेशाचीं बीजें दग्ध करून सोडणारा, व उत्कृष्ट अशा योगाचेच ठिकाणीं रममाण होऊन राह-णारा जो बुद्धिमान् पुरुष, तो अंतःकरणाचा निग्रह करून परब्रह्माची प्राप्ति करून घेतो. ज्ञानसंपन्न आणि जितेंद्रिय अशा पुरुषानें शेवटीं वेदांतवाक्यजन्य बुद्धिवृत्तीचाही निग्रह करावा आणि तद्द्वारा मनाचा व मनाच्या योगानें मनोमय अशा विषयांचा निरोध करावा. योगी पुरुषानें इंद्रियांचा जय करून अंतःकरण वश केलें म्हणजे त्या स्थितींत त्याच्या इंद्रि-यांच्या ठिकाणीं त्या त्या इंद्रियाच्या अधिष्ठात्री अशा देवता प्रकट होतात; आणि इंद्रियांचा नियंता जो योगी त्याजपुढें त्या आनंदानें प्राप्त होतात. अंतःकरणाला त्या देवतांचा संपर्क घ-डला म्हणजे ब्रह्मसाक्षात्कार होतो व पुढें हळूहळू सत्त्वमय अशा बुद्धीचाही लय झाला म्हणजे योगी ब्रह्मस्वरूप बनून जातो. योगजन्य फलाची अर्थात् ऐश्वर्याची इच्छा नसेल तर निरोधप्रधान अशाच योगाचें आचरण करून ब्रह्मप्राप्तीच्या मार्गास लागावें. सारांश, योगानुष्ठान करीत असतां वृत्तीचें स्वरूप जसें बनेल तसें आच-रण ठेवावें, म्हणजे ऐश्वर्यादिकांची प्राप्ति होते. कारण, वृत्ति हीच ऐश्वर्यादि विशेषांस कार-णीभूत आहे. वृत्तीच्या अधीन न होतां योगा-नुष्ठान केल्यास अर्थातूच निर्विशेष अशा पर-ब्रह्माची प्राप्ति होते. धान्याचे कण, शिजवि-लेले उडीद, वाफ देऊन तयार केलेलें जवाचें पीठ, सक्तु, फळें आणि मुळें यांचा योग्यानें आहाराच्या कामीं क्रमाक्रमानें उपयोग करावा. ज्ञानप्रवृत्तीला ज्याच्या योगानें प्रतिबंध होणार नाहीं, असा देश-काल व तो तो देश आणि काल ह्यांचे ठिकाणीं उत्पन्न होणारा सात्त्विक आहार कोणता आहे ह्याचा सूक्ष्मपणें विचार करून आहाराविषयींच्या नियमाचें आचरण करावें. प्रवृत्तिमार्गाच्या मागें लागून योगामध्यें विघ्न उत्पन्न होईल असें करूं नये. ज्याचा ज्ञानाशीं संबंध असेल अशाच प्रकारचें कर्म हळूहळू वाढवीत असावें. असें केल्यानें सूर्याप्रमाणें देदीप्यमान् अशा परब्रह्माचें ज्ञान होतें. ज्ञानाला अज्ञानाचा उपाधिरूपानें संबंध जड-लेला असून तें अज्ञान जागृति, स्वप्न

आणि सुषुप्ति ह्या तीनही अवस्थांमध्यें विद्यमान् असतें. पण बुद्धीमध्यें ज्ञानाचा उदय झाला म्हणजे अज्ञानाचा क्षय होतो. जो पुरुष परब्रह्माला दोषाचा संपर्क आहे असें समजतो, व ते संसरण पावणारें आणि आपणाहून भिन्न आहे असें समजतो, त्याला शाश्वत अशा परब्रह्माचें ज्ञान होत नाहीं. पण ज्या वैराग्यसंपन्न पुरुषाला जीव आणि ब्रह्म ह्यांच्या भेदाचें व अभेदाचें पारमार्थिक ज्ञान होतें तो मोक्ष पावतो. अर्थात् काल, जरा, मृत्यु इत्यादिकांचा जय करून तो सनातन मोक्षस्वरूप, निर्विकार आणि अविनाशी अशा ब्रह्माचे ठायीं लीन होतो.

अध्याय दोनशें सोळावा.

—:०:—

स्वप्नादि दशांचें निरूपण.

भीष्म म्हणाले:—निर्दोष अशा ब्रह्मचर्याचें आचरण करूं इच्छिणाऱ्या पुरुषानें निद्रा ही दोषास कारणीभूत आहे हें लक्षांत बाळगून सर्व प्रकारें तिचा त्याग करावा. निद्रेमध्यें स्वप्नदशेंत मनुष्य रजोगुणाच्या व तमोगुणाच्या अधीन होऊन जातो; आणि जागृतीमध्यें त्यास विषयासंबंधानें असणारी स्मृति नष्ट होऊन देहांतर प्राप्त झाल्याप्रमाणें त्याची वृत्ति बनते. याकरितां, परमात्म्याचें ज्ञान व्हावें अशी ज्यास इच्छा असेल, त्या पुरुषानें आपल्या इच्छेच्या पूर्तीसाठीं ज्ञानाचा अभ्यास करून सदैव जागरण करावें. एकदा त्याच्या अंतःकरणाचा परमात्म्याच्या ठिकाणीं प्रवेश झाला, म्हणजे मग त्याला सदैव जागरणच घडतें. स्वप्नासंबंधानें कोणी असा प्रश्न करितात कीं, त्या वेळीं मनुष्याचे इंद्रियव्यापार बंद पडले असतांही विषयांशीं जणू संबद्ध असलेले असे जे देहादिक पदार्थ स्वप्नामध्यें दृष्टीस पडतात, तसेंच त्यांचा अनुभव घेणारा पुरुष देहयुक्त असल्याप्रमाणें दिसतो, हें काय ? ह्यावर योगेश्वर भगवान् श्रीहरीनें जें उत्तर दिलें आहे, तें महर्षींनीं उपपत्तीसह वर्णिलेलें आहे. कोणत्याही प्राण्यांना प्राप्त होणारी स्वप्नदशा ही त्यांचीं इंद्रियें थकून त्यांचे व्यापार बंद पडले म्हणजे प्राप्त होते, असें ज्ञानी लोकांनीं सांगितलेलें आहे. पण त्या वेळीं मनाचे व्यापार मात्र बंद पडलेले नसतात. स्वप्नासंबंधानें असा दृष्टांत सांगितलेला आहे कीं, ज्याप्रमाणें जागृतीमध्यें अंतःकरण एखाद्या कार्याच्या ठायीं अतिशय आसक्त झालें म्हणजे त्याचे संबंधानें कल्पनामय मनोरथ व ऐश्वर्य हीं पुढें असल्यासारखीं दिसूं लागतात, त्याप्रमाणेंच मनामध्यें संकल्परूपानें असणारे पदार्थ स्वप्नामध्यें भासूं लागतात. त्याचप्रमाणें, अनेक प्राचीन जन्मांचे संस्कार अंतःकरणावर घडलेले असतात व तेच विषयासक्त पुरुषांना स्वप्नामध्यें दृष्टीस पडतात. हे सर्व संकल्पमय अंतःकरणांत सूक्ष्मरूपानें असतात आणि सर्व साक्षिभूत अशा परमात्म्याला अवगतही असतात. पूर्वजन्मांतील कर्मांच्या अनुरोधानें अंतःकरणामध्यें ज्या वेळीं सत्त्वादिक जो गुण उत्पन्न होईल, आणि त्याजवर ज्या कर्माचे संस्कार घडलेले असतील, त्या प्रकारें सूक्ष्म भूतांना स्त्रीप्रभृतींचा आकार प्राप्त होऊन स्वप्न दिसूं लागतें; आणि नंतर लागलीच तें स्वप्न अनुभवणाऱ्या पुरुषामध्यें सात्त्विक, राजस अथवा तामस गुण उत्पन्न होतात. ह्या सत्त्वादि गुणांच्या अनुरोधानें वाताचें, पित्ताचें, किंवा कफाचें प्राबल्य असलेले देह स्वप्नामध्यें दिसतात; परंतु त्यांचें यथार्थ ज्ञान मात्र होत नाहीं. हे स्वप्नांतील पदार्थ रजोगुण व तमोगुण ह्यांनीं व्याप्त झालेले असतात. हें स्वप्नदर्शन देखील योगबलावांचून दूर करण्यासारखें नाहीं. इंद्रियें प्रसन्न असलीं म्हणजे अंतः-

करणामध्यें ज्या ज्या वस्तूंविषयींच्या कल्पना उठतात, त्या त्या वस्तूंची स्वप्नांत प्राप्ति झाली म्हणजे अंतःकरणास आनंद झाल्याचें दिसून येतें. जो सर्व वस्तूंना कारणीभूत व म्हणूनच व्यापक आहे त्या आत्म्याचें अंतःकरणाला सान्निध्य आहे, म्हणून त्याच्या प्रभावामुळेंच अंतःकरणाची गति कोणत्याही वस्तूचे ठिकाणीं कुंठित होत नाहीं. ह्यास्तव आत्मज्ञान संपादन करावें. आत्म्याच्याच ठिकाणीं सर्व देवता आहेत. सुषुप्तिदशेमध्यें स्वप्नदर्शनाला साधनीभूत आणि मनाचें कार्य असल्यामुळें मनामध्येंच लीन होऊन असणारा जो स्थूल देह, त्याचें अवलंबन करून परमात्मा जीवस्वरूपामध्येंच स्वस्वरूपाचा अनुभव घेतो. त्याचें साक्षस्वरूप—सर्व भूतांचा जणू आत्माच असा जो अहंकार त्याचे ठिकाणीं प्रतिबिंबरूपानें असतें, म्हणूनच तें अहंकार व प्रकृति ह्यांच्या पलीकडे आहे. ज्या योगी पुरुषाला ज्ञान, वैराग्य वगैरे ईश्वरगुणांची प्राप्ति व्हावी अशी इच्छा होते, त्याचें अंतःकरण शुद्ध आहे असें समजावें. अशा शुद्ध अंतःकरणाच्या ठायीं सर्व देवांचें सान्निध्य असतें. शब्दादि विषयांच्या विचाराच्या योगानेंच अंतःकरणाचें असें (वासनायुक्त) स्वरूप बनतें; पण त्याचा तमोगुण नष्ट झाला म्हणजे तें ज्ञानमय व म्हणूनच सूर्याप्रमाणें प्रकाशमान बनतें. जीव हा त्रैलोक्याचें मूळ कारण असून, तो अज्ञानरूप उपाधींतून मुक्त झाला म्हणजे परब्रह्मच आहे. देवांनीं पूर्वीं (रजोगुणयुक्त अशा) अग्निहोत्रादि तपाचें आचरण केलें, व दैत्यांनीं दंभ, गर्व इत्यादि तमोगुणाच्या कार्यांचें अवलंबन केलें, म्हणूनच देव व दैत्य ह्यांना हें परमात्मस्वरूप प्राप्त झालेलें नाहीं. तें स्वरूप केवळ ज्ञानमय आहे आणि म्हणूनच रजोगुण अथवा तमोगुण ह्यांनीं तें प्राप्त होण्यासारखें नाहीं. सत्त्व, रज व तम हे देव व असुर ह्यांचे गुण आहेत. त्यांपैकीं सत्त्व हा देवांचा गुण असून रज व तम हे असुरांचे गुण होत. मोक्षस्वरूपी, स्वयंप्रकाश व व्यापक असें जें ज्ञानस्वरूप परब्रह्म तें ह्या तीनही गुणांच्या पलीकडे आहे. अंतःकरण शुद्ध झालेल्या ज्या पुरुषांना ह्या स्वरूपाचें ज्ञान होतें, ते मुक्त होतात. ज्याची दृष्टि ज्ञानमय बनली आहे अशा योगी पुरुषाला युक्तीनें इतकेंच सांगतां येण्यासारखें आहे. व्यापक अशा त्या परमात्म्याचें ज्ञान—इंद्रियांना विषयांपासून निवृत्त करूनच संपादन केलें पाहिजे.

अध्याय दोनशें सतरावा.

—:०:—

प्रवृत्तिनिवृत्तिवर्णन.

भीष्म म्हणाले:—स्वप्न, सुषुप्ति आणि ब्रह्माचीं सगुणनिर्गुण स्वरूपें ह्या चोहोंचें ज्ञान ज्याला नाहीं, तो परब्रह्मवेत्ता नव्हे. परमात्मा आणि दृश्य वस्तु ह्यांचें स्वरूप वेदामध्यें सांगितलेलें आहे, त्यांपैकीं दृश्य वस्तु ह्या मृत्यूचें केवळ मुखच असून परमात्मा मात्र मरणसंपर्कशून्य आहे. वेदानें प्रवृत्तिमार्गरूपी धर्म सांगितलेला असून ह्या सर्व चराचरमय त्रैलोक्यानें त्याचेंच अवलंबन केलेलें आहे. निवृत्तिमार्गरूपी जो धर्म तोच ब्रह्मप्राप्तीचें साधन असल्यामुळें अव्यक्त आणि शाश्वत असें ब्रह्मच होय. प्रवृत्तिमार्ग ब्रह्मदेवानें सांगितला आहे. हा मार्ग पुनर्जन्माचें कारण असून निवृत्तिमार्ग हेंच मोक्षाचें साधन आहे. म्हणूनच तत्वज्ञाननिष्ठ, शुभाशुभज्ञ आणि सदैव निवृत्तिनिष्ठ असा जो मननशील पुरुष त्यालाच मोक्षप्राप्ति होते. तत्त्वविचार कर्तव्य असल्यास प्रधान (प्रकृति) जीव व त्या उभयतांहून महत्तर असा ईश्वर ह्या तिहींचें ज्ञान संपादन केलें

पाहिजे. ह्या तीहींमध्यें जें अतिशय मोठें असें ईश्वररूपी तत्त्व आहे, त्याला क्लेशादिकांचा स्पर्श नसल्यामुळें तें परमात्म्याचें स्वरूप आहे असें जाणावें. प्रकृति, जीव आणि ईश्वर ह्यांतील विशेष असें ज्ञान हेंच ह्या ज्ञानाला कारणीभूत आहे. ह्यांपैकीं प्रकृति व जीव ह्या दोहोंचे कांहीं धर्म सारखेच आहेत. कारण, तीं दोघेंही अनादि आहेत; त्या दोघांच्याही ज्ञानाला इतर प्रमाणांची अपेक्षा नाहीं; ज्ञानप्राप्ति होईपर्यंत तीं दोघेंही स्थिररूपानें असतात; आणि आपल्याला जे पदार्थ सामान्यतः मोठे दिसतात, त्यांहून तीं दोघेंही फारच मोठीं आहेत. हे ह्या दोहोंचे सामान्य धर्म झाले. विशिष्ट धर्म ह्यांहून निराळे आहेत. ते असे—प्रकृति ही सर्गधर्मीय आहे; म्हणजे तिजपासून सृष्टि होणें हा तिचा धर्म आहे; आणि ती त्रिगुणात्मक आहे. जीवाचें स्वरूप ह्याहून विपरीत आहे. कारण, सृष्टी उत्पन्न होणें हा त्याचा स्वभाव नाहीं व तो त्रिगुणात्मकही नाहीं. तसेंच तो प्रकृति व तिचे विकार ह्यांना साक्षीभूत आहे.

प्रकृति व जीव ह्या दोहोंचे कांहीं धर्म जसे सारखे आहेत, तसेच जीव व ईश्वर ह्यांचेही कांहीं धर्म सारखे आहेत. कारण, दोघेही चिद्रूपी आहेत व म्हणूनच दोघेही इंद्रियातीत आहेत. ज्यांच्या योगानें स्वरूपज्ञान होईल असे ज्ञापक धर्म दोघांच्याही ठिकाणीं नसून दोघेही अलिप्त आहेत.तथापि ह्या परस्परांत भेद दिसून येतो ह्याचें कारण उपाधि होय. जीव हा कर्ता आहे, त्याची उत्पत्ति म्हणजे दृश्य आणि द्रष्टृ चैतन्य ह्यांचा संयोग होय. बुद्धि ही जड आहे ह्यामुळें ती कोणतेंही कर्म करूं शकणार नाहीं; म्हणूनच ती जीव नसून, ज्याला उद्देशून अग्निहोत्रादि कर्में सांगितलेलीं आहेत तो जीव तिजहून भिन्न आहे. तो इंद्रियांच्या योगानें ज्या ज्या प्रकारचीं कर्में करूं लागेल त्या त्या कर्मांवरून त्याचें ज्ञान होतें. अविद्यारूपी उपाधीचा संबंध घडून आत्मस्वरूपाचें विस्मरण झाल्यामुळें, मी कोण? माझ्या समीप असलेले हे पदार्थ कोण? आणि दूर असलेल्या ह्या वस्तु कोण? असा प्रश्न जीवापुढें उपस्थित होतो. ज्याप्रमाणें उष्णीष (पागोटें)धारण करणारा पुरुष तीन वस्त्रांनीं आच्छादित झालेला असतो, त्याप्रमाणें सात्त्विक, राजस अथवा तामस अशा स्थूल, सूक्ष्म व कारण शरीरांनीं हा जीव वेष्टिलेला असतो. अर्थात् ज्याप्रमाणें उष्णीष धारण करणारा पुरुष उष्णीषाहून भिन्न असतो, त्याप्रमाणें शरीर धारण करणारा जीवही शरीराहून भिन्न आहे.

आत्मस्वरूपाचें ज्ञान होण्यासाठीं जीव व प्रकृति ह्यांचें साधर्म्य व वैधर्म्य आणि जीव व ईश्वर ह्यांचेंही साधर्म्य व वैधर्म्य ह्या चार गोष्टींचें ज्ञान पूर्वीं सांगितलेल्या चार प्रकारच्या हेतूंवरून संपादन करावें.हें ज्ञान ठरलें म्हणजे स्वरूपनिश्चयाविषयीं मोह पडत नाहीं. ब्रह्मस्वरूपप्राप्तिरूपी दिव्य संपत्ति संपादन करण्याची ज्याला इच्छा असेल, त्या पुरुषानें शुचिर्भूत अंतःकरणानें शरीरसाध्य अशा कडक नियमांचें आचरण करून निष्काम तप करावें. देदीप्यमान् अशा मानस तपाच्या योगानेंच त्रैलोक्य व्याप्त झालेलें असून, सूर्य आणि चंद्र हे जे आकाशांत प्रकाशत आहेत तेही योगाचाच प्रकार आहे. ज्ञान हें तपाचेंच फल आहे. ज्ञानाचें साधन असल्यामुळेंच लोकांमध्यें तपाला ज्ञान अशी संज्ञा प्राप्त झाली आहे. रज आणि तम ह्या दोहोंचा नाश करणारें कर्म हें तपाचें स्वरूप होय. ब्रह्मचर्य आणि अहिंसा हें शारीर तप असून वाणी आणि मन यांचा उत्कृष्ट प्रकारें निग्रह हें मानस तप होय. तप करणाऱ्या पुरुषांनीं

शास्त्रविधि जाणणाऱ्या ब्राह्मणाचेंच अन्न ग्रहण करणें प्रशस्त आहे. आहारामध्यें नियम असला म्हणजे तपस्वी पुरुषाच्या रजोगुणजन्य पातकाचा क्षय होतो आणि ह्याचीं इंद्रियें विषयांपासून उद्विग्न होऊं लागतात. शास्त्रविधिज्ञ अशाही पुरुषाकडून केवळ अन्नमात्र ग्रहण करावें, द्रव्यादिकांचें ग्रहण करूं नये. अन्न देखील जेवढें आवश्यक असेल तेवढेंच घ्यावें, अधिक घेऊं नये. अशा रीतीनें राहतां येणें अशक्य असेल तर, इंद्रियशक्ति नष्ट न झालेला पुरुष अंतःकरण योगनिष्ठ करून जें ज्ञान संपादन करूं शकतो, तेंच बलवत्तर अशा काश्यादि पुण्यक्षेत्रांच्या ठिकाणीं वास केल्यानें अंतकालीं संपादन करितां येतें. कारण काशीक्षेत्रांत राहणाऱ्या प्राण्याला अंतकालीं तारक ब्रह्माचा उपदेश करून श्रीशंकर मुक्त करितात असें सांगितलें आहे. योगबलानें योगी पुरुषाच्या स्थूल देहाचा त्याग झाला तरी त्याच्या लिंगशरीराचा नाश होत नाहीं. अर्थात् त्याला लिंगशरीरयुक्त अशा स्थितींत रहावें लागतें. वैराग्यामुळें सूक्ष्म अशा विषयांविषयीं त्याचा अभिलाष नष्ट झाला म्हणजे योगी पुरुष प्रकृतीमध्यें लीन होतो. प्रकृतीहून पर असें जें परब्रह्म त्याची त्याला प्राप्ति होत नाहीं. स्थूल, सूक्ष्म आणि कारण ह्या शरीरांपासून मुक्त झालेला योगी मात्र तत्काल मोक्षाचा अनुभव घेतो. जोंवर देह आहे तोंवर योगाभ्यासामध्यें प्रमाद घडूं दिला नाहीं, म्हणजे स्थूल, सूक्ष्म आणि कारण या तीनही शरीरांची निवृत्ति होते आणि अर्थातच तत्काल मोक्षप्राप्ति होते. मूलभूत अशा अज्ञानाचा जोंवर नाश झाला नाहीं, तोंवर प्राण्याला जन्म आणि मरण हीं असतात. धर्म, अधर्म अर्थात् तज्जन्य पुण्यपाप हे संसाराला कारणीभूत आहेत. परंतु शुद्ध ब्रह्माचा साक्षात्कार झाला म्हणजे धर्म आणि अधर्म ह्यांचीही अनुवृत्ति होत नाहीं. अर्थात् पूर्वकृत पुण्यपाप ह्यांचा नाश होतो व पुढें पुण्यपापांचा संसर्ग घडत नाहीं. ज्या लोकांची बुद्धि विपरीत असते, अर्थात् जो आत्मा नव्हे तो पदार्थ आत्मा आहे अशी ज्यांची बुद्धि होऊन गेलेली असते, त्यांना पदार्थांचा नाश आणि त्यांची उत्पत्ति हीं होतच असतात असें वाटतें. अर्थातच मोक्ष म्हणून कांहीं पदार्थ आहे असें त्यांना वाटत नाहीं. कांहीं योगी आसनादि योगांपासून भ्रष्ट न होतां ज्ञानाच्या योगानें विषयांपासून इंद्रियें परावृत्त करितात; आणि जरी देह अस्तित्वांत असला तरी अन्नमयादि कोशांचा त्याग करून त्यांहून सूक्ष्म अशा इंद्रिय, प्राण इत्यादिकांची आत्मत्वानें उपासना करितात. अशा रीतीनें शास्त्राच्या अनुरोधानें उपासना करून शेवटीं ते सर्वांहून श्रेष्ठ अशा ठिकाणीं गमन करितात आणि तेथें त्यांस आपल्या बुद्धिवृत्तीनें आत्म्याचें ज्ञान होतें. ज्याची बुद्धि योगाभ्यासानें शुद्ध झाली असेल असा एखादा पुरुष शास्त्राच्या आणि गुरूपदेशाच्या अनुरोधानें—ज्याला देहाचा संपर्क नाहीं अशा तत्त्वांच्या ठायीं अर्थात् परब्रह्माच्या ठायीं लीन होऊन राहतो. त्याला इतर कोणाच्याही आश्रयाची अपेक्षा नसते. कांहीं लोक—धारणेला विषयीभूत अशा ज्या (श्रीकृष्णादि) सगुण मूर्ति त्यांसच आत्मा समजून त्यांची उत्कृष्ट प्रकारें उपासना करीत असतात. कांहीं लोक अविद्यारूपी उपाधीनें युक्त अशा परब्रह्माची उपासना करितात. कित्येक त्याहून पर अशा निर्गुण ब्रह्माच्या साक्षात्काराचा पुनः पुनः अनुभव घेत असतात. हें परब्रह्म अपरिणामी असून त्याला श्रुतीमध्यें विद्युत् अशी संज्ञा आहे. ह्या सर्वही पूर्वोक्त महात्म्यांचें पातक तपाच्या योगानें दग्ध झालें म्हणजे अंतकालीं त्यांना ब्रह्मस्वरूपाची

प्राप्ति होते; आणि ती त्यांच्या योगाच्या अनुरोधानें एकदम किंवा क्रमाक्रमानें होते. जे लोक सगुण ब्रह्माची उपासना करितात, त्यांनीं, त्या सगुण ब्रह्माचा उपाधिभूत असा जो सूक्ष्म अंश तोच सगुण-निर्गुण ह्या भेदाचें कारण आहे असें शास्त्रदृष्ट्या जाणून तो अंश त्याज्य होय असें समजावें. तसेंच, ज्याला देहादिकांचा संपर्क नाहीं तेंच उपाधिशून्य असलेलें तत्त्व सर्वश्रेष्ठ होय असें समजावें. ज्यानें संन्यास केला असून ज्याचें अंतःकरण धारणेच्या ठिकाणीं आसक्त आहे, व ज्याचा स्थूलदेहासंबंधीचा अध्यास नष्ट झाला आहे, म्हणजे स्थूलदेहाहून आपण भिन्न आहों असें ज्याला ज्ञान झालें आहे, व म्हणूनच ज्याचा स्थूलदेहाविषयींचा अभिमान गळला आहे, तो योगी, हृदयाकाशाहून पलीकडे असणारा जो जीव अथवा ईश्वर तत्स्वरूपी बनतो असें समजावें. श्रुत्युक्त अशी कोणतीही उपासना करणारे लोक मृत्युलोकींच्या देहांतून मुक्त होतात; अर्थात् त्यांना दिव्य शरीराची प्राप्ति होते; आणि पुढें क्रमाक्रमानें दोषनिवृत्ति होऊन त्यांची वृत्ति ब्रह्ममय होऊन जाते व नंतर त्यांना मोक्षप्राप्ति होते.

याप्रमाणें वेदवेत्त्या पुरुषांनीं केवळ परब्रह्मप्राप्तीचें साधन असलेला धर्म कथन केला आहे. आपलें ज्ञान असेल त्या मानानें परमात्म्याची उपासना करणारा कोणताही माणूस ज्ञानाच्या मानानें क्रमाक्रमानें अथवा एकदम मुक्त होतो. ज्यांना साक्षात्कार न होतां अबाधित असें केवळ शास्त्रीय ज्ञानच होतें, त्यांना वैराग्य असलें तर तेही आपल्या ज्ञानबलाच्या अनुरोधानें उत्कृष्ट अशा लोकांस जातात, किंवा मुक्तही होतात. ज्या लोकांना परमात्मा आपल्याच ठिकाणीं आहे असें ज्ञान झालेलें असतें, जे ज्ञानाच्याच योगानें तृप्त झालेले असून वैराग्यसंपन्न असतात, ज्यांचें अंतःकरण शुद्ध झालेलें असतें, व ज्यांचें चित्त इंद्रियातीत, विश्वव्यापक, अनादि आणि दिव्य अशा भगवंताच्या ठिकाणीं लीन झालेलें असतें, त्यांना पुनर्जन्माची प्राप्ति होत नाहीं. कारण, ते अपरिणामी आणि अविनाशी अशा परब्रह्मरूपी श्रेष्ठ स्थानामध्यें प्रविष्ट होतात, व म्हणूनच अविनाशी अर्थात् परब्रह्मस्वरूपी बनून आनंदमय होऊन राहतात. मनुष्यानें जें ज्ञान संपादन करावयाचें त्याचें संक्षेपतः स्वरूप इतकेंच आहे. आशेनें बद्ध होऊन गेलेलें हें सर्व जग चक्राप्रमाणें फिरत असून त्याचें अस्तित्व केवळ अज्ञानाच्यामुळेंच असतें; ज्ञानानंतर तें अस्तित्वांत रहात नाहीं. ज्याप्रमाणें कमळाच्या देठामध्यें बारीक बारीक तंतु अंतर्भागीं सर्वत्र असतात, त्याप्रमाणेंच आशारूपी अनादि आणि अनंत असे तंतु ह्या देहामध्यें सदैव विद्यमान असतात. वस्त्र विणणारा पुरुष ज्यांचें वस्त्र बनणार अशा सूत्रांमध्यें धोट्यानें सूत घालीत असतो. त्या वेळीं त्याच्या धोट्यांतून ज्याप्रमाणें सूत्र बाहेर पडतें, त्याप्रमाणेंच आशारूपी धोट्यांतून संसाररूपी सूत्र निर्माण होतें. अस्तु; प्रकृति, विकृति आणि सनातन असा परमात्मा ह्यांचें ज्या वैराग्यसंपन्न पुरुषाला योग्य ज्ञान होतें, तो मुक्त होतो. सर्व जीवांना आधारभूत व ज्ञानसंपन्न असा जो भगवान् नारायण, त्यानें प्राण्यांवर अनुग्रह करण्याच्या उद्देशानें हें मोक्षप्राप्तीचें साधन स्पष्टपणें सांगितलेलें आहे.

अध्याय दोनशें अठरावा.

—:०:—

पंचशिख व जनक यांचा संवाद.

युधिष्ठिर म्हणाला:—हे इतिहासज्ञ पितामह, मिथिलाधिपति राजा जनक यानें कोणतें

आचरण केलें म्हणून तो मानुष भोगांचा त्याग करून व मोक्षाचें ज्ञान संपादून मोक्ष पावला?

भीष्म म्हणाले:—तो धर्मवेत्ता राजा जनक कोणतें आचरण केल्यामुळें मोक्ष पावला, यासंबंधानें ही प्राचीन कथा इतिहास म्हणून सांगत असतात. पूर्वी मिथिलेमध्यें जनककुलोत्पन्न जनदेव या नांवाचा एक राजा होता. तो एकाग्रपणें परब्रह्मप्राप्तिसंबंधानें धर्मांचा विचार करीत असे. त्याच्या गृहामध्यें निरनिराळ्या आश्रमांत असलेले व भिन्नभिन्न उपासनामार्ग दाखवून देणारे शेंकडों आचार्य रहात असत. त्यांच्यामध्यें एका देहांतून निघून दुसऱ्या देहामध्यें प्रविष्ट होणें व मरणोत्तर अस्तित्व असणें ह्यासंबंधानें वाद चालून जे आगमनिरोधी सिद्धांत निष्पन्न होत, त्यांपासून त्याला फारसा संतोष होत नसे. कारण तो आगमनिष्ठ होता. पुढें, कपिला नामक स्त्रीचा पुत्र पंचशिख नांवाचा महर्षि सर्व भूमीवर फिरत असतां एकदा मिथिलेला गेला. त्याला संन्यासविषयक सर्व धर्म आणि तत्त्वज्ञानाविषयींचे सिद्धांत ह्यांच्या कारणांचा निश्चय उत्कृष्ट प्रकारें माहीत होता. सुखदुःखादि द्वंद्वांचा त्याला संपर्कही नसून त्याचा सर्व संशय नष्ट झालेला होता; वासनांनीं व्याप्त न झालेला असा ऋषींमध्यें हा एकटाच आहे असें त्याच्या संबंधानें म्हणत असत; शाश्वत आणि आत्यंतिक अशा अतिशय दुर्लभ असणाऱ्या सुखाचा मनुष्यांमध्यें उदय व्हावा अशी त्याची इच्छा होती; सांख्यशास्त्रज्ञ लोक ज्या महर्षीला प्रत्यक्ष ब्रह्मदेवच असें म्हणतात, तो भगवान् कपिल आपण ह्या पंचशिखाच्या स्वरूपानें अवतीर्ण होऊन सर्वांना आश्चर्यचकीत करून टाकीत आहे असें वाटे; हा आसुरीचा पहिला शिष्य होय; हा चिरंजीवी होता असें सांगतात; त्यानें एक हजार वर्षेंपर्यंत मानस यज्ञ केला होता; त्याच्या अंतःकरणामध्यें ऊहापोहशक्ति उत्कृष्ट प्रकारची होती; पंचरात्रसंज्ञक यज्ञामध्यें तो निष्णात होता; त्याला अन्नमय, प्राणमय, मनोमय, विज्ञानमय आणि आनंदमय अशा पांचही कोशांचें उत्कृष्ट प्रकारें ज्ञान होतें व (भृगुवल्लींत सांगितल्याप्रमाणें) त्यानें त्या पंचकोशांची उपासना केलेली होती; शम, दम, उपरति, तितिक्षा आणि समाधान हे पांच गुण त्याच्या ठिकाणीं वास्तव्य करीत होते; आणि पंचकोशांहून अतिरिक्त व म्हणूनच त्यांच्या शिखेप्रमाणें असणारें जें परब्रह्म त्याचेंही त्याला ज्ञान होतें, म्हणूनच त्याला पंचशिख असें म्हणत असत.

राजा, असा तो पंचशिख एकदा एके ठिकाणीं बसला असतां कपिलमतानुयायी मुनींचें एक मोठें मंडल त्याजकडे आलें. तेव्हां त्या मंडलाच्या विनंतीवरून—अन्नमयादि पांच कोश ज्याच्या आश्रयानें असतात, व जें अवयवयुक्त नसल्यामुळें इंद्रियग्राह्य नाहीं, अशा परमपुरुषार्थाचा अर्थात् परब्रह्माचा त्यानें त्याला उपदेश केला. तो तपस्वी पंचशिख आसुरि नामक कपिलशिष्यापाशीं आत्मयज्ञाचें ज्ञान संपादन करण्यासाठीं राहिलेला होता; व त्यानें आत्मज्ञानासंबंधानें पुनः पुनः प्रश्न करून प्रकृति आणि पुरुष ह्यांच्या भिन्नत्वाचें ज्ञान संपादन केलें होतें. हा दिव्यदृष्टि होता. ह्याचा आचार्य जो आसुरि त्याला देखील, सर्वांतर्गत असल्यामुळें नानाप्रकारच्या आकारांनीं युक्त असलेलें, एक, अपरिणामी आणि अविनाशी जें ब्रह्म त्याची प्राप्ति झालेली होती. पंचशिख हा या असुरीचाच शिष्य होय. मनुष्यस्त्रीच्या दुग्धानें ह्याचें पोषण झालें होतें. एका ब्राह्मणाची कपिला नामक एक स्त्री होती, तिच्या उदरीं जन्म घेऊन त्यानें तिचें स्तनपान

केलें म्हणूनच त्याला कापिलेय अशी संज्ञा प्राप्त झाली व निष्ठायुक्त अशी बुद्धिही लाभली.

याप्रमाणें भगवान् मार्कंडेय ह्यांनीं पंचशिखाच्या उत्पत्तीचा वृत्तांत सांगितला; आणि त्याला कापिलेय अशी संज्ञा असण्याचें कारण सांगून, तो अद्वितीय अशा प्रकारचा सर्वज्ञ होता असेंही कथन केलें. असो; जनक हा सर्व आचार्यांवर समदृष्टि ठेवणारा आहे असें जाणून हा धर्मवेत्ता पंचशिख त्याजकडे गेला आणि त्यानें अनेक युक्तींनीं उत्कृष्ट प्रकारचें ज्ञान सांगून त्या शेंकडों आचार्यांस मोहित करून सोडिलें. तेव्हां पंचशिखानें प्रतिपादन केलेल्या त्या दर्शनाच्या योगानें जनक त्याचा भक्त बनला; आणि आपल्या शेंकडों आचार्यांना सोडून तो तत्त्वज्ञानासाठीं त्याच्याच भजनीं लागला. तेव्हां, उपदेश ग्रहण करण्यासंबंधानें अत्यंत समर्थ व धर्माच्या अनुरोधानें नम्र झालेला जो जनक, त्याला उपनिषदांमध्यें प्रतिपादन केलेलें सर्वश्रेष्ठ असें मोक्षज्ञान त्यानें कथन केलें. त्यानें प्रथम जन्माच्या योगानें उत्पन्न होणारें, नंतर कर्माच्या योगानें उत्पन्न होणारें व शेंवटीं सर्वही वस्तूंपासून उत्पन्न होणारें दुःख कथन केलें; आणि त्यांपासून वैराग्य कसें उत्पन्न होतें हेंही सांगितलें. ज्या देहादिकांसाठीं मनुष्यें धर्मादिकांशीं संबंध ठेवितात आणि कर्में व त्यांचीं फलें ह्यांचीही इच्छा करितात, ते देहादिक पदार्थ विनाशी, अनिश्चित व चंचल असे आहेत आणि म्हणूनच विश्वसनीय नाहींत, असें त्यानें प्रतिपादन केलें. चार्वाकांच्या मतें देह हाच आत्मा आहे. ते म्हणतात, देहरूपी आत्म्याचा नाश हा प्रत्यक्ष होत आहे, असें सर्व लोकांना दृष्टीनें समजणारें आहे. तेव्हां केवळ शास्त्राच्या आधारावरून देहाव्यतिरिक्त असें आत्मतत्त्व म्हणून कांहीं आहे, असें केवल म्हणणें देखील पराजयास कारण आहे. शरीरनाश हाच मोक्ष होय. मृत्यु, क्लेश, जरा आणि रोग ह्यांच्या योगानें अंशतः किंवा पूर्णरूपानें आत्म्याचा नाश होतो असें असतां केवल अज्ञानानें आत्मा देहाहून भिन्न आहे असें म्हणणें बरें नाहीं. आतां, लौकिकदृष्ट्या ज्यांची उपपत्ति लागणार नाहीं असे स्वर्गादि पदार्थ लोकांमध्यें प्रसिद्ध आहेत त्यांची वाट काय? असें कोणी म्हणेल, तर त्याला उत्तर असें आहे कीं, ज्याप्रमाणें एखाद्या राजाला आशीर्वाद देतेवेळीं तूं अजर व अमर होशील असें म्हणतात, पण त्यांतील अजर व अमर हे शब्द मुख्य अर्थाचे बोधक नसून गौण अर्थाचे बोधक असतात, त्याचप्रमाणें, स्वर्ग हाही शब्द आहे. अर्थात् आत्यंतिक सुख असा त्याचा अर्थ असून, लोकांतील इष्टप्राप्ति वगैरेंपासून होणारें सुख तेंच स्वर्ग होय. प्रत्यक्षाप्रमाणें अनुमानानेंही आत्मा शरीराहून भिन्न असल्याचें सिद्ध होत नाहीं. अनुमानाला अवश्य जो हेतु, तोच, आत्मा शरीराहून भिन्न आहे किंवा नाहीं ह्याविषयींच्या अनुमानाला साधनीभूत नाहीं आणि अनुमानाला आवश्यक अशा व्याप्तीचें ग्रहण होऊं शकत नाहीं. मग लोकांतील कोणत्या गोष्टीवरून सिद्धांत काढून त्याच्या आधारानें आत्मा हा शरीराहून भिन्न आहे असें सिद्ध करितां येणार आहे? अनुमानाप्रमाणें आप्तवचनाची गति आहे. कारण, अनुमान आणि आप्तवचन ह्या दोहोंलाही मूलभूत असें प्रत्यक्षच आहे. म्हणून अनुमान किंवा आप्तवचन प्रत्यक्षाच्या विरुद्ध

१ आगमो ह्याप्तवचनमाप्तं दोषक्षयात् विदुः। आप्तांच्या वचनाला आगम असें म्हणतात आणि ज्यांचे सर्व प्रकारचे दोष नष्ट झालेले आहेत त्यांना आप्त असें म्हणतात. (गौडपादाचार्यकृत सांख्यकारिकाव्याख्या.)

असेल तर बाधित अर्थात् अप्रमाण होय. म्हणूनच, आत्मा शरीराहून भिन्न आहे अशाविषयीं कांहीं प्रमाणच नाहीं. सारांश, ईश्वर, धर्म आणि शरीरभिन्न अविनाशी असा आत्मा आहे, अशाविषयीं अनुमान करून इष्टसिद्धि होईल हा विचार सोडून दिला पाहिजे.

तात्पर्य, ब्रह्म अथवा ईश्वरच नव्हे, तर नास्तिकांच्या मतें जीव म्हणूनही शरीराहून भिन्न असा कांहीं पदार्थ नाहीं. आतां जर पृथ्वी, जल, तेज आणि वायु ह्या चार भूतांचा संयोग हें एकच कारण सर्व सृष्टीच्या उत्पत्तीचें आहे, तर तिजमध्यें नानाप्रकार कसे दिसून येतात? असा प्रश्न उद्भवण्याचा संभव आहे. त्याचें उत्तर असें आहे कीं, ज्याप्रमाणें एकाच वडाच्या बीजापासून वड उत्पन्न होतो; त्यामध्यें त्याचीं पानें, फळें, डाहाळ्या वगैरे पदार्थ निरनिराळ्या प्रकारचे असतात; त्याचप्रमाणें एका प्रकारच्याच कारणापासून अनेक प्रकारचीं कार्यें उत्पन्न होतात. हीं कार्यें तरी नवीन उत्पन्न होतात असें नसून तीं कारणामध्यें सूक्ष्मरूपानें पूर्वींच असतात व पुढें केवळ व्यक्त होतात. गाय गवत खाते आणि पाणी पिते; त्या दोहोंचा जो संयोग तें एकच कारण असतां त्याजपासून दूध, तूप वगैरे निरनिराळ्या प्रकारचे पदार्थ उत्पन्न होतात. तसेंच, कांहीं द्रव्यांचे कल्क करून ठेवले म्हणजे कालाच्या अनुरोधानें त्यांच्यामध्यें कमीअधिक प्रमाणानें मादक शक्ति उत्पन्न होते. त्याप्रमाणेंच, वीर्य हें एकच कारण असतां त्यापासून मन, बुद्धि, अहंकार, चित्त आणि चैतन्य हीं उत्पन्न होतात. चैतन्याचा स्वभाव देहाहून विलक्षण आहे म्हणजे चैतन्य प्रकाशक असून देह प्रकाश्य आहे हें खरें; तरी तें देहापासून उत्पन्न होणें अशक्य नाहीं. कारण, काष्ठाचा प्रकाशक अग्नि हा घर्षणाच्या योगानें काष्ठापासूनच उत्पन्न होतो. कांहीं मतांच्या दृष्टीनें आत्मा आणि मन ह्या दोन जड वस्तूंपासूनच स्मृति वगैरे ज्ञान— जें जडाहून भिन्न असतें तें—उत्पन्न होतें. त्याचप्रमाणें, नास्तिकांच्या मतें जड अशा शरीरापासूनच अजड अशा चैतन्याची उत्पत्ति होते. अशा रीतीनें उत्पन्न झालेलें चैतन्य—ज्याप्रमाणें लोहचुंबक लोखंडामध्यें चलनवलन उत्पन्न करितो त्याप्रमाणेंच इंद्रियांचे ठिकाणीं व्यापार उत्पन्न करितें. ज्याप्रमाणें सूर्याचे किरण सर्वत्र पडत असले तरी ते सूर्यकांतावर पडले म्हणजेच त्यापासून अग्नि उत्पन्न होतो, इतरांवर पडल्यानें होत नाहीं, त्याप्रमाणेंच चार भूतांचा संयोग सर्वत्र असला तरी त्यापासून देहादिकांची उत्पत्ति न होतां कांहीं विशिष्ट संयोगापासूनच ती होते. शरीरादिकांचा भोक्ता शरीरादिकांहून भिन्न असला पाहिजे असेंही नाहीं. कारण, ज्याप्रमाणें अग्नीपासून उत्पन्न झालेल्या पाण्याचा शोषक अग्निच असतो, त्याप्रमाणेंच चार महाभूतांपासून उत्पन्न झालेल्या देहादि वस्तूंचा उपभोक्ताही चार महाभूतांचा समुदायच होय. म्हणूनच भोक्ता असा कोणीही जीवादिक अन्य पदार्थ मानावयाचें कारण नाहीं.

याप्रमाणें जें नास्तिकांचें मत आहे, तें बरोबर नाहीं. आत्मा हा शरीराहून निराळा आहे. कारण, शरीर प्रेत होऊन पडलें म्हणजे त्यांत चैतन्य नसतें, अर्थातच चैतन्य हें शरीराहून निराळें आहे असें मानलें पाहिजे. हें चैतन्य हाच आत्मा होय. शरीर हाच आत्मा—चैतन्य असता तर मृतशरीरामध्येंही तें असलेंच पाहिजे होतें. ह्यावरूनच चैतन्य हा देहाचा एक धर्म आहे असेंही म्हणणें खोटें असल्याचें कळून येईल. कांहीं नास्तिक हे रोगादिकांचा नाश होण्याकरितां देवतांना नवस करितात. ह्या देवता जर महाभूतांव्यतिरिक्त नसतील, तर घटादिकांप्रमाणें त्यांचा नाश होईल. ह्यास्तव

त्या निराळ्या आहेत असें मानिलें पाहिजे. देहाव्यतिरिक्त दुसरेंही कांहीं तत्त्व आहे असें मानण्याला आणखीही कारणें आहेत. एखाद्याला भूतबाधा होते, त्या वेळीं त्याला प्रहार केला असतां त्याच्या स्थूलशरीराला पीडा होत नाहीं, असें अनुभवास येतें. ह्यावरून स्थूलशरीराव्यतिरिक्त असें कांहीं तत्त्व असल्याचें सिद्ध होत आहे. तसेंच कर्मादिकांचा भोक्ता असा शरीराव्यतिरिक्त कोणी आहे असें जर मानलें नाहीं, तर इहजन्मीं केलेलीं कर्में फल न देतां येथेंच नष्ट होतात; आणि पुनः जन्म होतांच पूर्वीं नसलेल्या अशा निराळ्याच कर्मांचा योग घडतो असें मानावें लागेल. अर्थात्‌च कृतनाश आणि अकृताभ्युपगम ह्या दोषांचा स्वीकार करावा लागेल. पण तसें करणें युक्तीला धरून नाहीं. या सर्व प्रमाणांवरून आत्मा शरीराहून भिन्न आहे असें सिद्ध होतें. चैतन्याच्या उत्पत्तीसंबंधानें पूर्वीं जे हेतु सांगितले आहेत, त्यांवरून जड वस्तूपासून जड वस्तुच उत्पन्न होतात, असें सिद्ध होतें. जडापासून अजड अर्थात् चैतन्य उत्पन्न होतें असें सिद्ध होत नाहीं. उदाहरणार्थ—काष्ठापासून अग्नि उत्पन्न होतो, पण तोही काष्ठाप्रमाणें जडच असतो, चेतन नसतो. कारण ज्या प्रकारचें असेल त्या प्रकारचें कार्य त्याच्यापासून उत्पन्न होतें,—त्याहून विलक्षण असें होत नाहीं. उदाहरणार्थ—पृथ्वीपासून आकाशाची उत्पत्ति होत नाहीं. मूर्त पदार्थ आणि अमूर्त परमात्मा (चैतन्य) ह्यांमध्यें कोणत्याही प्रकारें सादृश्य नाहीं, म्हणूनच तें मूर्त पदार्थाचें कार्य आहे, असें म्हणणें युक्तीला सोडून आहे. सारांश, चार्वाकाचें मत त्याज्य होय.

कांहीं(बौद्ध)लोक अविद्या, संस्कार, विज्ञान, नाम, रूप, षडायतन (देह), स्पर्श, वेदना, तृष्णा, उपादान, भव, जाति, जरा, मरण, शोक, परिदेवना, दुःख आणि दुर्मनस्ता हींच पुनः शरीरप्राप्तीचीं अर्थात् पूनर्जन्माचीं कारणें होत असें म्हणतात. ह्यांपैकीं अविद्या हें क्षेत्र (शेत) असून पूर्वीं केलेलें कर्म हें त्यांत पेरण्याचें बीज आहे व त्याला देहरूपी अंकुर फुटण्यासाठीं आवश्यक असलेलें जल तृष्णा (वासना) ही आहे. ह्यांच्या योगानें देह पुनः उत्पन्न होतो. असा हा देहाच्या उत्पत्तीचा प्रकार आहे. सुषुप्ति आणि प्रलय ह्यांच्या काळीं संस्काररूपानें असणारा हा देह नष्ट झाला अथवा ज्ञानाच्या योगानें दग्ध झाला, तर देहोत्पादक अशा अविद्यादिकांपासून दुसरा देह उत्पन्न होतो. ज्ञानाच्या योगानें देह दग्ध झाला म्हणजे बुद्धिरूपी पदार्थाचाही नाश होतो. हाच मोक्ष होय. सारांश, मोक्षानंतर देह उत्पन्न होत नाहीं असें नाहीं.

पण ह्यांचें हें म्हणणें बरोबर नाहीं. कारण, जर देहारंभक विज्ञानादि पदार्थांच्या ठिकाणीं स्वरूप, धर्म, पुण्यपाप आणि बंधमोक्ष यांमुळें भेद असेल, तर क्षणोक्षणीं त्यांमध्यें भिन्नता आली पाहिजे व त्यांजपासून उत्पन्न होणारा देहही क्षणोक्षणीं बदलत असला पाहिजे. कारण, कारणाचें स्वरूप बदललें म्हणजे कार्याचेंही स्वरूप अवश्य बदलतें. पण असें झालें तर एके वेळीं पाहिलेला मनुष्य दुसरे वेळीं पाहिल्यास ओळखितां येतो, तो कसा ओळखतां येणार ?

---

१ ह्यांच्या मतें सर्व पदार्थ क्षणिक आहेत. यामुळें, वस्तु उत्पन्न होतांच तिचा नाश. होऊन तिजपासून तशाच प्रकारची दुसरी वस्तु बनते असा ह्यांचा सिद्धांत आहे. 'सर्वं क्षणिकं क्षणिकम्' हें ह्यांचें तत्त्वच आहे. तसेंच ह्यांच्यामध्यें ज्ञानाचे दोन प्रकार आहेत. एक आलयविज्ञान आणि दुसरें प्रवृत्तिविज्ञान अथवा बाह्यविज्ञान. अहं असें जें ज्ञान होतें तें आलयविज्ञान आणि नीलादिगुणविशिष्ट असें जें बाह्यवस्तूंचें ज्ञान होतें तें प्रवृत्ति–(बाह्य) विज्ञान होय.

कारण, प्रथम ज्या वेळीं त्यास पाहिलें तेव्हां-पासून पुनः पाहीपर्यंत त्याचीं अनेक शरीरें (भिन्न भिन्न) झालेलीं असलीं पाहिजेत; आणि तसें असल्यास, जें शरीर प्रथम पाहिलें तें दुसऱ्या वेळीं पाहातांना नसल्यामुळें त्याची ओळख पटणार नाहीं. शिवाय, एका शरीरानें कर्म करावें आणि दुसऱ्यानें त्याचें फल भोगावें, अथवा एकानें ज्ञान संपादन करावें आणि दुसऱ्यानें मुक्त व्हावें, अशी स्थिति प्राप्त होईल; आणि तसें झालें म्हणजे भोग व मोक्ष ह्यांची उपपत्तिच लागणार नाहीं. एका शरीरानें केलेलें सर्व कांहीं कर्म दुसऱ्याच शरीरामध्यें संक्रांत होतें; अर्थात् दुसऱ्याच शरीरास त्याचें फल मिळतें; असें जर आहे, तर मग दान, विद्या, तप आणि बल ह्यांच्या योगानें आनंद तो कसला होणार ? व मग त्यांजकडे प्रवृत्ति तरी कशी होणार ? कारण, एकानें दान वगैरे करावें आणि त्याचें फळ दुसऱ्यासच मिळावें असें कोणासही वाटत नसतें. त्यामुळें आपण केलेल्या कर्माचें फळ आपणास न मिळतां दुसऱ्यासच मिळणार असें कळून आल्यास तिकडे कोणाची प्रवृत्तिच होणार नाहीं. एकाच्या कर्माचें फळ दुसऱ्यासच मिळालें तर काय हरकत आहे ? असेंही ह्मणणें बरोबर नाहीं. कारण, तसें झालें तर इहलोकींच देवदत्तानें केलेल्या वाईट कर्माचें दुःखरूपी फळ यज्ञदत्तादि दुसऱ्याच पुरुषांस मिळेल. (एकानें औषध घेतलें तर दुसराच बरा होईल व एकास सर्पदंश झाला तर दुसराच मरण पावेल.) सारांश, सुखी असलेला पुरुषही दुसऱ्याच्या कर्मामुळें दुःखी होऊं लागेल व दुःखी असेल तोही त्याच कारणानें सुखी होईल. जो दृष्टिगोचर होत आहे तो दुसऱ्याच्याच रोगादिकांनीं अदृश्य (मृत) होईल व (शरीर पुनश्च उत्पन्न होत असल्यामुळें) जो अदृश्य झाला असेल तोही दृश्य स्थितींत येऊं लागेल; अर्थात् मृत मनुष्यही पुनः उत्पन्न होऊं लागेल हें खास. 'एका शरीराचा दुसऱ्या क्षणीं नाश झाला तरी त्यापासून तशाच आकाराचें दुसरें शरीर निर्माण होतें, ह्यामुळें पूर्वीं पाहिलेला मनुष्य पुनः पाहिला तर ओळखतां येतो' असें म्हणावें, तर एखादें शरीर मुसलादिकांनीं चेंचून नाहींसें केलें तर त्यापासूनच त्याच आकाराचें (तेंच) शरीर पुनः उत्पन्न होईल. पण तसें झाल्याचें दिसत नाहीं. एका शरीराच्या नाशानंतर प्राण्याला जें शरीर प्राप्त होतें त्याचें ज्ञान पूर्वींच्या स्वरूपानें न होतां निराळ्याच स्वरूपानें होतें. (उदाहरणार्थ—यज्ञदत्त मरण पावला तर त्याला जें शरीर पुनः प्राप्त होईल त्यावरून हा यज्ञदत्त आहे असें ज्ञान होत नाहीं, तर मित्रदत्त वगैरे दुसरेंच कांहीं तरी ज्ञान होतें.) ह्यामुळें व आणखीही दुसऱ्या कारणांमुळें ह्या बौद्ध मताची उपपत्तिच लागत नाहीं. शिवाय, ज्याप्रमाणें ऋतु, संवत्सर, कृतादिक युगें, शीत, उष्ण, प्रिय आणि अप्रिय ह्या गोष्टी एकदा येतात व पुनः नष्ट होऊन पुनः येतात, त्याप्रमाणेंच मोक्षही एकदा प्राप्त होईल व 'सर्वं क्षणिकं' ह्या तत्त्वाप्रमाणें त्याचा नाश होईल आणि त्याच तत्त्वावरून नाशही क्षणिक असल्यामुळें पुनश्च मोक्षप्राप्ति होईल. सारांश, बौद्धांचें मत बरोबर नाहीं. शरीराव्यतिरिक्त भोक्ता वगैरे कोणी तरी असलाच पाहिजे. ह्यावर कोणी म्हणतील कीं, विज्ञानादि पदार्थ क्षणिक आहेत, तरी ते ज्याचे धर्म आहेत असा एक स्थिर (अक्षणिक) पदार्थ आम्ही मानतों म्हणजे झालें. पण तेवढ्यानें भागत नाहीं. कारण, ज्याप्रमाणें घर फार दिवसांचें झालें म्हणजे त्याचा जीर्ण झालेला एक-एक भाग नाहींसा होतो व त्या योगानें तें नष्ट होतें, त्याप्र-

माणेंच हा जो स्थिरधर्मी तो जरा आणि मृत्यु ह्यांनीं पछाडलेला असल्यामुळें त्याचा एक एक धर्म नाहींसा होऊन तद्वारें त्याचाही नाश होऊं लागेल. कारण, ज्याप्रमाणें भिंत वगैरे भागांहून अन्य असें घर नाहीं, त्याप्रमाणेंच त्या धर्मा-व्यतिरिक्त असा धर्मी नाहीं. इंद्रियें, मन, वायु, रक्त, मांस आणि अस्थि ह्यांचा क्रमाक्रमानें नाश होतो व तीं आपआपल्या उपादान कारणांमध्यें लीन होतात असें दिसून येतें. त्याप्रमाणेंच ह्या धर्मी पुरुषाचाही नाश झाला पाहिजे. असें झालें म्हणजे पुनर्जन्मादिकांची उपपत्ति लागणार नाहीं. आतां जर बुद्धयादिकांचा संपर्क नसलेला असा एक शुद्ध पदार्थच देहा-व्यतिरिक्त आहे असें म्हणावें, तर तो भोक्ता नाहीं आणि कर्ताही नाहीं असें मानलेंच पाहिजे. कारण, बुद्धयादिकांचा संपर्क असल्या-शिवाय कर्तृत्वादि धर्म नसतात. तो जर कर्ता आणि भोक्ता नसेल तर मग दानधर्मादिफलांच्या प्राप्तीसंबंधानें जे कांहीं लोकांचे व्यवहार चालू आहेत त्यांचा उच्छेद होऊं लागेल. कारण, जर फलाचा भोक्ताच कोणी नाहीं तर मग फलप्राप्तीसाठीं दानधर्मादि कशास करावयाचे? दानधर्मादिफलप्राप्तीसाठीं तर लोकांचे सर्व व्यवहार चालू आहेत व त्यासाठीं वैदिक विधिही आहेत. सारांश, हेंही मत बरोबर नाहीं.

अशा रीतीनें मनामध्यें अनेक प्रकारचे तर्क उत्पन्न होतात व त्यामुळें साधारण मनुष्यास अमुकच एक खरें असें कांहींच ठाम ठरवितां येत नाहीं. ते विचार करीत करीत निरनिराळ्या मतांकडे धांवूं लागतात. असें करितां करितां एखाद्या ठिकाणीं बुद्धि स्थिर झाली म्हणजे तेथून न निघतां, वृक्ष जसा जेथें उत्पन्न झाला असेल तेथेंच क्षीण होतो तशी ती त्या मतांतच क्षीण होते. अस्तु; अशा रीतीनें कांहीं अंशीं सार्थक व कांहीं अंशीं निरर्थक अशा मतांनीं सर्व प्राणी दुःखग्रस्त होऊन जातात. ह्यास्तव, महात जसा हत्तीला योग्य मार्गावर आणण्यासाठीं खेंचीत असतो, त्याप्रमाणें वेद लोकांना खेंचीत असतात. अर्थात् वेदमार्गानें गेलें म्हणजे दुःखनिवृत्ति होते. हे अनेक प्राणी अत्यंत सुखकर अशा गोष्टींची प्राप्ति व्हावी ह्या इच्छेनें धडपड करितात व त्यामुळें त्यांचें शरीर वाळून जातें; व तें सुख बाजूलाच राहून उलट त्यांना अतिशय मोठ्या दुःखाची प्राप्ति होते; आणि त्यामुळें अभीष्ट वस्तु जेथल्या तेथें सोडून ते मृत्युमुखीं जाऊन पडतात. प्राणी हा नश्वर आहे; त्याचें जीवित कांहीं स्थिर नाहीं; त्याला आप्त-इष्ट घेऊन करावयाचें काय? कारण, त्याला एका क्षणांत ह्या सर्व गोष्टी सोडून जावें लागतें, आणि एकदा गेल्यानंतर तो कांहीं पुनः परत येत नाहीं. पृथ्वी, जल, तेज, वायु आणि आकाश हीं पंचमहाभूतें प्राण्याचें शरीर आपल्यामध्यें केव्हां येऊन मिळेल अशी मार्गप्रतीक्षा करीत असतात. हें लक्षांत आलें म्हणजे मग शरीरादिकांवर प्रेम कोठून जडणार? बरें, नश्वर असलेल्या शरीरालाहीं त्याच्या अस्तित्वकालीं सुख घडेल असें म्हणावें, तर तसेंही होत नाहीं.

राजा, अज्ञान, भ्रम, प्रतारणा इत्यादि दोषांनीं शून्य, निर्बाध आणि अंतःकरणास पटणारें असें हें पंचशिखाचें भाषण ऐकून राजास विस्मय वाटला व त्यानें पुनरपि प्रश्न करण्यास सुरुवात केली.

अध्याय दोनशें एकोणिसावा.

—:०:—

पंचशिखकथित सांख्यशास्त्र.

भीष्म म्हणाले:—ह्याप्रमाणें मुनिश्रेष्ठ पंचशिख ह्यानें तत्त्वज्ञान कथन केल्यानंतर, प्राण्याला

मरणोत्तर जन्मप्राप्ति होते किंवा नाहीं ह्यासंबंधानें जनदेव जनकानें प्रश्न केला.

जनक म्हणाला:—हे भगवन्, मरणोत्तर स्वर्गप्राप्ति झाल्यानंतर प्राण्याला आपण अमुक एका विशिष्ट जातीचे होतों अशा प्रकारचें ज्ञान असत नाहीं व मोक्षस्थितींतही अशा प्रकारचें ज्ञान नसतें. कारण त्यांत देहाची अत्यंत विस्मृति होते. अर्थात् दोहोंतही कांहीं विशेष भेद असल्याचें दिसत नाहीं. मग ज्ञान संपादन केलें काय अथवा अज्ञानच असलें काय, दोहोंचें फल एकच! अर्थात्च मरण आणि मोक्ष यांत कांहीं भेदच नाहीं असें झालें. हे द्विजश्रेष्ठ, अशीच जर स्थिति असेल, तर मनुष्यांचीं यमनियमादि कर्में केवळ आत्मनाशासाठींच होत असें ठरेल;आणि असेंच ठरलें तर मग सावधानपणें पापभीरुत्वानें वागलें काय अथवा तसें न वागलें काय, फलांत भेद काय होणार?कारण,कसेंही वागलें तरी मरण येणारच व मरणानंतर स्वर्ग मिळणारच व तो आणि मोक्ष ह्यांत कांहीं भेदच नाहीं. स्वर्गाहून मोक्ष निराळा आहे असें जर म्हणावें, तर मोक्षस्थितींत दिव्य स्त्रियांचा उपभोग वगैरे मिळतो कीं नाहीं? जर तो मिळत नसेल अथवा मिळूनही जर नश्वर असेल, तर मग मोक्षप्राप्तीसाठीं केलीं जाणारीं हीं कर्में करावयाचीं कशास? व आरंभिलीं तर तीं घडणार तरी कशीं?कारण स्वर्गसुखाचा उपभोग मोक्षांत मिळत नसेल तर सुखाकडे प्रवृत्ति असलेल्या प्राण्यांचीं मोक्षसाधक कर्में करण्याकडे प्रवृत्ति होणार नाहीं; आणि जरी कदाचित् झाली तरी ती कायम टिकणार नाहीं. ह्यास्तव ह्यासंबंधानें तात्त्विक सिद्धांत काय आहे?

भीष्म म्हणाले:—अज्ञानानें आवृत व गडबडून गेलेल्या रोग्यासारखी स्थिति झालेला जो जनक,त्याचें समाधान करण्याच्या उद्देशानें, अतिक्रांत वस्तूंचेंही ज्ञान असलेला पंचशिख पुनरपि भाषण करूं लागला.

ह्या जगतामध्यें प्राण्यांच्या कर्माचें पर्यवसान आत्मनाशामध्येंही होत नाहीं, अथवा शरीरवैशिष्ट्य असावें असाही कर्में करण्याचा उद्देश असतो असें नाहीं. अर्थात् शरीरनाश अथवा स्वर्ग हा मोक्ष नव्हे. शरीरनाशासाठीं अथवा शरीरप्राप्तीसाठीं प्रयत्न करण्याचें कारण नाहीं. शरीर, इंद्रियें आणि अंत:करण एतद्रूपी जो हा समुदाय आहे, त्यांतील प्रत्येक अवयव जरी निरनिराळा आहे, तरी क्रियेसंबंधानें पाहतां ते सर्व परस्परांच्या आश्रयानेंच असलेले दिसतात. प्राण्यांमध्यें पृथ्वी, जल, वायु, तेज आणि आकाश हीं त्यांचीं पांच उपादान कारणें असतात. हीं स्वाभाविकपणेंच संयुक्त स्थितींत येतात व स्वभावाच्याच योगानें परस्परांशीं वियोग पावतात. आकाश, वायु, तेज, जल आणि पृथ्वी ह्या पंचमहाभूतांची संयुक्तावस्था हेंच शरीर होय. ह्याचे जरायुजादि अनेक प्रकार आहेत. बुद्धि, जठराग्नि आणि प्राण हीं तीन कर्मनिष्पत्तीचीं कारणें आहेत. कारण इंद्रियें, इंद्रियांचे विषय,स्वभाव, चैतन्य, मन, प्राणापानादि वायु, आणि विकृति हीं ह्या देहामध्यें उत्पन्न होऊन राहिलेलीं असतात व ह्यामुळेंच कर्में घडतात. श्रवणेंद्रिय, त्वगिन्द्रिय,घ्राणेंद्रिय,चक्षुरिंद्रिय आणि रसनेंद्रिय हीं पांच इंद्रियें सत्वादि गुणांचीं कार्यें असून चित्त हेंच त्यांचें उपादान कारण आहे व त्याच्याच योगानें त्यांची प्राप्ति झालेली आहे. त्या इंद्रियादिकांच्याच आश्रयानें वृत्ति असते. ही जीवात्म्याशीं संबद्ध असून विषयनिष्ठ जें उपादेयत्व (ग्राह्यत्व), हेयत्व (त्याज्यता) आणि उपेक्षणीयत्व एतद्रूपी धर्म ह्यांच्यामुळें तीन प्रकारची असते. ही वृत्ति चिरकाल टिकणारी असते. हिलाच सुख, दु:ख आणि

अदुःखाऽसुखा असें विषयांच्या अनुरोधानें म्हणतात. शब्द, स्पर्श, रूप, रस आणि गंध हीं पांच व रूपयुक्त अशीं द्रव्यें असे सहा विषय होत. ह्यांच्याच योगानें यावज्जीव यथार्थ ज्ञान होतें. कारण, इंद्रियें आणि विषय ह्या दोहोंच्या संयोगानेंच ज्ञानोत्पत्ति होते. स्वर्गादिसाधनभूत अशीं यज्ञादि कर्में, संन्यास, तत्वार्थनिश्चय हीं सर्व ह्यांच्याच अधीन असून तत्त्वनिश्चय हाच मोक्षाचें बीज आहे. ह्यालाच बुद्धि, अव्यय आणि महत् अशा संज्ञा आहेत. ह्या इंद्रियादिकांनाच आत्मा असें समजणाऱ्या लोकांना योग्य ज्ञान होत नाहीं व त्यामुळें अमर्याद अशा दुःखाची प्राप्ति होते. ह्या दुःखाचा नाश होत नाहीं. आत्मा नव्हेत असे जे हे दृष्ट पदार्थ; त्यांच्याच योगानें शरीरादिकांच्या ठिकाणीं अहंबुद्धि व त्यांच्याशीं संबंध असलेल्या वस्तूंच्या संबंधानें मम अशी बुद्धि होते. तथापि ही बुद्धि मिथ्या आहे. अशा रीतीनें आत्मत्वाचें अधिष्ठान बनलेल्या वस्तु बाध्य असल्यामुळें सदोष होत. ह्यांच्याचपासून दुःखसमुदायाची प्राप्ति होते. ह्या सर्व दुःखसंततीच्या निर्मूलनास उत्कृष्ट प्रकारें कारणीभूत असलेलें व म्हणूनच सम्यग्वध अशी संज्ञा असलेलें जें अत्युत्कृष्ट सांख्यशास्त्र तें मी तुला येथें सांगतों, ऐक. ह्याच्या योगानें तुला मोक्षप्राप्ति होईल.

मोक्षप्राप्त्यर्थ सदैव उद्योग करणाऱ्या पुरुषांनीं विषयांचा व कर्मांचाही त्याग केला पाहिजे. विषयत्याग न करितां शान्ति संपादन करण्याचा प्रयत्न करणारे अर्थात् इंद्रियें निगृहीत झालेलीं आहेत असा खोटाच डौल मारणारे जे लोक, त्यांना दुःखदायक अशा अविद्यादिकांचा संबंध जडतो. यज्ञादि कर्में हीं द्रव्यत्यागासाठींच सांगितलेलीं आहेत; विषयोपभोगाच्या त्यागासाठींच व्रतें सांगितलेलीं आहेत; सुखत्यागासाठीं तप सांगितलेलें आहे; आणि सर्वांचाच त्याग करण्यासाठीं योग सांगितलेला आहे. सर्व त्याग हीच त्यागाची परमावधि होय. ह्या त्यागाचाच उपाय मी पुढें तुला सांगणार आहें. तोच शास्त्रांत सांगितलेला आहे. ह्या उपायाचे भिन्नभिन्न प्रकार नाहींत. ह्याच्या अवलंबनानें दुःखाचा नाश होतो. बुद्धीच्या अस्तित्वावरच ज्यांचें अस्तित्व अवलंबून अशीं पांच ज्ञानेंद्रियें आणि सहावें मन हीं प्रथम सांगून नंतर तुला पांच कर्मेन्द्रियें आणि बल हीं सांगतों. हात हें दानादान कर्माचें इंद्रिय असून पाय हें गतींद्रिय, प्रजोत्पत्ति आणि आनंद ह्यांसाठीं जननेन्द्रिय, मलत्यागासाठीं पायु-(गुद) संज्ञक इंद्रिय व शब्दासाठीं वाग्रूपी इंद्रिय आहे. हीं पांच कर्मेंद्रियें, पांच ज्ञानेंद्रियें आणि अकरावें सर्व इंद्रियांशीं संबंध असलेलें मन ह्याप्रमाणें हीं अकरा इंद्रियें आहेत. श्रवणेंद्रिय, शब्द आणि चित्त हीं तीन शब्दज्ञानासाठीं आहेत. स्पर्श, रूप, रस आणि गंध ह्यांच्याही ज्ञानासाठीं अशींच त्रिकें आहेत. अर्थात् स्पर्शज्ञानासाठीं त्वगिंद्रिय, स्पर्श आणि चित्त, रूपज्ञानासाठीं चक्षु, रूप आणि चित्त, रसज्ञानासाठीं रसनेंद्रिय, रस आणि चित्त, व गंधज्ञानासाठीं घ्राणेंद्रिय, गन्ध आणि चित्त हीं आहेत. ह्याप्रमाणें शब्दादिकांच्या उपलब्धीसाठीं हीं पांच त्रिकें आहेत. हीं गुणमयच आहेत. ह्यांच्याच योगानें क्रमानें सात्विकत्वादि तीन स्थिति प्राप्त होतात. आनंदादि सर्व विकारांना कारणीभूत असे नानाप्रकारचे अनुभव ह्या तीन स्थितींपासूनच उत्पन्न होतात. इष्ट वस्तूच्या श्रवणानें होणारा हर्ष, तिच्या दर्शनानें उत्पन्न होणारें प्रेम, प्राप्तीच्या योगानें होणारा आनंद व उपभोगाच्या योगानें होणारें सुख हीं सत्वगुणाचीं कार्यें आपोआपच उत्पन्न होतात अथवा इष्टलाभादि कांहीं कारणांच्या

योगानें उत्पन्न होतात. असंतोष, संताप, शोक, लोभ आणि असहिष्णुता हे विकार रजोगुण-व्यंजक असून हेही कांहीं कारणानें व कारणां-वांचूनही उत्पन्न झालेले दिसून येतात. अवि-वेक, मोह, अनवधान, झोंप आणि धुंदी हीं तमोगुणाचीं कार्येंही कारणांनीं अथवा त्यां-वांचूनही उत्पन्न होतात, प्रीत्यादिकांशीं संबंध असलेल्या एखाद्या वस्तूचा शरीराशीं अथवा अंतःकरणाशीं संबंध जडला कीं, सात्विक स्थिति प्रवृत्त झाली असें समजावें व तिचीच अपेक्षा करीत असावें. असंतोषादिकांशीं संबद्ध व म्हणूनच अंतःकरणाचे ठिकाणीं अप्रीति उत्पन्न करणारी जी वस्तु तिच्याशीं संबंध जडला कीं रजोगुणाची प्रवृत्ति झालीच म्हणून समजावें. मोहादिकांशीं संबद्ध असलेल्या एखाद्या वस्तूचा शरीराला अथवा मनाला संबंध जडला कीं कल्पनातीत व जाणतांही येण्यास अशक्य अशा तमोगुणाची प्राप्ति झाली असें नि-श्चितपणें समजावें. श्रवणेंद्रिय हें आका-शाचाच आश्रय करून राहणारें असून त्याचेंच कार्य असल्यामुळें महाभूत आहे. शब्दही श्रोत्राच्या आश्रयानें राहणारें महाभूतच आहे. सारांश, आकाश, श्रवणेंद्रिय आणि शब्द हीं तीन-ही जरी महाभूतेंच आहेत, तरी शब्दज्ञानाच्या वेळीं आकाश आणि श्रोत्र हीं ज्ञानाचाही विषय नसतात अथवा अज्ञानाचाही विषय नसतात. स्पर्श, रूप, रस आणि गंध ह्यांच्या ज्ञानाच्या वेळीं त्वक्, चक्षु, जिव्हा आणि घ्राण हीं इंद्रियें अथवा तीं ज्यांचीं कार्यें आहेत तीं महाभूतें हीं ज्ञानाचा अथवा अज्ञानाचा विषय नसतात. आकाश, शब्द आणि श्रोत्र हीं तीनही महाभूतेंच आहेत व म्हणूनच पर-स्परांहून भिन्न नाहींत ह्यांपैकीं श्रोत्र हें चित्त-(मन) संज्ञक जी स्मरणात्मक अंतःकरणवृत्ति तीच असून चित्त हें बुद्धिसंज्ञक जी निश्चयात्मक अंतःकरणवृत्ति तीच आहे. एकंदरींत इंद्रियें, त्यांचे विषय आणि त्यांची प्रकृति जीं महाभूतें तीं सर्व बुद्धीचींच रूपें होत. अर्थात्च बुद्धीचा (मनाचा) लय झाला कीं, ह्या सर्वांचा लय होतो. झोंपेंतून उठलेल्या पुरुषाला शब्दादि विषयांचें एकदम ज्ञान होतें. ह्यावरून दहाही इंद्रियांच्या ठिकाणीं चित्ताचें वास्तव्य अस-ल्याचें उघड होत आहे. कारण, तसें नसतें तर एकदम ज्ञान झालें नसतें. शरीरामध्यें दहा इंद्रियें, अकरावें चित्त व बारावी बुद्धि असते. इतर कालीं जें ज्ञाता, ज्ञेय आणि ज्ञानसाधन इंद्रिय ह्यांचें ज्ञानक्रियानिष्पत्तीसाठीं असणारें एकसमयावच्छेदेंकरून अस्तित्व, तें जरी तमोमय अशा सुषुप्तिकालीं नसलें, तरीही त्या वेळीं नाश पावत नाहीं; कारण सुषुप्तीनंतर जाग्रदवस्था प्राप्त झाली म्हणजे ‘ मी सुखांत झोंप घेत होतों, त्या वेळीं मला कांहीं समजलें नाहीं. ’ असें जें ज्ञान होतें त्यावरून त्या वेळींही आत्मा असल्याचें सिद्ध होत आहे. कारण, त्यांत मी हा शब्द आत्म्याचा वाचक आहे. एकसमयावच्छेदेंकरून अस-णारें जें हें अस्तित्व तें कांहीं खरें नाहीं. तर तो केवळ लोकव्यवहार आहे. कारण, आत्मव्यतिरिक्त पदार्थाला मुळीं खरें आस्तित्वच नाहीं. जाग्रदवस्थेंत दिसून येणारें हें इंद्रियादि-कांचें आस्तित्व जसें केवळ व्यावहारिक आहे— परमार्थिक नाहीं, तसेंच स्वप्नांतील अस्तित्वही परमार्थिक नसून प्रातिभासिक (आभासमात्र) आहे. पूर्वीं जाग्रदवस्थेमध्यें ज्या श्रवणादि क्रिया अनुभविलेल्या असतात त्यांचीच पूर्वसंस्कारांच्या योगानें पुरुषाला स्वप्नकालीं प्राप्ति होते; व तिजमुळेंच भासूं लागलेले जे विषय त्यांच्या ठिकाणीं तो सूक्ष्मावस्थेंत असलेलीं इंद्रियें आसक्त करितो, असें झालें म्हणजे गुणत्रयाशीं संबद्ध झालेला पुरुष निद्रित असतांही जाग्रद-

वस्थेप्रमाणें विषयांचा अनुभव घेऊं लागतो. हीच स्वप्नदशा होय. जाग्रदवस्थेप्रमाणेंच ह्या दशेमध्येंही इंद्रियें, विषय आणि चित्त ह्यांचें एकसमयावच्छेदेंकरून अस्तित्व असतेंच; मात्र तें प्रातिभासिक असतें इतकेंच. सारांश, जाग्रदवस्थेप्रमाणेंच स्वप्नांतही विषयादिकांना पारमार्थिक आस्तित्व नसतेंच. ज्याच्या योगानें प्रवृत्ति आणि ज्ञान हीं होतात तें अंतःकरण तमोगुणानें ग्रस्त झालें म्हणजे लागलीच सर्व विषयादिकांचा संहार करितें; तथापि हा संहार क्षणिक असतो, मोक्षासारखा कायमचा नसतो. त्या वेळीं अर्थातच जाग्रदवस्थेंत प्रत्ययास येणारें जें विषयादिकांचें एकसमयावच्छेदेंकरून अस्तित्व त्याचा उच्छेद झालेला असतो. हीच सुषुप्त्यवस्था होय असें विद्वानांचें मत आहे. ह्या अवस्थेंतील सुखाचा अनुभव आत्मा शरीरामध्येंच घेत असतो. कैवल्यावस्था हीही कांहीं अंशीं सुषुप्तीसारखीच असते. कारण, जरी तिजमध्यें वेदप्रतिपादित अशा ब्रह्मानंदाचा अनुभव येतो व जरी दुःखाचें दर्शन सुद्धां घडत नाहीं, तरी त्या सुखामध्यें देखील अव्यक्त अशा तमाची प्राप्ति जणूं होतच असते. हें तम वस्तुतः असत्य असतें; अस्तु.

ह्याप्रमाणें जो हा इंद्रियें, महाभूतें इत्यादिकांचा शरीररूपी समुदाय, त्यालाच अध्यात्मविचार करणारे लोक क्षेत्र असें म्हणतात; व अंतःकरणामध्यें स्फुरण पावणारी जी आत्मप्रतिबिंबरूपी सत्ता तिला क्षेत्रज्ञ असें म्हणतात. सारांश, जगतांत पारमार्थिक सत्ता अशी कोणालाच नाहीं. अर्थातच सर्व संसार मिथ्याभूतच आहे. असें जर आहे तर मग उच्छेद तरी कोणाचा आणि शाश्वत तरी कोण कसा असणार ? कारण, जें मूळांतच नाहीं त्याचा उच्छेदही नाहीं आणि तें शाश्वत नाहीं हें तर ठरलेंच आहे. जगताला मिथ्यात्व असण्याचें तरी कारण सर्वही प्राणी अविद्येपासूनच कर्माच्या अनुरोधानें निर्माण झालेले आहेत हें होय. अविद्या ही मिथ्या आहे, अर्थातच तिचें कार्य जें जग तेंही सत्य असणें शक्यच नाहीं. ज्याप्रमाणें नद्या समुद्रांत जाऊन मिळाल्या म्हणजे त्यांचा भिन्नभिन्न स्वरूपें आणि नामें ह्यांच्याशीं असलेला संबंध सुटतो व महानदीला जाऊन मिळालेल्या क्षुद्र नद्याही तिच्याच अधीन होतात, अर्थात् तद्रूपी बनून जातात व म्हणून त्यांचा भिन्नभिन्न अशा नामरूपादिकांशीं असलेला संबंध सुटतो, त्याप्रमाणेंच कारणाच्या ठिकाणीं लीन झालेल्या शरीरादिरूपी कार्यांची स्थिति होते. अर्थात् स्थूल शरीरादिकांचा सूक्ष्माचे ठायीं, त्याचा कारणशरीराचे ठायीं, व त्याचा शुद्ध ब्रह्माचे ठायीं लय होतो. अशा रीतीनें लय झाला म्हणजे लीन झालेल्या कार्यांचें निराळें स्वरूप अथवा नाम कोठून राहणार ? म्हणूनच बुद्धीमध्यें प्रतिबिम्बित झालेलें व सर्वत्र उपलब्ध असलेलें जें जीवरूपी चैतन्य त्याच्या उपाधीचा नाश झाला म्हणजे मग नामरूपादिकांशीं त्याचा संबंध कोठून राहणार? अर्थातच राहणार नाहीं.

अस्तु; जो मनुष्य ह्या मोक्षज्ञानदायक शास्त्राचें ज्ञान संपादन करील आणि अवधानभ्रष्ट न होतां आत्मचिंतन करील, त्याला, ज्याप्रमाणें कमलपत्राला शिंपलेल्या जलाचा लेप लागत नाहीं त्याप्रमाणें अनिष्ट अशा कर्मफलांचा संपर्क जडत नाहीं. पुनर्जन्माला कारणीभूत असे जे स्नेहादिरूपी अथवा काम्योपासनारूपी पाश, त्यांपासून मनुष्य मुक्त झाला व त्यानें सुख आणि दुःख ह्या दोहोंचाही त्याग केला, म्हणजे त्याच्या लिंगशरीराचा नाश होऊन तो मुक्त होतो; अर्थातच त्याला श्रेष्ठ

अशी गति मिळते. तत्त्वमसि इत्यादि श्रुतिवचनांचें चिंतन आणि शास्त्रप्रतिपादित शमदमादिक मंगलकारक आचार ह्यांचा अवलंब करणारा जो पुरुष तो मृत्यूलाही न भितां स्वस्थ पडून राहातो. पापपुण्यांचा नाश होऊन बंधाला कारणीभूत अशा मोहजन्य सुखदुःखांचा नाश झाला म्हणजे हृदयाकाशरूपी सगुण ब्रह्माची उपासना करणाऱ्या वैराग्यसंपन्न पुरुपांना निर्गुण ब्रह्माचें ज्ञान होतें. ज्याप्रमाणें स्वतःपासून निर्माण झालेल्या तंतुजालांत फिरणारा कोळी त्या तंतूंचा नाश होतांच खालीं पडतो, त्याप्रमाणेंच मुक्त झालेल्या पुरुपाचा सुखदुःखसंबंध सुटतो व पर्वतावर आपटलेल्या ढेंकळाप्रमाणें तो नष्ट होऊन जातो. ज्याप्रमाणें रुरुसंज्ञक हरिण जुनें शिंग न कळत टाकून देतो, अथवा सर्प आपली कांत टाकतो, त्याप्रमाणेंच मुक्त झालेला पुरुष दुःखाचा त्याग करितो. ज्याप्रमाणें वृक्ष जलामध्यें पडूं लागला म्हणजे त्याजवर असणारा पण त्याच्याच ठिकाणीं आसक्त नसणारा पक्षी त्याला सोडून उडून जातो, त्याप्रमाणेंच लिंगशरीराचा संबंध सुटलेला मुक्त पुरुष सुखदुःखांचा त्याग करून उत्कृष्ट अशी गति पावतो.

असो; कोणे एके समयीं नगर अग्नीनें व्याप्त केलें असतां त्याजकडे पाहून मिथिलाधिपति जनक म्हणाला कीं, 'ह्यांत माझें कांहींच जळत नाहीं. कारण मी ब्रह्मस्वरूपी असल्यामुळें असंग आहें.' ही त्या भूपतीची स्वतःची वाणी आहे. ह्याप्रमाणें पंचशिखानें सांगितलेलें मोक्षप्राप्तीचें स्थानच असें हें भाषण श्रवण केल्यानंतर, सर्व विश्वासंबंधानें विचार करून व त्यासंबंधानें सिद्धांत ठरवून तो शोकमुक्त झाला व अत्यंत सुखी होऊन विहार करूं लागला. राजा, हें मोक्षसिद्धांतरूपी ज्ञान पठण करून त्याचा सदोदीत विचार करणारा जो पुरुष, त्याला सांसारिक उपद्रवाचा अनुभव घ्यावा लागत नाहीं. कारण, कपिलापुत्र पंचशिख ह्याजकडे गेलेल्या मिथिलाधिपति जनकाप्रमाणें तो दुःखमुक्त होऊन मोक्ष पावतो.

अध्याय दोनशें विसावा.

—:०:—

दमप्रशंसा.

युधिष्ठिर म्हणालाः—पितामह, काय केलें असतां मनुष्याला सुखप्राप्ति होते? कोणत्या प्रकारचें आचरण केलें असतां तो दुःखी होतो? आणि काय केलें असतां इष्टप्राप्ति होऊन लोकांमध्यें तो निर्भयपणें रहातो?

भीष्म म्हणालेः—युधिष्ठिरा, वेदवेत्ते लोक दमाचीच प्रशंसा करीत असतात. तो सर्व वर्णांना व त्यांतूनही विशेषेंकरून ब्राह्मणांना आवश्यक आहे. जो दमयुक्त नसेल त्याच्या क्रिया व्हाव्या तशा सफल होत नाहींत. कारण क्रिया, तप व सत्य ह्या सर्वांचा आधार दम हाच आहे. दमाच्या योगानें तेजाची वृद्धि होते; दम हा पवित्रतेचें कारण आहे; जो पुरुष दमसंपन्न असतो त्याचें पातक नष्ट होतें; आणि अविद्येचा नाश होऊन त्याला मोक्षप्राप्ति होते. दमसंपन्न पुरुपाला सुखानें झोंप लागते; तो सुखानें जागा होतो; लोकांच्या सत्यत्वाविपयीं त्याची बुद्धि सहजच उलट होते, अर्थात् जग मिथ्या आहे हें त्याला अनायासें कळूं लागतें; आणि त्याचें मन प्रसन्न राहातें. दम हा तेजाचा आधार आहे. रजोगुणानें युक्त असलेल्या पुरुपाला कामक्रोधादि अनेक शत्रु प्रत्यहीं घेरतात व आत्म्यासंबंधानें त्याच्या ठिकाणीं भेददृष्टि उत्पन्न होते. मांसभक्षक प्राण्यांप्रमाणें दम नसलेल्या पुरुषापासूनही प्राण्यांना सदोदीत भीति असते, म्हणूनच दमरहित पुरुपांचा निषेध करण्यासाठीं ब्रह्मदेवानें राजा

निर्माण केला. कोणत्याही आश्रमामध्यें दमाचीच योग्यता अधिक आहे; आणि त्या सर्व आश्रमांमध्यें राहून धर्म केल्यानें जें विपुल फळ मिळतें, तें सर्व दमयुक्त पुरुषालाही मिळतें, असें सांगितलें आहे.

आतां, राजा, ज्यांच्या योगानें दमाची उत्पत्ति होते त्यांचें स्वरूप सांगतों, ऐक. कृपणत्वाचा अभाव, क्षोभशून्यता, संतोष, श्रद्धाळूपणा, क्रोधाचा अभाव, सदैव सरलता, मितभाषित्व, अभिमानशून्यता, गुरुजनांचें पूजन, असूयेचा अभाव, प्राण्यांवर दया, दुष्टपणाचा अभाव, आणि लौकिक वार्ता, असत्य भाषण आणि स्तुति व निंदा ह्यांचा त्याग हीं सर्व दमाच्या उत्पत्तीचीं कारणें आहेत. कल्याणेच्छु पुरुषानें ज्या ज्या वेळीं सुख अथवा दुःख होईल त्या त्या वेळीं त्याचा उपभोग घ्यावा, पण त्याजपासून पुढें उत्पन्न होणाऱ्या फलाची आशा करूं नये. त्यानें कोणाशीं वैर करूं नये; कोणाचाही आदर करण्यांत कपट असूं नये; निंदा किंवा स्तुति ह्या दोहोंना सारखेंच लेखावें; आचरण चांगलें ठेवावें; शीलसंपन्न असावें; अंतःकरण प्रसन्न राखावें; इंद्रियांचा निग्रह करावा; आणि कामादि शत्रूंना आपल्या अंकित करून सोडावें. अशा प्रकारें वागणारा पुरुष लोकांकडून सत्कार पावून मेल्यावर स्वर्गास जातो. दुष्काळामध्यें वगैरे सर्व लोकांना दुर्लभ असें अन्नादि देऊन तो आनंद पावतो व सुखी होतो. तो भूतमात्राच्या हिताविषयीं तत्पर असतो व कोणाचा द्वेष करीत नाहीं. एखाद्या मोठ्या डोहाप्रमाणें तो सदैव अक्षोभ्य स्थितींत असतो; व ज्ञानानेंच तृप्ति पावून प्रसन्न असतो. दमयुक्त पुरुषापासून कोणालाही भीति नसते; आणि त्यालाही कोणापासून भीति नसते. दमयुक्त पुरुषाला ज्ञानाची प्राप्ति होऊन तो सर्व लोकांना पूज्य होऊन रहातो. ज्याला मोठा लाभ झाला तरी आनंद होत नाहीं व संकट आलें तरी दुःख होत नाहीं, तो ज्ञानमर्यादा जाणणारा ब्राह्मण दमसंपन्न होय असें सांगितलें आहे. शास्त्रज्ञानसंपन्न आणि सत्पुरुषांनीं आचरण केलेलीं कर्में करून शुद्ध झालेला जो दमयुक्त पुरुष, त्याला त्याच्या आचरणाचें महाफल उपभोगावयास मिळतें. असूयेचा अभाव, क्षमा, शांति, संतोष, प्रियभाषण, सत्य, दान आणि अनायास हा कांहीं दुष्टांचा मार्ग नाहीं. तसेंच काम, क्रोध, लोभ, मात्सर्य व आत्मश्लाघा हा सज्जनांचा मार्ग नव्हे. याकरितां सदाचारसंपन्न ब्राह्मणानें कामक्रोधांना अंकित करून इंद्रियांचा जय करावा; आणि ब्रह्मचर्यानें राहून अज्ञानरूपी घोर अंधकारामध्यें न डगमगतां वीराप्रमाणें रहावें; व मनोजय करून कालाची मार्गप्रतीक्षा करीत निर्बाधपणें लोकांमध्यें संचार करीत असावें.

अध्याय दोनशें एकविसावा.

—:०:—

अहिंसादि सदाचार.

युधिष्ठिर म्हणालाः——पितामह, दमयुक्त पुरुषापासून कोणालाही भीति नसते असें आतां आपण सांगितलें. यावरून हिंसा करूं नये असें सिद्ध होतें. पण व्रतनिष्ठ ब्राह्मण विधिवाक्यांमध्यें सांगितलेलीं फळें मिळावीं यासाठीं यज्ञ करतात आणि त्यांतील अवशिष्ट हविर्द्रव्य भक्षण करितात; तेव्हां हें कसें? कारण, यज्ञामध्यें हिंसा असावयाचीच !

भीष्म म्हणालेः——बा युधिष्ठिरा, वेदप्रतिपादित आणि वेदामध्यें न प्रतिपादन केलेलीं अशीं दोन प्रकारचीं जीं विधिवाक्यें आहेत, त्यांपैकीं वेदाहून अन्य ग्रंथांत अर्थात् तंत्रादिकांत असलेलीं जीं विधिवाक्यें, त्यांमध्यें सांगितलेलीं हिंसादि कर्में करणारे लोक स्वच्छंदाचारी बनून अभक्ष्यभक्षण वगैरे करितात

आणि तेणेंकरून पतित होतात. पण वेदप्रतिपादित अशा विधींमध्यें सांगितलेलीं कर्में करून अवशिष्ट होमद्रव्य भक्षण करणारे पुरुष फलाविषयींची इच्छा करणारे होत. ते स्वर्गाला गेले तरी त्यांना मृत्युलोकीं यावें लागतें.

युधिष्ठिर म्हणालाः—महाराज, अज्ञ लोक उपवासाला तप असें म्हणत असतात. तेव्हां उपवास हेंच तप आहे, का ते दुसरें कांहीं आहे?

भीष्म म्हणालेः—महिना पंधरा दिवस उपवास करणें ह्यालाच लोक तप असें म्हणत असतात. पण तसें केल्यानें आत्मविद्येच्या अभ्यासामध्यें विघ्न उत्पन्न होतें, म्हणूनच सत्पुरुष हे ह्या उपवासाला तप असें मानीत नाहींत. प्राण्यांना भीतिकारक अशा कर्मांचा त्याग करणें व त्यांना संतुष्ट ठेवणें हेंच आत्मविद्योपयोगी असें उत्कृष्ट तप होय. हे भरतकुलोत्पन्ना, धर्माचरणाची इच्छा असलेल्या गृहस्थाश्रमी ब्राह्मणानेंही सदैव उपवास करावे; ब्रह्मचर्यानें रहावें; मननशील बनावें; देवतांची उपासना करावी; निद्रेचा त्याग करावा; मांसभक्षण करूं नये; सदैव शुचिर्भूत रहावें; गृहांतील सर्व लोकांचें भोजन झाल्यानंतर भोजन करावें; देवता आणि अतिथि यांचें पूजन करावें; देव, पितर व अतिथि ह्यांना अर्पण करून अवशिष्ट राहील तेंच अन्न भक्षण करावें; सदैव श्रद्धालु असावें; देवब्राह्मणांविषयीं आदर ठेवावा; आणि अतिथिसत्कार करण्याविषयीं तत्पर असावें.

युधिष्ठिर म्हणालाः—कोणत्या प्रकारें वागलें असतां मनुष्य सदैव उपवासी होतो? तसेंच कोणत्या आचरणानें तो सदैव ब्रह्मचारी रहातो? कशा प्रकारचें आचरण ठेवलें असतां विघसाशी होतो? आणि काय केलें असतां तो अतिथिव्रत बनतो?

भीष्म म्हणालेः—एकदा सकाळीं आणि एकदा संध्याकाळीं भोजन करावें; त्यावांचून मध्यें भोजन करूं नये. असें करणारा पुरुष सदैव उपवासी होय. ऋतुकालीं स्त्रीसमागम करणारा ब्राह्मण ब्रह्मचारी होय. जो पुरुष सदैव सत्यवक्ता आणि ज्ञाननिष्ठ असून देवता व पितर ह्यांचें अर्चन करून अवशिष्ट राहिलेल्या मांसावांचून इतर मांस भक्षण करीत नाहीं, तोही मांसभक्षण न करणाराच होय. नेहमीं दान करणारा व शुचिर्भूत असणारा जो पुरुष दिवसास झोंप घेत नाहीं, तो जागरण करणाराच होय. युधिष्ठिरा, भृत्य व अतिथि ह्यांचें भोजन झाल्यानंतरच जो अन्न ग्रहण करितो तो केवळ अमृतच भक्षण करितो असें समज. जो ब्राह्मण त्यांचें भोजन झाल्यावांचून केव्हांही अन्नग्रहण करीत नाहीं, त्याला त्याच्या त्या आचरणानें स्वर्गप्राप्ति होते. देव, पितर, अतिथि आणि पोष्यवर्ग ह्यांना देऊन अवशिष्ट राहिलेलें अन्न (विघस) भक्षण करणारा जो पुरुष त्याला विघसाशी असें म्हणतात. अशा लोकांना चिरकाल सद्गतीची प्राप्ति होते; व त्यांच्या गृहामध्यें ब्रह्मदेवासह सर्व देव आणि अप्सरा येऊन वास्तव्य करीत असतात. जे लोक देवता आणि पितर ह्यांचें आराधन करून अवशिष्ट राहिलेलें अन्न भक्षण करितात, ते इहलोकीं पुत्रपौत्रादि संततीसह आनंदानें राहतात व शेवटीं त्यांना सद्गतीची प्राप्ति होते.

अध्याय दोनशें बाविसावा.

—:०:—

इंद्र आणि प्रल्हाद यांचा संवाद.

युधिष्ठिर म्हणालाः—पितामह, ह्या लोकामध्यें जें कांहीं शुभ अथवा अशुभ कर्म घडतें, तें करणाऱ्या पुरुषाला त्याचें फळ मिळतें. परंतु ज्याच्या हातून तें कर्म घडतें तो पुरुषच त्या कर्माचा कर्ता आहे कीं नाहीं, ह्याविषयींचा

मला संशय आहे. ह्यास्तव त्याचें तत्त्व आपल्याकडून ऐकावें अशी माझी इच्छा आहे.

भीष्म म्हणतातः—युधिष्ठिरा, ह्यासंबंधानें एक पुरातन इतिहास उदाहरणार्थ सांगत असतात. तो म्हणजे प्रऱ्हाद आणि इंद्र ह्यांच्यामध्यें झालेला संवाद होय. युधिष्ठिरा, कोठेंही आसक्त नसणारा, निष्पाप, कुलीन, बहुश्रुत, अहंकार किंवा ताठा नसलेला, सत्त्वस्थ, सदाचारनिरत, दमसंपन्न, निंदा व स्तुति ह्यांस समान लेखणारा, निर्जनगृहामध्यें वास्तव्य करणारा, चराचर प्राण्यांची उत्पत्ति व नाश ह्यांचें ज्ञान असलेला, इष्टप्राप्तीमुळें आनंदित अथवा अनिष्टप्राप्तीमुळें क्रुद्ध न होणारा, सुवर्ण असो कीं मातीचें ढेंकूळ असो—दोन्ही सारखींच मानणारा, कल्याणमय आणि ज्ञानस्वरूप अशा आत्म्याविषयींच्या कुतर्कांनीं न पछाडलेला, आत्मज्ञानासंबंधाच्या सिद्धांताचें ज्ञान असलेला, प्राण्यांचा आदि व अंत समजणारा, सर्ववेत्ता, सर्व प्राण्यांवर समदृष्टि ठेवणारा, आणि जितेंद्रिय असा प्रऱ्हाद एकदा एकांतामध्यें बसला होता. त्या वेळीं, त्याचें ज्ञान कोणत्या प्रकारचें आहे हें जाणण्याच्या इच्छेनें इंद्र त्याजकडे आला व म्हणाला, "प्रऱ्हादा, ज्या गुणांच्या योगानें मनुष्य इहलोकीं सर्वांस मान्य होतो, त्या सर्व गुणांपैकीं तुजमध्यें अमुक एक नाहीं असें मला वाटत नाहीं. तथापि तुझी बुद्धि बालकाप्रमाणें रागद्वेषादिरहित दिसते. तेव्हां तुला आत्मज्ञान झालें आहेसें दिसतें. म्हणून विचारतों, तें ज्ञान होण्यास तुझ्या मतें उत्कृष्ट साधन कोणतें? प्रऱ्हादा, तूं शत्रूंच्या तावडींत सांपडलास; तुला पाशांनीं बद्ध करून स्थानभ्रष्ट केलें; आणि तुझी संपत्ति नाहींशी झाली. अशा स्थितींत तुला शोक झाला पाहिजे, परंतु तो होत नाहीं. तेव्हां, हे दैतेया प्रऱ्हादा, आपलें हें दुःख पाहूनही तूं जो स्वस्थ आहेस त्याचें कारण—तुला खरोखरच ज्ञानप्राप्ति झाली आहे? किंवा तुझ्या ठिकाणीं तसें धैर्यच आहे?

याप्रमाणें इंद्रानें प्रश्न केला, तेव्हां आत्मज्ञानाविषयींच्या सिद्धांताचें पूर्ण ज्ञान असणारा विद्वान् प्रऱ्हाद हा आपल्याला प्राप्त झालेलें ज्ञान कथन करण्याच्या उद्देशानें मधुर वाणीनें बोलूं लागला.

प्रऱ्हाद म्हणालाः—प्राण्यांच्या उत्पत्तीचें व प्रलयाचें स्थान प्रकृति (माया) आहे हें ज्याला समजत नाहीं, त्याच्याच स्वस्थतेला अज्ञानामुळें प्रतिबंध होतो; पण ज्याला आत्म्याचें ज्ञान आहे, त्याच्या स्वस्थतेला प्रतिबंध होत नाहीं. कोणतेही सत्तारूपी अथवा अभावरूपी पदार्थ प्रकृतीपासून उत्पन्न होतात अथवा लय पावतात ते स्वभावामुळेंच. ते पदार्थ प्रकृतीपासून उत्पन्न व्हावे आणि तींतच त्यांचा लय व्हावा, हा प्रकृतीचा स्वभावच होय. म्हणूनच अशा कामीं प्रवर्तक म्हणून पुरुषाची अपेक्षा नाहीं; आणि जर पुरुषाची जरूर नाहीं तर मग त्या गोष्टी घडवून आणणारा कोणी नाहीं असेंच म्हटलें पाहिजे. ह्याप्रमाणें जरी पुरुष (जीव) हा ह्या गोष्टींचा कर्ता नाहीं, तरी अविद्येच्या संसर्गामुळें त्याला कर्तृत्वादिकांचा अभिमान होणें शक्य आहे. जो मनुष्य बरें अथवा वाईट जें कांहीं घडतें त्या सर्वांचा कर्ता आत्माच आहे असें मानतो, त्याची बुद्धि दोषग्रस्त व म्हणूनच तत्त्वज्ञानशून्य होय असें माझें मत आहे. इंद्रा, जर आत्मा हाच प्रत्येक गोष्टीचा कर्ता आहे आणि आपल्याच कल्याणाकरितां सर्व गोष्टी करीत असतो असें मानिलें, तर त्याचे सर्व उद्योग सफल झाले पाहिजेत;—कोणताही उद्योग कुंठित होतां उपयोगी नाहीं. कारण, आत्मा हा स्वतंत्र व सर्वशक्तिसंपन्न आहे. पण लोकांमध्यें तर असें दिसून येतें कीं, प्रयत्न करीत असलेल्या पुरुषांना अनिष्टाची प्राप्ति होते आणि इष्टप्राप्ति

होत नाहीं. मग त्या गोष्टी घडून येण्याला आत्मा हा कोठून कारण असणार? कित्येक लोकांना तर प्रयत्न न करतां अनिष्टाची प्राप्ति होते आणि इष्टाचा नाश होतो. ह्यावरून, ह्या सर्वांस प्रकृतीचा स्वभाव हाच कारण आहे असें दिसतें. कांहीं अत्यंत सुस्वरूप व अतिशय बुद्धिमान् लोक कुरूप व अल्पबुद्धि अशा लोकांपासून द्रव्य संपादन करण्याची इच्छा करितात; पण आत्मा हाच जर कर्ता असेल तर असें घडणार नाहीं. कारण, एके ठिकाणीं आपल्याला सुख व्हावें व दुसरे ठिकाणीं दुःख व्हावें अशी इच्छा असण्याचें कारण नाहीं. याप्रमाणें, जर सुखदुःखादिक शुभाशुभ गोष्टी स्वभावाच्याच प्रेरणेनें उत्पन्न होतात, तर मग त्यांसंबंधानें 'मी कर्ता आहें' वगैरे अभिमान कोणालाही असण्याचें काय कारण आहे? प्रत्येक गोष्ट अर्थात् आत्मज्ञान अथवा मोक्षही स्वभावाच्याच योगानें होते, असा माझा सिद्धांत आहे; ह्यावांचून त्यांना दुसरें कांहीं कारण आहे असें मला वाटत नाहीं. कित्येक लोक इहलोकीं मिळणाऱ्या शुभाशुभ फलांचें कारण कर्मच आहे असें मानतात. तेव्हां आतां कर्मांचीं विशिष्ट कार्यें कोणतीं तें मी तुला सांगतों, ऐक. ज्याप्रमाणें एखादा कावळा एखाद्या ठिकाणीं अन्न भक्षण करावयाचें असतां शब्द करून तेथें अन्न असल्याचें इतरांना कळवीत असतो, अर्थात् त्याचा शब्द हें तेथें अन्न असल्याचें लक्षण (सूचक) असतें, त्याचप्रमाणें सर्वही कर्में स्वभावाचींच सूचक आहेत. ज्याला केवळ प्रकृतीपासून उत्पन्न होणाऱ्या कार्यांचें मात्र ज्ञान असतें, पण जड प्रकृतीहून पर आणि जगतास उपादानभूत अशी आत्मरूपी वस्तु आहे हें ज्ञान नसतें, त्याच्या स्वास्थ्याला ज्ञानामुळें प्रतिबंध होतो;—आत्मज्ञान असल्यास तसा प्रतिबंध होत नाहीं. जगतांतील प्रत्येक गोष्ट स्वभावाच्याच योगानें घडून येते असें ज्याला निश्चितपणें ज्ञान झालें आहे, त्याला अभिमान अथवा ताठा काय कारणार आहे? इंद्रा, मला सर्व प्रकारच्या धर्मविधींचें ज्ञान आहे. प्राणी नश्वर आहेत इतकेंच नव्हे, तर हें सर्व विश्व नाश पावणारें आहे, असें ज्ञान मला झालेलें आहे, म्हणूनच मला शोक होत नाहीं. ममता, अहंकार आणि आशा यांचा मीं त्याग केलेला आहे, म्हणूनच मी बंधमुक्त, आत्मनिष्ठ आणि स्वरूपभ्रष्ट न झालेला असा असून, प्राण्यांची उत्पत्ति व लय (निर्विकार मनानें) पाहात असतों. इंद्रा, वैराग्यसंपन्न, आशाविरहित, जितेंद्रिय व ज्ञानसंपादन केलेल्या पुरुषाला आत्मा हा निर्विकार आहे हें दिसत असतें, म्हणूनच त्याला क्लेश होत नाहींत. इंद्रा, प्रकृति अथवा विकृति ह्यांसंबंधानें माझ्या ठिकाणीं प्रेम नाहीं आणि द्वेषही नाहीं; आणि असा कोणी द्वेष करणारा मला दिसत नाही, कीं जो माझा द्वेष करीत आहे असें म्हणतां येईल! इंद्रा, मी वर, खालीं अथवा तिरप्या प्रदेशांत भ्रमणाऱ्या कोणत्याही वस्तूची इच्छा करीत नाहीं. अर्थात् स्वर्ग, मृत्यु अथवा पाताळ ह्यांपैकीं मला कोणाचीच इच्छा नाहीं. त्याचप्रमाणें ज्ञेय वस्तु, ज्ञानाचें साधन (बुद्धि) आणि ज्ञान ह्यांचीही मी इच्छा करीत नाहीं.

इंद्र म्हणालाः—प्रल्हादा, आतां मी तुला असें विचारतों कीं, तुला झालेलें हें ज्ञान आणि शांति हीं कोणत्या उपायानें प्राप्त होतात तो उपाय मला सांग.

प्रल्हाद म्हणालाः—सरळपणाचें वर्तन, सावधानपणा, अंतःकरणाची शुद्धि, इंद्रियांना जय आणि वृद्धांची सेवा ह्यांच्या योगानें मनुष्याला आत्मप्राप्ति होते. इंद्रा, आत्मज्ञान

स्वभावाच्याच योगानें होतें आणि शांतीच्याही प्राप्तीचें कारण स्वभावच आहे. किंबहुना तुला जगतामध्यें जें जें कांहीं दिसत आहे तें सर्व स्वभावाच्याच योगानें निष्पन्न झालेलें आहे.

युधिष्ठिरा, याप्रमाणें दैत्याधिपति प्रऱ्हाद यानें भाषण केलें असतां इंद्राला विस्मय वाटला व त्यानें त्याच्या वचनाची आनंदानें प्रशंसा केली; आणि नंतर त्या दैत्याधिपति प्रऱ्हादाचें पूजन करून तो त्रैलोक्यनायक सर्वशक्तिसंपन्न इंद्र त्याची अनुज्ञा घेऊन आपल्या लोकाकडे निघून गेला.

अध्याय दोनशें तेविसावा.

--:०:--

बलि व इंद्र यांचा संवाद.

युधिष्ठिर म्हणालाः—पितामह, राजाला कोणत्या प्रकारची बुद्धि झाली म्हणजे तो कालदंडानें चूर होऊन जातो व राज्यभ्रष्ट होऊन भूमीवर फिरूं लागतो, तें मला सांगा.

भीष्म म्हणाले;—याविषयीं इंद्र आणि विरोचनपुत्र बलि ह्यांमध्यें झालेला एक प्राचीन संवाद इतिहास म्हणून सांगत असतात. तो असाः—

पूर्वीं सर्व असुरांचा पराभव केल्यानंतर इंद्र ब्रह्मदेवाकडे आला आणि नमस्कार करून हात जोडून ‘ बलि कोठें आहे ? ’ असें विचारूं लागला. तो म्हणाला, “ हे ब्रह्मन्, ज्यानें कितीही द्रव्य दान केलें तरी ज्याचें द्रव्य कमी होत नाहीं, तो बलि मला अद्यापि मिळाला नाहीं. ह्यास्तव तो बलि कोठें आहे तें मला सांगा. तो वायु आहे काय ? वरुण आहे काय ? रवि आहे काय ? चंद्र आहे काय ? सर्व प्राण्यांना ताप देणारा अग्नि तोच आहे काय ? किंवा तो जल आहे ? अस्ताला पावणारा आणि उदय पावून दिशांना प्रकाशित करणारा असा जो आहे तोच बलि काय ? निरलसपणें वेळेवर वृष्टि करणारा बलिच काय ? तो बलि मला अद्यापि मिळाला नाहीं. ह्यास्तव, ब्रह्मन्, बलि कोठें आहे हें मला सांगा.”

ब्रह्मदेव म्हणालाः—इंद्रा, बलीसंबंधानें तूं मला प्रश्न करीत आहेस हें बरें नाहीं; पण प्रश्न केल्यानंतर खोटें सांगूं नये असें आहे म्हणून सांगतों. इंद्रा, ओसाड अशा एखाद्या गृहामध्यें उंट, गाई, घोडे अथवा गर्दभ ह्यांच्या जातींपैकीं जो एखादा श्रेष्ठ प्राणी असेल, तोच बलि होय.

इंद्र म्हणालाः—हे ब्रह्मन्, त्या ओसाड गृहामध्यें जर माझी व बलीची गांठ पडली तर मी त्याचा वध करावा किंवा न करावा तें सांगा.

ब्रह्मदेव म्हणालाः—इंद्रा, बलीचा वध करूं नको. कारण तो वधाला पात्र नाहीं. ह्यास्तव, इंद्रा, तूं त्याजकडे जाऊन त्याला स्वेच्छेनें नीतिविषयक प्रश्न कर.

भीष्म म्हणालेः—याप्रमाणें भगवान् ब्रह्मदेवानें सांगितल्यानंतर श्रीमान् इंद्र ऐरावताच्या स्कंधप्रदेशावर आरोहण करून पृथ्वीवर फिरूं लागला. तेव्हां गर्दभाच्या वेषामध्यें असलेला बलि ब्रह्मदेवाच्या सांगण्याप्रमाणें एका ओसाड गृहामध्यें त्याला दिसला. तेव्हां इंद्र त्याजपाशीं जाऊन म्हणाला, “ हे दनुकुलोत्पन्ना, तूं गर्दभयोनीमध्यें उत्पन्न होऊन कोंडा खात राहिलेला आहेस. तुला प्राप्त झालेली ही गर्दभयोनि अतिशय निकृष्ट प्रकारची आहे. तेव्हां ह्यासंबंधानें तुला वाईट वाटतें किंवा नाहीं ? तुझी संपत्ति नष्ट झाली आहे; मित्र नाहींतसे झालेले आहेत; सामर्थ्य आणि पराक्रम ह्यांनीं तुला सोडलेलें आहे; आणि तूं शत्रूच्या अधीन झालेला आहेस. हें तुझें स्वरूप पूर्वीं केव्हांही दृष्टोत्पत्तीस न आलेलें असें आहे. पूर्वीं हजारों वाहनांतून आपल्या ज्ञातींना बरोबर घेऊन तूं लोकांना ताप देत

फिरत होतास, त्या वेळीं आम्ही तुझ्या खिसगणतींतही नव्हतों. सर्व दैत्य तुझ्या आज्ञेंत वागत होते आणि तुझ्या आज्ञेची प्रतीक्षा करीत तुझ्या मुखाकडे दृष्टि लावून राहिलेले होते. ज्या वेळीं तुझें ऐश्वर्य होतें त्या वेळीं भूमीमध्यें नांगरल्यावांचूनच धान्य पिकत असे. तुझें ऐश्वर्य पूर्वी अशा प्रकारचें असून आज तुला अशी विपन्न स्थिति प्राप्त झाली आहे, यामुळें तुला दुःख होत आहे किंवा नाहीं? पूर्वी तूं समुद्राच्या पूर्वतीरावर इष्ट विषयांचा उपभोग घेत राहिला होतास आणि आपलें द्रव्य आपल्या आप्तमित्रांना विभागून देत होतास, त्या वेळीं तुझ्या मनाची स्थिति काय होती? तसेंच ऐश्वर्यानें शोभायमान असलेल्या अशा तुजपुढें सुवर्णतुल्य कांति असलेल्या व कमलमाला धारण करणाऱ्या हजारों देवस्त्रिया अनेक वर्षेपर्यंत विहारकालीं नृत्य करीत होत्या, त्या वेळीं तुझ्या मनाची स्थिति काय होती? आणि आज काय आहे? त्या वेळीं तुजवर रत्नांनीं विभूषित असलेलें सुवर्णाचें मोठें छत्र होतें; आणि सहा हजार गंधर्व सात टोळ्या करून त्या वेळीं तुजपुढें नृत्य करीत होते. त्या वेळीं तूं यज्ञ करीत होतास व त्यांत तुझा प्रचंड असा सुवर्णमय यज्ञस्तंभ होता. त्या यज्ञामध्यें प्रत्येक वेळीं एक हजार याप्रमाणें लागोपाठ एक लक्ष गाई तूं दान केल्या होत्यास. त्या वेळीं तुझी बुद्धि कोणत्या प्रकारची होती? जेव्हां तूं यज्ञदीक्षा घेऊन शम्याक्षेपसंज्ञक[1] विधीच्या अनुरोधानें सर्व पृथ्वीवर फिरलास, तेव्हां तुझ्या अंतःकरणांत काय काय विचार होते? हे असुराधिपते, सांप्रत तुझी झारी, छत्री, पंखा आणि ब्रह्मदेवानें तुला दिलेली माळ हीं कोठें दिसत नाहींत!

बलि म्हणालाः—इंद्रा, तुला माझी झारी, छत्री आणि पंखा हीं दिसत नाहींत, आणि ब्रह्मदेवानें मला दिलेली माळही तुझ्या दृष्टीस पडावयाची नाहीं. इंद्रा, माझ्या ज्या रत्नांसंबंधानें तूं प्रश्न करीत आहेस, तीं सर्व मूळ प्रकृतीमध्यें लीन होऊन गेलीं आहेत. आतां जेव्हां माझा अनुकूल काल येईल, तेव्हां तीं तुला दिसतील. इंद्रा, तूं ऐश्वर्यामध्यें आहेस आणि मी ऐश्वर्यहीन आहें. अशा स्थितींत तूं माझ्या संबंधानें वल्गना करूं इच्छीत आहेस, हें कांहीं तुझ्या कुलाला अथवा कीर्तीला साजेसें नाहीं. आत्मज्ञान झालेले व त्यामुळेंच तृप्त होऊन राहणारे क्षमाशील विद्वान् सत्पुरुष हे दुःख प्राप्त झालें म्हणून कष्टी होत नाहींत आणि अभ्युदय झाला म्हणून आनंदही पावत नाहींत. परंतु, इंद्रा, तुझी बुद्धि निकृष्ट प्रतीची आहे, म्हणूनच तूं अशी बडबड करीत आहेस. पण पुढें जेव्हां तुला माझ्यासारखी स्थिति प्राप्त होईल, तेव्हां तुझ्या तोंडांतून शब्दही निघणार नाहीं!

अध्याय दोनशें चोविसावा.

—:०:—

कालाचें कारणत्व.

भीष्म म्हणालेः—हें भाषण ऐकून, सर्प ज्याप्रमाणें फूत्कार टाकतो त्याप्रमाणें निःश्वास सोडणाऱ्या बलीचें उत्कृष्ट भाषण श्रवण करण्यासाठीं इंद्र हंसत हंसत पुनः त्याला असें बोलला.

इंद्र म्हणालाः—बले, पूर्वी आपल्या ज्ञातीसह हजारों वाहनांतून सर्व लोकांना ताप

1 मुळाशीं मोठी आणि शेवटीं बारीक अशी छत्तीस बोटें लांब असणारी जी काठी तिला शम्या असें म्हणतात. ही शम्या जोरदार मनुष्यानें फेंकल्यावर जेवढ्या अंतरावर पडेल तेवढा प्रदेश हें एक देवयजन होय. अशा रीतीनें यज्ञ करीत फिरणें ह्याला शम्याक्षेपविधि असें म्हणतात.

देत तूं जात होतास, तेव्हां तुला आमची कल्पनाही नव्हती. पण, बले, आतां तुझ्या इष्टमित्रांनीं तुझा त्याग केला आहे आणि तुला अशा प्रकारची ही अत्यंत दीनवाणी स्थिति प्राप्त झाली आहे, हें पाहून तुला दुःख होत आहे किंवा नाहीं? बले, पूर्वी तुझ्या ताब्यांत अनेक लोक होते आणि तूं निस्सीम आनंद पावत होतास; पण आज तुला ही निकृष्ट दशा प्राप्त झालेली आहे, तेव्हां त्यामुळें तुला शोक होत आहे कीं नाहीं?

बलि म्हणालाः—इंद्रा, कालाच्या परिवर्तनाचा जो स्वभाव आहे, त्यामुळें प्राप्त होणारी स्थिति कायमची नाहीं, हें मी समजून आहें. म्हणूनच, इंद्रा, मला दुःख वाटत नाहीं. हें जें कांहीं सर्व आहे तें सर्व विनाशी आहे. हे देवाधिपते, प्राण्यांचे जे हे देह आहेत ते सर्व नाश पावणारे आहेत. म्हणूनच मला माझ्या ह्या गर्दभदेहासंबंधानें वाईट वाटत नाहीं. शिवाय, हें गर्दभत्व कांहीं मला माझ्या अपराधामुळें प्राप्त झालेलें नाहीं, तर तें कालगतीनेंच प्राप्त झालेलें आहे. इंद्रा, जीवित आणि शरीर ह्या दोहोंची उत्पत्ति स्वभावतःच एकदम होते; त्यांची वृद्धि एकदमच होते; आणि नाशही एकदमच होतो. अर्थात्च माझें हें शरीर आणि जीवित नष्ट होणारच आहे हें मी जाणून आहें, म्हणूनच मला अशी स्थिति प्राप्त झाली असतांही बिलकूल दुःख होत नाहीं. कारण, मला जर ज्ञान आहे, तर मग दुःख कोठून होणार? इंद्रा, जलप्रवाहाचा शेवट जसा समुद्रांत व्हावयाचा, तसाच प्राण्यांचा शेवट मरणांत व्हावयाचा; हें ज्यांना बरोबर समजत नाहीं, तेच मोहानें ग्रस्त होतात. रजोगुण व अज्ञान ह्यांचें केवळ आश्रयस्थान बनलेल्या ज्या लोकांना अशा प्रकारचें ज्ञान होत नाहीं, ते संकटांत पडून क्लेश भोगीत असतात आणि त्यांची बुद्धि नष्ट होते. मनुष्याला ज्ञानप्राप्ति झाली म्हणजे त्याच्या सर्व पातकांचा नाश होतो; पापाचा नाश झाला म्हणजे सत्त्वगुणाचा उदय होतो; व तो सत्त्वनिष्ठ बनला म्हणजे उत्कृष्ट प्रकारें प्रसन्न स्थितींत असतो. ह्या सत्त्वगुणापासून जे लोक निवृत्त झालेले असतात, त्यांना पुनःपुनः जन्म घ्यावा लागतो आणि ते कामक्रोधादिकांच्या तावडींत सांपडून दीन बनतात व क्लेश पावतात. इंद्रा, कार्यसिद्धि, संकट, जीवित, मरण आणि सुखमय किंवा दुःखमय फल ह्यांपैकीं मी कशाचा द्वेष करीत नाहीं व कशाची इच्छाही करीत नाहीं. इंद्रा, जो मनुष्य एखाद्याचा वध करीत असतो, त्याचा वध कालानें केलेलाच असतो; आणि तो ज्याचा वध करितो त्याचाही वध झालेलाच असतो. सारांश, एखाद्याचा वध करणें म्हणजे मृताला मारणेंच आहे, हें वध करणारा व वध पावणारा ह्या दोघांसही कळत नाहीं. वध अथवा जय करणारा अशी ज्यासंबंधानें कल्पना आहे, तो केवळ आत्म्याचा आभास होय. कारण, आत्मा हा कर्ता नाहीं. जो कर्ता आहे तोच हीं कर्में करतो; अर्थात् बुद्धीकडूनच हीं कर्में घडतात. लोकांचा नाश आणि उत्पत्ति हीं तरी कोण करतो? अर्थात्च जें इतराकडून झालें आहे तें मनच ह्यांचें उत्पादक आहे. पण मनाचाही कर्ता निराळाच आहे. त्याचा जो कर्ता तोच पृथ्वी, जल, तेज, वायु व आकाश ह्या पंचमहाभूतांच्या उत्पत्तीचें स्थान आहे. मग त्यासंबंधानें शोक कशाचा? इंद्रा, पुरुष मोठा विद्वान् असो अथवा कमी विद्वान् असो, बलवान् असो अथवा दुर्बल असो, सुंदर असो अथवा कुरूप असो, भाग्यवान् असो अथवा दुर्भाग्यसंपन्न असो, त्याला गंभीर असा काल आपल्या तेजानें आकर्षण करीत असतो. माझें हें पूर्वींचें शरीर अशाच प्रकारें कालाच्या अधीन झालेलें आहे. याचें जर मला

ज्ञान आहे, तर मग दुःख कसलें होणार? अग्नि जो पदार्थाला दग्ध करीत असतो तो कालरूपी परमेश्वरानें पूर्वींच दग्ध केलेला असतो; मनुष्य ज्याचा वध करितो त्याचा वध कालानें पूर्वींच केलेला असतो; ज्या पदार्थांचा कोणी नाश करितो त्याचा नाश कालाकडून पूर्वींच झालेला असतो; आणि मनुष्याला जेवढें कांहीं मिळावयाचें असेल तेवढेंच मिळतें, अधिक मिळत नाहीं. हा कालरूपी समुद्र फार अफाट आहे. ह्यामध्यें एखादें बेट सुद्धां नाहीं. ह्याला जर अलीकडचेंच तीर नाहीं, तर परतीर तरी कोठून असणार? पुण्य आणि पाप ह्यांहून अन्य असा जो कालरूपी विधाता, त्याचा अंत मला विचार केला तरी समजत नाहीं. इंद्रा, माझ्या डोळ्यांदेखत जर कालानें प्राण्यांचा नाश केला नसता, तर मग मी अविनाशी आहें इत्यादि कल्पना होऊन मला आनंद, गर्व व क्रोध हे विकार झाले असते. इंद्रा, मीं गर्दभाचें स्वरूप धारण केलें आहे आणि निर्जन गृहामध्यें कोंडा भक्षण करीत राहिलों आहें. अशा स्थितींत तूं मजकडे येऊन माझी निंदा करीत आहेस. मला जर माझ्या इच्छेनें सर्व गोष्टी करितां येत असत्या, जर मीं इच्छामात्रेंकरून नानाप्रकारचीं भयंकर रूपें धारण केलीं असतीं आणि तीं पाहून तूं पळून गेला असतास! इंद्रा, उगीच पौरुषाची घमेंड मारूं नको. कारण, काळ हाच सर्व कांहीं करीत असतो व सर्व कांहीं देत असतो. जगतांत ज्या गोष्टी आहेत त्या सर्व काळानेंच केलेल्या आहेत. इंद्रा, पूर्वीं मी क्रुद्ध होतांच सर्व जग अत्यंत कष्टी होत असे, ह्याबद्दल मला आतां वाईट वाटत नाहीं. कारण, लोकांची भरभराट आणि नाश ह्या गोष्टी कायमच्या आहेत हें मला माहीत आहे. इंद्रा, तूं देखील ह्याचा विचार कर. ह्यासंबंधानें मनाला आश्चर्य वाटूं देऊं नको. ऐश्वर्य आणि पराक्रम हीं कांहीं कोणाच्या हातांतील नाहींत. इंद्रा, तुझ्या अंतःकरणांत पूर्वीप्रमाणेंच अद्यापिही अज्ञान वास्तव्य करीत आहे. अद्यापिही तूं विचार कर आणि तत्त्वज्ञान संपादन कर. इंद्रा, तुला माहीतच आहे कीं, देव, मनुष्य, पितर, गंधर्व, सर्प आणि राक्षस हे सर्व माझ्या ताब्यांत होते. मात्सर्यबुद्धीनें मोहित होऊन गेलेले लोक ही 'ज्या दिशेला विरोचनपुत्र बलि वास्तव्य करितो त्या दिशेला देखील नमस्कार असो!' असें म्हणत आणि मला शरण येत. पण आतां माझें तें स्वरूप नष्ट झालेलें आहे व मला दुर्गति प्राप्त झाली आहे. तथापि, इंद्रा, त्याबद्दल मला वाईट वाटत नाहीं. कारण, मी स्वतंत्र नसून, जगाचा शास्ता जो काल त्याच्या अधीन आहें, असा माझा पक्का समज आहे. एखादा मनुष्य मोठ्या कुळामध्यें उत्पन्न झालेला असतो, सुंदर असतो, पराक्रमशाली असतो, तथापि तो आणि त्याचा परिवार ह्यांना कष्टानें जीवित कंठावें लागतें असें दिसून येतें, याचें कारण भवितव्यच तसें असतें हें होय. तसेंच, एखाद्या मनुष्याची उत्पत्ति वाईट कुळामध्यें झालेली असते, आणि तो मूर्ख व दुराचारी असतो; तथापि, इंद्रा, तो आपल्या परिवारासह सुखानें नांदत असतो असें पाहाण्यांत येतें, याचें कारण तशा प्रकारचें भवितव्यच होय. एखादी स्त्री सुलक्षणा आणि सुंदर असते, तथापि तिची अवस्था फार निकृष्ट असते, आणि दुसरी एखादी कुलक्षणी व कुरूप असून ऐश्वर्यसंपन्न अशा स्थितींत असते, ह्याचें तरी कारण भवितव्यतेवांचून दुसरें काय? इंद्रा, तूं अशा स्थितींत आहेस हें कांहीं तुझ्या कृत्यामुळें घडलेलें नाहीं; आणि मी अशा स्थितींत आहें हेंही कांहीं माझ्या कृत्यामुळें घडलेलें नाहीं. हे शतक्रतो, मीं केलेलें कर्मच अशा

प्रकारें परिणाम पावत आहे असें नाहीं. भरभराट अथवा निष्कृष्ट स्थिति ही केवल कालगतीनें प्राप्त होणारी आहे. इंद्रा, तूं देवांचा राजा आहेस, श्रीमान् आहेस, कांतिमान् आहेस, ऐश्वर्यामुळें झळकत आहेस आणि माझ्यापुढें गर्जना करीत आहेस हें मी पाहात आहें; या वेळीं मला जर कालानें आक्रमण केलेलें नसतें, तर मी माझ्या मुष्टीच्या प्रहारानें तुला तुझ्या वज्रासह खालीं पाडलें असतें. पण सांप्रतचा हा काल पराक्रमाचा नाहीं, तर शांतीचा आहे. काळ हाच सर्वांची स्थापना करीत असतो व कालच परिणाम घडवून आणीत असतो. मी असाच गर्जना करीत होतों, दुसऱ्यांना अतिशय ताप देत होतों, व सर्व दैत्याधिपति माझें पूजन करीत होते. असें असतां जर मला असा काल आला आहे, तर हा ज्याला येणार नाहीं असा कोण आहे ? हे देवाधिपते, प्रभावशाली अशा सर्व महात्म्या द्वादशादित्यांचें तेज पूर्वी मीं एकट्यानेंच धारण केलेलें होतें, मीच जल धारण करीत होतों आणि वृष्टिही करीत होतों. तसेंच, इंद्रा, मी त्रैलोक्याला ताप देत होतों, एकटाच झळकत होतों, वाटेल त्याचें संरक्षण करीत होतों, वाटेल त्याचा समूळ नाश करीत होतों, वाटेल त्याजकडून द्रव्यादि ग्रहण करीत होतों, वाटेल त्याला दान करीत होतों, इंद्रियादिकांचेंही संयमन करीत होतों, आणि नियमांचेंही आचरण करीत होतों. कारण, मी सामर्थ्यसंपन्न असा लोकांचा अधिपति होतों. पण, हे अमरनायका, तें माझें सर्व प्रभुत्व प्रस्तुत नष्ट झालेलें आहे. सांप्रत कालचक्रानें घेरून सोडल्यामुळें मला त्यांपैकीं कशाचाही भास होत नाहीं. इंद्रा, ह्या गोष्टींचा कर्ता कांहीं मी नाहीं, तूंही नाहींस आणि असाच दुसराही कोणी नाहीं. इंद्रा, कालगति हीच स्वैरपणानें लोकांचें पालन आणि संहार करीत असते. वेदवेत्ते लोक ह्या कालासच ब्रह्म असें म्हणतात. मास आणि अर्धमास हें याचें निवासस्थान असून दिवस आणि रात्र ह्यांनीं तें आच्छादित झालेलें आहे. वसंतादि ऋतु हीं ह्याचीं द्वारें असून वर्ष हें याचें मुख आहे. कांहीं लोक आपल्या बुद्धीबलानेंही हें सर्व कालब्रह्माचें स्वरूप उपास्य आहे असें म्हणतात; परंतु ब्रह्मोपासनेला विषयीभूत असे दोन पक्ष, शिर, मध्यदेश आणि पुच्छ ह्या पांच अवयवांनीं युक्त असणारे अन्नमयादि पांच कोशच आहेत असें मला श्रुतीवरून कळून आलेलें आहे. ज्याप्रमाणें अफाट समुद्रांतील पाणी खोल असून प्रवेश करण्याला कठीण असतें, त्याप्रमाणेंच ब्रह्मही फार खोल (इंद्रियें, वाणी, मन इत्यादिकांहून पलीकडे) आहे आणि म्हणूनच तेथें प्रवेश होणें कठीण आहे. त्याला आदि अथवा अंत नाहीं; त्याचीं विनाशी आणि अविनाशी अशीं दोन स्वरूपें आहेत; तें जरी आपल्या स्वरूपाचें ज्ञापक नाहीं, तरी बुद्धीमध्यें प्रतिबिंबरूपानें प्रविष्ट होऊन स्वस्वरूपाचें ज्ञापक बनतें. अर्थात् बुद्धीमध्यें पडलेलें आत्म्याचें प्रतिबिंब जो जीव, त्याजवरून आत्म्याच्या स्वरूपाचें ज्ञान होतें. जे लोक तत्त्ववेत्ते आहेत ते त्याला अविनाशी असेंच ह्मणतात: चित्त, इंद्रियें वगैरे जीं पंचमहाभूतांचीं कार्यें आहेत, त्यांमुळें आत्म्याच्या स्वरूपाचा विपर्यास झालेला आहे. पण तो खरा नसून केवळ अविद्येमुळें आत्म्याच्या ठिकाणीं कल्पिलेला आहे. कारण, आत्म्याला हें स्वरूप प्राप्त होणें शक्य नाहीं. ज्याच्या ठिकाणीं लीन झाल्यानंतर पुनर्जन्म प्राप्त होत नाहीं, तेंच आत्म्याचें खरें स्वरूप होय. आत्मा हाच सर्वांच्या लयाचें स्थान आहे. त्याच्या ठिकाणीं जर लीन व्हावयाचें नाहीं

तर मग दुसरीकडे कोठें लय पावणार ? प्राणी कोणीकडेही जाऊं लागला तरी त्याला आत्म्याचा वियोग होत नाहीं; आणि तो स्थिरपणें एके ठिकाणींच राहिला तरी आत्मा त्याचा त्याग करीत नाहीं. सारांश, आत्मा सर्वव्यापक असल्यामुळें, प्राणी कोणत्याही स्थितींत कोठेंही असला तरी तो त्याच्या सन्निधच असतो. तथापि सर्व इंद्रियें त्याला (प्रमाण, विपर्यय, विकल्प, निद्रा व स्मृति या) पांचही प्रकारांनीं पाहूं शकत नाहींत. ह्या आत्म्यालाच कोणी अग्नि म्हणतात; कोणी प्रजापति असेंही म्हणतात; ऋतु, मास, अर्धमास, दिवस, क्षण, पूर्वाह्ण, अपराह्ण, मध्याह्न आणि मुहूर्त असेंही कांहीं लोक यालाच म्हणतात. ह्या प्रमाणें ह्याचीं अनेकांनीं अनेक स्वरूपें वर्णन केलीं असलीं, तरी वस्तुतः त्याचें स्वरूप एकच आहे. इंद्रा, तोच काल असें समज. हें सर्व विश्व त्याच्याच अधीन आहे. इंद्रा, बल व पराक्रम ह्यांनीं युक्त असणारे तुझ्यासारखेच अनेक सहस्र इंद्र आजपर्यंत होऊन गेलेले आहेत. सामर्थ्यामुळें धुंद होऊन गेलेला तूं देवांचा अधिपति आहेस व तुझी शक्तिही मोठी आहे. तथापि, इंद्रा, काळाचें सामर्थ्य फार मोठें आहे; अर्थात् वेळ आली म्हणजे तो तुझाही संहार करील. तोच ह्या सर्व विश्वाचा संहार करीत असतो. तेव्हां, इंद्रा, मर्यादा सोडून वागूं नको. तूं असो, मी असो, अथवा आमच्या पूर्वींचेही लोक असोत, त्यांना ह्या कालाचें अतिक्रमण करितां येणें शक्य नाहीं. तुला ही अद्वितीय अशी राज्यलक्ष्मी प्राप्त झालेली आहे; आणि ही आपल्याच ठिकाणीं वास्तव्य करणार असा तुझा समज आहे; पण तो खोटा आहे. कारण, इंद्रा, लक्ष्मी ही कोठेंही एका ठिकाणीं स्थिरपणाणें रहात नाहीं. तुझ्यापेक्षांही अत्यंत उत्कृष्ट अशा हजारों इंद्रांच्या ठिकाणींही पूर्वीं ही होती व माझ्या ठिकाणींही होती. पण, हे देवाधिपते, त्या चपलेनें त्यांचा आणि माझाही त्याग करून तुझा अंगीकार केला. आतां तूंही अशा प्रकारचा आहेस हें कळून आलें म्हणजे ती लवकरच दुसरीकडे गमन करील! तेव्हां, इंद्रा, शांत हो, पुनरपि असें आचरण करूं नको.

अध्याय दोनशें पंचविसावा.

—:o:—

लक्ष्मीचें सान्निध्य.

भीष्म म्हणालेः—नंतर, युधिष्ठिरा, महात्म्या बलीच्या शरीरांतून बाहेर पडणारी मूर्तिमान् तेजस्विनी अशी लक्ष्मी इंद्राच्या दृष्टीस पडली. त्या दीप्तकांति लक्ष्मीला अवलोकन करतांच इंद्राचे नेत्र आश्चर्यानें विकसित झाले आणि त्यानें बलीला प्रश्न केला.

इंद्र म्हणालाः—बले, आपल्या तेजानें झळकणारी, बाहुभूषणें धारण करणारी, शिखंडिनी[1] आणि शोभासंपन्न अशी ही कोण स्त्री तुझ्या शरीरांतून बाहेर पडून उभी राहिलेली आहे ?

बलि म्हणालाः—इंद्रा, ही दैत्यस्त्री आहे, किंवा देवस्त्री आहे, का मानुषी आहे, हें मला कांहीं माहीत नाहीं. हवें तर तूं तिला विचार किंवा नको विचारूं. तुला काय वाटेल तसें कर.

इंद्र म्हणालाः—हे सुहास्यशालिनि, बलीच्या शरीरांतून बाहेर पडलेली, शिखंडिनी आणि शोभासंपन्न अशी तूं कोण आहेस ? मला माहीत नाहीं म्हणून विचारतों; तेव्हां तूं मला आपलें नांव सांग. सुंदरी, ह्या दैत्यश्रेष्ठाचा त्याग करून मजकडे येणारी व आपल्या तेजानें झळकणारी अशी तूं कोण आहेस?

लक्ष्मी म्हणालीः—माझें ज्ञान विरोचनाला नव्हतें व त्याचा पुत्र जो हा बलि त्यालाही

१ जिची वेणी उत्कृष्ट आहे अशी.

नाहीं. मला दुःसहा (सहन करण्याला अशक्य) असें म्हणतात. विधित्सा (कार्य करण्याची इच्छा) असेंही माझें नांव आहे. तसेंच मला भूति, लक्ष्मी आणि श्री असेंही म्हणतात. इंद्रा, माझें ज्ञान तुलाही नाहीं आणि सर्व देवांनाही नाहीं.

इंद्र म्हणालाः—हे दुःसहे, तूं जो ह्याचा त्याग करीत आहेस, तो चिरकाल वास्तव्य करण्याच्या इच्छेनें मजसाठीं करीत आहेस का ह्या बलीच्याचसाठीं?

लक्ष्मी म्हणालीः—ब्रह्मदेव असो अथवा साक्षात् परमात्मा असो, तो मला कोणत्याही प्रकारें निर्माण करूं शकत नाहीं. माझी प्राप्ति कालगतीनेंच होते. सांप्रत तुजकडे येण्याचा माझा काल आलेला आहे, म्हणूनच मी तुजकडे आलें आहें. ह्यास्तव, इंद्रा, तूं माझा अवमान करूं नको.

इंद्र म्हणालाः—हे शिखंडिनि, तूं बलीचा त्याग कां व कोणत्या प्रकारें केलास, आणि, हे सुहास्यशालिनि, काय केलें असतां तूं माझा त्याग करणार नाहींस, हें मला सांग.

लक्ष्मी म्हणालीः—इंद्रा, सत्य, दान, व्रत, तप, पराक्रम आणि धर्म ह्यांच्याच आश्रयानें मी रहात असतें. बलि हा ह्या गोष्टींपासून परावृत्त झाला होता. पूर्वीं हा ब्राह्मणांचा हितचिंतक, सत्यवादी आणि जितेंद्रिय होता; पण पुढें ब्राह्मणांशीं द्वेष करूं लागला आणि उच्छिष्ट स्थितींत असतां यानें घृताला स्पर्श केला. तसेंच हा पूर्वीं यज्ञशील होता, तथापि पुढें कालानें नियंत्रित झाल्यामुळें ह्याच्या अंतःकरणाला मोह पडला; आणि त्यामुळें हा लोकांना 'माझेंच पूजन करीत जा' असें सांगूं लागला. म्हणूनच, इंद्रा, मी त्याजपासून निघालें. आतां मी तुजपाशीं राहीन; पण तप आणि पराक्रम ह्यांच्या योगानें सावधपणें त्वां माझें रक्षण केलें पाहिजे.

इंद्र म्हणालाः—हे कमलालये, जगामध्यें देव, मनुष्य किंवा इतर प्राणी ह्यांमध्यें असा एकही पुरुष नाहीं, कीं जो एकटाच तुला सहन करूं शकेल!

लक्ष्मी म्हणालीः—इंद्रा, खरेंच! गंधर्व, देव, दैत्य किंवा राक्षस ह्यांपैकीं कोणाही एकट्याला माझा योग सहन करतां येणें शक्य नाहीं.

इंद्र म्हणालाः—हे कल्याणि, मीं काय केलें असतां तूं सदैव मजपाशीं राहशील तें मला खरें सांग, म्हणजे मी तुझ्या सांगण्याप्रमाणें करीन.

लक्ष्मी म्हणालीः—मी तुझ्यापाशीं सदैव कोणत्या उपायानें राहीन तें सांगतें, ऐक. इंद्रा, तूं वेदप्रतिपादित विधींच्या अनुरोधानें मला चार ठिकाणीं विभागून दे.

इंद्र म्हणालाः—लक्ष्मि, मी तुला माझ्या सामर्थ्याप्रमाणें चार ठिकाणीं ठेवतों; परंतु तुझ्या समीप माझा अतिक्रम केव्हांही होऊं नये. आतां, सर्व प्राण्यांच्या उत्पत्तीला कारणीभूत आणि सर्व प्राण्यांना धारण करणारी अशी जी भूमि, ती तुझा एक भाग सहन करूं शकेल. कारण, ती समर्थ आहे असें मला वाटतें.

लक्ष्मी म्हणालीः—इंद्रा, माझा हा एक भाग भूमीवर ठेवला व तो तेथें स्थिरही झाला. आतां दुसरा भाग कोठें तरी ठेव.

इंद्र म्हणालाः—मनुष्यलोकांत पसरणारें द्रवरूपी जल हेंच तुझा भाग सहन करण्याविषयीं समर्थ आहे. ह्यास्तव तेंच तुझा भाग सहन करो.

लक्ष्मी म्हणालीः—हा माझा दुसरा भाग जलामध्यें ठेवला व तो स्थिरही झाला. ह्यास्तव, इंद्रा, आतां माझा तिसरा भाग कोठें तरी चांगल्या प्रकारें ठेवून दे.

इंद्र म्हणालाः—देव, वेद, आणि यज्ञ ह्यांना जो आधारभूत आहे, तो अग्नि तुझ्या तिसऱ्या भागाला उत्कृष्ट प्रकारें धारण करूं शकेल.

लक्ष्मी म्हणालीः—हा मीं आपला तिसरा भाग अग्नीमध्यें ठेवला व तो स्थिरही झाला. आतां, इंद्रा, माझा चौथा भाग तूं कोठें तरी चांगल्या प्रकारें ठेव.

इंद्र म्हणालाः—मनुष्यलोकीं जे वेदनिष्ठ आणि सत्यवादी सत्पुरुष आहेत ते तुझा अंश सहन करोत. सत्पुरुषांना तुझा अंश सहन करण्याचें सामर्थ्य आहे.

लक्ष्मी म्हणालीः—हा माझा अंश सत्पुरुषांच्या ठिकाणीं ठेवला व तो स्थिरही झाला. इंद्रा, याप्रमाणें तूं भूतांच्या ठिकाणीं मला अंशरूपानें ठेवली आहेस; आतां माझें तूं सर्व बाजूंनीं संरक्षण कर.

इंद्र म्हणालाः—मी तुला कांहीं महाभूतांच्या आणि प्राण्यांच्या ठिकाणीं विभक्त करून ठेवली आहे. तेव्हां तुला जो कोणी प्रतिबंध करील, तो शासनास पात्र होईल. हें माझें सांगणें सर्वांनीं श्रवण करावें.

याप्रमाणें लक्ष्मी आणि इंद्र यांचा संवाद झाल्यावर लक्ष्मीनें त्याग केलेला दैत्यांचा राजा बलि बोलूं लागला.

बलि म्हणालाः—जेव्हां सूर्य पूर्व, पश्चिम, दक्षिण आणि उत्तर ह्या चारही दिशांना संतप्त करील आणि ब्रह्मदेवाच्या दिवसाचा मध्यभाग होऊन सूर्याचा अस्तच होण्याचें बंद होईल, तेव्हां पुनरपि देव व दैत्य यांमध्यें युद्ध होईल व त्या वेळीं मी तुम्हांला जिंकीन. इंद्रा, जेव्हां एकटाच सूर्य आकाशामध्यें राहून सर्व लोकांना ताप देईल, तेव्हां देवदैत्यांमध्यें होणाऱ्या युद्धांत मी तुझा पराजय करीन.

इंद्र म्हणालाः—बले, तुला ठार करूं नये अशी मला ब्रह्मदेवानें आज्ञा केली आहे, म्हणूनच मी तुझ्या मस्तकावर वज्र सोडीत नाहीं. हे दैत्यश्रेष्ठा, तूं आतां स्वेच्छेनें गमन कर. तुझें कल्याण होवो. आकाशाच्या मध्यभागीं सूर्य सदैव केव्हांही तळपत राहणार नाहीं. कारण, त्याचा नियम ब्रह्मदेवानें पूर्वींच ठरवून ठेवलेला आहे. सत्याच्या आश्रयानें हा सर्व लोकांना प्रकाशित करीत त्यांच्या भोंवतीं फिरत असतो. त्याचे दक्षिणायन आणि उत्तरायण असे सहा सहा महिन्यांचे दोन मार्ग आहेत. त्या मार्गांनीं जाऊनच तो लोकांना शीत आणि उष्णता देत असतो.

भीष्म म्हणालेः—हे भरतकुलोत्पन्ना, याप्रमाणें इंद्रानें भाषण केलें असतां दैत्यश्रेष्ठ बलि दक्षिण दिशेकडे निघून गेला व इंद्रही उत्तरेकडे चालता झाला. अस्तु; ह्याप्रमाणें, राजा, ज्याला अहंकाराचा स्पर्शही नाहीं असें बलीनें जें भाषण केलें, तें ऐकून इंद्र स्वर्गलोकीं निघून गेला.

अध्याय दोनशें सव्विसावा.

—:०:—

इंद्र आणि नमुचि ह्यांचा संवाद.

भीष्म म्हणालेः—युधिष्ठिरा, ह्यासंबंधानेंच नमुचि आणि इंद्र ह्यांच्यामध्यें पूर्वीं झालेला संवाद इतिहास म्हणून सांगत असतात. तो असाः—पूर्वीं लक्ष्मीनें नमुचीचा त्याग केला असतांही तो समुद्राप्रमाणें अक्षोभ्य स्थितींत राहिलेला होता. त्याला प्राण्यांच्या उत्पत्तीचें व प्रलयाचें ज्ञान होतें. एकदा इंद्र त्यास म्हणाला, "हे नमुचे, तुझें वैभव नष्ट झालें

1 इंद्रानें जे हे लक्ष्मीचे अंश मनुष्यलोकामध्यें ठेवले, त्यांपैकीं द्रव्यरूपी अंश भूमीमध्यें, तीर्थादिपुण्यरूपी अंश जलामध्यें, यज्ञादि धर्मरूपी अंश अग्नीमध्यें व विद्यारूपी अंश सत्पुरुषांमध्यें ठेवला.

असून तूं स्थानभ्रष्ट व शत्रूंच्या अंकित होऊन पाशबद्ध झालेला आहेस; तेव्हां ह्याबद्दल तुला शोक होत नाहीं का ?

नमुचि म्हणालाः—इंद्रा, शोक अनिवार झाला म्हणजे शरीराला पीडा होते आणि शत्रूंना आनंद होतो. सारांश, शोकापासून कोणत्याही प्रकारें साहाय्य होत नाहीं, म्हणूनच मी शोक करीत नाहीं. ह्या जगतांत जें कांहीं आहे त्या सर्वांचा शेवट व्हावयाचाच असतो. हे देवाधिपते, संताप करून घेतला म्हणजे रूप नष्ट होतें, लक्ष्मीचा नाश होतो आणि आयुष्याचा व धर्माचाही क्षय होतो. ह्यास्तव, खिन्नता उत्पन्न करणारें जें दुःख प्राप्त होईल त्याजकडे लक्ष न देतां सुज्ञ पुरुषानें अंतःकरणामध्यें कल्याणमय व प्रिय अशा परमात्म्याचें ध्यान करावें. ज्या ज्या वेळीं मनुष्य आपलें अंतःकरण परमेश्वराकडे लावील, त्या त्या वेळीं त्याचे मनोरथ पूर्ण होतील यांत संशय नाहीं. तो परमात्मा हा एकटाच ह्या जगताचा शास्ता आहे, दुसरा कोणीही शास्ता नाहीं. मनुष्य गर्भाशयामध्यें असला तरी तो शास्ता त्याचें शासन करीत असतो. खोल प्रदेशांतून जाणारें पाणी ज्याप्रमाणें वहात असतें, त्याप्रमाणें त्यानें जशी योजना केली आहे तसा मी वागत आहें. मला प्राण्यांच्या उत्पत्तीचें आणि प्रलयाचें ज्ञान आहे. ज्ञानापासून श्रेष्ठ अशा परमात्म्याची प्राप्ति होते हेंही मी जाणीत आहें, तथापि मी ज्ञान संपादन करीत नाहीं. धर्म व अधर्म ह्या दोहोंच्या मार्गांतील कर्में मजकडून घडत आहेत. हें माझें सर्व वर्तन परमात्म्याच्या योजनेच्या अनुरोधानें चाललेलें आहे. मनुष्याला ज्या ज्या वेळीं जें मिळावयाचें असतें त्या त्या वेळीं तें मिळतेंच; आणि ज्या ज्या वेळीं जी गोष्ट घडावयाची असते त्या त्या वेळीं ती अवश्य घडतेच. ब्रह्मदेव ज्या ज्या गर्भाशयामध्यें प्राण्याची योजना करतो, त्या त्या ठिकाणींच त्याला रहावें लागतें,—त्याची स्वतःची इच्छा असेल तेथें त्यास रहावयास मिळत नाहीं. सांप्रत मला जी स्थिति प्राप्त झाली आहे, ती अशी व्हावयाचीच, अशी ज्याची सर्वदा भावना असते, त्याला केव्हांही मोह पडत नाहीं. प्राण्यांना कालगतीचे आघात होत असतात व त्यामुळेंच त्यांना सुख अथवा दुःख होतें. त्या सुखदुःखांची योजना करणारा वस्तुतः कोणी प्राणी नसतो. असें असतां एखाद्याचा शत्रु दुसऱ्याला होणाऱ्या दुःखाचा उत्पादक मी आहें असें मानीत असतो, ही शोचनीय गोष्ट होय. ऋषि, देव, मोठमोठे दैत्य, वेदत्रयाचें ज्ञान असलेले पुरुष आणि वनामध्यें वास्तव्य करणारे मुनि ह्यांपैकीं ह्या लोकामध्यें कोणावर संकटें येत नाहींत ? अर्थात्च सर्वांवर येतात. पण ज्यांना त्यांचा आदि आणि अंत यांचें ज्ञान असतें ते गडबडून जात नाहींत. तत्त्वज्ञान असलेला पुरुष केव्हांही अपराध करीत नाहीं, क्रुद्ध होत नाहीं, क्लेश पावत नाहीं, व आनंदही पावत नाहीं; तसेंच, द्रव्यसंबंधी आणि इतरही संकटें ओढवलीं तरी शोक न करितां, तो हिमाचलाप्रमाणें स्वभावतःच स्थिर असतो. अत्यंत उत्कृष्ट प्रकारें आपलें कार्य सिद्ध झालें म्हणून जो बेफाम होऊन जात नाहीं, कालगतीनें संकट ओढवलें म्हणून जो मूढ बनत नाहीं, आणि सुख असो वा दुःख असो—तें जो तटस्थपणानें भोगीत असतो, तोच मनुष्य श्रेष्ठ होय. मनुष्याला जी जी स्थिति प्राप्त होईल त्या त्या स्थितींत त्यानें वाईट न वाटूं देतां आनंदानें रहावें; आणि कष्ट देणारा मानसिक संताप अशा रीतीनें शरीरांतून काढून टाकावा. इंद्रा, लहान,

मोठी अथवा मध्यम अशी एकही सभा नाहीं, कीं जीमध्यें सदैव भीति नाहीं. विद्वान् लोक जीं कर्मे करितात त्यांचें फल काय मिळणार हें कळणें दुरापास्त असतें. मोह पावण्याचा प्रसंग आला तरीही विद्वान् लोक मोहग्रस्त होत नाहींत. ज्ञानवृद्ध पुरुषावर दुस्तर असेंही संकट ओढवलें आणि तो पदच्युत झाला तथापि तो मोहग्रस्त होत नाहीं. जें केव्हांही प्राप्त होण्यासारखें नसतें तें मंत्रसामर्थ्यानें, शौर्यानें, ज्ञानानें, उद्योगानें, सुस्वभावानें, सदाचारानें अथवा विपुल अशा द्रव्यानेंही मिळत नाहीं; मग तें मिळालें नाहीं म्हणून शोक कशासाठीं ? माझ्या जन्मकालीं विधात्यानें जें कांहीं ठरवून ठेवलें असेल तेंच ज्या अर्थी मी उपभोगणार आहें, त्या अर्थी मृत्यु तरी माझें काय करणार ? विधात्याच्या नियमाप्रमाणें जें मिळावयाचें असेल तेंच मिळतें, जिकडे जावयाचें असेल तिकडेच जाणें घडतें, आणि जीं सुखदुःखें प्राप्त व्हावयाचीं असतात तींच प्राप्त होतात. हें पूर्णपणें समजलें म्हणजे मनुष्य मोहग्रस्त होऊं शकत नाहीं; आणि कोणत्याही प्रकारचीं संकटें ओढवलीं तरी तो त्यांमध्येंही सर्वद्रव्यसंपन्न असल्याप्रमाणें सुखीच असतो.

अध्याय दोनशें सत्ताविसावा.

—:०:—

इंद्र व बलि यांचा संवाद.

(कालसामर्थ्यवर्णन.)

युधिष्ठिर म्हणालाः—हे भरतकुलश्रेष्ठ पितामह, माझ्या शंकांचीं उत्तरें उत्कृष्ट प्रकारें सांगणारे आपणच आहां; ह्यास्तव मी आपणांला पुनः विचारतों कीं, राजन्, बांधवांचा अथवा राज्याचा नाश होऊन मनुष्यावर भयंकर संकट कोसळलें म्हणजे त्या स्थितींत त्याला श्रेयस्कर असें काय असतें, हें मला कृपा करून सांगा.

भीष्म म्हणालेः—हे राजा, स्त्रीपुत्रादिकांचा वियोग घडला व द्रव्याचा आणि सुखाचा नाश होऊन भयंकर संकट ओढवलें, तर तशा स्थितींत धैर्य हेंच श्रेयस्कर होय. सदैव धैर्यसंपन्न असणाऱ्या पुरुषाच्या शरीराचा नाश होत नाहीं; त्याचा शोक सहजच नष्ट होतो; तो उत्कृष्ट प्रकारें निरोगी असतो; आणि शरीर आरोग्यसंपन्न असल्यामुळें त्याला पुनरपि पूर्ववैभव प्राप्त होतें. बा युधिष्ठिरा, जो मनुष्य सात्त्विक वृत्तीचा आश्रय करून असतो, त्याच्याच ठिकाणीं सामर्थ्य, धैर्य आणि क्रियाशक्ति हीं असतात. युधिष्ठिरा, ह्यासंबंधानेंही बलि आणि इंद्र ह्यांजमध्यें झालेला एक प्राचीन संवाद इतिहास म्हणून सांगत असतात. तो असा—

पूर्वी देव व दैत्य ह्यांमध्यें संग्राम होऊन दैत्यदानवांचा संहार झाला, तेव्हां श्रीविष्णूनें त्रैलोक्य आक्रमण केलें, इंद्र देवांचा राजा झाला, देवतांचें अर्चन होऊं लागलें, चातुर्वर्ण्य व्यवस्थितपणें सुरू झालें, त्रैलोक्य वैभवसंपन्न झालें, आणि विधात्याला आनंद झाला. अशा प्रसंगीं रुद्र, वसु, आदित्य, अश्विनीकुमार, ऋषि, गंधर्व आणि सर्पाधिपति ह्यांना बरोबर घेऊन शोभासंपन्न व बेफाम न होणाऱ्या अशा चतुर्दंत गजश्रेष्ठ ऐरावतावर आरोहण करून इंद्र त्रैलोक्यामध्यें संचार करूं लागला. तेव्हां कोणे एके समयीं समुद्राच्या कांठीं एका पर्वताच्या गुहेंत त्याची आणि विरोचनपुत्र बलि ह्याची गांठ पडली व तो त्याजपाशीं गेला.

राजा, देवाधिपति इंद्र ऐरावतावर आरोहण करून व देवगणांना बरोबर घेऊन आला आहे असें पाहूनही त्याच्या ऐश्वर्यामुळें बलीला वाईट वाटलें नाहीं, अथवा क्लेशही झाले नाहींत.

तेव्हां बलि निर्विकार स्थितींत निर्भयपणें आहे असें पाहून ऐरावतारूढ इंद्र त्याला म्हणाला, "हे दैत्या, आपलें ऐश्वर्य आम्हां शत्रूंच्या हातीं गेलेलें पाहून सुद्धां तुला क्लेश होत नाहींत ह्याचें कारण काय?—तुझें शौर्य, वृद्धसेवा कीं तपाच्या योगानें घडलेला संस्कार? हे विरोचनपुत्रा, अशा रीतीनें राहतां येणें सर्वथैव कठीण आहे. तूं आपल्या अत्यंत उत्कृष्ट अशा पदापासून भ्रष्ट झालेला आहेस व शत्रूंनीं तुला आपल्या अंकित करून सोडलें आहे. अशा स्थितींत तुला शोक झाला पाहिजे. असें असतां तो होत नाहीं, तेव्हां तूं कशाचें अवलंबन केलेलें आहेस? पूर्वीं तूं आपल्या जातीमध्यें श्रेष्ठ होतास व अद्वितीय असा सुखोपभोगही घेतला होतास; आणि आतां शत्रूंनीं तुझें राज्य व संपत्ति हीं हरण केलीं आहेत; असें असतांही तुला वाईट कसें वाटत नाहीं? पितृपितामहादि क्रमानें प्राप्त झालेल्या राज्यपदावर पूर्वीं तुझी सत्ता होती आणि आतां शत्रूंनीं तें तुझें राज्य घेतलेलें आहे, हें पाहून देखील तुला शोक कसा होत नाहीं? तुला वरुणाच्या पाशांनीं बद्ध करून वज्राचे प्रहार केले व तुझ्या स्त्रिया आणि धन हींही शत्रूंनीं हरण केलीं, तथापि तुला कष्ट कसे होत नाहींत? तूं संपत्ति आणि ऐश्वर्य ह्यांपासून भ्रष्ट झाला आहेस, तथापि शोक करीत नाहींस. अशा रीतीनें राहतां येणें फार कठीण आहे. त्रैलोक्यावर असलेलें आपलें राज्य नष्ट झालें म्हणजे जिवंत राहण्याचा तरी उत्साह कोणाला असणार आहे?

युधिष्ठिरा, हीं व अशाच प्रकारचीं दुसरींही वाक्यें इंद्रानें अनादरपूर्वक उच्चारलीं, तथापि गडबडून न जातां स्वस्थपणें तीं ऐकून विरोचनपुत्र बलि उत्तर देऊं लागला.

बलि म्हणालाः—इंद्रा, माझा पूर्णपणें निग्रह केलेला आहे, अशा स्थितींत ह्या तुझ्या वल्गनांचा काय उपयोग? हे पुरदैत्यनाशका, तूं वज्र उगारून उभा आहेस हें मी पहात आहें. तूं पूर्वीं अगदीं निर्बल होतास; पण तुला कशीबशी इंद्रपदाची प्राप्ति झाली. असें असतां अशा प्रकारचीं कठोर भाषणें तुझ्यावांचून दुसरा कोण करूं शकणार आहे? जो पुरुष अंगीं सामर्थ्य असतांही, आपल्या ताबडींत सांपडून हस्तगत झालेल्या शूर शत्रूवर दया करील, तोच खरा पुरुष होय. परस्परांशीं झगडा करणाऱ्या पुरुषांमध्यें संग्राम सुरू झाला म्हणजे जय कोणाचा होईल ह्याचा निश्चय नसतो. एवढें मात्र खरें कीं, एक विजयी व्हावयाचा व एक पराजय पावावयाचा. हे देवश्रेष्ठा, मी सर्व प्राण्यांचा अधिपति जो बलि, त्याला आपल्या सामर्थ्यानें पराक्रम गाजवून पराजित केलें असें तुला वाटावयाचें कारण नाहीं. इंद्रा, तुला अशी स्थिति प्राप्त झाली आहे ती कांहीं तुझ्या कर्तव्यामुळें नव्हे, अथवा मला जी अशी स्थिति आली आहे ती कांहीं माझ्या कर्मामुळें नव्हे. आज जी तुझी स्थिति आहे तीच पूर्वीं माझी होती आणि आज जी माझी आहे तीच पुढें तुझी होणार आहे. 'मीं हें इंद्रपदसंपादनरूपी दुष्कर कर्म केलें आहे' अशी घमेंड मारून तूं माझा अपमान करूं नको. कारण, सुख अथवा दुःख ह्यांची प्राप्ति कालगतीनेंच होत असते. इंद्रा, तुला देखील कालगतीनेंच इंद्रपदाची प्राप्ति झालेली आहे,—ती कांहीं तुझ्या कर्तव्यामुळें नव्हे. कालच मला संकटामध्यें लोटीत आहे, आणि तुलाही कालच वर काढीत आहे. म्हणूनच आज तुझी स्थिति मला नाहीं व माझीही स्थिति तुला नाहीं. मातापितरांची शुश्रूषा, देवतांचें अर्चन अथवा दुसऱ्याही कोणत्या सत्कर्माचें आचरण हें कांहीं मनु-

ष्याच्या सुखाचें खरें साधन नव्हे. कारण, कालानें नियंत्रित केलेल्या मनुष्याचें संरक्षण विद्या, तप, बंधु अथवा मित्र ह्यांपैकीं कोणीही करूं शकत नाहीं. पुढें जीं संकटें ओढवणार त्यांजवर जरी शेंकडों प्रत्याघात केले, तरी ज्ञानाचें सामर्थ्य नसेल तर मनुष्याला ह्या संकटांचें निवारण करितां येत नाहीं. कालगतीचे आघात होऊं लागले म्हणजे कोणालाही त्यापासून संरक्षण करितां येत नाहीं. सारांश, कालगतीनेंच सर्व गोष्टी घडून येत असतां, इंद्रा, तूं स्वतःलाच कर्ता समजत आहेस ही मोठी शोचनीय गोष्ट होय. ज्याच्या हातून क्रिया घडते तोच जर कर्ता असेल, तर मग त्याजकडून कार्य घडवून आणणारा असा दुसरा कोणीही केव्हांही असण्याचें कारण नाहीं; कारण, कर्ता हा स्वतंत्र असतो. पण ज्याच्याकडून क्रिया घडून येतात त्याजकडून त्या घडवून आणणारा असा दुसरा कोणी तरी (काल) आहे. म्हणूनच, ज्याच्याकडून क्रिया घडून येतात त्याच्या ठिकाणीं त्या घडवून आणण्याचें सामर्थ्य नसतें. कालाच्याच गतीनें मीं तुझा पराजय केला होता व कालगतीनेंच तूंही माझा पराजय केला आहेस. मनुष्याच्या ठिकाणीं गति असते, परंतु काल हाच त्या गतीचा उपयोग करणारा असतो. काल हाच लोकांकडून सर्व क्रिया घडवून आणीत असतो. इंद्रा, तुझी बुद्धि असंस्कृत आहे, ह्यामुळें तुला कालगतीचें ज्ञान नाहीं. तूं आपल्याच कर्मानें श्रेष्ठत्व पावला आहेस असें समजून कांहीं लोक तुझा बहुमान करीत आहेत, पण वस्तुतः त्यांत तुझ्या कर्माचा कांहीं संबंध नाहीं. लोकांची ही गति माहीत असल्यामुळें, कालाचे कितीही आघात झाले म्हणून मजसारखा मनुष्य कसा कष्टी होणार? त्याला मोह तरी कसा पडणार? आणि तो गडबडून तरी कसा जाणार! मी असो अथवा मजसारखा दुसराही कोणी असो, तो कालानें सर्वदा घेरलेलाच आहे. म्हणूनच संकटाशीं गांठ पडली म्हणजे त्याची बुद्धि फुटून गेलेल्या नौकेसारखी बनते व तिला क्लेश भोगावे लागतात. इंद्रा, मी, तूं अथवा पुढें जे कोणी दुसरेही देवाधिपति होतील त्यांनीं जो मार्ग आक्रमण करावयाचा तो पूर्वीं शेंकडों इंद्रांनीं आक्रमण केलेलाच होय. इंद्रा, तूं आतां अजिंक्य असून मोठ्या वैभवानें झळकतो आहेस, तथापि ही दशा परिपक्व स्थितींत आली म्हणजे माझ्याप्रमाणें तुलाही काल हीन दशेला पोहोंचवील. कालगतीनें युगक्रमानें देवतांचे हजारों इंद्र आजवर होऊन गेलेले आहेत. आतां ही स्थिति प्राप्त झाल्यामुळें तूं आपल्याला धन्य समजत आहेस, आणि सर्व प्राण्यांचा उत्पादक जो ब्रह्मा त्याच्याप्रमाणेंच स्वतःला शाश्वत समजत आहेस, पण तुला मिळालेलें हें पद स्थिर नाहीं, अविनाशी नाहीं व ह्याजवर कोणाचा अधिकारही नाहीं. तुझी बुद्धि मूर्खपणाची आहे म्हणून 'हें माझें आहे' असें तूं समजत आहेस; जें विश्वासास पात्र नाहीं त्याजवर तूं विश्वास ठेवीत आहेस; आणि जें स्थिर नाहीं त्याला तूं स्थिर समजत आहेस. पण ह्याला तुझा तरी काय उपाय आहे! कालानें पछाडलेल्या पुरुषाची स्थिति अशी होतेच. तूं अज्ञानामुळें 'ही राज्यलक्ष्मी माझी आहे' असें समजून तिच्या प्राप्तीची इच्छा करीत आहेस, पण वस्तुतः ती केव्हांही कायमची तुझी नव्हे, माझी नव्हे आणि दुसऱ्याही कोणाची नव्हे. इंद्रा, इतर पुष्कळ लोकांना सोडून ही आतां तुजकडे आली आहे; पण ही चंचल असल्यामुळें, कांहीं कालपर्यंत तुजपाशीं राहील व गाय गोठ्यांतून सुटून दुसरीकडे जाते तशी पुढें ही दुसरीकडे जाईल. इंद्रा, पूर्वीं जे अनेक राजे लोक होऊन गेले

आहेत, त्यांची गणनाही करण्याविषयीं मी असमर्थ आहें. तसेच पुढेंही तुझ्यापेक्षां अतिशय मोठे असे राजे होतील, इंद्रा, वृक्ष, औषधि, रत्नें, प्राणी, वनें आणि खाणी ह्यांनीं युक्त असलेल्या ह्या पृथ्वीचा ज्यांनीं पूर्वी उपभोग घेतला ते कांहीं आज अस्तिवांत नाहींत. पृथु, ऐल, मय, भीम, नरक, शंबर, अश्वग्रीव, पुलोमा, अनेक ध्वज असलेला स्वर्भानु, प्रऱ्हाद, नमुचि, दक्ष, विप्रचित्ति, विरोचन, लज्जासंपन्न सुहोत्र, भूरिहा, पुष्पवान्, वृष, अमोघास्त्र ऋषभ, बाहु, कपिलाक्ष विरूपक, बाण, कार्तस्वर, वह्नि, श्वदंष्ट्र, निर्ऋति, संकोच, वरीताक्ष, वराहाश्व, रुचिप्रभ, विश्वजित्, प्रतिरूप, वृषाणु, विष्किर, मधु, हिरण्यकशिपु, दनुकुलोत्पन्न कैटभ हे व ह्यांखेरीज दुसरेही अनेक दैत्य, दानव आणि राक्षस मागें, अलीकडे व फार प्राचीन काळीं होऊन गेलेले आहेत. दैत्यांचे व दानवांचेही अनेक अधिपति आमच्या ऐकण्यांत आहेत. पूर्वी अनेक दैत्यश्रेष्ठ ह्या पृथ्वीला सोडून गेलेले आहेत. काळाचा तडाखा सर्वांनाच बसलेला आहे. कारण, कालाचें सामर्थ्य अमर्याद आहे. इंद्रा, तूं एकट्यानेंच शंभर यज्ञ केले आहेस असें नाहीं, तर पूर्वीच्या ह्या सर्व राजांनीं तितके यज्ञ केलेले आहेत. हे सर्वच राजे धर्माविषयीं तत्पर, सदैव यज्ञ करणारे, अंतरिक्षांतून गमन करणारे, शत्रूसमोर ठाकून संग्राम करणारे, कवच धारण करणारे, परिघांप्रमाणें विशाल व पुष्ट बाहु असलेले, शेंकडों मायांचे प्रयोग करणारे, आणि वाटेल तें रूप धारण करूं शकणारे होते. संग्रामांत गेल्यानंतर ह्यांपैकीं कोणाचा पराजय झाल्याचें आमच्या ऐकण्यांत नाहीं. हे सर्व सत्यव्रतनिष्ठ, स्वच्छंदपणें संचार करूं शकणारे, देवविषयक नियमांचें आचरण करणारे व बहुश्रुत असून सामर्थ्यसंपन्न होते आणि म्हणूनच त्यांना सर्व प्रकारचें ऐश्वर्य प्राप्त झालेलें होतें. तथापि त्या महात्म्यांना केव्हांही ऐश्वर्यमद झालेला नव्हता. ते सर्व योग्यतेनुरूप दान करीत असत, त्यांना मात्सर्याचा गंधही नव्हता, ते सर्व प्राण्यांशीं सारख्याच प्रकारें वागत असत, ते सर्व श्रीशंकराचे भक्त असल्यामुळें पार्वतीला पुत्राप्रमाणें असत, आणि ते प्रजेला आपलीं आपत्यें असेंच समजत असत; तथापि, इंद्रा, शत्रूंना ताप देणारे ते तेजानें देदीप्यमान् आणि महाबलाढ्य असे राजे काळानें धुळीस मिळविले. त्याचप्रमाणें, इंद्रा, तुलाही ही पृथ्वी उपभोग घेतल्यानंतर जेव्हां पुनः सोडावी लागेल, तेव्हां आपला शोक आवरून धरितां येणें शक्य नाहीं. तेव्हां आतां इष्ट अशा विषयोपभोगाची इच्छा सोडून दे आणि ह्या लक्ष्मीमदाचा त्याग कर; म्हणजे राज्याचा नाश झाला तरी तुला शोक सहन करितां येईल. शोक करण्याचा प्रसंग आला तरी तूं शोक करूं नको व हर्षाचा प्रसंग आला तरी हर्ष पावूं नको. मागें अमुक केलें आहे किंवा पुढें करीन असें मनांत न आणतां जें तत्कालिक असेल तेवढेंच करीत जा. इंद्रा, मी सदैव आपल्या कार्यामध्यें दक्ष होतों, तथापि जर मजवरही काळानें आळस न करतां झडप घातली, तर तो लवकरच तुजवरही खास झडप घालील. हें मी बोलतों ह्याबद्दल तूं क्षमा कर. इंद्रा, मला त्रास द्यावा या उद्देशानेंच तूं कठोर बोलत आहेस, आणि मला बद्ध केलें म्हणून तूं आपल्याला धन्य समजत आहेस. कालानें प्रथम मजवर झडप घातली आणि नंतर तो तुझ्यामागून धावूं लागला आहे. इंद्रा, कालानें पूर्वी माझा नाश केला. म्हणूनच आतां तुझ्या ह्या गर्जना चाललेल्या आहेत ! मी क्रुद्ध झालों म्हणजे समरांगणांत माझ्या समोर उभा राहण्याची कोणाची

छाती आहे? पण, इंद्रा, तूर्त काल बलवत्तर आहे, म्हणूनच तूं माझ्या समोर उभा आहेस. पुढें मात्र जें युद्ध होणार आहे त्यांत तुला माझ्या समोर उभें राहतां येणार नाहीं. हें युद्ध लवकरच एक हजार वर्षांनीं होईल. कारण, माझें तेज भयंकर असून माझ्या कोण-त्याही अवयवामध्यें स्वस्थता नाहींशी झालेली आहे. सांप्रत मात्र मी इंद्रपदापासून भ्रष्ट झालों आहें व तूं स्वर्गामध्यें इंद्र होऊन बसला आहेस. हा मृत्युलोक फार आश्चर्यमय आहे. ह्यामध्यें कालगतीनें तूं उपास्य होऊन राहिलेला आहेस. इंद्रा, तूं काय केलेंस म्हणून आज इंद्र झालास? आणि आम्ही तरी काय केलें म्हणून इंद्रपदापासून भ्रष्ट झालों? उत्पत्ति आणि विकार ह्या सर्वांना कारण केवळ कालच आहे, दुसरें कांहीं नाहीं; म्हणूनच नाश, मरण, ऐश्वर्य, सुख, दुःख, प्रभुत्व आणि अप्रभुत्व हीं जरी पूर्णपणें प्राप्त झालीं तरी ज्ञानसंपन्न मनुष्यानें त्याबद्दल आनंद मानूं नये अथवा क्लेशही वाटूं देऊं नये. इंद्रा, आम्ही कसे होतों हें तुलाच माहीत आहे आणि तूं कसा होतास हेंही मला माहीत आहे. मग, निर्लज्जा! आतां अशा तऱ्हेचा काळ आला म्हणून माझ्यापुढें कशाला वल्गना करतोस? पूर्वीं माझें शौर्य किती होतें आणि मी संग्रामामध्यें किती पराक्रम गाजवीत होतों तें तुला अवगतच आहे. ह्या माझ्या गोष्टी दृष्टांताला पुरेशा आहेत. पूर्वीं, इंद्रा, आदित्य, रुद्र, साध्य आणि वसु ह्यांना मीं जिंकून सोडलें होतें. इंद्रा, तुला माहीतच आहे कीं, पूर्वीं देवदैत्यांच्या संग्रामामध्यें मीं एकत्र जमलेल्या देवांचा वेगानें मोड केला होता. तसेंच, ज्यांवर अरण्यें व अरण्यचर प्राणी आहेत आणि ज्यांचीं शिखरें टाकीप्रमाणें कठीण आहेत असे पर्वत संग्रामामध्यें मीं तुझ्या मस्तकावर फेंकून फोडले, यापेक्षां मी अधिक काय करूं शकणार? इंद्रा, कालगतीचें अतिक्रमण करणें अशक्य आहे. एका मुष्टी-च्या प्रहारासरशीं तुला ठार करून तुझ्या वज्राचे तुकडे करून टाकावे असें मला वाटत नाहीं असें नाहीं! पण, इंद्रा, हा परा-क्रमाचा काल नव्हे,—हा सहन करण्याचाच काल आलेला आहे. म्हणूनच, माझा पराक्रम तुला सहन करितां येणें जरी अगदीं अशक्य आहे, तरीही मी तुझीं कृत्यें सहनच करीत आहें. पूर्वीं माझी अशी स्थिति असतां जेव्हां काल परिपक्व दशेस आला, तेव्हां कालरूपी अग्नीनें मला व्याप्त करून सोडलें, आणि मृत्यूच्या पाशानें मी बद्ध होऊन गेलों, म्हणूनच तूं माझ्यासंबंधानें अशा वल्गना करीत आहेस. ज्याप्रमाणें एखाद्या पशूला दोरीनें बांधावें, त्याप्रमाणें, लोकांना टाळतां येण्याला अशक्य असा कालरूपी हा भयंकर श्यामवर्ण पुरुष मला बद्ध करून राहिलेला आहे. लाभ, हानि, सुख, दुःख, उत्पत्ति, नाश, वध, बंध आणि मोक्ष ह्या सर्वांचा कालगतीनें योग घडतो. ह्या गोष्टींचा कर्ता मी नाहीं आणि तूंही नाहींस. ह्यांचा जो कर्ता आहे त्याचें सामर्थ्य सार्वकालिक आहे. काल हाच तो कर्ता होय. तो वृक्षावरील फलाप्रमाणें मला पक्व करीत आहे. इंद्रा, ज्या गोष्टी करीत असतां एके वेळीं कालगतीनें सुखप्राप्ति होते, त्याच केल्या असतां दुसऱ्या वेळीं दुःखप्राप्ति होते. हें कालज्ञान असलें म्हणजे मनुष्य कालाच्या तावडींत सांपडला तरी शोक करीत नाहीं. म्हणूनच, इंद्रा, मीही शोक करीत नाहीं. शोकापासून कांहीं साहाय्य होतें असें नाहीं. ज्या अर्थीं मनुष्य शोक करीत बसला तरी त्याच्या शोकामुळें कांहीं दुःख कमी होत नाहीं, त्या अर्थीं शोक करण्यामध्यें कांहीं

सामर्थ्यजनकत्व नाहीं. म्हणूनच, इंद्रा, मी आतां शोक करीत नाहीं!

याप्रमाणें बलीनें भाषण केलें असतां पाकशासन भगवान् सहस्राक्ष इंद्र शांत होऊन म्हणाला, "बले, मीं हातांत घेऊन उगारलेलें वज्र आणि वरुणाचे पाश ह्यांना पाहून कोणाची बुद्धि व्यथा पावणार नाहीं?—प्राणहारक मृत्यूचीही बोबडी वळेल! पण तुझी बुद्धि तत्त्वदर्शिनी असून स्थिर आहे, ह्यामुळेंच ती क्लेश पावत नाहीं. हे सत्यपराक्रमा, तुझ्या ठिकाणीं धैर्य आहे म्हणूनच तुला सांप्रत मुळींच क्लेश उत्पन्न होत नाहींत. ह्या जगताचें प्रयाण सारखें चाललें आहे हें लक्षांत घेतलें म्हणजे कोणत्या प्राण्याला शरीरावर अथवा इतर वस्तूंवर विश्वास ठेवण्याचें धैर्य होणार आहे? अविनाशी, सदैव गतिशील, गंभीर आणि भयंकर अशा कालरूपी अग्नीमध्यें हें विश्व पडलेलें आहे आणि म्हणूनच तें अशाश्वत आहे हें मी जाणून आहें. ह्या लोकामध्यें ज्याला कालाचा स्पर्श झाला त्याला त्याच्या तडाख्यांतून सुटण्याचा उपाय म्हणून नाहीं;—मग तो कालाचा विपाक अनुभवीत असलेला प्राणी सूक्ष्म असो अथवा थोर असो. ज्याच्यावर कोणाचाही अधिकार नाहीं व जो केव्हांही बेसावध नसतो, ज्याच्या योगानें प्राणी सदैव परिणाम पावत असतात आणि जो केव्हांही परावृत्त होत नाहीं, त्या कालाच्या तावडींत सांपडलेला मनुष्य केव्हांही मुक्त होत नाहीं. प्राणी बेसावध असले तरी काल सावधपणानें त्यांच्या संबंधानें जागरूक असतो; कितीही प्रयत्न केला तरी तो टळला आहे असें पूर्वी कधीं कोणाच्या दृष्टोत्पत्तीस आलेलें नाहीं. हा काल म्हणजे सर्व प्राण्यांना सारखा लागू असलेला, प्राचीन आणि शाश्वत असा एक कायदाच आहे. तो कोणालाही टाळतां यावयाचा नाहीं व त्याचा प्रतिकारही करितां येणें शक्य नाहीं. दिवस, रात्र, महिने, क्षण, काष्ठा, लव, कला ह्या सर्वांना व्याज पैदा करणाऱ्या सावकाराप्रमाणें कालच एकत्र जुळवीत असतो. 'आज मी हें करीन, उद्यां मी तें करणार आहें.' असें बोलणाऱ्या मनुष्याला एखाद्या वृक्षाला घेऊन जाणाऱ्या नदीच्या प्रवाहाप्रमाणें काल अकस्मात् घेऊन जातो. 'अरे! मीं आतांच याला पाहिलें होतें आणि हा इतक्यांतच कसा मरण पावला?' असे लोकांचे प्रलाप ऐकूं येतात; पण अशा प्रलाप करणाऱ्यांना सुद्धां काल ओढीतच असतो. द्रव्य, उपभोग्य वस्तु, स्थानें आणि ऐश्वर्य ह्या सर्वांचाही नाश होत असतो व प्राण्यांचें जीवित काळ येऊन घेऊन जातो. भरभराटीच्या शेवटीं अवनति आणि अस्तित्वाच्या शेवटीं अभाव हीं असावयाचींच. सर्व नाशवंत आहे, कायमचें असें कांहींच नाहीं, हें खरें आहे; पण असा निश्चय करितां येणें कठीण आहे. तथापि तुझ्या बुद्धीला तत्त्वाची ओळख पटली आहे, म्हणूनच ती स्थिर आहे आणि तिला क्लेश होत नाहींत. बलवत्तर काल लोकांना आक्रांत करून परिणामोन्मुख करूं लागला म्हणजे आपण पूर्वी अमुक स्थितींत होतों हें मनांत सुद्धां येत नाहीं. तो आपणाहून मोठ्यांचा आणि लहानांचा तिरस्कार करीत असतो, पण त्याला स्वतांसंबंधाचें ज्ञान नसतें. ईर्ष्या, अभिमान, लोभ, काम, क्रोध, भीति, इच्छा, मोह व अहंकार ह्यांमध्यें आसक्त होऊन राहिल्यामुळें लोक मूढ बनतात; पण तूं ज्ञानी व तपस्वी असून विद्वान् आणि प्रत्येक वस्तूचें तत्त्व जाणणारा आहेस, ह्यामुळें तुला काल हा करतलामलकवत् अगदीं स्पष्ट दिसत आहे; कालगतीचें तत्त्व तुला चांगलें माहीत आहे; तूं सर्व शास्त्रांमध्यें

निष्णात आहेस; विवेक करण्यामध्यें तुझें अंतःकरण चतुर आहे; आणि म्हणूनच तूं ज्ञानी लोकांना स्पृहणीय झाला आहेस. मला वाटतें, तूं आपल्या बुद्धीनें ह्या सर्व लोकांचें आकलन केलेलें आहेस, तथापि तूं कोठेंही आसक्त झालेला नाहींस. ठीकच आहे,—जो मुक्त असतो तो कोठेंही संचार करूं लागला तरी आसक्त होत नाहीं. तूं इंद्रियांचा जय केलेला आहेस, म्हणूनच तुला रजोगुण अथवा तमोगुण ह्यांचा स्पर्शही होत नाहीं; प्रीति आणि संताप ह्यांचा ज्याला संपर्कही नाहीं अशा आत्म्याची तूं उपासना करीत आहेस; तुझें अंतःकरण शांत असून तूं सर्व प्राण्यांचा मित्र आहेस; आणि तूं कोणाशीं ही वैर करीत नाहींस; हें पाहून माझ्या चित्तांत तुजविषयीं दया उत्पन्न झाली आहे. तेव्हां आतां तुझ्यासारख्या ज्ञानी पुरुषाचा मी बंधनांत ठेवून घात करूं इच्छीत नाहीं. कोणाचाही घात न करणें हाही मोठा धर्म आहे;आणि माझी तर तुझ्या ठिकाणीं दया आहे. आतां कालगतीमुळेंच तुला बांधिलेले हे वरुणाचे पाश सुटतील. हे दैत्यश्रेष्ठा, लोकाचा जो तुजसंबंधानें आदर आहे त्या योगानें तुझें कल्याण होवो. बले, ज्या वेळीं सून आपल्या वृद्ध सासूकडून सेवा करून घेऊं लागेल, पुत्र मोहानें आपल्या पित्याला कामावर पाठवील, शूद्र ब्राह्मणांकडून पादप्रक्षालन करून घेऊं लागतील व निर्भयपणें ब्राह्मणाच्या मुलींशीं विवाह करूं लागतील, जेव्हां पुरुष विजातीय स्त्रीचे ठायीं वीर्यमोक्ष करतील, जेव्हां काशाच्या भांड्यांतून केर टाकला जाईल, वाईट पात्रांतून बलिप्रदान केलें जाईल आणि जेव्हां चातुर्वर्ण्याच्या सर्व मर्यादा नष्ट होतील, तेव्हां तुझा एक-एक पाश नष्ट होईल. आतां आम्हांपासून तुला भीति नाहीं. तूं आपल्या कालाची मार्गप्रतीक्षा करीत रहा,सुखी हो, तुला पीडा अथवा रोग न होवो, आणि तुझ्या अंतःकरणांत स्वस्थता असूं दे. ”

याप्रमाणें त्याच्याशीं भाषण करून ऐरावतावर आरूढ झालेला भगवान् इंद्र परत निघून गेला; आणि सर्व दैत्यांचा जय करून त्यानें त्रैलोक्याचें साम्राज्य संपादन केलें व तो आनंदानें नांदूं लागला. तेव्हां सर्व चराचरांचा अधिपति अशा त्या इंद्राची महर्षींनीं सत्वर स्तुति केली, अग्नि यज्ञामध्यें होमद्रव्य धारण करूं लागला, व देवांनीं अर्पण केलेलें अमृतही त्यांचा अधिपति जो इंद्र त्याला मिळूं लागलें. ह्याप्रमाणें सर्वत्र वास्तव्य करणाऱ्या ब्राह्मणश्रेष्ठांनीं स्तुति केल्यामुळें आनंदित झालेला व कोपनष्ट होऊन अंतःकरण शांत झालेला तो देदीप्यमान् तेजस्वी इंद्र आपलें वसतिस्थान जें स्वर्ग त्याची प्राप्ति झाल्यामुळें आनंदित झाला.

अध्याय दोनशें अठ्ठाविसावा.

—:०:—

अभ्युदयाचीं व अवनतीचीं लक्षणें.

युधिष्ठिर म्हणालाः—पितामह, मनुष्याचा अभ्युदय व्हावयाचा असला किंवा त्याची अवनति व्हावयाची असली, तर त्यापूर्वीं कोणतीं लक्षणें होतात तें मला सांगा.

भीष्म म्हणालेः—युधिष्ठिरा, तुझें देव बरें करो. मनुष्याचा अभ्युदय किंवा हानि हीं पुढें व्हावयाचीं असलीं म्हणजे त्यांचीं पूर्वचिन्हें त्याचें मनच सांगत असतें. याविषयीं लक्ष्मी आणि इंद्र यांचा एक प्राचीन संवाद इतिहास म्हणून सांगत असतात, तो ऐक.

पूर्वीं, प्रचंड तपाच्या समृद्धीमुळें ब्रह्मलोकामध्यें वास्तव्य करणाऱ्या ऋषींशीं समान बनून गेलेला,विश्व व परब्रह्म ह्यांचें ज्ञान असलेला, ब्रह्मदेवाप्रमाणें अमर्याद व प्रदीप्त तेज असलेला व निष्पाप असा महातपस्वी नारद आपल्या इच्छेनुरूप

त्रैलोक्यामध्यें संचार करीत होता. कोणे एके समयीं प्रातःकालीं उठल्यानंतर त्याला पवित्र अशा जलाचा स्पर्श करण्याची इच्छा झाली. तेव्हां तो ध्रुवद्वारापासून निर्माण झालेल्या गंगेवर गेला व तिजमध्यें उतरला. ह्याच वेळीं शंबर, पाक इत्यादि दैत्यांचा नाश करणारा सहस्रनयन इंद्र त्या देवर्षिसेवित गंगेच्या तीरावर आला. तेथें त्या उभयतांनीं स्नान केलें व अंतःकरणाचा निग्रह करून थोडासा जप केला; आणि बारीक सुवर्णवालुकेनें युक्त असलेल्या वाळवंटावर जाऊन बसून ते पवित्र आचरण असलेल्या देवर्षिप्रभृति मोठमोठ्या ऋषींनीं केलेल्या गोष्टी करूं लागले. याप्रमाणें ते पूर्वीं घडून गेलेल्या गोष्टी एकाग्र अंतःकरणानें सांगत असतां, किरणसमुदायांनीं सुशोभित व परिपूर्ण मंडल असलेला भगवान् सूर्य उदय पावला आहे, असें त्यांस दिसून आलें. तेव्हां त्यांनीं उठून त्याचें उपस्थान केलें. ह्या वेळीं आकाशांत सूर्य उदय पावला असतां त्याच्या जवळच दुसरा जणू सूर्यच असें एक तेज दिसूं लागलें. ह्यांतून ज्वाला वरतीं येत आहेत असें दिसत होतें. हे भरतकुलोत्पन्ना, तें तेज त्या उभयतांच्या समीप आलेलें दिसलें. आकाशांत असलेलें तें तेज निरुपम देदीप्यमान् असून वेगानें येत होतें, ह्यामुळें तें गरुड आणि सूर्य ह्या दोहोंच्या वेगानें निर्माण केलें आहे कीं काय असें भासत होतें. तें तेज त्रैलोक्याला प्रकाशित करीत होतें. त्या तेजामध्यें त्यांना प्रत्यक्ष लक्ष्मी असल्याचें दिसून आलें. तिच्या पुढें अतिशय शोभायमान अशा अप्सरा होत्या; तिचा आकार मोठा व कांति सूर्यासारखी होती; ती प्रचंड अग्नीच्या ज्वालेप्रमाणें दिसत होती; तिचे अलंकार नक्षत्रांसारखे झळकत होते; तिनें मौक्तिकमाला धारण केली होती; आणि तिचें आसन कमलपत्राचें होतें.

युधिष्ठिरा, अशी ती अद्वितीय स्त्री विमानांतून उतरली आणि त्रैलोक्याधिपति इंद्र व देवर्षि नारद ह्यांजकडे आली. तेव्हां, राजा, प्रत्यक्ष इंद्रही नारदाला पुढें करून तिला सामोरा गेला; आणि हात जोडून व स्वतःच आपलें नांव वगैरे कळवून त्या देवाधिपति सर्वज्ञ इंद्रानें तिची उत्कृष्ट प्रकारें पूजा केली; आणि नंतर तो बोलूं लागला.

इंद्र म्हणालाः—हे सुहास्यशालिनि, तूं कोण? आणि येथें कशासाठीं आली आहेस? सुंदरी, हे कल्याणि, तूं कोठून आलीस? आणि तुला कोठें जावयाचें आहे?

लक्ष्मी म्हणालीः—पवित्र अशा त्रैलोक्यामध्यें सर्व स्थावरजंगमात्मक प्राणी माझ्याच प्राप्तीच्या इच्छेनें मनःपूर्वक अत्यंत प्रयत्न करीत असतात. सूर्यकिरणांनीं विकसित होणाऱ्या कमलामध्यें सर्व प्राण्यांच्या कल्याणासाठीं माझें जन्म झालें आहे. कमलाच्या योगानें शोभायमान असणारी जी लक्ष्मी ती मीच होय. मलाच पद्मा आणि श्री असें नांव आहे. इंद्रा, संपत्ति, ऐश्वर्य, शोभा, श्रद्धा, धारणाशक्ति, नम्रता, विजय, स्थिति, धैर्य, सिद्धि, इंद्रवैभव, स्वाहा, स्वधा, दैव आणि स्मृति हीं सर्व माझींच स्वरूपें आहेत. इंद्रा, विजयशील राजांच्या सैन्याच्या अग्रभागीं व ध्वजांवर, धर्मशील पुरुषांच्या देशांत व नगरांत, आणि संग्रामापासून परावृत्त न होणारा व विजयानें शोभणारा शूर नृपति ह्यांचे ठायीं माझें सदैव वास्तव्य असतें. तसेंच, जो निरंतर धर्मनिष्ठ, उदारबुद्धि, ब्राह्मणांचें हित करण्याविषयीं दक्ष, सत्यवक्ता, विनयसंपन्न आणि दानशूर असेल, त्याजपाशीं मी सदैव वास्तव्य करीत असतें. सत्य आणि धर्म हींच माझीं बंधनें आहेत व

त्यांनीं बद्ध झाल्यामुळें मी पूर्वीं दैत्यांपाशीं राहिलें होतें; परंतु ते सत्य व धर्म ह्यांच्या विरुद्ध वागतात असें मला आढळून आलें, ह्यामुळें मीं तुझ्या सान्निध्यास येऊन राहण्याचें योजिलें आहे.

इंद्र म्हणालाः—हे सुमुखि, दैत्यांचें वर्तन कोणत्या प्रकारचें होतें म्हणून पूर्वीं तूं त्यांच्यापाशीं राहिली होतीस? आणि पुढें तुला काय दिसून आलें म्हणून दैत्यांचा व दानवांचा त्याग करून तूं येथें आली आहेस?

लक्ष्मी म्हणालीः—इंद्रा, स्वधर्माचें आचरण करणारे, धैर्यभ्रष्ट न होणारे आणि स्वर्गप्राप्तीच्या मार्गामध्यें रममाण होऊन राहणारे जे प्राणी, त्यांच्याच ठिकाणीं माझें प्रेम असतें. ते दैत्य सुद्धां पूर्वीं दान, अध्ययन, होम, हवन हीं कृत्यें आणि देवता, अतिथि, पितर व गुरु ह्यांचें पूजन करीत असत हें कांहीं खोटें नाहीं. त्यांचीं गृहें चांगलीं स्वच्छ केलेलीं असत; त्यांच्या स्त्रिया त्यांच्या अधीन असत; ते अग्नीमध्यें होम करीत असत; गुरूंची सेवा करीत असत; त्यांनीं बाह्येंद्रियांचा निग्रह केलेला होता; ते ब्राह्मणांचे हितचिंतक होते; ते सत्य भाषण करीत असत; ते श्रद्धालु असत; त्यांनीं क्रोधाचा जय केला होता; ते दानशील असत; ते कोणाचा मत्सर अथवा हेवा करीत नसत; ते आपल्या स्त्रिया, पुत्र आणि परिवार यांचें पोषण करीत असत; ते केव्हांही क्रोधाच्या अधीन होऊन परस्परांच्या वैभवाची इच्छा करीत नसत; ते धैर्यसंपन्न होते; त्यांना दुसऱ्याचें ऐश्वर्य पाहून केव्हांही वाईट वाटत नसे; ते दान करीत असत आणि द्रव्याचा संग्रहही करीत असत; ते सौजन्यसंपन्न, करुणरसाचें ज्ञान असलेले अर्थात् दुसऱ्याच्या दुःखानें दुःखी होणारे, सरळ, व दृढभक्ति आणि मनोनिग्रह केलेले असे होते. त्यांचा अनुग्रहही फार मोठा असे; त्यांचे सेवक आणि अमात्य सदैव संतुष्ट असत; ते केलेले उपकार जाणीत असत; ते प्रिय भाषण करीत असत; आणि योग्यतेनुरूप सर्वांचा बहुमान करून त्यांना ते द्रव्य देत असत. तसेंच ते लज्जाशील व नियमनिष्ठ असत; ते प्रत्येक पर्वाच्या वेळीं पवित्र तीर्थादिकांमध्यें स्नान करीत असत; ते उत्कृष्ट प्रकारचीं उटणीं आणि अलंकार धारण करीत असत; उपवास व तप यांजकडे त्यांची स्वभावतःच प्रवृत्ति होती; ते प्रख्यात ब्रह्मवादी होते; ते शयनावर असतांना कधींही सूर्योदय झाला नाहीं; ते केव्हांही प्रभातकालीं झोंप घेत नसत; ते रात्रीं दहीं व सक्तु हीं नेहमीं वर्ज्य करीत असत; ते शुचिर्भूत आणि वेदपठन करणारे दैत्य प्रभातकालीं घृतामध्यें मुख पाहात असत; मंगलकारक वस्तूंचें अवलोकन करीत असत; ब्राह्मणांचें पूजन करीत; सदैव धर्मवाद करीत; केव्हांही प्रतिग्रह करीत नसत; ते अर्धी रात्र झोंप घेत असत; दिवसास शयन करीत नसत; दीन, वृद्ध, दुर्बल, रोगग्रस्त व स्त्रिया ह्यांवर सदैव दया करण्यांत आणि त्यांना आपल्या प्राप्तीचा अंश देण्यांत ते आनंद मानीत असत; त्रासून गेलेला, खिन्न झालेला, उद्वेग पावलेला, रोगग्रस्त, कृश, सर्वस्वाचा अपहार झालेला आणि दुःखपीडित ह्या सर्वांना ते सदैव धीर देत असत; ते निरंतर धर्माच्याच अनुरोधानें वागत असत; ते केव्हांही परस्परांना पीडा देत नसत; ते वाडवडिलांची सेवा करीत असत; आणि इतरांना कार्यामध्यें साहाय्य करीत असत. ते देव, पितर व अतिथि यांची पूजा करीत असत; आणि त्यांचें अर्चन करून अवशिष्ट राहिलेलें अन्न भक्षण करीत असत; ते सदैव तप व सत्य यांचा आश्रय करीत असत; थाटाचें

जेवण केव्हांही एकटे जेवीत नसत; परस्त्रीगमन करीत नसत; ते सर्व प्राण्यांशीं दयेसंबंधानें सारख्याच रीतीनें वागत; ते अंतरालीं स्त्री सेवन करीत नसत; पशूंचे ठायीं अथवा विजातीय स्त्रीचे ठायीं तसेंच पर्वकाळीं ते शुक्रमोक्ष करीत नसत; ते सदैव दान करीत असत; कार्यदक्ष असत; सरळपणानें वागत; उत्साहसंपन्न असत; आणि ते गर्विष्ठ नसत. त्यांच्या ठिकाणीं अत्यंत मैत्री होती व क्षमा वास्तव्य करीत होती. तसेंच सत्य, दान, तप, शुचिर्भूतपणा, दयालुता आणि मृदु भाषण हीं त्यांचे ठिकाणीं वास्तव्य करीत असत. त्याचप्रमाणें, इंद्रा, मित्रद्रोह हा त्यांच्या ठिकाणीं केव्हांही नव्हता; आणि निद्रा, आलस्य, असंतोष, असूया, अनालोचन, अप्रेम, विषाद आणि अभिलाष ह्यांचा त्यांचे ठिकाणीं प्रवेश नव्हता.

इंद्रा, अशा प्रकारचे सर्व गुण दैत्यांमध्यें असल्यामुळें, जगताच्या उत्पत्तीपासून अनेक युगें लोटून जात तोंपर्यंत मी पूर्वी त्यांच्यापाशीं राहिलें होतें. पुढें काल विपरीत येऊन त्यांचे गुणही पूर्वीच्या अगदीं उलट झाले; आणि ते कामक्रोधाधीन झालेले असून धर्म त्यांजपासून निघून गेला आहे असें मला दिसून आलें. सभ्य पुरुष आणि वृद्ध लोक गोष्टी सांगूं लागले म्हणजे हे त्यांची थट्टा करीत; ते जरी गुणांनीं कमी होते तरी सर्व गुणांनीं श्रेष्ठ अशा लोकांशीं मात्सर्य करीत; वृद्ध लोक आले तरीही तरुण बसलेच रहात,—पूर्वीप्रमाणें प्रत्युत्थान देऊन आणि नमस्कार करून त्यांचा बहुमान करीत नसत; बाप जिवंत असतां व तो चरितार्थ चालवीत असतां पुत्र त्याजवर आपलें प्रभुत्व गाजवी; सेवक नसणारे लोक सुद्धां सेवकपणा मिळवून तो प्राप्त झाल्याचें निर्लज्जपणें प्रसिद्ध करित; त्या वेळीं जे लोक धर्मबाह्य व निंद्य अशीं कृत्यें करून पुष्कळ द्रव्य संपादन करीत ते त्यांना प्रिय वाटूं लागले; ते मोठ्यानें बोलूं लागले; रात्रीं त्यांच्या घरीं अग्नि मंद मंद प्रज्वलित होऊं लागला; पुत्र पित्याच्या व स्त्रिया आपल्या पतींच्या आज्ञेबाहेर वागूं लागल्या; आई, बाप, वृद्ध, उपनयन करून वेद पढविणारा आचार्य, अतिथि आणि शिक्षक ह्यांचा ते मोठे आहेत असें समजून ते केव्हांही बहुमान करीत नसत; बालकांचें पोषण करीत नसत; भिक्षा व बलि यांचें दान केल्यावांचून आपण अन्नभक्षण करीत असत; अन्नभक्षण करण्यापूर्वी होम करीत नसत; किंवा त्या अन्नांतील अंश पितर, देव, अतिथि आणि गुरु ह्यांना देत नसत; त्यांचे स्वयंपाकी कायावाचामनेंकरून केव्हांही शुचिर्भूतपणाची पर्वा बाळगीत नसत; तसेंच त्यांचें भक्ष्य केव्हांही गुप्त नसे; धान्यें अस्ताव्यस्त पसरलेलीं असत; काक, मूषक इत्यादि प्राणीही ते भक्षण करीत असत; ते दूध उघडेंच ठेवीत; उष्टच्यानें तुपाला स्पर्श करीत; त्यांच्या स्त्रिया कुदळी, कोयते, पेटारे, चवऱ्या, काशाचीं भांडीं आणि कोणत्याही पदार्थांचें साहित्य ह्यांजकडे लक्ष देत नसत; तट आणि गृहें विध्वस्त होऊं लागलीं तरीही ते त्यांचा प्रतिकार करीत नसत; पशूंना बांधून ठेवून त्यांना गवतपाणी देत नसत; लहान मुलें तोंडाकडे पाहात राहिलीं तरी खाण्याचे पदार्थ आपणच खात; पोष्यवर्गापैकीं कोणालाही अन्न देऊन तृप्त करीत नसत; खीर, खिचडी, मांस, घारगे, चकली वगैरे पदार्थ केवळ स्वतःच्याचसाठीं तयार करीत असत; देवपितरांच्या अर्चनावांचून मांस भक्षण करीत; सूर्योदय झाला तरी झोंप घेत; प्रातःकाल ही जणूं त्यांची रात्रच असे; रात्रंदिवस घरोघरीं त्यांच्यांत कलह चालूं असत; एखादा श्रेष्ठ पुरुष येऊन बसला तर तेथें निकृष्ट

प्रतीचे लोक त्याची सेवा करीत नसत; ब्रह्मचर्यादि आश्रमांमध्यें असणाऱ्या लोकांची सेवा होत नसे; धर्मबाह्य लोक परस्परांचा अत्यंत द्वेष करीत; त्यांच्यामध्यें संकर सुरू झाला; शुचिर्भूतपणा अस्तित्वांतून गेला; वेदवेत्ते आणि स्पष्टपणें एक ऋचाही न येणारे ब्राह्मण ह्यांचा मान-अपमान सारखाच होऊं लागला; दासी दुराचारी बनल्या आणि हार, अलंकार, व वेष हीं दुराचाराला शोभतील अशाच प्रकारचीं धारण करूं लागल्या; त्यांचें चालणें, बसणें, पाहणें हेंही दुराचारसूचकच होतें; क्रीडा, संभोग आणि विहार ह्यांच्या कालीं स्त्रिया पुरुषांचा वेष धारण करीत आणि पुरुष स्त्रीवेष धारण करीत व त्यांतच अत्यंत आनंद पावत असत; ऐश्वर्यसंपन्न असतांना देखील नास्तिकपणाचा आश्रय करून, आपल्या समर्थ पूर्वजांनीं योग्य पुरुषांना दिलेल्या देणग्या ते चालवीनातसे झाले; एखाद्याला एखादे प्रसंगीं द्रव्यासंबंधी कांहीं अडचण आली आणि ती निवारण्यासाठीं त्यानें आपल्या मित्रापाशीं प्रार्थना केली, तर त्या कामीं तो मित्र आपला अतिशय अल्प असाही स्वार्थ साधत असेल तर त्याचें द्रव्याचें कार्य हाणून पाडी; लोकांना परद्रव्याचा अपहार करण्याची आवड उत्पन्न झाली; उच्चवर्णामध्यें व्यापारउदीम करणारे लोक दिसूं लागले आणि शूद्र तपोनिष्ठ होऊन राहिले; ब्रह्मचर्यव्रतावांचूनच कांहीं लोक अध्ययन करूं लागले व कित्येक लोक अध्ययनावांचूनच ब्रह्मचर्यानें राहूं लागले; शिष्य गुरूची सेवा करीनात; एखादा गुरु तर शिष्याचा केवळ मित्रच बनलेला असे; मातापितरांचा उत्साह पार नाहींसा झाला आणि वृद्धपणामुळें असमर्थ-स्थिति प्राप्त होऊन थकून जाऊन ते आपल्या पुत्रांपाशीं अन्नाची याचना करूं लागले; समुद्राप्रमाणें गंभीर वेदवेत्ते विद्वान् ब्राह्मण शेती वगैरे करण्यांत आसक्त होऊन राहिले; मूर्ख लोक श्राद्धाला बसूं लागले; दररोज प्रातःकाळीं कुशलप्रश्न करणें, कार्याच्या योजना करणें, सेवकादिकांना कार्य करण्यासाठीं पाठविणें इत्यादि गुरूंच्या क्रिया शिष्य करीनातसे झाले; उलट गुरुच शिष्यांचे अत्यंत हितचिंतक बनून त्यांच्या ह्या गोष्टी स्वतः करूं लागले; सासूसासऱ्यांच्या देखत सून सेवकांना शासन करूं लागली; प्रत्यक्ष पतीलाही हांक मारून त्याच्याशीं भाषण व त्याला आज्ञाही करूं लागली; पिता हरप्रयत्नेंकरून पुत्राची मर्जी संभाळूं लागला; त्याचप्रमाणें आपली संपत्ति भीतीमुळें आपल्या मुलांना विभागून देऊन तो कष्टानें काळ काढूं लागला; अग्नीनें गृह दग्ध झाल्यामुळें, चोरांनीं अपहार केल्यामुळें, किंवा राजानें घेतल्यामुळें एखाद्याचें द्रव्य नाहींसें झालें, तर ज्यांच्यासंबंधानें 'हे मित्र आहेत' अशी कल्पना असे, तेच लोक द्वेषामुळें हंसत असत. याप्रमाणें ते दैत्य कृतघ्न, नास्तिक, दुराचारी, गुरुस्त्रीगमन करणारे, अभक्ष्यभक्षणामध्यें आसक्त झालेले, अमर्यादशील आणि निस्तेज होऊन गेले. काल उलट आल्यामुळें त्यांच्याकडून अशा तऱ्हेनें आचरण घडूं लागलें व सांप्रतही घडत आहे. त्यामुळें, इंद्रा, आतां दैत्यांपाशीं राहूं नये असें मला वाटतें; व म्हणूनच मी आपण होऊन तुजकडे आलें आहें. तेव्हां तूं माझा आनंदपूर्वक स्वीकार कर. हे देवाधिपते, तूं माझा बहुमान केलास म्हणजे देवताही माझा बहुमान करितील. मी ज्या ठिकाणीं वास्तव्य करीन त्या ठिकाणीं मला इष्ट असलेल्या व माझ्यासह राहणाऱ्या आणि ज्या मीच अर्पण करितें त्या जया व दुसऱ्या सात मिळून आठ देवता येऊन तुजपाशीं

वास्तव्य करतील. आशा, श्रद्धा, धृति, शांति, विजिति, सन्नति आणि क्षमा ह्या त्या सात देवी असून, इंद्रा, जया ही पूर्वीं सांगितलेली आठवी देवता होय. मीं आणि त्या देवतांनीं दैत्यांचा त्याग करून तुमच्या राज्यामध्यें आगमन केलें आहे. आतां, ज्यांचें अंतःकरण धर्मनिष्ठ आहे अशा देवतांच्या सान्निध्यास आम्ही राहूं.

याप्रमाणें लक्ष्मीनें भाषण केलें असतां देवर्षि नारद आणि वृत्रहंता इंद्र या दोघांनाही आनंद झाला. तेव्हां सर्व इंद्रियांना आल्हादित करणारा, सुखकारक स्पर्श असलेला आणि सुगंधि असा अग्नीचा मित्र वायु आकाशामध्यें वाहूं लागला; आणि लक्ष्मीसह बसलेल्या इंद्राला अवलोकन करण्याच्या इच्छेनें देव हे पवित्र अशा इष्ट प्रदेशांचे ठायीं उभे राहिले आणि त्यांनीं इंद्राचा सत्कार केला. नंतर, लक्ष्मीची प्राप्ति झालेला देवश्रेष्ठ इंद्र आपला मित्र महर्षि नारद ह्याला बरोबर घेऊन हिरवे घोडे जोडलेल्या रथांतून देवांच्या सभेकडे निघून गेला. मग, देवांना ज्याचा पराक्रम माहीत आहे त्या नारदानें इंद्राचें आणि लक्ष्मी देवीचें मनोगत जाणून महर्षींसह आपलें देवलोकीं सुखानें आगमन झालेलें आहे असें लक्ष्मीला निवेदन केलें. त्या वेळीं स्वयंभू ब्रह्मदेवाच्या निवासस्थानीं देदीप्यमान् अशा स्वर्गातून अमृताची वृष्टि झाली; दुंदुभि आपोआप वाजूं लागले; दिशा प्रसन्न होऊन शोभूं लागल्या; इंद्र वेळच्या वेळीं धान्यावर वृष्टि करूं लागला; देवांच्या ह्या विजयकालीं पृथ्वी असंख्यात अशा रत्नांच्या खाणींनीं विभूषित झाली; गोळवाड्यांतून धेनूंचे उत्कृष्ट शब्द ऐकूं येऊं लागले; मनुष्यें बुद्धिमान्, कर्मनिष्ठ आणि सन्मार्गवर्ती अशीं होऊन शोभूं लागलीं; देव, मनुष्य, किन्नर, यक्ष, राक्षस हे ऐश्वर्यसंपन्न व उदारांतःकरण झाले; वृक्ष वाऱ्यानें हालला तरी केव्हांही अवेळीं त्याचें पुष्प देखील पडेनासें झालें, मग फळ कोठून पडणार? गाई वाटेल तितकें दूध देऊन आनंद देऊं लागल्या आणि कठोर भाषण कोणाच्याच मुखांतून निघेनासें झालें; अस्तु.

सर्वाभीष्टप्रद अशा इंद्रप्रभृति देवतांनीं लक्ष्मीचा बहुमान केल्याची ही कथा जे लोक ब्राह्मणसमुदायामध्यें जाऊन पठन करतील, त्यांचे मनोरथ पूर्ण होऊन त्यांना लक्ष्मीची प्राप्ति होईल. हे कुरुश्रेष्ठा, तूं मला इहलोकांतील उत्कर्ष आणि विपत्ति ह्यांसंबंधाचें उत्कृष्ट उदाहरण सांगण्याविषयीं विनंती केली होतीस, त्याप्रमाणें मीं आतां तुला तें सर्व सांगितलें आहे. याचा विचार करून तत्त्व असेल तें घे.

अध्याय दोनशें एकुणतिसावा.

—:०:—

ब्रह्मपदप्राप्तीचीं साधनें.

युधिष्ठिर म्हणालाः—पितामह, मनुष्यानें कोणत्या प्रकारचें आचरण ठेवलें असतां, त्याचा स्वभाव कोणत्या प्रकारचा असतां, त्यानें कोणती विद्या संपादन केली असतां, आणि कोणतें पौरुषाचें कृत्य केलें असतां त्याला प्रकृतीहून पर व अविनाशी अशा ब्रह्मपदाची प्राप्ति होते?

भीष्म म्हणालेः—मोक्षाविषयींच्या धर्मामध्यें आसक्त झालेला, लघु आहार करणारा व जितेंद्रिय अशा पुरुषाला प्रकृतीहून पर आणि अविनाशी अशा ब्रह्मपदाची प्राप्ति होते. हे भारता, याविषयीं असितकुलोत्पन्न देवल आणि जैगीषव्य ह्यांच्यामध्यें झालेला एक प्राचीन संवाद इतिहास म्हणून सांगत असतात. तो असाः—एकदा, धर्माच्या योगानें प्राप्त होणाऱ्या फलाची ज्याला प्राप्ति झाली आहे आणि ज्याला क्रोध व आनंद यांचा संपर्कही उरला नाहीं

अशा महाज्ञानी जैगीषव्याला असितकुलोत्पन्न देवलानें प्रश्न केला.

देवल म्हणालाः—भगवन्, आपला बहुमान केला तरी आपण आनंद पावत नाहीं; आणि निंदा केली तरी कोपाविष्ट होत नाहीं; तेव्हां आपल्या बुद्धीचें स्वरूप कोणत्या प्रकारचें आहे? ही आपणांला कोठून प्राप्त झाली आहे? आणि तिचा श्रेष्ठ असा आधार कोणता आहे?

भीष्म म्हणालेः—याप्रमाणें देवलानें प्रश्न केला असतां त्या महातपस्वी जैगीषव्यानें संशयशून्य, विपुल अर्थयुक्त पदें असलेलें व निर्दोष असें मोठें भाषण केलें.

जैगीषव्य म्हणालाः—हे ऋषिश्रेष्ठा देवला, सत्कर्म आचरण करणाऱ्या पुरुषांचा गंतव्य प्रदेश कोणता, त्यांची श्रेष्ठ अशी मर्यादा कोणती, आणि त्यांच्या ठिकाणीं असणाऱ्या शांतीचें स्वरूप कोणतें, हें मी तुला सांगतों, ऐक. देवला, निंदा करणारे आणि स्तुति करणारे यांना सत्पुरुष नेहमीं सारखेच लेखतात. निंदकांचें आचरण व आपलें पुण्य हीं दोन्ही जे गुप्त ठेवतात; शत्रूनें वाईट भाषण केलें तरी त्याला उलट बोलत नाहींत; कोणी वध करण्यासाठीं उद्युक्त झाला तरी त्याचा उलट वध करण्याचें मनांत आणीत नाहींत; एखादी अभीष्ट वस्तु प्राप्त झाली नाहीं म्हणून हळहळत नाहींत; समयोचित कर्मे करितात; गतगोष्टीबद्दल शोक करीत नाहींत; कोणत्याही प्रकारची प्रतिज्ञा करीत नाहींत; देवला, द्रव्यप्राप्तीच्या इच्छेनें आपल्याकडे कोणी पूज्य पुरुष आले असतां जे व्रतनिष्ठ व सामर्थ्यसंपन्न पुरुष त्यांचा योग्य प्रकारें सत्कार करितात; ज्यांना विद्येचें फल मिळालें आहे; जे महाज्ञानी, जितेंद्रिय व जितक्रोध असतात; मनानें, क्रियेनें अथवा वाणीनेंही जे कोणाचा अपराध करीत नाहींत; जे ईर्ष्या करीत नाहींत; केव्हांही परस्परांना पीडा देत नाहींत; ज्या धैर्यसंपन्न पुरुषांच्या अंतःकरणाला दुसऱ्याच्या ऐश्वर्यासंबंधानें ताप होत नाहीं; जे दुसऱ्याची अतिशय निंदा अथवा अत्यंत स्तुतिही करीत नाहींत व दुसऱ्यांनीं निंदा किंवा स्तुति केली तरी आनंद अथवा कोप पावत नाहींत; जे सर्व बाजूंनीं शांत असतात, जे सर्व प्राण्यांचें हित करण्यामध्यें आसक्त असतात, जे केव्हांही कोप पावत नाहींत, आनंद पावत नाहींत आणि कोणाचा अपराधही करीत नाहींत; जे आपलें अंतःकरण खुलें करून सुखानें संचार करीत असतात; ज्यांना कोणी आप्त नसतात व जे कोणाचेही आप्त नसतात; आणि ज्यांना कोणी शत्रु नसतात व जे कोणाचे शत्रु नसतात, ते पुरुष सदैव सुखानें नांदतात. तसेंच, हे द्विजश्रेष्ठा, जे धर्मवेत्ते असून धर्माच्या अनुरोधानें वागतात, तेही सुखानें नांदतात; आणि जे या मार्गापासून भ्रष्ट झालेले असतील, त्यांना इष्टप्राप्तीपासून आनंद व अनिष्टप्राप्तीपासून खेद होतो. सत्पुरुषांनींच आचरण केलेल्या मार्गाचें मीं अवलंबन केलेलें आहे; मग माझी कोणी निन्दा केली म्हणून त्याच्याशीं मी मत्सर कसा करणार? आणि कोणीं प्रशंसा केली म्हणून आनंद तरी कसा पावणार? ज्यांना जें करून कांहीं मिळवावयाचें असेल ते तें करून संपादन करोत; पण निंदा आणि स्तुति ह्यांपासून माझी हानि अथवा लाभ होणार नाहीं. तत्त्ववेत्त्या पुरुषाला अपमान झाला तर अमृतप्राप्ति झाल्याप्रमाणें संतोष वाटला पाहिजे; आणि विद्वान् पुरुषानें सन्मानापासून विषाप्रमाणें उद्विग्न झालें पाहिजे. ज्याला कोणत्याही प्रकारच्या दोषांचा संपर्क नसतो, त्याला इहलोकीं व परलोकींही अपमान झाला तरी सुखानें झोंप येते; आणि जो त्याचा अपमान

करतो, त्याला सत्पुरुषाचा अपमान केल्यानें मिळणारें फळ कळून येतें. ज्या बुद्धिमान् लोकांना सद्गति प्राप्त व्हावी अशी इच्छा असेल, त्यांनीं ह्या नियमांचें आचरण करावें, म्हणजे अनायासें त्यांचा अभ्युदय होतो. तसेंच, इंद्रियांचा जय करून पूर्णपणें सर्व यज्ञ केले असतां प्रकृतीहून पर व अविनाशी अशा ब्रह्मपदाची प्राप्ति होते; आणि अशा प्रकारें त्याला सद्गतीची प्राप्ति झाली म्हणजे देव, गंधर्व, पिशाच अथवा राक्षस ह्यांपैकीं कोणालाही तो असेल त्या ठिकाणीं आरूढ होतां येत नाहीं.

अध्याय दोनशें तिसावा.

—:०:—

नारदवर्णन–सत्पुरुषांचीं लक्षणें.

युधिष्ठिर म्हणाला:—पितामह, जो सर्व लोकांना प्रिय आहे, ज्याचें सर्व प्राणी अभिनंदन करितात, आणि जो सर्व सद्गुणांनीं संपन्न आहे, असा कोणता पुरुष ह्या भूतलावर आहे?

भीष्म म्हणाले:—हे भरतकुलश्रेष्ठा, तूं मला प्रश्न करीत आहेस, त्या अर्थी यासंबंधानें उग्रसेन व श्रीकृष्ण यांमध्यें नारदासंबंधें जो संवाद झाला तो मी तुला सांगतों, ऐक.

उग्रसेन म्हणाला:—श्रीकृष्णा, ज्या नारदाचें केवळ नामसंकीर्तन केलें तरी स्वर्गलोकाची प्राप्ति होते, तो सद्गुणसंपन्न असला पाहिजे असें मला वाटतें. तेव्हां त्याच्या अंगीं असे कोणते गुण आहेत ते मला कथन कर.

श्रीकृष्ण म्हणाला:—कुकुराधिपते, नारदाच्या ठिकाणीं कोणते सद्गुण वास्तव्य करीत आहेत तें मी आपल्याला संक्षेपानें सांगतों, ऐका. राजन्, नारदाच्या ठिकाणीं शरीराला ताप देणारा असा सद्वर्तनासंबंधीचा अहंकार नाहीं; आणि शास्त्रज्ञान व त्याचें आचरण हीं अभिन्न आहेत, (त्याचें आचरण शास्त्राज्ञेप्रमाणें तंतोतंत आहे,) म्हणूनच तो सर्वत्र पूजित झालेला आहे. महाराज, अस्वस्थता किंवा असमाधान, कोप, उतावीळपणा आणि भीति हीं नारदाच्या ठिकाणीं वास्तव्य करीत नाहींत; तसेंच तो दीर्घसूत्री नसून शूर आहे; म्हणूनच त्याचा सर्वत्र बहुमान होत आहे. खरोखरच नारदाची अत्यंत उपासनाच केली पाहिजे. कारण, कामामुळें अथवा लोभामुळें त्याच्या वाणीमध्यें केव्हांही अमर्यादपणा आलेला नसतो; परमात्मप्राप्तीसंबंधाच्या विधीचें त्याला तत्त्वज्ञान आहे; आणि तो सामर्थ्यसंपन्न असूनही क्षमाशील, सरल व सत्यवादि आहे. तेज, कीर्ति, विवेकशक्ति, ज्ञान, विनय, जाति आणि तप ह्यांमध्यें तो सर्वांहून श्रेष्ठ आहे; त्याचा स्वभाव उत्कृष्ट आहे; त्याच्या वास्तव्यापासून सुख होतें; त्याच्या भोजनाला आयास पडत नाहींत; तो सत्पुरुषांचा चांगला आदर करितो; तो निर्दोष आहे; तो चांगले शब्द उच्चारतो; कोणाशीं हेवा करीत नाहीं; आणि कोणाचेंही अत्यंत कल्याण करतो. त्याच्या ठिकाणीं पातक नाहीं; दुसऱ्यावर संकट ओढवलें तर त्याला समाधान वाटत नाहीं; वेदश्रवण आणि आख्यानें ह्यांच्या आधारें तत्त्वज्ञान करून घेण्याची त्याची इच्छा असते; तो शीतोष्णादि द्वंद्वें सहन करणारा आहे; आणि तो कोणाचा अपमान करीत नाहीं. त्याचें वर्तन सर्वांशीं सारखें असल्यामुळें त्याला कोणी कोणत्याही प्रकारें प्रिय नाहीं आणि अप्रियही नाहीं; तो मनाला अनुकूल असेंच भाषण करतो; आणि त्याचें शास्त्रज्ञान विपुल असून कथाही आश्चर्यकारक आहेत. तो पंडित आहे, अधाशी नाहीं, शठ नाहीं, त्याचे ठिकाणीं दैन्य नाहीं, तो कोपिष्ट नाहीं, लोभी नाहीं, आणि आजपर्यंत त्याजकडून अर्थासंबंधानें अथवा कामासंबंधानें केव्हांही कलह घडलेला

नाहीं. त्याचे सर्व दोष उच्छिन्न झालेले आहेत; त्याची परमात्म्याचे ठायीं दृढ भक्ति असून अंतःकरण पवित्र आहे; तो घातुक नाहीं; तो मोहरूपी दोषापासून अलिप्त आहे; त्याचें अंतःकरण कार्यांमध्यें आसक्त असल्याचें दिसतें तरी तो कोठेंही आसक्त झालेला नसतो; आणि त्याचा संशय चिरकाल टिकणारा नसतो. तो उत्कृष्ट वक्ता आहे; अभिलाष उत्पन्न करणाऱ्या कार्यांमध्यें त्याचें लक्ष नसतें; तो केव्हांही आत्मस्तुति करीत नाहीं; कोणाचाही हेवा करीत नाहीं व सौम्य भाषण करतो. त्याला लोकांच्या नानाप्रकारच्या चित्तवृत्तींचें ज्ञान आहे, तथापि तो कोणाची निंदा करीत नाहीं; प्राण्यांचें परलोकीं गमन आणि मृत्युलोकामध्यें आगमन ह्यांसंबंधाच्या विद्येमध्यें तो निष्णात आहे; तो कोणाच्याही मताची निंदा करीत नाहीं, तथापि आपल्याच मतावर अवलंबून असतो; त्याचा काल केव्हांही व्यर्थ जात नाहीं; आणि त्याचें अंतःकरण त्याच्या अधीन आहे. त्यानें परिश्रम करून ज्ञान संपादन केलें आहे; ममाधीचा कितीही अनुभव घेतला तरी त्याची तृप्ति होत नाहीं; तो सदैव योगामध्यें आसक्त झालेला असतो; त्याचें अवधान केव्हांही नष्ट होत नाहीं; दुसऱ्यांनीं आपल्या कल्याणासाठीं एखाद्या कार्यावर त्याची योजना केली तर तो निर्भीडपणें तें कार्य करूं लागतो; तो दुसऱ्याच्या गुह्य गोष्टी केव्हांही बाहेर फोडीत नाहीं; द्रव्यप्राप्ति झाली म्हणून त्याला आनंद होत नाहीं आणि ती झाली नाहीं म्हणून क्लेशही होत नाहींत; व त्याची बुद्धि स्थिर असून अंतःकरण कोठेंही आसक्त झालेलें नसतें, म्हणूनच त्या नारदाचा सर्वत्र बहुमान होतो. अशा प्रकारच्या सर्वगुणसंपन्न, दक्ष, शुचिर्भूत, पीडारहित, कालज्ञ आणि प्रियज्ञ पुरुषावर कोण प्रीति करणार नाहीं ?

अध्याय दोनशें एकतिसावा.

—:०:—

कालगणना.

युधिष्ठिर म्हणालाः—कुरुपितामह, सर्व प्राण्यांचा आदि व अंत, प्रत्येक युगामध्यें करावयाचें ध्यान व कर्म, प्रत्येक युगाचा काल, प्राण्यांची सृष्टि, प्रलय आणि लोकांचें तत्त्व हीं पूर्णपणें जाणण्याची माझी इच्छा आहे. तसेंच, उत्पत्ति व नाश यांची प्रवृत्ति कोठून झालेली आहे ? हे सत्पुरुषश्रेष्ठ, जर मजवर आपला अनुग्रह असेल, तर मी विचारतों ह्याचें उत्तर सांगा. पूर्वीं ब्रह्मर्षि भारद्वाज यांनीं भृगूला ह्या गोष्टी संक्षेपतः उत्कृष्ट प्रकारें सांगितलेल्या मीं ऐकिल्यामुळें माझी बुद्धि अत्यंत धर्मनिष्ठ बनली असून परमात्म्याच्या दिव्य स्वरूपाशीं जडली आहे. तथापि मी ह्या गोष्टी विस्तारानें ऐकण्यासाठीं आपणांला पुनश्च विचारीत आहें, तरी आपण त्या कृपा करून सांगा.

भीष्म म्हणालेः—पूर्वीं पुत्रानें असा प्रश्न केला असतां भगवान् व्यासांनीं त्याला जें उत्तर दिलें, तोच पुरातन इतिहास मी तुला कथन करितों युधिष्ठिरा, वेद, वेदांगें व उपनिषदें यांचें अध्ययन करून आणि धर्माचें सूक्ष्मपणें निरीक्षण करून मोक्षधर्माचें अनुसंधान करीत असलेला व्यासपुत्र शुक यानें धर्म व अर्थ ह्यांविषयींच्या संशयाचें निवारण करणाऱ्या कृष्णद्वैपायन श्रीव्यासांना आपल्याला ज्यांचा

१ श्रीकृष्णाच्या भाषणांत आरंभापासून शेवटपर्यंत प्रत्येक श्लोकाचे अंतीं '**तस्मात्सर्वत्र पूजितः**' (ह्मणूनच त्याचा सर्वत्र बहुमान होतो.) अशीं पदें आहेत, त्यांची भाषांतरात पुनः पुनः आवृत्ति न करितां एकदां आरंभीं व एकदां अंतीं त्याचा अर्थ दिला आहे.

निर्णय झालेला नाहीं अशा गोष्टींसंबंधानें प्रश्न केला.

श्रीशुक म्हणालेः—भगवन्, या सर्व प्राणिसमूहाचा कर्ता आणि कृतत्रेतादि कालरूपी अवस्थाचतुष्टय भोगणारा जीव या दोघांचीं स्वरूपें व ब्राह्मणांचीं कर्तव्यें आपण मला कथन करा.

भीष्म म्हणाले:—याप्रमाणें पुत्रानें प्रश्न केला असतां,भूतभविष्य जाणणारे,ब्रह्मज्ञ व सर्वधर्मवित् व्यासांनीं त्याच्या सर्व प्रश्नांचें उत्तर दिलें.

व्यास म्हणाले:—अनादि, अनंत, जन्मजराराहित, विकारशून्य, अविनाशी, दिव्यस्वरूपी आणि तर्क व इंद्रियजन्य ज्ञान यांना अगोचर असें जें परब्रह्म तेंच सृष्टीच्या आरंभीं होतें. कालाचा विभाग असा आहेः—मनुष्याच्या पापण्यांची उघडझांप होण्याला जो काल लागतो, त्याला निमेष असें म्हणतात. पंधरा निमेष म्हणजे एक काष्ठा, तीस काष्ठा म्हणजे एक कला, तीस पूर्णांक एक दशांश कला म्हणजे मुहूर्त, आणि तीस मुहूर्त म्हणजे एक अहोरात्र अशी कालगणना मुनींनीं केलेली आहे. तीस अहोरात्र म्हणजे एक महिना व बारा महिने म्हणजे एक संवत्सर. कालगणनेचें ज्ञान असलेले लोक एक संवत्सरामध्यें दक्षिणायन आणि उत्तरायण अशीं दोन अयनें असतात असें म्हणतात. सूर्य हा मनुष्यलोकांतील अहोरात्राचे दिवस व रात्र असे दोन विभाग करतो. त्यांपैकीं रात्र ही प्राण्यांना झोंप घेण्यासाठीं व दिवस हा कर्में करण्यासाठीं आहे. मनुष्यांचा एक महिना हा पितरांचा एक दिवस होय. त्यांपैकीं शुक्लपक्ष हा त्यांना कर्में करण्यासाठीं असलेला दिवस आणि कृष्णपक्ष ही शयन करण्याकरितां असलेली रात्र होय. मनुष्यांचें एक वर्ष हा देवांचा एक दिवस होय. त्यांतील उत्तरायण हा दिवस असून दक्षिणायन ही रात्र होय, असा देवांचा दिनरात्रीचा विभाग आहे. पूर्वीं जी मनुष्यलोकांतील दिवस आणि रात्र यांची गणना सांगितली, तिच्या अनुरोधानें ह्या वर्षांची गणना केली आहे. आतां ब्रह्मदेवाचा दिवस आणि रात्र सांगतों. तसेंच कृत, त्रेता, द्वापर आणि कलि ह्या चार युगांपैकीं प्रत्येकाची वर्षसंख्या क्रमाक्रमानें सांगतों.देवांच्या चार हजार वर्षांना कृतयुग असें म्हणतात; व त्याशिवाय देवांचीं चारशें वर्षें त्याचा संधिकाल असून तितकाच संध्यांशकाल असतो. अर्थात् देवांचीं चार हजार आठशें वर्षें हें कृतयुगाचें प्रमाण होय. ह्यानंतर पुढच्या तीन युगांमध्यें मुख्य वर्षें, संधिकाल आणि संध्यांशकाल हे उत्तरोत्तर एक-एक चतुर्थांश कमी कमी होतात.सदैव अस्तित्वांत असणारे हे लोक जरी शाश्वत आहेत, तरी त्यांना ह्या चार युगांचाच आधार आहे. बा शुका, ह्या शाश्वत अशा कालरूपी ब्रह्माचें ज्ञान ब्रह्मवेत्त्या पुरुषांनाच असतें. कृतयुगामध्यें धर्म चारही पादांनीं युक्त व म्हणून पूर्ण असा असतो व सत्यही पूर्णपणें वास्तव्य करतें; अधर्मानें कोणत्याही वस्तूची प्राप्ति करून घेण्याकडे कोणाची प्रवृत्ति होत नाहीं; पण पुढें इतर युगांमध्यें द्रव्यादिकप्राप्तीच्या संबंधानें धर्माचा एक पाद कमी होतो व चौर्य, असत्य आणि कपट ह्यांच्या योगानें अधर्माची प्रवृत्ति होते. कृतयुगामध्यें लोक निरोगी असून त्यांचे सर्व मनोरथ पूर्ण होत असत; व त्यांना चारशें वर्षें आयुष्य असे. पुढें त्रेतायुगापासून उत्तरोत्तर प्रत्येक युगांत वयाचें मान एकेक चतुर्थांश कमी होत गेलें. युगमानाप्रमाणें वेदवाणी, आयुष्य, आशीर्वाद आणि वेदाभ्यासजन्य फल ह्यांचाही उत्तरोत्तर ऱ्हास झाला. ह्या युगाच्या ऱ्हासाच्या अनुरोधानें कृत, त्रेता, द्वापर आणि कलि ह्या चार युगांतील धर्म निरनिराळे ठरलेले आहेत. कृत-

युगामध्यें तपाला प्राधान्य असून त्रेतायुगामध्यें ज्ञानाचें महत्त्व असे आणि द्वापरयुगामध्यें यज्ञ हाच मुख्य समजला असून कलियुगामध्यें केवळ दानच मुख्य होय असें सांगितलेलें आहे. हीं जीं चार युगांचीं बारा हजार वर्षें सांगितलीं, त्यांस मिळून विद्वान् लोक महायुग असें म्हणतात. अशीं एक हजार महायुगें झालीं म्हणजे ब्रह्मदेवाचा एक दिवस होतो. त्याच्या रात्रीचेंही प्रमाण दिवसाइतकेंच आहे. त्या रात्रीच्या आरंभीं प्रलय होतो व विश्व नाश पावतें, त्या वेळीं भगवान् योगनिद्रेचें अवलंबन करतो व रात्रीच्या शेवटीं जागा होतो. याप्रमाणें ब्रह्मदेवाचा एकसहस्रमहायुगात्मक दिवस आणि तितकीच रात्र ह्यांचें ज्यांना ज्ञान असतें, तेच लोक अहोरात्रविद् होत. रात्रीच्या शेवटीं जागृत झाल्यानंतर ब्रह्मा हा अविनाशी अशा प्रकृतीमध्यें विकार उत्पन्न करतो व नंतर तिजपासून महत्तत्त्वाची सृष्टि होते; त्या महत्त्वापासून अहंकाराची उत्पत्ति होते; आणि अहंकारापासून मन वगैरे अव्यक्तांची व पृथिव्यादि व्यक्तांची सृष्टि होते.

अध्याय दोनशें बत्तिसावा.

—::—०

सृष्टिविचार.

व्यास म्हणालेः—तेजोमय म्हणजे सूक्ष्मवासनामय जें महत्तत्त्व तेंच या सृष्टीचें बीज समज. ह्या एका महत्तत्त्वापासूनच स्थावर आणि जंगम ही द्विविध सृष्टि झाली. आपल्या दिवसाच्या आरंभीं परमेश्वर जागृत होतो आणि अविद्येच्या योगानें प्रथम महत्तत्व उत्पन्न करतो. ह्याप्रमाणें सर्वारंभीं निर्माण झालेलें महत्तत्त्व तत्काल आकाशादि व्यक्तस्वरूपी बनलें म्हणजे त्यालाच मन अशी संज्ञा प्राप्त होते. एवंच, आत्मरूपाला दुरावलेलें हें अनेक रूपें घेणारें, साभिलाष आणि संशयात्मक मनच प्रकाशक अशा चिन्मय आत्म्याला आवृत करून महत्तत्त्व, अहंकार व आकाशादि पंचमहाभूतें या सातांची उत्पत्ति करतें. चिदात्म्याला आवृत केल्यानंतर तें मन सृष्टि करण्याच्या इच्छेनें प्रेरित होऊन सृष्टि करूं लागतें, तेव्हां त्यापासून आकाश उत्पन्न होतें. त्या आकाशाचा शब्द हा गुण आहे. आकाश विकार पावलें (कार्यजनक अशा स्थितीमध्यें आलें), म्हणजे त्याजपासून सर्व प्रकारचे गंध धारण करणारा आणि पवित्र असा जोरदार वायु उत्पन्न होतो. स्पर्श हा वायूचा गुण आहे. वायुही विकृत झाला म्हणजे त्याजपासून प्रकाशमान्, तेजस्वी आणि शुभ्र असें तेज उत्पन्न होतें. रूप हा तेजाचा गुण होय. तेज कार्यजनक स्थितींत आलें म्हणजे त्याजपासून जल निर्माण होतें. रस हा जलाचा गुण होय. पुढें कार्यजनक स्थितींत आलेल्या जलापासून गंधरूपी गुण धारण करणारी पृथ्वी उत्पन्न होते. पूर्वीं पूर्वीं निर्माण झालेल्या महाभूतांचे गुण पुढच्या पुढच्या महाभूतांचे ठायीं असतात. ह्यांपैकीं जें महाभूत जोंपर्यंत ज्या प्रकारानें असतें, तोंपर्यंत त्याचे ते सर्व गुणही असतात. एखाद्याला जलामध्यें गंध आहे असें दिसून आलें आणि गंध हा जलाचाच गुण आहे असें तो म्हणूं लागला, तर तो केवळ सूक्ष्म दृष्टीचा अभाव होय. गंध हा गुण पृथ्वीचे ठायीं असतो असें समजावें. जल आणि वायु ह्यांच्या ठिकाणीं तो उत्पत्तिसिद्ध नसून पृथ्वीच्या संपर्कामुळें आलेला असतो.

याप्रमाणें महत्तत्त्व, मन आणि पंचमहाभूतें ह्या अनेक प्रकारच्या सामर्थ्यानें युक्त असणाऱ्या सात पदार्थांची सृष्टि झाल्यानंतर ते परस्परांपासून अलग राहिले. त्यांचें परस्परांशीं

पूर्णपणें मिश्रण झाल्यावांचून लोकांची सृष्टि होणें शक्य होईना. तेव्हां ते व्यापक पदार्थ परस्परांमध्यें मिळाले आणि त्यांनीं शरीराचा आश्रय केला, म्हणूनच त्यांना पुरुष असें म्हणतात. जो पुरामध्यें राहतो तो पुरुष होय. पुर असें शरीराला नांव आहे, म्हणूनच त्यामध्यें वास्तव्य करणाऱ्या ह्या सात पदार्थांना पुरुष असें म्हणावयाचें. ह्या सप्तपदार्थांनीं आश्रय केलेलें शरीर आकृतिसंपन्न, आणि मन, दहा इंद्रियें व पंचमहाभूतें ह्या सोळा पदार्थांनीं बनलेलें असतें ह्या स्थूल शरीरामध्यें—पूर्वीं उत्पन्न झालेले महात्तत्त्वादि सूक्ष्म पदार्थ आणि पूर्वजन्मीं उपभोगून अवशिष्ट राहिलेलें कर्म ह्यांचा अर्थात् लिंगशरीराचा प्रवेश होतो. पुढें सर्व प्राण्यांचा आदिकर्ता जो परमेश्वर तो आपल्या उपाधिभूत मायेमध्यें अंशतः असलेलीं सर्व भूतें ग्रहण करून स्वस्वरूपज्ञानासाठीं त्या शरीरामध्यें प्रविष्ट होतो. त्यालाच प्रजापति ब्रह्मदेव असें नांव आहे. तो ब्रह्मदेवच स्थिरचर प्राण्यांना निर्माण करतो. त्यानेंच देव, ऋषि, पितर, मनुष्यें, लोक, नद्या, समुद्र, दिशा, पर्वत, वनस्पति, किन्नर, राक्षस, पक्षी, पशु, हरिणें, सर्प ह्यांची सृष्टि केली. पृथिव्यादि क्षीण होणारे पदार्थ आणि आकाशादि क्षय न पावणारे पदार्थ व इतरही स्थावरजंगम पदार्थ ह्यांची सृष्टि त्यानेंच केलेली आहे. ह्या पदार्थांपैकीं पूर्वींच्या युगांत ज्यांनीं ज्या कर्मांचा स्वीकार केलेला होता तींच कर्में पुनः पुनः होणाऱ्या सृष्टीमध्यें त्यांना प्राप्त होतात. पूर्वकर्मांच्या संस्कारामुळेंच त्यांना हिंसकत्व, अहिंसकत्व, मृदुत्व आणि क्रूरत्व, धर्म, अधर्म, सत्य आणि असत्य ह्यांची प्राप्ति होते. म्हणूनच त्या त्या वस्तूंचें तें तें कर्म सृष्टिकर्त्याला मान्य होतें. ह्या जगताचा विस्तार करणारा परमात्मा महाभूतें, इंद्रियें, इंद्रियांचे विषय आणि आकृति ह्यांचे अनेक प्रकार करून त्यांच्या ठिकाणीं प्राण्याची योजना करतो. प्राण्याच्या हातून जीं कर्में घडतात, त्याचें कारण उद्योगच आहे असें कित्येक लोक म्हणतात; कांहीं ब्राह्मणांच्या मतें दैव हेंच त्याचें कारण आहे; आणि स्वभाववादी लोक स्वभाव हाच त्याचें कारण आहे असें म्हणतात. उद्योग, कर्म आणि दैव ह्यांना स्वभावाचें साहाय्य मिळालें म्हणजेच त्यांपासून कार्य घडतें; ह्यास्तव उद्योग, कर्म आणि दैव हीं तीन मिळूनच त्याचें कारण होत. ह्यांपैकीं प्रत्येक निरनिराळें कारण नाहीं. प्राणी नानाप्रकारचे असतात ह्याचें कारण दैव कीं कर्म? ह्याचें उत्तर देतांना कांहीं लोक हें सांगणें अशक्य आहे असें म्हणतात; व अशक्य नाहीं असेंही कांहीं म्हणतात. कित्येक लोक दैव आणि कर्म ह्या दोहोंपैकीं एकही कारण नाहीं असें म्हणतात व तीं कारणें नाहींत असें नाहीं असेंही म्हणतात. हीं सर्व वेदबाह्य लोकांचीं मतें होत. योगी लोक हे ब्रह्म हेंच महाभूतांना प्राप्त होणाऱ्या नानाप्रकारच्या रूपांचें कारण आहे असें समजतात. योग हा प्राण्याचें ब्रह्मप्राप्तीचें साधन आहे; आणि मनोनिग्रह व बाह्येंद्रियनिग्रह हा त्या योगाचा आधार आहे. त्या योगाच्याच अवलंबनानें मनुष्याला सर्व अभीष्ट वस्तूंची प्राप्ति होते; तपाच्या योगानें—जगताची उत्पत्ति करणाऱ्या परमात्म्याची प्राप्ति होते; आणि परमात्मस्वरूपाची प्राप्ति झाली म्हणजे तो पुरुष सर्व प्राण्यांचा नियंता बनतो. तपाच्याच योगानें ऋषींना पूर्वजन्मीं अध्ययन केलेल्या वेदांचें रात्रंदिवस स्मरण झालें. ही दिव्य वेदवाणी परमेश्वरापासून ब्रह्मदेवाला मिळाली; आणि त्यानें शिष्यप्रशिष्यादि संप्रदायक्रमानें ती प्रचारांत आणिली. त्या परमेश्वरानेंच ऋषींचीं नांवें

ठेविलीं; वेदामध्यें ज्या ज्या सृष्टींचें प्रतिपादन केलें आहे त्या सृष्टि निर्माण केल्या; आणि प्राण्यांचीं नानाप्रकारचीं कर्मेंही प्रवृत्त केलीं. ज्याप्रमाणें इंद्रजाल करणारा पुरुष त्या त्या वस्तूंचें नामग्रहण करून ती ती वस्तु निर्माण करितो, त्याप्रमाणेंच परमेश्वरानें वेदांतील ते ते शब्द उच्चारून त्या त्या वस्तूची सृष्टि केली. त्यानें सृष्टीच्या आरंभीं लोकांसाठीं वेदप्रतिपादित सृष्ट पदार्थांचीं आणि ऋषींचीं नांवें ठेविलीं. वेदाध्ययन, विवाह, कृच्छ्रचांद्रायणादि तपें, संध्योपासनादि कर्में, ज्योतिष्टोमादिक यज्ञ, तडागनिर्माणादि कीर्तिकारक कर्में, तीन प्रकारचें ध्यान, आणि जीवन्मुक्ति ह्यांची क्रमाक्रमानें प्राप्ति करून घेतली म्हणजे मोक्ष मिळतो. वैदिक कर्मांमध्यें देवतास्वरूपानें वर्णन केलेलें आणि उपनिषदांमध्यें स्पष्टपणें प्रतिपादन केलेलें जें दुष्प्राप्य परब्रह्म तें वेदवेत्त्या पुरुषांना पूर्वोक्त क्रमानें प्राप्त होतें. शीतोष्ण, सुखदुःख इत्यादि द्वंद्वांनीं युक्त असणारा जो जीव तो परमात्म्याहून भिन्न आहे अशी बुद्धि होण्याचें कारण कर्म हेंच होय. ज्या वेळीं कर्म नसतें त्या वेळीं अर्थात् सुषुप्तिकालीं किंवा समाधिकालीं हा भेदभाव असत नाहीं. तत्त्वमस्यादि वाक्यांचें योग्य प्रकारें ज्ञान होऊन मनुष्य परमात्मस्वरूपी बनला म्हणजे ज्ञानसामर्थ्यानें त्याचा भेदभाव नष्ट होतो. मोक्षेच्छु पुरुषानें शब्दब्रह्म अर्थात् प्रणव आणि परब्रह्म ह्या दोहोंचें ज्ञान संपादन केलें पाहिजे. कारण, प्रणवाची उपासना करण्यामध्यें निष्णात असलेल्या पुरुषाला परब्रह्मप्राप्ति होते. क्षत्रिय लोक पशुहिंसाद्वारें परमेश्वराची उपासना करितात; वैश्य होमद्रव्याच्या योगानें त्याचें आराधन करितात; शूद्र वर्णत्रयाची सेवा करून तद्द्वारें त्याचें अर्चन करितात; आणि ब्राह्मण योगाभ्यासाच्या योगानेंच त्याची उपासना करितात. हा उपासनाविधि त्रेतायुगांतील होय,—कृतयुगांतील नव्हे. द्वापरयुगामध्यें आणि विशेषतः कलियुगामध्यें ह्या उपासनामार्गाचा उच्छेद होतो. कृतयुगामध्यें मनुष्यें अद्वैतनिष्ठ होतीं;व म्हणूनच, ऋग्वेदादि तीन वेदांनीं प्रतिपादन केलेलीं काम्य कर्में द्वैतसाधक आहेत असें जाणून केवळ योगाच्याच योगानें परमेश्वराचें आराधन करीत होतीं. त्रेतायुगामध्यें सर्व स्थावरजंगम प्राण्यांचें नियमन करणारे महाबलाढ्य पुरुष निर्माण झाले. त्रेतायुगामध्यें वेद, यज्ञ, वर्ण, आश्रम हे सर्व पूर्णपणें वास्तव्य करीत होते. द्वापरयुगामध्यें आयुष्य कमी झाल्यामुळें लोक ह्या गोष्टींपासून कांहींसे भ्रष्ट झाले व कलियुगामध्यें केवळ अधर्मानें ग्रस्त होऊन वेद आणि यज्ञ ह्यांचा उच्छेद होतो व ते दिसतील न दिसतील अशा स्थितींत असतात. मूळ कृतयुगांत जो धर्म जितेंद्रिय, तपोनिष्ठ व श्रुतवान् अशा ब्राह्मणांचे ठिकाणीं सुप्रतिष्ठित झालेला दिसतो, त्याचेंच पुढें प्रत्येक युगांत आचाराचें उल्लंघन न करितां अग्निहोत्रादि स्वधर्मामध्यें आसक्त होऊन राहिलेले वेदाध्ययनसंपन्न लोक वेदवचनांच्या अनुरोधानें यज्ञ, व्रतें, उपवास, तीर्थयात्रा इत्यादि रूपानें आचरण करितात; पण त्यांचें हें सर्व आचरण कामनिक असतें. ज्याप्रमाणें वर्षाकाळीं वृष्टीच्या योगानें सर्व स्थावर आणि जंगम प्राण्यांची वृद्धि होते, त्याप्रमाणेंच प्रत्येक युगामध्यें त्या त्या युगाच्या मानानें धर्माची किंवा अधर्माची वृद्धि होते. ज्याप्रमाणें क्रमाच्या अनुरोधानें प्राप्त झालेल्या ऋतूमध्यें त्या त्या ऋतूंतील लक्षणांची अभिवृद्धि झालेली दिसते, त्याप्रमाणेंच ब्रह्मा, विष्णु, रुद्र ह्यांच्या जगदुत्पादनादि शक्तींची त्या त्या काळीं अभिवृद्धि होते. पूर्वी मीं तुला काळाचीं अनंत स्वरूपें आणि त्याचें आद्यन्तशून्यत्व हीं

कथन केलेलीं आहेत. हें कालस्वरूपच लोकांच्या उत्पत्तीचें आणि संहाराचें कारण आहे. स्वेदज, उद्भिज्ज, अण्डज आणि जरायुज असे जे चार प्रकारचे प्राणी सांगितलेले आहेत, ते स्वभावतःच शीतोष्णादि द्वंद्वांनीं पूर्णपणें युक्त असतात. काळ हाच ह्या प्राण्यांचा आधार आहे. तोच ह्या प्राण्यांना धारण करितो व त्यांचें पोषणही करितो. किंबहुना सर्व प्राणी हें त्याचें स्वरूप आहे, असें मानलेलें आहे. हे पुत्रा, तूं मला विचारल्याप्रमाणें मीं तुला सृष्टि, काल, कर्में, वेद, कर्ता, कार्य आणि क्रियेचें फल हें सर्व कथन केलें आहे.

अध्याय दोनशें तेहेतिसावा.

—:०:—

ब्राह्मप्रलय.

व्यास म्हणाले:—ब्रह्मदेवाचा दिवस निघून जाऊन रात्र सुरू झाल्यानंतर, कारणामध्यें लीन होऊन गेलेलें विश्व कालरूपी ईश्वर आपल्या ठिकाणीं धारण करतो. हा प्रलयाचा प्रकार आतां मीं तुला कथन करितों. ब्रह्मदेवाच्या दिवसाच्या शेवटीं आकाशामध्यें अग्नीच्या सात ज्वाला सारख्या पेटत राहिलेल्या असतात. ह्या वेळीं जग तेजाच्या ज्वालांनीं व्याप्त होऊन अतिशय पेटूं लागतें व पृथ्वीवर असलेल्या सर्व स्थावरजंगमात्मक प्राण्यांचा संहार होतो आणि ते भूमिस्वरूपी बनून जातात. ह्याप्रमाणें सर्व स्थावरजंगमांचा प्रलय झाला म्हणजे भूमीवरील वृक्ष व गवत सुद्धां नष्ट होऊन ती कासवाच्या पाठीप्रमाणें बनते. पुढें, ज्याच्या योगानें पृथ्वीमध्यें काठिन्य उत्पन्न झालेलें असतें त्या तिजमधील गंधतन्मात्र गुणाला जल आकर्षण करून घेतें; आणि अशा रीतीनें त्याचें आकर्षण झालें म्हणजे भूमि आपल्या जलरूपी कारणामध्यें लीन होऊन जाते. तदनंतर ह्या जगतामध्यें लहरींनीं युक्त असलेलें व प्रचंड शब्द करणारें जल अवशिष्ट राहतें. ह्या वेळीं सर्वही जग व्यापून जल वाहूं लागतें. पुढें, बा शुका, त्या पाण्यामध्यें असणारा जो रसतन्मात्र गुण त्याला तेज आकर्षण करून घेतें. याप्रमाणें त्यानें तो गुण आकर्षण करून घेतला म्हणजे पाणी तेजामध्यें लीन होऊन जातें. त्या वेळीं भूमीवरून निघालेल्या अग्नीच्या ज्वाला आकाशामध्यें तळपणाऱ्या सूर्याला जाऊन भिडतात व सर्व आकाश ज्वालांनीं व्याप्त होऊन जातें. पुढें तेजामध्यें असणारा रूपतन्मात्ररूपी गुण वायूकडून आकर्षण केला जातो. ह्यामुळें तेज शांत होऊन प्रचंड वारा वाहूं लागतो. आपल्यापासून उत्पन्न झालेल्या शब्दानें युक्त असलेला तो वायु जगतांतील खालचा व वरचा भाग, तिरवा प्रदेश आणि दशदिशा ह्यांना कंपित करून सोडतो. पुढें जेव्हां वायूच्याही स्पर्शतन्मात्ररूपी गुणाला आकाश ग्रस्त करून सोडतें, तेव्हां वर्णविभागशून्य अशा केवळ ध्वनीनें युक्त असणारें आकाश मात्र अवशिष्ट राहतें. रूप, रस, स्पर्श, गंध आणि आकार यांनीं विरहित व केवळ ध्वनियुक्त असें तें आकाश सर्व विश्वाला ध्वनिमय करून सोडीत राहतें. पुढें, स्वतः अव्यक्त असून ज्यापासून सर्व व्यक्त बनलें आहे असें मन आकाशाच्या शब्दतन्मात्ररूपी गुणाला आकर्षण करून घेतें. अर्थात् त्याच्या ठिकाणीं आकाशाचा लय होतो. या मनापासूनच सर्व व्यक्त निर्माण झालें आहे. ह्याप्रमाणें जो विश्वाचा संहार होतो तो ब्राह्मप्रलय होय. आतां

सूत्रात्मप्रलय

सांगतों, ऐक. हिरण्यगर्भरूपी परमात्म्याचें समष्टिभूत मन आमच्या परिच्छेदाभिमानी अशा

मनाला निःसीम ज्ञान, वैराग्य इत्यादि गौण कर्मांमध्यें प्रविष्ट करून ग्रस्त करून सोडतें. अर्थात्च व्यष्टिभूत मनाचा समष्टिभूत मनाचे ठायीं लय होतो. असें झालें म्हणजे ब्रह्माची उपासना करणाऱ्या पुरुषाला आत्मगुणांची प्राप्ति होते. समष्टिभूत मनालाच चंद्रमा अशी संज्ञा आहे. संकल्प हेंच त्याचें शरीर आहे. पुष्कळ काळानें ह्या समष्टिभूत मनाचा त्याच्या कारणाचे ठायीं लय करण्याचें योग्याला सामर्थ्य येतें. संकल्प हा विचारात्मक अशा चित्तवृत्तीला ग्रस्त करून सोडतो, म्हणूनच संकल्पाचा निरोध करितां येणें फार कठीण आहे. संकल्पाचा निरोध केला म्हणजे अत्यंत श्रेष्ठ अशा ज्ञानाची प्राप्ति होते. कारण संकल्पनिरोध हेंच अत्युत्तम असें ज्ञान (साधन) आहे. अस्मि एवढें ज्ञानच ज्याचें स्वरूप आहे असा जो (तत्त्वमसि ह्या वाक्यांतील) त्वं पदाचा अर्थ त्याला काल अशी संज्ञा आहे. हा कालच सर्वतात्मताज्ञानरूपी विज्ञानाला ग्रासून सोडतो व बलसंज्ञक शक्ति ही कालाला ग्रासून सोडते. असें श्रुतीमध्यें सांगितलेलें आहे. ह्या शक्तीला जीवन्मुक्ति अशीही संज्ञा आहे. सारांश, जीवन्मुक्तदशा प्राप्त झाली म्हणजे, जीवत्व हें उपाधिमात्रकृत आहे व उपाधि मिथ्या आहे हें कळून आल्यामुळें जीवाच्या जीवत्वरूपी परिच्छिन्न स्वरूपाचा नाश होऊन तो परब्रह्मच आहे असें ज्ञान होतें. अर्थात्च जीवन्मुक्तिसंज्ञक शक्ति कालसंज्ञक त्वं पदार्थ जो जीव त्याला ग्रासून सोडते हें उघडच आहे. जीवन्मुक्त दशेंत सुद्धां 'अहमस्मि' (मी आहें) असा व्यवहार होत असतो. तथापि त्यामुळें जीव हाच जीवन्मुक्तीला ग्रस्त करितो असें म्हणतां यावयाचें नाहीं. कारण, तो व्यवहार केवळ ज्ञानानें लुप्तप्राय झालेला अर्थात् केवळ लोकव्यवहारासाठींच चाललेला व म्हणूनच ज्ञानाच्या अधीन असा असतो. **नेह नानास्ति किंचन** (ह्या जगांत आत्मव्यतिरिक्त असें कांहींच नाहीं) असें ज्ञान झालें व सुषुप्त्यादिकांच्या योगानें अस्मितेचाही नाश होतो हें कळून आलें म्हणजे 'अस्मि' हा व्यवहार अर्थात्च टिकणें शक्य नाहीं व जरी टिकला तरी तो गौणच होय. प्रणवांतील जे अकार, उकार, मकार व अर्धमात्रा त्यांचा अर्थ क्रमानें विश्व, तैजस, प्राज्ञ आणि तुरीय असा आहे. त्या तुरीयाच्याही पलीकडे बिंदु, नाद, शक्ति आणि शान्ता अशा चार अवस्था आहेत. ह्यांतील नादाचा लय ज्याच्या ठिकाणीं होतो तेंच सर्वोत्कृष्ट अविनाशी आणि निर्गुण असें परब्रह्म होय. ज्ञानानें अस्मितारूपी कालाचा ग्रास झाला म्हणजे ज्ञानी पुरुष आकाशाचा गुण जो हा नाद त्याचा आत्म्याच्या ठिकाणीं लय करितो. अस्तु; ह्याप्रमाणें सर्व प्रलयांचें स्वरूप आहे. स्थूल पदार्थांपासून तों ईश्वरापर्यंत जीं सर्व भूतें, त्यांचा लय होऊन केवल परब्रह्मच अवशिष्ट राहणें हाच खरा प्रलय होय. केवळ कांहीं कालपर्यंत उपाधिनिवृत्ति होणें हा कांहीं प्रलय नव्हे. मीं जें हें शास्त्र तुला सांगितलें हें संशयशून्य असून, ज्ञानाचा ध्यास लागून गेल्यामुळें ज्ञानमयच बनून गेलेल्या उपदेशास पात्र अशा शिष्यास पाहून परमात्मस्वरूपी बनलेल्या योग्यांनीं बरोबर सांगितलेलें आहे. ह्याप्रमाणें आत्मा आणि प्रकृति ह्यांच्या योगानें वारंवार सृष्टिप्रलय होत असतात. ब्रह्मदेवाच्या दिवसाचा आरंभ झाला म्हणजे सृष्टीला सुरुवात होते व रात्रीचा आरंभ झाला म्हणजे प्रलय होतो. हा दिवस व ही रात्र हीं एकेक हजार युगांचीं असतात. अर्थात्च प्रत्येक दोन हजार वर्षांच्या आरंभीं दिवसाचा व रात्रीचा आरंभ होतो.

अध्याय दोनशें चौतिसावा.

—:•:—

ब्राह्मणांचें कर्तव्य.

व्यास म्हणालेः—भूतसमुदाय हा ज्याचा उपाधि आहे आणि म्हणूनच त्याचे ठिकाणीं ज्याची योजना आहे, त्या आत्मतत्त्वाचें मीं तुला कथन केलें. आतां ब्राह्मणांचें कर्तव्य काय हें तुला सांगतों, ऐक. ब्राह्मणांची जातकर्मप्रभृति कर्में दक्षिणाप्रदानपूर्वक झालीं पाहिजेत. पुढें त्यानें वेदपारंगत अशा आचार्याजवळ त्याची सेवा करीत राहून सर्व वेदांचें अध्ययन करावें; नंतर गुरुदक्षिणा देऊन गुरूच्या ऋणाची फेड करावी; आणि यज्ञासंबंधाचें ज्ञान संपादन करून समावर्तन करावें. त्यानें गुरूची अनुज्ञा घेऊन चार आश्रमांपैकीं एका आश्रमामध्यें यथाशास्त्र आचरण करीत आमरण रहावें. त्यानें पाहिजे तर स्त्रीचा स्वीकार करून प्रजोत्पत्ति करावी; वाटेल तर वनामध्यें गुरूच्या सान्निध्यास राहून नैष्ठिक ब्रह्मचर्याचें आचरण करावें;अथवा संन्यास-धर्मानें वागावें. गृहस्थाश्रमी पुरुष हा ह्या सर्व धर्मांचें मूळ आहे. कारण, गृहस्थाश्रमामध्यें बाह्येंद्रियांचा निग्रह होतो; आणि अंतःकरण पवित्र होऊन त्यांतील दोष जीर्ण होतात; यामुळें इतर कोणत्याही आश्रमामध्यें सिद्धि मिळविण्यास तो पात्र होतो. ब्राह्मणानें प्रजोत्पत्ति, वेदाध्ययन आणि यज्ञयाग हीं कर्में करून पितर, ऋषि व देव यांच्या ऋणांतून मुक्त व्हावें; आणि कर्मांच्या आचरणानें पवित्रता संपादन करून इतर आश्रमाचा अर्थात् वानप्रस्थ किंवा संन्यास या आश्रमांचा स्वीकार करावा. गृहस्थाश्रमी पुरुषानें जें स्थान पृथ्वीवर पवित्रतम असेल तेथें वास्तव्य करावें, आणि त्या ठिकाणीं प्रमाणभूत आचरणानें उत्कृष्ट कीर्ति संपादन करण्याचा प्रयत्न करावा. विपुल तपश्चर्या केल्यानें, विद्येमध्यें पारंगत झाल्यानें, यज्ञयाग केल्यानें आणि दानधर्म केल्यानें ब्राह्मणाची कीर्ति वृद्धिंगत होते; आणि जोंपर्यंत ह्या लोकामध्यें त्याची कीर्ति विद्यमान असते, तोंपर्यंत त्याला पुण्यानें प्राप्त होणाऱ्या अविनाशी अशा स्वर्गादि लोकांची प्राप्ति होते. ब्राह्मणानें अध्ययन करावें, अध्यापन करावें, यज्ञ करावे, दुसऱ्याकडून यज्ञ करवावे, प्रतिग्रह करावा आणि दान द्यावें. मात्र निष्कारण दान अथवा प्रतिग्रहही करूं नये. ज्याच्याकडून यज्ञ करावयाचा असेल त्याजकडून, शिष्याकडून अथवा कन्येकडून विपुल द्रव्य घेऊन त्या योगानें याग आणि दान करावीं. एकट्यानें केव्हांही भोजन करूं नये. गृहस्थाश्रमामध्यें वास्तव्य करणाऱ्या पुरुषाला देव, ऋषि, पितर आणि गुरु ह्यांच्यासाठीं प्रतिग्रह करणें याहून अधिक पवित्र अशी गोष्ट नाहीं. वृद्ध, रोगपीडित, क्षुधाक्रांत, गुप्त रीतीनें राहणारे, शत्रूंनीं पीडिलेले आणि होतकरू लोक ह्यांना आपल्या शक्तीप्रमाणें अथवा शक्तीचा अतिक्रम करूनही द्रव्यप्रदान करावें; आणि आपल्या कर्मजन्य पुण्याचाही अंश त्यांना अर्पण करावा. कारण, योग्य व सत्पात्र पुरुषांना अदेय असें कांहींच नाहीं. सत्पुरुषांना इंद्राचा उच्चैःश्रवा नांवाचा अश्व जरी हवा असला तरी आणून दिला पाहिजे. महाव्रतनिष्ठ सत्यसंध यानें ब्राह्मणांचें सांत्वन केलें आणि त्यांच्या इच्छेप्रमाणें आपले प्राण देऊन त्यांचे प्राण वांचविले, ह्यामुळें त्याला स्वर्गप्राप्ति झाली. सांकृत्य रंतिदेव यानेंही महात्म्या वसिष्ठांना शीत आणि उष्ण जल अर्पण केलें, ह्यामुळें तो स्वर्गपृष्ठावर पूज्य होऊन राहिला आहे. अत्रिकुलोत्पन्न इंद्रदमन ह्यानें सत्पात्र पुरुषाला विपुल द्रव्य अर्पण केलें, ह्यामुळें त्या ज्ञानसंपन्न राजाला अविनाशी अशा लोकांची

प्राप्ति झाली. उशीनरकुलोत्पन्न शिबि यानें ब्राह्मणांसाठीं आपले अवयव आणि प्रिय असलेला औरस पुत्र यांचें दान केलें, यामुळें तो स्वर्गलोकीं गेला. काशिराजा प्रतर्दन ह्यानें ब्राह्मणाला आपले नेत्र दिले, यामुळें त्याची इहपरलोकीं निरुपम कीर्ति झाली आहे. आठ काड्यांचें व मोठ्या थाटाचें असें सुवर्णमय दिव्य छत्र ब्राह्मणाला अर्पण केल्यामुळें देवावृध राजा आपल्या राष्ट्रासह स्वर्गलोकीं गेला. महातेजस्वी अत्रिकुलोत्पन्न सांकृति यानें शिष्यांना निर्गुण ब्रह्माचा उपदेश केला, यामुळें त्याला अत्यंत उत्कृष्ट अशा लोकांची प्राप्ति झाली. प्रतापशाली राजा अंबरीष यानें ब्राह्मणाला अकरा अर्बुद गाई दिल्या, ह्यामुळें तो आपल्या राष्ट्रासहवर्तमान स्वर्गलोकीं गेला. ब्राह्मणासाठीं सावित्रीनें दिव्य कुंडलें आणि जनमेजयानें आपलें शरीर अर्पण केलें, यामुळें त्या उभयतांना उत्तम लोकाची प्राप्ति झाली. वृषादर्भी राजानें सर्व प्रकारचीं रत्नें ब्राह्मणांना अर्पण केलीं आणि युवनाश्व राजानें आपल्या प्रिय स्त्रिया आणि रम्य मंदिर ह्यांचें दान केलें, यामुळें त्यांना स्वर्गलोकाची प्राप्ति झाली. विदेहदेशाधिपति निमि यानें आपलें राष्ट्र ब्राह्मणांना अर्पण केलें; परशुरामानें ब्राह्मणांना पृथ्वी दिली; गयराजानें—जीवर मोठमोठीं शहरें आहेत अशी विशाल भूमि ब्राह्मणांना दिली; आणि सर्व प्राणी निर्माण करण्याचें सामर्थ्य असणाऱ्या वसिष्ठांनीं अवर्षण पडलें असतां प्रजेचें संरक्षण करणाऱ्या ब्रह्मदेवाप्रमाणें सर्व प्राण्यांचे प्राण वाचविले. करंधमाचा पुत्र महात्मा मरुत् यानें अंगिरस् मुनीला आपली कन्या दिली, यामुळें तो शीघ्र स्वर्गास गेला. पांचालकुलोत्पन्न अत्यंत बुद्धिमान् राजा ब्रह्मदत्त यानें ब्राह्मणश्रेष्ठांना शंखसंज्ञक द्रव्यनिधि अर्पण केला, यामुळें त्याला सद्गति मिळाली. राजा मित्रसह ह्यानें महात्म्या वसिष्ठाला मदयंती नामक आपली प्रिय स्त्री अर्पण केली, ह्यामुळें तो तिच्यासह स्वर्गास गेला. महाकीर्तिसंपन्न राजर्षि सहस्रजित् यानें ब्राह्मणांसाठीं आपल्या अत्यंत प्रिय अशा प्राणांचा त्याग केला, यामुळें त्याला अतिशय उत्कृष्ट अशा लोकांची प्राप्ति झाली. पृथ्वीपति शतद्युम्न यानें सर्व अभीष्ट वस्तूंनीं परिपूर्ण असें सुवर्णमय मंदिर मुद्गल नामक ब्राह्मणाला अर्पण केलें, ह्यामुळें तो स्वर्गास गेला. शाल्वदेशाधिपति प्रतापशाली राजा द्युतिमान् ह्यानें ऋचीक मुनीला राज्य अर्पण केल्यामुळें त्याला अत्यंत उत्कृष्ट अशा लोकांची प्राप्ति झाली. प्रभुत्वसंपन्न राजर्षि लोमपाद ह्यानें ऋष्यशृंगाला आपली कन्या शांता अर्पण केली, ह्यामुळें त्याला विपुल अशा सर्व अभीष्ट वस्तूंची प्राप्ति झाली. राजर्षि मंदिराश्व यानें आपली सुंदर कन्या हिरण्यहस्ताला अर्पण केली, यामुळें तो देवांच्याही प्रशंसनेस पात्र असलेल्या लोकांमध्यें गेला. महातेजस्वी राजा प्रसेनजित् यानें ब्राह्मणांना एक लक्ष सवत्स धेनु अर्पण केल्या, यामुळें त्याला अत्यंत उत्कृष्ट अशा लोकांची प्राप्ति झाली. याप्रमाणें दुसरेही आणखी पुष्कळ जितेंद्रिय महात्मे सत्पुरुष दान व तप यांच्याच आचरणानें स्वर्गास गेले आहेत. याप्रमाणें, दान, यज्ञ व प्रजोत्पादन यांच्या योगेंच ज्यांना स्वर्गप्राप्ति झाली आहे, त्या ह्या पुरुषांची कीर्ति पृथ्वी आहे तोंपर्यंत राहील!

---

१ कुबेराच्या नवनिधींतील एक निधी. नवनिधींचीं नांवें अशीं:—महापद्म, पद्म, शंख, मकर, कच्छप, मुकुंद, कुंद, नील व खर्व.

अध्याय दोनशें पसतिसावा.

—:०:—

ब्राह्मणांचें कर्तव्य.

व्यास ह्मणाले:—वैदिकविधीमध्यें निर्दिष्ट केल्याप्रमाणें वेदत्रयरूपी विद्या व वेदांगें ह्यांचा ब्राह्मणानें विचार करावा. षट्कर्मांमध्यें जे परमात्म्याचें स्वरूप वास्तव्य करीत असतें, तेंच ऋग्वेद, सामवेद, यजुर्वेद आणि अथर्वणवेद यांच्याही ठिकाणीं वास्तव्य करितें. वेदवाणीमध्यें निष्णात, अध्यात्मविद्येमध्यें कुशल, आणि सत्त्वगुणसंपन्न असे जे महाभाग्यशाली पुरुष, त्यांना जगताच्या उत्पत्तीचें आणि प्रलयाचें प्रत्यक्ष ज्ञान होतें. असो; अशा पूर्वीं सांगितलेल्या रीतीप्रमाणें धर्मानें रहावें; सत्पुरुषाप्रमाणें आचरण करावें; आणि कोणत्याही प्राण्याला पीडा न होईल अशा रीतीनेंच ब्राह्मणानें आपल्या उपजीविकेचें साधन संपादन करण्याचें मनांत आणावें; सत्पुरुषाकडून ज्ञान संपादन करावें; वेदवचनावर विश्वास ठेवावा; शास्त्रामध्यें निष्णात असावें, गृहस्थाश्रमी ब्राह्मणानें अध्ययन, अध्यापन, यजन, याजन, दान आणि प्रतिग्रह या षट्कर्मांचें अवलंबन करावें; आणि स्वधर्माच्या अनुरोधानें लौकिक कर्मेंही करून सत्त्वनिष्ठ होऊन रहावें. श्रद्धावान् पुरुषानें प्रत्यही पंचमहायज्ञ करावे; धैर्यसंपन्न, प्रमादशून्य, दान्त, धर्मवेत्ता, आत्मज्ञानी, आणि हर्ष, मद व क्रोध ह्यांनीं विरहित असलेला ब्राह्मण केव्हांही क्लेश पावत नाहीं. दान, अध्ययन, यज्ञ, तप, लज्जा, सरलता आणि दम यांच्या योगानें तेज वृद्धिंगत होतें आणि पापाचा क्षय होतो. पापक्षय केलेल्या बुद्धिमान् , जितेंद्रिय आणि लब्धान्न भक्षण करणाऱ्या ब्राह्मणानें काम, क्रोध यांना स्वाधीन ठेवून ब्रह्मपदाची प्राप्ति करून घेण्याची इच्छा करावी; अग्नि आणि ब्राह्मण यांचें अर्चन करावें; देवतांना प्रणाम करावा; अभद्र भाषण करूं नये; आणि धर्मशास्त्रविहित नसेल अशी हिंसा करूं नये. ही ब्राह्मणांची मुख्य वृत्ति सांगितलेली आहे. कर्में करून ज्ञानाची प्राप्ति होणें हेंच कर्मसिद्धीचें लक्षण आहे. अशा प्रकारें कर्में करणारा बुद्धिमान् पुरुष पंचेंद्रियरूपी घोर जलांनीं युक्त असलेली, व लोभरूपी तीर आणि क्रोधरूपी कर्दम (चिखल) असलेली, वासनांचें प्राबल्य असल्यामुळें प्रतिबंध करण्याला अशक्य आणि भयंकर व अत्यंत दुस्तर अशी संसाररूपी नदी तरून जातो. अतिशय मोह उत्पन्न करणारा काल सदैव सज्ज होऊन राहिला आहे हें ब्राह्मणानें लक्षांत वागवावें. दैवयोगानें प्राण्यांना ज्याची गांठ पडली आहे, असा प्रचंड, जोरदार व अकुंठित असा जो स्वभावरूपी प्रवाह तो जगताला सदैव वाहून नेत असतो. अहोरात्ररूपी काल हें या प्रवाहांतील जल होय; वर्षे हे यांतील भोंवरे, महिने या यांतील लाटा, ऋतु हा याचा वेग, पक्ष हे ह्यांतील तृणलता, निमेष व उन्मेष हा यांतील फेंस, वासना हा ह्या प्रवाहांतील मकर, वेद आणि यज्ञ ह्या ह्यांतील नौका, आणि धर्म हें यांतील द्वीप असून त्यांत अर्थ-कामरूपी जल आहे; सत्य वाणी ही ह्यांतून वर निघण्याचें तीर, अहिंसा हे ह्यांतून वहात जाणारे वृक्ष आणि युग हे ह्याच्या मध्यभागीं असणारे डोह होत. ह्या प्रवाहाची उत्पत्ति ब्रह्मापासून झालेली असून हा फार भयंकर आहे; आणि

१ या ठिकाणीं मुळाप्रमाणेंच क्रम ठेविला आहे. लोकांत ऋग्, यजुस्, साम व अथर्वण असा वेदक्रम मानण्याची चाल आहे. परंतु मीमांसाकारांनीं ऋक्, साम, यजुस् असाच लक्षणाच्या सोईसाठीं स्वीकारला आहे तोच येथेंही घेतला असावा असें दिसतें.

विधात्यानें निर्माण केलेले सर्व प्राणी हा यममदनीं नेत असतो. धैर्यसंपन्न ज्ञानी पुरुष ज्ञानरूपी नौकेचें अवलंबन करून ह्या प्रवाहांतून तरून जातात. ज्यांना ही नौका नाहीं ते मंदबुद्धि लोक काय करूं शकणार आहेत? ज्ञानी लोकच या प्रवाहांतून तरून जानात,—इतर जात नाहींत, हें बरोबरच आहे. कारण, ज्ञानी मनुष्य सर्वही वस्तूंतील गुणदोषांचा दूरवर विचार करतो; व अंतःकरण चंचल असल्यामुळें वासनामय बनून गेलेला मंदबुद्धि पुरुष गुणदोषांविषयीं संशयग्रस्त होतो. अज्ञ मनुष्यें या प्रवाहांतून तरून जात नाहींत याचें कारण—त्यांचा तरून जाण्याविषयीं उद्योग नसतो. जो मनुष्य एका ठिकाणीं बसून राहतो, तो दुसरीकडे जाऊन पोहोंचत नाहीं. मोहग्रस्त होणाऱ्या पुरुषाला पूर्वोक्त नौकेच्या साधनावांचून या प्रवाहांतून तरून जातां येत नाहीं. कारण, या प्रवाहामध्यें मोठमोठीं संकटें आहेत. तरून जाऊं इच्छिणाऱ्या पुरुषाला जरी थोडेंसें ज्ञान झालें, तरी वासनारूपी मकरानें ग्रस्न करून सोडल्यामुळें ज्ञान हें त्याला नौकेप्रमाणें उपयोगीं पडत नाहीं. सारांश, सुज्ञ पुरुषानें या प्रवाहांतून वर निघण्याचा प्रयत्न केला पाहिजे आणि या प्रवाहांतून वर येणें म्हणजेच ब्राह्मण होणें होय. पवित्र कुलामध्यें उत्पन्न झालेल्या, अध्यापन, याजन व प्रतिग्रह ह्यांजविषयीं लोलुप नसणाऱ्या, आणि अध्ययन, यजन व दान हीं कर्में करणाऱ्या ब्राह्मणानें बुद्धीच्या साह्यानें या प्रवाहांतून वर येऊन तरून जातां येईल अशा प्रकारचा प्रयत्न करावा. जातकर्मादि संस्कार घडलेला, बाह्येंद्रियें आणि अंतःकरण यांचा निग्रह केलेला, नियमनिष्ठ आणि ज्ञानसंपन्न जो पुरुष, त्याला इहपरलोकीं सिद्धि मिळण्याला विलंब लागत नाहीं. यास्तव, गृहस्थाश्रमी पुरुषानें क्रोध व असूया यांचा त्याग करून ह्या गुणांचें अवलंबन करावें; सदैव पंचमहायज्ञ करावे; अतिथींना अर्पण करून अवशिष्ट राहिलेलें अन्न भक्षण करावें; सन्मार्गानें वागावें; सत्पुरुषांच्याप्रमाणें आचरण ठेवावें; आणि लोकांना पीडा न होईल अशा रीतीनेंच शुद्ध असें उपजीविकेचें साधन करावें. सुज्ञ पुरुषानें शास्त्र आणि आत्मज्ञान यांचें तत्त्वज्ञान संपादन करावें; सत्पुरुषांच्याप्रमाणें आचरण ठेवावें; आणि आपल्या धर्माच्या अनुरोधानें कर्में करावीं. अशा रीतीनें कर्में करणारा पुरुष संकटाला कारणीभूत होत नाहीं. कर्मशील, श्रद्धालु, इंद्रियनिग्रहसंपन्न, प्राज्ञ, असूयाशून्य व धर्म आणि अधर्म यांतील विशेषाचें ज्ञान असलेला जो पुरुष तो दुस्तर अशाही सर्व संकटांतून तरून जातो. धैर्यसंपन्न, अप्रमत्त, जितेंद्रिय, धर्मवेत्ता, आत्मवान्, आणि हर्ष, मद व क्रोध ह्यांजपासून अलिप्त असलेला जो ब्राह्मण त्याला कधींही क्लेश होत नाहींत. हें ब्राह्मणांचें आचरण फार प्राचीनकालापासून ठरलेलें आहे. ज्ञानपूर्वक कर्में केलीं म्हणजे सर्वत्र सिद्धि मिळते. पण अज्ञानी मनुष्य धर्माच्या इच्छेनें अधर्मच करीत असतो; आणि मनाला जणू वाईट वाटत आहे असें दाखवून धर्म किंवा त्यासारखें दुसरें कृत्य करतो. धर्म करतों असें समजून एखादा मनुष्य अधर्म करतो, व एखाद्याला अधर्माची इच्छा असतां त्याजकडून धर्म घडतो, याचें कारण—त्या मूढ पुरुषांना कर्म व अकर्म यांचें ज्ञान नसतें; आणि म्हणूनच त्या प्राण्यांना जन्ममरणाच्या फेऱ्यांत पडावें लागतें. (त्यांस मोक्षप्राप्ति होत नाहीं.)

अध्याय दोनशें छत्तिसावा.

—:०:—

सांख्ययोग.

व्यास म्हणाले:—पूर्वीं सांगितल्याप्रमाणें

साधनें संपादन केल्यानंतर, शांतिरूपी कैवल्य प्राप्त व्हावें अशी इच्छा असेल तर ज्ञानरूपी नौकेचा आश्रय केला पाहिजे. ही ज्ञानरूपी नौका नसेल तर संसाररूपी प्रवाहामध्यें गट-कळ्या खाव्या लागतात. ज्यांना ध्यानाच्या योगानें परमात्मसाक्षात्कार झाला आहे, ते ज्ञानी लोक आपल्या ज्ञानरूपी नौकेच्या योगानें अज्ञ लोकांनाही संसारप्रवाहांतून तारून नेतात. पण अज्ञ लोकांना स्वतः तरून जातां येत नाहीं; मग ते दुसऱ्याला कसे तारून नेणार? ज्याच्या रोगादि दोषांचा उच्छेद झाला आहे व जो स्त्रीसमागमापासून मुक्त झाला आहे, अशा मननशील पुरुषानें देशप्रभृति बारा प्रकारच्या योगसाधनांचा स्वीकार करावा. तीं साधनें देश, कर्म, अनुराग, अर्थ, उपाय, अपाय, निश्चय, चक्षु, आहार, संहार, मन आणि दर्शन हीं होत. ज्याला उत्कृष्ट अशा ज्ञानाची इच्छा असेल त्यानें वाणीप्रभृति बाह्येंद्रियांचे व्यापार सोडून देऊन मनस्वरूपी बनून रहावें; आणि वस्तु-विषयक विकल्पानें युक्त असलेल्या मनाचाही निश्चयशील अशा बुद्धीनें निग्रह करावा. ह्यालाच उत्कृष्ट ज्ञान असें म्हणतात. ज्याला शांतीची अर्थात् कैवल्याची इच्छा असेल, त्यानें त्या सूक्ष्मबुद्धीचाही आत्म्याच्या ठायीं लय केला पाहिजे. ह्या वाणीप्रभृतींचें अर्थात् त्यांच्या लयांचें पूर्णपणें ज्ञान असलेला पुरुष जरी अत्यंत भयंकर असला, सर्ववेदवेत्ता असला, किंवा ज्याला एक ऋचाही येत नाहीं असा असला, अथवा अत्यंत पापी असला, पुरुष-श्रेष्ठ असला, किंवा कष्टानें जीवित कंठणारा असला, तरी अत्यंत दुस्तर जरामरणरूपी सागरांतून तो तरून जातो. ह्या पूर्वोक्त योगाचा अभ्यास करणारा आणि त्याचें शेवटपर्यंत ज्ञान व्हावें अशी इच्छा करणाराही पुरुष कर्म-कांडाचें अतिक्रमण करून राहिलेला असतो, पण त्याला स्वकर्मत्यागाचा दोष लागत नाहीं. योग हा एक रथ आहे. धर्म हें त्यांतील सारथिपीठ होय; दुष्कर्मापासून निवृत्ति हें त्या रथाचें आच्छादन होय; उपाय आणि अपाय ह्या दोन त्या रथाच्या दांड्या आहेत; अपानाक्ष हा त्याचा कणा आहे; प्राण हें त्याचें जूं, बुद्धि हें आयुष्य, आणि जीव हें त्याचें बंधन आहे; सावधानता ही त्यांतील दोन फळ्यांची जोडणी आहे; सदाचाराचा स्वीकार ह्या त्याच्या धावा आहेत; दर्शन, स्पर्शन, घ्राण आणि श्रवण हे त्याचे अश्व होत; शमदमादिकांमध्यें असलेली प्रवी-णता ही त्यांतील रथ्याची बसण्याची जागा होय; आणि सर्वशास्त्रज्ञान हा चाबूक असून शास्त्रार्थनिश्चय हा त्यांतील सारथि होय. हा धिमेपणानें चालणारा योगरथ जीवानें अधि-ष्ठित असतो. श्रद्धा व दम हे ह्याच्यापुढें चाल-णारे सेवक असून विषयत्याग हा मागाहून चालणारा सेवक आहे. शुचिर्भूतपणा हा ह्याचा

---

१ सम व शुद्ध वालुका, अग्नि इत्यादिकांनीं विरहित, मनाला अनुकूल आणि नेत्रांस त्रासदायक न होणारा इत्यादि गुणांनीं युक्त असेल तो **देश.** २ आहार, विहार, निद्रा, जागरण इत्यादिकांचें योग्य प्रकारें सेवन करणें हें **कर्म** होय. ३ सच्छिष्याला **अनुराग** अशी संज्ञा आहे. ४ **अर्थ** म्हणजे द्रव्य. ५ योगाच्या आसनादि अंगांस **उपाय** असें म्हणतात. ६ रागादि दोषांचा क्षय हा **अपाय** होय. ७ गुरु आणि वेद ह्यांच्या वचनाच्या अनुरोधानें वागल्यास खात्रीनें फळ मिळेल अशी जी बुद्धि तिला **निश्चय** असें म्हणतात. ८ चक्षुरादि इंद्रियांना **चक्षु** अशी पारिभाषिक संज्ञा आहे. ९ **आहार** हा प्रसिद्ध आहे. १० स्वाभाविक अशा विषयप्रवृत्तीचा संकोच करणें ह्याला **संहार** असें म्हणतात. ११ **मन** हें संकल्पवि-कल्पात्मक आहे. १२ जन्म, मृत्यु, जरा, व्याधि, दुःख इत्यादि दोषांचें निरीक्षण करणें ह्यांना **दर्शन** असें म्हणतात. हीं सर्व योगाचीं उपकरणें आहेत.

मार्ग असून त्या मार्गानें ह्याला ध्यानाकडे जावयाचें आहे. हा दिव्य रथ मुमुक्षु पुरुषानें जोडलेला असून तो परब्रह्माच्या सान्निध विराजमान आहे. आतां, हा योगरूपी रथ जोडून अविनाशी अशा परब्रह्माकडे त्वरेनें जाऊं इच्छिणाऱ्या पुरुषाला तेथें शीघ्र जाऊन पोहोंचण्याचें साधन सांगतों. वाणीप्रभृतींचा निग्रह करून योग्यानें सप्तधारणा कराव्या. एखाद्या विशिष्ट स्थलीं अंतःकरण जडविणें ह्यास धारणा असें म्हणतात. ह्या जरी अनेक असल्या, तरी मुख्यत्वेंकरून योगशास्त्रदृष्ट्या सातच आहेत. ह्या धारणा शरीरांतील अवयवविशेषाचे ठिकाणीं करावयाच्या असतात. ह्यांखेरीज चंद्र, सूर्य, ध्रुव ह्यांच्या मंडलांच्या ठिकाणीं करावयाच्या ज्या धारणा, अथवा नासाग्र, भ्रूमध्य आणि कंठकूप इत्यादि सन्निकृष्ट प्रदेशांचे ठिकाणीं करावयाच्या ज्या धारणा त्या बाह्य होत. पृथ्वी, जल, तेज, वायु, आकाश, अहंकार आणि अव्यक्त ह्यांचे ठिकाणीं करावयाच्या ज्या धारणा त्याच ह्या सात धारणा होत. ह्या धारणांचीं स्थानें अशीं सांगितलीं आहेतः—चरणापासून जानूंपर्यंत पृथ्वी, जानूंपासून अपानद्वारापर्यंत जल, तेथून हृदयापर्यंत अग्नि, हृदयापासून भ्रूमध्यापर्यंत वायु, भ्रूमध्यापासून मस्तकाग्रापर्यंत आकाश, आणि अहंकार व अव्यक्त हीं प्रसिद्धच आहेत. योगी पुरुषानें पृथ्वी, वायु, आकाश, जल, तेज, अहंकार आणि अव्यक्त ह्यांचे ठिकाणीं बुद्धि स्थिर करून धारणा केली म्हणजे त्याला क्रमानें पृथ्वीचें, वायूचें, आकाशाचें, जलाचें, तेजाचें, अहंकाराचें आणि अव्यक्ताचें सामर्थ्य प्राप्त होतें. योगसिद्धीच्या उपायाचें अवलंबन करून योगाकडे प्रवृत्त झालेल्या योगी पुरुपाला क्रमाक्रमानें कोणकोणते अनुभव कसकसे येतात हें व शरीराच्या अंतर्भागींच ध्यान जडविणाऱ्या योग्याला योगसिद्धि कशी प्राप्त होतें हें मी तुला कथन करतों. गुरूनें सांगितलेल्या युक्तीच्या अनुरोधानें जीवाच्या स्थूलदेहादि स्वरूपांतून मुक्त होऊन योगी सूक्ष्मरूपी बनला म्हणजे त्याला जीं रूपें दिसूं लागतात, तीं सांगतों. स्थूल देहाचा अध्यास सुटला म्हणजे, शिशिरर्तूमध्यें पडणारें बारीक दंव ज्याप्रमाणें आकाश व्यापून सोडतें, त्याप्रमाणें, पृथ्वीचे ठिकाणीं धारणा करणाऱ्या योग्याला विशाल दंवाचा आकार प्रथम दिसूं लागतो. पुढें जलाच्या ठिकाणीं धारणा केली म्हणजे तें दहिंवर नष्ट होऊन दुसराच आकार दिसूं लागतो. ह्या वेळीं आकाशामध्यें आणि आपल्या शरीरामध्यें जल दिसूं लागतें. तदनंतर अग्नीचे ठिकाणीं धारणा केली म्हणजे जल नष्ट होऊन अग्नीचें स्वरूप भासूं लागतें. पुढें वायूचे ठिकाणीं धारणा केली म्हणजे भू, जल, तेज, इत्यादिकांना ग्रासून सोडणारा गतिशील वायु प्रकट झालेला दिसतो. ह्या वेळीं योगी लोंकरीच्या एखाद्या तंतूप्रमाणें सूक्ष्मरूपी बनून वायूच्या अधीन होऊन अंतरिक्षामध्यें चमकत राहतो. तदनंतर आकाशाचे ठिकाणीं धारणा केली म्हणजे वायूचें जें सूक्ष्म स्वरूप तेंही निर्दोष अशा आकाशाचे ठायीं जाऊन लीन होतें. ह्या वेळीं योगी नीलवर्ण आणि छिद्ररूपी आकाशच बनून जातो. ब्रह्मस्वरूपाची प्राप्ति व्हावी अशी इच्छा असलेल्या योग्याच्या अंतःकरणाचें सूक्ष्मत्व म्हणून जें शास्त्रांत सांगितलें आहे तें हेंच होय.

ह्या धारणा सिद्ध झाल्या म्हणजे कोणतीं फलें मिळतात तें सांगतों, ऐक. योगी पुरुषाला पृथ्वीचें ऐश्वर्य प्राप्त झालें म्हणजे तो सृष्टि करूं शकतो;—तो ब्रह्मदेवाप्रमाणें अक्षोभ्य स्थितींत राहून आपल्या शरीरापासून लोक निर्माण करूं शकतो. वायूचें सामर्थ्य त्याच्या

ठिकाणीं आलें म्हणजे तो आपल्या केवळ अंगुलीनें, अंगुष्ठानें, हातानें अथवा पायानें एकटा सर्व पृथ्वीला हालवूं शकतो. तो आकाशरूपी बनला म्हणजे त्याचा आकार आकाशासारखा होतो; म्हणूनच त्याला अंतर्धान पावण्याचें सामर्थ्य येतें. जलाचा जय केला म्हणजे तो (अगस्त्य मुनीप्रमाणें) वापी, कूप, तडाग, समुद्र इत्यादिकांना प्राशन करूं शकतो. ह्यानें तेजोजय केला म्हणजे त्याला तेजोमय स्वरूपाची प्राप्ति होते. हें ह्याचें स्वरूप अंतर्धान पावत नाहीं, तथापि दृश्यही (ओळखितां येईल अशा स्थितींत असलेलें) नसतें. ह्यानें अहंकाराचा जय केला म्हणजे हीं पंचमहाभूतें त्याच्या अधीन होतात. बुद्धि ही पंचमहाभूतें आणि अहंकार यांचा केवळ आत्मा आहे. तिचा जय केला म्हणजे संशय, विपर्यय इत्यादि दोषांनीं शून्य अशा ज्ञानाची त्याला पूर्णपणें प्राप्ति होते; व ज्यापासून हें व्यक्तरूपी जग निर्माण होतें तें अव्यक्त मीच आहें असें त्याला ज्ञान होतें. आतां, जीमध्यें अव्यक्ताचें प्राधान्य आहे अशी विद्या मी तुला सविस्तर कथन करणार आहें. त्यापूर्वी, सांख्यशास्त्रामध्यें निर्दिष्ट केलेलें जें व्यक्त त्याची माहिती मी तुला सांगतों, ऐक. सांख्य आणि योग ह्या दोहोंमध्येंही पंचवीस तत्त्वें सारख्याच रीतीनें वर्णिलेलीं आहेत. पुरुष (जीव), प्रकृति, महत्, अहंकार, पांच ज्ञानेंद्रियें, पांच कर्मेंद्रियें, मन, रूपतन्मात्र, रसतन्मात्र, गंधतन्मात्र, शब्दतन्मात्र आणि स्पर्शतन्मात्र हीं पांच तन्मात्रें महाभूतांचे सूक्ष्म अंश (बीज), आणि पंचमहाभूतें हीं तीं पंचवीस तत्त्वें होत. शास्त्रांतील तत्त्वें एकच असतां ह्यांमध्यें भेद कसा झाला तें सांगतों, ऐक. ज्याला उत्पत्ति आहे, वृद्धि आहे, क्षय आहे आणि मरण आहे, त्याला व्यक्त असें म्हणतात. ह्या चार लक्षणांनीं युक्त असलेलें जें जें तत्त्व, तें तें व्यक्त असून, ह्याहून भिन्न असें जें आहे, त्याला अव्यक्त असें ह्मणतात. वेद आणि वेदांत ह्यांमध्यें आत्मे दोन आहेत असें सांगितलेलें आहे. त्यांपैकीं पूर्वोक्त जन्मादि चार विकारांनीं युक्त असणारे जे महदहंकारादिक विकार त्यांनीं युक्त असलेला आणि धर्मादिक चार पुरुषार्थांची इच्छा करणारा जो आत्मा त्याला जीव असें ह्मणतात; आणि अव्यक्त अर्थात् मायासंज्ञक उपाधीनें युक्त असणारा जो आत्मा त्याला ईश्वर असें म्हणतात. ह्या दोहोंचेंही स्वरूप उपाधीनें युक्त असल्यामुळें चैतन्यात्मक असतें व जडात्मकही असतें.

आतां जीव आणि ईश्वर ह्यांचा विभाग कथन करतों. बुद्धि आणि क्षेत्रज्ञ असे त्याचे दोन प्रकार श्रुतीनें निर्दिष्ट केलेले आहेत. येथें बुद्धि चैतन्यविशिष्ट घ्यावयाची. सारांश, हा जीवेश्वरभेद वास्तविक नसून तो उपाधीमुळें निर्माण झालेला आहे. विषयामध्यें रंगून राहिलेल्या पुरुषांना वेदामध्यें वर्णन केलेले हे दोन आत्मे निरानिराळे आहेत असें वाटतें, परंतु वस्तुतः तसें नाहीं. वेदांतशास्त्राचें तत्त्व—ज्या क्रमानें सृष्टीची उत्पत्ति झाली त्याच्या उलट क्रमानें कार्याचा कारणामध्यें लय करणें हें आहे. अशा रीतीनें लय केला म्हणजे उपाधीचा लय होऊन केवल भेदशून्य असें चैतन्य अवशिष्ट राहतें. अशा रीतीनें ज्याला तत्त्वज्ञान झालेलें आहे त्याला ममता, अहंकार आणि शीतोष्णादि द्वंद्वें ह्यांचा संपर्क नसतो; त्याचा संशय उच्छिन्न झालेला असतो, तो कोप करीत नाहीं, द्वेष करीत नाहीं, आणि असत्य भाषणही करीत नाहीं; तो सर्व प्राण्यांशीं मैत्री करणारा असल्यामुळें, कोणीं अपशब्द उच्चारले अथवा ताडन केलें तरी कोणाचें अकल्याण चिंतीत नाहीं; कठोर वाणी, क्रूर कर्में

आणि दुसऱ्याचें अनिष्टचिंतन ह्या तिनही कर्मांचा तो निषेध करतो; सर्व प्राण्यांशीं तो सारख्याच प्रकारें वागतो व ब्रह्मलोकास जातो. त्याचें शरीर अस्तित्वांत असतें म्हणूनच तो कार्यस्थितींत असतो; तो इच्छा आणि अनिच्छा यांपैकीं कांहींच करीत नाहीं. कारण, त्याचें कांहीं कर्तव्यच अवशिष्ट राहिलेलें नसतें. त्याला लोभाचा संपर्क नसतो, त्याला पीडा होत नाहीं, त्याचीं इंद्रियें निगृहीत झालेलीं असतात, तो कोणतेंही कार्य करीत नाहीं, अथवा उत्कृष्ट वेषही धारण करीत नाहीं. त्याचें अंतःकरण सदेव एकाग्र असतें; त्याची इच्छा केव्हांही निष्फळ होत नाहीं; तो सर्व प्राण्यांशीं सारखीच मैत्री करतो; मातीचें ढेंकूळ, पाषाण आणि सुवर्ण ह्या सर्वांना तो सारखींच लेखतो; ह्याला प्रिय आणि अप्रिय, निंदा व स्तुति ह्यांची योग्यता सारखीच असते; त्या धैर्यसंपन्न पुरुषाचें ब्रह्मचर्यव्रत अढळ असून तो कोणत्याही वस्तूची इच्छा करीत नाहीं; व कोणाही प्राण्याला पीडा देत नाहीं. अशा प्रकारचा जो ज्ञानी असतो तो मुक्त होतो. आतां योगाच्या अभ्यासानें मनुष्य कसा मुक्त होतो त्याचीं साधनें कोणतीं तें ऐक. योगानें प्राप्त होणारें जें अणिमादि ऐश्वर्य त्याचें अत्यंत वैराग्याच्या सामर्थ्यानें अतिक्रमण करून आत्म्याला जें अविद्यादि वृत्तींचें तादात्म्य प्राप्त झालेलें असेल त्यांतून मुक्त होणारा जो पुरुष तो मुक्त होतो. सांख्य आणि योग ह्यांच्या ज्ञानामध्यें हा जो भेद आहे, तो शास्त्रकर्त्यांच्या विवक्षेमुळें झालेला आहे. वस्तुतः दोहोंचेंही फल एकच आहे यांत संशय नाहीं. हें दोहों प्रकारचें ज्ञान मीं तुला कथन केलें आहे. हें ज्ञान संपादन केलें असतां मनुष्य द्वैतमुक्त व ब्रह्मस्वरूपी बनतो.

....

अध्याय दोनशें सदतिसावा.

—:०:—

संसारतारक ज्ञान.

व्यास म्हणालेः—शास्त्र आणि गुरूपदेश ह्यांच्या योगानें उत्पन्न झालेलें जें परोक्ष ज्ञान, तें संसाररूपी सागरांतून तरून जाण्याचें नौकेप्रमाणें साधन आहे. तें संपादन करून, संसारांत पूर्वीं गटकळ्या खात राहिलेल्या पुरुषानें परमात्मचिंतन करीत राहून आपल्या मोक्षाला कारणीभूत अशा अपरोक्ष ज्ञानाचाच आश्रय करावा.

शुक म्हणालेः—मोक्षेच्छु पुरुषानें ज्याचा आश्रय करावयाचा व ज्याच्या योगानें संसारसागरांतून तरून जावयाचें, तें ज्ञान म्हणजे वस्तूचें खरें स्वरूप पटवून देणारी बुद्धिवृत्ति, कीं प्रवृत्तिरूपी धर्म, का निवृत्तिरूपी धर्म, हें मला कथन करा.

व्यास म्हणालेः—अधिष्ठानाचें (परमात्म्याचें) अस्तित्व असल्यावांचून केवळ स्वभावाच्याच योगानें सृष्टि उत्पन्न होते, असें म्हणून नास्तिक आपल्या विचारशक्तिशून्य अशा सर्व शिष्यांचें रंजन करितो. एक कार्य दुसऱ्या कार्यानें कारण बनतें हा केवळ स्वभावच होय, त्याला ईश्वरादिकांच्या अस्तित्वाची जरूर नाहीं, असें म्हणणाऱ्या नास्तिकांना मुंज (मोळ) सोलून पाहिला असतां त्याच्या आंत सूक्ष्म अंकुर असल्याचें दिसून येत नाहीं काय? अर्थात्च दिसून येत असलें पाहिजे. ज्याप्रमाणें मुंजामध्यें हा सूक्ष्म अंकुर असतो, त्याप्रमाणेंच शरीरामध्येंही सूक्ष्मरूपानें आत्मा असतो. जे अल्पबुद्धि पुरुष ह्या स्वभाववादरूपी पक्षाचें अवलंबन करून तत्त्वविचारापासून निवृत्त होतात व स्वभाव हाच कारण आहे असें मानतात, त्यांना मोक्षप्राप्ति होत नाहीं. स्वभाव हा मोहग्रस्त

शांति०

अशा मनानें नास्तिकांनीं कल्पिलेला आहे. कारणभूत अशा एकाच पदार्थाचें जें अस्तित्व त्याला स्वभाव, आणि कारणाचें व इतरांचेंही अस्तित्व असणें ह्याला परिभाव असें म्हणतात. ह्या दोहोंना कार्यजनकत्व आहे असें निरनिराळ्या लोकांचें मत आहे. ह्या स्वभावाचें आणि परिभावाचें तत्त्व मी सांगतों, ऐक. शेती करणें, धान्य कापणें वगैरे कर्में आणि वाहन, आसन, गृह इत्यादि पदार्थ हे सर्व ज्ञानसंपन्न पुरुषांनींच केलेले आहेत, अज्ञानी लोकांनीं केलेले नाहींत. जर स्वभावानें अथवा परिभावानेंच सर्व घडून येणारें असतें, तर त्यांनीं असें केलें नसतें. उद्यानें, गृहें आणि रोगांवरील औषधें ह्यांचा उपयोग करणारे ज्ञानीच असून त्यांची तिकडे प्रवृत्ति करणारे लोकही ज्ञानीच होते. ज्ञानाच्याच योगानें मनोरथ पूर्ण होतात; ज्ञानाच्याच योगानें कल्याण होतें; ऐश्वर्याप्रमाणें ज्ञानाचेंही वैपुल्य असल्यामुळेंच राजे राज्याचा उपभोग घेतात; आणि प्राण्यांचें परस्वरूप अर्थात् परमात्मा, आणि अपर (अलीकडचें) स्वरूप अर्थात् माया ह्या दोहोंचें ज्ञान बुद्धीच्याच योगानें होतें. बा शुका, सर्व विश्व बुद्धीच्याच योगानें निर्माण झालेलें आहे, म्हणूनच त्याचें लयस्थानही बुद्धि हेंच आहे. सर्व प्राण्यांचे प्रकार जरी अनेक आहेत, तरी त्यांचे भेद चारच आहेतः ते जरायुज, अंडज, स्वेदज व उद्भिज्ज हे होत. स्थावर प्राण्यांपेक्षां जंगम प्राणी श्रेष्ठ होत. कारण, ज्यांचे ठिकाणीं क्रियांचें आधिक्य असतें अथवा ज्यांच्या क्रिया श्रेष्ठ प्रतीच्या असतात, त्यांना श्रेष्ठत्व असणें हें योग्यच आहे. जंगम प्राण्यांचे बहुपाद आणि द्विपाद असे दोन भेद आहेतः त्यांपैकीं बहुपाद प्राण्यांपेक्षां द्विपाद श्रेष्ठ होत. ह्यांची संख्याही अधिक आहे. द्विपाद प्राणीही दोन प्रकारचे आहेतः एक भूचर आणि दुसरे आकाशगामी. त्यांपैकीं भूचर हेच श्रेष्ठ होत. कारण ते अन्न भक्षण करीत असतात. भूचर प्राणीही दोन प्रकारचे आहेतः एक मध्यम आणि दुसरे उत्तम. त्यांपैकीं जातिधर्मांचें परिपालन करीत असल्यामुळें मध्यमांचीच योग्यता अधिक आहे. मध्यमांचेही प्रकार दोन आहेतः एक धर्मज्ञ आणि दुसरे धर्मानभिज्ञ. त्यांपैकीं धर्मज्ञ हेच श्रेष्ठ होत. कारण, त्यांना कर्तव्याचें व अकर्तव्याचें ज्ञान असतें. धर्मज्ञही दोन प्रकारचे आहेतः एक वेदज्ञ आणि दुसरे वेदानभिज्ञ. त्यांपैकीं वेदज्ञ हेच श्रेष्ठ होत. कारण, वेद हा त्यांच्याचवर अवलंबून असतो. वेदज्ञही दोन प्रकारचे आहेतः एक प्रवचन करणारे आणि दुसरे प्रवचन न करणारे. त्यांपैकीं प्रवचन करणारे श्रेष्ठ होत. कारण, वेदांचा प्रसार होण्याला प्रवचनकर्तें हेच कारण आहेत. प्रवचनकर्त्यांचेही प्रकार दोन आहेतः एक आत्मज्ञ आणि दुसरे आत्मज्ञानशून्य. त्यांपैकीं आत्मज्ञ हेच श्रेष्ठ आहेत. कारण, त्यांना उत्पत्ति आणि प्रलय यांचें ज्ञान असतें. ज्याला प्रवृत्तिरूप आणि निवृत्तिरूप अशा दोहों प्रकारच्या धर्मांचें ज्ञान असतें, तोच खरा सर्वज्ञ, खरा वैराग्यसंपन्न, सत्यसंकल्प, सत्यनिष्ठ, शुचिर्भूत आणि ऐश्वर्यसंपन्न होय. अशा पुरुषाच्या बुद्धीचा ब्रह्मज्ञानामध्यें लय झाला म्हणजे त्याला देव हे ब्राह्मण असें समजतात. कर्मकांडामध्यें निष्णात आणि तत्संबंधी सिद्धांताचें ज्ञान झालेला जो पुरुष त्यालाही कित्येक लोक ब्राह्मण (ब्रह्मनिष्ठ) असें म्हणतात. (कारण वेदरूपी शब्दब्रह्माचे ठायीं त्याची निष्ठा असते.) बा शुका, शरीराच्या अंतर्भागीं आणि बाह्यभागींही असणारा व यज्ञ आणि देवता यांच्यामध्येंही वास्तव्य करणारा जो परमात्मा, त्याचा ज्या ज्ञानसंपन्न पुरुषांना साक्षात्कार होतो, ते ब्राह्मण प्रत्यक्ष देवच होत;

सर्व प्राणी आणि सर्व जग हें त्यांच्यावरच अवलंबून ठेविलेलें आहे; ते जन्ममरण आणि कर्म ह्यांतून पूर्णपणें मुक्त झालेले असतात; त्यांचा अभ्युदय त्यांच्या स्वतःवरच अवलंबून असतो; आणि ते पूर्वोक्त चतुर्विध प्राण्यांचे ईश्वर (नियन्ते) असतात.

अध्याय दोनशें अडतिसावा.

—:०:—

सांख्यसिद्धांतवर्णन.

व्यास म्हणालेः—ज्ञानसंपादनाच्या उद्देशानें कर्मे करणें ही ब्राह्मणांची फार प्राचीनची वृत्ति ठरलेली आहे. अशा रीतीनें कर्मे केलीं असतां सर्वत्र सिद्धि मिळते. कर्मासंबंधानें जर संशयच नसता, तर तें कर्मच मोक्षप्राप्तिरूपी सिद्धीचें साधन आहे असें म्हणतां आलें असतें. परंतु कर्म हें नित्य आहे कीं तें ज्ञानजनक असल्यामुळें काम्य आहे असा संशय आहे. तें नित्य असलें तर काम्य नव्हे हें सिद्धच झालें. अर्थात्च त्यापासून ब्रह्मप्राप्तिरूपी कामना पूर्ण होण्याची आशा नाहीं; आणि जर काम्य असेल तर तें न केलें तरी दोष नाहीं, असें सिद्ध होऊं लागेल. तेव्हां ह्याविषयीं शास्त्रांतील अनुभव आणि युक्ति ह्या दोहोंच्या अनुरोधानें मी तुला माहिती सांगतों, ती ऐक. कांहीं लोक ह्या जन्मीं किंवा पूर्वजन्मीं केलेलें कर्मच देहादि कार्यांच्या उत्पत्तीला कारणीभूत आहे असें म्हणतात; कांहीं लोक काल हाच त्याचें कारण आहे असें मानतात; आणि कांहीं स्वभावालाच त्याचें कारणत्व देतात. इहजन्मीं अथवा पूर्वजन्मीं केलेलें कर्म आणि दैव हें कालावर अवलंबून असून तें स्वभावाच्या अनुरोधानें फलप्रद होतें. पौरुष, (इहजन्मीं किंवा जन्मांतरीं केलेलें कर्म) दैव आणि स्वभाव ह्यांपैकीं प्रत्येक हें कार्याच्या उत्पत्तीचें कारण आहे, असें कांहीं लोकांचें मत आहे. कांहीं लोकांच्या मतें ह्यांना पृथक्त्वानें कारणत्व नाहीं; कांहींच्या (अर्हतांच्या) मतें-ह्या सर्वांनाही समुच्चयानें कारणत्व आहे असेंही म्हणतां येईल, नाहीं असेंही म्हणतां येईल; आणि आहे असेंही म्हणतां येत नाहीं व नाहीं असेंही म्हणतां येत नाहीं, असें आहे. योगी लोक परब्रह्म हेंच सर्व कार्यांचें कारण आहे असें समजतात.

युगधर्मवर्णन.

त्रेतायुग, द्वापारयुग व कलियुग ह्यांमध्यें उत्पन्न झालेले पुरुष संशयग्रस्त असतात; पण कृतयुगांतील लोक तपस्वी, संशयशून्य आणि सत्त्वनिष्ठ असतात. ऋग्वेद, यजुर्वेद आणि सामवेद ह्यांमध्यें भेददृष्टि न ठेवितां काम व द्वेष यांपासून दूर राहून कृतयुगांतील लोक तपाचें (ज्ञानाचेंच) अवलंबन करीत होते. ज्ञानप्राप्तीसंबंधाच्या धर्माच्या ठिकाणीं आसक्त असलेला आणि सदैव ज्ञानाचेंच अवलंबन करणारा जो पुरुष, त्याला त्यामुळें इच्छेस वाटतील त्या सर्व गोष्टींची प्राप्ति होते. ज्याच्या स्वरूपाची प्राप्ति झाली असतां विश्व निर्माण करण्याचें सामर्थ्य येतें, त्या परब्रह्माचीही प्राप्ति ज्ञानाच्या योगानें होते. अशा रीतीनें मनुष्य परब्रह्मस्वरूपी बनला म्हणजे सर्व प्राण्यांचा तो नियंता बनतो. कर्मकांडामध्यें त्या परब्रह्माचें कांहीं अंशीं वर्णन आहे; पण केवळ कर्मकांडाचें ज्ञान असलेल्या पुरुषांना त्याचें ज्ञान झालेलें नाहीं. वेदांतामध्यें तें परब्रह्म स्पष्टपणें वर्णिलेलें आहे. केवल कर्मामध्यें आसक्त राहिल्यानें त्याची प्राप्ति होत नाहीं. त्या परब्रह्माचें आराधन क्षत्रिय हे हिंसेच्या द्वारें (पशुयज्ञादि करून) करितात; वैश्य हे होमद्रव्याच्या योगानें त्याचें आराधन करितात; शूद्र वर्णत्रयाच्या सेवेच्या द्वारानें त्याला

आराधितात; आणि ब्राह्मण हे जपाच्या द्वारानें त्याची आराधना करितात. कार्याविषयीं पूर्ण निष्ठा ठेवून जो वेदाध्ययन करितो, तो द्विज होय. मग याव्यतिरिक्त तो कांहीं करो वा न करो. त्याचप्रमाणें, सर्व भूतांशीं ज्याची मैत्री आहे तो ब्राह्मण होय. त्रेतायुगाच्या आरंभीं वेद, यज्ञ, वर्ण आणि आश्रम हे पूर्णपणें होते; पण आयुष्याचा ऱ्हास झाल्यामुळें द्वापारयुगामध्यें त्यांचे निरनिराळे भाग होतात. द्वापारयुगामध्यें व कलियुगामध्यें वैदिकधर्मावर अनेक संकटें येऊन पडतात; आणि कलियुगाच्या शेवटीं तर वेद आहेत नाहींत अशा स्थितीमध्यें असतात. अधर्माची पीडा झाल्यामुळें त्या वेळीं स्वधर्माचा उच्छेद होतो; अधर्मामुळें गाईचें दूध नष्ट होतें; भूमि, जल आणि औषधि यांतील रस अंतर्धान पावतात; वेद, वैदिक धर्म आणि आश्रम यांचा लोप होतो; आणि स्वधर्मनिष्ठ असणाऱ्या लोकांचें व सर्व स्थावरजंगम प्राण्यांचें स्वरूप बदलतें. ज्याप्रमाणें पृथ्वीवरील सर्व प्राण्यांचें वृष्टि पोषण करिते, त्याप्रमाणेंच प्रत्येक युगामध्यें वेद आणि सर्व वेदांगें हीं वेदाध्ययन करणाऱ्या पुरुषाचें पोषण करितात. कालाचें अनेकस्वरूपत्व हें शास्त्रदृष्ट्या ठरलेलें असून तें कायमचें आहे. लोकांच्या उत्पत्तीला आणि संहाराला हेंच कारणीभूत आहे. पूर्वीं हें तुला मीं सांगितलेलेंच आहे. जीव हाच जगताच्या उत्पत्तीचें, स्थितीचें आणि संहाराचेंही कारण असून, द्वैतामुळेंच अस्तित्वांत आलेले जे सर्व प्राणी त्यांना ह्याच्याच योगानें स्वरूपप्राप्ति होते. बा शुका, ह्याप्रमाणें सृष्टि, काल, धैर्य, वेद, कर्ता, कार्य आणि क्रियेचें फळ हें सर्व तूं प्रश्न केल्याप्रमाणें मीं तुला कथन केलें आहे.

P. RAJANI

अध्याय दोनशें एकुणचाळिसावा.

—:०:—

आत्मस्वरूपवर्णन.

भीष्म म्हणालेः—याप्रमाणें मुनिश्रेष्ठ व्यासांनीं भाषण केलें असतां, मोक्ष व धर्म ह्यांतील तत्त्वांनीं युक्त असलेल्या त्या त्यांच्या शास्त्रभूत भाषणाची प्रशंसा करून शुकांनीं पुनश्च प्रश्न करण्याचा उपक्रम केला.

शुक म्हणालेः—वेदाध्ययनसंपन्न, यज्ञ करणारा, बुद्धि सुसंस्कृत झालेला आणि मात्सर्यशून्य असा जो ज्ञानी पुरुष, त्याला प्रत्यक्ष आणि अनुमान ह्यांवरून जाणतां न येणारें अथवा परंपरेनें प्राप्त अशा लौकिक गोष्टींप्रमाणें नसलेलें जें ब्रह्म त्याची प्राप्ति कशी होते? तपानें, ब्रह्मचर्यानें, अथवा सांख्य किंवा योग एतत्संबंधी ज्ञान होऊन संन्यास केल्यानें याची प्राप्ति होते? भगवन्, हें मला सांगा. तसेंच, मनुष्यांना कोणत्या उपायाच्या योगानें अंतःकरणाच्या आणि इंद्रियांच्या एकाग्रतेची सिद्धि होते तेंही आपण कृपा करून कथन करा.

व्यास म्हणालेः—विद्या, तप, इंद्रियनिग्रह आणि सर्वसंन्यास ह्यांवांचून कोणालाही परब्रह्मप्राप्ति होत नाहीं. हीं सर्व पंचमहाभूतें ब्रह्मदेवानें फार पूर्वीं निर्माण केलेलीं असून प्राण्यांच्या शरीरांमध्यें तीं प्राचुर्यानें वास्तव्य करीत आहेत. त्यांपैकीं प्राण्यांचें शरीर पृथ्वीपासून झालेलें असून त्यांतील द्रव पदार्थ जलापासून आणि नेत्र तेजापासून झालेले आहेत. वायु आणि आकाश हीं शरीरामध्यें प्रत्यक्ष वास्तव्य करीत आहेत. त्यांपैकीं वायु हा प्राण, अपान इत्यादि संज्ञांचा आश्रय असून इंद्रियादि रंध्रांमध्यें आकाश असतें. प्राण्यांच्या चरणांमध्यें विष्णु आणि हस्तांचे ठायीं इंद्र वास्तव्य करीत असून क्षुधा उत्पन्न करणारा अग्नि कोठ्यामध्यें

असतो; दिशा व विदिशा ह्यांच्यामध्यें वास्तव्य करणाऱ्या देवता कर्णामध्यें वास्तव्य करीत असून जिव्हेचे ठायीं वाणीच्या रूपानें सरस्वती असते; श्रोत्र, त्वक्, चक्षु, जिव्हा आणि घ्राण हीं पांच ज्ञानेंद्रियें आहेत असें सांगितलेलें असून तीं शब्दादि विषयांचें ग्रहण करण्याचीं आत्म्याचीं द्वारें आहेत. शब्द, स्पर्श, रूप, रस हे चार आणि पांचवा गंध हे पूर्वीं सांगितलेल्या पांच ज्ञानेंद्रियांचे विषय होत. ते सदैव इंद्रियांहून भिन्न आहेत असें समजावें. ज्याप्रमाणें सारथि रथाचे घोडे चालवीत असतो, त्याप्रमाणेंच मन इंद्रियांना त्या त्या विषयांकडे जडवीत असतें; आणि हृदयामध्यें वास्तव्य करणारा आत्मा मनाकडून सदैव त्याचे व्यापार घडवीत असतो. मन हें त्या सर्व इंद्रियांच्या उत्पत्तिलयांचें कारण असून मनाच्याही उत्पत्तीस आणि प्रलयास जीवात्मा हा कारण आहे. इंद्रियें, इंद्रियांचे विषय, स्वभाव, चैतन्य, प्राणापानादि वायु आणि जीव हे सर्व प्राण्यांच्या शरीरांमध्यें सदैव वास्तव्य करीत असतात. देह हा स्वप्नांतील देहाप्रमाणें केवल आभासमात्र आहे. बुद्धीला आश्रयभूत म्हणून मानलेला हा देह वास्तविक अस्तित्वांत नाहीं. ज्याला ज्याला म्हणून संज्ञा आहे, तें तें त्रिगुणात्मक प्रकृतिच आहे; चैतन्य हें कांहीं तें नव्हे. देह ही प्रकृतिच आहे व प्रकृति ही असत्य आहे, म्हणूनच देहाचें अस्तित्व खरें नाहीं. सत्त्वादि गुण हे बुद्धीचे धर्म नाहींत, कारण, अनादि जी वासना ती बुद्धीला निर्माण करते, सत्त्वादि गुणांना उत्पन्न करीत नाहीं. कारण ती वासनाच त्रिगुणात्मक आहे.

अस्तु; पंचमहाभूतादि जे पूर्वोक्त षोडश विकार, त्यांनीं युक्त असलेला जो शरीरांतर्गत सतरावा पदार्थ आत्मा त्याचा ज्ञानसंपन्न ब्राह्मणाला हृदयामध्यें साक्षात्कार होतो. आत्मा हा कांहीं नेत्रांनीं पाहतां येणें शक्य नाहीं, अथवा कोणत्याही इंद्रियांनीं त्यानें ज्ञान होणें शक्य नाहीं. ज्याप्रमाणें अंधकारानें नेत्र आवृत झालेल्या पुरुषाला दीपाच्या साहाय्यानें पदार्थ दिसतात, त्याप्रमाणें अंतःकरणरूपी दीपानें व्यापक अशा आत्म्याचें ज्ञान होतें. आत्मा हा अविनाशी असून शब्द, स्पर्श, रूप, रस आणि गंध यांनीं विरहित आहे. त्याचे ठिकाणीं हे हे इंद्रियांचे विषय नाहींत; तशींच त्याला इंद्रियें नाहींत आणि शरीरही नाहीं; तथापि तो शरीरामध्येंच आहे. त्याचें सूक्ष्मपणें आलोचन केलें पाहिजे. मरणधर्मी अशा प्रत्येक शरीराचा आश्रय करून असणारा जो अव्यक्त आत्मा, त्याचें ज्याला ज्ञान झालें असेल तो मरणोत्तर ब्रह्मस्वरूपी बनतो. अशा प्रकारचें तत्त्वज्ञान ज्यांना झालेलें असेल, ते लोक—कुलीन आणि विद्वान् ब्राह्मण, गाय, हत्ती, श्वान अथवा चांडाल या सर्वांवर सारख्याच प्रकारची दृष्टि ठेवितात. कारण, त्यांना ज्याचें ज्ञान असतें तो सर्वव्यापक अद्वितीय परमात्मा सर्व स्थावरजंगमात्मक प्राण्यांमध्यें वास्तव्य करीत असतो. सर्व प्राण्यांमध्यें जीवस्वरूपानें आपण वास्तव्य करीत आहों व आपणही परमात्मस्वरूपी असल्यामुळें प्रलयावस्थेंत आपल्या ठिकाणीं सर्व प्राणी लीन होतात, हें ज्ञान जेव्हां होतें, तेव्हां, सर्व भूतांचा प्राण जो परमात्मा, तत्स्वरूपी मनुष्य बनतो. जीवात्म्याचीं प्रतिपादक जेवढीं वेदवाक्यें आहेत, तीं सर्व परमात्म्याचींच प्रतिपादक आहेत असें ज्याला सदैव ज्ञान असतें, अर्थात् जीव आणि परमात्मा ह्यांचा अभेद ज्याला कळून आलेला असतो तोच मुक्त होतो. मोक्षेच्छु पुरुष हा परमात्मस्वरूपी असल्यामुळें सर्व प्राण्यांचा आत्मा, आकाशाप्रमाणें व्यापक, सर्वगत असल्यामुळें

मार्गशून्य व ब्रह्मभावाची इच्छा करणारा असा असतो. त्याचा मार्ग कोणता हें जाणण्याच्या कामीं देवही अज्ञच होत. ज्याप्रमाणें आकाशामध्यें पक्ष्यांचा अथवा जलामध्यें मत्स्यांचा मार्ग दिसून येत नाहीं, त्याप्रमाणेंच ब्रह्मवेत्त्या पुरुषाचा मार्ग कळत नाहीं. कारण, मोक्षासाठीं त्याला कोठें जावयाचेंच नसतें. काल हा स्वतः आपल्या ठिकाणीं असणाऱ्या प्राण्यांना जीर्ण करीत असतो; पण ज्याच्या ठिकाणीं कालाचाही लय होतो त्या परमात्म्याचें ज्ञान कोणासही असत नाहीं. तो आपल्या वर, खालीं, तिरव्या प्रदेशांत, मध्यभागीं अथवा दुसऱ्याही ठिकाणीं असल्याचें कोणीही पहात नाहीं. कारण, तोच सर्वत्र भरलें असल्यामुळें त्याजवांचून दुसरें कांहींही कोठेंही दिसणें शक्यच नाहीं. ह्या परब्रह्माचें स्वरूप प्राप्त होणें हाच मोक्ष होय. ह्यावरून, जीवाचें विशिष्ट स्थळीं गमन म्हणजे मोक्ष नव्हे हें कळून येईल. मुक्त पुरुष एतत्स्वरूपी बनल्यामुळें हे सर्व लोक त्याच्याचमध्यें अंतर्गत असतात; त्या लोकांना बाह्य असें दुसरें कोणतेंही स्थानच नसतें, कीं जें गमनप्राप्य असेल. धनुष्याच्या दोरीपासून सुटलेल्या बाणाप्रमाणें एखादा प्राणी सारखा जाऊं लागला आणि त्याला मनाइतका वेग असला तरीही तो जगत्कारण अशा ह्या परब्रह्माच्या अंतास जाऊन पोहोंचणार नाहीं. कारण त्याचा अंतच नाहीं. हें परब्रह्मरूपी कारण इतकें सूक्ष्म आहे कीं, त्याहून अधिक सूक्ष्म असें दुसरें कांहीं नाहीं; व तें इतकें स्थूल आहे कीं, त्याहून अधिक स्थूल असेंही दुसरें कांहीं नाहीं. त्याला सर्वत्र चरण आहेत, सर्वत्र नेत्र आहेत, सर्वत्र मस्तकें आहेत व सर्वत्र कर्ण आहेत. कारण तें जगतांतील सर्व वस्तूंना व्यापून राहिलेलें आहे. तेंच सूक्ष्माहून सूक्ष्म आणि स्थूलाहून स्थूल असणारें परब्रह्म सर्वही प्राण्यांच्या शरीरांमध्यें जीवरूपानें खात्रीनें आहे; तथापि त्याचें ज्ञान कोणाही सांसारिकास होत नाहीं. अविनाशी आणि विनाशी हीं दोन परमात्म्याचींच स्वरूपें आहेत. सर्व प्राणी हें त्याचें विनाशी (जड) स्वरूप असून जें अविनाशी तेंच दिव्य स्वरूप होय. ह्यासच मोक्ष असें म्हणतात. वस्तुतः परमात्म्याला—तो निष्क्रिय असल्यामुळें गति नाहीं; तथापि महत्, अहंकार, पंचतन्मात्रें, अविद्या आणि कर्म हीं नऊ द्वारें असलेल्या संसाररूपी नगराचा संपर्क झाल्यामुळें तो गतिमान् होतो. वस्तुतः तो गतिशून्य, उपाधिगत दोषानें ग्रस्त न झालेला व सर्व स्थावरजंगमात्मक प्राण्यांचा नियंता आहे. विश्वाच्या तत्त्वाचें ज्ञान असलेल्या अनादि अशा परमात्म्याला पूर्वीं निर्दिष्ट केलेल्या द्वारभूत अशा शरीरांतर्गत नऊ वस्तूंच्या गतीमुळेंच गतिमत्व येतें. दुःखित्वामुळें दुःखत्वाची प्राप्ति होते आणि नानाप्रकारच्या आकारांमुळेंच आकृतिमत्व येतें. हंस-पदानें ज्याचा बोध होतो तें जीवरूपी अविनाशी तत्त्व हेंच कूटस्थ असें परब्रह्म आहे. त्या परमात्म्याचें ज्ञान झालेल्या पुरुषाला तत्स्वरूपाची प्राप्ति होते व त्यामुळें तो जन्ममरणांतून सुटतो.

अध्याय दोनशें चाळिसावा.

—:०:—

योगसाधनवर्णन.

व्यास म्हणाले:—हे सत्पुत्रा, तुझ्या प्रश्नावरून मीं सांख्यज्ञानाशीं संबद्ध असलेल्या ह्या गोष्टी बरोबर सांगितल्या. आतां तुला योगासंबंधाचें सर्व कर्तव्य सांगतों, ऐक. बा शुका, इंद्रियें आणि मन ह्यांना पूर्णपणें बुद्धिस्वरूपी बनवून बुद्धीचाही निरोध करणें हेंच विश्वव्यापक अशा आत्म्याचें अत्युत्तम ज्ञान होय.

अंतःकरणाचा आणि बाह्येंद्रियांचा निग्रह करून, ध्याननिष्ठ बनून आणि आत्म्यावर प्रेम ठेवून, शास्त्रतत्त्वांचें ज्ञान असलेल्या यमनियमादिसंपन्न पुरुषानें गुरूच्या तोंडून ह्या ज्ञानाचा प्रकार समजून घ्यावा. ह्याचें ज्ञान होण्यास ज्ञानी लोकांनीं वर्णिलेल्या काम, क्रोध, लोभ, भय आणि निद्रा ह्या पांच योगदोषांचा उच्छेद केला पाहिजे. क्रोधाचा शांतीनें व कामाचा संकल्पत्यागाच्या योगानें जय करितां येतो. बुद्धीच्या योगानें अनेक वस्तूंचें अनुशीलन केल्यानें निद्रेचा उच्छेद करितां येणें सुज्ञास शक्य आहे. धैर्याचें अवलंबन करून जननेंद्रिय आणि उदर ह्यांचें व्यभिचारादिकांपासून, दृष्टीच्या योगानें हस्तपादांचें कंटकादिकांपासून, मनाच्या निरोधानें नेत्र आणि कर्ण ह्यांचें परस्त्रीदर्शनादिकांपासून आणि हृदय व वाणी ह्यांचें यज्ञादि क्रियांच्या अनुष्ठानानें वाईट वस्तूंच्या चिंतनादिकांपासून रक्षण करावें. सावधपणें राहिल्यानें भीतीचा संबंध सुटतो आणि ज्ञानी लोकांची सेवा केली म्हणजे दंभाचा संबंध रहात नाहीं. ह्याप्रमाणें प्रत्यहीं आलस्य न करितां ह्या योगदोषांचा जय करीत असावें; अग्नि व ब्राह्मण ह्यांचें अर्चन करावें; देवतांना प्रणाम करावा; अभद्र भाषण वर्ज करावें; आणि कोणाला पीडा होईल अथवा कोणाचा मनोभंग होईल अशा प्रकारचें भाषण करूं नये. योगाच्या मतें सर्वांस बीजभूत व सत्त्वगुणाचें प्राधान्य असल्यामुळें तेजोमय असें जें महत्तत्त्व तेंच ब्रह्म होय. सर्व जग हा त्याचाच सार आहे. ह्या जन्मसंपन्न अशा ब्रह्माचा नानास्वरूपांनीं प्रादुर्भूत होण्याचा विचार हाच सर्व स्थावरजंगमांच्या उत्पत्तीचें कारण होय. ईश्वरचिंतन, अध्ययन, दान, सत्य, पापकर्मनिवृत्ति, सरलता, क्षमा, शुचिर्भूतपणा, पवित्र आचरण आणि इंद्रियांचा निग्रह ह्यांच्या योगानें तेजाची अभिवृद्धि होते व पापाचा क्षय होतो; आणि अशा प्रकारच्या योगी पुरुषाचे सर्व मनोरथ पूर्ण होऊन त्याला तत्त्वज्ञान होतें. सर्व प्राण्यांशीं सारख्या रीतीनें वागून यदृच्छेनें मिळेल तेवढ्यावर उपजीविका करून राहणारा, लघु अन्न भक्षण करणारा, सत्त्वगुणसंपन्न, पापमुक्त, जितेंद्रिय आणि काम व क्रोध यांना आपल्या ताब्यांत ठेवणारा जो योगी, त्यानेंच नंतर ब्रह्मपदाच्या प्राप्तीची इच्छा करावी. त्यानें मन व इंद्रियें ह्यांची एकाग्रता करून समाधि लावावी आणि पूर्वरात्रीं व उत्तररात्रीं अंतःकरणाची आत्म्याच्या ठिकाणीं धारणा करावी. पांच इंद्रियांनीं युक्त असलेल्या ह्या योगी पुरुषाचें जें एकही इंद्रिय निग्रहशून्य असें होईल, त्यांतून, छिद्र पडलेल्या चर्मपात्रांतून बाहेर पडणाऱ्या पाण्याप्रमाणें त्याची बुद्धि गळूं लागते. ज्याप्रमाणें मत्स्यघाती पुरुष लबाड मत्स्याला प्रथम धरतो, त्याप्रमाणें योगी पुरुषानें प्रथम मनाला आवरून धरावें आणि नंतर कर्ण, नेत्र, जिव्हा व घ्राण यांचा निरोध करावा. नियमनिष्ठ योगी पुरुषानें अशा रीतीनें ह्या इंद्रियांचें संयमन करून तीं अंतःकरणाच्या ठिकाणीं जडवावीं; संकल्पाचा त्याग करून मनाची बुद्धीच्या ठिकाणीं धारणा करावी; आणि ध्येय वस्तूचें चिंतन करून पांच इंद्रियें मनाच्या ठिकाणीं जडवावीं. असें केल्यानंतर पुढें तीं पांच आणि सहावें मन हीं आत्म्याच्या ठायीं स्थिरपणें जडून राहतात; आणि ज्याप्रमाणें अग्नीचा प्रथम नाश होतो व त्याच्या मागोमाग उष्णत्वादिकांचा नाश होतो, त्याप्रमाणें प्रथम इंद्रियादिकांचा नाश होऊन त्यांच्या संकल्पजन्य मलिनत्वाचा क्षय झाला म्हणजे केवळ अस्मितास्वरूपानें महत्तत्त्व गोचर होऊं लागतें. ज्याप्रमाणें निर्धूमाग्नि अथवा तेजस्वी

सूर्य किंवा आकाशामध्यें असणारा विद्युत्संबंधी अग्नि असतो, त्याचप्रमाणें आत्मा सूक्ष्म अशा बुद्धीचे ठायीं प्रतीत होऊं लागतो; आणि त्याच्या ठिकाणीं अहंकारादि सर्व विकार असून तोही सर्वत्र आहे असें ज्ञान होऊं लागतें. कारण तो व्यापक आहे. धैर्यवान् , महाज्ञानी आणि सर्व प्राण्यांचें हित करण्याविषयीं आसक्त असलेले जे मोक्षेच्छु महात्मे ब्राम्हण, त्यांनाच त्या आत्म्याचा साक्षात्कार असतो. याप्रमाणें कांहीं परिमित काळपर्यंत तीक्ष्ण अशा नियमांचें उत्कृष्ट प्रकारें परिपालन करून एकांतांत एकटें बसून योगाभ्यास करणाऱ्या पुरुषाला ब्रह्मसारूप्याची प्राप्ति होते. पण त्या योग्याच्या मार्गामध्यें अनेक विघ्नें येत असतात. कांहीं प्रसंगीं त्याचें अंतःकरण कोठेंही लय पावत नाहीं; कधीं त्याच्या वृत्तीला विक्षेप होतो; अथवा कधीं त्याचें चित्त आत्म्याकडे किंवा विषयांकडे—कोठेंही स्थिर होत नाहीं. तसेंच दिव्य गंधाचा आस्वाद मिळणें, दिव्य शब्द कानीं पडणें, दिव्य स्वरूप दृष्टिगोचर होणें, दिव्य रस आणि दिव्य स्पर्श ह्यांचा लाभ होणें, शैत्य व उष्णता ह्यांची बाधा न होणें, वायुतुल्य आकृति बनणें अर्थात् अंतर्धान पावून वायुगतीनें आकाशादिकांतून जातां येणें, सकलशास्त्रांतील गोष्टींचें आपोआप ज्ञान होणें, दिव्य स्त्रियादिकांची प्राप्ति होणें ह्या सर्व गोष्टी योगाभ्यासानें घडून येतात; तथापि हीं योगमार्गांतील विघ्नें आहेत. ह्यास्तव ह्यांची प्राप्ति झाली असतांही तत्त्वज्ञानी पुरुषांनीं त्यांचा आदर न करितां बुद्धीचेच ठायीं त्यांचा लय करावा. ह्या गोष्टी बुद्धीकल्पित असल्यामुळें त्यांचा बुद्धीमध्यें लय करितां येतो. नियमनिष्ठ आणि मननशील अशा पुरुषानें प्रातःकालीं, पूर्वरात्रीं आणि उत्तररात्रीं याप्रमाणें प्रत्यहीं तीन वेळ योगाभ्यास करावा. पर्वताच्या शिखरावर, पार बांधलेल्या वृक्षाखालीं, अथवा वृक्षाच्या पुढें बसून योगाभ्यास करावा. योगी पुरुषानें इंद्रियसमूहाचा निरोध करून, द्रव्यसंग्रहाकडे लक्ष असलेला मनुष्य ज्याप्रमाणें द्रव्यचिंतनच करीत असतो, त्याप्रमाणें अंतःकरणामध्यें एकाग्रपणें नित्य अशा परमात्म्याचें चिंतन करीत असावें; योगापासून अंतःकरण उद्विग्न होऊं देऊं नये; ज्या योगानें चंचल अशा अंतःकरणाचें संयमन करतां येणें शक्य असेल त्याच उपायाचा इतरत्यागपूर्वक अवलंब करावा,—त्यापासून ढळूं नये. एकाग्र अंतःकरण असलेल्या योगी पुरुषानें निर्जन अशा पर्वतावरील गुहा, देवमंदिरें आणि निर्जन गृहें ह्यांचे ठायीं वास्तव्यासाठीं जाऊन रहावें; वाणीनें, क्रियेनें, अथवा मनानेंही कोणाशीं संबंध ठेवूं नये;—सदैव उपेक्षा करीत असावें; आहार नियमित ठेवावा; आणि इष्ट वस्तूची प्राप्ति झाली अथवा न झाली तरी अंतःकरणाची स्थिति सारखीच ठेवावी. योगी पुरुषाचें एखाद्यानें अभिनंदन केलें अथवा त्याजवर कोणीं अपशब्दांचा प्रयोग केला तरी त्या दोहोंवर त्याची समदृष्टि असावी;—अभिनंदन करणाऱ्याचें शुभचिंतन अथवा अपशब्दप्रयोग करणाऱ्याचें अशुभचिंतन करूं नये; इष्ट वस्तूचा लाभ झाला म्हणून आनंद पावूं नये व लाभ झाला नाहीं म्हणून काळजींत पडूं नये; सर्व प्राण्यांच्या ठायीं समदृष्टि असावी; व वायूप्रमाणें कोठेंही एकत्र वास न करणें आणि कोठेंही आसक्त न होणें हे गुण योग्याच्या ठायीं असावे. याप्रमाणें अंतःकरण स्वस्थ असलेल्या, सर्वत्र समदृष्टि असलेल्या आणि प्रत्यहीं योगाभ्यास करणाऱ्या सत्पुरुषाला सहा महिन्यांत परमात्म्याचा साक्षात्कार होतो. मातीचें ढेंकूळ, पाषाण अथवा सुवर्ण ह्यांना सारखेंच लेखणाऱ्या वैराग्यसंपन्न पुरुषानें—द्रव्योपार्जनादि मार्गांमध्यें आसक्त

झालेले लोक दुःखपीडित असतात हें लक्षांत घेऊन त्या मार्गापासून निवृत्त व्हावें; व मोहग्रस्त होऊन जाऊं नये. एखादा निकृष्ट वर्णांतील पुरुष असो, अथवा धर्माचा अभिलाष करणारी एखादी स्त्री असो, त्यांना ह्या मार्गानें गेल्यास सद्गतीची प्राप्ति होते. अंतःकरणाचा जय केलेल्या योगी पुरुषाला बुद्धि, मन आणि इंद्रियें ह्यांच्या योगानें प्रथम ज्या स्वरूपाचें ज्ञान होतें, तेंच स्वरूप अनादि, पूर्वकालींही नवीनाप्रमाणेंच असणारें, कोणत्याही प्रकारच्या विकारानें विरहित, सूक्ष्माहूनही सूक्ष्म व स्थूलाहूनही स्थूल, आणि मोक्षस्वरूपी परब्रह्म आहे असें ज्ञान होतें.

असो; महात्म्या महर्षीनें बरोबर सांगितलेल्या या वचनाचा ज्ञानी लोक हे अंतःकरणांत विचार करितात; आणि युक्तीनेंही त्याचें परीक्षण करून त्या योगें शास्त्रप्रसिद्ध असें ब्रह्मदेवाचें सारूप्य संपादन करितात; आणि प्रलयकालपर्यंत त्यासह राहून शेवटीं त्याच्याबरोबरच मोक्ष पावतात.

अध्याय दोनशें एकेचाळिसावा.

—:०:—

कर्म व ज्ञान यांचें फल.

शुक म्हणालेः—हे तात, वेदामध्यें कर्म कर असें सांगितलेलें आहे, आणि त्याचा त्याग कर असेंही म्हटलेलें आहे. तेव्हां, ज्ञानाच्या योगानें मनुष्यें कोणत्या ठिकाणीं गमन करितात आणि कर्माच्या योगानें त्यांना कोणत्या स्थानाची प्राप्ति होते, हें ऐकण्याची माझी इच्छा आहे. यास्तव आपण मला तें कथन करावें. कारण, हे दोन मार्ग परस्परांशीं प्रतिकूल असून त्यांचीं स्वरूपें भिन्न आहेत.

भीष्म म्हणालेः—याप्रमाणें शुकानें भाषण केलें असतां पराशरपुत्र भगवान् व्यासांनीं त्या आपल्या पुत्राला उत्तर दिलें, तें असें.—

कर्मरूपी आणि ज्ञानरूपी हे जे दोन मार्ग आहेत, तीं अनुक्रमें नश्वर व अविनाशी अशा पदांच्या प्राप्तीचीं साधनें आहेत. त्यांचें मी विवरण करून सांगतों. बा शुका, ज्ञानाच्या योगानें कोणतें स्थान प्राप्त होतें, आणि कर्माच्या योगानें कोणत्या पदाचा लाभ होतो, तें तूं एकाग्र अंतःकरणानें ऐक. कारण, ह्या दोन मार्गांतील अंतर मोठें गहन आहे. धर्म आहे असें म्हणणारे आणि धर्म नाहीं असें म्हणणारे ह्यांच्या संबंधानें तारतम्यविषयक प्रश्न करणाऱ्या पुरुषाचें भाषण जसें आस्तिकाला क्लेशदायक होतें, तसाच तुझा हा प्रश्न मला क्लेशकर होत आहे. अस्तु; ज्यावर वेदांची मदार आहे असे विद्यामय व कर्ममय हे दोन मार्ग आहेत. वेदांत प्रवृत्तिमार्ग सांगितलेला आहे, आणि निवृत्तिमार्गही उत्कृष्ट प्रकारें प्रतिपादन केलेला आहे. कर्माच्या योगानें प्राणी बद्ध होतो, व ज्ञानाच्या योगानें मुक्त होतो; आणि म्हणूनच, संसार हा नाशयुक्त आहे असें समजणारे नियमनिष्ठ पुरुष कर्में[1] करीत नाहींत. कर्माच्या योगानें मरणोत्तर पुनरपि शरीर प्राप्त होऊन जन्म होतें; आणि ज्ञानाच्या योगानें सूक्ष्म, अविनाशी व अविकारी अशा परमात्म्याच्या स्वरूपाची प्राप्ति होते. बुद्धि अल्प असल्यामुळें संसारामध्यें रममाण झालेले कांहीं पुरुष कर्माचीच प्रशंसा करितात व आपल्या आप्तेष्टांचें अनुरंजन करितात; ह्यामुळें त्यांना अनेक जन्म घ्यावे लागतात. परंतु सूक्ष्मपणें धर्माचें निरीक्षण करणारे आणि उत्कृष्ट ज्ञान झालेले जे लोक, ते, ज्याप्रमाणें

१ हा कर्मनिषेध काम्यकर्मासंबंधाचाच आहे. ह्यासंबंधानें ब्रह्मसूत्राच्या 'विज्ञानामृत' नामक भाष्यामध्यें विशेष विवरण आहे तें पहावें.

नदीचें जल प्राशन करणारा पुरुष आडाची प्रशंसा करीत नाहीं, त्याप्रमाणेंच कर्माची प्रशंसा करीत नाहींत. सुख, दुःख, अभ्युदय व विपत्ति हीं कर्माच्या योगानें प्राप्त होणारीं फलें होत. ज्ञानाच्या योगानें मनुष्य त्या ठिकाणीं जातो, कीं जेथें गेल्यानंतर दुःखाचा संपर्क होत नाहीं. हें स्थान असें आहे कीं, तेथें गेल्यानंतर मरण येत नाहीं, भेदबुद्धि रहात नाहीं, पुनर्जन्म होत नाहीं, इतकेंच नव्हे—तर तेथें प्रविष्ट झाल्यानंतर निराळें स्वरूपच अस्तित्वांत असत नाहीं. त्या ठिकाणीं तें सर्वश्रेष्ठ, सूक्ष्म, स्थिर, कूटस्थ, अस्पष्टस्वरूप, विशेष आयासांवांचून प्राप्त होणारें, अहंकारादिकांहून भिन्न असें ब्रह्म असून तें जीवेश्वरादि भेदांनीं शून्य असतें. त्या ठिकाणीं शीतोष्णादिक द्वंद्वांची बाधा होत नाहीं; व मनोजन्य कर्माची अर्थात् संकल्पादिकांचीही पीडा—सर्व प्राण्यांचें हित करण्यामध्यें आसक्त असणाऱ्या, सर्वत्र समबुद्धि ठेवणाऱ्या आणि सर्वांशीं मैत्रीनें वागणाऱ्या पुरुषांना होत नाहीं. बा शुका, कर्ममय बनून गेलेल्या पुरुषाचें स्वरूप निराळें आणि ज्ञानमय बनलेल्या पुरुषाचें स्वरूप निराळें. कर्ममय पुरुषाचें ऐश्वर्य म्हणजे अमावास्येच्या दिवशीं एककलात्मक असणाऱ्या चंद्राचेंच स्वरूप होय. हें स्वरूप बृहदारण्यकोपषनिषदाचा द्रष्टा जो याज्ञवल्क्य मुनि त्यानें सविस्तर सांगितलें आहे. आकाशामध्यें उगवलेला व एखाद्या वस्त्रतंतूप्रमाणें सूक्ष्म असणारा जो प्रतिपदेचा नवा चंद्र, त्याला पाहून त्याजवरून अनुमान करूनही हें स्वरूप जाणितां येतें. दहा इंद्रियें आणि मन हीं अकरा मनाचींच स्वरूपें आहेत. विराट्स्वरूपी परमात्म्याचें मन हें चंद्र असून प्राण्यांचें व्यक्तिशः मन ह्याच त्याच्या अनेक कला आहेत. या कलांनीं पूर्ण असणारा परमात्मा आमच्या शरीरांमुळेंच शरीरी बनतो. बा शुका, हें त्याचें शरीरित्व म्हणजे त्रिगुणात्मक कर्माचेंच फल आहे असें समज. कमलपत्रावर पडलेल्या जलबिंदूप्रमाणें त्या शरीरामध्यें निर्लिप्तपणें असणारा जो आत्मा तोच क्षेत्रज्ञ होय असें समजावें. योगाच्या साहाय्यानें अंतःकरणाला निरुद्ध करणारा तो क्षेत्रज्ञ अविनाशी आहे. जीं कर्में जीवाकडून घडलेलीं आहेत अशीं वाटतात, तीं सत्त्व, रज व तम ह्या तीन गुणांचीं स्वरूपें आहेत. अर्थात् त्या कर्माचा कर्ता जीव नसून गुणत्रय हेंच आहे. जीवाच्या ठिकाणीं भासणारे जे इतर धर्म तेही वस्तुतः गुणत्रयाचेच आहेत,—जीवाचे नाहींत. विज्ञानमय कोशाला जीव असें नांव आहे. हा जीव अर्थात् विज्ञानमय कोश चिदाभासाचा जो चैतन्यरूपी धर्म त्यानें युक्त असतो व हा चिदाभास परमात्म्याचे जे ज्ञान, ऐश्वर्य इत्यादि धर्म त्यांनीं युक्त असतो. चैतन्यानें युक्त परंतु स्वतः अचेतन जो देह, त्याजकडून घडणाऱ्या क्रिया चैतन्याच्याच योगामुळें घडतात. जीवरूपी चैतन्य हेंच शरीराला जिवंत ठेवितें व त्याजकडून क्रिया घडवितें. ज्यानें सप्तलोक निर्माण केले तो परमात्मा ह्या जीवाहून पर आहे, असें शरीरतत्त्व जाणणाऱ्या लोकांचें मत आहे.

अध्याय दोनशें बेचाळिसावा.

—:०:—

ब्रह्मचर्यधर्म.

शुक म्हणाले:—हे तात, प्रधाना-(प्रकृती) पासून महाभूतांपर्यंत चतुर्विंशतितत्त्वात्मक सृष्टि ही ईशकृत आहे व विषयांशीं संबद्ध असलेल्या इंद्रियवृत्ति ह्या बुद्धीच्या सामर्थ्यानें पुरुषानें (जीवानें) निर्माण केलेल्या आहेत ही जैवी सृष्टि होय. हीच बन्धास कारणीभूत

असल्यामुळें मुख्य आहे, हें मीं आपल्या मुखांतून पूर्वीं ऐकिलेलें आहे. आतां युगाच्या अनुरोधानें सत्पुरुषांनीं इहलोकामध्यें आचरण केलेले जे आचार, त्यांचेंच अनुवर्तन करावें अशी माझी इच्छा आहे. ह्यास्तव ते सदाचार आपण कथन करा. वेदामध्यें कर्म कर असें म्हटलेलें आहे व त्याचा त्याग कर असेंही सांगितलें आहे. तेव्हां ह्याची संगति कशी लावावयाची त्याचेंही मला विवरण करून सांगा. मला लौकिक आचारांचें तत्त्व अवगत आहे. अर्थात् ते धर्म व अधर्म ह्या दोहोंनीं संकीर्ण आहेत हें मी जाणून आहें. म्हणूनच मी केवळ धर्माचें आचरण करून पवित्र झालों असून, आतां गुरुभूत अशा आपल्या उपदेशानें ज्ञान संपादन करावें व शरीरत्यागानंतर अविनाशी अशा आत्म्यामध्यें लीन होऊन जावें अशी माझी इच्छा आहे. ह्यास्तव आपण मला सदाचार कथन करा.

व्यास म्हणाले:—पूर्वीं ब्रह्मदेवानें ज्या प्रकारचा वर्तनक्रम ठरविलेला आहे, त्याचप्रमाणें प्राचीन महर्षि वागत आलेले आहेत. ऋषिश्रेष्ठ हे प्रथम ब्रह्मचर्याचें आचरण करून स्वर्गादि लोकांची प्राप्ति करून घेतात. ह्यास्तव प्रथम ब्रह्मचर्याचा स्वीकार करावा. तदनंतर गृहस्थाश्रम स्वीकारून आपल्या कल्याणास कारणीभूत असे यज्ञादि विधि करण्याचें मनांत आणावें. त्यानंतर वानप्रस्थाश्रम स्वीकारून अरण्यामध्यें जाऊन रहावें; फलमूलादिकांचें भक्षण करावें; विपुल तपश्चर्या करावी, पवित्र अशा स्थानांचे ठिकाणीं गमन करावें; आणि कोणाही प्राण्यास पीडा देऊं नये. पुढें चतुर्थाश्रमाचा स्वीकार करावा; आणि भिक्षेचा काल झाला म्हणजे धूर बंद झालेल्या, तांदूळ कांडण्यासाठीं वगैरे मुसलाचे व्यापार सुरू नसलेल्या वानप्रस्थांच्या आश्रमांत भिक्षा मागावी. असें केलें असतां मनुष्य ब्रह्मस्वरूपप्राप्तीला योग्य बनतो. शुका, ह्या आश्रमामध्यें असतांना तूं कोणाची स्तुति करूं नको अथवा कोणाला नमस्कारही करूं नको; पापपुण्यांचा त्याग कर व देहयात्रेसाठीं कांहीं तरी भक्षण करून एकटाच अरण्यांत संचार करीत जा.

शुक म्हणाले:—‘ कर्में करावीं ’ आणि ‘ कर्में न करावीं ’ अशा प्रकारचें जें वेदवचन आहे, तें लौकिकदृष्टच्या विरुद्ध आहे. प्रमाणभूत असो अथवा अप्रमाणभूत असो, जें वचन विरुद्ध असेल त्याला शास्त्रत्व कोठून असणार? तेव्हां हीं दोनही वचनें कशीं प्रमाण आहेत, आणि कर्माशीं विरोध न करितां मोक्षाची प्राप्ति कशी होते, हें ऐकण्याची माझी इच्छा आहे.

भीष्म म्हणाले:—असें विचारिलें असतां त्या गंधवतीपुत्र व्यास मुनींनीं त्या आपल्या अत्यंत तेजस्वी अशा पुत्राच्या प्रश्नाची प्रशंसा केली व त्यास उत्तर दिलें.

व्यास म्हणाले:—ब्रह्मचारी, गृहस्थ, वानप्रस्थ आणि संन्यासी हे सर्वजण शास्त्रोक्त रीतीनें वागले म्हणजे त्यांना सद्गतीची प्राप्ति होते. काम (अभिलाष) आणि द्वेष ह्यांचा संपर्क न ठेवितां कोणत्याही एखाद्या मनुष्यानें ह्या आश्रमांचें यथाविधि आचरण केलें तर तो परब्रह्मप्राप्तीचा अधिकारी बनतो. हे चार आश्रम म्हणजे चार पायऱ्यांची एक शिडी आहे. ही परब्रह्मावर टेंकलेली आहे. ह्या शिडीवर आरोहण करणारा पुरुष ब्रह्मलोकामध्यें पूज्य होऊन राहतो. आयुष्याचा पहिला चतुर्थांश ब्रह्मचर्यानें काढावा. ह्या आश्रमांत असतांना कोणाशीं मत्सर करूं नये; धर्मतत्त्वांचें ज्ञान संपादन करून गुरूपाशीं अथवा गुरूच्या पुत्रापाशीं रहावें; गुरुगृहामध्यें असतांना गुरूच्या नंतर निजावें व पूर्वी उठावें; जें कार्य शिष्यानें करावयाचें असेल अथवा दासानें करावयाचें असेल तें

सर्व केलेंच असें म्हणून करावें, व गुरूच्या सन्निध जाऊन उभें रहावें. प्रत्येक कर्म करण्यामध्यें चतुर अशा शिष्यानें दासाप्रमाणें गुरूचीं सर्व कार्यें करावीं. अभ्युदयेच्छु शिष्यानें गुरूनें सांगितलेलें काम पूर्णपणें केल्यानंतर त्याजपाशीं जाऊन अध्ययन करावें; सरलतेचा आश्रय करावा; कोणासही अपशब्द बोलूं नयेत; गुरूनें हाक मारितांच त्याजपाशीं जाऊन उभें रहावें; आणि शुचिर्भूत व कार्यदक्ष असावें. गुणसंपन्न शिष्यानें मध्यें मध्यें गुरूला प्रिय असें भाषण करावें. जितेंद्रिय शिष्यानें स्वस्थपणें गुरूला आपल्या नेत्रांनीं अवलोकन करावें; गुरूनें भोजन केल्यावांचून आपण भोजन करूं नये; त्यानें प्राशन केल्यावांचून आपणही जलादिकांचें प्राशन करूं नये;तो बसल्यावांचून बसूं नये व निजल्यावांचून निजूं नये; वंदन करितेवेळीं हात उताणे करून हलकेच गुरुचरणाला स्पर्श करावा; तो स्पर्श उजव्या हातानें उजव्या पायास व डाव्या हातानें डाव्या पायास करावा. अशा रीतीनें गुरूला नमस्कार केल्यानंतर गुरूला 'भगवन्, मला स्वाध्याय शिकवा' असें म्हणावें. 'हे ब्रह्मनिष्ठ भगवन्, आपण आज्ञा केल्याप्रमाणें हें मीं केलें आहे; हें मी करीत आहें व हें पुढें करणार आहें' असें गुरूला सांगावें. गुरूची अनुज्ञा घेऊन व त्याला 'करितों' असें सांगून सर्व कर्में यथायोग्य करावीं; आणि केल्यानंतर पुनः त्यांसंबंधाचा सर्व वृत्तांत गुरूस कथन करावा. ब्रह्मचर्यामध्यें असतांना ज्या गंधांचें अथवा रसांचें सेवन करावयाचें नाहीं, त्यांचें सेवन समावर्तन झाल्यानंतर करावें असा शास्त्राचा सिद्धांत आहे. ब्रह्मचार्‍यासंबंधानें जे कांहीं नियम शास्त्रामध्यें सविस्तर सांगितलेले आहेत, त्या सर्वांचें सदैव आचरण करावें. गुरूपासून केव्हांही दूर राहूं नये. अशा रीतीनें ब्रह्मचर्याश्रमाचें परिपालन करून गुरूला यथाशक्ति प्रसन्न करावें; व पुढें एका आश्रमांतून दुसर्‍या आश्रमांत जाऊन तदुचित कर्में करीत रहावें. ह्याप्रमाणें आयुष्याचा एकचतुर्थांश वेदाध्ययनसंबंधी व्रतांच्या आचरणांत गेल्यानंतर गुरूला दक्षिणा देऊन यथाविधि समावर्तन करावें; व नंतर धर्माच्या अनुरोधानें स्त्री संपादन करून अग्निहोत्र ठेवून आयुष्याचा दुसरा भाग (चतुर्थांश) गृहस्थाश्रमोचित नियमांचें परिपालन करण्यांत घालवावा.

अध्याय दोनशें त्रेचाळिसावा.

—:•:—

गृहस्थधर्म.

व्यास म्हणालेः—आयुष्याचा दुसरा भाग गृहस्थाश्रमी होऊन घरीं राहून काढावा. धर्माच्या अनुरोधानें स्त्री संपादन करावी, अग्न्याधान करावें, आणि उत्कृष्ट प्रकारें गृहस्थाश्रमास उचित अशा नियमांचें पालन करावें. अलौकिकज्ञानसंपन्न अशा पुरुषांनीं गृहस्थाच्या उपजीविकेचे चार प्रकार सांगितलेले आहेत; उपजीविकेसाठीं जवळ एक टोपलीभर धान्य बाळगणें हा पहिला; एक घडाभर धान्य बाळगणें हा दुसरा; दुसर्‍या दिवसाकरितां धान्य शिल्लक न ठेवणें हा तिसरा; आणि कापोति (उंछ) वृत्तीचा आश्रय हा चौथा. या चोहोंपैकीं पुढचा पुढचा प्रकार धर्मप्राप्तीचें उत्कृष्ट साधन असल्यामुळें धर्मदृष्ट्या श्रेष्ठ होय. गृहस्थाश्रमी पुरुषानें यजन, याजन, अध्ययन, अध्यापन, दान व प्रतिग्रह हीं सहा कर्में करीत राहिलें पाहिजे. कांहीं गृहस्थाश्रमी पुरुष यजन, अध्ययन आणि दान या तीनच कर्मांचें आचरण करीत असतात; वानप्रस्थाश्रमी पुरुष दान व अध्ययन या दोन कर्मांचें आचरण करितात; आणि चतुर्थाश्रमी पुरुष प्रणवाची उपासना करण्या-

मध्यें आसक्त होऊन राहतात. गृहस्थाश्रमी पुरुषाचे नियम फार मोठे असून ते शास्त्रांत सांगितलेले आहेत. त्यानें केव्हांही आपल्याच उपयोगासाठीं अन्न शिजवूं नये; व पशूंची व्यर्थ हिंसा करूं नये; प्राणी असो अथवा वृक्ष असो, जो पदार्थ वैदिक कर्मांमध्यें उपयोगी असेल त्याला छेदनादि मंत्रांच्या योगानें संस्कार झालाच पाहिजे. गृहस्थाश्रमी पुरुषानें दिवसा, पूर्वरात्रीं आणि उत्तररात्रीं निजूं नये; सकाळ व संध्याकाळ यांवांचून मध्यें केव्हांही भोजन करूं नये; ऋतुकालावांचून स्त्रीला शय्येवर बोलावूं नये; कोणताही ब्राह्मण आपल्या घरीं आला तर त्याचा बहुमान झाला नाहीं अथवा तो भोजनावांचून राहिला असें केव्हांही होऊं देऊं नये. अतिथि हे हव्यकव्यांचे अधिकारी आहेत; यास्तव गृहस्थाश्रमी पुरुषानें त्यांचा सदैव बहुमान केला पाहिजे. ब्रह्मचर्यव्रताचें आचरण करून समावर्तन झालेले, वेदपारंगत, वैदिककर्मनिष्ठ, स्वधर्माला प्राण समजणारे, इंद्रियांचा निग्रह केलेले, कर्मशील आणि तपोनिष्ठ असे जे अतिथि असतील, त्यांच्या अर्चनासाठीं गृहस्थानें हव्यकव्य करावें. दांभिकपणानें जटा व नखें वाढवून स्वधर्माचा उपदेश करणारा, अविधीनें अग्निहोत्राचा त्याग करणारा आणि गुरूशीं लबाडीनें वागणारा जो पुरुष, त्याचाही गृहस्थाश्रमी पुरुषाच्या अन्नामध्यें भाग असतो. किंबहुना त्याच्या अन्नामध्यें सर्व प्राण्यांचा अंश असतो. गृहस्थाश्रमी पुरुषानें घरीं अन्न न शिजविणाऱ्या लोकांना अर्थात् ब्रह्मचारी आणि संन्यासी यांना अन्नदान करावें; व प्रत्यहीं त्यानें विघसभक्षक आणि अमृतभक्षक असावें. यज्ञांतील अवशिष्ट राहिलेलें होमद्रव्य घृतासह भक्षण करणें याचें नांव अमृतभक्षण असें असून, पोष्यवर्गानीं भक्षण करून अवशिष्ट राहिलेलें अन्न भक्षण करणाऱ्या पुरुषाला विघसभक्षक असें म्हणतात. पोष्यवर्गानीं भक्षण करून अवशिष्ट राहिलेल्या अन्नाला विघस आणि यज्ञ करून अवशिष्ट राहिलेल्या अन्नाला अमृत असें म्हणतात. गृहस्थाश्रमी पुरुषानें सदैव स्वस्त्रीच्याच ठायीं आसक्त असावें; कोणाशींही मत्सर करूं नये; बाह्य आणि आंतर इंद्रियांचा निग्रह करावा; ऋत्विज्, पुरोहित, आचार्य, मातुल, अतिथि, आश्रित, वृद्ध, बाल, रोगग्रस्त, वैद्य, ज्ञाति, बांधव, माता, पितर, सगोत्र स्त्रिया, बंधु, पुत्र, स्त्री, कन्या आणि सेवकवर्ग ह्यांच्याशीं वादविवाद करूं नये. ह्यांच्याशीं कलह न करणारा पुरुष सर्व पातकांपासून मुक्त होतो; आणि कलह न केल्यामुळें जरी यांच्याकडून पराभव झाला तरी त्याला स्वर्गादि सर्व लोकांची प्राप्ति होते, यांत संशय नाहीं. कारण, आचार्य हा ब्रह्मलोकाचा अधिपति आहे; पिता हा प्रजापतिलोकांचा प्रभु आहे; अतिथीचा इंद्रलोकावर अधिकार आहे; ऋत्विजांची देवलोकावर सत्ता आहे; सगोत्र स्त्रियांचा अप्सरांच्या लोकावर, ज्ञातींचा विश्वेदेवांच्या लोकावर, संबंधी आणि बांधव ह्यांचा दिशांवर, माता व मातुल ह्यांचा पृथ्वीवर, आणि वृद्ध, बालक, रोगग्रस्त व कृश यांचा आकाशावर अधिकार आहे. अर्थातच ह्यांचा सत्कार केल्यानें त्या त्या लोकांची प्राप्ति होते. ज्येष्ठ बंधु हा पित्यासारखा आहे; स्त्री आणि पुत्र हें प्रत्यक्ष आपलें शरीरच आहे; सेवकवर्ग ही आपली छायाच आहे; आणि कन्या अत्यंत दीन स्थितींतील प्राणी आहे. ह्यास्तव, ह्या पूर्वोक्त लोकांनीं जरी तिरस्कार केला, तरी मनाला ताप न होऊं देतां तो सदैव सहन करावा. कोणीही सुज्ञ पुरुषानें श्रांत न होतां धर्मशील बनून गृहस्थाश्रमाला उचित

अशा धर्माचें आचरण करण्याविषयीं तत्पर असावें. कोणाही धर्मनिष्ठ गृहस्थाश्रमी पुरुषानें द्रव्याच्या आशेनें बद्ध होऊन जाऊन कोणतेंही कर्म करूं नये. गृहस्थाच्या ज्या तीन उपजीविका आहेत त्यांपैकीं पुढची पुढची अत्यंत श्रेयस्कर आहे. चार आश्रमांमध्यें देखील पुढचा पुढचा आश्रमच श्रेष्ठ आहे. त्या आश्रमाला उक्त जे नियम ते सर्व अभ्युदयेच्छु पुरुषानें आचरण केले पाहिजेत, एक घागरभरच धान्य संग्रहाला ठेवणारे, धान्याचे कण वेंचून त्यावर उपजीविका करणारे, अथवा कापलेल्या शेतांत पडलेलीं धान्याचीं कणसें जमवून त्यांजवर निर्वाह करणारे हे सत्पात्र गृहस्थाश्रमी पुरुष ज्या राष्ट्रामध्यें वास्तव्य करितात, त्या राष्ट्राची भरभराट होते. जो पुरुष क्लेश न वाटूं देतां ह्या गृहस्थधर्माचें आचरण करितो, तो आपल्या पूर्वींच्या व पुढच्या दहा पिढ्यांचा उद्धार करितो व मांधात्यासारख्या चक्रवर्ती राजाला मिळालेल्या सद्गतीला जातो. अथवा, ब्रह्मचारीप्रभृति जितेंद्रिय लोकांना जी गति मिळते, तीच ह्यांनाही मिळते. उदारांतःकरण अशा गृहस्थाश्रमी पुरुषाला विमानयुक्त व रमणीय अशा वेदप्रतिपादित स्वर्गलोकाची प्राप्ति होते; आणि अंतःकरणाचा निग्रह केलेल्या त्या गृहस्थाश्रमी पुरुषाचें स्वर्गामध्यें अक्षय्य वास्तव्य घडतें, असें ब्रह्मदेवानें ठरविलेलें आहे. गृहस्थाश्रम हें स्वर्गलोकाचें साधनच करून ठेवलेलें आहे म्हणूनच क्रमानें गृहस्थाश्रमरूपी ह्या दुसऱ्या आश्रमाचा अंगीकार करणारा पुरुष स्वर्गलोकामध्यें पूज्य होऊन राहतो. आतां यानंतर, अरण्यामध्यें वास्तव्य करून व तपाचें आचरण करून शरीर अस्थिचर्मशेष करून सोडणारे व अशा रीतीनें शरीरत्याग करणारे जे वानप्रस्थाश्रमी असे गृहस्थ, त्यांचा अत्यंत उत्कृष्ट असा तिसरा अर्थात् वानप्रस्थ आश्रम सांगितलेला आहे, तो तूं ऐक.

अध्याय दोनशें चवेचाळिसावा.

—:०:—

वानप्रस्थधर्म.

भीष्म ह्मणालेः—वत्सा युधिष्ठिरा, ज्ञानसंपन्न लोकांनीं आचरण केलेले गृहस्थधर्म तुला निवेदन केले. आतां तदनंतर काय सांगितलें आहे तें ऐक. क्रमाक्रमानें ह्या गृहस्थाश्रमासंबंधी वृत्तीचा त्याग केल्यानंतर गृहस्थाश्रमांतील नियमांच्या पालनानें खिन्न झालेले, वानप्रस्थाश्रमाचा आश्रय करणारे, सर्व देश हा आपला आश्रमच आहे अशी बुद्धि असलेले, विचारपूर्वक वागणारे आणि पवित्र अशा प्रदेशामध्यें वास्तव्य करणारे जे लोक, त्यांची वृत्ति अर्थात् तिसऱ्या म्हणजे वानप्रस्थसंज्ञक आश्रमाचे धर्म तूं श्रवण कर.

व्यास ह्मणालेः—जेव्हां गृहस्थाश्रमी पुरुषाला आपलें शरीर वृद्धपणामुळें पांढरें होऊन सुरकुतलेलें आहे असें दिसून येईल आणि जेव्हां आपल्या मुलाला मूल झाल्याचें तो अवलोकन करील, तेव्हां त्यानें वनाचाच आश्रय करावा. आयुष्याचा तिसरा भाग संपेपर्यंत वानप्रस्थाश्रमामध्यें रहावें; गृहस्थाश्रमांतील अग्नींचेंच सेवन करावें; देवतांचें यजन करावें; नियमनिष्ठ असावें; आहार नियमित करावा; सहाव्या मुहूर्तीला भोजन करावें; प्रमाद घडूं देऊं नयेत; गृहस्थाश्रमाप्रमाणेंच अग्निहोत्र, गाई आणि यज्ञांगें हीं ठेवावीं; जमीन न नांगरतां उत्पन्न झालेल्या साळी, जंव, बारीक धान्यें, इतरही आहारद्रव्यें आणि होमद्रव्यें ह्यांचें ह्या आश्रमांतही पंचमहायज्ञप्रसंगीं दान करावें. वानप्रस्थाश्रमामध्यें सुद्धां चार प्रकारच्या उपजीविका सांगितलेल्या आहेत. त्या अशाः—

कित्येक वानप्रस्थाश्रमी ज्या वेळचें त्या वेळीं धान्य संपवून टाकतात; कित्येक अतिथींच्या सत्कारासाठीं अथवा यज्ञकर्मासाठीं एक महिन्याच्या बेगमीचें धान्य संग्रहास ठेवितात; कित्येक वर्षापुरता धान्याचा संचय करितात; आणि कांहीं बारा वर्षें पुरेल इतकें धान्य संग्रहास ठेवतात. ते वर्षाकालीं उघड्या मैदानांत रहातात, हेमंतर्तूंत जलाचा आश्रय करितात, व ग्रीष्म ऋतूमध्यें पंचाग्नि-व्रत चालवितात. ते सदैव मिताहारच करितात; केवळ भूमीवर लोळतात; अथवा पावलाच्या अग्रावर उभे राहतात किंवा केवळ उभे राहून अथवा बसून काळ काढितात; व प्रत्येक संध्येच्या वेळीं ते स्नान करितात. कांहीं दंतोलूखलिक असतात व कांहीं अश्मकुट्ट असतात. अर्थात् दोघेही अन्न शिजवीत नाहींत. कित्येक वानप्रस्थाश्रमी पुरुष पंधरा दिवसांतून एकदां यवागु (कण्हेरी) करून पितात; कित्येक कृष्णपक्षामध्येंच यवागु प्राशन करितात; आणि कित्येक—जें जेव्हां प्राप्त होईल तेव्हां तेंच खाऊन असतात. वैखानसधर्माचा आश्रय करणारे कांहीं लोक मूलांवर, कांहीं फलांवर, व कित्येक पुष्पांवरच योग्य प्रकारें उपजीविका करितात. त्या ज्ञानसंपन्न अशा वानप्रस्थाश्रमी पुरुषांच्या ह्या आणि दुसऱ्याही अशा अनेक प्रकारच्या दीक्षा आहेत. उपनिषदांत संन्यासाश्रमासाठीं प्रतिपादन केलेला जो धर्म, त्यापैकीं शम, दम इत्यादिकांचें आचरण हें सर्व आश्रमांस सारखेंच लागू आहे; दुसरे काहीं आचार मात्र केवळ संन्यासासच लागू आहेत. बा शुका, सर्व गोष्टींचें प्रत्यक्ष ज्ञान असलेले जे ब्राह्मण, त्यांनीं याच युगामध्यें ह्या धर्माचें आचरण केलेलें आहे. अगस्त्य, सप्तर्षि, मधुच्छंदा, अघमर्षण, सांकृति, सुदिवा, तंडि, यथावास, अकृतश्रम, अहोवीर्य, काव्य, तांड्य, ज्ञानसंपन्न मेधातिथि, बलवान् कर्णनिर्वाक आणि धर्मासंबंधानें कष्ट अनुभवलेला शून्यपाल ह्यांनीं ह्या धर्माचें आचरण केलें आहे व त्यामुळें त्यांना स्वर्गप्राप्ति झाली आहे. बा शुका, धर्माचें प्रत्यक्ष ज्ञान असलेल्या अनेक यायावर (सर्वत्र भ्रमण करणाऱ्या वानप्रस्थाश्रमी) मुनींनीं या धर्माचें आचरण केलेलें आहे. त्याचप्रमाणें, धर्माचें सूक्ष्मपणें निरीक्षण करणाऱ्या व उग्र तपश्चर्या करणाऱ्या ऋषींपैकीं दुसऱ्याही असंख्यात ब्रह्मनिष्ठ पुरुषांनीं वानप्रस्थाश्रमाचा आश्रय केलेला आहे. वैखानस, वालखिल्य आणि सैकत ह्या तीनही प्रकारचे वानप्रस्थाश्रमी पुरुष कर्माच्या आचरणामुळें लौकिक आनंदाचा लाभ न होतां इंद्रियांचा निग्रह करून सदैव धर्मनिष्ठ राहून धर्माचें प्रत्यक्ष ज्ञान संपादन केलेले असे असतात. ते सर्व वानप्रस्थाश्रमी नक्षत्रांहून भिन्न अशा तेजस्वी तारागणांच्या रूपानें आकाशामध्यें दिसत आहेत; असो.

बा शुका, जेव्हां मनुष्य जरेनें क्षीण आणि व्याधीनें पीडित झाला असेल, तेव्हां अर्थात् आयुष्याच्या चौथ्या भागामध्यें त्यानें वानप्रस्थाश्रमाचा त्याग करावा; आणि जिला सर्वस्व हीच दक्षिणा असून जी एक दिवसांत करितां येते ती इष्टि करावी; कोणीही वंशज नसेल तर स्वतःचें श्राद्ध वगैरे जीवदशेंतच करावें; आत्मनिष्ठ व्हावें; आत्म्याचाच आश्रय करावा; आणि आत्म्याशींच क्रीडा करावी; अग्निहोत्रांतील अग्नींचा आपल्या शरीराच्या ठिकाणीं समारोप करावा; सर्व परिवाराचा त्याग करावा; वैराग्य तीव्र नसेल तर, जोंपर्यंत त्या यज्ञकर्त्या पुरुषाला कर्मयज्ञाहून भिन्न असा आत्मयज्ञ करितां येऊं लागला नाहीं तोंपर्यंत त्यानें तत्काल करतां येण्यासारखे ब्रह्मयज्ञादिक यज्ञ आणि दर्शपूर्णमास वगैरे इष्टि

१ दातांनीं धान्य चावणारे २ दगडांनीं धान्य कुटणारे.

कराव्या. त्यानें मरणपर्यंत आपल्या शरीराचे ठिकाणीं गार्हपत्य, अन्वाहार्यपचन व आहवनीय ह्या तीन अग्नींचें उत्कृष्ट प्रकारें यजन करावें; आणि यजुर्मंत्र उच्चारून प्राणाग्निहोत्रविधीच्या अनुरोधानें व अन्नाची निंदा न करितां पांच अथवा सहा ग्रास भक्षण करावे. पूर्वी वानप्रस्थामध्यें असलेल्या व कर्मांच्या आचरणानें पवित्र झालेल्या मननशील पुरुषानें नखकृंतन व बारीकमोठ्या केशांचें वपन करावें; आणि त्या आश्रमाचा त्याग करून दुसऱ्या आश्रमामध्यें अर्थात् चतुर्थाश्रमामध्यें प्रवेश करावा. सर्व प्राण्यांना अभयदान करून जो ब्राह्मण संन्यास ग्रहण करितो, त्याला मरणोत्तर महातेजोमय लोकांची प्राप्ति होते व तो मुक्त होतो. ह्या आश्रमांत असलेल्या आत्मवेत्त्या पुरुषानें, सुशील, सदाचारसंपन्न व निष्पाप असें असावें; इहलोकचीं अथवा पारलौकिक कर्में करण्याची इच्छा करूं नये; रोष, मोह, संधि व विग्रह ह्यांचा त्याग करावा; आणि उदासीनाप्रमाणें असावें; यमनियमांचें आचरण करावें; त्यांमध्यें क्लेश वाटूं देऊं नयेत; संन्यासविधीच्या [illegible]त्रांपैकीं ‘ इहलोक व परलोक ह्या दो[illegible]ाही त्याग करून आत्म्याचेंच अनुसंधान करावें ’ ह्या सूत्रांत व ‘ शिखा आणि यज्ञोपवीत ह्या सर्वांचा भूस्वाहा म्हणून जलामध्यें प्रक्षेप करावा ’ ह्या आहुतिमंत्रांत सांगितल्याप्रमाणें आचरण करण्यांत शौर्य दाखवावें. बा शुका, धर्मनिष्ठ आणि जितेंद्रिय अशा आत्मवेत्त्या पुरुषाला त्याच्या इच्छेप्रमाणें गति मिळते. चतुर्थाश्रम हा सद्गुणांनीं युक्त, शमादि वृत्तींनीं विशिष्ट आणि अत्यंत उत्कृष्ट असें आश्रयस्थान आहे, म्हणूनच त्याला तीनही आश्रमांहून अतिशय श्रेष्ठ असें म्हटलें आहे. हा आश्रम आतां मी तुला सांगतों, ऐक.

अध्याय दोनशें पंचेचाळिसावा.

—:०:—

संन्यासधर्म.

शुक म्हणाले:—वानप्रस्थाश्रमाप्रमाणेंच या आश्रमामध्यें राहणाऱ्या व श्रेष्ठ अशा वस्तूची अर्थात् परब्रह्माची प्राप्ति व्हावी अशी इच्छा करणाऱ्या पुरुषानें योगाच्या ठायीं शक्त्यनुसार अंतःकरण कसें जडवावें ?

व्यास म्हणाले:—ब्रह्मचर्य आणि गृहस्थाश्रम या दोहोंच्या योगानें चित्तशुद्धि झाल्यानंतर पुढें परमात्मप्राप्तीसाठीं काय करावयाचें तें एकाग्र अंतःकरणानें ऐक. पूर्वोक्त जी आश्रमचतुष्टयात्मक शिडी, तिच्या तीन पायऱ्यांवर चढून अंतःकरणांतील दोष क्षीण करावे व नंतर त्याच्या पुढील पायरी जो अत्युत्कृष्ट संन्यासाश्रम त्यामध्यें प्रवेश करावा. तूंही अशा पूर्वोक्त रीतीनें आश्रमत्रयांतील धर्माचा अभ्यास करून पुढें अर्थात् चतुर्थाश्रमांत कशा रीतीनें वागावें तें ऐक. योगसिद्धीचा अभिलाष असलेल्या पुरुषानें कोणाचेंही साहाय्य न घेतां एकट्यानें योगाभ्यास करावा. परमात्म्याकडे दृष्टि लावून जो पुरुष एकटाच योगाभ्यास करीत असतो, तो परमात्मस्वरूपी बनल्यामुळें मोक्षसुखापासून भ्रष्ट होत नाहीं व कोणापासून वियुक्तही होत नाहीं. संन्यासी पुरुषानें अग्नि ठेवूं नयेत; घर करूं नये; अन्नासाठीं एखाद्या गांवाचा आश्रय करावा; पुढच्या दिवसासाठीं कांहीं करूं नये; अंतःकरण समाधानयुक्त ठेवावें; मननशील बनावें; आहार हलका व नियमित ठेवावा आणि तोही दिवसांतून एकच वेळ करावा; भिक्षापात्र, वृ[illegible]मूलाचा आश्रय, भगवें आणि मलिन वस्त्र, साहाय्याचा अभाव आणि सर्व प्राण्यांची उपेक्षा ह्या गोष्टी असणें हें संन्याशाचें लक्षण आहे. भयभीत झालेले हत्ती ज्याप्रमाणें आडांत

पडले म्हणजे पुनः वर निघत नाहींत, त्याचप्रमाणें दुसऱ्यानें उच्चारलेले अपशब्द ज्याच्या ठिकाणीं प्रविष्ट होतात, पण ते वक्त्याकडे उलट जात नाहींत, त्यानेंच संन्यासाश्रमामध्यें रहावें. कोणाच्याही संबंधानें व विशेषेंकरून ब्रह्मनिष्ठ पुरुषासंबंधानें अपशब्द केव्हांही ऐकूं नयेत व त्यांजकडे लक्षही देऊं नये. स्वतः तर कोणालाही अपशब्द कोणत्याही प्रकारें बोलूंच नये. स्वतःच्या संसाररूपी रोगाची चिकित्सा करणाऱ्या पुरुषानें ब्रह्मनिष्ठ पुरुषाची जेवढी चांगली गोष्ट असेल तेवढीच सदोदित उच्चारावी, व निंदेचा प्रसंग आल्यास मौन धारण करावें. संप्रज्ञात समाधीमध्यें हें सर्व जग मीच आहें अशी भावना असल्यामुळें अर्थात् विश्वस्वरूपी बनल्यामुळें ज्या एकाच पुरुषानें आकाश सदैव भरून गेल्याप्रमाणें होतें, व तो इंद्रियांनीं रूपादिकांचें ग्रहण करीत नसल्यामुळें ज्याच्या दृष्टीनें मनुष्यांनीं व्याप्त असलेला प्रदेशही ओसाड प्रदेशासारखाच असतो,त्यालाच देव हे ब्रह्मनिष्ठ असें समजतात. कोणत्या तरी पदार्थांनीं शरीर आच्छादन करणारा, कांहीं तरी भक्षण करणारा, व कोठें तरी शयन करणारा जो पुरुष, त्याला देव ब्रह्मनिष्ठ असें समजतात. सर्पाप्रमाणें जनसमुदायापासून, नरकाप्रमाणें मिष्टान्नजन्य तृप्तीपासून आणि प्रेताप्रमाणें स्त्रियांपासून जो भीत असतो, त्याला देव ब्रह्मनिष्ठ असें समजतात. जो अपमान झाल्यामुळें क्रुद्ध होत नाहीं, सन्मान झाल्यामुळें आनंद पावत नाहीं, आणि सर्व प्राण्यांना अभय देतो, त्यालाच देव ब्राह्मण असें समजतात. संन्यासी पुरुषानें मरणाचें अभिनंदन करूं नये आणि जीविताचेंही अभिनंदन करूं नये. ज्याप्रमाणें सेवक स्वामीच्या आज्ञेची प्रतीक्षा करीत असतो, त्याप्रमाणें कालाची प्रतीक्षा करीत रहावें; वाणी आणि मन ह्यांना दोषाचा संपर्क होऊं देऊं नये; आणि सर्व प्रकारच्या पातकांपासून अलिप्त असावें. ज्याचे पापरूपी शत्रु नष्ट झाले आहेत त्याला भय कसलें? ज्याच्यापासून सर्व प्राण्यांना आणि ज्याला सर्व प्राण्यांपासून अभय असतें, त्या अज्ञानापासून मुक्त झालेल्या पुरुषाला कोणापासूनही भीति नसते. ज्याप्रमाणें हत्तीच्या पावलाखालीं इतर पादचारी प्राण्यांचीं पावलें झांकून जातात, अथवा ज्याप्रमाणें योगी पुरुषाला प्राप्त होणाऱ्या पदाखालीं इतर सर्व पदें झांकून जातात, त्याप्रमाणें अहिंसेखालीं इतर सर्व धर्मकृत्यें झांकून जातात. अर्थात् अहिंसा हा धर्म सर्वांहून मोठा आहे. ज्याच्या हातून हिंसा घडत नाहीं, तो सदैव अमर होऊन राहतो. हिंसा न करणारा, सर्वांशीं समभावानें वागणारा, सत्यनिष्ठ, धैर्यसंपन्न, जितेंद्रिय आणि सर्व प्राण्यांचें संरक्षण करणारा जो पुरुष, त्याला अत्यंत उत्कृष्ट अशी गति मिळते. अशा रीतीनें आत्मानुभावानें तृप्त, निर्भय आणि निरिच्छ बनलेल्या पुरुषाला मृत्युरूपी पदार्थ आक्रमण करूं शकत नाहीं; तर तोच मृत्यूला आक्रमण करितो. स्थूल, सूक्ष्म व कारण ह्या तीनही शरीरांचा अभिमान सुटलेला, आकाशाप्रमाणें अलिप्त राहणारा, स्वकीय असें कांहींच नसलेला, एकटाच संचार करणारा, शांतिसंपन्न आणि मननशील असा जो पुरुष, त्यालाच देव ब्राह्मण असें समजतात. ज्याचें जीवित धर्मासाठीं असतें, धर्म परमात्म्यासाठीं असतो, आणि दिवस व रात्र हीं पुण्यसंपादनासाठीं असतात, त्याला देव ब्राह्मण असें समजतात. निरिच्छ, निष्क्रिय, नमस्कार व स्तुति ह्यांपासून अलिप्त, आणि सर्व प्रकारच्या वासनारूपी बंधापासून मुक्त झालेला जो पुरुष, त्याला देव ब्राह्मण असें

शांति०

समजतात. सर्व प्राणी सुखामध्यें रमाण होऊन जातात व दुःखापासून अत्यंत त्रस्त होतात; आणि कोणत्याही क्रियेपासून त्यांना भीति उत्पन्न होते. ह्यामुळें खेद पावून श्रद्धालु पुरुषानें कर्में करावयाचें सोडून द्यावें. सर्व प्राण्यांस अभयरूपी दक्षिणेचें दान करणें हें इतर सर्व दानांहून श्रेष्ठ आहे. जो पुरुष प्रथम आपल्या भीत्युत्पादक स्वरूपाचा त्याग करतो, त्याला सर्व लोकांकडून अभय मिळतें व पुढें अनंत अशा परब्रह्माची प्राप्ति होते.

शुका, संन्यासी पुरुषानें वानप्रस्थाप्रमाणें आपलें मुख उघडून त्यांत प्राणांना आहुति देण्याचें कारण नाहीं. सर्व प्राण्यांची नाभि हें त्रैलोक्यात्मक वैश्वानरसंज्ञक परमात्म्याचें स्थान आहे. त्याचे मस्तकापासून हनुवटीपर्यंतचे सर्व अवयव हेही वैश्वानराचेच अवयव आहेत. ह्यास्तव नाभीचे ठायीं नाभीपासून हृदयापर्यंतच्या प्रदेशांत अथवा हनुवटीपासून मस्तकापर्यंतच्या प्रदेशांत वैश्वानराची उपासना करावी. ही देखील कृताकृतच आहे. त्यानें हें सर्व जग वैश्वानरस्वरूपी आहे असें ज्ञान संपादन करावें. नाभीपासून हृदयापर्यंतचा जो प्रादेशमात्र प्रदेश, त्याचे ठायीं प्रकट झालेल्या चिन्मय परमात्म्याचे ठिकाणीं आत्मयज्ञ करणारे पुरुष सर्व प्रपंचाचें हवन करितात. त्यांच्या ठिकाणीं जें प्राणाग्निहोत्र असतें, त्यांत आहुति दिली म्हणजे सर्व लोकांना आणि देवतांना आहुति दिल्यासारखें होतें. अर्थात् त्याच्या प्राणाग्निहोत्रानें सर्व लोक व देवता तृप्त होतात. अशा रीतीनें प्रणवातील आकाररूपी पहिल्या वर्णाचा अर्थ जो वैश्वानर त्याची जे उपासना करितात, त्यांना त्या सूक्ष्म, तेज, जल व अन्न ह्या तीन पदार्थांनीं युक्त व देदीप्यमान् असणाऱ्या सूत्रात्मसंज्ञक आत्म्याचें अर्थात् प्रणवांतील उकाराचें ज्ञान होतें; व तसेंच त्रिगुणात्मक मायेनें युक्त असलेल्या ईश्वराचें अर्थात् प्रणवांपैकीं मकाराच्या अर्थाचें तसेंच श्रेष्ठ अशा परमात्मस्वरूपाचेंही ज्ञान त्यांना होतें व ते सर्व लोकांमध्यें पूज्य होऊन रहातात; आणि सर्व देव व मनुष्यें त्यांच्या सदाचरणाची प्रशंसा करीत असतात. वेद, कर्मकांड, परलोक ह्या सर्वांचें पर्यवसान शरीरांतर्गत जो परमात्मा त्याचेच ठायीं असून तोच सत्यस्वरूपी आहे. हें ज्ञान ज्याला होतें त्याचेंच सेवन करण्याची देव सदैव इच्छा करीत असतात. जे पुरुष—इंद्रियरूपी किरणांनीं देदीप्यमान् असलेल्या, भूमि अथवा स्वर्ग इत्यादि लोकांमध्यें सक्त होऊन न राहिलेल्या, परिच्छेदशून्य, ज्ञानमय, अंगदेवतारूपी पिंसें असलेल्या, मोद व प्रमोद हीं वृत्तिद्वयरूपी पंखें असलेल्या व ब्रह्मांडामध्यें प्रादुर्भूत असलेल्या परमात्म्याचें माया, देह व हृदयकमल यांचे ठायीं असलेलें अस्तित्व जाणतात, त्यांच्या सुकृताची देव प्रशंसा करितात. ज्याला ऋतुरूपी सहा तुंबे असून बारा महिने ह्या आरा आहेत, ज्यामध्यें दर्श, संक्रांति वगैरे उत्कृष्ट पर्वें आहेत, आणि जें आयुष्याचा क्षय करणारें व क्षीण न होणारें असून सारखें फिरत असतें, त्या कालचक्राच्या मुखामध्यें हें विश्व भक्ष्य पदार्थाप्रमाणें पडतें. ह्या कालचक्राचें स्वरूप सदैव लक्षांत ठेविलें पाहिजे. सुषुप्तसंज्ञक जें अज्ञान तेंच मूळ कारण असल्यामुळें ह्या जगताचें शरीर आहे; व त्यानेंच सर्व लोक व्याप्त करून सोडले आहेत. स्थूल व सूक्ष्म हे दोनही प्रकारचे देह त्याचीं स्वरूपें आहेत. ह्या देहांच्या ठायीं असणाऱ्या प्राणादि देवतांना जीव तृप्त करतो व त्या प्राणादि देवताही ह्याच्या मुखामध्यें जाऊन त्याला तृप्त करतात. जो सोपाधिक परमात्म्याची उपासना करून तन्मय बनून गेल्यामुळें तेजोमय,

नित्य आणि अनादि असतो, ज्याच्यापासून कोणत्याही प्राण्याला व कोणत्याही प्राण्यापासून ज्याला भीति नसते, त्या योगी पुरुषाला अनंत अशा ब्रह्मादि लोकांची प्राप्ति होते. जो स्वतः निंदेस पात्र नसतो व दुसऱ्याचीही निंदा करीत नाहीं, त्याच ब्राह्मणाला परमात्म्याचा साक्षात्कार होतो; आणि त्याचें अज्ञान नष्ट होऊन स्थूलसूक्ष्म देहांचा संसर्ग सुटल्यामुळें तो भोग्य अशा कोणत्याही लोकामध्यें गमन करीत नाहीं; कारण, आत्मस्वरूपी बनलेल्या पुरुषाला मोक्षप्राप्तीसाठीं केव्हांही कोठें जावें लागत नाहीं. हा संन्यासी पुरुष रोष व मोह ह्यांचा संपर्क नसलेला, सुवर्ण व ढेंकूळ ह्यांची योग्यता सारखीच समजणारा, अन्नमयादि कोशपंचकाचा संबंध सुटलेला, संधि व विग्रह ह्यांचा त्याग केलेला, निंदा व स्तुति यांजपासून सुटलेला, प्रिय अथवा अप्रिय कांहींच नसलेला व उदासीनाप्रमाणें संचार करणारा असा असतो.

अध्याय दोनशें अेचाळिसावा.

—:०:—

संक्षेपतः अध्यात्मकथन.

व्यास म्हणालेः—देह, इंद्रियें व मन हे प्रकृतीचे विकार असून त्यांच्या योगानें जीवाला कर्तृत्वभोक्तृत्वादि भाव प्राप्त झाले आहेत. हे विकार साक्षिभूत अशा जीवाला जाणीत नाहींत; पण त्याला मात्र यांचें ज्ञान असतें. ज्याप्रमाणें एखादा सारथि पूर्णपणें वजवलेल्या बळकट अश्वांच्या योगानें देशांतरगमनरूपी कार्य करितो, त्याप्रमाणेंच पांच इंद्रियें व सहावें मन यांच्या योगानें तो गमनादि कार्यें करितो. विषय हे संकल्पजन्य असल्यामुळें इंद्रियांहून सूक्ष्म आहेत; मन विषयांहून सूक्ष्म आहे; बुद्धि मनाहून सूक्ष्म आहे; आणि त्वंपदाचा अर्थ जें महत्तत्त्व अर्थात् विराट्स्वरूपी परमात्म्याची बुद्धि, ती बुद्धीहूनही सूक्ष्म आहे. त्या महत्तत्त्वाहून अज्ञान हें सूक्ष्म आहे; आणि त्याहूनही चिन्मय परमात्मा सूक्ष्म असून तोच सर्वांची सीमा व शेवटची गति आहे, त्याहून पर असें कांहीं नाहीं. हा आत्मा सर्व प्राण्यांचे ठिकाणीं गुप्तरूपें वास करीत आहे, तथापि त्याचें विषयांप्रमाणें साहजिक रीतीनें ज्ञान होत नाहीं. तथापि सूक्ष्मदर्शी पुरुष सूक्ष्म व एकाग्र अशा बुद्धीनें त्याचें ज्ञान संपादन करितात. मनासह पांच इंद्रियें आणि त्यांचे विषय ह्यांचा बुद्धीच्या योगानें अंतरात्म्याच्या ठायीं लय करून ध्येय, ध्यान आणि ध्याता या त्रिपुटीचें चिंतन करावें; मग विद्येच्या योगानें संस्कृत झालेलें जें मन त्याला ध्यानाच्या योगानें विलीन करून ईश्वरत्वाचा देखील लय केला म्हणजे त्या प्रशांतात्मा पुरुषाला मोक्षाची प्राप्ति होते. उलट पक्षीं, आपलें अंतःकरण सर्व इंद्रियांच्या अधीन करणारा व म्हणूनच कामादिकांना आत्मसमर्पण करणारा चलितबुद्धि मर्त्य पुरुष मृत्यूच्या अधीन होतो. असो; सर्व संकल्पांचा त्याग करून अंतःकरण सूक्ष्म बुद्धीचे ठिकाणीं लीन करावें; आणि पर्वताप्रमाणें चांचल्यशून्य होऊन रहावें. कारण, अंतःकरणाचे दोष नष्ट झाले म्हणजे नियमनिष्ठ पुरुषाला इहलोकींच पापपुण्यांचा वियोग घडतो. अशा प्रकारें चित्त शुद्ध झालेला मनुष्य आत्मनिष्ठ बनून आत्यंतिक सुखाचा उपभोग घेतो. सुषुप्तीचा सुखानें लाभ होणें व निर्वात प्रदेशामध्यें असणाऱ्या प्रकाशमान दीपाप्रमाणें निष्कंप स्थितींत असणें हें चित्तशुद्धीचें लक्षण आहे. अशा रीतीनें चित्तशुद्धि झाल्यानंतर आहार अल्प करून दिवसाच्या व रात्रीच्या पूर्वभागीं व उत्तरभागीं अंतःकरणामध्यें एकाग्रपणें परमात्मचिंतन करणाऱ्या पुरुषाला हृदयामध्यें परमात्म्याचें स्वरूप दिसूं लागतें. ह्यासंबंधाचें जें शास्त्र आहे तें पूर्वीं ऋषींनीं

आपल्या पुत्रांना शिकविण्याकरितां निर्माण केलेलें आहे. तें सर्व वेदांचें रहस्य आहे. ह्यांतील विषय केवळ अनुमानावरून किंवा आप्तवचनांवरून समजणारा नसून अनुभवगम्य आहे. सत्य आणि धर्म ह्यांसंबंधाच्या सर्व आख्यानांतील हें शास्त्र सार आहे. दहा हजार ऋचांचें आलोडन करून त्यांतून हें अमृततुल्य शास्त्र काढलेलें आहे. ज्याप्रमाणें दह्यांतून लोणी अथवा काष्ठांतून अग्नि काढावा, त्याप्रमाणेंच ज्ञानसंपन्न अशा पुरुषांनीं आपल्या पुत्रांसाठीं हें ज्ञान निर्माण केलेलें आहे. म्हणूनच ह्याला पुत्रानुशासन असें म्हणतात. वेदविद्येचें अध्ययन करून समावर्तन झालेल्या पुरुषासच हें शास्त्र शिकविलें पाहिजे. ज्याच्या ठिकाणीं शांति नाहीं, ज्यानें इंद्रियांचा निग्रह केला नाहीं, जो तपस्वी नाहीं, वेदवेत्ता नाहीं, आपल्या अनुरोधानें वागणारा नाहीं, सरळ नाहीं, सांगितलेली गोष्ट करणारा नाहीं, मत्सरी आहे, तर्कशास्त्रानें ज्याची बुद्धि दग्ध होऊन गेलेली आहे व जो दुष्ट आहे, अशा पुरुषाला हें शास्त्र शिकवूं नये. जो दुसऱ्याची स्तुति करतो, जो स्तुतीस पात्र, शांतिसंपन्न आणि तपस्वी आहे, अशा प्रिय पुत्राला किंवा आपल्या अनुरोधानें वागणाऱ्या आपल्या शिष्याला मात्र हें धर्माचें रहस्य शिकवावें;—इतरांना कोणत्याही प्रकारें शिकवूं नये. एखाद्या पुरुषानें ह्यासाठीं जरी रत्नांनीं भरलेली संपूर्ण पृथ्वी अर्पण केली, तरी तिजपेक्षां हें ज्ञानच श्रेष्ठ आहे असें तत्त्ववेत्त्या पुरुषानें समजावें. महर्षींनीं अवलोकन केलेलें व वेदांतांत प्रतिपादन केलेलें जें अध्यात्मतत्त्व, तें अत्यंत गूढ व मनुष्याच्या बुद्धीस अगोचर असें आहे. तथापि तूं त्यासंबंधानें प्रश्न करीत आहेस, म्हणून मी तें तुला सांगतों. पुत्रा, हा मी तुझ्याजवळ आहें, आणखीही दुसरें जें कांहीं तुझ्या मनांत असेल व ज्यासंबंधानें तुझा संशय असेल तें मी तुला सांगतों. तेव्हां आतां तुला काय सांगूं?

अध्याय दोनशें सत्तेचाळिसावा.

—:०:—

विस्तरतः अध्यात्मकथन.

शुक म्हणालेः—भगवन् ऋषिश्रेष्ठा, आपण मला पुनरपि अध्यात्मविद्या सविस्तर कथन करा. अध्यात्म म्हणजे काय? आणि तें कसें जाणावयाचें?

व्यास म्हणालेः—बा शुका, पुरुषांना अध्यात्म म्हणून जें कांहीं सांगितलेलें आहे तें मी तुला निवेदन करतों, त्याचें हें विवरण ऐक. पृथ्वी, जल, तेज, वायु आणि आकाश हीं पंचमहाभूतें आहेत. ज्याप्रमाणें समुद्राच्या लाटा त्याप्रमाणेंच जरायुजादि प्राण्यांच्या ह्या लाटा आहेत. ज्याप्रमाणें कासव आपले अवयव पसरतें आणि पुनरपि अकुंचित करितें, त्याप्रमाणेंच महाभूतें शरीराचा आकार घेऊन अल्पभूतें बनून सृष्टि, प्रलय इत्यादि विकार निर्माण करितात; म्हणूनच सर्व स्थावरजंगम प्राणी हे त्या महाभूतांचेच विकार असून उत्पत्तीच्या वेळीं हे त्यांच्याचपासून निर्माण होतात आणि नाशकालीं त्यांच्याच ठिकाणीं लीन होतात, असें सांगितलें आहे. प्राणी निर्माण करणाऱ्या परमात्म्यानें महाभूतें पांचच निर्माण केलीं आहेत, तथापि प्राण्यांच्या अंतकालीं जी त्यांना वासना होते, तदनुरोधें त्यानें त्यांमध्यें भिन्नभिन्न आकृति निर्माण केल्या आहेत.

शुक म्हणालेः—ईश्वरानें शरीराच्या ठिकाणीं जे पदार्थ निर्माण करून ठेवलेले आहेत, त्यांपैकीं कांहीं इंद्रियें आहेत व कांहीं त्यांचे विषय आहेत; तेव्हां ते कसे ओळखावयाचे?

व्यास म्हणालेः—आतां मी क्रमानें तुला हें सांगतों. ह्या इंद्रियादिकांचें स्वरूप कोणत्या

प्रकारचें आहे आणि तें कां आहे हें तूं आतां एकाग्रपणें ऐक. शरीरामध्यें शब्द, श्रवणेंद्रिय व पोकळी हे तीन पदार्थ आकाशापासून निर्माण झालेले आहेत; प्राण, चलनवलनादि व्यापार व स्पर्श हे तीन वायूचे विकार आहेत; रूप, चक्षुरिंद्रिय व जठराग्नि हीं तीन अग्नींचीं कार्यें आहेत; रस, रसनेंद्रिय व स्नेह हीं जलाचीं कार्यें आहेत; आणि गंध, घ्राणेंद्रिय व शरीर (शरीरांतील कठीण भाग) हीं भूमीचीं कार्यें आहेत. ह्याप्रमाणें इंद्रियांसह पंचमहाभूतांचे विकार मीं तुला निवेदन केले. वायूपासून स्पर्श, जलापासून रस, तेजापासून रूप, आणि आकाशापासून शब्द झाला असून गंध हा भूमीचा गुण आहे. मन, बुद्धि आणि स्वभाव (पूर्वजन्मींची वासना) हींही पंचमहाभूतांपासूनच निर्माण झालेलीं असून, सत्त्वादि गुणांहून भिन्न अशीं जीं श्रवणादि इंद्रियें तत्स्वरूपी बनलेलीं असल्यामुळें हीं शब्दादि विषयांचें ग्रहण केल्यावांचून रहात नाहींत. ज्याप्रमाणें कूर्म आपले अवयव पसरतो व संकुचितही करितो, त्याचप्रमाणें बुद्धि ही इंद्रियसमुदायाला निर्माण करून आपल्या ठिकाणीं लीन करिते. पायाच्या तळव्यापासून मस्तकापर्यंत हा मी असें जें ज्ञान होतें, तें उत्कृष्ट अशा बुद्धीचेंच कार्य आहे. बुद्धीलाच शब्दादि स्वरूपांची प्राप्ति होते अर्थात् शब्दादि विषय हीं बुद्धीचींच स्वरूपें आहेत. जर बुद्धि नसेल तर इंद्रियें कोठून असणार ? मनुष्याचे ठिकाणीं पांच इंद्रियें, सहावें मन, सातवी बुद्धि आणि आठवा जीव असे आठ पदार्थ असतात. चक्षुरादि इंद्रियें हीं रूपादिकांच्या प्रत्यक्षाविषयीं समर्थ आहेत; मन हें इंद्रियांस गोचर झालेल्या पदार्थांविषयीं संशय उत्पन्न करितें; बुद्धीच्या योगानें त्याचा निश्चय होतो; आणि आत्मा(जीव) हा त्याचा द्रष्टा असतो. रज, तम आणि सत्त्व हे गुण चित्तापासून निर्माण झालेले असून सर्व प्राण्यांच्या ठिकाणीं सारख्याच स्वरूपानें असतात. त्यांना त्यांच्या कार्यांवरून ओळखलें पाहिजे. त्यांपैकीं—अंतःकरणामध्यें प्रीति असणें, शांतता वसणें आणि उत्कृष्ट प्रकारें शुद्धता असणें हें सत्त्वगुणाचें लक्षण आहे असें समजावें. शरीरामध्यें अथवा अंतःकरणामध्यें संताप उत्पन्न होणें हें रजोगुणाच्या प्रवृत्तीचें लक्षण आहे असें समजावें. अंतःकरण मोहानें ग्रस्त होणें, विषय स्पष्टपणें न भासणें, तर्क करितां न येणें आणि वस्तु जाणितां न येणें यावरून तमोगुणाचा निश्चय केला पाहिजे. अतिशय सुख, प्रेम, आनंद, समबुद्धि आणि शरीर व अंतःकरण ह्यांची स्वस्थता हे सत्त्वाचे गुण एकाएकीं अथवा कांहीं कारणानें उत्पन्न होतात. अभिमान, असत्य भाषण, लोभ, मोह आणि असहिष्णुता हीं रजोगुणाचीं लक्षणें कारणामुळें अथवा कारणावांचून प्राण्यांचे ठिकाणीं असतात. तसेंच मोह, अनवधानता, निद्रा, तंद्रा आणि अज्ञान हींही तमोगुणाचीं कार्यें असून कोणत्या तरी प्रकारें त्यांचा योग घडतो.

अध्याय दोनशें अठ्ठेचाळिसावा.

—:०:—

मन व बुद्धि यांचें स्वरूपवर्णन.

व्यास ह्मणाले:—मन, बुद्धि आणि अहंकार हे अंतःकरणाचे तीन भेद आहेत. त्यांपैकीं मन संकल्पमात्राच्या योगानें नानाप्रकारचे पदार्थ निर्माण करितें, बुद्धि त्या पदार्थांसंबंधानें निश्चय करिते, आणि अहंकार हा तो पदार्थ अनुकूल किंवा प्रातिकूल हें जाणतो. ह्याप्रमाणें अंतःकरणाच्या कर्मांची प्रवृत्ति असते. संकल्पमात्रेंकरून उत्पन्न झाल्यामुळें व म्हणूनच संकल्पमय असल्यामुळें विषय इंद्रियांहून सूक्ष्म

आहेत; विषयांहून त्यांचें उपादान कारण जें मन तें सूक्ष्म आहे; मनाहून बुद्धि सूक्ष्म आहे; आणि बुद्धीहूनही आत्मा सूक्ष्म आहे. व्यावहारिक दृष्टया बुद्धि हाच मनुष्याचा आत्मा आहे. तीच ज्या वेळीं स्वतः आपल्या ठिकाणीं नानाप्रकारचे विषय उत्पन्न करिते, त्या वेळीं तिला मन अशी संज्ञा प्राप्त होते. इंद्रियांचे विषय निरनिराळे असल्यामुळें बुद्धीचीं हीं स्वरूपें त्यांच्या ग्रहणासाठीं निरनिराळीं होतात. ती शब्द ऐकण्याचे वेळीं श्रवणेंद्रिय, स्पर्श करण्याच्या वेळीं त्वगिंद्रिय, अवलोकन करण्याच्या वेळीं दृष्टि, रसास्वाद घेण्याचे वेळीं रसनेंद्रिय आणि गंध ग्रहण करण्याचे वेळीं घ्राणेंद्रिय बनते. बुद्धि जीं भिन्नभिन्न स्वरूपें धारण करिते, त्यांनाच इंद्रियें असें म्हणतात. सूक्ष्म असा जो आत्मा तो त्यांचा नियंता आहे. आत्म्याच्या आश्रयानें असणारी जी बुद्धि तिचे सात्त्विकादि तीन प्रकार आहेत, म्हणूनच तिला एखादे वेळीं आनंद होतो, एखाद्या वेळीं शोक घडतो, आणि एखादे प्रसंगीं सुख व दुःख ह्या दोहोंचाही संबंध नसतो. याप्रमाणें ही बुद्धि जरी त्रिगुणात्मक आहे, तरी, मोठमोठ्या लाटांनीं युक्त असलेला नद्यांचा पति जो समुद्र तो ज्याप्रमाणें आपल्या प्रचंड तीराचें अतिक्रमण करून पुढें जातो, त्याप्रमाणें ही त्रिगुणांचें अतिक्रमण करून असते. ती ज्या वेळीं एखाद्या वस्तूचा अभिलाष करिते, त्या वेळीं मन बनते. रूपादिकांच्या ज्ञानाचीं साधनें जीं इंद्रियें तीं बुद्धीचीं निरनिराळीं अधिष्ठानेंच आहेत. त्या सर्वांचाच पूर्णपणें जय केला पाहिजे. बुद्धि जरी पूर्वीं भिन्नभिन्न स्वरूपाची नसते, तरी ज्या इंद्रियाशीं तिचा जेव्हां योग घडतो, तेव्हां त्या इंद्रियाच्या द्वारानें ती संकल्पात्मक अशा पदार्थांच्या ठिकाणीं क्रमानें जडते. विषयांच्या ठिकाणीं संक्रांत होणारे दुसरेही जे कांही प्रीत्यादि धर्म आहेत, ते सर्व ह्यांचेच ठिकाणीं असून, रथाच्या धावेच्या अनुरोधानें ज्याप्रमाणें त्यांतील आस गमन करूं लागतात, त्याप्रमाणेंच बुद्ध्यादिकांच्या अनुरोधानें त्या धर्मांची प्रवृत्ति होते. विषयांचा संबंध जडला म्हणजे, वृत्तीच्या रूपानें त्यांचे ठिकाणीं संचार करणारीं पण वस्तुतः उदासीन असणारीं जीं इंद्रियें, त्यांच्या योगानें मन हें बुद्धीच्या आधारानें असणाऱ्या व परमात्म्याहून भिन्न नसल्यामुळें तद्रूपी असलेल्या विषयांचे ठायीं दीपाचें काम करितें. अर्थात् दीप ज्याप्रमाणें आपल्या किरणांच्या योगानें अंधकाराचा नाश करितो, त्याप्रमाणेंच मन इंद्रियरूपी किरणांच्या द्वारें विषयांला आवृत करून सोडणाऱ्या अज्ञानाचा नाश करितें. सारांश, विषय, गुण इत्यादि सर्व बुद्धिकल्पित असून इंद्रियें हीं बुद्धीचींच स्वरूपें आहेत. ह्यामुळें, सर्व जग हें केवळ बुद्धीच्याच योगानें कल्पिलेलें आहे असें ज्याला ज्ञान झालें असेल, तो शोक, आनंद व मत्सर ह्यांनीं विरहित असलेला पुरुष केव्हांही मोह पावत नाहीं.

बा शुका, दुःखप्रद कर्में करणाऱ्या व अंतःकरणाची शुद्धि न झालेल्या पुरुषांना, विषयांकडे धावणारीं आणि प्रवृत्तिशील अशीं जीं इंद्रियें तीं निर्दोष असलीं तरी त्यांच्या योगानें परमात्म्याचें ज्ञान होणें शक्य नसतें. पण जेव्हां मनाच्या योगानें इंद्रियांच्या वृत्तिरूपी किरणांचें उत्कृष्ट प्रकारें नियमन केलें जातें, तेव्हां दीपाच्या योगानें प्रकाशित होणाऱ्या वस्तूप्रमाणें त्याला आत्म्याचें ज्ञान होतें. ज्याप्रमाणें अंधकार नष्ट झाला म्हणजे सर्वही प्राण्यांना सर्व कांहीं दिसूं लागतें, तशाच प्रकारची ही गोष्ट आहे असें समजावें. ज्याप्रमाणें जलचर पक्षी पाण्यांतून संचार करीत असला तरी त्याला जलाचा

लेप लागून रहात नाहीं, अर्थात् त्याला पाण्याचा संपर्क जडत नाहीं, त्याप्रमाणेंच मुक्त स्थितींत असलेला योगी संसारांत असला तरीही त्याला विषयजन्य दोषांचा लेप लागत नाहीं. कारण, ज्ञानसंपन्न मनुष्य कोणत्याही ठिकाणीं आसक्त न होतां विषयांचा उपभोग घेत असला तरी त्याला दोष लागत नाहीं. प्राचीन अशा वेदानें ज्याचा विधि सांगितला आहे अशा कर्मांचा त्याग करून परब्रह्मस्वरूपी असल्यामुळें सर्वांचा प्राण बनलेल्या, विषयसमुदायाच्या ठायीं आसक्त नसलेल्या आणि सदैव आत्म्याच्याच ठिकाणीं रममाण होणाऱ्या पुरुषाची बुद्धि एखादे वेळीं विषयांकडे वळते व एखादे वेळीं आत्म्याकडे धांवते. सारांश, अशा स्थितींतही द्वैत समूळ नष्ट झालेलें नसतें. विषयांना आत्म्याचें ज्ञान नसतें, पण आत्म्याला विषयांचें ज्ञान असतें. कारण, तो विषयांस साक्षिभूत अथवा त्यांचा वस्तुतः उत्पादकही आहे. बुद्धि आणि क्षेत्रज्ञ हे दोन्ही सूक्ष्म आहेत; तथापि त्यांपैकीं एक अर्थात् बुद्धि विषयांस निर्माण करीत असते व दुसरा त्यांना उत्पन्न करीत नसतो, हेंच त्या दोहोंतील अंतर आहे हें लक्षांत ठेव. ते जरी स्वभावतः परस्परांहून भिन्न आहेत, तथापि सदैव परस्परांशीं संयुक्त असतात; ह्यामुळेंच सामान्यतः त्यांचें भिन्न स्वरूपानें ज्ञान होत नाहीं. ज्याप्रमाणें मत्स्य हा जलाहून भिन्न असूनही सदैव जलाशीं मिळून असतो, अथवा ज्याप्रमाणें उंबराचें फळ आणि त्यांतील कृमि हे परस्परांहून भिन्न असूनही परस्परांशीं संलग्न होऊन राहिलेले असतात, अथवा ज्याप्रमाणें मुंज आणि त्यांतील अंकुरमय बारीक तंतु हे परस्परांहून भिन्न असतांही परस्परांशीं मिळून असतात, त्याप्रमाणेंच बुद्धि व आत्मा हे परस्परांहून भिन्न असूनही परस्परांच्या आश्रयानें राहिलेले आहेत.

अध्याय दोनशें एकुणपन्नासावा.

—:०:—

बुद्धीचें वर्णन.

व्यास म्हणाले:—बुद्धि विषयांना निर्माण करिते; आणि उदासीनाप्रमाणें असलेला प्रभुत्वसंपन्न जीव हा त्यांचा अर्थात् सत्वादि गुणांच्या विकारांचा उपभोग घेतो. बुद्धि विषयांना निर्माण करिते हा तिचा स्वभावच आहे; म्हणूनच, ज्याप्रमाणें कोळी आपल्या नाभींतून तंतु उत्पन्न करितो, त्याप्रमाणेंच ती आपल्यापासून विषय निर्माण करिते. तत्त्वज्ञानानें ह्या गुणांचा आत्यंतिक नाश होतो, असा कित्येकांचा निश्चय आहे. कारण, एकदा त्यांचा नाश झाला म्हणजे फिरून त्यांची प्राप्ति होत नाहीं; किंवा घटादिकांचा नाश झाला म्हणजे जसे त्यांचे तुकडे दृष्टीस पडतात तसें त्यांचें कांहींही दिसत नाहीं. दुसऱ्या कांहींच्या मतें त्यांचा आत्यंतिक नाश होत नाहीं. ह्या दोन्ही गोष्टींचा युक्तीनें विचार करून आपल्या बुद्धीच्या अनुरोधानें काय तो सिद्धांत ठरवावा. व्यापक आणि जननमरणशून्य अशा आत्म्याला ह्या गुणरूपी कार्यसमुदायाच्या योगानें गर्भवास घडतो. ह्या आत्म्याचें ज्ञान संपादन करून क्रोध, आनंद व मत्सर ह्यांचा मनुष्यानें त्याग करावा. याप्रमाणें, दुखप्राप्तीमुळें शोक न करितां संशयाचा उच्छेद करावा; आणि अंतःकरणाशीं जडलेला बळकट असा विषयसंबंध ही केवळ बुद्धीची कल्पना आहे, अतएव अनित्य आहे, असें जाणून सुखानें रहावें. ज्याप्रमाणें या भूमीवर पाण्यानें भरलेल्या नदींत प्रविष्ट झालेले अनभिज्ञ लोक तीरावरून सुटले म्हणजे क्लेश पावतात, त्याप्रमाणेंच संसारांत पडलेल्या ह्या लोकांची स्थिति आहे. परंतु ज्याप्रमाणें पोहतां येत असलेला पुरुष स्थलप्रमाणेंच जलामध्येंही

खिन्न न होतां संचार करीत असतो, त्याप्रमाणेंच, केवळ बुद्धीच्या योगानें ज्याचें ज्ञान होतें अशा आत्म्याची प्राप्ति झालेल्या तत्त्ववेत्त्या पुरुषाची संसारामध्यें स्थिति असते. असो.

ज्ञान्यांची गति.

बा शुका, अशा रीतीनें सर्व प्राण्यांची उत्पत्ति व संहार ह्यांचें ज्ञान झालें आणि प्राण्यांच्या भिन्नभिन्न स्वरूपांविषयींचें सूक्ष्मपणें अवलोकन केलें, म्हणजे मनुष्याला उत्कृष्ट प्रकारच्या सुखाची प्राप्ति होते. आत्मज्ञान आणि शांति संपादन करणें हेंच जन्माचें व विशेषेंकरून ह्या ब्राह्मणजन्माचें साफल्य आहे आणि हाच साफल्यास पुरेसा उत्कृष्ट असा आधार आहे. ह्या सर्वांचें ज्ञान झालें म्हणजेच मनुष्य पुण्यपापविरहित बनतो. याहून अन्य असें ज्ञानी पुरुषाचें लक्षण काय आहे? प्राण्यांची उत्पत्ति व संहार यांचें ज्ञान झाल्यामुळें कृतकृत्य झालेले विद्वान् लोक मुक्त होतात. अज्ञ लोकांना जी परलोकामध्यें मोठी भीति असते, ती ज्ञानी लोकांना नसते. ज्ञानी लोकांना मिळणारी जी कायमची गति, तिजहून अधिक श्रेष्ठ अशी गति कोणालाही मिळत नाहीं. दोषानें आक्रांत असलेल्या प्राण्यांना लोक दोषदृष्टीनें पहात असतात व त्यांना अवलोकन केल्यामुळें दुःखामध्येंही पडतात. पण शोक हा बुद्धीच्या योगानें निर्माण झालेला असून अशोकस्थिति हीच खरी आहे, हें ज्यांना समजतें, ते चतुर पुरुष शोकग्रस्त होत नाहींत, हें लक्षांत ठेव. ज्ञानी मनुष्याच्या हातून जें कर्म फलाच्या अभिलाषावांचून घडतें, त्याच्या योगानें त्याच पूर्वजन्मार्जित कर्मांचा नाश होतो; व ह्मणूनच पूर्वार्जित कर्म अथवा फलाभिलाष सोडून केलेलें कर्म ह्या दोहोंपासूनही त्याचें इष्ट किंवा अनिष्ट घडत नाहीं.

अध्याय दोनशें पन्नासावा.

—:०:—

सर्वश्रेष्ठ धर्म.

शुक ह्मणालेः—हे तात, जो सर्व धर्मांहून श्रेष्ठ आहे व ज्याहून श्रेष्ठ असा दुसरा कोणता धर्म नाहीं, अशा प्रकारचा धर्म आपण मला कथन करा.

व्यास ह्मणालेः—ऋषींनीं आचरण केलेला, प्राचीन आणि सर्व धर्मांहून श्रेष्ठ असा जो धर्म तो मी तुला सांगतों, एकाग्र अंतःकरणानें ऐक. ज्याप्रमाणें चोहोंकडे धावणाऱ्या आपल्या पुत्रांना पिता मागें फिरवितो, त्याप्रमाणें, क्षुब्ध करून सोडणाऱ्या व चोहोंकडे धावणाऱ्या इंद्रियांचें नियमन करून त्यांना व अंतःकरणाला एकाग्र करणें हें जें उत्कृष्ट प्रकारचें तप, तो उत्तम व सर्व धर्मांहून श्रेष्ठ असा धर्म होय. त्या सर्व इंद्रियांना आपल्या बुद्धीनें मनासह एकाग्र करून सोडावें; ध्याता, ध्येय, ध्यान या त्रिपुटीसंबंधानें विचार करूं नये; आणि परब्रह्मप्राप्तीच्या योगानें तृप्त झालेल्या मनुष्याप्रमाणें होऊन रहावें. शुका, ज्या वेळीं इंद्रियें विषयांपासून निवृत्त होऊन परब्रह्माचे ठायीं स्थिरपणें जडतील, तेव्हांच तुला तुझ्या बुद्धीनें शाश्वत अशा परमात्म्याचें अवलोकन घडेल. ज्ञानसंपन्न आणि ब्रह्मनिष्ठ असे जे महात्मे असतात, त्यांनाच धूमसंपर्करहित अग्निप्रमाणें असणाऱ्या विश्वव्यापक परमात्म्याचा साक्षात्कार होतो. ज्याप्रमाणें अनेक शाखा असलेला व पुष्पें आणि फळें ह्यांनीं युक्त असणारा जो एखादा मोठा वृक्ष त्याला स्वतःसंबंधाचें ज्ञान असत नाहीं, व तो माझें फळ कोठें आहे किंवा फूल कोठें आहे, हें जाणूं शकत नाहीं, त्याप्रमाणेंच महत्तत्त्वसंज्ञक आत्म्याला आपण कोठून आलों, व आपल्याला कोठें जावयाचें आहे, ह्याचें ज्ञान नसतें. त्या महत्तत्त्वावांचून

दुसरा असा एक सूक्ष्म आत्मा आहे कीं, ज्याला सर्व कांहीं दिसतें. देदीप्यमान् अशा ज्ञानरूपी दीपाच्या साहाय्यानें अर्थात् ब्रह्माकार झालेल्या अंतःकरणवृत्तीच्या साहाय्यानें शरीरामध्येंच परमात्म्याचें दर्शन होतें. शुका, तूं आपल्या बुद्धीच्या योगानें आत्मज्ञान संपादन करून सर्वज्ञ हो; आणि कांत टाकलेल्या सर्पाप्रमाणें मायारूपी उपाधीपासून अर्थात्च बंधनभूत अशा सर्व वस्तूंपासून मुक्त हो. परमात्मज्ञान झालें म्हणजे जन्मांतरदायक अशा कर्मांचा इहलोकींच नाश होतो; आणि आधिभौतिकादि त्रिविध ताप नष्ट होतात. शुका, अज्ञान (माया) ही एक सर्वांहून श्रेष्ठ आणि भयंकर नदी आहे; हिचा ओघ चहूंकडे पसरलेला आहे; ही लोकांना वाहून नेत असते; पांच इंद्रियें हे हिजमधील मकर आहेत; मनाचे संकल्प हेच हिचे तीरप्रदेश आहेत; ही लोभमोहरूपी तृणांनीं व्याप्त झाली आहे; काम व क्रोध हे हिजमधील सर्प आहेत; सत्य हा हिचा घाट आहे; असत्य हा हिचा खळखळाट आहे; क्रोध हा हिजमधील पंक आहे; आणि हिचा प्रभाव अतर्क्य असून गति शीघ्र आहे. ज्यांचें अंतःकरण सुसंस्कृत नाहीं त्यांना हिजमधून तरून जातां येणें अशक्य आहे. विषयवासनारूपी जलगजांनीं ही नदी व्याप्त झाली असून ही संसारसागराला जाऊन मिळते. हिचा वासनारूपी तळ फार खोल असल्यामुळें हिजमध्यें तरतां येणें फार कठीण आहे. ही आपल्या कर्मांच्याच योगानें निर्माण होते. वाणीचे व्यापार हे ह्या नदींतील भोंवरे आहेत व हिची प्राप्ति दुःखाला कारणीभूत होते. शुका, तूं ज्ञानाच्या साहाय्यानें ह्या नदींतून सुखानें तरून जा. धैर्यसंपन्न आणि बुद्धि सुसंस्कृत असलेले ज्ञानी लोक ह्या नदींतून तरून जातात. तूंही शुचिर्भूत होऊन, इंद्रियांचा निग्रह करून व सर्वसंगपरित्याग करून उत्कृष्ट प्रकारच्या बुद्धीचें अवलंबन कर, म्हणजे तुला आत्मज्ञान होऊन तूं परब्रह्मच बनून जाशील. तूं पातकांचा नाश करून अंतःकरण प्रसन्न कर; आणि दुष्ट बुद्धि, क्रोध व आनंद ह्यांचा संपर्क सोडून देऊन संसारांतून तरून जा. असें केलेंस म्हणजे, पर्वतावर असलेल्या मनुष्याला इतर सर्व प्राणी जसे आपल्या खालीं आहेतसे दिसतात, तसें तुलाही आपण उच्च पदाला गेलों असून सर्व प्राणी आपल्या खालीं आहेत असें दिसूं लागेल. असें झालें म्हणजे तुला सर्व प्राण्यांच्या उत्पत्तीचें व प्रलयाचें प्रत्यक्ष ज्ञान होईल. धार्मिकश्रेष्ठ आणि तत्त्ववेत्त्या मुनींनीं योगाच्याच अवलंबनानें अज्ञानरूपी नदींतून तरून जाणें हाच सर्व प्राण्यांना उपयोगीं पडणारा असा धर्म आहे असें मानलेलें आहे.

पुत्रा, व्यापक अशा आत्म्याच्या ज्ञानासंबंधाचें जें हें शास्त्र, तें हितचिंतक, आपल्या अनुरोधानें वागणारा आणि योगाभ्यासरूपी परिश्रम केलेला जो शिष्य असेल त्यालाच सांगावें. बा शुका, सर्वांहून अत्यंत गोपनीय असें जें हें आत्मज्ञानरूपी रहस्य, तें स्वतःच्या अनुभवावरून मीं तुला सांगितलें आहे. अतीत, अनागत आणि वर्तमान अशा सर्व वस्तूंना कारणीभूत असलेलें व सुखदुःखांचा संपर्क नसलेलें जें परब्रह्म तें स्त्री नाहीं, पुरुष नाहीं आणि क्लीबही नाहीं; म्हणूनच स्त्रीत्वादि रूपांनीं त्याचें ज्ञान होत नाहीं. त्याचें ज्ञान झालें असतां पुरुषाला अथवा स्त्रीलाही पुनर्जन्माची प्राप्ति होत नाहीं. कारण, पुनर्जन्माची प्राप्ति होऊं नये म्हणूनच ह्या धर्माचें विधान आहे. हे पुत्रा, ह्या परमात्म्यासंबंधानें जीं कांहीं मतें आहेत तीं मीं तुला जशींच्या तशींच सांगितलीं आहेत. ह्यांपैकीं कांहीं आत्मज्ञानाला उपयोगी आहेत व कांहीं उप-

योगी नाहींत. हे सत्पुत्रा, मीं हा जो धर्म सांगितला आहे, तो, गुणसंपन्न, इंद्रियनिग्रह केलेला आणि प्रीतियुक्त असा जो पुत्रतुल्य शिष्य विचारील त्यालाच आनंदित अंतःकरणानें कथन करावा.

अध्याय दोनशें एकावन्नावा.

—:०:—

ज्ञानी पुरुषाचें वर्णन.

व्यास म्हणाले:—वत्सा, रस, गंध व सुख ह्यांच्या अनुरोधानें न वागणें, त्या त्या वस्तूचा त्याग करणें आणि बहुमान व शौर्यादिजन्य अथवा दानादिजन्य कीर्ति यांची इच्छा न करणें हा परब्रह्मसाक्षात्कार झालेल्या ब्राह्मणाचा व्यवहार आहे. ब्रह्मचर्यसंपन्न होऊन आणि गुरूची शुश्रूषा करीत राहून ऋग्वेद, यजुर्वेद आणि सामवेद या सर्व वेदांचें ज्ञान अध्ययन करून संपादिलें म्हणजेच तो श्रेष्ठ ब्राह्मण होतो असें नाहीं; तर जो अशा रीतीनें सर्व वेदांचें ज्ञान संपादन करून सर्व प्राण्यांशीं आप्तेष्टांप्रमाणें वागतो व सर्वांतर्गत परमात्म्याचें ज्ञान संपादन करून निष्काम होऊन जातो, तोच श्रेष्ठ ब्राह्मण होय. तो ह्या आपल्या कर्तव्यामुळें अमर अर्थात् परब्रह्मस्वरूपी बनून जातो. अनेक प्रकारच्या इष्टि केल्या आणि भरपूर दक्षिणा असलेले अनेक यज्ञ केले, तरी फलाभिलाषशून्यता नसेल आणि दयालुता नसेल तर श्रेष्ठ ब्राह्मणत्व कोणत्याही प्रकारें प्राप्त होत नाहीं. जेव्हां हा कोणापासूनही भीत नाहीं आणि ह्याच्यापासूनही कोणाला भीति वाटत नाहीं, तसेंच जेव्हां हा कोणाची इच्छा करीत नाही व कोणाचा द्वेषही करीत नाहीं, तेव्हां परब्रह्मस्वरूपी बनतो. जेव्हां क्रियेनें, वाणीनें अथवा मनानें कोणत्याही प्राण्याचें वाईट करण्याचें तो मनांत आणीत नाहीं, तेव्हांच तो ब्रह्मस्वरूपी बनतो. ह्या लोकामध्यें वासना हेंच एक बंधन आहे, दुसरें बंधन नाहीं. जो मनुष्य वासनारूपी बंधनांतून मुक्त होतो, तो ब्रह्मस्वरूपी बनतो. धूम्रवर्ण मेघापासून मुक्त झालेल्या चंद्राप्रमाणें वासनेपासून मुक्त झालेला निर्दोष असा विद्वान् पुरुष कालाची प्रतीक्षा करीत धैर्यानें रहातो. ज्याच्या स्थैर्यामध्यें केव्हांही बदल होत नाहीं, व जो सदैव परिपूर्ण असतो, त्या समुद्रामध्यें ज्याप्रमाणें नद्या प्रविष्ट होतात अर्थात् लीन होऊन जातात, त्याप्रमाणें ज्याच्यामध्यें सर्व वासना प्रविष्ट होऊन नामशेष होऊन जातात, त्याच मनुष्याला परब्रह्मप्राप्तिरूपी शांति मिळते; विषयोपभोगाची वासना असणाऱ्याला ती शांति मिळत नाहीं. अशा प्रकारच्या ज्ञानी पुरुषाला केवळ संकल्पमात्रेंकरून अभीष्ट वस्तूंची प्राप्ति होते व त्यांच्या योगानें त्याला शोभाही येते. स्वर्गादिकांची इच्छा करणाऱ्या पुरुषाची स्थिति तशी नसते. त्या पुरुषाला वासनेच्या योगानें स्वर्गाची प्राप्ति होते; परंतु पुनः त्यापासून भ्रष्ट व्हावें लागतें. सत्य हें वेदांचें रहस्य आहे; इंद्रियनिग्रह हें सत्याचें रहस्य आहे; दान हें इंद्रियनिग्रहाचें रहस्य आहे; तप हें दानाचें रहस्य आहे; वैराग्य हें तपाचें रहस्य आहे; सुख हें वैराग्याचें रहस्य आहे; स्वर्ग अर्थात् सगुणब्रह्मस्वरूपता हें सुखाचें रहस्य आहे; आणि निर्गुणब्रह्मस्वरूपता हें स्वर्गाचें रहस्य आहे. ह्यांपैकीं पुढची पुढची गोष्ट नसेल तर पूर्वींची वस्तु व्यर्थ होय. संतोष संपादन करून बुद्धिशुद्धि करण्याचें मनांत आणावें. ही बुद्धिशुद्धि मोक्षप्राप्तीची सूचक असून आशा, शोक व संकल्प ह्यांना परिपक्क अर्थात् विनाशोन्मुख करणारी आहे. ज्याचा शोक, ममता, आणि मत्सर हीं नष्ट झालीं असतील, जो शांतिसंपन्न आणि शुद्धचित्त असेल, व

जो वेद, सत्य, इंद्रियनिग्रह, दान, तप व वैराग्य ह्या सहा साधनांनीं युक्त आणि ज्ञानानें तृप्त असेल, तो पुरुष पुनरपि जन्म पावत नाहीं. ज्ञानी लोकांनीं सत्त्वगुण-विशिष्ट अशा पूर्वोक्त वेदादि सहा साधनांच्या योगानें आणि श्रवण, मनन व निदिध्यसन यांच्या योगानें ज्याची प्राप्ति करून घेतली, त्या शरीरवर्ती आत्म्याचें ज्ञान ज्यांनीं देहाच्या अभिमानांतून सुटून संपादन केलें, त्यांनाच मुक्त पुरुषांच्या लक्षणांची प्राप्ति होते, अर्थात् ते मुक्त होतात. अनादि व म्हणूनच अनंत, स्वभावसिद्ध आणि गुणाधान किंवा मलकरण इत्यादि संस्कार नसलेलें जें शरीरवर्ती पर-ब्रह्म, त्याचें ज्ञान झालेल्या मनुष्यास अविनाशी अशा सुखाचा उपभोग घ्यावयास मिळतो. अंतःकरणाचा विषयप्रवेशरूपी व्यापार बंद केल्यानें व सर्व बाजूंनीं त्याला स्थिर केल्यानें मनुष्याला ज्या संतोषाची प्राप्ति होते, तो संतोष त्याला इतर कोणत्याही प्रकारें मिळत नाहीं. ज्याच्या प्राप्तीच्या योगानें भोजन न करितांही तृप्ति होते, द्रव्य: नसतांही तुष्टता असते, व स्निग्धता नसतांही बल असतें, त्या परमात्म्याचें ज्याला ज्ञान असेल तोच खरा वेदवेत्ता होय. जो सदाचारसंपन्न ब्राह्मण इंद्रियांना अनवधानापासून आवरून धरून त्यांचा निग्रह करतो व परब्रह्मचिंतन करतो, त्यालाच आत्मरति असें म्हणतात. ज्याचें अंतःकरण एकाग्र होऊन परब्रह्माचे ठायीं जडलेलें आहे, आणि ज्याच्या वासना क्षीण होऊन गेल्या आहेत, त्याचें सुख शुक्ल-पक्षांतील चंद्रमंडलाप्रमाणें वृद्धिंगत होत असतें. पंचमहाभूतें, पंचतन्मात्रें, महत्तत्त्व आणि अ-व्यक्त यांचा त्याग करणाऱ्या मननशील पुरुषाचें दुःख सूर्यापासून दूर होणाऱ्या अंधकाराप्रमाणें अनायासेंच दूर होतें. कर्में आणि गुणांचें वैभव यांतून मुक्त झालेला व विषयांचा संपर्क नसलेला जो ब्रह्मनिष्ठ पुरुष, त्याला जन्ममर-णांची प्राप्ति होत नाहीं. तो सर्वांपासून मुक्त झालेला पुरुष ज्या वेळीं रागद्वेषशून्य होऊन स्थिर होऊन राहतो, त्या वेळीं जरी तो शरी-रयुक्त असला तरीही इंद्रियें आणि इंद्रियांचे विषय यांना अतिक्रमण करून रहातो; अर्थात् त्यांच्या संसर्गापासून मुक्त होतो. निर्गुणपर-ब्रह्माचें ज्ञान संपादन करून कार्यस्वरूपांतून मुक्त होऊन परब्रह्मस्वरूपी बनलेल्या मनुष्याला पुनर्जन्म नाहीं.

अध्याय दोनशें बावन्नावा.

—:०:—

महाभूतादिस्वरूपनिरूपण.

व्यास म्हणाले:—मानापमानादि द्वंद्वें, अर्थ आणि धर्म ह्यांच्याशीं संबद्ध असलेल्या अशाही शिष्याला परमात्मज्ञानाची इच्छा झाली असतां, तो जर शमादिगुणसंपन्न असेल तर त्याला प्रथम हें विस्तृत असें आत्मज्ञान सांगावें. जेवढे म्हणून पंचमहाभूतात्मक प्राणी आहेत, त्यांचे ठिकाणीं आकाश, वायु, तेज, जल, पृथ्वी, अस्तित्व, अभाव आणि काल हीं असतात. त्यांपैकीं पोकळी हें आकाशाचें स्वरूप असून श्रवणरूपी इंद्रिय हें आकाशाचें कार्य आहे आणि शब्द हा त्या आकाशाचा गुण आहे, असें शारीरशास्त्रांतील विधीचें ज्ञान असलेल्या पुरुषांनीं समजावें. प्राण्यांचें गमन हें वायूचें कार्य आहे. प्राण व अपान हीं वायूचींच स्वरूपें आहेत. स्पर्शन (त्वक्) हें वायूचें इंद्रिय असून स्पर्श हा वायूचा गुण आहे. ताप, अन्नादिकांचें पचन, दीपादिकांचा प्रकाश आणि ऊष्मा हीं तेजाचींच कार्यें आहेत. चक्षु हें तेजाचें इंद्रिय असून तांबडें, गोरें, काळें इत्यादि रूपें हा तेजाचा गुण होय.

आर्द्रता, सूक्ष्मता आणि स्निग्धता हे जलाचे धर्म असून रक्त, मज्जा आणि दुसरेंही शरीरामध्यें जें कांहीं स्निग्ध आहे तें सर्व जलाचेंच कार्य आहे. रसग्रहण करणारी जिव्हा हें जलाचें इंद्रिय असून रस हा त्याचा गुण आहे. काठिन्य हा पृथ्वीचा धर्म असून अस्थि, दांत, नखें, श्मश्रु (मिशा), रोम (अंगावरील केंस), केश (मस्तकावरील), शिरा, स्नायु आणि चर्म हीं पृथ्वीचींच कार्यें आहेत. ज्याला नासिका असें दुसरें नांव आहे तें घ्राण हें पृथ्वीचें इंद्रिय आहे. गंध हा जो घ्राणेंद्रियाचा विषय आहे, तो पृथ्वीचाच गुण आहे. पुढच्या पुढच्या महाभूतांमध्यें पूर्वींपूर्वींच्या महाभूतांचे गुण असतात. तसेंच सर्व प्राण्यांमध्यें अविद्या, काम आणि कर्म हे गुण असतात. ह्या पंचमहाभूतांचा विस्तार मुनींना अवगत असतो. हीं पंचमहाभूतें, भावना (वासना) अज्ञान व कर्म हीं तीन मिळून आठ, नववें मन आणि दहावी बुद्धि ही प्रत्येक शरीरांत असून अकरावा सर्वगत म्हणून अनंतस्वरूपी आणि अतींद्रिय असा जीव असतो. बुद्धि ही निश्चयात्मक असून मन संशयात्मक आहे, व ज्याला क्षेत्रज्ञ अशी संज्ञा आहे तो जीव कर्मांचा आश्रय असल्यामुळें कर्मांवरून अनुमान करून त्याचें ज्ञान संपादन करावयाचें असतें. प्रत्येक प्राणी हा कालात्मक अशा पुण्यपापप्रभृतींच्या संस्कारांनीं युक्त असला तरी वस्तुतः निष्पाप आहे, असें ज्याला ज्ञान होतें, तो सकाम कर्मांचें अनुसरण करीत नाहीं.

अध्याय दोनशें त्रेपन्नावा.

—:०:—

सूक्ष्मस्वरूपविचार.

व्यास ह्मणाले:—जीव हा स्थूलशरीरापासून मुक्त झाला तरी तो सूक्ष्मशरीरीयुक्त असतो, ह्यामुळें त्याचें ज्ञान इंद्रियांनीं होणें अशक्य असतें. योगशास्त्रवेत्ते पुरुष शास्त्रामध्यें निर्दिष्ट केलेल्या योगाभ्यासविधीचें आचरण करून समाधीमध्यें त्याला पाहूं शकतात. ज्याप्रमाणें आकाशामध्यें सूर्याचे किरण एकमेकांस लागून सर्वत्र पसरलेले असतात तथापि त्यांचें ज्ञान स्थूलदृष्टीनें होत नाहीं, पण गुरूनें सांगितलेल्या युक्तीच्या अनुरोधानें पाहिल्यास ते अगदीं स्पष्ट दिसतात, त्याप्रमाणेंच स्थूलदेहाचा संबंध सुटलेलीं व स्वर्गादि लोकांमध्यें संचार करणारीं जीं लिंगशरीरें, तीं मानवी बुद्धीच्या बाहेर असल्यामुळें साहजिक रीतीनें समजत नाहींत—गुरूपदिष्ट युक्तीनें मात्र त्यांचें ज्ञान होतें. ज्याप्रमाणें सूर्याचें प्रतिबिंब पडलेल्या प्रत्येक पदार्थांत त्याचीं किरणमंडलें दिसत असतात, त्याप्रमाणेंच प्रत्येक सचेतन व्यक्तीमध्यें योग्याला लिंगशरीर दिसत असतें. जितेंद्रिय आणि लिंगशरीरवेत्ते योगी स्थूलशरीरांचा संबंध सुटलेलीं तीं सत्त्वप्रधान सूक्ष्म शरीरें आपल्या बुद्धीच्या साहाय्यानें अवलोकन करितात. सदैव योगाभ्यास करणारे, आत्म्याच्या ठिकाणीं कल्पिलेल्या कर्मजन्य दोषांचा त्याग केलेले, आणि जगत्कारण परमात्मा व जग ह्यांच्याशीं तादात्म्यबुद्धि सुटलेले जे योगी पुरुष, ते व्यावहारिक दशेमध्यें असल्यामुळें झोंपीं गेलेले असोत, अथवा समाधिदशेमध्यें असल्यामुळें जाग्रदवस्थेमध्यें असोत, लिंगशरीर हें रात्रीप्रमाणें दिवसा व दिवसाप्रमाणेंच रात्रीं सर्वदा त्यांच्या अधीन असतें. योगी पुरुषांचा जीव महत्, अहंकार आणि पंचतन्मात्रें ह्या गुणसंज्ञक सात सूक्ष्म पदार्थांनीं युक्त असून तो इंद्रादि लोकांमध्यें संचार करूं शकतो. वस्तुतः जीवत्व हें कल्पित असल्यामुळें, तो जीव जरी अनित्य आहे तरी व्यावहारिक दृष्ट्या तो अजरामर

आहे. पूर्वोक्त सात वस्तूंनीं विशिष्ट असलेल्या जीवाचें ज्ञान ज्याप्रमाणें योग्याला त्याप्रमाणेंच अज्ञालाही होऊं शकतें. कारण, मन व बुद्धि ह्यांनीं आक्रांत करून सोडलेला हा जीव स्वप्नदशेमध्येंही असतो, व त्या वेळीं त्याला सुखदुःखांचें व स्वदेह-परदेहांचें ज्ञान असतें. स्वप्नामध्येंही त्याला सुखदुःखांची प्राप्ति होते; क्रोध आणि लोभ यांचा संबंध जडून तो संकटांत पडतो; मोठमोठ्या अभीष्ट वस्तूंची प्राप्ति झाल्यामुळें तो आनंदित होतो; पुण्यही करतो; आणि स्थूल शरीराशीं संबंध असल्याप्रमाणेंच सर्व पहात असतो. तसेंच, गर्भावस्था प्राप्त झाल्यानंतर गर्भाशयांत जठराग्नीमध्यें दहा महिने राहिला तरी तो अन्नाप्रमाणें पचन होऊन जात नाहीं. ह्या सर्व गोष्टींवरून विचार केला असतां सामान्य पुरुषालाही लिंगशरीर आणि जीव ह्यांचें ज्ञान अनुमानानें होणें शक्य आहे. तथापि हृदयामध्यें वास्तव्य करणारा परमेश्वराचा अंश जो जीव त्याचें दर्शन रजोगुण व तमोगुण ह्यांनीं आविष्ट झालेल्या पुरुषाला शरीरामध्यें होत नाहीं. ज्यांना त्या आत्म्याची प्राप्ति व्हावी अशी इच्छा असते, ते लोक योगाच्या अभ्यासानें अचेतन अशीं स्थूलशरीरें, दृष्टीला अगोचर असणारीं सूक्ष्म शरीरें आणि ब्राह्मप्रलयाच्या वेळींही नष्ट होत नसल्यामुळें वज्रतुल्य असलेलें लिंगशरीर ह्या तिहींतूनही मुक्त होऊन जातात. निरनिराळ्या प्रकारचीं चतुर्थाश्रमविहित कर्में विधात्यानें निर्माण केलेलीं आहेत. तथापि समाधिकालीं सर्व इंद्रियादि वृत्तींचा नाश करून टाकणें अर्थात् केवळ परमार्थस्वरूपीं लीन होणें हेंच चतुर्थाश्रमी पुरुषाचें कर्तव्य आहे, असें शांडिल्य मुनीनें सांगितलेलें आहे. इंद्रियें, त्यांचे विषय, मन, बुद्धि, महत्तत्त्व, अव्यक्त व पुरुष हे सात सूक्ष्म पदार्थ, सर्वज्ञता, तृप्ति, ज्ञान, स्वतंत्रता, सदैव दृष्टिलोपाचा अभाव आणि अनंतशक्तित्व ह्या सहा गुणांनीं युक्त असलेला परमेश्वर, आणि प्रकृतीचीं विश्वरूपी कार्यें ह्यांचें ज्ञान ज्याला असेल, त्यालाच पुढें परमात्मसाक्षात्कार होतो.

अध्याय दोनशें चौपन्नावा.

—:०:—

आत्म्याचा दुःखयोग.

व्यास म्हणाले:—प्राण्यांच्या हृदयामध्यें इच्छारूपी एक मोठा वृक्ष असून तो मोहरूपी बीजापासून उत्पन्न झालेला आहे; क्रोध व अभिमान हा त्याचा स्कंध आहे; क्रिया करण्याची इच्छा हें त्याचें आळें आहे; अज्ञान हें त्याचें मूळ असून प्रमाद (बेसावधपणा) हें त्याजवर सेचन करण्याचें जल आहे; असूया (गुणांचे ठायीं दोषदृष्टि) ही त्याची पालवी असून पातक हा त्याचा चीक आहे; अत्यंत मोह व चिंता हा त्याचा विस्तार असून शोक ह्या त्याच्या फांद्या आणि भीति हा त्याचा अंकुर आहे. हा वृक्ष मोहक अशा आशारूपी लतांनीं वेष्टिलेला आहे. ह्या प्रचंड वृक्षाचीं स्त्रीसंभोगादि फलें प्राप्त व्हावीं अशी इच्छा करणारे, व लोहपाशाप्रमाणें बळकट अशा वासनारूपी बंधनानें बद्ध होऊन गेलेले लोभग्रस्त पुरुष ह्या वृक्षाच्या भोंवतीं जमून त्याची उपासना करीत असतात. जो प्राणी ते वासनारूपी पाश आपल्या अधीन ठेवून त्या वृक्षाला तोडून टाकतो, तो वैषयिक सुख आणि दुःख ह्यांतून मुक्त होऊं इच्छिणारा पुरुष त्या सुखदुःखांतून पार पडलाच असें समजावें. अज्ञ पुरुष ज्या स्त्रीपुत्रांसाठीं ह्या वृक्षावर आरोहण करितो, ते स्त्रीपुत्रादिकच रोग्याचा नाश करणाऱ्या विषग्रंथी-(विषाची पुरचुंडी) प्रमाणें त्याच्या नाशाला कारणीभूत होतात.

पण सुज्ञ मनुष्य हा योगाभ्यासानें साध्य करून घेतलेल्या निर्विकल्पक समाधिरूपी उत्कृष्ट खड्गाच्या योगानें ह्या वृक्षाचें मूल बळानें तोडून काढून टाकतो. अशा रीतीनें ज्याला केवल इच्छेची निवृत्ति करण्याचें ज्ञान झालें आहे, आणि कामरूपी शस्त्रसमुदाय हा आपल्याला बंधक आहे असें ज्याला कळून आलें आहे, तोच सर्व दुःखांपासून मुक्त होतो.

बा शुका, शरीर हें एक नगर असून बुद्धि ही त्याची स्वामिनी आहे. शरीरामध्यें वास्तव्य करणारें मन हा ह्या निश्चयात्मक बुद्धीचा प्रधान आहे. इंद्रियें आणि अंतःकरण हे त्या नगरांतील नागरिक असून त्यांच्याचसाठीं मनाचा सर्व उद्योग चाललेला असतो. त्या त्याच्या उद्योगामध्यें राजस आणि तामस अहंकार हे दोन भयंकर दोष आहेत. ह्या दोषांच्या योगानें अंतःकरणाच्या क्रियांच्या फलांचें स्वरूप बदलतें. ह्या क्रियांच्या फलांवरच ह्या शरीररूपी नगरावर अधिकार असलेल्या मन, बुद्धि आणि अहंकार ह्या त्रयीसह इंद्रियरूपी नागरीक उपजीविका करीत असतात; आणि अशा रीतीनें शास्त्रनिषिद्ध अशाही मार्गाचें अवलंबन करून राजस व तामस वैषयिक सुखादिकांचा उपभोग घेतात; व त्या योगें आपलें अस्तित्व कायम ठेवितात. असें झालें म्हणजे, स्वतः सत्त्वगुण असल्यामुळें दुसऱ्याकडून पराभूत न होणारी जी बुद्धि तीही दोषग्रस्त झालेल्या मनासारखीच बनते व इंद्रियेंही मनाप्रमाणेंच दोषग्रस्त होऊन अस्थिर बनतात. अशा रीतीनें बुद्धि सदोष झाली म्हणजे, ज्या द्रव्यपुत्रादिक वस्तु सुखकारक आहेत असें तिला खात्रीनें वाटतें त्याच दुःखाला कारणीभूत होऊन नाश पावतात. याप्रमाणें ज्या वस्तूंचा नाश झाला असेल त्याचें स्मरण झालें म्हणजे मनाला ताप होतो. मन हें जेव्हां केवल संकल्पमय अशा स्थितींत असेल, तेव्हांच तें बुद्धीहून भिन्न असतें, एरव्हीं असत नाहीं. म्हणूनच त्याला ताप झाला म्हणजे त्याहून अभिन्न असणाऱ्या बुद्धीलाही अर्थात्च ताप होतो. बुद्धीमध्यें आत्मा प्रतिबिंबरूपानें असतो, ह्यामुळें बुद्धीला ताप झाला म्हणजे बुद्धिगत रजोगुण आत्म्याला व्याप्त करून सोडतो. सारांश, प्रथम मन रजोगुणानें युक्त होतें; आणि नंतर तें बुद्धिरूपी उपाधीनें युक्त असलेल्या आत्म्याला व इंद्रियरूपी पौरवर्गाला आपल्या अधीन करून घेऊन रजोगुणाचें फल जें दुःख तें त्याजकडे देतें.

अध्याय दोनशें पंचावन्नावा.

--:०:--

भूतादिगुणवर्णन.

भीष्म म्हणालेः—हे निष्पापा युधिष्ठिरा, आत्म्याच्या इंद्रियादिरूपी उपाधींचें निवारण करण्याचा उपाय व्यासांच्या तोंडून निघालेला आहे. तोच मी पुनरपि तुला सांगतों; आणि तूंही स्वतःला अगदीं धन्य समजून तो श्रवण कर. अज्ञानाचा संपर्क नसल्यामुळें प्रदीप्त अशा अग्नीप्रमाणें देदीप्यमान् असणाऱ्या भगवान् व्यासांनीं, अज्ञानग्रस्त असल्यामुळें धूम्रतुल्य असलेल्या आपल्या पुत्राला, अज्ञान दूर करणाऱ्या ह्या सिद्धांतमय शास्त्राचा उपदेश केलेला आहे. तेंच शास्त्र मी तुला पुनरपि सांगणार आहें. बाबारे, स्थिरता, गुरुत्व, काठिन्य, उत्पत्तिहेतुत्व, गंध, गंधग्रहणाचें सामर्थ्य, संघात (अवयवांची परस्परांशीं संलग्नता), स्थैर्योत्पादकत्व, पुष्टता आणि धारणशक्ति हे पृथ्वीचे गुण आहेत. शीतता, रस, आर्द्रता, द्रवता, स्निग्धता, सौम्यपणा, रसना, स्राव, संघात (गोठण्याचें सामर्थ्य) आणि पृथ्वीपासून उत्पन्न होणाऱ्या

द्रव्यांचें पचन करण्याची शक्ति हे जलाचे गुण आहेत. दुसऱ्याकडून भंग होण्याची अशक्यता, ज्वलनक्रिया, ताप, पाक, प्रकाशन, शोक, अनुराग, शीघ्रगामित्व, तीक्ष्णता, आणि सदोदीत ऊर्ध्व प्रकाश असणें हे अग्नीचे गुण आहेत. उष्ण नव्हे व शीतही नव्हे अशा प्रकारचा स्पर्श, भाषण, फुंगणें, स्वतंत्रता, शीघ्रता, मूत्रादिकांचा उत्सर्ग, गमनादि क्रिया, श्वासोच्छ्वासादिक व्यापार, प्राणस्वरूपता आणि जन्ममरण हे वायूचे गुण आहेत. शब्द, व्यापकता, पोकळी, अनाश्रय (दुसऱ्या कोणास आश्रय न होणें), अनालंब (स्वतः कोणाच्या आश्रयावर न राहणें), अव्यक्तत्व, अविकारित्व, अकुंठितत्व, कारणत्व आणि विकारित्व हे आकाशाचे गुण आहेत. हे पंचमहाभूतांचे ठायीं दृष्टोत्पत्तीस येणारे पन्नास गुण आहेत. ऊहापोह करण्याचें सामर्थ्य, स्मरण, भ्रम, धैर्य, कल्पना, क्षमा, वैराग्यादि शुभ वृत्ति, रागद्वेषादि अशुभ वृत्ति आणि अस्थिरता हे मनाचे नऊ गुण आहेत. निद्रा, उत्साह, चित्तस्थैर्य, संशय आणि ज्ञान हे पांच बुद्धीचे गुण आहेत.

युधिष्ठिर म्हणालाः—पितामह, बुद्धीचे गुण पांचच कां, आणि पांच इंद्रियें हीं गुण कशीं, ह्याविषयींची सर्व माहिती मला कथन करा.

भीष्म ह्मणालेः—पूर्वीं सांगितलेले पन्नास गुण, पंचमहाभूतें आणि बुद्धीचे पांच गुण मिळून बुद्धीचे एकंदर साठ गुण आहेत. पंचमहाभूतें हेही बुद्धीचे गुणच आहेत. ह्या सर्वांमध्यें नित्य अशा चैतन्याची व्याप्ति आहे. महाभूतें आणि त्यांचीं कार्यें हीं सर्व अविनाशी अशा परमात्म्यानें निर्माण केलीं आहेत. तथापि, वत्सा युधिष्ठिरा, परमात्म्याचें जनकत्व कांहीं कायमचें नाहीं. अस्तु; युधिष्ठिरा, पूर्वीं तुला जगताच्या उत्पत्तीसंबंधानें ह्या ठिकाणीं जीं कांहीं वेदविरुद्ध अशीं मतें सांगितलीं, तीं जरी कल्पक मनुष्यांनीं निर्माण केलीं आहेत, तरी विचार करून पाहतां दोषग्रस्त आहेत. जें मत श्रुतीशीं विरुद्ध नसेल तेंच योग्य होय. मीं आतां जें तुला परमात्म्याविषयींचें तत्त्व बरोबर सांगितलें आहे, तें सर्व जाणून तूं ब्रह्मज्ञान संपादन कर आणि त्याच्या प्रभावानें सुखी हो.

अध्याय दोनशें छप्पन्नावा.

—:०:—

मृत्यूत्पत्तिकथन.

युधिष्ठिर ह्मणालाः—पितामह, सैन्याच्या मध्यभागीं हे जे महाबलाढ्य पृथ्वीपती भूमी-

---

१ येथें मूळांत **वादस्थानं** असा पाठ आहे, तो **वादस्त्यानं** असा पाहिजे. अर्थही **वादस्त्यानं** असा पाठ घेऊनच केला आहे.

२ या ठिकाणीं वाचकांचा घोंटाळा होण्याचा संभव आहे. कारण, आकाशाचे जे गुण सांगितले आहेत, त्यांत विकारित्व आणि अविकारित्व असे दोन परस्परविरोधी गुण सांगितले आहेत. त्याचें स्पष्टीकरण असें--महाभूतांची उत्पत्ति अशा क्रमानें आहेः प्रथम आकाश, त्यापासून वायु, त्यापासून अग्नि, त्यापासून जल आणि त्यापासून पृथ्वी. अशा क्रमानें उत्पन्न झालेल्या महाभूतांत मागील सर्व भूतांचे गुण व तीं भूतें असतात. ह्मणजे पृथ्वींत जल, अग्नि, वायु व आकाश; जलांत अग्नि, वायु व आकाश; अग्नींत वायु व आकाश आणि वायूंत एकटेंच आकाश असून, या क्रमानें त्या त्या भूतांचे गुणही आहेत. महाभूतांची उत्पत्ति ही विकारामुळें (कार्यजनक स्थिति आली म्हणजे) होते. अशा रीतीनें पाहिलें म्हणजे पुढील तीन (वायु, अग्नि व जल) भूतें हीं उत्तरोत्तर विकृत झाल्यामुळें एकेकापासून उत्पन्न झालीं आहेत आणि त्या सर्वांत आकाश आहेच. यामुळें त्याचा गुण विकारित्व (विकारापासून उत्पन्न होणें) सार्थ आहे. त्याचप्रमाणं स्वतः आकाश हें कोणाच्याही विकारापासून झालेलें नाहीं. अर्थात् त्याचें अविकारित्वही सिद्धच आहे. (म. ह. मोडक.)

वर निश्चेतन होऊन पडलेले आहेत, त्यांचें सामर्थ्य भयंकर असून शक्ति हजारों हत्तींइतकी आहे. संग्रामामध्यें ह्यांना ठार करणारा असा दुसरा कोणीही मला दिसत नाहीं. तथापि त्यांच्या तोडीच्याच तेजस्वी आणि बलाढ्य पुरुषांनीं युद्धामध्यें त्यांस गतप्राण करून सोडलें आहे. हे सर्व पराक्रमी, तेजस्वी, बलाढ्य आणि महाबुद्धिमान् आहेत, तथापि गतप्राण होऊन पडलेले आहेत; आणि ह्यांच्यासंबंधानें आतां मृत शब्द योजिला जात आहे. ह्या मृत झालेल्या राजांचा पराक्रम मोठा भयंकर होता. आतां ह्यांसंबंधानें मला अशी शंका येते कीं, ह्यांना मृत अशी संज्ञा कां? मृत्यु कोणाचा? कोठून आलेला? आणि स्वतः अमराप्रमाणें असून हा लोकांचा संहार कोणत्या कारणांनीं करीत असतो? महाराज, हें सर्व मला कथन करा.

भीष्म म्हणाले:—बा युधिष्ठिरा, पूर्वीं कृतयुगामध्यें अकंपन नांवाचा एक राजा होता. तो संग्रामांत असतां वाहनांचा नाश होऊन शत्रूंच्या अधीन झाला. त्याला हरि नांवाचा एक पुत्र होता, तो सामर्थ्यानें विष्णूच्या तोडीचा होता. त्याचा व त्याचे पादचारी अनुयायी आणि सैन्य ह्यांचा शत्रूंनीं संग्रामामध्यें वध केला. अशा रीतीनें तो राजा शत्रूंच्या तावडींत सांपडून पुत्रशोकानें ग्रस्त होऊन गेल्यानंतर कांहीं काळानें साहजिक रीतीनेंच शांतियुक्त झाला. ह्या वेळीं त्याला नारद मुनींचें दर्शन झालें. तेव्हां त्या नरपतीनें आपल्या पुत्राचें मरण आणि संग्रामांत शत्रूकडून आपलें ग्रहण हा सर्व इत्थंभूत वृत्तांत त्यांना निवेदन केला. तेव्हां तें त्याचें भाषण ऐकून नारद मुनींनीं पुत्रशोकनिवारक असें एक आख्यान त्याला सांगितलें.

नारद म्हणाले:—हे पृथ्वीपते राजा, पूर्वीं घडलेलें जें एक मोठें विस्तृत आख्यान मीं ऐकिलें आहे, तें तुला आतां सांगतों, ऐक. पूर्वीं सृष्टीच्या आरंभीं महातेजस्वी ब्रह्मदेवानें प्रजा निर्माण केली. पुढें ती अतिशय वृद्धिंगत झाली; अर्थात् तिची संख्याही फार वाढली. पण ब्रह्मदेवाला कांहीं हें सहन झालें नाहीं. हे धैर्यसंपन्न राजा, ह्या वेळीं प्रजा इतकी वाढली होती कीं, प्राण्यांनीं भरून गेल्यामुळें त्रैलोक्यांत थोडी देखील जागा मोकळी राहिली नव्हती. याप्रमाणें, राजा, सर्व त्रैलोक्य प्राण्यांनीं खेंचून भरल्यामुळें श्वासोच्छ्वास करण्यासही जागा राहिली नव्हती. तेव्हां, हे भूपते, त्या लोकांचा संहार व्हावा असें त्याचे मनांत आलें. पण त्यानें पुष्कळ विचार केला तरी त्याला त्यांचा संहार करण्याचें कारण दिसून येइना. तेव्हां, हे महाराजा, ब्रह्मदेवाच्या ठिकाणीं रोष उत्पन्न झाला व त्या योगानें त्याच्या इंद्रियांपासून अग्नि निर्माण झाला; आणि त्या अग्नीच्या योगानें ब्रह्मदेवानें सर्व दिशा भस्म करून सोडल्या. राजा, ब्रह्मदेवाच्या कोपापासून उत्पन्न झालेल्या त्या अग्नीनें स्वर्ग, पृथ्वी, आकाश—किंबहुना स्थावरजंगमात्मक प्राण्यांसह सर्व जग भस्म करून सोडलें. याप्रमाणें ब्रह्मदेव क्रुद्ध होऊन गेला असतां त्याच्या त्या प्रचंड क्रोधाग्नीच्या वेगानें सर्व स्थावरजंगमात्मक प्राणी भस्म होऊन गेले. त्या वेळीं, अहिंसातत्त्व शिरसा मान्य असलेले, व वेद आणि यज्ञ यांचे अधिपति शत्रुवीरनाशक अविनाशी भगवान् शंकर ब्रह्मदेवाला शरण गेले. याप्रमाणें लोकहिताच्या इच्छेनें श्रीशंकर शरण आले असतां क्रोधानें जणु प्रज्वलित झालेला देवश्रेष्ठ ब्रह्मदेव त्यांना म्हणाला, 'शंकरा, तूं खरोखर वर देण्याला योग्य आणि मला मान्य असा आहेस. तेव्हां तुझें कोणतें अभीष्ट कार्य करूं तें सांग. हे शंभो, जें तुझ्या हृदयांत असेल तें इष्ट कार्य मी करीन.'

अध्याय दोनशें सत्तावन्नावा.

—:०:—

मृत्यूची उत्पत्ति.

श्रीशंकर म्हणालेः—हे प्रभो, प्रजेच्या उत्पत्तीसंबंधानें मी आपली प्रार्थना करीत आहें. हे पितामह, आपणच ह्या प्रजा निर्माण केलेल्या आहेत, तेव्हां आतां त्यांजवर रोष करूं नका. हे जगत्प्रभो, आपल्या तेजोरूपी अग्नीनें ह्या सर्व प्रजांचा दाह होत आहे, ह्यामुळें ह्यांना पाहून माझे ठिकाणीं कारुण्य उत्पन्न झालेलें आहे. आपण त्यांजवर रोष करूं नये.

ब्रह्मदेव म्हणालेः—शंकरा, मी ह्यांजवर कोप करीत नाहीं आणि ह्या प्रजा नसाव्या अशीही माझी इच्छा नाहीं. केवळ पृथ्वीचा भार कमी व्हावा म्हणूनच ह्यांचा संहार होणें इष्ट आहे. ही पृथ्वी भारानें पीडित झाली व त्यामुळें जलामध्यें मग्न होऊं लागली तेव्हां, हे महादेवा, मला हिनें असें करण्याची प्रेरणा केली; आणि त्यामुळें मी आपल्या बुद्धीनें ह्यांच्या संहाराविषयीं पुष्कळ विचार करूं लागलों; तथापि त्याचें साधन मला दिसून आलें नाहीं. यामुळें माझे ठिकाणीं क्रोधाचा संचार झाला.

श्रीशंकर म्हणालेः—हे देवाधिपते, आपण प्रसन्न व्हा आणि ही संहारक्रिया बंद करा. कोप करूं नका. ह्या स्थावरजंगमात्मक प्राण्यांचा नाश होऊं नये. सर्व सरोवरें, सर्व प्रकारचीं तृणें व चार प्रकारचे स्थावरजंगमात्मक प्राणी अर्थात् सर्व जग भस्म होऊन गेलेलें व म्हणूनच पीडित झालेलें आहे. ह्यास्तव; हे कल्याणकारक भगवन् , आपण प्रसन्न व्हा एवढाच मी वर मागतों. ह्या प्रजा एकदा नष्ट होऊन गेल्या म्हणजे कोणत्याही प्रकारें परत येणार नाहींत; ह्यास्तव आपल्या तेजाच्या योगानें हा अग्नि संहारकर्मापासून निवृत्त होऊं द्या. पितामह, हे सर्व प्राणी दग्ध होऊन न जातील असा दुसरा कांहीं उपाय आपण प्राण्यांच्या हिताच्या इच्छेनें शोधून काढा. ह्या अग्नीनें सर्व संततीचा उच्छेद होऊन ह्या सर्व प्रजा अत्यंत नष्ट होऊन जाऊं नयेत. हे लोकनायकाधिपते, आपण माझी अहंकाराच्या अधिष्ठातृत्वाच्या जागीं योजना केली आहे, तथापि ह्या स्थावरजंगमात्मक जगताची उत्पत्ति आपल्याकडूनच होते. ह्यास्तव, हे देवश्रेष्ठ, मी आपणांला प्रसन्न करून अशी प्रार्थना करितों कीं, ह्या प्रजांची पुनरावृत्ति होत असावी; अर्थात् मरणानंतर त्यांना पुनर्जन्म असावे.

नारद म्हणालेः—असें श्रीशंकरांचें भाषण ऐकून ब्रह्मदेवानें आपल्या वाणीचा आणि अंतःकरणाचा निरोध केला व तें तेज आपल्या हृदयामध्यें लीन करून सोडलें. याप्रमाणें अग्नि शांत केल्यानंतर लोकपूज्य अशा प्रभुत्वसंपन्न ब्रह्मदेवानें जनन व मरण हीं निर्माण केलीं. जेव्हां त्यानें आपला कोपजन्य अग्नि शांत केला, तेव्हां त्या महात्म्याच्या सर्व इंद्रियांपासून एक स्त्री प्रकट झाली. तिनें कृष्णवर्णाची झांक असलेलें रक्तवस्त्र परिधान केलेलें होतें; तिचे नेत्र कृष्णवर्ण होते; तिनें दिव्य कुंडलें धारण केलेलीं होतीं; आणि ती दिव्य अलंकारांनीं विभूषित झालेली होती. ती ब्रह्मदेवाच्या इंद्रियांतून बाहेर पडून दक्षिण दिशेकडे जाऊं लागली, तेव्हां विश्वाधिपति श्रीशंकर आणि ब्रह्मदेव ह्या उभयतां देवांनीं तिला अवलोकन केलें. पुढें, हे पृथ्वीपते, लोकांचें आदिकारण जो भगवान् ब्रह्मदेव त्यानें तिला ‘ हे मृत्यो ’ असें म्हणून हाक मारिली; आणि ‘ ह्या प्रजांचा संहार कर. ’ असें सांगितलें. तो तिला म्हणाला, ‘ प्रजांचा संहार व्हावा अशा बुद्धीनें मीं तुझें क्रोधानें चिंतन केलें होतें, ह्यामुळेंच तूं

निर्माण झाली आहेस. ह्यास्तव, हे कामिनि, अज्ञ-विद्वान् असा भेद न ठेवितां तूं ह्या सर्व प्रजांचा माझ्या आज्ञेवरून संहार कर, म्हणजे तुझें अत्यंत कल्याण होईल.'

याप्रमाणें त्यानें भाषण केलें असतां त्या कमलमालिनी मृत्यु देवीला दुःख झालें आणि ती बाला एकसारखे अश्रु ढाळीत विचार करूं लागली. तेव्हां मनुष्यांचें हित व्हावें ह्यासाठीं प्रजाधिपति ब्रह्मदेवानें ते अश्रु आपल्या ओंजळींत धरिले; आणि आपण सांगितल्याप्रमाणें करण्याविषयीं पुनरपि तिची प्रार्थना केली.

अध्याय दोनशें अठ्ठावन्नावा.

—:०:—

मृत्यूची संहारकर्मी योजना.

नारद म्हणालेः—मग स्वतःच आपलें दुःख आवरून ती विशाललोचना स्त्री त्या वेळीं हात जोडून म्हणाली, "हे वक्तृश्रेष्ठा, आपण निर्माण केलेली मजसारखी स्त्री क्रूर कर्में करणारी व म्हणूनच सर्व प्राण्यांना भयंकर असणारी अशी कशी निपजेल? मला अधर्माची भीति वाटते, ह्यास्तव मला आपण धार्मिक कार्य सांगा. मी भयभीत झालें आहें हें आपण लक्षांत आणा; आणि मजकडे कृपादृष्टीनें अवलोकन करा. हे भूताधिपते, मी आपणाला नमस्कार करितें; आपण प्रसन्न व्हा. निरपराधी अशा बाल, वृद्ध व तरुण प्राण्यांचा मी संहार करूं शकणार नाहीं. प्राण्यांचे प्रिय पुत्र, मित्र, बंधु आणि मातापितर ह्यांचा संहार माझ्या हातून घडणार नाहीं! कारण, अशा रीतीनें त्यांना मरण आलें म्हणजे त्यांचे संबंधी शाप देतील ह्याची मला भीति वाटते. दीन जनांचा अश्रुपात मला सारखा जाळीत राहील. ह्यामुळें त्यांची मला अत्यंत भीति वाटते व म्हणूनच मी आपल्यास शरण आलें आहें. मीं असें पापकर्म केलें तर मला यमसदनास जावें लागेल! कारण पापकर्मी लोकांना यमाच्या गृहामध्यें टाकून देतात! ह्यास्तव, हे प्रभो, मी आपणांला विनंती करितें कीं, आपण प्रसन्न व्हा. हे लोकपितामह, माझ्या हातून प्रजांचा संहार न घडावा हाच वर मला आपणाकडून पाहिजे आहे. हे ईश्वरश्रेष्ठा, आपल्या अनुग्रहासाठीं तप करावें अशी माझी इच्छा आहे."

ब्रह्मदेव म्हणालेः—हे मृत्यो, प्रजांचा संहार करणाच्या हेतूनेंच मीं तुला निर्माण केलेली आहे. ह्यास्तव तूं जा आणि विचार न करितां सर्व प्रजांचा संहार कर. हे शुभगात्रि, हें असें व्हावयाचेंच; ह्याच्या विरुद्ध गोष्ट घडावयाची नाहीं. तेव्हां, हे निष्पापे, मीं सांगितलें आहे त्याप्रमाणें कर.

हे महाबाहो राजा, ब्रह्मदेवानें ह्याप्रमाणें भाषण केलें असतां ती कांहींच न बोलतां त्याच्या मुखाकडे दृष्टि लावून नम्रपणें उभी राहिली. तेव्हां ब्रह्मदेवानें तिला पुनः पुनः तसेंच सांगितलें, तरी ती सुंदरी अचेतनाप्रमाणें स्वस्थ राहिली. तेव्हां देवनायकाधिपति ब्रह्मदेवाचें अंतःकरण संतुष्ट झालें आणि त्या लोकनायकानें हंसत हंसत सर्व लोकांकडे दृष्टि फेंकली. याप्रमाणें त्या अपराजित भगवान् ब्रह्मदेवाचा रोष दूर झाला असतां ती कुमारिका त्याच्या जवळून निघून गेली, असें आमच्या ऐकण्यांत आहे. हे नृपश्रेष्ठा, प्रजांचा संहार करण्याचें कबूल न करतांच मृत्यु तेथून निघाली आणि लगबगीनें धेनुक तीर्थावर गेली. त्या ठिकाणीं त्या देवीनें पंधरा पद्म वर्षेंपर्यंत एका पायावर उभें राहून परमदुश्चर असें उत्कृष्ट तप केलें. अशा रीतीनें ती त्या ठिकाणीं अत्यंत दुष्कर असें तप करीत असतां महातेजस्वी ब्रह्मदेव पुनरपि तिला म्हणाला, 'हे मृत्यो, तूं माझ्या सांगण्याप्रमाणें कर.' तथापि, राजा, त्याच्या ह्या

भाषणास न जुमानतां ती स्त्री त्वरेनें पुनः तेथून निघून गेली; आणि सात पद्म वर्षेंपर्यंत पुनरपि एका पायावर उभें राहून तिनें तप केलें. पुढें, हे संमानदायका, सहा पद्म, पांच पद्म आणि दोन पद्म वर्षेंपर्यंत क्रमाक्रमानें एका पायावर उभें राहून तिनें तपश्चर्या केली. तदनंतर, राजा, दहा हजार पद्म वर्षेंपर्यंत ती हरिणाबरोबर भ्रमण करीत राहिली; आणि, हे महाबुद्धि नरश्रेष्ठा, वीस हजार पद्म वर्षेंपर्यंत वायुभक्षण करून तिनें उत्कृष्ट प्रकारें मौन धारण केलें. तदनंतर, हे पृथ्वीपते, आठ हजार वर्षेंपर्यंत ती जलामध्यें प्रवेश करून राहिली; आणि नंतर, हे नृपश्रेष्ठा, गंडकी नदीवर जाऊन त्या कन्येनें पुनरपि वायु आणि जल भक्षण करून तप आचरण केलें. तेथून ती महाभाग्यशाली कन्या गंगातीरावर व नंतर थेट मेरु पर्वतावर गेली व तेथें प्रजांचें हित व्हावें या इच्छेनें काष्ठाप्रमाणें निश्चेष्ट स्थितींत राहून तिनें तप केलें. तदनंतर, राजेंद्रा, ज्या ठिकाणीं पूर्वी देवांनीं यज्ञ केला होता त्या हिमालय पर्वताच्या मस्तकावर जाऊन आणि पुनः एक निखर्व वर्षेंपर्यंत अंगुष्ठावर उभें राहून तिनें प्रयत्नपूर्वक ब्रह्मदेवाला संतुष्ट केलें. नंतर, लोकांच्या उत्पत्तीला व संहाराला कारणीभूत असा ब्रह्मदेव तिला म्हणाला, 'मुली, हें काय? मी सांगतों तें ऐक.'

तेव्हां मृत्यु पुनरपि भगवान् ब्रह्मदेवाला म्हणाली, 'हे देवा, मी ह्या प्रजांचा संहार करणार नाहीं. मी पुनश्च आपली प्रार्थना करितें.' याप्रमाणें, ती अधर्मापासून भ्याली असून पुनश्च प्रार्थना करीत आहे, असें पाहून देवाधिदेव ब्रह्मदेव तिला आग्रह करीत म्हणाला, 'हे मृत्यो, तुला अधर्म लागणार नाहीं. हे कल्याणि, तूं ह्या प्रजांचा संहार कर. हे भद्रे, मी जें बोललों आहें तें कांहीं खोटें व्हावयाचें नाहीं. इहलोकींच सनातन धर्म तुझे ठायीं प्रवेश करील. मी आणि दुसरेही देव तुझें हित करण्यामध्यें सदैव तत्पर आहों. आणखी मी आपल्या मनानेंच हा दुसरा एक तुला इष्ट असा वर देतों कीं, प्रजा व्याधींनीं अत्यंत पीडित होतील व त्यानंतर त्यांचा संहार होईल; ह्यामुळें त्या तुला दोष देणार नाहींत. तूं पुरुषांमध्यें पुरुषरूपानें, स्त्रियांचे ठायी स्त्रीरूपानें आणि तृतीयप्रकृतींचे ठायीं क्लीबरूपानें राहशील.'

हे महाराजा, ह्याप्रमाणें ब्रह्मदेवानें भाषण केलें असतां ती पुनरपि हात जोडून त्या अविनाशी महात्म्या देवाधिपतीला 'असें घडणार नाहीं' असें म्हणाली! तेव्हां ब्रह्मदेव तिला म्हणाला, "हे मृत्यो, तूं मनुष्यादि प्राण्यांचा संहार कर. हे कल्याणि, तुला अधर्म लागूं नये याविषयीं मी व्यवस्था ठेवीन. मृत्यो, पूर्वीं तुझे जे अश्रुबिंदु खालीं पडलेले मी पाहिले आहेत आणि जे मी तुझ्यासमोरच हातांत धरून ठेविले आहेत, तें भयंकर व्याधि असून काल आला म्हणजे तेच प्राण्यांचा संहार करितील. तूं प्राण्यांच्या अंतकालीं काम व क्रोध ह्या दोहोंची त्यांच्या ठिकाणीं योजना कर म्हणजे झालें. असें केलें असतां तुला अपरिमित धर्म घडेल; आणि तुझी वृत्ति सर्वत्र सारखीच असल्यामुळें तुला अधर्म लागणार नाहीं. अशा रीतीनें तुजकडून धर्माचें परिपालन घडेल; व तूं आपला आत्मा अधर्मामध्यें मग्न केलास असेंही होणार नाहीं. ह्यास्तव तुजकडे जो अधिकार आला आहे तो कबूल कर; आणि प्राण्यांच्या ठिकाणीं कामाची योजना करून त्यांचा संहार कर."

ब्रह्मदेवाचें हें भाषण ऐकून, आपण त्याची आज्ञा मोडल्यास तो शाप देईल या भीतीनें त्या मृत्युसंज्ञक स्त्रीनें 'ठीक आहे' असें उत्तर

दिलें. नंतर ती प्राण्यांच्या अंतकालीं त्यांच्या ठिकाणीं कामक्रोध उत्पन्न करून त्यांचा संहार करूं लागली. त्या मृत्यूचे ते जे अश्रु-बिंदु गळलेले होते, तेच व्याधि असून सर्व प्राण्यांच्या आयुष्याच्या शेवटीं ते शरीराला पीडित करून सोडतात, हें लक्षांत घे; आणि, राजा, शोक करावयाचें सोडून दे. हे नृप-श्रेष्ठा, जाग्रदवस्थेच्या शेवटीं प्राण्यांचीं इंद्रियें त्यांचे व्यापार बंद असल्यामुळें नष्ट होतात; व जाग्रद्दशा येतांच पुनरपि येतात. त्याप्रमाणेंच आयुष्याच्या शेवटीं सर्व प्राणी लोकांतराला जातात व पुनरपि शरीरग्रहणकालीं जगता-मध्यें अवतीर्ण होतात. भीतिजनक आणि भयंकर ध्वनि असलेला व महाबलाढ्य असा जो वायु तोच प्राण्यांचा प्राण आहे. प्राण्यांच्या देहांचा नाश झाला तरीही तो अनेक ठिकाणीं वास्तव्य करीत असल्यामुळें नष्ट होत नाहीं; म्हणूनच इंद्रियांचा अधिपति जो हा वायु त्याची योग्यता अधिक आहे. सारांश, मृत्यु देहाला येतो, प्राणाला येत नाहीं. सर्व देव पुण्यक्षय झाल्यानंतर मनुष्यलोकामध्यें अवतीर्ण व्हावयाचे असल्यामुळें मर्त्य ह्या संज्ञेनें युक्त आहेत; आणि मर्त्य अर्थात् मनुष्यें हीं पुण्य केलें असतां देवत्वाला पावतात, ह्यामुळें ते देव ह्या संज्ञेनें युक्त आहेत. सारांश, प्राण्याला जन्म हा चुकत नाहीं. ह्यास्तव, हे नृपश्रेष्ठा, तूं पुत्राविषयीं शोक करूं नको. कारण, तुझा पुत्र कोठें तरी जन्म पावून आनंदांत आहे.

ह्याप्रमाणें ब्रह्मदेवानें निर्माण केलेली मृत्यु-वेळ येतांच योग्य प्रकारें प्राण्यांचा संहार करीत राहते; आणि तिचे जे अश्रुबिंदु त्याधि, ते वेळ येतांच इहलोकीं प्राण्यांचा संहार करितात.

अध्याय दोनशें एकुणसाठावा.

—:०:—

धर्मलक्षण.

युधिष्ठिर ह्मणाला:—हे पितामह, धर्माच्या स्वरूपाविषयीं सर्वच लोक शंकित झाले आहेत तेव्हां हा धर्म ह्मणजे कोण. तो कशापासून उत्पन्न होतो ? हा इहलोकासाठीं आहे, कीं परलोकासाठीं आहे, का दोहोंसाठीं आहे, हें मला सांगा.

भीष्म ह्मणाले:—वेद, स्मृति व सदाचार असें धर्माचें त्रिविध लक्षण आहे. परोपकार हेंही धर्माचें चौथें लक्षण आहे, असें विद्वान् लोकांनीं सांगितलेलें आहे. शास्त्रामध्यें जे धार्मिक विधि सांगितले आहेत, त्यांतील श्रेष्ठ प्रतीच्या विधीला निकृष्ट आणि निकृष्ट प्रतीच्या विधीला श्रेष्ठ, असें कांहीं लोक समजतात; पण तें बरोबर नाहीं. कारण,अशानें लोकव्यवहार चालावयाचा नाहीं. लोकव्यवहार सुरळीतपणें चालावा म्हणूनच धर्मासंबंधानें ‘ अमक्यानें अमुकच धर्माचें आच-रण करावें ’ असा नियम केला आहे. हा नियम इहलोकीं व परलोकीं सुखदायक असाच होतो. पापी पुरुषाला योग्य प्रकारें धर्माची प्राप्ति न झाल्यामुळें पापाचा संसर्ग जडतो. पाप कर-णारे कांहीं पुरुष त्यांजवर संकट कोसळलें तरी पापांतून मुक्त होत नाहींत; इतकेंच नव्हे, तर धार्मिक पुरुषांप्रमाणें ते पातकाच्या विरुद्ध भाषण करीत असतात. युधिष्ठिरा, आचार हा धर्माचा आधार आहे. त्याचा तूं आश्रय केलास ह्मणजेच तुला ज्ञानप्राप्ति होईल. ज्याला त्याला परक्याचें पातक दिसत असतें, आपलें दिसत नाहीं. अधर्मानें घेरलेला एखादा चोर राजा नसलेल्या प्रदेशांत जाऊन दुसऱ्याचें द्रव्य हरण करून आनंदांत राहतो; पण जेव्हां दुसरे लोक तेंच त्याचें द्रव्य हरण करितात, तेव्हां त्याला राजा असावा अशी इच्छा होते;

आणि तसें झालें म्हणजे, आपलें द्रव्य हरण करून त्यावर जे आनंद करीत असतील त्यांचा सूड उगविण्याकरितां एखाद्या सचोटीच्या मनुष्याप्रमाणें तो निःशंकपणें राजद्वारीं न्याय मागण्यास जातो; पण आपल्याही हातून वाईट आचरण घडलें आहे हें त्याच्या लक्षांत सुद्धां येत नाहीं; असो.

युधिष्ठिरा, सत्य भाषण करणें हें उत्कृष्ट होय. सत्याहून श्रेष्ठ असें दुसरें कांहीं नाहीं; सत्यानेंच सर्व विश्व धारण केलेलें आहे; आणि सत्य हाच सर्वांचा आधार आहे. पाप करणारीं आणि भयंकर अशीं जरी मनुष्यें असलीं, तरी त्यांनीं परस्परांशीं शपथरूपी सत्य केल्यास त्या सत्याच्या आश्रयानें द्रोह व प्रतारणा ह्यांवांचून त्यांचे व्यवहार चालतात. पण त्यांनीं जर परस्परांशीं केलेल्या शपथरूपी सत्याचें पालन केलें नाहीं, तर त्यांचा निःसंशय नाश होईल. परद्रव्याचा अपहार करूं नये हा त्रिकालाबाधित धर्म आहे. पण जे बलाढ्य लोक असतात, ते असें समजतात कीं, हा धर्म दुर्बल मनुष्यांनीं प्रचारांत आणला आहे. पण जेव्हां दैवयोगानें त्यांनाच दुर्बलता येते, तेव्हां मग त्यांनाही हा धर्म आवडूं लागतो. ह्या जगतांत कोणी कायमचे बलाढ्य किंवा कायमचे सुखी असत नाहींत. ह्यास्तव, युधिष्ठिरा, तूं आपल्या बुद्धीला कुटिल मार्गाकडे केव्हांही जाऊं देऊं नको. जो कोणाचें कांहीं वाईट करीत नाहीं, त्याचें अंतःकरण निर्मल असतें; तो निर्भयपणें राहूं शकतो; आणि त्याला दुष्ट लोकांपासून, चोरांपासून अथवा राजांपासूनही भीति नसते. ज्याप्रमाणें एखादा हरिण गांवांत आला म्हणजे त्याला सर्वांचीच भीति वाटत असते, त्याप्रमाणें चोराला सर्वांचीच भीति वाटत असते. त्यानें जें अनेक प्रकारचें पातक आचरण केलेलें असेल, तेंच त्याला दुसऱ्याच्या ठिकाणीं दिसत असतें; पण पुण्यसंपन्न पुरुष सदैव आनंदांत असतो,—त्याला केव्हांहीं कोणाची भीति नसते; आणि त्याला आपलें पातक दुसऱ्याचे ठिकाणीं आहे असें दिसत नाहीं.

धर्मराजा, प्राण्यांचें हित करण्यामध्यें आसक्त झालेले जे लोक, त्यांनीं दान करणें हा धर्म सांगितला आहे. पण जे धनाढ्य असतात तें असें समजतात कीं, दरिद्री लोकांनीं हा धर्म प्रचारांत आणला आहे. पण जेव्हां दैवयोगानें त्यांना दरिद्रता येते तेव्हां त्यांनाच हा धर्म आवडूं लागतो! कायमचा धनाढ्य अथवा कायमचा सुखी असा कोणीच नसतो. आपल्यासंबंधानें दुसऱ्यानें जी गोष्ट करूं नये असें मनुष्याला वाटतें, ती गोष्ट आपल्याला अप्रिय आहे हें लक्षांत वागवून त्यानेंही दुसऱ्यांसंबंधानें ती करूं नये. जो दुसऱ्याच्या स्त्रीचा जार असेल त्याला तशा कर्माबद्दल दुसऱ्या कोणाला काय बोलतां येणार आहे? कांहीं बोलतां येणार नाहीं! पण जर दुसऱ्याचें तेंच कर्म त्यानें अवलोकन केलें तर तो सहन करणार नाहीं अशी माझी समजूत आहे. सारांश, आपल्याला जी गोष्ट अप्रिय असते तशीच ती दुसऱ्यालाही अप्रिय असते. आपण जिवंत रहावें अशी ज्याला इच्छा असेल, त्यानें दुसऱ्याचे प्राण घेणें कसें बरें योग्य होईल? आपणाला ज्या गोष्टीची इच्छा असते तीच गोष्ट दुसऱ्यालाही असावी असें मनांत आणलें पाहिजे. आपल्यापाशीं ज्या उपभोग्य वस्तु अधिक असतील त्या दुसऱ्या दरिद्री लोकांना वांटून द्याव्या; आणि याकरितांच विधात्यानें देवघेवीच्या व्यापाराची पद्धति सुरू केलेली आहे—केवळ द्रव्यांत भर घालण्याकरितां नव्हे. असो; ज्या मार्गानें गेलें असतां देवता आपल्या सन्मुख येतील त्याच मार्गाचें अर्थात् दया, दान इत्यादि धर्मांचें आचरण

करावें. लाभ होण्याचा जरी प्रसंग असला तरी धर्मापासून विचलित न होणें हेंच कल्याणकारक आहे. दुसऱ्याचें प्रिय केलें म्हणजे सर्व धर्म केल्यासारखे होतात असें ज्ञानी लोकांनीं सांगितलेलें आहे. युधिष्ठिरा, धर्म आणि अधर्म ह्यांच्या लक्षणांसंबंधाचीं हीं वचनें लक्षांत ठेव. लोकसंग्रहानें युक्त आणि सूक्ष्म अशा धर्मतत्त्वांनीं युक्त असलेला उत्कृष्ट प्रकारचा सदाचारही पूर्वीं विधात्यानें ठरविलेला आहे. हे कुरुकुलश्रेष्ठा, ह्याप्रमाणें मीं तुला धर्माचें लक्षण सांगितलें. तस्मात् तूं कधीं कोणत्याही प्रकारें आपली बुद्धि कुटिल मार्गाकडे जाऊं देऊं नको.

अध्याय दोनशें साठावा.

—:०:—

धर्मासंबंधानें युधिष्ठिराचे आक्षेप.

युधिष्ठिर म्हणालाः—आपण वेदप्रतिपाद्य धर्माचें सूक्ष्म आणि स्थिर असें स्वरूप उत्कृष्ट प्रकारें कथन केलें आहे; पण त्यासंबंधानें माझ्या अंतःकरणांत अनुमानाच्या आधारानें कांहीं स्फूर्ति होत आहे, ती आतां सांगतों. माझ्या अंतःकरणांत जे कांहीं अनेक प्रश्न आले होते, त्यांचीं उत्तरें आपण दिलीं आहेत. तथापि, राजन्, मी हें दुसरेंही आणखी विचारणार आहें, पण तें कांहीं आपणांला आडवण्यासाठीं नव्हे. पितामह, हे प्राणी अन्नादिकांच्या साहाय्यानें स्वतःच आपले जीव वांचवितात; स्वतःच प्रजोत्पत्ति करितात; आणि स्वतःच देहरूपी आकृतीपासून भ्रष्ट होतात. अर्थात्च त्यांच्या उत्पत्तीला, स्थितीला अथवा संहाराला धर्म हा कारण आहे, असें केवळ वेदवचनांवरून समजतां येणें अशक्य आहे. तशांत धर्माचें स्वरूपही ठराविक नाहीं. कारण, जो संपन्न स्थितींत असतो त्याचा धर्म निराळा आणि जो संकटांत असतो त्याचा धर्म निराळा असतो. संकटें कांहीं वेदाच्या योगानें जाणितां येणें शक्य नाहीं; अर्थात्च त्यांचें स्वरूप व्यवस्थित नसल्यामुळें धर्माचेंही स्वरूप व्यवस्थित नाहीं. सत्पुरुषांचा आचार हा धर्माविषयीं प्रमाण असेंही म्हणतां येत नाहीं. कारण, सत्पुरुषांचा आचार हा धर्म असें मानलेलें आहे; आणि आचारसंपन्न असतात ते सत्पुरुष असेंही मानलेलें आहे. अर्थात्च सत्पुरुषत्वाचा निर्णायक आचार आणि आचाराचे निर्णायक सत्पुरुष असा अन्योन्याश्रय येतो; तेव्हां यांपैकीं साध्य कोण आणि साध्य नव्हे कोण हें समजणें शक्य कसें आहे? अर्थात्च शक्य नाहीं. म्हणूनच सदाचार हा धर्माविषयीं प्रमाण नाहीं. कांहीं निकृष्ट जातीचे लोक धर्म समजून अधर्माचेंच आचरण करितात आणि कांहीं सत्पुरुषही धर्म समजून अधर्माचेंच आचरण करितात. म्हणूनच सदाचार हा प्रमाण आहे असें मानतां येत नाहीं. धर्माचें दुसरें प्रमाण वेदवचनें हें होय, असें शास्त्रनिष्णात लोकांनीं सांगितलेलें आहे. परंतु प्रत्येक युगामध्यें त्या वेदवचनांचा ऱ्हास होत जातो, असें आमच्या ऐकण्यांत आहे. म्हणूनच कृतयुगांतील धर्म निराळे, त्रेतायुगांतील धर्म निराळे, द्वापारयुगांतील धर्म निराळे आणि कलियुगांतील धर्म निराळे आहेत. हे सर्व शक्तीच्याच अनुरोधानें केलेले आहेतसे दिसतात. वेदवचन तेवढें प्रमाण असें म्हणणें हें केवळ लोकरंजन आहे. वेदापासून पुढें स्मृतीचा प्रसार झाला आहे व त्या सर्वतोमुखीं आहेत. अर्थात्च त्यांच्या प्रामाण्याला वेदवचनांच्या प्रमाणत्वाची अपेक्षा आहे. जर ते सर्वच वेद प्रमाण असतील, तर मग स्मृतींविषयींही प्रमाण आहे असें म्हणतां येईल. पण वेदामध्यें प्रमाणभूत आणि अप्रमाणभूत

अशीं दोहों प्रकारचीं वचनें आहेत. अशा रीतीनें परस्परविरुद्ध वचनांनीं युक्त असलेल्या ग्रंथाला प्रमाणत्व कोठून असणार? बलाढ्य आणि दुष्ट असे लोक ज्या ज्या धर्माचें आचरण करितात, त्या त्या धर्माचें स्वरूप त्यांच्या आचरणामुळें बदलतें व शेवटीं तेंही नष्ट होऊन जातें. हा धर्म कांहीं अंशीं आम्हांला समजतो, कांहीं अंशीं समजत नाहीं. आणि कांहीं अंशीं समजणें शक्यही नाहीं. हा वस्तऱ्याच्या धारेहूनही सूक्ष्म आहे आणि पर्वतापेक्षांही मोठा आहे. हा प्रथम गंधर्वनगराप्रमाणें मोठा अद्भुत असा दिसतो; पण विद्वान् लोक ह्याच्यासंबंधानें विचार करूं लागले म्हणजे त्याचें नांवही रहात नाहीं. महाराज, गाईना पाणी पिण्यासाठीं केलेलीं डबकीं अथवा शेतांत सोडलेले पाण्याचे पाट हे जसे क्रमाक्रमानें क्षीण होऊन शेवटीं नष्ट होतात, तसाच शाश्वत म्हणून समजला जाणारा स्मृतिप्रतिपादित धर्मही क्रमानें क्षीण होत जाऊन शेवटीं नाहींसा होतो. कांहीं लोक फलाच्या अभिलाषानें, दुसरे द्रव्यादिकांच्या इच्छेनें, आणि इतर कांहीं दुसऱ्या कारणानें धर्माचरण करितात. दुसरे अनेक लोक स्वतः दुष्ट असतांही पोकळ आचाराचें सेवन करीत असतात, पण तोच लागलीच धर्म होऊन बसतो आणि सत्पुरुष ज्याचें प्रतिपादन करितात तो केवळ बडबडच बनतो. इतकेंच नव्हे, तर हे दुराचारी लोक सत्पुरुषांना वेडे असें ह्मणतात आणि त्यांची थट्टा करितात. कांहीं कांहीं पूज्य पुरुषांनीं स्वधर्मापासून परावृत्त होऊन राजधर्मांचा आश्रय केलेला आहे. कारण, कोणताही एकच आचार सर्वांना सुखकारक असा प्रचारांत नाहीं. ह्या आचाराच्याच योगानें एखादा मनुष्य सामर्थ्यसंपन्न होतो. व तो दुसऱ्याला पीडा देतो. कांहीं लोकांच्या स्वरूपांत मात्र ह्या आचाराच्या योगानें फरक पडत नाहीं. ज्या अर्थीं आचाराच्याच योगानें मनुष्य सामर्थ्यसंपन्न होतो आणि तो दुसऱ्यांना पीडाही देतो, त्या अर्थीं कोणतेही आचार नियमानें एकच फल देणारे नसतात असें समजावें लागतें. विद्वान् लोकांनीं पूर्वीपासून चिरकालपर्यंत ज्या आचाराचा अंगीकार केला आहे, त्यालाच धर्म असें म्हटलेलें आहे; आणि ह्या प्राचीन आचारावरूनच धर्माला कायमचें स्वरूप आलेलें आहे, असें माझें मत आहे.

अध्याय दोनशें एकसष्टावा.

—:•:—

जाजलीची तपश्चर्या.

भीष्म म्हणाले:—ह्याविषयीं एका तुलाधाराचें (तराजूवाल्याचें) जाजलीबरोबर झालेलें धर्मविषयक भाषण प्राचीन इतिहास म्हणून सांगत असतात. तें असें—पूर्वीं एका अरण्यांत जाजलि नांवाचा कोणी एक अरण्यवासी ब्राह्मण होता. त्या महातपस्वी ब्राह्मणानें समुद्रप्रदेशावर येऊन तप केलें. त्या वेळीं त्यानें इंद्रियांचा निग्रह केला होता; तो नियमनिष्ठ होता; त्याचा आहार नियमित होता; त्यानें चिंध्या आणि कृष्णाजिन परिधान करून जटा धारण केलेल्या होत्या; आणि शरीराची उपेक्षा केल्यामुळें त्या ज्ञानसंपन्न जाजलीच्या शरीरावर मलाचीं जणूं पुटेंच चढलीं होतीं. हे पृथ्वीपते, अशा प्रकारें त्यानें अनेक वर्षेंपर्यंत तपश्चर्या केली. पुढें तो महातेजस्वी ब्रह्मर्षि जलामध्यें राहून सर्व लोकांला अवलोकन करीत एकदा मनाच्या वेगानें फिरत होता. याप्रमाणें जलामध्यें राहून समुद्रवलयांकित सर्व पृथ्वी आणि तिजवरील वनें व अरण्यें ह्यांना अवलोकन केल्यानंतर त्या मुनीच्या मनांत असें आलें कीं, या

लोकामध्यें जे स्थावरजंगमात्मक प्राणी आहेत, त्यांमध्यें, ज्याला जलांत असतांना आकाशांतील वस्तूंचें ज्ञान होईल अशा माझ्या तोडीचा दुसरा कोणीच नाहीं ! इतरांना अदृश्य असलेला तो जाजलि जलामध्यें राक्षसांशींही असेंच भाषण करूं लागला. तेव्हां ते पिशाच त्याला ह्मणाले, " आपण असें भाषण करणें योग्य नाहीं. कारण, हे द्विजश्रेष्ठा, काशीमध्यें वाण्याचा धंदा करणारा एक मोठा कीर्तिमान् तुलाधार आहे, तोही आपल्यासारखाच आहे ! म्हणूनच आपण असें ह्मणणें योग्य नाहीं !"

राजा, त्यांनीं असें भाषण केलें असतां महातपस्वी जाजलि पुनरपि त्यांना ह्मणाला, 'त्या ज्ञानसंपन्न आणि कीर्तिमान् तुलाधाराला पाहिलें पाहिजे.' असें त्यानें ह्मणतांच राक्षसांनीं त्याला समुद्रांतून वर काढलें आणि सांगितलें कीं, 'हे द्विजश्रेष्ठा, ह्या मार्गानें तूं जा.' याप्रमाणें पिशाचांनीं सांगितल्यानंतर, अंतःकरण खिन्न झालेला तो जाजलि काशीस गेला आणि तेथें त्या तुलाधाराची गांठ घेऊन असें ह्मणाला—

युधिष्ठिर विचारतोः—पितामह, पूर्वीं जाजलीनें असें कोणतें दुष्कर पुण्य केलें होतें कीं, त्या योगानें त्याला अत्यंत उत्कृष्ट अशा सिद्धीची प्राप्ति झाली, हें कृपा करून आपण मला कथन करावें.

भीष्म ह्मणालेः—त्यानें पूर्वीं अत्यंत भयंकर तपश्चर्या केली होती. तो महातपस्वी प्रातःकालीं व सायंकालीं वेळचे वेळीं स्नान करण्याविषयीं दक्ष असे आणि उत्कृष्ट प्रकारें अग्नीची सेवा करीत असे. वानप्रस्थाश्रमाला विहित अशा धर्मांचें ज्ञान असलेला तो जाजलि वेदाध्ययनासच अत्यंत श्रेष्ठ समजत असे; आणि त्यामुळें तो कांतीनें प्रज्वलित झाल्यासारखा दिसत असे. तो वर्षाकालामध्यें उघड्या मैदानांत निजून हेमंतर्तूत जलामध्यें राहून आणि ग्रीष्मर्तूमध्यें वायु व सूर्यप्रकाश सहन करून त्या अरण्यामध्यें तपश्चर्या करून राहिलेला होता; तथापि त्याला आपणच धर्मनिष्ठ आहों असा अभिमान झालेला नव्हता. तो शरीरास दुःख होईल अशा अनेक ठिकाणीं शयन करीत असे व भूमीवरही लोळत असे. एकदा तो मुनि वर्षाकालामध्यें उघड्या मैदानांत बसला असतां आकाशांतून जलाची वृष्टि होऊं लागली. तेव्हां, हे प्रभो, तें जल त्यानें मस्तकावर धारण केल्यामुळें त्याच्या त्या गुंतलेल्या जटा भिजून गेल्या. तो नेहमीं अरण्यांतून संचार करीत असल्यामुळें मलिन झालेला होता तथापि निष्पाप होता. कोणे एके समयीं तो महातपस्वी जाजलि अन्नाचा त्याग करून वायुभक्षण करून अव्यग्रपणें काष्ठाप्रमाणें निश्चल होऊन राहिला. राजा, याप्रमाणें तो एखाद्या वृक्षाच्या खोडाप्रमाणें निश्चल होऊन राहिला असतां, कुलिंग (चिमण्या) पक्ष्यांनीं त्याच्या मस्तकावर आपलें घरटें केलें. तें कुलिंग पक्ष्यांचें जोडपें तृणाच्या तंतूंनीं आपल्या जटांमध्यें घरटें करीत आहे असें त्या ब्रह्मर्षीला दिसून आलें होतें; तथापि तो दयाळू महातपस्वी काष्ठाप्रमाणें निश्चल होऊन राहिला, —यत्किंचितूही हालला नाहीं, ह्यामुळें अनायासेंच विश्वास उत्पन्न होऊन तें जोडपें तेथें सुखानें नांदूं लागलें. पुढें वर्षाकाल निघून गेल्यानंतर शरत्काल आला तेव्हां कामानें वेडावून गेलेल्या त्या पक्ष्यांच्या जोडप्यानें विश्वास उत्पन्न झाल्यामुळें रतिक्रीडा केली आणि त्या मुनीच्या मस्तकावर अंडीं घातलीं. त्या प्रशंसनीय व्रताचरण असलेल्या महातेजस्वी ब्राह्मणाला हेंही कळून आलें, तथापि तो हालला नाहीं. सदैव धर्मावर अंतःकरण जडल्यामुळें त्याला अधर्म बिलकूल आवडे-

नासा झाला. पुढें, हे प्रभो, विश्वास उत्पन्न झालेलें तें पक्ष्यांचें जोडपें प्रत्येक दिवशीं बाहेरून येऊन त्याच्या मस्तकावर वास्तव्य करूं लागलें. तदनंतर तीं अंडीं मोठीं होऊन त्यांतून पक्ष्यांचीं पिलें निर्माण झालीं व तीं तेथेंच वाढूं लागलीं, तथापि जाजलि हालला नाहीं;— कुलिंग पक्ष्यांच्या पिलांचें संरक्षण करण्याच्या हेतूनें तो नियमनिष्ठ धर्मात्मा जाजलि समाधि लावून पूर्वींप्रमाणेंच निश्चलपणें राहिला. पुढें कांहीं काल निघून गेल्यानंतर त्या कुलिंग पक्ष्यांच्या पिलांना पंखें फुटलीं हेंही त्या मुनीला कळून आलें. तदनंतर कोणे एके समयीं आत्मसंयमनरूपी व्रत करणारा तो ज्ञानिश्रेष्ठ जाजलि तेथें त्या पक्ष्यांना पाहून अत्यंत आनंदित झाला. अशा रीतीनें तीं पिलें मोठीं झालीं आहेत असें पाहून त्या पक्ष्यांच्या जोडप्याला आनंद झाला; व तें निर्भयपणें आपल्या पिलांसहवर्तमान तेथें राहूं लागलें. ह्याप्रमाणें त्यांना पंख फुटल्यानंतर प्रत्येक दिवशीं सकाळीं उडून जाऊन संध्याकाळीं ते पक्षी पुनरपि त्या मुनीच्या मस्तकावरील आपल्या घरट्यांत परत येत असत, हें पाहिलें तरी जाजलि हालला नाहीं. पुढें त्या पक्ष्यांना त्यांच्या मातापितरांनीं सोडलें, तेव्हां ते सदोदीत तेथें येऊन परत जात; तरी जाजलि हालला नाहीं. तसेंच, राजा, ते पक्षी दिवसा बाहेर जाऊन संध्याकाळीं तेथें परत येत असत. एकदा ते पांच दिवस बाहेर उडून गेले व सहावे दिवशीं परत आले, तरी जाजलि हालला नव्हता. पुढें क्रमानें त्यांना जेव्हां शक्ति आली, तेव्हां ते पक्षी तेथून निघून गेले व पुष्कळ दिवस परत आले नाहींत; तरी जाजलि हालला नाहीं. राजा, एखादे वेळीं ते उडून जाऊन महिनाभर येत नसत; तरीही तो जाजलि स्थिरच असे. पण ते पक्षी उडून गेले, (आणि जेव्हां ते परत येण्याचा संभवही दिसेना,) तेव्हां जाजलीला आश्चर्य वाटलें व आतां आपण सिद्ध झालों असें त्याच्या मनांत आलें आणि त्याला गर्व झाला. याप्रमाणें आपण वाढविलेले पक्षी आपल्यापासून निघून गेले आहेत असें पाहून त्या नियमनिष्ठ जाजलीला स्वतःविषयीं बहुमान वाटूं लागला व आनंद होऊं लागला. पुढें नदीमध्यें स्नान करून अग्नीला होमाच्या योगानें तृप्त करून त्या महातपस्वी जाजलीनें उदय पावणाऱ्या सूर्याचें अर्चन केलें. आपल्या मस्तकावर पक्ष्यांना वाढविल्यामुळें त्या जापकश्रेष्ठ जाजलीला अभिमान झाला व त्यामुळें मींच धर्म संपादन केला असें म्हणून त्यानें उघड्या मैदानांत दंड थोपटला. तेव्हां “ हे जाजले, तुला धर्मामध्यें तुलाधाराची सर नाहीं ! हे द्विज, काशीमध्यें एक महाज्ञानी तुलाधार राहत असतो, त्याला देखील तूं बोलतोस असें बोलणें योग्य होणार नाहीं. मग तुझी कथा काय ” अशी आकाशवाणी झाल्याचें त्यानें ऐकलें, तेव्हां असहिष्णुतेच्या तावडींत सांपडून त्या मुनीनें त्या तुलाधाराला भेटण्याच्या इच्छेनें एकसारखा मार्ग क्रमण्यास आरंभ केला. मात्र जेथें सायंकाल होई तेथें तो वसती करी. याप्रमाणें पुष्कळ काल लोटल्यावर तो काशीस गेला, तेव्हां तेथें त्याला माल विकीत असलेल्या त्या तुलाधाराचें दर्शन झालें. तसेंच त्या वाण्यानेंही ब्राह्मण

१ मागें हीच गोष्ट जाजलीला राक्षसांनीं सांगितल्याचें लिहिलें आहे, आणि आतां ही गोष्ट त्यास आकाशवाणीवरून कळल्याचें लिहिलें आहे. शिवाय जाजलीनें राक्षसांच्या बोलण्यावरून तुलाधारास भेटण्याचें योजिलें; आणि पुढें त्याच्या तपश्चर्येचें वृत्त दिलें आहे, त्यांत राक्षस भेटण्यास अवसरच नाहीं, हें विसंगत दिसतें.

येत आहे असें पाहतांच अत्यंत आनंदानें उभें राहून त्याचें स्वागतपूर्वक पूजन केलें.

मग तो तुलाधार त्याला म्हणालाः—हे ब्रह्मनिष्ठ द्विजश्रेष्ठा, आपण येत असतांनाच मला आपलें ज्ञान झालें. आतां मी जें बोलतों तें आपण ऐका. आपण समुद्राच्या कांठीं दलदलीच्या प्रदेशांत राहून मोठी तपश्चर्या केली, तेव्हां आपण धर्मसंपन्न आहों असें आपणांला कोणत्याही प्रकारें वाटलें नाहीं. पुढें, हे विप्र, आपण तपाच्या योगानें सिद्ध झाल्यानंतर आपल्या मस्तकावर पक्षी उत्पन्न झाले व त्यांना आपण वाढविलें. पुढें जेव्हां त्यांना पंखें फुटून ते इकडे तिकडे संचार करूं लागले, तेव्हां, हे द्विज, आपणांला ह्या चिमण्यांपासून धर्म घडला असें वाटलें. तदनंतर, हे द्विजश्रेष्ठ, माझ्यासंबंधानें झालेली आकाशवाणी आपल्या कानावर पडली. तेव्हां असहिष्णुतेच्या अधीन होऊन आपण इकडे आलां आहां. अस्तु; हे द्विजश्रेष्ठ, आतां मी आपणांला प्रिय असें काय करूं तें सांगा.

अध्याय दोनशें बासष्टावा.

—:०:—

तुलाधार व जाजलि यांचा संवाद.

(अहिंसाप्रतिपादन.)

भीष्म म्हणालेः—याप्रमाणें त्या ज्ञानसंपन्न तुलाधारानें भाषण केलें असतां जापकश्रेष्ठ ज्ञानी जाजलि त्याला असें बोलला.

जाजलि म्हणालाः—हे वणिक्पुत्रा, सर्व प्रकारचे रस, गंध, औषधि, वनस्पति आणि त्यांचीं फळेंमूळें विकीत असतां तुला ह्या धर्मजन्य ज्ञानाचा लाभ झाला आहे. तेव्हां, हे महामते, हें ज्ञान तुला कोठून प्राप्त झालें तें सर्व तूं मला पूर्णपणें सांग.

भीष्म म्हणालेः—याप्रमाणें त्या कीर्तिसंपन्न ब्राह्मणानें विचारलें असतां धर्मविषयक तत्त्वांचें ज्ञान असलेला तो वैश्यकुलोत्पन्न तुलाधार धर्माचीं सूक्ष्म तत्त्वें सांगूं लागला.

तुलाधार म्हणालाः—हे जाजले, ज्याला लोक प्राचीन असें समजतात आणि जो सर्व प्राण्यांना हितकर व दयाविशिष्ट आहे, तो सनातन धर्म आणि त्याचीं सूक्ष्म तत्त्वें हीं मला अवगत आहेत. हे जाजले, प्राण्यांशीं मुळींच द्रोह न करितां अथवा प्रसंगच पडल्यास अल्पसा द्रोह करून उपजीविका करणें हाच श्रेष्ठ धर्म होय. ह्या धर्माच्याच आश्रयानें मी आपली उपजीविका करीत आहें. काष्ठें आणि तृण तोडून आणून मीं हें आपलें घर केलेलें आहे. आळता, पद्मकाष्ठ, नारळ आणि कमी-अधिक प्रतीचे सुगंधि पदार्थ व नानाप्रकारचे रस ह्यांचा मी विक्रय करितों. तथापि, हे ब्रह्मर्षे, मी मद्यविक्रय करीत नाहीं. मी जाणूनबुजून हे पदार्थ दुसऱ्याकडून विकत घेऊन विकतों. जो पुरुष वाणीनें, मनानें आणि क्रियेनें सर्वांचा मित्र असतो व सर्वांचें हित करण्यामध्यें आसक्त असतो, तोच धर्मवेत्ता होय. मी कोणाच्या अनुरोधानें वागत नाहीं; कोणाचा द्वेष करीत नाहीं; व कोणाची इच्छाही करीत नाहीं. मी सर्व प्राण्यांशीं सारखाच वागतों. हे जाजले, माझें व्रत पहा—माझा तराजू सर्व प्राण्यांसंबंधानें सारखाच आहे. मी दुसऱ्याच्या कृत्याची स्तुति करीत नाहीं आणि निंदाही करीत नाहीं. कारण, हे ब्राह्मणश्रेष्ठा, अभ्राप्रमाणें लोकही विचित्र प्रकारचे आहेत, हें मी पहात आहें. सारांश, हे ज्ञानिश्रेष्ठ जाजले, मी सर्व लोकांवर समबुद्धि ठेवणारा आहें; आणि ढेंकूळ, पाषाण व सुवर्ण ह्या सर्वांना सारखेंच लेखणारा आहें, हें तूं पूर्णपणें लक्षांत ठेव. जाजले, आंधळे, बहिरे व वेडे या लोकांच्या

इंद्रियांची विषयग्रहणशक्ति देवतांनीं बंद केल्यामुळें ते त्या विषयांचें ग्रहण न करितां ज्याप्रमाणें सदैव केवळ श्वासोच्छ्वास मात्र करीत असतात, त्याप्रमाणेंच मला ज्ञान असल्यामुळें माझी स्थीति आहे. ज्याप्रमाणें वृद्ध, रोगपीडित आणि क्षीण असलेले लोक विषयांसंबंधानें निरिच्छ असतात, त्याप्रमाणेंच अर्थ व काम यांच्या उपभोगासंबंधाची माझी इच्छा निवृत्त झालेली आहे. मनुष्याला जेव्हां दुसऱ्याची भीति वाटत नाहीं, व दुसऱ्यालाही त्याची भीति वाटत नाहीं आणि तो कोणाचा अभिलाप करीत नाहीं व द्वेषही करीत नाहीं, तेव्हां तो ब्रह्मस्वरूपी बनतो. जेव्हां मनुष्य वाणीनें, मनानें अथवा क्रियेनें कोणत्याही प्राण्याचें वाईट करण्याचें मनांत आणीत नाहीं, तेव्हांच तो ब्रह्मस्वरूपी बनतो. जो सर्व प्राण्यांना अभय देणारा असतो, त्याला पूर्वींचा, पुढचा अथवा दुसराही कोणता धर्म बद्ध करूं शकत नाहीं; आणि त्याला निर्भय अशा ब्रह्मपदाची प्राप्ति होते. वाणीनें क्रूर आणि कडक शिक्षा करणारा असल्यामुळें जो मनुष्य सर्व प्राण्यांना मृत्युमुखाप्रमाणें भयंकर वाटतो, त्यालाच मोठ्या भीतीची अर्थात् नरकाची प्राप्ति होते. ज्यांना पुत्रपौत्र झालेले आहेत व जे यथाशास्त्र वागतात अशा अहिंसक आणि पूज्य वृद्ध पुरुषांच्या आचाराचेंच आम्ही अनुकरण करीत असतों. सत्पुरुषांच्या कांहीं आचरणामुळें लोकांना भ्रांति उत्पन्न झाली व त्यामुळें सनातन धर्म अगदीं लुप्त होऊन गेला. ह्या भ्रांतीमुळेंच विद्वान्, जितेंद्रिय आणि कामक्रोधांचा जय केलेला असाही पुरुष भ्रांतियुक्त बनतो. यास्तव, सत्पुरुषांच्या आचारांतही जे अयोग्य असतील त्यांचा त्याग केला पाहिजे. हे जाजले, विद्वान् मनुष्याला सदाचाराच्या योगानें मोक्षाचा अधिकार शीघ्र प्राप्त होतो. सारांश, जो जितेंद्रिय पुरुष अंतःकरणांत कोणाचा द्रोह न बाळगितां सत्पुरुषांनीं आचरण केलेल्या आचारांचेंच अनुवर्तन करितो, त्याला मोक्षाच्या अधिकाराची प्राप्ति होते. मुनिवर्या जाजले, एखाद्या नदींत एखादें काष्ठ साहजिक रीतीनें वहात असतां यदृच्छया त्याला दुसरें एखादें काष्ठ येऊन लागतें; तेथेंच दुसरींही अनेक काष्ठें, गवत, कोंडा वगैरे येऊन लागतात; व त्यांचा परस्परांशीं साहजिकतः संबंध जडतो;—तो कांहीं बुद्धिपूर्वक जडलेला नसतो; अशाच प्रकारची प्राण्यांची स्थिति आहे. तेही संसाररूपी नदीमध्यें कर्मरूपी प्रवाहांतून चाललेले आहेत व त्यांनाही साहजिकतः पितापुत्रांचा संयोग व वियोग घडत आहे.

अस्तु; हे मुने, ज्याच्यापासून कोणत्याही प्राण्याला कोणत्याही प्रकारें भीति वाटत नाहीं, त्याला सर्व प्राण्यांकडून अभय मिळतें. हे विद्वन्, नदीच्या तीरावर येऊन ओरडणाऱ्या लांडग्याला ज्याप्रमाणें सर्व जलचर प्राणी भितात, त्याप्रमाणें ज्याला सर्व प्राणी भितात, त्याला कोणाकडूनही अभयप्राप्ति होत नाहीं. जगतामध्यें प्रकट झालेला जो हा अभयरूपी धर्म तो सर्व प्रकारच्या उपायांनीं साध्य केला पाहिजे. कारण, तो साहाय्य करणारा आणि ऐश्वर्य देणारा असून परलोकप्राप्तीचें साधन आहे. म्हणूनच ज्ञानी लोकांनीं शास्त्रामध्यें अभयदानरूपी धर्माचेच प्रकार सांगितलेले आहेत. ज्यांच्या अंतःकरणामध्यें अल्प असें बाह्य सुखच असतें, ते कीर्तीसाठीं ह्या धर्माचें आचरण करावें असें म्हणतात; आणि चतुर लोक हे अभयदान हा धर्म ब्रह्मप्राप्तीसाठींच करावयाचा आहे असें म्हणतात. तप, यज्ञ, दान व ज्ञानप्राप्तीसंबंधाचीं वचनें यांच्या योगानें ज्या फलाची प्राप्ति होते, तेंच फल अभयदानाच्या योगानें ह्या

लोकीं मिळतें. ह्या लोकामध्यें जो मनुष्य सर्व प्राण्यांना अभयरूपी दक्षिणा देतो, त्यानें सर्व यज्ञ केल्याप्रमाणें होतें आणि सर्व प्राण्यांकडूनही त्याला अभयरूपी दक्षिणा मिळते. प्राण्यांची हिंसा न करणें याहून श्रेष्ठ असा दुसरा कोणताही धर्म नाहीं. हे महामुने, ज्याच्यापासून कोणत्याही प्राण्याला कोणत्याही प्रकारची भीति नसते, त्याला सर्व प्राण्यांकडून अभय मिळतें; आणि गृहांत प्रविष्ट झालेल्या सर्पाप्रमाणें ज्याची सर्व लोकांना भीति वाटते, त्याला इहलोकीं अथवा परत्रही धर्माची प्राप्ति होत नाहीं. अशा प्रकारें अभयदान करणारा मनुष्य केवळ ब्रह्मस्वरूपी बनून गेलेला असतो, म्हणूनच तो सर्व प्राण्यांच्या ठिकाणीं जीवस्वरूपानें वास्तव्य करणारा व सर्व प्राण्यांचें ज्ञान असलेला असा असतो. तो सर्व जगांत भरून राहिला असल्यामुळें पदसाध्य अशी जी गमनक्रिया ती त्याला मुळींच नसते; आणि म्हणूनच, ब्रह्मपदप्राप्तीची इच्छा करणारे देवही त्याच्या मार्गाविषयीं अनभिज्ञ असतात. प्राण्यांना केलेलें अभयदान हें सर्व दानांहून उत्तम आहे असें सांगितलेलें आहे. हे जाजले, मी तुला हें खरें सांगतों; तूं ह्यावर विश्वास ठेव. काम्य कर्में करणारा पुरुष स्वर्गादि प्राप्ति झाली म्हणजे ऐश्वर्यसंपन्न बनतो; पण पुण्यक्षय झाला म्हणजे पुढें तोच निकृष्ट स्थितीला पोहोंचतो. अशा रीतीनें काम्यकर्माच्या योगानें दुःखप्राप्ति होते, हें दिसून आल्यामुळेंच सुज्ञ लोक त्यांची निंदाच करीत असतात. हे जाजले, अहिंसादिरूपी धर्म जरी सूक्ष्म असला, तरी तो फलावांचून नाहीं. वेदामध्यें जें धर्मनिरूपण केलें आहे तें परब्रह्मप्राप्ति व स्वर्गादिप्राप्ति ह्या दोहोंसाठीं आहे. धर्माचें स्वरूप सूक्ष्म असल्यामुळें व तो गूढ राहण्याचीं अनेक साधनें असल्यामुळें त्याचें ज्ञान होणें अशक्य असतें. पण त्यासंबंधाचे सत्पुरुषांचे निरनिराळे आचार अवलोकन केले असतां त्याचें ज्ञान होतें. जाजले, जे प्राण्यांच्या वृषणांचा छेद करितात, जे मस्तकभेद करितात, जे त्यांच्याकडून मोठमोठीं ओझीं वाहवितात, त्यांना वजवितात, बांधतात आणि मारूनही खातात, त्यांना तूं कसा दोष देत नाहींस ? मनुष्यें मनुष्यांनाच दास बनवून त्यांजकडून सेवा करून घेतात; वध, बंधन आणि निरोध ह्यांच्या योगानें त्यांना रात्रंदिवस पीडा देत असतात; व वध आणि बंधन ह्यांच्या योगानें आपणाला कोणत्या प्रकारचें दुःख प्राप्त होईल ह्याचें ज्ञानही त्यांना असतें. पांच इंद्रियांनीं युक्त असणारे जे प्राणी त्यांच्या ठिकाणीं सर्व देवता वास्तव्य करीत असतात. आदित्य, चंद्र, वायु, ब्रह्मा, प्राण, क्रतु आणि यम ह्या देवता प्राण्यांच्या ठायीं असतात, म्हणूनच प्राणी जिवंत असतांना विकले तरीही अधर्म घडेल; मग त्यांचे प्राण घेतले तर अधर्म घडेल ह्याविषयीं संशय कसला ? अज (बोकड) हा अग्नि, मेष हा वरुण, अश्व हा सूर्य व धेनु ही विशाल अशी पृथ्वी असून तिचा वत्स हा सोम आहे. ह्यांचा विक्रय केला असतां सिद्धि मिळत नाहीं. हे ब्रह्मन्, घृत, तैल, मधु आणि औषधें ह्यांच्या विक्रयामध्यें असा काय दोष आहे ? जेथें डांस आणि मक्षिका ह्या नाहींत अशा ठिकाणीं सुखानें जे पशु वाढलेले असतात, ते त्यांच्या मातांना प्रिय असतात. हें माहीत असून सुद्धां मनुष्यें अनेक प्रकारांनीं त्यांना धरून अनेक डांस व मक्षिका ह्यांनीं व्याप्त असलेल्या व पुष्कळ चिखल असलेल्या प्रदेशांत नेऊन सोडतात. कित्येक बैल भार वहावा लागल्यामुळें पीडित होतात; आणि कित्येक प्राणी दुष्कर्मांच्या योगानें क्लेश पावतात. अशा रीतीनें प्राण्यांला क्लेश देणाऱ्या कर्मापेक्षां भ्रूणहत्येमध्येंहीं कांहीं

विशेष असेल असें मला वाटत नाहीं. कृषिकर्म चांगलें असें कित्येक लोक मानतात; परंतु कृषिकर्मरूपी उपजीविका फारच निर्दयपणाची आहे. ह्या वृत्तीमध्यें—ज्याच्या टोंकास लोखंड लावलें आहे असें नांगर वगैरे काष्ठ भूमीचें विदारण करून तिजमध्यें रहात असलेल्या प्राण्यांचे प्राण घेतें. तसेंच, हे जाजले, नांगराला जोडलेल्या बैलांकडेही तूं दृष्टि दे, म्हणजे तुला त्यांचे क्लेश कळून येतील. गाई आणि बैल ह्यांना अघ्न्य (वध करण्यास अयोग्य) असें नांव आहे.त्यांचा वध करणें कोणाला योग्य होणार आहे ? गाई अथवा बैल ह्यांचा वध करणारा मनुष्य आपलें मोठेंच अकल्याण करून घेतो. नियमनिष्ठ ऋषींनीं नहुष राजाला त्याच्या हातून धेनूची आणि वृषभाची हिंसा घडल्यामुळें असें सांगितलें होतें कीं, ‘ नहुषा, तूं गाईचा म्हणजे मातेचा आणि वृषभाचा म्हणजे प्रजाधिपति ब्रह्मदेवाचाच वध केलेला आहेस. ह्यामुळें तुजकडून अकार्य घडलेलें आहे. असो; आतां तुजकरितां आह्मी क्लेश भोगतों’ ! असें म्हणून त्याच्या पातकाचे एकशें एक रोग करून त्यांनीं ते सर्व प्राण्यांवर फेंकून दिले. हे जाजले, त्या महाभाग्यशाली ऋषींनीं प्रजांच्यामध्यें नहुषाला भ्रूणघ्न असें म्हटलें आणि ‘आह्मी तुझ्या होमद्रव्यानें होम करणार नाहीं ’ असेंही ते नहुषास म्हणाले. पुढें त्या शान्तिसंपन्न, नियमनिष्ठ व सत्य जाणणाऱ्या महात्म्या मुनींना खरी गोष्ट तपाच्या योगानें कळून आली; अस्तु.

हे जाजले, ह्या लोकामध्यें अशा प्रकारचे भयंकर आणि अकल्याणकारक आचार आहेत. पण ते पूर्वींच्या लोकांनीं आचरण केलेले आहेत, एवढ्यामुळेंच तूं चतुर असतांही तुला ह्यांचें खरें स्वरूप कळत नाहीं. सहेतुक असेल त्याच धर्माचें आचरण करण्याची इच्छा केली पाहिजे. केवळ लोकांनीं आचरण केला म्हणूनच त्याचें आचरण करूं नये. हे जाजले, ऐक. जो मला ठार करील किंवा जो सांप्रत माझी स्तुति करितो, ते दोघेही मला सारखेच आहेत. मला प्रिय आणि अप्रिय कांहीं नाहीं. अशा प्रकारचा जो धर्म त्याचीच विद्वान् लोक प्रशंसा करितात; आणि धर्मशील लोकांनीं सूक्ष्म दृष्टीनें अवलोकन केलेल्या व उपपत्तीनें युक्त असलेल्या ह्या धर्माचें नियमनिष्ठ लोक सेवन करितात.

अध्याय दोनशें त्रेसष्टावा.

—:०:—

तुलाधार व जाजलि यांचा संवाद.

(यज्ञरहस्यकथन.)

जाजलि म्हणाला:—हे तुलाधारका, तूं ज्या ह्या धर्माचें वर्णन केलेंस, त्याच्या योगें प्राण्याच्या उपजीविकेचा व स्वर्गद्वाराचाही उच्छेद होईल. कारण, हे वणिक्पुत्रा, कृषिकर्माच्या योगानेंच अन्न उत्पन्न होतें आणि तुझें देखील जीवन त्या अन्नावरच चालत आहे. तसेंच, मनुष्यें पशूंवर आणि औषधींवर आपली उपजीविका करितात. (त्याचप्रमाणें,ज्या यज्ञामध्यें अन्नादि उत्पन्न करण्याचें सामर्थ्य आहे, तो) यज्ञही यांच्या योगेंच घडतो.असें असतां तूं हिंसेमुळें यज्ञनिंदा करीत आहेस ही केवळ नास्तिकपणाची बडबड आहे. अरे, नुसती शेती करण्याचें बंद केलें तर हा लोक जिवंतच राहणार नाहीं !

तुलाधार म्हणाला:—जाजले, मी तुला उपजीविकेचा प्रकार सांगतों. ब्रह्मन्, मी नास्तिक नाहीं आणि यज्ञाची निंदाही करीत नाहीं. परंतु यज्ञाचें ज्ञान असलेला मनुष्य अत्यंत दुर्मिळ आहे. ब्राह्मणाचा जो योगरूपी यज्ञ त्याला वंदन असो; आणि जे

लोक यज्ञवेत्ते आहेत त्यांनाही नमस्कार असो. सांप्रत ब्राह्मणांनीं योगरूपी आपल्या यज्ञाचा त्याग करून हिंसाप्रधान अशा क्षत्रयज्ञाचा ह्या लोकामध्यें आश्रय केलेला आहे. ब्रह्मन्, वेदांतील अर्थवादाचें ज्ञान न झाल्यामुळें लोभी, द्रव्यालाच श्रेष्ठ समजणारे व नास्तिक अशा लोकांनीं सत्याप्रमाणें भासणारें असत्य प्रचारांत आणलेलें आहे. हें ध्यावें, हें ध्यावें, असें म्हणून ज्यामध्यें विपुल दान केलें जातें तो यज्ञ प्रशस्त होय. पण, हे जाजले, ह्याच्या विरुद्ध (दानावांचून केलेल्या) यज्ञापासून चौर्य घडतें; व तसा यज्ञ करणाऱ्या पुरुषाचें तें कर्म विपरीतफलदायक होतें. सत्कर्मानें संपादन केलेल्या होमद्रव्याच्या योगें देवता संतुष्ट होतात. नमस्कार, ब्रह्मयज्ञ, आणि औषधि ह्या होमद्रव्यांच्या योगानें देवतांचें पूजन होतें असें शास्त्रवचन आहे. कामना धरून यज्ञयाग करणारे किंवा तळीं वगैरे बांधणारे जे लोक, त्यांची संततिही विरुद्ध अशा कामनादि गुणांनीं युक्त अशीच निपजते. कारण, लोभी मनुष्यापासून लुब्ध पुत्र उत्पन्न होतो आणि रागद्वेषशून्य अशा पुरुषापासून तशाच प्रकारचा पुत्र उत्पन्न होतो. यजमान आणि ऋत्विज् ह्यांची स्वतःसंबंधानें जशा प्रकारची दृष्टि असेल तशा प्रकारचीच संतति त्यांना होते. ज्याप्रमाणें मेघापासून स्वच्छ असें जल निर्माण होतें, त्याप्रमाणेंच यज्ञापासून संतति निर्माण होते. कारण, हे ब्रह्मन्, यज्ञामध्यें अग्नींत टाकलेली आहुति आदित्याला जाऊन पोहोंचते, सूर्यापासून पर्जन्यवृष्टि होते, वृष्टीपासून अन्न उत्पन्न होतें आणि अन्नापासून प्रजा निर्माण होतात. केवळ यज्ञाचेच ठायीं उत्कृष्ट प्रकारची निष्ठा ठेवणाऱ्या पूर्वींच्या लोकांचे सर्व मनोरथ साहजिकपणेंच पूर्ण होत असत; नांगरल्यावांचूनच पृथ्वीवर धान्य पिकत असे; आणि त्यांच्या इच्छामात्रेंकरूनच लता फलपुष्पयुक्त होत असत. यज्ञापासून कांहीं फल मिळतें आणि आत्मा हा त्या फलाचा उपभोक्ता असतो, अशी त्यांची समजूत नसे. पण यज्ञापासून कांहीं फलनिष्पत्ति होईल किंवा नाहीं अशा संशयानें ग्रस्त होऊन कसा तरी यज्ञ करणारे लोक हे जन्मांतरीं दुष्ट, धूर्त, लोभी आणि द्रव्य हेंच कर्मप्रवृत्तीचें कारण आहे असे समजणारे निपजतात. जो मनुष्य कुतर्कांचा आश्रय करून वेद अशुभ आहेत असें सिद्ध करूं लागतो, तो त्या अशुभ कर्माच्या योगानें पापी लोकांना मिळणाऱ्या लोकांस जातो; आणि, हे द्विजश्रेष्ठा, इहलोकींही ह्या पातकी पुरुषाला केव्हांही ज्ञान होत नाहीं. कर्तव्य (कर्म) हें केलेंच पाहिजे, तें केलें नाहीं तर पापरूपी भीति आहे, हें ब्राह्मणाला अवगत असतें. ऋत्विज्, होमद्रव्य, मंत्र, अग्नि हीं सर्व परब्रह्माचींच स्वरूपें आहेत असें ज्ञान ज्याला असतें, तो ब्राह्मण होय. तसेंच, जो आपल्याला कर्म करण्याचा अधिकार आहे असा अभिमान बाळगीत नाहीं, तोच खरा ब्राह्मण होय. अशा प्रकारच्या ब्राह्मणानें जरी वैगुण्ययुक्त असें कर्म केलें, तरी तें श्रेष्ठ होय, असें आमच्या ऐकण्यांत आहे.

ब्रह्मन्, कोणत्याही प्राण्यापासून प्रतिबंध होऊन आपलें कर्म नष्ट झालें आहे असें कळून येईल, तर त्या कर्मनाशाबद्दल प्रायश्चित्त सांगितलेलें आहे तें करावें. पूर्वी—मोक्षरूपी पुरुषार्थाचा लोभ असलेले, द्रव्याविषयीं सदैव तृप्त असलेले, सत्य आणि इंद्रियनिग्रह एतद्रूप यज्ञ करणारे, द्रव्य प्राप्त होतांच त्याचें दान करणारे व मात्सर्यशून्य असे लोक होते; शरीर आणि जीव ह्यांचें तत्त्व त्यांना अवगत होतें; ते योगरूपी आत्मयज्ञामध्यें निष्णात

झालेले होते; आणि परब्रह्मवाचक जो प्रणवरूपी वेद त्याचें ते अर्थचिंतन व जपरूपी अध्ययन करीत होते. तसेंच ते दुसऱ्यांना संतुष्टही करीत होते. हे जाजले, ब्रह्मवेत्ता पुरुष केवळ भोजन करून तृप्त झाला तरी देखील त्याच्या तृप्तीच्या योगानें देवता तृप्त होतात; कारण, प्रणव हा सर्व देवतांचा वाचक असल्यामुळें त्याचे ठिकाणीं सर्व देवता आहेत व तो प्रणव ब्रह्मवेत्या पुरुषांच्या ठायीं वास्तव्य करीत असतो. अर्थात्च सर्व देवता ब्रह्मवेत्त्याच्या ठायीं वास्तव्य करीत असतात; आणि म्हणूनच त्याच्या तृप्तीच्या योगानें सर्व देवतांची तृप्ति होते. हे जाजले, ज्याप्रमाणें सर्व प्रकारच्या रसांचा आस्वाद घेऊन तृप्त झालेला मनुष्य कशाचीही प्राप्ति झाली तरी आनंद पावत नाहीं,त्याप्रमाणेंच ज्ञानतृप्त झालेल्या मनुष्याची गोष्ट आहे. कारण,ती त्याची तृप्ति सुखदायक असून कायमची असते. कर्मे करून ज्यांचें अंतःकरण शुद्ध झालेलें आहे ते विद्वान् पुरुष केवळ धर्माचाच आश्रय करितात; धर्माच्याच योगानें सुख पावतात; आणि त्यांनीं सर्व कर्तव्यें व अकर्तव्यें यांचा निश्चय केलेला असून, आपल्या ठायीं असणाऱ्या जीवस्वरूपी तत्त्वाहून मोठें असें कांहीं तत्त्व आहे हें ते जाणतात. अत्यंत पवित्र,पुण्यप्रद आणि पवित्र कुलामध्यें उत्पन्न झालेल्या लोकांनीं प्राप्त करून घेतलेल्या ज्या पदाच्या ठायीं गमन केल्यानंतर संसारसागरांतून तरून जाण्याची इच्छा करणारे लोक शोकग्रस्त होत नाहींत, स्थानभ्रष्ट होत नाहींत, आणि व्यथा पावत नाहींत, त्या ब्रह्मपदाची शास्त्रजन्य आणि अनुभवजन्य ज्ञानांनीं युक्त असलेल्या सात्त्विक पुरुषांना प्राप्ति होते. ते लोक स्वर्गाची इच्छा करीत नाहींत व द्रव्यसाध्य अशा कर्मांच्या योगानें परमेश्वराचें आराधन करीत नाहींत. सत्पुरुषांचा जो योगरूपी मार्ग त्यालाच अनुसरून ते वागतात आणि हिंसेचा संपर्कही नसलेले यज्ञ करितात. वनस्पति, औषधि, फळें आणि मूळें हीं होमद्रव्यें आहेत असें ते समजतात. ते निर्धन असल्यामुळें द्रव्याभिलाषी ऋत्विज् त्यांचा यज्ञ करीत नाहींत. त्या ब्राह्मणांनीं जरी कर्मांची समाप्ति केलेली असते; अर्थात् कर्मसंन्यास केलेला असतो, तरी केवळ लोकानुग्रहाच्या इच्छेनें ते स्वतःलाच यज्ञाचें साहित्य बनवून मानसिक यज्ञ करितात.अशा लोकांचा यज्ञ द्रव्यलुब्ध ऋत्विजांस करितां येणें अशक्य असल्यामुळें, ते लोभी ऋत्विज् मोक्षाची इच्छा नसणाऱ्या लोकांचेच यज्ञ करितात; असतु.

हे द्विजवर्या, सत्पुरुष हे स्वधर्माचें आचरण करून सर्व लोकांना स्वर्गाची प्राप्ति करून देतात. सारांश, सत्पुरुष आणि असत्पुरुष ह्यांचे आचार भिन्न असतात. ब्रह्मन्,मी सत्पुरुषांप्रमाणें वागत असल्यामुळें माझी बुद्धि सर्वांविषयीं सारखीच आहे. हे महामुने, कर्मठ अथवा उपासक असे द्विजश्रेष्ठ ज्या पुनरावृत्तिप्रदर्शक धूमप्रभृति देवतांसाठीं अथवा अपुनरावृत्तिप्रदर्शक अर्चिःप्रभृति देवतांसाठीं यज्ञांमध्यें हवन करितात, त्या देवतांच्या देवयानसंज्ञक अथवा पितृयानसंज्ञक मार्गानें त्यांना देवलोकाकडे अथवा पितृलोकाकडे जावें लागतें. कारण, कर्माच्या योगानें पितृलोकाची आणि विद्येच्या (ब्रह्मविद्येच्या) योगानें देवलोकाची प्राप्ति होते. हे जाजले, त्या उभयतांचाही गमनमार्ग जरी दिव्य आहे तरी त्यांपैकीं एकाला (कर्मठाला) पुनर्जन्म असतो व दुसऱ्याला (ज्ञानी पुरुषाला) पुनर्जन्म नसतो.ज्ञानी लोकांच्या मानसिक संकल्पमात्राच्या योगानें त्यांच्या गाड्यांना वगैरे बैल आपोआप जोडून घेतात व आपोआपच गाड्या वाहतात; गाईही आपोआपच दूध देतात;आणि

ते स्वतःच आपल्या संकल्पमात्रानें यज्ञस्तंभ तयार करून विपुलदक्षिणासंपन्न असे यज्ञ करितात. अशा प्रकारें योगाभ्यासानें ज्यांनीं आपलें अंतःकरण शुद्ध केलेलें असेल, त्यांनाच गवालम्भन करण्याचा अथवा ओषधींनीं याग करण्याचा अधिकार आहे; पण जे अशा प्रकारचे नसतील त्यांना हा अधिकार नाहीं. कर्मत्याग केलेल्या ज्ञानसंपन्न लोकांची अशी योग्यता आहे, म्हणूनच कर्मसंन्यासाला महत्त्व देऊन मीं तुला तसें सांगितलें आहे. अभिलाषशून्य, कोणताही व्यवसाय न करणारा, नमस्कार आणि स्तुति ह्यांनीं विरहित, परमात्मस्वरूपी बनल्यामुळें क्षीण नसलेला व कर्मक्षय झालेला जो पुरुष, त्यालाच देव हे ब्रह्मनिष्ठ असें समजतात. हे जाजले, अध्ययन, यज्ञ आणि ब्राह्मणांना दान हीं न करणारा जो पुरुष, त्याला कोणत्या गतीची प्राप्ति होणार आहे? अर्थात्च कोणत्याही गतीची नाहीं. पण ब्रह्मनिष्ठ पुरुषाचे जे हे अभिलाषशून्यत्वादि आचार आहेत, त्यांना देवतांप्रमाणें मानून त्यांचें सेवन केलें असतां योग्य प्रकारें परमात्मप्राप्ति होते.

जाजलि म्हणाला:—मुनींचें जें मानसिक यज्ञादि तत्त्व आहे, तें आम्हीं कोणाच्याही तोंडून ऐकिलेलें नाहीं. कारण तें मोठें गहन आहे. प्राचीन प्राचीन लोकांनींही ह्या योगधर्माचें आलोचन केलेलें नाहीं; आणि ऋषींना जरी ह्या धर्माचें ज्ञान होतें, तरी पुढें तो गोपनीय असल्यामुळें त्यांनीं लोकांमध्यें त्याचा प्रचार पाडलेला नाहीं. माझी तुजवर अत्यंत श्रद्धा आहे. तेव्हां, हे महाज्ञानी वणिक्पुत्रा, जर पशूंप्रमाणें मूढ असलेल्या लोकांकडून शरीररूपी यज्ञभूमीचे ठायीं मानसिक यज्ञ घडत नाहीं, तर मग त्यांना कोणत्या कर्माच्या योगानें सुखप्राप्ति होते, हें मी तुलाच विचारतों; तेव्हां हें मला कथन कर.

तुलाधार म्हणाला:—जे दांभिक असतात त्यांनीं अनेक यज्ञ केले तरी ते न केल्याप्रमाणेंच होत. त्यांना अंतर्यागाचा (मानसिक यज्ञाचा) अथवा बहिर्यागाचा (ज्योतिष्टोमादि स्थूल यज्ञांचा) देखील अधिकार नसतो. पण जे श्रद्धालु असतात, त्यांपैकीं श्रौतयज्ञ करणाऱ्या पुरुषाचा यज्ञ तूप, दूध, दहीं आणि पूर्णाहुतिद्रव्य हीं देऊन गाय पूर्ण करिते; आणि ज्यांना तो यज्ञ करण्याचें सामर्थ्य नसेल त्यांचा यज्ञ पुच्छकेश, शृङ्ग आणि चरण ह्यांच्या योगानें पूर्ण करिते. कारण, पूर्णपणें यज्ञ केल्यानें जें फळ मिळावयाचें तें गोपुच्छावर पितरांचें तर्पण केल्यानें, गोशृङ्गानें अभिषेक केल्यानें व गोचरणांच्या रजःसंपर्कानें प्राप्त होतें. पत्नीवांचून यज्ञ होत नाहीं हें खरें आहे; व म्हणूनच घृतादिकांनीं साध्य होणारा जो हिंसाशून्य यज्ञ तो करून देवतांसाठीं घृतादि द्रव्यांचा उपयोग करण्याच्या हेतूनें योगी पुरुष श्रद्धारूपी मानसिक पत्नी निर्माण करितो. अशा रीतीनें देवाप्रमाणें अत्यंत सेवनीय असा यज्ञ केला म्हणजे योग्य प्रकारें परमात्मप्राप्ति होते. पशूचा संबंध असलेले जे कांहीं यज्ञ आहेत, त्या सर्वांमध्यें पुरोडाशाचा (जवाच्या पिठानें केलेल्या एक प्रकारच्या होमद्रव्याचा) उपयोग करणें योग्य आहे असें सांगितलें आहे. हे जाजले, ज्ञानी लोकांच्या दृष्टीनें सर्वच नद्या सरस्वतीसारख्या पवित्र असतात; व सर्वच पर्वत श्रीशैलादिकांप्रमाणें पुण्यकारक असतात. हे जाजले, अंतःकरण

---

१ त्रिसुपर्णांतील 'तस्यैवं विदुषो' इत्यादि मंत्र पहा.

२ हा अर्थ केवळ नीलकंठांच्या टीकेवरून दिलेला आहे. वस्तुतः यागीय पशुवध ही हिंसा होत नाहीं.

हेंच तीर्थ आहे. कारण, जेथें त्याची एकाग्रता होईल तेथें सर्व तीर्थें वास्तव्य करीत असतात. म्हणूनच तीर्थासाठीं तूं कोणत्याही देशाला गमन करूं नको. हे जाजले, अमक्यानें अमुकच यज्ञ करावा हें ठरविण्याचीं जीं फलाभिलाष, सामर्थ्य आणि ज्ञान हीं कारणें, त्यांजवरून धर्म ठरवून मीं तुला सांगितलेल्या ह्या अशा प्रकारच्या धर्माचें आचरण करणाऱ्या पुरुषाला शुभ अशा लोकांची प्राप्ति होते.

भीष्म म्हणाले:—युक्तियुक्त आणि सत्पुरुषांनीं आचरण केलेले जे हे अशा प्रकारचे धर्म, त्यांची तुलाधारकानें प्रशंसा केलेली आहे.

अध्याय दोनशें चौसष्टावा.

—:०:—

श्रद्धाप्रशंसा.

तुलाधार म्हणाला:—हे जाजले, सत्पुरुषांनीं अथवा असत्पुरुषांनीं आश्रय केलेला जो मार्ग, त्याचें फल प्रत्यक्ष आहे. तें तूं पहा, म्हणजे तें कोणत्या प्रकारचें असतें हें तुला कळून येईल. तुझ्या मस्तकावर निर्माण झालेले, तसेच श्येन आणि इतर जातींचेही अनेक पक्षी ह्या ठिकाणीं आसमंताद्भागीं संचार करीत आहेत. तेव्हां, हे महाब्राह्मणा, हस्त आणि पाद ह्यांचा आपल्या देहाच्या ठिकाणीं संकोच करून त्या त्या ठिकाणीं प्रवेश करणाऱ्या ह्या सर्व पक्ष्यांना तूं हाक मार, म्हणजे तुला तें फल कळून येईल. ह्या पक्ष्यांना तूं वाढविलें आहेस, ह्यामुळें ते तुला आपला पिताच समजत आहेत; आणि, हे जाजले, तूं निःसंशय त्यांचा पिता आहेस. ह्यास्तव त्या आपल्या पुत्रांना हाक मार, म्हणजे ह्या धर्माचें फळ काय आहे हें तुला समजेल.

भीष्म म्हणाले:—मग त्या जाजलीनें हाक मारली असतां ते पक्षी धर्म कथन करण्यासाठीं भाषण करूं लागले.

पक्षी म्हणाले:—ब्रह्मन्, अहिंसा व हिंसा ह्या दोन कर्मांचें फल इहलोकीं व परलोकीं प्रत्यक्ष आहे. हिंसा श्रद्धेचा नाश करिते व तिचा नाश झाला म्हणजे ती मनुष्याचा अर्थात् हिंसा करणाऱ्याचा नाश करिते. श्रद्धालु, सर्वत्र समदृष्टि, जितेंद्रिय, अंतःकरण शुद्ध असलेले आणि कर्तव्य म्हणूनच यज्ञ करणारे जे लोक, त्यांनीं यज्ञ करणें इष्ट नाहीं असें नाहीं. हे द्विज, प्रकाशरूपी जो परमात्मा त्याजविषयींची श्रद्धा ही सूर्याप्रमाणें प्रकाशणाऱ्या सत्त्वगुणाची कन्या आहे. श्रद्धा हीच पालन करणारी व शुद्ध जन्म देणारी असून वाणी आणि मन हीं तिजहून बाह्य आहेत. हे भारता (?) श्रद्धा, ही वाग्वृद्ध आणि मनोवृद्ध ह्या उभयतांचेंही संरक्षण करिते. पण श्रद्धावृद्ध पुरुषाचें रक्षण वाणी, मन अथवा कर्म करूं शकत नाहीं. ह्याविषयीं पूर्वीं ब्रह्मदेवानें म्हटलेल्या गाथा इतिहासज्ञ लोक सांगत असतात: शुचिर्भूत पण श्रद्धाशून्य आणि कृपण अशा वेदवेत्त्या पुरुषाचें आणि अपवित्र पण श्रद्धालु आणि उदार अशा धान्यविक्रय करणाऱ्या पुरुषाचें द्रव्य यज्ञकर्मामध्यें सारख्याच योग्यतेचें आहे, असें पूर्वीं देवांनीं मानलें. त्यांनीं त्या दोघांचेंही अन्न सारख्याच योग्यतेचें आहे असें विचार करून ठरविलें, तेव्हां ब्रह्मदेव त्यांना म्हणाला:—तुम्हीं ही गोष्ट उलट केली आहे. कारण, उदार अशा धान्यविक्रय करणाऱ्या पुरुषाचें अन्न श्रद्धेच्या योगानें पवित्र झालें आहे; आणि दुसरें अर्थात् श्रोत्रियाचें अन्न अश्रद्धेनें मृत केलेलें आहे. उदार असा धान्यविक्रयी जरी असला तरी त्याचें अन्न भक्षण करण्याला योग्य आहे; तसें कृपणाचें नाहीं. जो श्रद्धासंपन्न नसतो त्याला देवांना होमद्रव्य अर्पण करण्याचा अधिकारच नाहीं व त्याचेंच अन्न भक्षण करण्याला अयोग्य होय,

असें धर्मवेत्ते लोक समजतात. अश्रद्धा हें मोठें पाप आहे व श्रद्धा ही पापापासून मुक्त करणारी आहे. ज्याप्रमाणें सर्प आपली जीर्ण झालेली त्वचा टाकून देतो, त्याप्रमाणेंच श्रद्धासंपन्न पुरुष आपल्या पातकाचा त्याग करतो. श्रद्धापूर्वक जी अकर्मापासून निवृत्ति तीच सर्व पवित्र पदार्थांमध्यें श्रेष्ठ आहे. आचरणाचे जे रागलोभादि दोष, त्यांची निवृत्ति झालेला श्रद्धासंपन्न पुरुष हाच पवित्र होय. त्याला तपाशीं, आचाराशीं अथवा शरीराशीं काय करावयाचें आहे? मनुष्य हा श्रद्धेचेंच कार्य असतो. कारण, ज्याची जशी श्रद्धा असते तो तशा प्रकारचा बनतो.

हे महाज्ञानी जाजले, याप्रमाणें धर्मतत्त्ववेत्त्या सत्पुरुषांनीं हा धर्म सांगितलेला असून त्याचें ज्ञान संपादन करावयाची इच्छा झाल्यामुळें आम्हीं तें धर्मदर्शनसंज्ञक मुनीपासून संपादन केलें. ब्रह्मन्, तूंही श्रद्धा ठेव म्हणजे तुला परमात्मप्राप्ति होईल. वेदवाक्यावर विश्वास ठेवणारा व त्यामध्यें प्रतिपादन केलेल्या विधीवर श्रद्धा असलेला आणि आपल्याला उचित अशा मार्गाचा आश्रय करणारा जो पुरुष तो अत्यंत श्रेष्ठ होय.

भीष्म म्हणाले:—इतकें झाल्यावर पुढें लवकरच तो तुलाधार आणि जाजलि हे उभयतां महाज्ञानी स्वर्गाला गेले व आपल्या कर्माच्याच योगानें संपादन केलेल्या आपआपल्या स्थानीं जाऊन सुखानें विहार करूं लागले. असो; अशा रीतीनें त्या तुलाधारानें अनेक प्रकारचीं भाषणें करून जाजलीची उत्कृष्ट प्रकारें निर्भर्त्सना केली आणि सनातन धर्म कथन केला. हे कुंतीपुत्रा, त्या महातेजस्वी तुलाधाराचीं वचनें ऐकून तो ब्राह्मण शांति पावला. याप्रमाणें, युधिष्ठिरा, त्या तुलाधारानें योग्य प्रकारें दृष्टांत देऊन केलेलें व अतिशय मान्य अर्थ असलेलें भाषण मीं तुला कथन केलें. आतां पुनश्च काय ऐकावें अशी तुझी इच्छा आहे?

अध्याय दोनशें पांसष्टावा.

—:०:—

विचख्नुगीता.

भीष्म ह्मणाले:—ह्याविषयीं लोकांवर दया करण्याच्या इच्छेनें राजा विचख्नु यानें केलेलें जें भाषण तें प्राचीन इतिहास ह्मणून सांगत असतात. तेंही मी तुला सांगतों, ऐक.

कोणे एके समयीं यज्ञमंडपामध्यें गवालंभ चालला असतां, वृषभाचें शरीर छिन्न केलें असून त्यामुळें गाईंचा अत्यंत आक्रोश चाललेला आहे असें त्या राजाला दिसून आलें. तेव्हां ह्या लोकामध्यें गाईला क्षेम (अभय) असो असें त्या राजानें निश्चयाचें भाषण केलें आणि हिंसा सुरू झाली असतां अशा प्रकारचा आशीर्वाद दिला. आत्मा हा देहच आहे किंवा देहाहून भिन्न आहे अशा संशयानें ज्यांचीं अंतःकरणें ग्रस्त झालीं आहेत, त्या धर्ममर्यादेपासून विचलित झालेल्या मूर्ख व नास्तिक लोकांनीं हिंसेचें वर्णन केलेलें आहे. यज्ञामध्यें असो अथवा यज्ञवेदिकेहून इतरत्र असो, मनुष्यें जो पशूंचा वध करितात, तो केवळ स्वतःच्याच इच्छेनें होय, शास्त्राच्या अनुरोधानें नव्हे. कारण, कोणत्याही कर्मामध्यें हिंसेचा संपर्क असूं नये असें धर्मात्म्या मनूनें सांगितलें आहे. ज्या अर्थीं हिंसा करूं नये असें प्रमाण आहे, त्या अर्थीं सुज्ञ मनुष्यानें सूक्ष्म अशाच धर्माचें आचरण करावें; अहिंसा हाच तो सूक्ष्म धर्म होय. ही अहिंसा सर्व प्राण्यांना मान्य असून सर्व धर्मांहून अत्यंत श्रेष्ठ आहे. गांवाच्या बाहेर राहून, कडक व्रत आचरण करून वेदामध्यें सांगितलेल्या फलश्रुतींचा त्याग करून भिक्षेकरितां मात्र गांवामध्यें जावें

आणि असें करणें हाच आचार आहे, असें समजून गृहस्थाश्रमांतील धर्माचा त्याग करावा. जे लोक क्षुद्र असतात त्यांनाच कर्माकडे प्रवृत्ति होण्याला फल हें कारणीभूत होतें. यज्ञ, वृक्ष अथवा यज्ञस्तंभ ह्यांच्यासाठीं मनुष्यें जें मांस खातात, तें अवैध नव्हे असें म्हणतात; परंतु हा धर्म प्रशस्त नाहीं. सुरा, मद्य, आसव, मत्स्य, मांस व तिलमिश्रित भात ह्यांचें भक्षण करण्याचा प्रचार धूर्त लोकांनीं पाडलेला आहे; वेदामध्यें याची कल्पना सुद्धां नाहीं बहुमानासाठीं, अज्ञानानें आणि लोभामुळें हें हिंसारूपी लौल्य अशा लोकांनीं प्रकट केलें आहे. ब्रह्मनिष्ठ लोक सर्व यज्ञांमध्यें श्रीविष्णु हाच अंतर्गत आहे असें समजतात. पायस, पुष्पें आणि वेदामध्यें जे याज्ञिय वृक्ष म्हणून सांगितलेले आहेत ते अर्थात् त्यांच्या समिधा ह्यांच्या योगानेंच त्यांचा याग सांगितलेला आहे. शुचिर्भूत, अंतःकरण शुद्ध असलेले आणि सत्त्वगुणयुक्त असलेले जे लोक, त्यांनीं उत्कृष्ट प्रकारें संस्कार करून दुसरेंही जें कांहीं यज्ञिय द्रव्य तयार केलेलें असेल, त्याच्या योगानेंही श्रीविष्णूचें आराधन करावें. कारण, तें सर्व देवतांना योग्य असेंच असतें.

युधिष्ठिर म्हणालाः—शरीर आणि क्लेश ह्या दोहोंचा संबंध अगदीं निकट आहे असें सांगितलेलें आहे. अर्थात् कोणतीही शरीरक्रिया केली कीं क्लेश हे व्हावयाचे. मग सर्वथैव हिंसेचा त्याग करावयाचा झाल्यास सर्व उद्योग सोडून द्यावे लागतील; आणि असें झालें म्हणजे निर्वाह तरी कसा चालेल ?

भीष्म म्हणालेः—शरीर म्लान अथवा मृत्युवश होणार नाहीं अशा रीतीनेंच कर्मांचें आचरण करावें. सामर्थ्याच्या अनुरोधानें धर्माचें आचरण करावें.

अध्याय दोनशें सहासष्टावा.

--:०:--

चिरकारिकोपाख्यान.

युधिष्ठिर म्हणालाः—लवकर असो अथवा उशीरा असो, कर्तव्य कोणतें हें कसें ओळखावें तें आपण सांगा. कार्यें हीं अतिशय दुर्गम असतात; तेव्हां त्यांतून पार पाडण्याला सर्वथा आपणच माझे गुरु आहां.

भीष्म म्हणालेः—ह्याविषयीं पूर्वीं आंगिरसकुलामध्यें चिरकारी नामक पुरुषाच्या हातून जें कांहीं घडलें होतें, तेंच पुरातन इतिहास म्हणून सांगत असतात. हे चिरकारिका, तुझें कल्याण असो; हे चिरकारिका, तुझें कल्याण होवो. बुद्धिमान् चिरकारिकाच्या हातून कार्यामध्यें केव्हांही प्रमाद घडत नसे.

युधिष्ठिरा, चिकारी म्हणून गौतमाला एक महाज्ञानी पुत्र होता. तो चिरकाल विचार करून नंतर कोणतीही गोष्ट करावयास लागत असे. तो कोणत्याही गोष्टीचा चिरकाल विचार करीत असे, चिरकाल जागत असे, चिरकाल झोंप घेत असे, आणि कार्यास लागावयाचें झालें तरी चिरकालानें लागत असे. ह्यामुळें त्याला चिरकारी असें म्हणत असत. त्याला अलस (आळशी) असें नांव पडलेलें होतें. क्षुद्र बुद्धीचे आणि अदूरदर्शी लोक त्याला अल्पबुद्धि असें म्हणत असत.

असो; कोणे एके समयीं त्याच्या मातेच्या हातून व्यभिचार घडला. तेव्हां त्याचा पिता अतिशय क्रुद्ध झाला; आणि इतर पुत्रांना न सांगतां त्यानें ह्यालाच सांगितलें कीं, ‘ तूं आपल्या मातेचा वध कर. ’ याप्रमाणें त्या वेळीं विचार न करितां सांगून तो जापकश्रेष्ठ महाभाग्यशाली ब्राह्मण गौतम अरण्यामध्यें निघून गेला. त्या समयीं चिरकारिकानें आपल्या स्वभावाप्रमाणें विचार करून पुष्कळ वेळानें

'ठीक आहे' असें उत्तर दिलें, आणि पुढें तो त्यासंबंधानें चिरकालपर्यंत विचार करूं लागला कीं, आतां मीं पित्याची तरी आज्ञा कशी पाळावी? आणि मातेचा तरी वध कसा न करावा? ह्या धार्मिक संकटामध्यें मी एखाद्या दुष्ट मनुष्याप्रमाणें मग्न होऊन जाणार नाहीं असें होण्याला उपाय काय? पित्याची आज्ञा हा श्रेष्ठ असा धर्म असून मातेचें संरक्षण हाही पुत्राचा स्वधर्मच आहे. पुत्रत्व म्हणजे पराधीनपणा आहे हें खरें आहे; परंतु त्यामुळें जर मीं पित्याच्या आज्ञेप्रमाणें मातेचा वध केला, तर मला क्लेश होणार नाहीं काय? स्त्रीजातीचा व त्यांतूनही मातेचा वध करून कोणाला कधीं तरी सौख्य होणार आहे काय? बरें, पित्याचा तरी अवमान करून कोण राहूं शकणार आहे? पित्याची अवज्ञा न करणें हें योग्य आहे आणि मातेचें संरक्षण हाही धर्म आहे. तेव्हां योग्य आणि सामर्थ्यसंपन्न अशा ह्या उभयतांचाही अतिक्रम मजकडून बिलकूल होणार नाहीं असें कोणत्या उपायानें घडेल? आपलें शील, आचार, नांव आणि कुल हीं कायम रहावीं म्हणून पिता गर्भाच्या स्वरूपानें आपलेंच शरीर भार्येच्या ठिकाणीं ठेवीत असतो हें मला माहीत आहे. मातेनें व पित्यानेंही पुत्रधर्माचें पालन करण्यासाठींच मला जन्म दिलेला आहे. ते उभयतां माझ्या जन्माला कारणीभूत आहेत, हें मला माहीत आहे. हें ज्ञान नष्ट होणार नाहीं, अर्थात् मातेला माता नव्हे असें समजण्याचा योग येणार नाहीं असा उपाय कोणता? पित्यानें जातकर्माच्या वेळीं "तूं पाषाणाप्रमाणें अच्छेद्य आणि परशूप्रमाणें माझ्या शत्रूंचा छेद करणारा हो." असें जें म्हटलें आहे, आणि उपनयनापूर्वी प्रवासांतून आल्याबरोबर पुत्राच्या मस्तकाचें अवघ्राण करून जप करणें हा जो उपाकर्मसंज्ञक एक विधि आहे, तो करितांना 'पुत्र हा माझा आत्मा आहे' असें जें म्हटलेलें आहे, तेवढेंच पित्याच्या गौरवासंबंधाच्या सिद्धांताला बळकटी आणण्याला पुरेसें आहे. पोषण आणि अध्यापन करणारा गुरु हा श्रेष्ठ असा धर्मच होय. माझा पिताही तसाच आहे. पिता जें सांगेल तो धर्मच होय, असा वेदाचाही निर्णय आहे. पित्याला पुत्रापासून काय तें प्रेम मात्र मिळतें; पण पुत्राला सर्व कांहीं पित्यापासूनच मिळतें. शरीरप्रभृति ज्या कांहीं देय वस्तु आहेत त्या सर्व एकटा पिताच देतो. ह्यास्तव पित्याची आज्ञा पाळली पाहिजे. त्याविषयीं केव्हांही विचार करीत बसूं नये. पित्याची आज्ञा पाळणाऱ्या पुत्राकडून पातकें घडलीं तरी तो पित्राज्ञापालनाच्या योगानें पवित्रच होतो. उपभोग्य वस्तु, भक्ष्य पदार्थ, वेदाध्ययन, लौकिक शिक्षण आणि गर्भाधानादि संस्कार ह्या सर्वांविषयीं पिता हाच प्रमाण होय. पिता हाच धर्म, पिता हाच स्वर्ग, व पिता हाच श्रेष्ठ असें तप आहे. पिता संतुष्ट झाला म्हणजे सर्व देवता संतुष्ट होतात. मनुष्याला त्याचा पिता जें बोलेल तो आशीर्वाद लागतो. पित्यानें अभिनंदन केलें म्हणजे पुत्र सर्व पातकांपासून मुक्त होतो. पुष्प देंठापासून खालीं पडतें, व फळ वृक्षापासून खालीं पडतें; अर्थात् देंठ आणि वृक्ष हे पुष्पाचा आणि फळाचा त्याग करितात. परंतु प्रेमानें युक्त असल्यामुळें, जरी क्लेश झाले तरी पिता आपल्या पुत्राचा त्याग करीत नाहीं. हा पुत्राच्या पितृगौरवासंबंधानें विचार झाला. सारांश, पितृस्थान हें कांहीं अगदीं लहान अर्थात् कमी योग्यतेचें नाहीं. आतां मातेसंबंधानें विचार करूं.

हा जो माझे ठायीं पंचमहाभूतांचा समुदाय आहे व ज्याच्या योगानें मला मनुष्यत्व प्राप्त झालें आहे, त्याला, अग्नीस कारण असणाऱ्या अरणीप्रमाणें माझी माताच कारणीभूत

आहे. माता ही मनुष्यांचे देहाची एक अरणीच आहे. माता हें कोणत्याही पीडित झालेल्या मनुष्याला सुखप्राप्तीचें साधन आहे. माता असली तरच मनुष्य सनाथ असतो, नाहीं तर तो अनाथ होय. जो मनुष्य दरिद्री असला तरी आई म्हणून घरामध्यें येतो, तो शोक पावत नाहीं, आणि त्याला वार्द्धक्य येत नाहीं. पुत्रपौत्र ह्यांनीं मनुष्य युक्त असला तरी त्याला मातेचा आश्रय असल्यास तो आपल्या वयाच्या शंभराव्या वर्षाच्या शेवटींही दोन वर्षांच्या लहान मुलाप्रमाणें वागेल! मुलगा समर्थ असो वा असमर्थ असो, तो पुष्ट असो अथवा कृश असो, माता त्याचें यथाविधी संरक्षण करतेच; तसें दुसरा कोणताही पोषक करीत नाहीं. ज्या वेळीं मनुष्याला मातेचा वियोग होतो, त्या वेळींच तो खरा वृद्ध होतो, त्या वेळेसच तो खरा दुःखी होतो, आणि त्या वेळींच त्याला सर्व जग ओसाड होतें! अनेक प्रकारच्या तापांनीं तप्त झालेल्या मनुष्याला मातेसारखी दुसरी सावली नाहीं; मातेसारखी दुसरी गति नाहीं; मातेसारखा दुसरा रक्षक नाहीं; आणि मातेसारखी प्रिय अशीही दुसरी कोणी नाहीं. मातेला धात्री म्हणण्याचें कारण—ती आपल्या उदरामध्यें मुलाला धारण करिते; तिला जननी म्हणतात याचें कारण ती जन्म देते; तिला अंबा म्हणतात याचें कारण ती मुलाच्या अंगांचें संवर्धन करिते; तिला वीरसू म्हणण्याचें कारण ती वीरपुरुष प्रसवते; आणि तिला शुश्रु म्हणतात याचें कारण ती अर्भकाची शुश्रूषा करिते. माता ही प्रत्यक्ष आपला देहच होय. ज्याचें मस्तक मेंदूच्या अभावामुळें पोकळ झालेलें नाहीं असा कोणताही सचेतन पुरुष ह्या आपल्या मातृरूपी देहाला ठार करणार नाहीं. समागमकालीं पतिपत्नींची आपल्याला अमुक प्रकारचा पुत्र व्हावा अशी जी इच्छा असते, ती उक्षयतांनीं अर्थात् भावी पुत्राच्या मातापितरांनीं केलेली असते, हें खरें आहे. तथापि तशा प्रकारची खरी इच्छा मातेच्याच ठायीं असते. मुलाचें गोत्र कोणतें हें मातेलाच अवगत असतें व तो कोणाचा ह्याचेंही ज्ञान मातेलाच असतें. केवळ उदरामध्यें वागविल्यामुळें मातेला पुत्राच्या योगानें आनंद होतो व ती त्याजवर प्रेम करिते; अर्थात् पुत्रालाही मातेच्या योगानें आनंद झाला पाहिजे व त्यानेंही तिजवर प्रेम केलें पाहिजे, अशी मातेची योग्यता आहे. पण वस्तुतः संतति ही पित्याचीच आहे. अर्थात् तिजवर पित्याचाच अधिकार असतो. सारांश, मी जरी मातेवर प्रेम करणें योग्य असलें, तरी मजवर पित्याचा अधिकार असल्यामुळें त्याची आज्ञा मला मान्य करणें भाग आहे. बरें पण, स्वतः पाणिग्रहण करून पतिपत्नीत्वाचें नातें जडल्यानंतरही जर पुरुष परस्त्रीगमन करतील, तर स्वधर्मत्याग केल्यामुळें ते अपूज्य होतील. पण माझा पिता तसा नाहीं, म्हणून तो पूज्यच आहे; आणि यासाठींच त्याची आज्ञा मान्य केली पाहिजे. पण आतां माझ्या मातेवर ह्याचा काय अधिकार आहे? पति स्त्रीचें पोषण करितो म्हणून त्याला भर्ता असें म्हणतात; व तो तिचें रक्षण करतो म्हणून त्याला पति असें म्हणतात. पण पोषण करणें आणि रक्षण करणें हीं दोन्हीं कृत्यें ज्यानें सोडून दिलीं असतील, तो स्त्रीचा पति नव्हे आणि भर्ताही नव्हे. म्हणूनच तिजवर त्याचा अधिकार नाहीं हें उघड आहे. तसेंच, व्यभिचाराच्या कामीं स्त्रीचा अपराध नसून पुरुषाचाच अपराध असतो. कारण, तोच परस्त्रीगमनाचें आचरण करतो. प्रार्थना करणारा पुरुष नसेल तर अशा प्रकारचा दोष घडण्याचा प्रसंगच येणार नाहीं. म्हणूनच हा त्याचाच अपराध आहे. त्यांतूनही माझ्या मातेनें व्यभिचार केला आहे असें

मुळींच नाहीं. कारण, स्त्रियांना पति हाच काय तो सर्वांहून अधिक आणि तोच त्यांचें श्रेष्ठ असें दैवत आहे, असें सांगितलेलें आहे. माझ्या मातेकडे आलेला पुरुष माझ्या पित्याचें स्वरूप धारण करून आला होता, ह्यामुळें माझ्या पित्याच्या शरीरासारखेंच त्याचें शरीर आहे असें पाहून अर्थात्च तो आपला पति आहे असें समजून त्याला माझ्या मातेनें आपलें श्रेष्ठ असें शरीर अर्पण केलें. सारांश, अशा कामीं स्त्रियांचा अपराध नसतो,—पुरुषांचाच अपराध असतो. कारण, स्त्रियांना प्रत्येक कार्यामध्यें पुरुषाच्या अनुरोधानें वागावें लागतें. माझ्या मातेकडे इंद्र आलेला होता. स्त्रियांना संभोगजन्य तृप्तीसंबंधानें 'प्रसव होईतोंपर्यंत पुरुषसमागम घडेल' असा वर त्यानेंच दिलेला आहे; व ह्या वराचें स्मरण होण्यासाठींच त्यानें त्यांचे ठिकाणीं रजोरूपानें ब्रह्महत्येचा अंश ठेवलेला आहे; अर्थात् त्या वराचें स्मरण होण्याला तोच कारणीभूत आहे. असें असतां त्यानें हें कर्म केलें त्या अर्थीं त्याचाच हा अधर्म आहे हें उघड आहे; यांत संशय नाहीं. अस्तु; प्रथम स्त्रीजाति, त्यांतून माता, आणि त्यांतूनही अधिक मोठेपणा असलेली जी स्त्री ती वध करण्याला अयोग्य होय. ज्यांना बिलकूल ज्ञान नाहीं अशा पशूंना सुद्धां हें कळून येईल. एकट्या पित्याच्या ठिकाणीं सर्व देवतांचा समुदाय वास्तव्य करितो, असें सुज्ञ लोक समजतात; पण सर्व मनुष्यें आणि देवता ह्या दोहोंचाही समुदाय प्रेमानें मातेच्या सान्निध्यास राहतो. सारांश, पित्यापेक्षां मातेची योग्यता अधिक आहे.

याप्रमाणें, राजा, चिरकारिक हा कोणतेंही काम उशीरां करीत असल्यामुळें मातेच्या वधासंबंधानें अतिशय विचार करीत असतां पुष्कळ काळ निघून गेला. नंतर, त्याचा पिता महाज्ञानी गौतम हा तप करीत होता तेथून आपल्या आश्रमीं आला. त्या समयीं, इतक्या वेळांत आपल्या पत्नीचा वध होऊन गेला असेल, असा विचार त्याच्या मनांत आला. तेव्हां अध्ययन व क्रोधादिकांचा निग्रह करण्याची शक्ति ह्या दोहोंच्या अनुग्रहानें पश्चात्ताप झाल्यामुळें तो दुःखानें संतप्त होऊन अश्रु ढाळीत भाषण करूं लागला.

तो ह्मणालाः—त्रैलोक्याधिपति इंद्र ब्राह्मणाचें रूप घेऊन अतिथिधर्मानें माझ्या आश्रमामध्यें आला, तेव्हां मी स्वागतपूर्वक पूजन करून मधुर शब्दांनीं त्याचे श्रम दूर केले; आणि योग्य प्रकारें त्याला अर्घ्यपाद्य देऊन 'मी आपल्या अधीन आहें' असें त्याला बोललों. कारण, अशा उपचारांनीं तो माझ्यावर प्रेम करील अशी माझी कल्पना होती. असें असतां इंद्राकडून अशी अभद्र गोष्ट झाली आहे, तेव्हां ह्यामध्यें स्त्रीचा कांहीं अपराध नाहीं. सारांश, या कामीं माझ्या स्त्रीचा अपराध नाहीं, माझा अपराध नाहीं, आणि पांथाचें स्वरूप धारण केलेल्या देवाधिपति इंद्राचाही अपराध नाहीं. हा जो अपराध आहे तो केवळ योगधर्मासंबंधीच्या आमच्या प्रमादाचा होय. कारण, जर योगधर्मामध्यें प्रमाद घडला नसता, तर पुढें होणाऱ्या गोष्टी मला पूर्वीं सहजच कळून आल्या असत्या. या प्रमादाच्या योगानेंच ईर्ष्या उत्पन्न होते व तिजपासून दुःख निर्माण होतें, असें उर्ध्वरेत्या मुनींनीं म्हटलेलें आहे. मी देखील ह्या ईर्ष्येनेंच आक्रांत झाल्यामुळें पापरूपी सागरामध्यें मग्न होऊन गेलों आहें. स्त्री पतीच्या दुःखामुळें दुःखित होते, ह्मणून तिला 'वासिता' असें म्हणतात. तिचें पोषण अवश्य केलें पाहिजे ह्मणून तिला 'भार्या' असें ह्मणतात. माझी स्त्री वासिता आहे व भार्याही आहे. अशा साध्वी

स्त्रीचा मीं वध केला आहे; तेव्हां आतां मला या पातकापासून कोण तारणार ? ह्या अपराधासंबंधानें मी उदारबुद्धि अशा चिरकारिकाला आज्ञा केलेली आहे. तेव्हां तोच जर त्या कामीं चिरकारी (फार वेळानें काम करणारा) असा झाला असेल, तर तो मात्र माझें या पातकापासून संरक्षण करील. बा चिरकारिका, तुझें कल्याण असो! चिरकारिका, तुझें कल्याण असो ! जर आज तूं चिरकारी झालास तर मात्र खरा चिरकारी आहेस ! चिरकारिका, आज तूं माझें, आपल्या मातेचें, मीं संपादन केलेल्या तपाचें आणि तुझें स्वतःचें ह्या पातकापासून संरक्षण कर. आज तूं चिरकारी हो. तूं अतिशय बुद्धिवान् असल्यामुळें चिरकारित्व हें तुझ्या ठिकाणीं नैसर्गिकच आहे, तें आज सफल होऊं दे. आज तूं चिरकारी हो. हे चिरकारिका, तुझ्या मातेनें तुझी चिरकाल इच्छा केली होती आणि तुला चिरकाल गर्भामध्यें धारण केलें होतें; तेव्हां आज मातेचें संरक्षण करून तूं आपल्या चिरकारित्वाचें साफल्य कर. कार्य गडबडीनें केल्यास त्यापासून पुढें कदाचित् संताप होण्याचा संभव असतो, ह्यामुळें त्याचा पूर्णपणें विचार करण्यासाठीं तूं विलंब लावीत असतोस; आणि कोणत्याही कार्यापासून तुला निवृत्त केला तरी तूं एकदम तें सोडून झोपीं न जातां त्यासंबंधानें विचार करून पुष्कळ वेळानें निद्रित होतोस. तेव्हां, हे चिरकारिका, ह्या वेळींही विचार करून तूं आम्हां उभयतांना चिरकाल होणाऱ्या ह्या तापापासून मुक्त कर !

राजा, ह्याप्रमाणें त्या वेळीं त्या महर्षि गौतमाला दुःख झालें. पुढें त्याला आपल्या जवळच असलेला आपला पुत्र चिरकारिक दिसला. पित्याला पाहून चिरकारिकालाही अतिशय दुःख झालें व तो हातांतील शस्त्र टाकून, व चरणांवर मस्तक ठेवून पित्याला प्रसन्न करूं लागला. तेव्हां भूमीवर मस्तक टेंकून नमस्कार करणाऱ्या आपल्या त्या पुत्राला आणि (लज्जेमुळें) पाषाणवत् स्थित असलेल्या आपल्या पत्नीला पाहून गौतम अत्यंत आनंदित झाला. त्या निर्जन प्रदेशामध्यें त्या महात्म्यानें आपल्या पत्नीचा वध केला नाहीं, व आश्रमामध्यें आपल्या पुत्राचें समाधान केलें. प्रथम मात्र ' ठार कर ' अशी आपली आज्ञा झालेली असून पुत्र आपल्या हातामध्यें शस्त्र घेऊन उभा आहे व तो नम्रपणाच्या गोष्टी बोलत असून स्वतःच्या कर्माविषयीं कष्टी झाला आहे, आणि आपण येतांच आपल्या चरणीं नम्रही झाला आहे, असें पाहून, शस्त्रग्रहण केल्याच्या योगानें घडलेल्या मातृवधरूपी अविचाराच्या धर्मावर हा भीतीमुळें पांघरूण घालीत आहे, असें गौतमाला वाटलें. पण तसें नाहीं असें जेव्हां त्याला कळून आलें, तेव्हां त्यानें चिरकाल त्याची स्तुति केली, चिरकाल त्याच्या मस्तकाचें अवघ्राण केलें, चिरकाल त्याला बाहूंनीं आलिंगन दिलें, आणि चिरंजीव असें म्हटलें. अशा रीतीनें प्रेम आणि आनंद ह्यांनीं युक्त असलेला तो महाज्ञानी गौतम आपल्या पुत्राचें अभिनंदन करून असें म्हणालाः--चिरकारिका, तुझें कल्याण होवो. तूं चिरकाल चिरकारी (विलंबानें कर्म करणारा) हो. हे सौम्या, तुझ्या हातून विलंब घडला म्हणूनच मला चिरकाल दुःखी व्हावें लागलें नाहीं. असें म्हणून त्या विद्वान् मुनिश्रेष्ठ गौतमानें, धैर्यसंपन्न आणि चिरकारी पुरुषांच्या ठायीं असणाऱ्या गुणासंबंधानें कांहीं गाथा म्हटल्या. त्या अशाः—मैत्री जोडावयाची ती विलंबानेंच जोडावी व एकदां जोडली म्हणजे ती सोडावयाची झाली तरी

विलंबानेंच सोडावी. कारण, पुष्कळ वेळानें जोडलेली मैत्री पुष्कळ वेळ कायम ठेवावी हेंच योग्य आहे. प्रेम, गर्व, मान, द्रोह, पापकर्म आणि अनिष्ट गोष्ट करावयाची झाल्यास विलंबानें करणारा पुरुषच स्तुतीस पात्र होय. बंधुजन, मित्र, पोष्यवर्ग आणि स्त्रीजन ह्यांजकडून अस्पष्ट असे अपराध घडले असतां मनुष्यानें चिरकारी असणें प्रशस्त होय. अस्तु; हे भरतवंशजा कुरुकुलोत्पन्ना युधिष्ठिरा, अशा रीतीनें आपल्या पुत्राच्या त्या कृत्यामुळें अर्थात् चिरकारित्वामुळें त्या ठिकाणीं गौतमाला आनंद झाला. अशा रीतीनें कोणत्याही कार्यासंबंधानें चिरकाल विचार करून नंतर काय तें ठरवून कर्म केल्यास चिरकालपर्यंत ताप भोगावा लागत नाहीं. चिरकालपर्यंत कोपाचा निग्रह करणारा व चिरकालपर्यंत क्रिया न घडूं देणारा जो पुरुष त्याच्या हातून पश्चात्तापजनक कर्म होणें अशक्य आहे. वडील मनुष्यांची चिरकाल सेवा करावी; तीं बसल्यानंतर बसून त्यांचें पूजन करावें; धर्माचें सेवन चिरकाल करावें; कोणत्याही गोष्टीचा शोध चिरकाल करावा; विद्वानांचा चिरकाल समागम केला, सदाचारसंपन्न पुरुषांचें चिरकाल सेवन केलें, आणि आपले ठायीं चिरकाल विनय संपादन केला, म्हणजे मनुष्य चिरकालपर्यंत तिरस्काराला पात्र होत नाहीं. धर्मासंबंधानें कांहीं वचनें उच्चारणाऱ्या शत्रूंनींही जर कांहीं विचारिलें तर बराच वेळ विचार करून उत्तर द्यावें, म्हणजे चिरकालपर्यंत दुःखाचा अनुभव घ्यावा लागत नाहीं. असो; पुढें, अत्यंत मोठी तपश्चर्या असलेला तो गौतम ब्राह्मण अनेक वर्षेपर्यंत त्या आश्रमामध्यें राहून तदनंतर आपल्या पुत्रासह स्वर्गाला गेला.

अध्याय दोनशें सदुसष्टावा.

—:०:—

द्युमत्सेन व सत्यवान् यांचा संवाद.

युधिष्ठिर म्हणालाः—हे सत्पुरुषश्रेष्ठ पितामह, राजानें कोणालाही पीडा न देतां प्रजेचें संरक्षण कसें करावें, असा मी आपणांस प्रश्न करितों तेव्हां कृपा करून आपण याचें उत्तर सांगा.

भीष्म म्हणालेः—ह्याविषयीं राजा सत्यवान् याचा द्युमत्सेनाशीं जो संवाद झालेला आहे, तो प्राचीन इतिहास म्हणून सांगत असतात. पित्याच्या आज्ञेवरून जेव्हां वध्य पुरुष वध करावयासाठीं नेण्यांत येऊं लागले, तेव्हां पूर्वीं कोणींही न केलेलें असें भाषण सत्यवानानें केलें, असें आमच्या ऐकण्यांत आहे.

सत्यवान् म्हणालाः—धर्मही केव्हां केव्हां अधर्म होतो व केव्हां केव्हां अधर्मालाही धर्माचें स्वरूप येतें. वध हा धर्म होईल अशी गोष्ट केव्हांही घडणार नाहीं !

द्युमत्सेन म्हणालाः—वध न करणें हाच जर धर्म आहे, तर मग अधर्म तो कोणता! हे सत्यवन्, वध्य पुरुषाचा जर वध केला नाहीं, तर संकर होऊं लागेल; आणि असें झालें म्हणजे कलियुगामध्यें अमुक वस्तु माझी आहे असें म्हणण्याकडे कोणाचीही प्रवृत्ति होणार नाहीं, आणि म्हणूनच लोकव्यवहारही चालणार नाहीं, असें आम्हांला वाटतें. पण वध केला नाहीं तरीही संकर होणार नाहीं अशा प्रकारचा कांहीं उपाय तुला माहीत असेल तर आम्हांला सांग.

सत्यवान् म्हणालाः—क्षत्रिय, वैश्य आणि शूद्र हे सर्व त्रैवर्णिक ब्राह्मणांच्या अधीन ठेवावे. त्यांना धर्मरूपी पाशानें जखडून टाकलें म्हणजे इतर संकरजातीय लोक सुद्धां धर्माचें आचरण करूं लागतील. तथापि तसें न घडलें तर, जो जो मनुष्य अपराध करील त्याचें

नांव ब्राह्मणानें 'हा माझें ऐकत नाहीं.' असें म्हणून राजाला कळवावें व राजानें त्याला दंड करावा; तोही शरीराचा नाश होणार नाहीं अशा प्रकारचाच दंड करावा. अपराध्याचें कर्म आणि नीतिशास्त्र ह्यांचा बरोबर विचार न करितां त्याच्या उलट आचरण करूं नये. राजानें एका चोराला ठार केलें तर त्यामुळें निरपराधी अशा अनेक पुरुषांचा वध घडतो. एका पुरुषाचा वध केला तरी इतरांचें जीवित त्याजवरच अवलंबून असल्यामुळें त्याची भार्या, माता, पिता, पुत्र इत्यादिकांचा वध केल्याप्रमाणेंच होतें; म्हणूनच दुसऱ्यानें अपराध केला तर राजानें त्याच्या दंडाविषयीं योग्य प्रकारें विचार करावा. मनुष्य दुष्ट असला तरी सत्संग घडून तो एखादे वेळीं सुस्वभावीही बनतो व तो जरी दुष्ट असला तरी त्याची संतति चांगली निपजते; म्हणूनच कोणाचा समूल नाश करूं नये; त्या दोषाचें प्रायश्चित्त वधाप्रमाणेंच—पण थोडेसेच क्लेश होतील अशा रीतीनें केलें पाहिजे. चोराला सर्वस्व हरण करण्याची भीति दाखवावी, बद्ध करावा, आणि विरूपही करावा; परंतु त्याचा वध करून त्याच्या स्त्रीपुत्रादिकांना उपजीविकेची पंचाईत पडून क्लेश होतील असें करूं नये. जर ते अपराधी शरणार्थी होऊन पुरोहिताकडे आले आणि 'हे ब्रह्मन्, आम्ही पुनः पाप करणार नाहीं.' असें म्हणाले, तर त्यांना सोडून दिलें पाहिजे, अशी विधात्याची आज्ञा आहे. दंड व कृष्णाजिन धारण करणाऱ्या ब्रह्मनिष्ठ संन्याशाकडून अपराध घडल्यास तोही शासन करण्यास योग्य आहे. अपराध फारच मोठा असला तर त्याला दंडही फार मोठा करावा आणि पुनःपुनः अपराध घडला तर पहिल्या वेळेप्रमाणें त्यांना सोडून देणें योग्य नाहीं.

द्युमत्सेन म्हणालाः—ज्या मर्यादेनें प्रजेचें नियमन करणें शक्य होईल, ती सर्व मर्यादा हा धर्मच होय. ह्या मर्यादेचें जोंवर उल्लंघन झालें नाहीं तोंवर शासन करण्याचेंही कारण नाहीं. पण मर्यादेचें अर्थात् धर्माचें उल्लंघन झाल्यानंतरही चोरांचा वध केला नाहीं तर सर्व जग चोरांनीं आक्रांत होऊन जाईल. पूर्वीं, अलीकडल्या व पलीकडच्याही काळांत प्रजांचें उत्कृष्ट प्रकारें नियमन करणें सोपें होतें. कारण त्या मृदु, अतिशय सत्यनिष्ठ, द्रोह आणि कोप अल्प असणाऱ्या अशा होत्या. म्हणूनच पूर्वीं धिक्कार हाच त्यांना दंड होता. पुढें वाग्दंड सुरू झाला; तदनंतर द्रव्यहरणरूपी दंड अमलांत येऊं लागला; आणि आतां वधरूपी दंड प्रचारांत आलेला आहे. आजकाल ह्या वधदंडाच्या योगानेंही कांहीं लोकांचें नियमन होणें अशक्य झालें आहे. चोर हा कोणा मनुष्याचा नव्हे व देवांचा, गंधर्वांचा, अथवा पितरांचाही नव्हे. अर्थात् तो कोणाचाही संबंधी नव्हे अशी श्रुति आहे; आणि हें खरेंच आहे. कारण, वस्तुतः ह्या लोकामध्यें कोणी कोणाचा नाहीं. अशा दुष्टबुद्धीच्या ठिकाणीं ज्याला नियंत्रितपणा उत्पन्न करतां येईल तो स्मशानभूमींतूनही कमळें काढूं शकेल आणि पिशाचांपासूनही देवतांचे आचार संपादन करूं शकेल!

सत्यवान् म्हणालाः—त्यांना सच्छील करतां येणें किंवा हिंसा न करितां त्यांचें संरक्षण करतां येणें जर आपणांस शक्य नसेल, तर एखाद्या यज्ञाचा लाभ करून घेण्यासाठीं तरी त्यांचा नाश करा. राजे हे लोकांचा व्यवहार उत्कृष्ट चालावा म्हणून श्रेष्ठ प्रकारच्या तपाचें आचरण करीत असतात. त्यांना आपल्या राज्यामध्यें अशा प्रकारचे चोर असल्याबद्दल लज्जा वाटते; व म्हणूनच प्रजा

निर्दोष असाव्या अशा इच्छेनें ते तपस्वी होऊन राहतात. केवळ भीति दाखविली तरी प्रजा सदाचारी बनतात. ह्यामुळें दुष्ट लोकांचा सुद्धां वध राजे केव्हांही स्वच्छंदपणें करीत नाहींत; तर पुण्यकर्म करूनच बहुधा प्रजेचें शासन करितात. राजा श्रेष्ठ असला म्हणजे त्याच्या कल्याणकारक अशा आचरणाचें लोक अनुकरण करूं लागतात. कारण, थोर मनुष्याच्या आचरणाचें अनुकरण लोक नेहमींच करीत असतात. जो राजा स्वतःच्या अंतःकरणाचा उपशम न करितां दुसऱ्यांना ताब्यावर आणण्याचें मनांत आणतो, त्या इंद्रियें विषयांचे अधीन झालेल्या राजाला लोक हंसूं लागतात.

*गर्वानें अथवा मोहानें जो कोणी राजाशीं अयोग्य प्रकारचें वर्तन करील त्याचें हव्या त्या उपायानें शासन केलें पाहिजे. कारण, असें केलें म्हणजेच तो पापकर्मापासून निवृत्त होतो. ज्याला पापाचें नियमन करण्याची इच्छा आहे, त्यानें प्रथम आपल्या अंतःकरणाचें नियमन केलें पाहिजे; आणि आपल्या अगदीं जवळच्या बांधवांकडूनही अपराध घडला तरी त्यांना मोठा असाही दंड केला पाहिजे. ज्या ठिकाणीं पाप करणाऱ्या नीच मनुष्याला महादुःख भोगावें लागत नाहीं, त्या ठिकाणीं पापांची अभिवृद्धि होऊन धर्माचा खात्रीनें ऱ्हास होतो असें करुणाशील व विद्वान् अशा ब्राह्मणानें मला पूर्वी शिक्षणाच्या रूपानें सांगितलें आहे; आणि दयेमुळें प्रजेला आश्वासन देणारे माझे जे पितामहादि पूर्वज, त्यांनींही मला असेंच सुचविलेलें आहे. हिंसाशून्य अशा दंडाची योजना करून राजानें कृतयुगामध्यें हें भूमंडल आपल्या अधीन ठेवावें; त्रेतायुगामध्यें ह्या धर्मांतील एक चतुर्थांश कमी करून चालावें, अर्थात् पूर्वीपेक्षां दंडाचें स्वरूप जरा वाढवावें; द्वापरयुगामध्यें ह्या धर्माचा एक द्वितीयांश कायम ठेवावा व कलियुगामध्यें एक चतुर्थांशाचें अवलंबन करावें. कलियुग प्राप्त झालें म्हणजे कालविशेषाच्या योगानें व राजाच्याही दुराचरणानें धर्माचा केवळ एक षोडशांश अवशिष्ट राहील. अशा वेळीं, हे *सत्यवन् , हिंसाशून्य अशा मुख्य दंडाचा प्रयोग केल्यास सर्वत्र संकर होऊं लागेल. सत्याचें संरक्षण करण्यासाठीं आयुष्य, शक्ति आणि काल ह्यांचा विचार करूनच दंडाची आज्ञा केली पाहिजे. कारण, असें केलें असतां विपुल अशा धर्मफलाचा त्याग घडत नाहीं, असें प्राण्यांवर दया करण्याच्या इच्छेनें स्वायंभुव मनूनें सांगितलेलें आहे.

* एथपासून अध्यायाच्या शेवटपर्यंतचें सर्व भाषण द्युमत्सेनाचें असावें असें स्पष्ट दिसतें. कारण, पुढें एके ठिकाणीं 'सत्यवन् ' असें संबोधन आहे, तें सत्यवानाच्या मुखीं असणें शक्य नाहीं. आरंभीं तसेंच, सत्यवानानें जो वधरूप दंडाचा निषेध केला आहे, त्याच्या विरुद्ध प्रतिपादन या भाषणांत आहे. मूळांत हें सर्व भाषण सत्यवानाच्याच तोंडीं आहे. पण मूळ दुरुस्त करण्याचा आह्मांस अधिकार नसल्यामुळें तें आहे तसेंच ठेवून, आह्मांस आलेली शंका येथें नमूद करण्यापलीकडे अधिक कांहीं करितां येत नाहीं.

अध्याय दोनशें अडुसष्टावा.

—:०:—

गोकपिलसंवाद.

युधिष्ठिर म्हणालाः—हे पितामह, संपूर्ण ऐश्वर्य, वीर्य, कीर्ति, संपत्ति, वैराग्य आणि ज्ञान ह्या सहा गुणांची प्राप्ति कोणत्याही प्राण्याशीं विरोध न घडतां करून देणारा जो योग, तो आपण मला सांगितला आहे. आतां योग आणि गृहस्थधर्म ह्या दोहोंचेंही फल

ज्याच्या योगानें मिळेल अशा प्रकारचा धर्म मला आपण कथन करा. हे पितामह, गृहस्थाश्रमासंबंधी धर्म आणि योगधर्म हे एकाच कार्यासाठीं प्रवृत्त झालेले आहेत; तथापि त्यांतून श्रेष्ठ कोणता हें मला सांगा.

भीष्म ह्मणाले:—ह्या दोनही धर्मांचें वैभव फार मोठें आहे व दोहोंचेंही आचरण घडणें अतिशय कठीण आहे. दोघांचेंही फल फार मोठें आहे आणि सज्जनांनीं ह्या दोहोंचेंही आचरण केलेलें आहे. हे कुंतीपुत्रा, आतां मी तुला ह्या ठिकाणीं ह्या दोन्ही धर्मांच्या धर्मतत्त्वासंबंधाच्या संशयाचा उच्छेद करणारें असें प्रामाण्य सांगतों, तें एकाग्र अंतःकरणानें श्रवण कर. युधिष्ठिरा, ह्याविषयीं कपिल आणि धेनु ह्यांचा पूर्वीं घडलेला संवाद इतिहास म्हणून सांगत असतात, तो तूं ऐक.

पूर्वीं नहुषाच्या घरीं जेव्हां त्वष्टा आला, तेव्हां प्राचीन, सनातन आणि एकरूप अशा वेदवचनांचा विचार करून नहुषानें धेनूचा वध केला होता, असें आमच्या ऐकण्यांत आहे. त्या वेळीं उदारांतःकरण, सत्त्वस्थ, ध्यानधारणासमाधिनिष्ठ, ज्ञानसंपन्न, नियमित आहारी, आणि जिला कोठूनही भीति नाहीं अशी ब्रह्मनिष्ठा संपादन करणाऱ्या व दृढ आणि सत्ययुक्त अशा बुद्धीचा लाभ झालेल्या कपिलाला ती वधाकडे योजना केलेली धेनु दिसली, तेव्हां ' अहारे वेद! ' असें तो एकवार म्हणाला. तेव्हां स्यूमरश्मि नांवाचा ऋषि योगबलानें त्या धेनूच्या शरीरामध्यें प्रविष्ट होऊन त्या नियमनिष्ठ कपिलाला म्हणाला, ' जर वेदही निंद्य आहेत असें तुझें मत आहे, तर मग हिंसाशून्य अशा इतर धर्माला तरी प्रामाण्य कशाच्या योगानें प्राप्त होणार? इंद्रियनिग्रहसंपन्न, तपस्वी आणि वेदज्ञानरूपी दृष्टि असलेले लोक हे सर्व वेद हीं परमात्म्याचींच वचनें आहेत असें समजतात. परमात्म्याला कोणत्याही प्रकारचा लोभ नाहीं, इच्छा नाहीं आणि तापही नाहीं. तेव्हां कोठें कोणतेंही कार्य न करणाऱ्या त्या परमात्म्याला वैषम्ययुक्त अशा गोष्टी सांगण्याची इच्छा कशी असेल?

कपिल म्हणाला:—मी वेदाची निंदा करीत नाहीं आणि त्यामध्यें वैषम्य आहे असें देखील मी केव्हांही म्हणूं इच्छीत नाहीं. आश्रमस्थ लोकांचीं जीं निरनिराळीं कर्में आहेत, त्या सर्वांचें प्रयोजन एकच आहे, असें आमच्या ऐकण्यांत आहे. संन्यासी, वानप्रस्थ, गृहस्थ आणि ब्रह्मचारी हे सर्वही परमपदाला जातात. कारण, ह्या चाऱ्ही आश्रमांचे जे चार शाश्वत मार्ग आहेत, ते परमात्म्याच्या ठिकाणीं जाऊन पोहोंचण्याचीं साधनें आहेत. पण फलांमध्यें मात्र बलवत्ता, निर्बलपणा, श्रेष्ठता आणि निकृष्टता हीं सांगितलेलीं आहेत. सारांश, फलाची अपेक्षा केली तरच त्यामध्यें अशा प्रकारचे भेद आहेत; हें सर्व जाणूनच स्वर्गादिफलप्राप्तीसाठीं कर्में करावीं अशीं वैदिक वचनें आहेत आणि ' कर्में (अर्थात् काम्य कर्में) करूं नयेत ' अशीही दुसरी अत्यंत प्रमाणभूत श्रुति आहे. काम्य कर्म केलेंच नाहीं तर मुळींच दोष लागत नाहीं व केलें तर अतिशय दोष लागण्याचा संभव आहे, अशा प्रकारचीं जीं शास्त्रवचनें आहेत, त्यांचें बलाबल जाणणें कठीण आहे, असें जर तुला वाटत असेल, —वेद आणि शास्त्रें ह्यांच्या प्रमाणावांचून अहिंसेहून भिन्न अर्थात् हिंसात्मक असें एखादें कर्म जर तुला प्रत्यक्ष फल देणारें वाटत असेल, आणि जर तुला तें श्रेष्ठ आहे असें दिसून आलें असेल, तर मला सांग.

स्यूमरश्मि म्हणाला:—स्वर्गाची इच्छा असेल तर यज्ञ करावा, अशी श्रुति नेहमीं ऐकण्यांत येते. प्रथम फलाची कल्पना करून नंत-

रच यज्ञ केले जातात. अज, अश्व, मेष, धेनु, पक्षिगण व ग्राम्य आणि वन्य औषधि हें सर्व प्राण्यांचें अन्न आहे अशी श्रुति आहे. अशाच प्रकारचें अन्न प्रातःकालीं आणि सायंकालीं भक्षण केलें जात असल्याचें अवलोकन करण्यांत येतें. पशु आणि धान्य हे यज्ञाचे अंगभूत पदार्थ आहेत, असा वेद आहे. ब्रह्मदेवानें ह्या अन्नभूत पदार्थांचा यज्ञांशीं संबंध जोडला आणि ह्या पदार्थांनीं संबद्ध असलेल्या यज्ञाच्या योगानेंच त्या प्रभूनें देवतांना उद्देशून यज्ञ केला. ग्राम्य, वन्य इत्यादि प्रत्येकीं सात सात प्रकार असलेले जे प्राणी आहेत, ते परस्परांहून श्रेष्ठ असून त्या सर्वांहून पुरुष हा श्रेष्ठ आहे. पण त्याचाही यज्ञकर्मांच्या ठायीं पशूप्रमाणें विनियोग केलेला आहे असें सांगतात; मग इतरांची कथा काय ? हें यज्ञकर्म प्राचीन आणि अत्यंत प्राचीन अशा सर्वही प्रमाणभूत लोकांनीं मान्य केलेलें आहे. मग पशूप्रमाणें यज्ञामध्यें आपलाच वध कां करूं नये असें म्हणाल तर त्याचें कारण--तशी गोष्ट करतां येणें अशक्य आहे हेंच होय. असा कोणता ज्ञाता मनुष्य आहे कीं, जो स्वतःच्या शक्यतेचा विचार करणार नाहीं ? अर्थात्च कोणीही मनुष्य शक्याशक्यतेचा विचार करून जी गोष्ट शक्य आहे तीच करील, दुसरी करणार नाहीं. म्हणूनच यज्ञ करूं इच्छिणारे पुरुष पशूच्या ऐवजीं आपला विनियोग करीत नाहींत. शिवाय पशु, मनुष्यें, वृक्ष आणि औषधि हीं सर्व स्वर्गाचीच इच्छा करीत असतात, आणि स्वर्गाची प्राप्ति यज्ञावांचून होत नाहीं; म्हणूनच पशुप्रभृतींना स्वर्गप्राप्ति व्हावी यासाठीं यज्ञामध्यें त्यांचा उपयोग केला जातो. औषधि, पशु, वृक्ष, वल्लि, घृत, दूध, दहीं, समिधादि होमद्रव्यें, भूमि, दिशा, श्रद्धा, काल, ऋग्वेद, यजुर्वेद आणि सामवेद, यजमान आणि गृहपति नामक अग्नि हीं सतरा यज्ञाचीं अंगें आहेत. यज्ञ हाच लोकस्थितीचें मूळ आहे. तूप, दूध, दहीं, गोमय, अमिक्षा (दहीं मिसळलेलें दूध), चर्म, केश, शृङ्ग आणि चरण ह्यांच्या योगानें धेनु ही यज्ञाचें साधन आहे. पूर्वीं सांगितलेल्या ह्या पदार्थांपैकीं प्रत्येक पदार्थ अथवा सर्व पदार्थ— सारांश, यज्ञाला जें जें विहित असेल तें यज्ञाचें साधनच आहे. हे सर्व पदार्थ, ऋत्विज् आणि दक्षिणा हीं सर्व मिळून यज्ञकर्माची पूर्ति होते. ह्या सर्वांच्याच योगानें यज्ञकर्म चालतें. यज्ञ करणारे लोकही ह्या सर्वांचें एकीकरण करूनच यज्ञ करीत असतात. सर्व पदार्थ यज्ञासाठीं निर्माण केलेले आहेत अशी जी श्रुति ऐकण्यांत येत आहे, ती अगदीं यथार्थ आहे. प्राचीन आणि अतिप्राचीन लोकही अशा प्रकारें वागलेले आहेत. फलाची इच्छा न करितां केवळ यज्ञ करावा एवढ्याच बुद्धीनें जो यज्ञ करतो, त्यानें हिंसा केली आहे, कोणाशीं द्रोह केला आहे, अथवा अयोग्य कर्म केलें आहे, असें होत नाहीं. यज्ञासाठीं क्रमानें सांगितलेलीं पश्वादिरूपी जीं यज्ञांगें आहेत, त्यांचा यज्ञक्रियेमध्यें यथाविधि उपयोग केला म्हणजे तीं परस्परांना उपयुक्त होतात. ऋषींचा संप्रदायप्राप्त जो स्वाध्याय तो वेदांचें अधिष्ठान आहे. ह्या स्वाध्यायाचें ज्ञान ब्राह्मणवचनांच्या ज्ञानानेंच विद्वान् लोकांना होतें. ब्राह्मणग्रंथ हेच यज्ञाचे उत्पादक आहेत. कारण, यज्ञाचा विधि ह्यांतच आहे. अर्थात्च लोकांना ब्राह्मणांपासूनच यज्ञाची प्राप्ति झाली आहे. म्हणून त्यांना यज्ञ अर्पण करणारे हे ब्राह्मणग्रंथच होत. यज्ञाच्याच अनुरोधानें सर्व जग चाललेलें आहे व यज्ञही सदैव जगताच्याच अनुरोधानें चालतो. ॐकार हा वेदाच्या उत्पत्तीचें स्थान आहे. नमस्कार,

स्वाहाकार, स्वधाकार आणि वषट्कार ह्यांचा ज्यांमध्यें प्रयोग केला जातो अशा ज्या यज्ञादिक क्रिया, त्या जो आपल्या शक्त्यनुसार करतो त्याला त्रैलोक्यामध्यें परलोकासंबंधानें भीति बाळगावी लागत नाहीं, असें ज्ञानी लोक समजतात म्हणून वेद सांगत आहेत आणि सिद्ध असे महर्षिही कथन करीत आहेत. ऋग्वेद, यजुर्वेद, सामवेद आणि विधिनिर्दिष्ट सामगानाच्या वेळीं पूरणार्थ उच्चारलीं जाणारीं हा वु इत्यादि अक्षरें हीं सर्व ज्याचे ठिकाणीं वास्तव्य करितात, तोच द्विज होय. हे द्विज, अग्न्याधान केलें असतां, सोमयाग केला असतां व इतरही महायज्ञ केले असतां जें फल मिळतें, तें यज्ञजन्य अशा ऐश्वर्यानें युक्त असणाऱ्या आपणांला अवगतच आहे. ह्यास्तव, ब्रह्मन्, मनांत संदेह न बाळगितां स्वतः यज्ञ केले पाहिजेत आणि दुसऱ्याकडून करविलेही पाहिजेत. स्वर्गप्रद असे ज्योतिष्टोमादि यज्ञ केले असतां मरणोत्तर स्वर्गस्वरूपी मोठ्या फलाची प्राप्ति होते. यज्ञ न करणाऱ्याला इहलोक नाहीं आणि परलोकही नाहीं असा सिद्धांतच आहे. आत्मज्ञान आणि ज्योतिष्टोमादि यज्ञ हे दोन्ही अर्थवादवेत्त्यांच्या दृष्टीनें सारखेच प्रमाण आहेत. (असा पूर्वपक्ष आहे.)

अध्याय दोनशें एकुणसत्तरावा.

—:०:—

कपिलस्यूमरश्मिसंवाद.

कपिल म्हणालाः—परब्रह्मप्राप्तीच्या मार्गामध्यें असलेले यमनियमादिनिष्ठ जे लोक, ते, मर्यादित असें जें हें ब्रह्मांड आहे तें कर्मांचेंच फल आहे असें समजतात. कोणत्याही लोकामध्यें ह्यांचा कोणत्याही प्रकारचा अतिक्रम होत नाहीं. शीतोष्णादि द्वंद्वांपासून उत्पन्न होणारे हर्षशोकादि विकार ज्यांना नाहींत, जे कोणालाही नमस्कार करीत नाहींत, जे अभिलाषाच्या योगानें बद्ध झालेले नाहींत, जे सर्व प्रकारच्या पातकांपासून मुक्त झालेले आहेत, आणि जे स्वभावतःच शुद्ध आहेत, असे ज्ञानी लोक पातकाच्या संपर्कावांचून संचार करीत असतात. मोक्ष, कर्मसंन्यास आणि आत्मज्ञान ह्यांसंबंधाचे सिद्धांत त्यांनीं ठरविलेले असतात. ते ब्रह्मनिष्ठ ब्रह्माच्याच ठिकाणीं चित्ताचा लय केलेले व म्हणूनच ब्रह्मस्वरूपी बनून गेलेले असे असतात. त्यांचा शोक नष्ट झालेला असून रजोगुणही नाश पावलेला असतो. त्यांना अविनाशी अशा लोकांची प्राप्ति झालेलीच असते. अशा प्रकारें श्रेष्ठ अशा गतीची प्राप्ति झाल्यानंतर त्यांना गृहस्थधर्म आचरण करण्याचें प्रयोजन काय?

स्यूमरश्मि म्हणालाः—द्वंद्वांपासून मुक्त होणें वगैरे हीच जर ज्ञाननिष्ठा आहे, आणि हेंच जर सद्गतीचें साधन आहे, तर गृहस्थधर्माचें अवश्य पालन केलें पाहिजे. कारण, गार्हस्थ्याचा आश्रय केल्यावांचून इतर आश्रमांची प्रवृत्तिच होत नाहीं. अर्थात्च निर्द्वंद्वत्वादि जे धर्म सांगितलेले आहेत, ते चतुर्थाश्रमाला विहित असल्यामुळें त्यांचें आचरण गृहस्थाश्रमाचा आश्रय केल्यावांचून घडणें अशक्य आहे. ज्याप्रमाणें सर्व प्राणी मातेचा आश्रय केल्यामुळेंच जगतात, त्याप्रमाणेंच इतर सर्व आश्रम गृहस्थाश्रमाचाआश्रय केल्यामुळेंच अस्ति; त्वांत राहतात. गृहस्थाश्रमी पुरुषच याग करितो- गृहस्थाश्रमी पुरुषच तप करितो; आणि ह्या लोकामध्यें प्रकाशमान् असें जें कांहीं धर्मजन्य सुख आहे त्याचें मूळ गृहस्थाश्रमच होय. ज्यांच्या ठिकाणीं म्हणून प्राण आहे ते सर्व लोक स्त्रीपुरुषसमागमापासून उत्पन्न झालेले आहेत आणि स्त्रीपुरुषसमागम हा दुसऱ्या कोणत्याही आश्रमामध्यें नाहीं. सारांश, गृह-

स्थाश्रमावांचून लोकांची उत्पत्तिच होणें शक्य नाहीं. प्राण हे तरी ओषधिस्वरूपीच आहेत,— ओषधींवांचून भिन्न नाहींत. कारण, ओषधि ह्याच त्यांच्या अस्तित्वाला कारणीभूत आहेत. त्या ओषधिस्वरूपी प्राणांहून बहिर्भूत असें दुसरें कांहींही दिसून येत नाहीं. तृण, धान्यें आणि पर्वतजन्य ओषधि हें सर्व गृहस्थाश्रमाचेंच फल आहे. कारण, गृहस्थांनीं आचरण केलेल्या यज्ञाच्याच योगानें ह्या सर्वांची उत्पत्ति होते. गृहस्थाश्रमापासून मोक्षप्राप्ति होत नाहीं, ही कोणाची वाणी सत्य ठरणार आहे? श्रद्धाशून्य, अविद्वान्, सूक्ष्मदृष्टि नसलेले, स्थैर्यरहित, आळशी, श्रमलेले व पूर्वजन्मांतील कर्माच्या योगानें ताप पावलेले असे अज्ञ लोक तेवढेच संन्यास हाच शांतीचें विहारस्थान आहे असें समजतात. ब्राह्मण हे वेदवेत्ते असतात; वेदापासूनच यज्ञाची उत्पत्ति आहे; यज्ञ हेच त्रैलोक्याच्या अस्तित्वाला कारणीभूत आहेत; आणि शाश्वत अशा धर्ममर्यादेचेंही तेंच कारण आहे. यामुळें अर्थात्च ब्राह्मण हे त्रैलोक्यास आणि शाश्वत अशा धर्ममर्यादेस कारणीभूत होत. जन्मापासूनच ह्या भगवान् ब्राह्मणांचा बहुमान होत असतो. गर्भाधानाच्या पूर्वींपासूनच ब्राह्मणाच्या ठिकाणीं मंत्राची प्रवृत्ति असते. कारण, त्यांचे गर्भाधानादि सर्व संस्कार मंत्रपूर्वक होतात. सामान्य लोकांचा ज्यांवर साहजिक रीतीनें विश्वास बसत नाहीं असे स्वर्गादि लोक आणि ज्यांवर साहजिक रीतीनें विश्वास बसतो अशीं वृष्ट्यादि ऐहिक फलें, ह्या सर्वांचें साधन निःसंशय मंत्रांच्याच योगानें होतें. मृतांचा दाह, पुनर्जन्म, पुनर्जन्मोत्तर मृताला तर्पणादि-स्वरूपानें पान, आणि श्राद्धादि-स्वरूपानें भोजन देणें, गोदान करणें, वृषभांचा उत्सर्ग करणें आणि जलामध्यें पिंड विसर्जन करणें ह्या सर्व गोष्टी मंत्रमूलकच आहेत. ज्याला शरीर नाहीं त्याला याचा कांहींच उपयोग नाहीं. शरीरावांचून स्थिति हा मोक्षच नव्हे. अर्चिष्मत्, बर्हिषद् आणि क्रव्याद हे पितर देखील मृताच्या संबंधानें करावयाच्या सर्व क्रिया मंत्रमूलक असल्या तरच त्या मान्य करतात. सारांश, सर्व कृत्यांस मंत्र हेच कारणीभूत आहेत, असें वेद आक्रोश करून सांगत आहेत. मग मोक्ष कोणाला व कोठून असणार? मनुष्यें देव, ऋषि व पितर ह्यांचीं ऋणी असतात. अर्थात्च त्यांच्या ऋणाची फेड करणें हें त्यांचें कर्तव्य आहे. ब्रह्मचर्य, यज्ञ आणि प्रजोत्पादन ह्यांच्या योगानें त्या ऋणाची फेड होते. पण ह्याच्याशीं मोक्षाचा कांहींच संबंध नाहीं. तेव्हां मोक्ष कोठून असणार? दरिद्री आणि आळशी अशा विद्वानांनीं ह्या मोक्षमार्गाची प्रवृत्ति पाडलेली आहे. हा मार्ग म्हणजे वेदवचनांसंबंधाचें अज्ञान आणि सत्याप्रमाणें भासणारें असत्यच होय. वेद आणि शास्त्र ह्यांच्या अनुरोधानें यज्ञ करणाऱ्या ब्राह्मणाला पापें आपल्याकडे खेंचीत नाहींत व दुर्गतीलाही पोहोंचवीत नाहींत; सारांश, त्याला पातक लागत नाहीं. इतकेंच नव्हे, तर पुढें तो यज्ञाच्या योगानें यज्ञामध्यें विनियोग केलेल्या पशूसह स्वर्गाला जातो. अशा रीतीनें यज्ञाच्या कामीं उपयोगीं पडून स्वर्गप्राप्ति करून देऊन पशु यजमानाला तृप्त करितात व यजमानही यज्ञामध्यें, विनियोग करून स्वर्गप्राप्तिरूपी मनोरथ पूर्ण करून त्यांची तृप्ति करतो. यज्ञकर्माचा त्याग करून वेदाचा अनादर केल्यानें, शाठ्याच्या योगानें अथवा मायावीपणानें मनुष्याला ब्रह्मप्राप्ति होत नाहीं; तर वैदिक कर्मे केल्यानेंच ती होते.

कपिल म्हणाला:—दर्श, पौर्णमास, अग्निहोत्र आणि चातुर्मास्य हीं सुज्ञ लोकांचीं पूर्वींचीं कर्मे आहेत. सनातन असा धर्म त्यांजवरच

अवलंबून आहे. संन्यास हा अज्ञ लोकांनीं कल्पिलेला आहे असें नाहीं. संन्यस्त लोकही देवांना तृप्त करूं शकतात. यज्ञादि कर्मांचा मुळीं आरंभच न करणारे, अत्यंत धैर्यसंपन्न, शुचि-भूत आणि ब्रह्मज्ञान झालेले जे मोक्षेच्छु संन्यस्त लोक, ते ब्रह्मसाक्षात्काराच्या योगा-नेंच देवतांना तृप्त करितात. परब्रह्मस्वरूपी बनून गेल्यामुळें सर्व प्राण्यांचा आत्मा होऊन राहिलेला व म्हणूनच निर्गुण असून सर्व भूतांसंबंधाचें ज्ञान असलेला जो पुरुष, त्याचा मार्ग गुणांचा अभिलाष करणाऱ्या देवतांनाही कळत नाहीं. बाहु, वाणी, उदर आणि जन-नेंद्रिय हीं परमात्म्याचीं चार द्वारें आहेत. देह, इंद्रिय, मन आणि बुद्धि हीं त्याचीं चार मुखें आहेत. बाहु, वाणी, उदर आणि उपस्थ ह्या चार द्वारांनीं तो आच्छादित झालेला आहे. विराट्, सूत्र, अंतर्यामी आणि शुद्ध हे जे त्याचे चार भेद उपाधिरूपानें झालेले आहेत, त्यांचें ज्ञान गुरूपदेशरूपी वाणीच्या योगानें होतें. ह्या पूर्वोक्त द्वारांनीं आच्छादित असल्या-मुळें परमात्म्याचें ज्ञान होत नाहीं, ह्मणूनच ह्या द्वारांचा नियंता होण्याची इच्छा धरली पाहिजे. सुज्ञ पुरुषानें द्यूत करूं नये, दुसऱ्या-च्या द्रव्याचा अपहार करूं नये, जो शरीर-संबंधाला योग्य नाहीं अशा पुरुषाकडून यज्ञ करूं नये, आणि क्रुद्ध होऊन कोणालाही प्रहार करूं नये, ह्मणजे हस्तपादांचें उत्कृष्ट प्रकारें नियमन होतें. आक्रोश करूं नये, व्यर्थ भाषण करूं नये, चुगल्या करूं नयेत, बातम्या उठवूं नयेत, सत्यनिष्ठ असावें, मित भाषण करावें आणि सावधपणानें रहावें, म्हणजे वाग्रूपी द्वाराचें उत्तम रीतीनें नियमन होतें. अगदींच उपोषित राहूं नये, विशेष भोजनही करूं नये, अधाशी बनूं नये, सज्जनांचा समागम करावा, व केवल जीवितयात्रा चालेल इतक्याच बेताचा आहार करावा, ह्मणजे उदररूपी द्वाराचें नियमन होतें. स्त्रीला पुत्र झाल्यानंतर तिच्याशीं विहार करूं नये, ऋतुकालावांचून इतर कालीं तिला संभोगार्थ आव्हान करूं नये, आणि केवल आपल्या पत्नीचेच ठिकाणीं आसक्त होण्याचें व्रत धारण करावें, ह्मणजे जननेंद्रियरूपी द्वाराचें नियमन होतें. हे द्विज, उपस्थ उदर, बाहु, आणि वाणी हीं चार द्वारें ज्या विचारसंपन्न पुरुषानें उत्कृष्ट प्रकारें नियमन केलेलीं असतात, त्याच्या सर्व क्रिया सफल होतात; आणि ज्याच्या ह्या द्वारांचें नियमन झालेलें नसतें, त्याचीं सर्व कर्में निष्फल होतात; त्याला तपश्चर्या, यज्ञ, अथवा परमात्मा ह्यांचा काय उपयोग होणार? उत्तरीय आणि वस्त्र ह्यांचाही त्याग केलेला, आस्तरणावांचून केवल भूमीवर शयन करणारा व आपल्या बाहूचाच उशीच्या ऐवजीं उपयोग करणारा जो वैराग्यसंपन्न पुरुष, त्यालाच देव ब्रह्मनिष्ठ असें समजतात. सुख-दुःखादि द्वंद्वरूपी सर्व उपवनांमध्यें एक-टाच रममाण होणारा, ब्रह्माव्यतिरिक्त कोणत्याही वस्तूचें चिंतन न करणारा, ज्याला सर्व प्रकारच्या प्रकृति आणि विकृति अवगत आहेत, ज्याला सर्व भूतांच्या गतीचें ज्ञान आहे, ज्याला सर्व प्राण्यांकडून अभय असतें व ज्याच्याकडूनही सर्व प्राण्यांना अभय असतें, आणि जो परब्रह्मस्वरूपी बनल्यामुळें सर्व प्राण्यांचा प्राण बनून राहिलेला असतो, त्याला देव ब्रह्मनिष्ठ असें समजतात. ही ब्रह्मनिष्ठा—दान, यज्ञ इत्यादि क्रियांचें फल जी चित्तशुद्धि ती झाल्यावांचून कळत नाहीं; आणि ती न कळल्यामुळेंच, ब्रह्मप्राप्तीवांचून इतर जीं स्वर्गादि फलें तीं ह्याला आवडूं लागतात. ज्या सदाचाराचा आश्रय केल्यानें आश्रमविहित कर्में आणि वेदान्तश्रवणादि-रूपी तप हींही संसाराला समूळ दग्ध करून टाकणारीं

बनतात, त्या अनादि मुमुक्षूंनीं सदैव आचरण करण्यास योग्य आणि यथोक्त फल अवश्य देणाऱ्या अशा व धर्मशास्त्रामध्यें कांहीं अंशीं ग्रथित केलेल्या सदाचाराचें अवलंबन करण्याला असमर्थ असल्यामुळें जो आपद्धर्म नसून अनवधानशून्य आहे व ज्याचें अवलंबन केलें असतां कामादि शत्रु आक्रमण करीत नाहींत, असा सदाचार आणि प्रत्यक्ष फल देणारीं—अत्यंत ऐश्वर्यदायक, आणि अविनाशी अशीं जीं यमनियमादि कर्में, तीं निष्फल आहेत आणि अवश्य फल देणारींही नाहींत, असें मनुष्यांना वाटूं लागतें. हे स्यूमरश्मे, यज्ञादि कर्मांचें रहस्य कळणें हेंच अगोदर अतिशय कठीण आहे; कदाचित् कळलें तरी तीं करितां येणें त्याहूनही कठीण आहे; आणि जरी केलीं तरी तीं विनश्वर आहेत हें तूं जाणतच आहेस.

स्यूमरश्मि म्हणालाः—हे भगवन् , कर्मांचें आचरण करणें व त्यांचा त्याग करणें हे दोन्ही मार्ग वेदामध्यें स्पष्टपणें प्रतिपादन केले आहेत. तेव्हां हे परस्परविरुद्ध असे दोन प्रकार सांगणाऱ्या वेदवचनाला प्रामाण्य कसें येतें, आणि कर्मत्याग व कर्मांचें आचरण ह्या दोहोंलाही कसें चारितार्थ्य येतें, तें आपण मला कथन करा.

कपिल म्हणालेः—आपण योगरूपी सन्मार्गामध्यें वास्तव्य करीत आहां, तेव्हां प्रत्यक्ष असें ह्या लोकामध्यें काय आहे, ह्याचा विचारही तुम्ही करीतच आहां. तेव्हां आपण कर्मठ लोक ज्याची इच्छा करितां, तें सुखादिरूपी प्रत्यक्ष असें फल इहलोकीं कोठें आहे ?

स्यूमरश्मि म्हणालाः—ब्रह्मन् ,मी स्यूमरश्मि ज्ञानाच्या इच्छेनेंच ह्या ठिकाणीं आलों आहें. मीं जीं कांहीं उत्तरें दिलीं तीं स्वतःच्या कल्याणासाठींच सरळपणानें दिलीं आहेत; वादविवाद करण्यासाठीं दिलीं नाहींत. ह्यास्तव मला हा जो भयंकर संशय आलेला आहे त्याचें निराकरण आपण सांगावें. आपण योगरूपी सन्मार्गाचे ठिकाणीं आसक्त आहां, ह्यामुळें आपणांला इहलोकीं सर्व वस्तूंचें प्रत्यक्ष ज्ञान आहे. आपण ज्याची येथें उपासना करितां तें अत्यंत प्रत्यक्ष असें काय आहे हें मला सांगा. मी केवळ तर्कमूलक अशा चार्वाकादि मतांवांचून सर्व आगमांचें रहस्य योग्य प्रकारें जाणलेलें आहे. वेदवचनें आणि वेदाचें अवलंबन करून परमात्म्यासंबंधानें तर्क करणारीं जीं पूर्वमीमांसा, उत्तरमीमांसा, सांख्य, पांतजल इत्यादि शास्त्रें, त्यांना आगम अशी संज्ञा आहे. आश्रमधर्माशीं विरोध न येईल असा जो आगम असेल त्याचेंच अवलंबन करावें म्हणजे आगमजन्य सिद्धि होते. ही सिद्धि प्रत्यक्ष दृष्टिगोचर होते, असा आगमांचा सिद्धांत आहे. सारांश, कर्माचें आचरण केल्यानें फलप्राप्ति अवश्य होते, पण त्याचा काय उपयोग ? हे विप्र, नौकेला बांधलेली दुसरी एखादी नौका असली आणि जलाचा ओघ तिला ती जिला बांधली आहे त्या नौकेसह दुसरीकडे घेऊन जात असला, तर अल्पबुद्धि अशा लोकांना ती नौका त्या प्रवाहांतून पैलतीराला कशी पोहोंचवूं शकेल ? ह्या नौकेसारखीच कर्मरूपी नौकेची स्थिति आहे. तेव्हां भगवंतांनीं आतां मला ह्यासंबंधाचें रहस्य कथन करावें. मी आपणांला शरण आहें. ह्यास्तव आपण मला ह्याविषयींच्या रहस्याचें शिक्षण द्या. ह्या लोकामध्यें कर्मफलाचा त्याग करणारा, संतुष्ट, शोकशून्य, क्लेशरहित, कांहींही करावयाची इच्छा नसलेला, आसक्तिरहित आणि क्रियाशून्य असा कोणीही नाहीं. ज्याप्रमाणें आम्ही त्याप्रमाणें आपणही आनंद आणि शोक ह्यांचा अनुभव घेत आहां. इतर सर्व प्राण्यांप्रमाणेंच आपणांसही इंद्रियांचे विषय आहेत; आणि

सर्वांचेंही अवलंबन एकच सुख हें आहे. पण चार वर्ण आणि चार आश्रम ह्यांचे जे आचार आहेत, त्यांमध्यें निर्णयांतीं क्षयशून्य अर्थात् केवळ सुखस्वरूपी असें काय आहे?

कपिल म्हणालेः---शास्त्र वैदिक असो अथवा अवैदिक असो, तें मोक्षशास्त्रासंबंधाच्या ज्या गोष्टीचें अनुष्ठान उत्कृष्ट प्रकारें सांगत असेल, त्या गोष्टीपुरतें आपल्या सर्व गोष्टींमध्यें तें सफलच होय. ज्या शास्त्राचें अवलंबन केलें असतां शमदमादिकांचें आचरण घडतें, त्या शास्त्राच्या आश्रयानें त्याचा आश्रय करणाऱ्या पुरुषाला निर्दोष अशा आत्मस्वरूपाची प्राप्ति होते. ज्ञानाच्याच मार्गें लागलेला जो पुरुष त्याला ज्ञानसाधनांचें अनुष्ठान करून जें ज्ञान होतें तें संसाराचा नाश करितें. ज्ञानावांचून वैदिक कर्में जरी केलीं तरी तीं लोकांना क्लेशदायक होतात. आपण ज्ञानी आहां आणि आपणांला कोणत्याही बाजूंनीं क्लेश नाहींत हें उघड आहे. द्वैतदृष्टिशून्य असें जें ज्ञान, तें एखाद्यालाच केव्हां तरी होतें. शास्त्र हें ज्ञानाचें साधन आहे; तथापि त्याच्या तत्त्वाचें ज्ञान न झाल्यामुळें केवळ वादाच्याच बलावर अवलंबून राहणारे आणि काम, द्वेष इत्यादिकांनीं पछाडलेले कांहीं लोक अहंकाराच्या तावडीमध्यें सांपडलेले आहेत. शास्त्राचें यथार्थ ज्ञान न झाल्यामुळें केवळ शमदमादि कर्मांचा त्याग करून शास्त्रद्वेष आणि परमात्म्याचा अपलाप करणारे हे लोक मोह व दांभिकपणा यांच्या अधीन होऊन जातात. जे लोक शमदमादि कर्मादिकांपासून मुळींच फलनिष्पत्ति होत नाहीं असें समजतात व स्वतःही परमात्मज्ञान संपादन करीत नाहींत आणि दुसऱ्यालाही त्या ज्ञानाचा लाभ होऊं देत नाहींत, त्या अज्ञानाची केवल मूर्तिच अशा पुरुषांचें अज्ञान हेंच एक आश्रयस्थान असतें. अर्थातच त्यांना अज्ञानमय अशा संसारांतच गुरफटून रहावें लागतें. जो अयोग्य स्वभाव असलेला पुरुष अविद्येच्या (अज्ञानाच्या) अधीन होऊन जातो, त्याच्या ठिकाणीं काम, क्रोध, द्वेष, दंभ, असत्य आणि उन्मत्तपणा हे प्रकृतिजन्य दुर्गुण आपलें ठाणें देऊन असतात. हें सर्व लक्षांत घेऊन ध्यान, धारणा आणि समाधि ह्यांचे ठायीं रममाण होणाऱ्या मोक्षाभिलाषी विरक्त पुरुषांनीं पाप आणि पुण्य ह्या दोहोंचाही त्याग करावा.

स्यूमरश्मि म्हणालाः---ब्रह्मन्, कर्म हेंच प्रशस्त असून संन्यास करणें अयोग्य होय असें मी जें आपणांपाशीं म्हणालों, तें शास्त्रावरूनच होय. शास्त्रार्थाचें ज्ञान झाल्यावांचून प्रवृत्तिमार्गाकडे प्रवृत्तिच होत नाहीं. योग्य असा जो कांहीं आचार असेल तो शास्त्र (शास्त्रानुसारी) असून अयोग्य असेल तो अशास्त्र (शास्त्रविरुद्ध) होय, अशी श्रुति आहे. शास्त्रावांचून कोणताही प्रवृत्तिधर्म नाहीं हा सिद्धांतच होय. वेदवचनांच्या विरुद्ध जें असेल तें अशास्त्र होय, अशीही श्रुति आहे. केवळ प्रत्यक्ष हेंच प्रमाण होय असें समजणारे जे लोक आहेत अशा पुष्कळ लोकांना केवळ इहलोक तेवढाच दिसतो, परलोकाकडे त्यांची दृष्टिच जात नाहीं. अशा लोकांना आपल्या मतांतील दोष समजत नाहींत व त्यामुळेंच त्यांना माझ्याप्रमाणेंच शोकमग्न होऊन रहावें लागतें. इंद्रियांचा विषयांशीं जडणारा संबंध हाच सर्वांच्या सुखदुःखाला कारणीभूत होतो. हा योग सर्व प्राण्यांना सारखाच घडत असतो. मात्र ज्ञानी पुरुषाला ह्यापासून कांहीं अपाय होत नाहीं इतकेंच. ह्याप्रमाणें केवळ सुखावर भिस्त ठेवणारे जे चारी वर्ण आणि चारी आश्रम ह्यांची प्रवृत्ति असतां त्यांपैकींच परमात्म्याचा अनुभवच नसल्यामुळें ज्यांची परमात्मनिष्ठा नष्ट होऊन गेली आहे व

हाणूनच हीन अशा विषयांकडे ज्यांच्या बुद्धी-
चा प्रवाह चालला आहे, अशा आमचें अंतः-
करण—आमच्या पूर्वपक्षाचा निरास करून
अपरिच्छिन्न अशा परमात्म्याचें स्वरूप सिद्धांत-
रूपानें उघड करून सांगणाऱ्या ऊहापोह-
समर्थं अशा आपण शांत करून सोडलें आहे.
पण केवल तर्कवादाचा अवलंब न करणारा,
सर्व लोक अज्ञानामध्यें गुरफटून गेले असल्या-
मुळें त्यांना निंद्य समजणारा, जितेंद्रिय,
योगनिष्ठ, केवल दुस्त्याज्य हाणूनच आपोआप
पतन होईतोंपर्यंत शरीराचा त्याग न कर-
णारा जो पुरुष त्यालाच एक संन्यासाश्रमाचें
आचरण करितां येणें व वेदवचनांच्या आधा-
रावरून मोक्ष आहे असें सांगतां येणें शक्य
आहे. केवल कुटुंबाचाच आश्रय करून राह-
णारा अर्थात् संसारांत गढून गेलेला जो प्राणी
त्याच्या हातून मात्र हें आचरण घडणें अशक्य
आहे. पण दान, अध्ययन, यज्ञ, विवाहपूर्वक
वंशवृद्धि, सारल्य इत्यादि धर्मांचें आचरण केलें
असतांही कोणाला जर मोक्षप्राप्ति झाली नाहीं,
तर हा सर्व श्रम निर्थकच होय व हाणूनच
आचरणीय मानलेल्या ह्या धर्माला आणि त्याचें
आचरण करणारा जो पुरुष त्यालाही धिक्कार
असो, असें वाटूं लागेल व त्यामुळें ह्या धर्माचा
त्याग करून लोक नास्तिक बनतील आणि
पाठीमागें पडतील, असें मला वाटतें. तेव्हां, हे
भगवन्, ह्या मोक्षशास्त्राचें जें व्यापक स्वरूप तें
आपल्यापासून शीघ्र ऐकावें अशी माझी इच्छा
आहे व त्यासाठींच मी आपल्या चरणांपाशीं
आलें आहें. आपल्याला जसें मोक्षज्ञान झालेलें
आहे तशाच प्रकारचें तें संपादन करावें अशी
माझी इच्छा आहे. ह्यास्तव आपण मला शिष्य
करा आणि तत्त्वज्ञानाचा उपदेश करा.

अध्याय दोनशें सत्तरावा.

—:o:—

कर्माचें ज्ञानांगत्व.

कपिल सांगतातः—सर्व लोकांना ईश्वर-
प्रणीत वेद हेच आचाराचे कामीं सर्वथा
प्रमाणभूत आहेत आणि यामुळें वेदाज्ञेकडे
कोणीही पाठ फिरवित नाहीं. जीवांनीं जाण-
ण्यास योग्य अशीं दोन ब्रह्में आहेतः एक
शब्दब्रह्म (वेद) व दुसरें परब्रह्म. यांपैकीं
प्रथम जेव्हां शब्दब्रह्मांत (वेदज्ञानांत) पुरुष
निष्णात होईल, तेव्हांच त्याला परब्रह्मप्राप्ति
होते. (अर्थात् परब्रह्माची इच्छा करणारांनीं
प्रथम वेदाज्ञा पाळली पाहिजे.) याकरितां
वेदोक्त मंत्रांनीं गर्भाधानादि संस्कार करून
पुरुष जेव्हां स्त्रीचे ठिकाणीं गर्भ उत्पन्न करितो,
तेव्हांच तो गर्भ शुद्ध शरीरानें युक्त होऊन
ब्राह्मण होण्यास पात्र होतो. याप्रमाणें
वेदोक्त कर्मांचें फल (साक्षात् मोक्ष नसला
तरी) मोक्षोपयोगी चित्तशुद्धि करणें हें इह-
लोकीं प्रत्यक्ष दृष्ट आहे. तें वेदांत सांगित-
लेल्या स्वर्गादि फलांप्रमाणें केवल वेदावरून
अनुमानानें स्वीकारण्याचें, किंवा एखाद्या दंत-
कथेप्रमाणें लोकवार्तांवरून गृहीत धरण्याचें
नसून कर्त्याला येथेंच अनुभवास येणारें आहे.
आतां हें वेदोक्त कर्म चित्तशुद्धिद्वारा मोक्षो-
पयोगी होण्यास कोणतें प्रकारें आचरलें
पाहिजे हें सांगतों, तें ऐक.

हें आचरण करणें तें केवळ धर्म हाणजे
आपलें कर्तव्य याच दृष्टीनें केलें पाहिजे.
अर्थात् वेदोक्त यज्ञादिकही मोक्षोपयोगी
होतील अशा रीतीनें आचरणें झाल्यास (जन-
कादि राजे व याज्ञवल्क्यादि ब्राह्मण यांचे
उदाहरणांवरून असें दिसून येतें कीं,)
कर्त्यांनीं निष्कामबुद्धि ठेवून केवल कर्तव्य
हाणून हें यज्ञ करावें. शिवाय कर्तें हें रागद्वेष-

वर्जित असून हातीं येईल तें द्रव्य लोभ न धरितां सत्पात्रीं दान देण्याविषयीं तत्पर असावे. कारण, सत्पात्रीं विनियोग करणें हाच हातीं आलेल्या धनाचा योग्य मार्ग होय. केव्हांही पापकर्माचा आश्रय न करणारे, वेदांनीं सांगितलेल्या अग्निहोत्रादि क्रियांचा आदर करणारे, मनांत येईल ती गोष्ट सिद्धीस नेण्याइतके समर्थ, व निर्विषय जें ब्रह्म तें प्राप्त करून घेण्याविषयीं ज्यांचा दृढ निश्चय आहे, ज्यांना क्रोध नाहीं, असूया नाहीं, अहंकार नाहीं, मत्सर नाहीं, ज्यांची ज्ञानावर अत्यासक्ति आहे, ज्यांचीं जन्म, कर्म आणि विद्या हीं अत्यंत शुद्ध आहेत, आणि जे प्राणिमात्राचें हित करण्यांत तत्पर आहेत असे आपल्या कर्माचा केव्हांही अनादर न करणारे अनेक गृहस्थाश्रमी राजे व ब्राह्मण पूर्वकालीं होऊन गेले. त्याचप्रमाणें जे सर्वत्र समवृत्ति, आर्जवत्युक्त, संतुष्ट, ज्ञाननिष्ठ, सत्यसंकल्पादियुक्त, पवित्र, निरुपाधिक ब्रह्मावर श्रद्धा ठेवणारे, आधींच शुद्ध हृदयाचे व त्यांतूनही यथावत् धर्माचरण करणारे, संकटसमयींही धर्माप्रमाणेंच चालणारे, विषम प्रसंगींही ज्यांच्या धर्माचरणांत अंतर पडलें नाहीं असे पूर्वकालीं बहुत विप्र होऊन गेले. ते सर्वदा एकमेळानें धर्माचरण करीत असल्यानें त्यांना सर्वदा सुखाची समृद्धि होती. त्यांना कधींही प्रायश्चित्त घेण्याची वेळ आली नाहीं; ते सदासर्वदा सत्यधर्माला चिकटून राहण्याचे कामीं कोणालाही हार जात नसत; ते शास्त्राला सोडून मन मानेल तसें चालत नसत किंवा धर्माचा मनांतूनही कधीं छळ करीत नसत; कोणतेंही धर्मकृत्य करण्याचे अनेक मार्ग असल्यास त्या सर्वांत जो उत्तम असेल त्याचा ते स्वीकार करीत, त्यामुळें त्यांना कधींही प्रायश्चित्त घेण्याची पाळी आली नाहीं. कारण, जे कोणी शास्त्रांत सांगितलेल्या विधीप्रमाणें तंतोतंत चालतात त्यांच्यासाठीं प्रायश्चित्तच नाहीं. प्रायश्चित्ताची सवड केवळ जे दुबळे लोक—ज्यांना शास्त्राज्ञेप्रमाणें चालण्याचें सामर्थ्य नाहीं अशांसाठीं मूळ निर्माण झाली असें श्रुतीचें म्हणणें आहे. असो; असे जे अप्रायश्चित्ति पुराण ब्राह्मण सांगितले, ते यज्ञ करण्यांत तत्पर असून तीनही वेदांत निपुण, सदाचारशील, पवित्र, आणि यशस्वी, विद्वान्, आशीर्वादाच्या बन्धनांत न पडणारे व प्रतिदिवशीं यज्ञ करणारे होते; त्यांचे सर्व यज्ञ, वेदाध्ययन व इतर कर्मे हीं वेदाज्ञेप्रमाणें असत; ते वेळच्या वेळीं वेदाध्ययन करीत; कोणत्याही कर्माचा संकल्प करणें तरी तो शास्त्रक्रमानें करीत; काम आणि क्रोध हे त्यांपासून दूर पळाले होते; कोणतेंही कर्म कितीही बिकट असलें तरी तें केल्यावांचून ते सोडीत नसत; जे मूळ स्वभावतःच पवित्र असून जे आपल्या कर्माचरणानें स्थितीस पात्र झाले होते; ज्यांना कुटिलपणा कसा तो माहीत नसून सर्वदा ज्यांचें मन शमयुक्त व स्वकर्मनिरत असे; अशा त्या विप्रांची सर्व कृति त्यांस मोक्षप्रापक झाली, असें (‘ब्रह्मार्पणं ब्रह्महविः....ब्रह्मैवतेन गंतव्यं’.........इत्यादि वाक्यें लिहिणारी भगवद्गीतारूप) शाश्वत श्रुति आह्मांस सांगते. असे जे उदार व दुर्धट कर्म करणारे व आपल्या कर्तव्यांत परिपूर्ण विप्र, त्यांचें तप शेवटीं अविद्येला तोडून काढण्याइतकें तीव्रतेस आलें. याप्रमाणें ज्यांच्यांत आपद्धर्माचा शिरकाव मुळींच नव्हता व ज्यांच्या पालनामध्यें सावधानता व कामक्रोधादिकांस वश न होणें या गोष्टी मुख्यतः सर्व वर्णांकडून पाळल्या जात—कोणीही त्यांचा अतिक्रम करीत नसे, असा हा पुरातन लोकांचा पुरातन कालापासून अखंड चालत आलेला

आश्चर्यकारक व अढळ असा सदाचार पुढें कालगतीनें मनुष्यें दुर्बल होऊन त्यांचे हातून जेव्हां तितक्या बारकाईनें संभाळला जाणें शक्य होईना, तेव्हां असल्या मनुष्यांनीं त्या एका आचाराचे आपले सोयीसाठीं ब्रह्मचर्य, गार्हस्थ्य, वानप्रस्थ्य व संन्यास असे चार विभाग केले आणि त्यांना चार आश्रम अशी संज्ञा दिली, असें ज्ञाते ब्राह्मण मानितात. या प्रकारें चतुर्धा विभक्त केलेला जो हा सदाचार, त्याचेंही यथाविधि पालन केलें असतां भले लोक परमगतीला पोहोंचतात. कोणी घरदार सोडून संन्यास घेतात, किंवा कोणी संन्यास न घेतां वानप्रस्थच होतात; कोणी गृहस्थाश्रमांतच राहतात, व कोणी ब्रह्मचर्यच पाळितात. तथापि हे चारही प्रकारचे आचारवान् ब्राह्मण वैराग्य किंवा संतोष यांच्या बलानें ब्रह्मभावाला जातात; आणि वेद असें म्हणतो कीं, या रीतीनें ब्रह्मभावाला गेलेले असे किती तरी ब्राह्मण ज्योतिरूप होऊन आकाशांत तारकांच्या आणि नक्षत्रांच्या स्वरूपानें प्रत्यक्ष आज दिसत आहेत. याप्रमाणें सदाचार करून आनंत्याला पोहोंचलेले जीव जरी कदाचित् मनुष्ययोनींत येऊन या संसारांत पडले, तरी इतरांस कर्मबलानें प्राप्त होणाऱ्या या योनींतील पापफलरूपी दुःखांचा त्यांना संपर्कही घडत नाहीं.

तथापि, जो अतिशय दृढनिश्चयाचा पुरुष गुरुवाक्याप्रमाणें चालून वेदाध्ययन करून योगयुक्त होऊन राहील, त्यासच ही योग्यता प्राप्त होईल व अशालाच ब्राह्मण ही संज्ञा योग्य आहे. इतरांना ब्राह्मण हा शब्द न लावितां ब्राह्मणक (ब्राह्मणाची केवळ नक्कल) हा शब्द लावावा. एतावता असें दिसून येईल कीं, पुरुषाचें बरेंपण किंवा वाईटपण (त्याची योग्यता) त्याच्या शुभ किंवा अशुभ कर्मावरच अवलंबून आहे; आणि सनातन श्रुतीकडे पाहिलें असतांही असेंच दिसून येतें कीं, ज्या कोणांस आजपर्यंत सर्वच ब्रह्ममय आहे असा पूर्ण स्वानुभव प्राप्त झाला त्यांनींही प्रथम श्रुतिप्रतिपादित कर्मांचाच अवलंब केला होता. मग त्या मार्गानें जातां जातां विषयानें रंगलेल्या त्यांच्या वृत्ति हळूहळू शुद्धतेला पावून व त्यांची विषयतृष्णा नष्ट होऊन त्यांची बुद्धि जेव्हां निर्मळ (मोक्षप्रवण) झाली, तेव्हांच त्यांचे ठिकाणीं 'तत्त्वमसि' या महावाक्याच्या लक्ष्यांशाचा सानुभव प्रकाश पडून मग सर्वच ब्रह्ममय अशी अन्वयरूप सार्वत्रिक प्रतीति त्यांना प्राप्त झाली. स्मृतीवरून पहातां उपनिषदांनीं सांगितलेल्या तुरीयपदवाच्य ब्रह्माची प्राप्ति करून घेण्याची चारही वर्णांना व चारही आश्रमांना सारखीच मोकळीक आहे. तथापि जे कोणी मनोनिग्रहपूर्वक चित्तशुद्धि संपादून निर्विक्षेपपणें शास्त्रीय ज्ञानाचें श्रवणमननादिक करितात, अशा ब्राह्मणांनाच काय तो ह्या मोकळिकीचा खरा उपयोग होतो; म्हणजे असेच तेवढे त्या तुरीय ब्रह्माला गांठतात. या कामीं संप्रदायागत जो यतिधर्म तोच आवश्यक आहे. कारण, या धर्माचें संतोष हें मूळ, वैराग्य हा प्राण, व मोक्ष हेंच एक ध्येय किंवा उपास्य असल्यामुळें हाच आश्रम ब्रह्मज्ञानाचें अधिष्ठान होण्यास सर्वथा योग्य आहे. आतां या धर्माचें शुद्धरूपानें किंवा मिश्ररूपानें (आश्रमान्तर धर्मांनीं युक्त) असें आचरण करणें हें उपासकाच्या सामर्थ्यावर अवलंबून आहे. कसेंही झालें तरी, जो म्हणून या मार्गाला लागला तो कोणी असला तरी त्याचें कल्याण झाल्यावांचून रहात नाहीं. पण अशी उत्तम सोय असूनही विषयलंपट दुबळे जीव हे या मार्गाला

१ आकाशांतील अगस्ति, वसिष्ठ इत्यादि ताऱ्यांना उद्देशून हें म्हणणें आहे.

न लागतां पाय मोडून बसतात. बाकी शुद्ध चित्त होऊन जो म्हणून या ब्रह्मपदाच्या शोधाला लागला, तो संसाराच्या कचाटींतून सुटल्याविना राहणार नाहीं.

स्यूमरश्मि विचारितोः—हे भगवन्, मी आपणांस असें विचारितों कीं, एकजण गार्हस्थ्यांत राहून प्राप्त झालेल्या द्रव्यानें दान, उपभोग, यज्ञ व अध्ययन करितो व दुसरा मुळींच गार्हस्थ्य सोडून संन्यासाचा आश्रय करितो, तर या दोघांपैकीं इहलोक सोडिल्यावर आधीं स्वर्ग कोण मिळवील, हें मला आपण कृपा करून सांगा.

कपिल सांगतातः—बाबारे, दारपरिग्रह करून गृहस्थाश्रमांत राहणारांचा मार्गही चांगलाच आहे; तोही मोक्षफलदायीच आहे. तथापि तुझ्याही असें ध्यानांत येईल कीं, संन्याससुखाची मातब्बरी त्यांत नाहीं.

स्यूमरश्मि विचारितोः—भगवन्, आपणांसारखे आहेत ते ज्ञाननिष्ठ असतात आणि गृहस्थाश्रमी आहेत ते कर्मनिष्ठ असतात. तथापि, सर्व आश्रमांचें अंतिम फल एकच आहे असें सांगतात; आणि जर परिणामीं फल एकच आहे, तर कर्म व ज्ञान हीं एकच किमतीचीं मानणें किंवा न्यून-अधिक मानणें यांत कांहींच फरक उरला नाहीं असें मला वाटतें. तरी, हे कपिल मुने, आपण मला याचा योग्य रीतीनें निवाडा सांगा.

कपिल सांगतातः—बाबारे, कर्माचें सामर्थ्य स्थूलसूक्ष्मादि शरीरांची शुद्धि करणें हें आहे; व ज्ञानाचें सामर्थ्य तत्काल परमगतीला पोहोंचविणें हें आहे; आणि यामुळें, प्रथम जेव्हां कर्माचरणानें चित्तदोष पूर्णपणें निरस्त होतात तेव्हांच शास्त्रानें वर्णिलेला जो ब्रह्मरस आहे त्याचें ज्ञान करून घेण्याविषयीं चित्त लंपट होऊं लागतें. मग अशा अवस्थेंत त्याचे ठिकाणीं दया, क्षमा, शान्ति, अहिंसा, सत्य, सरलता, अद्रोह, निरभिमानिता, लज्जा, सहिष्णुता व शम या धर्मांची उत्पत्ति होते. हे सर्व धर्म ब्रह्मपदाला पोहोंचविण्याचे मार्गच आहेत आणि हे स्वाधीन झाले म्हणजे यांचे द्वारानें परमपदप्राप्ति होते; असा हा क्रम आहे. अर्थात् यावरून क्रमानें परमगतीची प्राप्ति करून देणें हेंच कर्माचें सामर्थ्य आहे अशी शहाण्यानें आपल्या मनाशीं गांठ घालून कर्माचरण करावें. ही परमगति म्हणजे—ज्यांच्या चित्ताचा सर्व बाजूंनीं उपरम होऊन जे अत्यंत शुद्ध, संतुष्ट व ज्ञानैकनिष्ठ झाले असे जे ब्राह्मण ते ज्या गतीला पोंचतात तीच होय. त्याचप्रमाणें, वेदवित् ही पदवी—जो कोणी सर्व वेद, त्या वेदानें जाणावयास सांगितलेलें ब्रह्मस्वरूप, कर्म व अशा कर्माचें यथास्थित अनुष्ठान करणें या तीनही गोष्टी अंगीं बाळगितो, त्यालाच दिली जाते. अशांविरहित जे केवळ वेदाची वटवट करणारे आहेत त्यांना वातरेचक (शब्दरूपानें मुखांतून केवळ वायूचा निचरा करणारे) हेंच नांव योग्य आहे. बाबारे, खऱ्या वेदविदाची योग्यता सामान्य नव्हे. तसा वेदवित् सर्वज्ञ असलाच पाहिजे. कारण, वेदांत नाहीं असें कांहींच नाहीं. या ब्रह्मांडांतील भूत, भावी व वर्तमान या सर्व गोष्टींचें वेदांत वर्णन आहेच. सर्व शास्त्रांचा निर्णय एकच आहे; आणि तो हाच कीं, हें जगत् आहेही आणि नाहींही. म्हणजे प्रतीतिकालीं तें आहे व बाधकालीं तें नाहीं; (जशी स्वप्नांतील सृष्टि स्वप्नकालीं आहे आणि स्वप्नबाधकालीं म्हणजे जागृतींत नाहीं. आणि जो विज्ञानवान् झाला त्याची शास्त्राच्या या म्हणण्याप्रमाणेंच निष्ठा असते. म्हणजे तो या जगताला पूर्वोक्त न्यायानेंच सद्रूपही मानितो व असद्रूपही मानितो; आणि

स्थितिकालीं कार्यरूपांत व लयकालीं कारणरूपांतही त्याकडे एकाच दृष्टीनें पाहतो (अर्थात् असल्या दुतोंड्या जगताविषयीं त्याची उपेक्षाबुद्धिच असणार.) सर्व वेदांनीं खरी अशी निश्चित गोष्ट एकच सांगितली; ती गोष्ट म्हणजे परब्रह्म. आणि तिचा परिचय दाखविण्यासाठीं या जगताचें हें दुतोंडेंपण दाखवून क्षेत्र, गृह, आराम, पशु, पत्नी, पुत्र, शरीर, इन्द्रियें, प्राण, मन, बुद्धि व अहंकार एथपर्यंत यावत् पदार्थांचा त्याग म्हणजे संन्यास ज्यांत आहे असा जो निर्विकल्प समाधि त्याचा एककंठानें उपदेश केला आहे. कारण, या समाधींत प्रत्यक्ष, अनुमान इत्यादि प्रमाणांचें पर्यवसान जेथें होतें अशा अपरोक्ष साक्षात्कारानें साक्षात् आत्मदर्शन होतें. याशिवाय ब्रह्मस्वरूपाचा योग्य परिचय होण्याला दुसरा मार्ग नाहीं; व म्हणूनच सर्वत्याग करावयास सांगणाऱ्या संन्यासाची योग्यता विशिष्ट आहे. या सर्वत्यागात्मक संन्यासवृत्तीच्या उच्चतम योग्यतेचा आणखी एक बळकट पुरावा असा आहे कीं, ब्रह्मविदादि उपनिषदांत जेथें मानुषानंदापासून शतगुणित्वानें ब्रह्मानंदापर्यंतच्या पायऱ्या सांगून अखेर ब्रह्मानंदाची पायरी सांगितली, त्या ठिकाणीं या पायऱ्या चढण्याचा जो अधिकारी म्हणून सांगितला त्याचे लक्षणांत 'श्रोत्रियस्य चाकामहतस्य' हीं पदें प्रत्येक पायरीवर घातलीं आहेत. अर्थात्च, मानुषानंदापासून थेट ब्रह्मानंदापर्यंत पोंचून खऱ्या आनंदाचा आस्वाद घेणारा अधिकारी म्हटला म्हणजे तो श्रोत्रिय (वेदवेत्ता) असून शिवाय ' अकामहत ' देखील असलाच पाहिजे, असें श्रुति स्पष्ट सांगत आहे. या अकामहतत्वाशिवाय, ज्याला कधीं कधीं संतोष असा शब्द लावितात असा जो आनंदोत्कर्ष किंवा परमानंद तो साधणेंच नाहीं असा श्रुतीचा निश्चित अभिप्राय आहे; आणि अकामहतत्व म्हणजे क्षेत्र-गृहापासून तों थेट अहंकारापर्यंत यावत् गोष्टींविषयींचा काम म्हणजे अभिलाष सोडणें अर्थात् या सर्वांचा संन्यास करणें हेंच होय; व यानेंच शेवटीं अपवर्ग म्हणजे मोक्ष याची निश्चित प्राप्ति होणारी आहे. म्हणून, जो खरा ज्ञाता अधिकारी झाला तो समाधिव्युत्थानकालींही या संन्यासवृत्तींतच असतो. अशाला प्राप्त होणारी जी वस्तु तिला वेदांत अनेक प्रकारें संज्ञा दिलेल्या आहेत. त्याला ऋत म्हणजे अबाधित असें म्हणतात. त्यालाच सत्य म्हणजे मूर्तामूर्त प्रपंचाचें अधिष्ठान असें म्हणतात. ज्याला सर्व स्थावरजंगमांचा आत्मा या दृष्टीनें ज्ञात आणि ज्ञेय असेंही समजतात;ज्याला दुःखानें अमिश्र असें सुख म्हणतात; ज्याला शिव किंवा शान्त, उत्तर किंवा सर्वोत्कृष्ट म्हणजे तुर्य असेंही म्हणतात; किंवा ज्याला ब्रह्म, अव्यक्त, सर्वांचें उत्पत्तिस्थान व अव्यय म्हणजे अपरिणामी असेंही म्हणतात; तसेंच ज्याला असंगत्वामुळें व्योम म्हणजे आकाश असें म्हणतात; नित्यैकरूपत्वामुळें सनातन असें म्हणतात; व अविनाशित्वामुळें ध्रुव असें म्हणतात; ज्याला अविध किंवा अकृत्रिम असें म्हणतात, आणि ज्याला अनामय (दुःखरहित) असें शुभ (कल्याण) समजतात, व तें प्राप्त करून घेण्यासाठीं तेज (इन्द्रियजयाविषयींचें सामर्थ्य), क्षमा (अपकार केला असतांही क्रोध न येणें) व शांति (पूर्ण निष्कामता) हीं अंगीं आणून ज्यांनीं ज्यांनीं बुद्धिरूपी नेत्र उघडले असतील अशांनाच केवळ जें प्राप्त होतें, अशा त्या ब्राह्मणाशीं म्हणजे ब्रह्मवेत्त्याशीं अभेदरूपानें राहणाऱ्या ब्रह्माला नमस्कार असो.

अध्याय दोनशें एकाहत्तरावा.

—:०:—

कुंडधारोपाख्यान.

युधिष्ठिर म्हणतोः—हे पितामह, आपण ज्ञाननिष्ठ व मोक्षैकपर अशा संन्यासाची थोरवी सांगितली, ती यथार्थच आहे. परंतु असले दुश्चर मोक्षधर्म आचरण्याविषयीं जे असमर्थ असतील अशा दुर्बलांनीं धर्म, अर्थ व काम हे जे वेदांत वर्णिलेले मोक्षेतर तीन पुरुषार्थ, त्यांपैकीं कोणत्याचा अवलंब केला असतां त्यांत त्याला विशिष्ट लाभ होईल हें मला सांगा.

भीष्म सांगतातः—ह्याविषयीं पूर्वी कुंडधार नामक एका मेघानें आपल्या एका भक्ताचें प्रेमानें कोणत्या प्रकारें कल्याण केलें, त्याचा एक इतिहास मला माहीत आहे. तो मी तुला सांगतों, म्हणजे तुला तुझ्या प्रश्नाचा उलगडा कळेल. तो इतिहास असा.—पूर्वी कोणी एक अति दरिद्री ब्राह्मण होता. त्याच्या मनांत आपली स्थिति सुधारण्यासाठीं धर्माचरण करावें असें येऊन त्यानें आपणांस यज्ञ करितां यावा म्हणून तदर्थ द्रव्य मिळविण्यासाठीं दारुण तप आरंभिलें आणि मोठ्या कष्टानें व भक्तिपूर्वक अनेक देवतांचें पूजन केलें; परंतु बिचाऱ्याला कवडीही मिळाली नाहीं. तेव्हां तो विचारांत पडला कीं, मनुष्यांनीं त्रास देऊन देऊन ज्याला घट्ट केला नाहीं अशा कोणत्या तरी देवाला आपण आराधिलें असतां आपल्याला तत्काल द्रव्यप्राप्ति होईल; परंतु असें दैवत कोठें सांपडावें? असा विचार मनांत येऊन तो सौम्य वृत्तीनें शोधास लागला असतां कुंडधार नांवाचा एक देवांचा परिचारक मेघ देवांसमीप असलेला त्याचे दृष्टीस पडला. हा कुंडधार शरीरानेंच इतका भव्य होता कीं, त्याला पाहतांच त्याच्यावर त्या ब्राह्मणाची भक्ति जडून तो आपल्याशीं म्हणाला, 'हां, हां, हा देव ठीक आहे. हा आपलें कल्याण खास करील. कारण, याचा आकारच तसा दिसत आहे. शिवाय, हा देवांच्या अगदीं निकट रहात असल्यामुळें याचे भोंवतीं मनुष्यांची पैरवी नाहीं. याकरितां हा मला अपरिमित द्रव्य देईल असें वाटतें.'

मग त्या ब्राह्मणानें धूप, गंध, लहानथोर प्रकारचीं पुष्पें, व अनेक जातींचे अन्नबलि अर्पण करून त्या मेघाचें पूजन केलें. तेव्हां तो मेघ अल्पकालांतच प्रसन्न झाला. व त्या ब्राह्मणानें केलेल्या आराधनानें परवश होऊन, जींत त्या ब्राह्मणाचें निश्चित कल्याण आहे अशा वाणीनें त्याला बोलला, 'थोरांनीं ब्रह्महत्या करणारा, दारू पिणारा, चोरी करणारा व व्रतभंग करणारा या सर्वांस प्रायश्चित्त सांगितलें आहे; परंतु कृतघ्नाला मात्र प्रायश्चित्त सांगितलें नाहीं. आशेचे पोटीं अधर्म उत्पन्न होतो, असूयेचे पोटीं क्रोध उत्पन्न होतो, व लबाडीचे पोटीं लोभ उत्पन्न होतो; परंतु कृतघ्नतेचे पोटीं कांहींच उपजत नाहीं. ती निपुत्रिक असते.' इतकें बोलून तो कुंडधार अदृश्य झाला. पुढें त्या रात्रीं तो ब्राह्मण दर्भांवर निजला असतां कुंडधाराच्या तेजानें दिव्य दृष्टि येऊन त्याला स्वप्नांत स्थावरजंगम सर्व भूतें व्यक्त दिसूं लागलीं; व तो ब्राह्मण शमशील, तपस्वी, विषयविरक्त, शुद्धात्मा व भक्तिमान् असल्यामुळें त्याला त्या वेळींच भक्तीचा प्रत्यय आला; तो असा.—त्यानें मणिभद्र नांवाचा कोणी एक अत्यंत तेजस्वी देव इतर देवतामंडळीच्या मध्यभागीं बसून उदार मनानें त्यांस आज्ञा करीत आहे असें पाहिलें. तेथें त्याचे ते आज्ञाधारक देव शुभ करणाऱ्या लोकांना द्रव्यें व राज्यें देत होते व अशुभ कर्मे करणारांपासून हिरावून घेत होते. युधिष्ठिरा, हा प्रकार चालला असतां तो महा-

तेजस्वी कुंडधार सर्व यक्षांसमोर तेथें त्या देवसभेंत प्रणामपूर्वक आडवा पडला. त्या वेळीं तो थोर मनाचा मणिभद्र देव त्या कुंडधाराला भूमीवर पडलेला पाहून म्हणाला, ' तुझी काय इच्छा आहे? '

कुंडधारानें उत्तर केलें, कीं, 'ही देवमंडळी जर मजवर प्रसन्न असतील, तर हा ब्राह्मण माझा एक भक्त आहे, त्याला जेणेंकरून सुस्थिति प्राप्त होईल अशी कांहीं कृपा याजवर करावी.' यावर त्या माणिभद्रानें देवमंडळीच्या संमतीनेंच त्या तेजस्वी कुंडधाराला म्हटलें, 'कुंडधारा, ऊठ, ऊठ, तुझें कल्याण असो; तूं कृतकृत्य व सुखी हो. या तुझ्या ब्राह्मणाला जर द्रव्यच पाहिजे असेल तर त्याचें काय मोठें?—त्याला आपण द्रव्य देऊं. हा तुझा मित्र ब्राह्मण अगणित द्रव्य मागत असला तरी या देवमंडळीच्या आज्ञेनेंच मी आतां देऊन टाकितों. पहा, काय तें बोल. '

तें ऐकून कुंडधारानें मनांत विचार केला कीं, अलोट द्रव्य मिळालें तरी तें भोगणाऱ्या मनुष्याला जगावयाचें असतें किती ? कारण, मनुष्यजन्म हा अति चंचल व अनिश्चित आहे, तेव्हां द्रव्य मागण्यांत कांहीं अर्थ नाहीं. या ब्राह्मणाचे हातून जेणेंकरून उत्कृष्ट तपाचरण होईल असें मागणें मागावें. असें म्हणून तो बोलला, ' हे धनप्रदा मणिभद्रा, मी माझ्या या भक्तासाठीं द्रव्य मागत नाहीं. मी दुसरीच कांहीं कृपा इच्छितों. तुम्हीं एक रत्नाची रास किंवा रत्नांनीं भरलेली सर्व पृथ्वी दिलीत तरीही माझ्या भक्ताला ती नको. पण हा धार्मिक व्हावा अशी इच्छा आहे. याची धर्माचे ठिकाणीं मति रमावी, धर्मावरच ह्याची उपजीविका असावी, व धर्म हेंच याला मुख्य कर्तव्य वाटावें, अशी कृपा आपण यावर करावी, हें मला पाहिजे आहे. '

मणिभद्र म्हणालाः—पण धर्माचें फल तरी राज्य व निरंतर अनेक प्रकारचीं सौख्यें हेंच आहे. तेव्हां तपश्चर्येनें देह कष्टविण्यापेक्षां द्रव्यराज्यादि जें तपश्चर्येचें फल तें आयतेंच याला मागूं द्या. यांत काय चुकलें ?

भीष्म सांगतातः—मणिभद्र इतकें जरी बोलला तरी त्या महायशस्वी कुंडधारानें ' माझ्या भक्ताला धर्मबुद्धिच द्या ' ह्मणून वारंवार वारंवार त्या देवांना आग्रहपूर्वक विनंति केली. शेवटीं त्या देवता तुष्ट होऊन, त्यांचे वतीनें माणिभद्र त्याला ह्मणाला, 'बाबारे, तुजवर व तुझ्या या ब्राह्मणावरही या सर्व देवता प्रसन्न आहेत, तेव्हां तुझ्या मागण्याप्रमाणें हा धर्मात्मा होऊन त्याची धर्मावरच मति जडेल.'

हें ऐकतांच, युधिष्ठिरा, इतरांना प्राप्त होण्यास दुर्घट असा आपल्या मनचा वर आपणास मिळाला, हें पाहून स्वतःस कृतकृत्य समजून तो मेघ फार संतुष्ट झाला. इतक्यांत, त्या ब्राह्मणाचे शेजारीं अति तलम अशीं चीरवस्त्रें येऊन पडलीं व तें पाहून त्याचें मनही संसाराविषयीं विरक्त झालें. मग तो ब्राह्मण ह्मणाला, ' मीं इतकें सत्कृत्य केलें असून त्याची जर या कुंडधाराला जाण नाहीं (मला इष्ट तें द्रव्य न देतां हाडें वाळवायाचेंच माझे कपाळीं यानें आणिलें) तर दुसऱ्या तरी कोणाला येणार ? आतां असें करण्यांत कांहीं अर्थ नाहीं. आपण आपलें वनांत जाऊन तेथें धर्मानें रहावें हेंच ठीक.'

भीष्म सांगतातः—देवतांनींच ती योजना केली असल्यामुळें अर्थात्च त्या ब्राह्मणाला गृहस्थितीचा वीट येऊन तो वनांत गेला व तीव्र तप करूं लागला. त्यानें फलमूलें आणून प्रथम देवता व अतिथि यांना देऊन उरेल त्यावर आपण रहावें असा क्रम चालविला, तों त्याची बुद्धि धर्मावर अधिकाधिकच दृढा-

वत चालली. मग, युधिष्ठिरा, फलमूलें सोडून केवळ वृक्षपर्णांवरच त्यानें उपजीविका चालविली; नंतर पर्णेंही सोडून तो केवळ जलावरच राहूं लागला; पुढें पुढें तर जलही सोडून तो अनेक वर्षेंपर्यंत केवळ वायुभक्षण करून राहिला. परंतु चमत्कार हा कीं, त्याची शक्ति मुळींच क्षीण झाली नाहीं. याप्रमाणें दृढ धर्मश्रद्धा व तीव्र तपाचरण हीं बहुत काल चालू राहिल्यानें त्याला दिव्य दृष्टि आली व त्याला असा विचार सुचला कीं, (पूर्वीं आपण दुसऱ्याजवळ मागत होतों, परंतु आतां आपल्यालाच इतकें सामर्थ्य आलें आहे कीं) आपण संतुष्ट होऊन जर कोणाला 'जा, तुला अमुक द्रव्य दिलें आहे!' असें म्हटलें, तर आपली वाणी खास विफल होणार नाहीं. हा प्रत्यय त्याचे बुद्धीस वाटतांच त्याचें मुख आनंदानें प्रफुल्ल होऊन तो पुनरपि तपच करूं लागला; व कांहीं काळ लोटल्यावर पहिल्यापेक्षांही अधिक तपःसिद्धि अंगीं बाणतांच तो पुनरपि आपल्याशीं म्हणाला कीं, 'लौकिकांत राज्याहून अधिक देणगी नाहीं; पण मी आज प्रसन्न होऊन जर कोणालाही राज्य देऊं करीन तर तो तत्काल राजा होऊन माझी वाणी सफल होईल, असें मला निश्चित वाटतें!'

राजा, या प्रकारचा विचार त्या ब्राह्मणाचे मनांत चालला असतां त्याचे तपानें व स्नेहानें आकर्षित होऊन कुंडधार त्याचे पुढें प्रकट झाला. त्याला पहातांच त्या ब्राह्मणाला मोठा विस्मय वाटला. मग त्यानें त्याला भेटून त्याचें यथाविधि पूजन केलें. तेव्हां कुंडधार त्याला म्हणाला, "ब्रह्मन्, तुला आतां दिव्यदृष्टि प्राप्त झाली आहे, तर आतां इतर सर्व लोक व विशेषतः (तुला ज्यांचे स्थितीबद्दल हेवा वाटत होता असे) राजे लोक यांची दशा काय झाली आहे ती तूंच पहा!"

त्यावरून त्या ब्राह्मणानें दिव्यदृष्टीनें दुरूनच अवलोकन केलें, तों सहस्रावधि राजे नरकांत बुड्या देत आहेत असें त्याला आढळलें. त्या समयीं कुंडधार त्याला म्हणाला, "(का? मीं तुला द्रव्यादि देवविलें नाहीं म्हणून तूं मजवर रुष्ट झाला होतास, पण आतां कसें?) अरे, तूं जर माझी इतकी भक्तिभावानें पूजा केलीस आणि माझ्या देण्यानें तुला दुःखप्राप्ति झाली, (कारण, धनराज्यादिकांनीं अंतीं दुःखच होतें, हें तूं राजांच्या उदाहरणांवरून आतांच पाहिलेंस.) तर मीं तें केलें काय? आणि माझी कृपा ती कसली? बरें अर्थाचा परिणाम हा तूं पाहिलासच. आतां पुनः एकदा दिव्यदृष्टीनें कामाचा परिणाम पहा. तें पहा, तें पहा, ते विषयी जीव व विशेषतः मनुष्य स्वर्गाच्या द्वाराशीं धडपडत आहेत, तथापि स्वर्गाचें द्वार घट्ट बंद करून टाकिलें आहे, तें कोणीही त्यांना उघडीत नाहीं! तेव्हां हा कामाचा खेळ कसा तो नीट पहा!"

भीष्म म्हणतातः––हें ऐकून त्या ब्राह्मणानें दृष्टि पोंचविली तों काम, क्रोध, लोभ, भय, मद, निद्रा, तंद्रा व आलस्य या सर्व विकारांनीं मनुष्याभोंवतीं गराडा दिला आहे असें त्याला दिसलें. तेव्हां कुंडधार त्याला म्हणाला, 'हें पाहिलेंस या मंडळींनीं मनुष्यांना कसें घेरलें आहे तें! बाकी ही सगळी देवांचीच युक्ति आहे व देवांच्या आज्ञेवरूनच हे सर्वजण मनुष्यांना विघ्नें उत्पन्न करितात. कारण, निर्विघ्न आचरण झाल्यास मनुष्यें आपली जागा पटकावतील असें देवतांना भय वाटत असतें; यामुळेंच देवांनीं संमति दिल्याशिवाय कोणीही मनुष्य धार्मिक होऊं शकत नाहीं. (तेव्हां मीं तुला धार्मिक केलें ही सामान्य

कृपा काय ? पण तुझा गैरसमज झाला; असो.) तूं आज आपल्या तपोबलानें वाटेल त्यास राज्य किंवा द्रव्य देण्यास समर्थ आहेस, नव्हे काय ?'

भीष्म सांगतातः—हें ऐकून त्या धर्मात्मा ब्राह्मणानें त्या कुंडधार मेघापुढें साष्टांग नमस्कार घालून त्याला म्हटलें, 'भगवन्, खरोखर आपण मजवर मोठीच कृपा केली; परंतु मीं आपल्या खऱ्या प्रेमाची किंमत न ओळखून आणि कामलोभांचे नादीं लागून आपल्या चांगल्या करणीवरही दोषारोप केला, हा माझ्याकडून मोठा अपराध झाला ! याबद्दल मला क्षमा असावी.' कुंडधार म्हणाला, 'हे ब्राह्मणश्रेष्ठा, तुला क्षमा केलेलीच आहे.'

नंतर, त्या ब्राह्मणाला बाहूंनीं दृढ आलिंगन देऊन कुंडधार तेथेंच गुप्त झाला. इकडे कुंडधाराचे कृपेनें व तपाचे सिद्धीनें त्या ब्राह्मणाला आकाशगमनाचें सामर्थ्य येऊन तो सर्व लोक फिरून आला. त्याशिवाय त्याला संकल्पसिद्धि ह्मणजे मनांत येईल ती गोष्ट तत्काल प्राप्त करून घेण्याचें सामर्थ्य अंगीं येऊन, अंतीं—धर्म व योग या उभयतांचे बलानें प्राप्त होणारी जी परमगति तीही मिळाली.

भीष्म म्हणतातः—धर्म, देवता, ब्राह्मण, यक्ष, साधु, सत्पुरुष व चारण हे सर्वही धार्मिकाचें पूजन करितात; कामी किंवा धनाढ्य अशांचें करीत नाहींत. बा युधिष्ठिरा, तुझा धर्माकडे एवढा ओढा आहे ह्मणूनच देवता तुझ्यावर सुप्रसन्न आहेत. बाबारे, धर्मांत कांहीं निराळीच सुखकला आहे. (ती सांगून कळावयाची नाहीं) व अत्यंत श्रेष्ठ सुख तें धर्मांतच आहे.

अध्याय दोनशें बहात्तरावा.

—:०:—

हिंस्रयज्ञनिंदा.

युधिष्ठिर विचारितोः—पितामह,अनेक प्रकारचें जरी यज्ञ आणि तपें सांगितलीं आहेत, तरी सर्वांचें पर्यवसान एकच ह्मणजे चित्तशुद्धि किंवा ईश्वरप्राप्ति हें असतें. पण ज्या यज्ञाचें फल स्वर्ग किंवा धनप्राप्ति हें नसून केवळ धर्मप्राप्ति हेंच असेल, असा एखादा यज्ञ नियुक्त असेल तर मला सांगा.

भीष्म उत्तर करितातः—याविषयीं पूर्वीं नारदांनीं सांगितलेला उंछ-वृत्तीनें राहणाऱ्या एका यज्ञार्थी ब्राह्मणाचा इतिहास सांगत असतात, तो मी तुला सांगतों.

नारद ह्मणालेः—विदर्भ देशांतील एका श्रेष्ठ आणि धर्मप्रधान राष्ट्रांत कोणी एक उंछवृत्तीनें राहणारा ऋषि यज्ञरूपी विष्णूची आराधना करण्याचे नादीं लागला. त्याचें खाणें ह्मणजे सांव्याचे तांदूळ आणि सूर्यपर्णी व जवस या दोन पालेभाज्या. या भाज्या तिखट व बेचव असल्या तरी देखील त्याचे तपोनिष्ठेनें त्या त्याला गोड लागत. याप्रमाणें कोणाही प्राण्याची हिंसा न करितां तो निर्वाह करीत असल्यानें त्याचें चित्त शुद्ध होऊन त्यानें वानप्रस्थाश्रमाचा आश्रय केला; आणि, हे शत्रुमर्दना, मूलफलांचे योगानें स्वर्ग देणाऱ्या यज्ञस्वरूपी श्रीविष्णूची उपासना चालविली. त्या ब्राह्मणाचें नांव सत्य असें होतें, व त्याचे स्त्रीचें नांव पुष्पधारिणी असें होतें. ही त्याची यज्ञपत्नी असल्यानें त्याचे शापभयानें त्याचे स्वभावाप्रमाणें चालत असे. तथापि आपला भर्ता पशुहिंसा ज्यांत प्राप्त आहे असा यज्ञ करितो ही गोष्ट तिला मान्य नव्हती. असो; अशी ती त्याची भार्या त्याच्याप्रमाणेंच व्रतस्थ राहिल्यानें कृश व पवित्र झाली. तिचे अंगावर मोरांचे आपोआप

गळून पडलेल्या पिसांनीं गुंफलेलें वस्त्र असे. खरोखर असल्या यज्ञांत साह्य करण्याचें तिच्या मनांतून नव्हतें; पण नवराच यज्ञकर्ता झाला तेव्हां त्याचे आज्ञेस्तव ती त्याला अनुसरली. या समयीं एक चमत्कार घडून आला. तो असा कीं, त्या सत्य ऋषीच्या शेजारींच त्या वनांत शुकाचे आज्ञेवरून पर्णाद् नांवाचा एक धर्मवेत्ता मृग रहात असे. शेजारधर्मामुळें त्या मृगाचा व सत्याचा बराच स्नेह जडला होता. तेव्हां तो सत्याकडे येऊन म्हणाला कीं, 'बाबारे, तूं हें भलतेंच काय आरंभिलेंस ? अरे, मंत्राला अनुरूप अशी ज्यांत क्रिया नाहीं तो यज्ञ करून फुकट आहे. तूं म्हणशील कीं, मला पशु विकत आणण्याचें सामर्थ्य नाहीं म्हणून मी त्याचे ऐवजीं हा चरुच होमांत टाकितों, तर तूं माझाच या यज्ञाग्नींत होम कर आणि यथासांग क्रिया करून स्वर्गास जा कसा !' पर्णादाचें हें बोलणें संपतांच प्रत्यक्ष सावित्री तेथें यज्ञांत प्रकट होऊन त्या मृगाप्रमाणेंच 'ह्या पशूचा मजसाठीं तूं या अग्नींत होम कर.' असें सांगूं लागली परंतु त्या ब्राह्मणानें त्या देवतेला स्पष्ट सांगितलें. कीं, 'हा माझा सोबती आहे; याला मी मारणार नाहीं !'

याप्रमाणें ब्राह्मणाचें उत्तर कानीं पडतांच ती सावित्री त्या यज्ञांत चाललेला अनाचार पहाण्याचा कंटाळा करून त्या यज्ञिय अग्नींत शिरली आणि रसातल पहाण्याकरितां निघून गेली. मग पुनरपि तो हरिण त्या हात जोडून उभा असलेल्या ब्राह्मणाला विनवून पूर्ववत् म्हणूं लागला, तथापि सत्यानें त्याचें न ऐकतां त्याला आलिंगन देऊन 'बाबारे, आलास तसा परत जा' म्हणून सांगितलें. यापमाणें हरिण सात आठ पावलें गेलासें करून पुनः परतला आणि त्याला म्हणाला, 'हे सत्या, कृपा करून मजसाठीं तरी माझा प्राण घे, कारण, तूं माझी यज्ञार्थ हिंसा केल्यानें मला सद्गति प्राप्त होईल. मी तुला हे दिव्य चक्षु देतों आणि तूं यांच्या साह्यानें (यज्ञकृत्यांस प्राप्त होणाऱ्या) या स्वर्गांतील दिव्य अप्सरा व या थोर थोर गंधर्वांचीं हीं विचित्र विमानें नीट पहा !'

याप्रमाणें मृगानें सांगतांच त्या सत्य ब्राह्मणानें त्या दिव्य चक्षूंच्या साह्यानें बहुत वेळपर्यंत सस्पृह वृत्तीनें तो अप्सरा-विमानांचा देखावा पाहिला, तेव्हां त्याचे तोंडाला पाणी सुटलें; आणि मग हा मृग म्हणतो त्याप्रमाणें पशुहिंसेनेंच असला स्वर्ग प्राप्त होतो, या पक्षाचा समर्थनकर्ता बनून तो त्या मृगाकडे पाहूं लागला.

हे राजा, या मृगाचा खरा प्रकार असा होता कीं, हा साक्षात् धर्मच होता व कांहीं विशिष्ट कारणानें मृगयोनींत येऊन बहुत वर्षें त्या वनांत राहिला होता; व प्रस्तुत त्यानें ब्राह्मणाला भूल घालून आपली पशुयोनींतून मुक्तता करून घेतली. बाकी खरें पहातां पशुहिंसा हा कांहीं यज्ञविधि नव्हे. असो; त्या ब्राह्मणाचे मनांत त्या मृगाची हिंसा करावी असें येतांच तेवढ्यानेंच त्याचें दीर्घ तप नाहींसें झालें. याचसाठीं, हे धर्मा, हिंसा हें यज्ञांग नव्हे. असो; नंतर त्या भगवान् धर्मानें स्वतःच अध्वर्युत्व पतकरून त्या ब्राह्मणाकडून तो उद्दिष्ट यज्ञ करविला. नंतर त्या ब्राह्मणानें पुनरपि बहुत तप करून आपल्या स्त्रीचेंही समाधान केलें. एवंच, यज्ञांत हिंसा करणें हा धर्म केवळ कांहीं काल स्वर्गप्राप्ति करून देण्यापुरताच मानिलेला आहे. बाकी अहिंसा हा धर्मच सर्वथा अव्यंग व शाश्वत फल देणारा आहे; आणि म्हणून मी तुला सत्य सत्य सांगतों कीं, ज्यांना केवळ सत्याचीच अपेक्षा आहे अशांसाठीं हा हिंसाधर्म नाहीं; अशांचा अहिंसा हाच परमोच्च धर्म आहे.

अध्याय दोनशें त्र्याहात्तरावा.

—:०:—

मोक्ष, वैराग्य, धर्म व पाप यांची प्राप्ति कशी होते ?

युधिष्ठिर विचारितोः—पुरुष हा पापी कसा होतो, धार्मिक कसा होतो, विरक्त कसा होतो, आणि मुक्त कसा होतो, या चारही गोष्टी मला सांगा.

भीष्म सांगतातः—राजा, तूं विचारितोस या सर्व गोष्टी तुला माहीत आहेत; तथापि त्या दृढ व्हाव्या म्हणून तूं पर्यायानें प्रश्न करीत आहेस हें जाणून मी तुला मोक्ष, वैराग्य, पाप व धर्म यांची मुळापासून प्राप्ति कशी ती सांगतों, ऐक. प्रथमारंभीं, शब्दादिक जे पंचेंद्रियांचे विषय आहेत त्यांचें ज्ञान व्हावें म्हणून मनुष्याची इच्छा अंतःकरणांतून बाहेरील पदार्थांकडे धावते; आणि ती बाहेर जाऊन पंचविषयांपैकीं एखादाही कोणता विषय तिला प्राप्त होऊन तो तिला अनुकूल असा वाटला, कीं त्याचे ठिकाणीं प्रीति उत्पन्न होऊन तो आपल्याला भोगावयास मिळावा म्हणून कितीही आयास पडले तरी ती पुनःपुनः यत्न करिते. त्याचप्रमाणें, तो विषय प्रतिकूल असा अनुभव आला तर तो टाळण्याविषयीं असाच खटाटोप करिते. एवंच, तिला प्रिय जे रूपगंधादि पंचविषय, त्यांची एकदा चट लागली म्हणजे त्यांचें पुनःपुनः सेवन करण्याविषयीं ती सयत्न होते, व असा क्रम चालतां चालतां त्या विषयांचे ठिकाणीं ती अत्यंत रंगून जाते. याच्याच उलट-तिला जो अप्रिय असा विषय भासत असेल त्याचे पुनरुक्त दर्शनानें त्याजबद्दल तिचे ठिकाणीं कायमचा द्वेष उत्पन्न होतो. असो; याप्रमाणें पदार्थांविषयीं राग व द्वेष निर्माण होतात. रागाचेच पायीं पुढें लोभ उत्पन्न होतो; व लोभ अतिशय वाढला म्हणजे तेथें मोह उत्पन्न होतो.याप्रमाणें प्राणी विषयवृत्ति होऊन लोभ, मोह, राग आणि द्वेष या चौकडीचे तावडींत सांपडला म्हणजे त्याची बुद्धि धर्माकडे खरोखरी जाईनाशी होते. मग तो केवळ लोकसंग्रहार्थ (केवळ वरकान्तीं) धर्माचरणाचा आव आणितो. याप्रमाणें, तो खोटें धर्माचरण करूं लागतां लागतां खोटेपणानेंच अर्थार्जन करणें त्याला गोड वाटूं लागतें; आणि, हे कुरुनंदना, असें होतां होतां, जिकडून लबाडी करून द्रव्य साधेल तिकडूनच तो यत्न ठेवितो. अशा प्रकारें दृढाभ्यास झाला म्हणजे तो उघड पातक करण्याइतका घट्ट बनतो; आणि मग त्याचे हितेच्छूंनीं किंवा पंडितांनीं त्याला बुद्धिवाद सांगून पापनिवृत्त करण्याचा यत्न मांडला असतां त्यांना तो **आहारे व्यवहारे च त्यक्तलज्जः सुखी भवेत्** अशीं प्रमाणबद्ध व कायदेशीर रोकडीं उत्तरें न लाजतां देतो ! असा क्रम चालला म्हणजे रागमोहांमुळें काया, वाचा आणि मन या तिन्ही द्वारांनीं त्याचा अधर्म वाढत जातो. कारण, त्याचे विचारही पापरूपच, भाषणही पापरूपच आणि कृतिही पापरूपच असते. असा त्याचा अधर्मप्रचार चालला असतां, जे साधु असतात त्यांच्या दृष्टीपुढें त्याचे दोष ढळढळीत उभे असतात. (व यामुळें ते त्याचा संपर्क टाळितात.) परंतु त्याशीं समानशील असे जे पापचारी असतील ते ह्याचे मित्र होतात; अर्थात् त्यांचे साह्यानें त्याचे पापवृत्तीला अधिकच उत्तेजन येतें. असें झालें म्हणजे त्या पाप्याला इहलोकींही सुख मिळेनासें होतें; मग परलोकींची तर वार्ताच नको !

या प्रकारें, मनुष्य पापात्मा कसा बनतो हें तुला सांगितलें. आतां धर्मात्मा कसा होतो तें ऐक; व हा शुभाचरण करणारा इहलोकीं सुख

कसें पावतो व त्याच सदाचरणानें मरणोत्तरही इष्ट गतीलाच कसा जातो हेंही ऐक. साधु लोक हे पातक्याच्या आचरणांतील दोष जाणीत असतात म्हणून जसें आतां सांगितलें, त्याचप्रमाणें कोणताही वर्तनक्रम अंगीकारण्याचे पूर्वीं ज्या पुरुषाला बुद्धिबलानें त्यांतील दोष प्रथमच अवगत होतात, तो त्या वर्तनाचा अंगीकारच करीत नाहीं; आणि कोणतें वर्तन सुखपरिणामी होईल व कोणतें दुःखपरिणामी होईल याची निवड करण्याइतकी त्याची बुद्धि कुशल असल्यामुळें तो दुःखदाचा मार्ग टाळून साधूंचीच (सुखद मार्गानें जाणारांची) संगत धरितो. मग साधूंचे सहवासानें त्याला सत्कृत्याचा अभ्यास पडून त्याची सन्मार्गीं रति वाढत जाते. मग त्याची बुद्धि धर्मांतच रमते; आणि आपली उपजीविका धर्मानें मिळविलेल्याच द्रव्यावर करावी अशा समजुतीचा बनून तो सदुद्योगानेंच आपला निर्वाह करितो; व जेथें जेथें मिळून चांगुलपणाचा अंकुर त्याला आढळेल तेथें तो मुळाशीं पाणी घालीत रहातो. एतावता त्याला सद्गुणसंग्रहाचा नाद लागून तो धर्मात्माच बनतो; आणि मग अशाला मित्रही त्याचेचप्रमाणें शुभवृत्तीचा मिळतो. या प्रकारें सन्मित्र व धर्मोपार्जित द्रव्य यांची त्याला साथ मिळाली म्हणजे तो इहलोकीं तसाच परलोकींही आनंदांतच असतो. हे भरतश्रेष्ठा, एवढे पायरीला तो आला म्हणजे शब्द, स्पर्श, रूप, रस व गंध या पंचविषयांचे ठिकाणीं त्याला प्रभुत्व म्हणजे संकल्पसिद्धि प्राप्त होते. कारण, अंगीं धर्मतेज आल्याची ही निशाणीच आहे असें ज्ञाते समजतात. बाकी, जो इतक्या अधिकाराला आला, त्याला हें पंचविषयांवरील प्रभुत्व प्राप्त होण्यानें मोठासा कांहीं आनंद होत नाहीं. पण, हे युधिष्ठिरा, उलट ज्ञानबलानें या विषयांचें वैयर्थ्य त्याचे दृष्टीपुढें उभें राहूं लागल्यामुळें त्याला त्यांजविषयीं समाधान न वाटतां वैराग्य मात्र उत्पन्न होतें. या रीतीनें तो प्रज्ञाचक्षु होऊन जेव्हां रस, गन्ध, शब्द, स्पर्श तसेंच रूप यांकडे मन घालीनासा होत्साता त्यांजविषयीं निष्प्रेम होतो, तेव्हां तो सहजच सर्व विषयप्रीतीला रजा देतो; परंतु धर्माला मात्र सोडीत नाहीं. तथापि धर्मानें फलतः प्राप्त होणारा जो स्वर्गादिक लोक तो क्षयशील आहे हें ध्यानीं वागवून तो फलेच्छारहित धर्माचेंच आचरण करितो; आणि इतकी तयारी झाली म्हणजे आडवाटेला न जातां योग्य त्या उपायांनीं मोक्ष मिळविण्याविषयीं कंबर बांधितो. मग या मोक्षोपायासाठीं हळूहळू विषयांविषयीं पूर्ण विरक्ति अंगीं बाणून, गोत्यांत घालणारें असें जें कर्म त्याचा तो सर्वथा त्याग करितो आणि केवळ धर्मस्वरूप होऊन जाऊन अंतीं परमश्रेष्ठ जो मोक्ष त्याला मिळतो.

बा धर्मा, तूं मला प्रश्न केल्याप्रमाणें मी तुला पाप, धर्म, मोक्ष व वैराग्यं हीं मनुष्याचे ठिकाणीं कशीं प्राप्त होतात (व त्यांचे परिणाम काय) हें तुला उलगडून सांगितलें. आतां हें निरूपण ऐकून तूं कोणत्याही स्थितींत असलास तरी धर्माचे ठिकाणींच प्रवृत्त रहा. कारण, धर्मा, जे धर्माचे ठिकाणीं स्थिर राहतात, त्यांस शाश्वत सिद्धि मिळाल्यावांचून रहातच नाहीं.

अध्याय दोनशें चौऱ्याहत्तरावा.

—:०:—

मोक्षोपायवर्णन.

युधिष्ठिर म्हणालाः—पितामह, तो धार्मिक पुरुष उपायबलानेंच मोक्ष साध्य करून घेतो, एरवीं मोक्ष हातीं येत नाहीं, असें आपण सांगितलें; त्या अर्थीं, हे भरतश्रेष्ठ, असा तो

मोक्षसाधक योग्य उपाय कोणता तो ऐकण्याची माझी इच्छा आहे.

भीष्म सांगतातः---हे निष्पापा, हे महाबुद्धिमंता युधिष्ठिरा, ज्या अर्थीं तूं नेहमींच कोणतीही गोष्ट साधणें तरी ती सदुपायानेंच साधण्याचे खटपटींत असतोस, त्या अर्थी मोक्षोपायाचीही इतक्या बारकाईनें तपासणी करून घेणें हें तुला उचितच आहे. याकरितां मी सांगतों तें ऐक. बाबारे, हा उपाय द्विविध आहेः एक प्रवृत्तिरूप व दुसरा निवृत्तिरूप. हे दोन्ही उपयुक्तच आहेत, तथापि त्यांची योजना अवस्थापेक्षेनें करावी लागते आणि हें उघडच आहेः उदाहरणार्थ—मातींतून घट निर्माण करण्याचे समयीं ज्या उपायाची बुद्धीला अपेक्षा वाटते, त्याचीच तो घट निष्पन्न झाल्यावर वाटत नाहीं; याप्रमाणेंच, ज्या वेळीं धर्म हा साध्य करून घ्यावयाचा असतो त्या वेळीं बुद्धींत कर्मपरता अधिक असावी लागते; आणि तोच धर्म सिद्ध झाला ह्मणजे कर्मपरता निवृत्त होऊन बुद्धि केवळ ज्ञानाकार होऊन राहते. एतावता धर्मसाधकांचा प्रवृत्तिपर उपाय हा मोक्षैकदर्शी सिद्धांच्या निवृत्तिपरतेला मुळींच लागू पडत नाहीं. इतकेंच नव्हे, तर हे दोन पंथ ह्मणजे पूर्वसमुद्राला जाणारा मार्ग व पश्चिमसमुद्राला जाणारा मार्ग यांच्याइतके परस्परविरुद्ध आहेत. आतां, मोक्षाला नेणारा जो मार्ग आहे तो एकच एक आहे; त्याचा विस्तार मी तुला सांगतों, ऐक. हा मार्ग ज्याला स्वीकारणें त्यानें प्रथम क्षमेनें क्रोध नाहींसा करावा; संकल्पत्यागानें कामाचा उच्छेद करावा; सात्त्विक भगवद्ध्यानादिकेंकरून निद्रा तोडावी; सावध राहून भयापासून रक्षण करावें; आत्मानुसंधानानें प्राणवायूचा गैरहिशोबी व्यय बंद करावा; इच्छा, द्वेष आणि काम हीं धैर्यानें परावृत्त करावीं; त्याचप्रमाणें विपरीत ज्ञान, अज्ञान व घोटाळ्यांत पाडणारा संशय हे तत्त्वाभ्यासानें दूर करावे; ज्ञानाभ्यासानें स्तुती व रिकाम्या उठाठेवी करण्याची प्रवृत्ति हीं दूर करावीं; हितावह, पचेसें व माफक अन्न खाऊन अजीर्णादि उपद्रव व ज्वरातिसारादि रोग यांस जिंकावें; संतोषवृत्तीनें लोभ व मोह हे दूर सारावे; आणि बाहेरून मोहक दिसणाऱ्या विषयांचें खरें स्वरूप किती हिडीस आहे तें नजरेंत वागवून विषयांचा अव्हेर करावा; दयेचीं कृत्यें करून अधर्म टाळावा; दक्षता राखून धर्म संभाळावा; आशा म्हणजे फलप्राप्तीच्या कालापर्यंत आपली मान टांगून ठेवणारा असा एक रज्जु आहे असें समजून तिचा तत्काल छेद करावा; आणि आसक्तीचा त्याग करून अर्थ वर्ज्य करावा; स्नेहाची अनित्यता ध्यानीं आणून लोकांतील स्नेह कमी करावा; वायुनिग्रहानें क्षुधा मंद करावी; प्राणिमात्राविषयीं कळवळा बाळगून आपला गर्व जिरवावा; संतोषाचा अंगीकार करून तृष्णेला फांटा द्यावा; सततोद्योगानें आळस झाडावा; श्रुतिवचनावर विश्वास ठेवून विपरीत तर्कांना दडपून टाकावें; मौनाचा स्वीकार करून वाचाळपणाला आळा घालावा; अंगीं शूरत्व आणून भयास घालवावें; प्रथम वाणी आणि मन हीं बुद्धीचे ताब्यांत द्यावीं, म्हणजे त्यांचा बुद्धीचे ठिकाणीं लय करावा; मग बुद्धि ज्ञानदृष्टीनें जिंकावी; आत्मबोधानें ज्ञान जिंकावें; आणि शेवटीं आत्म्यानें आत्म्यास जिंकावें. हा प्रकार कसकसा साधावयाचा तें प्रत्येक पुरुषानें शुद्धाचरण करून, तद्द्वारा शान्तचित्त होऊन, आणि ज्ञाते ज्यांना योगप्राप्तीला घातक असें समजतात असे जे काम, क्रोध, लोभ, भय व पांचवें स्वप्न त्या सर्वांचा त्याग करून योगसाधनांचें वाङ्नियमपूर्वक सेवन करून जाणावें. हीं

योगसाधनें अशीं:—ध्यान, अध्ययन, दान, सत्य, लज्जा, अर्जव (सरळपणा), क्षमा, शुद्धता, शुद्ध आहार व इंद्रियसंयम या साधनांचे योगानें पुरुषाचें तेज वाढतें; त्याच्या पापाचा क्षय होतो; त्याचे संकल्प सिद्ध होतात; व त्याला विज्ञानप्राप्ति होते. याप्रमाणें तो तेजाला चढलेला व धूतपाप झालेला पुरुष अल्पाहार करून, जितेन्द्रिय राहून व कामक्रोधांना आपल्या ताब्यांत ठेवून स्वतःला ब्रह्मपदाकडे नेण्याची इच्छा करितो. सारांश, निर्मोहत्व, संगरहितत्व, कामक्रोधविवर्जन, अदैन्य, निरहंकारता, निर्भयत्व व गृहादिकांविषयीं अनासक्ति आणि त्याच प्रकारें निष्काम बुद्धीनें काया, वाचा व मन यांचें नियमन हा मोक्षाचा प्रसन्न, निर्मल व पवित्र असा मार्ग आहे.

अध्याय दोनशें पंचाहत्तरावा.

—:०:—

नारद व असित यांचा संवाद.

भीष्म म्हणतातः—मुमुक्षूनें ब्रह्मपदप्राप्ति कसकशी करून घ्यावी याच विषयासंबंधानें पूर्वकालीं घडलेला नारद व असितकुलोत्पन्न देवल यांचा संवाद सांगत असतात. कोणे एके कालीं सर्व बुद्धिमंतांत श्रेष्ठ असा वयोवृद्ध देवल ऋषि स्वस्थ बसलेला पाहून नारदानें त्याला भूतांची उत्पत्ति व लय यांसंबंधी प्रश्न केला.

नारद म्हणालाः—हे भगवन्, हें स्थावरजंगमात्मक विश्व कशांतून निर्माण केलें आहे व प्रलयकालीं हें कोणांत लीन होतें, तें मला आपण कृपा करून सांगा.

असित म्हणालाः—भूतांविषयीं ज्यांनीं चांगला विचार केला आहे असे ज्ञाते असें म्हणतात कीं, युगारंभकालीं अखिल प्राण्यांच्या पूर्वकालीन धी-वासनांनीं प्रेरित होऊन काल हा सृष्टींतील हीं स्थावरजंगम भूतें आकाशादि पंचमहाभूतांपासून निर्माण करितो. हा चतुर्युगात्मक काल जीवांच्या बुद्धिवासनांनीं या पंचमहाभूतांपासून ही सर्व सृष्टि घडतो. म्हणजे या सृष्ट्युत्पत्तीला कारण काल, धीवासना व पंचमहाभूतें हें सप्तक आहे. याविरहित कोणी चेतन ईश्वर अथवा अचेतन प्रधान इत्यादिक कांहीं कारण आहे असें जर म्हणेल, तर तो साफ खोटें बोलतो असें समजावें. हे नारदा, जल, अंतरिक्ष, पृथ्वी, वायु व अग्नि हीं पंचमहाभूतें परिणामशून्य, अनाद्यनंत, शाश्वत व स्वयंभू असून हीं सत्त्वप्रधान प्रकाशाचे पुंजच आहेत; आणि काल हा यांच्या भरतीला सहावा आहे. या पंचभूतांहून खचीतच पलीकडे किंवा वरिष्ठ असें कांहीं नाहीं. कोणीही वादी श्रुतीचे आधारानें बोलूं जावो किंवा तर्कप्रामाण्यानें बोलो, तथापि यावत् स्थावरजंगम सृष्टि ही आतां सांगितलेल्या या सहा तत्त्वांचाच परिणाम किंवा कार्य असून हीं सहाही तत्त्वें त्या प्रत्येक कार्यांत अनुस्यूत आहेत असेंच त्याला पतकरावें लागेल. या सहांपलीकडे कारणभूत असें कांहीं आहेच असें जर तो दाखवून देण्याच्या प्रयत्नांत पडला, तर फार फार झालें तर तो असत् म्हणजे अभाव किंवा अज्ञान याचें नांव घेऊं शकेल; यापलीकडे नाहीं. एतावता हीं पांच महाभूतें, सहावा काल म्हणजे जीव, सातवा भाव म्हणजे पूर्वसंस्कार, आणि आठवा अभाव म्हणजे अज्ञान याप्रमाणें स्थावरजंगम भूतांच्या उत्पत्ति लयांचीं हीं आठ शाश्वत कारणें आहेत. कोणताही जंतु ज्या वेळीं आपल्या दृष्टीला नाहींसा झालासा वाटतें, त्या वेळीं तो पुनः या पंचतत्त्वांच्या[1]

[1] या कारणानेंच "पंचत्वं गतः' म्हणजे मेला असा म्हण पडली आहे.

रूपालाच जाऊन मिळतो. सारांश, सर्व स्थावर-जंगमांचे देह नाशकालीं या तत्त्वांतच लय पावतात, व उत्पत्तिकालीं यांतूनच बाहेर येतात. कोणत्याही जंतूच्या शरीरांत या तत्त्वांची वांटणी येणेंप्रमाणें असते: त्याचा देह पृथ्वीतत्त्वापासून व त्याचें कर्णरंध्र आकाशतत्त्वापासून झालेलें असतें; त्याचे नेत्र सूर्यमय तेजस तत्त्वापासून, प्राण वायूपासून व रक्त जलतत्त्वापासून झालेलें असतें. नेत्रयुग्म, नासिका, कर्णयुग्म, त्वचा आणि पांचवी जिव्हा हीं पांच इंद्रियें त्या पांचांचे जे विषय त्यांचीं ज्ञानसाधनें आहेत, असें ज्ञाते समजतात. या पंचेंद्रियांचे जे व्यापार त्यांना दर्शन, श्रवण, घ्राण, स्पर्शन व रसन अशीं नांवें आहेत; व रूप, गंध, रस, स्पर्श व शब्द हे त्यांचे गुण आहेत. याप्रमाणें पांच इंद्रियांच्या पंचधा व्यापारापासून त्यांचे पंचविषय उपलब्ध होत असतात. आतां हीं पंचेंद्रियें व त्या इंद्रियांच्या द्वारानें प्रकाशमान होणारे पंचविषय हे उभयही पंचभूतात्मकच आहेत असें तूं युक्तीनें पाहिलेंस म्हणजे ध्यानांत येईल. उदाहरणार्थ—घ्राण म्हणजे नाक व त्याचा विषय गंध हे उभयही एकाच म्हणजे पृथ्वीतत्त्वाचे परिणाम आहेत. याचप्रमाणें रूप, चक्षु इत्यादिकांची योजना जाणावी. या पंचेंद्रियांचें अधिष्ठातें जें मन तेंही पंचभूतात्मकच आहे व त्याचा प्रवर्तक जो विज्ञानमय तोही तद्रूपच आहे. एतावता, द्रष्टा, दर्शन व दृश्य हीं तिन्ही एकरूपगुणात्मकच आहेत; व हे सर्व——मुख्य जो विज्ञानमय त्याचेच गुण आहेत. कारण, तोच पंचधा होऊन या पंचेंद्रियांनीं पंचविषयांचे भोग घेत असतो. मात्र इंद्रियांनीं जें विषयज्ञान होतें तें इंद्रियांना होत नसून त्यांचा नायक जो विज्ञानात्मा त्याला होत असतें;—तो इंद्रियांना द्वारें करून विषयज्ञान घेत असतो. आतां या इंद्रियांपासून तों क्षेत्रज्ञापर्यंत परंपरा अशी आहे: प्रथम हा पंचेंद्रियसमूह, त्याहून चित्त श्रेष्ठ, चित्ताहून मन श्रेष्ठ, मनाहून बुद्धि आणि बुद्धीहून क्षेत्रज्ञ किंवा विज्ञानात्मा श्रेष्ठ होय. यामुळें प्रथमतः प्राण्याला इंद्रियद्वारा पदार्थांचें सामान्यज्ञान होतें; नंतर मनानें तो त्याचा विशिष्ट किंवा पृथक् बोध घेतो; नंतर मनानेंच हें किं हें असा प्रश्न उभारून बुद्धि त्या प्रश्नाचा उलगडा लाविते; व अखेर बुद्धिस्थित जो विज्ञानात्मा तो इंद्रियद्वारा उपलब्ध झालेल्या विषयांपासून काय घेणें तें घेतो.

या प्रकारें पंचज्ञानेंद्रियें, चित्त, मन व आठवी बुद्धि या आठांना अध्यात्मवेत्ते ज्ञानेंद्रियें असें म्हणतात. आतां पंचकर्मेंद्रियेंही कोणतीं तीं ऐक. कर, चरण, गुद, उपस्थ व पांचवें मुख या ज्यांना संज्ञा आहेत तीं हीं पांच कर्मेंद्रियें होत. यांपैकीं मुख हें कर्मेंद्रियांत गणण्याचें कारण—त्याचे द्वारानें भाषण व भक्षण हे दोन व्यापार होतात. चरण म्हणजे उभय पाय—यांचे योगानें गमनाचा व्यापार

---

१ अंतःकरणाच्या ज्या वृत्तीला विषयाचें तद्गतविशेष-रहित केवळ सामान्यत्वानें ज्ञान होतें तिला चित्त म्हणतात. उ०—आपण कधीं कधीं म्हणतों, ' कोणसें गेलें खरें, पण कोण तें नीट ध्यानांत आलें नाहीं. ' येथें, दृष्टीवरून जाणाऱ्या पदार्थांचा केवळ सामान्यत्वानें बोध घेणें या अंतर्वृत्तीला चित्त असें म्हटलें आहे. मन हें चित्तापासून भिन्न आहे. त्याला वस्तूच्या विशिष्ट स्वरूपाचें ज्ञान झालेलें असतें; परंतु ती वस्तु स्वीकारावी वा न स्वीकारावी अशा प्रकारचा संशय—ज्याला संकल्पविकल्प असें म्हणतात तो—त्याचे ठिकाणीं असतो. बुद्धीची पायरी मनाचे वरची आहे. मनाला घोटाळ्यांत पाडणारे जे संकल्पविकल्प त्यांचा उलगडा करून दोहोंपैकीं कोणतें मात्र त्याचा ती ठाम निश्चय ठरविते.

होतो म्हणून हें गमनेंद्रिय होय. काम करणारें जें इंद्रिय त्याला कर असें म्हणतात. गुद व उपस्थ यांचें कार्य विसर्गात्मक म्हणजे देहांतील मल बाहेर टाकण्याचें असें एकच स्वभावाचें आहे; पैकीं गुदानें पुरीषाचा व उपस्थानें मूत्र आणि कामोत्कंठा झाली असतां रेत यांचा विसर्ग केला जातो. या पंचेंद्रियांच्या या पांच कार्यांना बल देणारें असें कांहीं तरी एक इंद्रिय असलें पाहिजे, तेव्हां तें सहावें कर्मेंद्रियच असें मी म्हणतों; आणि ज्याप्रमाणें माझे ठिकाणीं हीं सहा कर्मेंद्रियें आहेत, त्याचप्रमाणें इतर सर्वांचेही ठिकाणीं आहेत असें मी समजतों.

याप्रमाणें,नारदा,मीं तुला ज्ञानेंद्रियें,कर्मेंद्रियें व त्यांचे गुण हें सर्व नांवें देऊन सांगितलें. हीं इंद्रियें थकून जाऊन आपआपल्या व्यापारांपासून उपरम पावतात त्या वेळीं प्राणी इंद्रियव्यापार बंद करून निद्रा घेतो. पण अशा वेळीं म्हणजे निद्राकालीं जर केवळ इंद्रियें उपरत झालीं असून मन उपरम पावलें नसेल तर तें विषय भोगीतच राहतें; आणि या स्थितीलाच स्वप्नदर्शन असें म्हणतात. स्वप्नामध्यें विषयभान कोठून अशी शंका येईल, (कारण, त्या वेळीं बाह्येंद्रियविषय अर्थात्च तेथें नसतात.) तर तिचें उत्तर असें आहे कीं, जागृतींत जे सात्त्विक, राजस व तामस असे त्रिगुणात्मक विषय आपण पहातों, त्यांचेच ठसे वासनारूपानें अंतर्यामीं कायम असतात, त्यांसह हें मन स्वप्नस्थितींत व्यापार करीत असतें. सारांश, जागृतीप्रमाणेंच सात्त्विकादि त्रिगुणात्मक विषय स्वप्नस्थितींतही भोग देऊं शकतात, असें म्हणणें आहे. या स्वप्नस्थितीस पाहणारा मनुष्य मूळ म्हणजे जाग्रदवस्थेंत जर सत्त्वपूर्ण वृत्तीचा असेल, तर या वेळींही त्याची स्मृति आनंद, कर्मसिद्धि, ज्ञान, वैराग्य इत्यादिक सात्त्विक वृत्तींचे निदर्शक अशाच भावांचा आश्रय करिते. (आनंदमय, ज्ञानमय अशींच स्वप्नें पडतात. याचप्रमाणें तामस, राजस व मिश्र वृत्तीचे परिणाम समजावे.) मनुष्य सात्त्विक, राजस किंवा तामस यांपैकीं ज्या वृत्तीचा असेल, त्या वृत्तीप्रमाणें त्याची स्मृति प्राक्कर्मबलानें त्या त्या भावांचा आश्रय करून तें प्रत्यक्षाप्रमाणें त्या जीवाला भोगप्रद करविते. जागृतींतील भाव स्वप्नांत नष्ट होतात व स्वप्नांतील भाव जागृतींत उरत नाहींत आणि स्वप्न व जागृति या दोहोंतील भाव सुषुप्तींत नाहींतसे होतात. हा प्रत्यक्ष अनुभव आहे आणि हा अनुभव मोठा आशाजनक आहे. कारण, या अनुभवावरून हे जाग्रदादि अवस्थांतील भाव उच्छेदशील आहेत असें स्पष्ट ठरतें; आणि ही गोष्ट ज्या अर्थी खरी आहे, त्या अर्थी, कोणत्या तरी युक्तीनें त्यांचा आत्यंतिक उच्छेद होणें संभाव्य आहे असेंही ठरतें आणि असा आत्यंतिक उच्छेद करितां आला म्हणजे आपलें काम झालें. कारण, त्यालाच मोक्ष म्हणतात आणि तोच आपणांस पाहिजे आहे. आतां, हीं आठ ज्ञानेंद्रियें, सहा कर्मेंद्रियें आणि सात्त्विक, राजस, तामस हे तीन भाव मिळून हे सतराही —अग्नि आणि त्याची ऊष्णता या न्यायानें— देहांत नांदणारा जो शाश्वतस्वरूप देही म्हणजे भोक्ता त्या अठराव्याचे गुण आहेत; आणि गुण व गुणी यांचा नित्यसंबंध किंवा ऐकात्म्य असल्यानें त्यांचा उच्छेद होणें अशक्य आहे, अशी जर येथें कदाचित् कोणास शंका आली, तर त्या शंकेचें उत्तर असें आहे कीं, हे जे सतरा गुण सांगितले, त्यांचा भोक्त्याशीं अग्नि व त्याची ऊष्णता अशा प्रकारचा संबंध नसून ते भोक्त्याला परके आहेत. कारण, ते सर्व अविद्येपासून उत्पन्न झालेले आहेत; आणि त्यांचा उपभोग घेण्यापुरताच हा देही

म्हणजे भोक्ता त्यांच्या समुच्चयाशीं म्हणजे देहाशीं संबंध करितो. अर्थात्च ते त्यापासून भिन्न असल्यामुळें त्यांचा उच्छेद शक्य आहे. अथवा असेंही म्हणतां येइल कीं, हे सतराही गुण अठराव्या अविद्येसह देहाकार घेऊन शरीरी जो भोक्ता (आत्मा) त्याचा आश्रय करितात; आणि त्या आत्म्याचा वियोग झाला म्हणजे ते देहाकारानें न उरतां पूर्वी सांगितल्याप्रमाणें जिकडच्या तिकडे जातात, हा अनुभवच आहे. अथवा असेंही मानावें कीं, ज्याला आपण पांचभौतिक शरीर असें म्हणतों, तें पूर्वोक्त अविद्येसह अठरा गुण व वृत्तिरूप अनुभव आणि जठरस्थ अग्नि मिळून जो विसांचा गण त्या सर्वांचा समुच्चय आहे; व शरीररूपी संघात ज्याच्या अनुभवार्थ किंवा भोगार्थ निर्माण होतो, तो शरीरी म्हणजे क्षेत्रज्ञ होय. हा क्षेत्रज्ञ सर्व प्रमाणांचा, त्यांच्या आभासांचा व अभावांचाही प्रकाशक असून अखंड संविद्रूप असतो. कोणी शंका करील कीं, आम्हांस तर शरीराचें धारण व मोचन प्राणवायूचे अस्तित्वावर अवलंबून दिसतें व यामुळें प्राणच या शरीराचा मुख्यतः धारक आहे; तर हें म्हणणें बरोबर नाहीं. खरी गोष्ट अशी आहे कीं, हा जो वीस गुणांचा ज्ञाता क्षेत्रज्ञ नामक एकविसावा--ज्याला सर्वांत वरिष्ठ म्हणून महान् असेंही म्हणतां येईल--तो या प्राणरूप वायूला साधनभूत करून या शरीराचें धारण करीत असतो; आणि देहनाशाच्या वेळीं प्राणवियोगामुळें देहपात होतो असें जें आपणांस वाटतें, त्याचें कारण--प्राण हा बलाढ्य असल्यामुळें हा क्षेत्रज्ञ त्याला निमित्तमात्र करून त्याकडून तें काम करवितो इतकेंच. ज्याप्रमाणें घट वगैरे वस्तु भूतसंघातापासून उत्पन्न होतात व कालांतरानें नाश पावून पंचभूतांत मिसळतात, त्याचप्रमाणें हा जीवही प्रारब्धकर्माचा (सांप्रत उपभोगार्थ विनियुक्त केलेल्या पुण्यपापांचा) निकाल झाला म्हणजे देहनाश होऊन त्याबरोबर लय पावतो आणि पुनरपि संचित पापपुण्यांच्या प्रेरणेमुळें कालांतरानें दुसरा नवीन देह उत्पन्न झाला म्हणजे त्या देहांत शिरतो; आणि पुनरपि तोही देह टाकून याच नियमानें आणखी एका देहांत शिरतो. याप्रमाणें, कोणीही मनुष्य पहिलें घर मोडलें असतां तें सोडून जसा दुसऱ्या घरांत शिरतो, तसा हा क्षेत्रज्ञही कालप्रेरणेनें एका देहानंतर दुसऱ्याचा, दुसऱ्यानंतर तिसऱ्याचा असा अनेक देहांचा आश्रय करून चालतो. हा प्रकार पाहून, देह व देही (जीव) यांचा खरा संबंध कोणत्या प्रकारचा आहे हें ज्ञात्यांना निश्चितपणें कळलें असल्यामुळें ते देहवियोगाबद्दल मुळींच क्लेश मानीत नाहींत. परंतु जे क्षुद्रबुद्धि जीव आहेत, त्यांना, आपला देह व स्त्रीपुत्रादि यांचा दृढसंबंध आहे असा भ्रम पडल्यामुळें ते वियोगाबद्दल हाय हाय करीत असतात. खरें बोलूं जातां हा जीव कोणाचाही (संबंधी) नाहीं व याचाही कोणी नाहीं. (अर्थात्च स्त्रीपुत्रादिकांशीं याचा कांहीं संबंध नाहीं.) हा केवळ एकटा आणि अविनाशी असून कर्मयोगानें अनेक शरीरें व त्यांत अनुभविलीं जाणारीं सुखदुःखें यांचा निर्माणकर्ता आहे. असा प्रकार असल्यामुळें, कधीं तरी योगायोगानें याला ज्ञान होऊन त्याचा कर्मदाह झाला म्हणजे तो कर्मबंधांतून मोकळा होऊन परमगतीला पावतो. मग अर्थात्च जन्मास येणें आणि मरणें हें त्याला उरत नाहीं. आतां, ज्ञान जरी झालें तरी त्याच क्षणीं हा देह नष्ट होत नाहीं, याचें कारण--तो देह पूर्वीच्या पुण्यपापांच्या हिशोबानें बनविलेला असतो आणि

१ न प्राणेन नापानेन मर्त्यो जीवति कश्चन । इतरेण तु जीवन्ति यस्मिन्नेतावुपाश्रितौ (श्रुतिः)

तो हिशोब भोगून पुरा केल्याशिवाय देहपात होत नाहीं. परंतु तो हिशोब पुरा होऊन एकदा देहपात झाला म्हणजे ज्ञानाग्नीनें संचित कर्माचा अगोदरच क्षय किंवा दाह झाला असल्यामुळें पुनर्देहोत्पादक कारण नाहींसें होऊन अर्थात्च तो पुनरपि देहांतरांत जात नाहीं; तर थेट ब्रह्मालाच पोंचतो. सांख्यशास्त्रानें क्षेत्र व क्षेत्री यांचा निवाडा करून जें ज्ञान बोधित केलें, तें जीवांनीं पापपुण्यांचा ज्ञानानें दाह करून मोकळें व्हावें एवढ्यासाठींच केलें; आणि याप्रमाणें संचित कर्माचा क्षय झाला असतां हा जीव कैवल्याला पोंचतो असें शास्त्रदृष्टीनें पंडितांस स्पष्ट कळून येतें.

अध्याय दोनशें शहात्तरावा.

—:०:—

मांडव्यजनकसंवाद.

युधिष्ठिर म्हणालाः—पितामह, आह्मीं क्रूर व पापी पांडवांनीं आपले भाऊ; बाप, नातू, जातिबंधु, स्नेही व पुत्रही केवळ द्रव्यास्तव मारिले; आणि हें सर्व पातक ह्या द्रव्यतृष्णेनें आम्हांकडून करविलें. त्या अर्थी, ही जी दुष्ट द्रव्यतृष्णा तिचा परिहार मीं कसा करावा हें मला सांगा.

भीष्म उत्तर करितातः—यासंबंधानेंही पूर्वीं मांडव्य ऋषीनें प्रश्न केला असतां त्यास विदेहराजानें जें उत्तर दिलें तें पुरातन इतिहासाच्या रूपानें सांगत असतात.

विदेह मांडव्याला म्हणालाः—बाबारे, मी एवढें राज्य चालवीत असूनही मला कसें तें दुःख माहीत नाहीं. मी सर्वदा उत्तम आनंदांत असतों याचें रहस्य एवढेंच कीं, या एवढ्या राज्यांत 'माझें' असें अमुक एक आहे असें मी मानीतच नाहीं. तें येथपर्यंत कीं, आज जर ह्या सर्व मिथिला नगरीला आग लागली तरी माझा एक सुतळीचा तोडा जळला इतकें देखील माझे मनास शिवणार नाहीं ! बाबारे, जो खरा ज्ञाता आहे, त्याला केवढेंही समृद्ध वैभव असलें तरी त्याची नुसती कल्पना देखील डोळ्यांत गेलेल्या केराप्रमाणें दुःसह वाटून सलत असते; परंतु त्याचेच उलट—जे मूर्ख आहेत त्यांना क्षुद्र संपत्ति पाहूनही तोंडास पाणी सुटतें. ह्या लोकांत कामतृप्तीपासून जें कांहीं सुख होत असेल, किंवा परलोकींचें जें मोठें दिव्य सुख म्हणून म्हटलें जातें, त्यांची योग्यता खरोखर तृष्णाक्षयापासून होणाऱ्या सुखाच्या पासंगाला देखील लागत नाहीं. ज्याप्रमाणें बैलाचें शिंग तो वाढेल तसतसें वाढत जातें, त्याचप्रमाणें जों जों द्रव्य मिळत जातें तों तों त्याविषयीं तृष्णा अधिकाधिक वाढत जाते. या सर्वांतील रहस्य असें आहे कीं, कोणत्याही वस्तूवर एकदा 'ही माझी' अशी आपण भावना धरिली, म्हणजे (तेथेंच दुःखाची बी रुजत पडली ! कारण) ती ममतेची वस्तु नष्ट झाली कीं तीच उलट दुःखहेतु होते. यास्तव कामाचे किंवा इच्छेचे नादीं लागूं नये. इच्छेचे नादीं पडणें हेंच दुःख होय. (कोणी म्हणतात, आम्ही सद्व्यय करावा म्हणून द्रव्य मिळवण्याची खटपट करितों; परंतु हेंही त्यांचें करणें चुकीचें आहे.) धर्म करणें तरी सहज सुखानें अर्थ प्राप्त झालाच तर त्यानें करावा; मात्र त्या अर्थानें कामतृप्ति करूं नये. (एवढेंच तारतम्य.) कामाला सदा फांटाच द्यावा. जो विद्वान् आहे, त्यानें आपल्याप्रमाणेंच भूतमात्र सुखी असावें अशी इच्छा धरावी; आणि निर्मलचित्त व कृतकृत्य होऊन पाप व पुण्य या दोहोंसही रामराम ठोकावा. असला विद्वान् सत्य व अनृत, शोक व आनंद, प्रिय व अप्रिय, भय व अभय या सर्व द्वंद्वांना रजा देऊन निर्विकल्प व शांत स्थितींत असतो. जी दुर्बु-

द्धींना कांहीं केल्या सोडवत नाहीं, जी आपण झातारे झालों तरी झातारी होत नाहीं, व जी केवळ प्राणांत करणारी व्याधिच आहे, अशी जी ही तृष्णा–हिला जो तिलांजुळी देईल, त्याचेंच सुख ! म्हणून, जो खरा धर्मनिष्ठ आहे तो ह्या तृष्णारोगाला उपटून लावून आपलें चारित्र निर्दोष व पूर्णचंद्राप्रमाणें धवल करण्याविषयीं यत्न ठेवितो व तेणेंकरून येथें आणि परलोकींही त्यास कीर्ति व सुख मिळतें.

युधिष्ठिरा, राजा विदेहाचें हें बोलणें ऐकून तो मांडव्य ब्राह्मण फार प्रसन्न झाला व त्या वाक्याचा (वर्तनानें) आदर करून अंतीं तो मोक्षाला गेला.

अध्याय दोनशें सत्याहत्तरावा.

—:०:—

पितापुत्रसंवादवर्णन.

युधिष्ठिर म्हणालाः—पितामह, प्राणिमात्राला भय उत्पन्न करणारा असा हा कृतान्त काल आपली (शतवार्षिकी) मर्यादा सोडून वाटेल तेव्हां प्राण्यांवर हल्ला करीत सुटला आहे, अर्थात् जीवित अत्यंत अनियमित झालें आहे. अशा स्थितींत शास्त्रमर्यादेप्रमाणें ब्रह्मचर्यादि चतुराश्रमांचें पालन करीत संन्यासाला पोंचून मोक्षास जाणें हें दूरापास्त दिसतें. याकरितां, अशा स्थितींत मोक्षप्राप्ति कोणत्या उपायानें घडेल तो उपाय मला सांगा.

भीष्म सांगतातः—युधिष्ठिरा, यासंबंधानेंही एक प्राचीन इतिहास उदाहरणार्थ सांगत असतात. तो ह्मणजे पितापुत्रांचा एक संवाद होय. तो मी तुला सांगतों.

पार्था, कोणा एका स्वाध्यायरत ब्राह्मणाला मेधावी नांवाचा मोठा बुद्धिमान् मुलगा होता. हा मुलगा मोक्षधर्मात मोठा कुशल होता. आपला पिता केवळ वेदाची घोकंपट्टी करीत असून मोक्षाविषयीं अगदींच अनभिज्ञ आहे असें पाहून तो त्यास म्हणाला, “ हे तात, मनुष्यांचें आयुष्य तर वेगानें नाहींसें होत आहे; तेव्हां हें ओळखणाऱ्या सुज्ञानें आत्मतारणार्थ काय करावें ? कोणकोणत्या क्रमानें धर्माचरण करावें म्हणजे त्याला श्रेयःप्राप्ति होईल तें मला यथार्थ सांगा, ह्मणजे मीं त्या धोरणानें धर्मसंग्रह करीन.

पिता म्हणालाः—हे पुत्रा, प्रथम ब्रह्मचर्यानें राहून त्या आश्रमांत वेदाध्ययन करावें; नंतर गृही होऊन पितरांचे उद्धारार्थ संतति उत्पन्न करावी व आहिताग्नि होऊन यथाविधि यज्ञयजन करावें. तें करून दृष्टसंतान होऊन मग वनांत जाऊन वानप्रस्थ वृत्तीनें रहावें व ब्रह्मविचारास लागावें.

पुत्र म्हणालाः—बाबा, या लोकावर सर्वदा घाले पडत असतांना, हा लोक चौफेर वेढला किंवा ग्रासला गेला असतांना, व यावर अनिवार्य अशीं संकटें आदळत असतांना तुह्मी आपले असे थंडपणें शांत गोष्टी सांगतां, याला काय म्हणावें ? (हे यथाक्रम आश्रम केव्हां आणि कसे व्हावे ?)

पिता म्हणालाः—कायरे, मला असा तूं भिववितोस का ? या लोकावर घाले कसले पडत आहेत ? याला चौफेर वेढलें आहे कोणीं ? आणि यावर अनिवार्य संकटें तीं कसलीं आदळत आहेत ? अरे, मला सांग तरी; मला तर कांहींच यांतलें दिसत नाहीं !

पुत्र म्हणालाः—बाबा, या लोकावर मृत्यूचे सारखे घाले येत आहेत; याला जरेनें वेढलें आहे; व आयुष्य हरण करणारीं अहोरात्ररूप अनिवार्य संकटें यावर आदळत आहेत; याची आपणांस कशी ती दादच नाहीं हें काय ? तुह्मी वाटेल तें सांगाल, पण मला जर स्वतः हें कळतें आहे कीं, मृत्यु कोणासाठीं

थांबत नाहीं, तर मी आज्ञानांत गुरफटलेला राहून तुमच्या या पायच्या चढण्याची वाट कोठपर्यंत पाहूं? आली रात्र जर मनुष्याचें आयुष्य कमी कमी करिते आहे, तर प्राण्यांची स्थिति ह्मणजे उथळ पाण्यांत पडलेल्या मासळीसारखी आहे; (कोण केव्हां मारील याचा नेम नाहीं!) मग अशा स्थितींत सुख हें कोणाला बरें मिळेल? आपले ध्यानींमनींही नसतांना व आपले हेतु सिद्ध होण्यापूर्वींच मृत्यु हा माणसाला पटापट घेऊन जातो; आणि मनुष्य फुलें तोडतांना जसा बेसावध असतो तसा असतो; तेव्हां असा थंडपणा कसा चालेल? अशा स्थितींत मनुष्यानें उद्यां करण्याचें काम आजच करावें; अपराह्णीं करणें असेल तें पूर्वाह्णींच करावें. कारण याचें संकेतित काम पुरें झालें न झालें हें मृत्यु पहात बसत नाहीं. याकरितां, बाबा, आपल्या शाश्वत कल्याणाचा जो उपाय असेल तो आजच करा; यावर फार काळ लोटूं देऊं नका; कारण, आज कोणाचे मृत्यूची वेळ येऊन ठेपेल हें ठाऊक कोणाला? आपली कामगिरी अपुरी असतांही जर मृत्यु आपणास खेंचितो आहे, तर पूर्ववयांतच (मोक्ष-) धर्मपरायण होणें बरें. कारण, आयुष्य अनिश्चित आहे. माझे ह्मणण्याप्रमाणें आतांच धर्माचरण केल्यास इहपरत्रीं शाश्वत सुखावाप्ति होईल; आणि हें न जाणतां जो कोणी मोहानें स्त्रीपुत्रांचे खटपटींत पडतो, तो मग खरें—खोटें कसेंही करून स्त्रीपुत्रांना संतुष्ट करण्यांत गढून जातो. मग तो पुत्रपशूंच्या नादांत गुंग झालेला असतां, पाण्याचे कडेला निजलेल्या वाघाला ज्याप्रमाणें मोठा लोंढा घेऊन जातो, त्याप्रमाणें त्याला मृत्यु घेऊन जातो, मनुष्य हा अजून भोग्य वस्तूंचा संग्रहच करीत असतो व त्यांच्या भोगाविषयीं तर अजून अगदींच अतृप्त असतो. अशा स्थितींत, एखादी लांडगी मेंढचाला गांठून अलगत उचलून नेते त्याप्रमाणें मृत्यु मनुष्यावर झडप घालून त्याला उचलतो. हें काम मीं पुरें केलें, तें दुसरें करणें आहे, तिसरें तें अर्धवट होऊन पडलें आहे, याप्रमाणें इच्छेनें व्यापलेल्या पुरुषाला मृत्यु अवचित उचलून नेतो. जे कर्मसंगी लोक आहेत त्यांना कृतकर्माचें फल प्राप्त नसतांना व ते शेतवाडी, व्यापारउदीम, घरदार यांतच निमग्न असतां मृत्यु झडप घालून त्यांस घेऊन जातो. पुरुष दुर्बल असो, बलाढ्य असो, ज्ञाता असो, बुद्धिमंद असो, शूर असो, कुशल असो,—कांहीं विचार न करितां व सकल कामार्थ प्राप्त झाले नाहींत तोंच मृत्यु त्याला उचलून नेतो. बाबा, मृत्यु, जरा, अनेक कारणांनीं प्राप्त होणारीं दुःखें व व्याधि हे मर्त्यांना अपरिहार्य आहेत हें जाणूनही आपण थंडसे बसतां याला काय म्हणावें? कोणताही शरीरधारी जन्मास आला रे आला कीं, त्याचा नाश करण्याकरितां जरा व मृत्यु हीं त्याचे पाठोपाठ उभींच असतात. कारण, जेवढे मिळून स्थावरजंगम पदार्थ आहेत, त्यांना हीं दोन (जरा व मृत्यु) अगदीं चिकटूनच आहेत. एका सत्यावांचून कोणीही असो—चाल करून येणाऱ्या मृत्यूच्या सेनेला बळानें मागें हटविण्यास तो असमर्थच आहे. सत्यापुढें मात्र मृत्यूचें कांहीं चालत नाहीं; कारण तेथें अमृताची वसति आहे. गांवांत किंवा जनवसतींत राहण्याची आवड म्हणजे मृत्यूच्या घरांत घुसण्याचीच आवड असें मी समजतों; व श्रुतिही अरण्यवासालाच देवांचा गोठा (वसतिस्थान) असें ह्मणते. गांवांत राहण्याची आवड हा एक गळफांस आहे.

१ मुंबई प्रतीचा पाठ ' सुप्तं व्याघ्रं महौघो वा ' असा आहे त्याप्रमाणें हें भाषांतर आहे. बंगाली प्रतींत " सुप्तं व्याघ्रो मृगामिव– " असा पाठ आहे, तोही समंजस आहे; व ती उपमा अधिक परिचित आहे.

जे पुण्यवान् आहेत ते याला सोडून दूर जातात; पातकी मात्र याला सोडीत नाहींत. जो मन, वाणी किंवा क्रिया यांचे निमित्तानें कोणाही प्राण्याची हिंसा करीत नाहीं, किंवा प्राण्याचे चरितार्थाचे साधनांचा अपहार करून त्यांना दुःख देत नाहीं, त्याचे वाटेस कोणीही प्राणी जात नाहीं. याकरितां, सत्यव्रताचें आचरण करून सत्यव्रत हेंच आपलें सर्वस्व मानून आपले सर्व कामही सत्यमय ठेवून, आणि सर्वत्र समदृष्टि व दान्त असा राहून पुरुषानें सत्याचे बळावर मृत्यूला जिंकावें. अमृत आणि मृत्यु हीं दोन्ही ह्या देहांतच आहेत; पैकीं मोहाचे योगानें मृत्यु प्राप्त होतो व सत्यानें अमृत प्राप्त होतें, हें जाणून मीं कामक्रोधांना बहिष्कार घालून व हिंसेचा अव्हेर करून, केवळ सत्याचा आश्रय करून सुखानें आरामांत रहातों व एखाद्या अमराप्रमाणें मृत्यूला हंसतों. शांतिरूपी यज्ञांत रत राहून आणि इंद्रियदमन व ब्रह्मयज्ञाचा आश्रय करून मी उदगायन येतांच वनांत मुनिवृत्तीनें राहून वाग्यज्ञ, मनोयज्ञ व कर्मयज्ञ करीत राहीन; कारण, मजसारख्याला पशुहिंसेनें यज्ञ करणें शोभत नाहीं. हे हिंसामय यज्ञ स्वर्गादि नश्वर किंवा सान्त अशीं फळें देणारे,—हें क्षत्रियांनाच योग्य आहेत; मजसारख्यानें अशांचा एखाद्या पिशाचाप्रमाणें अवलंब करणें अश्लाघ्य आहे. हे तात, मला प्रजेचें कारण नाहीं,—माझे ठिकाणीं मीच पुत्र होऊन व आत्मनिष्ठ राहून आत्मयज्ञानेंच मी आपलें तारण करून घेईन, मला पुत्रांनीं काय तारावयाचें आहे? ज्याची वाणी आणि मन हीं सर्वदा पूर्णपणें त्याचे कह्यांत असतात, व ज्याला तप, त्याग व योग यांचें बल आहे, तो एकटा वाटेल तें (मोक्ष देखील) प्राप्त करून घेईल. (त्याला पुत्राची अपेक्षा नाहीं!) ज्ञानासारखी दृष्टि नाहीं, विद्येसारखें फल नाहीं; रागा- (प्रीति-) सारखें दुःख नाहीं व ती त्यागासारखें सुख नाहीं. ब्राह्मण म्हटला कीं त्याला एकांतवास, समचित्तत्व, सत्यता, स्थिरशीलता, निरुपद्रवीपणा, सरलता व हळूहळू क्रियांचा उपरम यासारखी दुसरी धनदौलत नाहीं. ब्रह्मन्, आपल्याला जर मरावयाचें आहे, तर हें द्रव्य, हे बांधव किंवा ही स्त्री यांचा काय उपयोग? गुहेंत लपून असलेला आपला आत्मा कसा तो हुडकून काढा; आणि आपले आजे, पणजे, बाप हे कोठें गेले याचा नीट विचार करा.

भीष्म सांगतातः—पुत्राचें हें भाषण ऐकून त्या ब्राह्मणानें पुत्राचे उपदेशाप्रमाणें वर्तन केलें. याकरितां तूंही सत्यधर्मपरायण राहून तसेंच वर्तन कर. (म्हणजे मुक्त होशील.)

अध्याय दोनशें अठ्ठयाहत्तरावा.

—:०:—

हारीतकथित मोक्षसाधनवर्णन.

युधिष्ठिर विचारितोः—प्रकृतीचे पलीकडे असणारें जें ब्रह्माचें शाश्वत पद तें मिळविण्यास मनुष्य कोणत्या शीलाचा, कोणत्या आचाराचा, कोणत्या ज्ञानाचा व कोणत्या उपासनेचा पाहिजे?

भीष्म सांगतातः—प्रकृतीचे पलीकडील अत्युच्च जें शाश्वत स्थान, तें मोक्षधर्मांत गढून गेलेल्या, अल्पाहारी व जितेंद्रिय अशा पुरुषाला प्राप्त होतें. मनुष्यानें लाभहानीबद्दल सारखेंच उदासीन होऊन, व विषयोपभोग आयते वाढून पुढें आले असतांही त्यांविषयीं निरपेक्ष होऊन गृहवास सोडून, मुनिवृत्तीनें परिव्रज्या (पर्यटन करणें) धारण करावी; दृष्टीनें, मनानें किंवा वाणीनें कोणाची निंदा करूं नये; कोणाचे तोंडावर किंवा पाठीमागेंही दोषोद्घाटन करूं नये; कोणाही प्राण्याची हिंसा

करूं नये; सूर्याप्रमाणें सतत फिरतें रहावें; व या मनुष्यदेहांत येऊन कोणाशींही वैर असें करूं नये. आपली कोणीं निर्भर्त्सना केली तरी त्यानें सोसावी; कोणापुढेंही वरचढपणा किंवा घमेंडी मिरवूं नये; कोणीं क्रोधास आणीत असतां गोड बोलावें; व आपली निंदा केल्यास त्याशीं उलट सामोपचारानें बोलावें. गांवांत वागणें तें कोणाशीं प्रेम नाहीं, द्वेषही नाहीं असें वागावें; भिक्षेसाठीं सगळ्यों गांवभर हिंडूं नये व आगाऊ आमंत्रण देऊन ठेविलेल्या घरीं जाऊं नये; कोणीं अंगावर शेणमार केली तरी तोंड स्वाधीन ठेवावें व कोणालाही अप्रिय बोलूं नये; सर्वदा क्रूराशींही अक्रूर व दयाशील असावें; भय हें कोणाचेंच बाळगूं नये व आपली बढाईही सांगूं नये. मुनीनें गांवांत भिक्षेला जाणें तें धान्य कांडण्याचीं मुसळें वगैरे एकीकडे ठेवून दिल्यावर व स्वयंपाकघरांतील विस्तव विझवून धूर बंद पडल्यावर आणि घरांतील सर्व मंडळी जेवून पात्रें वाढण्याचें बंद झाल्यावर मग जावें. भिक्षान्न मिळविणें तें प्राणधारण करण्यापुरतेंच आणावें; पोटाचा डेरा खचून भरण्याइतकें आणण्याकडे लक्ष नसावें; वस्त्रादि इष्ट वस्तु मिळाली नाहीं म्हणून हिरमुष्टी होऊं नये व मिळाली म्हणून आनंद पावूं नये; सामान्य जनांना प्रिय वाटणारे जे स्रक्चंदनादि पदार्थ त्यांविषयीं प्रेम बाळगूं नये; कोणीं मोठ्या सन्मानानें खाऊं घालील तर तेथें जेऊं नये; एकादें ओसाड घर, वृक्षाचें मूळ, अरण्य किंवा गुहा यांत कोणालाही नकळत जाऊन रहावें, व तेथूनही दुसरेचकडे म्हणजे हृदयरूप गुहेंत शिरून आत्मरूपीं लीन होऊन रहावें. जनसंगतीचा अनादर व योगाचा अंगीकार करून त्यानें समवृत्ति, अचल व एकनिष्ठ रहावें; आणि कर्म करणेंच तर ज्यापासून पुण्यही पदरांत येणार नाहीं किंवा पापही नाहीं असें करावें. सदा तृप्त, सुसंतुष्ट, इंद्रियें व मुखमुद्रा सुप्रसन्न ठेवून निर्भय, जपनिरत व मौनाचा आणि वैराग्याचा आश्रय करून असावें; आपल्या ह्या पांचभौतिक देहाचे उपचयापचय या पंचभूतांचेच साह्यानें होत असतात हें वारंवार पाहून व त्याचप्रमाणें इतर प्राण्यांचें जन्मास येणें व मरणें हें ध्यानांत आणून त्यानें निस्पृह व समदृष्टि रहावें; आणि पक्कें–कच्चें जें मिळेल त्यानें निर्वाह करावा; अंतर्यामीं सदा प्रशांत राहून आहार लघु करावा व इंद्रियें स्वाधीन ठेवावीं. वाणीचा वेग, मनाचा वेग, क्रोधाचा वेग, हिंसा करण्याविषयींचा वेग व उदर आणि उपस्थ यांचे वेग, म्हणजे क्षुधा आणि मैथुनेच्छा यांचे वेग हे तपस्व्यांनीं दाबून धरावे; व कोणीं निंदा केल्यास आपले हृदयाला तिचा आघात होऊं नये. निंदा व स्तुति या उभयतांसंबंधें सारखेंच तटस्थ असावें; या प्रकारचें आचरण हें परिव्राजकस्थितींत फार पवित्र मानिलें आहे. मन थोर ठेवावें; सर्व बाजूंनीं इंद्रियदमन असावें; कोणालाच चिकटून राहूं नये; किंवा पूर्वाश्रमींचे आप्त, देश इत्यादिकांवर प्रेम ठेवूं नये. सौम्य व समाधान या वृत्तीनें राहून अनिकेत असावें म्हणजे कोणत्याही एका स्थळाला धरून राहूं नये; वानप्रस्थ व गृहस्थ यांच्याशीं त्यानें केव्हांही लगट करूं नये; जो पदार्थ मिळावा अशी आगाऊ कल्पना बांधलेली नसेल असाच पदार्थ घ्यावा; व कशाचेही प्राप्तीनें आपल्या हृदयाला हर्ष होऊं देऊं नये. ह्या प्रकारचें वर्तन हें ज्ञात्यांना मोक्षदायक आहे आणि मूर्खांना हेंच केवळ कष्टदायक आहे. याप्रमाणें, ज्ञात्यांनीं मोक्षास जाण्याचा मार्ग कोणता तो हारीतानें अशा प्रकारें पूर्णपणें सांगून ठेविला आहे. जो कोणी प्राणिमात्राविषयीं अहिंसावृत्ति धारण करून घरांतून

बाहेर पडेल, त्याला सर्व लोक तेजोमय होऊन अंतीं वाङ्मनसातीत असें कैवल्य प्राप्त होईल.

अध्याय दोनशें एकुणऐशींवा.

—:०:—

शुक्रवृत्रासुरसंवादकथन.

युधिष्ठिर ह्मणालाः—कुरुश्रेष्ठ, या जगतांत तर आह्मांला जो तो 'धन्य धन्य' ह्मणत आहे; परंतु खरें पाहतां आम्हांहून अधिक दुःखी असा दुसरा कोणीच पुरुष नसेल, असें मला वाटतें. आम्ही पांडव म्हणजे मनुष्यजातींत आलेले यम, इंद्र, वायु इत्यादि लोकपूज्य देवच आहों. असें असून आह्मांस ज्या अर्थी इतकें दुःख प्राप्त झालें आहे, त्या अर्थी हें शरीरधारणच दुःखप्रद आहे, असें आह्मांस वाटतें. तर सर्व दुःखांची हानि करणारा असा संन्यास आमचे हातून कधीं बरें घडेल? हे पितामह, जे तीव्रव्रती मुनी (पंचप्राण, मन, बुद्धि व ज्ञानकर्मेंद्रियें दहा) या सतरांचे तडाक्यांतून सुटले; तसेच संसाराला उत्तेजक होऊन मुक्तीला विरोध करणारे जे पांच (काम, क्रोध, लोभ, भय व निद्रा) योगदोष त्यांतून मुक्त होऊन, त्याचप्रमाणें शब्दादि पांच इंद्रियांचे विषय, सत्त्वादि तीन गुण व आकाशादि पांच स्थूल भूतें व अविद्या, अहंकार व कर्म—मिळून आठ—व हीं सर्व मिळून अडतीस यांच्या कचाटयांतून सुटले ते पुनः जन्मास येत नाहींत. तर आह्मींही हें राज्य सोडून अशा पुनर्जन्मनाशक परिव्राज्याचा आश्रय केव्हां करूं तें सांगा.

भीष्म ह्मणालेः—धर्मा, असा आतुर होऊं नको. तुला सांप्रत कदाचित् दुःख होत असलें तरी तें अनंत नाहीं, तें संपलें हें पाहिजेच. कारण, ह्या सृष्टींतील यावत् वस्तु समर्याद किंवा सान्त आहेत. फार काय, पण ज्याचा तुला एवढा घोर वाटतो आहे तो पुनर्भाव ह्मणजे ही जन्ममरणपरंपराही सान्त आहे. कारण, येथें अचल किंवा स्थिर असें कांहींच नाहीं. तूं कदाचित् ह्मणशील कीं, 'पुनर्जन्माला जरी कदाचित् मोक्षरूपानें अंत असला, तरी तो आम्हांला काय होय? कारण, आमच्या पायांत ही राज्यैश्वर्यरूप बळकट बिडी पडली आहे. ही तोडून आह्मीं पार कसे जाणार?' तर, बाबारे, ऐश्वर्य ही कांहीं स्वभावसिद्ध बिडी नव्हे, योगायोगानें तूर्त ती तुमच्या पायीं पडली आहे. तथापि तुह्मीं धर्मज्ञ आहां यामुळें शमादि-साधनसंपन्न होण्याचा सतत उद्योग करून कांहीं कालानें तरी या बंधनांतून सुटून मुक्त व्हाल. हे नृपाला, या मनुष्याचा पुण्यपापांवर सदाच ताबा चालतो असें नाहीं. दैवाचे बलवत्तेमुळें पूर्वकृत पापपुण्यांतून रागद्वेषरूपी अंधार उत्पन्न होऊन मनुष्याला गुरफटून टाकतो; परंतु शहाण्यानें त्या सुखदुःखोत्थ रागद्वेषांची पर्वा न धरतां मोक्षार्थ अव्याहत उद्योग चालू ठेवावा. कारण, देहकवच पांघरणारा हा जो आत्मा आहे तो स्वभावतः दुःखादिकांनीं सिद्ध नाहीं; परंतु ज्याप्रमाणें वायु स्वतः वर्णरहित असतांही काजळ किंवा गेरू यांच्या संसर्गानें काळा किंवा भगवा होऊन दाही दिशांनाही काळ्या भगव्या करून सोडितो, त्याचप्रमाणें हा आत्मा स्वतः निर्वर्ण असतांही कर्मफलसंयोगानें रंगून जाऊन तमानें विवर्ण(बेरंग)होऊन जातो व मग त्या दोषानें अनेक देहान्तरांत घिरट्या घेत बसतो. परंतु तोच हा जीव जेव्हां अज्ञानापासून होणारें हें तम ज्ञानबलानें दूर सारितो, तेव्हां त्याला सनातन ब्रह्माचा प्रकाश प्रकट होतो. या सनातन ब्रह्माविषयीं मुनींचें ह्मणणें असें आहे कीं, तें नित्य असल्यामुळें अयत्नसाध्य आहे; ह्मणजे कर्मानें साध्य होणारें नव्हे; तसें झाल्यास त्याकडे अनि-

त्यत्व येईल; तर तें कंठांतील विसरलेल्या हाराप्रमाणें आत्मगतच आहे; परंतु त्याविषयीं विस्मृति किंवा अज्ञान आहे. या अज्ञानाचा ज्ञानानें उच्छेद झाला म्हणजे तें आपलेपाशीं सिद्धच आढळून येतें. तर, युधिष्ठिरा, या कामीं तूं इतर लोक व प्रत्यक्ष अमरगण—जे आजपर्यंत मुक्त झाले आहेत त्यांचे अनुरोधानें चालावें हेंच ठीक आहे; आणि तसें चालणें म्हणजे ब्रह्मोपासना अखंड चालू ठेविली पाहिजे. कारण, मोठमोठाले ऋषिगण या गोष्टीची कधींही उपेक्षा करितांना आढळत नाहींत.

राजा, या कामीं पूर्वीं भ्रष्टैश्वर्य झालेल्या वृत्रासुर दैत्याला असुरगुरु शुक्राचार्य यांनीं कांहीं उपदेश सांगितला तो व तो वृत्रही त्याप्रमाणें वागला; तो इतिहास मी तुला सांगतों, तो एकाग्र मनानें ऐक. या वृत्रासुराचा या वेळीं युद्धांत पराजय होऊन, राज्य हिरावलें जाऊन व तो केवळ असहाय होऊन शत्रूंच्या गोटांत सांपडला होता; तथापि, त्यानें (शुक्राचार्यांचे उपदेशावरून) शोक न करितां केवळ निःसंग बुद्धि ठेवून ब्रह्मप्राप्तीचा उद्योग केला. तो प्रकार असा—

वृत्रासुर भ्रष्टैश्वर्य झाला असतां शुक्रानें त्यास विचारिलें, ' हे दानवपते, आज तुझा पराजय झाला म्हणून तुला दुःख नाहीं ना होत?' वृत्रानें उत्तर केलें, " भगवन्, सत्य व तप यांचे बलानें मला प्राणिमात्राचे उत्पत्तिलयांचा सर्व खेळ निभ्रांत कळून चुकल्यामुळें मी आतां कशाचा शोक करीत नाहीं कीं हर्षही मानीत नाहीं. मी असें पाहतों व ज्ञातेही हेंच सांगतात कीं, हे सर्व जीव कालाचे प्रेरणेनें परतंत्र होऊन नरकांत पडतात व जे कोणी धन्य असतील तेही त्याचेच प्रेरणेनें दिव्य लोकास जाऊन परितुष्ट स्थितींत नांदतात. त्यांचा स्वर्गांतील किंवा नरकांतील वसतीचा काल—त्यांच्या पुण्यपापांचे धोरणाप्रमाणें कालानें आगाऊच गणून नेमलेला असतो. तेवढा काल भोगून बहुतेक संपत आला म्हणजे जो थोडा-बहुत अवशेष राहिला असेल त्याचे प्रभावानें ते कालाचे प्रेरणेनें पुनः पुनः जन्मास येतात. हे जीव इच्छेच्या किंवा संकल्पाचे गळफासांत सांपडून सहस्रावधि नीच योनींतून फेऱ्या करून अखेर निरुपाय होऊन नरकांतही पडतात. मला अतींद्रिय ज्ञान असल्यानें जीवांचा हा एकसारख्या फेऱ्या फिरणारा ओघ मला समक्ष दिसत आहे; व ' जसें कर्म तसें फळ ' अशा शास्त्राचाही अभिप्राय माझेच मताला पुष्टि देत आहे. सर्व लोकांची गति एकच आहे. ती अशी कीं, जीवांनीं पूर्वीं ज्याप्रमाणें प्रीतियुक्त किंवा द्वेषयुक्त कर्में केलीं असतील, त्याप्रमाणें त्यांचीं सुखदुःखमय फळें भोगण्याकरितां कृतांत म्हणजे कृतकर्मांचा निवाडा लावणारा जो यमधर्म त्याचे आज्ञेप्रमाणें ते जीव पुढें पश्वादि तिर्यक्योनि, किंवा मनुष्ययोनि, किंवा देवयोनि, किंवा नरक यांत जातात. सारांश, सर्व भूतें सर्वकाल ह्या अनादिकालापासून मळलेल्या मार्गानेंच जा ये करीत असतात. मात्र हा[1] मार्ग वारंवार तुडविण्याचें अशांचेच वांट्यास येतें. कारण, ह्या मार्गाची लांबी कर्माचे काठीनें मोजली जाते. (अर्थात् ज्ञानहीन कर्ममार्ग्यांचेच वांट्यास हा येतो.) व या मार्गामुळें सृष्टीची स्थिति सर्वदा कायम राहते."

याप्रमाणें वृत्रानें भाषण केलें असतां, शुक्राचार्य त्याला म्हणाले:—बा वृत्रा, तूं शहाणा असून अशीं वेडीं वांकडीं भाषणें काय बोलतोस?'

वृत्र म्हणाला:—महाराज, आपण व आपणां-

१ या ठिकाणीं मुळांत ' सृष्टिस्थितिपरायणं ' हें पद आहे. तें नीलकंठांनीं ' परमात्मानं ' अशा अर्थी घेतलें आहे. परंतु आमचे दृष्टीनें त्याचा संदर्भ नीटसा वाटत नाहीं.

सारखेच जे इतर कोणी विचारी आहेत, त्यांना ही गोष्ट प्रत्यक्षच माहीत आहे कीं, समरांत जय व्हावा ह्या लोभानें पूर्वी मीं तीव्र तप आचरिलें. इतर प्राण्यांना गम्यमान् असणारे अनेक उपभोग्य गंध व रस हे मी आपल्या उपभोगार्थ ओढून घेऊन स्वतेजानें इतका वाढलों कीं, तिन्ही लोकांना व्यापून उरलों! माझे देहाभोंवतीं तेजाच्या ज्वाला उठलेल्या दिसत. असें माझें तेज असून, मी सर्व भूतांना अजिंक्य होत्साता नित्य निर्भयपणें विमानांत बसून फिरत असें. असलें अलौकिक ऐश्वर्य तपोबलानें मीं मिळविलें; बरें, पुढें माझेच कर्मदोषानें तें मीं गमाविलेंही! आणि दोन्ही प्रकार मी स्वांगीं अनुभविले असल्यानें, हे भगवन्, मी सद्यस्थितींतही धैर्य धरून आहें, व कशाचाही शोक करीत नाहीं. परवां जेव्हां मी महेंद्राशीं युद्ध करण्याकरितां उभा राहिलों, तेव्हां त्याचे साह्यार्थ रणभूमीवर आलेला प्रभु भगवान् नारायण हरि—ज्याला वैकुंठ, पुरुष, अनंत, शुक्र, विष्णु, सनातन, मुंजकेश (मुंज गवताप्रमाणें पिंगट केशांचा) व हरिश्मश्रु (पिंगल रंगाचे दाढीचा) असें म्हणतात, व जो सर्व लोकांच्या बापांचाही बाप आहे, त्यास पाहिलें. हे भगवन्, त्या नारायणाचे दर्शनानें गांठीं पडलेलें जें पुण्य त्याचा कांहीं अवशेष माझे पदरीं अजून आहे, म्हणूनच कर्माची गति काय म्हणून आपणांस प्रश्न करण्याची मला बुद्धि झाली असें मी समजतों. खरें खरें महदैश्वर्य आहे तें ब्रह्म आहे. तें ब्राह्मणादि चार वर्णांपैकीं कोणत्या वर्णाचे ठिकाणीं स्थिर आहे? व हें ब्रह्मरूपी उत्तम ऐश्वर्य कसें निवृत्त होतें? कोणाचे आधारावर हीं भूतें जगतात व हालचाल करितात? कोणतें उत्तम ज्ञान प्राप्त झालें असतां जीव हा शाश्वत ब्रह्मरूप होऊन जातो? त्याचप्रमाणें, हे ब्रह्मन्, कोणत्या कर्मानें किंवा कोणत्या ज्ञानानें तें ब्रह्मरूपी फल प्राप्त करून घेतां येईल, तें मला स्पष्ट करून सांगावें.

हे राजसिंहा पुरुषश्रेष्ठा, या प्रकारें प्रश्न केला असतां त्या शुक्र मुनींनीं काय उत्तर दिलें तें मी तुला सांगतों; तूं आपल्या सर्व बंधूंसह एकचित्त होऊन तें श्रवण कर.

अध्याय दोनशें ऐशींवा.

—:०:—

सनत्कुमारोक्त विष्णुमाहात्म्य.

शुक्राचार्य म्हणाले:—वृत्रा, ज्या सामर्थ्यशाली भगवान् देवाचे बाहूंत हें आकाशासह पृथ्वीतल कवळलें आहे, व मोक्ष हेंच ज्याचें शिर आहे, त्या श्रीविष्णूला नमस्कार करून त्याचेंच उत्तम माहात्म्य मी तुला सांगतों.

याप्रमाणें त्या गुरुशिष्यांचें बोलणें चालू आहे तोंच, त्यांचा संशयोच्छेद करण्याकरितां महामुनि धर्मात्मा सनत्कुमार तेथें आले. मग त्या मुनिवृषभाची शुक्र व वृत्र या उभयतांनीं पूजा करितांच ते एका मूल्यवान् आसनावर बसले. त्या महाप्राज्ञ ऋषींना बसलेले पाहून शुक्राचार्यांनीं विनंती केली कीं, 'हे भगवन्, या दानवश्रेष्ठाला आपण श्रीविष्णूचा उत्कृष्ट महिमा काय तो सांगावा.' त्या विनंतीवरून सनत्कुमारांनीं त्या बुद्धिमान् दैत्येंन्द्राला अर्थपूर्ण असें श्रीविष्णूचें माहात्म्य सांगण्यास आरंभ केला.

सनत्कुमार म्हणाले:—हे दैत्या, ऐक. हें सर्व चराचर जगत् हें त्या श्रीविष्णूचें पूर्ण माहात्म्यच (मोठें होणें, विशाल आकार धरणेंच) होय. हे शत्रुतापना, हें सर्व त्या विष्णूचे ठिकाणीं किंवा विष्णूंतच राहिलें आहे, असें समज. हे महाबाहो, हा श्रीविष्णुच या स्थावरजंगम भूतसंघाचा कर्ता आहे. लयकालीं हाच या सृष्टींतील भूतांना आड करितो व सृष्टि-

कालीं हाच पुनः उत्पन्न किंवा प्रकट करितो. भूतें यांतच लय पावतात व यापासून उगमही पावतात. असला हा श्रीविष्णु वेदज्ञानानें, तपानें किंवा यज्ञहोमानेंही प्राप्त होणें शक्य नाहीं. तो मिळणें तर एका इंद्रियसंयमनानें मात्र मिळतो; ह्मणजे जो कोणी स्थिरबुद्धि होऊन, त्या बुद्धीचे बलानें यज्ञादि बाह्य क्रिया, समाधि वगैरे आंतरक्रिया व सर्व मानसिक संकल्प हे निर्मळ राखून त्यांनीं आत्मशोधन करितो, तोच मोक्ष भोगतो. हें निर्मलीकरण कसें ह्मणशील तर सोनार ज्याप्रमाणें रुपें (सोनें?) पुनःपुनः अग्नींत घालून त्यांतलें हीण काढून तें शुद्ध करितो, त्याप्रमाणें वारंवार अभ्यासानें व मोठ्या प्रयत्नानें हें आत्मशोधन ज्याचें त्यालाच करावें लागतें. याचप्रमाणें, यज्ञ—शमादि साधनांच्या योगानें अनेक जन्मपर्यंत उद्योग करील तेव्हां जीव शुद्ध होतो. मात्र तो जर तसाच भगीरथ प्रयत्न करील तर एका जन्मांत शुद्ध होऊं शकतो. हे दोष दूर करण्याचा प्रकार असा आहे कीं, आपल्या शरीराला एवढी तेवढी धूळ किंवा मळ लागतांच आपण तो सहज तत्काल झाडून टाकितों, त्याचप्रमाणें अतिशय दक्ष राहून यत्नानें आपणास चिकटणारे हे दोष सतत झाडीत गेलें पाहिजे. मात्र या कामीं यत्न सक्त लागतो, नाहीं तर कार्य होत नाहीं. आणि हें उघडच आहे कीं, थोड्याशाच फुलांत तीळ किंवा शिरस घालून ठेवल्यानें त्यांच्या अंगाचा वास ते टाकीत नाहींत; परंतु वारंवार त्यांत फुलांचे थर आंथरीत गेल्यास अखेर तीळ-शिरसांच्या अंगचा वास मरून फुलांचा वास त्यांवर चढतो; हाच न्याय ह्या दोषांची झाडणी करून आत्मशुद्धि संपादण्यास लागू आहे. ह्मणजे स्त्री वगैरे उपभोग्य विषयांची संगति करणारांचे ठिकाणीं त्रैगुण्यामुळें जे दोष उत्पन्न होतात, ते बुद्धीचे साह्यानें अनेक जन्मपर्यंत वारंवार निकराचे यत्न करून झाडीत रहावें तेव्हां दूर होतात. आतां, हे दानवा, कांहीं जीव कर्माविषयीं आसक्त असतात, कांहीं विरक्त असतात, तेव्हां हे राग-विराग त्यांचे ठिकाणीं कोणत्या कारणानें कसकसे प्राप्त होतात, तें ऐक. हे दैत्येंद्रा, जीव कोणत्या कारणानें प्रथम कर्मासक्त होतात व तेच पुढें कोणतें कारण विद्यमान झाल्यानें कर्मापासून निवृत्त होतात, तें मी तुला यथाक्रम उलगडून सांगतों, तें एकचित्तानें ऐक. सर्वनियंता, सर्वसंहर्ता, सर्वाश्रय व अनाद्यनन्त असा स्वयंप्रकाश परमात्मा हीं स्थिरचर भूतें उत्पन्न करितो. हाच परमात्मा या अखिल भूतांचे ठिकाणीं क्षर ह्मणजे देहादि संघातरूपानें, अक्षर ह्मणजे कूटस्थ जीवरूपानें व एकादश (पंचज्ञान, पंचकर्म व मन) इंद्रियरूप विकारांचा प्राणभूत होऊन तद्द्वारा स्वतेजानें हें सर्व जगत् पितो. (भोगितो.) हे दैत्या, पृथ्वी हें या परमात्म्याचें पादतल, द्यौ हें मस्तक, दिशा हे ह्याचे बाहु व शब्दगुणयुक्त जें आकाश तेंच याचें श्रोत्र; सूर्य हें त्याचें नेत्रांतील तेज, चंद्र हें त्याचें मन, जगताला व्यापून असणारें जें ज्ञान तन्निष्ठच त्याची बुद्धि, जल हाच त्याचे ठिकाणचा रस, हे नवग्रह त्याचे भ्रुकुटिमध्य, नेत्रतेजापासून हें आकाशांतील नक्षत्रचक्र, व चरणापासून भूमि ह्मणजे भूमि हेच त्याचे चरण. सत्व, रज व तम तींनही गुण त्याचींच रूपें; ब्रह्मचर्यादि आश्रमांनीं मिळणारें फल तोच; व कोणत्याही कर्माचें फल तरी तोच असें ज्ञाते समजतात. बरें, कोणत्याही अकर्माचें फल (फलदाताही)

१ अतारी लोक सुगंधि तेल काढण्यासाठीं तीळ, किंवा खसखस हीं फुलांचे थरांत घालून ठेवितात. व शेवटीं ते तीळ पिळून घेतात ह्मणजे तें तेल सुवासिक होतें. बेलिया वगैरेंची हीच रीति.

हाच अविनाशी परमात्मा होय. वेद हेच त्याचे अंगावरील रोम, ॐकाररूप अक्षर हीच त्याची विद्या; असा हा बहुतांचा आश्रय व बहुमुखांचा धर्मरूपानें हृदयाचे ठिकाणीं लीन आहे. हाच ब्रह्म, हाच परमधर्म, हाच तप, हाच सत् व हाच असत्. मंत्र, ब्राह्मण व यज्ञपात्रांनीं युक्त असणारा व सोळा प्रकारचे [१]ऋत्विजांनीं युक्त असणारा यज्ञही हाच. पितामह हाच, विष्णु हाच, पुरंदर इंद्र हाच, अश्विनौदेव हाच, मित्र हाच, वरुण हाच, यम हाच व कुबेर हाच. ऋत्विज् लोक क्रियाभेदाप्रमाणें जरी त्याला पृथक् दृष्टीनें पहातात—उदाहरणार्थ, एकाच अग्नीचे दक्षिण, आहवनीय, गार्हपत्य असे तीन भेद मानितात—तरी या सर्व रूपांनीं नटलेला मुळाशीं तोच एक परमात्मा आहे. अशा अर्थानें ते अंतर्यामीं त्याचें एकत्व ओळखून असतात. हे वृत्रा, या एका देवाच्या ताब्यांत हें सर्व जगत् आहे हें जाणून अस. हे दैत्या, हा परमात्मा जरी अशा अनेकविध रूपांनीं बाह्य दृष्टीला दिसतो, तरी बुद्धिस्थ वेदाला त्याचें एकत्व ज्ञात असून तो ' एकं संतं बहुधा कल्पयंति ' इत्यादि ऋचांनीं त्याचें एकत्व बोधित करीत असतो. मग हें एकत्व ज्या वेळीं कोणताही जीव विज्ञानबलानें अनुभवितो, तेव्हां त्याला ब्रह्म प्रकट होतें. हे दैत्या, हें ब्रह्मप्रकाशन तोंडानें सांगतां आलें; परंतु हें जन्ममरणांचे कचाट्यांत सांपडलेल्या जीवांना प्राप्त होणें किती कठीण आहे ह्मणून सांगूं! अरे, ह्या ज्ञानावस्थेला जीव पोंचण्यापूर्वीं स्थावरजंगम योनींत अनंत विहिरी भरून उत्पत्तिलय (जन्ममरण) भोगीत रहातात. (असला प्रजोत्पत्तिलयांचा सपाटा आहे.) बरें, या जीवांच्या जन्ममरण मापण्याच्या विहिरीही अशा-तशा नसतात. या अनंत विहिरींतील प्रत्येक विहीर एक योजन रुंद, एक कोसपर्यंत आंत खोल व पांच-पांचशें योजनें लांबीला विस्तारलेली अशी असते. आतां यांपैकीं एका विहिरींतून केंसाच्या अग्रावर राहील इतकें पाणी दिवसांतून एक वेळच बाहेर टाकावयाचें दुसऱ्यांदा नाहीं. या क्रमानें असल्या अनंत विहिरी कोरड्या करण्यास जो काळ लागेल इतका लोटावा तेव्हां एकदां आरंभ झालेल्या जविसृष्टीचा ह्मणजे संसाराचा नाश होतो. सारांश, ज्ञानावांचून अनंतानंत फेऱ्या केल्या तरीही जीवांना मुक्ति मिळत नाहीं. वेदाचे आधारावरून असें दिसून येतें कीं, या संसाराचे प्रवाहांत पडलेल्या एकंदर जीवांचे [१]कृष्ण, धूम्र, नील (हा मधला.) चौथा रक्त (हा सोसेसा असतो.) पांचवा पिंवळा (हा सुखकारक असतो.) व सहांवा शुभ्र (हा मात्र अत्यंत सुखावह असतो.) असे हे सहा वर्ण होतात. कारण, हे दानवेंद्रा, हा शुक्ल वर्ण अत्यंत शुक्ल व रागद्वेषरहितत्वामुळें विमल व ह्मणूनच शोकरहित व श्रमरहित असतो. परंतु, हे दैत्येंद्रा, हा शुभ्र वर्ण प्राप्त व्हावयास पाहिजे तर जीवाला योनिसंभव असे सहस्रावधि जन्म

---

१ ब्रह्मा, २ ब्राह्मणाच्छंसी, ३ आग्नीध्र, ४ पोता, (सर्ववेदी), ५ होता, ६ मैत्रावरुण, ७ अच्छावाक्, ८ ग्रावस्तोता [ऋग्वेदी], ९ अध्वर्यु, १० प्रतिप्रस्थाता, ११ नेष्टा, १२ उन्नता (यजुर्वेदी), १३उद्गाता, १४ प्रस्तोता, १५ प्रतिहर्ता, १६ सुब्रह्मण्य (सामवेदी) यांचा कामें उद्योगपर्व पृष्ठ ४३० येथें दिलेल्या टीपेंत पहावीं.

१ हे सहा वर्ण—लाल, पांढरा व मळीण अशा वर्णांचे जे रज, सत्व व तम एतत्संज्ञक गुण त्यांचे भागांचे न्यूनाधिक मिलाफानें निर्माण होतात. जसें— तम, रज हें त्याहून किंचित् न्यून, व सत्य सर्वांत कमी असा मिलाफ झाला, ह्मणजे धूम्र किंवा धुरकट वर्ण बनतो.

ध्यावे लागतात (तेव्हां कदाचित् सच्छास्त्र व सद्गुरु भेटून त्याला हा प्राप्त होतो.) त्या सिद्धीचा वर्ण शुभ्रच असतो असें सच्छास्त्राचा अभ्यास करून आत्मदर्शन प्राप्त करून घेतलेल्या देवेंद्राची साक्ष आहे. हे असुरेन्द्रा, कोणता जीव या शुक्ल गतीला येईल किंवा इतर गतींना जाईल, याचा निवाडा त्याचे वर्णावरून करितां येतो व हा वर्ण बनविण्याची कामगिरी कर्मसाक्षी काल म्हणजे जीव ह्याची आहे. हे दैत्या, या जीवाला जन्मांच्या ज्या अनेक आवृत्ति कराव्या लागतात त्यांची परम संख्या चौदा लक्ष आहे; आणि या गतींतून जीव जात असतांना कधीं कधीं तो क्रमानें वर चढतो, कधीं एकाच स्थितींत कायम रहातो, व कधीं उच्चस्थितींतून खालींही घसरतो. कृष्णवर्णी जीवाला जी गति मिळते ती सर्व गतींत निकृष्टच. कारण, तिचे योगानें जीवांना नरकांत घालणाऱ्या कर्माविषयीं आसक्ति उत्पन्न होते व अखेर तो नरकांतच पचत पडतो; व ज्ञाते लोकांचें असें मत आहे कीं, तेथें आतां सांगितलेल्या चौदा लक्ष आवृत्ति भोगीत म्हणजे अनेक कल्पेंपर्यंत असला जीव नरकांतच रहातो. मग याप्रमाणें तेथें लक्षावधि आवृत्ति झाल्यावर त्याचा कृष्णवर्ण सुधारून तो धुरट रंगावर येतो. या वर्णांतही तो सर्वथा परतंत्र स्थितींत शीतवातादि पीडा सहन करून दीनासारखा सहस्रावधि वर्षे तिर्यग्योनींतच पडून रहातो. मग तेथें सहस्रावधि वर्षें दुःखें भोगून पापक्षय झाला म्हणजे दैवानें प्राक् पुण्याचा उदय होऊन त्याचे हृदयांत विवेक संचार करितो; आणि मग त्याला सत्त्वगुणाची प्राप्ति होऊन तो आपल्यांत शिल्लक असलेल्या तमोगुणाला बुद्धिबलानें झाडून टाकण्याच्या खटपटीस लागतो व ती खटपट सिद्धीस गेल्यास त्याला ताम्रवर्ण प्राप्त होतो. परंतु सत्त्वगुणाची बळकटी कमी पडून जर यश न आलें, तर ताम्रवर्ण न पावतां मध्येंच तो नीलवर्णांत पडतो; आणि मग नीलवर्णांत राहून मनुष्यलोकांत जन्ममरणांचे फेरे घेत राहतो. याप्रमाणें मनुष्यलोकांत अनेक कल्पेंपर्यंत धर्मसंबंधानें प्राप्त होणाऱ्या विधिनिषेधांच्या तापानें तो खरपूस भाजला गेला म्हणजे त्याला मग पिवळा वर्ण प्राप्त होऊन देवतात्व येतें. मग त्या स्थितीमध्यें शत कल्पेंपर्यंत राहून तो एकवार मनुष्यत्वाला येतो. मनुष्यत्वांतून पुनः देवत्वाला येतो. मग त्या देवस्थितींत पीतवर्णयुक्त होऊन अनेक कल्पेंपर्यंत स्वर्गीय भोग भोगीत राहतो; तथापि त्याची विषयप्रीति सुटली नसल्यामुळें तो जरी स्वर्गसुखांत असला तरी मुक्त स्थितीच्या तुलनेनें तो नरकांत असल्यासारखाच असतो. मग या स्थितींतही तो मुक्त न होतां दहा अधिक पांच अधिक चार म्हणजे एकूण एकोणीस सहस्र निरनिराळ्या स्थितींतून मागील कल्पाकल्पांत केलेल्या कर्मांचीं फळें भोगीत रहातो. हा काल संपला ह्मणजे तो भोगभूमित्वामुळें ज्याला नरकाचीच किंमत

१ हे वर्ण म्हणजे दिव्य दृष्टीला दिसणारे मनुष्याचे मुखाभोंवतील आकाशस्थ वर्ण समजावे. हे अंतील सत्त्वरजस्तमांचे धोरणानें उमटतात. ह्यांना इंग्रजींत Human aura (ह्यूमन ऑरा) ह्मणतात.

२ वर कृष्ण, धूम्र, नील, ताम्र, पीत व शुभ्र असे सहा वर्ण सांगितले त्यांतील प्रत्येक चौदा लक्ष असल्यानें एकूण चौऱ्यांशीं लक्ष योनींचा हिशोब मिळतो.

१ या सर्व सांगण्याचा कटाक्ष एवढाच आहे कीं, देवयोनींतही मोक्षप्राप्ति नाहीं; केवळ भोगप्राप्ति आहे. अर्थात् ज्ञात्यांच्या दृष्टीनें तिची किंमत स्थावरतिर्यग्-प्रभृति योनींहून अधिक नाहीं. मुक्ति मिळविणें हा अधिकार एकट्या मनुष्ययोनीचाच आहे व व ह्मणूनच तिचें महत्त्व गाइलें आहे.

आहे अशा स्वर्गातून व इतरही स्थावर आणि तिर्यग् योनींच्या फेऱ्यांतून मोकळा होऊन पुनर्वार मनुष्ययोनींत येतो. मनुष्ययोनींत आल्यावर तेथें आठ कल्पें-(आठशें)-पर्यंत राहून (सुधारत गेल्यास) पुनः तो देवत्वाला पावतो. परंतु तेथेंच जर कालवशानें त्याला कुकर्म करण्याची वासना झाली, तर इतक्या उंचीवरून तट्दिशीं भ्रंश पावून तो सर्वांत निकृष्ट अशी जी पूर्वीं सांगितलेली कृष्णवर्णाची अवस्था तींत पुनरपि जाऊन पहिले पाढे पढत पडतो!

आतां, हे दैत्येंद्रा, या जीवलोकांत आलेला पुरुष सिद्धि ह्मणजे मुक्ति कोणत्या प्रकारें पावतो तें तुला सांगतों, ऐक. मुमुक्षु जीव मोक्षेच्छेनें प्रेरित होऊन ज्यांत सत्त्वगुणाचेंच आधिक्य आहे अशा श्रोत्र, चक्षु, त्वक्, जिव्हा, घ्राण, मन व बुद्धि या सात इंद्रियांनीं होणाऱ्या शेंकडों क्रिया करून क्रमानें रक्त, हारिद्र व शुक्ल वर्णापर्यंत चढत जातो. शुक्लवर्णांत पोंचला (सर्वथा निराग झाला) ह्मणजे तो त्याच वर्णाचे आश्रयानें मोक्षाचे खालचे पायरीचे, तथापि अत्यंत श्लाघ्य अशा चंद्रब्रह्मादि आठ दिव्य लोकांतून फिरूं लागतो. बाकी ज्यांचे ठिकाणीं पुरापूर ज्ञानाचा झगझगीत प्रकाश पडला, त्यांना हे पूर्वोक्त आठ आणि साठ व शेंकडों सर्वच मनःकल्पित भासतात—ते त्यांस सत्यत्वानें प्रतीत होत नाहींत. कारण, ही सर्व सृष्टि ही जाग्रत्, स्वप्न व सुषुप्ति या अवस्थात्रयाचे किंवा लोकत्रयाचे पोटांतील आहे; आणि, हे महानुभावा, ज्याचे ठिकाणीं शुक्लवर्णाचा पूर्ण प्रकाश झाला, त्यांना गांठावयाची जी श्रेष्ठ गति ती या अवस्थात्रयाचे पलीकडची असते, तिला तुर्या असें ह्मणतात; आणि या तुर्येचे ठिकाणीं या पूर्वींच्या तीनही अवस्थांना अवकाश नसल्यानें तुर्यागामी पुरुष या तीनही अवस्था व तदंतःपाती हा सर्व लोकप्रपंच उघडच मिथ्या मानितो व त्याला मज्जाव करितो. या प्रकारें तुर्यावस्थ होऊन शांत अशा शिवप्रकाशांत रहाणारा योगी खरें पाहतां जीवन्मुक्त असतो; तथापि कोणीही झाला तरी त्याला प्रारब्धकर्म भोगूनच सरविलें पाहिजे असा कडक नियम असल्यानें, त्याला रुचत नसला तरी प्रारब्धक्षयार्थ एक जन्म मनुष्ययोनींत काढावा लागतो; आणि दृष्टि-सृष्टयभिप्रायानें वृत्तीचे लयोदयांचे दृष्टीनें पाहिलें म्हणजे त्यास तो एकच जन्म शंभर कल्पांचे ठिकाणीं होतो. असो; या जन्मांतून सुटल्यावर पुढें योगसिद्धीमुळें प्राप्त होणारें ऐश्वर्य तुच्छ मानण्याइतका मनोजय जर त्याचे ठिकाणीं नसेल, तर मग त्याला तें वैभव भोगण्यासाठीं महर्, जनः, तपः व सत्य अशा चार लोकांत रहावें लागतें. वास्तविक पाहतां सहावा जो वर्ण (शुक्ल) तो

१ या आठांचे पोटांतच दृष्टिसृष्टिन्यायानें प्रत्येक विषयाचा इंद्रियद्वारा उदय व लय होण्याचे निमित्तानें ज्या त्याच्या शतावधि आवृत्ति होतात तेच त्यांतील पोटकल्प असें मानिलें आहे.

२ हे आठ लोक किंवा शतकल्प हीं सर्व रूपकें आहेत. श्रोत्र, त्वचा, चक्षु, जिव्हा, घ्राण, चित्त, मन, बुद्धि या द्वारांनीं युक्त होऊन कर्म करीत राहणें हेंच आठ लोकांत फिरणें आहे. किंवा १ पंचतत्त्व, २ पंचप्राण, ३ पंचकोश, ४ दशेंद्रियें, ५ अंतःकरणचतुष्टय, ६ अविद्या, ७ काम व ८ कर्म या समूहालाच अष्टलोक किंवा पुरी असें म्हटलें आहे. तसेंच जाग्रदवस्थेंतील १० इंद्रियें +१० इंद्रियांचे विषय+५ प्राण+४ अंतःकरणचतुष्टय +१ अविद्यादिसमूह=३० व इतकींच सारीं स्वप्नस्थितींतही असल्यानें ३०+३० मिळून साठ झालीं. फलतः वरील आठ तेच साठ आणि साठ तेच शेंकडों. कारण, त्याच साठांचे ठिकाणीं भिन्न वृत्तींचे किंवा कल्पनांचे उदय व लय होण्यानें तेच असंख्य कल्प होतात, असें सुज्ञांनीं ध्यानांत घ्यावें.

प्राप्त झालेल्याला परमगतिच (मुक्तिच) सिद्ध व्हावी. परंतु सहाव्या वर्णांत येऊनही जर दिव्य भोग सोडून देण्याइतकें दार्ढ्य त्याचे ठिकाणीं नसेल, तर त्याला तत्काल मुक्ति न मिळतां त्याचे रागादि दोष नष्ट होऊन तो वरच्या प्रतींत आला असल्यामुळें त्याला त्याचे योगदार्ढ्याचे मानानें ऐश्वर्यपूर्ण अशा महर्लोकादि लोकचतुष्टयांत चढत जाऊन क्रमानें मुक्ति मिळते; आणि जो कोणी समर्पक योगाचें अनुष्ठान करून अव्यवहित मुक्ति मिळविण्यास असमर्थ असल्यानें मध्येंच भ्रष्ट होतो, असा योगभ्रष्ट आपल्या प्राक्तन कर्माचा अवशिष्ट भाग भोगून सरविण्याकरितां आतांच परोक्षपणें सांगितलेल्या स्वर्गलोकांत शतकल्पपर्यंत वास करितो. मात्र या कालांत त्याचे ठिकाणीं सत्त्वगुणाचा उत्कर्ष झालेला असल्यामुळें, तो श्रोत्रादिपंचक व मन आणि बुद्धि हीं निर्मल करीत किंवा सुधारीत राहतो; आणि स्वर्गवासाचा काल संपला म्हणजे हा मनुष्य कोणच्या तरी योग्य कुलांत जन्म घेऊन कुलशीलविद्यादिकांनीं सर्वांस पूज्य असा निपजतो. मग पुनः त्या मनुष्यजन्मांतून सुटून तो पूर्वाभ्यासबलानें एकीहून एक वरचढ अशा सात भोगभूमिकांतून किंवा---भूर्, भुवर्, सुवर्, महर् इत्यादि सप्तलोकांतून सात वेळ फेऱ्या करितो. म्हणजे योगाची पहिली भूमिका चढून तो मृत झाला म्हणजे स्वर्गास जातो व तेथें राहून पुनः मनुष्ययोनींत येऊन तेथें सार्वभौम राजा होतो व याप्रमाणें भूलोकाला जिंकतो; आणि या सर्व कालांत समाधिव्युत्थानस्वरूपानें त्याचे योगसामर्थ्याचा सारखा उपचय होत राहिल्यानें तो खालीं न घसरतां या क्रमानें सात फेऱ्या करून दर फेरीला पुढील एक याप्रमाणें सातही लोक जिंकीत जातो. अशा प्रकारें तो अखेर सातव्या म्हणजे ब्रह्मलोकास जातो; आणि तेथें गेल्यावर जर अहंब्रह्मास्मि हा ग्रह दृढावला नसेल तर तो तेथूनही पुनः मृत्युलोकास उलटतो. परंतु त्याचा अहंग्रह कायम झाला असेल तर मग तो ब्रह्मदेवाबरोबर कल्पांतीं मुक्त होतो. परंतु जो मुमुक्षु मुळापासूनच पंचेंद्रियें, मन व बुद्धि हें सप्तकच सर्वथा घाताचें बीज आहे असें ज्ञानदृष्टीनें ओळखून त्यांचे नादीं न लागतां व सर्व शोकमोहांचा अंगीकार न करितां केवळ निःसंगपणानें रहातो, तो (याप्रमाणें गिरक्या न घेतां) देहांतीं एकदम अव्यय म्हणजे अपरिणामी व अनंत, त्रिविधपरिच्छेदशून्य किंवा अमर्याद जें शुद्धब्रह्मपद त्यालाच जाऊन मिळतो. या पदालाच कोणी (शैव) महादेवाचें स्थान किंवा कैलास असें म्हणतात; कोणी (वैष्णव) विष्णूचें स्थान किंवा वैकुंठ असें म्हणतात; कोणी (हैरण्यगर्भ) ब्रह्मदेवाचें पद म्हणतात; वैशेषिक शेषाचें पद म्हणतात; कोणी (सांख्य) जीवाचें परमस्थान म्हणतात आणि कोणी (वेदांती) चिन्मात्र तुर्यमूर्ति जो प्रकाशस्वरूप श्रीविष्णु त्याचें परमपद असें म्हणतात. ज्या जीवांनीं ज्ञानाग्नीनें आपले स्थूल, सूक्ष्म व कारण असे तीनही देह साफ जाळून टाकिले आहेत असे जीव व त्यांचीं पूर्वीचीं चेष्टात्मक म्हणजे हालचाल करणारीं इंद्रियें व ज्यांचें स्वरूप ब्रह्माशीं अगदीं विसदृश आहे अशीं जडप्रकृत्यादि हीं सर्वच संहारकालीं ब्रह्मांत लीन होतात. ज्ञानाग्नीनें ज्यांनीं कर्मजन्य देहत्रयादि पूर्णपणें जाळून टाकिले अशांना

१ या व मागील श्लोकाचा मिळून निष्कर्ष इतकाच कीं, जो कोणी योगबलानें मनोबुद्ध्यादिकांची शुद्धि क्रमानें करितो, त्याला क्रमाक्रमानें मुक्ति मिळते; आणि जो त्यांना अजिबातच फांटा देतो तो एकाच जन्मांत मुक्त होतो.

प्राप्त होणाऱ्या आत्यंतिक (पुनरावृत्तिरहित) प्रलयाची व्यवस्था सांगतों. ती अशी—

कोणत्याही एखाद्या कल्पाचे अखेरीस म्हणजे प्रलयाचे सुमारास जे जीव देवत्वाला पावलेले असून त्यांचीं पूर्वार्जित कर्मांचीं फळें अशेष भोगून सरलीं नसतील, ते पुनरपि पुढील कल्पांत आपल्या पूर्वकल्पांतील ठिकाणींच रुजू होतात--त्यांत बदल होत नाहीं. कारण, प्रत्येक नव्या कल्पाची व्यवस्था हुबेहूब मागील कल्पाचे धर्तीवरच असते. बरें, मागील कल्पाचे अखेरीस ज्यांनीं आपलीं कर्मफळें भोगून निःशेष सरविलीं असतील असले जीवही (मुक्त न होतां) त्यांचा स्वर्गवास संपतांच इतरांप्रमाणेंच पुनः मनुष्यजन्मालाच येतात. (कारण, शेंकडों प्रलय झाल्यानेंही, जोंपर्यंत जीवास तत्त्वज्ञान झालें नाहीं तोंपर्यंत मुक्ति होत नाहीं.) बरें, ही स्वर्गांतून मृत्युलोकीं व मृत्युलोकाहून स्वर्गीं म्हणून वरून खालीं व खालून वर जाण्याची पाळी प्रत्येक कल्पांत प्रत्येक जीवाला एकवार येते इतकेंच नाहीं, तर एकाच कल्पांत ही चढउतर कर्मस्वभावाप्रमाणें अनेकवार देखील होते. कारण, जे कोणी सिद्धलोकांतून च्युत होतात, ते पूर्वींच्या परंपरेनें क्रमशः आपआपला मार्ग क्रमीत राहतात; आणि पूर्वकल्पीं असलेल्या बलाची व रूपाची तुल्यता ज्यांत आहे अशीं या कल्पीं नूतन रूपें घेऊन आपल्या अदृष्टाप्रमाणें पुण्यपापांचीं फळें भोगण्यासाठीं गोते खात राहतात. तेव्हां त्या गोत्यांचें भय वाटत असेल तर अशा जीवानें तत्त्वज्ञानाचा आश्रय करून या गोत्यांतून सुटावें हेंच शहाणपण होय.

याप्रमाणें ब्रह्मविद्येची सविस्तर व्यवस्था सांगितली. आतां, ज्याला सुदैवानें ही विद्या लाधली अशाची म्हणजे ब्रह्मवेत्त्याची व्यवस्था सांगतों. ब्रह्मवेत्ता झाला तरी त्यालाही प्रारब्धकर्म भोगानेंच सरवावें लागतें; आणि यामुळें, तो प्रारब्धभोगार्थ जोंपर्यंत देहांत राहतो, तोंपर्यंत त्याला ज्ञानदृष्टीमुळें, सर्व सृष्टि व परा आणि अपरा या उभय विद्या शुक्लस्वरूपानें आपलेच ठिकाणीं असतात असें दिसतें; म्हणजे प्रारब्धाचा अंत होऊन विशुद्ध कैवल्याची प्राप्ति होई तों ज्ञात्यालाही हें सर्व जगत् असतेंच; पश्चात् मात्र नाहींसें होतें. मात्र हें जगत् असतेंच म्हणजे कसें ? तर योगाच्या अभ्यासानें शुद्धचित्त होऊन ध्यान, धारणा व समाधि एतद्रूप संयमाचा परिचय तो करूं लागला म्हणजे आपल्या स्थूल दृष्टीला दिसणारें हें आकाशादि पंचमहाभूतात्मक जगत् त्याला केवळ आपले बाहेर नसून आपले पंचेंद्रियस्वरूपांतच आहे असें स्पष्ट दिसूं लागतें. (अर्थात् इतरांप्रमाणें त्याला हें जगत् स्थूल रूपानें सत्य न भासतां इंद्रजालाप्रमाणें आभासरूप भासतें.) याप्रमाणें या जगताचें आभासमात्रत्व प्रतीत झाल्यानें शुद्धचित्त होऊन तो श्रवण, मनन व निदिध्यसन यांचे योगानें एका विशुद्ध अशा परमपदाचाच शोध करूं लागला म्हणजे अखेर ब्रह्मसाक्षात्कार होऊन सर्वांस अत्यंत दुष्प्राप्य असें जें अव्यय व शाश्वत ब्रह्मपद त्याप्रत जातो. आतां जीव हा स्वभावतः ब्रह्मच असतां त्याचें एका गांवाहून दुसऱ्या गांवास जाण्याप्रमाणें जीवभावाहून दुसऱ्या भावास जाणें कसें संभवतें ? तो जातो या म्हणण्यांत जो वियोग-संयोगाचा बोध होतो, तो, जीव जर ब्रह्मच आहे तर अप्रयोजक दिसत नाहीं काय ? अशी कोणी शंका करील तर तिचें निवारण असें आहे कीं, एखादे बाईचे गळ्यांतच गळेसरी असून ती शोधीत सुटते व मग आरसा पाहून गळ्यांतच आढ-

ळली तरी शेजारणीला ह्मणते, ' सांपडली हो बाई गळेसरी—गळ्यांतच होती ! ' आतां वास्तविक पाहतां या ठिकाणीं गळेसरी स्वस्थानींच जर होती, तर ती ' सांपडली ' ह्मणणें अप्रयोजकच होणार आहे ! परंतु अज्ञानाचे व्यवधानानें त्या बाईला ती नाहींशीच वाटत होती; व ज्ञान होतांच ती पुनः नवी मिळाली असाच समज व आनंद होतो. याच प्रकारचा हा जीवानें (अज्ञानाचे व्यवधानामुळें आपल्या ब्रह्मभावास विस्मृत झालेल्या जीवानें) ब्रह्मभावास जाणें, या म्हणण्यांत औपचारिक प्रयोग आहे असें समजावें. असो; हे सत्त्वपूर्णा वृत्रा, मीं तुला या प्रकारें हें नारायणाचें सामर्थ्य कसें आहे तें सविस्तर सांगितलें.

वृत्रासुर म्हणाला:—होय; हे सत्त्वसंपन्न, आपले वचनाचा अर्थ खरी वस्तु काय तीं अद्वितीय ब्रह्म मात्र असून हा विविध व विचित्र संसार केवळ मनःकल्पित आहे, अशा प्रकारें मला पूर्णपणें पटल्यामुळें मला आतां पराजयादि हानीनें तिळमात्रही खेद न होतां, उलट मी आतां निष्कलंक व शोकमोहरहित झालों आहें. हे भगवन्, हे महर्षे, महाद्युति व अनंत असा जो परमात्मा विष्णु त्याचें हें प्रबल कालचक्र सारखें फिरत आहे; आणि ज्या अधिष्ठानावर हे अनंतावधि संहारविक्षेप अखंड चालतात तें अधिष्ठान मात्र सनातन आहे व हें अधिष्ठान म्हणजे तो महात्मा पुरुषोत्तम विष्णुच होय; आणि हें सर्व भासमान् स्थूल जगत् त्याचेच ठिकाणीं स्थित आहे.

भीष्म म्हणतात:—हे कुंतीपुत्रा, याप्रमाणें बोलून त्या वृत्रानें योगबलानें आपल्या आत्म्याचें ब्रह्माचे ठिकाणीं संधान करून प्राण सोडिले. यामुळें तो मरणोत्तर परमपदाला गेला.

भीष्माचे तोंडचे हे शब्द ऐकून युधिष्ठिर ह्मणाला, ' पितामह, आपण सांगितलेल्या इतिहासांत सनत्कुमारांनीं वृत्राला ज्याचा हा सर्व पराक्रम सांगितला, तो देव जनार्दन म्हणजे हा मजसन्निध असलेला आपला श्रीकृष्ण परमात्माच ना ?

भीष्म म्हणाले:—नव्हे, तो देव म्हणजे हा श्रीकृष्ण नव्हे. या सर्व ब्रह्मांडाला मूलाधिष्ठानरूप जो कोणी देव आहे तो अत्यंत देदीप्यमान् असा निर्विकार चिदात्मा होय. याला महादेव म्हणतात. याला मायेचा कसा तो विटाळही नाहीं. (मग असले नाक-डोळे कुठले ?) आणि हा केवळ या सर्व ब्रह्मांडतरूला भूस्थानीं आहे. हाच चिदात्मा पुढें मायासवलित झाला म्हणजे याचेंच स्वरूप चिदचिदात्मक असें मिश्र होऊन त्याचे ठिकाणीं षड्विध ऐश्वर्य निर्माण होतें; व यामुळें याला भगवान् किंवा कारणात्मा असें म्हणतात. ही दुसरी पायरी, ह्मणजे बीजस्थानीय होय. हाच कारणात्मा पुढें स्वकीय तेजामुळें तैजसाख्य कार्यब्रह्माचे रूपाला येतो, तेव्हां हा तिसरे पायरीला येतो, म्हणजे वृक्षस्थानीय होतो; आणि, हे धर्मा, तुझा आवडता जो हा कृष्ण याची पायरी चौथी आहे म्हणजे हा फलस्थानीय आहे. मात्र फल जसें वृक्षावर असतें व त्या फळाचे पोटांत पुढें सादृश अनेक वृक्ष उत्पन्न करण्यास हेतुभूत अशीं अनेक बीजें खचलेलीं असतात, त्याप्रमाणें तुझा हा श्रीकृष्ण या ब्रह्मांडरूपी वृक्षाचे ठिकाणीं फलरूपानें रहात असून ह्याचे ठिकाणीं कार्यकारणरूपानें अनेक सृष्टिबीजें भरलीं असल्यानें व तो मोठ्या मनाचा असल्यानें म्हणजे त्याचें मन परिच्छेदशून्य व सत्यसंकल्पात्मक असल्यानें तो ही नानारूप सृष्टि उत्पन्न करितो. अशा दृष्टीनें पाहतां, हे धर्मा, तुझा हा श्रीकृष्ण सनत्कुमारांनीं वृत्राला समजावून दिलेला मूलस्थानीय जो महादेव तो नसून ह्याचा अष्टमांश म्हणजे रुपयांत

चवलीचा भाग आहे. कारण, मूल निष्कल निर्विकार जो चिदात्मा तो जर रुपया धरिला, तर तो मायाशबल होऊन षड्विधैश्वर्यसंपन्न भगवान् या पदास उतरतो, तेव्हां (तेथें मायेचें सम प्राधान्य असल्यामुळें) आठ आणे माया व आठ आणे चिदात्मतेज असा हिशेब होऊन त्याला कारणात्मत्व येतें. त्याचे पुढें एक पायरी उतरून तो जेव्हां अविद्याजनित समष्टिरूप वृक्षस्थानीं कार्यावस्थेला येतो, तेव्हां त्याचे चिदात्मतेजाचा चतुर्थांश उतरतो; व त्याचेही पुढले पायरीस उतरून जेव्हां व्यष्टिरूप देहाभिमानी किंवा फलरूप बनतो, तेव्हां त्याचे ठिकाणीं मूळ चिदात्मतेजाचा अष्टमांश उतरतो. अर्थात् या हिशोबानें हा श्रीकृष्ण मूळ तेजाचा अष्टमांश आहे. (व कृष्ण हा अवतारही आठवाच आहे.) आतां हा केशव जरी मूळ तेजाचा अष्टमांश आहे, तरी तुम्हां-आम्हांला तो भारीच आहे. कारण, तो चित्तरूचें पक्कें फल आहे व आपण सर्व कच्चीं फळें आहों; व याच कारणानें त्याचे ठिकाणीं ईशादि सृष्ट्टत्व आहे; तसेंच अविद्याजनित सृष्टीचे अंतापर्यंत याच रूपानें शाश्वत राहण्याची शक्तिही आहे. आह्मांप्रमाणें त्याची मूर्ति क्षणभंगुर नाहीं, व यामुळें त्यास अच्युत ह्मणणें वाजवी आहे. हा कुशल अच्युत आपल्या त्या तेजाच्या अष्टमांशानें या अखिल त्रैलोक्याची भावना करितो. आतां या व्यष्टिरूपाचे पूर्वीचे पायरीचा म्हणजे समष्टि-कार्यरूपी जो तैजसात्मा तो तुमच्या आमच्या शरीरांचे तुलनेनें पाहतां जरी स्थायी ह्मणजे नित्य आहे, तरी कल्पांतीं त्याला नाश आहेच. त्याचेही पूर्वीचे पायरीचा जो पूर्वी सांगितलेला अनेक ब्रह्मांडांच्या लयाला व उदयाला बीजभूत असणारा षडैश्वर्यसंपन्न मायाशबल भगवान्, तो या तिघांत अति बलाढ्य असून तो सर्वथा जलशायी असतो; म्हणजे अंतर्यामी द्रष्टृस्वरूपानें अखंडैकरस ब्रह्माचे ठिकाणींच लय पावतो. कोणी शंका घेईल कीं, हा सकलबीजभूत मायावी ईश्वर—हा तर नित्य असावा; मग याला लय कशाचा ? तर याचें नित्यत्व तरी व्यवहारदृष्टीचेंच आहे, परमार्थदृष्टीचें नाहीं. सर्व व्यवहाराला तो अधिष्ठान असल्यानें व्यवहारापूर्वीं त्याचा कधींही लय नाहीं त्यामुळें तो व्यवहाराला नित्यच आहे; पण व्यवहारानंतर त्यालाही मूळरूपीं लय आहेच. त्याचप्रमाणें, आपण ज्याला विधाता ह्मणजे सृष्टिकर्ता ब्रह्मा म्हणून मानितों, तो देखील सृष्टीचे अंतीं अविद्या दूर फेंकल्यानें शुद्धचित्त होऊन याच अखंडैकरसमय ब्रह्मांत लीन होतो. ही जी व्यष्टि-समष्टि बीजरूप कार्यकारणपरंपरा सांगितली तिचे बुडाशीं असणारा अनाद्यनंत परमात्मा किंवा चिदात्मा तो या परंपरेमधील सर्वही कारणांना अशून्य करितो, म्हणजे स्वसत्तास्फूर्तीचें दानानें पूर्ण करितो; आणि या दृष्टीनें पाहतां तो जरी सर्वदा एकरूप सनातन अविकृत आहे, तथापि मायाश्रयानें कृष्णादि विशिष्ट रूपांनीं लोकांत संचार करीत असतो. आतां, तो जरी मूर्तरूपाला आला तरी तुम्हां आम्हांप्रमाणें तो उपाधिधर्मांनीं निरुद्ध किंवा बद्ध होत नाहीं व म्हणून त्याला अनिरुद्ध असें म्हणतात. कारण, तो सर्वाधारयोग्य आहे. असा हा अनिरुद्ध मायावी महात्मा गंगेवरील तरंगांप्रमाणें आपलेच ठिकाणीं हें सर्व विचित्र जग निर्माण करितो.

युधिष्ठिर म्हणालाः—पितामह, युद्धांत अपजय होऊनही वृत्रासुराचे सुखासमाधानांत अंतर पडलें नाहीं याचें माझे मतें कारण—आपणास पुढें शुभ गति प्राप्त होणार असें त्याला अगोदरच पूर्णपणें दिसून आलें व ह्मणूनच त्यानें मुळींच शोकही केला नाहीं; खरें ना ? आपण

परमार्थज्ञ आहां (यांतील खरें तत्त्व काय आहे त्याचें आपणांस ज्ञान आहे.) म्हणून मी आपणांस प्रश्न करितों. वृत्र या प्रकारचा शुक्ल असल्यामुळें त्याला त्याची गति स्पष्टच कळली असेल. कारण, हे निष्पाप भीष्म, सनत्कुमारांचें जें बोलणें आतांच आपण मला सांगितलें, त्यावरून मी असें समजतों कीं, जो कोणी शुक्ल वर्ण प्राप्त होऊन व शुक्ल कुलांत उत्पन्न होऊन साध्याच्या कोटींत आला, त्याला पुनर्जन्मच नाहीं; मग तिर्यग्योनि किंवा नरक यांचें तर नांवच नको! आणि जो कोणी पिवळ्या म्हणजे ज्याचे ठायीं सत्त्व अधिक, तम मध्यम व रज अल्प असेल, किंवा जो तांबड्या रंगांत असेल म्हणजे ज्याचे ठायीं रज अधिक, सत्त्व मध्यम व तम सर्वांत कमी असें मिसळण असेल, अशा या दोन कोटींतल्या पुरुषाचे ठिकाणीं प्रसंगवशात् तमाचा उद्रेक झाला असतां त्यास पटकन् तिर्यग्योनींत देखील यावें लागण्याचा संभव असतो; आणि आम्ही तर हारिद्रांत म्हणजे पिवळ्या वर्णांतही नसून, ज्यांत रजाचें आधिक्य आहे अशा फार तर रक्तवर्णांत आहों; आणि तेथेंही विपत्तीच्या फेऱ्यांत पडून वारंवार कष्टमय अशा सुखदुःखांच्या तोंडांत चिरडले जात आहों. तर अशा आम्हांला गति तरी कशी मिळणार? नीलवर्णाला उचित ती प्राप्त होणार, कीं तिजहूनही अधम म्हणजे कृष्णवर्णाला उचित अशी तिर्यग्योनिच येणार हें कांहीं कळत नाहीं!

भीष्म म्हणाले:—बा धर्मा, चिंता करूं नको. तुम्ही पांडव शुद्धकुलांत जन्मलां असून तुम्हीं मोठें कडकडीत व्रत पालन केलें आहे. याकरितां तुम्ही इतउत्तर देवलोकीं यथेच्छ विहार करून पुनरपि मनुष्यलोकीं याल; आणि मनुष्यलोकांत आल्यावर पूर्ण सुख भोगून पुनरपि यथाकाल देवयोनींत जाल. तेथेंही सुखानंदाचा उपभोग घेऊन कष्ट न पडतां पुढें सहजींच सिद्ध मंडळींत जाल. (तेथें गेलां कीं तुमचें काम झालेंच आणि मी म्हणतों असें खास होणार! कारण,) तुम्ही सर्वजण निर्मल आहां. याकरितां तुम्ही स्वस्थ रहा. आपलें पुढें कसें होईल, काय होईल ही चिंता तुम्हांला मुळींच नको.

अध्याय दोनशें एक्यायशींवा.

—:०:—

वृत्र आणि इंद्र यांचें युद्ध.

धर्मराज म्हणाला:—हे पितामह, त्या अतुलतेजस्वी वृत्राची धर्मनिष्ठा, अतुल विज्ञान व एवढी उत्कृष्ट विष्णुभक्ति हीं सर्वच आश्चर्यकारक नव्हेत काय? अपरिमिततेजस्वी जो परमात्मा विष्णु, त्याचें पद मोठमोठ्यांनाही अगम्य आहे; असें असतां वृत्र हा असुर होऊन त्याला तें ज्ञात कसें झालें? आतां आपणच ही गोष्ट बोलतां, त्या अर्थी मी ती निःसंशय खरी मानितों; तथापि आपल्या बोलण्यांत एका गोष्टीसंबंधानें माझा स्पष्ट उमज पडला नसल्यामुळें मला आपणांस पुनरपि प्रश्न करण्याची बुद्धि झाली आहे. तो प्रश्न असा कीं, वृत्र जर एवढा धर्मनिष्ठ, विष्णुभक्त व वेदवेदांतांचेंही साक्षात् रहस्य जाणणारा असा होता, तर अशाला इंद्र कसा मारूं शकला? तर, हे नृपश्रेष्ठ, मला ही गोष्ट ऐकण्याचें अतिशय कौतुक आहे, याकरितां एवढी मला उलगडून सांगा. त्या ओघांतच, त्या उभयतांचें युद्ध कसें कसें झालें तेंही सविस्तर सांगा.

भीष्म म्हणतातः—हे अरिंदमा, पूर्वी देवगणांसह इंद्र हा रथांत बसून युद्धभूमीकडे आला, तों पांचशें योजनें उंची व तीनशें योजनांहून कांहींसा अधिकच ज्याचा घेर आहे असा तो पर्वतप्राय धिप्पाड वृत्र आपल्या पुढेंच

उभा राहिलेला त्यानें पाहिला. त्या वेळीं तें त्रैलोक्यालाहीं दुर्जय असें वृत्रासुराचें रूप पाहतांच देवगण भयभीत होऊन त्यांना चैन पडेनासें झालें; आणि वृत्राचें तें अति भयंकर रूप पाहून इंद्राच्या तर भयानें मांड्याच गळाल्या ! इतक्यांत रणभूमीवर आतां युद्ध जुंपणार म्हणून देव व असुर या उभयपक्षांतील लोकांचा कल्होळ होऊन त्यांतच रणवाद्यांचा एकच गजर उठला. परंतु, धर्मा, प्रत्यक्ष इंद्रासारखा शक्तिमान् शत्रु पुढें उभा पाहूनही वृत्राला मात्र गडबड किंवा भीति किंवा काळजी यांपैकीं कांहींच वाटलें नाहीं. नंतर, त्रैलोक्यालाही भय उत्पन्न करणारें असें समर्थ देवेंद्र व वृत्र यांचें युद्ध झालें. त्या युद्धांत देव व असुर या पक्षांकडील सैन्यांच्या हातांतील तरवारी, पट्टे, शूल, शक्ति, तोमर, मोगर, नानाप्रकारच्या शिला, टणत्कार करणारीं धनुष्यें, नानातऱ्हेचीं दिव्य शस्त्रें व पेटलेल्या चुडी यांनीं तें रणांगण संकुल होऊन गेलें. तें अद्भुत युद्ध पाहण्यासाठीं ब्रह्मदेवप्रभृति सर्व देवगण व महाभाग्यवान् ऋषि, तसेंच दिव्य विमानांत बसून सिद्ध, गंधर्व, अप्सरा अशी सर्व मंडळी जमली. इतक्यांत तो महाधर्मिष्ठ वृत्र सर्व अंतरिक्षाला झांकून देवेंद्रावर अति त्वरेनें शिलावर्षाव करूं लागला. त्या वेळीं सर्व देवमंडळी क्रुद्ध होऊन त्यांनीं वृत्राची शिलावृष्टि आपल्या बाणवर्षावांनीं दूर केली. परंतु, हे कुरुश्रेष्ठा, वृत्र हा मोठा बलाढ्य असून शिवाय महामायावी असल्यानें त्यानें आपल्या मायाबलानें त्या देवेंद्राला चोहोंकडून मोहून टाकिलें. शेवटीं त्या वृत्राचे त्रासानें तो शतक्रतु खरोखरच बेशुद्ध होऊन पडला. त्या वेळीं वसिष्ठ मुनींनीं रथंतरसाम नामक मंत्रांनीं शुद्धीवर आणून त्याला धीर दिला.

वसिष्ठ म्हणाले:—हे देवेंद्रा, तूं दैत्य व असुर यांचा उच्छेदकर्ता असून सर्व देवांत श्रेष्ठ आहेस व स्वतः शक्र म्हणजे शक्तिमान्[1] असून शिवाय त्रैलोक्याचें पाठबळ तुला आहे; मग असे हातपाय कां गाळतोस? हे पहा ब्रह्मा, विष्णु, जगत्पति शिव, भगवान् सोम व सर्व महर्षि (तुझे साह्यार्थ) येथें उभे आहेत. याकरितां एखाद्या प्राकृत मनुष्याप्रमाणें मोह पावूं नको. देवेंद्रा, थोराला योग्य असा युद्धाचा विचार मनांत आण आणि आपल्या शत्रूला मारून टाक. हे सुराधिपा, हा सर्वलोकवंद्य व लोकगुरु भगवान् त्रिनेत्र तुजकडे पहात आहे; याकरितां हा मोह झाड. हे बृहस्पतिप्रभृति ब्रह्मर्षि तुझा जय व्हावा म्हणून दिव्य वाणीनें तुझें स्तोत्र गात आहेत.

भीष्म ह्मणतात:—याप्रमाणें महात्मा वसिष्ठानें शुद्धीवर आणिल्यावर त्या तेजस्वी इंद्राला पहिल्यापेक्षां अधिकच आवेश चढला; आणि त्यानें आपल्या बुद्धिबलानें एक तोड शोधून काढिली व आपलें मोठें योगसामर्थ्य एकवट करून ती वृत्राची माया उडवून दिली. इकडे श्रीमान् बृहस्पति व इतर ब्रह्मर्षि तो वृत्रासुराचा पराक्रम पाहून लोकल्याणार्थ वृत्राचा वध व्हावा या हेतूनें शंकराला बोलले; तेव्हां त्यांचे प्रार्थनेवरून जगत्पति शंकराचें तेज भयंकर ज्वराचें रूप घेऊन त्या असुरेंद्राच्या देहांत शिरलें. इकडे सर्वलोकपूजित असा भगवान् विष्णु जगद्रक्षणार्थ इंद्राच्या वज्रांत शिरला. नंतर बुद्धिमान् बृहस्पति, महातेजस्वी वसिष्ठ व इतर महर्षि त्या वरदात्या व लोकमान्य इंद्राकडे येऊन त्याला एकाग्र मनानें ह्मणाले, ' हे प्रभो, आतां आपण वृत्राला

---

१ येथें मुळांत केवळ शक्र एवढाच विशेष्यरूप शब्द आहे. परंतु संदर्भानें शक्तिमान् इंद्र असा अर्थ करणें इष्ट वाटलें; व शक्र याचा मूळार्थ शक्तिमान् हाच आहे. कारण, त्यांत शक् हा धातु आहे.

मारा.' शंकर म्हणाले, 'हे शक्रा, हा वृत्रासुर मोठा बलाढ्य असून याचे भोंवतीं सैन्यही अवाढव्य आहे. शिवाय हा मोठा मायावी, सर्वगामी व वाटेल तो आकार घेणारा आहे, अशी याची ख्याति आहे. याकरितां, इंद्रा, त्रैलोक्यालाही दुर्जय असा जो हा असुरश्रेष्ठ त्याला तूं आपल्या योगबलानें ठार कर, डोळेझांक करूं नको. हे देवेशा, हा सामान्य नव्हे; यानें अद्भुत बल कमाविण्याकरितां साठ सहस्र वर्षेंपर्यंत तीव्र तप केलें आणि त्या तपानें ब्रह्मदेवानें त्याला वरही दिला. त्या वरानें याला योगिजनांचें महत्त्व, महामायात्व, महाबल व सर्वोत्तम तेज हीं प्राप्त झालीं आहेत. हे वासवा, हें माझें तेज तुझ्यांत शिरत आहे; तर तो दानव गोंधळला आहे इतक्यांत तूं आपल्या वज्रानें त्याला मार.'

इंद्रानें उत्तर केलें:–हे भगवंता, आपली ज्या अर्थीं कृपा आहे त्या अर्थीं त्या दुर्धर्ष दैत्याला माझ्या या वज्रानें मी आतां आपल्या समक्षच मारतों !

भीष्म म्हणतात:—ज्या वेळीं त्या महासुरांत ज्वरानें प्रवेश केला त्या वेळीं देवतांनीं व ऋषींनीं आनंदानें टाळ्या पिटल्या आणि सहस्रशः दुंदुभि, सुस्वर शंख, मृदंग व डिंडिम वाजूं लागले; आणि सर्व असुरांना एकाएकीं विस्मृतीनें घेरलें व एका क्षणांत त्या सर्वांचें मायावी सामर्थ्यही नाहींसें झालें ! वृत्रासुर याप्रमाणें घेरलेला पाहून ऋषि व देवता हे इंद्र व महादेव यांची स्तुति करून विशेषतः इंद्राची उठावणी करूं लागले. त्या वेळीं युद्धाला उत्सुक असा तो महात्मा इंद्र रथांत बसलेला असतां ऋषींनीं दिलेल्या उत्तेजनानें त्याचें तेज इतकें चढलें कीं, त्याजकडे कोणालाही पाहवेना.

अध्याय दोनशें ब्यायशींवा.

—:०:—

वृत्रवध व ब्रह्महत्याविभाग.

भीष्म म्हणतात:—हे धर्मा, वृत्रासुर सर्व बाजूंनीं ज्वरानें व्याप्त झाला त्या वेळीं त्याचे शरीरांत जीं जीं चिन्हें होऊं लागलीं, तीं ऐक. त्याचे तोंडांतून अग्नीच्या ज्वाळा बाहेर पडूं लागल्या व तो अतिशय फिका पडून भ्यासूर दिसूं लागला; त्याचें अंग थरथर कांपूं लागलें व श्वासही फार वाढला; त्याचे अंगावर थरारून कांटा उभा राहिला व सुस्काराही जोराचा वाहूं लागला; आणि त्याची जी स्मृति ती अशुभलक्षणी व महाघोर अशा कोल्हीच्या रूपानें तोंडांतून बाहेर पडली; जळजळीत पेटलेल्या उल्का त्याच्या डाव्या बगलेशीं पडूं लागल्या; आणि गिधाडें, कंकपक्षी व बगळे यांचे थवेच्या थवे अशुभ असे भेसूर शब्द करीत त्याचे मस्तकाभोंवतीं घिरट्या घालूं लागले.

नंतर तो देवपूजित इंद्र रथांत बसून व आपलें वज्र उगारून त्या रणांगणीं त्या दैत्याकडे रोखून पाहूं लागला. त्या वेळीं, राजेंद्रा, त्या महासुरानें अमानुष शब्द केला व अंगामध्यें तीव्र ज्वर लोटल्यामुळें तो जांभया देऊं लागला. तो जांभया देतो ही संधि साधून इंद्रानें आपला अति जलाल—केवळ कालाग्नितुल्य असा वज्र त्यावर फेंकिला आणि त्या वज्रानें एका क्षणांत त्या अगडबंब दैत्याला खालीं पाडिलें ! तेव्हां, हे भरतश्रेष्ठा, वृत्र मारलेला पाहून देव मंडळींत पुनरपि सर्वभर गलबा माजला; आणि वृत्राला मारून महायशस्वी झालेला तो इंद्र आपल्या त्या विष्णुतेजानें युक्त अशा वज्रासह थेट स्वर्गासच गेला. इकडे, हे कौरवेशा, त्या वृत्राच्या शरीरांतून मोठी भयंकर, घोर, सर्व लोकांचा थरकांप करणारी, विक्राळ, विकट, काळसर पिंगट वर्णाची,

व एखाद्या कृत्येप्रमाणें केंस विदारून गळ्यांत रुंडमाळा घालून व रक्ताची आंघोळ करून चिंध्यावल्कलें नेसलेली व अत्युग्र दृष्टीची अशी भ्यासूर ब्रह्महत्या बाहेर पडून त्या वज्रधर इंद्राला शोधूं लागली. इतक्यांत कांहीं वेळानें लोककल्याणाचे कांहीं कामाकरितां वृत्रशत्रु इंद्र स्वर्गलोकाकडे जाण्यासाठीं आपल्या ठिकाणाहून बाहेर पडत होता, इतक्यांत त्या ब्रह्महत्येनें त्या तेजस्वी इंद्राला गांठलें व लगेच त्याला पक्केंच जखडलें. त्या वेळीं त्या ब्रह्महत्येच्या भयानें भिऊन जाऊन तो इंद्र किती तरी वर्षें कमळाच्या नाळांत दडून बसला, पण त्या ब्रह्महत्येनें मोठ्या प्रयत्नानें त्याला हुडकून काढून तेथेंही त्याला पुनः पकडलें. त्या वेळीं मात्र, हे कौरवेश्वरा, तो इंद्र अगदीं खरकन् उतरला. बाकी तिला झाडण्यासाठीं त्यानें आपल्याकडून होती तेवढी शिकस्त केली; परंतु ती त्याच्या हातून दूर होईना. शेवटीं तिच्यासकटच तो पितामहाकडे येऊन त्याचे पायां पडला. त्या वेळीं ब्रह्महत्येनें इंद्राला पछाडलेलें पाहून ब्रह्मदेवालाही मोठा विचार पडला. तथापि, तो अति गोड स्वरानें तिला गोंजारूनच बोलला कीं, 'हे कल्याणि, हा इंद्र आह्मां सर्व देवांचा मुख्य आहे, याकरितां याला सोड आणि एवढी माझी इच्छा पुरी कर; व याचे बदला तुझी कोणतीही इच्छा असली तरी ती पुरी करण्यास मी सिद्ध आहें. तेव्हां ती काय असेल ती मोकळे मनानें सांग.'

ब्रह्महत्या म्हणाली:—आपल्यासारखे त्रैलोक्यवंद्य लोककर्ते मजवर प्रसन्न झाले त्या अर्थीं मी आपल्यास कृतकृत्यच समजतें. तथापि, माझें एक बारीकसें मागणें आहे तें इतकेंच कीं, मला आपण कोठें तरी वसतिस्थान द्यावें. कारण, हे देवा, लोकांतील हिंसादि क्रूर प्रवृत्ति व अमर्यादपणा यांना आळा घालण्याकरितां आपणच मला निर्माण केलें आहे. म्हणजे माझे रूपानें लोकांचे अनाचाराला आपण कायमची मर्यादा घातली आहे. त्या अर्थीं माझें अस्तित्व जगत्कल्याणार्थ आहे हें आपण जाणतांच. याकरितां, हे धर्मज्ञा लोकेश्वरा, आपण ज्या अर्थीं मोठ्या प्रेमानें मला सांगतां त्या अर्थीं मी इंद्राला सोडून दूर होतें; परंतु मीं रहावें कोठें एवढ्याची तजवीज आपण लावा.

भीष्म म्हणतातः—ब्रह्मदेव त्या हत्येला म्हणाले, 'फार बरें, तें मजकडे लागलें.' असें म्हणून इंद्राची ती ब्रह्महत्त्या युक्तीनें त्याजपासून ब्रह्मदेवांनीं दूर केली तो प्रकार असा— त्या समयीं त्या महात्मा स्वयंभूनें वह्नीचें ध्यान केलें. तेव्हां तो जवळ येऊन ब्रह्मदेवाला म्हणाला, 'हे अनिंदिता भगवंता, मी आपल्या हेतूप्रमाणें आपल्या सन्निध आलों आहें. तरी, हे देवा, मीं कोणती कामगिरी करावी, तें मला आपण सांगावें.

ब्रह्मदेव म्हणाले:—हे अग्ने, या इंद्राला पापमुक्त करण्यासाठीं मी या ब्रह्महत्येचे अनेक भाग करीत आहें, त्यांपैकीं चौथा भाग तूं घ्यावास.

अग्नीनें उत्तर केलें:—हे ब्रह्मन्, हे प्रभो, हे लोकमान्या, मीं ही ब्रह्महत्या घेतल्यास तिजपासून माझी सुटका होण्याची वाट काय योजिली आहे, ती मला आपण प्रथम खऱ्या प्रकारें समजावून द्याल अशी आशा आहे.

ब्रह्मदेव म्हणाले:—ठीक आहे. जो कोणी मनुष्य तुला प्रज्वलित करून स्वतः तमोव्याप्त झाल्यामुळें बीजें, ओषधि, किंवा रस यांचें तुझ्यांत हवन करून तुझें यजन करणार नाहीं, अशा मनुष्यांत ही हत्या तात्काळ शिरून तेथेंच

१ स्वर्ग हा देवतांच्या वसतिस्थानाचा सामान्य वाचक शब्द आहे त्याचे पोटांत निरनिराळ्या देवांचे निरनिराळे प्रांत आहेत असें समजावें.

राहील. याकरितां, हे हव्यवाहना, या कामीं तुझा मनस्ताप दूर कर.

ब्रह्मदेवाचे हे शब्द ऐकतांच तो हव्यकव्य खाणारा देवाग्नि ब्रह्मदेवाचे म्हणण्याला कबूल झाला; आणि अर्थातच त्याच्या देहांत हत्येचा चौथा भाग शिरला. त्यानंतर ब्रह्मदेवानें वृक्ष, ओषधि व तृण यांस हाक मारून अग्नीप्रमाणेंच त्यांशींही बोलणें लाविलें. तें ऐकून तीं वृक्षौषधि तृणें अग्नीप्रमाणेंच अंतर्यामीं क्लेश पावून ब्रह्मदेवाला म्हणूं लागलीं कीं, ' हे लोकपितामहा, आपण ही हत्या आम्हांवर लादतां, पण हिजपासून आमची सुटका कशी होणार ? देवानें आम्हांला अगोदर जर्जर केलें आहे, अशांत आपणही आम्हांवर असली धाड घालणें योग्य नाहीं. देवा, आम्ही सदासर्वकाल ऊन, थंडी, झंझावात हीं सहन करीतच आहों. शिवाय छेदनभेदनही आमचे कपाळीं लागलेंच आहे. तथापि, हे त्रिलोकेश आपलीच आज्ञा आहे, त्या अर्थीं आम्ही ही हत्या तूर्त स्वीकारितों. परंतु हींतून आम्ही सुटण्याची युक्ति आपण योजून ठेवावी.

ब्रह्मदेव म्हणाले:—युक्ति योजलेलीच आहे. जो कोणी मनुष्य अमावास्यादि पर्वदिवशीं मोहानें तुमचें छेदनभेदन करील, त्याचे मागोमाग ही जाईल.

भीष्म म्हणतात:—महात्मा ब्रह्मदेवानें हें आश्वासन देतांच त्या वृक्षौषधितृणांनीं हत्येचा स्वीकार करून ब्रह्मदेवाची पूजा केली आणि परत त्वरित आपली वाट धरली. नंतर ब्रह्मदेवांनीं अप्सरांना बोलावून मोठ्या गोड वाणीनें त्यांना गोंजारून म्हटलें, ' सुंदरीहो, ही हत्या इंद्रापासून चालत आली आहे. करितां माझ्या आज्ञेवरून हिचा चौथा भाग तुम्ही घ्या.

अप्सरा म्हणाल्या:—हे देवेशा, आपलीच आज्ञा आहे त्या पक्षीं आम्ही ही हत्या घेण्यास उद्युक्त झालों असें समजा. तरी हिच्यांतून आमची सुटका कशी, ही तोड आम्हांस प्रथम सांगा.

ब्रह्मदेव म्हणाले:—जो कोणी मनुष्य स्त्री रजस्वला असतां तिच्याशीं मैथुन करील त्याच्यांत ही तुमची पीडा शिरेल. कां ? आतां तर तुमचा मनस्ताप दूर झाला ना ?

भीष्म म्हणतात:—यावर त्या अप्सरांनीं " झाला " असें मोठ्या आनंदानें म्हणून (ती हत्या स्वीकारून) आपआपल्या स्थानीं गमन केलें व तेथें त्या पूर्ववत् आनंदांत रममाण झाल्या. नंतर त्या महातपस्वी त्रैलोक्यकर्त्या देवानें अपांचें (उदकांचें) चिंतन केलें. त्या बरोबर त्या सर्वही जमून त्या अमिततेजस्वी ब्रह्मदेवाकडे येऊन त्याला वंदन करून म्हणाल्या, ' हे अरिमर्दना देवा, तुझे आज्ञेवरून या आम्ही तुजकडे आलों आहों. तर, हे लोकेश्वरा, आम्हांस काय ती आज्ञा द्यावी. '

ब्रह्मदेव म्हणाले:—वृत्रापासून ही महाभयंकर ब्रह्महत्या इंद्राला प्राप्त झाली आहे; हिचा चतुर्थांश तुम्ही घ्या.

आप म्हणाल्या:—हे लोकेशा, तूं आमचा प्रभु आहेस, तेव्हां तुझे इच्छेप्रमाणेंच होऊं दे. परंतु आमचे सुटकेची तोड काय ती अगोदर ठरविली पाहिजे. कारण, हे देवेशा, सर्व जगाची शेवटली धाव तुजकडेच आहे. तुजवांचून दुसरे कोणाचा प्रसाद आम्हांस संकटांतून काढील बरें ?

ब्रह्मदेव म्हणाले:—' अं:,पाणी म्हणजे काय पदार्थ आहे ' अशी तुम्हांविषयीं तुच्छबुद्धि धरून जो मूढ मनुष्य तुमच्यांत कफ, मूत्र, मळ हीं टाकील, त्यांत ही हत्या चपदिशीं शिरून तेथेंच राहील व या प्रकारें तुमची मोकळीक होईल, हें मी तुम्हांला खरें खरें सांगतों.

हे युधिष्ठिरा, नंतर ती ब्रह्महत्या इंद्राला

सोडून ब्रह्मदेवानें तिला जीं जीं (अग्न्यादि चार) निवासस्थानें सांगून दिलीं तेथें निघून गेली. हे राजा, याप्रमाणें इंद्रावर आलेली ब्रह्महत्या ब्रह्मदेवानें दूर केली त्या वेळीं त्या हत्येपासून शुद्धि प्राप्त व्हावी म्हणून इंद्रानें ब्रह्मदेवाच्या अनुमतानें अश्वमेध यज्ञही केला व त्यामुळें तो पापनिर्मुक्त झाला असें ऐकतों. एतावता, सहस्रशः शत्रूंना मारून राजश्री मिळाल्यामुळें इंद्राला अतुल आनंद झाला. हे राजा, त्या वृत्राचे रक्तापासून शेंडीवाले कोंबडे उत्पन्न झाले; आणि यामुळें, ज्यांनीं तपाची दीक्षा घेतली आहे असे लोक व ब्राह्मण यांनीं ते खाणें योग्य नाहीं. हे कुरुनंदना, या ब्राह्मणांचें तूंही सर्वावस्थांत भलें करीत जा; कारण, ब्राह्मण म्हणजे पृथ्वीवरील देवच असें प्रसिद्ध आहे.

हे कौरवेश्वरा, वृत्रासुर एवढा प्रचंड खरा पण त्यालाही तेजस्वी इंद्रानें आपल्या कुशाग्र बुद्धीनें व तडजोडीनें नाहींसें केलें; आणि, हे कुंतीपुत्रा, शत्रुहंत्या इंद्राप्रमाणें तूंही या पृथ्वीवर अजिंक्य होशील.

जे कोणी ब्राह्मण मंडळीपुढें पर्वापर्वाचे ठिकाणीं इंद्राचें हें दिव्य आख्यान सांगतील, त्यांना पाप गांठणार नाहीं. बा धर्मा, या प्रकारें वृत्रासंबंधी इंद्रानें केलेलें अद्भुत कर्म मीं तुला कथन केलें. याशिवाय आणखी काय ऐकावयाची तुला इच्छा आहे तें सांग.

अध्याय दोनशें त्र्यायशींवा.

---:०:---

ज्वरोत्पत्ति.

युधिष्ठिर विचारितोः—हे सर्वशास्त्रनिपुण महाप्राज्ञ पितामह, आपण जी वृत्रवधाची हकीगत मला सांगितली, तिजसंबंधी मला एक गोष्ट विचारावीशी वाटते. ती गोष्ट ही-आपण सांगितलें कीं, वृत्रासुर हा ज्वरानें व्याकुल झाला असतां त्याला इंद्रानें आपल्या वज्रानें मारिलें; तर, हे महाप्राज्ञ, हा ज्वर कोठून उत्पन्न झाला हें मला नीट सांगा.

भीष्म म्हणालेः—या ज्वराची लोकविख्यात उत्पत्ति कशी आहे व त्याचा पुढें जगांत विस्तार कसा झाला तेंही ऐक. हे महाराजा, पूर्वीं, मेरु पर्वताचें सर्व रत्नांनीं भूषित व त्रैलोक्याला वंद्य आणि सूर्याला प्रिय असें ज्योतिष्क नांवाचें शिखर होतें. तें कोणा माणसाला मोजतां येत नसे किंवा चढून जातां येत नसे. या शिखराच्या सुवर्णमंडित अशा तटावर पलंगावर पडल्याप्रमाणें देव शंकर विराजमान झाले होते. त्यांच्या शेजारींच शैलकन्या पार्वती सर्वदा बसली असे. तसेच महात्मे देव, तेजस्वी वसु, भिषग्वर्य अश्विनीकुमार, गुह्यकमंडळीसह कैलासपर्वतावर राहणारा यक्षाधिपति श्रीमान् कुबेर हे सर्व त्याचे सेवेंत हजर होते. शिवाय महामुनि शुक्राचार्य व सनत्कुमारप्रभृति महर्षि, आणि अंगिरस प्रमुख देवर्षि, विश्वावसु गंधर्व, नारद मुनि, पर्वत व अनेक अप्सरांचे समुदायही तेथें आले होते. त्या वेळीं नानाप्रकारच्या सुवासांनीं युक्त असा शुद्ध, मंगल व सुखावह वायु वाहत होता. तेथील वृक्ष फुलले असून त्यांवर सर्व ऋतूंतील फुलें होतीं; त्या ठिकाणीं पशुपति महादेवाच्या सेवेंत अनेक विद्याधर, सिद्ध व तपोधन उभे होते; शिवाय अनेक रूपांचीं भूतें, भयंकर असे राक्षस व महाबलाढ्य असे पिशाच आणि अनेक प्रकारचीं आयुधें हातांत उगारून व अनेक प्रकारचीं रूपें घेऊन अग्नीप्रमाणें उग्र दिसणारे असे महादेवाचे अनेक किंकरही तेथें सेवेस उभे होते. भगवान् नंदी तर स्वतेजानें देदीप्यमान् असून शिवाय हातांत प्रज्वलित शूल घेऊन महादेवाच्या हूंस हूं देण्यास तयार

उभा होता; आणि, हे कुरुनंदना, सर्व तीर्थोदकांत आदिभूत अशी सरिच्छ्रेष्ठ गंगा मूर्तिमती होऊन सेवा करीत होती.

या प्रकारें मोठमोठ्याल्या देवांनीं व ऋषींनीं ज्याची पूजा चालविली आहे असा तो महातेजस्वी शंकर तेथें रहात असतां कोणे एके काळीं दक्ष नांवाच्या प्रजापतीनें पूर्वींपासून चालत आलेल्या विधीप्रमाणें यज्ञाला आरंभ केला. त्या वेळीं इंद्रप्रमुख सर्व देवांनीं एकत्र जमून त्या यज्ञास जाण्याचा मानस केला व ज्वलदग्नीप्रमाणें तेजस्वी अशा विमानांत बसून ते सर्व महात्मे देवेंद्राच्या अनुरोधानें गंगाद्वाराकडे जाऊं लागले. इतर देवमंडळी याप्रमाणें निघालेली पाहून साध्वी पार्वती आपला पति महादेव याला म्हणाली, 'भगवन्, आपण तत्त्वज्ञ आहां, तर ही सर्व इंद्रप्रमुख देवमंडळी कोणिकडे चालली आहे हें खरें खरें मला सांगा; कारण, मला मोठा संशय उत्पन्न झाला आहे.'

महादेव म्हणतातः—हे महाभागे, दक्ष नांवाचा एक सर्वश्रेष्ठ प्रजापति आहे, तो अश्वमेध करीत आहे; तिकडे हे देव चालले आहेत.

उमा म्हणालीः—महादेवा, मग आपणही या यज्ञाला कां जात नाहीं? आपले जाण्याला आडकाठी ती काय आली?

महादेव ह्मणालेः—हे महाभागे सुंदरी, ही सर्व लबाडी या देवमंडळीनेंच पूर्वीं करून ठेविली आहे. ती अशी कीं, कोणतेही यज्ञांत त्यांनीं मला भागच ठेविला नाहीं. हा त्यांनीं मसलतीनें परिपाठ ठरवून टाकिल्यानें, खरें पाहतां मला जो यज्ञांत त्यांनीं भाग धर्मतः दिला पाहिजे तो ते देत नाहींत!

उमा म्हणालीः—हे भगवन्, आपण सर्व भूतांत शक्तीनें आणि गुणांनीं अधिक असून तेज, कीर्ति व वैभव यांत कोणालाही हार जाणारे किंवा अवज्ञा करितां येण्याजोगे नाहीं. असें असतां, हे महाभागा, आपल्यासारख्याला यज्ञभागांतून बहिष्कार घातलेला पाहून मला अत्यंत दुःख होत आहे; आणि, हे निष्पापा, त्या योगानें हें माझें शरीर थरथर कांपत आहे!

भीष्म म्हणालेः—याप्रमाणें देवी उमा आपल्या पतीला बोलून बाह्यतः गप्प बसली; परंतु अंतर्यामीं या अन्यायामुळें तिचा भडका झाला. इतक्यांत, आपल्या प्रिय पत्नीच्या मनांतील इष्टार्थ तर्कून महादेवांनीं नंदीला 'तूं येथें हिजपाशींच ऐस' असें सांगितलें; आणि आपलें सर्व योगबल एकवटून त्या सर्व योगीशांच्या महातेजस्वी ईश्वरानें साह्यार्थ भयंकर असे किंकर घेऊन त्या यज्ञाचा एकाएकीं विध्वंस आरंभिला. त्या वेळीं त्या पिनाकधारी देवदेवाचे अनुचरांपैकीं कोणी मोठी गर्जना करूं लागले; कोणी मोठ्यानें खदखद हंसूं लागले; कोणी त्या याज्ञिय अग्नीवर रक्ताचा सडा घालूं लागले; कोणी वेडींवांकडीं तोंडें करून तेथील यज्ञस्तंभ उपटून गरगरावूं लागले; आणि कोणी आ पसरून तेथील कामकरी मंडळीला गट्ट करूं लागले. हे राजा, याप्रमाणें जेव्हां त्या यज्ञावर चोहोंकडून झोड उठली तेव्हां तो बिचारा यज्ञ मृगाचें रूप घेऊन आकाशांत चालता झाला. ती गोष्ट ध्यानीं येतांच धनुष्याला बाण लावून प्रभु शंकर त्याचा पाठलाग करीत चालले. त्या वेळीं, राजा, त्या तेजस्वी देवेशाच्या ललाटापासून क्रोधामुळें एक भयंकर स्वेदबिंदु टपकन् भूमीवर पडला. तो पडतांच त्यांतून प्रलयाग्नीसारखा एक लोळ उठला; आणि त्या लोळांतून एक पुरुष बाहेर आला. हा शरीरानें खुजा पण दिसण्यांत भयंकर असून त्याचे डोळे लालगुंज व दाढी हिरवी होती. त्याच्यावर ससाणा किंवा दिवाभीत यांच्याप्रमाणें अतिशय दाट केंस असून ते सर्व ताठ उभे होते. तो वर्णानें काळाकुळकुळीत असून त्याचे अंगा-

वरील वस्त्रें लालभडक होतीं. असल्या या महाबलाढ्य पुरुषानें—अग्नीनें तृणाला खाऊन टाकावें त्याप्रमाणें—त्या (मृगरूपी) यज्ञाला तात्काळ गिळून टाकिलें; आणि नंतर तो सर्व देव व ऋषि यांना तेथून हुसकावूं लागला! तेव्हां देवही बिचारे भयानें दाही दिशा धांवूं लागले. हे राजा, तो पुरुष इकडून तिकडे फिरत असतां त्याच्या दणक्यानें पृथ्वी डळमळूं लागली व सर्वत्र हाहाकार उडाला. हें पाहून प्रभु ब्रह्मदेवांनीं महादेवाची गांठ घेऊन त्याला म्हटलें कीं, "हे सर्वदेवेश्वरा, हे समर्था, हे सर्व देव आपणांस आतांपासून हविर्भाग खचीत देतील; परंतु एवढा आपला हा क्रोधरूपी पुरुष आवरून धरावा. कारण, हे परंतपा महादेवा, हे सर्व देव व ऋषि तुझ्या क्रोधापासून अशान्त झाले आहेत. आतां, हे देवेशा, आपल्या स्वेदबिंदूपासून हा जो पुरुष निर्माण झाला आहे, तो आजपासून ज्वर या संज्ञेनें सर्व लोकांत संचार करीत राहील. मात्र, ह्या ज्वरानें आपलें सर्व तेज एकत्र केल्यास सर्व पृथ्वीही याचा प्रतीकार करण्यास समर्थ होणार नाहीं; याकरितां आपण याचे बरेचसे भाग करून द्या."

याप्रमाणें ब्रह्मदेवानें विनंती करून आपल्याला यज्ञांत भागही कबूल केला हें पाहून त्या पिनाकधारी शंकराला अतिशय आनंद व उल्हास वाटून त्यानें ब्रह्मदेवाला 'बरें आहे' असें आश्वासन दिलें; आणि आपला यज्ञिय भाग पदरांत पाडून घेतल्यानंतर, सर्व प्राण्यांना सोईकर पडावें—त्यांची शांति कायम रहावी—अशा हिशोबानें त्या महेश्वरानें धर्मदृष्टीनें त्या

ज्वराची वांटणी

केली. हे वत्सा, ती कशी तें तुला सांगतों, ऐक. हत्तींचे ठिकाणीं त्यानें हा ज्वर शीर्षाभिताप (मस्तकज्वर) या रूपानें ठेविला; पर्वतांचे ठिकाणीं शिलाजतूचे रूपानें ठेविला; पाण्यांत निळीचे रूपानें ठेविला; सर्पांचे ठिकाणीं त्यांची कांत या रूपानें ठेविला; बैलांच्या ठिकाणीं खुरकुताचे रूपानें ठेविला; नापीक भूमीचे रूपानें पृथ्वीतलावर ठेविला; पशूंचे ठिकाणीं दृष्टिमांद्याचे रूपानें ठेविला; घोड्यांचे ठिकाणीं गलरोगाचे रूपानें ठेविला; मोरांमध्यें डोईवरील तुऱ्याचे रूपानें ठेविला; कोकिलांचे ठिकाणीं नेत्ररोगाचे रूपानें, मेंढरांत पित्त उसळण्याचे रूपानें, पोपटांत उचकीचे रूपानें, वाघाचे ठिकाणीं थकव्याचे रूपानें, आणि मनुष्यांचे ठिकाणीं ज्वर याच नांवानें ठेविला. हे राजा, हा ज्वर म्हणजे शंकराचें उग्र तेज—हा मनुष्यांना मरणकालीं, जन्मकालीं किंवा मध्यस्थितींतही प्राप्त होतो. हाच ईश्वरस्वरूप समजून सर्व प्राण्यांनीं याला मान द्यावा. व याला वंदन करावें; असो.

धर्मिष्ठ वृत्रासुर असल्या या ज्वरानें पछाडल्यामुळें ज्या वेळीं जांभया देऊं लागला, त्या वेळीं इंद्रानें त्याजवर आपलें वज्र टाकिलें. त्या वज्रानें वृत्राचे देहांत प्रवेश करून त्याचें विदारण केलें. त्या वेळीं तो महायोगी असुर अमिततेजस्वी जो परमात्मा विष्णु त्याचे परमधामाला गेला. तो वृत्र जीवमान् असतां त्यानें हे सर्व जगत् विष्णुभक्तीचेच जोरावर व्यापिलें होतें, व यामुळेंच युद्धांत मारला गेल्यावरही तो विष्णुपदालाच पोंचला.

पुत्रा, याप्रमाणें वृत्रासुराच्या कथोद्देशानें मीं तुला या बलाढ्य ज्वराचा हा विस्तार कथन केला. आतां पुढें काय कथन करूं तें सांग. जो मनुष्य मनांत हुषारी ठेवून एकाग्र मनानें हा ज्वरोत्पत्तीचा वृत्तांत सर्वदा पठन करील, तो रोगरहित होत्साता सुखानंदांत राहून त्याचे मनाप्रमाणें त्याचे सर्व हेतु पूर्ण होतील.

अध्याय दोनशें चौऱ्यायशींवा.

—:o:—

दक्षकृत महादेवस्तुति.

जनमेजय वैशंपायनास विचारतोः—ब्रह्मन्, प्रचेतसाचा पुत्र जो दक्ष प्रजापति त्यानें वैवस्वत मन्वंतरांत अश्वमेध यज्ञास आरंभ केला असतांना त्या यज्ञाचा विध्वंस कसा झाला हें मला सांगा. पार्वतीला कोप आला हें पाहून सर्व विश्वाचा आत्मा व प्रभु जो शंकर त्यासही कोप आल्यामुळें दक्षानें त्या शंकराचा कोप शांत करून त्याच्या प्रसादानें आपला यज्ञ सांग कसा केला, हें समजून घेण्याची मला फार इच्छा आहे. तर हा वृत्तांत जसा घडला असेल तसा सांगा.

वैशंपायन सांगतातः—प्राचीनकालीं—योगी, ऋषि, सिद्ध इत्यादि लोक ज्या भागांत रहातात त्या हिमालय पर्वताच्या पवित्र जागीं गंगोत्रीजवळ दक्षानें अश्वमेध यज्ञ करण्यास आरंभ केला. त्या प्रदेशांत नानाप्रकारचे वृक्ष आणि लता हीं असून गंधर्व व अप्सरा यांची गर्दी होती. सदाचरणी लोकांमध्यें श्रेष्ठ अशा त्या दक्ष प्रजापतीच्या भोंवतालीं ऋषिमंडळी बसली असून पृथ्वींतील लोक व अंतराळ आणि स्वर्ग यांतील दैवतें इत्यादि सर्व हात जोडून त्याच्या जवळ अदबीनें उभे होते. स्वर्गांतील देवमंडळी, त्याचप्रमाणें दैत्य, गंधर्व, पिशाच, नाग, राक्षस, हाहा, हूहू हे गंधर्व, नारद, तुंबर, विश्वावसु-विश्वसेन हेही दोन गंधर्व, अप्सरा, आदित्य, अष्टवसु, रुद्र, साध्य व मरुद्गण या सर्व मंडळीसह देवेंद्र हा त्या यज्ञामध्यें हविर्भाग घेण्याकरितां आला होता. पंचाग्निसाधन करणारे, सोमयज्ञ करणारे, धूम्रपान करणारे, घृतपान करणारे हे व तसेच ब्रह्मदेवासह ऋषि व पितर हेही यज्ञसमारंभास आले होते. शिवाय स्वेदज, जारज, अंडज व उद्भिज्ज या चारही कोटींतील प्राणी तेथें आले होते. त्याचप्रमाणें सर्व देव आणि देवपत्न्या यांना तेथें अगत्याचें आमंत्रण असून ते अग्नीप्रमाणें जाज्वल्य असणाऱ्या आपआपल्या विमानामध्यें विराजमान झाले होते.

याप्रमाणें ही सर्व देवमंडळी तेथें आली होती. परंतु त्यांमध्यें शंकर मात्र नाहींत असें पाहून दधीचि ऋषीला मोठा राग येऊन तो उभा राहून मोठ्यानें ह्मणाला, "ज्या ठिकाणीं शंकरांना हविर्भाग मिळत नाहीं असें सध्याचें चाललेलें प्रकरण यज्ञ नव्हे किंवा धर्मकृत्यही नव्हे. अहो, तुम्ही मृत्यूच्या जाळ्यांत सांपडलेले आहां. अरेरे ! हा कसा उलटा काळ आला आहे पहा ! धडधडीत मृत्यु रुद्रकोपरूपानें यांच्या पुढें उभा असतांना तो भ्रांतीमुळें यांना कसा दिसत नाहीं ! हा प्रस्तुतचा यज्ञ महत्त्वाचा खरा, परंतु यांत जें मोठें अरिष्ट आलें आहे तें तर यांना दिसत नाहीं!" असें बोलून त्या महायोगी ऋषीनें अंतर्दृष्टीनें पाहिलें तों त्याला महादेव आणि वरप्रदान देणारी व पवित्र अशी पार्वती व तिच्या जवळ असलेले भगवान् नारद दिसले. त्यांना पाहून त्या ऋषीला अत्यानंद झाला; आणि शंकरांना येथें आमंत्रण दिलें नाहीं, त्यापेक्षां या सर्वांचें या बाबतींत संगनमत असावें, असें जाणून दधीचि ऋषि यज्ञमंडप सोडून जातांना बोलले कीं, 'जे लोक सन्माननीयांचा सन्मान करीत नाहींत, व अपूज्य माणसांचा आदरसत्कार करितात, अशा माणसांना—खुनी लोकांना जो दोष आहे तोच दोष निरंतरचा लागतो. मी आजपर्यंत खोटें बोललों नाहीं व बोलणारही नाहीं. येथें जे ऋषि व देव जमले आहेत त्यांच्या समक्ष मी सत्य आहे तेंच सांगतों. तें हेंच कीं, विश्वंभर, विश्वनाथ, सकल सृष्टीचा उत्पन्नकर्ता व सकल यज्ञांत अग्रभोक्ता

असा जो पशुपति प्रभु शंकर तो येथें आलेला तुम्ही आतांच पहाल !

हें ऐकून दक्ष बोलला:—ज्यांच्या हातांत शूल आहेत व डोक्यावर जटाभार आहे, असे एक सोडून अकरा रुद्र येथें आहेत; तेव्हां यांहून निराळा तुमचा हा महेश्वर कोण आहे हें कांहीं आपल्याला माहीत नाहीं !

दधीचीनें उत्तर केलें:–तुमचें सर्वांचें संगनमतच झालें आहे व म्हणूनच शंकरांना तुम्हीं आमंत्रण केलें नाहीं; आणि मला तर शंकरापेक्षां वरिष्ठ असा कोणताही देव असल्याचें दिसत नाहीं; आणि म्हणून माझी अशी खातरी आहे कीं, दक्षाचा हा महायज्ञ शेवटास जाणार नाहीं.

दक्षानें (खोंचून) उत्तर केलें:—या सुवर्णपात्रांत यज्ञनारायणाकरितां म्हणून विधियुक्त मंत्रांनीं अभिमंत्रून जो हविर्भाग ठेविला आहे, तो सर्व मी (शंकरास न देतां) यज्ञाधिपति जगन्नायक सर्वव्यापक असा प्रभु विष्णु त्यालाच अर्पण करणार ! कारण, त्यालाच सर्व यज्ञांमध्यें आमंत्रण असतें.

इतक्यांत, तें भाषण ऐकून इकडे पार्वती म्हणाली कीं, " मी असें कोणतें दान करूं, कोणतें व्रत अगर कोणतें तप करूं, कीं ज्याच्या योगानें माझा पति भगवान् अचिंत्य शंकर याला या यज्ञांत अर्धा नाहीं तर तिसरा तरी हिस्सा हविर्भाग मिळेल ! "

याप्रमाणें अपमानाच्या दुःखानें क्षुब्ध झालेल्या आपल्या पत्नीनें हे उद्गार काढलेले ऐकून भगवान् शंकरांनीं प्रसन्न मुद्रेनें तिजला म्हटलें, ' हे देवि, तूं मला पक्कें जाणत नाहींस, असें वाटतें. कारण, हे कृशांगि, मजसारख्या यज्ञाधीशासंबंधानें बोलावयाचें तर कसें बोलणें योग्य आहे हेंही तुला कळलें नाहीं ! हे विशालनेत्रे, मला असें ठाऊक आहे कीं, ज्यांना (एकाग्र चित्त करून) ध्यान करितां येत नाहीं व जे पातकी आहेत, ते मला जाणत नाहींत. (आणि तूं तर अशांतली नसून माझें सामर्थ्य न जाणणाऱ्या मनुष्याप्रमाणें मला भाग कोणत्या उपायानें मिळेल म्हणून विवंचनेंत पडलीस याला काय म्हणावें?) तुझ्या मायेनें सगळें त्रिभुवन व इंद्रादिक देव सुद्धां सर्वतोपरी मोहित होत असतां आज तूंच कशी मोह पावलीस ? प्रिये, यज्ञामध्यें शास्त्रें ह्मणणारे जी स्तुति करितात ती माझीच स्तुति आणि सामगायन करणारे लोक रथंतर ह्मणतात तें मलाच उद्देशून होय. वेदपारग किंवा ब्रह्मवेत्ते ब्राह्मण यज्ञ करितात तो माझ्याच प्रीत्यर्थ करितात; आणि ऋत्विजही पण मलाच हविर्भाग देतात.

पार्वतीनें (जरा उपरोधिकच) उत्तर केलें:—अगदीं सामान्य प्रतीचे लोक सुद्धां बायकांच्या पुढें आपली स्तुति करतात व आपलीच बढाई मारितात !

शंकरांनीं उत्तर केलें:—हे देवि, मी कांहीं आपली पोकळ बढाई मारीत नाहीं. हे कृशकटि मी आतां यज्ञाचा समाचार घेण्याकरितां काय काय उपस्थित करितों तें उगाच पहा तर खरें.

याप्रमाणें आपल्या त्या प्राणापेक्षांही प्रिय अशा लावण्यवती पत्नीला बोलून शंकरांनीं आपल्या मुखापासून एक विक्राळ व लोकांचा थरकांप करणारें असें भूत निर्माण करून त्याला अशी आज्ञा केली कीं, ' दक्षाच्या यज्ञाचा विध्वंस करून टाक. ' तेव्हां महादेवाच्या मुखापासून निघालेल्या व सिंहाप्रमाणें पराक्रमी अशा त्या भूतानें पार्वतीचा कोप शांत करण्याकरितां त्या दक्षयज्ञाचा एकट्यानें सहजींच फडशा पाडिला. त्या वेळीं तो प्रकार पहाण्याकरितां रागानें लाल झाल्यामुळें भयंकर दिसणारी पार्वती महाकाली होऊन आपल्याच

कृतीचा कसा काय परिणाम होतो हें पाहण्याकरितां शंकरांची या कामीं संमति आहे असें पाहून व त्यांना नमस्कार करून त्या भूताचे मागोमागच गेली होती. त्या उत्पन्न केलेल्या भूताचे अंगीं प्रचंड सामर्थ्य असून शौर्य व स्वरूप यांमध्यें तो शंकराच्याच तोडीचा होता. हा प्राणी म्हणजे शंकराच्या क्रोधाची प्रत्यक्ष मूर्तिच होता. त्याचें सामर्थ्य अपार असून त्याचा जोम, पराक्रम व शौर्य हींही अपारच होतीं. ज्या त्या प्राण्यानें पार्वतीचा राग शांत केला, त्याचें नांव वीरभद्र असें होतें. या वीरभद्रानें आपल्या अंगावरील रोमरंध्रांपासून रुद्राप्रमाणेंच पराक्रमी व भयंकर अशी भूतांची एक टोळीच्या टोळी निर्माण केली. या प्रचंड टोळींतील गणांना रौम्य असें नांव होतें. ते विक्राळ व धिप्पाड शरीराचे शेंकडों किंबहुना हजारों गण दक्षयज्ञाचा उच्छेद करण्याकरितां सपाट्यानें व त्वरेनें यज्ञमंडपावर तुटून पडले. त्यांनीं आपल्या कर्कश आरोळ्यांनीं सर्व अंतरिक्ष जणू काय भरून टाकिलें. तेव्हां त्या त्रासदायक आवाजानें स्वर्गांतील देवांना सुद्धां भीति उत्पन्न झाली; इतकेंच नव्हे, तर मोठमोठ्या पर्वतांच्या शिला दुभांगून गेल्या, भूकंप झाले, भयंकर झंझावात सुटला, समुद्र खवळून गेला, ठिकठिकाणीं पेटविलेले अग्नि विझून गेले, सूर्य प्रकाशेनासा झाला, ग्रहनक्षत्रें यांचेंही तेज मावळून गेलें, आणि देव, मनुष्य व ऋषि या सर्वांच्या तोंडचें पाणी पळालें!

याप्रमाणें पृथ्वीवर अंधकार पडला असतांना, अपमान झालेल्या त्या रुद्रगणांनीं जाळपोळ करण्याचा सपाटा चालविला. कांहींनीं यज्ञमंडपांतील यूप उपटून त्यांनींच सांपडेल त्यांना धोपटण्यास प्रारंभ केला, कांहींनीं सांपडेल त्याचे तुकडे तुकडे किंवा चुराडा करण्यास आरंभ केला, वायूप्रमाणें वेगवान् व मनाप्रमाणें चंचल असे ते रौम्यगण इकडे तिकडे सैरावैरां धावूं लागले आणि यज्ञपात्रांचा व इतर मूल्यवान् वस्तूंचा चुरा करूं लागले; तेव्हां त्याच वस्तूंचे लहान लहान तुकडे जे अंतराळीं उडाले किंवा जमीनीवर विखरून पडले, ते तेजामुळें आकाशांत ताऱ्यांप्रमाणें चमकूं लागले. तेथें नानाप्रकारच्या षड्रस पक्वान्नांच्या व इतर पेय सामग्रीच्या पर्वतप्राय राशी पडल्या होत्या, त्यांची त्या रुद्रगणांनीं अतिशय नासधूस केल्यामुळें त्या पेयांचीं सर्व भांडीं पालथीं झालीं. दूध तर इतकें सांडून वाहून गेलें कीं, त्याच्या नद्याच वाहूं लागल्या कीं काय असें दिसलें! अर्थात् अशा नद्यांत दहीं, तूप व दाट खीर यांचा चिखल, ताक वगैरे हेंच पाणी व खडीसाखर हीच वाळू होती. या मनोहर नद्यांच्या उदकाला सहाही रसांची उत्तम रुचि होती. कारण, त्यांतही गूळ, मध इत्यादिकांचे पाट सोडलेले होते. शिवाय तेथें नानातऱ्हेचीं मांसाचीं रुचकर पक्वान्नें होतीं. त्यांत जीं कांहीं स्वादिष्ट असून भुरके मारण्याजोगीं होतीं, त्यांच्यावर या गणमंडळींनीं यथेच्छ ताव मारून बाकीचें अन्न इकडे तिकडे भिरकावून पिसकारून टाकिलें! शंकराच्या क्रोधसामर्थ्यामुळें त्यांचीं शरीरें पर्वतप्राय असून तेज प्रलयकालच्या रखरखीत अग्नीप्रमाणें तीव्र होतें. त्यांनीं देवादिकांच्या सैन्याची अगदीं दाणादाण उडविली व भीतीनें गाळण करून सोडली! नानातऱ्हेचीं विचित्र रूपें घेऊन ते नाचूं उडूं लागले व त्या बागडण्यांत ते देवांच्या बायकांना इकडे तिकडे फेंकूं लागले! याप्रमाणें, सर्व देवांनीं जरी दक्षाच्या त्या यज्ञाचें चांगलें रक्षण केलें होतें, तरी तो या विक्राळ रुद्रगणांनीं शंकराच्या कोपबलानें अगदीं भस्म करून टाकिला;

आणि प्राणिमात्राच्या अंतःकरणांत धडकी बसेल एवढा मोठा प्रचंड शब्द करून या वीरभद्रानें यज्ञाचें शिर धडापासून वेगळें केलें ! आणि त्या आनंदांत तो मोठमोठ्यानें ओरडूं लागला व उड्या मारूं लागला. तेव्हां ब्रह्मादिक सर्व देव व दक्ष प्रजापति हे वीरभद्रापुढें हात जोडून त्याला म्हणाले कीं, 'आपण कोण?'

वीरभद्रानें उत्तर केलें:—मी रुद्र नव्हे, पार्वती नव्हे किंवा यज्ञामध्यें हविर्भाग घेणाराही नव्हे. परंतु विश्वात्मा जो प्रभु शंकर त्याला पार्वतीला राग आलेला पाहून क्रोध आला, तेव्हां त्या शंकराच्या क्रोधापासून मी उत्पन्न झालों आहें. मला वीरभद्र म्हणतात आणि मी तुझ्या यज्ञाचा फडशा पाडण्याकरितां आलों आहें असें समज. मी मोठमोठे श्रेष्ठ ब्राह्मण पाहण्याकरितां येथें आलों नाहीं, किंवा यज्ञकौतुकही पाहण्याकरितां आलों नाहीं. या स्त्रीचें नांव भद्रकाली. ही पार्वतीच्या क्रोधापासून उत्पन्न झाली आहे; आणि सर्व देवांचा प्रभु जो शंकर त्यानें आम्हां दोघांना इकडे पाठविल्यावरून आम्ही येथें आलों आहों. तर, हे विप्रेंद्रा, तूं उमापति शंकर यास शरण जा. कारण, शंकरासारख्याचा राग पुरवला, पण इतरांकडून वरप्रदान मिळविण्यांत अर्थ नाहीं !

वीरभद्राचें हें भाषण ऐकून, सदाचरणसंपन्न लोकांमध्यें श्रेष्ठ असा तो दक्ष शंकरांना सांष्टांग नमस्कार करून स्तोत्र करून शंकरास संतुष्ट करिता झाला.

दक्ष म्हणाला:—शाश्वत, ध्रुव, अव्यय, अखिल विश्वाचा पति असा जो महात्मा शंकर त्याला मी शरण आहें.

दक्ष प्रजापतीच्या यज्ञांत नानाप्रकारची पूजासामग्री तयार ठेवून मोठमोठे तपस्वी ऋषि व सर्व देवता यांना निमंत्रण केलें होतें; परंतु सृष्टि उत्पन्न करणारा महादेव याला तेथें आमंत्रण नसल्यामुळें महादेवी पार्वती हिला क्रोध येऊन तिनें यज्ञमंडपाकडे आपले अनुचर पाठवून दिले. मग महादेवाचा राग ध्यानांत आणून अनुचरगणांनीं ती यज्ञशाला पेटवून दिली असतांना ऋत्विजांची दाणादाण उडाली आणि तेथें असा देखावा दृष्टीस पडूं लागला कीं, कोणी मोठ्यानें आरोळ्या देत आहेत, कोणाच्या उरांत भाले भोंसकले आहेत, कोठें यूप उपटून इकडे तिकडे फेंकून देत आहेत, प्रेतांचें मांस खाण्याकरितां हपापलेलीं गिधाडें खालीं उतरत आहेत, वर उडून जात आहेत व आपल्या पंखांचा वारा जिकडे तिकडे खेळवीत आहेत, शेंकडों भालू ओरडत आहेत, आणि कित्येक राक्षस, पिशाच, सर्प हेही तेथें आहेत.

अशा स्थितींत, अयत्नानें प्राणापानांचा मुखाचे ठिकाणीं निरोध करून शत्रुमर्दन विश्वचक्षु शंकर एकाएकीं यज्ञकुंडांतून प्रकट झाले. त्यांचें तेज सहस्रावधि सूर्यांप्रमाणें असून संवर्तक नांवाच्या अग्नीप्रमाणें प्रखर होतें. नंतर ते दक्षाकडे पाहून हंसून बोलले, 'तुझ्या प्रीत्यर्थ मीं काय करावें तें सांग.' नंतर देवगुरूनें वेदांतील मखाध्याय दक्षास ऐकविला. नंतर दक्षानें हात जोडून शंकरांस प्रार्थना केली; परंतु भीति व शंका यांनीं तो अतिशय घाबरला असून त्याच्या डोळ्यांतून अश्रु वहात होते. तो म्हणाला, 'भगवन्, जर आपण प्रसन्न झालां आहां, जर मी आपणांस प्रिय झालों असेन, जर आपण माझेवर कृपादृष्टि करीत आहां, आणि वर देण्यास सिद्ध झालां आहां, तर आजच्या यज्ञाची सामग्री—जी आम्हीं मोठ्या प्रयासानें गोळा केली होती, तिच्यापैकीं जिची जाळपोळ झाली असेल, जें जें पिशाचांनीं

* हा मजकूर द्विरुक्तसा दिसतो आणि तो या ठिकाणीं शोभतही नाहीं.

खाल्लें असेल, प्यालें असेल, गट्ट केलें असेल अथवा ज्याची नासधूस केली असेल, किंवा ज्यांचा चक्काचूर केला असेल व ज्यांची इकडे तिकडे फेंकाफेंकी केली असेल त्या वस्तु फुकट जाऊं नयेत असा वर द्या.' तेव्हां भगनेत्रहर, धर्माध्यक्ष, विरूपाक्ष, त्र्यंबक, लोकनाथ असे भगवान् शंकर यांनीं 'तथास्तु' असें उत्तर केलें. याप्रमाणें शंकरांपासून वरप्रदान प्राप्त झाल्यानंतर दक्ष प्रजापतीनें गुढघे टेंकून अष्टोत्तरसहस्र नामांनीं शिवाची स्तुति केली.

युधिष्ठिर म्हणालाः—हे निष्पाप पितामह, ज्या नामांनीं दक्ष प्रजापतीनें शंकरांची स्तुति केली, तीं मला ऐकण्याची भक्ति वाटते. याकरितां आपण तीं मला सांगावीं.

भीष्म म्हणालेः—हे भारता, अद्भुत कर्म आचरणाऱ्या व गूढव्रत अशा त्या देवदेवाचीं कांहीं अप्रसिद्ध व कांहीं प्रसिद्ध अशीं नांवें मी तुला आतां सांगतों, तीं ऐक.

दक्ष म्हणालाः—हे देवदेवेशा, देवशत्रूंच्या सैन्याला मारणाऱ्या, हे इंद्रसैन्यास आधारभूता, हे देवदानवपूजिता, तुला नमस्कार असो. हे सहस्रनेत्रा (सर्वज्ञा,), हे विरूपाक्षा, हे त्रिनयना (सोम, सूर्य व अग्नि), हे कुबेरमित्रा, हे सर्वत्र हस्त, पाद, नेत्र, शिरें व मुख असणाऱ्या, सर्वत्र श्रवणयुक्त असणाऱ्या, तूं लोकांत सर्वांस व्यापून राहिला आहेस, तूं सर्वत्र सन्निध आहेस. हे शंकुकर्णा[1], महाकर्णा, हे कुंभकर्णा, हे सागरालया, हे गजेंद्रकर्णा, हे गोकर्णा, हे पाणिकर्णा, तुला नमस्कार असो. हे शतोदरा, हे शतावर्ता (जीवरूपानें अनेकवार फेऱ्या फिरणाऱ्या,), हे शतजिह्वा, तुला नमस्कार असो. हे गायत्रीगेया, त्रिकाल गायत्री जपांत तत्पर असणारे द्विज गायत्रीमिषानें तुझेंच गायन करितात. हे अर्का, सूर्योपासक हे अर्कमिषानें संध्यासमयीं तुझेंच अर्चन करितात; हे ब्रह्मन्, तुलाच चतुर्मुख ब्रह्मदेवाचे ठिकाणीं मानितात. हे शतक्रतो, तूंच देवेंद्र आहेस. हे ऊर्ध्वा, मुनिजन तुला आकाशाप्रमाणें नित्य, असंग व सर्वगत असून सर्व उपाधींपलीकडे असा मानितात. हे महामूर्ते, गोठ्यांत ज्याप्रमाणें सर्व गाई रहातात, त्याप्रमाणें सर्व देवता तुझे मूर्तीचे ठिकाणीं राहतात. तूं समुद्राप्रमाणें आहेस व आकाशाप्रमाणेंही आहेस. तुझ्या शरीराचे ठायीं मला सोम, अग्नि, वरुण, आदित्य, तसेच विष्णु, ब्रह्मदेव व बृहस्पति हे दिसतात. भगवन्, प्रत्येक सत्य-मिथ्या गोष्टींत कार्य, कारण, क्रिया व करण [क्रियेचें साधन] तूंच आहेस. व सर्वांचा उगम व नाश तूंच आहेस. तूंच भव म्हणजे सर्वांचें आदिकरण आहेस; तूंच शर्व म्हणजे सर्वसंहारकर्ता आहेस; आणि तूंच रुद्र म्हणजे पापहर्ता व वरदाता आहेस; पशूंचा म्हणजे ब्रह्मदेवापासून स्थावरापर्यंत पदार्थांचा स्वामी तूंच आहेस; अशा तुला नमस्कार असो. हे अंधकशत्रो, तुला नमस्कार असो. तूं त्रिशिख, त्रिशीर्ष, त्र्यंबक, (शास्त्र, आचार्य व ध्यान हीं तीन ज्याचीं बोधक आहेत असा,) त्रिनेत्र, त्रिपुरासुरमर्दक व त्रिशूलपाणी आहेस. तुला वंदन असो. हे चंडा (सर्वनाशसमर्था), हे कुंडा, (हे सर्वाधारा), हे ब्रह्मांडरूपा व ब्रह्मांडाधारा, हे दंडधरा, हे समकर्णा, (ऋजुवक्त्रा), हे परिव्राजका, तुला नमस्कार असो. हे ऊर्ध्वदंष्ट्रा, हे ऊर्ध्वकेशा, हे शुभ्रा, हे सर्वजगद्विस्तारा, हे रजोरूपा, हे धूम्रवर्णा, हे नीलकंठा, तुला नमन असो. हे अप्रतिमरूपा, हे विरूपा, हे शिवा (कल्याणकरा), हे सूर्यमंडलरूपा, हे सूर्यरूपानें विलसणाऱ्या, हे सूर्यसदृशध्वजा, तुला वंदन

१ शंकुकर्णप्रभृति सात रुद्रगण आहेत; परंतु शंकराशीं ते अभिन्न असल्यानें त्यांचींच नांवें शंकरास दिलीं आहेत.

असो. हे प्रमथगणाधिपते, हे वृषस्कंधा, हे धनुर्धरा, हे अरिंदमा, हे दंडा, हे वल्कलांबरा, तुला नमस्कार असो; हे हिरण्यगर्भा, हे हिरण्यकवचा, हे हिरण्यशिखा, हे हिरण्यपते तुला अभिवादन असो. हे स्तुतिपाला, हे स्तुता, (ज्याची आजपर्यंत अनेकांनीं स्तुति केली आहे असा,) हे स्तूयमाना, (वर्तमान कालींही ज्याची स्तुति चालूच आहे,) तुला नमस्कार असो; हे अखिलव्यापका, हे सर्वभक्षका, हे सर्वभूतांतर्यामिन्, तुला नमस्कार असो; हे यज्ञांतील होतृरूपा, हे मंत्ररूपा, हे शुक्लध्वजा, तुला नमस्कार असो; हे जगन्नाभे, हे जगदाधारा, हे कटकटा, (सर्वरक्षकरक्षका,) तुला नमस्कार असो; हे कृशनासा, हे कृशांगा, हे कृशा, हे आनंदमया, हे हर्षमया, हे किलकिल शब्द करणाऱ्या, हे मुंडा, हे जटिला, हे शय्यागता, हे निद्रिता, हे उत्थिता, हे स्थिता, हे धावमाना, तुला नमस्कार असो; हे नृत्यशीला, हे मुखवाद्यवादका, हे कमलबलिप्रिया, हे गीतवाद्यपरायणा, तुला माझा नमस्कार असो; हे वयोज्येष्ठा, हे गुणश्रेष्ठा, इंद्रदमना, हे कालनियंत्या, हे समर्था, हे प्रलय-उपप्रलय—कारणा, तुला नमस्कार असो; हे भीमदुंदुभिहासा (नगाऱ्यासारखें प्रचंड हास्य आहे ज्याचें असा.) हे तीव्रव्रतधरा, हे उग्रा, हे दशबाहो, तुला सर्वदा नमस्कार असो; हे कपालपाणे, हे चिताभस्मप्रिया, हे निर्भया, हे भयंकरा, हे उग्रव्रतधारका, तुला नमस्कार असो; हे विकृतमुखा, हे खड्गजिव्हा, (तरवारीप्रमाणें ज्याची जिव्हा तक्ष्णि आहे असा;) हे दंष्ट्रायुक्ता, हे पक्वापक्वमांस-(यज्ञ व स्मशान येथील) प्रिया; हे तुंबिवीणाप्रिया, (भोंपळ्याची केलेली वीणा ज्यास आवडते तो.) तुला नमस्कार असो; हे वृष्टिकर्त्या, हे धर्मवृद्धिकरा, हे नंदिरूपा, हे धर्ममूर्ते, हे कटंकटा, (नित्यगमनशील) हे नियामका, हे भूतपाचका, (संहारकर्तृत्वानें प्राण्यांना कालरूप कढईंत उकळणारा,) तुला नमस्कार असो; हे सर्ववरिष्ठा, हे वररूपा, हे वरदा, हे उत्तममाल्य-गंध-वस्त्रधरा, हे वरातिवरदा, (इच्छेहूनही अधिक देणारा,) तुला नमस्कार असो. हे आसक्ता, हे विरक्ता, हे ध्यानरूपा, हे रुद्राक्षमालाधरा, तुला नमस्कार असो; हे सर्वगता, हे सर्वविभिन्ना, हे छायारूपा, हे प्रकाशरूपा, तुला नमस्कार असो; हे शांतरूपा, हे उग्ररूपा, हे अतिघोररूपा, तुला माझा नमस्कार असो; हे शिवा, हे शांता, हे शांततमा, तुला माझा नमस्कार असो; हे एकपदा, हे बहुनेत्रा, हे एकशीर्षा, तुला नमस्कार असो; हे रुद्रा, हे अल्पसंतुष्टा, हे संविभागप्रिया, (यज्ञांतील हविर्भागांची योग्य विभागणी ज्याला आवडते तो) तुला नमस्कार असो; हे पंचाला, (कारागिरा,) हे शुभ्रांगा, हे अतिशांता, तुला नमस्कार असो; हे चंडिकघंटा, (शत्रूंना भयंकर अशी घंटा वाजविणारा) हे घंटानादरूपा, हे अनाहतध्वनिरूपा, तुला नमस्कार असो; हे सहस्त्राध्मातघंटा (एकदम सहस्त्रजणांनीं वाजविलेल्या आहेत घंटा ज्यासाठीं असा.) हे घंटामालाप्रिया, हे प्राणघंटा (पंचविध प्राणांचा ध्वनि हाच ज्याला घंटानादाचे ठिकाणीं आहे असा.) हे गंधरूपा, हे कोलाहलरूपा, तुला नमस्कार असो; हुंकार हा क्रोधाचा वाचक आहे; हुंकार याचा अर्थ भूरादि लोक असा होतो; व हुंकार याचा अर्थ नामरूपात्मक प्रपंच असाही आहे. तेव्हां तनिही अर्थांनीं तो हुंकाराचे पलीकडचा म्हणजे शांत ब्रह्म असून, क्रोधरहित जें हुंकारद्वय तें त्याला प्रिय आहे; अशाला नमस्कार असो. हे अत्यंत शांता, हे गिरीवरील वृक्षाखालीं निवास करणाऱ्या, तुला नमस्कार असो; हे शंकरा, तूं हृदयादि अंतर्भागाचे मांसावर

कोल्ह्यासारखा तुटून पडतोस (तुला तें अत्यंत प्रिय आहे), त्या तुला नमस्कार असो; हे तारका, हे यज्ञोपकारका, हे यज्ञरूपा, हे यजमानरूपा, हे ब्राह्मणमुखतृप्ता, हे अग्निमुखतृप्ता, तुला नमस्कार असो; हे यज्ञनिर्वाहका, हे जितेंद्रिया, हे सत्त्वमया, हे रजोमया, हे तटरूपा, हे नदीरूपा, हे नदरूपा, तुला नमस्कार असो; हे अन्नदा, हे अन्नपते, हे अन्नभोक्त्या, तुला माझा नमस्कार असो; हे अनंतशीर्षा, हे अनंतचरणा, हे अनंतनेत्रा, तुझे हातांत अनंत त्रिशूल उभारिलेले आहेत, त्या तुला नमस्कार असो; हे बालार्कवर्णा, हे बालरूपधरा, हे बालक्रीडापरा, तूं बालगोपाल व तुझे अनुचर यांचा रक्षणकर्ता आहेस; त्या तुला नमस्कार असो; हे वृद्धा, हे लुब्धा, हे क्षुब्धा, हे क्षोभणा, (प्रकृतिक्षोभका) तुला माझा नमस्कार असो. हे गंगातरंगांकितचूडा, हे मुंजकेशा, हे षट्कर्मतुष्टा, हे त्रिकर्म-(यजन, अध्ययन, दान,) रता, हे देवा, तूं जीवांकडून वर्णाश्रमांची पृथक् पृथक् कृत्यें करवितोस, त्या तुला नमस्कार असो; तूं घुष्य (ज्याचे नांवानें घोष केला जातो तो) आहेस, घोषरूपही आहेस, व कलकल शब्दही आहेस, त्या तुला नमस्कार असो; हे श्वेतपिंगलनेत्रा, हे कृष्णरक्ताक्षा, हे जितश्वासा, हे आयुधपा, हे विदारका, हे सूक्ष्मा, तुला नमस्कार असो; शंकरा, चतुर्विध पुरुषार्थांचें वर्णन सांगणारा तूंच आहेस; तूंच सांख्यप्रणेता कपिल आहेस; सेश्वर-सांख्यप्रवर्तक पांतजलही तूंच आहेस; व वेदांत आणि ध्यान यांचाही दर्शक तूंच आहेस; त्या तुला नमस्कार असो; तूं रथ्य (रथांत वाहण्यास योग्य) आहेस; विरथ्य (रथांवांचून ज्याचें अडत नाहीं तो) आहेस; व तुझा रथ जल, अग्नि, वायु व आकाश या चतुष्पथांतून सारखा अकुंठित जाऊं शकतो, अशा तुला नमस्कार असो; मृगचर्माचें तुझें पांघरूण व सर्पाचें तुझें जानवें आहे, अशा तुला नमस्कार असो; हे ईश्वरा, हे वज्रदेहा, हे पिंगकेशा, तुला नमस्कार असो; हे त्र्यंबका, हे अंबिकानाथा, हे व्यक्ता, हे अव्यक्ता, तुला नमस्कार असो; हे कामस्वरूपा, हे कामदा, हे कामघ्ना, (मदनशत्रो,) हे तृप्ता, हे अतृप्ता, हे विचारशीला, हे शर्वा, हे सर्वदा, हे सर्वसंहारका, हे संध्यारागमया, तुला माझा नमस्कार असो; हे घनश्यामा, हे महाकाला, तुला नमस्कार असो; हे स्थूला, हे जीर्णांगा, हे जटिला, हे वल्कलधारिन्, हे अजिनधरा, तुला नमस्कार असो; तुझ्या जटा प्रदीप्त सूर्य व अग्नि यांप्रमाणें तेजस्वी आहेत. वल्कलें व अजिनें हीं तुझीं नेसण्याचीं व पांघरण्याचीं वस्त्रें आहेत. तूं सहस्र सूर्यांप्रमाणें तेजस्वी असून सर्वदा तपस्वी आहेस, अशा तुला नमस्कार असो. हे व्यामोहका, तुझे केश शेंकडों भोंवऱ्यांनीं युक्त असणाऱ्या गंगाजलानें भिजलेले असतात, त्या तुला नमस्कार असो; हे चंद्रावर्ता, (चंद्राला फेऱ्या देणारा) हे युगावर्ता (युगानुयुगांचे फेरे फिरविणारा), हे मेघावर्ता, (मेघांस भ्रमविणारा) तुला नमस्कार असो; तूंच अन्न, तूंच अत्ता, तूंच भोक्ता, तूंच अन्नदाता, तूंच अन्नभक्षिता, तूंच अन्ननिर्माणकर्ता, तूंच अन्नपाककर्ता, तूंच पक्वान्न खाणारा, तूंच प्राणवायु व तूंच जठरानल, अशा तुला नमस्कार असो; हे देवदेवेश्वरा, जरायुज, स्वेदज, अंडज व उद्भिज्ज असे भूतांचे चार प्रकार आहेत ते तूंच होस. तूंच चराचरांचा स्रष्टा, व संहर्ताही तूंच. हे ब्रह्मवेत्त्यांतील श्रेष्ठा, ब्रह्मवेत्ते तुला ब्रह्मच म्हणतात. तूं मनाचेंही मूळ कारण, तूंच आकाश, तूंच वायु, तूंच सूर्य, तूं ऋग्वेद, युजुर्वेद व सामवेद, ब्रह्मवाद्यांच्या मतें तूंच ॐकार आहेस. हे देवश्रेष्ठा, सामगायन करणारे

ब्रह्मवादी 'हायी हायी हुवा हायी हावु हायी' या शब्दांनीं वारंवार तुझेंच गायन करितात. तूं यजुर्मय आहेस; तूंच ऋङ्मय आहेस; व आहुतिमयही तूंच आहेस; वेद व उपनिषत्समूह तुझाच स्तुतिपाठ करितात. हे देवा, सर्व ब्राह्मण तूंच आहेस; तसाच सर्व क्षत्रिय, सर्व वैश्य, सर्व शूद्र, व चारही वर्णांहून अधम म्हणजे वर्णसंकरानें झालेले जे इतर वर्ण तेही सर्व तूंच आहेस. तूंच मेघसमूह, तूंच वीज, तूंच स्तनित म्हणजे सजल मेघांचा शब्द, व तूंच गर्जित म्हणजे शुष्क मेघांचा शब्द; संवत्सर तूंच; ऋतु तूंच; मास तूंच; पक्ष तूंच; युग तूंच; निमेष तूंच; काष्ठा तूंच; नक्षत्रें तूंच; ग्रह तूंच; कला तूंच; वृक्षांतील मुख्य म्हणजे न्यग्रोध-औदुंबरादि तूंच; गिरींचीं शिखरें तूंच; मृगांतील व्याघ्र तूंच; पक्ष्यांतील गरुड तूंच; नागांतील अनंत तूंच; समुद्रांतील क्षीरसमुद्र तूंच; यंत्रांतील धनुष्य तूंच; आयुधांत वज्र तूंच; व व्रतांतील सत्य तूंच; तूंच द्वेष; तूंच इच्छा; तूंच राग; तूंच मोह; तूंच क्षमा; तूंच अक्षमा; उद्यम तूंच; धैर्य तूंच; लोभ तूंच; काम तूंच; क्रोध तूंच; जय तूंच; अजय तूंच; गदाधर तूंच; बाणधर तूंच; खट्वांगधर तूंच; व झर्झर नामक वाद्य वाजविणाराही तूंच. तूंच छेत्ता, तूंच भेत्ता, तूंच प्रहर्ता, तूंच नेता, उपदेशकर्ता, पालनकर्ता किंवा पिता तूंच; दशलक्षणयुक्त धर्म तूंच; अर्थ तूंच; काम तूंच; गंगा तूंच; समुद्र तूंच; नद्या तूंच; डबकीं तूंच; सरोवरें तूंच; लता तूंच; वेली तूंच; तृण तूंच; ओषधि तूंच; पशु तूंच; मृग तूंच; पक्षी तूंच; सकल वस्तूंचा व क्रियांचा आरंभ तूंच; व पुष्पें व फलें देणारा कालही तूंच; देवांचा आदि तूंच; अंत तूंच; गायत्री तूंच; ॐकार तूंच; पिवळा, काळा, निळा, तांबडा, भडक लाल, शेंदरी, पिंगा, करडा, पारवा व मयूरकंठी हे दहाही वर्ण तूंच; वर्णरहित तूंच; उत्तम वर्णयुक्त तूंच; वर्णकर्ता तूंच. निरुपम तूंच. सुवर्ण हे तुझेंच नाम आहे व सुवर्ण हें तुला प्रियही आहे. इंद्र तूंच. यम तूंच. वरुण तूंच. कुबेर तूंच. अग्नि तूंच. ग्रहण तूंच. चित्रभानु तूंच. स्वर्भानु म्हणजे राहु तूंच व भानु म्हणजे सुर्य तूंच. होत्र म्हणजे वन्हि तूंच. होता तूंच. होमद्रव्य तूंच. आहुति तूंच व प्रभुही तूंच. त्रिसुपर्णीत प्रसिद्ध तूंच व यजुर्वेद्यांच्या शतरुद्रियांतील उपास्य ब्रह्म तूंच. सर्व पावनकर्त्यांत वरिष्ठ तूंच व मंगलांत श्रेष्ठ मंगल तूंच. दगडाप्रमाणें अचेतन अशा ह्या देहाला शब्दसामर्थ्य देऊन तूंच चेतवितोस, म्हणून तुला गिरिक असें म्हणतात. ह्या देहाला हिंडविणारा तूंच, म्हणून तुला हिंडुक म्हणतात. उपाधिरूपानें छेद किंवा नाश पावणारा तूंच म्हणून तुला वृक्ष असें म्हणतात. शुद्धरूपानें जीवही तूंच व पुवाप्रमाणें सडणारा जो देह तोही तूंच. प्राण तूंच. सत्त्व तूंच. रज तूंच. तम तूंच. ऊर्ध्वरेता तूंच. प्राणवायु तूंच. अपान तूंच. समान तूंच. उदान तूंच. व्यान तूंच. उन्मेश तूंच. निमेश तूंच. शिंक तूंच. जांभई तूंच. तुझी दृष्टि आरक्त असून अंतर्मुख आहे. तुझें मुख विक्राल व उदर विशाल आहे. सुईसारखे तीक्ष्ण तुझे अंगावरील रोम आहेत, म्हणून तुला सूचिरोमा म्हणतात. तुझी दाढी पिंगट आहे. तुझे डोकीवरील केश तरतरीत उभे असतात, म्हणून तुला ऊर्ध्वकेश असें म्हणतात. गायन

१ अहिंसा, २ सत्य, ३ अस्तेय, ४ ब्रह्मचर्य, ५ अपरिग्रह, ६ शौच, ७ स्वाध्याय, ८ तप, ९ संतोष, १० ईश्वरप्रणिधान हीं धर्माचीं दहा लक्षणें.

* दक्षानें 'अष्टोत्तर सहस्र' नामांनीं शिवाची स्तुति केली असें म्हटलें आहे. परंतु नांवें मोजून पाहिलीं तर तीं सहास्रों व कांहीं अधिक इतकींच भरतात.

व वादन यांतील मर्म तुला चांगलें कळतें व गीत व वादन हीं तुला प्रियही आहेत. या संसाररूप नदींत फिरणारा जीवरूपी मत्स्य तूंच व वासनाजलांत गुंतणारा जीवही तूंच; बरें, इतकें असून कोणालाही आकळला न जाणारा तूंच आहेस, व हा बंध केवळ लीलेनें स्वीकारिला आहेस; म्हणून तुला केलिकल असें म्हणतात. कलहरूपी तूंच; अकाल तूंच; अतिकाल तूंच; दुष्काल तूं व सुकाल तूंच. मृत्यु तूंच. छेदनसाधन तूंच व छेद्यही तूंच. मित्र तूंच, अमित्र तूंच आणि या उभय पक्षांचा संहारकर्ता तूंच. मेघकाल तूंच. महादंष्ट्र तूंच. कल्पांतमेघही तूंच; घंटा म्हणजे प्रकाशवान् तूंचव अघंट म्हणजे मायाछन्न तूंच. घटी म्हणजे कोणतीही गोष्ट सफल करणारा तूंच व घंटी म्हणजे घंटा धारण करणाराही तूंच. या चराचर जीवांनीं सोंगट्यांप्रमाणें तूं खेळतोस[१] म्हणून तुला चरुचेलि म्हणतात. तूं कारणांचेंही कारण म्हणून तुला 'मिलीमिली' असें म्हणतात. प्रणवरूपी ब्रह्म तूंच; व अग्नीपासून उद्भवलेली स्वाहाही तूंच; दंडी तूंच. मुंडी परमहंस तूंच. त्रिदंडधारी तूंच. कृतादि चार युगें, ऋगादि चार वेद व चतुर्होत्र (चार होत्यांनीं केला जाणारा यज्ञ) या सर्वांचा प्रवर्तक तूंच आहेस; त्याचप्रमाणें ब्रह्मचर्यादि चार आश्रम यांचा मार्गदर्शी व ब्राह्मणादि चार वर्णांचा कर्ताही तूंच आहेस. तुला सर्वदा अक्षक्रीडेची आवड आहे. तूं मोठा धूर्त आहेस. तूं गणांवर देखरेख करणारा व त्यांचा स्वामीही आहेस; तांबडें पुष्प व वस्त्र हीं तूं धारण करितोस. तूं पर्वतावर शयन करितोस; व तुला काषायाची फार प्रीति आहे. तूं लहानसा कारागीर आहेस; इतकेंच नव्हे, तर सर्व शिल्पांत श्रेष्ठ असून सर्व शिल्पकलांचा प्रवर्तकही आहेस; तूं भग नामक ऋत्विजाचे डोळ्यांस अंकुशाप्रमाणें (विदारक) आहेस; तूं क्रोधन आहेस. पूषा नामक ऋत्विजाचे दांत तूंच पाडिलेस. स्वाहा तूंच; स्वधा तूंच; वषट्कार तूंच. नमस्कार तूंच व 'नमोनमः' या प्रकारचा लौकिकी द्विरुक्त नमस्कारही तूंच. तुझें व्रत गूढ आहे. तुझें तपही गुह्य आहे. तूं प्रणवस्वरूप आहेस. तूं तारकामय आकाशरूप आहेस. धाता—आदिकर्ता विष्णु तूंच. विधाता म्हणजे ब्रह्मदेव तूंच. संधाता म्हणजे जगतास एकत्र स्थापणारा तूंच. विधाता म्हणजे अदृष्ट कर्मही तूंच. धारण म्हणजे सर्वांस अधिष्ठानभूत तूंच. स्वतः तूं निराधार आहेस. ब्रह्म तूंच. तप तूंच. सत्य तूंच. ब्रह्मचर्य तूंच. ऋजुता तूंच. भूतांचा आत्मा तूंच. आकाशादि महाभूतांचा कर्ता तूंच. नित्यसिद्धही तूंच. अतीत, अनागत, वर्तमान यांचा उद्भवही तूंच. भूर्लोक तूंच. भुवर्लोक तूंच. स्वर्लोक तूंच. ध्रुव म्हणजे शाश्वत तूंच. जितेंद्रिय तूंच आहेस. तूं महेश्वर आहेस. तूं दीक्षितही आहेस. अदीक्षितही तूंच. तूं क्षमाशील आहेस. तूं दमन करण्यास कठीण आहेस. परंतु जे दांडगे आहेस, त्यांना मऊ आणणारा आहेस. चंद्राला फेऱ्या घालण्यास लावणारा मासरूप काल तूंच आहेस व युगांच्या चौकड्या फिरविणारा कल्परूपी कालही तूंच. कल्पान्तकालही तूंच, व सृष्टिकारणही तूंच. स्त्रीविषय कामही तूंच, रेतोबिंदुही तूंच, अणुरूप तूंच, व स्थूलही तूंच. कर्णिकार पुष्पाच्या माला तुला फार प्रिय आहेत; तूं नंदिमुख आहेस; भीममुख आहेस; सुमुख आहेस; दुर्मुख व अमुखही आहेस; तूंच चतुर्मुख आहेस; बहुमुख आहेस; व रणभूमीवर अग्निमुखही आहेस; तूं हिरण्यगर्भ आहेस व पक्ष्यांप्रमाणें निःसंग आहेस; तूं सर्पांचा नायक आहेस; तूं विराट आहेस; तूं अधर्माचा नाश करणारा

१ कालःकाल्या भुवनफलके क्रीडति प्राणिसारैः (सुभाषित,)

आहेस; तुला महापार्श्व म्हणतात; चंडधारही म्हणतात; तूं गणांचा अधिपति आहेस; तूं मौजेनें बैलासारखा नाचतोस; गाईंचें सर्वांशीं रक्षणही करितोस; बैलांत प्रमुख जो नंदी तो तुझें वाहन आहे. तूं त्रैलोक्यरक्षक आहेस; तुला गोविंदही म्हणतात. तूं इंद्रियचालक आहेस व स्वतः इंद्रियांना अग्राह्य आहेस. तूं श्रेष्ठ आहेस. स्थिर आहेस. स्थावर ह्मणजे त्रैलोक्याचा आधारस्तंभ आहेस. तूं निष्कंप आहेस. तूं इतरांस कांपविणारा आहेस. तूं अनिवार्य आहेस. तूं असह्य आहेस. रणांत दुःसह आहेस. अजिंक्य आहेस. तूं निर्भय आहेस. तुला कांपविणें फार कठीण आहे. तुला पुरें पडणें फार अवघड आहे. तूं दुर्जय आहेस. सर्वदा विजयी आहेस. तूं शश ह्मणजे शीघ्रगति आहेस. चंद्र आहेस. यम आहेस. शीत, उष्ण, क्षुधा आणि जरा यांचा नियामक तूंच आहेस. आधिरूप तूंच आहेस. रोगरूप तूंच आहेस. व्याधिनाशकर्ता तूंच आहेस. हे व्याधिही तूंच आहेस. मृगरूपानें पळून जाणारा जो माझा (दक्षाचा) यज्ञ त्याला तूं व्याधाप्रमाणें आहेस. तूंच संकटें आणणारा व तूंच दूर करणारा. तूं शिखंडी आहेस ह्मणजे तुझे डोकीवर उंच शिखा आहे. तुझे नेत्र कमलासारखे आहेत व कमलवनांत तुझा निवास आहे. तूं दंडधारक आहेस. त्र्यंबक आहेस. तुझा दंड फार उग्र आहे. तूं ब्रह्मांडाचा नाशकर्ता आहेस. अग्नीप्रमाणें तूं जलाल विष प्यालास. तूं सुरश्रेष्ठ आहेस. तूं सोमाचा पालनकर्ता आहेस. तूं मरुद्गणांचा मुख्य आहेस. तूं अमृतपान करणारा आहेस. तूं जगन्नाथ आहेस. तूं देवाधिदेव आहेस. तूं विष व अग्नि यांपासून राखणारा आहेस. तूं मृत्यूपासून राखणारा आहेस. तूं क्षीरपान करणारा आहेस. तूं सोमरस पिणारा आहेस. स्वर्गसुखापासून च्युत होणाराचा तूं प्रथम रक्षक आहेस; व तुषितसंज्ञक देवांचा मुख्य जो ब्रह्म त्याचाही रक्षक आहेस. तूं हिरण्यरेता म्हणजे अग्नि आहेस. तूंच पुरुष आहेस. तूंच स्त्री आहेस. नपुंसकही तूंच आहेस. बाल तूंच. तरुण तूंच. वृद्ध तूंच. तुझे दांत हालूं लागले आहेत. तूं नागेंद्र आहेस. तूंच शक्र म्हणजे शक्तिमान् आहेस. विश्वाचा संहारकर्ताही तूंच आहेस व विश्वाचा कर्ताही तूंच; आणि हे विश्वकर्त्यां, सृष्टिकर्ते जे सर्व प्रजापति आहेत त्यांत श्रेष्ठ तूंच. तूंच विश्वाचा वाहक. विश्वरूपी तूंच. तूं तेजोमय व सर्वतोमुखी आहेस. चंद्र व सूर्य हे तुझे दोन डोळे, व ब्रह्मदेव हें तुझें हृदय आहे. तूं एक महोदधिच आहेस. सरस्वती ही तुझी वाणी आहे. अग्नि आणि वायु हें तुझें बल आहे. दिवस आणि रात्र हेंच तुझें डोळ्यांच्या पापण्या उघडणें आणि मिटणें आहे; हे शिवा, तुझें खरें खरें थोरपण जाणण्यास प्रत्यक्ष ब्रह्मदेव किंवा विष्णु किंवा जुने जुने ऋषिही समर्थ नाहींत. हे शंकरा, तुझीं जीं अत्यंत सूक्ष्म रूपें आहेत, तीं तर माझे दृष्टीसच येत नाहींत; तेव्हां मीं इतकेंच म्हणतों कीं, तूं मला संकटांतून तार; आणि पिता ज्याप्रमाणें पोटच्या पोराचें रक्षण करितो, त्याप्रमाणें माझें रक्षण कर. हे निष्पापा, माझा तुला नमस्कार असो; माझें रक्षण कर. कारण तुजसारख्यानें रक्षण करण्यास मी पात्र आहें. कारण, हे भगवंता, तूं भक्तांविषयीं कळकळ बाळगणारा आहेस; आणि मी तर तुझा अखंड भक्त आहें. सहस्रावधि पुरुषांना अज्ञानावरणांत गुरफाटून जो आपण एकटाच अज्ञेय असा असतो, व अनेकविध कामरूपी समुद्र तरून परतीराला गेल्यावरच जो दृष्टीस पडतो, (वासनाक्षय होऊन अज्ञानाचा नाश झाल्याशिवाय ज्याचें दर्शन होत नाहीं,) असा जो सदाशिव तो

माझें सर्वदा रक्षण करो. ज्यांना निद्रा नाहीं, श्वासोच्छ्वास किंवा प्राणवायूचा व्यापार ज्यांचे ताब्यांत आहेत, व जे सत्त्वपूर्ण असून जितेंद्रिय आहेत, असे योगिजन ज्याला समाधिकालीं केवळ ज्योतिरूपानें पाहतात, त्या योगात्म्याला माझा नमस्कार असो; ज्याचे मस्तकीं जटा व हातीं दंड असून ज्याचें पोट लांब आहे व बाणयुक्त भात्याप्रमाणें ज्याचे जवळील पाण्यानें भरलेला कमंडलु आहे, (भात्यांतील बाण ज्याप्रमाणें यक्ष-राक्षसांचा नाश करितात त्याप्रमाणें ज्याचे कमंडलूतील उदकबिंदुच यक्षराक्षसांचा नाश करितात.) अशा त्या ब्रह्मस्वरूपी शंकराला माझा नमस्कार असो. मेघ हे ज्याला केशस्थानीं आहेत, ज्याचे सर्व अंगसंधींचे ठिकाणीं नद्या आहेत, व चार समुद्र हे कुक्षीचे ठायीं आहेत, अशा त्या जलरूपी परमात्म्यास नमस्कार असो. युगान्तकाल प्राप्त झाला असतां जो सर्व भूतांना गिळून टाकून जलामध्यें स्वस्थ झोंप घेत पडतो, त्या जलशायी परमात्म्याला मी शरण आहें. जो राहूचे मुखांत शिरून रात्रौ सोमपान करितो, व स्वर्भानुरूपानें सूर्यास ग्रासतो, तो माझें रक्षण करो. हे शंकरा, ब्रह्मदेवाचे उत्पत्तीनंतर तुझे गर्भांतून बालावस्थेंत जे देव व पितर बाहेर पडले, आणि ज्यांना स्वाहा-स्वधारूपानें यज्ञांतून हिशोबाप्रमाणें भाग मिळतात, अशांना माझा नमस्कार असो; व असले देव आणि पितर हे स्वाहाकार व स्वधाकार यांचे प्राप्तीनें आनंद पावोत. सर्व देहधारणकर्त्यांचे देहांत अंगुष्ठाप्रमाणें पुरुष (जीव) आहेत, ते सर्वदा माझें रक्षण करोत व मला पुष्टि देवोत. जे रुद्रगण सर्वदा प्राण्यांच्या देहांत शिरून स्वतः न रडतां केवळ त्या जीवांना रडवितात, व स्वतः न हंसतां त्या जीवांना हंसवितात, त्यांना नित्य नमस्कार असो. तसेंच जे रुद्र, नद्या, समुद्र, पर्वत, गुहा, वृक्षमूलें, गायींचे गोठे, गहन अरण्यें, चवाठे, रस्ते, चौक, नदीतट, हस्तिशाला, अश्वशाला, रथशाला, जीर्ण उद्यानें, जीर्ण मंदिरें, आकाशादि पंचमहाभूतें; दिशा, विदिशा, चंद्रसूर्य व चंद्रसूर्यांचे किरण, त्याचप्रमाणें भूतल व त्याचेही पलीकडे आहेत, अशा सर्वांना नित्य वारंवार नमस्कार असोत. ज्यांची गणति नाहीं, ज्यांना प्रमाण नाहीं किंवा रूपही नाहीं, असे जे असंख्येय गुणांचे रुद्र त्यांना नित्यशः नमन असो. हे शंकरा, मी तुला माझे यज्ञांत निमंत्रण दिलें नाहीं याचें कारण असें कीं, तूंच सर्व भूतांचे उत्पत्तीला उपादान कारण असून सर्व भूतांचा पति आहेस व सर्व भूतांचा अंतर्यामीच आहेस. अर्थात् तूं मजपासून किंवा इतर कोणापासूनही पृथक् असा नाहींसच. मग तुला निमंत्रण तरी कसें द्यावें? किंवा, हे देवा, मला वाटतें, तुझी माया फारच सूक्ष्म किंवा अतर्क्य आहे व तिनें बहुधा मला झांपड घातली असावी, म्हणून तुला निमंत्रण देण्याची मला बुद्धि स्फुरली नाहीं. हे भव, आपलें कल्याण असो. मी प्रजापतित्वामुळें रजोगुणाच्या तडाक्यांत सांपडून तुला जाणूं शकलों नाहीं. परंतु ही खरी गोष्ट तुजपासून कांहीं लपलेली नाहीं. कारण, हे देवा, माझें हृदय, माझी बुद्धि व माझें मन हीं तुजमध्येंच आहेत; अर्थात् खरा प्रकार काय तो तुला ज्ञातच आहे. तेव्हां हें ध्यानांत आणून मजवर कृपा कर. हे भगवंता, नानाप्रकारच्या दक्षिणा ज्यांत वांटल्या जातात अशा अनेक यज्ञांनीं ज्या अर्थीं तुझेंच यजन केलें जातें, त्या अर्थीं तूंच सर्वांचा कर्ता आहेस हें उघड आहे. म्हणूनच तुला निराळें आमंत्रण केलें नाहीं!

या प्रकारें महादेवाची स्तुति करून तो दक्ष प्रजापति विराम पावला. त्या वेळीं भगवान् शंकर अत्यंत प्रसन्न होऊन पुनः दक्षाला म्हणाला, ‘ हे सुव्रता दक्षा, तूं जो हा माझा

स्तव केलास, त्यानें मी अत्यंत संतुष्ट झालों आहें. मी तुजवर केवढी कृपा करणार आहें, तें उगाच पाल्हाळ लावून सांगण्यांत काय मौज आहे? थोडक्यांतच सांगतों कीं, तुला सर्वदा माझी समीपता मिळेल. हे प्रजापते, (तुझा यज्ञ ध्वस्त झाला ह्मणून तूं विरस झाला असशील, परंतु मी तुला सांगतों कीं,) माझे कृपेनें तुला सहस्र अश्वमेध, व शंभर वाजपेय यज्ञ केल्याचें श्रेय मिळेल.' इतकें सांगून तो लोकाधिपति शंकर दक्षाला आश्वासनप्रद असें वचन बोलला. तें वचन इतकें सयुक्तिक होतें कीं, वाक्ययोजनेंत जे कुशल म्हणून नांवाजलेले आहेत त्या सर्वांस मान्य व्हावें. तो म्हणाला, 'दक्षा, तुझ्या या यज्ञाला मीं विघ्न आणिलें म्हणून तूं खेद करूं नको. कारण, तुझे यज्ञाचा मीं विध्वंस करावा हें पूर्वींच ठरलेलें होतें. हे सुव्रता, मी तुला आणखीही वर देतों ते घे व सर्व खेद टाकून तुझें मुख आनंदानें प्रफुल्ल होऊं दे; आणि मी काय म्हणतों तें एकाग्र चित्तानें ऐक. देव व दानव यांनीं आपले युक्तिबलानें षडंग वेद, तसेंच सांख्यशास्त्र व योगशास्त्र या सर्वांचा निष्कर्ष काढून त्याप्रमाणें अत्यंत दुश्चर असें पुष्कळच तप केलें. परंतु, दक्षा, मी जें तुला आतां व्रत सांगणार आहें तें असल्या तपाहूनही श्रेष्ठ आहे. तें अत्यंत गूढ व कोणासही ज्ञात नसल्यानें केवळ अपूर्व आहे. मात्र मूर्ख लोक त्याची निंदा करितात ही गोष्ट निराळी. परंतु तें फलकालीं व साधनकालींही सारखेंच श्रेयस्कर असून शिवाय सर्वतोमुख आहे; म्हणजे तें सर्व वर्णांना व सर्व आश्रमांना करण्याची मोकळीक आहे; इतकें असूनही तें मोक्षप्राप्ति करून देणारें आहे. मात्र यमनियमादि युक्त अशाही लोकांना तें दीर्घ कालानें साध्य होणार आहे. वर्णाश्रमांस विहित जे धर्म सांगितले आहेत, त्यांशीं माझें व्रत कांहीं गोष्टींत मिळतें आहे, व कांहीं गोष्टींत भिन्न आहे. न्याय किंवा निगमन करण्यांत जे प्रवीण त्यांना तें पटणारें असून, चारही आश्रमांपलीकडे ज्यांची मजल गेली आहे, अशांना हें योग्य आहे. तें व्रत कोणतें म्हणशील तर 'पाशुपत' व्रत होय. हे दक्षा, हें व्रत मीं स्वतःच पूर्वीं उत्पन्न केलें. हें फार कल्याणकारक आहे. याचें योग्य रीतीनें आचरण केल्यास विपुल फलप्राप्ति होते. याकरितां, हे महाभागा, हें व्रत केल्यानें होणारें जें विपुल फल तें माझे कृपेनें तुला आयतेंच प्राप्त होवो. आतां तूं ही मनांतली जळजळ सोडून दे' असें बोलून तो देव महेश्वर आपली पत्नी देवी उमा व आपले अनुचरगण यांसह दक्षास दिसेनासा झाला.

दक्ष प्रजापतीनें केलेला हा स्तव जो कोणी कीर्तन किंवा श्रवण करील, त्याला कोणतेंही अशुभ प्राप्त न होतां दीर्घायुष्य प्राप्त होईल. ज्याप्रमाणें सर्व देवांत भगवान् शिव हा वरिष्ठ आहे, त्याचप्रमाणें त्याचा हा दक्षानें केलेला स्तवही सर्व स्तवांत श्रेष्ठ आहे. या स्तवाची योग्यता केवळ देवतुल्य आहे. आपल्याला यश, राज्य, सुख, ऐश्वर्य, काम, अर्थ, धन किंवा विद्या प्राप्त व्हावी अशी ज्यांस इच्छा असेल त्यांनीं ह्याचें भक्तिपूर्वक श्रवण करावें. कोणी व्याधित असो, दुःखित असो, दीन असो, चोरांनीं गांठलेला असो, भयपीडित झाला असो, किंवा राजकीय कारणांत सांपडलेला असो, या स्तोत्राच्या श्रवणानें तो महाभयापासून मुक्त होईल व ह्याच देहानें शिवाचे गणाचे योग्यतेस चढेल. त्याशिवाय तो निष्पाप होऊन तेज व यश यांनीं युक्त होईल. ज्याचे घरीं या स्तवाचा पाठ केला जाईल,त्याचे घरीं राक्षस, पिशाच,भूत किंवा विनायक (कार्यांत नाश पाडणारे प्राणी)

हे विघ्न आणूं शकणार नाहींत. जी शिवभक्त स्त्री ब्रह्मचर्यव्रतानें राहून याचें श्रवण करील, ती मातृपक्षीं व पितृपक्षींही देवाप्रमाणें पूज्य होईल. जो कोणी हें सर्व स्तोत्र एकचित्तानें श्रवण किंवा कीर्तन करील, त्याचीं सर्व कर्मे वारंवार सिद्धीस जातील. या स्तवाचे कीर्तनानें स्तवन करणाराचे मनांतील संकल्प किंवा वाणींतील वाक्यें सफल होतील. पुरुषानें इंद्रियदमन करून व नियमशील राहून महादेव, कार्तिकस्वामी, देवी उमा व नंदिकेश्वर यांची योग्य प्रकारें पूजा करून नंतर त्यांचीं नामें यथाक्रम जाणावीं, म्हणजे त्या मनुष्याला इच्छेप्रमाणें अर्थ, काम व भोग हे मिळतील आणि मेल्यावर तो स्वर्गास जाईल,—पश्वादि तिर्यग्योनींत जाणार नाहीं, असें पराशरपुत्र भगवान् समर्थ व्यास यांचें ह्मणणें आहे.

अध्याय दोनशें पंचायशींवा.

—:०:—

अध्यात्मवर्णन.

युधिष्ठिर विचारतोः—पितामह, मनुष्यमात्राकरितां आत्मानात्मविचाराचें जें अध्यात्मशास्त्र आहे तें कोणतें, व त्याचा उद्भव कशापासून झाला, हें सांगा.

भीष्म उत्तर करितातः—ज्या अध्यात्मशास्त्रासंबंधानें तूं मला प्रश्न केलास, त्या अध्यात्मशास्त्रानें यावत्सृष्टीचें ज्ञान होतें. तें फार कठीण आहे, तथापि तूं बुद्धिपूर्वक प्रश्न करितोस त्या अर्थी मी तुला तें उलगडून सांगतों, त्याचें विवरण ऐक. वत्सा, पृथ्वी, वायु, आकाश, उदक व तेज यांना पंचमहाभूतें म्हणतात. हीं पंचमहाभूतें सर्व चराचर सृष्टीच्या उत्पत्तीला व नाशाला कारण होत असतात. हे भरतकुलदीपका, या पंचमहाभूतांचें एकीकरण हेंच प्राण्याचें शरीर होय. या महाभूतांचे गुणधर्म वारंवार एकत्र होतात आणि त्याचप्रमाणें पुनः पुनः आपआपल्या ठिकाणीं लयही पावतात.

धर्मा, परमात्म्यापासून जी जीवसृष्टि निर्माण झाली ती पंचमहाभूतांचे ठिकाणीं आपला आकार सोडून लय पावते. यास उदाहरणः—समुद्राच्या लाटा ज्याप्रमाणें समुद्रांत लय पावतात, त्याप्रमाणें ही सृष्टि लय पावते; किंवा ज्याप्रमाणें कांसव वाटेल तेव्हां आपले अवयव पसरतें व वाटेल तेव्हां त्यांचें आकर्षण करून घेतें, त्याचप्रमाणें, सृष्टीमध्यें जीं जीं लहान भूतें म्हणजे प्राणिकोटी आहेत, त्यांना हीं पंचमहाभूतें आपल्या पोटांत आकर्षण करून घेतात. प्राण्याचे शरीरामध्यें जो शब्दाचा गुण आहे तो आकाशापासून आलेला आहे; घनरूप अथवा अस्थि वगैरे कठीण भाग आहे तो पृथ्वीचा गुण आहे; शरीरांतील प्राण वायूपासून आहे; शरीरांतील निरनिराळे रस हे उदकापासून आहेत; आणि शरीराची कांति हा तेजाचा गुण आहे. अर्थात् सर्व स्थावरजंगम सृष्टि पंचमहाभूतांचीच बनलेली आहे. प्रलयकालीं तीं त्यांच्यांतच मिळून जाते व उत्पत्तिकालीं पुनः त्यांतूनच उत्पन्न होते. सृष्टि उत्पन्न करणाऱ्या ईश्वरानें, सर्व पंचमहाभूतांपैकीं ज्याचें जें जें कार्य असेल त्या कार्यानुरोधानें शब्द, स्पर्श इत्यादि गुणधर्म सर्व जीवसृष्टीचे ठिकाणीं उत्पन्न केले. शब्द, श्रोत्र आणि रंध्रें हीं आकाशापासून उत्पन्न झालीं; रस, स्निग्धता व रसना हीं जलतत्त्वापासून निर्माण झालीं; अंगकांति, त्याचप्रमाणें पाहण्याची शक्ति आणि अन्नपचनक्रिया हे तेजाचे धर्म आहेत; त्याचप्रमाणें गंध, घ्राणेंद्रिय व शरीराचा घन भाग हे पृथ्वीचे गुण होत; आणि प्राण, सर्वशक्ति आणि चलनशक्ति हे वायूचे गुण आहेत. याप्रमाणें, धर्मराजा, पंचमहाभूतांचे योगानें शरीरामध्यें जे गुणधर्म

उत्पन्न झाले आहेत ते मीं सर्व सांगितले. याच पंचमहाभूतांपासून सत्त्व, रज, तम हे गुण, त्याचप्रमाणें काल, व इंद्रियांचे व्यापार यथायोग्य चालविण्याची भावना आणि मन हे सहा पदार्थ ईश्वरानें उत्पन्न केले. जीस बुद्धि म्हणतात ती शक्ति—पायाच्या तळव्यापासून डोक्यापर्यंत जें तुला शरीर म्हणून दिसतें त्या या सर्व शरीरांत भरून असते. मनुष्यमात्रांत ज्ञानेंद्रियें पांच आहेत, मन हें सहावें, बुद्धि सातवी, आणि या सर्वांचा ज्ञाता जो आत्मा तो आठवा, याप्रमाणें व्यवस्था आहे. इंद्रियांचें (प्रकार कोणते आहेत यांचें) ज्ञान—त्यांचीं कर्में किंवा व्यापार कोणकोणते आहेत हें समजल्यानें होतें. त्याचप्रमाणें, हे व्यापार करविणारी जी शक्ति आहे तिचेविषयीं आणि तिच्या अंगीं असणारे जे सत्त्व, रज, तम हे गुण या सर्वांविषयींचें ज्ञान त्यांच्या त्यांच्या कार्यावरून होतें. डोळ्यांचें काम केवळ पाहणें हें आहे. (केवळ बाहेरील जडसृष्टीच्या अस्तित्वाचें ज्ञान करून देणें, हेंच इंद्रियांचें काम आहे.) अशा ज्ञानाच्या खरेखोटेपणाविषयीं तर्क बांधणें हें मनाचें काम आहे; आणि खरें ज्ञान कोणतें तो निर्णय बुद्धि ठरविते. परंतु हे सर्व व्यापार ज्याच्या बलावर चालतात असा जो शरीरांतील मालक आत्मा त्याचें काम फक्त साक्षित्वाचें आहे.

धर्मा, सत्त्व, रज, तम, काल आणि प्राक्तन हीं बुद्धीला प्रवर्तक असून पंचेंद्रियें व पूर्वोक्त गुण हे बुद्धिरूपच समजावे. कारण, बुद्धि नसेल तर हे सर्व गुण नसल्याप्रमाणें आहेत. ही बुद्धि ज्या इंद्रियाचे द्वारें पाहते त्या इंद्रियाला चक्षु असें म्हणतात; ही ज्या इंद्रियाच्या योगानें शब्द श्रवण करिते, त्याला श्रोत्र असें म्हणतात; ही ज्या इंद्रियानें पदार्थाचा गंध घेते, त्याला घ्राण असें म्हणतात; रसांचा स्वाद ज्या इंद्रियानें घेते, त्या इंद्रियाला रसना (जिव्हा) असें म्हणतात; आणि ज्या इंद्रियानें पदार्थांना ती स्पर्श करिते, त्या इंद्रियाला स्पर्शेंद्रिय असें म्हणतात. याप्रमाणें ही बुद्धिच वारंवार अनेक प्रकारें विकार पावत असते. ती जेव्हां एखाद्या गोष्टीची इच्छा करिते, तेव्हां तिलाच मन असें म्हणतात. मन व चक्षुप्रभृति पांच भिन्न करणें हीं बुद्धीचीं अधिष्ठानें होत व यांना इंद्रियें म्हणतात. हीं दूषित झालीं असतां बुद्धिही दूषित होते. पुरुषाचे ठिकाणीं असणारी ही बुद्धि सत्त्व, रज आणि तम या तिन्ही भावांनीं युक्त असते, व यामुळें तिला केव्हां केव्हां आनंद होतो, केव्हां शोक होतो, व केव्हां ती आनंद किंवा शोक या दोन्ही भावांविरहित असते. एवंच, ही बुद्धि सत्त्वरजस्तमोमय या तीन भावांतच घोंटाळत किंवा फिरत असते. नदीपति समुद्र हा कितीही मोठ्या लाटा येऊन उसळला तरी ज्याप्रमाणें आपली तीरमर्यादा सोडून जात नाहीं, त्याप्रमाणेंच ही बुद्धि जरी कितीही भिन्नतरंगयुक्त झाली तरी सत्त्वादि भाव व मन यांचे बाहेर जात नाहीं. कधीं रजोगुण उत्थित झाला असतां त्या भावाप्रमाणें ही चालते; कधीं रोमांचयुक्त आनंद, प्रीति, प्रमोद, सुख, शांतवृत्ति हे सात्त्विक गुण एकाएकीं पुरुषाचे ठिकाणीं उद्भवतात; व कधीं संताप, शोक, तळमळ, अतृप्ति, अक्षमा हीं रजोगुणाचीं चिन्हें सहेतुक व निर्हेतुकही उद्भवतांना दृष्टीस पडतात. अज्ञान, लंपटपणा, मोह, प्रमाद, स्तब्धता, भय, दारिद्य, दैन्य, प्रमोह, झोंप, झांपड या प्रकारचे हे अनेक तामस गुणही कधीं कधीं आकस्मिक पुरुषाचे ठिकाणीं उत्पन्न होतात. ज्या वेळीं मन किंवा शरीर यांचे ठिकाणीं प्रेमयुक्त भाव उत्पन्न होईल, तेव्हां देहांत सत्त्वगुणाचा उदय

आहे असें समजावें व त्या विकाराची उपेक्षा करावी—त्याला चिकटून राहूं नये. जेव्हां आपणास दुःखकारक व अप्रिय असा एखादा विकार उद्भवेल, तेव्हां तो रजोगुणाचा प्रादुर्भाव आहे असें समजावें, आणि न गडबडतां त्याच्या प्रतिकाराचा उपाय चिंतावा; त्याचप्रमाणें, जेव्हां शरीर किंवा मन यांचे ठिकाणीं कांहीं मोहयुक्त, अतर्क्य व अज्ञेय असा विकार उत्पन्न होईल, तेव्हां तो तमोगुणाचा परिणाम आहे असें निश्चयानें समजावें.

या प्रकारें येथें सांगितलेले हे सर्व भिन्नभिन्न भाव म्हणजे बुद्धीचेच विकार आहेत. शहाणा असेल त्यानें हे सर्व नीट ओळखून जागृत व्हावें. कारण, जागृत होण्याचें याहून दुसरें लक्षण तें कोणतें? असो; आतां ही बुद्धि व आत्मा हीं उभयही सूक्ष्मच तत्त्वें आहेत, तथापि त्यांत मोठा फरक आहे, तो समजून घे. तो भेद असा कीं, यांपैकीं एक म्हणजे बुद्धि ही गुण उत्पन्न करिते व आत्मा तसें करीत नाहीं. शिवाय, बुद्धि व आत्मा हीं खरें पाहतां स्वभावतः परस्परांपासून भिन्न आहेत, तथापि बहुधा एकत्र संयुक्त असतात. यास दृष्टांत–मासा आणि पाणी हीं जरी वस्तुतः वेगळीं आहेत, तरी बहुधा तीं एकमेकांस सोडून नसतात, संयुक्तच असतात. आतां बुद्धीचे जे गुण म्हणून सांगितले आहेत त्यांस आत्मा कोण आहे याचा बोध नसतो, परंतु आत्म्याला मात्र गुणांची पुरापूर माहिती असते; म्हणजे आत्मा हा गुणांचा केवळ तटस्थ द्रष्टा आहे. परंतु हें ध्यानांत न येतां मूढ लोक हे आत्मा गुणांचा मिलाफी आहे असें मानितात. कोणी म्हणेल कीं, आत्मा हा जर गुणांचा संबंधी नाहीं, तर हे गुण आले तरी कोठून? बुद्धींतून तरी आले असले पाहिजेत–तर तसेंही नाहीं. बुद्धि ही गुणांचें उपादान कारण नव्हे; म्हणजे मृत्तिकेपासून ज्याप्रमाणें घट घडला जातो, त्याप्रमाणें बुद्धीपासून गुण घडले जातात, असा प्रकार नाहीं. मग आतांच सांगितलें कीं, बुद्धीपासून गुण होतात, हें कसें? अशी शंका येईल, तर त्याचें उत्तर असें आहे कीं, गुणांचे उत्पत्तीमुळें बुद्धीवर कारणाचा कोणी तर्क करितात. परंतु तो तर्क म्हणजे सर्प पाहून रज्जूचे ठिकाणीं त्याचे कारणत्वाचा आरोप करण्यापैकींच आहे; म्हणजे अधिष्ठानसत्तेला अध्यस्त सत्ता म्हणण्यापैकींच आहे. रज्जुसत्तेवरच सर्पसत्तेचा अध्यास केला आहे हें खरें, परंतु यामुळें रज्जु हें सर्पाचें उपादान कारण म्हणणें गैर आहे. त्याचप्रमाणें, गुणांचा अध्यास बुद्धीचे अधिष्ठानावर करून बुद्धि हें गुणांचें कारण आहे, असें म्हणणें चुकीचें आहे. ज्याप्रमाणें रज्जुगत सर्पाचें उत्पत्तिकारण रज्जु नसून अज्ञान हें आहे, त्याचप्रमाणें या गुणांचेंही कारण निराळेंच आहे व तें अनिर्वचनीय आहे; आणि सर्पाध्यासाला कारणीभूत असणारें अज्ञान ज्याप्रमाणें स्वरूपतः तुच्छ असल्यामुळें केवळ कार्यद्वारा अनुमेय आहे,–प्रत्यक्ष अनुभवणें शक्य नाहीं, त्याचप्रमाणें या गुणकारणाची गोष्ट आहे,–या गुणांचें स्वरूपही परमार्थतः कधींच कोणाला कळत नाहीं. असो; रज्जु सर्पाचे अस्तित्वाला ज्या रीतीनें कारण होते असें म्हणतां येईल, त्याच रीतीनें बुद्धिही गुणोत्पत्तीचें कारण आहे; व क्षेत्रज्ञ जो आत्मा तो या गुणांचा केवळ द्रष्टा आहे; आणि आत्मा व बुद्धि यांची ही सांगड मात्र शाश्वत आहे. इंद्रियें हीं स्वतः अंधळीं व अजाण आहेत, तथापि तीं दिव्याप्रमाणें बुद्धीला साध्य करितात; म्हणजे–ज्याप्रमाणें स्वतः दीपाला वस्तुभान मुळींच नसतें, परंतु त्याचे साह्यानें

आपणास वस्तुज्ञान होतें, त्याचप्रमाणें या इंद्रियांचे साह्यानें बुद्धीला ज्ञान होतें; व चिदात्मा हा त्रयस्थ राहून केवळ प्रमात्याचें काम करीत असतो. अर्थात् आत्मा हा बुद्धीपलीकडे आहे हें सिद्ध आहे.

सारांश बुद्धि, आत्मा व इंद्रियें यांचें खरें खरें स्वरूप काय आहे तें याप्रमाणें ज्या पुरुषाच्या पूर्णपणें लक्षांत भरलें, तो शोक, मोह व मत्सर यांवेगळा होऊन केवळ आनंदांत असतो. कोळी ज्याप्रमाणें स्वभावतःच तंतु निर्माण करीत असतो, त्याप्रमाणें बुद्धि ही स्वभावतःच गुण निर्माण करीत असते. ह्मणजे बुद्धि ही कोळ्याचे ठिकाणीं मानिल्यास गुण हे तंतूंचे ठिकाणीं समजावे. आतां गुणांसंबंधें दोन मतें आहेत. कोणीं म्हणतात कीं, मरणोत्तरही हे गुण सर्वथा नाश पावत नाहींत, तर अत्यंत सूक्ष्मतेमुळें त्यांचें अस्तित्व आपणांस दृश्य होत नाहीं इतकेंच. इतर ह्मणतात कीं, ते नाहींतसे झाले ह्मणजे कायमचेच नष्ट होतात. असो; या प्रकारें केवळ बुद्धीचे विचारानेंच हा चेतन आत्मा व अचेतन मन यांची पक्की बनलेली गांठ सोडून मनुष्यानें शोक व संशय यांपासून मुक्त होऊन सुखानें रहावें. ज्याप्रमाणें पोहतां न येणारे अजाण लोक अथांग पाण्यांत पडले असतां क्लेश पावतात, त्याप्रमाणें मोहरूप जलानें भरपूर असलेल्या ह्या संसाररूप नदींत पडलेल्या लोकांपैकीं ज्यांना आत्मा व बुद्धि यांचे मिलाफाचें खरें रूप काय आहे तें ओळखीत नाहीं, ते क्लेश पावतात. परंतु जे खरे ज्ञाते आहेत, व ज्यांना अध्यात्मज्ञान झाल्यानें धैर्य प्राप्त झालें आहे, असे पुरुष क्लेश न पावतां ही संसारनदी तरून परतीराला जातात; आणि अशांना ज्ञान हीच परतीराला नेणारी नौका असते. या संसारनदीचा अज्ञान जीवांना जो एवढा मोठा बाऊ वाटतो, तसा तो विद्वानांना मुळींच वाटत नाहीं. अज्ञांच्या गतींत ज्याप्रमाणें कमजास्तपणा असतो तसा प्रकार ज्ञान्यांच्या गतींत नसतो,—त्यांना पुनरावृत्तिरहित अशी जी गति प्राप्त होते ती एकदाच होते व ती सर्वांना एकसारखीच असते,—तींत भेद नसतो. ज्ञात्यांच्या गतींत फरक कां नसतो असें कोणी ह्मणेल, तर त्याचें कारण असें आहे कीं, गतिभेदाला हेतुभूत जो कर्मभेद तो त्यापाशीं नसतो. कारण, असा सिद्धांतच आहे कीं, जो खरा ज्ञानी झाला तो आपलें पूर्वकर्म ज्ञानाग्नीनें जाळून टाकितो व त्याचें क्रियमाण कितीही दोषयुक्त असलें तरी ज्ञानामुळें त्याला चिकटत नाहीं. शिवाय, खरें ज्ञान झाल्यावर द्वैतदृष्टि मावळल्यामुळें असला ज्ञानी स्वतः कोणतेंही अप्रिय किंवा निंद्य कर्म करीत नाहीं, किंवा परक्यालाही दोष देण्याचें पाप तो करीत नाहीं, यामुळें तो उघडच सुटा असतो.

अध्याय दोनशें शायशींवा.

—:०:—

समंगनारदसंवाद.

युधिष्ठिर विचारतोः—पितामह, अतिशय दुःख आणि मृत्यु या दोन गोष्टींना सर्व प्राणी नेहमीं भीत असतात; तर या दोहोंपैकीं आह्मांस कांहींही होऊं नये, अशी कांहीं युक्ति मला सांगा.

भीष्म म्हणतातः—युधिष्ठिरा, याविषयीं नारद आणि समंग या दोघांच्या संवादाचा एक प्राचीन इतिहास उदाहरणार्थ सांगत असतात. (तोच मी तुझ्या प्रश्नाचें उत्तर म्हणून सांगतों.)

नारद समंगाला एकदा बोललेः—अरे समंगा, तूं लोकांना नमस्कार करितोस तो साष्टांग करितोस; आणि तोही असा कीं, जणू काय तूं पोहतो आहेस असें वाटतें. तूं नेहमीं आनंदी असून तुला शोक कसा काय तो माहीत नाहीं, असें

दिसतें. तुझे ठिकाणीं यत्किंचित् देखील खिन्नता मला दिसत नाहीं; आणि तूं नित्य समाधानी व शांत वृत्तीचा असून एखाद्या लहान मुलाप्रमाणें तुझी वर्तणूक असते; हें कसें ?

समंग उत्तर करितोः—हे मानदा, भूत, भविष्य व वर्तमान या तिन्ही काळच्या गोष्टी, त्यांचें मर्म आणि त्यांतील तथ्यांश मला माहीत आहे, म्हणून मी विमना होत नाहीं. पुढें घडणाऱ्या गोष्टींचा आरंभ व त्यांचा शेवट कसा होणार हें, व लोकांना त्यांच्या कर्माचीं फळें किती नानाप्रकारचीं मिळतात हें मला समजतें, ह्मणून माझें मन अस्वस्थ होत नाहीं. नारदा, हें पहा—या जगामध्यें अक्षरशून्य, अप्रतिष्ठ (भुरटे) विद्वान्, अंधळे, वेडे या लोकांचा जसा योगक्षेम चालतो, तसाच आमचाही चालतो. ही सर्व मंडळी आपल्या प्राक्तनानेंच जगतात. देव रोगरहित असतात, हेंही प्राक्तनाचेंच फळ; आणि लोकांत कोणी बलवान् व कोणी दुर्बल असतात हेंही सर्व पूर्वार्जिताचें फल आहे; व ह्मणूनच तुह्मी आमच्यासारख्यांस मान देतां. हजारों रुपयांच्या मालकाचें या जगांत चालतें, तसेंच शेंकडों रुपयांच्या मालकांचेंही चालतें; बरें, नुसत्या भाजीपाल्यावरही गरीब लोक कसेबसे दिवस कंठतात हेंही आपण पाहतोंच; तसेच आह्मीही ढकलतों. नारदा, आह्मांला कोणत्याही गोष्टीपासून दुःख होत नाहीं; तेव्हां आह्मांला धर्म अथवा कर्म यांच्यापासून लाभ काय होणार ? सुख व दुःख हीं कायमचीं नसतात, त्यांना शेवट असतो हें आह्मांस माहीत आहे; म्हणूनच दुःखामुळें आह्मी काव्हून जात नाहीं. ज्या गोष्टीमुळें मनुष्यास प्राज्ञ म्हणतात, त्याच्या प्रज्ञेचें मूळ ह्मणजे ज्ञानेंद्रियांचें निर्मोहत्व होय. आपणांस दुख होतें ह्मणजे आपलीं इंद्रियेंच फसतात, किंवा त्यांना दुःख होतें; आणि ज्यांचीं ज्ञानेंद्रियें अशा तऱ्हेनें फसतात, त्यांस बुद्धिच येत नाहीं. मूर्ख मनुष्याला उद्दामपणा असणें हाही एक या इंद्रियमोहाचा मासला आहे; आणि ह्मणूनच मूर्खाला इहलोक नाहीं व परलोकही मिळत नाहीं. तेव्हां आपण असें लक्षांत ठेवावें कीं, दुःखें हीं कायमचीं नाहींत व सुख हेंही नेहमींच लाभेल असें नाहीं. या सर्वदा चालू असणाऱ्या संसाररूपी चिंतेचा मजसारखा ज्ञाता कधींच अंगीकार करीत नाहीं. आवडते भोग किंवा सुखें यांची मी पर्वा करीत नाहीं; अथवा दुःख येऊन पडलें असतां त्याचाही विचार करीत बसत नाहीं. योगानें माझ्या चित्ताचें पूर्ण समाधान झालें असल्यामुळें दुसऱ्याचें सुख पाहून माझे तोंडाला पाणी सुटत नाहीं, अथवा अप्राप्त लाभाबद्दल मी मनांत मांडे खात बसत नाहीं. एकाएकीं अपार संपत्ति मिळाली म्हणून मला हर्ष होत नाहीं, किंवा सर्वद्रव्यनाश झाला ह्मणून मी खेदही करीत नाहीं. कारण, माझी पक्की खातरी झालेली आहे कीं, परलोकीं शांति देण्यास समर्थ असें एक शीलच काय तें आहे; बाकी बांधव, वित्त, कुलीनता, विद्वत्ता, मंत्रविद्या, किंवा वीर्य यांपैकीं एकही दुःखापासून रक्षण करून शांति देऊं शकत नाहीं. ज्याचें चित्त योगांत गढलें नाहीं, त्याला खरें ज्ञान प्राप्त होत नाहीं. तसेंच, योगसाधनावांचून खरें सुखही लाभत नाहीं. सुख कोणतें ह्मणून विचारशील तर सहिष्णुता व दुःखाविषयीं उपेक्षाबुद्धि हींच सुखाचीं लक्षणें होत. कारण, आपल्यास व्हावें तें घडून आलें म्हणजे मनुष्यास आनंद होतो, अत्यानंद मनुष्यास उन्माद उत्पन्न करितो, व उन्मत्तपणानें मनुष्य शेवटीं नरकास जातो; ह्मणून या परंपरेचा मीं त्याग केला आहे. शोक, भय, उन्मत्तपणा, किंवा मोह व तज्जन्य सुखदुःख यांपैकीं कांहींही मला स्वतःला होत नाहीं, असेंच मी मानितों. माझें शरीर

हालचाल करीत आहे, त्या अर्थी या सुख-दु:खांचा साक्षात्कार मला आहे, परंतु मी या गोष्टीकडे केवळ एखाद्या खेळ पाहणाऱ्या प्रेक्षका-प्रमाणें म्हणजे साक्षीप्रमाणें पाहतों. (स्वतः या भावांनीं विकार पावत नाहीं.) अर्थ, काम, त्याचप्रमाणें तृष्णा व मोह यांचा त्याग केल्या-मुळें मी शोकरहित व निश्चिंत होऊन या पृथ्वीतलावर स्वच्छंद फिरत असतों. अमृतपान केलेल्या मनुष्याप्रमाणें इहपर अशा उभय लोकींही मी निर्भय आहें; आणि याचमुळें मला मृत्यु, अधर्म, लोभ इत्यादिकांपासून कसें तें भय वाटत नाहीं. हे नारदा, मीं जेव्हां अढळ व तीव्र असें मोठें तप केलें, तेव्हांच मला हें रहस्य समजलें; आणि याचमुळें, मजवर कशाही शोकाचें कारण येऊन पडलें तरी तें मला बाधा करूं शकत नाहीं.

अध्याय दोनशें सत्यायशींवा.

—:०:—

गालवनारदसंवाद.

धर्मराज विचारितोः—हे पितामह, ज्या पुरुषाला शास्त्राचें ज्ञान नसून जो सर्वदा संशयांतच राहतो, व आत्मतारणाकरितां ज्यानें शमदमादि साधनांविषयीं यत्न केला नाहीं, अशाचें कल्याण कसें व्हावें तें मला सांगा.

भीष्म सांगतातः—वत्सा युधिष्ठिरा, गुरु-पूजा, सदैव वृद्धोपासना आणि शास्त्रश्रवण हे असल्या पुरुषाला अढळ कल्याणाचे मार्ग आहेत. याविषयीं देवर्षि नारद व गालव यांचा पूर्व-कालीं घडलेला एक इतिहास उदाहरणार्थ सांगत असतात. तो असा—

एकदा, स्वकल्याणाची इच्छा करणाऱ्या जितेंद्रिय गालवानें—मोह व श्रम यांनीं रहित, ज्ञानतृप्त आणि यतात्मा अशा ब्रह्मर्षि नार-दास प्रश्न केला कीं, 'मुने, ज्या कांहीं श्लाघ्य गुणांनीं पुरुष या लोकांत सर्वमान्य होतो असले सर्व गुण आपले ठिकाणीं मला पूर्णपणें आहेत असें आढळतें. शिवाय, आपण उमज-लेले आहां व आह्मी सर्वदा मोहाक्रांत अस-ल्यानें आत्मतत्त्वाच्या यथातथ्य स्वरूपज्ञाना-विषयीं अजाण आहों. याकरितां, आपल्या-सारख्यानें आमचा संशय दूर करावा हें योग्य आहे. तो संशय हा कीं, शास्त्राकडे पहावें तों त्यांत ज्ञानाचें महत्त्व गाइलें आहे, यामुळें ज्ञानार्जन करावें असें वाटतें; बरें, तसें करावें तर त्याच शास्त्रांत कर्माचेंही सारखेंच महत्त्व गाइलें आहे, यामुळें कर्माकडेही प्रवृत्ति होते. बरें, कर्मांत तरी निश्चयानें अमुक कर्म करावें हें निवडणें मोठें मारामारीचें होतें. कारण, शास्त्रांत निरनिराळ्या व प्रसंगीं परस्परविरोधि अशा कर्मांची सारखीच प्रशंसा गाइली आहे. यामुळें करावें कोणतें, न करावें कोणतें, या-विषयीं मन बुचकळ्यांत पडतें. याकरितां आपण याचा उलगडा सांगावा. भगवन्, हा घोंटाळा कसा आहे पहा—शास्त्रानें मनुष्याला जे निरनिराळे आश्रम लावून दिले आहेत त्यां-मध्यें निरनिराळे आचार दाखविले असून प्रत्येका-संबंधें हा चांगला, हा चांगला, असेंच म्हणून त्यांचा स्वीकार करण्याविषयीं बोध केला आहे. शास्त्राप्रमाणें चालण्यांत आम्हांस आनंद वाटत असून आह्मी आमचे शास्त्रावर संतुष्ट आहों. परंतु शास्त्राशास्त्रांतच भिन्न मार्ग दाखविले असल्यामुळें, कोणता मार्ग स्वीकारल्यानें खरें कल्याण होईल हें आम्हांस कळेनासें झालें आहे. बरें, शास्त्र तरी एकच असावयाचें होतें, म्हणजे जीवांना आपलें नेमकें कल्याण कशांत आहे तें स्पष्टपणें कळलें असतें; परंतु अनेक शास्त्रांनीं या श्रेयाविषयीं भिन्न भिन्न मतें देऊन ठेविलीं असल्यामुळें खरें श्रेय कोणतें तें मोठें गूढ होऊन बसलें आहे; आणि यामुळें, आमचें

खरें खल्याण कशांत आहे या कामीं माझें चित्त नानाशंकाकुल होऊन गेलें आहे व म्हणूनच मी आपलेकडे आलों आहें. तरी आपण कृपा करून या गूढाचा निर्णय मला सांगा.

नारद म्हणालेः—गालवा, शास्त्राचे भिन्न-संकल्पानुरूप शास्त्रानें चार आश्रम संकेतित केले आहेत. ते अर्थातच एकमेकांपासून भिन्न आहेत. याकरितां योग्य गुरूपासून त्यांची प्रथम समजूत घेऊन नंतर त्यांचा तूं आपले मनाशींच नीट उलगडा कर. कारण, बाह्य दृष्टीनें पाहिल्यास तुला असें आढळेल कीं, या भिन्न आश्रमांत आपआपल्या प्रकारें एकाच म्हणजे आत्मज्ञानाचे प्राप्तीसाठींच उपकारक म्हणून जे आचार सांगितले आहेत, ते पर-स्परांपासून फारच भिन्न आहेत; नव्हे—पर-स्परांशीं अत्यंत विरुद्धही आहेत; आणि यामुळें, या कामीं जे वरवर विचार करणारे आहेत, अशांना या भिन्न आश्रमांचा खरा-खरा निभ्रांत उद्देश कोणता आहे हें स्पष्ट समजत नाहीं; व त्यामुळें ते भिन्नाचार कर्त्याला आत्मतत्त्वाची प्राप्ति करून देतील असें निश्चयानें आपणांस ह्मणवत नाहीं. बरें, दुसरे कोणी सूक्ष्म दृष्टि प्राप्त झालेले लोक आहेत, त्यांना या वरवर विरोधी दिसणाऱ्या आचारांचे पोटांत असलेलें सत्य नेटकेंच सरळ दिसतें व त्यावरून हे सर्वही भिन्न आचार फलप्राप्तीचे कामीं अविरोधीच आहेत असें ते समजतात. अशांचे दृष्टीनें पाहतां, ज्या निःसंशय असून ज्या प्राण्याला निःश्रेयस-प्राप्ति खचीत करून देतील, अशा कांहीं या आचारांहून भिन्न गोष्टी आहेत. त्या अशा—या विचारशील पुरुषांचे मताप्रमाणें मित्रावर उपकार करणें, शत्रूचा निग्रह करणें आणि धर्म, अर्थ व काम या त्रिवर्गांचा संग्रह करणें या गोष्टी कल्याणकारक आहेत. पापकर्मापासून दूर रहाणें, सर्वदा पुण्यकारक गोष्टी करणें, व भल्याचे संगतींत राहून सदाचरण करणें या गोष्टी निःसंशय कल्याणकारक होत. भूतमात्राचे ठिकाणीं मार्दव (दयाभूतपणा) व व्यवहारांत सरळपणा आणि कोणाशींही गोड वाणीनें बोलणें या गोष्टी निश्चयानें कल्याणकारक आहेत. देवता, पितर व अतिथि यांना त्यांचे त्यांचे भाग देणें व नोकर-चाकरांस न वगळतां कोणताही भोग भोगणें या गोष्टी खचीत कल्याणकारक आहेत. सत्य भाषण करणें हें निश्चयानें कल्याणकारक आहे, परंतु सत्याचें निभ्रांत ज्ञान होणें हेंच फार अवघड आहे. याकरितां माझें असें म्हणणें आहे कीं, ज्यांत प्राणिमात्राचें अत्यंत हित असेल तेंच सत्य असें समजावें. अहंकार सोडून देणें, प्रमाद होऊं न देणें, संतुष्ट वृत्तीनें असणें व एकांतवास करणें या गोष्टी अतिशय कल्याणकारक म्हटल्या आहेत. धर्मा-प्रमाणें वेदवेदांतांचें अध्ययन करणें व ज्ञानाच्या गोष्टी समजून घेण्याविषयींची उत्कंठा बाळ-गणें या गोष्टी निखालस श्रेयस्कर आहेत. ज्याला म्हणून आपले कल्याणाची इच्छा आहे, त्यानें शब्द, स्पर्श, रस, रूप व गंध हे जे पंचेंद्रि-यांचे विषय आहेत यांचें कोणत्याही संबंधानें अतिरेक होईल असें सेवन करूं नये. रात्रीं भटकणें, दिवसास निजणें, आळस, चहाडी, मस्ती व आहारादिकांचें अतिशय सेवन किंवा मुळींच त्याग या गोष्टी कल्याणेच्छूनें टाळाव्या. लोकांची निंदा करून आपला उत्कर्ष करून घेण्याची इच्छा करूं नये; तर केवळ आपले अंगचे गुणांचे बलानें समाजावर वरचढ करून उदयास यावें. जे गुणहीन लोक असतात, अशांची बहुधा रीत म्हटली म्हणजे जों जों

१ नात्यश्नतस्तु योगोऽस्ति न चैकांतमनश्नतः । न चातिस्वप्नशीलस्य जाग्रतो नैव चार्जुन । (गीता.)

त्यांचे स्वतःचे ठायीं गुणांचा अभाव असेल तों तों ते स्वतःस अधिकाधिकच प्रतिष्ठित असें समजून खऱ्या गुणी जनांवर दोषारोपाचा सपाटा चालवितात; आणि अशा अहंमन्यांस कोणी झाडणारा भेटला नाहीं म्हणजे ते आपल्याच कल्पनेनें आपल्या लायकीचें माप करून चढून जातात; व खरे खरे जे गुणी जन असतील अशांहून आपण वरचढ आहों असें मानून राहतात ! पण जो खरा गुणी व शहाणा आहे, तो दुसऱ्याची निंदा किंवा आपली स्तुति न करूनच मोठे कीर्तीस चढतो. पुष्पांचा शुद्ध सुगंध हा वाचाळपणा न करूनच सर्वत्र पसरतो. त्याचप्रमाणें, निर्मल भास्कर हा न बोलतांच आकाशांत प्रकाशत राहतो. याचप्रमाणें, खरे शहाणे आहेत ते आपले बुद्धीनें पूर्वोक्त दोषांची निवड करून त्यांचा त्याग करितात व आपले गुणांची टिमकी न वाजवितां मौन धरूनच आपले कीर्तीनें सर्व लोकांत झळकत राहतात. बाबारे, मूर्ख जो आहे त्यानें आपली आपण प्रशंसा केली म्हणून तो लोकांत तेजास चढत नाहीं. बरें, जो खरा खरा विद्वान् आहे त्याला तुह्मी एखाद्या बिळांत कोंडून ठेविलें तरी त्याचा प्रकाश झळकण्यास रहात नाहीं. वायफळ बोलणें कितीही जोरानें बोललें तरी तें तात्काळ मंद पडतें; तेंच चांगलें बोलणें हळू स्वरानें बोललें असलें तरी लोकांत झळकत राहतें. सूर्य ज्याप्रमाणें सूर्यकांताचे द्वारानें आपलें दाहकत्व प्रकट करितो, त्याचप्रमाणें मूर्ख व गर्विष्ठ लोक भाराभर वायफळ बडबड करण्यानें आपला अंतर्गत पोकळपणा मात्र उघड करितात. याकरितां शहाणे लोक शब्दाचे नादीं न लागतां नानाप्रकारें खरे ज्ञानाचा शोध करीत सुटतात; व माझें मतें प्राणिमात्राला ज्ञानलाभाइतका दुसरा उत्तम लाभ नाहीं. जो खरा शहाणा आहे अशानें कोणी प्रश्न न करितां किंवा अन्यायानें प्रश्न केला असतांही उत्तर देऊं नये; तर आपणास त्या गोष्टीचें ज्ञान असूनही त्यानें अजाणत्याप्रमाणें गप्प बसावें. जे धार्मिक, भले, उदार व स्वधर्मनिष्ठ असतील अशांचा सहवास मिळण्याची इच्छा करावी. ज्याला खऱ्या कल्याणाची इच्छा असेल अशानें—जेथें चारही वर्णांचा गोंधळ चालला आहे अशा ठिकाणीं कांहीं झालें तरी राहूं नये. कारण, सहवासाचा परिणाम मोठा कठीण आहे. कोणी मनुष्य दैवानें मिळेल त्यावर संतुष्ट राहून कोणत्याही बऱ्या-वाईट खटपटींत पडावयाचें नाहीं अशा निश्चयानें जरी असला तरी तो जर पुण्यवानांच्या नुसत्या संगतींत राहील तर तेवढ्यानेंच त्याला निर्मल असें पुण्य प्राप्त होईल; आणि तोच पातक्यांच्या संगतींत राहील तर तेवढ्यानें त्याला पापप्राप्ति होईल. ज्याप्रमाणें जल, अग्नि किंवा चंद्रकिरण यांचा स्पर्श स्वतःला जाणविल्याशिवाय राहतच नाहीं, त्याप्रमाणें माझे मतें पाप किंवा पुण्य यांचा संपर्क स्वतःला जाणविल्याशिवाय रहातच नाहीं. जे लोक हा पदार्थ गोड आहे, हा खारट आहे, या प्रकारें प्रत्येक पदार्थाच्या चवी पहात न बसतां पुढें येईल त्या अन्नाचा देवता, अतिथि वगैरेंस भाग देऊन केवळ कशी तरी पोटाची खळगी भरली पाहिजे एवढ्याच बुद्धीनें शेषान्न भक्षण करितात, (ते संसारांतून सुटतात.) परंतु जे चवाढवांनीं निरनिराळे पदार्थ खात सुटतात, असले लोक विषयपाशांत गुरफटलेच असें समजावें. (अशांचे कपाळाचा संसारभ्रम चुकणें नाहीं.) जेथें विद्यार्थी आपणास प्रमाण शुद्ध आत्मज्ञान व्हावें अशी इच्छा मात्र करितात, परंतु त्यासंबंधानें गुरूस आदरपूर्वक प्रश्न करीत नाहींत, व असें असूनही गुरु त्यांस ब्रह्मज्ञानाच्या गोष्टी सांगत सुटतो, असें ठिकाण आत्मवंतानें सोडावें. परंतु शिष्य व

गुरु यांचें वर्तन जेथें परस्परांविषयीं सशास्त्र व समाधानकारक असेल, असलें स्थान सोडण्याचें कोणास कारण पडणार ? (कोणींही सोडूं नये.) त्याचेच उलट—ज्या विद्वानाला म्हणून आपला बोज रहावा अशी इच्छा असेल, त्यानें, ज्या ठिकाणीं विद्वानांचे अंगीं नसलेल्या दोषांचें वृथा उद्धाटण चाललें असेल, अशा ठिकाणीं राहूं नये. ज्या ठिकाणीं लोभी लोकांनीं लोभामुळें बहुतेक धर्मबंधनें उच्छिन्नप्राय करून टाकिलीं आहेत असें स्थळ म्हणजे पेटलेल्या वस्त्राच्या पदराप्रमाणें अनर्थकारक होय. असलें स्थल कोणता सुज्ञ मनुष्य सोडणार नाहीं ? (प्रत्येक सुज्ञानें सोडावें.) जेथें निर्मत्सर वृत्तीनें राहून निर्भयपणें स्वधर्म पालन करितां येईल अशा पुण्यशील साधूंचे सान्निध शहाण्यानें वसति करावी; जेथें मनुष्य केवळ अर्थप्राप्तीकरितांच धर्म सेवन करीत असतील, अशांचे सहवासास राहूं नये; कारण, असले लोक खरे पापी समजावे; आणि जेथें लोक उदरपोषणासाठींच म्हणून उघड उघड पाप करीत आहेत असलें ठिकाण तर सर्पयुक्त गृहाप्रमाणें तत्काळ सोडून दूर जावें. जें कर्म पुढें खाटेला खिळल्यावर आपले मनास जाळीत राहील असें दिसेल, त्याचा खऱ्या कल्याणेच्छूनें प्रथमपासूनच अव्हेर करावा. जेथें राजा व त्याचे अधिकारी यांचे अधिकारांत कांहींच अंतर दिसून येत नाहीं, त्याचप्रमाणें जेथें कुटुंबांतील कर्ते लोक आपले परिवाराची पर्वा न करितां आपलेच पोळीवर तूप ओढतात, असा देश शहाण्यानें तत्काळ सोडावा. ज्या देशांत वेदवेत्ते ब्राह्मण हे निरंतर धर्मपरायण राहून याजन व अध्यापन यांत युक्त असतात व अशांना जेथें सर्वांआधीं भोजन दिलें जातें अशा राष्ट्रांत अवश्य वसति करावी. ज्या राष्ट्रांत स्वाहा, स्वधा व वषट्कार हे योग्य प्रकारें व अखंड चालू असतील अशा ठिकाणीं मागेंपुढें कांहीं न पाहतां खुशाल वास करावा. ज्या देशांत उदरनिर्वाहाचे विपत्तीमुळें ब्राह्मणवर्गास अमंगल कामें करणें प्राप्त येतें असल्या देशाचा विषयुक्त मांसाप्रमाणें तात्काळ त्याग करावा. ज्या ठिकाणचे लोक त्यांजपाशीं आपण याच्ञा केली नसतांही मोठ्या प्रेमानें आपल्या गरजा पुरवितात, अशा स्थळीं आत्मनिष्ठानें कृतकृत्य झालेल्याप्रमाणें स्वस्थ चित्तानें रहावें. ज्या देशांत उन्मत्त लोकांना दंड केला जातो व सत्पुरुषांचा किंवा विनीत पुरुषांचा सत्कार केला जातो, अशा ठिकाणीं पुण्यशील साधूंचे संगतींत खुशाल रहावें. ज्या देशांत आत्मनिग्रही लोकांवर क्रोध करणारे, भल्यांशीं दुष्टपणानें वागणारे, उद्धट व लोभाविष्ट अशा लोकांना दांडगें शासन केलें जातें, अशा ठिकाणीं रहावें. जेथील राजाला सर्व इच्छित वस्तु प्राप्त असतांही तो निष्काम बुद्धीनें वागतो व आपण अखंड धर्मरत असून धर्मानेंच प्रजांचें पालन करितो, त्या देशांत बेधडक वसति करावी. शीलवान् राजे असले म्हणजे ते आपले देशांतील रहिवाशांपैकीं कोणावर विपरीत काळ आला असतां तात्काळ त्याचें कल्याण करितात, किंवा कोणाचेंही बरें करण्याची संधि आल्यास ती तात्काळ साधून त्याचें बरें करितात. बाबारे, मला प्रश्नच केलास त्या अर्थीं मीं तुला या प्रकारें कल्याणाचा मार्ग सांगितला. बाकी, आत्मकल्याणाच्या यावत् गोष्टी सविस्तर सांगणें शक्य नाहीं. तथापि प्राणिमात्राचे हितावर लक्ष ठेवून जो कोणी आपला चरितार्थ चालवील, अशाला अहिंसादि धर्मांचे पालनानें तपःसंचय होऊन अत्यंत कल्याण प्राप्त होईल.

अध्याय दोनशें अठ्ठ्यायशींवा.

—:०:—

सगर व अरिष्टनेमि यांचा संवाद.

धर्मराजा विचारितोः—पितामह, (आपण अहिंसादिकांचें वर्णन केलें तें खरें आहे. परंतु आम्हां राजांना तें कसें साधावें? यास्तव मी आपणांस असें पुसतों कीं,) आमच्यासारख्या राजांनीं या जगांत कोणते गुण अंगीं वागवून व कोणत्या गोष्टीवर अखंड लक्ष ठेवून वागावें, म्हणजे विषयसंगरूपी पाशांतून आम्ही मुक्त होऊं, हें मला सांगा.

भीष्म उत्तर करितातः—हे धर्मा, पूर्वीं सगरानें अरिष्टनेमीला असाच प्रश्न केला असतां त्यांनीं त्याचें जें उत्तर दिलेलें आहे, तोच पुरातन इतिहास या कामीं मी तुला सांगतों.

सगर म्हणालाः—ब्रह्मन्, इहलोकीं कोणती उत्तम गोष्ट केल्यानें मनुष्याला सुख प्राप्त होऊन तो शोक व क्षोभ यांच्या तडाक्यांतून सुटतो, तें समजावें अशी माझी इच्छा आहे.

सर्व शास्त्रवेत्त्यांत वरिष्ठ अशा त्या तार्क्ष्य-कुलोत्पन्न अरिष्टनेमीला याप्रमाणें प्रश्न केला असतां, सर्वांत उत्कृष्ठ संपत्ति कोणती तें पूर्णपणें ध्यानांत आणून त्यानें असें योग्य भाषण केलें.

तो म्हणालाः—बाबारे, खरें सुख म्हणजे मोक्षसुख होय. पुत्र, पशु, धन, धान्य यांचे व्यवसायांत जो गढून गेला आहे अशा मूढाला हें सुख प्राप्त होत नाहीं; कारण, स्नेहाच्या पाशांत सांपडल्यामुळें जो मूढ झाला व ज्याची बुद्धि या पदार्थांचे ठिकाणीं आसक्त झाल्या-मुळें ज्याचे मनाला शांति कशी ती उरली नाहीं, अशाला मोक्षाची कल्पनाच येत नाहीं. आतां, सगरा, स्नेहसंबंधापासून कसकसे पाश प्राप्त होतात, तें मी तुला सांगतों. तूं आपले कान माथ्यांत ठेवून म्हणजे लक्षपूर्वक कान देऊन ऐक. ह्यांचें वर्णन सुज्ञालाच रुचणारें आहे. बारे, योग्य कालीं पुत्र उत्पन्न करून ते यौवनांत येतांच त्यांचा विवाह करून त्यांस संसारांत बसवून दे; आणि पुढें ते आपला (सहकुटुंब) निर्वाह करण्यास समर्थ झाले आहेत असें लक्षांत येतांच त्यांचे पाशांतून मोकळा होऊन तुझे सुखास पडेल तसा फिरत जा किंवा रहात जा. भार्येचें प्रथम लालन करावें; आणि पुढें तिला पुत्र होऊन तिचें साधारण पोक्त वय झालें आहे व तिचें प्रेम मुलांबाळांकडे गुंतलें आहे असें दिसतांच योग्य समय पाहून तिला सोडावें व सर्वांत उच्चतम असें जें साध्य त्यावर अनुसंधान ठेवावें. किंवा—पुत्र झाला असो वा नसो, रीतीप्रमाणें इंद्रियांकडून इंद्रियांचे विषय कांहीं काळ भोगवून नंतर त्यांचे लाड पुरे करून मोकळें व्हावें व मग यथेच्छ फिरावें; आणि यदृच्छेनें जे कांहीं विषय प्राप्त होतील त्यांविषयीं प्रीति किंवा अप्रीति कांहींच न धरितां त्यांचें सेवन करून मोकळ्या-सारखें असावें व सुखी व्हावें. याप्रमाणें मीं तुला हा मोक्षार्थ संक्षेपानें सांगितला. आतां यापुढें तोच अधिक विस्तारून पुनः सांगतों, तो ऐक.

या लोकांत जे पुरुष निःसंग झाले ते निर्भय होऊन सुखानें फिरतात; उलट पक्षीं—जे कोणी विषयासक्त असतात ते नाश पावतात, ही गोष्ट निभ्रांत आहे. यास उदाहरण—जे किडे किंवा ज्या मुंग्या आपले निर्वाहासाठीं धान्यसंचय करण्याचे भरीस पडतात, त्या त्या योगानेंच मरण पावतात. सारांश, या लोकांत जे असक्त ते सुखी व जे संसक्त ते दुःखी किंवा नासके असें समजावें. आपणास मोक्ष मिळावा अशी ज्याची खरी इच्छा असेल, त्यानें ‘ मी नसलों तर यांचें कसें होईल ? ’ अशा प्रकारची आपल्या आप्तस्वकीयांविषयीं चिंता मुळींच करूं नये. कारण, खरें पाहतां

जंतु हा आपले आपण उत्पन्न होतो, आपले आपणच वाढतो, आणि सुख, दुःख किंवा मृत्यु हीं आपले गुणांनींच भोगितो. कोणालाही अन्नवस्त्र हें आईबापांचे संचित द्रव्यांतून किंवा स्वार्जितांतून मिळणें हें त्याच्या पूर्वकर्माचा जसा संबंध असेल तसें होतें. कारण, या लोकांत कर्म केलें असल्यावांचून कोणतेंच कांहीं प्राप्त होत नाहीं. आपणास या लोकीं जेवढे प्राणी दिसत आहेत त्या सर्वांच्या पोटापाण्याची आगाऊ तजवीज विधात्यानेंच त्यांच्या त्यांच्या कर्मानुसार लावून ठेविलेली असते; आणि ते सर्व प्राणी या भूतलावर आपापल्या कर्माप्रमाणेंच इतस्ततः संचार करीत असतात; व त्या वेळीं त्यांचें पूर्वकर्मच त्यांना सुरक्षित ठेवीत असतें. बाबारे, तूं स्वतःच जर निवळ मातीचा गोळा, परतंत्र व कच्चा आहेस, तर स्वजनांचे पोषणाची किंवा रक्षणाची चिंता बाळगण्याचें तुला प्रयोजन काय? (हें वेडेपण नव्हे काय?) अरे, तूं आपली शिकस्त तडफड करीत असतांही मृत्यु जर तुझे आप्ताला तुझे देखत देखत झडप घालून ठार करितो, तर ही गोष्ट पाहून तूं स्वतःविषयीं जागें व्हावेंस हें बरें नव्हे काय? कारण, समज—तूं आपले स्वजनाचे भरणाचा (रक्षणाचा) भार आपले अंगावर घेतलास, तथापि तुझी कामगिरी पुरी होण्यापूर्वींच व तो स्वजन जिवंत असतांनाही त्याला मागें ठेवून तूं मरणार नाहींस कशावरून? दुसरी गोष्ट—तुझे समक्ष एखादा तुझा स्वजन मृत्यु पावला, तर मरणोत्तर तो कोणत्या अवस्थेंत आहे—सुखी आहे किंवा दुःखी आहे—हें कांहीं तुला कळेल काय? नाहीं! मग या गोष्टीवरूनच स्वतःबद्दल शहाणा हो. तूं जिवंत आस किंवा मृत हो, दोन्ही अवस्थांत—तुझे जे पुत्रादि स्वजन असतात त्यांना आपापले कर्मांचीं (रोगादि) फळें भोगावींच लागतात. हें जर तूं धडधडीत पहातोस, तर या गोष्टीवरून बोध घेऊन तूं खरें स्वहित करून घ्यावेंस हें शहाणपण आहे. एकंदरींत या माझ्या बोलण्यावरून—या लोकीं कोणी कोणाचा नव्हे, ही गोष्ट निश्चित समजून घेऊन तूं आपलें अंतःकरण मोक्षप्राप्तीकडे लाव. याखेरीज आणखी कांहीं गोष्टी तुला सांगतों, त्या ऐकून घे.

मुक्तलक्षणें.

ज्या पुरुषानें या लोकींच क्षुधा, तृषा इत्यादि प्राणधर्म व क्रोध, लोभ, व मोह हे मनोविकार आपले ताब्यांत ठेविले, तो खरा सत्त्वयुक्त होऊन मुक्तच झाला असें समजावें. जो पुरुष द्यूत, मद्यपान, स्त्रिया व मृगया या चार व्यसनांत फसून पडत नाहीं, तो सदा मुक्तच आहे असें समजावें. आला तो दिवस आणि आली ती रात्र जेवावें लागतें ही गोष्ट पाहून ज्या पुरुषाला मोठें दुःख होतें, त्या पुरुषाची विषयोपभोगाविषयीं खरी दोषबुद्धि ठसली असें म्हणावें. जो पुरुष सर्वदा विवेकयुक्त राहून असें ध्यानांत धरितो कीं, मी स्वभावतः मुक्त असूनही या स्त्रीसंगामुळें मला पुनः पुनः जन्माचे फेरे भोगावे लागतात, तो मुक्तच समजावा. ज्याला म्हणून इहलोकीं प्राणिमात्राची उत्पत्ति, नाश व त्यांचे व्यापार यांतील खरें इंगित कळून आलें, तो मुक्तच समजावा, हजारों—नव्हे—कोट्यों गाडे धान्य ज्याचे पुढें पडलें असतांही जो केवळ निर्वाहाला लागणाऱ्या मापटेंभर धान्याचीच अपेक्षा करितो, व ज्याला मोठा राजवाडा रहावयास दिला असतांही एक खाट ठेवण्याइतकीच जागा जो पुरेशी समजतो, तो मुक्तच समजावा. ज्याचे ध्यानांत असें वागतें कीं, हें सर्व जग मृत्यूनें पछाडलेलें, व्याधींनीं पीडिलेलें व पोटास नसल्यामुळें

रोडावलेलें असें आहे, तो मुक्तच समजावा. याप्रमाणें हें जग मृत्यु, व्याधि व अन्नाभाव यांनीं पीडित आहे असें जो स्पष्ट ओळखतो, त्यालाच संतोष प्राप्त होतो;—जो हें ओळखीत नाहीं तो त्याचे भरीं भरून तोंडघशीं पडतो. जो अल्पांत संतुष्ट असतो, तोही या लोकीं मुक्तांतच गणावा. जो हें सर्व जग अग्नीषोमात्मक म्हणजे भोक्ता व भोग्य या दोन रूपाचेंच आहे असें पाहतो, व ज्याला मायाकृत जे सुखदुःखादि मिथ्या विकार त्यांची बाधा होत नाहीं, तो मुक्तच समजावा. ज्याला छपरपलंगावर लोळणें किंवा साध्या भुईवर पडणें तसेंच शाल्योदन झोडणें किंवा कदन्न खाणें हीं सारखींच वाटतात, तो मुक्तच समजावा. ज्याला तागाचें वस्त्र, गवताचें वस्त्र, रेशमी वस्त्र, झाडांच्या साली, लोंकरीचें कांबळें, किंवा बकऱ्याचें कातडें या सर्व परिधानांचें महत्त्व सारखेंच वाटतें, तो मुक्तच समजावा. हें जग म्हणजे पंचमहाभूतांच्या संयोगाचें फल आहे असें जो जाणतो, व जाणून त्या नात्यानेंच या जगाशीं वागतो, तो मुक्तच समजावा. ज्याला सुख व दुःख, लाभ व हानि, जय व अपजय, प्रेम व द्वेष, भय व उद्वेग, हीं सारखींच आहेत, तो सर्वथा मुक्तच होय. हें शरीर म्हणजे रक्तमूत्रमलादि दोषांचें भांडार व अनेक अनर्थांनीं युक्त आहे, असें जो लेखितो, तो मुक्त होतो. या शरीराला वार्धक्यामुळें सुरकुत्या पडणें, केंस पिकणें, रोडपणा किंवा फिकेपणा येणें, व त्याची धनुकली होणें हे विकार प्राप्त होतात, हें जो ध्यानांत वागवितो, तो सुटतो. पुरुष तारुण्यांत कितीही वीर्यवान् असला तरी कालगतीनें त्याचें पौरुष लटकें पडतें, दृष्टि मंदावते, कान बहिरे होतात, व अंगांतील उमेद ढिली पडते, हें जो ध्यानीं वागवितो, तो मुक्त होतो. या लोकांतून मोठमोठे ऋषि, मोठेमोठे देव, व मोठेमोठे असुर हेही परलोकीं गेले हें जो मनांत धरितो, तो सुटतो. निरनिराळ्या प्रकारच्या अद्भुत सामर्थ्यांनीं युक्त असे सहस्रावधि राजे या पृथ्वीवर होते, परंतु त्यांनाही ही पृथ्वी सोडून जावें लागलें, हें जाणतो तो सुटतो. या जगांत द्रव्याची टंचाई आहे, क्लेशांची रेलचेल आहे व कुटुंबभरण म्हटलें तर तें कष्टपूर्ण आहे हें जो ओळखतो, तो सुटतो. इतर लोक किंवा आपलीं प्रत्यक्ष पोटचीं पोरें हीं आपले मनाप्रमाणें वागत नाहींत हें ज्याच्या वारंवार मनांत येतें, अशाची मोक्षाविषयीं पूज्यबुद्धि कशी बरें होणार नाहीं? शास्त्राचे अवलोकनानें व जगाचे अनुभवानें जागा होऊन जो मनुष्यांचा हा सर्व व्यवहार व्यर्थ आहे असें समजतो, तो सर्वथा मुक्तच आहे. असो; माझें हें सर्व सांगणें ध्यानीं वागवून तूं आपली बुद्धि अक्लेश कर, व मग वाटलें तर गृहस्थाश्रमांत रहा, किंवा मोक्षाश्रमांत (संन्यासांत) रहा, तात्पर्य एकच !

युधिष्ठिरा, अरिष्टनेमीचें हें सर्व बोलणें लक्ष्यपूर्वक ऐकून घेऊन, तो पृथ्वीपति सगर राजा आपले ठिकाणीं मोक्षोपयोगी गुणांचा संग्रह करून राजधर्माप्रमाणें प्रजापालन करीत राहिला.

अध्याय दोनशें एकुणनव्वदावा.

—:०:—

शुक्रचरितकथन.

युधिष्ठिर म्हणालाः—पितामह, बहुत दिवसांपासून माझे मनाला एक आश्चर्य वाटून राहिलें आहे, व त्याचा उलगडा आपणांपासून ऐकून घ्यावा, अशी इच्छा आहे. तें आश्चर्य हें कीं, ज्याला लोकांत कवि अशी संज्ञा आहे, असा जो हा महाबुद्धिमान् देवर्षि उशना, तो सदा पाहवें तों असुरांचें कल्याण व देवांचें अकल्याण करण्यांत गुंतलेला आढळतो; असें कां? हे

दानव सदासर्वदा देवांशीं वैर बांधून असतात; असे जे अमितबलशाली दानव, त्यांचे तेजाला या देवर्षीनें आणखी भर कां घालावी ? तसेंच, या देवतुल्य तेजस्वी उशना मुनीला शुक्र म्हणजे रेतरूप असें नांव कां पडलें? त्याप्रमाणेंच तो इतक्या वैभवाला कसा चढला ? पितामह, हें सर्व मला सांगा. तसेंच, हा इतका मोठा तेजस्वी असून याचा वसिष्ठादिकांप्रमाणें आकाशांत संचार कां नाहीं, हें सर्व मला पूर्णपणें समजावें अशी माझी इच्छा आहे.

भीष्म म्हणाले:—राजा, या सर्वाचें सविस्तर उत्तर लक्ष्यपूर्वक ऐक. मीं यासंबंधें पूर्वी जें कांहीं ऐकलें आहे तें तसेंच तुला यथामति सांगतों. हा भृगुकुलोत्पन्न महामान्य व दृढव्रती महामुनि जो देवांच्या वाईटावर असतो, त्याला तसेंच सबल कारण झालेलें आहे. इंद्र हा जगताचा राजा व यक्षरक्षाधिपति जो कुबेर तो इंद्राचा कोशाधिपति हें तर तुला माहीतच आहे. एका कालीं, सिद्ध योगी जो हा महामुनि उशना तो त्या कुबेराचे शरीरांत शिरला व आपले योगबलानें त्याला जखडून ठेवून त्याचें सर्व द्रव्य हरण करून चालता झाला. याप्रमाणें सर्व द्रव्य नाहींसें झाल्यामुळें कुबेराला चैन पडेना, तेव्हां दुःखानें व संतापानें तो महादेवाकडे आला; आणि अपारतेजस्वी, शांत, बहुरूपी, शत्रूला रडविणारा व सर्व देवांत श्रेष्ठ जो शिव त्याला म्हणाला कीं, 'योगपटु व महातपस्वी उशना मुनीनें आपल्या योगशक्तीनें माझे ठिकाणीं प्रवेश करून मला जखडून ठेविलें आणि माझें सर्व द्रव्य हरण करून तो चालता झाला!'

राजा, कुबेराचें तें वचन कानीं पडतांच, तो महायोगी महेश्वर संतापानें डोळे लाल करून हातांत आपला त्रिशूल घेऊन उभा राहिला; आणि तें अति तीव्र आयुध हातीं घेऊन 'कोठें आहे तो ? कोठें आहे तो ?' म्हणून वारंवार विचारूं लागला. त्या वेळीं शंकराचे मनांतील हेतु जाणून उशना मुनि शंकरापासून कांहीं अंतरावर स्तब्ध उभा राहिला; आणि महात्मा शंकर हा आपलेपेक्षां किती तरी अधिक समर्थ योगी असून तो आपणावर परमक्रुद्ध झाला आहे हें ध्यानांत येऊन तो समर्थ उशना मोठ्या पंचाइतींत पडला; व आपण येथून पळून दूर जावें, किंवा चालत शंकरापुढेंच जावें, किंवा जागचे जागींच स्थिर असावें, याबद्दल त्याचा कांहींच निश्चय होईना. त्या-समयीं, महात्मा महेश्वराशीं गांठ आहे हें पक्के

१ नीलकंठ या ठिकाणीं म्हणतात कीं, सप्तर्षींतील वसिष्ठादि ऋषींप्रमाणें शुक्रालाही एक पार्थिव व एक दिव्य अशीं दोन रूपें आहेत; पैकीं त्याचे पार्थिव रूपानें त्याला आकाशांत जातां येत नाहीं. पण वसिष्ठादिकांना जातां येतें. असें कां असावें ? बाकी, त्याचें जें ग्रहरूपानें आकाशांत दिव्यरूप आहे त्याला आकाशांत संचार आहेच आहे. तेव्हां त्या रूपासंबंधानें हा धर्मराजाचा प्रश्न नव्हे; तर त्याच्या भौम म्हणजे भूलोकांतील दुसऱ्या रूपासंबंधानें आहे असें समजावें.

२ नीलकंठ म्हणतात कीं, असुर मंडळी देवांना त्रास देत आणि स्वतः भृगुऋषीचे आश्रमांत जाऊन लपत. त्यामुळें देवांचें कांहीं चालेना. तेव्हां देव विष्णूला शरण गेले. त्या वेळीं विष्णूनें आपल्या चक्रानें भृगुपत्नीचें शिर छेदिलें. ती गोष्ट असुरांनीं तिचा पुत्र जो भार्गव म्हणजे शुक्राचार्य त्यास कळविली. तेव्हांपासून मातृवधामुळें चिडून तो हात धुऊन देवांचे पाठीस लागलेला असतो.

१ मुंबई प्रतींत—गतिमागमनं वेत्ति स्थानं चैव ततः प्रभुः । असा पाठ आहे; व याचा अर्थ 'तो समर्थ उशना शंकराचें जाणें, येणें किंवा स्थिर राहणें हें सर्व जाणत होता' असा होतो. परंतु आम्हांस बंगाली पाठ अधिक समंजस वाटला व तोच आम्हीं स्वीकारला आहे.

लक्षांत आणून तो योगसिद्ध उशना आपले तीव्र तपोबलानें शंकराच्या हातांतील शूलाचे अग्रांत शिरून बसला. तेव्हां शंकरांनीं त्या तपःसिद्ध उशनाचें रूप ओळखिलें; आणि (हा आपले शूलाचे अग्रावरच येऊन बसला, आतां याचेवर शूल मारितां येणें शक्य नाहीं, हें ध्यानीं आणून) त्या देवेशानें तो शूल आपले हातानें धनुकुलीप्रमाणें वांकविला. याप्रमाणें त्या उग्रायुध धारण करणाऱ्या अमित तेजस्वी समर्थ शंकरांनीं तो शूल धनुष्याप्रमाणें आपले पाणीनें (हातानें) नमविला (वांकविला) असतां त्या कृतीवरून त्या धनुष्याकृतीला त्यांनीं ‘ पिनाक ’ अशी संज्ञा दिली. (व तेव्हांपासून पिनाक हें शंकराचें धनुष्य असें प्रसिद्ध झालें.) या युक्तीनें जेव्हां तो शूलाग्रावर बसलेला भार्गव अचानक आपले मुठींत आला असें त्या देवश्रेष्ठ उमापतीनें पाहिलें, तेव्हां त्यानें आपलें तोंड पसरून त्या उशनाला मुठींत धरून हळूच तोंडांत टाकून गट्ट केलें ! या प्रकारें तो महात्मा योगी भार्गव महेश्वराचे उदरांत शिरला असतां तेथेंच फिरत राहिला. (अन्नाप्रमाणें जिरून गेला नाहीं.)

युधिष्ठिर प्रश्न करितोः—महाराज, त्या बुद्धिमान् देवदेवेशाचे उदरांत तो उशना जो फिरत राहिला तो कां ? व पुढें त्या तेजस्वी महादेवानें काय केलें ?

भीष्म सांगतातः—उशनाला गिळून तो जेव्हां पोटांत जिरेना, तेव्हां ते महाव्रती शंकर पाण्यांत शिरून तेथेंच तप करीत हजारों—लाखों वर्षेपर्यंत एखाद्या खुंटाप्रमाणें स्थिर राहिले. मग याप्रमाणें बहुत कालपर्यंत खडतर तप करून त्या मोठ्या डोहांतून शंकर बाहेर आले, त्या वेळीं देवश्रेष्ठ सनातन ब्रह्मदेव त्यांचे समाचारास येऊन त्यांनीं शंकरांना कुशलप्रश्न करून ‘तपोवृद्धि नीट झालीना?’ म्हणून विचारिलें. त्या वेळीं त्या वृषभध्वजानें ‘ तप उत्तम प्रकारें पूर्ण झालें,’ असें उत्तर दिलें. इतक्यांत त्या अचिंत्यात्मा, महामति व सत्यधर्मी शंकरांचे असें लक्षांत आलें कीं, आपले तपःकालीं उशना हा आपले पोटांतच असल्यानें त्या तपाचा परिणाम त्याजवर होऊन अनायासें त्याचें तपस्तेज फार वाढलें आहे. याप्रमाणें तपानें व (पूर्वी कुबेरापासून हिरावलेल्या) धनानें—दोन्ही प्रकारें गबर झाल्यामुळें, हे धर्मराजा, तो महायोगी उशना सर्व त्रैलोक्यांत बलाढ्य होऊन झळकूं लागला. त्या वेळीं पिनाकधारी जे योगमूर्ति शंकर त्यांनीं ध्यानयोग आरंभिला. तेव्हां वायुनिरोधामुळें उशनाचे प्राण व्याकुल होऊन तो चिंतातुर होऊन पोटांतले पोटांत फिरूं लागला; व तेथून पडल्या पडल्याच त्या महायोगी उशनानें महादेवाची स्तुति केली व आपणास त्याचे उदरांतून बाहेर वाट मिळावी अशी आपली इच्छा प्रदर्शित केली. तथापि तो बाहेर पडण्याचा प्रयत्न करूं लागला कीं, शंकर तो यत्न हाणून पाडीत. त्या वेळीं त्या महामुनि उशनानें शंकराचे जठरांत राहून, ‘ हे शत्रुमर्दना,(आपल्यापुढें माझें काय चालणार, तेव्हां आपण होऊनच) मजवर कृपा करा ’ म्हणून शंकरांची वारंवार वारंवार विनंति केली. शेवटीं शंकरांनीं त्याला सांगितलें कीं, ‘ ठीक आहे, तुला वाट पाहिजेच तर माझे शिश्नावाटे बाहेर पड.’ असें सांगून त्या देवश्रेष्ठ शंकरांनीं आपले शरीरांतील सर्व वाहिन्या बंद करून टाकिल्या. त्यामुळें तो उशना मुनि जिकडे जाई तिकडे त्याला बंदी होऊन, तें जें शिश्नाचें म्हणून द्वार होतें तेंही सांपडेना; व इकडे तर शंकराचे तपस्तेजानें व कोंडमारा झाल्यानें तो पोळून जाऊं लागला. शेवटीं एकदाचें त्याला तें द्वार सांपडून तो

बाहेर आला. पण तो शिश्नांतून बाहेर पडल्यामुळें अर्थात्च त्याला शुक्र हें नांव मिळालें. शिवाय याच कारणामुळें त्याला आकाशमध्यांत गतिहि नाहींशी झाली !

याप्रमाणें शुक्राचार्य आपले उदरांतून बाहेर पडला असतां तो तेजानें केवळ जळतोच आहे असें पाहून शंकरांना फार क्रोध चढून ते हातांत शूल उगारून (त्याला मारण्याकरितां) उभे राहिले. त्या वेळीं त्या क्रुद्ध पशुपतीचें देवी पार्वतीनें निवारण केलें व देवीच्या या कृत्यामुळें त्या दिवसापासून उशनाला शंकरपार्वतीचे पुत्राची पदवी मिळाली.

देवी म्हणालीः—हे प्रभो, हा ब्राह्मण माझा पुत्र झाला आहे, याकरितां आपण याची हिंसा करणें अयोग्य आहे. शिवाय, आपल्या प्रत्यक्ष उदरांतून जर हा बाहेर आला आहे, तर त्याला मृत्यु प्राप्त होणें उचित नव्हे.

देवीचे हे शब्द ऐकून शंकर संतुष्ट झाले व हंसतच तिला म्हणाले, 'बरें आहे, तुझें असें म्हणणें आहे तर मी याला मोकळा सोडतों; यानें आतां खुशाल वाटेल तिकडे जावें.'

हे भरतश्रेष्ठा, याप्रमाणें शंकरांनीं वारंवार सांगून उशनाला मोकळा सोडितांच तो बुद्धिमान् ऋषि त्या वरदात्या शंकराला व देवी उमेला प्रणाम करून आपले इष्ट मार्गानें गेला. युधिष्ठिरा, तूं मला प्रश्न केलास त्याप्रमाणें मी तुला हें माहात्म्या भार्गवाचें चरित्र सांगितलें.

अध्याय दोनशें नव्वदावा.

—:०:—

पराशरगीता.

युधिष्ठिर म्हणालाः—हे महाबाहो पितामह, अमृत कितीही प्यालें तरी जसें पुरेसें होत नाहीं, तसेंच आपला हा अमृततुल्य बोध पुरेसाच होत नाहीं. याकरितां माझे कल्याणाची आणखी कांहीं गोष्ट आपणांस दिसत असेल तर मला सांगावी. हे पुरुषश्रेष्ठा, असें कोणतें शुभ कर्म आहे कीं, जें केल्यानें मनुष्याला इहलोकीं व मरणोत्तर परलोकींही अत्युच्च कल्याणाची प्राप्ति होईल, तें मला सांगावें.

भीष्म म्हणालेः—बाबारे, पूर्वी महायशस्वी राजा जनकानें महात्म्या पराशरालाही असाच प्रश्न केला होता कीं, 'प्राणिमात्रास इहपरलोकीं श्रेयस्कर असें कशाचें ज्ञान आहे तें मला आपण कृपा करून सांगा.' राजा, त्या वेळीं तो अखिल धर्मक्रिया जाणणारा परमतपस्वी पराशर मुनि जनकराजावर कृपा करण्याचे बुद्धीनें जें बोलला तेंच मी तुला सांगतों.

पराशर म्हणालाः—हे राजा, ज्यांनीं म्हणून या प्रश्नाचा मन घालून विचार केला आहे त्यांचें असें म्हणणें आहे कीं, इहपरत्रीं श्रेय देईल अशी एकच गोष्ट आहे. ती गोष्ट म्हणजे विहित मार्गानें आचरिलेला धर्म होय. या धर्माहून अधिक श्रेयस्कर अशी दुसरी कोणतीही गोष्ट नाहीं. हे नृपश्रेष्ठा, सम्यक्-धर्मानुष्ठानानें पुरुष स्वर्गलोकींही पूज्य होतो; आणि देहधारी जे आहेत त्यांचा सर्व कर्मविधि धर्मस्वरूपाचा आहे; व या धर्मांत वागणारे जे निरनिराळ्या आश्रमांतील पुरुष आहेत त्यांनीं त्याला अनुसरूनच आपआपलीं कर्में करीत असावें. बा जनका, या लोकीं वर्णभेदानें जीविकेचे विहित मार्गही शास्त्रानें चार प्रकारचे सांगितले आहेत; ते असे—दानप्रतिग्रहानें ब्राह्मणांनीं जीविका करावी, करग्रहणानें क्षत्रियांनीं, कृष्यादिकानें वैश्यांनीं, व रोजमुरा मिळवून शूद्रांनीं जीविका करावी. या चार मार्गांनीं मनुष्य आपलें प्राणधारण करितात (त्यांनीं करावें) असा विधि आहे. परं

१ कारण—शुक्र म्हणजे पुरुषाचें वीर्य, हें शिश्नांतूनच बाहेर येतें.

बहुधा मनुष्यें आपआपल्या इच्छेप्रमाणें जीविकेचे पुण्यपापात्मक भिन्न भिन्न अनेक मार्ग स्वीकारतात; आणि त्यामुळें, पंचत्वाला गेल्यावर, ज्या प्रकारानें त्यांनीं पूर्वीं वृत्ति (जीविका) संपादिली असेल त्याचे स्वरूपाप्रमाणें त्यांना भिन्न भिन्न गति प्राप्त होतात. पाप्यांना तिर्यक् (पश्वादि) योनि प्राप्त होते; पुण्यवंतांना स्वर्गवास लाभतो; समान पापपुण्यानें मनुष्यलोक मिळतो; आणि तत्त्वज्ञानानें ज्यांनीं पापपुण्याचा उच्छेदच केला असेल अशांना मुक्तिच मिळते. साधारणतः सर्व जंतु जरी एकसारखे असले, तरी ज्याप्रमाणें एखाद्या तांब्याच्या भांड्याला सोन्याचा मुलामा केल्यास तें सोनेरी दिसतें, रुप्याचा केल्यास रुपेरी दिसतें, त्याचप्रमाणें सर्व प्राण्यांना आपआपल्या पूर्वकर्मानुसार निरनिराळे रंग चढतात. कोणी म्हणेल, 'हें पूर्वकर्म कोठून आलें व तें मानण्याचें कारण काय?' तर—एक तर हें कर्म स्थूल चर्मदृष्टीला दिसलें नाहीं म्हणून तें नाहींच असें म्हणणें चुकीचें आहे. कारण, अनेक लतागुल्मांचीं बीजें ग्रीष्म ऋतूंत भुईंत कोठें गाडलेलीं असतात तीं दृष्टीस देखील येत नाहींत; तथापि वर्षाकालीं जेथें लतागुल्म अंकुरीत झालेले आढळतात तेथें त्यांचीं बीजें निगूढ होतीं असें म्हणणें जसें प्राप्त आहे, तसेंच, जीवांना या लोकीं प्राप्त होणाऱ्या भिन्नभिन्न सुखदुःखांतून प्राक्कृत कर्माचा हा परिणाम आहे असें अवश्य मानावेंच लागतें. तसें न केल्यास 'कृतनाश, व अकृताभ्यागम'[1] या नांवाचे दोन दोष आपले विचारसरणींत उत्पन्न होतील. यास्तव, बीजापासून जसा वृक्ष, तशीं पूर्वकर्मापासूनच हीं सुखदुःखें असें म्हणावें लागतें; आणि मनुष्य जर या लोकीं चांगलीं कर्में करील तर मरणोत्तर त्याला पुढील लोकीं सौख्यच होईल.

(येथें पराशर चार्वाकमताचें उद्घाटन करून म्हणतात कीं,) हे जनका, या माझ्या म्हणण्यावर कांहीं चार्वाकादिकांचें असें म्हणणें आहे कीं, "दैव किंवा प्राक्कृत कर्म म्हणून जें तुह्मी म्हणतां, तें आम्हांस कबूल नाहीं. कारण, आम्हांस तें कोठें प्रत्यक्ष दिसत नाहींच व अनुमानही त्याचे सिद्धीस साधक होत नाहीं. आतां देव, गंधर्व, दानव इत्यादि भिन्न योग्यतेचे हे वर्ण कोठून आले ह्मणून कोणी म्हणेल, तर आमचे (चार्वाकांचे) मतें ते स्वभावतःच तसे आहेत. शिवाय एका जन्मीं केलेल्या कर्माचें फल जर दुसऱ्या जन्मीं प्राप्त होतें हें तुमचें (सिद्धांतींचें) ह्मणणें खरें असतें, तर या जन्मीं ज्या वेळीं मनुष्यांस केव्हांही सुखदुःखादि प्राप्त होतात, तेव्हां तीं आपण पूर्वजन्मीं केलेल्या नित्य,

१ कर्म न मानावें तर केलेलें कर्म फुकट जातें असें म्हणावें लागेल (कृतनाश) व न केलेल्या कर्माचें फल मिळतें (अकृताभ्यागम) असें म्हणावें लागतें.

१ मुंबई प्रतींत—प्रेत्य यांत्यकृतं कर्म न स्मरंति सदा जनाः। ते वै तस्य फलप्राप्तौ कर्मचापिचतुर्विधं । असा पाठ आहे. तो सोडून आह्मीं नीलकंठांनीं टीकेंत दिलेला वैकल्पिक पाठः—प्रेत्य जातिकृतं कर्म न स्मरंति इ० हाच येथें घेतला आहे; पोथींतील पाठ सोडण्याचें कारण—एक तर त्याचा अर्थ ओढून ताणून करावा लागतो व दुसरें तसा अर्थ करूनही १३।१४।१५ हे तिन्ही श्लोक चार्वाकमतप्रतिपादनाचे असणें सरळ दिसत असतां, पोथींतील पाठ घेतल्यास, चार्वाकाला मध्येंच खंडून सिद्धांती शंका घेतो असें कल्पावें लागतें. बरें, असें कल्पावयाचें परवीं कारण नाहीं. कारण, सोळावे श्लोकापासून सिद्धांती चार्वाकाचें खंडन सुरू करितोच आहे; मग मध्येंच एखादा त्याचा प्रक्षेप मानणें फारसें समंजस किंवा सोईकर वाटत नाहीं.

नैमित्तिक, काम्य व निषिद्ध या चतुर्विध कर्मांपैकीं अमक्याचें फल आहे असें मनुष्यांस स्मरलें पाहिजे होतें; पण तसें स्मरत असल्याचा अनुभव नाहीं. आतां कोणी म्हणेल कीं, कर्मफलाचा सुखदुःखाशीं कांहींच संबंध नाहीं, तर मग वेदामध्यें नित्यनैमित्तिकादि चतुर्विध कर्में व पुण्यपापादि फळें या गोष्टींचा उल्लेख कां केला? तर (चार्वाक म्हणतो) वेदाचें हें बोलणें—केवळ जगाची रहाटी सुरळीत चालावी एवढ्यासाठींच आहे. एखाद्याची एकदम मोठी हानि झाली व त्याचे शेजाऱ्याला त्या वेळीं आकस्मिक मोठा लाभ झाला, तर पहिल्याचे मनाला एकदम मोठा धक्का बसून त्याची शांति बिघडेल ती न बिघडतां कायम रहावी, या हेतूनें वेदानें ही कर्माची व्यवस्था केवळ कल्पित उपस्थित केली आहे एवढेंच, ती स्वभावासिद्ध नव्हे. शिवाय, लोकायतिकाचा आगाम रचणारे जे बृहस्पतिप्रभृति वृद्ध वृद्ध ज्ञाते आहेत, त्यांचेंही म्हणणें या तुमच्या दैव किंवा प्राक्कृत कर्मवादाला धरून नाहीं."

पराशर म्हणतातः--चार्वाकाचा हा स्वभाववाद खोटा आहे. कारण, या जगांतील आपला सर्वांचा प्रत्यहीं अनुभव असा आहे कीं, आपण नेत्र, मन, वाणी किंवा कर्मेंद्रियें या चार द्वारांनीं जसें चतुर्विध बरें, वाईट, पाप किंवा पुण्य (कर्म) करूं, तसेंच त्याचें फलही होतें; व लोकांतील सुखदुःखादि अनुभववैचित्र्याला कारणभूत हें चतुर्विध कर्मवैचित्र्यच असतें, हें म्हणणें वेददृष्ट्या व लोकदृष्ट्याही समंजस व सोपपत्तिक असतां तें सोडून हा चार्वाक—ज्याला कोणतेंही प्रतिष्ठित प्रमाण नाहीं, ज्याचे स्वीकारानें तड लागत नाहीं, व सुखदुःखादि वैषम्याचा न्यायही उलगडत नाहीं असला हा स्वभाववाद धरून बसला आहे, हें त्याचें निव्वळ मूर्खपण आहे. कारण, याचा हा स्वभाववाद म्हणजे उष्णता हा अग्नीचा स्वभाव आहे, तो कृतक नाहीं, त्याचप्रमाणें जगांतील सुखदुःख हें स्वभावतःच आहे, कृतक नाहीं, अशा अर्थाचा आहे. पण हा वाद टिकत नाहीं. कारण, त्याचाच दृष्टांत मानून चाललें असतां, अग्नि म्हटला कीं तो सदैव उष्णच असतो; कांहीं वेळ उष्ण, कांहीं वेळ थंड, कांहीं वेळ न थंड न उष्ण असें वैचित्र्य किंवा व्यभिचार त्याचे ठिकाणीं आढळत नाहीं. पण जगांतील सुखदुःखांचा प्रकार या दृष्टांताशीं जुळत नाहीं. कारण, अग्नि हा जसा सदैव उष्ण, तशीं सर्व मनुष्यें सुखी तर सुखी किंवा दुःखी तर दुःखीच, असेंच केवळ आढळत नाहीं:—सुखदुःखाचें सर्वदा वैचित्र्य आढळतें. [कोणी म्हणतो, ' माझीं गेलीं सात वर्षें सारखीं चैनींत गेलीं; पण आतां गाडें उलटलें. आतां पदोपदीं कष्ट आले. ' कोणी म्हणतो, ' आपले बोवा मागले दिवस हालअपेष्टेंत गेले, परंतु आताशें लाट आहे. कांहीं कमी नाहीं. ' तिसरा ह्मणतो ' आमचें आपलें सदाच नरमगरम आहे, बरें नाहीं वाईटही नाहीं. ' चौथा म्हणतो, ' आताशें माझी पोटदुखी आजिबात गेली, पण दमा उचलला आहे! ' सारांश; ' एक गेलें तर एक आलें. ' इत्यादि.] परंतु या गोष्टीची किंवा वस्तुस्थितीची उपपत्ति स्वभाववादाप्रमाणें जुळत नाहीं. यास्तव, राजा, तो खोटा आहे. आतां चार्वाक कदाचित् असें म्हणेल कीं, ' बरें, एक वेळ तुमचें कर्म व तज्जनित सुखदुःख हें पतकरलें, तरी तें तात्कालिक संबंधांत समंजस दिसेल. ह्मणजे, आतां अग्नींत हात घातल्यास तो पोळणें हा कार्यकारणभाव कदाचित् योग्य म्हणतां येईल. पण तुह्मी तर आज विस्तवांत हात घालावा आणि परवां चटका बसावा अशांतलें कांहीं

बोलतां हें सयुक्तिक कसें म्हणावें ?' तर यावर उत्तर असें आहे कीं, मनुष्य बरें कर्म करो कीं वाईट करो, कितीही काल त्यावर लोटला तरी त्याचें अनुरूप फळ भोगून सोडिल्याशिवाय त्याचा विनाश किंवा क्षय हा होणेंच नाहीं. आतां, बरें केलें असतां त्याचा जरी तात्काळ परिचय आला नाहीं तरी तें नष्ट झालें असें नाहीं; तर तें तसेंच दबा धरून गूढ रहातें. इकडे संसारप्रवाहांत पडलेला हा मनुष्य अगदीं नाक बुडे तों दुःखांत पडलासा दिसतो, तरी तो तसाच निरवधि बुडून रहात नाहीं; तर तें दुःख भोगून सरवींतोंच तसा असतो व भोगून तें सरवून टाकितांच, हा वेळपर्यंत दबा धरून राहिलेलें जें त्याचें बरें कर्म म्हणजे सुकृत होतें तें उदयास येऊन त्याचे कारणानें तो एकदम सुखरूप होऊन जातो. याच प्रकारें, हे राजा, प्रारब्ध सुकृताचाही सुखभोगरूपानें क्षय होई तों दुःख दबा धरून राहतें व सुखांतीं चटकन् उदयास येतें, असा हा खेळ चालतो. परंतु कृत कर्म नष्ट म्हणून होत नाहीं. इंद्रियनिग्रह, क्षमा, धैर्य, उत्साह, संतोष, सत्यवादित्व, अकर्माची लज्जा, अहिंसा, निर्व्यसनिता व दक्षता हीं सुखाला कारण आहेत. आतां, मनुष्य हा सुखाला काय किंवा दुःखाला काय सदाच खिळलेला रहात नाहीं. तर सुख व दुःख हीं उभयही वाऱ्याचे झुळकेसारखीं येतीं जातीं आहेत; करितां हा त्यांचा स्वभाव ध्यानांत आणून सुज्ञानें आपले मनाचें स्थैर्य सतत कायम ठेवण्याचा प्रयत्न करावा, म्हणजे तें ब्रह्मसाक्षात्कारास उपयोगीं पडतें. बरें, सुखदुःखें हीं एक तर आगमापायी म्हणजे येतीं-जातीं किंवा अस्थिर असून, त्यांबद्दल दुसरी अशी गोष्ट आहे कीं, तीं ज्यांचीं त्यालाच असतात. कारण, एकाला दुसऱ्याचें सुकृत भोगावें लागत नाहीं व दुष्कृतही भोगावें लागत नाहीं. तो स्वतः बरें-वाईट जसें कर्म करील तसेंच फळ त्याचें त्यालाच प्राप्त होतें. आतां जो कोणी ज्ञाता किंवा शास्त्रदृष्टि पुरुष असतो तो तत्त्वज्ञानानें या पुण्यपापांचे खातें मुळींच मिटवून टाकून मोक्षाचे सडकेला लागतो; आणि त्याचे उलट--जो कोणी गृहपश्वादि पार्थिव वस्तूंला चिकटून वागतो, तो भलत्याच मार्गाला जातो, म्हणजे अधिकाधिक घोटाळ्यांत पडतो. बऱ्या वर्तनाचें थोडक्यांत लक्षण म्हटलें म्हणजे ज्या गोष्टीबद्दल आपण दुसऱ्याला नांवें ठेवूं अशी गोष्ट आपण स्वतः करूं नये. कारण, परनिंदकाचा उपहास झाल्याशिवाय रहात नाहीं. यास्तव मनुष्यानें असूया व आसक्ति हीं सोडून आत्मनिष्ठ रहावें.

राजा, भितरा क्षत्रिय, मेध्यामेध्य येईल तें खाणारा ब्राह्मण, निरकांक्ष वैश्य, (व्यापारी) आळशी शूद्र, शीलहीन विद्वान्, दुर्वृत्त कुलीन, सत्यभ्रष्ट ब्राह्मण, व्यभिचारिणी स्त्री, विषयलंपट योगि, आपलें अन्न स्वहस्तीं शिजविणारा, अक्कल नसून वक्तृत्व करणारा, नृपालावांचून राष्ट्र, व प्रजांविषयीं निष्प्रेम व बेपर्वा रहाणारा राजा, हे सर्व शोच्य होत.

अध्याय दोनशें एक्याण्णवावा.

—:०:—

पराशरोक्त पापपुण्यविचार.

पराशर म्हणतातः—लोकान्तरीं नेण्याचें साधन असें हें मनयुक्त शरीर हाच कोणी रथ, व इंद्रियांचे शब्दादि विषय हेच त्याला वाटेल तिकडे ओढून नेणारे घोडे, अशी

१ न प्रहृष्येत् प्रियं प्राप्य नोद्विजेत्प्राप्य चाप्रियं सुखेष्वनुद्विग्नमना दुःखेषु विगतस्पृहः । येहि संस्पर्शजा भोगा—आद्यंतवंतः कौंतेय न तेषु रमते बुधः (गीता, ५।२०।२२)

सामग्री मनुष्यास मिळाली आहे. तर अशा स्थितींत (या घोड्यांना मनसोक्त भडकूं न देतां) जो कोणी ज्ञानरूपी दोऱ्यांनीं त्यांची गति आकलन करून त्यांना केवळ मोक्ष-मार्गानेंच नेतो, तो खरा शहाणा होय. जनका, जो कर्मातीत होऊन ज्याला ब्रह्माचा अपरोक्ष साक्षात्कार झाला आहे, अशा सद्गुरूपासून समजूत घेऊन नंतर निरालंब अशा मनानें (कोणत्याही विषयावर आसक्ति न ठेवितां) विषयवृत्तिरहित परमात्म्याची ध्यानरूप भक्ति करून निर्विकल्प समाधि साधणें, हा मागल्या-हून प्रशस्त किंवा श्रेष्ठ मार्ग होय. मात्र ही मार्गाची समजूत घेणें ती साक्षात्कारी गुरू-पासूनच घेतलेली असावी; केवळ आपल्याच किमतीच्या अशा दुसऱ्या परोक्ष पंडिताचे शब्दांतून उचललेली नसावी.

हे प्रजानाथा, हें मानवी जीवित म्हणजे सहज मिळणारी गोष्ट नव्हे. याकरितां, हें प्राप्त झालें असतां मनुष्यानें पुण्यकर्म करून अधिकाधिक वरचे पायरीला जाण्याचा यत्न करावा; (मागें पाऊल येईल असें वागूं नये. मागें वृत्रगीतेंत जे कृष्णापासून श्वेतापर्यंत एका-हून एक चढते सहा वर्ण सांगितले, त्यांतील) कोणत्याही वरिष्ठ वर्णांतून जो स्वकृतीनें खालचे वर्णांत जाऊन पडतो, किंवा ज्याला सत्कर्माचा अवसर प्राप्त असूनही जो रजोयुक्त कर्म करितो, तो सन्मानास पात्र नाहीं. पुण्यकर्म केल्यानें मनुष्य वरच्या वर्णांत जातो हा सिद्धांत आहे. असें असून, पुढील वर्णांत जाण्याची सोय लावणारा असा हा दुर्लभ नरदेह प्राप्त होऊनही जो सुधारणा न करितां पापकर्म करितो, तो आत्मघात करितो. राजा, पापाचे दोन प्रकार आहेतः न जाणून केलेलें व जाणून केलेलें. यांपैकीं अज्ञानकृत पापाचा तपानें नाश होतो; परंतु बुद्धिपूर्वक केलेलें पापकर्म पाप-रूपानेंच भोगावें लागतें. (त्याचा नाश किंवा वजाबाकी होत नाहीं.) याकरितां, दुःखरूपानें ज्याचें फल अवश्य भोगलेंच पाहिजे असलें पापकर्माचें सेवन (अर्थात् जाणून) करूंच नये. कधीं कधीं एखाद्या कर्मापासून सद्यःफल म्हणजे लौकिकीं मोठा लाभ असतो व त्यामुळें मनुष्याला मोह पडतो; परंतु असल्या कर्माचा परिणाम जर पापाची जोड हाच असेल, तर, एखादा सोंवळा मनुष्य ज्याप्रमाणें चांडाळाची सावली टाळितो त्याप्रमाणें बुद्धिमंतानें तें टाळावें. बाबारे, पापकर्माचें फल किती तरी वाईट व कष्टदायक आहे म्हणून सांगूं ? त्याचे योगानें अगोदर दृष्टि उफराटते व देहादि अनात्म वस्तुच अधिक गोड वाटूं लागतात; आणि अशा प्रकारें मूर्ख बनल्यानें ज्याला देहादि विषयांपासून पराङ्मुखता म्हणजे वैराग्य प्राप्त होत नाहीं, असा मनुष्य योगाचे खटपटीस लागला किंवा मरून परलोकाचे वाटेला लागला तरीही त्याला फार फार ताप होतो !

हे नरेंद्रा, (मघां मीं तुला पापाच्या ज्या दोन जाति सांगितल्या आहेत, त्यांतील अंतर सांगतों.) जें वस्त्र स्वभावतः बिनरंगी (शुभ्र) असून त्यावर हलक्या सलक्या रंगाची छटा उडाली आहे, असलें वस्त्र धुऊन पूर्ववत् करितां

* गताध्यायीं–जीवांचे सुखदुःखाला कारण त्यांनींच केलेलीं बरीं वाईट प्राक्कर्मेंच होत, अतएव एकूण कर्माचा जेणेंकरून उच्छेद होऊं शकतो अशा योगाचा आश्रय करावा, असें ध्वनित केलें होतें. तेंच आतां या अध्यायीं थोडेंसें विस्तारानें सांगतात.

१ नीलकंठ या श्लोकाचा एकंदर सारांश— ज्ञान ह्मणजे ब्रह्मरूपानें अखिल विश्व पाहणें असा करून या श्लोकानें अन्वय सुचविला व पुढील श्लोकानें निर्विकल्प समाधि सांगून व्यतिरेक सुच-विला, असें मानितात. ठीक आहे. परंतु इतका कोरून अर्थ काढण्याचें विशेष कारण दिसत नाहीं.

येतें; परंतु जें मूळच बिब्ब्याच्या तेलांत मुरवलेलें आहे अशाला प्रयत्नानें देखील शुभ्रता येणें कठीण आहे. असाच प्रकार पापाच्या दोन जातींत आहे; कसा तो मजपासून समजून घे. जे कोणी ब्रह्मवेत्ते ब्राह्मण आहेत, ते शास्त्राधारावरून असा अभिप्राय देतात कीं, जर कोणी बुद्धिपुरःसर पापाचरण करून मग त्याचे प्रायश्चित्तार्थ म्हणून एखादें शुभकर्म करील, अशाचे कामीं, पाप-पुण्याची वजाबाकी न होतां त्याला पाप व पुण्य यांचीं फळें पृथक्च भोगावीं लागतील. मात्र जो कोणी अज्ञानानें हिंसादि पाप करील अशाचें पाप पश्चात् अहिंसादिकांचे पालनानें नाश पावेल. परंतु हीच हिंसा त्यानें संकल्पपूर्वक केली असून मग त्यानें कितीही काल अहिंसाव्रत पाळलें तरी परभारें फिटंफाट होणार नाहीं. परंतु (पराशर म्हणतात,) स्वतः माझा अभिप्राय या ब्रह्मवेत्त्यांपासून भिन्न आहे. माझें मतें आपण जसें कर्म करावें तें तसेंचे तसेंच पृथक् भोगावें लागतें, पापनिरासार्थ म्हणून एखाद्यानें बुद्धिपूर्वक मोठें पुण्यकर्मही केलें तरी त्याचा पापाशीं समेट होऊन पाप वजा पडत नाहीं. जाणूनबुजून मनःपूर्वक केलेलीं बरीं—वाईट कर्में हीं पृथक्पणें आपापलीं फळें देण्यास कधींही चुकत नाहींत. मात्र त्यांचीं फळें मूळ कर्माच्या स्थूलसूक्ष्मतारतम्यानें असतात; लहानाचीं लहान, मोठ्याचीं मोठी, इतकेंच. आणि अजाणतां जीं कर्में केलेलीं असतात, त्यांचेंही कायद्याप्रमाणें फळ मिळावयाचेंच. अंतर इतकेंच कीं, जें कर्म बुद्धिपुरःसर केलें असतां त्यानें नरकाचीच जोड व्हावी इतकें उत्कट असून हिंसात्मकही असलें, तरी तें अज्ञानकृत असेल तर त्याचें फळ कृतीचे मानानें फार अल्प किंवा सौम्य सोसावें लागतें; बाकी सोसलें हें पाहिजेच! कोणी शंका घेईल कीं, पुराणांतून वाचावें तों देवतें, मुनि यांनीं कधीं कधीं अनन्वित कर्में केलीं असूनही त्यांना त्यांचे परिणाम भोगावे लागत नाहींत; तर त्याचें उत्तर असें आहे कीं, ते त्यांचें त्यांला लागू! आजकालच्या भाविक माणसांनीं त्यांचें अनुकरण करूं नये. इतकेंच नव्हे, पण त्यांची कुत्साही करूं नये. राजा, जो कोणी मनाशीं नीट शोध करून व आपले हातून कितपत होणें शक्य आहे याचा विचार पाहून नंतर कोणतेंही शुभकृत्य करितो, त्याला बरे दिवस दिसल्याशिवाय रहात नाहींत. कच्च्या मडक्यांत पाणी ओतलें असतां त्या योगानें तें मडकें उकलून फुटतें; परंतु तेंच पक्क्या निरढावलेल्या मडक्यांत पाणी ओतलें असतां त्या मडक्याला कांहींच बाधा होत नाहीं; तें सुखानें जसेंच्या तसेंच रहातें. याच न्यायानें, जीं कर्में सामान्य जनांस बाधल्याशिवाय रहात नाहींत, तींच कर्में, या देवता, मुनि वगैरेंना बाधक होत नाहींत.[1] मूळ ज्या भांड्यांत पाणी आहे अशांत आणखी ओतलें असतां पहिलें अधिकच वाढतें; त्याचप्रमाणें बुद्धिपुरःसर केलेल्या कर्मानें पूर्वकर्माला भर पडत जाते. मग तें पापकर्म असो किंवा अत्यंत पुण्यकारक असो, तें सजातीयाचे बेरजेंत चढतें.

असो; हे राजा, सामान्यतः पुण्यपापाचा विचार मीं तुला सांगितला. आतां तुजसारख्या राजांचे आचरणांचे विशेष धर्म सांगतों. राजानें आपले वैरी व शिवाय इतर जे कोणी डोकीनें चालूं लागले असतील अशांना वठणीस आणावें; प्रजांचें पालन योग्य प्रकारें करावें; अनेक यज्ञ करून अग्नि पुष्ट करावा;

---

१ श्रीकृष्णानें सोळा सहस्र स्त्रिया भोगूनही त्याचें ब्रह्मचर्य बिघडलें नाहीं; विश्वामित्र मुनीनें वसिष्ठाचे शंभर पुत्र मारूनही त्याला ब्रह्महत्या बाधली नाहीं इत्यादि.

मध्यवयांत किंवा निदान उतारवयांत तरी राज्य सोडून वनाचा आश्रय करून रहावें, व तेथें आत्मनिग्रहपूर्वक धर्मशील राहून भूतमात्राला आत्मदृष्टीनें पहावें; आणि, हे नरेंद्रा, आपणास ब्रह्मविद्या सांगणारे असे जे आपणाहून श्रेष्ठ त्यांचा यथाशक्ति सत्कार करून आपलें शील व सत्यनिष्ठा यांनीं त्यांचा संतोष राखावा.

अध्याय दोनशें ब्याण्णवावा.

—:०:—

पराशरोक्त दानवर्णन.

पराशर म्हणतातः—बाबारे, कोण कोणावर उपकार करितो? किंवा कोण कोणाला काय देतो? प्रत्येक प्राणी व्यवहारांतील सर्व उठाठेवी आपमतलबास्तव करीत असतो. सख्खा भाऊ असेना, त्याचें पूर्वींचें महत्त्व जाऊन कारणपरत्वें तो शुष्क पडला असतां त्याचे इतर बंधु त्याचें दर्शनही टाळूं लागतात, मग इतरांची वार्ताच कशाला पाहिजे? (तेव्हां हा सर्व मतलबी प्रकार आहे. याकरितां दानादि उपायांनीं स्वतःच आत्मकल्याण केलें पाहिजे.) विशिष्टानें विशिष्टाला दान देणें, किंवा त्यापासून घेणें या उभय क्रियांचें श्रेय सारखेंच; तथापि प्रतिग्रहापेक्षां दान हें अधिक पुण्यकारक आहे व तेंही सद्ब्राह्मणाला दिलेलें विशेषच समजावें. राजा, दानार्थ जें द्रव्य देणें, तें न्यायानें मिळविलेलें असून न्यायानेंच वाढवून धर्मकामीं लावावयाचें म्हणून यत्नपूर्वक राखून ठेविलेलें असावें, तर तें श्रेयस्कर होतें, असा शास्त्राचा निर्णय आहे. धर्म करणें झालें तरी दुष्ट कर्मानें त्यासाठीं द्रव्यार्जन करूं नये. फार पैसा नसेल तर यथाशक्तिच दान करावें; परंतु श्रीमंती दान करतां यावें म्हणून अन्यायार्जन करूं नये. (अल्पदानानेंही तारण होतें.) फार कशाला? क्षुधार्त अतिथीला प्राशनार्थ थंडगार पाणी किंवा स्नानार्थ उष्णोदकही निर्मल मनानें दिल्यास उत्तम फल मिळतें. रंतिदेवानें[1] फल, पत्र व कंदमूल देऊन मुनिगणांची सेवा केली व तेवढ्यानें त्याची इहलोकीं इष्टसिद्धि झाली. पृथ्वीपति शैब्य यानेंही अशीच फलपत्रांनीं सूर्याची त्याचे गणांसह सेवा करून तुष्टि केली व तीमुळें परमपद मिळविलें. जन्मास आलेला मनुष्य देवता, अतिथि, पुत्रादि पोष्यवर्ग, पितर व स्वतः आपण या पांचांचा ऋणी होतो व हीं ऋणें फेडणें हें त्याचें कर्तव्य आहे. ऋषींचें[2] ऋण वेदाध्ययनानें, देवांचें यज्ञकर्मानें, पितरांचें श्राद्धदानानें, सामान्य मनुष्याचें आदरातिथ्य करून आणि आपलें स्वतःचें वेदशास्त्रादिकांचें श्रवण-मनन, वैश्वदेवान्त पंचयज्ञ करून शेषान्न खाणें, व भूतदया ठेवणें या तीन गोष्टींनीं फेडावें; आणि जातकर्मादि संस्कार करून पुत्रादिकांचें अनृणी व्हावें. द्रव्य नसतांही यत्नपूर्वक केवळ मानसिक ध्यानधारणा करूनच, अथवा

* धर्मराजाला कदाचित् असें वाटेल कीं, आपलेकडून जरी अहिंसावैराग्यादि पालन होत नसलें तरी आपण राजे या नात्यानें असंख्य शमसंपन्न मुनींचें पालन करितों व अर्थातच त्यांचे सदाचाराचा षष्ठांश आपणांस पोंचतो, त्या पुण्यानें आपण तरून जाऊं; तर तसें होणें नाहीं, हें सांगण्यासाठीं चालू अध्याय आहे.

१ हा पुरुकुलोत्पन्न राजा. याचें आतिथ्य अलौकिक होतें व त्यामुळें ब्रह्मादि देवांनीं त्याला वर दिले. (श्रीमद्भागवत, स्कंध ९, अ० २१)

२ येथें ऋणांचा उपन्यास करितांना पांचांचाच केला आहे. परंतु पुढें उपन्यस्त पांचही ऋणांचे निर्यातनाचा मार्ग सांगून, शिवाय पूर्वी अनुक्त तथापि सर्वलोकप्रसिद्ध अशा महर्षिऋणाचे निर्वाहाचाही संग्रह केला आहे.

अग्नींत यथाविधि हवन करूनही मुनि सिद्धीस पावल्याचीं उदाहरणें आहेत. हे महाबाहो, यज्ञांत भाग घेणाऱ्या देवांची ऋग्मंत्रांनीं स्तुति करून शुनःशेप हा विश्वामित्रांचें पुत्रत्व पावला. उशना मुनीनें महादेवाची कृपा संपादून शुक्राचार्यत्व मिळविलें; आणि देवी पार्वतीची स्तुति करून तो अद्यापि आकाशांत (तारकारूपानें मोठ्या यशानें झळकत राहिला आहे. असित देवल, नारद, पर्वत, कक्षीवान्, जामदग्न्य राम, आत्मवान् तांड्य, वसिष्ठ, जमदग्नि, विश्वामित्र, अत्रि, भरद्वाज, हरिश्मश्रु, कुंडधार, श्रुतश्रवा या सर्व महर्षींनीं एकाग्र चित्तानें श्रीविष्णूची स्तुति करून त्या चिद्रूपाच्या कृपेनें (द्रव्यावांचूनही) मोठी सिद्धि मिळविली. त्याच विष्णूची स्तुति करून अयोग्य लोकही योग्यतेला चढले आहेत. याकरितां असला सुलभ मार्ग सोडून निंद्य कर्मानें उत्कर्ष करून घेण्याचे नादांत पडूं नये. धर्मानें जें द्रव्य मिळेल तेंच खरें; अधर्मानें मिळेल त्याला धिक्कार असो ! या लोकांत शाश्वत फल देणारा काय तो धर्मच आहे. यासाठीं द्रव्यलोभास्तव धर्माची हानि करून घेऊं नये. जो धर्मनिष्ठबुद्धीनें घरांत अग्नि ठेवितो तो उत्तम पुण्यकर्ता समजावा. कारण, हे राजेंद्रा, गार्हपत्यादि तीन अग्नींचे ठिकाणीं तीनही वेद प्रत्यक्ष उभे असतात. मात्र नुसतें अग्निहोत्र ठेवण्यांत कांहीं हंशील नाहीं; त्याचें योग्य विधान करील तोच अग्निहोत्री श्रेय पावेल. यासाठीं, अग्निहोत्र ठेवणें म्हणजे त्याचा सांग विधि करावा; तसें न होईल तर अग्निहोत्र मुळीं ठेवूंच नये तें बरें. राजा, अग्नि, आत्मा, जन्म देणारे मातापिता व गुरु इतक्यांची सेवा यथायोग्य प्रकारेंच केली पाहिजे. राजा, जो मनुष्य मान सोडून नम्रपणें वृद्धांची सेवा करितो, विद्वान् असून निष्काम बुद्धीनें सर्वांकडे प्रेमानें पाहतो, आणि उलाढाली सोडून अहिंसावृत्तीनें धर्मरत राहतो, अशा आर्य (थोर) पुरुषाला जगांत भले लोक मान देतात.

अध्याय दोनशें त्र्याण्णवावा.

—:०:—

पराशरोक्त वृत्तिविचार.

पराशर म्हणतातः—राजा, तीन वर्णांहून हीन असा जो चौथा म्हणजे शूद्रवर्ण त्यानें वरिष्ठ तीन वर्णांचे सेवेनें निर्वाह करणें हें चांगलें. कारण, तो जर त्रिवर्णांची सेवा प्रीतिपूर्वक व यथाशास्त्र करील, तर तिजपासून (त्याचा उदरनिर्वाह होऊन त्याला शिवाय धर्मप्राप्तिही होते, असें सांगितलें आहे; म्हणजे एका सेवेनेंच) तो इहपरत्रीं सुखी होतो. शूद्राला उदरनिर्वाहाचें वडिलोपार्जित अन्य कांहीं साधन असेल तर ठीकच आहे; पण तसें नसेल तर त्यानें अन्य मार्गानें निर्वाह करण्याचे फंदांत न पडतां त्रिवर्णांची सेवाच पतकरावी. आतां, सेवा करणें ती मात्र कितीही निकृष्ट दशा आली तरी धर्मज्ञ अशा सज्जनांचीच करावी, दुर्जनांची कधींही करूं नये, असें माझें मत आहे. ज्याप्रमाणें उदयगिरीवर ठेविलेली वस्तु सूर्याचे सान्निध्यानें चकचकते, त्याप्रमाणें सज्जनाचे सान्निध्यानें हीन वर्णही तेजाला चढतो. कारण, ज्याप्रमाणें शुभ्र वस्त्रास ज्या रंगाची भावना द्यावी त्या रूपाचें तें वस्त्र होतें, त्याचप्रमाणें मनुष्यही संसर्गानें पालटतो. यास्तव हें तत्त्व ध्यानांत धरून गुणांत रंगून जावें, दोषांत गढूं नये. कारण, इहलोकीं मनुष्याचें जीवित अशाश्वत व चंचल आहे. जो शहाणा मनुष्य सुस्थितींत किंवा दुःस्थितींतही चांगल्या गोष्टींचाच संग्रह करितो, तोच खरा शास्त्र-

* धर्मतः धनार्जन करून वृत्ति किंवा दान करावें असें गताध्यायीं सांगितलें; परंतु धनार्जन हें वर्णपरत्वें कसें तें या अध्यायीं सांगतात.

दर्शी होय. जो खरा बुद्धिमान् आहे, त्यानें, धर्माला सोडून असणारें कर्म केवढेंही मोठें फल देणारें असलें तरी त्याचा आदर करूं नये. कारण, त्यापासून त्याचें खरें कल्याण होत नाहीं असें ज्ञाते ह्मणतात.

एखादा राजा जर प्रजांचें रक्षण न करितां उलट त्यांच्याच हजार गाई लुबाडून दान करील, तर त्याचें दान व्यर्थ आहेच; पण त्याला ' राजा ' ही संज्ञा सुद्धां केवळ नांवाचीच समजावी. खरें बोलूं जातां तो राजा नव्हे, तो तस्कर आहे ! पूर्वी स्वयंभूनें लोकमान्य असा धाता निर्माण केला व त्या धात्यानें पुढें लोकसंरक्षणासाठीं समर्थ असा एक पुत्र (पर्जन्यरूप) निर्माण केला. याची आराधना करून वैश्यानें कृषिगोरक्षादि वृत्तीनें अत्यंत संपन्न व्हावें; क्षत्रिय जातीनें इतर त्रिवर्णांचें रक्षण करावें; ब्राह्मणांनीं त्रिवर्णांस सल्लामसलत देऊन आपआपल्या मार्गास लावावें; आणि शूद्रांनीं कुटिलपणा किंवा लबाडी न करितां शांतपणें (वरिष्ठ वर्णांस) हव्यकव्यादिकांची सिद्धता करून देऊन त्यांचे घरीं भूसंमार्जनादि सेवा करून असावें. या प्रकारें चतुर्वर्ण वागले ह्मणजे धर्महानि होत नाहीं; धर्म तरता राहिला म्हणजे प्रजा सुखी असतात; आणि प्रजा सुखी झाल्यानें स्वर्गांत देवतांना आनंद होतो. याकरितां, जो राजा धर्मानें प्रजापालन करील तो पूज्य होईल; जो ब्राह्मण वेदाध्ययन करील तो पूज्य होईल; वैश्य जर धर्मानें द्रव्यार्जन करील तर तो पूज्य होईल; आणि जो शूद्र इंद्रियें स्वाधीन ठेवून सर्वदा त्रिवर्णांची शुश्रूषा करील तो पूज्य होईल; आणि, राजा, या मर्यादा सोडून जो कोणत्याही वर्णाचा पुरुष वागेल तो धर्मभ्रष्ट होईल. न्यायानें व निढळच्या घामानें मिळवून तुह्मी मूठभर कवड्या दान द्या ना—त्यांची सर अन्यायार्जित हजारों रुपये दान करूनही येणार नाहीं ! जो राजा ब्राह्मणांना सन्मानपूर्वक दान करितो, तो ज्या प्रकारचें दान देईल त्या प्रकारचें त्याला शाश्वत उत्तम फल मिळेल. आपण होऊन ब्राह्मणाकडे जाऊन त्याला स्वसंतोषानें जें दान करितों, तें अत्यंत स्तुतीस पात्र आहे; ब्राह्मणानें आपणापाशीं याचना केल्यावर जें देणें तें मध्यम असें पंडित म्हणतात; तसेंच सत्यवादी मुनि असें म्हणतात कीं, ब्राह्मणाचा अपमान करून किंवा जुलमाच्या रामरामानें दिलेलें जें दान तें सर्वांत निकृष्ट होय. या संसारसमुद्रांत गटंगळ्या खाणाऱ्या पुरुषानें नाना उपाय करून उत्तीर्ण होऊन जावें. दम हें विप्राचें भूषण आहे; विजय हें क्षत्रियाचें भूषण आहे; धनसंपत्ति हें वैश्याचें भूषण आहे; आणि त्रिवर्णांची उत्साहपूर्वक सेवा करणें हेंच शूद्राचें भूषण आहे.

अध्याय दोनशें चौऱ्याणवावा.

—:०:—

कामक्रोधनियमन.

पराशर म्हणतातः—राजा जनका, ब्राह्मणानें दानानें मिळविलेलें, क्षत्रियानें शत्रूला जिंकून मिळविलेलें, वैश्यानें यथान्याय व्यवहार करून संपादिलेलें, व शूद्रानें त्रिवर्णांची सेवा करून संगृहीत केलेलें धन अल्पही असलें तरी तें प्रशस्त आहे; आणि विशेषतः त्याचा धर्मकार्यीं विनियोग केला असतां तें फारच मोठें फल देतें. सर्वदा त्रिवर्णांची परिचर्या करणारास शूद्र म्हणतात (हें सांगितलेंच आहे.) ब्राह्मणानें आपत्कालीं पोट भरेनासें झालें असतां कदाचित् क्षत्रिय किंवा वैश्य यांची वृत्ति निर्वाहार्थ पतकरिली तरी तिनें त्याला पतितत्व येत नाहीं; परंतु तो जर शूद्रवृत्ति स्वीकारील तर

मात्र निःसंशय पतित होईल. शूद्राला निर्वाहाचा मार्गच नाहींसा होईल तर त्यानेंही वाणिज्य, पशुपालन किंवा कांहीं हरहुन्नर करून पोट भरावें,—चालेल; मात्र रंगभूमीवर येणें (नट होणें), कळसूत्री बाहुल्यांचा तमाशा किंवा बहुरूपीपणा, किंवा मद्यमांस अथवा चामडें आणि लोखंड विकणें हे धंदे ज्याचे कुलागत नसतील त्यानें करूं नयेत. कारण, हे धंदे लोकांत निंद्य मानिले आहेत. कुलागत असूनही एखादा हे धंदे सोडून देईल तर त्याला मोठाच धर्म घडेल, असा श्रुतीचा अभिप्राय आहे. जगांत कधीं कधीं एखाद्याला धंद्यांत यश येत गेलें म्हणजे तो गर्वानें फुगून जाऊन वाटेल तसें पापाचरण करूं लागतो. पण अशाचें अनुकरण करूं नये.

राजा जनका, पुराणांत ऐकावें तों पूर्वकालीं लोक न्यायधर्मानें निर्वाह करणारे, जितेंद्रिय व धर्मप्रधान असे असत; आणि त्यांची नुसती शब्दानीं छी थू केली तरी त्यांवर दंड केल्यासारखाच परिणाम होत असे. राजा, ते सर्वदा इहलोकीं धर्मच स्तुत्य समजत असत; आणि अशा प्रकारें धर्म अंगीं पूर्ण बाणला असल्यामुळें सर्व लोक सदैव सद्गुणांचाच आश्रय करीत. परंतु, बाबारे, दुर्दैवाची गोष्ट ही कीं, अशा धर्माची पुढें असुरांना (कामक्रोधादि रिपूंना) अदेखाई उत्पन्न झाली; व ते एकाहून एक वरचढ होऊन प्रजांच्या अंगांत संचरले. यांपैकीं प्रजांच्या धर्माचा घात करण्यास 'दर्प' हा म्होरक्या झाला. दर्पाचें ठाणें बसल्यावर त्याच्या मागून क्रोध आला. क्रोधानें झपाटल्यामुळें प्रजांचें वर्तन लज्जास्पद होऊं लागलें. पुढें लज्जाही लोपून मोहाचा बाहुटा चढला. या मोहाच्या अमलांत प्रजांची मागली निर्मळ न्यायदृष्टि लोपली; आणि मग एकमेकांना चुरडून त्या सुखानें आपली तुंबडी भरूं लागल्या. एवढ्या पल्लयावर गोष्ट आली तेव्हां पूर्वकालच्या छी थू या वाग्दंडाचें त्यांना कांहींच वाटेनासें झालें आणि देवब्राह्मणांचा अवमान करून त्या विषयसेवनांत दंग झाल्या.

अशा प्रसंगीं, राजा, बुद्धिमान्, बहुरूपी व बहुगुणी असा जो देवश्रेष्ठ शिव त्याला सर्व देवगण शरण गेले. त्या वेळीं, अन्य देवांचे तेजांशानें अधिकच परिपुष्ट होऊन माजलेले ते तीन असुर त्यांचे तीनही पुरांसह शिवानें एकाच बाणानें अंतरिक्षांतून तिहींकडे धरणीवर पाडिले. या असुरांचा अधिपति अतिशयच भयंकर व प्रचंड पराक्रमी असून देवतांनाही भयावह होता, त्यालाही शूलपाणी शंकरानें ठार मारिलें. हा अधिपति जेव्हां ठार झाला, तेव्हां लोक पुनरपि आपले शुद्ध स्वरूपावर आले. मग पूर्ववत् वेदशास्त्रांचें अध्ययन व अनुसरण चालू झालें. इकडे स्वर्गांत इंद्राला देवांच्या राज्यावर पुनरपि अभिषिक्त करून सप्तर्षि स्वतः लोकांना अपराधाबद्दल शासन वगैरे करूं लागले. सप्तर्षींच्या मागून पृथु नामक राजा शास्ता झाला आणि इतरही अनेक क्षत्रिय राजे निरनिराळ्या भागांवर स्वतंत्र राज्यें करूं लागले.

---

१ येथें असुर, देव, त्रिपुरें, शंकर हे सर्वही शब्द रूपकाचे अर्थानें योजिले आहेत. या दृष्टीनें पाहतां श्लोकांचा भाव इतकाच कीं, कालगतीनें मनुष्याच्या वृत्तींत काम, क्रोध, लोभ (असुर) व त्या सर्वांचा अधिपति महामोह हे प्रबल होऊन देवांना (इंद्रियांना) पीडा करूं लागले. तेव्हां तीं इंद्रियें शिवास (आत्म्यास) शरण गेलीं. (त्यांत लिन झालीं.) तेव्हां त्या शिवानें (आत्म्यानें) एकाच बाणानें (शुद्ध चिन्मात्राचे आश्रयानें) त्रिपुर (स्थूल सूक्ष्म व कारण या तीन शरीरांना) व्यापून असणारे जे कामादि असुर त्यांना गगनांतून (अव्याकृतांतून किंवा मायेचे पोटांतून) खालीं पाडलें.

राजा, शंकरांनीं या प्रकारें एक वेळ या असुरांचा जरी निःपात केला, तरीही जुने जुने व महाकुलीन अशा पुरुषांचे हृदयांतून या असुरांचा (कामादींचा) उठाव झाला नाहीं. तेणेंकरून त्यांचे ठिकाणीं मनाचा दुष्टपणा पूर्ववत् कायम राहून मोठमोठे पराक्रमी राजे असुरी कर्में करूं लागले. आजकालही, जे कोणी मूर्ख आहेत ते या राजांचें वर्तन प्रमाणभूत धरून तेंच आपल्या वर्तनानें जगतांत स्थापित करितात व त्यावरच प्रेम ठेवितात. पण असें करणारे हे उघडच मूर्ख आहेत. याकरितां, राजा, मी तुला शास्त्राचा पूर्ण विचार करून असें सांगतों कीं, पुरुषानें (या मूर्खांचें प्रमाण न धरितां) हिंसात्मक कर्में सोडून देऊन आत्मज्ञान प्राप्त करून घ्यावें. धर्मासाठीं जरी असलें तरी शहाण्यानें न्याय सोडून अनान्वित कर्मानें द्रव्यार्जन करूं नये, त्यांत कल्याण नाहीं. राजा, तूं अस्सल क्षत्रिय असून जितेंद्रिय व ज्ञातिप्रियही आहेस. तस्मात् तूं आपल्या प्रजा, अनुचर व संतति यांचें धर्मानेंच पालन कर. या जीवाला सहस्त्रावधि जन्मांतून फिरावें लागतें व प्रत्येक जन्मांत इष्ट-अनिष्ट असे प्रसंग त्यास येतातच; आणि त्या प्रसंगांप्रमाणेंच कोणाशीं स्नेह तर कोणाशीं वैरही उत्पन्न होतें. याकरितां तुझ्यासारख्यानें (या प्रासंगिक स्नेहवैरांकडे लक्ष न देतां) सर्वकाल गुणांचाच आदर करावा; दोषांचा कोणत्याही प्रकारें करूं नये. गुणहीन अशा दुष्ट माणसालाही गुणी ह्मणवून घेण्यांत प्रेम वाटतें. (एवढें गुणांचें माहात्म्य आहे.) हे महाराजा, धर्म आणि अधर्म हे दोन विचार मनुष्यालाच लागू आहेत, ते मनुष्येतर प्राण्यांना लागू नाहींत. यासाठीं विद्वान् किंवा धार्मिक पुरुषानें—त्याला कोणतीही इच्छा असो वा नसो—कोणालाही उपद्रव न देतां प्राणिमात्राला आपल्याप्रमाणेंच लेखून वर्तावें. ज्या वेळीं मनुष्याचे मनांतून वासना व अज्ञान हीं दूर होतात, तेव्हांच त्याचें कल्याण होतें.

अध्याय दोनशें पंचाणववावा.

—:०:—

गृहस्थाचा तपोविधि.

पराशर म्हणतातः—बा जनका, एथवर मीं तुला गृहस्थाचा धर्मविधि सांगितला; आतां त्याचा तपोविधि सांगतों, तो तूं माझे मुखानें ऐक. हे नरेंद्रा, बहुधा राजस व तामस वृत्तीचें आधिक्य झालें म्हणजे गृहस्थाचे ठिकाणीं विषयसंगतीनें विषयांविषयीं ममत्व म्हणून एक विकार उत्पन्न होतो. त्यानें गृहाचा आश्रय केला म्हणजे त्याचे पाठोपाठ गाई, शेती, द्रव्य, स्त्री, पुत्र, सेवक इत्यादि झटें सहजच उत्पन्न होतात. अशा स्थितींत असतां हीं भोंवतालचीं सर्वदा त्याचे डोळ्यांपुढें उभीं असल्यानें तीं अनित्य आहेत हें त्याच्या दृष्टींत वागेनासें होतें; व नित्यबुद्धीमुळें त्या वस्तूंवरून रागद्वेष वाढत जातात. हे राजा, मग रागद्वेषांचे तडाक्यांत तो सांपडला म्हणजे द्रव्याचा दास होतो; व एकंदरींत त्याचे विवेकबुद्धीवर झांपड येऊन त्याचे ठिकाणीं विषयलंपटपणा उत्पन्न होतो. मग विषयोपभोगानेंच आपली कृतकृत्यता आहे असें वाटून तो सर्वकाळ विषयसेवनांतच गढून जातो. तो इतका कीं, या विषयरतीपासून प्राप्त होणाऱ्या ग्राम्य सुखाहून अधिक श्रेष्ठ असा कांहीं लाभ या नरजन्मांत शक्य आहे हें त्याला दिसेनासेंच होतें; व विषयांचा चिरसंग झाल्यानें तद्विषयक लोभानें पछाडला जाऊन आपले विषयसुखाला भर पडावी म्हणून त्याला उपचारक अशा स्त्रीभृत्यादिकांचा अधिकाधिक संग्रह तो करूं लागतो. हा परिवार वाढला म्हणजे त्याचे पोषणार्थ ह्मणून सहज अधिक

द्रव्य संपादण्याकडे त्याची प्रवृति होते; व पोरांबाळांचे प्रेमांत सांपडल्यामुळें त्यांचेसाठीं द्रव्य मिळवावें म्हणून तो जाणूनबुजून गैर कृत्यें करूं लागतो व द्रव्यहानि झाल्यास दुःख करीत बसतो. मग परिवार व द्रव्य यांची वृद्धि झाल्यानें लौकिकांत त्याला मान चढतो; मान चढला म्हणजे मग आपला कोणीही अपमान करितां कामा नये अशी त्याला ऐट उत्पन्न होते व तो अपमानाला फार जपतो. या प्रकारें द्रव्य, परिवार व मान हीं तीनही अनुकूल झालीं असतां जिकडून विषयभोगांची चंगळ साधेल ते मार्ग तो स्वीकारितो व अखेर त्यांतच तोंडघशीं पडून नाश पावतो. जे कोणी बुद्धिमान् पुरुष काम्य व निषिद्ध कर्मांचा त्याग करून केवळ शुभ कर्मांचाच आश्रय करितात व शाश्वत ब्रह्माचें ज्ञान संपादितात, अशा बुद्धिमान् पुरुषांस मात्र खरें सुख प्राप्त होतें; तशा प्रकारच्या विषयलंपटांस होत नाहीं. हे राजा, विषयलंपटाची तपाकडे प्रवृत्ति होणें तर त्याचा मार्ग असाः—अशा विषयलंपटाला परमप्रेमास्पद जीं स्त्री, पुत्र व द्रव्य, त्यांचा नाश होऊन रोगादिकांनीं व मनोव्यथांनीं तो संतप्त झाला म्हणजे त्याला संसाराचा वीट येतो; वीट आला म्हणजे तो शुद्धीवर येतो; शुद्धीवर आला म्हणजे तो शास्त्रावलोकन करूं लागतो; व शास्त्रदर्शन पूर्णपणें केलें म्हणजे तपाशिवाय तरणोपाय नाहीं हा शास्त्राभिप्राय त्याचे लक्षांत बाणून मग तो तपाकडे वळतो. बाकी, हे नरेंद्रा, सहजगत्या सारासार विचार करून स्त्र्यादि सुखें हीं क्षयशील आहेत हें प्रथमच लक्षून मूळपासूनच तपाचरणास लागणारा पुरुष विरळा. बा जनका, तप हें (वेदाध्ययनाप्रमाणें वर्णविशेषाचें नसून) सर्वांस साधारण आहे; म्हणजे शूद्रादि हीन वर्णांसही तें निषिद्ध नाहीं. जो पुरुष-मग तो कोणतेही वर्णाचा असो-जितेंद्रिय व दान्त असेल त्याला तप हें स्वर्गाला नेणारें आहे. हे राजा, सर्वशक्तिमान् ब्रह्मदेव—ज्यानें या सर्व प्रजा निर्माण केल्या त्यानें देखील प्रथम कित्येक जन्मांत कित्येक स्थलीं सूत्रोपासनादि तपस्या करून व ब्रह्माभ्यास करून मग ही प्रजा निर्माण केली. (हें निर्माण सामर्थ्य तपानेंच आलें.) हे जनका, तपाची महती केवढी म्हणून सांगूं ? आदित्य, वसु, रुद्र, अग्नि, अश्विनीकुमार, वायु, विश्वेदेव, साध्यदेव, पितर, मरुद्गण, यक्ष, राक्षस, गंधर्व, सिद्ध व इतर देव, तसेच दुसरे जेवढे कोणी स्वर्गवासी आहेत, ते सर्व तपानेंच सिद्ध झाले आहेत. ब्रह्मदेवानें अगदीं आरंभींच आपले तपोबलानें जे कोणी ब्राह्मण निर्माण केले ते आपल्या संचारानें सर्व पृथ्वीला सुख देत अद्यापि फिरत आहेत. या मृत्युलोकांतही जे कोणी राजे किंवा उच्च कुलांत जन्मलेले गृहस्थ दिसतात, ते सर्व पूर्वजन्मींच्या तपाचे प्रभावानेंच हें समज. उंची उंची रेशमी वस्त्रें, सुंदर सुंदर अलंकार, वाहनें, आसनें, उत्तम अन्नपानें (प्राप्त होणें) हें सर्व तपाचेंच फल आहे. सुंदर व यौवनाचे भरांत आलेल्या मनाजोग्या हजारों उपभोग्य स्त्रिया व भव्य मंदिरांत वरच्या मजल्यावर रहाणें, या गोष्टी तपावांचून मिळत नसतात. उंची शय्या, नानाप्रकारचीं हृद्य अशीं भक्ष्यभोज्यें हीं शुभकर्म करणारांनाच प्राप्त होत असतात. हे अरितापना, तपाला अप्राप्य अशी त्रैलोक्यांत कोणतीच वस्तु नाहीं. कर्मानें चित्तशुद्धि होऊन ब्रह्मज्ञान न झालेल्या लोकांस विषयांचा त्याग करण्याची बुद्धि तपानेंच उत्पन्न होते. हे राजा, मनुष्य सुखांत असो, दुःखांत असो—त्यानें आपल्या मनानें व बुद्धीनें शास्त्राचें मनन करून लोभ टाकून द्यावा. कारण असंतोषापासून दुःख होतें, तसेंच लोभामुळें इंद्रियें

चळतात; आणि असें झालें म्हणजे, अभ्यास सोडल्यानें जशी विद्या नष्ट होते, त्याप्रमाणें असंतुष्ट व लोभी पुरुषाची विवेकशक्ति लोपते; व त्यामुळें त्याला न्यायान्याय कळेनासा होतो व न्यायान्यायलोभानें अखेर सुखाचा क्षय होतो. तस्मात्, ही अनर्थपरंपरा टाळण्याकरितां प्रथमपासूनच पुरुषानें तीव्र तप करावें.

राजा, मनुष्यास जें इष्ट किंवा अनुकूल त्याला सुख म्हणतात व अनिष्ट किंवा प्रतिकूल त्याला दुःख म्हणतात. हीं सुखें व दुखें प्राप्त होणें हें अनुक्रमें तप करणें व न करणें यांचें फल होय. जे कोणी निर्मल तपाचरण करितात त्यांना सर्वदा चांगल्या गोष्टी पहावयास मिळतात, यथेच्छ विषयोपभोग प्राप्त होतात व त्यांची सर्वत्र प्रख्यातिही होते. परंतु जो कोणी निर्मल (निष्काम) तप सोडून सकाम तप करितो, त्याला त्या तपाचें विषयात्मक फल मिळून नानाप्रकारचीं दुःखें, अपमान व अप्रिय गोष्टी सोसाव्या लागतात. सकामबुद्धीचे मनुष्याला शास्त्रविहित धर्म, तप व दान करण्याचे ऐवजीं शास्त्रानें निषिद्ध अशीं सकाम कर्में करण्याचीच वासना होते व तीमुळें तींच कर्में पापरूप होऊन त्याला नरकाला नेतात. जो मनुष्य सुस्थितींत किंवा दुःस्थितींत कोठेंही असला तरी सद्वर्तन सोडीत नाहीं, त्यालाच शास्त्र खरें समजलें असें समजावें. इष्ट वस्तूचा अंगस्पर्श, रुचकर वस्तूचें जिव्हेनें चाटणें, मनोहर वस्तूंचें दर्शन, सुगंधि वस्तूंचें हुंगणें, व श्रुतिमनोहर आलापांचें श्रवण, या ठिकाणीं विषयेंद्रियसन्निकर्षानें होणारें सुख—धनुष्याचा बाण सुटल्यापासून तो ठिकाणीं पडेपर्यंत जाणाऱ्या काळाइतकेंही पुरापूर टिकत नाहीं इतकें क्षणिक आहे; आणि पुनः, हे राजा, असल्या क्षणिक सुखाचा नाश किंवा वियोग होतांच जें दुःख होतें, तें मात्र अत्यंत तीव्र असतें. (असें आहे तरी मूर्ख असल्या विषयसुखांतच लंपट रहातात व) खरें पाहतां ज्या सुखापलीकडे सुखाची पायरीच उरली नाहीं असें जें मोक्षसुख त्याला हे मूर्ख लोक तुच्छ मानितात. परंतु खरे ज्ञाते हे या विषयसुखाचे मागून होणारें तीव्र दुःख ध्यानीं आणून अधिक फलावह जें मोक्षसुख त्याचे प्राप्त्यर्थ शमादि गुणांचा संग्रह करून धर्मवृत्तीनें रहातात; व त्यामुळें त्यांना अर्थकामांची संगति ही हानिकारक होत नाहीं. हे राजा, माझें मत असें आहे कीं, ऐहिक विषय हे प्रारब्धानुसार अवश्य प्राप्त झाल्यामुळें ओघानेंच आले तर सुखानें भोगावे. परंतु गृहस्थानें त्यांचे प्राप्तीविषयीं यत्न म्हणून करूं नये. कारण, यत्न करणें तो स्वधर्मसंपादनार्थ मात्र करावा. सत्कुलोत्पन्न, मानधन व त्यांतही सर्वदा शास्त्राभिप्रायावर दृष्टि देऊन वागणारे जे आहेत अशांची कृति मूढ व धर्मविमुख लोकांच्या हातून कधींही होणें नाहीं. कारण, मनुष्यानें साभिमान केलेलें यज्ञादि कर्म नश्वर आहे असें ज्या शास्त्रदृष्टि लोकांस स्पष्ट कळून चुकलें ते एका तपावांचून अन्य कोणतेंही कर्म करीत नाहींत. आतां, ज्यांची कर्मासक्ति सुटली आहे अशा गृहस्थांनीं आपल्या आश्रमधर्मास अनुसरून अंतःकरणपूर्वक मोठ्या दक्षतेनें हव्यकव्यादि कर्में करीत रहावें. असें करणाऱ्या गृहस्थाचीही योग्यता लहान नाहीं. कारण, ज्याप्रमाणें नद आणि नद्या समुद्रांत स्थित होतात, त्याप्रमाणें चारही वर्ण गृहस्थाश्रमाचे आधारावर स्थित असतात.

---

१ प्रारब्ध व पुरुषकार किंवा यत्न यांची ही पराशरांनीं लाविलेली व्यवस्था युक्ति व अनुभव यांना संमत आहे. ही वाचकांनीं ध्यानांत वागवावी.

अध्याय दोनशें शहाण्णवावा.

—:०:—

भिन्न गोत्रें व संकर जाति यांची उत्पत्ति.

जनक विचारतोः—हे वक्तृश्रेष्ठ महर्षे, ब्राह्मणादि जे चतुर्वर्ण सांगितले, त्यांचे ठिकाणीं (पूर्वोक्त कृष्णधूम्रादि सहा वर्णांपैकीं) कोणत्या तरी वर्णाचें आधिक्य किंवा प्राधान्य असतें. असें कोणत्या कारणास्तव होतें तें समजून घ्यावें अशी मला फार इच्छा आहे, तेव्हां तेवढें मला सांगावें. श्रुति असें ह्मणते कीं, कोणाही पुरुषाचें अपत्य ह्मणजे तो पुरुषच, (अन्य कोणी नव्हे;) असें असतां, हे चारही वर्ण मूळ सत्त्वप्रधान ब्रह्मदेवापासूनच जर उत्पन्न झाले आहेत तर त्यांच्यांत सत्त्वाचें न्यूनाधिक्य आढळून येतें हें कोणत्या कारणानें?

पराशर म्हणतातः—हे महाराजा, तूं ह्मणतोस तें तसेंच आहे. जो ज्यापासून उत्पन्न होतो तद्रूपच तो असतो, हा जो श्रुतीचा अभिप्राय तूं दर्शविलास तसाच तो आहे. परंतु हें जें जातिपरत्वें वर्णाचें न्यूनाधिक्य उत्पन्न झालें, (क्षत्रिय ह्मणजे रजःप्रधान इत्यादि.) याचें कारण तपाचें न्यूनत्व होय. शिवाय, (व्यवहारांत पहाना-) चांगलें क्षेत्र व चांगलें बीज असा जोड जमेल तेव्हांच त्या बीजापासून उत्पन्न होणारा निपज उत्कृष्ट वर्णाचा निपजतो; आणि या संयोगांत कांहीं कमतरता पडली ह्मणजे त्या मानानें कमी प्रतीचा निपज होतो. (हाच न्याय वर्णभेदाला लागू आहे.) धर्मवेत्त्यांचा असा समज आहे कीं, प्रजापति जेव्हां सृष्टीची उत्पत्ति करूं लागला, तेव्हां त्याचें मुख, बाहु, मांड्या व पाय यांपासून चार वर्ण अनुक्रमें उत्पन्न झाले. ह्मणजे, राजा, ब्राह्मण हे मुखापासून, क्षत्रिय हे बाहूपासून, शेट लोक मांडीपासून, व सेवक लोक (शूद्र) पायांपासून. या प्रकारें, हे पुरुषश्रेष्ठा, श्रुतीकडे पाहतां फक्त या चार प्रधान वर्णांचीच साक्षात् उत्पत्ति सांगितली आहे. या चहूंव्यतिरिक्त जे अनेक वर्ण लोकांत आढळतात, ते या वर्णांचे संकारापासून ह्मणजे मिश्रणापासून झाले असें समजावें. अति (धि ?)रथ ह्मणजे क्षत्रियापासून प्रतिलोमानें ब्राह्मणीचे ठायीं झालेला. असेच चारही वर्णांचे अनुलोम-प्रतिलोम संकर होऊन अंबष्ठ, उग्र, वैदेह, श्वपाक, पुल्कस, स्तेन, निषाद, सूत, मागध, अयोगव, करण, व्रात्य, चांडाल इत्यादि मिश्रवर्ण उत्पन्न झाले.

जनक विचारतोः—(मिश्रवर्णांचा हेतु मला पटला. परंतु, हे मुनिश्रेष्ठ, लोकांत पहावें तों किती तरी भिन्न गोत्रें आढळतात.) एकाच ब्रह्मदेवापासून सर्व वर्ण उत्पन्न झाले असतां त्यांमध्यें हीं भिन्न गोत्रें कोठून आलीं? शिवाय, मुनिगणांचे इतिहास वाचावे तों वाटेल तशा नीच क्षेत्रांत ते निर्माण झाले असतांही पुढें ते आपल्या उत्पत्तिकर्त्यांच्या वर्णाला पोंचले असें लिहिलें आहे. तसेंच, कांहीं शुद्ध योनींत व कांहीं अशुद्ध योनींत जन्मले असतांही अंतीं ब्राह्मणत्व पावले आहेत. हें कसें तें मला सांगा.

पराशर उत्तर करितातः—राजा, ज्यांनीं तीव्र तपानें आपलें अंतःकरण शुद्ध करून सोडिलें, असे जे महात्मे मुनिजन ते मूळ नीच क्षेत्रांत जन्मास आले होते, ही गोष्ट हिशोबांत धरणें योग्य नाहीं. हे राजा, मुनिजनांनीं साधेल त्या क्षेत्रांत बीजारोपण करून पुत्रनिष्पत्ति केली; व पुढें आपल्याच तपःप्रभावानें त्यांनीं आपले संततीला ऋषित्वाचे पायरीस

१ आत्मा वै पुत्रनामासि

१ ह्या वर्णसंकराविषयीं सविस्तर माहिती अनुशासनपर्व अध्याय ४८ मध्यें दिलेली आहे ती पहावी

२ स्वतः पराशरांनींच मत्स्यगंधा नामक धीवरकन्येचे ठायीं व्यासांची उत्पत्ति केली !

चढविलें. स्वतः माझा आजा वसिष्ठ मुनि, त्याप्रमाणेंच ऋष्यशृंग, काश्यप, वेद, तांड्य, कृप, काक्षिवत्, कमठ, यवक्रीत, द्रोण, आयु, मतंग, दत्त, द्रुमद, मात्स्य इत्यादि सर्व मूळ अशुद्ध योनींत जन्मले असतांही तपोबलानें आपले (उत्पत्तिकर्त्यांच्या) मूळवर्णाला येऊन पोंचले; व आपल्या तपामुळें व इंद्रियनिग्रहामुळें लोकांत वेदवेत्ते या नांवानें प्रसिद्ध झाले. हे राजा, (आतां गोत्रांचा विचार ऐक.) मूळारंभीं चारच गोत्रें उत्पन्न झालीं. तीं अंगिरा, कश्यप, वसिष्ठ व भृगु हीं होत. मग त्यांपासून प्रवर्तकांच्या कर्मभेदानें अन्य गोत्रें उत्पन्न झालीं; व त्यांच्या तपःप्रभावानें प्रवर्तकांचीं नांवें त्या गोत्रांना पडलीं; आणि कालगतीनें ह्या भिन्न गोत्रांचें विवाहादि श्रौतस्मार्त विधींत सुज्ञ लोक अवलंबन करूं लागले.

वर्णपरत्वें विशिष्ट व सामान्य धर्म.

जनक म्हणालाः—आतां, हे भगवन्, मला प्रथम विशिष्ट वर्णाचे विशिष्ट धर्म सांगा आणि नंतर सर्वांचे सामान्य धर्म सांगा. आपणांस कसाही प्रश्न केला तरी सांगण्याचें सामर्थ्य आहे.

पराशर म्हणतातः—हे नरेंद्रा, प्रतिग्रह, याजन व अध्ययन हे तीन ब्राह्मणाचे विशेष धर्म समजावे. त्याचप्रमाणें रक्षण करणें हा क्षत्रियांचा विशेष सुंदर धर्म समजावा. शेती, पशुपालन व व्यापारउदीम हे वैश्याचे विशेष धर्म समजावे; व वरील तीन वर्णांची शुश्रूषा करणें हें शूद्राचें (विशिष्ट) कर्म जाणावें. याप्रमाणें, राजा, विशिष्ट वर्णांचे हे विशिष्ट धर्म तुला सांगितले. आतां सर्वांचे साधारण धर्म तुला सविस्तर सांगतों, ते ऐक. हे नृपाला, भूतदया किंवा सौजन्य, अहिंसा, दक्षता, संविभागिता, (दुसऱ्यास कोणतीही वस्तु प्रथम देऊन मग आपण उपभोगणें) श्राद्धकर्म, आतिथ्य, सत्य, अक्रोध, स्वदाररति, शौच, निरंतर निर्मत्सरबुद्धि, आत्मज्ञान व तितिक्षा हे तेरा धर्म सर्वही वर्णांना सारखेच लागू आहेत. हे मनुष्येश्वरा, ब्राह्मण, क्षत्रिय व वैश्य या तीन वर्णांना द्विज अशी साधारण संज्ञा आहे; आणि आतां सांगितलेले धर्म पाळण्याचा या तिन्ही वर्णांना सारखाच अधिकार आहे. हे नृपाला, ह्या तिन्ही वर्णांनीं निषिद्ध कर्माचें आचरण केल्यास ते पतन पावतात; परंतु त्यांनीं आपल्या डोळ्यांपुढें आमच्यामधील श्रेष्ठ अशा योग्य पुरुषांचें उदाहरण ठेवून त्याप्रमाणें आपल्या वर्णविहित धर्माचें आचरण केल्यास ते उन्नतीस येतात. शूद्राची गोष्ट निराळी आहे. कारण, शूद्राला श्रुतिविहित (ब्रह्मचर्यादि) संस्कारच सांगितलेला नाहीं, त्या अर्थी त्याचे अकरणानें त्याला वरील तीन वर्णांप्रमाणें पतनाचेंही भय नाहीं; व धर्मांत त्याला अमुक कर्म प्रतिषिद्ध असाही कोठें उल्लेख नाहीं.(अहिंसादि धर्म पाळण्यास प्रत्यवाय नाहीं.) इतकेंच नव्हे, तर हे जे आतां भूतदयादि तेरा सामान्य धर्म सांगितले, त्यांचें पालन जो शूद्र यथावत् करितो, त्याला विद्वान् लोक ब्रह्मदेवाशीं सजातीय (ब्राह्मणाचे योग्यतेचा)मानितात. परंतु,हे नरेंद्रा, मी अशाला जगताचें प्रधान कारण जो देव विष्णु त्याशीं सजातीय (क्षत्रियतुल्य) मानितों. हीन जातींतील ज्या लोकांना आत्मोद्धार व्हावा अशी इच्छा असेल, अशांनीं सज्जनांचें आचरण अंगीकारून मंत्ररहित इतर पौष्टिक क्रिया केल्यानें त्यांस दूषण लागत नाहीं. (मंत्र मात्र शूद्रांस वर्ज्य आहेत.) इतर जातींचे लोक जसजसे सज्जनांचे वृत्तीचें आचरण करून चालतील, तसतसे ते सुखी होऊन इहलोकीं व परलोकींही आनंदांत राहतील.

हीनत्वकारण.

जनक विचारितोः—हे महामुने, मला एक संशय उत्पन्न झाला आहे, तो आपण उलगडून सांगा. संशय असा कीं, मनुष्याला जो हा वर्णांत कमीपणा येतो, तो त्याच्या कर्माच्या हीनत्वामुळें किंवा जातीमुळें ?

पराशर म्हणतातः—हे महाराजा, या कामीं कर्म आणि जाति हीं उभय हीनत्वास कारण होतात. मात्र त्यांत थोडा फरक आहे. तो असा कीं, हीनजाति व हीनकर्म हीं दोन्ही एकाचे वांट्यास आलीं असलीं, तरी त्यानें जातीची पर्वा न करितां हीनकर्माचा त्याग करावा म्हणजे झालें. कारण, जातीनें हीन असूनही जर तो दुष्ट कर्म न करील तर त्याला उत्तम पुरुषांत गणण्यास कांहींच हरकत नाहीं. बरें, याचे उलट—जातीनें उत्तम असूनही पुरुष जर निंद्य कर्म करील, तर तें कर्म त्याला हीनत्व आणितें. यावरून पाहतां जातीपेक्षांही कर्माचें हीनत्व अधिक बाधक होतें. यास्तव हीनकर्माचा आश्रय करणें चांगलें नव्हे असेंच ठरतें.

जनक विचारतोः—हे द्विजश्रेष्ठ, इहलोकीं अशीं कोणतीं धर्मकृत्यें आहेत कीं, जीं सदासर्वदा आचरलीं असतां त्यांपासून भूतमात्राची हिंसा (त्यांना पीडा) होत नाहीं ?

पराशर म्हणतातः—हे महाराजा, या कामीं तूं जो हा मला प्रश्न केलास त्याचें उत्तर ऐक. जीं कर्में हिंसाविरहित म्हणजे निरुपद्रवी असून सर्वदा मनुष्याचें तारणच करितात, अशीं कर्में तुला सांगतों. गृहस्थाश्रमांतील अग्नींचा समारोप करून व संसाराविषयीं उदासीन व निश्चिंत होऊन क्रमाक्रमानें मोक्षाला नेणाऱ्या कर्ममार्गाचा (योगाचा) जे आश्रय करितात, अशांना हीं तारक कर्में कोणतीं याचा आपोआप नीट बोध होतो; आणि असले लोक मोठे श्रद्धावान्, विनीत, दमशील व तीक्ष्णदृष्टि होत्साते सर्व कर्मांपासून मोकळे होऊन जरारहित अशा स्थानाकडे जातात. राजा, सर्वांचा मारांश तुला सांगतों कीं, आपआपलीं विहित अशीं धर्मकृत्यें उत्तम प्रकारें आचरून व सत्य भाषण बोलून लोकांत अधर्म व दारुण असें जें कांहीं कर्म मानिलें जातें त्याचा त्याग केल्यानें सर्वही वर्ण स्वर्गस्थान पावतात. या माझ्या बोलण्याबद्दल तूं मुळींच संदेह धरूं नको.

~~~~~~~~

अध्याय दोनशें सत्याण्णवावा.

—:०:—

गतिवर्णन.

पराशर म्हणतातः—सर्व वर्णांस साधारण असे जे कल्याणाचे मार्ग आहेत, त्यांपैकीं गुरुसेवा हा एक मुख्य आहे. पिता, स्नेही, गुरु व गुरुपत्नी हीं सर्वही श्रेयोदायक आहेत. परंतु कोणाला ? जे कोणी अनन्यभक्त, प्रियवादी, हितबुद्धीचे व त्यांचे आज्ञेंत वागणारे असतील अशांना ! जे कोणी भक्त्यादिगुणहीन असतील अशांना नव्हे ! मनुष्यांना पिता हें परम दैवत आहे. पित्याची पायरी मातेच्याही वरची आहे, असें ज्ञाते म्हणतात. त्याचप्रमाणें, ज्ञानलाभाला हेतु जो गुरु तोही पित्याप्रमाणेंच श्रेष्ठ मानिला आहे. ज्यांनीं इंद्रियांचे विषय स्वाधीन ठेविले आहेत, अशांनाच परमपदाची प्राप्ति होते. रणांगणांत जो राजपुत्र वध पावून

---

* प्रस्तुत अध्यायांत केवळ श्लोकांतील शब्दांनींच अर्थबोध होणें कठीण दिसल्यामुळें प्रसंगविशेषीं टीकेचाही संग्रह भाषांतरांत केला आहे.

१ मूळांत 'ज्ञानस्य लाभं परमं वदंति' म्हणजे ज्ञानाचा लाभ सर्व लाभांत श्रेष्ठ, असा सर्व भाषांतरकारांनीं अर्थ केला आहे. परंतु नीलकंठांनीं 'लाभं' या शब्दावर 'लाभेहंतु' अशी टीप दिली आहे. तिला धरून आम्हीं वरील अर्थ केला आहे; व तो अक्षम्य नाहीं असें आम्हांस वाटतें.
~~~~~~~~

बाणाग्नीचे चितेवर दहन पावतो तो देवांनाहीं अप्राप्य अशा लोकांस जातो व यथेच्छ स्वर्गभोग भोगतो. हे राजा, (रणांत कोणाला मारूं नये तें सहजीं ओघानें तुला सांगतों.) थकलेला, भ्यालेला, गलितशस्त्र झालेला, रडकुंडी आलेला, मागें फिरलेला, रथादि साहित्यानें रहित असलेला, तयार नसलेला (गैरसावध असलेला), रोगी, जीवदान मागणारा व बाल किंवा वृद्ध एवढ्यांना मारूं नये. राजानें रणांगणांत जो राजपुत्र (क्षत्रिय) रथादि उपकरणांनीं संपन्न, युद्धास उभा राहिलेला व आपली बरोबरी करणारा असेल अशावरच चाल करून जावें. युद्धनीतिशास्त्राचा अभिप्राय असा आहे कीं, रणांत आपले बरोबरीच्या किंवा आपणांहून वरिष्ठ अशा योद्ध्याचे हातून मृत्यु येणें श्रेयस्कर होय. तोच आपणाहून हीन प्रतीच्या किंवा भिञ्या किंवा कृपण प्रतिवीराच्या हातून मृत्यु येणें चांगलें नव्हे. हे नरेंद्रा, पापमति, पापवर्न व नीच अशांचे हस्तें येणारा मृत्यु पापरूप आहे व त्यापासून निश्चयानें नरकप्राप्तिच होय. हे राजा, तुला एक सिद्धांत सांगतों कीं, ज्याचें भरलें त्याला कोणीही वांचवूं शकत नाहीं व ज्याची आयुष्यमर्यादा अवशिष्ट आहे अशाला काळही ओढूं शकत नाहीं. आपणावर प्रेम करणारीं जीं आहत अशांपैकीं कोणीही जर दुसऱ्याचा प्राण घेऊन आपलें (तुमचें) रक्षण करीत असेल, तर अशाचें त्या दुष्कर्मापासून निवारण करावें व त्याला स्वच्छ सांगावें कीं, तुझा जरी मजविषयीं स्नेह असला तरी मला जगविण्यासाठीं तूं दुसऱ्याचे प्राण घेऊं नको. हे राजा, सारा जन्म गार्हस्थ्यांत घालवूनही अंतीं आपण बंधमुक्त व्हावें अशी ज्या गृहस्थांची इच्छा असेल, अशांनीं तीर्थोचित क्रिया करून पुण्यनदीचे वाळवंटांत देह ठेवणें ही उत्तम सोय आहे. (कारण तीर्थमरणानें मोक्षप्राप्ति होते.) आतां या देह ठेवण्याचेही दोन प्रकार आहेतः एक—नेमलेलें आयुष्य संपलें असतां सहजगतीनें (अशा तीर्थांत) मृत्यु येणें हा; या प्रकारें आपोआपच मोक्षप्राप्ति होते; आणि दुसरा प्रकार—अकालीं मुद्दाम देहन्यास करणें ह्मणजे कारणानें मृत्यु ओढून आणणें. हा जो दुसरा प्रकार आहे, त्यानेंही अंतीं मोक्ष मिळतो, पण त्यांत थोडासा बखेडा आहे. तो असा कीं, जो कोणी असत्या आयुष्यांत पुण्यक्षेत्रीं देहत्याग करितो अशाला तात्काळ मुक्ति न मिळतां पूर्वी होता तसलाच देह पुनरपि प्राप्त होतो; म्हणजे वास्तविक पाहतां हा प्राणि आपले समजुतीनें देहबंध सुटून एकदम मोक्षास पोंचावें अशा मार्गाला लागला असतां त्याला हा देहान्तररूपी मध्येंच एक गोता खावा लागतो. आतां विशेष इतकाच कीं, हा जो त्याला नवा देह प्राप्त होतो, हा केवळ भोगदेह असल्यामुळें यांत नवीन कर्माची उत्पत्ति होत नाहीं. केवळ त्यानें आत्महत्या केली तिचें पाप त्याला भोगून संपवितां यावें एवढ्याकरितांच हा नवा देह प्राप्त झालेला असतो; आणि तोही देह शिवगणांपैकीं पिशाचाचाच असतो व त्या देहाची कामगिरी संपली कीं तो मोक्षास जातो.

हे राजा, ह्या आत्महत्या करणाराला जो भोगदेह किंवा यातनादेह प्राप्त होतो, त्या देहांत शिरा, स्नायु, अस्थि यांचा समूह असून शिवाय त्यांत किळसवाणे व अपवित्र असे अनेक पदार्थ असतात. त्याचप्रमाणें पंचमहाभूतें, दशेंद्रियें व त्यांचे विषय यांचाही त्यांत संयोग असतोच. अध्यात्मशास्त्रज्ञांचें तर असें म्हणणें आहे कीं, हा देह केवळ अस्थिचर्ममय असतो व त्या त्वचा व अस्थि यांत मेद-

मांस हें नसतें. शिवाय त्याच्यांत सौंदर्यादि गुण नसतात. आकार मात्र पूर्ववासनाबलानें मनुष्यरूपाचाच असतो; व हें शरीर त्याचे धारकानें सोडून दिलें म्हणजे चेतनारहित होऊन हालचाल सोडून धरणीवर पडतें व त्याचीं घटक जीं पंचमहाभूतें तीं आपआपल्या मूळरूपाला परततात. हे जनका, हा पिशाचदेह केवळ भोगदेह असतो, ह्मणजे यांत पुनर्जन्माचें उत्पादक असें नवीन कर्म निर्माण होत नसतें. अर्थात्, असा एकच देह संपला ह्मणजे पुढची पायरी मोक्षच यावी असें माझे सांगण्यावरून उघड होतें. परंतु, पद्मपुराणांत तर वाराणशींत मेलेल्या ब्राह्मणासही असले दहा यातनादेह प्राप्त झाले अशी कथा आहे. तर ही कशी संभवते? कारण, पुनर्जन्माला कारक असें कर्म जर या यातनादेहांत होत नाहीं, असा शास्त्राचा सिद्धांत आहे, तर हे एकाहून अधिक यातनादेह त्या ब्राह्मणाला कसे यावे अशी शंका तुजसारख्या विचक्षणाला येणें सहज आहे. तर तिचें समाधान सांगतों तें ऐक. काशीसारख्या क्षेत्रांत देह ठेवणाराला—देहांतरकारक असें कर्म ज्यांत उत्पन्न होतें असे नवीन नवीन देह येणें जरी शक्य नाहीं, तरी त्यानें सत्तीर्थी देहन्यास करण्यापूर्वी जर ब्रह्महत्या, गोहत्या वगैरे जन्मांतरप्रापक अशीं अनेक पापकर्में केलेलीं असतील,तर त्यांचा हिशोब पुरा झालाच पाहिजे; व हा हिशोब पुरा करण्याकरितां त्याला त्या त्या कर्मानुसार प्रसंगीं अनेक यातनादेह घ्यावे लागतात. कारण, जसा कोणी गृहस्थ पूर्वी कर्जबाजारी असतां हजारोंचा देणेदार होता असें आपणांस माहीत होतें; परंतु आतां तो सर्वथा कर्जमुक्त झाला असें जर आपणांस विश्वसनीय पुराव्यावरून कळलें तर त्यानें ते सर्व हजारही सावकार फेडले असलेच पाहिजेत असें हिशोबानें येतें; त्याचप्रमाणें, कोणीही प्राणी मुक्तीला गेला असें म्हणणें म्हणजे तत्पूर्वी त्यानें यावत् पूर्वकर्मांचा हिशोब पुरा केला आहे असें मानणें भाग आहे; व तसें त्याला वस्तुतः करावेंच लागतें. कारण, न्याय हा कर्कश असतो व तो कोणालाही चुकला नाहीं. याकरितां, काश्यादि तीर्थी देहन्यास करणारांस अंतीं मोक्ष मिळणें हें जरी साध्य आहे, तरी पूर्वींचा हिशोब पुरा करणें त्याला कधींही चुकणार नाहीं; आणि याकरितां त्यांनीं मरण्यापूर्वी त्या किंवा तत्पूर्वींच्या जन्मांतरांतही जीं जीं कर्में केलीं असतील त्यांचा हिशोब पुरा करण्याकरितां देहदेहांतरें भोगावीं लागतातच, तीं सुटत नाहींत; आणि याच हिशोबामुळें पद्मपुराणांतील ब्राह्मणास मुक्तीपूर्वी दहा जन्म घ्यावे लागल्याचें लिहिलें आहे. आतां कोणी अशी शंका घेईल कीं, पूर्वकर्माचे फेडीकरितां जर काशींत मरणारासही देहांतरें घेणें सुटत नाहीं, तर मग अन्यत्र म्हणजे इतर साधे ठिकाणीं देहन्यास करणें आणि काशीसारख्या सत्तीर्थाचे ठिकाणीं करणें याचे फलांत अंतर तें कोठें उरलें? तर त्याचें उत्तर असें आहे कीं, तीर्थव्यतिरिक्त अन्यत्र देहपात करणारास जे जन्म किंवा देह प्राप्त होतात, ते एक तर नवीन नवीन देहांला कारण होणार असें कर्म ज्यांत निष्पन्न होत जातें अशा प्रकारचे असतात; म्हणजे केवळ भोगदेह नसून कर्मदेह असतात; आणि तेही पूर्वकर्मानुसार असून शिवाय देहन्यास करितांना वासना ज्या विषयांत गढली असेल त्या विषयानुरूप बनतात. परंतु या देहांतराची गोष्ट तशी नाहीं. याचें मागील वासनाविषयांशीं सजातित्व नसून त्यांत नूतनकारक असें कर्मही उत्पन्न होत नाहीं; केवळ पूर्वपातकांचा झाडा त्या देहाचे द्वारा पुरा झाला म्हणजे ते

मावळतात व प्राणी तडक गतीस जातो. आतां, या यातनादेहांत प्रसंगीं देहांतरें झाल्यास एक देह सुटला रे सुटला कीं दुसरा देह प्राप्त झाला असें होत नाहीं. तर एका यातनादेहांतून तो प्राणी सुटल्यावर, एखादा महामेघ ज्याप्रमाणें आकाशांत भ्रमत राहतो त्याप्रमाणें कांहीं काळपर्यंत पुढील शरीर प्राप्त न होतां भ्रमत राहतो, व पुढें जेव्हां अनुरूप असें स्थान त्याला आढळतें किंवा लाभतें तेव्हां तो पुनः जन्मास पावतो; आणि याप्रमाणें पापक्षय होईपर्यंत हा पिशाचात्मा मध्येंच फिरत राहतो,--तोंपर्यंत त्याला स्वरूपप्राप्ति होत नाहीं. कां कीं, स्वरूपप्राप्ति किंवा आत्मप्राप्ति होण्यास मनाचा व तन्मूलक वासनांचा क्षय झाला पाहिजे. कारण, इंद्रियांहून मन वरिष्ठ आहे आणि आत्मा हा मनाहून वरिष्ठ किंवा पलीकडे आहे.

हे राजा, येथपर्यंत मीं तुला प्राण्याच्या अधिकारभेदाची अपेक्षा नसतां केवळ पुण्यदेशविशेषीं देहत्याग झाल्यानें मोक्ष प्राप्त होण्याची व्यवस्था कशी ती सांगितली. आतां या कामीं अधिकार-तारतम्यानें व्यवस्था कशी हें समजविण्याकरितां प्राण्यांचें तारतम्य सांगतों. तें असें-- या स्थावरजंगमात्मक जगतांत जे असंख्यविध भूत आहेत, त्यांत, हे राजा, जे जंगम म्हणजे चल किंवा गतिमान् ते श्रेष्ठ. या जंगमांतही पुनः जे द्विपाद म्हणजे दोन पायांचे ते (पक्षी, मनुष्य इ.) अधिक श्रेष्ठ. द्विपादांतही द्विज अधिक श्रेष्ठ मानिले आहेत. द्विजांतही, हे राजेंद्रा, जे प्रज्ञावान् आहेत ते श्रेष्ठ. प्रज्ञावानांतही पुनः जे आत्मबोधयुक्त ते अधिक श्रेष्ठ. व अशांतही जे मानरहित असतील ते अधिक श्रेष्ठ. कारण, मोक्षाधिकारी होण्याला विवेक अवश्य आहे व हा विवेक प्राप्त होणें तो दर्पहानीशिवाय होत नाहीं; व हा दर्प दूर होण्यास एक गोष्ट मनांत राहिली पाहिजे ती ही कीं, प्राणी जन्मास आला कीं त्याचे पाठोपाठ मृत्यु निश्चयानें उभा असतोच; व त्याचप्रमाणें इंद्रियांचे साधनानें ज्या कर्मांचें लोक सेवन करितात, तीं सर्व सान्त किंवा नश्वर आहेत. हा निश्चय बाणला म्हणजे आपोआपच देहादिकांविषयीं व संकल्पपूर्वक कर्मांविषयीं अनासक्ति उत्पन्न होते.

आतां, राजा, कोणता प्राणी ब्रह्मलोकास जाण्यास पात्र आहे हें त्याचे मृत्युकालावरून ठरविण्याची तुला खूण सांगतों. सूर्य उत्तरायणांत असतांना पुण्यनक्षत्रीं पुण्य मुहूर्तावर ज्याला मरण येतें तो ब्रह्मलोकीं जातो असें समजावें. याखेरीज असल्या पुरुषाच्या अशा खुणा आहेत कीं, मरण्याच्या पूर्वीं जवळच्यांना त्याची खस्त खावी लागत नाहीं; शिवाय त्याचे पापकर्मांचा क्षय झालेला असतो; व त्याचे शक्तीप्रमाणें तो अखेरपर्यंत पुण्यकर्म करीतच असतो; व त्याला मरण येतें तें अपघाती न येतां सहजगति येतें. विषप्रयोगानें, गळफासानें, आगीनें, चोराचे हातून, किंवा कोणी मान कापून, अथवा हिंस्र पशूचे दाढेंत सांपडून मृत्यु येणें हे पामरांचे योग्य मृत्यु समजावे. हे किंवा अशा प्रकारचे अपघाती मृत्यु पुण्यपुरुषाचे वांट्यास येत नाहींत. शिवाय, हे राजा, अशा पुण्यशीलांचे प्राण मरणोत्तर सूर्यमंडल भेदून वर जातात; मध्यम पुण्याईचे लोक असतील त्यांचे प्राण मध्यभागीं राहतात; आणि दुष्कर्म करणारांचे प्राण केवळ अधोगतीला जातात.[1]

हे राजा, एथवर मीं तुला स्थलकालांचे अपेक्षेनें सद्गति कशी मिळते हें सांगितलें. आतां स्थलकालांची अपेक्षा न करितां सद्गति कशानें मिळते तें सांगतों. राजा, पुरुषाला

१ उर्ध्वं गच्छंति सत्त्वस्था मध्ये तिष्ठंति राजसाः जघन्यगुणवृत्तस्था अधो गच्छंतिं तामसाः। (गीता.)

अज्ञान हा एकच मोठा प्रबल शत्रु आहे. याचे तोडीचा दुसरा शत्रु पुरुषाला नाहीं. मात्र हा एकच शत्रु असला प्रबल आहे कीं, पुरुष एकदा याचे तावडींत सांपडला कीं तो अतिघोर व दारुण अशीं कर्मे करितो. हे राजपुत्रा, या शत्रूला उलथून पाडणें किंवा हुसकून लावणें फार अवघड आहे; व तें साधण्याचा मार्ग म्हणजे वृद्धांची शुश्रूषा करून श्रुतिविहित मार्गाचे आचरणानें प्रज्ञारूपि बाणांचा मोठ्या युक्तीनें त्यावर प्रयोग करावा, तेव्हां तो दूर होतो, किंवा मरण पावतो. अशी मोठी खटपट करावी तेव्हां तो नाहींसा होतो. आतां ही बाणस्थानीं योजली जाणारी प्रज्ञा कशी प्राप्त होईल तें सांगतों. प्रथम ब्रह्मचर्यपालनपूर्वक मोठ्या कष्टानें वेदाध्ययन करावें. नंतर गृहस्थाश्रम स्वीकारून तेथें नित्य पंचमहायज्ञ करून वंशस्थापना करावी. आणि नंतर मोक्षेच्छा धरून धर्मबुद्धीनें वनांत जावें. उपभोगाचे लोभाला गुंतून पुरुषानें आत्मनाश करून घेऊं नये, तर उपभोगाला लाथ मारून आत्मकार्यार्थ वनांत झटकावें. बाबारे, चांडाळाचा कां जन्म होईना—चालेल; कारण, त्या योगानें तरी मनुष्यत्व प्राप्त होणें हा कांहीं हलकासलका लाभ नव्हे. कारण, हे पृथ्वीपते, चौऱ्यायशीं लक्ष योनींपैकीं मनुष्ययोनि हीच अशी पहिली योनि आहे कीं, जीमध्यें आलें असतां शुभ अशा कर्मांचे योगानें मनुष्याला आत्मतारण करितां येतें. (वास्तव, चांडाळाचा कां जन्म होईना, मनुष्यत्व आहे एवढें पुरे आहे.) हे प्रभो, या मनुष्ययोनीचें महत्त्व असें आहे कीं, तें ज्यांचे लक्षांत आलें असे पुरुष आपण या योनींत येऊन इजपासून भ्रष्ट होऊं नये म्हणून श्रुतीची आज्ञा प्रमाण मानून तदनुसार धर्माचरण करीत असतात. जो कोणी पुरुष अशा या दुर्लभ मनुष्ययोनींत येऊनही धर्माचा द्वेष किंवा निदान अवमान करितो व कामावर नजर ठेवितो, अशाची अखेर त्या कामबुद्धीमुळें फसगत होते. बा जनका, जो कोणी विषयांविषयीं विरक्त राहून भूतमात्राला दीपाप्रमाणें स्नेहानें (तैलानें—पक्षीं प्रेमानें) संवर्धनीय असें मानून त्यांजकडे प्रेमानें मुरलेल्याच दृष्टीनें पाहतो; शांतपणें भूतमात्रास अन्न देऊन व मधुर बोलून सुखी करितो व स्वतः सुखदुःखांविषयीं सारखाच उदासीन असतो, अशा पुरुषाचा परलोकींही गौरव होतो. हे भूपते, पुरुषानें दान आणि वैराग्य यांची प्रत्यक्ष मनोहर मूर्तिच बनून सरस्वती, नैमिष, पुष्कर हे व यांजसारखे जे पृथ्वीवर अन्य पवित्र देश आहेत, अशा क्षेत्रीं जाऊन तेथें पवित्रजलस्नानपानानें व तपस्येनें आत्मशोधन करावें.

ज्या कोणाचे प्राण घरचे घरींच जातात, अशांना बाहेर काढून तिरडीवर घालून स्मशानांत नेऊन तेथें श्रुतिमंत्रांनीं शवास शुद्ध करून त्यांचें दहन करणें हा मार्ग प्रशस्त. इष्टि, पुष्टि, (पोषण) यजन, याजन, दान, इतर पुण्यकर्मांचें आचरण, शास्त्रांत जें उचित म्हणून पितृकार्य सांगितलें आहे त्याचें यथाशक्ति अनुष्ठान या सर्व गोष्टी मनुष्य स्वहितासाठींच करीत असतो. (त्या केल्यानें त्याचें हितच होतें.) हे नरेंद्रा, धर्मशास्त्रें, वेद व वेदाचीं षडंगें हीं सर्व निर्मल आचरणाचे पुरुषास कल्याणप्रद होतात.

भीष्म सांगतातः—हे नरश्रेष्ठा, येथवर मीं जें तुला सांगितलें, तें सारें महात्मा पराशर मुनि यांनीं विदेह राजाचें कल्याण व्हावें या बुद्धीनें त्याला पूर्वकालीं सांगितलें.

अध्याय दोनशें अठ्याण्णवावा.

—:०:—

पराशरगीतासमाप्ति.

भीष्म सांगतातः—युधिष्ठिरा, नंतर मिथिलाधिपति जनकानें महात्मा पराशराला धर्माचें कामीं अत्यंत श्रेष्ठ सिद्धांत किंवा निर्णय यासंबंधानें पुनरपि प्रश्न केला.

जनक म्हणालाः—हे महामते ब्रह्मन्, खरें श्रेय कोणतें, तशीच खरी गति कोणती, कोणती गोष्ट केलेली केव्हांही नाश पावत नाहीं, व कोणते स्थळीं पोंचला असतां प्राणी परत येत नाहीं, तें मला सांगावें.

पराशर सांगतातः—बाबारे, कशाचाही संग न करणें (सर्व गोष्टींपासून अलिप्त राहणें) हें सर्व कल्याणाचें मूळ आहे; आणि, हे ज्ञानस्वरूपा जनका, ज्ञान ही परमागति होय. सुक्षेत्रांत पेरलेलें बीं कधीं नाश पावत नाहीं, व त्याप्रमाणेंच यथाविधि आचरिलेलें तप कधींही फुकट जात नाहीं. ज्या वेळेस कोणीही पुरुष अधर्ममय पाश तोडून धर्मावर प्रेम करूं लागतो आणि प्राणिमात्राला अभयदान देतो, त्या वेळीं त्याला सिद्धि प्राप्त होते. जो सहस्रावधि गाई व शतावधि अश्व दान देऊन सर्व भूतांना अभयदान देतो अशाला सर्वत्र अभयप्राप्ति होते. जो खरा बुद्धिमान् आहे तो विषयांच्या भरबाजारांत बसला असतांही न बसल्यासारखा अलिप्त असतो; आणि जो दुर्बुद्धि असतो तो विषय सन्निध नसूनही त्यांत गढल्याप्रमाणेंच असतो. पाणी जसें कमलपत्राला चिकटूं शकत नाहीं, तसा शहाण्याला अधर्म चिकटूं शकत नाहीं; परंतु जो मुर्ख आहे त्यास—लांकडाला लाख चिकटावी त्याप्रमाणें—पाप अधिकाधिकच चिकटत जातें. पाप हें कर्त्याला त्याचें फल भोगवावें या कारणास्तवच निर्माण झालेलें असतें व त्यामुळें तें भोगल्यावांचून कर्त्याला कधींही सोडीत नाहीं. त्याची हिशोबी वेळ आली म्हणजे तें भोगार्थ कर्त्यापुढें नेमकें दत्त म्हणून उभें राहतें. जे शुद्धात्मे व आत्मसाक्षात्कारी आहेत अशांना कर्मफलांपासून केव्हांही क्लेश होत नाहींत; परंतु जे आपले कर्मेंद्रियांचे व ज्ञानेंद्रियांचे व्यापारांविषयीं बेसावध राहतात आणि त्यांचें खरें स्वरूप ओळखीत नाहींत व बऱ्या-वाईट दोन्ही गोष्टींत ज्यांचें चित्त सारखेंच गढून असतें, अशांना मोठें भय प्राप्त होतें. ज्याचें विषयांवरील प्रेम पूर्णपणें सुटलें असून क्रोध ज्यानें पूर्णपणें जिंकला आहे, असा मनुष्य विषयांचे गर्दींत उभा असला तरी त्याला पाप लागत नाहीं. शास्त्रानें आंखून दिलेल्या मर्यादेनें बांधिलेला धर्मरूपी जो सेतु आहे तो कधींही ढांसळत नाहीं; आणि ज्याप्रमाणें पुढें सेतु म्हणजे बांध घातला असतां त्यामुळें मागील पात्रांत पाण्याचा सांठा वाढतो, त्याप्रमाणें या धर्मसेतूचे योगानें कर्त्याचें पुण्य व तप यांचा सांठा वाढतो. ज्याप्रमाणें निर्मल सूर्यकांत मणि केंद्रीभवनानें सूर्यगत तेज आपले अंगीं ओढून घेतो, त्याच प्रकारें, हे राजव्याघ्रा, जीव हा समाधिबलानें ब्रह्मभाव आपले ठिकाणीं प्रकट करूं शकतो. ज्याप्रमाणें निरनिराळ्या जातींचे सुगंधि पुष्पांशीं तिळांचे दाण्यांचा संयोग केला असतां त्या त्या जातींचे पुष्पांतील सौम्य सुगंध त्या तिळांचे ठिकाणीं उत्पन्न होतो, त्याचप्रमाणें मनुष्यांचे अंतःकरणाला ज्या मानानें शुद्धि करणारे धर्मसंस्कार अधिकाधिक होत जातील, त्या मानानें त्यांचे ठिकाणीं सत्त्वगुणाचा उदय होऊं लागतो. जेव्हां पुरुषाला मोक्षसुखाची आवड उत्पन्न होते, तेव्हां स्त्री, संपत्ति, पदवी, वाहनें व नानाप्रकारच्या

आदरातिथ्याच्या क्रिया या सर्वांवर तो पाणी सोडितो; व विषयसंगतीनें त्याचे बुद्धीला भेद होईनासा होतो. परंतु, राजा, ज्या मनुष्याची बुद्धि विषयासक्त असते त्याला त्याचें खरें आत्महित केव्हांच कळत नाहीं; आणि त्याचें मन जिकडे तिकडे विषयांत गढलें असल्यामुळें—गळास लाविलेल्या आमिषाचे लोभामुळें मासा जसा हंसडला जातो तसे—त्याला वारंवार हांसडे बसतात. हा स्त्रीपुत्रपश्वादिरूपी जो संसार दिसतो, तो देह व इंद्रियें यांचे समुदायाप्रमाणेंच परस्परांला धरून उभा आहे. बाकी तो आंतून नीट तपासून पाहिला असतां, ज्याप्रमाणें केळीच्या सोपटाच्या खापेच्या पोटांत फुसकें काल असतें त्याचप्रमाणें हा आंतून निःसार म्हणजे फुसका आहे; व याला टेंकून जर कोणी राहील तर तो फुटक्या नावेचा आश्रय करणाराप्रमाणें बुडेल. मनुष्याला या लोकांत धर्माचरण करण्याची वेळ ह्मणून कांहीं कोणीं नेमून ठेवली नाहीं. बरें, मृत्यु हा पुरुषाच्या अभिप्रायाची वाट पहात बसत नाहीं. अर्थात्, मनुष्य हा सर्वदा मृत्यूच्या जबड्यांत उभा आहे असें धरून चाललें पाहिजे; व यामुळेंच त्यानें सदासर्वदा धर्माचरण करीत असावें हें चांगलें आहे; आणि म्हणूनच, पुरुषाला आज जरी मोक्षाची वाट उघड दिसत नसली तरी त्यानें गुरुवचनावर विश्वास ठेवून सर्वदा योगाचा अभ्यास करीत रहावें, ह्मणजे ज्याप्रमाणें नेत्रहीन असाही मनुष्य संवयीचे बलावर घरांत वापरतो, त्याचप्रमाणें हा पुरुषही अभ्यासबलानें ज्ञानी होऊन अखेर मोक्षगतीला पोंचतो. जन्म म्हटला कीं मरण त्याबरोबर ठेविलेलेंच आहे व पुनः मरणापाठोपाठ जन्मही लागलाच आहे. अशी स्थिति असल्यानें जो मोक्षधर्माचे कांसेला लागला नाहीं तो चक्राप्रमाणें हे जन्ममरणांचे फेरे घेत असतो; परंतु जो ज्ञानमार्गानें चालतो तो इहपरत्रीं सुख भोगतो. अग्निहोत्रादि कर्मांचा जों जों पसारा वाढवावा तों तों क्लेश वाढतात. त्याचे उलट—त्यागादिकांनीं हा पसारा संकोच पावल्यानें सुखास कारण होतो. शिवाय, हे अग्निहोत्रादि पसारे परोपयोगी ह्मणजे अनात्मभूत जीं इंद्रियें त्यांचे तृप्तीसाठीं आहेत; त्याग किंवा संन्यास तो मात्र खरें आत्महित करणारा आहे. ज्याप्रमाणें कमलाचे देंठाला लागलेला चिखल तेव्हांच धुऊन जातो, त्याप्रमाणें मन हें निश्चय केला असतां लवकरच पुरुषाच्या आत्म्याभोंवतींची आपली चिकाटी सोडितें. प्रथम मनच आत्म्याला योगोन्मुख करितें; आणि कांहीं कालानें तो योगी या मनाला आत्म्यांत लीन करितो; व याप्रमाणें मनाचा अडथळा निवारला ह्मणजे तो सिद्ध बनून सर्वोपाधिरहित अशा आत्म्याच्या साक्षात्काराला पावतो. जो इंद्रियांचे तृप्तीसाठीं झटतो, तो वास्तविक परक्यासाठीं श्रम करीत असतो. परंतु मोहामुळें आपण स्वकार्यच करीत आहों अशी त्याची भावना असते व यामुळें फलतः तो स्वहितापासून च्युत होतो. गति तीन प्रकारच्या आहेतः अधोगति, तिर्यग्गति व परागति ह्मणजे स्वर्गांत गति. यांपैकीं—जो ज्ञाता असतो त्याचे आत्म्यास सुकृतबलानें परागति प्राप्त होते; व इतर म्हणजे मूढ असतील त्यांचे आत्म्यास अधोगति किंवा तिर्यग्गति यांपैकीं कोणती तरी कर्मतारतम्यानें प्राप्त होते. पक्क्या भाजलेल्या मडक्यांतून ज्याप्रमाणें कोणताही द्रव पदार्थ झिरपत नाहीं, (किंवा त्या मडक्याला बाधा करूं शकत नाहीं,) त्याचप्रमाणें शरीर तपोग्नीनें जाळून पक्कें झाल्यावर मग त्यानें ब्रह्मलोकापर्यंतही विषयभोग भोगले तरी तें बाध पावत नाहीं—

तें वाटेल त्या वस्तूचा उपभोग घेत निर्बाध राहतें. जो कोणी विषयभोग भोगतो त्याला ब्रह्मसुखाचा भोग खचीत मिळत नाहीं. परंतु जो शरीरी विषयभोगाचा त्याग करितो, तोच ब्रह्मसुख भोगण्यास समर्थ [1]होतो. जन्मांधाला ज्याप्रमाणें मार्ग दिसत नाहीं, त्याचप्रमाणें अज्ञानरूप धुक्यांत गुरफटून जाऊन केवळ शिश्न व उदर यांचे सुखांत गढलेला जीवात्मा स्वस्वरूपास ओळखीत नाहीं. समुद्रावर उदीम करणारे व्यापाऱ्यांस ज्याप्रमाणें मूळ भांडवलाचे मानानें फायदा मिळतो, त्याच प्रकारें या संसाररूप समुद्रांत वापरणारे जे जीव आहेत त्यांना कर्म आणि ज्ञान यांचें त्यांजपाशीं जसें भांडवल असेल तशा मानानें पुढील गति मिळेल. हें जग अहोरात्रमय म्हणजे कालप्रधान आहे; आणि या जगांत मृत्यु हा जरेच्या रूपानें हळूहळू संचार करून, सर्प ज्याप्रमाणें वायु गिळतो त्याप्रमाणें भूतमात्रास गट्ट करीत चालतो. जन्मास आलेला प्राणी स्वतः केलेल्या कर्मांचें फळ मिळवीत असतो. सुख किंवा दुःख यांतील एकही गोष्ट ज्याचे त्याचे कृतीवांचून त्याला कधींही मिळत नाहीं. मनुष्य निजला असो, चालत असो, बसला असो, किंवा विषयांत वापरत असो, त्याचीं शुभाशुभ कर्में सर्वदा त्याचे जवळ उभीं असतात. ज्याप्रमाणें एकवार समुद्र तरून परतीराला पोंचलेला मनुष्य पुनरपि समुद्रांत उडी टाकण्याची इच्छा करीत नाहीं, त्याचप्रमाणें जो प्राणी एकवार संसारसागराचे परतीरास पोंचला तो पुनरपि त्या महार्णवांत पडण्याची इच्छा करीत नाहीं. (मुक्तास पुनर्जन्म कारण नाहीं.) ज्याप्रमाणें एखादी नौका अगाध जलांत बुडाली तरी तिचें दोरखंड कोळ्याच्या हातीं असलें म्हणजे त्याचे योगानें तो त्या नावेस वाटेल तशी खेंचून वर काढितो, त्याचप्रमाणें हें शरीर (व त्यांतील जीवही) जरी संसारसागरांत गटंगळ्या खात असलें तरी सुसंस्कृत मन हें योगरूपी सूत्राच्या योगानें त्याला खेंचून परतीरास पोंचवूं शकतें. ज्याप्रमाणें समुद्राच्या आसपासच्या इतर सर्व नद्या समुद्रांत मिळून लय पावतात, त्याचप्रमाणें योगांत गढलेलें मन आपल्या सर्व विषयांसह मूळ प्रकृ[1]तींत लय पावतें. ज्यांचीं मनें अनेक प्रकारच्या विषयप्रेमरूपी पाशांनीं जखडलीं आहेत, असे अज्ञानांत गढलेले मनुष्य नदींत बांधलेल्या वाळूच्या घराप्रमाणें नाश पावतात. या शरीर नामक गृहांत त्या शरीरासंबंधी जे नामरूप ते आत्मधर्म आहेत असें समजून रहात असणारा प्राणी जेव्हां अंतरंगशुद्धि व बहिरंगशुद्धि एतद्रूप तीर्थांत स्नान करून ज्ञानाचे मार्गानें जाईल, तेव्हां त्याला इहलोकीं व परलोकींही सुख होईल. मागें सांगितलेंच आहे कीं, कर्माचा पसारा क्लेशावह आहे व कर्माचा संकोच किंवा त्याग सुखावह आहे. कर्मविस्तार तितका परार्थ होय व त्याग हाच खरा आत्महितकर्ता आहे, असें ज्ञाते समजतात. मित्रमंडळी हीं सर्व मानीव असून, जातभाई हे सर्व मतलबाचे, व स्त्रीपुत्र व दास हेही केवळ आपले द्रव्यावर चरणारे आहेत असे समजावें. आई

१ या श्लोकाचा अर्थ नीलकंठांनीं अमळ खोल केला आहे व तोही ग्राह्य आहे. तो अर्थ असा– ' विषयांचा प्रकाशक असा जो साक्षिचैतन्यभूत आत्मा आहे तो विषयसुख कधींच भोगीत नाहीं, हा निश्चय समजावा. मग हे भोगतो कोण म्हणून विचारील, तर जो वैराग्य प्राप्त झालें असतां विषयांचा त्याग करूं पाहतो असा जो जीवात्मा तोच विषयसुख भोगतो. ' व या अर्थाचे पुष्ट्यर्थ ' द्वा सुपर्णा ' ही प्रसिद्ध श्रुति दिली आहे.

१ सत्त्व, रजस् व तमस् या तिन्ही गुणांचा समप्रमाणानें जो मिलाफ त्याला प्रकृति अशी संज्ञा आहे.

व बाप कोणीही आपणास कांहीं देत नाहीं तर आपण जर पूर्वीं कांहीं दान केलें असेल तर तेंच आपण परलोकींचे मार्गाला निघालों असतां आपणास शिधोरीप्रमाणें वाटेंत उपयोगीं पडतें. सारांश, प्राण्याला त्याचे स्वकृतीचेंच फल उपयोगीं पडतें. जनका, माता, पुत्र, पिता, भ्राता, भार्या व मित्रजन हे प्राण्याचे उदयाला कितीसे कारण आहेत म्हणशील तर, एखाद्या सोन्याचे नाण्यावर छापलेल्या शिक्क्याच्या रेखा जितपत त्या नाण्यास किंमत आणण्यास कारण होतात तितपतच ! (त्या नाण्याला जी किंमत येते ती प्रधानतः त्याचे सोन्याचे अस्सलपणानेंच येते, मुद्रेनें येत नाहीं; मुद्रेनें येती तर तोच छाप खापराच्या तुकड्यावर मारिला असतां त्याला कोणी मोहरेची किंमत देत नाहीं, हें आपण पाहतों.) याच न्यायानें, प्राणी जो लोकांत उदयास येतो, तो आपल्या अदृष्टाचे बळानेंच येत असतो. मातापितादि त्या अभ्युदयाला फारशीं कारण नसतात. बरीं किंवा वाईट जीं कांहीं कर्में प्राण्यानें पूर्वीं केलीं असतील तीं यथाकाल त्याचेकडे भोगार्थ येतात; आणि त्यांचे फलभोगाची वेळ येऊन ठेपली कीं, आत्मा हा बुद्धीला त्यांचे भोगाविषयीं प्रेरणाच करितो. जो आपली मुख्य भिस्त स्वतःचे प्रयत्नावर ठेवून केवळ सौलभ्यार्थ म्हणून दुसऱ्याचें साह्य घेतो, अशाचा कसलाही यत्न केव्हांही फसत नाहीं. ज्याप्रमाणें सूर्याचे किरण सूर्याला केव्हांही सोडीत नाहींत, त्याप्रमाणें जो शूर, धीर व शहाणा असून मन द्विधा न करितां सर्व जीव लावून कोणतेंही कृत्य करितो, अशाला लक्ष्मी केव्हांही सोडून जात नाहीं. जो भला मनुष्य आस्तिक्यबुद्धि व व्यवसायपरता यांची दृढ कांस धरून घमेंड न बाळगितां मोठ्या धोरणानें व योग्य उपायांचा किंवा साधनांचा स्वीकार करून कोणतेंही कार्य आरंभितो त्याचें तें कार्य फसत नाहीं. प्राणी आईचे गर्भांत उपस्थित झाला रे झाला कीं त्यानें पूर्वजन्मीं केलेलीं शुभ व अशुभ अशीं उभय प्रकारचीं कर्में त्याचे पुढें उभीं रहातात; आणि करवतीनें कापलेल्या लांकडाच्या भुशाला ज्याप्रमाणें वायु उडवून दूर नेतो, त्याप्रमाणें त्याच्या कर्मानुरूप मृत्यु त्या प्राण्याचें कांहीं चालूं न देतां सर्वनाश करणाऱ्या कालाच्या साह्यानें त्याला त्याच्या नाशाकडे ओढून नेतो. मनुष्यानें पूर्वजन्मीं ज्या मानानें शुभ किंवा अशुभ कर्म केलें असेल, त्याच मानानें त्याला रूप, सुवर्ण, पशु, संतति, उच्चनीच कुल, द्रव्य किंवा वैभव हीं सर्व प्राप्त होतात.

भीष्म सांगतातः—धर्मा, याप्रमाणें ज्या वेळीं विचारशील पराशरांनीं त्या जनकाची त्यानें विचारिलेल्या विषयाचे संबंधांत खरी खरी समजूत घातली, त्या वेळीं तिच्या योगानें त्या धर्मवेत्त्यांत श्रेष्ठ अशा जनकाला अत्यंत आनंद झाला.

अध्याय दोनशें नव्याण्णवावा.

—:०:—

हंसगीता.

युधिष्ठिर विचारतोः—पितामह, विद्वान् पुरुष हे लोकांमध्यें सत्य, इंद्रियदमन, क्षमा व प्रज्ञा या गोष्टींची सर्वदा प्रशंसा करीत असतात, तर ही गोष्ट आपणांस कशी काय संमत आहे ?

भीष्म सांगतातः—युधिष्ठिरा, या कामीं मी तुला एक पुरातन इतिहास—साध्यदेव व हंस यांचा झालेला एक संवाद उत्तरादाखल सांगतों.

पूर्वीं एका कालीं, जन्मरहित व शाश्वत असा जो ब्रह्मदेव तो पक्षिकुलोत्तम हंसाचें स्वरूप घेऊन सर्वत्र पर्यटन करीत असतां त्याची व साध्य नामक देवांची गांठ पडली.

त्या वेळीं साध्य म्हणाले, "हे पक्षिराज, आम्ही साध्य नामक देव आहों. आपणांस मोक्षासंबंधी पूर्ण माहिती असल्याचा लौकिक आहे, याकरितां आम्ही आपणांस मोक्षधर्मासंबंधी प्रश्न करितों. हे पक्षिवरा, आमचे ऐकिवांत असें आहे कीं, आपण मोठे पंडित असून आपलें भाषण फार शहाणपणाचें असतें, व आपली भलाइकी सर्वत्र ऐकूं येते. तर, हे पक्षिवर्या, कोणती गोष्ट आपण सर्वांत श्रेष्ठ समजतां ? व आपलें मन कोणत्या गोष्टींत रमतें ? त्याचप्रमाणें, हे विहगेंद्रा, अनेकविध कार्यांपैकीं जें तुमच्या मतें अत्यंत श्रेष्ठ असून, ज्याचे आचरणानें पुरुष तत्काल सर्व बंधांपासून मुक्त होतात, असें जें असेल, तें आम्हांस समजावून सांगा."

हंस उत्तर करितोः—देवहो, माझ्या ऐकिवांत श्रेष्ठ कार्य म्हणजे हें आहे कीं, पुरुषानें स्वधर्माचरण, बाह्येंद्रियदमन, यथार्थ भाषण व चित्तजय करून हृदयस्थ रागादिक ग्रंथींचा छेद करावा व कोणत्याही गोष्टीबद्दल हर्ष किंवा खेद करणें हें स्वाधीन ठेवावें. कोणालाही मर्मभेदक किंवा कठोर असें बोलणें बोलूं नये; नीचापासून शास्त्ररहस्य समजून घेऊं नये; आणि ज्या वाणीच्या योगानें दुसऱ्याला क्लेश होतील अशा तऱ्हेची जळजळीत व नरकाला नेणारी वाणी कोणालाही बोलूं नये. कारण, मनुष्याच्या मुखांतून जे शब्दरूपी बाण निघतात, ते दुसऱ्याच्या नेमके मर्मस्थानींच जाऊन लागतात व त्यांच्या आघातानें तो मनुष्य रात्रंदिवस तडफडत राहतो. याकरितां शहाण्यानें असले बाण दुसऱ्यावर सोडूं नये. कदाचित् दुसरा कोणी असे निंदारूपी वाग्बाण आपणावर सोडून आपलें मर्मकृंतन करूं पाहील तर अशा वेळीं आपण शांतच रहावें; कारण, लोक खिजवीत असतांही जो रागास न येतां उलट आनंद मानितो, तो खिजवणाराचें पुण्य आपलेकडे ओढून घेतो. ज्याचे तडाक्यांत मनुष्य दुसऱ्यावर दोषारोप करितो व दुसऱ्याला तिरस्कारानें बोलून अप्रिय होतो असा जो जाज्वल्य क्रोध, त्या क्रोधाचें जो खोल बुद्धीचा व निर्मत्सरी पुरुष आनंदित मुद्रेनें नियमन करूं शकतो, तो दुसऱ्याचें पुण्य आपलेकडे ओढितो. स्वतः माझी कोणी कितीही निंदा करो, मी कसें तें उलट उत्तर म्हणून करीत नाहीं. मला किती वेळां कोणी ताडन करो, मी त्याबद्दल क्षमाच करितों. कारण, थोर लोकांचें म्हणणें असें आहे कीं, क्षमा, सत्य, सरळपणा व निरुपद्रवीपणा हे श्रेष्ठ गुण होत. सत्य हें सर्व वेदांचें रहस्य आहे, सत्याचें रहस्य दम हें आहे व दमाचें रहस्य मोक्षप्राप्ति हें आहे, असें सर्व शास्त्रांचें सांगणें आहे. जो कोणी वाणीचा वेग, क्रोधरूपी मानसिक वेग, कोणत्याही कार्योत्कंठेचा वेग आणि क्षुधा व कामवासना यांचे वेग कितीही उग्र असले तरी सोसूं शकतो, त्याला मी खरा विचारी व ब्राह्मण असें समजतों. रागीट लोकांपेक्षां शांत मनुष्य विशिष्ट होय, असहिष्णूपेक्षां सहनशील विशिष्ट, माणुसकी नसणारांपेक्षां माणुसकी असणारा श्रेष्ठ, व अज्ञान्यापेक्षां ज्ञानी श्रेष्ठ होय. आपली कोणीं निर्भर्त्सना केली असतां आपण उलट करूं नये; म्हणजे अशा रूपानें आपण आवरलेला क्रोध आपोआप आपल्या निंदकाला जाळून त्याचें पुण्य तेवढें हिरावून आणितो. ज्यावर कोणीं कितीही शब्दवर्षाव केला तरी जो उलट रूक्ष किंवा प्रिय कांहींच बोलत नाहीं; तसाच ज्यावर कोणीं कसाही हल्ला केला तरी जो धैर्यच धरितो—परत हल्ला करीत नाहीं; इतकेंच नव्हे, तर आपणास अपकार करणाराचें वाईट व्हावें इतकें सुद्धां चिंतीत नाहीं, अशाच्या स्नेहाचा देव देखील लोभ धरितात. जो पुरुष दुसऱ्यानें

स्वतःचा अपमान, ताडन, किंवा निंदा केली असतां असल्या दुष्टांना भल्याप्रमाणें लेखून क्षमा करितो, त्याला मोक्षसिद्धि प्राप्त होते. मला स्वतः जरी कोणती गोष्ट कमी नाहीं तरी मी थोरांची उपासना करितों. क्रोध किंवा तृष्णा हीं मला उचलून धरीत नाहींत. मी लोभाविष्ट होऊन धर्माचा मार्ग सोडून जात नाहीं, किंवा एखाद्या विषयलाभासाठीं विषयांमागें लागत नाहीं. मला कोणी शाप देवो,—मी उलट शाप देत नाहीं. कारण, दम हें मोक्षप्राप्तीचें द्वार आहे हें मला पूर्ण माहीत आहे. देवहो, मी तुम्हांला एक अतिशय मोठें गुह्य सांगतों. तें हें कीं, मनुष्यजन्माहून श्रेष्ठ असें त्रैलोक्यांत कांहींही नाहीं. मेघपटलांतून मुक्त झालेल्या चंद्राप्रमाणें पापांतून मुक्त होऊन निर्मळ झालेला ज्ञानी मनुष्य धिमेपणानें सिद्धीच्या कालाची वाट पहात रहातो व केवळ धैर्यबलानेंच सिद्धि पावतो. जो सर्वांस पूज्य वाटतो, जो उत्तम कुलांत जन्मला असून या ब्रह्मांडरूप मंडपाला उचलून धरणाऱ्या स्तंभाप्रमाणें धैर्यवान् असतो व ज्याचें नांव निघतांच लोक मोठ्या प्रेमानें त्याच्या गोष्टी बोलतात, असा जो आत्मविजयी मनुष्य तो देवत्वाला पोंचतो. मत्सरी लोक दुसऱ्याच्या गुणशून्यतेचें उद्घाटन करण्यास जसे उत्सुक असतात, तसे ते दुसऱ्यांत जर कांहीं चांगले गुण असले तर ते बोलून दाखविण्यास तयार नसतात. ज्याची वाणी व मन हीं कह्यांत असून सर्वदा ईश्वरसेवेस लावलेलीं असतात, तसेंच जो वेद, तप व वैराग्य यांचा अवलंब करितो, त्याला सर्व कांहीं मिळतें. कोणी मूर्ख जर आपली निंदा किंवा अपमान करील, तर शहाण्यानें उलट त्याच्या तोंडीं लागून त्याला नसतें महत्त्व देऊं नये, किंवा आपलाही कमीपणा करून घेऊं नये. दुसऱ्यानें आपला अवमान केल्यास ज्ञात्यानें त्या अपमानाला अमृततुल्य समजून संतुष्ट व्हावें. अशा योगानें, ज्याचा अपमान केला गेला तो (ज्ञाता) तर सुखानेंच झोंप घेतो, परंतु त्याचा अवमान करणारा मात्र नाश पावतो. जो मनुष्य क्रोधाचे अधीन होऊन यज्ञ करितो, दान देतो, तपाचरण करितो अथवा हवन करितो, त्याचें सर्व पुण्य यम हिरावून घेतो व त्यामुळें त्याचे सर्व श्रम व्यर्थ होतात. हे देवश्रेष्ठहो, ज्याचीं उपस्थ, उदर, हस्त व वाणी हीं चार द्वारें दाबांत असतात, तो धर्मवेत्ता समजावा. सत्य, दम, सरलता, निरुपद्रवीपणा, धैर्य व सहिष्णुता यांचें सेवन करून जो मनुष्य स्वाध्यायनिरत, निस्पृह व एकांतवासी होतो, तो ऊर्ध्वगतीस जातो. गायीचा वत्स ज्याप्रमाणें चारही स्तन निःशेष चोखून घेतो, त्याप्रमाणें या सर्व मधुर गुणांचा मी आचरणपूर्वक पूर्ण अनुभव घेतल्यावरून असें सांगतों कीं, सत्याहून पवित्रतम असें मला अन्य कांहींही आढळत नाहीं. मी मनुष्यांत व देवमंडळींत फिरून त्यांना असें सांगत असतों कीं, बापहो, समुद्र तरण्यास साधन जशी नौका, तसाच स्वर्गारोहणास सत्य हा जिना आहे. मनुष्य ज्या प्रकारच्या मनुष्यांत बसेल, किंवा जशांची परिचर्या करील, किंवा जसें व्हावें म्हणून मनांत बळकट इच्छा धरील तसा तो होईल. ज्याप्रमाणें शुभ्र वस्त्र ज्या जातीच्या रंगांत घालावें त्या जातीचा रंग घेऊन उठतें, त्याप्रमाणें मनुष्य हा सज्जन, दुर्जन, तपस्वी किंवा चोर यांपैकीं ज्याची सेवा करील त्याचा गुण घेऊन उठतो. देव सदा साधूंशीं बोलतात, पामर लोकांच्या विषयांस ते ढुंकून देखील पहात नाहींत. कारण, विषयांकडे पहावें तों ते सर्व चंद्र किंवा वायु यांप्रमाणेंच क्षयवृद्धिशील आहेत; आणि हें विषयांचें इंगित ज्याला कळलें, तोच ज्ञाता

समजावा. हृदयांत राहणारा जो अंतर्यामी पुरुष तो रागद्वेषशून्य होऊन सन्मार्गानें चालूं लागला असतां देव त्यावर प्रसन्न होतात. जे सर्वदा शिश्न व उदर यांचे तृप्तींत गढलेले असतात, शिवाय ज्यांची वाणी कठोर व प्रवृत्ति परस्वापहाराकडे असते, अशा मनुष्यांनीं मागेंपुढें आपले अंगचे हे दोष झाडले तरीही देव त्यांना ओळखून त्यांची संगति दुरून टाळितात. नीचबुद्धि, सर्वभक्षी व दुष्कर्मी अशा मनुष्याचे हातून देवांचा संतोष होणें नाहीं; जे पुरुष सत्यव्रती, कृतज्ञ व धर्मनिष्ठ असतील, अशांशीं देव परिचय ठेवितात. न बोलणें हें बोलण्यापेक्षां अधिक चांगलें ही पहिली गोष्ट; दुसरी—बोलणेंच तर सत्य बोलावें; हें वायफळ बोलण्याहून अधिक चांगलें; सत्य बोलणेंही धर्माला धरून असावें ही तिसरी; आणि सत्य व धर्मयुक्त असूनही तें श्रोत्यास प्रिय असावें ही चौथी म्हणजे त्याचेही वरची पायरी होय.

साध्य विचारतातः—हा लोक कशानें झांकला आहे? व हा कशामुळें उदयास येत नाहीं? स्नेहांत अंतर कशानें येतें ? व मनुष्य स्वर्गास कां जाऊं शकत नाहीं?

हंस उत्तर करितातः—हा लोक अज्ञानानें आच्छादिला किंवा झांकला आहे; परस्परांतील मत्सरबुद्धीमुळें हा उदयास येत नाहीं; लोभ (आपमतलब) हा स्नेहांत अंतर आणितो; आणि विषयसंगामुळें मनुष्य स्वर्गास पोंचत नाहीं.

साध्य विचारितातः—ब्राह्मणांपैकीं एकटाच कोण आनंदांत राहूं शकतो? चारचौघांत राहून मुका कोण राहतो? शरीरानें दुबळा दिसत असतांही समर्थ कोण असतो? व यांपैकीं कलहांत कोण पडत नाहीं?

हंस उत्तर करितातः—ब्राह्मणांपैकीं जो प्राज्ञ असेल तोच एकटा आनंदांत असतो; प्राज्ञ असेल तोच दहांत असतांही गप्प असतो; प्राज्ञच दिसावयास दुर्बल असतांही समर्थ असतो; व प्राज्ञाचा कोणाशींही कलह होत नाहीं.

साध्य प्रश्न करितातः—ब्राह्मणाचें देवत्व कशांत आहे? तसेंच त्याचें साधुत्व कशांत आहे? असाधुत्व कशांत आहे? व मनुष्यत्व कशांत आहे?

हंस उत्तर करितातः—ब्राह्मणांचें देवत्व वेदाध्ययन करण्यांत आहे; व्रताचरण करणें हें त्यांचें साधुत्व आहे; परनिंदा हें त्यांचें असाधुत्व आहे; व मृत्यु हें त्यांचें मनुष्यत्व आहे.

अध्याय तीनशेंवा.

—:०:—

योगवर्णन.

युधिष्ठिर विचारतोः—पितामह, आपण सर्व धर्मासंबंधी पूर्ण माहितगार आहां. याकरितां, हे कुरुश्रेष्ठ, सांख्यमार्ग व योगमार्ग या दोन मार्गांत भेद काय तो मला कृपा करून सांगा.

भीष्म सांगतातः—हे अरिमर्दना, जे सांख्यवादी ब्राह्मण आहेत, ते सांख्यमार्गाची प्रशंसा करितात; योगमार्गी आहेत ते योगमार्गाची प्रशंसा करितात; आणि आपआपल्या पक्षाच्या मंडनार्थ दोघेही सबळ अशीं योग्य कारणें सांगतात. योगमार्गाबद्दल ज्यांनीं पूर्ण विचार केला आहे ते आपल्या पक्षाबद्दल असें सबळ कारण पुढें आणितात कीं, या जगाला ईश्वर म्हणून कोणी तरी असलाच पाहिजे. त्याशिवाय जीवाला मुक्ति कशी मिळेल ? हा योगवाद्यांचा विचार झाला. आतां, सांख्यमतापैकीं जे पूर्ण विचार करणारे ब्राह्मण आहेत, ते आपले मताच्या पुष्ट्यर्थ असें म्हणतात कीं, इहलोकीं प्रथम सर्व ऐहिक विषयांचे परिणाम किती नीरस आहेत हें जीवाच्या नीट ध्यानांत येऊन नंतर त्याचे ठिकाणीं विषयांबद्दल वैराग्य बाणलें असतां देहत्यागानंतर तो उघडच मुक्तीला पावतो; दुसरा मार्ग त्याला

नाहीं. असा मोक्षशास्त्रासंबंधी सांख्यांचा अभिप्राय आहे. (या प्रकारें उभयही पक्षीं सबळ अशीं कारणें दाखविलीं जातात.) आणि ज्या वेळीं उभय पक्षीं सारख्याच तोलाचीं अशीं साधक प्रमाणें प्राप्त असतात, त्या वेळीं, जो पक्ष आपल्याला मनापासून इष्ट असेल त्याचीं पोषक वचनें तींच स्वीकारावीं. आतां तुझ्यासारखे जे शिष्टमान्य लोक असतील त्यांनीं कोणत्याही पक्षाच्या शिष्टांच्या मताला मान द्यावा हें योग्य आहे. हे युधिष्ठिरा, योगमार्गी जे आहेत, ते आपल्या मताचा पुरावा ध्यान-धारणा-समाधिरूपानें प्रत्यक्षच अनुभवास आणून देतात. बरें, सांख्यवादी जे आहेत, ते वेदावरून आपल्या मताचा पुरावा निश्चित दाखवितात. याप्रमाणें दोघांचेही मुद्दे समबल असल्यामुळें मी दोघांनाही मान देतों. राजा, हे उभयही मार्ग शिष्टसंमत असून, ते पूर्णपणें समजून घेऊन जर कोणी त्यांचें यथाशास्त्र अनुष्ठान करील, तर ते त्याला परमगतीला पोंचवितील यांत शंका नाहीं. शिवाय, हे निष्पापा, या उभयही मार्गांत पवित्रता, तप, भूतदया व व्रतधारण या गोष्टी सारख्याच मान्य आहेत; भेद काय तो त्यांच्या पद्धतींत आहे.

युधिष्ठिर विचारतोः—पितामह, जर पवित्रता, व्रतधारणा व भूतदया या गोष्टी व त्यांचें फल हीं उभय मार्गांनाही सारखींच संमत आहेत, तर मग उभयतांच्या पद्धतींतच तेवढें अंतर कां हें मला सांगा.

भीष्म सांगतातः—योगमार्गी जे आहेत, ते योगबलानें फक्त राग, मोह, स्नेह, काम व क्रोध या पांच दोषांना जिंकून मोक्षाला जातात. ज्याप्रमाणें जाळ्यांत सांपडलेले जंगी मासे जाळें तोडून पुनरपि जलांत शिरतात, त्याचप्रमाणें योगमार्गी लोक या रागमोहादिकांचें जाळें योगबलानें तोडून निष्पाप होत्साते मोक्षपदाला जातात. किंवा, जसे सशक्त हरिण जाळ्यांत सांपडले असतां तें जाळें जोरानें तोडून पुनरपि खुल्या निर्मळ वाटेनें जातात, त्याचप्रमाणें योगी लोक योगबलानें लोभादि सर्व बंधनांपासून मोकळे होऊन निर्मळ व कल्याणप्रद अशा मोक्षमार्गाला पोंचतात. हे राजा, जाळ्यांत सांपडलेले हरिण जर दुर्बल असतील तर ते निभ्रांत जाळ्यांतच मरतात; त्याचप्रमाणें, योगाचें पूर्ण बळ नसलेल्या पुरुषांची स्थिति होते. किंवा, हे कुंतीपुत्रा, ज्याप्रमाणें जाळ्यांत सांपडलेले मासे बलहीन असल्यास वध पावतात, त्याचप्रमाणें दुबळे लोक योगाचे भानगडींत पडले असतां नाश पावतात. किंवा, हे अरिमर्दना, दुर्बळ पक्षी सूक्ष्म अशा जाळ्यांत गुरफटले असतां ठिकाणींच मरतात, मात्र बळकट असतील तर मुक्त होतात; त्याचप्रमाणें, योगमार्गांत पडणारे लोक जर अबळ असतील तर ते कर्मांपासून उत्पन्न होणाऱ्या बंधनांतच गुरफाटले राहून नाश पावतात आणि सबळ असतील तरच सुटतात.

राजा, ज्याप्रमाणें अग्नीची बारीकसारीक फुणगी तिच्यावर दणगट लांकडांचा दडपा पडला असतां त्यांखालींच दबून जाते, त्याप्रमाणेंच दुर्बलाची योगांत दशा होते. परंतु तीच फुणगी जर सुदैवानें वायूचें योग्य साह्य मिळाल्यानें फुलून प्रदीप्त झाली आणि तो अग्नि एकंदरींत जोरावला, तर मग तो सर्व पृथ्वीलाही हां हां म्हणतां जाळून टाकण्यास समर्थ होतो; त्याचप्रमाणें, योग्याला जर योग्य साह्य मिळून त्याचा योगाभ्यास जोरावून तो झगझगीत व बलाढ्य झाला, तर मग तो प्रलयकालींचे सूर्याप्रमाणें सर्व जगाला आपल्या योगतेजानें शोषून टाकण्यास समर्थ होतो. हे राजा, ज्याप्रमाणें एखादा निःशक्त मनुष्य

पाण्याच्या जोरदार प्रवाहांत सांपडला असतां प्रवाह त्याला ओढून नेतो, त्याचप्रमाणें दुर्बल योग्याला बळकट विषय जबरीनें खेंचून नेतात. बरें, त्याच प्रवाहाला हत्ती रोंखून धरूं शकतो त्याचप्रमाणें दांडगा योगी हा कितीही विषय असले तरी त्यांचें निवारण तेव्हांच करूं शकतो; हे पार्था, ज्यांचे अंगीं पूर्ण योगसामर्थ्य बाणलें असतें ते सर्वथा स्वतंत्र होऊन त्यांना प्रजापति, ऋषि,देव किंवा पंचमहाभूतें यांपैकीं वाटेल त्यांत संचार करितां येतो. राजा, या प्रकारें ज्यांचे अंगीं अपरिमित योगतेज खेळूं लागलें, त्यांचें स्वातंत्र्य इतकें दांडगें असतें कीं, प्रत्यक्ष यम किंवा खवळलेला अंतक अथवा भयंकर पराक्रमी मृत्यु यांची कोणाचीही मात्रा त्यांजपुढें चालत नाहीं. हे भरतश्रेष्ठा, पूर्ण बलढ्य योगी आपले योगानें आपल्याप्रमाणेंच हजारों हजार दुसरे देह प्रकट करून त्या देहांनीं सर्व पृथ्वीही आच्छादून टाकूं शकतो. बरें, त्याची लहर लागल्यास कांहीं काळपर्यंत त्यांपैकीं कांहीं देहांनीं वाटेल तसा विषयोपभोग घेऊन व पुनरपि उग्र तपश्चर्या करून, सूर्य ज्याप्रमाणें आपले पसरलेले किरण पुनः आवरून घेतो त्याप्रमाणें ते सर्व देह तो आवरून घेऊं शकतो. हे पार्थिवा, याप्रमाणें ज्याचे अंगांत योग पूर्ण बळावला तो सर्व बंधनांना जिंकून हटकून मोक्ष आपलासा करून घेऊं शकतो यांत तिळमात्र संशय नाहीं.

हे मनुष्येंद्रा, ज्या योगाभ्यासानें असलें सामर्थ्य अंगीं येतें, त्या योगापैकीं कांहीं सूक्ष्म रहस्यें मी तुला उदाहरणार्थ सांगतों. हे राजा, योगापैकीं धारणा व समाधि हीं अंगें सर्वांत गूढ आहेत.यांची समजूत पडण्यासाठीं मी तुला फार बारकाईनें योग्य दृष्टांत सांगतों, तो ऐकून घे. तिरंदाज जसा अतिशय दक्ष राहून केवळ एकाग्र मन करून लक्ष्यावर नेम धरितो तेव्हांच हटकून तो लक्ष्यवेध करितो, तसा योगी हा जर योगांत पूर्ण एकाग्रतेनें गढून राहील तर तो मोक्ष आपलासा करील यांत संशय नाहीं. एखाद्या मनुष्याचे डोक्यावर तेलानें तंतोतंत भरलेलें भांडें देऊन त्याला जर जिना चढावयास सांगितलें, तर तो आपलें मन अत्यंत निश्चल करून जेव्हां चालेल तेव्हांच तें तेल न सांडतां त्याला जिना चढणें शक्य होईल; त्याचप्रमाणें, राजा, जेव्हां योगी अशा प्रकारें व इतके तऱ्हेनें आपलें मन योगांत निश्चल ठरवील, तेव्हांच त्याचा आत्मा निर्मल होऊन सूर्याप्रमाणें लखलखूं लागेल. किंवा, राजा, एखादी नौका दुर्गम महासागरांत घातली असतां तिचें सुकाणूं धरणारा जेव्हां शिकस्तीनें दक्ष राहून ती वागवील, तेव्हांच तो समुद्र तरून जाईल; त्याचप्रमाणें, हे कुंतीपुत्रा, तत्त्ववेत्ता योगी जेव्हां इतक्या दक्षपणें आपले योगबलानें अखंड आत्मानुसंधान राखील, तेव्हां तो प्रकृत देहाचा त्याग केल्यावर दुर्गम अशा पदाला प्राप्त होईल. अथवा, हे पुरुषश्रेष्ठा रथांत बसून एखादा धनुर्धर शिकारीला निघाला असतां त्याचा सारथि जर रथाला निवडक घोडे जोडून शिवाय स्वतः अति दक्षतेनें रथ हांकलील,तरच धन्याचे मनाप्रमाणें वाटेल त्या ठिकाणीं रथ नेऊं शकेल; त्याचप्रमाणें, हे राजा, योगी धारणायोगांत पूर्ण पटाईत होईल तेव्हांच धनुष्यापासून लक्ष्यावर नेमून सोडलेल्या बाणाप्रमाणें परमपदाला विनचूक व तात्काळ पटकावील. जो योगी आपणासच आपले ठिकाणीं वृत्तिरहित होऊन पाहतो, तो सर्व पापांपासून मुक्त होऊन पुण्यवंतांना प्राप्त होणाऱ्या निरामय स्थानाला मिळतो. हे अतुलविक्रमा धर्मा, जो योगी अहिंसादि महाव्रतांचें पूर्ण पालन करून आपले योगबलानें आपल्या सूक्ष्म आत्म्याला नाभि, कंठ, मस्तक, हृदय, ऊर,

बरगड्या, नेत्र, कर्ण, नासिका यांपैकीं वाटेल त्या ठिकाणीं पक्कें खिळवून ठेवूं शकतो, तो तात्काळ पर्वतप्रायही शुभाशुभपूर्ण कर्मे असलें तरी त्यास जाळून आपले योगबलानें इच्छेस येतांच मुक्त होतो.

युधिष्ठिर विचारितोः—पितामह, कोणत्या प्रकारचा आहार केल्यानें व कशाचा जय केल्यानें योग्याला बळ चढतें, तें आपण मला सांगावें.

भीष्म सांगतातः—नुसत्य कण्या किंवा निःसत्त्व अशी पेंड किंवा इतर स्निग्धतारहित पदार्थ खाणारा योगी योगबलास चढतो. किंवा, हे शत्रुमर्दना, योगी जर एकच जोंधळ्यांच्या कण्यांची आंबील–तींत तूप वगैरे ओपट कांहीं न टाकितां–दीर्घकाल भक्षण करीत राहील, तर त्या आहाराचे गुणानें त्याचें मन निर्मल होत जाऊन त्याचे अंगीं बळ चढेल. अथवा, तो योगी जर कांहीं पक्ष, महिने, ऋतु, संवत्सर, किंवा दिवस केवळ दूध घातलेलें पाणी पिऊन राहील, तरी त्याला बळ प्राप्त होईल. अथवा, हे नरेंद्रा, तो जर सदासर्वकाळ मांसवर्ज्य आहार करील, तरीही शुद्ध होत जाऊन योगबलास चढेल. हे पार्थिवा, या प्रकारचा आहार ठेवून, आणि काम, क्रोध, शीत, उष्ण, पर्जन्य, भय, शोक, श्वास, (प्राणवायु,) तसेच पुरुषाला प्रिय असे शब्द व विषय, त्याचप्रमाणें स्त्री-संगाचे अभावीं उत्पन्न होणारें दुर्जय असें अस्वास्थ्य, तशीच घोर विषयतृष्णा, इत्यादि पदार्थांचे संयोगानें होणारें सुख, तशीच अनिवार निद्रा किंवा आळस या सर्वांस जिंकून महात्मे व महाप्राज्ञ असे योगी वीतराग होऊन ध्यान[1] व अध्ययन[2] यांचे बलानें बुद्धिद्वारा सूक्ष्म अशा आपले आत्म्याला उद्दीपित करितात. ज्ञात्या ब्राह्मणांचा हा राजमार्ग आहे खरा, परंतु तो प्राकृतांस अत्यंत दुर्गम आहे. यामुळें, हे भरतश्रेष्ठा, या मार्गानें धडपणें निभावून एखादाच जाऊं शकतो. हे नृपाला, भुजंग व इतर सर्पजाति यांनीं व्याप्त, खांचखळग्यांनीं भरलेलें, बिकट, कंटकपूर्ण, अन्नजलरहित, वणव्यानें ठिकठिकाणीं जळून गेलेलें व कांहीं ठिकाणीं अत्यंत निबिड असून चोरस्त्र्यांनीं घेर-लेलें अशा एखाद्या अरण्यांतून निभावून जाणें जसें कोणाही तरुणाला कठीणच आहे, तसाच प्रकार या योगमार्गाचा आहे. या मार्गांत अनेक संकटें भरलेलीं आहेत, यामुळें या मार्गाला लागून सुखरूप पल्ल्यास पोंचणारा ब्राह्मण अत्यंत विरळच आढळतो. बाबारे, एक वेळ वस्तऱ्याचे तीक्ष्ण धारेवर देखील उभें रहावेल;—परंतु ज्यांनीं आपलें अंतःकरण शुद्ध केलें नाहीं, अशाला योगधारणेवर राहणें हें साधणें अत्यंत कठीण आहे. बरें, ही धारणा जर बिघडली तर, नावाड्यावांचून नाव जशी महा-समुद्रांत चालली असतां आंतील उतारूंना कोठचे कोठेंच नेऊन टाकिते, तशी त्या योग्याला भलत्याच गतीला नेऊन पोंचविते. बाकी, जर कोणी या तीव्र धारणेवर यथाविधि स्थिर राहूं शकेल तर मग त्याला मात्र मरण, पुनर्जन्म, सुख, दुःख हीं सर्व सोडून जातात.

धर्मा, मीं जें हें योगाचें रहस्य सांगितलें, तें निरनिराळे ग्रंथांत जेथें जेथें योगासंबंधी विषय निघाला तेथें प्रदर्शित केलेलें आहे. अशा या योगाचे सिद्धीचीं उत्तम उदाहरणें ब्राह्मणमंडळींत आढळतात. ही सिद्धि म्हणजे ब्रह्माशीं समरस होऊन जाणें होय; आणि, हे महात्म्या युधिष्ठिरा, ही सिद्धि ज्याचे अंगीं बाणली त्या योगिराजाला देवाधिप ब्रह्मदेव, वरदराज विष्णु, शंकर, यमधर्म, कार्तिक-स्वामी, महाप्रभावशाली ऋषभकपिलादि

[1] योगमार्गांत ध्यान म्हणजे ध्येयाकार होऊन रहाणें व [2] अध्ययन म्हणजे प्रणवजप.

ब्रह्मपुत्र, घोर असें तम, विशाल रजस्, निर्मल असें सत्त्व, पराप्रकृति, देवी सिद्धि, वरुणस्त्री (आपं), सर्व तेजें (तेजें), मोठें धैर्य (पृथ्वी), आकाशांतील निर्मल तारायुक्त चंद्र, विश्वेदेव, उरग, पितर, सर्व पर्वत, घोर समुद्र, सर्व नद्या, सजल मेघ, नाग, वृक्ष, यक्षगण, दिशा, गंधर्वसमूह, पुरुष, स्त्रिया यांपैकीं वाटेल त्याचे रूपांत शिरतां येतें व वाटेल तेव्हां त्यांतून तात्काळ सुटतां येतें.

हे नरेंद्रा, ही योगासंबंधी तुला सांगितलेली कथा महाशक्तिमान् जो परमात्मा त्याशीं संबद्ध असल्यामुळें ही मोठी शुभदायक आहे. असो; अशा प्रकारचा हा योगिराज सर्व सृष्ट पदार्थांहून श्रेष्ठ होऊन प्रत्यक्ष नारायणस्वरूपच होतो; आणि प्रत्यक्ष नारायणाप्रमाणेंच ही सर्व पांचभौतिक सृष्टि संकल्पमात्रानें निर्माण करण्याचें सामर्थ्य त्याच्या अंगीं येतें.

अध्याय तीनशें पहिला.

—:०:—

सांख्यकथन.

युधिष्ठिर विचारतोः—राजन, ज्ञानी लोकांस मान्य असा हा योगमार्ग शिष्याचें कल्याण इच्छिणाऱ्या गुरूप्रमाणें मला आपण योग्य व उत्तम प्रकारें विशद करून सांगितला. आतां सांख्यमार्ग जाणण्याविषयीं माझा प्रश्न आहे. त्रैलोक्यांतील यच्चयावत् ज्ञान आपणांस पूर्ण अवगत असल्यामुळें, सांख्यमताचें साद्यंत प्रतिपादन मला कृपा करून सांगा.

भीष्म सांगतातः—महासमर्थ कपिलादि मुनींनीं—ज्यांना आत्मतत्त्वाचें पूर्ण ज्ञान झालें आहे अशा सांख्यमार्गी लोकांच्या गहन मतांचें केलेलें विवेचन मजपासून ऐक. हे मानवश्रेष्ठा, या पंथांत कसल्याही प्रकारच्या संशयांना जागा नाहीं. तसेंच यांत गुण बहुत असून दोषांचा सर्वथा अभाव आहे. (इतर पद्धतींत असणारे दोष यांत नाहींतसे केले आहेत.) राजा, या पंथाचें स्वरूप असें आहे कीं, यांत ज्ञानाचे बलानें यावत् विषयांतील दोष तेवढे वेंचून काढिले आहेत, आणि सर्व विषय सदोष आहेत; असें त्यावरून सिद्ध केलें आहे. ते विषय कोणकोणते म्हणशील तर ऐक. मनुष्यमात्राला दुर्जय असणारे सर्व विषय, पिशाचांचे सर्व विषय, रजोगुणसंबंधी सर्व विषय, तसेच यक्षांचे सर्व विषय, उरगांचे यावत् विषय, गंधर्वांचे सर्व विषय, पितरांचे सर्व विषय, त्याप्रमाणेंच पश्वादि तिर्यक् योनींत संचार करणारांचे सर्व विषय, गरुडप्रभृति पक्षिगणांचे विषय, मरुद्गणांचे विषय, राजर्षींचे विषय, तसेच ब्रह्मर्षींचे विषय, असुरांचे विषय, विश्वेदेवांचे विषय, देवर्षींचे विषय, योगेश्वरांचे विषय, प्रजापतीचे विषय व ब्रह्मदेवाचे विषय हे सर्व विषय जाणून; त्याचप्रमाणें, इहलोकीं पदार्थमात्राला प्राप्त होणाऱ्या आयुष्याची अंतिम मर्यादा ही तत्त्वदृष्टीनें जाणून; तसेंच, हे वक्तृश्रेष्ठा, सुख-सुख ज्याला म्हणतात, त्याचें खरें तत्त्व काय आहे हें जाणून; त्याचप्रमाणें, वेळ येऊन ठेपली असतां सतत विषयेच्छा करणारांना कोणतें दुःख प्राप्त होतें, तसेंच नीचयोनींत अथवा नरकांत पडणारांचें दुःख काय आहे, स्वर्गवासांत गुण कोणते आहेत, दोष कोणते आहेत, वेदवादांत दोष कोणते आहेत, वैदिक पद्धतींत गुण कोणते आहेत, ईश्वराचें ज्ञान करून देणाऱ्या योगमार्गांत गुण-दोष कोणते आहेत, सांख्यमार्गांत दोष कोणते आहेत, गुण कोणते आहेत, हें सर्व जाणून; त्याचप्रमाणें सत्त्वाचे अंगचे १ आनंद, २ प्रीति, ३ उद्रेग, ४ प्राकाश्य, ५ पुण्यशीलता,

१ त्याला पृथ्वी, अप्, तेज ह्या तीनही तत्त्वांचा जय प्राप्त होतो.

६ संतोष, ७ श्रद्धालुता, ८ सरलता, ९ त्यागशीलता, १० ऐश्वर्य हे दहा गुण; त्याचप्रमाणें रजाचे अंगचे १ आस्तिकत्व, २ अकार्पण्य (औदार्य), ३ सुखदुःखसेवन, ४ भेदबुद्धि, ५ पौरुष, ६ कामक्रोध, ७ मद, ८ दर्पद्वेष, ९ परनिंदा हे नऊ गुण (धर्म) ओळखून; तसेच तमाचे अंगचे १ तम, २ मोह, ३ महामोह, ४ तामिस्र, ५ अंध, ६ निद्रा, ७ प्रमाद, ८ आलस्य हे आठ धर्म समजून घेऊन; त्याचप्रमाणें बुद्धीचे अंगचे महत्, अहंकार व पांच तन्मात्रा असे सात जाणून; तसेंच मनाचे मन व श्रोत्रादिपंचक असे सहा गुण जाणून; तसेंच आकाशाचे १ आकाश, २ वायु, ३ तेज, ४ अप्, ५ पृथ्वी हे पांच गुण; तसेंच बुद्धीचे १ संशय, २ निश्चय, ३ गर्व, ४ स्मरण हे चार गुण जाणून; तसेंच १ अप्रतिपत्ति (अज्ञान), २ विप्रतिपत्ति (अंशतः विज्ञान), ३ विपरीतप्रतिपत्ति (विपरीतज्ञान) हे तीन तमाचे धर्म, प्रवृत्ति व दुःख हे रजाचे दोन धर्म व प्रकाश हा सत्त्वाचा एकच एक धर्म हें जाणून, व या सर्व गुणांची व विषयांची प्रकृतिलयाचे वेळीं काय वाट होते ती खरीखरी ध्यानांत आणून व आत्मतत्त्वाच्या सत्य स्वरूपाचें विचारपूर्वक आलोचन करून—तात्पर्य, अशा प्रकारें शास्त्रज्ञान व अनुभव यांनीं युक्त होऊन, मोक्षोपयोगी जे सात्त्विक भाव तद्रूप त्यांचें चित्त झालें ह्मणजे हे सांख्यमार्गानुसारी भाविक लोक आकाशांत सर्वत्र पसरणाऱ्या सूक्ष्म वायूप्रमाणें किंवा रविकिरणांप्रमाणें शुभ अशा मोक्षपदास प्राप्त होतात. मोक्षाची एवढी थोरवी कां असें म्हणशील, तर तो मात्र स्वतःसिद्ध आहे. बाकी या चराचरसृष्टींतील यावत् भाव परापेक्षी आहेत किंवा परस्परसंबद्ध आहेत; कसे ते पहा—दृष्टि ही रूपाशीं संयुक्त आहे; ह्मणजे दृष्टि आहे तर रूप आहे, नाहीं तर तें फुकट. याचप्रमाणें घ्राण हें गंधगुणांशीं संयुक्त आहे; श्रोत्र हें शब्दाशीं, रसना ही रसाशीं, शरीर हें स्पर्शाशीं, वायु हा आकाशाशीं व मोह हा तमाशीं संयुक्त असून लोभ हा अर्थाशीं संबद्ध आहे. याच प्रकारें विष्णूचा गतीशीं, शक्राचा बलाशीं, अनलाचा जठराशीं, पृथ्वीचा जलाशीं, जलाचा तेजाशीं, तेजाचा वायूशीं, वायूचा आकाशाशीं, आकाशाचा महत्तत्त्वाशीं (अहंकाराशीं), महत्तत्त्वाचा बुद्धीशीं, बुद्धीचा तमाशीं, तमाचा रजाशीं, रजाचा सत्त्वाशीं, सत्त्वाचा आत्म्याशीं, आत्म्याचा परमात्मा जो देव नारायण त्याशीं व नारायणाचा मोक्षाशीं संश्रय आहे; मोक्ष मात्र सर्वथा स्वतंत्र आहे. तो कशाचाही संश्रय करून नाहीं. कारण, मोक्ष ही निर्विकल्प वस्तु असल्यानें ती आपलेच सामर्थ्यानें उभी आहे; तिला परावलंबाचें कारण नाहीं.

हे राजा, मोक्ष असा स्वतंत्र ह्मणजे सर्व वासनामय सृष्टीशीं फटकून असल्यामुळें त्याचा आश्रय करणारा हजारों हजारांत एखादाच निघतो. कारण, मोक्षाकडे प्रवृत्ति होणें हें फारच बिकट आहे. कां कीं, ती होण्यास—आत्मा हा निष्पाप व उदासीन असतो हें त्याला समजलें पाहिजे; व तें समजण्यास्तव कांहीं गोष्टींचें सत्यस्वरूप त्यानें जाणलें पाहिजे. त्या गोष्टी अशा कीं, स्वप्नांत विद्यमान असणारा बुद्धिसत्त्वमय लिंगदेह हा १ प्राण, २ श्रद्धा, ३ आकाश, ४ वायु, ५ तेज, ६ जल, ७ पृथ्वी, ८ इंद्रिय, ९ मन, १० अन्न, ११ वीर्य, १२ तप, १३ मंत्र, १४ कर्म, १५ लोक व १६ नाम या सोळा गुणांनीं व्याप्त असून, शिवाय त्या देहाचे उत्पत्तीस कारणभूत असा स्वभाव ह्मणजे त्याचें प्राक्कर्म व चेतना ह्मणजे तदवभासिका धीवृत्ति हीं त्याचा आश्रय करून असतात; व ज्याचे ठिकाणीं पापाचा संपर्क नाहीं

असा आत्मा हा मध्यस्थ म्हणजे अलग असतो. स्वप्नदेहांतील सृष्टि ज्याप्रमाणें केवळ वासनाप्रपंच असून आत्मा हा असंगच असतो, त्याचप्रमाणें दुसऱ्या म्हणजे जाग्रत् किंवा स्थूल देहाला भासणारा हा सर्व विषयात्मक प्रपंचही जीवांच्या विषयवासनांचें फल आहे, व तो प्रतीयमान् करून देणारीं जीं इंद्रियें व त्यांचे सर्व विषय हे आत्म्याचे ठिकाणीं परमार्थतः नसून केवळ अज्ञानानें आरोपित आहेत; आणि आत्मा असंग व निष्पाप आहे. प्राण, अपान, समान, व्यान व उदान हे पांच प्रसिद्ध वायु व या पांचांना अधोभागीं नेणारा एक व ऊर्ध्वभागीं नेणारा एक मिळून सात वायु, व त्यांचे पुनः कर्मविभागानुरोधानें सात सात भेद असे हे अनंत पोटभेद आहेत. या अज्ञानमूलक भेदांचा उच्छेद तत्त्वज्ञानानेंच केला पाहिजे. राजा, आपणास सर्वदा सुखांतच लोळत आहेतसे वाटणारे प्रजापति, ऋषि, धर्मातील श्रेष्ठ मार्गानें जाणारे अनेक पुरुष,सप्तर्षि,अनेक राजर्षि, मोठाले देवर्षि व सूर्यतुल्य ब्रह्मर्षि हे सर्वही दीर्घकालानें कां होईना—आपआपल्या ऐश्वर्यापासून भ्रष्ट होतात! सृष्टींतील प्रचंड भूतसमुदायांचाही नाश होतो;—पापाचरणी असतील त्यांस अशुभगति प्राप्त होते; आणि जे पातकी यमाचे राज्यांतील वैतरणी नामक नदींत पडतात, त्यांस घोर दुःखें भोगावीं लागतात. कर्मांचे वैचित्र्यामुळें प्राण्यांस नाहीं नाहीं तसल्या चमत्कारिक योनींत वाईट वाईट जन्म घ्यावे लागतात; आणि गर्भस्थितींत असतां—हजारों शिराजालांनीं व्यापून गेलेल्या, मज्जा व स्नायु यांनीं भरलेल्या आणि रक्त व वीर्य यांच्या संयोगानें निर्मिलेल्या अति अमंगळ अशा नऊ दरवाज्यांच्या [देहरूपी] गांवाचे आंत जेथें शेंबूड,मूत्र,विष्टा यांचे तीव्र दुर्गंधयुक्त भपकारे चालले आहेत आणि रक्त व पाणी यांनीं जी भरून गेली आहे अशा एका जठररूपी हिडीस खांचेंत वस्ती करावी लागते! याकरितां, आपलें हित कशांत आहे, व नानाप्रकारचे योग कसकसे साधावे, हें समजून घ्यावें. हे भरतर्षभा, ज्या गोष्टी तामसी वृत्तीचे प्राण्यांना रमणीय रूपाच्या दिसतात, त्याच सात्त्विक वृत्तीचे लोकांस निंद्य दिसतात; आणि आत्मज्ञानी सांख्य तर मोक्षप्राप्तिरूप महालाभ करून देण्याचे कामीं त्या सर्वथा अप्रशस्त समजतात. चंद्रसूर्यांनाही ग्रहणरूपानें भयंकर पीडा होते; आकाशांतील तारे तुटून खालीं पडतात; ज्यांना नक्षत्रें म्हणतात तींही भ्रमण पावतात; जीं आपलेकडून एक जन्म कायमचीं एकत्र जोडलीं अशा स्त्रीपुरुषांचे जोडप्यांना दुःखकारक वियोग प्राप्त होतो; प्राणिमात्र स्वार्थासाठीं दुष्ट रीतीनें एकमेकांला तोंडांत टाकण्यास पाहतात; बालावस्थेंत प्राण्यांस गाढ अज्ञानांत रहावें लागतें; ह्या देहामागें अशुभ असा मृत्यु सर्वदा लागलेलाच आहे; आणि राग व मोह यांचे घाले मनुष्यावर वारंवार येत असतात. अशा परिस्थितींतही सत्त्वगुणाची बळकट कांस घालून व श्रुतीचे साह्यानें मोक्षाचें दुर्लभत्व पक्कें ध्यानांत आणून मोक्षबुद्धीचा आश्रय करणारा असा मनुष्य हजारोंत एखादाच असतो. अप्राप्त विषयांबद्दल मनुष्याचे मनांत फार आदर असतो; पण तेच हस्तगत झाले कीं तो आदर शिथिल होतो व तो त्याविषयीं उदासीनही बनतो. विषय तेथून मोठे घातक आहेत; मेलेल्याच्या देहाची स्थिति फार अमंगल होते; गृहस्थाश्रम करून बायकापोरांत राहण्यापायीं अनेक प्रकारचीं दुःखें सोसावीं लागतात; ब्रह्महत्या करणाऱ्या पतितांना

१ 'भुताला भूतें झोंबतें व पानग्याळा पाद मागतें' ही म्हण प्रसिद्धच आहे!

अत्यंत दारुण गति प्राप्त होते; त्याचप्रमाणें जे दुष्ट ब्राह्मण मद्यपानासक्त होतात किंवा गुरुपत्नीशीं गमन करितात, त्यांना अतिशय वाईट गति मिळते; आणि जे कोणी आपले जननीशीं योग्य वर्तन ठेवीत नाहींत किंवा या लोकांत देवता आहेत अशा समजास अनुरूप असें वर्तन ठेवीत नाहींत, अशा प्रकारच्या अशुभकर्मी लोकांस दुर्गति प्राप्त होते, असें ज्ञानानें स्पष्ट समजतें. नीच योनींत गेलेल्यांना निरनिराळ्या अनेक गति प्राप्त होतात; एकाच वेदांत अनेक प्रकारचे वाद सांगितले आहेत; ऋतु हे पालटत जातात; संवत्सरांना व मासांनाही क्षय आहे; पक्ष व दिवस यांनाही क्षय असतात; चंद्राची क्षयवृद्धि तर प्रत्यक्षच दिसते; समुद्राची भरती व ओहोटीही दृष्टीस पडतेच; द्रव्याचाही क्षय होतो, प्रसंगीं पुनरपि वृद्धिही होते; संयोग आहे तेथें त्याचा क्षय ह्मणजे वियोग हा ठेवलेलाच असतो; कालाचीं युगें—त्यांचा देखील क्षय होण्यास रहात नाहीं; मोठमोठे पर्वत, मोठमोठ्या नद्या, पण त्यांचाही क्षय होतो; वर्णांचाही क्षय होतो; इतकेंच नव्हे, तर पुनः पुनः क्षयाचाही (पुनरुत्पत्तिरूपानें) नाश होतो; इहलोकीं जरा, मृत्यु, जन्म व अनेक प्रकारचीं दुःखें भोगावीं लागतात; देहाचे ठिकाणीं वातकफादिक दोष असतात, व त्यांपायीं अनेक दुःखें सोसावीं लागतात; त्याचप्रमाणें हा देहही विकल पडून दुःखी होतो; आपल्याला चिकटून असे आपणांत किती तरी दोष असतात, व या आपल्या प्रिय देहांतून किती तरी दुर्गंध उठत असतात ! याकरितां ह्या सर्व गोष्टी शहाण्यानें फार बारकाईनें व तत्त्वदृष्टीनें पुरापूर समजून घेऊन त्यांचें दुष्टपण लक्षांत आणावें व त्यांपासून दूर सरून मोक्षमार्गास लागावें.

युधिष्ठिर विचारतोः—हे अतुलविक्रम पितामह, आपण मध्यें जो देहदोषांचा उल्लेख केला, ते असे देहदोष आपले अवलोकनांत कोणते आले आहेत तें मला नीट सांगा. कारण, मला त्यांसंबंधें संशय आहे.

भीष्म उत्तर करितातः—हे अरिसूदना, मोक्षमार्ग जाणणारे जे कपिल व तदनुयायी विचारशील सांख्य आहेत, ते या देहांत पांच दोष असल्याचें सांगतात. ते दोष म्हणजे १ काम, २ क्रोध, ३ भय, ४ निद्रा, ५ श्वास हे पांच होत. जेवढे म्हणून देहधारी आहेत, त्या सर्वांचे ठिकाणीं हे पांच दोष आढळतातच. (आतां ते दूर करण्याचे उपायही ऐक.) ज्ञाते पुरुष क्षमेच्या योगानें क्रोधाचा उच्छेद करितात; संकल्पाला टाळा देऊन काम नाहींसा करितात; सत्त्वगुणाचा आश्रय करून निद्रा[1] जिंकतात; नेहमीं सावध राहून भयापासून दूर रहतात; आणि अल्पाहार करून श्वास स्वाधीन ठेवितात. शिवाय पदार्थांतील गुणदोष व त्यांचे घटक हेतु यांचें यथार्थ ज्ञान होण्यासाठीं हजारों निरनिराळ्या पदार्थांतील गुण, तसेच दोष व त्यांचे विचित्र हेतु यांचें पूर्ण निरीक्षण करून ते वस्तूंचे भिन्नभिन्न गुण, दोष व हेतु यांचें तात्त्विक ज्ञान संपादितात; आणि (त्या ज्ञानाचे बलानें) विष्णूचे शेंकडों मायांनीं व्यापिलेलें हें जगत् म्हणजे पाण्यावरील फेंस, चितारलेली भिंत, अथवा बरूचें भिंट याप्रमाणें (बाहेरून रमणीय परंतु आंतून सर्वथा निःसार) आहे, असें ओळखितात. आणखी ते असेंही ओळखितात कीं, हें जगत् वर्षाकाळांतील पाण्यावरचे बुडबुड्याप्रमाणें अस्थिर, सर्वदा क्षयशील, सुखहीन, क्षयपरिणामी व चिखलांत गढलेल्या हत्तीप्रमाणें रजस्तमांत गढून जाऊन परतंत्र झालेलें असून काळोखांत असलेल्या खाड्याप्रमाणें

१ निद्रा हा तमाचा परिणाम आहे.

तोंडघशीं पाडणारें आहे. असें जाणून ते महाज्ञानी सांख्य आपल्या अत्यंत व्यापक अशा सांख्यसंज्ञक ज्ञानयोगाचे बलानें तपरूपी दांडा घातलेलें ज्ञानरूपी शस्त्र हातीं घेऊन त्यानें पुत्रदारसंबंधी स्नेह, अशुभ असे राजस तसेंच तामस संबंध आणि देहाचा आश्रय करून राहणारे व स्पर्शापासून उद्भवणारे सुखावह असे सात्त्विक संबंध या सर्वांचा तत्काल छेद् करितात व मग सिद्धि मिळवून हा भवरूपी सागर तरतात. ज्या घोर सागरांत दुःख हेंच उदक भरलेलें आहे, चिंता आणि शोक हेच मोठे मोठे डोह आहेत, व्याधि व मृत्यु हे मोठमोठे नक्र आहेत, महाभय हाच मोठा महासर्प आहे, तमोगुण हाच कांसव आहे, रज हाच मत्स्य आहे, स्नेह हाच चिखल आहे, जरा हाच दुर्ग (खडक) आहे, ज्ञान हाच द्वीप[१] आहे, कर्म हीच त्याची अथांग खोली आहे, सत्य हें त्याचें तीर आहे, स्थिर्ते[२] म्हणजे स्थिति किंवा नियति हेंच त्याचें व्रत म्हणजे नियम आहे, हिंसा हाच त्यांतील ओघाचा महावेग आहे, हृदयांतील नानाप्रकारचे सर हींच रत्नोत्पत्तीचीं स्थलें आहेत, प्रेमाचे नानाप्रकार हींच ह्यांतील उंची रत्नें आहेत, दुःख व संताप हेच यामधील वारे आहेत, शोक व तृष्णा हे यांतील मोठे भोंवरे आहेत, तीव्र व्याधि हेच यांतील मोठे हत्ती आहेत, अस्थींचा समुदाय हाच ह्याचे कांठाचा घाट आहे, शरीरांतील कफ हाच यवरील फेंस आहे, दान हेंच यांतील मौक्तिक सांपडण्याचें ठिकाण आहे, लालभडक अशा रक्ताचा सांठा हीच पोंवळीं उत्पन्न होण्याची जागा आहे, प्राण्यांचें हंसणें-ओरडणें हीच या समुद्राची गर्जना, अनेक प्रकारचीं नसतीं नसतीं ज्ञानें ह्याच हा तरून जाण्याच्या अडचणी, (मनुष्याच्या बुद्धीला अनेक फांटे फुटल्यामुळेंच तो अधिक गुरफाट्यांत पडतो.) रडतांना गळणारा खारट अश्रुरूपी मळ हाच यांतील क्षार होय, संगाचा त्याग करणें हाच यांतील तरून जाणारांचा मोठा आधार, बायकामुलें हाच यांतील जळवांचा लोट आहे, स्नेही, बंधु हींच यांतील विश्रांतीचीं बंदरें आहेत, अहिंसा व सत्य हींच याचीं तीर रेखा आहे, मृत्यु हींच यांतील मोठी लाट आहे, वेदांतज्ञान हेंच यांतील आश्रयाचें बेट आहे, सर्व भूतांचे ठिकाणीं दया हेच[१] यांतील तारणारे घट किंवा भोंपळे आहेत, मोक्ष हाच सांपडण्यास अत्यंत कठीण असा याचे पलीकडील विषय म्हणजे प्रदेश आहे; आणि तो जलसमुद्र ज्याप्रमाणें वडवामुख म्हणजे वडवाग्नियुक्त असतो, त्याचप्रमाणें हा संसारही वडवामुख म्हणजे वेश्या[२]मुखरूपी अग्नीनें युक्त आहे ! हे भारता,

१ कांहीं प्रतींत ' ज्ञानद्वीपं ' असा पाठ आहे. त्याचा अर्थ ज्ञान हेंच बेट आहे असा होतो.

२ या ठिकाणीं ' स्थितव्रतमरिंदम, असा मुंबई पाठ आहे. ' स्थिरव्रतं ' असा गुर्जर पाठ असावा. व ' स्थितव्रततिसंकुलम् ' असा बंगाल्याकडे पाठ दिसतो. परंतु कोणत्याही पाठानें समंजस अर्थ कोणीही केला नाहीं. आम्हीं जो अर्थ केला आहे, त्याला तरी कष्टच आहेत, परंतु तो समंजस होईल अशी उमेद आहे.

१ मूळ-' सर्वभूतदयोदधिं ' असें आहे. यांत ' उदधि ' याचा अर्थ ' जलभांड ' असा होतो. व पोहणारे लोक घागर पाण्यावर उपडी घालून तिचे आश्रयानें भोंपळ्याप्रमाणें तरतात, हें आपण पाहतों. यावरून येथें ' उदधि ' याचा अर्थ असा घेतला आहे. पण या अर्थाचें श्रेय प्रतापचंद्र राय यांचें आहे, आमचें नव्हे.

२ वेश्याऽसौ मदनज्वाला रूपेन्धनसमेधिता।
नराणां यत्र हूयंते यौवनानि धनानि च ॥

असा हा विचित्र संसारसमुद्र सिद्ध झालेले यति ज्ञानरूपी वाहनानें (नौकेनें) तरून जाऊन निर्मल आकाशांत शिरतात; ह्मणजे जन्माला हेतुभूत अशा या स्थूल शरीराला विसरून निर्मल व निरावलंब अशा हृदयाकाशांत संचार करितात.

राजा, याप्रमाणें हे धन्य सांख्ययोगी हृदयाकाशांत शिरून राहिले असतां, कमलाचे देंठांतील तंतु ज्याप्रमाणें आपणांत जल शोषून घेऊन तें फुलाला पोंचवितात, त्याप्रमाणें सूर्य आपले किरणांनीं चतुर्दश भुवनांतील विषय या योग्यांना हृदयाकाशांत पोंचवितो; म्हणजे या सांख्ययोग्यांना 'व्योमसंविद्' प्राप्त होऊन तिचे द्वारा सर्वज्ञता, सर्वात्मता, सर्वभोगभोक्तृता हीं त्यांचे ठिकाणीं सिद्ध होतात. शिवाय, हे जे वीतराग, सिद्ध, वीर्यवान् व तपोधन सांख्य यति--यांना प्रवह नामक वायुही या स्थलीं (हृदयाकाशांत) साह्य करितो; म्हणजे, हे कुंतीपुत्रा, सर्व पुण्यलोकांतून हिंडून येणारा असा जो अत्यंत सूक्ष्म, शीतल, सुगंधि व सुखस्पर्श असा सातही वायूंतील श्रेष्ठ वायु तो त्या सांख्ययोग्यांना आकाशाचे परम सीमेला नेऊन पोंचवितो; मग तेथून ते रजाची परमसीमा जो अहंकार तेथें जातात; त्यापुढें रजांतून सत्वाची परमसीमा जें महत्तत्त्व (त्वंपदार्थ) त्याप्रत ते जातात; तेथून महत्तत्त्व त्यांना सर्वश्रेष्ठ जो प्रभु नारायण (तत्पदार्थ) त्याप्रत पोंचवितें; आणि तेथून तो शुद्धात्मा नारायण प्रभु त्यांना आपणच परमात्म्याकडे नेतो, म्हणजे ते निरुपाधि चिन्मात्ररूप होतात; आणि या प्रकारें ते परमात्म्याकडे जाऊन तेथेंच वस्ती करूं लागले म्हणजे अत्यंत निर्मल होत्साते मोक्षास पोंचतात; व तेथून कधींही परत संसाराकडे येत नाहींत. सारांश, राजा, या प्रकारें जे कोणी सर्व भूतांविषयीं दयाळू, सत्य व सरलता यांत निरत व सुखदुःखादि द्वंद्वांपलीकडे गेलेले महात्मे आहेत, त्यांना जी सर्वोच्च गति प्राप्त होत असते, तीं हीच होय.

युधिष्ठिर विचारतोः---हे अनघ पितामह, हे स्थिरव्रत सांख्यमार्गी आपण आतां सांगितल्याप्रमाणें परमात्म्यांत मिळून जाऊन परम पदाला म्हणजे मोक्षाला गेले असतां त्या स्थितींत त्यांना आपले पूर्वजन्ममरणांचें स्मरण असतें किंवा नाहीं, यासंबंधी तथ्य काय असेल तें मला आपण जसेंचें तसेंच सांगावें. कुरुश्रेष्ठ, असल्या या महत्त्वाच्या प्रश्नाचें समाधान आपणांविरहित अन्याचे तोंडून ऐकण्याची माझी इच्छा नाहीं. मोक्षप्रतिपादक जे श्रुतिमंत्र आहेत, त्यांचा विचार करूं लागलें असतां ही मोठी चूक लागते. ती अशी कीं, मोक्षस्थिति ही सर्वज्ञतेची स्थिति असते, असें त्या मंत्रांत स्पष्ट सांगितलें आहे; तेव्हां तेथें सर्वच ज्ञान आहे. त्या अर्थीं 'मी पूर्वजन्मीं अमुक होतों' इत्यादि विशिष्ट ज्ञान तेथें असतें, असें मानिलेंच पाहिजे. आणि मोक्षास पावलेल्या यतींना जर 'मी पूर्वीं अमुक होतों' या प्रकारचें अहंकारविशिष्ट ज्ञान असतें असें मानिलें, तर प्रवृत्तिलक्षण धर्मच सर्वांत बरा. मग इतका त्रास करून संन्यास, त्याग, किंवा विषयनिवृत्तीचा मार्ग कां पाहिजे ? बरें, उलट पक्षीं—असलें अहंकारविशिष्ट ज्ञान नसतें म्हणजे गाढ सुषुप्तींत गढलेल्या मनुष्याप्रमाणें अवस्था असते असें म्हणावें, तर हा पक्ष स्वीकारणें पहिल्याहीपेक्षां अधिक अडचणीचें आहे. कारण, त्या पक्षीं—विगलित ज्ञानाला किंवा ज्ञानशून्यत्वालाच ज्ञान म्हणण्याची पाळी येईल, किंवा 'मोक्षस्थिति ही सर्वज्ञत्वाची स्थिति आहे.' या म्हणण्याला तरी बाध येईल. असा दुहेरी पेंच आहे. तेव्हां हा कसा उलगडावा ?

भीष्म म्हणतातः—बा धर्मा, तूं विचारिलेला प्रश्न खरोखर मोठाच बिकट आहे. बाबारे, ज्ञात्यांना देखील याचा उलगडा करण्यांत मोठा घोंटाळा पडला आहे. तथापि तुझा प्रश्न कितीही बिकट असला तरी हिशोबी आहे, न्यायाला धरून आहे, याकरितां यांतलें तत्त्व काय आहे तें मी तुला नीट सांगतों आणि तूंही तें लक्षपूर्वक समजून घे. हें तत्त्व शोधून काढण्याचे कामीं कपिल व तन्मतानुयायी इतर सांख्य यांनीं आपलें शिकस्तीचें बुद्धिवैभव खर्च केलें आहे. त्यांचे मतें, राजा, जे देहधारी आहेत, त्यांच्या देहांत असणाऱ्या ज्ञानेन्द्रियांसच हें विशिष्ट ज्ञान होत असतें. किंवा त्याहीपेक्षां योग्य रीतीनें म्हणणें तर—सूक्ष्म आत्मा (चिदात्मा) हा या इंद्रियांचे द्वारें विषय पाहतो, म्हणजे आत्म्याला कोणत्याही विशिष्ट विषयांचें ज्ञान करून देण्याला कारणभूत हीं इंद्रियें आहेत; त्यांविरहित आत्म्याला विशिष्ट ज्ञान होणें शक्य नाहीं.यास उदाहरण—कोणाचे डोळ्याचीं भिंगें फुटलीं तर त्याला लगेच बाहेरील विशिष्ट वस्तुस्वरूपाचें ज्ञान होईनासें होतें; तथापि तेवढ्यानें अंतर्वर्ती आत्मा अज्ञान असतो असें म्हणतां येत नाहीं. कारण, अंधळ्याचीही स्वप्नसृष्टि नाहींशी होत नाहीं; अर्थात् आत्म्याचें ज्ञानघनत्व नाहींसें होत नाहीं. किंवा अंधळ्याला डोळ्यांनीं दिसलें नाहीं तरी कानांनीं ऐकूं येतें व तेथें शब्द ऐकणारा आत्मा हा उघडच ज्ञानपूर्ण असतो हें आपणांस मान्य असतें; आणि डोळ्यांनीं (डोळे असते तर) पाहणारा आत्मा कानांनीं ऐकणाऱ्या आत्म्याहून आणखी एक निराळा असला पाहिजे, असें म्हणण्याचें कोणासही धाडस होत नाहीं. अर्थात्, नेत्ररूप इंद्रियाचे अभावानें आत्म्याला विशिष्ट विषयाकाराचें ज्ञान होणें बंद पडलें तरी तेवढ्यानें त्याचे ज्ञानवत्तेला हानि आली असें म्हणतां येत नाहीं. बरें, कोणी म्हणेल कीं, हें विशिष्ट विषयज्ञान ज्या अर्थीं इंद्रियांनीं होतें, त्या अर्थीं इंद्रियेंच ज्ञानवान् आहेत; तर तसेंही म्हणतां येत नाहीं. कारण, आपणांस अनुभवानें स्पष्ट कळतें कीं, हीं इंद्रियें आत्म्याचा वियोग झाला असतां निःसंशय काष्ठाचे कुडाप्रमाणें निर्जीव (फुकट) होतात. किंवा याहीपेक्षां अधिक समर्पक दृष्टांत देणें तर महासागरावरील फेंसाप्रमाणें त्यांची स्थिति होते. म्हणजे—फेंस म्हणून जरी दृष्टीला समुद्राचे पाण्यावर एक वेगळा पदार्थ दिसतो, तथापि, समुद्राचे पाण्यानें जर आपलें अंग काढून घेतलें तर फेंस समूळच नाहींसा होईल; त्याचप्रमाणें, आत्म्यानें आपलें अंग काढून घेतलें असतां इंद्रियें शून्यरूपच ठरतील. तेव्हां अर्थात् ज्ञान हें आत्म्याचेंच, असेंच स्वीकारावें लागतें व यामुळें आत्म्यावर ज्ञानशून्यतेचा आरोप कधींच लागू होत नाहीं. अर्थात् मोक्षस्थितींतही त्याचेकडे ज्ञानहीनत्व येत नाहीं. मात्र आतां सांगितल्याप्रमाणें विशेष विज्ञानाला कारणभूत जीं इंद्रियें, त्यांचा त्या स्थितींत अभाव असल्यानें ‘ मी पूर्वीं अमुक होतों ’ अशा प्रकारचें विशिष्ट ज्ञान त्या अवस्थेंत असणें शक्य नसतें एवढेंच. बाकी त्यानें सर्वज्ञत्वाची हानि होत नाहीं. हे शत्रुतापना, ज्या वेळीं प्राणी आपले इंद्रियांसह झोंपीं जातो, त्या वेळीं आकाशांत संचरणाऱ्या सूक्ष्म वायूप्रमाणें हा सूक्ष्म जीवात्मा सर्व विषयांत संचार करीत असतो, किंवा त्यांस प्रकाशित करीत असतो; आणि यामुळें तो सूक्ष्मात्मा जाग्रदवस्थेप्रमाणेंच स्वप्नस्थितींतही सावधपणें कोणतीही वस्तु पाहूं शकतो, स्पृश्य वस्तूंस स्पर्श करीत असतो, व कोणतेंही विषयाचें पूर्वीप्रमाणेंच योग्य प्रकारें ग्रहण करूं शकतो. निद्राकालीं हीं सर्व इंद्रियें प्रवर्तकाचे

पराङ्मुखतेमुळें विष काढून घेतलेल्या सर्पाप्रमाणें निर्वीर्य होऊन जागचे जागींच लीन होऊन राहतात. मग अशा वेळीं विषयज्ञान कसें होतें म्हणशील, तर अशा वेळीं इंद्रियें जरी सर्वत्र आपआपले ठिकाणीं पडून असलीं, तरी हा आत्मा त्या सर्वांच्या सूक्ष्मशक्ति आपल्याशा करून विषयांतून फिरत असतो, असें म्हटल्याशिवाय तोड नाहीं. अर्थात् अशा स्थितींत तो आत्मा सत्त्वाचे सर्व गुण, तसेच रजाचे, तसेच तमाचे व बुद्धीचेही सर्व गुण, त्याचप्रमाणें मनाचे, आकाशाचे, वायूचे, तेजाचे, जलाचे, पृथ्वीचे आणि क्षेत्रज्ञाचे ठायींचे सर्वही गुण यांस आपले मायिक सच्चिदानंदत्वानें व्यापून शिवाय त्या शरीराधिष्ठात्या जीवालाही व्यापून असतो; त्याचप्रमाणें, जीवाचीं शुभाशुभ कर्मै हींही त्याला व्यापून असतातच; आणि परमपूज्य गुरूपुढें हात जोडून उभे राहणारे शिष्यांप्रमाणें हीं इंद्रियें जीवात्म्यापुढें हात जोडून उभीं राहतात. (व त्यांचे द्वारा जीवात्मा निरनिराळ्या विषयांचें ज्ञान करून घेण्यास समर्थ होतो व प्रवृत्तींत पडतो.)

आतां, राजा, हाच जीवात्मा ज्या वेळीं प्रकृतीला टाकून पलीकडे जातो, त्या वेळीं तो प्रकृति व सुखदुःखादि द्वंद्वें यांपलीकडे असणारा वृद्धिऱ्हासशून्य असा जो सर्वश्रेष्ठ नारायणस्वरूपी परमात्मा त्याप्रत जातो. या प्रकारें, हे भारता, पापपुण्यांपासून मुक्त होऊन त्या गुणहीन व विकाररहित अशा परमात्म्यांत तो मिळाला म्हणजे मग तेथून परत संसारांत येत नाहीं. याप्रमाणें, राजा, हा जीवात्मा समाधिकालीं जेव्हां परमात्म्याशीं एकरूप होऊन जातो, त्या वेळीं पूर्वीं कर्मकालीं त्याला साध्य असलेलीं मन व इंद्रियें हीं मागें राहिलेलीं असतात; आणि ज्या वेळीं जीवात्मा समाधींतून व्युत्थान पावून परततो, त्या वेळीं प्रारब्धकर्मानुसार प्रेरणा करणाऱ्या ईश्वराचे प्रेरणेवरून तीं आज्ञाधारक या नात्यानें पुनरपि जीवात्म्याला येऊन गांठतात. (आतां तूं म्हणशील कीं, परमात्म्याची गांठ पडून मुक्ति मिळूनही पुनः हीं इंद्रियादिक झटें सुटत कां नाहींत?तर तीं देह आहे तोंपर्यंत कायमचीं सुटत नाहींत; समाधिकालीं मात्र सुटतात.) परंतु थोडक्याच कालानें प्रारब्धकर्म सरून हा देह पडला म्हणजे हीं झटें सुटून, देह उभा असतां ज्याला गुणत्रयाची अपेक्षा होती अशा त्या यतीला शाश्वत शांति म्हणजे मुक्ति प्राप्त होते व मग त्याला परत येण्याचें कसें तें कारण रहात नाहीं.

हे कुंतीपुत्रा, या प्रकारें मीं वर्णन केलेल्या मोक्षप्रापक अशा अभेदज्ञानानें ते महाबुद्धिवान् सांख्ययोगी परमगतीला जातात. राजा, या सांख्यज्ञानाचे तोडीचें दुसरें ज्ञानच नाहीं व सांख्यज्ञान हेंच सर्वश्रेष्ठ ज्ञान आहे, याविषयीं तूं तिळमात्रही संशय धरूं नको. (तें योगापेक्षांही श्रेष्ठ आहे.) हें ज्ञान सर्वव्यापक, अचंचल, पूर्ण, ब्रह्ममय, सदैकरूप, आदिमध्यांतरहित, द्वंद्वातीत, जगज्जन्मादिहेतु, शाश्वत, निर्विकार व नित्य आहे, असें ज्ञाते लोक वर्णन करितात. या ज्ञानापासून सृष्टीचे उत्पत्तिस्थितिलयादि विकार उद्भवतात; आणि मोठमोठे ऋषि शास्त्रग्रंथांतून ज्याचें स्तोत्र किंवा वर्णन करितात, तें हेंच ज्ञान होय. सर्व विप्र, सर्व देव, तसेंच सर्व शमवेत्ते पुरुष हे यालाच ब्रह्मण्य (ब्रह्मजातीला हितावह), परम देव, अनंत, पर, अच्युत असें ह्मणतात. जे विप्र ह्याची स्तुति करण्यास प्रवृत्त होतात, ते मायिक गुणांचा आश्रय करून त्या भाषेनें याची स्तुति करितात. त्याचप्रमाणें, योगांत पूर्णपणें गढलेले योगी व दीर्घदृष्टि सांख्य हेही या ज्ञानाची आदिगुरुत्वानें स्तुति करितात. हे कुंतीपुत्रा, फार काय सांगूं ?

श्रुतींत असें सांगितलें आहे कीं, अमूर्त जो परमात्मा त्याची हें सांख्यज्ञान हीच मूर्ति होय; व घटादिकांचें निर्विषयज्ञान होणें हीच त्या ब्रह्मस्वरूपी सांख्यज्ञानाची खूण होय.

हे राजा, या पृथ्वीवर दोन प्रकारचीं भूतें आहेतः जंगम आणि स्थावर. यांत जंगमभूतें हीं स्थावरांपेक्षां वरिष्ठ. कारण सत्, चित् व आनंद या ज्या ब्रह्माच्या तीन खुणा, त्यांपैकीं स्थावर वस्तूंत केवळ सत् म्हणजे सत्तास्वरूप एवढी एकच खूण असते; व जंगमांत सत् व चित् अशा दोन असतात; व विद्वानांत मात्र सत्, चित् व आनंद या तीनही खुणा असतात. म्हणून सर्वांत विद्वान् हा श्रेष्ठ आहे. हे महाराजा, ब्रह्मवेत्त्यांचे ठिकाणीं असणारें जें श्रेष्ठ ज्ञान, तसेंच वेद, सांख्य, योग आणि अनेक पुराणें यांत जें मिळून उच्च ज्ञान आढळून येतें तें सर्व या सांख्यज्ञानापासूनच उद्भवलें असें समजावें. तसेंच इतिहासांत किंवा शिष्टसंमत अशा अर्थशास्त्रांत, फार कशाला— या लोकांत जें कांहीं उत्तम ज्ञान म्हणून आहे, तें सर्व सांख्यापासून प्राप्त झालें आहे. राजा, या सांख्यज्ञानांत शम दिसून येतो, उत्कृष्ट बल दिसून येतें, शास्त्रांत वर्णिलेलें सूक्ष्मज्ञान दिसून येतें आणि त्याचप्रमाणें सूक्ष्म तपें व सुखें फार योग्य प्रकारें सांगितलेलीं आढळून येतात. बरें, या ज्ञानाविषयीं मनुष्य यत्न करीत असतां कांहीं साधनांत लंगडेपणा आल्यामुळें हें ज्ञान एकच जन्मांत पूर्णपणें हातीं आलें नाहीं तरी तो यत्न वृथा जात नाहीं; तर ते यत्नकर्ते सांख्य मरणोत्तर देवत्वाला पावतात; व तेथें देवांबरोबर सुखानें कालक्रमणा करून व त्यांवर आधिपत्य भोगून पुढील जन्मीं पुनः ब्राह्मणकुलांत आणि तेही यतींमध्यें जन्माला येतात; आणि मग, शिष्टसंमत अशा या सांख्यज्ञानाचे पहिल्यापेक्षांही अधिकच नादीं लागून, अखेर देहत्यागानंतर ते ब्राह्मण—देव जसे आकाशांत शिरतात तसे—देवांत म्हणजे तत्पदार्थरूपी परमात्म्यांत मिसळून जातात. हे राजा, या सांख्यमार्गाचें नुसतें परोक्षज्ञान झालें असलें तरी तेवढ्यानें देखील असा परिणाम होतो कीं, असल्या परोक्षज्ञानांत जे कोणी नादावले असतील (ते जरी मुक्त झाले नाहींत तरी) त्यांस पशुपक्ष्यादि योनींत किंवा पापी लोकांत जन्म येत नाहीं. इतकेंच नव्हे, तर द्विजातींत[१] देखील त्यांना खालचे प्रतीत जन्म येत नाहीं;आणि, हे राजा, या अत्यंत निर्मल, उदार, रमणीय, समुद्रप्राय विशाल व अत्यंत पुरातन व अप्रमेय अशा निखिल सांख्यज्ञानाचा जो महात्मा अपरोक्ष साक्षात्कारानें अधिकारी झाला असेल, तो प्रत्यक्ष परब्रह्मच समजावा.

या प्रकारें, हे नरेंद्रा, मीं तुला हें प्रकाशमान् जो आत्मा त्याचें खरें तत्त्व सांगितलें. हें विश्वव्यापि व अति पुरातन सांख्यज्ञान नारायणरूपच होय. हा नारायणच उत्पत्तिसमयीं हें निखिल विश्व उत्पन्न करितो व संहारकालीं तें पुनः आपले पोटांत गिळून स्वस्थ झोंप घेत पाण्यांत पडतो.

अध्याय तीनशें दुसरा.

—:०:—

क्षराक्षरनिरूपण.

धर्मराज विचारितोः—हे महाबाहो अरिमर्दन, क्षर आणि अक्षर यांमधील विवेक काय, तो यथार्थरूपानें मी आपणांस विचारितों. आपल्या सांगण्यांत असें आलें कीं, ज्याची प्राप्ति झाली असतां प्राण्याला पुनरा-

---

१ मुंबईपैकीं एका प्रतींत "नवा प्रधाना अपि ते द्विजातयः" असा व्यस्त पाठ आहे, व एकींत "नवाप्रधाना०" असा समस्त आहे. आम्हीं दुसरा स्वीकारून "अप्रधान०" असें पद काढिलें आहे.

वृत्ति नाहीं, तें अक्षर; आणि ज्यापासून पुनरावृत्ति प्राप्त होते तें क्षर; तर हें कसें तें मला आपण सांगा. वेदपारंगत ब्राह्मण, तसेच महाभाग ऋषि, व महात्मे यति हे आपणांस ज्ञानसमुद्र असें म्हणतात. आतां दक्षिणायनाचे थोडेच दिवस शेष राहिले आहेत, ते सरून भगवान् सूर्य उत्तरेस फिरतांच आपण परमोच्च गतीला खचीत जाणार; आणि आपण इहलोकांतून गेलां म्हणजे मग आम्हांला कल्याणाच्या गोष्टी कोठून ऐकावयास सांपडतील ? आपण आमच्या कुरुवंशांतील प्रदीप आहां व ज्ञानरूपी ज्योतीनें आपण प्रकाशमान् आहां. याकरितां, हे कुरुकुलधुरंधरा, आपणांपासून ही गोष्ट ऐकून घ्यावी अशी इच्छा आहे. राजेंद्रा, असल्या गोष्टी केवळ अमृततुल्य असल्यामुळें त्या कितीही ऐकिल्या तरी तृप्तिच होत नाहीं !

भीष्म सांगतातः—धर्मा, या कामीं मी तुला करालसंज्ञक जनक व वसिष्ठ मुनि यांमध्यें झालेला पुरातन संवादरूप इतिहास ऐकवितों. तो असा—अध्यात्मांत अत्यंत कुशल व परोक्षापरोक्ष उभय ज्ञानांनीं युक्त असे जे सूर्यतुल्य तेजस्वी ऋषिश्रेष्ठ मैत्रावरुणि वसिष्ठ मुनि, ते एकदा स्वस्थपणें बसले असतां, कराल नामक जनकानें त्यांना अभिवादन करून व हात जोडून स्पष्ट, विनीत, मधुर व कुतर्कहीन अशा शब्दांनीं परमकल्याणप्रद जें मोक्षसंबंधी ज्ञान त्याविषयीं प्रश्न केला.

जनक म्हणालाः—हे भगवन्, मननशील लोक ज्याच्या प्राप्तीनंतर पुनः संसाराला येत नाहींत असें जें सनातन परब्रह्म तें काय आहे; तसेंच क्षर तें काय, व ज्याचे ठिकाणीं हें सर्व जग लय पावतें असें जें अक्षर—ज्याला कोणी शिव, क्षेम किंवा निर्द्वंद्व असें म्हणतात—तें काय हें सर्व ऐकण्याची माझी इच्छा आहे.

वसिष्ठ म्हणतातः—हे भूपाला, ज्याचे योगानें हें सर्व जगत् नाश पावतें, व जें स्वतः कितीही काल गेला तरी नाश पावत नाहीं, तें मी तुला सांगतों. प्रथम या नाशवंत जगताचा लयकाल किती त्याचें प्रमाण ऐक. बारा हजार दैवी वर्षांचें एक युग होतें. अशीं चार युगें मिळून एक चौकडी किंवा चतुर्युग होतें. अशा हजार चौकड्या गेल्या म्हणजे एक कल्प होतो. हा कल्प म्हणजेच ब्रह्मदेवाचा एक दिवस असें म्हणतात. ब्रह्मदेवाची रात्रही इतकीच दीर्घ असते. अशा त्या ब्रह्मदेवाच्या रात्रीचा अंत झाला असतां, ज्याचे ठिकाणीं अणिमा, लघिमा, प्राप्ति इत्यादि योगसिद्धि सहजच उभ्या आहेत व ज्याला कोणी ईशान, ज्योतिरूपी किंवा अव्यय असें म्हणतात, तो अमूर्त शंभु जागृत होतो; आणि ज्याचीं कर्में अनेक आहेत, ज्याला सर्वत्र हस्त, पाद, नेत्र, शिर, मुखें व कर्ण असून जो सर्व लोकांस व्यापून रहातो असा विश्वरूपी जो महान् किंवा हिरण्यगर्भ नामक भूताग्रज (सर्व भूतांतील प्रथम) त्याला तो उत्पन्न करितो. या भगवान् हिरण्यगर्भालाच वेदांती सूत्रात्मा किंवा बुद्धि असें म्हणतात. योगशास्त्रांत यालाच महान्, विरिंचि किंवा अज असें म्हणतात. सांख्यशास्त्रांत तर याला विचित्ररूप, विश्वात्मा, एकाक्षर इत्यादि अनेक प्रकारचीं नांवें दिलीं आहेत. या हिरण्यागर्भानें पुढें हें अनेकविध असें त्रैलोक्य आपणच निर्माण करून आपणच व्यापिलें आहे; आणि या प्रकारें तो बहुरूप झाल्यामुळें त्यालाच विश्वरूप असेंही म्हटलें आहे. हाच विकारवश झाला म्हणजे आपणच आपल्याला जन्मास घालितो; आणि हा महातेजस्वी हिरण्यगर्भ आपणापासून अहंकार व अहंकाराचा अभिमानी जो विराट् प्रजापति त्याला उत्पन्न

करितो. आतां, या व्यक्त हिरण्यगर्भाचें प्रथम जें अव्यक्तापासून उत्पन्न होणें त्याला विद्यासर्ग असें ह्मणतात; आणि त्या हिरण्यगर्भापासून विराट् प्रजापति व अहंकार यांचे उत्पत्तीला अविद्यासर्ग असें म्हणतात. याप्रमाणें मूलकारणभूत अक्षर, त्यापासून झालेला हिरण्यगर्भ व त्यापासून विराट् या तिहींच्या यथार्थ किंवा अयथार्थ ज्ञानावरून—श्रुतिशास्त्रार्थवेत्ते ज्याला विधि व अविधि किंवा विद्या आणि अविद्या असें ह्मणतात, त्या अनुक्रमें उत्पन्न झाल्या. असो; अहंकारापासून पुढें सूक्ष्मभूत सृष्टि झाली. राजा, ही उत्पत्तिक्रमानें तिसरी सृष्टि होय. पुढें हीं पांच सूक्ष्ममहाभूतें ज्या वेळीं सात्त्विक अहंकार, राजस अहंकार आणि तामस अहंकार यांचे आश्रयानें विकार पावतात, तेव्हां त्यापासून चौथी सृष्टि उत्पन्न होते. या सृष्टींत वायु, तेज, आकाश, जल व पृथ्वी हीं स्थूलपंचमहाभूतें व शब्द, स्पर्श, रूप, रस व गंध हे त्यांचे विषय या दहा गोष्टी निःसंशय एकाच वेळीं उत्पन्न होतात. हे राजा, या पंचमहाभूतांपासून उत्पन्न होणारी जी पांचवी सृष्टि ती इंद्रियसृष्टि होय. ती अशी——श्रोत्र, त्वचा, चक्षु, जिव्हा, घ्राण हीं पांच ज्ञानेंद्रियें आणि वाचा, हात, पाय, गुद, शिश्न हीं पांच कर्मेंद्रियें व अकरावें मन हीं एकादश इंद्रियें. राजा, हीं एकदमच उत्पन्न झालीं.

याप्रमाणें या चोवीस तत्त्वांचा समूह सर्व देहधारी भूतांत आढळून येतो; व तत्त्ववेत्ते ब्राह्मण या चोविसांना ओळखून शोकरहित होतात. हे राजेंद्रा, या प्रकारचें चोवीस तत्त्वांचें बनलेलें हें पिण्डब्रह्मांडात्मक शरीर असून, त्रैलोक्यांत जेवढे मिळून देहधारी आहेत—मग ते देव, मनुष्य, दानव, यक्ष, भूत, किन्नर, महोरग, चारण, पिशाच, देवर्षि, निशाचर असोत, किंवा डांस, किडे, मशक, घाणींतील जंतु, उंदीर, कुत्रे, अंत्यज, हरिण, चांडाल, भिल्ल, हत्ती, घोडे, गाढव, वाघ, वृक्ष, गाई इत्यादि कोणी असोत,—जेवढें ह्मणून मूर्तिमय आहे, त्या सर्वांत तो समूह दिसून येतो. अशा प्रकारच्या चोवीस तत्त्वांचा देह धारण करणारे प्राणी पृथ्वी, जल आणि आकाश या ठिकाणींच असतात, अन्य कोठेंही नसतात, असें आमचे ऐकिवांत आहे. याप्रमाणें, जनका, हे सर्व देहधारी—ज्यांचा व्यक्तांत अंतर्भाव होतो, ते सर्वही दिवसानुदिवस नाश पावत असतात, ह्मणूनच चोवीस तत्त्वांपासून बनलेल्या या सर्वांना क्षर अशी संज्ञा दिली आहे; आणि अव्यक्तापासून व्यक्तरूप झालेलें हें जें मायामय जगत्, तें ज्याचे ठिकाणीं नाश ह्मणजे लय पावतें त्याला अक्षर असें ह्मणतात. ज्याला आपण सर्वांचे आधीं उत्पन्न झालेला व नित्य समजतों असा जो महान् (बुद्धि) तो देखील या क्षराचेंच उदाहरण आहे.

या प्रकारें, हे राजा, तूं मला विचारलेल्या प्रश्नाचा मीं उलगडा केला. आतां, या चोवीस तत्त्वांपलीकडे जो कोणी आहे, तो विष्णु होय. हा विष्णु स्वतः तत्त्वरूप नाहीं, तथापि, या चोवीस तत्त्वांना तो आश्रयभूत असल्यामुळें ज्ञात्यांनीं त्यालाही पंचविसावा म्हणून तत्त्वांतच गोंविला आहे. हें व्यक्त जगत् विनाशधर्मी अशा प्रकृतींतून निर्माण झालें असल्यानें (हें प्रकृतीचें कार्य असल्यानें) मूर्त किंवा साकार आहे व त्याची उत्पादक जी चोविसांची बनलेली अव्यक्तसंज्ञक जड प्रकृति तीच सहतत्वामुळें या सर्व मूर्तांची अधिष्ठात्री होय; आणि पंचविसावा म्हणून जो हा विष्णु सांगितला, तो अमूर्त असल्यानें यांचा अधिष्ठाता असूं शकत नाहीं. आतां, प्रकृति तरी

१ येथें मूळांत ' अर्थवत् ' असें पद आहे, त्याचा आह्मीं असा अर्थ केला आहे.

जड असतांना अधिष्ठात्री कशी होऊं शकते, अशी कदाचित् शंका येईल, तर तिचें उत्तर असें आहे कीं, तिचे ठिकाणीं चिदात्म्याची छाया पडल्यामुळें तिला हें सामर्थ्य येऊन ती सर्व मूर्त वस्तूंच्या हृदयांत अधिष्ठातृत्वानें निवास करिते, आणि त्या प्रकृतीनें चिदात्म्याची छाया पकडली म्हणजे तेवढ्या दोषानेंच—स्वतः जो अलिप्त, नित्य, व्यापक व अमूर्त असा शुद्धचेतन तो या उत्पत्तिलयधर्मांनीं युक्त अशा प्रकृतीच्या योगानें स्वतःही उत्पत्तिलयात्मक म्हटला जातो; तसाच स्वतः निर्गुण असतांही गुणवान् होऊन धडधडीत डोळ्यांपुढें वागतो; इतकेंच नव्हे, तर असला हा थोर व उत्पत्तिलयांचा ज्ञाता आत्मा या प्रकृति संयोगामुळें विकृत झाल्यानें मूढ होऊन जाऊन मीपणा धरितो; आणि मूढ प्रकृतीच्या संगतीस लागल्यानें स्वतः मूढ होऊन जाऊन सत्त्वरजस्तमात्मक नानायोनींतील प्राण्यांशीं एकरूप होऊन जातो; व वास्तविकपणें आपण प्रकृतीहून भिन्न असतांही त्या नासक्या प्रकृतीचा सहवास घडल्यानें आपलें भिन्नपण विसरून जाऊन तिच्या नादानें मी अमका, मी तमका, मी ब्राह्मण, मी शूद्र, अशा प्रकारच्या अभिमानास पेटून गुणांच्या कचाट्यांत सांपडतो ! तसें झालें म्हणजे तमाच्या योगानें त्याचे ठिकाणीं क्रोधादिक अनेक तामस भाव प्राप्त होतात; रजाच्या संबंधानें प्रवृत्त्यादि अनेक राजस भावही येतात; व सत्त्वाचे योगानें प्रकाशादिक सात्त्विक भावही त्याचे ठिकाणीं येतात. राजा, सत्त्व, रज व तम या तीन गुणांची प्रकृति बनलेली असल्यामुळें या प्रकृतीपासून उद्भवणारीं जीं हीं सर्व रूपें म्हणून आहेत, त्यांचे शुक्ल, रक्त किंवा कृष्ण असे वर्ण असतात. ज्यांचे ठिकाणीं तमोगुणाचें प्राबल्य अधिक होईल ते नरकास जातात; रजोगुण बळावेल ते मनुष्ययोनींत येतात; व सत्त्वगुणाचें आधिक्य असेल ते देवलोकीं जाऊन सुख भोगितात. जो निखळ पापच करितो, तो नीच योनीला जाईल; जो कांहीं पाप व कांहीं पुण्य असें मिश्र कर्म करितो तो मनुष्यत्वालाच जाईल; आणि जो केवळ पुण्यच करील तो देवत्वाला जाईल.

या प्रकारें, राजा, हा जो वस्तुतः केवळ चेतन म्हटलेला पंचविसावा विष्णु तो अव्यक्त अशा प्रकृतीचे तावडींत सांपडल्यामुळें शहाणे लोक त्यालाही क्षरांतच ओढूं लागले; बाकी ज्याला सद्गुरुकृपेनें खरें ज्ञान होतें, त्याला हा आपले मूळचे वेगळेपणानें दिसूं लागतो.

अध्याय तीनशें तिसरा.

—:०:—

जीवाचें अज्ञान.

वसिष्ठ सांगतातः—याप्रमाणें स्वतःविषयीं यथार्थ कल्पना न झाल्यामुळें जीव अज्ञानी बनतो आणि अज्ञानामुळें त्याला एक देहानंतर दुसरा देह असे हजारों देह प्राप्त होतात. विशिष्ट गुणांच्या संयोगानें व सामर्थ्यानें जीवाला कधीं तिर्यग्योनींत तर कधीं देवयोनींत जन्म घ्यावे लागतात; कधीं मनुष्यदेह सोडून जीव स्वर्गाला जातो, तर कधीं देवयोनींतून मनुष्यजन्माला येतो; व पुनः त्यांतून अनंत कालपर्यंत त्याला नरकवास भोगणें भाग होतें. ज्याप्रमाणें जाळें विणणारा कोळी आपणच निर्मिलेल्या जाळ्याच्या तंतूंत स्वतःस अडकवून घेतो, तसाच स्वतः गुणरहित असून हा जीव गुणांमध्यें गुरफटतो. वस्तुतः सुखदुःखादि द्वंद्वांपासून जीव अलिप्त आहे; परंतु निरनिराळे जन्म प्राप्त झाले असतां शरीरधारी भूतांना सुखदुःखादि द्वंद्वें भोगावीं लाग-

तात; आणि मस्तकरोग, नेत्ररोग, दंतरोग, मानेचे रोग, जलोदर, तृषारोग, ज्वरगंड, पटकी, श्वेतकुष्ठ, अग्निदाह, कासश्वास, फेंफरें इत्यादि रोग व प्रकृतीपासून उत्पन्न होणारीं शीतोष्णादि इतर सुखदुःखें—जीं देहाला प्राप्त होतात, तीं सर्व मलाच भोगावीं लागतात, असा वृथाभिमान मात्र त्याला उत्पन्न होतो. नीच पशुपक्ष्यादिकांमध्यें अथवा देवांमध्यें जन्म प्राप्त झाला असतां भोगावीं लागणारीं सुखदुःखें मीच भोगतों, असा अहंपणा जीवाचे ठायीं उत्पन्न होतो. अज्ञानाचा पूर्ण पगडा असल्यामुळें, देहाला शुभ्रवस्त्र धारण करण्यास मिळालें, अथवा कधीं वाईट वस्त्राची प्राप्ति झाली, किंवा बेडकाप्रमाणें हातपायांचा संकोच करून जमीनीवर पडण्याचा प्रसंग आला, अथवा वीरासन घालून बसण्याचा योग आला, किंबहुना कधीं फाटक्या चिंध्या पांघरण्याची वेळ आली, अथवा आकाशाच्या आच्छादनाखालीं निद्रा घेण्याची अगर बसून राहण्याची पाळी आली, किंवा विटा, कांटे, राखाडी किंवा माती यांत लोळण्याचा प्रसंग आला, अगर कधीं रणभूमीवर, चिखलांत किंवा लांकडावर अथवा अशाच इतर ठिकाणीं काळ कंठावा लागला, तर हें सर्व मींच केलें असें ममत्त्व जीवास उत्पन्न होतें. मींच मुंजमेखला परिधान केली आहे, किंवा कधीं नग्नावस्थेंत आहें, अथवा रेशमी वस्त्रें किंवा हरिण, व्याघ्र, सिंह इत्यादि पशूंचीं कातडीं पांघरलीं आहेत, अगर ताग, गोणपाट यांचीं बनविलेलीं वस्त्रें ल्यालों आहें, अथवा कांटेरी किडे, चिंध्या इत्यादिकांपासून तयार केलेलीं वस्त्रें धारण केलीं आहेत, असाही खोटा मीपणा फलासक्त झाल्यामुळें जीवाचे ठिकाणीं प्रत्ययास येतो. तद्वत्च नानाप्रकारचीं भोजनें व रत्नें यांचा मीच उपभोग घेतों अशी जीवाची खोटी कल्पना होते. एक दिवसाआड नक्त भोजन, एकभुक्त, दर दिवसाच्या चौथे, सहावे किंवा आठवे भागांत भोजन करण्याचें व्रत, अगर प्रत्येक सहावे, सातवे किंवा आठवे रात्रीं अन्नपरिग्रह करण्याचा नियम, अथवा दर दहा किंवा बारा दिवसांत केवळ एकदा जेवण्याचा संकल्प अथवा महिनाभर उपवास करण्याचा निश्चय, किंवा नुसतीं कंदमुळें, फळें, वायु, उदक, पेंड, दहीं, गोमय, गोमूत्र, शाक, पुष्पें, शेवाळ, भाताची पेज, वाळलेलीं पानें, किंवा गळून पडलेलीं फळें यांपैकीं एकच पदार्थाचा स्वीकार करून क्षुधातृप्ति करण्याचें व्रत इत्यादि अनेक कृच्छ्रांचें (नियमांचें) सिद्धि मिळविण्याचे लालसेनें होणारें आचरण तें मीच करितों, अशी जीवाची भावना होते. तद्वत्च शास्त्रोपदिष्ट चांद्रायणादि विविध व्रतें, आश्रमचतुष्टयधर्म, तदितर धर्म, किंवा अधर्म, अन्यपंथीय धर्म, किंबहुना पाखंड मतवाद्यांनीं उपदेशिलेलीं कर्में या सर्वांचें यथाविधि परिपालन मीच करितों, असें जीवास वाटतें. निर्जन शिलातलावरील छाया, थंडगार जलाशय, नदीतीरांजवळील रम्य एकांतस्थलें, निर्मक्षिक वनें, पुण्यपावन देवालयें, सरोवरें, घरांसारखीं गिरिकंदरें इत्यादि सृष्टींतील रमणीय स्थानांचा उपभोग घेऊन नानाप्रकारचीं जपजाप्यें, व्रतें, नियम, तपें, यज्ञ इत्यादि विविध गोष्टींचें मीच आचरण करितों अशा अहंकाराचा जीवाचे ठिकाणीं संभव होतो. वणिक्जन, ब्राह्मण, क्षत्रिय, वैश्य, शूद्र इत्यादिकांना नियुक्त करून दिलेलीं कर्में मीच करितों, व दुबळे, अंधळे व अनाथ यांचेवर मीच निरनिराळ्या रीतीनें उपकार करितों, असा भ्रम स्वतःविषयीं बरोबर उमज न पडल्यामुळें जीवाला पछाडून राहतो. सत्त्व, रज, तम या त्रिगुणांचे व धर्म, अर्थ, काम या तीन पुरुषार्थांचे कर्मांचा मीच

कर्ता आहें, असें जीवाला वाटत असतें. प्रकृतीशीं तादात्म्य केल्यामुळें जीवात्म्याची अशी चूक होते. स्वधाकार, वषट्कार, स्वाहाकार, नमस्कार, याजन, अध्यापन, दान, प्रतिग्रह, यजन, अध्ययन, जन्म, मृत्यु, विवाद, हिंसा इत्यादि बरीं-वाईट कर्मे क्रियामार्गांतील असतांही तीं माझींच आहेत असें जीव समजतो. प्रकृति हीच देवता भूतमात्राची उत्पत्ति करिते व संहार करिते. ज्याप्रमाणें भगवान् सूर्य हा सायंकाल झाला असतां आपलें किरणजाल आवरून घेतो, त्याप्रमाणें जगताचा संहारकाल प्राप्त झाला म्हणजे भूतमात्राचे गुण आपले ठायीं विलीन करून घेऊन परमात्मा एकटा राहतो; व पुनरपि उत्पत्तिसमयीं विलीन झालेले पदार्थ मोकळे सोडून देतो. जीवात्म्याचेच वस्तुतः हे अनंत व आल्हादजनक गुणधर्म असतांना गमतीखातर अनेक वेळां मीच ही उत्पत्ति व लय घडवून आणितों, असें तो अभिमानानें मानितो. याप्रमाणें त्रिगुणातीत आत्मा क्रियामार्गाशीं संलग्न झाल्यामुळें, जगदुत्पत्ति व प्रलय घडवून आणणाऱ्या सत्त्वरजस्तमादि त्रिगुणात्मक प्रकृतीला विकृत करितो. आत्म्याचे कर्ममार्गाशीं झालेल्या तादात्म्यामुळें, विशिष्ट कर्मांच्या अंगीं विशिष्ट गुणधर्म व कार्यप्रवणता आहे असें जीवात्मा मानूं लागतो. हे राजा, सर्व जग या प्रकृतीनेंच अंधळें केलें असून रज व तम या गुणांचा प्रत्येक पदार्थावर नानाप्रकारें पगडा बसलेला आहे, यामुळेंच शीतोष्णादि सुखदुःखें देहाला नेहमीं भोगावीं लागतात; आणि तीं मलाच सोसावीं लागत असून माझी पाठ पुरवीत आहेत, अशी जीवाची असत्कल्पना होते. या असत्कल्पनेमुळें, हे नराधिपा, हीं द्वंद्वें मला चुकविलीं पाहिजेत व स्वर्गलोकीं जाऊन मत्कृत सुकृतांचें सुख मला उपभोगावयास मिळावें, अथवा या लोकींच माझ्या पापपुण्यांचीं फळें मी भोगीन, किंवा मला नेहमीं सुख मिळावें व नेहमीं पुण्यकर्मांचें आचरण केल्यानें प्रत्येक जन्मामध्यें शेवटपर्यंत मला सौख्य उपभोगावयास सांपडेल; पण (उलटपक्षीं,) माझ्या दुष्कर्माचरणापासून मला अनंत यातना सहन कराव्या लागतील; मनुष्यजन्म हा दुःखपूर्ण असून तेथून जीवाला नरकवासास जावें लागतें; नरकांतून मुक्त होऊन पुनः कालवशात् जीवाला मनुष्यजन्माची प्राप्ति होऊन क्रमानें देवलोकही लाभेल; परंतु (रहाटगाडग्याप्रमाणें) आचरलेल्या पापपुण्यांच्या बलानें याही उच्चस्थितींतून फिरून मानवजन्माची प्राप्ति होऊन नरकाची वाट धरावी लागेल, इत्यादि अहंभावयुक्त विचार जीवाचे ठिकाणीं उत्पन्न होतात. याप्रमाणें आत्म्याहून भिन्न असलेल्या वस्तूंवर आत्म्याचा जो आरोप करितो तो ममत्वानें गुरफटल्यामुळें देव, मनुष्य व नरक या तिन्ही अवस्थांत क्रमानें भ्रमत रहातो; ज्यांना नाश आहे अशा कोट्यवधि योनींत त्यास जन्म घ्यावा लागतो; व ज्या प्रकारचीं बरीं-वाईट कर्मे त्यानें केलीं असतील अशीं फलें तिन्ही लोकीं जन्म घेऊन तो भोगतो. वास्तविक प्रकृतिच शुभाशुभ कर्मे करिते व वासनाधीन होऊन कर्मफलांचा तिन्ही लोकांमध्यें उपभोग घेते. किंबहुना तिर्यग्योनि, मनुष्ययोनि व देवयोनि हीं तिन्ही प्रकृतीचीं स्थानें होत. वस्तुतः प्रकृति दृश्यचिन्हरहित आहे. परंतु तिच्यापासून होणाऱ्या कार्यावरून तिचें अस्तित्व आपण अनुमानानें स्थापित करितों. त्याचप्रमाणें जीवात्म्याचें अस्तित्वही अनुमानगोचर आहे. यद्यपि आत्मा निर्विकार आहे, तथापि प्रकृतीकडून कर्मे बोच करवितो; व इंद्रिययुक्त देहांत प्रवेश केल्यावर तीं कर्मे माझींच असा जीवाला अभिमान उत्पन्न होतो.

श्रोत्रादि पंचकर्मेंद्रियें व वागादि पंचज्ञानेंद्रियें यांचा त्रिगुणांशीं संयोग होऊन कर्में घडतात. परंतु वस्तुतः हा जीवात्मा इंद्रियविरहित असतां (इंद्रियांचा व याचा कांहीं संबंध नसतां) सर्व कर्में मीच करितों, असें तो मानितो; व (याचा परिणाम असा होतो कीं,) याला वास्तविक देह, लिंग (चिन्हें), कालावच्छिन्नता वगैरे नसतांना, मी शरीरधारी आहें, लिंगवान् आहें, कालावच्छिन्न आहें, असें हा समजूं लागतो. तसेंच याला बुद्धि, तत्त्वें, मृत्यु, चलता, क्षेत्र (शरीर), तप, जन्म, साध्य, संसार, भय वगैरे कांहींएक नसतांना हीं सर्व मला आहेत असें हा मानितो; आणि या खोट्या समजुतीमुळें सर्व गोष्टींबद्दल ममत्व ठेवून, स्वतः अविनाशी असतांना आपण विनाशी आहों अशी त्याची कल्पना होते !

अध्याय तीनशें चौथा.

—:०:—

जीवाच्या अज्ञानाचें फल.

वसिष्ठ सांगतातः——याप्रमाणें, राजा, मूढ जनांचे संगतीस लागून स्वतः मूढ बनल्यानें जीवाला नाशिवंत अशा हजारों—कोटों जन्मांस जावें लागतें; आणि एका स्थानाहून दुसरे स्थानीं याप्रमाणें पशु, पक्षी, मनुष्य, देव इत्यादि अनेक मरणशील देहांत त्याच्या त्या अविनाशी अशा चित्कलेला शिरावें लागतें; व तेथें गेल्यावर, अज्ञानानें मूढ होऊन गेल्यामुळें, भूतसृष्टींतील चंद्राप्रमाणें हजारों वेळां क्षयवृद्धि सोसावी लागते. चंद्राप्रमाणेंच या जीवाला षोडशकला असतात, त्यांपैकीं दशेंद्रियें व अंतःकरणचतुष्टय या चौदा धरून पंधरावी कला जी चिच्छायायुक्त मूल प्रकृति तीच योनि होय व हिचे पायींच जन्मरणांचे गोते येतात; आणि या पंधरावीपलीकडे असणारी जी सोळावी चित्कला तिला सोम असें म्हणतात. ही अमृतमय व अविनाशी आहे. चंद्राला तरी ज्या सोळा कला आहेत, त्यांपैकीं पंधरा क्षयवृद्धिशील असून सोळावी तेवढी नित्य आहे; व हिलाच ' सोम ' असें म्हणतात. असो; ही जी मूलप्रकृतिरूप आतां पंधरावी कला सांगितली, हिचे कारणानें मूढ होऊन हा जीवात्मा निरंतर जन्म घेत राहतो; व जन्म घेतला असतां, त्याची अविनाशी व अमृतमय जी सोळावी कला तीच त्याचें त्या ठिकाणीं पोषण करीत असते; आणि असाच प्रकार वारंवार प्रत्येक जन्मांत चालतो. मात्र ही जी सूक्ष्म अशी सोळावी कला सांगितली, तीच 'सोम' असें समज. ती वस्तुतः फेरे घेत नाहीं किंवा नाश पावत नाहीं. हिला ' धाम ' असेंही म्हणतात; आणि इंद्रियें तिचें पोषण करीत नसून तीच सत्तास्फूर्तिदानानें इंद्रियांचें पोषण करिते. या सोळावे कलेचा नाश न होतां रज्जूवरील सर्पाप्रमाणें हें जगत् पुनःपुनः उद्भव पावत असतें आणि घटाला ज्याप्रमाणें मृत्तिका त्याप्रमाणें या कार्यरूप जगताला ही प्रकृति मूलभूत आहे. या षोडशकलात्मक प्रकृतीचा क्षय किंवा विरह होईल तेव्हांच मोक्ष प्राप्त होईल. असा प्रकार जोंपर्यंत होत नाहीं, तोंपर्यंत, पूर्वीं योनि शब्दानें सांगिलेली अव्यक्तसंज्ञक जी पंधरावी कला तिजसह सोळा कलांनीं युक्त असलेला जो हा चित् आणि अचित् किंवा जड आणि चेतन यांचा संघातरूप देह, त्याचे ठिकाणीं हा देहच मी किंवा माझा असें मानून चालणारा जीव या देहधारणाचे चक्रांतच फिरत राहतो; म्हणजे मागें चोवीस तत्त्वांपलीकडचा जो विमल व विशुद्ध असा महान् आत्मा सांगितला, त्याची खरी ओळख जोंपर्यंत या जडचेतन किंवा शुद्ध व अशुद्ध अशा उभयरूप देहाशीं

तादात्म्य पावल्यानें अज्ञानी बनलेल्या या जीवाला पटत नाहीं, तोंपर्यंत हा फेरा चालू राहतो; आणि हा जीवात्मा मूळचा शुद्ध असतांही या मलिन देहाच्या संगतीनें अशुद्धासारखा होतो. तसाच हा स्वतः ज्ञानरूप असतां अज्ञानसंगतीनें अज्ञानी बनतो. त्याचप्रमाणें, हे नृपश्रेष्ठा, हा मूळचा जरी विपरीतज्ञानहीन आहे, तरी त्रिगुणात्मक प्रकृतीचे नादीं लागून हाही त्रिगुणात्मक होतो.

अध्याय तीनशें पांचवा.

—:०:—

मायानिवृत्तिवर्णन.

जनक विचारितोः——भगवन्, अक्षर व क्षर किंवा पुरुष व प्रकृति या दोघांचा हा संबंध पुरुष व स्त्री या उभयतांच्या संबंधाप्रमाणेंच अवश्य आहे, नव्हे काय ? पहा बरें—पुरुषावांचून स्त्रीला गर्भधारणा संभवत नाहीं; तसेंच पुरुषालाही स्त्रीवांचून आपलें रूप (प्रजारूपानें) प्रतिबिंबित करितां येत नाहीं. कोणत्याही योनींत जा, स्त्री व पुरुष हीं परस्परांशीं संबद्ध होऊन आणि परस्परांचे गुणांचा विनिमय करून नवे आकार उत्पन्न करितात. स्त्रीपुरुषें हीं रतीचे इच्छेनें स्त्रीचे ऋतुकालीं परस्पर संलग्न झालीं असतां एकमेकांचे गुणांच्या साह्यानें आत्मसदृश नवीन रूपें निर्माण करीत असतात. या म्हणण्याचा प्रत्यय पाहिजे असेल तर, प्रत्येक अपत्यांत कांहीं अंश मातेचे व कांहीं अंश पित्याचे याप्रमाणें दोघांचे गुणांचा समुच्चय असतोच. अस्थि, स्नायु व मज्जा हे गुण त्याला पित्यापासून प्राप्त होतात असें आम्ही जाणितों; आणि त्वचा, मांस व रक्त हीं मातेपासून होतात असें ऐकितों. कारण, हे द्विजश्रेष्ठ, याप्रमाणें ही व्यवस्था वेदांत व शास्त्रांत पठित आहे. आणि जें कांहीं वेदांत व तदनुसारी शास्त्रांत सांगितलें असतें, तें प्रमाण समजलें जातें; व या प्रकारें वेदशास्त्रांचें प्रामाण्य सार्वकालिक धरिलें आहे. (अर्थात् माझें म्हणणें साधार आहे.) या स्त्रीपुरुषसंबंधाप्रमाणेंच प्रकृति व पुरुष या उभयतांचा अवश्य अन्योन्यसंबंध आहे. या संबंधांत कांहीं गुणांचा निरोध व कांहींचा स्वीकार असा प्रकार होतो. पुरुष हा प्रकृतिगत जाड्याचा निरोध करितो (पुरुषाचा संबंध झाला कीं प्रकृतीचें जडत्व दूर होऊन तिला चेतनसामर्थ्य येतें.) व तिचे ठिकाणीं असणारें दुःख आपणावर ओढून घेतो. उलटपक्षीं—प्रकृति ही पुरुषाच्या आनंदादिकांचा निरोध करिते (तिच्या संयोगानें त्याचें केवलानंदित्व बिघडतें) व पुरुषचैतन्य आपलेकडे ओढून घेते. एतावता, या उभयतांचा हा संयोग अखंड चालतो आणि चाललाच पाहिजे. मग प्रकृतीचा विरह होऊन मोक्ष होणें हें शक्य कसें होईल तें सांगा. मला तर अशा स्थितींत मोक्षाचा संभव दिसत नाहीं. आपण अपरोक्षज्ञानी आहां, त्या अर्थी आपले म्हणण्याचे पुष्ट्यर्थ आपणांस प्रत्यक्ष असा कांहीं दृष्टांत अवगत असल्यास मला सांगावा. कारण, मोक्ष मिळावा अशी आम्हांस उत्कंठा आहे; आणि म्हणूनच जें कांहीं दुःखरहित, अमूर्त, अजर, नित्य, अतींद्रिय व स्वतंत्र असें असेल त्याची आम्हांला इच्छा आहेच.

वसिष्ठ उत्तर करितातः—बा जनका, तूं जो वेदशास्त्रांचा आधार दिलास तो ठीकच आहे; आणि तूं वेदशास्त्रांचें प्रामाण्यही नीट पकडलेंस खरें. परंतु, हे नरेंद्रा, तूं वेदशास्त्र यांचीं वाक्यें मात्र जशींच्या तशींच जाणतोस;

* गताध्यायीं, जीवात्म्याचा प्रकृतीशीं विरह होईल तेव्हांच मोक्ष होतो, असें वसिष्ठांनीं सांगितलें. परंतु हा विरह व्हावा कसा अशी शंका जनकास आली, तिचें उत्तर या अध्यायीं कथिलें आहे.

परंतु त्यांचा तत्त्वदृष्टीनें खरा खरा होणारा अर्थ तूं समजत नाहींस. पण जो कोणी वेद-शास्त्रांचीं केवळ वचनेंच घेऊन बसतो,—त्यांचें तत्त्वतः तात्पर्य काय हें ध्यानांत घेत नाहीं, त्याचें तें ग्रंथधारण वृथा आहे. ज्याला ग्रंथाचा अर्थ कळत नाहीं, तो ग्रंथाचा केवळ भार वाहतो. ज्याला ग्रंथाच्या अर्थाचें रहस्य कळलें असेल, त्याचें ग्रंथधारण मात्र सफल होय. ग्रंथाचा कोणी कोणास अर्थ विचारिला असतां तो पुरुषानें असा सांगितला पाहिजे कीं, श्रोत्याचे मनांत त्या ग्रंथाचें रहस्य त्या योगानें बाणेल. विद्वानांच्या सभेपुढें ग्रंथाचा नुसता अर्थ उलगडून दाखविण्याचें धारिष्ट ज्या मठ्ठ मनुष्याचे अंगीं नाहीं, त्याला स्वतःच नीट बोध न झाल्यानें त्याचें ज्ञान तसेंच मंद रहातें. मग अर्थातच अशाचे हातून त्या ग्रंथाचा तत्त्वार्थ निर्णयपूर्वक सांगणें कसें घडावें ? बरें, ज्याची बुद्धि फुटके भांड्याप्रमाणें आहे, अशाला निर्णय सांगितला असला तरी तो त्याला वेळीं चौघांत सांगण्याचें साधत नाहीं व त्यामुळें तो उपहासास पात्र होतो. नुसता आत्मज्ञानीही झाला तरी ग्रंथाचें तत्त्व उलगडून दाखविण्याचा त्यास जर अभ्यास नसेल, तर तो देखील सभेंत प्रश्न केला असतां उपहास्य होईल.

याकरितां, हे राजेंद्रा, मोठमोठे सांख्याचार्य व योगाचार्य हे तूं म्हटलेल्या श्रुतिशास्त्रांचा तत्वनिर्णय काय सांगत आले तो नीट ऐकून घे. योगमार्गी लोक जी गोष्ट प्रत्यक्ष अनुभवानें पाहतात, तीच गोष्ट सांख्यवादी शास्त्रबलानें अनुमित करितात. एतावता, सांख्य व योग या दोन्ही मार्गांचें तत्व एकच आहे, असें जो समजतो, तोच खरा ज्ञानी समजावा. असो; तूं मला सांगितलेंस कीं, या शरीरापैकीं त्वचा, मांस व रक्त हीं स्त्रीचे अंशानें, आणि मेद, पित्त, स्नायु, मज्जा हीं पुरुषाचे अंशानें बनतात, ही गोष्ट तर खरीच आहे; पण एकंदरीनें पाहतां हें धातुसप्तक व हीं इंद्रियें यांची उत्पत्ति—एका द्रव्यापासून दुसरें द्रव्य, किंवा एका बीजापासून दुसरें बीज, अथवा एका देहापासून दुसरा देह, याच न्यायानें होते, असें म्हणावें लागतें. (ही सर्व उत्पत्ति केवळ एका प्रकृतीचेंच कार्य होय. तुझे समजुतीप्रमाणें प्रकृति व पुरुष यांचें मिश्र फल नव्हे.) कारण, सृष्टि तेवढी गुणात्मकच असणार; आणि महात्मा पुरुष तर स्वतः निरिंद्रिय, निर्बीज, निर्द्रव्य, अमूर्त व निर्गुण असा असल्यामुळें बीजापासून बीज, द्रव्यापासून द्रव्य वगैरे कोणत्याच न्यायानें पुरुषाशीं गुणांचा संबंध येत नाहीं; आणि विशेषतः तो पुरुष जर निर्गुण आहे, तर त्यापासून ही गुणमयी सृष्टि कशी व्हावी ? तस्मात् या सृष्टीच्या उत्पत्तीचा खरा प्रकार म्हणजे गुणांपासूनच गुणांची उत्पत्ति होते, म्हणजे त्रिगुणात्मक जी माया तिजपासूनच आकाशादि गुणांची उत्पत्ति होते. फलतः हे आकाशादि सर्व त्रिगुणात्मक प्रकृतींतूनच उत्पन्न होऊन तींतच लय पावतात. (तुझे समजुतीप्रमाणें त्यांत पुरुषाचा अंश नसतो.) त्वचा, मांस, रुधिर, मेद, पित्त, मज्जा, अस्थि व स्नायु हीं आठही शरीरांत मातेचा संबंध नसतांही केवळ पितृवीर्यापासूनच होतात. हें (द्रोणाचार्यादि अयोनिसंभव पुरुषांचे उदाहरणांवरून) स्पष्ट होत आहे व तें ठीकच आहे. कारण, हीं सर्व प्रकृतीचींच कार्यें आहेत. अविद्येच्या ठायीं प्रतिबिंबित झालेला पुरुष म्हणजे जीव व तदितर म्हणजे आकाशादि सृष्टि हीं उभयतां आणि प्रमाता, प्रमाण व प्रमेय हीं आत्म्याचीं तिन्ही लिंगें म्हणजे गमकें (खुणा) हीं सर्वही प्रकृतीपासूनच आहेत. मात्र या तिन्ही लिंगांचे साधनानें ज्याचें ज्ञान करून घ्यावयाचें असा

जो लिंगी म्हणजे परमात्मा तो प्राकृत नव्हे; व जीव आणि प्रकृति या दोहोंहून तो विलक्षण आहे. ऋतु हे जरी स्वतः अमूर्त आहेत तरी त्यांचे ठायीं सर्वदा उत्पन्न होणाऱ्या फलपुष्पांवरून त्यांचें अस्तित्व अनुमित केलें जातें. त्याचप्रमाणें, अलिंग असा जो पुरुष त्याचें सान्निध्य झालें असतां, प्रकृति ही आपणापासूनच चैतन्यप्रकाशित अशी जी महदादि सृष्टि निर्माण करिते, त्या सृष्टीवरूनच तिचें अस्तित्व अनुमित होतें; आणि अशाच प्रकारचे अनुमानपद्धतीनें, राजा, तत्त्वांतील जो पंचविसावा म्हणून मागें सांगितला, व जो स्वतः लिंगरहित असून लिंग व लिंगी यांची केवळ व्याप्ति दाखविणारा आहे, त्या परमात्म्याचेंही अस्तित्व अनुमित करितां येतें. हा परमात्मा वस्तुतः जन्ममृत्युहीन, देशकालपरिच्छेदरहित, सर्वसाक्षी व निरामय असा असून, त्याचा व्यवहारांत गुणांशीं जो संबंध जोडला जातो तो केवळ अध्यासिक म्हणजे लादलेला आहे; व असें करण्याचें कारण, देहादि आकारांचे ठिकाणीं त्याला वाटणारा अभिमानच होय. आणि ज्या ज्ञात्यांस गुणांसंबंधें खरें ज्ञान आहे, ते लक्ख असेंच समजतात कीं, जो गुणवान् असेल त्याचेच ठिकाणीं गुण असतात; परमेश्वरासारखा जो निर्गुण त्याचे ठायीं गुण कोठून यावे ? अर्थात् ते त्याचे ठायीं नाहींत असेंच ज्ञाते समजतात. अशी वस्तुस्थिति असल्यानें, गुण तेवढे प्रकृतीचे हें रहस्य पूर्ण समजून जीवात्मा जेव्हां त्या गुणांचा बाध करितो, तेव्हांच त्याला परमात्मदर्शन होतें. या प्रकारचा हा जो परमात्मा, तो सांख्याचार्य व तसेच योगाचार्य या उभयतांचेही मताप्रमाणें बुद्धीचे पलीकडचा आहे; आणि अहंकारादि जडांचा त्याग करावा तेव्हांच त्या परमज्ञानमयाचें ज्ञान होतें. हा परमात्मा अज्ञात, अव्यक्त, गुणांहून इतर, शक्तिमान्, गुणसंबंधशून्य, अंतर्यामी, सर्वकार्यनिर्माता व महदादि गुण आणि प्रकृति यांचे संख्येवरून पंचविसावा म्हटलेला असा आहे असें सांख्यशास्त्र व योग यांमध्यें अत्यंत निपुण असलेले मोक्षाकांक्षी पुरुष म्हणतात. बाल्यवार्द्धक्यादि अवस्था, जन्ममरण इत्यादिकांना थरक भिऊन जे खडबडून जागे होऊन जाणण्यास योग्य अशा आत्म्याचें ज्ञान संपादन करितात, ते त्या समयींच 'सम-' शब्दवाच्य जें ब्रह्म त्यालाही ओळखितात. हे अरिमर्दना, जीवात्मा व परमात्मा यांचें या प्रकारें ऐक्य पाहणें हा ज्ञात्यांचा मार्ग आहे व तोच खरा आणि सशास्त्र आहे. जीव व परमात्मा यांचें पृथक्त्व पाहणें हा अज्ञान्यांचा मार्ग आहे, पण तो अशास्त्र आहे व सत्याला सोडून आहे. याप्रमाणें माझें व दुसऱ्यांचें मत यांच्या योग्यतेची तुलना करून मीं तुला क्षर आणि अक्षर यांची ओळख सांगितली. तिचा थोडक्यांत सारांश ह्मटला ह्मणजे ऐक्य हेंच अक्षर व नानात्व हेंच क्षर; अथवा ऐकत्वानें प्रतीयमान् होणारा परमात्मा अक्षर, व नानात्वानें भासणारें जग तें क्षर. ज्या वेळीं कोणताही पुरुष या चोवीस तत्त्वांचे पुढला म्हटलेल्या पंचविसाव्या म्हणजे परमात्म्याचे ठिकाणीं स्थिति पावतो, त्या वेळीं त्याला एकत्व प्रतिपादन करणारें शास्त्र तें सच्छास्त्र व नानात्व प्रतिपादन करणारें शास्त्र तें असत् शास्त्र असें वाटतें. याप्रमाणें तत्त्व आणि निस्तत्त्व (तत्त्वातीत) या दोहोंच्या शास्त्रीय खुणा अगदीं वेगवेगळ्या आहेत, व अनुभवही असाच आहे. कारण, जे कोणी आत्म्याला कर्ता म्हणून म्हणतात, त्यांना देखील समाधिकालीं असा अनुभव येतो कीं, बुद्ध्यादि साधनांवांचून आत्म्याला कर्तृत्व साधत नाहीं. एतावता, जे मनीषी आहेत, ते पंचविसांच्या

सृष्टीला तत्त्व किंवा जन्य हा शब्द लावितात; आणि या पंचवीस तत्त्वांपलीकडे असें जें कांहीं अनुभवास येतें त्यालाच निस्तत्त्व हा शब्द लावितात. आतां हें ' निस्तत्त्व ' म्हटलेलें सव्विसावें काय आहे म्हणून पुसशील तर, दृश्यमान् पंचविंशतितत्त्वात्मक सृष्टीचे जे पंचपंचात्मक वर्ग, त्या वर्गांतील प्रत्येक विषयाचें जें ज्ञान, तें ह्मणजे पंचज्ञानेंद्रियें, पंचकर्मेंद्रियें, पंचमहाभूतें, शब्दादि पंचविषय, आणि मन, बुद्धि, अहंकार, प्रकृति व चिदाभास मिळून पांच, एकूण हे जे तत्त्वांचे पांच वर्ग—यांपैकीं प्रत्येक वर्गांतील जे विषय त्या विषयांचें जें ज्ञान तेंच सव्विसावें तत्त्व किंवा निस्तत्त्व होय; आणि हें जें तत्त्वाचेंही तत्त्व म्हणून म्हटलें, तें सनातन ह्मणजे सर्वदा एकरूप असतें.

अध्याय तीनशें सहावा.

—:०:—

योगवर्णन.

जनक विचारतोः—हे ऋषिश्रेष्ठा, क्षराक्षरांच्या एकत्वानेकत्वाविषयीं जें कांहीं आपण मला सांगितलें, त्याचे (यथार्थ) स्वरूपाविषयीं अद्यापि मला संशय आहे. हे निष्पापा, अज्ञानी लोकांची तशीच ज्ञानी जनांची आत्म्याबद्दल काय समजूत आहे हें मंदबुद्धीमुळें माझे ध्यानांत येत नाहीं, ही गोष्ट निर्विवाद आहे. तसेंच, क्षराक्षरांचें कारण म्हणून जें विवेचन आपण मला सांगितलें, त्याचाही माझे मनावरील ठसा बुद्धिचांचल्यामुळें पार नाहींसा झाला आहे. याकरितां, हे भगवन्, एकत्व, अनेकत्व, ज्ञानी, अज्ञानी, ज्ञेय (जीवात्मा), विद्या, अविद्या, क्षर, अक्षर, सांख्य व योग या विषयांचें सांगोपांग व सशास्त्र विवरण पुनः आपणांपासून त्यांतील भेदाभेदांसह ऐकून घेण्याची माझी इच्छा आहे.

वसिष्ठ सांगतातः—बरें तर, तूं जें कांहीं विचारीत आहेस तें मी तुला सांगतों. बाबारे, प्रथम मी तुला योगशास्त्रांतील कर्तव्याची वेगळी फोड करून सांगतों, ऐक. ध्यान हा योगवेत्यांच्या मतें योगशास्त्रांतील प्रमुख धर्म (कर्तव्य) असून त्या आधारभूत पायावरच त्यांची इमारत बांधिलेली आहे. ध्यानही दोन प्रकारचें आहे, असें योगशास्त्रांत प्रवीण असलेले विद्वान् लोक सांगतात. मनाची पूर्ण एकाग्रता करणें हा एक, व प्राणायाम करून ध्यान करणें हा दुसरा. पैकीं प्राणायाम हा सगुण प्रकार असून चित्तैकाग्र्य हा निर्गुण होय. मूत्रपुरीषोत्सर्ग व भोजनव्यवहार या तीन प्रसंगीं मात्र ध्यान करावयाचें नाहीं; बाकी सर्व काळ साधकानें ध्यानाकडे लावावा. मनाचे साह्यानें इंद्रियांना इंद्रियांचे विषयांपासून खेंचून धरून शुद्ध झालेल्या बुद्धिमान् पुरुषानें बावीस प्रकारच्या प्रेरणांच्या द्वारानें चोवीस तत्त्वांच्या पलीकडे असलेल्या परमात्म्याशीं जीवात्म्याचें ऐक्य करण्याचा यत्न करावा. हा परमात्मा प्रत्येक शरीरांत वास करीत असून अजर व अविनाशी आहे असें ज्ञाते ह्मणतात. परमात्मासंबंधीचें ज्ञान करून घेण्याचा हाच आजपर्यंतचा मार्ग आहे, असें आम्हीं ऐकिलें आहे. कामादि दुष्ट मनोविकारांनीं ज्याचे मनावर परिणाम होत नाहीं, त्यालाच हा योगमार्ग सुलभ आहे, अन्य मनुष्यास याची प्राप्ति होणें नाहीं. असो; साधकानें विषयासक्ति सोडून मिताहार करावा; आणि पूर्ण इंद्रियनिग्रह करून, रात्रीच्या पहिल्या व शेवटच्या प्रहरांत मनाचा परमात्म्याचे ठिकाणीं लय लावावा. हें करण्यापूर्वीं सर्व इंद्रियांचे व्यापार मनाचे साह्यानें बंद करावे. तसेंच, हे मिथिलाधिपा, बुद्धीच्या साह्यानें मनाला ताब्यांत ठेवून दगडाप्रमाणें निश्चल रहावें. योगशास्त्राचें रहस्य समजून

जो ज्ञाता स्तंभाप्रमाणें हालचाल न करितां व पर्वतासारखा निश्चल राहूं शकतो, तोच आत्म्याशीं एकरूप झाला असें म्हणतात. ज्याचीं कर्णादि पंचकर्मेंद्रियें आपआपल्या विषयासंबंधी निर्व्यापार झालीं आहेत, ज्याचें मन सुद्धां कशाचीही इच्छा करीत नाहीं, ज्याला कोणत्याही गोष्टीचें ममत्व राहिलें नाहीं, आणि जो काष्ठाप्रमाणें निर्विकार झालेला आहे, अशा वृत्तीच्या माणसालाच ज्ञाते 'योगी' असें नांव देतात. अशा स्थितींतील मनुष्य निर्वात स्थलीं जळणाऱ्या दिव्याप्रमाणें सतेज असतो; आणि लिंगदेहविरहित होत्साता निश्चल राहतो, व याला उच्चनीच योनींमध्यें फेऱ्या घालाव्या लागत नाहींत. असें झालें म्हणजेच त्याला साक्षात्कार झाला व हृदयांत वास करणाऱ्या अंतरात्म्यासंबंधी जें कळावयाचें तें कळलें, असें माझ्यासारखे लोक म्हणतात. परंतु, हें कळूनही दुसऱ्यास तें वर्णन करून सांगतां येत नाहीं; त्यासच त्यासंबंधी खरें ज्ञान झालें असें समजावें. जेव्हां परमात्मा अशा योग्याचे अंतःकरणांत दृग्गोचर होतो, तेव्हां तो निर्धूम अग्नीप्रमाणें, रश्मियुक्त भगवान् सूर्याप्रमाणें किंवा आकाशांतील विद्युत्तेजाप्रमाणें प्रकाशमान् असतो. महात्म्या धैर्यशील वेदपारंगत ज्ञात्या ब्राह्मणांना ज्या अज व अमर परमात्म्याचा साक्षात्कार होतो, तोच परमात्मा अणूहून सूक्ष्म, व मोठ्याहूनही मोठा आहे. भूतमात्राचे ठिकाणीं परमात्मतत्त्वाचा नित्य वास असतांना त्यांना तें दिसत नाहीं. बुद्धिरूपी धनानें व चित्तरूपी दिव्याच्या प्रकाशाच्या साह्यानें मनुष्याला तें पाहतां येईल. तो परमात्मा दाट अंधकाराच्या पलीकडे असून, ईश्वराहूनही श्रेष्ठ आहे. सर्वज्ञ वेदवेत्ते लोक ज्या तत्त्वाला (संसाररूपी) अंधकाराचा नायनाट करणारें असें मानितात, तेंच हें परमात्मतत्त्व निर्मळ, अंधकाररहित, लिंगरहित व निरुपाधि असें आहे. हाच योगवेत्त्यांचा योग होय. याशिवाय योगाचें अन्य लक्षण तें कोणतें आहे? या रीतीनेंच योगी लोकांना अविनाशी आत्मतत्त्वाचा प्रत्यय येतो.

१ आदित्यवर्णं तमसस्तु पारे [पुरुषसूक्त.]

सांख्यवर्णन.

याप्रमाणें, जनका, योगदर्शनाची सविस्तर माहिती मीं तुला सांगितली. आतां, (सर्परज्जूच्या आभासासारखे) मानवी अंतःकरणांत जे (जगत्संबंधी) विभ्रमत आहेत, त्यांचें हळूहळू निराकरण होऊन मग परमात्म्याचें ज्ञान ज्या शास्त्राचे अध्ययनानें होतें, त्या सांख्यशास्त्रानें उद्‌घाटन करितों. प्रकृतीला मूलभूत मानणारे सांख्यशास्त्रवेत्ते हे अव्यक्त प्रकृतीला श्रेष्ठ (मुख्य) मानितात. हे राजश्रेष्ठा, तिच्यापासून दुसरें महत्-संज्ञक तत्त्व उत्पन्न झालें; या महत्तत्त्वांतून अहंकार या तिसरे तत्त्वाची उत्पत्ति झाली; व तेथून पंचसूक्ष्मभूतांचा उद्भव झाला. अशी सांख्यशास्त्राचें यथार्थ ज्ञान झालेल्या ज्ञानी पुरुषांची उपपत्ति आहे. या आठ तत्त्वांना आठ प्रकारच्या प्रकृति असें म्हणतात. या प्रकृतींचे विकार सोळा आहेत. पंचमहाभूतें, स्वविषयप्रतिपादक ज्ञानेंद्रियें व कर्मेंद्रियें मिळून दहा आणि मन असे एकंदर सोळा विकार होत. सांख्यमतपारंगत सांख्यशास्त्रानुयायी कर्तव्यनिष्ठ ज्ञाते लोकांनीं या चोवीस तत्त्वांच्या प्रतिपादनाला सांख्यशास्त्र असें नांव दिलें आहे. जें कार्य ज्या कारणापासून उत्पन्न होतें त्यांतच उद्भूत कार्याचा शेवटीं लय होतो. अंतरात्म्यापासून वस्तूंचा ज्या क्रमानें उगम होतो, त्याचे उलट क्रमानें प्रत्येक वस्तूचा तज्जनक वस्तूमध्यें अंतर्भाव होऊन लय होतो. समुद्राच्या लाटा ज्या-

प्रमाणें समुद्रांतून निघून समुद्रांतच (आपल्या आदिकारणांत) लीन होतात, तद्वत्च गुणांचा प्रत्येक वेळीं आतां सांगितल्याप्रमाणें अनुक्रमानें उदय होतो व अंतीं ते व्युत्क्रमानें आपआपल्या निकटकारणांत लोप पावतात. हे नृपवरा, प्रकृतीची उत्पत्ति व नाश हीं अशा प्रकारचीं आहेत. विश्वप्रलयसमयीं एकटा परमात्मा अवशिष्ट रहतो आणि जगदुत्पत्तीला सुरुवात झाली ह्मणजे तोच बहुविध प्रकारांनीं व्यक्त होतो. हे राजेंद्रा, अव्यक्त परमात्म्याला प्रकृतिच एकत्व व नानात्व देण्यास कारणीभूत होते, असा ज्ञात्यांचा अभिप्राय आहे. प्रकृतीचेही असे अवस्थाभेद आहेतच. महाप्रलयकालीं एकत्व, व उत्पत्ति सुरू झाली ह्मणजे बहुविधत्व हें प्रकृतीचे ठायींही दृष्टीस पडतें. यामुळें प्रकृतीला सुद्धां एकत्वानेकत्व आहे, असें तत्त्ववेत्ते जाणतात. परमात्मा प्रकृतीचे ठायीं बहुविध वस्तु निर्माण करण्याची शक्ति उत्पन्न करितो. प्रकृतीला क्षेत्र ह्मणतात व परमात्मा चोवीस तत्त्वांपलीकडे असून प्रकृतीचा अधिष्ठाता आहे अशी समजूत आहे; आणि म्हणूनच, हे नृपाला, यतिश्रेष्ठ हे परमात्म्याला मुख्य प्रवर्तक असें म्हणतात. वस्तुतः प्रत्येक उत्पत्तिशील वस्तूमध्यें (क्षेत्रामध्यें) परमात्म्याचें अधिष्ठान दृग्गोचर असल्यामुळें त्याला ही संज्ञा प्राप्त झाली आहे असेंही आमचे ऐकण्यांत आहे. तसेंच अव्यक्त क्षेत्राची त्याला बरोबर जाणीव असल्यामुळें क्षेत्रज्ञ असेंही त्यास अभिधान देण्यांत येतें; आणि हा अविद्यात्मक क्षेत्रांत (पुर्यष्टकांत) शिरतो यास्तव त्याला पुरुष असें म्हणतात. क्षेत्र वेगळें व क्षेत्रज्ञ निराळा. क्षेत्र हें चतुर्विंशतितत्त्वात्मक प्रकृतीचें कार्य आहे आणि क्षेत्रज्ञ हा चोविसांच्या पलीकडला पंचविसावा आहे. ज्ञान ही गोष्ट वेगळी व ज्ञेय वेगळें. ज्ञानालाही अव्यक्तांत गणितात; आणि ज्ञेय मात्र क्षेत्रज्ञरूप पंचविसावें मानितात. क्षेत्र, सत्त्व, तसाच ईश्वर हीं अव्यक्त असून, ज्याचा तत्त्वांत अंतर्भाव वस्तुतः होत नाहीं व ज्याहून श्रेष्ठतर कांहीं नाहीं त्या परमात्म्याला पंचविसावें तत्त्व असें प्रतिपादनाचे सोयीसाठीं कल्पितात. येणेंप्रमाणें सांख्यशास्त्राचीं[1] मतें आहेत. सांख्यवेत्ते प्रकृतीला जगाचें कारण मानून, आणि स्थूलसूक्ष्म या क्रमानें शोध करीत सर्व प्रपंचाचा चिदात्म्याचे ठिकाणीं लय करून, साक्षात्काराचा अनुभव घेतात. प्रकृतीसह चोवीस तत्त्वांचा सत्यान्वेषण बुद्धीनें शोध करून त्यांचा ते चिदात्म्यांत लय करितात; आणि चोविसांच्या पलीकडील पंचविसाव्या परमात्म्याचें सत्वज्ञान त्यांस होतें. प्रकृतीला सोडून जो पंचविसावा तोच जीव; आणि हा ज्या वेळेस परमात्म्याचें खरें स्वरूप ओळखितो, तेव्हां तो कैवल्याप्रत जातो. या शास्त्राचा येणेंप्रमाणें सविस्तर ऊहापोह करून तुला सांगितला. हें ज्यांना बरोबर कळलें ते ब्रह्मीभूत होतात. प्रकृतीचे महदादिक गुण हे जसे भ्रांत जीवांना प्रत्यक्ष होतात, तसाच गुणातीत ब्रह्माचा प्रत्यक्ष अनुभव होणें, यालाच सम्यक् निदर्शन असें म्हणतात. या स्थितीस पोंचून जे देहहीन होतात, त्यांना जन्ममरणांचे फेरे पडत नाहींत; आणि जे हें ज्ञान प्राप्त होऊनही सदेह असतात त्यांना सत्यकामत्व, सत्यसंकल्पत्व इत्यादि ऐश्वर्य, व समाधिकालीं निरुपाधि व अव्यय असें सुख ब्रह्माशीं एकरूप झाल्यामुळें प्राप्त होतें. हे अरिमर्दना, जे आत्म्याचे ठिकाणीं नानात्व पाहतात, त्यांना खरें ज्ञान झालें नाहीं असें समजावें; आणि यामुळें ते पुनःपुनः देहधारण करितात. एथवर प्रतिपादन केलेलें

१ चोवीस तत्त्वांचें परिसंख्यान ह्मणजे परिगणन करितात ह्मणून त्यांस सांख्य असें म्हणतात.

ज्ञान ज्यांना अनुभवानें पटलें, त्यांना खरी सर्वज्ञता आली व तीमुळें ते पुनरपि देहधारणाच्या प्रसंगांत सांपडत नाहींत. हें सर्व जग अव्यक्त जी प्रकृति तींतून निर्माण झालें आहे; आणि पंचविसावा जो आत्मा तो या सर्वांव्यतिरिक्त आहे. या आत्म्याचें ज्यांस यथार्थ ज्ञान होतें, त्यांस संसारापासून भय रहात नाहीं.

अध्याय तीनशें सातवा.

—:०:—

विद्या व अविद्या यांचें लक्षण.

वसिष्ठ सांगतातः—हे राजश्रेष्ठा, मीं तुला योगासह सांख्यशास्त्राचें विवरण सांगितलें. यापुढें, विद्या कशाला म्हणतात व अविद्या कशाला म्हणतात, हें मी तुला क्रमशः सांगतों, ऐक. जिच्या ठिकाणीं उत्पत्तिलय हे धर्म राहतात त्या प्रकृतीला अविद्या म्हणतात; आणि जन्ममरणांपासून अलिप्त असा जो पंचविसावा त्याला विद्या म्हणतात. हा मुख्य भेद झाला. आतां सांख्यशास्त्राचे अभिप्रायास धरून ऋषींनीं जे यांचे अवांतर भेद सांगितले आहेत, ते तुला क्रमशः सांगतों, ऐक. कर्मेंद्रियें व ज्ञानेंद्रियें यांपैकीं कर्मेंद्रियांचा विचार मुळींच सोडून देऊन केवळ बुद्धींद्रियेंच मी आहें असें चिंतन करणें हिला बुद्धींद्रियविद्या असें म्हणतात. पुढें बुद्धींद्रियें व देहारंभक जीं स्थूलभूतें यांपैकीं बुद्धींद्रियांचा विचार टाकून देऊन केवळ स्थूलभूतेंच मी अशी अहंभावना धरणें हिला विशेष विद्या असें म्हणतात. स्थूलभूतें आणि मन यांपैकीं स्थूलभूतांचा विचार मनांत मुरवून केवळ मन मात्र मी ह्या विचारांत राहणें हिला मनोविद्या असें ज्ञाते नांव देतात. विषयविकल्पाभिमुख असा मनाचा व्यापार बंद करून त्या मनाला पंचतन्मात्रांचे ठिकाणीं लीन करणें याला अहंकारविद्या म्हणतात. अहंकाराचा विचार सोडून म्हणजे त्याचा महत्तत्वाचे ठिकाणीं लय करून केवळ महत्तत्त्वाचाच विचार करणें याला बुद्धिविद्या असें म्हणतात. महदादि सर्व तत्त्वें यांचा अव्यक्तसंज्ञक प्रकृतींत लय करणें यास प्रकृतिविद्या किंवा अव्यक्तविद्या असें ह्मणतात. ही विद्या परमैश्वर्य देणारी आहे; यास्तव, हे नरश्रेष्ठा, ही विद्या समजून घेण्यास योग्य आहे. ही विद्या समजून घेण्याचा विधि परमश्रेष्ठ आहे. या अव्यक्ताचा लय पुरुषसंज्ञित पंचविसाव्या तत्त्वांत करणें ही सर्वांत श्रेष्ठ विद्या आहे. हे राजा, सर्व ज्ञानांचें ज्ञेय हेंच सर्वस्व होय; आणि प्रस्तुत विषयांत ज्याला अव्यक्त ह्मणून आतां म्हटलें तेंच ज्ञान होय; व पंचविसावा जो पुरुष तेंच ज्ञेय होय. यासच विज्ञाता किंवा प्रमाता असें म्हणतात व हा बोधस्वरूप आहे.

क्षर व अक्षर यांतील भेद.

हे राजा, या प्रकारें मीं तुला विद्या आणि अविद्या यांचें लक्षण यथार्थ तत्वदृष्टीनें भेदपूर्वक सांगितलें. आतां क्षर आणि अक्षर ह्मटलेल्यांत काय भेद आहे, तोही मजपासून समजून घे. प्रकृति व जीव या उभयतांसही क्षर व अक्षर या दोन्ही संज्ञा देतात, व असें करण्याचें जें कारण तें मी तुला माझ्या समजुतींत आलें आहे, त्याप्रमाणें यथातथ्य सांगतों, ऐक. हीं दोन्ही उत्पत्ति—विनाशरहित आहेत; दोघेंही शक्तिमान् आहेत; व ज्ञाते या दोघांसही तत्त्व अशी संज्ञा देतात. जिला अव्यक्त ह्मणतात, अशी जी प्रकृति ती गुणमय सृष्टीचे उत्पत्तीसाठीं वारंवार विकार पावत असते; आणि तिच्या विकार पावण्यानंतर, महदादि जे गुण आहेत, त्यांची एकमेकांपासून उत्पत्ति सुरू होते; आणि ही सृष्टि ज्या अर्थीं अनंत आहे व तिचे उद्भवाला कारण ज्या अर्थीं ही

अव्यक्तसंज्ञक प्रकृति आहे, त्या अर्थी ती ' अक्षर ' च असली पाहिजे. कारण, ती जर क्षर म्हणजे नाशिवंत असेल, तर सर्व संसारच सान्त होईल. याकरितां प्रकृतीला अक्षर असें म्हटलें आहे. बरें—चिच्छाया प्राप्त न झाल्यास केवळ प्रकृतीच्यानें सृष्टिकार्य होणें नाहीं; आणि प्रकृतिसाहाय्यावांचून जीवाचेही हातून तें होणें नाहीं. अर्थात् जीव व प्रकृति हीं परस्परास अधिष्ठानभूत आहेत व यामुळें प्रकृतीप्रमाणेंच जीवालाही अक्षरत्व प्राप्त आहे. आतां दुसऱ्या दृष्टीनें हीं उभय क्षरही आहेत. कारण, योगी ज्या वेळीं त्याला अनुभवगोचर होणाऱ्या ब्रह्मामध्यें या गुणात्मक प्रकृतीचा लय करितो, त्या वेळीं उपाधिनाशामुळें चिदाभासाचा म्हणजे जीवाचाही नाश होतो, व यामुळें या दोघांनाही ' क्षर ' म्हणजे नाशिवंत असेंही म्हणणें नीट दिसतें. ज्या वेळीं प्रकृतिगत महदादि तत्त्वें प्रतिलोमक्रियेनें एकांत एक लय पावत पावत अखेर प्रकृतींत लीन होतात, तेव्हां प्रकृति एकटीच उरते. याप्रमाणेंच जीव जेव्हां आपले उत्पत्तिस्थानीं लीन होतो, तेव्हां गुणाश्रयानें असणारी प्रकृति लटकी पडते व तिचे ठिकाणीं क्षरत्व येतें; आणि देहाश्रित श्रोत्रादिकांचे जे शब्दादि गुण त्यांशीं तिचा संबंध नाहींसा झाल्यामुळें तिचेकडे निर्गुणत्वही येतें; व याचप्रमाणें प्रकृतिजन्य जें क्षेत्र त्याचें ज्ञान नष्ट झालें म्हणजे क्षेत्रज्ञ हा आपले मूळचे निर्गुणत्वाला पावतो, असें आम्ही श्रुतिवाक्यांवरून ऐकत आलों आहों. हाच क्षेत्रज्ञ जेव्हां साक्षित्व त्यागून क्षर होतो तेव्हां तो गुणयुक्त प्रकृतीशीं संमत होतो; आणि ज्या वेळीं हा आपलें निर्गुणत्व ओळखून प्रकृति वेगळी व मी तिजपासून वेगळा आहें, असें स्पष्ट समजल्यामुळें तिचा त्याग करितो, त्या वेळीं हा ज्ञाता जीव विशुद्धतेला पावतो; म्हणजे प्रकृतीशीं असलेला मिश्रभाव सोडून आपल्या तात्त्विक अशा निर्गुणरूपानेंच असतो व ब्रह्माशीं तादात्म्य पावतो. परंतु ज्या वेळीं तो प्रकृतीशीं मिसळून वागतो, त्या वेळीं तो ब्रह्माहून वेगळा पडलेला दिसतो. पण ज्या वेळीं प्रकृतीनें गुंफलेल्या तिच्या गुणरूपी जाळ्याची हा निंदा करून उपेक्षा करितो, त्या वेळीं तो परमात्म्याला पाहूं लागतो; आणि एकदा भेट झाली म्हणजे या सुखाचा वियोगच होऊं नये असें त्याला वाटूं लागतें. मग त्याला आपली पूर्वकृति आठवून पस्तावा होऊं लागतो, आणि मग तो आपल्याशीं म्हणूं लागतो कीं, ' अरेरे ! मीं अज्ञानामुळें इतके दिवसपर्यंत हें काय तरी केलें कीं, जाळ्यांत पडून राहणाऱ्या माशाचें अनुकरण करून मी या प्रकृतीच्या जाळ्यांत पडून राहिलों ! अथवा, मत्स्य ज्याप्रमाणें पाणी हेंच आपलें जीवन आहे असें समजून एका जलाशयांतून हुसकल्यास दुसरे जलाशयांत घुसतो, त्याप्रमाणें मी अज्ञानानें प्राकृत देह हाच आपला आधार आहे असें मानून एका देहांतून दुसऱ्या देहांत, दुसऱ्यांतून तिसऱ्यांत, असा भ्रमत राहिलों; आणि मत्स्य ज्याप्रमाणें आपण स्वतः उदकापासून वेगळे आहों असें ओळखीत नसतो, त्याचप्रमाणें मीही या स्त्रीपुत्रादि पसाऱ्यापासून केवळ स्वतंत्र आहें, असें आजपर्यंत अज्ञानानें मीं ओळखिलें नाहीं ! धिक्कार असो मला मूर्खाला, कीं मी विपद्ग्रस्त असतांही त्या मत्स्याचें अनुकरण करून अज्ञानानें एका जन्मांतून दुसऱ्या जन्मांत याप्रमाणें जात राहिलों ! असो; आतां मला कळून आलें कीं, हा परमात्माच माझा खरा बंधु आहे व त्याच्याशींच माझा मेळ पडतो. कारण, मीं याच्याशीं एकत्वालाच येऊन पोंचलों म्हणावयाचा. कारण, हा जसा आहे तसाच मीही आहें; म्हणजे आम्ही

दोघे एकाच तोलाचे आहों—सर्वथा मी त्याच्याप्रमाणेंच आहें. हा अत्यंत निर्मल आहे त्याप्रमाणेंच मीही निर्मलच आहें, असें मला स्पष्ट दिसतें आहे. अर्थात् मी निःसंग आहें. परंतु असें असतां अज्ञानाची झांपड पडून या विषयलंपट अशा जड प्रकृतीशीं सहवास करून तिजसमेत मी पडला राहिलों; आणि तिचा पगडा मजवर असा कांहीं बसला कीं, तिचा दास होऊन वागण्यांत एवढा थोरला काळ लोटला असतांही मला शुद्ध आली नाहीं ! ही प्रकृति ह्मणजे देव, मनुष्य, तिर्यक् इत्यादि रूपांनीं उच्च, मध्यम व नीच अशा प्रकारें वेळोवेळीं आकार पालटणारी असली नाटकी,—अशीशीं मीं संगति कशी करावी ? परंतु मूर्खपणामुळें आजपर्यंत मी अशीच्या संगतींत नाचलों. तथापि आतां मला कळून आलें कीं, या बाईनें मला इतका वेळ निव्वळ फसविलें व स्वभावतः मी निर्विकार असूनही मला हिनें विकारवश केलें! यास्तव इतउत्तर मी हिचे नादीं न लागतां सांख्य किंवा योग या मार्गांतच स्थिर राहणार व फिरून या बयेच्या सोबतीस जाणार नाहीं ! बाकी तिला तरी दोष कां द्यावा ? मी फसलों हा तिचा अपराध नव्हे; माझाच अपराध. कारण, मी परमात्म्याकडे पाठ करून तिच्याशीं आसक्त झालों, तेव्हां अर्थात्च तिनें मी अमूर्त असतांही मला आपलेप्रमाणें अनेक विचित्र अशा मूर्तींत घातलें; व त्या बयाशीं आपलेपण धरिलें त्यामुळें मी सहजच तिच्या धसक्यांत सांपडलों; व वास्तविक मी निर्मम असतां या प्रकृतीचे ठायीं ममत्व धरल्यानें भिन्नभिन्न अशा अनेक योनींत फिरलों; व असल्या विचित्र योनींत फिरत असतांना बेशुद्ध होऊन नसतीं नसतीं अनन्वित कर्में केलीं ! पण असो; आतां मला अशीशीं कांहीं कार्य नाहीं. कारण, हिला अहंकार फार व त्या अहंकाराचे डौलांत ती स्वतःही निरनिराळीं रूपें नटते आणि मी तिच्या नादीं भरलेला पाहून आपल्याबरोबर मलाही इतक्या रूपांत नाचविते. परंतु आतां मी शुद्धीवर आलों. अहंकार व ममत्व यांना मीं तिलांजुली दिली. या बयाशीं आपलेपणा धरिला कीं अहंकारानें पछाडिलेंच, असा अनुभव असल्यानें मी अशीला आज हांसडा देऊन दूर सरतों व निर्द्वंद्व जो परमात्मा त्याचा आश्रय करून राहतों, आतां असल्या दुष्टेशीं मी सोबत न करतां परमात्म्याशीं साम्य संपादीन. कारण, परमात्म्याशीं एकरूप होण्यांत माझें खरें कल्याण आहे; हिच्याशीं असण्यांत नाहीं!"

या प्रकारें, राजा, उत्कृष्ट ज्ञान प्राप्त होऊन जीवात्मा जागा होतो; आणि मग क्षर ह्मणजे नाशिवंत अशा प्रकृतीचा संग सोडून निरामय अशा परमात्म्याशीं एकरूप होऊन अक्षरत्व प्राप्त करून घेतो. जनका, हा जीव खरोखर अव्यक्त व निर्गुण असतां प्रकृतीशीं तादात्म्य पावल्यानें देहादि रूपांनीं व्यक्तधर्मी व सगुण असा बनतो. परंतु जेव्हां अव्यक्ताचेंही मूळ असा जो निर्गुण परमात्मा त्याचें दर्शन होतें, तेव्हां तोच पुनरपि परमात्म्यासारखाच होऊन जातो. हे राजा, याप्रमाणें श्रुतीच्या अभिप्रायाला धरून व त्याला माझ्या स्वानुभवाचा दुजोरा घेऊन मीं तुला ज्ञानपूर्ण असा हा क्षर व अक्षर यांचा निवाडा सांगितला. आतां यापुढें मी तुला मला माहीत आहे त्याप्रमाणें निःसंदेह, सूक्ष्म व निर्मल अशा

विशिष्ट ज्ञानाचा उदय

कशानें होईल तें सांगतों. सांख्य व योग या उभय शास्त्रांचें रहस्य मीं तुला त्या उभय शास्त्रांतील दृष्टांत घेऊन नीट सांगितलें; आणि त्यावरून सांख्य व योग या उभयही शास्त्रांचें मोक्षरूपी अंतिम साध्य हें एकच आहे, असें तुला दाखविलें; आणि यामुळें सांख्य व योग

यांचें ऐक्य प्रतिपादित केलें. तथापि, हे भूपते, सांख्यशास्त्राचें सांगणें श्रोत्याच्या मनावर फारच लख्ख उजेड पाडणारें आहे. कारण, शिष्यांचें हित व्हावें, ही बुद्धि मनांत धरून मुद्दामच त्या शास्त्रांत विषयाची मांडणी फारच क्रमवार व उलगड्याची केली आहे आणि हें सांख्यशास्त्र फार विस्तीर्ण आहे असा ज्ञात्यांचा अभिप्राय आहे. बरें, योगमार्गीही वेदाप्रमाणेंच या सांख्यशास्त्रालाही मान देतात; आणि उलटपक्षीं हें सांख्यशास्त्रही योगाचा आदर करितें. (आतां जर हीं शास्त्रें परस्परांना मानितात व उभयाचेंही मोक्षरूप अंतिम साध्य एकच आहे, तर मग हीं दोन प्रथक् शास्त्रें पाहिजेत कशाला? अशी कोणास शंका येईल तर नीलकंठ असें सांगतात कीं, अधिकारिभेदास्तव हीं दोन्ही पाहिजेत. कांहीं मोक्षाधिकारी यांस प्रथमच योगाचा अभ्यास घडला असल्यामुळें त्वंपदार्थाचा अनुभव आलेला असतो, अशांस तत्पदार्थाची ओळख व त्वंत्पदार्थाचा तपत्दार्थाशीं अभेदभाव ही गोष्ट तत्त्वमासि या महावाक्यावरून कळावयाची असते. अशाला योग हा दुय्यम व सांख्य हा प्रधान असतो. कांहीं अधिकारी असे आहेत कीं, त्यांना श्रवणादिक योगानें ‘ तत्त्वमस्यादि ’ वाक्यांचें परोक्षज्ञान झालें असतें, पण त्यांचा अपरोक्षसाक्षात्कार झाला नसतो, अशांना तो साक्षात्कार साधण्यासाठीं योगाची आवश्यकता असते; व यामुळें त्यांना सांख्य दुय्यम व योग प्रधान असतो. एतावता सांख्य व योग हीं उभय परस्परांस उपकारक आहेत व यामुळेंच उभयही आवश्यक आहेत.) हे राजा, सांख्यमताप्रमाणें उच्चतम तत्व कोणतें व कसें आहे त्याचें यथावत् वर्णन मीं तुला पूर्वीच दिलें आहे. सांख्य हे पंचविसावा जो पुरुष त्यापलीकडे कांहीं मानीत नाहींत. परंतु योगशास्त्रांत हीं पंचवीस तत्त्वें स्वीकारून त्यांपलीकडे परमेश्वर हा सव्विसावा मानितात; व परमात्मा हा अद्वितीय बोधस्वरूप असून तोच अज्ञानाश्रयानें वृत्तिसारूप्य पावल्यानें जीवदशेला येतो, म्हणजे नित्यबोधस्वरूप जो चिदात्मा तो अज्ञानामुळें तद्भिन्न भासणारें असें जीवत्व पावतो. यामुळें बुद्ध आणि बुद्धयमान् किंवा परमात्मा आणि जीवात्मा असे दोन पदार्थ मात्र योगशास्त्राचे भाषेप्रमाणें व्यवहाराला होतात; बाकी वस्तुतः ते दोन नसून एकच आहेत.

अध्याय तीनशें आठवा.

—:०:—

बुद्ध, अबुद्ध व गुणविधि यांचें वर्णन.

वसिष्ठ म्हणतातः—श्रुतींत भोग्य, भोक्ता व प्रेरक असे तीन पदार्थ सांगितले आहेत, तदनुरोधानें मी आतां तुला बुद्ध, अबुद्ध व गुणविधि यांचें वर्णन सांगतों तें ऐक. बुद्ध म्हणजे बोधस्वरूप परमात्मा; अबुद्ध म्हणजे बोधरहित असा मूढ जीव; आणि गुणविधि म्हणजे सत्वादि गुणांचा प्रभाव. हा गुणांचा प्रभाव कोठून आणला म्हणशील, तर तो अनुभवास येतो. पहा बरें—एखादा ब्राह्मण असतो, आणि तो स्वप्नांत आपण राजा झालों असें पाहतो, व आपलें ब्राह्मणपण विसरतो, हा कशाचा परिणाम? तर सत्वादि गुणांचा! आणि या गुणत्रयामुळेंच आत्माही विश्व, तैजस, प्राज्ञ, विराट्, सूत्र, अंतर्यामी असे मायागत भेद धारण करून पुनः ते भेद म्हणजे आपलींच सत्यस्वरूपें आहेत असें (त्या स्वप्नांतील ब्राह्मणाप्रमाणें) मानितो. स्त्रीवेषधारी नट हा रूपांतर करितो खरा, परंतु आपण मूळचे पुरुष आहों याची त्याला विस्मृति नसते; पण या आत्म्याचा प्रकार तसा नाहीं. हा आपलें

मूळ रूप पार विसरून जाऊन हीं नटलेलीं रूपेंच आपलीं सत्यरूपें आहेत असें मानूं लागतो. अशा स्थितींत त्याला अबुद्ध किंवा जीव असें म्हणतात. कारण, याप्रमाणें विकार पावला असतां हा बुद्ध्यमान् म्हणजे जीव आपले मूळरूपी बुद्धाला म्हणजे ब्रह्माला मुळींच ओळखीनासा होऊन गुणाचेच नादीं लागतो; आणि त्या नादांत मीच सृष्टिकर्ता, मीच लयकर्ता, मीच भोक्ता अशा भ्रमांत पडून अभिमान धरितो; व या कामीं त्याला गोडी लागल्यामुळें तो मौजेखातर या सृष्टिकार्यांत वारंवार पडतो. आतां, आत्मरूप न ओळखणाऱ्या अशा या मूढ जीवाला कधीं कधीं बुद्ध्यमान् म्हणजे ज्ञाता असाही शब्द लावितात. याचें कारण इतकेंच कीं, घटादि जी जडप्रकृतीचीं कार्यें त्यांचें ज्ञान त्याला असतें, म्हणून या दृष्टीनें तो ज्ञाता मानितात. कोणी म्हणेल कीं, हें जाणणें हा प्रकृतिगत सत्त्वगुणाचा धर्म असावा, जीवाचा नव्हे, तर हें म्हणणें खोटें आहे. कारण, वस्तु सगुण असो वा निर्गुण असो, तिला जाणण्याचें सामर्थ्य अव्यक्ताचे ठिकाणीं केव्हांही असत नाहीं; व म्हणूनच त्यास जड असें म्हटलें आहे. जड झालें तरी त्याचे ठिकाणीं सत्त्व म्हणजे सत्ता असते, पण ज्ञान नसतें हें उघड आहे. या प्रकारें प्रकृतीसह चोवीस तत्त्वांचा सारा समुदाय जड आहे, व त्याला पंचविसावा जो जीव त्याचें ज्ञान नाहीं. परंतु हा पंचविसावा म्हणजे चिज्जडग्रंथीचा अभिमान धारण करणारा जीव—याला मात्र या चोविसही तत्त्वांचें ज्ञान असूं शकतें, व यामुळेंच त्याला बुद्ध्यमान् किंवा ज्ञाता म्हटलें आहे. आतां कोणी कोणी अव्यक्त प्रकृतीला ज्ञानशक्ति आहे असें म्हणतात, पण ही चूक आहे. त्या प्रकृतीचा चेतन जीवात्म्याशीं मिलाफ झाल्यामुळें त्या जीवात्म्याची ज्ञानशक्ति तिचे ठिकाणीं संक्रांत झालीशी वाटून असा भास होतो. हें जिवाचे संगाचें फल आहे. बाकी वास्तव ज्ञानशक्ति जडप्रकृतीला शक्यच नाहीं. सारांश, त्या मिलाफांतील जाणीवपणाचा अंश हा जीवात्म्याचाच आहे. मात्र या जड प्रकृतीशीं सदा मिलाफी होण्यामुळें हा जीव वस्तुतः अरूप व अधिकारी असूनही त्याला मठ्ठ किंवा मूढ म्हणूं लागले आहेत. बाकी या पंचविसाव्याला म्हणजे जीवात्म्याला बुद्ध्यमान् किंवा ज्ञाता म्हटलें, पण त्याची किंमत—जड प्रकृतीला याचा बोध नसतां तिचा बोध याला असतो एवढ्या अर्थानेंच आहे; ज्ञाता म्हणजे सर्वज्ञ असा कांहीं अर्थ नाहीं. कारण, याचाही द्रष्टा जो सव्विसावा तो याला दिसत नाहींच. यास्तव जीवाचें जाणतेपण तितक्याच किंमतीचें समजावें. मात्र सव्विसावें म्हणजे जें निरुपाधिचैतन्य आहे तें मात्र सर्वव्यापी, शाश्वत, निर्मल व दुसऱ्या कशानें जाणलें न जाणारें असें सर्वप्रकाशक आहे; व तें या पंचविसाव्याला म्हणजे चिदाभासात्मक जीवाला व चतुर्विंशात्मक जड प्रकृतीलाही जाणून राहतें; आणि म्हणूनच याला बुद्ध किंवा ज्ञानमय असें म्हटलें आहे. हे दीप्तिमंता राजा, हें जें षड्विंशसंज्ञक केवळ सन्मात्र वस्तु आहे, हें स्वभावतःच सर्व दृश्यादृश्यांला म्हणजे कार्यकारणांला व्यापून असतें; व याच्या केवळ स्वरूपाचें साक्षात् ज्ञान, जे कोणी सूक्ष्मदर्शी आहेत, त्यांना याच देहांत होतें. आतां तूं म्हणशील कीं, हें सद्वस्तु किंवा ब्रह्म जर सर्वव्यापक आहे, तर आम्हां जीवांना किंवा या जीवात्म्याला त्याचें ज्ञान कां नाहीं? तर याचें कारण असें आहे कीं, हा बुद्ध्यमान् म्हणजे जीव ज्या वेळीं प्रकृतिकार्यांशीं एकरूप होऊन जाऊन मी ब्राह्मण, मी विद्वान्, मी अमक्याचा पुत्र इत्यादि प्रकारें आपल्याला आत्म्याहून भिन्नरूपा-

नें लेखूं लागतो, त्या वेळीं त्याला चोवीस (प्रकृति) पंचवीस (स्वतः) किंवा सव्वीस (ब्रह्म) यांपैकीं कोणाचेंच खरें खरें ज्ञान किंवा भान असत नाहीं. आतां त्याला ब्रह्मज्ञान केव्हां व्हावें ह्मणशील, तर जेव्हां (गुरूपदेशानें) विकारहीन जें ब्रह्म त्यावर अनन्यदृष्टि पोंचून व त्याची उपासना करून तो प्रकृतीवर जय मिळवितो, तेव्हां मग त्याला सर्वोत्कृष्ट, निर्द्वैत व निर्मल असें शुद्धब्रह्मविषयक ज्ञान उत्पन्न होतें. हे राजेंद्रा, तें झालें म्हणजे हा जीवात्मा केवळ बोधरूप होऊन, उत्पत्तिलयांची कर्त्री जी प्रकृति तिचा त्याग करितो. या प्रकारें हा जीव ज्यां वेळीं गुणयुक्त व जड अशा प्रकृतीचा आपल्याशीं कांहीं संबंध नसून ती सर्वथा वेगळी आहे व आपण प्रकृतीशीं इतके विजातीय आहों कीं, ती गुणयुक्त आहे व आपण निर्गुण आहों, असें स्पष्ट समजतो, त्याच वेळीं तो केवलत्वाला पावतो किंवा कैवल्य-रूप होतो; आणि उपाधित्रयापासून मुक्त होऊन अद्वितीय असा जो आत्मा त्याशीं एक-रूप होऊन जातो. आतां असें जरी झालें तरी जीव हा तत्त्वांशीं म्हणजे शरीरादि दृश्यांशीं कांहीं काळ तादात्म्य पावला होता, यामुळें—तो वास्तविक तत्त्व किंवा दृश्य नसून दृङ्मात्र असतांही ज्ञाते त्याला ‘ तत्त्व ’ असेंच म्हणतात, आणि ज्याला तत्त्वांचा विटाळ कधींच झाला नाहीं असा जो अजर व अमर सव्विसावा त्याला निस्तत्त्व म्हणजे नित्यापरोक्ष असें म्हणतात; व जीवाचें या दृष्टीनें तत्त्वत्व कायम धरूनच ज्ञाते तत्त्वें पंचवीस, तत्त्वें पंच-वीस, असें म्हणत असतात आणि सव्विसावा जो त्याला मात्र कोणत्याही आरोपानें तत्त्व-वान् म्हणतां येत नाहीं. कारण, तो कार्य-कारणवर्जित आहे. त्याचें निस्तत्त्वपण इतकें खड-खडीत आहे कीं, ‘ अहंब्रह्मास्मि ’ ह्या वृत्तीला देखील तो तात्काळ फेंकून देतो. हेंच बोधरूपाचें किंवा ब्रह्माचें लक्षण होय. ज्या वेळीं जीव हा आपण जरामरणशून्य असे षड्विंशा-त्मक आहों असा अनुभव मिळवितो, त्या वेळीं तो उपाधिसाह्यावांचून केवळ आपले अंगचे सामर्थ्यानेंच सव्विसाव्याचें साम्य पावतो. परंतु ज्या प्रकाशमय सव्विसाव्यामुळें पंचविसांचाही बोध शक्य होतो, त्या सव्विसाव्याला न जाण-ल्यानें हा जीव जोंपर्यंत मूढ राहतो, तों-पर्यंत त्याला हें प्रपंचरूप नानात्व प्रतीयमान् होतें असा सांख्यशास्त्र व वेद यांचा अभिप्राय आहे. जडप्रकृतीशीं संगत असणारा चेतन जीवात्मा हा सव्विसाव्याशीं एकरूप झल्याची खूण अशी आहे कीं, गाढ निद्रेंत असलेल्या पुरुषास ज्याप्रमाणें ‘ हा मी आहें ’ इतकें देखील भान उरत नाहीं, त्याचप्रमाणें जाग्र-दशेंतही जीवाला आपलेपणाचें ज्ञान उरत नाहीं, इतकी साफ त्याची अहंवृत्ति मावळते. आणि या एकत्वाचें फल असें आहे कीं, अहं-वृत्ति धारण करणारा हा सुखसंगी जीव जेव्हां मन-वाणी यांस अगोचर अशा सव्विसाव्याशीं एकरूप होतो, तेव्हां पापपुण्यादिकांचा संपर्क त्याला बाधत नाहीं. जन्मरहित आणि सर्व-शक्तिमान् असून निःसंग अशा या सव्विसा-व्याशीं जीव एकरूप झाला असतां तोही त्याप्रमाणेंच अज व विभु बनतो; आणि मग प्रकृति तर त्याला पाहतांच लाजून तोंड लपविते; आणि याप्रमाणें जीवाला ज्या वेळीं सव्विसाव्याचें ज्ञान होतें, त्या वेळीं त्याला चतुर्विंशात्मक प्रकृतिही असार दिसूं लागते.

या प्रकारें, हे निष्पापा, मीं तुला जड प्रकृति, तिला जाणणारा जीव व सर्वदा बोध-रूपच असणारा परमात्मा या तिघांचेही स्वरू-पाची खरी खरी ओळख श्रुतीचे निर्णयाला धरून करून दिली. आतां चोवीस तत्त्वें व

जीवात्मा ह्यांचें परस्पर एकत्व कसें व भिन्नत्व कसें म्हणशील, तर उंबर व त्यांतील किडा किंवा पाणी व त्यांतील मासा या प्रकारचें आहे. अशा स्थितींत या जीवाला आपण या चोविसांपासून भिन्न आहों असें सानुभव कळणें हाच मोक्ष होय, असें योगाचें मत आहे. प्रत्येक देहांत जो हा पंचविसावा म्हणून होऊन राहिला आहे, त्याला अव्यक्त प्रकृति व महदादिक जे तिचे विषय त्यांचे तावडींतून सोडविणें हाच मोक्ष होय, असें सांख्यांचें मत आहे. हा चिदात्मा चतुर्विंशात्मक जें क्षेत्र त्याशीं ऐक्य पावल्यानें जसा कांहीं आपणाहून निराळा व केवळ परधर्मी (क्षेत्राचे धर्मांनीं बाधक) होतो. परंतु त्याला जर मुक्त होणें असेल, तर हें त्याचें अज्ञानकृत पारतंत्र्य नष्ट झालें पाहिजे, एरवीं मुक्तता नाहीं, हा सिद्धांत समजावा. आतां ही गोष्ट साधणें केवळ अशक्य नाहीं. कारण, या जीवात्म्याचे अंगीं संगतीप्रमाणें बदलण्याची एक अजब खुबी आहे व तीमुळें शुद्धाशीं गांठ पडल्यास हाही शुद्धरूप होतो; बुद्धाशीं पडल्यास बुद्धिमान् होतो; मुक्ताशीं संगति झाल्यास मुक्तधर्मीही होतो; वियुक्ताचे संगतीनें वियोगधर्मीही होतो; व विमोक्षधर्मवाल्याशीं संगत झाल्यानें तद्रूप होतो. हा तेजस्वी जीवात्मा पवित्राचे संगतीनें पवित्र होतो; विमलाशीं गांठ पडल्यानें विमल होतो; केवलाशीं संगति झाल्यास केवल होतो; आणि स्वतंत्राची संगति घडल्यास स्वतंत्रत्व संपादून स्वतंत्र होतो.

हे महाराजा, मीं याप्रमाणें सत्याला धरून पदार्थत्रय (प्रकृति, जीव, परमात्मा) यांसंबंधी खरें खरें रहस्य होतें तें तुला सांगितलें. या रहस्याचें तूं निर्मत्सरबुद्धीनें ग्रहण करून चाल, ह्मणजे शुद्ध व सनातन अशा आद्य ब्रह्माप्रत पावशील. परंतु, हे राजा, हें परम रहस्य तूं कर्म-श्रद्धा-हीन अशाला देऊं नको. कारण, जो या विषयासंबंधें विशेष तान्हेला असेल, त्यालाच हें बोधकारक रहस्य सांगणें योग्य आहे. कारण, आपणास बोध व्हावा असाच हेतु धरून जो कोणी नम्रपणें आपलेकडे येईल अशाला मार्ग दाखविण्याकरितां हें आहे. हें रहस्य खोटा, लुच्चा, नेभळा (कर्तव्यशून्य), कुटिलबुद्धि किंवा आपले पांडित्याचे घमेंडीनें दुसऱ्यास ताप देणारा अशाला देऊं नको. आतां दे कोणास तें सांगतों तें समजून घे. श्रद्धालु, गुणी, सदैव परनिंदापराङ्मुख, विशुद्धकर्मी, शहाणा, नित्यक्रियावान्, क्षमाशील, हितबुद्धीचा, एकांतशील, आचारप्रिय, कलहपरावृत्त, बहुश्रुत, विशेषज्ञ, शमदमयुक्त, समर्थ व कोणाचेंही अहित न करणारा अशाला हें द्यावें. ज्ञात्यांचें असें ह्मणणें आहे कीं, हें ज्ञान ह्मणजे विशुद्ध असें परब्रह्मच आहे. हे आतां सांगितलेले गुण अल्पप्रमाणानेंही ज्याचे अंगीं वसत नाहींत, अशाला हें मुळींच देऊं नये. कारण, अशाला दिलें असतां अपात्रीं दान होऊन, जो धर्मज्ञानदाता त्याला श्रेय मिळणार नाहीं. जो व्रतनियमहीन असेल अशानें ही सर्व पृथ्वी रत्नांनीं भरलेली जरी आपणास दिली, तरीही त्याला हें ज्ञान देऊं नये. परंतु जो जितेंद्रिय असेल, त्याला मात्र, हे नरेन्द्रा, हें परमश्रेष्ठ ज्ञान तूं मनांत कांहीं किंतु न धरितां देत जा.

हे कराला, आज तूं परम पवित्र, शोकरहित व आदिमध्यांतहीन अशा परब्रह्माचें यथावत् वर्णन ऐकिलें आहेस; आतां तुझें भवभय पळालेंच समज. हे राजा, आज तुला अखिल ज्ञानाचें सार असें हें तत्त्वज्ञान समजलें आहे, त्या अर्थीं तूं आतां मोह टाक आणि जन्ममरणांचा निरास करणारें, निरामय, निर्भय व कल्याणरूप जें ब्रह्म त्याकडे लक्ष

लाव. हे राजा, आज तूं ज्याप्रमाणें माझी कृपा संपादून हें सनातन ब्रह्माचें ज्ञान मजपासून नीट संपादन केलेंस, त्याचप्रमाणें मीं पूर्वीं त्या अत्युग्रप्रकृति अशा सनातन हिरण्यगर्भाची मोठ्या यत्नानें कृपा संपादून त्याचे तोंडून हें संपादन केलें; आणि, हे राजेंद्रा, ज्या अर्थीं तूं या कामीं मला प्रश्नच केलास, त्या अर्थीं हें मोक्षवेत्त्यांना अत्यंत श्रेष्ठ वाटणारें असें महाज्ञान ब्रह्मदेवापासून मला जसें मिळालें होतें, तसेंचें तसेंच मीं तुला दिलें आहे.

भीष्म म्हणतातः—धर्मा, ज्याचें ज्ञान झालें असतां पंचविसावा जो जीवात्मा त्याला पुनरपि संसारांत पडावें लागत नाहीं, असें परब्रह्म मींही तुला महर्षि वसिष्ठांचे आधारावरून कथन केलें. असलें सर्वोत्कृष्ट ज्ञान प्राप्त असतांही जीव जर जरामरणरहित अशा ब्रह्माचा तत्त्वतः अनुभव न घेईल, तर त्याला पुनर्जन्म प्राप्त होईल. बाबारे, हें मोक्षप्रद असें अत्युच्च ज्ञान मीं देवर्षींचे मुखांतून ऐकून तुला सांगितलें. महात्मा वसिष्ठ ऋषि यानें प्रथम हें हिरण्यगर्भापासून संपादिलें; ऋषिवर्य वसिष्ठांपासून नारदांनीं संपादिलें; व देवर्षि नारदांपासून हें सनातन ब्रह्म मला समजलें. आतां, हे कौरवेश्वरा, या परमपदाचें श्रवण तुला झालें आहे त्या अर्थीं तुला आतां शोकाचें कारण उरलें नाहीं. कारण, ज्याला क्षर व अक्षर यांचा निवाडा समजला, त्याला भय उरतच नाहीं. हे राजा, हा क्षराक्षराचा निवाडा ज्याला कळला नसेल त्याला मोठें भय आहे. याचें ज्ञान ज्याला झालें नाहीं असा जो मूढ जीव असेल तो मात्र-एकवार मेला तरी पुनः पुनः मरण हाच ज्यांचा अंत आहे अशा सहस्रावधि जन्मांत फिरत राहतो; आणि मग कधीं देवलोक, कधीं मनुष्यलोक व कधीं पशुपक्ष्यादिकांचे जन्मही त्याला प्राप्त होतात. मग या अज्ञानसागरांतून तो कधीं मोठ्या दीर्घकालानें मोकळा होईल तें न कळे! कारण, हा संसाररूप अज्ञानसागर फार घोर आहे. याचा थांग कोणास लागत नाहीं आणि यांत आला तो दिवस असंख्य भूतें बुडत आहेत! परंतु, हे राजा, तूं या अव्यक्तरूप अगाध अशा अखंडदंडायमान् समुद्रांतून उतीर्ण झाला आहेस, त्या अर्थीं तूं आतां रजस्तमरहित झालास.

अध्याय तीनशें नववा.

—:०:—

श्रेयोवर्णन.

भीष्म सांगतातः—जनकवंशांतील कोणी एक राजपुत्र शिकारीनिमित्त निर्जन वनामध्यें हिंडत असतां, भृगुवंशामधील विप्रश्रेष्ठ ऋषीला पहाता झाला. त्या स्थानापन्न असलेल्या मुनीला नमस्कार करून तो वसुमान् राजपुत्र त्याचे जवळ बसला; आणि नंतर त्या ऋषीची अनुमति घेऊन, त्यानें ऋषीस असा प्रश्न केला कीं, "हे महाभाग, क्षणभंगुर देहधारी व वासनाधीन मनुष्याला या लोकीं तशीच परलोकींही कोणती गोष्ट कल्याणप्रद होईल?" राजा, याप्रमाणें त्यानें जो प्रश्न विचारिला, त्याचें त्या उदारधी महातपस्व्यानें असें शुभदायक भाषण करून उत्तर दिलें.

ऋषि म्हणालाः—बारे, जर इहपरलोकीं आपल्या मनाप्रमाणें व्हावें अशी तुझी इच्छा असेल, तर इंद्रियें ताब्यांत ठेवून भूतमात्राचें अप्रिय करण्यापासून परावृत्त हो, सत्पुरुषांना धर्म हाच स्नेही आहे. धर्म म्हणजेच त्यांचें आश्रयस्थान होय. बाबारे, धर्मापासूनच स्थावरजंगमासह त्रैलोक्याची उत्पत्ति आहे. चांगल्या चांगल्या आवडत्या वस्तूंच्या लालसेनें तूं त्यांचे मागें लागला आहेस, पण ही तुझी वासना परिपूर्ण होऊन तूं निष्काम कधीं बनणार?

असें करण्यांत, हे मूर्खा, तुला फक्त मधाचें पोळें दिसत आहे, पण पायांखालीं तुटलेला कडा दिसत नाहीं! ज्याप्रमाणें ज्ञानफल मिळवूं इच्छिणारे मनुष्यास ज्ञानार्जनासाठीं परिश्रम करावे लागतात, त्याप्रमाणेंच धर्मफलेच्छूनें धर्मप्राप्तीकरितां खटपट केली पाहिजे. दुर्जन मनुष्यानें धर्माचरणाच्या इच्छेनें जरी शुद्ध कर्म करण्याचा यत्न केला, तरी त्याला तें साधत नाहीं; परंतु तोच एखाद्या सज्जन मनुष्यानें धर्मप्राप्तीचे हेतूनें दु:साध्य कर्मालाही हात घातला तरी तें सिद्धीस जातें. अरण्यांत राहूनही जर कोणी ग्राम्य सुखाचें सेवन करूं लागला, तर त्याला लोक ग्राम्य असेंच ह्मणणार; त्याचप्रमाणें, ग्रामांत राहूनही अरण्यांतील यतीसारखा जर एखादा वागूं लागला तर तो वननिवासीच समजावा. याकरितां प्रवृत्तिमार्ग व निवृत्तिमार्ग या दोन्ही पंथांतील गुणदोष पाहून, लक्षपूर्वक कायिक, वाचिक व मानसिक या त्रिविध धर्माचरणाकडे आपलें चित्त लाव. सज्जनांनीं मागितलें असतां, व्रताचरणानें व चित्तशुद्धीनें उदात्ततर होणारें असें दान देशकाल पाहून त्यांना नेहमीं निर्मत्सरतेनें यथेच्छ देत जा. निर्मळ मार्गानें मिळविलेल्या द्रव्याचा सत्पात्रांना दान करण्याचे कामीं विनियोग करावा. जें दान देणें तें क्रोध टाकून द्यावें व दिल्यावर क्लेश मानूं नये; किंवा आपण दिलें असें सांगत फिरूं नये. अनृशंस, शुद्धचित्त, जितेंद्रिय, सत्यवादि, सरळ, सत्कुलवान् व सत्कर्मी वेदज्ञ ब्राह्मण सत्पात्र होय. शुद्धाचरणाच्या व एकच पति असलेल्या स्त्रीपासून ज्याची उत्पत्ति झाली असते त्यास सज्जात,—कुलशीलवान् समजावें. तोच ऋग्वेद, यजुर्वेद व सामवेद यांत अधीत होऊन यजनयाजनादि षट्कर्में यथाविधि करूं लागला ह्मणजे त्यास सत्पात्र ह्मणावें. देशकाल व कर्ता यांच्या स्वरूपानुसार एकच प्रकारचें कृत्य धर्मदृष्ट्या योग्य व अयोग्यही होऊं शकतें. ज्याप्रमाणें शरीरावरील मळ थोडासा असल्यास मनुष्य सहज लीलेनें झाडून टाकतो, पण बराच असल्यास तो काढून टाकण्यास जास्त प्रयास लागतात, तद्वत् पापाचें निर्मूलन करण्याची गोष्ट आहे. रेचक घेतलेल्या मनुष्यास जसें घृत हें औषध होय, तसेंच पापाचें परिमार्जन करून शुद्धि पावलेल्या गृहस्थास धर्माचरण हें परलोकीं गेल्यावर अत्यंत सुखप्रद होतें. सर्व प्राण्यांच्या मनांमध्यें चांगल्या—वाईट दोन्ही प्रकारच्या गोष्टींचा संभव होतो. याकरितां दुष्ट विचारांपासून मन परावृत्त करून तें चांगल्या विचारांकडेच सदैव लावावें. जी गोष्ट सर्व लोक सर्व कालीं सर्वत्र करीत असतील, तिचा आपण आदरच करावा; आणि स्वधर्माचे ठिकाणीं जसें प्रेम तसाच पूर्णपणें इतरांच्या धर्माविषयीं ही आदर ठेवावा. हे अधीर मनुष्या, धैर्य धर; हे बुद्धिहीन मनुष्या, बुद्धिमान् हो; हे तळमळणाऱ्या जीवा, शांति धारण कर; आणि, हे मूर्खा, ज्ञाते चालतील तसा चाल. सद्धर्माचरणी मनुष्यांच्या सहवासानें व स्वत:च्या तेजानें मनुष्यास इहपरलोकीं श्रेयाची प्राप्ति होणें शक्य आहे; पण पराकाष्ठेचें धैर्य हें त्या कल्याणप्राप्तीचें मूळ आहे. महाभिष[1] नामक राजर्षि धैर्याचे अभावामुळें स्वर्गांतून च्युत झाला; परंतु ययाति राजाचें पुण्य संपलें असतांही तो धैर्यशील असल्यामुळें उत्तम लोकाला गेला. तपस्वी, सद्धर्माचरणी व विद्वान् लोकांची सेवा केली असतां तुला विपुल बुद्धीची प्राप्ति होऊन तुझें कल्याण होईल.

भीष्म म्हणतात:—हें ऋषींचें भाषण ऐकून त्या

---

१ हाच पुढील जन्मीं शंतनु राजा झाला.

[भारत, आदि० अ० ९६.]

सुस्वभावी वसुमान् राजानें आपलें मन वासनांपासून आवरलें व धर्माविषयीं दृढबुद्धि धरिली.

अध्याय तीनशें दहावा.

—:०:—

याज्ञवल्क्यजनकसंवाद.

आठ प्रकारच्या सृष्टींचें वर्णन.

युधिष्ठिर विचारतोः—धर्म व अधर्म, संशय, जन्म व मृत्यु, पुण्य व पाप यांपासून मुक्त असलेलें, तसेंच नित्य शिव, नित्य अभय, अक्षर, अव्यय, निर्दोष व नित्य आयासवर्जित असें जें कांहीं आहे तें काय, तें आपण कृपा करून सांगावें.

भीष्म सांगतातः—युधिष्ठिरा, या तुझ्या प्रश्नाला उत्तरादाखल याज्ञवल्क्य व जनक यांमध्यें झालेल्या संवादाचा प्राचीन इतिहास तुला मी सांगतों. जनककुलोत्पन्न महाकीर्तिमान् दैवराति (देवराताचा पुत्र) यानें सर्व प्रश्नांचे मर्मज्ञांमध्यें अध्वर्यु असलेल्या ऋषिश्रेष्ठ याज्ञवल्क्याला प्रश्न विचारला.

जनक म्हणालाः—हे विप्रर्षे, इंद्रियें किती प्रकारचीं आहेत ? प्रकृति किती सांगितल्या आहेत ? अव्यक्त परब्रह्म तें काय? व त्याहून श्रेष्ठ अशी कोणती गोष्ट आहे ? त्याचप्रमाणें, हे विप्रवर्या, उत्पत्ति कशाला म्हणावयाचें आणि प्रलय व कालसंख्या या शब्दांनीं काय ध्वनित होतें, हें आपल्या अनुग्रहाची लालसा धरणाऱ्या मला समजून सांगा. या गोष्टी मला कळत नसल्यामुळें मीं आपणांस हा प्रश्न केला आहे. आपण ज्ञानाचें भांडार आहां, तेव्हां हें सर्व अगदीं संशय न राहील अशा रीतीनें आपणांपासून ऐकण्याची माझी इच्छा आहे.

याज्ञवल्क्य सांगतातः—हे राजा, तूं जें विचारिलें आहेस त्याचें उत्तर ऐक. मी तुला योगशास्त्राचें व विशेषेंकरून सांख्यशास्त्राचें ज्ञान सांगतों. वस्तुतः तुला माहीत नाहीं असें कांहीं नाहीं; तथापि तूं मला विचारीत आहेस, आणि प्रश्न झाला असतां त्याचें उत्तर ज्ञात्यानें दिलेंच पाहिजे असा त्रिकालाबाधित धर्म आहे, म्हणून मी तुला सांगतों. आठ तत्त्वांना प्रकृति अशी संज्ञा दिलेली आहे व सोळा तत्वांना विकार असें म्हणतात. अध्यात्मशास्त्रप्रवीण हे अव्यक्त, महत्, अहंकार, पृथ्वी, वायु, आकाश, अप् व पांचवें महाभूत तेज (या पांच तन्मात्रा) अशा आठ प्रकारच्या प्रकृति आहेत असें म्हणतात. या आठ प्रकृति झाल्या. आतां विकार कोणते ते ऐक. श्रोत्र, त्वचा, नेत्र, जिव्हा, पांचवें इंद्रिय नासिका, तसेंच शब्द, स्पर्श, रूप, रस, गंध आणि वाणी, हस्त, पाद, गुद व उपस्थ हे पंधरा विकार. यांत, हे राजेंद्रा, पंचमहाभूतांतून उत्पन्न होणारे शब्दादि दहा यांना विशेष अशी संज्ञा आहे. कारण, त्यांना विकारांतरांचें कारण नसतें. तसेंच, हे मिथिलाधिपा, बुद्धि वगैरे पंचज्ञानेंद्रियांना सविशेष अशी संज्ञा आहे. अध्यात्मज्ञाते मन हा सोळावा विकार कल्पितात. तत्वज्ञानी विद्वानांचा व तुझाही अभिप्राय असाच आहे. हे राजा, अव्यक्तापासून महान् आत्म्याची उत्पत्ति होते. विद्वज्जन या उत्पत्तीला प्रकृतीसंबंधीची पहिली सृष्टि असें मानितात. हे नृपाला, महत्तत्त्वापासून अहंकाराचा उद्भव होतो व याला दुसरी सृष्टि म्हणतात. बुद्धि हें या सृष्टीचें मुख्य तत्त्व आहे. अहंकारापासून भूतगणात्मक असें मन उत्पन्न होऊन आहंकारिक नामक तिसरी सृष्टि तयार होते. तिचे मुख्य घटक म्हणजे पंचभूतांचे शब्दादि गुण होत. मनापासून पंचमहाभूतांचा

१ अन्यत्र धर्मादन्यत्राधर्मादस्मात्कृताकृतात् ।
अन्यत्र भूताच्च भव्याच्च यत्तत्पश्यसि तद्वद ॥
[कठवल्ली उपनिषद्,]

जन्म आहे. राजा, ही चौथी सृष्टि असें जाण. पंचमहाभूतांचा विचार करणारे हे शब्द, स्पर्श, रूप, रस, गंध यांची पांचवी भौतिक सृष्टि कल्पितात. श्रोत्र, त्वचा, नेत्र, जिव्हा व पांचवी नासिका यांची सहावे प्रकारची सृष्टि शास्त्राकारांनीं मानिली असून ती बहुचिंतात्मक म्हणजे मानससृष्टि होय. हे राजा, श्रोत्रादि इंद्रियांनंतर कर्मेंद्रियांची सातवी सृष्टि होय. वर वाहणारा प्राणवायु व इकडे तिकडे (तिर्यक्) वाहणारे अन्य वायु यांची, हे राजा, आठवी आर्जवकसंज्ञक सृष्टि होय. नंतर खालीं वाहणारे व खालील भागांत इकडे तिकडे वाहणारे वायु यांची नववी सृष्टि आहे. हिलाही आर्जवक सृष्टि हेंच नांव आहे. याप्रमाणें नऊ प्रकारची सृष्टि व चोवीस तत्त्वें श्रुतींत निर्दिष्ट केलेलीं तुला सांगितलीं, आतां पुढें महात्म्यांनीं या गुणांची तत्त्वतःविशद केलेली कालसंख्या मजपासून ऐक.

अध्याय तीनशें अकरावा.

—:०:—

कालगणना.

याज्ञवल्क्य सांगतातः—हे नरश्रेष्ठा, अव्यक्ताची (परमात्म्याची) कालगणना ऐक. दहा सहस्र कल्पें म्हणजे त्याचा एक दिवस. एवढ्याच मर्यादेची त्याची रात्र असते. हे लोकपाला, रात्र सरून तो जागृत झाला म्हणणे सर्व शरीरधारी यांचें जीवन असणाऱ्या वनस्पति सर्वांचे आधीं निर्माण करितो. नंतर, हिरण्याच्या अंड्यापासून ज्याचा जन्म आहे त्या ब्रह्मदेवाला तो उत्पन्न करितो. हाच ब्रह्मा सर्व सृष्ट वस्तूंची मूर्ति आहे, असें आम्हीं ऐकिलें आहे. या अंड्यांत एक वर्षपर्यंत वास केल्यावर तो महामुनि प्रजापति बाहेर पडला व त्यानें अखिल पृथ्वी व तिचे डोक्यावरचा स्वर्गलोक निर्माण केला. याच प्रभूनें मग पृथ्वी व स्वर्ग या दोन शकलांमध्यें आकाशाची निर्मिती केली असें वेदांत सांगितलें आहे. वेदवेदांगपारंगतांनीं या ब्रह्मदेवाचा साडेसात हजार कल्पांचा एक दिवस असें कालमान सांगितलें आहे. अध्यात्माचा अभ्यास करणारांनीं, त्याची रात्र सुद्धां एवढीच असते, असें म्हटलें आहे. हा ऋषि तदनंतर दिव्यात्मक असें अहंकार नामक भूत उत्पन्न करितो. भौतिक शरीराची उत्पत्ति करण्यापूर्वीं या महाऋषीनें आपले चार (व्यष्टिरूप मन, बुद्धि, अहंकार व चित्त असे) पुत्र निर्माण केले. ते मूळ पूर्वनांचेही पितर होत, असें आमचे ऐकण्यांत आहे. (कारण, महाभूतांची कल्पना तरी मनापासूनच.) तसेंच या पितृसंज्ञक पंचमहाभूतांपासून देवांची (पंचज्ञानेंद्रियांची) उत्पत्ति झाली. या इंद्रियांबरोबरच लोकांची (अंतःकरणादि चार तत्त्वांची) प्राप्ति झाली. चराचर सर्व भूतें पंचमहातत्त्वांनीं व्यापलेलीं आहेत असेंही सांगतात. परमेष्ठी अहंकारापासून पृथ्वी, अप्, तेज, वायु व पांचवें आकाश अशीं पंचमहाभूतें उदय पावलीं. तिसऱ्या सृष्टिचा जनक अहंकार. याचे रात्रीचें मान पांच सहस्र कल्प असून दिवसही इतक्याच प्रमाणाचा आहे. हे भूपालश्रेष्ठा, शब्द, स्पर्श, रूप, रस, गंध या पंचकाला विशेष अशी संज्ञा आहे व ते या पंचमहाभूतांमध्यें आहेत. हे राजा, या पंचमहाभूतांनीं व्यापलेले सर्व सृष्ट पदार्थांना दरदिवशीं एकमेकांच्या सहवासाची लालसा असते व ते परस्परांच्या हितसंवर्धनाविषयीं दक्ष असतात. कधीं एकमेकांची स्पर्धा करून ते परस्परांवर वरचढ करितात, तर केव्हां एकमेकांचें हनन करितात; आणि अव्यय, आणि बऱ्या-वाईट मार्गाला खेंचून नेणाऱ्या रूपादि गुणांचे योगानें याच जगतांत पशुपक्ष्यादि तिर्यग्योनीं-

मध्यें जन्म घेऊन भटकत राहतात. या पंचमहाभूतांच्या अहोरात्राचें प्रमाण प्रत्येकीं तीन हजार कल्पांचें आहे. तितकेंच मनःसृष्टीचें अहोरात्रमान कल्पिलें आहे. हे राजश्रेष्ठा, इंद्रियांच्या परिवारासमेत मन हें सर्व वस्तूंवर जात असतें. वस्तुतः इंद्रियें विषयोपभोग घेत नाहींत; मन हेंच इंद्रियद्वारा सुखोपभोग भोगतें. नेत्र मनाचे साहाय्यानें विषयांचें अवलोकन करितो, स्वतः त्याचे अंगीं तें सामर्थ्य नाहीं. कारण, मन पर्याकुल झालें असतां नेत्रांचे टप्प्यांत जरी पदार्थ असले तरी नेत्र ते पाहूं शकत नाहींत (असा अनुभव आहे.) याचप्रमाणें इतर इंद्रियेंही विषय भोगतात अशी बोलण्याची भाषा आहे. परंतु खरोखर इंद्रियें विषय उपभोगण्यास असमर्थ असून मनच विषयांचा आस्वाद घेतें. हे राजा, मनाला उपरति होऊन मनाच्या उड्या बंद झाल्या म्हणजे इंद्रियें आपोआप निर्व्यापार होतात. म्हणून मनाची उपरति व इंद्रियांची विषयनिवृत्ति हीं भिन्न नाहींत. याप्रमाणें सर्व इंद्रियांत मनच प्रधान आहे असें समजावें. किंबहुना मनाला इंद्रियांचा राजा असेंही म्हणण्याचा संप्रदाय आहे. राजा, हें मोठें कीर्तिमान् मनच या सर्व भूतांत प्रवेश करीत असतें.

अध्याय तीनशें बारावा.

—:०:—

जगत्संहारवर्णन.

याज्ञवल्क्य सांगतातः—तत्त्वसंख्या आणि कालसंख्या क्रमशः मीं तुला सांगितली. आतां जगत्संहार कसा होतो तें सांगतों, तिकडे तूं अवधान दे. अनाद्यनंत, नित्य व अविनाशी ब्रह्मदेव भूतमात्राचा नाश कसा करितो, तसेंच पुनःपुनः सृष्टि कशी निर्माण करितो तें पहा. दिवस सरल्यावर रात्रीं निद्रादेवीची आराधना करणारा अव्यक्त भगवान् हा अहंकाराभिमानी जो महारुद्र त्याला (जगत्संहार करण्यास्तव) प्रेरित करितो. तदनंतर, राजा, अव्यक्ताकडून प्रेरित होत्साता लक्षावधि किरणांनीं युक्त होऊन आदित्यरूपी रुद्र पेटलेल्या अग्नीप्रमाणें स्वतःचे बारा भाग करितो;व आपल्या किरणांच्या तेजानें हा महारुद्र जरायुज, अंडज, स्वेदज व उद्भिज्ज अशी चाऱ्ही प्रकारची सृष्टि जाळून खाक करितो. याप्रमाणें चराचर सृष्टीचा एका निमिषांत संहार झाल्यावर ही भूमि जिकडे तिकडे कांसवाच्या पाठीप्रमाणें खरखरीत होते. याप्रमाणें जगत् जाळून टाकिल्यावर, ज्याचे पराक्रमाला सीमा नाहीं असा हा रुद्र, फार जोरानें वाहणाऱ्या पाण्यानें, ही निर्बीज झालेली पृथ्वी सर्वत्र तत्काल भरून टाकितो. नंतर कालाग्निरूप धारण करून तो पाणी संपुष्टांत आणितो; आणि पाणी नाहींसें झालें म्हणजे मोठा अग्नि आपली ज्वलनक्रिया धडाक्यानें चालू करितो. जो अग्नि अतिशय जोरानें जळत असतो, ज्याला सात ज्वाळा असतात, व जो भूतमात्राचे ठिकाणीं उष्णतारूपानें वास करितो, त्या तशा अग्नीलाही अगाध सामर्थ्याचा अष्ट-स्वरूपात्मक भगवान् वायु खाऊन टाकितो. अग्नीचे प्राण शांत केल्यावर तो प्रलयवात खालीं, वर—सर्व बाजूंनीं वहात रहातो. तदनंतर, ज्याचे सामर्थ्याला सीमा नाहीं अशा त्या वायूला अतिशक्तिमान् आकाश स्वतः ग्रासून टाकितें; आकाशालाही मन आनंदानें गट्ट करितें; सर्व भूतांचा आत्मा व प्रभु जो अहंकार तो मनाला गिळंकृत करितो; भूत, वर्तमान व भविष्य जाणणारा महत्-संज्ञक आत्मा या अहंकाराची समाप्ति करितो. पण या उपमा-

१ या अध्यायांतील सृष्टीचें वर्णन हें केवळ रूपक आहे. सर्व खेळ अव्यक्त, महत्, अहंकार, मन, बुद्धि, चित्त, पंचभूतें, ज्ञानेंद्रियें व कर्मेंद्रियें यांचाच आहे व यांचेंच वर्णन रूपकानें दिलें आहे.

तीत महदात्म्याला अगर विश्वाला, भूतमात्राचा अधिपति शंभु हा गडप करून टाकितो. अणिमा, लघिमा, प्राप्ति इत्यादि योगसिद्धींनीं हा शंभु युक्त असून याला ईशान व अव्ययज्योति असें मानितात. तसेंच, याचे हात व पाय प्रत्येक भागाला व्यापून आहेत; डोळे, डोकीं व मुखें हीं सर्वत्र भरलीं आहेत; आणि याचे कान प्रत्येक स्थळीं गोचर असून हा सर्व जगत् व्यापून राहिला आहे. त्याप्रमाणेंच हा भूतमात्रांचें हृदय आहे व त्याचें प्रमाण अंगठ्याच्या पेराएवढें आहे. अशा प्रकारें तो अनंत महात्मा ईश्वर सर्व जगाचा संहार करितो; आणि प्रलयानंतर अक्षय, अव्यय, निर्दोष, भूतभविष्य व वर्तमान या सर्वांचा उत्पादक आणि निष्पाप असा महदात्मा शिलक राहतो. याप्रमाणें, हे राजेंद्रा, जगत्संहार कसा होतो हें तुला निवेदन केलें. आतां अध्यात्म, अधिभूत व अधिदैवत सांगतों, तें श्रवण कर.

अध्याय तीनशें तेरावा.

—:०:—

अध्यात्म, अधिभूत व अधिदैवत.

याज्ञवल्क्य सांगतातः—तत्त्वज्ञानी[१] ब्राह्मण दोन्ही पायांना अध्यात्म, गमनक्रियेला अधिभूत, व विष्णूला या उभय अवयवांचें (पदांचें) अधिदैवत असें म्हणतात. त्याचप्रमाणें तत्त्वार्थज्ञ गुदाला अध्यात्म, पुरीषोत्सर्गाला अधिभूत, व सूर्याला त्या अवयवाचें अधिदैवत मानितात. योगवेत्ते उपस्थाला अध्यात्म, तज्जन्य आनंदाला अधिभूत, व प्रजापतीला अधिदैवत कल्पितात. सांख्यज्ञ उक्षय हस्तांना अध्यात्म, हस्तकृत्यांना अधिभूत, व इंद्र हें तद्विषयक अधिदैवत असें समजतात. वेदवेत्ते हे वाणी अध्यात्म, शब्द अभिभूत, व अग्नि अधिदैवत असें जाणतात. नेत्र अध्यात्म रूप, अधिभूत, व सूर्य अधिदैवत होय. श्रोत्र अध्यात्म, शब्द अधिभूत, व दिशा अधिदैवत होय. याप्रमाणेंच जिव्हा, नासिका, त्वचा, मन, अहंकार व बुद्धि हीं अध्यात्म असून रस, गंध, स्पर्श, मननविषय, अभिमान् आणि ज्ञेय वस्तु हीं त्यांचीं अनुक्रमानें अधिभूतें होत; व आप, पृथ्वी, वायु, चंद्रमा, बुद्धि आणि क्षेत्रज्ञ हीं क्रमशः अधिदैवतें आहेत असें ज्ञाते यांनीं ठरविलें आहे.

गुणवर्णन.

हे तत्वज्ञ राजा, या प्रकारें आरंभीं, मध्यें व शेवटीं (सृष्टि, समाधि व प्रलय या स्थानीं) दृग्गोचर होणाऱ्या एकाच ईश्वराच्या विभूति तुला एक एक घेऊन सविस्तर सांगितल्या. हे महाराजा, प्रकृति ही स्वच्छंदानें—स्वतःचे इच्छेनें जणू काय करमणुकीकरितां विकारगोचर होऊन शेंकडों-हजारों गुण निर्माण करिते. ज्याप्रमाणें मानव प्राणी एका दिव्याच्या साहाय्यानें हजारों दीप प्रज्वलित करतो, त्याप्रमाणें प्रकृति ही पुरुषाच्या (सत्व, रज, तम) या गुणांना विशेष प्रकारें प्रकट करून हजारों सृष्ट वस्तु विकारभिन्नत्वानें निर्माण करिते. सहनशीलपणा, आनंद, ऐश्वर्य, प्रीति, इंद्रियांची प्रसन्नता, सुख, शुचिर्भूतपणा, निरामयता, संतोष, श्रद्धा, दानशूरत्व, दया, क्षमा, धृति, अहिंसा, समता, सत्य, ऋणमुक्ति, मार्दव, लज्जा, शांतपणा, स्वच्छता, सरळपणा, आचार, निर्लोभता, इष्ट वा अनिष्ट यांचे संयोगवियोगानें हृदय चंचल न होणें, कृतकर्माबद्दल बढाई न मारणें, योग्य मूल्य देऊनच कोणतीही वस्तु घेणें, निरिच्छता, परोपकारदक्षता,

१ तत्वज्ञानी, तत्त्वार्थज्ञ, योगवेत्ते, सांख्यज्ञ, वेदवेत्ते असे जरी निरनिराळे शब्द प्रत्येक वाक्यांत कर्त्यांचे ठिकाणीं घातले आहेत, तरी त्यांचा अर्थ 'ज्ञाते' एवढाच असून त्यानें वेगवेगळे पंथाचे लोक असें समजूं नये.

भूतमात्राबद्दल दया हे सत्त्वविकाराचे गुण ह्मणून निर्दिष्ट केले आहेत. रज या विकारापासून उत्पन्न होणारे गुण म्हटले ह्मणजे रूप, ऐश्वर्य, युद्ध, दानेच्छेचा अभाव, निर्दयता, सुख व दुःख या दोहोंचा उपभोग, परनिंदेची आवड, विवाद करण्याबद्दल उत्सुकता, अहंकार, अनादर, चिंता, वैरबुद्धि, परिताप, परापहार, निर्लज्जपणा, कुटिलता, भेद, नैष्ठुर्य, काम, क्रोध, मद, दर्प, द्वेष व परनिंदा हे होत. आतां तामस विकारापासून उद्भव होणाऱ्या गुणसमुच्चयांत कोणते गुण येतात ते सांगतों, ऐक. मोह व अज्ञान हे तामस गुण होत. तामिस्र ह्मणजे क्रोध व अंधतामिस्र ह्मणजे मरण असें सांगितलें आहे. शिवाय खादाडपणा, कितीही भोजन केलें तरी असमाधान, तसेंच कांहींही प्यालें तरी अतृप्ति, गंध, वस्त्र, विहार, शयन, आसन, दिवसा झोंप, परनिंदा व प्रमाद या गोष्टींची हौस, तसेंच नृत्य, वादन, गीत या गोष्टींवर अज्ञानामुळें श्रद्धा, आणि प्रत्येक धर्माबद्दल द्वेष हे तामस गुण होत.

अध्याय तीनशें चौदावा.

—:०:—

पुरुषाधिष्ठित प्रकृतीचें स्वर्गादि कर्तृत्व.

याज्ञवल्क्य सांगतातः—हे पुरुषश्रेष्ठा, प्रधानाचे (प्रकृतीचे) हे तीन गुण असून ते नेहमीं सर्व जगतांतील सृष्ट पदार्थांशीं संलग्न असतात. भगवान् अव्यक्तस्वरूपी पुरुष हा सहा योगगुणांनीं युक्त झाला म्हणजे शेंकडों, हजारों, लक्षावधि, किंबहुना कोटयवधि स्वरूपें धारण करितो. सत्त्वगुणाला उत्तम पद, रजोगुणाला मध्यमपद, व तमोगुणाला अधमपद प्राप्त होतें, असें अध्यात्मशास्त्रनिपुणांचें ह्मणणें आहे. केवळ पुण्य केल्यानें उत्तम पद मिळतें; पापपुण्यांच्या मिश्रणानें मानवयोनि प्राप्त होते; आणि अधर्माचरणानें तिर्यग्योनीस जावें लागतें. सत्त्व, रज व तम या त्रिगुणांपैकीं दोनदोहोंच्या मिश्रणानें जीं द्वंद्वें होतात, व तिहींच्या मिश्रणानें सन्निपात होतात, ते तुला सांगतों, ऐक. कधीं रजोगुण सत्त्वगुणांत मिसळलेला दिसतो; आणि तमोगुणांत रजोगुण दृष्टीस पडतो, तर केव्हां तमोगुणाचे अस्तित्वाचा सत्त्वगुणाचे ठिकाणीं प्रत्यय येतो; व सत्त्वगुणाचे ठायीं अव्यक्त (प्रकृतिही) कधीं दृष्टोत्पत्तीस येते. अव्यक्त (पुरुष) सत्त्वगुणसंयुक्त झाला ह्मणजे देवलोकीची प्राप्ति होते; रज व सत्त्व या दोहोंनीं अव्यक्त युक्त झाल्यास त्याला मनुष्ययोनि मिळते; आणि रज व तम या जोडीचा संपर्क होतो, तेव्हां तोच अव्यक्त नीच योनींत जन्म पावतो. सत्त्व, रज, तम या तिन्ही गुणांच्या संयोगानें (सन्निपातानें) मनुष्यदेहाची प्राप्ति व्हावयाची; पापपुण्यविरहित झालेल्या महात्म्यांना शाश्वत, अव्यय, अक्षय व अमृत असें पद प्राप्त होतें; व ज्ञानी लोकांना श्रेष्ठ जन्म मिळून निर्दोष, अढळ, अतींद्रिय, बीजरहित आणि जन्म, मरण व अंधकार (अज्ञान) यांना दूर सारणारें असें स्थान मिळतें. अव्यक्तामध्यें वास करणाऱ्या परमात्मतत्त्वाचें स्वरूप काय, असा तुझा मला प्रश्न आहे. तर, हे राजा, प्रकृतीमध्यें रहात असतांही हा परमात्मा (प्रकृतिस्वभावानें दूषित न होतां) स्वरूपामध्यें असतो, असें ह्मणतात. हे पृथ्वीपते, प्रकृति अचेतन आहे, पण पुरुष प्रकृतींत अधिष्ठित झाला ह्मणजे प्रकृतीला उत्पत्ति करितां येते व ती संहारही करूं शकते.

जनक विचारितोः—हे महाबुद्धिमंता ऋषिश्रेष्ठा, प्रकृति व पुरुष दोन्ही अनादि व अनंत आहेत; आकृतिरहित आहेत; अचल आहेत; दोघांचेही गुणदोष अढळ आहेत; आणि दोघेंही सारखींच अग्राह्य आहेत. असें जर

आहे, तर त्यांतील एकाला अचेतन व दुसऱ्याला सचेतन आणि क्षेत्रज्ञ ह्मणणें हें बरोबर नाहीं. हे विप्रश्रेष्ठा, मोक्षधर्म पूर्णपणें आपणांस अभ्यस्त आहे. तेव्हां तो सांगोपांग आपल्याकडून ऐकावा अशी माझी इच्छा आहे. पुरुषाचें अस्तित्व, एकत्व, प्रकृतिभिन्नत्व व शरीराला धरून राहणारीं दैवतें, मरणानंतर उत्क्रमण पावणारे जीव कोणते ठिकाणीं जातात तें स्थान, आणि कालवशात् जातां जातां अखेर त्यांना जें स्थान मिळतें तें, या सर्व विषयांबद्दल माहिती मला निवेदन करा. तसेंच, हे साधुश्रेष्ठा, सांख्य व योग या दोन्ही शास्त्रांचें पृथक् पृथक् ज्ञान व मृत्युसूचक चिन्हें यांविषयीं माहिती कृपा करून सांगा. कारण, या सर्व गोष्टी आपल्याला करतलामलकवत् ज्ञात आहेत.

अध्याय तीनशें पंधरावा.

—:०:—

प्रकृति व पुरुष यांतील भेदाचें वर्णन.

याज्ञवल्क्य सांगतातः—बाबारे, जें मूळचेंच निर्गुण आहे, त्यावर गुणांचा आरोप करून सगुणत्वानें त्याची यथातथ्य कल्पना आणून देणें अशक्य आहे. तथापि, हे राजा, सगुण व निर्गुण कशाला म्हणतात हें मूलतत्त्वांसह सांगतों, अवधान दे. तत्त्वज्ञ व महात्मे ऋषि हे—गुणांनीं जें युक्त असतें त्याला गुणवान् व गुणहीनाला अगुण किंवा निर्गुण असें म्हणतात. अव्यक्त प्रकृति जात्या गुणवती आहे; तिला गुणातीत होतां येत नाहीं. वस्तुतः ती ज्ञानरहित असून आरोपित मिथ्या ज्ञानानें गुणांशीं संलग्न असते. अव्यक्त प्रकृतीला स्वाभाविकच ज्ञान नाहीं. प्रकृतीहून श्रेष्ठ जो पुरुष तो मात्र ज्ञानी आहे; आणि मजहून कांहीं श्रेष्ठ नाहीं, असा पुरुषाला आत्मप्रत्यय असतो, यामुळें, प्रकृति जरी क्षर व अचेतन आहे तरी नित्य व अविनाशी पुरुषाच्या संयोगानें तिला चैतन्य प्राप्त होऊन ती उपभोगक्षम होते; परंतु ती स्वसामर्थ्यानें उपभोग घेऊं शकत नाहीं. जेव्हां पुरुषही स्वस्वरूपाचें यथार्थ ज्ञान न झाल्यामुळें गुणांशीं पुनःपुनः संबद्ध होतो, तेव्हां तोही स्वतःला ओळखीत नाहीं व मोक्ष मिळवण्यासही असमर्थ होतो. सृष्ट वस्तु उत्पन्न करण्यांत याप्रमाणें पुरुषाचें साह्य असल्यामुळें पुरुषाचेच अंगीं वस्तु उत्पन्न करण्याची शक्ति आहे असें चुकीनें समजलें जातें. सर्व योगांच्या उत्पत्तीमध्यें त्याचा भाग असल्यामुळें त्यालाच योग उत्पन्न करण्याचें सामर्थ्य आहे असें मानण्यांत येतें. सर्व प्रकृतींचा तोच प्रेरक असल्यामुळें त्यालाच महत्त्व येऊन प्रकृतीचे धर्म पुरुषालाच आहेत असा भ्रम होतो. बीजोत्पत्तीमध्यें त्याचेकडेच कर्तृत्व असल्यामुळें पुरुषच बीजस्वरूपी आहे असें वाटतें. गुणांची उत्पत्ति व संहार पुरुष करितो म्हणून त्यालाही त्यांचेबरोबर विनाशी मानलें जातें. आतां तूं ह्मणशील कीं, असें असतां, शोकमुक्त असे अध्यात्मज्ञाते त्याला केवल (स्वतःसिद्ध) असें कसें ह्मणतात ? तर त्याचें उत्तर असें आहे कीं, तत्त्वदृष्टीनें पाहतां तो उपेक्षायुक्त म्हणजे साक्षिरूप, अनन्य म्हणजे अद्वितीय व केवळ प्रकृतीचा अभिमान धरिला असतां दुःखवश होणारा, एरवीं सुखदुःखातीत असा असल्यामुळें ज्ञाते त्याला केवल ह्मणतात. तसेंच कारणदृष्टीनें हा नित्य व अव्यक्त असून कार्यदृष्टीनें मात्र अनित्य व व्यक्त आहे, अशी ज्ञात्यांची समजूत असल्याचें आमचे ऐकिवांत आहे. फक्त ज्ञानावर भिस्त ठेवणारे व भूतमात्राबद्दल दयाळू असे लोक (निरीश्वरसांख्य) प्रकृति एक असून पुरुष अनेक आहेत असें समजतात. वस्तुतः पुरुष प्रकृतीहून भिन्न असून, प्रकृति

विनाशी आहे; पण ती अविनाशी आहे असें मानण्यांत येतें. ज्याप्रमाणें मुंज गवत वरल्या सालपटाहून (वेष्टनाहून) निराळें असतें, तद्वत् प्रकृति व पुरुष वेगळीं आहेत. मशक निराळा व उदुंबर फळ वेगळें. उदुंबरांत मशक असतो एवढ्यावरून मशक उदुंबरफळाचा अंश होत नसून उदुंबराहून भिन्न असतो. जल व मत्स्य हीं भिन्न आहेत. जलांत मासा राहतो म्हणून मासा जल नव्हे. अग्नि व शेगडी हीं निरनिराळीं हें सर्वमान्य आहे. शेगडीशीं संसर्ग झाल्यामुळें अग्नीला शेगडीचा भाग असें समजावयाचें नाहीं. पाण्यांतील कमल पाण्याहून भिन्न आहे. उदकांत कमलाच्या समानाधिकरण्यानें उदक व कमल एक ठरत नाहींत. सामान्य लोकांना ह्या उदाहरणांतील जोड्यांच्या एकत्र वासाचें खरें रहस्य कधींच समजत नाहीं. जे पुरुष आणि प्रकृति यांचा एकजीव आहे असें समजतात, त्यांना खरें ज्ञान होत नाहीं, याकरितां ते पुनः पुनः कार्यरूप नरकाला जातात. ज्या शास्त्रांत प्रत्येक वस्तूचें स्वरूप यथार्थ व उत्तम रीतीनें ठरविलें आहे, त्या सांख्यशास्त्राचें प्रतिपादन मीं तुला निवेदन केलें. याप्रमाणें पुरुषप्रकृतींचे यथार्थ स्वरूपाचा निश्चय करून सांख्यवेत्ते मोक्षपदाप्रत गेले आहेत; आणि इतरही जे कोणी सांख्यमताचे साहाय्यानें तत्त्वविचार करणारे आहेत, त्यांचाही हाच अनुभव किंवा निवाडा आहे. आतां योगशास्त्राचें प्रतिपादन ऐक.

अध्याय तीनशें सोळावा.

—:•:—

योगवर्णन.

याज्ञवल्क्य सांगतात:--हे राजश्रेष्ठा, सांख्यज्ञानाचें मीं प्रवचन केलें, आतां योगज्ञान माझ्याकडून ऐक. मीं जसें ऐकलें आहे वा पाहिलें आहे, तसेंच तात्त्विक दृष्टीनें योगशास्त्राचें ज्ञान सांगणार आहें. सांख्यासारखें दुसरें ज्ञान नाहीं व योगासारखी अन्य शक्ति नाहीं. या दोहोंमध्यें शमादिक एकाच प्रकारचे आचार सांगितले असून तीं दोन्ही (शास्त्रें) मृत्यूचा उच्छेद करणारीं (मोक्षदायक) आहेत. सांख्य व योग हीं मंदबुद्धि लोक पृथक् मानितात. परंतु, राजा, हीं एकच आहेत असें आम्हीं विचारांतीं ठरविलें आहे. जें ध्येय योगमार्गी आपलेपुढें ठेवितात, तेंच सांख्यमार्गी लोकांपुढें आहे. याकरितां, सांख्य व योग जे एकच मानितात, त्यांनाच जगताच्या तत्त्वाचें खरें ज्ञान झालें असें समजावयाचें. हे अरिंदमा, इंद्रियें (अपर) व पंचप्रमाण (रुद्र) हीं योगाचीं प्रधान साधनें आहेत हें जाण. हीं इंद्रियें व प्राण यांचें दमन करून योगी लिंगदेहानें दहाही दिशांस वाटेल तिकडे जाऊं शकतात. बाबारे, जड देहाचा नाश झाल्यावर देखील योगी अणिमादि अष्टयोगसिद्धींनीं युक्त अशा सूक्ष्म देहानें सर्व प्रकारचीं सुखें सेवन करीत जगभर हिंडत राहतात. हे अनघा, वेदांमध्यें ज्ञात्यांनीं (यमनियमादि) अष्टगुणात्मक योग आहे असें सांगून ठेविलें आहे. तसेंच, हे राजश्रेष्ठा, अष्टगुणात्मक (प्राणायामप्रत्याहारादि) सूक्ष्म योग आहे. याशिवाय अन्य प्रकारचा योग सांगितलेला नाहीं. योगी लोकांचा सर्वोत्तम धर्म (आचार) दोन प्रकारचा आहे; ह्मणजे शास्त्रांत निर्दिष्ट केलेल्या लक्षणांप्रमाणें सगुण व निर्गुण अशीं द्विविध योगकृत्यें सांगितलीं आहेत. हे राजा, प्राणायामयुक्त मनाची (षोडश पदार्थांसंबंधी) एकाग्रता हा पहिला प्रकार; आणि ध्याता, ध्यान व ध्येय यांतील भेद विसरून जाईल अशा रीतीनें इंद्रियदमनपूर्वक मनाची एकाग्रता करणें हा दुसरा प्रकार होय. प्राणांचें

नियमन करणें हा सगुण योग होय; व मन निर्व्यापार करून स्थिर केलें म्हणजे निर्गुण योग होतो; आणि सगुण प्राणायाम या निर्गुण योगाचा साधक आहे. हे मिथिलाधिपश्रेष्ठा, आंत कोंडून घेतलेला श्वास मूलाधारादि षट्चक्रांवरील विशिष्ट देवतांचें ध्यान न करितां बाहेर टाकिल्यास वात फसकन् अधिक सुटल्यानें जीवास फार इजा होईल, यास्तव हा योग करूं नये. रात्रीच्या प्रथम भागांत प्राणनिरोध करून ध्यान करण्याचीं बारा स्थानें उपदिष्ट आहेत; आणि मध्यंतरीं झोंप घेतल्यावर रात्रीच्या शेवटच्या प्रहरांत उठून पुनरपि हेच बारा प्रकार सांगितले आहेत. चित्त स्वस्थ ठेवून, इंद्रियें ताब्यांत खेंचून, एकांतांत राहून, स्वतः संतुष्ट राहून, सर्व शास्त्राभ्यासानें ज्ञाता होऊन, आणि संशय सोडून देऊन आत्म्याचा लय परमात्म्याचे ठिकाणीं लावावा. जनका, पंचेंद्रियांचे शब्द, स्पर्श, रूप, रस, गंध हे पांच विषयदोष झाडून टाकून, आणि लय व विक्षेप यांना आवरून धरून अखिल इंद्रियांना मनाकडे योजावें. त्याचप्रमाणें, राजा, मनाची अहंकाराकडे प्रवृत्ति करावी, अहंकाराचें बुद्धि हें ध्येय करावें, आणि बुद्धीचें प्रकृतीमध्यें लक्ष्य लावावें. याप्रमाणें, राजा, योगसिद्धि मिळविण्याचा प्रयत्न करणारे लोक एकाचा क्रमशः दुसऱ्यांत असा लय केल्यानंतर, जें एक असून रजोगुणरहित, पूर्ण, नित्य, अनंत, शुद्ध, निर्दोष, कूटस्थ, पुरुष, सनातन, अभेद्य, जरारहित, अविनाशी, शाश्वत, ऱ्हासरहित, सर्वप्रभु आहे, त्या अव्यय ब्रह्माचें ध्यान करितात. आतां, राजा,

समाधिस्त योग्यांचीं लक्षणें

ऐक. तृप्ति पावलेला मनुष्य सुखेनैव झोंप घेत असतां त्याची जशी समाधानवृत्ति असते, तशीच समाधि लागलेल्या योग्याची वृत्ति असते. ज्याप्रमाणें वायुरहित ठिकाणीं स्नेहयुक्त दीप निश्चळ सरळ ज्योत राहून जळतो, त्याप्रमाणें योग्याची स्थिति असते असें ज्ञाते ह्मणतात. मेघांपासून पावसाचे बिंदु जरी मोठ्या जोरानें एखाद्या दगडावर पडले, तरी तो जसा यत्किंचितूही हालूं शकत नाहीं, तशी योग्याची वृत्ति अढळ बनते. योगी हा शंख, दुंदुभि इत्यादिकांच्या नादानें किंवा नानाप्रकारच्या गीतवाद्यांनीं अणुभरही चळत नाहीं. हीच मुक्ताची खूण होय. आत्मसंयमी पुरुष तेलानें पूर्ण भरलेलें पात्र दोन्ही हातांत घेऊन जिन्याच्या पायऱ्या चढत असतांना जरी नागव्या तरवारी घेऊन उभे असलेले लोकांनीं त्याला भेवडावलें तरी भयानें भांड्यांतील थेंबही सांडूं देत नाहीं; त्याप्रमाणें—ज्यानें आपलें मन एकाग्र करून समाधि लावली आहे अशा मनुष्याची स्थिरपणामुळें व इंद्रियांचे निर्व्यापारतेच्या योगानें स्थिति असते. या प्रकारें योग्याचीं लक्षणें जाणावीं. महत् तमामध्यें ज्वालेप्रमाणें राहणारें परमश्रेष्ठ व अव्यय ब्रह्म समाधिस्थ योग्याच्या दृष्टीस पडतें. हे राजा, हें दर्शन झालेला योगी हा निर्जीव देह टाकून देऊन कालांतरानें कैवल्यपद पावतो, अशी नित्यसत्य श्रुति आहे. योग्यांचा योग म्हणतात तो हाच. याहून दुसरें योगाचें कोणतें लक्षण आहे? योगाचें ज्ञान झालें असतां ज्ञाते आपणांस कृतकार्य मानितात.

अध्याय तीनशें सतरावा.

—:०:—

हठयोग्यांस प्राप्त होणारे लोक.

याज्ञवल्क्य सांगतातः—मृत हठयोग्यांना

* राजयोगाचा हा निवाडा सांगितला. आतां, हठयोगपद्धतीनें ज्या विशिष्ट आधाराचे ठिकाणीं समनस्क वायूची धारणा मरणसमयीं असेल, त्या स्थानाचे देवतेच्या लोकाला तो हठयोगी जातो, अशा तात्पर्यानें याज्ञवल्क्य बोलतात.

कोणतें स्थान प्राप्त होतें, तें सावधानचित्तानें ऐक. पायांतून त्याचा प्राण गेला असतां मनुष्य विष्णुलोकाला जातो; जर जंघेंतून गेला तर वसुलोकाला जातो; हे महाभागा, गुडघ्यांतून प्राण गेला तर त्याला साध्यलोकाची प्राप्ति होते; गुदद्वारांतून गेल्यास मित्र-(सूर्य) लोक मिळतो; जघनांतून गेल्यास तो भूलोकाप्रत जातो; मांड्यांतून गेल्यास प्रजापतिलोक प्राप्त होतो; बरगड्यांतून गेल्यास मरुत्-लोक मिळतो; नाभिद्वारा गेल्यास इंद्राचें स्थान मिळतें; बाहूंमधून गेल्यासही इंद्रलोकच मिळतो; छातींतून गेला असतां रुद्रलोक प्राप्त होतो; मानेंतून गेला तर नर नामक ऋषिश्रेष्ठाचें स्थान मिळतें; मुखावाटे प्राण गेल्यास विश्वेदेवाचें स्थान मनुष्याला प्राप्त होतें; कानावाटे गेल्यास दिशोलोकींचें स्थान मिळतें; नाकावाटे गेल्यास प्राण्याला गंधवाहन वायूचा लोक मिळतो; डोळ्यांवाटे प्राण गेला तर अग्निलोकाची प्राप्ति होते; भुवयांच्या द्वारें प्राणोत्क्रमण झाल्यास अश्विनौदेवांचें स्थान मिळतें; ललाटाकडून प्राणान्त झाल्यास पितृलोकाप्रत योग्याला जावें लागतें; आणि डोक्यावाटे प्राणनाश झाला असतां देवश्रेष्ठ समर्थ ब्रह्मदेवाचें स्थान प्राप्त होतें. याप्रमाणें, हे मिथिलेश्वरा, कोणकोणत्या अवयवांमधून प्राणोत्क्रमण (जीवात्म्याचें उत्क्रमण) झालें ह्मणजे कोणता लोक मिळतो हें सांगितलें. आतां ज्ञात्यांनीं लिहून ठेविलेलीं

मृत्युसूचक चिन्हें

सांगतों. ज्या देहधारी प्राण्यांना फक्त एक वर्ष आयुष्य उरलें आहे, त्यांचीं मृत्युसूचक चिन्हें प्रथम कथन करितों. पूर्वीं पाहिलेला असून अरुंधतीचा अगर ध्रुवाचा तारा ज्यांना दिसत नाहींसा होतो, किंवा पौर्णिमेचा चंद्र किंवा दीप दक्षिणेकडच्या बाजूला कापलेला दिसतो, त्याचें एक वर्ष आयुष्य उरलें आहे असें समजावें. हे राजा, दुसऱ्याच्या डोळ्यांमध्यें ज्यांना आपली बाहुली दिसत नाहीं, तेही एक वर्षावर वांचावयाचे नाहींत. वाजवीपेक्षां जास्त तेज किंवा बुद्धि मनुष्याची झाली अगर मनुष्य तेजहीन किंवा प्रज्ञाहीन झाला, किंवा स्वभावांत बदल झाला, तर या जगांतील त्याचा अवशिष्टकाल सहाच महिने राहिला असें समजावें. जो मनुष्य देवतांचा अवमान करितो, किंवा ब्राह्मणांशीं द्वेष करितो, अथवा कृष्णवर्ण असतां फिकट होतो, त्याचा आयुर्दाय सहा महिने उरला असें जाणावें. ज्याला चंद्रबिंब किंवा सूर्यबिंब कोळ्याच्या जाळ्याप्रमाणें छिद्रयुक्त दिसतें, त्याचें मरण सात दिवसांवर आलें असें ओळखावें. देवालयांत गेल्यावर तेथील सुगंधांचा ज्याला प्रेताच्या घाणीप्रमाणें भास होतो, त्याचा मृत्युही एका आठवड्यावर आला असें ह्मणण्यास हरकत नाहीं. कान किंवा नाक दबणें, दांत किंवा नेत्र यांचा रंग पालटणें, बुद्धिनाश होणें आणि उष्मा नाहींसा होणें हीं त्याच दिवशीं मृत्यु सुचविणारीं लक्षणें होत. तसेंच, हे राजा, एकाएकीं डाव्या डोळ्यांतून पाणी वाहूं लागलें, किंवा डोक्यांतून धूम बाहेर पडूं लागला, तर हीं तत्काल मरणसूचक चिन्हें समजावीं. हीं मृत्युलक्षणें लक्षांत ठेवून आत्मसंयमी मनुष्यानें रात्रंदिवस जीवात्म्याला परमात्म्यांत लीन करण्यास झटावें. हें अर्थात् ज्या कालीं देहपात व्हावयाचा असेल त्या वेळेपर्यंत करावयाचें. आतां, राजा, मरण नको असेल व या जगांत राहण्याची इच्छा असेल, तर त्यानें गंधरसादि विषयांचा त्याग करून खुशाल रहावें. ज्याला खरोखर आत्मतत्त्व समजलें आहे तो सांख्यशास्त्रोपदिष्ट आचार करून व अंतरात्म्याचा परमात्म्याशीं एकजीव करून

१ कारण पायांची देवता विष्णु आहे. ह्याच न्याय पुढें.

मृत्यूला जिंकतो; आणि शेवटीं अक्षय, पूर्ण, जन्मरहित, कल्याणप्रद, अव्यय, शाश्वत, अचल व अशुद्धात्म्यांना दुष्प्राप्य असें स्थान मिळून तो मोक्षपदाप्रत जातो.

अध्याय तीनशें अठरावा.

—:०:—

याज्ञवल्क्य-जनकसंवादसमाप्ति.

याज्ञवल्क्य सांगतातः—अव्यक्त म्हणजे प्रकृति तींत वास करणारें (म्हणजे मायाशबल परब्रह्म) तें काय असा तुझा मला प्रश्न आहे. हे राजा, हा प्रश्न म्हणजे एक मोठेंच कोडेंच आहे. तथापि, हे नृपा, मी उत्तर देतों तिकडे लक्ष दे. ऋषींनीं नियुक्त केलेल्या विधींप्रमाणें आचरण करून व फार नम्रतेनें वागून मी आदित्यापासून यजुर्वेदांची प्राप्ति करून घेतली. हे अनघा, मोठी कठीण तपश्चर्या करून भगवान् तपिष्णु सूर्याची मीं सेवा केली, तेव्हां महासमर्थ रवि प्रसन्न होऊन मला बोलता झाला कीं, ' हे विप्रश्रेष्ठा, जी अप्राप्य वस्तु तुला इष्ट असेल तिजबद्दल वर माग. मी प्रसन्न झाल्यामुळें तुला वाटेल तें द्यावयास तयार आहें. माझा प्रसाद होणें फार दुर्घट आहे.' असें भाषण ऐकल्यावर मी त्या तेजस्विश्रेष्ठास शिरसा वंदन करून म्हणालों, ' यजुर्वेदाचें ज्ञान मला नाहीं, तें एकदम यावें अशी माझी इच्छा आहे.' असें मी बोलतांच भगवान् भास्कर म्हणाला, ' हे ब्राह्मणा, तुझ्या हेतूप्रमाणें मी तुला यजुर्वेदज्ञ करितों. वाक्स्वरूपिणी देवी सरस्वती प्रत्यक्ष तुझ्या शरीरांत प्रवेश करील.' मग त्या भगवंतानें मला तोंड उघडण्यास सांगितलें. त्याप्रमाणें तोंड उघडल्यावर सरस्वती माझ्या मुखांत शिरली, त्यामुळें माझे शरीराचा दाह होऊं लागला. तेव्हां, हे निष्पापा, मी पाण्यामध्यें जाऊन बसलों. हें सर्व उदारधी भास्करानें माझे हिताकरितांच केलें होतें; तथापि मला तें न कळल्यामुळें मला त्याचा राग आला. पण माझे अंगाची आग होतेसें पाहून भगवान् सूर्य म्हणाला, ' हें दुःख थोडा वेळ सहन कर, लवकरच हा दाह दूर होऊन शरीर थंड होईल.' त्याचे सांगण्याप्रमाणें मी लवकरच शीत झालों. हें पाहून भगवान् भास्कर मला बोलला कीं, " हे द्विजवर्या, दुसऱ्या वेदशाखांतून घेतलेल्या प्रकरणांसह[1] व उपनिषदासह साङ्ग यजुर्वेद तुझे ठिकाणीं स्थिर होईल. तसेंच, हे विप्रश्रेष्ठा, शतपथाची[2] रचना तुझे हातून होईल आणि तदनंतर तुझी मति मोक्षाकडे होईल. त्याचप्रमाणें, सांख्यवेत्ते व योगी या दोन्ही शास्त्रज्ञांचें जें इष्ट अंतिम ध्येय आहे तेंही तुला मिळेल."

राजा, एवढें बोलून भगवान् सूर्य अस्ताचलास गेला. (अंतर्धान पावला.) त्याचें भाषण ऐकून, तो विभावसु आदित्य अंतर्धान पावल्यावर मी आनंदित होत्साता घरीं आलों आणि सरस्वतीचें ध्यान केलें, त्याबरोबर स्वरव्यंजनादि अलंकारांनीं मंडित अशी शुभदात्री देवी सरस्वती ॐकाराला पुढें घालून प्रकट झाली. तेव्हां मीं देवी सरस्वतीचें यथाविधि अर्घ्यादिकांनीं संपूजन केलें. तसेंच प्रकाशदात्यांमध्यें श्रेष्ठ जो सूर्य त्याचीही पूजा केली; आणि त्याचें ध्यान करीत स्थानापन्न झालों. मग साङ्ग शतपथ, रहस्य, परिशिष्ट व इतर शाखांतील घेतलेले भाग यांसह मी आविर्भूत झालों, यामुळें माझ्या आनंदाला पारावार

हा शुक्ल यजुर्वेद होय. याज्ञवल्क्यानें त्याचा मामा वैशंपायन यापासून संपादिलेला यजुर्वेद उभयतांत तंटा होतांच ओकून टाकिला व सूर्याची उपासना करून त्यापासून नवा वेद संपादिला तो हा.

१ यांस ' खिल ' म्हणतात. २ शतपथ हें शुक्लयजुर्वेदीय ब्राह्मणभागास नांव आहे.

राहिला नाहीं. मग मीं माझा मामा महात्मा वैशंपायन याला वाईट वाटावें ह्मणून शंभर निवडक शिष्यांना साङ्ग शतपथ शिकविलें. पुढें, हे महाराजा, रश्मींनीं झळकणाऱ्या सूर्याप्रमाणें मीं आपल्या शिष्यांसह वैभवगिरीवर झळकत असतां तुझ्या उदार पित्याचे यज्ञाची व्यवस्था स्वतःचे हातीं घेतली. पण त्या यज्ञांत वेदमंत्र-पठनाच्या दक्षणेसंबंधी माझा वैशंपायनाशीं तंटा झाला. मीं देवलाचे देखत अर्धी दक्षणा घेतली; आणि ही योजना सुमंत, पैल, जैमिनि, तुझा बाप व इतर ऋषि या सर्वांना मान्य झाली. हे अनघा, सूर्यापासून मला पंधरा यजुर्मंत्र मिळाले. तसेंच मीं रोमहर्षणाबरोबर पुराणांचें अध्ययन केलें. हे नराधिपा, हे मंत्र बीजरूपानें पुढें ठेवून सरस्वतीचें स्मरण करीत भगवान् सूर्याच्या स्फूर्तीनें मी शतपथ ग्रंथ-रचना करण्यास प्रवृत्त झालों आणि पूर्वी कोणींही केलें नाहीं असें हें अद्वितीय अंगीकृत कार्य भगवत्कृपेनें तडीस नेलें. ज्या पद्धतीनें ग्रंथ लिहिण्याचा माझा हेतु होता, तीच पद्धत यांत मीं स्वीकारून शिष्यांनाही हा ग्रंथ मींच शिकविला. माझे शिष्यांना—अन्य-शाखीय मंत्र, संग्रह इत्यादिकांसह या सर्व यजुर्वेदाचें ज्ञान झालें असून ते शुद्धांतःकरणी होऊन (माझे शिक्षणानें) फार मुदित झाले. सूर्यापासून मिळालेलें हें पंचदशशाखात्मक ज्ञान शिष्यद्वारा परंपरेनें कायम राहील अशी मनासारखी योजना केल्यावर, जाणण्यास योग्य जें परब्रह्म त्याचे चिंतनांत मी काल घालवूं लागलों.

पुढें एके वेळीं, राजा, वेदांत जाणणारा विश्वावसु गंधर्व हा—ब्राह्मणवर्णाला हितप्रद असें या ज्ञानांत काय आहे, तसेंच या ज्ञानांत कोणतें सत्य प्रतिपादन केलें असून त्यांत ज्याहून उत्तम कांहीं नाहीं असें ज्ञेय काय आहे, हें जाणण्याच्या इच्छेनें माझेकडे आला आणि याविषयीं त्यानें मला प्रश्न केले. हे राजा, त्यानें वेदासंबंधी मला चोवीस प्रश्न केले. शेवटीं एक पंचविसावा प्रश्न आन्वीक्षिकी-संबंधानें केला. त्याचे प्रश्न येणेंप्रमाणें होते. विश्वा ह्मणजे काय ? अविश्व ह्मणजे काय ? अश्वा ह्मणजे काय? अश्व ह्मणजे काय ? मित्र कोण ? वरुण कोण ? ज्ञान कोणतें ? ज्ञेय कोणतें? अज्ञ कोण? ज्ञ कोण? क म्ह० काय? तपा ह्मणजे काय? अतपा म्हणजे काय? सूर्याला खाऊन टाकणारा (सूर्याद) कोण ? सूर्य कोण ? विद्या कशाला म्हणावयाचें ? अविद्या कशाला म्हणतात ? वेद्य याची व्याख्या काय ? अवेद्य कसें असतें ? तसेंच चल कोणतें ? अचल कोणतें ? अपूर्व म्हणजे काय ? अक्षय म्हणजे काय ? व क्षय्य कोणतें ? राजा, या प्रकारचे सर्वोत्कृष्ट प्रश्न त्या गंधर्वानें मला क्रमवार विचारले. हे सर्वही प्रश्न कांहीं तरी नसून मोठे मार्मिक असल्यामुळें मीं त्या गंधर्वश्रेष्ठास सांगितलें कीं, ‘ घटकाभर थांब, मी तुझ्या प्रश्नांचा कांहीं वेळ विचार करून मग उत्तरें

हे जोड प्रश्न आहेत. यांचे दोन वर्ग आहेत. किंबहुना हे दोनच प्रश्न आहेत. परंतु विषय-वाक्यभेदानें त्यांस अनेकत्व आलें आहे. असो; त्यांतील पूर्वपक्षीय प्रश्नांचा भाव सर्व शास्त्रांत ‘ मायाशबल ’ च प्रतिपादित आहे असें ह्मणण्याचा आहे; व उत्तरार्धाचा ह्मणजे सिद्धांताचा भाव—मायाशबल हा पक्ष खोटा असून निष्कल ब्रह्मच हा सत्यपक्ष आहे, असें सांगण्याकडे आहे. उदाहरणार्थ—विश्वा ह्मणजे काय ? व अविश्व ह्मणजे काय ? या जोडींत ‘ विश्वा ’ ह्मणणाराचा हेतु त्रिगुणात्मक अव्यक्त माया हिला सत्यत्व देण्याचा आहे; आणि दुसऱ्या प्रश्नाचा ह्मणजे ‘ अविश्व ’ जाणणारांचा हेतु मायाशबल नसून अविश्व ह्मणजे निर्गुण किंवा निष्कल ब्रह्मच खरें आहे, असें स्थापित करण्याचा आहे. हा प्रकार ध्यानांत ठेवून हे प्रश्न वाचावे.

देतों. ' यावर गंधर्वानें ' ठीक आहे ' असें म्हटलें आणि तो स्तब्ध बसला. मग मीं पुनः सरस्वती देवीचें मनांत स्मरण केलें. त्याबरोबर, दह्यापासून वर जसें लोणी तरंगत येतें, तशीं त्या प्रश्नांचीं उत्तरें आपोआप स्फूर्तीनें माझे मनांत उभीं राहिलीं. श्रेष्ठ जी आन्वीक्षिकी विद्या तिचेवर लक्ष ठेवून (ती ध्येयस्थानीं कल्पून) मीं उपनिषद् व वेदांचीं उपांगें यांचेंही मनानें मंथन केलें. तदनंतर, हे राजशार्दूला, पंचविसावा जो जीवात्मा, त्याचे ज्ञानासंबंधीं जी चौथी मोक्षविद्या,—जीविषयींचें प्रतिपादन मीं तुला सांगितलेंच आहे, ती मीं त्याला सांगितली. हे राजा, मग मीं विश्वावसूला म्हटलें कीं, तूं मला जे प्रश्न केलेस त्यांचीं उत्तरें ऐक. हे गंधर्वेंद्रा, विश्वा व अविश्व याबद्दलचा जो तुझा पहिला प्रश्न आहे, त्याकडे प्रथम आपण वळूं. विश्वा म्हणजे अव्यक्त व श्रेष्ठ प्रकृति असें जाणावें. प्रकृति भूतभविष्यादि (जन्ममरण) भयानें (संसारानें) युक्त असून सत्त्व, रज, तम या त्रिगुणांनीं संपन्न अशा वस्तु निर्माण करीत असल्यामुळें त्रिगुणात्मक आहे. तसेंच अर्थात् विश्वही आहे. अविश्व म्हणजे सर्वगुणरहित (निर्गुण) पुरुष होय. अश्व व अश्वा म्हणजे पुरुष व स्त्री यांचें जोडपें असून, अश्व हा निर्गुण पुरुष आणि अश्वा म्हणजे अव्यक्त प्रकृति होय. तसेंच मित्र हा पुरुष व वरुण प्रकृति होय. ज्ञान प्रकृति व ज्ञेय पुरुष होय. अज्ञ म्हणजे कार्योपाधियुक्त जीव व ज्ञ ह्मणजे कारणोपाधियुक्त परमेश्वर. हे दोघेही उपाधिरहित झाले म्हणजे तेंच निष्कल ब्रह्मरूप समजावें. (कारण, पुरुष अज्ञानावरणामुळें जीव होतो.) क म्ह० आनंद. तूं तपा म्हणजे काय व अतपा म्ह० काय असे प्रश्न केले आहेस, (त्यांचें उत्तर) तपा (विकारास पात्र होणारी) ही प्रकृति व अतपा (निर्विकार) पुरुष होय.

त्याचप्रमाणें अवेद्य प्रकृति व वेद्य पुरुष होय. चल व अचल म्हणजे काय असाही तुझा एक प्रश्न आहे, त्याचें पण उत्तर ऐक. चला म्हणजे उत्पत्ति व संहार यांचें कारण असणारी प्रकृति होय; अचल हा पुरुष होय. कारण, स्वतः विकारांस पात्र न होतां उत्पत्ति व संहार यांचे कामीं याचें साह्य असतें. दुसऱ्या एका पंथाच्या तत्त्वाप्रमाणें वेद्य ही प्रकृति आणि अवेद्य हा पुरुष होय. प्रकृति व पुरुष हीं उभयतां अज्ञानी, स्थिर, अविनाशी, जन्मरहित व नित्य आहेत असें अध्यात्मशास्त्रांत निपुण असलेले लोकांनीं ठरविलें आहे. पदार्थ उत्पन्न करण्याचे कामीं जन्मरहित प्रकृति अविनाशी असल्यामुळें तिला अविकारी असें म्हणतात. पुरुषाला विकार नसल्यामुळें त्यालाही अक्षय असें ह्मणतात. प्रकृतीमध्यें वास करणारे गुण नाश पावतात; परंतु निरुपाधि प्रकृति अविनाशी आहे. (प्रकृति विकार पावून पदार्थांच्या उत्पत्तीला कारण होते. प्रकृतीच्या साह्यानें उत्पन्न होणारे सृष्ट पदार्थ उत्पन्न होतात व नाश पावतात; परंतु नुसती प्रकृति विनाश पावत नसल्यामुळें) ज्ञानी तिला अविनाशी ह्मणतात. ज्या विद्येचें ध्येय मोक्ष आहे व जी तर्कशास्त्रांतील अनुमानतत्त्वांच्या पायावर रचलेली आहे, ती आन्वीक्षिकी विद्या तुला सांगितली. ही विद्या अवगत करून घेऊन, तिच्या साह्यानें व गुरूपासनादि कर्में करून ऋक्, साम व यजुर्वेद यांतील मंत्ररूप धन हस्तगत करून घेतल्यावर नित्य कर्में व सर्व वेदांचें पठण ब्रह्मपरत्वानें करावें असें शास्त्रांत सांगितलें आहे. हे गंधर्वश्रेष्ठा, हे विश्वावसो, ज्या परमात्मतत्त्वापासून सर्व पदार्थ उत्पन्न होतात व ज्यांत ते प्रलयकालीं लीन होतात, ज्याचें ज्ञान करून देण्यासाठीं वेदांची धडपड आहे, किंबहुना जें सिद्ध करण्याची वेदांची

खटपट आहे, तें परमात्मतत्त्व न ओळखितां जे वेदांचें सांगोपांग अध्ययन करितात, त्यांना जें कळावयास पाहिजे तें कळत नाहीं. त्यांचें वेदपठण वृथा असून ते विना कारण वेदांचे भारवाही मात्र होतात. हे गंधर्वश्रेष्ठा, जो लोण्याचे आशेनें गर्दभीचे दुधाचें मंथन करितो, त्याला मंड (दह्यावरील निवळ) अथवा लोणी यांपैकीं कशाचीही प्राप्ति न होतां जसें घाणेरडें द्रव्य त्याचे हातीं पडेल, तसें वेदाध्ययन करूनही ज्यास वेद्य (पुरुष) ह्मणजे काय व अवेद्य (प्रकृति) काय, याची खरी कल्पना आली नाहीं, तो निवळ मूर्ख व ज्ञानाचें ओझें वाहणारा असें ह्मणण्यास प्रत्यवाय नाहीं. ह्मणून नेहमीं प्रकृति व पुरुष यांचेकडे आत्म्याचा लय लावून त्यांचें खरें स्वरूप जाणण्याचा प्रत्येकानें यत्न करावा, ह्मणजे पुनःपुनः जन्ममरणांचे फेरे त्यास घ्यावे लागणार नाहींत. रहाटगाडग्याप्रमाणें फिरून फिरून प्राप्त होणारे जन्ममरणांचा विचार करून, व विनाशी फल देणाऱ्या कर्मकांडोक्त धर्माचा त्याग करून, अविनाशी योगधर्माचा ज्ञात्यानें आश्रय करावा. हे कश्यपकुलजा, जेव्हां जीवात्म्याच्या व परमात्म्याच्या खऱ्या स्वरूपाबद्दल व त्यांच्या अन्योन्यसंबंधाबद्दल मनुष्य नेहमीं विचार करीत राहून त्याविषयीं यथार्थ कल्पना करून घेईल, तेव्हां तो कैवल्यपदाप्रत जाऊन, सव्विसावा परमात्मा त्याला कळेल. शाश्वत व अव्यक्त परमात्मा वेगळा व पंचविसावा जीवात्मा निराळा असे हे दोन भिन्न आहेत, असें मानणारे ते मूर्ख होत. ज्ञाते हे दोन्ही एकच मानितात. योगमार्गी व सांख्यमार्गी दोघे परमपदाची इच्छा करणारे असल्यामुळें व पुनःपुनः जन्ममृत्यूंनें भय त्यांचे अंगीं पुरें बाणलें असले कारणानें अविनाशी जीवात्मा (पंचविसावा) व परमात्मा हे ते निराळे समजत नाहींत.

विश्वावसु विचारितोः—हे विप्रवर्या, पंचविसावा जीवात्मा वस्तुतः अविनाशी व परमात्म्याहून अभिन्न आहे असें आपण सांगितलें; पण तें समजण्यास अवघड असल्यामुळें पुनः विशद करून कृपेनें सांगा. जैगीषव्य, असित, देवल, विप्रश्रेष्ठ पराशर, महाबुद्धिमंत वार्षगण्य, भृगु, पंचशिख, कपिल, शुक, गौतम, आर्ष्टिषेण, महात्मा गर्ग, नारद, आसरि, तीव्रबुद्धि पुलस्त्य, सनत्कुमार, महाश्रेष्ठ शुक्र, माझे वडील कश्यप यांचे पासून याच विषयावर पूर्वीं मीं प्रवचनें ऐकिलीं आहेत. तदनंतर रुद्र, विशालबुद्धि विश्वरूप, दैवत, पितृऋषि व दितीसुत यांचेपासूनही या विषयाचें पूर्ण उद्घाटन मीं श्रवण केलें आहे. त्यावरून, जें जाणण्यास योग्य आहे तें परमात्मतत्त्व नित्य आहे वगैरे मला कळलेंच आहे. आतां, हे द्विजश्रेष्ठा, आपल्या बुद्धिबलानें जें आपण या विषयावर सांगाल तें ऐकण्याची माझी उत्कट इच्छा आहे. आपण शास्त्रांत पारंगत व मुख्य ज्ञाते आणि अतिबुद्धिवान् आहां. आपल्याला माहीत नाहीं असें या जगतांत कांहीं नाहीं. आपण श्रुतिसागर आहां अशी देवलोकांत व पितृलोकांत आपली कीर्ति आहे. ब्रह्मलोकास गेलेले महान् महान् ऋषि सांगतात कीं, प्रकाश देणाऱ्यांत श्रेष्ठ जो आदित्य त्यापासून आपणांला ज्ञान प्राप्त झालें आहे. हे ब्रह्मन्, समग्र सांख्यज्ञान तुह्मांला अवगत असून, हे याज्ञवल्क्य, तुह्मांला योगशास्त्राचीही विशेष माहिती आहे. निःसंशय आपण फार प्रतिभाशाली व चराचरज्ञाते आहां. तेव्हां आपणांपासून मण्डयुक्त घृताप्रमाणें असणारें आपलें ज्ञान ऐकण्याची मला इच्छा आहे.

याज्ञवल्क्य सांगतातः—हे गंधर्वश्रेष्ठा

जितकें कांहीं सांगावें तितकेंही बुद्धींत धारण करण्यास तूं समर्थ आहेस असें मला वाटतें, म्हणून जिज्ञासेनें मला विचारतो आहेस. त्या अर्थीं, हे राजा, जसें मीं दुसऱ्यांकडून ऐकलें आहे तसें सांगतों, ऐक. हे गंधर्वा, पंचविसावा जीवात्मा ज्ञानरहित प्रकृतीला जाणतो, पण (जड) प्रकृति जीवात्म्याला ओळखीत नाहीं. श्रुतींत सांगितलेलीं तत्त्वें जाणणारे सांख्य व योगवेत्ते हे—जीवात्म्याचें प्रकृतीचे ठिकाणीं प्रतिबिंब पडतें या कारणास्तव प्रकृतीला प्रधानें[1] म्हणतात. हे अनघा, अन्य म्हणजे प्रकृतीहून भिन्न जो जीवात्मा तो जेव्हां जागृति व स्वप्न या दोन अवस्थांत असून प्रत्येक वस्तु साक्षिरूपानें पाहतो, तेव्हां त्याला चोविसावी प्रकृति व पंचविसावा स्वतः या दोहोंबद्दल ज्ञान होतें. तोच जेव्हां स्वप्नरहित अशा गाढ झोंपेंत अथवा योगसमाधींत राहून प्रकृतीस साक्षिरूपानें पाहण्याचें काम करीत नाहीं, तेव्हां त्याला परमात्म्याचें ज्ञान होतें. परमात्मा जीवात्म्याला ओळखतो, पण जीवात्मा मात्र त्याला व्यवहारांत ओळखीत नाहीं; आणि आपल्याहून कांहींएक श्रेष्ठ नाहीं असा त्या पंचविसाव्याला (जीवात्म्याला) वृथा अभिमान वाटतो. चोविसावी प्रकृति व आत्मा हीं एकच असें ज्ञात्या लोकांनीं कधींही समजूं[2] नये. मासा प्रकृतिधर्मानेंच उदकांत राहतो हें खरें; परंतु एवढ्यावरून मासा व उदक हीं एकच किंवा मासा हा उदकाचा अंश आहे असें जसें म्हणतां येणार नाहीं, तसेंच आत्मा हा (प्रकृतींत राहिल्यानें) प्रकृतीचा भाग आहे, असें सिद्ध होत नाहीं. जीवात्मा हा प्रकृतीहून भिन्न व स्वतंत्र आहे, असेंच मानिलें पाहिजे. अहंभावानें युक्त झाल्यामुळें, प्रकृतीच्या नित्य परिचयामुळें व तिजवर प्रेम जडल्यामुळें आणि प्रकृति व आपण एकच या भ्रांतविचारपद्धतीमुळें हा जीवात्मा सव्विसावा जो परमात्मा किंवा काल[1] त्याशीं आपला अभेद आहे हें न समजून संसारसागरांत बुडून राहतो. परंतु त्याच जीवात्म्याला स्वतःचें परमात्म्याशीं असणारें हें ऐक्य कळून आलें म्हणजे लागलीच तो संसारसागर तरून मुक्तीप्रत जातो. ज्या वेळीं प्रकृति वेगळी व आपण प्रकृतीहून स्वतंत्र आहों असें द्विजाला ज्ञान होतें, तेव्हां तो कैवल्यपदाप्रत जाऊन सव्विसाव्या परमात्मतत्त्वाचा त्याला पूर्ण व खरा बोध होतो. तसेंच, हे राजश्रेष्ठा, पंचविसावा जीवात्मा (अवर) निराळा व श्रेष्ठ परमात्मा (वर) वेगळा; असें जरी आहे, तरी वर (परमात्मा) अवराला (जीवात्म्याला) व्यापून असल्यामुळें (परमात्म्याचें जीवात्म्यावर अधिष्ठान असल्यामुळें) जीवात्मा व परमात्मा एकच असें ज्ञाते मानितात. हे काश्यपा, जन्ममृत्यूंच्या फेऱ्यांच्या भीतीनें शुद्धचित्त व विश्वात्मपरायण सांख्यवेत्ते व योगवेत्ते यांना सव्विसाव्या परमात्म्याचें सत्यज्ञान झालें असल्यामुळें ते या कारणासाठीं पंचविसावा जीवात्मा हा अविनाशी आहे असें मानीत नाहींत. (कारण, जीवात्मा जेव्हां परमात्म्याशीं एकत्व पावून त्यांत मिळून जातो तेव्हां एका दृष्टीनें जीवात्म्याचा विनाशच होतो.) जेव्हां मनुष्य कैवल्यपदाप्रत जाऊन परमात्म्यास ओळखतो, तेव्हां तो सर्वज्ञ होऊन जन्माचे फेऱ्यांत पुनः पडत

१ प्रधान या शब्दाची या ठिकाणीं केलेली व्युत्पत्ति 'प्रधीयते अस्मिन्' म्हणजे ज्याच्यांत आत्म्याची छाया पडते तें, अतएव प्रकृति अशी केली आहे.

२ हा समज चार्वाक व सौगत या लोकांचा आहे, परंतु तो चुकीचा आहे.

१ तत्त्वज्ञानाकडे मनुष्याचें लक्ष जाण्याला मृत्यु हें सबळ कारण आहे.

नाहीं. येणेंप्रमाणें श्रुतींतील उल्लेखावरून मीं अज्ञानी प्रकृति (अप्रतिबुद्ध) ज्ञानी जीवात्मा (बुद्ध्यमान्) व सर्वज्ञ परमात्मा (बुद्ध) यांचे यथार्थ स्वरूपाविषयीं तत्त्वांना न सोडतां उद्घाटन करून दाखविलें. हे काश्यपा, ज्यांना पश्य (द्रष्टा-ज्ञाता आत्मा) व अपश्य (दृश्य-ज्ञेयप्रकृति) यांचेमध्यें अभेद आहे हें कळूं लागलें; तसेंच क्षेम्य (दृक्-ज्ञान) व तत्त्व (दृश्य-ज्ञेय) यांत कांहीं फरक नाहीं असें ज्यांस ओळखलें त्यांना केवल व अकेवल दोन्ही म्हणण्यास हरकत नाहीं. तसेंच, त्यांना जगताचें आद्यकारण, जीवात्मा व परमात्मा या नांवांनीं एकसमयावच्छेदेंकरून संबोधण्यास हरकत नाहीं.

विश्वावसु म्हणतोः—हे विभो, क्षेम्य (मोक्षकर) असें दैवतांचें मूल (ब्रह्म), याविषयीं तुम्हीं कल्याणकारी व सत्य असें ज्ञान मला सांगितलें. आपलें अक्षय कुशल असो आणि आपलें मन नेहमीं बुद्धियुक्त असो.

याज्ञवल्क्य पुढें सांगतातः—हे मिथिलेश्वरा, याप्रमाणें विश्वावसूनें भाषण केल्यावर, सौंदर्यातिशयानें झळकणारा तो गंधर्वराज स्वर्गलोकीं जावयास निघाला. तत्पूर्वी चौथ्या श्रेष्ठ विद्येचें ज्ञान झाल्यामुळें मुदित झालेल्या त्या महात्म्यानें मला प्रदक्षिणा घालून माझा सत्कार केला व त्यामुळें मला फार आनंद झाला. ब्रह्मादि लोकांमध्यें रहाणारांना, आकाशसंचारी प्राण्यांना, तसेंच पृथ्वीवर वास करणाऱ्या जनांना, त्याचप्रमाणें, हे नरेंद्रा, पातालनिवासी मनुष्यांना आणि ज्यांनीं मोक्षदायी मार्गाचा अवलंब केला होता त्यांना हें ज्ञान (दर्शन-शास्त्र) विश्वावसूनें विशद करून सांगितलें. सांख्यमार्गी लोक सांख्यशास्त्रोपदिष्ट धर्माचार करण्यांत निमग्न असतात; योगपंथी आपले शास्त्रानें आंखून दिलेले मार्गानें जातात; याशिवाय कित्येक दुसरे मोक्षेच्छु जन आहेत त्या सर्वांना—मीं आतां ज्या शास्त्राचें विवेचन केलें त्यांतील ज्ञान प्रत्यक्षफलदायी होईल. हे राजसिंहा, ज्ञानानें मोक्ष मिळतो, अज्ञानानें मिळत नसतो, असें ज्ञाते म्हणतात. तेव्हां, हे नरेंद्रा, सांगोपांग सत्यज्ञान मिळविण्याच्या पाठीस मनुष्यानें लागावें. कारण, ज्ञानप्राप्ति झाली तरच मनुष्य जमन्मरणांपासून सुटून मोक्ष मिळवील. ब्राह्मण, क्षत्रिय, वैश्य, अथवा नीच शूद्र यांपैकीं कोणापासूनही हरघडी ज्ञान मिळवून श्रद्धालु मनुष्यानें त्यावर भरंवसा ठेवावा. जन्ममृत्यूंची बाधा श्रद्धावंताला कधींही होत नाहीं. (एका दृष्टीनें) सर्व वर्ण ब्राह्मणच आहेत. कारण, ब्राह्मणापासूनच त्यांची उत्पत्ति आहे. सर्व लोक ब्रह्माचाच घोष करितात. ब्रह्मापासून मिळालेल्या बुद्धीनेंच मी तत्त्वें व शास्त्रज्ञान यांचें उद्घाटन करितों. हें सर्व जगत् ब्रह्मच आहे. ब्रह्माच्या मुखांतून ब्राह्मण उत्पन्न झाले; बाहूंपासून क्षत्रियांचा जन्म झाला; नाभींतून वैश्य जन्मले आणि पायांतून शूद्र निघाले. याप्रमाणें सर्व वर्णांचा एकच उगम असल्यामुळें त्यांना भिन्नत्वानें मानण्याचें कारण नाहीं. हे राजा, अज्ञानामुळें मनुष्य प्राणी मरण पावतात, आणि पुनः ज्यांत कर्में करावीं लागतात असे नाना जन्म घेतात. त्याचप्रमाणें, चारही वर्ण ज्ञानहीन होऊन भयंकर अज्ञानामुळें प्रकृतीच्या योगानें प्राप्त होणारे जन्मांत गुरफटतात. याकरितां ज्ञानप्राप्तीसाठीं प्रत्येकानें अविश्रांत खटपट करावी. कोणत्याही वर्णाच्या मनुष्याला ज्ञान मिळविण्याचा हक्क आहे असें मीं तुला सांगितलेंच आहे. ज्ञानवान् तो ब्राह्मण; अन्य वर्णांनाही

[1] म्हणजे जरी असे लोक बाह्यतः जीवात्मे [अकेवल] असले तरी ते परमात्म्याशीं [केवल] तदाकार आहेत, असें समजावयाचें.

ज्ञानाचा रस्ता खुला असल्यानें, हे राजा, मोक्षमार्गही त्यांना मोकळा आहे, असें ज्ञाते म्हणतात. तूं जे जे प्रश्न केलेस त्यांचीं उत्तरें यथार्थपणें मीं दिलीं. तूं आतां शोक टाकून दे व भवसागर तरून जा. तुझे प्रश्न फार चांगले आहेत. तुझें नेहमीं कल्याण असो.

भीष्म सांगतातः—यांप्रमाणें महाबुद्धिवान् याज्ञवल्क्य ऋषीनें कथन केलेलें ज्ञान श्रवण करून राजा मिथिलेश्वराला फार संतोष झाला. मग त्या राजानें याज्ञवल्क्य ऋषीभोंवतीं प्रदक्षिणा घालून सत्कार केल्यावर तो ऋषि स्वस्थानीं गेला; आणि मोक्षज्ञान संपादन केलेला दैवराती जनक राजा आपले आसनावर बसला, व कोटि गाई, सुवर्ण व एक ओंजळभर रत्नें त्यानें ब्राह्मणांस अर्पण केलीं. नंतर विदेहदेशाचे राज्यावर आपल्या मुलाला बसवून तो राजा यतिधर्म स्वीकारून राहिला; अविद्योत्पन्न धर्माधर्माचा त्याग करून फक्त सांख्य व योगज्ञान सांगोपांग शिकण्याकडे त्यानें आपलें सर्व लक्ष लाविलें; स्वतःला अनंत कल्पून केवलात्म्याचाच तो विचार करूं लागला; व धर्माधर्म, पापपुण्य, जन्ममृत्यु व प्रकृतीपासून उत्पन्न झालेलीं तत्त्वें या सर्व गोष्टी त्यानें सोडून दिल्या.

राजा, सांख्य व योगी हे आपआपल्या शास्त्रानें प्रतिपादन केलेल्या सिद्धांतान्वयें व्यक्त व अव्यक्त यांपासून हें सर्व विश्व निर्माण झालें आहे असें मानितात; आणि ब्रह्म हें चांगल्यावाइटांपासून स्वतंत्र आहे; परात्पर (श्रेष्ठाहून श्रेष्ठ) आहे; नित्य आहे, आणि शुद्ध आहे असें विद्वान् म्हणतात. तेव्हां तूंही शुचिर्भूत हो. जें दिलें जातें, जें प्राप्त होतें, ज्याला दत्त (दिलेलें) म्हणतात, ज्याला संमति दिली जाते, जो देतो, तसेंच हे नरश्रेष्ठा, जो प्रतिग्रहण करितो, हे सर्वही अव्यक्त आत्मा होत. आत्मा हीच आत्म्याची मिळकत आहे. त्याहून दुसरें श्रेष्ठ असें काय असूं शकणार आहे ? तेव्हां तूंही नेहमीं याच विचारसरणीनें विचार कर; दुसऱ्या तऱ्हेची कोणतीही कल्पना मनांत आणूं नको. ज्याला अव्यक्त (प्रकृति) कोणतें, सगुण काय निर्गुण काय हें कळत नाहीं असलाच पंडित तीर्थयात्रा व यज्ञ करण्याचे भरीस पडतो. हे कुरुनंदना, वेदाध्ययन, तप किंवा यज्ञ यांचे योगानें परमात्मपदाची (अव्यक्तिक) प्राप्ति होत नाहीं. ज्याला परब्रह्म (अव्यक्त[1]) कळलें तोच सत्कारास पात्र होतो. जे महत्तत्त्वाचे पाठीस लागतात, त्यांना महत् लोकांची प्राप्ति होते; जे अहंकाराला मानितात, त्यांना आहंकारिक स्थान मिळतें; जे अहंकाराहून श्रेष्ठ तत्त्वाची आराधना करितात, ते त्याहून उच्चपदास जातात; जे शास्त्रनिष्ठ लोक अव्यक्ता-(प्रकृती) हून श्रेष्ठ जो नित्य परमात्मा त्याला जाणतात, ते जन्ममृत्यूंचे फेरे चुकवून गुणातीत व जें सत्‌ही आहे व असत्‌ही आहे असें पद मिळविते होतात.

हे राजा, जनकापासून मला हें ज्ञान मिळालें. राजा, जनकाला तें याज्ञवल्क्यऋषींपासून कळलें. ज्ञान हेंच श्रेष्ठ आहे. यज्ञ ज्ञानाची बरोबरी करूं शकणार नाहींत. ज्ञानानें भवरूपी दुर्ग तरून जातां येतो. पण यज्ञांचे अंगीं संसारांतून प्राण्याला तरविण्याचें सामर्थ्य नाहीं. ज्ञाते ह्मणतात कीं, जन्म व मृत्यु व इतर संकटें हीं भौतिक नव्हत.(म्हणून तीं अल्पायासानें दूर व्हावयाचीं नाहींत.) यज्ञ, तप, नियम, व्रत यांचे आचरणानें जरी कोणाला स्वर्ग मिळाला, तरी त्या आचरणाचें

१ निरुपायास्तव असें पत्करावें लागतें कीं, व्यक्त व अव्यक्त या शब्दांना स्थलभेदानें व विषयभेदानें भिन्नार्थ दिलेले आहेत. येथें आमचा नाइलाज आहे.

२ प्लवा ह्येते अदृढा यज्ञरूपाः । (श्रुति.)

पुण्य सरतांच पुनः पृथ्वीवर जन्म घेऊन येणें त्याला भाग पडतें. म्हणून अतिश्रेष्ठ, शुद्ध, कल्याणप्रद, मोक्षदायक,विमल व पवित्र असें परमात्मतत्त्व जें ब्रह्म त्याची उपासना तूं कर. हे राजा, क्षेत्र काय याची यथार्थ कल्पना झाल्यावर यज्ञांत श्रेष्ठ जो ज्ञानयज्ञ तो करून तूं ऋषि होशील. पूर्वी याज्ञवल्क्यानें राजा जनकाला उपनिषद्-ज्ञान सांगून उपकृत केलें. तें ज्ञान शाश्वत, अव्यय, शुभ,अमर व शोकरहित अशा ब्रह्मपदाची प्राप्ति करून देतें.

अध्याय तीनशें एकोणिसावा.

—:०:—

पंचशिखजनकसंवाद.

युधिष्ठिर विचारतोः—पितामह, एखाद्याला मोठें वैभव अथवा विपुल संपत्ति किंवा दीर्घायुष्य प्राप्त झालें असल्यानें त्याला मरण टाळावें असें वाटतें, तर हें त्याला कसें साधेल? दीर्घ तपाचरण, विविधकर्में, वेदांचें ज्ञान, रसायनप्रयोग किंवा अन्य अशाच गोष्टी यांपैकीं कोणत्या केल्या असतां जरा व मृत्यु हीं चुकवितां येतील?

भीष्म उत्तर करितातः—या विषयासंबंधें पंचशिख नामक भिक्षु व राजा जनक यांजमध्यें झालेल्या संवादाचा प्राचीन इतिहास उदाहरणार्थ सांगण्यांत येत असतो. तो असा— एकदा, धर्म व अर्थ यांविषयीं ज्याचे सर्व संशय नष्ट झाले होते त्या वेदविच्छ्रेष्ठ महर्षि पंचशिखाला विदेहराज जनक यानें प्रश्न केला कीं, भगवन्, तप, बुद्धि, विविध धर्माचार किंवा वेदशास्त्राध्ययन यांपैकीं कशाच्या प्रभावानें जरा व मृत्यु यांचें अतिक्रमण करितां येईल?

याप्रमाणें त्यानें प्रश्न केला तेव्हां अपरोक्ष विद्या जाणणारा तो पंचशिख ऋषि विदेहाधिपतीला म्हणालाः—राजा, जरा व मृत्यु यांना चुकविण्याचा कांहीं उपाय नाहीं; तथापि हीं अगदींच कशानेंही टाळतां येणार नाहींत, असें मात्र नाहीं. दिवस, महिने, किंवा वर्षें यांचा क्रम कधींही बंद पडत नाहीं. (अर्थात् कालाची गति अकुंठित आहे.) आणि मनुष्य नाशिवंत आहे. तथापि जो मनुष्य नित्यमार्गाचें (निवृत्तिमार्गाचें) अवलंबन करितो, तो हें द्वय (जरा-मृत्यु) टाळूं शकतो. सर्व सृष्ट वस्तूंचा नाश नेहमीं प्रवाहाप्रमाणें चालू आहे. ज्यामधून तरून जाण्यासाठीं कसलीही नाव नाहीं, त्या कालरूपी सागरांत वाहत असतांना व बुडत असतांना प्राण्याला कोणीही साहाय्य करीत नाहीं. हा कालसागरांत अशा गटंगळ्या खात असतां याचा कोणी सगासोयरा होत नाहीं, किंवा हाही दुसऱ्या कोणाच्या साह्यासाठीं धावून जात नाहीं. ज्याप्रमाणें रस्त्यामध्यें आपणाला क्षणमात्र मनुष्यें भेटतात, तद्वत्च बायकामुलें, नातेवाईक यांची संगति या कालसमुद्रांतून जात असतां सहजगत्या मनुष्याला घडते. आजपर्यंत कोणींही बायकामुलांचा सहवास कायमचा उपभोगिला आहे असें ऐकिवांत नाहीं. ढगांचे पुंजके जसे वाऱ्याच्या सोसाट्यानें एकमेकांवर आदळतात, तसे प्राणी कालोदधींतून वहात असतां एकत्र येतात. प्राणी बलवान् असोत, दुर्बल असोत, ठेंगू असोत, उंच असोत,—त्यांना ग्रासण्यासाठीं लांडग्यांच्या जोडीप्रमाणें जरा व मृत्यु आ वांसून बसलीं आहेत. एवंच, सृष्ट प्राणी नाशिवंत असून त्यांचे ठिकाणीं असलेला आत्मा मात्र नित्य आहे. असें आहे, तर मग प्राणी जन्मास आल्यास हर्ष कसला ? व नष्ट झाल्यास शोक तरी कशाकरितां करावयाचा ? मी कोठून आलों ? मी कोण आहें ? मला कोठें जावयाचें आहे ? मी कोणाचा ? मी कशामध्यें आहें ? माझें पुढें काय होणार आहे ? (या गोष्टींचा जर पत्ता नाहीं तर) तूं कशाकरितां व कां

शोक करितोस? तुजवांचून स्वर्गाला अथवा नरकाला (तुझ्या पुण्यपापांप्रमाणें) दुसरा कोण जाणार? कोणी नाहीं. हें ध्यानांत ठेवून शास्त्रांचें उल्लंघन न करितां प्राणिमात्रानें दानें द्यावीं व यज्ञ करावे.

अध्याय तीनशें विसावा.

—:०:—

सुलभाजनकसंवाद.

युधिष्ठिर म्हणतोः—हे कुरुराजर्षिश्रेष्ठ, जेथें बुद्ध्यादिकांचा सुद्धां लय होतो, असें जें मोक्षस्थान, तें गृहस्थाश्रमाचा त्याग न करितांही कोण पावला तें मला सांगा. त्याचप्रमाणें, पितामह, लिंगदेह व स्थूलदेह या दोन देहांचा त्याग कसा करावा आणि मोक्षाचें परमतत्त्व तें कोणतें, हेंही मला सांगा.

भीष्म उत्तर करितातः—युधिष्ठिरा, या विषयासंबंधानेंही जनकराजा आणि सुलभा नामक कोणी तापसी यांमध्यें घडलेला संवाद पुरातन इतिहास म्हणून उदाहरणार्थ सांगत असतात. पूर्वी मिथिला येथील जनककुलांत धर्मध्वज नांवाचा कोणी राजा होता. संन्यासग्रहण करून संपादावयाची जी गोष्ट म्हणजे सम्यक्दर्शन (खरें ज्ञान) तें त्याचे ठिकाणीं पूर्ण वसत होतें. वेद, मोक्षशास्त्र व त्याचें स्वतःचें म्हणजे राजनीतिशास्त्र या सर्वांत त्यानें परिश्रम केले असून तो आपलीं इंद्रियें सर्वदा स्वाधीन ठेवून या पृथ्वीचें राज्य करीत होता. हे नरेंद्रा, अशा त्या वेदवेत्त्या राजाची ती साधुवृत्ति ऐकून या लोकांत कित्येक पुरुष त्याचेप्रमाणें होण्याची इच्छा करीत असत.

असा प्रकार चाललेला असतां, त्या सत्ययुगाचे कालीं योगधर्माचें पालन करणारी सुलभा नांवाची कोणी एक भिक्षुकी पृथ्वीपर्यटन करीत होती. ती सर्व पृथ्वीवर भ्रमण करीत असतां जेथें जाई तेथें संन्यासी लोक 'मिथिलेश्वरासारखा मोक्षधर्मांत निपुण कोणी नाहीं' असें म्हणतांना तिचे कानीं येई. धर्मध्वजाची ही हकीकत तिनें फार बारकाईनें बहुत ठिकाणीं ऐकल्यामुळें, आपण ऐकतों तें खरें कीं नाहीं, हा संशय फेडून घेण्याकरितां समक्ष जनकाचीच गांठ घ्यावी असा तिनें संकल्प केला. संकल्प होतांच तिनें आपल्या योगबलानें आपलें पूर्वीचें रूप टाकून दिलें; आणि ज्या रूपाला नांव ठेवण्यास तिळभरही जागा नाहीं असें एक अत्युत्तम सुंदर रूप धारण केलें. तें रूप घेतल्यावर ती कमलनेत्रा सुभ्रू डोळ्याचें पातें लवलें नाहीं तोंच तात्काळ तिरासारखी विदेहनगरींत येऊन पोहोंचली. याप्रमाणें त्या लोकसमूहानें गजबजून राहिलेल्या रमणीय अशा मिथिला नगरींत येतांच तिनें भिक्षेच्या मिषानें तेथील राजाचें दर्शन घेतलें. तिचें तें अत्यंत सुकुमार रूप पाहून, 'ही कोण? कोणाची? कोठून आली असावी?' अशा प्रकारें राजा मोठा विस्मयांत पडला. मग धर्मध्वजानें त्या सुलभेचें स्वागत करून तिला श्रेष्ठ आसन दिलें; व पादक्षालनार्थ पाणी देऊन तिला सत्कारपूर्वक उंची अन्न देऊन संतृप्त केलें. मग ती सुलभा भिक्षुकी सुग्रासभोजनानें तृप्त झाल्यावर, हा खरोखर मुक्त झाला आहे कीं नाहीं हा आपला संशय फेडून घेण्याकरितां, धर्मध्वज हा सूत्रार्थवेत्त्या मोठमोठ्या विद्वान् मंडळींत आपल्या मंत्र्यांसह बसला असतां तिनें इतर विद्वानांस सोडून प्रत्यक्ष राजालाच मोक्षधर्माचे कामीं प्रश्न केला.

१ यावर नीलकंठ टीप देतात कीं, कृतयुगांत विवाहाचे पूर्वी किंवा विवाहोत्तर वैधव्य आल्यास स्त्रियांना देखील भिक्षा मागणें, मोक्षशास्त्र श्रवण करणें, एकांतीं आत्मध्यान करणें, त्रिदंड धारण करणें इत्यादि संन्यासधर्म विहित होते.

ती योगांत अत्यंत निपुण असल्यामुळें, प्रश्न करण्यापूर्वी तिनें आपल्या बुद्धीनें राजाची बुद्धि व्यापून टाकिली; आपल्या नेत्रांचे तेजानें राजाचे दृष्टीचें तेज रोंखून टाकिलें; व खरें शोधण्यासाठीं राजाला योगबंधांनीं जखडून टाकिलें. योगबलांत आपण अजिंक्य आहों असा जनकालाही गर्व होता. तेव्हां ही आतां आपलें तोंड बंद करणार, हा तिचा आशय त्यानें ओळखून तिला चकवून तिच्यावरही ताण केली! मग एकाच बैठकीवर ह्मणजे त्या धर्मध्वजाचे देहांतच--स्थूलदेहानें धारण केलीं जाणारीं छत्रादि राजचिन्हें त्यांपासून मोकळा असलेला तो राजा व त्रिदंडापासून मोकळी असलेली ती भिक्षुकी या उभयांचा संवाद चालू झाला.

जनक ह्मणालाः--"हे भगवति, ही दीक्षा तूं कोठें घेतलीस? तूं निघालीस कोठें? तूं कोणाची कोण? व आलीस कोठून?" या प्रकारें तिला प्रश्न करून राजा तिला ह्मणाला, "कोणाही मनुष्याचें अध्ययन, वय व जातगोत यांसंबंधी खरें ज्ञान त्यानें स्वमुखानें सांगितल्याशिवाय इतरांस होत नाहीं, याकरितां मीं हे प्रश्न तुला केले आहेत; आणि ज्या अर्थी तूं होऊन माझे भेटीस आली आहेस, त्या अर्थी या प्रश्नांचीं नीट उत्तरें मला समजव. मला विचारशील तर, मी जरी राजा आहें तरी या छत्रादि राजचिन्हांच्या लोभापासून मी मनानें साफ सुटलेला आहें. आतां तुजसंबंधी योग्य ज्ञान मला व्हावें अशी उत्कंठा आहे. कारण, तूं संमाननीय असून मलाही मान्य आहेस. आतां हें भलत्या सलत्याला सांगतां न येणारें मोक्षसंबंधी विशेष ज्ञान मी कोणापासून संपादन केलें तें ऐक. पराशरगोत्रांतील अत्यंत वृद्ध असा महात्मा जो पंचशिख त्याचा मी अतिशय आवडता शिष्य आहें. माझ्या गुरूच्या साह्यानें सांख्यशास्त्र, योग व राजनीति हे तीनही मोक्षप्रापक मार्ग मी पूर्णपणें चालून गेलों असून, मला या तिन्ही मार्गांसंबंधी कसा तो संशय उरला नाहीं. मला हें ज्ञान मिळण्याचा योग असा आला कीं, हे पंचशिख यति शास्त्रांत सांगितल्याप्रमाणें पृथ्वीपर्यटण करीत असतां एक वर्षी पावसाळ्यांत माझे घरीं चार महिने स्वस्थपणें राहिले. ते पंचशिख सांख्यज्ञानांत निष्णात असून उत्तम साक्षात्कारी असल्यामुळें त्यांनीं मला यथार्थ रीतीनें मोक्षप्राप्तीचे तिन्ही मार्ग ऐकविले; आणि मला राज्यावर कायमचें कायमच ठेविलें. तेव्हांपासून मी विषयांवरील सर्व प्रेम सोडून देऊन आणि केवळ परमपदावर लक्ष ठेवून गुरूनें सांगितलेले मोक्षसंबंधी तिन्ही मार्ग पूर्णपणें पाळीत असतों.

आतां, या मोक्षोपायांत वैराग्य हा सर्वश्रेष्ठ उपाय आहे. हें मुक्तिप्रद वैराग्य ज्ञानापासून प्राप्त होतें. ज्ञानामुळें मनुष्य योगाभ्यासास प्रवृत्त होतो. योगाभ्यासानें आत्मज्ञानप्राप्ति होते व त्यामुळें परम वैराग्य अंगीं बाणतें. याप्रमाणें हीं तिन्ही साध्य झालीं ह्मणजे सुखदुःखादि द्वंद्वांपासून मनुष्य सुटून जीवन्मुक्त होतो व मृत्यूवरही जय मिळवितो. मी गृहस्थाश्रमांत असतांही निर्मोह व निःसंगवृत्तीनें रहात असल्यानें, ज्ञानाची पराकाष्ठा जी सुखदुःखादि द्वंद्वांपासून मुक्तता ती मला प्राप्त झाली आहे. ज्याप्रमाणें नांगरून व पाणी पाजून मऊ केलेल्या शेतांत पडलेलें बीज अंकुरित होण्यास रहात नाहीं, त्याचप्रमाणें मनुष्याचें कर्म बीजभूत होऊन, पुनर्जन्माचे रूपानें अंकुरित होत असतें. परंतु तेंच बीं खापरांत किंवा दुसऱ्या कशांत घालून जर विस्तवावर चांगलें भाजून मग नांगरून पाणी पाजलेल्या क्षेत्रांत टाकिलें, तर त्याला अंकुरित होण्याचीं जलक्षेत्रादि बाह्यसाधनें पुर्ववत् अनुकूल असतांही

बीजत्व नाहींसें झाल्यानें तें अंकुरित होत नाहीं. या न्यायानेंच माझे गुरु पंचशिख यांनीं माझी बुद्धि वासनाबीजरहित करून टाकिली असल्यामुळें मीं विषयांचा आश्रय केला तरीही वासना अंकुरित होत नाहींत; आणि याचमुळें, शत्रुवधासारख्या क्रूर कृत्यांत किंवा स्त्रीसंग्रहासारख्या प्रियकृत्यांत—कशांतच तिला गोडी लागत नाहीं. कारण, शत्रूवर रोष करणें व स्त्र्यादिकांवर प्रेम करणें दोन्ही सारखींच व्यर्थ आहेत, असें पाहून माझी बुद्धि कशांतच रंगत नाहीं. देहाविषयीं माझें वैराग्य इतकें तीव्र आहे, आणि प्रियकर्ता व अप्रियकर्ता यांविषयीं मी इतका उदासीन आहें कीं, एकानें माझा उजवा हात चंदनानें लेपिला व दुसऱ्यानें माझा डावा हात तासणीनें तासला, तरी हे दोघेही मला सारखेच आहेत. त्याचप्रमाणें मातीचें ढेंकूळ, दगड व सोन्याची लगड हीं मी सारखींच लेखीत असून सर्व संगांपासून मुक्त असल्यानें अवाप्तकाम व सुखी होऊन राज्य करीत आहें; आणि त्रिदंड धारण करणाऱ्या सामान्य यतीपेक्षां योग्यतेनें किती तरी अधिक आहें! इतर जे मोक्षज्ञानांत निष्णात झाले, त्यांनीं मोक्षप्राप्तीसाठीं तीन प्रकारची निष्ठा सांगितली: कर्म, उपासना आणि ज्ञान; दुसरे कोणी आहेत ते कर्माला—तें कायिक असो कीं मानसिक असो—सर्वथा फांटा देऊन लोकोत्तर ज्ञाननिष्ठा हाच मोक्षोपाय समजतात; तिसरे मोक्षशास्त्री—कर्माला गौणत्व देऊन ज्ञानाला प्राधान्य देतात; आणि चौथे कर्माला प्राधान्य देऊन ज्ञानाला गौणत्व देतात. असे हे चार पंथ आहेत. आमचे गुरु महात्मा पंचशिख यांनीं ज्ञान व कर्म यांचे समुच्चयानें व विकल्पानें होणारे हे उभयविध मार्ग सोडून मोक्षाला निराळाच एक मार्ग काढिला आहे. त्यांचें ह्मणणें—गृहस्थाश्रमी असून तो यमनियमादिकांचें पालन करील तर तो यतिच झाला; आणि त्रिदंडी असूनही जर कामवासना, द्वेषबुद्धि, लोभ, अभिमान, दंभ, स्नेह इत्यादिकांचा आश्रय करितील तर ते संन्यासी गृहस्थांतच जमा समजावे. त्यांचें ह्मणणें असें आहे कीं, ज्ञानानें मिळणारा मोक्ष त्रिदंडरूपी बाह्य यतिचिन्हांत जर मिळणें शक्य असेल, तर मग तो छत्रचामरादि बाह्य चिन्हांतही कां न मिळावा? कारण, मोक्षाला हेतुभूत ज्ञान उभयत्रही तुल्य असूं शकेल. एकानें त्रिदंड घेणें व दुसऱ्यानें राजदंड घेणें एवढ्यानें कांहीं विशेष होतो असें नव्हे. कारण दंड, छत्र, स्त्री, पशु, अन्न, वस्त्र इत्यादि गोष्टींचा स्वीकार मनुष्य स्वार्थदृष्टीनेंच करीत असतो; आणि ज्याला ज्या प्रसंगीं जी गोष्ट साधक तिचा तो स्वीकार करितो. भुकेला असतां जो मनुष्य अन्न मागतो, तोच थंडीनें कुडकुडतांना वस्त्र मागतो. ह्मणजे त्यांत कांहीं विशेष झाला असें नव्हे. शिवाय बंधाला हेतु पदार्थावरील आसक्ति असते; पदार्थाचें अल्पत्व किंवा बहुत्व हें नसतें. (मग काष्ठदंड काय आणि स्वर्णदंड काय? एकच!) बरें, कोणी मनुष्य मूळ गृहस्थाश्रमी असतां गृहस्थाश्रम सदोष आहे असें पाहून त्यानें अन्याश्रम घेतला, तर एकाचा त्याग व दुसऱ्याचा स्वीकार या कारणानें तो संगमुक्त झाला असें मुळींच नाहीं. शिवाय, राजेपण सोडून संन्यासी होण्याला असें सबळ कारण तरी कोठें आहे? कृपेनें कल्याण व अवकृपेनें अकल्याण करण्याचें सामर्थ्य जसें राजांस असतें, तसेंच भिक्षुकांसही (संन्याशांसही आशीर्वाद किंवा शापरूपानें) आहेच. मग संन्यासीच मुक्त व्हावे आणि राजे कां होऊं नयेत? मोक्षाविषयीं खरा प्रकार असा आहे कीं, राज्यैश्वर्यानें त्याला कांहीं बाध येत नाहीं.

परमपदाचे ठिकाणीं अनन्य लक्ष्य ठेवून ज्यानें ज्ञान संपादन केलें तो त्या ज्ञानानेंच सर्व पापांपासून मुक्त होतो. भगवीं वस्त्रें घेणें, डोई मुंडणें, त्रिदंड धरणें, कमंडलु घेणें हीं सर्व वरकांतीं चिन्हें आहेत. माझे मतें यांचा मोक्ष देण्याशीं कांहीं संबंध नाहीं. कारण, हीं सर्व चिन्हें असूनही जर ज्ञान नसेल तर मोक्ष मिळत नाहीं, असाच जर अनुभव आहे, तर सर्वदुःखमोक्ष करण्याचे कामीं हीं आश्रम-चिन्हें व्यर्थ आहेत, हें उघड झालें. कदाचित् या चिन्हांचे आश्रयानें दुःख कमी होतें, अशा समजुतीनें तूं यांचें ग्रहण केलें असशील, तर तोच न्याय याझे या छत्रादिग्रहणाला कां लागू नसावा? सत्य हें आहे कीं, दारिद्र्यांत मोक्ष नाहीं, आणि श्रीमंतींत बंधन नाहीं. श्रीमंतींत काय आणि गरीबींत काय—ज्ञान मिळेल तरच प्राणी मुक्त होईल. यासाठीं अज्ञानी जीवांना बंधास कारण होणारे धर्म, अर्थ, काम व राज्यस्वीकार यांत जरी मी तुला गढलेला दिसत आहें, तरी खरोखर मी (ज्ञानबलानें) निर्बंध अशा मोक्षपदालाच जडलेला आहें, हें तूं पक्कें समज. धनदारादि-रूपानें पुरुषाला जखडून टाकणारा हा जो राज्यरूप पाश तुला दिसतो आहे, तो, मोक्ष-शास्त्ररूपी सहाणेवर पाजळून तीव्र केलेल्या त्याग किंवा असंग एतद्रूप शस्त्रानें मीं साफ तोडून टाकिला आहे.[1]

"या प्रकारें, हे भिक्षुकि, मी राज्यावर असूनही मुक्त आहें. तूं योगिनी आहेस असें पाहून मला तुजबद्दल प्रथम आदर वाटला; पण आतां मी तुला स्पष्ट सांगतों कीं, तुझें वर्तन योगीनीपणाला शोभत नाहीं. तूं अत्यंत सुकुमार आहेस, तुझें शरीर व रूप फारच उत्कृष्ट प्रतीचें असून, वय तर अगदीं कोवळें आहे; आणि तूं तपःशुष्क नसून अगदीं टुचटुचित दिसत आहेस. तेव्हां अशांत तूं योगिनी असशील कशी असा सहजच संशय येतो. शिवाय, तूं धरलेल्या या संन्यासदीक्षेला न शोभणारें असें वर्तनही तूं केलें आहेस. कारण, मी मुक्त आहें, कीं नाहीं हें पाहण्यासाठीं तूं मुद्दाम येऊन माझे शरीरांत जबरीनें घुसलीस व मला हाणून पाडण्याचा प्रयत्न चालविलास! (संन्याशाला हें कशाला पाहिजे?) तुझ्यासारख्या वासनाधीन झालेल्या योगिनीचे हातांत त्रिदंड ही संन्यासाश्रमाची निशाणी असणें विसंगत दिसतें. तुझ्या असल्या कृतीनें तुजकडून संन्यासाश्रमाचें योग्य पालन होत नाहीं. निःसंग बनलेल्या मनुष्यानें आपल्या आश्रमाला अनुचित कर्में न करितां आपल्या आश्रम-धर्माचें योग्य परिपालन करणें हें त्याचें मुख्य कर्तव्य आहे. पण आपल्या योगबुद्धीच्या सामर्थ्यानें तूं माझ्या देहामध्यें प्रवेश केला आहेस, या तुझ्या परकायाप्रवेशानें तुजकडून कोणता दोष घडला तें ऐक. कोणत्या हेतूनें तूं माझ्या राज्यांत व नगरांत शिरलीस? इतकेंच नव्हे, तर तूं माझ्या हृदयांत एकदम प्रवेश केलास, त्यापेक्षां तुझा-माझा याबद्दल असा काय पूर्वसंकेत झाला होता? तूं चारही वर्णांचे श्रेष्ठस्थानीं असणाऱ्या ब्राह्मणवर्णाची स्त्री आहेस व मी क्षत्रियवर्णाचा आहें. या दोन वर्णांचा संयोग शास्त्रसंमत नाहीं. म्हणून सांगतों कीं, वर्णसंकर करण्याला प्रवृत्त होऊं नको. तूं मोक्षप्रद संन्यासाश्रमाची दीक्षा घेतली आहेस व मी गृहस्थाश्रमाचें परिपालन करीत आहें. अर्थात् (माझ्या शरीरांत प्रवेश केल्यामुळें संन्यासाश्रमांतून पुनश्च गृहस्थाश्रमामध्यें येणें हें) आश्रमसंकराचें दुसरें भयंकर पातक तुजकडून घडलें आहे. बरें, तूं व मी पर सगोत्र आहों किंवा भिन्नगोत्र

[1] असंगशस्त्रेण दृढेन छित्वा (गीता)

आहों, याची माहिती तुला नाहीं व मलाही नाहीं. असें असतां तूं माझ्याशीं संबंध केलास; आणि मी जर कदाचित् तुझा सगोत्र असलों, तर हा गोत्रसंकर करण्याचा तिसरा दोष तूं केला आहेस. तसेंच, तुला पहिला नवरा असून तो जिवंत आहे का तुला टाकून परागंदा झाला आहे याची मला कांहींच दाद नसतां तूं मला येऊन भिडलीस; परंतु तूं जर पूर्वविवाहित असशील तर परस्त्री या नात्यानें मला अर्थातूच अगम्य आहेस; आणि असें असतां तूं मजशीं संलग्न झालीस तर अगम्यागमनरूप धर्मसंकर करण्याचे चौथेही दोपास तूं कारण झालीस ! आतां या ज्या अनेक गैर गोष्टी तूं केल्यास, या काय जाणूनबुजून कांहीं पोटांतल्या मतलबास्तव केल्यास ? का अज्ञानानें केल्यास ? किंवा भलतीच समजूत पडल्यामुळें केल्यास ? कीं तुला कोणी नियंता नसून तूं केवळ स्वतंत्र आहेस ? तसें असलें तरीही तूं दोषीच आहेस. कारण, 'न स्त्री स्वातंत्र्यमर्हति' असें शास्त्रवचन असल्यामुळें तें उल्लंघून तूं जर स्वैर वागूं लागली असशील, तर शास्त्रोल्लंघनाचा दोष तुजकडे येऊन तुझें तें सर्व ज्ञान फुकट गेलें असें समज. शिवाय, मजवर जय मिळविण्याचें इच्छेनें तूं मजवर दांडगाईनें चाल करून येऊन माझ्या या सर्व सभासदांसमक्ष तूं उघडपणें माझ्याशीं वाद घातलास. हें तुझें करणें दुष्ट स्त्रीला शोभणारें आहे. या तुझ्या करणीनें तुजकडून एक तिसरा मोठा दोष घडला असून, तुझे-माझे मनाचा मेळ बसावा अशी तुझी इच्छा असल्यास त्या योगें तिचा बिघाड मात्र झाला आहे. कारण, तूं जयेच्छेचे भरांत केवळ मजवरच पगडा बसवीत नसून, मोठमोठ्या विद्वानांनीं भरलेली ही जी माझी सर्व सभा--हिचेही डोळ्यांत तूं धूळ घालूं पहात आहेस; आणि आपले पक्षाचा वरपगडा व माझे पक्षाचा पाडाव करण्याचे बुद्धीनेंच तूं माझ्या या पूज्य सभासदांकडे असे कटाक्ष फेंकीत आहेस. माझें योगवैभव तुला असह्य झाल्यानें तुझे योगसामर्थ्याला ऊत येऊन मजवर छाप बसवावी अशी तुला भूल पडल्यामुळें तूं आपलें सत्त्व माझ्यांत मिसळलेंस; परंतु हें तुझें करणें विष व अमृत एक करण्यासारखें आहे. कारण, हा स्त्रीपुरुषसंबंध असा आहे कीं, स्त्री व पुरुष हीं जर परस्पर सकाम असून त्यांचा संयोग होईल तर तो अमृततुल्य असतो. पण त्यांतील एक पक्ष सक्त व एक विरक्त असला कीं, तो समागम विषतुल्यच होय. प्रस्तुतस्थलीं तूं मजाविषयीं कामुक असलीस तरी मी तुजविषयीं तसा नसल्यानें मजशीं तुझा हा संगम म्हणजे विषतुल्य दुष्ट होय. याकरितां हें संगमाचें रहस्य नीट ध्यानांत घे आणि तुझ्या संन्यासाश्रमाला उचित अशा शास्त्रधर्माचा त्याग न करितां त्याचें पालन कर. तूं ही जी सर्व चौकशी केलीस ती—हा जनक खराच मुक्त आहे कीं नाहीं हें पाहण्यासाठीं कपटबुद्धीनें केली आहेस. आतां तूं जरी ही सर्व गोष्ट आपल्याकडून कितीही गुप्त ठेविली असलीस, तरी मजपुढें लपविण्यांत अर्थ नाहीं. कारण, तें तुला साधणार नाहीं. यासाठीं मी तुला सांगतों कीं, या प्रकारचें वेषांतर करून स्वतःचे कामासाठीं किंवा दुसऱ्या कोणा राजाचे कामासाठीं माझी परीक्षा पहात असलीस तरी माझ्याशीं तें चोरूं नको. कारण ब्राह्मण, राजा किंवा स्त्रीजातीला अनुरूप अशा गुणांनीं युक्त असणारी स्त्री यांकडे कोणीं केव्हांही कपटानें जाऊं नये. गेल्यास हीं तिघें कपटानें येणाऱ्याचा नाश करितात. सत्ता हें राजांचें बल आहे; ब्रह्म हेंच ब्रह्मवेत्त्यांचें बल आहे; आणि रूप, यौवन व सौभाग्य

हेंच स्त्रियांचें अनुत्तम बल आहे. याकरितां या प्रकारचे बलानें युक्त असणारे जे राजा, ब्राह्मण व स्त्रिया—त्यांजकडे स्वार्थबुद्धीनें कोणास जाणें असेल तर त्यानें सरळपणानें जावें. कारण, अशांशीं कुटिलपणा केल्यास नाशच व्हावयाचा. याकरितां तूं आपली जाति, आपलें अध्ययन, आपलें चरित, आपला भाव, स्वभाव व आगमनकारण यथार्थरूपानें मला सांग."

भीष्म सांगतात:—या प्रकारें जनक राजानें त्या सुलभेची दुःखदायक, अयोग्य, व असमंजस अशा वाक्यांनीं निर्भर्त्सना केली तरीही ती सुलभा डगमगली नाहीं. परंतु त्या रूपवती सुलभेनें, राजाचें भाषण संपतांच, आपले रुचिर रूपाहून किंवा राजाचे त्या कठोर भाषणाहून अधिक गोड असें भाषण आरंभिलें.

सुलभा म्हणाली:—राजा, (तूं पुष्कळ भाषण केलेंस खरें, पण भाषण कशाला म्हणतात तें तरी ऐक.) जें भाषण वाणीचे नऊ दोष व बुद्धीचे नऊ दोष यांपासून दूर असून शिवाय अष्टादशगुणांनीं युक्त यथार्थ असेल, आणि त्यांत सौक्ष्म्य, सांख्य, क्रम, निर्णय व प्रयोजन या पांच गोष्टी समुच्चयानें असतील, त्या भाषणाला किंवा शब्दसमुदायाला वाक्य असें म्हणावें आणि असलेच वाक्याला प्रामाण्य असतें. आतां, व्यवहारांत योजिल्या जाणाऱ्या वाक्यांत अवश्य अशा ज्या या सौक्ष्म्यादिक पांच गोष्टी, त्यांचें पृथक् पृथक् लक्षण--पद, वाक्य, पदार्थ व वाक्यार्थ या चारही प्रकारांनीं मीं तुला सांगतें तें ऐक. जेव्हां पुढें आलेल्या विषयवाक्यांत वाक्याचे प्रमेयभूत असे भिन्नभिन्न अनेकार्थ संभवत असल्यानें बुद्धीला हाच अर्थ खरा असा निश्चय करण्याची मारामार पडून ती बुचकळ्यांत पडते. तेव्हां वाक्याच्या ह्या सांदिग्धपणाला किंवा दुर्ज्ञेयपणाला सौक्ष्म्य असें म्हणतात. कोणत्याही अर्थासंबंधानें पूर्वपक्ष व सिद्धांत यांत असणाऱ्या गुणदोषांचें जें यथाभाग गणन त्याला सांख्य असें समजावें. या उपरिगणित गुणदोषांचें बलाबल पाहून त्या धोरणानें आधीं किंवा मागून शब्दांची बोलण्याची योजना करणें याला क्रम असें वाक्यवेत्ते लोक म्हणतात. धर्म, अर्थ, काम व मोक्ष या चतुर्विध विषयांतील कोणत्याही विशिष्ट विषयासंबंधें उपन्यास केला असतां वाक्याचे अखेरीस ही गोष्ट अशीचे अशीच आहे असें युक्तीला धरून जें निश्चयपूर्वक सांगणें त्याला विनिर्णय असें म्हणतात; आणि, हे नरेंद्रा, वक्त्याचे ठायीं कोणत्याही विशिष्ट विषयासंबंधें प्रेम किंवा द्वेष असतां त्या मनोविकाराच्या आधिक्यानें त्याला त्रास होऊन त्याची त्या विषयाला अनुकूल किंवा प्रतिकूल होणारी जी वृत्ति तिलाच प्रयोजन असें म्हणतात; आणि मीं आतां वर्णिलेलीं सौक्ष्म्यादि पांचही अंगें एकाच कोणत्या तरी अर्थाचे पोषणार्थ एकत्र होतात, तेव्हां त्या पंचांगयुक्त पदसमूहास वाक्य असें म्हणतात; आणि जें मी आतां बोलणार आहें तें अशाच प्रकारचें वाक्य असेल, तें ऐक. माझें वाक्य उपेतार्थ म्हणजे अर्थपूर्ण, अभिन्नार्थ (दुटप्पी नव्हे असें एकार्थक) व न्यायानुसारी असून त्यांत विनाकारण फाजील शब्द नसतील, म्हणजे तें संक्षिप्त किंवा आटपसर असेल; तें श्लक्ष्ण म्हणजे कोमल असेल;

१ साहित्यशास्त्रांत चोवीस शब्दगुण सांगितले आहेत. त्यांचीं नांवें:—१ श्लेष, २ प्रसाद, ३ समता, ४ माधुर्य, ५ सुकुमारता, ६ अर्थव्यक्ति, ७ कांति, ८ उदारत्व, ९ उदात्तता, १० ओज, ११ और्जित्य, १२ प्रेयान, १३ सुशब्दता, १४ समाधि, १५ सौक्ष्म्य, १६ गांभीर्य, १७ विस्तर, १८ संक्षेप, १९ संमितत्व, २० भविकत्व, २१

स्पष्ट व श्रेष्ठ असेल; त्यांतील अक्षरें गुरु किंवा खर किंवा निरस नसतील; तसेंच, शास्त्रपराङ्मुख असे जे लोक त्यांस माझें भाषण सुखदायक होणार नाहीं; अर्थात् तें ग्राम्य, अश्लील किंवा अमंगल असें असणार नाहीं; तसेंच तें अनृत[1] ह्मणजे ज्याला पुराणादिकांत आधार नाहीं असें असणार नाहीं; अर्थात् साधार असेल; तें धर्मशास्त्र, अर्थशास्त्र किंवा कामशास्त्र यांतील सिद्धांतांशीं विरुद्ध असणार नाहीं; किंवा गांवढळ देशी[2] भाषेंत असणार नाहीं; (शुद्ध संस्कृत असेल.) तें न्यून ह्मणजे इष्टार्थप्रकाशनाविषयीं असमर्थ किंवा अपुरें असें असणार नाहीं; तें कष्टप्रद ह्मणजे छंद-व्याकरणादिकांचे दोषांनीं युक्त असल्यानें दुर्बोध असें असणार नाहीं; त्यांतील पदें क्रमाला सोडून योजिलेलीं नसतील, किंवा त्यांतील कांहीं शब्द अध्याहृत ठेवून तर्कानें पुरे करण्याचें कारण पडणार नाहीं; तसेंच तें वायफळ किंवा युक्तिशून्यही असणार नाहीं. त्या भाषणांत—१ काम, २ क्रोध, ३ भय, ४ लोभ, ५ दैन्य, ६ दर्प, ७ लज्जा, ८ कृपा किंवा ९ अभिमान या नऊ बुद्धिदोषांपैकीं एकही असणार नाहीं. कारण, राजा, कोणत्याही तत्त्वनिर्णायक भाषणांत वक्ता, श्रोता आणि वाक्य म्हणजे वचन हीं तिन्हीं जेव्हां अविकल व सिद्धांताला अनुकूल मिळतात तेव्हांच विवक्षित अर्थाचा स्पष्ट प्रकाश किंवा बोध होतो, एरवीं होत नाहीं. ज्या भाषणांत वक्ता हा श्रोत्याला न जुमानतां केवळ स्वतःला संमत असाच अर्थ स्थापित करूं पाहतो, त्या भाषणांत खरा खरा उत्कृष्ट अर्थ असेल तो मनांत भरत नाहीं. बरें, जेथें वक्ता स्वतःचा अर्थ एक असतां तो एकीकडे ठेवून केवळ श्रोत्याला संतुष्ट करण्याकरितां त्याचाच मतलब घेऊन बोलतो, त्या ठिकाणीं वक्त्याच्या खऱ्या अर्थाबद्दल भ्रम उत्पन्न होतो. अर्थात् असलेंही भाषण सदोष म्हणावयाचें. याकरितां, हे राजा, जो वक्ता आपण व श्रोता या उभयतांचे अर्थाला अनुकूल असें भाषण करितो, तोच खरा वक्ता, इतर नव्हे. यास्तव, राजा, आतां माझें अर्थपूर्ण असें भाषण एकाग्र चित्तानें श्रवण कर.

हे नृपाला, 'मी कोण?' म्हणून तूं मला विचारलेंस, त्याचें उत्तर ऐक. ज्याप्रमाणें लांकूड आणि त्यावरील लाख किंवा मृत्कण व उदकबिंदु हीं परस्पर चिकटून असतात, त्याचप्रमाणें प्राण्याचेही उत्पत्तीचा प्रकार आहे. ह्मणजे शब्द, स्पर्श, रस, रूप व गंध हे पंच विषय व त्यांचीं ग्राहक अशीं पंचज्ञानेंद्रियें हीं खरें पाहतां एकमेकांपासून पृथक् पृथक् असतांही लाख आणि काष्ठ याप्रमाणें आत्म्याला चिकटून आहेत. यांपैकीं कोणालाही पृथक् किंवा एकत्र विचारलें कीं, तुम्ही कोण व येथें कां? तर त्यांना कांहीं उत्तर देतां येणार नाहीं हें खास समजावें. कारण, तीं जड आहेत; आणि ज्याप्रमाणें लाख व लांकूड हीं

गति, २२ रीति, २३ उक्ति, २४ प्रौढि. यांपैकीं सुलभेचे पद्धतीप्रमाणें जो श्लक्ष्ण (कोमळपणा) गुण त्यांत वरील चोविसांपैकीं १ श्लेष, २ साम्य, ३ कांति, ४ ओज, ५ और्जित्य, ६ औदार्य, ७ रीति व ८ गति या आठांचा अंतर्भाव होतो. उपेतार्थत्व हीच वरील अर्थव्यक्ति; अभिन्नार्थत्व म्हणजे प्रसाद; न्यायानुसार म्हणजे उदात्त; अनधिक म्हणजे संक्षेपयुक्त; इत्यादि प्रकारें सुलभेचें वर्गीकरणांत वरील चोवीस गुणांचा अंतर्भाव समजावा.

१ अनृताचें उदाहरण टीकाकारानें 'मेघदूतकाव्य' हें दिलें आहे. कारण, तें केवळ कल्पित आहे. त्याला पुराण वगैरेंचा आधार नाहीं.

२ संस्कृत नाटकांत बहुधा स्त्रियांचे तोंडीं देशी किंवा प्राकृत भाषा असते, परंतु सुलभा म्हणते, मी स्त्री आहें तरी शुद्ध संस्कृतच बोलेन.

पृथक् असतांही मुलाचे लांकडी खेळण्यांत संयुक्त झालीं आहेत, त्याचप्रमाणें प्राणी हे चित् व अचित् म्हणजे चिदात्मा आणि जड जीं देह व इंद्रियें त्यांचे मिलाफानें उभे झाले आहेत; आणि म्हणून तूं मला 'तूं कोण' असा जो प्रश्न केलास, तो जर मद्गत चिदंशाला उद्देशून असेल, तर जो चिदंश तुझ्यांत तोच माझ्यांत आहे; मग त्यासंबंधें मला निराळी माहिती काय विचारितोस? बो दोघांतही वाङ्मनातीतत्व आहे. त्याचें वर्णन कोणी सांगावें? बरें, जर हा प्रश्न देहेंद्रियांना उद्देशून केला असशील, तर एक तर तीं जड असल्यानें उत्तर देण्यास असमर्थ आहेत; व दुसरें—तीं तुझ्यांत आहेत तशींच माझ्यांत आहेत; मग त्यासंबंधें निराळें काय समजावयाचें उरलें? बरें, या जड-चेतनांच्या समुदायाला किंवा संघाताला हा तुझा प्रश्न असेल, तर तुझ्यांतही हाच संघात आहे; मग माझ्यांत निराळें उत्तर तें काय असणार? नेत्रादि जीं इंद्रियें त्याना—तीं पृथक् समजा कीं एकत्र समजा--अचेतनत्वामुळें स्वतःचेंही ज्ञान नाहीं व परक्याचेंही नाहीं. यास उदाहरण—डोळ्यांसच आपलें डोळेपण माहीत नाहीं किंवा स्वतःला पाहतां येत नाहीं. कानांचीही तीच अवस्था आहे. शिवाय या इंद्रियांना आपली नेमलेली कामगिरी सोडून दुसऱ्या कोणाची कामगिरी करितां येत नाहीं, अशी हीं एकमार्गी आहेत. बरें, हीं सर्व जलमृत्तिकेप्रमाणें एकत्र झालीं, तरी त्या संयोगानेंही त्यांना कांहीं अधिक ज्ञान येत नाहीं; इतकेंच नव्हे, तर त्या इंद्रियांना आपआपली नेमकी कामगिरी बजावणें तें देखील बाह्य विषयांचे साह्यावांचून साधत नाहीं, इतकीं तीं पंगू आहेत. कशीं तीं ऐक—डोळ्यांस एखादी वस्तु पाहणें तर बाह्य जो सूर्यप्रकाश त्याचे साह्यावांचून पाहतां येत नाहीं. कारण, कोणत्याही गोष्टीचें दर्शन होण्यास वस्तूचें रूप, नेत्र व प्रकाश या तीन गोष्टी हेतुभूत असतात. जो हा प्रकार नेत्रांचा झाला तोच इतर इंद्रियें व त्यांचे ज्ञेय विषय व त्यांचे प्रकाशक यांसंबंधें आहे; आणि कोणी ह्मणेल कीं, सूर्यप्रकाश आहे व चक्षु नाहीं तरी वस्तूचें ज्ञान अशक्यच आहे, मग यांत चक्षूचेंच उणेंपण कां सांगावें? सूर्याचेंही तसेंच आहे! तर त्याचें उत्तर असें आहे कीं, चक्षूला स्वतःपुरतें सामर्थ्य आहेसें जें वाटतें तें तरी पुरापुर त्याचें कोठें आहे? चक्षूचें ज्ञान किंवा प्रकाश व त्याचें ज्ञेय ह्मणजे रूप हा विषय यांची सांगड घालणारें मन म्हणून तिसरेंच एक कांहीं आहे. तें साध्य नसेल तर नुसता चक्षुःप्रकाश व रूप हीं एकत्र येऊनही कांहीं फल होणार नाहीं. एतावता हीं इंद्रियें इतकीं लंगडीं आहेत हें उघड झालें. आतां हें जें मन म्हणून सांगितलें त्याला बाह्य प्रकाशाची अपेक्षा नसते. कारण, डोळे मिटले तरी त्याचा व्यापार चालतो. यास्तव तें स्वयंप्रकाश आहे असें कोणी म्हणेल तर तसें मात्र नाहीं. याला देखील घट पाहणें तर चक्षूची अपेक्षा लागतेच. शिवाय, या मनापुढें कोणती गोष्ट आली असतां—ती खरी कीं खोटी अशा प्रकारच्या दोन बाजू या मनापुढें उभ्या राहून तें नेहमीं बुचकळ्यांत पडत असतें; आणि बुद्धि नांवाचा जो एक बारावा[1] गुण आहे त्याची त्या संकटांत त्याला अपेक्षा लागते. मग ही बुद्धि पूर्वीं मनाला ज्या ज्ञेय गोष्टीबद्दल संशय पडला असेल त्याचा उलगडा करून निश्चयं ठरविते. बरें, ही बारावी जी बुद्धि ही जर

१ पंचभूतें, पंच इंद्रियें व मन हीं अकरा आणि बुद्धि बारावी.

स्वतंत्र ह्मणावी, तर तसेंही नाहीं. तिचे ठिकाणीं सत्त्व नामक एक दुसराच तेरावा गुण आहे; (त्याचे बळावर ती असते.) व या सत्त्वाचे प्रमाणावरूनच अमुक प्राणी महासत्त्व आहे, अमुक अल्पसत्त्व आहे, असें अनुमान केलें जातें. या सत्त्वाचेही मागें अहंकार नांवाचा चौदावा गुण आहे. अर्थात् सत्त्वही स्वयंप्रकाश नाहीं. या गुणामुळेंच मनुष्य 'हा माझा आहे, तो माझा नव्हे.' असें मानीत असतो. परंतु हा अहंकारही स्वप्रकाश नाहीं. कारण, राजा, याचे पलीकडे वासना म्हणून एक पंधरावा गुण आहे. श्रुतीमध्यें (१ प्राण, २ श्रद्धा, ३ खं, ४ वायु, ५ ज्योति, ६ आप, ७ पृथ्वी, ८ इंद्रियें, ९ मन, १० अन्न, ११ वीर्य, १२ तप, १३ मंत्र, १४ कर्म, १५ लोक, १६ नाम या प्रकारच्या) सोळा कलांनीं युक्त असें हें जगत् वर्णिलें आहे. या सोळाही पृथक् कलांना एकत्र करून त्यांचें बनविलेलें हें जगत् ही वासनाच अहंकाराचे ठिकाणीं निर्माण करिते. परंतु ही वासनाही स्वप्रकाश नाहींच. कारण, या वासनेलाही उपादानभूत असा त्रिगुणसंघातरूप अविद्या नामक सोळावा गुण आहे. ही अविद्याच या जगद्रूपी वृक्षाला बीजस्थानीं आहे. या अविद्येलाच धरून प्रकृति आणि व्यक्ति किंवा माया आणि प्रकाश असे दोन गुण--सतरावा व अठरावा--राहतात. पण यांपैकीं एकही स्वप्रकाश नाहींच. या अठरांपलीकडे--सुख--दुःख, जरा-मृत्यु, लाभ-हानि, प्रिय-अप्रिय अशा प्रकारच्या द्वंद्वांचा योग हा एकोणिसावा गुण आहे. हा प्रकृतिकार्यरूप असल्यानें अर्थातच स्वप्रकाश नाहीं. या एकोणिसाव्यापलीकडे 'काल' नांवाचा एक विसावा गुण आहे. हा काल ह्मणजे अविद्योपाधि जीवच होय; आणि या जीवाच्या सदसद्वासनांचे योगानेंच त्याला कृतत्रेतादिकरूप व्हावें लागतें, म्हणून यालाच काल असें म्हटलें आहे. या विसाव्या कालामुळेंच प्राण्यांना जन्ममृत्यु प्राप्त होतो. या विसांचा एक मिलाफ, व त्याशिवाय पंचमहाभूतें, आणि सद्भाव व असद्भाव हे वस्तुप्रकाशक दोन गुण मिळून एकंदर सत्तावीस होतात. या सत्तावीसांशिवाय विधि (वासनेला बीजभूत असे धर्माधर्म), शुक्र (वासनेला जागृत करणारा संस्कार) व बल (वासनेच्या विषयप्राप्त्यर्थ यत्न) हे तीन गुण मिळून एकंदर तीस संख्या या गुणांची सांगितली आहे. हे तीसही गुण ज्यांत संघटितरूपानें असतात, त्याला शरीर असें ह्मणतात. या तीस तत्त्वांचें मूळ कारण अव्यक्त प्रकृति ही आहे, असें कपिलानुयायी निरीश्वर सांख्य म्हणतात. बरें, स्थूलदर्शी जे चार्वाक ते चार प्रकारचे व्यक्त परमाणूंना यांचें कारण म्हणतात. कणादानुयायी आहेत ते व्यक्त परमाणु व अव्यक्त असे काल, अदृष्ट व ईश्वर याप्रमाणें व्यक्ताव्यक्त असें उभयात्मक कारण समजतात. कोणी माया व ईश्वर आणि जीव व अविद्या अशा चोहोंना यांचें कारण मानितात. हे मतभेद कसेही असले तरी, खरे अध्यात्मचिंतक आहेत ते 'प्रकृतीला' या गुणांचें कारण समजतात. ही अव्यक्त प्रकृतिच या तीस गुणांच्या रूपानें व्यक्त होते; आणि, हे राजा, मी, तूं व इतर सर्व शरीरी हे सर्वही या प्रकृतीमुळेंच आहोंत. यास्तव, तूं कोण असा प्रश्न मला तूं करणें न्याय्य नाहीं! कारण, तूं तीच मी व सर्व शरीरही तेच असा प्रकार आहे!

असो; हे राजा, गर्भांतील बिंदुनिषेकापासून सर्व प्राण्यांच्या ज्या अवस्था होतात, त्यांची संप्राप्ति--प्रथम स्त्रीचे ठिकाणीं पुरुषाचा रेतोबिंदु स्थिरावतांच त्याला तिचें शोणित मिळून

त्यापासून होते. प्रथम या शुक्रशोणितांचें मिश्रण होऊन जो एकजीव पदार्थ बनतो, त्याला कलल असें म्हणतात. या कललापासून कांहीं कालानें बुद्बुद म्हणजे एक बुडबुडा बनतो. तो बुडबुडा विस्तार पावून त्यापासून पेशी (गर्भकोश) तयार होतो. त्या गर्भकोशांतून अंगें निर्माण होतात. मग अंगांपासून पुढें नख, रोम इत्यादि रूढ होतात. याप्रमाणें नऊ महिनेपर्यंत वाढ पूर्ण होतांच जंतु जन्म पावतो (उदराबाहेर येतो.) जन्म झाला म्हणजे त्याला रूप व नाम हीं प्राप्त होतात; व त्याची देहावर ज्या प्रकारची खूण असेल त्याप्रमाणें त्याला स्त्रीवर्गांत किंवा पुरुषवर्गांत गणूं लागतात. जन्मतांच कोणाही प्राण्याचें रूप पाहिलें असतां त्याचीं नखें व बोटें लाल दिसतात, परंतु हें रूप पुढें थोड्याच काळानें दिसेनासें होऊन त्याला कुमारावस्था प्राप्त होते; कौमारापुढें यौवन येतें; आणि यौवन गेल्यावर वार्द्धक्य येतें. अशा क्रमानें प्राण्याचीं सारखीं अवस्थांतरें होत राहतात आणि प्रत्येक पुढील अवस्थेंत तत्पूर्वीचें रूप नाहींसें होत जातें. सारांश, रूपादिभेदानें परिणत होणाऱ्या शरीराच्या ज्या घटक कला सांगितल्या, त्यांचा सर्वहीं भूतांच्या शरीरांत क्षणोक्षणीं पालट होत जातो. मात्र तो अत्यंत सूक्ष्म असल्यानें लक्षांत येत नाहीं. राजा, या शरीराच्या एका अवस्थेचा लय व दुसऱ्या अवस्थेची उत्पत्ति हा प्रकार दीपज्योतीच्या गतीप्रमाणेंच अगम्य–चोरटा आहे. कारण, विचार करून पाहील त्याला स्पष्ट असें समजेल कीं, प्रत्येक दीपज्योतींत प्रतिक्षणीं तेलाचे कांहीं परिमाणु ज्योतिरूपास येऊन नाहींतसे होत असतात; व त्यांचे जागीं नवीन चढत असतात. अर्थात् ज्योतीचे अंतर्गत सारखा फेरबदल होत असतो. परंतु स्थूल दृष्टीला हें जसें ध्यानांत येत नाहीं, तसाच प्रकार या शरीराचे अवस्थांतरांचे संबंधानें होत असतो. अर्थात्, गेल्या क्षणीं जो देह होता तो या क्षणीं नाहीं व या क्षणाचा पुढील क्षणीं उरत नाहीं. (मग तूं कोण, हा प्रश्न करणें वेडगळ नव्हे काय?) सारांश, भरधांव पळणाऱ्या शर्यतीचे घोड्याप्रमाणें जर यावत् लोकांचें शरीर सर्वथा अस्थिर आहे, तर कोण कोठून आला? किंवा कोठून आला नाहीं? अमुक वस्तु कोणाची आहे? किंवा कोणाची नाहीं? हें अमुक कोठून आलें? अथवा आलें नाहीं? इत्यादि प्रश्न केवळ असमंजस होत. फार काय, परंतु सर्व प्राणी ज्या शरीराला आपणच असें समजतात, त्या शरीराचे अवयवांचा आणि त्यांचा संबंध तरी कसला आहे! सूर्य व सूर्यकांत, चकमक व गारगोटी किंवा दोन मंथन काष्ठें किंवा वल्ली यांच्या योगानें जसा अग्नि निष्पन्न होतो, तसेंच आतां सांगितलेल्या तीस कलांचे मिलाफापासून यावत् प्राणी उत्पन्न होतात. ज्याप्रमाणें तूं आपणच आपल्या शरीराला व आत्म्याला पाहतोस, त्याचप्रमाणें त्या आत्म्याला माझेही शरीरांत कां पहात नाहींस? आणि जर तूं स्वतःला व दुसऱ्याला समदृष्टीनेंच पहात असशील, तर मग मला 'तूं कोण आहेस? कोणाची आहेस?' हे प्रश्न कशाकरितां करितोस? हे मिथिलाधिपा, 'हें माझें आहे, हें माझें नव्हे.' असा भेद करणाऱ्या द्वैतापासून जर तूं खरोखरच मुक्त असशील, तर 'तूं कोण? कोणाची? कोठून आलीस?' इत्यादि प्रश्न मला करण्याचें तुला काय बरें प्रयोजन? जो राजा शत्रु, मित्र, किंवा मध्यस्थ, आणि विजय, संधि अथवा विग्रह इत्यादि संबंधांत भिन्न भिन्न भावनेनें वागतो, त्याचे ठिकाणीं मुक्ताचें लक्षण कोणतें म्हणून समजावें! कोणत्याही प्रकारचें कर्म

असो, त्यांत सात प्रकारांनीं व्यक्त होणाऱ्या धर्म, अर्थ, काम या त्रयीचा संबंध असावयाचाच, हें ज्यास ओळखत नाहीं व जो या त्रिवर्गांची आसक्ति ठेवितो, अशाचे ठिकाणीं मुक्ताचें लक्षण तें कोणतें! ज्याची दृष्टि प्रिय व अप्रिय आणि बलवान् व दुर्बल यांचे ठिकाणीं समानच असत नाहीं, त्याचे ठिकाणीं मुक्ताचें लक्षण तें कोणतें ओळखावें! याप्रमाणें, राजा, तूं मोक्षाचे ठिकाणीं खरा संलग्न नसूनही मी मुक्त असा तुला अभिमान झाला आहे, त्या अर्थीं हा वृथाभिमान तुझे हितचिंतकांनीं तुजपासून झाडला पाहिजे. कारण, पथ्य न करणाऱ्या रोग्याला औषध देण्यांत तरी काय फायदा! हे अरिमर्दना, मुक्ताचें लक्षण दुसरें तें काय असावयाचें!—व्यवहारांत स्त्रीपुत्रादिकें जीं मनाचीं चिकटून राहण्याचीं स्थानें आहेत, त्या सर्वांचा नीट विचार करून तीं सर्व आपण आपले अंतरात्म्याचे ठिकाणींच पाहण्यास शिकावें म्हणजे झालें. तूं मोक्षासक्तीचा बाणा बाळगितोस, तथापि या स्त्रीपुत्रांशिवायही आणखी चार सूक्ष्म अशीं तुझे आसक्तीचीं स्थानें आहेत, तीं मी सांगून देतें, ऐक. (या स्थानांचा संबंध शयन, उपभोग, भोजन व आच्छादन या तुझ्या चार व्यवहारांशीं आहे. तूं मला विचारलेंस कीं, ' तुला माझे राज्यांत कोणीं येऊं दिलें? हा तुझा प्रश्न असमंजस नव्हे काय? पहा बरें—) जो राजा आपणास सार्वभौम म्हणवून सर्व पृथ्वीचें एकछत्री राज्य करीत असतो, तो एकच एक प्राणी असून एवढ्या अफाट पृथ्वीपैकीं काय तो एका नगरांतच राहतो. नगरांत तरी तो सर्वभर असूं शकतो काय? त्या नगरापैकीं राजवाडा म्हणून जें एक घर असतें तेवढ्यांतच त्याची वसती! तें घर तरी सारें तो व्यापीत नसून त्यांतील निजावयाची एक खोली असते तींत तो रात्रौ पडतो. खोलीची तरी सर्व जागा त्याची नसून तींत घातलेल्या एका पलंगावर तो पडतो. पण तो पलंगही पुरापूर त्याच्या वांट्यास येत नाहीं; त्याची अर्धांगी ह्मणविणारी स्त्री त्या पलंगापैकीं अर्धी जागा अगोदरच अडवून ठेविते. यावरून तूं पहा कीं, सर्व पृथ्वी माझी माझी ह्मणून कवटाळणाऱ्याला फलतः त्या पृथ्वीचा केवढासा अंश भोगावयास सांपडतो! मग फाजील हांव धरणें हें मूर्खपण नव्हे काय? पृथ्वीप्रमाणेंच भोजन, आच्छादन व उपभोग यांसंबंधी वस्तूंशींही त्याचा संबंध फार मर्यादितच असतो. शिवाय या उपभोगाच्या वस्तु, त्याचप्रमाणें कोणावर निग्रह किंवा अनुग्रह करणें या कामींही राजा परतंत्र असून, त्याला अल्पांतच तृप्त रहावें लागतें. इकडे राजकारणांतील संधि, विग्रह इत्यादि उपाय योजण्याचे कामीं—फार काय, स्वतः स्त्रीसंग, विहार, किंवा क्रीडा करणें असलें तरी त्या कामीं देखील राजा सर्वदा परतंत्र असतो. कोणतीही सल्लामसलत करणें तरी मंत्रिमंडलाकडे पहावें लागत असल्यानें राजाला स्वतंत्रता ह्मणून नाहीं. कोणी म्हणेल कीं, आज्ञा करण्याचे कामीं तरी राजा पूर्ण स्वतंत्र आहे कीं नाहीं?

१ धर्म, २अर्थ, ३ काम, ४ धर्मार्थ, ५ धर्मकाम, ६ अर्थकाम, ७ धर्मार्थकाम, याप्रमाणें हे तीन एकत्र व विभक्त धरिल्यानें सात प्रकार होतात.

२ स्त्रीपुत्रादिक हीं ज्या आत्म्यासाठीं प्रिय होतात, तो आत्मा सर्वांहून प्रिय असलाच पाहिजे, हा विचार वागवावा.

१ राजाराणींची भेट अंतःपुरावरील चाकरांना माहीत पडल्याशिवाय होत नाहीं हें प्रसिद्धच आहे. यापेक्षां गरिबाला स्वातंत्र्य अधिक!

२ येथें मुंबई पाठ 'तत्रास्योक्ताऽस्वतंत्रता ' असा आहे; व बंगाली पाठ ' तत्रास्योक्ता स्वतंत्रता ' असा आहे. आह्मीं बंगाली पाठ स्वीकारिला आहे.

पण तेथें तरी स्वातंत्र्य कसलें? तोंडांतून अक्षर काढण्यापुरतें कदाचित् असलें तरी त्या आज्ञेच्या बजावणीचे कामीं तो प्रतिक्षणीं परतंत्र असून नोकरचाकर करतील तसेंच वेळोवेळीं झकत त्याला पतकरावें लागतें! फार काय सांगावें? राजानें झोंप घ्यावयाचें मनांत आणिलें तरी त्याला तें हुकमी साधत नाहीं. कारण, कामकाजासंबंधें अनेक अर्जदार लोक भेटीसाठीं बसलेले असतात, त्यांच्या भेटी घेऊन त्यांना वाटेस लावील तेव्हां राजा निजावयांस जाईल. बरें, लोकांचे परवागीनें एकदां बिछान्यावर पडला तेथें तरी स्वातंत्र्य आहे का? पहाटे बंदिजन हांक मारूं लागले कीं, परतंत्रासारखें उठावेंच लागतें! सर्व दिवसभर तरी 'हां सरकार, स्नान करा, याला हात लावा, हें पाणी प्या, हें खा, अग्नींत आहुति द्या, अग्नीचें यजन करा, आतां बोला, आतां ऐका.' असल्या गोष्टींत देखील त्याला त्याचे नोकर लोक परतंत्राप्रमाणें वागवीत असतात. आला तो वेळ याचक लोक गांठ घेऊन घेऊन त्यापाशीं द्रव्ययाचना करीत असतात; पण त्याचा अधिकार केवळ प्रजेच्या वित्ताचें रक्षण करणें इतक्यापुरताच असल्यानें, याचकांत कोणी महामान्य असून त्यांना द्रव्य द्यावें असें मनांत आलें तरी देण्याचा हिय्या होत नाहीं. शिवाय देणग्या देईल तर कोश रिता पडतो, न देईल तर तो अदत्त म्हणून लोक त्याचे वैरी बनतात. अशा कारणांनीं त्याला असे क्लेश होतात कीं, एका घटकेंत त्याचें मस्तक फिरून जाऊन 'नको हें राज्य!' असा त्याला वैताग उत्पन्न होतो. कोणी बरेचसे शहाणे, शूर किंवा संपन्न लोक एकत्र जुळले कीं (हे आपल्याविरुद्ध कट माहीं ना करीत? म्हणून) राजा शंका घेऊं लागतो! कधीं कधीं ही त्याची शंका इतकी वाढते कीं, त्याचे नित्याचे नोकर—पण त्यांसंबंबधी देखील नुसतें भय त्याला त्रास देत असतें. इतकें असून मीं आतां सांगितलेले हे लोक त्याला दोष देतच असतात व त्यांसही त्याचें कशा प्रकारचें भय बाळगावें लागतें, तें लक्षांत घे.

आतां, जनका, दुसऱ्या दृष्टीनें पाहिलें असतां (राजा राजा तो काय?) जो तो आपआपल्या घरचा राजाच असतो व आपले घरीं यजमानच असतो; आणि राजाप्रमाणेंच तोही आपल्या राज्यांत (घरांत) शासन व कृपा करण्यास समर्थ असतो. राजाप्रमाणेंच प्रत्येकाजवळ स्त्री, पुत्र, आत्मा, कोश, मित्र व वस्तुसंग्रह हीं असतातच; आणि या गोष्टींचा संग्रह राजा ज्या हेतूनें करितो त्याच हेतूनें प्रत्येकजण करीत असल्यानें सामान्य लोकांत व राजांत अंतर कांहींच नसतें. खेरीज, देशाचा नाश झाला, अमुक नगराला आग लागली, स्वारीचा हत्ती मेला, असल्या शुष्क गोष्टींबद्दल सामान्य लोकांप्रमाणेंच राजाही आज्ञानानें दुःख मानितो; इच्छा, द्वेष, भय इत्यादि मानसिक दुःखांपासूनही तो मुक्त नसतो; माथेशूळ इत्यादि रोगांची दांडगाई त्यावर चालूच असते; सुखदुःखादि द्वंद्वें त्यावर हल्ले करीतच असतात; आणि सर्वभर त्याचें मन साशंक असतें. राज्याला शत्रु असंख्य व अनेक प्रकारचे असल्यामुळें अशा राज्याचा उपभोग घेत असतां रात्रीच्या रात्री त्याला विवंचनेंत कंठाव्या लाग-

---

१ मराठेशाहींतही पूर्वी दरबारचें काम रात्रपर्यंत चालत असे. पुराणकालींही बहुधा तसें असावें असें दिसतें.

२ या अतिशयोक्ति नव्हेत. पानावर बसलें असतां, अमुक पदार्थ आतां घ्यावयाचा, असें सुचविण्याकरितां मुद्दाम मनुष्य नेमणारे राजे कोणाचे पाहण्यांत आले असतीलच!

तात. एतावता, राज्य हें अल्पसुखानें व बहुदुःखानें युक्त असल्यानें असार आहे. त्याची चमक तृणाग्नीप्रमाणें अल्पकाल टिकणारी आहे. किंबहुना पाण्यावरील फेंस किंवा बुडबुडा याप्रमाणें तें असार व क्षणिक आहे. तस्मात् असल्या राज्याला कोणीं पतकरावें व पतकरून तरी शांति कसली मिळणार! म्हणूनच हें नगर, हें राज्य, हें सैन्य, हें भांडार, हे अमात्य—ज्यांना तूं माझे माझे ह्मणत आहेस, हीं कोणाचीं याचा नीट विचार कर. यतीचे त्रिदंड ज्याप्रमाणें एकमेकांचे आश्रयानें असतात, त्याप्रमाणें राज्य हें मित्र, अमात्य, नगर, राष्ट्र, दंड, कोश व राजा या सातांचे परस्पराश्रयावर उभें असल्यानें त्रिदंडाची व राज्याची अवस्था एकच झाली! कोणी कोणापेक्षां गुणानें अधिक ह्मणतां येणार नाहीं! समयविशेषीं या अंगांपैकीं एखाद्या विशिष्ट अंगानें विशिष्ट कार्य सिद्ध होत असलें ह्मणजे तेवढ्या वेळेपुरतें त्या अंगाचें महत्त्व मानिलें जातें इतकेंच. राजा, हीं सात अंगें व त्यांशिवाय वृद्धि, क्षय व स्थान हीं नीतिशास्त्रोक्त तीन[1] अंगें, याप्रमाणें दहा अंगें मिळून राज्य होतें; आणि हीं दहाही अंगें राजाप्रमाणेंच स्वतः राज्याचा उपभोग घेत असतात. जो राजा उत्साहसंपन्न असून खऱ्या क्षात्रधर्मानें चालणारा असेल, त्यानें प्रजाजनांचे मिळकतीचा दहावा अंश कररूपानें घेऊन संतोष मानावा. कांहीं राजे तर दशांशाहूनही कमीवर संतुष्ट असतात. सर्व ऐश्वर्य एकटाच भोगूं शकेल असा राजा असणार नाहीं. त्यासारखे इतर राजेही असणारच. राजावांचून राज्यही सांपडणार नाहीं. (अर्थात् या अवाढव्य पृथ्वींत अनेक राजे व अनेक राज्यें असणार. तेव्हां एकट्यानेंच 'मी राजा' हा गर्व करण्याजोगें काय आहे?) राजसत्ता नसेल तर धर्मसंरक्षण कसें व्हावें? आणि धर्मच नाहींसा झाल्यावर मोक्ष तरी कोठून? या भूतलावर राजा व राज्य या उभयतांनाही पावन करणारा असा परमश्रेष्ठ धर्म हा आहे; आणि त्या धर्माचें जर कोणी राजा योग्य पालन करील, तर ज्यांत सर्व पृथ्वी दक्षिणा म्हणून दिली जाते त्या अश्वमेधाचें फल त्या राजाला मिळेल; परंतु हें घडतें कोठें!

असो; राजा, याप्रमाणें राजाचीं उचित कर्तव्यें व दुःखें यांचीं शेंकडों नव्हे हजारों उदाहरणें मी देऊं शकेन. तुझ्याशीं लगट करून मीं अनेक संकर केले ह्मणून तूं मला दोष दिलास, परंतु मीं पहिला देह सोडून हा दुसरा देह घेतला,—अर्थात्, माझे देहावर देखील माझी कायमची आसक्ति नाहीं; मग मी परक्याचे देहाशीं इतकी लगट कशाला करूं? तेव्हां तूं मला जो दोष दिलास तो अयोग्य आहे. बरें, तूं आपला गुरु पंचशिख यांपासून उपायें[1], उपनिषदें[2], उपासंगें[3] व निश्चयें[4] यांसह सर्व मोक्षधर्म शिकलास, त्या अर्थीं सर्व पाश तोडून तूं निःसंग झाला असला पाहिजेस. मग या छत्रादिक विशिष्ट राजचिन्हांबद्दल तुझी आसक्ति कां असावी? मला तर वाटतें कीं, तूं गुरूजवळून शास्त्र ऐकलेंस तें न ऐकल्यासारखेंच आहे; किंवा तूं खरें ऐकलें नसतां केवळ दंभानें शास्त्र ऐकलें असें ह्मणतोस; किंवा शास्त्रासारखें भासणारें असें तिसरेंच कांहीं तरी तुझ्या कानावरून गेलें असावें! तूं जर खरोखर अद्वैतशास्त्र जाणत असशील, तर या नामरूपात्मक जगतांतील नाम म्हणजे केवळ वाचारंभण होय, यांत खरें कांहीं नाहीं, हें

१ कालीप्रसन्नसिंहांनीं या तीन अंगांचीं नांवें—१ प्रभाव, २ उत्साह, ३ मंत्रशक्ति अशीं दिलीं आहेत.

१ निदिध्यासनादि; २ श्रवणमनन; ३ ध्यान व त्याचीं यमादिक अंगें; ४ ब्रह्मात्मैकत्वानुभव.

तुला ठाऊक असलें पाहिजे; आणि हें असूनही ज्या पक्षीं तूं राजा, अधिकार इत्यादि लौकिकी संज्ञांना चिकटून राहिला आहेस व अंतः- पुरांतील स्त्रिया व त्यांचीं स्पर्शसुखें यांचे ठिकाणीं रत आहेस, त्या अर्थीं तुला तत्त्व- ज्ञान झालें नसून तूं यःकश्चित् मनुष्यप्रमाणेंच वासनाबद्ध आहेस! मीं माझ्या सत्त्वानें तुझे ठिकाणीं प्रवेश केला म्हणून तूं ओरडतोस; परंतु तूं खरोखरच जर सर्वथा मुक्त असशील तर माझे करणीनें तुला अपकार तो काय होणार! यतींनीं शून्यस्थानीं वास करावा असा शास्त्रनियम आहे व त्याप्रमाणें तुझ्या ज्ञान- शून्य हृदयांत जर मीं कांहीं वेळ वसती केली तर मीं कोणाचा काय अपराध केला! बरें, हे नरेंद्रा, मीं तुला आपले हात, बाहु, चरण, मांड्या किंवा शरीराचे इतर कोणतेही अवयव यांनीं कांहीं स्पर्श केला नाहीं. शिवाय तुझ्या- माझ्यांत बरीवाईट कांहीं जरी गोष्ट घडली असली, तरी तुझेसारख्या उच्चकुलोत्पन्न, मर्याद- शील व दीर्घदर्शी राजानें ती या सभेपुढें उघड बोलून दाखवावी हें योग्य नव्हे. हे सभेंतील सर्वही ब्राह्मण श्रेष्ठ आहेत व तुला गुरूप्रमाणें मान्य आहेत व त्यांचा राजा असल्यानें तूंही त्यांना मान्य आहेस. याप्रमाणें हा मान्य- तेचा प्रकार परस्पर आहे; ही गोष्ट ध्यानांत घेऊन कोणती गोष्ट बोलावी व कोणती न बोलावी हें जर तुला कळत होतें, तर तूं पुरुष व मी परकी स्त्री या उभयतांचा घडलेला संबंध तूं या भरसभेंत बोलून दाखविणें योग्य नव्हतें! हे मैथिला, मी जरी तुझ्यांत शिरलें आहें, तरी कमलाचे पत्रावर असणारे जलबिंदू- प्रमाणें तुला स्पर्श न करितां राहिलें आहें. याप्रमाणें मी तुझ्याशीं अलग असूनही माझा स्पर्श तुला जर भासत असेल, तर तुझ्या त्या पंचशिख गुरूनें तुला शिकविलेलें ज्ञान केवळ पोंचट होतें, असें म्हटलें पाहिजे. एवंच, तूं भिक्षूच्या नादीं लागून खऱ्या गृहस्था- श्रमालाही मुकलास आणि मोक्ष तर उघडच दुष्प्राप्य,—तो तुला मिळालाच नाहीं! तेव्हां केवळ मोक्षाच्या बाता बोलत तूं दोहों डगरींमध्यें लोंबत राहिला आहेस! तूं जर मुक्त असशील, तर माझेसंबंधानें तुझे ठिकाणीं वर्णसंकर कसा व्हावा? कारण, एका मुक्ताचा दुसऱ्याशीं संबंध झाल्यानें किंवा प्रकृति आणि पुरुष यांचा म्हणजे भावरूप आत्मा किंवा तुच्छ- रूप प्रकृति यांचा संयोग होण्यानें वर्णसंकर होत नसतो. मग वर्णसंकर कोठें होतो म्हण- शील तर पुरुष व प्रकृति यांचा विवेक न कळल्यामुळें जे देह व आत्मा एकच समजून निरनिराळ्या वर्णाश्रमधर्मांबद्दल पृथक्त्वानें अभिमान बाळगितात अशांनाच या वर्णसंक- राची बाधा आहे. परंतु आत्म्याव्यतिरिक्त अन्य कांहींच नाहीं अशी ज्याची माझ्या- प्रमाणें बुद्धि ठरली, त्याला दुसरी वस्तुच नाहीं; मग संकर कसा व्हावा? आपले हातांत भांडें असतें, त्या भांड्यांत दूध असून त्या दुधांत माशी पडली तर आश्रित व आश्रय या दृष्टीनें दूध, भांडें व मक्षिका हीं एकच आहेत, तरी दुसऱ्या दृष्टीनें तीं केवळ वेगळीं आहेत. कारण, भाड्यांत दुधाचा गुण नाहीं व दुधांत माशीचा नाहीं. ज्याचे त्याचे गुण ज्याचे त्याचे ठिकाणीं स्वयमेव प्राप्त आहेत; ते दुस- ऱ्याचे आश्रयानें आलेले नाहींत. याचप्रमाणें, तूं जर खरा ब्रह्मनिष्ठ असशील, तर हे निर- निराळे वर्ण व आश्रम वस्तुतः तुझ्या आत्म- रूपापासून पृथक् असून परस्परांशींही भिन्न आहेत. मग त्यांचेसंबंधानें तुजसारख्याला वर्णसंकराची बाधा कशी व्हावी? शिवाय, मी जातीनें ब्राह्मण, वैश्य किंवा शूद्र यांतील नसून तुझ्याच वर्णाची आहें;

आणि शुद्ध कुलांत माझा जन्म असून माझें ब्रह्मचर्य अजून बिघडलेलें नाहीं. राजर्षि प्रधान याचें नांव तुझ्या कानीं कधीं तरी आलें असेलच. त्याचे कुलांत मी उत्पन्न झालें असून माझें नांव सुलभा असें आहे, समजलास! माझ्या पूर्वजांनीं जे यज्ञ केले त्या यज्ञांत प्रत्यक्ष इंद्र हा इष्टकास्थानीं मांडण्याकरितां द्रोणाचल, शतशृंग व शक्रद्वार हे पर्वत घेऊन येत असे. असल्या विख्यात कुलांत जन्मास येऊन, मला माझ्या योग्य भर्ता न मिळाल्यामुळें मी गुरूपासून मोक्षशास्त्राचें शिक्षण घेऊन नैष्ठिक ब्रह्मचर्याचा आश्रय करून यतिधर्मानें रहात आहें. मीं खोटा वेष केला नाहीं, किंवा दुसऱ्याचें द्रव्य लुबाडणारी नाहीं, अथवा धर्मसंकर करणारीही नाहीं. मी आपले व्रताला बळकट धरून स्वधर्मानें रहात असतें. मी बोलण्याप्रमाणें चालतें व बोलणें तें पुरा विचार केल्यावांचून बोलतच नाहीं; आणि, राजा, तुजकडेही जी मी आलें ती पुरा विचार केल्याशिवाय आलेंच नाहीं. तुझी बुद्धि मोक्षांत रंगली आहे असें ऐकून हा तुझा मोक्ष कसला आहे हें समजून घेण्यासाठीं तुझें कल्याणाच्या इच्छेनें मी येथें आलें आहें. तुझा माझा जरी पक्षप्रतिपक्ष असला, तरी मीं कोणतेही प्रकारें पक्षाभिमानाला पेटून बोलत नाहीं. कारण, जो मुक्त झाला तो शान्तिस्वरूप ब्रह्माचे ठिकाणीं गढलेला असल्यामुळें दुसऱ्यावर जय मिळविण्याकरितां वादविवादाचे भानगडींत कधींही पडत नाहीं. हे राजा, तूं येथें सत्कारानें व योग्य शब्दांनीं माझें आतिथ्य केलें असल्यामुळें मी अत्यंत प्रसन्न झालें आहें; आणि, जनका, संन्यासी ज्याप्रमाणें नगरांतील एखाद्या निर्जन घरांत एक रात्र राहून चालता होतो, त्याप्रमाणें तुझें हें शरीर मला योग्य स्थान मिळाल्यानें आजची रात्र येथें सुखानें काढून मी उदयीक आपले वाटेनें जाणार आहें !

भीष्म सांगतातः---याप्रमाणें सुलभेचें हें सहेतुक व अर्थपूर्ण भाषण ऐकून राजाला त्यावर दुसरें कोणतेंही उत्तर न सुचल्यामुळें तो स्तब्ध राहिला.

अध्याय तीनशें एकविसावा.

—:०:—

पावकाध्ययन.

(व्यासांचा शुकास उपदेश.)

युधिष्ठिर विचारतोः—व्यासपुत्र शुकाचार्यांना वैराग्य कसें प्राप्त झालें, हें ऐकण्याची मला इच्छा आहे; व त्याविषयीं मला अति उत्कट जिज्ञासा उत्पन्न झाली आहे. हे कुरुवंशदीपक, अव्यक्त (कारण) व व्यक्त (कार्य) व त्या उभयतांस अधिष्ठानभूत जें ब्रह्म त्याबद्दलचा सिद्धांत; तसेंच, जन्मरहित देव जो नारायण त्याची करणी, व बुद्धीचें स्वरूप यांचेविषयीं ज्ञान कृपेनें आपण मला सांगा.

भीष्म उत्तर देतातः—साधारण लोकांप्रमाणें निर्भयपणें वर्तणाऱ्या आपल्या पुत्राला सर्व वेद शिकविल्यानंतर व्यास एके वेळीं त्यास उद्देशून असें बोलले.

व्यास म्हणालेः—हे पुत्रा, धर्माचरणानें वाग; इंद्रियदमन करून कडक थंडी व ऊन, क्षुधा व तृषा आणि वायु यांना जिंक; (सहन करण्यास शीक;) सत्य, सरळपणा, अक्रोध, निर्मत्सरता, संयमन, तप, अहिंसा, सुष्टपणा या सद्गुणांनीं युक्त असा आपला वर्तनक्रम ठेव; धर्माचरणीं रममाण होऊन सत्यावर अचल निष्ठा ठेव; कुटिलपणा टाकून दे; आणि देवता व अतिथि यांना हविर्भाग अर्पण करून जें शेष राहील तें भक्षण करून तूं आपले प्राण रक्षण कर. पाण्यावरील फेंसा-

प्रमाणें देह क्षणभंगुर आहे;जीव देहामध्यें झाडावरील पोपटाप्रमाणें बसला आहे; (तो केव्हां उडून निघून जाईल याचा नेम नाहीं;) प्रिय जनांबरोबर जो आपला सहवास होतो, तो अळवावरील पाण्याप्रमाणें चंचल आहे. असें असतां, बाबारे, तूं खुशाल झोंप कशी घेत बसला आहेस? कामादि शत्रु सावध व जागृत असून हल्ला करण्यास नेहमीं तयार आहेत आणि छिद्र सांपडण्याचीच पहात बसले आहेत. असें असतां, पोरा, तुला हें कसें कळत नाहीं! दिवस एकामागून एक चालले आहेत तसतसें तुझें आयुष्य कमी कमी होत आहे. याप्रमाणें तुझ्या आयुर्दायाला ओहोट लागला असतां, आपलें स्थान सोडून आपल्या उद्धारासाठीं देव किंवा गुरु शोधण्याचें अद्याप तुझें मनांत येत नाहीं याला काय म्हणावें? जे बहुतेक नास्तिक आहेत, (पुनर्जन्मावर ज्यांची श्रद्धा नाहीं,) ते मांस व रक्त यांची वृद्धि करणाऱ्या या सांसारिक गोष्टींवर जीव ठेवितात आणि परलोकीं गेल्यावर आपलें काय होईल इकडे ते पूर्ण दुर्लक्ष करितात. ज्यांची बुद्धि मोहपाशानें भ्रष्ट झाली आहे व जे धर्माचा द्रोह करितात, अशा कुमार्गगामी मनुष्यांच्या अनुयायांना देखील पीडा होते. जे निरिच्छ वेदाभ्यासी महासमर्थ महात्मे असून धर्मानें उपदिष्ट केलेल्या मार्गानें जातात, त्यांना शरण जा आणि आत्मोन्नति कशी होईल इत्यादि त्यांना विचार. धर्माची वाट दाखविणारे असे ह्या प्रकारचे जे ज्ञाते असतील त्यांचे उपदेशाप्रमाणें चाल; आणि त्यांच्या उपदेशानें तुझ्या बुद्धीचा विकास झाला म्हणजे तिचे साह्यानें—उच्छृंखल मार्गाकडे जाण्याविषयीं उतावीळ झालेल्या आपल्या अंतःकरणाला आवर घाल. ज्यांची बुद्धि आज काय चाललें आहे इकडेच केवळ लक्ष देते, आणि उद्यांचा दिवस पुष्कळ लांब आहे असें मानून स्वस्थ राहते व ज्यांना खाण्यापिण्यासंबंधी कांहीं निर्बंध नाहीं, असे असमंजस लोक ही कर्मभूमि[1] आहे हें ध्यानांत घेत नाहींत. पण तसें न करितां तूं धर्माचरणरूपी जिन्याच्या पायऱ्या हलके हलके चढून जा. ज्याप्रमाणें रेशमाचा किडा आपणच तयार केलेल्या तंतुजालामध्यें स्वतःस गुरफटून घेतो, व त्याला बाहेर सुटण्याचा मार्ग रहात नाहीं, तसें तूं स्वकृत कर्मांच्या योगानें या भवसागरांत आपल्याला अडकवून घेत आहेस, पण हें तुला कळत नाहीं. ज्याला कोणतेंही बंधन नाहीं, जो महानदीचे पुराप्रमाणें अमर्याद असतो, व बांबूप्रमाणें गर्वानें ताठलेला असतो, अशा नास्तिक मनुष्याच्या तूं नुसता सावलीस सुद्धां जाऊं नको. अशाला तूं निःशंक डाव्या हाताला टाक. (त्याचा अव्हेर कर.) काम, क्रोध, मृत्यु व पंचेंद्रियें एतद्रूपी जलानें युक्त अशी ही भवनदी योगरूपी (धृति) नौकेच्या साह्यानें जन्मरूपी दुर्ग टाळून तूं तरून जा. सर्व प्राणी मृत्यूनें पछाडलेले व जरेनें ग्रासलेले असून प्रत्येक अहोरात्र हें त्यांच्या आयुर्दायाचा एकसारखा क्षय करीत आहे; म्हणून हा भयंकर भवसागर धर्माचरणाच्या नावेनें उल्लंघून जा. मनुष्य बसला असला किंवा निजला असला तरी मृत्यु त्याच्या पाळतीवर असतो. मृत्यु ज्याचा नाश करावयास बसला आहे त्याचा बचाव कोण करणार? लांडगी जशी बकरी घेऊन पळून जाते, तसा मृत्यु हा द्रव्यादिकांचा संचय करण्यांत जो गुंतलेला आहे व अद्याप ज्याची सुखोपभोगाविषयीं

१ येथें केलेल्या कर्मांचा चांगला वाईट परिणाम भोगावा लागतो; व याकरितां तो तरून जाणें असेल तर निवृत्ति मार्गाचा (कर्मत्यागाचा) अवलंब केला पाहिजे.

तृप्ति झाली नाहीं अशा प्राण्यावर झडप घालून त्यास घेऊन जातो. संसाररूपी अंधकारांतून मार्ग काढावयाचा असल्यामुळें, ज्याची ज्योत आस्ते आस्ते मोठी झाली आहे असा धर्मबुद्धि-रूपी दीप जीवानें मोठ्या यत्नानें जय्यत ठेवावा. जीवाला अनेक देह घेतां घेतां मोठ्या कष्टानें मनुष्यजन्माचा लाभ होऊन त्यांतही (पुण्याईनें) ब्राह्मणत्व प्राप्त होतें. (तें तुला प्राप्त झालें आहे.) म्हणून, मुला, तें पुनः गमावणार नाहीं अशी खबरदारी घे. हा ब्राह्मणांचा देह परमेश्वरानें सुखोपभोगासाठीं दिलेला नाहीं, तर या लोकीं क्लेश भोगून तपाचरण करण्यासाठीं ब्राह्मणजन्म आहे. असें केलें तरच परलोकीं जीवाला निरुपम सुख मिळेल. पुष्कळ तपाचरण करावें तेव्हांच ब्राह्मण्याचा लाभ होतो. तें प्राप्त झालें असतां सुखलोलुप होऊन त्याची माती करावयाची नाहीं, तर आत्मकल्याण व कुशल इच्छिणाऱ्यानें वेदाध्ययन, तपाचरण, इंद्रियजय यांमध्यें नेहमीं दक्ष राहून अविश्रांत खटपट केली पाहिजे. मनुष्याचें आयुष्य हें शर्यतीच्या घोड्यासारखें आहे. या आयुष्यरूपी घोड्याचें स्वरूप अदृश्य आहे. याचा देह षोडशकलात्मक आहे. याचा आत्मा सूक्ष्म आहे. क्षण, त्रुटि व निमेष हे याचे केंस होत. उभय संध्यासमय हे याचे खांदे आहेत. शुक्लकृष्णपक्ष हे याचे तुल्यबल नेत्र होत. महिने हे त्याचे अन्य अवयव होत. असा हा आयुर्दायस्वरूपी अश्व एकसारखा धावत आहे याप्रमाणें अदृश्य मार्गानें एकसारख्या भरधाव चाललेल्या या अश्वाकडे पाहून जर तुझे नेत्र अंधवत् झाले नसतील, तर परलोकासंबंधी गुरुजन जें सांगतील तें ऐकून तुझें मन धर्माचरणाकडे लाव. जे धर्माचरणापासून च्युत होतात, दुसऱ्याचा द्रोह करितात, आणि अनिष्ट मार्गाचा अवलंब करितात, त्यांना आपल्या धर्मविरुद्ध कृत्यामुळें यमलोकीं देह धारण करून नानाप्रकारच्या वेदना सहन कराव्या लागतात. जो राजा नेहमीं धर्माचरणाविषयीं तत्पर असून, चांगले व वाईट लोकांचें सदसत्कर्मानुसार पालन करितो, त्या राजाला सज्जनांना लाभणाऱ्या लोकाची प्राप्ति होते; आणि हजारों जन्मांतही मिळावयाचें नाहीं, असें निर्मल सुख त्याला मिळतें. आई, बाप वगैरे वडिलांच्या वचनाचा अनादर करणाऱ्या मनुष्यावर—तो जेव्हां मरून (दुष्कृत्यांचे परिणाम भोगण्यासाठीं) नरकाला जातो, तेव्हां तेथें भयंकर आकृतीचे कुत्रे, लोखंडी चोंचीचे कावळे, बल, गृध्र इत्यादि पक्षिसमुदाय, आणि रुधिर प्राशन करणारे कीटक वगैरे दुष्ट जीव तुटून पडतात. जो आपल्या स्वच्छंद वर्तनानें वेदांनीं घालून दिलेल्या शौचादि दहा आज्ञा (मर्यादा) पाळीत नाहीं, त्या पापी मनुष्याला बहुतकालपर्यंत मोठ्या दुःखानें यमलोकांतील असिपत्रवनांत रहावें लागतें. जो लोभी असतो, ज्याला खोटें बोलणें आवडतें, ज्याला नीचकर्म व परवंचन यांमध्यें आनंद वाटतो, ढोंगीपणा करून जो दुसऱ्याला दुःख देतो, असा दुष्कृत्यें करणारा मनुष्य भयंकर नरकांत पडून क्लेश भोगतो; त्याला अति दुःखित होऊन कढत पाण्याच्या वैतरणी नदींत बुड्या माराव्या लागतात; यमलोकींच्या असिपत्रवनांतील झाडांच्या तर-

---

१ ब्राह्मणस्य तु देहोयं क्षुद्रकामाय नेष्यते ।
कृच्छ्राय तपसे चेह प्रेत्यानंतसुखाय च ।
(श्रीमद्भागवत)

२ या ठिकाणीं मुंबई प्रतींत ' संवास्य ' असा पाठ आहे; परंतु त्याचा अर्थ विशेष चांगला होत नसल्यासुळें नीलकंठांनींच टीकेंत स्वीकारलेला दुसरा ' संध्यांस ' हा पाठ घेतला आहे.

वारीसारख्या तीक्ष्ण धारेच्या पानांनीं त्याचीं गात्रें ओरखाडलीं जातात; आणि कुऱ्हाडीच्या वनांमध्यें त्याला निजावें लागतें. याप्रमाणें घोर नरकामध्यें त्याला काल कंठावा लागतो. ब्रह्मादि लोक पाहून आलों अशी बढाई तूं मारतोस; परंतु तुला खऱ्या परमपदाची ओळख सुद्धां नाहीं. इतकेंच नव्हे, तर मृत्यूला पुढें घेऊन येणाऱ्या जरेबद्दल देखील तुला कल्पना नाहीं. सुखाचें निर्दलन करणारें घोर भय तुझेसमोर उभें आहे, याकरितां बसलास काय? झट्दिशीं मोक्षाची वाट चालूं लाग. मनुष्य मृत्यु पावला म्हणजे तत्काल त्याला यमाकडे त्याच्या आज्ञेवरून दूत घेऊन जातात. परलोकीं सुख मिळावें अशी तुझी इच्छा असेल तर कृच्छ्रादि तपांचें आचरण करून सन्मार्गानें चालण्याचा यत्न कर. परदुःखाची जाण न करणारा जबरदस्त यम लवकरच तुला तुझ्या बांधवांसह समूळ उचलून नेईल. या कामीं त्याचा कोणीहि हात धरूं शकणार नाहीं. त्वरितच यमाचे आगमनाचा सूचक वारा वाहूं लागेल आणि मग तुला एकटाच त्याच्यापुढें उभा करण्यांत येईल. म्हणून तत्पूर्वीं तेथें तुला उपयोगीं पडेल असें आचरण कर. लवकरच जो प्राणघातक वारा वाहूं लागणारा आहे तो आतां कोठें आहे? (दूर आहे.) मृत्यूचें घोर भय जवळ आलें म्हणजे मग तुझी दिशाभूल होईल. मृत्युपाशानें व्याकुल होऊन तूं चाललास म्हणजे, हे पुत्रा, तुला वेदांचा विसर पडेल. म्हणून योगमार्गांतील उत्तम जें समाधिसाधन त्याचा अभ्यास कर. सन्मार्ग (निवृत्तिमार्ग) सोडून पूर्वीं केलेल्या प्रमादपूर्ण चांगल्या–वाईट कर्मांची आठवण होऊन पश्चात्ताप होऊं नये म्हणून एक जो कैवल्यनिधि (परब्रह्म परमात्मा) त्याची जोड कर. थोडक्याच कालानें जरा तुझ्या देहाला जर्जर करून तुझी शक्ति, गात्रें व सौंदर्य नाहींसें करील. म्हणून म्हणतों कीं, जें निरुपम सौख्याचें आगर (परब्रह्म) त्याचे प्राप्तीचा कांहीं प्रयत्न कर. रोग ज्याचा सारथि आहे असा यमराज क्षणार्धांत तुझे प्राण हरण करण्याकरितां तुझ्या शरीरावर दांडगाईनें प्रहार करून त्याचे तुकडे तुकडे करील. एवढ्याकरितां मोठें तपाचरण करण्यास लाग. मनुष्यदेहामध्यें दृग्गोचर होणारे कामादि लांडगे लवकरच तुझ्यावर धाड घालतील; याकरितां कांहीं पुण्य करून ठेव. लवकरच मृत्युसूचक अंधकार व पर्वतशिखरावरील सुवर्णाचे वृक्ष तुला दिसूं लागतील. म्हणून सांगतों, जरा हातपाय हालव. तुझे अनिष्ट मित्र व हितशत्रु (इंद्रियें) फारसा काल गेला नाहीं तोंच तुझ्या दृष्टीला भुरळ पाडतील; म्हणून परमपदप्राप्तीसाठीं यत्न कर. ज्या विद्यारूपी द्रव्याला चोरापासून अथवा राजापासून भय नाहीं व जें मनुष्य मृत झाला तरी त्याला न सोडतां त्याजबरोबर येतें, अशा विद्याधनाची जोड करून ठेव. कारण, हें द्रव्य स्वकष्टार्जित असल्यामुळें याची कोणाला वांटणी द्यावी लागत नाहीं. विवाहसमयीं प्राप्त झालेलें धन (यौतक) जसें मिळविणाराचें एकट्याचें असून ज्याचें त्यानेंच उपभोगावयाचें असतें, तसें हें विद्याद्रव्य ज्याचें त्यालाच परलोकीं देखील भोगण्यास सांपडतें. ज्या प्रकारचा दानधर्म केला असतां परलोकीं सुखानें कालक्रमणा करावयास सांपडते, असलें दान, हे पुत्रा, या लोकीं कर. अविनाशी व अक्षय टिकणारें अशा प्रकारचें द्रव्य स्वतःचे जोरावर संपादन करावयास झट. श्रीमान् गृहस्थाचे घरीं घृतमिश्रित यवान्न शिजतें न शिजतें इतके अवधींत मनुष्याचे प्राण यमराज हरण करून नेईल, (इतका मनुष्यदेह क्षणभंगुर आहे.

म्हणून, सुखोपभोगानंतर मोक्षास लागेन असें म्हणूं नको. ताबडतोब मोक्षार्थ काय खटपट करावयाची असेल ती कर.) माता, पुत्र, अन्य बांधव किंवा गोड बोलून जोडलेलीं इतर प्रिय मनुष्यें यांपैकीं कोणीही मरणाचे संकटांत मनुष्य एकटाच इहलोक सोडून चालला असतां त्याचेबरोबर येत नाहींत. त्या वेळीं ज्याचा तो! येथून जातांना, जीं काय संचितक्रियमाणादि शुभाशुभ कर्में जीवानें करून ठेविलीं असतील, तेवढींच फक्त त्याचेबरोबर दरलोकीं येतात. बरीं-वाईट कृत्यें करून सोनें, रत्नें इत्यादिकांचा जो कांहीं संचय करून ठेविला असेल, त्याचा देहपात झाला असतां मरणोत्तर कांहीं सुद्धां उपयोग होत नाहीं. प्रत्येक जीवाला इहलोक सोडून परलोकीं गमन करावयाचें आहे; पण तेथें गेल्यावर, या लोकामध्यें असतांना प्राण्यानें कोणतीं कर्में आचरिलीं व कोणतीं कर्में केलीं नाहींत याबद्दल स्वतःच्या अंतरात्म्याशिवाय दुसरा कोणीही साक्षीदार नाहीं. हा मनुष्यदेहांतील अंतःसाक्षी आत्मा हा लोक सोडून चालला म्हणजे मनुष्यदेह मृत होतो. ज्याप्रमाणें योगी लोक हार्दाकाशांत शिरून बुद्धिरूपी चक्षूंनीं सर्व पाहूं शकतात हा सामान्य अनुभव आहे, तद्वत्च अंतरात्म्याच्या देहत्यागाचा प्रकार होय. तसेंच अग्नि, सूर्य व वायु हे तिघे मनुष्याच्या शरीराचा आश्रय करून मनुष्याचें आचरण पहात असतात. त्या कारणानें तेही मनुष्याचे (परलोकीं) साक्षीदार आहेत. सर्व वस्तु प्रकाशित करणारे दिवस, व तमानें झांकून टाकणाऱ्या रात्री सर्व सृष्ट पदार्थांवर आपली सत्ता गाजवीत सतत एकामागून एक चालल्या आहेत. (प्रत्येक अहोरात्र हें प्रत्येक सृष्ट वस्तूचें आयुष्य कमी करीत आहे.) अशी वस्तुस्थिति असल्यामुळें, स्वधर्माचें परिपालन कर, एवढें तुला सांगणें आहे. यमलोकाचा रस्ता हा लोखंडी चोंचीच्या पक्ष्यादि शत्रूंनीं व चमत्कारिक आणि भयंकर कीटकांनीं व्यापलेला आहे, म्हणून तूं आपल्या कर्माकडे लक्ष दे. कारण, तेवढेंच काय तें तुजबरोबर यावयाचें आहे. यमलोकीं गेल्यावर एकानें केलेल्या कर्माचें प्रायश्चित्त भोगण्याचें दुसऱ्याचे वांट्यास येत नाहीं; त्याचीं त्यानें आपआपल्या कृतकर्मांचीं बरींवाईट फलें तेथें भोगावयाचीं असतात. याप्रमाणें अप्सरा व महान् महान् ऋषि यांना सुखोपभोग हें फल मिळतें, त्याप्रमाणें सदाचरणी मनुष्यांना त्यांच्या सदाचरणाचें फल परलोकीं विमानांसारख्या इच्छेस येईल तिकडे घेऊन जाणाऱ्या वाहनांचे रूपानें प्राप्त होतें. पापरहित, शुद्धात्मे, चांगले कुलांत जन्म पावलेले असे मनुष्य या लोकीं जशीं चांगलीं कृत्यें करितात, तदनुरूप चांगलींच फलें त्यांना मरणोत्तर भोगावयास मिळतात. गृहस्थाश्रमाकरितां सांगितलेले धर्माचार करून मनुष्यांना धर्माचरणरूपी सेतूच्या साह्यानें प्रजापति, बृहस्पति किंवा इंद्र यांच्यापैकीं कोणत्याही लोकाला जातां येतें आणि परमपदाची प्राप्ति करून घेतां येते. या रीतीनें हजारों प्रकारें हीच गोष्ट मी तुला सांगूं शकेन. तात्पर्य, सर्वांना पावन करून नेणारा अतिसामर्थ्यवान् जो धर्म तो बुद्धिहीन लोकांना भुरळ पाडतो. (मात्र सुज्ञ असतील ते त्याचें आचरण करून उत्तीर्ण होतात.) तुला आतां चोवीस वर्षें सरून चांगलें पंचविसावें लागलें आहे; बाबारे, कांहीं तरी धर्मसंचय करण्याच्या उद्योगला लाग. तुझें आयुष्य फुकट कीं रे चाललें आहे! छिद्र दिसतांच शिरकाव करणारा काळ थोड्याच अवकाशांत तुझ्या इंद्रियचमूची विषयोपभोग घेण्याची शक्ति हरण करील. म्हणून म्हणतों, खडबडून ऊठ,

आणि स्वावलंबनपूर्वक स्वतःच्या शरीराला झीज लावून धर्माचरण कर. जेथें मागेंही तूंच आणि पुढेंही तूंच अशा प्रकारें एकाकी आत्मज्ञानाच्या मार्गानें तुला जावयाचें आहे, तेथें स्वतःचा देह अगर स्त्री, पुत्र इत्यादिकांची पर्वा तुला हवी कशाला? इहलोक सोडून ज्या अर्थी तुला सोबतींवांचून एकटेंच जावें लागणार आहे, त्या अर्थी, संकटसमयीं परलोकीं तुला उपयोगी पडेल, व भले ज्याचा संग्रह करितात, असा शुद्धधर्माचा ठेवा संपादन करून ठेव. कोणाची भीड न ठेवणारा आणि स्वतःचा हेका चालविणारा यम तुझ्या बंधुवर्गाचीं व लहान-थोर मित्रगणांचीं पाळेंमुळें खणून नाश करील. त्याच्या करणीला प्रतिरोध करण्याचें कोणाजवळ सामर्थ्य नाहीं. ह्मणून सांगतों कीं, पुण्यसंचय कर. पुत्रा, मला संमत अशा शास्त्राला धरून मानवधर्माचें याप्रमाणें मीं तुला दिग्दर्शन केलें आहे व त्याप्रमाणें तूं वाग. जो आपल्या आश्रमधर्मानें वागून फलाकांक्षा न ठेवितां दान देतो, तोच अज्ञान व मोह यांच्या बंधनांपासून सुटतो. सत्कृत्यें करणाऱ्या वेदज्ञ मनुष्याला सर्वज्ञता प्राप्त होते. हीच सर्वज्ञता मोक्षपुरुषार्थाचें लक्षण होय. कृतज्ञ मनुष्याला सांगितलेलें ज्ञान सत्कारणीं लागतें. गांवांत राहण्याची उत्कट इच्छा ही मनुष्याला (संसारांत) जखडणारी दोरी आहे. सदाचारसंपन्न हा पाश तोडून जातात; परंतु दुराचारी लोक हा पाश तोडूं शकत नाहींत. बाबारे, तुला जर मरावयाचें आहे तर द्रव्य, बांधव व पुत्र यांच्याशीं तुला काय करावयाचें आहे? (हृदयरूपी) गुहेमध्यें दडलेल्या आत्म्याचा शोध लाव. तुझे वाडवडील कोणत्या ठिकाणीं गेले हें आपल्या मनाशीं तपासून पहा. उद्यां करावयाचें काम आज करून टाकावें, व तिसऱ्या प्रहरींचें काम सकाळींच आटपून ठेवावें. कारण, मनुष्यानें योजलेलें काम पुरें झालें आहे किंवा नाहीं या गोष्टीची मृत्यु वाट पहात नाहीं. मरणोत्तर मनुष्याबरोबर स्मशानापर्यंत जाऊन त्याचे सगेसोयरे, इष्टमित्र व त्याचे जातीचे लोक त्याचें प्रेत चितेवर ठेवून स्वतः परत फिरतात. नास्तिक, निर्दय व दुष्ट बुद्धीच्या लोकांच्या अगदीं सांवलीस देखील उभा राहूं नको; व निरलसपणानें सर्वश्रेष्ठ कैवल्य प्राप्त करून घेण्याचा यत्न कर. याप्रमाणें सर्व लोक मृत्यूनें ग्रासून पीडिले असल्यामुळें अलौकिक धैर्य धरून व आपलें सर्व बळ एकवटून धर्माचरण कर.

बाबारे, आतांपर्यंत सांगितलेला हा संसार तरण्याचा मार्ग (मोक्ष) ज्याला चांगल्या प्रकारें अवगत झाला आहे, तो मनुष्य या लोकीं योग्य रीतीनें स्वतःच्या आश्रमधर्माप्रमाणें वागून, परलोकीं सुखाची जोड मिळवितो. एक देह जाऊन दुसरा देह प्राप्त झाला ह्मणून मनुष्य मृत झाला नाहीं हें ज्याला कळलें, तो शिष्टोपदिष्ट मार्गानें चालला ह्मणजे त्याला नाशाची भीति नाहीं. जो धर्माचरणानें वागतो तो शहाणा व जो धर्मभ्रष्ट तो मूर्ख होय. कर्ममार्गांत आपल्या वर्णाश्रमांना जीं कर्में लावून दिलीं आहेत त्याप्रमाणें वागणाराला कृतकर्मानुरूप फल मिळतें. नीच प्रकारचीं कर्में करणारा नरकाला जातो व धर्माचरणनिष्ठ मनुष्याला स्वर्गप्राप्ति होते. फार प्रयासानें लाभलेला मनुष्यजन्म स्वर्गाला जाण्याचा जिना आहे. तो सांपडला असतां परमात्म्याकडे असें ध्यान लावावें कीं, पुनः स्थानच्युत होण्याचा समयच येऊं नये. ज्याची एकदा स्वर्गमार्गाकडे लागलेली बुद्धि धर्माचरणापासून ढळत नाहीं, त्याला पुण्यकर्मा असें म्हणतात. असा पुरुष मृत झाला असतां पुत्र व बंधु यांनीं शोक करण्याचें किमपि

कारण नाहीं. ज्याची बुद्धि विकल झाली नसून, परब्रह्माचे ठिकाणीं मात्र निश्चल होते, व ज्यानें स्वर्ग मिळविला आहे, त्याला नरकाचें मोठें भय नाहीं. जे तपोवनामध्यें जन्म पावून तेथेंच मृत होतात, त्यांना कामादि इच्छा व विषयोपभोग यांची कल्पनाही नसल्यामुळें कामभोगादिकांपासून ते अलिप्त राहिले ह्मणून त्यांना मोठेंसें श्रेय (पुण्य) नाहीं. जो विषयोपभोगांत राहून त्यापासून अलिप्त असतो आणि देहद्वारा तपाचरण करीत राहतो, त्याला प्राप्त व्हावयाचें नाहीं असें या जगतांत कांहींच नाहीं. आणि यांतच जास्त महत्त्व आहे असें मला वाटतें. हजारों मातापितरें आणि शेंकडों स्त्रीपुत्र प्रत्येक मनुष्याचे आजपर्यंत होऊन गेले, आणखी पुढेंही होतील. पण तीं कोणाचीं ? व आपण कोणाचे ? मी एकटा माझा मीच. माझें कोणींही नाहीं, व मीही दुसरे कोणाचा नाहीं. असा मला कोणीही दिसत नाहीं कीं, ज्याबद्दल ‘ मी त्याचा ’ असें मला म्हणतां येईल. तसेंच, ज्याला मी ‘ माझा ’ असें म्हणेन असाही पण कोणी माझे दृष्टीस पडत नाहीं. मातापितरें किंवा बायकामुलें यांना तुझ्याशीं कांहीं कर्तव्य नाहीं आणि तुलाही त्यांच्याशीं कांहीं करावयाचें नाहीं. आपआपल्या कर्मानुसार त्यांचा जन्म झालेला आहे. तुझ्या कर्मानुसार तुलाही अन्य जन्म घ्यावयास जावें लागेल. या जगांत श्रीमंत लोकांचे आप्तेष्ट अथवा स्वजन त्यांच्या मर्जीप्रमाणें वागतात; परंतु गरीबांचे सोयरेधायरे किंवा मित्र हयात असूनही त्यांना मेल्यासारखेच असतात ! मनुष्य स्त्रीपुत्रांसाठीं अनेक दुष्ट कर्में करितो; परंतु त्यांमुळें उभय लोकांमध्यें त्याला क्लेश मात्र होतात. आपणच केलेल्या कर्मांमुळें जगतांतील जीवांचा नाश होत आहे, हें सुविचारी लोकांना दिसत असतें. म्हणून, बाबारे, मीं जेवढें आतांपर्यंत तुला सांगितलें त्याप्रमाणें वागणूक ठेव. ही कर्मभूमि आहे हें लक्षांत ठेवून परलोकाची इच्छा करणारानें शुभकर्मेंच करीत असावें. काल हा आपलें अप्रतिबंध सामर्थ्य खर्चून—महिने, ऋतु इत्यादि पळ्यांच्या साह्यानें, सूर्यस्वरूपी अग्नीची आंच देऊन आणि प्राणिमात्राच्या कर्मांचीं फलें साक्षिरूपानें बघणारीं अहोरात्रें हीं इंधनें लावून यावत् सृष्ट वस्तु मायामोहरूपी काहिलींत शिजवून काढीत आहे ! जो आपलें द्रव्य दानधर्मांत खर्चे करीत नाहीं, किंवा त्याचा स्वतः उपभोग घेत नाहीं, त्याच्या द्रव्याचा काय उपयोग ? जो आपलें सामर्थ्य शत्रूला पीडा देण्याचे कामीं लावीत नाहीं, त्याच्या सामर्थ्याला घेऊन काय करावयाचें आहे ? ज्याचे योगानें मनुष्याची धर्माचरणाकडे प्रवृत्ति होत नाहीं, त्या वेदशास्त्रज्ञानाचा काय उपयोग आहे ? आणि ज्याचे आत्म्याचे अंगीं इंद्रियनिग्रह करण्याचें अथवा दुष्कर्मांपासून परावृत्त होण्याचें सामर्थ्य नाहीं, त्या आत्म्याचा तरी काय उपयोग ?

भीष्म सांगतातः--द्वैपायन व्यासांचें हें हितकर भाषण ऐकल्यावर, आपल्यास मोक्षमार्गाचा उपदेश करील अशा गुरूचा शोध करण्याकरितां शुक पित्याला सोडून गेला.

अध्याय तीनशें बाविसावा.

—:०:—

धर्ममूलिक.

युधिष्ठिर प्रश्न करितोः—पितामह, दान, यज्ञ, तपाचरण आणि गुरुजनांची सेवा हीं

१ विकारहेतावपि विक्रियंते येषां न चेतोसि त एव धीराः ॥ (कुमारसंभव.)

करण्यापासून कशा तऱ्हेची फलप्राप्ति होते, तें मला सांगण्याची कृपा करा.

भीष्म उत्तर देतातः—वाईटाशीं बुद्धीची संगति झाली म्हणजे मनुष्याचें मन पापाचरणाकडे वळतें. अर्थात् त्याचें कर्म पापयुक्त होऊन ओघानेंच तो मोठ्या क्लेशांत सांपडतो. दुराचारी लोक दरिद्रावस्थेंत जन्मतात; आणि त्यांतही ते एका दुर्भिक्षांतून वांचले तर दुसऱ्या दुर्भिक्षांत सांपडतात. एका प्रकारचे क्लेश त्यांचे पाठचे सुटले तर वेगळ्याच स्वरूपाचा अनर्थ त्यांचे पुढें दत्त म्हणून उभा राहतो; आणि एका भयापासून त्यांची मुक्तता झाली तर दुसरें आ पसरून तयार असतें. असे ते पापी मेल्यापेक्षांही मेले होतात. उलटपक्षीं—श्रद्धावंत, सदाचारी व जितेंद्रिय लोक श्रीमंतींत पडतात. एक वैभव संपतांच दुसरें, एका स्वर्गापाठीमागून दुसरा, आणि सुखावर सुखें त्यांना उपभोगावयास मिळतात व अशा रीतीनें त्यांची आनंदानें कालक्रमणा चालते. नास्तिक लोकांना—हिंस्र पशु व हत्ती यांनीं व्यापलेल्या आणि सर्प, वाटमारे इत्यादि अनेक संकटांनीं परिपूर्ण अशा भयंकर अरण्यांतून हातांनीं चाचपडत मार्ग शोधावा लागतो. यापेक्षां आणखी फार काय सांगावें? देव, अतिथि व साधु यांच्याविषयीं पूज्य भाव बाळगणारे आणि सदा दक्षिणा हातीं घेऊन उभे असलेले दानशूर अशा लोकांना मात्र जितेंद्रियांस प्राप्त होणाऱ्या क्षेमकर मार्गाचा लाभ होतो. ज्याप्रमाणें फोलकटाची धान्यामध्यें गणना करितां येत नाहीं, किंवा झुरळादिकांचा पक्ष्यांमध्यें अंतर्भाव करितां येत नाहीं, त्याप्रमाणें, धर्माशीं ज्यांना कांहीं कर्तव्य नाहीं अशा धर्मलंडांचा 'मनुष्य' संज्ञेनें निर्देश करणें चुकीचें होय. मनुष्य जरी मोठ्या शीघ्र गतीनें धावत असला, तरी त्याचें कर्म त्याची पाठ सोडीत नाहीं. त्यानें जी काय बरीवाईट करणी केली असेल, ती मनुष्यानें शयन केलें तरी तशा स्थितींतही त्याचा आश्रय करून असते. मनुष्याचें पापकर्म तो बसला असतां बसतें, तो धावूं लागला असतां त्याचे बरोबर धावतें, आणि तो कोणतेंही कृत्य करूं लागला तर त्याचें पापही त्याच्या कृत्यांना हातभार लावितें! याप्रमाणें मनुष्याचें कर्म सांवलीप्रमाणें त्याचा पाठपुरावा करितें. मनुष्य आधीं ज्या ज्या प्रकारचीं कर्में करून ठेवितो, तदनुरूप बरीं-वाईट फळें पुढें त्याचीं त्याला केव्हां तरी भोगावीं लागतात. कर्मांचा व्यत्यय, प्रवृत्ति व रक्षण यांसंबंधी ज्यांना सारखेच नियम लागू आहेत, अशा भूतसमूहाला चोहोंकडून ओढून काल त्यांवर आपली सत्ता चालवीत असतो.! कोणाचीही दृश्य प्रेरकशक्ति नसतांना फुलें व फळें यथाकालीं बिनचूक येतात आणि कधींही आपला हंगाम पुढेंमागें होऊं देत नाहींत. तद्वत् मनुष्याचें पूर्वसंचित् तें भोगण्याची वेळ आली म्हणजे दत्त म्हणून पुढें उभें रहातें. मानापमान, लाभ-हानि, किंवा उन्नति-अधोगति हीं यावयाचीं झालीं म्हणजे त्यांना कोणी प्रतिबंध करूं शकत नाहीं; आणि हा क्रम मरेपर्यंत दर पावलीं असाच चालतो. मनुष्याला जीं सुखःदुखें भोगावीं लागतात, तीं त्याच्याच सदसत्कृतीचीं फळें असतात. गर्भामध्यें असल्यापासूनच मनुष्य पूर्वजन्मीं केलेल्या कर्मांचीं फळें भोगीत असतो. मनुष्याचे हातून बालपणीं, तरुणावस्थेंत किंवा वृद्धापकालीं ज्या प्रकारचीं शुभाशुभ कर्में घडतात, तदनुरूप त्यांचे परिणाम पुढल्या जन्मीं त्या त्या अवस्थांमध्यें त्याला अनुभवावे लागतात. ज्याप्रमाणें गाईचें वांसरूं हजारों गाईंतून आपली माता अचूक शोधून काढितें,

१ 'पुनर्दरिद्री पुनरेव पापी' ही म्हण प्रसिद्धच आहे.

त्याप्रमाणें मनुष्याचें कर्म नेमकें आपल्या कर्त्याला हुडकून काढून त्याचे मानेस बसतें. जसें मलिन झालेलें वस्त्र पाण्यानें धुतल्यानंतर स्वच्छ होतें, तसें उपवासादिकांनीं पापी मनुष्याचें अंतःकरण शुद्ध होऊन त्याला दीर्घकाल टिकणारें अनल्प सुख प्राप्त होतें. हे बुद्धिवंता, दीर्घकाल केलेल्या धर्माचरणानें पापाची निष्कृति होऊन मनुष्याचे मनोरथ सिद्धीस जातात. ज्याप्रमाणें आकाशांतील पक्ष्यांचा मार्ग किंवा माशांचा उदकामधील संचार हा पदचिन्हांच्या अभावामुळें नेमका ओळखतां येत नाहीं, त्याप्रमाणें पुण्यवान् लोकांना प्राप्त होणारी गति उघड दिसत नाहीं. दुसऱ्याची निंदा करणें अथवा त्यांच्या चुक्या उघडकीस आणणें यांपासून कांहींएक फलनिष्पत्ति नाहीं; ह्मणून त्यांत न पडतां स्वतःस अनुरूप व हितकर अशा सुंदर गोष्टी मनुष्यानें नेहमीं करीत जावें.

अध्याय तीनशें तेविसावा.

—:०:—

व्यासांचें पुत्रप्राप्त्यर्थ तप व वरलाभ.

युधिष्ठिर विचारतोः—हे पितामह, महान् तपस्वी व धर्मात्मे शुकाचार्य यांची व्यासांपासून कशी उत्पत्ति झाली, तसेंच शुकाचार्यांना श्रेष्ठ सिद्धि (परमात्म्याचें ज्ञान) कोणत्या मार्गानें प्राप्त झाली तें मला सांगा. तपोनिधि व्यासांनीं कोणत्या स्त्रीचे ठायीं शुकाचार्यांना उत्पन्न केलें हेंही कथन करा. कारण, शुकांची माता कोण, आणि त्या महात्म्याचें श्रेष्ठ जन्म कसें झालें, या गोष्टी मला माहीत नाहींत. शुकाचार्यांची कोंवळ्या वयांत परब्रह्माचें ज्ञान संपादन करण्याकडे कशी प्रवृत्ति झाली, हें देखील मोठें आश्चर्य आहे. कारण, अशा प्रकारचें या जगांत दुसऱ्या कोणाचें उदाहरण ऐकिवांत नाहीं. म्हणून, हे महामते, शुकाचार्यांबद्दलची माहिती विस्तारानें ऐकण्याची मला उत्कट इच्छा आहे. आपलें अमृततुल्य उत्तम भाषण श्रवण करण्याची माझी इच्छा अद्यापि तृप्त झाली नाहीं. याकरितां, हे पितामह, शुकाचार्यांचें माहात्म्य व विज्ञान, आणि त्यांना झालेली परमात्मप्रतीति या गोष्टींचें क्रमशः व यथार्थ प्रतिपादन मला ऐकवा.

भीष्म सांगतातः—ऋषींना धर्माचरणानें एवढें महत्त्व आलें तें वयोमान, पिकलेले केंस, धनदौलत किंवा सोयरे यांचे बलावर आलें नाहीं. कारण, जो वेदाध्ययन करितो, त्यालाच आम्ही श्रेष्ठ मानतों. हे पंडुकुमारा, तूं जो प्रश्न केला आहेस, त्या सर्वांचें उत्तर ‘तपाचरण’ हेंच आहे; आणि तपाचरणाला इंद्रियनिग्रह करावा लागतो, एरवीं तपाचरण घडत नाहीं. मनुष्य इंद्रियांच्या कह्यांत गेला ह्मणजे त्याचे हातून निःसंशय पापाचरण होतें; आणि इंद्रियें त्यानें ताब्यांत ठेविलीं तरच त्याला सिद्धि मिळते. सहस्रावधि अश्वमेध केल्यापासून किंवा शेंकडों वाजपेय यज्ञांपासून जें फळ मिळतें, तें योगाचरणापासून प्राप्त होणाऱ्या फलाच्या सोळाव्या हिश्शाएवढें देखील नसतें. आतां मी तुला शुकाचार्यांच्या जन्माची कथा सांगून योगाचरणानें त्यांना काय मिळालें तें सांगतों; आणि जे आत्मशुद्धि करीत नाहींत, त्यांना दुर्लभ अशी श्रेष्ठ गति शुकांना कशी प्राप्त झाली तेंही निवेदन करितों, ऐक.

पूर्वीं एके काळीं, मेरुपर्वताच्या शिखरावर कर्णिकारवनामध्यें आपल्या भेसूर भूतगणांसह महादेव शंकर विहार करीत होते. त्या वेळीं नगराजकन्या देवी पार्वती तेथेंच होती. त्याच ठिकाणीं कृष्णद्वैपायन व्यास महर्षि दिव्य तपश्चर्या करीत बसले होते. हे कुरुश्रेष्ठा, आपल्याला पुत्रप्राप्ति व्हावी या हेतूनें योगधर्मनिमग्न होऊन व योगाचे साह्यानें इंद्रियें अंतर्मुख करून भग-

वान् व्यासांनीं धारणायुक्त मोठें तप करण्यास आरंभ केला होता. हे विभो, पृथ्वी, आप, तेज, वायु व अंतरिक्ष या पंचमहाभूतांचे ठायीं असलेल्या सामर्थ्यानें युक्त असा पराक्रमी पुत्र आपल्याला प्राप्त व्हावा असा संकल्प मनामध्यें धारण करून सर्वोत्कृष्ट तपाचरण केल्यावर, ज्यांची चित्तशुद्धि झाली नाहीं अशा लोकांना प्रसन्न होण्याला दुर्लभ जो महादेव त्यापाशीं व्यासांनीं हा अशा प्रकारचा वर मागितला. राजा, नानाविध रूपें धारण करणारे उमापति जे शंकर त्यांचीं शंभर वर्षेंपर्यंत समर्थ व्यास मुनींनीं केवळ वायुभक्षण करून खडतर आराधना केली. त्या जागीं, राजा, सर्व ब्रह्मर्षि, राजर्षि, लोकपाल, साध्य, अष्टवसु, द्वादश आदित्य, अकरा रुद्र, सूर्य, चंद्र, मरुद्गण, सागर, नद्या, अश्विनीकुमार, देव, गंधर्व, नारद, पर्वत, विश्वावसु, सिद्ध, अप्सरा इत्यादि सर्व मंडळी जमली होती. त्या वेळीं भगवान् महादेव रुद्र यांनीं कर्णिकार पुष्पांची शुभदायक माला धारण केली होती. त्यामुळें, रजनीनाथ चंद्रमा हा आपल्या चंद्रिकेनें जसा शोभिवंत दिसतो, तसे शंकर फार तेजःपुंज दिसत होते. अशा प्रकारें त्या देवदेवर्षींच्या आगमनानें पुनीत झालेल्या रमणीय दिव्य वनामध्यें दृढनिश्चयी व्यास ऋषि पुत्रकामेच्छेनें श्रेष्ठ योगमार्गाचें आचरण करून राहिले होते. या उग्र तपश्चर्येमुळें त्यांचें सामर्थ्य यत्किंचित् कमी झालें नाहीं. एवढेंच नव्हे, तर त्यांस ग्लानि देखील आली नाहीं. तिन्ही लोकांना ही व्यासांची तपश्चर्या फारच अद्भुत वाटली. अतुलतेजस्वी व्यास याप्रमाणें योगाभ्यासांत रत झाले असतां त्यांच्या जटा तपःसामर्थ्यामुळें अग्निज्वालांप्रमाणें चमकत होत्या. राजा, भगवान् मार्कंडेय ऋषींनीं हें मला सांगितलें. देवादिकांचीं पुण्यपावन चरित्रें मला सर्व त्यांनींच निवेदन केलीं आहेत. बाबारे, महासमर्थ कृष्णद्वैपायनांच्या खडतर तपश्चर्येच्या तेजानें अग्नीप्रमाणें झळकणाऱ्या जटा अद्यापि देखलि त्या वेळेप्रमाणेंच तेजःपुंज प्रकाशत आहेत. हे भारता, या प्रकारच्या निरुपम तपश्चर्येनें आणि भक्तीनें संतुष्ट होऊन महादेव शंकर प्रसन्न झाले आणि व्यासांच्या इच्छेप्रमाणें वरप्रदान करण्याचें त्यांचे मनांत आलें. मग भगवान् शंकर स्मित करून व्यासांना म्हणाले, "हे द्वैपायना, तुझ्या मनोदयाप्रमाणें समर्थ असा पुत्र तुला प्राप्त होईल. पृथ्वी, आप, अग्नि, वायु व आकाश यांचे प्रमाणें शुद्ध व महापराक्रमी अशा पुत्राची तुला प्राप्ति होईल. परब्रह्माकडे त्याच्या आत्म्याची व बुद्धीची प्रवृत्ति होऊन, आपण व ब्रह्म एक आहों असा त्याला आत्मप्रत्यय होईल; आणि तुझा तो पुत्र ब्रह्मरूप होऊन आपल्या तेजानें तिन्ही लोकांना दिपवून अतिश्रेष्ठ कीर्ति संपादन करील."

अध्याय तीनशें चोविसावा.

—:०:—

शुकजन्म.

भीष्म सांगतातः—सत्यवतीसुत व्यासांना याप्रमाणें महादेवांपासून श्रेष्ठ वर मिळाल्यानंतर, एके दिवशीं अग्नि उत्पन्न करण्याकरितां दोन मिथुनस्वरूपी अरणी एकमेकींवर ते घांशीत होते; इतक्यांत, आपल्या सामर्थ्यानें अति सुंदर रूप धारण करून घृताची नांवाची लावण्यवती अप्परा तेथें आलेली भगवान् व्यासांचे दृष्टीस पडली. हे युधिष्ठिरा, त्या अप्सरेला त्या वनांत पाहतांच व्यास एकाएकीं काममोहित झाले. व्यासांचें मन कामविव्हल झालेलें पाहून घृताचीनें मैनेचें रूप घेतलें आणि ती ऋषीसमीप आली. अप्सरेनें केलेलें तें

रूपांतर व्यासांचे दृष्टोत्पत्तीस आलें, तरी त्यांचे मनांत उत्पन्न झालेला कामविकार दूर न होतां त्यांचे शरीराच्या रोमरोमांत भिनून राहिला. तेव्हां व्यासांनीं आपलें सर्व बल एकवटून तो कामविकार दाबण्याचा यत्न केला; परंतु क्षुब्ध झालेल्या मनाला ते मुळींच आवर घालूं शकले नाहींत; आणि कर्मगतीच्या भवितव्यतेमुळें घृताचीच्या सौंदर्यावर लुब्ध झालेले ते व्यास कामेच्छा दाबण्याचा प्रयत्न करीत असतां तो सफल झाला नाहीं ! इतकेंच नव्हे, तर अग्नि प्रदीप्त करण्यासाठीं अरणी घांशीत असतां एकाएकीं त्यांवर व्यासांचें रेतखलन झालें ! पण त्या ब्रह्मर्षीनें या गोष्टीकडे दुर्लक्ष करून निभ्रांत चित्तानें अरणी घांसण्याचें काम तसेंच चालविलें. पुढें अरणीवर झालेल्या रेतःपातापासून शुकाचार्यांची उत्पत्ति झाली; आणि अरणीमंथनाचे समयीं झालेल्या शुक्रस्खलनापासून जन्म झाल्यामुळें त्या महातपस्वी ऋषिपुत्राला (शुक्र यांतील रकारलोपानें) शुक हें नाम प्राप्त झालें. ज्याप्रमाणें यज्ञांतील प्रदीप्त केलेल्या अग्नीमध्यें घृतयुक्त हवि समर्पण केले असतां तो तेजःपुंज दिसतो, त्याप्रमाणें अरणीगर्भांतून हे निघालेले महाऋषि व योगी शुकाचार्य आपल्या तेजःसामर्थ्यानें देदीप्यमान् दिसत होते. हे कुरुवंशजा, अनुपम रूपानें व वर्णानें शुकाचार्य थेट आपल्या पित्यासारखे होते; आणि अशा स्वरूपांत ते शुद्धात्मे शुकदेव धूमरहित अग्निप्रमाणें झळकत होते. हे राजा, सर्व नद्यांमध्यें श्रेष्ठ जी गंगा नदी तिनें स्वतः मेरुपर्वतावर येऊन शुकदेवांना आपल्या पुण्यपावन उदकानें स्नान घातलें. हे कौरवराजेंद्रा, अंतरिक्षांतून महात्म्या शुकासाठीं दंड व कृष्णाजिन हीं खालीं पडलीं; त्या वेळीं गंधर्व गायन करूं लागले; अप्सरा नाचूं लागल्या; मोठमोठ्या आवाजांच्या देवांच्या दुंदुभि वाजूं लागल्या; विश्वावसु, तुंबुरु, नारद, हाहा, हूहू इत्यादि गंधर्व शुकजन्माचें वर्णन गाऊं लागले; इंद्रादि लोकपाल, देव, देवर्षि व ब्रह्मर्षि त्या ठिकाणीं गोळा झाले; वायूनें सर्व प्रकारच्या दिव्य पुष्पांची वृष्टि केली; सर्व स्थावरजंगम जगत् शुकजन्मानें आनंदित झालें; पार्वतीसह औदार्यनिधि महादेवांनीं स्वतः मोठ्या प्रीतीनें त्या व्यासपुत्राचें जन्मतांच यथाविधि उपनयन केलें; सर्व देवांचा अधिपति जो इंद्र त्यानें अकृत्रिम स्नेहानें दिव्याकृति सुंदर कमंडलु व वस्त्रें शुकाला अर्पण केलीं. हे राजा, सहस्रावधि हंस, सुतारपक्षी, सारस, शुक, चाष इत्यादि पक्षी त्याचे सभोंवतीं उजवी घालूं लागले; आणि त्या महातेजस्वी व बुद्धिमान् शुकाचार्यांचा अरणीपासून अलौकिक रीतीनें जन्म झाल्यानंतर ते व्रताचरण करीत तेथेंच राहिले. हे राजेंद्रा, जन्मतांच व्यासांप्रमाणें उपनिषदें व ससंग्रह सर्व वेद शुकांपुढें हात जोडून उभे राहिले. परंतु परंपरेनें चालत आलेल्या रूढीला अनुसरून त्यांनीं सर्व वेद, वेदांगें व भाष्य यांचें ज्ञान असणारे बृहस्पति यांना गुरु करून त्यांचेपासून सर्व वेद, उपनिषदें व वेदसंग्रह यांचें सशास्त्र अध्ययन केलें. त्याचप्रमाणें, हे नृपाला, साङ्गोपाङ्ग इतिहास व राजनीतिशास्त्र यांचा अभ्यास केल्यावर गुरूला गुरुदक्षिणा अर्पण करून महामुनि शुकाचार्य अध्ययन संपवून स्वस्थलीं परत आले; आणि मग त्यांनीं ब्रह्मचारीच राहून खडतर तपश्चर्येस आरंभ केला. राजा, लहान वय असतांना देखील महातपस्वी शुकाचार्य सर्व देवता व ऋषि यांना आपल्या ज्ञानामुळें व तपश्चर्येनें इतके मान्य झाले कीं, देवादिकही त्यांचा विचार घेऊं लागले. पण, हे नराधिपा, गृहस्थाश्रमादि पुढील तिन्ही आश्रमांकडे त्यांचें

लक्ष लागेना. कारण, एका मोक्षधर्माचाच त्यांना ध्यास लागला होता.

अध्याय तीनशें पंचविसावा.

·०:—

शुकांचें ज्ञानप्राप्त्यर्थ जनकाकडे गमन.

भीष्म सांगतातः—मोक्षाचा निदिध्यास घेऊन विनयशील शुकाचार्य पित्याजवळ आले; आणि परमपदाची प्राप्ति व्हावी हा हेतु मनांत धरून त्यांनीं आपल्या पित्याला अभिवादनपूर्वक प्रश्न केला, 'हे प्रभो, आपण मोक्षधर्म पूर्णपणें जाणतां, तेव्हां माझ्या मनाला अत्युच्च शांति मिळेल असें ज्ञान मला सांगा.'

युधिष्ठिरा, पुत्राचें भाषण ऐकून ऋषिश्रेष्ठ व्यास त्यास म्हणाले, 'हे पुत्रा, मोक्षधर्माचें तसेंच इतर विविध धर्मांचेंही अध्ययन कर.' मग पित्याच्या आज्ञेस अनुसरून, सदाचरणी लोकांमध्यें श्रेष्ठ स्थानीं असलेल्या शुकाचार्यांनीं अखिल योगशास्त्रामध्यें तसेंच कपिल मुनींनीं उपदिष्ट केलेलें जें सांख्यशास्त्र त्यामध्येंही पारंगतता मिळविली. नंतर जेव्हां व्यासांनीं पाहिलें कीं, आपला पुत्र वेदाध्ययनानें समर्थ झाला असून ब्रह्मदेवाइतका पराक्रमी बनला आहे, आणि तो मोक्षधर्मज्ञानांतही प्रवीण झाला आहे, तेव्हां ते त्याला ह्मणाले कीं, 'मिथिल देशाचा राजा जो जनक त्याचेकडे जा. तो मिथिलेश्वर तुला सर्व मोक्षार्थ उलगडून सांगेल.'

नंतर, राजा, पित्याची आज्ञा घेऊन, सर्व धर्मांचें स्वरूप व विशेषतः मोक्षधर्माचें परमस्थान कोणतें तें मिथिलेश्वराला विचारण्यासाठीं शुकाचार्य मिथिलेला गेले. जाण्यापूर्वी व्यासांनीं शुकांना बजावलें कीं, 'माझ्या बोलण्याचा विस्मय वाटूं न देतां, इतर मनुष्य प्राणी ज्या मार्गानें जातात त्याच मार्गानें जा; योगबलानें अंतरिक्षमार्गानें जनकाकडे जाऊं नको.' तसेंच व्यास आणखी ह्मणाले कीं, 'जाशील तो साधेपणानें जा; सुखाची इच्छा धरून जाऊं नको. वाटेंत विशेष गोष्टींच्या चौकशा करीत बसूं नको. कारण, त्या नादांत पडलास ह्मणजे बांधला गेलास, तो राजा आपला यजमान् आहे. त्याच्याशीं ताठ्यानें वागूं नको. त्याच्या संगतींत जोंपर्यंत असशील तोंपर्यंत त्याचे आज्ञेंत राहून तो सांगेल तसा चाल. तो तुझे सर्व संशय नष्ट करील. सर्व प्रकारचे धर्म जाणणारा जनक राजा मोक्षशास्त्रामध्यें देखील पारंगत असून शिवाय माझा यजमान आहे. तो जें जें सांगेल तें तें मनामध्यें कोणताही किंतु न आणतां करण्याचा क्रम ठेव."

याप्रमाणें पित्याच्या सूचना ऐकून घेतल्यानंतर, समुद्रवलयांकित पृथ्वीचें अंतरिक्षांतून उल्लंघन करण्याला जरी धर्मात्मे शुक मुनि समर्थ होते, तरी ते पितृनिर्देशास अनुसरून पायांनींच मिथिलेला जावयास निघाले. जातां जातां पुष्कळ पर्वत, नद्या, तीर्थें, सरोवरें, अनंत हिंस्र पशु, मृग इत्यादिकांनीं व्यापलेलीं वनें, रानें, आणि मेरु, हरि व किंपुरुष हीं तीन वर्षें एकामागून एक ओलांडून शेवटीं शुकाचार्य भारतवर्षांत येऊन थडकले. चीन, हूण इत्यादि लोक ज्या देशांत वास्तव्य करितात, ते विविध प्रदेश पहात पहात अखेर शुक मुनि आर्यावर्तांत प्राप्त झाले. पित्राज्ञेस अनुसरून व पित्यानें सांगितलेल्या गोष्टी पूर्णपणें लक्षांत ठेवून, अंतरिक्षांतून पक्षी जसे मार्ग आक्रमण करितात, तसे शुक हे जमीनीवरून आपला मार्ग क्रमीत चालले होते. मार्गानें जरी रम्य पट्टणें, गजबजलेलीं शहरें आणि विचित्र रत्नें त्यांचे दृष्टीचे टप्प्यांत येऊन जात होतीं, तरी त्यांचे अंगीं पूर्ण वैराग्य बाणलें असल्यामुळें त्या गोष्टी बघण्याकडे त्यांचें मन गुंतलें नाहीं. मार्ग-

क्रमण करितां करितां पुष्कळ सुंदर उपवनें, पुण्यपावन देवालयें व [1]तीर्थें टाकून शुक मुनि पुढें गेले; आणि थोड्याच अवकाशानें महात्मा धर्मराज जनकाच्या सुखकर छत्राखालीं असलेल्या त्या विदेह देशीं प्राप्त झाले. त्यांत नानाप्रकारचें अन्न, रस, भोजनें इत्यादिकांनीं युक्त असे भरवस्तीचे गांव, गाई वगैरेंच्या कळपांनीं गजबजलेलीं समृद्ध खेडीं व गौळवाडे, शाळू व जवस यांनीं फुललेलीं शेतें, हंस, सारस इत्यादि पक्षिसमुदायांनीं युक्त आणि चांगल्या प्रकारच्या रम्य कमलिनींनीं शोभणारीं अशीं रमणीय सरोवरें त्यांचे दृष्टीस पडलीं. त्याप्रमाणें त्या श्रीमान् लोकांनीं भरलेल्या विदेह देशामधून पर्यटन करितां करितां शुकाचार्य हे पुष्पफलादिकांच्या बहारानें अति रम्य दिसत असलेल्या मिथिलेच्या उद्यानापर्यंत आले; पण बायका, पुरुष, हत्ती, अश्व, रथ इत्यादिकांनीं गजबजलेल्या त्या उपवनावरून चालले असतां देखील त्या अढळनिश्चयी शुकांनीं तिकडे लक्ष पोंचविलें नाहीं. केवळ मोक्षसंबंधी विचारांचें दडपण त्यांचे मनावर असल्यानें मोक्ष कसा मिळेल या विचारांतच तल्लीन झालेले ते शुक मुनि वृत्ति अंतर्यामीं रंगून गेल्यामुळें प्रसन्न चित्तानें तडक मिथिलेपर्यंत येऊन पोंचले; आणि त्यांनीं निःशंक मनानें नगरवेशींतून राजधानीमध्यें प्रवेश केला. पण द्वारपालांनीं कठोर शब्दांनीं त्यांना आंत जाण्यास प्रतिबंध केला. तरीही मनाची समता ढळूं न देतां शुकाचार्य तेथेंच स्तब्ध उभे राहिले. सूर्याच्या प्रखर तापानें किंवा प्रवासाच्या श्रमानें अथवा क्षुधातृषादिकांच्या पीडेनें त्यांना त्रास झाला आहे, अथवा शीण झाला आहे, किंवा ग्लानि आली आहे, असें मुळीं सुद्धां दिसलें नाहीं. इतक्यांत त्या द्वारपालांपैकीं एकाला--शुकाचार्य हे मध्यान्हींच्या सूर्याप्रमाणें तेजोबलानें चमकत आहेत, असें पहाण्याबरोबर वाईट वाटलें; म्हणून त्यानें हात जोडून यथाविधि शुकाचार्यांचें पूजन व अभिवादन केलें; आणि त्यांना राजवाड्याच्या दुसऱ्या चौकांत तो घेऊन गेला. बाबारे, त्या ठिकाणीं देखील, छाया व प्रकाश यांना सारखेंच लेखीत असून ज्यांचें तेज या दोन्ही स्थळीं सारखेंच अविकृत रहात असे, असे ते शुक मुनि मोक्षधर्मांचें मनन करीत उभे राहिले. थोडा वेळ झाला नाहीं तोंच जनक राजाचा मंत्री तेथें आला आणि हात जोडून त्यांना तिसऱ्या चौकांत घेऊन गेला; आणि तेथून, अंतःपुराला लागून चित्ररथ गंधर्वाच्या उपवनासारखें अति रम्य प्रमदावन होतें तिकडे त्या राजमंत्र्यानें शुकांना नेलें. त्या उपवनांतील सर्व वृक्षांना मोहोर आला होता आणि त्यांत ठिकठिकाणीं व्यवस्थित रीतीनें रचलेलीं जलमंदिरें तयार केलेलीं होतीं. तेथें शुकांना आसन देण्याविषयीं आज्ञा देऊन तो मंत्री निघून गेला; आणि उत्तम उत्तम वेष परिधान केलेल्या, सुश्रोणी, तरुण, सुंदर, मलमलीसारखीं विरविरीत लालभडक वस्त्रें ल्यालेल्या, लखलखणारे सुवर्णालंकार अंगावर घातलेल्या, नानाप्रकारचे संभाषणचमत्कार करण्यांत कुशल व नृत्यगायनादि कलांमध्यें प्रवीण, स्मितपूर्वक भाषण करण्यांत निपुण, अप्सरांप्रमाणें सुस्वरूप, कामोपचारांत विशारद, दुसऱ्याचें मनोगत जाणण्यांत तयार, किंबहुना सर्व कलांमध्यें निपुण अशा उच्च प्रतीच्या पन्नास मुख्य वारांगना त्यानें शुकांच्या सेवेसाठीं पाठवून दिल्या. त्यांनीं अर्घ्यपाद्यादि देऊन

---

१ येथें मुंबईपाठ 'रत्नानि' असा आहे; पण तो असमंजस दिसतो. ह्मणून आह्मीं 'तीर्थानि' हा बंगाली पाठ घेतला आहे.

शुकाचार्यांचें उत्तम प्रकारें पूजन केलें आणि त्यांना वेळीं प्राप्त असलेले सुग्रास पदार्थ खाण्यासाठीं अर्पण केले. हे भारता, भोजनोत्तर त्या स्त्रियांपैकीं प्रत्येकीनें जनकराजाचें तें अतिसुंदर अंतःपुरसंबंधी प्रमदावन त्याला दाखविलें. त्या उदारधी श्रेष्ठ मुनींची त्या मनकवड्या स्त्रियांनीं नानाप्रकारें क्रीडा करून हंसून व गाऊन परिचर्या केली; परंतु शुद्धात्मे शुकाचार्य निःशंकपणें आपल्या कामगिरींतच गढून होते. कामक्रोधादि मनोविकारांचा पार उच्छेद करून इंद्रियें मुठींत आणलीं असल्यामुळें त्यांना त्या युवतीलीलांच्या योगानें आनंद झाला नाहीं, अथवा रागही आला नाहीं. तदनंतर त्या श्रेष्ठ स्त्रियांनीं त्यांचेसाठीं देवांना शोभणारें दिव्य रत्नखचित आणि स्पृहणीय आच्छादन घातलेलें शय्यासन दिलें. मग पादप्रक्षालन करून संध्यावंदन आटोपल्यावर शुक त्या शुचिर्भूत आसनावर मोक्षध्यान करीत बसले. त्या आसनावर शुकाचार्य रात्रीचा पहिला प्रहर संपेतों ध्यानस्थ बसले होते. नंतर, मध्यरात्र होतांच रीतीप्रमाणें त्या समर्थ ऋषींनीं निद्रा घेतली; आणि एक प्रहर लोटल्यानंतर पुनः उठून ते शुचिर्भूत झाले; व एवढ्या सुंदर स्त्रियांचा गराडा सभोंवार होता तरीही पुनः ध्यानस्थच बसले. हे भारता, याप्रमाणें शुकांनीं यत्किंचितही न ढळतां जनकाकडे आल्यानंतर राहिलेला दिवस व सर्व रात्र त्याच्या अंतःपुरांत काढिली.

अध्याय तीनशें सव्विसावा.

—:०:—

जनकाचा शुकांस उपदेश.

भीष्म सांगतात:—हे भारता, दुसरे दिवशीं सकाळीं आपल्या स्त्रियांस समागमें घेऊन जनक राजा आपल्या मंत्र्यांसह उपाध्यायाला पुढें करून गुरुपुत्र शुकाचार्यांकडे आला. त्यानें आपले बरोबर उत्तम प्रकारचें आसन व नानाविध रत्नें घेतलीं होतीं व पूजासामुग्री स्वतःचे डोक्यावर धारण केली होती. रत्नजडीत व उत्तम प्रकारें आच्छादलेलें चौफेर सारखें सुंदर आणि कल्याणप्रद आसन पुरोहितापासून मागून घेऊन जनक राजानें तें स्वहस्तांनीं व्यासपुत्र शुकांना परमादरानें अर्पण केलें. त्यावर शुक बसल्यानंतर त्यांची जनकानें सशास्त्र पूजा केली. प्रथम पाद्य देऊन नंतर अर्घ्य समर्पण केलें आणि अखेर त्यांना गाय दिली. याप्रमाणें जनकानें केलेल्या यथाविधि मंत्रयुक्त पूजेचा व गाईचा स्वीकार केल्यावर त्या तपोनिष्ठ द्विजश्रेष्ठानें राजाचा सन्मान करून कुशलप्रश्न केले; व राजाबरोबर आलेल्या लोकांचाही क्षेमसमाचार शुकांनीं जनकास पुसला. नंतर, हे राजेंद्रा, शुकांची आज्ञा होतांच जनक व त्याचे बरोबर आलेले लोक खालीं बसले. त्या वेळीं तो थोर अंतःकरणाचा कुलीन जनक राजा जमीनीवरच बसला; आणि हात जोडून त्या राजानें उलट व्यासपुत्राला क्षेमकुशल व अखंड तपोविभव इत्यादिसंबंधी विचारल्यावर 'आपलें येणें कां झालें?' असा प्रश्न केला.

शुक ह्मणाले:—राजा, तुझें कल्याण असो, पित्यानं मला सांगितलें कीं, विदेह देशाचा राजा जनक माझा यजमान असून मोक्षधर्मार्थाचा मोठा ज्ञाता आहे. कालापव्यय न करितां त्याच्याकडे जा, ह्मणजे तुझ्या मनांत प्रवृत्ति अथवा निवृत्ति या धर्मांविषयीं कांहीं संशय उरला असल्यास तुझा संशय तो उलगडून सांगेल. या प्रकारची पित्याची आज्ञा झाल्यानंतर शंका निरसन करून घेण्यासाठीं मी तुझ्याकडे आलों आहें. तर, हे सदाचारसंपन्नश्रेष्ठा, मी विचारतों त्या प्रश्नांचीं उत्तरें

कृपा करून मला सांग. या जगामध्यें ब्राह्मणांचीं कर्तव्यें कोणती? मोक्षरूपी पुरुषार्थाचें स्वरूप व रहस्य काय? मोक्ष मिळविण्याचें साधन कोणतें?—ज्ञान कीं तप या माझ्या शंका आहेत.

जनक सांगतोः—जन्मादारभ्य ब्राह्मणानें काय करावें तें सांगतों, ऐका. उपनयनविधि झाल्यावर ब्राह्मणानें आपलें सर्व लक्ष वेदाध्ययनाकडे लावावें; कोणाचाही हेवा न करितां ब्रह्मचर्याश्रमाप्रमाणें वर्तन ठेवून ब्राह्मणानें तपाचरण व गुरुशुश्रूषा करण्यामध्यें सर्व काल घालवावा; आणि देवता व पितर यांचे ऋणांतून मुक्त व्हावें. इंद्रियनिग्रहपूर्वक वेदपठण समाप्त झालें म्हणजे गुरूला दक्षिणा समर्पण करून त्याचे आज्ञेनें द्विजानें घरीं येऊन सोडमुंज (समावर्तन) करावी. समावर्तनानंतर गृहस्थधर्माची दीक्षा घेऊन आपल्या पत्नीसह कोणाची असूया न करितां यथाविधि अग्निहोत्र चालवीत सुखानें कालक्रमणा करावी. मग पुत्रपौत्र झाल्यानंतर वानप्रस्थाश्रमाचा परिग्रह करून द्विजानें गृहस्थाश्रमांत घेतलेलें अग्निहोत्रच पुढें चालवून अतिथिअभ्यागतांचा यथाशास्त्र सत्कार करीत रहावें. तदनंतर धर्मवेत्त्या द्विजानें त्या अग्नीची आपल्या अंतर्यामीं यथान्याय स्थापना करून द्वंद्वरहित व विरक्तचित्त होऊन चतुर्थाश्रमाचा स्वीकार करावा.

शुक प्रश्न करितातः—शास्त्रज्ञान व अनुभवज्ञान होऊन मन कायमचें सुखदुःखादि द्वंद्वांच्या संस्कारांपासून अलिप्त राखण्याचें कठीण कार्य जर एखाद्याला एकदमच साधलें, तर ब्रह्मचर्यादि तिन्ही आश्रमांचा परिग्रह करणें अगदीं अवश्य आहे कीं काय? अशी माझी शंका आहे. तर, हे राजा, श्रुतीची यासंबंधी काय आज्ञा आहे ती सांगून माझा संदेह कृपा करून फेडून टाक.

जनक सांगतोः—शास्त्रज्ञान व अनुभवज्ञान (विज्ञान) झाल्याशिवाय मोक्षप्राप्ति होत नाहीं; आणि गुरु केल्याशिवाय ज्ञान मिळत नाहीं. भवसागर तरून जाण्याला ज्ञान ही नौका कल्पिली असून, या नावेचा कर्णधार गुरु होय. ज्ञानप्राप्ति होऊन मनुष्य भवसागर तरून गेला म्हणजे त्याला साधावयाचें तें त्यानें साधलें. इतकें झाल्यानंतर पाहिजे तर त्यानें दोहींचाही (नाव व नाविक यांचा) त्याग केला तरी हरकत नाहीं. कर्माचरणावर सर्व जगत् अवलंबून असल्यामुळें, कर्मांचा नाश होऊं नये, आणि जगही नीट चालावें, म्हणून (बुद्धिभेद न करितां) आजपर्यंत जे ज्ञाते होऊन गेले ते चार आश्रमांनीं युक्त असलेला धर्म पाळीत आले. या क्रमानें आश्रमधर्म पाळून मनुष्यानें केलेल्या पापपुण्यात्मक कर्मांचा नाश होत होत शेवटीं पुष्कळ जन्मांनीं त्याला मोक्ष प्राप्त होतो. अनेक जन्म मिळून आतां सांगितलेल्या आश्रमधर्मांचें परिपालन करितां करितां बुद्ध्यादि करणें शुद्ध झालीं म्हणजे अशा शुद्धात्म्याला पहिल्या ब्रह्मचर्याश्रमांत देखील मोक्ष मिळेल. या प्रकारें करणशुद्धि होऊन मोक्षप्राप्ति झाल्यावर सर्व दृश्य वस्तूंचें सत्यज्ञान होतें. मग त्यानें बाकी गार्हस्थ्यादि तीन आश्रम पाळून कोणतें श्रेष्ठ साध्य मिळवावयाचें राहिलें? (मग ते आश्रम पाळण्याची आवश्यकता नाहीं.) नेहमीं राजस व तामस दोष टाळून सात्त्विक मार्गानें जावें आणि अंतरात्म्याच्या साह्यानें परमात्म्याला ओळखावें. ज्याप्रमाणें जलचर प्राणी जलांत रहात असून जलाहून अलिप्त असतो, तसें भूतमात्रांचे ठिकाणीं आपण असून सर्व भूतवस्तु आपणामध्यें आहेत हें ओळखून त्यांचा संस्कार मात्र आपलेवर होऊं देऊं नये. (त्यांपासून आपण अलिप्त रहावें.) सुखदुःखादि-द्वंद्वरहित होऊन मनुष्यानें इह-

लोक सोडला म्हणजे—पक्षी जसा खालून आकाशांत उडतो, तसा मनुष्य देह येथें सोडून मोक्षाचा अनुभव घेण्यास जातो. यासंबंधी पूर्वी ययाति राजानें म्हटलेल्या व मोक्षशास्त्रज्ञ द्विजांनीं परंपरेनें आजवर राखलेल्या कांहीं गाथा आहेत त्या सांगतों, ऐका. परब्रह्म प्रत्येकाचे हृदयांत आहे, दुसरे कोठेंही नाहीं. सर्व जंतूंमध्यें तें सारखेंच आढळून येतें. मन योगध्यानाकडे उत्तम रीतीनें लावलें म्हणजे प्रत्येकाला स्वतःला तें ओळखितां येईल. ज्याच्यापासून दुसऱ्याला भय वाटत नाहीं, तसेंच जो दुसऱ्या कशापासूनही भीत नाहीं, त्याचप्रमाणें ज्याला कशाची इच्छा नाहीं आणि जो कोणाचाही द्वेष करीत नाहीं, त्यालाच ब्रह्माची प्राप्ति झाली असें समजावें. जो कायावाचामनेंकरून भूतमात्राविषयीं पाप (असद्भाव) चिंतीत नाहीं, तोच ब्रह्मरूप झाला. मनाला आत्म्याकडे योजून जो मोहांत पाडणाऱ्या असूयेचा त्याग करितो आणि काम व मोह सोडून देतो, त्यालाच ब्रह्मपद मिळतें. द्वंद्वरहित होऊन जेव्हां मनुष्य कर्ण, नेत्र इत्यादि इंद्रियांचे विषय व सर्व भूतें यांना सारखींच लेखतो, तेव्हां ब्रह्मपदाची प्राप्ति होते. स्तुति व निंदा, सुवर्ण व लोह, सुख व दुःख, शीत व उष्ण, शुभ व अशुभ, प्रिय व अप्रिय आणि जन्म व मरण या द्वंद्वांपैकीं कांहींही प्राप्त झालें असतां ज्याला राग येत नाहीं व हर्षही वाटत नाहीं, त्यालाच ब्रह्माचें ज्ञान होतें. ज्याप्रमाणें कूर्म आपलीं इंद्रियें प्रथम पसरून मग पुनः त्यांचा संकोच करितो, त्याप्रमाणें भिक्षुवृत्तीनें रहाणाऱ्या मनुष्यानें मनाला आवर घालून इंद्रियांचा निग्रह करावा. जसें अंधकारानें व्यापलेलें घर दीपाचे साह्यानें धुंडाळतां येतें, तसें बुद्धिरूपी दिव्याचे साह्यानें अज्ञानामुळें अदृश्य असलेलें परब्रह्म शोधून काढतां येणें शक्य आहे. हे विद्वच्छ्रेष्ठ, मी जें सांगतों आहें तें सर्व आपणांस कळत असल्याचें मला लख्ख दिसत आहे. किंबहुना, जें जें जाणण्यासारखें आहे तें आपल्यास पूर्णपणें अवगत आहे. हे ब्रह्मर्षे, आपल्या गुरूच्या कृपेनें आणि शिकवणीनें आपल्याला अविदित असें कांहींच राहिलें नसून आपण विषयांच्या कक्षेच्या बाहेर गेलां आहां. हे मुनिश्रेष्ठ, त्याच्याच प्रसादानें मीं आतां सांगितल्या प्रकारचें दिव्य ज्ञान मला स्फुरलें; आणि त्यामुळेंच आपलें खरें स्वरूप माझ्या ध्यानांत आलें आहे. आपल्या अंगीं (आपणांस वाटत आहे त्यापेक्षां) श्रेष्ठ प्रकारचें विज्ञान, उच्च जातीची गति आणि थोर सामर्थ्य असून आपल्याला मात्र त्याची जाणीव नाहीं. अनुभवज्ञानामध्यें आपली गति झाली असूनही, कोंवळ्या वयामुळें, संशयनिवृत्ति न झाल्यामुळें, भीतीमुळें किंवा मोक्ष दुर्लभ आहे अशा दृढ कल्पनेमुळें—आपल्याला ज्ञान झालें नाहीं असेंच आपणांस वाटत आहे. माझ्यासारख्यांनीं शंका निरसन केल्यावर अंतःकरणांतील संशयग्रंथि तुटून शुद्ध मार्गानें चालला म्हणजे मनुष्याला स्वसामर्थ्याचा विश्वास येतो. आपल्याला विज्ञान झालें असून आपण स्थिरबुद्धि व निर्लोभ बनलां आहां; तरीही, ब्रह्मन्, प्रयत्न केल्यावांचून श्रेष्ठ पद मिळत नसतें. आपल्यास सुख व दुःख यांमध्यें कांहींच भय वाटत नाहीं; आपण विषयलोलुप नसून नृत्य आणि गीत यांबद्दल मुळींच उत्सुक नाहीं; कोणत्याही प्रकारची वासना आपणांस उत्पन्न होत नाहीं; बांधवांची ममता नाहीं आणि भीतिजनक गोष्टींचें आपणांस भय वाटत नाहीं. हे महाभाग, आपण मातीचें ढेंकूळ, दगड किंवा सोनें हीं सर्व सारखीं मानितां असें मला स्पष्ट दिसत आहे. अविनाशी व आमयरहित अशा मोक्षमार्गाकडे

आपली बुद्धि स्थिर झाली आहे, असें मला व अन्य ज्ञात्यांना उघड दिसत आहे. ब्रह्मन्, जी फलप्राप्ति ब्राह्मणानें धर्माचरण करून मिळवावयाची आहे, ती आपणांस मिळाली आहे. तेव्हां आपणांस मिळालेल्या फलापासून मोक्षार्थ भिन्न नाहीं. यापेक्षां आतां आणखी आपल्याला काय विचारावयाचें आहे?

अध्याय तीनशें सत्ताविसावा.

—:०:—

शुकांचें व्यासाकडे पुनरागमन.

(हिमालयवर्णन.)

भीष्म सांगतातः—याप्रमाणें जनक राजाचें भाषण ऐकून, सर्व संशय दूर झाल्यामुळें अंतःकरणाची शुद्धता पावलेले शुक मुनि बुद्धिद्वारा आत्म्याला ओळखते झाले; आणि आत्मारामाचे ठिकाणीं दंग होऊन सर्व बाह्य विषयांपासून त्यांची चित्तवृत्ति परावृत्त झाली. जनकाच्या उपदेशानें त्यांचा उद्दिष्ट हेतु सफल झाल्यामुळें त्यांना परमसंतोष होऊन, त्यांचे चित्ताची खळबळ नाहींशी झाली. मग आणखी कालव्यय न करितां वायुवेगानें अंतरिक्षांतून उत्तर दिशेनें ते हिमालय पर्वताकडे जावयास निघाले. याच सुमारास सिद्ध व चारण यांच्या वास्तव्यानें भूषित झालेल्या हिमवत् पर्वताला भेटण्याचे उद्देशानें नारद ऋषि निघाले होते. अप्सरासमुदायानें युक्त व शान्त स्वरालापांनीं गजबजलेल्या त्या नगराजावर हजारों किन्नर, आणि भृंगराज, मद्गु (कारंडव), खंजरीट, विचित्राकृति जीवजीवक इत्यादि विविध पक्षी, शेंकडों प्रकारचे केकारव करणारे चित्रविचित्र मयूर, राजहंसांचे थवे व कृष्णवर्ण कोकिला इत्यादिकांचें वास्तव्य असून, पक्षिराज गुरुड आपल्या अधिष्ठानानें नेहमीं त्या पर्वतश्रेष्ठाला अलंकृत करीत होता. चौघे लोकपाल व ऋषिसमूहांसह सर्व देव लोकांचें कल्याण करण्याच्या बुद्धीनें नित्य त्या हिमालयाचा आश्रय करितात. महात्मा विष्णूंनीं पुत्रप्राप्तीसाठीं याच पर्वतावर तपश्चर्या केली. तेथेंच सुरसेनेचे नायक कुमार कार्तिकस्वामी यांनीं बालदशेंत असतांना एक शक्ति पृथ्वीतलावर रोंवून तिन्ही लोकांना अवमानपूर्वक असें म्हटलें कीं, ‘ जो कोणी त्रैलोक्यांत मजपेक्षां श्रेष्ठ असेल, ज्याला ब्राह्मण प्रिय असतील, जो कोणी माझ्यासारखा वेद व ब्राह्मण यांचा भक्त आणि पराक्रमी असेल, त्यानें पुढें होऊन ही माझी शक्ति उपटून काढावी, अथवा निदान हालवावी तरी ! ’ ही गर्वोक्ति ऐकून, हें कार्य कोण करील अशी तिन्ही लोकांना चिंता उत्पन्न होऊन फार दुःख झालें. त्या समयीं सर्व असुर, राक्षस व देव यांचीं इंद्रियें व मन गोंधळून गेलीं आहेत असें जेव्हां भगवान् शुद्धात्मा विष्णु यानें अवलोकन केलें, तेव्हां या प्रसंगीं काय करणें सुविहित आहे याचा विचार करून त्या पुरुषोत्तमानें कुमाराची गर्वोक्ति सहन न झाल्यामुळें अग्निज्वालेसारखी प्रखर दृष्टि कार्तिकस्वामीकडे फेंकून त्या जळजळीत शक्तीला हात घातला; आणि उजव्या हातानें ती गदगद हालविली ! याप्रमाणें महासमर्थ श्रीविष्णु ती शक्ति हालवूं लागले तेव्हां पर्वत, रानेंवनें इत्यादिकांसह सर्व पृथ्वी कंपायमान झाली ! पण कार्तिकेयानें पुरलेली शक्ति उपटून काढण्याचें सामर्थ्य अंगीं असतांही फक्त तिला हालवून प्रभूनें स्कंदराजाचा मान ठेविला. याप्रमाणें ती शक्ति हालवून भगवान् प्रऱ्हादाला म्हणाले कीं, ‘ कार्तिकेयाचें सामर्थ्य अवलोकन कर. दुसऱ्या कोणाचेही हातून अशी करणी व्हावयाची नाहीं ! ’ हें बोलणें सहन न झाल्यामुळें ती शक्ति उपटण्याचा निश्चय करून प्रऱ्हादानें ती हातांत

घेतली. परंतु त्याच्यानें ती शक्ति अणुरेणूभर अलीकडे-पलीकडे होईना! तेव्हां तो हिरण्यकशिपूचा बालक मोठ्यानें ओरडला व मूर्छा येऊन गिरिशिखरावर विव्हल होऊन धाडकन् भूमीवर पडला!

बाबारे, याच नगोत्तमाच्या उत्तर बाजूला जाऊन वृषवाहन शंकरांनीं उग्र तपश्चर्या केली. त्यांच्या आश्रमाचे सभोंवार देदीप्यमान् अग्नि पसरला असल्यामुळें, दुराचारी लोकांनाच काय—पण यक्ष, राक्षस व दानव यांना देखील त्या आदित्यपर्वतावर जाणें दुर्घट आहे. त्या पर्वताचा विस्तार दहा योजनें असून सभोंवतीं अग्निज्वालांचें कडें आहे. तेथें एका पायावर उभे राहून ज्ञाते महादेव दिव्य सहस्र वर्षेंपर्यंत तपाचरण करीत होते; आणि त्यांना येणाऱ्या विघ्नांचें निवारण करीत महासमर्थ भगवान् अग्नि स्वतः तेथें जागरूक होता; व उग्र तपाचरणांत मग्न झालेल्या महादेवांच्या तपश्चर्येनें सर्व देवांना ताप होत होता.

याच हिमालयाच्या पूर्वदिशेला एका निर्जन कड्यावर महातपस्वी पराशरसुत व्यास हे सुमंतु, महाभाग वैशंपायन, विशालबुद्धि जैमिनि व तपस्वी पैल या आपल्या चौघां शिष्यांना वेद शिकवीत होते. ज्या ठिकाणीं तपोनिष्ठ व्यास मुनि शिष्यांसह बसले होते, तो आपल्या पित्याचा उत्तम व रमणीय आश्रम आकाशांतील सूर्याप्रमाणें उज्ज्वल असलेल्या शुकांनीं अवलोकन केला. तेव्हां व्यासांनींही दिवाकरासारखा तेजस्वी व अग्नीप्रमाणें प्रखर असा आपला पुत्र आपलेकडे येत आहे असें पाहिलें. तो योगाचरणांत निमग्न झालेला महात्मा शुक वृक्ष, पर्वत व अन्य विषय यांना स्पर्श न करितां धनुष्याच्या दोरीपासून सुटलेल्या तिराप्रमाणें अंतरिक्षांतून चालला होता. पित्यासन्निध येतांक्षणींच त्या अरणिसंभव शुकांनीं पितृचरणावर मस्तक ठेविलें. नंतर विहितोपचारपूर्वक दुसऱ्या गुरुजनांना भेटून शुक मुनींनीं पित्याला मुदित मनानें जनक राजापाशीं झालेला इत्थंभूत संवाद निवेदन केला.

पुढें एके दिवशीं, राजा, वीर्यशाली पराशरपुत्र मुनिश्रेष्ठ व्यास हिमालय पर्वतावर आपल्या शिष्यांना व पुत्राला वेदांचें शिक्षण देत कालक्रमणा करीत असतां वेदनिपुण, शांतचित्त व जितेंद्रिय असे शिष्य त्यांचेजवळ बसले होते. तेव्हां साङ्ग वेदांमध्यें पारंगत झालेल्या तपोनिष्ठ व्यासशिष्यांनीं हात जोडून नम्रतेनें आपले गुरूला असें म्हटलें.

शिष्य म्हणाले:—आपले कृपाप्रसादानें आम्ही महातेजानें युक्त झालों असून आमचें यशही वृद्धिंगत झालें आहे. आतां आपल्या अनुग्रहानें आपल्यापासून एक गोष्ट मिळावी एवढी इच्छा आहे.

हें शिष्यांचें भाषण श्रवण करून ब्रह्मर्षि व्यास म्हणाले, 'वत्सहो, मी तुमचें काय प्रिय करावें अशी तुमची इच्छा आहे तें बोला.'

राजा, गुरूचें वाक्य श्रवण करून ते शिष्य मुदित झाले व फिरून हात जोडून प्रणामपूर्वक त्या सर्वांनीं मिळून असें उत्तम भाषण केलें, "हे मुनिश्रेष्ठ गुरुवर्य, आपण प्रसन्न झालां आहां, त्या अर्थीं आम्ही धन्य आहों. भगवन्, आपल्यापासून एवढाच वर मिळविण्याची आमची इच्छा आहे कीं, आम्ही चौघे शिष्य व पांचवा आपला पुत्र शुक एवढ्यांनाच वेद यावे. याप्रमाणें सहाव्या शिष्याची आमच्या प्रमाणें वेदपारंगतेंत ख्याति होऊं नये हें आपल्यापाशीं आमचें मागणें आहे. हे महर्षे, कृपा करून एवढी आमची विनंती मान्य करा."

वेद शिकविण्यास पात्र कोण?

शिष्यांचें हें भाषण ऐकून घेतल्यावर, परलोकीं श्रेष्ठ गति कशी मिळेल याचें सदा

चिंतन करणारे, वेदार्थज्ञाते, बुद्धिमान् व धर्मात्मे पराशरसुत व्यास यांनीं आपल्या शिष्यांस उद्देशून धर्माज्ञेस अनुसरून व कल्याणप्रद असें भाषण केलें. ते म्हणाले, " ब्रह्मलोकामध्यें चिरकाल रहावयास मिळावें अशी ज्याची इच्छा असेल, त्यानें वेदाज्ञा ऐकण्याविषयीं उत्कंठित असेल अशा ब्राह्मणाला नेहमीं वेद सांगावे. तुमच्यासारखे पुष्कळ वेदवेत्ते व्हावे या हेतूनें अनेक शिष्य करून तुम्ही वेदांचा प्रसार करा. ज्याची शिष्य होण्याची इच्छा नाहीं अशा व्रतहीन दुरात्म्याला वेद शिकवूं नये. शिष्य करतांना त्याचे अंगीं कोणते गुण अवश्य पाहिजेत ते मीं आतां सांगितले; ते नीट लक्षांत ठेवा. शिष्याच्या चारित्र्याची पारख केल्यावांचून गुरूनें कोणासही विद्या सांगूं नये. तावून, तोडून व सुलाखून जशी शुद्ध सोन्याची परीक्षा करितात, तशी कुल, शील व गुण पाहून शिष्य होऊं इच्छिणाराची कसोटी ध्यावी. न सांगण्यासारख्या अथवा ज्यांपासून वाईट परिणाम होण्याचा संभव आहे अशा गोष्टी शिष्यांना कधींही सांगूं नयेत. विद्यार्थ्याची ग्राहकता व मेहनत यांच्या मानानें त्याला विद्या येते. सर्व अडचणींतून मुक्त होऊन अखिल शिष्य कृतार्थ व्हावे अशी माझी इच्छा आहे. म्हणून ब्राह्मणांना पुढें करून चारही वर्णांना वेदज्ञान ऐकण्यास हरकत नाहीं. वेदाध्ययन सांगण्याची रीति या प्रकारची असून सर्व धर्मांमध्यें वेदाध्यापनधर्म श्रेष्ठ आहे असें स्मृतीमध्यें सांगितलें आहे. देवांचें स्तवन करण्याच्या हेतूनें ब्रह्मदेवानें वेद उत्पन्न केले. बुद्धिभ्रंशामुळें जो वेदपारंगत ब्राह्मणाची निंदा करील, त्याला ब्राह्मणाच्या अधिक्षेपाच्या पातकामुळें कदापि जय यावयाचा नाहीं. जो धर्माज्ञेला धाब्यावर बसवून या नियमांच्या उलट वेदांचें अध्ययन अथवा अध्यापन करील, त्याचा अधःपात होऊन, धर्माज्ञेविरुद्ध चालणाऱ्या त्या गुरुशिष्यांमध्यें स्नेहभाव न रहातां द्वेषभाव उत्पन्न होईल. वेद कसे शिकवावे व शिकावे तो प्रकार मीं तुम्हांला निरूपण केला. ही माझी शिकवण नीट लक्षांत ठेवून शिष्यांना वेद शिकवा, म्हणजे ते तुमचे उपकृत होतील. "

अध्याय तीनशें अठ्ठाविसावा.

—:•:—

व्यासकृत वायुवर्णन.

भीष्म सांगतातः—हें गुरूंचें भाषण कानीं पडतांच हर्षनिर्भर होऊन त्या ओजस्वी व्यासशिष्यांनीं एकमेकांस आनंदानें कवटाळलें. नंतर, आपल्या परमपूज्य गुरूंनीं प्रस्तुत व पुढेंही आपल्याला फार उपयोगीं पडेल असें जें ज्ञान आपणांस सांगितलें, तें निरंतर मनामध्यें बाळगून आपण त्याप्रमाणें वर्तन ठेवूं, असें एकमेकांना अनुलक्षून ते बोलूं लागले. मग थोड्या वेळानें त्या वाक्पटु शिष्यांनीं पुनः व्यासांना मुदित अंतःकरणानें विज्ञाप्ति केली, ' हे मुनिश्रेष्ठ प्रभो, जर आपली आज्ञा होईल तर वेदांचे लहान लहान भाग करण्याचे उद्देशानें या पर्वतावरून खालीं पृथ्वीवर जाण्याचा आमचा मानस आहे. '

राजा, शिष्यांचें हें भाषण ऐकून प्रभु व्यासांनीं त्यांस धर्माज्ञेस अनुसरून असें हितकर उत्तर दिलें, ' शिष्यहो, स्वर्गी जा किंवा पृथ्वीवर जा,—जसें तुम्हांस आवडेल तसें करा; परंतु फार जपून सावधगिरीनें आपलें काम करा. कारण, वेदामध्यें पुष्कळ कठीण व दुर्बोध स्थळें आहेत. (जर पठनांत दुर्लक्ष केलेंत तर तुह्मी वेद विसरून जाल.)'

याप्रमाणें आपल्या सत्यवचनी गुरूची अनुज्ञा

मिळतांच व्यासांना प्रदक्षिणापूर्वक शिरसा वंदन करून ते चौघे शिष्य तेथून पृथ्वीवर आले. तेथें अग्निहोत्रापासून सोमयज्ञापर्यंत सर्व यज्ञ त्यांनीं स्वतः केले; आणि ब्राह्मण, क्षत्रिय व वैश्य यांच्या यज्ञयागादिकांमध्यें याजनकृत्यें करून तिन्ही वर्णांचा सत्कार घेत ते व्यासशिष्य मुदित अंतःकरणानें गृहस्थाश्रमाचा अंगीकार करून राहिले. याप्रकारें याजन व अध्यापन करण्यांत कालक्रमणा करीत असतां व्यासांचे शिष्य धनसंपन्न होऊन त्यांची फार कीर्ति झाली. इकडे, शिष्य पृथ्वीवर गेल्यानंतर पुत्रासह बुद्धिसंपन्न व्यास एकांतस्थलीं जाऊन शांतपणानें ध्यानमग्न होत्साते आपला काळ घालवीत असतां एके दिवशीं तपोनिधि नारद मुनि व्यासांना भेटण्यासाठीं त्यांच्या आश्रमांत आले; आणि मग नारदांनीं मधुर वाणीनें व्यासांना पुसलें, "हे वसिष्ठकुलोत्पन्न ब्रह्मर्षे, सांप्रत आपल्या आश्रमांत वेदघोष कां ऐकूं येत नाहीं बरें? एखाद्या चिंताक्रांत मनुष्याप्रमाणें आपण एकटे शांतपणानें ध्यानमग्न होऊन बसलां आहां, याचें कारण काय? ज्याप्रमाणें धूळ, अंधकार किंवा राहू यांनीं ग्रासलेला चंद्र शोभायमान् दिसत नाहीं, तसाच हा हिमालय पर्वत वेदघोषावांचून निस्तेज दिसत आहे. वेदध्वनि कानीं पडत नसल्यामुळें, देवर्षिसमुदायानें युक्त असूनही या नगराजाची पूर्वींची शोभा पार नाहींशी झाली असून सांप्रत हा फांसेपारध्याच्या गृहाप्रमाणें दिसत आहे. वेदोच्चाराचें सान्निध्य नसल्याकारणानें हिमालयाला आपले वास्तव्यानें भूषविणारे तेजस्वी ऋषि, देव व गंधर्व यांची मागील प्रभा मला तर सांप्रत मावळल्यासारखी दिसत आहे!"

नारदांचें हें भाषण श्रवण करून कृष्णद्वैपायन व्यास म्हणतात, "हे वेदवादनिपुण ऋषिश्रेष्ठा, आपण जें म्हणत आहां तें सर्व माझ्या मनाला पटलें. तिन्ही लोकांमध्यें घडणारी प्रत्येक गोष्ट तुम्हांला अवगत असते. आपण सर्वज्ञ व सर्वदर्शी आहां, आपली जिज्ञासा विश्वव्यापी आहे, यास्तव मला बोलण्याचा आपला अधिकारच आहे. हे विप्रर्षे, या प्रसंगीं मी काय करूं त्याची मला आज्ञा करा. शिष्यांचा वियोग झाल्यामुळें माझे मनाचा आनंद पार नाहींसा झाला आहे. म्हणून, हे ब्रह्मर्षे, कोणत्या गोष्टीचा मीं आतां अवलंब करावा तें कृपा करून सांगा."

नारद सांगतातः—पुनःपुनः वेदांची आवृत्ति न करणें हा वेदज्ञांचे ठिकाणीं दोष मानिला आहे; व्रताचरणावांचून रहाणें हें ब्राह्मणाला लांच्छनास्पद सांगितलें आहे; पृथ्वीवर वाहीक लोकांचें वास्तव्य पृथ्वीला कमीपणा आणतें; आणि स्त्रीचे ठायीं फाजील चौकसपणा असला तर तो तिच्या मालिन्याला कारण होतो. म्हणून आपल्या सुबुद्ध पुत्रासह तूं वेदघोष करण्यास सुरवात करून, राक्षसांचे भीतीपासून उत्पन्न होणाऱ्या अंधकाराचा त्या योगें निरास कर.

भीष्म सांगतातः—नारदांचें भाषण ऐकून परमधर्मज्ञ व्यास मुनींना अत्यानंद होऊन त्यांनीं तथास्तु म्हटलें; आणि आपला पुत्र जो शुक त्यासह ते वेदाभ्यासनिष्ठ व्यास शिक्षाग्रंथांत सांगितलेल्या नियमाला अनुसरून मोठ्या व मधुर वाणीनें स्वरयुक्त वेदघोष करून तिन्ही लोक गर्जवूं लागले. या रीतीनें, विविध धर्म जाणणारे ते पितापुत्र वेदाची आवृत्ति करीत असतां एके दिवशीं भयंकर झंझावात प्रथम समुद्रांत सुरू होऊन नंतर हिमालयावर मोठ्या जोरानें आपला प्रभाव दाखवूं लागला. तेव्हां ही वेदपठन बंद ठेवण्याची सूचना आहे हें लक्षांत आणून व्यासांनीं 'आज अनध्याय' असें

म्हणून आपल्या पुत्राला वेदोच्चार थांबविण्यास सांगितलें. या पित्राज्ञेनें शुकाला फार आश्चर्य वाटलें व त्यानें पित्याला प्रश्न केला, ' ब्रह्मन्, हा वायु कोठून उत्पन्न झाला ? वायूच्या या कृतीचा अर्थ काय हें मला उलगडून सांगा. '

शुकाच्या या प्रश्नानें व्यासांना अतिशय विस्मय वाटून ते म्हणाले, " आपण अनध्याय समजून वेदघोष बंद ठेवावा अशा अर्थाची ही सूचना आहे. तुला दिव्य दृष्टि उत्पन्न झाली असून तुझें मन स्वभावतः निर्मळ आहे. तमोगुण व रजोगुण यांच्या संस्कारांपासून सुटून तुझी सांप्रत सत्त्वगुणाकडे प्रवृत्ति झाली आहे. आरशांत ज्याप्रमाणें स्वतःचें प्रतिबिंब दृग्गोचर होतें, त्याप्रमाणें बुद्धीचे साह्यानें आत्म-तत्त्वाची तुला ओळख पटली आहे. अशा स्वरूपाच्या बुद्धीनें वेदार्थ उकलून, वायु कोठून आला हें कोडें तूं उलगडून घे. परमात्मा विष्णूच्या मार्गाला देवयान म्हणतात; व तमो-गुणानें युक्त असलेल्या मार्गाला पितृयान अशी संज्ञा आहे. इहलोक सुटल्यावर अनुक्रमें स्वर्गाला व नरकाला नेणारे हेच दोन मार्ग होत. वायु हे पृथ्वीवर आणि अंतरिक्षांत वाहतात. वायुमार्ग एकंदर सात आहेत, ते तुला क्रमशः सांगतों, ऐक. वत्सा, साध्य व अन्य बलिष्ठ महाभूतें यांच्या अधिष्ठानानें असलेलीं जीं नरदेहाचीं इंद्रियें त्यांचेपासून समानवायु या दुर्जय पुत्राची उत्पत्ति झाली. समानवायू-पासून उदानवायु जन्मास आला. उदानापासून व्यानाची निर्मिति झाली. व्यानापासून अपान उत्पन्न झाला आणि अपानापासून श्रेष्ठ प्राणवायु निघाला. सर्व शत्रूंना जेरीस आणणाऱ्या अतिसमर्थ प्राणवायूपासून मात्र दुसऱ्या कोण-त्याही वायूची उत्पत्ति नाहीं. आतां या भिन्न भिन्न वायूंचीं निरनिराळीं कर्में तुला यथातथ्य सांगतों. प्राणिमात्राचे निरनिराळ्या व्यापारांना वायुच कारण आहे. वायुच सर्व भूतांचें प्राणन ह्मणजे जीवन करीत असल्याकारणानें वायूला प्राण अशीही संज्ञा आहे. पहिला प्रवह (समान) नामक वायु हा धूम व उष्णता यांचेपासून उत्पन्न होणाऱ्या मेघसमुदायाला गति देऊन, अंतरिक्षांतील मार्गानें वहात असतां मेघजलाशीं संयुक्त झाल्यामुळें विद्युत् उत्पन्न होते व त्या योगें तो प्रवह वायु अति देदीप्यमान् दिसतो. दुसरा आवह (उदानाचें आधिदैविक नांव) नांवाचा वायु वहात असतां मोठा आवाज होतो. चंद्रादि सर्व तारका-गणांच्या उदयाला सदा हाच वायु कारणीभूत मानिला आहे. प्राण्याच्या देहाच्या उपाधीचा या वायूनें आश्रय केला ह्मणजे त्यालाच उदान असें निराळें नांव उपाधिभेदानें ज्ञात्यांनीं दिलेलें आहे. चारही समुद्रांचें पाणी शोषून घेऊन तें उदक अंतरिक्षांतील मेघांना तिसरा उद्वह नामक सदा गमनशील वायु अर्पण करितो; व मेघांना याप्रमाणें सजल केल्यावर असे वारिपूरित मेघ तोच वायु पर्जन्य-देवतेच्या स्वाधीन करितो. चौथा संवहवायु या मेघांना अंतरिक्षांत सावरून धरून ते निर-निराळे भागांत वांटून देतो; आणि वर्षाकालीं त्यांचेकडून जलवृष्टि करवितो. याच वायूच्या सामर्थ्यानें एकत्र झालेले मेघ पृथक् होतांना जो गडगडाट होतो तेंही या वायूचें एक रूपच होय. अखिल विश्वाच्या संरक्षणाकरितां हाच वायु मेघरूप धारण करितो. प्राण्यांचीं विमानें आकाशांतून चालविण्याचें सामर्थ्य याच वायूचे अंगीं असून तो पर्वतांचा देखील चुराडा करील असा समर्थ आहे. पांचवा विवह नामक वायु अति वेगवान्, बलवान् व रुक्ष असून वृक्ष उन्मळून पाडण्याची देखील शक्ति त्याचे अंगीं आहे. या विवहवायूनें मेघ युक्त झाले ह्मणजे या मेघांना बलाहक असें म्हणतात. हा

वायु भयंकर उत्पात करून अंतरिक्षामध्यें मोठमोठे गडगडाट उत्पन्न करितो. दिव्य आप आकाशांतच वरच्या वर राहून खालीं पडत नाहीं, आकाशगंगेचें पुण्यकारक उदक खालीं न कोसळतां अंतरिक्षांत आधारावांचून रहातें, वसुंधरेला शोभविणारा सहस्त्ररश्मि सूर्य एकरश्मि होतो, आणि कलाहीन झालेला चंद्र हा पुनः षोडशकलायुक्त वर्तुलाकृति होतो, हें सर्व हा सहाव्या अतुलप्रभावाच्या परिवह नामक वायूचें सामर्थ्य आहे. सातवा परावह वायु आयुर्मर्यादा संपतांच यथाकालीं भूतांचे प्राण हरण करितो. या वायूच्या अनुरोधानेंच मृत्यु व यम हे जातात. हे अध्यात्मचिंतका शुका, मीच परब्रह्म आहें अशी ज्यांच्या बुद्धीला ओळख होऊन जे निरंतर योगध्यानामध्यें मग्न असून त्यांतच ज्यांना परमानंद वाटतो, अशा पुरुषांना हाच वायु मोक्षमार्गाकडे नेतो. याच्याच साह्यानें पूर्वीं दक्षप्रजापतीच्या दहा हजार पुत्रांनीं ब्रह्मांडाचा अंत लावला व ते पलीकडे गेले. निर्बीजसमाधिकालीं या वायूचा संपर्क होतांच जीवास श्रेष्ठ पदाची प्राप्ति होऊन, प्रारब्धकर्माचा अंत होतांच पुनरावृत्तीचें भय त्या पुरुषास उरत नाहीं. असा हा सातवा वायु अतिसमर्थ व दुरतिक्रम आहे. हे सप्तवायु अदितीचे अति अद्भुत पुत्र होत. यांना वाटेल तिकडे अनिरुद्ध संचार करितां येतो व सर्व वस्तु या वायूंना गोचर आहेत; किंबहुना या वायूंचाच त्यांना आधार आहे. हा पर्वतश्रेष्ठ हिमालय देखील या सोसाट्याचे वाऱ्यानें हालवून सोडिला, हें खरोखर मोठें आश्चर्य आहे. वेद म्हणजे श्रीविष्णुचे निःश्वासवायुच होत.[1] हे फार जोरानें म्हटले असतां जगाला पीडा होते, म्हणून वेदपठणानें जगाला पीडा होत आहे असें दर्शवून वारा जोरानें वाहूं लागला म्हणजे वेदवेत्ते लोक अध्ययन बंद ठेवितात. परमात्म्याचे निःश्वासवायुस्वरूपी वेद जोरानें म्हटले असतां बाह्य वायूंना पीडा होते."

युधिष्ठिरा, समर्थ पराशरपुत्र व्यासांनीं पुत्राला इतकें सांगून (वायु बंद झाल्यानंतर) पुनः वेदपठण करण्यास सांगितलें; आणि आपण आकाशगंगेमध्यें स्नान करण्याकरितां निघून गेले.

अध्याय तीनशें एकोणतिसावा.

—:०:—

नारदांचा शुकांस उपदेश.

भीष्म सांगतातः—व्यास निघून गेल्यानंतर शुक त्या विविक्तस्थलीं वेदपठणांत गढून बसले असतां नारद अंतरिक्षमार्गातून शुकाकडे आले. देवर्षि नारद आपल्याकडे आले असें पहातांच शुकांनीं त्यांपासून वेदार्थ विचारून घेण्याच्या इच्छेनें वेदोक्तविधीनें अर्घ्यपूर्वक त्यांची पूजा केली. शुकांनीं केलेल्या पूजनानें संतुष्ट होऊन नारद म्हणाले, 'हे धर्मश्रेष्ठा, तुझें मी कोणतें प्रिय करूं तें सांग.' हे भारता, नारदांचें हें आनंददायक भाषण श्रवण करून शुक म्हणाले, 'या जगतांत जें मला हितप्रद होईल असें ज्ञान मला सांगा.'

नारद सांगतातः—पूर्वीं एकदा भगवान् सनत्कुमारांनीं तत्त्व जाणण्याचे हेतूनें त्यांचेकडे आलेल्या सदाचारसंपन्न ऋषींना असें सांगितलें कीं, ज्ञानासारखा अन्य नेत्र नाहीं; सत्यासारखें दुसरें तप नाहीं; आसक्तीसारखें दुसरें दुःख नाहीं; आणि त्यागासारखें दुसरें सुख नाहीं. पापाचरणाचा तिरस्कार, नेहमीं पुण्यकर्में करण्याची प्रवृत्ति, सदाचार व धर्माचरण यांवांचून दुसरी श्रेष्ठ व कल्याणाची गोष्ट नाहीं. दुःखपूर्ण मनुष्यजन्म प्राप्त झाल्यावर जो त्यालाच चिकटून रहातो, तो मोहांत

[1] यस्य निःश्वसितं वेदाः ।

सांपडला म्हणून समजावें; तो दुःखांतून सुटावयाचा नाहीं. ऐहिक वस्तूंची आसक्ति ही दुःखालाच कारण व्हावयाची. एकदा मनुष्य ऐहिक विषयांत गढून गेला म्हणजे त्याची बुद्धि चळते आणि तो मोहजालांत अधिकच गुरफटूं लागतो. मोहवश झालेल्या मनुष्याला इहपरलोकीं दुःखाशिवाय दुसरी गति नाहीं. वाटेल तो उपाय करून काम व क्रोध यांना कल्याणेच्छूनें आवरून धरिलें पाहिजे. कामक्रोधांची जोडी मनुष्याच्या कल्याणाचा विध्वंस करावयाला बसली आहे. नेहमीं तपोनिष्ठानें आपल्याला क्रोधाचा विटाळ होऊं देऊं नये; संपन्नतेवर मत्सराची सावली पडूं देऊं नये; (संपन्न मनुष्यानें मत्सर दूर ठेवावा.) विद्येचें मान व अपमान यांपासून रक्षण करावें; (विद्येला मानापमानांचा स्पर्श होऊं देऊं नये;) आणि आपल्या बुद्धीच्या हातून चुका न होऊं देण्याची खबरदारी घ्यावी. दया हा श्रेष्ठ धर्म आहे; क्षमा ही मोठी शक्ति आहे; आत्मज्ञान हेंच उच्च प्रतीचें ज्ञान होय; आणि सत्याहून श्रेष्ठ असें तर कांहींच नाहीं. सत्य भाषण करणें चांगलें; परंतु सत्यापेक्षां देखील हितकर भाषण करणें अधिक विहित आहे. कारण, प्राणिमात्राला जें अत्यंत हितकारक होईल तें सत्य, असें मी समजतों. ज्यानें कर्में करण्याचें सोडिलें आहे, जो निरिच्छ आहे, जो कशाचाही परिग्रह करीत नाहीं, किंबहुना ज्यानें सर्व ऐहिक वस्तूंचा त्याग केला आहे, तोच खरा विद्वान् व पण्डित होय. आसक्ति न ठेवितां व इंद्रियें ताब्यांत राखून जो इंद्रियांचे द्वारानें विषयोपभोग घेतो, तसेंच जो देहेंद्रियांबरोबर राहतो तथापि त्यांचेवांचून ज्याचें अडतही नाहीं; म्हणजे देहेंद्रियांशीं जो तादात्म्य ठेवीत नाहीं, असा शांतचित्त व निर्विकार मनुष्य मुक्त होतो आणि त्याला त्वरित श्रेष्ठपदाची प्राप्ति होते. जो अन्य भूतांकडे कधींही पहात नाहीं, जो अन्य भूतांना स्पर्श करीत नाहीं, किंवा त्यांच्याशीं बोलतही नाहीं, त्यालाच, हे ऋषे, परमश्रेय मिळतें. कोणत्याही प्राण्यास उपद्रव देऊं नये; उलट सर्व भूतांशीं मित्रभावानें वागावें. मनुष्यजन्म मिळाला म्हणून कोणाशीं वैर करूं नये. आत्मज्ञान झालेल्या जितेंद्रिय मनुष्याचें कल्याण— ऐहिक वस्तूंविषयीं औदासीन्य, समाधानवृत्ति, निरिच्छता आणि धीर या गोष्टींत आहे. बाबारे, आसक्ति टाकून इंद्रियनिग्रह कर, म्हणजे शोकरहित असलेल्या परमपदाची प्राप्ति होऊन, इहपरलोकीं तुला भय म्हणून कसलें तें राहणार नाहीं. लोभरहित झालेल्या मनुष्याला शोक करण्याची पाळी येत नाहीं, म्हणून लोभाचा त्याग करावा. हे सौम्या, लोभ सोडलास म्हणजे दुःख व ताप यांपासून तुझी मुक्तता होईल. दुर्घट गोष्ट साध्य करूं इच्छिणारानें नेहमीं तपाचरणांत राहून इंद्रियें व आत्मा यांचा निग्रह करावा; आणि मौन स्वीकारून आसक्ति न ठेवितां विषयांमध्यें वास्तव्य करावें. आसक्ति सोडून विषयांमध्यें राहणारा व एकांतवासांत राहणारा ब्राह्मण या दोघांनाही त्वरित श्रेष्ठ सुख प्राप्त होतें. सुखदुःखादि द्वंद्वांचा अनुभव घेण्यांत सुख मानणाऱ्या मनुष्यांमध्यें राहून जो आत्मतुष्ट असतो, त्याची विषयोपभोगाची इच्छा ज्ञानामुळें तृप्त झाली असें समजावें; आणि ज्ञान झाल्यामुळें ज्याची विषयवासना नष्ट झाली, त्याला अश्रु ढाळण्याची कधींही वेळ यावयाची नाहीं. शुभ कर्में आचरल्यानें देवत्व येतें; शुभाशुभ कर्में घडलीं तर मनुष्यजन्म मिळतो; व ज्याचे हातून निवळ अशुभ कर्मेंच घडलीं आहेत त्याला मात्र तिर्यग्योनीशिवाय गति नाहीं. संसाररूपी काहिलींत मृत्यु, जरा व दुःख

यांची पीडा भोगून सर्व प्राणी पोळले जातात, हें तुला कळत नाहीं काय? अहितकर गोष्टीला तूं हितकर मानितोस, अशाश्वताला शाश्वत समजतोस आणि अनर्थकारक गोष्ट फायद्याची आहे असा तुला भ्रम झाला आहे. या असत्कल्पना सोडून द्यावयाच्या नाहींत काय? रेशमाचा किडा ज्याप्रमाणें आपणच निर्माण केलेल्या तंतूमध्यें आपल्याला अडकवून घेतो, तसा तूं मोहानें निर्माण केलेल्या स्वतःच्या कर्मजालामध्यें आपल्याला गुंतवीत आहेस, पण हें तुझ्या मात्र ध्यानांत येत नाहीं! ह्मणून ही आसक्ति आतां पुरे कर. परिग्रह हाच दुःखमूलक आहे. रेशमाचा किडा देखील स्वतःच्याच कृतीनें गुरफटून आपला नाश करून घेतो. ज्याप्रमाणें वनगज सरोवराच्या चिखलांत रुतले ह्मणजे त्यांतून मुक्त न होतां जागचे जागीं मरून जातात, तसे पुत्र, दारा व सोयरे यांच्या पाशांत पडणारे प्राणी शेवटीं नाश पावतात. मोठमोठ्या जाळ्यांच्या साह्यानें पाण्यांतून जमीनीवर ओढलेल्या मत्स्यांची ज्याप्रमाणें अनुकंपनीय स्थिति होते, त्याप्रमाणें स्नेहरूपी जाळ्यांत गुरफटल्यामुळें सर्व प्राण्यांची कशी दुःखमय अवस्था झाली आहे इकडे पहा तर खरा! सोयरे, पुत्र, स्त्री व मोठ्या प्रयासानें केलेले धनादिकांचे संचय या सर्वांचा इहलोक सोडल्यावर कांहींएक उपयोग नाहीं. आपण केलेलें पापपुण्यच काय तें आपले बरोबर यावयाचें असल्यामुळें तें तेवढें आपलें असें ह्मणतां येईल. पुत्रदारादिक सर्व येथेंच टाकून निमूटपणें जर तुला येथून जावयाचें आहे हें समजत आहे, तर मग विनाकारण या अनर्थपरिणामी वस्तूंवर जीव कां ठेवून बसला आहेस? अखेर जें तुला हितपरिणामी होईल तें कां करीत नाहींस? ज्या मार्गानें तुला शेवटीं जावें लागणार आहे, त्या मार्गांत विश्रांतिस्थलें नाहींत; तो रस्ता अधांतरी (आधाराशिवाय) असून तेथें जमीन वगैरे कांहीं नाहीं; वाटेंत कांहीं फराळाला मिळावयाचें नाहीं; व सर्व मार्ग अंधकारमय आहे. अशा प्रकारच्या बिकट वाटेनें तुझ्यानें एकटें जाववेल कसें याचा विचार कर. तूं इहलोक सोडून चाललास ह्मणजे तुझ्या पाठीमागून सोबतीला कोणीही यावयाचें नाहीं. तूं आयुष्यांत जीं सत्कृत्यें व दुष्कृत्यें करून ठेविलीं असशील तेवढीं मात्र तुझी पाठ सोडणार नाहींत. विद्या, शुद्ध कर्माचरण व विशाल ज्ञान यांचे द्वारानें श्रेष्ठ साध्य (परमार्थ) मिळविण्याची खटपट कर. कारण, श्रेष्ठ साध्य प्राप्त झालें ह्मणजे पुनर्जन्मादिकांपासून प्राणी सुटलाच. विषयादिकांनीं भरलेल्या मनुष्यवस्तीमध्यें राहण्याची उत्कट वासना ही प्राण्याला संसारांत अडकविणारी रज्जु आहे. सदाचारी लोक ही रज्जु तोडून भवपार होतात; दुराचारी लोक मात्र ही दोरी तोडूं शकत नाहींत. भवरूपी नदीचें रूप हें तीर, मन हा वेग, स्पर्श हें द्वीप, गंध हा पंक (चिखल), शब्द हें उदक व रस हा ओघ होय. या भवनदींतून स्वर्गाकडे जाणारा मार्ग तर फारच बिकट आहे. क्षमारूपी वल्हीं लावून देहरूपी नौकेला स्थिर करण्यासाठीं सत्यधर्मरूपी दोरखंडाचा उपयोग करून दानरूपी वायूच्या मदतीनें शरीररूपी नाव हाकारून ही सपाट्यानें वहात असलेली भवनदी मनुष्यप्राण्यानें तरून जावी. धर्म व अधर्म आणि सत्य व असत्य यांचा त्याग कर. सत्य व असत्य या दोहोंचा त्याग केलास ह्मणजे यांचा त्याग करण्यासाठीं जें साधन उपयोगांत आणलें असशील त्याचाही त्याग कर. निरिच्छ होऊन धर्माचा त्याग कर व लोभ सोडून अधर्मही सोडून दे. बुद्धीचे साह्यानें सत्य व असत्य टाक आणि परमात्म्याचें ज्ञान करून घेतल्यावर

बुद्धीलाही फांटा दे. शरीररूपी गृहामध्यें अस्थि हे स्तंभ व स्नायु हे रज्जू असून, रक्तमांसाचें त्याला सारवण दिलें आहे आणि अखेर कातड्यानें तें मढविलें आहे. दुर्गंध व मूत्रपुरीष यांनीं भरलेलें जरा, शोक व बहात्तर रोग आणि दुःख यांचें माहेरघर, रजोगुणाचें आगर आणि क्षणभंगुर असलेलें अशा स्वरूपाचें जें भूतमात्राचें कांहीं कालपर्यंतचें वसतिस्थान शरीर, त्यावर आसक्ति करूं नको. हें सर्व विश्व व विश्वाहून निराळें जें महत्तत्त्व हीं दोन्ही पंचमहाभूतात्मक आहेत. यांपैकीं महत्तत्त्व परमात्म्याच्या आश्रयानें असतें. पांच इंद्रियें व सत्त्वरजादि तीन गुण, (आणि मागें सांगण्यांत आलेलीं आणखी नऊ तत्त्वें) मिळून या सतरा तत्त्वांच्या समुदायाला अव्यक्त अशी संज्ञा आहे. हीं अव्यक्तसंज्ञक सतरा तत्त्वें व पांच इंद्रियांचे पांच विषय व अहंकार आणि बुद्धि हीं व्यक्तसंज्ञक सात तत्त्वें मिळून चोवीस तत्त्वांची ही व्यक्ताव्यक्त सृष्टि होय. या चोवीस तत्त्वांनीं युक्त असणाऱ्या भूताला जीव ही संज्ञा प्राप्त होते. धर्म, अर्थ, काम (त्रिवर्ग), सुख-दुःख, जन्म-मरण या विषयांचें ज्याला तत्त्वतः यथार्थ ज्ञान झालें, त्यालाच उत्पत्ति व नाश यांचें इंगित कळलें. ज्या ज्या गोष्टींचें ज्ञान करून घेणें अवश्य आहे, त्यांचें रहस्य हलके हलके क्रमानेंच समजून घेतलें पाहिजे. इंद्रियांना ज्या गोष्टींचें ज्ञान होतें अशा इंद्रियगोचर वस्तूंना व्यक्त म्हणतात. बुद्ध्यादि लिंगांच्या साह्यानें मात्र ज्या गोष्टी कळतात, त्या इंद्रियातीत वस्तूंला अव्यक्त अशी संज्ञा आहे. तृषाक्रांत होऊन टेंकीस आलेल्या प्रवाशाला एकाएकीं पावसाच्या सरी आल्या असतां जसा अत्यानंद होतो, तसा आनंद इंद्रियांचा निग्रह करण्याचें ज्याला साधलें त्या देहधाऱ्याला होतो. सूक्ष्म-अंशरूपानें भूतमात्राचे ठिकाणीं आपण आहों आणि आपल्या ठायीं सर्व सृष्ट पदार्थ आहेत, अशी प्रतीति जितेंद्रिय मनुष्याला होते. वाटेल त्या अवस्थेंत असणाऱ्या सर्व प्रकारच्या भूतांना अशा प्रकारें आत्मस्वरूपानें ओळखण्याची पात्रता ज्याचे अंगीं आली, त्या परमात्मरूप झालेल्या मनुष्याचें हें ज्ञानसामर्थ्य कधींही नष्ट होत नाहीं. श्रेष्ठ ज्ञान झाल्यामुळें मोहापासून उत्पन्न होणाऱ्या क्लेशाचें ज्याला कांहींच वाटत नाहींसें होतें, अशा ज्ञानी मनुष्याला प्राणिमात्राशीं संबंध आला असतां देखील दुःख होत नाहीं. ज्ञानानें ज्याचे अंतःकरणांत प्रकाश पडला, त्याला जगाच्या रहाटीमध्यें कांहींएक दोष दिसत नाहीं. मोक्षोपायवेत्ता म्हणतो कीं, अनाद्यनंत परमात्मा निर्विकार, निराकार आणि कर्तृत्वरहित असून प्राणिमात्राचे ठिकाणीं अंशरूपानें भरलेला आहे. प्रत्येक प्राणी आपआपल्या अशुभ कृत्यांचा परिणाम दुःखरूपानें नेहमीं भोगीत असतो; आणि हें दुःख आपल्याला भोगावयास लागूं नये, एतदर्थ यज्ञ करून तो अनेक प्रकारें जीवांची हत्या करितो. येणेंप्रमाणें दुःखमोचनार्थ केलेल्या यज्ञयागादि कर्मांनीं दुःख तर सुटत नाहींच, परंतु प्राण्याचे हातून जीवांची हत्या वगैरे आणखी पुष्कळ नवीनच कर्में घडतात व त्यांचा परिणाम पुनर्जन्म घेऊन त्यास भोगावा लागतो. कुपथ्य केल्यामुळें सुधारावयास लागलेल्या रोग्याचा रोग पुनः उलटून जसा रोग्याला अधिकाधिकच त्रास होतो, तशीच दुःखपरिणामी गोष्टींना सुखावह समजणाऱ्या मोहांध मनुष्याची स्थिति होते. आपल्या कर्मांच्या योगानें तो पीडित होऊन, मंथनदंडानें जसा एखादा पदार्थ घुसळला जावा तशी त्याची अवस्था होते; आणि कर्मानुसार वेगवेगळे जन्म त्याला प्राप्त होतात. या प्रकारें नानाप्रकारचे कष्ट भोगीत चक्रा-

प्रमाणें या संसारांत प्राण्याला एकसारख्या जन्ममरणांच्या फेऱ्या कराव्या लागतात. परंतु तूं या सर्व बंधनांपासून मुक्त झाला असून कर्मांचा देखील तूं त्याग केला आहेस. तूं सर्वज्ञ व सर्वप्रभु आहेस. संसारदुःखांपासून मुक्त होऊन श्रेष्ठ प्रकारची सिद्धि तुला प्राप्त होवो. इंद्रियदमन करून तपश्चर्येच्या सामर्थ्यानें आजवर पुष्कळ लोकांनीं सर्व बंधनांपासून सुटून अत्यंत सुखकारक अशी श्रेष्ठ प्रकारची सिद्धि मिळविली आहे.

अध्याय तीनशें तिसावा.

—:०:—

नारदांचा शुकांस उपदेश.

नारद सांगतातः—दुःखाचा उपशम व्हावा म्हणून शोकरहित, शांतिदायक व कल्याणप्रद शास्त्राचें जे लोक श्रवण करितात, त्यांना शुद्ध बुद्धि प्राप्त होऊन त्या योगें मोठें सुख मिळतें. दररोज हजारों शोकप्रसंग व शेंकडों भयप्रसंग मूढ मनुष्याला प्राप्त होतात; परंतु ज्ञानी मनुष्यास त्यांचा संसर्ग होत नाहीं. याकरितां, कोणताही अनिष्टकारक प्रसंग तुजवर येऊं नये म्हणून मी एक उपाय सांगतों, तो ऐक.

बाबारे, मनुष्याची बुद्धि एकदा त्याचे कह्यांत आली म्हणजे त्याला शोक करण्याचा कधींही प्रसंग यावयाचा नाहीं. पाहिजे ती गोष्ट न मिळाल्यामुळें व नको असेल तें घडल्यामुळें संकुचित बुद्धीच्या लोकांच्या मनाला फार दुःख होतें. गतगोष्टींचे गुण आठवून दुःख करूं नये. कारण, मग त्यांविषयीं सदैव चिंतन करीत बसणाराची त्या गोष्टींविषयीं आसक्ति कधींच नाहींशी व्हावयाची नाहीं. ज्या वस्तूचे ठिकाणीं आसक्ति जडेल तींत दोष कोणते आहेत याचाच विचार करावा; आणि ती वस्तु परिणामीं अहितकर होईल ही भावना मनावर ठसविण्याचा यत्न करावा; म्हणजे तात्काळ त्या वस्तूवरून मन उडेल व या विचारसरणीनें मनुष्य विरक्त होईल. गतगोष्टींसाठीं शोक करणाराला धर्म, अर्थ अथवा कीर्ति यांपैकीं कांहीं मिळावयाचें नाहीं. जें गेलें तें परत येत नाहीं. नष्ट वस्तु पुनः कोणाला मिळाली आहे (असेंही कोणाचे ऐकिवांत नाहीं); जगांतील वस्तूंचा कोणाशीं संयोग व कोणाशीं वियोग हा खेळ सदैव चालूच असतो. यासाठीं एकानेंच कोणी वस्तूंचा वियोग झाला ह्मणून शोक करण्यांत अर्थ नाहीं. नष्ट किंवा मृत वस्तूंबद्दल जो शोक करितो, तो एका दुःखानें दुसरें दुःख प्राप्त करून घेतो; ह्मणजे मूळचा एक अनर्थ असतां हा दोन अनर्थ उत्पन्न करितो. जगामध्यें ही वियोगपरंपरा सारखी चालली आहे, हें बुद्धीनें जे ओळखितात, ते गतगोष्टींसाठीं अश्रु ढाळीत बसत नाहींत. जगाच्या या रहाटीचा ज्यांना यथार्थ बोध झाला त्यांना रडावयाचें कारण काय? कांहीं नाहीं. शारीरिक व मानसिक आपत्ति प्राप्त झाली असतां मानवी यत्नांनीं ती दूर करणें जर शक्य नसेल, तर त्याबद्दल वृथा चिंता न करावी हें बरें. दुःखद गोष्टींचा विचार सोडून देणें हेंच दुःखाला औषध. कारण, विचार केल्यानें दुःख कमी न होतां उलट वृद्धिंगत मात्र होतें. मानसिक दुःखाचा विवेकानें परिहार करावा व शारीरिक दुःख औषधें घेऊन नाहींसें करावें. (मानसिक दुःख हरण करण्याचें) ज्ञानाचे अंगीं सामर्थ्य आहे. या कामीं मोठ्या माणसांनीं (अविवेकाचें प्रदर्शन करून) लहान मुलांच्या पंक्तीला जाऊन बसूं नये. रूप, यौवन, जीवित, द्रव्यसंचय, आरोग्य आणि प्रियजनांचा सहवास या सर्व गोष्टी क्षणभंगुर आहेत; ह्मणून ज्ञात्यानें या गोष्टींचा लोभ धरूं नये. सार्वजनिक आपत्ती

बद्दल एका माणसानें शोक करूं नये. शोक न करितां प्रतिकाराचा जर कांहीं उपाय असेल तर तो मात्र तात्काळ अमलांत आणावयास लागावें. जीवितक्रमांत सुखापेक्षां दुःखच फार यांत कांहीं संशय नाहीं; पण त्याबरोबरच हेंही कबूल केलें पाहिजे कीं, मोहामुळें माणसांचा विषयांकडे साहजिकच ओढा दिसतो आणि मृत्यु हा कोणालाच आवडत नाहीं, ज्यानें सुख आणि दुःख हीं दोन्ही टाकली त्यालाच ब्रह्मपदाची प्राप्ति होते. अशा ब्रह्मस्वरूप झालेल्या मनुष्यासाठीं ज्ञाते शोक करीत नाहींत. द्रव्य खर्च करितांना दुःख, संभाळतांनाही दुःख आणि मिळवावयाचें तरीही दुःखच ! मग अशा स्वरूपाचें हें द्रव्य नाहींसें झालें तर त्याबद्दल चिंता कशाकरितां करावयाची ? विशिष्ट प्रकारच्या वेगवेगळ्या संपन्नावस्था प्राप्त झाल्या असतां असंतुष्ट होणाऱ्या लोकांचा नाश होतो; परंतु कोणत्याही स्थितींत ज्ञाते मात्र संतुष्टच असतात. प्रत्येक गोष्टीला अखेर नाश आहे; उच्च स्थानीं वास करणाऱ्या वस्तूला केव्हां तरी अधःपतन हें ठेवलेलेंच आहे; संयुक्त झालेल्या दोन गोष्टींचा शेवटीं वियोग व्हावयाचाच; आणि जन्मास आलेल्या प्राण्याला मरण ठरलेलेंच आहे ! तृष्णा कधींही संपावयाची नाहीं; संतोष हेंच परमसुख आहे; म्हणूनच ज्ञाते हे संतोषाला धन समजतात. आयुष्य एक पळभर देखील थांबत नाहीं,—सारखें चाललें आहे. स्वतःचें शरीरच जेथें अशाश्वत, तेथें कोणती वस्तु शाश्वत समजावयाची ? प्राणिमात्राच्या स्वरूपाचा विचार करितां तें अगम्य आहे हें ओळखून जे परमार्थाकडे लक्ष पुरवितात त्यांना शोक करण्याचें कारण उरत नाहीं. व्याघ्र जसा पशूवर एकदम झडप घालून त्याला घेऊन जातो, त्याप्रमाणें मृत्यु हा जीवाच्या इच्छा तृप्त झाल्या आहेत कीं नाहींत याचा विचार न करितां, अव्यापारेषु व्यापार करण्यांत मग्न झालेल्या प्राण्याला घेऊन जातो. म्हणून दुःखापासून सुटका होईल असा उपाय पहावा आणि शोक टाकून त्याचा अवलंब करावा, म्हणजे सर्व संकटांपासून सुटून मनुष्याला मोक्ष मिळेल. श्रीमंत असो वा दरिद्री असो, त्यानें शब्द, स्पर्श, रूप, रस व गंध या विषयांचा उपभोग घेतल्यानंतर तद्विषयक सुख शिल्लक रहात नाहीं. (तें उपभोगीपर्यंतच असतें, नंतर नाहींसें होतें.) कोणत्याही वस्तूशीं संयोग होण्यापूर्वीं भूतमात्राला तद्विषयक दुःख ठाऊक नसतें. मग संयोगानंतर यथाक्रमानें वियोग होऊन पूर्वस्थिति (संयोगापूर्वींची) आली तर त्यांत शोकाला काय कारण आहे ? मनुष्यानें शिस्नोदरविषयक वासनांचें धैर्यानें दमन करावें; नेत्रांचे द्वारें हस्तपादांचें रक्षण करावें; नेत्र व कर्ण यांचें मनानें रक्षण करावें; आणि विद्येच्या साह्यानें मन आवरून धरावें. परिचित किंवा इतर जीवांविषयीं प्रेम सोडून नम्रपणानें वागतो तोच सुखी व ज्ञाता होय. अंतर्यामीं रंगणारा, निरिच्छ, निर्लोभ, योगमग्न व स्वतःच्या कर्तबगारीनें चालणारा मनुष्य सुखी होईल.

अध्याय तीनशें एकतिसावा.

—:०:—

नारदांचा शुकांस उपदेश.

नारद सांगतातः—सुखदुःखांची परंपरा येऊं लागली म्हणजे शहाणपण, नीतिनैपुण्य व पौरुष यांपैकीं कशानेंही मनुष्याला सुखदुःखांपासून आपलें रक्षण करितां येत नाहीं. (तीं भोगल्यावांचून गति नाहीं.) तथापि त्यांचा प्रतिकार करण्यास झटणें हा आपला सहजधर्म समजून यत्न करीत रहावें. यत्न करील त्याला दुर्दशा यावयाची नाहीं. जरा, मरण व रोग यांपासून प्रिय आत्म्याचा बचाव

करावा. कुशल धनुर्धरांनीं सोडलेले तीक्ष्ण बाण जसे शरीरांत भिनून दुःख देतात, तसे शारीरिक व मानसिक रोग शरीराला पीडा देतात. कार्यतृष्णेनें पीडिलेला, दुःखांनीं ग्रासलेला, जगण्याची इच्छा करणारा आणि सर्वस्वीं परतंत्र अशा मनुष्याचें शरीर सक्तीनें नाशाकडे खेंचलें जातें. मरणशील जीवांचा आयुर्दाय हरघडी कमी करीत अहोरात्र हे एकामागून एक कधींही परत न वळणाऱ्या नदीप्रवाहाप्रमाणें सारखे निघून चालले आहेत. शुक्लकृष्णपक्ष हे जन्मास आलेल्या प्राण्यांना आळीपाळीनें एकसारखे जीर्ण करीत आहेत. या कामीं ते एक पळभर देखील फुकट घालवीत नाहींत. सूर्य स्वतः अविनाशी आहे, परंतु आपल्या अस्तोदयांच्या फेऱ्यांमध्यें भूतमात्राच्या सुखदुःखाची तो आहुति करीत आहे. अदृष्टपूर्व व अतर्कित असे जे इष्ट किंवा अनिष्ट प्रसंग मनुष्यावर येतात, ते सर्व आपल्याबरोबर गुंडाळून प्रत्येक रात्र जात आहे. कर्मांचें फल जर अन्य गोष्टींवर अवलंबून नसतें, तर प्रत्येक मनुष्याला तो इच्छील ती ती गोष्ट प्राप्त झाली असती. जितेंद्रिय, दक्ष व सुबुद्ध माणसें देखील जर संचितक्रियमाणादिकर्मविहीन असतील, तर त्यांच्या कोणत्याही प्रयत्नांना सिद्धि यावयाची नाहीं. उलटपक्षीं—गुणहीन, नीच व अप्रबुद्ध अशाही माणसांना त्यांची इच्छा व अपेक्षा नसतांही (पूर्वकर्मांच्या बळानें) वाटेल ती वस्तु मिळूं शकते. सदा प्राण्यांची हिंसा करण्यासाठीं टपलेला व दुसऱ्याला फसविण्यांत निमग्न असाही मनुष्य केव्हां केव्हां सुखांत लोळत पडल्याचें दृष्टोत्पत्तीस येतें. कोणाला कांहीं न करितां बसल्या जागीं लक्ष्मी मिळते, तर कोणाला भगीरथप्रयत्न करूनही जें मिळावयाचें कर्मांत नसतें तें मिळतच नाहीं. पाहिजे तर तूं हा पुरुषाचा दोष असें म्हण. (पण वस्तुस्थिति तशी नाहीं; हें नैसर्गिक आहे.) पुरुषाचे ठिकाणीं उत्पन्न झालेलें शुक्र स्त्रीचे ठायीं संक्रांत होतें; परंतु स्त्रीयोनीमध्यें संक्रांत झालेल्या शुक्रापासून केव्हां गर्भ उत्पन्न होतो, केव्हां गर्भसंभव होत नाहीं. या प्रकाराला—मोहोर येऊन फलोत्पत्ति होत नाहीं अशा आम्रवृक्षाची उपमा देतां येईल. संतान व्हावें या हेतूनें कांहीं पुत्रार्थी लोक नानाप्रकारच्या उपायांचा अवलंब करितात, पण त्यांना पुत्रप्राप्ति होत नाहीं. उलट—रागावलेल्या सर्पाला पाहून जशी मनामध्यें भीति उत्पन्न होते, तशी भीति ज्यांना गर्भसंभवाच्या कल्पनेनें वाटत असते, अशा लोकांना चांगला दीर्घायुषी पुत्र होतो; जणू काय पुनः बाल्यादि दशांचा अनुभव घेण्यास वडिलांची स्वारी माघारी वळली आहे ! पुष्कळदां असाही अनुभव येतो कीं, पुत्र नसल्यामुळें उद्विग्न चित्त असलेले लोक पुत्र मिळावा या इच्छेनें देवादिकांची पूजा अथवा तपश्चर्या करितात; पण त्यांचे पोटीं पूर्ण दहा महिने गर्भांत पोसलेले कुलांगार पुत्र जन्मास येतात ! कित्येकांना त्याच मंगल उपायांनीं पुत्र होऊन ते धनधान्यादिकांचा व वडिलार्जित अन्य विषयांचा यथेच्छ उपभोग घेतात. उलट कांहीं वेळीं असें आढळतें कीं, स्त्रीपुरुषांचा समागम होऊन पिशाचसंचाराप्रमाणें मातेला उपद्रव देणारा गर्भ निर्माण होतो. ज्या प्राण्याचें मांसश्लेष्मादिकांनीं भरलेलें स्थूल शरीर प्राणोत्क्रमणामुळें सुटलें, अशा प्राण्याला तात्काळ परिच्छिन्न करण्याकरितां अन्य शरीरें तयार असतात. दुसरा देह देखील पहिल्या देहाप्रमाणें अखेरीस नाशिवंत असून, ज्याप्रमाणें एका नावेंतील उतारू दुसऱ्या नावेंत घेण्याकरितां नावा तयार ठेवितात, त्याप्रमाणें निराधार झालेल्या

शरीरवर्ती आत्म्यासाठीं दुसरा देह कर्मबलानें तयार असतो. मैथुनसमयीं स्त्रीयोनीमध्यें संक्रांत झालेला अचेतन शुक्रबिंदु कशाच्या योगानें गर्भामध्यें जिवंत राहतो हें तुला सांगतां येईल काय? अन्नपान व भक्षण केलेले इतर पदार्थ ज्या उदरामध्यें जिरतात, त्यांतच अन्नाप्रमाणें गर्भही कसा जिरून जात नाहीं? मूत्रपुरीषांनीं भरलेल्या गर्भामध्यें जीवाची यात्रा नैसर्गिक नियमांनीं चालू राहते. गर्भधारणा अथवा गर्भविसर्जन ह्या क्रिया जीवाच्या हातच्या नसून, तो या कामीं परतंत्र आहे. कांहीं गर्भांचा उदरांतून अकालीं पात होतो; कांहीं निर्विघ्नपणें जन्मास येतात; तर कित्येक गर्भ जीव येतांच आपला अवतार संपवितात. मैथुनप्रसंगीं रेत संक्रांत करणाऱ्याला कोणत्या तरी रीतीची प्रजा होते; आणि अशा प्रकारें होणारी प्रजाही पुनः सुखदुःखादि द्वंद्वांचे ठिकाणीं आसक्त होते. देहांतील घटक पंचमहाभूतें हीं आयुर्दाय संपतांच सातव्या व नवव्या दशेप्रत जाऊन नष्ट होतात. परंतु देही आत्म्याला मात्र हे विकार प्राप्त होत नाहींत. क्षुद्र हरिणावर झडप घालणाऱ्या व्याधांप्रमाणें रोगांनीं मनुष्यदेहाला ग्रासल्यावर उठण्या-फिरण्याची त्याला शक्ति रहात नाहीं. व्याधिग्रस्त झालेल्या मनुष्यानें जरी अगणित द्रव्य खर्च करण्याचें मनांत आणिलें तरी धन्वंतऱ्यांना देखील वाटेल ते प्रयत्न करून रोगाच्या वेदना नाहींतशा करितां येत नाहींत; इतकेंच नव्हे, तर ज्यांचेजवळ पुष्कळ (रामबाण !) औषधें भरलेलीं आहेत, आणि जे आपल्या विद्येमध्यें निष्णात असून धंद्यामध्येंही कुशल आहेत, अशा धन्वंतरी वैद्यांवर देखील हरिणावर तुटून पडणाऱ्या पारध्यांप्रमाणें नानाप्रकारचे रोग आपला पगडा बसविल्यावांचून रहात नाहींत ! ज्याप्रमाणें बळकट हत्ती मोठमोठ्या वृक्षांचा फन्ना उडवितात, त्याप्रमाणें, विविध प्रकारचीं (शक्तिवर्धक) घृतें व कषाय यांचें सेवन त्या वैद्यांनीं चालविलें असतांही जरा ही त्यांचीं हाडें मोडते असें नेहमीं आपण पहातों. पशु व पक्षी रोगग्रस्त झाले असतांना त्यांचे रोगांची या जगतांत कोण बरें चिकित्सा करितात? (कोणी नाहीं !) किंबहुना, दरिद्री मनुष्य, पशु (व पक्षी) यांना रोगराईनें ग्रासलें आहे असें बहुतकरून आढळून येत नाहीं. जसे मोठमोठे (हिंस्र) पशु आपलेपेक्षां कमी शक्तीच्या पशूंवर झडप घालतांना नेहमीं दृष्टीस पडतात, तसे रोग हे भयंकर, अजिंक्य व प्रखर तेजाच्या राजांना सुद्धां घेरून टाकितात. याप्रमाणें नानाप्रकारच्या वेदनांमुळें मूढ झालेले आणि मोह व शोक यांत बुडून गेलेले सर्व जीव (कालाच्या) प्रवाहांत झपाट्यानें वहात चाललेले आहेत. कर्मानुसार दशा भोगणारे जीवांना धन, राज्य, अथवा उग्र तप यांपैकीं कशाच्याही योगानें कपाळीं लिहिलेल्या गोष्टी टाळतां येत नाहींत. प्रत्येक मनुष्याच्या मनांत उठलेल्या इच्छेप्रमाणें सर्व गोष्टी घडूं लागल्या तर कोणीही मरणार नाहीं, वृद्ध होणार नाहीं किंवा कोणाच्याही मनाविरुद्ध असें कांहीं घडलेलें पहाणार नाहीं. प्रत्येकजण असलेले स्थितीपेक्षां अधिक चांगली स्थिति प्राप्त व्हावी अशी इच्छा करीत असतो. सुस्थितीसाठींच त्याचे यथाशक्ति प्रयत्न चाललेले असतात.

---

१ जन्मास येणाऱ्या प्राण्याच्या गर्भांत आधान झाल्यापासून मरेपर्यंत एकंदर दहा दशा मानिल्या आहेत. त्या अशा–१ गर्भवास, २ जन्म, (उत्पत्ति), ३ बाल्य, ४ कौमार, ५ पौगण्ड, ६ यौवन, ७ स्थावीर्य, ८ जरा, ९ प्राणरोध, १० नाश; यांपैकीं सातवी व नववी म्हणजे स्थावीर्य आणि प्राणरोध या समजाव्या.

परंतु त्याचा हेतु मात्र सफल होत नाहीं. सावधगिरीनें वागणारे शठ, शूर व पराक्रमी हे सर्व प्रकारचे लोक—ऐश्वर्यमदानें व दारूच्या निशेनें धुंद व बेहोप झालेल्या माणसांची सेवा करितात. कित्येकांच्या हालअपेष्टा त्यांना कळण्यापूर्वी नाहींतशा होनात, तर कित्येक असे असतात कीं, त्यांचे स्वतःचे मालकीची मिळकत असूनही त्यांस उपभोगावयास सांपडत नाहीं. कर्मानुसार प्राप्त होणाऱ्या अवस्थांमध्यें अतिशय विषमता दिसून येते. कोणी पालखींत बसून जातात, तर कित्येकांना त्याच पालख्या आपल्या स्कंधांवर वाहून न्याव्या लागतात. ऐश्वर्याची इच्छा सगळे करतात; परंतु पुढें रथ इत्यादि झुलत आहेत असें ऐश्वर्य थोडक्यांच्याच नशीबीं असतें. कांहींजण बायका मेल्यामुळें विधुरावस्थेंत असतात, तर कित्येक शेकडों स्त्रियांचा उपभोग घेत असतात. याप्रमाणें सुखदुःखादि द्वंद्वांतच गढून राहणें ज्यांचे वांटयास आलेलें आहे, अशा मनुष्यांत देखील ज्याचे त्याचे भोगाचे वांटे (कर्मानुसार) वेगळे वेगळे आहेत. याकरितां, द्वंद्वांहून विलक्षण असें जें स्थान त्याकडे तूं लक्ष लाव; या कामीं मात्र भूल होऊं देऊं नको. धर्म व अधर्म, सत्य व असत्य या सर्वांचा त्याग कर; आणि यांचा त्याग केल्यावर ज्या गोष्टींचे साह्यानें या सत्यासत्यांचा त्याग करशील त्यांचाही त्याग कर. हे ऋपिश्रेष्ठा, हें जें परम गूढ मीं तुला उकलून सांगितलें, त्या ज्ञानाचे योगानेंच मृत्युलोकाचीं माणसें स्वर्गलोकीं जाऊन देव झालीं.

शुकांचा कर्तव्यनिश्चय.

या प्रकारचें नारदांचें भापण श्रवण केल्यावर, सुबुद्ध व शांत शुकाचार्यांनीं नारदांचे उपदेशाचा मनामध्यें पुष्कळ विचार करून पाहिला; परंतु त्यांचा ठाम असा कोणताच विचार होईना. त्यांनीं विचार केला कीं, पुत्र, दारा इत्यादिकांपासून फार क्लेश आहेत आणि वेद व शास्त्रें यांचा अभ्यास करणें हेंही फार श्रमाचें काम आहे. तेव्हां क्लेशरहित व श्रेयस्कर असें शाश्वत स्थान कोणतें असावें बरें ? याप्रमाणें थोडा वेळ चिंतन करून, सर्व धर्म साद्यंत जाणणारे जे शुक त्यांनीं अत्यंत सुखदायक अशा परमपदाची प्राप्ति करून घ्यावयाची असा निश्चय केला; आणि ते पुनः विचार करूं लागले: सर्व उपाधींपासून सुटून श्रेष्ठ गति मला कशी बरें मिळेल ? जें पद मिळतांच मला विविधजन्मरूपी समुद्रांत भोंवऱ्यासारखें पुनः फिरावें लागणार नाहीं, तें परमपद मला कोणत्या उपायांनीं प्राप्त होईल ? ज्या ठिकाणीं गेल्यावर पुनः परतावें लागत नाहीं, तें स्थान मिळविण्याचा माझा हेतु आहे. सर्वसंगपरित्याग करून चिंतनानें निश्चय केल्यावर मला तें स्थान मिळेल. जेथें माझ्या आत्म्याला शांति मिळून मला क्षयव्ययविरहित चिरकाल रहातां येईल, अशा ठिकाणीं मला जावयाचें आहे. पण असें परमपद योगावांचून मिळणें शक्य नाहीं. ज्याला एकदा पूर्ण ज्ञान होऊन परमपदाची प्राप्ति झाली, त्याला कर्मांच्या योगानें होणारा देहादि नीच उपाधींचा विटाळही होत नाहीं. म्हणून योगमार्गाचा अवलंब करून सांप्रतची कुडी सोडल्यावर वायुरूप होऊन मी तेजोनिधि सूर्याचे ठिकाणीं (अर्चिरादि मार्गानें) विलीन होईन. कारण, धूमादि मार्गानें जो सोमलोकाला जातो त्याला देवगण हलवितात व त्याला पुण्य सरतांच पृथ्वीवर यावें लागतें व पुनः पुण्यसंचय केल्यावर स्वर्ग प्राप्त होतो. पण (अर्चिरादि मार्गानें) सूर्यस्वरूपांत मिळून गेलेल्या जीवाची अशी स्थिति होत नाहीं. (त्याला परावर्तन नाहीं.) चंद्राला नेहमीं क्षय

आहे व पूर्ण क्षय झाल्यावर पुनः तो वृद्धिंगत होऊं लागतो. तीच अवस्था त्या लोकांत जाणारांची होते. या मार्गांत क्षय व वृद्धि आहे हें माहीत असल्यामुळें असल्या क्षयवृद्धिशील (धूम[१]) मार्गानें जाण्याची माझी इच्छा नाहीं. आदित्य आपल्या प्रखर किरणांनीं सर्व जगाला आपलें तेज अर्पण करितो; सूर्याचें मंडल कधींही कमी होत नाहीं; आणि शिवाय तो सर्व वस्तूंमधील तेज एकसारखें आपलेकडे ओढून घेतो; म्हणून देदीप्यमान् सूर्यामध्यें विलीन होणेंच मला श्रेयस्कर वाटतें. सूर्यलोकांत हें कलेवर ठेवून निःशंक मनानें व कोणाचें कांहीं चालूं न देतां मी त्या ठिकाणीं वास्तव्य करीन. ऋषींसह मी अतिदुःसह रवितेजामध्यें प्रवेश करीन. सर्व वृक्ष, हत्ती, पर्वत, पृथ्वी, दिशा, स्वर्ग, देव, दानव, गंधर्व, पिशाच, उरग व राक्षस या सर्वांना विचारूनपुसून मी या जगतांतील भूतमात्रामध्यें प्रवेश करीन. (परब्रह्मरूप होईन) यांत मुळींच संशय नाहीं. सर्व देवांनीं व ऋषींनीं आज माझें योगबल अवलोकन करावें.

नंतर, याप्रमाणें ठरलेला निश्चय शुकांनीं त्या लोकविख्यात नारदांस कळविल्यावर, नारदांची अनुज्ञा घेऊन ते पित्याकडे निघून गेले. मग त्यांनीं आपला पिता महात्मा कृष्णद्वैपायन व्यास मुनि यांना अभिवंदन करून प्रदक्षिणापूर्वक आपला हेतु कळविला. शुकाचा तो मनोदय ऐकून व्यासांना फार संतोष झाला व ते म्हणाले, ‘ हे पुत्रा, तुला डोळे भरून पाहून माझ्या नयनांचें पारणें मला फेडतां यावें, एतदर्थ आज तूं येथें रहा. ’ पण, राजा, सर्व संशय फिटल्यामुळें शुकांना कोणताही स्नेहपाश राहिला नव्हता. म्हणून पित्याच्या म्हणण्याकडे लक्ष न देतां मोक्षप्राप्तीचें चिंतन करीत ते वाट चालूं लागले. याप्रमाणें आपल्या पित्याला सोडून ते ऋषिश्रेष्ठ शुकाचार्य सिद्धसमुदायांचें वास्तव्य असलेल्या कैलासपर्वताच्या विशाल पृष्ठावर प्राप्त झाले.

अध्याय तीनशें बत्तिसावा.

—:०:—

शुकांची योगधारणा व सिद्धि.

भीष्म सांगतातः—हे भारता, व्यासपुत्र शुकाचार्य पर्वताच्या शिखरावर प्राप्त झाल्यानंतर ते निर्जन व तृणरहित अशा एका सपाट जागीं बसले; आणि त्या ठिकाणीं, योगशास्त्राचें पद्धतशीर ज्ञान जाणणाऱ्या त्या शुकांनीं, शास्त्रवचनानुसार यथाविधि पायांपासून आरंभ करून क्रमानें सर्व अवयवांचे ठायीं चित्ताची धारणा केली. तदनंतर पूर्वेकडे तोंड करून त्या विद्वद्रत्नानें सूर्योदय होतांच हातपाय जोडले आणि त्या स्थितींत ते नम्रपणानें (ध्यानस्थ) बसले. ज्या ठिकाणीं महाबुद्धिमान् व्यासपुत्रांनीं योगसंपादनाचा उपक्रम केला होता, तेथें चिट्पांखरूं देखील नव्हतें. त्या स्थानीं कसलाही आवाज कानीं पडत नव्हता व भीतिजनक असा कोणताही प्रकार दृग्गोचर[१] होत नव्हता. अशा स्थितींत असतांना, आपला आत्मा सर्व प्रकारच्या आसक्तींपासून मुक्त झाला आहे, असें त्यांचे प्रत्ययास आलें. हा अति आनंददायक प्रकार

---

१ शास्त्रांत–अर्चिरादि मार्ग व धूमादि मार्ग असे दोन मार्ग सांगितले आहेत. पहिल्यानें जाणारे जीवास पुनरावृत्ति नाहीं; दुसऱ्यानें जाणारास आहे.

शुक्लकृष्णे गती ह्येते जगतः शाश्वते मते ॥
एकया यात्यनावृत्तिमन्यया ऽऽवर्तते पुनः ॥
(गीता, अ० ८, श्लोक २६.)

१ येथें मूळांत ‘ अतिदर्शन ’ असे शब्द आहेत त्यांचा अर्थ–स्वतःपलीकडे अधिक कोणी दृष्टीस पडत नव्हतें, असा होतो.

अवलोकन करून शुक हर्षातिशयानें हंसले. मग पुनः मोक्षमार्ग मिळविण्याचे हेतूनें ते योगध्यानांत रत झाले व महायोग्यांमध्यें श्रेष्ठत्व पावून ते अंतरिक्षाचे देखील पलीकडे गेले. नंतर देवर्षि नारदांना प्रदक्षिणा घालून आपलें योगसामर्थ्य शुकांनीं त्या ऋषिश्रेष्ठाच्या कानीं घातलें.

शुक सांगतातः——मला मोक्षमार्ग दिसला असून त्या मार्गानें मी चाललों आहें. हे महाद्युते तपोधन, तुमचें कल्याण असो. आपल्या कृपाप्रसादानें मी इष्ट गतीला जाईन.

नंतर त्या द्वैपायनसुत शुकांनीं त्या देवर्षीस वंदन केलें; आणि त्यांची अनुज्ञा घेऊन त्यांनीं फिरून योगाचा अवलंब करून अंतरिक्षांत प्रवेश केला. अंतरिक्षांतून मार्गक्रमण करण्यास समर्थ असे ते सुनिश्चयाचे श्रीमत् शुकाचार्य वायुरूप झाले आणि त्यांनीं कैलास पर्वतावरून आकाशांत उड्डाण केलें. त्या वेळीं त्यांची कांति गरुडाप्रमाणें दिसली. याप्रमाणें ते द्विजवर्य वायुगतीनें किंवा मनोवेगानें अंतरिक्षांतून चालले असतांना सर्व प्राण्यांनीं त्यांना पाहिलें. त्या समयीं अग्नि व सूर्य यांप्रमाणें तेजस्वी असे ते शुकमुनि आपला दीर्घ मार्ग आक्रमीत असतां, तिन्ही लोक ब्रह्मस्वरूप आहेत असें निश्चयानें त्यांच्या अनुभवास आलें. एकाच गोष्टीकडे चित्त लावून ते मार्गक्रमण करीत असतां त्यांचें मन व्यग्र झालें नाहीं आणि त्यांच्या मनाला कशापासून भीतिही वाटली नाहीं. हा प्रकार चराचर सर्व भूतांनीं अवलोकन केला आणि त्यांनीं शुकांचें यथाशास्त्र व सविधि पूजन केलें; स्वर्गस्थ देवांनीं त्यांचेवर दिव्य सुमनांची वृष्टि केली; त्यांना पाहून सर्व गंधर्व व अप्सरा यांना विस्मय वाटला; आणि सिद्धि मिळालेल्या ऋषींना देखील (हें शुकांचें सामर्थ्य पाहून) फार आश्चर्य वाटलें. ते विचार करूं लागले कीं, तपाचरणानें सिद्धि मिळवून अंतरिक्षमार्गानें हा कोण बरें चालला आहे ? मुख वर करून सूर्याकडे यानें आपले नेत्र लाविले असल्यामुळें याचें शरीराकडे यत्किंचित् लक्ष नाहीं. आपल्या दृष्टिक्षेपांनीं आह्मांला संतोष देणारा हा कोण बरें असावा ? (गंधर्वादिकांची अशी विचारमग्न स्थिति झाली असतांना) इकडे, त्रैलोक्यामध्यें विख्यात असलेले परम धर्मात्मे शुकमुनि कांहीं न बोलतां मुकाट्यानें भगवान् सूर्याकडे दृष्टि लावून पूर्वाभिमुख आपला मार्ग आक्रमीत चाललेच होते. त्यांच्या गमनानें मोठा आवाज उत्पन्न होऊन त्याचे योगानें सर्व आकाश जणू काय भरून गेलें. पंचचूडाप्रभृति अप्सरागणांनीं जेव्हां शुकांना झपाट्यानें जातांना पाहिलें, त्या वेळीं त्यांचीं मनें गोंधळून जाऊन त्या फारच आश्चर्यचकित झाल्या व त्या आश्चर्यानें त्यांचे नेत्र प्रफुल्लित झाले. त्यांना वाटलें कीं, उत्तम गतीला पावलेलें हें कोणतें दैवत इकडे येत आहे कोण जाणे ! निःसंशय याची बुद्धि स्थिर झाली असून हा निरिच्छ मनुष्य मुक्त झाला आहे ! याप्रमाणें जातां जातां, उर्वशी व पूर्वाचिति या अप्सरा नेहमीं ज्या पर्वतावर वास करितात त्या मलय पर्वतावर शुकमुनि प्राप्त झाले. तेव्हां त्या दोघींनाही या ब्रह्मर्षिपुत्राचें सामर्थ्य पाहून परमविस्मय वाटला व त्या उद्गारल्या कीं, " या वेदाभ्यासी ब्राह्मणाचें केवढें हो हें अद्भुत चित्तैकाग्र्य ! अल्पावकाशांत चंद्राप्रमाणें हा सर्व अंतरिक्ष ओलांडून टाकील ! पित्याची सेवा करून याला हें श्रेष्ठ बुद्धिसामर्थ्य प्राप्त झालें आहे. हा तपोनिधि मोठा पितृभक्त असून बापाचा फार लाडका आहे. अशा प्रकारें यावरच त्याचा सर्व जीव असतां याच्या पित्यानें दुर्लक्ष करून याला कसा हो आपल्यापासून असा जाऊं दिला ! "

हें उर्वशीचें भाषण कानीं पडतांच परम धर्मवित् शुकाचार्यांचें तिकडे लक्ष गेलें व त्यांनीं चोहोंकडे नजर फेंकली, तेव्हां अंतरिक्ष, पृथ्वी, पर्वत, रानें, वनें, सरोवरें व नद्या अशीं त्यांचे दृष्टीस पडलीं; आणि तत्क्षणीं भोंवतालच्या सर्व देवतांनींही हात जोडून मोठ्या आदरानें शुकांकडे पाहिलें. तेव्हां त्यांना संबोधून धर्मज्ञ शुकाचार्य ह्मणाले, "देवतांनो, जर माझा पिता 'बा शुका! बा शुका!' अशा हांका मारीत माझे मागून येऊं लागला, तर तुह्मी सर्व मिळून त्याला माझेकरितां उत्तर द्या. कृपा करून एवढें माझें काम करा."

ही शुकांची विज्ञप्ति ऐकून सर्व दिशा, काननें, समुद्र, नद्या व पर्वत यांनीं आसमंतांतून प्रत्युत्तर दिलें कीं, 'हे विप्रा, ठीक आहे; तुझ्या इच्छेप्रमाणें होईल. व्यास मुनि आह्मांस विचारूं लागले तर त्यांस आह्मी होकार देऊं!'

अध्याय तीनशें तेहेतिसावा.

—:०:—

शुकाख्यानसमाप्ति.

भीष्म सांगतातः—राजा, याप्रमाणें बोलणें झाल्यावर त्या महातपोनिष्ठ ब्रह्मर्षि शुकांनीं चौरही प्रकारचे मोक्षप्रतिबंधक दोष टाकले आणि सिद्धि मिळविली. अष्टविध तमोगुण सोडून दिल्यावर त्या सुबुद्ध शुकांनीं पंचविध रजोगुण व सत्त्वगुण यांचा अनुक्रमें नाश केला, तो एक अद्भुतच प्रकार झाला. पुढें, नित्य, निर्गुण व लिंगरहित परमपद जें ब्रह्म त्या ठिकाणीं त्यांनीं वास्तव्य केलें. (ते ब्रह्मरूप झाले.) त्या वेळीं त्यांचें तेज धूमरहित अग्नीसारखें (निर्मळ) दिसत होतें. त्याच समयीं उल्कापात, धरणीकंप, दिग्दहन इत्यादि अनेक अशुभसूचक अद्भुत चमत्कार सुरू झाले; वृक्षांच्या फांद्या मोडून पडल्या; गिरिशिखरें कोसळून खालीं आलीं; मोठे भयंकर गडगडाट होऊन हिमालय पर्वताचे तुकडे होतात कीं काय असा भास झाला; सहस्ररश्मि सूर्य निस्तेज झाला; अग्नि पेटण्याचा थांबला; आणि सरोवरें, नद्या व समुद्र हीं सर्व खवळून गेलीं! पण इंद्रानें गोड व सुवासिक पर्जन्यवृष्टि सुरू केली आणि पवित्र व सुगंध वायु वाहूं लागला.

तदनंतर, हिमालय पर्वताचें एक व मेरु पर्वताचें एक अशीं दोन एकमेकांस लागलेलीं शुभदायक गिरिशिखरें शुकांच्या दृष्टीस पडलीं. त्यांपैकीं पहिलें रुप्याचें असून त्याचा वर्ण पांढरा होता; दुसऱ्याचा वर्ण पिवळा असून तें सुवर्णाचें होतें. युधिष्ठिरा, तें प्रत्येक शिखर शत योजनें उंच व तितकेंच रुंद असून, उत्तर दिशेनें मार्ग आक्रमीत असतांना तीं सुंदर गिरिशृंगें शुकांच्या अवलोकनांत आलीं. त्या गिरिशिखरांमुळें मार्गनिरोध झाला होता तरी न डगमगतां निःशंक मनानें शुक चाललेच होते. त्यांची त्या शिखरांशीं टक्कर होतांच एकाएकीं (शुकांच्या धडकेच्या सामर्थ्यानें) तीं शिखरें दुभंग झालीं! त्या समयीं, हे राजश्रेष्ठा, तो देखावा फारच चमत्कारिक दिसला. त्या भग्न झालेल्या शिखरांमधून शुक पार निघून गेले. कारण, त्या पर्वतांच्या अंगीं शुकांच्या गतीला प्रतिरोध करण्याची शक्ति नव्हती. राजा, शुक दुभंग झालेल्या शिखरांमधून गेले त्या वेळीं त्या पर्वतांवर वास्तव्य करणारे जन, गंधर्व, ऋषि व स्वर्गांतील देव यांनीं मोठा जयघोष केला. इतकेंच नव्हे, तर 'शाबास! शाबास!' असाही ध्वनि चोहों-

१ वितर्क, २ विचार, ३ आनंद, ४ अस्मिता.

१ थोर पुरुष हें जग सोडून चालले म्हणून जगाचें दुर्भाग्य सुचविणारे अपशकुन झाले.

२ शुकाचे आगमनाचे शुभशकुन.

कडून निघूं लागला; देव, गंधर्व, ऋषि, यक्ष, राक्षस व विद्याधर यांनीं शुकांची पूजा केली; आणि त्यांनीं उधळलेल्या दिव्य पुष्पांनीं आकाश भरून गेलें !

नंतर, हे महाराजा, फुललेल्या वृक्षांनीं युक्त असलेल्या वनांतून वाहणारा मंदाकिनीचा रमणीय प्रवाह धर्मात्म्या शुकांनीं उंचावरून पाहिला. त्या नदीच्या उदकांत अप्सरा जलक्रीडा करीत होत्या. त्या नग्न होत्या तरी शुकांना पाहून लज्जायमान झाल्या नाहींत. कारण, शुक हे देहभानरहित होते. आपला पुत्र ब्रह्मरूप होऊन चालला आहे असें जाणून व्यास पुत्रस्नेहानें त्याच मार्गानें त्याचे मागून निघाले होते. वातावरणाच्या पलीकडे असलेल्या[1] अंतरिक्षांतील प्रदेशांतून मार्ग आक्रमून आपलें योगसामर्थ्य शुकाचार्यांनीं प्रकट केलें; व आपण ब्रह्मरूप झालों हें जगाच्या प्रत्ययास आणलें. तपोनिधि व्यासही योगसामर्थ्यानें मार्ग चालून, निमिषांत शुक ज्या मार्गानें गेले, त्या मार्गानें शुकांचे मागून निघाले. तेव्हां आपला पुत्र पर्वतशिखरें दुभांगून गेला असून ऋषि त्याचे सामर्थ्याची वाखाणणी करीत आहेत असें त्यांनीं पाहिलें. त्या वेळीं भोः शुक (बा शुका, बा शुका,) अशा दीर्घस्वरानें व्यास हांका मारूं लागले. तेव्हां, तिन्ही लोक भरून जातील इतक्या मोठ्यानें आपला पिता आपणास हांका मारीत आहे हें पाहून, विश्वरूप व ब्रह्मभूत झालेल्या त्या सर्वदर्शी शुकांनीं भोः हा एकाक्षरी शब्द उच्चारून प्रतिध्वनिरूपानें प्रतिवचन दिलें. तेव्हां चराचर जगतामधून तितक्याच मोठ्यानें भोः या शब्दाचा प्रतिध्वनि निघाला! त्या वेळेपासून आजपर्यंत गिरिकंदरांत किंवा पर्वतपृष्ठावर शब्द उच्चारला असतां शुकाला उत्तर म्हणूनच कीं काय भोः शब्दाचा प्रतिध्वनि उमटतो![1]

याप्रमाणें आपलें सामर्थ्य दाखवून शुकांनीं शब्दादि गुणांचा त्याग केला आणि ते श्रेष्ठपदीं अंतर्धान पावले. हा आपल्या अप्रतिम व तेजस्वी पुत्राचा प्रभाव पाहून व्यास शुकाकरितां पर्वताच्या पृष्ठावर विचारांत बसले. त्या वेळीं मंदाकिनी नदीच्या तीरावर क्रीडा करीत असलेल्या अप्सरांनीं व्यासांना पर्वतपृष्ठावर बसलेले पाहतांक्षणींच त्यांची तारंबळ उडाली आणि त्या अगदीं हतबुद्ध झाल्या. आपलें नग्नत्व व्यासांना दिसूं नये म्हणून त्या ऋषिश्रेष्ठाला पाहतांच त्या अप्सरांपैकीं कांहींजणी उदकांत लपल्या; कांहीं जवळील रायांत शिरल्या व कांहींनीं चटकन् वस्त्रें परिधान केलीं. हें जेव्हां व्यासांनीं पाहिलें, तेव्हां आपला पुत्र सर्व प्रकारच्या संगांपासून मुक्त झाला असून आपण मात्र अद्याप आसक्तच आहों, हें त्यांच्या लक्षांत आलें; आणि यामुळें त्यांना (पुत्रवैभवाचा) आनंद झाला, तसेंच (आपल्या आसक्तीसाठीं) दुःखही झालें. तेव्हां ऋषिवृंदाला पूज्य असलेले पिनाकपाणि भगवान् शंकर, देव व गंधर्व यांसह तेथें आले; आणि पुत्रशोकानें व्याकूळ झालेल्या कृष्णद्वैपायन व्यासांना उद्देशून म्हणाले, " पृथ्वी, आप, तेज, वायु व आकाश या पंचमहाभूतांच्या सामर्थ्यानें युक्त असा पुत्र मला व्हावा म्हणून तूं पूर्वीं मजपाशीं वर मागितलास, त्या प्रकारच्या लक्षणांनीं युक्त असा पुत्र तुझ्या तपःसामर्थ्यानें तुला मिळाला; आणि, हे विप्रर्षे, ज्यांना इंद्रियें जिंकतां आलीं नाहींत अशा दैवतांना देखील दुर्लभ असणारी श्रेष्ठ गति माझ्या कृपा-

१ वातावरण कांहीं अंतरापर्यंतच आहे हें ऋषींस माहीत होतें.

१ व्यासास उत्तर देतांना शब्दाचा आश्रय करावा लागला होता.

प्रसादानें--ब्रह्मतेजानें पूर्ण व शुद्ध अशा तुझ्या पुत्राला प्राप्त झाली, यांत शोक करण्यासारखें काय आहे ? जोंपर्यंत पर्वत व समुद्र कायम आहेत, तोंपर्यंत तुझ्या सुपुत्राची कीर्ति अक्षय्य राहील! हे मुनिश्रेष्ठा, माझ्या प्रसादानें तुझ्या पुत्राची प्रतिमा तुझ्यापासून केव्हांही दूर न होतां नेहमीं या जगतांत तुझ्या सन्निध तुला दिसेल." हे भारता, याप्रमाणें प्रत्यक्ष शंकरांचा अनुग्रह व्यासांवर झाला व त्यांना पुत्राची छाया दिसूं लागली. यामुळें परमसंतुष्ट होऊन व्यास मुनि स्वस्थानीं परत गेले.

हे भरतकुलश्रेष्ठा, शुकाचार्यांच्या जन्माची व निर्याणाची कथा या प्रकारची आहे. ती तूं मला विचारल्या कारणानें मीं सविस्तर तुला निवेदन केली. पूर्वीं, हे राजा, प्रत्यक्ष देवर्षि नारदांनीं व योगिश्रेष्ठ व्यासांनीं ही कथा मला गोष्टींच्या ओघांत अनेक वेळां सांगितली आहे. या पुण्यपावन कथानकाचा मोक्षधर्माशीं अति निकट संबंध आहे. शांतचित्त झालेला जो कोणी हें कथानक श्रवण करील, तो निःसंशय श्रेष्ठ गतीला जाईल.

अध्याय तीनशें चौतिसावा.

—:०:—

नारायणनारदसंवाद.

युधिष्ठिर विचारतोः—ब्रह्मचर्य, गार्हस्थ्य, वानप्रस्थ व संन्यास यांपैकीं कोणत्याही आश्रमांत असलेल्या मनुष्याला मोक्षसिद्धि मिळवावयाची असली तर त्यानें कोणत्या देवतेचें पूजन करावें ? अशा मुमुक्षूला खात्रीनें स्वर्गप्राप्ति कोणत्या उपायानें होईल ? काय केलें असतां त्याला कैवल्यपद मिळेल ? देव व पितर यांप्रीत्यर्थ त्यानें कोणत्या विधीनें हवनें करावीं ? त्याचप्रमाणें, मुक्त झालेल्या मनुष्याला कोणती गति प्राप्त होते? मोक्षाचें स्वरूप (रहस्य) काय ? एकदा स्वर्ग मिळाल्यावर पुनः तेथून अधःपतन होऊं नये, यासाठीं कोणती योजना केली पाहिजे ? सर्व देवतांमध्यें श्रेष्ठ देवता कोणती ? सर्व पितरांत श्रेष्ठ कोण ? देवश्रेष्ठ व पितृश्रेष्ठ यांहूनही श्रेष्ठ असें कांहीं आहे कीं काय ? पितामह, या सर्व प्रश्नांचीं उत्तरें मला कृपा करून सांगा.

भीष्म सांगतातः—हे अनघा, प्रश्न करण्यांत तूं फार कुशल असल्यामुळें, त्वां केलेले प्रश्न अति गहन आहेत. कोणी शेंकडों वर्षे सांगत बसला तरी केवळ तर्कशास्त्राच्या साह्यानें यांचीं (समर्पक व निःसंदेह) उत्तरें देणें शक्य नाहीं. हे राजा, नारायणाच्या कृपेवांचून किंवा श्रेष्ठ प्रकारचे ज्ञानाशिवाय तुला उत्तर देणें कठीण आहे. तथापि, हे शत्रुघ्ना, मी या गहन प्रश्नांचें विवरण यथाशक्ति तुला सांगतों. या विषयांचे संबंधांत नारायण ऋषि व नारद यांच्या संवादाचा प्राचीन इतिहास उदाहरणार्थ सांगत असतात. हे राजश्रेष्ठा, मीं आपल्या पित्यापासून असें ऐकलें आहे कीं, पूर्वीं कृतयुगामध्यें स्वायंभुव मन्वंतर चालू असतां, सनातन व विश्वात्मा स्वायंभुव नारायणापासून नर, नारायण, हरि व कृष्ण या चार मूर्ति धर्माच्या पोटीं उत्पन्न झाल्या. त्यांपैकीं अव्यय अशा नरनारायणांच्या जोडीनें बदरिकाश्रमाचा आश्रय करून, सुवर्णाप्रमाणें मोहक व रथाप्रमाणें परप्रेरित अशा देहरूपी रथांत बसून उग्र तपश्चर्या केली. त्यांचीं (देहरूपी) वाहनें पंचमहाभूतांचीं बनविलेलीं असून फार मनोरम होतीं. त्यांपैकीं प्रत्येकास आठ [1]आठ चाकें होतीं. त्यांचें तपाचरण चाललें

१ रथ ह्मणजे शरीर; शरीराचा मोह कोणाला सुटत नाहीं, ह्मणून कनकाची उपमा दिली आहे. जीव हा देहरूपी रथाचा प्रेरक व अविद्यादि आठ त्याचीं चाकें होतीं.

असतां, तपश्चर्येच्या योगानें ते आद्य लोकनाथ इतके कृश झाले कीं, त्यांच्या शरीरांतील शिरान् शिरा स्पष्ट दिसूं लागल्या! तथापि, त्यांच्या तपस्तेजामुळें देवांना देखील त्यांच्याकडे बघवेना. ज्यांवर त्यांचा कृपाप्रसाद होई, तेच त्या देवतुल्य ऋषींकडे पाहूं शकत. त्यांच्याच कृपादृष्टीनें नारदांच्या मनांत त्यांचेविषयीं भक्ति उत्पन्न होऊन त्यांचें दर्शन व्हावें अशी बलवत्तर प्रेरणा नारदांना झाली. तेव्हां लागलीच मेरु पर्वताच्या शिखरावरून ते गंधमादन पर्वतावर उतरले व तिन्ही लोक ओलांडून शेवटीं ते शीघ्रगामी नारद बदरिकाश्रमीं आले. त्या वेळीं नर व नारायण हे ब्रह्मयज्ञादि आन्हिक कर्में करीत बसले होते. त्यांना पाहून नारदांना मोठें कौतुक वाटलें व ते म्हणाले, देव, दानव, गंधर्व, किन्नर व उरग यांसहवर्तमान सर्व लोकांचें हेंच स्थल अधिष्ठान असलें पाहिजे. प्रथम या सर्वांची एकच विराट्स्वरूपी मूर्ति होती. परंतु धर्माची कुलवृद्धि करण्यासाठीं त्यांनींच धर्माचे पोटीं चार रूपें धारण करून धर्म चतुर्गुण वाढविला! खरोखर मला वाटतें, नर, नारायण, कृष्ण व हरि या चार देवांनीं धर्मावर हा मोठाच अनुग्रह केला. पूर्वीं कृष्ण व हरि यांचें कांहीं कारणास्तव वास्तव्य येथेंच होतें. त्याच ठिकाणीं हे धर्मावतार सांप्रत तपाचरण करीत आहेत. ही नरनारायणांची जोडी ह्मणजेच परम-धाम होय. यांचें हें आन्हिककर्म ह्मणजे एक नवलच ह्मणावयाचें. कारण, हेच विख्यात ऋषि स्वतः भूतमात्राचे पितर देव असून, हे कोणत्या बरें (अन्य) देवांचें व पितरांचें पूजन करीत असावे?

अशा प्रकारचे विचारतरंग नारायणाचे भक्तीनें ओथंबलेल्या त्यांच्या मनामध्यें चालले असतां ते एकदम नरनारायणांचे सन्निध प्राप्त झाले. मग देवांची व पितरांची पूजा आटपल्यावर त्या उभयतांचें नारदांकडे लक्ष गेलें. तेव्हां त्यांनीं नारदांची यथाविधि व सशास्त्र पूजा केली. हा अपूर्व व आश्चर्यकारक प्रकार (हे जगताचे स्वामी असून विस्तरशः यथाविधि स्वतः धर्माचरण करीत आहेत हा) अवलोकन करून, भगवान् नारद सुप्रीत अंतःकरणानें त्यांचे जवळ बसले. मग नारायण ऋषीकडे पाहून व त्या देवश्रेष्ठाला नमस्कार करून प्रसन्न मनानें नारदांनीं प्रश्न केला.

नारद विचारतातः—हे देवा, तूं जन्मविरहित व सनातन असून, अखिल विश्वाचा स्रष्टा आहेस. तुला जगज्जननी ह्मणतात. सर्वश्रेष्ठ असा जो मोक्ष तो तूंच आहेस. वेद, वेदांगें, उपांगें व पुराणें या सर्वांमध्यें तुझीच स्तुति गाइली आहे. भूतभव्य सृष्टीसह हें सर्व विद्यमान जगत् तुझेच ठिकाणीं अधिष्ठित आहे. गार्हस्थ्यादि चारही आश्रमांतील लोक हे विविध मूर्तींचे ठिकाणीं वास करणारा जो तूं त्या तुझ्याप्रीत्यर्थच नेहमीं यज्ञयागादि करतात. तूं सर्व जगताचा पिता, माता व सनातन गुरु असतांना, आतां तूं कोणत्या अन्य देवांप्रीत्यर्थ व पितरांप्रीत्यर्थ हा यज्ञ करीत आहेस, तें आह्मांला कळत नाहीं!

श्रीभगवान् नारायण ऋषि म्हणाले:—हें मजविषयींचें गुह्य व सनातन ज्ञान कोणालाही सांगूं नये असें आहे. परंतु हे ब्रह्मन्, तुझी माझें ठिकाणीं परम भक्ति असल्यामुळें मी तुला तुझ्या प्रश्नाचें तत्त्वतः उत्तर देत आहें.

१ या ठिकाणीं मुंबई पाठ ' धर्मादेभिर्विवर्धितः ' असा आहे. बंगाली पाठ ' धर्मादिर्भिर्विवर्धितः ' असा आहे. पण उभयही पाठांनीं नीट अर्थ लागत नाहीं. तथापि, ' धर्म एभिर्विवर्धितः ' असा पाठ अन्यत्र सांपडेल अशा आशेनें वरील अर्थ केला आहे.

सूक्ष्म, अविज्ञेय, अव्यक्त, अचल, सनातन आणि इंद्रियें, विषय व पंचमहाभूतें यांहून निराळा असा जो भूतमात्राचे ठिकाणीं वास करणारा अंतरात्मा त्याला क्षेत्रज्ञ असें म्हणतात. हा त्रिगुणातीत असून याला (यौगिक अर्थानें) पुरुष[1] अशीही संज्ञा दिलेली आहे. हे द्विजश्रेष्ठा, या पुरुषापासून त्रिगुणात्मक अव्यक्त प्रकृतीची उत्पत्ति आहे. वस्तुतः अव्यक्त असून सर्व प्रकारच्या व्यक्त पदार्थांमध्यें ही अव्यय प्रकृति वास करिते. त्या प्रकृतीपासून आमचा जन्म आहे हें लक्षांत घे. सर्व सत् व असत् वस्तूंचा अंतर्भाव ज्याचे ठिकाणीं होतो, त्या परमात्म्याला देव व पितर यांचे स्थानीं मानून आम्ही त्याची यथाविधि पूजाअर्चा करितों. हे विप्रा, त्याहून श्रेष्ठ देव अथवा पितर कोणीच नसून, तोच आमचा आत्मा आहे, असें ओळख. या कारणाकरितां आम्हीं उभयतां त्या परमात्म्याचें पूजन करितों. हे ब्रह्मन्, मायोपाधियुक्त होऊन त्या परमात्म्यानेंच ही लोककल्याणाकरितां मर्यादा घालून दिलेली आहे. देव व पितर यांचें नेहमीं विधियुक्त पूजन करावें, अशी माझी आज्ञा आहे. ब्रह्मा, स्थाणु, मनु, दक्ष, भृगु, धर्म, यम, मरीचि, अंगिरा, अत्रि, पुलस्त्य, पुलह, क्रतु, वसिष्ठ, परमेष्ठी, विवस्वान्, सोम, कर्दम, क्रोध, प्रचेता[2] व विक्रीत असे एकवीस प्रजापति प्रथम उत्पन्न झाले. ब्राह्मणश्रेष्ठांनीं परमेश्वराची सनातन धर्ममर्यादा मान्य करून त्याजपासून देव व पितृ या कर्माचें ज्ञान संपादून तदनुसार आचरण चालविलें, व तीं कर्में आत्मार्पण केलीं, त्यामुळें त्यांस आत्मप्राप्ति झाली. जे स्वर्गस्थ देहधारी त्याला नमस्कार करितात, ते देखील त्याच्याच कृपेनें तो नेमून देईल तसें फल देणाऱ्या गतीला जातात. सतरा[1] गुणांपासून अलिप्त होऊन, सर्व कर्में व पंधरा[2] कला यांचा ज्यांनीं त्याग केला तेच मुक्त, असा सर्व शास्त्रांचा सारभूत सिद्धांन्त आहे. हे ब्रह्मन्, क्षेत्रज्ञ म्हणजे चिदात्मा हीच मुक्तांना प्राप्त होणारी परम गति होय. क्षेत्रज्ञाला सगुण मानितात तसेंच निर्गुणही समजतात. परमात्म्याची ओळख ज्ञानाचे साह्यानेंच होते. आम्हां उभयतांची उत्पत्ति त्याचेपासूनच आहे. या प्रकारचें त्याचें सत्य स्वरूप ओळखून आम्ही त्या नित्य परमात्म्याची आत्मरूपानें परिचर्या करितों. सर्व वेद व नानामतवादी चारही आश्रमांतील लोक त्याचेंच भक्तीनें पूजन करितात. भक्तीनें त्वरित तुष्ट होऊन तोच त्यांना परमपदाला नेऊन पोंचवितो. परमात्म्याशीं तादात्म्य पावून अनन्यभावानें त्याची भक्ति करितात त्यांना यापेक्षांही अधिक चांगली गति मिळते. ते प्रत्यक्ष परमात्म्याचे ठिकाणीं लीन होतात. हे विप्रर्षे नारदा, भक्तीनें व प्रेमानें मीं तुला हें गुह्यज्ञान कथन केलें; आणि तुझी आमचे ठिकाणीं अपार भक्ति आहे, म्हणूनच तुला हें ऐकावयास मिळालें.

अध्याय तीनशें पस्तिसावा.

—:o:—

श्वेतद्वीपवासीयांचें वर्णन.

भीष्म सांगतातः—याप्रमाणें पुरुषोत्तम

१ 'पुरि' शरीरे वसतीति पुरुषः ।

२ मुंबई प्रतींतील नांवांची संख्या वीसच भरते. एका बंगाली प्रतींत 'अवाक' व दुसरींत 'प्रचेता' असे पाठ सांपडतात. त्यांतील एक नांव घेऊन 'एकवीस' ही संख्या पूर्ण करणें प्राप्त आहे.

१ पांच कर्मेंद्रियें, पांच ज्ञानेंद्रियें, पांच प्राण, मन व बुद्धि.

२ या पंधरा कला म्हणजे मांडुक्यांत ज्या एकोनविंशति कला विराड्रूपाच्या सांगितल्या आहेत; त्यांपैकीं कांहींचा इतरांत अंतर्भाव केल्यानें होतात.

नारायणानें नरश्रेष्ठ नारदांच्या प्रश्नाचें उत्तर दिल्यावर, जगत्कल्याणासाठीं ज्याचा अवतार त्या भूतश्रेष्ठ नारायणास नारद पुन:असें बोलले.

नारद म्हणाले:—जो हेतु मनांत धरून स्वसामर्थ्यानें धर्माच्या घरीं चार रूपांनीं तूं जन्म घेतला आहेस, तो लोककल्याणाचा हेतु आतां तूं सिद्धीस ने. मी तुझी आद्य प्रकृति (जी श्वेतद्वीपांत राहिली आहे ती) पहावयास जातों. मी नेहमी गुरुजनांचें पूजन करितों व दुसऱ्याची गुप्त गोष्ट मीं आजपर्यंत कधींही फोडिली नाहीं. हे निर्मल विश्वपते, मीं चांगल्या प्रकारें वेदाध्ययन व तपाचरण केलें असून अद्यापपावेतों असत्य भाषण केव्हांही केलेलें नाहीं. शास्त्राज्ञेस अनुसरून हस्त, पाद, शिश्न व उदर या चौकडीचें मीं अनाचारापासून रक्षण केलें आहे. शत्रु व मित्र मी नेहमीं सारखे लेखतों. आदिदेव जो परमात्मा त्याला शरण जाऊन मी अनन्यभावें एकसारखें त्याचें भजन करितों. या प्रकारें मीं अंतःकरणशुद्धि केली असल्यामुळें, अनंत जो जगदीश त्याचें दर्शन मला कां बरें होणार नाहीं.? (अवश्य होईल!)

राजा, परमेष्ठीचा सुत जो नारद त्याचें हें बोलणें ऐकून, सनातनधर्मपरिपालक नारायणानें त्याची विधियुक्त पूजा करून त्याला जा म्हणून सांगितलें. याप्रमाणें गमनानुज्ञा मिळतांच त्या पुराण ऋषीचें अर्चन करून नारद तेथून निघाले; आणि श्रेष्ठ प्रकारच्या योगसामर्थ्यानें संपन्न असलेले ते नारद एकदम अंतरिक्षांत उड्डाण करून मेरुपर्वतावर येऊन उतरले; व तेथें गिरिशिखरावर एकांतस्थल पाहून नारद मुनींनीं कांहीं वेळ विसावा घेतला. तेथून वायव्य दिशेकडे त्यांची दृष्टि वळतांच एक अद्भुत चमत्कार त्यांचे नजरेस पडला. क्षीरसागराच्या उत्तरेस श्वेत नामक एक प्रसिद्ध व विस्तीर्ण द्वीप आहे. तें मेरूपासून बत्तीस हजार योजनें दूर आहे, असें वर्णन करितात. तेथें राहणाऱ्या पुरुषांना इंद्रियें नसून, ते कांहीं खात नाहींत; त्यांच्या नेत्रांच्या पापण्या लवत नाहींत; त्यांचे अंगाला सुवास येतो; त्यांचा वर्ण गोरा असून, त्यांचीं सर्व पापें भस्म झालेलीं असतात; पापी माणसाचे नेत्र ते हरण करितात; त्यांचीं हाडें व शरीरें वज्रासारखीं असतात; ते मानापमान सारखे लेखतात; त्यांचे अवयव व रूप दिव्य असून, योगसामर्थ्यामुळें ते फार बलवान् असतात; त्यांचीं मस्तकें छत्रीसारखीं असून, आवाज मेघगर्जनेप्रमाणें असतो; त्यांचे चारी मुंडे सारखे असून, त्यांचे पाय कमलपत्रांप्रमाणें कोमल असतात; त्यांना साठ शुभ्र दांत व आठ दाढा असतात; ज्याच्या तोंडांत अखिल विश्व पडलेलें आहे व सूर्याच्या उदयास्तानें ज्याचें मापन होतें, त्या महाकालाचा ज्या जणूं ग्रास करीत आहेत अशा भयंकर स्वरूपाच्या त्यांच्या जिव्हा असतात; ज्या आदिकारण कालापासून सर्व जगत् निर्माण झालें त्याला, वेदांना, सर्व प्रकारच्या धर्माचारांना व शांतात्मे मुनींना खाऊन टाकण्याचें देखील सामर्थ्य त्यांचे अंगीं होतें.

युधिष्ठिर विचारतो:—इंद्रियरहित, निराहारी, निष्पंदहीन व सुगंधी शरीराचे हे पुरुष कसे उत्पन्न झाले? आणि त्यांना कोणती उत्तम गति मिळवावयाची आहे? हे भरतकुलश्रेष्ठा, जीवन्मुक्तांचीं व या श्वेतद्वीपस्थ लोकांचीं लक्षणें एकाच प्रकारचीं आहेत, हें कसें काय? हा माझा संशय नाहींसा करा. या गोष्टीनें मला मोठा चमत्कार वाटून राहिला आहे. आपल्याला सर्व कथा माहीत आहेत व म्हणूनच आम्ही ज्ञानप्राप्तीसाठीं आपल्याकडे धांव घेतली आहे.

उपरिचर राजाचें आचरण.

भीष्म सांगतातः—राजा, पित्यापासून मीं याविषयींची कथा ऐकली असून ती फार मोठी आहे. ती मी आतां तुला सांगतों. ही कथा सर्व कथांचें सार आहे, अशी माझी समजूत आहे.

पूर्वी एकदा उपरिचर नांवाचा पृथ्वीपति होऊन गेला. इंद्राचा स्नेही म्हणून त्याची ख्याति असून तो नारायणाचा (हरीचा) मोठा भक्त होता. नारायणाचा वर संपादन करून, त्या महाधार्मिक व पितृभक्त राजानें अतंद्रित राहून मोठें साम्राज्य मिळविलें. प्रथम सूर्याच्या तोंडून निघालेल्या सात्वत (पांचरात्र) विधीनें तो नारायणाची पूजा करी; नंतर अवशिष्ट राहिलेल्या पूजासामुग्रीनें ब्रह्मदेवाचें पूजन करी; मग त्यांतून उरलेलें सामान घेऊन तो ब्राह्मणांचें अर्चन करी; आणि बाकीचें आश्रितांना विभागून देऊन शेष उरेल तेवढेंच अन्न तो सेवन करीत असे. तो राजा सत्यवादी असून कोणत्याही जीवाला उपद्रव देत नसे. ज्याला आदि, मध्य व अंत नाहीं त्या अव्यय व देवाधिदेव जनार्दनाची अनन्यभावानें भक्ति करण्यांत तो राजा नेहमीं मग्न असे. त्या शत्रुहंत्या राजाची नारायणाचे ठिकाणीं अढळ भक्ति पाहून स्वतः इंद्र आपलें अर्धें आसन व अर्धी शय्या त्याला देई. राज्य, धन, स्त्रिया व वाहनें हीं आपलीं नसून नारायणाचीं (नारायणापासून मिळालेलीं) आहेत, असें समजून तीं सर्व त्यानें नारायणचरणीं अर्पण केलीं होतीं. हे नृपाला, कामनिक व नैमित्तिक यज्ञयागादि क्रिया तो सात्वत विधिपूर्वक एकाग्रतेनें करीत असे. त्या महात्म्याचे घरीं पांचरात्र विधि जाणणारे ब्राह्मण नारायणाला अर्पण केलेलें अन्न सर्वांचे आधीं सेवन करीत. शत्रूंचें निर्दलन करणारा तो राजा राज्य करीत होता तोंपर्यंत त्याचे मुखावाटे कधींही असत्य वाणी बाहेर पडली नाहीं, किंवा त्याचे मनाला दुष्ट विचार शिवला नाहीं; अथवा त्याचे हातून अणूएवढेंही कायिक पाप घडलें नाहीं; असो.

पंचरात्रमाहात्म्य.

हे नृपाला, चित्रशिखंडी या अभिधानानें विख्यात असलेल्या सप्तर्षींनीं मिळून मेरु पर्वतावर वेदांचा निष्कर्ष घेऊन एका उत्तम शास्त्राची रचना केली. तें हें पंचरात्र. त्या ग्रंथांत श्रेष्ठ लोकधर्मांचें सप्तमुखांनीं अत्यंत उत्तम रीतीनें विवरण केलें होतें. हे चित्रशिखंडी म्हणजे मरीचि, अत्रि, अंगिरा, पुलस्त्य, पुलह, ऋतु व महातेजस्वी वसिष्ठ हेच सप्तर्षि होत. हे सप्तर्षिच सात प्रकृति असून स्वयंभू मनु आठवी मूल प्रकृति होय. सर्व जगाळा या अष्टविध प्रकृतींचा आधार असल्यामुळें लोकांसाठीं यांनींच हें धर्मशास्त्र रचलें. हे ऋषि जितेंद्रिय, संयमी, सत्यधर्मपरायण व एकाग्रचित्त असून वर्तमान, भूत व भविष्य या सर्वांचें त्यांना ज्ञान होतें. हें श्रेयस्कर, हें ब्रह्म, हें अति हितकर, याप्रमाणें सर्व गोष्टींचा मोठ्या बारकाईनें मनामध्यें विचार करून त्यांनीं हें शास्त्र निर्माण केलें. या शास्त्रामध्यें धर्म, अर्थ व काम या तीन पुरुषार्थांचें उद्घाटन केलें असून, नंतर मोक्षपुरुषार्थाचें विवेचन होतें. पृथ्वी व स्वर्ग या दोहोंच्या मर्यादांचेंही दिग्दर्शन त्यांत केलें होतें. या सप्तर्षींनीं सर्व ऋषींसमवेत दिव्य सहस्त्र वर्षेंपर्यंत प्रभु नारायणाची (हरीची) तपश्चर्यापूर्वक आराधना केली, तेव्हां नारायणाच्या आज्ञेनें सरस्वती देवीनें सर्व लोकांच्या कल्याणासाठीं त्या ऋषींचे ठिकाणीं प्रवेश केला; आणि शब्दयोजना, अर्थगांभीर्य, विचारसरणी इत्यादि ग्रंथगुणदृष्टीनें हा अप्रतिम ग्रंथ त्या तपोनिष्ठ विप्रर्षींच्या मुखांतून बाहेर पडला. ॐकार-

स्वरानें युक्त असलेला तो ग्रंथ ऋषींनीं प्रथम करुणाघन नारायणाला वाचून दाखविला. तेव्हां अदेह व अदृश्य भगवान् पुरुषोत्तम प्रसन्न होऊन ऋषींना ह्मणाला, 'तुम्हीं रचलेला हा एक लक्ष ग्रंथ अत्युत्तम आहे. यांत लोकांनीं कसें वागावें याचे सर्व धर्म आले असून, ऋग्वेद, यजुर्वेद, सामवेद व अंगिरा ऋषि हे ज्याचे द्रष्टे आहेत तो अथर्ववेद या वेद-चतुष्टयास धरून हा ग्रंथ तुम्हीं केला असल्यामुळें प्रवृत्ति व निवृत्ति या दोन्ही मार्गांसंबंधी हा आधारग्रंथ होईल. वेदवचनानुसार मीं प्रसादापासून ब्रह्मदेव व क्रोधापासून रुद्र उत्पन्न केला. तुम्ही विप्र प्रकृतीचे द्योतक आहां. सूर्य, चंद्र, वायु, भूमि, आप, अग्नि, नक्षत्रें आणि ज्याला ज्याला भूत अशी संज्ञा आहे तें तें, हीं सर्व जशीं आपापल्या कक्षेंत आधारभूत मानिलीं जातात, तसेच वेदाध्ययन करणारे ब्राह्मण अधिकारी मानिले आहेत. याप्रमाणेंच तुमचा हा सर्वोत्कृष्ट ग्रंथ त्या त्या विषयांत प्रमाणभूत समजला जाईल, अशी माझी आज्ञा आहे. स्वायंभुव मनु याच ग्रंथास अनुसरून लोकांना धर्म सांगेल. जेव्हां उशना व बृहस्पति हे उत्पन्न होऊन ग्रंथरचना करितील तेव्हां तुमच्या बुद्धिकौशल्यानें जन्मास आलेल्या या ग्रंथाचाच ते आधार घेतील. हे द्विजश्रेष्ठहो, मनु, उशना व बृहस्पति यांचे नीतिग्रंथ प्रचारांत आल्यावर देखील वसु नामक भाविक व हरिभक्त राजा (उपरिचर) बृहस्पतीपासून तुमच्या ग्रंथाचें अध्ययन करून, त्याचे आधारानें सर्व कर्मे करील. हा तुमचा शास्त्रग्रंथ सर्व ग्रंथांत अग्रेसरत्व पावेल; आणि धर्म व अर्थ हे पुरुषार्थ साध्य करण्याचें ज्ञान लोकांना देईल. या ग्रंथांत उत्तम रहस्य सांगितलेलें आहे. तुमच्या ग्रंथकर्तृत्वामुळें तुह्मी एका मोठ्या कुलाचे मूळपुरुष व्हाल. वसु राजाही राजलक्ष्मीनें युक्त होऊन ख्याति पावेल. त्या राजाचे निधनानंतर हा सनातन ग्रंथ जगांतून नाहींसा होईल, हें मी तुह्मांला सांगतों.'

इतकें बोलून अदृश्य नारायण त्या ऋषींना सोडून कोणा एका दिशेनें निघून गेला. नंतर, लोककल्याणाची चिंता वाहणाऱ्या त्या आद्यऋषींनीं हा सर्व धर्मांचा सनातन मूलग्रंथ प्रचारांत आणिला. पुढें कृतयुगांत अंगिरा ऋषीचे कुलांत जेव्हां बृहस्पति जन्मास आले तेव्हां वेदांगें व उपनिषदें यांशीं सुसंगत अशा ह्या ग्रंथाचा प्रसार करण्याचें काम त्यांच्याकडे सोंपवून, धर्मप्रवर्तक व सर्व लोकांस आधारभूत झालेले ऋषि तपाचरणाचा निश्चय करून यथेष्ट प्रदेशीं गेले.

अध्याय तीनशें छत्तिसावा.

—:०:—

नारायणमाहात्म्यवर्णन.

भीष्म सांगतातः—यावर महाकल्प लोटलें तेव्हां अंगिरा ऋषीला पुत्र झाला. याप्रमाणें देवपुरोहित बृहस्पति जन्मास आला ह्मणून देवांना आनंद झाला. बृहत्, ब्रह्म व महत् हे पर्यायवाचकच शब्द आहेत. हे राजा, या सर्व गुणांनीं युक्त असल्यामुळें त्या विद्वान् पुत्राला बृहस्पति असें नांव पडलें. पुढें उपरिचर वसु राजा हा त्यांचा पट्टशिष्य झाला; आणि चित्रशिखंडि संज्ञक सप्तर्षींनीं रचलेले शास्त्राचा त्यानें बृहस्पतींजवळ उत्तम प्रकारें अभ्यास केला. राजा, इंद्र ज्याप्रमाणें स्वर्गाचें राज्य करितो, त्याप्रमाणें विधिपूर्वक कर्माचरण केल्या-

१ या ठिकाणीं मुंबई पाठ "प्रजानन्तो" असा आहे, त्याचा अर्थ 'तुम्ही ज्ञाते व्हाल' असा होतो. परंतु त्यापेक्षां गुजराथी व बंगाली पाठ (प्रजावन्त) हाच बरा वाटल्यावरून घेतला आहे.

मुळें चित्तशुद्धि पावलेल्या त्या वसु राजानें पृथ्वीचें परिपालन केलें. त्या महात्म्यानें मोठा अश्वमेध यज्ञ केला. त्या यज्ञांत उपाध्याय बृहस्पति यांनीं स्वतः होत्याचें काम पतकरिलें. प्रजापतीचे तिघे पुत्र एकत, द्वित आणि त्रित या ऋषिश्रेष्ठांनीं सदस्य होण्याचें कबूल केलें. धनुष, रैभ्य, अर्वावसु, परावसु, मेधातिथि, तांड्य महर्षि, महाभागा, शान्ति, वेदशिरा, शालिहोत्राचे जनक ऋषिवर्य कपिल, आद्य कठ, वैशंपायनाचे ज्येष्ठ बंधु तैत्तिरि, कण्व व देवहोत्र हे तेरा व प्रजापतिपुत्र तीन एकूण हे सोळा विख्यात ऋषिही त्या यज्ञांत हजर होते. मग, राजा, सर्व प्रकारची यज्ञसामुग्री जुळल्यावर त्या महायज्ञास सुरवात झाली. त्यामध्यें पशुवध झाला नाहीं. कारण राजाची तशीच आज्ञा होती. तो राजा हिंसेच्या विरुद्ध असून शुद्ध, उदार व निरिच्छ होता. त्याला सर्व कर्मांचें ज्ञान होतें; म्हणूनच त्या यज्ञांतील हविर्भाग वनस्पतींचे होते. भगवान् पुराणपुरुष देवाधिदेव त्या वसु राजाचे कृतीनें संतुष्ट झाले; व अन्याला दुर्लभ असणारें प्रत्यक्ष दर्शन नारायणानें आपल्या या भक्तश्रेष्ठ राजाला दिलें; आपला पुरोडाश स्वतः हुंगला; आणि अदृश्य स्थितींतच ते आपला भाग घेऊन चालते झाले. पण यामुळें बृहस्पतींना क्रोध आला; व स्रुक् हातीं घेऊन त्यांनीं ती जोरानें आकाशांत फेंकली; आणि क्रोधामुळें त्यांचे डोळ्यांतून अश्रुपात होऊं लागला. ते उपरिचराला उद्देशून ह्मणाले, 'हा मी येथें भाग ठेवितों, तो स्वतः माझे समक्ष नारायणानें घेऊन जावा. यांत भ्रांति उपयोग नाहीं!'

युधिष्ठिर विचारतोः—त्या यज्ञांत जर बाकीच्या देवांनीं प्रत्यक्ष येऊन उघडपणें आपले हविर्भाग घेतले, तर सर्वव्यापक नारायणांनीं वेगळाच मार्ग स्वीकारून आपला हविर्भाग अदृश्यपणानें कां बरें नेला?

भीष्म पुढें सांगतातः—सर्व सदस्यांनीं व स्वतः वसुराजानें क्रुद्ध झालेल्या बृहस्पतींचा राग शांत करण्याचा यत्न केला; व आपल्या मनाची स्वस्थता बिघडवूं न देतां ते ह्मणाले, 'आपण रागावूं नये. आपण आतां क्रोधाला बळी पडलां, तसें क्रोधावश होणें कृतयुगांत योग्य नाहीं. ज्या देवाचा भाग तुम्हीं ठेविला आहे, तो क्रोधापासून अलिप्त असून, हे बृहस्पते, तुह्मांला किंवा आह्मांला त्याचें दर्शन होणें अशक्य आहे. ज्याच्यावर नारायणाचा कृपाप्रसाद होईल,त्यालाच त्याचें दर्शन घडतें.'

यानंतर, चित्रशिखंडिविरचित नीतिग्रंथामध्यें पारंगत असलेले एकत, द्वित व त्रित हे तिघे ऋषि सभेला उद्देशून ह्मणाले, "आम्ही ब्रह्मदेवाचे मानसपुत्र म्हणून विख्यात आहों. एकदा परमपदाच्या शोधार्थ आम्ही उत्तर दिशेनें निघालों. काष्ठाप्रमाणें एका पायावर उभे राहून आह्मीं हजार वर्षेपर्यंत उग्र तपश्चर्या केली. आह्मीं दारुण तपाचरण केलें तो प्रदेश मेरुपर्वताच्या उत्तर दिशेला क्षीरसागराच्या तीरावर आहे. आपल्याला वरेण्य, वरद व सनातन नारायणाचें प्रत्यक्ष दर्शन कसें घडेल हाच आमचे तपाचा हेतु होता. नारायणाची मूर्ति प्रत्यक्ष दिसावी, या हेतूनें चालविलेलें तप समाप्त झाल्यावर, हे विभो, प्रेमळ, गंभीर व आल्हादकारक अशी आकाशवाणी झाली आणि आमचे कानीं असे शब्द पडले: "हे विप्रहो, प्रसन्न मनानें तुह्मीं फार उत्तम प्रकारें तपश्चर्या केली. नारायणाचें दर्शन कसें घडेल हें समजण्याच्या हेतूनें तुह्मीं नारायणाची भक्ति चालविली आहे. क्षीरसागराच्या उत्तरेस देदीप्यमान् श्वेत नामक द्वीप आहे, तेथें वास्तव्य करणारे मानव नारायणाचे ध्यानांत

मग्न असतात. त्यांची कान्ति चंद्राप्रमाणें असून ते अनन्यभावानें त्या पुरुषोत्तमाची भक्ति करीत असतात. ते प्रत्यक्ष सहस्ररश्मि देवाचे ठिकाणीं प्रवेश करितात. (लीन होतात.) ते श्वेतद्वीपस्थ लोक अनिंद्रिय, निराहार, अनिमेष, सुगंधशरीर व एकनिष्ठपणें ईश्वराची भक्ति करणारे आहेत. ऋषीहो, तुम्ही तिकडे जा. कारण, त्या ठिकाणीं मीं आपलें स्वरूप प्रकट केलें आहे.''

या प्रकारची ती अशरीरिणी वाणी आमचे कानीं पडतांच आम्ही सर्व त्या सांगितलेल्या मार्गानें श्वेतद्वीपाकडे निघालों. नारायणाच्या दर्शनासाठीं उत्सुक होत्साते आह्मीं अंतःकरणांत ध्यान करीत शेवटीं श्वेत नामक महाद्वीपाजवळ आलों, तों आमच्या दृष्टीला कांहींच दिसेनासें झालें. त्याच्या तेजानें आमचे नेत्र दिपून गेल्यामुळें आह्मांला नारायणाचें दर्शन झालें नाहीं. तेव्हां एकाएकीं नारायणाच्या कृपेनें आमचे मनांत असा विचार स्फुरला कीं, पुरेशी तपश्चर्या घडल्यावांचून नारायणाचें दर्शन त्वरित व्हावयाचें नाहीं. ही कल्पना मनांत येतांच आह्मीं पुनः तात्काळ आणखी शंभर वर्षें खडतर तपश्चर्या केली. ती पूर्ण झाल्यावर सुलक्षण असे पुष्कळ मनुष्य आमचे दृष्टीस पडले. ते चंद्राच्या कांतीसारखे तेजःपुंज दिसत असून गोरे होते. ते सर्व सुलक्षणांनीं युक्त असून नेहमीं हात जोडून ध्यानमग्न होते. कोणी प्राचीकडे व कोणी उदीचीकडे तोंडें करून ते ब्रह्माचा विचार करण्यांत गढून गेले होते. शिवाय त्या महात्म्यांनीं मानस जप चालविला होता. त्यांच्या या अनन्यभक्तीनें नारायणाला परम संतोष झाला. हे मुनिशार्दूलहो, युगक्षयाचे वेळीं सूर्य जितका तेजस्वी दिसतो, तितका त्यांचेपैकीं प्रत्येक मानव तेजःपुंज दिसत होता; त्यामुळें तें द्वीप तेजाचें आगरच आहे कीं काय असें आह्मांला वाटलें. त्यांचेमध्यें तेजानें कोणीही दुसऱ्यापेक्षां न्यूनाधिक नव्हता,—सर्वांची प्रभा अगदीं सारखी होती. इतक्यांत एकाएकीं, हे बृहस्पते, सहस्त्र सूर्यांची एकवटलेली प्रभा आह्मांला दृग्गोचर झाली. तेव्हां त्या तेजोगोलकाकडे त्या सर्व मानवांनीं त्वरित धाव घेतली; आणि मुदित होऊन त्यांनीं हात जोडले व तोंडानें 'नमः' असा शब्दोच्चार सुरू केला. याप्रमाणें त्यांचा शब्दोच्चार चालला असतां एक फारच मोठा ध्वनि आमच्या कानीं आला. ते मानव त्या तेजोरूप देवाला बलि नेत आहेत असें दिसलें. त्या देवाधिदेवाच्या तेजानें आमचीं अंतःकरणें गोंधळून गेलीं; आणि त्यामुळें आमची दृष्टि, सामर्थ्य व इंद्रियें हीं असून नसल्यासारखीं होऊन आम्हांला कांहींच दिसेना ! पुष्कळजण एकदम बोलत असले म्हणजे जसा एकंकार ध्वनि ऐकूं येतो, तसा त्या सर्व मानवांनीं उच्चारलेले शब्दांचा एकच मोठा ध्वनि आमचे कानीं पडत होता.

जितं ते पुंडरीकाक्ष नमस्ते विश्वभावन ।
नमस्तेऽस्तु हृषीकेश महापुरुषपूर्वज ।

इत्यादि शब्दवर्णोच्चार शास्त्राचे नियमांस धरून बिनचूक उच्चारिलेले आह्मीं स्पष्ट ऐकले. इतक्यांत सुगंध व पवित्र वायु वाहूं लागून त्याबरोबर दिव्य सुमनें व कांहीं पूजनोचित पवित्र औषधि तेथें प्राप्त झाल्या. नंतर पांचरात्र[1] विधि जाणणाऱ्या व कायावाचामनेंकरून नारायणाची अनन्य भक्ति करणाऱ्या त्या मानवांच्या पूजनानें संतुष्ट होऊन तेथें प्रत्यक्ष नारायण प्रकट झाले, असें आम्हांला त्यांनीं उच्चारिलेल्या शब्दांवरून समजलें. पण त्यांच्याच

१ नारदादि महर्षींनीं सात्वत धर्माचे कांहीं विशिष्ट विधि सांगितले आहेत, त्यांस पंचरात्र अशी संज्ञा आहे.

मायेनें मोहित झाल्यामुळें आम्हांला मात्र त्यांचें दर्शन झालें नाहीं.

नंतर, हे अंगिराकुलश्रेष्ठा, वायु मंद झाल्यावर व त्यांचा पूजाविधि आटोपल्यावर आमचीं मनें चिंतेनें व्याकूळ झालीं. त्या कुलशीलवान् हजारों मानवांपैकीं एकानेंही आमच्याकडे पाहिलें नाहीं अथवा लक्ष दिलें नाहीं. ब्रह्मविचारांत गढून गेलेल्या त्या अनन्यभक्त व स्वस्थचित्त मुनिसमुदायानें आम्हांकडे दुर्लक्ष केलें. आह्मी (प्रवासानें) फार थकलों होतों व उग्र तपाचरणानें अति क्षीण झालों होतों. अशा स्थितींत आम्हांला उद्देशून कोणीं तरी आकाशस्थ अशरीरी प्राण्यानें भाषण केलें. (देववाणी झाली.)

देव म्हणालाः—तुह्मीं हे जे इंद्रियविरहित श्वेत पुरुष पाहिलेत, त्यांना व त्यांची ज्यांचेवर कृपादृष्टि होईल त्या द्विजश्रेष्ठांनाच नारायणाचें दर्शन होतें. ऋषीहो, आल्या मार्गानें येथून सर्व परत जा. भक्तिहीन मनुष्याला नारायणाचें दर्शन दुर्लभ आहे. सभोंवारच्या तेजःपटलामुळें दुर्लभ असलेलें भगवंताचें दर्शन अनंतकालपर्यंत अनन्यभक्ति करणारांनाच होतें. हे द्विजश्रेष्ठहो, तुमचे हातून महत्कार्य व्हावयाचें आहे. विप्रहो, कृतयुग समाप्त होऊन वैवस्वत मन्वंतर फिरलें म्हणजे, त्रेतायुगाला आरंभ होईल, तेव्हां तुह्मीं देवांची कार्यसिद्धि करण्याकरितां त्यांस साह्य कराल!

हे अद्भुत व अमृतासारखे मधुर शब्द श्रवण केल्यावर, नारायणाच्या प्रसादानें आह्मी त्वरित इष्ट स्थलीं परत आलों. हे बृहस्पते, हव्यकव्य व तपश्चर्या यांचे योगानें आम्हांला देखील जर नारायणाचें दर्शन घडलें नाहीं, तर तुला तें इतक्या सुलभतेनें कसें व्हावें बरें? नारायण परमात्मा भूतश्रेष्ठ (श्रेष्ठ भूत) असून, त्यानेंच विश्व निर्माण केलें आहे. यज्ञांतील वेदोक्त मंत्रांनीं अर्पिलेले हविर्भाग तो ग्रहण करितो. नारायण परमात्मा अनाद्यनंत व अव्यक्त असून देव व दानव उभयही त्याची आराधना करितात.

याप्रमाणें एकत, द्वित व त्रित आणि अन्य सदस्य यांचें सांत्वनपर भाषण श्रवण केल्यावर उदारधी बृहस्पतीचा क्रोध शांत झाला; आणि त्यानें सर्व देवतांचें संपूजन करून उपरिचर राजाचा यज्ञ समाप्त केला. यज्ञ संपूर्ण झाल्यावर वसुराजानें प्रजेचें (पुत्रवत्) पालन केलें व त्याच्या पुण्यानें तो स्वर्गलोकीं गेला, परंतु ब्राह्मणांच्या शापामुळें[१] स्वर्गांतून खालीं येऊन पृथ्वीवर आला. हे राजशार्दूला, तो सत्यधर्मपरायण राजा भूविवरांत असतांना देखील त्यानें धर्माचरण सोडलें नाहीं. नारायणमंत्राचा जप करीत नाराणणाचे ठिकाणीं एकाग्रतेनें मन लावून त्याच्या प्रसादानें तो वसुराजा पुनः स्वर्गास गेला; महीतल सोडल्यावर त्याला नैष्ठिक पुरुषास योग्य अशी गति म्हणजे परमपद तात्काळ प्राप्त झालें.

अध्याय तीनशें सदतिसावा.

—:०:—

वसुशापवृत्त.

युधिष्ठिर प्रश्न करितोः—महात्मा वसुराज अत्यंत भगवद्भक्त असतां, स्वर्गभ्रष्ट होऊन त्याला भूविवरांत कां बरें शिरावें लागलें?

भीष्म सांगतातः—हे भारता, याविषयीं ऋषि व देव यांचेमध्यें झालेल्या संवादाचा प्राचीन इतिहास उदाहरणरूपानें सांगत असतात. तो असाः—एके वेळीं देव हे द्विजश्रेष्ठांना उद्देशून ह्मणाले कीं, ‘ अजाचा बलि देऊनच यज्ञ केला पाहिजे. कारण, अज शब्द बोकड या अर्थानें मंत्रांत योजिला आहे. अज

१ या शापाचा वृतांत पुढल्याच अध्यायांत आहे.

शब्दाची व्याप्ति करून मेषव्यतिरिक्त अन्य पशूचा त्यांत अंतर्भाव करावयाचा नाहीं.'

ऋषि म्हणतातः—वैदिक श्रुति अशी आहे कीं, वनस्पतीचे हविर्भाग अर्पण करून यज्ञ करावा. अज ही संज्ञा बीजांना (वनस्पतींना) दिलेली आहे. तेव्हां यज्ञांत बोकड मारणें उचित नाहीं. देवहो, पशूचा वध करावा हा भल्यांचा धर्म नाहीं. हें सर्व युगांत श्रेष्ठ मानिलेलें कृतयुग आहे. तेव्हां पशूची हत्या (अशा पवित्र काळांत) कशी बरें करावी ?

भीष्म सांगतातः—या प्रकारचें ऋषींचें व देवांचें संभाषण चाललें असतां नृपश्रेष्ठ वसुराजा त्याच मार्गानें चालला होता तो तेथें प्राप्त झाला. श्रीमान् वसुराजा सैन्य, वाहनें इत्यादि यांसह अंतरिक्षांतून मार्गक्रमण करीत होता. आकाशमार्गानें वसुराजा येत आहे हें अवलोकन करून, ऋषि एकदम देवांना उद्देशून बोलले कीं, सर्व भूतांचें प्रिय व्हावें म्हणून अहर्निश झटणारा हा दानशूर व यज्ञकर्ता नृपश्रेष्ठ वसुराजा आपली शंका निःसंशय दूर करील. महात्मा वसु अनृत भाषण कसें करील ? (कदापि करणार नाहीं !)

याप्रमाणें ऋषि व देव यांनीं आपआपसांत संकेत करून ते सर्व मिळून वसुराजाच्या जवळ आले आणि त्याला प्रश्न करिते झाले, "हे राजा, यज्ञामध्यें बकऱ्याचा बलि द्यावा कीं औषधींचा द्यावा ? आमचेमध्यें याबद्दल वाद उपस्थित झाला आहे. तूं आमची शंका दूर कर. तूं सांगशील तें प्रमाण मानावयाचें असें आम्हीं आपसांत ठरविलें आहे." तेव्हां वसूनें हात जोडून त्यांस विचारलें, "हे द्विजश्रेष्ठहो, यासंबंधीं तुमचें काय मत आहे व देवांचें काय मत आहे, हें मला जसें असेल तसें सांगा."

ऋषींनीं सांगितलें:—हे नराधिपा, धान्याचे हविर्भाग अर्पण करून यज्ञ करावा, असा आमचा पक्ष आहे; आणि पशूचा बलि यज्ञामध्यें द्यावा असा देवांचा अभिप्राय आहे. तर, हे राजा, याविषयीं तुझें मत काय आहे तें आह्माला सांग.

भीष्म सांगतातः—याप्रमाणें, राजा, देवांचे काय ह्मणणें आहे, तें वसुराजानें समजून घेतल्यावर देवांचा पक्ष घेऊन छागबलीनें यज्ञ करावा असें उत्तर दिलें. तेव्हां त्या सूर्यतुल्य तेजस्वी ऋषींना हें उत्तर ऐकून क्रोध आला; आणि विमानांत बसलेल्या देवपक्षपाती वसूला ते बोलले, "हे राजा, तूं सुरपक्ष उचलून धरून अनृत उत्तर दिलें आहेस म्हणून स्वर्गांतून तुझा अधःपात होवो ! अंतरिक्षांतून मार्गक्रमण करण्याचें तुझें सामर्थ्य आजपासून लयास जाऊन आमच्या शापवाणीनें तुला पृथ्वीच्या पोटांत शिरावें लागेल !" तेव्हां तत्क्षणींच उपरिचर राजा अधोमुख होऊन पृथ्वीच्या विवरांत शिरला ! परंतु, युधिष्ठिरा, नारायणाच्या आज्ञेनें त्याची स्मृति मात्र नाहींशी झाली नाहीं. इकडे सर्व देव मिळून वसुराजाची शापापासून मुक्तता कशी होईल यासाठीं अव्यग्र मनानें विचार करूं लागले, हें खरोखर त्याचें सुदैवच होय. महात्म्या वसुराजाला आपल्याकरितां शाप झाला आहे, तेव्हां आपण सर्व देवांनीं एक होऊन त्याचे शापाचा प्रतिकार करणें आपलें कर्तव्य आहे, हें लक्षांत घेऊन, ज्या ठिकाणीं उपरिचर राजा होता तेथें देव त्वरेनें गेले व प्रीत मनानें त्याला म्हणाले, "ब्रह्मण्यदेव जो नारायण त्याचा तूं परम भक्त आहेस. सुरासुरांचा गुरु नारायण तुझ्या भक्तीनें तुष्ट होऊन तुझी शापापासून निःसंशय मुक्तता करील. हे राजश्रेष्ठा, महात्म्या द्विजश्रेष्ठांच्या वाणीचा आदर करून त्यांच्या तपाचें अवश्य सार्थक झालें पाहिजे; आणि

म्हणूनच तूं स्वर्गभ्रष्ट होऊन एकदम पृथ्वीतलावर येऊन पडलास. हे निष्पाप राजश्रेष्ठा, आह्मी तुला असा एक वर देऊन ठेवितों कीं, जोंपर्यंत शापदोषानें तूं पृथ्वीचे विवरांत असशील तोंपर्यंत यज्ञामध्यें आठवण ठेवून काळजीपूर्वक विप्र तुझ्या नांवानें घृताच्या (वसु) धारा अर्पण करितील; आणि त्या तुला पोंचून, आम्ही तुझ्याविषयीं चिंता करीत असल्यानें तुला कदापि ग्लानि येणार नाहीं, किंवा क्षुधातृषा इत्यादिकांचा ताप होणार नाहीं. हे राजेंद्रा, तूं पृथ्वीच्या पोटांत असे तों वसोर्धारांच्या प्राशनानें तुझें तेज यत्किंचित्ही कमी न होतां शेवटीं आमच्या वरप्रसादानें नारायण तुझ्यावर संतुष्ट होऊन तुला ब्रह्मलोकाला घेऊन जाईल !" याप्रमाणें देवांनीं वसुराजाला वर दिल्यावर ते आपले ठिकाणीं परत गेले. इकडे तपोनिष्ठ ऋषिही स्वस्थानीं निघून गेले.

हे भारता, वसूनें तेव्हांपासून जगत्स्रष्ट्याचे पूजनास आरंभ केला व प्रत्यक्ष नारायणाचे मुखांतून बाहेर पडलेल्या मंत्रांचा अविरत जप चालविला. हे अरिंदमा, पृथ्वीच्या विवरांत असूनही वसुराजानें नियमानें नित्य पंचकालीं पंचमहायज्ञ करून, देवाधिदेव नारायणाला प्रसन्न केलें. तेव्हां भगवान् श्रीहरि त्याचे भक्तीनें तुष्ट झाले व आज्ञेची वाट पहात सन्निध असलेल्या आपल्या शीघ्रगामी पक्षिराज गरुडाला उद्देशून ते वरदाते भगवान् विष्णु ह्मणाले, "हे महाभागा पक्षिराजा, धर्मात्मा व कडकडीत व्रतें आचरणारा सम्राट् वसुराजा कोठें आहे याचा माझ्या आज्ञेनें शोध कर. ब्राह्मणांच्या कोपामुळें स्वर्गभ्रष्ट होऊन पृथ्वीचे विवरांत त्यानें प्रवेश केला आहे. शापाप्रमाणें इतके दिवस अधोगति भोगून द्विजश्रेष्ठांच्या वाणीचा त्यानें आदर केला. आतां, हे पक्षिश्रेष्ठा गरुडा, येथून जा आणि पृथ्वीच्या विवरांत वास करीत असलेल्या त्या अधोगत वसुराजाला पूर्वीप्रमाणें अंतरिक्षांतून मार्गक्रमण करण्यास कायमचा समर्थ कर, अशी माझी तुला आज्ञा आहे."

याप्रमाणें प्रभूची आज्ञा होतांच, गरुडानें पंख फडफडवून, वसुराजा जेथें होता त्या विवरांत वायुगतीनें प्रवेश केला; आणि त्या विनतासुतानें एकदम वसुराजाला विवरांतून उचलून त्यासह आकाशांत उडी मारिली व त्याला अंतरिक्षांत सोडून दिलें. तेव्हां तत्क्षणीं नृपश्रेष्ठ उपरिचर राजा पूर्ववत् होऊन सदेह ब्रह्मलोकीं गेला. हे कौंतेया, याप्रमाणें वाणिदोषास्तव द्विजांच्या शापानें माहात्म्या वसुराजाला देखील देवांच्या कबुलीनें अधोगतीस जावें लागलें. मात्र त्यानें नारायणाची अनन्यभक्ति केल्यामुळें शापमुक्त होऊन त्याला त्वरित ब्रह्मलोकाची पुनः प्राप्ति झाली.

भीष्म सांगतातः—येथपर्यंत, मानव कसे उत्पन्न झाले, ही कथा मीं तुला सांगितली. (?) आतां, राजा, नारद ऋषि पूर्वीं श्वेतद्वीपाला कसे पोंचले तें कथानक सांगतों, तें एकाग्र मनानें ऐक.

अध्याय तीनशें अडतिसावा.

—:०:—

नारदकृत नारायणनामस्तोत्र.

भीष्म सांगतातः—हे धर्मा, मग महर्षि भगवान् नारद हे श्वेत महाद्वीपास आले, तों तेथें तेच चंद्रतुल्य तेजस्वी श्वेत पुरुष त्यांना दिसले. त्यांनीं नारदांचें पूजन केलें आणि नारदांनीं त्यांचा मनानें व शिरःप्रणामानें सत्कार केला. नंतर, कशाही संकटांत असतां ज्यांचें जपध्यान कधीं अंतरतच नाहीं अशा नारदांनीं, नारायणाचें दर्शन व्हावें ही उत्कंठा असल्यामुळें, एकाग्रचित्त होऊन व भुज उभारून योगनिष्ठ

वृत्तीनें, निर्गुण असतांही भक्तासाठीं सगुणरूप धरणारा जो विश्वस्वरूपी परमात्मा नारायण त्याचें असें स्तवन आरंभिलें.

नारद म्हणालेः—हे १ देवदेवेशा, तुला नमस्कार असो. २ हे निष्क्रिया (व्यापकत्वामुळें क्रियाहीना), ३ निर्गुणा (संगरहिता), ४ लोकसाक्षिन् (उदासीनत्वानें सृष्टीकडे पाहणाऱ्या), ५ क्षेत्रज्ञा (स्थूल व सूक्ष्म या देहांचा प्रकाशक अशा जीवरूपा), ६ पुरुषोत्तमा (शरीर, जीव व ईश या तिघांतून श्रेष्ठा), ७ अनंता (देश, काल व वस्तु यांच्या मर्यादेपलीकडे असणाऱ्या), ८ पुरुषा (पुर म्हणजे व्यष्टींचे स्थूल, सूक्ष्म व कारण हे देह त्यांस जाळणाऱ्या), ९ महापुरुषा (समष्टींतील स्थूलादिकांच्या दाहका), १० पुरुषोत्तमा (सत्यज्ञानानंतानंदरूपा), ११ त्रिगुणा (मायाश्रमानें सत्त्व-रज-स्तमोरूपा), १२ प्रधाना (सत्त्व-रज-स्तमांच्या संघातरूपा), १३ अमृता (सुधारूपा), १४ अमृताख्या (देवसंज्ञा), १५ अनंताख्य (शेषा), १६ व्योम (अप्रकटरूपा), १७ सनातन (अनादि), १८ सदसद्व्यक्ताव्यक्त (कार्यरूपानें व्यक्ता व कारणरूपानें अव्यक्ता), १९ ऋतुधाम (सत्य प्रकाशा), २० आदिदेव (नारायणा), २१ वसुप्रद (कर्मफलदायका), २२ प्रजापते (दक्षादिरूपा), २३ सुप्रजापते (सनकादिस्वरूपा), २४ वनस्पते (अश्वत्थादिरूपा), २५ महाप्रजापते (चतुर्मुखा), २६ ऊर्जस्पते (ऊर्ज म्हणजे ब्रह्मादिक जे जीवरूप पशु त्यांच्या पते), २७ वाचस्पते (वाचाप्रवर्तका), २८ जगत्पते (इंद्रा), २९ मनस्पते (सूत्रात्मन्), ३० दिवस्पते (सूर्या), ३१ मरुत्पते (प्राणवायो), ३२ सलिलपते (वरुणरूपा), ३३ पृथ्वीपते (राजा), ३४ दिक्पते (इंद्राग्न्यादिरूपा), ३५ पूर्वनिवास (महाप्रलयीं जगदाधारभूता), ३६ गुह्य (अप्रकाश्या), ३७ ब्रह्मपुरोहित (ब्रह्मदेवाला वेद सांगणाऱ्या), ३८ ब्रह्मकायिक (ब्राह्मणशरीरानें साध्य जे यज्ञयागादि तद्रूपा), ३९ महाराजिक (गणविशेषरूपा), ४० चतुर्महाराजिक (देवतांचे चार गणविशेषतद्रूपा), ४१ भासुर (प्रकाशमान्), ४२ महाभासुर (अमितद्युते), ४३ सप्तमहाभाग (यज्ञांत गायत्र्यादि मंत्रांनीं ज्याला सात हविर्भाग दिले जातात अशा), ४४ याम्य (यमगणस्वरूपा), ४५ महायाम्य (चित्रगुप्तरूपा), ४६ संज्ञासंज्ञ (संज्ञा जी यमपत्नी तन्नामका), ४७ तुषित, ४८ महातुषित (देवगणविशेष तद्रूपा), ४९ प्रमर्दन (मृत्यो), ५० परिनिर्मित (मृत्यूचे साह्यासाठीं रोगादिक उत्पन्न करणाऱ्या), ५१ अपरिनिर्मित (आरोग्यरूपा), ५२ वशवर्तिन् (कामादि विकारांस वश असणाऱ्या), ५३ अपरिनिंदित (शमादियुक्तत्वामुळें निंदारहित अशा), ५४ अपरिमित (अनंतरूपा), ५५ वशवर्तिन् (शास्त्या), ५६ अवशवर्तिन् (स्वतंत्रा), ५७ यज्ञ (अग्निहोत्ररूपा), ५८ महायज्ञ (ब्रह्मयज्ञादिस्वरूपा), ५९ यज्ञसंभव (ऋत्विजादिरूपा), ६० यज्ञयोने (वेदस्वरूपा), ६१ यज्ञगर्भ (अग्निरूपा), ६२ यज्ञहृदय (यज्ञांतील उपासनारूपा), ६३ यज्ञस्तुत (यज्ञरूपानें ज्याची स्तुति केली जाते अशा), ६४ यज्ञभागहर (यज्ञांत हविर्भाग घेणाऱ्या), ६५ पंचयज्ञ (पंचमहायज्ञस्वरूपा), ६६ पंचकालकर्तृपते (अहोरात्र, मास, ऋतु, अयन व संवत्सर हे पांच कालभाग—व अधिष्ठान, कर्ता, करण, चेष्टा व दैव हे पांच कर्ते;

१ नीलकंठांनीं देव म्हणजे इंद्रियें, त्यांचे द्वारा देवन म्हणजे क्रीडन करणारा जो जीव त्याचाही ईश म्हणजे नियंता म्हणजे अंतर्यामी असा अध्यात्मपर अर्थ केला आहे, तोही गोड आहे.

या सर्वांच्याही पते), ६७ पांचरात्रिक (पंचरात्र आगमानें ज्याचें ज्ञान होतें अशा), ६८ वैकुंठ (विकुंठेच्या पुत्रा), ६९ अपराजित (ज्याचा कोणाकडूनही पराजय झाला नाहीं अशा), ७० मानसिक (मनरूप उपाधीनें युक्त असणाऱ्या), ७१ नामनामिक (सर्व प्रकारचीं नांवें आहेत ज्याला अशा), ७२ परस्वामिन् (ब्रह्मदेवाचाही स्वामी), ७३ सुस्नात (ज्यानें वेदव्रत समाप्त केलें आहे अशा), ७४ हंस[1] (त्रिदण्डिन्), ७५ परमहंस (एकदंडधरा), ७६ महाहंस (दंडादिहीना), ७७ परमयाज्ञिक, ७८ सांख्ययोग (सांख्ययोगरूपा), ७९ सांख्यमूर्ते (ज्ञानरूपा), ८० अमृतेशय (जीवाचे ठिकाणीं शयन करणाऱ्या), ८१ हिरण्येशय (हृदयाचे ठिकाणीं निद्रा करणाऱ्या), ८२ देवेशय (इंद्रियांचे ठायीं रहाणाऱ्या), ८३ कुशेशय (समुद्रजलांत निजणाऱ्या), ८४ ब्रह्मेशय (वेदाचे ठिकाणीं स्थित होणाऱ्या), ८५ पद्मेशय (ब्रह्मांडशायिन्), ८६ विश्वेश्वर (जगदीश्वरा), ८७ विष्वक्सेन (भक्तरक्षणार्थ ज्याच्या सेना सर्वत्र धावत आहेत अशा), ८८ जगदन्वय (जगद्व्यापिन्), ८९ जगत्प्रकृति (जगताला उपादानभूत), ९० अग्नि हें तुझें मुख आहे, ९१ तूंच वडवाग्नि आहेस, ९२ आहुति तूंच, ९३ सारथि (अग्निरूप) तूंच, ९४ वषट्कार तूंच, ९५ ओंकार तूंच, ९६ तूं तप, ९७ तूंच मन, ९८ तूंच चंद्रमा, ९९ तूंच चक्षुराज्य (यज्ञांतील अवलोकनानें संस्कृत केलेलें असें घृत), १०० तूंच सूर्य, १०१ तूंच दिग्गज, १०२ तूं दिग्भानु (दिशांना प्रकाशित करणारा), १०३ तूंच विदिग्भानु (विदिशांना प्रकाशित करणारा), १०४ हयशिर (हयग्रीवरूपा), १०५ प्रथमत्रिसौपर्णा, (ब्रह्ममेतुमामित्यादि त्रिसुपर्णरूपा), १०६ वर्णधर (ब्राह्मणादि चतुर्वर्णांच्या धारका), १०७ पंचाग्ने (गार्हपत्य, दक्षिण, आहवनीय, सभ्य, आवसथ्य या नांवाचे पंचाग्नि तद्रूपा), १०८ त्रिणाचिकेत (नाचिकेत नांवाचा अग्नि ज्यानें तीन वेळां केला आहे अशा), १०९ षडंगनिधान (षडंगयुक्त वेदरूपा), ११० प्राग्ज्योतिष (सामविशेषरूपा), १११ ज्येष्ठसामग (समाविशेषानें गाइलेला), ११२ सामिकव्रतधर (वेदव्रतधारका), ११३ अथर्वशिरा (अथर्वशीर्ष-उपनिषद्रूपा), ११४ पंचमहाकल्प (सौर, शाक्त, गाणेश, शैव व वैष्णव असे जे पांच आगम त्यांनीं प्रतिपाद्य अशा), ११५ फेनपाचार्य (फेनपसंज्ञक ऋषिरूपा), ११६ वालखिल्य (६०००० वालखिल्यऋषिरूपा), ११७ हे वैखानस (वानप्रस्थरूपा), ११८ अभग्नयोग (अखंडयोगरूपा), ११९ अभग्नसंख्यान (अखंडविचारनिरता), १२० युगादे (युगांच्या आदिकालरूपा), १२१ युगमध्ये (युगमध्या), १२२ युगनिधन (युगांतरूपा), १२३ आखंडल (इंद्ररूपा), १२४ प्राचीनगर्भ (या नांवाचा ऋषि तूंच), १२५ कौशिक (या नांवाचाही ऋषि तूंच), १२६ पुरुष्टुत (ज्याची अनेकांनीं स्तुति केली आहे अशा), १२७ पुरुहूत (ज्याला अनेक नांवांनीं हाक मारितात अशा), १२८ विश्वकृत (विश्वकर्त्या), १२९ विश्वरूप (विश्वस्वरूपा), १३० अनंतगते (ज्याचे गतीचा अंत नाहीं अशा), १३१ अनंतभोग (ज्याला असंख्य शरीरें आहेत अशा), १३२ अनंत (अनंता), १३३ अनादे (उत्पत्तिरहिता), १३४ अमध्य (ज्याला मध्यस्थिति नाहीं अशा), १३५ अव्यक्त-

[1] हंस व परमहंस हे संन्याशांचे प्रकार आहेत.

मध्य (ज्याची मध्यस्थिति प्रकट नाहीं अशा), १३६ अव्यक्तनिधन (ज्याचा अंतही कळत नाहीं अशा), १३७ व्रतावास (व्रताचे ठिकाणीं रहाणाऱ्या), १३८ समुद्राधिवास, १३९ यशोवास, १४० तपोवास, १४१ दमावास, १४२ लक्ष्म्यवास, १४३ विद्यावास, १४४ कीर्त्यावास, १४५ श्रीवास, १४६ सर्वावास, १४७ वासुदेव, १४८ सर्वच्छंदक (सर्व मनोरथ पुरविणाऱ्या), १४९ हरिहय (रामावतारीं मारुतीच्या खांद्यावर बसून जाणाऱ्या), १५० हरिमेध (अश्वमेधस्वरूपा), १५१ महायज्ञभागहर (योगसमाधींत जीवाला आत्मस्वरूपांत आकर्षण करणाऱ्या), १५२ वरप्रद, १५३ सुखप्रद, १५४ धनप्रद, १५५ हरिमेध (हरिभक्ता), १५६ यम (अहिंसासत्यादि पंचयमरूपा), १५७ नियम (शौचसंतोषादि पंचनियमरूपा), १५८ महानियम (यमनियमादि-सीमान्ता), १५९ कृच्छ्र (प्राजापत्यादि प्रायश्चित्तरूपा), १६० अतिकृच्छ्र, १६१ महाकृच्छ्र, १६२ सर्वकृच्छ्र, १६३ नियमधर, १६४ निवृत्तभ्रम, १६५ प्रवचनगत (ब्रह्मचारिन्), १६६ पृश्निगर्भप्रवृत्त (देवकीपुत्रा), १६७ प्रवृत्तवेदक्रिय (वैदिककर्माची प्रवृत्ति करणाऱ्या), १६८ अज, १६९ सर्वगत, १७० सर्वदर्शिन्, १७१ अग्राह्य (अतर्क्या), १७२ अचल, १७३ महाविभूते (आकाशादि सृष्टिरूपा), १७४ महात्म्यशरीर (विराट्स्वरूपा), १७५ पवित्र, १७६ महापवित्र (पवमानादिसूक्तरूपा), १७७ हिरण्मय (मंडलब्राह्मणस्वरूपा), १७८ बृहत् (वेदस्वरूपा), १७९ अप्रतर्क्य (अतर्क्या), १८० अविज्ञेय, १८१ ब्रह्माग्र्य (महाकारणस्वरूपा), १८२ प्रजासर्गकर, १८३ प्रजानिधनकर, १८४ महामायाधर (महामायावी), १८५ चित्रशिखंडिन् (सुंदरकेशकलापयुक्त), १८६ वरप्रद, १८७ पुरोडाशभागहर, १८८ गताध्वर (प्राप्त आहे यज्ञ ज्याला अशा), १८९ च्छिन्नतृष्ण (निर्लोभा), १९० च्छिन्नसंशय, १९१ सर्वतोवृत्त (सर्वव्यापका), १९२ निवृत्तरूप (मुक्तस्वरूपा), १९३ ब्राह्मणरूप, १९४ ब्राह्मणप्रिय, १९५ विश्वमूर्ते, १९६ महामूर्ते, १९७ बांधव (लोकबंधो), १९८ भक्तवत्सल, १९९ ब्रह्मण्यदेव, मी तुझा भक्त असून तुझें साक्षात् दर्शन व्हावें अशी माझी इच्छा आहे. हे मोक्षस्वरूपा, तुला वारंवार नमस्कार असो.

अध्याय तीनशें एकुणचाळिसावा.

—:o:—

नारायणांचा नारदांस आत्मतत्त्वोपदेश.

भीष्म सांगतातः—याप्रमाणें गुह्य व सार्थ नामावलीनें भगवंताची नारदांनीं स्तुति केल्यावर, विश्वरूपधारी नारायणानें नारद-ऋषींना आपलें स्वरूप दाखविलें. प्रभूचें तें रूप चंद्रापेक्षां कांहींसें अधिकच शुद्ध, व सुंदर होतें. प्रभूचा वर्ण कांहींसा अग्नीसारखा असून, आकृति किंचित् नक्षत्रांच्या युतीप्रमाणें होती. प्रभूचा वर्ण किंचित् पोपटाच्या पंखांसारखा, कांहींसा स्फटिकासारखा, किंचित् काजळासारखा, कांहींसा सुवर्णासारखा, किंचित् प्रवालांकुरासारखा, कांहींसा श्वेत, किंचित् जातरूपासारखा, कोठें कोठें वैडूर्याप्रमाणें, किंचित् नीलवैडूर्यतुल्य, किंचित् इंद्रनीलसदृश, कांहींसा मयूरकंठाप्रमाणें व किंचित् मुक्ताहारासारखाही होता. याप्रमाणें बहुविध वर्णांची छटा प्रभूच्या त्या स्वरूपाचे ठिकाणीं दृग्गोचर होत होती. त्या सनातन प्रभूच्या विश्वरूपाला (विराट्स्वरूपाला) सहस्र नेत्र, शंभर मस्तकें, सहस्र पाद, सहस्र उदरें व सहस्र हस्त होते. इतकें

असूनही कांहीं ठिकाणीं तें स्वरूप अगम्य (अगोचर) होतें. तो विराट्स्वरूपी परमात्मा एका मुखानें ॐकाराचा उच्चार करून लगोलग तदनुगामी सावित्रीचा (गायत्रीचा) जप करीत होता. त्या जितेंद्रिय देवाधिदेव हरीच्या बाकीच्या मुखांतून चारही वेद व अरण्यकसंज्ञक वेदांगें यांतील नानाविध मंत्रांचा सारखा घोष चालला होता. त्या यज्ञपति देवेशानें आपले हातांत वेदि, कमंडलु, शुभ्र माणि, उपानह, कुश, अजिन, दंडकाष्ठ व ज्वलित अग्नि एवढ्या वस्तु धारण केल्या होत्या. तें रूप पाहतांच द्विजश्रेष्ठ नारदांनीं कांहीं न बोलतां मुदित अंतःकरणानें त्या प्रसन्न परमेश्वराला नम्रपणें वंदन केलें. तेव्हां मस्तक लववून प्रणत झालेल्या त्या नारदांना तो अव्यय व आदिदेव परमात्मा असें ह्मणाला.

श्रीभगवान् ह्मणालेः—एकत, द्वित व त्रित हे ऋषिश्रेष्ठ माझ्या दर्शनाच्या लालसेनें या ठिकाणीं आले होते. परंतु त्यांना माझें दर्शन घडलें नाहीं; आणि अनन्यभक्तीवांचून तें कोणालाही घडावयाचें नाहीं. माझी अनन्यभक्ति करणारांमध्यें तूं श्रेष्ठ आहेस. हे ब्राह्मणा, हे माझे श्रेष्ठ देह असून मींच चार रूपांनीं धर्माच्या घरीं जन्म घेतला. त्या मूर्तींची शास्त्रवचनानुसार यथाविधि भक्ति करून तुला इष्ट साधावयाचें असेल तें साध्य करून घे. हे विप्रा, तुला वाटेल तो वर मजपाशीं माग. निर्विकार विश्वस्वरूपी परमात्मा जो मी तो तुजवर आज प्रसन्न झालों आहें.

नारद म्हणतातः—हे देवराया, आज तुझें भगवत्स्वरूप माझे दृष्टीस पडलें, यानेंच माझी यमनियमादि सर्व तपश्चर्या सफळ झाली असें मी समजतों. भगवंता, तूं सनातन विश्वस्वरूपी (नृ-) सिंह व सर्वव्यापी प्रभुश्रेष्ठ आहेस. तुझें प्रत्यक्ष दर्शन झालें एवढा वर मला पुष्कळ झाला. (आणखी वर मला नको.)

भीष्म पुढें सांगतातः—परमेष्ठीचा पुत्र जो नारद त्याला याप्रमाणें आपलें विश्वरूप दाखविल्यावर परमात्मा म्हणाले, "हे नारदा, विलंब न करितां येथून आतां जा. हे माझे भक्त चंद्रासारखे तेजस्वी असून त्यांना इंद्रियें नाहींत व हे कांहीं खातही नाहींत. एकाग्रमनानें यांना माझी भक्ति करितां यावी व त्यांचे भक्तींत विघ्न होऊं नये, यास्तव आतां तूं येथून जा. या महाभागांना सिद्धि मिळाली आहे. यांनीं माझी पूर्वीं अनन्यभावानें भक्ति केल्यामुळें राजस व तामस गुणांपासून यांची मुक्तता झाली आहे. एवढेंच नव्हे, तर खरोखर माझे ठायीं लीन होण्याची पात्रता यांचे अंगीं आली आहे. जो नेत्रांना अगोचर आहे; जो त्वचेला स्पर्शानें कळत नाहीं; जो गंधरूप नसल्यामुळें ज्याचें घ्राणेंद्रियाला ज्ञान होत नाहीं; जो रसरहित आहे म्हणून जिव्हेला समजत नाहीं; ज्याला सत्त्व, रज व तम या त्रिगुणांचा विटाळ होत नाहीं; जो प्राणिमात्राचे ठिकाणीं साक्षिरूपानें आहे; ज्याला आत्मा म्हणतात; यावत् भूतांचीं शरीरें नष्ट झालीं तरी ज्याचा नाश होत नाहीं; जो नित्य आहे; ज्याला जन्म नाहीं; जो शाश्वत आहे; जो निर्गुण आहे; ज्याला अंश नाहींत (जो अविभाज्य आहे); जो चोवीस तत्त्वांपलीकडे असून ज्याला पंचविसावा अशी संज्ञा आहे; ज्याला पुरुष असेंही म्हणतात; जो निष्क्रिय आहे (ज्याला कर्मांचा अवलेप नाहीं); ज्ञानाचेच योगानें जो कळतो; आणि ज्याचे ठिकाणीं लीन झाले असतां द्विजश्रेष्ठ मुक्त होतात, त्या सनातन परमात्म्यालाच वासुदेव

१ कदाचित् 'खडावा' असाव्या; कारण देवाचे हातांत जोडे असण्याचें कारण दिसत नाहीं; असें प्रतापचंद्र ह्मणतात.

असें ह्मणतात. हे नारदा, अशा त्या भगवंताचा व्यापकपणा व महिमा केवढा आहे पहा! शुभाशुभ कर्माचा त्याला लेप होत नाहीं; सत्त्व, रज व तम हे तीन गुण सर्व शरीरांमध्यें वास करून संचार करितात; आणि हा क्षेत्रज्ञ-संज्ञक जीवात्मा या त्रिगुणात्मक कर्मांचा उपभोग घेतो, परंतु या गुणत्रयीचा लेप मात्र त्याला लागत नाहीं. स्वतः गुणरहित असून हाच जीवात्मा गुण उत्पन्न करितो व गुणांचा स्पर्श स्वतःला होऊं न देतां त्यांचा उपभोग घेतो. हे देवर्षे, (प्रलयाची वेळ आली ह्मणजे) सर्व विश्वाला आधारभूत असणारी पृथ्वी जलामध्यें लीन होते; जलाचा तेजामध्यें लय होतो; तेज वायूमध्यें अंतर्भूत होतें; वायु आकाशामध्यें लीन होतो; आकाश मनाचे ठिकाणीं लय पावतें; मन हें श्रेष्ठभूत देखील अव्यक्तप्रकृतीमध्यें मिळून जातें; आणि शेवटीं, हे ब्रह्मन्, अव्यक्त प्रकृति क्रियाहीन पुरुषाचे ठिकाणीं लीन होते. या सनातन पुरुषाहून श्रेष्ठ असें अन्य कांहीं विद्यमान नाहीं. अनन्य सामान्य पुरुष जो सनातन वासुदेव, त्याव्यतिरिक्त या अखिल जगामध्यें कोणतीही स्थावर अथवा जंगम सृष्ट वस्तु नित्य नाहीं. महासमर्थ वासुदेव भूतमात्राच्या ठिकाणीं आत्म्याचे रूपानें वास करितो. पृथ्वी, जल, तेज, वायु व आकाश या पंचमहाभूतांचा संयोग होऊन हें शरीर बनतें. अशा प्रकारें निर्माण झालेल्या शरीरांत, हे ब्रह्मन्, अदृश्य परमात्मा वासुदेव सूक्ष्मरूपानें त्वरित गतीनें प्रवेश करितो. या क्रियेला जन्म म्हणतात. शरीरांत प्रवेश केल्यावर तोच प्रभु शरीराकडून कर्मे करवितो. पंचमहाभूतांच्या संयोगावांचून केव्हांही देह उत्पन्न व्हावयाचा नाहीं व देहामध्यें जीवानें प्रवेश केल्याशिवाय प्राणादि वायूंची हालचाल सुरू व्हावयाची नाहीं; अर्थात् कोणतींच कर्मे घडावयाचीं नाहींत. हा देहवर्ती जीव महासमर्थ असून शेष व संकर्षण अशींही त्याला आणखी नांवें आहेत. या संकर्षणापासून उत्पन्न होऊन जो ध्यानार्चनादि कर्मांनीं सनत्कुमारत्व (जीवन्मुक्तत्व) संपादूं शकतो ह्मणून ज्याला सनत्कुमार असें नांव असून, प्रलयकालीं त्यांतच सर्व भूतांचा लय होतो असा जो सर्व भूतांचें मन म्हणून असतो, त्यालाच प्रद्युम्न असेंही म्हणतात. त्या प्रद्युम्नापासून कर्ता, कारण व कार्य यांची उत्पत्ति आहे व त्यापासूनच चराचर सर्व जगत् निर्माण होतें. त्यालाच अनिरुद्ध म्हणतात. ईशान अशीही संज्ञा त्याला आहे. सर्व कर्मांचे ठिकाणीं व्यक्त होणारा अहंकार हाच होय. हे राजेंद्रा (?) निर्गुणात्मक, क्षेत्रज्ञ व भगवान् जो वासुदेव तो जेव्हां जीवरूपानें अवतार घेतो, तेव्हां त्याला संकर्षण प्रभु असें म्हणतात. संकर्षणापासून मनाच्या रूपानें अवतरणारा प्रद्युम्न उत्पन्न होतो. प्रद्युम्नापासून अनिरुद्ध उत्पन्न होतो, तोच अहंकार व ईश्वर होय. हे नारदा, चराचर सृष्टि क्षर आणि अक्षर, सत् व असत् हीं सर्व मजपासूनच उत्पन्न होतात. माझे भक्त मजमध्यें लीन होऊन मुक्त होतात. मीच पंचविसावा, मीच ज्ञेय व मीच निष्क्रिय पुरुष आहें. मी निर्गुण, कलारहित व द्वंद्वातीत असून मला कसलाही परिग्रह नाहीं. हें कसें तें तुला कळावयाचें नाहीं. कारण, माझें सगुणरूप तुला दिसत आहे. पण माझ्या मनांत आलें तर एका क्षणांत मी हें रूप टाकून देईन. (निर्गुण होईन.) मी अखिल जगताचा गुरु आहें. माझें दर्शन तुला होत आहे ही देखील माझी माया आहे. सर्व सृष्ट वस्तूंचे गुणधर्म तुला आतां माझे ठिकाणीं दिसत आहेत, यामुळें तुला माझें यथार्थ (निर्गुणत्वानें) ज्ञान

होणें शक्य नाहीं. माझ्या चार प्रकारच्या मूर्तींचें स्वरूप तुला यथातथ्य उलगडून सांगितलेंच आहे. मलाच जीवात्मा अशी संज्ञा आहे आणि जीवात्म्याचें माझे ठिकाणींच वास्तव्य आहे; तथापि एवढ्यानेंच आपण जीवात्मा ओळखला असें मात्र तूं समजूं नको. हे ब्रह्मन्, मी सर्वव्यापी असून अखिल समुदायांचा अंतरात्मा आहें. परंतु भूतमात्राचा नाश झाला तरी मी मात्र नाश पावत नाहीं. हे मुने, जे महाभाग श्रेष्ठ सिद्धि मिळवून माझी अनन्य भक्ति करितात, त्यांची रजोगुण व तमोगुण यांच्या अवलेपापासून मुक्तता होऊन ते मद्रूप होतात. निरुक्तानें ज्याचें ज्ञान होतें व ज्याला हिरण्यगर्भ असें म्हणतात, तो जगज्जनक चतुर्वक्त्र सनातन ब्रह्मदेव माझे आज्ञेनें माझीं अनेक कृत्यें घडवून आणतो. माझ्या क्रोधापासून रुद्राची उत्पत्ति झाली असून, तो माझ्या ललाटांतून बाहेर पडला. माझ्या उजव्या बाजूला उभे असलेले हे माझे एकादश रुद्र अवलोकन कर. माझ्या डावे बाजूला द्वादश आदित्य उभे आहेत ते पहा. माझ्या पुढें सुरश्रेष्ठ अष्टवसु दिसत आहेत तिकडे दृष्टि दे; आणि माझ्या पाठीमागें नासत्य व दस्र हे दोघे भिषग्वर्य उभे आहेत त्यांकडे पहा. त्याचप्रमाणें, हे साधुवर्या, सर्व प्रजापति, सप्त ऋषि, वेद, शेंकडों प्रकारचे यज्ञयाग, अमृत, वनस्पति, यमनियमादि विविध प्रकारचीं तपें, तसेंच एकवटलेलें मूर्तिमंत अष्टगुणैश्वर्य, श्री, लक्ष्मी, कीर्ति, पर्वतांसह पृथ्वी, वेदांची जननी देवी सरस्वती, अंतरिक्षांतील नक्षत्रांत श्रेष्ठ असलेलें ध्रुवनक्षत्र, मेघ, समुद्र, सरोवरें, नद्या, पितृगणांतील मूर्तिमंत मुख्य चार पितर व निराकार तीन गुण हीं सर्व माझ्या विश्वरूपाचे ठिकाणीं दृग्गोचर होत आहेत तेंही अवलोकन कर. हे ऋषे, देवकार्याहूनही पितृकार्य मला अधिक आहे. देव व पितर यांचा मी एकटाच आद्यजनक आहें. मी पश्चिमोत्तर समुद्रामध्यें हयशिरा होऊन लोकांनीं श्रद्धेनें व आदरानें अर्पण केलेलें हव्यकव्य सेवन करितों. पुरातन कालीं मीं प्रथम ब्रह्मदेवाला उत्पन्न केलें. त्यानें स्वतः यज्ञयागादिकांनीं माझें पूजन केलें. त्याचे भक्तीनें संतुष्ट होऊन मीं अनेक उत्तम उत्तम वर त्याला दिले, ते असेः " कल्पारंभीं तूं माझा पुत्र होऊन सर्व सृष्टीचें प्रभुत्व तुला प्राप्त होईल. अहंकारयुक्त होऊन तूं सृष्टि निर्माण करशील, ह्मणून अहंकार असें पर्यायवाचक नांव तुला मिळेल. तूं घालून दिलेली मर्यादा कोणीही उल्लंघन करणार नाहीं. हे ब्रह्मन्, वरप्राप्ति व्हावी या हेतूनें जे कोणी तपश्चर्या करतील, त्यांना तुझेकडूनच वरप्राप्ति होईल. हे व्रताचारी महाभाग तपोधना, देव, दानव, ऋषि, पितर व अन्य विविध भूतें या सर्वांचें तूं उपास्य दैवत होशील. देवकार्यासाठीं मी नेहमीं अवतार घेईन. इतकेंच नव्हे, तर, हे ब्रह्मन्, पिता पुत्राला आज्ञा करितो त्याप्रमाणें तूं मला आज्ञा कर. मी तुझ्या आज्ञेप्रमाणें वागेन. "

नारदा, अतुलपराक्रमी ब्रह्मदेवावर प्रसन्न होऊन हे व असेच दुसरे उत्तम वर मीं त्यास दिले; व पुनः निवृत्तिमार्ग स्वीकारून पूर्ववत् निष्क्रिय झालों. कारण, सर्व धर्मांमध्यें निवृत्तिमार्ग श्रेष्ठ मानिला असून सर्व कर्मांचा त्याग ह्मणजेच निवृत्ति होय. ह्मणून मनुष्यानें निवृत्तिमार्गाचा अवलंब करून श्रेष्ठ सुखाची प्राप्ति करून घ्यावी. आदित्यस्वरूपांत विलीन असलेला विद्यासंपन्न महायोगी कपिल मीच असें सांख्यमतवादी आचार्य समजतात. वेदांमध्यें भगवान् हिरण्यगर्भ या नांवानें माझीच स्तुति केलेली आहे. हे ब्रह्मन्, योगशास्त्रांत

योगानंद या शब्दानें माझा उल्लेख केला आहे. व्यक्त स्वरूप धारण करून सांप्रत मी स्वर्गांत रहात आहें. मी सनातन आहें. सहस्रयुगें लोटल्यावर मी जगताचा संहार करीन. त्या-वेळीं स्थावरजंगमादि सर्व भूतें आत्मस्वरूपांत सांठवून, विद्यानंदामध्यें मी एकाकी रममाण होऊन राहीन. पुनः कित्येक युगांनंतर विद्येच्या (ज्ञानाच्या) साह्यानें मी जगत् निर्माण करीन. माझी जी चौथी मूर्ति आहे तिज-पासून अविनाशी शेषाची उत्पत्ति होते. शेषा-लाच संकर्षण हें नांव असून, त्यापासून प्रद्युम्न उत्पन्न होतो. प्रद्युम्नापासून मीच अनिरुद्ध-रूपानें जन्म घेतों. या प्रकारें मीं पुनः पुनः आपल्यालाच उत्पन्न करितों. अनिरुद्धाच्या नाभिकमलापासून ब्रह्मदेवाचा अवतार होतो आणि ब्रह्मदेवापासून चराचर भूतसृष्टि निर्माण होते. प्रत्येक कल्पाच्या सुरवातीला या प्रका-रानें सृष्टीची उत्पत्ति होते हें लक्षांत ठेव. ज्याप्रमाणें आकाशांत सूर्याच्या अस्तोदयांची परंपरा चाललेली दृष्टीस पडते, त्याप्रमाणेंच सृष्टीच्या प्रलयोत्पत्तींची परंपरा एकामागून एक याप्रमाणें चालू असते.

नारदा, सर्वशक्तिमान् काल ज्याप्रमाणें नष्ट (अस्तंगत) झालेल्या सूर्याला बळानें खेंचून परत आणतो, त्याप्रमाणें सर्व प्राण्यांच्या हिता-साठीं मी वराहरूप धारण करून आपले साम-र्थ्यानें उदकामध्यें बुडून नष्ट झालेली समुद्र-मेखला पृथ्वी पुनः परत स्वस्थानीं आणीन. स्वसामर्थ्याच्या मदानें धुंद झालेल्या दितिपुत्र हिरण्याक्षाचा मी वध करीन. नंतर देवांना संकटांतून मुक्त करण्याकरितां मी नृसिंहरूप धारण करून, यज्ञयागांचा विध्वंस करणारा दितीचा पुत्र हिरण्यकशिपु याचा नाश करीन. पुढें ज्याला देव, दानव, राक्षस किंवा सर्व जगतांतील अन्य कोणी मारूं शकणार नाहीं असा महापराक्रमी व दैत्यश्रेष्ठ बलिराजा विरो-चनाचे पोटीं जन्मास येईल. तो स्वपराक्रमानें इंद्राला देखील राज्यभ्रष्ट करील. त्या बलीनें त्रैलोक्याला जर्जर करून इंद्रालाही पराजित केलें म्हणजे कश्यपापासून अदितीच्या पोटीं बारावा आदित्य[1] (वामन) म्हणून मी अवतार घेईन. मग, नारदा, महासमर्थ व देवांना देखील अवध्य असा जो बलि दैत्य त्याला पातालांत घालून मी महावीर्य-शाली इंद्राला त्याचें राज्य परत मिळवून देईन; आणि सर्व स्थानभ्रष्ट देवतांची त्यांच्या त्यांच्या जागीं स्थापना करीन. पुढें त्रेता-युगामध्यें भृगुकुलांत मी परशुराम होऊन संपत्ति व सामर्थ्य यांच्या मदानें उन्मत्त झालेल्या क्षत्रियांचा नायनाट करून पृथ्वी निःक्षत्रिय करून सोडीन. त्रेतायुग संपून द्वापरयुग लाग-ण्याचे संधीस दशरथाच्या पोटीं मी जगत्पति राम या नांवानें अवतार घेईन. ऋषि एकत व द्वित या नांवांच्या प्रजापतीच्या दोन पुत्रांना त्रित ऋषीचा घात केल्याचें प्रायश्चित म्हणून वानराचा वेड्यावांकड्या आकाराचा जन्म घ्यावा लागेल. त्यांच्या वंशांत उत्पन्न झालेले अरण्यवासी, महाबलिष्ठ, अमितवीर्यशाली व इंद्रासारखे पराक्रमी वानर देवांची सुटका करण्यासाठीं मला साहाय्य करितील; आणि त्यांच्या साह्यानें, पुलस्त्यकुलाला कलंक लावणारा नीच व भयंकर राक्षसांचा राजा जो जगत्कंटक रावण त्याचा व त्याच्या अनु-यायांचा मी निःपात करीन. द्वापरयुगाच्या शेवटीं व कलियुगाचा आरंभ होण्यापूर्वी मथुरा नगरींत कंसाला मारण्याकरितां मी प्रकट होईन. तेथें देवांना कांट्याप्रमाणें जाचणाऱ्या अनेक दैत्यांना ठार मारून कुशस्थली द्वारके-

१ 'आदित्य' या शब्दाचा व्युत्पत्त्यर्थ अदितीचा पुत्र एवढाच आहे.

मध्यें मी आपलें ठाणें ठेवीन. द्वारकेंत असतांना मी अदिति मातेचा अपमान करणाऱ्या भूमिपुत्र नरकासुराचा आणि मुर व पीठ या दानवांचा संहार करीन. नंतर प्राग्ज्योतिष नगराच्या दानवश्रेष्ठ अधिपतीला मारून तेथील संपत्ति मी द्वारकेंत हरण करून आणीन. पुढें, बाणाचें हित चिंतणाऱ्या, दक्ष व परमपूज्य अशा महासेन व महेश्वर या देवांचा पराजय करून मी बलीचा पुत्र जो सहस्रबाहु बाणासुर त्याला जिंकीन. नंतर सर्व सौभनिवासीयांचा मी निःपात करीन. तदनंतर, हे द्विजश्रेष्ठा, गर्ग ऋषींच्या वरप्रसादानें प्राप्त झालेल्या सामर्थ्यामुळें चढून गेलेल्या कालयवन नांवाच्या असुराचा माझे हातून वध होईल. पुढें—गिरिव्रज नगरींत सर्व राजांशीं शत्रुत्वानें वागणारा जरासंध नामक मोठा बलवान् व अभिमानी राजा राज्य करील, त्याचाही माझ्या बुद्धिवादानें चालणाऱ्या मनुष्याचे हातून शेवट होईल. कांहीं कालानें पृथ्वीवरील सर्व बलवान् राजे युधिष्ठिराच्या राजसूय यज्ञासाठीं आले असतांना मी शिशुपालाचा वध करीन. कोणतेंही कार्य तडीस नेण्याचे कामीं एकटा अर्जुन माझे चांगला उपयोगीं पडेल. शेवटीं मी युधिष्ठिराला बंधूंसह राज्यावर बसवीन. जगताचे कल्याणाकरितां देवावतार नरनारायण ऋषि कृष्णार्जुनांच्या रूपानें क्षत्रियांचा संहार करण्यास उद्युक्त झाले आहेत असें लोक म्हणत राहतील. नंतर, हे साधुवर्या, दुर्जनांचा यथेप्सित निःपात करून भूभार हलका केल्यावर आत्मज्ञानाची स्मृति होऊन मी सर्व यादवांचा व द्वारकेचाही घोर प्रलय करीन. याप्रमाणें, नारदा, चार तऱ्हेच्या मूर्ति धारण करणारा मी या प्रकारचीं अपरिमित कर्में केल्यावर ब्राह्मणांना पूज्य असलेल्या व मींच प्रथम निर्माण केलेल्या प्रदेशाला परत जाईन. हे द्विजश्रेष्ठा, हंस, कूर्म, मत्स्य, वराह, नरसिंह, वामन, परशुराम, दाशरथि राम, सात्वत कृष्ण व कल्कि या स्वरूपांनीं मी लोकोद्धारार्थ अवतीर्ण होईन. जेव्हां वेदांतील श्रुति नष्ट झाली, तेव्हां ती मींच परत आणली. किंबहुना पूर्वीं कृतयुगामध्यें वेद व श्रुति हीं मीच पुनः उत्पन्न केलीं. (त्यांची मीं पुनः रचना केली.) तूं जर पुराणें ऐकलीं असशील, तर माझे श्रेष्ठ अवतार पुष्कळ होऊन गेले व वेळोवेळीं लोककार्य करून प्राझ्या प्रकृतींत माझे अवतार शेवटीं लीन झाले, असें तूं ऐकलें असशील. माझें दर्शन तुला जसें झालें तसें प्रत्यक्ष ब्रह्मदेवालाही झालें नाहीं. तुझ्या मद्विषयक अनन्यभक्तीचे योगानें आज माझें दर्शन तुला घडलें. हे ब्राह्मणा, तूं माझा परमभक्त म्हणून इतकें सर्व मीं तुला सांगितलें. हे सच्छ्रेष्ठा, तुझ्या भक्तीमुळें मीं तुला माझ्या प्राचीन व भविष्य अवतारांच्या कथा व त्यांचें रहस्य इत्यादि उलगडून सांगितलीं.

भीष्म सांगतातः—याप्रमाणें बोलून तो विश्वस्वरूपी व अविनाशी भगवान् वासुदेव तत्क्षणीं अंतर्धान पावला; आणि तेजोनिधि नारदांचाही इष्ट हेतु सफल झाल्यामुळें ते नरनारायणांचें दर्शन घेण्याकरितां लगेच बदरिकाश्रमाला निघाले. बाबारे, नारायणाच्या मुखांतून बाहेर पडलेलें, आणि चारही वेद, सांख्यशास्त्र व योगशास्त्र यांशीं सुसंगत असलेलें हें महोपनिषद नारदांनीं जसें पाहिलें होतें व ऐकिलें होतें तसें हुबेहूब ब्रह्मदेवाच्या घरीं पुनः इत्थंभूत म्हणून दाखविलें. या उपनिषदाला **पंचरात्र** असें नांव त्यांनीं दिलें.

युधिष्ठिर विचारतोः—हें नारायणाचें अद्भुत माहात्म्य नारदांपासून ब्रह्मदेवानें श्रवण

1 हा सर्व वृत्तांत वनपर्वाच्या १४ पासून २१ अध्यायांपर्यंत विस्तरशः दिला आहे तो पहावा.

केलें म्हणून आपण सांगतां, तर हें काय ब्रह्मदेवाला माहीत नव्हतें ? भगवान् पितामह ब्रह्मदेव तर नारायणाचे पुढलेच पिढीचे. ज्याच्या तेजाला सीमा नाहीं त्या नारायणाचा प्रभाव अशा ब्रह्मदेवाला कसा बरें माहीत नव्हता?

भीष्म सांगतातः—सहस्रावधि महाकल्प आणि लक्षावधि प्रलयकाल व उत्पत्तिकाल आजवर होऊन गेले आहेत. उत्पत्तीचा समय प्राप्त झाला म्हणजे प्रत्येक वेळीं नारायण हा जगत्स्रष्टा जो प्रभु ब्रह्मदेव त्याचें स्मरण करितो. हे राजा, देवश्रेष्ठ नारायण आपल्याहून फारच श्रेष्ठ आहे, हें ब्रह्मदेवाला पुरें माहीत असतें. नारायण परमात्मा जगत्प्रभु असून आपलें जन्म नारायणापासूनच झालें आहे, ही गोष्ट ब्रह्मदेव केव्हांही विसरत नाहीं. ब्रह्मदेवाच्या सदनामध्यें जे अनेक सिद्धवृंद गोळा झाले होते, त्यांना हें वेदसंमत प्राचीन उपनिषद् नारदांनीं ऐकविलें. (ब्रह्मदेवाला म्हणून नव्हे.) त्या शुद्धात्म्या ऋषींपासून भगवान् सूर्यानें तें पंचरात्र उपनिषद् श्रवण केलें; व सूर्याचे मागून जाणाऱ्या सहासष्ट हजार पुण्यपावन ऋषींना सूर्यानें तें कथन केलें. राजा, सर्व जगताला प्रकाश देणारा जो रवि त्याचे भोंवतीं फिरण्यासाठीं ब्रह्मदेवानें हे पुनीतांतःकरणाचे ऋषि निर्माण केले आहेत. त्या सूर्यानुगामी महात्म्या ऋषींनीं हें उपनिषद् सूर्यापासून श्रवण केल्यावर मेरुपृष्ठावर गोळा झालेल्या देवांना तें श्रुत केलें. हे राजेंद्रा, देवांपासून असित ऋषींनीं या कथानकाचें अध्ययन करून, तें पितरांना निवेदन केलें; आणि माझा पिता जो शंतनु राजा त्याचेपासून मला हें विदित झालें. हे भारता, देव, मुनि यांनीं श्रवण केलेलें हें पुराण मीं तुला सांगितलें. ज्यांनीं ज्यांनीं हें श्रवण केलें आहे, ते सर्व परमात्म्याचें पूजन करितात. हें ऋषिप्रणित कथानक परंपरेनें एकापासून दुसऱ्याला याप्रमाणें चालत आलें आहे. राजा, जो वासुदेवाचा भक्त नसेल त्याला तूं हें कदापि सांगूं नको. माझ्यापासून इतर शेंकडों उपाख्यानें तूं श्रवण केलीं आहेस, पण हें कथानक त्या सर्वांचें सार आहे. हे राजा, पूर्वी देव व दैत्य यांनीं मिळून जसें समुद्रमंथन केलें व त्यापासून अमृत काढलें, तसें ऋषींनीं सर्व कथांचें मंथन करून हें अद्भुत कथानक शोधून काढलें. एकांतामध्यें अनन्यभावानें जो मनुष्य या कथानकाचें पठण अथवा श्रवण करील, त्याची कांति चंद्राप्रमाणें होऊन त्याला श्वेत नामक महाद्वीपाची प्राप्ति होईल; इतकेंच नव्हे, तर प्रत्यक्ष परमात्म्याच्या स्वरूपांत मिळून जाण्यासही तो समर्थ होईल, यांत तिळमात्र संदेह नाहीं. या कथेच्या श्रवणानें रोगग्रस्त मनुष्याची व्याधि दूर होईल; जिज्ञासूच्या सर्व कामना परिपूर्ण होतील; आणि भक्तांना त्वरित कैवल्यपदाची प्राप्ति होईल. राजा, तूं देखील पुरुषोत्तमाची नेहमीं आराधना कर. तो अखिल जगताच्या मातृस्थानीं, पितृस्थानीं व गुरुस्थानीं आहे. हे महाबाहो युधिष्ठिरा, महाबुद्धिमंत सनातन भगवान् ब्रह्मण्यदेव जो जनार्दन तो तुजवर प्रसन्न होवो.

वैशंपायन सांगतातः—जनमेजया, धर्मराजानें हें श्रेष्ठ आख्यान श्रवण केल्यावर तो व त्याचे सर्व बंधु नारायणाची अनन्यभावानें भक्ति करूं लागले; आणि ‘ भगवंताचा जय असो ’ (जय भगवन्) या मंत्रानें त्यांनीं एकाग्रतेनें नारायणाचें ध्यान सुरू केलें. हे भारता, आमचे श्रेष्ठ गुरु जे कृष्णद्वैपायन व्यास मुनि त्यांनींही परमश्रेष्ठ नारायणनाममंत्राचा जप गाऊन नारायणाची अनन्यभक्ति केली; अमृताचा आगर जो क्षीरसमुद्र तेथपर्यंत अंतरिक्षमार्गानें

जाऊन देवाधिदेव नारायणाची त्यांनीं पूजा केली व नंतर ते आपल्या आश्रमाला परत आले.

भीष्म सांगतातः—नारदांनीं ब्रह्मदेवाच्या सदनांत ऋषिवृंदापुढें जें कथानक स्वतः सांगितलें, तें मीं तुला इत्थंभूत निवेदन केलें. परंपरेनें हें कथानक प्राचीन काळापासून आजपर्यंत अबाधित राहिलें आहे. मला हें माझ्या पित्यानें पूर्वीं कथन केलें.

सौति सांगतातः—वैशंपायनांनीं जनमेजयाला सांगितलेला सर्व वृत्तांत मीं तुम्हांला निवेदन केला. हा वृत्तांत श्रवण करून जनमेजय राजानें यथाविधि नारायणाचें पूजन केलें. आपणही सर्व ऋषींनीं उग्र तपश्चर्या केली असून अनेक व्रतें आचरिलीं आहेत. आपण वेदवेत्ते द्विजश्रेष्ठ नैमिषारण्यांत वास्तव्य करणाऱ्या शौनक ऋषीच्या महासत्रासाठीं येथें आलां आहां, आपणही मंत्रपूर्वक नारायणाला हविर्भाग अर्पण करून सनातन परमेश्वराचें उत्तम प्रकारच्या यज्ञयागादिकांनीं पूजन करा. हें कथानक परंपरेनें माझ्या पित्याला ठाऊक झालें व त्यानें तें मला निवेदन केलें.

अध्याय तीनशें चाळिसावा.

—:•:—

नारायणाचें यज्ञकर्तृत्व व यज्ञभोक्तृत्व.

शौनक विचारतातः—वेदवेदांगज्ञाता जो नारायण प्रभु त्या एकाचेच ठिकाणीं यज्ञकर्तृत्व व यज्ञांत अग्रभाग घेण्यानें यज्ञभोक्तृत्व या दोन्ही विरुद्ध क्रिया कशा संभवतात ? क्षमाशील भगवंतानें स्वतःच निवृत्तिधर्माचा आश्रय करून आपणच निवृत्तिमार्गाचें प्रतिपादन केलें आहे. मग यज्ञांतील हविर्भागाचा स्वीकार करावयास लावून देवतादिकांना त्यानें प्रवृत्तिमार्ग कां बरें लावून दिला आहे ? बरें, प्रवृत्तिमार्ग नारायणाला प्रिय आहे असें ह्मणावें, तर त्यानेंच कित्येकांचा निवृत्तिमार्गाकडे कल ठेवलेला दृष्टीस पडतो. कारण, ज्यांचे बुद्धीला कसलीही व्यावृत्ति नाहीं असेही लोक आढळांत येतात. यास्तव, हे सौते, आमच्या या शंकेचें निरसन कर. आमची शंका निरंतरची असून तिच्या मुळाशीं कांहीं तरी गूढ आहे. नारायणाच्या यथार्थ स्वरूपासंबंधी शास्त्रसंमत अनेक कथा तुला अवगत आहेत. तेव्हां तूं आमच्या शंकेचें निवारण करण्यास समर्थ आहेस.

सौति उत्तर देतातः—हे विद्वच्छ्रेष्ठ शौनका, जनमेजयानें अशाच स्वरूपाचा प्रश्न केल्यावरून व्यासांच्या त्या सुबुद्ध शिष्यानें (वैशंपायनानें) पूर्वीं जें उत्तर जनमेजयाला दिलें, तेंच पुरातन उत्तर मी तुम्हांला सांगतों. प्राणिमात्राचे ठिकाणीं वास करणाऱ्या परमात्म्याचें माहात्म्य श्रवण केल्यावर (शंका उत्पन्न झाल्यामुळें) अति सुज्ञ जनमेजयानें वैशंपायनाला प्रश्न केला.

जनमेजय विचारतोः—ब्रह्मन्, देव, दानव, मनुष्य, ब्रह्मदेव, किंबहुना जगांतील यच्चयावत् प्राणी हे सुखाच्या पाठीमागें लागून सुखकारक कर्में करण्यांत दंग झाले आहेत असें दृष्टोत्पत्तीस येतें. मोक्षसुख हें सर्वांत श्रेष्ठ होय असें आपण सांगतां. पापपुण्यरहित होऊन जे मुक्तीला जातात, ते सहस्ररश्मि सूर्याच्या तेजांत मिळून जातात, असेंही आम्ही ऐकत आलों. परंतु हा सनातन मोक्षधर्म दुःसाध्य आहे असें मला वाटतें. कारण, मोक्षमार्ग सोडून देवता देखील यज्ञयागादिकांतील हव्यकव्य सेवन करून प्रवृत्तिमार्गाकडे लागल्या आहेत, असें आपण पहातों. प्रत्यक्ष ब्रह्मदेव, रुद्र, बलघ्न प्रभु इंद्र, सूर्य, ताराधिप चंद्रमा, वायु, अग्नि, वरुण, आकाश, किंबहुना अखिल जगती व इतर देव यांना सुद्धां (आपला) मोक्ष (आत्यंतिक प्रलय) आपले हातांत

आहे, हें कळत नाहीं असें दिसतें; आणि म्हणूनच अक्षर, अव्यय व शाश्वत असा जो निवृत्तिमार्ग त्याचा अवलंब न करितां स्मृतींनीं सांगितलेल्या नियमित कालपर्यंत फल देणाऱ्या प्रवृत्तिमार्गाचा ह्या सर्वांनीं आश्रय केला आहे. (असें अनुमान करण्यास प्रत्यवाय नाहीं.) पण प्रवृत्तिमार्गाला लागलेल्यांना मिळणारें फल शाश्वत नसून परिमित कालपर्यंतच टिकणारें असतें, हा प्रवृत्तिमार्गांत मोठा दोष आहे. ब्रह्मन्, प्रवृत्ति व निवृत्ति यांपैकीं श्रेष्ठ मार्ग कोणता याबद्दल माझे मनांत मोठा संशय असून तो शल्याप्रमाणें माझ्या अंतःकरणाला सलत आहे. तेव्हां हा माझा संशय एतद्विषयक प्राचीन कथानक सांगून दूर करा. या प्रश्नाचें आपले मुखानें उत्तर ऐकण्याची मला अतिशय उत्कंठा लागली आहे. द्विजवर्य, यज्ञामधील हविर्भाग ग्रहण करणें देवतांकडेच कां? तसेंच, ब्रह्मन्, देवतांचेंच यज्ञामध्यें पूजन कां करितात? द्विजश्रेष्ठ, दुसऱ्यांनीं केलेल्या यज्ञांतील हविर्भाग देवता ग्रहण करितात, परंतु देवतांच्या यज्ञांत त्या कोणाला हविर्भाग समर्पण करितात?

वैशंपायन उत्तर देतातः—हे राजा, तूं मोठा बिकट प्रश्न केला आहेस. ज्यानें तपाचरण, वेदाध्ययन व पुराणश्रवण केलेलें नाहीं, त्याला या प्रश्नाचें त्वरित उत्तर देतां यावयाचें नाहीं. माझे गुरु जे ऋषिश्रेष्ठ कृष्णद्वैपायन वेदव्यास त्यांना पूर्वीं मीं असाच प्रश्न केला असतां तेथें जो वृत्तांत घडला तो मी तुला निवेदन करितों, ऐक.

राजा, सुमंतु, जैमिनी, व्रतनिष्ठ पैल, चौथा मी व पांचवा शुक असे आम्ही श्रीव्यासांचे पांच शिष्य संयमी, शुचिर्भूत, आचारवंत, क्रोधरहित व जितेंद्रिय असे होतों. व्यासांनीं आमचेकडून चारही वेदांचें अध्ययन करवून, ज्याला पांचवा वेद असें ह्मणतात तें महाभारत पुराणही आह्मांला पढविलें. एकदा, सिद्धचारणांचें वसतिस्थान असलेल्या रम्य गिरिश्रेष्ठ मेरु पर्वतावर आम्ही वेदाध्ययन करीत असतां, तूं जो आतां प्रश्न केला आहेस त्याच स्वरूपाची शंका आह्मांला आली. तेव्हां लागलींच आह्मीं ती गुरुजींना कळविली. त्या वेळीं त्यांनीं दिलेलें उत्तर मीं ऐकलेंच आहे; तेंच तुला आतां सांगतों.

हे भारता, आम्हां शिष्यांचें भाषण श्रवण करितांच, सर्व अज्ञानांधकार नाहींसा करण्यास समर्थ असलेले आमचे गुरु पराशरसूत श्रीमद्व्यास ह्मणालेः—हे साधुश्रेष्ठहो, मीं परम दारुण व उग्र तपश्चर्या केली असून भूत, भविष्य व वर्तमान सर्व मला कळतें. माझ्या खडतर तपाचरणानें व इंद्रियनिग्रहानें नारायण मजवर प्रसन्न झाला; व क्षीरसागराच्या तीरावर मी राहिलों असतां नारायणाच्या कृपाप्रसादानें माझ्या इच्छेप्रमाणें त्रिकालज्ञान मला स्फुरलें. आतां तुमची गहन शंका दूर करण्याकरितां मी जें शास्त्रांना धरून विवेचन करितों, तें ऐका. कल्पाचे आरंभीं काय झालें तें मीं ज्ञानचक्षूंच्या साह्यानें इत्थंभूत पाहिलें आहे. सांख्यवेत्ते व योगवेत्ते ज्याला परमात्मा ह्मणतात त्याला स्वतःच्या कर्मामुळें महापुरुष अशी संज्ञा प्राप्त झाली आहे. महापुरुषापासून अव्यक्त प्रकृति उत्पन्न झाली, असें ज्ञाते म्हणतात, प्रकृतीलाच प्रधान असेंही नांव आहे. सर्वशक्तिमान् प्रकृतीपासून जगाच्या उत्पत्तीसाठीं व्यक्त निर्माण झालें. त्याला अनिरुद्ध अशी संज्ञा असून, सर्व लोकांमध्यें हा महान् आत्मा म्हणून प्रसिद्ध आहे. हा अनिरुद्ध व्यक्त झाला व त्यानें पितामह ब्रह्मदेवाला उत्पन्न केलें. अनिरुद्धाला अहंकार असें दुसरें नांव असून तो तेजोमय आहे. अहंकारापासून पृथ्वी, आप,

तेज, वायु व आकाश हीं पंचमहाभूतें निर्माण झालीं. पंचमहाभूतें निर्माण केल्यावर शब्द, स्पर्श, रूप, रस व गंध हे पंचमहाभूतांचे पांच गुण त्यानेंच उत्पन्न केले. पंचमहाभूतांपासून कोणत्या मूर्ति उत्पन्न झाल्या तें ऐका. मरीचि, अंगिरा, अत्रि, पुलस्त्य, पुलह, क्रतु, महात्मा वसिष्ठ व स्वयंभू मनु या मूर्ति अहंकारापासून जन्मास आल्या. अष्टप्रकृति ह्मणून ज्या समजतात त्या याच होत. याच सर्व जगताला आधारभूत आहेत. अखिल विश्वाचा पितामह जो ब्रह्मदेव त्यानें जगत्कल्याणाकरितां वेद, वेदांगें, यज्ञ व यज्ञांगें उत्पन्न केलीं. किंबहुना या अष्टविधा प्रकृतीपासून सर्व जगत् उत्पन्न झालें आहे. क्रोधतत्त्वापासून रुद्र निर्माण होऊन त्यानें आणखी दहा रुद्र उत्पन्न केले. या अकरा रुद्रांना विकारपुरुष असें ह्मणतात. लोकसिद्धीसाठीं अवतीर्ण झालेले एकादश रुद्र, अष्टप्रकृति, देव व ऋषि ब्रह्मदेवापाशीं येऊन बोलले, ' हे सर्वशक्तिमान् भगवंता, तूं आह्मांला उत्पन्न केलें आहेस. आह्मांपैकीं कोणीं कोणीं काय काय कामें करावीं? कोणत्या गोष्टी करण्याकरितां तूं आह्माला निर्माण केलेंस? कोणत्या प्रकारच्या अहंकारानें प्रेरित होऊन आह्मीं कोणत्या कामीं कसें वर्तन ठेवावें? आपआपलीं कर्तव्यें बजावण्यासाठीं आह्माला कोणतें सामर्थ्य तूं दिलें आहेस? हे पितामहा, या सर्व गोष्टी तूं आह्मांला उलगडून सांग. हें ऐकून देवाधिदेव ब्रह्मदेवानें असें उत्तर दिलें.

ब्रह्मदेव म्हणालाः—देवहो, मला तुम्हीं आतां प्रश्न केला हें फार चांगलें झालें. तुमचें कल्याण असो. तुमच्या मनांत ज्या गोष्टींसंबंधी विचार घोळत आहेत, त्याविषयींच मलाही काळजी आहे. तिन्ही लोकांची व्यवस्था कशी लावावयाची व त्या कामीं माझ्या व तुमच्या सामर्थ्याचा व्यर्थ क्षय न होतां कार्य कसें साधेल, याचा मीही विचार करीत आहें. मला वाटतें, आपण येथून निघून जगत्साक्षी जो अव्यक्त महापुरुष त्याला शरण जावें, ह्मणजे आपल्या हिताची गोष्ट तो आपल्याला सांगेल.

तेव्हां लागलींच ते त्रैलोक्याच्या हिताची काळजी वाहणारे देव व ऋषि ब्रह्मदेवासह तेथून क्षीरोदधीच्या उत्तरतीराकडे गेले. तेथें गेल्यावर, वेदामध्यें ब्रह्मदेवानें सांगितलेल्या रीतीनें तपश्चर्या करण्यास त्यांनीं आरंभ केला. त्यांनीं चालविलेलें तपाचरण अति उग्र असून महानियम असें त्या तपाचें नांव होतें. नेत्र व बाहू उर्ध्वाभिमुख करून, त्यांनीं आपलें मन एकाग्र केलें आणि एका पायावर काष्ठासारखे निश्चळ उभे राहून ते योगमग्न झाले. याप्रमाणें देवांचीं सहस्र वर्षेपर्यंत त्यांची खडतर तपश्चर्या झाली, तेव्हां वेद व वेदांगें यांनीं भूषित झालेली भगवंताची मधुरवाणी त्यांचे कानीं पडली.

श्रीभगवान् ह्मणालेः—हे ब्रह्मदेवादि देवहो, आणि तपोधन ऋषीहो, तुह्मां सर्वांचा स्वागतपूर्वक सत्कार करून मी तुह्मांला हितकर गोष्ट सांगतों, ती ऐका. तुमच्या मनांतील हेतु मला समजला. जगताचें कल्याण कसें होईल हा उदात्त विचार तुमच्या मनांत घोळत आहे. प्रवृत्तिमार्गाकडे लावून तुमच्या सामर्थ्याचें मी संवर्धन करीन. हे भूतश्रेष्ठहो, मला प्रसन्न करण्याचे हेतूनें तुह्मीं फार उत्तम तपश्चर्या केली आहे. तिचें उत्कृष्ट फळ तुह्मी आनंदानें भोगा. हा जगद्गुरु पितामह ब्रह्मदेव व तुह्मी देवश्रेष्ठ सर्व मिळून अनन्यभावानें माझेप्रीत्यर्थ यज्ञ (यागादिकांचें आचरण) करा; नेहमीं यज्ञ चालू असतां माझ्या नांवाचे हविर्भाग वेगळे काढून ठेवीत जा; ह्मणजे, हे

देवहो, ज्याच्या त्याच्या अधिकाराप्रमाणें कामगिरी सांगून मी तुमचें कल्याण करीन.

वैशंपायन सांगतात:—हें त्या देवाधिदेवाचें भाषण श्रवण करितांच ब्रह्मादि देव व ऋषिश्रेष्ठ या सर्वांना अत्यानंद होऊन, त्यांचे अंगावर रोमांच उभे राहिले. मग त्यांनीं वेदोपदिष्ट विधीनें वैष्णव यज्ञ केला. त्या वेळीं स्वतः ब्रह्मदेवानें श्रीविष्णूला हविर्भाग अर्पण केला. ब्रह्मदेवाप्रमाणें प्रत्येक देवानें व देवर्षीनें भगवंताप्रीत्यर्थ हविर्भाग समर्पण केले. कृतयुगाच्या विधींनीं परमादरानें हविर्भाग अर्पण केल्यावर, परमात्मा हा सर्व भूतांमध्यें श्रेष्ठ असून तमोगुणापलीकडे आहे, तसेंच तो वरदाता प्रभु सर्वव्यापी व सर्वशक्तिमान् असून त्याचा वर्ण सूर्याप्रमाणें आहे, असें ओळखून त्या देवांनीं व ऋषींनीं त्या परम पुरुषाचें पूजन केलें. तेव्हां वरद परमात्मा अंतरिक्षांत अशरीरिणी वाणीनें तेथें असलेल्या सर्व देवांना उद्देशून ह्मणाला, " प्रत्येकानें अर्पण केलेला हविर्भाग मला पोंचला. तुमचे भक्तीनें मी संतुष्ट झालों आहें व तुमच्या तपाचें फल मी आतां प्रत्येकाला देतों. परंतु त्या योगानें जन्ममरणाची वारी मात्र चुकणार नाहीं. देवहो, माझ्या कृपाप्रसादानें तुमचें आजपासून हें विशेष लक्षण राहील. देवहो, युगायुगाचे ठिकाणीं मोठमोठ्या दक्षिणा देऊन तुम्ही स्वतः यज्ञ करालव तेणेंकरून प्रवृत्तीपासून उत्पन्न होणारीं फलें भोगीत रहाल; आणि मनुष्यलोकीं जेव्हां कोणी वेदांमध्यें सांगितलेल्या विधीनें यज्ञ करितील, तेव्हां वेदाज्ञेस अनुसरून तुमच्या नांवानें ते हविर्भाग समर्पण करितील. या तुमच्या महायज्ञांमध्यें ज्या प्रमाणानें ज्यानें मत्प्रीत्यर्थ हविर्भाग अर्पण केले आहेत, त्याच प्रमाणानें त्याला मनुष्यांनीं केलेल्या यज्ञांत हविर्भाग मिळत जातील, अशी व्यवस्था मीं वेदसूत्रांमध्यें करून ठेविली आहे. यज्ञांतील हविर्भाग ज्या प्रमाणानें मिळतील त्या मानानें तुमचे अंगीं सामर्थ्य येईल व त्या बलाचे जोरावर तुम्ही जगताचें रक्षण करा. जगताच्या योगक्षेमाची चिंता वाहून तुम्ही आपआपली नेमून दिलेली कामगिरी करीत जा. प्रवृत्तिमार्गानें चालून केलेल्या कर्मांचीं फळें मिळावीं या हेतूनें जगतांत ज्या ज्या क्रिया घडत जातील, त्यांचेपासून तुम्हांला सामर्थ्य प्राप्त होईल. त्या सामर्थ्यानें युक्त होऊन तुम्ही जगाची परंपरा कायम ठेवा. मनुष्यकृत यज्ञयागादिकांनीं तुम्हांला सामर्थ्य आलें ह्मणजे तुम्ही मलाही (हविर्भाग समर्पण करून) संतुष्ट करीत जा. तुम्ही सर्वांनीं जगताचें रक्षण करण्याकरितां कसें वागावें याबद्दल मीं ही अशी जोजना करून ठेविली आहे. या उद्देशानेंच मीं वेद, यज्ञ व औषधि हीं निर्माण केलीं आहेत. वेदोपदिष्ट विधीनें यथाशास्त्र यज्ञयागादि क्रिया पृथ्वीवर चालू राहिल्या ह्मणजे देवता संतुष्ट होतील. हे सुरश्रेष्ठहो, हें कल्प संपेपर्यंत प्रवृत्तिमार्गाच्या कल्याणार्थ म्हणून मीं ही तुमची उत्पत्ति केली आहे. त्रैलोक्याच्या हिताचें संवर्धन करण्याकरितां तुम्ही आपआपल्या अधिकाराप्रमाणें वर्तनक्रम ठेवा. देवहो, मरीचि, अंगिरा, अत्रि, पुलस्त्य, पुलह, क्रतु व वसिष्ठ हे सात मानसपुत्र मीं उत्पन्न केले. हेच प्रमुख वेदवेत्ते व वेदाचार्य होत. प्रवृत्तिमार्गाचा आश्रय करून हे प्रजावृद्धि करितील. प्रवृत्तिमार्गानें चालणाऱ्या लोकांचा सनातन पंथ कसा हें मीं (या सप्तर्षींच्या निर्मितीनें) व्यक्त केलें आहे. ह्या लोकोत्पत्तीविषयीं समर्थ अशा मार्गाला अनिरुद्ध अशी संज्ञा आहे. सन, सनत्सुजात, सनक, सनंदन, सनत्कुमार, कपिल व सातवा सनातन हे ऋषि ब्रह्मदेवाचे मानसपुत्र होत.

त्यांना स्वयंस्फूर्तीनें सर्व ज्ञान झालें असून त्यांनीं निवृत्तिमार्गाचा आश्रय केला आहे. हे योगवेत्त्यांमध्यें मुख्य असून सांख्यशास्त्रामध्येंही पारंगत आहेत. सर्व धर्मशास्त्रांचे हे आचार्य होत. मोक्षधर्माची वाट यांनींच प्रथम दाखवून दिली. अव्यक्त प्रकृतीपासून सत्त्व, रज आणि तम या तीन गुणांनीं युक्त असा श्रेष्ठ अहंकार उत्पन्न झाला. अहंकारापलीकडील जो श्रेष्ठ (पुरुष) त्याला क्षेत्रज्ञ असें म्हणतात. क्षेत्रज्ञ तो मीच. प्रवृत्तिमार्गानें चालणारांची पुनरावृत्ती टळत नाहीं. जेथून परत फिरावें लागत नाहीं असें परमपद प्रवृत्तिमार्गी लोकांना प्राप्त होत नाहीं. प्रवृत्तीसाठीं किंवा निवृत्तीसाठीं जो जसा उत्पन्न केला असेल त्याप्रमाणेंच तो वागतो व तसें त्याला फलही मिळतें. हा प्रभु ब्रह्मदेव जगत्स्रष्टा व जगद्गुरु आहे. तोच तुह्मांला मातृस्थानीं, पितृस्थानीं व पितामहस्थानीं आहे. माझ्या आज्ञेनें तो भूतमात्राला वर देईल. माझ्याच आज्ञेनें त्याच्या ललाटापासून त्याला रुद्र नांवाचा पुत्र होऊन, तो आपल्या सामर्थ्यानें भूतमात्राचें रक्षण करील. आतां आपआपल्या अधिकारावर जा. माझ्या आज्ञेप्रमाणें चालून जगताचे कल्याणाची चिंता वहा. जगतामध्यें सर्व प्रकारच्या क्रिया चालू होऊं द्या. यामध्यें आतां विलंब करूं नका. हे देवश्रेष्ठहो, प्राणिमात्रानें कोणतीं कर्में करावीं व कोणतीं कर्में आचरिलीं असतां कोणती गति प्राप्त होईल, या गोष्टींचे निर्बंध ठरवून द्या व प्राण्यांच्या आयुष्यालाही कांहीं मर्यादा घाला. सांप्रत सर्वोत्कृष्ट काल मीं प्रवृत्त केला असून त्याला कृतयुग अशी संज्ञा आहे. या युगांत यज्ञांमध्यें पशुहत्या करावयाची नाहीं. या माझ्या आज्ञेविरुद्ध कांहीं घडतां कामा नये. हे सुरहो, या कृतयुगांत चतुष्पाद धर्म अखंड राहील. नंतर त्रेतायुगाला आरंभ होईल, त्यांत धर्माचा एक पाद नाहींसा होऊन तीन हिस्से शिल्लक रहातील; (म्हणून त्रेता) यज्ञामध्यें मंत्रानें प्रोक्षण करून पशूंचा वध होण्यास सुरवात होईल; व त्रेतायुगामध्यें धर्माच्या चौथ्या चरणाचा लोप होईल. त्रेतायुग संपल्यावर द्वापर नांवाचा मिश्रकाल सुरू होईल. तेव्हां धर्म निम्यानें लोपून जाईल. द्वापरयुगानंतर कलीला पुढें करून तिष्ययुग प्राप्त होईल, तेव्हां धर्माचा फक्त चौथा हिस्सा अवशिष्ट राहील. "

भगवंताचें हें भाषण ऐकतांच देवांनीं व देवर्षींनीं त्या जगद्गुरु परमात्म्याला प्रश्न केला, ' हे भगवंता, धर्माचा फक्त एकच पाद राहिल्यानें धर्म कोठें तरी जाऊन पडला असतां आह्मीं कोठें जावें व कोणत्या रीतीनें वागावें, हें आह्मांला सांगून ठेव. '

श्रीभगवान् सांगतातः—हे सुरोत्तमहो, ज्या ठिकाणीं वेद, यज्ञ, तप, दम, सत्य, अहिंसा इत्यादि धर्म दृग्गोचर होतील, त्या प्रदेशाचा तुम्ही कलियुगामध्यें आश्रय करून रहा, म्हणजे अधर्माचा तुह्मांला मुळींच विटाळ होणार नाहीं.

व्यास सांगतातः—भगवंताची अशी आज्ञा होतांच, ऋषिवृंद व सुरगण यांनीं परमात्म्याला प्रणिपात केला; आणि ते आपआपल्या इष्ट स्थळीं निघून गेले. देव तेथून निघून गेल्यावर एकटा ब्रह्मदेव भगवंताच्या त्या अनिरुद्धरूपाचें दर्शन घेण्यासाठीं तेथेंच राहिला. मग परमात्म्यानेंही अश्वशिरासारखें रूप धारण करून ब्रह्मदेवाला दर्शन दिलें. त्या वेळीं त्यानें हातांत त्रिदंड व कमंडलु धारण केला होता व त्याच्या मुखावाटे सांग वेदांचें आवर्तन चाललें होतें. तें अश्वशिराकृति व अत्यंत तेजःपुंज असें परमात्म्याचें स्वरूप पहातांच सृष्टिकर्त्या प्रभु ब्रह्मदेवानें जगताचें हित व्हावें ही कामना मनांत धरून त्या वरद

नारायणाला शिरसा प्रणाम करून हात जोडले. तेव्हां ब्रह्मदेवाला पोटाशीं धरून परमात्मा असें बोलले.

श्रीभगवान् म्हणतातः—हे ब्रह्मन्, लोकांनीं कोणत्या रीतीनें वर्तावें याचा पूर्णपणें विचार कर. तूं सर्व भूतांचा स्रष्टा असल्यामुळें जगताचा प्रभु व गुरु आहेस. विश्वाचीं सूत्रें चाळवण्याचें काम तुजवर सोंपवून मी त्वरित निश्चिंत होणार आहें. देवकार्य (सज्जनसंरक्षण) करीत असतां जर तुझ्या मार्गांत आवांक्याबाहेरच्या अडचणी उत्पन्न झाल्या, तर आत्मज्ञानानेंच तुझें संकट ओळखून मी अवतार घेईन!

याप्रमाणें हयशिराकृति परमात्म्यानें भाषण केलें व तेथच्या तेथेंच तो अंतर्धान पावला; आणि परमात्म्याची आज्ञा घेऊन ब्रह्मदेवही लगेच स्वस्थानीं गेला.

हे महाभागा, त्या सनातन पद्मनाभाला या कारणास्तव यज्ञकर्ता व यज्ञधर्ता म्हणतात. यज्ञांत पहिला हविर्भाग त्याला अर्पण करितात, यांतील हेतु या कथानकामध्यें स्पष्ट केलेला आहे. अक्षय्य सुख देणारा जो निवृत्तिधर्म त्याचा स्वतः आश्रय करून, जगताला वैचित्र्य आणण्यासाठीं, त्यानेंच प्रवृत्तिधर्म लोकांच्या मागें लावून दिला आहे. तोच प्राणिमात्राचा आदि, मध्य व अंत असून सर्वांना उत्पन्न करितो. कर्ता तोच, कार्यही तोच व त्याचेंच ध्यान सर्वांनीं करावयाचें आहे. युगायुगाच्या शेवटीं अखिल विश्व आपल्या स्वरूपांत लीन करून तो झोंपीं जातो; आणि युगाच्या सुरवातीला पुनः जागृत होऊन सृष्टि उत्पन्न करतो. जन्मविरहित, विश्वरूपी व सर्व देवांचें निवासस्थान जो निर्गुण परमात्मा त्याला तुम्ही नमस्कार करा. त्या महाभूतांच्या स्वामीला नमस्कार करा. त्या रुद्रपतीला नमस्कार करा. त्या आदित्यांच्या स्वामीला प्रणाम करा. त्या वसूंच्या मुख्याला नमस्कार करा. त्या अश्विनौदेवांच्या पतीला नमस्कार करा. त्या मरुतांच्या स्वामीला नमस्कार करा. त्या वेद, वेदांग व यज्ञ यांच्या स्वामीला प्रणाम करा. त्या समुद्रवासी मुंजकेशी हरीला प्रणत व्हा. त्या सर्व भूतांना मोक्षधर्म सांगणाऱ्या शममूर्तीला नमस्कार करा. तप, तेज, यश, वाणी, नद्या इत्यादिकांच्या स्वामीला प्रणत व्हा. त्या कपर्दिनाला नमस्कार करा. त्या एकशृंगी वराहाला प्रणाम करा. त्या बुद्धिदात्याला नमस्कार करा. त्या सूर्यस्वरूपी अश्वशिराकृति चतुर्मूर्तिधर परमात्म्याला नमस्कार करा. त्या गूढ, ज्ञानगम्य व क्षराक्षर नारायणाला नमस्कार करा. या निर्विकार व सर्वव्यापी परमात्म्याची सर्व ठिकाणीं गति आहे. यालाच परब्रह्म ह्मणतात. ज्ञानचक्षूंनींच याची ओळख पटते. ज्ञानचक्षूंनीं मला पूर्वीं एवंगुणविशिष्ट परमात्म्याचें दर्शन झालें.

शिष्यहो, तुह्मी विचारल्यावरून ही सर्व कथा मीं यथातथ्य सांगितली. माझ्या सांगण्याप्रमाणें वागून सर्वशक्तिमान् नारायणाची सेवा करा; व वेदमंत्रांनीं त्याचें स्तोत्र गाऊन विधियुक्त पूजन करा.

वैशंपायन सांगतातः—बुद्धिमान् वेदव्यासांनीं आह्मां चौघां शिष्यांना व परमधर्मज्ञ पुत्र शुक याला याप्रमाणें आमची शंका उलगडून सांगितली. नंतर, हे राजा, आमच्या गुरूनें आह्मांसह चारही वेदांतील ऋचा म्हणून परमात्म्याला संतुष्ट केलें. हे राजा, तूं विचारलेल्या प्रश्नाचें मीं सविस्तर उत्तर तुला दिलें आहे. माझ्या द्वैपायन गुरूनें मला हें ज्ञान दिलें. राजा, एकाग्रबुद्धीनें ' नमो भगवते ' या मंत्राचा उच्चार करून जो हें कथानक नित्य श्रवण करील किंवा दुसऱ्याला सांगेल, तो निरोगी होऊन बुद्धि, बल, रूप इत्यादि-

कानीं युक्त होईल; रोगग्रस्त असला तर त्याची व्याधि दूर होईल; बद्ध असेल तो बंधनापासून मोकळा होईल; कामी असेल त्याची इष्ट कामना पूर्ण होईल; या कथानकाच्या श्रवणापासून मनुष्य दीर्घायु होईल; ब्राह्मणाला सर्व वेदांचें ज्ञान प्राप्त होईल; क्षत्रियाला विजयश्री माळ घालील; वैश्याला विपुल धन मिळेल; शूद्राला सुखप्राप्ति होईल; निपुत्रिकाला पुत्र होईल; वरार्थिनी कन्येला मनाजोगा पति मिळेल; अडलेली गर्भिणी मोकळी होईल; गर्भिणीला पुत्र होईल; वंध्येला देखील पुत्रपौत्र होतील; प्रवासी मनुष्यानें हें कथानक पठण केलें असतां त्याच्या मार्गांत विघ्नें येणार नाहींत; किंबहुना ज्याचा जो हेतु असेल तो निःसंशय सिद्धीला जाईल. राजा, हें ऋषिश्रेष्ठाचें सुनिश्चित भाषण, पुरुषोत्तम परमात्म्याचें माहात्म्य, आणि ऋषिवृंद व देव यांचा वृत्तांत, हीं श्रवण केल्यानें भक्तिमान् मनुष्यांना मोठें सुख प्राप्त होतें.

अध्याय तीनशें एकेचाळिसावा.

—:०:—

नारायणनामव्युत्पत्ति.

जनमेजय म्हणालाः—हे भगवन्, शिष्यांसह व्यासांनीं विविध नांवें घेऊन मधुसूदनाचें जें स्तवन केलें, त्या भगवन्नामांचें रहस्य मला कृपेनें उलगडून सांगा. भूतश्रेष्ठ नारायणाची नामावलि श्रवण करण्याची मला उत्कंठा लागली आहे. भगवंताचीं नामें ऐकून मी पुनीत होईन व शरदृतूंतील चंद्राप्रमाणें माझा अंतरात्मा निर्मळ होईल.

वैशंपायन सांगतातः—हे राजा, गुणकर्मावरून प्राप्त झालेल्या आपल्या नामावलीचें रहस्य भगवान् कृष्णानें फाल्गुनाला प्रसन्न होऊन स्पष्ट करून सांगितलें, तोच वृत्तांत मी तुला निवेदन करतों, ऐक. एकदा, परवीरांतक अर्जुनानें श्रीकृष्ण परमात्म्याच्या नामांचा यौगिक अर्थ काय याविषयीं त्यालाच प्रश्न केला.

अर्जुन ह्मणालाः—हे भगवन् , हे भूतभव्येशा, हे सर्वभूतस्रष्ट्या, हे अव्यया, हे त्रैलोक्यनिवासा, हे जगन्नाथा, हे भूतमात्राच्या अभयदात्या, हे देवाधिदेवा, ऋषिश्रेष्ठांनीं गुणकर्मांवरून वेदामध्यें व पुराणांमध्यें जीं तुला असंख्य व गूढ नांवें दिलेलीं आहेत, त्यांचा यौगिक अर्थ तुझ्याच तोंडून श्रवण करावा अशी माझी उत्कट इच्छा आहे. हे सर्वशक्तिमन् केशवा, तुझ्यावांचून दुसरा कोणी तुझ्या नामावलीचा स्पष्टार्थ सांगूं शकेल असें मला वाटत नाहीं.

श्रीभगवान् ह्मणालेः—बा अर्जुना, ऋग्वेद, यजुर्वेद, अथर्ववेद, सामवेद, पुराणें, उपनिषदें, ज्योतिःशास्त्र, सांख्यशास्त्र, योगशास्त्र, आयुर्वेद इत्यादि ग्रंथांमध्यें विद्वान् ऋषींनीं माझा अनेक नांवांनीं उल्लेख केलेला आहे. त्यांपैकीं कांहीं नांवें माझे अंगच्या गुणांवरून मला दिलेलीं आहेत; आणि कांहीं माझ्या कृतींवरून पडलेलीं आहेत. हे अनघा, कर्मांवरून जीं नांवें मला मिळालीं आहेत त्यांचा यौगिक अर्थ काय आहे तो मी सांगतों, एकाग्रतेनें ऐक. बाबारे, पूर्वीं तूं माझा अर्धा अंश होतास. असो; सर्व देहधाऱ्यांचे ठिकाणीं वास्तव्य करणाऱ्या त्या अत्यंत कीर्तिमान् परमात्म्याला नमस्कार असो. गुणातीत आणि गुणात्मक अशा त्या विश्वस्वरूपी नारायणाला नमस्कार असो. त्याच्या प्रसादापासून ब्रह्मदेव उत्पन्न झाला व क्रोधापासून रुद्र निर्माण झाला. तोच चराचर सृष्टीचें उत्पत्तिस्थान होय. हे सत्त्वशीलश्रेष्ठा, सत्त्वगुणाचे अठरा प्रकार[1] आहेत. हा

१ प्रीतिः प्राकाश्यमुद्रेको लघुता सुखमेव च ।
अकार्पण्यमसंरंभः संतोषः श्रद्धधानता ।

अष्टादशप्रकारात्मक सत्त्वगुण हीच माझी श्रेष्ठ प्रकृति होय. ही पृथ्वी व आकाश यांची मिळून बनलेली असून, ती स्वतांचे योगानें लोकांचें धारण करिते. ती माझी प्रकृति चिद्रूप, अमर व दुर्जेय असून ती अखिल जगताचा आत्मा आहे. तिच्यापासूनच उत्पत्ति व प्रलय या क्रियांचा उगम आहे. तप, यज्ञ, यजमान, पुराणपुरुष किंवा विराट्पुरुष हीं प्रकृतीपासून भिन्न नाहींत. जगताच्या उत्पत्तीचें व प्रलयाचें आदिकारण प्रकृतिच असून, अनिरुद्ध या नांवानें प्रकृतीचाच उल्लेख करतात.

हे कमलपत्राक्षा, ब्रह्मदेवाची रात्र संपली म्हणजे अत्यंत तेजःपुंज परमात्म्याच्या प्रसादानें एक कमल उत्पन्न होतें; आणि त्या परमात्म्याच्याच कृपेनें त्या कमलांतून ब्रह्मदेव उत्पन्न होतो. नंतर ब्रह्मदेवाचा दिवस संपून प्रलयाचा समय आला, म्हणजे परमात्मा क्रोधाविष्ट होतो; आणि जगताचा संहार करण्यास समर्थ असा रुद्र नामक पुत्र त्याच्या ललाटापासून उत्पन्न होतो. हे दोन देवश्रेष्ठ (ब्रह्मा व रुद्र) अनुक्रमें परमात्म्याच्या प्रसादापासून व क्रोधापासून उत्पन्न होऊन, परमात्म्याच्या आज्ञेनें, ती ती वेळ आली ह्मणजे ब्रह्मदेव सृष्टि निर्माण करतो व रुद्र तिचा संहार करतो. सर्व प्राण्यांना वरप्रदान करण्याचें सामर्थ्य जरी त्या दोघांचे अंगीं आहे, तरी तीं परमात्म्याच्या हातांतील बाहुलींच होत. त्यांपैकीं रुद्राला कपर्दिन् असेंही नांव आहे. त्याला जटा आहेत तथापि केव्हां केव्हां त्याचें शिर मुंडन केलेलेंही दृष्टीस पडतें. त्याला स्मशानांत वास करण्याची आवड असून तो उग्र व्रतें आचरण करतो. तो परमदारुण योगी आहे. दक्षयज्ञाचा विध्वंस करणारा व भगाचे नेत्र फोडणारा रुद्र तो हाच. हे पंडुनंदना, रुद्र हा नारायणस्वरूपीच आहे. हे पार्था, युगायुगाचे ठिकाणीं देवाधिदेव महेश्वर रुद्राचें पूजन केलें ह्मणजे सर्वव्यापी नारायणाचें पूजन केल्याप्रमाणेंच आहे. हे पांडुकुमारा, अखिल विश्वाचा आत्मा मी आहे व रुद्र माझा आत्मा आहे, ह्मणून मी रुद्राची प्रथम पूजा करतों. मीं जर त्या वरदायक व सर्वशक्तिमान् शिवाचें पूजन केलें नाहीं, तर माझेंही कोणी पूजन करणार नाहीं, असें मला पुरें माहीत आहे. मी जो कित्ता घालून देईन तोच सर्व जग वळवणार;[1] आणि जें आपण प्रमाण मानितों त्याविषयीं पूज्यभाव असलाच पाहिजे, ह्मणून मी रुद्राचें संपूजन करतों. ज्यानें रुद्रस्वरूप ओळखलें त्याला माझ्या स्वरूपाचेंही ज्ञान झालेंच. जो रुद्राच्या मागून गेला,तो माझ्या मागून आल्याप्रमाणेंच आहे. रुद्र व नारायण हे वस्तुतः एकरूप आहेत. हे कौंतेया, दोन भिन्न स्वरूपांनीं या जगतांत हें रुद्रनारायणरूप दृग्गोचर होतें एवढेंच. सर्व व्यक्त पदार्थांना व्यापून त्यांचे हातून या रुद्रनारायणांच्या सूत्रचालनानें निरनिराळीं कर्में घडतात. हे पंडुपुत्रा, रुद्रावांचून अन्य कोणी मला वरदान देण्यास समर्थ नाहीं हें मला पक्कें ठाऊक असल्यामुळें, प्राचीनकालीं पुत्रप्राप्तीस्तव मीं स्वतः रुद्राची आराधना केली; ह्मणजे मीं आपली स्वतःचीच आराधना केली. विष्णु आपल्यावांचून अन्य देवाला नमस्कार करीत नाहीं,[2]

क्षमा धृतिरहिंसा च शौचमक्रोध एव च ।
आर्जवं समता सत्यमनसूया तथैव च ॥
हे अष्टादश गुण.

१ मम वर्त्मानुवर्तंते मनुष्याः पार्थ सर्वशः (गीता.)

२ योगवासिष्ठांत ह्मटलें आहे--
सर्वभूतान्तरस्थाय नित्यमुक्तचिदात्मने ।
प्रत्यक् चैतन्यरूपाय मह्यमेव नमोनमः ।

म्हणूनच रुद्राची मी भक्ति करितों, (कारण रुद्र मत्स्वरूपच आहे.) ब्रह्मदेव, रुद्र, इंद्रादि सर्व देव, व ऋषि हे सुरश्रेष्ठ नारायणाचें पूजन करितात. हे भारता, वर्तमान, भूत व भविष्य या त्रैकालीन भूतांचा श्रीविष्णु हा अग्रणी असल्यामुळें, त्याची सेवा व पूजा नेहमीं करीत जावी. हव्य[1] देणाऱ्या विष्णूला नमस्कार कर; सर्वसंरक्षक परमात्म्याला नमस्कार कर; वरदात्या विष्णूला नमस्कार कर; हे कौंतेया, हव्यकव्यभोक्त्या नारायणाला नमस्कार कर. माझे चार प्रकारचे भक्त आहेत हें मला माहीत आहे. त्यांपैकीं, दुसऱ्या देवाकडे न पाहतां अनन्यभावानें जे माझी एकांतिक भक्ति करतात, ते सर्वांत श्रेष्ठ होत. माझी प्राप्ति व्हावी हेंच त्यांचें ध्येय असल्यामुळें, जरी त्यांनीं कर्माचरण केलें, तरी ते फलेच्छा धरीत नाहींत. बाकीचे तीन प्रकारचे जे भक्त, ते कर्मफलाची इच्छा धरून भक्त्यादि कर्में करीत असतात. त्यांना उत्तम गति मिळते, परंतु पुण्यसंचय सरतांच त्यांना परत जन्ममरणांच्या फेऱ्यांत यावें लागतें. जे जागृत राहून निरिच्छेनें भक्ति करितात, त्यांना मात्र श्रेष्ठ कैवल्यपदाचा लाभ होऊन पुनरावृत्ति घडत नाहीं. जो जागृत राहून फलासक्ति न ठेवतां कर्में करितो, तो ब्रह्मदेवाला भजो, महादेवाला भजो, अथवा अन्य कोणा देवाला भजो, तो शेवटीं मलाच येऊन मिळावयाचा. याप्रमाणें हे पार्था, माझ्या भक्तांमध्यें भेद कोणता हें मीं तुला विशद करून सांगितलें.

हे कौंतेया, तूं व मी हे नर व नारायण या नांवांनीं प्रसिद्ध होतों; आणि भूभार उतरण्याकरितां आपण मनुष्यजन्म घेतला आहे. हे भारता, अध्यात्मयोग मला माहीत असून मी कोण व कोठून आलों हें मी जाणतों. मला निवृत्तिधर्म ठाऊक असून, भूतमात्रांचें (व्यावहारिक) कल्याण कशांत आहे हेंही मला अवगत आहे. मी सनातन असल्यामुळें सर्व मनुष्यांचा विसांवा असें मला म्हणतात. आप म्हणजे उदक हें शरीराचें वाचक असें श्रुतींत सांगितलें आहे; आणि शरीराची उत्पत्ति 'नर' म्हणजे जीवानें अविद्याकल्पित केली असल्यानें आप किंवा शरीर याला 'नारा' असें म्हटलें आहे आणि सर्व प्राण्यांचीं शरीरें हेंच माझें अयन म्हणजे वसतिस्थान असल्यामुळें मला 'नारायण' असें म्हटलें आहे.

पार्था, सूर्याप्रमाणें मी आपल्या किरणांनीं (तेजानें) सर्व विश्व व्यापून टाकतों व सर्व भूतांचें माझे ठिकाणीं वास्तव्य आहे, म्हणून मला वासुदेव म्हणतात.

हे भारता, भूतमात्राचा मी ध्यानविषय (ध्येय) असून, त्यांचा निर्माताही मीच आहें. तसेंच, हे पार्था, पृथ्वी व अंतरिक्ष यांना मीं व्यापून टाकलें असून माझें तेजही अलौकिक आहे. हे भारता, भूतमात्र अखेर ज्याची इच्छा करितात तें मीच. मीं हें सर्व विश्व व्यापलें आहे म्हणून मला विष्णु हें नांव मिळालें आहे.

अर्जुना, इंद्रियनिग्रह (दम) करून सिद्धि मिळावी या हेतूनें लोक माझ्या प्राप्तीची इच्छा करतात, व पृथ्वी आणि स्वर्ग मीच असून, त्यांमधील अंतरिक्षही मीच आहें, यासाठीं मला दामोदर असें म्हणतात.

पृश्नि शब्दानें अन्न, वेद, आप व अमृत या चतुष्टयाचा बोध होतो; व ह्या चारही वस्तु नेहमीं माझ्या उदरांत असल्यामुळें मला पृश्निगर्भ अशी संज्ञा देतात. ऋषि सांगतात कीं, एके वेळीं एकत व द्वित या ऋषिद्वयानें त्रित नामक आपल्या बंधूला कूपांत लोटून दिलें

१ मूळांत पद 'हव्यद' आहे 'हव्याद' नाहीं, म्हणून असा अर्थ करणें भाग आहे.

तेव्हां ' हे पृश्निगर्भा, कूपांत पडलेल्या त्रिताचें रक्षण कर ' असें म्हणून ब्रह्मदेवाचा आद्य पुत्र जो ऋषिश्रेष्ठ त्रित त्यानें ' पृश्निगर्भ ' नामानें मला हाक मारल्यामुळें त्याची कूपांतून सुटका झाली. (असें या माझे नामाचें माहात्म्य आहे.)

अर्जुना, जगताला प्रकाश देणारा सूर्य, चंद्रमा व अग्नि यांचे जे किरण ते माझे केश असल्यामुळें, सर्वज्ञात्या द्विजोत्तमांनीं मला ' केशव ' हें नांव दिलें. पूर्वी महात्म्या उतथ्य ऋषीपासून त्याची पत्नी गरोदर राहिली. पुढें देवांच्या मायेनें उतथ्य ऋषि अंतर्धान पावले असतां बृहस्पति त्या महात्म्याच्या पत्नीपाशीं आले. याप्रमाणें ते ऋषिश्रेष्ठ बृहस्पति मैथुनेच्छेनें त्या उतथ्यपत्नीसमीप आले असतां, पंचमहाभूतांपासून बनलेला तिच्या उदरांतील गर्भ त्यांना बोलला, ' हे वरद, मी गर्भामध्यें आधींच प्रवेश केला असल्यामुळें, माझ्या मातेस त्रास देऊं नये ! बृहस्पतींना हें गर्भाचें भाषण ऐकून क्रोध आला व क्रोधाच्या भरांत त्यांनीं शाप दिला कीं, मैथुनेच्छेनें मी येथें प्राप्त झालों असतां तूं मला प्रतिबंध केलास, याकरितां, माझ्या शापानें तूं अंध होशील, यांत कदापि बदल होणार नाहीं!' बृहस्पतीच्या या शापवाणीनें तो उतथ्य ऋषीचा पुत्र अंधच जन्मास आला; आणि तो बहुतकालपर्यंत अंध राहिला, यामुळेंच त्याला ' दीर्घतमा ' असें नांव पडलें. नंतर सांगोपांग चारही सनातन वेदांचें अध्ययन केल्यावर त्यानें केशव हें माझें गुह्य नांव घेऊन माझी भक्ति केली. वेदोपदिष्ट विधीनें ' केशव ' नामाचा जेव्हां त्यानें एकसारखा जयघोष चालविला, तेव्हां त्याचें अंधत्व जाऊन त्याला दृष्टि प्राप्त झाली; व पुढें त्याला गोतम[1] या नांवानें संबोधूं लागले. बा अर्जुना, हें माझें 'केशव' हें नांव देव व महात्मे ऋषि यांचेपैकीं जो जो कोणी उच्चारील, त्याला त्याला तें नाम दीर्घतम्याप्रमाणें वरदायी होईल. अग्नि व सोम यांचा संयोग होऊन एक वस्तु बनते. या कारणानें सर्व चराचर सृष्टि अग्नी-षोममय आहे असें ह्मणतात. पुराणामध्यें अग्नि व सोम हे एकोद्भव असून, त्यांचे संयोगापासून कोणतेंही कार्य निष्पन्न होतें असें वर्णन आहे. तसेंच अग्नीला सर्व देवांचें मुख मानतात. एकस्वरूपाच्या कार्यक्षमतेमुळें अग्नि व सोम या दोन्ही देवता परस्पर मित्रत्वानें राहून जगाचें संरक्षण करतात.

अध्याय तीनशें बेचाळिसावा.

—:o:—

अग्नि व सोम यांचें माहात्म्य.

अर्जुन प्रश्न करतोः—अग्नि व सोम हे पूर्वी एकाच उगमांतून कसे निर्माण झाले, हा संशय माझे मनांत उत्पन्न झाला आहे, यास्तव, हे मधुसूदना, या माझ्या संशयाचें निरसन कर.

श्रीभगवान् सांगतातः—हे पांडुनंदना पार्था, माझ्या सामर्थ्याची एक प्राचीन कथा तुला सांगतों, ती सावधानचित्तानें ऐक. चार युगांचें एक चक्र याप्रमाणें सहस्र वेळां कालचक्र फिरल्यावर जगताचा प्रलयकाल प्राप्त होतो. त्या समयीं व्यक्त अव्यक्तामध्यें लीन होऊन स्थावरजंगम सर्व भूतांचा नाश होतो; पृथ्वी, तेज व वायु हीं तीन महाभूतें नष्ट होऊन सर्व विश्वावर अंधकाराचें आवरण पडतें; आणि जिकडे तिकडे जलमय दिसूं लागतें.

१ गोतम यांतील ' गो ' शब्दाचा अर्थ ' नेत्र ' व तम हा प्रत्यय मिळून याचा अर्थ ' उत्तमनेत्रयुक्त ' असा होतो. दीर्घतमाचें अंधत्व जाऊन तो चांगलाच डोळस झाला ह्मणून त्याला पुढें गोतम ह्मणूं लागले.

अशा प्रकारें सर्व सृष्टीवर ब्रह्माप्रमाणें दिगंत व निरवधि जलाचें आवरण पडलें म्हणजे दिवस नसतो व रात्रही नसते; सत् व असत् या दोहींचा अभाव असतो; आणि व्यक्त किंवा अव्यक्त यांपैकीं कोणतीच संज्ञा त्या प्रलयकालीन सृष्टीला देतां येत नाहीं.

अशा स्थितींत—नारायणाच्या गुणांचा आश्रय करून राहणारा, अजर, अमर, अनिंद्रिय, अग्राह्य (कल्पनातीत), अज, सत्य, हिंसा न करणारा, चिंतामणिरूप, विविधप्रवृत्तिप्रवर्तक, वैरभावरहित, अक्षय्य, जरामृत्युरहित, निराकार, सर्वव्यापी, सर्वकर्ता व शाश्वत (अनाद्यनंत) असा जो प्रलयकालचा अंधकार, त्यापासून अव्यय पुरुष जो हरि तो प्रादुर्भूत होतो. याला श्रुतीचाही आधार आहे. अहोरात्र व सदसत् यांपैकीं विश्वाच्या आरंभीं कांहींच नसून, फक्त अंधकार जिकडे तिकडे भरून राहिला होता, अशी श्रुति आहे. तो अंधकार विश्वव्यापी असून, त्याला विश्वस्वरूपी नारायणाची रात्र असेंही म्हणतात. तम शब्दाचा अर्थही असाच आहे.

या प्रकारें तमापासून निर्माण झालेल्या ब्रह्मोद्भव पुरुषापासून ब्रह्मदेवाची उत्पत्ति झाली. ब्रह्मदेवाला प्रजा उत्पन्न करण्याची इच्छा होऊन, त्यानें आपल्या नेत्रद्वयापासून अग्नि व सोम ह्या दोहोंची उत्पत्ति केली. पुढें आणखी भूतसृष्टि उत्पन्न करतां करतां, क्रमानें ब्राह्मण व क्षत्रिय हे वर्ण त्यानें उत्पन्न केले. सोम म्हणजे ब्रह्म व ब्रह्म तेच ब्राह्मण होत. तसेंच अग्नि तेच क्षत्रिय होत. पण ब्राह्मण हे क्षत्रियांहून अधिक सामर्थ्यवान् आहेत. असें कां म्हणून विचारशील तर ब्राह्मण क्षत्रियांहून श्रेष्ठ आहेत असा जगतांत प्रत्यक्ष अनुभव आहे. ब्राह्मणांपेक्षां श्रेष्ठ प्राणी ब्रह्मदेवानें या जगतांत अगोदर कोणीही निर्माण केलेले नाहींत. ब्राह्मणाच्या मुखांत जो अन्न घालतो, त्यानें प्रदीप्त अग्नीला हविर्भाग समर्पण केल्यासारखें आहे. ही भावना मनांत ठेवूनच ब्रह्मदेवानें भूतमात्र निर्माण केलें. पार्था, सृष्ट प्राणिमात्राची योग्य प्रकारें व्यवस्था लावून ब्रह्मदेव त्रैलोक्याचा गाडा चालवीत आहे, या सिद्धांताला देखील श्रुतीचें प्रमाण आहे. ' हे अग्ने, तूं यज्ञांचा किंबहुना अखिल विश्वाचा होता आहेस. तुझ्यामुळेंच देव, मनुष्य व यच्चयावत् जगत् यांच्या हिताचें संवर्धन होत आहे. हे अग्ने, तूं यज्ञ व विश्व यांचा होता आहेस. देव व मनुष्य तुझ्या साहाय्यानें जगताचें कल्याण करतात, ' अशी श्रुति आहे. अग्नि हा यज्ञहोता व यज्ञकर्ता आहे. किंबहुना अग्नि हा ब्रह्म (ब्राह्मण) आहे. हे अग्ने, मंत्रोच्चार केल्याशिवाय अग्नीमध्यें आहुति टाकतां येत नाहींत व पुरुषावांचून तपाचरण घडावयाचें नाहीं; देव, मनुष्य व ऋषि यांचें पूजन मंत्रयुक्त आहुति अग्नीला दिल्या ह्मणजे पूर्ण होतें; या कारणास्तव तुला ' होता ' असें ह्मणतात. मनुष्यांना हवनासंबंधी जे अधिकार दिले आहेत त्यांत ब्राह्मणालाच याजन करण्याचा अधिकार सांगितला आहे. क्षत्रिय किंवा वैश्य या ब्राह्मणेतर द्विजांना हा अधिकार दिलेला नाहीं. ह्मणून ब्राह्मणांना अग्निस्वरूपी मानून यज्ञ करण्याचें काम त्यांचेकडे सोंपविलें आहे. ब्राह्मणांनीं केलेल्या यज्ञांच्या योगानें देव तृप्त होतात; आणि ते पृथ्वीला धान्यादिकांनीं समृद्ध करतात. शतपथ नामक ब्राह्मण ग्रंथांतही—ब्राह्मणाचे मुखांत आहुति दिली असतां त्याचे शरीरांत असणाऱ्या अग्नीस ती पोंचून त्याच्या द्वारें देवतांनाही पोंचते, असाच अभिप्राय आहे. ज्या विद्वान् मनुष्यानें ब्राह्मणाच्या मुखांत आहुति दिली, त्याला प्रदीप्त अग्नींत हविर्भाग समर्पण केल्याचें श्रेय

आहे. या कारणास्तव ब्राह्मणांना अग्नि-स्वरूपी कल्पिलें असून, विद्वान् ब्राह्मण अग्नीला (यज्ञयागादिकांनीं) संतुष्ट करतात. अग्नि हा विष्णु होय. भूतमात्राचे ठिकाणीं प्रवेश करून अग्नि त्यांचें प्राणधारण करतो. याविषयीं सनत्कुमारोक्त कांहीं श्लोकही प्रसिद्ध आहेत.ते असेः–

सर्वादि ब्रह्मदेवानें जेव्हां विश्व उत्पन्न केलें तेव्हां प्रथम ब्राह्मण उत्पन्न केले. ब्राह्मणांनीं वेदाध्ययनानें निर्मळ स्वर्गप्राप्ति करून घेऊन अमरत्व मिळविलें. ब्राह्मणांची बुद्धि, वाणी, कृति, श्रद्धा व तपश्चर्या हीं पृथ्वी व स्वर्ग या दोहोंना आधारभूत असून, शिंकें जसें गोरसाला संभाळून धरितें तसें ब्राह्मणांच्या सामर्थ्यानें पृथ्वी व स्वर्ग यांचें संरक्षण चाललें आहे. सत्यासारखा श्रेष्ठ धर्म नाहीं; मातेसारखा गुरु नाहीं; आणि ब्राह्मणासारखा इहपरलोकीं कल्याणकर्ता नाहीं. ज्यांच्या राष्ट्रामध्यें ब्राह्मणांना उदरनिर्वाहाचें साधन रहात नाहीं, तेथील लोक वैभवहीन होऊन चोरटे बनतात; बैल त्यांच्या नांगराला अथवा गाड्याला चालत नाहींतसे होतात; व रवीनें दहीं घुसळलें तरी लोणी निघत नाहीं. (या प्रकारें तेथें अवनतीचें साम्राज्य माजून रहातें.)

वेद, पुराणें, इतिहास इत्यादि प्रमाणग्रंथांमध्यें सर्वात्मे, सर्वकर्ते व सर्वस्वरूपी ब्राह्मण हे नारायणाच्या मुखापासून उत्पन्न झाले असें वर्णन आहे. वरद देवाधिदेव नारायणानें जेव्हां वाणीनें शब्दोच्चार न करण्याचा संकल्प केला होता, तेव्हां ब्राह्मण हे सर्वांचे अगोदर परमात्म्याच्या मुखावाटें उद्भूत झाले; आणि ब्राह्मणांनंतर बाकीच्या तीन वर्णांची उत्पत्ति झाली. याप्रमाणें सुरासुरांहून श्रेष्ठ असलेले ब्रह्मस्वरूपी ब्राह्मण म्यां उत्पन्न केले आहेत; आणि या ब्राह्मणाच्या द्वारानें सुर, असुर, ऋषिश्रेष्ठ व इतर भूतमात्र यांची पात्रतेनुसार निरनिराळ्या अधिकारांवर योजना केली जाते; व प्रसंगीं त्यांचेकडून दोषाचरण घडलें तर त्यांस शिक्षाही ब्राह्मणद्वाराच लाविली जाते. इंद्रानें अहिल्येवर बलात्कार केला या कारणास्तव गौतम ऋषीकडून शाप होऊन इंद्राचे केंस कपिलवर्ण झाले. कौशिकाच्या शापवाणीनें इंद्राचे वृषण नष्ट झाले; (पुढें अन्य देवांच्या प्रसादानें) त्याला मेषवृषण प्राप्त झाले.

शर्याति राजाच्या यज्ञामध्यें अश्विनीकुमारांना च्यवन ऋषि हे हविर्भाग समर्पण करूं लागले असतां इंद्रानें त्यांना प्रतिबंध केला व त्यांजवर वज्र उगारलें, तेव्हां च्यवनांनीं त्याचे बाहू स्तंभित केले.

रुद्रानें आपल्या यज्ञाचा विध्वंस केल्यामुळें क्रोधाविष्ट होऊन दक्षानें उग्र तपश्चर्या केली व तपोबलानें रुद्राच्या ललाटावर तिसरा नेत्र उत्पन्न करून त्याला विरूपत्व आणलें.

रुद्रानें त्रिपुराचा नाश करण्याची प्रतिज्ञा केली असतां, असुरगुरु जो उशना (शुक्र) त्यानें आपल्या मस्तकाच्या जटा तोडून त्या रुद्रावर फेंकल्या, त्यांतून भुजंग उत्पन्न होऊन ते रुद्राला दंश करूं लागल्याकारणानें रुद्राचा कंठ नीलवर्ण झाला. पूर्वीं स्वायंभुव मन्वंतर चालू असतां नारायणानें शंकराचा कंठ दाबल्यामुळें तो नीलकंठ बनला, अशीही दुसरी एक कथा आहे.

अमृत उत्पन्न करण्याचे हेतूनें अंगिरा ऋषीच्या कुलांतील बृहस्पति हे पुरश्चरण करण्याकरतां जलाशयाचे तीरावर बसले असतां आचमनासाठीं थोडेंसें जल त्यांनीं हातावर घेतलें, तों तें त्यांना स्वच्छ दिसलें नाहीं, यामुळें रागावून बृहस्पतींनीं शाप दिला कीं,

' ज्या अर्थीं आचमनासाठीं मीं उदक हातांत घेतलें असतां तें निर्मळ न होतां गढूळच राहिलें, त्या अर्थीं आजपासून उदकामध्यें मासे, मगर, कांसव इत्यादि जीव राहूं लागून उदक गढूळ करतील ! ' तेथपासून जलामध्यें विविध प्रकारचे जलचर प्राणी वास्तव्य करूं लागले.

त्वष्टचाचा विश्वरूप नांवाचा पुत्र प्रथम देवांचा पुरोहित होता; पण त्याची माता ही दैत्यभगिनी असल्यामुळें तो यज्ञांत देवांना उघडपणें हविर्भाग अर्पण करी व चोरून दैत्यांनाही देई. तेव्हां हिरण्यकशिपूला पुढें करून आपली भगिनी जी विश्वरूपाची माता तिजकडे असुर गेले व तिला ह्मणाले, " हे भगिनी, हा तुझा पुत्र त्वाष्ट्र व त्रिशिरा विश्वरूप देवांचा पुरोहित आहे, तो देवांना मात्र उघडपणें यज्ञामध्यें हविर्भाग देतो व आम्हांला गुप्तपणानें देतो, यामुळें देवांचें सामर्थ्य वाढून आमचें कमी होतें. तेव्हां तूं त्याचें निवारण करून तो आमच्या बाजूला येईल असें कर." हें ऐकून ती विश्वरूपाची माता विश्वरूप नंदनवनांत होता तिकडे गेली व त्याला ह्मणाली, ' हे पुत्रा, तूं शत्रूंचा पक्ष घेऊन मातुलपक्षाचा नाश कां आरंभला आहेस? असें करणें तुला उचित नाहीं. ' तेव्हां मातेचें वचन मोडतां कामा नये हें लक्षांत आणून त्यानें मातेचें पूजन केलें व तो हिरण्यकशिपूच्या पक्षाला येऊन मिळाला. तेव्हां त्यानें वसिष्ठाला होतृपदावरून काढून तें विश्वरूपाला दिलें. यामुळें संतप्त होऊन ब्रह्मपुत्र वसिष्ठानें हिरण्यकशिपूला शाप दिला कीं, ' तूं मला काढून दुसऱ्याची होतृपदावर स्थापना केलीस तस्मात् तुझा यज्ञ तडीस न जातां अपूर्व प्राण्याचे हातून तुझा वध होईल ! ' या शापवचनाप्रमाणें हिरण्यकशिपूला (नृसिंहाचे हातून) मृत्यु आला. इकडे, मातुलपक्षाची सरशी व्हावी एतदर्थ विश्वरूपानें खडतर तपश्चर्या करण्यास आरंभ केला. तेव्हां त्याच्या तपाला विघ्न करावें ह्मणून इंद्रानें अनेक सौंदर्यलतिका अप्सरांची योजना केली. त्यांना पहातांच विश्वरूपाच्या मनाची चलबिचल होऊन, त्वरित त्याचें अंतःकरण त्या अप्सरांचे ठिकाणीं जडलें. तो काममोहित झाला हें अवलोकन करून अप्सरा बोलल्या कीं, ' आपण आतां आल्या ठिकाणीं परत जाऊं ! ' तेव्हां विश्वरूप त्यांना म्हणाला, ' तुह्मी कोठें जातां? येथें मजबरोबर रहा म्हणजे तुमचें कल्याण होईल. ' अप्सरा त्याला म्हणाल्या, ' आह्मी देवस्त्रिया अप्सरा आहों; आणि आह्मीं यापूर्वींच सर्वशक्तिमान् व वरदात्या प्रभु इंद्राला वरिलें आहे. ' विश्वरूप म्हणाला, ' इंद्रासहवर्तमान सर्व देव आतांच्या आतां नाहींतसे करून टाकतों ! ' असें म्हणून तो मंत्र जपूं लागला तों तों त्या त्रिशिराचें सामर्थ्य वृद्धिंगत होऊं लागलें; आणि कर्ममार्गी द्विजांनीं यज्ञांत यथाविधि मंत्रोच्चारपूर्वक जेवढ्या सोमरसाचें (अग्नींत) हवन केलें, तेवढा सगळा त्यानें एका मुखानें पिऊन टाकला; दुसऱ्या मुखानें सर्व यज्ञीय अन्न भक्षिलें; व तिसऱ्या मुखानें तो इंद्रादि देवांचें सामर्थ्य शोषून घेऊं लागला. याप्रमाणें सोमरस प्याल्यानें विश्वरूपाचीं सर्व गात्रें पुष्ट झालेलीं पाहून इंद्रासह सर्व देवांना मोठी चिंता उत्पन्न झाली. तदनंतर इंद्रासह ते सर्व देव ब्रह्मदेवाकडे गेले व त्याला म्हणाले, ' विश्वरूपानें यज्ञांतील सर्व सोमरस पिऊन टाकल्यामुळें आमचे वांट्याला आतां कांहींच उरला नाहीं. असुरांचा पक्ष बळावत चालला असून, आमच्या सामर्थ्याला ओहोटी लागली आहे. तेव्हां आमचें संरक्षण होईल असें करा. ' तेव्हां ब्रह्म-

देव त्यांना ह्मणाला, ' भृगुकुलांतील दधीच ऋषि तपाचरण करीत बसला आहे, त्याकडे जा व तो आपल्या कलेवराचा त्याग करील असा वर त्याचेपाशीं मागा. नंतर त्याच्या अस्थि घेऊन त्यांपासून वज्र निर्माण करा. ' तेव्हां ते इंद्रासह सर्व देव जेथें तो भगवान् दधीच ऋषि तपश्चर्या करीत होता तेथें गेले आणि त्याचे समीप येऊन त्याला म्हणाले, ' भगवन्, आपलें तपाचरण निर्विघ्नपणें सुव्यवस्थित चाललें आहे ना ?' तेव्हां दधीच त्यांना म्हणाला, ' तुमचें स्वागत असो! तुमचें काय कार्य मी करूं तें बोला. तुह्मी जें सांगाल तें मी करीन. ' देव बोलले, ' जगत्कल्याणाकरितां भगवंतांनीं आपल्या देहाचा त्याग करावा. ' देवांचे हे शब्द कानावर पडतांच, सुखदुःख समान मानणाऱ्या त्या योगिश्रेष्ठ दधीचानें मनाची समता यत्किंचित् ढळूं न देतां योगद्वारा (आत्म्याचा समाधि लावून) शरीराचा परित्याग केला. याप्रमाणें तो परमात्म्यांत लीन होऊन जातांच धात्यानें त्याच्या अस्थि जमा करून त्यांचें वज्र बनविलें. तें ब्राह्मणाच्या अस्थींचें केलेलें असल्यामुळें श्रीविष्णूचें अधिष्ठान त्याच्या ठिकाणीं झालें होतें. मग अशा स्वरूपाच्या त्या अभेद्य व अप्रतिरुद्धच वज्राच्या साहाय्यानें इंद्रानें विश्वरूपाचीं मस्तकें उडवून त्याला ठार मारलें. तदनंतर, विश्वरूपाच्या गात्रांच्या घर्षणानें त्याच्या शरीरांतून वृत्र उत्पन्न झाला. त्या शत्रूलाही इंद्रानें मृत्यूची वाट दाखविली. परंतु याप्रमाणें दोन ब्रह्महत्या घडल्यामुळें भयभीत होऊन इंद्रानें स्वराज्याचा त्याग केला; आणि मानससरोवरांतील एका शीतल कमलिनीचा आश्रय करून, योगसामर्थ्यानें सूक्ष्मरूप धारण केलें; व तो त्या कमलिनीच्या देंठांत लपून बसला. इकडे, ब्रह्महत्येच्या भीतीनें त्रैलोक्यनाथ इंद्र नाहींसा झाल्यामुळें अखिल जगताला अराजक स्थिति प्राप्त झाली; रजोगुण व तमोगुण यांनीं देवांवर पगडा बसविला; ऋषिश्रेष्ठांच्या मंत्रांचें सामर्थ्य नाहींसें झालें; राक्षसांचा सुळसुळाट झाला; वेद नष्टप्राय झाले; आणि राजा नाहींसा झाल्यामुळें लोक हतवीर्य होऊन, ' बळी तो कान पिळी ' अशी शोचनीय स्थिति प्राप्त झाली! तेव्हां देवांनीं व ऋषींनीं मिळून, आयुषाचा (आयूचा) पुत्र जो नहुष, त्याला इंद्रपदावर स्थापून राज्याभिषेक केला. नहुषाच्या ललाटावर सर्वांचें तेज हरण करणाऱ्या पांचशें तारका चमकत होत्या, त्यामुळें (सर्व प्राण्यांचें सामर्थ्य त्याला हरण करतां येऊन) त्यानें निष्कंटक रीतीनें स्वर्गलोकचें राज्य केलें. तेव्हां लोकांना पूर्वस्थिति प्राप्त होऊन ते स्वस्थ व आनंदित झाले. पुढें एकदा नहुषाच्या मनांत आलें कीं, इंद्राच्या सर्व ऐश्वर्याचा मी उपभोग घेत आहें, परंतु शची मात्र मला प्राप्त झाली नाहीं. हें मनांत येतांच तो शचीच्या मंदिराकडे गेला व तिला म्हणाला, ' हे सुभगे, मी देवांचा इंद्र आहें, मला वश हो. ' शचीनें उत्तर केलें, ' तूं स्वभावतःच धर्मवत्सल आहेस. सोमवंशांत उत्पन्न झालेल्या राजाला परांगनेचा अभिलाष धरणें उचित नाहीं. ' यावर नहुष बोलला, ' मी सध्या इंद्रपदावर असून, इंद्राचें राज्य व रत्नें यांचा उपभोग घेत आहें. यास्तव तुझा अभिलाष धरण्यांत मी कोणतेंही पातक करीत नाहीं. कारण तूंही इंद्राच्या उपभुक्त वस्तूंपैकींच एक आहेस ! ' शची ह्मणाली, ' मीं सांप्रत एक व्रत आरंभिलें असून अद्याप तें संपूर्ण झालें नाहीं. थोडेच दिवसांनीं माझें अवभृथस्नान झाल्यावर मी तुजकडे येईन. ' शचीपासून एवढें आश्वासन घेतल्यावर नहुष तेथून निघून गेला. इकडे नहुषा-

च्या भयानें घाबरलेली व पतिदर्शनासाठीं उत्कंठित झालेली ती दुःखशोकार्त शची बृहस्पतींसन्निध आली. तेव्हां अत्युद्विग्न झालेल्या त्या शचीला अवलोकन करून, ही पतिदर्शनोत्सुक आहे हें बृहस्पतींनीं अंतर्ज्ञानानें ओळखलें आणि ते देवगुरु तिला म्हणाले, ‘ तूं जें व्रत करीत आहेस तेंच कर. तुझ्या तपश्चर्येच्या तेजानें युक्त होऊन तूं वरदायिनी उपश्रुति देवीचें आह्वान केलेंस म्हणजे ती तुला तुझ्या पतीचें दर्शन करून देईल. ’ तदनंतर गुरुवचनानुसार महानियमसंज्ञक तपाचरण करून मंत्रोच्चारपूर्वक शचीनें वरदात्या उपश्रुतीचें आह्वान केलें. तेव्हां उपश्रुति प्रकट होऊन शचीपाशीं आली व म्हणाली, “ हे शचि, तूं आवाहन केलेंस म्हणून ही पहा मी येथें प्राप्त झालें आहें. तुझें काय प्रिय करूं तें बोल. ” तेव्हां तिला शिरसा प्रणाम करून शची म्हणाली, ‘ हे भगवति, माझा पति कोठें आहे तो मला कृपा करून दाखीव. तूं सत्यरूप असून मूर्तिमंत ऋत आहेस. ’ हें ऐकतांच उपश्रुतीनें शचीला मानससरोवरावर नेऊन कमलिनीच्या देंठाच्या आश्रयानें बसलेला इंद्र दाखविला. तेव्हां कृश व म्लान झालेल्या पत्नीला पाहून इंद्र आपल्या मनामध्यें विचार करूं लागला, ‘ केवढा हा मजवर दुःखाचा डोंगर कोसळला, कीं मी नाहींसा झाल्यामुळें दुःखानें पोळलेली ही माझी पत्नी माझा शोध काढीत येथें आली आहे!’ मग इंद्र तिला म्हणाला, ‘ तुझें कसें काय आहे? ’ तिनें उत्तर केलें, ‘ नहुष मला पत्नी करूं पहात आहे व मीं त्याला मुदत केली आहे! ’ यावर इंद्रानें शचीला सांगितलें, ‘ आतां तूं येथून जा व नहुषाला सांग कीं, ज्याला ऋषि जुंपले आहेत व ज्यांत अद्याप कोणीही बसलें नाहीं, अशा वाहनांत बसून येऊन माझ्याशीं लग्न लाव. इंद्राचीं पुष्कळ मोठमोठीं व सुंदर वाहनें आहेत, पण त्या सर्वांत मी पूर्वीं बसलेंच आहे. तेव्हां तूं यांशिवाय निराळ्या एखाद्या अनुपभुक्त वाहनांत बसून ये. ’ पतीची ही युक्ति ऐकतांच शची परम हर्षित होऊन स्वस्थानीं गेली; इकडे इंद्रही पुनरपि कमलिनीच्या देंठांत दडून राहिला. मग शचीला येतांना पाहून नहुष तिला ह्मणाला कीं, ‘ तूं केलेली मुदत सरून गेली ! ’ तेव्हां इंद्रानें सांगून ठेवल्याप्रमाणें शचीनें नहुषाला उत्तर दिलें. तें ऐकून कित्येक ऋषिश्रेष्ठांना वाहनाला जुंपून नहुष शचीच्या मंदिरासमीप येऊन पोंचला. पण याप्रमाणें नहुष ऋषिश्रेष्ठांचा अवमान करीत आहे हें कुंभोद्भव मैत्रावरुणि अगस्त्य ऋषींच्या दृष्टोत्पत्तीस आलें व तितक्यांत नहुषानें त्यांना पाय लावला, तेव्हां अगस्त्य नहुषाला ह्मणाले, ‘ रे पापिष्ठा, तूं ज्यापेक्षां अश्लाघ्य कर्म करण्यास प्रवृत्त झाला आहेस, त्यापेक्षां तूं सर्प होऊन, भूमि व पर्वत आहेत तों त्या अवस्थेंत पृथ्वीवर राहशील ! ’ त्या ऋषिश्रेष्ठाच्या मुखांतून हें वाक्य बाहेर पडतांक्षणींच नहुष आपल्या वाहनांतून खालीं पडला. तेव्हां पुनः त्रैलोक्य अनाथ झालें. मग देव व ऋषि मिळून इंद्रासाठीं भगवान् विष्णूला शरण गेले व म्हणाले, ‘ हे भगवन्, ब्रह्महत्येच्या दोषानें पछाडलेल्या इंद्राचें संरक्षण करा. तेव्हां श्रीविष्णु त्या शरणागतांना बोलले, ‘ इंद्रानें विष्णुप्रीत्यर्थ्य (वैष्णव) अश्वमेधयज्ञ केला ह्मणजे त्याला पुनः इंद्रपदाची प्राप्ति होईल. ’ (इंद्राच्या दोषमुक्तीचा उपाय श्रीविष्णुमुखानें कळला;) परंतु देव व ऋषि यांना इंद्र कोठें आहे हें माहीत नव्हतें, ह्मणून ते शचीपाशीं येऊन तिला म्हणाले, ‘ हे सुभगे, इंद्राला परत घेऊन ये. ’ तेव्हां ती पुनः मानससरोवराप्रत गेली; आणि (तिनें हा

सर्व वृत्तांत सांगतांच) इंद्रही मानससरोवर सोडून बृहस्पतीकडे गेला. मग बृहस्पतीनें कृष्ण-सारंग वर्णाचा अश्व सोडून इंद्राकडून मोठा अश्वमेधयज्ञ करविला; व त्याचे वाहनावर अमरपति इंद्राला बसवून बृहस्पतीनें त्याला इंद्रपदाची प्राप्ति करून दिली. त्या वेळीं देवांनीं व ऋषींनीं स्वर्लोकनाथ इंद्राची स्तुति केली; इंद्राची ब्रह्महत्येच्या पातकापासून मुक्तता झाली आणि स्त्री, अग्नि, वनस्पति व जल या चार ठिकाणीं ब्रह्महत्येचें पातक वांटून दिलें. याप्रमाणें, ब्रह्मतेजानें युक्त झालेल्या इंद्रानें शत्रूचा वध करून आपलें स्थान परत मिळविलें.

एकदां भरद्वाज महर्षि आकाशगंगेंत उभे असतां विष्णूच्या (वामनाच्या) त्रैलोक्य-व्यापी तीन पायांपैकीं एका पायाची लाथ त्यांना लागली. तेव्हां भरद्वाजांनीं विष्णूच्या वक्षःस्थलावर आपल्या ओल्या हातानेंच ताडन केलें ! त्या वेळेपासून भगवान् विष्णूच्या उरावर श्रीवत्सचिन्ह दिसूं लागलें !

महर्षि भृगूच्या शापामुळें अग्नीला सर्वभक्ष-कत्व प्राप्त झालें.

आपण शिजविलेलें अन्न भक्षण करून देवांचे अंगीं असुरांना मारण्याचें सामर्थ्य यावें या हेतूनें अदितीनें स्वयंपाक तयार केला. इतक्यांत आपलें व्रताचरण संपवून बुध तेथें आला व म्हणाला, 'मला भिक्षा घाल.' परंतु हें अन्न प्रथम देवांनीं भक्षण केल्यावांचून दुसऱ्या कोणाला द्यावयाचें नाहीं म्हणून अदितीनें बुधाला भिक्षा घातली नाहीं. भिक्षा न मिळाल्या-मुळें क्रुद्ध होऊन, 'तुझ्या गर्भातून विव-स्वत् दुसऱ्यांदा अंडरूपानें जन्मास येईल तेव्हां तुला उदरव्यथा होईल !' असा ब्रह्म-स्वरूपी बुधानें अदितीला शाप दिला. पुढें अदिति मातेनें अंड फोडल्यामुळें श्राद्धदेव विवस्वानाला मार्तंड असें नांव पडलें.

दक्षाला एकंदर साठ कन्या होत्या. त्यां-पैकीं तेरा कश्यपाला, दहा धर्माला, दहा मनूला, व सत्तावीस इंदूला दिल्या होत्या. इंदूच्या नक्षत्ररूपी सत्तावीसही स्त्रिया सार-ख्याच सुंदर होत्या, तरी त्याची रोहिणीवर सर्वांपेक्षां अधिक प्रीति होती. तेव्हां बाकीच्या स्त्रियांना मत्सर उत्पन्न होऊन त्यांनीं ही गोष्ट पित्याच्या कानावर घातली. त्या पित्यासन्निध जाऊन म्हणाल्या, 'भगवन्, आम्ही सर्वजणी सौंदर्यांत अधिक उण्या नसतां इंदूची रोहिणी-वर अधिक ममता आहे! हें ऐकून दक्ष म्हणाला, 'त्याला क्षयरोग होईल !' त्या शापानें सोमराजाला राजयक्ष्मा झाला, तेव्हां तो दक्षापाशीं गेला असतां दक्ष म्हणाला, 'तूं सर्व स्त्रियांशीं समभावानें वागत नाहींस, म्हणून मी तुला शाप दिला.' मग ऋषींनीं सोमाला सांगितलें कीं, 'तूं राजयक्ष्मानें पछा-डल्यामुळें झिजत चालला आहेस, तर आतां पश्चिमसमुद्रांत हिरण्यसरोवर नामक तीर्थ आहे येथें जाऊन स्नान कर.' ऋषींच्या या उपदेशाप्रमाणें हिरण्यसरोवर तीर्थाला जाऊन चंद्रानें त्यांत स्नान केलें व शापा-पासून आपली मुक्तता करून घेतली. त्या तीर्थाचे ठिकाणीं चंद्राला आपली प्रभा परत मिळाली यामुळें त्या तीर्थाला तेव्हांपासून

१ अश्वमेधामध्यें जो घोडा पर्यटनार्थ सोड-तात, त्याचें हवन केलें जातें. तेव्हां येथें 'त्याच हवनावर......' इत्यादि जें लिहिलें आहे, तें सुसंगत दिसत नाहीं. तथापि 'वाहनं तमेव कृत्वा इंद्रं मरुत्पतिं बृहस्पतिः स्वं स्थानं प्रापया-मास ।' असें मूळ आहे आणि इतरत्र पाठभेदही सांपडत नाहीं, म्हणून निरुपायास्तव तसाच अर्थ करणें प्राप्त आहे.

२ हा वृत्तांत आदिपर्व अध्याय ५।६ मध्यें आहे.

प्रभास हें नांव प्राप्त झालें. परंतु दक्षाच्या शापामुळें, अद्यापि पौर्णिमेपासून अमावास्येपर्यंत चंद्राची एक एक कला रोज कमी होते व प्रतिपदेपासून पुनः एक एक कलेनें वृद्धिंगत होऊन पौर्णिमेला त्याचें बिंब पूर्ण होतें. याशिवाय, त्या वेळेपासून चंद्रमंडलावर मेघासारखा काळा डाग उत्पन्न झाला असून त्यामुळें तें कलंकयुक्त दिसतें. तेव्हांपासूनच विमल चंद्राला शशलक्ष्म हें नांव मिळालें.

प्राचीन कालीं एके वेळीं स्थूलशिरा नामक ऋषिवर्यानें मेरूच्या उत्तर दिशेच्या अंगाला खडतर तपश्चर्या आरंभिली. त्याचें तपाचरण चाललें असतां, सर्व वस्तूंचा परिमल वाहून नेणाऱ्या शुद्ध वायूनें त्याचे शरीराला स्पर्श केला. तपानें त्यांचे शरीराचा दाह होऊन ते अगदीं कृश झाले होते, इतक्यांत वायूची झुळूक अंगावरून गेल्यामुळें त्यांचे मनाला फार संतोष झाला. त्या वायुरूपी व्यजनानें उत्पन्न केलेल्या झुळकेमुळें त्या ऋषीला आराम वाटतो आहे तोंच वृक्षांनीं आपल्या पुष्पशोभेचें प्रदर्शन केलेलें पाहून ऋषीनें वृक्षांना शाप[१] दिला कीं, इतउत्तर तुम्हांला सर्वकालीं पुष्पें येणार नाहींत, विवक्षित ऋतूंतच येतील !

जगत्कल्याणाकरितां नारायणानें वडवामुख नामक ऋषीचे रूपानें अवतार घेऊन मेरुपर्वतावर तपश्चर्येला आरंभ केला. त्या वेळीं एकदा त्यांनीं समुद्राला अलीकडे बोलाविलें असतां आज्ञाभंग करून तो आला नाहीं, या कारणास्तव रागावून त्यांनीं आपल्या अंगांतील उष्णतेनें समुद्राचें पाणी गोठून टाकून (संथ बनवून) घर्मबिंदूसारखें खारट केलें व ते समुद्राला उद्देशून बोलले, "तुझें पाणी कोणीही पिणार नाहीं; फक्त वडवामुखानें प्राशन केलें असतां त्याला तेवढें तुझें उदक मधुर लागेल !" त्यांच्या शापाप्रमाणें अद्यापि (समुद्राचें उदक खारट लागून) फक्त वडवामुखाच्या जिव्हेला तें गोड लागतें.

हिमालयाची कन्या जी उमा तिचेवर रुद्राचें मन जडलें होतें. पश्चात् ऋषिश्रेष्ठ भृगुनेंही 'मला तुझी कन्या अर्पण कर.' असें हिमवतापाशीं येऊन बोलणें लाविलें. तेव्हां 'मी यापूर्वींच तिचेसाठीं रुद्र हा वर योजिला आहे.' असें हिमालयानें त्या ऋषीला उत्तर दिलें. तेव्हां भृगूनें हिमवताला शाप दिला, 'मी तुझी कन्या मागितली असतां तूं माझा अवमान केलास, त्या पक्षीं अतःपर तुजवर रत्नें सांपडणार नाहींत !' याप्रमाणें आजपावेतों ऋषिवचनाचा प्रत्यय येत आहे. एवंच, अशा प्रकारचा ब्राह्मणांचा महिमा आहे. ब्राह्मणांच्या आशीर्वादानेंच क्षत्रियांना शाश्वत व अव्यय पृथ्वीसारख्या पत्नीची प्राप्ति होऊन तिचा उपभोग घ्यावयास सांपडतो. तात्पर्य हेंच कीं, ब्रह्मतेज हें अग्नि व सोम यांचेपासून उत्पन्न होऊन जगताला आधारभूत होऊन राहिलें आहे.

नारायणनामव्युत्पत्ति.

सूर्य व चंद्र हे परमात्म्याचे नेत्र असून त्यांचे किरण हे त्याचे केश होत. सूर्य व चंद्र अनुक्रमें जगताला उष्णता व सामर्थ्य देऊन त्यांनीं विश्व चालविलें आहे. आपल्या प्रकाशानें व सामर्थ्यानें हे जगताला हर्षवितात. अर्जुना, अग्नि व सोम या उभयांच्या या अशा कृतीमुळें मला हृषीकेश, ईशान, वरद व लोकभावन हीं नांवें प्राप्त झालीं आहेत.

'इलोपहूता सह दिवा' इत्यादि मंत्रांनीं

१ पुष्पशोभा प्रदर्शित केली असतां शाप देण्याचा हेतु एवढाच दिसतो कीं, पुष्पादि हीं मदनोत्तेजक असल्यामुळें तपाला विघातक होत.

आहुति दिली ह्मणजे यज्ञांतील आपला (प्रमुख) हविर्भाग मी हरण करितों व माझा वर्णही हरित रत्नासारखा आहे, यामुळें मला 'हरि' हें नाम देण्यांत आलेलें आहे.

भूतमात्राचें मी ऋत (अबाधित) धाम (निवासस्थान) आहें. म्हणून 'ऋतधाम' या नांवानें विप्र मला संबोधितात.

पूर्वी गो (पृथ्वी) समुद्रांत गडप होऊन नाहींशी झाली होती, तेव्हां मी ती गुहेंतून (गुप्त ठिकाणाहून) परत आणिली (अविंदम्) यासाठीं 'गोविंद' या नामानें देवांनीं माझी स्तुति केली.

शिपिविष्ट असें एक माझें नांव आहे. ज्याचें शरीर रोमरहित असतें त्याला शिपि अशी संज्ञा आहे. शिपि (निर्मळ) स्वरूपानें जो सर्व जगत व्यापून राहिला आहे, त्याला 'शिपिविष्ट' म्हणतात. एकाग्रभक्त यास्क ऋषीनें अनेक यज्ञांमध्यें शिपिविष्ट या नांवानेंच मला (हविर्भाग ग्रहण करण्यास) निमंत्रण केलें, यामुळेंच 'शिपिविष्ट' हें गुह्य नाम मीं पतकरलें आहे. उदारधी यास्कानें जेव्हां शिपिविष्ट नांवानें माझें स्तवन केलें, तेव्हांच पाताळांत नष्ट झालेल्या निरुक्ताचा त्याला माझ्या प्रसादानें उद्धार करतां आला.

मी कधीं जन्मलों नाहीं, मीं कधीं जन्म घेत नाहीं व पुढें केव्हांही घेणार नाहीं; तथापि मी सर्व भूतांचा क्षेत्रज्ञ आहें व म्हणूनच मला अज म्हणतात. मीं अद्यापपावेतों क्षुद्र किंवा अश्लील भाषण केलें नाहीं. ब्रह्मदेवाची कन्या व सत्याची मूर्ति देवी सरस्वती–जिला ऋता असेंही अभिधान आहे, ती नेहमीं माझे मुखांत वास करते. हे कौंतेया, मीं आपल्या आत्म्याचे ठिकाणीं सत् व असत् या दोहोंचाही अंतर्भाव केला आहे. ब्रह्मदेवाचें सदन जें पुष्कर (तपोवन) तेथील ऋषि मला सत्य या नांवानें संबोधितात. मी कधींही सत्त्वापासून ढळलों नाहीं; किंबहुना सत्त्वाची प्रवृत्ति मजपासूनच झाली आहे असें समज. हे धनंजया, माझे ठिकाणीं प्रथमपासून असलेल्या सत्त्वगुणानें माझ्या प्रस्तुत जन्मांत देखील मला सोडलें नाहीं. मी सत्त्वगुणानें युक्त असल्यामुळें फलासक्ति न ठेवतां कर्में करीत असतों, त्या कारणानेंच मला पापाचा स्पर्शही नाहीं. सत्त्वगुणाच्या वागणुकीनें प्राप्त होणाऱ्या ज्ञानानेंच माझें दर्शन होतें. सत्त्वगुणी लोकांमध्यें माझी गणना करितात, म्हणून मला 'सात्वत' अशी संज्ञा आहे. हे पृथानंदना अर्जुना, नांगराचा विशाल व काळ्या कुळकुळीत लोखंडाचा फाळ होऊन मी जमीन नांगरतों, तसेंच माझा वर्णही सांवळा (कृष्ण) आहे, या गुणावरून मला 'कृष्ण' नामाची प्राप्ति झाली आहे.

मीं पृथ्वीचा आपाशीं, आकाशाचा वायूशीं व वायूचा तेजाशीं संयोग घडवून आणला आहे, यामुळें मला 'वैकुंठ' म्हणतात.

ब्रह्माशीं तादात्म्य पावून सर्वसंगमुक्त होणें (निर्वाण) हाच श्रेष्ठ धर्म मानला आहे. या धर्मापासून मी कधींही चळत नाहीं म्हणून मला 'अच्युत' म्हणतात.

पृथ्वी व आकाश हीं दोन्ही सर्वव्यापी आहेत. त्यांना मीं उचलून धरलें आहे, म्हणून मला अधोक्षजें नांव मिळालें आहे. वेदांतील शब्दांचा अर्थनिर्णय करणाऱ्या नैरुक्तपंथी वेदवेत्या विद्वानांनीं माझें 'अधोक्षज' या शब्दानेंच वर्णन केलें आहे. प्रभु नारायणावांचून जगतांत दुसऱ्या कोणालाही अधोक्षज नांव

१ वि=वायु, कु=पृथ्वी, ठ=आकाश, विकुंठानामयं श्लेषणकर्ता वैकुंठः

२ अधः=पृथ्वी, अक्=आकाश, संजयति=धारयति.

देतां येणार नाहीं (पात्रता नाहीं) असें प्राचीन श्रेष्ठ ऋषींनीं सांगून ठेविलें आहे.

यज्ञांत मला मिळणाऱ्या घृताच्या आहुतींनीं माझें सामर्थ्य पोसलें जाऊन, माझ्या सामर्थ्यानें जगांतील जंतुमात्राचें प्राणसंरक्षण होतें, ह्मणून मला एकांतिक वेदवेत्त्यांनीं 'घृतार्चि' असें नांव ठेविलें आहे.

पित्त, श्लेष्मा व वात या कर्मांपासून उत्पन्न होणाऱ्या तीन धातु होत. यांच्या संयोगानें शरीर बनतें. या आहेत तोंपर्यंत जंतूचें शरीर सुरळीत चालतें; परंतु या धातु कमी कमी होऊं लागल्या ह्मणजे शरीर क्षीण होऊन प्राणी मृत्यूच्या वाटेला लागतो. ही वस्तुस्थिति लक्षांत घेऊन आयुर्वेदवेत्त्यांनीं मला 'त्रिधातु' म्हटलें आहे. हे भारता, भगवान् धर्माला लोक 'वृष' नांवानें संबोधितात म्हणून मलाही निघंटामध्यें 'वृषोत्तम' संज्ञा दिली आहे.

कपि म्हणजे वराहश्रेष्ठ व वृष ह्मणजे धर्म. म्हणून कश्यप प्रजापतीनें वृषाकपि या नांवानें माझें स्तवन केलें.

सुरासुरांना देखील माझ्या आदीचा, मध्याचा वा अंताचा थांग लागत नाहीं, म्हणून माझें अनादि, अमध्य व अनंत या नांवानें स्तवन करतात. ईश, विभु व लोकसाक्षी हींही माझीं आणखी नांवें आहेत.

हे धनंजया, पवित्र कथाच मी नेहमीं श्रवण करतों, पापाचा मला संपर्कही नाहीं, या कारणानें 'शुचिश्रवा' हें नांव मला पडलें.

एक शिंगाचा वराह होऊन पृथ्वी मीं सागरांतून बाहेर काढली, म्हणून मला 'एकशृंग' हें नांव प्राप्त झालें.

हें वराहरूप धारण केलें असतां मला तीन वशिंडें (ककुद्) होतीं, या विशेषावरून माझें 'त्रिककुद्' असें नांव विख्यात झालें. कपिलानुयायी सांख्यज्ञानी लोक ज्याला (परमात्म्याला) विरंच म्हणतात तो मीच. विरंचाला प्रजापति हा पर्यायशब्द आहे. मी सर्व जगत् उत्पन्न करून प्राणिमात्रामध्यें चिच्छक्ति ठेविली असल्यामुळें मला 'विरिंचिस्वरूपी' म्हणतात.

विद्येसहवर्तमान आदित्यस्वरूपांत लीन झालेला सनातन कपिल (हिरण्यवर्ण) असें नांव सांख्यसिद्धांतवेत्ते मला देतात.

पृथ्वीवर नेहमीं योगी ज्याचें पुजन करतात व तेजःपुंज हिरण्यगर्भ या नांवानें वेदांत ज्याची स्तुति केली आहे, तो माझ्याहून अन्य कोणी नाहीं. एकवीस सहस्र श्लोकांचा ऋग्वेद मीच. सहस्र शाखांचा सामवेद मीच; दुर्लभ असे माझे वेदवेत्ते विप्र भक्त आरण्यकोपनिषद्द्वारा माझेंच स्तोत्र गातात; छप्पन, आठ व सदतीस मिळून एकशें एक शाखांच्या आध्वर्यव यजुर्वेदांत माझेंच वर्णन केलें आहे. पांच कल्प व सर्व कृत्यें यांसह अथर्ववेद मीच, असें अथर्ववेदज्ञाते विप्र समजतात. हे धनंजया, अन्य जे शाखाभेद आहेत ते, शाखांतील श्लोक, स्वर, वर्ण व उच्चार हीं सर्व मत्कृत आहेत हें लक्षांत घे. हे पार्था, उत्पत्तीच्या वेळीं जी हयशिराकृति उत्पन्न होऊन (सर्व देवांना) वर देते तीही मीच होय. वेदांच्या पुरवणीग्रंथांत जे क्रम, अक्षर इत्यादि विभाग सांगितले आहेत, त्यांचा ज्ञाताही मीच आहें. वामदेवांनीं निर्दिष्ट केलेल्या मार्गानें जाऊन महात्म्या पांचाल ऋषीला माझ्याच प्रसादानें सनातन परमात्म्यापासून क्रमशास्त्र (शब्द व पदें जोडण्याचे नियम) अवगत झालें. पुढें बाभ्रव्याच्या कुलांतील गालवानें क्रमशास्त्रांत पारंगतता संपादन केली. क्रमवेत्त्यांतील तो आग्रगण्य होय. श्रेष्ठ योगसिद्धि मिळवून त्यानें नारायणापासून वर

१ जें जें विभूतिमत् असें जगांत आहे तें सर्व मदंश आहे, तसेंच सर्व पंथ वस्तुतः एक आहेत, या कल्पनांचा एथें विस्तार केलेला आहे.

संपादन केला; आणि त्या सामर्थ्यानें, शिक्षा व क्रम या दोन शास्त्रांवर त्यानें ग्रंथ लिहिले.

जन्ममरणांपासून काय काय दुःखें आहेत याचा विचार करून राजा कुंडरीक आणि प्रतापशाली ब्रह्मदत्त यांनीं शेवटीं माझ्या प्रसादानें, योग्यांना मिळणारें श्रेष्ठ पद संपादन केलें, परंतु या गोष्टीस त्यांना सात जन्म लागले.

हे कुरुशार्दूला पार्था, कांहीं कारणानें मी पूर्वीं धर्माच्या उदरीं अवतीर्ण झालों म्हणून मला धर्मज म्हणूं लागले. नरनारायण या दोन रूपांनीं मीं (धर्माच्या घरीं) जन्म घेतला व धर्माच्या साधनानें गंधमादन पर्वतावर अव्यय तपश्चर्या केली. त्याच वेळीं दक्षाच्या येथें यज्ञ चालला होता. त्यांत, हे भारता, रुद्राला दक्षानें हविर्भाग दिला नाहीं. तेव्हां दधीचि ऋषीच्या आज्ञेनें रुद्रानें दक्षयज्ञाचा विध्वंस केला. त्यानें आपला एकसारखा पेटणारा शूल कोपानें दक्षाकडे फेंकला, त्यामुळें दक्षयज्ञांतील एकून एक वस्तूची राखरांगोळी झाली. नंतर,पार्था, शूलाचें काम झाल्यावर बदरिकाश्रमांत अति वेगानें तो शूल आमच्या अनुरोधानें आला व नारायणाच्या वक्षःस्थलावर जोरानें येऊन आदळला. त्या शूलाच्या तेजानें नारायणाचे केश विकृत होऊन मुंज गवताच्या वर्णाचे झाले, म्हणून मला ' मुंजकेशवान् ' हें अभिधान मिळालें.

पुढें महात्म्या नारायणानें हुंकार करतांक्षणींच त्या शूलाचें सामर्थ्य नष्ट होऊन, तो परत शंकरांच्या हातांत जाऊन पडला. त्यामुळें रागावून रुद्र हा नरनारायण ऋषि तप करीत होते तेथें त्यांचे अंगावर धावून आला. तेव्हां नारायणानें आपल्यावर चालून येत असलेल्या रुद्राच्या नरडीला हात घातला. तेव्हां विश्वपति जो नारायण त्याच्या करस्पर्शानें रुद्राचा कंठ विवर्ण होऊन, त्या वेळेपासून ' शितिकंठ ' हें नांव रुद्राला प्राप्त झालें.

रुद्राचा नाश करण्याकरितां नरानें एक गवताची काडी (दर्भ) हातांत घेतली व तिजवर मंत्रप्रोक्षण केलें. तेव्हां त्या दर्भापासून एक मोठा परशु उत्पन्न झाला. नरानें तो रुद्रावर जोरानें फेंकला असतां रुद्राचा नाश न होतां त्याचे तुकडे तुकडे झाले. नरानें फेंकलेल्या परशूचीं खांडें झाल्यामुळें ' खंडपरशु ' हें नांव मला प्राप्त झालें.

अर्जुन विचारतोः—हे वृष्णिकुलजा जनार्दना, त्रैलोक्याचा नाश करूं पाहणाऱ्या त्या युद्धांत शेवटीं विजयश्रीनें कोणाला माळ घातली तें मला सांग.

श्रीभगवान् सांगतातः—रुद्र व नारायण यांचें युद्ध जुंपल्यावर सर्व जगत् एकाएकीं उद्विग्न झालें. यज्ञामध्यें मंत्रयुक्त अर्पण केलेल्या शुभ हविर्भागांचा अग्नि स्वीकार करीनासा झाला; शुद्धचित्त ऋषींना वेद आठवतनासे झाले; रजोगुण व तमोगुण यांनीं देवांवर आपला पगडा बसविला; पृथ्वी हादरूं लागली; आकाश फाटलें; सर्व तेजोगोलकांचें तेज नष्ट झालें; ब्रह्मदेव देखील आपल्या आसनावरून खालीं आला; समुद्र कोरडे पडले; आणि हिमालय विदीर्ण झाला ! हे पांडुनंदना, या प्रकारचीं अनिष्टसूचक चिन्हें दिसूं लागलीं तेव्हां ज्या ठिकाणीं हें युद्ध चाललें होतें तेथें महात्मे ऋषि व देववृंद यांसह ब्रह्मदेव लगबगीनें आला आणि निरुक्तानें ज्याचें ज्ञान होतें त्या चतुर्मुख ब्रह्मदेवानें अंजली जोडून तो रुद्राला म्हणाला, ' जगताला उत्पन्न झालेली भीति दूर होऊन जगताचें कल्याण होवो. हे विश्वनाथा, जगताचें हित व्हावें या बुद्धीनें आयुधें खालीं ठेव. जो अक्षर आहे, अव्यय आहे, ईश आहे व लोकांचा संरक्षक आहे, ज्याला

कूटस्थ असें म्हणतात, जो कर्ता आहे व अकर्ताही आहे, आणि जो द्वंद्वांपलीकडे आहे, त्या परमात्म्याची ही व्यक्त झालेली शुभ मूर्ति होय. (तोच परमात्मा नरनारायणांच्या मूर्तिरूपानें व्यक्त झाला आहे.) नरनारायण हे धर्माच्या कुलांत उत्पन्न झाले असून, महातपोनिष्ठ, व्रताचारी व देवश्रेष्ठ आहेत. कांहीं (कल्पनातीत) कारणानें आद्यसृष्टीचे वेळीं मी परमात्म्याच्या प्रसादापासून उत्पन्न झालों व सनातन असा तूं क्रोधापासून उत्पन्न झालास. ह्मणून देव, ऋषिश्रेष्ठ व मी यांसह तूं त्वरित (परमात्म्याची द्विधा मूर्ति नर व नारायण) यांचें पूजन करून यांस प्रसन्न करून घे, म्हणजे त्रैलोक्य शांत होईल. यांत विलंब करूं नको.'

ब्रह्मदेवाचें भाषण श्रवण करून रुद्रानें क्रोध आवरला; व आद्यदेव वरेण्य वरद प्रभु जो नारायण देव त्याला शरण जाऊन, त्यानें त्याला प्रसन्न करून घेतलें. तेव्हां लागलीच तो वरद, जितक्रोध व जितेंद्रिय प्रभु प्रसन्न होऊन रुद्राशीं तादात्म्य पावला. मग ऋषि व ब्रह्मादि देव यांनीं नारायणाचें पूजन केल्यावर तो जगन्नाथ हरि ईशानाला उद्देशून ह्मणाला, 'ज्यानें तुला ओळखलें, त्याला माझेंही ज्ञान झाल्यासारखें आहे. जो तुझ्यामागून चालला तो माझ्यामागून आल्याप्रमाणेंच आहे. तुझ्या माझ्यामध्यें कांहींएक भेद नाहीं. भेदभाव बिलकूल मनांत आणूं नको. तुझ्या शूलाच्या प्रहाराचें चिन्ह माझे वक्षःस्थलावर उमटल्यामुळें मला 'श्रीवत्स' या नांवानें आजपासून लोक हांक मारतील; आणि माझ्या हस्ताचें चिन्ह तुझ्या कंठावर उमटल्याकारणानें तुला 'श्रीकंठ' असें नांव प्राप्त होईल.

श्रीभगवान् सांगतातः—याप्रमाणें, पार्था, त्यांनीं परस्परांच्या शरीरांवर प्रहार केल्यामुळें त्यांच्या देहांवर हीं चिन्हें उमटलीं; परंतु लागलीच त्या दोघां ऋषींचें व रुद्राचें ऐक्यही झालें. मग देवांना निरोप देऊन नरनारायणांनीं आपलें अव्यग्र तपाचरण पुढें चालू केलें. हे पार्था, या झटापटींत नारायणाचा शेवटीं जय कसा झाला हें मीं तुला कथन केलें. त्याचप्रमाणें, हे भारता, ऋषींनीं नारायण परमात्म्याचें ज्या विविध व गुह्य नामांनीं संकीर्तन केलें आहे, त्यांतील रहस्य मूळ कथांसह व यौगिक अर्थासह मीं तुला उलगडून सांगितलें. या प्रकारें अनेक रूपें धारण करून, हे कौंतेया, मीं भूलोक, ब्रह्मलोक, सनातन गोलोक इत्यादिकांमध्यें संचार करतों. मी तुझे रक्षणाची काळजी वाहिल्यामुळें भारतीय युद्धांत विजयश्रीनें तुला माळ घातली. युद्धामध्यें तुझ्या पुढें जो चालत होता तोच रुद्र. हे कौंतेया, त्याच देवाधिदेवाला कपर्दिन् व काल अशीं नांवें असून, त्याची उत्पत्ति माझ्या क्रोधापासून झालेली आहे. ज्या रिपूंना तूं यमसदनास पाठविलेंस ते तुझ्या आधींच रुद्रानें ठार केलेले होते. त्या अत्यंत वीर्यशाली उमापति देवाधिदेवाला नमस्कार कर; आणि ज्याला क्षय नाहीं त्या जगदीश नारायणालाही प्रणाम कर. हे धनंजया, जो माझ्या क्रोधापासून उत्पन्न झाला असें मीं वारंवार सांगितलें आहे, त्याचा प्रभाव तूं आतां ऐकलास अशा प्रकारचा आहे !

अध्याय तीनशें त्रेचाळिसावा.

—:०:—

नारदकृत श्वेतद्वीपवृत्तांतवर्णन.

शौनक म्हणतातः—हे सौते, तूं आम्हांला फार चांगली कथा सांगितलीस, ती श्रवण करून आम्ही सर्व ऋषि अत्यंत विस्मित झालों आहों. हे सौते, आम्हांला वाटतें कीं, नारायणाची कथा श्रवण केल्यानें जी फलप्राप्ति होते ती

सर्व पवित्र आश्रमांचीं दर्शनें घेतल्यानें, किंवा अखिल पवित्र तीर्थांत स्नानें केल्यानेंही प्राप्त होणें शक्य नाहीं. सर्व प्रकारच्या पापांतून सोडविणारी अशी ही नारायणाची पुण्यपावन कथा अथपासून श्रवण केल्यामुळें आह्मी पुनीत झालों आहों. अखिल लोक ज्याचें पूजन करतात, त्या भगवंताचें दर्शन ब्रह्मादिक देवांना व ऋषिश्रेष्ठांनाही दुर्लभ आहे. असें असतां, हे सूतपुत्रा, नारदांना देवाधिदेव नारायणाचें—हरीचें दर्शन घडलें ही त्या परमात्म्याची कृपाच समजली पाहिजे. पण जगदीशाचें अनिरुद्धरूप प्रत्यक्ष पहावयास मिळालें तरी देखील लागलीच देवसत्तम नरनारायणांचें दर्शन घेण्याची पुनः नारदांना कां घाई झाली तें मला सांग.

सौति सांगतोः—हे शौनका, परीक्षित् राजाचा पुत्र जो राजा जनमेजय, त्याचा सर्पयज्ञ चालला असतां, विधियुक्त कर्मांच्या मध्यें फुरसत मिळाली तेव्हां त्या राजेंद्रानें आपल्या पितामहाचे पितामह जे वेदनिधि प्रभु कृष्णद्वैपायन व्यास ऋषि त्यांना प्रश्न केला.

जनमेजय विचारतोः—भगवंताच्या भाषणाचें चिंतन करीत देवर्षि नारद श्वेतद्वीपाहून निघाल्यानंतर पुढें काय झालें? बदरिकाश्रमीं येऊन नरनारायणांचें दर्शन घेतल्यावर किती काळपर्यंत नारदांनीं त्यांचे सन्निध वास्तव्य केलें? त्याचप्रमाणें, त्यांनीं आणखी कोणते प्रश्न नरनारायणांना विचारले? हे तपोनिधे, ज्याप्रमाणें दधि घुसळून लोणी काढावें, किंवा मलयपर्वतावरील चंदन उचलून घ्यावें, अथवा वेदांचें संशोधन करून आरण्यकोपनिषदाची निवड करावी, किंवा सर्व ओषधि धुंडाळून अमृत निराळें करावें, त्याप्रमाणें सर्व कथांतून बुद्धिरूपी मंथनदंडानें मंथन करून ज्ञानाचा ठेवाच कीं काय, असें हें भगवान् नारायणाचें अमृतोपम व अत्युत्तम कथानक निवडून काढून आपण आम्हांला निवेदन केलें. ब्रह्मन्, भगवान् नारायण परमात्मा हा सर्वभूतात्मभावन व सर्वशक्तिमान् आहे. द्विजवर्य, नारायणाचे तेजाकडे नुसति दृष्टि करणेंही शक्य नाहीं. ब्रह्मादिक देव, ऋषि, गंधर्व, किंबहुना सर्व चराचर भुतें हीं प्रलयसमयीं नारायणाचे ठिकाणीं लीन होऊन राहतात. इहपरलोकीं नारायणाहून श्रेष्ठ किंवा पवित्र दुसरें कांहींच नाहीं असें मला वाटतें. हे तपोधन, नारायणकथाश्रवणानें जितकें पुण्य घडेल, तितकें बदर्यादि अखिल आश्रमांचीं दर्शनें घेतलीं किंवा सर्व तीर्थयात्रा केल्या तरीही घडणार नाहीं. सर्व पापें धुऊन टाकणारी ही जगदीश नारायणाची कथा मुळापासून ऐकल्यामुळें आह्मी पावन झालों आहों.

माझा प्रपितामह जो धनंजय त्यानें भारतीय युद्धांत अपूर्व जय संपादन केला यांत मुळींच आश्चर्य नाहीं. कारण, त्याला जर त्रैलोक्यनाथ वासुदेवाचें पूर्ण साहाय्य होतें, तर तिन्ही लोकीं त्याला कांहींच अप्राप्य नव्हतें असें मला वाटतें. भगवन्, तपाचरणानेंच ज्याचें दर्शन सुलभ आहे, त्या श्रीवत्सांकविभूषण व सर्वलोकपूजित भगवंताचें प्रत्यक्ष दर्शन माझ्या पूर्वजांना झालें,—इतकेंच नव्हे, तर तो जनार्दन त्यांच्या सुखासाठीं व कल्याणासाठीं स्वतः झटत होता, तेव्हां ते माझे सर्व पूर्वज खरोखरच धन्य होत! आणि मी असें समजतों कीं, परमेष्ठीचा पुत्र नारद तर माझे पूर्वजांपेक्षांही अधिक धन्य होय! ज्यांनीं श्वेतद्वीपापर्यंत जाऊन नारायणाचें प्रत्यक्ष दर्शन घेतलें, ते अव्यय नारद मुनि खरोखर सामान्य नव्हेत. असो; त्या नारायणाच्या प्रसादानेंच भगवंताच्या व्यक्त झालेल्या अनिरुद्ध

स्वरूपाचें दर्शन घेतल्यावर, नारद पुनः नरनारायणांचें दर्शन घेण्यासाठीं लगबगीनें बदरिकाश्रमीं आले म्हणून तुम्हीं सांगितलें. हे मुने, असें करण्याचें नारदांना कां प्रयोजन वाटलें तें मला सांगा. तसेंच, बदरिकाश्रमीं नारायणांच्या समागमांत त्यांनीं किती काळ काढला व त्या अवधींत त्यांनीं त्या ऋषिद्वयाला कोणते प्रश्न केले,तेही मला सांगा. शिवाय, श्वेतद्वीपाहून परमेष्ठिनंदन नारद परत फिरल्यावर महात्मे नरनारायण ऋषि त्यांना काय ह्मणाले?

वैशंपायन सांगतातः—ज्याच्या प्रसादानें मी आतां नारायणाची कथा सांगणार आहें, त्या अतुलतेजस्वी भगवान् व्यासांना नमस्कार असो. हे राजा, श्वेत नामक महाद्वीपापर्यंत मजल मारून अव्यय नारायणाचें दर्शन घेतल्यावर नारद परत फिरले; आणि परमात्म्यानें सांगितलेल्या गोष्टी मनांत वागवून त्वरेनें मेरुपर्वतावर प्राप्त झाले. तेथें आल्यावर, राजा, आपण मोठी मजल मारून सुरक्षित येथपर्यंत परत आलों हा विचार मनांत येऊन त्यांना परम आश्चर्य वाटलें. पुढें मेरुपर्वत ओलांडून त्यांनीं गंधमादन पर्वत गांठला; आणि तेथून अंतरिक्षमार्गानें ते विशाल बदरिकाश्रमीं येऊन पोंचले. तेथें येतांच, पुराण मुनिश्रेष्ठ देवावतार नरनारायण ऋषी व्रतस्थ होऊन अनन्यमनानें उग्र तपाचरण करीत बसले होते ते त्यांच्या दृष्टीस पडले. राजा, सर्व जगताला प्रकाश देणाऱ्या सूर्यापेक्षांही अधिक तेजःपुंज असें तें पूज्य ऋषिद्वय श्रीवत्सलक्षणान्वित असून त्याच्या मस्तकावर जटासंभार दृग्गोचर होत होता. त्यांच्या हस्तांवर हंसपदाची व पायांवर चक्रांची आकृति होती. त्यांचें वक्षःस्थल विशाल असून, ते आजानुबाहु होते. त्यांचे बाहूंचे चारी मुंडे व्यक्त दृष्टोत्पत्तीस येत होते. त्यांना साठ दांत व आठ दाढा असून, त्यांचा आवाज मेघगर्जनेसारखा होता. त्यांचीं मुखें फार सुंदर होतीं. त्यांचें ललाट व भुवया हीं रेखल्यासारखीं असून, हनुवटी व नासिका हीं देखील फारच सुंदर होतीं. त्या देवांचीं मस्तकें आकारानें छत्रीसारखीं होतीं. ते पुरुषश्रेष्ठ या प्रकारच्या सौंदर्यलक्षणांनीं संपन्न असल्यामुळें, त्यांना पाहून नारदांना अत्यानंद झाला; असो.

नारद येतांच नरनारायणांनीं त्यांचें स्वागतपूर्वक पूजन करून कुशलप्रश्न केले. मग नारद त्या पुरुषश्रेष्ठांकडे अवलोकन करून मनामध्यें विचार करूं लागले, तों श्वेतद्वीपाचे ठिकाणीं सर्व प्राणी ज्यांचें पूजन करतात अशा ज्या मूर्ति आपण पाहिल्या, त्यांचेसारख्याच हुबेहूब या ऋषिश्रेष्ठांच्या मूर्ति आहेत, असें त्यांना दिसून आलें. हें मनांत येतांच त्यांना प्रदक्षिणा करून नारद शुभ कुशासनावर बसले. तेव्हां तप, तेज व यश यांचें माहेरघर असलेल्या त्या शमदमगुणान्वित ऋषींनीं यथाविधि आह्निक कर्में आटोपून अर्घ्यपाद्यादिकांनीं शांतपणें नारदांचें पूजन केलें. त्या वेळीं, ज्याप्रमाणें घृताच्या आहुति समर्पण केल्यावर यज्ञांतील अग्नि प्रदीप्त होऊन त्या योगानें यज्ञमंडप सुशोभित दिसतो, त्याप्रमाणें, आतिथ्य व आह्निक आटोपून आसनाधिष्ठित झालेल्या नरनारायणांच्या तेजानें तें स्थान शोभाय-

---

१ प्रश्न व्यासांना असून 'वैशंपायन' उत्तर देतात हें कसें? कदाचित् गुर्वाज्ञेनें शिष्यच उत्तर करीत असेल व ह्मणूनच त्यानें अनुज्ञेस्तव व्यासांना वंदन केलें असावें. परंतु सौतीनें जरी—

कृष्णद्वैपायनं व्यासमृषिं वेदनिधिं प्रभुं ।
परिपप्रच्छ राजेंद्रः पितामहपितामहं ॥

असें स्पष्ट म्हटलें आहे, तरी प्रश्नाचा एकंदर झोंक वैशंपायनांकडेच आहेसें दिसतें.

मान् झालें होतें. नंतर, आतिथ्यानें संतुष्ट होऊन सुखानें आसनोपविष्ट झालेल्या नारदांनीं विश्रांति घेतली असें पाहून, नारायण ऋषि नारदाला उद्देशून असें म्हणाले.

नरनारायण विचारतातः—आमची ज्यापासून उत्पत्ति झाली त्या सनातन भगवान् परमात्म्याचें दर्शन श्वेतद्वीपांत तुला झालें ना?

नारद म्हणतातः—श्रीमान् व विश्वरूपधारी अव्यय पुरुष मीं तेथें पाहिला. देव, ऋषि, किंबहुना यच्चयावत् जगत् त्याचे ठिकाणीं सांठवलेलें माझे दृष्टोत्पत्तीस आलें. आतां मी सनातनस्वरूपी तुह्मांकडे पहात आहें तरीही मला त्याचेंच दर्शन घडत आहे. कारण, त्या अव्यक्तरूपधारी नारायणाचीं जीं लक्षणें मीं पाहिलीं तींच व्यक्तस्वरूपी तुमच्या ठिकाणीं मला दिसत आहेत. मीं तुह्मां उभयतांना श्वेतद्वीपनिवासी परमात्म्याच्या बाजूला उभे असलेले पाहिले. परमात्म्यानें जा म्हणून सांगितल्यावरून मी आतां येथें आलों आहें. तुम्ही धर्माचे पुत्र आहां. तेज, यश, श्री, इत्यादि गोष्टींत परमात्म्याची बरोबरी तुमचेवांचून उभ्या त्रैलोक्यांत दुसरा कोण करूं शकणार आहे? (कोणीहीं नाहीं!) त्यानें मला क्षेत्रज्ञसंबंधी सर्व धर्म समजावून सांगितले. त्याचप्रमाणें, भविष्यकालीं त्याचे कोणते अवतार या पृथ्वीतलावर व्हावयाचे आहेत, तेही त्यानें मला कथन केले. त्या ठिकाणीं मीं श्वेतवर्णाचे इंद्रियविरहित आत्मज्ञानी पुरुष पाहिले. ते सर्व पुरुषोत्तमाचे भक्त असून त्याची नित्य पूजा करण्यांत निमग्न असतात. तो परमात्माही त्यांचेबरोबर रममाण होतो. त्या भगवान् परमात्म्याला भक्त व द्विज फार आवडतात. तो भक्तप्रिय परमात्मा आपल्या भक्तांची पूजा घेण्यांत मग्न असतो. तो देव माधव विश्वभोक्ता असून सर्वव्यापी व भक्तवत्सल आहे. तोच अत्यंत समर्थ व तेजस्वी नारायण कर्ता, कारण व कार्य होय. त्याची कीर्ति अपरिमेय असून तो भूतमात्राच्या उत्पत्तीचा हेतु आहे. धर्माज्ञा व धर्मविधि हीं त्याचींच स्वरूपें होत. तो तपस्तेजानें युक्त होऊन श्वेतद्वीपाहून श्रेष्ठ असें तेजसंज्ञक स्थान उत्पन्न करितो; आणि तें स्थान आपल्या स्वतःच्याच प्रकाशानें प्रकाशित करितो. तो शुद्धात्मा असून, त्यानें त्रैलोक्याला शांति दिली आहे; आणि या शुभ बुद्धीनेंच त्यानें नैष्ठिक व्रताचरण चालविलें आहे. ज्या ठिकाणीं तो देवश्रेष्ठ तपाचरण करतो तेथें सूर्य तळपत नाहीं, चंद्र आपली शोभा प्रकट करीत नाहीं, किंबहुना वारा देखील वहात नाहीं. आठ अंगुळें उंचीची वेदी भूमीवर तयार करून त्या विश्वकर्म्या देवानें खडतर तपश्चर्या चालविली आहे. तो एका पायावर उभा असून, त्यानें आपले हात वर केले आहेत; आणि तोंड उत्तरेकडे केलें असून मुखानें सांग वेदांचा उच्चार चालला आहे. ब्रह्मदेव, ऋषि, स्वतः पशुपति, इतर देवश्रेष्ठ, दैत्य, दानव, राक्षस, नाग, सुपर्ण, गंधर्व, सिद्ध, राजर्षि इत्यादि जे जे म्हणून यज्ञांमध्यें हव्यकव्य यथाविधि अर्पण करतात त्याचें त्याचें हव्यकव्य सर्व नारायणाच्या चरणीं पोंचतें. अनन्यभक्तीनें जीं कर्में आचरलीं जातात, त्या सर्वांचा स्वतः नारायण आदरपूर्वक स्वीकार करतो. आत्मज्ञानी महात्म्यांपेक्षां त्रैलोक्यांत दुसरें कोणीही त्याला अधिक प्रिय नाहीं;—त्याचा अनन्यभक्त मात्र त्याला सर्वांत प्रिय वाटतो. त्या परमात्म्यानें निरोप दिल्यावरून मी येथें आलों आहें. स्वतः भगवान् नारायणानें मला हें सर्व निवेदन केलें. आतां तुमच्याबरोबर परमात्म्याचे ठिकाणीं लय लावून वास्तव्य करण्याचा माझा मानस आहे.

अध्याय तीनशें चवेचाळिसावा.

—:०:—

नरनारायणांचें नारदांशीं भाषण.

नरनारायण म्हणतातः—नारदा, खरोखर तूं धन्य आहेस! कारण, परमात्म्यानें तुजवर प्रत्यक्ष दर्शनाचा अनुग्रह केला! ब्रह्मदेवाला देखील त्याचें प्रत्यक्ष दर्शन घडलें नाहीं; मग इतरांची काय कथा? ज्याची उत्पत्ति कशी झाली याचा थांग लागत नाहीं, त्या भगवान् पुरुषोत्तमाचें दर्शन अति दुर्लभ आहे. बा नारदा, आह्मी सांगतों हें अक्षरशः खरें आहे. हे द्विजवर्या, परमात्म्याला भक्तापेक्षां अधिक प्रिय त्रैलोक्यांतही कोणी वाटत नसल्यामुळें त्यानें तुला आपलें रूप दाखविलें. द्विजोत्तमा, परमात्मा ज्या ठिकाणीं तपाचरण करीत बसला आहे तेथें आह्मांवांचून दुसऱ्या कोणालाही जातां यावयाचें नाहीं. जें स्थान त्यानें आपल्या वास्तव्यानें विराजमान् केलें आहे, त्या स्थानाचें तेज सहस्र सूर्यांच्या एकवटलेल्या तेजाइतकें आहे. हे क्षमाशीलश्रेष्ठ विप्रा, पृथ्वीचे ठिकाणीं आढळून येणारा क्षमेचा गुण हा त्या विश्वकर्त्या परमात्म्यापासूनच उत्पन्न झाला. उदकामध्यें दृग्गोचर होणारा व त्याला द्रवत्व आणणारा रस हा त्या सर्व भूतांच्या हिताचें संवर्धन करणाऱ्या नरनारायणापासूनच उद्भूत झाला. सूर्याचा आश्रय करून जें जगताला प्रकाश देतें, तें तेजही परमात्म्यापासूनच निघालें. ज्या गुणानें युक्त झाल्यामुळें वायु अंतरिक्षांत वहातो, त्या स्पर्शगुणाची उत्पत्ति पुरुषोत्तमापासूनच झालेली आहे. ज्या गुणाशीं संयुक्त होऊन आकाश अफाट झालें आहे, त्या शब्दाचा उगमही त्या सर्वलोकेश्वर प्रभूपासूनच आहे. मनाचा चंद्राशीं संयोग झाला ह्मणजे प्रकाश देण्याचा धर्म चंद्राचे ठिकाणीं उत्पन्न होतो; परंतु भूतमात्राचे ठिकाणीं असणाऱ्या या मनाचा उगम परमात्म्यापासूनच आहे. ज्या ठिकाणीं तो हव्यकव्यभोक्ता व ज्ञानैकप्राप्य भगवान् वास्तव्य करितो, त्या स्थानाला सद्भूतोत्पादक असें नांव वेदामध्यें दिलेलें आहे. हे द्विजसत्तमा, पुण्य व पाप यांचा ज्यांना संपर्कही नाहीं त्या निर्मल पुरुषांचा मार्ग सुखकर आहे. अखिल जगतांतील अंधकार नाहींसा करणारा सूर्य मोक्षाचें द्वार होय. या द्वारानें प्रवेश केला ह्मणजे देह दग्ध होऊन अदृश्य होतो. मग कोणालाही तो देह केव्हांच दृष्टीं पडणें शक्य नाहीं. ते मोक्षागामी पुरुष परमाणुरूपानें सूर्याच्या स्वरूपांत मिळून जातात; तेथून निघून ते अनिरुद्धरूपांत प्रवेश करतात; पुढें सर्व गुण टाकून मनाच्या रूपानें ते प्रद्युम्नामध्यें लय पावतात; नंतर तेथून सुटून ते भगवद्भक्त व सांख्यवेत्ते विप्रश्रेष्ठ जीव ह्मणजे संकर्षण त्याच्यामध्यें प्रवेश करतात; मग त्या द्विजश्रेष्ठांची सत्त्व, रज व तम ह्या तीन गुणांपासून मुक्तता होऊन, निर्गुण व क्षेत्रज्ञ जो परमात्मा त्याचे स्वरूपांत ते त्वरित मिळून जातात. सर्वव्यापी वासुदेव तोच क्षेत्रज्ञ असें निःसंशय जाण. जे सर्व प्रकारचें संयमन करून इंद्रियांचाही निग्रह करतात, आणि मनाचा समाधि लावून अनन्यभावानें त्या परमात्म्याची भक्ति करितात तेच वासुदेवस्वरूप होतात. हे द्विजोत्तमा, धर्माच्या घरीं अवतीर्ण होऊन आह्मी या विशाल व रम्य बदरीतपोवनांत खडतर तपश्चर्या करून राहिलों आहों. हे द्विजा, त्रैलोक्यामध्यें देवांना प्रिय असे त्या परमात्म्याचे जे जे अवतार होतील, त्यांचें अभीष्टचिंतन करण्याकरितां आमचा तपोयोग आहे. हे द्विजोत्तमा, आह्मांला उक्त असलेल्या अपूर्व विधीनें सर्व कृच्छ्रें व

व्रतें आम्ही उत्तम रीतीनें करीत आहों. हे तपोधना, तूं श्वेतद्वीपांत असतां आम्हीं तुला पाहिलें. नारायणाचें दर्शन घडल्यावर तूं एक संकल्प केला आहेस. ह्या सचराचर त्रैलोक्यांत आम्हांला अविज्ञात असें कांहीं नाहीं. जें जें शुभ किंवा अशुभ आतां घडत आहे, किंवा पुढें घडेल, अथवा मागें घडून गेलें असेल, तें तें सर्व, हे मुनिवर्या, देवाधिदेवानें आम्हांला सांगितलें आहे.

वैशंपायन सांगतातः—उग्र तपश्चर्या करण्यांत मग्न झालेल्या त्या उभयतांचें हें भाषण ऐकून नारदांनीं हात जोडले; आणि परमात्म्याचे ठिकाणीं लय लावून नारायणाच्या स्तुतीचे अनेक मंत्रांचा जप करण्यास त्यांनीं सुरवात केली. याप्रमाणें नरनारायणांच्या आश्रमांत परमात्म्याचे व नरनारायणांचे पूजनांत कालक्षेप करीत ते महातेजस्वी भगवान् नारद ऋषि दिव्य सहस्र वर्षेपर्यंत राहिले.

अध्याय तीनशें पंचेचाळिसावा.

—:०:—

पिंडप्रवृत्तिकथन.

वैशंपायन सांगतातः—याप्रमाणें कालक्षेप करीत असतां, एके वेळीं, परमेष्ठिपुत्र नारद यांनीं यथाविधि देवांच्या प्रीत्यर्थ करावयाचीं कर्में केल्यानंतर, पितरांप्रीत्यर्थ करावयाचीं कर्में करण्यास आरंभ केला. तेव्हां ज्येष्ठ धर्मपुत्र प्रभु नारायण नारदाला ह्मणाले, 'हे द्विजश्रेष्ठा, देव व पितर यांप्रीत्यर्थ करावयाचीं कर्में करून तूं कोणाचें पूजन करीत आहेस ? हे विद्वद्वर्या, वेदशास्त्रांस अनुसरून याचें मला उत्तर दे. तूं काय करीत आहेस ? आणि तूं आरंभिलेल्या कर्माचें फल काय ?

नारद सांगतातः—देवांप्रीत्यर्थ यथाविधि कर्में करीत जा असें तूंच मला पूर्वीं एकदा सांगितल्यावरून, मी अव्यय वैकुंठनायकाच्या प्रीत्यर्थ नेहमीं हीं पूजनादि कृत्यें करीत असतों. हीं कर्में केलीं म्हणजे मोठा यज्ञ केल्याप्रमाणें असून, सनातन परमात्म्याची पूजा यांतच आहे असें तूं मला पूर्वीं सांगितलें आहेस. भगवन्, परमात्म्यापासून जगत्पितामह ब्रह्मदेव प्रथम उत्पन्न झाला. परमेष्ठी ब्रह्मदेवानें संतुष्ट होऊन माझ्या पित्याला (दक्षाला) निर्माण केलें. मी ब्रह्मदेवाचा प्रथम मानसपुत्र होय. हे साधो, नारायणानें घालून दिलेल्या विधींस अनुसरून मी हीं कर्में करीत आहें. भगवान् नारायण हा जगताचा पिता, माता व पितामह आहे. पितृयज्ञांतही त्या जगदीशाचेंच नेहमीं पूजन करतात. प्रथम देवांनीं आपल्या पुत्रांकडून श्रेष्ठ देवी जी श्रुति तिचें अध्ययन करविलें. पुढें ते पितर असुरांशीं युद्धांत गुंतल्यानें त्यांची वेदश्रुति नष्ट झाली असतां, (वेदांचें ज्ञान पितर विसरून गेले असतां) पुनः पितरांना ती पुत्रांपासून शिकावी लागली. या कारणानें त्या मंत्रदात्या पुत्रांना पितृस्थान प्राप्त झालें. त्या वेळीं सुरांनीं काय काय केलें तें आत्मशुद्धि पावलेल्या तुम्हांला विदितच आहे. ही हकीकत घडल्यानंतर पितापुत्रांनीं प्रथम भूमीवर दर्भ पसरून त्यांवर तीन पिंड ठेवले आणि अशा प्रकारें परस्परांचें पूजन केलें. पण पितरांना पिंड संज्ञा कशी प्राप्त झाली त्याचें कारण मला सांगा.

नरनारायण सांगतातः—नारदा, ही समुद्रवलयांकित पृथ्वी उदकांत बुडून नाहींशी झाली असतां, गोविंदानें वराहरूप धारण करून त्वरित वर काढली. त्या वेळीं जल व कर्दम यांनीं पुरुषोत्तमाचें शरीर भरून गेलें. तशा स्थितींत, लोककल्याणार्थ उद्युक्त झालेल्या नारायणानें पृथ्वी जागच्या जागीं परत आणून

१ मागून नारदाला पुनः ऋषिशापानें दक्षाच्या पोटीं यावें लागलें अशी हरिवंशांत कथा आहे.

ठेवल्यावर, मध्यान्हकाल प्राप्त झाला असतां जमीनीवर दर्भ पसरले; आणि नंतर, हे नारदा, आपली दंष्ट्रा जरा हालवून तिला चिकटलेले तीन पिंड (मृत्पिंड) त्यांवर ठेवून दिले. ते त्या परमात्म्यानें यथाविधि स्वतःलाच अर्पण केले. त्या सर्वशक्तिमान् देवेशानें पूर्वाभिमुख होऊन ते दंष्ट्रेला संलग्न झालेले गोळे पिंड आहेत असें कल्पिलें आणि मग आपल्या गात्रांच्या ऊष्म्यापासून उत्पन्न झालेल्या स्नेहयुक्त तिलांनीं प्रोक्षण करून ते पितरांना अर्पण केले. त्या वेळीं, इतरांनीं पिंड कसे द्यावे याची मर्यादा घालून देण्याकरितां परमात्म्यानें असें भाषण केलें.

वृषाकपि (वराहरूपी प्रभु) म्हणालाः— मींच त्रैलोक्य उत्पन्न केलें आहे. आतां पितर निर्माण करण्यास मी उद्युक्त झालों आहें. पितृकार्य करण्याचे श्रेष्ठ विधि कोणते ठरवावे हा विचार माझे मनांत चालला असतां, दंष्ट्रेला चलन दिल्यामुळें हे माझे पिंड पृथ्वीवर दक्षिण दिशेकडे पडले आहेत, असें दिसतें. तर हे पिंडच पितर होत (असें मी ठरवितों.) ज्यांना विशिष्ट आकृति नाहीं असे हे तीन वर्तुलाकार पिंड हेच मीं उत्पन्न केलेले सनातन पितर म्हणून या जगतांत प्रख्यात होवोत. पिता, पितामह व प्रपितामह मीच असून तीन पिंडामध्यें वास्तव्य करतों. मजपेक्षां श्रेष्ठतर कोणी नाहीं. मग मला पूज्य असा दुसरा कोण असणार? जगतामध्यें ज्याला मीं पितृस्थानीं मानावें असा कोण आहे? (कोणीही नाहीं.) कारण, जगताचें आदिकारण मींच असल्यामुळें जगताचा पिता, पितामह व प्रपितामह हीं सर्व नातीं माझे ठिकाणीं संभवतात.

हे विप्रा, या प्रकारें देवाधिदेव वृषाकपीनें भाषण करून, वराह पर्वतावर विधिपूर्वक पिंड समर्पण केले; आणि पिंडार्पणविधीनें स्वतःचें पूजन केल्यावर तो परमात्मा तेथल्या तेथेंच अंतर्धान पावला.

हे द्विजा, ही पिंडार्पणाची मूळ पीठिका होय. पितरांना पिंड संज्ञा या कारणानें प्राप्त झाली. वृषाकपीच्या आज्ञेप्रमाणें पितरांचें नित्य पिंडप्रदानपूर्वक पूजन होत असतें. नारदा, जे कायावाचामनेंकरून देवांचें, पितरांचें, गुरूंचें, अतिथींचें, गाईचें, द्विजश्रेष्ठांचें आणि मातेप्रमाणें पृथ्वीचें पूजन करतात, त्यांनीं तद्द्वारा श्रीविष्णूचें पूजन केल्यासारखें आहे. कारण, भगवान् परमात्मा भूतमात्राचे ठिकाणीं वास्तव्य करीत असून भूतमात्राविषयीं त्याची समबुद्धि आहे. सुखदुःख हीं त्याला समान आहेत. त्या श्रेष्ठ व महात्म्या नारायणाला सर्व भूतांचा आत्मा अशी संज्ञा आहे.

अध्याय तीनशें शेचाळिसावा.

—:०:—

नारायणप्रशंसा.

वैशंपायन सांगतातः—नरनारायणांचे तोंडचें हें वाक्य श्रवण करितांच नारदांची परमेश्वराविषयीं भक्ति पराकाष्ठेला जाऊन, ते केवळ देवाचे ठिकाणीं एकाग्र झाले. मग त्या नरनारायणाश्रमांत एक सहस्र वर्षेंपर्यंत राहून व भगवंताचें आख्यान ऐकून, अव्यय जो हरि त्याचें दर्शन घेतल्यानंतर, हिमाचलावर त्यांचा स्वतःचा आश्रम होता, तेथें ते निघून गेले. इकडे, तपाविषयीं प्रख्यात असलेले ते नरनारायण ऋषी त्याच आपल्या रमणीय अशा बदरिकाश्रमांत उत्तम तप करीत राहिले. जनमेजया, तूं पांडवाचें कुल चालविणारा व अमितपराक्रमी आहेस. तूं ही कथा मुळापासून ऐकल्यामुळें आज शुद्धात्मा झाला आहेस. हे राजश्रेष्ठा, जो कोणी कृतीनें, मनानें किंवा वाणीनें अमरश्रेष्ठ व सनातन देव जो विष्णु—ज्याला नारा-

यण किंवा हरी म्हणतात, त्याचा द्वेष करील, त्याला इहलोक ना परलोक असें होऊन, शिवाय त्याचे पितरही शाश्वतकाल नरकांत बुडतील. बाकी, हे पुरुषश्रेष्ठा, कोणालाही स्वतःचा आत्मा कधीं द्वेष्य वाटला आहे काय? आणि खरें पाहतां विष्णु हा सर्व लोकांचा आत्मा आहे. अशी खरी स्थिति समजून विष्णूचा कोणींही द्वेष करूं नये. बाबारे, गंधवतीचा[1] पुत्र जो आमचा गुरु व्यास त्यानें हें अविनाशी व परमश्रेष्ठ असें माहात्म्य मला सांगितलें; आणि, हे निष्पापा, त्याजपासून मीं जसें ऐकलें तसेंच तुला सांगितलें. राजा, रहस्य व संग्रह यांसह हा धर्म नारदांनीं जगत्पति परमात्मा नारायण यापासून प्रत्यक्ष संपादिला. हाच मोठा धर्म संक्षेपतः मीं तुला पूर्वीं हरिगीता सांगतांना सांगितला आहे. हे राजा, कृष्णद्वैपायन व्यास हे भूतलावरील प्रत्यक्ष नारायणच आहेत असें समज. नाहीं तर, हे पुरुषश्रेष्ठा, अशा व्यासांवांचून महाभारतासारखा ग्रंथ रचण्याचें सामर्थ्य दुसरे कोणाला होईल काय? त्या समर्थ व्यासांवांचून इतके नानाविध धर्म तरी कोण कथन करील? असो; तूं सर्व प्रकारचे धर्मांचें रहस्य ऐकून घेतलेलें आहेस व अश्वमेध महायज्ञाचा संकल्पही केला आहेस. तेव्हां आतां तुझे संकल्पाप्रमाणें त्या यज्ञाला आरंभ कर.

सौति ह्मणतोः--जनमेजयानें हें महदाख्यान ऐकून घेऊन यज्ञसमाप्तीला अवश्य असलेल्या सर्व क्रिया आरंभिल्या.

हे शौनका, मला प्रश्न केल्यावरून मीं हें नारायणीय आख्यान या सर्व नैमिषारण्यवासी ऋषींसह तुला सांगितलें. हें असेंच पूर्वीं नारदांनीं अनेक ऋषि व सर्व पाण्डव हे ऐकत असतां श्रीकृष्ण व भीष्म यांचे समक्ष आपले गुरूला निवेदन केलें होतें. असो; हे शौनका, तो सर्व ऋषींत श्रेष्ठ, लोक आणि भुवनें यांचा पति, या विशाल धरणीचा धारणकर्ता, वेदोक्त नीतीचा प्रवर्तक, शम व नियम यांचा निधि, यमनियमादिकांत आसक्त असणारा, ब्राह्मणप्रिय व अमरांचा हितकर्ता श्रीहरि हा तुझी गति असो. असुरांचा वधकर्ता, तपोनिधि, महद्यशाचें पात्र, मधुकैटभांचा शत्रु, सत्यानें चालणारांना गति व अभय देणारा, तसेंच यज्ञांतील हविर्भागांचें ग्रहण करणारा, असा जो श्रीहरि तो तुला आश्रय देवो. जो निर्गुण असतांही त्रिगुणात्मक होऊन वासुदेव, संकर्षण, प्रद्युम्न व अनिरुद्ध अशीं चार रूपें धारण करितो आणि अग्निहोत्रादि इष्ट व वापीतडागादि पूर्त यांचे फलाचा भाग ग्रहण करितो, व जो अजिंक्य असून अति चपल आहे, तो हरि पुण्यकर्त्या ऋषींना प्राप्त होणारी आत्मगति तुह्मांला देवो. ऋषीहो, तो लोकसाक्षी, अजन्मा, पुराणपुरुष, सूर्यकान्ति, सर्वसत्ताधीश व मोक्षरूप ऋषि जो परमात्मा त्याला तुह्मी सर्वही एकचित्त होऊन प्रणाम करा. कारण, प्रत्यक्ष शेषशायी नारायणानेंही याला प्रणाम केला आहे. लोकांचें उत्पत्तिकारण तोच आहे. मोक्षाचें स्थान, अत्यंत सूक्ष्म आणि परमपद तोच आहे. त्यालाच अचल हें पद ह्मणतात. हे उदारा, सांख्य आणि योगी याच सनातन परमात्म्याचें आत्मबुद्धीनें धारण करीत असतात; यासाठीं तुह्मीही सर्वजण त्यालाच प्रणाम करा.

अध्याय तीनशें सत्तेचाळिसावा.

—:०:—

हयग्रीवावतारवर्णन.

शौनक ह्मणतातः—हे सौते, तुझे मुखांतून

[1] शंतनु राजाची स्त्री जी सत्यवती, तिला कुमारदशेंत मत्स्यगंधा असें म्हणत. तीच ही गंधवती. हिला त्या दशेंत पराशरांपासून व्यास झाले.

आम्ही त्या परमात्म्याचें माहात्म्य व नरनारायणरूपानें धर्मगृहीं त्याचें झालेलें जन्म ह्याचा इतिहास ऐकिला. त्याचप्रमाणें, पूर्वकालीं परमात्म्यानें महावराह अवतार घेऊन पिण्डदान करण्याची पद्धति घातली हेंही आम्हीं ऐकलें; आणि प्रवृत्ति व निवृत्ति या संबंधांत कोणीं कसें वागावें याविषयीं सांगितलेली व्यवस्थाही ऐकिली. पण, हे निष्पापा, तूं कथेचे ओघांत एकदा असें बोलून गेलास कीं, महासागराचे ईशान्य कोनास, भगवान् परमेष्ठी ब्रह्मदेव यानें हव्यकव्यभोक्ता जो परमात्मा विष्णु त्याचें हयशिरारूप पाहिलें; तर, हे बुद्धिमच्छ्रेष्ठा, थोरांनाही अपूर्व वाटणारें तें हयशिरारूप त्या लोकधारक हरीनें पूर्वीं कशा निमित्तानें निर्माण केलें, त्याचा प्रभाव काय, आणि तें पुण्यकारक, सर्व देवांतून श्रेष्ठ व अपारतेजस्वी असें अद्भुत हयशिरारूप दृष्टीस पडल्यावर ब्रह्मदेवानें काय केलें, तें आम्हांस सांग. हे महामते, आम्हांस महापुरुषासंबंधी ज्ञानापासून उत्पन्न झालेला फार दिवसांपासूनचा हा संशय आहे, तो तूं उलगडून सांग. हे ब्रह्मन्, तूं पवित्र कथा सांगून आम्हांस पावन केलें आहेस.

सौति उत्तर करितोः—हे शौनका, भगवान् व्यासांनीं राजा परीक्षिताला या बाबतींत वेदाला संमत असा जो पुरातन इतिहास सांगितला, तोच सर्व मी तुम्हांस सांगतों. ऋषीहो, परमात्म्यानें हयशिरारूप धारण केल्याचें ऐकतांच परीक्षितालाही असाच संशय उत्पन्न होऊन त्यानें हाच प्रश्न केला होता.

जनमेजय म्हणालाः—भगवन्, अश्वशिर धारण केलेलें जें परमात्म्याचें रूप ब्रह्मदेवाचे दृष्टीस पडलें, तें तसलें रूप कोणत्या निमित्तास्तव प्रकट झालें होतें तें मला सांगा.

वैशंपायन सांगतातः—हे प्रजानाथा, इहलोकीं जेवढे मिळून देहधारी सत्त्व किंवा प्राणी आहेत, ते सर्व ईश्वरी संकल्पापासून उत्पन्न झालेल्या पंचमहाभूतांचे योगानें व्याप्त आहेत. कारण, सर्वशक्तिमान् विराट्रूपी नारायण हाच या अखिल जगाचा निर्माणकर्ता आहे. सर्व भूतांचे अंतर्यामी तोच रहात असून, भक्तांना अभीष्ट वर तोच देतो; आणि निर्गुण तोच असून सगुणही तोच होतो. आतां, हे राजश्रेष्ठा, या महाभूतांचा आत्यंतिक लय कसकसा झाला तो ऐक. प्रथम धरणी ही सर्वत्र एकच एक होऊन गेलेल्या अशा समुद्रजलांत लीन झाली. नंतर तें सर्व जल तेजोरूप झालें. पुढें तेज वायुरूप झालें. नंतर तो सर्व वायु आकाशांत लीन झाला. मागून तें आकाश मनाचे मागें गेलें. (त्यांत लीन झालें.) नंतर तें मन व्यक्तांत लीन झालें आणि व्यक्त अव्यक्तेला गेलें. मग अव्यक्तही पुरुषांत लीन झालें आणि तो पुरुषही सर्वव्यापक परब्रह्मांत लीन झाला. अशी जेव्हां स्थिति झाली तेव्हां सर्वत्र तम भरून राहिलें व त्यामुळें अर्थात् कोणतीच गोष्ट समजेनाशी झालें. मग त्या तमांतून जगत्कारणभूत परमव्योमाख्य ब्रह्म हें उत्पन्न झालें. आतां हें तम कोठून आलें म्हणशील, तर ज्याप्रमाणें दोरीवर सर्प त्याप्रमाणें चैतन्याचे ठिकाणीं हें मूळपासून शाश्वतचेंच अध्यस्त झालेलें आहे. असो; मग हें परमव्योमाख्य ब्रह्म पुरुषशरीराचा आश्रय केल्यानें विश्वांतील सर्व नामरूपात्मक वस्तुरूपानें विस्तरलें. यालाच अनिरुद्ध किंवा प्रधान असें म्हणतात. म्हणजे, हे राजश्रेष्ठा, त्रिगुणात्मक जें अव्यक्त तेंच हें. असो; या समयीं समर्थ भगवान् विष्वक्सेन देव हरि निर्विशेष चिन्मात्राकार चित्तवृत्तीसहित योगनिद्रा धारण करून जलांत शयन करीत होता; आणि पडल्या पडल्या, विचित्र व बहुगुणात्मक अशा भावी जगताचे

उत्पत्तीसंबंधी विचार[१] करीत होता. याप्रमाणें तो सृष्टीचा विचार करीत असतां आत्म्याचा गुण घेऊन त्यापासून महत्तत्व हें उत्पन्न झालें व त्या महत्तत्त्वापासून अहंकार उद्भवला. सर्व लोकांचा पितामह भगवान् हिरण्यगर्भ चतुर्मुख ब्रह्मदेव हाच. या प्रकारें हा कमलनेत्र तेजस्वी सनातन ब्रह्मा सहस्र पद्मांनीं युक्त अशा कमलांत अनिरुद्धापासून उत्पन्न होऊन त्या कमलांतच बसला असतां सर्व लोक जलमय झाले आहेत असें त्या अद्भुततेजस्वी प्रभूच्या दृष्टीस पडलें. ती लोकांची अवस्था पाहून त्या परमेष्ठीनें सत्त्वगुणाचा आश्रय करून भूतसमुदायस्वरूप सृष्टि उत्पन्न करण्याचा विचार मनांत आणला; तों तो ज्या सूर्यकिरण-तुल्य प्रकाशमान् कमलावर बसला होता, त्या कमलाचे एका पांकळीवर परमात्मा नारायण यानें स्वतः टाकिलेले गुणयुक्त[२] दोन जलबिंदु त्या आद्यंतरहित अशा सनातन ब्रह्माच्या दृष्टीस पडले. या जल-बिंदूंपैकीं एक बिंदु फार तेजस्वी असून त्याचा वर्ण मधूप्रमाणें दिसत होता. हाच बिंदु नारा-यणाचे आज्ञेवरून तमोगुणपूर्ण असा मधु नामक दैत्य बनला. दुसरा जो जलबिंदु होता तो फार कठीण असून रजोगुणानें पूर्ण होता. हा बिंदु रजोगुणयुक्त कैटभ नामक दैत्य बनला. मग हे रजस्तमोगुणयुक्त दोघेही श्रेष्ठ बलाढ्य दानव हातीं गदा घेऊन त्या कमलाचे देंठाचे दिशेनें धावत सुटले, तो त्यांस त्याच कम-लांत अमिततेजस्वी असा ब्रह्मदेव हा सुंदर असे मूर्तिमान् चार वेद प्रथमच निर्माण करीत बसला आहे, असें आढळलें. त्या वेळीं ते बलाढ्य असुर वेदांस पाहतांच ब्रह्मदेवाचे देखत देखत दांडगाईनें त्या सर्व वेदांना पकडून पळाले; आणि त्या सनातन वेदांसह त्या ईशान्य महासमुद्रांत घाईघाईनें मुसंडी देऊन रसातलांत प्रविष्ट झाले ! याप्रमाणें वेदांचें हरण झालें असतां ब्रह्मदेवास कांहींच सुचेनासें झालें. नंतर, जवळून वेद नाहींतसे झाले यामुळें तो ईशान परमात्म्याला उद्देशून असें बोलला.

ब्रह्मा म्हणालाः—वेद हे माझे सर्वांत श्रेष्ठ असे डोळे होत; वेद हेंच श्रेष्ठ बल; वेद हेंच माझें श्रेष्ठ तेज; व वेद हेंच माझें परब्रह्म; असें असतां या दानवांनीं मजपासून दांडगा-ईनें माझे सर्व वेद हरण करून नेले. आतां वेदांवांचून हे सर्व लोक मला अंधकारमय झाले आहेत, वेदांवांचून मी आतां उत्तम अशी लोकसृष्टि रचूं तरी कशी ? अरेरे ! या वेदांचे नाशानें मला केवढें तरी तीव्र दुःख होत आहे ! या दुःखानें माझें हृदय व्यथित झालें असून केवळ शोकमय झालें आहे. या प्रकारें मी आज या शोकार्णवांत बुडून गेलों आहें, आतां मला कोण वर काढील बरें ? आणि ते माझे नाहींतसे झालेले वेद मला परत कोण बरें आणून देईल ? इतका मी कोणाचा लाडका आहें ?

हे बुद्धिमंता राजश्रेष्ठा, या प्रकारें ब्रह्मदेव विलाप करीत असतां, या संकटीं परमात्मा हरि याची स्तुति करावी अशी त्याला बुद्धि झाली आणि त्या समर्थ ब्रह्मदेवानें उभय हस्त जोडून अत्यंत श्रेष्ठ असें स्तोत्र केलें.

ब्रह्मदेव म्हणालाः—हे ब्रह्महृदया, हे ममपूर्वजा, मी तुला ॐकारपूर्वक नमस्कार करितों. हे लोकाद्य, हे भुवनश्रेष्ठ, हे सांख्ययोगनिधे, हे प्रभो, हे कार्यकारणजनका, हे अचिंत्या, हे कल्याण-मार्गगामिन्, हे सर्वभुक्, हे सर्वभूतांतर्यामिन्, हे अयोनिज, लोकप्रकाशक व स्वयंभू असा जो तूं त्या तुझ्या प्रसादापासून मी उत्पन्न झालों. तुजपासूनच माझें द्विजपूजित असें प्रथमच

१ स ऐक्षत । बहुस्यां प्रजा येयेति । श्रुतिः ।
२ तमोगुण व रजोगुण यांनीं युक्त.

म्हणजे मानस जन्म झालें. त्यानंतर तुजपासूनच माझें फार प्राचीन काळीं चाक्षुप जन्म झालें. पुढें तुझे कृपेनेंच माझें श्रेष्ठ असें तिसरें वाचिक जन्म झालें. हे विभो, त्यानंतर माझें चौथें जें श्रवणज जन्म तेंही तुजपासूनच झालें. पुढें पांचवें अत्युच्च असें जें नासत्य (नासिकेपासून झालेलें) जन्म झालें, तेंही तुजपासूनच! माझें आणखी एक म्हणजे सहावें जें अंडज जन्म तेंही झालें; आणि, हे प्रभो, माझें हें प्रस्तुतचें पाद्म म्हणजे कमलांतून झालेलें जन्म सातवें होय. याप्रमाणें, हे त्रिगुणरहिता पुंडरीकाक्षा, प्रत्येक सृष्टीचे वेळीं मीच तुझा सत्त्वगुणविशिष्ट असा प्रथमपुत्र होत असतों. तूं स्वयंकर्ता व स्वयंभू आहेस, असें असून तुझेकडे ईश्वरत्वही आहे. परंतु हें ईश्वरत्व म्हणजे एक प्रकारचा कर्मबंधच आहे. वेद हेच ज्याचे चक्षु आहेत, अशा प्रकारच्या मला तूंच निर्माण केलें असल्यानें मी कालालाही जिंकून आहें. परंतु अशा माझे ते नेत्रस्थानीय वेद हिरावून नेल्यानें मी अंधळा होऊन पडलों आहें. याकरितां, हे भगवन्, आपण तरी जागे व्हा आणि माझे वेदरूपी डोळे मला परत द्या. मी आपला प्रिय पुत्र आहें आणि माझेंही आपणांवर अत्यंत प्रेम आहे.

या प्रकारें ब्रह्मदेवानें स्तुति केली असतां तो सर्वतोमुख परमपुरुष झोंप झाडून वेदकार्यासाठीं उद्युक्त होऊन बसला राहिला. नंतर आपल्या योगसामर्थ्यानें त्यानें एक नवें (हयग्रीव) शरीर धारण केलें. हें शरीर मोठें नाकेलें असून त्याची कान्ति चंद्राप्रमाणें होती. या शरीराला वेदांचें वसतिस्थान असें एक अत्यंत शुभ्रवर्ण अश्वाचें शीर्ष होतें. हें शरीर इतकें विशाल होतें कीं, नक्षत्रें व तारका यांनीं युक्त जी द्यौ ती त्याला मस्तकाचे ठिकाणीं होती. या शरीराचे केश लांब सडक असून सूर्यकिरणांप्रमाणें झळकत होते. आकाश आणि पाताळ हे या शरीराला कर्णस्थानीं होते; आणि भूतधात्री जी पृथ्वी ती त्याला ललाटस्थानीं होती. गंगा व सरस्वती या नद्या त्याचे श्रोणींचे ठिकाणीं होत्या. महासमुद्र हे भ्रुकुटिस्थानीं, चंद्रसूर्य हे नेत्रस्थानीं व संध्या ही त्याचे नासिकास्थानीं होती. प्रणव हीच त्याची स्मृति व विद्युल्लता हीच त्याची जिव्हा होती. हे राजा, सोमप या संज्ञेचे जे पितर आहेत तेच याचे दंत होते; आणि गोलोक व ब्रह्मलोक हे त्या विशालरूपाचे खालवरचे ओंठ होते; आणि श्रेष्ठ गुणयुक्त अशी कालरात्री हीच त्याची ग्रीवा होती. या प्रकारें अनेक मूर्तींनीं वेष्टित असें हें हयशिरारूप प्रकट करून तो विश्वेश प्रभु अंतर्धान पावला आणि रसातळीं प्रविष्ट झाला. रसातळीं गेल्यावर स्वस्थ न बसतां त्यानें अत्यंत श्रेष्ठ अशा योगाचा आश्रय करून शिक्षा ग्रंथांत सांगितलेल्या नियमान्वयें स्वर काढून त्या सुरांत मोकळेपणें साम आरंभिलें. तो सूर कानाला फार स्निग्ध लागत असून सर्वभर गुंगारत राहिला; तो इतका कीं, त्यानें सर्व रसातल भरून राहिलें.

१ या ठिकाणीं मुंबईपाठ-'प्रथम पुण्डरीकाक्षः प्रधानगुणकल्पितः' असा आहे. परंतु तो समंजस न वाटल्यामुळें 'प्रथमः पुण्डरीकाक्ष' असा बंगाली पाठ आहे तो घेतला आहे. या ठिकाणीं हे जे मानसादि सात जन्म सांगितले आहेत, त्यांचा तत्त्वदृष्ट्या खरा अर्थ काय तो नीलकंठांनीं टीकेंत दिला आहे. तो खरोखरच मोठा हृदयंगम व यथार्थ असून नीलकंठाचे विद्वत्तेचा व कल्पकतेचा द्योतक आहे. तो विस्तारभयास्तव येथें दिला नाहीं; तथापि जिज्ञासूंनीं तो मुळांत अवश्य पहावा.

१ 'अथ शिक्षां प्रवक्ष्यामि पाणिनीयं मतं यथा' शिक्षा हें वेदांचें उपांग आहे. (शिक्षा.)

२ कांहीं मनुष्यांचा शब्द कर्कश व रूक्ष लागतो; कांहींचा कोमल, बाळसेदार किंवा मांसल व स्निग्ध असा लागतो, हें विचक्षणांस समजतें.

शिवाय त्या स्वरांत भूतमात्राचें कल्याण करण्याचें सामर्थ्य होतें. तो शब्द कानीं पडतांच त्या उभय असुरांनीं 'अमुक वेळपर्यंत तुह्मीं येथून हलूं नये.' अशा अर्थाच्या करारानें त्या वेदांस बांधून घेऊन, त्या रसातलांत येऊन तो गायनाचा स्वर जिकडून येत होता तिकडे धाव ठोकली. इतक्यांत त्या दैत्यांची हूल चुकवून त्या हयग्रीवधारणकर्त्या हरीनें रसातलीं असलेले ते सर्वही वेद आपल्याबरोबर घेऊन येऊन ब्रह्मदेवाचे स्वाधीन केले, आणि पुनः पूर्ववत् आपली मूलस्थिति (योगनिद्रेची) स्वीकारिली. मात्र तत्पूर्वीं त्या महासमुद्राचे ईशान्येस आपल्या त्या हयशिराची स्थापना करून ठेविली व त्या वेळेपासून हयग्रीव हा वेदांचें स्थान अशी प्रख्याति झाली.

इकडे त्या मधुकैटभसंज्ञक उभय दानवांना कोणीच कोठें आढळेना, तेव्हां ते घाईघाईनें जेथें वेदांस सोडून गेले होते त्या स्थानीं परत आले आणि पाहूं लागले तों त्या स्थानीं वेद नाहींत. तें स्थळ केवळ शून्य होतें. तें पहातांच ते बलाढ्य दैत्य पुनः अतिशय वेग करून त्वरेनें रसातलांतून वर आले. तेथें येतात तों तोच परमसमर्थ, सर्वांचा आदिकर्ता, अमितपराक्रमी व चंद्रतुल्य निर्मल प्रभेनें युक्त असा पुरुष अनिरुद्धरूपानें निद्रित असलेला त्यांचे दृष्टीस पडला. हा पुरुष सर्वतः तेजाचे ज्वालांनीं वेष्टित असलेल्या सर्पशरीरयुक्त शय्येवर पडला होता. ही शय्या पाण्यावर केलेली असून त्या पुरुषाचे शरीराचे बरोबर प्रमाणाची होती. त्या शय्येवर निजलेल्या त्या शुद्धसत्त्वसंपन्न व मनोहरकांतियुक्त पुरुषाला पाहून ते राक्षस मोठमोठ्यानें हंसूं लागले. व रजस्तमांच्या भरांत बोलले, "होयरे होय, हा येथें पांढराशुभ्र पुरुष झोंपीं गेला आहे, त्यानेंच रसातलांतून वेद हिरावून आणिले असले पाहिजेत! हा कोण, कोणाचा आणि अशा सर्पशरीरावर कां निजला आहे!" अशा प्रकारचे शब्द ते गर्जत असतां तेवढ्यानेंच हरि जागा झाला. जागा होतांना, हे असुर युद्धार्थी आहेत हें त्या पुरुषोत्तमानें अगोदरच जाणलें होतें. मग त्या असुरांकडे एकवार न्याहाळून पाहतांनाच परमात्मानें युद्ध करण्याचें मनावर घेतलें. नंतर त्या उभयतांचें व नारायणाचें युद्ध झालें. त्या युद्धांत त्या मधुसूदनानें रजोगुण व तमोगुण यांनीं व्यापून राहिलेले ते मधु व कैटभ असे उभयही असुर ब्रह्मदेवाचें दुःख दूर करण्यासाठीं ठार केले. या प्रकारें त्या उभय असुरांचा वध व वेदांचें अपहरण करून त्या पुरुषोत्तमानें ब्रह्मदेवाचा शोक दूर केला. मग वेदांचें साह्य व श्रीहरीचें पाठबळ मिळाल्यामुळें ब्रह्मदेवानें सर्व स्थावरजंगम लोक निर्माण करण्यास आरंभ केला. श्रीहरि ब्रह्मदेवाला सृष्ट्युत्पादनांत कुशल अशी उत्तम मति देऊन आल्या ठिकाणीं अंतर्धान पावला.

याप्रमाणें श्रीहरीनें हयशिराचें रूप धारण करून त्या दानवांचा वध केला व जगतांत प्रवृत्तिरूप धर्म चालू रहावा ह्मणून त्याच हयग्रीवतनूचें पुनरपि ग्रहण केलें. महाभाग हरीनें हयग्रीवरूप धारण केल्याचा वृत्तांत असा आहे. हें परमेश्वराचें रूप फार पुरातन व वरदायक असें आहे. जो ब्राह्मण हें हयग्रीवाख्यान सर्वदा श्रवण करील किंवा चित्तांत धारण करील, त्याचें वेदाध्ययन कधींही नष्ट होणार नाहीं. वेदाचे कामीं हें हयग्रीवरूप इतकें साधक आहे कीं, गालव ऋषीनें श्रीशंकरांनीं दाखविलेल्या मार्गानें याच रूपाचें आराधन करून वेदांतील क्रम[1] नामक विकृतीचें ज्ञान

१ संहिता, पदें, क्रम, जटा, घन हे शब्द वाचकांस माहीत असतलिच. त्यांतील क्रम.

संपादिलें. हे राजा, तूं मला प्रश्नच केलास त्या अर्थी मीं तुला हें फार प्राचीन व वेद-मान्य असें हयग्रीवाख्यान सांगितलें. या आख्यानावरून तुझे असें लक्षांत येईल कीं, परमात्मा ज्या वेळीं जशी कामगिरी पडेल त्या कामगिरीला सोईकर पडेल तसलें रूप आपणच विकार पावून घेत असतो. हा श्रीमान् हरि वेदांचें भांडार आहे. हा तपाचाही निधि आहे. हाच योग होय. सांख्यही हाच होय. हाच श्रेष्ठ ब्रह्म किंवा परब्रह्म व हविरूपही हाच समर्थ हरि होय. वेद तरी या नारायणाचेंच वर्णन करितात. यज्ञ तरी या नारायणाचे निमित्तानेंच केले जातात. तपाचें तात्पर्य तरी नारायणप्राप्तिच व मोक्षाचा पल्ला तरी नारायणा-पर्यंतच. सत्य तरी नारायणस्वरूपच आहे, व मनोगत सत्यसंकल्पही नारायणात्मकच आहे. ज्यामुळें पुनरावृत्ति खुंटते असला जो मोक्षरूप धर्म तो तरी नारायणपरच. बरें, त्याचे उलट जो प्रवृत्तिलक्षण धर्म तोही नारायण-रूपच. भूमितत्त्वाचे ठिकाणीं असणारा जो उत्तम गंध तो नारायणात्मकच मानिला आहे. जलतत्त्वाचा गुण जो रस तोही नारायणरूपच. ज्योतीचें परस्वरूप (तेज) तेंही नारायणच. वायूचा गुण जो स्पर्श तोही नारायणात्मकच. आकाशापासून उद्भवणारा गुण जो शब्द तोही नारायणस्वरूपच. अव्यक्त गुण हें ज्याचें लक्षण आहे तें मनही नारायणच आहे. सूर्या-दिक तेजोगोलांची गति दर्शविणारा जो काल तोही नारायणात्मकच आहे. कीर्ति, श्री, लक्ष्मी इत्यादि देवताही नारायणपरच. सांख्य व योगही नारायणात्मकच आहेत. या सृष्टींतील कोणत्याही वस्तु निर्माण होण्याला कारणभूत असणारीं जीं पुरुष, प्रकृति, स्वभाव, कर्म व दैव तीं पांचही नारायणस्वरूपच. कोणतीही गोष्ट घडण्यास अधिष्ठान (आश्रयस्थान), कर्ता, नानाविध करणें (साधनें), अनेक प्रकारच्या चेष्टा किंवा क्रिया आणि पांचवें दैव अशा कारणात्मक पांच गोष्टी शास्त्रानें धरि-ल्या आहेत. हीं जीं पांच कारणें गणून दाखविलीं, तीं पांचही हरिच नटला असून यावत् वस्तूंचा अखेरचा आश्रय तोच आहे. चारही बाजूंचे पुरावे तपासून तत्त्वाचा निश्चय जाणूं पाहाणारे जे कोणी आहेत, अशांच्या निर्णयांत--हा योगेश्वर प्रभु नारायण श्रीहरि हेंच काय तें एक तत्त्व आहे, असें ठरलें आहे. हा केशव सर्व लोकांसह ब्रह्मादि देव, महात्मे ऋषि, सांख्यवेत्ते, योगी, आत्मवेत्ते, यति, या सर्वांचें इंगित जाणतो, पण त्या केशवाचें इंगित या मंडळीला कळत नाहीं. सर्व-ही लोकांत जे कोणी कांहीं देवांचे किंवा पितरांचे उद्देशानें कर्म करितात, किंवा दानें देतात, अथवा तीव्र तपें तपतात, त्यांच्या सर्व क्रियांचा आधार विष्णुच आहे. हा विष्णु आपले ऐश्वर्याचा आश्रय करून भूतमात्रांत वसति धरून असलेमुळें त्यालाच वासुदेव असें ह्मण-तात. हा विष्णु सनातन व परमश्रेष्ठ महर्षि आहे. त्याचें ऐश्वर्य अचाट आहे. त्याला निर्गुण अशी संज्ञा आहे. तथापि, काल ज्या-प्रमाणें त्या त्या ऋतूंत त्या त्या ऋतुचर्येशीं संयुक्त होतो, त्याचप्रमाणें हाही गुणांशीं सत्वर संयोग पावतो. या महात्म्याची येथें कोणाला गतिही समजत नाहीं किंवा अगतिही समजत नाहीं. मात्र केवळ ज्ञानमय बनलेले जे कोणी महर्षि आहेत, अशांना हा गुणाधिक पुरुष सर्वदा गोचर होतो.

अध्याय तीनशें अठ्ठेचाळिसावा.

—:०:—

सात्वतधर्मवृत्त.

जनमेजय म्हणतोः--आपले या सांगण्याचा

भाव असा दिसतो कीं, परब्रह्माचे व्यस्तरूपाचे किंवा समस्तरूपाचेही जे कोणी म्हणून निःसीम निष्काम भक्त, त्यांवर हरि सर्वदा प्रसन्न असून त्यांनीं विधियुक्त केलेले पूजेचा तो भगवान् स्वतः अंगीकार करितो. पण हें मोठें नवल आहे. कारण, आपण पूर्वीं सांगितलें कीं, जे कोणी पुण्यपापविवर्जित व वासनारहित झाले असतील, अशांना गुरुसंप्रदायानें ज्ञानप्राप्ति होत असते; आणि असले अधिकारीही क्रमानें चौथ्या ह्मणजे वासुदेवाचे गतीला जातात. परंतु आपले आतांचे सांगण्याप्रमाणें—जे म्हणून निष्काम भक्त आहेत ते या पायऱ्या चढत न बसतां तडक परमपदालाच पोंचतात असें दिसतें. अर्थात् हा जो निष्काम भक्तीचा मार्ग तो मोठा श्रेष्ठ व नारायणाला फार आवडता असावा. कारण, या मार्गानें जाणारा हा अनिरुद्ध, प्रद्युम्न, संकर्षण या मधल्या गति चालत न बसतां थेट अव्यय अशा हरिरूपांतच मिळून जातो. जे कोणी ब्राह्मण उपनिषदांसह वेदांचें आस्थेनें अध्ययन करितात, किंवा जे कोणी यतिधर्माचें पालन करितात, अशांपेक्षांही निष्काम भक्तांना प्राप्त होणारी गति अधिक महत्त्वाची दिसते. तेव्हां हा निष्काम भक्तीचा पंथ सांगितला तरी कोणीं ? कोणीं देवानें सांगितला ? कीं कोणीं ऋषीनें सांगितला? शिवाय या पंथाचें आचरण कोणतें, व तें कोणते काळापासून प्रचारांत आलें, यासंबंधी मला मोठाच संशय आहे. तर तो आपण उलगडून सांगा. कारण, मला याविषयीं फार उत्कंठा आहे.

वैशंपायन सांगतातः—रणांगणीं कौरव व पांडव या उभयतांनीं आपआपलीं सैन्यें शिस्तवार उभीं केलीं असतां अर्जुनाला एकाएकीं मोह झाला, त्या वेळीं प्रत्यक्ष भगवंतानें त्याला गीता सांगून ज्ञान व उपासना हे उभयही मार्ग सांगितले असल्याचें मीं तुला पूर्वींच कथन केलें आहे. हा धर्म मोठा गहन असून, अजितेंद्रिय पुरुषांना तर तो कळणें दुरापास्तच आहे. बाकी हा धर्म फार प्राचीनकालीं ह्मणजे आदियुगांतच निर्माण केलेला असून तो सामवेदांत सांगितलेल्या ' तत्त्वमसि ' या महावाक्याचे तोडीचाच ह्मणजे तत्काळ कैवल्य देणारा असा आहे; आणि, राजा, या धर्माचा अवलंब प्रत्यक्ष महादेव व नारायण हेही स्वांगें करितात. याच संबंधें ऋषिमंडळाचे मध्यभागीं कृष्ण व भीष्म हे उभयही ऐकत असतांना धर्मराजानें महाभाग नारदांस प्रश्न केला; आणि, हे राजश्रेष्ठा, माझे गुरु व्यास यांनींही मला हाच धर्म सांगितला. आतां धर्मराजाचे प्रश्नावर नारदांनीं त्या सभास्थानीं काय उत्तर दिलें तें तसेंच्या तसेंच ऐक.

नारद म्हणालेः—हे पृथ्वीपते, ज्या वेळीं नारायणाचे मुखांतून ब्रह्मदेवाचें स्थूल जन्म झालें त्या काळीं प्रत्यक्ष नारायण आपलीं देवकार्यें आणि पितृकार्यें हीं या एकांतिक किंवा सात्त्वत धर्माला अनुसरून करीत असे. त्या नारायणापासून पुढें हा धर्म फेनप नांवाचे ऋषि त्यांनीं मिळविला, फेनपांपासून वैखानसांना प्राप्त झाला; आणि वैखानसांपासून सोमानें घेतला. नंतर पुढें कांहीं काळ तो गुप्त झाला. नंतर, राजा, ब्रह्मदेवाचें ज्या वेळीं दुसरें चाक्षुष जन्म झालें, त्या वेळीं स्वतः ब्रह्मदेवानें हा नारायणात्मक धर्म सोमापासून ऐकून घेतला आणि रुद्राला दिला. नंतर रुद्रानें प्राचीनकालीं ह्मणजे कृतयुगांतच योगारूढ होऊन हा धर्म साठ हजार वालखिल्य ऋषींना पढविला. नंतर ईश्वरी मायेनें हा धर्म कांहीं वेळ लुप्त झाला. पुढें पुनः ज्या वेळीं ब्रह्मदेवाचें तिसरें ह्मणजे वाचिक हें सुप्रसिद्ध जन्म झालें, त्या वेळीं स्वतः नारायणापासूनच हा धर्म पुनः प्रकट झाला. पुढें सुपर्ण नामक ऋषीनें दम, नियम व अत्युत्कृष्ट तप यांचे

बलानें हा उत्तम धर्म पुरुषोत्तमापासून संपादिला. तो ऋषि दिवसांतून याच्या तीन आवृत्ति करी, व त्यामुळेंच या धर्माला त्रिसौपर्ण असें नांव पडलें आहे. या त्रिसौपर्ण व्रताचा उल्लेख ऋग्वेदांतील 'चतुष्कपर्दायुवतिसुपेशा' इत्यादि तीन मंत्रांत आहे. हें व्रत मोठें कठीण आहे. असो; हे मनुजेंद्रा, जगत्प्राणभूत जो वायु त्यानें हा सनातन धर्म सुपर्णापासून घेतला. वायूपासून विघसाशी ऋषींनीं संपादिला. तेथून हा उत्तम धर्म महोदधीला मिळाला. नंतर पुनः एकवार हा गुप्त होऊन नारायणाचे ठिकाणीं जाऊन राहिला. हे पुरुषव्याघ्रा, आणखी काय सांगतों तें ऐक. त्यापुढें महात्मा ब्रह्मदेव याचा श्रौत जन्म झाला. त्याचा प्रसंग असा कीं, देव नारायण हरि याचे मनांत सृष्टि करण्याचें आलें असतां जगदुत्पत्ति करण्याचे कामीं समर्थ अशा पुरुषाचें तो चिंतन करूं लागला. चिंतन करीत असतां त्याचे कानांतून सृष्टिकर्ता ब्रह्मा उत्पन्न झाला. तें पाहून नारायण त्याला ह्मणाला, "पुत्रा, तूं आपल्या मुखापासून, पायांपासून वगैरे सर्व प्रजा उत्पन्न कर. मी तुझें कल्याण करीन. शिवाय, हे सुव्रता, मजपासून तूं बल, तेज, व 'सात्वत' नांवाचा अत्युत्कृष्ट धर्मही घे; आणि या धर्माचे बलानें तूं उत्पन्न केलेल्या सृष्टींत यथाविधि कृतयुगाची स्थापना कर." तेव्हां ब्रह्मदेवानें हरीला नमस्कार करून आरण्यक ग्रंथासहित हा प्रमुख धर्म प्रत्यक्ष नारायणाचे मुखांतून सरहस्य व ससंग्रह ग्रहण केला. नारायणानें त्या अमिततेजस्वी ब्रह्मदेवाला या निष्कामकर्मरूपी धर्माचा उपदेश करून सांगितलें कीं, 'आतां तूं कृतादियुगधर्माचा कर्ता हो. असें ह्मणून, जेथें अव्यक्त होतें तेथें ह्मणजे तमाचे पलीकडे परमात्मा नाता झाला.

नंतर, राजा, वरदाता देव लोकपितामह जो ब्रह्मदेव त्यानें सर्व स्थावरजंगम लोक उत्पन्न केले. मग त्या वेळीं कल्याणकारक असें पहिलें ह्मणजे कृतयुग प्रवृत्त झालें. त्या कालीं हा सात्वत धर्मच सर्व लोकांना व्यापून उरला होता. लोकसृष्टिकर्ता ब्रह्मा देखील ह्याच आद्य सात्वत धर्माला अनुसरूनच देवेश जो प्रभु नारायण हरि त्याचें पूजन करीत असे. नंतर हा धर्म रूढ होऊन लोकांचें कल्याण व्हावें या हेतूनें ब्रह्मदेवानें हा धर्म स्वारोचिषसंज्ञक जो मनु त्याला शिकविला. नंतर, राजा, त्या सर्वलोकपति अशा समर्थ स्वारोचिषानें एकचित्तानें आपला पुत्र जो शंखपद त्याला हा धर्म पूर्वकालीं पढविला. पुढें शंखपदानेंही आपला औरस पुत्र जो सुवर्णाभसंज्ञक दिक्पाल त्याला पढविला. यापुढें त्रेतायुग होतांच तो धर्म अंतर्धान पावला. मग पुढें ब्रह्मदेवाचा नासत्य जन्म (नासिकेपासून) झाला, त्या वेळीं कमलनेत्र नारायण प्रभूनें ब्रह्मदेवासमक्ष हा धर्म स्वतः कथन केला, तेथून भगवान् सनत्कुमार यांनीं पठन केला. हे कुरुश्रेष्ठा, सनत्कुमारांपासून वीरण प्रजापतीनें हा धर्म अधीत केला; वीरणानें स्वतः पढून तो रैभ्य मुनीला दिला; रैभ्यानें आपला शुद्ध आणि आचारशील असा पुत्र जो सुवेधा त्याला दिला; त्यानें आपला धर्मिष्ठ पुत्र जो कुक्षि नामक दिक्पाल त्याला दिला. पुढें कांहीं काल हा नारायण मुखांतून उत्पन्न झालेला धर्म गुप्त राहिला. पुढें पुनरपि जेव्हां हरिपुत्र ब्रह्मदेव याचें अण्डज जन्म झालें, तेव्हां ब्रह्मदेवाकरितां हा धर्म नारायणाचे मुखांतून प्रकट झाला. तो ब्रह्मदेवानें नारायणापासून घेऊन यथाविधि आचरून नंतर बर्हिषद नांवाचे मुनींना पढविला. बर्हिषदांपासून ज्येष्ठ नांवाचा कोणी सामवेदपारग ब्राह्मण होता त्याला मिळाला. या ज्येष्ठ ब्राह्मणाचे साम श्रीहरीला फार आवड-

तात; ज्येष्ठ ब्राह्मणापासून हा धर्म अविकंपन नामक राजाला प्राप्त झाला. नंतर, राजा, हा हरीचा धर्म पुनः गुप्त झाला. आतां हें जें कमलापासूनचें ह्मणजे ब्रह्मदेवाचें सातवें जन्म, या जन्माचे ठायीं हा धर्म स्वतः नारायणानें लोकधारणकर्ता पवित्र जो पितामह त्याला युगारंभीं सांगितला. पितामहानें प्राचीनकालीं तो धर्म दक्षाला दिला. हे राजा, दक्षानें मग हा धर्म आपला ज्येष्ठ दौहित्र जो आदित्य त्याला दिला. मग सवित्यापासून विवस्वानानें घेतला. पुढें त्रेतायुगाचे आरंभीं विवस्वानानें मनूला दिला. मनूनें लोककल्याणार्थ हा धर्म आपला पुत्र इक्ष्वाकु यास दिला. इक्ष्वाकूनें उघड प्रसिद्ध केल्यापासून हा धर्म सर्व लोकांत पसरून राहिला आहे. आतां कल्पांतीं पुनरपि हा नारायणाचे ठिकाणीं गुप्त होईल.

हे राजा, याशिवाय यतींचा जो कांहीं धर्म आहे, तो तुला संक्षेपानें हरिगीतेंत सांगितला आहे. हे राजा, हा महान् धर्म सरहस्य आणि ससंग्रह असा नारद मुनींनीं साक्षात् जगन्नाथ जो नारायण त्यापासून संपादिला. यावरून पाहतां, हे राजा, हा धर्म मोठा असून आद्य व सनातन आहे. हा समजण्यास अतिशय अवघड व आचरण्यास तसाच आहे. मात्र जे खरे सात्वत आहेत, ते याचें सदा पालन करितात. या धर्माचें सम्यग्ज्ञान संपादून तदनुसार अहिंसायुक्त असें या धर्माचें योग्य आचरण केलें असतां ईश्वर जो हरि तो प्रसन्न होतो. या धर्मांत अधिकारितारतम्याप्रमाणें केवळ वासुदेवाची, किंवा वासुदेव आणि संकर्षण या दोन रूपांची, अथवा वासुदेव, संकर्षण व प्रद्युम्न या तीन रूपांची, नाहीं तर वासुदेव, संकर्षण, प्रद्युम्न व अनिरुद्ध या चारही रूपांची उपासना करण्यांत येते. सारांश, निर्मम आणि निष्कल असा हरि हाच क्षेत्रज्ञ होय; आणि भूतमात्रांत पांचभौतिक गुणांपलीकडे असणारा असा जीवही तोच आहे. हे राजा, पंचेंद्रियांना प्रेरणा देणारें मन तसाच अहंकारही हरिच होय. हा धीमान् हरिच लोकप्रवर्तक, अंतर्यामी व लोकसृष्टिकर्ता आहे. अकर्ताही हाच व कर्ताही हाच. कार्यही हाच आणि कारणही हाच. हे राजा, हा अविनाशी पुरुष त्याचे इच्छेस येईल त्या रूपानें क्रीडा करीत असतो. राजा, हा एकान्त किंवा निष्काम धर्म मीं तुला सांगितला. हा मला तरी मजवर सद्गुरूची कृपा ह्मणूनच माहीत झाला. कारण, हा अशुद्ध चित्ताच्या मनुष्यांला कळणेंच कठीण आहे. राजा, खरे निर्वाणी एकान्तभक्त फारसे आढळत नाहींत. हे कुरुनंदना, जरकरितां हें जगत् भूतमात्राचे हिताविषयीं झटणारे, आत्मवेत्ते व हिंसापराङ्मुख अशा या एकान्तमार्गी भक्तांनीं भरून जाईल, तर आज देखील सकामकर्मवर्जित अशा कृतयुगाचाच प्रादुर्भाव होईल; इतकें या एकान्तभक्तीचें सामर्थ्य आहे. या प्रकारें माझे गुरु द्विजश्रेष्ठ धर्मज्ञ भगवान् व्यास यांनीं, हे नृपते, या एकान्तधर्माची महती धर्मराजाला कृष्ण व भीष्म हे ऐकत असतां ऋषिगणांचे समीप सांगितली. प्रत्यक्ष व्यास मुनींना तरी हें निष्काम नारायणभक्तीचें रहस्य महातपस्वी नारदांनीं सांगितलें होतें. हा देव शुभ्र-चंद्रकान्तियुक्त असा अविनाशी परब्रह्मस्वरूप आहे. याची प्राप्ति त्याचे तसेच जे कोणी निष्काम भक्त असतील त्यांनाच होत असते.

जनमेजय विचारतोः—आपण सांगतां हा धर्म जर मोठमोठ्या ज्ञात्यांनीं आदरिला असून इतका बहुविध आहे, तर मग कांहीं ब्राह्मण

१ इमं विवस्वते योगं प्रोक्तवानहमव्ययं ।
विवस्वान् मनवे प्राह मनुरिक्ष्वाकवेऽब्रवीत् ।
(गीता, अ० ४, श्लो० १.)

जे नानाप्रकारचीं व्रतेंच धरून बसतात ते असल्या या श्रेष्ठ धर्मांचेंच अवलंबन कां करीत नाहींत ?

वैशंपायन सांगतातः— हे भारता, सात्विक, राजस व तामस अशा जीवांच्या तीन प्रकारच्या प्रकृति निर्माण केलेल्या आहेत. हे कुरुकुलोद्वहा, देहधारी पुरुषांत जो सात्त्विक प्रकृतीचा पुरुष असेल तोच श्रेष्ठ होय; आणि, हे नरशार्दूला, असलाच पुरुष मोक्षसिद्धीविषयीं निश्चयपूर्वक यत्न करितो. येथें देखील अशाला कोणातरी श्रेष्ठ ब्रह्मवेत्त्या पुरुषाची गांठ पडून त्याचे द्वारा मोक्षप्राप्ति होते. आतां मोक्ष हा नारायणस्वरूप असल्यानें सात्त्विकच गणिला आहे. हा एकांतभक्ति करणारा पुरुष अखंड नारायणपरायण होऊन त्या पुरुषोत्तमाचेंच चिंतन करीत असल्यानें त्याला त्याचें ईप्सित प्राप्त होतें. कारण, मोक्षधर्माचें पालन करणारे जे कोणी वितृष्ण व मननशील यति आहेत, अशांचा योगक्षेम[1] स्वतः परमेश्वर वहात असतो. जन्ममरणादिकांच्या फेऱ्यांत सांपडलेल्या पुरुषांपैकीं ज्यावर मधुसूदनाची कृपादृष्टि होईल, तोच सात्त्विक समजावा; आणि असलाच पुरुष मोक्षाविषयीं बद्धपरिकर होऊन यत्नास लागतो. हा एकान्तधर्म तशा कटाक्षानें पाळिल्यास सांख्ययोगाचे केवळ तोडीचाच आहे. कारण, मोक्ष हा नारायस्वरूपच असल्यानें त्याविषयीं एकान्तभक्ति ठेवणारा मनुष्य अर्थात्च परमगतीला जाऊन पोहोंचतो. मात्र, हे राजा, कोणीही पुरुषावर नारायणाचा दृष्टिपात होईल तरच तो जागा होतो; म्हणजे कोणीही पुरुष आपले इच्छाशक्तीनें ईश्वरपरायण होणें शक्य नाहीं; आणि, राजा, राजस, तामस किंवा मिश्रणानें होणाऱ्या ज्या अन्य प्रकृति स्मृतींत सांगितल्या आहेत, अशा प्रकृतींनीं युक्त जे प्रवृत्तिलक्षणी पुरुष जन्मतात, अशांकडे स्वतः नारायण मुळींच पहात नाहीं. अशांवर जन्मतःच लोकपितामह ब्रह्मदेव याची देखरेख असते; आणि अशा पुरुषांचें मन रजोगुण व तमोगुण यांनीं भरून गेलेलें असतें. आतां, हे नृपश्रेष्ठा, इंद्रादि देव व ऋषि हे सत्त्वस्थ असतात ही गोष्ट खरी; पण अशांचे ठिकाणीं देखील सात्त्विक अहंकार वसत असतो; सूक्ष्म असें जें केवळ सत्त्व तें पूर्ण वसत नसतें. यामुळें अशांना 'वैकारिक' (विकारयुक्त) असेंच म्हटलें आहे. (आणि ह्मणूनच इंद्रादिकांना गुरूपासून तत्त्वज्ञान शिकावें लागलें !)

जनमेजय विचारतोः— बरें, अशा प्रकारचा जो वैकारिक पुरुष असेल, त्याला पुरुषोत्तमाची प्राप्ति कशी व्हावी, अथवा जीवाला ब्रह्मभाव कसा यावा, हें सर्व मला आपण पाहिलें असेल त्याप्रमाणें क्रमवार सांगा.

वैशंपायन सांगतातः—ज्या वेळीं चतुर्विंशति तत्त्वोपाधियुक्त जो पंचविसावा ह्मणजे जीव तो निष्क्रिय होईल, अर्थात् उपाधिनिर्मुक्त होईल, त्या वेळीं तो अत्यंत सूक्ष्म, स्वयंसिद्धरूप व अकार, उकार, मकार या तीन अक्षरांनीं युक्त ह्मणजे ॐकारस्वरूप अशा परमपुरुषाला पावतो. अर्थात् जीव हा उपाधिरहित झाला म्हणजे तोच ब्रह्म झाला असें समजावें; (म्हणून पुरुषाला पावतो याचा अर्थ—मनुष्य दूरचे गांवास पोंचतो त्याप्रमाणें, असा न समजतां, जीवच जागचे जागीं ब्रह्मत्व पावतो, किंवा ब्रह्म होतो असें समजावें.) आणि आत्मानात्मविवेक सांगणारा सांख्य, चित्तवृत्तिनिरोध शिकविणारा

१ अनन्याश्चिंतयंतो मां ये जनाः पर्युपासते ॥
तेषां नित्याभियुक्तानां योगक्षेमं वहाम्यहं ॥
(गीता.)

२ ईश्वरानुग्रहादेव पुंसामद्वैतवासना ।
(श्रीमद्भागवत.)

योग, तत्त्वमस्यादि वाक्यांनीं जीव-ब्रह्माचा अभेद सांगणारा वेदाचा आरण्यक भाग, तसाच सर्व वैदिक कर्मांचा परम गुरु जो भगवान् त्याचे ठिकाणीं अर्पण सांगणारा पांचरात्रादि भक्तिमार्ग हे दिसण्यांत जरी भिन्न दिसले,तरी सर्व तत्त्वतः एकच असून परस्परांस साह्यभूत आहेत; यास्तव ते परस्परविरोधी असें समजूं नये; आणि या सर्वांचा सारभूत असा एकांतिकांचा हा नारायणपरात्मक धर्म आहे. कारण, राजा, ज्याप्रमाणें समुद्रांतूनच[1] उत्पन्न होऊन पसरलेले जलौघ पुनरपि समुद्रांतच प्रवेश करितात, त्याचप्रमाणें हे भिन्न भिन्न धर्मपंथरूपी ज्ञानजलाचे महौघ त्या नारायणापासून उत्पन्न होऊन अखेर त्यामध्येंच जाऊन मिळतात.

हे भारता, याप्रमाणें हा सात्वत धर्म मीं तुला सांगितला. तुला सामर्थ्य असेल तर याचें यथावत् आचरण कर. या प्रकारें यति व गृहस्थ या उभयतांस सारखीच शाश्वत गति प्राप्त करून देणारा हा धर्म महाभाग नारदांनीं माझे गुरु व्यास मुनि यांस कथन केला होता. व्यासांनीं तो मोठ्या प्रेमानें बुद्धिमान् अशा युधिष्ठिराला सांगितला. तोच आज मीं गुरुमुखांतून जसा आला होता तसाच तुला सांगितला. हे राजश्रेष्ठा, हा धर्म फार दुर्घट आहे. याचेपुढें तूंचसा काय, पण इतर सर्वही असेच घोंटाळ्यांत पडतात,—त्यांचे हातून तो घडत नाहीं; आणि, हे नृपनाथा, असें होण्याचें कारण तुला सांगूं का ? कृष्णपरमात्मा हाच या सर्व लोकांचे उत्पत्तीला व संहाराला कारण असून, त्यांची बुद्धि धर्माकडे वळविणारा अथवा ती घोंटाळ्यांत पाडणाराही तोच आहे. अर्थात् त्याची कृपा होईल त्यालाच हा धर्म लाभेल.

[1] समुद्राचें पाणी सूर्यकिरणद्वारा वर जाऊन तेंच पुनः पर्जन्यरूपानें खालीं येतें, हे प्राचीनकाळापासून सर्वश्रुतच आहे.

अध्याय तीनशें एकुणपन्नासावा.

—:•:—

सांख्यादि भिन्न मार्ग व व्यासांचें पूर्वजन्म.

जनमेजय विचारतोः—हे ब्रह्मर्षे, लोकांत पहावें तों सांख्य, योग, वेदाचा आरण्यक भाग व पांचरात्र असे हे भिन्नभिन्न ज्ञानमार्ग चालू आहेत. तर हे सर्व एकनिष्ठ आहेत किंवा यांचें धोरण परस्परांपासून भिन्न आहे, तें कसें तें माझे प्रश्नावरून आपण मला सांगा; आणि या भिन्न मार्गांची प्रवृत्तिही कसकशी झाली तेंही क्रमवार मला सांगा.

वैशंपायन उत्तर करितातः—पराशर मुनींशीं द्वीपामध्यें संयोग पावून सत्यवतीनें ज्या बहुज्ञानी, श्रेष्ठ व उदार अशा पुत्रास निर्माण केलें, त्या अज्ञानरूपी अंधकार दूर करणाऱ्या महर्षि व्यासांना माझा नमस्कार असो. ह्या व्यासांस कोणी नारायणाचा सहावा अवतारच ह्मणतात. किंवा जो पितामहापासून उत्पत्तिक्रमानें सहावा आहे, जो महर्षि हिरण्यगर्भाचे ऐश्वर्यानें युक्त असून जो नारायणाचे अंशापासून उत्पन्न झाला असल्यानें ज्याला नारायणाचा पुत्रही म्हटलें आहे, असा तो कृष्णद्वैपायन वेदांचा केवळ समुद्रच होय. या अज आणि पुराण अशा वेदनिधि महात्मा व्यासाला कृतयुगाचे कालीं महैश्वर्यवान् नारायणानें स्वतःचा पुत्र ह्मणून निर्माण केलें.

जनमेजय विचारतोः—द्विजश्रेष्ठ, आपण पूर्वीं व्यासांची उत्पत्ति सांगतांना मला असें सांगितलें कीं, वसिष्ठाचा पुत्र शक्ति, शक्तीचा पुत्र पराशर व पराशराचा पुत्र हा कृष्णद्वैपायन मुनि. असें असतां आपण आतां व्यास हा

साक्षात् नारायणाचा पुत्र असेंही सांगतां हें कसें? आपण हें जें नारायणापासूनचें तेजस्वी व्यासांचें जन्म सांगतां तें, मी ह्मणतों, त्या जन्माचे अगोदरचें एखादें जन्म तर नाहीं ना? आपण बुद्धिमान् आहां, तेव्हां यांतील तथ्य काय तें सांगा.

वैशंपायन सांगतातः—ऐक. माझे गुरु महाधर्मिष्ठ तपोनिधि व्यास वेदार्थ सांगण्याच्या प्रबल इच्छेनें हिमाचलाचे प्रत्यंत भूमीवर वसती करून असतांना त्यांनीं भारताचें आख्यान केल्यामुळें व शिवाय तपश्चर्येच्या कष्टांनींही ते दमून गेले. अशा वेळीं त्या परमबुद्धिमान् गुरूंची आह्मी ह्मणजे सुमंतु, जैमिनि, दृढव्रती पैल, चौथा मी स्वतः व व्यासांचा पुत्र शुकाचार्य हे सर्वजण परम आस्थेनें शुश्रूषा करीत होतों. आमच्यासारखे पांच उत्तम शिष्य भोंवतालीं उभे असतां त्या हिमाचलावर व्यास मुनि हे भूतगणांनीं परिवेष्टित अशा भूतपति शंकरांप्रमाणें शोभत होते. तेथें असतां अनन्यमनस्क व दान्त अशा व्यासांनीं सांगोपांग सर्वही वेद, त्याचप्रमाणें भारत या सर्वांचे व्याख्यानाचे पर्याय चालू ठेविले होते व आह्मी सर्वजण एकनिष्ठेनें त्यांची उपासना करीत होतों. एकदा कांहींएक कथानक चाललें असतां आह्मी त्या द्विजश्रेष्ठाला वेद व भारत यांचा अर्थ आणि त्यांचें स्वतांचें नारायणापासून झालेलें जन्म यासंबंधी प्रश्न केला. तेव्हां त्या तत्त्वज्ञानें प्रथम वेदांचा अर्थ व पुढें भारताचा अर्थ सांगून नंतर आपलें नारायणापासून झालेले जन्माचें वृत्त सांगण्यास आरंभ केला.

व्यासमुनि आम्हांस ह्मणाले:—ब्राह्मणहो, हें ऋषिजन्माचें उत्तम आख्यान मला तपोबलानें प्राप्त झालें आहे. हें फार आदिकालीं प्रकट झालेलें असून सर्व आख्यानांत श्रेष्ठ आहे. याकरितां तुह्मी हें नीट ऐका. सातवे वेळीं सृष्टि निर्माण करण्याचा प्रसंग आला असतां पापपुण्यातीत जो महायोगी नारायण त्यानें प्रथम सर्वांआधीं आपले नाभिकमलापासून अमिततेजस्वी अशा ब्रह्मदेवाला निर्माण केलें. त्या वेळीं ब्रह्मदेव प्रकट झाला असतां नारायण त्याला ह्मणाला कीं, 'तूं परम समर्थ असा माझ्या नाभीपासून प्रजोत्पत्तिकर्ता निपजला आहेस. याकरितां, हे ब्रह्मदेवा, आतां तूं जड व चेतन अशा विविध प्रजा उत्पन्न कर.' असें नारायणांनीं सांगतांच ब्रह्मदेव तोंड फिरवून चिंतातुर होऊन बसला व वरदात्या देवास ह्मणजे त्या समर्थ हरीला प्रणाम करून ह्मणाला, 'हे देवेशा, प्रजा निर्माण करण्याचें मला कशाचें सामर्थ्य आहे? मी केवळ प्रज्ञाहीन आहें. यामुळें मी अगतिक होऊन आपलेच पायीं लागत आहें, तर याउपर आपणांस काय करणें इष्ट असेल तें आपण करावें.'

ब्रह्मदेवानें याप्रमाणें सांगतांच त्या बुद्धिमंतांत श्रेष्ठ अशा भगवान् नारायणांनीं अंतर्धान पावून बुद्धीचें चिंतन केलें. त्याबरोबर बुद्धिदेवी ही प्रत्यक्ष मूर्तिमंत प्रभु नारायणापुढें येऊन उभी राहिली. त्या वेळीं सर्वयोगातीत अशा त्या परमात्म्यानें आपल्या योगशक्तीचा त्या बुद्धीचे ठिकाणी संयोग केला. मग ती बुद्धि त्या योगैश्वर्याचे योगानें हालचाल करण्यास समर्थ झालेली पाहून अव्यय असा तो समर्थ देव तिला ह्मणाला, 'हे बुद्धे, लोकसृष्टि सिद्ध व्हावी याकरितां तूं ब्रह्मदेवांत प्रवेश कर.' त्या वेळीं ईश्वराचे आज्ञेवरून ती बुद्धि ब्रह्मदेवांत शिरली. याप्रमाणें ब्रह्मदेव बुद्धिसंपन्न झाल्यावर हरीनें पुनरपि त्याजकडे पाहून त्याला ह्मटलें कीं, 'आतां तरी मीं सांगितल्या प्रकारच्या विविध प्रजा निर्माण कर.' त्या वेळीं ब्रह्मदेवांनीं

श्रीहरीची ती आज्ञा शिरसा वंद्य करून उत्तर केलें कीं, ' फार बरें. ' इकडे याप्रमाणें ब्रह्मदेवाला आज्ञा करून भगवान् त्याच जागीं अंतर्धान पावले, ते क्षणांत आपल्या देवसंज्ञक स्थळीं पोंचले व तेथें जाऊन पूर्ववत् आपले प्रकृतीशीं एकरूप होऊन राहिले.

इकडे परमेष्ठी ब्रह्मदेवानें दैत्य, दानव, गंधर्व, रक्षोगण इत्यादि प्रकारची नानाविध सृष्टि उत्पन्न करून सर्व पृथ्वी भरून टाकिली. तें पहातांच भगवान् नारायणाचे मनांत असा एक दुसरा विचार आला कीं, अरे, ही बिचारी पृथ्वी या प्रजांचे भारानें अगदीं व्याकूळ होऊन गेलेली दिसते. शिवाय, हिजवर आजकाल किती तरी बलाढ्य असे दैत्य, दानव, राक्षस उत्पन्न झाले आहेत. हे तीव्र तपस्या करितील व उत्तम वर संपादन करितील आणि वर प्राप्त झाले ह्मणजे सहजच हे सर्व त्या वरप्राप्तीनें उन्मत्त होऊन, देवमंडळी व तपस्वी ऋषिमंडळी यांना त्राहि त्राहि करून सोडतील. याकरितां वेळींच या पृथ्वीवर नानाप्रकारच्या रूपांनीं अवतीर्ण होऊन आपण हिचें शनैः शनैः भारहरण करावें. हें सर्वथा न्याय्य-प्राप्त आहे. मी जेव्हां दुष्टांचें शासन व साधूंचें कृपेनें पालन करण्याची व्यवस्था करीन, तेव्हांच ही बिचारी सत्यनिष्ठ मेदिनी हा भार धारण करण्यास समर्थ होईल. बरें, मीं हिची उपेक्षा करणें समंजस नाहीं. कारण, मीच शेषाचें स्वरूप धरून पातालांतून हिला टेंका देऊन आहें; आणि माझ्या आधारावरच हिनें हें चराचर विश्व धारण केलें आहे. याकरितां स्वतः जन्म घेऊन या पृथ्वीचें मला धारण करणें भाग आहे.

या प्रकारचा विचार करून भगवान् मधुसूदन यानें जगताचे स्थित्यर्थ आपण प्रकट रूप होऊन वराह, नरसिंह, तसेंच मानुषरूप वामन इत्यादि रूपें धारण करून या रूपांनीं मीं दुष्ट दांडग्या सुरशत्रूंचा वध करणार असा संकेत केला. नंतर त्या जगकर्त्यानें भोः भोः अशा प्रकारच्या घुमणाऱ्या स्वरानें सरस्वती ह्मणजे वाणी काढली. त्यासरशीं सरस्वतीपासून उत्पन्न झालेला परमसमर्थ, त्रिकालज्ञानी, सत्यवादी व दृढव्रत असा अपांतर नामक पुत्र त्यापुढें शिर नम्र करून उभा राहिला. त्याला पहातांच त्या अव्यय अशा देवांच्याही कर्त्यानें आज्ञा केली कीं, ' हे धीमच्छ्रेष्ठा, तूं आतां वेदांचें व्याख्यान करण्याकडे आपले कान (लक्ष्य) दे. हे मुने, या गोष्टीचें सांप्रत कारण आहे. याकरितां माझे आज्ञेप्रमाणें माझा शब्द शेवटास ने. ' मग अपांतर मुनीनें भगवदाज्ञेप्रमाणें त्या स्वायंभुव मन्वंतरांत वेद विभक्त केले. तेव्हां त्याच्या त्या कृतीनें आणि योग्य तपस्या व यमनियमशीलता यांनीं भगवान् हरि संतुष्ट होऊन त्याला ह्मणाले, " हे वत्सा, तूं याप्रमाणेंच प्रतिमन्वंतरीं वेदप्रवर्तक हो. हे ब्रह्मन्, तूं सर्वदा अढळ रहाशील; तुजवर कोणाचाही वरपगडा चालणार नाहीं. आतां पुनरपि जेव्हां पृथ्वीवर कलियुग प्राप्त होईल, तेव्हां भरतवंशांत कौरव नांवाचे मोठे लोकप्रख्यात राजे होतील; आणि, हे द्विजश्रेष्ठा, तुजपासून उत्पन्न झालेल्या या वंशजांत, तुजवांचून, आपसांत फूट पडून परस्परांच्या संहारार्थ ते उद्युक्त होतील. त्याही वेळीं तूं आपल्या तपोबलानें आतांप्रमाणेंच वेदांचे अनेक विभाग करशील. मात्र कलि हें कृष्णयुग असल्यानें तुझा वर्ण मात्र कृष्णच होईल. बाकी, तूं तपस्वी असून नानाप्रकारचे धर्मांचा व ज्ञानांचा कर्ता होशील. परंतु इतकें असून तुझें चित्त मात्र विरक्त होणार नाहीं. तथापि तुझे पोटीं जो पुत्र होईल तो श्रीशंकरांचे कृपेनें अत्यंत विरक्त—केवळ परमात्माच

असा असेल. हें माझें वचन मिथ्या होणार नाहीं. हे ऋषे, ब्राह्मण ज्याला पितामहाचा बुद्धिमान् मानसपुत्र ह्मणतात असा जो सूर्याहून तेजस्वी व तपाचें श्रेष्ठ निधान वशिष्ठ ऋषि त्याचे वंशांत पराशर नांवाचा मोठा प्रभावशाली महर्षि होईल. तो महतपस्वी—नव्हे, तपाचें केवळ वसतिस्थान असा वरिष्ठ वेदनिधि तुझा पिता होईल. केवळ बापाचेच घरीं वाढलेली अशी कोणी कुमारी असेल व तिचे ठायीं त्या पराशरापासून गर्भ राहून, हे ऋषे, तूं त्याचा पुत्र होशील. तुला त्रिकालांतील कोणतेंही अर्थासंबंधें निःसंशय ज्ञान राहील; इतकेंच नव्हे, तर सांप्रतकालापूर्वी सहस्रावधि युगपर्याय लोटले त्यांचेंही तुला माझे इच्छेमुळें प्रत्यक्ष ज्ञान होईल. शिवाय, हे मुने, यापुढें सहस्रावधि युगांचे फेरे तूं पाहशील; आणि माझें ध्यान करितांच, लोकांत आद्यंतरहित व चक्रपाणी असा जो मी त्या मला प्रत्यक्ष पाहशील. हे महासत्त्वा, हें माझें वचन अन्यथा होणार नाहीं आणि तुझी कीर्तिही अतुल होईल. वत्सा, पुढें सूर्याचा पुत्र शनैश्वर हा मनु होणार आहे. त्याचे मन्वंतरांत मन्वादिगणांसह माझे कृपेनें तूंच व्यास होणार आहेस, यांत शंका नाहीं. बाबारे, या जगतांत जी कोणची गोष्ट होते तें सर्व माझेंच चेष्टित होय. कोणी कसा तर्क करितो आणि कोणालाच कर्ता समजतो; बाकी माझे इच्छेस येईल तसा स्वतंत्र मी वागता असतों."

याप्रमाणें तो ईश्वर सरस्वतीपुत्र जो अपांतरतम नामक ऋषि त्याला बोलून 'वत्सा, आतां तूं जा.' असें ह्मणाला. या प्रकारें मी त्या काळीं देव हरीचे आज्ञेवरून अपांतरतमा नामानें झालों. त्यापुढें वशिष्ठकुलाला आनंद देणारा असा हा सांप्रतचा व्यास झालों. असो; या प्रकारें नारायणाचे कृपेनें व नारायणाचेच अंशानें माझें पूर्वजन्म झालें होतें, तें मीं तुम्हांस सांगितलें. हे बुद्धिमंतहो, मी पूर्वी अखंड स्थिर असा समाधि राखून फारच कठीण आणि अति दीर्घकाल असें तप केलें आहे, ह्मणून ही योग्यता पावलों. वत्सहो, तुह्मी माझे भक्त, माझें तुमचेवर प्रेम म्हणून मीं तुमचे प्रश्नाप्रमाणें माझे मागील जन्म व पुढील जन्म सर्व कांही तुह्मांस सांगितलें.

वैशंपायन सांगतातः—राजा, तूं प्रश्न केलास त्याप्रमाणें निर्मल वृत्तीचे जे आमचे गुरुवर्य व्यास त्यांचा पूर्वकालचा जन्म सांगितला. आतां, हे राजर्षे, तुझ्या पहिल्या प्रश्नाप्रमाणें सांख्य, योग, पांचरात्र, वेद तसेंच पाशुपत हे जे निरनिराळे लोकांना संमत असे अनेक ज्ञानपंथ आहेत, त्यांची माहिती सांगतों, ऐक. सांख्यशास्त्र कपिलांनीं सांगितलें; त्यांस परमर्षि अशी पदवी आहे. योगशास्त्राचा पुरातन ज्ञाता हिरण्यगर्भच, दुसरा कोणी नव्हे. अपांतरतमा हाच पहिला वेदाचार्य. या अपांतरतमालाच कोणी प्राचीनगर्भ असेंही नांव देतात. ब्रह्मपुत्र जो उमापति किंवा पशुपति श्रीकंठ शिव त्यानें अव्यग्र चित्तानें हें पाशुपतमत निर्माण केलें. सर्व पांचरात्रमताचा ज्ञाता तर स्वतः नारायणच. परंतु, हे नृपश्रेष्ठा, तुला एक सांगून ठेवतों कीं, इतके जरी भिन्न पंथ आहेत, तरी या सर्वांत एक गोष्ट सारखीच दिसून येते; ती ही कीं, या सर्वांतही वेद व अनुभव यांना संमत अशी परमगति प्रभु नारायणच होय. (सर्वांची धाव नारायणाकडेच व नारायणापर्यंतच. मार्ग मात्र भिन्न.) परंतु, राजा, जे अज्ञानी आहेत, त्यांना नारायणाचें हें रहस्य कळत नाहीं. पण जे कोणी मननशील व शहाणे शास्त्रकर्ते आहेत, ते नारायणालाच परमगति असें ह्मणतात; आणि माझेंही मत

याहून भिन्न नाहीं. श्रुति व अनुभव यांचे बळानें जे कोणी निःसंदेह झाले, अशा सर्वांचे ठिकाणीं श्रीहरि हा सर्वदा उभा आहे. तर्कटामुळें जे संशयांत पडले आहेत, अशांचे ठिकाणीं तो माधव पाऊल टाकीत नाहीं. हे राजा, जे कोणी पांचरात्रागमाला मानून त्यांत सांगितलेल्या क्रमानें चालतात, ते देखील निष्कामभक्तिबळानें श्रीहरींत मिळतात. हे राजा, सांख्य व योग हीं दोन्ही शास्त्रें सनातन आहेत; अखंड वेदही सनातन आहेतच; आणि सर्वही पुराण ऋषींनीं एकमतानें असें प्रतिपादिलें आहे कीं, हें सर्व पुराण विश्व नारायणरूपच होय. स्वर्ग, अंतरिक्ष, पृथ्वी किंवा जल यांतून कोठेंही वेदाज्ञेचे आधारें बरें किंवा वाईट जें कर्म केलें जात आहे, त्या सर्वांचा प्रवर्तक अंतर्यामी तोच ऋषि नारायण आहे, हा निश्चय समजावा.

अध्याय तीनशें पन्नासावा.

—:०:—

ब्रह्मरुद्रसंवाद.

जनमेजय विचारतोः—ब्रह्मन्, पुरुषे[1] अनेक आहेत? किंवा एकच आहे? अनेक असल्यास त्या सर्वांस श्रेष्ठ कोण? आणि या सर्व पुरुषांचें उत्पत्तिस्थान कोणतें?

वैशंपायन सांगतातः—हे कुरुकुलधुर्या, व्यवहारांत, तसेंच सांख्यशास्त्र, योगशास्त्र यांचे समजुतीप्रमाणें पुरुष अनेक आहेत. त्यांना एक पुरुष हें म्हणणें इष्ट नाहीं. तथापि, तत्त्वतः पुरुष एकच आहे. कारण, घटाकाश, मठाकाश इत्यादि उपाधिभेदास्तव अनेक आकाशें दिसलीं तरी तीं सर्व एका महदाकाशांत अंतर्भूत असतात. तोच न्याय येथें. आतां अशा अनेक पुरुषांचें ज्या एकाच पुरुषाला उत्पत्तिस्थान म्हणतां येईल अशा त्या विश्वरूपी व गुणाधिक पुरुषाचें व्याख्यान मी तुला सांगतों. या पुरुषाचें व्याख्यान करण्यापूर्वी मी तपोयुक्त, दान्त, परमवंद्य व आत्मज्ञानी जे आमचे गुरुवर्य व्यास परमर्षि त्यांचे चरणीं वंदन करितों. हे पृथ्वीपते, मी सांगतों आहें हें पुरुषसूक्त किंवा पुरुषाचें व्याख्यान सर्व वेदांत ऋत व सत्य असें प्रसिद्ध आहे. शिवाय यावर ऋषिसिंह व्यास यांनीं चिंतन केलें आहे. हे भारता, कपिलादिक ऋषींनीं अध्यात्मविषयांचे विचार करून तत्संबंधी जीं शास्त्रें लिहिलीं त्यांत सामान्य नियम व त्यांचे अपवाद अशा पद्धतीनें विवरण केलें आहे. आतां आमचे गुरु व्यास यांनीं थोड्यांत—एकच पुरुष—असें सांगितलें आहे. तें कसें तें मी त्याच अमिततेजस्वी व्यास गुरूंच्या कृपेनें तुला सांगतों, ऐक. हे राजा, या बाबतींतही त्र्यंबक व ब्रह्मदेव यांचा एक जुना संवाद उदाहरणार्थ सांगत असतात, तोच मी तुला सांगतों.

क्षीरसमुद्राचे मध्यभागीं वैजयंत नांवाचा एक स्वर्णकांति श्रेष्ठ पर्वत आहे. त्या वैजयंतावर एकांतांत अध्यात्मविचार करण्याकरितां ब्रह्मदेव आपलें वैराजसदन सोडून नित्य एकटेच जाऊन बसत असत. याप्रमाणें ते बुद्धिमान् चतुर्मुख देव तेथें बसले असतां त्यांचे ललाटापासून उत्पन्न झालेला शिव नामक महायोगी व त्रिनेत्र असा समर्थ पुत्र यदृच्छया आकाशमार्गानें वेगानें येऊन त्या पर्वतशिखरावर उतरला; आणि समोरच ब्रह्मदेवांना पाहून त्याला फार समाधान वाटून तो त्यांचे पायां पडला. त्याला आपले पायां पडलेला पाहून प्रजापति प्रभूनें आपले डावे हातानें त्यास उठ-

१ लोकांत अनेक पुरुष असल्यावांचून बद्धमुक्त हे शब्द व्यर्थ होतील आणि श्रुात तर आत्मा एकच आहे असें म्हणते, तेव्हां यांचा मेळ कसा पाडावा असा संशय येऊन जनमेजय प्रश्न करीत आहे.

विलें; आणि आपला पुत्र बहुत काळानें भेटीस आलेला पाहून त्यास असें म्हटलें.

ब्रह्मदेव म्हणाले:— हे महाबाहो, तुझें स्वागत असो. तूं आज मजजवळ आलास, हें एक मी भाग्यच समजतों. पुत्रा, तुझें कुशल आहेना? तुझें अध्ययन व तपश्चर्या नीट चालू आहेना? कारण तूं सर्वदा उग्र तप करणारा आहेस, म्हणून तुला पुनरपि खोदून पुसतों कीं, तप ठीक चाललें आहेना?

रुद्र म्हणाला:— भगवन्, आपले कृपेनें माझें अध्ययन व तप हें अखंड व कुशलपणें चाललें आहे व सर्व लोकही कुशल आहेत. मीं आपणांस आपल्या वैराजसदनांत फार वेळ धुंडाळलें, परंतु तेथें शोध लागेना; तेव्हां आपले चरणानें सनाथ झालेल्या या पर्वतावर मी आलों. कारण, आपण एकटे उठून एकांतांत कां गेलां, अशाबद्दल मला फार जिज्ञासा उत्पन्न झाली. कां कीं, आपले सारख्यानें इतकें विचारमग्न होण्याला लहानसहान कारण असणार नाहीं. कारण, हे पितामह, आपलें तें नेहमींचें वैराजसदन म्हणजे किती उत्तम,— तेथें क्षुधा व तृषा यांची बाधा नाहीं; सुरासुरांची तेथें वसति; त्याचप्रमाणें अमिततेजस्वी ऋषींचाही निवास; गंधर्व व अप्सरा हीं तर तेथून कधीं हालतच नाहींत. असलें तें रम्य स्थळ सोडून आपण सडे या अशा पर्वतावर येऊन बसलां, याचा हेतु काय?

ब्रह्मदेव म्हणाले:— बाबारे, मीं या पर्वतश्रेष्ठ वैजयंतावर हल्लीं सर्वदा वसती धरली आहे याचें कारण मी येथें एकाग्रचित्तानें विराट्पुरुषाचें चिंतन करीत असतों.

रुद्र विचारतो:— ब्रह्मन्, आपण स्वयंभूंनीं आजवर अनेक पुरुष उत्पन्न केले आहेत आणि यापुढेंही आणखी अनेक करीत आहां. असें असतां हा एकच पुरुषश्रेष्ठ विराट् म्हणून आपण ज्याचें चिंतन करीत बसलां आहां, तेव्हां हा एक पुरुष कोण म्हणावा? ही माझी एवढी शंका फेडा; मला फार उत्कंठा झाली आहे.

ब्रह्मदेव म्हणाले:— हे पुत्रा, तूं जे अनेक पुरुष म्हणून म्हटलेस, ते तर उघड डोळ्यांनाच दिसत आहेत. त्याला दर्शनाची म्हणजे शास्त्रप्रमाणाची काय अपेक्षा आहे? शास्त्रप्रमाण हें अनधिगतार्थज्ञापक असतें; म्हणजे जी गोष्ट सहज समजत नाहीं किंवा डोळ्यांना दिसत नाहीं, ती सांगण्याकरितां तर शास्त्राची प्रवृत्ति असते; आणि या रीतीनें पाहतां परमशास्त्र जो वेद तो 'तत्त्वमसि' या वाक्यानें पुरुषाचें एकत्व कथन करितो. याला धरून व्यवहारांत दिसणाऱ्या या अनेक पुरुषांचें ज्याला उत्पत्तिस्थान म्हणतात असा जो एकच एक पुरुष, त्याचें अधिष्ठान मी तुला आतां सांगतों. हा जो पुरुष विराट्, सूत्रात्मा, कारण आणि निर्गुण, किंवा अनिरुद्ध, प्रद्युम्न, संकर्षण व वासुदेव या चार प्रकारांनीं नटणारा आहे, त्या एकाचेच ठिकाणीं अखेर हे व्यवहारतः पृथक् दिसणारे अनेक पुरुष निर्गुण किंवा शुद्ध होऊन लय पावतात. अर्थातच हे सर्व पुरुष कार्य व तो एक पुरुष या अनेकांचें कारण हें सिद्ध झालें.

अध्याय तीनशें एकावन्नावा.

—:०:—

नारायणमाहात्म्यवर्णन.

ब्रह्मदेव म्हणतातः— आतां, हे पुत्रा, हा एक पुरुष शाश्वत, अव्यय, अक्षय, वाङ्मनोतीत व सर्वोपादानभूत कसा तें तुला सांगतों, ऐक. हे सुपुत्रा, तो विश्वात्मा तुला, मला, इतरांला, बुद्धिमंतांना किंवा मूढांना—कोणालाच या डोळ्यांनीं दिसणारा नाहीं. तो

केवळ ज्ञानाला दृश्य आहे असें म्हटलें आहे. तो स्वतः शरीररहित असून यावत् सर्व शरीरांत वास्तव्य करून आहे. या प्रकारें प्रत्येक शरीरांत वसत असूनही त्या शरीराकडून होणाऱ्या कर्मांनीं हा लिप्त होत नाहीं. तो माझा, तुझा, तसाच दुसरे जेवढे मिळून देहधारी आहेत त्या सर्वांचा साक्षिभूत असून, तो कोणाला कोठेंही पकडतां येत नाहीं. तो विश्वशीर्ष, विश्वबाहु, विश्वपाद, विश्वनेत्र, विश्वनासिक असून त्याचे सुखास पडेल त्याप्रमाणें तो एकीएक सर्व देहरूपी क्षेत्रांतून संचार करीत असतो. शरीरें हीं क्षेत्रें व शुभाशुभ कर्में हीं त्यांतील बीजें, या उभयतांचेंही त्याला ज्ञान असल्यानें त्या योगात्म्याला क्षेत्रज्ञ असें म्हणतात. बरें, कोणी म्हणेल कीं, हा जर शरीरांशीं संबद्ध आहे, तर याला उत्क्रांति, गति, आगति इत्यादि असलीं पाहिजेत; तर, बाबारे, याचें शरीरांतून जाणें किंवा तेथें येणें हें भूतमात्रापैकीं कधींच कोणाला समजणारें नाहीं. सांख्यशास्त्राचे किंवा योगशास्त्राचेही साह्यानें मी त्याचे गतीसंबंधी विचार करून राहिलों आहें, परंतु कांहीं थांग लागत नाहीं. कारण, ती गोष्ट आपले ज्ञानाचे पलीकडची आहे. आतां, मला कळतें आहे त्याप्रमाणें मी तुला त्या सनातन पुरुषाची माहिती श्रुति, युक्ति व अनुभव या तिहींना धरून सांगतों. एकत्व व महत्त्व हीं केवळ त्याचेच ठिकाणीं राहतात आणि तोच एक पुरुष मानिला आहे. त्याच सनातन पुरुषाला महापुरुष हा शब्द लागू आहे. ज्याप्रमाणें अग्नि वस्तुतः एकच असतां अनेक रूपांनीं प्रकाशित होतो, किंवा वायु[1] हा एकच असतां लोकांत अनेक रूपांनीं वाहतो, तोच प्रकार या असंगपर पुरुषाचा आहे. पृथ्वीवर अनेकविध जलें आहेत, परंतु त्या सर्वांचा उगम एकच महासागर आहे; याचप्रमाणें हा विश्वरूपी असा एकच निर्गुण पुरुष असून, सगुणत्वानें पृथक् दिसणारे सर्वही लौकिक पुरुष (जीव) अंतीं या एका निर्गुणांतच प्रविष्ट होतात. मात्र या निर्गुण पुरुषाशीं एकरूपानें मिसळण्याची योग्यता येण्यास जीवांना देहेंद्रिय-अहंकारादि सर्व टाकून व शुभाशुभ कर्में आणि सत्य व अनृत हा सर्व भेद सोडून निर्विकार व्हावें लागतें; त्याशिवाय हा अभेद प्रतीयमान् होत नाहीं; ह्मणजे जो जीव—हा परम पुरुष मन व वाणी यांपलीकडे आहे, असें गुरुमुखानें समजून आल्यावर अत्यंत शांत वृत्तीनें अनिरुद्ध, प्रद्युम्न, संकर्षण, वासुदेव हें अधिदैवचतुष्टय, किंवा विराट्, सूत्रात्मा, अंतर्यामी व शुद्धब्रह्म हें अध्यात्मचतुष्टय, अथवा विश्व-तैजस-प्राज्ञ-तुरीयसंज्ञक सूक्ष्म-अवस्था—चतुष्टय यांतील क्रमानें मागील स्थूलांचा पुढील सूक्ष्मांत लय करीत करीत जातो, तो त्या कल्याणरूप पुरुषाला मिळतो; इतराला तें शक्य नाहीं. असें असतां योगमार्गी पंडित याला परमात्मा असें ह्मणू पाहतात; सांख्यशास्त्री एकात्माच ह्मणतात; तिसरे कांहीं ज्ञानमार्गी त्याला केवळ आत्माच ह्मणतात; तथापि या सर्वांचा भाव एकच आहे. हा जो परमात्मा आहे, तो सदैव निर्गुण आहे. हाच नारायण—हाच सर्वात्मा पुरुष समजावा. कमलपत्र ज्याप्रमाणें पाण्यानें लिप्त होत नाहीं, त्याप्रमाणें हा कर्मफलानें लिप्त होत नाहीं. कर्मफलानें बंधमोक्षाचें लफडें ज्याच्या गळ्यांत पडत असतें, तो दुसराच आहे; त्याला कर्मात्मा असें ह्मणतात. या कर्मात्म्या-(जीवा-) मागें सतरांचें (सप्तदशात्मक जें लिंगशरीर त्याचें) लिगाड

१ वायूचे सातीसात म्हणजे एकुणपन्नास प्रकार शास्त्रांत आहेत.

असतें; आणि यामुळें कर्मभेदानें देवतिर्यगादि भाव प्राप्त होऊन, एकच पुरुष अनेकरूप होतो. अर्थात्, हें बहुत्व औपाधिक असून, तत्त्वतः एकच पुरुष आहे, हें कसें तें तुला व्यक्त करून दाखविलें; आणि जे कोणी पुरुष अनेक ह्मणतात, त्यांचे भाषेचा तरी अर्थ हाच आहे, हें तुला पद्धतवार कळेलच. बाबारे, या सर्व लोकतंत्राचा किंवा व्यवहाराचा प्रकाशक चिज्ज्योतिरूप तोच एक आहे; तोच परमवेद्य आहे; बोद्धा तोच व बोधनीयही तोच; मंता (मानणारा) तोच व मंतव्यही (मानला जाणारा) तोच; प्राशिता तोच व प्राशनीयही तोच; घ्राता तोच व घ्रेय तोच; स्पर्शिता तोच, स्पर्शनीय तोच; द्रष्टा तोच, द्रष्टव्यही तोच; श्राविता तोच, श्रावणीयही तोच; ज्ञाता तोच, ज्ञेयही तोच; सगुण तोच, निर्गुणही तोच; फार काय–पण, हे पुत्रा, जें कांहीं अनात्म किंवा जडरूप प्रधान ह्मणून प्रसिद्ध आहे तें, व त्याची पहिली सृष्टि ह्मणजे जें महत्तत्त्व–ज्याला ज्ञाते ब्राह्मण अनिरुद्ध किंवा अहंकार ह्मणतात तें, व लोकांत वैदिक कर्मांची जी अधिष्ठात्री देवता समजतात ती, हीं सर्वेही तोच नित्य, अव्यय व शाश्वत असा पुरुष होय. कोणतें काम्यकर्मही करणें झालें तरी तें त्याचेच उद्देशानें करणें इष्ट आहे. सर्व देव व सर्वही शांतचित्त मुनि यज्ञशाळेंत यालाच यज्ञभाग देत असतात. मी एवढा ब्रह्मदेव सर्वांत पहिला व निखिल प्रजांचा ईश्वर–पण मीही त्यापासून उत्पन्न झालों; आणि माझेपासून पुढें तूं, त्याचप्रमाणें स्थावरजंगमात्मक जगत् व सरहस्य सर्व वेदही माझेपासूनच झाले असल्यामुळें या सर्वांनींही मी ज्याला भजतों त्यालाच भजावें हें न्याय्य आहे. एवंच, तो एकच पुरुष वासुदेव स्वेच्छेनुरूप अनिरुद्धादि चार रूपें घेऊन लोकांत क्रीडा करीत असतो व त्या वेळीं तो अबुद्धसा भासतो. परंतु पुढें तोच स्वतःचे रूपाशीं अभिन्न अशा ज्ञानानें प्रतिबोधित होऊन जीवित्व सोडून वासुदेवरूपच होतो.

हे पुत्रा, तूं प्रश्न केलास त्याप्रमाणें सांख्यशास्त्र व योगशास्त्र यांत सांगितलेल्या मतांना धरून, पुरुष अनेक आहेत कीं एक आहे, त्याचा उलगडा मीं तुला सांगितला.

अध्याय तीनशें बावन्नावा.

—:०:—

उंछवृत्त्युपाख्यान.

युधिष्ठिर प्रश्न करितोः—आपण पितामहांनीं आतांपर्यंत मला मोक्षधर्माला उपकारक असे शुभाचार सर्व सांगितले; आतां आपण मला आश्रमी लोकांचा श्रेष्ठ धर्म कोणता तो सांगावा. (कारण, संन्यासादि मोक्षधर्म श्रेष्ठ खरे; परंतु सामान्यांस ते दुश्चर आहेत.)

भीष्म उत्तर करितातः—बाबारे, ठीक आहे. संन्यास दुर्घट असला तरी चिंता नको. धर्माला एकच तोंड नाहीं, अनेक आहेत; आणि कोणतेही द्वारानें गेलें तरी तदुद्देशानें केलेली क्रिया विफल होत नाहीं. कारण, सर्वेही आश्रमांत यथोचित अशा क्रिया लावून दिल्याच आहेत, आणि त्या रूपानें धर्म हा स्वर्गाला साधन व मोक्षरूपी अबाधित फल देणारा आहे. आतां या भेदाचें रहस्य असें आहे कीं, ज्याची जेथें दृढ भक्ति बसते, त्याच धर्माला तो श्रेष्ठ मानून त्यानेंच कृतकृत्य होतो व

१ होउनियां श्रोता वक्ता । करी आपली आपण कथा.

१ पांचरात्रमत अवैदिक असलें तरी त्यानें सांगितलेल्या भगवदाराधनाशिवाय संन्यासादिक वैदिक मार्गही सफल होत नाहींत, असा अनुभव असल्यामुळें त्या मताचाही सांख्ययोगादि शास्त्रांबरोबर उल्लेख करण्यांत पाप नाहीं.

स्वेतर धर्मास तुच्छ मानितो. बाकी प्रत्येक आश्रमांत स्वर्ग व मोक्ष यांची प्राप्ति करून देण्याचें सामर्थ्य आहे, मात्र दृढनिश्चय पाहिजे. हे नरश्रेष्ठा, याबद्दल महर्षि नारदानें प्रत्यक्ष इंद्राला एक कथा सांगितली होती, ती माझे तोंडून ऐक.

हे राजा, त्रैलोक्याला संमत असे परमसिद्ध महर्षि नारद वायूप्रमाणें पाळीपाळीनें सर्व लोकांत अप्रतिबंध संचार करीत असतात. हे धनुर्धरा, ते नारद एक वेळ देवेंद्राचे भवनास गेले. तेथें इंद्रानें त्यांचा सत्कार केल्यानंतर पुढें जाऊन ते आसनारूढ झाले. तेव्हां त्यांचें विधिपूर्वक पूजन करून त्या शचीपतीनें प्रश्न केला, ' हे निष्पाप महर्षे, आपण कांहीं नवल पाहिलें आहे काय ? कारण, हे विप्रर्षे, आपण परमसिद्ध आहां आणि हें चराचर सर्व त्रैलोक्य कौतुकानें सर्वदा फिरत असून साक्षीप्रमाणें अवलोकन करीत असतां; यामुळें, हे देवर्षे, आपणांस अविदित असें या त्रैलोक्यांत कांहींच नाहीं. तेव्हां आपण जर कांहीं नवल ऐकलें, पाहिलें किंवा अनुभविलें असेल, तर मला कथन करा. ' असा प्रश्न करून नम्रपणें पुढें बसलेल्या त्या देवेंद्राला त्या वाक्पटु नारदांनीं एक मोठी कथा सांगितली. आतां, राजा, इंद्राचे प्रश्नावर त्या ब्राह्मणानें (नारदानें) ज्या रीतीनें जी कथा सांगितली ती त्या रीतीनें तूंही मजपासून ऐकून घे.

अध्याय तीनशें त्रेपन्नावा.

—:०:—

उंछवृत्त्युपाख्यान.

भीष्म सांगतातः-हे नरश्रेष्ठा, गंगेचे दक्षिणतीराला महापद्म नामक श्रेष्ठ नगरांत कोणी एक अत्रिगोत्रोत्पन्न समाधिनिष्ठ ब्राह्मण रहात असे. तो वृत्तीनें सौम्य व वेदांत प्रवीण असून ज्ञानी असल्यानें निःसंदेह झाला होता. तो ब्राह्मण सदैव धर्मनिरत, जितक्रोध, नित्यतृप्त, जितेंद्रिय, तप व वेदाध्ययन यांत गढलेला, हाडाचा खरा, सज्जनांना मान्य, मोठा सुशील व न्यायार्जित द्रव्यावर निर्वाह करणारा असा होता. त्याचें जातगोतही फार मोठें असून, त्याचें कुल प्रख्यात व सत्त्वाचरणी होतें. अशा कुलांत जन्मून तो श्रेष्ठ वृत्तीनें रहात असे. त्याला पुत्रसंततिही विपुलच होती. ती मोठी झालेली पाहून तो विपुलकर्माचरण करून कुलधर्माचा आश्रय करून धर्माचरणास लागला. त्या वेळीं त्याचे मनांत वेदोक्त धर्म, शास्त्रोक्त धर्म व शिष्टाचरित धर्म याप्रमाणें तीन प्रकारच्या धर्मांबद्दल विचार चालू झाला. यांपैकीं कोणता धर्म आचरल्यानें आपलें कल्याण होईल, त्याला काय केलें पाहिजे, तें कोणाच्या उद्देशानें केलें पाहिजे, इत्यादि विचार करून तो नित्य कंटाळे, परंतु कांहीं निर्णय होईना. याप्रमाणें तो विचार करून शिणला असतां एके दिवशीं त्याचेकडे एक मोठा धार्मिष्ठ व योगनिष्ठ असा ब्राह्मण अतिथि आला. त्या अतिथीचें त्या ब्राह्मणानें हेतुपूर्वक यथाविधि पूजन केलें. नंतर तो विश्रांति घेऊन सुखानें बसला असतां तो ब्राह्मण त्याला असें वचन बोलला.

अध्याय तीनशें चौपन्नावा.

—:०:—

उंछवृत्त्युपाख्यान.

ब्राह्मण ह्मणालाः—हे निष्पापा, आपल्या या मोहक वाणीनें मी जसा कांहीं बांधला गेलों आहें. आतां आपला व माझा स्नेह झाला आहे, यास्तव मीं आपणांशीं कांहीं बोलत आहें तें ऐका. हे द्विज, मी आतां गृहस्थाश्रमाचा भार पुत्रांवर टाकून उत्तम धर्माचरण करूं इच्छितों; परंतु मला त्या धर्माचा मार्ग कोणता तें सांगा. माझा हेतु संन्यास घेऊन केवळ एकांतांत

एकटा राहून आत्मशोधन करीत राहवें असा आहे. परंतु सामान्य जनांस बाधक असे जे विषय, त्यांच्या जाळ्यांत मी सांपडलों असल्यानें तिकडे वासना जावी तशी जात नाहीं. आजपर्यंतचें माझें वय हें मुलांबाळांचे प्राप्तींत गेलें; परंतु आतां जें उरलें आहे तेवढ्यानें परलोकाचे मार्गाची सामुग्री संपादन करावी असा हेतु आहे. कारण, मला या जगताचे गर्दींतून पलीकडे वाट मिळावी अशी प्रबळ इच्छा आहे. तर या संसारसमुद्रास तरून जाण्याची नौका कोणत्या आश्रमांत सांपडेल? मला चैन पडत नाहीं. कारण, लोकांत पहावें तों सात्त्विक मनुष्यें देखील संकटांत सांपडून क्लेश पावत असतात. यमधर्माची ध्वजा रोगादिकांचे रूपानें प्रजेवर अखंड फडकून राहिली आहे. अशामुळें या लौकिक भोगाचे वेळीं माझें मन उदास असतें. बरें, यामुळें संन्यास घ्यावा म्हणेन, तर संन्याशांनाही कष्टच दिसतात. कारण, यःकश्चित् अन्नवस्त्रासाठीं त्यांना दारोदार फिरावें लागतें. या प्रकारें माझें मन दोहींकडे माघार घेत आहे. तर, हे अतिथे, आपण आपलें बुद्धिबल खर्चून मला योग्य अशा धर्माची दिशा दाखवून धर्मपर करावें, एवढीच विनंती आहे.

राजा, त्या धर्माभिलाषी ब्राह्मणाची ती विनंती ऐकून त्या सुज्ञ अतिथीनें मोठ्या मधुर व कोमल शब्दांनीं त्याला म्हटलें, 'हे ब्रह्मन्, मला देखील या कामीं मोठा घोंटाळा पडला आहे. तुझेप्रमाणेंच माझे मनाचा निश्चय झाला आहे, परंतु करावें कसें? पहावें तों स्वर्गाला वाटा पडल्या अनेक; तेव्हां जावें कोणचीनें हाच निर्णय करवत नाहीं. पहावें तों कोणी ब्राह्मण मोक्षधर्माची प्रशंसा करितात, कोणी यज्ञाचे फलाची महती गातात, कोणी वानप्रस्थाश्रम धरून राहतात, दुसरे कोणी गार्हस्थ्यालाच चिकटून राहतात, कोणी राजधर्माचा आश्रय करितात, तर कोणी आत्मफलाचाच आश्रय करितात, कोणी गुरुधर्माचा आश्रय करितात, तर दुसरे वाङ्नियमांतच सिद्धि मानितात; बरें, कोणी मातापित्यांची शुश्रूषा करूनही स्वर्गास गेलेले आढळतात; कोणी अहिंसाव्रतानें तर दुसरे कोणी सत्यानेंच स्वर्गास गेले आहेत; कोणी उभ्या युद्धांत वध पावल्यानें स्वर्गास गेले आहेत; बरें, कोणी उंछव्रतानें सिद्ध होऊन स्वर्गमार्गास लागले आहेत; कोणी वेदव्रती होऊन केवळ वेदाध्ययनानेंच कल्याण पावले आहेत; दुसरे कोणी बुद्धिमान् लोक इंद्रियजय करून संतोषवृत्तीनेंच स्वर्गास पोंचले; कोणी सरळ वाटेनें चालत असतां कुटाळ लोकांनीं त्यांजवर आघात करून त्यांचे हाल केले तरीही त्यांनीं आपला सरळपणा सोडिला नाहीं व अखेर ते आपल्या सरळपणामुळेंच शुद्धात्मे होऊन स्वर्गारूढ झाले आहेत. याप्रमाणें अनेक प्रकारचे लोकांनीं अनेक प्रकारच्या खुल्या दरवाज्यांनीं स्वर्ग गांठलेला पाहून, वायूचे योगानें मेघपंक्ति ज्याप्रमाणें आस्ताव्यस्त होते, तशी माझी मतिही घोंटाळ्यांत पडली आहे.

अध्याय तीनशें पंचावन्नावा.

—:०:—

उंछवृत्त्युपाख्यान.

अतिथि म्हणालाः—हे ब्राह्मणा, असा जरी प्रकार आहे तरी मी तुला क्रमाक्रमानें उपदेश करितों. माझे गुरूनें ज्याप्रमाणें सांगितलें आहे त्याप्रमाणें मी तुला तत्त्वार्थ सांगतों, तो ऐक. पूर्वकल्पीं प्रथम ज्या स्थळीं धर्मचक्राची प्रवृत्ति चालू झाली, त्या स्थळीं ह्मणजे नैमिषारण्यांत गोमती नदीचे कांठीं नाग नामक एक नगर होतें. हे द्विजश्रेष्ठा, जेवढे मिळून देव आहेत तेवढ्यांनीं या स्थळीं यज्ञयाग केले

आहेत. याच स्थलीं मांधाता राजर्षीनें (त्याचे राज्यांत अवर्षण पडलें असतां आपले तपोबलानें पर्जन्य पाडून) प्रत्यक्ष इंद्रावर तान केली. अशा या स्थळीं पद्मनाभ नांवाचा किंवा ज्याला लोकांत बहुधा पद्म असेंच म्हणतात असा एक महाविख्यात धर्मनिष्ठ नाग रहात आहे. हा नाग कर्म, उपासना व ज्ञान या तिन्ही मार्गांचा अवलंब करून प्राणिमात्राला काया, वाचा आणि मन या तिन्ही द्वारांनीं संतुष्ट राखीत असतो. त्याशीं जर कोणी तेढा वागूं लागला, तर त्याला साम, दान, दंड, भेद या चतुर्विध उपायांनीं तो ताळ्यावर आणतो; व आपले देहांतील चक्षुरादि इंद्रियें वस्तुतत्त्वानुसंधानाकडे लावून शाबूद राखीत असतो. या नागाला गांठून तूं यथाविधि त्याला शरण जाऊन आपले प्रश्नाचा उलगडा विचार. तो तुला परमश्रेष्ठ धर्म कोणता त्याचा खरा प्रकार सांगेल, भलतें कांहीं तरी सांगणार नाहीं. तो मानसशास्त्रांत मोठा निपुण असून स्पृहणीय असे सर्व गुण त्याचे अंगीं आहेत. कोणीही त्याचे दारीं जावो, त्याचें तो फार आस्थेनें आतिथ्य करीत असतो. प्रकृतीनें तो जलाप्रमाणें निर्मल असून सर्वदा वेदाध्ययनांत रत असतो. तप व दम हे त्याचे ठायीं पूर्ण वसत असून त्याचें वर्तनही फार उत्तम आहे. तो यज्ञकर्ता, दानशौंड, क्षमाशील, उत्तमाचारवान्, सत्यवक्ता, निर्मत्सर, शीलवान्, जितेंद्रिय, अतिथि ब्राह्मणांना देऊन उरलेलें अन्न खाणारा, सर्वांस प्रिय असें बोलणारा, सर्वांचा हितकर्ता, सरळ वर्तनाचा, उत्तम प्रकारचा कार्याकार्यविवेकी, निर्वैर, भूतहिताविषयीं दक्ष, गंगेच्या डोहाप्रमाणें गंभीर आणि पवित्र असून उच्चकुलोत्पन्न आहे.

अध्याय तीनशें छपन्नावा.

—:०:—

उंछवृत्त्युपाख्यान.

ब्राह्मण ह्मणाला:—महाराज, आपलें हें वाक्य ऐकल्यानें मला अत्यंत धीर आला आहे. आपलें हें वाक्य ह्मणजे अतिशय मोठा भार डोईवर घेऊन उठूं पहाणाराचे डोईवरील भार उतरण्यासारखेंच आहे; किंवा वाट चालून थकून आलेल्याला शय्यादान, एका ठायीं उभा राहून कंटाळलेल्याला आसनदान, तृषिताला पाणी, भुकेल्याला भोजन, किंवा अतिथीला योग्य कालीं इच्छाभोजन मिळणें, ह्मातारपणीं पुत्र होणें किंवा आपल्या मनाचा प्रेमळ मित्र चिंतनाबरोबर भेटणें, त्याप्रमाणें हें आपलें वाक्य मला आनंदवीत आहे. (त्या ज्ञानवान् नागाबद्दल माहिती सांगून) मला जो आपण उपदेश केला,त्यामुळें मला जसे नवे डोळे येऊन मी आकाशाकडे पहात आहें व आपल्याशीं विचार करीत आहें. आपण जसें मला सांगितलें आहे तसें मी खरोखर करणार. परंतु, हे साधो, आजची ही रात्र आपण मजसमेत येथें रहावें. रात्रभर दम खाऊन व शांत निद्रा घेऊन मग प्रभात होतांच आपण आपले मार्गानें जावें. कारण, भगवान् सहस्ररश्मि आतां अस्ताचे बेतांत आला असलेमुळें मंदकिरण असून अधोमुख झाला आहे.

भीष्म ह्मणतात:—हे अरिमर्दना, मग त्या ब्राह्मणानें त्याचा पाहुणचार केला असतां तो अतिथि त्या ब्राह्मणाकडे तेवढी रात्र राहिला. रात्रौ त्या उभयतांच्या संन्यासधर्माविषयीं गोष्टी चालल्या होत्या, त्यामुळें त्यांची ती सर्व रात्र दिवसाप्रमाणें आनंदांत निघून गेली. मग प्रभात होतांच, आपलें कार्य साधण्याविषयीं उत्सुक झालेल्या ब्राह्मणानें त्या अतिथीचें यथाशक्ति पूजन केलें. नंतर तो धर्मबुद्धि

ब्राह्मण मनांत आणिलेली गोष्ट करण्याचा निश्चय करून व त्या कामीं आपले कुटुंबांतील माणसांची संमति घेऊन केवळ सुकृताचा संग्रह करण्याविषयीं दृढ संकल्प करून त्या अतिथीनें सांगितल्याप्रमाणें योग्य कालीं त्या नागाचे वास्तव्यस्थानाला चालला.

अध्याय तीनशें सत्तावन्नावा.

—:०:—

उंछवृत्त्युपाख्यान.

भीष्म सांगतातः—मग तो ब्राह्मण मार्गांत अनेक विचित्र वनें, तीर्थें व सरोवरें क्रमानें एकामागून एक ओलांडीत कोणा एका मुनीपाशीं आला. तेव्हां, अतिथीनें त्याला ज्या नागाची माहिती सांगितली होती, त्या नागाबद्दल त्यानें त्या मुनीपाशीं चौकशी केली; आणि त्या मुनीनें सांगितलें तें ऐकून घेऊन त्या धोरणावर तो त्या नागाचे वसतिस्थाकडे चालला. चालतां चालतां तो अर्थज्ञ ब्राह्मण हिशोबाप्रमाणें त्या नागाचे वसतीस पोंचला; आणि ‘ भोः ’ असें सन्मान्य संबोधन उच्चारून म्हणाला, ‘ मी आहें. ’ त्याचें तें वचन कानीं पडतांच त्या नागाची धर्मवत्सल व पतिव्रता अशी रूपवती स्त्री त्या ब्राह्मणापुढें येऊन तिनें धर्मानुसार यथाविधि त्या ब्राह्मणाचें पूजन केलें; आणि त्याचें अगत्यपूर्वक स्वागत करून विचारिलें कीं, ‘ काय आज्ञा आहे?’

ब्राह्मण ह्मणालाः—हे भवति, आपण आपल्या मधुर वाणीनें माझें स्वागत केल्यानें माझा सर्व शीण दूर झाला. शिवाय माझें पूजनही तुह्मीं केलें. आतां, आपले पति जे श्रेष्ठ नाग त्यांचे दर्शनाची इच्छा आहे. हीच माझी मोठी कामगिरी—हीच माझी मोठी कामना आहे. मी आज जो या नागाश्रमास आलों त्यांतील हेतु तरी हाच.

तें ऐकून नागभार्या ह्मणालीः—ब्रह्मन्, एक महिनाभर सूर्याचा रथ ओढणेंसाठीं आर्य गेले आहेत, ते सात आठ दिवसांत खचीत परत येतील. या प्रकारें पतीचें प्रवासकारण मीं आपल्या कानीं घातलें, आतां याखेरीज मला कांहीं आज्ञा असेल तर तीही सांगावी.

ब्राह्मण ह्मणालाः—हे देवि, नागाला भेटावें, याच निश्चयानें मी आलों असल्यामुळें, तो परत येईपर्यंत त्याची वाट पहात मी याच महावनांत राहतों. मात्र तो परत आल्याबरोबर न विसरतां ‘ मी येथें आलों आहें. ’ ह्मणून त्याला कळवा. त्याला माझें येणें सांगून शिवाय मी अशा हेतूनें आलों आहें हेंही तुह्मी सांगा. मीही तावत्काल अल्पाहार करून या पवित्र गोमतीच्या तीरींच त्याची वाट पहात राहतों. (यावर त्या नागीनें ‘ आपण पुलिनांत एकटें राहूं नये ’ ह्मणून त्या ब्राह्मणाला पुष्कळ सांगितलें; पण तें न ऐकतां) तिची कशी तरी समजूत घालून तो ब्राह्मणश्रेष्ठ त्या नदीपुलिनांतच जाऊन राहिला.

अध्याय तीनशें अठ्ठावन्नावा.

—:०:—

उंछवृत्त्युपाख्यान.

भीष्म सांगतातः–इकडे, राजा, तो तपस्वी ब्राह्मण उपास काढीत तेथें वाळवंटांत बसलेला पाहून त्या भुजंगांना दुःख झालें. मग त्या नागाचे सर्व बांधव त्याचे स्त्रीपुत्रभ्रात्यांसह एकत्र जमून त्या ब्राह्मणाकडे आले; व पहातात तों तो ब्राह्मण व्रतस्थ होऊन त्या वाळवंटांत निर्मनुष्य अशा स्थळीं कांहीं आहार न करितां केवळ जप करीत बसला आहे. मग ते सर्वजण त्याचे समीप जाऊन व वारंवार त्याची प्रार्थना करून त्याला आतिथ्य स्वीकारण्याविषयीं स्पष्ट वाणीनें आग्रह करूं लागले. ते ह्मणाले,

" हे तपोधन, हे धर्मनिष्ठ, आपण येथें बस-ल्याला आज सहावा दिवस—पण आपण काहींच खावयास मागत नाहीं हें कसें ? आपण आमचे घरीं आलां आहां आणि आह्मी आपले सेवेस सादर होऊन येथें आलों आहों; त्या अर्थीं आह्मांला आपलें आतिथ्य करूं द्या. आम्ही सर्व एकाच कुटुंबांतील आहों. हे ब्रह्मन्, हे द्विजश्रेष्ठ, मूल, फल, पर्ण, पय—कांहीं तरी, किंवा आपणांस मान्य असेल तर अन्नही क्षुधा-शमनार्थ आपण घ्यावें हें वाजवी आहे. आपण आहार सोडून या वनांत येथें उपास काढीत बसल्यानें धर्मसंकर होऊन, आह्मां सर्व आबाल-वृद्धांस क्लेश होत आहेत. कारण, हे ब्रह्मन्, आमचे या कुळांत आजपर्यंत भ्रूणहत्या कर-णारा, किंवा संकटसमयीं तरी अनृत बोल-णारा, अथवा देव, अतिथि, बंधु यांस भाग देण्यापूर्वीं आपण भोजन करणारा असा कोणी निपजला नाहीं ! "

ब्राह्मण ह्मणालाः—तुह्मी इतकें सांगतां त्या अर्थीं मीं अन्न घेतलेंच असें समजा. पण नाग परत येण्यास दोन कमी दहा दिवसांचा एकंदर अवधि, त्यांत आठवी रात्र संपूनही जर नाग आला नाहीं, तर मी तुमचे ह्मणण्या-प्रमाणें खुशाल जेवीन; तोंपर्यंत मात्र मी तसें करीत नाहीं. कारण, तेवढ्यासाठीं तर हें व्रत मीं स्वीकारिलें आहे. याकरितां, आलेत तसे स्वस्थ-पणें स्वगृहीं परत जा. माझेसाठीं कष्टी होऊं नका!

याप्रमाणें त्या ब्राह्मणानें त्यांची समजूत घातल्यावर ते सर्व भुजंग—योजलेली कामगिरी सिद्धीस न जातां तसेच आपले घरास परतले.

अध्याय तीनशें एकुणसाठावा.

—:०:—

उंछवृत्त्युपाख्यान.

भीष्म सांगतातः—मग बरेच दिवस लोट-ल्यावर, सूर्याची कामगिरी पुरी केल्यानंतर सूर्यानें जाण्याची आज्ञा दिली, तेव्हां तो नाग आपले घरास आला. येतांच त्याची स्त्री पाय धुवावयास पाणी वगैरे सामग्री घेऊन पुढें आली. तेव्हां त्या साध्वीला पाहून त्या नागानें प्रश्न केला, ' हे कल्याणि, मीं तुला पूर्वीं शास्त्राला धरून देवता व अतिथि यांचे पूजना-विषयीं जो सयुक्तिक विधि सांगून ठेविला होता, तत्तुल्य तुझें वर्तन आहेना ? हे सुश्रोणि, माझा वियोग होतांच स्त्रीस्वभावामुळें तुझी बुद्धि माझे विरहानें व्याकूळ होऊन, म्लान होऊन तूं हा धर्मरूप सेतु अपूर्ण तर राहूं देत नाहींस ना?'

नागस्त्री ह्मणालीः—गुरूची शुश्रूषा करणें हा शिष्यांचा धर्म, वेद धारण करणें हा ब्राह्मणांचा धर्म, स्वामीची आज्ञा पाळणें हा सेव-कांचा धर्म, प्रजेचें पालन करणें हा राजाचा धर्म, व प्राणिमात्राचें रक्षण करणें हा क्षत्रि-यांचा धर्म सांगितला आहे. आतिथ्यपूर्वक यज्ञादिक करणें हा वैश्यांचा धर्म आहे; व वरिष्ठ त्रिवर्गाची शुश्रूषा करणें हा शूद्रांचा धर्म होय. हे नागेंद्रा, सर्व भूतांची हितेच्छा करणें हा गृहस्थाचा धर्म, आणि नियमित आहार करणें व अचूक व्रतनियम पालन करणें हा धर्मसंबंधांत इंद्रियांचा धर्म आहे. मी कोणाचा, मी कोठून आलों, मी कोण, माझें येथें कोण आहे, या प्रकारचा मनाशीं शोध करीत रहाणें हा संन्याशाचा धर्म आहे; आणि पत्याज्ञा-पालन हा भार्येचा परमश्रेष्ठ धर्म मानिला आहे. हे नागराजा, तुझे उपदेशामुळें मला हा धर्म तत्त्वतः कळलेला आहे. या प्रकारें स्वतः मला धर्माचें रहस्य पूर्णपणें अवगत झालें असतां आणि आपल्यासारखे धर्माविषयीं अढळ निष्ठा बाळगणारे माझे पति असतां मी मार्ग सोडून भलत्याच वाटेला कशी बरें जाईन ? हे महाभागा, देवतांच्या परिचर्येंत (आपले

पश्चात्) जरा देखील अंतर पडलें नाहीं, आणि अतिथिसत्काराविषयीं तर मी निरलसपणें नित्य उभीच आहें. आज हा ब्राह्मण आल्याला सात आठ दिवस होऊन गेले; मीं पुष्कळ प्रार्थना केली, पण तो आपला हेतु मला सांगतच नाहीं; मात्र आपले दर्शनाची इच्छा करीत आहे. आपल्या दर्शनाविषयीं उत्कंठित होऊन हा व्रतशील ब्राह्मण गोमतीचे पुलिनांत आसन मांडून सारखा वेदाचीं पारायणें करीत बसला आहे; आणि, हे नागेंद्रा, त्यानें मला सत्याची शपथ देऊन बजावून सांगितलें आहे कीं, नागेंद्र घरीं येतांच मजकडे पाठवून दे. याकरितां, हे महाप्राज्ञा नागेंद्रा, आपण तेथें जाऊन त्या ब्राह्मणाला दर्शन द्यावें हें नीट आहे.

अध्याय तीनशें साठावा.

—:०:—

उंछवृत्त्युपाख्यान.

नाग म्हणाला:—हे शुचिस्मिते, हा जो ब्राह्मण म्हणून तुला दिसत आहे, हा कोण आहे? केवळ मनुष्यजातीचाच प्राणी आहे? का ब्राह्मणाचें रूप घेऊन कोणी देव आलेला आहे ? हे यशस्विनि, अशी शंका येण्याला कारण कीं, माझी भेट घेईल इतका समर्थ प्राणी कोण आहे? आणि त्याहूनही मला भेटणेंच असेल तर मला आज्ञापूर्वक निरोप देणारा असा असणें शक्यच नाहीं. कारण, हे कल्याणि, आह्मी दिव्यगंधयुक्त नाग मोठे तेजस्वी व वीर्यशाली असून सुर, असुर व देवर्षि या सर्वांपेक्षां आह्मी तेजस्वी आहों आणि आमचे जे अनुयायी त्यांना आह्मी वंदनीय असून वर देणारेही आहों. विशेषतः मनुष्याची तर आह्मांकडे दृष्टि करण्याचीही सोय नाहीं असा माझा समज आहे.

नागभार्या ह्मणाली:—हे पवनाशना, त्याचे सरळ वर्तनावरून मला असें वाटतें कीं, तो देव नसावा. हे क्रोधना, एक लक्षण मात्र मला त्याचे ठिकाणीं निश्चित दिसतें आहे. तें लक्षण म्हणजे आपलेविषयीं त्याची निःसीम भक्ति. पर्जन्यप्रिय तृषित चातक पक्षी ज्याप्रमाणें वर्षाबिंदूची वाट पहात राहतो, त्याप्रमाणें हा ब्राह्मण कांहीं तरी अन्यकार्य मनांत धरून आपल्या दर्शनाची इच्छा करून बसला आहे. देव करो आणि आपलें दर्शन न झाल्यामुळें त्या ब्राह्मणाला कांहीं अपाय न होवो. कारण, आपल्यासारख्या थोर कुलांत येऊन अतिथीची सेवा न करणारा कोणीही आढळत नाहीं. याकरितां, आपला स्वाभाविक संताप सोडून त्याला दर्शन देणें योग्य आहे. कारण, तसें न केल्यास ब्राह्मणाचा आशाभंग होऊन आपण शापदग्ध व्हाल. कारण, शास्त्राचा अभिप्राय असा आहे कीं, कोणी राजा किंवा राजपुत्र याचेकडे कोणीही आशा धरून दुःखार्त मनुष्य आला असतां त्याचें अश्रुमार्जन न केल्यास त्या राजाला किंवा राजपुत्राला भ्रूणहत्येचें पातक लागतें. जो मौनव्रत पालन करितो, त्याला ज्ञानप्राप्ति होते; जो दान करितो, त्याला महद्यशप्राप्ति होते; सत्यवचनी मनुष्यास वक्तृत्वसामर्थ्य येऊन स्वर्गामध्येंही त्याचा गौरव होतो; भूमिदान करणाराला त्या त्या आश्रमाला अनुरूप अशी गति मिळते; आणि न्यायानें द्रव्यार्जन करणाराला त्याचें श्रेय मिळतें. धर्मवेत्यांचा समज असा आहे कीं, जो कोणी आत्मकल्याणाची व दुसऱ्याला प्रिय आणि निर्लेप अशी धर्मक्रिया करितो, तो कधींही नरकाला जात नाहीं.

नाग म्हणतो:—हे प्रिये, माझे ठिकाणीं हा जो तुला अभिमान दिसतो, तो मी मोठा या आढ्यतेनें आला नसून हा माझे सर्पजातीचा स्वाभाविकच दोष आहे. परंतु, हे साध्वि, माझ्या चित्ताचे ठिकाणीं उत्पन्न झालेला

रोष तूं आपल्या बोधाग्नीनें साफ जाळून टाकिला आहेस. हे साध्वि, क्रोधाहून अधिक असा अंधकार दुसरा कोणताच नाहीं असा माझा अभिप्राय आहे; आणि ही आमची सर्प जाति तर या दोषाविषयीं विशेषच प्रसिद्ध आहे. या क्रोधाच्या तावडींत सांपडल्यामुळेंच, प्रिये, प्रत्यक्ष इंद्राचाही प्रतिस्पर्धी जो प्रतापी रावण त्याला रामचंद्रानें युद्धांत मारिलें. त्याचप्रमाणें, आपल्या अंत:पुरांतील कामधेनूचा वत्स भार्गवरामानें परत नेला, ही बातमी कळतांच ही दांडगाई पाहून रागास चढलेले सहस्रार्जुनाचे पुत्र परशुरामावर चालून गेले असतां परशुरामानें ते सर्व पुत्र व प्रत्यक्ष इंद्राशीं समतोल असा राजा सहस्रार्जुन यालाही युद्धांत आवेशानें यमसदनीं पाठविलें. सारांश, हे भार्ये, असा हा क्रोध तपाचा शत्रु व कल्याणाची हानि करणारा आहे; आणि यामुळेंच तुझें वचन ऐकून मीं आपला रोष आवरला आहे. हे विशालाक्षि, तुजसारखी गुणवती स्त्री मला मिळाली हें पाहून मी आपल्याला फारच धन्य समजतों. आतां, हे कल्याणि, तो ब्राह्मण जेथें बसला आहे त्या स्थळींच मी जातों; आणि त्याचें जें कांहीं ह्मणणें आहे, तें सर्व त्यानें सांगितलें म्हणजे त्याचे हेतूप्रमाणें तो कृतार्थ होऊन जाईल, हें निश्चित समज.

अध्याय तीनशें एकसष्टावा.

—:०:—

उंछवृत्त्युपाख्यान.

भीष्म सांगतात:—युधिष्ठिरा, याप्रमाणें बोलून तो नागपति जो निघाला, तो त्याच ब्राह्मणाविषयीं विचार करीत करीत व त्याचें आपल्यापाशीं कार्य तरी काय असावें अशाविषयीं तर्क करीत करीतच त्या ब्राह्मणाकडे गेला; आणि त्या ब्राह्मणाची गांठ पडतांच तो जात्या धर्मवत्सल नाग त्या ब्राह्मणास मधुर वाणीनें ह्मणाला, "हे भगवन्, मी आपली क्षमा मागून आपणांशीं बोलतों कीं, आपण मजवर रोष करूं नये. आपण येथें आलां ते कोणाकरितां, किंवा आपले येण्याचें प्रयोजन काय, तें मला सांगावें. हे ब्रह्मन्, मी आपणांस सर्वथा अनुकूल असून केवळ स्नेहास्तव विचारितों कीं, येथें या गोमतीतीरीं निर्जनस्थलीं बसून आपण कोणाची उपासना चालविली आहे ?"

ब्राह्मण म्हणाला:—हे सर्पश्रेष्ठा, मला धर्मारण्य म्हणतात. पद्मनाभ नामक जो नाग आहे, त्याला भेटण्यासाठीं मी येथें आलों आहें. कारण, माझें काय कार्य आहे तें त्याजपाशीं आहे. तो येथें नसतांना मला त्याचे आप्तांनीं असें सांगितलें कीं, तो अन्यत्र गेला आहे. त्यावरून, चातक जसा पर्जन्याची वाट पाहतो, तशी मी त्याची प्रतीक्षा करीत आहें; व निर्वेध मनानें योगनिष्ठ होऊन त्या नागाचे क्लेश दूर होऊन त्याचें कल्याण व्हावें या हेतूनें वेदांचें पारायण करीत बसलों आहें.

नाग म्हणाला:—शाबास, ब्रह्मन्, आपण मोठे साधु, सज्जनवत्सल व सदाचरणी आहां. हे महाभाग, परक्याविषयीं ज्या अर्थी आपण इतकी स्नेहबुद्धि बाळगितां, त्या अर्थीं खरोखरच आपले वर्तनास नांव ठेवण्यास कशी ती जागाच नाहीं. हे विप्रर्षे, आपण ज्याचें वर्णन मनांत धरिलें आहे तोच नाग मी. आतां आपले इच्छेस वाटेल त्याप्रमाणें मी आपलें काय प्रिय करूं त्याची मला आज्ञा करावी. आपण येथें आल्याची बातमी मला माझ्या स्वजनांकडून कळली, ह्मणून मी आपणांस भेटण्यास स्वतःच निघून आलों. हे द्विज, आपण ज्या अर्थीं मजकडे आलां आहां त्या अर्थीं आज कृतकार्य होऊन परत जाल. हे द्विजश्रेष्ठ, आपण मजवर पूर्ण विश्वास ठेवा

आणि आपली जी कोणती कामगिरी असेल ती मला निःशंकपणें सांगा. द्विजश्रेष्ठ, तुम्ही स्वतःचें हित एकीकडे ठेवून माझे कल्याणासाठीं येथें तपत बसलां, त्या अर्थी आपण आपले गुणांनीं आम्हां सर्वांस विकत घेतलें आहे असें समजा.

ब्राह्मण म्हणालाः—हे भुजंगमा, मला कांहीं एका गोष्टीचा अर्थ कळेना, तेव्हां तो तुला विचारावा म्हणून तुझें दर्शन घेण्याची इच्छा धरून मी येथें आलों. हे महाभागा, विषयांपासून परावृत्त होऊन जीवात्म्याचें विश्रांतिस्थान जें ब्रह्म तें शोधून काढावें म्हणून मी उद्युक्त झालों, परंतु माझा घराकडचा ओढा सुटत नाहीं; आणि गृहवास हा घातक आहे हें मला पूर्ण ज्ञान असल्यानें गृहवासांतही माझें धड लक्ष लागत नाहीं. यामुळें, मी आपलेकडून जरी ब्रह्मोपासना करूं म्हणतों तरी माझें चित्त झोंके खात आहे. तूं चंद्रकिरणांप्रमाणें शीतलस्पर्श, मनोहर, स्वयंप्रकाश आणि ज्यांमधून यशोरूपी किरण बाहेर फांकत आहेत अशा गुणांनीं विराजमान् असल्यामुळें मी तुजकडे आलों आहें. याकरितां, हे नागा, मला उत्पन्न झालेला हा एवढा प्रश्न प्रथम उलगड, नंतर मी माझे येण्याचें प्रयोजन सांगेन तें ऐक.

अध्याय तीनशें बासष्टावा.

—:०:—

उंछवृत्त्युपाख्यान.

ब्राह्मण म्हणालाः—तूं आपल्या पाळीप्रमाणें सूर्याचा एकचाकी रथ ओढावयास जातोस तेव्हां तेथें जर आश्चर्यकारक असें कांहीं पाहिलें असशील तर मला सांग.

नाग म्हणालाः—ज्यापासून त्रैलोक्याला मान्य अशा सर्वही भूतांची प्रवृत्ति होते, तो भगवान् रवि म्हणजे असंख्य चमत्कारांचें आश्रयस्थानच आहे. पक्षिगण जसे वृक्षशाखांतून बसतात, तसे सिद्धि पावलेले मुनिगण आपल्या दैवतांसह या सूर्याच्या सहस्रावधि किरणांचा आश्रय करून रहातात. एवढा समर्थ वायु, पण तो देखील या सूर्यकिरणांचाच आश्रय करून असतो व सूर्यापासून प्रथम निघून सर्व आकाशभर पसरतो. तेव्हां याहून दुसरें मोठें आश्चर्य तें कोणतें सांगावें? हे विप्रर्षे, प्रजांचे कल्याणार्थ याच वायूचे (आपले किरणांनीं) विभाग करून तो सूर्य वर्षाकाळीं त्यापासून जल निर्माण करितो, याहून अधिक नवल तें काय पाहिजे? परम दीप्तिमान् असा जो महात्मा अंतर्यामी हा देखील या सूर्यमण्डलांत राहून लोकांवर देखरेख करितो, याहून दुसरा चमत्कार तो काय सांगावा? शुक्र या नांवानें प्रसिद्ध असा जो आकाशांत एक नीलवर्ण मेघ आहे, तो या सूर्याचाच एक अंश असून तोच वर्षाकाळीं पाणी पाडीत असतो, यापेक्षां आणखी नवल तें काय पाहिजे? हा सूर्य आठ महिनेपर्यंत जें जल आपले पवित्र किरणांनीं पृथ्वीपासून शोषून घेतो, तेंच वर्षाकाल येतांच पर्जन्यरूपानें पृथ्वीला परत करितो, यापलीकडे कौतुक तें काय सांगावें? सर्वव्यापी जो आत्मा आत्मा म्हणून गाजतो आहे, त्याचें स्वतःचें वास्तव्य देखील या सूर्याच्याच विशिष्ट तेजांत आहे, याहून आश्चर्य तें कोणतें? ह्या स्थावरजंगमात्मक पृथ्वीला बीजधारण सूर्यापासूनच होतें व या पृथ्वीचें धारणही हाच करितो. हे विप्र, आद्यंतरहित जो महाबाहु सनातन देव पुरुषोत्तम त्याची वसति देखील या आदित्याचेच ठिकाणीं आहे, याहून चमत्कार तो कोणता वर्णावा? परंतु या सर्व आश्चर्यांहूनही अधिक आश्चर्यकारक अशी एक गोष्ट मीं सूर्यासन्निध असतां निरभ्र अशा आकाशांत जी पाहिली, ती सांगतों, ऐका.

पूर्वी एक वेळीं ऐन मध्याह्नाचे समयीं भास्कर

हा जगताला तापवून सोडीत असतां दुसरा कोणी सूर्य उगवल्यासारखा प्रकाश चोहोंकडे झळकूं लागला. त्यानें आपले प्रकाशानें सर्व लोकांस दिपवून टाकून जणू काय गगनतल दुभंग करून तो आदित्याचे सन्मुख येऊन ठेपला. नुकतीच आहुति मिळाल्यानें अधिकच चेत- लेल्या अग्नीप्रमाणें तो आपल्या तेजःकिरणांनीं गुरफाटून गेला असल्यामुळें त्याचे रूपाकडे दृष्टिही करवत नव्हती. फार काय सांगावें, तो दुसरा भास्करच म्हणा ! असा तो पुरुष सन्निध येतांच सूर्यानें आपले दोन्ही हात त्याला घेण्याकरितां पुढें केले व त्यानेंही सूर्याचा परत आदर करण्याचे बुद्धीनें आपला उजवा हात सूर्याचे हातांत दिला; आणि इत- क्यांत गगनतल फोडून तो जो सूर्याचे किरण- मंडलांत घुसला तों त्याचें तेज सूर्याचे तेजांत मिसळून जाऊन तोही एका क्षणांत आदित्य- रूपच झाला. याप्रमाणें त्या दोघांचीं तेजें एकत्र झालीं तेव्हां आम्हांस संशय उत्पन्न झाला कीं, या दोहोंपैकीं खरा सूर्य कोणता म्हणावा ? रथारूढ आहे हा ? किंवा बाहेरून आला हा ? असा आम्हांला संशय पडला असतां आम्हीं सूर्या- लाच प्रश्न केला, ‘ हा स्वर्गाला आक्रमण करून अपरसूर्याप्रमाणें चमकून गेला हा पुरुष कोण ?

अध्याय तीनशें त्रेसष्टावा.

—:०:—

उंछवृत्त्युपाख्यान.

सूर्य म्हणालाः—हा देदीप्यमान् पुरुष वायूचा मित्र म्हणजे अग्नि नव्हे, कोणी असुर नव्हे, किंवा पन्नगही नव्हे. हा एक भूलोकींचा मुनि असून, उंछवृत्ति नांवाचें एक व्रत आहे त्यांत त्यानें सिद्धि मिळविल्यामुळें त्या सिद्धि- बलानें हा स्वर्गास गेला. हा ब्राह्मण भूलोकीं असतांना फलमूल खाऊन किंवा झाडावरून पडलेलीं पानें खाऊन अथवा नुसतें पाणी किंवा वायु भक्षण करून समाधानवृत्तीनें रहात असे आणि या वृत्तीनें राहून यानें वेदमंत्रांचीं पारा- यणें करून भगवान् शंकरांची स्तुति केली, व स्वर्गद्वार प्राप्त व्हावें म्हणून यत्न केला, त्यामुळें हा स्वर्गास गेला. नागहो, हा ब्राह्मण निःसंग- वृत्ति, निस्पृह व सर्वदा शिलोंछवृत्तीनें राहून प्राणि- मात्राचे हिताविषयीं झटत असे. अशा प्रकारें ज्यांना उत्तम गति प्राप्त होते त्यांवर देव, गंधर्व, असुर किंवा पन्नग यांचाही पराक्रम चालत नाहीं.

ब्रह्मन्, असें आश्चर्य मीं तेथें पाहिलें. म्हणजे हेंच कीं, तो मनुष्य असूनही (त्या शिलोंछव्रतानें) सिद्धि पावून सिद्धांचे गतीस पावला; व सध्यां सूर्यासहित तोही पृथ्वीभोंवतीं फिरत आहे !

अध्याय तीनशें चौसष्टावा.

—:०:—

उंछवृत्त्युपाख्यान.

ब्राह्मण म्हणालाः—हे भुजंगमा, खरेंच, तूं मला मोठेंच आश्चर्य सांगितलेंस ? तें ऐकून मी फारच संतुष्ट झालों आहें. शिवाय, तूं मला समर्पक अशा शब्दांनीं मोक्षाचा मार्गही दाख- विलास. हे साधो नागश्रेष्ठा, तुझें कल्याण असो, मी आतां जातों. माझें स्मरण ठेव व कांहीं काम- काज लागल्यास मला अवश्य निरोप पाठवीत जा.

नाग म्हणालाः—हे ब्रह्मन्, आपण सांगि- तलें होतें कीं, प्रथम माझी शंका फेड आणि मग माझे मनांतलें प्रयोजन काय आहे हें तुला सांगेन. असें असतां आपण आपले मनांतलें कार्य न सांगतांच चाललां हें बरोबर नाहीं. तर ज्या कार्यासाठीं म्हणून तुम्ही येथें आलां तें कार्य मला सांगा. कदाचित्, हे द्विजश्रेष्ठ, आपले मनांतील कार्य उघड शब्दांनीं मला न सांगतां तें मी होऊनच करून गेलों असलों तरी देखील मला विचारून माझी अनुज्ञा घेऊन

मग आपण जावें हें नीट आहे. हे सुव्रत, आपली जर माझे ठिकाणीं इतकी भक्ति आहे, तर, हे विप्रर्षे, एखाद्या झाडाखालीं भेटलेले वाटसराप्रमाणें केवळ माझे दृष्टीस पडून मला तसेंच सोडून जाणें आपल्याला शोभत नाहीं. हे द्विजश्रेष्ठ, आपले ठिकाणीं माझी भक्ति व तशीच माझे ठिकाणीं आपली भक्ति आहे, यांत संशय नाहीं; आणि माझ्यासारखा मित्र असतां तुम्हांला चिंता ती कशाची ? हे निष्पाप, हा सर्वही लोक आपलाच आहे असें समजा.

ब्राह्मण म्हणालाः—हे आत्मवेत्त्या भुजंगमा, तूं म्हणतोस तें खरें आहे. खचीतच देव तुझ्यापलीकडे नाहींत. आदित्यमंडलांत राहणारा जो पुरुष तोच तूं, तोच मी, आणि जो मी तोच तूं, व मी, तूं आणि हीं सर्व भूतें हीं त्या रूपीं म्हणजे आत्मरूपीं एकच आहों. हे नागनाथा, पुण्यसंचय कोणते साधनानें करावा याविषयीं मला संशय होता. परंतु तूं जें आतां उंछव्रताचें कथन केलेंस, त्या व्रतानें माझी अर्थसिद्धि खास होईल. यासाठीं मी आतां तें व्रत करणार. हा माझा निश्चय ठरला. मी ज्या श्रेष्ठ कार्यासाठीं तुम्हांकडे आलों होतों तें माझें कार्य साधलें. आतां, हे साधो भुजंगमा, मी कृतार्थ झालों. याकरितां मी तुझा निरोप घेतों. तुझें कल्याण असो.

अध्याय तीनशें पांसष्टावा.

—:०:—

उंछवृत्त्युपाख्यानसमाप्ति.

भीष्म सांगतातः— हे राजा, याप्रमाणें त्या नागाचा निरोप घेऊन, तो ब्राह्मण निश्चय करून सक्षौरप्रायश्चित्तपूर्वक उंछव्रताची दीक्षा घेण्याकरितां च्यवनभार्गवाकडे गेला; आणि च्यवनभार्गवानें त्याला दीक्षा दिल्यावर तो केवळ धर्माचरण करीत राहिला; व त्यानें आपली मूळपासूनची सर्व कथा भार्गवाला सांगितली. हे राजेंद्रा, त्या भार्गवानें ती पुण्यकथा जनकाचे घरीं असतां महात्मा नारदाला सांगितली. पुढें तीच कथा सदाचरणी नारद यांनीं देवेंद्राच्या भुवनांत प्रश्न केल्यावरून देवेंद्राला सांगितली. नंतर, हे भरतश्रेष्ठा राजा, त्या देवेंद्रानें जे चांगले चांगले ब्राह्मण होते त्या सर्वांना ही कथा सांगून टाकिली. हे राजा, माझें जेव्हां परशुरामाशीं दारुण युद्ध झालें, तेव्हां वसूंनीं मला ही सांगितली; आणि, हे श्रेष्ठ धर्मपालका, तूंही मोठा मार्मिक प्रश्नकर्ता भेटलास, म्हणून मींही तुला ही मोठी पवित्र व धर्मप्रद अशी उत्तम कथा सांगितली. हे राजा, श्रेष्ठ धर्म कोणता म्हणून तूं मला जो प्रश्न केलास, त्याचें उत्तर– त्या ब्राह्मणानें आचरिला तो—हें होय. आतां त्या ब्राह्मणानें काय केलें म्हणशील तर, त्यानें सर्व विषयेच्छा सोडून धर्माचरण करण्याविषयीं कंबर बांधिली; आणि त्या नागेंद्राच्या उपदेशावरून स्वकर्तव्य जाणून अहिंसादि यम व शौचादि नियम यांचें कटाक्षानें पालन करून तो वनांत राहिला; आणि तेथें शेतांतील खळ्यांवरून टिपलेल्या नेमके दाण्यांवर निर्वाह करून म्हणजे उंछवृत्तीचें उत्तम प्रकारें पालन करून तो नागराजानें सांगितलेल्या उत्तम गतीला गेला.

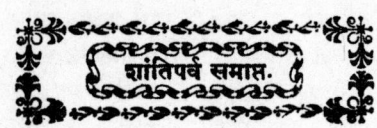

शांतिपर्व समाप्त.